ഗ്രീൻ ബുക്സ്

കോവിലൻ സമ്പൂർണ കഥകൾ

കോവിലൻ (1923-2010)

1923 ജൂലൈ ഒൻപതിന് (1098 മിഥുനം 25)
തൃശൂർ ജില്ലയിലെ കണ്ടാണിശ്ശേരിയിൽ ജനനം.
യഥാർത്ഥ പേര് വട്ടപ്പറമ്പിൽ വേലപ്പൻ അയ്യപ്പൻ.
അച്ഛൻ: വട്ടംപറമ്പിൽ ശങ്കു വേലപ്പൻ.
അമ്മ: കൊടക്കാട്ടിൽ കുഞ്ഞാണ്ടി കാളി.
കണ്ടാണിശ്ശേരി എക്സൽസിയർ സ്കൂൾ, നെന്മിനി ഹയർ
എലിമെന്ററി സ്കൂൾ, പാവറട്ടി സാഹിത്യദീപിക
സംസ്കൃത കോളേജ് എന്നിവിടങ്ങളിൽ പഠനം.
റോയൽ ഇന്ത്യൻ നേവിയിലും കോർ ഓഫ് സിഗ്നൽസിലും
സേവനമനുഷ്ഠിച്ചു. കേന്ദ്ര സാഹിത്യ അക്കാദമി അവാർഡ്,
കേരള സാഹിത്യ അക്കാദമി അവാർഡ്, മുട്ടത്തുവർക്കി അവാർഡ്,
വയലാർ അവാർഡ്, ബഷീർ അവാർഡ്,
എൻ.വി. പുരസ്കാരം എന്നിവ ലഭിച്ചിട്ടുണ്ട്.

ഗ്രീൻ ബുക്സ് പ്രസിദ്ധീകരിച്ച
ഗ്രന്ഥകർത്താവിന്റെ ഇതര കൃതികൾ

മലയാളത്തിന്റെ സുവർണ്ണകഥകൾ - കോവിലൻ
താഴ്വരകൾ (നോവൽ)
തോറ്റങ്ങൾ (നോവൽ)
ഹിമാലയം (നോവൽ)
തകർന്ന ഹൃദയങ്ങൾ (നോവൽ)

കോവിലൻ
സമ്പൂർണ്ണ
കഥകൾ

ഗ്രീൻ ബുക്സ്

green books private limited
gb building, civil lane road, ayyanthole,
thrissur- 680 003, kerala, ph: +91 487-2381066, 2381039
website: www.greenbooksindia.com
e-mail: info@greenbooksindia.com

malayalam

kovilan sampoorna kathakal

story

kovilan

first published april 2017

cover design : rajesh chalode

branches:
thrissur 0487-2422515
palakkad 0491-2546162
kannur 0497-2763038
thiruvananthapuram 8589095301

isbn : 978-93-86440-19-8

GBPL/891/2017

മുഖക്കുറി

വി.വി. അയ്യപ്പൻ എന്ന കോവിലൻ ജീവിതത്തിന്റെ പരുക്കൻമുഖങ്ങളിലാണ് എഴുത്തിന്റെ ചോദനകൾ ചാർത്തിയത്. തരളിത ഭാവങ്ങൾക്കും കാല്പനിക മധുര പരിവേഷങ്ങൾക്കും കോവിലന്റെ കഥകളിൽ ഇടമില്ലായിരുന്നു. മനുഷ്യന്റെ സാക്ഷാത്‌രൂപം സാംസ്കാരിക ആവരണങ്ങൾക്കെല്ലാമപ്പുറത്ത് മറഞ്ഞുകിടക്കുന്നു എന്ന് കോവിലൻകഥകൾ സാക്ഷ്യപ്പെടുത്തുന്നു. കാലാതീതമായ വായനാനുഭവമുള്ള കഥകൾ, കാലത്തിനു മുന്നിൽ ഇനിയും വായിക്കപ്പെടാൻ കാത്തിരിക്കുന്നവയാണ് കോവിലൻ കഥകൾ.

കൃഷ്ണദാസ്
മാനേജിങ് എഡിറ്റർ

ഉള്ളടക്കം

ഒരു കഷണം അസ്ഥി (299–416)

വേണ്ടാംകടി (417–514)

തേർവാഴ്ചകൾ (515–568)

പിത്തം (569–620)

കോവിലാചാര്യൻ

മാടമ്പ് കുഞ്ഞുകുട്ടൻ

അക്കാലം സാഹിത്യതൽപ്പരരായ എല്ലാ കവികാമുകരേയും പോലെ വട്ടപ്പറമ്പിൽ വേലായുധൻ അയ്യപ്പനും കവിതയാണ് ആദ്യം എഴുതിയത്. അടുത്തുള്ള പാവറട്ടി സംസ്കൃത പാഠശാലയിലെ വിദ്യാഭ്യാസവും അതിനു പാകത്തിലായിരുന്നു. സാഹിത്യം എന്നു പറഞ്ഞാൽ കവിത. കവിത എന്നാൽ പദ്യം. അതിലും കവിഞ്ഞ ഒരു നിർവചനം വേണ്ട എന്നാണ് കാലം നിശ്ചയിച്ചത്. കവിത എഴുതിക്കൂട്ടുവിൻ കൂട്ടുകാരെ! എന്നു വിളിച്ചുപറഞ്ഞ് ആവേശം കൊള്ളിച്ചത് സാക്ഷാൽ കുഞ്ഞിക്കുട്ടൻ തമ്പുരാനും! തമ്പുരാന്റെ കല്പന കേരളം മുഴുവനും കേട്ടു. കവിത ഓളംതല്ലി. ഛന്ദസ്സിൽ ഒത്തുവന്നതൊക്കെ കവിതയായിരുന്നു. ദ്രാവിഡവൃത്തം പൊതുവെ അഭിജാത്യം കുറഞ്ഞതായി കണക്കാക്കിയിരുന്നു. പാടി നീട്ടാവുന്ന ശിഥിലവൃത്തങ്ങൾ പദ്യകാരന്മാർക്കെല്ലാം പഥ്യമായിരുന്നു. പക്ഷേ, മാന്യസ്ഥാനം വിഷമമായിരുന്നു. രണ്ടാംപന്തി!!

അക്കാലം അതായിരുന്നു. അപ്പോൾ വി.വി. അയ്യപ്പനും ആ വിളി കേട്ടു. കവിത എഴുതിക്കൂട്ടി. കവിതയിൽ തോറ്റിട്ടല്ല ഗദ്യത്തെ വരിച്ചത് എന്ന് അദ്ദേഹം പറഞ്ഞിട്ടുമുണ്ട്. കവിതയിൽനിന്ന് കഥയിലേക്കും പിന്നെ വലിയ കഥയായ നോവലിലേക്കും കടന്നുകയറിയ അയ്യപ്പൻ കോവിലനായി മലയാളത്തിൽ പടിയിൽ പലകയിട്ട് ഇരിപ്പായി. ആ ഇരിപ്പുറച്ചു.

അതിനും മുമ്പ് നാട്ടിൽ ചില താൽക്കാലിക ജോലികളും നോക്കി. റേഷൻ നെല്ലെടുപ്പ് മേസ്തിരിയോ മറ്റോ ആയി. ഒന്നും നേരെ ചൊവ്വേ തരത്തിലായില്ല. അങ്ങനെയങ്ങനെ ഇരിക്കവേ ഇന്ത്യൻ ആർമിയിൽ എത്തി. ഒരിടക്കാലം നേവിയിലും ഉണ്ടായിരുന്നു. അക്കാലത്താവും നാവിക വിപ്ലവത്തിന്റെ അലച്ചാർത്തിൽ ശ്രീ അയ്യപ്പനും ഓളം വെട്ടി. അതൊക്കെ പട്ടാളക്കാരനാവും മുമ്പുള്ള ചെറു ചെറു പരിശ്രമങ്ങളും ശ്രമങ്ങളും. തുടർന്ന് സാക്ഷാൽ ആർമി. സിഗ്നൽസിലായിരുന്നു എന്ന് കേട്ടിട്ടുണ്ട്. ഈ പൂർവാശ്രമങ്ങളൊക്കെ ചടങ്ങിനാലെ വെടുവെടുപ്പായതിനുശേഷം കണ്ടാണശ്ശേരി മുനിമടയ്ക്കു തൊട്ടുള്ള 'ഗിരി'യിൽ

നാടൻ കർഷകനും കഠിനാധ്വാനിയുമായി കാടക്കണ്ണൻ പാറ മേടി പൊട്ടിച്ചു മണ്ണാക്കി കാഫലങ്ങൾ നട്ടു നനച്ചു വരുമ്പോഴാണ് ഈ ലേഖകൻ അദ്ദേഹത്തെ അന്വേഷിച്ചെത്തിയത്. കഷ്ടിച്ച് എത്തുന്ന ഒരു ഈരെഴത്തോർത്ത് ചുറ്റി കല്ലുവെട്ടുകുഴിയിലെ ചെമ്മണ്ണ് ചാർത്തി വിയർപ്പിൽ കുളിച്ചാണ് ആ നാടൻ പരുപരുക്കൻ അധ്വാനിയെ ഇബൻ ആദ്യം കണ്ടത്. മയം പറയാനറിയാത്ത ആ പരുക്കൻ വാക്കുകൾ എന്നെ അലോഗ്യപ്പെടുത്തിയില്ല. സാഹിത്യകാരനാവാൻ വ്രതം നോറ്റിരിക്കുന്ന ഈ മാടമ്പിന് ഒന്നും തടസ്സമായിരുന്നില്ല.

അന്നത്തെ ആ കാഴ്ച അദ്ദേഹത്തിന്റെ അവസാനംവരെ തുടർന്നു. മാടമ്പ് കുഞ്ഞുകുട്ടൻ മലയാളത്തിൽ മേൽവിലാസം ഉള്ളവനായി. സാഹിത്യം വിട്ട് കോവിലന്റെ കുടുംബവുമായി അടുക്കുകയും അദ്ദേഹം എന്റെ 'കാർന്നവരായി'ത്തീരുകയും ചെയ്തു. കണ്ടാണശ്ശേരി മുനിമടയിലേക്കുള്ള എന്റെ തീർത്ഥാടനം മുടങ്ങാതെ നടന്നുകൊണ്ടിരുന്നു. അതിനിടയ്ക്ക് പതുക്കെ പതുക്കെ എന്റെ അച്ഛൻ അയ്യപ്പനെ മകന്റെ ഗുരുവായി സ്വീകരിച്ചു എന്നു പറഞ്ഞാൽ പോരാ, അപ്പോഴേക്കും ചില ദൗർബല്യങ്ങളുടെ ആകർഷണത്തിൽ പെട്ടുപോയിരുന്ന എന്നെ 'നേരെയാക്കാൻ' അയ്യപ്പനു പറ്റുമെന്നും അച്ഛൻ കരുതി! അച്ഛന്റെ മോഹത്തിനനുസരിച്ച് ഞാൻ രൂപപ്പെട്ടുവോ എന്നറിയില്ല. ഉണ്ടാവാൻ വഴിയില്ല.

ഇപ്പറഞ്ഞതൊക്കെ എന്റെ സ്വകാര്യതയാണ്. രഹസ്യമല്ല. സ്വകാര്യവും രഹസ്യവും രണ്ടും രണ്ടാണ്. അതല്ല ഈ കുറിപ്പിന്നാധാരം. വി.വി. അയ്യപ്പനാണ്. മുനിമടയിലെ ഗൃഹസ്ഥൻ എന്ന തലേക്കെട്ടിൽ കുറേക്കാലം മുമ്പ് ഞാൻ ഒരു ലേഖനം എഴുതുകയുണ്ടായി. ആ വിശേഷണം തന്നെ ആലോചിച്ച് ഉരുത്തിരിഞ്ഞതാണ്. മുനിമടയിലാണ് ഗിരി. മുനിമട ബൗദ്ധ-ജൈന പാർപ്പിടങ്ങളാണ്. ക്ഷമിക്കണം ബുദ്ധ-ജൈന സന്ന്യാസിമാരുടെ ഏകാന്തധ്യാനത്തിനും പലപ്പോഴും മഹാസമാധിക്കുമുള്ള ഒഴിഞ്ഞ ഒരിടം. ജീവിതം മുഴുവൻ ഭഗവാൻ ബുദ്ധനെ ഉപാസിച്ചുവന്ന കോവിലനുവേണ്ടി കാലം ഒരുക്കിയ പാർപ്പിടമാണ് കണ്ടാണശ്ശേരിയിലെ 'ഗിരി'. കാലം അല്ലെങ്കിൽ പ്രകൃതി പൊടിമണ്ണിൽ ജീവൻ ഊതിക്കയറ്റും എന്നു ചൊല്ലുണ്ട്. ഈശ്വരനിലേക്കു നാം ഒരു പാദം വെയ്ക്കുമ്പോൾ ഈശ്വരൻ പത്തടി നമ്മുടെ അടുത്തേക്കു വന്നിരിക്കും.

പട്ടാളക്കാഥികൻ എന്ന വിശേഷണം തന്നെ എളുപ്പം കോവിലനു ലഭിച്ചു. പട്ടാളത്തിലായിരുന്ന അദ്ദേഹത്തിന്റെ ആദ്യകാലകഥകൾ ആ തലപ്പാവ് വി.വി. അയ്യപ്പനു നൽകി. ഒരുപക്ഷേ, 'തോറ്റങ്ങൾ' വരെ കോവിലൻ അങ്ങനെ അറിയപ്പെട്ടു. ഏ മൈനസ് ബി മുതൽ ഹിമാലയം കൂടി പട്ടാളക്കഥകളായി അറിഞ്ഞു. മേം സാബുമാരുടെ കഥ കടുത്ത ചായത്തിൽ മുക്കിയെടുത്ത ഏഴാമെടങ്ങൾ ഒരുപക്ഷേ, പട്ടാളക്കഥകളിൽ വഴിത്തിരിവായി മാറിയിരിക്കാം. പിന്നീടങ്ങോട്ട് തട്ടകം വരെയുള്ള ശ്രമങ്ങൾ ആ മാസ്റ്റർപീസിനുള്ള

പരിശ്രമങ്ങളായിരുന്നു. തട്ടകം ഇവിടെ അവസാനിക്കുന്നില്ല എന്നും അദ്ദേഹം കരുതിയിരുന്നു.

പരുക്കൻഭാഷകൊണ്ട് ചോര പൊടിയുന്ന കഥ പറയുമ്പോഴും കവിത ഓളംവെട്ടിയിരുന്നതായി കാണാം. തോറ്റങ്ങളും തട്ടകവും ആ കാഴ്ച ഉറപ്പിക്കുന്നു.

വി.വി. അയ്യപ്പൻ എന്ന കോവിലൻ മലയാളസാഹിത്യത്തിൽ ഏതുവിധം നിലനിൽക്കുമെന്നോ സാഹിത്യചരിത്രത്തിൽ എപ്രകാരം വിലയിരുത്തപ്പെടുമെന്നോ പറയാൻ ഈ ലേഖകന് അറിയില്ല. ആ വിധം ഒരു പഠനം ഇവിടെ ഉദ്ദേശിച്ചിട്ടില്ല. അതിന് ഈ ലേഖകന് കഴിവുമില്ല. ഒരു പുതിയ വഴി വെട്ടിത്തുറന്നു എന്നു പറയുവാൻ കോവിലനെ പഠിക്കുന്നവർക്ക് ആയി എന്നു വരില്ല. വിമർശകർ പറയുംപോലെ ഖസാക്കിനു മുമ്പ് കോവിലനുശേഷം എന്നും പറയാനാവില്ല. അദ്ദേഹത്തിന്റെ വിളികൊണ്ട ശിഷ്യൻ എന്ന് അഹങ്കരിക്കുന്ന ഈ ലേഖകനിൽപ്പോലും ആ ഭാഷാ സ്വാധീനം കാണുവാനാവില്ല. കാരണം വ്യക്തം. അനുകരിക്കുന്നവൻ നല്ല ശിഷ്യനാവില്ലല്ലോ. നല്ല കാവ്യങ്ങളെ അനുകരിക്കാനും ആവില്ല.

ശ്രീ കോവിലനെ ഭാഷയിലോ ഉള്ളടക്കത്തിലോ, അതുമല്ല, സാമൂഹ്യവിമർശനരൂപത്തിലോ അനുകരിച്ചു ജയിച്ചവരാരാനും ഉണ്ടെന്നു തോന്നുന്നില്ല. കരിങ്കല്ലിൽഗോട്ടി കൊണ്ടുള്ള ഗോലികളിയെ ഓർമ്മിപ്പിക്കുന്നതാണ് ആ ഭാഷ. താൻ സ്വയം മേടി മുറിച്ച് ഉരുട്ടിയുണ്ടാക്കിയ ഗോട്ടി. ഏണും കോണും ഉരച്ച് മിനുസപ്പെടുത്തി എടുത്ത കരിങ്കല്ലിൽചീള്.

ആ പരുക്കൻ സംഗീതത്തെക്കുറിച്ച് വിമർശകർ പറഞ്ഞിട്ടുണ്ട്. (ഇതു പറഞ്ഞ ഈ ശ്വാസത്തിൽതന്നെ പറയാം, അത്രയേറെ പഠനങ്ങളൊന്നും അദ്ദേഹത്തെകുറിച്ച് ഉണ്ടായതായി ഈ ലേഖകനറിയില്ല.) ഏതായാലും തന്റെ സമകാലികരായിരുന്ന പേരെടുത്ത സാഹിത്യകാരന്മാരുമായി ഭാഷാ പ്രയോഗത്തിൽ ഒരു താരതമ്യവും സാധ്യമല്ല.

ഏറെക്കുറെ ആ വിധം ഒട്ട് ഇടംതിരിഞ്ഞ് നിക്കുന്ന കോവിലന്റെ അടുത്തേക്കാണ് കഥയെഴുതാനുള്ള മോഹവുമായി ഞാനെത്തിയത്. "അശ്വത്ഥാമാവ്" എഴുതിയ ഒരുപിടി കടലാസ് ചുരുട്ടിക്കൂട്ടി ഗിരിയുടെ മുളംപടി ചാടിക്കടന്ന് കോവിലന്റെ മുമ്പിൽ ഇബൻ എത്തി. എന്തേ അവിടെ എത്താൻ എന്നു രൂപമില്ല. കാലം നിയോഗിച്ചത് ആ വിധമായിരിക്കും. മുൻപരിചയമില്ല; അദ്ദേഹത്തിന്റെ എഴുത്തിനെ പറ്റി ഒരു ധാരണയുമില്ല. ഒരേയൊരു ധാരണ മാത്രം. ആ അറിവ് മാത്രം. കണ്ടാണശ്ശേരി എന്നു പറഞ്ഞാൽ എന്റെ ഇല്ലത്തുനിന്ന് പത്തുപതിനഞ്ച് കിലോമീറ്റർ ദൂരമേയുള്ളൂ. അതിനടുത്ത് ചില പൂരങ്ങൾക്ക് ഞാൻ എത്തിപ്പെട്ടിട്ടുമുണ്ട്. അത്രയും മതി, ദൂരം അധികമില്ലല്ലോ. ഗുരുവായൂരും തൃശൂരുമായി വേറെയും പ്രസിദ്ധിയേറിയ

സാഹിത്യകാരന്മാരുണ്ടായിരുന്നു. പക്ഷേ അവരെ കാണുവാനല്ല കാലം മുഹൂർത്തം കുറിച്ചത്.

ഇപ്പോൾ, ആ വിധം ഒരു തുടക്കക്കാരനെ ഇന്നത്തെ വിളികൊണ്ട സാഹിത്യകാരന്മാർ എങ്ങനെ സ്വീകരിക്കും എന്ന് എനിക്കറിയില്ല. ദിനംതോറും ഒട്ടേറെ പുത്തൻകഥകളുമായി എത്തുന്ന തുടക്കക്കാരുടെ സാഹിത്യസംരംഭങ്ങളുടെ മാറ്റ് നോക്കേണ്ടിവരുന്ന പത്രാധിപന്മാരുടെ കഥയല്ല പറയുന്നത്. അത് അവരുടെ തൊഴിലാണ്. തൊഴിലിന്റെ ഭാഗമാണ്. പത്രമാസികകൾക്ക് അയച്ചുകിട്ടുന്നത് വായിക്കുവാൻ പത്രാധിപന്മാർ വിധിക്കപ്പെട്ടവരുമാണ്. പക്ഷേ, സമയം നശിപ്പിക്കുവാൻ മാത്രമായി കുറെ ചെറുപ്പക്കാരുടെ സൃഷ്ടികൾ വായിച്ച് വഴി പറഞ്ഞുകൊടുക്കുവാനും ലക്ഷ്യസ്ഥാനം വ്യക്തമാക്കുവാനും സാധാരണയായി അത്രയേറെ പേർ മിനക്കെടാറില്ല. സമയമില്ല, മറ്റ് ആരെയെങ്കിലും കാണിക്കൂ എന്നു പറഞ്ഞ് ഒഴിവാക്കും. അതാണ് എളുപ്പം. പക്ഷേ, കോവിലൻ ആരേയും ഒഴിവാക്കിയില്ല. അദ്ദേഹത്തിന്റെ മുമ്പിൽ വന്നുപെട്ട ചിലരെങ്കിലും പിന്നെ അറിയപ്പെടുന്നവരായി മാറി. മെനക്കെടാൻ തയ്യാറില്ലാത്ത ചില സാഹിത്യപ്രേമികൾ മാത്രം ഒഴിഞ്ഞുപോയി. അതങ്ങനെയാണ്. ഒരൊറ്റ ദിവസം കൊണ്ട് സാഹിത്യകാരനായി അറിയപ്പെടണം എന്ന് മോഹിക്കുന്നവരുമുണ്ട്. അതറിയില്ല. ഉണ്ടാവാം. എന്നാൽ ഒരൊറ്റ പുസ്തകം കൊണ്ട് മഹാസാഹിത്യകാരനായി ചരിത്രത്തിൽ പ്രതിഷ്ഠകൊണ്ടവരെ പറ്റി നമുക്കറിയാം. പ്രസിദ്ധിയെ മാത്രം മാനദണ്ഡമാക്കി കാവ്യഗുണം നിശ്ചയിക്കുവാൻ സാധ്യമല്ല. പത്താള് അറിഞ്ഞതുകൊണ്ടു മാത്രം പ്രതിഭാധനനായി വാഴ്ത്തപ്പെടുന്നവരും കണ്ടേക്കാം. വായനക്കാരുടെ എണ്ണം മാത്രം നോക്കിയാൽ ശ്രീ കോവിലനേക്കാൾ വളരെ ഏറെ അറിയപ്പെടുന്നവരുണ്ട്. നൂറാം പതിപ്പ് കൂടി അച്ചടിച്ച് പ്രസിദ്ധീകരിക്കുവാൻ സന്ദർഭം വന്നവർ. അതൊക്കെ വേറെ കഥ.

ഇവിടെ ശ്രീ.വി.വി. അയ്യപ്പനാണ് വിഷയം. അദ്ദേഹത്തെപറ്റി വരുംതലമുറ പഠിക്കുമോ, മലയാള സാഹിത്യചരിത്രത്തിൽ ആ പേര് നിലനിൽക്കുമോ എന്നൊന്നും പ്രശ്നം വെച്ചു പറയുവാൻ ഈ ലേഖകന് ത്രാണിയില്ല. ഇപ്പോൾ ഗൗരവമായ ചർച്ചയ്ക്ക് നോവൽ സാഹിത്യവിഷയമാകുന്നില്ല എന്നാണ് തോന്നുന്നത്. കവിത കൂടി തുടർപഠനങ്ങൾക്ക് ലക്ഷ്യമാകുന്നില്ല. കാലാതീതമായിത്തീരാവുന്ന കൃതികൾ ഉണ്ടാകുന്നത് വർത്തമാനകാല സംഭവങ്ങളാവില്ലല്ലോ. കാലം കാറ്റത്തിട്ട് പതിരു ചേറി കതിർമണിയുടെ കനം തിരിക്കുന്നത് കാത്തിരുന്നു കാണേണ്ടതു മാത്രമാകുന്നു.

പരിചയപ്പെട്ടതു മുതൽ അദ്ദേഹത്തിന്റെ മരണം വരേയും ഒപ്പം നിന്ന് നോക്കിക്കണ്ട സാഹിത്യാചാര്യൻ എന്ന നിലയ്ക്ക് ഗുണദോഷവിചിന്തനത്തിന് ഈ ലേഖകന് ആവില്ല. താരതമ്യപഠനത്തിന് താല്പര്യവുമില്ല. അത് അത്യാവശ്യവുമാകുന്നു. വ്യക്തിബന്ധം നിഷ്പക്ഷ പഠനത്തിന് സഹായമാവില്ല. ചിലപ്പോഴൊക്കെ

തടസ്സവുമാവും. ചില സന്ദർഭങ്ങൾ സ്വകാര്യസിദ്ധിക്കുവേണ്ടിയാവാം ശ്രീ. കോവിലന്റെ സാഹിത്യം ശ്രദ്ധിക്കുവാൻ കാരണമായിട്ടുണ്ട്. തോറ്റങ്ങൾ ആ വിധം വേറിട്ടു പഠിച്ച ഒരു ഉത്തമപാഠമാകുന്നു. ആദ്യം വെടുപ്പായി വായിച്ച ആ കഥ പിന്നെ പതിമൂന്ന് എപ്പിസോഡുള്ള ടി.വി. സീരിയലാക്കിയപ്പോൾ എഴുതുവാൻ മാത്രമല്ല മുഖ്യ കഥാപാത്രമായി അഭിനയിക്കുവാനും സാധിച്ചു. ആ സീരിയൽ സഹൃദയ ശ്രദ്ധ നേടുകയും അംഗീകരിക്കപ്പെടുകയും ഏതാണ്ട് എല്ലാ സമ്മാനങ്ങളും നേടുകയും ചെയ്തു. അതാവാം തോറ്റങ്ങളോട് മറ്റ് കഥകളോടില്ലാത്ത ഹൃദയബന്ധം വളരുവാൻ കാരണം.

ശ്രീ കോവിലനെ പറ്റി കനകം കെട്ടി അലങ്കരിച്ച ചില വിശേഷണങ്ങൾ പ്രചരിച്ചിരുന്നു. "ജീവിതത്തിന്റെ പരുക്കൻ" മുഖവുമായി പ്രത്യേകബന്ധം ഉണ്ടായിരുന്ന എഴുത്തുകാരൻ എന്നാണ് പ്രയോഗിച്ചുകണ്ടിട്ടുള്ളത്. വിശപ്പിന്റെ കഥാകാരൻ എന്നുമുണ്ട്. "ഈ പാപ്പൻ വയറ്റത്തേക്കേ നോക്കൂ" എന്ന് ഒരു എടപ്രായക്കാരി ബന്ധു പറഞ്ഞുവത്രെ. വയറാണ് കാര്യം. വയറു നിറച്ചുണ്ടിട്ടുണ്ടോ എന്നാണ് അന്വേഷിക്കുന്നത്. അദ്ദേഹത്തിന്റെ ബാല്യകൗമാരങ്ങൾ പട്ടിണി അനുഭവിച്ചതായി അറിയില്ല. ഉണ്ടാവാം. അദ്ദേഹം കഥകൾക്കു നൽകിയ തലക്കെട്ടുകൾ വിസ്തരിച്ചുള്ള പഠനത്തിന് സഹായകമാണ്. ഒരു കഷണം അസ്ഥി, ഒരിക്കൽ മനുഷ്യനായിരുന്നു... എല്ലാ പേരുകളും പറയുന്നില്ല. (ഓർമ്മയില്ല എന്ന് സത്യം)

പരുക്കൻ ഭാഷ കരിങ്കൽച്ചീളിന്റെ ഉറപ്പും മൂർച്ചയും എന്നൊക്കെ പറയുമ്പോഴും കവിത തുളുമ്പുന്നതാണ് ആ ഭാഷ. ഉദാഹരണങ്ങൾ സ്വയം കണ്ടെത്താം. തോറ്റങ്ങളും തട്ടകവും വായിക്കാനെടുത്താൽ മതി. ആ കവിതാവാസന വ്യക്തമാവും. തുടക്കത്തിൽ പറഞ്ഞുവല്ലോ കവിതയിൽ തോറ്റിട്ടില്ല എന്ന്. പാവറട്ടി സംസ്കൃത കോളേജിലെ കാവ്യശിക്ഷണം മരിച്ചാലും മറക്കാത്ത സാഹിത്യരസം അദ്ദേഹത്തിനു നൽകി. കാവ്യാനുഭവം എന്ന രസം. (സാക്ഷാൽ ശങ്കുണ്ണി നായർ ക്ഷമിക്കണം, നാടകീയാനുഭവം എന്ന രസം എന്നാണദ്ദേഹത്തിന്റെ പ്രയോഗം എന്ന് ഓർമ്മിക്കുന്നു. ഒരു പഴയ ഓർമ്മ.)

നാൾക്കുനാൾ വായനക്കാർ ഏറിവരുന്ന കാലാതീതമായ അനുഭവമാണ് കോവിലൻ സാഹിത്യം. അദ്ദേഹം ജീവിച്ചിരിക്കുമ്പോൾ എന്നതിലധികം ഇപ്പോൾ കോവിലസാഹിത്യം വായിക്കപ്പെടുന്നു. അതാണ് ഉത്തമസാഹിത്യത്തിന്റെ ലക്ഷണം.

ശ്രീ കോവിലൻ എന്റെ സാഹിത്യാചാര്യനാണ്. അദ്ദേഹത്തിന് നമസ്കാരം. ■

* ഈ പുസ്തകത്തിന്റെ ആദ്യ പതിപ്പിൽ ഏതോ ഭ്രമളിത്തം നിമിത്തമാവാം പ്രായശ്ചിത്ത പരിഹാരമില്ലാത്ത ഒരബദ്ധം എനിക്കു പറ്റി. വി.വി. അയ്യപ്പൻ എന്ന കോവിലൻ വേലപ്പൻ അയ്യപ്പനാകുന്നു. വേലായുധൻ അയ്യപ്പൻ എന്ന് ഞാൻ എഴുതി. കോവിലന്റെ മക്കൾ ഈ തെറ്റ് പൊറുക്കുമെന്നാശിക്കുന്നു.

- മാടമ്പ് കുഞ്ഞുകുട്ടൻ

ഒരു പലം മനയോല

മനക്കോട്ടകൾ

ഹാർബറിങ്ങ് ഏരിയയിൽ എത്തിയ ഉടനെ ചെയ്തുതീർക്കേണ്ട കാര്യങ്ങളെക്കുറിച്ചു കണിശമായ മുന്നറിയിപ്പുണ്ടായിരുന്നു. ട്രക്കുകൾ ക്യാമഫ്ളേജ് നെറ്റിട്ടു മൂടുമ്പോൾ നെറ്റ് ബോഡിയിൽ തൊട്ടുകിടക്കാൻ പാടില്ല. ബേക്കർ സെക്ഷന്റെ ത്രീട്ടണ്ണറിന്നു വലയിട്ടിരിക്കുന്നതുപോലെ. ഡ്രൈവർ ദാമുവും രാമയ്യത്തേവരും ധാരാളം സ്കീം ചെയ്തു പരിചയിച്ചവരാണ്. കുറിയ കമ്പുകളിൽ കുത്തിപ്പൊക്കി, മൂലകളിൽ കുറ്റിയടിച്ചു നെറ്റ് വലിച്ചു കെട്ടിയശേഷം അവർ വണ്ടിയുടെ ബോഡി തുടയ്ക്കാനും എണ്ണയിടാനും തുടങ്ങിക്കഴിഞ്ഞു. അവരുടെ ആൾക്കാർ ബ്രെൻഗണ്ണിന്നു വേണ്ടി ട്രഞ്ച് വെട്ടുന്നുണ്ടായിരുന്നു. അപ്പോഴും കുഞ്ഞിരാമന്റെ വണ്ടിക്കു വലയിട്ടുകഴിഞ്ഞില്ല.

വണ്ടി രണ്ടും പരന്നുപന്തലിച്ച കാട്ടുമരത്തിനടിയിൽ തൊട്ടുതൊട്ടു തലങ്ങും വിലങ്ങും നിർത്തിയിരുന്നു. ബേക്കർ സെക്ഷന്റെ ത്രീട്ടണ്ണറിൽ ജോലി തീരുന്നതു കണ്ടപ്പോൾ ഹവീൽദാർ ഛന്നൻസിങ്ങ് മുറുമുറുക്കാൻ തുടങ്ങി. ക്യാമ്പ് കമാൻഡറുടെ ഇൻസ്പെക്ഷനുണ്ട്. വണ്ടി ഇനിയും വെടിപ്പായില്ല. ഇൻസ്പെക്ഷനുമുമ്പ് ട്രഞ്ചുകൂടെ വെട്ടിത്തീരണം. എന്നാൽ കുഞ്ഞിരാമനും മഹേന്ദ്രസിങ്ങും വണ്ടിയുടെ ജോലി നോക്കട്ടെ. സത്യനാരായണൻ ട്രഞ്ചുവെട്ടാൻ പോകാം. ശരി. സത്യനാരായണൻ പിക്കാസും ഷവലുമെടുത്തു നടന്നു. ഹവിൽദാർ താടി തടവി മീശപിരിച്ചു ഗൗരവത്തിലങ്ങനെ നില്പാണ്. ക്യാമ്പ് ഏരിയയുടെ മുഴുവൻ കമാൻഡും തന്റെ തലേക്കെട്ടിന്നകത്താണെന്നോർക്കുകയാകാം. അവനവന്നു പിടികിട്ടാത്ത ഉത്തരവാദിത്വങ്ങളെക്കുറിച്ചും ഔദ്യോഗികനിലയെക്കുറിച്ചും ഓരോ എൻ.സി. ഓവും കിനാവു കാണും. അർഹതയില്ലാത്തതിനെപ്പറ്റി വളരെയേറെ ഓർക്കുന്നതുകൊണ്ടാവണം വേട്ടാളന്റെ പിറവിപോലെ, ഇവർക്കു കയറ്റം കിട്ടുന്നത്.

പൊന്തയും കുറ്റിക്കാടുകളും നിറഞ്ഞ ഉണങ്ങിയ മൈതാനത്ത് അവിടവിടെ പരന്നുപന്തലിച്ച കാട്ടുമരങ്ങൾ മുറ്റിത്തഴച്ചുനിന്നു. മരങ്ങൾക്കടിയിൽ വലയിട്ടുമൂടിയ ട്രക്കുകൾ പതിഞ്ഞുകിടന്നു. അവർ വരുമ്പോൾ അവിടെ പൈക്കൾ മേയുകയായിരുന്നു. ട്രക്കുകളുടെ ഇരമ്പംകേട്ട് അവ വിരണ്ടുപായുകയും വളരെയേറെ ദൂരെ ചെന്നു പൊന്തകൾക്കുമീതെ തലയുയർത്തി നോക്കുകയും ചെയ്തു. അന്തരീക്ഷത്തിനു കാവിനിറം

പിടിച്ചിരുന്നു. ഉയർന്നുപൊങ്ങിയ പൊടിപടലം കാറ്റിൽ സവാരി നടത്തി. വലിയൊരു പാരച്യൂട്ടുപോലെ, അകലെ കഷണ്ടി കയറിയ കുന്നിൻനിരകൾ, പ്രകൃതിയുടെ കൊച്ചുനാളിൽ പണിതുവെച്ച ഉണ്ണിപ്പുരയുടെ ചുവരുകളെന്നോണം, വളഞ്ഞുപുളഞ്ഞു കിടന്നു. അവയ്ക്കുമീതെ കാണുന്ന സ്തംഭഗോപുരങ്ങൾ പണ്ടൊരിക്കൽ പട്ടാളത്തിന്റെ ഔട്ട്പോസ്റ്റുകളായിരുന്നത്രെ എന്നു സത്യനാരായണനാണ് പറഞ്ഞത്. സത്യനാരായണൻ റേഡിയോ മെക്കാനിക്കാണ്. അറിവും പഠിപ്പും ഉള്ള ആളാണ്. ഹോൾക്കാരുടേയും പേഷ്വയുടേയും കാലത്ത് ഇവിടേയും പട നടന്നിരിക്കാം. ലക്ഷ്മീബായിയുടെ കാലത്ത് പടയോട്ടം നടന്നു. സൊഹ്രാബ് മോഡിയുടെ കളർ പടത്തിൽ ആ മൈതാനങ്ങളും മേട്ടിൻപുറങ്ങളും അങ്ങനെതന്നെ കാണിച്ചിട്ടുണ്ട്. നഗരത്തിനു ചുറ്റും മൈതാനങ്ങളാണ്, മേടുകളാണ്. ഏതേതു മൈതാനങ്ങളാണവ? എങ്ങും കുറ്റിക്കാടുകളും പൊന്തകളും കാട്ടുമരങ്ങളും കഷണ്ടികയറിയ കുന്നുകളും കാണുന്നു. ഇപ്പോഴും നല്ലൊരു പടക്കളത്തിനുവേണ്ട എല്ലാ സാഹചര്യങ്ങളും ഉണ്ട്. അതുകൊണ്ടുതന്നെയാകണം, ഒരു മുഴുവൻ ഡിവിഷന്റെ പരിശീലനത്തിന്നായി ഈ സ്ഥലം തിരഞ്ഞെടുത്തത്.

മൈതാനം നിറയെ ട്രക്കുകൾ വലയിട്ടു മൂടിക്കിടന്നു. ഡ്രൈവർമാർ പൊടി തുടയ്ക്കുകയും എണ്ണയിടുകയും ചെയ്തുകൊണ്ടിരുന്നു. ട്രക്കുകളുടെ ഓരങ്ങളിൽ ട്രഞ്ചുകൾ വെട്ടിക്കൊണ്ടിരുന്നു. അവരുടെയെല്ലാം ജോലി തീരാറായിക്കാണും. എല്ലായിടത്തുമുണ്ട് രണ്ടും മൂന്നുമാളുകൾ. സത്യനാരായണൻ മാത്രമാണ് ഒരു ട്രഞ്ചു വെട്ടുന്നത്. അയാൾ അരിശപ്പെട്ടുകാണും. പോകട്ടെ എന്നു ഹവീൽദാരോടു ചോദിച്ചു. അയാൾക്കതു പിടിച്ചില്ല എന്നു വ്യക്തം. ക്യാമ്പ് കമാൻഡറുടെ ഇൻസ്പെക്ഷനിൽ വണ്ടിയെങ്ങാൻ ട്രോക്കാക്കിയാൽ നിന്റെ തേലാണ്!* പേടിക്കണം. മനുഷ്യരെ എപ്പോഴും ആശങ്കയുടെ വക്കത്തു പിടിച്ചുനിർത്തിക്കൊണ്ടാണ് പട്ടാളം നിലനില്ക്കുന്നത്.

ഒടുവിൽ ഹവിൽദാരുടെ സമ്മതം കിട്ടി. കുഞ്ഞിരാമനു ട്രഞ്ചു വെട്ടാൻ പോകാം. മഹേന്ദ്രസിങ്ങ് വണ്ടിയുടെ അടുത്തു നില്ക്കട്ടെ. റൈഫിളും സ്റ്റെൻഗണ്ണും മറ്റു സാധനങ്ങളും വണ്ടിക്കകത്തു കിടക്കുന്നു. കാവലിന് ആൾ വേണം.

സംശയിച്ചു സംശയിച്ചിട്ടാണ് കുഞ്ഞിരാമൻ ചെന്നത്. സത്യനാരായണൻ നന്നേ പണിപ്പെട്ടിട്ടുണ്ട്. ഒരുപാടു മണ്ണു കിളച്ചുകയറ്റിയിരിക്കുന്നു.

"ഉസ്താദ് സത്യനാരായണൻ."

മാപ്പു ചോദിക്കുന്നതുപോലെ കുഞ്ഞിരാമൻ വിളിച്ചു. സത്യനാരായണൻ നന്നേ വിയർത്തിട്ടുണ്ട്. ഉച്ചയാകാറായെങ്കിലും വെയിലിന്നത്ര ചൂടില്ല. കുഞ്ഞിരാമൻ അടുത്തുചെന്നപ്പോൾ അയാൾ അവനവനോടെന്നപോലെ പറഞ്ഞു: "എന്തൊരു മണ്ണ്!"

---

* "ട്രോക്കായിച്ചാൽ നിന്റെ തേലാണ്" എന്നു പട്ടാളക്കാരുടെ ഒരു പ്രത്യേക ശൈലിയാണ്.

കുഞ്ഞിരാമന് അത്ഭുതം തോന്നി. ട്രഞ്ച് മുട്ടോളം താഴ്ന്നിരിക്കുന്നു. ഇതേവരെ ഈ നല്ല മണ്ണിനെക്കുറിച്ചു മാത്രം ഓർത്തിരുന്നപോലെയാണ് സത്യനാരായണൻ പറയുന്നത്.

"കിളയ്ക്കുമ്പോൾ ഞളങ്ങുന്നു." പിക്കാസെടുത്തുകൊണ്ടു സത്യനാരായണൻ......

വീണ്ടും പറഞ്ഞു.

കുഞ്ഞിരാമൻ മൺകൂമ്പാരം നോക്കുകയായിരുന്നു. നനുത്തു കറുത്ത മണ്ണാണത്. അവനവന് ഏറ്റവും ഇഷ്ടപ്പെട്ടിടത്ത് സൂചികൊണ്ടു കുത്തുന്നതുപോലെ തോന്നി. അതുവരെ ഉണ്ടായിരുന്ന വേവലാതികളൊഴെ മറക്കുകയും ചെയ്തു.

"വണ്ടിയുടെ ജോലി തീർന്നോ?"

"തീർന്നു, തീർന്നു. അതുകൊണ്ടുതന്നെ ഞാൻ കുറെ താമസിച്ചുപോയി."

"അതിനെന്താ?"

സത്യനാരായണൻ കുഴിയിൽനിന്നു കയറി ബൂട്ടിൽനിന്നു മണ്ണു തട്ടിക്കുടഞ്ഞു. ലംഗറിൽ ചായ തയ്യാറായെന്ന് രാമയ്യത്തേവർ വിളിച്ചുപറഞ്ഞു. സത്യനാരായണൻ അഴിച്ചുവെച്ചിരുന്ന എക്വിപ്മെന്റുകളെടുത്തിട്ടു. ചായയ്ക്കു പോയപ്പോൾ കുഞ്ഞിരാമൻ ട്രഞ്ചു കുഴിക്കാൻ തുടങ്ങി. പിക്കാസുയർത്തിയപ്പോൾ കണ്ണിൽ പുളിയീച്ച വീണപോലെ. അവനവന്റേതായി കിളയ്ക്കാനും പണിയെടുക്കാനും കുറച്ചിടമുണ്ടായിരുന്നെങ്കിൽ പട്ടാളത്തിൽ വരില്ലായിരുന്നു എന്നാണ് കുഞ്ഞിരാമൻ പറയുക. അതുകൊണ്ടാവണം, കിളയ്ക്കേണ്ടിവരുമ്പോഴൊക്കെ അവൻ ഖേദിച്ചു:

മണ്ണിനു കിളർപ്പും നനുനനുപ്പും ഉണ്ട്. കിളയ്ക്കുമ്പോൾ ഞളങ്ങുന്നുണ്ട്. ഒരു തരി ചരലില്ല. ഈ വരണ്ട ഭൂപ്രദേശം കണ്ടപ്പോൾ മനംമടുപ്പാണു തോന്നിയത്. മുട്ടോളം താഴ്ന്നില്ല; ഭൂമി എന്തെന്തു വിഭവങ്ങൾ സൂക്ഷിക്കുന്നില്ല!

ഒന്നു നെടുവീർപ്പിട്ടുപോയി.

"ക്ഷീണിച്ചോ?"

സത്യനാരായണൻ ചായ കൊണ്ടുവന്നതായിരുന്നു.

"ഇല്ല."

"ചായ കുടിക്കൂ. എന്താ കിതയ്ക്കുന്നത്?"

"ചുമ്മാ."

"വളരെ നല്ലത്."

നിസ്സാരകാര്യങ്ങളെക്കുറിച്ചു കൂട്ടുകാർ വാസ്തവം പറയാതിരിക്കുമ്പോഴൊക്കെ വളരെ നല്ലത് എന്നർത്ഥംവരുന്ന 'ബിൽകുൽ ഠീക്' അയാൾ ഉപയോഗിച്ചുപോകുന്നു.

എവിടേയും ട്രഞ്ചുകൾ വെട്ടിക്കൊണ്ടിരുന്നു. പിക്കാസും ഷവലുമെടുത്ത് ഉലഞ്ഞ പച്ചയുടുപ്പും 'ജംഗ്ൾ ഹാറ്റു'മായി പട്ടാളക്കാർ അങ്ങോട്ടു

മിങ്ങോട്ടും ബദ്ധപ്പെട്ടു നടക്കുന്നുണ്ടായിരുന്നു. അകലെ പൈക്കൾ മെല്ലെ മെല്ലെ മേയാൻ തുടങ്ങിയിരുന്നു. കുഞ്ഞിരാമന്റെ മനസ്സിൽ സ്വന്തം നാടിന്റെ ഓർമ്മകൾ പതുക്കെപ്പതുക്കെ ചുരുൾനിവർന്നുവന്നു. നീണ്ടുനിവർന്ന പച്ച ക്കുന്നിന്റെ മുകളിൽ പരന്ന പുൽമൈതാനങ്ങളിൽ മേഞ്ഞുനടന്ന പൈക്ക ളുടെ പിമ്പേ അവൻ ഒരു കാലിച്ചെറുക്കനായി വളരെക്കാലം നടന്നു. തന്റേ തായി നാലടി മണ്ണില്ലാത്ത ചെറുക്കന്റെ ജീവിതം, അന്യന്റെ പൈക്കളുടെ കുളമ്പടികളിൽ മുളയ്ക്കുന്നു, എച്ചിൽപ്പാത്രങ്ങളിൽ വളരുന്നു. അന്യന്റെ പൂട്ടുപോത്തുകളുടെ പിമ്പേ അവന്റെ ജീവിതം ചാലുവലിക്കുന്നു.

നാടുവിട്ടു പോകണമെന്നും നാലുകണ്ടത്തിന്റെ വകയുണ്ടാക്കണ മെന്നും അവൻ അന്നേ ഓർത്തിരുന്നു. മറുനാട്ടിൽ പോയിവന്ന നാട്ടുകാ രോടൊക്കെ അവൻ ചോദിച്ചു: 'അവിടത്തെ മണ്ണെങ്ങനെയാണ്?"

ചെറുക്കന്റെയൊരു ചോദ്യം! അവർക്കു പുച്ഛമാണ്. പട്ടണങ്ങളെ ക്കുറിച്ചും മാളികകളെക്കുറിച്ചും റോഡുകളെക്കുറിച്ചും അവർ വളരെയേറെ സംസാരിക്കാറുണ്ട്. അതൊന്നും അവനു കേൾക്കണ്ട. ആ വലിയ നഗര ങ്ങളുടേയും നാടുകളുടേയും മണ്ണിന്റെ നിറം എന്താണെന്നാണ് അറിയേ ണ്ടത്. അവിടമെല്ലാം തന്റെ നാടുപോലല്ല. പലേടത്തും കുന്നുകളില്ല. പുഞ്ച പ്പാടങ്ങളില്ല. തെങ്ങില്ല; കവുങ്ങില്ല. അവിടങ്ങളിലെ മനുഷ്യർ തമിഴും തെലുങ്കും ഹിന്ദിയും സംസാരിക്കുന്നുപോലും. അവിടെയൊക്കെ മണ്ണിനും വ്യത്യാസം കാണും. അവനു മണ്ണിനെക്കുറിച്ചു മാത്രം അറിഞ്ഞാൽ മതി.

തെക്കു നിന്നിങ്ങോട്ടു യാത്ര ചെയ്തപ്പോൾ തന്റെ ധാരണകളെക്കുറിച്ചു തമാശ തോന്നി. നാഴികകൾ കടന്നുപോന്നിട്ടും ഈ ഭൂമിക്കു മാറ്റമില്ല. അപ്പോൾ മഞ്ഞുറയുന്ന നാടുകളെക്കുറിച്ചു കേൾക്കായി. അവിടെ വിത്തും വളവും ഉണ്ടോ? പിന്നില്ലേ എന്നാണ്. ഈ ഭൂമി മനുഷ്യനു കൃഷി ചെയ്യാനും ഉൽപാദിപ്പിക്കാനും അനന്തതയോളം പരന്നുകിടക്കുന്നു. എന്നിട്ടും അവനു സ്വന്തമായി നാലടി മണ്ണില്ല.

ഇടയ്ക്കു കിളിനാദംപോലൊരു ഒച്ച കേട്ടു. വസന്തം പിറക്കുകയാണ്. കാട്ടുമരങ്ങൾ പൂത്തുകഴിഞ്ഞു. കുയിൽ പാടുകയാകാം. അല്ല, കുയിലിത്ര നീട്ടിപ്പാടുകയില്ലല്ലോ. ചൂടുപിടിച്ച വായുവിലൂടെ തുളച്ചുകയറുന്ന നാരായം പോലെ നേർമ്മയും മൂർച്ചയുമുള്ള സംഗീതധാര തേങ്ങിത്തേങ്ങിവന്നു. തന്റേതന്നെ ജീവിതം അടർന്നടർന്നുവരികയാണ്. ജീവിതത്തിൽ നടാടെ അദ്ഭുതപ്പെടാനിടയായപോലെ, നിവർന്നുനിന്നു ചുറ്റുപാടും നോക്കി. ആ സംഗീതധാരയുടെ സൂക്ഷ്മവും അസ്പൃശ്യവുമായ ഇഴകൾ അവന്റെ ചുറ്റും തന്റെ കഴിഞ്ഞ ജീവിതം നെയ്തെടുക്കുകയാണ്. ഇപ്പോൾ ചൂടുപിടിക്കുന്ന ഈ ശൂന്യമായ വായുവിൽ അവന് അത് കാണാനും അനുഭവിക്കാനും കഴിയുന്നുണ്ട്. എവിടെയാണ് കാള തേവുന്നത്?

സത്യനാരായണൻ ഒന്നും കേട്ടുകാണില്ല. ഷവലിൽ മണ്ണു കോരിയിടു ന്നതിനിടയ്ക്ക് അയാൾ പറഞ്ഞു:

"ഈ ഭൂമി ക്ഷമാദേവിയാണ്."

"ങ്ഏ?"

കുഞ്ഞിരാമൻ പാതി കേട്ടതേയുള്ളൂ.

"ഭൂമിക്ക് ക്ഷമ എന്നുകൂടെ പേരുണ്ട്."

സത്യനാരായണൻ അമരകോശം ഉരുവിട്ടു. അയാളുടെ ഉച്ചാരണം വ്യക്തമായിരുന്നില്ല. വടക്കേ ഇന്ത്യക്കാർക്കു ശുദ്ധമായ ഉച്ചാരണം വശമാവില്ല എന്നു കുഞ്ഞിരാമനു തോന്നി. ട്രഞ്ചിന്റെ തിണ്ടിന്മേൽ ഷവൽ പരത്തിവെച്ച് സത്യനാരായണൻ നിവർന്നുനിന്നു.

"മനുഷ്യനുവേണ്ടി ഈശ്വരൻ പഞ്ചഭൂതങ്ങൾ സൃഷ്ടിച്ചു. അല്ലെങ്കിൽ പഞ്ചഭൂതങ്ങളിൽനിന്നു മനുഷ്യൻ പിറന്നു. എന്തുമാകട്ടെ, അവയിൽ ഭൂമി മാത്രം – വരട്ടെ, എങ്ങനെയാണെന്നു പറയാം. ആകാശവും തീയും കടലും കോപിച്ചുപോകുന്നു. ഭൂമി മാത്രം ശാന്തമായിരിക്കുന്നു."

അയാളുടെ അഭിപ്രായങ്ങൾ ശരിവെക്കാനെന്നപോലെ ഭയങ്കരമായ അലർച്ചയും മുഴക്കവും കേൾക്കായി. ചക്രവാളങ്ങൾ വിറച്ചു. കാലടിക്കു കീഴിൽ ഭൂമി കിടന്ന് ഇടിവെട്ടി. വീണ്ടും അതേ അലർച്ചയും മുഴക്കവും. വായു ചിന്നിച്ചിതറുകയും ആകാശം അടർന്നുവീഴുകയും ചെയ്യുന്നതു പോലിരുന്നു.

സത്യനാരായണന്റെ പരന്ന മുഖം മുറുകിക്കൂടുകയും തടിച്ചുയർന്ന കൺപോളകൾ പുരികത്തോളം ഉയരുകയും ചെയ്തു. ഒറ്റനോട്ടത്തിൽ അയാൾക്കു പുരികം തന്നെ ഇല്ലെന്നേ തോന്നൂ.

'നന്ദികെട്ട മനുഷ്യൻ എന്തൊക്കെ ചെയ്യുന്നു!' എന്നു തന്നത്താൻ ചോദിച്ചുകൊണ്ട് അയാൾ തെല്ലിട നിന്നു. അവൻ അമ്മയെ വേദനിപ്പിക്കുക മാത്രമല്ല, തോന്നിയപോലെല്ലാം അമ്മയെ വൃത്തികേടാക്കുന്നു. ഞാൻ പറയുന്നത് എല്ലാത്തരം വൃത്തികേടുകളെക്കുറിച്ചുമാണ്. യുദ്ധവും കഴുത്തറക്കലും കൂടെ. താൻപോരിമ കാണിക്കാൻവേണ്ടി ഈ നല്ല ഭൂമിയെ രക്തം കൊണ്ടും ശവംകൊണ്ടും ആറാടിക്കുന്നു എന്നുകൂടെ. പുറംതള്ളപ്പെടുന്ന എല്ലാ ഓവുചാലുകളും അഴുക്കും രക്തവും ചീഞ്ഞളിയുന്ന ശവങ്ങളും – എന്നിട്ടും ഭൂമാതാവു പൊറുക്കുന്നു. തന്റെ അനന്തമായ വിഭവങ്ങൾകൊണ്ട് മനുഷ്യനെ അനുഗ്രഹിക്കുന്നു.

"ഉസ്താദ് സത്യനാരായണൻ!"

അവന്റെ വിളി കേട്ട് സത്യനാരായണൻ ഞെട്ടിക്കാണും.

"എന്തേ?"

എന്നാൽ, കുഞ്ഞിരാമൻ ഒന്നും പറഞ്ഞില്ല. തന്റേതായി ഒരുനുള്ളു പൂഴിത്തരി ഈ ലോകത്തിലില്ല എന്ന് അവൻ എന്തിനു പറയണം?

ക്യാമ്പ് ഏരിയ മുഴുവൻ ശബ്ദമുഖരിതമായിരുന്നു. വണ്ടികൾ നിശ്ശബ്ദം നിലംപതിഞ്ഞു കിടന്നുവെങ്കിലും മോട്ടോർസൈക്കിളുകൾ ഇടയ്ക്കിടയ്ക്കു വലിയ ശബ്ദകോലാഹലത്തോടെ ഓടിക്കൊണ്ടിരുന്നു. ചാർളി സെക്ഷന്റെ ജീപ്പുകൾ, തന്നത്താൻ ചുറ്റുന്ന കേബിൾഡ്രമ്മുകളോടെ ട്രക്കുകളിൽനിന്നു ട്രക്കുകളിലേക്കു ലൈനിട്ടുകൊണ്ട് ഉരുണ്ടുനീങ്ങിയിരുന്നു. വാതിലുകൾ തുറന്നുവെച്ച് ബോക്സ്ലോറികളിൽ നിന്ന് ഓപ്പറേറ്റർമാരുടെ ട്യൂണിങ്ങ് കാളുകൾ ദയനീയമായ വിലാപംപോലെയും വാശിപിടിച്ച വക്കാണം പോലെയും കേൾക്കാമായിരുന്നു.

സങ്കല്പത്തിൽ നടക്കുന്ന ഒരു യുദ്ധത്തിന്റെ ഈ റിഹേഴ്സലിനെക്കുറിച്ച് അവർക്കാർക്കും ഒന്നും വ്യക്തമല്ല. ലലിത്പൂരിൽ ശത്രുസങ്കേതമാണ്. ഏഴാംപട്ടാളം ശത്രുവിനോടേറ്റു നില്ക്കാനാവാതെ സാരമായ നാശനഷ്ടങ്ങളോടെ പിൻവാങ്ങേണ്ടി വന്നു. നമ്മുടെ ഡിവിഷനാണ് അവരുടെ പൊസിഷനിലേക്കു നീങ്ങുന്നത്. അഡ്വാൻസ് ഡിറ്റാച്ച്മെന്റുകളും ട്രൂപ്പുകളും ശത്രുവിനോടു നേരിട്ടു കഴിഞ്ഞിരിക്കുന്നു... മൈതാനത്തിന്റെ പള്ളയിലൂടെ നീങ്ങുന്ന മെയിൻറോഡിലൂടെ അവസാനമില്ലാത്തപോലെ കോൺവോയ് നീങ്ങിക്കൊണ്ടിരുന്നു. ചിലപ്പോഴൊക്കെ അഞ്ചോ ആറോ നാഴിക അകലെയിട്ടു തകർക്കുന്ന വലിയ തോക്കുകളുടെ അലർച്ചയും മുഴക്കവും ചക്രവാളങ്ങളെ വിറപ്പിച്ചുകൊണ്ടിരുന്നു. പുതിയ അടവുമുറകളും ആക്രമണസമ്പ്രദായങ്ങളും പരിചയിക്കുന്ന ഈ എക്സർസൈസുകളെക്കുറിച്ചു പുതിയ പട്ടാളക്കാർക്കും പഴയ കൂട്ടർക്കും ഒരു ബോധവും ഉണ്ടായിരുന്നില്ല. സ്കീമാണ്, അവർക്കറിയാം. പിന്നെ സ്കീമിനു പോയാൽ ട്രഞ്ചു വെട്ടണം, മൂടണം, പിന്നേയും വെട്ടണം. മിലിറ്ററി സയൻസിലെ മനുഷ്യർ ബീജഗണിതത്തിലെ അക്കങ്ങളും ത്രികോണഗണിതത്തിലെ ഉപകരണങ്ങളും മാത്രമാണല്ലോ.

ഹവിൽദാർ ഛന്നൻസിങ്ങിന് ഈ സമ്പ്രദായത്തോടു വെറുപ്പുണ്ടായിരുന്നു. ഊണുകഴിഞ്ഞു മരത്തണലിൽ വിശ്രമിക്കാനിരുന്നപ്പോൾ ഹവിൽദാർ പഴയ കഥകളുടെ കീറിയ പൊതി അഴിച്ചുവെച്ചു. ലിബിയയിലും ടൂണീഷ്യയിലും റൊമ്മാലിന്റെ ജർമ്മൻപട്ടാളത്തോടു പൊരുതിയപ്പോൾപോലും തങ്ങളുടെ നിലപാടിനെക്കുറിച്ച് ഓരോ സിപ്പായിക്കും വ്യക്തമായ ധാരണകളുണ്ടായിരുന്നു. ഇന്നദിവസം ഇന്നനേരത്ത് ജർമ്മൻപട്ടാളത്തെ നേരിടുമെന്നും ജർമ്മൻപട്ടാളത്തിന്റെ പക്കൽ ഇന്നയിന്ന ആയുധങ്ങളും സാമഗ്രികളും ഇത്രയിത്രയുണ്ടെന്നും കാലേകൂട്ടി അറിവുകിട്ടിയിരുന്നു. ഹവിൽദാരുടെ താരതമ്യപഠനം വീറോടെ തന്നെ നടന്നു. സഹാറയിൽ ഒരു ദിവസത്തേക്ക് ഒരു വാട്ടർബോട്ടിൽ വെള്ളം കിട്ടാൻതന്നെ വിഷമമായിരുന്നു. ഇവിടെ നോക്കൂ, വെള്ളംനിറച്ച പാത്രങ്ങളും പാട്ടകളും ഉണ്ടശ്ശർക്കരയുംകൊണ്ടാണ് ആളുകൾ സ്കീമിന്നു വരുന്നത്.

"അതോടെ പട്ടാളക്കാരന്റെ റൊമാൻസ് തീർന്നു."

സത്യനാരായണൻ തടഞ്ഞു.

"എന്ത്?"

ഹവിൽദാർ ചോദിച്ചു.

"ഓഫീസർമാർ എന്നും വീട്ടിലേക്കു പോകുന്നു. പ്രേമഭാജനങ്ങളുടെ കൂടെ ഉറങ്ങുന്നു."

"നോൺസെൻസ്!"

"ഇല്ല മേജർജി, ചെറിയ ഓഫീസർമാരല്ല, ഞാൻ സമ്മതിച്ചു. അവർക്കും ഒഴികഴിവുകളുണ്ടാക്കി ചിലപ്പോൾ പോകാം. ചുരുക്കത്തിൽ തണുത്ത വെള്ളത്തിൽ ഒന്നു കുളിച്ചുപോരാം. വലിയ ഓഫീസർമാരാണെങ്കിൽ എന്നുംതന്നെ ജീപ്പെടുത്തു വീട്ടിൽ പോകുന്നു. അന്തിയുറങ്ങുന്നു."

"വായ മൂടിയിട്ട് നിന്റെ പണിനോക്ക്."

ഹവിൽദാരുടെ കുറിയ കണ്ണുകൾ ചുവക്കുകയും പിരിച്ചുമുറുക്കിയ മേൽമീശ വിറച്ചുതുള്ളുകയും ചെയ്തു.

ഹവിൽദാരുടെ യുദ്ധകാലകഥകൾ ആർത്തിയോടെ കേട്ടിരുന്ന കുഞ്ഞിരാമനും മഹേന്ദ്രസിങ്ങും സംഭവങ്ങളുടെ ചൂടുപിടിച്ച മാറ്റത്തിൽ അമ്പരന്നുപോയി. മഹേന്ദ്രസിങ്ങ് ഒരു കൊച്ചുകുട്ടിയുടെ കൗതുകത്തോടെ മിഴിച്ചിരിക്കുകയായിരുന്നു. കുഞ്ഞിരാമനാണെങ്കിൽ കുറെ സംഗതികളറിയാം. ഈ ഹവിൽദാർ ഛന്നൻസിങ്ങ് അങ്ങനെയാണ്. സത്യനാരായണനാണെങ്കിൽ എന്തും കുറിക്കു കൊള്ളിച്ചേ സംസാരിക്കൂ. ആ മനുഷ്യന്ന് ലോകകാര്യങ്ങളെക്കുറിച്ചു നന്നേ അറിയാം. അതുകൊണ്ട് ഹവിൽദാർക്കു മനഃപൂർവ്വം കാണണം. ഹവിൽദാർക്ക് ഒരെത്തും പിടിയുമില്ലാത്ത കാര്യങ്ങൾ സിഗ്നൽമാന് അറിയാൻ പാടുണ്ടോ?

സത്യനാരായണൻ അടങ്ങിയില്ല. ഹവിൽദാരാകട്ടെ, ജമീന്ദാരാകട്ടെ, അനുഭവത്തിലറിഞ്ഞ പരമാർത്ഥങ്ങൾ എന്തുകൊണ്ടു പറഞ്ഞുകൂടാ?

"ക്ഷമിക്കണം മേജർജി."

ഹവിൽദാരുടെ മേൽച്ചുണ്ടു വിറയ്ക്കുകയും നേരിയ രോമങ്ങളോടുകൂടിയ കടക്കണ്ണു ചുളിഞ്ഞുകൂടുകയും ചെയ്തു. അടക്കാനാവാത്ത അരിശംകൊണ്ട് അയാൾക്ക് വിക്കൽ വന്നു. അതിനിടയ്ക്ക് സത്യനാരായണൻ പറഞ്ഞുതീർത്തു: "കഴിഞ്ഞ കൊല്ലത്തെ ഡെമോൺസ്ട്രേഷൻ ഫയറിങ്ങിൽ ഓഫീസർമാർ ഭാര്യമാരോടൊപ്പം ക്യാമ്പിൽ താമസിച്ചില്ലേ? ഇല്ല എന്നു മേജർ പറയുന്നോ? നമ്മളൊക്കെ വണ്ടിക്കടിയിലും പാറപ്പുറത്തും കിടന്നുകഴിഞ്ഞുകൂടിയപ്പോൾ അവർ ഭാര്യമാരോടൊപ്പം ടെന്റുകളിൽ ഉറങ്ങി. കാരണം, ഓഫീസർമാരുടെ ഭാര്യമാർകൂടെ ഡെമോൺസ്ട്രേഷൻ ഫയറിങ്ങ് കാണണം.

ബേക്കർ സെക്ഷന്റെ വണ്ടിക്കപ്പുറത്തുനിന്ന് രാമയ്യത്തേവർ, ഉറച്ച വർത്തമാനം കേട്ടതുകൊണ്ടാകണം, ബദ്ധപ്പെട്ടുവന്ന് സമാധാനിപ്പിക്കാനെന്നപോലെ പറഞ്ഞു:

"നിങ്ങളെന്തിനു ബഹളംകൂട്ടുന്നു? ഞാൻ ഫാമിലിക്കാരനാണ്. എനിക്കീ കാര്യത്തിൽ ഒരാക്ഷേപവുമില്ല."

"എന്തുകൊണ്ടില്ല?"

സത്യനാരായണൻ ചോദിച്ചു.

"ആക്ഷേപിച്ചിട്ടു ഫലമില്ല. ആപത്തു വിളിച്ചുവരുത്തുന്നത് ബുദ്ധിപൂർവ്വമല്ല. പറയാമല്ലോ, ഞാൻ പോരുമ്പോൾ കൊച്ചു വിട്ടില്ല. അരക്കെട്ടിൽ പിടിച്ചു തൂങ്ങുകയാണ്. എനിക്കു സമയത്തിന്നെത്തണം. അവസാനം ബസാറിലേക്കാണെന്നും പറഞ്ഞു പോന്നു. അവൻ അച്ഛനെ കാത്തിരിക്കയാവും."

വിറകുകെട്ടുകളോ, അടുക്കിക്കൂട്ടിയ മുളംപായകളോ ചുമന്ന് നാട്ടുകാർ കാട്ടുപൊന്തകൾക്കിടയിലൂടെ ഇഴഞ്ഞുനീങ്ങുന്ന ഊടുവഴികളിലൂടെ പൊയ്ക്കൊണ്ടിരുന്നു. കുഞ്ഞിരാമൻ മനുഷ്യപ്രയത്നത്തെക്കുറിച്ചോർക്കുകയായി. കടുംനിറങ്ങളുള്ള വലിയ ചേലകൾ വലിച്ചുചുറ്റിയ സ്ത്രീകളും

മുഷിഞ്ഞ വെള്ളത്തുണി ചുറ്റിക്കെട്ടി മെലിഞ്ഞിരുണ്ട പുരുഷന്മാരും - അവർ അന്നത്തെ ഉൽപന്നങ്ങൾ ചുമന്ന് നിറഞ്ഞ ആശകളോടെ കിതച്ചും കൂന്നും നടന്നുപോകുന്നു. മരം ചാരിയിരുന്നു നോക്കവേ കുഞ്ഞിരാമന്റെ കൺമുമ്പിൽ അച്ഛന്റെ മെലിഞ്ഞു ചുളിഞ്ഞ രൂപം തെളിഞ്ഞുവരികയായി. വിരലിൽ മാസവും തീയതിയും കണക്കുകൂട്ടിനോക്കി. മാർച്ച് പതിനേഴ് - കുംഭം - മീനമാകണം. അച്ഛൻ പറങ്കിമാങ്ങാവിറ്റു മടങ്ങുകയാവും. അമ്മ ചവറടിച്ചുകൂട്ടുകയോ, കയറു പിരിക്കുകയോ - ഒരു നിമിഷവും വെറുതെ യിരിക്കാത്ത അമ്മയെ ഓർത്തപ്പോൾ നെടുവീർപ്പിട്ടു. താനില്ലാതെ അമ്മ യ്ക്ക് അന്തിയുറങ്ങാൻ കഴിഞ്ഞിരുന്നില്ല...

വെയിൽ മങ്ങുകയായിരുന്നു. എല്ലാ ഒരുക്കങ്ങളും തീർന്ന ക്യാമ്പിലെ ജീവിതം നിലവാരപ്പെട്ടപോലെ തോന്നി. വണ്ടിയുടെ നിഴലിലോ മരത്തണ ലിലോ വട്ടമിട്ടിരുന്ന കൊച്ചുസംഘങ്ങൾ തമാശകൾ പറഞ്ഞു. അവർ പതിവിലേറെ ഉറക്കെ സംസാരിച്ചിരുന്നു. ഇടുങ്ങിയ ബാരക്കിന്റെ വീർപ്പു മുട്ടിക്കുന്ന നാലതിരുകളിൽ കിടന്നു മരവിച്ചുപോയ അവരുടെ ശ്വാസകോശ ങ്ങളും ഹൃദയവും ഈ വിശാലമായ അന്തരീക്ഷത്തിലെ കുളിരാർന്ന ശുദ്ധ വായുവിൽ പുളകംപൂണ്ട പോലിരുന്നു. അവരുടെ കരിഞ്ഞ ആത്മാവുകൾ തളിർക്കുകയായിരുന്നു. അവനവന്റെ ജീവിതത്തിലെ മധുരമധുരമായ അനു ഭവങ്ങൾ അയവിറക്കുവാനും നുണഞ്ഞാസ്വദിക്കുവാനും ആരുമാരും അറി യാതെതന്നെ അവർക്കൊരു പ്രചോദനം കിട്ടിയിരുന്നു.

അപ്പോൾ ഓർക്കാപ്പുറത്താണ് കുഞ്ഞിരാമന് ഒരെഴുത്തു കിട്ടിയത്. സ്കീമിന്നു പോയാൽ എഴുത്തുകിട്ടാനും അയക്കാനും കഴിയില്ലെന്നാ ണോർത്തിരുന്നത്. അതുകൊണ്ട് ഒരാഴ്ചത്തേക്ക് എഴുത്തയയ്ക്കേണ്ട എന്ന് അച്ഛന്നെഴുതിയിരുന്നു. അച്ഛനതു കിട്ടിയിരിക്കയില്ല.

കവർ തുറന്നപ്പോൾ ചെറുതാക്കി മടക്കിയ രണ്ടു തുണ്ടുകടലാസു കളുണ്ട്. സാധാരണ ഒരു തുണ്ടുകടലാസാണുണ്ടാവുക. ഓലയും എഴു ത്താണിയും ഉപയോഗിച്ച് എഴുത്തു പഠിച്ച അച്ഛന്റെ ഉറച്ചു വടിവൊത്ത കൈയക്ഷരം അവനറിയാം. പെൻസിൽകൊണ്ടെഴുതുമ്പോഴും നന്നേ അമർത്തുന്നതുകൊണ്ട് വ്യക്തമായ കുനികളും പൂർണ്ണമായ വള്ളിപുള്ളി കളും അച്ഛന്റെ കൈയക്ഷരത്തിന്റെ പ്രത്യേകതയാണ്. രണ്ടാമത്തെ തുണ്ട് പുതിയ കൈയക്ഷരമാണ്. അവന്റെ കൊച്ചനിയൻ എഴുതുന്നു. വടിവി ല്ലാത്ത കൈയക്ഷരങ്ങളിൽ വളഞ്ഞുപോകുന്ന വരികളിൽ വള്ളിപുള്ളി കളോ കുനികളോ നിശ്ചിതമല്ലാതെയിരുന്ന എഴുത്ത് തികഞ്ഞ ആഹ്ലാദ ത്തോടെ വായിച്ചു: "എന്റെ എത്രയും ബഹുമാനപ്പെട്ട കുഞ്ഞേട്ടൻ അറി യുന്നതിന്, കുഞ്ഞേട്ടൻ അയച്ച എഴുത്തുകിട്ടി. നാലുദിവസിക്കു മുമ്പ് ഇവിടുന്ന് ഒരു എഴുത്ത് അയച്ചിട്ടുണ്ട്. അതു കിട്ടിയോ? ദൈവസഹായ ത്താലെ ഞാൻ ജയിച്ച് ഞാൻ മറ്റത്തു ചേരണോ കണ്ടാണശ്ശേരി ചേരണൊ എവിടെ ചേരണന്ന് കുഞ്ഞേട്ടന് എഴുതി അയക്കാൻ അച്ഛൻ പറഞ്ഞു പുസ്തകങ്ങൾക്ക് ആവിശ്യം ഉള്ള പണം കുഞ്ഞേട്ടൻ അയച്ചുതരണം എനിക്ക് മഴക്കാലത്ത് ഉപയോഗിക്കാനുള്ള നീല പ്ലാസ്റ്റിക്ക്സഞ്ചിയും കുടയും കൊണ്ടുവരണം കുഞ്ഞേട്ടനെ കാണാൻ എന്റെ കണ്ണ്

കൊതിക്കുന്നു ജാനഗി ജയിച്ചു സരോജനിയുടെ കരിയം അറിഞ്ഞില്ല. എത്രയും വേഗം മറുപടി അയയ്ക്കണം."

കരളിൽ നീലവെളിച്ചം കടക്കുന്നതുപോലെ തോന്നി. ആദ്യം നേരിയ സൂചിമുനപോലെ, പിന്നീട് വെള്ളിനൂൽപോലെ, നീരൊഴുക്കുപോലെ, പ്രവാഹംപോലെ - നിലാവിന്റെ ഗഹനമായ പ്രവാഹത്തിൽ കരളും, പിന്നീട് ലോകം മുഴുവനും നിറഞ്ഞൊഴുകുന്നതുപോലെ.

താൻ വളർന്നതുപോലെ അനിയൻ വളർന്നുകൂടെന്നു കുഞ്ഞിരാമനു നിർബന്ധമുണ്ടായിരുന്നു. അഞ്ചാംക്ലാസിലേക്കു ജയിച്ചാൽ കുടയും പ്ലാസ്റ്റിക് സഞ്ചിയും വാങ്ങിക്കൊടുക്കാമെന്ന് കഴിഞ്ഞ തവണത്തെ അവധിയിൽ വാക്കു കൊടുത്തതാണ്. എന്താ നിറം? നീ പറഞ്ഞേക്ക്. നീല പ്ലാസ്റ്റിക് സഞ്ചി. ഒരുപക്ഷേ, ഏതെങ്കിലും കുട്ടിയുടെ പക്കൽ അവൻ നീല സഞ്ചി കണ്ടിരിക്കാം. കൊതിച്ചിരിക്കാം. അവന്റെ ആശ നിറവേറ്റണം. (മുടിക്കോലും ചകിരിത്തേപ്പും അവൻ അറിയാതെ പോട്ടെ.) തന്റെ അനിയൻ നിക്കറും ഷർട്ടുമിട്ട് മാറിൽ വിലങ്ങനെ നീല പ്ലാസ്റ്റിക്സഞ്ചി തൂക്കി പുതിയ കൊച്ചുകുട ചൂടി ഉരുണ്ടുരുണ്ട് ഇടവഴി കയറിപ്പോകുന്ന മധുരമായ കാഴ്ചയിൽ കുഞ്ഞിരാമൻ വളരെനേരം മുഴുകിയിരുന്നു.

കുളിക്കാൻ പോകണ്ടേ എന്നു സത്യനാരായണൻ ചോദിച്ചപ്പോഴാണ് കുഞ്ഞിരാമൻ ഉണർന്നത്. കുളിക്കണം. എവിടെപ്പോകാനാണ്? പലരും അന്വേഷിച്ചു പോകുന്നുണ്ട്. എന്നാൽ സത്യനാരായണനും മഹേന്ദ്രസിങ്ങും പോയി കുളിച്ചുവരൂ. കുഞ്ഞിരാമൻ! ഒരാൾ കാവലിന്നിരിക്കണമല്ലോ. ശരി. അവർ പോയപ്പോഴും കുഞ്ഞിരാമൻ അനിയനെക്കുറിച്ച് ഓർത്തിരുന്നു.

ഒരുവേള അച്ഛന്നിഷ്ടമില്ലായിരിക്കാം. മാത്തുമാപ്പിളയുടെ തൊഴുത്തിലേക്ക് അവനെക്കൂടെ കയറ്റാമെന്നാലോചിക്കുന്നുണ്ടാകും. പള്ളയ്ക്കു വകയുണ്ടാക്കട്ടെ എന്നാണ് അച്ഛന്റെ ന്യായം. ഷ്കോളും പൊസ്സകവും, ഉള്ളവരുടെ മക്കൾക്കുവേണ്ടിയാണെന്നുകൂടെ അച്ഛൻ പറയും. അനിയൻ കരയുന്നുണ്ടായിരിക്കാം. അവനവനോടൊത്തവർ പഠിക്കാൻ പോകുമ്പോൾ താൻ മാത്രം മുടിക്കോലും ചകിരിത്തേപ്പുമായി പോത്തുകളുടെ പിമ്പെ നടക്കുക! അവന്റെ ഇടനെഞ്ഞു പൊട്ടുകയായിരിക്കും. വയ്യ, അവനെ കരയിച്ചുകൂടാ.

ബേക്കർ സെക്ഷന്റെ ഡ്രൈവർ ദാമു കുളിച്ചുവന്നപ്പോഴാണ് അച്ഛന്റെ എഴുത്തു വായിച്ചില്ലെന്നു കുഞ്ഞിരാമൻ ഓർത്തത്. ദാമു കീശ നിറയെ മുള്ളൻപഴം കൊണ്ടുവന്നിരുന്നു. അകലന്നേ അയാളതു വിളിച്ചുപറയുകയും ചെയ്തു:

"എടോ കുഞ്ഞിരാമാ, മുള്ളൻപഴം വേണോ?"

വേണമെന്നോ വേണ്ടെന്നോ പറഞ്ഞില്ല. ദാമു പഴം കൊടുത്തുകഴിഞ്ഞിരുന്നു.

"പിന്നെ കുഞ്ഞിരാമാ, പഴം സാധാരണമല്ല."

ചുവപ്പു കയറി മുഴുത്ത പഴങ്ങൾക്കു നന്നേ മധുരമുണ്ടായിരുന്നു.

"നന്ന്."

"ഇത് സ്പെഷ്യൽ പഴമാണ്."

"എവിടന്നാ കുളിച്ചത്?"

ദാമു ചൂണ്ടിക്കാണിച്ചു. പിന്നെയും പഴത്തിന്റെ പ്രത്യേകതയെക്കുറിച്ചു സംസാരിച്ചു. എന്തുകൊണ്ടെന്നാൽ അതൊരു പെൺകുട്ടി പറിച്ചുകൊടുത്തതാണ്.

കുഞ്ഞിരാമൻ ചിരിച്ചു. ദാമു എവിടെപ്പോയാലും പെൺകുട്ടികളുണ്ട്. ദാമു വിടാതെ വർത്തമാനം പറഞ്ഞു. നേരെ തെക്കോട്ട് ഊടുവഴിയിലൂടെ ചെന്നാൽ മൈതാനം കീഴോട്ടിറങ്ങുന്നു. കുറേക്കൂടെ ചെന്നാൽ അരുവിയുണ്ട്. എന്നാൽ അരുവിയല്ല, നദിയാണ്. നദി ഇപ്പോൾ വറ്റിയിരിക്കുന്നു. അതുകൊണ്ട് അരുവിയെന്നു പറയുക. കുളിക്കാം; മുങ്ങാനുള്ള വെള്ളമുണ്ട്. അരുവിയുടെ അങ്ങേക്കരയിൽ മരപ്പച്ചയും മരപ്പച്ചയ്ക്കുള്ളിൽ കോതമ്പുവയലുമുണ്ട്.

"അവിടെ കാള തേവുന്നുണ്ടോ?" കുഞ്ഞിരാമൻ ചോദിച്ചു.

"ഉണ്ട്."

"ഓ!"

ഓർത്തിട്ടെന്നപോലെ കുഞ്ഞിരാമൻ പറഞ്ഞു. ദാമുവിനു മനസ്സിലായില്ല. അയാൾക്കാണെങ്കിൽ എന്തെങ്കിലും പറയണം. അതുകൊണ്ടു ചോദിച്ചു:

"ആരുടെയാ എഴുത്ത്?"

"ഓ, എഴുത്തോ? എഴുത്ത് അച്ഛന്റേതാണ്."

അച്ഛന്റെ എഴുത്തു വായിച്ചില്ല എന്ന് അപ്പോഴാണ് ഓർക്കുക. അച്ഛൻ എഴുതുന്നത് അവധിയിൽ ചെല്ലാനാണ്. കൊല്ലം പിറന്നപ്പോൾ വരുമെന്നാശിച്ചു. വന്നില്ല. എന്തുകൊണ്ടാണു താമസിക്കുന്നത്? അവന് ഒരു പെൺകുട്ടിയെ കൂട്ടിക്കൊണ്ടു വരണ്ടേ? അമ്മ എപ്പോഴും നിർബന്ധമാണ്. അമ്മയ്ക്കു വയസ്സായി. വയ്യാതായി. ഒന്നെടുക്കാനും പറയാനും ഒരാൾ വേണ്ടേ? കുട്ടികൾക്കു ചെറുപ്പമാണ്. നാഴിയും ഇടങ്ങഴിയും പോലെ ഉരുണ്ടും ചാടിയും നടക്കുന്നു. എട്ടുംപൊട്ടും തിരിയാറായിട്ടില്ല. അതുകൊണ്ടു കുടുംബത്തിന്റെ സംഗതികൾ നടക്കണമെങ്കിൽ അവൻ ഒന്നിനെ കൂട്ടിക്കൊണ്ടുവരണം.

അച്ഛൻ എഴുതുമ്പോൾ നുള്ളുനുറുങ്ങുകാര്യങ്ങൾ മുഴുവൻ എഴുതി ഇളുമ്പും പഴുതും പാടെ അടച്ചിരിക്കും. പായ്യാരം പറയുന്നതുപോലെയോ കെഞ്ചുന്നതുപോലെയോ അച്ഛൻ കാര്യങ്ങൾ പറഞ്ഞൊപ്പിക്കുന്നു. അങ്ങനെ നിറനിറെ എഴുതി വേഗം അവധിക്കു വരണമെന്ന്! "എന്തുകൊണ്ടെന്നാൽ കറമ്പിപ്പയ്യിന്നു നിറച്ചിനയാണ്. അവളുടെ പാൽ കറക്കുമ്പോൾ നീ വീട്ടിലുണ്ടാകണമെന്ന് അമ്മയ്ക്കു നിർബന്ധമാണ്."

ആ കറമ്പിപ്പശു അവന്റെ ആദ്യത്തെ സ്വത്തായിരുന്നു. രണ്ടു കൊല്ലത്തെ ശമ്പളത്തിൽനിന്നു മുറുകിപ്പിടിച്ച വകയിൽനിന്നാണു പശുവിനെ വാങ്ങാനുള്ള പണം അച്ഛനു കൊടുത്തത്. അമ്മയുടെ ആശ ന്യായം തന്നെ. പക്ഷേ, പെട്ടെന്നു കല്യാണം കഴിച്ചാൽ!

കുന്നിൻചെരിവിൽ, മാത്തുമാപ്പിളയുടെ ഞാലിൽ ഇടംതെറ്റി മുളച്ചു കാലമായിട്ടും കൊഴിയാതെ നില്ക്കുന്ന തൂണുപോലത്തെ വീടിനെക്കുറിച്ചോർമ്മ വരികയായി. വെള്ളവിരിച്ച, കരുത്തോല തൂക്കിയ, പന്തലും ആൾത്തിരക്കും അരിയും നെല്ലും നിലവിളിക്കും കോടിയും - ഒന്നും അവനോർക്കാൻ വയ്യ. മാത്തുമാപ്പിള അമ്മയെ ശകാരിച്ച സംഭവമാണു തേട്ടിവരുന്നത്. അടുപ്പിലെ വെണ്ണീറ് വീട്ടുടമസ്ഥന്റെ പറമ്പിൽ വാഴയ്ക്കോ കവുങ്ങിനോ ഇടേണ്ടിയിരുന്നു. അമ്മ മത്തത്തടത്തിൽ വെണ്ണീറു വിതറുന്നതു മാത്തുമാപ്പിള കണ്ടുപോയി. അദ്ദേഹത്തിന് അരിശം വന്നു. പരത്തി ഒരൊറ്റ ശകാരം. പുര മേയുന്നത് അദ്ദേഹമാണ്. കുടിയിരുത്തുന്നത് അദ്ദേഹമായിട്ടാണ്. വേലയും കൂലിയും കൊടുക്കുന്നത്... എല്ലാം അദ്ദേഹമാണ്. അപ്പോൾ ഇറങ്ങിക്കൊടുക്കണമെന്നു തോന്നി. പക്ഷേ, കുറച്ചു ദിവസത്തിനുള്ളിൽ അവൻ പട്ടാളത്തിൽച്ചേർന്നു. എന്തുകൊണ്ടെന്നാൽ നാലുകണ്ടത്തിനു വകയുണ്ടാക്കണം. പുര പണിയണം. എന്നിട്ടേ എനിക്കു കല്യാണം കഴിക്കാൻ വയ്ക്കൂ.

കുളിക്കാൻ പോകുമ്പോൾ കുഞ്ഞിരാമന്റെ ചുണ്ടുകളിൽ നേരിയൊരു മൂളിപ്പാട്ടു തത്തിനിന്നു. വിശാലമായ നീലവാനത്തിനു കീഴിൽ ചക്രവാളങ്ങളോളമെത്തുന്ന മൈതാനത്തിലൂടെ ഒറ്റയ്ക്കു നടന്നുപോകുമ്പോൾ അവൻ തന്നത്താൻ മറന്നുപോയിരുന്നു. തണുപ്പുകാലത്തെ വിളറിയ സൂര്യൻ പടിഞ്ഞാട്ടു ചാഞ്ഞിറങ്ങുകയാണ്. കുളിർതെന്നലിൽ കാട്ടുചെടികൾ ഇക്കിളിക്കൊണ്ടുനിന്നു. അപ്പോഴും അങ്ങിങ്ങു പൈക്കൾ മേയുന്നുണ്ടായിരുന്നു.

കരിമ്പാറക്കെട്ടുകൾക്കിടയിലൂടെ ഊടുവഴി ഇഴഞ്ഞുനീങ്ങി. ചെമ്മണ്ണൂർ കുന്നിൻപുറത്തൂടെയോ മേത്തിരിക്കോൽ കുന്നത്തൂടെയോ നടക്കുന്നതുപോലെ തോന്നുകയാണ്. അല്ല, അവൻ നടക്കുന്നില്ല. ഇളംകാറ്റ് അവനെ കൊണ്ടുപോകയാണ്. ശരീരത്തിന് ഒരു തൂവലിന്റെ കനമില്ല. ആത്മാവും ശരീരവും ഒന്നായതുപോലെ കേവലമായ അബോധാവസ്ഥയിൽ അവൻ നീങ്ങി.

മൈതാനത്തിന്റെ ചെരിവിൽ ടാങ്കുകൾ ഉരുണ്ടുനീങ്ങിയ ചാലുകൾ പതിഞ്ഞുകിടന്നിരുന്നു. ചിലേടത്തൊക്കെ കുഴിച്ചുമൂടിയ ട്രഞ്ചുകളുടെ പാടുകൾ ഉയർന്നുകിടന്നു. അകലെ മൈതാനത്തിന്റെ താഴ്‌വാരത്തിൽ ഇടതിങ്ങിയ മരപ്പച്ച കാണായി.

ഭൂമിയുടെ കാണായ അനുകമ്പപോലെ കുളിർനീരരുവി മന്ദമന്ദം ഒഴുകി. അരുവിക്കരയിൽ പട്ടാളക്കാർ കുളിച്ചുതോർത്തുന്നുണ്ടായിരുന്നു. അരുവിയുടെ അങ്ങേക്കരയിൽ ഒരു പുതിയ ലോകം തുടങ്ങുന്നതുപോലെ കൊഴുത്ത മരപ്പച്ച ഇടതിങ്ങി നിന്നു. മരപ്പച്ചയുടെ നാലതിരിന്നുള്ളിൽ ഉണങ്ങിയ മുൾച്ചെടികളുടെ കൂമ്പാരം വലിച്ചുകെട്ടി വേലികെട്ടിയ കോതമ്പുവയൽ മനുഷ്യപ്രയത്നത്തിന്റെ പച്ചപ്പതിപ്പെന്നോണം പോക്കുവെയിലേറ്റ് ഇളംകാറ്റിൽ അലയിളക്കിനിന്നു. ഞാവൽമരങ്ങൾ നിഴൽവിരിച്ച തേക്കുമടകളിലൂടെ കാളകൾ കുമ്പവലിച്ചു നടന്നു. അനുസ്യൂതമായ പ്രസവവേദനയനുഭവിക്കുന്ന മണ്ണിന്റെ ദീനരോദനംപോലെ വെള്ളം കയറ്റുന്ന വട്ടുകൾ

നീട്ടിനീട്ടി നിലവിളിച്ചു. അതിന്റെ സംഗീതത്തിന് ആരോഹണാവരോഹണ ക്രമങ്ങളുണ്ടായിരുന്നു. എല്ലുമുറിയുന്ന പ്രയത്നത്തിന്റേയും ആശ നിറഞ്ഞ ആശ്വാസത്തിന്റേയും ആരോഹണാവരോഹണക്രമങ്ങൾ. ഇരുണ്ട പട്ടുചേല ചുറ്റി വെള്ളത്തുണി തലയിട്ടു മൂടിയ പെൺകിടാങ്ങൾ കളപറിക്കുകയോ, വരമ്പുകളിലൂടെ വെള്ളം തിരിക്കാൻ നടക്കുകയോ ചെയ്തിരുന്നു. കിണറ്റിൻകരയിൽ പഴം മുറ്റിയ മുള്ളൻമരങ്ങൾക്കു കീഴിൽ ചേറും ചളിയും നിറഞ്ഞ പൈതങ്ങൾ പഴം പെറുക്കിത്തിന്നുന്നുണ്ടായിരുന്നു. കാളകൾക്കു പിമ്പേ ഒച്ചയിട്ടു നടന്ന ചെറുപ്പക്കാർ കുളിക്കാൻ വരുന്ന പച്ചയുടുപ്പുകാരുടെ നേരെ ഇടയ്ക്കിടെ ഇടംകണ്ണിട്ടു നോക്കി.

മനുഷ്യൻ എവിടെപ്പിറന്നാലും അവന്റെ വളർച്ച സമാന്തരമാണെന്നോർക്കാൻ കുഞ്ഞിരാമനു കഴിയില്ല. അവന്റെ ഹൃദയത്തിലേക്കു തത്ത്വവിചാരങ്ങൾ കടന്നുചെല്ലില്ല. ഇത്രയുണ്ട്: ഓ, ഞാനും ഇങ്ങനെത്തന്നെ ആയിരുന്നു!

ആൾക്കാർ അരുവിക്കരയിൽ തിരക്കിക്കൂടി കൂട്ടമായി കുളിക്കുകയാണ്. ആദ്യമാദ്യം നിങ്ങൾക്കു സ്വാഭാവികമായും മടി തോന്നും. കുളിക്കേണ്ടതാവശ്യമാണ്. അതുകൊണ്ട് ഉടുപ്പഴിച്ചുവെക്കുന്നു. അപ്പോൾ നിങ്ങളറിയാതെ വയൽപ്പരപ്പിലേക്കു നോക്കിപ്പോകും. പച്ചക്കതിർപ്പരപ്പിന്നുമീതെ വെള്ളത്തുണികൾ ഇളംകാറ്റിലുലയുകയും തുടുത്ത കവിളുകൾ ഒളിമിന്നുകയും ചെയ്യും. നഗ്നമായ ശരീരം മരവിക്കുംപോലെ നിങ്ങൾ ഒന്നു മുങ്ങുന്നു. അപ്പോൾ ചുറ്റുപാടിനെ മറക്കുകയും കുളിർവെള്ളത്തിന്റേതായ നിർവ്വാണത്തിൽ ലയിക്കുകയും ചെയ്യുന്നു.

ചിലർ വേലിക്കരികിൽ പഴം എറിഞ്ഞുതിർക്കുകയും കുരങ്ങുകളുടേതായ സ്വാഭാവികതയോടെ പെറുക്കിത്തിന്നുകയും ചെയ്തു. അവർക്കിടയിലൂടെ കൊച്ചുകിടാങ്ങൾ തുള്ളിച്ചാടി നടക്കുകയും പഴം പെറുക്കി മാറത്തു ചേർത്തു തേക്കുമടയുടെ അടുത്തേക്ക് ഓടിപ്പോവുകയും ചെയ്തു. തേവുകയോ പുല്ലു ചെത്തുകയോ ചെയ്യുന്ന മുതിർന്നവർ വിളിച്ചുകൂവി:

"ഓ, ബാബുലോക്!"

കുളിക്കാൻ വന്നതാണെന്നു കുഞ്ഞിരാമൻ മറന്നുപോയിരുന്നു. ഞാനൊരു പുതിയ ലോകത്തിലാണ്. വരൾച്ചയും വീർപ്പുമുട്ടും ഇല്ലാത്ത പുതിയ ലോകം. അവിടെ മനുഷ്യന്റെ വിയർപ്പിൽ നിന്നു പുഞ്ചയുടെ മരതകപ്പച്ച പിറവിയെടുക്കുന്നു. പുഞ്ചയുടെ മരതകപ്പച്ചയിൽനിന്നു പൊന്നിന്റെ ധാന്യമണികൾ വിളയുന്നു.

അരുവി അക്കര കടന്ന് കുഞ്ഞിരാമൻ വയലിലേക്കു നടന്നു. കാളക്കുളമ്പടികളിൽനിന്നു പൊങ്ങിയ പൊടിയിലൂടെ അവൻ തന്റെ തന്നെ ജീവിതം ശ്വസിച്ചെടുക്കുകയായിരുന്നു. അവിടത്തെ വായുവിനുപോലും അവനെ തിരിച്ചറിയാം. അതവന്റെ ലോകമാണ്.

"വയൽ നിങ്ങളുടെ സ്വന്തമാണോ?"

തേവിക്കൊണ്ടിരുന്ന ചെറുപ്പക്കാരനോടു ചോദിച്ചു. നിവർന്നുനിന്നപ്പോൾ അയാളുടെ കരിഞ്ഞ മുഖത്ത് അഭിമാനത്തിന്റെ ചെന്തീനാളം പരന്നിരുന്നു.

"ങ്ഹാ ബാബുജി, ഞങ്ങളുടെ സ്വന്തമാണ്." എന്നുപറഞ്ഞ് കാളകളെ തെളിച്ചു.

"സ്വന്തം!"

അയാൾ തിരിച്ചുവരുവോളം കുഞ്ഞിരാമൻ മിഴിച്ചുനില്ക്കുകയായിരുന്നു.

"ങ്ഹാ, ബാബുജീ, സ്വന്തം. ഇവിടെ ജമീന്ദാർ ഇല്ല. ഹൈവ ഭയ്യാചരൽ!"

"ഹച്ഛാ!"

"എന്താ ബാബുജി നോക്കുന്നത്? ബല്ലെ ബല്ലേയ്, വയൽ ഞങ്ങളുടെ സ്വന്തമാണ്. അതുകൊണ്ട് എങ്ങനേയും വെള്ളം പരത്തണം. കണ്ടോ; പച്ചക്കതിരുകളിൽ പാലുറച്ചില്ല. ഉണക്കു തട്ടിപ്പോയാൽ കൊയ്തുകേറ്റാൻ പറ്റുമോ? നിങ്ങൾക്കു കുളിക്കണോ? അരുവിയിൽ തിരക്കാണല്ലേ? നിങ്ങളുടെ ആൾക്കാർ ഒരു ജാതി കൂട്ടർതന്നെ! കുളിക്കണമെങ്കിൽ പടുക്കയിലിരുന്നു കുളിച്ചോളൂ. കൂട്ടത്തിൽ ചോദിക്കട്ടെ, എവിടെയാണ് സ്വദേശം? ഓ, വളരെ ദൂരെയാണല്ലോ! അവിടേയും വിത്തും വിളയുമൊക്കെ ഉണ്ടല്ലോ. നാളികേരവും കുരുമുളകും ധാരാളമാണെന്നു കേട്ടിട്ടുണ്ട്. ഓഹൊ, അവിടെ ഇപ്പോഴും ജമിന്ദാരി ഉണ്ടല്ലേ? ഈ നിലം മൂന്നു കൊല്ലമായിട്ട് ഞങ്ങളുടേതാണ്. ജന്മിയുടെ പ്രതിഫലം അടച്ചുതീർന്നിട്ടില്ല. ഈ വിള കൊയ്താൽ തീരും. വെള്ളമുണ്ടല്ലോ. കാളകളുണ്ട്. പണിയെടുക്കാൻ പിള്ളരുണ്ട്..."

സ്വാഭാവികമായിത്തന്നെ വയലിലേക്കു നോക്കിപ്പോയി. കള പറിക്കാൻ കുനിഞ്ഞ വെള്ളത്തുണിക്കിടയിലൂടെ തിളങ്ങുന്ന നീണ്ട കണ്ണുകളുടെ ഒളിമിന്നൽ തന്റെ നോട്ടത്തോടിടഞ്ഞു എന്നു തോന്നി.

"ഇവിടെ ഭൂമി കിട്ടുമോ?"

താനറിയാതെ അവൻ ചോദിച്ചു.

"എന്താ ബാബുജി, ഭൂമിയോ?"

"ങ്ഹാ!"

"അതാ കിടക്കുന്നു."

അയാൾ കാടു പിടിച്ചു കിടന്ന മൈതാനത്തിനുനേരെ ചൂണ്ടിക്കാട്ടി. നെടുവീർപ്പിട്ടതല്ലാതെ അവൻ മിണ്ടിയില്ല. തെല്ലിടചെന്നപ്പോൾ പറഞ്ഞു: "ഞങ്ങളുടെ നാട്ടിൽ നിലമൊക്കെ ജന്മിയുടേതാണ്."

അതോർക്കേണ്ടിവന്നപ്പോൾ നെഞ്ചിനു നന്നേ ഭാരംതോന്നി. ഇനി നിന്നുകൂടാ. യാത്ര ചോദിച്ചപ്പോൾ അവൻ വയലിലേക്കു നോക്കി. അകന്നകന്നു പോകുന്ന കാൽച്ചിലമ്പൊച്ച കേൾക്കാം. സായംസന്ധ്യപോലെ, ചെന്തീനാളത്തിൽ വിരിഞ്ഞ താമരപോലെ അവൾ നടന്നകലുകയാണ്. കൗതുകത്തോടെ, ആകാംക്ഷയോടെ, അവൻ നോക്കിനിന്നു. അവളുടെ ചുവന്ന സാരി ഇളംകാറ്റിൽ അലയിളക്കുന്നുണ്ട്. സായംസന്ധ്യയുടെ രക്തപ്രഭാപൂരത്തിൽ ആകാശവും ഭൂമിയും ചക്രവാളങ്ങളും കുളിച്ചുനില്ക്കുന്നു. അപ്പോൾ അവളുടെ കാൽച്ചിലമ്പിന്റെ ഗാനമാധുരി കോതമ്പിന്റെ പച്ചക്കതിർക്കുലകളിൽ തങ്ങിനില്ക്കുന്നപോലെ തോന്നി.

ചരലും ഉണക്കപ്പുല്ലും നിറഞ്ഞ നിലത്ത് ഡറിയോ കരിമ്പടമോ വിരിച്ച് ഓരോരുത്തരും ഉറങ്ങാൻകിടന്നു. ഹവിൽദാർ ഛന്നൻസിങ്ങ് വണ്ടിക്കകത്ത് വർക്ക്ഷോപ്പ് ടേബിളിന്നുമീതെ കിടക്കവിരിച്ചു കിടന്നു. പുലർച്ചെ സ്റ്റാൻഡ് ടുവിന്നു മുമ്പേ എല്ലാവരും തയ്യാറായിരിക്കണമെന്നും വിസിലടിച്ചതിന്നു

ശേഷം തപ്പിത്തടയാൻ ഇടവരുത്തരുതെന്നും അവസാനത്തെ നിർദ്ദേശം കൊടുത്തു. മരച്ചില്ലകൾക്കിടയിലൂടെ നക്ഷത്രങ്ങൾ കണ്ണിറുക്കിക്കാട്ടുന്നുണ്ടായിരുന്നു. തണുത്ത കാറ്റ് മരത്തിന്റെ ഇലകളിളക്കുകയും കൊഴിക്കുകയും ചെയ്തു. കുറേനേരം മൂടിപ്പുതച്ചു മിണ്ടാതെ കിടന്നിട്ട് സത്യനാരായണൻ ചോദിച്ചു:

"നിങ്ങൾക്കെന്തുപറ്റി?"

"ഒന്നുമില്ല." എന്നു സാധാരണമായെന്നോണം കുഞ്ഞിരാമൻ പറഞ്ഞു. "ബിൽകുൽ ഠീക്."

അവിടെ അയാൾ നിർത്തി. കൂട്ടുകാരൻ സംസാരിക്കാൻ ഇഷ്ടപ്പെടുന്നില്ലെന്നു സത്യനാരായണന്നറിയാം.

"ഭായീസാബ്!"

മഹേന്ദ്രസിങ്ങ് വിളിച്ചു. ആരും വിളികേട്ടില്ല. പക്ഷേ, മഹേന്ദ്രസിങ്ങ് അവനവനോടെന്നപോലെ പറഞ്ഞു: "എനിക്കു വീട്ടിൽ പോണം."

"ഓഹോ, ഇതുവരെ വീട്ടിലായിരുന്നോ?"

സത്യനാരായണൻ ചോദിച്ചു.

"ഞാനെപ്പോഴും വീട്ടിലാണ്."

പിന്നീട് മഹേന്ദ്രസിങ്ങ് നിർത്താതെ സംസാരിച്ചു. കൊയ്ത്തുകാലത്ത് വയലിൽ കിടന്നുറങ്ങാറുണ്ട്. കൂട്ടുകാരോടൊപ്പം മതിയാവോളം ഗുസ്തി പിടിച്ചു തളർന്നാൽ അവൻ കിടന്നുറങ്ങും. വയൽനിറയെ കോതമ്പുകറ്റകൾ കൊയ്തുകൂട്ടിയിരിക്കും. അപ്പോൾ എന്തിനും സ്വാതന്ത്ര്യമാണ്. ഉറക്കെയുറക്കെ പാട്ടുപാടുകയോ കൂക്കിവിളിക്കുകയോ എന്തുമാവാം. മുതിർന്നവർ കൂടെ മൂക്കുവരെ കുടിക്കുകയും കുട്ടികളെപ്പോലെ ആടിപ്പാടുകയും ചെയ്യുന്നു. ഇവിടത്തെ കാര്യമൊന്നു നോക്കൂ. എല്ലുമുറിയെ പണിയെടുത്തോ, വിസിലടിച്ചാൽ വായ മൂടി മലർന്നുകിടന്നോ! എനിക്കു വീട്ടിൽ പോണം.

എല്ലാം കേട്ടു കിടന്ന കുഞ്ഞിരാമനു വീർപ്പുമുട്ടുന്നുണ്ടായിരുന്നു. വർത്തമാനം പറഞ്ഞില്ലെങ്കിൽ അവന്റെ നെഞ്ചു പൊട്ടിപ്പോയേക്കും.

"ഞാൻ ഈ ഭൂമിയെക്കുറിച്ചാലോചിക്കുകയാണ്."

"എന്നിട്ട്?"

"എന്നിട്ടൊന്നും ഇല്ല."

"ഭൂമി ക്ഷമാദേവിയാണെന്നു ഞാൻ പറഞ്ഞില്ലേ?"

"ആയിരിക്കാം. എല്ലാവരും വിശ്വസിക്കണമെന്നില്ല."

"എന്തുകൊണ്ട്?"

"എല്ലാവർക്കും ഭൂമിയില്ല."

"അതു വേറെ കാര്യമാണ്."

"നിങ്ങൾക്കു തോന്നും. എന്തുകൊണ്ടെന്നാൽ നിങ്ങൾക്കു സ്വന്തം ഭൂമിയുണ്ട്. എനിക്കോ? എന്റേതായി ഒരു നുള്ളു പൂഴിത്തരി ഈ ലോകത്തിലില്ല."

"കുഞ്ഞിരാമൻ!"

"എന്താ?"

"എത്രയോ പേരുണ്ട്!"

അയാൾ വളരെയേറെ സംസാരിച്ചു. ബീഹാറിന്റെ കുന്നിൻചെരിവുകളെക്കുറിച്ചും നദികളെക്കുറിച്ചും, ഞാലുകളെക്കുറിച്ചും അയാൾ പറയുമ്പോൾ മഹേന്ദ്രസിങ്ങ് ഇടയിൽ കടന്ന് തന്റെ കാര്യം പറഞ്ഞു. അതായത് തന്റെ സമ്പാദ്യം മുഴുവൻ നിലം വാങ്ങാൻ വേണ്ടി ഉപയോഗിക്കുന്നു. വീട്ടിൽ ഉണ്ണാൻ വകയുണ്ട്. അവനാണെങ്കിൽ സ്വകാര്യച്ചെലവില്ല. അതുകൊണ്ട് മുപ്പത്തഞ്ചോ നാല്പതോ ഉറുപ്പിക മെച്ചപ്പെടുന്നു. പോസ്റ്റോഫീസിൽ നിക്ഷേപിക്കുന്നു. അവധിക്കു പോകുമ്പോൾ പാകത്തിനൊത്ത സ്ഥലം എടുക്കുന്നു.

ഉള്ളവരുടെയൊക്കെ അവസ്ഥയാണതെന്നു കുഞ്ഞിരാമൻ ഓർത്തു. ഉണ്ണാൻ നെല്ലു വിളയുന്നു എങ്കിൽ- എങ്കിൽ വളരെയേറെ ആദായം കാണും. അതിനെപ്പറ്റി അവൻ എന്തിനോർക്കണം?

ശമ്പളത്തെക്കുറിച്ചും ചെലവുകളെക്കുറിച്ചും മനക്കണക്കു കൂട്ടിക്കൊണ്ടു കിടന്നു. മുപ്പതുറുപ്പിക മാസംതോറും അച്ഛന്നയച്ചാൽ, ദിവസത്തേക്ക് ഒരുറുപ്പികയാണ്. ശേഷിക്കുന്നത് പതിനഞ്ച്. എത്രയൊക്കെ മുറുക്കിപ്പിടിച്ചാലും പത്തുറുപ്പിക ചെലവാകും. മാസത്തിൽ അഞ്ചുറുപ്പിക സമ്പാദിച്ചിട്ട് എത്ര കൊല്ലംകൊണ്ടാണ് ഒരു തുകയുണ്ടാവുക?

അവനൊരിക്കലും നാലു കണ്ടം വാങ്ങാനാവില്ലെന്നോർത്തപ്പോൾ നടുക്കവും സങ്കടവും തോന്നി. കുറച്ചുകാലം കഴിഞ്ഞാൽ അവൻ പട്ടാളത്തിൽ നിന്നു പോണം. പിന്നെ മാത്തുമാപ്പിളയുടെ പൂട്ടുപോത്തുകളുണ്ട്, മുടിക്കോലുണ്ട്, കരിപ്പിടിയുണ്ട്, ചകിരിത്തേപ്പുണ്ട്...

അച്ഛൻ പറഞ്ഞ കല്യാണാലോചനയെക്കുറിച്ചോർത്തപ്പോൾ ഉന്മേഷം തോന്നി. എത്രകാലം ഓർത്തതാണ്! പരിചയമുള്ള എല്ലാ മുഖങ്ങളെക്കുറിച്ചും ഓർക്കുകയായി. അപ്പോൾ കാൽച്ചിലമ്പിന്റെ ഒച്ച കേൾക്കുന്ന പോലെ. ഞെട്ടിത്തെറിച്ചുപോയി. ഓ, അവൻ ഉറങ്ങുകയായിരുന്നു.

ഉണർന്ന ഉടനെ ബൂട്ട് വാരിവലിച്ചിട്ടു. അതോടെ വിസിൽ കേൾക്കായി. സമയമായി. എക്വിപ്മെന്റുകൾ എടുത്തിട്ടു. റൈഫിളെടുത്തു പാഞ്ഞു. ട്രഞ്ചിലേക്കു ചാടിയിറങ്ങി റൈഫിൾ കോക്ക് ചെയ്തു.

അന്തരീക്ഷം പെട്ടെന്നു നിശ്ചലമായി, നിശ്ശബ്ദമായി. മൂകതയുടെ മൂർത്ത രൂപം നിങ്ങളുടെ തലയ്ക്കുമീതെ തൂങ്ങിനില്ക്കുകയാണ്. അതിന്റെ ഭയാനകത അളന്നു നോക്കാനെന്നോണം, എങ്ങോ ഒരു ട്രഞ്ചിൽനിന്നു ബോൾട്ടിന്റെ ശബ്ദം കേൾക്കാം. ഓടിയെത്താൻ വൈകിയവരാരോ റൈഫിൾ കോക്ക് ചെയ്തതാണ്. രാപ്പൈക്കൾപോലും ചെവി കൂർപ്പിച്ചു നിശ്ചലം നിന്നു. ജീവിതം നിശ്ചലമായോ എന്നു പൈക്കൾപോലും ഭയപ്പെട്ടിരിക്കണം. ഒച്ചയും അനക്കവും കേൾക്കാൻ വേണ്ടി, ലോകത്തിന്റെ ചലനം എന്നേക്കുമായി നിന്നുപോയില്ല എന്നറിയാൻ, അവ കാത്തുനില്ക്കുകയാവാം.

കിഴക്ക് വെള്ളിത്താര വിളറാൻ തുടങ്ങുന്നു. വളരെക്കാലത്തിനുശേഷം ഉഷസ്സിന്റെ കവിൾ തുടുക്കുന്നത് കുഞ്ഞിരാമൻ കണ്ടുനിന്നു. നവവധുവിനെപ്പോലെ ഉഷസ്സന്ധ്യ ചുവടുവെച്ചിറങ്ങിവരികയാണ്. അവളുടെ കരളിൽ ഒന്നിനുമീതെ ഒന്നായി നാനാഭാവങ്ങൾ അലതല്ലുകയാണ്. അതുകൊണ്ടു തന്നെ ഒന്നും ഒതുക്കാൻ വയ്യ. പൂങ്കവിളിൽ പ്രേമത്തിന്റെ പനീരലരും മാൻമിഴികളിൽ ആശയുടെ തെളിനാളവും ചെഞ്ചുണ്ടിൽ ലജ്ജയുടെ മധുര പരാഗവുമേന്തി ഒരു നിമിഷത്തേക്ക് അവൾ നിന്നു. കരൾ നിറയെ കാണാൻ കഴിയുംമുമ്പെ ചക്രവാളത്തിലൂടെ അടിവെച്ചണയുന്ന അവളുടെ മുഖഭാവം മാറിപ്പോകുന്നു. കവിളുകളിൽ ജീവിതസാഫല്യത്തിന്റേതായ ആയിരമായിരം മഴവില്ലുകൾ വിരിഞ്ഞു മായുകയാണ്. കണ്ണുകളിൽ ആകാശഗംഗയുടെ നൈർമ്മല്യം നിറഞ്ഞൊഴുകുകയാണ്. തളിർച്ചുണ്ടുകളിൽ ആത്മനിവേദനംപോലെ പൂപ്പുഞ്ചിരി തത്തിനില്ക്കുന്നു. ഹൃദയത്തിലേക്കു സൗന്ദര്യത്തിന്റെ ഗംഗാനദി പ്രവഹിക്കുകയാണ്. നിറയട്ടെ, നിറയട്ടെ. കരളിന്നു വീർപ്പുമുട്ടുന്നുണ്ട്.

"സുനോ കുഞ്ഞിരാമൻ."

ഹവിൽദാർ ശ്വാസമടക്കിക്കൊണ്ടു വിളിച്ചു. ഉറക്കമുണരുന്നതുപോലെ തോന്നി. ഒരുവേള ഹവിൽദാരുടെ ഹൃദയവും വികാരതരളിതമായിരിക്കാം. അയാൾ തന്റെ അവധിക്കാലത്തെക്കുറിച്ചു പറയാൻ തുടങ്ങി. കനാലിൽ നിന്നു വയലിലേക്കു വെള്ളം തിരിക്കേണ്ടിയിരുന്നു. നിശ്ചിതസമയത്തിനുള്ളിൽ വെള്ളം തിരിച്ച്, വയൽ നിറയ്ക്കണം. ഓരോ കൃഷിക്കാരനും സമയം കണക്കാക്കിക്കൊടുക്കുന്നത് ഗ്രാമത്തലവനാണ്. ഇന്നു പാതിരയ്ക്കാണ് വെള്ളം കിട്ടുക. നാളെ പുലർച്ചയ്ക്കായിരിക്കും. മറ്റന്നാൾ സന്ധ്യയ്ക്കും. പ്രായംചെന്ന പിതാജിയെ എന്തിനു മിനക്കെടുത്തണം? അതുകൊണ്ട് ഹവിൽദാർതന്നെ വയലിലേക്കു പോകും. ഉറക്കമിളച്ചു കാത്തിരിക്കും.

ഹവിൽദാരുടെ വർത്തമാനം നിശ്ശബ്ദം കേട്ടുനില്ക്കവേ കുഞ്ഞിരാമൻ തന്റെ കുടുംബത്തെക്കുറിച്ചോർക്കുകയായിരുന്നു. കിഴക്ക് ശുക്രനുദിക്കുന്നതോടെ അച്ഛൻ ഉണരുന്നു. അച്ഛനു തേവാൻ പോകണം. കൈത്തേക്കുകരാറെടുത്തു പണം മുൻകൂർ വാങ്ങിയിട്ടുണ്ടാകും. തേക്കു കഴിഞ്ഞാൽ പറങ്കിമാങ്ങ പറിക്കാൻ പോണം. പിന്നെ ചുമടുമായി വില്പനയ്ക്കു പോണം. നാലോ അഞ്ചോ നാഴിക നടന്ന് ഗുരുവായൂരോ, ചാവക്കാട്ടോ, ഓരോ വീട്ടിലും ചെന്നു കാലണയ്ക്കോ ഒരു ചില്ലിയ്ക്കോ വിറ്റു വിറ്റു തീർക്കണം. (ചുടുവെയിലിൽ മണ്ണുകോരുന്ന പെണ്ണുങ്ങൾക്കു പറങ്കിമാങ്ങ പഞ്ചാമതൃതമായിരുന്നു) അവൻ മുതിർന്നപ്പോൾ അച്ഛന്റെ ഒപ്പം എണീക്കുകയായി. പത്തു കൊട്ടയ്ക്ക് ഒന്നു മാറ്റം പിടിക്കുന്നത് അത്രയെങ്കിലും ആശ്വാസമല്ലേ?

ഹവിൽദാർ അപ്പോഴും ഒച്ചയുണ്ടാക്കാതെ സംസാരിക്കുകയാണ്. ദൂരെ മങ്ങിയ മൂടൽമഞ്ഞിലൂടെ ട്രഞ്ചുകൾ നോക്കാൻ വരുന്ന ഓഫീസർമാരുടെ നിഴലുകൾ കാണാമായിരുന്നു. കുറച്ചിട നിർത്തി, ഹവിൽദാർ വീണ്ടും തൊണ്ടകൊണ്ടു സംസാരിക്കും. പരുത്തിപ്പൂക്കളെക്കുറിച്ചും കോതമ്പിനെ

ക്കുറിച്ചും അയാൾ പറഞ്ഞുപോയി. പിന്നെ കൊയ്ത്തുകാലത്തെക്കുറിച്ചായി. ഈ നശിച്ച ഡിവിഷനിൽ വേണ്ടപ്പോൾ അവധി കിട്ടില്ല. നാട്ടിൽ കൊയ്ത്തു തുടങ്ങുമ്പോൾ ഡിവിഷനിൽ സ്കീം തുടങ്ങുന്നു. എന്നിട്ട് നശിച്ച ചൂടുകാലത്ത് അവധി തുടങ്ങുന്നു. കൊയ്ത്തിനു വീട്ടിലുണ്ടായാൽ എന്തു സുഖമായിരുന്നു. പകലെല്ലാം വേല. രാത്രി മട്ടുപ്പാവിൽ കയറ്റുകട്ടിലിട്ടു ഭാര്യയോടൊപ്പം മൂടിപ്പുതച്ചു പുലരുവോളം ഉണർന്നുകിടക്കാം.

കുഞ്ഞിരാമൻ പുന്നെല്ലും വൈക്കോലും മഴയിൽ കുതിരുമ്പോൾ ഉതിർന്നു പൊങ്ങുന്ന സുഗന്ധത്തെക്കുറിച്ചോർക്കുകയായിരുന്നു. കറ്റക്കാരുടെ താളത്തിൽ നൃത്തമാടുന്ന നെൽക്കറ്റകളുടെ മധുരമായ മുടിയാട്ടം കാണുകയായിരുന്നു. കതിർക്കറ്റയുടെ പൊൻചിലമ്പൊലിക്കു സ്വാഭാവികമായുള്ള താളവും ലയവും വീണ്ടും അനുഭവിക്കുകയായിരുന്നു. അപ്പോഴും അവന്റെ കരൾ നൊന്തു. തന്റേതായി ഒരൊറ്റ കതിർക്കറ്റ കൊയ്തുകേറ്റാൻ കഴിഞ്ഞെങ്കിൽ, മെതിച്ചുതീർക്കാൻ കഴിഞ്ഞെങ്കിൽ!

അമ്മ അവനെ ഗുണദോഷിക്കാറുണ്ട്. ആദ്യമാദ്യം മാത്തുമാപ്പിളയുടെ വലിയ കളത്തിൽ കറ്റ മെതിക്കുമ്പോൾ, മെതിച്ചു കുടഞ്ഞുകെട്ടിയ വൈക്കോൽക്കന്നുകൾ ചുമന്ന് ഉണ്ടയാലാൻ വേണ്ടി കുഞ്ഞിരാമൻ പോക പതിവായിരുന്നു. മുതിർന്നപ്പോൾ അവനും മെതിക്കാൻ കൂടി. അമ്മയ്ക്കു കുടഞ്ഞുകെട്ടാൻ വയ്യ. മകൻ ഇടത്തോട്ടും വലത്തോട്ടുമൊന്നുതട്ടി. കതിർ ചവിട്ടിമടക്കിയാൽ ചുരുട്ടിന്റെ പണിതീർന്നു. അവന്റെ കാൽപ്പടത്തിന് അത്രയും ആയവും കനവുമാണെന്ന് ഇനിയാരാനും കണ്ടെങ്കിലോ? മോനെ, മെല്ലെ! അമ്മയുടെ മുതുകു കഴയ്ക്കുന്നു പൊലിയളക്കുമ്പോൾ മാത്രം അവൻ കാത്തുനിന്നില്ല. കൂലി വാങ്ങാൻനേരത്തേക്ക് അവന്റെ കണ്ണുകൾ നിറഞ്ഞിരിക്കും.

അവന്റെ കണ്ണുകൾ എന്നേക്കും നിറഞ്ഞിരിക്കണമെന്നുവരുമോ എന്നു നടുക്കത്തോടെ ഓർത്തു. എന്തുകൊണ്ടെന്നാൽ, അറിയാവുന്ന തോതിലൊക്കെ കണക്കുകൂട്ടിയിട്ടും തക്കതായ ഒരു സമ്പാദ്യം ഉണ്ടാക വയ്യ. നിത്യവേലക്കാരായ പാവങ്ങളുടെ ഇടയിൽ നന്നേ പ്രചാരമുള്ളതും പഴയതെങ്കിലും പുതുമയുറ്റതുമായ പഴഞ്ചൊല്ല് ഓർമ്മവരികയാണ്: കോരന്നു കഞ്ഞി കുമ്പിളിൽത്തന്നെ!

അന്നു മുഴുവൻ കുഞ്ഞിരാമൻ ഒന്നും സംസാരിച്ചില്ല. ഈ മണ്ണിൽ അലിഞ്ഞു ചേരാനും ഈ അന്തരീക്ഷത്തിൽ ലയിക്കാനും അവൻ ആശിക്കുകയാണ്. അപ്പോഴൊക്കെ അച്ഛനെക്കുറിച്ചും അമ്മയെക്കുറിച്ചും അവനെക്കാണാൻ കൊതിച്ചിരിക്കുന്ന അനിയനെക്കുറിച്ചും ഓർമ്മവരികയാണ്. അവന്റെ കൊച്ചനിയൻ പുതിയ കുടയും നീല പ്ലാസ്റ്റിക്ക് സഞ്ചിയും കാത്തിരിക്കുകയാണ്. താൻ വളർന്നപോലെ അവൻ വളരരുത്. വിയർപ്പിലൂടെയും വേലയിലൂടെയും അവൻ കെട്ടിയ മനക്കോട്ടകൾ തകരുകയാണ്. ഈ ജീവിതം ഒന്നു തിരുത്തിയെഴുതിയേ ഒക്കൂ.

റിയർ ഡിവിഷൻ ഉച്ചയ്ക്കു മുമ്പേ മുന്നോട്ടു പോകുന്നുണ്ടെന്ന് അറിവു കിട്ടിയിരുന്നു. കുളിക്കാനോ മറ്റോ ഉണ്ടെങ്കിൽ പത്തുമണിക്കുമുമ്പ് എല്ലാം കഴിഞ്ഞിരിക്കണം. സിഗ്നൽ ഓഫീസ് ട്രക്കിൽ ചുവപ്പുകൊടി ഉയർന്നു

കഴിഞ്ഞാൽ അരമണിക്കൂറിനുള്ളിൽ ആദ്യത്തെ ട്രക്ക് പുറപ്പെടും. അതിനുമുമ്പേ ട്രഞ്ചുകൾ വെട്ടിത്തൂർത്തുകഴിയണം. ആളുകൾ കിടന്ന ഇടമാണെന്ന് ഇനിയൊരാൾക്കു സംശയമുണ്ടായിക്കൂടാ.

ഒരു സംശയവും ഉണ്ടായിക്കൂടെന്നു കുഞ്ഞിരാമൻ തീർച്ചയാക്കിയിരുന്നു. കുളിക്കാൻ പോകുമ്പോൾ അതിനൊത്തവണ്ണം എല്ലാ ഒരുക്കങ്ങളും ചെയ്തുവെച്ചു. തന്റെ നമ്പറടിച്ച ഉടുപ്പുകളും തൊപ്പിയും ടവ്വലും പ്രത്യേകം തെരഞ്ഞെടുത്ത് തെല്ലും സങ്കോചമില്ലാതെ അവൻ നടന്നു. എന്തുകൊണ്ടെന്നാൽ, ഈ പരന്ന ഭൂപ്രദേശവും അരുവിയും മരപ്പച്ചയും വയലും അവനെ മയക്കിക്കഴിഞ്ഞിരുന്നു. ഈ മണ്ണിൽ അലിഞ്ഞുചേരാനും ഈ അന്തരീക്ഷത്തിൽ ലയിക്കുവാനും അവന്റെ ആത്മാവ് വെമ്പലാർന്നിരുന്നു.

ഊടുവഴിയിലൂടെ നടക്കുന്നതിനിടയ്ക്ക് അവനൊന്നു പിന്തിരിഞ്ഞു നോക്കി. കാട്ടുചെടികൾക്കുമീതെ വലയിട്ടുമൂടിയ ട്രക്കുകൾ ഇരുണ്ടുകിടന്നു. ഇല്ല, ഇനിയങ്ങോട്ടില്ല. ഉള്ളവരുടെ പഴയ കഥകളും ഓർമ്മകളും ഒരുകൂട്ടം വെള്ളിലപ്പാമ്പുകളെപ്പോലെ അവന്റെ ആത്മാവിൽ ഇഴഞ്ഞു കയറുകയാണ്. വേണ്ട, ഇനിയതു സഹിക്കവയ്യ.

അരുവിക്കരയിൽ നമ്പറടിച്ച ഉടുപ്പുകൾവെച്ച് അവൻ ഒഴുക്കിനോടൊപ്പം നടന്നു. വയലിൽനിന്നു വെള്ളം കയറ്റുന്ന വട്ടിന്റെ നിലവിളി കാറ്റിലലിഞ്ഞലിഞ്ഞുവന്നു. ഒട്ടുദൂരം ചെന്നപ്പോൾ അരുവി പാറകൾക്കിടയിലൂടെ തല്ലിയലച്ചൊഴുകുകയായി. സ്വന്തം കരളിന്റെ കരച്ചിൽ കേൾക്കുകയാണ്. ഈ ഭൂമി അവനെക്കുറിച്ചു കരയുകയാണ്.

അപ്പോൾ കാൽച്ചിലമ്പുകളുടെ ഒച്ച കേൾക്കായി. വേദനാകുലമായ മുഖമുയർത്തി നോക്കിയപ്പോൾ അവൾ പൈക്കളെത്തെളിച്ചു വരികയാണ്.

"എന്റെ ദേവി."

അവൾ കേട്ടില്ല. നിമിഷങ്ങൾക്കുള്ളിൽ അവർ അന്യോന്യം തിരിച്ചറിഞ്ഞിരുന്നു. അവളുടെ കണ്ണുകളിൽ കൗതുകമുണ്ട്, ഉത്കണ്ഠയുണ്ട്. തന്റെ തീരാത്ത വേദനയെക്കുറിച്ച് അവൾക്കറിയാവുന്നപോലെ.

എന്തൊക്കെയോ പറയണമെന്നുണ്ട്, ചോദിക്കണമെന്നുണ്ട്. എന്നാൽ വാക്കുകൾ വരുന്നില്ല. നാവു വരളുകയാണ്.

"ഇവിടെ ഭൂമി കിട്ടില്ലേ?"

വിക്കൽ വരികയാണ്. അതുകൊണ്ട് അവൻ അവളുടെ മുഖത്തേക്കു നിർന്നിമേഷം നോക്കിനിന്നു.

ആ പെൺകുട്ടി മൂകയും ബധിരയുമാണെന്നും, ഊമയായ കന്യകയുടെ വാചാലമായ കണ്ണുകളിൽ പരസ്പരബോധമൂറുന്ന കരളിന്റെ തെളിമ നിഴലിക്കുകയാണെന്നും കുഞ്ഞിരാമനറിഞ്ഞുകൂടാ. അവൾ തികച്ചും സ്വാഭാവികമായ ഭാവവിശേഷങ്ങളോടെ അവനെ നോക്കിനിന്നു. ഒരുപക്ഷേ, നില തെറ്റിപ്പോയ അവന്റെ മനസ്സ് ഇനിയും മനക്കോട്ടകെട്ടുകയാവാം.

എങ്ങോട്ടാണു പുറപ്പെട്ടതെന്ന് അപ്പോൾ അവൻ മറന്നിരുന്നു. റിയർ ഡിവിഷൻ പുറപ്പെടേണ്ട നേരത്ത് അവനെ കാണില്ല. ഒച്ചയും വിളിയും

കൂട്ടി അവർ അന്വേഷിച്ചേക്കാം. ഈ വിശാലമായ ഭൂമിയിൽ അരുവിക്കരയിൽ അവനൊരുപക്ഷേ, ഒളിച്ചിരുന്നേക്കാം. പക്ഷേ, അവൻ പിടിക്കപ്പെട്ടേക്കാം. അപ്പോൾ ഒരൊറ്റ പൂഴിത്തരിപോലും സ്വന്തമായില്ലാത്ത ഈ ഡ്രൈവറുടെ പിന്നത്തെ ജീവിതത്തെക്കുറിച്ചു നമുക്കൊരു പുതിയ അധ്യായം എഴുതാം. ■

സിക് റിപ്പോർട്ട്

ഡോക്ടർ എനിക്കു വയറുവേദനയാണ്. ദയവുചെയ്ത്...

ഞാൻ പറകയാണ്. ദയവുചെയ്ത് നിങ്ങൾ ഒരു കാര്യം മനസ്സിരുത്തണം. നിങ്ങൾ കേപ്റ്റൻ. ഞാൻ സിപ്പായി. ഓ, എന്തൊരു അന്തരം!

എന്നെ പറയാൻ അനുവദിക്കൂ. അഞ്ചോ ആറോ മിനിറ്റുകൊണ്ട് എന്റെ വയറ്റുവേദന ഓടിപ്പോകില്ല. പിന്നെ അഞ്ചോ പത്തോ മിനിറ്റുനേരത്തേക്ക് എന്തുകൊണ്ട് സംസാരിക്കില്ല? നിങ്ങൾക്ക് എന്റെ കേസ്ഷീറ്റ് എഴുതണം. അപ്പോൾ എന്റെ ചരിത്രം, എന്റെ രോഗത്തിന്റെ ചരിത്രം നിങ്ങൾ അറിയണം.

അതേ, ഞാൻ അതൂഹിച്ചു. നിങ്ങളുടെ പേര് ബാസു എന്നാണെന്നു കേട്ടപ്പഴേ എനിക്കു നിങ്ങളിൽ വിശ്വാസമുണ്ട്. ഡോക്ടർ ബാസു, ഡോക്ടർ അത്താൽ, ഡോക്ടർ കോട്ണീഷ്...

....എനിക്കു തെറ്റിയോ? ഒരു സിപ്പായിക്ക് ഡോക്ടർ ബാസുവിനേയും അത്താലിനേയും, കോട്ണീഷിനേയും അറിയാൻ ഇടയില്ലെന്നു നിങ്ങളോർത്തിരിക്കാം. നിങ്ങൾ കേപ്റ്റനാണ്. ഞാൻ സിപ്പായിയും. ഒരോഫീസർ എപ്പോഴും ഞങ്ങളെ അങ്ങനെയാണ് നോക്കുക.

....ഞാൻ പറയട്ടെ, എന്റെ നാട്ടിൽ ഒരു സമ്പ്രദായമുണ്ടായിരുന്നു. ഇപ്പോഴും ഉണ്ട്. ജമീന്ദാരെ ഞങ്ങൾ ജന്മിയെന്നു വിളിക്കുന്നു. ജന്മികൾ അധികവും ബ്രാഹ്മണരാണ്. നമ്പൂതിരികളെന്നു പറയും. അവരുടെ ഇല്ലങ്ങളിലേക്കു കുടിയാന്മാരായ ഞങ്ങൾ ചെല്ലുമ്പോൾ; ഓ, ആണുങ്ങൾക്കു സഹിക്കാം. പഞ്ചപുച്ഛമടക്കി ഓച്ഛാനിച്ചു നിന്നാൽ മതി. സ്ത്രീകൾ, മാറ് മറച്ചുകൂടാ. എല്ലാം തുറന്നിട്ടുകൊണ്ട്... ജന്മി ആസ്വദിക്കുകയാണ്. എന്നുവെച്ചാൽ എന്റേതായ സർവ്വസ്വവും അവിടത്തേക്കായി... എന്നാണ് ഞങ്ങളുടെ പ്രത്യക്ഷമായ, മൂകമായ പ്രസ്താവന. ഇതാ ഇത്തരം പ്രവൃത്തികൾ നിങ്ങളുടെ നാട്ടിലുണ്ടോ? ഉണ്ടായിരിക്കും. ഇന്ത്യ കൃഷിക്കാരുടെ നാടാണ്. കൃഷിക്കാരെ അടക്കിയിരിക്കുന്നത് ജന്മികളാണ്. ഇപ്പോഴാണെങ്കിൽ ഈ ജന്മികളുടേയും ജമീന്ദാരന്മാരുടേയും മക്കളാണ് പട്ടാളത്തിലെ ഓഫീസർമാർ. ഞങ്ങൾ സിപ്പായികൾ കൃഷിക്കാരുടെ മക്കളും. പോരേ? ജമീന്ദാരുടെ മുമ്പിൽ പഞ്ചപുച്ഛമടക്കുന്ന അച്ഛന്റേയും, മാറു കാട്ടിക്കൊടുക്കേണ്ട അമ്മയുടേയും മകനായ ഞാൻ ഡോക്ടർ ബാസുവിനേയും അത്താലിനേയും അറിയാൻ ഇടയില്ലെന്നു നിങ്ങൾ ഓർക്കുകയാകാം. അതിനാണ്

സർ, ഞാൻ പറയുന്നത്. ഞാനൊരു രോഗിയാണ്. നിങ്ങൾ ഡോക്ടറാണ്. ഈ കുറച്ചു നിമിഷത്തേക്കെങ്കിലും നിങ്ങളെന്നെ നോക്കേണ്ടത്, ഡോക്ടറുടെ നിലപാടിൽനിന്നു മാത്രമാണ്. ഞാൻ രോഗിയാണ്!

വളരെ സന്തോഷിക്കുന്നു. നിങ്ങളത് സമ്മതിക്കുമെന്നു ഞാനൂഹിച്ചു. നമ്മുടെ ഡോക്ടർ ബാസു ചൈനയുടെ എട്ടാം പടയോടൊപ്പം ജീവിച്ചിട്ടുള്ള ആളാണ്. ചൈനയുടെ വിമോചനസേനയിൽ, ജനറൽ ചൂട്ടെയുടെ നേതൃത്വത്തിൽ! കേട്ടോ, ചൈനയിലെ കൃഷിക്കാരെ ജന്മികളിൽനിന്നു രക്ഷിച്ച വിമോചനസേനയിൽ ജീവിച്ച ഡോക്ടർ ബാസുവിനെയാണ് നിങ്ങളുടെ പേരു കേട്ടപ്പോൾ ഞാനോർത്തത്.

...ഞാനും വായിച്ചിട്ടുണ്ട് ഡോക്ടർ. അതു തെറ്റായിരിക്കാം. എനിക്കും ആശയുണ്ട്. വായിക്കാൻ, അറിയാൻ, ആലോചിക്കാൻ... വളരാൻ. ഓ, കേപ്റ്റൻ സാബ്, ഒരു സിപ്പായിക്ക് വളരാൻ ആശയുണ്ട്.

...അതൊക്കെ സാധിച്ചു. പട്ടിണി കിടന്നാലും, പുസ്തകങ്ങൾ വാങ്ങുക – അതായിരുന്നു എന്റെ വാശി. എന്നിട്ട് ഉറക്കമിളച്ചിരുന്നു വായിക്കുക. നോക്കൂ എന്റെ ശരീരം...

എന്തുകൊണ്ടെന്നാൽ, ഫാക്ടറിയിൽ സമയം തെറ്റാതെ, കുറയാതെ വേലചെയ്യണം. നോക്കണേ, ഞാൻ കൃഷിക്കാരന്റെ മകനാണ്. എന്റെ അച്ഛന്റെ അച്ഛൻ കൃഷിക്കാരനാണ്. ഞാനായപ്പോഴേക്കും ഞങ്ങൾക്ക് നിലമില്ല... ജോലിക്കുവേണ്ടി പട്ടണത്തിലേക്കു പോയി. അച്ഛനുണ്ട്, അമ്മയുണ്ട്, അനിയന്മാരും പെങ്ങളും ഉണ്ട്. മാസം പിറക്കുമ്പോൾ അവർ എന്റെ മണിയോർഡർ കാത്തിരിക്കയാണ്. എനിക്കു വായിക്കണം, പുസ്തകങ്ങൾ, പുസ്തകങ്ങൾ, പുസ്തകങ്ങൾ... പണച്ചെലവാണ്. അപ്പോൾ ഊണ്, ചായ ഇതിലൊക്കെ കുറവു വരുത്തണം. കുറവു വരുത്തി, കുടലുണങ്ങി. അതാണു വയറുവേദനയുടെ തുടക്കം. ഊണില്ല. ഉള്ളതു നേരത്തില്ല. വിശക്കും. വയറു കാളിത്തുടങ്ങും. പിന്നെ എപ്പോഴും കാളൽതന്നെ, കുടലിൽ മുളകരച്ചു തേച്ചപോലെ...

ഈ ഉപദ്രവം പട്ടാളത്തിൽ ചേരുന്നതിനുമുമ്പുണ്ട്. യുദ്ധം അവസാനിച്ചതോടെ ഫാക്ടറിയിൽ റീട്രെഞ്ച്മെന്റു നടന്നു. ജീവിക്കണ്ടെ? അച്ഛൻ, അമ്മ, അനിയന്മാർ, പെങ്ങൾ...

അന്ന് ഇത്ര ഭയങ്കരമായിട്ടില്ല. ഭയങ്കരമാവുമെന്ന് ഉദ്ദേശിച്ചുമില്ല. എന്നാൽ ഇപ്പോൾ ഞാനോർക്കയാണ്, അതാണ് ഇതിന്റെ തുടക്കമെന്ന്.

ഡോക്ടർ ബാസുവിനെ അറിയിച്ചോ? ഓ, അതാണ്... ഞാൻ പറകയായിരുന്നു. പട്ടാളത്തിൽ ഭൂതദയ ഞാൻ പ്രതീക്ഷിച്ചിരുന്നില്ല. അങ്ങേഅറ്റം എനിക്ക് മുറിവോ ചതവോ ഇല്ല. ചൂടില്ല. എന്റെ സുഖക്കേട് കാണാവുന്നതല്ല.

കണ്ണിനു മുമ്പിൽ ഞങ്ങൾ കിടന്നു പൊരിയുമ്പോൾ പുളകം കൊള്ളുന്ന ജമീന്ദാരുടെ മക്കളുടെ അടുത്തേക്കാണ് ഞാൻ ചെല്ലുന്നത്.

സാബ്, വയറു വേദനിക്കുന്നു.

ഞാൻ മക്രയാണ്. മക്ര! അതേ സാർ, അവർ തിരിച്ചടിക്കും ഞാൻ മക്രയാണെന്ന്. തീർന്നു!

തണുപ്പുകാലത്താണ് എനിക്കീ സുഖക്കേടു വരുന്നത്. എന്നുവെച്ചാൽ സഹിക്കാൻ പാടില്ലാതാകുന്നത്. വേദന എന്നും ഉണ്ട്. സഹിക്കാം. തണുപ്പ് അധികമായോ, തുലഞ്ഞു!

കഴിഞ്ഞകൊല്ലം ഉണ്ടായി. അന്നെന്റെ ടെക്ക്നിക്കൽ ട്രെയിനിംഗ് നടക്കയാണ്. ഞാൻ ഒരു ദിവസം സിക്റിപ്പോർട്ടു പോയി. അതിന്റെ പിറ്റേന്നു ചെന്നപ്പോൾ ഡോക്ടർ എന്നെ ശകാരിച്ചു.

എടാ മക്രാ!

സാബ് എനിക്കു വയ്യാഞ്ഞിട്ടാണെന്ന് ഞാൻ പറയാൻ തുടങ്ങുമ്പോൾ അദ്ദേഹം ഷട്ടപ്പ് വിളിച്ചു. ഇനി മിണ്ടിയാൽ എന്റെ ചാർജ്ഷീറ്റെഴുതാൻ കമ്പനി കമാണ്ടർക്കു ഫോൺ ചെയ്യും. എന്നെ കോർട്ടുമാർഷൽ ചെയ്യും... ഡോക്ടർ ഇല്ലെന്നു പറയുന്ന സുഖക്കേട് ഉണ്ടെന്നു പറയുന്ന എന്നെ...

ഞാൻ കുനിഞ്ഞു. ഇടത്തെ കൈകൊണ്ടു വയറമർത്തിക്കൊണ്ടു മടങ്ങി പ്പോന്നു. സ്ക്വാഡ് ഇൻസ്പെക്ടറും ടെക്നിക്കൽ ഹവീൽദാർ മേജറും എന്നെ ശകാരിച്ചു. ഇനി സിക്റിപ്പോർട്ടുചെയ്താൽ എന്നെ ലിഗേറ്റു ചെയ്യും...

ബാരക് കമാണ്ടർക്ക് എന്നെ അറിയാമായിരുന്നു. അദ്ദേഹം എന്നെ സ്പെഷ്യൽസിക്കയച്ചു. അവിടെച്ചെന്നാൽ അഭിനയിക്കാൻ ഉപദേശിച്ചു. എന്റെ സ്നേഹിതന്മാരും പറഞ്ഞിരുന്നു. അവരെന്നെ ചീത്തപറഞ്ഞു. നേരെ ചൊവ്വേ അങ്ങു പറഞ്ഞാൽ ഡോക്ടർക്ക് ദേഷ്യം വരും. അതുകൊണ്ട് അഭിനയിക്കണം. കെഞ്ചണം. കാലുപിടിക്കണം. കാക്കപിടിക്കണം... എന്റെ കുടൽ വേവുകയാണ്, ഞാൻ കാക്കപിടിക്കണം...

ഏതിനും അന്നത്തെ സ്പെഷ്യൽ സിക്ക് റിപ്പോർട്ടിൽ എന്നെ ആശു പത്രിയിൽ എഡ്മിറ്റു ചെയ്തു. ഓ!

എന്നിട്ടെന്താ എട്ടാമത്തെ ദിവസം എന്നെ തിരിച്ചയച്ചു. പട്ടിണികിടന്ന ക്ഷീണം അധികം. സുഖക്കേടു പോയപ്പോഴത്തേതു തന്നെ.

മെഡിക്കൽ വാർഡിലെ ഡോക്ടർ പറഞ്ഞു, ഞാൻ മക്രയാണെന്ന്... ചുമ്മാ ഗവണ്മെന്റിന്റെ ചോറു തിന്നുകൂടാൻ എടുക്കുന്ന വേലയാണെന്ന്...

ഇല്ല. ഒരു ടെസ്റ്റും ഉണ്ടായില്ല. ആദ്യത്തെ ദിവസം ഡോക്ടർ റൗണ്ടിനു വന്നപ്പോൾ എന്നെ ഒന്നു നോക്കി. എന്താടാ എന്നു ചോദിച്ചു. ഞാൻ പറയാൻ തുടങ്ങുകയായിരുന്നു. ആൾറൈറ്റ്, ഇൻഡൈജസ്ഷൻ എന്നു പറഞ്ഞ് അദ്ദേഹം നേഴ്സിനോട് എന്തോ പറഞ്ഞു. മൂന്നാമത്തെ ദിവസം റൗണ്ട് ചെയ്യുമ്പോൾ ഞാൻ പറഞ്ഞു, എനിക്കു ഭേദമില്ലെന്ന്. അദ്ദേഹം നേഴ്സിന്റെ നേരെ തിരിഞ്ഞ് എന്തു മരുന്നാണ് എനിക്കു തരുന്നതെന്നു ചോദിച്ചു... ആൾറൈറ്റ്, സുഖമാവും എന്നു പറഞ്ഞുനടന്നു. ഏഴാമത്തെ ദിവസം സുഖമായില്ലേടാ എന്നാണ് ചോദിച്ചത്. ഇല്ല സാർ, എന്നു ഞാൻ തുടങ്ങിവെച്ചപ്പോൾ, ഓ, അദ്ദേഹം... അദ്ദേഹം ഒരു തട്ടിക്കയറ്റം. ഏഴു ദിവസമായി വിറ്റാമിൻ ഏയും ബീയും തട്ടിവിടുന്ന എനിക്ക് എല്ലാം മാറി യിട്ടുണ്ട്. ഞാൻ കളിപ്പിക്കുകയാണ്. ഗവണ്മെന്റിന്റെ...

ഡോക്ടർ. ഗവണ്മെന്റിന്റെ ആശുപത്രിയാണ്. ഗവൺമെന്റിന്റെ പട്ടാള മാണ്. പട്ടാളത്തിന്റെ ആശുപത്രിയിൽ എപ്പോഴും നാട്ടുകാരുടെ കാറും വരും.

കാറിൽ വരുന്നതു പണക്കാരാണ്. കാറിന്റെ ശബ്ദംകേട്ടാൽ ഡോക്ടർ മുറ്റത്തുണ്ട്. ഓ, എന്തൊരു സ്വീകരണം! എന്തൊരു ഉപചാരം! വരുന്ന മാന്യനെ ഓഫീസിലേക്കു കൊണ്ടുപോകയായി. അയാൾ തിരിച്ചുപോകുമ്പോൾ മരുന്നുകൊണ്ടുപോകുന്നതു ഞാൻ കണ്ടിട്ടില്ല. കൊണ്ടുപോകുന്നു എന്നു പറഞ്ഞു കേട്ടു. ഡോക്ടർ പണക്കാരായ നാട്ടുകാരെ രഹസ്യമായി ചികിത്സിക്കയാണെന്ന്! എനിക്കനുഭവമില്ല. എന്റെ വാർഡിലെ നേഴ്സിങ്ങ് ഓർഡർലി പറയാറുണ്ട്. ഡോക്ടർ പറഞ്ഞുപോലും, ഞങ്ങൾക്ക്-സിപ്പായികൾക്ക് ചിക്കൻ കൊടുക്കേണ്ട എന്ന്. അതു വളരെ ശരിയാണെന്നുതോന്നി. എന്റെ നാട്ടിൽ നല്ല കോഴി മുതലാളിക്കാണ്. അവർക്കേ കോഴിമാംസത്തിന്റെ രുചി അറിയൂ; അറിയുവാൻ പാടുള്ളൂ. മുതലാളിയുടെ മകനായ ഡോക്ടർ സിപ്പായികൾക്കു കോഴി മാംസം നിഷേധിച്ചത് ഏറ്റവും ന്യായമാണ്...

ഏതായാലും... എന്താ ഞാൻ പറഞ്ഞത്... എന്നെ തിരിച്ചയച്ചു. എനിക്കു വയറുവേദനയാണ്, പൊക്കിളിനു മീതെയാണു വേദന. അധികമാകുമ്പോൾ എവിടെയാണെന്നറിയില്ല. വയറ്റിലെല്ലാടത്തും തീപ്പന്തം വലിക്കുന്നപോലെ...

ഊണു വേണ്ട, ചായ വേണ്ട. പാൽ കുടിക്കാം. റൊട്ടി തിന്നാം. കേന്റീനിൽ പണം മുടക്കിയേ പറ്റൂ. വിശന്നു പൊരിയുമ്പോൾ എന്തെങ്കിലും കഴിക്കണം. അപ്പോഴെല്ലാം വീടിന്റെ ഓർമ്മവരികയാണ്. അച്ഛൻ, അമ്മ, അനിയന്മാർ, പെങ്ങൾ... മാസം പിറക്കുമ്പോൾ അവരെന്റെ മണിയോർഡർ കാത്തിരിക്കും...

അതുകൊണ്ടാണ് ഞാനിത്ര മോശമായത്. എന്റെ കൺപോളകൾ ചുളിഞ്ഞതും കവിളൊട്ടിയതും അതുകൊണ്ടാണ്. ഞാൻ കണ്ണാടിയിൽ നോക്കാറില്ല. എന്തിനാ ഈ പാരവശ്യം കാണുന്നത്? ഒരിക്കൽ ഞാനൊരു തടിമിടുക്കനായിരുന്നു. ഗ്രൗണ്ട് എക്സർസൈസ് എല്ലാം എടുത്തിരുന്നു. ഗദ വീശിയിരുന്നു. ഉറച്ച മാംസപേശികളും വിരിഞ്ഞ നെഞ്ചും പുറവും ഉണ്ടായിരുന്നു....

എന്റെ കൺപോളകൾ നോക്കൂ ഡോക്ടർ. ഓ, ഇപ്പോൾ ഇല്ല. ഇതെപ്പോഴും എഴുന്നുനിന്നിരുന്ന മാംസളമായിരുന്ന, ഒരു കാലം എനിക്കുണ്ടായിരുന്നു.

എന്റെ ശരീരം പോയി. എനിക്കൊരു കുടുംബം പുലർത്താനുണ്ട്.

വായനയോ? അതു നിർത്താൻവയ്യാ. ഇപ്പോഴും അതാണ് എന്റെ പുറം ചെലവ്. പുസ്തകങ്ങൾ, പത്രങ്ങൾ, മാസികകൾ...

സമയം ഇല്ലെന്ന് ഞാനും സമ്മതിക്കുന്നു. സമയം ഇല്ല. ട്രെയിനിങ്ങു കഴിഞ്ഞാലുണ്ടാവുമെന്ന് ആശിച്ചിരുന്നു. ഇവിടെ ഞങ്ങളുടെ ഓസി പറകയാണ്, നിങ്ങൾ ഇരുപത്താറു മണിക്കൂർ ജോലിചെയ്യണമെന്ന്.

ഇരുപത്താറു മണിക്കൂർ ജോലിചെയ്യുന്നതിനെപ്പറ്റി എനിക്ക് ആക്ഷേപമില്ല. എന്റെ നാടിനുവേണ്ടി, എന്റെ ഗവണ്മെന്റിനുവേണ്ടി, ഇരുനൂറു കൊല്ലങ്ങൾക്കുശേഷം കിട്ടിയ എന്റെ സ്വാതന്ത്ര്യത്തിനുവേണ്ടി... ഡോക്ടർ ഞാനൊരു പട്ടാളക്കാരനാണ്.

ജോലിയെക്കുറിച്ച് ആർക്കും എന്നോട് ആക്ഷേപമില്ല. പെരേഡ് ടൈമിന് അഞ്ചുമിനിറ്റുമുമ്പ് ഞാനെപ്പോഴും തയ്യാറാണ്. ഫൈറ്റിംഗ് ചെയ്യാനാണെങ്കിൽ ഞാനെടുക്കുന്നത് മൂന്നുപേരുടെ വേലയാണ്. ഡ്യൂട്ടിയിൽ ഓരോ നിമിഷവും ഞാൻ ഉഷാറാണ്. എല്ലാറ്റിലും എനിക്ക്, ഈ കമ്പനിയിൽനിന്ന് സബാഷ് കിട്ടിയിട്ടുണ്ട്...

പക്ഷേ, ഡോക്ടർ, തിങ്കളാഴ്ച സിക്ക്റിപ്പോർട്ട് പോണമെന്നു പറഞ്ഞപ്പോൾ, ഞങ്ങളുടെ ഹവീൽദാർ മേജർ പറകയാണ്, ഞാൻ മക്രയാണെന്ന്, പോകാൻപാടില്ലെന്ന്, ശനിയാഴ്ച റിപ്പോർട്ടു ചെയ്യേണ്ടിയിരുന്നു എന്ന്.

നിങ്ങൾ ഡോക്ടറാണല്ലോ. തിങ്കളാഴ്ച കാലത്ത് സിക്ക് റിപ്പോർട്ട് പോകുന്നതായിരിക്കുമെന്നു ശനിയാഴ്ച സന്ധ്യക്കു റോൾക്കാളിൽ റിപ്പോർട്ടുചെയ്യണം!

ഞായറാഴ്ച റോൾക്കാൾ ഇല്ല.

ശനിയാഴ്ച ഞാൻ പുറത്തുപോയി. എനിക്കൊരു പുസ്തകം വാങ്ങേണ്ടിയിരുന്നു.

യശ്പാലിന്റെ ഫൂലോംകാ കുർതാ.

പുസ്തകം വാങ്ങി തിരിച്ചുവന്നപ്പോഴേക്കും റോൾക്കാൾ കഴിഞ്ഞു. ഉണ്ണാൻപോയി. വേണ്ട എന്നു തോന്നുക. സാരമില്ലെന്നുവച്ചു. എപ്പോഴെങ്കിലും ഒരുനേരം ഉണ്ണാതിരിക്കുന്നതു നന്ന്.

മടങ്ങുമ്പോൾ മനംമറിയുന്നുണ്ട്. കിടന്നു. കിടപ്പുറയ്ക്കുന്നില്ല. നെഞ്ചിലൊരു പൊരിച്ചൽ. ഛർദ്ദിച്ചു. ഓ! എന്റെ ചരിത്രം ആവർത്തിക്കുകയാണ്.

പിന്നെ, ഇന്നെന്താഴ്ചയാണ്? ഇന്നേക്കേഴുനാളായി ഞാൻ ഊണു കഴിച്ചിട്ട്.

ഓ, തിങ്കളാഴ്ചയല്ലേ?

ഞായറാഴ്ച കഴിഞ്ഞുകൂടി. ഞാനുദ്ദേശിച്ചു. ഇതങ്ങുപോയേക്കുമെന്ന്. അതുകൊണ്ട് സെറിമോണിയൽ പെരേഡിനു വേണ്ട ഒരുക്കങ്ങൾ ചെയ്തു. പക്ഷേ, തിങ്കളാഴ്ച ഉണർന്നപ്പോൾ എണീക്കാൻ വയ്യ. കാലുംകൈയും കഴയ്ക്കുന്നു. ഞരമ്പുകൾ കിരുകിരുക്കുന്നു.... സെറിമോണിയൽ പെരേഡിനു പോണം. ആവില്ല.

സെക്ഷൻ കമാണ്ടർ പറഞ്ഞു. സിക്ക്റിപ്പോർട്ടു പോയേക്കാൻ. ഹവീൽദാർ മേജരോട് റിപ്പോർട്ടു ചെയ്യണം.

ഞാൻ ഹവീൽദാർ മേജരുടെ അടുത്തുപോയി!

എന്തിന് അധികം പറയുന്നു? അദ്ദേഹം എന്തെല്ലാമോ പറഞ്ഞു. മക്ര, കള്ളൻ, നാണമില്ലാത്തവൻ... അവസാനം എന്നെ സുബേദാരുടെ അടുത്തുകൊണ്ടുപോയി. ഞാൻ ശനിയാഴ്ച റിപ്പോർട്ടു ചെയ്തിട്ടില്ല! പെരേഡ് തപ്പിക്കാൻ സൂത്രമെടുക്കുകയാണ്. ഇങ്ങനെ തുടരുകയാണെങ്കിൽ വേണ്ട നടപടിയെടുത്ത് എന്നെ ശുദ്ധിചെയ്യുന്നതാണ്... ഏതായാലും സിക്ക് റിപ്പോർട്ടിന്നയച്ചു!

നാലാമത്തെ ദിവസമാണ് എന്നെ അഡ്മിറ്റു ചെയ്തത്. എ.ഐ.റൂമിലെ ഡോക്ടർക്ക് എന്നെക്കൊണ്ടു പൊറുതിമുട്ടി എന്നു തോന്നുന്നു. എന്തൊരു

ഗതികേടാണെന്നു നോക്കൂ. ഹവിൽദാർ മേജർ പറയുന്നു, ഞാൻ നാണം കെട്ട കള്ളനാണെന്ന്! സുബേദാർ എന്നെ പഠിപ്പിക്കാൻ കാത്തിരിക്കുന്നു! നാലാമത്തെ ദിവസം ഡോക്ടർ ചോദിക്കയാ, ഇവർ ഇന്നും ഉണ്ടോ എന്ന്. അങ്ങനെയല്ല, ഛേ! ഇവൻ ഇന്നുമുണ്ടോ എന്നാ ചോദിച്ചത്. ആ, സാബ് എന്നു ഞാനും തുടങ്ങി. രണ്ടാലൊന്നുവരട്ടെ എന്നു തീർച്ചയാക്കിയിരുന്നു. ഇദ്ദേഹവും എന്റെ ചാർജ്ജ്ഷീറ്റ് എഴുതട്ടെ! കോർട്ടുമാർഷൽ നടത്തട്ടെ. ഞാൻ എന്തൊക്കെയോ പറഞ്ഞു. ഡോക്ടർ എന്തൊക്കെയോ തട്ടിക്കേറി ക്കൊണ്ടിരുന്നു. ഒടുവിൽ ശവം തുലഞ്ഞുപോട്ടെ എന്ന് ഉറക്കെ പിറു പിറുത്തുകൊണ്ട് അദ്ദേഹം എഡ്മിറ്റ് എന്നെഴുതി.

എന്റെ കുടുംബത്തിന്റെ ഭാഗ്യം! അവർ മണിയോർഡർ കാത്തിരിക്ക യാണ്. അതെന്റെ ചുമതലയാണ്. ഈ ഒരാഴ്ചതന്നെ, ഈ രണ്ടുനേരം കേന്റീനിൽനിന്നു പാലു വാങ്ങിയിട്ടുണ്ട്. പണം അധികമാവുകയാണ്. അച്ഛന്റെ എഴുത്തും വന്നിട്ടുണ്ട്... ഇനി ആശുപത്രിയിൽ കിടക്കാമല്ലോ. കഴിഞ്ഞ കൊല്ലത്തെ കഥ ഓർക്കാതല്ല. ഇനിയും പ്രതീക്ഷിക്കുക. ഡോക്ടർ, ഞാൻ പ്രതീക്ഷയിൽ കൂടെയാണ് ജീവിക്കുന്നത്.

വാർഡിൽ വന്നപ്പോൾ ആരോ നിങ്ങളുടെ പേരു പറയുന്നതു കേട്ടു.

ഡോക്ടർ ബാസു!

എന്റെ അകം കുളിർത്തു. നിങ്ങളുടെ പേരുള്ള ഡോക്ടർ ബാസു ചൈനയുടെ എട്ടാംപടയോടൊപ്പം ജീവിച്ചിട്ടുണ്ട്.

എന്താ ഡോക്ടർ, നിങ്ങളെന്നെ നോക്കുന്ന്?

ങ്ഏ? എനിക്ക് ആശയ്ക്കവകാശമില്ലേ? ■

തേവിടിശ്ശി

സമുദായം ജാനകിയെ ഒറ്റപ്പെടുത്തി: അവൾ വിവാഹം ചെയ്തത് ഒരു മുഹമ്മദീയ യുവാവിനെയാണ്. അയാൾ ഒരു ഫാക്ടറി തൊഴിലാളിയായി രുന്നു. പട്ടണത്തിൽ ഫാക്ടറിക്കടുത്ത് അവർ താമസിച്ചു... അയാൾ മരിച്ചു. അല്ല, അയാളെ തൂക്കിക്കൊന്നു.

കൊലപ്പുള്ളി!

ഫാക്ടറിയിൽ പണിമുടക്കുണ്ടായി. പ്രക്ഷോഭണവും... ജനക്കൂട്ടത്തെ വെടിവെക്കുമ്പോൾ പോലീസുദ്യോഗസ്ഥൻ കൊല്ലപ്പെട്ടു. വെറും കല്ല്! ഒരു തൊഴിലാളിയുടെ കവണയിൽനിന്ന് തെറിച്ച വെറും കല്ല്! കൈത്തോക്കു തെറിച്ചു. ഉദ്യോഗസ്ഥൻ വീണു... ജാനകിയുടെ ഭർത്താവിനെ തൂക്കിലിട്ടു.

വിധവ!

പട്ടണം, വാടകപ്പുര, തൊഴിലില്ലായ്മ!

ഉണ്ടായിരുന്ന ചില്ലറ പണ്ടങ്ങളും വീട്ടുസാമാനങ്ങളും അവൾ വിറ്റു. ശേഷിച്ച വസ്തുവകകൾ ഒതുക്കിക്കൂട്ടി മാറാപ്പാക്കി. പിഞ്ഞിയ കല്യാണ പ്പുടവയിൽ പൊതിഞ്ഞ ഭർത്താവിന്റെ ഫോട്ടോവായിരുന്നു അതിനുള്ളിലെ ഏറ്റവും വലിയ നിധി. അവൾ കുഞ്ഞിനേയുമെടുത്തു പുറപ്പെട്ടു, താൻ ജനിച്ചു വളർന്ന നാട്ടിൻപുറത്തേക്ക്.

പൊറുക്കാൻ ഒരു വീട് – അതായിരുന്നു അവളുടെ ആവശ്യം.

തെങ്ങിൻതോട്ടങ്ങൾ, നെല്പാടങ്ങൾ, കവുങ്ങിൻതോപ്പുകൾ, പാഴ്പറമ്പുകൾ, കുന്നുകൾ – ആ ഗ്രാമം സൗഭാഗ്യം തികഞ്ഞൊന്നാണ്. രണ്ടുനില കെട്ടിടങ്ങൾ തുടങ്ങി ചുങ്കപ്പുരപോലുള്ളവവരെ അഞ്ഞൂറിൽപ്പരം വീടുകൾ: ഓടും ഓലയും പുല്ലും വൈക്കോലും മേഞ്ഞിട്ടുള്ള പലേതരം വീടുകൾ.

അവൾ കയറിയിറങ്ങാൻ തുടങ്ങി.

"തേവിടിശ്ശി!"

ചിലർ അവളെ ആട്ടിപ്പായിച്ചു. ഒരു കൂട്ടർ ചുമ്മാ സൊല്ലയുണ്ടാ ക്കരുതേ എന്നപേക്ഷിച്ചു. മറ്റു ചിലർ ഒരു പാകവുമില്ലെന്നു സന്താപത്തോടെ അറിയിച്ചു.

വാടിത്തളർന്ന കുഞ്ഞിനെ തോളിലിട്ട്, മാറാപ്പു തലയിലേറ്റി, അവൾ നടന്നു. തളരാതെ, നിരാശത കൂടാതെ. മരിക്കുന്നതിനുമുമ്പ് അവളുടെ ഭർത്താവ് ഊന്നിയൂന്നി പറയാറുണ്ട്: "മനുഷ്യൻ ജീവിക്കും. എന്തു കൊണ്ടെന്നാൽ അവൻ ജീവിച്ചേ തീരൂ. ഭീരുവാകരുത്..."

വഴിയിൽ കണ്ടെത്തിയ മാന്യന്മാരോടും അവൾ തന്റെ അവസ്ഥ വിവരിച്ചുകൊടുത്തു.

ഗ്രാമത്തിന്റെ കിഴക്കേ അതിർത്തിയിൽ മൂന്നു കുന്നുകളുണ്ട്. വടക്കേ ക്കുന്നിന്റെ തെക്കേപ്പള്ളയിലുള്ള പാപ്പറമ്പാണ് അത്. അവിടെ ഒരു വെണ്ണീർപ്പുര ഉണ്ടായിരുന്നു ആവശ്യമില്ലാത്തതുകൊണ്ട് അതിന് ഉമ്മറം പണിതിട്ടില്ല, ഒരാടിനും അതിന്റെ കുട്ടിക്കും കിടക്കാം അതിനകത്ത്. അരച്ചു വരും കട്ടിളയില്ലാത്ത പ്രവേശനദ്വാരവും മേൽക്കൂരയും – വീട്! അവൾ അതിൽ പൊറുതി തുടങ്ങി.

അവൾ വീടൊന്നു പരിഷ്കരിക്കയുണ്ടായി. പ്രവേശനദ്വാരത്തിൽ ഒരോല വാതിൽ, അകത്ത് ഒരടുപ്പ്. ഉടുതുണികളും ഭർത്താവിന്റെ ഫോട്ടോ ഉള്ളിൽവെച്ചു മടക്കിയ കല്യാണപ്പുടവകളുടെ മാറാപ്പും തൂക്കിയിടാൻ ഇല്ലി കൊണ്ട് ഒരു അയ. മുളംകഴുക്കോലിൽ ഒരു ഉറി... പരിഷ്കരണം കഴിഞ്ഞു.

ഒട്ടകലെയുള്ള മെയിൻറോഡിൽനിന്നു തുടങ്ങി കുന്നുകളെ കൂട്ടി യിണക്കിക്കൊണ്ടു ഗ്രാമത്തിന്റെ ഉള്ളിലോട്ടു നീങ്ങുന്ന പഞ്ചായത്തുപാത ആ പാഴ്പറമ്പിന്റെ കിഴക്കേ അതിരിൽക്കൂടെ തെക്കോട്ടു പോകുന്നു. തൊട്ടു തൊട്ടു വെച്ചിട്ടുള്ള പറങ്കിമാവുകളാണ് വേലിത്തറിയായി ഉപയോഗപ്പെടു ന്നത്. പാതയിലേക്ക് കടക്കാനുള്ള ഗേറ്റ് പറമ്പുടമസ്ഥൻ പറങ്കിത്താഴിട്ടു പൂട്ടിയിടും. അയാളോ കൂലിക്കാരോ വന്നാലേ തുറക്കൂ. അവൾക്കു പുറത്തു പോണം. അതയാളുടെ കാര്യമല്ല. പിന്നെ പാർപ്പിച്ചതെന്തിനേ എന്ന്.

അവൾക്കുവേണ്ടി ശുപാർശ ചെയ്തത് ഒരു വക്കീല്. അദ്ദേഹത്തിന്റെ മുമ്പിൽ അയാൾക്ക് ഇനിയും ചെല്ലേണ്ടിവരും. വേലി നാശമാക്കരുത്, പൈക്കൾ ചാടുന്നതു നോക്കണം എന്നൊക്കെയാണ് അയാൾ അവൾക്കു നല്കിയിട്ടുള്ള നിർദ്ദേശങ്ങൾ. പറങ്കിമാവിന്റെ കൊമ്പിൽകൂടെ പുറത്തു ചാടാം! കുട്ടിയെക്കൂടെ എടുക്കേണ്ടിവരുന്നു. ഇത്തിരി വിഷമിക്കതന്നെ. എന്നാലും അവൾ വേലിയെ ഉപദ്രവിക്കാറില്ല.

അവളുടെ ഏറ്റവും അടുത്ത അയൽക്കാർ അരനാഴിക അകലെയാണ്. നടുവിൽക്കുന്നിന്റെ നെറുകയിലുള്ള രണ്ടു വീട്ടുകാർ. അവർ അവളുടെ വീട്ടിൽ വന്നിട്ടില്ല. അവൾ പുറത്തുപോകുമ്പോൾ ആ ഓലപ്പുരകളുടെ മുമ്പിൽ നില്ക്കും. മുറ്റത്തും മാവിൻതണലിലും ഇരുന്നു കളിക്കുന്ന ചെമ്മണ്ണിന്റെ സന്താനങ്ങളോട് ചോദിക്കും:

"ഇവിടെ ആരുമില്ലേ?"

അവർ പറയും:

"ഒക്കെ പണിക്ക്വോയി."

"എപ്പഴാ വര്?"

"അന്തിമയങ്ങ്യാ."

"എപ്പൊപ്പോയതാ?"

"പൊലർച്ചാമ്പൊ."

"ഇങ്ങനെ ഒരു തള്ളയും കുട്ടിയും ആ പറമ്പിൽ താമസിക്കുന്നുണ്ടെന്നു അവര് വരുമ്പോ ഒന്നു പറയണേ."

ആ രണ്ടു വീട്ടുകാരും അവളോട് സ്നേഹമായി. വടക്കേതിൽ താമസിക്കുന്നത് ഒരു മീൻചുമട്ടുകാരൻ. തെക്കേതിൽ ഒരു കാവുകാരൻ. മീൻ ചുമട്ടുകാരൻ പുലരുമ്പോൾ കടപ്പുറത്തേക്കു പോയാൽ മടങ്ങിവരുന്നതു പാതിരയ്ക്ക്. വെള്ളിയാഴ്ചയാണ് അവൾ അയാളെ കണ്ടത്. കാലത്ത്. അന്നു പള്ളിയിൽ പോയിട്ടേ അയാൾ കച്ചവടത്തിനു പോകൂ. ചിലപ്പോഴൊക്കെ പോയില്ലെന്നും വരും. അയാളുടെ ഉമ്മ പണിക്കുപോയാൽ അന്തിമയങ്ങുന്നതോടെ മടങ്ങിയെത്തും. കാവുകാരനു ഒഴിവുദിവസങ്ങൾ ഇല്ലേയില്ല. തീർച്ചപ്പെട്ട ജോലിയുമില്ല. കല്ല്, മണ്ണ്, ചകിരി, ചാണകം - അങ്ങനെ പലതും. ചുമക്കുക, പണിയന്വേഷിക്കുക. അയാളിത്തിരി മോന്തും. പാതിരയ്ക്കുമുമ്പ് വീട്ടിലെത്തും. അയാളുടെ ഭാര്യ അന്തിമയങ്ങുന്നതോടെ മടങ്ങിയെത്തുന്നു. കാലത്തെ കഞ്ഞി കൂടെ ചേർത്താണ് ആ രണ്ടു വീട്ടിലും അത്താഴം വെക്കുന്നത്.

ജീവിക്കാൻവേണ്ടി പന്ത്രണ്ടും പതിനാറും മണിക്കൂർനേരം വിയർപ്പു വാറ്റുന്ന മനുഷ്യർ! അവളുടെ ഭർത്താവ് ജോലിചെയ്തിരുന്ന ഫാക്ടറിയിൽ പണിമുടക്കിയപ്പോൾ, "വേലസമയം എട്ടുമണിക്കൂറാക്കുക" എന്നു മുഴങ്ങിക്കേട്ടിട്ടുണ്ട്. അവർക്കോ പത്തു മണിക്കൂർ വേലയാണ് ഉണ്ടായിരുന്നത്. "അപ്പോൾ ഇവരോ?" അവൾ ഓർക്കയാണ്.

അവൾ അവരോടു വെവ്വേറെ പറഞ്ഞു. "എന്തെങ്കിലും പണിയുണ്ടെങ്കിൽ വിളിക്കണേ. കുഞ്ഞിനെ ഇവിടെ കൊണ്ടുവന്നാൽ കുട്ടികൾ നോക്കൂലോ."

അവൾ പോയാൽ അവർ അന്യോന്യം പറയും:

"എന്തൊരു ശ്രീയുള്ള പെണ്ണ്! ഒന്നു പെറ്റതാന്നു തോന്നൂല കണ്ടാൽ. ഒറ്റയ്ക്കാവീട്ടിൽ കിടന്നുറങ്ങുന്നൂലൊ!"

"ഓൾടെ മൊരക്കു നോക്കാൻ ഏതു പുരുസനാ തൈര്യം? നല്ലൊരു കരളുറപ്പുള്ളോളാ അവള്."

ജാനകി കരളുറപ്പുള്ള പെണ്ണുതന്നെയാണ്. ഒരു മുഹമ്മദീയനെ വിവാഹം ചെയ്താൽ സമുദായം നൽകുന്ന പ്രതിഫലം എന്തായിരിക്കും എന്നു അറിഞ്ഞിട്ടുതന്നെയാണ് അവൾ അയാളെ സ്നേഹിക്കാൻ തുടങ്ങിയത്. അവർ സഹപാഠികളായിരുന്നു. അവളെ ആകർഷിക്കാൻ അയാൾ മനഃപ്പൂർവ്വം ഒന്നും പ്രവർത്തിച്ചിട്ടില്ല. അയാളുടെ ചില ചില അഭിപ്രായങ്ങൾ - അവയോട് യോജിക്കുന്ന ഒരു ഭാര്യയെ അയാൾക്കു കിട്ടി.

"സംഹരിക്കുക - ആവശ്യമില്ലാത്തതും ഉപദ്രവകാരിയുമായ എന്തിനേയും സംഹരിക്കുക..." എന്നു തുടങ്ങുന്ന അയാളുടെ പ്രസംഗം - പ്രസംഗങ്ങൾ - അവളെ ആവേശഭരിതയാക്കി. വളരെ കഷ്ടപ്പെട്ടിട്ടാണ് അവൾ പഠിച്ചത്. സ്കൂൾസമയം വരെ ഓലമുടയും - സ്കൂളിൽനിന്നു വന്നാലും. രാത്രി വായിക്കും. ഒഴിവുദിവസങ്ങളിൽ അങ്ങാടികളിലേക്കു ഓലക്കെട്ടു ചുമക്കും. ഓണത്തിനും ക്രിസ്തുമസ്സിനും സ്കൂൾ പൂട്ടിയാൽ കൊയ്യാൻ പോകും. മധ്യവേനൽക്കല്പനക്കാലത്തു മണ്ണുകോരാനും. നൂറു നൂറുപേർ അവളെ അപഹസിച്ചു. അവളുടെ അമ്മയെ ഭീഷണിപ്പെടുത്തി. പ്രതിബന്ധങ്ങളെ എതിർക്കുക - അതായിരുന്നു ജാനകിയുടെ നയം. അനുഭവങ്ങൾ അതിന്റെ മൂർച്ചകൂട്ടി: വളരണമെങ്കിൽ, വികസിക്കണമെങ്കിൽ, പ്രതിബന്ധങ്ങളെ മുച്ചൂടും മുടിക്കണം. അവളെന്തു ചെയ്യും? സഹിക്കുക; എല്ലാമെല്ലാം ഓർമ്മിക്കുക; എണ്ണിയെണ്ണി പകരംവീട്ടാൻ അവൾ കാത്തിരുന്നു. അതിനെക്കുറിച്ചു കാമുകനുമായി വാദപ്രതിവാദങ്ങൾ നടത്തി. അവളുടെ അഭിപ്രായം തന്നെ അയാൾക്കും.

കോളറ അവളുടെ അമ്മയെ കൊന്നു. അയാൾ അവളെ വിവാഹം ചെയ്തു.

പിന്നത്തെക്കഥ!

അവർ നാട്ടിൽനിന്നു പോയി. അവളുടെ ഉടുപ്പോ പേരോ മാറ്റാൻ അയാൾ സമ്മതിച്ചില്ല: "മതം! ദൈവം!! മതവും ദൈവവും മനുഷ്യന്റേതാണ്. മതത്തിന്റേയും ദൈവത്തിന്റേയും മനുഷ്യനല്ല..."

അവരുടെ ജീവിതം സിനിമയുടേയും സാഹിത്യത്തിന്റേയും ഉടുപ്പഴിക്കുന്ന കഥകളിൽക്കൂടെയല്ല നീങ്ങിയത്. "മനുഷ്യനു ജീവിക്കാൻ?" അതായിരുന്നു പ്രശ്നം.

അവൾക്കു മൂന്നോ നാലോ മാസം ഗർഭമുണ്ടായിരുന്നപ്പോൾ ഒരു ദിവസം അയാൾ പറകയുണ്ടായി: "എന്റെ വഴിയിൽ വിലങ്ങടിക്കുന്നത് എന്റെ മകൻതന്നെയായാലും അവനെ കൊന്നു ഞാൻ മുമ്പോട്ടു പോകും."

"ഇതൊക്കെക്കേട്ടു വയറ്റിലുള്ളത് ഇപ്പോഴേ തീർന്നുപോവൂലോ!" അവൾ ആവലാതിപ്പെട്ടു.

"അവൻ അത്രയും ധീരനായിത്തീരും." അയാൾ മറുപടി പറഞ്ഞു.

അവൾ പത്തും തികഞ്ഞിരിക്കുമ്പോൾ, അയാൾ അവളെ വല്ലാതെ ഭയപ്പെടുത്തി. അന്നു അയാൾ പറഞ്ഞതാണ്: "ഒരു തേവിടിശ്ശി പത്തു മാസം ചുമന്ന് ആരുടേയും സഹായമില്ലാതെ പ്രസവിച്ച കുഞ്ഞിനെ അപ്പോഴേ ഞെക്കിക്കൊന്നാൽ, നിയമം വാളിളക്കും: പ്രജ അമ്മയുടേതല്ല, രാഷ്ട്രത്തിന്റെ! അമ്മയ്ക്ക് കുഞ്ഞിനെ പ്രസവിക്കാനുള്ള കടമയാണു ള്ളത്. കുഞ്ഞിനെ തീറ്റിപ്പോറ്റാൻ നിവൃത്തിയില്ലാതെ കൊന്നുകളഞ്ഞാൽ ആ അമ്മയുടെ നേരേയും നിയമം വാളിളക്കും: പ്രജ! അവൻ രാഷ്ട്ര ത്തിന്റെ!"

പറയുംതോറും അയാൾക്കു അരിശംവന്നുകൊണ്ടിരുന്നു.

"ഇതാണ് നിയമം: അച്ഛനമ്മമാർ മക്കളെ തീറ്റിപ്പോറ്റണം. ഉണ്ടെങ്കിൽ ഉള്ളപോലെ. ഇല്ലെങ്കിൽ ഇല്ലാത്തപോലെ രാഷ്ട്രത്തിന്നോ ആരുടേയും മുഖം നോക്കാതെ അവരെയിട്ടു കാക്കപിടിക്കാം, സംഹരിക്കാം, യുദ്ധ ങ്ങൾ നടത്താം..."

എന്നുമെന്നും അയാൾ പറയാറുണ്ട്: "....പക്ഷേ, മനുഷ്യനു ജീവിക്കാൻ വേണ്ടിയാണ് കൊല്ലുന്നതെങ്കിൽ, അതിനുവേണ്ടി മരിക്കാൻ ഞാൻ തയ്യാറായിരിക്കണം."

ഓ! അങ്ങിനെത്തന്നെ കലാശിച്ചു.

ജയിലിൽനിന്നു വാർഡർ മുഖാന്തിരം അയാൾ അവൾക്കെഴുതി: "....മനുഷ്യൻ ജീവിക്കും: അതു നിത്യസത്യമാണ്... ഞാൻ മരിച്ചാൽ - എന്നെ തൂക്കിലിട്ടാൽ - നിങ്ങളുടെ മുമ്പിൽ തടസ്സമാക്കുന്ന എന്തിനേയും തട്ടിമാറ്റാൻ നമ്മുടെ മകനെ വളർത്തുക..."

ആ എഴുത്ത്!

ഭർത്താവിന്റെ അന്ത്യമായ കല്പനയും ആശംസയും അഭിവാദ്യങ്ങളും അടങ്ങിയ ആ എഴുത്ത് അവളെ തികച്ചും ഒരമ്മയാക്കിമാറ്റി.

അവളുടെ മകൻ വളരുകയാണ്. അവൾക്ക് അവനെ വളർത്തണം. മനുഷ്യൻ ജീവിക്കുന്ന രാഷ്ട്രത്തിനുവേണ്ടി അവന്റെ അച്ഛൻ നിണ മണിഞ്ഞു. ആ രക്തസാക്ഷിയുടെ മകൻ - അവൻ വളരുകയാണ്!

ആ കുഞ്ഞ് കൊഞ്ചിക്കൊണ്ട് ചോദിക്കും: "അമ്മേ, അച്ഛനോ?"

ജാനകി എങ്ങനെ പറയും, മോനേ നിന്റെ അച്ഛനെ തൂക്കിക്കൊന്നൂടാ എന്ന്. അവൾ മുണ്ടുംമാറാപ്പഴിച്ചു പടമെടുത്ത് അവന്റെ കൈയിൽ കൊടുക്കും.

"ഇതാ മോനേ നിന്റച്ഛൻ!"

അവൻ അച്ഛനെ ഉമ്മവെക്കും. അച്ഛനോടു കിസ്സ പറയും. അവൻ അറി യുമോ, അത് അവന്റച്ഛന്റെ പടം മാത്രമാണെന്ന്!

അവൾ എത്ര പണിപ്പെട്ടാലും അവന്റച്ഛനെ അവൻ മടക്കിക്കൊടുക്കില്ല. ഒടുവിൽ അവൾ പറയും:

"മോനേ, അച്ഛനും മോനുംകൂടെ ഒന്നുറങ്ങ്യേ."

അവൻ അച്ഛനെ മാറത്തുവെച്ചു കുഞ്ഞിപ്പായിൽ കിടക്കും. തലോടും... ഉറങ്ങും, അവളുടെ കണ്ണുകൾ നിറഞ്ഞൊഴുകും. പടമെടുത്തു മുണ്ടും മാറാപ്പിൽ വെക്കും.

അവൻ ഉണർന്നാൽ:

"ന്റച്ഛനോ?"

വളരെപ്രാവശ്യം കറങ്ങിയതിനുശേഷം താൻ കണ്ടുപിടിച്ച പുതിയ ഉത്തരം അവൾ പറയും:

"പണിക്കു പോയീടാ മോനേ..."

എന്നാലും അവൻ കരയും. അവന് അവന്റച്ഛനെ കാണണം.

"നമുക്ക് ഉമ്മാമുണ്ണാൻ അരികൊണ്ടരാനല്ലേ, അച്ഛൻ പണിക്കു പോയീത്? അപ്പോ കരയ്യാ? അന്തിയാകുമ്പോ വരും."

അവൾ അവനെ അയൽപക്കത്തുള്ള വീട്ടിൽവിട്ടു പണിക്കു പോകും. അമ്മ മടങ്ങിവരുമ്പോൾ അവൻ വിളിച്ചുചോദിക്കും:

"അച്ഛനോ?"

"ഇപ്പൊ വീട്ടിൽ കാണും."

അവൾ അവനെ ഉമ്മവെച്ചുകൊണ്ടു നടക്കും.

II

അവനു സുഖക്കേടു പിടിച്ചു: ഗ്രഹണി!

ദിവസങ്ങൾ കഴിഞ്ഞു. അവൻ വാടുകയാണ്, വിളറുകയാണ്. അവന്റെ വയറ് ഉരുണ്ടുകൂടുകയാണ്.

അയല്ക്കാർ അവളെ പണിക്കു വിളിച്ചു. അവൾ പോയില്ല; എങ്ങനെ പോകും?

കഞ്ഞിവെക്കാൻ അരിയില്ല. അവൾ ഉണ്ണിത്തണ്ടു നുറുക്കുകയായിരുന്നു.

അന്നത്തെ അത്താഴം.

അവളുടെ മകൻ പഴയ സാരിവിരിച്ച ഒരു കുഞ്ഞിപ്പായിൽ തളർന്നു കിടക്കുന്നു. ഉയർന്നമരുന്ന അവന്റെ നെഞ്ചിൽ അവളുടെ കണ്ണീരിൽ കുളിച്ച ആ ഫോട്ടോ പറ്റിക്കിടക്കുന്നു. അച്ഛനെ നെഞ്ചിൽ അടക്കിക്കൊണ്ടുള്ള അവന്റെ ആ കിടപ്പ്! അവനെ വളർത്തണം. അവരുടെ വഴിയിൽ തടസ്സമുണ്ടാക്കുന്ന എന്തിനേയും തട്ടിനീക്കാൻ അവൾ അവനെ വളർത്തണം.

കഞ്ഞിക്കരിയില്ല; പണിക്കു പോകാൻ പാകമില്ല. അവർക്ക് ജീവിക്കാനുള്ള തടസ്സം – അത് അവൻതന്നെ ആയിത്തീർന്നു.

"കുഞ്ഞിനെ തീറ്റിപ്പോറ്റാൻ നിവൃത്തിയില്ലാത്ത ഒരമ്മ അവനെ ഞെക്കിക്കൊന്നാൽ...!!" അവളുടെ ഭർത്താവ് പറയാറുള്ള പരമാർത്ഥം! അതു വെറും അതിശയോക്തിയാണെന്നാണല്ലോ അവൾ വിചാരിച്ചിരുന്നത്!!

രാഷ്ട്രത്തിനു മുഖം നോക്കാതെ ഉപയോഗിക്കാൻവേണ്ടിയല്ല, മനുഷ്യൻ ജീവിക്കുന്ന പുതിയൊരു രാഷ്ട്രത്തെ സൃഷ്ടിക്കാൻ, അവന്റെ അച്ഛന്റെ പാരമ്പര്യം നിലനിർത്താൻ, അവൾ അവനെ വളർത്തുകയാണ്.

വ്യാമോഹം! അവൾക്കുതന്നെ ജീവിക്കാൻ അവനൊരു തടസ്സമായിരിക്കുന്നു.

ജാനകി ഞെട്ടിപ്പോയി.

"അം.... മ്മേ..."

കരഞ്ഞുകൊണ്ടാണ് അവൻ അവളെ വിളിച്ചത്.

"എന്തേ?"

അവൾ അവന്റെ അരികിലേക്കു പിടഞ്ഞുചെന്നു.

"ഹ്... ഉ... ഊൗം..."

അവൻ വിങ്ങിക്കരകയാണ്. തലയിട്ടു പിരട്ടുകയാണ്. അവൾ കുന്തിച്ചിരുന്നു മകനെ തലോടാൻ തുടങ്ങി. അവന്റെ കരച്ചിൽ നിന്നില്ല.

"ക്അടിക്ക്ണൂ അം...മേ..." അവൻ അവ്യക്തമായി പറഞ്ഞു.

ജാനകി വിരിപ്പും പായും പരിശോധിച്ചു.

ചിതൽ!

അവനെ ചിതൽ കടിക്കുന്നു.

"കിടന്നു ചാവാൻ അനുവദിക്കാതെ ചിതല് തിന്നൂന്നല്ലോന്റെ മോനെ." അവൾ കരഞ്ഞു. അവനെ നീക്കിക്കിടത്തി.

പിന്നേയും ഉണ്ണിത്തണ്ട് അരിയാൻ തുടങ്ങി. അവളുടെ തലച്ചോറിൽ അപ്പോഴും തീപുകയുകയായിരുന്നു. തടസ്സം!

"അംമ്മേ അച്ഛൻ..."

അവൾ ഒന്നാന്തിപ്പോയി.

അവനെ നീക്കിക്കിടത്തുമ്പോൾ എടുത്തുമാറ്റിയ ഫോട്ടോ വീണ്ടും അവന്റെ മാറിൽവെക്കാൻ അവൾ മറന്നുപോയതാണ്.

താൻ അരിയുന്ന ഉണ്ണിത്തണ്ടുപോലായി അവൻ. എന്നിട്ടും അച്ഛനെ ഓർക്കുന്നു. അവൾ പൊട്ടിക്കരഞ്ഞു.

കാൽപ്പെരുമാറ്റം.

അവളുടെ അയല്ക്കാരി! കാവുതൊഴിലാളിയുടെ ഭാര്യ.

"അവർ ഉണ്ണിത്തണ്ടു കണ്ടോ?"

അവൾ ഓടിച്ചെന്നു ഉണ്ണിത്തണ്ടു വാരിക്കൂട്ടി ചോറ്റുകൊട്ടയിലിട്ട് അടുപ്പിന്റെ മൂലയിലേക്കു കുതിച്ചു.

ആ സ്ത്രീയുടെ കൈയിൽ ഒരു തൊട്ടിയുണ്ടായിരുന്നു: അരി.

"ചേടത്തീ, എനിക്ക് - എനിക്ക് വേണ്ടാ."

ജാനകിയുടെ തൊണ്ടയിടറി.

ജീവിക്കാനുള്ള വിഷമങ്ങൾ നന്നായറിഞ്ഞിട്ടുള്ള ആ സ്ത്രീ സമ്മതിച്ചില്ല.

"ഉണ്ടാവ്മ്പോ മടക്കിത്തന്നോ."

നിശ്വാസങ്ങൾ, തേങ്ങലുകൾ, കണ്ണീർ... അവൾ അരി വാങ്ങിവെച്ചു.

ആ സ്ത്രീ അവളുടെ മകനെ പരിശോധിച്ചു.

"ഇനി കാത്തുവെയ്ക്കരുത്. വൈദ്യരെ കാണിക്കണം."

അതിനുശേഷം ആ നാട്ടിൻപുറത്തെ ബാലവൈദ്യനെക്കുറിച്ച് അവർ തമ്മിൽ സംസാരിച്ചു.

പ്രസിദ്ധൻ! സമർത്ഥൻ! അയാൾക്ക് ഒരു തോക്കുണ്ട്.

അയാളെ ജാനകി കണ്ടിട്ടുണ്ട്. ആ പാഴ്പറമ്പിലേക്കു മുയൽനായാട്ടിനാണെന്നും പറഞ്ഞ് അയാൾ തോക്കുമായി വരാറുണ്ട്. അയാൾ അവളോട് ബീഡിക്ക് തീ വാങ്ങിക്കാറുണ്ട്; ദാഹിക്കുമ്പോൾ വെള്ളം കുടിച്ചിട്ടുമുണ്ട്.

പിറ്റേന്നു കാലത്ത് അവൾ വൈദ്യരുടെ വീട്ടിലേക്ക് അവനെ കൊണ്ടുപോയി. വൈദ്യരുടെ മുമ്പിൽ ഒരുകൂട്ടം അമ്മമാർ, കൊച്ചു കൊച്ചു കുട്ടികൾ... അയാൾ ഓരോരുത്തരെയായി പരിശോധിച്ചു. അവളുടെ ഊഴം വന്നു.

അയാൾ പറഞ്ഞു:

"നിങ്ങളെ അവസാനം."

"എനിക്കല്ല, കുട്ടിക്കാ സുഖക്കേട് വൈദ്യരേ."

"നിങ്ങൾക്കുമുണ്ട്. തള്ളയുടെ അനാരോഗ്യമാണ് കുട്ടിക്കു രോഗമുണ്ടാക്കുക. ഈ കുട്ടിയുടേത് ഒരു ഭയങ്കരരോഗമാണ്. പ്രത്യേകം പരിശോധിക്കാനുണ്ട്."

പ്രത്യേകം പരിശോധിക്കേണ്ട ഭയങ്കരരോഗം! അവൾ ഞെട്ടിവിറച്ചു.

എല്ലാവരും പോയപ്പോൾ അയാൾ അവളെ മരുന്നുമുറിയിലേക്ക് വിളിച്ചു. കുട്ടിയെ നന്നേ പരിശോധിച്ചുവെന്ന് അവൾക്കും തോന്നി.

"അയ്മ്പതുറുപ്പിക ചെലവാകും." അയാൾ പറകയാണ്.

"അമ്പതോ?"

അവൾ മിഴിച്ചുപോയി.

"ആഃ എന്നാൽ രോഗം മാറ്റിത്തരാം... നിങ്ങൾക്കും ചികിത്സിക്കണം. ചെറുപ്പമാണ് നിങ്ങൾ. കണ്ടോ, എങ്ങനെ ഇരിക്കുന്നു? ഇത്ര ചെറുപ്പത്തിൽ എത്ര നാശമായിരിക്കുന്നു? ഉണങ്ങിയ സൗന്ദര്യം - അങ്ങനെയാണ് നിങ്ങളെക്കാണുമ്പോഴേ തോന്നുന്നത്. ആ- ആ വടക്കേക്കുന്നിൻ പള്ളിയിലല്ലേ താമസം?"

"എന്നെപ്പറ്റി എന്തിനാ വൈദ്യരേ ചിന്തിക്കുന്നത്?..."

"നിങ്ങൾക്കും ചികിത്സ വേണം. കുട്ടിക്കും ചികിത്സ വേണം. അമ്പതുറുപ്പിക വേണ്ടിവരും. അല്ലെങ്കിൽ..."

"അല്ലെങ്കിൽ?"

"ഊം."

"എന്താ വൈദ്യരേ, എന്റെ മോൻ..."

"ഊം."

അതു വിശ്വസിക്കാമോ? അവളുടെ മകൻ! ഭർത്താവിന്റെ അവസാനത്തെ എഴുത്തിലെ വാചകങ്ങൾ അപ്പോൾ അവളോർത്തു: "... നമ്മുടെ മകനെ വളർത്തുക. നിങ്ങളുടെ വഴിയിൽ തടസ്സമുണ്ടാക്കുന്ന എന്തിനേയും തട്ടിനീക്കാൻ നമ്മുടെ മകനെ വളർത്തുക."

എന്നിട്ട് വൈദ്യര് പറകയാണ്, അവളുടെ മകൻ മരിക്കുമെന്ന്!

"അയ്യോ... ന്റെ..." അവൾ അയാളുടെ മുമ്പിൽ കരഞ്ഞു.

"അതേ. എനിക്കു നിങ്ങളോട് വളരെ അനുകമ്പ തോന്നുന്നുണ്ട്. നിങ്ങൾ..." മരുന്നിനെഴുതാൻ ശ്ലോകമുരുവിടുന്നതുപോലെ അയാൾ എന്തോ വായിലിട്ടുരുട്ടി. അതിനുശേഷം പിന്നേയും തുടർന്നു.

"അതിനു വഴിയുണ്ടാക്കാം... ഉണ്ടാക്കണം."

"ആര്? ഞാനോ?"

"ഉം."

"എങ്ങനെ?"

"സുഖക്കേടു മാറും. മാറ്റാം. മരുന്നിനു ചെലവ്... ഉം... ഉം... ഞാനേക്കാം. ഒന്നു വരാൻ സമ്മതിച്ചാൽ മതി."

അവൾ!

ആവശ്യമില്ലാത്തതും ഉപദ്രവം ചെയ്യുന്നതുമായ എന്തിനേയും സംഹരിക്കണമെന്ന സിദ്ധാന്തത്തെ വിശ്വസിച്ചതുകൊണ്ടു തൂക്കിലേറിയ മനുഷ്യന്റെ ഭാര്യയാണ് ജാനകി.

ആ നിമിഷങ്ങൾ!

എന്തെല്ലാം ചിന്തകൾ, എന്തെല്ലാം വൈരുദ്ധ്യങ്ങൾ അവളുടെ ശിരസ്സിൽ കിടന്നു കറങ്ങിയെന്നു പിന്നീടൊന്നോർമ്മിക്കാൻ അവൾക്കു കഴിഞ്ഞിട്ടില്ല.

വ്യഭിചരിക്കണം!

ഭർത്താവ് അവൾക്കെഴുതിയിട്ടുണ്ട്: "നമ്മുടെ മകനെ വളർത്തുക."

വൈദ്യർ രക്തത്തിനും മാസത്തിനും വിലപേശിക്കഴിഞ്ഞു. എന്താണ് അവളെ തടയുന്നത്?

അവനെ വളർത്തണം. എന്തു ചെയ്താലും അവൻ വളരണം. അവൾ ഭാര്യല്ല. അമ്മയാണ്. അമ്മ!

പ്രതിബന്ധങ്ങളെ നേരിടണം. നശിപ്പിക്കണം. അവൾ അവനെ കൊന്നാൽ... അവൻ മരിച്ചാൽ... ഒരിക്കലും അരുത്. അവൻ ജീവിക്കണം. അവനെങ്കിലും മനുഷ്യൻ ജീവിക്കുന്ന രാഷ്ട്രത്തെ സൃഷ്ടിക്കാൻ തന്നാലാവുന്നത് നിർവ്വഹിക്കാൻ ജീവിക്കട്ടെ. അവൾ നശിച്ചാലും വേണ്ടില്ല - അതു സഹിക്കാം. അവൾ എന്തും സഹിക്കണം.

ജാനകി തീർച്ചയാക്കി.

അവൾ തല ഉയർത്തിയപ്പോൾ വൈദ്യർ അലക്ഷ്യമായി അവളെത്തന്നെ നോക്കിനില്ക്കുന്നു. അവളുടെ കണ്ണുകൾ ജ്വലിച്ചു.

അവന്റെ സുഖക്കേടുമാറി. അപ്പോൾ ജാനകിയെ വിടാതെ കൂടിയ ഒരാലോചന:

"ഒരു തേവിടിശ്ശി! പത്തുമാസം ചുമന്നു ആരുടേയും സഹായംകൂടാതെ പ്രസവിച്ച കുഞ്ഞിനെ അപ്പോഴേ ഞെക്കിക്കൊന്നാൽ..."

ഹൌ! ആ വാചകങ്ങൾ അവളുടെ തലച്ചോറു പിടിച്ചുകുലുക്കും. അവൾ ആശ്വസിക്കാൻ ശ്രമിക്കും: "അവനെ വളർത്താൻ." ■

ചാ പിലാവാ?

പഴകിപ്പോയ ഈ മിലിട്ടറി ബാരക്കിനോട് ഞാനെന്നും കടപ്പെട്ടവനാണ്. ഒന്ന്: എന്റെ ചോറ് ഇതിനകത്തു കിടക്കുന്നു. രണ്ട്: കഴിഞ്ഞ രണ്ടുകൊല്ല മായി ഇതിനകത്തു ജീവിക്കുന്നു. (ജോലിചെയ്യുന്നു എന്നാണ് പറയേണ്ടത്. ആരും രാപ്പകൽ ജോലിചെയ്യില്ലല്ലോ. അതുകൊണ്ട് ജീവിക്കുന്നു എന്നു പറയുക) മൂന്ന്... അങ്ങനെ വളരെയേറെ കാര്യങ്ങളുണ്ട്.

എന്റെ ജോലിയെക്കുറിച്ചു സംസാരിക്കാൻ പോകുന്നില്ല. യശോദയ്ക്കു പോലും അതെന്തെന്നു മനസ്സിലായിട്ടില്ല. വെട്ടുക, കിളയ്ക്കുക, മണ്ണു കോരുക എന്നപോലെ ഒറ്റവാക്കിൽ ഈ ജോലി ഒതുങ്ങില്ല. പറയാം, ഞാനൊരു റേഡിയോ മെക്കാനിക്കാണ്. ഓ, കൊള്ളാം, റേഡിയോ നന്നാക്കി ക്കൊണ്ടിരിക്കയേ വേണ്ടൂ? ഈ ബോധം ശരിയല്ലെന്നു ഞാൻ യശോദ യോട് പറഞ്ഞു. പിന്നെ എന്താ? ഞാനൊന്നു വിവരിച്ചു. ഓർത്തതു മനസ്സി ലായെന്നാണ്. അബദ്ധമറിയുന്നത് ഈ ഒറ്റച്ചോദ്യത്തിലാണ്:

"അഴുക്കുതുണി അലക്കാൻ ആരാണ്?"

ധോബിയെക്കുറിച്ച് പറഞ്ഞു. മനസ്സിലായിരിക്കാം. അല്ലെങ്കിൽ ഇല്ല. എന്തുകൊണ്ടെന്നാൽ, യശോദ ഈയിടെ ധരിച്ചുവെച്ചിരിക്കുന്നത് ഞാൻ ഒരു 'കുക്കറാ'ണെന്നാണ്, ഇതു തമാശയല്ല. തെളിവു കാണിക്കാൻ കഴിയും. പക്ഷേ, 'കുക്ക്' എന്നതിനുപകരം 'കുക്കർ' എന്നെഴുതിയ ശ്രീമതിയുടെ അടുത്ത പലേ അബദ്ധങ്ങളും അതോടെ വെളിപ്പെടുമെന്നു ഭയപ്പെടുന്നു. അതുകൊണ്ട് ഇതേ പറയാനുള്ളൂ: ഞാൻ അരിവെപ്പുകാരനാണെന്ന് ആൾ ധരിച്ചുവശായി. ഇതിൽനിന്നെല്ലാം മനസ്സിലായത് ഇത്രമാത്രം - മേലാൽ ജോലിയെക്കുറിച്ച് ഒറ്റ മനുഷ്യനോട് മിണ്ടരുത്.

കഴിഞ്ഞ യുദ്ധകാലത്ത് ഇടക്കാലാവശ്യത്തിലേക്ക് ഇഷ്ടികയും മണ്ണും ചേർത്ത് പണിത ഈ ബാരക്കിന്റെ ചുമരിൽ ഈയിടെ ഇഷ്ടികകളുടെ ഇളുമ്പുകൾ ചുരണ്ടി സിമന്റുതേച്ച് അച്ചിൽ വാർത്ത ഭംഗിചേർത്തിട്ടുണ്ട്. ഇതിനോടൊപ്പം മുമ്പുണ്ടായിരുന്ന ബാരക്കുകൾ മേൽപ്പുര പൊളിഞ്ഞ് കഴു ക്കോലുകളുടെ കങ്കാളങ്ങളായി ഇപ്പോഴും അങ്ങിങ്ങ് നില്ക്കുന്നുണ്ട്. പലതും ഇടിഞ്ഞുപൊളിഞ്ഞു കിടക്കുന്നുമുണ്ട്.

ഇവിടം പഴയ ഒരു ശ്മശാനമാണ്. ഒരുവേള ആ ശ്മശാനത്തെക്കുറിച്ച് മുമ്പ് ഒട്ടേറെ പറഞ്ഞിരിക്കുന്നു. ഒറ്റവാക്കിൽ, തെറ്റിദ്ധരിക്കാതിരിക്കാൻ മാത്രം: ആയിരത്തിയെണ്ണൂറ്റിഅമ്പത്തേഴിൽ ഇന്ത്യയുടെ കറുത്ത പട്ടാള ക്കാർ കൂട്ടത്തോടെ പൊരുതി മരിച്ചത് ഇവിടെവെച്ചാണ്. പിന്നീട് മനുഷ്യർ ഇവിടം വിട്ടുമാറി താമസിച്ചിരിക്കാം. ഇപ്പോൾ വെറും മരുഭൂമി പ്രായമായ മൈതാനമാണിത്. ചരിത്രത്തിന്റെ നിക്ഷേപകുംഭങ്ങളെ മറച്ചുവെക്കുന്ന മേടുകളും പള്ളികളും തകർന്ന കോട്ടകളും തൂർന്ന കിണറുകളും ജര പിടിച്ച പേരാലുകളും മുത്തൻമാവുകളും അങ്ങിങ്ങായിട്ടുണ്ട്. പിന്നെല്ലാം തകരയും കരിമ്പുല്ലുമാണ്. നോട്ടമെത്താവുന്നേടത്തോളം നരച്ച മൈതാനം പോലെ പരന്നുകിടക്കുന്നു.

ബാരക്കിന്നു നാലു മുറികളാണ്. ഒന്നിൽ വലിയ രണ്ടെഞ്ചിൻ. മറ്റൊന്നിൽ ട്രാൻസ്മിറ്റർ. മൂന്നാമത്തേതിൽ എന്റെ മേശ, കസാല, ടെലഫോൺ, റേഡിയോ, വർക്ക്ഷോപ്പ് ടേബിൾ... നിറയെ സാധനങ്ങളുണ്ട്. അടുത്ത മുറിയിൽ ഗാർഡ്.

ഗാർഡ് എന്നും വരുന്നു. രാപ്പകൽ പാറാവു നോക്കുന്നു. റോന്തു ചുറ്റുന്നു. തിരിച്ചുപോകുന്നു. എല്ലാം പഞ്ചാബികളാണ്. പഞ്ചാബി, ഹിന്ദുക്കൾ, ഡോഗ്രകൾ, സിക്കുകാർ... പിന്നെ എനിക്കറിഞ്ഞുകൂടാ, അവർ പലരാണ്. പലരാണെന്ന് അവർ പറയുന്നു. എന്റെ നോട്ടത്തിൽ ഒന്നാണ്: പട്ടാളക്കാരാണ്.

രണ്ടു തകരാറുകളുണ്ട്. അധികംപേരും 'മദ്രാസി'കളെ കണ്ടിട്ടില്ല. ഉണ്ടെങ്കിൽത്തന്നെ ഇവിടെ നടാടെ വരികയാണ്. അതുകൊണ്ട് കാഴ്ച ബംഗ്ലാവിലെ കുരങ്ങിനെയെന്നോണം അവർ വന്ന് എന്നെ നോക്കുന്നു. അവരുടെ മുഖത്ത് കൗതുകവും അദ്ഭുതവും സംഭ്രമവും നിരാശയും അപ്പോൾ കാണാം. ഇടയ്ക്ക് ഒരുത്തൻ ചോദിക്കുന്നു: 'ആപ് മദ്രാസി ഹൈ?"[1]

"ജീ ഹാ."[2]

പിന്നെ ഒന്നും ഇല്ല. ഒരുവേള കഴുക്കോലോ ചുവരോ കുറച്ചുനേരം നോക്കിനിന്ന് അയാൾ തന്റെ മുറിയിലേക്കു പതുക്കെ വലിഞ്ഞുകളയും.

മറ്റൊരിക്കൽ വേറൊരുത്തൻ വന്ന് വാതില്ക്കൽ നില്ക്കും. ഞാൻ ചുമ്മാ ഇരിക്കയോ വീട്ടിലേക്കു കത്തെഴുതുകയോ മറന്നുപോയ സർക്ക്യൂട്ടിന്റെ ഡയാഗ്രാം നോക്കുകയോ ആകും. നിന്നു കാൽ കഴച്ചാൽ അയാൾ വിളിക്കും:

"സാഥീ!"

എനിക്ക് അരിശമാണു വരിക. സാഥീ! (കൂട്ടുകാരാ!) എന്ന് ഒരറിവും പരിചയവുമില്ലാത്ത ഒരുത്തൻ നിങ്ങളെ വിളിക്കയാണ്.

'ആങ്ജീ!'

'ഇഥെ കീ ഹോത്തോ?'

അതു ഞാൻ പറയില്ല. പാടില്ല. ഇവിടെ എന്തൊക്കെ നടക്കുന്നുവെന്ന് ഒരുവേള ഞാൻതന്നെ അറിഞ്ഞിരിക്കാൻ പാടില്ല. അതുകൊണ്ടു പറയുന്ന മറുപടി ഇതാണ്: 'എന്തോ നടക്കുന്നു എന്നു വെച്ചോളൂ.'

അവനതു മുഖത്തടിച്ചപോലെ തോന്നും. മുഖം കറുക്കും, വീർക്കും, നീലിക്കും. തറച്ച നോട്ടം പകരം കിട്ടും, അവൻ തന്റെ മുറിയിലേക്കു മടങ്ങും.

എല്ലാവരും ഇങ്ങനെയല്ല. ചിലർ, 'ഗാണാ ഗുണാ നഹി ആന്താ ബാബൂജീ?' എന്നു നേരെയങ്ങു വന്ന് ചോദിക്കും. മേശപ്പുറത്തിരിക്കുന്നതു റേഡിയോവാണെന്ന് അവർക്കറിയാം. പാട്ടോ കീട്ടോ വരുന്നില്ലേയെന്ന് ഉടനെ ചോദിക്കയായി.

1. താങ്കൾ മദ്രാസിലാണോ?

2. അതെ.

അവരുടെ മുഖം മരവിച്ചിരിക്കും. കണ്ണുകൾ തരിച്ചു നിശ്ചലങ്ങളായിരിക്കും. നിങ്ങളൊന്നേ നോക്കേണ്ടു. സാധാരണ ബോട്ടുജെട്ടിയിലും റെസ്റ്റോറണ്ടിലും കാണുന്ന മനുഷ്യർക്കും ഇവർക്കും തമ്മിൽ നന്നേ വ്യത്യാസമുണ്ട്. പരുപരുത്ത ജീവിതം അവരുടെ മുഖത്ത് ഒരിക്കൽ മൃദുലമായിരുന്ന കൊച്ചുമാംസപേശികൾക്ക് കടുപ്പം കൂട്ടിയിട്ടുണ്ട്. ഞരമ്പുകളെ ഇടവലിച്ചു മുറുക്കിയിട്ടുണ്ട്. അതുകൊണ്ട് സാധാരണമായൊരു ഭാവം നിങ്ങളാ മുഖത്തു കാണില്ല. ഒരുവേള അവരുടെ ഹൃദയവും മൃദുലമായിരുന്നിരിക്കാം. മുഖം കോമളമായിരുന്നിരിക്കാം. ഇപ്പോൾ രൂക്ഷമായിപ്പോയി. അവർ ചോദിക്കയാണ്: പാട്ടും കീട്ടും വരുന്നില്ലേ?'

ഒരുവേള അന്നേരത്തു പ്രോഗ്രാമൊന്നും കാണില്ല. അതുകൊണ്ട് പറയുന്നു: 'ഇല്ലല്ലോ.'

ഈ പട്ടാളക്കാർക്ക് പാട്ടിനോട് നന്നേ കമ്പമാണ്.

അരാക്കാനിലെ മോർച്ചയിൽ തങ്ങൾ പാട്ടും കേട്ടുകൊണ്ടാണ് കിടന്നതെന്ന് ഒരുത്തൻ പറഞ്ഞു. അയാൾ കേട്ട പാട്ടിനെക്കുറിച്ചു ചോദിച്ചില്ല.

'ഓ, നിങ്ങൾ അരാക്കാനിലുണ്ടായിരുന്നോ?'

'പിന്നില്ലെ!'

'എപ്പോൾ?'

അയാൾ തന്റെ യുദ്ധകഥകൾ വിവരിക്കും. നിങ്ങൾക്ക് അദ്ഭുതം തോന്നും. നിങ്ങളുടെ മുമ്പിൽ പത്തുവാര അകലെ ശത്രുവിന്റെ പട്ടാളമുണ്ട്. നിങ്ങൾ പാറയിടുക്കിലോ, കുറ്റിക്കാടിന്നടിയിലോ ചോലയുടെ കരയ്ക്കോ കമഴ്ന്നടിച്ചു കിടപ്പാണ്, കാഞ്ചിയിൽ വിരൽചേർത്ത തോക്കുണ്ട് കൈയിൽ. മുന്നിൽ ശത്രുവും. അവന്റെ കത്തുന്ന കണ്ണുകളുടെ തിളക്കം നിങ്ങൾക്കു കാണാം. നേരെ നീട്ടിയ അവന്റെ തോക്കിന്റെ നാളം നിങ്ങൾക്കു കാണാം. അത് ഇളകുന്നുണ്ട്. ഒന്നോർത്തു നോക്കൂ. നിങ്ങളൊരു ഭാവനാശീലനാണെങ്കിൽ ആണല്ലൊ, ഒന്നോർക്കൂ: അങ്ങനെ ഒരിക്കലല്ല. ഒരു ദിവസമല്ല. എന്നിട്ട് ആ അരാക്കാനിൽ പൊരുതി മുന്നേറിയ പട്ടാളക്കാരനാണത്. അവനൊരു പാട്ടു കേൾക്കണം.

റേഡിയോ പാടാൻ തുടങ്ങിയാൽ മതി, പിന്നെല്ലാം അയാൾക്കു ചെകിടാണ്. മുഖത്തെ വിലക്ഷണതകൾ മഞ്ഞുപോലെ അലിഞ്ഞലിഞ്ഞു പോകും. അനുഭൂതികളാണ്. നെടുവീർപ്പും പുഞ്ചിരിയുമാണ്.

അവരിൽ പലരും കാഷ്മീരിൽനിന്നു മടങ്ങിയതാണ്. കാഷ്മീരിൽനിന്നു മടങ്ങിയ ഓരോ പട്ടാളക്കാരനോടും എനിക്കു പ്രതിപത്തിയുണ്ട്. അതുകൊണ്ടു കണ്ട ഉടനെ, മനസ്സിലായ ഉടനെ, അഭിവാദ്യം ചെയ്യുന്നു: 'അപ്പോൾ നിങ്ങൾ ഹിന്ദുസ്ഥാനിലെ ഒരു എണ്ണപ്പെട്ട വ്യക്തിയാണ്.'

ഉടനെ ആ മനുഷ്യൻ ലജ്ജിക്കും:

'ഇല്ല ബാബൂ, ഭഗവാന്റെ, നിങ്ങളുടെ കുഞ്ഞുകുട്ടികളുടെ, കൃപകൊണ്ട് ഞാൻ തിരിച്ചുവന്നു.' പിന്നീട് അയാൾ മഞ്ഞിന്റെ കഥകൾ പറയും.

തണുത്തു വിറങ്ങലിച്ച കൈയിൽ റൈഫിൾ പിടിച്ച് നിങ്ങൾ നോക്കി നില്ക്കുകയാണ്. മഞ്ഞ് ഉതിർന്നുകൊണ്ടിരിക്കുന്നു. ഇലകൊഴിഞ്ഞ

മരങ്ങളുടെ ചില്ലകളിലും കൊമ്പുകളിലും തൂവെൺമഞ്ഞ് കിനിഞ്ഞു കിനിഞ്ഞു കട്ടിയായി കട്ടിയായുതിർന്നു നില്ക്കുന്നു. എങ്ങുനിന്നോ തളർന്ന ചിറകിൽ മഞ്ഞുനിറഞ്ഞ ഒരു പരുന്ത് പറന്നണയുന്നു. തളർന്നു മരക്കൊമ്പിലിരിക്കുന്നു. പരുന്തിനു മീതെ മഞ്ഞുതിരുന്നു. പരുന്തിനെ മൂടുന്നു. പിറ്റേന്നു വെയിലേറ്റ് മഞ്ഞുരുകാൻ തുടങ്ങുമ്പോൾ വിറങ്ങലിച്ചുപോയ പരുന്ത് ഉരുണ്ടുവീഴുന്നു. തീവെട്ടിക്കൊള്ള നടത്തുന്ന ശത്രുവിന്റെ പട്ടാളത്തെ പരതിപ്പരതി നിങ്ങൾ മഞ്ഞിലൂടെ മുന്നേറുന്നു.

'നിങ്ങൾ കൊന്നിട്ടുണ്ടോ?'

ഒരിക്കൽ ഒരുത്തനോട് ചോദിച്ചു.

'ആർക്കറിയാം!'

അയാൾ മിഴിച്ചു. കൈമലർത്തി. ശത്രുവിന്റെ ചോര ഇനിയും കൈയിൽ ശേഷിച്ചിട്ടുണ്ടോ എന്ന സംശയം ആ മുഖത്ത് അപ്പോൾ ഉണ്ടെന്നു തോന്നി.

'ഏഴെണ്ണത്തെക്കാച്ചിയവനാണത്.'

മറ്റൊരു ദിവസം ഒരുത്തൻ കൂട്ടുകാരനെ ചൂണ്ടിക്കാണിച്ചു.

ങ്ഹേ!

ഞെട്ടിപ്പോയി.

'ങ്ഹാ! ബാബൂ, ഏഴ്!"

ഞാൻ ആ യോദ്ധാവിനെ ഒന്നു നോക്കി. അയാളുടെ പരന്ന മുഖത്തിനു തെല്ലൊരു മഞ്ഞപ്പുണ്ട്. മൂക്കു പതിഞ്ഞുകിടക്കയാണ്. കുറിയ കണ്ണുകളിൽ വിജയത്തിന്റെ തീനാമ്പു മിന്നിത്തെളിഞ്ഞുനിന്നു. അയാളുടെ പരന്ന് ഉറച്ച തടി ആകെയൊന്നു നോക്കിക്കണ്ടു. അയാളാകട്ടെ, പറ്റെ വെട്ടിയ തലമുടിയിൽ ചൊറിഞ്ഞുചൊറിഞ്ഞു നില്ക്കയാണ്.

"എങ്ങനെയാണത്?"

എനിക്കറിയണം.

ആ മല്ലൻ പറഞ്ഞില്ല. മടികൊണ്ടാകാം, അയാൾ നെടുവീർപ്പിട്ടിരുന്നു. എന്തോ ഓർത്തിരിക്കാം. പശ്ചാത്തപിക്കയാവാം. അഥവാ ജീവൻ കിട്ടിയല്ലോ എന്നോർത്തതാവാം. കൂട്ടുകാരൻ പറഞ്ഞു.

കാഷ്മീരിൽ മലയോരത്ത് ഒരു നെൽവയലിൽ വെച്ചാണത്. പഴുത്തു വിളഞ്ഞുകിടന്ന നെൽവയലിൽ നമ്മുടെ പട്ടാളം ഒളിഞ്ഞുകിടക്കയായിരുന്നു. മലമുകളിൽ നിന്നിറങ്ങിയ അക്രമികൾ അറിയാതെ അവരുടെ വലയിൽ പെട്ടുപോയി. വെടി പൊട്ടി. ബയനറ്റുകൾ ചോരയിൽ തിളങ്ങി. എന്റെ ഈ മുമ്പിൽ നില്ക്കുന്ന മനുഷ്യൻ അവിടെയിട്ട് ഏഴുപേരെ ബയനറ്റുകൊണ്ടു കുത്തിക്കൊന്നു.

'നിങ്ങൾക്കോർമ്മയുണ്ടോ?'

ഞാൻ ചോദിച്ചു.

'ഹില്ല ബാബുജി!'

അയാൾ മൊഴിഞ്ഞു.

'ഹല്ലാവിളിച്ചു ഞാൻ ചാർജ്ജ് ചെയ്തു. മുന്നോട്ടുമുന്നോട്ടു പാഞ്ഞു. എതിരെ വന്നവരെ എല്ലാം കാച്ചിയിരുന്നിട്ടുണ്ടാകണം. അതൊന്നും

എനിക്കോർമ്മയില്ല. ഒന്നുംതന്നെ ഓർമ്മയില്ല. അവസാനം ഒരുത്തനെ കൂമ്പിന്നു കാച്ചി റൈഫിൾ ചവിട്ടിവലിച്ചപ്പോൾ ബട്ട് കിടന്നാടുകയാണ്...

അയാൾ ചാർജ്ജുചെയ്തു കേറിയ വഴിയിൽനിന്നു പിന്നീട് ഏഴു ശവം വലിച്ചുമാറ്റിയെന്നതാണ് കണക്കെന്ന് കൂട്ടുകാരൻ എന്നെ മനസ്സിലാക്കി.

ഇവർക്കൊക്കെ കുഞ്ഞും കുട്ടികളുമുണ്ട്. മാതാജിമാരും ചാച്ചാജിമാരുമുണ്ട്. കുടുംബത്തെക്കുറിച്ചും അവർ പറയും.

വളരെപ്പേർക്കു പരാതിയുണ്ട്. റിസർവ്വിൽ അയച്ചതായിരുന്നു. വീട്ടിൽ ഗോതമ്പു വിതച്ചു. തേവി നനച്ചു. കതിർ വന്നു. കതിർ വന്നപ്പോളാണ് കല്പന:

'തിരിച്ചുവാ!'

പലരും രണ്ടാംലോകമഹായുദ്ധത്തിനുശേഷം മൂന്നാമത്തെ തവണ തിരിച്ചുവന്നവരാണ്. അവരുടെ വയലുകൾ ഉറച്ച മാംസപേശികളില്ലാതെ തറച്ചുകിടക്കുകയാണ്.

നിലവും വയലും ഇല്ലാത്തവരുണ്ട്. ബച്ചൻസിങ്ങ് പറയുന്നത് പാതിയിലധികം പഞ്ചാബിപ്പട്ടാളക്കാർക്കും നിലമോ വയലോ ഇല്ലെന്നാണ്.

ബച്ചൻസിങ്ങ് വരുമ്പോൾ ഞാൻ എഴുത്തെഴുതുകയാണ്. എഴുത്തിൽ മുഴുകിയിരുന്നു എന്നു പറയണം. യശോദയ്ക്ക് എഴുതുമ്പോഴൊക്കെ അങ്ങനെയാണ്. ഞാൻ അവൾക്ക് എഴുതാത്ത കാര്യങ്ങളില്ല. എന്നിട്ടും കരച്ചിലാണ്. ഈ പെൺകുട്ടികൾ മുഴുവൻ സങ്കല്പങ്ങളിൽ ജീവിച്ചവരാകാം. പറിച്ചുനടുംമുമ്പ് നെൽത്തൈ വല്ലതും ഓർത്തോ എന്തോ! പക്ഷേ, പെൺകുട്ടികൾ നെൽത്തൈകളല്ല. എന്നാലും അവർ പകച്ചുപോയേക്കാം. ആ പകപ്പിൽനിന്നു രക്ഷപ്പെടാൻ അവരെത്രയോ സ്വപ്നങ്ങൾ പുലർത്തിയിരിക്കാം. കഴുത്തിൽ മാല വീണുകഴിഞ്ഞപ്പോൾ - അപ്പോഴല്ലേ തന്റേതായ എല്ലാം, എല്ലാ ആശകളും, എല്ലാ സങ്കല്പങ്ങളും, തകിടംമറിഞ്ഞതായി കാണുന്നത്! പ്രായോഗികജീവിതത്തോട് ഇണങ്ങാൻ കഴിയാതിരിക്കുമാറ് ഈ തകർച്ചയിൽനിന്നുണ്ടായ വിള്ളലിന്നു വിസ്താരമുണ്ടായിരിക്കണം. ഇതിനെതിരെ എന്റെ സാന്ത്വനങ്ങളും ഭാവിയെക്കുറിച്ചുള്ള ആശംസകളും ഞാൻ തുടരെ എഴുതി. ഇതേ കാര്യങ്ങളായിരിക്കാം ബച്ചൻസിങ്ങ് വന്നപ്പോഴും ഞാൻ എഴുതിയിരുന്നത്. തല ഉയർത്തി ഒന്നു നോക്കി. ഔപചാരികമായി പുഞ്ചിരിക്കാൻ മറന്നിരിക്കില്ല എന്നു തോന്നുന്നു. അയാൾ ആദ്യം ഒന്നും പറഞ്ഞില്ല. എന്തെങ്കിലും പറയും എന്ന തോതില്ല. എന്റെ മുന്നിൽ കിടന്ന, നീളത്തിൽ മുറിച്ച, നനുത്ത, കടലാസിലെ ഉരുണ്ട കൈയക്ഷരം നോക്കിക്കൊണ്ട് അവൻ നിന്നു. കുണ്ടൻ കിണറ്റിൽ വീണു നീന്തിത്തുടിക്കുന്ന കുറിഞ്ഞിപ്പൂച്ചയെ അഴിപിടിച്ച് എത്തിനോക്കുന്നതുപോലെ നോക്കി. ഞാനോർത്തത് അയാൾ പോകുമെന്നാണ്. എന്തുകൊണ്ടെന്നാൽ, ആ അവസരത്തിൽ എനിക്കാരോടും സംസാരിക്കണമെന്നില്ല. അഞ്ചുകൊല്ലത്തെ ഭയങ്കര പരിശ്രമങ്ങൾക്കും അന്വേഷണങ്ങൾക്കും കൂടിക്കാഴ്ചകൾക്കും ശേഷം ഞാൻ പെണ്ണുകെട്ടി വന്നിരിക്കയാണ്. എന്നിട്ട് അവളെയൊന്നു നേരെചൊവ്വെ കാണാൻപോലും കഴിയാതെ മടങ്ങി. അവധി വരെ ഇല്ലാത്ത സാന്ത്വനങ്ങളും ഉറപ്പുകളും

ലോകവിജ്ഞാനവുംകൊണ്ട്, ഈ വെള്ളക്കടലാസിലൂടെ, അവളെ തകരാതെ നിർത്തണം. ഇതൊരു ഭയങ്കര ജോലിയാണെന്നു നിങ്ങൾക്കറിയാം. ഇത്തവണ മക്കത്തായത്തെക്കുറിച്ച് ഒരു പഠനമെഴുതി, പെൺകുട്ടികൾ പിറന്ന വീട്ടിൽനിന്ന് ഇറങ്ങിപ്പോകണമെന്ന സമ്പ്രദായം സൃഷ്ടിച്ച സമുദായത്തിന്റെ ചരിത്രവികാസത്തോടെ എഴുത്തവസാനിപ്പിക്കാൻ ഉദ്ദേശിച്ചിരിക്കയാണ്. അന്നേരത്ത് ബച്ചൻസിങ്ങിന് എന്റടുത്തു വർത്തമാനം പറയേണ്ട ഒരാവശ്യവുമില്ല.

എന്നാൽ അവൻ ചോദിക്കയാണ്: 'കീ ല് ഖ്ന്താ തുസി?'

ഞാൻ ഒരിക്കൽകൂടെ തലയുയർത്തി. അവന്റെ കണ്ണുകളിൽ അദ്ഭുതവും ചുണ്ടുകളിൽ പുഞ്ചിരിയും ഉണ്ട്. എന്റത്ര പ്രായം കാണില്ല. അല്ലെങ്കിൽ, താടികൊണ്ട് ചുളുങ്ങിയ കവിളുകളും തലേക്കെട്ടുകൊണ്ട് കഷണ്ടി കയറിയ തലമുടിയും മറച്ചുനടക്കുന്ന സിക്കുകാരുടെ വയസ്സ് മുഖത്തു നോക്കി ഊഹിക്കാനാവില്ല. ബച്ചൻസിങ്ങ് കാണാൻകൊള്ളാവുന്നൊരു ചെറുപ്പക്കാരനാണ്. ഓണത്തുമ്പികളുടെ പിമ്പെ ഒത്തിയെത്തി പാത്തു പാത്തുനടക്കുന്ന കൊച്ചുകുട്ടിയുടെ ഉൽക്കണ്ഠയും വർണശബളമായ സായംസന്ധ്യയെ കുന്നിൻചരുവിൽനിന്നു നോക്കിക്കാണുന്ന യുവകവിയുടെ വിതുമ്പിവിതുമ്പിനില്ക്കുന്ന ആഹ്ലാദവും അവന്റെ തുടുത്ത മുഖത്തുണ്ടായിരുന്നു. മെഴുകുതടവി ഒതുക്കിയ അയാളുടെ മുഴുവൻ വളരാത്ത താടി തികച്ചും കറുത്തുകഴിഞ്ഞിട്ടില്ല.

മറ്റൊരവസരത്തിലായിരുന്നെങ്കിൽ ഞാനപ്പോൾ മിണ്ടാൻ നില്ക്കില്ല. പക്ഷേ, മറുപടി പറഞ്ഞുപോയി: 'കത്തെഴുതുകയാണ്.'

'വളരെ വളരെ എഴുതിവെച്ചല്ലൊ!'

'ങ്ഹാ!'

'കഥയല്ലല്ലോ?'

'അല്ല.'

'പിന്നെന്താ, ഇത്രയേറെ?'

'ഭാര്യക്ക് എഴുതുകയാണ്.'

'ഓ!'

അയാളുടെ തുടുത്തുചുവന്ന കവിൾത്തടം നീലച്ചുപോയത് ഞാൻ കണ്ടു. ഉണർന്നിരുന്ന കണ്ണുകൾ മങ്ങുകയും ചെയ്തു. അയാൾ ഒന്നും പറയില്ലായിരുന്നു. ഞാൻ ചോദിച്ചു 'കല്യാണം കഴിഞ്ഞോ?'

'ഹില്ല ബാബൂ.'

അവൻ നെടുവീർപ്പിട്ടു. അതു വയ്യ. പഞ്ചാബികളധികവും നന്നേ ചെറുപ്പത്തിലേ കല്യാണം കഴിക്കുന്നു. ഇയാൾക്കെന്തുപറ്റി?

'എന്തേ?'

'അല്ല, ബാബൂ!'

ഉത്തരം പറയുന്നതിനുപകരം അവൻ എന്നെ വിളിച്ചു.

'യേസ്.'

'നിങ്ങടെ നാട്ടിൽ ഭൂമിക്കെങ്ങനെ വിലയുണ്ട്?'

'ങ്ഏ?'

'അറിയാൻവേണ്ടി ചോദിക്കയാണ്.'

'അറിഞ്ഞുകൂടല്ലൊ.'

'ങ്ഹു!'

അവൻ നെടുവീർപ്പിട്ടു.

'ബാബുജീ. ദോ ബീഗാ സെമീൻ- ദോ ബീഗാ സെമീൻ ഹോതാ തു കിതനാ... മൈ കിതനാ..'

അവനതു പറഞ്ഞുതീർഥാൻ വയ്യ. ആ കണ്ണുകളിൽ ആശയുടെ പൊൻതിരി കത്തിയെരിഞ്ഞു. ഒരേക്കർ ഭൂമിയുണ്ടായിരുന്നെങ്കിൽ... എങ്കിൽ!...

'എന്താ?'

'ബാബൂ, എല്ലാവർക്കും നിലമില്ല. എല്ലാവർക്കും നിലമില്ല. ഈ ഭൂമി എത്ര വലുതാണ്!'

'ഭൂമി വലുതാണ്.'

'പരന്നുപരന്നു കടലും മലയും മുട്ടിക്കിടക്കുന്ന ഈ മഹാഭൂമിയിൽ എനിക്ക് എന്റേതായി ഒരിഞ്ചു മണ്ണില്ല.'

ആ സിക്കുകാരൻ സിപ്പായി വലിയ വലിയ കാര്യങ്ങൾ, ഞാൻ വളരെ ക്കാലമായി ഓർക്കാത്ത, അറിയാത്ത, കാര്യങ്ങൾ പറയുകയായിരുന്നു. കൂട്ടു കാർ വർത്തമാനം പറഞ്ഞുകൊണ്ടിരിക്കുമ്പോൾ അവരുടെ വാക്കുകൾ ശ്രദ്ധിച്ചുകൊണ്ട് സ്വന്തമായി ഓർത്തുകൊണ്ടിരിക്കുന്ന എന്റെ സ്വഭാവം നന്നല്ലായിരിക്കാം. എന്നാലും സ്വഭാവം സ്വഭാവമാണ്. ഈ ഭൂമിയുടെ വലുപ്പത്തെക്കുറിച്ച് ഓർത്തുപോയി. ഒരിക്കൽ ഞാനും ഭൂമിശാസ്ത്രം പഠിച്ചിരുന്നു. എന്നിട്ട് ഇപ്പോഴാണ് മനസ്സിലായത്; ഭൂമിയെക്കുറിച്ച് എനി ക്കൊന്നും അറിഞ്ഞുകൂടാ. ഇതു മഹാപരാധമാണെന്നു ഞാനിപ്പോൾ മനസ്സിലാക്കുന്നു.

ഈ ഭൂമിയെ ഭൂമാതാവ് എന്നു വിളിക്കുന്നു. വല്ലപ്പോഴും ഉപന്യാസ ങ്ങളെഴുതുമ്പോഴോ വിദ്യാർത്ഥി സമാജത്തിൽ പ്രസംഗിക്കുമ്പോഴോ ഞാനും ഭൂമാതാ എന്ന് ഉപയോഗിച്ചിരിക്കാം. അന്ന് എനിക്കതിന്റെ സാരാംശം അറിയില്ല. ഇപ്പോൾ മനസ്സിലാകുന്നു.

അമ്മയില്ലാത്ത കുഞ്ഞിനെപ്പോലെയാണ് ബച്ചൻസിങ്ങ് സംസാരിച്ചത്. മരിച്ചുപോയ മാതാവിനെച്ചൊല്ലി അനാഥയായ പൈതൽ എണ്ണിപ്പെറുക്കു മ്പോൾ - ഓ, നിങ്ങൾ വല്ലപ്പോഴും കേട്ടിട്ടുണ്ടോ? എങ്കിൽ ആ ശപിക്കപ്പെട്ട സന്ദർഭം മേലാൽ ഉണ്ടാകാതിരിക്കട്ടെ. അവൻ പിറന്നു, അമ്മ മരിച്ചു. ചൂടുള്ള മുലപ്പാൽ കുടിക്കാനില്ലാതെ അവൻ വാടിവാടി വളർന്നു. പട്ടു മെത്തയിൽ അമ്മയുടെ മുലക്കണ്ണ് കുടിച്ചു നൊട്ടിനൊട്ടി കൊഴുത്ത കാലിട്ടടിച്ചടിച്ചു പാലുണ്ണുന്ന ഭാഗ്യവാന്മാരുടെ പൊന്നുണ്ണികളുടെ ഇടയിൽ അമ്മയില്ലാത്ത അവൻ വളർന്നു.

മരിച്ചുപോയ അമ്മയെക്കുറിച്ച് അവൻ എണ്ണിപ്പെറുക്കുകയാണ്. ഒരു വേള എനിക്ക് തെറ്റി. അവൻ പിറക്കുംമുമ്പെ അവന്റെ അമ്മ മരിച്ചുപോയിരുന്നു! അമ്മയില്ലാതെ പിറക്കാൻ ഇടയില്ലാത്തതുകൊണ്ട് അവൻ പിറക്കും മുമ്പെ അവന്റെ അമ്മ മരിച്ചുപോയെന്നു പറയേണ്ടിയിരിക്കുന്നു. അവനറിയാൻ പാടില്ലാത്ത അമ്മയുടെ ചൂടിനേയും ജീവസത്തയേയും കുറിച്ചായിരുന്നു ബച്ചൻസിങ്ങ് പറഞ്ഞത്.

ബച്ചൻസിങ്ങിന്റെ വാക്കുകൾ അതേപടി ഞാനോർക്കുന്നില്ല. കൂട്ടുകാർ വർത്തമാനം പറയുമ്പോൾ പലപ്പോഴും ഇതുകൂടെ ഞാനാശിക്കുന്നു. ഈ സംഭാഷണം അങ്ങനെതന്നെ പകർത്തിയിരുന്നെങ്കിൽ! വർത്തമാനം പറഞ്ഞുകൊണ്ടിരിക്കുമ്പോൾ കുറിപ്പെഴുതിക്കൂടാ. പറഞ്ഞുകഴിഞ്ഞാൽ അതേപടി ഓർക്കാനുള്ള കഴിവ് എന്റെ നശിച്ച തലച്ചോറിന്നില്ല. അതുകൊണ്ട് ഇപ്പോൾ ഓർത്ത് എഴുതുകയാണ്. ഒരുവേള, പറഞ്ഞതു മുഴുവൻ ഇപ്പോൾ പകർത്താൻ കഴിയില്ല. അല്ലെങ്കിൽ തുടർന്നുതുടർന്ന് ഈടോടെ എഴുതാൻ കഴിയില്ല. ഒന്നു ഞാനോർക്കുന്നു. ഇടയ്ക്ക് അവൻ ചോദിച്ചു:

'കല്യാണം കഴിച്ചിട്ട് ശ്ശി നാളായോ?'

'ഇല്ല.'

'എന്നേ?'

'കഴിഞ്ഞ ലീവിൽ.'

'ഇങ്ങോട്ടെന്തേ കൊണ്ടുവരാഞ്ഞ്?'

'ഓ!'

'എന്തൊരു ജീവിതമാണ് പിന്നെ?'

'ഊം.'

'ഞാനും പെണ്ണന്വേഷിച്ചു.'

'ഊം.'

'മൂന്നാമനെ ഇറക്കിയതാണ്.'

'ഊം.'

'പെണ്ണിന്റെ വീട്ടിൽ എന്റെ കാര്യം പറഞ്ഞുവിട്ടതാണ്. അവളേയും അറിയിച്ചു.'

'ഊം.'

'ഞാൻ പെണ്ണു കാണാൻ പോയി.'

'ഓ, പഞ്ചാബിലും പെണ്ണുകാണലുണ്ടോ?'

'ഇല്ല, ബാബൂ. മണവാളൻ പോകാൻ പാടില്ല. അറിഞ്ഞുപോയാൽ അപകടമുണ്ട്. കുത്തുമുറികൂടെ നടന്നിട്ടുണ്ട്. എന്നു വെച്ചിട്ടോ? എനിക്കാണ് അന്വേഷണം. ഞാൻ ഒന്നു കാണേണ്ടതല്ലേ? മൂന്നാമന്റെ ഒത്താശയ്ക്കായി നന്നേ പണിപ്പെട്ടു. ഒടുവിൽ ഞങ്ങൾ രണ്ടാളും അവളുടെ ഗ്രാമത്തിലേക്കു പോയി.'

അവിടെ ഞാൻ അവരുടെ ഗ്രാമങ്ങളെക്കുറിച്ചു ചോദിച്ചിരിക്കണം. എന്തുകൊണ്ടെന്നാൽ, ഇത്രയും ഓർക്കുന്നു: പഞ്ചാബിന്റെ മണ്ണിനെ

ക്കുറിച്ചും നദികളെക്കുറിച്ചും വയലുകളെക്കുറിച്ചും ബച്ചൻസിങ്ങ് എന്നോടു പറയുകയുണ്ടായി.

മേടും പള്ളവുമില്ലാതെ കറുത്ത പശയുള്ള മണ്ണാർന്ന ഭൂമി പരന്നു പരന്നു കിടക്കുകയാണ്. അവിടെ കനാലുകൾ തോണ്ടി വരമ്പിട്ടു കൃഷിക്കാർ വിളവിറക്കുന്നു. പുലരുന്നതോടെ പുരുഷന്മാർ കന്നും കരിയുമായി വയലിലേക്കിറങ്ങുന്നു. അവരുടെ തെളിഞ്ഞ പാട്ടുകേട്ട് ഗ്രാമങ്ങൾ ഉണരുന്നു. അവർ കാലികളെ ഭാഷ പഠിപ്പിച്ചിട്ടുണ്ട്: 'ഹ ഹ ഹ.'

കരി വലിക്കുന്ന കാളകൾ വലത്തോട്ട് ഓരം ചാരുന്നു.

'ത ത ത ത.'

കാളകൾ ഇടത്തോട്ട് ചാഞ്ഞുവലിക്കുന്നു. തൊടുപ്പ് വളയ്ക്കുമ്പോൾ അവർ കരിപ്പിടിയിലമർത്തിപ്പറയുന്നു:

'പൈർ തേ മൂഡയാ!'

പരന്നു കിടക്കുന്ന വയലിലെമ്പാടും കാളകളോടു വർത്തമാനം പറഞ്ഞു കൊണ്ട് അവർ കരിപിടിക്കുമ്പോൾ ബച്ചൻസിങ്ങ് പുല്ലരിവാളുമായി കനാലുകളുടെ ഓരത്തൂടെ നടക്കും; നോക്കിനില്ക്കും. നെടുവീർപ്പിടും.

പുല്ലരിഞ്ഞു കൊച്ചുകറ്റകൾ കെട്ടി അവൻ മടങ്ങും. ഗ്രാമത്തിന്റെ പൊതുകിണറിനടുത്ത് പേരാൽത്തണലിൽ കൊണ്ടുവന്നിട്ട കട്ടിലുകളിൽ പാടത്തുനിന്നു കയറിയ കൃഷിക്കാർ വട്ടം കൂടിയിരുന്നു ചീട്ടുകളിക്കയാവും, വയസ്സന്മാർ സംതൃപ്തിയുടെ നേരിയ പുഞ്ചിരിയോടെ മലർന്നു കിടന്ന് ഉറങ്ങുകയാവും. കിണറിനു ചുറ്റും കെട്ടിയ തളത്തിലൊരിടത്തു പുൽക്കെട്ടിറക്കി അവൻ കാത്തുനില്ക്കും. അവരുടെ തളർന്ന കാളകൾ കിണറ്റുവക്കത്തുള്ള കൽത്തൊട്ടിയിൽനിന്നു വെള്ളം കുടിക്കുന്നതിനിടയ്ക്ക്, നറുംപുല്ലിന്റെ മണംകേട്ട് തലയുയർത്തി ചെവിയാട്ടി നിൽക്കും.

ഓ, എന്റേതായി ഒന്നുണ്ടായിരുന്നെങ്കിൽ!

പുൽക്കെട്ടങ്ങിനെത്തന്നെ എടുത്തു കൊടുക്കാനുള്ള കൊതിയുണ്ട്. വയ്യല്ലോ! പുല്ലു വിറ്റിട്ടുവേണം 'ആട്ട'- ഗോതമ്പുമാവ് - വാങ്ങണമെങ്കിൽ. തന്റെ ഇല്ലായ്മയെ മറയ്ക്കാനെന്നോണം അവൻ നിന്നു പകൽക്കിനാവു കാണും. കാളകൾ നറുംപുല്ലിന്റെ പുതുമണത്തിൽ തലയുയർത്തി ചെവിയാട്ടി നില്ക്കുമ്പോൾ - അപ്പോൾ ഇഴയിഴകളായി പേർത്തെടുത്ത് അവൻ നീട്ടും. അവർ അതു കടിച്ചിറക്കുമ്പോൾ, പശയുള്ള കറുത്ത പുതുമണ്ണിന്റെ മണം ചേർന്ന കാളകളുടെ കൊതികൊള്ളിക്കുന്ന നിശ്വാസമേറ്റ് അവന്റെ കൈ പുളകംകൊള്ളും...

ഇരുണ്ട പരുത്തിച്ചെടികൾ വയലിൽ മുളച്ചു വളരുകയും നോക്കെത്താവുന്നിടത്തോളം പച്ചവിതാനമിടുകയും ചെയ്യുമ്പോൾ, അരിവാളെടുത്തു പുല്ലു ചെത്താൻ നടക്കുന്ന ബച്ചൻസിങ്ങ് ഇടയ്ക്കു നില്ക്കും. നോക്കും. കരൾ നിറയും. കുളിരു കയറും. ഈ ഭൂമി മുഴുവൻ പച്ചയാണ്. അവന്റെ കരൾ മാത്രം വരണ്ടു കിടക്കുകയാണ്. പരുത്തിച്ചെടികൾ പച്ചമൊട്ടിടുമ്പോൾ അവന്റെ കൺമിഴികളിൽ കണ്ണീർത്തുള്ളികൾ തങ്ങിനില്ക്കയാവും. വെയിലിൽ പൂമൊട്ടു വിരിഞ്ഞു വെണ്മ പരത്തുമ്പോൾ, ഈ ഭൂമി

മുഴുവൻ അവയിലൂടെ ചിരിച്ചു നില്ക്കുമ്പോൾ... ഇല്ല - പെണ്ണുങ്ങൾ പുറത്തു മടക്കിക്കുത്തിയ പരുക്കൻ ദുപ്പട്ടയിൽ പഞ്ഞി പറിച്ചുകഴിയുമ്പോൾ അവൻ തണ്ടുവെട്ടാൻ നടക്കുകയാണ്.

'ചുള്ളി വേണോ, ചുള്ളി?'

പരുത്തിയുടെ ഉണക്കിലകളിൽ ചവിട്ടിക്കൊണ്ട് അവൻ നടന്നുകയറും.

'ചുള്ളിവേണോ, ചുള്ളി?'

പുല്ലരിഞ്ഞു വിറ്റും പരുത്തിക്കമ്പു വെട്ടി വിറ്റും അവൻ ജീവിച്ചു, വളർന്നു. കല്യാണം കഴിക്കേണ്ട കാലമായി. പെണ്ണന്വേഷിച്ചു. താവഴികളിൽനിന്നു സിക്കുകാർ കല്യാണം കഴിക്കില്ല. സ്വന്തം ഗോത്രത്തിൽ നിന്നും ഇല്ല. മൂന്നു ഗോത്രം മറിഞ്ഞാൽ - എങ്കിൽ ആകാം. അതുകൊണ്ട് അന്വേഷിച്ച് അകലെയൊരു ഗ്രാമത്തിൽ ബച്ചൻസിങ്ങിനു പെൺകുട്ടിയെ കണ്ടു.

ബച്ചൻസിങ്ങിന് അവളെ ഒന്നു കാണണം. കാണാതെ അവന് ഉറക്കം വരില്ല. കിടന്ന് ആലോചകളാണ്. എന്താണ് വഴി? മൂന്നാമനെ കണ്ടു. ഒടുവിൽ അവർ രണ്ടുപേരും കൂടെ പുറപ്പെട്ടു. വെയിൽ ഉദിക്കുന്നതോടെ അവർ ഗ്രാമത്തിലെത്തി. ഗ്രാമത്തിന്റെ വക്കത്തുള്ള ചായക്കടയിൽ കയറിയിരുന്നു.

പൊടി നിറഞ്ഞ ഗ്രാമപാതയിൽ നിറനിറെ കാളക്കുളമ്പ് പതിഞ്ഞു കിടന്നിരുന്നു. കളിമണ്ണുകൊണ്ട് ചുമരോടു ചുമർ തൊട്ടു പണിത്, പരത്തി മണ്ണിട്ട് മെഴുകിയ, താഴ്ന്ന വീടുകളുടെ നീണ്ട നിരകളിലൂടെ ബച്ചൻ സിങ്ങ് നോക്കിക്കൊണ്ടിരുന്നു. എവിടന്നാണ് അവൾ വരിക? അവൾ അതിലേ വരുമെന്നു മൂന്നാമൻ പറഞ്ഞിരുന്നു. അതിലെയാണ് വയലിലേക്ക് പോകേണ്ടത്. അവളുടെ അച്ഛൻ ഇപ്പോൾ കന്നു പൂട്ടുകയാണ്. വെയിൽ പരക്കുന്നതോടെ ചാച്ചാജിക്ക് പ്രാതലെടുത്തുകൊണ്ട് അവൾ അതിലേ വരും.

സാൽവാറും കമ്മീസുമണിഞ്ഞ പെൺകുട്ടികൾ വെറും കാലോടെ കടന്നുപോകുമ്പോഴൊക്കെ ബച്ചൻസിങ്ങ് ഒന്നു കുത്തും. മൂന്നാമന്റെ മുഖത്തൊന്നു നോക്കും. അയാൾ നട്ട തറിപോലിരുന്നു താടിയിൽനിന്നു പേൻ പെറുക്കുകയാണ്. കടന്നുപോകുന്ന പെൺകുട്ടികളെ ബച്ചൻസിങ്ങ് വീണ്ടും നോക്കും. നനുനനുത്ത ദുപ്പട്ട തലയിലൂടെയിട്ടു പിച്ചളപ്പാത്രങ്ങളേറ്റി വളകിലുക്കത്തോടെ അവർ ഒറ്റടിവെച്ചു പോയി. ഇടയ്ക്ക് ആരോ പാട്ടുപാടുന്നുണ്ട്-

അവൾ വരും. ഹീരയുടേയും രത്തന്റേയും പാട്ടുപാടിക്കൊണ്ട് അവൾ വരും.

ഇടയ്ക്കു മൂന്നാമൻ ബഞ്ചിന്മേൽ താളം പിടിക്കുന്നത് അവൻ കേട്ടു. അങ്ങോട്ടു നോക്കി. അയാളുടെ ഉതിർന്നുകിടന്ന താടിയിലൂടെ പുഴുത്ത പല്ലുകൾ വെളിയിൽ കാണായി. അതോടെ കണ്ണുകൊണ്ട് ഒരടയാളവും.

ഓ!

അവൾ ഒറ്റടിവെച്ച് നടന്നുവരികയാണ്. കണ്ണിൽ പുക നിറഞ്ഞപോലെ തോന്നി, ചിമ്മിത്തുറന്നു. ഈ വെയിലിന്ന് എന്നത്തേക്കാളും തിളക്കമുണ്ട്.

ഇളവെയിൽ ദുപ്പട്ടയാൽ പാതി മറഞ്ഞ ആ ഓമൽ മുഖത്തു പൊന്നുരുക്കി ഒഴിക്കയാണ്. അവളുടെ ഒഴുകുന്ന കമ്മീസ് സാൽവാറിന്റെ ഒടിഞ്ഞ ചുളിവുകളിൽ അലച്ചലച്ചുകൊണ്ടിരുന്നു. അവൾ ഒറ്റടിവെച്ചു നടന്നണയുന്തോറും ബച്ചൻസിങ്ങ് കത്തുന്നപോലെ, ഉരുകുന്നപോലെ, പുകയായ പോലെ. അവളുടെ കണ്ണുകളിൽ ഇളവെയിലിന്റെ ഒറ്റപ്പെട്ട നാളം മിന്നിത്തിളങ്ങിയിരുന്നു.

നിമിഷങ്ങൾക്കുശേഷം അവൻ എണീറ്റ് റോഡിലേക്കിറങ്ങി. ഒന്നിനുമല്ലാത്തപോലെ ഗ്രാമത്തിനു വെളിയിലേക്ക് പതുക്കെ നടന്നുപോയി. കരിവേപ്പിന്റെ തണലിൽ ചെന്നപ്പോൾ നിന്നു.

അവൾ വരികയാണ്. അവൾ എത്തുകയായി. എന്തൊരനായാസതയാണ്? തലയിൽവെച്ച പിച്ചളപ്പാത്രത്തിൽ ഒന്നു തൊട്ടിട്ടുപോലുമില്ല. താനൊരാൾ നടക്കുന്നുണ്ട് എന്നേയില്ല. ഇളംകാറ്റിൽ കനാലിൽ ഒഴുകുന്ന കൈതപ്പൂവിതൾപോലെ, അവൾ വന്നു.

ഒന്നു മിണ്ടണം.

അപ്പോൾ അവന്റെ നാവിറങ്ങിപ്പോയി.

അവൾ എതിരേ എത്തി.

ഒന്നു ചോദിക്കണം.

അവന്റെ തൊണ്ട വരണ്ടുപോകയാണ്.

ഇതാ അവൾ പോയിക്കഴിയും. അതു വയ്യ.

'സുനാവൊ സോണ്യോ കിഥെ ജാ രഹേ ഹൊ?'[1]

അവൾ ഞെട്ടിയിരിക്കണം. പെട്ടെന്നു പിച്ചളപ്പാത്രത്തിൽ പിടിച്ച് അവൾ നിന്നു. അവളുടെ നീണ്ട കണ്ണുകളിൽ തീ എരിഞ്ഞിരുന്നു. നനുത്ത ചുണ്ടുകൾ വിറച്ചിരുന്നു. ചുവന്നുപോയ നെറ്റിയിൽ വിയർപ്പു പൊടിഞ്ഞു നിന്നിരുന്നു. അവൾ അരിശം ചൊടിച്ചു.

'ജാവെ. തൂ കോൻ ഹൈ മൈനു പുഛ്നാ വാലാ?'[2]

ബച്ചൻസിങ്ങ് എന്താണ് പറയുക? മുഖത്തടികൊണ്ടപോലായിക്കഴിഞ്ഞു. എന്നാലും അവനഭിമാനമുണ്ട്. അവൾ അങ്ങനെത്തന്നെ ചൊടിക്കണം. അവളെ എടുത്ത് അതേപടി ആശ്ലേഷിക്കാനുള്ള ആശയോടെ അവൻ ചോദിച്ചു:

'ങ്ഹേ? നിനക്കെന്നെ അറിയില്ലേ?'

'നഹി താ!'[3]

'ഞാൻ സർഹാലിഗ്രാമത്തിൽനിന്നു വരികയാണ്. സുന്ദർസിംഗിന്റെ മകനാണ്... ഇപ്പോൾ മനസ്സിലായോ?'

'ഓ!'

---

1. എങ്ങോട്ടാ എന്റെ കരളേ?
2. കടന്നുപോകൂ ഹെ. താനാരാ എന്റടുത്തു ചോദിക്കാൻ?
3. ഇല്ലാച്ചാലോ?

അവളുടെ ചുണ്ടുകൾ പിളുങ്ങിപ്പോയി. കണ്ണുകൾ തളർന്നു കീഴോട്ടു തൂങ്ങി. കാൽവിരലാൽ നിലത്തു വരച്ചുകൊണ്ട് അവൾ കീഴോട്ടു നോക്കി ഭൂമിയോടെന്നോണം മൊഴിഞ്ഞു:

'ങ്ഹാ?'

'ചലോഫിർ, ഘർചലിയേ! താനു ചാ പിലാവാംഗി!'[1]

(പിലാവൂംഗി എന്ന ഹിന്ദി വാക്കിന്റെ തല്ഭവമാണ് പിലാവാംഗി. ഈ വാക്കിലൊതുങ്ങുന്ന അർത്ഥം ഉൾക്കൊള്ളുന്ന വാക്കു മലയാളത്തിൽ ഇല്ലെന്നു തോന്നുന്നു)

ബച്ചൻസിങ്ങ് ആകെ അലിഞ്ഞുപോയി. ലജ്ജയാൽ ചുരുങ്ങിപ്പോയ അവളുടെ ശരീരം കൊന്നപ്പൂങ്കുലപോലെ പുളകംകൊണ്ടത് അവൻ കണ്ടു. അപ്പോഴും അവൾക്കു ചുമതലാബോധമുണ്ട്, ഔദാര്യമുണ്ട്...

'നഹി, നഹി. യേ നി പൂഛ്ണാസി...'[2]

അവൻ ആകെ അയഞ്ഞുപോയിരുന്നു. കരൾ പകൽപോലെ തെളിഞ്ഞുപോയി. അതുകൊണ്ട് ഉറച്ചുനിന്നുതന്നെ ഉപദേശിച്ചു.

'ചായ പിന്നെക്കുടിക്കാമല്ലോ! എത്ര കുടിക്കാൻ കിടക്കുന്നു? ഇപ്പോഴോ? ആരെങ്കിലും അറിഞ്ഞാൽ! ഞാനിങ്ങനെ വന്നു, കണ്ടു, സംസാരിച്ചു എന്ന് ഒറ്റ മനുഷ്യൻ അറിയരുത്, കേട്ടോ!'

അവന് അവളോട് എന്തും തുറന്നു പറയാം. അവർ തമ്മിൽ യുഗയുഗാന്തരങ്ങളായി ഒന്നാണ്! എല്ലാം പറഞ്ഞിട്ടും അവൾ കെഞ്ചുകയാണ്.

'അച്ഛാ ഫിർ! മൈ അപ്നേ പിയോ പാസിലേ ജാവോ?'[3]

അവൾ എത്ര ശുദ്ധയാണ്! ഒരാളും അറിയാനും കേൾക്കാനും പാടില്ലെന്നു പറഞ്ഞിട്ടും പിതാജിയുടെ അടുത്തേക്കു കൊണ്ടുപോകാമെന്ന്! അവനു ചിരിവന്നുപോയി. അതാകട്ടെ, സംതൃപ്തിയുടെ ചിരിയായിരുന്നു. അച്ഛനോ! ഒറ്റ ആളും അവൻ വന്നത് അറിഞ്ഞുപോകരുത്. അറിഞ്ഞുപോയോ, എല്ലാം തുലഞ്ഞു. എങ്കിൽ, മേലാൽ എത്ര ചായ കുടിക്കാൻ കിടക്കുന്നു, അതൊക്കെ എന്നന്നേക്കുമായി മുടങ്ങും. അതു പാടുണ്ടോ?

ഓ!

അവൾക്കു മനസ്സിലായി. അവളുടെ കരൾ പതയ്ക്കുകയായിരുന്നു. അതുകൊണ്ടു പെട്ടെന്ന് ഓർക്കാൻ കഴിഞ്ഞില്ല.

അവസാനം അവൻ പറഞ്ഞു:

'ഇസ് സാരിയാ ഗല്ലാ അപ്നേ ദില്ലന്തരീ രക്ണിയാ!'[4]

'ങ്ഹാ!'

അവൾ അവനെ നോക്കി നെടുവീർപ്പിട്ടു നിന്നു.

---

1. വീട്ടിലേക്കു പോകാം. ചായ കുടിക്കാം.
2. അതു മാത്രം പറയരുത്.
3. എന്നാൽ എന്റെ അച്ഛന്റടുത്തേക്കു പോകാം.
4. ഈ വർത്തമാനമൊക്കെ നിന്റെ കരളിൽത്തന്നെ ഇരുന്നോട്ടെ.

'അച്ഛാ, സസ്രീകൽ! മൈ, ഉണ്ജാന്താ.'[1]

അവൻ യാത്ര ചോദിച്ചു.

'ഫിർ കബ് ചാ പിലാവാംഗീ!'

പിന്നെപ്പഴാ ചായ തരാൻ പറ്റുക?

അവൻ തിരിഞ്ഞപ്പോൾ അവൾ ചോദിക്കയാണ്. അവൾ തേങ്ങുന്നുണ്ട് എന്നു തോന്നി. ഒന്നു തിരിഞ്ഞുനോക്കി. അവൾ നിന്നു നോക്കുകയാണ്. അങ്ങനെ നിന്നു നോക്കാൻ പാടില്ല. ഇടറിയ കാലോടെ കീഴോട്ടുനോക്കി നടന്നു. അതോ, അറിഞ്ഞുകൂടാ, പറക്കുകയായിരുന്നു. അവനു ശരീരമോ കനമോ ഇല്ല. പഞ്ഞിച്ചുരുൾ പോലെ താനറിയാതെ നീങ്ങുകയാണ്. അവൾ നിന്നു തേങ്ങുന്നു, വിങ്ങുന്നു. അവന്റെ ചെകിട്ടിൽ ആ വാക്ക് ചൂളം വിളിക്കുന്നുണ്ട്.

'പിന്നെപ്പഴാ ചായ തരാൻ പറ്റുക?'

ബച്ചൻസിങ്ങ് പറഞ്ഞത് അത്രയും, അടക്കിലും ചിട്ടയിലുമല്ലെങ്കിൽ ത്തന്നെ, ഇപ്പോൾ ഇവിടെ പകർത്തിക്കഴിഞ്ഞു എന്നു സമാധാനിക്കട്ടെ. അവനും ഒരു പട്ടാളക്കാരനാണ്. 'നീ കാശ്മീരിൽ എത്രപേരെക്കാച്ചി' എന്നു ഞാൻ ചോദിച്ചില്ല. അവനും കൊലയുടെ കഥകൾ പറയാൻ കാണും.

യൂറോപ്പിലും ബർമ്മയിലും കാഷ്മീരിലും പൊരുതി വന്ന എത്രയോ പട്ടാളക്കാർ അവരുടെ കഥകൾ ഈ പഴയ മിലിറ്ററി ബാരക്കിൽ വച്ച് എന്നോട് പറഞ്ഞിട്ടുണ്ട്. അപ്പോഴൊക്കെ മനുഷ്യൻ മരണത്തോടെതിർക്കുമ്പോൾ, കാണിക്കുന്ന ഉൾക്കരുത്തിനെക്കുറിച്ചു ഞാൻ അദ്ഭുതപ്പെട്ടിട്ടുണ്ട്. എന്നാൽ ബച്ചൻസിങ്ങിന്റെ കഥ എന്റെ ബോധത്തെ ഇളക്കി. ഈ പൊരുതുന്ന പട്ടാളക്കാരന്, കൊല്ലും കൊലയും തൊഴിലായ പട്ടാളക്കാരന്, ഇത്തരം കഥകളോ?

ഓ, ഞാൻ പറഞ്ഞുതീർന്നില്ല. അല്ലെങ്കിൽ പറഞ്ഞിട്ടുണ്ട്. ബച്ചൻസിങ്ങിന് കല്യാണം കഴിക്കാൻ കഴിഞ്ഞില്ല. പിന്നീട് അവൻ തന്റെ വധുവിനെ കണ്ടിട്ടില്ല.

'എന്തേ?'

'എനിക്കു നിലമില്ല.'

'എന്നുവെച്ച്?'

അവളുടെ അച്ഛൻ എന്റെ ഗ്രാമത്തിൽ വന്നു. അന്വേഷിച്ചു. എനിക്കു നിലമില്ല. ഞാൻ പുല്ലരിഞ്ഞും പരുത്തിച്ചുള്ളി വെട്ടിവിറ്റും ജീവിക്കുന്നവനാണ്. എന്റെ നാട്ടിൽ നിലമില്ലാത്തവനു പെണ്ണുകിട്ടില്ല. നോക്കൂ, ബാബുജി, നിങ്ങളവിടെ കാണുന്ന പഞ്ചാബിപ്പട്ടാളക്കാരിൽ പാതിയും പെണ്ണുകെട്ടിയിട്ടില്ല. അവർക്കൊട്ടു പെണ്ണുകിട്ടുകയുമില്ല. എന്തുകൊണ്ടെന്നാൽ അവർക്കു നിലമില്ല. ഈ പരന്ന ഭൂമി എത്ര വലുതാണെന്ന് ഓർത്തുനോക്കൂ. കടലും മലയും മുട്ടെ പരന്നുപരന്നു കിടക്കുന്ന ഈ ഭൂമിയിൽ...'

1. സത് ശ്രീ അകാൽ എന്ന സിക്കുകാരുടെ മുദ്രാവാക്യം സസ്രീകൽ എന്നായി പോകുന്നു. കണ്ടുമുട്ടുമ്പോഴും പിരിഞ്ഞുപോകുമ്പോഴും ഉപയോഗിക്കും.

തടഞ്ഞില്ലെങ്കിൽ അവൻ ഇനിയും പറഞ്ഞുപോയേനെ. ഒരു കാര്യത്തെക്കുറിച്ചു കേൾക്കാവുന്നിടത്തോളമേ കേൾക്കാവൂ. എനിക്കു യശോദയ്ക്ക് എഴുത്തെഴുതിത്തീർക്കണം. അവൾ അവിടെ റേഷനരി തിന്നുകൊണ്ട് കിടക്കയാണ്.

'പിന്നെ അവരൊക്കെ എങ്ങനെ കഴിഞ്ഞുകൂടുന്നു?'

ഞാൻ ബച്ചൻസിങ്ങിനെ തടയാൻവേണ്ടി ചോദിച്ചു.

'അങ്ങനെയിങ്ങനെ!'

ഞാനൊന്നും മിണ്ടിയില്ല. ഒന്നു മൂളിയതുപോലുമില്ല. ഇത്രയൊക്കെ കരൾ തുറന്നു പറഞ്ഞിട്ടും ഞാൻ കുലുങ്ങാതിരിക്കുന്നതു കണ്ടപ്പോൾ ബച്ചൻസിങ്ങിന് എന്നെ കൊന്നുകളയാനുള്ള ദേഷ്യം വന്നു കാണണം. നിമിഷങ്ങളോളം അവനങ്ങനെ തറച്ചുനിന്നു. നെടുവീർപ്പിട്ടു. പോകുമ്പോൾ തന്നത്താനെന്നോണം ഉരുവിട്ടു; 'ചാ പിലാവാ?'

അപ്പോൾ അവന്റെ നെടുനിശ്വാസത്തിൽ, നീളത്തിൽ മുറിച്ച, യശോദയ്ക്ക് എഴുത്തെഴുതുന്ന, ഈ നനുത്ത കടലാസുകൾ വിറകൊള്ളുന്നതായി തോന്നി. ■

സെൻട്രി

ഭാരത്ഭൂഷനു തടവുകാരനെ കണ്ണിൽക്കണ്ടേ കഴിയൂ. ഇല്ലേ, ചാർജ്ജെടുക്കില്ല. സ്വതേ അയാൾക്ക് അരിശമുണ്ടായിരുന്നു. ഈ കൂറ്റാക്കൂരിരുട്ടിൽ, മരവിക്കുന്ന തണുപ്പിൽ ഒരു ഗാർഡ്! അതും അവനവന്റെ ജീവൻ ശത്രുവിന്റെ തോക്കിൻതുമ്പത്തുനിന്നു രക്ഷപ്പെട്ടു, പെട്ടില്ല എന്നായ ഉടനെ. നെഞ്ചുമിടിപ്പു തീർന്നിട്ടില്ല. ഒന്നു മൂടിപ്പുതച്ചു കിടക്കാൻ സമ്മതിക്കില്ല. ആദ്യം അയാൾക്കു വിഷൻദാസിന്റെ നേരെ അമർഷം തോന്നി. അവനാണു പറ്റിച്ചത്. കുടൽ മുഴുവൻ പുറത്തുചാടിയ വയറു പൊത്തിപ്പിടിച്ച് എന്തിനാ ആ കഴുത വാവിട്ടത്?

'ഭയ്യാ!'

'മുഝേ ഗോളി മാരോ!'

ഛേ! അയാൾക്കു തന്നത്താൻ വെറുപ്പുതോന്നി. മരിച്ചുപോയ ആളെ നിന്ദിക്ക വയ്യ. ഹരി ഓം ഹരി ഓം... എന്നാലും അതാണു പറ്റിച്ചത്. അല്ലെങ്കിൽ താനിത്ര പിന്നിൽ പെടുകയില്ലായിരുന്നു. പിന്നിൽ പെട്ടതുകൊണ്ടല്ലേ ഗാർഡ് കിട്ടിയത്. വെറുതെയങ്ങ് ഗാർഡ് നില്ക്കുമോ? തടവുകാരന്റെ ഗാർഡാണെങ്കിൽ, തടവുകാരനെ കണ്ണിലിങ്ങു കാണണം.

മലഞ്ചെരുവിൽ ആളൊഴിഞ്ഞുകിടന്ന ആ വീടിന്റെ ഒറ്റമുറിയിലേക്കു തടവുകാരനെ കൊണ്ടുപോകുന്നത് ഭാരത്ഭൂഷൺ കണ്ടിരുന്നു. സുവർ കാബച്ചാ!... അപ്പോഴേ അയാൾക്ക് അമർഷമുണ്ട്. എന്തിനാ ആ പന്നിയെ ജീവനോടെ വെച്ചിരിക്കുന്നത് എന്നുകൂടെ അയാൾ ഓർത്തു. പിന്നെ

മുറിക്കകത്തുനിന്നു ഞരക്കവും മുഴക്കവും കേൾക്കായി. ഹങ്ങനെ! അവനെ ചതയ്ക്കുന്നുണ്ട്. ചതയ്ക്കട്ടെ. കുറേനേരത്തോളം അതു നടന്നു. അവൻ ചത്തുകാണണം. ഒന്നും കേൾക്കാനില്ല. ശത്രുക്കളുടെ രഹസ്യങ്ങൾ അറിഞ്ഞുകഴിഞ്ഞതോടെ കാച്ചിക്കളഞ്ഞിരിക്കും. ഹരഹരമഹാദേവാ... അങ്ങനെ ഓരോന്നോർത്ത്, അപ്പോഴേ പിടിച്ചെടുത്ത ശത്രുക്കളുടെ ട്രഞ്ചിൽത്തന്നെ അയാൾ സെക്ഷനോടൊപ്പം താവളം ശരിയാക്കി. മൂടിപ്പുതച്ചുകിടന്നു. അപ്പോഴാണു വന്നു വിളിക്കുന്നത്. ഛേ! ഗാർഡ് നില്ക്കണം. നശിപ്പ്–

"കിത്ഥെ വോ സുവർ കാ ബെച്ചാ?" ഭാരത്ഭൂഷൺ നാക്കിട്ടു തല്ലി.

"ഉഥേ" ധനിറാം വാതിലിനുനേരെ ചൂണ്ടിക്കാണിച്ചു. അയാളുടെ തൊണ്ട ഇടറിയിരുന്നു.

"രോതേ ഹോ?" ഭാരത്ഭൂഷൺ തട്ടിക്കേറി. എന്നിട്ടു വിളക്കു തെളിയിച്ച് തടവുകാരനെ മുഴുവൻ കാണിക്കണമെന്നായി. അല്ലെങ്കിൽ ഭഗവാൻ കസം, അയാൾ ചാർജ്ജെടുക്കില്ല.

വിളക്കു തെളിയിക്കുന്നതു നന്നല്ല എന്നു പറയുമ്പോഴും ധനിറാമിന്റെ തൊണ്ട ഇടറിയിരുന്നു. അയാൾ കരയുകയായിരുന്നിരിക്കണം. അതിന്റെ പൊരുൾ ഭാരത്ഭൂഷണിന്നറിയാം. ആ നാണംകെട്ടവൻ എന്നും മുസൽമാന്റെ പങ്കിലാണ്. നാം ഒന്നായിരുന്നു. നാം ഏകോദരസഹോദരന്മാരെപ്പോലെ ജീവിച്ചു!... ശവം! തുലഞ്ഞുപോകുന്നില്ലല്ലോ. തന്റെ ഏകോദരസഹോദരനായ തടവുകാരനു ഗാർഡുനിന്നുകൊണ്ട് അയാൾ ഓർത്തോർത്തു കരഞ്ഞിരിക്കാം. അവന്റെ പുരാണാ ജമാനാ.

"ദിഖാവോ!" അയാൾ മുറുമുറുത്തു. യുദ്ധം നടന്നുകൊണ്ടിരിക്കുമ്പോൾ വിളക്കു തെളിയിക്കുന്നതു നന്നല്ലെന്നു ധനിറാം പറഞ്ഞു. ഓ, അതിന്നു ദുശ്മൻ മലയുടെ അങ്ങേപ്പുറത്താണ്. ഇങ്ങേത്താഴ്‌വരയിൽ ഇത്തിരി വിളക്കു തെളിയിച്ചാൽ ഒന്നും വരാനില്ല. അതും അടച്ചിട്ട മുറിക്കകത്താകുമ്പോൾ തീരെ അപകടമില്ല.

വാതിൽ തുറന്ന് അവർ മുറിക്കകത്തു കടന്നു. ചാരിയടച്ചു ഞെക്കുവിളക്കു തെളിയിച്ചു.

ഓ!

ഒറ്റനോട്ടത്തിൽ ഭാരത്ഭൂഷൺ ഒന്നു ഞെട്ടി. പിന്നെ റൈഫിളിൽ മുറുകെപ്പിടിച്ചുനിന്നു മിഴിച്ചുനോക്കി. മൂലയിൽ പലക വിരിച്ച തറയിൽ കൈകാലുകൾ കൂട്ടിത്തളച്ചിട്ട തടവുകാരൻ ചുരുണ്ടുകൂടിക്കിടക്കുന്നു. കണ്ണുകൾ പാതി തുറന്നിരിക്കയാണ്. അയാൾ വിറയ്ക്കുന്നുണ്ട്. ഈ കൊടും തണുപ്പു താങ്ങാനുള്ള വസ്ത്രങ്ങളൊന്നുമില്ല. മുറിക്കകത്തേക്കു കൊണ്ടുവരുമ്പോൾ ഉണ്ടായിരുന്നു. ഇപ്പോൾ ഇല്ല. കീറിപ്പറിഞ്ഞ പച്ചക്കോട്ടും പാന്റുമാണുള്ളത്. ഭേദ്യം ചെയ്തപ്പോൾ കീറിയതാകണം.

കിടന്നു വിറയ്ക്കട്ടെ, ഭാരത്ഭൂഷണന് ആഹ്ലാദം തോന്നി. പന്നി! ഈ നാട്ടിലെ പെൺപിറന്നവരെ പിടിച്ചും കൊണ്ടുവന്നു ട്രഞ്ചുകളിൽ വെച്ചും താമസിപ്പിച്ചവനാണ് അവൻ. ഹൈവാൻ!... ഇവിടെ ഉണ്ടായിരുന്നോ

എന്തോ! സാധാരണ അതാണ് പതിവ്. ശത്രുവിന്റെ ട്രഞ്ചുകളിൽ, നമ്മുടെ പട്ടാളം ഒന്നടങ്കം ചാടിവീഴുമ്പോൾ.

ഓ!

ട്രഞ്ചുകളിൽ സ്ത്രീകൾ, പെൺകിടാങ്ങൾ... ഉടുതുണിയില്ലാത്ത, കീറിപ്പറിഞ്ഞതുടുത്ത്, വിറച്ചു വിറങ്ങലിച്ച കാഷ്മീരിപ്പെൺകിടാങ്ങൾ, പെണ്ണുങ്ങൾ, അവരുടെ ശവങ്ങൾ, കഴുത്തറക്കപ്പെട്ട, കുടൽ ചോർത്തപ്പെട്ട... പിന്നോക്കം ഓടുമ്പോൾ ശത്രുക്കൾ അവരെ കശാപ്പു ചെയ്യുകയും, ലോറികളിൽ നിറച്ചുകൊണ്ടു പോകയും ചെയ്തിരിക്കും. ഹൈവാൻ...

"കണ്ടോ?" ധനിറാം ചോദിച്ചു.

ഭാരത്ഭൂഷൺ ബൂട്ട് നിലത്തിട്ടുരച്ചു വാ തുറന്നു കണ്ഠം പൊളിയുവോളം അലറി: "കിടന്നു വിറയ്ക്കട്ടെ."

"കണ്ടോ?" ധനിറാം വീണ്ടും ചോദിച്ചു.

"ങ്ആ, ങ്ഹാ!" എന്തോ മറന്നു കിട്ടിയപോലെ ഭാരത്ഭൂഷൺ തലയാട്ടി.

"ഇനി?"

"അവനെ കാച്ചണം."

ഭാരത്ഭൂഷൺ നിന്നു കത്തി. ധനിറാം നടുങ്ങിപ്പോയിരിക്കണം. നിമിഷങ്ങൾക്കുശേഷം അയാൾ മൊഴിഞ്ഞു:

"ഓ, ഭയ്യാ!"

അപ്പോഴും അയാളുടെ തൊണ്ട ഇടറിയിരുന്നു. അയാൾ എന്തോ പറഞ്ഞേനെ. ഭാരത്ഭൂഷൺ ഇടയ്ക്കുകയറി പറഞ്ഞു: "ഇനി നിങ്ങൾക്കു പോകാം. എന്റടുത്ത് ഒരു വേദാന്തവും വേണ്ട. പുറത്തേക്കു കടക്കൂ. പൊയ്ക്കോളൂ. എന്താ നോക്കുന്നത്? പൊയ്ക്കോളൂന്ന്. ഞാനിന്ന് അവനെ കാച്ചും. മ്ലേച്ഛ്! സുവർകാ ബച്ചാ..."

അവർ പുറത്തു കടന്നു വാതിൽ അടച്ചു മുഖത്തോടുമുഖം നോക്കി നിന്നു.

"പൊയ്ക്കോളൂ."

"ഭായി, ഭാരത്ഭൂഷൺ!"

"ഞാൻ പറഞ്ഞു, പൊയ്ക്കോളൂ."

"ഒറ്റ വാക്ക്."

"പൊയ്ക്കോളൂന്ന്."

"ഞാൻ പറയാറില്ലേ."

"നിങ്ങളുടെ വേദാന്തം!" ഭാരത്ഭൂഷൺ റൈഫിൾ നിലത്തിട്ടു കുത്തി.

ഒന്നും മിണ്ടാതെ ധനിറാം നടന്നുനീങ്ങി. ഇരുട്ടിൽ മറഞ്ഞു. ഭാരത്ഭൂഷൺ ഒന്നു നിന്നു, ഓവർകോട്ടിന്റെ കഴുത്തിലെ പട്ടയിൽ ബട്ടനിട്ട് തൊപ്പി അമർത്തി റൈഫിളും പിടിച്ചുനിന്നു. തിരിഞ്ഞുനോക്കി. അനക്കമുണ്ട്. ആ പന്നീടെ സന്താനം ചുരുണ്ടുകൂടുകയാണ്. സുവർ, സുവർകാ ബച്ചാ.. കണ്ടോ, ആ വേദാന്തിയുടെ കരച്ചിൽ...

അകത്തു ചേങ്ങല കിലുങ്ങി.

"ങ്ഹേ!"

ആന്തിപ്പോയി.

അവനെങ്ങാൻ! കരൾ മിടിക്കയായി. അതു നോക്കിയില്ലല്ലോ. തളച്ചിട്ടതു നേരെത്തന്നെയാണോ? ഹരേ റാം, ഹരേ റാം... ഒന്നു നോക്കിയിരുന്നെങ്കിൽ! ഇനി ഒന്നു പോയി നോക്കാമോ?

വാതിലിനോടു ചെവിചേർത്ത് അയാൾ നിന്നു. ഒന്നുമില്ല. ഞരങ്ങുകയാണ്, സുവർ.. അവനെ കാച്ചണം. അവനെ കാച്ചണം. റൈഫിളിന്റെ മസിലിൽ അമർത്തിപ്പിടിച്ച് ഭാരത്ഭൂഷൺ തീരുമാനിച്ചു. ചുണ്ടുകൾ കൂട്ടിക്കടിച്ചു നെഞ്ചു നിറയെ ശ്വസിച്ചു. ഈ ഭൂമുഖത്തുള്ള ഓരോ മുസൽമാനേയും കാച്ചണം. അയാൾ റൈഫിൾ ഉയർത്തി നിലത്തു കുത്തി. നൂറു നൂറു കൊല്ലമായി അവർ ഈ പവിത്രമായ നാടിനെ മാനഭംഗം ചെയ്യുകയാണ്. ഇതാ, ഒരുത്തനെയെങ്കിലും കാച്ചാനുള്ള സൗഭാഗ്യം കിട്ടിയിരിക്കുന്നു. ഹരഹരമഹാദേവാ...

താനത് ഉറക്കെപ്പറഞ്ഞുപോയോ? അത്തരം മുദ്രാവാക്യങ്ങളൊന്നും മിണ്ടിപ്പോകരുതെന്നാണ് കല്പന. നാം യുദ്ധം ചെയ്യുന്നത് മതത്തിനു വേണ്ടിയല്ലപോലും! പിന്നെ അവന്റെ!...

യുദ്ധത്തെക്കുറിച്ചോർത്തതോടെ അയാളുടെ അകം കിടുങ്ങിപ്പോയി. താനതുവരെ ഓർത്തിരുന്നതെല്ലാം മറന്നുപോകയും ചെയ്തു. അയാൾക്കു തോന്നി, അവിടെയെല്ലാം വല്ലാത്ത നാറ്റമുണ്ട്. മണത്തു നോക്കി. നാറ്റമുണ്ട്. തണുത്ത കട്ടിയുള്ള വായുവിൽ വെടിമരുന്നിന്റേയും മാംസത്തിന്റേയും ചോരയുടേയും... ആകെ കോരിത്തരിച്ചുപോയി. കത്തിത്തീർന്ന ചൂടാറാത്ത ചുടലക്കളത്തിൽ ഒറ്റയ്ക്കു പെട്ടപോലെ.

ഓ!

നിമിഷങ്ങൾക്കുശേഷം അയാൾ നടുക്കത്തോടെ നെടുവീർപ്പിട്ടു. ഇന്നും രക്ഷപ്പെട്ടു. വാസ്തവത്തിൽ. ഓരോ അറ്റാക്കിനുമുമ്പും മടങ്ങുമെന്ന് അയാളോർത്തിട്ടില്ല. ഇന്നും രക്ഷപ്പെട്ടു. ഹരി ഓം! ഹരി ഓം!... ഇരുട്ടിലേക്കു തുറിച്ചുനോക്കിക്കൊണ്ട് അയാൾ ഉരുവിട്ടു.

നൗഷാര - ജമ്മു റോഡിലൂടെ ബറ്റാലിയൻ നീങ്ങുകയായിരുന്നു. ബാരി പതൻപാലം കടക്കവയ്യ. റോഡിനു സമാന്തരമായി നീണ്ടുനിവർന്നു കിടക്കുന്ന ഷാവാരിജ് മലയിൽനിന്ന് ശത്രുക്കൾ പാലത്തിനു നേരെ പീരങ്കി ഒഴിക്കയാണ്. ഏതു നിമിഷത്തിലും പാലം തകർന്നുപോകും. അതു വയ്യ. അവരെ വിട്ടുകൂട. ബറ്റാലിയൻ കൂട്ടം പിരിഞ്ഞു. പൊസിഷനെടുത്തു ഇരുപത്തഞ്ചു റാത്തൽ തോക്കുകൾകൊണ്ടു നിരത്തി അടിച്ചു. എപ്പോഴും ഈ ഭാഗ്യവാന്മാരായ ആർട്ടിലറിക്കാർക്കു നിന്നേടത്തുനിന്ന് ഉണ്ടയൊഴിച്ചുകൊണ്ടു നിന്നാൽ മതി. ഇൻഫൻട്രി മുന്നോട്ടു നീങ്ങണം. അവനവന്റെ തലയ്ക്കുമീതെകൂടെ അവനവന്റെ പീരങ്കിയുണ്ടകൾ. അവനവന്റെ തലയ്ക്കുനേരെ ശത്രുവിന്റെ വെടിയുണ്ടകൾ... പതുങ്ങിപ്പതുങ്ങി അവർ മുന്നോട്ടുനീങ്ങി. മലമുകളിൽ ശത്രുക്കളുടെ ട്രഞ്ചുകളിലേക്ക് ഹല്ലാവിളിച്ചു ചാടിയപ്പോൾ അയാൾക്കു ബോധമില്ലായിരുന്നു. ഒരേയൊരലർച്ച:

"ഹിന്ദുസ്ഥാൻ സിന്ദാബാദ്!"

"പാക്കിസ്ഥാൻ മൂർദ്ദാബാദ്!"

ചാർജ്ജ്!"

ശത്രുക്കളുടെ തോക്കുകൾ കൂട്ടത്തോടെ തീ തുപ്പുകയാണ്. ഗ്രനേഡുകളും മയിനുകളും പൊട്ടിത്തെറിക്കയാണ്. അയാളതൊന്നും കണ്ടില്ല, കേട്ടില്ല. കേട്ടത് ഒരു മുഴക്കമാണ്. മലകൾ മുഴങ്ങുകയാണ്. ദിഗന്തങ്ങൾ മാറ്റൊലിക്കൊള്ളുകയാണ്. കൂട്ടത്തിൽ അയാളും അലറി: 'ഹിന്ദുസ്ഥാൻ!'

'സിന്ദാബാദ്!'

എന്നിട്ടു കുനിഞ്ഞ് തീയുണ്ടകളുടെ ഇടയിലൂടെ ഓടി വീണു. ഇഴഞ്ഞു. വീണ്ടും തോക്കുനീട്ടി പാഞ്ഞു. ഉന്നമെടുത്ത് ട്രിഗർ അമർത്തി. വീണ്ടും അലറി.

അപ്പോൾ–

'ഭയ്യാ!'

ഇടത്തോട്ടു തിരിഞ്ഞതും തറച്ചുനിന്നുപോയി.

"മുഝേ ഗോളി മാരോ."

വിഷൻദാസാണ്. ഇടത്തെ കൈകൊണ്ടു വയറു പൊത്തിപ്പിടിച്ചിട്ടുണ്ട്. എന്നിട്ടും കുടൽ പുറത്തേക്കു ചാടുകയാണ്.

നേരെനിന്ന് അയാളുടെ നെഞ്ചിലേക്ക് എങ്ങനെ നിറയൊഴിക്കും? അയാൾ പിടഞ്ഞുചാകും. എന്നുവെച്ച് മുൻകൂട്ടി വെടിവെച്ചു കൊല്ലണോ?

വിഷൻദാസ് കേഴുന്നു: 'ഭയ്യാ.. മുഝേ മാരോ!'

താൻ മരിച്ചില്ല എന്നോർത്തപ്പോൾ ഭാരത്ഭൂഷൺ ഇരുട്ടിലേക്ക് ഇളിച്ചുകാട്ടി നെടുവീർപ്പിട്ടു: "ഹരി ഓം! ഹരി ഓം!...'

ആരോ സംസാരിക്കുന്നതു കേൾക്കാം. ചെകിടോർത്തു: മനസ്സിലാകുന്നില്ല. ഓ!... ധനിറാം ട്രഞ്ചിലെത്തിയതാണ്. തുടങ്ങിയിരിക്കുന്നു! പുരാണാജമാനയെക്കുറിച്ചു തുടങ്ങിയിരിക്കുന്നു. അവന്റെയൊരു പുരാണാ ജമാന! ഓർക്കാൻ നാണമില്ലല്ലോ. അന്നു നമ്മുടെ പട്ടാളത്തിൽ മുസ്ലീമുകളുണ്ടായിരുന്നു. പഞ്ചാബ് റജിമെന്റിൽത്തന്നെ ഉണ്ടായിരുന്നു. ഹിന്ദു, സിക്ക്, മുസ്ലീം. എല്ലാം ചേർന്ന് പഞ്ചാബ് റജിമെന്റ്. പഞ്ചാബ് റജിമെന്റിലെ പട്ടാളക്കാർ ലോകമൊട്ടുക്കും പൊരുതിയിട്ടുണ്ട്. നാണമില്ലല്ലോ പറഞ്ഞുകൊണ്ടു നടക്കാൻ. അവനൊരു ഹിന്ദുവാണോ? ഏകോദരസഹോദരന്മാരെപ്പോലെ മുസ്ലീമുകളോടൊപ്പം ജീവിച്ചുപോലും. അതിന്നായി ഒരാഫ്രിക്ക! ആഫ്രിക്കയിലെ മരുഭൂമികൾ. റോമലിന്റെ ജർമ്മൻപട്ടാളം. പട. റോമലിന്റെ ജർമ്മൻപട്ടാളത്തോടു പൊരുതിക്കൊണ്ടിരുന്നപ്പോൾ, ആ നശിച്ച മരുഭൂമികളിൽ വെള്ളം റേഷനായിരുന്നു. ഒരു നാളത്തേക്ക് ഒറ്റ ബോട്ടിൽ വെള്ളം. കുടിച്ചോ, കുടിച്ചോ, മുഖം കവുകിക്കോ! ഒറ്റ ബോട്ടിൽ വെള്ളം അക്കാലത്തു പൊരിയുന്ന വെയിലിൽ ദാഹിച്ചു വീഴാറാകുമ്പോൾ മുസ്ലീം സഹോദരന്മാർ അയാൾക്ക് അവനവന്റെ വാട്ടർ ബോട്ടിലിൽനിന്ന് വെള്ളം കൊടുത്തിട്ടുണ്ടുപോലും! മുസ്ലീമിന്റെ പാത്രത്തിൽ നിന്നു വെള്ളം കുടിക്കുക! ഛേ! അവനു ചാകാമായിരുന്നില്ലേ? ഇല്ല, ചത്തില്ലെങ്കിൽ ഒന്നു

മിണ്ടാതിരുന്നുകൂടേ? നാണംകെട്ട വർത്തമാനം. എപ്പോഴും അതുതന്നെ! നാം ഒന്നായിരുന്നു, നാം ഒന്നായിരുന്നു. നാം... അറപ്പില്ലല്ലോ, ഓർക്കാൻ.

വീണ്ടും മുറിക്കകത്തുനിന്ന് അനക്കംകേട്ടു. ഞെട്ടുകതന്നെ. വാതിലിനോടു ചേർന്നുനിന്ന് വീണ്ടും ചെകിടോർത്തു. ഞരക്കമാണ്. നീട്ടിവലിക്കുന്നുണ്ട്. പിടയാതെ പന്നീ, പിടയാതെ. റൈഫിളിന്റെ മസിലിൽ പിടിമുറുക്കി. ഓ! നീറുന്നു. ഓവർകോട്ടിന്റെ കൈ വലിച്ചു നീട്ടി വിരലുകൾ ഉള്ളിലാക്കിപ്പിടിച്ചു നിന്നു. എന്നാലും വിരലുകൾ കടയുന്നു. ശരീരത്തിലെ രക്തമെല്ലാം വിരലുകളിൽ വന്നു തൂങ്ങി പൊട്ടിച്ചാടാൻ വിങ്ങുകയാണ്. ഹൗ! എന്തൊരു കുളിര്! എന്തൊരു ഇരുട്ട്! ഒന്നും വ്യക്തമല്ല. ആകാശം, ചക്രവാളം, മലകൾ, മരങ്ങൾ, കാടുകൾ – ഒന്നും വ്യക്തമല്ല. നീലനീലമായ ഈ അന്തരീക്ഷത്തിലെ വായു തൊട്ടറിയാൻ കഴിയും. മൂടൽമഞ്ഞിൽ കുതിർന്ന വായുവിനു കനമുണ്ട്. ശ്വസിച്ചുകൂടാ. നാറ്റവുമുണ്ട്. നശിച്ച നാറ്റം! പാവം വിഷൻദാസ്! അവൻ ചത്തുകാണും. ഈ നനഞ്ഞ വായുവിനു കട്ടിയേറും തോറും നാറ്റം ഭൂമിയിലേക്ക് അമരുകയാണ്. ഓ! മേരീ, മാ, ഒന്ന് ഉറങ്ങാൻ? എന്നാ ഉറങ്ങിയത്? സോമ്, മംഗൾ, ബുധ്... ഒന്ന്, രണ്ട്, മൂന്ന്... ഹോ! വിരലുകൾ മടക്കിക്കൂടല്ലോ. ഓ! മേരീ, മാ, ഒന്നുറങ്ങാൻ...

അയാൾക്ക് ഉറക്കം വരികയായിരുന്നു. റൈഫിളിൽ ഊന്നി മരപ്പലകകളുടേതായ ചുമരിൽ ചാരി അയാൾ കോട്ടുവായിട്ടു. അത്രയും തണുത്ത വായുവിന്റെ ഒരു കട്ട അകത്താക്കി. മാറിടം ഉയരുമാറു നെടുവീർപ്പിട്ടു. മേരീ മാ...

അയാളുടെ തലച്ചോറിൽ കുടമണികൾ മുഴങ്ങിക്കൊണ്ടിരുന്നു. മഞ്ഞിൽ നനഞ്ഞ ഗ്രാമത്തിലെ നടപ്പാതയിലെ കുടമണി കെട്ടിയ കാളകളെ, കലപ്പയേന്തിയ കൃഷിക്കാർ വയലിലേക്കു തെളിക്കുകയാണ്. ഗ്രാമം ഉണരുകയാണ്. മഞ്ഞിൽ കുളിച്ച വയൽ അതാ പരന്നുപരന്നുകിടക്കുന്നു. കാറ്റാടുന്ന കോതമ്പു പച്ചയ്ക്കുമീതേ, എമ്പാടും മുറ്റിനിൽക്കുന്ന മഞ്ഞനിറമാർന്ന കടുകിൻപൂക്കൾ ഇളംവെയിലിൽ സ്വർണ്ണമുരുക്കി ഒഴിക്കയാണ്. തുള്ളിച്ചാടുന്ന മാൻപറ്റങ്ങൾ പച്ചതിന്നാൻ ഇറങ്ങിയിരിക്കയാണ്. ഗ്രാമക്കുളത്തിൽനിന്നു കുളിച്ചു കൂത്താടി വരുന്ന എരുമക്കൂട്ടങ്ങൾ വഴിനിറയെ പൊടിയുയർത്തുകയാണ്... അയാളങ്ങനെ നിന്നു മയങ്ങി. തന്റെ ഗ്രാമത്തിലെ മുഴുവൻ ആളുകളും തലച്ചോറിലൂടെ നീങ്ങുകയാണ് ഇടയ്ക്ക്,

'റോട്ടീ ലേകേ നാ ജായിനീ
തേഥൂം ഖാൽടാ പ്യാന ജായേ!'

ആരോ പാടുന്നു, ഏറ്റുപാടുന്നു പാവം! വയലിലേക്കു ഭക്ഷണം എടുത്തുപോകുന്ന പെൺകുട്ടികളെ കളിയാക്കുകയാണ്. അയാളുടെ ചുണ്ടുകൾ കൂടെ മന്ത്രിച്ചു:

'റൊട്ടീ ലേകേ നാ ജായിനീ
തേഥൂം വാൽടാ പ്യാനജായേ!'

ഓ, എന്തൊരു പാട്ട്! കൃഷിക്കാരൊക്കെ അതേറ്റുപാടുന്നു. ഗ്രാമം മുഴുവൻ പാടുന്നു. അതു പഴകലില്ല. ഗോതമ്പുകൃഷി ഉള്ളേടത്തോളം കാലം

അവർ ആ പാട്ടുപാടിക്കൊണ്ടേയിരിക്കും. പാടിക്കൊണ്ട് അവരതാ വയലിലേക്കു നീങ്ങുകയാണ് അപ്പോൾ.

ആരാ അത്? അവർ എല്ലാവരും ഉണ്ട്. ഹിന്ദു, സിക്, മുസൽമാൻ...

"മുസൽമാൻ!"

അയാൾ ഞെട്ടി. മയക്കത്തിന്റെ ഓർമ്മയിൽ തെല്ലിട നീങ്ങി. അമർഷം കൊണ്ടു പല്ലിറുമ്മി. ബൂട്ട് നിലത്തിട്ടുരച്ചു: "മുസൽമാൻ!"

അയാൾക്ക് ഓർത്തുകൂട. അവൻ ആ ഗ്രാമം തീവെച്ചു ചാമ്പലാക്കിപ്പോയി. പാക്കിസ്താനിലേക്കു പോയി. ഏതാണീ പാക്കിസ്താൻ? നിന്നു മിഴിച്ചു. കൺമുന്നിൽ നോക്കെത്താതെ പരന്നുകിടക്കുന്ന വയൽ കാണുകയാണ്. വേറെ ഒന്നും ഇല്ല. കാറ്റാടുന്ന കോതമ്പുപച്ചയ്ക്കു മീതെ എമ്പാടും മുറ്റിനില്ക്കുന്ന മഞ്ഞ നിറമാർന്ന കടുകിൻപൂക്കൾ, ഇളവെയിലിൽ സ്വർണ്ണ മുരുക്കി ഒഴിക്കയാണ്. ഓ! ആ മനോഹരമായ നോക്കെത്താത്ത വയലിന്റെ എവിടമാണ് പാക്കിസ്താൻ തുടങ്ങുന്നത്? ഒരന്തവുമില്ലാതെ അയാൾ മിഴിച്ചു. മിഴിക്കുംതോറും കരൾ കത്തിക്കാളി. അയാൾക്കു സഹിച്ചുകൂടാ. ഓർക്കുംതോറും സഹിച്ചുകൂടാ. ശ്മശാനത്തിൽനിന്നു മാന്തിയെടുത്ത തലയോടുകൾ മുസ്ലീം ജനസമൂഹങ്ങൾക്കിടയിൽ ഉയർത്തിക്കാട്ടി, അവരുടെ നേതാക്കന്മാർ ഉൽബോധനങ്ങൾ നടത്തി: "ഭായി ജനാബ്, ഇതാണ് നമുക്കു ഹിന്ദുസ്ഥാനിലെ ഗതി! ഇതാ, ഇതിപ്പോൾ ദൽഹിയിൽനിന്നു നമുക്കായി അയച്ചുകിട്ടിയ നമ്മുടെ പ്രിയ സഹോദരന്റെ..."

ഓർക്കുന്നതിനിടയ്ക്ക് അയാൾ മുറുമുറുത്തു: "ഡ്ധുറ്!"

അകത്തുനിന്നു കേട്ട ഒരു ഭയങ്കരശബ്ദം അയാളെ വീണ്ടും ഉണർത്തി.

"സുവർ, ഒരു വേള, ഒരുവേള..."

വീണ്ടും തന്റെ ആലോചനകൾ ശരിയാക്കാൻ അയാൾ നിന്നു.

"ഒരു വേള, ഈ പന്നി തന്നെ തലയോടുകൾ മാന്തിയെടുത്തു ജനങ്ങളെ ചതിച്ചിട്ടുണ്ടാവണം. പന്നി! അവനെ കാച്ചണം!" അവനെ ഇപ്പോൾ കാച്ചണം.

അമർഷം അയാളുടെ തലയിൽ തീയെരിച്ചു. കൊള്ളകളുടേയും കൊലകളുടേയും മാനഭംഗങ്ങളുടേയും ദാരുണചിത്രങ്ങൾ അതിലൂടെ തെളിഞ്ഞു കാണുകയായി. വാതിൽ തള്ളിത്തുറന്ന് അയാൾ അകത്തുകടന്നു. പാക്കറ്റിൽനിന്നു വിളക്കെടുത്തു ഞെക്കി.

തടവുകാരൻ ചുരുണ്ടുകൂടിക്കിടക്കയാണ്. അനക്കമില്ല, ഞരക്കമില്ല. അയാളുടെ ഇരുണ്ട മുഖം നിലപ്പലകയോടു മുട്ടിയുരുമ്മിക്കിടക്കുന്നു.

അയാൾ മുന്നോട്ടു നീങ്ങി. ബൂട്ടുകൊണ്ടു തട്ടാൻ ആഞ്ഞു.

ങ്ഹേ!

അയാൾ നിന്നു. കുനിഞ്ഞുനോക്കി. ആ മുഖം രക്തംകെട്ടി നീലച്ചിരിക്കുന്നു.

റൈഫിൾ താഴെവെച്ച് അയാൾ സംശയിച്ചു സംശയിച്ചു തൊട്ടുനോക്കി. മരവിച്ചിരിക്കുന്നു.

നിമിഷങ്ങളോളം അയാൾ ഒന്നും ഓർക്കാതെ ഇരുന്നു. തന്റെ നെഞ്ചു വെള്ളമാവുന്നത് ഭാരത്ഭൂഷൻ അറിഞ്ഞില്ല. ഇടമുറിയുന്ന നെടുവീർപ്പുകൾ ക്കിടയിൽ, ആ മരവിച്ച ശവത്തിൽ തൊട്ടുകൊണ്ട് അയാൾ വിളിച്ചു:

"ഭായി സാബ്..." ■

നഗരത്തിന്റെ നിഴൽ

സുഹൃത്തേ,

കുറച്ചുദിവസങ്ങൾക്കുമുമ്പ് യുദ്ധരംഗത്തുനിന്നയച്ച എഴുത്തു കിട്ടിയിരിക്കുമെന്നു വിശ്വസിക്കുന്നു. അതിനു മറുപടി കിട്ടുന്നതിന്നുമുമ്പ് ഈ എഴുത്തെഴുതുന്നത് വിശേഷിച്ചൊന്നുമുണ്ടായിട്ടല്ല. എന്നാൽ വിശേഷമുണ്ട്. ഞാൻ ഇപ്പോൾ കാഷ്മീരിലല്ല. ഞങ്ങളുടെ റജിമെന്റ് അവിടന്നു പോന്നു.

പാക്കിസ്ഥാനും ഇന്ത്യൻ യൂണിയനും ഒരുമിച്ചു നടപ്പിലാക്കിയ വെടി നിർത്തൽ കൽപനയെക്കുറിച്ചു നിങ്ങൾ കേട്ടിരിക്കും. രണ്ടു കൂട്ടരും വെടി നിർത്തി.

വെടി തുടങ്ങിയത് എങ്ങനെയെന്ന് നമുക്കാലോചിക്കണോ? വേണ്ട. അതൊരു പഴയ കഥയാണ്. എന്നാലും ആര് ആരെയാണ് വെടിവെച്ചിരുന്നത് എന്നോർക്കണം. എനിക്കെല്ലാം മറക്കണമെന്നുണ്ട്. നാശമെന്നു പറയട്ടെ, എന്റെ റജിമെന്റ് റെസ്റ്റെടുക്കാൻ വന്ന ഇടം എന്റെ ആലോചനയ്ക്കു തീപിടിപ്പിക്കയാണ്.

ഞങ്ങൾ റെസ്റ്റെടുക്കയാണ്. അതുകൊണ്ടാണ് ഞാനെഴുതുന്നത്. ഇതു കളവായി പോസ്റ്റ് ചെയ്യുന്നു. കളവായി പോസ്റ്റ് ചെയ്യാനായിട്ട് ഞാനെഴുതുന്ന രണ്ടാമത്തെ എഴുത്താണിത്.

ഞങ്ങൾ താമസിക്കുന്നത് ഒരു കുന്നിന്റെ മുകളിലാണ്. കുന്നിനെ വട്ടം ചുറ്റിക്കൊണ്ടു പടവുകൾ പടവുകളായി വെട്ടിനിരത്തിയ മൈതാനത്തു ബാരക്കുകളാണ്. പഴയകാലത്ത്, എന്നുവെച്ചാൽ ഇന്ത്യ എന്ന ഈ മഹാരാജ്യം രണ്ടായി മുറിക്കുന്നതിനുമുമ്പ്, ഇവിടെ നിറയെ പട്ടാളം കടന്നിരുന്നു. ലോക മഹായുദ്ധത്തിന്റെ അവസാനകാലത്തു ഞാൻ തന്നെ ഇവിടെ കുറച്ചിട ഉണ്ടായിട്ടുണ്ട്.

തന്ത്രപരമായി വളരെയേറെ പ്രാധാന്യമുള്ള ഇടമാണ് ഇത്. ഒരു സുഖവാസസ്ഥലവും. മദ്ധ്യപൗരസ്ത്യദേശത്തുണ്ടായിരുന്ന എല്ലാ ഇന്ത്യൻ പട്ടാളവും ഈ താവളത്തിൽനിന്നാണു യുദ്ധരംഗത്തേക്കു പുറപ്പെട്ടിരുന്നത്. ലിബിയയിൽ നിന്നും ഇറ്റലിയിൽ നിന്നും തിരിച്ചെത്തിയ പട്ടാള യൂണിറ്റുകൾ ഇവിടെയാണ് റെസ്റ്റെടുത്തിരുന്നത്. ആ കൂട്ടത്തിലാണ് ഞാൻ ഇവിടെ താമസിച്ചത്.

നിറനിറയെ പട്ടാളം കിടന്നിരുന്ന ഈ താവളം ഇപ്പോൾ ശൂന്യമാണ്.

പുതുതായി സുഖവാസത്തിന്നു വന്ന ഞങ്ങൾ ജീവത്തായ ഒരു മഹാശ്മശാനത്തിലേക്കെന്നപോലെ ഇങ്ങോട്ട് ഇഴഞ്ഞുകയറി. ഞങ്ങളും അടുത്തു തന്നെ പോകും. എപ്പോഴാണു പുറപ്പെടാൻ കൽപന കിട്ടുക എന്നറിയില്ല.

യുദ്ധരംഗത്തുനിന്ന് ഞാനയച്ച കത്തുകൾ കളഞ്ഞിട്ടില്ലെങ്കിൽ ഒന്നുകൂടെ വായിക്കാൻ ശ്രമിക്കൂ. അല്ലെങ്കിൽ വേണ്ട എല്ലാറ്റിലും എഴുതിയിട്ടുള്ള വാകൃങ്ങൾ ഇതാ:

"എനിക്കു സുഖം തന്നെ. അപ്രകാരം നിങ്ങൾക്കും എന്നു വിശ്വസിക്കുന്നു...."

സുഹൃത്തേ, ആ വാചകങ്ങൾ മാത്രമേ എഴുതാൻ പാടുള്ളൂ. അന്നൊക്കെ ഞാൻ യുദ്ധരംഗത്താണ്.

യുദ്ധരംഗം!

കാഷ്മീരിൽ എല്ലായിടത്തും പടക്കം പൊട്ടിക്കുന്നതുപോലെ വെടിയുണ്ടകൾ ഒഴിയുന്നു എന്നർത്ഥമില്ല. ആക്രമിക്കയും തടഞ്ഞുനിർത്തുകയും ചെയ്യുന്ന രണ്ടു കൂട്ടരുടെയും സൈന്യം ഒളിച്ചിരിക്കുവാനും മുന്നേറുവാനും ഉതകിയ ഇടങ്ങളിൽ താവളമുറപ്പിച്ച് അവസരം പാർത്തിരിക്കുന്നു. അവരുടെ കൈയിൽ റൈഫിൾ, സ്റ്റെൻഗൺ, ബ്രൻഗൺ, ഗ്രനേഡ്....എല്ലാമുണ്ട്. അവിടെ സാധാരണ നടക്കുന്ന പതിവില്ല. ശത്രുവിന്റെ വെടിയുണ്ട അരയ്ക്കുമീതെ എപ്പോഴും ഉണ്ട്. അതുകൊണ്ട് ഇഴയുന്നു. അനങ്ങിയാൽ പൊട്ടുന്ന മൈനുകൾക്ക് മീതെ, ചീറുന്ന വെടിയുണ്ടയ്ക്കു താഴെ....

അവിടന്നാണു ഞാനെഴുതിയത്. എനിക്കു സുഖംതന്നെ....

ഇനി ആ സുഖിക്കുന്ന ഇടത്ത് ഈ തണുപ്പിനെക്കുറിച്ചാണെങ്കിൽ! ഓ! മലനാട്ടിലെ തണുപ്പല്ല. മലനാട്ടിൽ മരംകോച്ചുന്ന തണുപ്പുണ്ട്. മനുഷ്യൻ മരിക്കുന്ന തണുപ്പില്ല.

തണുപ്പിൽ മനുഷ്യൻ മരിക്കും.

രണ്ടുദിവസം മുമ്പെഴുതിയ എഴുത്തിൽ ഇത്തരം വർത്തമാനങ്ങളൊന്നും ഇല്ല. അതുകൊണ്ടുതന്നെ അയയ്ക്കുന്നുമില്ല. എന്നാൽ അയച്ചേനെ. അയയ്ക്കാ നായിട്ട് ഞാൻ ഇവിടെയുള്ള പട്ടണത്തിലെ പോസ്റ്റാഫീസിലേക്കു പോയി.

പട്ടണം ചെറുതാണ്. ഈ ചെറിയ പട്ടണത്തിൽ മൂന്നു സിനിമാ തിയേറ്ററുണ്ട്. മൂന്നിലും ഞാൻ സിനിമാ കണ്ടിട്ടുണ്ട്. എന്നും തിരക്കായിരിക്കും. കൊച്ചു പട്ടണത്തിലെ തെരുവുകളും, കടകളും, റസ്റ്റാറണ്ടുകളും പട്ടാളക്കാരെക്കൊണ്ടു വീർപ്പുമുട്ടിയിരുന്നു. അടി മുതൽ മുടി വരെ ഇവിടത്തെ നാട്ടുകാർ--കുട്ടികൾ, ചെറുപ്പക്കാർ, വൃദ്ധന്മാർ എല്ലാവരും--കച്ചവടക്കാരായിരുന്നു. പഠാണിക്കടല മുതൽ ചില്ലലമാരികളിൽ അടുക്കിയ സിൽക്കും വൂളനുംവരെ എല്ലാ സാധനങ്ങളും....

അതൊക്കെ പണ്ടുകാലത്തായിരുന്നു. എന്നുവെച്ചാൽ ഇന്ത്യ എന്ന മഹാരാജ്യം വെട്ടിമുറിക്കുന്നതിനുമുമ്പ്. ഇപ്പോൾ അല്ല.

അന്ന് ഈ നഗരത്തിൽ മനുഷ്യർ, നിറനിറയെ മനുഷ്യർ, ഉണ്ടായിരുന്നു. ഇപ്പോൾ ഇല്ല.

ഇവിടെ ഒരു മൊത്തഥണെക്കു പറയാൻ എന്നെ അനുവദിക്കൂ: നിങ്ങൾ തൃശൂർക്കാരാണ്. അവിടെ രണ്ടു തിയേറ്ററാണുള്ളത്. രണ്ടു തിയേറ്ററുള്ള ഈ നഗരത്തിലെ ജനസംഖ്യ എന്തായിരിക്കും? എനിക്കു സ്ഥിതിവിവര ക്കണക്കിനോടു വലിയ അടുപ്പമില്ല. ഇനി നിങ്ങൾ വളരെ മിനക്കെട്ട് ധ്യാനിച്ച് തൃശൂർ നഗരം മുഴുവൻ ജനശൂന്യമായിത്തീർന്ന ഒരവസ്ഥയെക്കുറിച്ച് ഒന്നോർത്തുനോക്കൂ. പരന്ന മൈതാനം, തെരുവുകൾ, കടകൾ, തിയേറ്ററു കൾ....എല്ലാമെല്ലാം ശൂന്യം. ആ ഭയങ്കരമായ ഏകാന്തതയിൽ നിങ്ങൾ ഒറ്റയ്ക്ക് പോസ്റ്റാഫീസന്വേഷിച്ചു പോകയാണ്....അങ്ങനെ വരാതിരിഥട്ടെ. പുതുഭാരതത്തിലെ ഓരോ നഗരവും വളരട്ടെ.

പുതുഭാരതത്തിലെ വളരേണ്ടിയിരുന്ന ഈ നഗരത്തിലേക്ക്, നിങ്ങൾ ക്കായെഴുതിയ കത്തു കളവായി പോസ്റ്റ് ചെയ്യാൻ ഞാൻ പുറപ്പെട്ടു. ഉച്ചതിരി ഞ്ഞിരിക്കുന്നു. തണുപ്പുണ്ട്. ഇവിടെ നട്ടുച്ചയ്ക്കും തണുപ്പാണ്. അകം കിടുങ്ങുന്ന തണുപ്പ്. അല്ലെങ്കിൽ നട്ടുച്ച എന്ന ഒന്നേ ഇല്ല. എപ്പോഴും തണു പ്പാണ്. പുലർച്ച യ്ക്കും സന്ധ്യയ്ക്കും പതിവായി മഞ്ഞുതിരും. അതൊരു കാഴ്ചയാണ്.

ഇത് ഒന്നാംതരമൊരു മലമ്പ്രദേശമാണ്. പച്ചമരക്കാടുകൾ നിറഞ്ഞ കുന്നുകൾ, പുല്ലണിമൈതാനങ്ങൾ, താഴ്വരകൾ, പുഴകൾ, വയലുകൾ. കുന്നിന്റെ ഏറ്റവും ഉയരത്തിലുള്ള ബാരക്കിൽ കിടക്കുന്ന ഞാൻ ഉണരു മ്പോൾ കാണുന്നത് ഉതിരുന്ന മഞ്ഞുമാത്രമാണ്. പച്ചമരക്കാടുകൾ ഇല്ല; മൈതാനമില്ല. താഴ്വരകളും പുഴകളും വയലുകളുമേ ഇല്ല. ചക്രവാളം മുട്ടെ, ആകാശവും ഭൂമിയും നിറയെ നനുനനുത്ത അസ്പൃശ്യമായ ഇരുളു കളുള്ള വെള്ളപ്പൂക്കളെ ഓർമ്മിപ്പിച്ചുകൊണ്ട് മഞ്ഞ് ഉതിരുകയാണ്.

കരൾ കിടുങ്ങും. ഞരമ്പുകൾ ചുരുങ്ങും. കൈവിരലുകൾ ചുളു ചുളുക്കും മുഖം ചുട്ടുനീറും. ഈ തണുപ്പിൽ ഇളംകാറ്റിളകിയാൽ, രക്തം ഉറച്ചു മനുഷ്യൻ മരിക്കും.

എനിക്കും എന്റെ കൂടെയുള്ള പട്ടാളക്കാർക്കും മുതുമുതുക്കൻ കമ്പിളി കളും കമ്പിളിരോമത്തിന്റെ പോത്തൻകാലുറയും ചാക്കുകുപ്പായങ്ങളും തൊപ്പിയും....ഓ, ഞങ്ങളുടെ ഒപ്പമുള്ള കഴുതകൾക്കുപോലും കമ്പിളി പ്പുതപ്പുണ്ട്.

ഞങ്ങളുടേത് ഒരു മൗണ്ടൻ റെജിമെന്റാണ്. ലോകത്തിലെ ഏറ്റവും ഉയരംകൂടിയ പർവ്വതപ്രദേശങ്ങളിൽ ഒന്നാമതായി പൊരുതിയ പട്ടാളമാണ് ഇതെന്നുകൂടെ പറയാൻ എന്നെ അനുവദിക്കൂ. മലമുകളിൽ കിടന്നു പൊരു തുന്നതിനായി ഞങ്ങൾക്കു പ്രത്യേക പരിശീലനം കിട്ടിയിട്ടുണ്ട്. ഞങ്ങൾക്കു ലോറികളില്ല. മറ്റു വാഹനങ്ങളൊന്നും ഇല്ല. കഴുതകളാണുള്ളത്. കഴുത കളാണ് തോക്കും വെടിക്കോപ്പും ആഹാരപദാർത്ഥങ്ങളും ചുമന്നു മല കയറ്റുക. വാസ്തവത്തിൽ കഴുതയാണ് യുദ്ധം ചെയ്യുന്നത്. കഴുതയാണ് റജിമെന്റിന്റെ ജീവൻ. ഇവിടെ ഞങ്ങൾ കഴുതകളെ കമ്പിളി പുതപ്പിച്ചു തണുപ്പറിയിക്കാതെ പോറ്റുന്നു.

നേരത്തേതന്നെ കഴുതകളെ എണ്ണപുരട്ടി തിരുമ്മി, ബ്രഷുകൊണ്ടു മേനിമിനുക്കി കമ്പിളി പുതപ്പിച്ച് ഞാൻ എഴുത്തുമെടുത്തു പുറപ്പെട്ടു. പടവുകളിറങ്ങി കുന്നിന്റെ അടിയിലൂടെ പട്ടണത്തിലേക്കു പോകുന്ന റോഡിൽക്കൂടെ നടന്നു. പച്ചിലക്കാടുകൾ, മൈതാനങ്ങൾ, പുഴകൾ, വയലുകൾ എല്ലാം ശൂന്യമാണ്.

പട്ടാളത്തിലുള്ള ഞങ്ങൾക്ക് പുറത്തുള്ള ആളുകളെക്കുറിച്ച് അത്രയൊന്നും അറിയില്ല. ഞങ്ങൾ നാടായ നാടൊക്കെ ചുറ്റുന്നു എന്നാണ് നിങ്ങളുടെ അറിവ്. തുറന്നുപറയട്ടെ, ഞങ്ങൾ യാത്രചെയ്യുന്നത് പ്രത്യേക തീവണ്ടിയിലാണ്. അല്ലെങ്കിൽ നാട്ടുകാരെ കയറ്റാത്ത പ്രത്യേക കമ്പാർട്ടുമെന്റുകളിൽ. എന്നിട്ടെത്തുന്നത് നാട്ടുകാർക്ക് പ്രവേശനമില്ലാത്ത ഇടുങ്ങിയ താവളങ്ങളിൽ. ഞങ്ങൾക്കു നാടിനെപ്പറ്റി, നാട്ടാരെപ്പറ്റി ഒന്നും അറിഞ്ഞുകൂടാ.

ഞങ്ങൾ നാടിന്റെ കാവൽക്കാരാണത്രെ! ഞാൻ താവളത്തിൽ നിന്ന് ഒളിച്ചുപോവുകയാണ്.

ഈ പ്രദേശം ഫലപുഷ്ടിയുള്ളതാണ്. നെല്ല്, ഗോതമ്പ്, ചോളം, ചണം, കരിമ്പ്, പരുത്തി--ഏതേതു ധാന്യങ്ങളും പദാർത്ഥങ്ങളുമാണ് ഇവിടെ വളരുക? ഇവിടെ ഒന്നും കൃഷി ചെയ്തു കാണുന്നില്ല. ടാറിട്ട ഈ മെയിൻ റോഡിൽ മനുഷ്യരില്ല.

കമ്പിളിയുടെ നീളൻകുപ്പായവും കാലുറയും വെള്ളച്ചിറകു വിടുർത്തിയ തലപ്പാവും ധരിക്കുന്ന പഞ്ചാബിയുവാക്കന്മാർ കുടുസ്സായ ജുബ്ബയും മാറിടത്തിൽക്കൂടെ പിമ്പോട്ടു മടക്കിയിടുന്ന ഉത്തരീയവും പൈജാമയും ധരിക്കുന്ന സ്ത്രീകൾ-ആരുമാരും ഇല്ല. എന്റെ വഴി തെറ്റിയോ?

ഏതായാലും അവസാനം പട്ടണത്തിലെത്തി. പട്ടണം ശൂന്യമാണ്. അടച്ചു പൂട്ടി പൊടിപുരണ്ട് ചിലന്തിവലകൾ നിറഞ്ഞ ഇറയങ്ങളുള്ള കമ്പോളങ്ങൾ; ഉണക്കിലകൾ അടിഞ്ഞുകൂടിക്കിടക്കുന്ന തെരുവുകൾ. ഭയങ്കരമായൊരു ശ്മശാനം പോലെ. ഈ ശ്മശാനത്തിലെ കാവൽക്കാരെപ്പോലെ ഉള്ളിലോട്ടു ചെല്ലുമ്പോൾ, ചില മനുഷ്യരും.

ഞാൻ കണ്ട ആദ്യത്തെ മനുഷ്യൻ റോഡരികിൽ ഉയർന്ന വരാന്തയും അടച്ചിട്ട നിരപ്പലകകളുമുള്ള ഒരു പഴയ ഷോപ്പിന്റെ മുമ്പിൽ കിടക്കയാണ്. അയാളുടെ ചുറ്റും രണ്ടുമൂന്നിടത്തായി കത്തിച്ച ചവറിന്റെ കറുത്ത ചാരം മഞ്ഞിൽ കുതിർന്നുകിടക്കുന്നു. അയാളെ അടുക്കുന്തോറും ശ്വാസംമുട്ടാതിരിക്കാൻ ഞാൻ നെഞ്ച് അമർത്തിപ്പിടിച്ചിരുന്നു. ഇപ്പോൾ അതോർക്കാൻ പേടി തോന്നുന്നു. കാഴ്ചപ്പുറത്ത് ഒരിടത്തും ആളില്ല. ഞാൻ ഒറ്റയ്ക്ക്! അയാൾ അർദ്ധനഗ്നനാണ്. അരയ്ക്കു മീതെ കീറിയ ഒരു വേസ്റ്റുകോട്ടാണുള്ളത്. അയാളോടു തൊട്ട്, കുതിർന്ന ഒരു കാലിത്തീപ്പെട്ടിയുടെ പുറംതോടു കിടക്കുന്നു. അയാളുടെ വിറങ്ങലിച്ച വലത്തെ കൈവിരലുകൾക്കിടയിൽ മുക്കാലും കത്തിത്തീർന്ന ഒരു തീപ്പെട്ടിക്കൊള്ളിയുണ്ട്. അയാൾ മരിച്ചോ എന്നു കുനിഞ്ഞുനോക്കുമ്പോൾ അകലെനിന്നും കാൽപ്പെരുമാറ്റം കേട്ടു. മൂന്നുപേരുണ്ട്. ഒന്നാംതരം കമ്പിളിത്തുണിയുടെ ഉടുപ്പിട്ട്

ഫെൽറ്റ്ഹാറ്റ് ധരിച്ച ഒരു മാന്യൻ; അദ്ദേത്തിന്റെ പിമ്പേ താണതരം തുണിയിൽ പൊതിഞ്ഞ്, ഒരു സ്ട്രെച്ചർ തൂക്കി മുമ്പും പിമ്പുമായി രണ്ടു പേർ വേറെ.

അവർ അവിടെ നിന്നു. ഡോക്ടറും കമ്പൗണ്ടർമാരും. ഞങ്ങൾ മൂന്നു പേർ ആ മനുഷ്യനെ എടുത്തു കിടത്തുന്നതോടൊപ്പം അയാളെ പരിശോധിച്ചു കൊണ്ടിരുന്ന ഡോക്ടർ പിറുപിറുത്തുകൊണ്ടിരുന്നു:

"പട്ടിണി! തണുപ്പ്!"

ഇത് ഒരസാധാരണ സംഭവമാണ്. ഇത് നിങ്ങളറിയേണ്ടതാണ്. പ്രിയപ്പെട്ട സുഹൃത്തേ, നിങ്ങൾ മനുഷ്യനാണ്. കരളും വികാരവുമുള്ള, തലച്ചോറും വിവേചനാശീലവുമുള്ള മനുഷ്യനാണ്. നിങ്ങൾ ഇന്ത്യക്കാരനാണ്. ഇരുനൂറു കൊല്ലത്തെ അടിമത്തത്തോടു പൊരുതി വെറ്റിയാണ്ട സ്വാതന്ത്ര്യഭടനാണ്. നോക്കെത്താത്ത കാലത്തുപോലും ഉച്ചാവസ്ഥയിലിരുന്ന മഹത്തായ സംസ്കാരത്തിന്റെ അവകാശിയാണ്. ആ നിങ്ങൾക്കായിട്ട്, ഇതാ, ഞാൻ ആ സംഭവം പകർത്തട്ടെ.

ഇന്ത്യയെ വിഭജിച്ചു. (വേണ്ട. പഴയ കഥ പറയണ്ട. പക്ഷേ, ഞാനോർക്കുകയാണ്. ഈ സ്വാതന്ത്ര്യത്തിനു പിന്നിൽ....പിന്നെയും പറയാൻ തോന്നുന്നു, വേണ്ട.)

ജനത സ്വാതന്ത്ര്യത്തിനുവേണ്ടി ദാഹിക്കുകയായിരുന്നു. നേതാക്കന്മാർ അവരെ പഠിപ്പിച്ചു: 'സ്വരാജ് നമ്മുടെ ലക്ഷ്യം!'

സ്വരാജിനുവേണ്ടി പൊരുതിക്കൊണ്ടിരുന്നപ്പോൾ നേതാക്കൻമാർ ജനതയെ പറഞ്ഞു ഫലിപ്പിച്ചു: `സ്വരാജ് രാമരാജ്യം; സ്വരാജ് പാക്കിസ്ഥാൻ'.

പിന്നീട്, ഹിന്ദുസ്ഥാൻ! പാക്കിസ്ഥാൻ! അവിടുന്നു, ഹിന്ദുമുസ്ലീം!

വേണ്ട; പഴയ കഥ പറയേണ്ട. എന്നാൽ പറയണം. ഈ മഹത്തായ നാടു പകുത്തു. പകുത്തതുകൊണ്ടു മനുഷ്യന്നു പേപിടിച്ച ആ കാലത്ത്, നഗരത്തിന്റെ ഓരത്തിലൂടെ ഒഴുകുന്ന നദിയിലെ വെള്ളത്തിന്ന് ആഴ്ചകളോളം ചുവപ്പു നിറം വീണു. ആർക്കുമാർക്കും പൊറുതിയില്ല. ഹിന്ദു മുസ്ലീമിനാൽ, മുസ്ലീം ഹിന്ദുവാൽ.... മുസ്ലീമുകൾ പാക്കിസ്ഥാനിലേക്കു രക്ഷപ്പെട്ടു. ഹിന്ദുക്കൾ കിഴക്കോട്ടു കിഴക്കോട്ടു വലിഞ്ഞു.

ഒരു സ്തംഭനം! നഗരം സ്തംഭിച്ചപ്പോൾ മറ്റൊരു സംഭവമുണ്ടായി. ഇവിടെ ഉണ്ടായിരുന്നത് ഏറ്റവും വലിയൊരു പട്ടാളകേന്ദ്രമാണ്. അതോ തന്ത്രപരമായ ഇടവും. ഇപ്പോളാകട്ടെ, പാക്കിസ്ഥാന്റെ അതിർത്തിക്കടുത്താണ്. അതിർത്തിയോടുതൊട്ട് അത്ര വലിയൊരു പട്ടാളകേന്ദ്രം ഉണ്ടായിക്കൂടാ!

ഭാഗം കഴിഞ്ഞതോടെ, പാക്കിസ്ഥാനിലേക്കു പോയി ശേഷിച്ച ഇന്ത്യൻ യൂണിയൻ പട്ടാളത്തെ എങ്ങോട്ടോ സ്ഥലം മാറ്റി. പട്ടാളത്തെ അവലംബിച്ച് നഗരത്തിൽ നടന്നിരുന്ന ഏറ്റവും വലിയ വ്യാപാരവും തൊഴിലും നഷ്ടപ്പെട്ടു. കമ്പോളങ്ങൾ അടഞ്ഞു; തെരുവുകൾ ഒഴിഞ്ഞു. ഇനി അവിടെ ശേഷിച്ച മനുഷ്യർ മരിച്ചുകൊണ്ടിരിക്കുന്നു.

തണുപ്പ്! പട്ടിണി!

അവർ അങ്ങിങ്ങ് നിഴലുകൾപോലെ നീങ്ങിക്കൊണ്ടിരുന്നു. ഓ, പുതുഭാരതത്തിലെ സ്വതന്ത്രരായ മനുഷ്യർ.

ഞാൻ എന്നെക്കുറിച്ചോർക്കുകയാണ്: ഭക്ഷണം, ശമ്പളം, പാർപ്പിടം, കമ്പിളി രോമത്തിന്റെ പോത്തൻകാലുറ, ചാക്കുകുപ്പായം, തോക്ക്, വെടിയുണ്ട, കഴുത....ഞാൻ കഴുതയെ കമ്പിളി പുതപ്പിച്ചതിനുശേഷമാണ് നഗരത്തിലേക്കു പുറപ്പെട്ടത്.

ഇനി എനിക്കെഴുതാൻ വയ്യ. എനിക്കൊന്നുമറിഞ്ഞുകൂടാ.

ഓ, മറന്നുപോയി. ആ കമ്പൗണ്ടർമാരിൽ ഒരാളാണ് ഇവിടെ നടന്ന സംഭവങ്ങളെക്കുറിച്ചു പറഞ്ഞത്. എങ്ങനെയോ ഈ പട്ടണത്തിലെ ശവങ്ങളെക്കുറിച്ച് ഗവൺമെന്ററിഞ്ഞു. ഒരു ഡോക്ടറെയും കുറച്ചു കമ്പൗണ്ടർമാരെയും ഇങ്ങോട്ടയച്ചിരിക്കയാണ്. ഒരുവേള ഞങ്ങളുടെ റജിമെന്റിനെത്തന്നെ ഇങ്ങോട്ടയച്ചത് അതിനായിരിക്കാം.

എന്തു പറയുന്നു? ■

ശ്മശാനത്തിൽ

ഞായറാഴ്ചയായിരുന്നു. കാലത്ത് ബാരക്ക് അടിച്ചു കഴുകിക്കഴിഞ്ഞു. വരാന്തയിൽ പിടിച്ചിട്ട കട്ടിലുകളിൽ വട്ടമിട്ടിരുന്നു പട്ടാളക്കാർ ഉറക്കെ വർത്തമാനം പറയുകയാണ്.

'എടാ കൂവേ, ഈ ചേർത്തല ചിന്നമ്മ ഹിന്ദുവാണോടോ?'

"അയ്യയ്യ, എന്തൊരു പേര്!'

'സിനിമായി വരുന്നോരൊക്കെ പേര് മാറ്റിയിരിക്കയാടൊ.'

'അങ്ങനെയാണോ?'

'പിന്നില്ല്യോ. ശാലിനീദേവിയുടെ ശരിയായ പേരെന്തുവാ? നാക്കിന്റെ തുമ്പത്തുണ്ടായിരുന്നെടോ...'

ഈ അംബികയുടെ പേരെനിക്കറിയാം. വെറും അമ്മിണീന്നാ.'

'അവളൊരു ബിയെക്കാരിയാ.'

'ഇപ്പോഴുണ്ടല്ലൊ ഈ സിനിമായീ വരുന്നോരൊക്കെ നല്ല എഡ്യുക്കേഷനൊള്ളവരാ.'

'കുമാരി മീനയ്ക്ക് എന്തെഡ്യുക്കേഷനാ?'

'അവള് ബീയെസ്സിയാ.'

'പോടാ കൂവെ.'

'തനിക്കെന്തറിയാടൊ?'

'താൻ പിന്നെ എമ്മെ ബീയെല്ലല്ലേടോ.'

അവർ ഒരു വഴക്കിലേക്കുള്ള പുറപ്പാടായി. ഇത് എന്നും പതിവാണ്. ഒരു സിനിമാപ്പാട്ടിനെക്കുറിച്ചോ നടിയെപ്പറ്റിയോ ആരെങ്കിലും സംസാരിച്ചെന്നുവരും. പിന്നീട് വിശന്ന പട്ടികൾക്ക് ഒരു എല്ലിൻ കഷണം കിട്ടിയതു പോലെയാണ്. കൂട്ടത്തോടെ മുരളലും ചീറ്റലും കടിപിടിയും.

'ഞാനുണ്ടല്ലൊ!'

'ചെങ്ങല്ലൂർ കൊമ്പനാണോ?'

'താൻ നാക്കടക്കിയേക്ക്.'

'ഇല്ലേല് തിന്നുമോ?'

പിന്നെ മുഴുവൻ വഴക്കാണ്. ചെവി പൊത്താൻ തോന്നി. ചുമരിൽ തൂക്കിയിട്ടുള്ള ലൗഡ്സ്പീക്കർ മുരളാൻ തുടങ്ങി. ആരോ റിക്രിയേഷൻ റൂമിൽ റേഡിയോ ഓൺ ചെയ്തിരിക്കുന്നു.

'യേ ദില്ലി ഹൈ.'

പരിചിതമായ ആ ശബ്ദം കേട്ടു. ന്യൂസിന്റെ സമയമാണ്. വർഗ്ഗീസായിരിക്കും റേഡിയോ ഓൺ ചെയ്തത്.

'അമി ആപ് ഹിന്ദിമേ സമാചാർ സുനേംഗേ.'

'ഓ, അവരൊന്നു പതുക്കെ സംസാരിച്ചെങ്കിൽ!'

'ഭാരത് ഔർ പാക്കിസ്താൻ കാ ബീച്ച് മേ ജോതഡഘടേ കാ...'

എന്തൊരു വർത്തമാനം! ഒന്നോ രണ്ടോ ആഴ്ചയായി ഇതേപ്പറ്റി കേട്ടു തുടങ്ങിയിട്ട്. കേൾക്കാൻ വയ്യ. അവർ തൊള്ളയിടുകയാണ്. കല്യാണ വീട്ടിൽ തീപിടിച്ചപോലെ. എല്ലാവരും ഒച്ചയിടുന്നു. ആരും മറ്റവൻ പറയുന്നതു കേൾക്കുന്നില്ല.

ഇൻഡോപാക്ക് യുദ്ധം!

എന്തൊക്കെയോ ഓർത്തുപോയി. എത്രനേരം അങ്ങനെ ഇരുന്നു എന്ന് ഓർമ്മയില്ല. ചെരിപ്പിന്റെ ശബ്ദം കേട്ടു തിരിഞ്ഞുനോക്കി. വർഗ്ഗീസാണ്.

'നമുക്കു പോകാമോ?'

അയാൾ ചോദിച്ചു.

'ഓ!'

സിപ്പായിലഹള നടന്ന സ്ഥലത്തേക്ക് ഇന്നു കാലത്തു പോകാമെന്ന് ഞങ്ങൾ തീർച്ചയാക്കിയിരുന്നു. മാപ്പു ചോദിക്കുന്ന കൂട്ടത്തിൽ ഞാൻ പറഞ്ഞു.

'മറന്നുപോയി.'

'ഉം?'

തലയാട്ടിക്കൊണ്ടു വർഗ്ഗീസ് മൂളി.

'എനിക്കു മറവിയില്ല.'

ആരുടേയും കണ്ണിൽപെടാത്ത മനുഷ്യൻ. ഒടിഞ്ഞ കഴുത്തും അലക്ഷ്യമായ നടത്തവുമുള്ള ചെറുപ്പക്കാരന്റെ കവിൾ ഒട്ടിയിരുന്നു. കണ്ണിന്റെ തടത്തിൽ കറുപ്പ് വീണിരുന്നു. അയാൾ എപ്പോഴും പുകവലിച്ചുകൊണ്ടിരിക്കും. പിന്നെ

ആലോചനയാണ്. ഇടയ്ക്ക് അയാളുടെ മുഖം കനക്കുകയും കണ്ണുകൾ തിളങ്ങുകയും ചെയ്യും. മിന്നലേറ്റിട്ടെന്നപോലെ ഉടനെ അയാൾ പാടും:

'ഉയരും ഞാൻ നാടാകെ-
പ്പടരും ഞാനൊരു പുത്ത-
നുയിർനാട്ടിന്നേകിക്കൊ-
ണ്ടുയരും വീണ്ടും.'

ഇവിടെ അയാൾ ചുമയ്ക്കും. അല്ലെങ്കിൽ അയാളുടെ തൊണ്ട ഇടറും.

'നശിച്ച ബീഡിവലി?'

അയാൾ തന്നത്താൻ ശപിക്കയാണ്.

'ഒറ്റ ഈരടി മുഴുമിക്കാൻ വയ്യ.'

ചുമച്ചുകൊണ്ട് അയാൾ കഫം തുപ്പും. വീണ്ടും അതേ ഈരടി ആവർത്തിക്കയായി:

'ഉയരും ഞാൻ...'

'എന്താന്ന് ത്രൊരു സന്തോഷം?'

ആരെങ്കിലും ചോദിക്കും.

'ഓ ചുമ്മാ.'

ഇത് ഞാൻ വിശ്വസിച്ചിട്ടില്ല. ഒറ്റയ്ക്കിരുന്നു കത്തുമ്പോഴാണ് അയാൾ പാടുക. ഒഴിവുസമയത്തൊന്നും വർഗ്ഗീസ് വെറുതെ ഇരിക്കില്ല. എപ്പോഴും റിക്രിയേഷൻ റൂമിലാണ്. ന്യൂസിന്റെ സമയത്ത് അയാൾ റേഡിയോവിന്റെ മുമ്പിലുണ്ട്.

വർഗ്ഗീസ് റേഡിയോ ട്യൂൺ ചെയ്യുമ്പോൾ പട്ടാളക്കാർ പറയും:

'കണ്ടോ ചെയ്തത്! ആ വിട്ടുപോയത് മധുബാലയുടെ പാട്ടാണ്.'

'എടോ പൊട്ടാ, മധുബാല പാടില്ല.'

'തനിക്കെന്തറിയാടൊ?'

'താൻ പിന്നെ എമ്മെ ബിയെല്ലല്ലേടൊ.'

' ലോകത്തിൽ വേറെ പല കാര്യങ്ങളും ഉണ്ട്.'

വർഗ്ഗീസ് പതുക്കെ പറയും:

'കാടൻ!'

പട്ടാളക്കാർ മുഖം ചുളിച്ചുകൊണ്ട് അന്യോന്യം പിറുപിറുക്കും:

'അവൻ സിനിമയേ കാണത്തില്ല.'

'കള്ളസന്ന്യാസി.'

ഊം. ഞാൻ പറയാലൊ. അയാളൊരു സഖാവാണ്. മനസ്സിലായോ?'

മാധവൻനായർ പറയും:

'തന്നെ.'

മറ്റുള്ളവർ ഏറ്റുപറയും:

'ഊം. പ്രമാണി. അവനു നമ്മളെയൊക്കെ പുച്ഛമാണ്. മനസ്സിലായോ?'

അവർ വർഗ്ഗീസിനെതിരായി എന്തൊക്കെയോ പറഞ്ഞു പരത്തി യിരുന്നു. അതേപ്പറ്റി ഒരിക്കൽ ഞാൻ ചോദിച്ചു:

'കേട്ടോ വർഗ്ഗീസ്?'

'എന്താ?'

'നിങ്ങളൊരു സഖാവാണെന്ന്.'

'ങ്‌ഹേ!'

'നിങ്ങൾ സൂക്ഷിക്കണം.'

'വൈ?'

എനിക്കു മറുപടി ഇല്ല. ആളുകൾ പറയുന്നു. ഞാൻ ആവർത്തിച്ചു. കൂടുതൽ ഒന്നും എന്റടുത്തില്ല.

'കേട്ടോ കോവിലൻ.'

ചുമച്ചുതുപ്പിക്കൊണ്ട് അയാൾ പറഞ്ഞു:

'ഇതു കേട്ടിട്ട് എനിക്കൊന്നും തോന്നുന്നില്ല. ഞാൻ ഇനിയും വായിക്കും, ന്യൂസ് കേൾക്കും.'

'അത് അബദ്ധമല്ലല്ലൊ.'

'പിന്നെ ഞാനെന്താ ചെയ്യുന്നത്?'

'എനിക്കറിയില്ല.'

'കേട്ടോ.'

ബീഡി കത്തിച്ചുകൊണ്ട് അയാൾ എന്റെ നേരെ നോക്കി. അയാളുടെ പുരികം ചുളിഞ്ഞിരുന്നു. പാതി അടഞ്ഞ കൺപോളകൾ വിറച്ചിരുന്നു.

'ഇവിടെയാണ് സിപ്പായിലഹള നടന്നത്.'

'ങ്‌ഹേ!'

'ഇവിടന്നാ ലഹളയുടെ തുടക്കം.'

'ആങ്‌ഹാ!'

തെല്ലുനേരം അയാൾ ഒന്നും പറഞ്ഞില്ല. ബീഡിയുടെ പുക വിഴുങ്ങിക്കൊണ്ട് ശബ്ദം താഴ്ത്തിയിട്ട് അയാൾ മൊഴിഞ്ഞു:

'ഇവിടെവെച്ചുതന്നെയാണ് അവർ തോറ്റതും. അല്ല, അന്ന് അവർ ജയിച്ചിരുന്നെങ്കിൽ!... എങ്കിൽ ഇന്നത്തെ നമ്മുടെ നാട് എങ്ങനെ ആകുമായിരുന്നു?... ആ സ്ഥലമൊന്നു കാണണം. നമുക്കു പോകാമോ?

'ഓ.'

'വരുന്ന ഞായറാഴ്ച.'

അയാൾ നന്നേ ക്ഷീണിച്ചപോലെ തോന്നി. അയാളുടെ വാക്കുകളിൽ വേദന ഓളംവെട്ടിയിരുന്നു.

ഞാനാകട്ടെ ആ കാര്യം മറന്നു. വർഗീസ്സിനു മറവി ഇല്ല.

'നിങ്ങൾ ഡ്രസ്സ് ചെയ്തില്ലല്ലൊ.'

വർഗീസ് ഒരു അപരാധിയോടെന്നപോലെ പറഞ്ഞു.

'വെയിലാകയാണ്. സാരമില്ല. സിവിൽഡ്രസ്സ് മതി. പേബുക്ക് എടുത്തേക്കണം.'

'ഊം. നിങ്ങളെങ്ങോട്ടാ?'

ഞങ്ങൾ പുറപ്പെടാറായപ്പോൾ മാധവൻനായർ വന്നു ചോദിച്ചു.

'സിപ്പായിലഹള നടന്ന ഇടത്തോളം.'

'ഉം. സിപ്പായിലഹള എന്നാ നടന്നത്?'

അതു ചോദിക്കാൻമാത്രം വന്നതാണെന്നപോലെ അയാൾ കുത്തനെ ചോദിച്ചു.

'ആയിരത്തി എണ്ണൂറ്റി അൻപത്തി ഏഴിലല്ലേ?'

ഞാനാണ് പറഞ്ഞത്.

'ഊം. ആയിരത്തി എണ്ണൂറ്റി അൻപത്തിനാലിലാണ്. മനസ്സിലായോ?'

മാധവൻനായർ തിടുക്കത്തോടെ പറഞ്ഞു.

'ഞാനോർക്കുന്നത്...'

ഞാൻ പറയാൻ തുടങ്ങി.

'ആയിരിക്കാം.'

വർഗ്ഗീസ് ഇടയ്ക്കു പറഞ്ഞു.

'ഉം. ഒരു ബീഡി തരണം.'

മാധവൻനായർ എന്റെ നേരെ കൈനീട്ടി. ആർത്തിയോടെ ബീഡി വാങ്ങി വീർത്ത കവിൾ ഒട്ടിച്ചുകൊണ്ട് അയാൾ കൈ ഏങ്ങിവലിച്ചു.

'പോകാമോ?'

വർഗീസ് ചോദിച്ചു.

'ഊം. സിപ്പായിലഹളയേക്കാൾ കേമമാണ് ജാലിയൻ വാലാബാഗ്. മനസ്സിലായോ?'

'സിപ്പായിലഹളയ്ക്കുശേഷം ആയിരത്തിത്തൊള്ളായിരത്തി നാല്പത്തേഴുവരെ പലേ ജാലിയൻവാലാബാഗുകളും ഉണ്ടായിട്ടുണ്ട്.'

എന്തോ ഓർക്കാൻ ശ്രമിക്കുന്നതിനിടയിൽ വർഗീസ് പറഞ്ഞു:

'സിപ്പായിലഹള ഒന്നേ ഉണ്ടായിട്ടുള്ളൂ.'

'ഊം. കേപ്റ്റൻ ഒഡയറാണ് ജാലിയൻവാലാബാഗിൽ വെടിവെക്കാൻ കല്പനകൊടുത്തത്. മനസ്സിലായോ.'

'കേപ്റ്റൻ...?'

'ഊം. കേപ്റ്റൻ ഒഡയർ. മനസ്സിലായോ? ഞാൻ ഹിന്ദുസ്ഥാൻ ടൈംസിൽ കമ്പോസിറ്ററായിരിക്കുമ്പോൾ, മനസ്സിലായോ?'

'മനസ്സിലായില്ല.'

വർഗീസ് പറഞ്ഞു.

'ഊം. ഞാൻ ഇദ്ദേഹത്തോടു പറയുകയാണ്. മനസ്സിലായോ?'

അയാളുടെ കണ്ണുകൾ ചുവന്നു തുറിച്ചു. കഴുത്തിലെ ഞരമ്പുകൾ തടിച്ചു തെളിഞ്ഞു. മൂളക്കത്തോടെ തുടങ്ങുകയും മനസ്സിലായോ എന്ന് അവസാനിപ്പിക്കുകയും ചെയ്യുന്ന ഈ മനുഷ്യന് എത്രയോ പറയാനുണ്ട്. തനിക്കു പറയാനുള്ളതു വേറെ ആരെങ്കിലും പറഞ്ഞേക്കുമെന്ന് അയാൾ ഭയപ്പെട്ടിരുന്നു എന്നു തോന്നുന്നു. ഒന്നാശ്വസിക്കാൻപോലും നില്ക്കാതെ

ഉറക്കെ സംസാരിച്ചിരുന്നതുകൊണ്ട് അയാൾ കിതയ്ക്കുകയും വാക്കുകൾ വിഴുങ്ങുകയും ചെയ്തിരുന്നു.

മാധവൻനായർ ഹിന്ദുസ്ഥാൻ ടൈംസിൽ കമ്പോസിറ്ററായിരിക്കുമ്പോൾ സർദാർ കെ.എം. പണിക്കർ പത്രാധിപരാണ്. പിന്നീട് അദ്ദേഹം കാഷ്മീർ ദിവാനായിപ്പോയി. ഇപ്പോൾ ചൈനയിൽ അംബാസിഡറാണ്. ചൈന കമ്യൂണിസ്റ്റുകാർ പിടിച്ചടക്കാൻ കാരണം... ഇതൊക്കെ ആയിരത്തൊന്നു തവണ അയാൾ പറഞ്ഞുകഴിഞ്ഞതാണ്. അയാൾക്കു വർത്തമാനം പറഞ്ഞുകൊണ്ടിരിക്കണം. അതിനുവേണ്ടി ആളെ അന്വേഷിച്ചുനടക്കും. കേൾക്കുന്നവൻ ശ്രദ്ധിക്കുന്നില്ലെങ്കിൽ അയാൾ തോണ്ടും. അയാൾ പോകാൻ ഭാവിച്ചാൽ കൈപിടിച്ചുനിർത്തും.

'ഊം. മനസ്സിലായോ? ഞാൻ അന്നു... മനസ്സിലായോ?'

പിന്നെ വാക്കിനു വാക്കിനു മനസ്സിലായോ എന്നാണ്. ഒരു തീവണ്ടി എഞ്ചിന്റെ വേഗവും കിതപ്പും ഈണവുമുള്ള വാക്കുകൾ പുറത്തേക്ക് ഇഴയുകയായി.

മാധവൻനായർ ചെറുപ്പത്തിൽ ഉപ്പുസത്യാഗ്രഹത്തിൽ പങ്കെടുത്തിട്ടുണ്ട്. അബ്ദുൾറഹിമാൻ സാഹേബിനേയും കേളപ്പനേയും നേരിട്ട് അറിയാം. പിന്നീടു പഠിപ്പു തുടരാതെ അയാൾ ഇന്ത്യ മുഴുവൻ ചുറ്റി.

'ഊം. മനസ്സിലായോ? ഇന്നെനിക്കു വിലയില്ല. മനസ്സിലായോ? ഞാനൊരു ഓപ്പറേറ്ററാണ്. മനസ്സിലായോ?'

'നിങ്ങൾ സിപ്പായിലഹള നടന്ന ഇടത്തു പോയിട്ടുണ്ടോ?'

വർഗീസ് ചോദിച്ചു.

എന്നോടാണു മാധവൻനായർ മറുപടി പറഞ്ഞതെന്നു വ്യക്തമായിരുന്നു.

'ഊം. അതു ദൂരെയാണ്. ഇവിടന്നു രണ്ടുമൂന്നു നാഴികയുണ്ട്. മനസ്സിലായോ?'

ഞാൻ വർഗീസിനെ നോക്കിപ്പറഞ്ഞു.

'നമുക്കു പോകാം.'

വർഗീസ് കീഴ്പ്പോട്ടു നോക്കിനില്ക്കയാണ്. മുഖം കനക്കുകയും കണ്ണുകൾ ചുവക്കുകയും ചെയ്തിട്ടുണ്ട്. എന്റെ ചുണ്ടുകളിൽ, അയാൾ പാടിയേക്കാവുന്ന ആ ഈരടി തുളുമ്പിത്തുളുമ്പിവന്നു.

'ഉയരും ഞാൻ...'

ഒന്നും സംസാരിക്കാതെ ഞങ്ങൾ ഇറങ്ങി നടന്നു. പിന്നിൽനിന്ന് ഉറക്കെയുള്ള ചിരി കേട്ടു. മാധവൻനായരാണ്. അയാൾ ഞങ്ങളെക്കുറിച്ച് ആരോടോ പറഞ്ഞു ഫലിപ്പിക്കുന്നു.

'ഊം. ചക്കിക്കൊത്ത ചങ്കരൻ. മനസ്സിലായോ?'

ഞങ്ങൾ നടന്നു. ഇതു വലിയൊരു പട്ടാളത്താവളമാണ്. തെക്കു സദർബസാറിനോടും വടക്കു തീവണ്ടിപ്പാതയോടും പടിഞ്ഞാറ് റെയിൽവേ സ്റ്റേഷനോടും ചേരുന്ന ഈ വലിയ സമതലത്തിൽ വിസ്തൃതമായ ചതുരക്കണ്ണികൾ നിറഞ്ഞു ഉണക്കാനിട്ട വലപോലെ നിലംപാവിയ റോഡുകളുടെ

ഓരത്ത് കരിവേപ്പുകളുടേയും ഞാവൽമരങ്ങളുടേയും തണലിൽ ബാരക്കുകൾ പണിതുകൂട്ടിയിരിക്കുന്നു. വെള്ളതേച്ച മുട്ടുറപ്പുള്ള മേൽപ്പുരയിൽ ഓടു മേഞ്ഞ ഈ കെട്ടിടങ്ങൾക്കു രണ്ടുവശത്തും വരാന്തയും വരാന്തകളിൽ അവിടവിടെ തളംകെട്ടിയ പൈപ്പുകളും ഉണ്ട്. ഇവയുടെ വാതിലുകളും ജനാലകളും ഇരട്ടയാണ്. ഈച്ചയും കൊതുകും കടക്കാതിരിക്കാൻ എപ്പോഴും അടഞ്ഞുകിടക്കുന്ന അരിപ്പച്ചട്ട വാതിലുകൾക്കു പുറമേ കണ്ണാടിയിട്ട മരച്ചട്ടകളുടെ വാതിലുകളും ജനാലകളും കൂടെ ഉണ്ട്. ഈ ബാരക്കുകളുടെ ഉയർന്ന ചുവരുകളിൽ രണ്ടറ്റത്തും ഗോപുരംപോലെയുള്ള മോന്തായത്തിനും കീഴെ ഈ കറുത്ത വലിയ അക്കങ്ങൾ കാണാം.

1869.

'ആയിരത്തി എണ്ണൂറ്റിഅറുപത്തൊമ്പത്.'

വർഗീസ് തന്നത്താൻ പറഞ്ഞു:

'സിപ്പായിലഹള അമ്പത്തേഴിൽ. അറുപത്തൊമ്പതീന്ന് അമ്പത്തേഴു പോയാൽ.. ഒമ്പതിനു... രണ്ടു... പന്ത്രണ്ടുകൊല്ലംകൊണ്ടു വെള്ളക്കാരുടെ വാഴ്ചയ്ക്കു നട്ടെല്ല് വീണു... ഊങ്ഹ, വലത്തോട്ടു തിരിയണം.'

വളവുകളും തിരിവുകളും കടന്നു ഞങ്ങൾ മൈതാനത്തിലെത്തി. അങ്ങു പച്ചമരക്കാടുകളുടെ നെറുകയിൽ ചക്രവാളം വിശ്രമിക്കുന്നേടത്തോളമെത്തുന്ന മൈതാനത്തിന്റെ നടുക്ക് അവിടവിടെ പൊന്തകളും മരങ്ങളും വളർന്നുനില്ക്കുന്ന ഉയർന്ന ഒരു പറമ്പുണ്ട്. അതിന്റെ തെക്കേ അതിർത്തിയിലാണെന്നു തോന്നി, ഇഷ്ടികകൊണ്ടു കെട്ടിയ ഒരു പുകക്കുഴൽ ഉയർന്നു നില്ക്കുന്നു.

'അതാ അവിടെയാണ്.'

വർഗീസ് പുകക്കുഴൽ ചൂണ്ടിക്കാണിച്ചു

പൂഴിമണ്ണിൽ അടി താണിരുന്നതുകൊണ്ട് ഞങ്ങൾ കാൽവലിച്ചുവലിച്ചു നടന്നു. ഞങ്ങളുടെ ഇടത്തും വലത്തും കമ്പിവേലി കെട്ടി അതിരു തിരിച്ച ഗ്രൗണ്ടുകളിൽ ടാങ്കുകളും അർമ്മേഡ് കാറുകളും അടുക്കിയിരിക്കുന്നു. അരുമയായ ഭൂപരപ്പിലെ അനന്തജീവിതരാശികളേയും അവയ്ക്കു വായുവും വെള്ളവും വെളിച്ചവും നല്കുന്ന ആകാശത്തേയും സൂര്യചന്ദ്രന്മാരേയും നക്ഷത്രങ്ങളേയും എല്ലാമെല്ലാം ഒന്നടങ്കം സംഹരിക്കുവാൻ ഓങ്ങിനില്ക്കുന്ന ഭയങ്കര പിശാചുക്കളുടെ ചുരുട്ടിയ കനത്ത കൈകൾ പോലെ അവയിൽനിന്നു തോക്കുകൾ എഴുന്നുനില്ക്കുന്നു...

'കോവിലൻ, ഞാനൊരു തൊഴിലാളി ആയിരുന്നു.'

ടാങ്കുകൾ നോക്കി നടക്കുന്നതിനിടയിൽ എന്തോ ഓർത്തിട്ടു വർഗ്ഗീസ് പറഞ്ഞു.

'എന്തേ പറയാൻ?'

'നിങ്ങളോടു പറയാമെന്നുദ്ദേശിച്ചു.'

ചുമച്ചതുകൊണ്ട് അയാൾ തെല്ലുനേരത്തേക്ക് ഒന്നും പറഞ്ഞില്ല. ഞാൻ കാത്തു. അയാൾ നിലത്തുനോക്കി നടക്കുകയാണ്, മിണ്ടാട്ടമില്ല.

'നിങ്ങളെന്താ എപ്പോഴും അതേ ഈരടി പാടുന്നത്?'

'ഏത്?'

'ഉയരും ഞാൻ...'

'അതോ?'

തൊണ്ട ശരിയാക്കുന്നതിനിടയിൽ അയാൾ എന്തോ വിഴുങ്ങി എന്നു തോന്നി.

'ചുമ്മാ!'

'ഓ, അതു ഞാനറിഞ്ഞില്ല.'

'കോവിലൻ.'

'എന്താ?'

'എന്തെന്തു സന്നാഹങ്ങൾ?'

'എന്ത്?'

'ടാങ്കുകൾ, അർമ്മേഡ് കാറുകൾ...'

'അതെ.'

'എല്ലാം ഗവർമ്മേണ്ടിന്റേതാണ്.'

'നിങ്ങൾ എന്താ പറയുന്നത്?'

'ഞാൻ പറകയായിരുന്നു.'

പിന്നെ നിശ്ശബ്ദം.

'എന്താ നിങ്ങൾ പറകയായിരുന്നത്?'

'ഞാൻ പറകയായിരുന്നു, ജനതയ്ക്ക് ഒന്നും ഇല്ല.'

'ങ്ഏ?'

'ആങ്ഹാ! ജനതയ്ക്ക് ഒന്നും ഇല്ല. എനിക്കറിയാം. ഞാൻ ഒരു തൊഴിലാളി ആയിരുന്നു.'

ഒരിക്കലും തുറന്നു സംസാരിക്കാത്ത ആ മനുഷ്യൻ എന്തോ പറയാൻ പോകയാണ്. ചെവി വട്ടം പിടിച്ചുകൊണ്ട് ഞാൻ ഒപ്പം അടി വച്ചു. ഇപ്പോൾ അയാളോട് മിണ്ടിക്കൂടാ, ആ വേദനിക്കുന്ന കരൾ പതഞ്ഞൊഴുകട്ടെ.

'ക.. രാണ് എന്റെ നാടെന്നു നിങ്ങൾക്കറിയാമോ? നല്ലത്, ഒരിക്കലോ മറ്റോ മാത്രമേ നിങ്ങളോട് പറഞ്ഞിട്ടുള്ളൂ. നിങ്ങൾ മറന്നിട്ടില്ല. നന്ദി. അവിടെ ആ ഭയങ്കര പണിമുടക്കവും സമരവും നടന്നത് ഓർക്കുന്നോ...? പത്രങ്ങളിൽത്തന്നെ നിങ്ങൾ വായിച്ചിട്ടുണ്ട്. അവിടെ നടന്നതൊന്നും പത്രത്തിൽ വന്നില്ല... ആങ്. ഞാൻ പറകയാണ്. ഞങ്ങൾ പണിമുടക്കി. ഗവണ്മെന്റിന് ഞങ്ങളെ കീഴടക്കണമെന്നുണ്ടായിരുന്നു. അവർ പ്രലോഭനങ്ങൾ പാസ്സാക്കി. തൊഴിലാളികൾ ഇളകിയില്ല. ഭീഷണിപ്പെടുത്തി. തൊഴിലാളികൾ ഇളകിയില്ല. പോലീസ് വന്നു കണ്ടവരെയെല്ലാം പിടിച്ചുതല്ലി. വീടുകൾ തീ വച്ചു. അമ്മപെങ്ങന്മാരെ അവമാനിച്ചു. അടിപിടിയും കല്ലേറും ഇടയ്ക്കൊക്കെ നടന്നുതുടങ്ങി. പിന്നെ ഒന്നോ രണ്ടോ വെടിവെയ്പുണ്ടായി. രണ്ടാമത്തേതിൽ പോലീസിന് നഷ്ടംപറ്റി. ലോറികളും തോക്കുകളുമടക്കം എല്ലാം തൊഴിലാളികൾ പിടിച്ചുപറ്റി. ഞങ്ങൾക്കു നാടൻതോക്കുകളും ഉണ്ടായിരുന്നു. പിന്നെ അതാ വരുന്നു പട്ടാളം. തോക്കൊഴിച്ചുകൊണ്ടു പട്ടാളം

മുന്നേറി. തൊഴിലാളികളും വെടിവെച്ചു. വെടിവയ്പു നടന്നുകൊണ്ടിരിക്കുമ്പോൾ മീതെ വിമാനങ്ങളുടെ ഒരിരമ്പം. ഗവണ്മെന്റിനു വിമാനങ്ങളുണ്ട്. ഞങ്ങൾ, തൊഴിലാളികൾക്കുള്ളത് മണ്ണാണ്. എല്ലാം കൂട്ടത്തോടെ മണ്ണോടു ചേർന്നു. ബോംബ്! ഒറ്റ ശബ്ദമേ കേട്ടുള്ളൂ. പിന്നെ ഒന്നും ഇല്ല. ഇല്ല... ഞാൻ മരിച്ചില്ല. എന്തുകൊണ്ടോ?... ഓർമ്മവന്നപ്പോൾ മുക്കാലും മണ്ണിനടിയിലാണ്. ചുറ്റുപാടും എല്ലാം കലാശിച്ചിരിക്കുന്നു. മൂളക്കങ്ങളുണ്ട്. ഞരക്കങ്ങളുണ്ട്. ഒട്ടകലെ തീ ആളിക്കത്തുന്നു. ഞാൻ ഇഴഞ്ഞു. വാസ്തവത്തിൽ അപ്പോൾ ഞാൻ പേടിച്ചിരുന്നു. ചുറ്റും ശവങ്ങളാണ്. മരിക്കുന്നവരാണ്. എന്റെ വലത്തേ കാലിൽ മുറിപറ്റിയെന്ന് അപ്പോൾ എനിക്കറിയില്ല. എന്തോ എണീക്കാൻ തോന്നുന്നില്ല. അതുകൊണ്ട് ഇഴഞ്ഞു. ആ കൊടുംതീ ശവം ചൂടുന്നിടത്തു നിന്നാണ്. എന്തൊരു നാറ്റം!... ഞാൻ കായലിന്നടുത്തെത്തിയിരുന്നു. ഇനി അവർ കാണില്ല. രണ്ടോ മൂന്നോ ഇറക്ക് ഉപ്പുവെള്ളം കുടിച്ചു. അവിടെ കിടന്നു. പിറ്റേന്ന് ഒരു വഞ്ചിക്കാരൻ വന്നു എന്നെ എടുത്തുകൊണ്ടുപോയി.'

അവിടെ അയാൾ നിർത്തി. വീണ്ടും മിണ്ടാട്ടമില്ലാതെ നിലം നോക്കി നടന്നു. ഇങ്ങനെയൊരു വർത്തമാനം താൻ പറഞ്ഞു നിർത്തിയിരിക്കുന്നു എന്നു തോന്നുന്നില്ല. എനിക്കു മിണ്ടാൻ കഴിഞ്ഞില്ല. നാക്കിറങ്ങിയിരിക്കുന്നു. ചെവി ചൂളംവിളിക്കുന്നു. എന്തൊരു തളർച്ച...

ഇടയ്ക്കു വർഗ്ഗീസ് മൂളുന്നതു കേട്ടു:

'ഉയരും ഞാൻ നാടാകെ-
പ്പടരും ഞാനൊരു പുത്ത-
നുയിർനാട്ടിന്നേകിക്കൊ-
ണ്ടുയരും വീണ്ടും.'

അവിടവിടെ പൊന്തകളും മരങ്ങളും വളർന്നുനില്ക്കുന്ന ഉയർന്ന പറമ്പിന്റെ ഓരത്തോളം ഞങ്ങളെത്തിയിരുന്നു. പുകക്കുഴൽ ആ പടുപറമ്പിന്റെ തെക്കുകിഴക്കേ കോണിലാണ്. പുകക്കുഴലിൽനിന്ന് ഒട്ടു തെക്കോട്ടു മാറി ടാറിട്ട പ്രധാന പാതയുണ്ട്. വിലങ്ങനെ നടന്ന് ഞങ്ങൾ പാതയിൽ കയറി.

'ഇതാ നമ്മളെത്തിപ്പോയല്ലോ.'

വർഗ്ഗീസ് വീണ്ടും ബീഡി കത്തിച്ചു.

'ഇവിടെ വെച്ചാണ് കാലാപ്പ്ലാട്ടൺ ഇന്ത്യയെ അടക്കി വാണ വെള്ളപ്പാട്ടാളത്തോടു പൊരുതിയത്. ഓ, നമ്മുടെ ഒന്നാമത്തെ രാഷ്ട്രീയസമരം!'

പതിവുപോലെ എന്തോ ഓർത്ത് അയാൾ നിലം നോക്കി നടന്നു.

'ജനതയ്ക്ക് ഒരിക്കലും മർദ്ദനം പൊറുക്കാൻ കഴിഞ്ഞിട്ടില്ല. ഇന്ത്യയിലെന്നല്ല; എവിടേയും. എല്ലാത്തരം ചങ്ങലക്കെട്ടുകളിൽനിന്നും രക്ഷപ്പെടുന്നതുവരെ അവർ ഉയരും. എതിർക്കും... നമുക്ക് ഇതിലേ ഇറങ്ങാം.'

അതു പാതയിൽനിന്നു പറമ്പിലേക്കിറങ്ങുന്ന കൂറ്റൻ ഞാവൽമരങ്ങളുടെ പഴയ നടക്കാവാണ്. ആൾപ്പെരുമാറ്റം ഇല്ലാത്തതുകൊണ്ട് പുല്ലും

കാട്ടുചെടികളും പൊന്തകെട്ടിയ ആ പരന്ന നടവഴിയിൽ നിറയെ കുരങ്ങുകളാണ്. ഞങ്ങളെ കണ്ടപ്പോൾ അവ കുഞ്ഞുങ്ങളെ അകിട്ടിൽ ഒതുക്കിക്കൊണ്ടു ഞാവൽമരങ്ങളിൽ ഓടിക്കയറി ഒച്ചയിട്ടു. ഒറ്റ കൂട്ടനിലവിളി. എത്ര എണ്ണം!... ആ മറക്കപ്പെട്ട ശ്മശാനം ഒന്നാകെ വിലപിക്കുന്നപോലെ.

നടക്കാവ് പുകക്കുഴലിന്നടുത്ത് അവസാനിച്ചു. ആ പുകക്കുഴൽ ഇഷ്ടിക ചുടാൻ ഉപയോഗിച്ചിരുന്നതാകണം. വിസ്താരമുള്ള അതിന്റെ അടിത്തറയ്ക്ക്, നാലുവശത്തും ആൾ കടക്കാവുന്ന വാതിലുകളും അറകളും ഉണ്ട്. അവിടെ ഞങ്ങൾ നിന്നു. മുമ്പോട്ട് എല്ലാടവും കുളംകോരിയിരിക്കയാണ്.

സ്തംഭിച്ചുപോയി.

അവിടെ ഒന്നും ഇല്ലെന്നു വരുമോ?

കുഴികൾ എടുത്തുചാടിയും എത്തിപ്പിടിച്ചും ഞങ്ങൾ അടിവെച്ചു. അവിടവിടെ മാറോടിന്റെ കൂമ്പാരങ്ങൾ. പഴയ കെട്ടിടങ്ങളുടെ അടിത്തറകൾ. കല്ലും കട്ടയുമിട്ട് തൂർത്ത കിണറുകൾ. ഇടിഞ്ഞു തൂർന്ന കിടങ്ങ്. മതിൽ, നരച്ച ആലുകൾ, മുത്തൻ മാവുകൾ...

മതിലിന്റെ മുകളിൽനിന്ന് ഞങ്ങൾ ചുറ്റും നോക്കി. കിടങ്ങിന്റെ കിഴക്കേ വശത്തൂടെയാണ് ടാറിട്ട പാത നീങ്ങുന്നത്. പാതയുടെ അപ്പുറത്തു ഗ്രാമമാണ്. ഗ്രാമത്തിനു പിന്നിൽ ചക്രവാളത്തോളം പരന്നുകിടക്കുന്ന വയലുകൾ, ഗ്രാമത്തിന്റെ വടക്കുഭാഗത്ത്, റോഡിന്റെ ഇപ്പുറത്തായി പൊന്തകളുടെ ഇടയിൽക്കൂടെ അട്ടിയിട്ട ചുവന്ന ഇഷ്ടികക്കൂമ്പാരങ്ങൾ, ഓടുമേഞ്ഞ ചെറിയ ഷെഡ്ഡുകൾ, പുകക്കുഴലുകൾ...

റോഡിൽനിന്നു കിടങ്ങോളം പുതുതായി മണ്ണുകോരാൻ തുടങ്ങിയിട്ടുണ്ട്. കിഴക്കേ ഭാഗത്തെ മതിൽ തന്നെ പാതിയും കോരിനീക്കിയിരിക്കുന്നു. അതിനടിയിലുള്ള കളിമണ്ണെടുക്കാൻ തന്നെ ആയിരിക്കണം.

അവിടെ ഞങ്ങൾ ഇറങ്ങിനോക്കി.

നിലത്ത് ഉടഞ്ഞ കോപ്പപ്പിഞ്ഞാണങ്ങളുടെ കഷണങ്ങൾ, ചാരനിറം കലർന്ന എല്ലിൻകഷണങ്ങൾ...

ഞാൻ വർഗ്ഗീസിന്റെ മുഖത്തേക്കു നോക്കി. വർഗ്ഗീസ് എന്റെ മുഖത്തേക്കും നോക്കി.

ആ എല്ലിൻകഷണങ്ങൾ എടുത്തുനോക്കി. വിരൽത്തുമ്പിൽ അവ പൊടിയുന്നു!

തുരുമ്പിച്ച എല്ലിൻകഷണങ്ങൾ!

കിളച്ചെടുക്കുന്ന മതിലിന്റെ ഓരത്തു ചെന്നുനോക്കി. ഇടിഞ്ഞു അടിപരന്ന മതിലിന്നടിയിൽ അട്ടിയായി കരിയും വെണ്ണീറും കലർന്ന മണ്ണാണ്. ആ കനത്ത മണ്ണട്ടിയിൽ ഉടഞ്ഞ പിഞ്ഞാണക്കഷണങ്ങളും എല്ലുകളും ഉന്തിനില്ക്കുന്നു.

വർഗ്ഗീസ് പതുക്കെ പിഞ്ഞാണക്കഷണങ്ങളും എല്ലുകളും മാന്തിയെടുക്കാൻ തുടങ്ങി. കറുത്ത പൊടിമണ്ണ് ഉതിരുകയും എല്ലുകൾ പൊടിഞ്ഞുവീഴുകയും ചെയ്തു.

'നോക്കൂ, ഇതു തലയോടാണ്. പരന്നമ്പിയിരിക്കുന്നു. ഓ, കിട്ടുന്നില്ല. പൊട്ടിപ്പോരുകയാണ്. എന്തൊരു മിനുസം. പൂമ്പൊടിപോലെ ഉതിരുന്നു... എതിരാളിയുടെ തറവാട് കുളംകോരുമെന്നു കേട്ടിട്ടേ ഉള്ളൂ... ഇവിടുന്നു മാന്തിയ മണ്ണിൽ മനുഷ്യന്റെ ചൂടുള്ള ചോര. പച്ചമാംസം, കൊഴുപ്പുള്ള മജ്ജ... എല്ലാം ചേർന്നിട്ടുണ്ട്. ആ മണ്ണിൽ ചുട്ട ഇഷ്ടികകളിൽ മനുഷ്യന്റെ അസ്ഥികൂടമുണ്ട്. ഞാനിതൊക്കെ പൊതിയുകയാണ്.'

പിഞ്ഞാണക്കഷണങ്ങളും എല്ലുകളും ടവ്വലിൽ പൊതിയുമ്പോൾ അയാൾ സംസാരിച്ചുകൊണ്ടിരുന്നു.

'ആർക്കറിയാം. അവരുടെ അസ്ഥികൂടത്തിനകത്തായിരിക്കും നാം കിടക്കുന്നത്.'

'എന്താ?'

'നമ്മുടെ ബാരക്ക് ഇവിടെ ചുട്ട ഇഷ്ടികയിൽ പണിതതാവും എന്നു പറയുകയായിരുന്നു.'

ഗ്രാമത്തിൽനിന്നു പൈക്കളെ ആട്ടിത്തെളിച്ചുകൊണ്ടുവന്ന ഒരു ചെറുപ്പക്കാരൻ ഞങ്ങളുടെ അടുത്തേക്കു വന്നു.

'എന്താ മാന്തുന്നത് ബാബു?'

'ഇതാ കണ്ടോ?'

'എല്ലല്ലെ?'

'ആങ്ങ്ഹ്.'

'ഇവിടെ എത്രയോ ചത്തതാ ബാബു.'

'ഊം.'

'അഠാര സൗസത് പഞ്ചിലാണ് ബാബൂ. ആന്നാൾ അതിന്റെ നാടകം ഗ്രാമത്തിൽ കളിച്ചു.'

'ങ്ഹേ?'

'ങ്ഹാ, ബാബൂ. അവർ ഹിന്ദുസ്ഥാനെ അടിമയാക്കിയ ഘോരകളോടു പൊരുതി. അവർ തോറ്റു. ജയിച്ചേനെ ബാബൂ, ജയിച്ചേനെ. നമ്മുടെ ആൾക്കാർതന്നെ അവരെ ചതിച്ചു. അവർ ഘോരയുടെ പങ്കിൽ ചേർന്നു. ഘോരകളെ ഒളിപ്പിച്ചു. രക്ഷിച്ചു. ഘോരകൾ ഈ നാടു മുഴുവൻ അവർക്കു ഇനാമായിക്കൊടുത്തു... ഓ, പൈക്കൾ പോയല്ലൊ.'

അയാൾ 'ഓ-ഹൈ' എന്ന് ഒച്ചയിട്ടുകൊണ്ട് പൈക്കളുടെ പിമ്പേ പോയി. എന്തോ മറന്നപോലെ വർഗ്ഗീസ് ഒപ്പം ചെന്നു.

'ഒന്നുകൂടെ ചോദിക്കട്ടെ ബാബൂ.'

ആ ചെറുപ്പക്കാരൻ തിരിഞ്ഞുനോക്കി.

'ബാബുവിന്നറിയാമോ, ഇവിടെ ഹിന്ദുപ്ലാട്ടനും മുസ്ലീം പ്ലാട്ടനും ഉണ്ടായിരുന്നോ?'

'നാടകത്തിൽ ഉണ്ടായിരുന്നു.'

അയാൾ ആഞ്ഞ് നടന്നുകൊണ്ട് ഉറക്കെ ഒച്ചവെച്ചു:

'ഓ-ഹൈ.'

റോഡിന്റെ ഓരത്ത് മരത്തണലിൽ ഇരുന്നിട്ട് വർഗ്ഗീസ് ടവ്വലിന്റെ പൊതി അഴിച്ചു. അയാൾ വിയർത്തിരുന്നു. മുഖം കനത്തിരുന്നു. കണ്ണുകൾ കലങ്ങിയിരുന്നു.

'നോക്കൂ, കോവിലൻ.'

അയാൾ നെടുവീർപ്പിട്ടു.

'ഈ കോപ്പപ്പിഞ്ഞാണങ്ങളിൽ ഒരിക്കൽ മനുഷ്യർ കുടിച്ചിരുന്നതാണ്. ഈ എല്ലുകൾ ഒരിക്കൽ ജീവിച്ചിരുന്ന മനുഷ്യരുടേതാണ്... ഈ കോപ്പകൾ മുസ്ലീം കുടിച്ചിരുന്നതോ? ഹിന്ദു കുടിച്ചിരുന്നതോ? ഈ എല്ലുകൾ മുസ്ലീമിന്റേയോ, ഹിന്ദുവിന്റേയോ?

ഞാൻ വിളർത്തുപോയി. ആ ആശയം എനിക്കു പുതുതായിരുന്നു.

'എന്താ മിണ്ടാത്തത്?'

'എന്ത് മിണ്ടാനാ?'

'ഒന്നും ഇല്ല. ആലോചിച്ചു നോക്കൂ, നൂറുകൊല്ലത്തോളം ജനത വെള്ള മേധാവിത്തത്തോടു പൊരുതി. ഹിന്ദുവും മുസ്ലീമും തോളോടുതോൾ ചേർന്നു പൊരുതി.'

അയാളുടെ തൊണ്ട ഇടറി. കണ്ണുകൾ നിറഞ്ഞു. താടിക്കു കൈകുത്തി അയാൾ ഇരുന്നു. അനക്കമില്ല. മിണ്ടാട്ടമില്ല. അപ്പോൾ പടിഞ്ഞാറുനിന്ന് ഒരിരമ്പം. അതോടൊപ്പം കുരങ്ങുകളുടെ ഒരു കൂട്ടനിലവിളി.

'ഹെന്താദ്?'

വർഗ്ഗീസ് ഞെട്ടിക്കൊണ്ടു ചോദിച്ചു.

ഭൂമി മുഴുവൻ വിഴുങ്ങിക്കൊണ്ടു മുന്നേറിവരുന്ന കൊടുംകടലിന്റെ അലർച്ചപോലെ, ചെകിടുകൾ അടയുന്നു. അടിമുടി വിറയ്ക്കുന്നു.

തട്ടിപ്പിടഞ്ഞ് എണീറ്റു ഞങ്ങൾ നടന്നു.

എന്താദ്?

മൈതാനം നിറയെ പൊടിയാണ്. ഭൂമിയും ആകാശവും മുട്ടെ മഞ്ഞ നിറത്തിൽ പൊടിനിറഞ്ഞിരിക്കുന്നു. പൊടിയുടെ ഇടയിൽക്കൂടി ഞങ്ങൾ കണ്ടു.

ടാങ്കുകൾ ടാങ്കുകൾ ടാങ്കുകൾ...

കോപിച്ച കടലിൽ ചുരുൾചുരുളായി ഉയർന്നുപൊങ്ങി കരയിൽ തല്ലിപ്പരക്കുന്ന തിരമാലകൾപോലെ, ഒരു ഭയങ്കര മഴയ്ക്കുമുമ്പ് ചക്രവാളത്തിൽ പൊങ്ങിപ്പരക്കുന്ന കാർമേഘങ്ങൾപോലെ; പൊടി ഉയർത്തിക്കൊണ്ട് ഭൂമിയെ അമർത്തിയരച്ച് ഘോരഘോരം അലറിക്കൊണ്ട് ടാങ്കുകൾ മുന്നേറുന്നു.

മാറിൽ കയ്യമർത്തിക്കൊണ്ട് വർഗ്ഗീസ് തറച്ചുനിന്നുപോയി.

ഉണ്ടാകാൻ ഇടയുള്ള ഇൻഡോ-പാക്ക് യുദ്ധത്തെക്കുറിച്ച് കേട്ടുകൊണ്ടാണ് ഞങ്ങൾ പോന്നത്.

റോഡിന്റെ ഓരത്ത് ആ മറക്കപ്പെട്ട ശ്മശാനത്തിൽനിന്ന് അപ്പോഴും കുരങ്ങുകളുടെ കൂട്ടനിലവിളി കേൾക്കാം. ഒരു ഭയങ്കര ശാപത്തിന്റെ

ഉദ്ധിതമായ സ്മാരകമെന്നോണം ആകാശം മുട്ടുന്ന ആ നെടുനെടുങ്കൻ പുകക്കുഴൽ നിർവ്വികാരം ഉയർന്നു നില്ക്കുന്നു.

വർഗ്ഗീസ് ടവ്വലിന്റെ പൊതി നോക്കിക്കൊണ്ടു നിശ്ചലം നില്ക്കയാണ്. അയാളുടെ കണ്ണുകൾ നിറയുകയാണെന്നു തോന്നി. അല്ല. കത്തുകയാണ്. ഒരു നെടുവീർപ്പിന്നുശേഷം പല്ലു ഞെരിയുന്ന ശബ്ദം കേട്ടു. മുന്നോട്ട് അടി ആയുമ്പോൾ അയാൾ പാടിയിരുന്നു:

'ഉയരും ഞാൻ നാടാകെ-
പ്പടരും ഞാനൊരു പുത്ത-
നുയിർനാട്ടിന്നേകിക്കൊ-
ണ്ടുയരും വീണ്ടും.' ■

മകൻ

മരുന്നോ? മരുന്നു ഞാൻ കുടിക്കില്ല. എന്തു മരുന്ന്? ഏതു മരുന്ന്? ഏ? ഏത്?

ചോര തരൂ. ചുടുചോര! തരൂന്നേ, ഉം......

മനുഷ്യന്റെ ചോര വേണ്ട. മൃഗത്തിന്റെ ചോര വേണ്ട. പിന്നെ എന്തിന്റെ ചോര? നരമൃഗത്തിന്റെ ചോര? ഏ? ഏത്?

എന്തിനാ കൈ രണ്ടും പിന്നാക്കം കെട്ടിയിരിക്കുന്നത്? കാലുകൾ കൂട്ടി ക്കെട്ടിയിരിക്കുന്നത്? അഴിക്കൂ. അഴിക്കാനല്ലേ പറഞ്ഞ്! ഏ? ഏത്?

ധാരയും തലപൊതിച്ചലും. ഹ ഹ ഹ.... ചോരകൊണ്ടു ധാര. ചോരയിൽ കുളി. ചോരയിൽ....

"ചോര ഞാൻ കുടിക്കും
ചോരയിൽ കുളിക്കും.
ചീറ്റുന്ന ചോര; ചിതറുന്ന ചോര;
മഴപോലെ ചോര; ചോരപ്പുഴ കണ്ടോ?"

എന്താ പാട്ടുതരം? ഏ? ഏത്?

അതിലൊന്നു മുങ്ങിക്കുളിക്കണം. പുളയ്ക്കണം. മദിക്കണം. ആറാടണം. ഞാൻ പറഞ്ഞു. നിങ്ങൾ കുളിക്കണം, നാം ഒത്തൊരുമിച്ച്; ആർത്തുവിളിച്ച്!....

അഴിക്കൂന്നേ! അഴിക്കില്ലേ? ഇല്ലേടാ? അഴിക്കില്ലേടാ? ഏ? ഏത്?......

അയ്യോ! കൈപ്പലക ഞെരിയുന്നേ.....തണ്ടെല്ലു കിരുകിരുക്കുന്നേ.....

ഞാൻ കുതറും. കെട്ടുപൊട്ടിക്കും. പാഞ്ഞുപോകും. എന്റെ കൂട്ടർ അതാ, അതാ പോകുന്നു. ഞങ്ങൾ പോകുന്നു. ചോര! ഹ....ഹ....ഹ....

ആങ്ഹാ! ഇങ്ങോട്ടു പോരുമ്പോൾ അവരൊക്കെ എന്നെ ചൂണ്ടി ക്കാണിക്കുക. മുഖം തിരിക്കുക. പിറുപിറുക്കുക. ആ മനോഹരൻ നിന്നു കൂവുകയാണ്,

"എടോ...പിരാന്താ....ടോ....." എന്ന്. അവർക്കെന്താ? അവനെന്താ? എനിക്കെന്താ? അവർക്കൊരു രസം. അവനൊരു രസം. എനിക്കൊരു രസം.

ഞാൻ അച്ഛനെ കൊന്നോ? ഉവ്വോ?

അച്ഛനെക്കൊല്ലണം എന്നു കേട്ടിട്ടുണ്ടോ? അച്ഛൻതന്നെ പറഞ്ഞു തന്നിട്ടുള്ളതാണ്, അവനവന്റെ അച്ഛന്മാരെ സുഖത്തോടെ മരിപ്പിക്കണം എന്ന്. കട്ടിലിൽ കിടന്നു പൊരിയുന്ന അച്ഛനെ നോക്കിനോക്കിക്കൊണ്ടിരിക്കവേ ഞാൻ തീർച്ചയാക്കി: അച്ഛനെക്കൊല്ലണം. എന്താ കൊന്നാൽ? എങ്ങനെയാ വേണ്ടത്? കഴുത്തിൽ മുണ്ടിട്ടു മുറുക്കിയിട്ടോ?

അതോ,

ആ വെട്ടുകത്തികൊണ്ട് ഒറ്റ വെട്ടിന്....

അയ്യോ!....എന്റെ തണ്ടെല്ലു പൊട്ടുന്നേ.... കൈപ്പലക പൊളിയുന്നേ....

ഒന്നഴിച്ചുതരൂ....

ഞാൻ കുതറുന്നില്ല. അവരൊക്കെ എന്തിനാ ഇങ്ങനെ നോക്കുന്നേ? ഞാൻ അച്ഛനെ കൊന്നോ? ഉവ്വോ? ഉവ്വോടാ? ഏ? ഏത്?

"ആരാന്റമ്മയക്ക് പ്രാന്തുണ്ടെങ്കി-
ക്കാണാൻ നല്ലൊരു ചേലുണ്ടേ!"

എന്താ പാട്ടുതരം?

ഞാൻ പുറത്തിറങ്ങാറില്ല. ചങ്ങാതികളെ കാണേണ്ടിവരും. എന്തൊരു വല്ലായ്മ! എനിക്കു പാതിപ്പട്ടിണിയല്ലേ? അവരുടെ മുമ്പിൽ മുണ്ടുമുറുക്കിക്കുത്തണം. വയറുവീർപ്പിക്കാൻ ശ്വാസം ഒതുക്കിനിർത്തണം. അവരെന്നെ ഉറ്റുനോക്കും. ഒടിഞ്ഞ കൺപോളകൾ. വാടിയ മുഖം.

"എന്താ ഗോപാ" എന്നു ചോദിക്കയായി.

ഇരക്കുടലിൽ മുശു കുത്തിയിഴയുന്നതുപോലെ വിശപ്പാണ്! പറയാൻ കൊള്ളാമോ?

"ചായ!....."

ങ്ഹേ! എനിക്കു ചായ വാങ്ങിത്തരാമെന്ന്. ചക്കാത്ത്! അനുതാപം! വേണ്ട.

അവരുടെ കനത്ത കൺപോളകൾ. വീർത്ത വയറ്....ഞാൻ കള്ളക്കണ്ണിടും. ഒട്ടിപ്പിടിച്ച ചുണ്ടുകൾ വിടർത്താൻ നോക്കും: പുഞ്ചിരി!

മടുത്തുപോയി. വീട്ടിൽനിന്നു പുറത്തിറങ്ങാനേ പോവാതായി.

എന്തൊരു വീട്? ഏതൊരു വീട്? ഏ? ഏത്?

ആ കുന്നിന്റെ പടിഞ്ഞാറെച്ചെരുവിലാണ്, പാഴ്മരങ്ങളുടേയും മുളങ്കാടുകളുടേയും മറവിൽ, നെൽപാടത്തേക്കിറങ്ങിക്കിടക്കുന്ന ചെറിയൊരു കവുങ്ങിൻ തോപ്പിന്റെ കിഴക്കേ അറ്റത്ത്, പതിഞ്ഞ പഴയ ഓലപ്പുര. തെക്കുവടക്കായി ഇടുങ്ങിയ രണ്ടു മുറികളുള്ള പടിഞ്ഞാറ്റി. ദാ, ഞാൻ വരച്ചു കാണിച്ചുതരാം.

ഓ! ഒന്നഴിക്കൂന്നേ. എന്താ, നിങ്ങളൊക്കെ ഇങ്ങനെ? ഒന്ന്.....

എന്നാൽ വേണ്ട. ഞാൻ പറയില്ല. ആരു പറയില്ല? ഞാൻ പറയില്ല. നിങ്ങൾ കേൾക്കില്ല. ആരു കേൾക്കില്ല? നിങ്ങൾ കേൾക്കില്ല. ആര്? ഏത്? ആര്? ഏത്? ഏ? ഏത്?

വടക്കേ മുറിയിൽനിന്ന് കട്ടിളവച്ചു കിഴക്കോട്ടു നീട്ടിപ്പണിതിട്ട ഈ അടുക്കള കിഴക്കേ ഉമ്മറത്തിന്റെ പാതിയും വിഴുങ്ങിക്കളഞ്ഞിരിക്കുന്നു. ഞാനും അച്ഛനും തെക്കെ ഉമ്മറത്താണ് കിടപ്പ്. കാറ്റും ശീതവും അടിക്കാതി രിക്കാൻ തെക്കേപ്പുറം കുത്തിമറച്ചിരിക്കയാണ്. ചിതൽപ്പുറ്റു പൊന്തി, കുഷ്ഠരോഗിയുടെ വിണ്ടുപൊട്ടിയ ശരീരംപോലായ തകർന്ന ചുമരുകൾ. പെട്ടിമരുന്നുകച്ചവടത്തിന് ഉപയോഗിക്കുന്ന കള്ളിപ്പെട്ടികൾപോലെ, പൊത്തും പോതും നിറഞ്ഞ വാതിൽപ്പലകകൾ, കട്ടിളകൾ. വൻ ചിതൽ തിന്നുതീർന്ന് കുഴി മാന്തിയെടുക്കുന്ന ശവത്തിന്റെ ദ്രവിക്കുന്ന അസ്ഥിക്കൂടുപോലായ, ചുമരിൽ തങ്ങിക്കിടക്കുന്ന അമർന്ന മേല്ക്കൂര.

ഞാൻ ഓർക്കുകയാണ്. ഒരു കാലത്ത് അതു ഞങ്ങളുടേതായിരുന്നു. അച്ഛന്റെ കാലത്ത് ഞാലു കാക്കാനുള്ള കാവൽപ്പുര! പിന്നീട് അച്ഛന്റെ അച്ഛനു നടപ്പുദീനം പിടിച്ചപ്പോൾ വാങ്ങി പാർത്തു കിടന്നു മരിച്ച പുര. പിന്നെപ്പിന്നെ ആ മാപ്പിളയ്ക്കു പണയപ്പെട്ട പുര!

ജനലിന്റെ പേരിൽ ആകെക്കൂടി ഒരഴിപ്പടി—കിഴക്കേ ഉമ്മറത്തുനിന്ന് അടുക്കളയിലേക്ക്.

ഹഹഹ......

വിശന്നു കുടലുകൾ വലിഞ്ഞുനീളുമ്പോൾ ആ പഴുതിൽക്കൂടെ ഞാനെന്നും എത്തിനോക്കും. ഹൗ! എന്തൊരു വിശപ്പ്! എന്താ വിശപ്പു മാറാത്തേ? ഏ? ഏത്?

മരുന്നോ? മരുന്നു ഞാൻ കുടിക്കില്ല. എന്തു മരുന്ന്? ഏതു മരുന്ന്?

ചോര തരൂ! ചുടുചോര. ചുടുചോര തരൂന്നേ. കുടിക്കട്ടെ. വയറുനിറയെ കുടിക്കട്ടെ. വീർപ്പുമുട്ടട്ടെ. വിശപ്പു മാറട്ടെ. ഓടട്ടെ. ചാടട്ടെ. പുളയ്ക്കട്ടെ.... ഏ? ഏത്?

ആ വീട്ടിനുള്ളിൽ കിടന്നാൽ വിശപ്പ്! വിശപ്പിന്റെ ഓർമ്മമാത്രം! ശ്വാസംമുട്ടിപ്പോകും. അതു വീടാണോ? അതോ.....? ഞങ്ങൾ—ഞങ്ങളെത്ര പേർ—എത്രയെത്രദിവസം—കണക്കുംകൈയുമില്ലാത്ത—ആവൂന്റമ്മേ!.... അതിൽ കിടന്നു പൊറുക്കണം? വിശന്നുവിശന്നു പൊരിയണം?

അതൊന്നു പൊളിച്ചുപണിയണം. കാറ്റും വെളിച്ചവും കടക്കുന്നതായി ചന്തമുള്ളൊരു കൊച്ചുവീട് പണിയണം. അച്ഛൻ ചോദിക്കും, "അണ്ണക്കൂട്—അണ്ണക്കൂടുപോലുള്ള വീടുകളിൽ എത്ര ആളുകൾ പൊറുക്കുന്നു" എന്ന്.

അച്ഛന് ആ നശിച്ച വീടിനോട് എന്തു മമതയാ!

കിഴക്കേ ഉമ്മറത്തിന്റെ തെക്കേയറ്റത്ത് എന്റെ എഴുത്തുമേശയാണ്. തൊട്ട്, പടിഞ്ഞാട്ടു നീട്ടിയിട്ട കട്ടിൽ ഇരുന്നെഴുതാനും കിടന്നുറങ്ങാനും. അതിന്നുമീതെ വിയർപ്പിന്റെ വാടയും കഞ്ഞിപ്പശയുടെ ചീഞ്ഞ നാറ്റവും വമിക്കുന്ന ഉടുതുണികൾ—ഉടുത്തുമുഷിഞ്ഞതും ഈറനും--തൂക്കിയിടുന്ന അയ. എന്റെ കട്ടിലിനോടു മുട്ടിക്കൊണ്ട് അച്ഛന്റെ കട്ടിൽ. അതിന്റെയൊരു

പഴക്കം! ഇരുണ്ടുപോയിരിക്കുന്നു. മൂലകളിൽ കട്ടപിടിച്ച എട്ടുകാലി വലകളുള്ള കട്ടിൽ. ആ കട്ടിലിനോടാണ് കൂടുതൽ മമത.അച്ഛന്റെ അച്ഛൻ ഉപയോഗിച്ചിരുന്നതാണ്. കിടന്നു മരിച്ചതാണ്! അച്ഛന്റച്ഛന്റെ കട്ടിൽ. അച്ഛന്റച്ഛൻ കിടന്നു മരിച്ച വീട്. അതു പൊളിച്ചുപണിയാൻ എന്തൊരു മടി! എന്നിട്ടു പറകയാണ്, അണ്ണക്കൂടുപോലുള്ള വീടുകൾ—മാടുകളല്ല, എന്നെപ്പോലെയും നിങ്ങളെപ്പോലെയുമുള്ള മനുഷ്യർ--അവർ കുഞ്ഞുകുട്ടികളോടും അമ്മപെങ്ങന്മാരോടും കൂടെ—എന്നും എന്നും--കാലാകാലമായി--വിശന്നും തളർന്നും--ചത്തുമലച്ചും--ഏ? ഏത്?

ഈ വാക്കുകളൊക്കെ എല്ലാവരും അറിയുന്നതും പറയുന്നതുമാണല്ലോ. എന്നിട്ടും ആ നശിച്ച വീടൊന്നു പുതുക്കിപ്പണിയണമെന്നു പറയുമ്പോൾ എന്താ ഇത്ര മടി?

എന്താ മിണ്ടാത്ത്? നാക്കിറങ്ങിയോ? എന്നിട്ട് ധാര, തലപൊതിച്ചൽ....

ങ്ഹേ! തല പൊതിയണ്ട. ധാര ചെയ്യണ്ട. കുളിക്കണം. പുളയ്ക്കണം. അതാ, അവിടേക്കു നോക്കൂ.

> "ചീറ്റുന്ന ചോര; ചിതറുന്ന ചോര
> മഴപോലെ ചോര; ചോരപ്പുഴ കണ്ടോ?"

ഏ? ഏത്?

എന്താ, ഞാൻ പറഞ്ഞ്? ആ, അച്ഛനിത്തിരി മടി.

ഓ! അച്ഛനെന്നെ എത്ര കാര്യമായിരുന്നു! അച്ഛനു വയറുവേദനയാണ്. നാല്പതുകൊല്ലമായിട്ടു വയറുവേദനയാണ്. നാട്ടുചികിത്സതൊട്ടു തുടങ്ങി. മദിരാശി ജനറലാശുപത്രിയിലിട്ട് വയറു കീറി. ആരോഗ്യം നശിച്ചു. സമ്പാദ്യം മുടിഞ്ഞു. അടയ്ക്ക പൊളിക്കാൻ നടന്നും വെറ്റിലക്കൃഷി ചെയ്തും കുടുംബം പുലർത്തി. എന്നെ പഠിപ്പിച്ചു.

വയറുവേദന എപ്പോഴാണു വരികയെന്നറിയില്ല. വെറ്റിലക്കാലുകളുടെ ചുവട്ടിൽ പ്രാഞ്ചിപ്രാഞ്ചി നടക്കുമ്പോൾ വരും, വഴിനടക്കുമ്പോൾ വരും, കഞ്ഞികുടിക്കാനിരിക്കുമ്പോൾ വരും. ഒരു നേരവും സമയവും നോക്കാതെ. നെട്ടോട്ടമോടിവന്നു, കട്ടിലിൽ കമഴ്ന്നടിച്ചു വീഴും. എനിക്കോർമ്മവച്ചതു മുതൽ കിടക്കപ്പായ മടക്കിക്കണ്ടിട്ടില്ല.

അന്നും അച്ഛൻ എന്നെ വിളിച്ചു. ഞാൻ ചെന്നു. 'പൊറൊന്നുഴിഞ്ഞേ' എന്നു പറയും മുമ്പേ കട്ടിൽക്കാലിനോടു ചേർത്തുവച്ചിരുന്ന എണ്ണക്കുപ്പിയെടുത്ത് ഉള്ളംകൈയിലേക്കു ചെരിച്ചു. നട്ടനെ കമഴ്ത്തി. കീടൻ മാത്രം. കൈതിരുമ്മി മയപ്പെടുത്തി.

അച്ഛൻ തലയിണമേൽ താടിയെല്ലമർത്തി, കൈ രണ്ടും വയറ്റിനടിയിൽ വച്ച് കമഴ്ന്നുകിടക്കുന്നു. ഞരങ്ങുന്നു. ആ നരച്ച പുരികങ്ങൾ വളഞ്ഞു മുറുകുന്നു കഷണ്ടികയറിയ നെറ്റിയിൽ ചുളിവുകൾ തുളുമ്പിത്തുളുമ്പിക്കയറുന്നു. വേദനകൊണ്ടു തീപറക്കുന്ന തുറിച്ച കണ്ണുകൾ! അവ ഉരുട്ടി ഉയർത്തി എന്നെയൊരു നോട്ടം.

"വേഗമാട്ടെട, മോനേ!"

ഏ? ഏത്? അതിന്റെ അർത്ഥമതാണ്.

ഞാൻ അച്ഛന്റെ പള്ളയോട് ചേർന്നിരുന്ന് പുറം ഉഴിയാൻ തുടങ്ങി. അദ്ദേഹം പതിവുപോലെ കോരിത്തരിച്ചു. മകന്റെ കൈവെള്ള!

വയറുവേദന എന്താണെന്നറിയോ? അനുഭവിച്ചവനേ അറിയൂ എന്ന് അച്ഛൻ പറയാറുണ്ട്. മുതുകു വളഞ്ഞ ആ ശുഷ്കശരീരം--അത് എന്തൊരു വേദനയായിരിക്കും അനുഭവിക്കുന്നത്?

നീരു വറ്റി, മാംസം ദ്രവിച്ച്, എല്ലിനോടൊട്ടിക്കിടക്കുന്ന പരുക്കൻതൊലിയിൽ കൈനടത്തുമ്പോൾ കന്നിയാറ്റിലെ കൊച്ചോളങ്ങൾപോലെ ചുളിവുകൾ വീണു. മുതുകെല്ലിന്റെ ഓരോ ഏപ്പിലും തട്ടിത്തടഞ്ഞ്, വിരലുകൾ ഇറങ്ങിയിറങ്ങിപ്പൊയ്ക്കൊണ്ടിരുന്നു. പെറുക്കിയെടുക്കാമെന്നു തോന്നിക്കുന്ന വാരിയെല്ലുകളിൽ എന്റെ നോട്ടം ചിതറിച്ചിതറി വീണു. എന്റെ അച്ഛൻ!—അദ്ദേഹം ഉണങ്ങിപ്പോയി.

എത്ര നാളാണിങ്ങനെ? ഒരു ദിവസമല്ല, രണ്ടു ദിവസമല്ല; നാല്പത് നീണ്ട കൊല്ലങ്ങൾ!

അദ്ദേഹം പതുക്കെപ്പതുക്കെ മലർന്നുകിടന്നു. അപ്പോൾ വയറുഴിയണം. അമർത്തുഴിയാമോ? ആ വ്രണപ്പെട്ട കുടലുകൾക്കു കൂടുതൽ വേദനിക്കുമോ? പേടിച്ചു പേടിച്ചു കൈനടത്തുക. ഓപ്പറേഷൻചെയ്ത പാട്!—അവിടെ തൊട്ടപ്പോൾ എനിക്കു കോരിത്തരിച്ചു; ആ നേർമ്മ! പൊക്കിളിനു താഴെ, ഇടത്തേവശത്തു നെടുനീളത്തിൽ കിടന്നു തിളങ്ങുന്നു. അവിടവിടെ കല്ലുപോലുറച്ച ഭാഗങ്ങൾ! പതത്തിൽ കിടക്കുന്ന വിടവുകൾ. എവിടെയാണു വേദന—അതു തന്നത്താൻ വിഴുങ്ങുകയാണ്. ആ തീക്കുടുക്ക! തൊണ്ടയിൽത്തന്നെ അരഞ്ഞു പോകുന്ന ഞരക്കം മാത്രം ചെകിടോർത്താൽ കേൾക്കാം.

കൈ കഴച്ചു വേറിടാൻ തുടങ്ങി. കൈയെടുക്കാമോ?

'ഇനിയൊന്നു വീശ്' എന്ന് കേട്ടപ്പോൾ എനിക്കാശ്വാസം വീണു. കിടക്കപ്പൊറുതി കിട്ടി. ഇറയിൽ തിരുകിവയ്ക്കാറുള്ള വീശാമ്പാളയെടുത്തു. 'നെറുകയിൽ മാത്രം വീശിയാൽ മതി'യെന്ന് അച്ഛൻ പറഞ്ഞു.

നെറ്റിയിലും നെറുകയിലും വിയർപ്പു പൊടിയുന്നു. നീണ്ടുനിന്ന ഭയങ്കര വേദന!

ഇങ്ങനെ, ഇനിയും എത്ര നാളുകൾ?

മതിയെന്നു പറഞ്ഞ് അച്ഛൻ കുത്തിപ്പിടിച്ചെണീറ്റു. കുത്തയഞ്ഞ ഉടുതുണി നേരെയാക്കി. എന്റെ മുഖത്തേക്കൊന്നു നോക്കി. തീപറക്കുന്ന നോട്ടം! ഇത്തിരി വെള്ളം വേണമെന്നു പറഞ്ഞപ്പോൾ ഞാൻ അമ്മയെ വിളിച്ചു. അച്ഛൻ സമ്മതിച്ചില്ല. ഞാൻതന്നെ കൊണ്ടുവരണമെന്നു നിർബ്ബന്ധിച്ചു. അച്ഛനുവേണ്ടി ഒരു പൂഴിത്തരി നുള്ളിയെടുക്കുന്നതുപോലും ഞാൻ തന്നെയാവണം. വല്ലവരും സുഖക്കേടിനെക്കുറിച്ച് ചോദിച്ചാൽ പറയും, "ദാ നോക്ക്യേ, ഇങ്ങനെ അമർത്തിപ്പിടിച്ചാ ഉഴിയാ" എന്ന്. അതോടെ വലതുകൈ നീട്ടി, തള്ളവിരൽ പുറകോട്ടു വളച്ച്, നാലു വിരലും ചേർത്തുപിടിച്ചു കാണിക്കും: "ദാ, ഇങ്ങനെ" എങ്ങനെ എന്ന് ഒരിക്കൽക്കൂടി പറയും. പറഞ്ഞാലും പറഞ്ഞാലും മതിവരില്ല. "എന്തുമാതിരി അമർത്താ ഉഴിയാ! വേദന ഇങ്ങു

വന്നാ അവനേ സഹായുള്ളു" എന്നൊക്കെ ഞാൻ കേൾക്കെത്തന്നെ ഒരു നൂറുവട്ടം പറഞ്ഞിട്ടുണ്ട്.

ആ ഞാൻ അച്ഛനെക്കൊല്ലാൻ തീർച്ചയാക്കി. എങ്ങനെയാണ് കൊല്ലേണ്ട തെന്നാലോചിച്ചു.

കഴുത്തിൽ മുണ്ടിട്ടു മുറുക്കിയിട്ടോ,

അതോ,

ആ വെട്ടുകത്തികൊണ്ട് ഒറ്റവെട്ടിന്....

അയ്യോ!....ന്റെ കൈപ്പലക ഞെരിഞ്ഞു തകരുന്നേ.....തണ്ടെല്ലു പൊട്ടുന്നേ....ഒന്നഴിച്ചുതരൂ. എന്നെ വിടൂ, എനിക്കെല്ലാമോർമ്മയുണ്ട്. എനിക്കൊന്നുമില്ല. ഞാൻ പറയാം; എല്ലാം പറയാം.

കുതറുന്നില്ല. എന്തിനു കുതറുന്നു? ഏതിനു കുതറുന്നു? എന്തിന്? ഏതിന്? എന്തിന്? ഏതിന്? ഏ? ഏത്?

എന്താ മിഴിക്കുന്നത്? എന്റച്ഛൻ കിടന്നു നരകിക്കുന്നതു കേട്ടോ? അറിഞ്ഞോ? അറിഞ്ഞോടാ? എത്ര ദിവസങ്ങളേ!.... കൊല്ലങ്ങൾ! നാല്പതു കൊല്ലങ്ങൾ! നെടുനീളൻ കൊല്ലങ്ങൾ!

മറവി! ഭയങ്കര മറവി! ആയുഷ്കാലം മുഴുവനെന്നാണു പറയേണ്ടത്. ആ ജീർണ്ണിച്ച വീടിന്റെ കഥ. പൊളിച്ചുകളയാനുള്ള വീടിന്റെ കഥ. അച്ഛന്റ ച്ഛൻ അറുപത്തെട്ടിലെ നടപ്പുദീനത്തിൽ പെട്ടുപോയി. അച്ഛന്റെ വയസ്സു കേട്ടോ?—അഞ്ചോ ആറോ!

അവിടന്നിങ്ങോട്ടുള്ള സംഭവങ്ങൾ, ഒന്നൊഴിയാതെ എന്നോടു പറ ഞ്ഞിട്ടുണ്ട്. അത്താഴത്തിനുപുറമേയാണു പറയുക. ഉറക്കുകഥകൾ!

ഓ! ഞാനോർത്തുപോകയാണ്. ഒരു ദിവസം അത്താഴത്തിനിരുന്നു. അച്ഛൻ ഉമ്മറത്ത്; ഞാൻ അടുക്കളയുടെ പടിഞ്ഞാറെ മുറിയിൽ. പാത്ര ത്തിൽ നിന്നു കണ്ണെടുക്കാതെ ഞാനുണ്ടു. ചോറു തീർന്നു.

ഞാനോർത്തുപോയി:

എത്ര ഉരുളയാ ഉണ്ടത്?

എട്ട്! അല്ല, ഏഴോ?

പാത്രം തുടച്ചുനക്കിക്കൊണ്ടു കണക്കുകൂട്ടി. എട്ട്! അല്ല, ഏഴോ?.... അന്തമില്ല. ഓർത്തുപോയി, തലേന്നാൾ എത്രയായിരുന്നു? അതിന്റേയും തലേന്നാളോ?....അപ്പോൾ, ഈ ഉരുളക്കണക്കുവിട്ട് ചോറുണ്ടത് എന്നേ?....

പെട്ടെന്ന് അടുക്കളയിലേക്കങ്ങു നോക്കിപ്പോയി.

അമ്മ!

ചതഞ്ഞ ഞാവൽപ്പഴംപോലുള്ള കണ്ണുകൾ അടച്ചും മിഴിച്ചും നോക്കുന്നു. എന്നെത്തന്നെ നോക്കുന്നു. കരയുകയാണോ?....

"മോനു കഞ്ഞിവെള്ളം വേണോ?" എന്ന് അമ്മ ചോദിച്ചു.

കൈകഴുകാൻ പുറത്തുകടന്നപ്പോൾ കേട്ടു, "ഉണ്ടടത്തിരിക്കരു തെന്നാണ് അമ്മ പറഞ്ഞുതന്നിട്ടുള്ളത്" എന്ന്. തെല്ലിട ഞാനങ്ങു തറച്ചുനിന്നു.

അപ്പോൾ കേൾക്കുന്നതോ, "അത്തിപ്പഴത്തോളം അത്താഴമെന്നാ പഴഞ്ചൊല്ല്."

ആ ചൊല്ലും ആ വിളിയും ആരെച്ചൊല്ലിയുള്ളതാണെന്ന് അച്ഛൻ ആലോചി ക്കുന്നില്ല.

കമഴ്ന്നുകിടന്നു ഞാൻ കണക്കുകൂട്ടി: എത്ര ഉരുളയാ ഉണ്ടത്?

"ഉറങ്ങ്യോടാ" എന്ന് അച്ഛൻ ചോദിച്ചു. ഇല്ലെന്നു പറഞ്ഞപ്പോൾ എന്നും ചോദിക്കാറുള്ള ചോദ്യം ആവർത്തിച്ചു: "എന്താ നിനക്കൊരു വിഷാദം?"

ഞാൻ മിണ്ടിയില്ല. അച്ഛൻ തുടർന്നു: "ഇതിലും എത്ര വല്യേ വെളവു വെളഞ്ഞിട്ടാ ഞാൻ...."

അങ്ങനെ താൻ വളർന്ന കഥ ആയിരത്തൊന്നാമത്തെ തവണ അന്നും പറഞ്ഞു: "മോനേ, ഒരു രാജകുമാരനെപ്പോലെയാടാ, എന്റച്ഛൻ എന്നെ വളർത്തിയത്" എന്നു പറഞ്ഞപ്പോൾ ആ വരണ്ട തൊണ്ട അന്നും ഇടറി.

പിന്നെയോ?

പയറും കൂർക്കയും കാല പെറുക്കിക്കൊണ്ടുവരിക. ഉപ്പിട്ടു തിളപ്പിക്കുക. വാരി വിഴുങ്ങുക. ഞാലുകളിൽ നടന്നു ചാവൽക്കിഴങ്ങ് കുത്തിമാന്തുക. പുഴുങ്ങിത്തിന്നുക. കുലകുലയായി മുക്കുറ്റിക്കായ് അറുത്തുകൂട്ടി ഉള്ളം കൈയിലിട്ടു തെരുങ്ങി, ഊതിയൂതി ഉമികളഞ്ഞ്, വയറുനിറയെ തിന്നുക.... ഉത്തലിത്ത വയറും, കൂരച്ച നെഞ്ചും... രാജകുമാരൻ അമ്പേ മാറിപ്പോയി! ഗ്രഹണിയും അതിസാരവും പിടിപെട്ടു കിടന്നേടത്തു കിടന്നു....നരകിച്ചു. ഉടപ്പിറപ്പുകൾ ചത്തുമലയ്ക്കുന്നതു നോക്കിക്കണ്ടു.

എന്തൊക്കെ ആയാലും അച്ഛൻ എഴുത്തു പഠിച്ചു. അക്കാലത്തെ എഴുത്തു പള്ളി! പത്തുപതിനൊന്നുനാഴിക പുലർന്നാൽ എഴുത്തുനിർത്തും. ആശാനും ശിഷ്യരും കഞ്ഞികുടിക്കാൻ പോകും. എന്റച്ഛൻ മാത്രം ഓലയും എഴുത്താണിയും അടുക്കിവച്ച് തന്റെ ഒടിഞ്ഞ തടുക്കിൽ വളഞ്ഞു കിടക്കും. അങ്ങനെ എന്നും ചടഞ്ഞുകൂടുന്ന ശിഷ്യേൻ എന്താ കഞ്ഞികുടിക്കാൻ പോകാത്തതെന്ന് ആശാൻ ഒരിക്കൽ ചോദിച്ചു. ഇല്ലാഞ്ഞിട്ടാണെന്നു പറ യേണ്ടിവന്നില്ലേ? ആ വേദന ഹൃദയത്തിന്റെ ആഴത്തോളമെത്തി. വീട്ടിൽ വന്ന് അച്ഛൻ കിടന്നു മരിച്ച കട്ടിലിൽ കമിഴ്ന്നുകിടന്നു കണ്ണീരൊഴുക്കി. പിന്നെ എഴുതാനൊട്ടു പോയതുമില്ല.

അടുത്തൊരു വീട്ടിലെ കന്നുകാലിച്ചെറുക്കനായി അദ്ദേഹം വളർന്നു. വിറകുവെട്ടുകാരനായി ഉയർന്നു.

കടലാസും പെൻസിലും നടപ്പിലായപ്പോൾ അച്ഛനൊരു സംശയം. കടലാസിലെഴുതിയാൽ പറ്റ്വോ? ഓലയല്ലേ എഴുതാൻ?

ഈർക്കിൽക്കഷണംകൊണ്ട്, ചെങ്കല്ലരച്ചുതേച്ച ചുമരിൽ മാതൃക വരച്ചു നോക്കി. ആരെങ്കിലും ഈ വേല കാണുന്നുണ്ടോ എന്നു നോക്കിയതിനു ശേഷം.

ങ്ഹേ! അക്ഷരങ്ങൾ തെളിയുന്നു!

കടലാസ്സിൽത്തന്നെ എഴുതാനൊരു മോഹം! കടലാസു കിട്ടി. പെൻസിൽ വാങ്ങാൻ അങ്ങാടിക്കു പോയി. വിറകുവെട്ടു കഴിഞ്ഞു വിശന്നു വശംകെട്ട്,

കറയും ചെമ്മണ്ണും വിയർപ്പും കട്ടപിടിച്ച തോർത്തുടുത്ത്, മഴു തോളിൽ തൂക്കി--നോക്കൂ എന്റച്ഛന് ഒരു കാലത്തു ചെറുപ്പമായിരുന്നു— മഴുവേന്തിയ തൊഴിലാളി!— ഇപ്പോഴോ? ഒന്നു ചത്തുകിട്ടാൻ വഴിയില്ലാതെ കിടന്നു നരകിക്കുന്നു.

ഓർത്തുപോകുകയാണ്: ഞാൻ ആലോചിച്ചതല്ലേ?

കഴുത്തിൽ മുണ്ടിട്ടു മുറുക്കിയിട്ടോ?

അതോ,

ആ വെട്ടുകത്തികൊണ്ട് ഒറ്റ വെട്ടിന്....

ഹറ്....ആ....വൂ....

അച്ഛൻ പീടികയിലേക്കു നടന്നു. കേറിച്ചെല്ലാനൊരു മടി. തമ്പിട്ടുനിന്നു. തീർച്ചയാക്കി.

"ഒരു പെനസ്സലിനെന്താ വെല?" എന്നു ചോദിച്ചു

"നിനക്കെന്തിനാണ്ടാ പെൻസിൽ?" എടുത്ത നാക്കിനു കച്ചവടക്കാരൻ തട്ടിക്കേറി: "പച്ചണ്ടി കുത്തിപ്പൊളിക്കാനാ?"

അച്ഛനിന്നും ഓർത്തു പറയും: "ന്റെ വായിലിന്നു വെള്ളം. ആയാൾടെ വായില് മണ്ണ്. അയാൾ എടുത്ത നാക്കിനു ചോദിച്ചതാ, നിനക്ക് പെനസ്സില് പച്ചണ്ടി കുത്തിപ്പൊളിക്കാനാ?"

മണ്ണടിഞ്ഞുപോയി! അവന്റെ അവശിഷ്ടത്തോടു പ്രതികാരം ചെയ്യണം! വേണം എനിക്കു പ്രതികാരം ചെയ്യണം! അറിഞ്ഞോ? തിരിഞ്ഞോ? ഏ? ഏത്?

അയ്യോ!...എന്നെ വിടൂ. അവൻ മരിച്ചിട്ടില്ല. അതാ അവിടെ! പണപ്പെട്ടിയുടെ മേൽ കയറ്റിവച്ച കുമ്പയുമായി അതാ!

അവന്റെ കൂമ്പിനു ചവിട്ടി...

ഈ കാലിലെ കെട്ടൊന്നഴിക്കൂ. ഉം! ഏ? ഏത്?

അവന്റെ കൂമ്പിനു ചവിട്ടി, നാക്കു പിഴുതെടുത്ത്....

എന്റെ കയ്യോ? പിന്നിലേക്കിട്ടു കെട്ടിയിരിക്കയാണല്ലോ! ഒന്നഴിച്ചു തരൂ. ഞാൻ കുതറുന്നില്ല. ഒന്നഴിക്കൂന്നേ....ഒന്ന്.....

അവന്റെ നാക്കു പിഴുതെടുക്കട്ടെ. ഹ....ഹ....ഹ....

അതാ ചോര!

"ആ ചോര ഞാൻ കുടിക്കും.
ചോരയിൽ ഞാൻ കുളിക്കും.
ചീറ്റുന്ന ചോര; ചിതറുന്ന ചോര;
മഴപോലെ ചോര; ചോരപ്പുഴ കണ്ടോ?"

എന്താ തരം പാട്ട്? ഏ? ഏത്?

അവന്റെ ചോര കുടിക്കണം? വയറുനിറയെ കുടിക്കണം. കുടലുകൾ വീർക്കട്ടെ. ഞരമ്പുകൾ തെളിയട്ടെ. അയ്യോ! എന്തൊരുന്മേഷം! വിശപ്പെവിടെ? ഏ? ഏത്?

ആ ചോദ്യത്തിന്റെ പേരിൽ അച്ഛൻ എന്നെ പഠിപ്പിച്ചു. പെൻസിൽ, കടലാസ്, പുസ്തകം.....അച്ഛനെ ഞാനെന്നും ബുദ്ധിമുട്ടിക്കും. ഒരിക്കൽ സൈ്വരം കെട്ടപ്പോൾ എന്റെ നേരെ കയർത്തു: “നിനക്കാ ചെർളേത്തു പോയി ജനിക്കാർന്നില്ലേ?”

നേരാണ്, ഞാൻ ചെർളേത്തു ജനിച്ചില്ല.

എന്തേ, ഞാൻ ചെർളേത്തു ജനിക്കാതിരിക്കാൻ?....

ഹൃദയം വിങ്ങി. വീർപ്പുമുട്ടി. ഞാൻ തേങ്ങുന്നത് അച്ഛൻ കേട്ടു.

“നീ കഷ്ടപ്പെടുമ്പോൾ നിന്നേക്കാൾ കഷ്ടപ്പെടുന്നവരെ ഓർക്ക്” എന്നു കേട്ടപ്പോൾ, ഉള്ളിലൊരു മിന്നൽ പാഞ്ഞു.

എത്രയെത്ര പേർ!

അന്നുതൊട്ട് ഞാനാലോചിക്കുകയാണ്: “എന്താണൊരു പോംവഴി?”

ആ ജീർണ്ണിച്ച ഓലപ്പുര! അതെന്തെല്ലാമുൾക്കൊള്ളുന്നു!

അതൊന്നു പൊളിച്ചുപണിയണം, ഭാവിയെക്കുറിച്ച് എനിക്കുറച്ച വിശ്വാസമുണ്ട്. ഏ? ഏത്?

എന്നെക്കുറിച്ച് അച്ഛൻ മനക്കണക്കു കൂട്ടിക്കൊണ്ടിരുന്നു. ഇരുപത്തി രണ്ടാം വയസ്സിൽ ഞാൻ വിദ്വാൻ പാസ്സാവും. പിന്നെ ഒരു സ്കൂൾ മാസ്റ്ററാകും. പിന്നെ ഒരു നല്ല പെൺകുട്ടിയെ കല്യാണം കഴിക്കും. പിന്നെ....

ആ കണക്കു തെറ്റി. എന്നെ കോളേജിൽനിന്നു പുറത്താക്കി. കോളേജിന്റെ വരാന്തയിൽ—പ്രിൻസിപ്പൾസ് റൂമിന്റെ വാതില്ക്കൽപ്പോലും--ഞാൻ പാടി നടന്നു.

ഓർത്തുനോക്കട്ടെ. ഏയ്, നാവിന്റെ തുമ്പത്തിരുന്നതാണെന്നേയ്....

ആ, കിട്ടി, കിട്ടി.

> “ഒരു ശിരസ്സവനിയിൽ പൂഴിമണ്ണിൽ വീണുപോയാ-
> ലൊരുകോടി ശിരസ്സുകളുയരുമെങ്കിൽ!
> ഒരു തുള്ളിച്ചോരവീണുപോയെന്നാലുമനേകംപേർ
> നിരുപമശക്തികളായ് വളരുമെങ്കിൽ!
> അണയണമഭിനവഭാരതത്തിൻപോർക്കളത്തി-
> ലണിനിരക്കണം വേഗം മർദ്ദിതവർഗ്ഗം!
> ....”

ഊം....ആ....പിന്നെ ഓർമ്മ തോന്നുന്നില്ലല്ലോ! ഏതായാലും അതങ്ങനെയാണ്! ഏ? ഏത്? സാഹിത്യത്തിൽ പറഞ്ഞാൽ. അതെന്റെ ബാല്യകാല കവിതയാണ്. ഇപ്പോൾ അതും ബാക്കി കവിതകളും മാവിൻപലകകൊണ്ടു പണിത മേശയിൽക്കിടന്നു പൂപ്പലാകുകയാണ്.

ഞാനെഴുതി പാടിനടന്നു. എന്റെ കൂട്ടുകാർ പാടിനടന്നു. പ്രിൻസിപ്പാൾ പത്രോസ് എന്നെ കോളേജിൽനിന്നു പുറത്താക്കി.

എന്റെ അപരാധം ഇങ്ങനെ വിശദീകരിക്കപ്പെട്ടു: “അവൻ ഒരുൽപതിഷ്ണുവാണ്: അതായത് മരഞ്ചാടി. അവൻ മറ്റുള്ളവരെ വഷളാക്കും;

അതായത്, എന്നെപ്പോലെ മരഞ്ചാടികളാക്കും. അതുകൊണ്ട് അവൻ കോളേജിൽനിന്നും പുറത്തു പോകണം. കാരണം എന്താണെന്നുവച്ചാൽ, അതൊരു ക്രൈസ്തവസ്ഥാപനമാണ്! ആ സ്ഥാപനത്തിൽ ഒരൊറ്റ പുഴു ക്കുത്തുപോലുമുണ്ടായിക്കൂടാ. പുറത്തുപോയില്ലെങ്കിൽ നടപടിയെടുക്കും. പുറത്തയയ്ക്കും."

"നീയിങ്ങനെ കരയ്ക്കും നീറ്റിലുമല്ലാതായില്ലേടാ മോനേ" എന്ന് അച്ഛൻ പലപ്പോഴും പറയും. കുറച്ചുനേരം നിന്നു തന്നത്താൻ സമാധാനിക്കും: "നിന്നെപ്പോലെ എത്ര കുട്ടികൾ!" നെടുവീർപ്പിട്ടുകൊണ്ടു വിതുമ്പുന്നതു കേട്ടിട്ടുണ്ട്. ഞാൻ പഴയ 'ചൊക്കു' തന്നെ ആയി.

അച്ഛൻ വെറ്റില നുള്ളും, അടുക്കും. അങ്ങാടിക്കു പോകും.

ഞാൻ അച്ഛന്റെ രക്തം ഊറ്റിയൂറ്റിക്കുടിച്ചുകൊണ്ട് ചുമ്മാ....

അച്ഛൻ അടയ്ക്ക പൊളിക്കാൻ പോകും.

ഞാൻ ഇരുന്നു നീറിപ്പുകയും.

അച്ഛൻ വന്നു വിളിക്കും:

"മോനേ!"

എനിക്കു മിണ്ടിക്കൂടാട്ടൊ!

"നീയെന്തിനാ കരേണ്?" എന്നാണു പിന്നെ ചോദിക്കുക. ഞാൻ എന്നും കേൾക്കേണ്ടിയിരുന്ന വാചകങ്ങൾ: "എന്റെ യോഗമാ മോനേ, ഞാൻ ചത്താ സുഖാവും. നിയ്യിത് അനുഭവിക്കേണ്ടവനല്ല. അല്ലാച്ചിങ്കി എന്നു തുടങ്ങി യതാ ഈ തീക്കുടുക്ക വിഴുങ്ങല്...."

എത്തുംപിടിയുമില്ല ഞാൻ കെട്ടിത്തിരിഞ്ഞു. ഒരിക്കൽ മാന്യനും പ്രമാണിയുമായ ഒരാൾ ചോദിച്ചു. "എന്താ ഇപ്പോഴത്തെ ഏർപ്പാട്?" ഒന്നു മില്ലെന്നു പറഞ്ഞപ്പോൾ അയാൾ തിരിച്ചടിച്ചു: "ഒരേർപ്പാടുമില്ലേ?" എന്ന്. ഞാനതു പറഞ്ഞുകഴിഞ്ഞതാണ്! അയാൾ ഒരു പ്രസംഗത്തിന്നു വട്ടം കൂട്ടുന്നുണ്ടെന്നു തോന്നി. "ഒരു മനുഷ്യനായാൽ...."

"എണീറ്റു പോടോ!" എന്നു ഞാൻ അലറി.

പിന്നീടെനിക്കു കഷ്ടം തോന്നി. ഒരു മനുഷ്യനായാൽ എന്തെങ്കിലും ഏർപ്പാടു വേണ്ടേ?

ഞാൻ നടുങ്ങി: ഇരുപത്തിരണ്ടായ തടിമാടൻ!

അന്നുതന്നെ, ഞാൻ എങ്ങോട്ടെങ്കിലും പോകുമെന്ന് അച്ഛനോടു പറഞ്ഞു. അച്ഛൻ കരഞ്ഞു. അച്ഛന്റെ കണക്കു തെറ്റി!

"നീ പോയാപ്പിന്നെന്റെ പൊറൊന്നുഴിയാൻ ആരാ?" എന്നു ചോദിച്ചു.

ശരിയല്ലേ? അതെങ്കിലും ചെയ്യാൻ എനിക്കു കഴിയും!

അച്ഛൻ നാളോടുനാൾ കൂടുതൽ ഉണങ്ങുകയായിരുന്നു. അന്നു പുറം ഉഴിയുമ്പോൾ കരഞ്ഞു. അതുണ്ടായിട്ടില്ല. താൻ മാത്രമറിയുന്ന വേദന! അദ്ദേഹം പല്ലുഞെരിച്ചുകൊണ്ടു സഹിക്കും. അന്നുമാത്രം കരഞ്ഞു.

"മോനേ, ഇതേവരെ കാണാത്തത്ര വല്യേ വേദന" എന്നു പറയുകയും ചെയ്തു.

അപ്പോഴത്തെ പൊരിച്ചൽ നിന്നു, വെള്ളം കുടിച്ചു. കമിഴ്ന്നടിച്ചുവീണു. തലയിണമേൽ താടിയെല്ലമർത്തി, കൈ രണ്ടും വയറ്റിന്നടിയിൽ വച്ച് അമർന്നു കിടന്നു.

വീണ്ടും പുറമുഴിഞ്ഞു.

അതിന്റെ പിറ്റേന്നും കിടന്നു പൊരിഞ്ഞു. ഞാൻ പുറം ഉഴിഞ്ഞു.

കിടന്ന കിടപ്പിൽക്കിടന്ന് അദ്ദേഹം ആവലാതിപ്പെട്ടു: "ഒന്നു ചത്തു കിട്ടാൻ എന്താ വഴി?"

പിന്നെ ആത്മഹത്യകളെക്കുറിച്ചു സംസാരിച്ചു. മുങ്ങിച്ചത്താലും തൂങ്ങി ച്ചത്താലും കുടുംബത്തേക്കു പൊല്ലാപ്പാണ്. കാഞ്ഞിരത്തിന്റെ തൊലി തിളപ്പിക്കുമ്പോൾ മറ്റുള്ളവർ അറിയും. വെള്ളാരങ്കല്ല് വളരെ നല്ല സാധന മാണ്. അതിൽ വജ്രത്തിന്റെ അംശമുണ്ട്. അതു പൊടിച്ചുതിന്നു ചത്താൽ തിരിച്ചറിയില്ല.

എന്തേ എന്നു ഞാൻ ചോദിച്ചുപോയി.

അതിലുള്ള വജ്രത്തിന്റെ അംശങ്ങൾ കുടൽ കുത്തിക്കീറും. താമസി യാതെ മരിക്കും. അല്ലെങ്കിൽ കുടൽ പഴുത്തു ചീയും. താമസിച്ചാലും മരിച്ചു പോകും. ഒരു വയറുവേദനക്കാരൻ മരിക്കുന്നുവെന്നേ തോന്നുകയുള്ളു.

ഞാനാകെ കത്തിക്കാളി. ആത്മഹത്യ ചെയ്തേക്കുമോ?

കൊല്ലാക്കൊല നടത്തുന്ന ആ വേദന! താനൊരാൾമാത്രം അറിയുന്ന ഭയങ്കര വേദന!

ഒരു ദിവസമല്ല, രണ്ടു ദിവസമല്ല, നാല്പതു നീണ്ട കൊല്ലങ്ങൾ!

ഇനിയോ?

അതിന്റെ പിറ്റേന്നും അതേ പ്രാണൻപിടച്ചിൽ. ഞാൻ പുറം ഉഴിഞ്ഞു കൊണ്ടിരുന്നു.

കാണെക്കാണെ അച്ഛനധികമായി, ഉഴിയാനും അമർത്താനും കഴി യുന്നില്ല. പൊരിച്ചൽ. ഓട്ടിലിട്ട കടുകുപോലെ പൊരിഞ്ഞ്, ഉരുളുക, എണീക്കുക. വയറ്റത്തടിക്കുക. കമിഴ്ന്നടിച്ചു വീഴുക.

അയ്യോ! ഒന്നഴിച്ചുതരൂ ഞാൻ പോട്ടെ. എന്റച്ഛൻ കിടന്നു പ്രാണൻ പിട യുന്നു. എന്നെക്കൊണ്ടല്ലാതെ, ഒരാളെക്കൊണ്ടും, അച്ഛനുവേണ്ടി ഒരു നുള്ളു പൂഴി എടുപ്പിക്കില്ലല്ലോ! ഒന്നഴിക്കൂ. ഒന്ന്....

അച്ഛൻ വെള്ളാരങ്കല്ലു പൊടിച്ചു വിഴുങ്ങിയിരിക്കുന്നു. പൊതിഞ്ഞ മൊളിയില ഞാൻ കണ്ടു. കട്ടിലിന്നടിയിൽ ശേഷിച്ച തരിയും, ഞാൻ തീപ്പിടിച്ചോടി. ഞാൻ കണ്ടു. ആ സർവ്വേക്കല്ലിന്മേൽവച്ചാണതു തകർത്തി ട്ടുള്ളത്.

ഞാൻ മിഴിച്ചുനിന്നു. വന്നവരൊക്കെ മിഴിച്ചുനിന്നു.

"എന്നെക്കൊന്നുതാടാ മോനേ" എന്ന് എന്റെ അച്ഛൻ നിലവിളിച്ചു.

ഞാനെന്തു ചെയ്യും?

അച്ഛൻ വെള്ളാരങ്കല്ലു തിന്നു കഴിഞ്ഞു. കുടലുകൾ കീറിമുറിച്ചു കീറിമുറിച്ചു കല്ലിൻകഷണങ്ങൾ വയറ്റിൽ തേർവാഴ്ച നടത്തുന്നു.

വയറ്റിനകമെല്ലാം പൊളിഞ്ഞുതീരണം. കുടലുകൾ ചീഞ്ഞളിയണം. എന്നിട്ടുവേണം മരിച്ചുപോകാൻ. മരിക്കുകയേ ഉള്ളു.

"എന്നെ കൊന്നുതാടാ മോനേ!" എന്ന് അച്ഛനിതാ ആവശ്യപ്പെടുന്നു.

ഞാൻ നോക്കിക്കൊണ്ടുനിന്നു. ഉരുളുക, എണീക്കുക, വയറ്റത്തടിക്കുക, കമിഴ്ന്നടിച്ചു വീഴുക....

ആ പ്രാണസഞ്ചാരം നോക്കിക്കൊണ്ടുനില്ക്കവേ, എനിക്കു തോന്നി,

"കൊല്ലണം. ഉടനെ-ഉടനെ കൊല്ലണം."

എങ്ങനെ?

കഴുത്തിൽ മുണ്ടിട്ടു മുറിക്കിയിട്ടോ,

അതോ,

ആ വെട്ടുകത്തികൊണ്ട് ഒറ്റ വെട്ടിന്?....

ചോര! ചോര ചീറ്റുന്നു! ചോര ചിതറുന്നു!

അയ്യോ! കൈപ്പലക ഞരിഞ്ഞു പൊളിയുന്നേ.... തണ്ടെല്ലു കിരുകിരുക്കുന്നേ.....

അയ്യോ!....

ഒന്നഴിച്ചുതരൂ. അഴിക്കൂന്നേ....

അതാ ചോര!

"ആ ചോര ഞാൻ കുടിക്കും
ചോരയിൽ ഞാൻ കുളിക്കും
ചീറ്റുന്ന ചോര, ചിതറുന്ന ചോര
മഴപോലെ ചോര, ചോരപ്പുഴ കണ്ടോ?"

ഹ....ഹ....ഹ....

അതിലൊന്നു മുങ്ങിക്കുളിക്കണം. മദിക്കണം. ആറാടണം.....

വരൂ കൂട്ടരേ, നമുക്ക് ഒത്തൊരുമിച്ച്, ആർത്തുവിളിച്ച്....

ആങ്, അങ്ങനെ! ■

ദി ടെൻ്റ് കേരള

റെജിമെൻ്റിൽ എല്ലാ കൊല്ലവും ആത്മഹത്യ നടക്കാറുണ്ട്. കഴിഞ്ഞ കൊല്ലം നാരായണൻനായർ മരിച്ചു. പാവം, മൂന്നുതവണ അപ്ഗ്രേഡിങ്ങിൻ്റെ പരീക്ഷയ്ക്കിരുന്നു; തോറ്റു. നായരുടെ തലയിൽ 'ഈ. ആൻഡ് എം.' കയറിയില്ല. മരണമാകട്ടെ, ഒരുതുണ്ടു കയറുകൊണ്ട് അയാളുടെ കഴുത്തിൽ കുരുക്കിട്ടു മുറുക്കി... അതിൻ്റെ മുമ്പത്തെക്കൊല്ലം ധോബി മാധവൻ ആത്മഹത്യ ചെയ്തു. അവൻ സ്കൂൾഫൈനൽ പരീക്ഷയ്ക്കു തോറ്റതായിരുന്നു. നിരാശ മൂത്തതുകൊണ്ടു പട്ടാളത്തിൽ ചേർന്നു. അവനറിഞ്ഞോ

ധോബിയായിട്ടാണു ചേർന്നതെന്ന്. പിരിച്ചയയ്ക്കാനോ ഗ്രേഡ് മാറ്റാനോ അപേക്ഷകളയച്ച് ക്ഷമകെട്ടു - ഒടുവിൽ ഒരു കവിതയെഴുതി പോക്കറ്റിലിട്ട് ആൾ തൂങ്ങി. എല്ലാറ്റിനുംമുമ്പ് രാജാവിന്റെ സഹോദരിയാണ് ആത്മഹത്യ ചെയ്തത്. രാജകുമാരിയല്ല. രാജാവിന്റെ സഹോദരി. ഈ പഴയ കഥകൾ എപ്പോഴും പറയാറുള്ള നായക് പി.കെ. ജി.കെ. നായർ പോലും രാജകുമാരി എന്നു പറയാറില്ല. രാജാവിന്റെ സഹോദരി!

രാജാവിന്റെ കൊട്ടാരം റെജിമെന്റിൽനിന്ന് ഒന്നോ രണ്ടോ മൈൽ അകലെയാണ്. അദ്ദേഹം വേനൽക്കാലത്ത് പാർത്തിരുന്ന സ്ഥലത്താണ് റെജിമെന്റ് കിടക്കുന്നത്. രാജാവിന്റെ ബംഗ്ലാവിലാണ് മെയിൻ ഓഫീസ്. മുമ്പ് ഇതിനകത്ത് ഓഫീസർമാരുടെ മെസ്സും താമസവുമായിരുന്നു. പ്രേതബാധയുടെ പേരിൽ അവർ സ്ഥലമൊഴിഞ്ഞു. ഈ പ്രധാന ബംഗ്ലാവിന്റെ മുമ്പിലുള്ള വലിയ കുളത്തിലാണ് രാജാവിന്റെ സഹോദരി വീണുമരിച്ചത്. അവൾ കന്യകയായിരിക്കവേ ഗർഭം ധരിച്ചുപോയി. രാജാവിന്റെ പരിചാരകന്മാരിലൊരുത്തനായിരുന്നു ജാരൻ. അന്തഃപുരത്തിൽനിന്നു കാമുകസമാഗമത്തിനായി അവൾ പ്രധാന ബംഗ്ലാവിലേക്കു വരിക പതിവായിരുന്നു. ഇപ്പോഴും അവൾ അതേവഴി വരികയും ബംഗ്ലാവിന്നകത്ത് അവനെ ത്തേടുകയും കുളക്കടവിലേക്കു തിരിച്ചുപോകയും ചെയ്യുന്നു - എന്നൊക്കെ പി.കെ. ജി.കെ. നായർ പറയുന്നതാണ്.

നായർ പറയാറുള്ള ഒട്ടേറെ പ്രധാനകാര്യങ്ങൾ ഇനിയും കിടക്കുന്നു. റെജിമെന്റിന്റെ ചുറ്റുപാടും മുഴുവൻ ആദിവാസികളാണു താമസം. (ഒരുപക്ഷേ, ചരിത്രം പഠിക്കുമ്പോൾ നിങ്ങൾ മനസ്സിലാക്കും.) ഈ ആദിവാസികൾ മുഴുക്കെ രാജാവിന്റെ പ്രജകളാണ്. കാളിയാണ് ഇവരുടെ പരദേവത. ടാറിട്ട മെയിൻ റോഡിലൂടെ പടിഞ്ഞാട്ടു നടന്നാൽ രാജാവിന്റെ കൊട്ടാരമായി. കൊട്ടാരത്തിന്റെ മതിൽക്കെട്ടിനകത്തു കാളിയുടെ ക്ഷേത്രമുണ്ട്. എന്നാൽ വലിയൊരു ക്ഷേത്രമല്ല. അൾത്താരയോളം പോന്ന ഒന്ന്. മഹാനവമിക്ക് ഇവർ കാളീപൂജ എന്നു പറയുന്നു. അന്ന് ആയിരക്കണക്കിനു പോത്തുകളെ കാളിയുടെ അൾത്താരയ്ക്കുമുമ്പിൽ വെട്ടുന്നു. നിങ്ങൾക്കും പോകാം. പക്കാ യൂണിഫോറത്തിലോ മഫ്ടിയിലോ. സിവിൽ ഡ്രസ്സിൽ പോകുന്നതു നന്നല്ല. ഈ ആദിവാസികൾക്കു നരബലി കൂടി നിഷിദ്ധമല്ല.

മനുഷ്യരെ മുറിക്കുന്നതു വിളയിറക്കുന്ന കാലത്താണ്. റെജിമെന്റിനു ചുറ്റും വയലാണ്. ആ പ്രദേശം മുഴുവൻ വയലാണ്. വയലിൽ മനുഷ്യന്റെ തല കുഴിച്ചിട്ടാൽ - പിന്നീടാണു കന്നുപൂട്ടുന്നത് - വിളവു കേമമാകുമത്രെ. അതുകൊണ്ടു പുതുമഴ പെയ്യുന്നതോടെ ഇവർ തലവേട്ടയ്ക്കു നടക്കുന്നു. ഇതു പോലീസിനും അറിയാം. പോലീസ് രാവു മുഴുവൻ ബീറ്റ് നടക്കുന്നു. വിജ്ഞാപനങ്ങൾ ഇറക്കുന്നു. കാലം നന്നല്ല. അസമയത്തു പുറത്തിറങ്ങരുത്. കുട്ടികളെ ഒറ്റയ്ക്കു പുറത്തയയ്ക്കരുത്. പട്ടാളക്കാർക്കു ചിലപ്പോൾ അബദ്ധം പറ്റിയേക്കും. ഒരാൾ അവധിയിൽനിന്നു വരികയാണ്. വണ്ടി തെറ്റി. വൈകി. റെയിൽവേസ്റ്റേഷനിൽ എത്തുന്നതു പാതിരയ്ക്ക്. പുലരും മുമ്പെ റജിമെന്റിൽ എത്തണം. റിക്ഷാക്കാരനെ വിളിക്കുന്നു. "ബാബുജി, ഞാനില്ല" "എടോ, എനിക്കു പോയേ തീരൂ." നിങ്ങളുടെ തലയ്ക്ക് വയലിൽ

കുഴി കുത്തിയിട്ടുണ്ട് എന്നു റിക്ഷാക്കാരൻ ഓർക്കുന്നുണ്ടാകും. ആദിവാസികൾ റോഡരികിൽ ഒളിച്ചിരിക്കയാണ്. റിക്ഷാ ഉരുണ്ടുനീങ്ങുമ്പോഴാണ് പിന്നിൽനിന്നു മുട്ടൻവടികൊണ്ടടി. പട്ടാളക്കാരനു പുലരുംമുമ്പെ സ്ഥല ത്തെത്തണം. എങ്ങനേയും സ്റ്റേഷനിൽനിന്നു പുറപ്പെടുന്നു. തല വെട്ടിയ ഉടലാകാം റെജിമെന്റിലെത്തുക.

സൂക്ഷിച്ചാൽ മതിയെന്നാണ് പി.കെ ജി.കെ. നായർ പറയുക. ഒന്നാമത് എല്ലാക്കാലത്തും തലകൊയ്ത്തില്ല. ഈ ആദിവാസികൾ സരസന്മാരാണ്. അന്തിമയങ്ങുമ്പോഴേക്കും കുടിച്ച് അന്തം വിട്ടിരിക്കും. പിന്നെ നൃത്തമാണ്. ആണും പെണ്ണും വട്ടമിട്ടു നൃത്തം ചവിട്ടുന്നു. നിങ്ങൾക്കും പോകാം. നിങ്ങൾക്കായി അവർ മൺകോപ്പ നിറയ്ക്കും. അല്പമായേ കുടിക്കാവൂ. പിന്നെ നൃത്തം ചെയ്യാം. ഇഷ്ടപ്പെട്ട പെണ്ണിനെ ഇണയായെടുക്കാം. അവളോടൊപ്പം താളം ചവിട്ടുമ്പോൾ ഒരൊറ്റക്കാര്യമേ ഓർക്കാവൂ: നൃത്തം മുറുകുമ്പോൾ അവളെ പുറത്തേക്കാനയിക്കാം. ആ രാത്രി മുഴുവൻ അവൾ നിങ്ങളുടേതാണ്.

ഉടുപ്പിട്ട പട്ടാളക്കാരെക്കണ്ടാൽ ആദിവാസി സ്ത്രീകൾ പേടിച്ചു പായുമെന്നു പരക്കെ ചൊല്ലുണ്ട്. കാപ്പിരിപ്പട്ടാളക്കാരെ ഓർമ്മ വരികയാണത്രെ. കഴിഞ്ഞ യുദ്ധകാലത്ത് ഈ പ്രദേശം നിറയെ സഖ്യശക്തികളുടെ താവളങ്ങളായിരുന്നു. അന്നു കാപ്പിരിപ്പട്ടാളത്തിന്റെ പിടിയിൽപ്പെട്ട എത്രയോ സ്ത്രീകൾ മരിച്ചുപോയി! പുരുഷന്മാർക്കുപോലും യൂണിഫോറം കണ്ടാൽ നടുക്കമുണ്ടാകുന്നു.

റെയിൽവേസ്റ്റേഷനിൽനിന്നു റെജിമെന്റിന്റെ കൊരിയർ ട്രക്കിൽ കയറിയതുതൊട്ടു കേൾക്കാൻ തുടങ്ങിയ കാര്യങ്ങളാണ് ഇതൊക്കെ. ബീഹാറിന്റെ വിരിമാറിലൂടെ നീങ്ങിക്കൊണ്ടിരുന്ന ട്രക്കിലിരുന്നു വെളിയിലേക്കു നോക്കവേ നാട്ടിലേക്കു മടങ്ങിയെത്തുകയാണെന്നു തോന്നിയിരുന്നു. കുന്നുകൾ, പള്ളങ്ങൾ, മേടുകൾ, മലകൾ; അവയ്ക്കിടയ്ക്കു വയലുകൾ, അരുവികൾ, പുഴകൾ, വെള്ളച്ചാട്ടങ്ങൾ, പാറക്കെട്ടുകൾ. വിളഞ്ഞുനിന്ന വയലുകൾ മുഗ്ദ്ധകളെപ്പോലെ മുഖംകുനിച്ചുനിന്നു. അവയുടെ അരുണാഭമായ കവിളിൽ തട്ടിയ കുളിർകാറ്റ് പുന്നെല്ലിന്റേയും നനഞ്ഞ വൈക്കോലിന്റേയും ഈർപ്പമാർന്ന സുഗന്ധമേന്തി കടന്നുപൊയ്ക്കൊണ്ടിരുന്നു. ഇടയ്ക്കിടയ്ക്കു കാണായ കല്ക്കരിഖനികൾ ഗന്ധകത്തിന്റെ മണം പരത്തുകയാണ്. അതാ, അർദ്ധനഗ്നരായ ഇരുണ്ട നാട്ടുകാർ. കുന്നിൻചെരിവുകളിലൂടെ ഇഴഞ്ഞിറങ്ങുന്ന പാതയുടെ വക്കിൽ നിറനിറെ കായ്ച്ചുനില്ക്കുന്ന പിലാവുകൾ, മാവുകൾ, മുടിയാട്ടംതുള്ളുന്ന മുളംപട്ടിലുകൾ. പിന്നെ വയലുകളും വിളനെല്ലും കുളിർകാറ്റും സുഗന്ധവും... ഇതാ, ഇതാണു റജിമെന്റ്.

ചുവന്ന ചരൽ വിരിച്ച നടപ്പാതയും പരന്ന കളിസ്ഥലവും കാന്റീനും - ഗേറ്റു കടന്നപ്പോൾ അത്രയേ കണ്ണിൽപ്പെട്ടുള്ളൂ. നടപ്പാതയുടെ ഓരങ്ങളിൽ പൂക്കൾ നട്ടുവളർത്തിയിട്ടുണ്ട്. വലതുവശത്തു നനച്ചുവളർത്തുന്ന കരിമ്പുല്ലിന്റെ പച്ചപ്പരപ്പായ കളിസ്ഥലം. ഇടത്തു കാന്റീൻ. കാന്റീൻ നന്നേ

നീളത്തിൽ ചുവന്ന ഇഷ്ടികകൊണ്ടു കെട്ടിയ ബില്ലറ്റാണ്. ഈ കെട്ടിടത്തിന്റെ അങ്ങേ ഓരത്തിലൂടെ തിരിഞ്ഞു ചെന്നാൽ ട്രെയിനിങ് കമ്പനിയായി. ചുവന്ന മണ്ണിൽ ഇഷ്ടികകൊണ്ടു കെട്ടി സിമന്റിട്ട ചതുരത്തറകൾക്കു മീതെയാണ് ടെന്റുകൾ.

പുതുതായി ഒരിടത്തേക്കു വരുമ്പോൾ മുഴുവനും അങ്കലാപ്പാണ്. കെട്ടും ഭാണ്ഡവുമെടുത്തു കമ്പനി സി.എച്ച്. എമ്മിനെ അന്വേഷിച്ചു.

എന്താ പേര്?

എവിടന്നാ?

ട്രെയ്ഡ്?

ഓ! അതാ, ആ അറ്റത്തെ ടെന്റിലേക്കു പൊയ്ക്കോളൂ. നായക് പി.കെ. ജി.കെ. നായർ കിടക്കുന്ന ടെന്റ്. അതാ, യെസ്; അതുതന്നെ.

തുണക്കാരൻ മലയാളിയാണെന്നു നടാടെ കേൾക്കുമ്പോൾ ഉണ്ടാകുന്ന കുളുർമ്മതോന്നി. പി.കെ. ജി.കെ. നായർ കിടക്കുകയായിരുന്നു. അയാൾക്കു കട്ടിലിനേക്കാൾ നീളവും പിരിച്ചുവച്ച മേൽമീശയുമുണ്ടായിരുന്നു.

പെട്ടിയേറ്റിക്കൊണ്ടു ടെന്റിലേക്കു കടന്നപ്പോൾ അയാൾ മിഴിച്ചു നോക്കി.

ആരടാ ഇവൻ എന്നു ചോദിക്കയാവണം. എന്നിട്ടു നന്നേ ഗൗരവത്തിൽ മീശ പിരിച്ചുകയറ്റുകയും.

"നിങ്ങളാണോ...?"

നായർ ചടാന്നു ഞെട്ടുകയും എണീക്കുകയും ചെയ്തു. അയാളുടെ മുഖത്തു പിരിച്ചുകയറ്റിയ മേൽമീശയ്ക്കുമീതെ അല്പം വിഷാദം ഉറഞ്ഞു നിന്നു.

"മലയാളിയാണോ? ഞാനോർത്തു, വല്ല... ങ്ഹാ, എന്താ പേര്?"

"...."

"അതാ അവിടെ വെക്കൂ. വേറെ രണ്ടുപേരുണ്ട്. അവർ കുളിക്കാൻ പോയെന്നു തോന്നുന്നു. മലയാളികൾതന്നെ. എവിടന്നാ?"

"....."

"ഓ. മേജർ തോംസന്റെ കമാൻഡ്! ക്രൂക്കഡ്! അല്ലേ? ആളെങ്ങനെ?"

"കൊള്ളാം."

"ഹവിൽദാർ അലക്സാണ്ടർ അവിടെത്തന്നെയല്ലേ?"

"അതെ."

"അപാരമാന ആളപ്പാ! വേക്കായിയെക്കെട്ടിയ അലക്സാണ്ടറെയാണ് ഞാൻ പറയുന്നത്."

"തന്നെ."

"സുഖംതന്നെയല്ലേ?"

"ഓ!"

"എന്തേ?"

"അയാളുടെ ഭാര്യ ഓടിപ്പോയി."

"ങ്ഹേ!"

"നാലാമത്തെ കുഞ്ഞിനെ പ്രസവിച്ചിട്ടു പതിനേഴാമത്തെ ദിവസമായിരുന്നു. അതു മരിച്ചുപോയി."

"അയ്യോ!"

പഴയ കഥകൾ അയവിറക്കുന്നതിനിടയ്ക്ക് ഒഴിഞ്ഞ കട്ടിലിൽ ബെഡ്ഡ് വിരിക്കുകയും പെട്ടികൾ അടുക്കിവെക്കുകയും മറ്റും ചെയ്തു. നായർ കിടന്നുകഴിഞ്ഞിരുന്നു. കുറച്ചുസമയത്തേക്ക് ഒന്നും സംസാരിച്ചില്ല. പിന്നീട് ഇതാണു പറഞ്ഞത്: "ആ മരക്കൊമ്പിലാണ് നാരായണൻനായർ തൂങ്ങിയത്."

നടാടെ കേൾക്കുകയാണെങ്കിൽ നിങ്ങളും മിഴിച്ചുനോക്കും. നായർ തന്റെ വട്ടക്കണ്ണുകൾ ഉരുട്ടുകയും കാന്റീനുനേരെ വിരൽചൂണ്ടുകയുമാണ്. അയാളുടെ കൈപ്പടവും വിരലുകളും മെലിഞ്ഞുനീണ്ടവയാണ്. കണ്ണു വട്ടം പിടിച്ച് ഏകാഗ്രദൃഷ്ടിയോടെ നോക്കുമ്പോൾ അയാളുടെ നിശ്ചലമായ കൺമണികളിൽനിന്നു തീപ്പൊരി ചിതറുന്നുണ്ടെന്നു തോന്നും. പരിചയപ്പെട്ടാൽ നിങ്ങൾ പറയും: സർപ്പദൃഷ്ടിയാണല്ലോ!

കാന്റീനു പിന്നിൽ നില്ക്കുന്ന കരിവേപ്പിന്നുനേരെയാണ് നായർ വിരൽ ചൂണ്ടുന്നത്. ഈ ഭാഗ്യംകെട്ട മരത്തിന്റെ തെക്കേ കവരത്തിലാണ് നാരായണൻനായർ തൂങ്ങിയത്.

കുളിക്കാൻ പോയ കൂട്ടുകാർ വന്നപ്പോൾ വർത്തമാനത്തിന്റെ വിഷയം മാറി. നാലു മലയാളികൾ. ഒരേ ക്ലാസിൽ, ഒരേ ടെന്റിൽ. നാലു മലയാളികൾ ഒരേ ടെന്റിൽ താമസിക്കുന്നതുകൊണ്ട് ഈ ടെന്റിനു പുതുമനിറഞ്ഞ ഒരു പേരു വീണു: "ദി ടെന്റ് കേരള."

ചിരിക്കാൻ വകയുണ്ടെങ്കിൽ മാത്രം സംസാരിക്കുന്ന ശ്രീധരനാണ് ഈ പേരു വിളിച്ചത്. അവൻ ഒരു പാരച്യൂട്ട് പട്ടാളക്കാരനായിരുന്നു. ഒരു പക്ഷേ, തമാശ ശ്രീധരന്റെ കൂടപ്പിറപ്പാകാം. രസംനിറഞ്ഞ വിളിപ്പേരുകൾ. ശ്രീധരന്റെ മാസ്റ്റർപീസാണ്. എന്തുകൊണ്ടെന്നാൽ ട്രെയിനിങ്കമ്പനിയിലെ ഓർഡർലി എൻ.സി.ഒ. വിനെ ശ്രീധരൻ വിളിക്കുന്നത് 'ആസ്പ്രൊ' എന്നാണ്. അയാളുടെ സ്വന്തം പേര് അപ്പാറാവു എന്നും.

മെല്ലെത്തിന്നാൽ മുള്ളും തിന്നാമെന്നു പറയുകയും എപ്പോഴും പഠിച്ചുകൊണ്ടിരിക്കുകയും ചെയ്യുന്ന ലോറൻസിനെ ശ്രീധരൻ വിളിക്കുന്നത് 'സ്ലോറേഞ്ച്' എന്നാണ്. ലോറൻസിന് ഒട്ടും പരിഭവമില്ല. ആരെന്തോ പറഞ്ഞോട്ടെ, അവൻ ഇരുന്ന് ഉരുവിടുകയോ ഡിവൈഡറും കോമ്പസ്സും ഉപയോഗിച്ച് വെക്ടർ ഡയാഗ്രമുകൾ വരച്ചെടുക്കുകയോ ചെയ്യും. സൈൻ എ പ്ലസ് ബി... വി ഐ കോസ് തീറ്റ... മാത്രമല്ല ടെന്റിന്റെ നടുക്കു പഠിക്കാനും എഴുതാനുമുള്ള മടക്കുമേശയും ബഞ്ചുകളും ലോറൻസ് മാത്രം ഉപയോഗിക്കുന്നു.

നാലുപേരും മലയാളികളാണെങ്കിലും അന്നന്നത്തെ കാര്യങ്ങളെക്കുറിച്ച് ആരും സംസാരിക്കാറില്ല. വീട്ടിൽനിന്ന് എഴുത്തു വന്നിരിക്കാം:

നീ അയച്ച പണം തീർന്നു അടുത്താഴ്ച അരി വാങ്ങാനൊരു പാകവും കാണുന്നില്ല. അല്ലെങ്കിൽ. സരോജത്തിനു പനിയാണ്. അവർ എല്ലാ ഭാരവും തന്നത്താൻ പേറുകയാണ്. എന്നാലും അയവിറക്കുന്ന സ്വഭാവം ഉണ്ടായിരുന്നു. എല്ലാ പട്ടാളക്കാരനും അയവിറക്കണം. ഞാൻ *ഫലാനാ യൂനിറ്റിലായിരുന്നപ്പോൾ - ഒരു സംഭവത്തിന്റെ മുഖവുരയാണ്. കേണൽ പാമറുണ്ടായിരുന്നില്ലേ? ഹുസൂർ എന്നു വിളിച്ചാൽ കൊലപാതകത്തിന്നും മാപ്പാണ്. സാർ ഇല്ല എന്നു പറയൂ. നിങ്ങളെ തൂക്കിക്കൊല്ലാൻ വിധിച്ചേക്കും. നഹീ ഹുസൂർ! അച്ഛാ സിപ്പായിയാണല്ലോ! കേണൽ ചിപ്പർ ഫീൽഡോ? പെഷവാറിലല്ലേ? അല്ല, വസീരിസ്ഥാൻ സിഗ്നൽസിൽ. അദ്ദേഹത്തിന്റെ പട്ടിയാണു കുറ്റക്കാരനു ശിക്ഷ കല്പിക്കുക. ങ്ഹേ, അറിയില്ലേ? പട്ടിക്കും കസാലയുണ്ട്. കുറ്റവാളിയെ കൊണ്ടുവരുമ്പോൾ പട്ടി കുരയ്ക്കുന്നു: കടന്ന ശിക്ഷയാണ്. പട്ടി മുരളുന്നു: ഇടത്തരം. പട്ടി വാലാട്ടുകയാണ്: വെറുതെ പൊയ്ക്കോ. കുടുംബകാര്യങ്ങളെക്കുറിച്ചു സംസാരിക്കുന്ന പതിവില്ല. സ്വന്തം ഇല്ലായ്മകളെക്കുറിച്ചു പറയാൻ പോന്ന സൗഹാർദ്ദം അവർക്കിടയിൽ ചുരുക്കമായേ വളരൂ. എങ്കിൽത്തന്നെ അടുത്ത ചങ്ങാതിയോടു മാത്രം സംസാരിക്കുന്നു.

ടെന്റിൽ എത്തിയ ഉടനെ ലോറൻസ് പഠിക്കാൻ ഇരിപ്പായി. ബഞ്ചു രണ്ടും ലോറൻസിന്റേതാണ്. പിന്നെ വരയും കുറിയും പ്രൂഫുകളുമാണ്. തന്റെ ചുറ്റുപാടിൽ എന്തും നടന്നോട്ടെ, ലോറൻസ് ഇളകുന്ന പതിവില്ല.

പി.കെ. ജി.കെ. നായർ ഉടുപ്പഴിച്ചയുടനെ കട്ടിലിൽ മലർന്നടിച്ചു വീഴും. കിടന്നയുടനെ തലങ്ങും വിലങ്ങും മേൽമീശ പിരിക്കുകയും നെടുവീർപ്പിടുകയുമായി. എന്നിട്ട് അവനവനോടെന്നോണം പറയുന്നു: "ആ മരക്കൊമ്പിലാണ് നാരായണൻനായർ തൂങ്ങിയത്."

ആ പല്ലവി നന്നേ പഴകിപ്പോയിരുന്നു. അതുകൊണ്ട് ആരും ശ്രദ്ധിക്കില്ല. മേൽമീശ പിരിച്ചുകൊണ്ടേ നായർ ഉറങ്ങിപ്പോകും. ശ്രീധരൻ അവനവനോടും തൂണിനോടും തുണിയോടും വർത്തമാനം പറയുകയാവും. ടെന്റിലേക്കു കടന്നയുടനെ അയാൾ ചോദിക്കയാണ്, "ഓ, നിങ്ങളൊക്കെ ഇവിടെത്തന്നെയുണ്ടോ, മക്കളേ?"

അതു കട്ടിലുകളോടും പെട്ടികളോടുമാണെന്ന് നടാടെ കേൾക്കുന്നവർക്കറിയില്ല. പിന്നീടു പുസ്തകങ്ങൾ മേശപ്പുറത്തെറിയുന്നു: "അവിടെക്കിടന്നോ, കെട്ടോ? നാളെ ആറേമുക്കാൽവരെ നിനക്ക് ഒഴിവാണ്. ഉറങ്ങിക്കോ. രാരിരാരാരോ..." ഉറക്കുപാട്ടിന്റെ ഈരടി പാടിക്കൊണ്ട് ഷർട്ടഴിക്കുകയാണ്.

"വാ കുഞ്ഞേ, വാ. പതുക്കെ, കീറല്ലേ! പതുക്കെ."

അത് അഴിച്ചെടുക്കുന്ന ഷർട്ടിനോടാണ്. എല്ലാം കഴിഞ്ഞു കട്ടിലിൽ കയറിക്കൂടിയാൽ ശ്രീധരൻ ലറ്റർപാഡും ഡയറിയും എടുക്കും. എന്നും എഴുത്താണ്. എപ്പോഴും കണക്കുകൂട്ടലാണ്. അയാൾക്കു ഭാര്യയോടു വല്ലാത്ത പ്രണയമാണെന്നും എന്നും എഴുത്തെഴുതുന്നുവെന്നും പറച്ചിലുണ്ട്. ഡയറിയിൽ കുറിക്കുന്നത് അന്നത്തെ ചെലവുകളായിരുന്നു.

* ഇണ

എന്തുകൊണ്ടെന്നാൽ, അയാൾ നന്നേ കണിശക്കാരനായിരുന്നു. പാരാ ബ്രിഗേഡിൽ ഇരിക്കുന്നതുകൊണ്ട് അയാൾക്കു പതിനഞ്ചുറുപ്പിക ശമ്പളക്കൂടുതലുണ്ട്; പാരാ അലവൻസ്. ഈ പണം മോഹിച്ചാണ് ശ്രീധരൻ പാരച്യൂട്ടിനു തുനിഞ്ഞത്. അയാൾക്ക് അന്നു ഭയമുണ്ടായിരുന്നു. ഇന്നും ഭയമാണ്.

"എന്റെ ചങ്ങാതീ. ബോധത്തോടെ ഞാനൊരിക്കലും ചാടീട്ടില്ല."

ശ്രീധരൻ പറയും. അപ്പോൾ ലോറൻസ് ചെവി കൂർപ്പിച്ചിരിക്കും:

"പിന്നെങ്ങനെ?"

"ഞങ്ങളെ പരിശീലിപ്പിക്കുന്ന ഇൻസ്ട്രക്ടർമാരുണ്ട്. എന്നെപ്പോലെ വേറെയും ആൾക്കാരുണ്ട്. ആർക്കും ചാടാൻ ഇഷ്ടമില്ല. നിങ്ങൾ ഡക്കോട്ടയിൽ ക്യൂ നില്ക്കുകയാണ്. ഡക്കോട്ട താഴുകയും വട്ടമിടുകയും ചെയ്യുന്നു. വാതിൽ തുറക്കുന്നു:

എനിക്കു വയ്യേ!

വാതില്ക്കൽ ഇൻസ്ട്രക്ടറുണ്ട്. നിങ്ങൾ ഒറ്റക്കാലിൽ ചവിട്ടുപടിയിൽ നില്ക്കുകയാണ്. പിന്നിൽനിന്ന് ഒരു തട്ട്.

എന്റമ്മേ!

"പിന്നെ ആവിയില്ല."

"വേണ്ടെന്നു വെക്കരുതോ?"

അതാണ് ശ്രീധരൻ ആലോചിക്കുന്നത്. അഞ്ചുവർഷമായി ചാടാൻ തുടങ്ങിയിട്ട്. ഇതുവരെ ചത്തില്ല തണ്ടെല്ലൊടിഞ്ഞില്ല. അയാൾക്കു സമ്പാദിക്കണം. പന്തീരഞ്ചറുപത്. അറുപതിനെ പതിനഞ്ചുകൊണ്ടു പെരുക്കിയാൽ... പാരക്കാർക്കു പത്തുറുപ്പികകൂടെ കൂടുതൽ അനുവദിക്കാൻ ഇടയുണ്ടെന്നു കേൾക്കുന്നു... സ്വന്തമായിട്ട് ഒരു പുരയിടമേ ആയുള്ളൂ. പുര വെക്കണം. മകനെ പഠിപ്പിക്കണം...

ശ്രീധരന്റെ അച്ഛന് കരിങ്കല്ലുടയ്ക്കലായിരുന്നു തൊഴിൽ. പിന്നെ കുടിക്കലും അവന്റെ അമ്മയ്ക്കിട്ടു തൊഴിക്കലും. എന്നിട്ടും അച്ഛനോടൊരു വൈരാഗ്യം അയാൾക്കില്ല. എന്റച്ഛൻ ജീവിച്ച ചുറ്റുപാട് എന്നാണ്. എന്തു ചുറ്റുപാട് ഏതു ചുറ്റുപാട് എന്നൊന്നും പറയില്ല. ജീവിതത്തോടൊപ്പം മനുഷ്യൻ വളരുന്നു എന്ന് അയാൾ അവസാനിപ്പിക്കും.

ശ്രീധരൻ ഒരിക്കലും സിവിൽത്തുണികൾ ഉപയോഗിക്കില്ല. ഒഴിവുസമയത്തിടുന്നത് സ്യൂട്ട്കോമ്പിനേഷനാണ്. (നിങ്ങൾ ഇതിനെന്തു പേർ വിളിക്കുമോ! പട്ടാളക്കാരനത് ഡോംക്രിയാണ്. വണ്ടി തുടയ്ക്കാനും വെടിപ്പാക്കാനുമുള്ളപ്പോൾ ഉപയോഗിക്കുന്നതാണ്.) അതിന്റെ തമാശ മുഴുവൻ ധോബിയുടെ മുമ്പിലാണ്. തുണി എണ്ണിക്കൊടുക്കുമ്പോൾ ശ്രീധരൻ പറയുകയാണ്, "എടോ ചങ്ങാതീ, ഇതെന്റെ കല്യാണത്തിന്റെ തുണിയാണ്. വൃത്തിയായി, ഭംഗിയായി, അസ്സലായി അലക്കി, കഞ്ഞി പിഴിഞ്ഞ് തേച്ച്...."

ധോബി തുണി കൊണ്ടുവന്നാൽ എണ്ണിയെടുക്കുമ്പോൾ ശ്രീധരൻ പറയുന്നു: "എടോ ചങ്ങാതീ, എവിടെ കല്യാണത്തിന്റെ ഉടുപ്പ്?"

അവസാനം ഈ കല്യാണ ഉടുപ്പിന്റെ കാര്യം ധോബിക്കും മനസ്സിലായി. പിന്നീടു തുണി കൊടുക്കുമ്പോൾ ശ്രീധരൻ ഒന്നും പറയണ്ട. ധോബി ചോദിക്കുന്നു: "ബാബു ഇതെത്രാമത്തെ കല്യാണമാണെന്നു ഞാൻ മറന്നല്ലോ."

"എന്റെ ചങ്ങാതീ, ഞാൻ വ്യസനിക്കുന്നു. നിങ്ങളെന്നെ നന്നേ തെറ്റിദ്ധരിച്ചു. ഓ, ഖുദാ, ഞാൻ പറയുന്നത് കെട്ടിയ ഒരൊറ്റ കല്യാണത്തിന്റെ ഉടുപ്പായിരുന്നു ഇതെന്നാണ്."

"അങ്ങനെയാണെങ്കിൽ അതൊരുനോക്കു കാണേണ്ടതായിരുന്നല്ലോ."

"അയ്യോ, നേരുപറയട്ടെ, എന്റെ കല്യാണം... എന്റെ കല്യാണം ആരും കണ്ടേ ഇല്ല."

അതേപ്പറ്റി ശ്രീധരൻ പിന്നീടാണു പറഞ്ഞത്. എന്തുകൊണ്ടെന്നാൽ, കണ്ണു വട്ടംപിടിച്ചു കട്ടിലിൽ കിടന്നിരുന്ന പി.കെ. ജി.കെ. നായർ ചോദിച്ചു:

"നിങ്ങൾ കല്യാണം കഴിച്ചിട്ടില്ലേ?"

അയാൾ മേൽമീശ പിരിച്ചുകയറ്റുകയായിരുന്നു.

'ഉം–"

ശ്രീധരന്നു നായരോടു നേരിയൊരു ഇഷ്ടക്കേടുള്ളപോലാണ്.

"കുട്ടികളുണ്ടോ?"

ശ്രീധരൻ ഗതികെട്ടപോലെ മിഴിച്ചു.

"പിന്നെ, നായരേ, ചോദിക്കാനുള്ളതൊക്കെ ഒന്നടങ്കം ചോദിക്കൂ. ഇല്ലെങ്കിൽ ഓർത്തിരുന്ന് ഒരു ലിസ്റ്റെഴുതി കൊടുക്കൂ."

അയാൾ തന്നെ മക്കാറാക്കുകയാണെന്നു നായർക്കു മനസ്സിലായില്ല.

"എത്ര കൊല്ലമായി?"

ദി ടെന്റ് കേരളാവിൽ അന്നാണ് നീണ്ടൊരു സംഭാഷണം നടന്നത്. ലോറൻസുപോലും ശ്രദ്ധയോടെ കേട്ടിരുന്ന ആ സംഭാഷണത്തിന്റെ ചുരുക്കം താഴെ എഴുതുന്നു.

അമ്മാമന്റെ വീട്ടിൽ താമസിച്ചാണ് ശ്രീധരൻ പഠിച്ചത്. അമ്മാമന്റെ മകൾക്ക് അവനോട് വളരെ അടുപ്പം; നന്നേ സ്നേഹം. സ്നേഹം വളരുകയാണ്, തഴയ്ക്കുകയാണ്. അപ്പോൾ ശ്രീധരൻ പട്ടാളത്തിൽ ചേർന്നു. അവധിയിൽ പോയി. അവളെക്കണ്ടു. അവൾക്കു പ്രണയമാണ്. ശ്രീധരൻ പോന്നു. വീണ്ടും അവധിക്കുപോയി. അവൾക്ക് അവനെ കാണാതിരിക്കവയ്യ. അവനു പോണം. പോകാറായി. കണിശമായിപ്പറഞ്ഞാൽ മൂന്നു ദിവസംകൂടെ ഉണ്ട്. അപ്പോഴാണ് അമ്മ വിളിക്കുന്നത്:

മോനേ!

എന്തേ?

എനിക്കു പ്രായമായി.

അതിനെന്തേ?

നീയൊരു പെൺകൊച്ചിനെ കൂട്ടിക്കൊണ്ടുവരുന്നതു കണ്ടുംകൊണ്ടു കണ്ണടയ്ക്കണമെന്ന്...

അമ്മയുടെ തൊണ്ട അടഞ്ഞുപോയിരുന്നു. എല്ലാ അമ്മമാരും ഇങ്ങനെത്തന്നെ ആകണമല്ലോ. എന്നാലും അവരുടെയൊക്കെ ബോധം, എന്റെ മകൻ എന്നാണ്. ഞാനുമുണ്ട് എന്റെ മഥനുമുണ്ട്. അല്ലേ, മകന്നു കെട്ടാൻ ഒരു പെണ്ണും. അങ്ങനെയാണു തോന്നുക. അതുകൊണ്ട് ശ്രീധരൻ ചോദിച്ചു: "അത്രേ ഉള്ളോ!"

അവൻ അമ്മാവന്റെ വീട്ടിലേക്കു പോയി.

"എന്താ കുഞ്ഞ് വന്ന്?" - അമ്മാമനാണ്.

"ഞാൻ വന്നു."

"അമ്മയ്ക്കു സുഖമല്ലേ?"

"സുഖം തന്നെയാണ്. എന്നാലും ഒരു സ്വൈരമില്ല."

"എന്തേ?"

"എനിക്കു പോകാറായി. അമ്മയ്ക്കു ഞാനൊരു പെൺകൊച്ചിനെ കൂട്ടിക്കൊണ്ടുവന്നു കാണണം. ഇപ്പോളില്ലേൽ എനിക്കതു കാണാനൊക്കില്ല എന്നാണ്. അമ്മയുടെ കാര്യം കഷ്ടംതന്നെ. അതുകൊണ്ട് എനിക്ക് അമ്മിണിയെ കൂട്ടിക്കൊണ്ടു പോണം."

അമ്മാമൻ ഞെട്ടി; പരുങ്ങി; നെടുവീർപ്പിട്ടു.

"കൊണ്ടുപൊയ്ക്കോ."

അദ്ദേഹത്തിന്റെ തൊണ്ട ഇടറുകയും കണ്ണുകൾ നിറയുകയുമാണ്.

"നാളെ ഞങ്ങൾ റജിസ്റ്ററാഫീസിലേക്കു പോകും."

അമ്മാമൻ ഞെട്ടിത്തെറിച്ചു: "ങ്ഹേ!"

ശ്രീധരൻ ന്യായം പറഞ്ഞു: "ദിവസമില്ല. ഈയൊരൊറ്റ വഴിയേയുള്ളൂ." എന്നിട്ട് ശ്രീധരന്നൊരാക്ഷേപമുണ്ട്; എന്തെന്നാൽ സബ് രജിസ്ട്രാർ ഒരുറുപ്പിക കോഴ വാങ്ങിച്ചു.

"എന്റെ ഒരു രൂപ അവൻ ലഞ്ചം വാങ്ങി. ഒരു രൂപ; രണ്ടു ദിവസത്തെ ചാട്ടത്തിന്റേതാണ് ഒരു രൂപ. ഒറ്റച്ചാട്ടത്തിനു ഞാൻ കലാശിച്ചേക്കാം. കേട്ടോ ചങ്ങാതികളേ, എന്റെ ഒരു രൂപ എന്റെ ജീവനാണ്. ഒന്നല്ല, രണ്ടു ജീവനാണ്. അതവൻ വാങ്ങി. അമ്മിണിക്കു പ്രായമായില്ല. ഈ വിവാഹം രജിസ്റ്റർ ചെയ്യാനാവില്ല. അമ്മാമൻ നിന്നു വിയർക്കുകയാണ്. കൊച്ചിനെ ഇറക്കിക്കൊണ്ടുവന്നതല്ലേ? ആളുകൾ എന്താ പറയുക? ഞാൻ പോയി ശിപായിയെക്കണ്ടു. എന്റെ സാറേ, മാർക്കറ്റിൽ പോകൂ. കായ്കറി വാങ്ങിക്കൊണ്ടുവരൂ. അതാ, അതാണു വീട്. അമ്മയുടെ പക്കൽ കൊടുക്കൂ. പേരെന്നാ? അവർ ചോദിക്കും. പറയൂ, വന്ത കാരിയം? ഇന്നതാണ്. പോങ്കോ! പോന്നേക്കൂ. അതുതന്നെ ചെയ്തു. പോങ്കോ! പോന്നു, വരാന്തയിൽ നിന്നു. രജിസ്ട്രാർ കാപ്പി കുടിക്കാൻ പോയി. തിരിച്ചുവരുമ്പോൾ എന്റെ അമ്മിണിയുടെ നേരെ നോക്കുന്നുണ്ട്. അകത്തുകടന്ന ഉടനെ ശിപായി പുറത്ത്. ആ വിവാഹക്കക്ഷികൾ വരട്ടെ! കണ്ടോ? കോഴയുണ്ടോ, കാര്യം നടന്നു! ഒരു രൂപ! അവൻ എന്റെ ഒരു രൂപാ വാങ്ങി... ലഞ്ചം വാങ്ങി."

കൈയും കലാശവും കാട്ടി ഭാവപാരവശ്യത്തോടെ വർത്തമാനം പറയുന്ന ശ്രീധരനെ ലോറൻസ് ഇമവെട്ടാതെ നോക്കിയിരിക്കയായിരുന്നു. പി.കെ. ജി.കെ. നായർ മേൽമീശ പിരിക്കുകയും വട്ടക്കണ്ണുകൾ ഉരുട്ടുകയും ചെയ്തുകൊണ്ടിരുന്നു. ഒടുവിൽ അയാൾ പറഞ്ഞു: "നിങ്ങൾ ഭാഗ്യവാനാണ്."

ഭാഗ്യവാൻ തന്നെ എന്നു ലോറൻസും ഊഹിച്ചുകാണണം. വർത്തമാനം അവസാനിക്കുന്നതോടെ പി.കെ. ജി.കെ. നായർ കട്ടിലിൽ കിടക്കുന്നതു കാണായി. അയാൾ നന്നെ തളർന്നിരുന്നു. ലോറൻസ് പഠിത്തം തുടങ്ങി. അവനവനെക്കുറിച്ചു വളരെയേറെ സംസാരിച്ചതുകൊണ്ടാകണം, ശ്രീധരൻ ഉറക്കം പിടിച്ചിരുന്നു.

എന്തോ ഒച്ച കേട്ടു ലോറൻസ് ഞെട്ടിത്തെറിച്ച് നായരുടെ കട്ടിലിലേക്കു നോക്കിപ്പോയി.

ഓ!

പി.കെ. ജി.കെ. നായർ മലർന്നടിച്ചുകിടപ്പാണ്. അയാളുടെ നീണ്ട കൈകൾ കട്ടിലിൽ വിലങ്ങനെ താഴോട്ടു തൂങ്ങിക്കിടക്കുന്നു. അയാൾ കണ്ണുരുട്ടിക്കാട്ടുകയും ചൂളംവിളിക്കുകയും ചെയ്യുന്നുണ്ട്.

"നായർ!"

മിണ്ടാട്ടമില്ല.

തൊട്ടുനോക്കി. അപ്പോൾ അയാൾ കൈ ബലംപിടിക്കുകയും കട്ടിലു കവിഞ്ഞുകിടക്കുന്ന കാലുകൾ ഞെരിക്കുകയും ചെയ്തു.

"എന്താ ഇത്?"

പി.കെ. ജി.കെ. നായരുടെ വട്ടക്കണ്ണുകൾ മഞ്ഞച്ചിരുന്നു. ഉരുണ്ട മിഴികൾ മഞ്ഞച്ചുപോയിരുന്നു.

'പി.കെ.!"

അപ്പോൾ ഉറക്കെയുറക്കെ ചൂളംകുത്തുകയാണ്.

"ഏയ്, പി.കെ!"

അയാൾ ചടാന്ന് നെട്ടനെ എണീക്കുന്നതു കാണായി, വടിയോങ്ങി നില്ക്കുന്ന ശത്രുവിന്റെ നേരെ ചീറിയടുക്കുന്ന മൂർഖൻ പാമ്പിനെപ്പോലെ.

ശ്രീധരനെ വിളിച്ചു.

"എന്താടാ?"

'നമ്മുടെ നായർ!"

"എന്തേ?"

"എണീക്കുന്ന്."

"ഓ, ഇത്രേ ഉള്ളോ?"

അടുത്ത ടെന്റിൽനിന്ന് ഗുരുചരൻസിങ്ങും കൃഷ്ണലാലും വന്നു. വാതിൽക്കൽനിന്ന് എത്തിനോക്കി. അവരുടെ പിമ്പേ തങ്കരാജനും അപ്പാറാവുവും എത്തി. "എന്ന, എന്ന?" അവർ ചോദിച്ചുകൊണ്ടിരുന്നു.

"ആംബുലൻസ്?"

"വേണ്ട, വേണ്ട."

"എന്നാ ഇദ്?" തങ്കരാജൻ ചോദിച്ചു.

"മലയാളമന്ത്രവാദം."

നായർ നെട്ടനെ തലയണയിലേക്കു വീണു. കണ്ണടച്ചു. അയാൾ വിയർക്കുന്നുണ്ടായിരുന്നു. അയാളുടെ ശരീരം അയയുകയായിരുന്നു. വിയർത്തുകുളിച്ചപ്പോൾ അയാൾ കൈ അനക്കുകയും പതുക്കെ പ്പതുക്കെ മീശ തടവുകയും ചെയ്തു. അയാളുടെ അടഞ്ഞ കണ്ണിൽ നിന്നു കണ്ണുനീർ ഒഴുകുന്നുണ്ടായിരുന്നു. മയക്കത്തിൽ കിടന്ന് അയാൾ വിതുമ്പുകയും ചുണ്ടു പിളർക്കുകയും തേങ്ങുകയും ചെയ്യുന്നുണ്ടായി രുന്നു.

കണ്ണു മിഴിച്ചപ്പോഴും നായർ കരയുകയാണ്. അയാൾ നന്നേ ക്ഷീണിച്ച പോലെ കിടന്നു.

"എന്തേ?" ലോറൻസ് ചോദിച്ചു.

"എടോ സ്ലോറേഞ്ച്."

ശ്രീധരൻ താക്കീതു ചെയ്തു: "ഒന്നു മിണ്ടാതിരി."

"നിങ്ങൾ ഭാഗ്യവാനാണ്."

ശ്രീധരന്റെനേരെയാണു നായർ നോക്കിയത്.

"വെള്ളം കുടിക്കൂ."

കപ്പ് നീട്ടിക്കാണിച്ചു.

"എന്താ പറഞ്ഞത്?"

ശ്രീധരൻ ചോദിച്ചു.

"എനിക്കൊന്നു കുളിക്കണം."

ലോറൻസിനോടാണ് തന്റെ ഭാഗ്യക്കേടിനെക്കുറിച്ചു നായർ പറയാൻ തുടങ്ങിയത്.

"നിങ്ങൾ ബാച്ച്ലറാണ്. നിങ്ങൾ കല്യാണം കഴിച്ചിട്ടില്ല. ഞാൻ കല്യാണം കഴിച്ചതാണ്, എന്നിട്ടും ബാച്ച്ലറാണ്."

ലോറൻസിന്ന് ഈ പുതിയ ചിന്താഗതിയെക്കുറിച്ച് ഒരന്തവും കിട്ടി യില്ല. അതുകൊണ്ട് ഇലക്ട്രോണിക് മിക്സിങ്ങിനെക്കുറിച്ചു ലക്ച്ചർ ചെയ്യുന്ന അധ്യാപകന്റെ നേരെ നോക്കിയിരുന്നപോലെ നായരുടെ മുഖത്തേക്കു മിഴിച്ചു നോക്കി.

"എനിക്കിന്നു ഭാര്യയില്ല. നിങ്ങൾക്കു മനസ്സിലാവില്ല. ഭാര്യയോടൊപ്പം ജീവിച്ചിട്ടുള്ള ഒരാൾക്ക് അതിന്റെ ഭയങ്കരത കുറച്ചെങ്കിലും മനസ്സിലാവും. നിങ്ങൾ ബാച്ച്ലറാണ്."

ഇങ്ങനെ വർത്തമാനം പറയുന്ന ഒരാളോട് എന്താണ് എങ്ങനെയാണ് സംസാരിക്കേണ്ടതെന്ന് ലോറൻസിന് അറിഞ്ഞുകൂടാ. അതുകൊണ്ട് അവൻ ചുമ്മാ ഇരുന്നു. നായർതന്നെ എല്ലാം പറയുകയും ചെയ്തു.

അയാൾ വിവാഹം കഴിച്ചതാണ്. ഭാര്യയെ വീട്ടിൽ നിർത്തിയിട്ട് യൂണിറ്റി ലേക്കു പോന്നു. ഭാര്യവീട്ടുകാരും നായരുടെ വീട്ടുകാരും തമ്മിൽ പിണങ്ങി.

എന്തിന്?

ഒരു പുലതളിയെക്കുറിച്ചാണ്.

എന്ത്?

ഭാര്യവീട്ടിൽ ഒരാൾ മരിച്ചു. പുലതളി ഞങ്ങളോടു പറഞ്ഞില്ല.

അത്രേ ഉള്ളോ?

ശ്രീധരൻ ടെന്റിലേക്കു വന്നതായിരുന്നു.

പോരേ?

നായർ ഞെട്ടിത്തെറിച്ചു. അപ്പോഴും ചീറ്റുന്ന ഈറ്റുപാമ്പിനെപ്പോലെ അയാളുടെ വട്ടക്കണ്ണുകൾ ഉരുണ്ടുകൂടി.

അപ്പോൾ അതേ കാര്യമുള്ളൂ. നായരുടെ അമ്മ എഴുതി: നിനക്കവളെ വേണ്ട. നായർക്കു സഹിച്ചുകൂടാ. എന്താ അമ്മ അങ്ങനെ? ഭാര്യയുടെ അമ്മ എഴുതി: ഉടനെ വന്നു സമാധാനം പറയണം. ഭാര്യ എഴുതി: ഒന്നു വരുമോ? അമ്മയുടെ മറുപടി വന്നു: നിനക്കു ഞാൻ വേണോ, അവൾ വേണോ? ആണും പെണ്ണുമായിട്ട് അമ്മയ്ക്ക് അയാളൊന്നേയുള്ളൂ. ഭാര്യയുടെ അമ്മ എഴുതി: തന്റെ തള്ളയുടെ പുലയാട്ടു കേൾക്കാൻ ഞാനാരാടോ? ഭാര്യ എഴുതി: എന്റെ കരളേ, എന്നെ മറക്കല്ലേ! ഞാനിതിനൊന്നിന്നും ആള ല്ലാട്ടോ! വേഗം വരൂ; എനിക്കൊന്നു കാണണം. വീണ്ടും അമ്മയുടെ എഴുത്ത്: നീ എന്താ ഒന്നും മിണ്ടാത്തത്? നിന്നെ പത്തുമാസം ചുമന്നതു ഞാനാണ്. ഞാനൊന്നേ പെറ്റുള്ളൂ. നിനക്കു ഞാൻ വേണോ, അവൾ വേണോ? അപ്പോൾ അയാൾ അമ്മയ്ക്കെഴുതി: എനിക്കമ്മ മതി.

അങ്ങനെ അവനവന്റെ വീട്ടുകാരെക്കുറിച്ച് ഒന്നിച്ചിരുന്നു വർത്തമാനം പറയാനും ഓർക്കാനും ഒരു സന്ദർഭം കിട്ടി. ലോറൻസ് പറഞ്ഞു:

“എന്റമ്മ എന്നും എനിക്കുവേണ്ടി ചീത്ത വാക്കു കേൾക്കേണ്ടിവന്നു. ഫാദർ കാലത്തു നാലുമണിക്കെണീറ്റു വഴക്കുപറയും. ഞങ്ങൾ എണീ ക്കാത്തതിന്ന് അമ്മയെ വഴക്കു പറയുന്നു. അമ്മ ആവലാതിപ്പെടുന്നു:

“നിങ്ങളുറങ്ങുന്നതുകൊണ്ട് എനിക്കു പൊറുതിയില്ലല്ലോ.”

കുറച്ചുനേരം മിണ്ടാതിരുന്നിട്ട് അവൻ തുടർന്നു: “ഞാനിപ്പോഴും അമ്മ യുടെ മടിയിൽ കിടക്കാറുണ്ട്. അമ്മ പറയുന്നു: നിനക്കു നാണമേ ഇല്ല. എന്നിട്ടോ, അമ്മയ്ക്കെന്നെ തേച്ചുകുളിപ്പിക്കയും വേണം. മോനേ, നീയി ങ്ങനെ കരിഞ്ഞുപോയല്ലോ! (എനിക്കു ഫാദറുടെ നിറമാണ്) അവധിക്കു ചെന്നാൽ അമ്മയുടെ ആവലാതിയാണ്. പിന്നീട് എണ്ണയും കുഴമ്പും എടുത്തുകൊണ്ടുവരുന്നു. മോനിങ്ങു വന്നേ... ഉറങ്ങാൻ കിടന്നാൽ അമ്മ വരികയായി. മോനേ!

എന്തേ?

മോനുറങ്ങിയോ?

ഇല്ല.

ഇന്നാ.

“എന്താദ്?” ശ്രീധരൻ ചോദിച്ചു.

"എന്തെങ്കിലും ഉണ്ടായിരിക്കും. ഒരുണ്ണിയപ്പം. ഒരു കഷണം ചീട. എന്തെങ്കിലും. ഒന്നുമില്ലേ, ഒരച്ചു വെല്ലം. അമ്മയുടെ പക്കൽനിന്ന് എന്തെങ്കിലും കിട്ടാതെ എനിക്കുറക്കം വരില്ല. തിരിച്ചുപോരാനാണു വിഷമം. ദിവസം അടുക്കുന്തോറും അമ്മ വിളിക്കുമ്പോൾ നെഞ്ചിടറുകയാവും. മോനേ!

എന്തേ?

ഇനിയെത്ര ദിവസം അമ്മയ്ക്കിതു തരാനൊക്കും?

ലോറൻസ് ബഞ്ചിൽ നിവർന്നിരിക്കുകയും അലക്ഷ്യമായി അകലേക്കു നോക്കുകയും ചെയ്തു.

"എന്റെ അമ്മ!"

പി.കെ. ജി.കെ. നായർ ഉറക്കെച്ചിന്തിച്ചു.

എനിക്കെന്നും അമ്മയുടെ ഒരുരുള ചോറുണ്ട്. ഊണു കഴിഞ്ഞാൽ ഞാൻ അടുക്കളയിലേക്കു ചെല്ലുന്നു. അമ്മ ഉരുളയുരുട്ടിത്തരുന്നു. നിങ്ങൾക്കു കേൾക്കണോ?

"പറയൂ."

കല്യാണം കഴിഞ്ഞ് ഭാര്യയെ വീട്ടിൽ കൊണ്ടുവന്നന്നായിരുന്നു. ഞാൻ ഉണ്ടു. അമ്മയും ഭാര്യയും അടുക്കളയിൽ ഉണ്ണുകയാണ്. ഞാനങ്ങോട്ടു ചെന്നു.

എന്തേടാ?

അമ്മയ്ക്കരിശമാണ്.

ഞാൻ മിണ്ടിയില്ല. അമ്മയ്ക്കു മനസ്സിലായിട്ടുണ്ടാകണം.

"മോളേ." അമ്മ വിളിക്കയാണ്. "നിന്റെ നായർക്കു നാണമുണ്ടോ?" ഒന്നു ചോദിച്ചേ. എന്റെ ചോറ്റുരുളയ്ക്കാണ് ഈ വന്നു നില്ക്കുന്നത്."

നായർ പിന്നെ ഒന്നും പറഞ്ഞില്ല. ഭാര്യയെക്കുറിച്ചോർക്കുമ്പോഴൊക്കെ പതിവുള്ളതുപോലെ അയാളുടെ കണ്ണുകൾ വട്ടംപിടിക്കുകയും ഏകാഗ്രമാവുകയും ചെയ്തു. ഏതു നിമിഷത്തിലും അയാൾ മറിഞ്ഞുവീണേക്കാം.

'കേൾക്കണോ കൂട്ടരേ?'

ശ്രീധരൻ കട്ടിലിൽനിന്നെണീറ്റു.

"എന്തേ?"

"എനിക്കമ്മയുടെ അപ്പവും ഉണ്ടായിരുന്നില്ല; ഉരുളയും ഉണ്ടായിരുന്നില്ല."

ഇതെന്താ കുന്തമെന്നു കേൾക്കാൻ എല്ലാവരും ശ്രീധരനെ മിഴിച്ചു നോക്കി.

"മനസ്സിലായില്ലേ? വെച്ചതെന്താണെങ്കിലും മക്കൾക്കിങ്ങു വിളമ്പിത്തന്നിട്ട് അമ്മ പോയി ചുരുണ്ടുകൂടിക്കിടക്കുകയാണ്. പിന്നെന്താ സ്വകാര്യം?"

ദി ടെന്റ് കേരളാവിലെ താമസക്കാർ പരിചയപ്പെടുകയായിരുന്നു. അവർ സൗകര്യത്തിനുവേണ്ടി അലൂമിനിയത്തിന്റേതായ ഒരു തൂക്കുപാത്രം വാങ്ങി. മെസ്സിൽനിന്നു ചായ കൊണ്ടുവരാനാണ്. ഒരാൾ മാത്രം നടന്നാൽ മതിയല്ലോ. ഇടയ്ക്ക് ഒരാൾ അന്വേഷിക്കുന്നു:

"നിങ്ങൾക്കൊരെഴുത്തുണ്ടായിരുന്നു. കിട്ടിയോ?"

"താങ്ക്സ്. കിട്ടി!"

"വീട്ടിൽ നിന്നാണോ?"

"യേസ്."

"എന്താ വർത്തമാനങ്ങൾ?"

എന്തുകൊണ്ടെന്നാൽ, പരിചയമേറുന്തോറും ഒരുത്തനു മറ്റേ ആളിന്റെ ക്ഷേമത്തിൽ താല്പര്യമാവുകയാണ്.

"എന്താ കത്തെഴുതുകയാണോ?"

"ഊം."

"എന്താ, എഴുതുന്നത്?"

അയാൾ ചോദിക്കുന്നതു തന്നെക്കുറിച്ചെങ്ങാൻ സൂചിപ്പിക്കുന്നില്ലേ എന്നറിയാനാണ്. എനിക്കും എന്റെ സ്നേഹിതന്മാർക്കു... അങ്ങനെ യാവണമല്ലോ എഴുത്തിന്റെ പോക്ക്. ചിലപ്പോൾ ഒപ്പമുള്ള ആളിനെ ക്കുറിച്ചും എഴുതിയറിയിക്കുന്നു. പക്ഷേ, എഴുത്തെഴുതുന്ന ആൾ മറുപടി പറയുന്നു:

"എന്തെഴുതാനാ? എനിക്കും സുഖം; നിങ്ങൾക്കു സുഖമെന്നു കരു തുന്നു."

ഇതു കേൾക്കുമ്പോൾ ആരും ചിരിക്കും. പട്ടാളക്കാരന് എഴുതാനുള്ള രണ്ടു കാര്യങ്ങളാണത്.

"നിങ്ങൾക്ക് കേൾക്കണോ?"

എല്ലാവരും ചെവി കൊടുക്കുന്നു.

"ഒരുത്തനു വീട്ടിൽനിന്ന് എപ്പോഴും ശകാരമാണ്: എന്താ, എഴുത്തെ ഴുതാത്തത്? എന്താ, കാർഡിൽത്തന്നെ എഴുതുന്നത്? എന്താ, രണ്ടേ രണ്ടു വരി മാത്രം? എന്താണെന്നുവെച്ചാൽ, ആ മനുഷ്യൻ ഇത്രയേ എഴുതൂ: കത്തു കിട്ടി. സുഖം തന്നെ. എന്നു സ്വന്തം... അവസാനം ഇഷ്ടൻ നീണ്ട എഴുത്തെഴുതാൻ ഉറച്ചു. എഴുതി. കത്തുകിട്ടി. സുഖംതന്നെ. കത്തുകിട്ടി. സുഖം തന്നെ... മനസ്സിലായോ?"

കിന്നാരംപറച്ചിൽ തുടങ്ങുകയാണ്. ലോറൻസിന് ഇതിൽ ഇഷ്ടമില്ല. അതുകൊണ്ടു തന്റെ പുസ്തകക്കെട്ടുമായി അവൻ തോട്ടത്തിലേക്കു പോകുന്നു.

ട്രെയ്നിങ് കമ്പനിയുടെ വടക്കേ അതിര് മൈലാഞ്ചിക്കാടിന്റെ വേലി യാണ്. ഈ വേലിക്കരികിൽ ലിച്ചിമരങ്ങൾ വരിവരിയായി വളർന്നു നില്ക്കുന്നു. അശോകത്തിന്റേയോ അരണമരത്തിന്റേയോ ഛായയിൽ ഇല കളുള്ള ഈ മരങ്ങൾക്കു പന്തലിപ്പും അടിമുടി മുട്ടെ ഇലച്ചില്ലകളുമാണ്. അവിടന്നങ്ങോട്ടു പൂന്തോട്ടമായി. പൂന്തോട്ടത്തിന്റെ നടുക്കു രാജാവിന്റെ ബംഗ്ലാവും. ബംഗ്ലാവിന്നു മുമ്പിൽ വലിയ കുളവും. ബംഗ്ലാവിന്റെ പൂമുഖം പടിഞ്ഞാട്ടാണ്. ഈ പൂമുഖത്തുനിന്നാണ് കുളത്തിലേക്കുള്ള നടവഴി. മാർബിൾ വിരിച്ച നടവഴിയുടെ ഓരങ്ങളിൽ പിരമിഡുകൾപോലെ വളർന്നു

നില്ക്കുന്ന തഴച്ചിരുണ്ട താലവൃക്ഷങ്ങളാണ്. നടവഴി കുളക്കടവിലെത്തുന്നേടത്ത് മാർബിൾ വിരിച്ച തളവും മാർബിളിന്റെ ചാരുബഞ്ചുകളുമുണ്ട്. തളത്തിൽനിന്നു പരുക്കൻ സിമന്റിട്ട പടവുകൾ കെട്ടിയിറക്കിയിട്ടുള്ള ഈ വലിയ കുളം ഇപ്പോൾ വറ്റിക്കിടക്കുന്നു. കുളത്തിന്റെ അടിപ്പരപ്പിൽ പുല്ലായപ്പുല്ലു തിങ്ങിവളരുകയാണ്. മൊട്ടയടിച്ച വിധവയെപ്പോലെ ആരും ഇഷ്ടപ്പെടാത്ത കുളക്കടവിൽ ആർക്കും പോയിരിക്കാം. കുളത്തിന്റെ അങ്ങേക്കരയിൽനിന്നങ്ങോട്ടു മാന്തോപ്പാണ്. തേന്മാവുകൾക്കിടയിലൂടെ ചെമ്പൻനിറമാർന്ന വയൽഞാലുകളും മാറോടുമേഞ്ഞ കുടിലുകളും പാറക്കെട്ടുകളും കാണാം. മറന്നുപോയ ഏതോ സുന്ദരസ്വപ്നം തലച്ചോറിൽ തെളിയുന്നതുപോലെ തോന്നും. ചെമ്പൻനിറമാർന്ന ഈ വയലും ഞാലുകളും കാമുകസമാഗമം കൊതിക്കുന്ന ഏകാകിനിയായ ഗ്രാമകന്യകയെപ്പോലെയാണ്. ഏകാന്ത നിർഭരമായ അവളുടെ മൂർത്തീഭാവം അന്തരീക്ഷത്തിൽ നിറഞ്ഞു മുറ്റിയിട്ടുണ്ടെന്ന് ഓരോ നിശ്വാസത്തിലും തോന്നിപ്പോകും. അതുകൊണ്ട് ഒഴിവുള്ളപ്പോഴൊക്കെ അവിടെച്ചെന്നിരിക്കുന്നു.

മാർബിളിന്റെ ചാരുബഞ്ചുകളിൽ വിയർപ്പും അഴുക്കും പറ്റിക്കിടന്നു. വല്ലപ്പോഴും അവിടെ വന്നിരുന്ന് അവനവന്റെ വീടിനെക്കുറിച്ചോ നാടിനെക്കുറിച്ചോ ഓർത്തിരുന്ന ഒരാൾ വരയ്ക്കുകയും കുറിക്കുകയും ചെയ്ത അസ്പഷ്ടരേഖകൾ ഈ മങ്ങിയ അഴുക്കിലൂടെ കാണാൻ കഴിയും.

കുളക്കടവിൽനിന്നു ടെന്റിലേക്കു മടങ്ങിയെത്തിയാൽ പി.കെ. ജി.കെ. നായർ ചോദിക്കയായി: "എവിടെ പോയിരുന്നു?"

"കുളക്കടവിൽ."

അയാൾ പന്തം കണ്ട പെരുച്ചാഴിയെപ്പോലെ മിഴിക്കുന്നതും പരുങ്ങുന്നതും കാണാം.

"എന്തേ?"

"ഞാനെന്തോ പറയാൻ വിചാരിച്ചതാണ്."

"എന്തേ?"

"നിങ്ങൾക്കതൊന്നും രസിക്കില്ല. എന്റെ..."

ഒരുപക്ഷേ, തന്റെ വീട്ടിലെ മറപ്പുരയെക്കുറിച്ചും മുത്തപ്പനെക്കുറിച്ചും നായർ പറയാൻ തുടങ്ങും. ഞങ്ങൾക്കു മറപ്പുരയുണ്ട് എന്നു പറയുന്നതൊക്കെ നന്നേ അഭിമാനത്തോടെയാണ്. ഏതോ ഒരു മുത്തപ്പൻ... നമുക്കതിന്റെയൊന്നും ആവശ്യമില്ല.

"ഇതൊന്നുമല്ല നിങ്ങൾ ചോദിച്ചത്."

"ങ്ഏ? ഞാനെന്താ പറഞ്ഞത്?"

"ഓർമ്മ വരുമ്പോൾ പറഞ്ഞേക്കൂ. എന്താ, കുളക്കടവിൽ പോയാൽ?"

"ഓ!"

ശ്രീധരൻ തോട്ടത്തിലേക്കു പോകുന്നതു പൂവറുക്കാനാണ്. കുളികഴിഞ്ഞാൽ പുറപ്പെടുന്നു. ഇളംകാറ്റ് മുല്ലപ്പൂമണമേന്തി ടെന്റിലോളം വരും. ശ്രീധരൻ വരുന്നത് ഒരു കുമ്പിൾ പൂവുംകൊണ്ടാണ്. അയാൾ

ഭാര്യയ്ക്കയയ്ക്കുന്ന എഴുത്തിനോടൊപ്പം പൂവിതളുകളും നിറയ്ക്കാറുണ്ടായിരുന്നു. എന്നും പുറത്തുപോകുമ്പോൾ തന്റെ ചുരുണ്ട മുടി ഭംഗിയായി ചീകിയൊതുക്കി ഒന്നോ രണ്ടോ പൂവുകൾ ചുരുളുകൾക്കിടയിൽ തിരുകി വെക്കുന്നു.

"എങ്ങോട്ടാ പുറപ്പാട്?"

നായർ ചോദിച്ചേക്കും. അത്തരം ചോദ്യങ്ങൾക്കൊന്നും ശ്രീധരൻ മറുപടി പറയില്ല. അയാൾ ഇറങ്ങി നടക്കും.

സന്ധ്യ കഴിഞ്ഞാൽപ്പിന്നെ ശ്രീധരൻ ടെന്റിലുണ്ടാവില്ല. പറയുന്നത്, നടക്കാൻ പോകുന്നു എന്നാണ്. എന്തെങ്കിലും പഠിക്കരുതോ എന്നു ചോദിക്കൂ. എന്റെ കൊച്ചു പഠിക്കാൻ പോകുന്നുണ്ട് എന്നായിരിക്കും മറുപടി.

"കേട്ടോ ലോറൻസ്."

പി.കെ. ജി.കെ. നായർ വിളിക്കും. ലോറൻസ് പുസ്തകത്തിൽനിന്നു മുഖമുയർത്തി അലോസരപ്പെട്ടപോലെ നോക്കും.

"ഇന്നലത്തെ വർത്തമാനമറിഞ്ഞോ?"

രാത്രി പാറാവു നിന്നിരുന്ന കേശവൻനമ്പ്യാർ വെളുത്ത എന്തോ ഒന്നിനെക്കണ്ടു പേടിച്ചു, ബോധംകെട്ടു വീണു എന്നൊക്കെയാണ്. അവസാനം നിങ്ങളതു കേട്ടില്ലേ എന്നൊരു ചോദ്യവും. കുറച്ചുകൂടെ കേട്ടിരിക്കയാണെങ്കിൽ രാജാവിന്റെ സഹോദരിയുടെ കഥ വരികയായി. അവൾക്കു പതിനേഴോ പതിനെട്ടോ ആയിരുന്നു. നിറഞ്ഞുമുറ്റിയ തങ്കക്കുടം. അവളുടെ ആത്മാവിന് ഇനിയും ശാന്തി കിട്ടിയിട്ടില്ല. ഗർഭിണി ആത്മഹത്യ ചെയ്യുക എന്നുവെച്ചാൽ അതെന്തൊരു ഇതാണ്!

എന്നാൽ ലോറൻസ് ഇടയ്ക്കു കടന്നുപറയും: "ഞാൻ ക്ലാസ് റൂമിലേക്കു പോകയാണ്."

അങ്ങനെ ലോറൻസ് സന്ധ്യ കഴിഞ്ഞാൽ എന്നും ക്ലാസ്റൂമിലേക്കു പോവുക പതിവായി. ബംഗ്ലാവിന്റെ കിഴക്കേ വശത്തു മാന്തോപ്പിലാണ് സ്കൂൾ കെട്ടിടങ്ങൾ. ആവശ്യമുള്ളവർക്ക് ഇരുന്നു പഠിക്കാൻവേണ്ടി ക്ലാസ് റൂമുകൾ രാത്രി മുഴുവൻ തുറന്നിട്ടിരിക്കും. വെളുക്കുംവരെ വേണോ, ഇരുന്നേക്ക്; പഠിച്ചേക്ക്.

മെയിൻറോഡിൽ സന്ധ്യയോടെ ഒച്ചയും വിളിയുമിട്ട് നാട്ടുകാർ അങ്ങോട്ടുമിങ്ങോട്ടും പോകുന്നുണ്ടാവും. ചെമ്പരത്തിക്കാടും മുള്ളുവേലിയുമുള്ള റോഡരികിൽനിന്നു നോക്കാം. റോഡിലിറങ്ങി നടക്കുകയുമാവാം. ഈ അർദ്ധനഗ്നരായ ആദിവാസികൾ കുടിച്ചു നാശമായിട്ടുണ്ടാകും. ആണും പെണ്ണും എന്നൊന്നില്ല. അവർ നടക്കുമ്പോൾത്തന്നെ ആട്ടവും പാട്ടുമാണ്.

ചിലപ്പോഴൊക്കെ ഇണകൾ അരക്കെട്ടിൽ കെട്ടിപ്പിടിച്ച് ആടിയും വേച്ചും നടന്നുപോകും. ആ പോക്കിന് ഒരു താളവും 'റിഥ'വുമുണ്ടായിരിക്കും. എന്താണു പാടുന്നതെന്നു മനസ്സിലാവില്ല. ആ ശീലുകൾ മനുഷ്യനെ പിടിച്ചു നിർത്തിക്കളയും. അവരുടെ സംഗീതം ആദ്യംതൊട്ടവസാനം വരെ ഒരേയൊരു താളത്തിൽ നീണ്ടുപോകുന്നു.

ഇരുട്ടിക്കഴിഞ്ഞാൽ കുടിപതികളിൽനിന്നു കൊട്ടും പാട്ടും കേൾക്കാം. അവർ നൃത്തത്തിനുള്ള പുറപ്പാടാണ്. ടെന്റിലിരുന്നു ചെകിടോർക്കുന്തോറും മനുഷ്യനെക്കുറിച്ചും കലയെക്കുറിച്ചും എന്തൊക്കെയോ ഓർക്കുകയാണ്. ചെകിടോർക്കൂ, പുലയക്കുടിലുകളിൽനിന്ന് ഇതേ മേളവും കുഴൽവിളിയും കേൾക്കാം. വാദ്യവും മേളവും പിറന്നപ്പോൾ ഇതേ താളമായിരുന്നു. ഇതേ ലയമായിരുന്നു. മലനാട്ടിലെ പുലയക്കുടിലുകളിലും ആഫ്രിക്കയിലെ വനാന്തരങ്ങളിലും ബീഹാറിലെ മേട്ടിൻപുറങ്ങളിലും ഹിമാലയപ്രാന്തങ്ങളിലും ഇതേ കൊട്ടും ഇതേ കുഴൽവിളിയും കേൾക്കാം. ആർഭാടമെന്തെന്നറിയാത്ത പ്രാഥമിക മനുഷ്യന് ഇണയോടൊത്തു നൃത്തമാടാൻ ഇതേ താളം മതിയായിരുന്നു. അതിനാകട്ടെ, രണ്ടേ രണ്ടു സ്വരമേയുള്ളൂ...

ഒരു ദിവസം ശ്രീധരൻ ടെന്റിൽ മടങ്ങിയെത്തിയപ്പോൾ കിതയ്ക്കുന്നുണ്ടായിരുന്നു. അയാൾ നന്നേ വിയർത്തിട്ടുമുണ്ട്.

"എന്തേ ശ്രീധരൻ?"

അയാൾക്കു മിണ്ടിക്കൂടാ.

"എന്തുപറ്റി?"

"കുറച്ചു വെള്ളം!"

"പറയൂന്ന്."

"എന്റമ്മേ!"

'എന്തേ?"

"തടിതപ്പി."

അയാൾ ഏതോ കുടിപതിയോളം പോയതായിരുന്നു. ആമ്പൽ വിരിയുന്ന പൊയ്കയിലേക്കു വെള്ളമെടുക്കാൻ വന്ന ഏതോ ഒരു പെണ്ണിന്റെ കൂടെ വർത്തമാനം പറഞ്ഞുനടക്കുകയായിരുന്നു. പെട്ടെന്ന് ഒരു കറുത്ത രൂപം മുന്നിൽ ചാടി വീണു.

"ഹെന്നിട്ട്?"

പിന്നീട് ശ്രീധരനൊന്നും ഓർമ്മയില്ല. ആ പെൺപിറന്നവൾ മൺകുടം നിലത്തിട്ടുടച്ചു എന്നുമാത്രം അറിയാം. ഒരുവേള അവൾ ആ കാടനെ എതിരിട്ടിരിക്കാം. ഓർമ്മ വന്നപ്പോൾ അയാൾ ഓടുകയായിരുന്നു.

"എന്റെ ദൈവമേ, നീ തുണച്ചു!"

നായർ നെടുവീർപ്പിട്ടു.

"എന്തിനാ ഇതിന്നു പോകുന്നത്?"

വെള്ളം കുടിക്കുകയും ശ്വാസം വീഴുകയും ചെയ്തതുകൊണ്ട് ഈ ചോദ്യത്തോടെ ശ്രീധരൻ ഉണർന്നു. അപ്പോൾ അയാൾ പഴയ ആളാവുകയും ചെയ്തു.

"കൂടാതെ ഞാനൊരിക്കലും സ്ത്രീയെ നിരസിക്കാറില്ല."

"എന്താണ്, പറയൂ."

"എടോ, ഒരു മാസമായിട്ട് ഞാൻ അവളുടെ കൂടെയാണ്."

"ങ്ഏ?"

"ചുമ്മാതാണോ ഈ മുല്ലപ്പൂവൊക്കെ അറുത്തുകൊണ്ടുപോകുന്നത്!"

ആരോ നെടുവീർപ്പിട്ടു.

"നിങ്ങൾക്കൊരു ഭാര്യയില്ലേ?"

"എന്തൊരു മനുഷ്യനാണെടോ താൻ?"

"അത്രേ ഉള്ളോ? ഇതൊക്കെ അവൾക്കറിയാം."

"ആർക്ക്?"

"എന്റെ ശ്രീമതിക്ക്. ഞങ്ങൾക്കിടയിൽ ഒരു സ്വകാര്യവുമില്ല. കേൾക്കണോ കൂട്ടരേ?"

ശ്രീധരൻ പഴയ ചുരുളെടുത്തു നിവർത്തി:

"എന്റെ ആദ്യത്തെ മകനെക്കുറിച്ചറിയാമോ കൂട്ടരേ?"

"എന്തേ?"

"അവൻ എവിടെയാണോ, എന്തോ!"

"എത്ര വയസ്സായി?"

"അവനെക്കുറിച്ച് ഒന്നും അറിഞ്ഞുകൂടല്ലോ."

"മരിച്ചുപോയോ?"

"ഹില്ല."

"പിന്നെ?"

"അവൻ തെലുങ്കനായിപ്പോയി."

ശ്രീധരൻ ഭാര്യയോടൊപ്പം താമസിക്കുമ്പോൾ നടന്ന സംഭവമാണ്. അടുത്ത ക്വാർട്ടറിൽ ഒരു തെലുങ്കനാണു താമസം. ഉണങ്ങി ഇരുണ്ട ഒരു സാധനം. അവന്നു മക്കളുണ്ടാകുന്നില്ല. അവന്റെ ഭാര്യയ്ക്കു ശ്രീധരനോടിഷ്ടമാണ് എന്നു പറയുന്നത് അമ്മിണിയാണ്. ശ്രീധരന്റെ അഴകിനെക്കുറിച്ചും ചുരുണ്ട തലമുടിയെക്കുറിച്ചും അവൾ അമ്മിണിയോട് എപ്പോഴും പറയുന്നു. ഇന്ന് അവൾ ഒറ്റയ്ക്കാണ്. തെലുങ്കൻ നൈറ്റ് ഡ്യൂട്ടിയിലും.

"അന്നുതന്നെ പോയോ?"

"ഏയ്, ഞാൻ പോകയോ? എനിക്കെന്റെ ഭാര്യയില്ലേ, എന്റെ ഇടത്തേ പകുതി! പക്ഷേ, എന്റെ ഇടത്തേപ്പകുതി പറഞ്ഞു, നിങ്ങളൊന്നു പൊയ്ക്കോ, സ്ത്രീയെ നിരസിക്കാമോ?"

അന്നു നട്ടപ്പാതിരയ്ക്ക് നായർക്ക് ഇളക്കമുണ്ടായി. ലോറൻസാണ് ആദ്യം അറിഞ്ഞത്. അവൻ പഠിത്തംകഴിഞ്ഞു വന്നതായിരുന്നു. ടെന്റിലേക്കു കടന്നപ്പോൾ പതിവുപോലെ നായർ ചോദിച്ചു:

"ലോറൻസാണോ?"

"അതെ."

"ഒറ്റയ്ക്കേ പോന്നത്?"

"എന്തേ?"

"ഞാനെത്ര തവണ പറഞ്ഞു!"

"നിങ്ങളെന്താ ഉറങ്ങാത്തത്?"

"ഗുഡ്നൈറ്റ്!"

ഉറങ്ങാൻ കിടന്നപ്പോൾ നായരുടെ കട്ടിലിൽ അനക്കം കേൾക്കായി. ചെകിടോർത്തു കിടന്നു. പെട്ടെന്ന് അയാൾ ചോദിച്ചു: "കോൻ ഹേ?"

ലോറൻസിനു നന്നേ പേടി തോന്നി. പുതപ്പു വലിച്ചിട്ടു മൂടിക്കിടന്നു. തെല്ലിടയ്ക്കുശേഷം നായരുടെ ഉരത്തശബ്ദം കേൾക്കായി: "ഛലേ ജാവ്ഓ!" അയാൾ സ്വപ്നം കാണുകയാവണം. ഒന്ന് എത്തിനോക്കാം.

"പോകാനല്ലേടീ പറഞ്ഞത്?"

അലറിക്കൊണ്ട് പി.കെ ജി.കെ. നായർ നെട്ടനെ എണീറ്റിരുന്നു. എല്ലാവരും ഉണർന്നുകഴിഞ്ഞിരുന്നു.

"പി.കെ.!"

മിണ്ടാട്ടമില്ല.

"ഏയ് പി.കെ.!"

അനക്കമില്ല.

വിളക്കുകൊളുത്തിയപ്പോൾ പി.കെ. ജി.കെ. നായർ ഇരുന്നു കരച്ചിലാണ്. ഒച്ചയും അനക്കവും ഇല്ലേയില്ല. കണ്ണു രണ്ടും നിറഞ്ഞൊഴുകുകയാണ്. അവർ മിഴിച്ചുനിന്നു.

"അവളെന്നെ വിടുന്നില്ലല്ലോ!"

ബോധംവീണപ്പോൾ നായർ ആവലാതിപ്പെട്ടു.

"ആര്?"

അയാൾ രാജാവിന്റെ സഹോദരിയെക്കുറിച്ചു പറയുകയായിരുന്നു. എന്നോ ഒരിക്കൽ രാജാവിന്റെ കുളക്കടവിൽവെച്ച് അവളെ കണ്ടുമുട്ടി. പാതിര കഴിഞ്ഞിട്ടുണ്ടാകണം. പാലുപോലത്തെ പൂനിലാവിൽ ലോകം കുളിച്ചുനില്ക്കുകയാണ്. അയാൾ പുറത്തേക്കു പോയതായിരുന്നു. മൈലാഞ്ചിക്കാടോളം നടന്നുചെന്ന് എത്തിനോക്കി. ഓ, തൂവെള്ളസാരിയാണ്. ആരാണ് എന്നുനോക്കാൻ തോട്ടത്തിലേക്കു കടന്നു. അവൾ അയാളെ കണ്ടുകാണണം. എന്തുകൊണ്ടെന്നാൽ, അവൾ മാർബിളിന്റെ ചാരുബഞ്ചിൽനിന്നെണീറ്റ് ബംഗ്ലാവിലേക്ക് ഒഴുകിപ്പോയി. അന്നുതൊട്ട് ഉറങ്ങാൻ കിടന്നാൽ അവൾ വരുന്നു.

അവൾ വന്നു കൊതുകുവല പൊക്കി കട്ടിലിൽ ഇരിക്കാൻ തുടങ്ങും. നായർ കയർക്കും: "പോടീ!"

"നാഥാ!"

"പോടീ കടന്ന്!"

"നാഥാ!..."

"എന്തേടീ?"

"ഒന്നു കിടന്നോട്ടെ?"

"പി.കെ.!"

ശ്രീധരൻ വിളിച്ചു.

"എന്തോ!"

"നിങ്ങൾ കല്ക്കത്തെയിൽനിന്നല്ലേ വന്നത്?"

"ങ്ഹാ."

"അവിടെ ഫാമിലി ക്വാർട്ടേഴ്സ് കിട്ടില്ലേ?"

"എന്തിന്?"

"പോയി ഭാര്യയെ കൂട്ടിക്കൊണ്ടുവരൂ."

പി.കെ. ജി.കെ. നായർ തന്റെ ഉരുണ്ട കണ്ണുകളുരുട്ടി ശ്രീധരനെ തുറിച്ചു നോക്കി. ആ നോട്ടത്തിൽ തീ പറക്കുന്നുണ്ടായിരുന്നു. അയാൾ വളരെ നേരം അനങ്ങാതിരുന്നു തുറിച്ചുനോക്കി. ഏതു നിമിഷത്തിലും അയാൾ വീഴും. ഇല്ല! ഇരുന്നേടത്തിരുന്നു. കണ്ണീരു പൊട്ടിയൊഴുകി. നായർ പഴയ പടി നിശ്ശബ്ദം കരഞ്ഞു. ആ ആഴ്ച മുഴുവൻ നായർ കരഞ്ഞുകൊണ്ടിരുന്നു.

തിങ്കളാഴ്ച ഉച്ചയ്ക്ക് ഊണുകഴിഞ്ഞ് ടെന്റിൽ വന്നപ്പോഴാണ് കമ്പനി സി.എച്ച്.എം. എഴുത്തുകൾ വിളിച്ചുകൊടുത്തത്. ദി ടെന്റ് കേരളാവിലെ നാലു താമസക്കാർക്കും എഴുത്തുണ്ട്. പി.കെ. ജി.കെ. നായർക്കു രണ്ടെണ്ണമുണ്ടായിരുന്നു.

വായിക്കുന്തോറും ലോറൻസിന്റെ മുഖത്തു പുഞ്ചിരിയും ആഹ്ലാദവും തെളിഞ്ഞുതെളിഞ്ഞു വന്നു.

"എന്താ സ്ലോറേഞ്ച്?"

ശ്രീധരൻ ചോദിച്ചു.

"മിണ്ടാതിരിക്കൂ ഹേ!"

ലോറൻസ് നടാടെ വെറുപ്പു കാണിച്ചു.

"എന്താടോ കാര്യം?"

"അപ്പച്ചൻ പെണ്ണന്വേഷണത്തിലാണ്."

"ഓ!"

"വേഗം ചെല്ലണമെന്ന്!"

"എന്റെ ശ്രീമതി പറയുന്നതെന്താണെന്നോ?"

"എന്താ?"

"കുട്ടന് അച്ഛനെ കാണണം. അവൾക്കല്ല കേട്ടോ, കുട്ടന്!"

"പരീക്ഷ കഴിയാതെ പോകാനൊക്കുമോ?"

"അവക്കു കാണണമെങ്കിൽ, ശരി, ഇപ്പഴേ പോയേനെ. ഞാനൊരിക്കലും സ്ത്രീയെ നിരസിക്കില്ല!"

"അല്ലാന്ന്, അപ്പച്ചനെഴുതുന്നത് ഉടനേ ചെല്ലാനാണ്."

"എന്തിന്?"

"കല്യാണത്തിനേ."

"ഓ! ഞാനെന്റെ ശ്രീമതിയെക്കുറിച്ചോർത്ത് അക്കഥ മറന്നു. അപ്പോൾ നിങ്ങൾ കെട്ടാൻ പോകയാണ്? വേഗംതന്നെയാകട്ടെ. കണ്ടോ എന്റെ ശ്രീമതിയുടെ ഒരു..."

ശ്രീധരൻ മുഴുവൻ പറഞ്ഞില്ല. എഴുത്തു വായിച്ചുകൊണ്ടിരുന്ന പി.കെ. ജി.കെ. നായർ വീണുകഴിഞ്ഞിരുന്നു. അയാളുടെ മാറിൽ നിവർത്തിയ കടലാസ് ചെരിഞ്ഞുകിടന്നു.

"നോക്കാമോ?"

ശ്രീധരൻ ഇടംകണ്ണിട്ടു ചോദിച്ചു.

"ഛേ!"

"അതിലെന്തെങ്കിലും കാണും."

"അയാൾതന്നെ പറയും."

ബോധം വന്നപ്പോൾ നായർതന്നെ പറഞ്ഞു. അയാൾ കരയുകയായിരുന്നു. ഇടറിയ തൊണ്ടയോടെ അയാൾ സംസാരിച്ചു. അമ്മ ഏതോ ഒരു പെണ്ണിന്റെ നാളും പക്കവും കുറിച്ചിരിക്കയാണ്. അയാൾക്കു ഗണിക്കാനറിയാം. അയാളുടെ നാളിനോട് ഒക്കുകയാണെങ്കിൽ ഉടനെ വന്നു സ്വയംവരം കഴിക്കണം. നാട്ടിൽ നല്ലൊരു കണിയാനെക്കൊണ്ട് അമ്മയും ഗുണദോഷങ്ങൾ വിവരിച്ചറിയുന്നതാണ്... രണ്ടാമത്തെ എഴുത്ത് അയാളുടെ ഭാര്യയുടേതാണ്. അവളുടെ വിവാഹാലോചനയുണ്ട്. ആങ്ങളമാരാണ് അന്വേഷിക്കുന്നത്. അവർ അവളെ ആർക്കെങ്കിലും കെട്ടിക്കൊടുക്കും. അതിനു മുമ്പ് അങ്ങു വരണേ! എന്നെ രക്ഷിക്കണേ! ഇല്ലേ കമല കെട്ടിത്തൂങ്ങും. എന്റെ ആത്മാവും ശരീരവും അങ്ങേക്കു ഞാനർപ്പിച്ചുകഴിഞ്ഞു. മറ്റൊരാൾക്കതിൽ അവകാശമില്ല. വേഗം വരണേ! അങ്ങയെ...

"നിങ്ങൾക്കു ഞാൻ പറഞ്ഞതു ചെയ്യരുതോ?" ശ്രീധരൻ ചോദിച്ചു.

"എന്ത്?"

"ഫാമിലി ക്വാർട്ടർ എടുത്തുകൂടേ?"

"എങ്ങനെ?"

"എടോ, താൻ പോയി ആ പെൺപിറന്നവരെ കൂട്ടിക്കൊണ്ടുവാ."

"ങ്ഹേ!"

ലോറൻസ് അവന്റെ ഭാവിയെക്കുറിച്ചു ചിന്തിക്കുകയായിരുന്നു. പരീക്ഷ കഴിഞ്ഞാൽ ഉടനെ അവധിയിൽ എത്താമെന്ന് അപ്പച്ചനെഴുതണം...

"കൊള്ളാം, പി.കെ."

ഒടുവിൽ ശ്രീധരൻ പറഞ്ഞു: "ഇക്കൊല്ലം നിങ്ങളുടെ ഊഴമായേക്കും."

അപ്പോൾ അയാൾ കാന്റീനുനേരെ നോക്കുകയായിരുന്നു.

"എന്ത്?"

"നിങ്ങളല്ലേ എന്നും പറയാറുള്ളത്?"

"എന്താടോ മനുഷ്യാ?"

"റജിമെന്റിൽ എല്ലാ കൊല്ലവും ഒരാൾ ആത്മഹത്യ ചെയ്യുമെന്ന്."

"ങ്ഹാ! ഹതിന്?"

"ഇക്കൊല്ലം നിങ്ങൾ തൂങ്ങും."

നായക് പി.കെ. ജി.കെ. നായർ ആത്മഹത്യ ചെയ്തോ, ഇല്ലേ എന്ന് നിങ്ങളാരാനും സംശയിക്കുന്നുണ്ടോ? എങ്കിൽ മാപ്പ്! ഞാൻ ഇതേവരെ ഇരുന്നു കള്ളം പറയുകയായിരുന്നു. ■

ഒരു വിദ്യാർത്ഥിയുടെ അമ്മ

മരിക്കുന്നതുവരെ പഠിക്കാനുണ്ട് എന്നേ അച്ഛൻ പറയാറുള്ളൂ. മകനാകട്ടെ, മരിച്ചാലും വേണ്ടില്ല, പഠിക്കാതിരിക്കില്ല എന്നും. അതിൽ അമ്മയ്ക്കു രഹസ്യമായ അഭിമാനമുണ്ട്. ഊണുകഴിഞ്ഞു കിടന്നാൽ അമ്മ ചെവി പാർത്തു കിടക്കും. മകൻ വായിക്കും. അവന്റച്ഛന്റെ തൊണ്ടതന്നെ! അദ്ദേഹത്തിന് അവന്റെ സ്വരം കേൾക്കാൻ കഴിഞ്ഞില്ലല്ലോ....! അമ്മ ഉറങ്ങും. ഉറക്കത്തിൽനിന്നു ചിമ്മിനിവെളിച്ചത്തിലേക്കു കണ്ണുമിഴിക്കും.

"മോനേ!"

"എന്തേ?"

"ഒന്നൊറങ്ങ്യേ നിയ്യ്. ഒരു ദേസെങ്കിലും ഒറങ്ങണ്ടേ?"

"അമ്മ ഉറങ്ങിക്കോളേ."

അവന് ഇങ്ങനെ ഉറക്കമിളയ്ക്കുന്നതുകൊണ്ടു വല്ല സുഖക്കേടും പിടിച്ചാൽ!... പൊന്നുതമ്പുരാനേ, ദൈവകാർന്നന്മാരേ!... അമ്മ വീണ്ടും മയങ്ങും.

കേശവനെക്കുറിച്ചു കാര്യമായി അന്വേഷിക്കുന്നതു നാണുവൈദ്യരാണ്.

"എന്താ തള്ളേ, മകൻ പഠിച്ചാൽമാത്രം മതിയോ? ഉപജീവനത്തിന്ന്-"

"ഓന് ഞ്ഞിം പഠിക്കണെന്ന്!"

"തള്ളയ്ക്ക് അവൻ മാത്രമാണു ഗതി, കേട്ടോ? അവൻ ഇങ്ങനെ..."

താൻ ഉള്ളിൽക്കണ്ടതു വൈദ്യർ പുറത്തു പറയില്ല.

അമ്മയോ, പഠിപ്പിനെക്കുറിച്ചു യാതൊന്നും മകനോടു പറയില്ല. "വൈദ്യരുടെ മകൻ പഠിച്ചുപഠിച്ച് മദിരാശിയിൽ പോയി ഡാക്കട്ടരായി വന്നില്ലേ?"

പക്ഷേ,

കേശവനു ജീവിക്കാൻ ഇരുപത്തൊന്നു തെങ്ങിൻതലകളേ ഉള്ളൂ; നാണു വൈദ്യരുടെ പുരയിടം...

അവരുടെ വീട്ടിൽനിന്നു മൂന്നാമത്തേതായിരുന്നു. പിന്നീട് ഇടയിലുള്ള രണ്ടെണ്ണവും വൈദ്യർ തീറുവാങ്ങി. തുറന്ന മുറികൾ നിറഞ്ഞ ഒരെടുപ്പു പണി ചെയ്തു. വൈദ്യശാല. അതിന്റെ ചുവരിൽ ചായംതേച്ചൊരു പലകയിൽ 'പീപ്പിൾസ് നഴ്സിങ്ങ് ഹോം...' എന്നാണ് എഴുതിയിട്ടുള്ളതെന്നു കുഞ്ഞിയമ്മയ്ക്കറിയില്ല. അവർ പലപ്പോഴും വൈദ്യശാലയിലേക്കു നോക്കി നില്ക്കും: "വൈദ്യരുടെ മകൻ പഠിച്ചുപഠിച്ച് മദിരാശിയിൽ പോയി ഡാക്കട്ടരായി വന്നില്ലേ?"

ഒരിക്കൽ അമ്മ മകനോടു ചോദിച്ചു:

"മോൻ പഠിക്കണതും വൈദ്യല്ലേ?"

"ഊങ്ങ്ഹ്."

"എന്താ മോനേ?"

കുഞ്ഞിയമ്മ വൈദ്യശാലയിലേക്കു നോക്കി ചിറി നുണഞ്ഞു!

"അതു നോക്കണ്ട അമ്മേ. അറവുകാരനു കരള് എന്ന ഞായമാ അവിടെ. അവിടത്തെ ജോലി കൊലയാ. പ്രതിഫലം വാങ്ങുന്നതോ? എന്താ നോക്കണേ? ദക്ഷിണയാണെന്നാ വിചാരിക്ക്ണ്? ഊങ്ങ്ഹ്, പ്രോനോട്ടും പണയാധാരവും. ഞാൻ വൈദ്യം പഠിച്ചാ, അതൊന്നും നമ്മൾക്കു നടക്കില്ല."

"പിന്നല്ലേ? കൊന്നിട്ടാ ഇക്കണ്ട പണം സമ്പാദിക്ക്ണ്? ചികിത്സിച്ചിട്ടല്ലേ?"

"ശരിയാ." മകൻ സമ്മതിച്ചു. "നാണുവൈദ്യരുടെ ആ മകനില്ലേ, മദിരാശി ഡാക്ടർ സത്യപാലൻ. അയാൾ 'ആയമ്മപ്പണി'യിൽ കേമനാണത്രേ. പോയേടത്ത് ഏതു തള്ളയും കുട്ടിയുമാ ജീവിച്ചത്? അമ്മ കേട്ടില്ലേ? മയക്കുമരുന്നു കൊടുത്തത് ഏറ്റിയിട്ടു ചത്തു രണ്ടെണ്ണം. പിള്ളയെടുക്കുന്നതോടെ പണ്ടം കൂടെ വലിച്ചു പുറത്തിട്ടു വേറൊരിടത്ത്. നാടിന്റെ മാഹാത്മ്യം! അല്ലെങ്കിൽ പോയേടത്തുനിന്നു തല്ലുംകൊണ്ടേ പോരൂ."

"അങ്ങനാ!" അമ്മ തറച്ചുപോയി. അവൻ പിന്നേയും വൈദ്യരെക്കുറിച്ചു സംസാരിച്ചു. അവിടെ വരുന്ന രോഗികളോടെല്ലാം ക്ഷയത്തിന്റെ ലാഞ്ചനയുണ്ടെന്നു പറയുകയും, ആരാനും മരിച്ചാൽ ഹാർട്ട്ഫേലിയ'റായിരുന്നുവെന്നു സമർത്ഥിക്കുകയും ചെയ്യുന്ന സമ്പ്രദായത്തെക്കുറിച്ചും സംസാരിച്ചു.

"മോൻ വൈദ്യംതന്നെ പടിച്ചോ." അപ്പോഴും അമ്മ പറകയാണ്.

"എന്നിട്ടെന്തിനാ?"

"അച്ഛനും കൊറെയൊക്കെ നിശ്ശണ്ടാർന്നു. അപ്പോ, നെനക്കും പഠിക്കാം. ഉമ്മറത്തിര്ന്നാ നാലു കാശ് കിട്ടേം ചെയ്യില്ലേ?"

നാണുവൈദ്യർ കേശവനോടും പയറ്റുകയുണ്ടായി. അടുത്ത കൊല്ലത്തിൽ എൻട്രൻസ് പരീക്ഷയ്ക്കു ചേരണമെന്നുണ്ട്. ഒരു കൊല്ലമല്ലേ? അതെങ്ങനെയെങ്കിലും ഉന്തിനീക്കാം - ഇതൊക്കെയാണ് കേശവൻ പറഞ്ഞത്.

"പിന്ന്യോ?" വൈദ്യർക്കറിയണം.

"ഒന്നും തീർച്ചയാക്കിയിട്ടില്ല."

വൈദ്യർ തുടർന്നു:

"പഠിക്കയാണെങ്കിൽ സാഹിത്യശിരോമണിതന്നെ പാസ്സാവണം. തനി സംസ്കൃതമല്ലേ? സംസ്കൃതവിദ്വാൻ! അതാർക്കുവേണം! മലയാളോം കൂടെ പഠിക്കണമെന്ന്! അതല്ല, പഠിക്കുന്നില്ലെങ്കിൽ - ആ, ഊങ്ങ് - വിഷമിക്കരുതേ. ഞങ്ങൾ - ഞങ്ങളൊക്കെ ഇവിടെയുണ്ട്, കേട്ടോ."

"ഓ, അതെനിക്കു മുമ്പേതന്നെ അറിയാം. അത്യാവശ്യമൊന്നും വരാത്തതുകൊണ്ടാണ് അവിടെ വന്ന് ഉപദ്രവിക്കാത്തത്."

"വന്നോളൂ, വന്നോളൂ. അതൊരുപദ്രവമല്ല. കേട്ടോ, കേശവാ. അല്ല- ആ- അതിനിടയ്ക്ക് ഒന്നു ചോദിക്കട്ടെ, ആ സ്ഥലത്തിന്മേൽ ഇടപാട് ഒന്നും?-"

"എന്തിടപാട്?"

"ഒന്നുമില്ലല്ലോ എന്നു ചോദിയ്ക്കേ."

കേശവൻ അടുത്ത കൊല്ലത്തേക്കുള്ള പാഠപുസ്തകങ്ങൾ അന്വേഷിക്കാൻ തുടങ്ങി. ആയിടയ്ക്കാണ് കൊടുങ്കാറ്റു വീശിയത്. അവൻ മറ്റൊരു സഹപാഠിയോട് ശാകുന്തളത്തിന്റെ നോട്ട് വായ്പ വാങ്ങാൻ പോയി മടങ്ങുമ്പോൾത്തന്നെ പുതുമഴയുടെ ലക്ഷണങ്ങൾ ഉണ്ടായിരുന്നു. ഒരു കുട വാങ്ങേണ്ടിയിരിക്കുന്നു. അമ്മയോടു ചോദിച്ചാ പണം കിട്ടുമോ? എങ്ങനെ കിട്ടാനാണ്?... ഓരോന്നാലോചിച്ചുകൊണ്ട് അവൻ നടന്നു. സന്ധ്യയായപ്പോൾ കുന്നിൻപുറത്തെത്തി. ചക്രവാളം ഇരുണ്ടിരുന്നു. കാർമേഘങ്ങൾ അടർന്നുവീഴുമെന്നു തോന്നി. വെള്ളം കിനിയുന്ന കാറ്റടിക്കുന്നുണ്ടായിരുന്നു. അവൻ മുറുകി നടന്നു. പറങ്കിമാവുകൾ ആഞ്ഞുലയുന്ന ഇരമ്പൽ കേട്ടു. തിരിഞ്ഞു നോക്കിയപ്പോൾ, പുല്ലും പൊടിയും ചവറും ഉയരെപ്പറക്കുന്നു. അമ്മ പേടിക്കുമല്ലോ!...

അവർ ഉണ്ണാനിരുന്നപ്പോൾ ചിമ്മിനി കെട്ടു. വീണ്ടും കത്തിച്ചു. വീണ്ടും വീണ്ടും കെട്ടു. പുറത്ത് ഇരമ്പവും തെങ്ങിൻപട്ടകൾ തമ്മിലുരസുന്ന ശബ്ദവും കേൾക്കാമായിരുന്നു. അവൻ ഉമ്മറത്തു വന്നെത്തിനോക്കി. മണൽ അടിച്ചുകയറുന്നു. കണ്ണും ചെകിടുമടച്ച്, ആകാശത്തേക്കു കടന്ന്, വാതിൽ കൊട്ടിയടച്ചു. വിളക്കു കത്തിക്കാൻ കഴിഞ്ഞില്ല. ചുമരിനു മീതേ കൂടി കാറ്റു ചീറ്റുകയാണ്.

സമുദ്രം ഭൂഗോളത്തെ വിഴുങ്ങിക്കൊണ്ട് ഇരച്ചുകയറുന്നുവെന്നും കുന്നും മലകളും തകർന്നു കുത്തിയൊലിച്ചു തങ്ങളെ മൂടിക്കളയുമെന്നും തോന്നി. സൗരയൂഥം പൊട്ടിത്തെറിക്കയാണോ എന്നു സംശയിക്കത്തക്ക ചീറ്റലും അലർച്ചകളും.

അമ്മയും മകനും ഇരുന്നു വിറച്ചു. അവർ മുഖത്തോടുമുഖം നോക്കി: ആദ്യം മരിക്കുന്നത് ആരെന്ന് അറിയാനെന്നപോലെ.

പുരയുടെ മേൽക്കൂര ഇളകിവിറച്ചു. സീൽക്കാരത്തോടെ വന്നലയ്ക്കുന്ന കാറ്റേറ്റു പൊന്തിപ്പറക്കുന്ന ഓലപ്പടികളിൽക്കൂടെ ചരലേറുപോലുള്ള മഴ. ചുമരിന്റെ കോടിക്കല്ലുകൾ ഞെരിഞ്ഞു മണ്ണിൻകട്ടകൾ ഉതിരുന്നു. ഇടവട്ടം കാണെക്കാണേ കോടിയിൽനിന്നു നീങ്ങുകയാണ്.

"മേൽപ്പുര മറിഞ്ഞുവീഴുമോ?" അവർ ഓർക്കുകയാണ്. "ഇവിടന്ന് ഓടിപ്പോയാലോ?"

എങ്ങനെ പോകും? വാതിൽ തുറന്നാൽ കാറ്റു പറപ്പിച്ചുകളയും. പുരപ്പുറത്തു പലേ വീഴ്ചകളും കേൾക്കാമായിരുന്നു. ഞെരിച്ചലും അമർച്ചയും നടക്കുന്നുണ്ട്. തെങ്ങുകൾ വട്ടനെ പൊട്ടുന്ന ശബ്ദം, മുളങ്കൂട്ടങ്ങളുടെ അട്ടഹാസങ്ങൾ... പുറത്തു കടന്നാൽത്തന്നെ എങ്ങനെയാണു രക്ഷപ്പെടുക?

അപ്പോൾ അവർ വിചാരിച്ചത്, ഈ ഭൂമുഖത്തു തങ്ങൾ രണ്ടാൾ മാത്രമേ ശേഷിപ്പുള്ളൂവെന്നാണ്. തെങ്ങും പനയും മാവും മരങ്ങളും വീണ് എല്ലാ വീടുകളും തകർന്നമ്പിയിരിക്കും. ആളുകളെല്ലാം ചതഞ്ഞരഞ്ഞിരിക്കും. കടലാണെങ്കിൽ ആർത്തുവിളിച്ച് അടുത്തെത്തിയിട്ടുമുണ്ട്. പ്രളയമാണോ?

അങ്ങനെ നേരം വെളുപ്പിച്ചുകൂട്ടി. വാതിൽ തുറന്നു.

കിഴക്കേത്താഴ്‌വാരം തകർത്ത്, ചുമരിനോടുചാരി, രണ്ടു തെങ്ങുകൾ - തലങ്ങും വിലങ്ങും - ഉമ്മറത്തു വീണമർന്നിരിക്കുന്നു. ഓരോ കോടിയിലും നിന്നിരുന്ന രണ്ടെണ്ണം.

അവ അല്പംകൂടി പടിഞ്ഞാട്ടു നീങ്ങിയാണു വീണിരുന്നതെങ്കിൽ!

കുഞ്ഞിയമ്മ 'ദൈവകാർന്നമ്മാരി'ൽ ലയിച്ചു നെറ്റിയിൽ തല്ലി.

തൈത്തെങ്ങുകൾക്കൊന്നിനും തലയില്ല. കണ്ണാടി പൊട്ടി എല്ലാം നിലം പൊത്തിയിരിക്കുന്നു. ശേഷിച്ചവയുടെ പട്ടകൾ ഒടിഞ്ഞുതൂങ്ങി; തൂങ്ങിച്ചത്ത കന്യകയുടെ അഴിഞ്ഞുലഞ്ഞ കാർകൂന്തൽപോലെ. പൂക്കുലകൾ പൊട്ടിച്ചിതറി മണലോടു ചേർന്നിരിക്കുന്നു.

അമ്മ മകന്റെ മുഖത്തേക്കു നോക്കി. മകൻ അമ്മയുടെ മുഖത്തേക്കും നോക്കി.

"മോനേ!"

"എന്തേ?"

"ഞ്ഞി എന്താ ചെയ്യാ?"

നിശ്ശബ്ദത— നെടുവീർപ്പുകൾ...

കുഞ്ഞിയമ്മ വീണുകിടക്കുന്ന നാളികേരം പെറുക്കാൻ പോയി. തലേന്നു വിരിഞ്ഞ മെച്ചിങ്ങ മുതൽ വരുന്ന മാസത്തിൽ വെട്ടാനുള്ളതു വരെ നിലത്തു ചിന്നിച്ചിതറിക്കിടക്കയാണ്.

കേശവൻ വെട്ടുകത്തിയും മഴുവുമെടുത്തു കോലായിലെ തെങ്ങുകൾ മുറിച്ചുനീക്കാൻ തുടങ്ങി. ഓരോ വെട്ടും തന്റെ ജീവനിൽ കൊള്ളുന്നപോലെ!

അപ്പോഴാണ് നാണുവൈദ്യർ വടിയും തലപ്പാവുമായി അതിലേ ഒന്നയഞ്ഞു നടക്കാനിറങ്ങിയത്.

"എന്താ തള്ളേ, അപായമൊന്നും-?" അയാൾ വിളിച്ചുചോദിച്ചപ്പോൾ പതിവുപോലെ പകുതിയിൽ നിർത്തി.

"ദൈവത്തിന്റേം മൺമറഞ്ഞ കാർന്നോമ്മാര്ടേം നിങ്ങടേക്കെ മനസ്സുണ്ടായിട്ട്-" കുഞ്ഞിയമ്മ തുടങ്ങുന്നേയുള്ളൂ.

"ഒന്നൂല്യ." കേശവൻ പറഞ്ഞുകഴിഞ്ഞു.

"ആൾസഹായമോ-?" വൈദ്യർ ചോദിച്ചുതീർന്നില്ല.

"ഒന്നും വേണ്ട. ദയ ഉണ്ടായിരുന്നാൽ മതി." കേശവൻ ഇടയിൽ കടന്ന് ഉത്തരം പറഞ്ഞു.

വൈദ്യർ ഞെളിഞ്ഞു ഞെളിഞ്ഞു മുമ്പോട്ടുനീങ്ങി. കേശവൻ പിറുപിറുക്കുന്നുണ്ടായിരുന്നു. "ആൾസഹായമോ-? പിന്നെ എന്താണാവോ?"

"അമ്മേ!" കേശവൻ വിളിച്ചു.

"മോനേ!"

"കുറച്ചു പണം സഹായിക്കാൻ പറഞ്ഞാലെന്താ?"

"ഇപ്പമ്മക്കെന്തിനാ? നമ്മടെ കഷ്ടപ്പാടു വരണല്ലേള്ളോ?"

"അയാൾക്ക് ഈ ഇരുപത്തൊന്നു തെങ്ങിന്റെ സ്ഥലം കിട്ടാൻ

അത്രയ്ക്കു പൊരിച്ചലുണ്ട്. വൈദ്യശാലയിൽ താമസിക്കുന്നവർക്കു കക്കൂസ് പണിയാൻ ഇവിടെ മാത്രമേ സൗകര്യമുള്ളൂ എന്നു കേട്ടു."

"എന്തു പണിയാൻ?"

കേശവൻ വിവരിച്ചുകൊടുത്തു.

"നിന്റച്ഛൻ ചേർന്ന മണ്ണിലോ?" കുഞ്ഞിയമ്മയ്ക്കു തന്നത്താനൊരു കലി.

കേശവൻ മെലിയാൻ തുടങ്ങി. കീഴോട്ടു നോക്കിക്കൊണ്ടാണ് അവൻ സ്കൂളിലേക്കു പോവുക. ക്ലാസിൽ തല ഉയർത്തുകയില്ല. എപ്പോഴും എങ്ങോ തീക്ഷ്ണമായി നോക്കിക്കൊണ്ടിരിക്കുക - ഒരു ലക്ഷ്യവുമില്ലാതെ. അതായി അവന്റെ പതിവ്.

"എന്താ ഒരു വിഷാദം?" സഹപാഠികൾ ചോദിച്ചു.

"ഊം."

"എന്താത്?"

ആ ഇരുപത്തൊന്നു തെങ്ങുകളിൽ പതിനൊന്നെണ്ണം പൊട്ടിവീണു. ശേഷിച്ചവയ്ക്കു പൂക്കുലയില്ല. പിന്നെ നേരെചൊവ്വെ കഞ്ഞി എങ്ങനെ കുടിക്കും? അരയണയുടെ മുതിര വറുത്തിടിച്ചു തിളപ്പിച്ചാണ് അമ്മയും മകനും ചിലപ്പോൾ രാവും പകലും കഴിക്കുക. അതെങ്ങനെ അവരോടു പറയും?

കൂനിന്മേൽ കുരു!

"മോനേ!"

"എന്തേ?"

"ഇങ്ങനെ ഇരുന്നാ പറ്റ്വോ? അമ്മ കൊയ്യാൻ പോട്ടേ? അന്നോളം അവന്റെ അമ്മ ആരാന്റെ കൂലിവേല ചെയ്തിട്ടില്ല. ഒട്ടേറെ കൂലിക്കാർക്കു വെച്ചുവിളമ്പിയതാണ് അവരുടെ കൈ. ഈ സംഗതികളെല്ലാം അമ്മയുടെ മുഖത്തുനിന്നുതന്നെ കേശവൻ അറിഞ്ഞിട്ടുള്ളതാണ്. എന്നിട്ടോ? അമ്പത്തിരണ്ടാമത്തെ വയസ്സിൽ കൊയ്യാൻ പോകട്ടെ എന്ന് അവർ അവ നോടു ചോദിക്കുന്നു; അതും അവനെ വളർത്താൻ! പതിനെട്ടായി വയസ്സ്. എന്നിട്ടും മുലകുടി മാറാത്ത കുഞ്ഞിനെപ്പോലെ അമ്മയുടെ തോളിൽ പിടിച്ചു തൂങ്ങുകയാണ്!

അവൻ കരഞ്ഞു. അവന്റെ അമ്മയും കരഞ്ഞു.

അമ്മ അവന്റെ നെഞ്ചിൽ മുഴച്ചുനില്ക്കുന്ന കൂട്ടെല്ലിൽ തലോടി. തൊണ്ടയിടറിക്കൊണ്ട് അവർ തന്നത്താൻ പറഞ്ഞു:

"എന്തു പന്ത്യായീന്റെ മോൻ! ഓന്റെ ദാഹം തീർന്നു കുടിക്കാല്യാണ്ടല്ലേ?"

കണ്ണീരും കരച്ചിലും.

ഒടുവിൽ കൊയ്യാൻ പോകതന്നെ എന്നു തീർച്ചയാക്കി.

അവരെ ആരാണ് പണിക്കു വിളിക്കാൻ? അമ്മ തന്നെ സ്നേഹമുള്ളവരോടു പറകയായി: "ന്നേം കൊയ്യാൻ വിളിക്കണെന്നു പറേണട്ടോ."

അമ്മ കൊയ്തു. മകൻ കറ്റ കെട്ടി. മുമ്മൂന്നു ചുരുട്ട് വാഴവള്ളിയിൽ കെട്ടി അവൻ തലയിൽ ചുമന്നു. അവനെ നോക്കി കണ്ടത്തിലും കളത്തിലും ഉള്ളവർ നെടുവീർപ്പിട്ടു: "പൊസ്സകവും പേനസ്സലും മാത്രം കണ്ട കുട്ടി യല്ലേ?"

മെതിച്ചു കിട്ടിയ പതമ്പു പുഴുങ്ങി വറുത്തുകുത്തി പാതിര കഴിഞ്ഞ പ്പോൾ അവർ അത്താഴമുണ്ട് ഉറങ്ങാൻ കിടന്നു.

"മോനേ!"

"എന്തേ?"

"ഇന്ന് നമ്മള് പോയില്ലെങ്കി അത്താഴം ഉണ്ണാൻ പറ്റ്യേര്ന്നോ?"

ആയിടയ്ക്കാണ് ഡോക്ടർ സത്യപാലന്റെ കല്യാണം കെങ്കേമമായി നടന്നത്. അവരുടെ വീട്ടിൽ പ്രത്യേക ക്ഷണമുണ്ടായിരുന്നു. അമ്മയും മകനും തലേന്നാൾതന്നെ ചെല്ലണം!

കേശവൻ പറഞ്ഞു, അമ്മ മാത്രം പോയാൽ മതിയെന്ന്. അവൻ തലേ ന്നാൾതന്നെ പോകണമെന്ന് അമ്മയും. കേശവൻ പറഞ്ഞു, ഞാൻ തലേ ന്നാളുമില്ല പിറ്റന്നാളുമില്ല എന്ന്. മകന്റെ വാശി മൂത്തപ്പോൾ അമ്മ പറ യാണ്:

"ഒരു പള്ള ചോറുകിട്ടുന്നതു കളേല്ലടാ, മോനേ."

തലേന്നാൾതന്നെ കേശവൻ കല്യാണവീട്ടിൽ പോയി. നാണുവൈദ്യർ അവനെ സോപചാരം സ്വീകരിച്ചു. ദേഹണ്ഡക്കാർക്കു പരിചയപ്പെടുത്തി.

ഒന്നാംകറി, സാമ്പാറ്, ഓലൻ, അവീല് - ഒരുനൂറുകൂട്ടത്തിനുള്ള കഷണങ്ങൾ നുറുക്കാൻ കിടക്കുന്നു. പിന്നേയുമുണ്ട് പത്തുപതിനാലു ചെറുപ്പക്കാർ. അവനും കൂട്ടത്തിൽ കൂടി. കറിക്കു നുറുക്കിത്തീർന്നപ്പോൾ അവൻ ടീപ്പാർട്ടിക്കുവേണ്ട ഗ്ലാസുകൾ കഴുകി അടുക്കിവെച്ചു. കുപ്പായങ്ങൾ ഇസ്തിരിയിടാൻ പങ്കുകൂടി.

വേറെ ഒരു വിശേഷം:

താലികെട്ടുകഴിഞ്ഞാൽ പാടാനുള്ള ഒരു 'മംഗളഗാനം' വേണം. മംഗള പത്രം വേണ്ടെന്നു മുമ്പേ തീർച്ചയാക്കിയതാണ്. ഒരു പാട്ടുമതി. രണ്ടു കുട്ടി കൾ പന്തലിൽ അതങ്ങു പാടിയാൽ അസ്സലായി. പാട്ടൊന്നു വേണ്ടേ? ആരാ ണെഴുതുക? കേശവൻ!... അവർ പുതുമയുള്ള ഒരു ഹിന്ദി ട്യൂൺ തിര ഞ്ഞെടുത്തു പാട്ടെഴുതാൻ കേശവനെ ഏല്പിച്ചു. കേശവൻ പാട്ടെഴുതി. ഉറക്കത്തിൽനിന്നു വിളിച്ചുണർത്തിയ രണ്ടു കൊച്ചു പെൺകുട്ടികളെ പഠിപ്പിക്കുകയും ചെയ്തു.

അവൻ ഉറങ്ങാനുള്ള വട്ടമായിരുന്നു. അപ്പോഴാണ് സത്യപാലൻ അവനെ അന്വേഷിച്ചു വന്നത്.

"കേശവൻ കാലത്തെ കല്യാണത്തിന്നു പുറപ്പെടണം, കേട്ടോ." അതും പറഞ്ഞ് അയാൾ പോയി. അവൻ അമ്പരന്നു. ഡോക്ടറുടെ കല്യാണത്തിന് അവനും പുറപ്പെട്ടുപോകണമെന്നോ? ആ പാട്ടിന്റെ കാര്യമാണെങ്കിൽ കുട്ടി കളെ പഠിപ്പിച്ചുകഴിഞ്ഞു. പിന്നെന്തിനാണ് കേശവൻ? അതും മണവാളൻ തന്നെയാണ് ആവശ്യപ്പെട്ടത്. അവർ തമ്മിൽ മുഖപരിചയത്തിൽ

കൂടുതലായി ഒരടുപ്പവുമില്ല. ഇതെല്ലാമോർത്ത് കേശവൻ ഉറങ്ങാതെ കിടന്നു.

അപ്പോൾ ആരോ കുശുകുശുക്കുന്നു. കേശവൻ ചെവിയോർത്തു. മണവാളന്റെ പെട്ടി ചുമക്കുന്നതിനെക്കുറിച്ചാണു സംസാരിക്കുന്നത്, സത്യപാലനും നാണു വൈദ്യരും.

"അതിനു കേശവൻ പോരുന്നുണ്ട്." സത്യപാലൻ തീർത്തുപറഞ്ഞു.

"ങ്ഹേ!" കേശവൻ ഞെട്ടിപ്പോയി. അവൻ പെട്ടി ചുമക്കാൻ പോകുന്നുണ്ടെന്ന്!

പുലരുംമുമ്പു വീട്ടിൽ ചെന്ന് അമ്മയെ വിളിച്ചുണർത്തി.

"അമ്മേ!"

"മോനേ!"

"എനിക്ക്-"

"ഹെന്തേ?"

"തലവേദന."

അമ്മ കല്യാണത്തിനു പോയി. മകൻ പഠിക്കാനും. സ്കൂളിൽനിന്നു വന്ന മകന്റെ വാടി മുഖം കണ്ടപ്പോൾ, അമ്മയ്ക്ക് ഉണ്ടതെല്ലാമങ്ങു ദഹിച്ചു. പഠിത്തം കളയാതിരിക്കാനല്ലേ, അവൻ തലവേദനയാണെന്നു കളവു പറഞ്ഞത്.

"എന്തിനാണ്ടാ മോനേ നീയിങ്ങനെ വെഷമിക്കണ്?"

"ഊം?"

"നമ്മടെ യോകല്ലേ? മോൻ മതി പഠിച്ചത്. ഞ്ഞി വൈശ്യാലേല് നിന്നോ. അവിടന്നു വൈത്യം പടിക്കേം ശെയ്യാം. എന്നു തൊടങ്ങീതാ വൈത്യര്-?"

"ഉം?"

"മനസ്സിലായില്ലേ?..."

"ഊം."

"ഏ?"

"ഞാൻ അതിനാ പഠിച്ചെന്നാ അമ്മ വിചാരിക്കുന്നത്?"

"കുടിച്ചു കെടന്നൂടടാ, മോനേ? എന്തു പന്ത്യായ് നിയ്യ്?"

കുറെ നേരത്തേക്ക് അവർക്ക് ഒച്ച പൊന്തിയില്ല. ശബ്ദം എക്കിട്ടമായി പുറത്തുവന്നുകൊണ്ടിരുന്നു. ഒട്ടു സ്വാസ്ഥ്യം കിട്ടിയപ്പോൾ അവർ തുടർന്നു:

"നിന്റെ ദാഹത്തിന്നു കഞ്ഞി തരാൻ അമ്മക്കിഞ്ഞി സാതിക്കില്യാട്ടാ മോനേ."

"എന്താ ചെയ്യ്വാ?" കേശവൻ പതുക്കെ പറഞ്ഞു: "കഷ്ടപ്പെടേണ്ടന്നു കഷ്ടപ്പെടണം. അമ്മ എനിക്കുവേണ്ടി നരകിക്കുന്നത് ഓർക്കാതെയല്ല ഞാൻ പഠിക്കാൻ നടക്കുന്നത്. പഠിപ്പു നിർത്താൻ തോന്നണ്ടേ? അമ്മ... അല്ല..."

അവന്റെ തൊണ്ടയിടറി.

"മോനേ!"

"എന്താ നിയ്യ് മിണ്ടാത്ത്?"

"ഞാൻ പട്ടാളത്തി പൊയ്ക്കോളാം."

"ഹേ...! ന്നാപ്പിന്നെ അമ്മേക്കാണാൻ മോൻ മടങ്ങണ്ട. ഞാൻ കെട്ടി ത്തൂങ്ങും. ഞാൻ ചത്താ ന്റെ മോൻ എങ്ങോട്ടാണെങ്കി പൊക്കോ. ഇപ്പോ വൈശ്യാലേലു നിക്ക്. അമ്മയ്ക്കു കണ്ടിരിക്കാം. നാലുകാശ് കിട്ടേം ശെയ്യും."

"കാശ്! എവിടന്നാ?"

"സോക്കേടാര് തര്ല്യേ?"

"അതൊക്കെ ഉഴിയാനും കിഴിവെക്കാനും വരുന്നോർക്കല്ലേ?"

"വൈദ്യർടെ മോന്റേകൂടെ പോയാ?"

"അപ്പോൾ ഞാൻ അവന്റെ പെട്ടിക്കാരനാവണമെന്നാണ് അമ്മയും പറയുന്നത്?"

"കുടിച്ചു കെടന്നൂടടാ മോനേ?"

"ഞാൻ പോകണമെന്നാ?"

"നമ്മട സിതി നെനക്കറിഞ്ഞൂടെ?"

"അമ്മയ്ക്കു കയറു പിരിക്കാൻ അറിയോ?"

"ഉം."

"ഒരുമാറ് ഒന്നാംതരം ഇങ്ങു പിരിച്ചു തരണം."

"എന്തിന്?- എന്തിനാ മോനേ, നെനക്കു കയറ്?"

"ആരാന്റെ എച്ചിലില കാത്തുനില്ക്കേണ്ടിവരുന്നന്നു തൂങ്ങി ച്ചാകാൻ..."

"എന്താണ്ടാ മോനേ നീയിങ്ങനെ പരുവം പറേണ്? നിന്നെ കിട്ടിയാ നന്നൂന്ന് വൈത്യര് പറഞ്ഞൂടാ. നെനക്കും സുകായീന്നല്ലേന്റെ പോത്യം. അമ്മേ വിശാരിച്ചു മോൻ വെസനിക്കണ്ട. അമ്മ മോന്നുവേണ്ടി ചാവാനാ."

അമ്മയോടു പറഞ്ഞതു കുറെ കടന്നുപോയെന്ന് അവനു തോന്നി. അവർ കണ്ണീർ തുടയ്ക്കയാണ്. അതു കണ്ടപ്പോൾ കരൾ പൊട്ടുന്നതു പോലെ തോന്നി. നെടുവീർപ്പുകൾക്കുശേഷം അവൻ അമ്മയെ സമാധാ നിപ്പിക്കാൻ ശ്രമിച്ചു.

വൈദ്യശാലയിൽ നിന്നിരുന്ന രണ്ടുപേർക്കു ക്ഷയം പിടിച്ചുവെന്നും അവർക്ക് ഒരു മുക്കാലിന്റെ മരുന്നുപോലും വൈദ്യരോ ഡോക്ടരോ കൊടു ക്കുന്നില്ലെന്നും അവൻ പറഞ്ഞു. ക്ഷയം പകരുന്നതിന്റെ ഭയങ്കരതയെ ക്കുറിച്ച് ഒരു പ്രസംഗം തന്നെ നടത്തി അവൻ അമ്മയെ ഭീഷണി പ്പെടുത്തി. അവസാനം കല്യാണത്തിന്റെ കഥ വിവരിച്ചത് ഇങ്ങനെ യാണ്:

"അമ്മയുടെ മകൻ എഴുതിയ പാട്ടുപാടുന്ന കല്യാണപ്പന്തലിൽ ആ മകൻതന്നെ മണവാളന്റെ പെട്ടിക്കാരനായി പോകണമെന്ന്! അതല്ലേ, അതല്ലേ തലവേദനയാണെന്നും പറഞ്ഞു ഞാൻ പോന്നത്. ഇനിയും

അവന്റെ പെട്ടി ചുമക്കണമെന്നാണോ അമ്മ പറയുന്നത്? ഞാൻ ചുമന്നോളാം. ഞാൻ പോത്തായി പിറന്നു. നുകം കൊള്ളാൻ എന്ത്നു മടിക്കണം?"

പിറ്റേന്നു സ്കൂളിൽനിന്നു വന്നപ്പോൾ വടക്കേ ഉമ്മറത്തു വെച്ചിട്ടുള്ള പുതിയ ഒരൊടിഞ്ഞി കേശവൻ കണ്ടു.

"എന്തിനാ ഒടിഞ്ഞി?" അവൻ അമ്മയോടു ചോദിച്ചു.

"അമ്മ നാളെ വൈദ്യരോടെ നടാൻ പോവ്വാ."

അവന്റെ അമ്മ കൂലിപ്പണിക്കു പോണു. അവനോ?

പിറ്റേന്നു കാലത്ത്:

"മോനേ!"

"എന്തേ?"

"കഞ്ഞി വെന്തിരിക്ക്ണ്ണ്ട്. പോവാറാമ്പോ മോൻ വെളമ്പിക്കുടിച്ചോ. മോൻ വരുമ്പോ അമ്മ വന്നിട്ടില്ല്യാച്ചാ വെള്ളം അടുപ്പത്തിട്ടു തീക്കത്തീച്ചോ. അരിയെടുക്കാൻ അമ്മ വരണ്ട്."

ഒടിഞ്ഞിയെടുത്തു തലയിൽ വെച്ചശേഷം അവർ യാത്രചോദിച്ചു:

"അമ്മ പോട്ടേ ട്ടോ."

കേശവൻ നെടുവീർപ്പിട്ടു. അമ്മയുടെ ദേഹമാകെ കരിവാളിച്ചിരിക്കുന്നു. മാംസം ഉണങ്ങിയ കൈകാലുകളിലെ ചുക്കിച്ചുളിഞ്ഞ തൊലി എല്ലിൽ കിടന്നാടുകയാണ്. അവനെ പത്തുമാസം ചുമന്ന ആ വയറ് ഉടുതുണിക്കുമീതെ മടക്കുമടക്കായി കിടക്കുന്നു.

"അമ്മ കഞ്ഞികുടിച്ചോ?"

തൊണ്ടയിടറിക്കൊണ്ട് അവൻ ചോദിച്ചു.

"മോൻ കുടിച്ചോ." അതേ അവർ പറഞ്ഞുള്ളൂ.

"അമ്മേ!"

അവൻ അമ്മയുടെ അടുത്തേക്കു ചെന്നു.

"എന്തേ?"

"അമ്മ കുടിച്ചിട്ടു ബാക്കിയുള്ളതു മതി എനിക്ക്."

"അമ്മയ്ക്ക് കഞ്ഞി അവിടെ കിട്ടും. മോൻ കുടിച്ചോളെ."

പടികടന്നപ്പോൾ അവർ തിരിഞ്ഞുനോക്കി.

"മോനേ!"

"എന്തേ?"

"അമ്മ പോട്ടേ ട്ടാ."

ഒടിഞ്ഞി തലയിൽവെച്ചിട്ടുള്ള ആ നടത്തം. അവർ ഇഴഞ്ഞിഴഞ്ഞു പോകുന്നോ, ചാഞ്ചാടുന്നോ, കാറ്റിൽ പറക്കുന്നോ... കേശവന് ഒന്നും തിരിയുന്നില്ല. കണ്ണുകൾ നിറഞ്ഞൊഴുകുകയാണ്. അവനു നില്ക്കാൻ വയ്യ... അവൻ മരംചാരി നിന്നു.

"ആവൂ!"

ശ്വാസം കിട്ടുന്നില്ല,

ഒരു തീപിടിച്ച മനുഷ്യനെപ്പോലെ അവൻ സ്കൂളിലേക്കു പോയി. ക്ലാസിൽ ചെന്നപാടെ പുസ്തകങ്ങൾ ഡസ്കിലെറിഞ്ഞ് അവൻ റീഡിങ്റൂമിലേക്കു പോയി. ഡസ്ക്കിന്മേൽ കാൽ കയറ്റിവെച്ച് അവൻ ചുവരിൽ ചാരിക്കിടന്നു... കണ്ണടച്ചു... ആരെല്ലാം അവിടെ വന്നോ എന്തോ! അവൻ കാണുന്നുണ്ട്. അവന്റെ അമ്മ ഒടിഞ്ഞി തലയിൽവെച്ച് ഇഴഞ്ഞു പോകുന്നോ, ചാഞ്ചാടുന്നോ, കാറ്റിൽ പറക്കുന്നോ... അവനൊന്നും തിരിയുന്നില്ല. അവന്റെ അമ്മ! അവന്റെ അമ്മയുടെ എണ്ണമറ്റ രൂപങ്ങൾ! അതോ, എല്ലിൽ തൂങ്ങിയ ചുക്കിച്ചുളിഞ്ഞ തൊലി ആടുന്ന ശരീരവും ഉടുതുണിക്കുമീതെ മടക്കുമടക്കായിക്കിടക്കുന്ന വയറുമുള്ള മറ്റമ്മമാരോ? അവരുടെ പീളയടിഞ്ഞു ചീഞ്ഞ കണ്ണുകളിൽ നിന്നു ധാരധാരയായി വാർന്നുപോകുന്ന കണ്ണീർ; അവരുടെ നെടുവീർപ്പുകൾ... എല്ലായിടത്തും അവർ മാത്രം...

ഉച്ചയിലെ ഇന്റർവെൽ സമയത്താവണം അവനു സ്വൈരക്കേടുണ്ടാകത്തക്കവണ്ണം ആ മുറിയിൽ ബഹളമുണ്ടായി. തന്റെ സഹപാഠികൾ വർത്തമാനം പറയുന്നത് അവൻ കേട്ടു. എന്താണവർ പറഞ്ഞതെന്ന് അവന് ഓർമ്മയില്ല. മിക്കവാറും ബോധം വന്നപ്പോൾ അവർ തന്റെ ചുറ്റും നില്ക്കുന്നത് അവൻ കണ്ടു. അപ്പോൾ, ഏതോ ഒരു ദിവസത്തെ പത്രമെടുത്തു മുഖം മറയ്ക്കുകയും കണ്ണുതുടയ്ക്കുകയും ചെയ്തു.

മിക്കവാറും ശാന്തനായിട്ടാണ് കേശവൻ വീട്ടിലേക്കു മടങ്ങിയത്. അമ്മ വന്നിട്ടില്ല. അവൻ അത്താഴത്തിനു വെള്ളം വെച്ചു തീ കത്തിക്കുവാൻ തുടങ്ങി.

വെള്ളം കാഞ്ഞു. അരിയെടുക്കാൻ അമ്മ വരുന്നില്ല.

അവൻ മുറ്റത്തിറങ്ങിനിന്നു പകച്ചുനോക്കാൻ തുടങ്ങി.

തീ കെട്ടു. വെള്ളം തണുത്തു. അരിയെടുക്കാൻ അമ്മ വരുന്നില്ല.

ഒരുതരം മഞ്ചൽമൂളക്കം കേൾക്കുന്നപോലെ... അവൻ പടിയിറങ്ങി. ചൂട്ടുകൾ വീശുന്ന വെളിച്ചം. തിക്കുംതിരക്കും...

പഴയ ചാക്കു മുളത്തണ്ടിൽ കെട്ടി ഞാത്തി, മഞ്ചലുണ്ടാക്കി, അവന്റെ അമ്മയെ തണ്ടിട്ടെടുത്തുകൊണ്ടു വരികയാണ്.

അവന്റെ അമ്മ!

“എന്തേന്റമ്മയ്ക്ക്?”

അവൻ അറിഞ്ഞു:

അമ്മ ഉച്ചക്കഞ്ഞി കുടിച്ചു മുട്ടിന്നുചേറുള്ള കണ്ടത്തിൽ നട്ടുകൊണ്ടിരിക്കവേ, തല ചുറ്റി, ഛർദ്ദിച്ചു, മറിഞ്ഞുവീണു...

വരമ്പത്തുണ്ടായിരുന്ന നാണുവൈദ്യർ നാഡി പരിശോധിച്ചശേഷം പറഞ്ഞു:

“ഓ! ഇതൊരുതരം വാതമാണ്.”

അല്ലേ? ■

നിലവിളക്ക്

ഒരേകാങ്കം എഴുതാമെന്നാണാലോചിച്ചത്. പീടികക്കോലായിൽവെച്ചു നടക്കുന്ന സംഭവമായതുകൊണ്ടു രംഗസംവിധാനത്തിനു സൗകര്യമുണ്ട്. ഓണക്കാലം. ഉൾനാട്ടിൽ തഴച്ച തെങ്ങിൻതോപ്പിൽ ഒരു പലചരക്കുപീടിക. ചെറുപ്പക്കാരനായ വിൽപനക്കാരൻ. വരാന്തയിൽ കുറച്ചാളുകൾ. അവരിൽ അന്നത്തെ പണിക്കൂലി വാങ്ങി ചില്ലാനം മേടിക്കാൻ വന്ന പണിക്കാരുണ്ട്. ഓണച്ചരക്കെടുക്കാനിറങ്ങിയ കാരണവരും ചുമട്ടുകാരനും ഉണ്ട്. ചുമട്ടുകാരന്റെ പേര് മാക്കുണ്ണി. വയസ്സ് മുപ്പത്-മുപ്പത്തിരണ്ട്. മാക്കുണ്ണിയുടെ അമ്മ അന്നത്തെ കൂലിക്കു ചില്ലാനം മേടിക്കാൻ വന്നിരിക്കുന്നു. പേര് മാളു. വയസ്സ് അമ്പത്-അമ്പത്തിനാല്. കാഴ്ചയിൽ കൂടുതൽ തോന്നും. പരവശമായ സ്വരൂപം. മെലിഞ്ഞ് എല്ലിച്ച്, ചുക്കിച്ചുളിഞ്ഞ് ചപ്രച്ച്... അവർ കോലായിൽ കുന്തിച്ചിരുന്ന് അകത്തേക്ക് എത്തിനോക്കുകയാണ്. കഴുത്തിൽ ഒരു മുഴയുള്ളതുകൊണ്ട് കിഴവിക്കു വർത്തമാനം പറയാൻ നന്നേ വിഷമമുണ്ട്. സംസാരിക്കുമ്പോൾ കരയുന്നതുപോലിരിക്കും. വാക്കിനു കഴുത്ത് ഇടത്തോട്ടും വലത്തോട്ടും വെട്ടിക്കും. നന്നേ ബുദ്ധിമുട്ടുള്ളതുകൊണ്ട് അവർ ചുരുക്കമായേ സംസാരിക്കാറുള്ളൂ.

തിരശ്ശീല ഉയരുമ്പോൾ ചെറുപ്പക്കാരനായ വിൽപ്പനക്കാരൻ ഗ്യാസ് ലൈറ്റ് കത്തിച്ചുതൂക്കുകയാകണം. (സമയത്തെക്കുറിച്ചുള്ള സൂചനയായി.) എന്നിട്ടു കാരണവർക്കുവേണ്ടി പൊതിഞ്ഞുവെച്ചിട്ടുള്ള മസാലകളും ശർക്കരയും ലിസ്റ്റനുസരിച്ച്, മാക്കുണ്ണി വിടർത്തിപ്പിടിച്ച ചാക്കിലേക്ക് ഇട്ടുകൊടുക്കുന്നു. ഓരോന്നിന്റേയും പേരും തൂക്കവും അളവും ഈണത്തിൽ പറയുന്നുണ്ട്. ഗ്യാസ് ലൈറ്റിന്റെ പുതുവെളിച്ചത്തിൽ ചെഞ്ചായമടിച്ച കൂറ്റൻ തുലാസ്, രക്തം കുടിച്ചിട്ടും ന്യായസ്ഥനാണെന്ന നാട്യത്തിൽ നെട്ടനെ സൂചി പിടിച്ചു തൂങ്ങിക്കിടക്കുന്നു. വെള്ളയടിച്ച ചുമരിൽ നിറഞ്ഞു വായ് തുറന്ന ചാക്കുകൾക്കുമീതെ, തട്ടിൽനിന്നും അഴിയെറിഞ്ഞു തൂക്കി നിർത്തിയ നിരമേൽ പഴകി നിറം മങ്ങിയ ഓട്ടുപാത്രങ്ങൾ ചുമരോടുചുമർ മീതേക്കുമീതെ നിരത്തിവെച്ചിട്ടുണ്ട്. പുറത്തു കട്ടിളയ്ക്കു മീതെ 'അളവും തൂക്കവും ചൊവ്വല്ലൂർപടിക്കു സമാനം' എന്നർത്ഥം വരുന്ന വിജ്ഞാപനം റോമൻ ലിപിയിൽ ഇംഗ്ലീഷിൽ ചോക്കുകൊണ്ട് എഴുതിവെച്ചിട്ടുണ്ട്.

കാരണവരുടെ ഓണച്ചരക്ക് എടുത്തുതീരുന്നില്ല. കൂലിക്കാർ തിരക്കുകൂട്ടുന്നു. വിയർപ്പും ചളിയും പറ്റിയ അവരുടെ നഗ്നമായ ശരീരത്തിൽ നിന്നു പുന്നെല്ലിന്റെയും വൈക്കോലിന്റെയും കുതിർന്ന വാട തണുക്കാൻ തുടങ്ങിയ വായുവിൽ ഉയരുന്നുണ്ടാകണം. അവരോടു മുട്ടിയുരുമ്മി നിൽക്കുന്ന കാരണവർ (നാറ്റംകൊണ്ട്) മുഖമുയർത്തി വക്രിച്ചു ശ്വാസം കഴിക്കുന്നു. തിരശ്ശീല ഉയരുമ്പോൾ രംഗത്തു ചലനമുണ്ട്. വരാന്തയിൽ ഒരു മരക്കിഴങ്ങുകച്ചവടക്കാരനെയും, വരാന്തയ്ക്കു വിലങ്ങനെ പീടികച്ചുമരോടു ചേർത്തു ചായ്ച്ചിറക്കിയ മക്കാനിയിൽ ഇരുണ്ട ചായപ്പീടികയും കാണിക്കാം. ചായക്കടയും മരക്കിഴങ്ങുകച്ചവടവും വരാന്തയുടെ കുറച്ചിട

തിക്കിയെടുത്തിട്ടുണ്ട്. വരാന്തയ്ക്കു വിലങ്ങനേയിട്ട അകത്തോട്ടു വളഞ്ഞ പഴയ നാലുകാലൻ ബഞ്ചിൽ തിരക്കു കുറഞ്ഞ കുറച്ചുപേർ ഇരിക്കുന്നു. രണ്ടോ മൂന്നോ ആകാം. അവരിൽ ഒരാൾ അവധിയിൽ വന്ന പട്ടാളക്കാരനാകാം. അവധി കഴിയുംമുമ്പെങ്കിലും വന്മീൻ കിട്ടുകയില്ലേ എന്ന് ആ ചെറുപ്പക്കാരൻ ഭയപ്പെടുന്നുണ്ട്. അവർ വന്മീൻകച്ചവടക്കാരനായ മരയ്ക്കാരെക്കുറിച്ചും കോളിളകിയ കടലിനെക്കുറിച്ചും സംസാരിക്കുകയാണ്. ഓണത്തിനു മീൻ ഇല്ലെങ്കിലും കഴിയാമെന്നുണ്ട്. ഹജ്ജ് പെരുന്നാളടുത്തതുകൊണ്ടു മീൻ ഉണ്ടായേ തീരൂ എന്നൊരാൾ ഉറപ്പുകൊടുക്കുകയാണ്. മുക്കുവർ വഞ്ചിയിറക്കിയെങ്കിൽ മരയ്ക്കാർ മീൻ കൊണ്ടുവരുമെന്നു മറ്റേയാൾ പട്ടാളക്കാരനെ സമാധാനിപ്പിക്കുന്നു. അയാളുടെ വായിൽ വെള്ളമൂറുകയും വന്മീൻ കിട്ടുംമുമ്പെ തിരിച്ചു പോകേണ്ടിവരുമോ എന്ന ഭയം മുഖത്തു നിഴൽപരത്തുകയും ചെയ്യുന്നു.

നാലുകാലൻ ബഞ്ചിന്മേൽ ഇരുന്നു മീൻ കറിയെക്കുറിച്ച് ആത്മാർത്ഥമായി സംസാരിക്കുന്ന ഈ ചെറുപ്പക്കാരൊഴികെ എല്ലാവർക്കും തിരക്കാണ്. പീടികക്കാരനു പതിവുകാരെ പിരിച്ചയയ്ക്കാനുള്ള തിരക്ക്. മാക്കുണ്ണിക്കു ചുമട് കാരണവരുടെ വീട്ടിലെത്തിച്ച് (കൂലി മുൻകൂർ വാങ്ങി അമ്മയെ ഏൽപ്പിച്ചിട്ടുണ്ട്.) കുളിച്ച് അൽപം കഞ്ചാവുചേർത്ത ഒരു ബീഡി വലിക്കണം. മാക്കുണ്ണിയുടെ അമ്മയ്ക്കു കുടിയിലെത്തി വെള്ളം കായ്ച്ച് അരിവെക്കണം. കാരണവർക്ക് കന്നിനു വൈക്കോൽ വെച്ചതു ശരിയായിട്ടുണ്ടോ എന്നു പോയി നോക്കണം..... എല്ലാവരും പീടികയുടെ അകത്തേക്ക് ഉറ്റുനോക്കുകയാണ്. അതുകൊണ്ടു നിലവിളക്കു താങ്ങിപ്പിടിച്ചു കോലായിൽ കയറിവന്ന നീലിയുമ്മയെ ആരും ശ്രദ്ധിക്കുന്നില്ല.

ഏകാങ്കം എഴുതുകയാണെങ്കിൽ ഇത്രയും കാര്യങ്ങൾ വളരെ എളുപ്പത്തിൽ എഴുതിപ്പിടിപ്പിക്കാം. ഇനിയങ്ങോട്ടാണ് കുഴപ്പം. നാടകീയമായ പൂർവ്വകഥ തലയെടുക്കുന്നു. സംഭാഷണത്തിലൂടെ നിർവ്വഹിക്കാമെന്നു വെയ്ക്കൂ, അതിനാണെങ്കിൽ ഇവിടെ അത്തരമൊരു കാര്യത്തെക്കുറിച്ച് ആരും മിണ്ടുന്നില്ല. നമ്മുടെ വകയായി സംഭാഷണം കുത്തിച്ചെലുത്തിയാൽത്തന്നെ തക്കതായ ഭാവപൂർത്തി ഉണ്ടാകുകയുമില്ല.

നീലിയുമ്മ മാക്കുണ്ണിയുടെ ഇളയമ്മയായിരുന്നു. മാളുത്തള്ളയുടെ അനിയത്തി, നീലി കാതുകുത്തി. തട്ടമിട്ടു. വന്മീൻകച്ചവടക്കാരനായ മരയ്ക്കാരെ കെട്ടി. പേരു പാത്തുമ്മ. കാതുകുത്തി തട്ടമിട്ടപ്പോൾ അവരെ നാട്ടുകാർ വിളിക്കുന്നത് നീലിയുമ്മ എന്നാണ്.

ഒരു സിനിമയ്ക്കു പോന്ന കഥയാണ്. നീലി എന്ന നാടൻപെണ്ണ് മരയ്ക്കാരെ സ്നേഹിക്കുന്നു. മരയ്ക്കാർ ഒറ്റപ്പെട്ട മീൻ കച്ചവടക്കാരനാണ്. വീട്ടുകാരും നാട്ടുകാരും വാളെടുക്കുന്നു. മരയ്ക്കാർ നീലിയുടെ കൂടെയാണ്. അത് പൊറുത്തുകൂടാ. പഞ്ചായത്തു വിളിച്ചുകൂട്ടുന്നു. നമ്മുടെ കാരണവർക്ക് നാൽപത്-നാൽപത്തിരണ്ടിന്റെ കാലമാണന്ന്. പഞ്ചായത്തിൽ മുൻകൈയുണ്ട്. അദ്ദേഹം നീലിയെ വിളിക്കുന്നു:

“നീലി!”

"ഊം."

"നിനക്കു ഞാൻ മതിയോ?"

"ഹില്ല."

പഞ്ചായത്തിന്നു വന്ന ഓരോ കുടുംബക്കാരനും അവളോടു ചോദിക്കുന്നു:

"നീലി!"

"ഊം."

"നിനക്കു ഞാൻ മതിയോ?"

"എനിക്ക് മരയ്ക്കാര് മതി."

നിലവിളക്കു മാറിൽ അടക്കിപ്പിടിച്ചു കോലായിൽ കയറുന്നതോടെ നീലിയുമ്മ കാണുന്നത്: ഇടത്ത് ഏടത്തി. വലത്ത് മാക്കുണ്ണി, കാരണവർ.

ഒറ്റയ്ക്കും തറ്റയ്ക്കും ഇവരെയെല്ലാം തട്ടമിട്ടതിനുശേഷവും നീലിയുമ്മ കാണാറുണ്ട്. ഇടവഴിയിലും ആൽത്തറയ്ക്കലും ചന്തയിലും കൂട്ടിമുട്ടാറുണ്ട്. നീലിയുമ്മയോട് ആരും മിണ്ടാറില്ല. നീലിയുമ്മ ആരോടും മിണ്ടുകയുമില്ല. വീട്ടിലും നാട്ടിലും നീലി മരിച്ചുകഴിഞ്ഞിരുന്നു. മരയ്ക്കാരുടെകൂടെ കാതു കുത്താൻ പോയതോടെ നീലിയുടെ ഇരിക്കപ്പതിനാറൂട്ടി. അന്നേക്കായി പട്ടയും കുറ്റിയും നാട്ടി പുല തളിച്ചു മാക്കുണ്ണിയെക്കൊണ്ടു പിണ്ഡ മെടുപ്പിച്ചു. നീലി മരിച്ചു!

നീലിയുമ്മയ്ക്കു നാട്ടിൽ നിന്നു പോകണമെന്നുണ്ടായിരുന്നു. മരയ്ക്കാർ സമ്മതിച്ചില്ല. ഇവിടത്തന്നെ കുടികിടക്കണം. നീലിയുമ്മ നാട്ടുകാർക്കിടയിൽ മരിച്ചു ജീവിച്ചു. പെറ്റുപെരുകി. മൂത്ത മകളെ കെട്ടിച്ചു. മകളെ കെട്ടിച്ചപ്പോൾ പരാധീനം ഏറി. നന്നേ പണച്ചെലവുവന്നു. കടപ്പാടുമായി. പെട്ടെന്നു പെട്ടെന്നു മുടി നരയ്ക്കുകയും ശരീരം എല്ലിക്കുകയും ചെയ്തു. തുണിയും തട്ടനും പഴയതായി, കീറിയതായി. എണ്ണയില്ലാത്ത ചപ്രച്ച തലമുടി പാറുന്ന ചുളിഞ്ഞ മുഖവും എരിയുന്ന കണ്ണുകളും. കാതു കുത്തുന്നതിന്നുമുമ്പു പച്ചകുത്തിയ നേരിയ ചന്ദ്രക്കല വേദനയുടെ മായാത്ത വടുപോലെ അവരുടെ നെറ്റിയിൽ ഇന്നും തെളിഞ്ഞുകിടന്നു. ഈ നീലിയുമ്മയാണ് നിലവിളക്കു താങ്ങിപ്പിടിച്ചു പീടികക്കോലായിലേക്കു കയറിവന്നത്. അവർ വളരെ നേരത്തേക്കു തറച്ചുനിൽക്കുകയും ഇടത്തോട്ടും വലത്തോട്ടും നോക്കുകയും ചെയ്തു.

ഇടത്ത് ഏടത്തി. വലത്ത് മാക്കുണ്ണി, കാരണവർ.

....നിനക്കു ഞാൻ മതിയോ?....അവർക്കു ശ്വാസംമുട്ടുന്നപോലുണ്ട്. ആ നശിച്ച മനുഷ്യനെക്കാണുമ്പോഴൊക്കെ അങ്ങനെയാണ്. അപ്പോഴൊക്കെ അവരുടെ കറുത്ത കടക്കണ്ണിൽ സ്ത്രീയുടെ നിരങ്കുശത്വം മിന്നിമറയും. ഇപ്പോൾ അവർക്ക് അയാളെ വിട്ടു മറ്റൊരിടത്തേക്കു ശ്രദ്ധവെയ്ക്കാൻവയ്യ. ഒരേ പൊക്കിൾക്കൊടിയിൽ നിന്നു മുറിഞ്ഞുപോന്ന ഏടത്തിയാണങ്ങേപ്പുറത്തിരുന്ന് എത്തിനോക്കുന്നത്. ശരീരം വിറകൊള്ളുന്നു. ഒരിക്കൽ കൊഴുത്തുരുണ്ടിരുന്ന ഈ കൈത്തണ്ടകളിൽ, ഇളംതോളിൽ തുളുമ്പിനിന്ന വടിവാർന്ന മടിത്തലത്തിൽ, അമർന്നമർന്നു കിടന്ന ഉണ്ണിയാണത്. ഉണങ്ങിത്തൂങ്ങിയ മുലക്കണ്ണിൽ ഉറുമ്പരിക്കുന്നപോലുണ്ട്.

മാക്കുണ്ണിയുടെ ചാക്കു നിറഞ്ഞു. പീടികക്കാരൻ കാരണവരുടെ ലിസ്റ്റിൽ വിലയിട്ടു കൂട്ടുകയാണ്. നേരം വൈകിയല്ലോ എന്നോർത്തു പൊറുതിമുട്ടിയ കൂലിക്കാർ തിരക്കുകൂട്ടുന്നുണ്ട്. നീലിയുമ്മ തറച്ചുനിൽക്കു കയും നെടുവീർപ്പിടുകയും ചെയ്തു. ഒടുവിൽ സഹികെട്ടിട്ടെന്നോണം അവർ ചെറുപ്പക്കാരനായ പീടികക്കാരനെ വിളിച്ചു: "മോനേ!"

പരവശപ്പെട്ടതുകൊണ്ടാകണം, അവരുടെ ശബ്ദം പതറിയിരുന്നു. മാക്കുണ്ണി ചാക്കിന്റെ വായ്ത്തല പിടിച്ചുകൊണ്ടു തിരിഞ്ഞുനോക്കിപ്പോയി: 'അമ്മ വിളിച്ചതുപോലുണ്ട്.'

"ഈ ബെളക്കൊന്നെടുക്കണം മോനെ."

കാരണവരും മാളുത്തള്ളയും നീലയുമ്മയുടെ നേരെ നോക്കി. തിരക്കിട്ടു നിന്ന കൂലിക്കാർ അനക്കമില്ലാതെ നോക്കി. എല്ലാവരും നിമിഷങ്ങളോളം മാറത്തടക്കിപ്പിടിച്ച നിലവിളക്കിലും ജീവസ്സറ്റ വിളർത്ത മുഖത്തും മാറി മാറി നോക്കി. ആരും ഉരിയാടിയില്ല. കൂലിക്കാർ മാളുത്തള്ളയേയും മാക്കുണ്ണി യേയും കാരണവരേയും മാറിമാറി നോക്കി. ബെഞ്ചിൽ ഇരുന്നു വർത്തമാനം പറഞ്ഞിരുന്ന ചെറുപ്പക്കാർപോലും മിഴിച്ചിരുന്നു മുഖത്തോടുമുഖം നോക്കി.

അവധിയിൽ വന്ന പട്ടാളക്കാരൻ വൻമീനിനെക്കുറിച്ചു മറന്നുകഴിഞ്ഞി രുന്നു. അയാളുടെ മുഖത്ത് കൗതുകവും വേദനയും നിഴലിട്ടു. ഇത്തരമൊരു കൂട്ടിമുട്ടലിനെക്കുറിച്ച് അയാൾ ഒരിക്കലും ഓർത്തിരിക്കില്ല. അയാളുടെ അച്ഛൻപോലും പഴയ പഞ്ചായത്തിൽ നീലിയോട് താൻ മതിയോ എന്നു ചോദിച്ചെന്നും അതിന്റെ പേരിൽ അയാളുടെ അമ്മ ദിവസങ്ങളോളം ഭക്ഷണം കഴിക്കാതെ പരാതിപ്പെട്ടു കിടന്നെന്നും ഓർത്തു. അയാൾ മാക്കുണ്ണിയുടെ തരിച്ച മുഖത്തേക്ക് ഉറ്റുനോക്കി. മരണത്തേക്കാൾ ഭയങ്കരമായ നിശ്ശബ്ദത പീടികയ്ക്കുള്ളിൽ തൂങ്ങിനിന്നു. നീലിയുമ്മ മാത്രം വിയർക്കുന്നു ണ്ടായിരുന്നു.

"മാളുത്തള്ളയ്ക്കെന്താ വേണ്ട്?"

പീടികക്കാരൻ വിളിച്ചു ചോദിച്ചു.

"ങ് ഏ? ഏ? ഏ!...."

മാളുത്തള്ളയുടെ തൊണ്ട അടഞ്ഞുപോയിരുന്നു. അവർ കഴുത്തു വെട്ടിക്കുകയും അർത്ഥമില്ലാതെ മുരളുകയും ചെയ്തു. എന്താണു വേണ്ട തെന്ന് അവർക്കു മിണ്ടാൻ വയ്യ.

"ഈ ബെളക്കൊന്നെടുക്കണം മോനെ! എന്നിട്ട് രണ്ടുസേറരി, ഒരുപലം മെളക്...."

പീടികക്കാരന്റെ മുഖത്ത് പുച്ഛരസം പരന്നു.

"ഇവിടെ പണത്തിന്നാണ് ചരക്കു വിൽക്കുന്നത്."

"വേറെ ബയീല്യാണ്ടാ മോനെ. പെരുന്നാളിനായിട്ടാണ്ടാ. കുടീല് കച്ചോടല്യ. കടലെളകീട്ക്ക്ണ്. മുക്കോര് ബഞ്ച്യേറക്കണില്ല. രണ്ടീസത്തിന് രണ്ടുസേററി, ഒരുപലം മെളക്...."

"പണ്ടം കൊണ്ടെച്ചെന്നാൽ എനിക്കാരും ചരക്കു തരില്ല. നിങ്ങളല്ലേ പറഞ്ഞീരുന്ന്, രണ്ടീസം കയിഞ്ഞാ ഏലസ്സും നൂലും എടുത്തോളാന്ന്!

അത് കർക്കിടകത്തിൽ കോള് വന്നപ്പഴാ. പിന്നെ കാരണവരേ, മുപ്പത്തേഴുറുപ്പിക പതിമൂന്നണ ഏഴുപൈ."

നീലിയുമ്മയുടെ മുഖത്ത് അടികൊണ്ടപോലെ നിന്നു. മകളുടെ ഏലസ്സും നൂലും ഇപ്പോഴും പണയത്തിലാണ്. കെട്ടിച്ച പെണ്ണിനെ പെരുന്നാളായിട്ട് മൂന്നുകാശിന്റെ പണ്ടമില്ലാതെ ഇറക്കിനടത്തണം."

"പെരുന്നാളങ്ങ് കയിഞ്ഞോട്ടെ മോനെ. മുക്കോര് ബഞ്ച്യേറക്യാ അന്നു ഞാൻ ബരാ. രണ്ടുസേറരീം...."

മാക്കുണ്ണി അപ്പോഴും അവരെ തുറിച്ചുനോക്കുകയാണ്. ആ നിന്നു കെഞ്ചുന്നത്, എല്ലിച്ചു നരച്ചു ചുക്കിച്ചുളിഞ്ഞുനിൽക്കുന്ന ആ നീലിയുമ്മ, അയാളുടെ ഇളയമ്മയാണ്. കണ്ണിൽ വെള്ളം നിറയുന്നുണ്ട്. ഗ്യാസ് ലൈറ്റിന്റെ വെളിച്ചത്തിൽ നരച്ച തലമുടി പാറുന്ന അവരുടെ ചുളിഞ്ഞ മുഖം.... അയാൾ അമ്മയെ ഒന്നു നോക്കി......അമ്മയുടെ മുഖം.....അയാളുടെ അമ്മയാണത്. പച്ചകുത്തിയ ചുളിഞ്ഞ നെറ്റിയും കറുത്ത കടക്കണ്ണും.....അയാളുടെ അമ്മ....നെഞ്ചുനിറയുകയോ ശ്വാസം മുട്ടുകയോ ആണ്. നെഞ്ചടുക്കിപ്പിടിച്ചുകൊണ്ട് അയാൾ മുഖം കുനിച്ചുനിന്നു.

നീലിയുമ്മ അപ്പോഴും പരാതിപറയുകയാണ്: "ഒന്നു ദയ വിശാരിക്കണം മോനേ. കാസ് കൊണ്ടുബരായിരുന്നു. പിന്നെ കച്ചോടത്തിന്നു മൊതലുണ്ടോ? ഒരാളോടൊന്നു ശോയിക്കാനുണ്ടോ?"

"പിന്നെവിടന്നാ വിളക്ക്?"

പീടികക്കാരൻ സാമർത്ഥ്യത്തോടെ ചോദിച്ചു.

"ആങ്, അതാണ് ബുദ്ധി."

കാരണവർ അനുമോദനം നടത്തി.

"ഉമ്മയ്ക്കെവിടുന്നാ വിളക്ക്?"

പീടികക്കാരൻ എല്ലാവരും കേൾക്കെ രണ്ടാമതും ചോദിച്ചു.

നീലിയുമ്മ ഒന്നു ഞെട്ടി. വിളക്കെവിടുന്നാ? ആ ചോദ്യം മാത്രം പ്രതീക്ഷിച്ചതല്ല. അവർ മാളുത്തള്ളയുടെ നേരെ നോക്കി നെടുവീർപ്പിട്ടു; വിളക്ക് മാറമർത്തുകയും ചെയ്തു. മാളുത്തള്ള നീലിയുമ്മയെത്തന്നെ ഉറ്റുനോക്കി. അവരുടെ കണ്ണുകൾ നിറഞ്ഞിരുന്നു. അവിടെ കൂടിയിരുന്നവരെല്ലാം തന്നെ ഉറ്റുനോക്കുകയാണെന്ന് നീലിയുമ്മയ്ക്കു മനസ്സിലാകുന്നുണ്ട്. അതുകൊണ്ടുതന്നെ അവരുടെ ശരീരമാകെ വിറകൊണ്ടിരുന്നു.

"വിളക്കിന്നു പിമ്പേ പോലീസു വരും. എനിക്കു വയ്യ, പൊല്ലാപ്പിന്. അപ്പേഴ മാളുത്തള്ളേ, എന്താ വേണ്ട്?"

"ങ്ഹാ! ഹ്... അതാണ് ബുദ്ധി."

എന്താണു വേണ്ടതെന്നു മാളുത്തള്ളയ്ക്കറിഞ്ഞുകൂടാ. വിളക്കെവിടുന്നാണു കിട്ടിയതെന്നറിയാം. അവർ അനിയത്തിയെത്തന്നെ നോക്കിയിരുന്നു. അവൾ പെരുന്നാളിന് ഒരുക്കു കൂട്ടുകയാണ്. തനിക്ക് ഓണത്തിനു വേണ്ട ചില്ലാനം വാങ്ങണം. നീലിയോടൊപ്പം എത്ര ഓണമുണ്ടു! എന്തെല്ലാം ഓണക്കളി കളിച്ചു! അവർ രണ്ടു പേരും, ഞാനോ നീയോ എന്നു വളർന്നുവന്ന പഴയ കാലത്തേക്ക്....ഇവളെന്തിനാണ് ആ വിളക്ക്

കൊണ്ടുവന്നതെന്നാണ് കിഴവിക്കു പിടികിട്ടാത്തത്. അത് അവരുടെ അമ്മയുടെ വിളക്കാണ്. വിളക്കു കൈവിടുന്നത് മൺമറഞ്ഞുപോയ അമ്മയെ നിഷേധിക്കുന്നതിനു തുല്യമാണ്.

"നിങ്ങള് നിക്കണ്ട."

പീടികക്കാരൻ അവസാനത്തെ താക്കീതുകൊടുത്തു. നീലിയുമ്മ പോകുന്നില്ല.

"ഒന്നെടുക്ക് മോനെ."

"വിളക്കാരുടേതാന്നു ഞാൻ ചോദിച്ചില്ലേ?"

"ഒന്നു പറഞ്ഞേക്കീ."

അതുവരെ ഒന്നും മിണ്ടാതിരുന്ന പണിക്കാരിൽ ഒരാൾ ഓർമ്മപ്പെടുത്തി. അവനവന്റെതന്നെ കഷ്ടപ്പാടുകളെക്കുറിച്ചു ധാരാളം അറിവുള്ള ആ പരാധീനക്കാർ അതേവരെ തങ്ങളേക്കാൾ കഷ്ടപ്പെടുന്ന ഒരു പാവത്തിന്റെ കെടുതിയെക്കുറിച്ചു വീർപ്പുമുട്ടുകയായിരുന്നു.

"എന്താവര്ക്കൊന്നു പറഞ്ഞാല്?"

ബഞ്ചിന്മേലിരുന്ന ചെറുപ്പക്കാരിലൊരാൾ സംശയിച്ചു.

എങ്ങനെയാണ് നീലിയുമ്മ പറയുക? കഴിഞ്ഞുപോയ സംഭവങ്ങൾ വെട്ടിപ്പൊളിച്ചു പറയാനാണ് പീടികക്കാരൻ ആവശ്യപ്പെടുന്നത്. കാലം അവരുടെ കരളിലെ മുറിവ് ഉണക്കിക്കഴിഞ്ഞതാണ്. ഇപ്പോൾ ആ നശിച്ച കണിശക്കാരൻ മര്യാദയുടെയും ന്യായത്തിന്റെയും പേരിൽ 'നിന്റെ കരളിലെ മുറിവ് നീ തന്നെ ഒരിക്കൽക്കൂടി പൊളിക്ക്' എന്നാവശ്യപ്പെടുന്നു. അപ്പോൾ അവർ തന്റെ ഏടത്തിയുടെയും മകന്റെയും കാരണവരുടെയും ആ നാടിന്റെ മുഴുവൻ തന്നെയും മുമ്പിൽ വെച്ചു തെളിവുകൊടുക്കണം.... ഈ വിളക്ക് എന്റെ അമ്മയുടേതാണ്. എന്റെ അമ്മയ്ക്ക് അമ്മയുടെ അച്ഛൻ കൊടുത്തതാണ്. ഈ വിളക്കുകൊണ്ട് ഞാൻ എല്ലാ ദിവസവും സന്ധ്യയ്ക്ക് വീട്ടിൽ ദീപം കാണിക്കാറുണ്ടായിരുന്നു. ഈ വിളക്കിന്റെ മുമ്പിൽ ഞാൻ എന്റെ അമ്മയുടെ അന്ത്യകർമ്മം ചെയ്തു. കെട്ടിയവന്റെകൂടെ പുറപ്പെട്ടപ്പോൾ എന്റെ ഏടത്തി ഈ വിളക്ക് എനിക്കായി എടുത്തുതന്നു. കാതുകുത്തിയിട്ടും ഈ വിളക്ക് എല്ലാ ദിവസവും സന്ധ്യയ്ക്ക് ഞാൻ തിരിയിട്ടു കത്തിക്കാറുണ്ട്.... എന്തെല്ലാമാണു പറയേണ്ടത്? ഒന്നും മിണ്ടാൻ വയ്യ. നീലിയുമ്മയുടെ തൊണ്ടയിൽ മീൻമുള്ളു കുടുങ്ങിയ പോലെ തോന്നി.

മരയ്ക്കാർ എത്ര നല്ലവനായിരുന്നു എന്ന് പെട്ടെന്ന് അവരോർത്തുപോയി. എത്രയെത്ര നല്ലയാളാണെന്ന് ഉടനെതന്നെ അവരുടെ മനസ്സു തിരുത്തി. അയാൾ വീട്ടുകാരുടെയും നാട്ടുകാരുടെയും പിടിയിൽ നിന്ന് ഒറ്റപ്പിടുത്തത്തിന് അവളെയും കൊണ്ടുപോയി. കരുത്തുള്ള പരുപരുത്ത ആ വിരിമാറിലൊതുങ്ങിക്കിടന്നപ്പോഴൊക്കെ....അവരുടെ ചുളിഞ്ഞ എല്ലിച്ച ശരീരത്തിൽ മാമ്പൂക്കൾ വിരിയുകയാണ്; ഉതിരുകയാണ്. എത്ര വാശിക്കാരനായിട്ടും 'എനിക്കീ നിലവിളക്കിൽ എന്നും തിരിയിട്ടു കത്തിക്കണം' എന്നപേക്ഷിച്ചപ്പോൾ അയാളൊന്നു ചിരിച്ചേയുള്ളു.

"എടീ, പടിച്ച കള്ളീ!"

''ന്റെ കരളേ!''

ചൊവ്വല്ലൂരമ്പലത്തിൽ തേവർക്കു വിളക്കുവെയ്ക്കുന്നതോടൊപ്പം അവൾ ആ വിളക്കിൽ തിരിയിട്ടു കത്തിച്ചുപോന്നു. പണയംവെക്കാൻ വേണ്ടി വിളക്കു പുറത്തേക്കെടുത്തപ്പോൾ അമ്പലത്തിലെ ശംഖുവിളി കേട്ടെന്ന് നീലിയുമ്മ ഓർത്തു. എന്റെ തേവരേ! അവർ നെടുവീർപ്പിട്ടു നിന്നു. കുടിയിൽ കെട്ടിയവനും കുട്ടികളും കാത്തിരിക്കയാണല്ലോ. തുണി വാങ്ങണ്ട; കുപ്പായം വാങ്ങണ്ട. പെരുന്നാളായിട്ടു ചോറുവെച്ച്....

"മഖോന്റെ പണം വന്നില്ലേന്നും?"

ഏതോ കൂലിക്കാരൻ ഓർത്തുകൊണ്ടു ചോദിച്ചു

തേളു കുത്തിയപോലെ നീലിയുമ്മ ഞെട്ടിത്തെറിച്ചു.

"ഹില്ല."

"പെരുന്നാളായിട്ട്?"

"ഇന്നത്തെ മേലിലും കാത്ത്. ഇല്ല." അവിടെ അവർ നിർത്തി. തന്നോട് അനുകമ്പ തോന്നിയ കൂലിക്കാരന്റെ നേരെ നോക്കി നെടുവീർപ്പിട്ടു. അതോടെ മനസ്സിളകി. അവർക്ക് അരിശം വരികയായിരുന്നു.

"ഞാൻ പറേണ്ട." അവരുടെ പതയ്ക്കുന്ന കരൾ കവിഞ്ഞൊഴുകി. "അവനിങ്ങു ബരട്ടാ. പെണ്ണിനെ കെട്ടീട്ട് പോയതാ. അതിനായിട്ട് നുള്ളിപ്പെറുക്കി ഇരുന്നതെല്ലാം തീർന്നു. അവൻ കാലുകുത്ത്യേന്ന്തൊട്ട് കുടീല് ബറുതി വന്ന്. പെണ്ണിന് എണ്ണേം തുണീം കൊടുക്കണ് ഞാന്. നാളത്തെ മേലിലും കൂടെ കാത്തിട്ട്...."

"നാളെ തപാലില്ലല്ലോ."

അവധിയിൽ വന്ന പട്ടാളക്കാരൻ അറിയിച്ചു.

"എന്ത്യേ?"

"പെരുന്നാളിന്റെ മൊടക്കാ."

"എന്റള്ളാ!"

"പെരുന്നാള് കഴിഞ്ഞാ കിട്ടും."

"ഓന്റെ തലക്കുടുക്ക. ഓനിങ്ങ് ബരട്ടാ. ഒന്നോലി പെണ്ണിനെ കൊണ്ടു പുഗ്ഗാ. അല്ലേല് മൊയിചൊല്ല്ാ. ഓന്റൊരു ബല്യേ ബോമ്പായ. പെണ്ണിനെ പുലർത്താൻ ബയ്യാത്ത പുത്ാപ്ലേനെ ഞാൻ കാണിക്ക്ണ്ണ്ട്....അപ്പ മോനെ, ഇതൊന്നെടുത്താട്ടാ. കുടീല് കുട്ട്യോള് കാത്തിരിക്ക്ണ്. ന്റെ...."

"മാക്കുണ്ണീ, ചാക്കെടുത്തോ."

കാരണവർ ബാക്കി പണം എണ്ണിയെടുത്തുകൊണ്ടു പറഞ്ഞു. അപ്പോഴാണ് മാക്കുണ്ണി നിലത്തുവരുന്നത്.

"അമ്മേ!"

അയാൾ വിളിച്ചു.

നീലിയുമ്മയും മാളുത്തള്ളയും അയാളുടെ നേരെ ഒന്നിച്ചു തിരിഞ്ഞു നോക്കി!

"ങ്ഏ? ഏ? ഏ...."

മാളുത്തള്ള കഴുത്തുവെട്ടിച്ചുകൊണ്ടു മുരണ്ടു. നീലിയുമ്മ നിറ കണ്ണോടെ മുഖം കുനിച്ചു: താൻ താരാട്ടി വളർത്തിയ കൊച്ച് അതാ മുതിർന്ന് ഒരാണായി നിൽക്കുന്നു. തന്റെ പരവശത്തിൽ അവന്ന് ഒരു പങ്കു മില്ല. അവനവന്റെ രക്തത്തിൽ മുങ്ങി ശ്വാസം മുട്ടി ചാകുന്നതുപോലെ അവരൊന്നു തേങ്ങി.

"ങളാ വെളക്ക് വിറ്റാളിൻ."

ഒരു കൂലിക്കാരൻ ഉപായം ഉപദേശിച്ചു.

"വെളക്കാ?"

നീലിയുമ്മ പറഞ്ഞുപോയി. കാരണവർ തിരിഞ്ഞുനിന്നു പീടിക ക്കാരനെ നോക്കിക്കൊണ്ടു പറഞ്ഞു: "ങ്അഃ ഹ്....അതാണ് ബുദ്ധി."

നീലിയുമ്മയ്ക്ക് ആ കൊഴുത്ത കിഴവന്റെ മുഖത്ത് അടച്ച് തുപ്പാൻ തോന്നി. എരപ്പാളി! നിനക്ക് ഞാൻ മതിയോ എന്നു ചോദിച്ച ഏഭ്യന്റെ പുത്തി!.... നിമിഷങ്ങളോളം അവർ കാരണവരെത്തന്നെ നോക്കിനിന്നു. പതുക്കെപ്പതുക്കെ തന്റെ ശരീരത്തിൽനിന്നു തുണി അഴിഞ്ഞുനീങ്ങുന്നു എന്ന്, നഗ്നമായ തന്റെ ശരീരത്തിന് ഇളപ്പവും മുഴുപ്പും കുളുർമയും ഉണ്ടെന്ന്, ആ കാരണവരുടെ തണുത്ത കൈവിരൽ തന്റെ മാറിലൂടെ ഇഴയുന്നുണ്ടെന്ന്.... തൊണ്ടയിലൂറിയ കഫം അവർ മുറ്റത്തേക്കു തുപ്പി.

മനസ്സുമാറാൻ വേണ്ടി അവർ വിളക്ക് മാറിൽ അമർത്തുപിടിച്ചു.

"ന്റള്ളാ!"

അപ്പോൾ നീലിയുമ്മയുടെ ഉപബോധമനസ്സിൽ 'ന്റെ തേവരേ!' എന്ന ധാരണയാണുണ്ടായിരുന്നത്.

'വിൽക്കണോ?'

പീടികക്കാരൻ ഇടയ്ക്കു ചോദിച്ചു.

നീലിയുമ്മ തമ്പിട്ടുനിന്നു. വിളക്കു കൊണ്ടുപോകേണ്ട എന്നു കെട്ടിയ ആൾ പറഞ്ഞു. അദ്ദേഹത്തിന്റെ സ്വന്തം ന്യായവാദത്തെക്കുറിച്ചോർത്ത പ്പോൾ കരളിൽ മഞ്ഞു കിനിയുന്നപോലെ തോന്നി. മീൻകാവുമായി അയാൾ മുറ്റത്തു നിന്നപ്പോൾ അവൾ നിലവിളക്കു കത്തിച്ച് ഉമ്മറത്തേക്കു വന്നു. അന്നാണ് അയാൾ നടാടെ അവളെ നല്ലവണ്ണമൊന്നു കണ്ടത്.

"ഓർക്കുന്നോടീ പഹച്ചീ!"

"ങക്കെന്താ?"

"നീയെന്നെ തെഹിപ്പിച്ചീ!"

നിലവിളക്കിന്റെ ചെന്തീനാളത്തിൽ തീ കത്തുന്ന അവളുടെ കവിൾ അയാൾക്ക് എന്നും കാണണംപോലും!

"എടീ പഹച്ചീ!"

"എന്താന്നും?"

'അന്റെ മൊഹത്തല്ലേടീ ശൂര്യനുദിക്കുന്ന്?"

"ഞാനീ ബെളക്കൂതും."

"ങ്ഹേ! എനിക്കിനീം കാണണം."

ഓർമ്മകൾ വയസ്സെത്തിയ തലച്ചോറിൽ ഓളംതല്ലി.

"നേരം പോയീന്നും. ബിക്കണോ ബേണ്ടീ?"

പീടികക്കാരൻ കളിയാക്കി.

"ങ്-ഹെത്രയ്ക്ക്?"

അവരുടെ നെഞ്ചു തകർന്നപോലെയിരുന്നു. അതോടെ അകലെ നിന്ന് ഒരു ടോർച്ച് മിന്നിമറഞ്ഞു.

"നാലുറുപ്പിക!"

നീലിയുമ്മയ്ക്കു മിണ്ടിക്കൂടാ.

"ചോദിക്കീ."

കാരണവർ പീടികക്കാരനെ തിരക്കി. അദ്ദേഹത്തിനു വീട്ടിൽ ചെന്ന് കന്നിന്റെ വൈക്കോൽ നോക്കണം.

"നാലുറുപ്പികയ്ക്കു കൊടുക്കണോ?"

മാളുത്തള്ളയ്ക്കു തലകറങ്ങുന്നതുപോലെ തോന്നി. അവർ കൊടും കൈകുത്തി കോലായിൽ അമർന്നിരുന്നു.

ടോർച്ചടിച്ചുകൊണ്ട് ആരോ രണ്ടു പേർ പീടികപ്പറമ്പിലേക്കു കയറി വന്നു.

"ഹാരാദ്?"

പീടികക്കാരൻ എത്തിനോക്കി. എല്ലാവരും മുറ്റത്തേക്കു നോട്ടംതിരിച്ചു. മയപ്പാകുംമുമ്പേ ആരാണ് ബദ്ധപ്പെട്ടു ടോർച്ചുംകൊണ്ടു വന്നതെന്നു നോക്കി. ഗ്യാസ് ലൈറ്റിന്റെ വെളിച്ചത്തിൽ മൊട്ടയടിച്ചു തിളങ്ങുന്ന നെറുകയും നരച്ച വിരിമാറും പഴയ കള്ളിമുണ്ടും മുഖത്ത് ഈ ദുനിയാവിലെ മുഴുവൻ ശുഭാപ്തി വിശ്വാസവുമായി, കിഴവനെങ്കിലും കരുത്തനായ മരയ്ക്കാര് മാപ്പിള ആരെയോ അന്വേഷിക്കുന്നപോലെ എത്തിനോക്കിക്കൊണ്ടു നിന്നു.

"ആരാദ്?"

"ഞാനല്ലേന്നും. മരയ്ക്കാര്."

"എന്തേ?"

"വിസേയിച്ചൊന്നും ല്യ. ബോഷ്മാനിന്റോടെ ഇത്തരത്തോളം ബന്നി. മര്വോന്റെ കായി കമ്പിമണി വന്നിരിക്ക്ണ്. തള്ളടെ പേരിക്കാ. ഞമ്മടെ തള്ള ഇബടല്യേന്നും?"

"ഹോ!"

"പെരുന്നാള്ക്ക് കിട്ടണോന്നുംബെച്ച് ഓലിങ്ങ് പത്തപ്പെട്ട് വന്നതാണ്."

തിടുക്കത്തോടെ മുറ്റത്തേക്കിറങ്ങിയ കാരണവരോടടുത്തിട്ട് മരയ്ക്കാർ പറഞ്ഞു:

"ഓ! ങളാന്നോ? കണ്ടതു നന്നായി. ബോഷ്മാനിക്ക് ചോറു ബയ്ക്കണന്ന്. ഒരൂണ് കൊടുക്കാനൊക്കൂലേ?"

കാരണവർ നിന്നു പരുങ്ങി. മരയ്ക്കാർ അപ്പോഴും തന്റെ വിശാല ഹൃദയം തുറന്നിട്ടുകൊണ്ടു നിന്നു.

"പടച്ചോന്റെ കിരുപ! അപ്പേ, ഞമ്മടെ ആ ബളക്കാ?" ■

ഗ്രനേഡ്

സഖറിയ ഗുഡ്നൈറ്റ് പറഞ്ഞപ്പോൾ ശേഖരൻ പുതപ്പു ശരിയാക്കി ശരീരം അയച്ചു നിവർന്നുകിടന്നു. കണ്ണു പതുക്കെ ചിമ്മി. എന്നിട്ടു മാലതിയെ ഓർത്തു. അവളുടെ നീണ്ട നീലക്കണ്ണുകളിൽ... ഇല്ല, മാലതിയില്ല. കണ്ണു തുറിച്ചു ചാടിയ ഒരു മനുഷ്യശിരസ്സ് അവന്റെ കൃഷ്ണമണിയിൽനിന്ന് ഉയർന്നുയർന്നു പൊങ്ങുന്നു. കിടന്നു കറങ്ങുന്നു. താഴ്ന്നുതാഴ്ന്നു വരുന്നു. കണ്ണിലോട്ടു ചൂഴ്ന്നു ചൂഴ്ന്നിറങ്ങുന്നു. അതോടെ ദീനദീനമായ നില വിളികൾ ഇഴഞ്ഞിഴഞ്ഞു വരുന്നു.

"ഹാവൂ!"

"വെള്ളം!"

"മുഝേ ഛോഡ് ദോ! ഹ്ഓ!"

അവൻ താനറിയാതെ നെടുവീർപ്പിട്ടുപോയി.

"ശേഖരൻ!"

സഖറിയ വിളിച്ചു.

"ങ്ഏ?"

"എന്താ?"

എന്താ പറയേണ്ടത്? ഒരു പിടിയുമില്ല. അതുകൊണ്ട് അവൻ ചോദിച്ചു:

"ഇന്ന് അറ്റാക്ക് കാണുമോ?"

"നിങ്ങളതു മറക്കുന്ന്."

ശേഖരൻ മിണ്ടിയില്ല. അവൻ വീണ്ടും കണ്ണടയ്ക്കാൻ നോക്കി.

"എന്താ മിണ്ടാത്ത്?" സഖറിയ ഇടയ്ക്കു ചോദിച്ചു.

"ഒന്നൂല്യ."

"നിങ്ങടെ കല്യാണം കഴിഞ്ഞോ?"

"ഹില്ല."

ശേഖരൻ നെടുവീർപ്പിട്ടത് സഖറിയ കേട്ടുകാണില്ല.

"പന്നെന്താണ് ഇത്ര വലിയ ആലോചന?"

ശേഖരന്നു തോന്നി, ശരീരമാകെ തീ പിടിക്കയാണെന്ന്. ശ്വാസം മുട്ടുന്നുണ്ട്. അവൻ മുഖത്തുനിന്നു കമ്പിളി വലിച്ചുമാറ്റി. എന്തൊരു കുളിര്! ആയിരം സൂചികൾ ഒരുമിച്ചു കുത്തിയപോലെ. അവൻ കവിൾ തിരുമ്മി. വിരൽത്തുമ്പുകൾ തേളുകുത്തിയിട്ടെന്നപോലെ ചുളുചുളുക്കുന്നു. എങ്ങനെ കഴിച്ചുകൂട്ടും? മേൽപ്പോട്ടു നോക്കിപ്പോയി. ആകാശം വെള്ളയാണ്. മുല്ലപ്പൂവിതളുകൾ നിറനിറെ ഉതിരാൻപോകുന്നപോലെ. അവയ്ക്കിടയ്ക്കു വെൺമുത്തുകൾപോലുള്ള നക്ഷത്രങ്ങൾ.

മാലതിയോടു വാശിപിടിച്ചു നക്ഷത്രമെണ്ണി നടന്നതിനെപ്പറ്റി അപ്പോൾ അവൻ ഓർത്തു. അവളുടെ വീട്ടിന്റെ മുറ്റത്തുവെച്ചാണ്. അവന്റെ അമ്മയും പെങ്ങളും കളത്തിൽ കറ്റ മെതിച്ചുകൊണ്ടിരിക്കുന്നു. മെതിച്ചു കുടഞ്ഞു കെട്ടുന്ന വൈക്കോൽക്കുന്നു ചുമക്കാമെന്നും പറഞ്ഞിട്ടാണ് അവൻ

പോന്നത്. വന്ന ഉടൻ മാലതിയോടൊപ്പം ഓണനിലാവിൽ ഓടിക്കളിക്കാൻ തുടങ്ങി. പുതുവൈക്കോലിന്റെ മണം ശ്വസിച്ചുകൊണ്ട് അവർ മദിച്ചു. പിന്നെ തെങ്ങിൻനിഴലുകളിൽ അവർ മദിച്ചു. അതും മടുത്തപ്പോൾ അവൻ പറഞ്ഞു:

"നമ്മളെന്നാ നക്ഷത്രെണ്ണ്വാ?"

അവർ ആകാശം പകുത്തു. ആ ഓടുമേഞ്ഞ ഉയർന്ന മോന്തായത്തിന്റെ പടിഞ്ഞാട്ടുള്ളതെല്ലാം അവൻ എണ്ണിത്തീർക്കണം. എണ്ണീട്ടെണ്ണീട്ടും തീരുന്നില്ല. അപ്പോൾ അവൾ പറകയാണ്:

"ഞാൻ നൂറെണ്ണെണ്ണീ- മോനേ."

"ഞാനായിരണ്ണെണ്ണീ - മോളേ."

"ഞാൻ പയ്നായരെണ്ണീ - മോനേ."

അവന്നു ദേഷ്യം വന്നു:

"ഞാൻ പാതാളത്തിലെ കുണ്ടൻകെണറ്റീന്നു മാനത്തോളെണ്ണീ - മോളെ."

അവിടെ അവൾ തോറ്റു. അതിലും വലിയ ഒരു മഹാസംഖ്യ ഇല്ല.

"ഞാല്യാ എണ്ണാൻ."

അവൾ ചുണ്ടു പിളർത്തി.

ഓ! എന്തൊരു നില്പാ ആ നിന്നത്! അവൻ ചുണ്ടുകൾ കോട്ടി, കൺപോളകൾ ചുളുക്കി... ആങ്, അങ്ങനെ!

നെറ്റിയിൽ രണ്ടുതുള്ളി ഇറ്റുവീണപ്പോൾ ശേഖരന്നു ശരീരമാകെ തരിച്ചു. നെറ്റി ചുട്ടുനീറി. ആകാശം നിറഞ്ഞുകിടക്കുന്ന മുല്ലപ്പൂവിതളുകൾ അടുക്കടുക്കായി ഊർന്നുവരികയാണ്.

പുതപ്പിട്ടു മൂടിയപ്പോൾ അവൻ ഓർത്തു: ഇനി എന്നാ അവളെ കാണുക? തനിക്കു പണമില്ലാഞ്ഞല്ലേ ഈ ഗതി വന്നത് എന്നുകൂടെ ഓർത്തപ്പോൾ അവന്നു ശ്വാസംമുട്ടി.

അന്ന് അമ്മയും പെങ്ങളും കൊയ്യാൻ പുറപ്പെട്ടപ്പോൾ അവൻ ചോദിച്ചു:

"എങ്ങട്ടാമ്മെ കൊയ്യാൻ പൂവ്വാ?"

"പടിഞ്ഞാറെപ്പാടത്തേക്കല്ലേ മോനേ?"

അവന്നു മനസ്സിലായി, പടിഞ്ഞാറെപ്പാടത്താണു വേല നടക്കുക. എന്തൊരു വല്യേ പാടം! വല്യേ വല്യേ പാടമാണ്. നോക്കിയാൽ നോട്ടമേ എത്തില്ല.

"നമ്മക്ക് പാടണ്ടോ മ്മേ?"

അവൻ കരയുമായിരുന്നു.

"ഹില്ല മോനേ."

അവൻ കരഞ്ഞില്ല. അവനു തോന്നി, നോക്കിയാൽ നോട്ടമെത്താത്ത വല്യേ വല്യേ പാടത്തൂടെ പോയാൽ അവന്നു പാടം കിട്ടുമെന്ന്. കാറ്റാടി നില്ക്കുന്ന നെല്ല് അവനെ വിളിക്കും. വാ, വാ, വായോ... എവിടത്തോളം പോകേണ്ടിവരും? ഉമ്മിണിമ്മിണി പോണം. പടിഞ്ഞാറെ പാടം എവിടെ വരെ എത്തും? പാടം കായലിൽച്ചെന്നവസാനിക്കുന്നു എന്ന് അമ്മ

പറഞ്ഞു. അമ്മ കണ്ടിട്ടുള്ളതാണ്. വേനൽക്കാലത്തു കോൾക്കൊയ്ത്തിന്നു പോകുന്നവരൊക്കെ എല്ലാ പാടങ്ങളും ചെന്നുചേരുന്ന കായൽ കണ്ടിട്ടുണ്ട്.

"കായലോ?" അവൻ ചോദിച്ചു.

കായൽ കടലിൽ ചേരുന്നു എന്നു പറഞ്ഞത് അച്ഛനാണ്.

"കടലോ?"

അച്ഛനും അറിയില്ല. അദ്ദേഹം പറഞ്ഞു: "അതൊക്കെ വല്യേ വല്യേ കാര്യങ്ങളാ. വലുതാവുമ്പോ മനസ്സിലാവും."

"എന്നാ വലുതാവാ?"

അവൻ വലുതായി. എന്നിട്ടും അവന്നു പാടമില്ല. കിടന്നുപൊറുക്കാൻ പോലും സ്വന്തമായി ഇടമില്ല. ഉടനെ താൻ കിടക്കുന്നത് ആരോ വെട്ടിയ ട്രഞ്ചിലാണെന്ന് ഓർത്തുപോയി. ഇത് എങ്ങാനും ഓർത്തിരുന്നോ?..

അന്നു കാലത്താണ് ശേഖരൻ നടാടെ ഫീൽഡിൽ വന്നത്. വന്നതും ഒരു ഗ്ലാസ് വെള്ളം കിട്ടി. പിന്നെ ഒരു റൈഫിൾ, മുന്നൂറു തോട്ട, അഞ്ചു കമ്പിളി. അതോടെ കമ്യൂണിക്കേഷൻ ട്രഞ്ചിലേക്കു പോകാൻ ഒരു കല്പനയും.

അവൻ നീണ്ടുനിവർന്നു കിടക്കുന്ന മലയുടെ അടിവാരത്തിലാണ്. അടിവാരത്തിൽ ഒരു തോട്ടം. തോട്ടത്തിൽ ആപ്പിളുകൾ, ബദാമുകൾ, അക്രൂട്ടുകൾ, തോട്ടത്തിനു ചുറ്റും മരങ്ങളിൽ പടർന്നു തഴച്ച മുന്തിരിവള്ളികളുടെ വേലി. തോട്ടത്തിന്റെ അറ്റത്ത് മരത്തിന്റെ മേല്പുരയുള്ള ചെറിയൊരു ബംഗ്ലാവ്. ഈ ബംഗ്ലാവിൽനിന്നാണ് പച്ചവെള്ളവും തോട്ടയും കല്പനയും കിട്ടിയത്.

"ഓപ്പറേറ്റർ ഹൈ ന?"

ബറ്റാലിയൻ കമാൻഡർ അവനോടു ചോദിച്ചു.

"ജീ സാബ്."

തോട്ടത്തിൽ മരങ്ങളുടെ കടയ്ക്കൽ ചെറിയ ടെന്റുകളടിച്ചു. ടെന്റുകളോടു തൊട്ടു ട്രഞ്ചുകൾ വെട്ടിയിരുന്നു. ഭാരം ചുമന്നു തന്റെ ട്രഞ്ച് അന്വേഷിച്ചു നടക്കുമ്പോൾ അവൻ ബറ്റാലിയൻ കമാൻഡറെക്കുറിച്ച് ഓർത്തു. നല്ല മനുഷ്യൻ, എന്തൊരു പ്രസന്നത!

'ഓപ്പറേറ്റർ ആണല്ലേ?' അങ്ങനെ നേർമ്മയുള്ള ഒരന്വേഷണം പ്രതീക്ഷിച്ചതല്ല.

ബറ്റാലിയൻ എച്ച് ക്യൂവും ഹോസ്പിറ്റലും റിസർവ്വ് പ്ലാറ്റൂണും മാത്രമാണ് അവിടെയുള്ളത്. മറ്റു ബറ്റാലിയൻ മുഴുവൻ ഇടത്തും വലത്തും മലയടിവാരത്തിൽ എവിടെയൊക്കെയോ പൊസിഷനെടുത്തിരിക്കുന്നു.

അവർ കാക്കുന്നത് വിമാനത്താവളവും റോഡുമാണ്. തോട്ടത്തിന്റെ പിന്നിലാണ് വിമാനത്താവളം. അവിടെയാണ് ശേഖരൻ വന്നിറങ്ങിയത്. പിന്നയ്ക്ക് പിന്നാലെ വിമാനങ്ങൾ വരുന്നു. പട്ടാളക്കാരെ ഇറക്കുന്നു. മുറിവേറ്റവരെ കയറ്റിക്കൊണ്ടു തിരിച്ചുപോകുന്നു.

ഇറങ്ങിനോക്കുമ്പോൾ കാണുന്നതാണ്: മരക്കൊമ്പുകൾ വച്ചുകെട്ടിയുണ്ടാക്കിയ സ്ട്രെച്ചറുകളിൽ മുറിവേറ്റവരെ ചുമന്നുകൊണ്ട് കോളം കോളമായി, കിതച്ചു വശംകെട്ട് പട്ടാളക്കാർ വേച്ചുവേച്ചു നീങ്ങുന്നു.

ഞരങ്ങലുകളും നിലവിളികളും കേൾക്കാം: "ഹാവൂ!"

"വെള്ളം!"

"മുഝേ ചോഡ് ദോ!"

വിമാനത്താവളത്തിനു തൊട്ടാണ് നഗരത്തിലേക്കു നീങ്ങുന്ന റോഡ്. വിമാനത്താവളവും റോഡും പിടിക്കാൻ ശത്രുക്കൾ ആക്രമണം നടത്തിക്കൊണ്ടിരിക്കുന്നു. തലേന്നു രാത്രി അവർ ഒന്നടങ്കം അലറിക്കൊണ്ട് ഇരച്ചു കയറി. സഖറിയ പറഞ്ഞതാണ്.

ശേഖരൻ ചെന്നപ്പോൾ സഖറിയ നെറ്റിചുളിച്ചുകൊണ്ടു നോക്കി:

'ഓ, വന്നോ' എന്നു ചോദിക്കുന്നപോലെ. നിമിഷങ്ങളോളം രണ്ടുപേരും മുഖത്തോടുമുഖം നോക്കിനിന്നു.

"മദ്രാസീ ഹൈ?" സഖറിയ ആദ്യമായി ചോദിച്ചു.

"ജീ."

"പേരെന്നാ?"

"ശേഖരൻ."

"കോപ്പൊക്കെ ദാ, ഇവിടെ അഴിച്ചുവെച്ചോളൂ."

"ങ്ഹേ! നിങ്ങൾ മലയാളിയാണോ?"

പിന്നെ അവർ നാടെവിടെയാണെന്നും മറ്റും ചോദിച്ചറിഞ്ഞു. ഒടുവിൽ ശേഖരൻ ചോദിച്ചു: "എന്താവിടുത്തെ പന്തി?"

"സാധനൊക്കെ താഴെ വെക്കൂന്ന്."

ഹാവർസാക്കും കമ്പിളിക്കെട്ടും ഇറക്കി ശേഖരൻ ഇരുന്നു.

"ഇതാണു നമ്മുടെ താവളം."

ട്രഞ്ചിന്റെ ചുമരിൽ ചൂണ്ടിക്കൊണ്ടു സഖറിയ പറഞ്ഞു.

ശേഖരന്റെ അകം കത്തുകയായിരുന്നു. അവൻ ചുമ്മാ ഇരുന്നു മിഴിച്ചു.

അതിന്നകത്തു മൂളിക്കൊണ്ടിരിക്കുന്ന വയർലസ് സെറ്റ്, ബാറ്ററികൾ, ടെലഫോൺ, ചാർജ്ജിങ്ങ് എഞ്ചിൻ...

"നടാടെയാണോ?" സഖറിയ ചോദിച്ചു.

"ഹതെ." ശേഖരൻ നെടുവീർപ്പിട്ടു: "എന്താ ഇവിടത്തെ പന്തി?"

അതിന്നു സഖറിയ മറുപടി പറഞ്ഞില്ല. അയാൾ ചോദിച്ചു:

"നിങ്ങളെവിടന്നാ?"

"ദൽഹി."

തെല്ലുനേരം രണ്ടുപേരും മിണ്ടിയില്ല. ഒടുവിൽ ശേഖരൻ ചോദിച്ചു.

"പുറത്തു പോകേണ്ടി വരുമോ?"

"എല്ലാം വേണം."

എന്നിട്ടു തലേന്നത്തെ ഏറ്റുമുട്ടലിനെക്കുറിച്ചു പറകയായി. ശത്രുക്കൾ തോറ്റു. മലയുടെ അങ്ങേപ്പുറത്തോളം അവർ എത്തിയിട്ടുണ്ട്. ഇവിടെ നമ്മുടെ വലിയ തോക്കുകളും, മെഷീൻഗണ്ണുകളും മോർട്ടാറും ഒക്കെയുണ്ട്. അവർ മല കയറുന്നു എന്നറിഞ്ഞാൽ എല്ലാം കൂട്ടത്തോടെ തീ തുപ്പുകയായി. ഇന്നലെ അവർ മലമുകളിലോളം എത്തി. നമുക്കു നന്നേ നാശനഷ്ടങ്ങളുണ്ടായി. കാലത്ത് സെർച്ചിങ്ങ് പാർട്ടിയുടെ കൂടെ വയർലെസ് സെറ്റുംകൊണ്ട് സഖറിയയും പോകേണ്ടിവന്നു.

"ഹെന്നിട്ട്." ശേഖരൻ ചോദിച്ചു.

"ഒന്നും പറയണ്ട. ഞാനതു നടാടെ കാണുകയാണ്."

ശേഖരൻ മിഴിച്ചിരുന്നു കേട്ടു. നെടുവീർപ്പിട്ടു. വിയർത്തു.

മലമുകളിൽ പൊന്തകളിൽ ഒരുതരം വഴുതുന്ന പാറകളുടെ ഇടുക്കുകളിൽ... എന്തെന്തു കാഴ്ചകൾ, എന്തെന്തു ശവങ്ങൾ! തകർന്ന തലയോടുകൾ, തുറിച്ചുചാടിയ കണ്ണുകൾ, കുടൽ ചോർന്ന വയറുകൾ, പിളർന്ന നെഞ്ചുകൾ, തെറിച്ചുപോയ കൈമുട്ടുകൾ, ബൂട്ടോടുകൂടിയ കാലുകൾ, കരിഞ്ഞ മാംസക്കഷണങ്ങൾ, എല്ലുകൾ... ചുമ്മാ നോക്കിനില്ക്കയല്ല. കിതച്ചും നെടുവീർപ്പിട്ടും അന്യോന്യം മുഖത്തുനോക്കിയും പെറുക്കിക്കൂട്ടുന്നു, വാരിക്കൂട്ടുന്നു, കുഴികുത്തുന്നു, മണ്ണിട്ടു മൂടുന്നു!

ഇടയ്ക്ക് ഇഴഞ്ഞിഴഞ്ഞു വരുന്ന നിലവിളികൾ: "ഭയ്യാ!"

"ഹാവൂ!"

"വെള്ളം!"

എല്ലാം ഓർത്തുകൊണ്ടു ശേഖരൻ മിഴിച്ചുകിടന്നു. ഓർക്കണമെന്നുണ്ടായിട്ടല്ല. ഓർത്തുപോവുകയാണ്. കണ്ണടയ്ക്കാൻ വയ്യ. കണ്ണടച്ചാൽ പേടിക്കാഴ്ചകളാണ്. മിഴിച്ചുകിടന്നാൽ ആലോചനകളാണ്.

അവൻ മരിച്ചുപോകും. മരിച്ചുപോകും. മരിച്ചു...

എങ്ങനെയാണ് മരിക്കുക?

മുറി പറ്റി രക്തം വാർന്നു വിവശനായി അവൻ കിടക്കും. അതേ... അങ്ങനെ. അനക്കമോ മിണ്ടാട്ടമോ കേട്ടാൽ...

"വെള്ളം!"

അത് ആർക്കാണു മനസ്സിലാവുക?

"പാനി ദീജിയേ."

മരിക്കാൻ നേരത്ത് ആരാനും അങ്ങനെ പറയുമോ?

"ദരാസാ പാനി ദോ."

അത് ആരാനും കേൾക്കുമോ? മുറിവേറ്റു രക്തം വാർന്നു മരിക്കാൻ തുടങ്ങുമ്പോൾ നാവു പൊന്തുമോ?

മരിക്കുമ്പോൾ അവന്റെ അമ്മ കൂടെ എന്തോ പറഞ്ഞിരുന്നു. ഒന്നും തിരിഞ്ഞില്ല. കൊഴുത്ത വായിൽ നാക്ക് ഇഴഞ്ഞിരുന്നു. തന്റെ നാക്കും ഇഴയും. അതാരും അറിയില്ല. തുള്ളി വെള്ളം കിട്ടാതെ തൊണ്ട വരണ്ട്..

എവിടെയാണ് മുറിവേൽക്കുക? കാലിലായാൽ ഇഴയാമായിരിക്കും. നെഞ്ചിലോ വയറ്റിലോ ആയാലോ?

എന്തുകൊണ്ടാണ് മുറിവേല്ക്കുക?

ഒരു തോട്ട.

ഒരു ഗ്രനേഡിന്റെ കഷണം.

മോർട്ടാറിന്റെ ചില്ല്.

ബയനറ്റ്.

ഓ!

ബയനറ്റ് വയറ്റിൽ കടക്കുമ്പോൾ...

ശരീരമാകെ വിറച്ചു. വിറങ്ങലിച്ചു. പല്ലു കടിച്ചുപോയി.

പതുക്കെപ്പതുക്കെ ശരീരം തളർന്നുവന്നപ്പോൾ അവൻ മാലതിയെ സ്വപ്നം കാണുകയായിരുന്നു.

'മാലൂ!'

ഉറക്കെത്തന്നെ വിളിച്ചുപോയി. നിമിഷങ്ങളോളം ചെകിടോർത്തു കിടന്നു.

ശൂന്യം! നിശ്ശബ്ദം!

എവിടെ?

കൈ ഇളക്കിയപ്പോൾ റൈഫിളിൽ തട്ടി വേദനിച്ചു. ഓ! താൻ ട്രഞ്ചിലാണ്. ട്രഞ്ചിലാണ്. ട്രഞ്ചി...

എന്തോ നേരിയ പെരുക്കം കേൾക്കാം. ആപ്പിളുകളുടെ ഇല കൊഴിയുകയാണ്. ഉണക്കിലകളിൽ മഞ്ഞു വീഴുകയാണ്. എന്തൊരു കാലാവസ്ഥ! മഞ്ഞു തുടങ്ങുമ്പോൾ മരങ്ങൾ ഇല കൊഴിക്കുന്നു. മഞ്ഞുകാലം കഴിഞ്ഞാൽ പൂക്കുന്നു. ആപ്പിളുകൾ പൂത്തുകാണാൻ ഒക്കുമോ?... എന്തോ ഓർത്തു മറന്നപോലെ തോന്നി. ഓ, ആപ്പിൾപ്പൂമൊട്ട് എന്ന ഒരു കഥയാണ്. അതിലും ഒരു കാമുകനുണ്ട്. കാമുകിയുണ്ട്. ആപ്പിൾപ്പൂമൊട്ട് നല്ല കഥയാണ്. അവൻ ഈ പൂമൊട്ടു കണ്ടിട്ടില്ല. ഒന്നു കാണാനൊക്കുമോ? കാണാനൊക്കുമോ? കാണാ...

സഖറിയ ക്രമത്തിൽ ശ്വാസംവലിക്കുന്നതു കേൾക്കാം. ഉറക്കമാണ്. എന്തൊരു മനുഷ്യൻ! ഒന്നു വിളിച്ചാലോ? വേണ്ട, ഉറങ്ങിക്കോട്ടെ. ഉറങ്ങണം. എന്തൊരു ക്ഷീണം! മാംസപേശികൾക്ക് എരിച്ചിലുണ്ടോ? ശ്വാസത്തിനു പുകഞ്ഞ ചുവയുണ്ട്. ഉറങ്ങിനോക്കാം.

വീണ്ടും കമ്പിളി ശരിയാക്കി അവൻ ശരീരം നിവർത്തി. കണ്ണടച്ചു.

'മാലൂ!'

മാലതിയില്ല. കണ്ണു തുറിച്ചുചാടിയ ഒരു തല അവന്റെ കൃഷ്ണമണിയിൽ നിന്ന് ഉയർന്നുയർന്നുപോകുന്നു. കണ്ണു തുടിക്കുന്നല്ലോ! ഏതു കണ്ണാണ്? ഇടത്തേ കണ്ണു തുടിച്ചാൽ നന്മയാണോ?

ഒന്നുറങ്ങിയെങ്കിൽ, ഒന്നുറങ്ങിയെങ്കിൽ, ഒന്നുറങ്ങി...

ചുമ്മാ അവൻ ഓർത്തു: അവൾ എന്തു ചെയ്കയാവും? സമയമെന്തായി? ഊണു കഴിഞ്ഞുകാണും. എങ്ങനെയാവും അവൾ കിടക്കുക? കൊന്നപ്പൂങ്കുലപോലെ അവൾ കിടക്കും. അവൾ തന്നെ ഓർക്കുകയാവുമോ?

അപ്പോൾ അവന്റെ ഓർമ്മയിലൂടെ പഴയ ഒരു ഈരടി ഊർന്നൂർന്നു വന്നു.

'കണ്ണുനീരെന്നെക്കുറിച്ചു പൊഴിക്കുന്നു
കൺമണി, യെങ്ങു ഞാനെങ്ങവളോ?'

എന്തൊരു സുഖം, എന്തൊരു വേദന!

'കണ്ണുനീരെന്നെക്കുറിച്ചു പൊഴിക്കുന്നു

....

'കണ്ണുനീരെന്നെ.... ....

പാവം! ഞാനവളെ കരയിച്ചു. എന്തിനേ അവൾ കരഞ്ഞു?

മുതിർന്നുവരുന്തോറും എന്തെന്തു ഭാവപ്പകർച്ചകൾ! അവൾക്കുതന്നെ കാണുമ്പോൾ ഒരു... ഒരു എന്താണത്? ആ കനം കുറഞ്ഞ ചെഞ്ചുണ്ടുകളിൽ അതു തങ്ങിനിന്നിരുന്നു. നാണമാണോ? അല്ല. പുഞ്ചിരിയാണോ? അല്ല. ആ വിടർന്ന നീലക്കണ്ണുകളിൽ പ്രതീക്ഷയായിരുന്നു. പ്രതീക്ഷയായിരുന്നു. പ്രതീക്ഷ...

'മാലതീ!'

'ഊം.'

'എന്താ നോക്ക്ണ്?'

'ഊം.'

'ഒന്നു മിണ്ടൂന്നേ.'

'ഊം?'

'ഒന്നു കേൾക്കാൻ തന്നെ.'

അങ്ങനെ നാളുകൾ നീങ്ങി. കാര്യബോധം വന്നപ്പോൾ:

'മാലൂ!'

'ഊം?'

'എനിക്കു പണമില്ലാട്ടോ?'

'പിന്നേയ്!'

'എന്താ?'

'ഊം.'

'നീ കേട്ടോ?'

'ഊം?'

'എനിക്കു പണമില്ലാന്ന്.'

"പിന്നേയ്!'

എന്തിനാ പണം എന്നോർത്തപ്പോൾ അവന്നു ചിരിവന്നു. അവൻ ഓർത്തത് സ്കൂൾമാസ്റ്ററാകണമെന്നാണ്. അവൾ മിസ്ട്രസ് അവൻ മാസ്റ്റർ. രണ്ടുപേരും സ്കൂളിൽനിന്നു വന്നു വിശ്രമിക്കുമ്പോൾ അവൻ ചോദിക്കും:

'മാലൂ.'

'ഊം?'

'നമുക്കു പണമില്ല.'

'പിന്നേയ്!'

എന്തൊക്കെയാണ് ഓർക്കുന്നത്? എല്ലാ ആശകളും നശിച്ചുപോയി. നശിച്ചുപോയി. നശിച്ചു...

അവന്നു പാടമില്ല. അവന്നു പഠിക്കാനൊത്തില്ല. ഇടയ്ക്ക് അവന്റെ അമ്മ മരിച്ചുപോയി. അമ്മ മരിച്ച് മൂന്നോ നാലോ ആഴ്ച ചെന്നപ്പോൾ അച്ഛൻ പറകയാണ്:

'ഇനി ഞാനും ചാവും.'

എന്തൊരു പരമാർത്ഥം!

അമ്മ മരിച്ചതു പട്ടിണികൊണ്ടാണ്. എന്നുവെച്ചാൽ ഒടുങ്ങാത്ത പട്ടിണി കൊണ്ട്. നാഡിഞെരമ്പുകൾ വരണ്ടു. പെട്ടെന്നൊരു തലചുറ്റലുണ്ടായി. ഛർദ്ദിച്ചു വീണു. കട്ടിലിൽ എടുത്തുകിടത്തി. മരിച്ചു. പിന്നെ അച്ഛനും പെങ്ങളും ഉണ്ട്. അവരിൽ അവനാണ് ഭാഗ്യവാൻ. കൂടുതൽ മാംസവും മുഴുപ്പും അവനാണ്. അമ്മ മരിക്കാനുള്ള കാരണവും അതുതന്നെ. കഞ്ഞി വിളമ്പുമ്പോൾ അവന്റെ കിണ്ണത്തിലാണ് വറ്റ്. അവൻ പഠിക്കുന്ന കുട്ടിയാണ്. നാലുപേരുടെ കൂടെ നടക്കുന്നവനാണ്. ഉള്ളോരുടെ മക്കളുടെ ഒപ്പം ഇരിക്കേണ്ടവനാണ്. അവനെ വലച്ചുകൂടാ... ഇപ്പോൾ വിളമ്പുന്നതു പെങ്ങളാണ്. ഇപ്പോഴും അവന്റെ കിണ്ണത്തിലാണ് വറ്റ്.

അടുക്കളയിൽ പെങ്ങൾ കഞ്ഞി വിളമ്പുകയാണ്. അവൻ പലകയിട്ട് ഇരുന്നുകഴിഞ്ഞു. സ്കൂളിൽ പോകാൻ സമയമാകുന്നു. അപ്പോഴാണ് അച്ഛൻ വരുന്നത്. നന്നേ വിശപ്പുണ്ടായിരിക്കണം. അല്ലെങ്കിൽ അടുക്കളയിലൂടെ കടക്കില്ല. വാതിൽക്കൽ വെച്ചേ അദ്ദേഹം ചോദിക്കയും ചെയ്തു:

'കഞ്ഞി വിളമ്പിയോ മോളേ?'

'വിളമ്പുകയാ.' അവൾ പറഞ്ഞു.

അതോടെ അദ്ദേഹം ആവിപറക്കുന്ന കഞ്ഞിക്കിണ്ണത്തിലേക്കു നോക്കി.

അവന്റെ കിണ്ണത്തിലാണ് വറ്റ്.

അച്ഛൻ മൂന്നു കിണ്ണവും മാറിമാറി നോക്കി. നെടുവീർപ്പിട്ടു. അതോടെ പ്രായംകൊണ്ടു മഞ്ഞളിച്ച ആ കണ്ണുകൾ ചിമ്മി. എന്നിട്ട് അഭിപ്രായപ്പെട്ടു:

'ഇനി ഞാനും ചാവും!' ശേഖരൻ കത്തിപ്പോയി. അമ്മയോ കഴിഞ്ഞുപോയി. ഇപ്പോൾ അച്ഛൻ പറയുന്നു:

'ഇനി ഞാനും ചാവും!' അവർ ജോലിചെയ്യുന്നു. അവൻ ഊറ്റിക്കുടിക്കുന്നു.

അവർ ജോലി ചെയ്യുന്നു. അവൻ ഊറ്റിക്കുടിക്കുന്നു.

അവർ...

അവൻ...

ഇനി വയ്യ! അവന്നു നാടുവിടണം. അവന്ന് ഇപ്പോൾ പോണം. അതു വയ്യ.

ഉച്ചതിരിയുവോളം വീർപ്പുമുട്ടിക്കഴിഞ്ഞു. ഉച്ച തിരിഞ്ഞപ്പോൾ ഇറങ്ങി നടന്നു. സ്കൂൾ വിടാറായില്ലേ?

എന്താ അവൾ വരാത്തത്?

അവൾ വന്നു. അവൾ ഒറ്റയ്ക്കാണ്.

ആ വരവ് അവൻ നോക്കിനിന്നു. ഇനി എന്നാ അവൻ അവളെ കാണുക?

അവനെ കണ്ടപ്പോൾ അവളുടെ നീലക്കണ്ണുകൾ തിളങ്ങി. ചുണ്ടുകളുടെ കോണിൽ പുഞ്ചിരി തങ്ങിനിന്നു.

അടുത്തു വന്നപ്പോൾ അവൾ ഞെട്ടി. അവൾ വിളർത്തു.

അവന്റെ മുഖം കരിഞ്ഞിരുന്നു. തലയ്ക്കകത്തു തീ പുകഞ്ഞിരുന്നു. നെറ്റി പൊള്ളിയിരുന്നു.

അവനു മിണ്ടാൻ വയ്യ. എന്നാൽ മിണ്ടിയേ ഒക്കൂ.

'മാലൂ!'

അവൾ തൊട്ടു മുന്നിലെത്തിയപ്പോൾ അവൻ വിളിച്ചു.

'ഹെന്തേ?'

'ഞാൻ പോട്ടെട്ടോ?'

ങ്ഹേ!

അവൾ തേങ്ങി.

അവൻ മിണ്ടിയില്ല. അവനു മിണ്ടിക്കൂടാ. എന്തൊക്കെ പറയാനുണ്ടായിരുന്നു? എന്തൊക്കെ ഓർത്തിരുന്നു? ഞാൻ നിന്നെ സ്നേഹിക്കുന്നു. ഞാൻ നിന്നെ എന്നും സ്നേഹിക്കും. എനിക്കു പണമില്ല. ഞാൻ നാട്ടീന്നു പോകുന്നു. നന്നായി കഴിഞ്ഞുകൂടാനുള്ള പാകമാകുമ്പോൾ വരും. എന്നെ മറക്കരുത്. രണ്ടു കാര്യമാണ് ഞാനോർക്കുന്നത്. ഒന്ന്, കുടുംബം പുലർത്തണം. രണ്ട്, നിന്റെ വീട്ടിൽ കയറാനുള്ള കഴിവുണ്ടാകണം. അന്നു ഞാൻ വരും... ഒന്നും അവൻ പറഞ്ഞില്ല. ഒന്നും ഓർമ്മയേ ഇല്ല.

അവളുടെ നീലക്കണ്ണുകൾ നിറഞ്ഞു. അവളുടെ ഇടത്തേ കൺകോണിൽ ഒരു തുള്ളി വിതുമ്പിനിന്നു. അവൾ മുഖം കുനിച്ചു. അവളുടെ വയലറ്റ് ജാക്കറ്റിൽ വീണ് അതു കുതിർന്നു.

ഓ! അവൾ കരയുകയാണ്.

അവൻ ഉരുവിട്ടു:

'കണ്ണുനീരെന്നെക്കുറിച്ചു പൊഴിക്കുന്നു
കണ്മണി, യെങ്ങു ഞാനെങ്ങവളോ?'

അപ്പോൾ ഒരു വെടിയുടെ ശബ്ദം!

ശേഖരൻ ഞെട്ടിപ്പോയി, നെഞ്ചിൽ കൈവെച്ചുപോയി. കൈപ്പടം തെള്ളിത്തെറിക്കയാണ്. സഖറിയ ക്രമത്തിൽ ശ്വാസം കഴിക്കുന്നുണ്ട്. വിളിച്ചെങ്കിലോ?

"സഖറിയാ!"

അയാൾ മിണ്ടുന്നില്ല.

"ഹല്ലോ, സഖറിയാ!"

"ഊ..."

"കേട്ടോ?"

"ഒന്നുറങ്ങു ശേഖരൻ."

"ഫയറിങ്ങ് നടക്കുന്നു!"

പുതപ്പു വലിച്ചുമാറ്റിക്കൊണ്ടു സഖറിയ പിറുപിറുത്തു: "എന്തൊരു തണുപ്പ്!"

ശേഖരനു തോന്നി ചൂടാണെന്ന്. പുതപ്പുമാറ്റി അവൻ പാതി എണീറ്റു.

"എവിടെ?" സഖറിയ ചോദിച്ചു.

"ഞാൻ കേട്ടൂന്നേ."

"നിങ്ങളൊന്നു കിടക്കൂ ഹേ!"

"ആരാ പിന്നെ വെടിവെച്ചത്?"

"എടോ, വായുവിനു കട്ടിയുണ്ട്."

"അതിനെന്താ?"

"വളരെവളരെ അകലത്തുനിന്നുകൂടെ ഈ വെടിയുടെ ശബ്ദം ഇഴഞ്ഞുവരും."

ശേഖരനു തന്നത്താൻ വെറുപ്പു തോന്നി.

'ഞാൻ ശല്യമുണ്ടാക്കുന്നു.'

അവൻ മാപ്പുചോദിക്കാൻ തുടങ്ങി.

"ഏയ്, അതു സാരമില്ല. ഞാനും ഇങ്ങനെത്തന്നെ ആയിരുന്നു."

അവർ കിടന്നു. ശേഖരൻ റൈഫിൾ തപ്പി. ഇടത്തേ കൈത്തണ്ടയുടെ അടിയിലുണ്ട്. റൈഫിളിൽ കൈ ഉരച്ചുകൊണ്ട് തെല്ലിട കിടന്നു...

എന്തോ പെരുക്കം കേട്ടു. എന്താദ്? ചെവികൂർപ്പിച്ചു. അടുത്തടുത്തു വരികയാണ്. ബൂട്ടിന്റെ ശബ്ദമാണോ? ഉണക്കിലകൾ ഞെരിയുന്നുണ്ട്. ആരോ വരുന്നു. ഗാർഡായിരിക്കും. ഇത്ര വേഗത്തിലോ? അടുത്തു വരുന്നല്ലോ. അവൻ കണ്ണ് ഇറുകെ ചിമ്മി. ചുവടുകൾ അടുത്തടുത്തു വരുന്നു, വരുന്നു, വരുന്നു...

"ഓപ്പറേറ്റർ!"

"ജീ."

"ഉഠോ!"

ശേഖരൻ തട്ടിപ്പിടഞ്ഞെഴുന്നേറ്റു. സഖറിയ എണീറ്റു കണ്ണുതിരുമ്മി.

"ഓപ്പറേറ്റർ!"

സഖറിയ മിഴിച്ചു.

ഓ! മേജർസാഹേബാണ്.

"ജീ സാബ്."

"കൈസാ ഹൈ ഓപ്പറേറ്റർ?"

"അച്ഛാ സാബ്."

"ഗുഡ്! ബത്തീ ജലാവോ. സെറ്റ് ഓൺ കരോ, ജൽദി, സബ്ബ് അച്ഛാ ഹൈ ന?"

ശേഖരൻ അന്തം മിഴിച്ചുനിന്നു. സഖറിയ തീപ്പെട്ടിയുരച്ചു വിളക്കു കത്തിച്ചു. വയർലസ് സെറ്റ് മൂളാൻ തുടങ്ങി.

"തയ്യാർ ഹൈ സാബ്."

"മൈക്ക് മുഝേ ദോ."

മങ്ങിയ വെളിച്ചത്തിൽ അടിവെച്ച് അദ്ദേഹം സെറ്റിനു മുമ്പിൽ ചെന്നു.

"ഹല്ലോ, ഹല്ലോ, ഹല്ലോ!"

"ഹല്ലോ ഢിഗ്പീറ്റർലൗ. ഹല്ലോ ഢിഗ്പീറ്റർലൗ, ഈസി മൈക്ക് സ്പീക്കിങ്.

അവർ കേട്ടുനിന്നു. ഒന്നും മനസ്സിലാവുന്നില്ല. അദ്ദേഹം പലേ അക്ഷരങ്ങളും അക്കങ്ങളും ഉറക്കെ പറഞ്ഞുകൊണ്ടിരുന്നു. അവസാനം അദ്ദേഹം പറഞ്ഞതുവ്യക്തമായിരുന്നു.

"സെന്റ് ഷോർട്ട്ഫിഷ് ഇമ്മീഡിയറ്റ്ലി."

മൈക്കു മാറ്റിയിട്ട് മേജർ ധൃതിയിൽ പറഞ്ഞു: "അനാവശ്യമായി തോക്കൊഴിക്കരുത്. അത് അപകടമാണ്. ശത്രു അടുത്തുവരുന്നു. വെടിവെച്ചാൽ കൊള്ളും. എന്നാൽ മാത്രം ട്രിഗർ പ്രസ് ചെയ്യണം. ഒരു തോട്ട, ഒരാൾ, ഒരു തോട്ട ഒരാൾ. ധൈര്യമായിരിക്കൂ."

ട്രഞ്ച് ചാടിക്കയറുമ്പോൾ അദ്ദേഹം പറഞ്ഞു:

"ഗുഡ് ലക്ക്."

"സഖറിയാ!"

"എന്തൊരു മനഷ്യനാണെന്നറിയോ?"

"അറ്റാക്കാണോ?"

"അദ്ദേഹം ഓരോ ട്രഞ്ചിലും എത്തും. ഓരോരുത്തരോടും ചോദിക്കും. കൈസാ ഹൈ ജവാൻ, അച്ഛാ ഹൈ ന?"

"എന്താ പറഞ്ഞിരുന്ന്?"

"ഓ യെസ്സ്, പ്ലെയിൻ വരുന്നുണ്ട്."

"ങ്ഹേ?"

"അതാണ് ഷോർട്ട് ഫിഷ്."

മേജർ ഉറച്ച കാൽവെപ്പുകളോടെ നടന്നു മറയുന്നതു നോക്കി അവർ നിന്നു. മഞ്ഞിന്റെ വെൺപുതപ്പിനു കീഴിൽ ഇരുണ്ട മലനിര കട്ടിയേറിയ നീലരേഖപോലെ കിടക്കുന്നു. മഞ്ഞുതുള്ളികൾ ഇറ്റിറ്റുവീഴുന്നു. അല്ല, മഴയാണോ? നേരിയ കാറ്റ് അവരെ തലോടി കടന്നുപോയി. തണുപ്പിൽ താടിയെല്ല് ആടിത്തുടങ്ങി. ആപ്പിളിന്റെ പഴുത്ത ഇലകൾ തലയ്ക്കുമീതെ കൊഴിഞ്ഞുവീണു.

പെട്ടെന്ന് ഒരു വെളിച്ചം.

"ട്രേസർ!"

സഖറിയ മിഴിച്ചു.

ഡൈനാമിറ്റു പോലെ ട്രേസർ ബുള്ളറ്റ് ചക്രവാളത്തോളം വെളിച്ചം പരത്തിക്കൊണ്ട് ആകാശം തുളച്ചു ചീറ്റിക്കയറി. അതോടെ ഒരു കൂട്ടവെടി.

"ഠ.ഠ.ഠ.ഠ. ട്ടേ!"

"ബ്ഡ്ഡാ!"

ശേഖരൻ ആകെത്തരിച്ചുപോയി. ട്രേസർ കത്തിയടങ്ങി. എങ്ങും ഇരുട്ട്, മഞ്ഞ്, നീലരേഖകൾ, നീലഛായകൾ... മലനിരയുടെ കനത്ത നീലരേഖയിലേക്ക് നിരനിരയായി തോക്കുകൾ തീ തുപ്പിക്കൊണ്ടിരുന്നു.

അപ്പോൾ അവർ കേട്ടു, ഒറ്റ അട്ടഹാസം. ഒന്നും തിരിച്ചറിയുന്നില്ല. മനുഷ്യർ ഒച്ചയിടുന്നതുപോലല്ല, ഒരു ഭയങ്കര വെള്ളച്ചാട്ടത്തിന്റെ മാറ്റൊലി പോലെ, മലയുടെ മുകളിൽനിന്ന് ഒരു ഇരമ്പവും ഓശയും ബഹളവും.

"റൈഫിളെടുക്കൂ, ശേഖരൻ."

"റൈറ്റ്!

അവന്റെ നെഞ്ചിന് ഒരു കരിമ്പാറയുടെ കനം തോന്നുന്നു. കൈകൾക്ക് ഇരുമ്പിന്റെ അല്ല, ഞരമ്പുകൾ നദീപ്രവാഹം ഉൾക്കൊണ്ടിരിക്കയാണ്.

ട്രഞ്ചിന്റെ വക്കിൽവെച്ച മണൽച്ചാക്കിന്നുമീതേ റൈഫിൾവെച്ച് അവൻ ലോഡ് ചെയ്തു. ഇടത്തേ തോൾ ട്രഞ്ചിന്റെ ചുമരിൽ ചാരി, ചാക്കിന്മേൽ ഹൈൽമെറ്റണച്ചു. കാൽ അമർത്തി മുന്നോട്ടു നോക്കിനിന്നു. അപ്പോൾ അവൻ ഓർത്തതു വെപ്പൺ ട്രെയ്നിങ് കഴിപ്പിച്ച ഹവിൽദാരുടെ വാക്കുകളാണ്: ഒരു ശത്രുവിനെ വെടിവെച്ചു വീഴ്ത്തുവോളം, നിങ്ങൾക്കുവേണ്ടി ഗവർമ്മേണ്ടു സഹിക്കുന്ന നഷ്ടം മുതലാവില്ല.

ആരാണ് ഈ വരുന്ന ശത്രു? അവൻ ഓർത്തുപോയി.

ആരാണ് ഈ വരുന്ന ശത്രു? ആരാണ്?

ചരിത്രം പഠിപ്പിച്ച രാമനുണ്ണി മാസ്റ്ററുടെ ക്ലാസിനെക്കുറിച്ച് അവന്നോർമ്മ വന്നു. ഹൗ! ചരിത്രം പഠിക്കാൻ അവന്ന് എന്തുത്സാഹമായിരുന്നു!

ഇന്ത്യയുടെ പഴയ ചരിത്രം ഇന്നോളം അറിയപ്പെട്ടിട്ടില്ല. അനാദികാലം മുതല്ക്കേ ഇവിടെ എത്രയെത്ര മനുഷ്യവർഗ്ഗങ്ങൾ വന്നു, പാർത്തു, അന്യോന്യം ചേർന്നു, പെരുകി... ഈ മഹാജനത അഴിക്കാൻ പാടില്ലാത്ത കൂട്ടത്തിൽ കോർത്തിണക്കിയ മാലപോലെയാണെന്ന്... അവൻ ഇനിയും ഓർത്തേനേ. അപ്പോൾ സഖറിയ ചോദിച്ചു:

"എങ്ങനെ ഇരിക്കുന്നു?"

"ഞാൻ നോക്കുകയാണ്."

"തൃശൂർപൂരം കണ്ടിട്ടുണ്ടോ?"

"ഉണ്ട്."

"വെടിക്കെട്ട്?"

"ഊം."

"അവർ അലറുന്നതു കേട്ടോ?"

"എന്താദ്?"

"ക്വായിദേ ആസം മൊഹമ്മദാലി ജിന്നാ - സിന്ദാബാദ്, പാക്കിസ്ഥാൻ സിന്ദാബാദ് - പിന്നെയും കുറെ. അതൊക്കെയാണ് അവരുടെ പോർവിളികൾ."

"കഷ്ടം!"

"എന്താ?"

"ചുമ്മാ പറഞ്ഞതായിരുന്നു."

അപ്പോൾ അവരുടെ തലയ്ക്കു മീതെ ഒരു മൂളക്കം.

"ങ്ഹേ!"

സഖറിയ മേലോട്ടു നോക്കി.

ഉടനെ മലയുടെ അടിവാരത്തിൽനിന്നു വീണ്ടും അട്ടഹാസങ്ങൾ, നിലവിളികൾ. അതോടെ മലയുടെ നേരെ വിലങ്ങനെ മാത്രമല്ല, ഇടത്തോട്ടും വലത്തോട്ടും ബുള്ളറ്റുകളും ഷെല്ലുകളും ചീറി!

'ഠ, ഠ, ഠ, ഠ, ട്ടേ.'

"ബ്ഢ്വാ!"

"ഠ, ഠ, ഠ, ഠ, ട്ടേ."

"ബ്ഢ്വാ!"

ഷെല്ലുകളുടെ വെളിച്ചത്തിൽ മഞ്ഞനിറമാർന്ന പുകച്ചുരുളുകളും മരങ്ങളും തെളിഞ്ഞും മറഞ്ഞും കൊണ്ടിരുന്നു. ഇടയ്ക്കു തുടർച്ചയായി ഷെല്ലുകൾ വീഴുന്നേടത്താകണം, തീ കത്തിയെരിഞ്ഞിരുന്നു.

പിന്നെപ്പിന്നെ അട്ടഹാസങ്ങളും നിലവിളികളും വ്യക്തമാവുകയാണ്. തീയും പുകയും അടുത്തടുത്തു വരികയാണ്.

"അവർ നമ്മുടെ പൊസിഷൻ ചാർജ്ജ് ചെയ്യുന്നല്ലോ!"

"ങ്ഹേ?"

"ശത്രുക്കൾ കടന്നിരിക്കുന്നു."

"ഓ!"

എന്തു നിലവിളികൾ! കൂട്ടംകൂട്ടമായി പശുക്കളെ കഴുത്തറുക്കുകയെന്ന പോലെ. അതെ, അതു ചാകുരലാണ്. മനുഷ്യർ കൂട്ടമായി മരിക്കുന്നു. കഴുത്തറുക്കപ്പെടുന്നു. കുടൽ ചോർത്തപ്പെടുന്നു...

ഓ! മരണനിലവിളി!

തലയ്ക്കുമീതെ വീണ്ടും ചീറ്റൽ, മൂളക്കം, വെളിച്ചം.

ശേഖരൻ തലയൊന്നു താഴ്ത്തി. അവൻ നെടുവീർപ്പിട്ടു.

"ഹമ്മാ!"

അതോടെ അവൻ ഓർത്തു.

"മരിച്ചാലും ഒരിക്കലേ മരിക്കുള്ളൂ."

ഞാൻ മരിച്ചാൽ!....

ഛേ! ആ ആലോചന അവിടെത്തന്നെ അവൻ നിർത്തി.

റൈഫിൾ തോളിൽ അമർത്തി മുന്നിലേക്കു തീക്ഷ്ണമായി നോക്കിക്കൊണ്ട് അവൻ നിന്നു. അവന്റെ കരിന്തുട വിറച്ചിരുന്നു. നെഞ്ചു ദീർഘദീർഘം ഉയർന്നമർന്നിരുന്നു.

വീണ്ടും വെപ്പൺ ട്രെയ്നിങ് ഹവീൽദാരെ ഓർത്തു. ശ്വാസം നിർത്തിയിട്ടേ ട്രിഗർ പ്രസ്സ് ചെയ്യാവൂ.

അതു സാധ്യമാണോ? അവൻ നെഞ്ചിന് ആശ്വാസം കിട്ടാൻ നീണ്ടു നീണ്ടു നിശ്വസിച്ചു. നെഞ്ചിന് എന്തൊരു കനം!

മുന്നിൽ ബുള്ളറ്റുകളുടെ വെളിച്ചത്തിൽ ബയനറ്റുകൾ തിളങ്ങുന്നു. തോക്കുകൾ തെളിയുന്നു. പട്ടാളക്കാർ കണ്ണിൽപ്പെടുന്നു.

"ഠേ!"

"സ്റ്റോപ്പിറ്റ്!"

സഖറിയ അലറി.

"ടാർഗറ്റ് കൊടുക്കല്ല."

ശേഖരന് അതു വ്യക്തമായില്ല. അവന്റെ തല തരിച്ചിരുന്നു. നെഞ്ചു തരിച്ചിരുന്നു. ശരീരമാകെ തരിച്ചിരുന്നു.

"ചാർജ്..."

അത് അവൻ വ്യക്തമായും കേട്ടു.

"മദ്രാസ്...!"

എന്തൊരലർച്ച. എത്രപേരുടെ തൊണ്ടയാണത്?

"പാക്കിസ്ഥാൻ - സിന്ദാബാദ്!"

"മദ്രാസ്..."

"ജിന്നാ സിന്ദാബാദ്!"

"ചാർജ്..."

അതു ബംഗ്ലാവിലാണല്ലോ. ഓ, മേജർസാഹേബ്...

"ഠേ!" സഖറിയ തോക്കൊഴിച്ചു.

അവരുടെ തലയ്ക്കുമീതെ ബുള്ളറ്റുകൾ ചീറിക്കൊണ്ടിരുന്നു. അവരുടെ മുഖത്തു ചരലും മണ്ണും തെറിച്ചു വീണുകൊണ്ടിരുന്നു. അവർ കരിമരുന്നിന്റെ മണം ശ്വസിച്ചുകൊണ്ടിരുന്നു.

അപ്പോൾ ട്രഞ്ചിന്നുമുന്നിൽ ഒരു മിന്നൽ, ഒരു പൊട്ടൽ!

"ഗ്രനേഡ്."

സഖറിയ അതേപടി ട്രഞ്ചിൽ താണു. ശേഖരൻ അതേപടി ട്രഞ്ചിന്റെ ചുമരിലോട്ടു കമഴ്ന്നു.

"ഹമ്മാ!"

അവൻ വലത്തേ കൈ നെഞ്ചിലോട്ടു പൊക്കി. ഓ! പൊങ്ങുന്നില്ല. എന്തൊരു വേദന, നീറ്റൽ, കടച്ചിൽ...

തല കറങ്ങുന്നു എന്നു തോന്നി. തലയിൽ ഒരു മുഴക്കം. ഫാൻ കറങ്ങുന്നപോലെ.

തലയ്ക്കുമീതെ വിമാനങ്ങളായിരുന്നു. ഇന്ത്യയുടെ പോർവിമാനങ്ങൾ അലറിക്കൊണ്ടു വരികയായിരുന്നു. അവ വന്നു. ഡൈവ് ചെയ്തു. നില്ക്കുകയും ഓടുകയും ചെയ്യുന്ന എല്ലാവരുടേയും നേരെ മെഷീൻഗൺ ഒഴിച്ചു.

"ട ട ട ട ട ർർർ..."

"അല്ലാഹ്!"

"ഖുദാ!"

"ജിന്നാ സിന്ദാ-"

എല്ലാം കഴിഞ്ഞപ്പോൾ സഖറിയാ എണീറ്റു. "ശേഖരൻ."

ശേഖരൻ മിണ്ടുന്നില്ല. തൊട്ടുനോക്കി.

"ശേഖരൻ!"

ശേഖരൻ മിണ്ടുന്നില്ല.

"എന്താ ശേഖരൻ?"

"മാലു!"

"ങ്ഹേ്?"

"വ് എഹ്ളം."

അവനെ താങ്ങി കമ്പിളിയിൽ കിടത്തി സഖറിയ വാട്ടർബോട്ടിലെ ടുക്കാൻ വേണ്ടി നീങ്ങി. കൂട്ടുകാരനു വെള്ളം കൊടുക്കാൻ കുനിഞ്ഞപ്പോൾ സഖറിയായുടെ കണ്ണിൽനിന്നു രണ്ടുതുള്ളി ശേഖരന്റെ കണ്ണിൽ ഇറ്റു വീണു. വാട്ടർബോട്ടിൽ ചുണ്ടിലേക്കു ചേർത്തപ്പോൾ അയാൾ കണ്ടു:

ശേഖരന്റെ ബ്ലൗസ് നെഞ്ചിൽ വിലങ്ങനെ കീറിയിരിക്കുന്നു. തൊട്ടു നോക്കി. ഒട്ടുന്നുണ്ട്! സഖറിയ നടുങ്ങി.

"ശേഖരൻ."

ചിറി നനഞ്ഞപ്പോൾ ശേഖരൻ പതുക്കെ ഇളകി.

"മാലു!"

"ശേഖരൻ."

"മി..."

"ശേഖരൻ." ■

അമ്മയും മകനും

വണ്ടി ഇളകിയപ്പോൾ രാമചന്ദ്രൻ ജനലിലൂടെ പുറത്തേക്കു നോക്കി. ചുമട്ടുകാരൻ തൊഴുകയ്യോടെ നില്പാണ്. അയാളുടെ മഞ്ഞച്ചു പരന്ന മുഖംനിറയെ വേദനയുണ്ട്. അവസാനം, അയാൾക്കെടുത്തു കൊടുക്കാൻ പോക്കറ്റിൽ ഒറ്റ ചെമ്പുകാശില്ല. ഈ അതിർത്തിപ്രദേശത്തേക്കു തന്റെ ഡിറ്റാച്ച്മെന്റോടൊപ്പം വന്നതിൽപ്പിന്നെ അവൻ പണം കണ്ടിട്ടില്ല. 'നമസ്തേ' പറഞ്ഞു സീറ്റിൽ അമർന്നിരുന്നപ്പോഴും പുറത്തേക്കു നോക്കാൻ തോന്നി. വളരെ നാളായി അവനെ പരിചരിച്ച ആ കുറ്റിയാൻ ചുമട്ടുകാരനും പ്ലാറ്റ്ഫാറവും മോഹൻവാഡി റെയിൽവേ സ്റ്റേഷനും ഇതാ മറഞ്ഞുപോകും. ഓർമ്മയുടെ മുതലെടുപ്പിലേക്കു ജീവിതത്തിന്റെ ചെറിയൊരു വിഭാഗം കൂടെ വകയിരുത്തുന്നു.

ജീവിതം ക്ഷണികവും തുച്ഛവുമാണത്രേ! ജീവിതത്തിന്റെ ഓരോ നിസ്സാരാംശവും, നിങ്ങൾക്കായി വിലയും കനവുമേറിയ പുതിയ പുതിയ അനുഭൂതികളെ ഉറഞ്ഞെടുക്കുകയാണ്. പനി പിടിച്ചു തളർന്നുപോയ രാമചന്ദ്രന്റെ തലച്ചോറിൽ ഓസിലോഗ്രാഫിലെ സൂക്ഷ്മസൂക്ഷ്മങ്ങളായ

വൈദ്യുതതരംഗങ്ങളെന്നപോലെ, ഓർമ്മകൾ തുള്ളിക്കളിച്ചു. നിമിഷമിട കൊണ്ടു ലക്ഷോപലക്ഷം പ്രാവശ്യം വട്ടം കറങ്ങുന്ന ഈ വൈദ്യുത തരംഗങ്ങളുടെ വർണ്ണചിത്രങ്ങൾ ഒന്നാമത്തെ തവണ കണ്ടപ്പോൾ അവൻ ഇങ്ങനെയാണോർത്തത്: ഓർമ്മയുടെ കലവറ നിങ്ങളുടെ തലച്ചോറിലെ സൂക്ഷ്മഗ്രന്ഥികളിലാണെങ്കിൽ, പ്രാഥമിക തരംഗങ്ങളേയും അവയുടെ അനന്തമായ ഹാർമോണിക്കുകളേയും ഉൾക്കൊള്ളുന്ന തെർമ്മിയോണിക്ക് വാൾവാണ് ഈ തലച്ചോറെന്ന് എന്തുകൊണ്ടു പറഞ്ഞുകൂടാ?

എന്തുകൊണ്ടെന്നാൽ അവന്റെ അഭിപ്രായത്തിൽ, ഓർമ്മിക്കുക എന്നതിനും ജീവിക്കുക എന്നർത്ഥമായിരുന്നു. ഒരുപക്ഷേ, അവൻ എന്നും ഭൂതകാലത്തിൽത്തന്നെ ജീവിക്കുകയാവാം. റിക്രൂട്ടിങ്ങ് ഓഫീസിൽനിന്നു നടാടെ വണ്ടി കയറിയതിനെപ്പറ്റി ഇപ്പോൾപോലും അവന്നോർമ്മയുണ്ടായിരുന്നു. വണ്ടി വടക്കാഞ്ചേരിക്കടുക്കുകയാണ്. ഇരുളുന്ന മലഞ്ചെരിവിലൂടെ സായംസന്ധ്യ ഇറങ്ങിവന്നു. എറണാകുളം മുതൽക്ക് എന്തോ ഓർത്തുകൊണ്ടിരുന്ന ഹരി അപ്പോഴാണ് ഓമർഖയ്യാമിന്റെ ഈരടി പാടിയത്:

“ഇരിപ്പില്ല നമുക്കേറെ നിമിഷത്തേക്കൊരിക്കൽ നാം
പിരിഞ്ഞെന്നാൽ തിരിച്ചെന്നും വരവുമില്ല.”

അപ്പോൾ രാമചന്ദ്രന്റെ നിറഞ്ഞ കരൾ വിങ്ങുകയും കടക്കണ്ണിൽ നീർക്കെട്ടുകയും ചെയ്തു. എപ്പോഴും അങ്ങനെയാണ്. ആയിരത്തിത്തൊള്ളായിരത്തി നാൽപ്പത്തിമൂന്നിനു ശേഷം എന്തൊക്കെ സംഭവിച്ചു എന്നല്ല, ഓർമ്മയുടെ മുതൽക്കൂട്ടിലേക്ക് എന്തൊക്കെ വകയെഴുതി എന്നാണ്, രാമചന്ദ്രൻ പറയുക.

ജീവിതം ഓർക്കാനുള്ളതാണ്.

ചുമട്ടുകാരനും പ്ലാറ്റുഫാറവും റെയിൽവേസ്റ്റേഷനും മറഞ്ഞുപോയിരുന്നു. പച്ചക്കാടുകളും പാറക്കെട്ടുകളും വെള്ളച്ചാട്ടങ്ങളും നിറഞ്ഞ മലഞ്ചെരുവിലൂടെ റെയിൽപാലം ഇഴഞ്ഞും വളഞ്ഞും മുമ്പോട്ടു നീങ്ങി. യാത്രക്കാർ അവനെ ഇടംകണ്ണിട്ടു നോക്കുന്നുണ്ടായിരുന്നു. വളർത്തിയ താടിയും മുടിയും ഉള്ള ഈ പട്ടാളോദ്യോഗസ്ഥൻ വണ്ടി കയറിയപ്പോഴേ അവർക്കത്ഭുതമായിരുന്നു. അവന്റെ ചുമട്ടുകാരൻ എടുക്കാനാവാത്ത ഭയങ്കര കെട്ടുകളാണ് ചുമന്നുകൊണ്ടുവന്നത്. പോരാ, സ്റ്റേഷൻമാസ്റ്ററാണ് അവനെ വണ്ടി കയറ്റിയത്. അവർ ആദരവോടെ അവനു കിടക്കാനുള്ള ഇടം കൊടുത്തു. അവനാകട്ടെ കിടക്കക്കെട്ടഴിക്കാതെ ചാരിക്കിടന്നു. കുളിരു തോന്നിയപ്പോൾ നിറഞ്ഞ പാക്കറ്റിൽനിന്ന് സിഗരറ്റെടുത്തു കത്തിച്ചു. വർണ്ണശബളമായ കുപ്പായങ്ങളും തലേക്കെട്ടുകളും ധരിച്ച യാത്രക്കാർ തന്നെ സൂക്ഷിച്ചുനോക്കുന്നുണ്ടെന്നു മനസ്സിലായപ്പോൾ അവനസ്വാസ്ഥ്യം തോന്നി. സിഗരറ്റിന്റെ നേരിയ സുഗന്ധത്തിൽ ലയിച്ചപ്പോൾ അവൻ പൊളിറ്റിക്കൽ ഓഫീസറുടെ ലേഡി ക്ലാർക്കിനെക്കുറിച്ചോർക്കുകയായിരുന്നു. സിഗരറ്റിന്റെ സുഗന്ധത്തിൽ അവളുടെ അഴകും ഔദാര്യവും ആസ്വദിക്കുകയായിരുന്നു.

രാമചന്ദ്രൻ പൊളിറ്റിക്കൽ ഓഫീസറുടെ ‘ദഫ്തറി’ലേക്കു ചുമട്ടുകാരനോടൊപ്പം ചെന്നപ്പോൾ അവൾ പുറത്തേക്കു വന്നു. (എന്നാൽ വലിയൊരു

ദഫ്തറല്ല, ഉയർന്ന മരത്തട്ടിൽ മുളംപനമ്പുകൊണ്ടു പണിത വൃത്തിയുള്ള കുടിലാണത്) അവൾ അതേവരെ കാത്തിരിക്കുകയായിരുന്നത്രെ. മിലിറ്ററി ഡിറ്റാച്ച്മെന്റിലെ ഒരു റേഡിയോ മെക്കാനിക്ക് ഷില്ലോങ്ങിലേക്കു മടങ്ങിപ്പോകുന്നു. അയാൾക്കു ശരീരസുഖമില്ല. പനിയായിരുന്നു. ഇപ്പോൾ നടക്കാൻ കഴിയും, പക്ഷേ, ഈ മലമ്പ്രദേശത്തു കൂടുതൽ താമസിപ്പിക്ക വയ്യ. അതുകൊണ്ടു ഷില്ലോങ്ങിലേക്കയക്കുന്നു... എല്ലാ വർത്തമാനങ്ങളും അവൾക്കറിയാം. ആ പ്രദേശത്തു ജീവിക്കുന്ന ഓരോ മനുഷ്യന്റേയും ഗതിവിഗതികളെക്കുറിച്ച് അവൾക്കറിയാം. അവൾ പൊളിറ്റിക്കൽ ഓഫീസറുടെ ലേഡിക്ലാർക്കാണ്. രാമചന്ദ്രനെ മോഹൻ വാഡി റെയിൽവേസ്റ്റേഷനിൽ നിന്നു വണ്ടികയറ്റേണ്ട ചുമതല കൂടെ അവൾക്കുണ്ട്. എന്തുകൊണ്ടെന്നാൽ പൊളിറ്റിക്കൽ ഓഫീസർ സ്ഥലത്തില്ല.

"ഇരിക്കൂ. എന്താ വേണ്ടത്?" എന്നു സ്ത്രീസഹജമായ ഔദാര്യത്തോടെ അവൾ പറഞ്ഞപ്പോഴാണ് ഈ ചന്തമുള്ള പെണ്ണ് സിഗരറ്റ് വലിക്കുന്നുവെന്ന് രാമചന്ദ്രൻ കണ്ടത്. അവൻ താനറിയാതെ ചുണ്ടു നുണഞ്ഞു. താടിയും മീശയും തടവിക്കൊണ്ട് അവൻ ചൂരൽക്കസേരയിൽ ചാരിയിരുന്നു.

ഒന്നു ചോദിച്ചെങ്കിലോ!

കാടൻമാരുടെ ഹുക്കയും ഉണക്കിലയും കത്തിച്ച് ഒന്നരക്കൊല്ലമായി പുകവലിച്ചിരുന്നതുകൊണ്ട് അവൻ സിഗരറ്റിനെക്കുറിച്ച് മറന്നപോലായിരുന്നു. നഗ്നരോ അർദ്ധനഗ്നരോ ആയ കാടന്മാരുടെ കൂടെ ജീവിക്കുന്നതിനിടയ്ക്ക് പരിഷ്കൃതമനുഷ്യരെക്കുറിച്ചുതന്നെ മറന്നുപോയിരുന്നു. സിൽക്കിന്റെ ഫ്രോക്കും നേർമ്മയും കട്ടിയുമുള്ള വൂളൻ ജർസിയും ധരിച്ചിരുന്ന ലേഡിക്ലാർക്കിനെ അവന്റെ ക്ഷീണിച്ച കണ്ണുകൾ വിഴുങ്ങി. പെട്ടെന്ന് നോട്ടമിടഞ്ഞപ്പോൾ അവൾക്കു പൊറുതിമുട്ടിയതുപോലെ തോന്നി. തുടുത്തു ചുവന്ന കവിളുകൾ വിളറുകയും നീലക്കണ്ണുകൾ മഞ്ഞയ്ക്കുകയും ചെയ്യുന്നത് അവൻ കണ്ടു: "സഹോദരീ."

"എന്താ എന്റെ സഹോദരാ!"

"എനിക്കൊരു സിഗരറ്റു വേണം."

"എടുത്തോളൂ."

ഒരു പാക്കറ്റ് ചോദിച്ചില്ലല്ലോ എന്നോർത്തപ്പോൾ അവനു തന്നത്താൻ അമർഷം തോന്നി. പതുക്കെ തെറ്റു തിരുത്തുകയും ചെയ്തു: "എനിക്ക് ഒരു പാക്കറ്റ് സിഗരറ്റാണു വേണ്ടത്."

സിഗരറ്റ് ക്ഷാമത്തെക്കുറിച്ച് സംസാരിക്കാൻ അവൾ അവന്റെ നേരെ നോക്കി. നിഷേധിക്കാൻ അവളുടെ സ്ത്രീത്വം സമ്മതിച്ചിരിക്കയില്ല. ഉടനെ തന്നെ അവൾ പറഞ്ഞു: "നിങ്ങൾക്ക് കുറേനേരം താമസിക്കേണ്ടിവരും. പോകുംമുമ്പെ തന്നേക്കാം."

അവൾ ഒരു ദേവതയായിരുന്നു!

സിഗരറ്റിന്റെ മധുരമധുരമായ സുഗന്ധം ആസ്വദിച്ചുകൊണ്ട് അവൻ പുകവലിക്കുകയും തന്റെ മനസ്സിൽ തങ്ങിനില്ക്കുന്ന ദേവതയുടെ ചിത്രം

സിഗരറ്റിന്റെ പുകകൊണ്ട് വരയ്ക്കുകയാണെന്ന ധാരണയിൽ സമയം കൊല്ലുകയും ചെയ്തു.

യാത്രക്കാർ എന്തൊക്കെയോ സംസാരിക്കുന്നുണ്ടായിരുന്നു. ഒരുപക്ഷേ അവനെക്കുറിച്ചാകാം. ഒരക്ഷരം മനസ്സിലാകുന്നില്ല. ജീവിതത്തിലെ ഏറ്റവും ശപിക്കപ്പെട്ട സന്ദർഭങ്ങളാണവ. ഒരുപറ്റം ആളുകളുടെ ഇടയിൽപെട്ടു പോവുക. അവർ തനിക്കറിയാത്ത ഭാഷയിൽ സംസാരിക്കുക. ഇടയ്ക്കിടയ്ക്കു സംശയദൃഷ്ടിയോടെ നോട്ടമയയ്ക്കുക. മലയോരങ്ങളിൽ കൂറ്റൻ മരക്കാലുകളിൽ വെച്ചുകെട്ടി മലവാഴയുടെ വാട്ടിയുണക്കിയ ഇലകൊണ്ടു മേഞ്ഞ കുടിലുകളിൽ കുടിപാർക്കുന്ന കാടന്മാരുടെ ഭാഷയും അവനു മനസ്സിലായില്ല. ആസാം റൈഫിൾസിലെ തേജ്ബഹദൂറിന് തെല്ലൊക്കെ അറിയാമായിരുന്നു. അതുകൊണ്ടാണത്രേ ഈ സ്പെഷ്യൽ ഡിറ്റാച്ച് മെന്റിന്റെ കൂടെ അയാളെ അയച്ചത്. തന്റെ ഡിറ്റാച്ച്മെന്റ് ഇപ്പോൾ മലകയറുകയാവാം. ആദിവാസികളുടെ സങ്കേതങ്ങളിൽ നിന്ന് സങ്കേതങ്ങളിലേക്ക് അവർ ഇന്ത്യയുടെ സ്വാതന്ത്ര്യസന്ദേശം കൊണ്ടുചെല്ലുകയാണ്. അവരുടെ ഈ പ്രിയപ്പെട്ട സങ്കേതങ്ങൾ ഇന്ത്യ എന്ന മഹാരാജ്യത്തിന്റെ മണ്ണിലാണെന്നും, ഇന്ത്യ എന്ന മഹാരാജ്യം സ്വാതന്ത്ര്യമടഞ്ഞെന്നും, ആ മഹാനാട്ടിലെ ഏറ്റവും വലിയ മനുഷ്യസ്നേഹിയായ...

ഒരുപക്ഷേ, സിഗ്നൽമാൻ രാമചന്ദ്രൻ ഇതാ പുറപ്പെട്ടിരിക്കുന്നു എന്ന് ഇപ്പോൾ ഷില്ലോങ്ങിലേക്കു മെസ്സേജയച്ചു കഴിഞ്ഞിരിക്കും. ഹവീൽദാർ ഹൻസ്‌രാജോ രാജഗോപാലനോ ട്രാൻസ്മിറ്ററിൽ ജോലി ചെയ്യുന്നുണ്ടാകും. അവരുടെ ശബ്ദവീചികൾ തന്റെ തലയ്ക്കുമീതെ അഗാധമായ അന്തരീക്ഷത്തിലൂടെ സഞ്ചരിക്കുന്നുണ്ടാകും.

അപ്പോൾ അവൻ പാട്ടുകളെക്കുറിച്ചോർത്തു. കാടുകളിലും കൊടുമുടികളിലും നദീതടങ്ങളിലും മധുരമധുരമായ റേഡിയോ ഗാനങ്ങൾ കേൾക്കാമായിരുന്നു. മനുഷ്യൻ സ്ഥായിയായ ഒരു പരമാർത്ഥമാണെന്ന് അവൻ വിശ്വസിക്കുന്നത് ഇങ്ങനെയാണ്. അവൻ മരിച്ചേക്കാം. മണ്ണടിഞ്ഞേക്കാം. മനുഷ്യന്റെ ശക്തി, മനുഷ്യശക്തിയുടെ സൃഷ്ടികൾ, എന്നേയ്ക്കുമായി നിലനില്ക്കുന്നു.

ഇതൊരദ്ഭുതമല്ലേ? ഇന്ന് സൈഗാൾ ഇല്ല. സൈഗാളിന്റെ മധുരമധുരമായ ശബ്ദവീചികൾ എന്നേക്കുമായി സംഗ്രഹിക്കപ്പെട്ടിരിക്കുന്നു. സൈഗാളിന്റെ ശരീരം മണ്ണോട് ചേർന്നിരിക്കുന്നു. അദ്ഭുതമല്ലേ? സൈഗാളിന്റെ ശാരീരം നിങ്ങളിന്നും കേൾക്കുന്നു.

പാട്ടുകേട്ടിട്ടാണു രാമചന്ദ്രൻ ഉണർന്നത്. ഉറങ്ങുകയായിരുന്നെന്നോ, വണ്ടി നാഴികകൾ പിന്നിട്ടുവെന്നോ അവനറിയില്ല. വളരെനാളത്തെ ക്ഷീണത്തിനുശേഷം സുഖമായി ചാരിക്കിടക്കുകയും കുളിർക്കാറ്റു തട്ടുകയും ചെയ്തപ്പോൾ അവൻ താനറിയാതെ മയങ്ങി, ഉറങ്ങി. ഉണരുമ്പോൾ കേൾക്കാം.

'യഹ് കോൻ ആയാ സബേരേ സബേരേ?'*

---

* ഇത്ര രാവിലെ ആരാണ് വന്നത്?

അതു സൈഗാളിന്റെ മധുരമധുരമായ കണ്ഠമായിരുന്നു. അതുകൊണ്ട് അവനു കോരിത്തരിച്ചു. ആരാണത്?

അവർ വണ്ടിപ്പാട്ടുകാരായ രണ്ടു സ്ത്രീകളായിരുന്നു. ഏടത്തിയും അനിയത്തിയുമാണെന്ന് ഒറ്റനോട്ടത്തിൽ നിങ്ങൾക്കു തോന്നും. അവരുടെ പ്രായത്തെക്കുറിച്ചു സംശയം തോന്നാം. അവർക്കുതന്നെ സംശയമാണ്: "ഈ പുലർകാലത്ത് ആരാണ്, ആരാണ് വന്നിരിക്കുന്നത്?" ആ മുറിയിലെ യാത്രക്കാർ ആരൊക്കെയാണെന്നു ചോദിക്കുന്നതുപോലെ. അവനാകട്ടെ ആ പല്ലവി കേൾക്കുംതോറും ആരാണ് ഈ കടന്നുവന്നതെന്ന് അദ്ഭുതപ്പെടുകയായിരുന്നു.

അവന്റെ ശപിക്കപ്പെട്ട പുരുഷത്വം വായ്പാട്ടു പാടുന്ന സ്ത്രീകളുടെ നേരെ ഒരിക്കൽമാത്രം ആകാംക്ഷയോടെ നോട്ടമിട്ടു. ഓ, പ്രായം കുറഞ്ഞവൾ പൂർണഗർഭിണിയാണ്. അവന്റെ മനസ്സാക്ഷി ഒന്നു പിടഞ്ഞു. തന്റെ തെറ്റു തിരുത്താനുള്ള തിടുക്കത്തോടെ അവൻ ഓർത്തു: വളരെക്കാലമായിട്ടു സ്ത്രീകളെ കണ്ടിട്ടില്ല.

മലയോരങ്ങളിൽ കുടിപാർക്കുന്ന കാടന്മാരുടെ സങ്കേതങ്ങളിലേക്ക് ഒരു പറ്റം ചുമട്ടുകാരോടൊപ്പം ബോർഡർ ഡിറ്റാച്ച്മെന്റ് പ്രവേശിക്കും മുമ്പെ സ്ത്രീകളൊക്കെ ഒളിക്കുക പതിവായിരുന്നു. പിന്നീട് വല്ല മുക്കിലും മൂലയിലും പതിഞ്ഞിരുന്ന് അവർ അക്രമികളായ ഈ സ്വതന്ത്ര മനുഷ്യരെ എത്തി നോക്കും. വല്ലപ്പോഴും ആശങ്കാകുലമായ നീലക്കണ്ണുകളോ മുഴുത്ത മാറിടമോ കൈത്തണ്ടയോ കണ്ണിൽപ്പെട്ടേക്കാം. പുരുഷന് സ്ത്രീയുടെ സഹവാസം എത്രകണ്ട് ആവശ്യമാണെന്ന് അപ്പോഴാണു മനസ്സിലായത്. ഉപജീവനത്തിനുവേണ്ടി ഓടുന്ന തീവണ്ടിയിൽ പാട്ടുപാടുന്ന ഈ പാവപ്പെട്ട ഗർഭിണിയെ ഒറ്റ നോക്കു നോക്കിയതോടെ അവന്റെ തൃഷ്ണ ആത്മനിന്ദയായി മാറി. അതോടെ അവനിലെ കൊച്ചുകുട്ടി ഉണരുകയും ചെയ്തു.

വീർത്തുമുട്ടിയ അവളുടെ വയറിനുമീതെ പഴകിക്കീറിയ മഞ്ഞസ്സാരി ഒതുക്കമില്ലാതെ കിടന്നു. അവളുടെ ശരീരമാകെ വിളർത്തു മഞ്ഞളിച്ചിട്ടുണ്ട്. അവളുടെ ചെറിയ മുഖവും കുറിയ കണ്ണുകളും വിളർത്ത ചുണ്ടുകളും കരളിന്റെ വിമ്മിഷ്ടം ഉൾക്കൊണ്ടിരുന്നു. വായ പിളർന്നു പാടുന്ന അവളുടെ നേരെ നോക്കവേ അവനു പേടി തോന്നി. പാട്ടവസാനിക്കാറാകുമ്പോഴേക്കും അവളുടെ ചിറിയിലൂടെ കൊഴുപ്പും കറപ്പുമുള്ള ഉമിനീർ വഴിഞ്ഞൊഴുകി. നിങ്ങൾക്കറപ്പു തോന്നിപ്പോകും. പക്ഷേ, അവൻ നോക്കിയിരിക്കവെ, അവൾ കിതയ്ക്കുകയും വീർപ്പുമുട്ടുകയും, ചിറിയിലൂടെ നുരയും പതയും ഒഴുകുകയും ചെയ്തു.

യാത്രക്കാർ അവരവരുടെ ഇരിപ്പിടങ്ങളിൽ ഇളകിയിരുന്നു. അഴുക്കും ചളിയും നിറഞ്ഞ ചുവന്ന സാരിയുടുത്ത ഏടത്തി മുറിനിറയെ നാറ്റം പരത്തിക്കൊണ്ട് ആൾക്കാരുടെ കാൽമുട്ടുകളിൽ തൊട്ടുമാറ്റി കൈനീട്ടി നടന്നു. അവളുടെ കണ്ണുകളിൽ, മുറിവേറ്റശേഷം പിന്തുടരപ്പെട്ട പേടമാനിന്റെ നോട്ടമുണ്ടായിരുന്നു. കാടന്മാർ അമ്പെയ്തു പായിച്ച പുള്ളിമാൻ, മലകയറുന്ന ഡിറ്റാച്ച്മെന്റിന്റെ മുമ്പിൽപ്പെട്ടുപോയത് ഓർമ്മവന്നു. ആ പാവപ്പെട്ട മൃഗം പെട്ടെന്നുനിന്നു. അടിപതറി നിലത്തുവീണു. എന്നിട്ടും

ആ നിരുപദ്രവജീവിയുടെ വിടർന്ന കണ്ണുകൾ 'കൊല്ലരുതേ' എന്ന് അവരോട് കേഴുകയാണെന്നു തോന്നും.

"ഒന്നു നിർത്തൂ."

നുരയും പതയും ചാടുന്ന അനിയത്തിയുടെ നേരെ കലാശം കാണിച്ചുകൊണ്ട് പ്രായംചെന്ന ഒരു പുള്ളിത്തലേക്കെട്ടുകാരൻ എണീറ്റുനിന്നു. അപ്പോഴാണ് തനിക്കു മനസ്സിലാവുന്ന ഹിന്ദിഭാഷ വളരെനാൾക്കുശേഷം നടാടെ കേട്ടത്.

"നിങ്ങൾക്കു ദൈവത്തെ ഭയമില്ലേ?" മറ്റൊരാൾ ചോദിച്ചു.

"മാലോകരെ, ഗതികെട്ടവരാണേ." ഏടത്തി ഓരോരുത്തരേയും തൊട്ടു തൊഴുതു.

"ഇതാ കുറച്ചു വെള്ളം." പച്ചക്കുപ്പായമിട്ട ഒരാൾ അവൾക്കു മൊന്ത കൊടുത്തു. അവൾ ആ നല്ല കാരണവർക്കു നൂറായിരം നന്മ നേർന്നു. ചുളിഞ്ഞ് അഴുക്കുപറ്റിയ സാരിത്തുമ്പുകൊണ്ടു ചിറി തുടച്ച് അനിയത്തി വെള്ളം വലിച്ചു കുടിച്ചു.

വിരുന്നുവന്ന അമ്മാമനെ സൽക്കരിക്കാൻവേണ്ടി നെയ്മുറ്റിയ പിടക്കോഴിയെ കൊന്നപ്പോൾ വെള്ളം കൊടുത്തതു രാമചന്ദ്രനോർമ്മവന്നു. എല്ലാവരും ചേർന്ന് അതിനെ ഓടിച്ചുപിടിച്ചതായിരുന്നു. കഴുത്തും ചിറകും തളർന്നുതൂങ്ങി ആ ജീവി നെല്ലുകുത്തുപുരയുടെ മൂലയിൽ വിറച്ചുവിറച്ചു നില്ക്കുന്നതായി അവൻ കണ്ടു. കഴുത്തുഞെരിക്കുംമുമ്പെ വെള്ളം കൊടുക്കണം. ഒരു ഗ്ലാസു വെള്ളം മുഴുവൻ ഒഴിച്ചുകൊടുക്കുന്നതോടെ, അതു കുടുകുടാ കുടിച്ചു.

അവൾ അപ്പോഴും കിതയ്ക്കുന്നുണ്ടായിരുന്നു. ചുടുകാറ്റിൽ ഞെട്ടിയറ്റ മാന്തളിർപോലെ വിളർത്തുതളർന്ന കൈത്തണ്ട വയറിനു മീതെ വിലങ്ങനെ വെച്ച് അവൾ ചുമരുചാരി നിന്നു. ഏടത്തി രാമചന്ദ്രനെ തൊട്ടു തൊഴുത് കൈമലർത്തി, അവൻ നെടുവീർപ്പിടുകയായിരുന്നു.

'ബാബൂ, നിങ്ങളുടെ ദയ.' അവൾ കെഞ്ചി.

പെട്ടെന്നു പോക്കറ്റിനടുത്തേക്ക് കൈ വലിഞ്ഞു. ഇല്ലല്ലോ എന്നോർമ്മ വന്നപ്പോൾ അവൻ ഞെട്ടിത്തെറിച്ചു. സ്ത്രീസഹജമായ അവളുടെ ബുദ്ധിവിശേഷം അവന്റെ പോക്കറ്റിൽ ഒന്നുമില്ലെന്ന് അപ്പഴേ മനസ്സിലായിക്കഴിഞ്ഞു.

'ബഹിൻജി.'

'എന്റെ മാലോകരെ.'

'എന്തിനാണ് ഈ നിലയിലും പാടി നടക്കുന്നത്?'

അവൻ ചുമരിൽ ചാരിക്കിടക്കുന്ന അനിയത്തിയുടെ മുറ്റിയ വയറ്റിനു നേരെ നോക്കുകയായിരുന്നു.

'ബാബുജി, ഗരിബോം കീ ദുനിയാ'*

ഒരു വേള പലപ്പോഴും ആവർത്തിക്കുന്നതുകൊണ്ട് ഒട്ടും വികാരമില്ലാതെ അവൾക്കതു പറയാൻ കഴിഞ്ഞു. പക്ഷേ, രാമചന്ദ്രന് പുതിയ അനുഭവമായിരുന്നു: ഇതാണ് ഗതികെട്ടവരുടെ ലോകം!

---

* ബാബുജീ, ദരിദ്രരുടെ ലോകം!

അവർ ഇറങ്ങിപ്പോയപ്പോൾ അവൻ വീണ്ടും കമ്പിളിക്കെട്ടിൽ ചാരിക്കിടന്നു. പാക്കറ്റിൽനിന്ന് സിഗരറ്റെടുത്തു കത്തിച്ച് പതുക്കെപ്പതുക്കെ പുകവിട്ടുകൊണ്ടിരുന്നു. തന്റെ ധാരണയിലുള്ള മൂന്നു മുഖങ്ങൾ അപ്പോൾ അവൻ പുകയിൽ വരയ്ക്കുകയായിരുന്നു. പൊളിറ്റിക്കൽ ഓഫീസറുടെ ലേഡിക്ലാർക്കിന്റെ ചൊറുചൊറുക്കുള്ള നടത്തവും, പെരുമാറ്റവും, എല്ലാവർക്കും സ്വാഗതം പറയുന്ന കണ്ണുകളും പുഞ്ചിരിയും സിഗരറ്റിന്റെ സാന്ദ്രനീലമായ പുകയിൽ അവൻ കണ്ടു. 'യഹ്കോൻ ആയാ സബേരേ സബേരേ' എന്നു പാടിക്കൊണ്ട് തന്നെ ഉണർത്തിയ പാട്ടുകാരിയുടെ സ്ഥൂലിച്ച വയറും, തളർന്നിട്ടും പാടുന്നതുകൊണ്ട് വാടിയ ചിറിയിലൂടെ നുരയും പതയും ഒഴുകുന്ന വിളർത്ത മുഖവും, ഒടുക്കത്തെ വെള്ളം ഥുടുകുടാ കുടിച്ചു തളർന്നുതൂങ്ങിയ പിടക്കോഴിയുടേതുപോലുള്ള അവളുടെ കണ്ണുകളും ആ പുകയിൽ അവൻ വരച്ചു. കാൽമുട്ടുകൾ തൊട്ടുതൊഴുത് കൈമലർത്തി നില്ക്കുന്ന ഏടത്തിയുടെ പേടിച്ച കണ്ണുകളും കെഞ്ചുന്ന മുഖവും ആ പുകയിലുണ്ടായിരുന്നു.

പാവങ്ങളുടെ ലോകമാണത്രെ! എത്ര ലോകമുണ്ട്? ലേഡീക്ലാർക്കിന് അവളുടെ ലോകം, പാട്ടുകാരികൾക്ക് അവരുടെ ലോകം...

അവളുടെ ശബ്ദവീചികൾ ചെകിട്ടിൽ ചൂളംവിളിക്കുകയാണ്. അവയുടെ അലകൾ അന്തരീക്ഷത്തിൽ ചലിക്കുന്നുണ്ടാകണം. ചക്രവാളങ്ങൾ വിറകൊള്ളിക്കാനും മാമലകളെ തരിതരിയാക്കാനുമുള്ള കരുത്തോടെ ആ കൊച്ചലകൾ കൊടുങ്കാറ്റായി മാറിയേക്കാം. ശക്തിക്ക് സൃഷ്ടിയോ സംഹാരമോ ഇല്ലെങ്കിൽ അവളുടെ വേദനയിൽ നിന്നുയരുന്ന നിശ്വാസങ്ങൾക്ക് ഈ ലോകത്തെ വിറകൊള്ളിക്കാനുള്ള കരുത്ത് എന്തുകൊണ്ടുണ്ടായിക്കൂടാ?

സിഗരറ്റ് വിരൽത്തുമ്പിൽ കിടന്നെരിയുന്നുവെന്ന് അവൻ മറന്നുപോയിരുന്നു. മയക്കം പിടിച്ചപ്പോൾ തളർന്ന കഴുത്ത് താനേ ചെരിയുകയും മുറ്റിയ താടി കമ്പിളിക്കെട്ടിൽ അമർത്തി അവൻ ഉറങ്ങുകയും ചെയ്തു.

മുറിയിൽ തട്ടും മുട്ടും ഒച്ചയും കേട്ടിട്ടാണ് ഉണർന്നത്. കണ്ണു മിഴിച്ചപ്പോൾ വിളക്ക് തെളിയിച്ചിട്ടുണ്ട്. യാത്രക്കാർ കെട്ടും ഭാണ്ഡവും പെറുക്കിയെടുക്കുകയും തിരക്കിട്ടു പുറത്തേക്കിറങ്ങുകയുമാണ്. വാച്ചിൽ നോക്കി. ആറ് അമ്പത്തഞ്ച് വണ്ടി പാണ്ഡുഘട്ടത്തിൽ എത്തിയത്രെ. എങ്കിൽ ഇറങ്ങണമല്ലോ. എണീറ്റു നിന്നപ്പോൾ കാൽ കുഴയുന്നുണ്ട്.

രാമചന്ദ്രൻ സീറ്റുകൾക്കിടയിലൂടെ കെട്ട് വലിച്ചിഴക്കുകയായിരുന്നു.

'ഭായ്ജി.'

പ്ലാറ്റ്ഫാറത്തിൽനിന്ന് അവൾ വിളിച്ചു. സ്ത്രീയുടെ ശബ്ദംകേട്ട് തിരിഞ്ഞുനോക്കിയപ്പോൾ ആളെ മനസ്സിലായി. കുറച്ചു മുമ്പെ കണ്ട സ്ത്രീകളാണ്. മൂത്തവൾ വാതിലിനുനേരെ നില്ക്കുന്നു.

'എന്തേ?'

'ഞാൻ സഹായിക്കാം.'

'നിങ്ങൾ?'

'അതെ. ഞങ്ങളുടെ താമസം ഇവിടെയാണ്. പോകയായിരുന്നു. നിങ്ങളുടെ ഗതികേട് കാണാനിടയായി. മാറി നില്ക്കൂ. ഞാൻ എടുത്തോക്കാം.'

നന്ദി പറയാനോ ഒഴിഞ്ഞുനില്ക്കാനോ കഴിഞ്ഞില്ല. അവൾ ആ വലിയ കെട്ട് കടന്നുപിടിച്ച് അവനോടൊപ്പം വലിച്ചിഴച്ചു. കെട്ടുകൾ പ്ലാറ്റ്ഫാറത്തിൽ വെച്ചിട്ട് അവൾ പറഞ്ഞു.

'പോട്ടെ.'

അവനു വാക്കുകളില്ല. പോക്കറ്റിലേക്കു കൈ ഞെട്ടി തെറിച്ചെങ്കിലും ഞൊടിയിടയിൽ കൈ തളർന്നു കിടന്നു.

'സഹോദരി!' അവൻ വിളിച്ചു.

'ഓ.'

'എന്റെ പക്കൽ ഒന്നരക്കാശില്ല.'

'എനിക്കറിയാം ഭായ്ജി. ഞങ്ങൾ അഗതികളാണ്, പോട്ടെ. നിങ്ങൾ എങ്ങോട്ടാണ് പോകുന്നത്? ഷില്ലോങ്ങിലേക്കു നാളെ മാത്രമേ വണ്ടിയുള്ളൂ. രാവു മുഴുവൻ ഇവിടെ കിടക്കണം. വെയ്റ്റിങ്ങ് റൂമിൽ പൊയ്ക്കോളൂ. വയ്യേ? ഓ, ഈ കെട്ടുകളൊക്കെ തൂക്കിയെത്തിക്കാൻ വിഷമമുണ്ട്. ഞങ്ങൾക്ക് വരാൻ വയ്യ. അതാ അവിടെയാണ് ഞങ്ങൾ കിടക്കുക.1

അവൾ കൂടുതൽ സംസാരിക്കുകയാണെന്ന് തോന്നിത്തുടങ്ങിയിരുന്നു. ഒരെത്തും പിടിയുമില്ലാത്തേടത്ത്, ഈ രാവിൽ താൻ കിടക്കുന്ന സ്ഥലത്തെക്കുറിച്ച് ഇത്രയൊക്കെപ്പറയാനെന്താണ്? അവൻ സ്റ്റേഷൻ മാസ്റ്ററെക്കുറിച്ചാലോചിച്ചു. പാണ്ഡുഘട്ടിലെത്തിയാൽ നേരെ സ്റ്റേഷൻ മാസ്റ്ററെ കാണണമെന്നാണ് നിർദ്ദേശം. അദ്ദേഹം എല്ലാ സൗകര്യങ്ങളും ചെയ്തുതരും.

മങ്ങിയ വെളിച്ചത്തിൽ കൊടുംകൈ കുത്തിനില്ക്കുന്ന അനിയത്തി കിതയ്ക്കുന്നത് അവൻ കണ്ടു. അവളുടെ മുഖം കൂടുതൽ വിളറിയിട്ടുണ്ടെന്നു തോന്നി. ഒരുവേള അവർ പിന്നേയും കമ്പാർട്ടുമെന്റുകളിൽ കയറി പാടുകയായിരിക്കണം.

ജീവിതം നിങ്ങൾക്കായി കാത്തുനില്ക്കില്ല. അതുകൊണ്ട് ഏറ്റവും നിസ്സാരമായ ഒരുക്കത്തോടെ അതിനെ നേരിടുക. സ്റ്റേഷൻമാസ്റ്റർ കിടക്കട്ടെ. എങ്ങനെ ആയാലും കൂലി കൊടുക്കാതെ ഒരുത്തനും ഇനിയിതു തൂക്കിയെടുക്കില്ല.

പ്ലാറ്റുഫോറത്തിൽ ആളൊഴിയുകയും ചിമ്മിനിവിളക്കുകൾ കൂടുതൽ തെളിയുകയും ചെയ്തു. പുതുതായി ഓടുമേഞ്ഞ ചെറിയ റെയിൽവേ സ്റ്റേഷൻ കെട്ടിടം വ്യക്തമായി കാണാം. വിളക്കുകളുടെ കീഴിൽ കൂലികൾ പണമെണ്ണുന്നുണ്ടായിരുന്നു. ഒരാൾ അവന്റെ നേരെ വന്നു. 'വരുന്നില്ലേ' എന്നു ക്ഷണിച്ചു. 'ഇല്ല'. 'എന്തേ?' 'പോകൂ ഹേ' എന്നു പറയണമെന്നു തോന്നി. പക്ഷേ, അവനതിനും ശക്തി കിട്ടിയില്ല. പോക്കറ്റിൽ ഒന്നരക്കാശില്ലാത്തപ്പോൾ എന്തിനും നെഞ്ഞൂറ്റം പോരാ.

'എപ്പഴാ ഷില്ലോങ്ങിലേക്കു വണ്ടി?'

അയാൾ പോകാൻ തുടങ്ങിയപ്പോൾ ചോദിച്ചു.

"വണ്ടി വരും."

തന്റെ ഇഷ്ടക്കേട് വെളിവാക്കിക്കൊണ്ട് അയാൾ നടന്നു. ആ സ്ത്രീയോട് ചോദിക്കാമായിരുന്നു. വരട്ടെ, വണ്ടി എപ്പോഴെങ്കിലും വരട്ടെ.

വിളക്കുകൾക്കപ്പുറത്ത് മരപ്പച്ചകൾക്കുമീതെ ഇരുട്ടുതൂങ്ങിക്കിടക്കുന്നു. അകലെ വെളിച്ചമില്ലാത്ത വിളക്കുകൾ കാണാം. കുടിപതികളാകാം. എവിടെയാണ് പട്ടണം?

കിറ്റ്ബാഗിൻമേൽ ഇരുന്ന് കമ്പിളിക്കെട്ടിലേക്കു ചാരിക്കിടന്നുകൊണ്ട് തന്റെ തികഞ്ഞ ഏകാന്തതയെക്കുറിച്ച് അവൻ ഓർത്തു. ഇതൊക്കെ എപ്പോഴെങ്കിലും ഓർത്തതാണോ? ഒരിക്കലും ഓർക്കാത്തത് സംഭവിക്കുന്നു. ജീവിതത്തിലെ ഏറ്റവും വലിയ രസികത്തം അതാണ്. അല്ലെങ്കിൽ അച്ഛൻ ഓർത്തിരുന്നതുപോലെ ഒരു സ്കൂൾ മാസ്റ്ററായി കഴിഞ്ഞിരുന്നെങ്കിലോ? മാഷായിട്ട്, പഠിച്ച പെൺകുട്ടിയെ കല്യാണം കഴിക്കണമെന്നുകൂടെ അവൻ കേൾക്കെ അച്ഛൻ പറഞ്ഞിട്ടുണ്ട്. ഇപ്പഴോ?

പ്ലാറ്റുഫോമിന്റെ അങ്ങേത്തലയ്ക്കൽ തീ പുകയാൻ തുടങ്ങി. ആൾപെരുമാറ്റമുണ്ട്. അവർ തീ കൂട്ടുകയാവും. വളരെ ദൂരെയല്ല. എന്തുകൊണ്ടെന്നാൽ തണുത്ത വായുവിൽ പുകയുടെ മുനിഞ്ഞ മണം ശ്വസിക്കാം. വിശക്കുന്നല്ലോ! ഇവിടെ പോലീസുകാരുണ്ടാവില്ലെന്നുണ്ടോ? തീയിന്റെ നീലവെളിച്ചത്തിൽ നായ്ക്കൾ ചുറ്റിപ്പറ്റി നടക്കുന്നതു മാത്രം കാണാം.

നക്ഷത്രങ്ങളെ മിഴിച്ചുനോക്കിക്കൊണ്ട് അവൻ കിടന്നു. ഒരിക്കൽ മരിച്ചവരുടെ ആത്മാവുകൾ നക്ഷത്രങ്ങളായിത്തീരുന്നു എന്നു വിശ്വസിച്ചിരുന്നു. ശാസ്ത്രവിജ്ഞാനം പഴയ ധാരണകളെ തുടച്ചുമാറ്റിയെങ്കിലും യുക്തിവാദത്തിന്റെ പിടികിട്ടാത്ത പുതിയ ചോദ്യങ്ങളുയർന്നുവന്നു. ജനിക്കുന്നു, എങ്കിൽ, ശക്തിക്കു ജനനവും നാശവുമില്ലെന്ന് എങ്ങനെ വിശ്വസിക്കാം?

ഒരു ഞരക്കം കേൾക്കാം. ഞെട്ടിത്തെറിച്ചുപോയി. ആ സ്ത്രീകൾ തീക്കുട്ടുന്നേടത്തുനിന്നാണ്. എണീറ്റു. എന്തായിരിക്കുമെന്നു നോക്കി പതുക്കെ നടന്നു ചെന്നപ്പോൾ ഗർഭിണിയായ അനിയത്തി വളഞ്ഞുകുത്തി കിടക്കുകയാണ്.

'ഭായ്ജി.'

ഏടത്തി തേങ്ങി.

'ഇങ്ങു വരല്ലെ, അവൾക്ക് ഈറ്റുനോവാണ്.'

'ഓ!'

അവൻ തറച്ചുനിന്നു. ഇതു വിശ്വസിക്കാമോ? ആകാശത്തിന്നു കീഴിൽക്കിടന്ന് ഒരമ്മ പ്രസവിക്കുകയോ!

'നിങ്ങൾക്കൊരു വീടില്ലേ?' ഒരുദ്ദേശവുമില്ലാതെ അവൻ ചോദിച്ചു.

'വീടൊ?'

'ങ്ഹാ.'

'ഇതൊക്കെത്തന്നെ. ഞങ്ങൾ സഹോദരികളാണ്. ഞങ്ങളെ കെട്ടിയിരിക്കുന്നതു രണ്ടു സഹോദരന്മാരും.'

'അവരോ?'

'അവർ തീവണ്ടിയിൽ ബൂട്ട്പോളീഷ് ചെയ്യുന്നു. ചിലപ്പോഴൊക്കെ ഞങ്ങൾ പ്ലാറ്റ്ഫോറത്തിൽവെച്ചു കണ്ടുമുട്ടുന്നു. ഓ, എന്റെ പൊന്നേ? ഒന്നു പതുക്കെ ഈ ലോകത്തിൽ മനുഷ്യന്മാരുണ്ട്.'

അവൾ അനിയത്തിയുടെ തലമുടിക്കു കീഴിൽ പഴന്തുണി ചുരുട്ടിവെക്കുകയും തീ ഊതുകയും ചെയ്തുകൊണ്ടിരുന്നു.

'ഭായ്ജി, നിങ്ങളൊന്നു പോയേ, അവളൊന്നു പെറ്റോട്ടെ. ആ നശിച്ച രണ്ടെണ്ണം ഇപ്പോൾ മൂക്കറ്റം കുടിച്ചുകിടക്കയാവും. എന്റെ ഭായ്ജി, കണ്ടു കിട്ടിയാലും അങ്ങനെയാണ്. എന്നും അവരുടെ പക്കൽ ഒന്നും ബാക്കിയില്ല. ഉള്ളതു കള്ളാണ്. പിന്നെ ഒരു ബോധവുമില്ല. നശിച്ച വഹയ്ക്ക് ഞങ്ങളെ രണ്ടെണ്ണത്തിനെ തിരിച്ചറിയാൻകൂടെ കഴിയില്ല. എന്റെ മോളെ, പതുക്കെ. ഞാനീ റൊട്ടിയൊന്നു ചുടട്ടെ. നീ ഇത്ര ബദ്ധപ്പെട്ടാലൊ? ഭായിജി, പോയേ.'

എന്താണ് ചെയ്യുക? അവൻ തിരിഞ്ഞു. അപ്പോൾ ഹൃദയം നിറഞ്ഞ നിസ്സഹായതാബോധവും ലജ്ജയും അവനെ മരവിപ്പിച്ചിരുന്നു. അവന് ഇരിക്കാൻ കഴിഞ്ഞില്ല. തന്നെക്കുറിച്ച് അവൻ മറന്നുകഴിഞ്ഞിരുന്നു. ഈ ലോകത്തിൽ ഒരേ ഒരു പരമാർത്ഥം മാത്രമേ ഉള്ളൂ. അതവനു വ്യക്തമായിക്കാണാം. തളർന്ന് വശംകെട്ട ഒരു പെണ്ണ് കൺമുമ്പിൽ വെറും ചരലിൽക്കിടന്ന് പ്രസവിക്കുകയാണ്. ഒരു ചോരക്കുഞ്ഞ്, ഒരു മനുഷ്യൻ... എന്തോ തീർച്ചപ്പെടുത്തിയിട്ട് അവൻ അവരുടെ അടുത്തേക്കു നടന്നു:

'എന്റെ സഹോദരീ.'

അവൾ അനിയത്തിയുടെ പുറം ഉഴിയുകയായിരുന്നു. കെട്ടടങ്ങുന്ന തീനാളത്തിൽ, വിളർത്തു നഗ്നമായ ശരീരം അവനു കാണാം.

'പോകൂ സഹോദരാ.'

'അതല്ല.'

'എന്തെ?'

'എന്റടുത്തു കരിമ്പടമുണ്ട്.'

'എന്നിട്ട്' എന്നു ചോദിക്കുന്നതുപോലെ അവൾ മിഴിച്ചു.

'അതെടുത്തോളൂ. കിടക്കാൻ കൊടുക്കൂ. ഒന്ന് മറയ്ക്കൂ.'

അവൾ വന്നു കെട്ടഴിച്ചപ്പോൾ അവൻ പറഞ്ഞു. 'എനിക്കൊന്നും വേണ്ട. മുഴുവൻ എടുക്കൂ.'

'എന്റെ സഹോദരാ' എന്നു പറഞ്ഞപ്പോൾ അവൾ നെടുവീർപ്പിടുകയായിരുന്നു.

രാമചന്ദ്രൻ നിലത്തിരുന്ന് കിറ്റ്ബാഗിന്മേലേക്ക് പുറം ചാരിക്കിടന്നു. വാച്ചിൽ സമയം നോക്കി. പതിനൊന്ന് മുപ്പത്. ഒന്നു നിവർന്നു കിടക്കണമെന്നു തോന്നി. ശരീരത്തിന് അത്രയ്ക്കു മുറുക്കമുണ്ട്.

നനുത്ത് കട്ടിയുള്ള കുളിർകാറ്റടിച്ചുകൊണ്ടിരുന്നു. ചിമ്മിനി വിളക്കുകൾ ഇരുട്ടിനെപ്പേടിച്ച് മിന്നിമയങ്ങിനിന്നു. അവയ്ക്കു ചുറ്റും വെള്ള നിറത്തിൽ കട്ടിയുള്ള മഞ്ഞിന്റെ പുക വ്യക്തമായി കാണാം. കുളിരു തോന്നിയപ്പോൾ അവൻ വെറും നിലത്ത് ചുരുണ്ടുകൂടിക്കിടന്നു. അകം കുടയുകയും കോരിത്തരിക്കുകയും ചെയ്തിരുന്നു. പതുക്കെപ്പതുക്കെ വായിൽ ഒട്ടും രുചിയില്ലാത്ത പുകച്ചിൽ തോന്നി. അണ്ണാക്ക് വരളുകയായിരുന്നു.

കരിമ്പടംകൊണ്ട് അവൾ എങ്ങനെയോ കുത്തിമറച്ചിട്ടുണ്ടാകണം. തീയും വെളിച്ചവും വ്യക്തമായി കാണാനില്ല. നായ്ക്കൾ മാത്രം ചുറ്റിപ്പറ്റി നടക്കുന്നതു കാണാം.

സുഖകരമല്ലാത്ത നിലയിൽ അവൻ മയങ്ങി. മയക്കത്തിൽ കൂടെ ഞരക്കവും നിലവിളിയും കേൾക്കാമായിരുന്നു. അപ്പോഴൊക്കെ അവൻ ഞെട്ടിത്തെറിക്കുകയും സമയം നോക്കുകയും ചെയ്തു.

നാലുമണിക്ക് കൊച്ചിന്റെ കരച്ചിൽകേട്ടു. ഒരു പുതിയ മനുഷ്യൻ പിറന്നിരിക്കുന്നു!

കുറച്ചു കഴിഞ്ഞപ്പോൾ കാലൊച്ച കേട്ടു. അതോടെ ആശ്വാസം വഴിയുന്നതുപോലെ അവൾ വിളിച്ചു.

'സഹോദരാ.'

അവൻ മിഴിച്ചു നോക്കി. കണ്ണുകളിൽ തീ എരിയുന്നപോലെ പുകച്ചിലുണ്ടായിരുന്നു. വിളികേൾക്കണമെന്നുണ്ട്. വാ തുറക്കാൻ വയ്യ. അതുകൊണ്ട് അവൻ ഇരുട്ടിലേക്ക് തുറിച്ചുനോക്കി.

'സഹോദരാ' അവൾ ബദ്ധപ്പാടോടെ വിളിച്ചു. രാമചന്ദ്രനു ഞരങ്ങാനേ കഴിഞ്ഞുള്ളൂ.

'എന്തേ, സഹോദരാ.'

അവൾ കുനിഞ്ഞ് അവന്റെ നെറ്റി തൊട്ടു നോക്കി: 'നിങ്ങൾക്കു പനിക്കുന്നു!'

അപ്പോഴും അവൻ ഞരങ്ങി.

'നിങ്ങൾ വിറച്ചു തുള്ളുന്നല്ലോ.' അവൾ അവന്റെ കാൽപിടിച്ചമർത്തിക്കൊണ്ടിരുന്നു.

'എന്റെ സഹോദരാ, നിങ്ങളാക്കരിമ്പടമൊക്കെ ഞങ്ങൾക്കു തന്നു. അവൾ പെറ്റു, ആൺകുട്ടി. ഞാനതു പറയാൻ വന്നതല്ലെ? നമുക്കെന്തെങ്കിലും കഴിക്കണം. നിങ്ങളൊന്നും കഴിച്ചിട്ടില്ലെന്നെനിക്കറിയാം. വെറും തറയിൽ പുതയ്ക്കാതെ കിടന്നല്ലൊ. ഇപ്പോൾ എന്റെ ദൈവമേ, നിങ്ങൾക്കെന്തായി? സഹോദരാ, നിങ്ങൾ...'

മാതൃസഹജമായ ബുദ്ധിവിശേഷത്തോടെ അവൾ അവനെ തലോടുകയായിരുന്നു. പെട്ടെന്ന് അവൾ വർത്തമാനം നിർത്തി. എന്നിട്ടു ചോദിച്ചു. 'വരൂ, നിങ്ങൾക്ക് നടക്കാമോ?'

രാമചന്ദ്രൻ ഒന്നുകൂടെ ഞരങ്ങി. അവൾ അവനെ താങ്ങി എണീപ്പിച്ചപ്പോൾ അവന്റെ കാലിടറി, നില്ക്കാൻ വയ്യ. അടിയുറയ്ക്കുന്നില്ല.

സന്ധികളാകെ കുടഞ്ഞുവേറിടുകയാണ്. നടക്കുമ്പോൾ അവൻ അവളുടെ തോളിലേക്ക് അമ്പേ അമർന്നു കിടക്കുകയായിരുന്നു.

കെട്ടുപോയ അടുപ്പിനടുത്ത് കരിമ്പടത്തിൽ വിരിച്ച പഴന്തുണിയിൽ ചോരക്കുഞ്ഞ് ചുരുട്ടിപ്പിടിച്ച കൊച്ചുമുഷ്ടിയോടെ കിടന്നു കരയുന്നുണ്ടായിരുന്നു. അവന്റടുത്ത് അപ്പോൾമാത്രം വയറൊഴിഞ്ഞ അമ്മ വശംകെട്ടു കിടന്നു. കുറച്ചകലെ രക്തത്തിന്റെ ഈർപ്പമുള്ള മണമറിഞ്ഞെത്തിയ തെരുവുനായ്ക്കൾ അന്യോന്യം മുറുമുറുത്തു നിന്നു.

'എന്താ ഏടത്തീ?' അനിയത്തി തളർന്ന ശബ്ദത്തോടെ വിളിച്ചു.

'എന്റെ കുഞ്ഞേ!' ഏടത്തി അവളെ അദ്ഭുതപ്പെടുത്തി, 'നമ്മുടെ സഹോദരനു പനിക്കുന്നു.'

'ങ്ഹേ!'

അവളുടെ തളർന്നകൺപോളകൾ മിഴിയുകയും പെറ്റമ്മയുടെ വാത്സല്യവും ആകാംക്ഷയും നിറഞ്ഞ കൺമണികളിൽ നിന്ന് തീ പറക്കുകയും ചെയ്തു.

'ഹെവിടെ?'

അവൻ കുന്തുകാലിൽ ഇരുന്നപ്പോൾ അവൾ മറ കെട്ടിയ കരിമ്പടം അഴിച്ചെടുത്തു വിരിച്ചു: 'കിടക്കൂ.'

അവൻ അപ്പോഴും ഞരങ്ങുന്നുണ്ടായിരുന്നു. കിടന്ന് കാൽമുട്ടുകൾ നിവർത്തിയപ്പോൾ അവനെന്തോ പിറുപിറുത്തു.

'എന്തേ?' അവൾ ചോദിച്ചു.

അവൻ പറയുന്നത് അവൾക്കു മനസ്സിലാകുന്നില്ല. അവന്റെ മെലിഞ്ഞ ശരീരം ചുട്ടുപൊള്ളുകയും വിറച്ചുതുള്ളുകയും ചെയ്തിരുന്നു. അവസാനത്തെ കരിമ്പടമിട്ടു പുതച്ചപ്പോഴും അവൻ വിറച്ചുതുള്ളുകയായിരുന്നു.

ചോരക്കുഞ്ഞ് കരഞ്ഞുകൊണ്ടിരുന്നു.

അവൾ അവന്റെ ശരീരത്തിൽ അമർത്തിപ്പിടിക്കുകയും തലോടുകയും അറിയാവുന്ന വാക്കുകളെല്ലാം ഉപയോഗിച്ച് നല്ലവനായ ദൈവത്തോടു പയ്യാരം പറയുകയും ചെയ്തു. അവൻ പേ പറയുകയായിരുന്നു. എന്തുകൊണ്ടെന്നാൽ ജ്വരം കയറിയ അവന്റെ തലച്ചോറിൽ ഇപ്പോൾ പുതിയ ധാരണകൾ കടന്നുകൂടിയിരുന്നു. അമ്മയുടെ മടിയിൽ കിടക്കുകയാണെന്നും, അവനു സുഖമില്ലെന്ന് അമ്മയോടു പരാതി പറയുകയാണെന്നും അവൻ ധരിച്ചുവശായിരുന്നു. അവളാകട്ടെ മാതൃസഹജമായ ധാരണയോടെ അവന്റെ വാക്കുകളുടെ സാരം ഗ്രഹിച്ചുകഴിഞ്ഞിരുന്നു. ■

മരണമില്ലാത്ത മനുഷ്യൻ

ചേക്കെ എന്ന ഗ്രാമത്തിൽവച്ചാണ് ഈ സംഭവം നടന്നത്. എന്നാൽ വ്യാപകമായ അർത്ഥത്തിൽ അതൊരു ഗ്രാമമല്ല, സൗകര്യത്തിനുവേണ്ടി കാടന്മാരുടെ ഈ കുടിപതിയെ ഗ്രാമമെന്നു പറയുക. ഈ കാടന്മാർ തന്നെ

ഗ്രാമമെന്ന പേരു സ്വീകരിച്ചിരുന്നു. എന്തുകൊണ്ടെന്നാൽ, ഗ്രാമത്തലവനെ പരിഷ്കരിച്ച മട്ടിൽ അവർ ഗാംബഡ എന്നു വിളിച്ചുപോന്നു. കൂറ്റൻമരക്കാലുകളിൽ മുളം തട്ടിട്ട്, തട്ടിന്മേൽ ഉയർത്തി മലവാഴയുടെ ഇലകൊണ്ടു മേഞ്ഞ നെടുനെടുങ്കൻ കുടിലുകളിൽ അവർ കൂട്ടംകൂട്ടമായി പാർത്തുപോന്നു. അടുപ്പും തീയും ഈ കുടിലുകൾക്കകത്തായിരുന്നു. എപ്പോഴും മഞ്ഞു പൊഴിഞ്ഞുകൊണ്ടിരിക്കുന്ന ഈ ഹിമാലയപ്രദേശങ്ങളിൽ തീയുടെ ചുറ്റും കിടന്നുറങ്ങാനേ വൈക്കൂ. മുളംതട്ടിൽ അവിടവിടെ കുഴച്ച മണ്ണു തേമ്പി വിറകിട്ടു കത്തിച്ച് അമ്മയും മക്കളും ചേട്ടനും അനിയന്മാരും ചുരുണ്ടുകൂടിക്കിടന്നുറങ്ങിപ്പോന്നു.

കൊടുങ്കാടുകളിൽ പാർക്കുന്ന ഈ ആദിവാസികളുടെ സങ്കേതങ്ങളിലേക്ക് ഇന്ത്യൻ പട്ടാളത്തിന്റെ ചെറിയൊരു ഡിറ്റാച്ച്മെന്റ് പോവുകയുണ്ടായി. ചെറിയ ഡിറ്റാച്ച്മെന്റ് എന്ന് എന്തിനു പറയണം? അവർ പതിന്നാലു പേരുണ്ടായിരുന്നു. ഏതോ 'ഫീൽഡ് സർവ്വേയിങ്' കമ്പനിയിൽ നിന്ന് ഒരു ക്യാപ്റ്റനും ഒരു നായക്കും മൂന്നു സിപ്പായികളും സിഗ്നൽസിൽനിന്ന് ഒരു റേഡിയോ മെക്കാനിക്കും ഒരോപ്പറേറ്ററും. അവരെ സഹായിക്കാനായി ആസാം റൈഫിൾസിൽനിന്ന് ആറു സിപ്പായികളും ഒരു ഹവീൽദാരും. ഇഷ്ടമുണ്ടെങ്കിൽ പതിന്നാലായില്ലേ എന്നു കണക്കുകൂട്ടി നോക്കാമല്ലോ. പുറമെ ഇവരുടെ കൂടെ ആദിവാസികളുടെ ഭാഷയറിയുന്ന ദ്വിഭാഷിയും ഉണ്ടായിരുന്നു.

വടക്കുകിഴക്കൻ അതിർത്തിപ്രദേശങ്ങളിലെ മലയോരങ്ങളിലും കൊടുങ്കാടുകളിലും പാർക്കുന്ന ഈ ആദിവാസികളുടെ സങ്കേതങ്ങളിൽനിന്നു സങ്കേതങ്ങളിലേക്ക് അവർ സഞ്ചരിച്ചുകൊണ്ടിരുന്നു. കാടുകളിലും മലകളിലും നദീതടങ്ങളിലുമായി അവർ ഒന്നോ ഒന്നരയോ കൊല്ലം കഴിച്ചുകൂട്ടി. എന്നിട്ടും അവരെന്തിനാണ് അവിടങ്ങളിൽ കഴിച്ചുകൂട്ടുന്നതെന്നു പലർക്കും സംശയമുണ്ടായിരുന്നു. അതിർത്തിയുരുത്തിരിച്ചു സർവ്വേ നടത്താനാണെന്നും, തിബത്തിലൂടെ അനാശാസ്യമായ ഉദ്ദേശ്യങ്ങളോടെ വിദേശീയർ കടന്നുവരുന്നോ എന്നന്വേഷിക്കാനാണെന്നും അവർക്കുതന്നെ അഭിപ്രായമുണ്ടായിരുന്നു. ഇന്ത്യയുടെ നാലതിരിന്നുള്ളിൽ കുടിയിരിക്കുന്ന ഈ അപരിഷ്കൃതമനുഷ്യർക്ക് സ്വതന്ത്ര ഇന്ത്യയുടെ ആശംസകളും അഭിവാദ്യങ്ങളും എത്തിക്കുകയാണെന്ന് അവർക്ക് തോന്നിയിരുന്നു. എന്തുകൊണ്ടെന്നാൽ, ഓരോ ഗ്രാമത്തിനും ധാരാളം സമ്മാനങ്ങളും അവർക്കേറ്റവും പ്രിയപ്പെട്ട വെളുത്ത ഉപ്പും ഈ ഡിറ്റാച്ച്മെന്റ് പ്രത്യേകം കൊണ്ടുപോയിരുന്നു. ഒരിക്കൽ ആസാം റൈഫിൾസിൽ ഉദ്യോഗമുണ്ടായിരുന്ന ദ്വിഭാഷി തിത്തോരിവ, ഗ്രാമത്തിലെ മുതിർന്നവരോടു സംസാരിക്കുകയും ഡിറ്റാച്ച്മെന്റിന്റെ കൂറ്റൻ ചുമടുകളെടുക്കാനുള്ള ചുമട്ടുകാരെ ശേഖരിക്കുകയും ചെയ്തുപോന്നു. അവർ വളരെനാളേക്കു സൂക്ഷിക്കാവുന്ന ഭക്ഷണസാധനങ്ങളും ടെന്റുകളും ക്യാൻവാസുകളും കൂടെ കൊണ്ടുപോയിരുന്നു. കൂടാതെ ഇന്ത്യൻ വിമാനസേനയുടെ വിമാനങ്ങൾ അവർക്കു വേണ്ട അത്യാവശ്യസാധനങ്ങൾ താവളങ്ങളിലേക്കു പാരച്യൂട്ടുകളിൽ എറിഞ്ഞുകൊടുക്കാറുമുണ്ടായിരുന്നു. അതിർത്തിപ്രദേശങ്ങളിൽ സേവനം

ചെയ്യുന്ന കാലത്തോളം ഈ പട്ടാളക്കാരുടെ കുടുംബങ്ങളിലേക്കു കത്തിടപാടുകൾ നടത്തുകയും പണമയയ്ക്കുകയും ചെയ്തിരുന്നത് അവരവരുടെ യൂണിറ്റ് കമാൻഡർമാരായിരുന്നു.

'നിങ്ങളുടെ മകൻ രാഷ്ട്രത്തിനുവേണ്ടി മഹനീയസേവനം നടത്തുകയാണ്. ധൈര്യമായിരിക്കൂ.'

"നിങ്ങളുടെ ധീരനായ ഭർത്താവ് രാഷ്ട്രത്തെ സേവിക്കാൻവേണ്ടി ത്യാഗമനുഭവിക്കുന്നു എന്നറിയുമ്പോൾ നിങ്ങൾക്കഭിമാനമുണ്ടാകും. ക്ഷേമാശംസകൾ!"

രാമചന്ദ്രന്റെ അമ്മയ്ക്കും ക്ഷേമാന്വേഷണങ്ങൾ കിട്ടിക്കൊണ്ടിരുന്നു. അവനാകട്ടെ, ചേക്കെ എന്ന ഗ്രാമത്തിൽ ജ്വരം പിടിച്ച് അങ്ങോട്ടുമിങ്ങോട്ടുമല്ലാത്ത പതനത്തിൽ കിടക്കുകയായിരുന്നു.

വീട്ടിലേക്ക് ആരെങ്കിലും തന്നെക്കുറിച്ചു വല്ലതും എഴുതുന്നുണ്ടോ എന്നു രാമചന്ദ്രനറിഞ്ഞുകൂടാ. അറിഞ്ഞെങ്കിൽത്തന്നെ അവനാക്ഷേപത്തിന്നവകാശമുണ്ടാവില്ലെന്നു വിശ്വസിക്കാം. അവൻ എന്നും അമ്മയെ കബളിപ്പിക്കുകയായിരുന്നു. ഒരു പാരച്യൂട്ട് ഭടന്റെ ജീവിതത്തെക്കുറിച്ച് ഉറ്റവർക്ക് ഒന്നുംതന്നെ അറികവയ്യ. അവൻ അഗാധമായ അന്തരീക്ഷത്തിലൂടെ വിരിയുന്ന പട്ടുകുടയിൽ തൂങ്ങിയിറങ്ങുകയായിരിക്കാം. നാലു ദിവസം മുമ്പ് തനിക്കു സുഖംതന്നെ എന്ന് അവനെഴുതിയ എഴുത്ത് അപ്പോൾ അമ്മ വായിക്കുകയാവാം. പാരച്യൂട്ടിൽ ഊർന്നിറങ്ങുമ്പോഴൊക്കെ അവൻ ഈ തമാശയെക്കുറിച്ച് ഓർക്കാറുള്ളതാണ്.

ചുരുണ്ട തലമുടിയും, ഇടത്തരം ഉയരവും, മങ്ങിയ നിറവുമുള്ള ഈ ചെറുപ്പക്കാരൻ എന്തിനും എപ്പോഴും തയ്യാറായിരുന്നു. എല്ലാ കുഴപ്പങ്ങളിലും ഒന്നു തലയിട്ടുനോക്കാനുള്ള വെമ്പൽ അവന്റെ കറുത്ത കണ്ണുകളിൽ തത്തിനില്ക്കുന്നു എന്നു തോന്നും. ഹവീൽദാർ ഗംഗാപ്രസാദിന് ഇക്കാര്യം തികച്ചും അറിയാം. അതുകൊണ്ട് താൻ പോകുന്നേടത്തേക്കെല്ലാം രാമചന്ദ്രൻ കൂടെ വരണമെന്ന് അയാൾക്കു നിർബന്ധമായിരുന്നു. സ്പെഷ്യൽ ഡിറ്റാച്ച്മെന്റിലേക്ക് ഹവീൽദാരുടെ കൂടെ സ്വാഭാവികമായി രാമചന്ദ്രനും പോകേണ്ടിവന്നു.

ജീവിതം പച്ചയായിത്തന്നെ അനുഭവിക്കാൻ അവൻ വെറികൊണ്ടിരുന്നു. ആത്മാവിനെ ഉള്ളംകൈയിലിട്ടു കളിപ്പിക്കുമ്പോൾ മാത്രമാണ് ഈ നശിച്ച ചെറുപ്പക്കാരനു തൃപ്തി തോന്നുക. അമ്മയുടെ നൂറായിരം ആവലാതികൾ അവന്റെ മുമ്പിൽ കിടന്നു. 'നിന്റെ മുഖം കണ്ട് എനിക്കു കണ്ണടയ്ക്കണം.' 'ഞാൻ ഇപ്പോഴെങ്ങാനും ചാകാൻ പോകുന്നോ?' എന്ന് ഉടനെ അവൻ ചോദിക്കും.'

രാമചന്ദ്രൻ മരിച്ചുപോയേക്കും. ക്യാപ്റ്റനും ഹവിൽദാരും കൂട്ടുകാരും ആശ കൈവിട്ടുകഴിഞ്ഞിരുന്നു.

മാസങ്ങളോളം ആപത്തോ അപകടമോ ഇല്ലാതെ അവർ യാത്ര ചെയ്തു. അട്ടിയട്ടിയായിക്കിടക്കുന്ന മലകൾ കയറിയിറങ്ങി, നദികൾ കടന്ന്, ഗ്രാമങ്ങളിൽനിന്നു ഗ്രാമങ്ങളിലേക്കു യാത്രചെയ്തു. പ്രകൃതിയോടൊപ്പം

മനുഷ്യരും മാറിക്കഴിഞ്ഞിരുന്നു. പരിചയപ്പെട്ട എല്ലാ സാമൂഹ്യമര്യാദകളും മോഹൻവാഡി റെയിൽവേസ്റ്റേഷനിൽവെച്ചു പിന്നിട്ടുകഴിഞ്ഞു. പിന്നീട് വർണ്ണശബളമായ കട്ടിത്തുണികൊണ്ടു മുലക്കച്ചകെട്ടിയ പെണ്ണുങ്ങൾ വലിയ കത്തികൊണ്ടു നിലം കുത്തിയിളക്കി ചളിയാക്കി ഞാറുനടുന്നതു കാണായി. രണ്ടുവശത്തും മൂക്കു കുത്തി കൊരടിട്ടു വലുതാക്കിയ അവരുടെ മുഖം മുഴുക്കെ പച്ചകുത്തി വൃത്തികേടാക്കിയിരുന്നു.

കാടന്മാരുടെ കുടിപതിയിലെത്തിയാൽ തിത്തോരിവ ഗാംബഡയെ വിളിക്കുകയായി. പട്ടാളക്കാരുടെ വരവിനെക്കുറിച്ചും ഗ്രാമം മുഴുവൻ മുമ്പെ ത്തന്നെ അറിഞ്ഞിരിക്കും. ഈ ആദിവാസികൾക്ക് അവരുടേതായ സന്ദേശമുറകളുണ്ടായിരുന്നു. നഗ്നരായ പുരുഷന്മാർ കുടിലുകളിൽനിന്നിറങ്ങി വരും. സ്ത്രീകൾ അവിടെങ്ങുമുള്ള ഒരു ലക്ഷണവും കാണില്ല. അക്രമികളായ പരിഷ്കൃത മനുഷ്യരെ ഭയപ്പെട്ട് പെണ്ണുങ്ങൾ കുടിലുകളിൽ ഒളിച്ചിരിക്കയാവും.

ഒന്നാമതായി ഡിറ്റാച്ച്മെന്റിന് താവളമുറപ്പിക്കണം. നിരപ്പായ നിലം തിരഞ്ഞെടുക്കുന്നു. അവർ കൊണ്ടുവന്നിട്ടുള്ള പണിയായുധങ്ങൾ ഉപയോഗിച്ച് കാടന്മാർ കാടുവെട്ടി നിലം വെടിപ്പാക്കി മുളങ്കാലുകൾ നാട്ടി അലകു പരത്തി കട്ടിലുകളുണ്ടാക്കുന്നു. മറ്റൊരിടത്ത് സ്റ്റോറുകൾ അട്ടിയിടുന്നു. അവർ തീകൂട്ടുകയും ഉറവുകളിൽനിന്നെടുത്ത വെള്ളം തിളപ്പിക്കുകയും ചെയ്യും. രാമചന്ദ്രനും ഗംഗാപ്രസാദും വയർലസ് തുറക്കുകയും അവരുടെ അപ്പോഴത്തെ പൊസിഷനും സ്ഥിതിഗതികളും കേന്ദ്രത്തിലേക്കറിയിക്കുകയും ചെയ്യുന്നു.

ദ്വിഭാഷിയുടെ സഹായത്തോടെ ക്യാപ്റ്റൻ ഹണ്ടുവും ഗാംബഡയും വർത്തമാനം പറകയായി. ഡിറ്റാച്ച്മെന്റിന് അവിടെ രണ്ടോ മൂന്നോ ദിവസം താമസിക്കണം. വിറകും വെള്ളവും വേണം. ആദിവാസികൾ നായാട്ടിനു പോകുന്നുണ്ടെങ്കിൽ മാനിറച്ചി കിട്ടിയാൽകൊള്ളാം. അല്ലെങ്കിൽ ഡിറ്റാച്ച്മെന്റ് നാളെത്തന്നെ പുറപ്പെടുകയാണ്. ചുമടെടുക്കാൻ കൂലിക്കാർ വേണം. ഇന്നത്തെ ആൾക്കാർ അവരുടെ ഗ്രാമത്തിലേക്കു മടങ്ങുകയാണ്. ഗ്രാമത്തലവൻ എല്ലാ ആനുകൂല്യങ്ങളും സഹകരണവും വാഗ്ദാനം ചെയ്യും. അയാൾക്കു പ്രത്യേകമായും ഗ്രാമത്തിനു പൊതുവിലും വെളുത്ത ഉപ്പും തുണികളും സമ്മാനിക്കുകയായി.

എല്ലാ ഏർപ്പാടുകളും ശരിപ്പെടുത്തിയാൽ ക്യാപ്റ്റനും ഹവീൽദാർമാരും നായക്കും വട്ടമിട്ടിരുന്നു കുടിക്കുകയായി. റാങ്കിന്റേതായ എല്ലാ വ്യത്യാസങ്ങളും എന്നോ ഇല്ലാതായിരിക്കുന്നു. കുടിച്ചു ലക്കുതെറ്റിയാൽ ഹവീൽദാർ ഗംഗാപ്രസാദ് ക്യാപ്റ്റന്റെ മടിയിലേക്കു വീഴുന്നു. അയാൾ കരയുകയായിരിക്കും.

"സാബ്, എന്റെ പൊന്നാരസ്സാബ്."

"എന്തേ ഗംഗാപ്രസാദ്?"

"എന്റെ പൊന്നാരസ്സാബ്, ഞങ്ങളെത്ര ഭാഗ്യവാന്മാരാണ്! അങ്ങയെപ്പോലുള്ള ഒരങ്ങത്തിന്റെകൂടെ ജോലിചെയ്യാനുള്ള ഭാഗ്യം ഞങ്ങൾക്കുണ്ടായല്ലോ!"

അയാൾ ക്യാപ്റ്റന്റെ വളർന്നുമുറ്റിയ താടി തടവാൻ തുടങ്ങും. ഒതുക്കമില്ലാത്ത താടിരോമങ്ങൾ നുള്ളിവലിക്കും. ഹവീൽദാരുടെ കവിളിലൂടെ ധാരമുറിയാതെ കണ്ണീരൊഴുകും. രാമചന്ദ്രൻ ഈ പുതിയ അടവിനെക്കുറിച്ച് അദ്ഭുതപ്പെട്ടിരിക്കയാണ്. ഗംഗാപ്രസാദ് ഒന്നാന്തരം കാക്കപിടുത്തക്കാരനാണെന്ന് അവനറിയാം. പുതിയ ഇടത്തിൽ പുതിയ അടവ്!

രാമചന്ദ്രൻ തന്നെ നോക്കുന്നുവെന്ന് ഗംഗാപ്രസാദ് കണ്ടുകഴിഞ്ഞു.

"എന്റെ പൊന്നാരസ്സാബേ!" അയാൾ തേങ്ങിക്കൊണ്ടു വിളിച്ചു.

"എന്തേ?"

"എന്റെ രാമചന്ദ്രനെ നോക്കൂ. എന്തൊരു ജവാൻ! എന്തൊരു മെക്കാനിക്ക്! അവൻ തൊട്ടാൽ ഏതു സെറ്റും പാടും സാബ്. എനിക്കവനെ അറിയാം. അവനില്ലാതെ ഞാനൊരു വയർലസ് സെറ്റ് ഏറ്റെടുക്കില്ല. അവിടന്ന് രാമചന്ദ്രനെ ഓർക്കണം. അവനു കയറ്റംകൊടുക്കണം. അവൻ കൈയിന്മേൽ വരവെച്ച് എനിക്കു കാണണം. ആ ഒരൊറ്റ ആഗ്രഹമേ എനിക്കുള്ളൂ. സാബ് എത്ര നല്ലവനാണ്!"

ക്യാപ്റ്റൻ ഹണ്ടുവിന്റെ തലയ്ക്കകം ചൂടുപിടിച്ചിട്ടുണ്ടാവണം. അല്ലെങ്കിൽ, അവനവന്റെ ആളുകളെ കുടുക്കിട്ടുപിടിക്കാനുള്ള കുറുക്കുവഴികളെക്കുറിച്ച് അദ്ദേഹത്തിനു നന്നായിട്ടറിയാം.

"കൊള്ളാം, പ്രസാദ്ജി."

ക്യാപ്റ്റൻ പറയുകയാണ്.

"ഏയ് ഹവീൽദാർ കോച്ച്, നായ്ക ബാബുറാം, കേട്ടോ; നിങ്ങൾ എല്ലാ സിപ്പായികളുടേയും പേരെഴുതി ഇന്നുതന്നെ എനിക്കു തരണം. നമ്മുടെ മഹത്തായ ഈ ഉദ്യോഗം കഴിയുന്നതോടെ അവരെയൊക്കെ പ്രമോട്ടു ചെയ്യണം. രാമചന്ദ്രനും ഹംസരാജും ബിക്കുവും - അവരെല്ലാവരും വരവെക്കട്ടെ. കരയാതെ! എന്റെ ഗംഗാപ്രസാദ് കരയുന്നതു കാണുമ്പോൾ എനിക്കെന്റെ അച്ഛനെ ഓർമ്മവരുന്നു. പിന്നെ ഞാനും കരയും. ഒരു ക്യാപ്റ്റൻ കരയുക എന്നുവെച്ചാൽ അതെത്ര നിഷിദ്ധമാണ്!"

ആസാം റൈഫിൾസിലെ ബിക്കുവും സർവ്വേക്കാരൻ ഹംസരാജും കാടന്മാരുടെ ഭാഷയിൽ വഴക്കടിക്കാൻ തുടങ്ങിക്കഴിഞ്ഞിരുന്നു.

"അപു അലമ."

"അലുദു അലുദു അലു... ആയ..."

ബിക്കുവിന്നു മുഴുവൻ പറയാൻ വയ്യ. ഉപ്പു കൊടുത്തു പെണ്ണുങ്ങളെ വശീകരിക്കാമെന്നാണ് അവൻ ചങ്ങാതിയെ ഉപദേശിക്കുന്നത്.

അടുപ്പിൽ വിറകു പൊട്ടിച്ചിതറുമ്പോൾ ഒരുത്തൻ ടപ് ടപ് എന്നു തുടങ്ങി ലെഫ്റ്റ്റൈറ്റിൽ അവസാനിച്ച ഒരു പാട്ടുണ്ടാക്കിപ്പാടി. എല്ലാവരും ഒരു ദിവസത്തെ ക്ഷീണവും അനവധിനാളത്തെ അസ്വാസ്ഥ്യങ്ങളും മറന്നുകഴിഞ്ഞിരുന്നു.

ഇരുട്ടിത്തുടങ്ങുന്നതോടെ ആദിവാസികൾ ഗ്രാമത്തിനടുത്തു വിറകിട്ടു തീ കത്തിച്ചു. നായാട്ടിനുപോയവർ മടങ്ങിവരേണ്ട സമയമായി. അവർ

മാംസക്കഷണങ്ങൾ തീയിലിട്ടു ചുടുകയും ആളിക്കത്തുന്ന തീയിനു ചുറ്റും നൃത്തമാടുകയും ചെയ്തു. ആദ്യമാദ്യം നിങ്ങൾക്കു ഭയം തോന്നും. മനുഷ്യ മാസം ഭക്ഷിക്കുന്ന ഏതോ കാട്ടാളന്മാരെക്കുറിച്ചോർമ്മവരും. ആസാം റൈഫിൾസിലെ സിപ്പായികൾ നിറച്ച തോക്കുകളോടെ കാവൽ നിൽക്കുന്നുണ്ടല്ലോ എന്നു സമാധാനിക്കാം. ഇവർ അമ്പും വില്ലുമാണുപയോഗിക്കുക. അവനവൻ കൊയ്തെടുത്ത തലയോടുകൾ കാഴ്ചപ്പണ്ടമായെടുത്തു വെക്കുന്ന മനുഷ്യവർഗ്ഗത്തെക്കുറിച്ച് പണ്ടു വായിച്ച കാര്യങ്ങൾ ഓർമ്മ വരും. കാടന്മാരുടെ ആട്ടവും പാട്ടും അട്ടഹാസങ്ങളും കൂക്കുവിളികളും കഴിയുവോളം നിങ്ങൾ പുതച്ചുമൂടി കട്ടിലിൽ കിടന്ന് ആകാശവും നക്ഷത്രങ്ങളും മിഴിച്ചുനോക്കും. ഉറക്കത്തിൽ പേടിസ്വപ്നങ്ങൾ കാണുകയും വാവിട്ടു നിലവിളിക്കുകയും ചെയ്യും.

പിറ്റേന്നു കുടിപതികളിൽനിന്നു മരവുരികൊണ്ടു നാണംമറച്ച പെണ്ണുങ്ങൾ പങ്ങിപ്പതുങ്ങി എത്തിനോക്കുന്നതു കാണാം. അവരുടെ വെളുത്തു കൊഴുത്തുരുണ്ട കാൽവണ്ണകൾ കടഞ്ഞെടുത്ത സൗന്ദര്യംപോലിരുന്നു. ഡിറ്റാച്ച്മെന്റ് രണ്ടോ മൂന്നോ ദിവസം അവിടെത്തന്നെ താമസിക്കുകയാണെങ്കിൽ ഈ പെണ്ണുങ്ങൾ പതുക്കെപ്പതുക്കെ അടുത്തുകൂടും. അവരുടെ മുഴുത്ത മാറിടവും ചോരച്ചുണ്ടുകളും തുടുത്ത കവിളും നീലക്കണ്ണുകളും മാറി മാറി നോക്കവേ നിങ്ങൾ മുഖത്തോടുമുഖം നോക്കും. ആദ്യമാദ്യം അമ്പരന്നുപോകുന്നു. ഇവർ പുരുഷന്മാരോടൊപ്പം പട്ടാളക്കാരോടു പഴകുന്നു. അടിമുടി രോമത്തുണിയിൽ പൊതിഞ്ഞു മുഖംനിറയെ വളർന്ന താടിരോമത്തോടുകൂടിയ ഈ പരിഷ്കാരികളും അദ്ഭുതജീവികളുമായ മനുഷ്യർ അക്രമികളല്ല എന്നു ബോധിക്കണമെന്നേയുള്ളൂ. അവർക്കും കൗതുകമാണ്. എപ്പോഴും കുളിരുള്ള ഈ ഹിമാലയപ്രദേശങ്ങളിലെ മനുഷ്യർക്കു താടിരോമം ഇല്ലായിരുന്നു. ചിലപ്പോൾ പുരികംപോലും ഇല്ലാത്ത മുഖങ്ങൾ കാണാം. അഴുക്കുപറ്റിയ സ്വർണ്ണംപോലുള്ള അവരുടെ മേനിയും രോമാവൃതവും ഉടുപ്പണിഞ്ഞവരുമായ പുതിയ മനുഷ്യരുടെ ശരീരവും എത്രതന്നെ മാറിമാറി നോക്കിയിട്ടും ഈ പെണ്ണുങ്ങളുടെ കൗതുകം അസ്തമിച്ചില്ല.

സ്ത്രീകളോടു സ്വകാര്യമായി ഇടപഴകരുതെന്നു ബലമായ ശാസനയുണ്ടായിരുന്നു. ആദിവാസികൾക്കു വ്യഭിചാരവും ബലാത്സംഗവും ഏറ്റവും വലിയ അപരാധങ്ങളാണ്. പക്ഷേ, ഇഷ്ടപ്പെട്ട സ്ത്രീകളെ നിങ്ങൾക്കു പരസ്യമായി താലോലിക്കാം. പട്ടാളക്കാരുടെ പക്കലുള്ള വളരെയേറെ സാധനങ്ങൾ അവരിതേവരെ കണ്ടിട്ടില്ല. ഹാവർസാക്കുകളുടെ പിത്തള ബക്കിൾ മുറിച്ചുതരണമെന്ന് അവർ ആംഗ്യം കാണിച്ചു കെഞ്ചും. കാതിൽ കെട്ടിത്തൂക്കാനാണ്. അലുമിനിയത്തിന്റെ സോപ്പുപെട്ടി ഒരുത്തിക്കു വേണം. ഉപ്പിട്ടുവെക്കാനാണ്. അവരെ പ്രീതിപ്പെടുത്താൻ കഴിഞ്ഞാൽ മതി, ഈ നിരുപദ്രവികളായ സ്ത്രീകൾ കുഞ്ഞാടുകളെപ്പോലെ നിങ്ങളുടെ ഒപ്പം ചടഞ്ഞുകൂടും. അപ്പോൾ പട്ടാളക്കാർ അവരോടൊപ്പം കളിക്കുകയും അവരെ ഇക്കിളികൂട്ടി ചിരിപ്പിക്കുകയും ഉമ്മവെക്കുകയും മാറോടുചേർത്തു മുറുകെമുറുകെ തഴുകുകയും ചെയ്യും.

അഥവാ ഡിറ്റാച്ച്മെന്റ് പിറ്റേന്നുതന്നെ പുറപ്പെടുകയാണ്, ഗ്രാമത്തലവൻ ചുമട്ടുകാരെ കൂട്ടിക്കൊണ്ടുവരുന്നു. പെണ്ണുങ്ങളുമുണ്ട്. അവർ മരത്തോലോ നെയ്തെടുത്ത പുല്ലോ ഉപയോഗിച്ചു നാണം മറച്ചിട്ടുണ്ടാകാം. പട്ടാളക്കാർ ഒന്നേ നോക്കുകയുള്ളൂ. എല്ലാവരും മുഖത്തോടുമുഖം നോക്കുന്നു. കീഴോട്ടു നോക്കുന്നു.

"എന്റെ തമ്പുരാനേ!"

"നിൽക്കൂ, നിൽക്കൂ." ക്യാപ്റ്റൻ വിളിച്ചു പറഞ്ഞു.

ദ്വിഭാഷി ഇടപെട്ടു: "എന്തേ?"

"അവർക്കല്പം തുണി കൊടുക്കണം."

ഗ്രാമത്തലവൻ പെണ്ണുങ്ങളെ തെളിച്ചു കുടിലുകളിലേക്കുതന്നെ മടങ്ങിപ്പോകയാണ്. പട്ടാളക്കാരും പുരുഷന്മാരും ചടഞ്ഞിരുന്നു പഴയ തുണി കൊണ്ടു ചെറിയ ഉടുപ്പുകൾ തുന്നിക്കുത്തുകയായി പിന്നീട്. അടുത്ത ഗ്രാമത്തിലെത്തിയാൽ ഗ്രാമത്തലവനോടു ചുമടെടുക്കാൻ വരുന്ന സ്ത്രീകളുടെ കണക്കെടുക്കുകയും അവർക്കായി തലേന്നുതന്നെ ചെറിയ ഉടുപ്പുകൾ കൊടുത്തയയ്ക്കുകയും ചെയ്തുപോന്നു. സ്ത്രീകൾ അരയും മാറും മറച്ച് പട്ടാളക്കാരുടെ ഇടയ്ക്കു ചുമടെടുത്തു നടന്നു. അവർ വീണ്ടും അടുക്കടുക്കായിക്കിടക്കുന്ന മലകൾ കയറിയിറങ്ങി. ഊഞ്ഞാലാടുന്ന ചൂരൽക്കൊട്ടപ്പാലങ്ങളിട്ട ആറുകളും നദികളും കടന്നു. അകലെയകലെ ശുഭ്രനീലമായ ചക്രവാളത്തിൽ വെള്ളിയടുക്കുകൾപോലെ ഹിമാലയമല നിരകൾ കാണാമായിരുന്നു. എപ്പോഴും മഴ പൊഴിയുകയോ മഞ്ഞു കിനിയുകയോ ചെയ്യുന്നുണ്ടാകും. വഴിനീളെ പാറയിളമ്പുകളിലൂടെ ഉറവുകൾ വാർന്നൊഴുകുന്നുണ്ടായിരുന്നു. തോട്ട നിറച്ച റൈഫിൾ തോളിലിട്ടു പട്ടാളക്കാർ, അഞ്ചോ ആറോ ചുമട്ടുകാരിടവിട്ട്, ഒറ്റടിവെച്ചു നടന്നു. അവർ അവനവന്റെ ഗതികേടിനെക്കുറിച്ചു മനസാ ശപിച്ചുകൊണ്ടിരുന്നു. സ്വന്തം കുടുംബങ്ങളെക്കുറിച്ചുള്ള അഗാധചിന്തകളിൽ വഴിയറിയാതെ അവർ മുമ്പോട്ടു നീങ്ങി.

എന്നും മുമ്പെ പോവുക രാമചന്ദ്രനായിരുന്നു. ആഴ്ചകളും മാസങ്ങളും കഴിഞ്ഞിട്ടും ഈ ജീവിതത്തോട് അടുപ്പം കൂടിവന്നതേയുള്ളൂ. സൗകര്യം ഒരിക്കലേ കിട്ടൂ. കിട്ടിയ സൗകര്യം ഏറ്റവും ഭംഗിയായി ഉപയോഗിക്കുക. ജീവിതം തികച്ചും പച്ചയായിത്തന്നെ കണ്ടറിയാനുള്ള അവന്റെ സാഹസികത്വം ഒരിക്കലും തളരാൻ സമ്മതിച്ചില്ല.

കുലംകുത്തിയൊഴുകുന്ന ഒരു നദിയുടെ ചൂരൽപ്പാലത്തിനു മുമ്പിൽ ഒരിക്കൽ കാരവാൻ (യാത്രാസംഘം) തറച്ചുനിന്നുപോയി. ഈ ആദിവാസികൾ ചൂരൽ വളയങ്ങളായി നെയ്തെടുത്ത്, തൊട്ടിൽപോലെ രണ്ടു കരകളിലും നില്ക്കുന്ന മരങ്ങളിൽ കെട്ടിത്തൂക്കിയ ഈ പാലം കാറ്റിൽ കിടന്നാടുകയാണ്. തല്ലിയലച്ചു പായുന്ന നദിയിൽനിന്നു നുരയും പതയും തൂങ്ങിക്കിടക്കുന്ന ചൂരൽപ്പാലത്തിന്നു മീതെ പൊങ്ങിത്തെറിച്ചിരുന്നു. ക്യാപ്റ്റൻ ഹണ്ടു തന്റെ പട്ടാളക്കാരുടെ മുഖത്തേക്കു നോക്കി. അവരാകട്ടെ, കാലടികളിലേക്കും. രാമചന്ദ്രൻ മുമ്പോട്ടു വന്നു. ക്യാപ്റ്റന് തന്റെ കൂടെയുള്ള ഈ ഒരൊറ്റ മദ്രാസിയെ ബോധിച്ചുവരികയായിരുന്നു.

"കടക്കാമോ?" ക്യാപ്റ്റൻ ചോദിച്ചു.

"ജീ, സാഹേബ്."

കുസൃതി നിറഞ്ഞ അവന്റെ കണ്ണുകൾ തിളങ്ങുന്നത് ക്യാപ്റ്റനു കാണാം.

"ഞാൻ കടക്കട്ടെ?" രാമചന്ദ്രൻ ക്യാപ്റ്റനോടു ചോദിച്ചു. മന്ദഹസിക്കാൻ വിടർന്ന അവന്റെ ചുണ്ടുകൾക്കിടയിലൂടെ അല്പം അകൽച്ചയുള്ള മുൻവരിയിലെ പല്ലുകൾ കാണാമായിരുന്നു. വെറും കൗതുകംകൊണ്ടു മാത്രം പാലം കടക്കാൻ പോകുന്നതുപോലെ അവൻനിന്നു. ക്യാപ്റ്റനു തികച്ചും മന്ദഹസിക്കേണ്ടതുണ്ടായിരുന്നു.

"കടക്കൂ."

റൈഫിൾ തോളിലിട്ടു ശരിപ്പെടുത്തി രാമചന്ദ്രൻ മരത്തിൽ കയറുകയും ചൂരൽവളയത്തിലേക്കു കാലെടുത്തുവെക്കുകയും ചെയ്തു. എലിക്കെണിയുടെ ഓർമ്മയാണു വരിക. ആൾ ചോർന്നുവീഴാതിരിക്കത്തക്കവണ്ണം അടുപ്പിച്ചു മടഞ്ഞ ആ വളയം ആട്ടം തുടങ്ങി. നിവർന്നുനിന്നുകൂടാ. പാതി കുനിഞ്ഞ അവൻ ഒറ്റയടിവെച്ചു താളം ചവിട്ടി.

നദിയുടെ നടുക്കെത്തിയപ്പോൾ അവൻ തന്നത്താൻ മറന്നുകഴിഞ്ഞിരുന്നു. പാലം ഊഞ്ഞാലാടുകയാണ്. തവിട്ടുനിറത്തിൽ നദി നുരകുത്തിപ്പായുന്നു. അപ്പോൾ അവൻ അമ്മയെക്കുറിച്ചോർത്തു. ഉറക്കം വരുവോളം അമ്മ അവനെ തൊട്ടിലാട്ടുക പതിവായിരുന്നു. അവനാകട്ടെ മനപ്പൂർവ്വം ഉറങ്ങാതെ കിടക്കും. അമ്മ കഥകൾ പറയുകയാണ്. ഉറങ്ങിപ്പോയാൽ പാതി കഥയേ കേൾക്കാനൊക്കൂ. എന്നും തൊട്ടിലാടാൻ ഒക്കില്ല. അവനവനറിയാതെ ശരീരം വളരുന്നു, മനസ്സു വലുതാവുന്നു. ഓ, നശിപ്പ്, എന്തൊരന്തമില്ലാത്ത ഊഞ്ഞാലാട്ടമാണിത്! എന്റമ്മേ അക്കര എത്തിയപ്പോൾ അവനാകെ വിയർത്തു കുളിച്ചിരുന്നു.

രാമചന്ദ്രനു പിമ്പെ ഓരോരുത്തരായി അവർ നദി കടന്നു. ഇക്കരെയെത്തിയ ഉടനെ ഓരോരുത്തനും വീഴുകയായിരുന്നു. മദിച്ചൊഴുകുന്ന നദിയിലേക്കു നോക്കുമ്പോൾ അവരുടെ അകം കിടുങ്ങിയിരുന്നു. അങ്ങോട്ടാണു കടക്കുക – ങ്ഹേ! ഇനി വയ്യ.

വിശ്രമിക്കുകയും ഭക്ഷണം കഴിക്കുകയും ചെയ്തതിനുശേഷം അവർ വീണ്ടും പുറപ്പെട്ടു. നദീതീരത്തിലൂടെ അവർ കടന്നു. നടക്കുംതോറും ബുദ്ധിമുട്ടുകൾ കൂടിക്കൂടിവന്നു. ചെങ്കുത്തായ മലയിലേക്കു വഴി ഇഴഞ്ഞു കയറി. പുഴ മലയിടുക്കിലൂടെ ചീറിപ്പായുകയാണ്. മലയുടെ കുത്തനെയുള്ള പള്ളയിൽ കിനിയുന്ന മഞ്ഞട്ടികൾ തിളങ്ങിക്കിടന്നു. മലയുടെ മൂർച്ചയേറിയ നെറുകയിലൂടെ വാട്ടംപിടിച്ച് അടിപൊക്കണം. ഒരു ചെറുവരമ്പിനേക്കാൾ വീതികുറഞ്ഞ ഇടത്തൂടെ ബൂട്ടിട്ട കാലുകൊണ്ട് ഇരടിയിരടി നടക്കുമ്പോൾ അവരുടെ തുട വിറയ്ക്കുകയും, അവർ താനെ കുമ്പിട്ടു നില്ക്കുകയും ചെയ്തിരുന്നു. ഇടയ്ക്ക് എല്ലാവരും നിന്നു.

എന്താണു വേണ്ടത്?

രാമചന്ദ്രൻ പിമ്പോട്ടു നോക്കി. അവന്റെ പിന്നിൽ ചുമട്ടുകാരാണ്. ക്യാപ്റ്റനേയോ ഹവീൽദാരേയോ കാണാനുണ്ടോ എന്നു ചെരിഞ്ഞു

നോക്കി. ഉണ്ട്. ക്യാപ്റ്റൻ ഹണ്ടു കൈമലർത്തിക്കാട്ടുകയാണ്. അദ്ദേഹത്തിന്റെ മുഖഭാവം എന്തോ, കാണാൻ വയ്യ.

നടക്കാമോ?

ക്യാപ്റ്റൻ ആംഗ്യം കാണിച്ചു. രാമചന്ദ്രൻ കീഴോട്ടു നോക്കി. നദി അലറിപ്പായുകയാണ്. ചെങ്കുത്തായ മലഞ്ചെരുവിലൂടെ കുത്തനെ നോക്കുമ്പോൾ അതിശീഘ്രം കറങ്ങുന്ന ഒരു കൂറ്റൻ ഫ്ളൈബൽട്ടിന്റെ പ്രതീതിയാണുണ്ടാവുക.

“ഞാൻ നടക്കുകയാണ്.”

അവൻ കൈകാണിച്ചു. റൈഫിൾ കുത്തിപ്പിടിച്ച് അവൻ അടിവെച്ചു. അതിശീഘ്രം കറങ്ങുന്ന ഒരു കൂറ്റൻ ഫ്ളൈബൽട്ടിനു മീതെ അടിവെച്ചു നടക്കുന്നതുപോലെ! അലറുന്ന നദിയോ ചെങ്കുത്തായ മലഞ്ചെരിവോ അവൻ കണ്ടില്ല. വരമ്പിനേക്കാൾ വീതി കുറഞ്ഞ മലനെറുകയിലെ വഴിയെക്കുറിച്ചോർത്തില്ല. റൈഫിൾകൊണ്ടു വാട്ടംപിടിച്ച് അവൻ ഒറ്റടിവെച്ചു. അടി തെറ്റിയെന്ന് അവനറിഞ്ഞില്ല. ഒരാന്തൽ തോന്നി. അപ്പോൾ നടാടെ പാരച്യൂട്ടിൽ ചാടിയപ്പോൾ തോന്നിയതുപോലെ അവന്റെ ആത്മാവു നെറുകയിലൂടെ മുകളിലേക്കു പറന്നുപോയി.

രാമചന്ദ്രൻ വീണതു കാരവാൻ മുഴുവൻ കണ്ടു. അടിതെറ്റി കുത്തനെ വീണതോടെ അവൻ നെട്ടനെ കീഴോട്ടുരസിയിറങ്ങി.

ബോധം വന്നപ്പോൾ അവൻ മലർന്നടിച്ചുകിടക്കുകയാണ്. എത്രയോ തവണ പാരച്യൂട്ടിൽ ചാടിയിട്ടുള്ളതുകൊണ്ട് അവന്റെ പഞ്ചേന്ദ്രിയങ്ങൾക്കു പാകത വന്നുകഴിഞ്ഞിരുന്നു. വിമാനത്തിന്റെ ചവിട്ടുപടിയിൽനിന്ന് ഊന്നു തെറ്റിയാൽ ഉടനെ കിളി പറന്നുപോകും. പട്ടുകുട പതുക്കെ വിരിയുമ്പോഴാണ് കാലിൽ ഇരടുന്ന ചരടിനെക്കുറിച്ചറിയുന്നത്. ഉടനെ കൈ കുടയുന്നു... അവൻ എല്ലാം ഓർത്തു. അപ്പോൾ നദിയുടെ കരാളമായ അലർച്ചയും ഇരമ്പലും ചെകിട്ടിൽ ചൂളംവിളിച്ചു. അവന്റെ മീതെ തട്ടിത്തടയുന്ന കയറിനെക്കുറിച്ച് അവന്നു മനസ്സിലായിരുന്നു. അതുകൊണ്ടു തികഞ്ഞ ബോധത്തോടെ കയറിൻതുമ്പിലുള്ള മുഴുത്ത കെട്ടിൽ അവൻ മുറുകെപ്പിടിച്ചു. കൈകൾക്കു ബലമില്ല! എന്റമ്മേ! അപ്പോഴും അവൻ അമ്മയെ ഓർത്തു. ഒരിക്കൽക്കൂടെ വിരലുകൾ അമർത്തിപ്പിടിച്ചു. ചുമട്ടുകാർ അവനെ പതുക്കെപ്പതുക്കെ വലിച്ചുകയറ്റി. മുകളിലെത്തിയപ്പോൾ അവനാകെ വെള്ളമായിരുന്നു. പതുക്കെ നിരങ്ങിനീങ്ങുമ്പോൾ ഭ്രാന്തു പിടിച്ച നദിയുടെ ഇരമ്പം അവന്റെ ചെകിട്ടിൽ ചൂളംവിളിക്കുന്നുണ്ടായിരുന്നു.

അവർ അന്നു ചേക്കെ എന്ന ഗ്രാമത്തിൽ എത്തി. ചുമട്ടുകാർ നിലംചെത്തി വെടിപ്പാക്കുകയും മുളംകാലുകളിൽ അലകുകൾ പരത്തി കട്ടിലുകളുണ്ടാക്കുകയും ചെയ്തു. രാമചന്ദ്രനു കിടന്നാൽകൊള്ളാമെന്നു തോന്നി. ചുമട്ടുകാരനോട് ആംഗ്യം കാണിച്ച് അവൻ തന്റെ കമ്പിളിക്കെട്ടു വാങ്ങി. ചുമട്ടുകാരൻതന്നെ കട്ടിലിൽ കമ്പിളി വിരിച്ചുകൊടുത്തു. ഉടുപ്പുപോലും അഴിക്കാതെ അവൻ കട്ടിലിൽ വീണു.

തിത്തോരിവയുടെകൂടെ ഗ്രാമത്തലവൻ ക്യാപ്റ്റനെ കാണാൻ വന്നു. അയാൾ ചതച്ച പുല്ലുകൊണ്ട് അര മറച്ചിരുന്നു. അയാളുടെ ഉരുണ്ടു കൊഴുത്ത സുശക്തമായ കൈകളിൽ അമ്പും വില്ലും ഉണ്ടായിരുന്നു. ക്യാപ്റ്റൻ നമസ്തേ പറഞ്ഞപ്പോൾ തിത്തോരിവ ക്യാപ്റ്റനും ഡിറ്റാച്ച്മെന്റും ഇന്ത്യ എന്ന മഹാരാജ്യവും ഗ്രാമത്തലവനേയും അദ്ദേഹത്തിന്റെ ഗ്രാമത്തേയും അഭിവാദ്യം ചെയ്യുന്നു എന്നറിയിച്ചു. കിഴവനായ ഗ്രാമത്തലവന്റെ ഉഷാറാർന്ന കണ്ണുകൾ സന്തോഷംകൊണ്ട് ഇമവെട്ടി. ക്യാപ്റ്റൻ വർണ്ണശബളങ്ങളായ പട്ടുതുണിക്കഷണങ്ങൾ എടുത്തു സമ്മാനിച്ചപ്പോൾ ഇതൊക്കെ ഇന്ത്യ എന്ന മഹാരാജ്യത്തിലെ ഏറ്റവും വലിയ മനുഷ്യസ്നേഹിയായ .....യുടെ ഉപഹാരമാണെന്ന് തിത്തോരിവ അറിയിച്ചു. ഗ്രാമത്തലവന്റെ കുറിയ കണ്ണുകളിൽ നീർക്കെട്ടുകയായിരുന്നു. ക്യാപ്റ്റൻ ഒരു ചാക്ക് ഉപ്പ് കിഴവനായി ചൂണ്ടിക്കാണിച്ചു. ആഹ്ലാദംകൊണ്ടു കോരിത്തരിച്ച കിഴവൻ കുടിപതികളിലേക്കു കണ്ണോടിച്ചു. മരക്കാലുകളിൽ ഉയർത്തിയ കുടിലുകളിൽ സ്ത്രീകൾ കൗതുകത്തോടെ പട്ടാളക്കാരെ നോക്കിനില്ക്കുന്നുണ്ടായിരുന്നു. ഗ്രാമത്തലവൻ എല്ലാ ആനുകൂല്യങ്ങളും സഹകരണവും വാഗ്ദാനം ചെയ്യുകയായിരുന്നു. അയാൾ ക്യാപ്റ്റന്റെ കൂടെ ചുമട്ടുകാർ വെടിപ്പാക്കുന്ന ഇടം നോക്കാൻ നടന്നു. ഗ്രാമത്തിൽ ഇപ്പോൾ പുരുഷപ്രജകൾ ഇല്ല. എല്ലാം നായാട്ടിനു പോയിരിക്കുന്നു. അവർ വന്നാൽ അങ്ങയുടെ ആശയും ആവശ്യവും അനുസരിച്ച് എന്തും നടത്താം.

ചെറിയ വില്ലുകളും അമ്പും കുത്തിപ്പിടിച്ച നഗ്നരായ പൈതങ്ങൾ തെല്ലകലെ നിന്ന് ഉൽക്കണ്ഠയോടെ നോക്കി. കുറെക്കഴിഞ്ഞപ്പോൾ സ്വന്തം ആലോചനകളിൽ മുഴുകിയ അവർ ഉയർന്ന മരച്ചില്ലകളിലെ ഇഷ്ടപ്പെട്ട ഇലഞെട്ടുകളിൽ വാതുവെച്ച് അമ്പെയ്തു കളിക്കാൻ തുടങ്ങി.

ഭക്ഷണം തയ്യാറായപ്പോൾ ക്യാപ്റ്റനും ഹവീൽദാർമാരും കുടിക്കാനിരുന്നു. ഹൻസരാജ് ഉറങ്ങിക്കിടന്ന രാമചന്ദ്രന്റെ അടുത്തു ചെന്നു നോക്കി. അസാധ്യയുറക്കമാണ്! അനക്കമില്ല, മിണ്ടാട്ടമില്ല. ശ്വാസംപോലുമില്ലെന്നു തോന്നി. പാവം, നന്നേ ക്ഷീണിച്ചിരിക്കണം.

ഹൻസരാജിന് ഈ മദ്രാസി കൂട്ടുകാരനോട് ഇഷ്ടമായിരുന്നു. അവരുടെ കൂട്ടത്തിൽ ഒരൊറ്റ മദ്രാസിയേയുള്ളൂ. എന്നുവെച്ച് അവനൊരു കൂസലുമില്ല. എപ്പോഴും ഉന്മേഷവും ഉഷാറുമുള്ള ഇത്തരമാളുകൾ കൂടെയുള്ളപ്പോൾ അവനവന്റെ തീരാത്ത പ്രാരബ്ധങ്ങൾ മറന്നുപോകുന്നു.

കൂട്ടുകാരനെ കുറേനേരം നോക്കിനിന്നപ്പോൾ ഹൻസരാജിന് എന്തോ സംശയം തോന്നി. ഇങ്ങനെ ഒരുറക്കമോ? അപ്പോൾ അയാൾ സുബാർജിൻ നദിയെക്കുറിച്ചും മഞ്ഞടിഞ്ഞ ചെങ്കുത്തായ മലയോരത്തെക്കുറിച്ചും ഓർത്തു.

ഭഗവാൻ!

അത് ഈശ്വരകൃപയായിരുന്നു.

ഇടയ്ക്ക് രാമചന്ദ്രൻ അനങ്ങുകയും ഞരങ്ങുകയും ചെയ്തു. പാതി തുറന്ന ചിറിയിലൂടെ തുപ്പലും കഫവും ഒഴുകി.

"രാമചന്ദ്രൻ!" പെട്ടെന്നു വിളിച്ചുപോയി. അതോടെ അയാൾ അവന്റെ നെറ്റിയിൽ പതുക്കെ തൊട്ടു.

ഓ!

കൈ തെറിച്ചപോലെ.

അവനു ഭയങ്കരമായ പനിയാണ്.

"രാമചന്ദ്രൻ!" അയാൾ നിന്നു വിളിച്ചു.

ഹവീൽദാർ ഗംഗാപ്രസാദ് ക്യാപ്റ്റന്റെ മടിയിലേക്കു വീണുകഴിഞ്ഞിരുന്നു. അയാൾ കരയുകയും പഴയപോലെ പൊന്നാരസ്സാബിനോട് തന്റെ തീരാത്ത അനുമോദനങ്ങൾ അറിയിക്കുകയും ചെയ്തു.

"സാബ്, നോക്കൂ, എന്റെ രാമചന്ദ്രനെ നോക്കൂ. ഞാൻ പറഞ്ഞില്ലേ, അവനാണ് എന്റെ ജീവൻ."

അപ്പോൾ ഹൻസരാജ് രാമചന്ദ്രനെ വിളിക്കുന്നതു കേൾക്കായി. ക്യാപ്റ്റനും ഹവീൽദാർ കോമ്പും തിരിഞ്ഞുനോക്കി. ഗംഗാപ്രസാദ് ഒന്നും അറിയുന്നില്ല.

"എന്റെ രാമചന്ദ്രനെ നോക്കൂ സാബ്! അവനൊരു പട്ടാളക്കാരനാണ്. അവനാണ് നമ്മുടെ ജീവൻ. അവനല്ലേ..."

ക്യാപ്റ്റൻ എണീറ്റു. എന്തോ പന്തികേടുണ്ടെന്നു വ്യക്തം. അദ്ദേഹം രാമചന്ദ്രന്റെ കട്ടിലിനടുത്തേക്കു നിശ്ശബ്ദം നടന്നു.

അവർ ഓരോരുത്തരായി അവനെ തൊട്ടുനോക്കി. വിളിച്ചു. ഇളക്കി. ഇല്ല - അനക്കമില്ല, മിണ്ടാട്ടമില്ല.

ദൈവത്തിന്റെ വിധി!

ഹൻസരാജ് തൊട്ടടുത്ത കട്ടിലിൽ കിടക്ക വിരിച്ചു കിടന്നു. ആസാം റൈഫിൾസിലെ സിപ്പായികൾ കാവൽ നിന്നത് അവന്റെ കട്ടിലിനടുത്തായിരുന്നു. അവൻ ഞരങ്ങുമ്പോഴൊക്കെ അവർ വെപ്രാളത്തോടെ കുനിഞ്ഞുനോക്കി. ഇല്ല-അവൻ ഉണരുകയില്ല.

അവൻ അതേ കിടപ്പിൽ പതിനാലു ദിവസം കിടന്നു. ബോധം വന്നപ്പോൾ വായ് കയ്ക്കുന്നു എന്നാണ് ഒന്നാമതായി അവനു തോന്നിയത്. എന്നാൽ കയ്പല്ല, പുകച്ചിലാവാം. തുപ്പണമെന്നു തോന്നി. ചിറിയിലൂടെ ഒഴുകുന്നുണ്ട്. അരിപ്പും കടിയുമുണ്ട്. തുടയ്ക്കാൻ കൈ പൊക്കി. കൈകൾ! കൈ പൊങ്ങുന്നില്ല. കൈകളില്ലേ? അനക്കിനോക്കി. ഉണ്ട്, അനങ്ങുന്നുണ്ട്. അപ്പോൾ ശരീരത്തെക്കുറിച്ചോർമ്മവന്നു. ആകെക്കൂടി കട്ടിലിൽ ഒട്ടിക്കിടക്കുകയാണ്. കാൽ ഇളക്കിനോക്കി. ഇല്ല, ഇളക്കാൻ കഴിയുന്നില്ല. എന്റെ കാലുകൾ...! എന്താണിതൊക്കെ? കണ്ണുമിഴിച്ചുനോക്കാം. കൺപോളകൾ മിഴിയുന്നില്ല. മുളഞ്ഞീനിൽ ഒട്ടിയപോലെ. എന്നാലും എന്തൊക്കെയോ കാണുന്നുണ്ടെന്നു തോന്നി. ഒന്നും വ്യക്തമല്ല. ഉള്ളത് ഒരു മൂടലാണ്. ഇളംനീലയോ മഞ്ഞയോ കലർന്ന മൂടൽമഞ്ഞാണ് ലോകം.

കട്ടിൽ ഇളകുന്നുണ്ടെന്നു തോന്നി. ഒന്നും വ്യക്തമല്ല. ഉള്ളത് ഒരു മൂടലാണ്. ഇളംനീലയോ മഞ്ഞയോ കലർന്ന മൂടൽമഞ്ഞാണ് ലോകം.

കട്ടിൽ ഇളകുന്നുണ്ടെന്നു തോന്നി. ഉറങ്ങാൻ കിടന്നാൽ അമ്മ വന്നു നോക്കാറുണ്ടായിരുന്നു. പുതപ്പു ശരിയാക്കുകയും കട്ടിലിൽ കൈകുത്തി കുമ്പിട്ടുനിന്ന് മകന്റെ ശാന്തമായ മുഖത്തേക്കു കുറേനേരം നോക്കി നില്ക്കുകയും ചെയ്തിട്ടേ അമ്മ ഉറങ്ങാൻ പോകൂ. അമ്മ വന്നു കട്ടിൽ ഇളക്കുകയാവണം. അമ്മയെക്കുറിച്ചോർത്തപ്പോൾ അവന്റെ ക്ഷീണിച്ച കൺപോളകൾ മിഴിഞ്ഞു:

ഓ!

അവൻ മിഴിച്ചുനോക്കിയത് ഒരപ്സരസ്സിന്റെ നീലക്കണ്ണുകളിലേക്കായിരുന്നു. അവളുടെ സ്വർണ്ണംപോലുള്ള കവിളുകൾ തുടുക്കുകയും നീലക്കണ്ണുകൾ തിളങ്ങുകയും ചെയ്തു. രാമചന്ദ്രനു മുഖം തുടയ്ക്കണമെന്നു തോന്നി. ഏതോ സുന്ദരസ്വപ്നം കാണുകയാണെങ്കിലോ?

അവന്റെ തളർന്ന കൺപോളകൾ മിഴിഞ്ഞപ്പോൾ അവൾ ഒന്നുകൂടെ കുനിഞ്ഞിരുന്നു നോക്കി. അവളുടെ കണ്ണുകൾ നിറയെ കൗതുകവും ആഹ്ലാദവും തുളുമ്പിനിന്നു. അദ്ഭുതപരവശനായി തന്നെ നോക്കുന്ന അവന്റെ ക്ഷീണിച്ച കവിളുകളിൽ അവൾ മെല്ലെമെല്ലെ വിരലോടിക്കാൻ തുടങ്ങി. അവനാകെ കോൾമയിർക്കൊള്ളുകയാണ്. അവൻ പതുക്കെപ്പതുക്കെ അവന്റെ താടി തടവുകയും അരുമയോടെ ചിറി തുടയ്ക്കുകയും ചെയ്തു. ഒരുപക്ഷേ, അവൾക്കു കരയണമെന്നുണ്ടായിരുന്നു.

'എന്നെ അറിയില്ലേ?'

ഇല്ല. അവൾ ചോദിച്ചില്ല. പക്ഷേ, അവളുടെ കണ്ണുകളിൽ ആ ഉള്ളിൽത്തട്ടുന്ന ചോദ്യം എഴുതിവെച്ചിരുന്നു. സ്നേഹമസൃണമായ വിരൽത്തുമ്പുകൊണ്ട് അവൾ അവന്റെ ആത്മാവിന്റെ വീണക്കമ്പികൾ മീട്ടിയുണർത്തുകയായിരുന്നു.

'എന്റെ ദേവാ, ഉണരൂ, ഉണരൂ.'

ഈ സുന്ദരസ്വപ്നത്തിൽനിന്നുണരാനെന്നോണം രാമചന്ദ്രൻ ഒന്നു കിതച്ചു. ങ്ഹേ! വാരിപ്പുറവും നെഞ്ചും വേദനിക്കുന്നല്ലോ! എന്നാൽ പെട്ടെന്നുണർന്നു പോയ അവന്റെ മസ്തിഷ്കം തന്റെ നേരെ കുനിഞ്ഞു നില്ക്കുന്ന അവളുടെ മുഴുവൻ രൂപവും ഉരുത്തിരിച്ചറിഞ്ഞു. അവളുടെ സ്വർണ്ണസമാനവും നഗ്നവുമായ ശരീരത്തിൽ അവന്റെ കണ്ണുകൾ നട്ടുനിന്നു. ആ കടഞ്ഞെടുത്ത സൗന്ദര്യത്തിൽ മുഴുകിയ ഹൃദയം പുഞ്ചിരി കൊണ്ടു.

ഓ!

അവൻ തന്നെ കണ്ടു കഴിഞ്ഞെന്നും തിരിച്ചറിഞ്ഞെന്നും തോന്നിയപ്പോൾ അവളുടെ രക്തം തുളുമ്പുന്ന വിരൽത്തുമ്പുകൾ അവന്റെ കവിളിൽ മൃദുവായി തട്ടിത്തടയുകയും വിറകൊള്ളുകയും ചെയ്തു. പതിന്നാലു ദിവസമായി അവൾ അവനെ ശുശ്രൂഷിക്കുകയായിരുന്നു. ആപത്തിൽപ്പെട്ടുപോയ ഈ പരദേശിയെ അവന്റെ ആൾക്കാർ ഉപേക്ഷിച്ച കൂട്ടത്തിലായിരുന്നു. ആ സിപ്പായിയുടെ ജീവനേക്കാൾ മഹത്തായ സേവനത്തിനു വേണ്ടി അവർ മുമ്പോട്ടു പോയി. ഒരിക്കൽ അവനെ ദഹിപ്പിക്കാൻതന്നെ

ക്യാപ്റ്റൻ തീർച്ചയാക്കിയതായിരുന്നു. ഗ്രാമത്തലവനോട് വിറകു വെട്ടിക്കൂട്ടാൻ പറഞ്ഞപ്പോഴാണ് സംഭവം മറ്റൊരു വഴിക്കു തിരിഞ്ഞത്. “അയാളെ ഞങ്ങൾ നോക്കാം. അവിടുന്നു മുമ്പോട്ടു പോകൂ.”

കിഴവനായ ഗ്രാമത്തലവൻ ഭാര്യയേയും മകളേയും രാമചന്ദ്രനെ ശുശ്രൂഷിക്കാനയച്ചു. അമ്മയ്ക്കു പിന്നേയും ജോലികളുണ്ട്. മകൾ അവനെ കാത്തിരുന്നു. അഴുക്കുകൾ കഴുകുകയും വിരിപ്പു വെടിപ്പാക്കുകയും ചെയ്തു. ഈ അപരിഷ്കൃതർക്ക് സ്ത്രീപുരുഷവ്യത്യാസം ഒരിക്കലും മതിൽക്കെട്ടല്ല. അവർ സമുദായത്തിലെ തുല്യജീവികളായിരുന്നു.

അവൻ ഉണർന്നെന്നു വ്യക്തമായപ്പോൾ അവൾ ആഹ്ലാദംകൊണ്ടു തുള്ളിയെണീറ്റു: “കിലൊ! ഖിലൊ!”

അവളുടെ കിളിനാദം മാത്രം അവൻ കേട്ടു. ഉണരൂ, എണീക്കൂ എന്നാണ് അവൾ പറയുന്നതെന്ന് അവനു മനസ്സിലായില്ല. നിറഞ്ഞ വിസ്മയത്തോടെ അവളുടെ നേരിയ ചെഞ്ചുണ്ടിലേക്കു തന്നെ അവൻ ഉറ്റുനോക്കിക്കിടന്നു.

നേരിയ കാൽപ്പെരുമാറ്റം കേൾക്കായി. ആരാണതെന്നു ചെരിഞ്ഞു നോക്കണമെന്നുണ്ട്. കഴുത്തു ചെരിച്ചുകൂടാ. താനെവിടെയാണെന്ന് അവൻ ഓർത്തുനോക്കി. ചെകിടു ചൂളംവിളിക്കുന്നുണ്ട് മരപ്പച്ചയ്ക്കു മീതെ തങ്കമുരുക്കിയൊഴിച്ചപോലെ, ഈ ലോകം നിറയെ സ്വർണ്ണം വാരി വിതറിയപോലെ... വ്യക്തമായ ധാരണകൾ കിട്ടുന്നില്ലല്ലൊ.

“അപു, അപു ഖിലായ്.” ആഹ്ലാദത്തള്ളലോടെ അവൾ കട്ടിലിൽ നിന്നെണീറ്റുനിന്നു. അർദ്ധനഗ്നമായ അവളുടെ മാറിടം നെടുവീർപ്പിൽ ഉയർന്നമർന്നു. ഹൻസരാജ് ഓടിവന്നു.

“ഉണർന്നോ?” ഇടയ്ക്കുവെച്ച് അയാൾ ചോദിച്ചു.

“ഖിലായ്.” അവളുടെ കിളിനാദം ഉയർന്നു.

“എന്റെ രാമചന്ദ്രൻ” എന്നു വിളിച്ചുകൊണ്ട് ഹൻസരാജ് ഓടിവന്നു. തളർന്നു കൺമിഴിച്ചു കിടക്കുന്ന കൂട്ടുകാരനെ ഒക്കത്തുവെച്ച കൈയോടെ അയാൾ നോക്കിനിന്നു. വളരെനേരം കഴിഞ്ഞപ്പോഴാണ് അയാൾ ഓർത്തത്.

“വെള്ളം കുടിക്കണോ?”

രാമചന്ദ്രൻ ഒന്നും മിണ്ടിയില്ല. ഞരങ്ങുകകൂടെ ചെയ്തില്ല. അവന്റെ തലച്ചോറിൽ കെട്ടുപിണഞ്ഞ ഓർമ്മകളും ധാരണകളും ഇഴഞ്ഞു വലിഞ്ഞു. മുഴുവൻ പവറും ഉപയോഗിക്കുന്ന ഒരു ഹൈപവർ ട്രാൻസ്മിറ്ററിലെ കണക്കറ്റ വയറിങ്ങിലെന്നപോലെ അവന്റെ തലച്ചോറിലെ ഓരോ സിരയിലും വിദ്യുത്പ്രവാഹം നടക്കുകയായിരുന്നു.

ഹൻസരാജിനെ അവൻ തിരിച്ചറിഞ്ഞു. അപ്പോൾ ചെകിട് ചൂളംവിളിക്കുന്നപോലെ തോന്നി. ഭ്രാന്തുപിടിച്ച സുബാർജിൻനദിയുടെ കരാളമായ അലർച്ചയും ഇരമ്പവും ചെകിട്ടിൽ മുഴങ്ങുന്നതായി തോന്നി. അദ്ഭുതപ്പെട്ടിട്ടെന്നോണം അവൻ ചോദിച്ചു: “എന്റെ റൈഫിളോ?”

ഹൻസരാജിനു തറച്ചുപോയി: റൈഫിൾ!

അയാൾകൂടെ അപ്പോഴാണ് ഓർക്കുന്നത്. മലഞ്ചെരിവിൽ വീണതോടെ റൈഫിൾ നഷ്ടപ്പെട്ടിരുന്നു. ഒരാൾക്കും അതിന്റെ ധാരണ നിന്നില്ല. പതിന്നാലുദിവസം ബോധമില്ലാതെ ജ്വരംപിടിച്ചു കിടന്ന രാമചന്ദ്രൻതന്നെ ഇതാ ഉണർന്നയുടനെ റൈഫിൾ ചോദിക്കുന്നു. മനുഷ്യന്റെ മസ്തിഷ്കത്തെക്കുറിച്ചു തീരാത്ത വിസ്മയത്തോടെ അയാൾ ഓർത്തുനിന്നു.

ഹൻസരാജ് വന്നപ്പോൾ ആ വനകന്യക ഒഴിഞ്ഞുനില്ക്കുകയും അവർ വർത്തമാനം പറയാൻ തുടങ്ങിയപ്പോൾ എന്തോ ഓർത്തിട്ടെന്നപോലെ ഓടിപ്പോവുകയും ചെയ്തു. പിന്നീട് ഒരുകൂട്ടം ആളുകൾ വർത്തമാനം പറയുന്നതു കേൾക്കായി. ഗ്രാമം മുഴുവൻ അവനെക്കാണാൻ വന്നതായിരുന്നു. ഗ്രാമത്തലവനും ഭാര്യയും അവരുടെ മുഗ്ധയായ മകളും മുമ്പേ നടന്നു. അവർ അപു എന്നും ഖിലായ് എന്നും ജിഞ്ചിങ്ങ് എന്നും, അങ്ങനെ നമുക്കു മനസ്സിലാവാത്ത ഒരു നൂറുകൂട്ടം വാക്കുകൾ, ശ്വാസം നിർത്താതെ സംസാരിച്ചുകൊണ്ടിരുന്നു. മുളംതത്തകളുടെ കൂട്ടത്തിലേക്കു ചരലെറിഞ്ഞപോലെ തോന്നും.

ഗ്രാമത്തലവൻ രാമചന്ദ്രനെ നോക്കിനില്ക്കുകയും മുകളിലേക്കു നോക്കി പ്രാർത്ഥിക്കുകയും ചെയ്തു. അദ്ദേഹം കൊണ്ടുവന്ന ഒരു ദ്രാവകം അവന്റെ വായിലേക്ക് ഒഴിച്ചുകൊടുത്തു. അപ്പോൾ അവൻ അനുസരണയോടെ ഇറക്കി. വായിലെ കയ്പും പുകച്ചിലും മാറിയെന്നു തോന്നി. കുറച്ചു നാളായി അദ്ദേഹം അവനു മരുന്നുകളും പാലും കൊടുത്തുപോന്നു. ജീവിതത്തിലെ ഏറ്റവും വലിയ മഹാകൃത്യം നിർവ്വഹിച്ചുകഴിഞ്ഞ ചാരിതാർത്ഥ്യത്തോടെ അദ്ദേഹം തിരിച്ചുപോയി. അപ്പോഴും സ്നേഹം നിറഞ്ഞ ആ പെൺകിടാവ് അവന്റെ കട്ടിലിൽത്തന്നെ തട്ടിത്തടഞ്ഞുനിന്നു.

ആസാം റൈഫിൾസിലെ മൂന്നു സിപ്പായികളേയും രാമചന്ദ്രൻ തിരിച്ചറിഞ്ഞു. ബിക്കു അവനോടു വർത്തമാനം പറഞ്ഞുകൊണ്ടിരിക്കവേ വീണ്ടും ബോധക്ഷയമുണ്ടായി. പക്ഷേ, പിന്നീടങ്ങോട്ടു സ്വപ്നങ്ങളായിരുന്നു. ഉണർന്നു കഴിഞ്ഞാൽ അവന് എല്ലാം ഓർക്കാൻ കഴിഞ്ഞിരുന്നു.

അലച്ചാർക്കുന്ന നദിയിലൂടെ അവൻ കടലാസുവഞ്ചി ഒഴുക്കിക്കളിക്കുകയാണ്. നദീതീരത്തിലൂടെ വളരെ ദൂരം നടന്നപ്പോൾ സമുദ്രത്തിന്റെ ഗംഭീരമായ മുഴക്കം കേൾക്കായി. അവൻ അഴിമുഖത്തെക്കുറിച്ചോർത്തു. തുഴയോ അമരമോ ഇല്ലാത്ത കൊച്ചുകടലാസുവഞ്ചി അഴിമുഖത്തു മുങ്ങിപ്പോകുമെന്ന് അവനോർക്കാൻ കഴിയും. മുങ്ങിക്കോട്ടെ! അതൊന്നു കാണാമല്ലോ. കടലിന്റെ നീലപ്പരപ്പിൽ തിരയിളകുന്നതുപോലും കാണാം. അവന്റെ വള്ളം അഴിമുഖത്തെത്തുകയായി. വള്ളം മൂക്കുകുത്തുന്നു. പാരച്യൂട്ടിൽ ചാടിയെന്നാണു പെട്ടെന്നോർത്തത്. കണ്ണുതുറന്നു നോക്കുമ്പോൾ ആ വനകന്യക അവന്റെ നേരെ നോക്കി കിതയ്ക്കുകയാണ്. ഒരുവേള അവൾ കരഞ്ഞിട്ടുണ്ടാകണം. അവന്റെ കണ്ണുകൾ തെളിയുന്തോറും അവളുടെ മുഖം ചുവക്കുകയായി. പതുക്കെ ആഹ്ലാദത്തള്ളലിൽ അവൾ മന്ദഹസിച്ചു.

അവൾ എന്നും അവന്റെ കട്ടിലിനടുത്തുണ്ടായിരുന്നു. അവളുടെ അച്ഛനമ്മമാർ ഇടയ്ക്കിടക്കു നോക്കിപ്പോകാറുണ്ടായിരുന്നു. അവർ കൊടുക്കുന്ന എരിവുള്ള ദ്രാവകവും പാലും അവൻ തൃപ്തിയോടെ കുടിച്ചുപോന്നു.

എണീറ്റിരിക്കാനുള്ള ശക്തിയായപ്പോൾ അവളുടെ കൊഴുത്തുരുണ്ട കൈത്തണ്ടകളിൽ താങ്ങി അവൻ എണീറ്റിരുന്നു. ഓ! പുറത്തൂടെ ചൂടുള്ള ആവി പറക്കുന്നതുപോലെ അവളുടെ മാംസളമായ തോളിൽ ചാഞ്ഞിരുന്നപ്പോൾ ഒന്നുറങ്ങണമെന്നപോലെ. അപ്പോൾ അവൻ തികച്ചും ഓർത്തു:

'എന്റെ കരളേ!'

ആ വനകന്യകയുടെ മാംസളമായ സ്പർശത്തിൽ അവന്റെ ആത്മാവു മയങ്ങിക്കിടന്നു. ശരീരത്തിൽ തരിപ്പും കടിയും തോന്നി. തന്റെ മെലിഞ്ഞ കൈകളിലേക്കു നോക്കുക വയ്യ. അവന്റേതല്ല എന്നാണു തോന്നുക. മെലിഞ്ഞ, തൊലി തൂങ്ങി, തൊലിയിൽ ചിതമ്പൽ പിടിച്ച് എത്ര വികൃതമായിരിക്കുന്നു!

അവൾ അവന്റെ ഇംഗിതമറിഞ്ഞിരുന്നു. തന്റെ തോളിലേക്കു ചാഞ്ഞുകിടക്കുന്ന അവന്റെ ശരീരത്തിൽനിന്ന് അവൾ പേനും ചെറുക്കയും നുള്ളിയെടുത്ത് നഖത്തിൽ വെച്ചു ചതച്ചു. അവൻ തൊട്ടുകാണിച്ചപ്പോൾ അവൾ രോമക്കുപ്പായം അഴിച്ചെടുക്കാൻ അവനെ സഹായിച്ചു.

ഓ!

അവൾ തറച്ചുനിന്നു. അവന്റെ നെഞ്ചുനിറയെ രോമമാണ്. അവൾക്കതിന്റെ പൊരുളറിയില്ല. കോൾമയിർ കൊള്ളുകയാണ്.

അവന്നല്പം ആരോഗ്യം വീണ്ടുകിട്ടുകയും തനിയെ എണീക്കാറാവുകയും ചെയ്തപ്പോഴേക്കും ഹൻസരാജ് എല്ലാ വർത്തമാനങ്ങളും പറഞ്ഞിരുന്നു. രാമചന്ദ്രനുവേണ്ടി പ്രത്യേകവിമാനംതന്നെ വന്നിരുന്നു. അവർ മരുന്നുകളും തെർമ്മോമീറ്ററും പാരച്യൂട്ടിൽ കീഴോട്ടെറിഞ്ഞു. വിമാനത്തിന്റെ ഇരമ്പംകേട്ടതോടെ കാടന്മാർ കുടിലുകളിൽ കയറി ഒളിച്ചു. മരുന്നുകൾ ബലമായി ചിറിയിലൂടെ ഒഴിച്ചു കൊടുത്തുനോക്കി. പുറത്തേക്കൊലിക്കുന്നേയുള്ളൂ. ശ്വാസഗതി നില്ക്കാൻപോകുകയാണ്. നില്ക്കുകയാണ്. നിന്നു. ക്യാപ്റ്റൻ ഗ്രാമത്തലവനോട് വിറകാവശ്യപ്പെട്ടു. വരട്ടെ, ഞങ്ങൾക്കു സ്വന്തമായ ചികിത്സയുണ്ട്. അവർ എരുമയെ അറുത്തു ഹോമിക്കുകയും ഭയങ്കരമായ അഗ്നികുണ്ഠത്തിനുചുറ്റും നൃത്തമാടുകയും ചെണ്ട കൊട്ടുകയും ചെയ്തു. ക്യാപ്റ്റനു മുന്നോട്ടു പോകാനുള്ള മെസ്സേജ് വന്നു. ആസാം റൈഫിൾസിലെ മൂന്നു സിപ്പായികളേയും ഹൻസരാജിനേയും ഇവിടെ നിർത്തി.

"ഞാൻ മരിക്കുകയില്ല."

രാമചന്ദ്രനു ചിരിവന്നു.

മരണം മുച്ചീട്ടുകളിയോ മറ്റോ ആണോ? അപ്പോൾ അവന് അതുവരെ തോന്നാത്ത ഭയം തോന്നി. എന്തൊക്കെയാണ് അമ്മയുടെ വർത്തമാനങ്ങൾ?

കട്ടിലിൽ അലസമായി ചടഞ്ഞുകിടക്കവേ അവന്റെ മനസ്സിലൂടെ അന്യോന്യബന്ധമില്ലാത്ത ഒരുപാടാലോചനകൾ കടന്നുനീങ്ങിക്കൊണ്ടിരിക്കും. കാടന്മാരുടെ കുടിപതികൾക്കടുത്ത് മുട്ടിക്കുറുതായ, വെളുത്തു നഗ്നരായ കുട്ടപ്പന്മാർ കൊച്ചുവില്ലുകൾ കുലച്ച് കുറി നിശ്ചയിച്ച് അമ്പെയ്തു

ശീലിക്കുന്നതു കാണാം. ചെറുപ്പത്തിൽ അവനു നായാട്ടിൽ നന്നേ കമ്പമായിരുന്നു. തന്റെ വളർത്തുനായയോടൊപ്പം അവൻ ഇറങ്ങി നടക്കും. പിന്നെ തെങ്ങിൻപട്ടകളിലൂടെ ചാടിപ്പോകുന്ന അണ്ണാനെ കവണകൊണ്ടു കല്ലെറിഞ്ഞുവീഴ്ത്തുകയോ, കൊളമ്പു ചേമ്പിന്റെ വിത്തു മാന്തുന്ന തുരപ്പന്റെ മാളങ്ങൾ നായെക്കൊണ്ടു മാന്തിക്കുകയോ ആയി. ഒരൊറ്റ നിമിഷവും അവൻ അടങ്ങിയിരിക്കില്ല. അമ്മയ്ക്ക് അവനെ എപ്പോഴും കണ്ടുകൊണ്ടിരിക്കണം. അതുകൊണ്ട് ഇടയ്ക്കും തലയ്ക്കും വിളിക്കും. അവൻ തെങ്ങിൻചുവട്ടിലാണ്. അപ്പോൾ ഒരു ദിവസം അമ്മയ്ക്ക് അരിശം വന്നു. എടാ, തെറിച്ച മോനേ! പിന്നീട് അമ്മതന്നെ ആശ്വാസംകൊണ്ടു: ആണു പെറ്റ വയറ് ആന്തിയാന്തി.

കട്ടിലിൽ നിന്നെണീറ്റു പ്രാഞ്ചിപ്രാഞ്ചി നടക്കണമെന്നുണ്ട്. വഴുതി വീണെങ്കിലോ എന്ന ഭയമാണ്. അപ്പോൾ ആ വനകന്യക കുടിലിൽ നിന്നിറങ്ങി വരും. അവൾ അവന്റെ കരളിൽ നിറഞ്ഞുകഴിഞ്ഞിരുന്നു. കഴുത്തോളമെത്തുന്ന അവളുടെ കറുത്തുമുറ്റിയ കനത്ത തലമുടി ചുവന്നു തുടുത്ത കവിളുകളിൽ പാറിക്കിടന്നിരുന്നു. അവൾ വരുമ്പോഴൊക്കെ എന്തെങ്കിലും കുടിക്കാൻ കൊണ്ടുവരും. ഈ ആദിവാസികൾക്ക് നന്നേ വീര്യമുള്ള വീഞ്ഞുണ്ടാക്കാൻ അറിയാം. പുഴുങ്ങിയ പഞ്ഞപ്പുല്ല് ഈറൻ വലിയുംമുമ്പേ വാഴയിലയിലോ മുളംകുംഭങ്ങളിലോ നിറച്ച് തണുപ്പുള്ളേടത്തു കെട്ടിത്തൂക്കി വാറ്റിയെടുക്കുന്ന ഈ ചാരായത്തിൽ പച്ചമരുന്നുകൾ ചേർത്ത് അവനുവേണ്ടി അവളുടെ അച്ഛൻ കൊടുത്തയച്ചതാണ്. അച്ഛനാണോ അമ്മയാണോ കൊടുത്തയച്ചതെന്ന് അവളിൽനിന്നു മനസ്സിലാക്കാം. അവരന്യോന്യം വർത്തമാനം പറയില്ല. വാക്കുകളറിയില്ല. അവളുടെ വാചാലമായ നീലക്കണ്ണുകളും നേരിയ വിതുമ്പുന്ന ചെഞ്ചുണ്ടുകളും ചോര തുടുത്ത വിരൽത്തുമ്പുകളും വാക്കുകളേക്കാൾ വ്യക്തമായി സംസാരിച്ചുപോന്നു. അച്ഛനേയും അമ്മയേയും തിരിച്ചറിയാനുള്ള അവളുടെ ആംഗ്യങ്ങൾ പരിഷ്കൃതരായതുകൊണ്ട് നമുക്കാഭാസമായിത്തോന്നും. സ്ത്രീപുരുഷവർഗ്ഗങ്ങളുടെ പ്രാഥമികമായ വ്യത്യാസമാണ് അവൾ ആംഗ്യങ്ങളിലൂടെ വ്യക്തമാക്കുക. അവൾക്ക് അതിൽ നാണമോ ലജ്ജയോ ഇല്ലായിരുന്നു. പരിചയംകൊണ്ട് അതിലുള്ള ആഭാസം അവനു പുതുമയറ്റതായിത്തീർന്നിരുന്നു.

ആദ്യത്തെ ദിവസം അവളുടെ തോളിൽ പിടിച്ച് അവൻ അവിടെങ്ങും ഒറ്റടിവെച്ചു നടന്നു. തന്റെ തെറിച്ചുനില്ക്കുന്ന മുഴുത്ത മാറിടത്തിലേക്ക് അവൾ അവനെ മുറുകെമുറുകെ പിടിച്ചുകൂട്ടുകയായിരുന്നു. മരത്തണലിൽ അവൾ പാറപ്പുറത്തിരിക്കുകയും അവളുടെ മാംസളമായ മടിയിൽ അവൻ തലവെച്ചു കിടക്കുകയും ചെയ്തു. അവളുടെ നീലക്കണ്ണുകളിലേക്കു നോക്കുമ്പോൾ അവന്നു തന്നിൽ അലിഞ്ഞുചേരുന്ന ഒരാത്മാവിനെ കാണാൻ കഴിഞ്ഞു. അവളുടെ വാചാലമായ കണ്ണുകൾ ഒരാത്മാവിന്റെ മുഴുവൻ ഭാവനകളും അവനിലേക്കു പകർത്തി.

അകലെ മലഞ്ചെരിവുകളിൽ അർദ്ധനഗ്നരായ സ്ത്രീകൾ കത്തി കൊണ്ടു നിലം കുത്തിയിളക്കി നെല്ലു വിതയ്ക്കുകയോ, വിളഞ്ഞ

കതിരുകൾ ഊരിയെടുക്കുകയോ ചെയ്യുന്നതു കാണാം. എന്നും വിതയ്ക്കാം, എന്നും കൊയ്യാം. വിളഞ്ഞ നെന്മണികൾ കതിരോടെ ഊരിയെടുത്ത് മുളംതൊട്ടികളിലിട്ടു മൂടി, അവർ അതേ വയലിൽ വാഴയിലകൊണ്ടു പൊതിഞ്ഞു മൂടിവെക്കുകയാണ്. ആവശ്യമുള്ളത് അന്നന്ന് അതിൽനിന്നെടുത്തുപോന്നു. മുളംപട്ടിലുകളുടെ ഉലക്കയും മരക്കുറ്റിയിൽ തീയിട്ടു തുളച്ച ഉരലും അവർക്കുണ്ടായിരുന്നു. അരി മുളംകുഭങ്ങളിലാക്കി അടുക്കിവെച്ചു ചുറ്റും തീയിട്ടു വേവുന്നതോടെ എടുത്തു വാഴയിലയിലേക്കു തട്ടുന്ന അവരുടെ ചോറിനു പുട്ടിന്റെ മട്ടുണ്ടായിരുന്നു.

അവൾ അവനായി എന്തും കുറേശ്ശെ കൊണ്ടുവരാറുണ്ട്. അവന്റെ രോമാവൃതമായ മാറിടത്തിൽനിന്ന് അവൾക്കെന്നും ഈരുംപേനും നുള്ളിയെടുക്കണം. അവന്റെ വൃത്തികെട്ട ചിതമ്പലും മൊരിയും മാന്തിക്കളയണം. അവൾ അപ്പോഴും അപു എന്നും ഖിലായ് എന്നും മറ്റും മാത്രമേ പറയൂ. ബാബുജി എണീക്കു എന്നൊക്കെയാണതെന്ന് അവനു മനസ്സിലായിക്കഴിഞ്ഞിരുന്നു. വളരെ പ്രയാസപ്പെട്ട് ആംഗ്യങ്ങൾ കൊണ്ടുചോദിച്ച് അവളുടെ പേരുകൂടെ അവൻ പറയിച്ചു. ബിന്നി!

നായാട്ടുകാർ മടങ്ങുന്നതോടെ അവൾ തിരിച്ചുപോകും. വലവെച്ചുപിടിച്ച കാട്ടുപോത്തുകളെ മലവള്ളികൾ പിരിച്ചുണ്ടാക്കിയ കമ്പക്കയറിട്ടു നാലു പുറവും നിന്നു വട്ടംപിടിച്ച് അവർ ഗ്രാമത്തിലേക്കു കൊണ്ടുവന്നിട്ടുണ്ടാകും. ഉയരംകുറഞ്ഞ മുട്ടിക്കുറുതായ ഈ ശക്തരായ മനുഷ്യർക്ക് മൃഗങ്ങളെ ജീവനോടെ പിടിക്കാനൊത്താൽ മാത്രമേ നായാട്ടിൽ ആഹ്ലാദമുള്ളൂ എന്നു തോന്നും. പിന്നീടു വിറകിട്ടു തീ എരിക്കുകയും പോത്തിന്റെ ചങ്കിന്നുനേരെ ഇരുമ്പുപാര കുത്തിത്താഴ്ത്തുകയുമാണ്.

മുളംകുംഭങ്ങളിൽനിന്നെടുത്ത പട്ടുപോലത്തെ ചോറ് ചള്ളുമുളയുടെ കഷണങ്ങൾ പൊളിച്ചു പരത്തിച്ചെത്തി മടക്കിയുണ്ടാക്കിയ പാത്രങ്ങളിൽ വിളമ്പുകയായി. ഉണക്കിയ മത്തൻമുളക് തീയിൽ ചുട്ടെടുത്തു പൊടിച്ച്, നിക്ഷേപംപോലെ മുളംകുംഭങ്ങളിൽ സൂക്ഷിക്കുന്ന കല്ലുപ്പു ചേർത്തുചുട്ട മാംസക്കഷണങ്ങളോടെ അവർ തീക്കു ചുറ്റും ഇരുന്നു ഭക്ഷണം കഴിക്കുന്നു. ഊണു കഴിഞ്ഞാൽ മുളംകുംഭങ്ങളിൽനിന്നു പഞ്ഞപ്പുല്ലു വാറ്റിയെടുക്കുന്ന മദ്യം കുടിക്കുകയും ആട്ടുംപാട്ടും തുടങ്ങുകയും ചെയ്യുന്നു.

പുതച്ചുമൂടി ഉറങ്ങാൻ കിടക്കുന്ന രാമചന്ദ്രൻ അവരുടെ സാമൂഹ്യജീവിതത്തെക്കുറിച്ചോർക്കുകയാവും. എന്തൊരു പൊരുത്തം, എന്തൊരു ലാളിത്യം! ഉറക്കംപിടിക്കുമ്പോൾ അവൻ ബിന്നിയെക്കുറിച്ചോർക്കുകയാവും. അവളെ എണ്ണതേച്ചു കുളിപ്പിക്കുകയും ഇളംനീലസ്സാരി ഉടുപ്പിക്കുകയും ചെയ്താൽ! - എന്നാൽ എങ്ങനെയിരിക്കുമെന്ന് കുറച്ചുനാളായി സ്വപ്നം കാണുകയാണ്. എന്നിട്ട് അവളോടൊപ്പം തന്റെ ഗ്രാമപഞ്ചായത്തു പാതയിലൂടെ നടന്നുപോകുമ്പോൾ... ഉറക്കം സുന്ദരസ്വപ്നങ്ങൾ കാണിക്കവെക്കുകയായി.

ആയിടെ ആദിവാസികളുടെയിടയിൽ ഒരു കല്യാണം നടന്നു. ഗ്രാമസഭ കൂടുകയും അർദ്ധനഗ്നരായ വധൂവരന്മാരെ കൊണ്ടുവരികയും

ചെയ്തു. നിലത്തു തീക്കുണ്ഡത്തിനടുത്തു ഹോമമോ പൂജയോ നടക്കുന്നുണ്ടായിരുന്നു. പിന്നീട് ഗ്രാമത്തലവന്റെ നിർദ്ദേശപ്രകാരം വധു പൂജകഴിച്ച് ഒരുപിടി മണ്ണെടുത്തു വരന്നു കൊടുത്തു. അവൻ അതു തിന്നണം. പിന്നെ വരൻ ഒരുപിടി മണ്ണെടുക്കുന്നു. വധുവിനു കൊടുക്കുന്നു. കൂടാതെ വരന്റെ വീട്ടുകാർ വധുവിന്റെ പിതാക്കൾക്കു നഷ്ടപരിഹാരമെന്നോണം രണ്ടെരുമകളെ കൊടുത്തുകഴിഞ്ഞാൽ വരൻ വധുവിനെ തന്റെ കുടിലിലേക്കു കൊണ്ടുപോകുന്നു.

അവൾ അവന്റെ സ്വന്തമായി. ഈ ഭൂമി നിലനില്ക്കുന്നേടത്തോളം കാലം അവർ ഒന്നാണ്. മരിച്ചു മണ്ണോടു ചേരുംവരെ അവൻ അവളുടെ നാഥൻ.

അവനു കൊക്കും തൂവലും വെച്ചപ്പോൾ, ഒരു ദിവസം, മുന്നോട്ടു പോയിരുന്ന ഡിറ്റാച്ച്മെന്റ് തിരിച്ചുവന്നു. അവൻ വെളിയിൽ നടന്നു കാണുകയായിരുന്നു. അവനെ കണ്ടപ്പോൾ ക്യാപ്റ്റന് അദ്ഭുതവും പാരവശ്യവും തോന്നി. ഹവീൽദാർ ഗംഗാപ്രസാദ് ഉറക്കെയുറക്കെ കരയാൻ തുടങ്ങി.

"ദൈവത്തിനു നന്ദി. ഇനി നമുക്കു തിരിച്ചുപോകാം."

അവന് അവിടന്നു പോകേണ്ടിയിരിക്കുന്നു. മൂന്നാമത്തെ ദിവസം അവർ പുറപ്പെട്ടു. ചുമട്ടുകാരോടൊപ്പം രാമചന്ദ്രൻ നടന്നെത്തില്ല. അതുകൊണ്ടു മറ്റൊരുത്തനോടൊപ്പം അവനെ നേരത്തെ അയയ്ക്കാൻ തീർച്ചയാക്കി.

അവൻ പുറപ്പെടുമ്പോഴേക്കും ഗ്രാമം മുഴുവൻ താവളത്തിനടുത്തെത്തിയിരുന്നു. അലമുറയിട്ടു കേഴുന്ന മകളെ പിടിച്ചുകൊണ്ട് ഗ്രാമത്തലവനും ഭാര്യയും അവരുടെ മുമ്പിൽ പരവശരായി നിന്നു.

ക്യാപ്റ്റനും കൂട്ടുകാരും അദ്ഭുതസ്തബ്ധരായി മിഴിച്ചുനില്ക്കുകയാണ്.

അവൻ പുറപ്പെട്ടുകഴിഞ്ഞു. അവൻ പോകയാണ്.

അവൾ വാവിട്ടു നിലവിളിക്കുകയും പിതാക്കളുടെ പിടിയിൽനിന്നു കുതറി നിലത്തു വീണുരുളുകയും തല തല്ലുകയും ചെയ്തു. രാമചന്ദ്രൻ മിഴിച്ചുനില്ക്കുകയാണ്. എന്താണു ചെയ്യേണ്ടത്, എന്താണു പറയേണ്ടത്?

"ബിന്നി!" അവൻ വിളിച്ചു. നെഞ്ഞടച്ചിരുന്നു.

"ഛലോ ജാവ്ഓ!" ക്യാപ്റ്റൻ അലറി.

"ഞാൻ പോട്ടെ."

അവനു നടന്നുകൂടാ.

അപ്പോൾ അവൾ നിലത്തുനിന്ന് ഒരുപിടി മണ്ണെടുത്ത് അവന്റെയടുത്തേക്ക് ഓടിയെത്തി, നേരെ നേരെ നിന്നു. അവൾ കരയുന്നില്ല! അവളുടെ ഇരുണ്ട തലമുടി നെറ്റിയിലും കവിളിലും കണ്ണീരിൽ ഒട്ടിക്കിടന്നു. കണ്ണീർ തളംകെട്ടിയ അവളുടെ നീലക്കണ്ണുകളിലേക്ക് അവൻ ഒന്നേ നോക്കിയുള്ളൂ. ആ കണ്ണുകളിൽ കത്തിയ പ്രേമത്തിന്റെ തെളിനാളം അവനെ ദഹിപ്പിക്കാൻ പോന്നതായിരുന്നു.

വിറയ്ക്കുന്ന കൈകളോടെ അവൾ നീട്ടിയ നനഞ്ഞ മണ്ണ് അവൻ തന്റെ കൈകളിൽ ഏറ്റുവാങ്ങി. എന്നിട്ടും അവൾ നോക്കിനില്ക്കുകയാണ്. അവൻ

ആ നോട്ടത്തിന്റെ ഗഹനമായ സാരം മനസ്സിലാക്കിക്കഴിഞ്ഞപ്പോൾ, ഒരു നുള്ളു മണ്ണെടുത്തു വായിലിട്ടു. ഉപ്പിന്റെ ചവർപ്പു നാക്കിൽ തട്ടിയപ്പോൾ പൊട്ടിത്തരിച്ചുപോയി. അത് അവളുടെ കണ്ണീരിന്റെ ചവർപ്പായിരുന്നു!

പിന്നീട് അവൻ മുന്നോട്ടടി വെച്ചപ്പോഴേക്കും നിശ്ശബ്ദം കണ്ണീരൊഴുക്കിക്കൊണ്ടിരുന്ന അവളുടെ വൃദ്ധരായ പിതാക്കൾ അവളെ പിടിച്ചു നീക്കിക്കഴിഞ്ഞിരുന്നു. അവൾ കുതറുകയും ഓടാൻ ഭാവിക്കുകയുമാണ്.

എന്റമ്മേ!

അവൻ മുമ്പോട്ടു നടന്നു. വഴിനീളെ അവന് അവളുടെ നിലവിളി കേൾക്കാമായിരുന്നു. അടുത്ത താവളത്തിൽ ഉറങ്ങാൻ കിടന്നപ്പോൾ അവൻ അവളെക്കുറിച്ചോർക്കുകയായിരുന്നു. യാമങ്ങൾ നീങ്ങിപ്പോയി. പുലരാൻ നേരത്ത് അവൻ സ്വപ്നം കണ്ടു. അവൾ അവന്റെ കട്ടിലിൽ കുനിഞ്ഞിരിക്കുകയാണ്. പെട്ടെന്നു കരൾ പിടഞ്ഞു. അവൻ നെട്ടനെ എണീറ്റ് അവളെ കെട്ടിപ്പിടിക്കാൻ കൈകൾ നീട്ടി. അവളുടെ രൂപം ഒരു രേഖയോളം ചെറുതാവുകയും അന്തരീക്ഷത്തിൽ അലിഞ്ഞുചേരുകയും ചെയ്തത് അവൻ കണ്ടു.

'ഞാനൊരു പ്രേതമാണ്.' അവളുടെ കിളിനാദം കേൾക്കായി.

ഓ.

ഇടനെഞ്ചു പൊട്ടിയപോലെ. എന്നും കണ്ണടച്ചു കഴിഞ്ഞാൽ ഇതേ സ്വപ്നം കാണുകയാണ്.

നിങ്ങൾക്കു രാമചന്ദ്രനെ പോയിക്കാണാം. എപ്പോഴും ചടഞ്ഞിരുന്നു ചിത്രം വരയ്ക്കുകയായിരിക്കും. വടക്കുകിഴക്കൻ അതിർത്തിപ്രദേശങ്ങളിലേക്കു പോയ ഡിറ്റാച്ച്മെന്റിന്റെ അനുഭവങ്ങൾ അവൻ വരകളിലും ചായങ്ങളിലും പകർത്തുന്നു. ജീവിതത്തിൽ അവനിനി വേറൊരാശയില്ല. അതുകൊണ്ട് എപ്പോഴും വരയ്ക്കുന്നു. എന്താണിതിന്റെ പൊരുളെന്നു രാമചന്ദ്രൻ പെട്ടെന്നു പറയില്ല. ചോദിക്കൂ, അവൻ മിഴിച്ചുനോക്കും. അവന്റെ കണ്ണുകൾ നിറയുന്നതു നിങ്ങൾക്കു കാണാം. പിന്നീടു മേശ തുറന്ന് ഒരളുക്കെടുത്തു കാണിക്കും. നിങ്ങളൊന്നു നോക്കൂ: ഉണങ്ങിയ മണ്ണാണ്!

ഈ ഭൂമി നിലനില്ക്കുന്നേടത്തോളം കാലം അവർ ഒന്നാണ്. മരിച്ചു മണ്ണോടു ചേർന്നാലും അവൻ അവളുടേതാണ്. ■

ഈ ജിവിതം അനാഥമാണ്

ഓർമ്മകൾ

ഞാൻ ഒരു പെൺകുട്ടിയെ സ്നേഹിക്കുകയുണ്ടായി. അതിന്നൊട്ടും പുതുമയില്ല. ആണ് പെണ്ണിനെ സ്നേഹിക്കാറുണ്ട്. കല്യാണം കഴിക്കാറുണ്ട്. കുടുംബമായി ജീവിക്കാറുണ്ട്. ഇതിന്നൊന്നിനും സാധിക്കില്ലെന്നറിഞ്ഞുകൊണ്ടുതന്നെ ഞാൻ അവളിൽ അലിഞ്ഞുചേർന്നു.

അവളുടെ ഗ്രാമത്തിന്റെ പേര് ഓർമ്മയില്ല. അവളുടെ പേരു മറന്നിട്ടില്ല. മറക്കുമെന്ന് തോന്നുന്നില്ല. മീന കരളിന്റെ നെല്ലിപ്പടിയിൽ പതിഞ്ഞുകിടക്കയാണ്.

അവൾ മലയാളിയല്ല. ഇന്ത്യക്കാരിയല്ല. ഒരു പെൺകുട്ടിയാണ്. ഇപ്പോൾ അല്ലായിരിക്കാം. രാത്രിയുടെ അന്ത്യയാമങ്ങളിൽ അവളെക്കുറിച്ചുള്ള ഓർമ്മകൾ എന്റെ ഹൃദയത്തിൽ മധുരമധുരമായ വേദന കുത്തിവെയ്ക്കുമ്പോൾ, അവൾ പ്രിയതമന്റെ മാറിൽ അമർന്ന് ഉറങ്ങുകയാവാം. അവൾ സുഖമായിരിക്കട്ടെ.

മീനയുടെ അച്ഛൻ മലയാളിയാണ്. അമ്മ ബർമ്മക്കാരിയും. അക്യാബിന്നും റംഗൂണിന്നും ഇടയ്ക്കുള്ള ഒരു ഗ്രാമത്തിൽവെച്ചാണ് ഞാൻ അവളെ കാണുന്നത്.

ഓ, പറഞ്ഞില്ല. ഞാൻ പട്ടാളക്കാരനാണ്. ഒമ്പതു കൊല്ലമായി പട്ടാളത്തിലാണ്. സ്നേഹിക്കാനും സ്നേഹിക്കപ്പെടാനുമുള്ള സന്ദർഭങ്ങൾ മലഞ്ചെരിവുകളിലും ട്രഞ്ചുകളിലും കഴിഞ്ഞുപോയി എന്നു മനസ്സിലാക്കണം. കഴിഞ്ഞ യുദ്ധകാലത്തെ സംഭവങ്ങൾ മനസ്സിൽ കണ്ടുകൊണ്ടാണു ഞാൻ സംസാരിക്കുന്നത്. യുദ്ധത്തെക്കുറിച്ചു പറയുമ്പോൾ നിങ്ങൾക്കു മുഷിയും. ഷെർമ്മൻ ടാങ്കുകളുടെ പിന്നിൽ അക്യാബിൽനിന്ന് ഞങ്ങൾ അഡ്വാൻസ് ചെയ്തു എന്നാണു പറയേണ്ടത്. അരാക്കാൻ മലകളുടെ ഇടയിലൂടെയാണ്. സംശയിച്ചു സംശയിച്ച്, ഒരുക്കിയ തോക്കുകളോടെ മുമ്പോട്ടു നീങ്ങുകയാണ്. ശത്രുവിന്റെ വിമാനങ്ങൾ, മോർട്ടാറുകൾ, പീരങ്കികൾ....മലനിരയുടെ പള്ളയിലൂടെ അഡ്വാൻസ് ചെയ്യുന്ന ഞങ്ങളുടെ വലത്തെ ഫ്ളാങ്കിൽ നമ്മുടെ കപ്പൽപ്പടയുണ്ട്. പച്ചിലക്കാടുകൾ നിറഞ്ഞു മുറ്റി നീണ്ടുനിവർന്നു കിടക്കുന്ന മലയുടെ അടിവാരത്തിലേക്കു കടൽ അടിച്ചുകയറുന്നത് ഞങ്ങൾക്കു കാണാം. ഇനി ഇടയ്ക്കിടയ്ക്കു നമ്മുടെ നാലെഞ്ചിനുള്ള വലിയ പോർവിമാനങ്ങൾ ഞങ്ങൾക്കു മുകളിൽ വട്ടമിട്ടു പറന്നു

മുന്നോട്ടു ചീറിപ്പോകുന്നുണ്ട്. ഈ ദുർല്ലഭങ്ങളായ സന്ദർഭങ്ങളിൽ ഞാനോ, ഞങ്ങളോ, മരണത്തെക്കുറിച്ച് ഓർക്കുകയുണ്ടായോ, എന്തോ! എന്നാൽ ഞങ്ങൾ അഡ്വാൻസ് ചെയ്തത് ശവക്കൂമ്പാരങ്ങളുടെ മീതെയാണ്. എല്ലായിടത്തും ഇല്ല. ഇടയ്ക്കിടയ്ക്കു പാറക്കെട്ടുകൾ നിറഞ്ഞ മലയിടുക്കുകളിലും ആറുകളുടെ കരയിലും പാലങ്ങളുടെ അടുത്തും മറ്റുമാണ്. അവിടെയൊക്കെ എന്താണ് നടന്നതെന്നു എനിക്കറിയില്ല. യുദ്ധം ചെയ്തു മുന്നേറുന്നത് ആർട്ടിലറിയാണ്; ടാങ്കുകളും പീരങ്കികളും ഇട്ടു തകർക്കുന്നത് അവരാണ്. പിന്നെ ഞങ്ങളുടെ മീതെ അലറിപ്പായുന്ന പോർവിമാനങ്ങളാണ്. ഞങ്ങളുടെ വലത്തെ ഫ്ളാങ്കിലൂടെ പതുക്കെപ്പതുക്കെ ആടിക്കുതിച്ച്, ആടിക്കുതിച്ചു മുന്നോട്ടു പോകുന്ന പടക്കപ്പലുകളാണ്. ഇവരെല്ലാം ശത്രുവിന്റെ ടാർജറ്റ് കണ്ടെത്തുന്നതും ഒരേ ടാർജറ്റിലേക്കു പാർശ്വങ്ങളിൽ നിന്നു തീ തുപ്പുന്നതും ആർട്ടിലറിയുടെ പിന്നിലൂടെ തിളങ്ങുന്ന ബയനറ്റുറപ്പിച്ച റൈഫിളോടെ കാലാൾപ്പട അട്ടഹസിച്ചു മുന്നേറുന്നതും ഞാൻ കേട്ടിട്ടുള്ളതു മാത്രമാണ്. ആർട്ടിലറിയുടേയും കാലാൾപ്പടയുടേയും പിന്നിൽ കമാൻഡ് ഹെഡ് ക്വാർട്ടേഴ്സിലെ കമ്യൂണിക്കേഷൻ വകുപ്പിൽ ജോലി ചെയ്യുന്ന എനിക്ക് ഇതാണ് യുദ്ധത്തെക്കുറിച്ച് അറിയാവുന്നത്! പകലാണെങ്കിൽ വെടിയും പുകയും കാണാം. രാവിൽ മിന്നലും പൊട്ടലും കേൾക്കാം. ഇരുണ്ട മലനിരയുടെ മീതെ മിന്നൽ കണ്ടാൽ ഉടനെ ആകാശത്തേക്കു നോക്കുകയായി. തെളിഞ്ഞ നീലവാനിൽ നക്ഷത്രങ്ങൾ തെളിഞ്ഞിരിക്കും. മഴക്കാർ കാണുകില്ല. അപ്പോൾ പിന്നണിയിലെ ഞങ്ങൾ ഊഹിക്കയായി: ഏറ്റുമുട്ടൽ നടക്കുന്നു! പിന്നെ കരിമരുന്നിന്റെ ഗന്ധം പരത്തുന്ന തെക്കൻകാറ്റടിക്കും. ഈ കാറ്റിലാണ് ശവങ്ങളുടെ നാറ്റമെത്തുന്നതും.

മിക്കപ്പോഴും ഞങ്ങളെത്തുംമുമ്പേ ശവങ്ങൾ വാരിക്കൂട്ടി പെട്രോളൊഴിച്ചു തീവെയ്ക്കുകയോ, മലയിടുക്കുകളിൽ വലിച്ചിട്ടു വെട്ടിമൂടുകയോ, നദികളിൽ വലിച്ചെറിയുകയോ ചെയ്തിരിക്കും. എന്നാലും വെടിയും പടയും നടന്നിടം കണ്ടാലറിയാം. അവിടത്തെ പാറക്കെട്ടുകൾ തകർന്നു തരിപ്പണമായിരിക്കും. ഷെല്ലുകൾ തെറിച്ചുവീണ് മണ്ണ് ഉതിർന്നു കരിഞ്ഞിരിക്കും. മരങ്ങൾ കൊമ്പുകൾ പൊട്ടി പച്ചിലകൾ കരിഞ്ഞു കാളിക്കിടക്കും. അവിടത്തെ കട്ടിയുള്ള വായുവിൽ കരിമരുന്നിന്റെയും ശവങ്ങളുടെയും ഇടകലർന്ന നാറ്റമുണ്ടായിരിക്കും.

ശത്രുവിന്റെ ചെറുചെറുപ്പ് സുശക്തമാണെങ്കിൽ അവസരമില്ലാതെ മുന്നോട്ടടിക്കുന്ന നമ്മുടെ പട്ടാളം ശവങ്ങൾ ഇട്ടുംവെച്ച് അടിച്ചുകയറിയിട്ടുണ്ടാകും. അപ്പോൾ ഞങ്ങൾ ശവക്കൂമ്പാരങ്ങൾക്കുമീതെ അഡ്വാൻസ് ചെയ്യുന്നു.

ഇതിലൊക്കെ നിങ്ങൾക്കു പിടിപ്പുണ്ടോ എന്തോ! സ്വതേ എന്നോടു പരാതിയുണ്ട്. ഞാൻ പട്ടാളത്തിന്റെ കഥകളാണു പറയുന്നത്. നാട്ടുകാർക്കും പട്ടാളത്തിനും തമ്മിൽ പൊരുത്തക്കേടുകളുണ്ട്. ഇന്ത്യയ്ക്ക് ഒരു പട്ടാളമുണ്ടെന്ന്, ആ പട്ടാളം ലോകത്തിലെ ഏതു പട്ടാളത്തേയും പോലെ സേവനസമർത്ഥമാണെന്ന്--ഛായ്....ഏതായാലും പറയട്ടെ.

അങ്ങനെ അഡ്വാൻസ് ചെയ്ത ഞങ്ങൾ ബർമ്മയുടെ പരന്ന ഒരു വയലിൽ എത്തി. പരന്ന വയൽ എന്നാൽ നോക്കെത്താത്തേടത്തോളം പരന്നുകിടക്കുന്ന വയലാണ്. വയലിന്റെ നടുവിലൂടെ വലിയൊരു നദി ഒഴുകി കടലിൽ ചേരുന്നു. നദിയുടെ കരയിൽ ഞങ്ങൾ ടെന്റടിച്ചുകിടന്നു. പതിനാലാംപട റംഗൂണിലോളമെത്തുകയോ, റംഗൂൺ പിടിച്ചടക്കുകയോ ചെയ്തിട്ടുണ്ട്. ബർമ്മാ ഓപ്പറേഷൻ കലാശിക്കുകയോ, കലാശത്തോള മെത്തുകയോ ചെയ്തു എന്നാണ് ഞാനുദ്ദേശിക്കുന്നത്. അപ്പോൾ പതിനാലാംപടയുടെ പിന്നണിയിൽ കിടക്കുന്ന ഞങ്ങൾ തമ്പടിച്ചിട്ടുണ്ടെങ്കിൽ, ഞങ്ങൾക്കു കുറച്ചൊരു പൊറുതി ആയിട്ടുണ്ട്. ഒന്നോ രണ്ടോ ടെന്റുകളല്ല. നദിയുടെ കരയിൽ ഉടനീളം ഇടവിട്ടിടവിട്ട് ടെന്റുകൾ. ടെന്റുകളുടെ ഇടയ്ക്കു കൂറ്റൻ ട്രക്കുകളും ട്രക്കുകളുടെ പിന്നിൽ ഇണക്കിയ ഉറപ്പുള്ള ട്രെയ്ലറുകളിൽ ഫിറ്റ് ചെയ്ത വൻതോക്കുകളും....ഞങ്ങൾ കാത്തുകിടപ്പാണ്. ആർത്തിയേറിയ തിരമാലകളാൽ കടൽ നദിയെ ആശ്ലേഷിക്കുന്നത് അവിടന്നു നോക്കിയാൽ കാണാം. പോക്കുവെയിൽ തട്ടിത്തിളങ്ങി അലകളിളകുന്ന കടൽ ഏതോ മുക്കുവസ്ത്രീ കാറ്റിൽ പിടിച്ചുണക്കുന്ന വലിയൊരു പട്ടുസാരിപോലെ....കടൽതൊട്ട് നെൽവയൽ തുടങ്ങുകയായി. വയൽ നദിയുടെ ഇരുകരകളിൽനിന്നും നോക്കെത്താത്തേടത്തോളം പരന്നുപരന്ന് അകലെയുള്ള മലനിരകളുടെ നീലരേഖകളോളം എത്തുന്നു. ഇടയ്ക്കിടയ്ക്ക് പച്ചപിടിച്ച തുരുത്തുകളും, കൂറ്റൻ വൈക്കോൽക്കൂമ്പാരങ്ങളും, അവയുടെ ഓരത്തൂടെ നിഴൽ പോലെ നീങ്ങുന്ന മാടുകളും മനുഷ്യരും....

അവർ കൃഷിക്കാരാണ്. അവർക്കുവേണ്ടി, ബർമ്മയ്ക്കുവേണ്ടി, ഇന്ത്യയ്ക്കുവേണ്ടി, ലോകത്തിനുവേണ്ടി അരി വിളയിക്കുന്ന ആ മനുഷ്യർ.

പെട്ടെന്നു ഞാനങ്ങു മറന്നുപോയേനെ, ഇടയ്ക്ക് ഒന്നുകൂടെയുണ്ട്. നദിയുടെ കരയിൽ തമ്പടിച്ചപ്പോൾ നടന്നതാണ്. അപ്പോഴേക്കു ഞങ്ങൾ കുളിച്ചിട്ട് എത്രനാളായി എന്നു ചോദിക്കരുത്. ഇളംകാറ്റിൽ ഓളമിളകുന്ന നദിയിലെ കുളിർവെള്ളത്തിൽ ഒന്നു മുങ്ങാൻ--പുളകംകൊള്ളുന്നു—ബൂട്ട് അഴിച്ചുമാറ്റിയപ്പോൾ ഓ! കാലിന്റെ പത്തു നഖങ്ങളും സോക്സിന്റെ ഒപ്പം അടർന്നുപോന്നു. ആർത്തിയോടെ നദിയിലേക്കിറങ്ങിയപ്പോൾ, തലയോട്ടിലെ രോമകൂപങ്ങൾ നീറി. നദിയിലെ കുളിർവെള്ളം മുഖത്തൊഴിച്ചപ്പോൾ ഉപ്പു രസവുമാണ്. ഉപ്പുവെള്ളം മുക്കിയെടുത്ത് വാഴമ്പോള അരിഞ്ഞു തിളപ്പിച്ചിട്ടാണ് ഈ നോക്കെത്താത്ത വയലിലെ തുരുത്തുകളിൽ പാർക്കുന്ന നാട്ടുകാർ ജീവിക്കുന്നത്. മീനയുടെ അച്ഛൻ വാഴമ്പോള അടർത്തിയെടുക്കുന്നത് ഞാനെന്റെ കണ്ണുകൊണ്ടു കണ്ടതാണ്.

നദിയുടെ പടിഞ്ഞാറെ കരയിൽ ഞങ്ങൾ കിടക്കുന്നതിന്റെ വടക്കുവശത്ത് ഒരു തുരുത്തുണ്ട്. തുരുത്തിൽ മരപ്പടർപ്പുകൾക്കുമീതെ ഉയർന്നു നില്ക്കുന്ന പെഗോഡയാണ് ആദ്യം കണ്ടത്. പെഗോഡകളിൽ മേൽപ്പുരമുട്ടുന്ന ബുദ്ധവിഗ്രഹങ്ങൾ, ചൈത്യങ്ങൾ, ഗ്രന്ഥങ്ങൾ, പുൽപായകൾ, പനയോലവിശറികൾ....വായിച്ചും കേട്ടും ഉണ്ടായിട്ടുള്ള അഭിപ്രായങ്ങളാണ്. പെഗോഡയിൽ പോകാതെതന്നെ.

നദിയുടെ കരയിൽ നിന്നു തുരുത്തിലേക്ക് ചരൽപ്പാത നീങ്ങുന്നു. പാതയുടെ ഓരങ്ങളിൽ, ഉയരംകുറഞ്ഞു പന്തലിച്ച മാവുകളുടേയും പുളിമരങ്ങളുടേയും കീഴിൽ, കുടിലുകളാണ്. എന്നാൽ എന്തൊരു കുടിലുകൾ! നാലു മുട്ടിക്കാലുകളിൽ ഒരു തട്ട്. തട്ടിനുമുകളിൽ മുളയഴികളിൽ വൈക്കോൽ പരത്തിത്തുന്നിയുണ്ടാക്കി, ഓരംചേർത്തുവെച്ച മറ. മറയ്ക്കുമീതെ വൈക്കോലിന്റെ കൂർമ്പിച്ച മോന്തായം. അങ്ങനെ കുറെ കുടിലുകൾ. കുടിലുകളുടെ നടുവിൽ ഉയർന്നുനിൽക്കുന്ന പെഗോഡ.

പെഗോഡയ്ക്കുള്ളിലെ ഭീമമായ ബുദ്ധവിഗ്രഹത്തിന്റെ വലത്തെ തോൾ പൊട്ടി കൈയോടെ നിലത്തുവീണു തകർന്നിട്ടുണ്ട്. പെഗോഡയുടെ ചുമരുകളിൽ ബുള്ളറ്റുകളേറ്റു കുമ്മായവും ഇഷ്ടികയും അടർന്നു വീണിട്ടുണ്ട്. എന്നിട്ടും, തളരാത്ത കണ്ണുകൾ വാൽസല്യം കൊണ്ടു കൂമ്പുകയാണ്; ആ ചുണ്ടുകളിൽ ശാന്തിയുടെ പുഞ്ചിരി തത്തിനിൽക്കുകയാണ്. നെടുവീർപ്പിട്ടെങ്കിലും കൈ കൂപ്പാൻ തോന്നി. അപ്പോഴാണ് വെളിയിൽ ഒച്ച കേൾക്കുന്നത്. തിരിഞ്ഞുനോക്കിയപ്പോൾ ഒരാൾ പെഗോഡയുടെ മുറ്റത്ത് ഉണങ്ങി നീർവറ്റിയ വാഴത്തയ്യിന്റെ പോള ചീന്തുകയാണ്. മുഷിഞ്ഞുകീറി തുണിയോ ചാക്കോ എന്നു തിരിച്ചറിയാൻ കഴിയാത്ത ഒന്ന് അയാളുടെ അരയിലുണ്ട്.

ആ മനുഷ്യനെ നോക്കാതിരിക്കാൻ കഴിഞ്ഞില്ല. അയാൾ ബർമ്മക്കാരനല്ല. ബർമ്മക്കാരന്നു പരന്ന മുഖവും വട്ടക്കണ്ണുകളും പതിഞ്ഞ മൂക്കും..... ഈയാൾ....

അടുത്തുചെന്നു. വാഴയുടെ പോള അടർത്തിയെടുക്കാൻ അയാൾ നന്നേ ആയാസപ്പെടുന്നുണ്ട്. അയാളുടെ കൈത്തണ്ടയിലെ തോൽസഞ്ചിയിൽ കിടക്കുന്ന മാംസപേശികൾ മേലോട്ടും കീഴോട്ടും ഓടുന്നു. മാറിടത്തിലെ കൂട്ടെല്ലുകൾ തകർന്ന ഹാർമ്മോണിയത്തിന്റെ കട്ടകൾ പോലെ ഉയർന്നമരുന്നു.

കാലൊച്ച കേട്ടപ്പോൾ അയാൾ മുഖമുയർത്തി. ആ കണ്ണുകൾ, ആ മുഖം, ആ ആൾ! എവിടെയോ കണ്ടുമറന്നപോലെ, അയാളും എന്നെ ഉറ്റുനോക്കുകയാണ്. അങ്ങനെ എത്രനേരം നിന്നോ, എന്തോ!

"തമിഴാ?" ഞാൻ ചോദിച്ചു.

അയാൾ മിണ്ടിയില്ല. ഒടിഞ്ഞുനിന്നുകൊണ്ട് അപ്പോഴും നോക്കുകയാണ്.

"മലയാളിയാണോ?"

അയാൾ എന്തോ പറയാൻ ഉദ്ദേശിക്കുന്നുണ്ടായിരുന്നു. അയാളുടെ കണ്ണുകൾ നിറയുന്നു. ഉണങ്ങിയ ചുണ്ടുകൾ റബ്ബർകഷണം പോലെ പിളുങ്ങുന്നു.

"മലയാളിയാണോ?"

"മോനേ!"

അമ്പരന്നുപോയി. ശ്വാസം കഴിക്കാൻ കഴിയാതെ നിമിഷങ്ങളോളം നോക്കിനിന്നു. അയാളുടെ ചുളിവീണ കടക്കണ്ണിൽ നിന്ന് കണ്ണുനീർ ഉരുണ്ടു വീഴുകയാണ്.

ആ മനുഷ്യനോട് ഇനി എന്താണു പറയേണ്ടതെന്ന് ഒരെത്തുംപിടിയുമില്ല. എന്തൊക്കെയോ ചോദിക്കാനുണ്ട്, അറിയാനുണ്ട്.

എല്ലാം അയാൾ പറഞ്ഞു. മലപ്പുറത്തുകാരനാണ്. ബർമ്മയിൽ വന്നിട്ട് ഇരുപത്തൊന്നു വർഷമായി. ഈ ഗ്രാമത്തിൽവെച്ച് ഒരു ബർമ്മാക്കാരിയെ വിവാഹം ചെയ്തു; ഒരു മകളുണ്ട്. ഭാര്യ കഴിഞ്ഞ പടയോട്ടക്കാലത്തു മരിച്ചുപോയി. എന്നുവെച്ചാൽ തൂങ്ങിമരിച്ചു.

"ഹെന്തിന്?"

ചോദിച്ചുപോയി.

"മോനേ, ജപ്പാൻ വന്നു. അവളും പെട്ടു. ഇനി ജീവിച്ചിരിക്കില്ലാന്ന് അവളെ ന്നോട് പറഞ്ഞതാ."

അയാളുടെ കണ്ണീരു നിൽക്കുന്നില്ല; ഒന്നും ചോദിക്കാൻ തോന്നുന്നില്ല. ലോകത്തിൽ ഇന്നോളം, വെറിയാണ്ട പട്ടാളം അടിമകളെ ബലാൽസംഗം ചെയ്തിട്ടുണ്ട്.

"എന്റെ മോള് രക്ഷപ്പെട്ടു. എനിക്കതുമതി."

"ജപ്പാൻകാർ എന്തു ചെയ്തുവെന്നാ?"

നെഞ്ചമർത്തിപ്പിടിച്ച് അയാൾ ചുമച്ചു കഫം തുപ്പി, ചിറി തുടച്ചു. എന്നിട്ടു തുടർന്നു:

"മോനേ, അവർ വന്നു; അവർക്കു നെല്ലു വേണം. നെല്ല് വിളഞ്ഞു കിടക്കയാണ്. കൊയ്തുമെതിച്ചു കൊടുക്കണം. കൊയ്യുന്നേടത്തും മെതിക്കുന്നേടത്തും അവരുണ്ട്. അവരുടെ കൈയിൽ കത്തിയും തോക്കുമുണ്ട്. ഞങ്ങൾ കൊയ്തു. മെതിച്ചു. ചാക്കിൽ നെല്ലു ചുമന്നു കേമ്പിൽ ചെന്നാൽ പെണ്ണുങ്ങൾക്കു മടങ്ങാൻ പാടില്ല....അങ്ങനെ മൂന്നുകൊല്ലം. വളരെ ആളുകൾ ഓടിപ്പോയി. അവരെപ്പിടിച്ചു റോഡുവെട്ടാനും പാലം പണിയാനും നിർത്തിയിരുന്നുത്രെ. ഞാൻ പോയില്ല മീന....മീന എന്റെ മകളാണ്. മോനേ, ഉടുക്കാൻ ഒരു മുണ്ടു തരാമോ?"

അയാൾ നിന്നു ചുമച്ചു. ഞാൻ ഒന്നും പറഞ്ഞില്ല. ജാപ്പ് പട്ടാളത്തെക്കുറിച്ച് ഓർത്തുപോയി.

"ഉണ്ടോ മോനേ?"

"ടവ്വലുണ്ട്."

"മതി മോനേ."

"ഇപ്പഴില്ല."

"ഞാൻ പോരാം."

അതു നന്നല്ല. ടെന്റിലേക്കു കൊണ്ടുപോയിക്കൂടാ.

"ഞാൻ കൊണ്ടുവരാം."

"ഞാൻ പോരാം."

ഞാനയാൾക്കു കാര്യങ്ങൾ പറഞ്ഞുകൊടുത്തു.

"എന്നാ നമ്മുടെ വീടു നോക്കിക്കോളി."

അയാൾ കുനിഞ്ഞ് അടർത്തിവച്ച വാഴയുടെ പോള എടുത്തു.

"എന്തിനാത്?"

"അരിഞ്ഞു തിളപ്പിക്കാനാ മോനേ."

"ങ്ഹേ!"

"ങ്ഹാ!"

അങ്ങനെ അതും പറഞ്ഞു. ഗ്രാമത്തിൽ ഒറ്റ മണി നെല്ലില്ല. ഉപ്പോ മുളകോ ഇല്ല. ഉപ്പുവെള്ളമുണ്ട്. വേലിയേറ്റത്തിന്ന് നദിയിൽ നിന്ന് മുക്കി യെടുക്കാം...ആദ്യമാദ്യം ജപ്പാൻകാർ മാടുകളെ തെളിച്ചുകൊണ്ടുപോയി. പിന്നീട് കുടിൽതോറും ബയനറ്റുകൊണ്ടു ചികഞ്ഞ് നെല്ലെടുത്തുകൊണ്ടു പോയി.

"നെല്ല് ഒട്ടുമില്ല?"

ചോദിച്ചുപോയി.

"ഗ്രാമത്തലവന്റെ വീട്ടിക്കാണും."

"ഈ വയലൊക്കെ?"

"നാട്ടുകോട്ടച്ചെട്ട്യാന്മാരുടേതല്ലേ!"

"അവർ?"

"പണക്കാരെല്ലാം ഓടിപ്പോയി. ഇവിടെ തമിഴരും നമ്മടാളുകളും ധാരാള മുണ്ട്. ഇതാ നമ്മുടെ വീട്."

ഞാൻ നോക്കി. അതേ മുട്ടിക്കാലുകളും മറയും മോന്തായവും.

"എന്താ എല്ലാം ഇങ്ങനത്തെ വീട്?"

"വെള്ളപ്പൊക്കം ഭയന്നിട്ട്! എപ്പഴാ പുഴ കരകവിയാന്നറിയില്ല. മീനേ!"

കുടിലിന്റെ മറ ഇളകുന്നതു കണ്ടു. അതിലൂടെ രണ്ടു കണ്ണുകൾ, ഒരു മുഖം....മറ അടഞ്ഞു.

"എന്റെ മകളാ."

"ഊം"

"ഓള്ക്ക്ത്തിരീശ്ശെ മലയാളറിയാ."

"ഊം"

"ഓള് പൊറത്ത്വരൂല്ല."

"എന്താ?"

"ഉടുക്കാൻ തുണീല്യ."

കുടിലിനകത്തുനിന്ന് എന്തോ ശബ്ദം കേട്ടു. അവൾ കോട്ടുവായിടു കയോ....അല്ല അവൾ തൊണ്ടയടച്ചു കരയുകയാണ്.

"ഞാൻ പോട്ടെ."

"കൊണ്ടരൂല്ലേ?"

"ഇപ്പ."

എന്റെ കൈയിൽ മുണ്ടില്ല. വെറും പട്ടാളഉടുപ്പുകൾ മാത്രമുണ്ട്. ഓ, ഒരു ബ്ലൗസും പാന്റും ടവ്വലും....ഞാൻ ചെല്ലുമ്പോൾ വയസ്സൻ നെഞ്ചിൽ കൈയമർത്തി ചുമയ്ക്കുകയാണ്.

"മീനയ്ക്കു കൊടുക്കൂ."

അയാൾ മറ തുറന്നു തട്ടിന്മേലേക്ക് കയറി. അപ്പോഴും അകത്തുനിന്നു കരച്ചിൽ കേൾക്കാം.

ഞാൻ ഓർത്തതാണ്; അവളുടെ നഗ്നമായ ശരീരത്തെക്കുറിച്ചു ഞാൻ ഓർത്തതാണ്. ഉയർന്ന മാറിടത്തെക്കുറിച്ചും കൊഴുത്ത....ഞാൻ ശപിക്കപ്പെടട്ടെ! അവളെത്ര വേദനിച്ചിരിക്കുമെന്ന്, ഉണ്ണാനും കുടിക്കാനുമില്ല, പൊറുക്കാം. ഉടുതുണിയില്ലാതെ പകൽമുഴുവൻ അടച്ചിട്ടിരിക്കേണ്ടിവരുന്ന അവളെക്കുറിച്ച് ഞാനോർത്തതാണ്

വയസ്സൻ പുറത്തുവന്നു. മറ വീണ്ടും അടഞ്ഞു. ഞാൻ അവിടെത്തന്നെ നിന്നു.

"എവിടാ വീട്?"

"ചാവക്കാട്."

"ആരൊക്കെയാ വീട്ടില്?"

"എല്ലാവരും."

"കല്യാണം കഴിഞ്ഞോ?"

"ഇല്ല."

"മീനേ!"

അയാൾ കുടിലിന്നുനേരെ തിരിഞ്ഞു മകളോട് ബർമ്മീസിൽ എന്തോ പറഞ്ഞു.

"അവൾ ഉടുപ്പിടുകയാണ്."

"ഊം."

"അവൾക്കു മോനെയൊന്നു കാണണം."

മറ വീണ്ടും തുറന്ന് അവൾ മുഖം വെളിയിലേക്കു നീട്ടി.

വയസ്സൻ വീണ്ടും എന്തോ പറഞ്ഞു.

"അവൾക്കു മലയാളറിയാം."

ഞാൻ എന്തു പറയാനാണ്? വളരെയേറെ സംസാരിക്കണമെന്നുണ്ട്. എന്നാൽ ആ നേരത്തു നാക്കിറങ്ങിപ്പോയിരുന്നു.

അവൾ ഇട്ടിരിക്കുന്ന പാന്റ് ഞാൻ ഉപയോഗിച്ചതാണ്. അവൾ ഇട്ടിട്ടുള്ള പച്ച ബ്ലൗസ് എന്റെ നെഞ്ചിൽ കിടന്നിരുന്നതാണ്. എന്റെ വിയർപ്പ്.... എനിക്കാനേരത്ത് അവളോടു മിണ്ടാൻ നാക്കില്ല.

"ഞാൻ പോട്ടെ."

"മോനേ!"

"സമയമായി."

"ന്റെ മോന്...."

"പോട്ടെ, മീനേ."

അവൾ കരഞ്ഞു. കണ്ണു രണ്ടും പൊത്തിക്കൊണ്ട് കരഞ്ഞു. ഇന്നും ഞാനോർക്കുകയാണ്. തന്നത്താൻ മറന്ന് ഞാൻ അവളെ അടിമുടി നോക്കി

നിന്നതാണ്. അവൾ നിറയെ പുളകമായിരുന്നു. പുരുഷന്റെ വിയർപ്പാർന്ന തുണി ഇക്കിളിയിളക്കുന്നതുകൊണ്ടാകാം....ഇന്ന്, രാത്രിയുടെ അന്ത്യയാമങ്ങളിൽ അവളെക്കുറിച്ചുള്ള ഓർമ്മകൾ എന്റെ ഹൃദയത്തിൽ മധുരമധുരമായ വേദന കുത്തിവെയ്ക്കുമ്പോൾ, അവൾ പ്രിയതമന്റെ മാറിൽ അമർന്നുറങ്ങുകയാവാം.

അവൾ സുഖമായിരിക്കട്ടെ! ■

ഈ ജീവിതം അനാഥമാണ്

ആദ്യം ജീപ്പുകൾ വന്നു. ജീപ്പുകളിൽ ഓഫീസർമാരായിരുന്നു. ആവശ്യത്തിലേറെ കഞ്ഞിപ്പശയിട്ടു തേച്ച പച്ചക്കോളറും, ഓർഡർലിയുടെ വിയർപ്പും തുപ്പലും ചേർന്നു നന്നേ മിനുങ്ങിയ തോൽബെൽട്ടും ധരിച്ചിരുന്ന ഇവർ പുതിയ താവളത്തിന്റെ ഭൂപരമായ സാധ്യതകൾ പഠിച്ചറിയാൻ നേരത്തെ വന്നതാണ്.

മൈതാനം നിറയെ നികത്തിക്കൊയ്ത ഉണക്കത്താളായിരുന്നു. ഉണക്കത്താളിന്റെ വരൾപ്പരപ്പിൽ അവിടവിടെ മഞ്ഞപ്പഴക്കുലകളാർന്ന മുൾച്ചെടികൾ തലപൊക്കി നിന്നു. നിലംപതിഞ്ഞ കനത്ത വരമ്പുകളിൽ പരന്നു പന്തലിച്ച കാട്ടുമരങ്ങൾ ഒറ്റയ്ക്കും തറ്റയ്ക്കും തറച്ചുനിന്നു. മൈതാനത്തിന്നെതിരെ ചെരിഞ്ഞുകിടക്കുന്ന മേട്ടിൻപുറത്തെ കനത്ത പാറക്കെട്ടുകൾ കാലത്തിന്റെ കാറ്റും വെയിലുമേറ്റ് പാടേ നരച്ചുകഴിഞ്ഞിരുന്നു.

ജീപ്പുകളുയർത്തിയ പൊടിപടലം അന്തരീക്ഷത്തിലലിഞ്ഞുചേർന്നിട്ടുണ്ടാവാം. ഇല്ല, ട്രക്കുകൾ വരികയായി. ട്രക്കുകൾ നിറയെ പടക്കോപ്പും പട്ടാളവുമായിരുന്നു. ഉരുട്ടിക്കെട്ടിയ ടെന്റുകൾ, മുളംകാലുകൾ, തോക്കുകൾ, ഷെല്ലുകളും തോട്ടകളും നിറച്ച ചതുരൻ പെട്ടികൾ, അവയ്ക്കിടയിൽ ഞെരുങ്ങിക്കൂടിയ പട്ടാളക്കാർ.

ട്രക്കുകൾ നില്ക്കുകയും ഗൗരവക്കാരായ ഓഫീസർമാർ നീട്ടുന്ന കുറുവടികളുടെ നിർദ്ദേശമനുസരിച്ച് ഇടത്തോട്ടോ വലത്തോട്ടോ തിരിഞ്ഞ് ഉരുണ്ടുനീങ്ങുകയും ചെയ്തു.

"ഇതിലെന്താ?"

"നാലാം ബാറ്ററിയുടെ..."

"അവിടെ, അവിടെ. നാലാം ബാറ്ററി ദാ, ആ പന്തലിച്ച മരത്തിന്റവിടന്നു പടിഞ്ഞാട്ട്."

"എട്ടാം ബാറ്ററി, സാബ്!"

"ങ്ഹാ! യേസ്. അങ്ങോട്ടു പോ. ങ്ഹാ! ഠീക് ഹൈ.[1] ഈ നില്ക്കുന്ന മരത്തിന്റെ വടക്കേ ഭാഗത്ത്."

"ഏയ് സിഗ്നൽ സെക്ഷൻ! എന്താദ്?"

---

1. ശരി.

"ആർ. എം. ഷോപ്പ്."

"ഓ, യേസ്. അതാ, അങ്ങേയറ്റത്ത് കാർപ്പെന്റർ ഷോപ്പ് പോയിട്ടുണ്ട്. കാർപ്പെന്റർ ഷോപ്പിന്റെ തൊട്ട്. ങ്ഹാ! ഠീക് ഹൈ. അതാ അവിടെ പോ."

ഇടയ്ക്ക് ഒരു ഡ്രൈവർക്കു തെറ്റി.

"ഏയ്... ഓ..."

കുറുവടി നീട്ടിക്കൊണ്ട് ഓഫീസർ അലറുകയാണ്. ഡ്രൈവർ ഇരിക്കുന്നത് കറങ്ങുന്ന എഞ്ചിന്നടുത്താണ്! അലർച്ച കേൾക്കാൻ വയ്യ.

"ബ്ലഡി ഫൂൾ! ബഹീൻ[1]... നിനക്കു കാതില്ലേ? നിനക്കു കണ്ണില്ലേ?"

ഓഫീസർ ഓടുന്ന ട്രക്കിന്നു പിമ്പേ പായുകയാണ്:

"ഹാൾട്ട്, ഹാൾട്ട് കരോ, ബേവ്കുഫ്![2] ബഹീൻ..."

അതാതിന്റെ സ്ഥാനത്തു ചെന്നുനില്ക്കുന്ന ട്രക്കുകളിൽനിന്നു പട്ടാളക്കാർ തോക്കു കുത്തിപ്പിടിച്ച് ഊർന്നുചാടിക്കൊണ്ടിരുന്നു. അവരുടെ പിമ്പേ ടെന്റുകളുടെ ചുരുൾക്കെട്ടുകൾ അഴിയുകയും നിവരുകയും വിരിഞ്ഞുയരുകയും ചെയ്തു. ബാറ്ററി ഹവിൽദാർ മേജർമാർ നിർത്താതെ വിസിലടിക്കുകയും ഗ്രൂപ്പ് ഹവിൽദാർമാർക്ക് നിർദ്ദേശങ്ങൾ കൊടുക്കുകയും ചെയ്തു.

"കത്താറാ, മൂന്നാമത്തെ ടെന്റ്, മൂന്നാമത്തെ ടെന്റ് നോക്ക്. അത് ഡ്രസ്സിങ്ങിലല്ല."

"നസീബ്സിങ്ങ്, എവിടെ നിന്റെ ആളുകൾ?"

"കീടാ, മേജറാ?"

"കീടാ! ലംഗറിന്ന് ടെന്റ് കെട്ടണോ? ലാറ്റ്റീൻ വെട്ടണോ?" എന്നിട്ടു ചോദിക്കുന്നു: "കീടാ?"

ഷവലും പിക്കാസുകളും ഉയർന്നു. എവിടേയും തിരക്കായിരുന്നു. ബഹളമായിരുന്നു. അവർ നില്ക്കുകയാണ്, നില്ക്കുകയല്ല. നടക്കുകയാണ്, നടക്കുകയല്ല. ഓടുകയാണ്... അവരുടെ കറുത്ത ബൂട്ടുകൾക്കിടയിൽ ഞെരിയുന്ന ഉണക്കത്തോളുകൾ പൊടിമണ്ണോടു ചേരുകയായിരുന്നു.

"നെല്ലായിരുന്നോ?"

ധർമ്മപാലൻ ചോദിച്ചു.

"അല്ല."

ആരെന്തു പറഞ്ഞാലും എതിരു പറയുന്ന സഭാപതി തീർത്തുപറഞ്ഞു:

"എന്തുകൊണ്ടല്ല?"

"അടൈ, ഉനക്ക് ടെന്റ് കെട്ടണമെന്നാ കെട്ട്."

സഭാപതിക്കു ദേഷ്യം വന്നിരിക്കയാണ്. അവനവന്നു കിടക്കാനുള്ള ടെന്റ് കെട്ടിക്കഴിഞ്ഞപ്പോഴാണ് ആർ.എം. ഷോപ്പിന്റെ ടെന്റ് കെട്ടണമെന്ന് ഹവിൽദാരുടെ കല്പന കിട്ടുന്നത്.

"ഇതു വയലായിരുന്നു."

---

1 ശകാരത്തിന്റെ തുടക്കം

2. നിർത്ത്, നിർത്ത്, വിഡ്ഢീ

ധർമ്മപാലന്ന് തന്റെ ടെന്റിനേക്കാൾ വയലിനോടാണ് താൽപര്യം.

"ആമാടാ, അദ്ക്ക് ഉനക്കെന്ന?"

"നെല്ലായിരുന്നോ?"

"ഏയ് ധരംപാൽ!"

"ആങ്ജീ."

"ഈ വരണ്ട ഭൂമിയിൽ നെല്ലു വിളയില്ല."

"കോതമ്പാണോ?"

"കോതമ്പിനും വെള്ളം വേണം."

"ബജറ?"

"അടൈ ആസാമീ, ഇന്ത ഇന്തിയാ പൂകണ്ടത്തിൽ..."

"യൂ സഭാപതി, ഷട്ടപ്പ് ആൻഡ് ഡൂ സം വർക്ക്."

"യെസ്സാർ."

"ദെൻ ഗെറ്റലോങ് സാർ!"

"ഏയ് ധർമ്മപാലൻ!"

"എന്നാ വൺ ടൂ ത്രി അപ്, വലിച്ചോ. വൺ ടൂ ത്രി അപ്, വലിച്ചോ എന്നാ സഭാപതി."

"എന്നയ്യാ ഇത്?"

"എള്ളായിരുന്നോ?"

"ഹെള്ളോ! ഹ ഹ ഹ!"

"ടെന്റിതാ വീഴുന്നേയ്!"

"ക്യാ? യേസ്, കോൻ ഹൈ?"

"ഈ ധർമ്മപാലൻ."

"എന്തുപറ്റി?"

"മൂലക്കയറു വിട്ടു."

"വൈ?"

"അവൻ ചിരിക്കുകയായിരുന്നു."

"യൂ ബ്ലഡി ഫൂൾസ് സിഗ്നൽവാലാ! എന്റെ പരമാത്മാ! എന്താണി വറ്റയെക്കൊണ്ട് ചെയ്യുക? എല്ലാവരും ടെന്റുയർത്തി, മുറ്റത്തിന്ന് തിണ്ടും തറയുമിട്ടു കഴിഞ്ഞു. അതാ തോപ്ഖാനാക്കാരുടെ ടെന്റുകൾ നോക്ക്. ഷേർസിങ്ങിന്റെ ടെന്റു നോക്ക്. അയാൾ ഉളിയും മരവും ഒതുക്കിത്തുടങ്ങി."

"കിയാ, മേജറാ?"

കാർപെന്റർ ഷേർസിങ്ങിന്ന് തന്റെ പേരും നല്ലവാക്കും കേട്ടപ്പോൾ കൗതുകം തോന്നി.

"ഈ സിഗ്നൽ ബാബുജിമാർ മെനങ്ങില്ല എന്നു പറകയാണ്."

"നഹി, നഹി, സബ് അച്ഛേ ഹൈ."

ആശാരിക്ക് എല്ലാവരെക്കുറിച്ചും നല്ല അഭിപ്രായമാണ്.

"ധർമ്മപാലന്റെ അയൽക്കാരൻ കൊള്ളാം!"

ഹവിൽദാർ ഇഷ്ടമില്ലാത്തതുപോലെ പറഞ്ഞു.

"എനിക്കല്പം പാട്ടു കേൾപ്പിക്കണം, കേട്ടോ."

ഷേർസിങ്ങ് അടുത്തുകൂടുകയാണ്.

"ഏയ് തർമ്മപാലൻ!"

"എന്ന?"

"ഷേർസിങ്ങിന്നല്പം പാട്ടു കൊടുത്തേ."

"സഭാപതി, നിന്നോടു ഞാൻ പറഞ്ഞു."

"ഹവിൽദാർജി, അവിടന്ന് എന്നോടൊന്നും പറഞ്ഞില്ല."

"നിന്നോട് ഷട്ടപ് പറഞ്ഞു."

"ടെന്റിന്നു വാതിലില്ലല്ലോ. അല്ലെങ്കിൽ ഞാനിപ്പഴേ അകത്തുകയറിക്കൂടിയേനേ. ഊം. വലിയപ്പാ. ഏക് ദോ തീൻ, വലിയപ്പാ. ഏക് ദോ തീൻ..."

"അപ്പോൾ ഇവിടെ എള്ളായിരുന്നു, അല്ലേടോ?"

"നാൻ പേശമാട്ടേൻ."

"ഏൻ?"

"നീ ശിരിക്കും."

"വൈക്കോൽത്താള് എള്ളാണെന്നു പറഞ്ഞാൽ ചിരിക്കാതൊക്കുമോ?"

"നീ കാരണം ഹവിൽദാർ എന്നെ തെറിപറഞ്ഞു."

"ഞാനോ?"

"പിന്നെന്ന? നെല്ലു കോതമ്പു പയറു മുതിര എന്തായിട്ടും പോഹട്ടും. നിനക്കെന്ന? ടെന്റടിച്ചോ, കിടന്നോ, ഉറങ്ങിക്കോ."

അതു ശരിയാണെന്നു ധർമ്മപാലന്നും തോന്നി. എന്നാൽ ഒരു നിമിഷത്തിന്നുശേഷം വേറെ കാര്യങ്ങൾ ഓർത്തുപോയി. എങ്ങനെയെന്നാൽ, നിങ്ങൾ പട്ടാളത്തിലാണ്. നിങ്ങൾ പലേടത്തും പോയിട്ടുണ്ട്. തെറ്റി; പലേടത്തുനിന്നും തിരിച്ചുപോന്നിട്ടുണ്ട് എന്നു പറയൂ. എന്തുകൊണ്ടെന്നാൽ എത്തിപ്പെട്ട ഇടത്തെക്കുറിച്ച് ഒരെത്തുംപിടിയും കിട്ടുന്നതിന്നുമുമ്പ് അവിടുന്നു മൂട്ടകെട്ടുന്നു.

നെല്ലോ?

കോതമ്പോ?

ബജറയോ?

എത്ര ധാന്യങ്ങളുണ്ട്! ചെറുപ്പത്തിൽ എത്ര ഊരുകളുണ്ടെന്നു വാതുവച്ച് എണ്ണുമായിരുന്നു.

'പുത്തൂര്, പോന്നോര്, പയ്യൂര്, ഗുരുവായൂര്, വൈലത്തൂര്...

കമ്പം, ചോളം, രായിപ്പുല്ല്.

നെല്ലോ, കോതമ്പോ, ബജറയോ?

അറിഞ്ഞുകൂടല്ലോ! അവനവന്റെ നാടിനെക്കുറിച്ച് അറിഞ്ഞുകൂടെന്ന്!

"ധർമ്മപാലൻ!"

"ബജറയാണോ?"

"ഏയ്, മുത്താറി! ബജറയല്ല. തന്നെ അതാ വിളിക്കുന്നു."

"ആർ?"

"നച്ചത്തർസിങ്ങിന്റെ വയർലസ് സെറ്റിൽ ഡ്രൈവില്ലെന്ന്."

"ഡ്രൈവില്ല!"

"പോരുമ്പോൾ ഉണ്ടായിരുന്നത്രെ."

"വഴിക്ക് ഇറങ്ങിപ്പോയതാവും. പോയി അന്വേഷിക്കട്ടെ."

"എടോ, അവൻ കാത്തുനില്ക്കുന്നു. നാളെ ഫയറിങ്ങിനു പോകേണ്ട സെറ്റാണെന്ന്."

സൂര്യൻ പടിഞ്ഞാട്ടു ചായുകയായിരുന്നു. വെയിലുണ്ടെങ്കിലും ചൂടില്ല. നിലാവുപോലത്തെ വെയിലെന്ന് ആരോ പറഞ്ഞതോർമ്മവന്നു. മങ്ങിയ പൊടിപടലം പാടെ ചിന്തിയ മൈതാനത്തു സൂര്യരശ്മികൾ ഊടും പാവുമിടുന്നതു വ്യക്തമായിക്കാണാം. ഇളംചുവപ്പും മഞ്ഞയും കലർന്ന നേർത്തു നേർത്തൊരു മൂടുപടം നെയ്തെടുക്കുകയാവണം.

റജിമെന്റ് മുഴുവൻ ഇളകിക്കൊണ്ടേയിരുന്നു. വെട്ടുക, കിളയ്ക്കുക, ഓടുക, ഉറക്കെയുറക്കെ വർത്തമാനം പറയുക...

"കാന്റീൻ വന്നില്ലേ?"

"വന്നു കാണും."

"എന്തിനാ ഇപ്പഴേ കാന്റീൻ?"

"എനിക്കിത്തിരി വെള്ളം കുടിക്കണം."

"സുബേദാർ മേജർസാബ് കട തുറന്നിട്ടുണ്ട്."

"റം തുറന്നോ?"

"മായി ഹവ! എനിക്കിന്നു കുടിക്കണം. ഏയ്, സാലേ, ഹർണാം."

"കീ യേ ഓയ്."

"റം കൊടുക്കുന്നുണ്ടെന്ന്!"

"വായ് ഗുരു! എന്നാൽ പണിയൊക്കെ ദാന്ന് തീർക്കതന്നെ!"

ധർമ്മപാലൻ ഡ്രൈവിനെക്കുറിച്ചോർത്തുകൊണ്ടു നടന്നു. ഓസിലേഷൻ എക്സൈറ്റേഷൻ ബഫർപ്ലേറ്റ് കറന്റ് ഡ്രൈവ് ലിമിറ്റർ... വാൾവ് ലൂസായിക്കാണും. വല്ലേടത്തും സോൾഡറിങ്ങ് പൊട്ടിയിട്ടുമുണ്ടാവാം. ഏതിലേയെല്ലാം കുത്തിക്കുലുങ്ങിയിട്ടാണ് ട്രക്കു വന്നത്. ഓർക്കുന്നുണ്ടെങ്കിലും. നടക്കുന്നത് ഉണക്കത്താളിന്റെ മീതെയാണ്. നെല്ലും കോതമ്പും കൊയ്തു കഴിഞ്ഞാൽ കുറ്റി തിരിച്ചറിയാൻ വിഷമമാണ്. ഇവിടെ വയലായിരുന്നു എന്നുമാത്രം അറിഞ്ഞാൽ പോരല്ലോ. ആരോടാണ് ഒന്നു ചോദിക്കുക?

കനത്ത വരമ്പത്തു നില്ക്കുന്ന ഈ മരങ്ങൾക്കു കാതുകേൾക്കാത്ത കൂട്ടത്തിലാണ്. എന്തു മരമോ? ഒട്ടും പരിചയമില്ലാത്തപോലെ മലച്ചുനില്ക്കുന്നു. മേട്ടിൻപുറത്തെ നരച്ച പാറക്കെട്ടുകളാണെങ്കിൽ തികഞ്ഞ വൈരാഗികളുടെ നിലയ്ക്കാണ്. നീയെന്തറിഞ്ഞു? അവനവൻ കണ്ടതും അറിഞ്ഞതും ഒട്ടും പറയുകയുമില്ല. കാലാകാലമായി ഇവിടെ കാളകൾ കരി വലിക്കുകയും നാടൻ പെണ്ണുങ്ങൾ വിത്തിടുകയും ചെയ്തിട്ടുണ്ട്.

"ബാബുജി."

"ഓ! നച്ചത്തർസിങ്ങാണോ? അല്ല, നച്ചത്തർസിങ്ങ്, നിന്റെ നാട്ടിൽ കോതമ്പല്ലേ?"

"ബാബുജീ, അതേ ബാബുജീ, കോതമ്പ്. ഈ സെറ്റൊന്നു നോക്കൂ. എന്റെ നാട്ടിൽ കോതമ്പു വിളയുന്നു. ഞങ്ങൾ റൊട്ടി തിന്നുന്നു. എന്റെ സെറ്റിൽ ഡ്രൈവില്ല."

"ഇതു ബജറയുടെ വൈക്കോലാണോ?"

"ഏത്?"

"മൈതാനത്ത്."

"ഓ! ഞാനോർത്തില്ല. എന്തോർക്കാനാണ്? ജോലിയെല്ലാം തീർന്ന്, അവസാനം സെറ്റ് ഒന്നു നോക്കിയപ്പോഴാണ്, ഇങ്ങനെ. ആയിരിക്കാം ബാബുജി. അല്ലെങ്കിൽ അല്ല."

"നഹീ തു നഹി" എന്നാണ് നച്ചത്തർസിങ്ങ് പറഞ്ഞത്. ശ്ലി മനസ്സിലായി എന്ന കൂട്ടത്തിൽ ധർമ്മപാലൻ നിന്നു.

"വാൾവ് കെയ്സെവിടെ?"

"എന്ത്?"

"സ്പെയർ വാൾവ് വേണം."

"അതെയോ? സ്റ്റോറിലാണ്."

"വേഗം കൊണ്ടുവരൂ."

കോതമ്പു വിളയുന്നു: റൊട്ടി തിന്നുന്നു.

നെല്ലു വിളയുന്നു; ചോറുണ്ണുന്നു.

ബജറ വിളയുന്നു...

ഒരു കൃഷിക്കാരൻ വന്നെങ്കിൽ!

ആരാണ് പട്ടാളത്താവളത്തിലേക്കു വരിക? പട്ടാളം വരുന്നുണ്ടെന്ന് ഒരാഴ്ച മുമ്പേ അറിവുകിട്ടിയിരിക്കും. അല്ലെങ്കിൽ രണ്ടാഴ്ച മുമ്പ്. അവർ നിലമൊഴിച്ചു പോകുന്നു. കുടിപതികളിൽ അടിഞ്ഞുകൂടുന്നു. പട്ടാളം വരുന്നു. വരുംമുമ്പെ കല്പനയാവുന്നു: എല്ലാ ഗ്രാമങ്ങളും ബല്ലികളും ഔട്ട് ഓഫ് ബൗണ്ട് ആണ്.

ആരും വരില്ല.

ആരും പോവില്ല.

ആരെയും കാണില്ല.

ഒന്നും അറിയില്ല.

അല്ല, വരുന്നുണ്ടല്ലോ. മേട്ടിൻപുറത്തൂടെ, പാറയിടുക്കുകളിലൂടെ പൊന്തകളിലൂടെ ഇറങ്ങിവരുന്നു.

പട്ടിയാണ്.

പട്ടാളം എവിടെച്ചെന്നാലും പട്ടികൾ അടുത്തുകൂടുന്നു. പട്ടികൾ ലംഗറിലേക്കും മെസ്സിലേക്കുമാണ് വരിക. ലംഗറിൽ തീയും പുകയുമുണ്ട്. മെസ്സിന്നുവേണ്ടിയുള്ള ടെന്റുകൾ കെട്ടിക്കഴിഞ്ഞു. ബഞ്ചും ടേബിളുകളും

പിടിച്ചിടുകയാണ്. അപ്പോഴേക്കും പട്ടികൾ മണംപിടിച്ചെത്തിക്കഴിഞ്ഞു. ഇല്ല, എത്തിയില്ല. അവ എത്തുംമുമ്പേ മുഴക്കം കേൾക്കായി. മുഴക്കമല്ല, ഇരമ്പ മാണ്. ഇരമ്പമല്ല, അലർച്ചയാണ്. അലർച്ചയുടെ മുമ്പേ മൈതാനത്തിന്റെ അങ്ങേ അറ്റത്ത് പൊടിപടലം ഉയർന്നുകാണായി.

ടാങ്കുകൾ വരികയാണ്.

ഒന്ന്.

രണ്ട്.

മൂന്ന്. ഇല്ല, മൂന്നാമത്തേത് എണ്ണാൻ വയ്യ. കാണുന്നതു കട്ടിയും നിറവുമുള്ള പൊടി മാത്രമാണ്. മദിച്ച കൂറ്റനെപ്പോലെ ആദ്യത്തെ ടാങ്കിന്റെ ഉരുക്കുചങ്ങലകൾ ഭൂമിയെ ചുരമാന്തുന്നതു വ്യക്തമായി കാണാം. കട്ടി യേറിയ പുകച്ചുരുളുകൾപോലെ - പുകച്ചുരുളുകൾപോലെ അല്ലല്ലോ. കാറ്റിൽ ചിതറുന്ന കാർമുകിൽപോലെ - കാർമുകിൽപോലെ അല്ലല്ലോ. കോളിളകിയ അലകടലിൽ, കടൽക്കരയിൽ, പാറക്കെട്ടുകളിൽ അടിച്ചുത കരുന്ന കൂറ്റൻ തിരമാലകൾപോലെ... ആ കനത്ത ഉരുക്കുചങ്ങലകളിലൂടെ മണ്ണ് ഉതിർന്നുപൊങ്ങുന്നു, ഉതിർന്നു പൊങ്ങുന്നു, ഉതിർന്നു... നോക്കിനി ല്ക്കുംതോറും എന്തൊക്കെയോ ഓർമ്മവരികയാണ്. ഈ പതമുള്ള ഭൂമി യിൽ കാളക്കുളമ്പും കരിക്കൊഴുവും മാത്രമാണേശിയിട്ടുള്ളത്. നരച്ചു കിടക്കുന്ന ഈ മേട്ടിൻപുറത്തെ പാറക്കെട്ടുകളിൽ കൊയ്ത്തുപാട്ടുകൾ മാറ്റൊലിക്കൊണ്ടിട്ടുണ്ടാവാം. മരത്തണലുകളിൽ ഗ്രാമപ്പെൺകൊടി കളുടെ പ്രേമകഥകൾ മയങ്ങിക്കിടക്കുന്നുണ്ടാവാം. സംഹാരത്തിന്റേതായ ഉരുക്കു ചങ്ങലകൾ പിച്ചിച്ചീന്തുമ്പോൾ ഈ നനുത്ത ഭൂമിക്കു നോവുന്നു ണ്ടാവും.

ടാങ്കുകൾ വന്നുകൊണ്ടേയിരുന്നു. എത്രയെണ്ണം വന്നു എന്നു നിർണ്ണ യമില്ല. ഒരുവേള ഒന്നും ഓർക്കാനേ കഴിഞ്ഞില്ല. പ്രപഞ്ചം എന്നതു വെറും ശബ്ദമായി മാറിയിരിക്കുന്നു. ശബ്ദം എന്നാൽ ചക്രവാളങ്ങളിൽ ചെന്നല യ്ക്കുകയും ഈദറിൽ ചെന്നുമുട്ടുകയും ചെയ്യുന്ന മുഴക്കവും ഇരമ്പവും അലർച്ചയും. ഇല്ല, മറ്റൊന്നും ഇല്ല. ഈ പ്രപഞ്ചത്തിൽ മറ്റൊന്നുമില്ല.

മൈതാനം നിറയെ, ആകാശംമുട്ടെ, മഞ്ഞപ്പൊടിപടലം ഉയർന്നുപൊ ങ്ങിയിരുന്നു. മേട്ടിൻപുറത്തെ പാറക്കെട്ടുകളിലും പടുമരങ്ങളിലും പൊടി പടലം തങ്ങിനിന്നിരുന്നു. ടെന്റുകളെല്ലാം ഈ പൊടിക്കിടയിൽ മറഞ്ഞുക ഴിഞ്ഞിരുന്നു. ആൾക്കാർ മൂടപ്പെട്ടു കഴിഞ്ഞിരുന്നു.

"മായിഹവ! എന്താ ബാബുജി നോക്കുന്നത്?"

നച്ചത്തർസിങ്ങ് വന്നതായിരുന്നു. വയർലെസ് സെറ്റിനെക്കുറിച്ചും ഡ്രൈവിനെക്കുറിച്ചും അപ്പോഴാണ് ധർമ്മപാലൻ ഓർക്കുക.

"ഒന്നുമില്ല. നിങ്ങൾ നന്നേ വൈകി."

"ബാബുജീ, റം കൊടുക്കുന്നുണ്ടായിരുന്നു."

നച്ചത്തർസിങ്ങിന്റെ കനത്ത താടിയും പുരികവും കണ്ണിണകളും പഗ ഡിയും മഞ്ഞച്ചുപോയിരുന്നു. ധർമ്മപാലൻ ഒന്നു കാർക്കിച്ചുതുപ്പി. മുഴു വൻ മഞ്ഞപ്പൊടിയുടെ കൊഴുപ്പായിരുന്നു.

അന്തരീക്ഷത്തിന്നു കുളിർമ്മയും നനുനനുപ്പും തുടങ്ങുകയായി. അതോടെ ഉടുപ്പുകൾക്കിടയിൽ ശരീരം ചുങ്ങുകയും ചുളിയുകയും ചെയ്യുന്നതു വ്യക്തമായും ഓർത്തറിയാൻ കഴിയും.

ടെന്റിലേക്കു മടങ്ങുമ്പോൾ കാർപ്പന്റർ ഷേർസിങ്ങ് കുളിക്കുകയാണ്.

"കുളിച്ചോ, ബാബുജീ?"

"വെള്ളമെവിടന്നാ?"

"ഓഫീസർ മെസ്സിന്നടുത്തുണ്ട്."

അതു നടപ്പില്ല. കാർപ്പെന്റർ ഷേർസിങ്ങിന് ഓഫീസർ മെസ്സിൽനിന്നും വെള്ളം കിട്ടും.

"ഒരു കപ്പ് വെള്ളം തരുമോ?"

"ഒന്നോ! ആവശ്യത്തിനെടുത്തോളൂ. വായ് ഗുരുനാനക്. വായ്... കുളിക്കണമെങ്കിൽ മുമ്പെ പറയായിരുന്നില്ലേ? തന്റെ അയൽക്കാരനുവേണ്ടി ഷേർസിങ്ങ് എന്തും ചെയ്യും. വായ് ഗുരുജി. ഓഫീസർ മെസ്സിൽനിന്നു വെള്ളം കൊണ്ടുവരും. കണ്ടോ, വെള്ളത്തിനൊരു തണുപ്പ്! റമ്മിനു ചൂടാണ്."

അവിടെ ഷേർസിങ്ങ് ചിരിച്ചു. വീണ്ടും വായ്ഗുരുജി എന്നു തുടങ്ങുന്ന ജപം തുടങ്ങുകയും തണുപ്പേല്ക്കുമ്പോഴത്തെ കോപ്പിരാട്ടികൾ കാണിക്കുകയും ചെയ്തു.

മുഖം കഴുകുമ്പോൾ പട്ടികളുടെ ബഹളം കേൾക്കായി. ഓ, വന്നു കഴിഞ്ഞു. അവ ലംഗറിന്നടുത്ത് അവനവന്റെ ആധിപത്യം സ്ഥാപിക്കുകയാണ്.

"കുറുക്കൻ വരില്ല." ഷേർസിങ്ങ് പറഞ്ഞു.

"എന്തേ?"

"നായ്ക്കൾ വന്നല്ലോ?"

"പാമ്പുണ്ടാവുമോ?"

"വായ്ഗുരുനാനക്, പരമാത്മാ, നീ കണ്ടോ?"

"ചുമ്മാ ഇരിക്കുമ്പോഴും എനിക്കു പാമ്പിനെ ഭയമാണ്."

"പരമാത്മാ നോക്കിക്കോളും. ഞാനും അടുത്തുണ്ട്. ഷേർസിങ്ങ് ഒരിക്കലും അയൽക്കാരെ മറക്കില്ല. വായ്ഗുരുജീ. ഉള്ളതുകൊണ്ടു കഴുകിക്കോളൂ. വായ്ഗുരുനാനക്..."

ഉറങ്ങാൻ കിടന്നപ്പോൾ ധർമ്മപാലൻ പാമ്പിനെക്കുറിച്ചാണോർത്തത്. ഷേർസിങ്ങിനെ വിളിച്ചാലോ എന്നുകൂടെ ആലോചിച്ചു. അയാൾ ഉറങ്ങിക്കാണും. അവിടുന്ന് ഒരൊച്ചയും അനക്കവുമില്ല. ഇല്ല, ടെന്റിൽ വിളക്കു കത്തുന്നുണ്ടെന്നു തോന്നുന്നു. അന്തംമറന്ന് ഉറങ്ങിക്കാണും. കമ്പിളി വലിച്ചിട്ടു പറ്റേ മൂടി തന്നത്താൻ ഒന്നുരുണ്ടുകൂടി. കമ്പിളിക്കിടയിലൂടെ പാമ്പു കടന്നേക്കില്ല.

ഉറക്കം വരുന്നില്ല.

എന്തു കിടപ്പാണിത്?

വാഴാകാവിൽ പാവക്കൂത്തു കാണാൻ പോകുമ്പോഴാണ് പാടത്തു കിടന്നുറങ്ങിയിട്ടുള്ളത്. പായക്കെട്ടും പട്ടച്ചൂട്ടുമായി കുടുംബത്തോടൊപ്പം, അയൽക്കാരുടെ കൂടെ അവനും പോകാറുണ്ടായിരുന്നു. അയൽവക്കത്തെ മാധവി അവന്റെ തൊട്ടടുത്താണിരിക്കുക. അമ്മയോ പെങ്ങളോ പായ നിവർത്തിയാൽ അവൻ കടന്നിരിക്കുന്നു. അവൻ ഇരുന്നാൽ, ഒപ്പം മാധവി യുണ്ട്. കുറേനേരം കവിത കേൾക്കുന്നു. പാവകളുടെ കളി കാണുന്നു. ഉറക്കം വരുമ്പോൾ കിടക്കുന്നു. കിടന്നാൽ ഒപ്പം അവളുണ്ട്. അവൻ ഉറ ങ്ങുമ്പോൾ അവൾ പുതച്ചുകൊടുക്കുകയായിരുന്നു. എന്നിട്ട് അതേ പുതപ്പിന്നടിയിൽ അവനെ കെട്ടിപ്പിടിച്ചുകൊണ്ട് അവൾ കിടക്കുന്നു. ങ്ആ. അങ്ങനെ.

പുറത്തു പെരുക്കം കേട്ടു എന്നാണു തോന്നിയത്. അവന്റെ അകം കുടഞ്ഞു. തലയിണയിൽനിന്നു ചെവി തൊട്ടു തൊട്ടില്ലെന്നപോലെ തല പൊക്കി ഓർത്തു കിടന്നു. എന്തോ ഉണ്ടല്ലോ. പെരുങ്ങുകയോ? ഇഴയു കയോ?...

'പാമ്പാകുമോ?'

പുതപ്പിന്നടിയിൽ ശരീരമാകെ പൊട്ടിത്തരിച്ചത് അവനറിയാമായിരുന്നു.

'പട്ടിയാകുമോ?'

ഞരക്കമാണല്ലോ.

"ഷേർസിങ്ങ്!" താനറിയാതെ അവൻ വിളിച്ചു.

ആരും വിളികേട്ടില്ല.

ഞരക്കം കേൾക്കാം.

പെരുക്കം കേൾക്കാം.

കമ്പിളി വലിച്ചുമാറ്റി അവൻ എണീറ്റു. കുളിരറിയുന്നില്ല, കുളിരില്ല. ബാറ്ററിലൈറ്റ് തെളിയിച്ച് ടെന്റിൽനിന്നു പുറത്തുകടന്നു. നീലനീലമായ ആകാശത്തിൽനിന്നു നനുനനുത്ത പാടപോലെ നിലാവും മൂടൽമഞ്ഞും ഊർന്നിറങ്ങി പ്രപഞ്ചത്തിന്നു മൂടുപടമിടുകയാണ്. ഒച്ചയില്ല, അനക്കമില്ല. ക്യാമ്പു മുഴുവൻ ഉറങ്ങിക്കഴിഞ്ഞു. ഇല്ല, ഷേർസിങ്ങിന്റെ ടെന്റിൽ വിള ക്കെരിയുന്നുണ്ട്.

ചെകിടോർത്തുകൊണ്ട് അവൻ അടിവെച്ചു. ഉണ്ട്, ഞരക്കമുണ്ട്. ഞര ക്കമല്ല, പെരുങ്ങലാണ്. നിഴലാണല്ലോ. ങ്ഏ! നിഴലല്ല, ആളാണ്. ഷേർസി ങ്ങിന്റെ ടെന്റിന്നപ്പുറത്ത് ആരോ ഉണ്ട്.

"ഷേർസിങ്ങ്!"

"വായ്ഗുരുജി."

എന്നു വ്യക്തമായിട്ടില്ല. അങ്ങനെയൊന്നു പറഞ്ഞു എന്നു തോന്നി.

"എന്തു പറ്റി?"

എന്തു പറ്റി എന്നു മനസ്സിലായിക്കഴിഞ്ഞിരുന്നു. കാർപ്പെന്റർ ഷേർസിങ്ങ് ടെന്റിന്റെ മൂലക്കയറു പിടിച്ചുനിന്ന് ആടുകയാണ്.

"പോയി കിടക്കൂ."

"ഞാൻ മരിക്കുകയാണ്."

അതും വ്യക്തമായിട്ടല്ല. ബോധംകെട്ട ഒരാൾ പറയുന്നതുപോലെ. അയാൾ വലിച്ചിഴയ്ക്കുകയാണ്. അയാൾ വീണേക്കും.

"നടക്കൂ."

ധർമ്മപാലൻ അയൽക്കാരനെ താങ്ങി. കനത്ത വാഴത്തടിപോലെ ഷേർസിങ്ങ് തോളിലേക്കു ചാഞ്ഞു.

"എന്റെ അനിയാ, വായ്ഗുരുജി, ഞാൻ കുടിച്ചു. എനിക്ക് വഴിയറിഞ്ഞു കൂടല്ലോ. എനിക്കു മരിക്കണം. എനിക്കൊന്നു കിടക്കണം. കിധർ ഹൈ മേരാ ബിസ്തരാ?"

"ബിസ്തര ടെന്റിന്നകത്തല്ലേ?"

"എന്റെ ടെന്റ് ! എന്റെ ടെന്റെവിടെ?"

"വരൂ."

അവൻ ഷേർസിങ്ങിനെ ടെന്റിന്നകത്തേക്കു ചുമന്നു. എന്നാൽ ടെന്റിന്റെ വാതിൽക്കലെത്തിയതും തറച്ചുപോയി.

ടെന്റിന്നകത്ത് എന്തോ ഞരങ്ങുന്നു!

എന്താ അത്?

ഷേർസിങ്ങിന്റെ വിരിച്ചിട്ട ബിസ്തര അവനു കാണാം. ബിസ്തരയിൽ നിന്ന് അതാ രണ്ടു തിളങ്ങുന്ന.... തിളങ്ങുന്ന രണ്ടു കണ്ണുകൾ!

പട്ടിയാണല്ലോ!

പട്ടി ഞരങ്ങുന്നുണ്ട്. പട്ടി പ്രസവിക്കുകയാണ്.

ഈറ്റുനോവു തിന്നുന്ന ആ പാവപ്പെട്ട പട്ടി അവനുനേരെ നോക്കുകയാണ്, കിതയ്ക്കുകയാണ്, ഞരങ്ങുകയാണ്. പെറ്റിട്ടു പിഞ്ചുകുഞ്ഞിനെ നക്കിയുലർത്തുകയാണ്.

ഷേർസിങ്ങിനോടു പറയണമെന്നുണ്ട്. ഷേർസിങ്ങ് ബോധമറ്റ് അവന്റെ തോളിൽ പാടേ വീണുകിടക്കുന്നു. വിളിക്കണമെന്നുണ്ട്, ധൈര്യമില്ല. പിന്നോക്കം അടിവെക്കണമെന്നുണ്ട്, കനം പൊറുത്തുകൂടാ.

പട്ടിയുടെ കണ്ണുകളിലെ പ്രകാശം കെട്ടുപോകുന്നതു കാണാം. കണ്ണുകൾ അടയുകയല്ല, കണ്മണികൾക്കുമീതേ പാടവീഴുകയാണ്. ഞരങ്ങുകയാണ്. ഞരക്കം എന്നാൽ ഒരു സൂചിമുനയോളം കൂർത്ത നിലവിളിയാണ്. അവളുടെ തലയും മുൻകാലുകളും കമ്പിളിയിൽ ആണ്ടുപോവുകയാണ്.

പട്ടി രണ്ടാമത്തെ കുഞ്ഞിനെ പ്രസവിക്കുന്നു.

ഇളകാൻ വയ്യാതെ, നാക്കനക്കാൻ തോന്നാതെ, ധർമ്മപാലൻ ഷേർസിങ്ങിനെ ചുമന്നുകൊണ്ട് അവിടെത്തന്നെ നിന്നു. ഷേർസിങ്ങാകട്ടെ, അവന്റെ തോളിൽ കിടന്ന് ഉറങ്ങിക്കഴിഞ്ഞിരുന്നു.

"ങ്ഹെന്റമ്മേ!"

താനറിയാതെ നെടുവീർപ്പിട്ടുപോയി. അപ്പോൾ ഷേർസിങ്ങിന്റെ ശരീരം നെഞ്ചിൽ അറഞ്ഞമരുന്നതുകൊണ്ട് ശ്വാസംമുട്ടുകയും ചെയ്തു.

കൊണ്ടുപോയ്ക്കിടത്താം.

ധർമ്മപാലൻ തന്റെ ടെന്റിലേക്കു ഷേർസിങ്ങിനെ വലിച്ചുകൊണ്ടു പോയി. നീണ്ടുനിവർന്നു കിടന്നപ്പോൾ ഷേർസിങ്ങ് ചോദിച്ചു: "ഇപ്പോൾ, ഇപ്പോൾ, ഞാനെവിടെയാ?"

"ടെന്റിലാണ്. ഉറങ്ങിക്കോളൂ."

"എന്റെ ബിസ്തര എവിടെ?'

"ഇതുതന്നെ."

"ന... ന... നഹി. ഇതെന്റേതല്ല."

"ഉറങ്ങൂ, ഷേർസിങ്ങ്."

"എനിക്കെന്റെ ബിസ്തരയിൽ കിടക്കണം."

"കിടക്കാമല്ലോ."

ഷേർസിങ്ങ് ഉറങ്ങി എന്നു തോന്നി. ഒച്ചയില്ല, അനക്കമില്ല. പട്ടിയുടെ കൂർത്ത നേർമ്മയുള്ള ഞരക്കം ഞാണുഞ്ഞാണായി തണുത്ത കാറ്റിലൂടെ കടന്നുവരുന്നുണ്ട്.

"ബായിസാബ്."

ഉറങ്ങിക്കിടന്ന ഷേർസിങ്ങ് വിളിക്കുകയാണ്.

"എന്തേ?"

'എണീക്കണം."

"എന്തിനാ?"

"മൂത്രമൊഴിക്കണം."

"ഒഴിച്ചേക്ക്." ധർമ്മപാലന്നു ദേഷ്യം വന്നിരുന്നു

"ഇതെന്റെ ബിസ്തരയല്ല."

ഷേർസിങ്ങ് കരയുകയാണെന്നു തോന്നി. ധർമ്മപാലനു ചിരിപൊട്ടി.

"എണീക്കൂ."

അവൻ താങ്ങി. പുറത്തുകടന്നപ്പോൾ ഷേർസിങ്ങ് ധർമ്മപാലന്റെ തോളിൽ പുറംചാരി നിന്നു. ഒടുവിൽ ഒന്നു കിതച്ചു.

"ശുക്രിയാ ബായിസാബ്, എനിക്കു കിടക്കണം."

ധർമ്മപാലൻ നടന്നു.

"അല്ല ബായിസാബ്, എന്റെ ബിസ്തരയിൽ കിടക്കണം."

"ഇവിടെ കിടന്നോളൂ."

"ബായിസാബ്, ഞാൻ നിങ്ങൾക്കു കടപ്പെട്ടവനാണ്. ഞാൻ കുടിച്ചു. ഞാൻ മരിക്കുകയായിരുന്നു. എന്റെ കൂടെ വേറെയും ആൾക്കാരുണ്ടായിരുന്നു."

"ആര്?"

"ഹറാംപിറന്നവരുടെ പേരു ചോദിക്കല്ല്. കുടികഴിഞ്ഞപ്പോൾ അവർ എന്നെ വഴിയിലിട്ടേച്ചു പോയി."

"എവിടെ, ഷേർസിങ്ങ്?"

“എനിക്കൊന്നും അറിഞ്ഞുകൂടാ. റമ്മും നാടനും ചേർത്തു കുടിക്കയായിരുന്നു. അവിടെങ്ങാണ്ടൊരു മരത്തിന്റെ ചുവട്ടിൽ. എന്നിട്ടും ഞാൻ തീർച്ചയാക്കി, മരിക്കും. ഞാൻ മരിക്കുമെന്ന്...”

ഷേർസിങ്ങ് കരയുകയായിരുന്നു. കരഞ്ഞുകൊണ്ടേ അയാൾ പറഞ്ഞു:

“ബായിസാബ്, ഞാൻ നിങ്ങൾക്കു കടപ്പെട്ടവനാണ്. എന്റെ കരൾ വേണോ, ചോദിക്കൂ. ഷേർസിങ്ങ് തരും. ഭാര്യയെ വേണോ, ചോദിക്കൂ. ഷേർസിങ്ങ് അവന്റെ ഭാര്യയോടു പറയും: “എടീ, നീയിന്ന് ബായിസാബിന്റെ...' എന്നാൽ ബായിസാബ്, എനിക്കെന്റെ ബിസ്തരയിൽ കിടക്കണം.”

“നിങ്ങളുടെ ബിസ്തരയിൽ പട്ടി പ്രസവിക്കുകയാണ്.”

“ങ്ഹേ!”

ഷേർസിങ്ങ് ഞെട്ടിത്തെറിച്ചു. അവിടെത്തന്നെ ഇരുന്നു. പിന്നെ ഒട്ടു നേരം കരയുകയായിരുന്നു. ആരോടെന്നില്ലാതെ, എന്തിനെന്നില്ലാതെ, ഇരുന്നു വിങ്ങുകയാണ്, തേങ്ങുകയാണ്. ധർമ്മപാലനു ബേജാറുണ്ട്. ഇയാളോട് എന്താണു വേണ്ടതെന്ന് ഒരുവശത്ത്. രാച്ചെന്നിട്ടും വിളക്കും വർത്തമാനവും എന്താണെന്ന് ആരാനും അന്വേഷിച്ചെങ്കിലോ എന്ന് അതോടൊപ്പം. അയൽക്കാരനെ എവിടെ കിടത്തിയുറക്കുമെന്നു വേറെ.

അവൻ ഷേർസിങ്ങിന്റെ മുഖത്തേക്കു സൂക്ഷിച്ചുനോക്കിക്കൊണ്ടിരുന്നു. പൊടിമണ്ണുപറ്റിയ പരുക്കൻതാടിയിലൂടെ കൊഴുത്ത കണ്ണുനീരൊഴുകുകയാണ്. അയാളുടെ കുറിയ കണ്ണുകളിൽ ജീവസ്സെന്നതില്ല. കരയുകയല്ല, കലങ്ങിയ കണ്ണുകളിൽനിന്നും വെള്ളമൊഴുകുകയാണ്.

“പട്ടീ.. പട്ടി പെറ്റു.”

ഒടുവിൽ ഷേർസിങ്ങ് മൊഴിഞ്ഞു. മറ്റാരോടും അല്ല. ഒരുപക്ഷേ, അയാളുടെ അമറൽ ഇറങ്ങുകയായിരുന്നു.

“അവസാനം എന്റെ ബിസ്തരയിൽ പട്ടി പെറ്റു.”

ധർമ്മപാലൻ ഒന്നും മിണ്ടിയില്ല.

“ബായിസാബെന്താ മിണ്ടാത്തത്?”

ധർമ്മപാലൻ ചുമ്മാ ഇരുന്നു.

“മാപ്പ്, ബായിസാബ്. ഞാൻ കുടിച്ചു. താങ്കളെ ബുദ്ധിമുട്ടിച്ചു. സുക്കിരിയ, ബായി, സുക്കരിയ. എന്റെ ഗതി നോക്ക്! ഞാൻ പറയട്ടെ, നിങ്ങൾ കേൾക്കുന്നുണ്ടല്ലോ. എന്റെ ബിസ്തരയിൽ പട്ടി പെറ്റു! എന്റെ കെട്ടിയവളല്ല. എന്റെ കെട്ടിയവൾ പെറ്റിട്ടില്ല; ആ മച്ചി പെറില്ല. അവസാനം എന്റെ ബിസ്തരയിൽ പട്ടി പെറ്റു. ഞാനാണ് അവളെ കൂട്ടിക്കൊണ്ടു വന്നത്. അല്ലെങ്കിൽ അവളെ ആ നശൂലങ്ങൾ കടിച്ചുകൊന്നേനെ. അവൾക്കു നിറചിനയാണ്. പാവം, ബായിസാബ്, ഇഴഞ്ഞിഴഞ്ഞു വയറും വലിച്ചുപോന്നു. ഞാനവളെ ടെന്റിൽ കിടത്തി. അവൾ പെറ്റു. ഹ...ഹ...ഹ... എന്റെ ബിസ്തരയിൽ പെറ്റു. ബായിസാബ് എണീക്കണം. എനിക്കെന്റെ കുഞ്ഞുങ്ങളെ കാണണം.”

ഷേർസിങ്ങ് എണീക്കാൻ തുടങ്ങി. കൈപ്പടം കുത്തിയേടത്ത് ഉറയ്ക്കുന്നില്ല.

ഒരുവേള ഇപ്പോൾ ടെന്റിൽ ചെന്നു നോക്കാം. പട്ടി പെറ്റുകാണും. എന്നാൽ ഭയമുണ്ട്. ഈറ്റില്ലത്തിലെ പട്ടിയാണ്.

ഷേർസിങ്ങ് എണീക്കുകയും വീഴുകയും ചെയ്തുകൊണ്ടിരുന്നു. ഇനി അയാൾ അടങ്ങില്ല.

കൈയിട്ടു താങ്ങിയപ്പോൾ അയാൾ തളർന്നിട്ടുണ്ടെന്നു വ്യക്തമായി. വെട്ടിയിട്ട വാഴത്തടിപോലല്ല, കുളവാഴച്ചണ്ടിപോലെ അയഞ്ഞുപോയിട്ടുണ്ട്.

"ഞാൻ നടന്നോളാം."

"വേണ്ട, ഞാൻ പിടിക്കാം."

"ഇനി വീഴില്ല."

ശരിയായിരിക്കണം. കുഴഞ്ഞാടുന്നുണ്ടെങ്കിലും അയാൾ അടിതെറ്റാതെ നടക്കുന്നുണ്ട്.

"അതു ടെന്റിന്റെ കയറാണ്."

"ഏത് ടെന്റിന്റെ?"

"നിങ്ങളുടെ."

"ഹെന്റെ പട്ടിയുടെയല്ലേ?"

"ങ്ഹേ?"

"ഹെന്റെ മക്കളുടെ!"

"നിൽക്കൂ."

"ഞാൻ കടക്കും."

"നിൽക്കൂന്ന്."

"ഞാൻ കടക്കും."

"എന്തിന്?"

"പട്ടി കടിക്കും."

"ഹെന്നെയോ?"

പട്ടി കൈകാലുകൾ നിവർത്തി ചരിഞ്ഞുകിടക്കുകയും കിടന്നേടത്തു കിടന്ന് കമ്പിളി നക്കിത്തോർത്തുകയുമാണ്. അവളുടെ വെളുത്ത പള്ളയിൽ കുഞ്ഞുങ്ങളുടെ ആമ്പൽമൊട്ടുപോലുള്ള പിഞ്ചുമുഖങ്ങൾ നേർത്തു നേർത്ത് ഇഴയുന്നുണ്ടായിരുന്നു. അവയ്ക്ക് ജീവൻവീഴുകയാണെന്നാണു തോന്നുക.

അവർ കടന്നുചെന്നപ്പോൾ തളർന്നു വശംകെട്ട ആ പുതിയ മാതാവ് കമ്പിളിയിൽ നിന്നു മുഖമുയർത്താൻ നോക്കി. ഇല്ല, വയ്യ. അല്ലെങ്കിൽ വേണ്ട; ആവശ്യമില്ല. അവളുടെ കണ്ണുകൾ മിന്നിമിന്നി തിളങ്ങുന്നുണ്ടായിരുന്നു. കമ്പിളിയിൽ മുഖമമർത്തിക്കിടന്നുകൊണ്ട് അവൾ അവരെ നോക്കുകയും ചിറി നുണയുകയും ചെയ്തു.

കമ്പിളിയിൽ അഴുക്കില്ല; നനവില്ല. എന്നാലും കിളുർത്ത നാറ്റമുണ്ടെന്നു സംശയിക്കണം.

ഷേർസിങ്ങ് വീണ്ടും മുന്നോട്ടടിവയ്ക്കുകയാണ്.

എന്താണു വേണ്ടതെന്നറിഞ്ഞുകൂടാ. വിളക്കിന്റെ നാളം കുറച്ചുകൂടി തെളിയിക്കുന്നതു നന്ന്.

"ഷേർസിങ്ങ്!"

"എന്തേ?"

പറയാൻ മടിയുണ്ട്. തന്നത്താൻ വിളക്കിന്റെ അടുത്തേക്കു ചെല്ലാൻ ധൈര്യം പോര.

"എന്താ പറയൂ."

അയാളുടെ കുഴച്ചിലൊക്കെ മാറിയിട്ടുണ്ടെന്നു തോന്നി.

"വിളക്കു തെളിയിക്കാം, ഇല്ലേ?"

"ശരിതന്നെ."

അപ്പോൾ മാത്രമാണ് വിളക്കിന്റെ കാര്യം ഓർത്തിരിക്കുക.

ഷേർസിങ്ങ് വിളക്കിന്റെ തിരി നീട്ടുമ്പോൾ പട്ടി കിടന്നേടത്തു കിടന്ന് അയാളെത്തന്നെ നോക്കുകയായിരുന്നു. അല്ല, പട്ടിയുടെ തിളങ്ങുന്ന കണ്ണുകളിൽനിന്ന്...

പട്ടി കരയുമോ?

"ബായിസാബ്, പോയി ഉറങ്ങിക്കോളൂ."

"ങ്ഹേ!"

"സഹോദരാ, വളരെ വളരെ ഉപകാരം. ഞാനെന്നും നിങ്ങൾക്കു കടപ്പെട്ടവനാണ്."

"നിങ്ങളെവിടെയാണു കിടക്കുക?"

"ഒരൊറ്റ രാത്രി. സഹോദരാ, ഒരാൾക്ക് ഒരു രാത്രി എങ്ങനെയും കഴിക്കാം."

ഒറ്റയ്ക്കു തിരിച്ചുപോരുന്നത് ഒരിക്കലും ഭംഗിയല്ലല്ലോ. അതുകൊണ്ടു തറച്ചുനിന്നു.

"പൊയ്ക്കോളൂ. എനിക്കെത്രയോ സമാധാനമായി."

"ഞാനൊരു കമ്പിളി തരട്ടെ?"

"വളരെ ഉപകാരം."

"പട്ടി ഉപദ്രവിക്കുമോ?"

"ഈ ലോകത്തിൽ, നന്ദിയുള്ള ഒരൊറ്റ ജീവിയേ ഉള്ളൂ."

"നിങ്ങൾ വരുമ്പോൾ കൊണ്ടുവന്നതാണോ?""

"ഞാൻ പറഞ്ഞില്ലേ?"

"എന്ത്?"

"ലംഗറിന്റെ മുമ്പിൽ കണ്ടതാണ്."

"ഓ!"

'എല്ലാം ചേർന്ന് അവളെയിട്ട് കടികൂടുകയായിരുന്നു."

"ഓ!"

"ആ നശിപ്പുകളെ എറിഞ്ഞോടിച്ചാണ് ഞാനവളെ കൊണ്ടുപോന്നത്."

കമ്പിളിയെടുത്തു ധർമ്മപാലൻ തിരിച്ചുചെല്ലുമ്പോൾ ഷേർസിങ്ങ് ടെന്റിന്റെ ഓരത്തിൽ അടുക്കിവെച്ചിരുന്ന മരപ്പലകയിൽ, മടക്കിയ കാൽമുട്ടിൽ കൈകെട്ടി കുനിഞ്ഞിരിക്കുകയായിരുന്നു. പഗഡി അഴിച്ചുവ ച്ചിട്ടുണ്ട്. കഷണ്ടി കയറിയ തലയിൽ ഒരു നുള്ളു രോമം പിരിച്ചുകൂട്ടി അറ്റം കെട്ടിവച്ചിരിക്കുകയാണ്. അയാളുടെ മുഖം കാണാൻ വയ്യ. കാൽമുട്ടിന്നിട യിലിട്ട്, നെറ്റിയിൽ കൈത്തണ്ട ചേർത്തിരിക്കയാണ്. അടുത്തു ചെന്നപ്പോഴാണ് അയാൾ കരയുകയാണെന്നറിയുക.

വിളിക്കണോ?

പട്ടി തളർന്നുകിടക്കുകയാണ്. കുഞ്ഞുങ്ങൾ അകിട്ടിൽ അടിഞ്ഞു കൂടിയിട്ടുണ്ട്. അവ വിറയ്ക്കുകയും നേർത്തുനേർത്ത ചോരച്ചുണ്ടുകളാൽ തൊട്ടേടത്തെല്ലാം ഉരുമ്മിയുരുമ്മി മീതെയ്ക്കുമീതെ ഇഴഞ്ഞുകയറാൻ മുതിരുകയുമാണ്. ആരുമാരും നൂലിടയ്ക്കു നീങ്ങുന്നില്ലതാനും.

അവൻ ഷേർസിങ്ങിനെ വിളിച്ചില്ല. ഒട്ടുനേരം നിന്ന് കമ്പിളി മരപ്പലക യിൽവച്ചു തിരിച്ചുപോന്നു.

"എന്റെ മനുഷ്യാ!"

ഉറങ്ങാൻ കിടന്നപ്പോഴും ഒരേയൊരു ധാരണയാണ്. എന്തോ ഒച്ച കേൾക്കുന്നുണ്ടെന്നാണു തോന്നിയത്. നോക്കുമ്പോൾ പൂപോലത്തെ വെയിലാണ്. മൈതാനത്തുനിന്ന് അനുസ്യൂതമായി ഒച്ച കേൾക്കാം. അവൻ മരത്തണലിൽ നില്ക്കുകയാണ്.

ജീപ്പാണോ?

അല്ല.

ട്രക്കാണോ?

അല്ലല്ലൊ?

ടാങ്കാണോ?

ട്രാക്ടറാണല്ലൊ! മേട്ടിന്റെ അരികിലൂടെ ട്രാക്ടർ വരുന്നു. ഒരു പെൺകുട്ടിയാണോടിക്കുന്നത്. ട്രാക്ടർ മൈതാനത്തിലൂടെ വട്ടമിട്ടുകൊണ്ടി രുന്നു. അവൾ തിരിഞ്ഞുനോക്കുന്നുണ്ട്. പുഞ്ചിരിതൂകുന്നുണ്ട്. നോക്കി നില്ക്കവേ മൈതാനത്തിൽ ഉണക്കത്തോളില്ല, മുൾച്ചെടിപ്പൊന്തകളില്ല; ഉഴുതുമറിച്ച പുതുമണ്ണിന്റെ സുഗന്ധം മാത്രമാണ് അന്തരീക്ഷം. ഉഴവുചാലു കളിൽ ആരോ വിത്തിടുകയാണ്. ആരാത്? അവൻ അടുത്തു ചെന്നപ്പോ ഴേക്കും നെല്ലു മുളച്ച് കാറ്റാടിത്തുടങ്ങി. മാധവി പച്ചനെല്ല് തലോടിക്കൊണ്ടു വരമ്പത്തിരിക്കുകയാണ്.

'കണ്ടോ?'

കതിർമുറ്റി കനത്ത നെല്ലിൻതൈ തൊട്ടു തലോടിക്കൊണ്ട് അവൾ ചോദിച്ചു. മാസം തികഞ്ഞ മകളുടെ മുതുകു തടവുന്ന അമ്മയുടെ വേദനയും പ്രതീക്ഷകളും ആ കണ്ണുകളിൽ കാണാം. അല്ല, അവളുടെ കണ്ണുകളിൽ ലജ്ജയാണ്; ആശയാണ്.

'കണ്ടോ?'

വരമ്പത്തൂടെ തടിച്ചുകൊഴുത്ത നായക്കുട്ടികൾ ഓടിക്കളിച്ചുകൊണ്ടു വന്നു. അവ അവന്റെ കാൽ മണക്കുകയും തണുത്ത നാവുകൊണ്ടു നനയ്ക്കുകയും ചെയ്തു. കിക്കിളിയുണ്ട്, തണുപ്പുണ്ട്. വല്ലാതെ തണുത്തപ്പോൾ പുതപ്പുവലിച്ചു മുഖത്തിട്ടു. ഉറഞ്ഞ മഞ്ഞു വാരിയിട്ടതുപോലെ. ടാങ്കുകളുടെ കർണ്ണകഠോരമായ അലർച്ച കേൾക്കാം. പുലർന്നുകഴിഞ്ഞോ? വെമ്പലോടൊപ്പം പുതപ്പുമാറ്റി എണീറ്റു. അകം കുടയുന്നുണ്ട്. അന്തരീക്ഷത്തിൽ വായുവില്ല. ആയിരമായിരം സൂചികളായി മാറിയ മഞ്ഞാണ്. ശരീരമെത്ര ചുളിച്ചാലും ഒതുക്കിയാലും മഞ്ഞിന്റെ സൂചിമുനകൾ കുത്തിക്കയറുകയാണ്.

ലൈറ്റ് കൊളുത്തുമ്പോൾ, ടെന്റിന്നടുത്ത് ആരോ കിളയ്ക്കുന്നുണ്ടെന്നു തോന്നി. ആളുകൾ ജോലി തുടങ്ങി. വിസിലും കല്പനയും ഒച്ചയും വിളിയും ശകാരങ്ങളും ശാപങ്ങളും നിറനിറെ കേൾക്കാം.

"ഏയ്, ഏബിൾ ട്രൂപ് വാലേ, ചലോ."

"മക്കൻസിങ്ങെവിടെ? അവന്റെ പെങ്ങളെ..."

"ഗുർണാംസിങ്ങ്, നിന്റെ റൈഫിൾ? എടാ അമ്മേ..."

"മായി ഹവ! ഞാനെന്റെ പേബുക്ക് മറന്നു!"

മരപ്പച്ചകളിലും മേട്ടിൻപുറത്തും മൂടൽമഞ്ഞ് അറഞ്ഞുകിടന്നു. അകലെ ചക്രവാളത്തിൽ നീലമലകളുടെ പള്ളങ്ങളിൽ തലേന്നു രാത്രി ഉണങ്ങാനിട്ട വെള്ളപ്പുടവകൾപോലെ വെളുത്ത മഞ്ഞ് ഉറഞ്ഞുലർന്നു കിടന്നു. കിഴക്കു ചുവക്കുകയായിരുന്നു. അപ്പോൾ പെറ്റിട്ട കുഞ്ഞിനെ നക്കിത്തുടയ്ക്കുന്നതുപോലെ പുലരിയുടെ ചുവന്ന നാക്ക് മലയോരങ്ങളും മേട്ടിൻപുറവും നക്കിത്തുടച്ചു. പ്രപഞ്ചം കണ്ണുമിഴിക്കുകയാണ്.

ടെന്റിന്നു പിന്നിൽ, ഒട്ടകലെ മുറ്റി വളരുന്ന മുൾച്ചെടിക്കാടിനോടു ചേർത്ത്, ഷേർസിങ്ങ് ഒരു മാളംവെട്ടിക്കഴിഞ്ഞിരുന്നു.

"ബങ്കറൊന്നു പണിതു."

അവൻ ചെന്നപ്പോൾ ഷേർസിങ്ങ് ചിരിച്ചു.

"എന്തിനാ?"

"അമ്മയ്ക്കും മക്കൾക്കും കിടക്കണ്ടേ?"

"ഓ!"

നന്നേ ആഴത്തിൽ കുഴി തോണ്ടി പഴയ ചാക്കു വിരിച്ചിരുന്നു. കുഴിക്കു മീതെ പലക നിരത്തി മണ്ണിട്ടു മൂടിയിരുന്നു. പട്ടിക്കു കിടക്കാൻ വേണ്ടി മാളത്തിലേക്കു ചാഞ്ഞിറങ്ങുന്ന പഴുതും വഴിയും വെച്ചിരുന്നു.

"ഇൻസ്പെക്ഷനെങ്ങാനും ഉണ്ടായാലോ? ടെന്റിന്നകത്തു പട്ടി പെറ്റു കിടക്കുന്നത് ആർക്കുമത്ര പിടിക്കില്ല."

വെയിൽ പരന്നതോടെ ആൾക്കാർ പെറ്റ പട്ടിയെ കാണാൻ വന്നു.

"ഹയ്യോ!"

"ആറെണ്ണമുണ്ടെടോ."

"പിളുപിളാന്നിരിക്കുന്നല്ലോ?"

"ഏഴെണ്ണമാണ്."

"ശരിക്കും എണ്ണിയോ?"

അതൊരു പെറുക്കിപ്പട്ടിയാണെന്ന് ആർക്കും തോന്നില്ല. ചാരനിറത്തിൽ നല്ല തടിയും വലിപ്പവുമുള്ള അവൾ ഒരൽസേഷന് നാടനിൽ പിറന്ന പോലിരുന്നു. അവളുടെ വയറ് എളിയിൽ നന്നേ ഏങ്ങിയിരുന്നെങ്കിലും വെള്ളയകിടു കനത്തു കീഴോട്ടു തൂങ്ങിക്കിടന്നു. ചുവപ്പു കലർന്ന മുലക്കണ്ണുകളിൽ പതുപതുത്ത പിഞ്ചുകിടാങ്ങൾ ചോരച്ചുണ്ടുകളിട്ടു തൂങ്ങിക്കിടന്നു. നേരെചൊവ്വേ എണ്ണാൻ കഴിയാത്തവണ്ണം അവ ഒന്നിനൊന്ന് ഒട്ടിക്കിടന്നു.

"കറുത്തതു രണ്ടുണ്ട്."

"വെള്ളയും കറുപ്പും ഒന്ന്."

"ഒന്നിനു തള്ളയുടെ നിറമാണ്."

"എട്ടെണ്ണമുണ്ടെടോ."

"എട്ടെണ്ണം?"

"ങ്ഹാ! എട്ട്, കറക്റ്റ്."

വെയിലിനു ചൂടുപിടിച്ചപ്പോൾ ആദ്യത്തെ ടാങ്കിന്റെ തോക്കൊഴിഞ്ഞ മുഴക്കം ചക്രവാളങ്ങളെ വിറപ്പിച്ചുകൊണ്ട് ഇരമ്പിയെത്തി. മാളത്തിൽ കുഞ്ഞുങ്ങൾക്കു മുലകൊടുത്തു കിടന്ന അമ്മ കിടന്നേടത്തു കിടന്ന് ഇടവെട്ടി. ആ പിഞ്ചുപൈതങ്ങളുടെ നനുത്ത ചുണ്ടുകളിൽനിന്നു മുലക്കണ്ണു വിടുകയും അവ ഗതിമുട്ടി തമ്മിൽത്തമ്മിൽ കെട്ടിമറിയുകയും ചെയ്തു. അവയുടെ അടഞ്ഞ കൺപോളകൾ വിറയ്ക്കുകയും ചുളിയുകയും ചുണ്ടുകൾ വിതുമ്പുകയും ചെയ്തു.

ടെന്റുകൾക്കപ്പുറത്തു നിരത്തിനിർത്തിയിരുന്ന ടാങ്കുകളിൽ മുറയ്ക്കു മുറയ്ക്കു ഗൺഡ്രിൽ നടക്കുന്നുണ്ടായിരുന്നു. കമാൻഡറുടെ കല്പനകൾക്കും നിർദ്ദേശങ്ങൾക്കുമൊപ്പം ടാങ്ക് ക്രു ടാങ്കുകളിൽനിന്നു കീഴോട്ടു മലക്കം മറിഞ്ഞിറങ്ങുകയും നിലത്തുനിന്ന് ഒറ്റക്കൈയിൽ എത്തിപ്പിടിച്ചു ടാങ്കുകളിലേക്കു കരണംമറിഞ്ഞു കയറിനില്ക്കുകയും ഷെല്ലുകൾ ലോഡ് ചെയ്യുന്നു എന്ന് ആംഗ്യം കാണിക്കുകയും ചെയ്തു. അവർ പരിചയം പുതുക്കുമ്പോൾ, മുമ്പോട്ടു പോയിരുന്ന ടാങ്കുകൾ വീണ്ടും തോക്കൊഴിച്ചതിന്റെ മുഴക്കം അന്തരീക്ഷത്തിലൂടെ പാഞ്ഞെത്തുന്നുണ്ടായിരുന്നു.

ഇടയ്ക്കൊരുത്തൻ ആർ.എം. ഷോപ്പിലേക്കു വയർലെസ് സെറ്റ് ചുമന്നുകൊണ്ട് ഓടിയെത്തി. ധർമ്മപാലൻ പുറത്ത് പട്ടിക്കുട്ടികളെ നോക്കി നില്ക്കുകയാണ്.

"ബാബുജീ."

"യേസ്."

"എന്തു ചെയ്കയാ?"

"ഇതൊന്നു നോക്കൂ."

"എന്താ?"

"ഒന്നു നോക്കാൻ."

അവൻ വന്നു നോക്കി. മൂക്കിന്മേൽ വിരൽവെച്ചു നിന്നു. തെല്ലുനേരം തറച്ചുനിന്നിട്ടു തന്നത്താൻ പറഞ്ഞു: “എന്തൊരു തുടുതുടുന്നനെ!”

“ഏയ് സാലേ, കരിങ്കണ്ണാ.”

ഷേർസിങ്ങ് ഉള്ളിയുമായി ടെന്റിൽനിന്നു പുറത്തേക്കു വന്നു.

“ഏയ് ഗഞ്ചർ, നായിന്റെ മോനേ, നിനക്കെന്താ?”

“എടാ പെങ്ങളെക്കെട്ടിയവനേ, എനിക്കെന്താണെന്നു ബാബുജിയോടു ചോദിക്ക്. നീയൊന്നു തൊരംനോക്കിപ്പോയാട്ടെ.”

“ങ്ആ ബാബുജീ, എന്റെ സെറ്റ്. ഞാനതു മറന്നു. ഒന്നു നോക്കൂ. ഒട്ടും റിസീവില്ല. ബാറ്ററി കമാണ്ടർ ഇനിയൊന്നും പറയാനില്ല. വരൂ, ദൈവത്തെ ഓർത്തു വരൂ. ദയവുചെയ്യൂ. എന്റെ...”

“എന്നാ നിങ്ങളുടെ ഫയറിങ്?” ഇടയ്ക്കു ധർമ്മപാലൻ ചോദിച്ചു.

“ചാർളി ഗ്രൂപ്പിന്റെയോ?”

“ങ് ആ.”

“മറ്റന്നാൾ. എന്താ ബാബുജി വരുന്നോ?”

ധർമ്മപാലൻ ഒന്നും പറഞ്ഞില്ല. ടാങ്കിൽ കയറി സവാരിചെയ്യണമെന്നു മുമ്പൊക്കെ ആശിച്ചിരുന്നു. തലേന്നാളത്തെ പൊടിയുടെ ഊറ്റം കണ്ടതു തൊട്ടു മനസ്സു മടുത്തിരിക്കയാണ്.

“വരൂ ബാബുജീ, ആർട്ടിലറി എങ്ങനെയാണ് യുദ്ധം ചെയ്യുക എന്ന് ഒന്നു കാണൂന്ന്.”

“തോക്കൊഴിക്കുമ്പോൾ...”

“എന്താ?”

“നിങ്ങൾ ചെകിട്ടിൽ പഞ്ഞി വെക്കുമോ?”

“എന്തിന്?”

“ചെകിടുപൊട്ടി ചോര ഒലിക്കില്ലേ?”

“ഇതു കണ്ടോ?”

അവൻ കാതിന്നു മീതെ കെട്ടിയ പഗിഡിയിൽ തട്ടി.

“പിന്നെ ബാബുജീ, തഴക്കവുമായി. തഴക്കംമാത്രമല്ല, അന്നേരത്ത് ചെകിടു പൊട്ടിയാൽത്തന്നെ ആരും ഗൗനിക്കില്ല! ഗൗനിക്കില്ല എന്നല്ല, ആരും അതറിയില്ല. ചിലപ്പോഴൊക്കെ ഫയറിങ് തീർന്നാൽ ചിലർ കവിൾ തുടയ്ക്കുന്നതു കാണാം. ആർട്ടിലറി ഗണ്ണർമാർ മിക്ക ആളുകളും ചെകിടുപൊട്ടന്മാരാണെന്നറിയാമോ?”

“അതാണു ഞാൻ ചോദിച്ചത്.”

“അവസാനം അവർക്കു കാതു കേൾക്കാതാവും. അപ്പോൾ അവർ നൗകരി* ചെയ്യാൻ ഫിറ്റല്ല.”

“ഒന്നു മിണ്ടാതെ നിൽക്കൂ.”

“ബാബുജി വരുന്നോ?”

“ഛെ, ഛെ... ഛെ.”

---

* വേല

"ങ്ഏ ബാബുജിയില്ലേ?"

"ഞാനിതു നോക്കുകയാണ്."

അവൻ പോകുമ്പോൾ ഓർമ്മപ്പെടുത്തി: "അപ്പോൾ മറ്റന്നാൽ പുലർച്ചെ നേരത്തെ എണീക്കണം. മറക്കല്ലേ. റ്റാറ്റാ! ഞാൻ വരും."

പട്ടി അപ്പോഴും മാളത്തിന്നകത്തായിരുന്നു. വല്ലപ്പോഴും പുറത്തു വരികയാണെങ്കിൽ, തലയെടുത്തു പിടിച്ചു നാലുപാടും ഗൗരവത്തോടെ നോക്കും. അപ്പോൾ അവളുടെ ഒടിഞ്ഞ ചെവികൾ നിവരുകയും കനത്ത വാൽ എടുത്തു പിടിക്കുകയും ചെയ്യും. ഷേർസിങ്ങിന്റെ ടെന്റുവരെ പതുക്കെപ്പതുക്കെ നടക്കും, തിരിഞ്ഞു നില്ക്കും. തലയെടുത്തുപിടിക്കും. ആരും ഉപദ്രവിക്കാനില്ലെന്നു വ്യക്തമായാൽ നിലത്തിരുന്നു തന്നെത്താൻ നക്കിയുണക്കും.

"പോവുമ്പോൾ കൊണ്ടുപോവുമോ?" ഒരുത്തൻ ആശാരിയോടു ചോദിച്ചു.

"ഹറാം ദാദേ, കളിയാക്കുന്നോ?" ഷേർസിങ്ങിന്റെ കണ്ണുകൾ ചുവന്നു.

"ഏയ് സാലേ ഗഞ്ചർ, നീയെന്തിനു ചൊടിക്കുന്നു? നിന്റെ പെങ്ങളെ ഞാൻ തച്ചോ?"

"ഹെന്റെ പെങ്ങളെ! ഹെടാ തന്തയില്ലാത്തവനേ, നീയെന്റെ പെങ്ങളെ പറഞ്ഞോ. നീ കണ്ടോ!" ഷേർസിങ്ങ് ഉളിയെടുത്തു കലിതുള്ളി നിന്നു.

"എന്താ ഷേർസിങ്ങ്?" ധർമ്മപാലൻ ടെന്റിൽനിന്നു പുറത്തുകടന്നു.

"ഒന്നും, ഒന്നുമില്ല ബാബു; ഞങ്ങൾ സർദാർമാർ അത്യാവശ്യമായി അടുത്തുമുട്ടുമ്പോൾ ഇങ്ങനെയാണ്."

ഒന്നുമറിയാത്ത പട്ടി മിഴിച്ചിരിക്കുകയും ചിറി നുണയുകയും ചെയ്യുന്നു. ഒട്ടുനേരം ഇരുന്നപ്പോൾ കാർപ്പെന്റർ ഒരടുക്കു റൊട്ടി എടുത്തുകൊണ്ടു വരുന്നു. അവളുടെ മുമ്പിൽ വെച്ചു. അവൾ പതുക്കെ എണീറ്റുവന്ന് രണ്ടെണ്ണം കടിച്ചെടുത്തു പോകുന്നു. ഒട്ടകലെ, മുൻകാലുകൾ നീട്ടി കമിഴ്ന്നുകിടക്കുന്നു, നീട്ടിവെച്ച മുൻകാലുകളിൽ റൊട്ടി പരത്തി വെക്കുന്നു. പതുക്കെപ്പതുക്കെ കടിച്ചിറക്കുന്നു.

അവൾ പെറുക്കിയല്ല.

നന്നേ മാന്യമായേ അവളെന്തും ചെയ്യൂ.

അവൾ എങ്ങനെ അനാഥയായി?

റൊട്ടി തിന്നു ചിറി നുണഞ്ഞ് അവൾ മാളത്തിലേക്കു പോകുന്നു. ചുരന്നുനില്ക്കുന്ന വെളുത്ത അകിട്ടിലെ മുലക്കണ്ണുകൾ അപ്പോൾ ചുവന്നു തടിച്ചിട്ടുണ്ടാകും.

ആ പിഞ്ചിളംകുഞ്ഞുങ്ങൾ നാൾക്കുനാൾ തുടുക്കുകയായിരുന്നു. അമ്മ മുലകൊടുക്കുകയും റൊട്ടി തിന്ന നാവുകൊണ്ടു നക്കിയുലർത്തുകയും രാവു മുഴുവൻ കാവൽ നില്ക്കുകയുമാണ്. ഉറങ്ങാൻ കിടന്നാൽ പലപ്പോഴും പെരുക്കവും പരക്കം പാച്ചിലും മുരൾച്ചയും കേൾക്കാം. ധർമ്മപാലൻ കമ്പിളിക്കടിയിൽ തീരാത്ത ധാരണകളുമായി കിടക്കും. എന്തോ കുറച്ചു ദിവസമായി മാധവിയെ സ്വപ്നം കാണുകയാണ്. ഷേർസിങ്ങ് കെട്ടിയവളോടു വളരെയൊന്നും മമതയില്ലാത്ത കൂട്ടത്തിലാണ്. സ്ത്രീകൾ

പ്രസവിക്കുന്നു. ജീവിതത്തിന്റെ തീരാത്ത പട്ടു പുടവ നെയ്തുനെയ്തു പോകുന്നു. ആ പാവപ്പെട്ട പട്ടി ഒരാധാരവുമില്ലാതാണു പെറ്റത്. ക്യാമ്പിങ് കഴിയുംമുമ്പ് കുഞ്ഞുങ്ങളുടെ കണ്ണു മിഴിഞ്ഞേക്കും. എന്നാൽ ഒന്നിനെ എടുക്കണം. നല്ലൊരു നായക്കുട്ടിയെ കൊണ്ടുവരരുതോ എന്നു സുകുമാരൻ എല്ലാ അവധിയിലും പരാതിപ്പെടുന്നു. അവനു നായ്ക്കളെന്നാൽ ജീവനാണ്. ഇത്തവണ ഒന്നിനെ കിട്ടി. കറുപ്പും വെള്ളയുമായ ചിടുങ്ങനെ. സുകുമാരന് ഏതു നായിനോടും ഇണങ്ങാൻ കഴിയും. തനിക്കാണെങ്കിൽ ഈ പാവപ്പെട്ട പട്ടിയോടുപോലും അടുക്കാൻ പേടിയുണ്ട്. ഷേർസിങ്ങിനോടുതന്നെ പറയാം. എല്ലാ കുഞ്ഞുങ്ങൾക്കും ആളുണ്ടായേക്കും.

അപ്പോൾ ഈ വരണ്ട നാട്ടിൽ, മുൾക്കാടുകൾ പടർന്നുപിടിച്ച മൈതാനത്ത് അഗതിയായ ഒരു പട്ടി പെറ്റ കുഞ്ഞുങ്ങൾ എവിടെയൊക്കെച്ചെന്നാണു പെരുകുക? ജീവിതത്തിന്റെ സങ്കരസ്വഭാവമെന്നൊക്കെ അറിവുള്ളവർ പറയുന്നത് ഇത്തരത്തിലുള്ള മനുഷ്യന്റെ പടർച്ചയെക്കുറിച്ചാകാം. ഓ, ജീവിതം പടർന്നു പടർന്നു പോവുക!

ടാങ്കുകളുടെ കർണ്ണകഠോരമായ ശബ്ദം കേട്ടുകൊണ്ടാണ് ഉണരുക. എന്നും പുലരുന്നതോടെ ടാങ്കുകൾ പുറപ്പെട്ടുപോകുന്നു. വെയിൽ പരക്കുന്നതോടെ തോക്കൊഴിക്കുമ്പഴത്തെ മുഴക്കം അന്തരീക്ഷത്തിലൂടെ അലറിക്കൊണ്ടു പാഞ്ഞെത്തുന്നു. മാളത്തിൽ അമ്മയുടെ തുടുത്ത മുലക്കണ്ണുകളിൽ മീതെയ്ക്കുമീതെ തൂങ്ങിക്കിടക്കുന്ന കണ്ണുമിഴിയാത്ത പിഞ്ചുപൈതങ്ങൾ ഞെട്ടിത്തെറിച്ച് ഉരുണ്ടുവീഴുന്നു.

അവയുടെ കണ്ണു മിഴിഞ്ഞിട്ടില്ല.

റെജിമെന്റ് പുതിയ താവളത്തിലേക്കു മാറേണ്ടിയിരുന്നു. ഏറ്റവും നവീനമായ ആർട്ടിലറി മനോവറിങ്ങിനെക്കുറിച്ചുള്ള പുതിയ പാഠങ്ങൾ തുടങ്ങാനാണ്. നാട്ടിനെ എപ്പോഴെങ്കിലും തൊട്ടുകളിച്ചേക്കാനിടയുള്ള ശത്രുവിന്റെ ഏതടവുകളേയും പൊളിച്ചു തുന്നംപാടിക്കണം. ഈ പുതിയ പരിശീലനത്തിന് പുതിയ ഭൂപരമായ സാധ്യതകൾ വേണം. രായ്ക്കുരാവിൽ ടെന്റുകൾ അഴിച്ചു ചുരുട്ടണം. പുലരുന്നതോടെ ട്രക്കുകൾ പുറപ്പെടാൻ തയ്യാറായി നിൽക്കണം.

പട്ടിക്ക് ഒന്നും മനസ്സിലാവുന്നില്ല. ഒച്ചയും വിളിയും വിളക്കും പന്തവുമായി ക്യാമ്പു മുഴുവൻ തിരക്കാണ്, ബഹളമാണ്. പട്ടിക്കു സംഭ്രമമുണ്ട്. അവൾ മാളത്തിന്നടുത്ത് തലയെടുത്തുപിടിച്ചു പരത്തിപ്പരത്തി നോക്കി നിന്നു. തണുത്തുവിറയ്ക്കുന്ന കുഞ്ഞുങ്ങൾ അകത്തു തമ്മിൽത്തമ്മിൽ കെട്ടിമറിയുകയും മൊത്തിക്കുടിക്കുകയും നേർത്തുനേർത്തു നിലവിളിക്കുകയും ചെയ്തു.

അപ്പോൾ ആദ്യത്തെ ടാങ്കിന്റെ അലർച്ച കേൾക്കായി.

അമ്മയും മക്കളും മാളത്തിലായിരുന്നു.

ടാങ്കുകൾ പുതിയ താവളത്തിലേക്കു പുറപ്പെടുകയാണ്. മദിച്ച കൂറ്റനെപ്പോലെ ആദ്യത്തെ ടാങ്കിന്റെ കനത്ത ഉരുക്കുചങ്ങലകൾ ഭൂമിയെ ചുരമാന്തിത്തുടങ്ങി. ഒന്നാമത്തെ ടാങ്ക് ഇളകി. ഈ നല്ല ഭൂമിയെ അമർത്തരച്ചു കുത്തിക്കുലുക്കി മുമ്പോട്ടു നീങ്ങി.

ടെന്റിന്റെ ചുരുൾക്കെട്ടിൽ ചാരിക്കിടന്നു മയങ്ങിയിരുന്ന ധർമ്മപാലൻ ട്രാക്റ്ററാണു വരുന്നതെന്ന ധാരണയിലായിരുന്നു. ട്രാക്റ്ററിൽ അവൾ കാണും. പഹച്ചി! ട്രാക്റ്റർ നടത്താൻ പഠിച്ചിരിക്കുന്നു. മൈതാനം മുഴുവൻ പച്ച നെല്ലു കാറ്റാടി നില്ക്കുകയാണ്. ജീവിതത്തിനു പരപ്പേറുമ്പോൾ, ഓരോ ഇഞ്ച് ഭൂമിയിലും വിത്തിറക്കുന്നു. ഈ ഭൂമി മുഴുവൻ പച്ചയാണ്. എങ്ങും കതിർമുറ്റിയ മുഴുത്ത നെൽവയൽ, കോതമ്പ്... അല്ല! മുഴക്കം സഹിക്കവയ്യാതാവുന്നല്ലോ.

പട്ടി കുരയ്ക്കുന്നുണ്ടെന്നു തോന്നി. തട്ടിക്കുടഞ്ഞെണീറ്റു. കറുത്തിരുണ്ട ടാങ്ക് ചീറിച്ചീറിവരികയാണ്, പട്ടി കുരയ്ക്കുന്നുണ്ടോ, എന്തോ! മാളത്തിന്നു നേരെ വരികയാണ്. ഇല്ല, ടാങ്കില്ല. ഒരു കുന്നാരം പൊടിയാണ്. പുക പോലെ, ചിതറുന്ന മേഘംപോലെ, തല്ലിത്തകരുന്ന തിരമാലപോലെ കുന്നാരം കുന്നാരം പൊടി ഉതിർന്നുപൊങ്ങുന്നു. പട്ടി ഈ പൊടിക്കു മുമ്പിൽ, അലർച്ചയ്ക്കുമുമ്പിൽ, കുരച്ചുചാടുകയാണ്!

"ഹാൾട്ട്!"

അവൻ അലറി.

"ഹാൾട്ട്!"

ടെന്റുകളുടെ ഓരത്തിലൂടെ, മാളത്തിന്നുനേരെ ഒന്നാമത്തെ ടാങ്ക് കുത്തിക്കുലുങ്ങി വരികയാണ്.

ഒന്നാമത്തെ ടാങ്ക് നിന്നില്ല.

പട്ടിയുടെ ഒച്ചയില്ല!

രണ്ടാമത്തെ ടാങ്ക് ചീറിക്കൊണ്ടു കടന്നുപോയി.

പട്ടിയുടെ അനക്കമില്ല!

മൂന്നാമത്തേതു കടന്നുപോയി.

പട്ടിയുടെ മിണ്ടാട്ടമില്ല.

പിന്നീടു മുഴുവൻ മുഴക്കമായിരുന്നു. ആകാശവും ഭൂമിയും മുട്ടെ പൊടി യായിരുന്നു.

ആ പിഞ്ചുപൈതങ്ങളുടെ കണ്ണു മിഴിഞ്ഞില്ല. ■

ഒരു നഗരത്തിന്റെ കഥ

എന്തൊക്കെയാണ് ഉണ്ടായത്?

ഒന്നും ഉണ്ടായില്ല.

എന്നാലും, സംഭവബഹുലമായ ഒരു ദിവസം.

ചുട്ടുപഴുത്ത തലച്ചോറോടുകൂടെ ഉറക്കമുണർന്നു. എന്റെ നിത്യാ വസ്ഥയും അതുതന്നെ. തലച്ചോറിന്റെ പാളങ്ങളിലൂടെ ഉറക്കത്തിൽപോലും തീവണ്ടികൾ ചീറിപ്പായുന്നു. പാളം ചുട്ടുപഴുക്കുന്നു. ഇന്നാണെങ്കിൽ

ഉറക്കമുണർന്നപ്പോൾ നിവർന്നുനില്ക്കാനും വയ്യ. ഇന്നലെ അത്താഴം കഴിച്ചിട്ടില്ല. കഴിക്കാൻ ഉണ്ടായില്ല. ആഹാരം ഒരു പ്രശ്നമേ അല്ലാതായി ത്തീർന്നിട്ടുണ്ട്. എപ്പോഴും ആലോചനയാണ്. തൊഴിലും പ്രതിഫലവും ഒരാൾക്ക് അയാളുടെ ആലോചനകൾ മാത്രമാവാം. ആലോചനകളിലൂടെ സഞ്ചരിക്കുക, ആലോചനകളിലൂടെ ജീവിക്കുക. അപകടങ്ങളും സംഭവി ക്കുന്നു. അങ്ങോട്ടും ഇങ്ങോട്ടും ചീറിപ്പായുന്ന തീവണ്ടികൾ കൂട്ടിമുട്ടുന്നു. തലച്ചോറിൽ ഒരു കശപിശ ഉണ്ടായി എന്നു ധരിച്ചാലും മതി. അപ്പപ്പോൾ ആലോചിച്ചു കിട്ടിയ വഹകൾ പൊലികൂടി പുകഞ്ഞു പുഴുകി ചിടകുത്തി ക്കിടന്നു.

മുണ്ടുമാറി, ഒരു ഉദ്ദേശവും ഉണ്ടായിട്ടല്ല.

ഷർട്ടെടുത്തിട്ടു, ഒരു ഉദ്ദേശവും ഉണ്ടായിട്ടല്ല.

ഇറങ്ങിനടന്നു, ഒരു ഉദ്ദേശവും ഉണ്ടായിട്ടല്ല.

ഒരു ഉദ്ദേശവും ഇല്ലാതെ ഈ നടത്തം തുടങ്ങിയിട്ടും കാലം കുറെ ആയി. നടക്കുമ്പോൾ തലച്ചോറിന് തീറ്റ കിട്ടുന്നു. നടക്കുന്തോറും തീറ്റ മുറുകുന്നു. നിരന്തരം ആലോചനകൾ, ആലോചനകൾ പകർത്തി എഴു തണം, പകർത്തിവെക്കാൻ നിർവ്വാഹമില്ല. കടലാസില്ല.

കടലാസ് ഇല്ല എന്ന വസ്തുത എന്റെ കഥകൾ സ്വീകരിക്കുന്ന പത്ര മാഫീസിലും എത്തിച്ചിരുന്നു. എന്നോട് അങ്ങോട്ടൊന്നു ചെല്ലാൻ പത്രാധിപരദ്ദേഹം എഴുതി.

അതൊരു പെരുത്ത കെട്ടിടംതന്നെയാണ്.

ഓ! മറന്നുപോയല്ലൊ. ഓർക്കുന്നതോർക്കുന്നത് അപ്പപ്പോൾ കുറിച്ചു വെക്കേണ്ടതാകുന്നു.

ഇപ്പോൾ എന്തേ ആലോചിച്ചത്?

ആലോചിക്കുന്നതു മുഴുവൻ എഴുതാൻ കിട്ടില്ല. മനോവേഗത്തിൽ പെൻസിൽ നടക്കുന്നില്ല.

തലച്ചോറിന്റെ പടം പിടിക്കാൻ പറ്റുമോ?

ഓ, ഓർമ്മവരുന്നു.

പത്രമാഫീസിനെക്കുറിച്ച് എഴുതുകയായിരുന്നു. ഞാൻ അവിടെ പോയി. നടന്നിട്ടോ ബസ്സിൽ കയറിയിട്ടോ എന്നു തിട്ടം പറകവയ്യ. നടന്നി ട്ടാകണം എന്നാണ് ഊഹിക്കേണ്ടത്. അക്കാലത്തൊന്നും ഞാൻ ബസ്സിൽ കയറിപ്പോകുന്ന കൂട്ടത്തിൽ അല്ല. ഒന്നാമത് പൈസ കൊടുക്കാൻ കോശം ഇല്ല. രണ്ടാമത് പത്തുപതിനഞ്ചു നാഴിക ദൂരം ഒറ്റ വീർപ്പിൽ നടന്നെത്താ നുള്ള വാശി. മൂന്നാമത്... പല കാരണങ്ങൾ ഉണ്ട്. സ്വതേതന്നെ എണ്ണി യാലൊടുങ്ങാത്ത കാരണങ്ങളുണ്ടായാലേ ഞാനൊരു കാര്യം ചെയ്യൂ. അല്ലെങ്കിൽ ആ പത്രാധിപരെ അന്നേ കൊന്നുകളഞ്ഞേനെ.

ഞാൻ വീണ്ടും മറക്കുന്നു.

പറഞ്ഞത് നടത്തത്തെക്കുറിച്ചായിരുന്നു.

ആരെയെങ്കിലും ഒരാളെക്കൊന്നു കഴുവേറണം എന്നും ചിലപ്പോഴൊക്കെ എനിക്കു തോന്നാറുണ്ട്.

നടക്കാനും രസമുണ്ട്.

പട്ടണത്തിലേക്കു പോകുന്ന പാത കുന്നുകളും പാടങ്ങളും കയറിയിറങ്ങുന്നു, മലനാടിന്റെ മാറിൽകൂടെ. നീണ്ടുനിവർന്നു കിടക്കുന്ന കുന്നിൻനെറുകകളിൽ പറങ്കിമാവിൻ തോപ്പുകൾ പാറക്കെട്ടുകൾ. ഇടമുറിഞ്ഞിടമുറിഞ്ഞ് പച്ചക്കുന്നുകൾ താഴ്വരകൾ കവുങ്ങിൻതോപ്പുകൾ നെൽപാടങ്ങൾ തെങ്ങിൻ നിരകൾ. വീണ്ടും താഴ്വരകൾ കുന്നുകൾ. ഏറ്റവുമകലെ വെൺമേഘങ്ങൾ വിശ്രമിക്കുന്ന നീലമലകൾ. നീലമലകളെ ചുംബിക്കുന്ന ചക്രവാളം. ചക്രവാളത്തിൽ തലപൊക്കുന്ന മേഘപാളികൾ. പറന്നണയുന്ന പറവച്ചാർത്തുകൾ. നഗരത്തിലേക്കു നടക്കുമ്പോഴത്തെ കാഴ്ചകൾ.

പിന്നെ മനുഷ്യൻ എന്ന പേരിൽ അറിയപ്പെടുന്ന ആ ജന്തുജീവിയുമായി കൂടുതൽ പരിചയപ്പെടാം. വളരെക്കാലത്തോളം – റോയൽ ഇന്ത്യൻ നേവിയിൽ ചേർന്നുപോകുംവരെ – ഞാൻ കണ്ട കാഴ്ചകൾ പട്ടണത്തിനും എന്റെ നാടിനും ഇടയ്ക്കുള്ളവ മാത്രമായിരുന്നു. ബസ്സിൽ പോകുന്ന കൂട്ടത്തിലായിരുന്നുവെങ്കിൽ ഞാൻ ഇത്രയ്ക്കൊന്നും കാണുകയില്ലായിരുന്നു. നടന്നു ക്ഷീണിച്ച് പുഴകളിൽ കുളിച്ച് ആലിൻചോട്ടിലും പാലത്തിന്റെ തിണ്ടിലും വിശ്രമിച്ച് യാത്ര ചെയ്തതുകൊണ്ട് പലരേയും കാണാൻ കഴിഞ്ഞു. അവരെക്കുറിച്ചെഴുതാൻ ഇപ്പോൾ ഉദ്ദേശിക്കുന്നില്ല. ഒരുപക്ഷേ എന്നേക്കാൾ കൂടുതൽ നിങ്ങൾ കണ്ടിട്ടുണ്ടാവും, വായിച്ചിട്ടുണ്ടാവും. ആലോചിച്ചിട്ടുണ്ടോ എന്നാണ് സംശയം.

ഞാൻ ആലോചിക്കാൻ തുടങ്ങിയത്, റോഡിന്റെ അരികിൽ വളഞ്ഞുകൂടി ചത്തുകിടക്കുന്ന ഒരു മനുഷ്യനെ കണ്ടതിനു ശേഷമാകുന്നു. അകലന്നു കണ്ടപ്പോൾ അതും ഒരു മനുഷ്യനായിരുന്നുവെന്ന് ഞാൻ ശങ്കിച്ചില്ല. ഏതോ ഒരു ജാതി മൃഗം എന്നുതോന്നി. എന്റെ ചില ചങ്ങാതിമാർ ചത്തുവെന്നുപോലും പറയുന്നില്ല. മരിച്ചു, അന്തരിച്ചു, പരലോകം പ്രാപിച്ചു. ആശാരിയും മുക്കുവനും തമ്മിൽ വാക്കേറ്റംപോലും ഉണ്ടായി. ആശാരിയുടെ അച്ഛനും മുത്തച്ഛനും മുതുമുത്തച്ഛനും കട്ടിലിൽ കിടന്നിട്ടാണ് മരിച്ചത്. മുക്കുവന്റെ അച്ഛനും മുത്തച്ഛനും മുതുമുത്തച്ഛനും കടലിൽ മുങ്ങിമരിച്ചു. വഴിയിൽ കിടന്നു ചത്തവരെക്കുറിച്ച് ഞാൻ കേട്ടിട്ടേയില്ലായിരുന്നു. ഏതോ ഒരു കഥയിൽ റോഡരികിൽ കണ്ട കാഴ്ച വിസ്തരിച്ചു പറഞ്ഞു പോയി. പുനരുക്തി ഒരു ദോഷമായിട്ടാണ് ആചാര്യൻ എന്നെ പഠിപ്പിച്ചത്. ഇനിയും ആ കാഴ്ച ആവർത്തിച്ചുകൂടാ.

കടലാസ്സിനുവേണ്ടിയാണ് പത്രമാഫീസിൽ പോയത് എന്നാണു പറയേണ്ടിയിരുന്നത്. ആ പത്രാധിപരെ കൊല്ലണമെന്നും എനിക്കു തോന്നി. ഒരു ഷർട്ടോ ബനിയനോ ഷാളോ അയാൾ ധരിച്ചിരുന്നില്ല. നഗ്നമായ തുടുത്തുവീർത്ത മാറിടം മേല്പോട്ടുന്തിപ്പിടിച്ച് പങ്കയുടെ കീഴിൽ മലർന്നടിച്ചു കിടക്കുകയാണ്. അയാളുടെ നെഞ്ചിനേക്കാൾ താഴെ വിസ്തരിച്ചു

കിടന്ന വയറിന്റെ കൂമ്പാരത്തിനുമീതെ കുരിശോ രുദ്രാക്ഷമോ എന്തായിരുന്നുവെന്നും ഞാൻ തിരിച്ചറിഞ്ഞില്ല. അത് ഒരു കട്ടസ്വർണ്ണമായിരുന്നു. തീർച്ച. സ്വർണം കണ്ണിൽപെട്ടാൽ എനിക്കപ്പോൾ വസ്തുസ്ഥിതിഭ്രമം ഉണ്ടാവും.

ആ പെരുത്ത കെട്ടിടത്തിന്റെ അടിയിൽ ബുക്സ്റ്റാളും പ്രസ്സും ഗുദാമും ആഫീസും കക്കൂസും കിണറും... ഓ! അത് ഒരു ലോകംതന്നെ ആയിരുന്നു അല്ലെങ്കിൽ ഒരു കൊച്ചുനഗരം. എന്തൊരു ബഹളമായിരുന്നുവെന്നോ! അല്ലലറിയാതെ അലച്ചിലറിയാതെ ഒരു നാട്ടിൻപുറത്ത് സമാധാനത്തോടെ കഴിഞ്ഞുകൂടിപ്പോന്ന ഒരാളെ വികിളിപിടിപ്പിക്കാൻ അതു മതി. ആ ലോകത്തിന്റെ പ്രധാനമന്ത്രിയാണ് പ്രസിഡണ്ടാണ് ഗവർണറാണ് മാനേജിങ്ങ് ഡയറക്ടറാണ് കെട്ടിടത്തിന്റെ മുകളിലെ നിലയിൽ വൃത്തിയും വെടിപ്പും ചിട്ടയുമൊത്ത ആഫീസുമുറിയിൽ ചാരുകസേരയിൽ നഗ്നനായി കാറ്റും കൊണ്ടു കിടക്കുന്നത്. അദ്ദേഹമാണ് എന്റെ കഥകൾ അംഗീകരിച്ച് സ്വീകരിക്കുന്നത്. എഴുതാൻ കടലാസില്ലെന്ന് അറിയിച്ചപ്പോൾ അയാളാണ് എനിക്കെഴുതിയത് - ഒന്ന് അത്രടം ചെന്നാൽ കടലാസ് കൊണ്ടുപോരാമെന്ന്.

നന്ദി!

ഞാൻ ചെന്നു. തന്നത്താൻ പരിചയപ്പെടുത്തി.

ഇതവനാണോ?

ഏതാണ്ടിതായിരിക്കണം അയാളുടെ ഉള്ളറയിൽ തിളച്ച ചോദ്യം. മുഖഭാവം കണ്ടിട്ടാണ് അങ്ങനെ ഞാൻ ഊഹിച്ചത്.

'കടലാസിന്റെ കാര്യം.'

കുറെക്കഴിഞ്ഞപ്പോൾ ഞാൻ ഓർമ്മപ്പെടുത്തി.

'ഓ! വെരി സോറി. വ്യസനമുണ്ടെനിക്ക്. ഇന്നു വേലക്കാർക്ക് തിരക്കൊഴിഞ്ഞിട്ടേയില്ല. പെട്ടി പൊളിച്ചിട്ടില്ല. പൊളിച്ചതെല്ലാം പ്രസ്സിൽ കയറി, അർജന്റ് വർക്കുണ്ട്. വേറെ ഒരവസരത്തിൽ ഇറങ്ങൂ.'

അയാൾ അങ്ങനെ തുടർന്നുകൊണ്ടേ കിടന്നു. അയാളുടെ പിളുത്ത നെഞ്ചിൽ ഇടത്തെ മുലയുടെ താഴെയായിരുന്നു എന്റെ നോട്ടം. എന്റെ വലത്തേ കൈ ഇടയ്ക്കിടയ്ക്ക് അരയിൽ തപ്പിത്തടവിക്കൊണ്ടിരുന്നു. ഉറയിൽ ഭദ്രമായിറക്കിയ കത്തി അവിടെത്തന്നെയുണ്ട്. അയാളുടെ പിളുത്ത മാറിൽ ഇടത്തെ മുലയുടെ താഴെ കുത്തി ഇറക്കിയിട്ടുവേണം എന്തെങ്കിലും മറുപടി പറയാനെന്ന് എനിക്കറിയാമായിരുന്നു. അതു ഞാൻ ചെയ്തില്ല. അതിനുമുമ്പും മനുഷ്യരെയിട്ട് ചീരാമൻ കളിക്കുന്ന ഈ പ്രമാണികളെ തക്ക അവസരത്തിൽ കൊന്നുകളയണമെന്ന് ഞാനാശിച്ചിട്ടുണ്ട്. ആശിക്കുന്നു എന്നത് തക്കതായ കാരണമല്ല. തക്കതായ കാരണങ്ങൾ അപ്പപ്പോൾ ഒത്തുചേരുന്നില്ല. ഈ തക്കതായ കാരണങ്ങൾ എപ്പോഴെങ്കിലുമൊരിക്കൽ ഒത്തുകൂടിയേ വൈക്കൂ എന്നാണ് പിന്നീട് ഞാൻ സമാധാനിക്കുക. ആ പത്രാധിപരുടെ കാര്യത്തിലും ഞാൻ മടങ്ങി. കത്തിക്കു പകരം നീണ്ട ഒരു സ്ഥലം വെച്ചുകൊടുത്ത് ഇറങ്ങിപ്പോന്നു.

പിന്നീടിന്നാണ് കടലാസ് തരപ്പെട്ടത്.

മുമ്പൊക്കെ ചില കൂട്ടുകാർ നോട്ടുപുസ്തകങ്ങൾ വായ്പ തന്നിട്ടുണ്ട്. നോട്ടുപുസ്തകങ്ങൾ തന്നു എന്നതുകൊണ്ട് അവരെ ഞാൻ ചുമ്മാ വിട്ടിട്ടില്ല. അവർ എന്റെ അയൽക്കാരും ചങ്ങാതിമാരും ആകുന്നു. അത് മറക്കുന്നില്ല. മറക്കുകയും ഇല്ല. അതേ ചങ്ങാതി കരളിൽ തൊട്ടുകളിച്ചാലോ!

ഒരു ചങ്ങാതിയുടെ കഥ ഞാൻ എഴുതുകയുണ്ടായി. അയാളുടെ പേർ ദിവാകരൻ അഥവാ സുധാകരൻ. ബുദ്ധിഭ്രമം വരുമ്പോൾ പല പേർ മനസ്സിൽ കൂടിക്കുഴയുന്നു. എന്റെ സഹോദരിയെ ഒരു ദിവാകരന് ഉപയോഗപ്പെടുത്തണമെന്നുണ്ടായിരുന്നു ഈ സുധാകരന്. അതിനായി ഇടനില നില്ക്കാൻ അയാളെന്നെ ഗുണദോഷിക്കുകയുണ്ടായി. പറങ്കിമാവിൻ തോപ്പിലോ പാടത്തോ കിണറ്റിൻകരയിലോ അവളെ ദിവാകരൻ കണ്ടിട്ടുണ്ട്, ഈ സുധാകരൻ പ്രഭാകരൻ. വേനല്ക്കാലത്തായിരിക്കാം അവർ കണ്ടത്. സ്കൂൾ പൂട്ടിയ കാലത്തായിരിക്കുമെന്നേ കരുതുന്നുള്ളൂ. പെങ്ങളും ഞാനും പറങ്കിമാവിൻതോപ്പിൽ കാവിലിരിക്കാറുണ്ട്. ദിവാകരൻ എന്നെ അന്വേഷിച്ചുവന്നു. പറങ്കിമാങ്ങ തിന്നു. വെടിപറഞ്ഞു.

സ്കൂൾ വീണ്ടും തുറന്നു. ഞങ്ങൾ വീണ്ടും സ്കൂളിലേക്ക് പോക്കുവരവും ആരംഭിച്ചു.

ഒരിക്കൽ അയാൾ പറഞ്ഞു.

നിന്റെ പെങ്ങൾ ഒരു ചരക്കാ.

എനിക്ക് ശ്വാസംമുട്ടി. ഞാൻ മിണ്ടിയതേ ഇല്ല.

നിനക്കൊന്ന് ഏർപ്പാട് ചെയ്തു തന്നൂടെ?

എന്റെ ശ്വാസം നിന്നു. ഞാൻ മരിച്ചുപോയി. അന്നായിരുന്നു എന്റെ ആദ്യത്തെ മരണം സംഭവിച്ചത്.

എന്നെ അങ്ങനെ കൊല്ലാക്കൊല ചെയ്യാൻ ഈ സുധാകരന് അവകാശമുണ്ടായത്രെ. ഞാൻ പഠിക്കുന്നത് അയാളുടെ പുസ്തകങ്ങൾ കടം വാങ്ങിയിട്ടാണ്. ഉപയോഗിക്കുന്നത് അയാളോട് ഇരന്നുവാങ്ങുന്ന പഴങ്കുപ്പായങ്ങളാണ്.

മേലും കീഴും നോക്കിപ്പോകുന്നു.

പ്രൈമറി സ്കൂളിൽ ഞങ്ങൾ ഒത്തുചേർന്നു. ഞങ്ങൾ കളിത്തോഴരും ആയിരുന്നു. അവനവന്റെ കുപ്പായം ആരാണ് കൂടുതൽ ചീന്തുക എന്ന് വീരാത് കെട്ടി ഞങ്ങൾ വാശിയോടെ ചീന്തിയിട്ടുണ്ട്. സ്വന്തം സ്ലേറ്റ് എറിഞ്ഞു പൊട്ടിച്ച് ആർക്കാണ് കൂടുതൽ മിടുക്കെന്ന് തീരുമാനിച്ചിട്ടാണ്, കൂടുതൽ കഷണങ്ങളായാൽ ഏറ്റവും വലിയ ഏറുകാരനാവാമായിരുന്നു. അവൻ എന്നേയും ഞാൻ അവനേയും ജയിച്ചു. അവൻ എന്നേയും ഞാൻ അവനേയും തോല്പിച്ചു. എന്റെ ദാരിദ്ര്യം അവൻ അറിഞ്ഞില്ല. അവന്റെ വമ്പത്തം ഞാൻ കണ്ടില്ല.

കുരുന്നു ഹൃദയങ്ങൾ!

അങ്ങനെ ഒരു ഹൃദയമായിരുന്നോ എന്റേതും?

എങ്കിൽ ഞാൻ ഒരു വങ്കൻ.

മുതിർന്ന ക്ലാസിലേക്കു കടക്കുംതോറും മാറ്റങ്ങൾ പലതും ഉണ്ടായി. അച്ഛന്റെ കൂടെ അടയ്ക്കപൊളിക്കാൻ പോണം. പറങ്കിമാങ്ങ വില്ക്കാൻ പോണം. വെറ്റിലക്കച്ചവടത്തിനും പോകണം. പഠിക്കാൻവേണ്ടി ഞാൻ അയാളുടെ പുസ്തകങ്ങൾ കടംവാങ്ങിച്ചു. കുപ്പായം ഇല്ലാതായപ്പോൾ അയാളോട് ഇരക്കുകയും ഉണ്ടായി. അയാൾ എല്ലാം തന്നു. എന്നിട്ട് ഒടുവിൽ ചോദിക്കുകയാണ്.

നിനക്കൊന്ന് ഏർപ്പാടുചെയ്തു തന്നൂടെ?

ഞാൻ മിണ്ടിയില്ല. മിണ്ടാൻ വയ്യ. അയാൾ മുമ്പിലാണ് നടക്കുന്നത്. ഞാൻ പിന്നാലെ. അങ്ങനെ കുറെ നടന്നു. ഞാൻ കരയുകയായിരുന്നു. കരൾ പൊട്ടിക്കരഞ്ഞുപോയി. കരഞ്ഞുകൊണ്ട് എന്റെ കുഞ്ഞിപ്പെങ്ങളെ ക്കുറിച്ച് അങ്ങനെ ആവശ്യപ്പെടാൻ തോന്നിയല്ലോ സ്നേഹിതാ എന്നു ചോദിച്ചപ്പോൾ അയാൾ പറയുകയാണ്.

"നമ്മളൊന്നല്ലേടാ? നിനക്കെത്ര കുപ്പായം ഞാൻ തന്നു? എത്ര പുസ്തകം? കടലാസ്?'

പിന്നെയും ന്യായവാദങ്ങളായിരുന്നു.

അവരുടെ ആശ്രിതനായ രാമൻകുട്ടി അവന്റെ പെങ്ങൾക്ക് പൊരുത്തു നിൽക്കുന്നുണ്ടല്ലോ.

കൊള്ളാം! അങ്ങനെ ഒരു നൂറുകൂട്ടം ഞായങ്ങൾ കേട്ടാൽ പോരേ?

അപ്പോൾ, ഇതിനുവേണ്ടിയായിരുന്നു അവന്റെ അനുകമ്പ അവന്റെ സഹാനുഭൂതി അവന്റെ–

ഇതാണ് ഞാനെഴുതിയ കഥ. കഥ അച്ചടിച്ചുവന്ന പത്രത്തിന്റെ കോപ്പി ദിവാകരന്റെ വീട്ടിൽ ഞാൻ എത്തിച്ചു. അവന്റേയും എന്റേയും പഴയ കൂട്ടു കാരെക്കൊണ്ടു വായിപ്പിച്ചു. പിന്നീട് ആരും നോട്ടുപുസ്തകങ്ങൾ എനിക്കു തന്നിട്ടില്ല. നോട്ടുപുസ്തകങ്ങൾ തരുന്നത് സൗകര്യങ്ങൾ ഉള്ളവരുടെ മക്കളാകുന്നു. ഈ സൗകര്യക്കാരുടെ മക്കൾക്ക് ഏതാണ്ട് ഇങ്ങനെ ഒരു സംശയം ഉണ്ടായി എന്നാണറിയുന്നത്. നടക്കാൻ പാടില്ലാത്ത തെമ്മാടി ത്തങ്ങളും നാറിയ അരുതായ്കകളും ഓരോരുത്തന്റെ വീട്ടിലും നടക്കു ന്നുണ്ട്. രഹസ്യമായിരിക്കും. എങ്ങനെയും മൂടിവെക്കട്ടെ, അതൊക്കെ അങ്ങാടിപ്പാട്ടായി കലാശിക്കും. നേര് നിരങ്ങിവരുന്നത് എന്റെ വലങ്കയ്യിലേ ക്കാകുമ്പോൾ ഞാൻ നോട്ടുപുസ്തകം അന്വേഷിക്കുന്നു.

രണ്ട്

ഇന്നു കാലത്ത് വീട്ടിൽനിന്നിറങ്ങി നടക്കുമ്പോൾ ഒരുദ്ദേശവും ഉണ്ടായിരു ന്നില്ല. നടക്കാനും വയ്യ. കുടലുകൾ കൊളുത്തിട്ടു പിടിക്കുന്നുണ്ടായിരുന്നു. കുനിഞ്ഞുകുനിഞ്ഞ് നിലം പൊത്തി നടന്നു.

അപ്പോഴാണ് ശേഖരൻ വിളിച്ചത്.

എന്താഹേ ഒന്നും മിണ്ടാണ്ടെ?

ഞാനൊന്നും പറഞ്ഞില്ല. എന്തോ ആലോചിക്കുകയായിരുന്നു എന്നു തോന്നുന്നു.

വരൂഹേ വളരെനാളായല്ലോ കണ്ടിട്ട്?

ഞങ്ങൾ അയാളുടെ വീട്ടിൽ കയറി വർത്തമാനങ്ങൾ പറഞ്ഞു. ജീവിതത്തെക്കുറിച്ച്, ജീവിക്കാൻവേണ്ടി അടിമകളായി, വെറും എച്ചിൽപട്ടികളായി, നാശത്തിന്റെ ചീഞ്ഞുനാറുന്ന ഗട്ടറുകളിലേക്കു വഴുതിവീഴുന്ന മനുഷ്യരെക്കുറിച്ച് – ഉഗ്രവും ഭീകരവുമായ സംഭാഷണം. പറഞ്ഞുപറഞ്ഞ് ഞാൻ തളർന്നു. കേട്ടുകേട്ട് ശേഖരൻ വലഞ്ഞു.

എനിക്ക് വിശപ്പും ക്ഷീണവും.

ശേഖരനോ?

അത് അങ്ങനെതന്നെ പകർത്തേണ്ടതായിരുന്നു!

എങ്കിൽ, എത്രമാത്രം സ്വാഭാവികമായേനെ.

എത്രമാത്രം യഥാതഥമായേനെ!

ഇപ്പോൾ ഓർത്ത് എഴുതുകയാണ്.

ശേഖരൻ പറഞ്ഞു.

മനുഷ്യൻ മനുഷ്യനെ തിന്നും എന്ന് നിങ്ങൾ പറഞ്ഞത് ശരിയാണ്.

ങ്ഏ?

അതങ്ങിനെയാണ്.

എനിക്കു വിശക്കുന്നുണ്ട്. നിന്റെ കൈയിൽ കാശിരിക്കുന്നോ?

വല്ലതും കാണും.

പോയി നോക്ക്.

നാലണയുണ്ട്.

അകത്തുപോയി പൈസ കൊണ്ടുവന്നിട്ട് അയാൾ പറഞ്ഞു.

എന്റെ മാംസമാണ് ഈ നാലണ.

–?–

എന്റെ ദ്രവിച്ച മാംസം.

നിന്റെ ദ്രവിച്ച മാംസത്തിൽ ഞാനും ഒരു പങ്ക് കൂടാം. വാസ്തവത്തിൽ നിന്നെത്തന്നെ വിഴുങ്ങാനുള്ള വിശപ്പുണ്ടെനിക്ക്.

നേര്! എനിക്ക് ഭയമാകുന്നു.

ഞാൻ മുമ്പേ നടന്നോളാം.

ഞങ്ങൾ നടന്നു. ഉദിച്ചു പൊങ്ങിയിട്ടുണ്ട്. ഇടവഴികളിലൂടെ ഇളവെയിലിലും തണലിലും ആയി നടന്നു. പലരേയും കണ്ടുമുട്ടി, ആരേയും തിരിച്ചറിഞ്ഞില്ല. തലയ്ക്ക് ഒരു കറക്കം.

ശേഖരൻ ചോദിച്ചു.

ചായക്കടയിൽ എന്തു കിട്ടും?

പൊരിച്ച മനുഷ്യമാംസം.

ഞാൻ ചുമ്മാ പറഞ്ഞു. എന്നാലും എനിക്കോർമ്മയുണ്ട്, വായിൽ വെള്ളം ഊറി വന്നു.

പൊരിക്കുന്ന മനുഷ്യമാംസത്തിൻ രുഗ്ണ ഗന്ധം! അതിന്റെ ഒരു രുചി!

എന്നെ സംബന്ധിച്ചിടത്തോളം അതിന് തക്കതായ കാരണമുണ്ട്. എനിക്ക് ഈ ആലോചന തുടങ്ങിയത് അക്യാബിൽനിന്നാണ്. അതെപ്പറ്റിയാണ് എഴുതി വരുന്നത്. അക്യാബ് ഒരു നഗരമാണ്. അക്യാബ് ഒരു തുറമുഖ നഗരമായിരുന്നു. അതുകൊണ്ടാണ് ഈ കഥയ്ക്ക് ഒരു നഗരത്തിന്റെ കഥ എന്ന പേരിട്ടിരിക്കുന്നതും. അക്യാബിൽ നിന്നുണ്ടായ ആശയമാണ് ഇതിൽ അടങ്ങിയിട്ടുള്ളത്. അതെന്നെ തീപുകയ്ക്കുന്നു എന്നെ വീർപ്പുമുട്ടിക്കുന്നു. എന്റെ തലച്ചോറ് കത്തിക്കുന്നു. ഞാൻ തന്നെ കത്തി നശിച്ചുപോയേക്കും എന്നൊരു ഭയം. മനുഷ്യസമുദായത്തെത്തന്നെ നശിപ്പിച്ചേക്കാവുന്ന ഒരു സംഗതിയും അതിനകത്തുണ്ട്.

അന്ന് ഞാൻ റോയൽ ഇന്ത്യൻ നേവിയിലായിരുന്നു. ഞാൻ അക്യാബ് കണ്ടു. അവിടെ പലേ കാഴ്ചകളും കണ്ടു. ആ കാഴ്ചകൾ എന്നെ അടിമുടി ഇളക്കിവിട്ടിരിക്കുന്നു. പുതിയതും ഞെട്ടിക്കുന്നതുമായ പല പരമാർത്ഥങ്ങളും മനസ്സിലായി. രണ്ടോ മൂന്നോ കഥകളിലായി അതൊക്കെ പകർത്തി. സൊല്ല തീർന്നിട്ടില്ല. എല്ലാറ്റിലും വെച്ച് കൊടിയതായ സംഗതി എഴുതിയിട്ടില്ല. ഇപ്പോഴാണ് അത് എഴുതുന്നത്. അതിനിടയ്ക്ക് ഇന്നത്തെ സംഭവങ്ങൾ പറഞ്ഞു കഴിഞ്ഞോട്ടെ.

ഞങ്ങൾ നടന്നു. ഞങ്ങളുടെ സംഭാഷണവും എന്റെ ആലോചനകളും പെട്ടെന്ന് നിന്നു.

ഒരു പുതിയ സംഭവം.

വിലാസയും മോഹനനും. പട്ടുകോണം ഉടുക്കാറായി എങ്കിലും നഗ്നനായ മോഹനൻ ഉടുപ്പിടാൻ ശീലിക്കുന്ന കൊച്ചു പെങ്ങളുമായി കുഴിക്കെട്ടിമറിയുകയായിരുന്നു. ഞാൻ എന്തിനെന്നില്ലാതെ എത്തിനോക്കിപ്പോയി.

അവർ പറങ്കിമാവിന്റെ ചുവട്ടിൽ പൊതിരെ കളിക്കുകയാണ്...

ഞാനും ഒരു കൊച്ചനായിരുന്നു!

അമ്മയുടെ ഗർഭപാത്രത്തിൽ ഊറിയപ്പോൾ, ഞാൻ എന്തായിരുന്നു? പെറ്റിട്ടപ്പോൾ എങ്ങനെ ഇരുന്നു? എന്റെ വളർച്ച- അത് എങ്ങനെ എപ്പോൾ സംഭവിച്ചു?

ഒരറിവും ഇല്ല!

അവരുടെ കളിയിൽ മുഴുകിനിന്നു.

കളിയുടെ മട്ടും മാതിരിയും പെട്ടെന്നാണ് തരംമാറിയത്. മോഹനൻ വിലാസയെ തള്ളിമറിച്ചിട്ടു, മലർത്തിക്കിടത്തി. കാൽമുട്ടും കൈപ്പടവും നിലത്തൂന്നി അവളുടെ മീതെ കമഴ്ന്നു കിടന്നു.

ങ്ഹേ!

ഞെട്ടിപ്പോയി.

അവർ ഞങ്ങളെ കണ്ടിട്ടില്ല.

നിമിഷങ്ങൾ!

കണ്ടോ ശേഖരാ?

ഞാൻ ചൂണ്ടിക്കാണിച്ചു.

അപ്പോൾ ഞാൻ ആലോചിച്ചിരുന്നു.

അമ്മയുടേയും പെങ്ങളുടേയും പച്ചയിറച്ചിയുടെ സ്വാദു നോക്കിയിട്ടുണ്ടോ? അച്ഛന്റേയും ആങ്ങളയുടേയും ചൂടുള്ള ഇറച്ചി ചവച്ചിറക്കിയിട്ടുണ്ടോ?

ഒന്ന് കൂക്കിവിളിക്കണം എന്നു തോന്നി:

അമ്മയുടേയും പെങ്ങളുടേയും...

തുടർന്ന് എന്തൊക്കെയോ തലച്ചോറിലൂടെ കടന്നുപോയി. കാമിനീ കാമുകന്മാർ-അച്ഛനും മകളും അമ്മയും മകനും ആങ്ങളയും പെങ്ങളും കാമിനീ കാമുകന്മാർ. അവർ അന്യോന്യം പച്ചമാംസത്തിന്റെ രുചി അറിഞ്ഞിട്ടുണ്ട്. പിന്നെ, പൊരിച്ചു തിന്നാൽ എന്താണ് തകരാറ്?

മസാലകൾ ചേർത്ത് പൊരിച്ചെടുക്കുന്ന മനുഷ്യമാംസത്തിന്റെ സുഗന്ധം! നാക്കിൽ വെള്ളമൂറുന്നല്ലോ.

മോഹനന്റേയും വിലാസയുടേയും കേളിയിൽ ശേഖരന് വെറും തമാശയേ തോന്നിയിട്ടുള്ളൂ. അതിനേക്കാൾ ഭയങ്കരമായ യാഥാർത്ഥ്യം അവൻ കണ്ടിട്ടുണ്ട്.

എന്റെ സഹപാഠിയും ബാല്യകാല സുഹൃത്തുമായിരുന്ന ദിവാകരനും അയാളുടെ പെങ്ങളും ഉടുതുണിയില്ലാതെ ഒന്നിച്ചുകിടക്കുന്നത് അയാൾ കണ്ണുകൊണ്ട് കാണേണ്ടി വന്നിട്ടുണ്ട്.

ഈ ശേഖരൻ നന്നേ ചെറുപ്പംതൊട്ട് ദിവാകരന്റെ വീട്ടിൽ വേലക്കാരനായിരുന്നു. വേലക്കാരൻ എന്നും പറയേണ്ടതില്ല. ദിവാകരന്റെ വീട്ടിൽ ഒരു ആശ്രിതനായി ശേഖരൻ ജീവിച്ചുപോന്നു. വേലക്കാരന്റെ ജീവിതം പലപ്പോഴും അർത്ഥവത്തായിരിക്കാം. ആശ്രിതനാകട്ടെ നിസ്സഹായനാകുന്നു. ആശ്രിതൻ പ്രമാണിയുടെ വിഴുപ്പലക്കുന്നു. ദിവാകരന്റെ അച്ഛൻ മഹാപ്രമാണിത്തങ്ങൾ പുലർത്തിയ മഹോദരനായിരുന്നു. ശേഖരൻ അദ്ദേഹത്തിന് തൈലം പുരട്ടണം. തിരുമ്മി ഉഴിയണം, കുളിപ്പിക്കണം. ശൗചം ചെയ്യണം. ആ മനുഷ്യന്റെ തടിച്ചു കുറ്റതായ തുടകൾക്കിടയിൽ തൈലം പുരട്ടി മേലോട്ട് ഉഴിഞ്ഞുകയറ്റണം. യജമാനൻ ശേഖരന്റെ കൈപ്പടത്തിൽ അമർത്തുകയും ആവശ്യാനുസാരം നിർത്തേണ്ടിടത്തു നിർത്തുകയും പതിവായിരുന്നു. ശേഖരൻ പറയുന്നു, അങ്ങനെയൊക്കെ പ്രവർത്തിക്കുമ്പോൾ അനുഭവിക്കാവുന്ന മനസ്സിലെ ഒരു സുഖഭോഗത്തിന്റെ രൂപം മുതിർന്നപ്പോൾ മാത്രമാണ് മനസ്സിലായത്. അന്നോ, താനൊരു കൊച്ചുകുട്ടി ആയിരുന്നു, തത്തമ്മേ പൂച്ച പൂച്ച എന്ന ഏഴപ്പയൽ.

അങ്ങനെ ആശ്രിതനും വേലക്കാരനുമല്ലാതെ ശേഖരൻ അവിടെ വളർന്നു. ഒരിക്കൽ അവൻ ദിവാകരന്റെ മേശയിൽ ഫ്രഞ്ച് ലദറിന്റെ ഡപ്പി കണ്ടു. ആദ്യം മനസ്സിലായില്ല. വെറും കൗതുകത്തിന്റെ പേരിൽ സാധനം എന്താണെന്നന്വേഷിച്ചറിഞ്ഞു എന്നു മാത്രം.

ഈ നാട്ടിൻപുറത്തെങ്ങും സിഫിലിസും ഗൊണേറിയയും കപ്പലിറങ്ങിയിട്ടില്ല. ഗർഭധാരണത്തിൽനിന്ന് രക്ഷപ്പെടാനും അത് കൊള്ളാമെന്നും അറിഞ്ഞു. അങ്ങനെ അറിവ് വന്നു കൂടിക്കൊണ്ടിരിക്കവേ ദിവാകരന്റെ മൂത്ത പെങ്ങൾ ശേഖരനെ വിളിച്ച് തൈലം തേപ്പിച്ചു. കുളിപ്പുരയുടെ അരികിലൂടെ എന്തിനോവേണ്ടി നടന്നുപോയപ്പോഴാണ് അവനെ വിളിച്ചുകയറ്റിയത്.

ഒരു ചെമ്പ് വെള്ളം.

വെള്ളം നിറച്ചു കഴിഞ്ഞില്ലേ, അവൾ ബ്ലൗസും ബോഡീസും അഴിച്ചു. തൈലമിടാനും തുടങ്ങി.

കയ്യെത്തുന്നില്ല. എന്റെ പൊറത്തൊന്ന്...

ശേഖരൻ തല്ക്കാലം മിഴിച്ചുനിന്നു. അവന്റെ കൈവിരലിൽ പിടിച്ചും നുള്ളിയും അവൾ കിന്നാരം പറഞ്ഞു.

ഒന്ന് പറേണത് കേൾക്ക്.

അങ്ങനെ പറഞ്ഞ് അവൾ കുനിഞ്ഞുനിന്നു. അവൻ തൈലം പുരട്ടി. കൊഴുത്ത് പിളുങ്ങി മാംസളമായ ശരീരത്തിൽ പുറത്തും വാരിയിലും ചൂടുള്ള എവിടേയും.

ഇടയ്ക്ക് അവൾ ആവലാതിപ്പെട്ടു.

അയ്യോടാ? സോപ്പെടുത്തില്ല. ഒന്ന് കൊണ്ടുവരൂ.

ശേഖരൻ കുളിമുറിയിൽനിന്നിറങ്ങി നാലുപാടും നോക്കി. അയ്യോ! ആരും കണ്ടിട്ടില്ല കേട്ടിട്ടില്ല.

അവൾ കൊഞ്ചുന്നുണ്ടായിരുന്നു.

വേഗം വരണേയ്. നീ തന്നെ വരണം ശേഖരാ എന്റെ ശേഖരനല്ലേ?

അന്തിയും മയങ്ങാറായി.

ബദ്ധപ്പാടുകളോടെ നടന്നുചെന്ന് അവൻ അവരുടെ മുറിയിൽ കയറി. അവിടെ ഒരു കാഴ്ച.

ദിവാകരനും അയാളുടെ ഇളയ പെങ്ങളും കൂടെ ഉടുതുണിയില്ലാതെ കട്ടിലിൽ മരുങ്ങു കിടക്കുന്നു.

കഥകൾ കേട്ടപ്പോൾ ഞാൻ ചോദിച്ചു:

അതിലെന്താ അത്ഭുതം? ഒരു തകരാറ്?

അപ്പോൾ മറ്റൊരു കഥയായി.

അവരുടെ പറമ്പിൽ പാർക്കുന്ന രാമൻകുട്ടിയുടെ പെങ്ങൾ ഗർഭം ധരിച്ചുവശായി. പെണ്ണിന്റെ കല്യാണംപോലും ആയിട്ടില്ല. പക്ഷേ സംഗതി നാലുപേർ പരസ്യമായി അറിഞ്ഞു. അവൾ എന്തു ചെയ്യണം? നാലുപേരെ മാതിരി അവൾ വീട്ടിലും പുറത്തും ജീവിച്ചു. പഴയപോലെ പണിയെടുത്തു. അനവധി പെണ്ണുങ്ങളോടൊപ്പം അവർ വൈക്കോൽ കളത്തിൽ നില്ക്കുമ്പോൾ ദിവാകരന്റെ അച്ഛൻ ഉരുണ്ടും പിടഞ്ഞും കിതച്ചും ബദ്ധപ്പെട്ടും ഇറങ്ങിവന്ന് ബലാല്ക്കാരമായി അവളുടെ ബ്ലൗസും ബോഡീസും വലിച്ചുകീറിക്കൊണ്ട് ചോദിച്ചു.

എടീ ചെളുക്കേ, നിനക്കാരാ...?

ഇത്രയും കേട്ടപ്പോൾ എന്റെ തലച്ചോറ് എന്തായി എന്ന് എനിക്കിപ്പോൾ ഓർമ്മയില്ല. തരിപ്പ് നീറ്റം പുകച്ചിൽ എല്ലാം ഉണ്ടായിരിക്കണം. ഇനി ഒന്നും പറയരുതേ എന്ന് അപേക്ഷിച്ചതായി ഓർമ്മയുണ്ട്.

ഇതൊക്കെ എഴുതണം. അടുത്ത കഥയുടെ ഈ കുറിപ്പുകൾ.

കടലാസില്ല!

ഞാൻ ചായ കുടിക്കുന്നില്ല.

എന്തേ?

കടലാസ് വേണം. എന്റെ പങ്ക് രണ്ടണ ഇങ്ങു തന്നേക്ക്.

ചായ?

ഞാൻ പോണു.

ചായ?

കടലാസ് വാങ്ങണം.

ഞങ്ങൾ തിരിച്ചുപോന്നു. എനിക്കിപ്പോൾ നടക്കാനും വയ്യ. കാൽ തപ്പാടുന്നു. തണ്ടെല്ലും വേദനിക്കുന്നു.

ഇടയ്ക്ക് ശേഖരൻ പറഞ്ഞു.

ദിവാകരേട്ടൻ മുതലാളിയാകാൻ പോകുകയാണ്.

ഏ്?

കല്യാണം കഴിക്കാൻ. കല്യാണം കഴിഞ്ഞാൽ മുതലാളിയാവും.

അവനോ?

അവൻതന്നെ.

ആരെ? എവിടന്ന്?

എനിക്കറിയില്ല. വധു ഏക സന്തതിയാണെന്ന് കേട്ടു. ഒരു നാല്പത്തേഴായിരത്തിന്റെ കോളാണ്.

അമ്പമ്പോ! എന്തൊരു ലാഭക്കച്ചവടം. ഇത്രയൊക്കെ സമ്പാദിച്ചിട്ട് എന്തിനാ ഇഷ്ടാ?

അയാൾക്ക് ജീവിക്കാൻ.

അവൻ മരിച്ചാലോ?

അയാളുടെ മക്കൾക്ക്.

അയാളുടെ മക്കൾ പലേടത്തും കാണും. പിന്നെ, നാല്പത്തേഴായിരത്തിന്റെ ചരക്ക് പെറ്റിടുന്ന സന്തതികൾ അയാളുടെതന്നെ ആകാമോ എന്നാണ് സംശയം.

ശേഖരൻ പോയി. ചുട്ടവെയിൽ. ഞാൻ അങ്ങാടിയിലേക്കു നടന്നു. ഒടിഞ്ഞുതൂങ്ങി നിലംപറ്റുകയാണ്. വിശപ്പെന്താണെന്ന് അപ്പോൾ അറിഞ്ഞില്ല. കടക്കണ്ണിൽ സൂചി കുത്തുന്ന വേദന. അതോ തീപിടിക്കുകയാണോ? തലച്ചോറ് കത്തുകയാണ്. മാംസം നീറി ഉരുകുകയാണ്.

മൂന്ന്

കടലാസ് കിട്ടി.

എഴുതുകയാണ്.

എഴുതുന്നതെല്ലാംതന്നെ കണ്ടതും കേട്ടതും അനുഭവിച്ചതുമാണ്. വളരെ നാളായി എഴുതാൻ തുടങ്ങിയിട്ട്. അന്നൊക്കെ ഞാൻ ഇന്നത്തെ തോതിൽ അല്ല. സന്ധ്യാംബരത്തിൽ കടുത്ത ചെഞ്ചായം പുരട്ടുന്നത് ആരാണെന്ന് ഞാനോർക്കാറുണ്ടായിരുന്നു. തേട്ടിക്കുന്നിന്റെ പടിഞ്ഞാറെ തെറ്റത്തിരുന്ന് ദിനംതോറും ഞാൻ അസ്തമയം കണ്ടു. ഇന്നലെ കണ്ട ദൃശ്യ ഭംഗികൾ ഒരിക്കലും ഇന്നു കണ്ടില്ല. അങ്ങനെ നോക്കിനില്ക്കുമ്പോൾ വർണ്ണഭംഗികളുടെ മഹാസാഗരംപോലെ ആകാശം അലയടിച്ചുപരന്നു. ആ കാഴ്ചയുടെ മഹാവിസ്മയത്തിൽ മത്തുപിടിച്ചിരിക്കുമ്പോൾ ഒരു കറുത്ത മേഘം കടലിലൂടെ പാഞ്ഞുപോയത് ഞാൻ ഇന്നും ഓർക്കുന്നു. വിളഞ്ഞു കിടക്കുന്ന എന്റെ നെൽവയലിലൂടെ ഒരു കാട്ടാന പാഞ്ഞുപോയി എന്നു തോന്നി. കരഞ്ഞു... അന്ധകാരത്തിന്റെ നിതാന്ത വ്യാപ്തിയിൽ എണ്ണിയാലൊടുങ്ങാത്ത നക്ഷത്രങ്ങൾ നിറഞ്ഞു തിളങ്ങുന്ന ആകാശത്തിലേക്ക് ഉയർന്നുയർന്നു കയറുന്ന മിന്നാമിനുങ്ങുകളെ നോക്കിനില്ക്കാനും അന്നൊക്കെ എനിക്ക് മഹാ കമ്പമായിരുന്നു.

പ്രകൃതിയിലും പ്രപഞ്ചത്തിലും വിസ്മയങ്ങൾ മാത്രം കണ്ടുനിന്ന ഉപാസ്കൻ!

അന്നും ഇന്നും!

ധ്രുവങ്ങളുടെ അന്തരങ്ങൾ ബാധിച്ച രണ്ട് വ്യക്തികൾ.

മനുഷ്യമാഹാത്മ്യത്തെക്കുറിച്ചും അന്നൊക്കെ ഞാൻ അഭിമാനം കൊണ്ടിട്ടുണ്ട്. കരയാനും ഒരു ഹേതുവും കൂടാതെ സ്വയം കരയാനും കണ്ണുനീരിലൂടെ കരളിലെ അഴുക്കുകൾ കഴുകിക്കളയാനും ശീലിച്ചു. വാർമാണം നല്കുന്ന ചെമ്പനീർപൂവിന്റെ സുരഭിലവും നിഷ്കന്മഷവുമായ ജീവിതം കൊതിച്ചു. സ്നേഹിക്കുക ആരാധിക്കുക-അതായിരുന്നു ജീവിതവ്രതം.

ഇത്രയും തുറന്നുപറഞ്ഞ നിലയ്ക്ക് മാന്യരേ, മാപ്പുതരൂ, ഞാൻ ചോദിക്കട്ടെ:

നിങ്ങൾക്ക് സ്നേഹമുണ്ടോ?

നിങ്ങൾക്ക് പെൺകുട്ടികളെ സ്നേഹമുണ്ടോ?

ആൺകുട്ടികളെ സ്നേഹമുണ്ടോ?

എന്തിനാണ് സ്നേഹിക്കുന്നത്?

ഹൃദയത്തിന് കുളിരേകാൻ ആത്മാവിന് കിന്നാരം പറയാൻ.

എന്തൊരു സുകം എന്തൊരാനന്ദം.

നിങ്ങൾ സ്നേഹിക്കുന്ന ആൺകുട്ടിയിൽനിന്ന് അനുഭവിക്കാവുന്നതെന്തും നിങ്ങൾ അനുഭവിച്ചുകഴിഞ്ഞു. നിങ്ങൾ സ്നേഹിക്കുന്ന പെൺകുട്ടികളിൽനിന്ന് ചൂഴ്ന്നെടുക്കാവുന്നതെന്തും നിങ്ങൾ മുറുകെപ്പിടിച്ചുപറ്റി.

എന്തൊരു സുഖം! എന്തൊരാനന്ദം!

ഹൃദയസുഖം ആത്മാനന്ദം!

നിങ്ങൾ ഒരു മനുഷ്യനാണോ? മാനവീയത മനുഷ്യത്വം എന്നൊക്കെ എപ്പോഴെങ്കിലും ഒരിക്കൽ കേൾക്കുകയോ ഓർക്കുകയോ ഉണ്ടായോ?

ഓ! മടക്കിവെക്കുകയാണോ? അടച്ചുവോ? ദയവുണ്ടായി, വലിച്ചെറിയരുത്? വായിക്കൂ സഹോദര, വായിക്കൂ സഹോദരി, നിങ്ങളെ വെറുപ്പിക്കാനോ വെകിളിയെടുപ്പിക്കാനോ വേണ്ടിയല്ല ഇത്രയും എഴുതിവിട്ടത്. എന്റെ മനസ്സ് ആകെ കലങ്ങിപ്പോയി. ഭ്രാന്തിന്റെ നൂൽവരയിൽ ഞാൻ എത്തി നിന്നു. എനിക്കുന്മാദമാണെന്ന് ഞാൻ തന്നെ ഭയപ്പെട്ടു.

ഞാൻ പറഞ്ഞുവന്നത്–

മറന്നുപോയല്ലോ.

നോക്കട്ടെ... ശരി ശരി. ഓർമ്മവരുന്നുണ്ട്.

സ്നേഹിക്കുക ആരാധിക്കുക – അതായിരുന്നു ജീവിതവ്രതം. ഞാൻ ദരിദ്രനായിരുന്നു. ദരിദ്രനായി ജനിച്ചതുകൊണ്ടോ ജീവിക്കേണ്ടി വന്നതുകൊണ്ടോ ഞാൻ ദുഃഖിച്ചിട്ടില്ല. ഒട്ടും സന്തപിച്ചിട്ടില്ല. അസംഖ്യം ദരിദ്രരിൽ ഒരുത്തൻ. ദാരിദ്ര്യം എന്നെ ഇരുത്തിച്ചിന്തിപ്പിച്ചതേയുള്ളൂ. എനിക്കു ജീവിക്കണം. തുല്യരിൽ തുല്യനായി ജീവിക്കണം. മനുഷ്യൻ അടിമയോ അടിയാളോ ആകാൻ പാടില്ല. മനുഷ്യനെ ഞാൻ ആദരിക്കുന്നു സ്നേഹിക്കുന്നു. പിന്നെന്തിനു ഭയം? ബോധം അസംഖ്യം മിന്നൽപിണരുകളായിരുന്നു. അവ ഒന്നായി തലച്ചോറിലൂടെ പായുകയാണുണ്ടായത്. ഓരോന്ന് ഓരോന്നായി പിടിച്ചുനിർത്തുക പരിശോധിക്കുക – അതുമാത്രം അസാധ്യമായിരുന്നു. എന്തെങ്കിലും അറിയുകയോ മനസ്സിൽ തങ്ങുകയോ ഉണ്ടായത് നേവിയിൽ പോയതിൽ പിന്നീടാണ്.

മഹായുദ്ധകാലത്ത് ഞാൻ കപ്പൽപടയിൽ ചേർന്നുപോയി. ഭീകരമായ യുദ്ധം നടക്കുകയാണ്. ബോംബിനു കീഴിൽ മൈനിനു മുകളിൽ തോക്കിനു നേരെ – ഈ ത്രികോണത്തിനകത്താണ് നാവികന്റെ ജീവിതം. ദക്ഷിണ പൗരസ്ത്യദേശങ്ങളിൽ ജാപ്പാൻ അടിച്ചുകയറിക്കഴിഞ്ഞിരുന്നു. കപ്പലുകൾ മുങ്ങി. മുങ്ങിച്ചാവുന്ന കപ്പൽപ്പടയാളികളെ സ്രാവുകൾ വെട്ടിവിഴുങ്ങി. ശത്രുവിന്റെ പോർവിമാനങ്ങളേയോ മുങ്ങിക്കപ്പലുകളേയോ പടക്കപ്പലുകളേയോ ഞങ്ങൾ പേടിച്ചിട്ടില്ല. എല്ലാം ഞങ്ങൾക്ക് തുല്യർ. കടലിന്റെ ഭീമാകാരം ഒരു ദുസ്വപ്നംപോലെ രാപ്പകൽ ഞങ്ങളെ പിൻതുടർന്നു. സ്രാവുകളുടെ പല പേരുകൾ ഞങ്ങളുടെ നാവിൻതുമ്പിൽ മനഃപാഠം വായിച്ചു. കൊമ്പൻ പല്ലൻ നരിക്കുട്ടി... ഞങ്ങളുടെ പടക്കപ്പൽ അക്യാബിലേക്കാണ് പോകുന്നത് എന്ന് തീവ്രരഹസ്യംപോലെ ഓരോരുത്തർക്കും വിവരം ലഭിച്ചു. അനന്തഭീകരമായ അലകടൽ. ഇടയ്ക്കിടയ്ക്ക് തകർന്ന കപ്പലുകളുടെ അവശിഷ്ടങ്ങൾ ഒഴുകിവരുന്നതു കാണാം. മരപ്പലകകൾ ഉരുളൻ തടികൾ അങ്ങനെ കുറെ ഇനങ്ങൾ. പിന്നെ ചിലേടങ്ങളിൽ കറുകറുത്ത കടൽപ്പരപ്പിനു മുകളിൽ പരന്നു പടർന്ന് തിങ്ങിത്തിളങ്ങുന്ന എണ്ണ? എങ്ങും ഭയം മാത്രമായിരുന്നു മുഖദൃശ്യം, മെസ്ഡെക്കിൽ ഇരിക്കുന്നവരുടെ മുഖത്ത്

ഭയം. അപ്പർഡക്കുകളിൽ ഡ്യൂട്ടിയിൽ നില്ക്കുന്നവരുടെ മുഖത്ത് ഭയം. കമാന്റിങ് ഓഫീസറുടെ മുഖത്ത് ഭയം. അരയിൽ വീർപ്പിച്ച ലൈഫ്ബൽറ്റ് കെട്ടി, ഹെൽമെറ്റ് കക്ഷത്തിറുക്കിപ്പിടിച്ച് ഞങ്ങൾ കപ്പലിന്റെ മുകൾ ത്തട്ടിൽനിന്ന് ചുറ്റുപാടും നിരീക്ഷിച്ചു. ഒരന്തവും ഇല്ല. എങ്ങും ദുരഹങ്കാര ത്തിൽ ഏങ്ങിവലിക്കുന്ന കടൽ-കടൽ മാത്രം.

എപ്പോഴാണ് കര കാണുക?

എപ്പോഴാണ് ആക്രമണം ഉണ്ടാവുക?

നടുപ്പാതിരായ്ക്ക് ഞങ്ങൾ അക്യാബിലെത്തി. അക്യാബിലാണ് എത്തി ച്ചേർന്നത് എന്ന് രഹസ്യം പറഞ്ഞുകേട്ടു എന്നേ പറയാവൂ. ആരുമായും ശബ്ദംപൊക്കി വർത്തമാനം പറഞ്ഞില്ല. നങ്കൂരത്തിന്റെ കനത്ത ഉരുക്കു ചങ്ങല കടലിലേക്ക് ഊർന്നുചാടുന്ന ഘടഘടാരവും കേട്ടിട്ടാണു ഉണർന്നത്. ഒരു ചൊകന്ന വെളിച്ചം ഒട്ടകലെ മിന്നിത്തിളങ്ങുന്നുണ്ടായിരുന്നു. അതു കരയാണ്!

നേരം പുലർന്നപ്പോൾ ഞങ്ങൾ ഒരു മലയിടുക്കിലാണെന്ന് മനസ്സിലായി. മലയിടുക്കിലേക്കു തള്ളിക്കിടക്കുന്ന കടലിൽ, ഒളിച്ചിരിക്കുന്ന അരിപ്രാവു പോലെ കപ്പൽ കടന്നുകൂടിയിരിക്കുകയാണ്. തുറമുഖത്തേക്ക് ഇനിയും പോകാനുണ്ടായിരുന്നു. മലയടിവാരത്തിലേക്ക് അടിച്ചുകയറുന്ന കടലിലൂടെ പച്ചമരക്കാടുകളുടെ ഒരു നീണ്ട നിരയെ അഭിമുഖീകരിച്ചുകൊണ്ട് കപ്പൽ വീണ്ടും നീങ്ങി.

അതാ, അതാണ് അക്യാബ്.

ഈ തുറമുഖനഗരത്തെക്കുറിച്ച് നന്നേ കൊച്ചായിരുന്നപ്പോൾത്തന്നെ കേട്ടിട്ടുണ്ട്. ഞാൻ ഉണ്ണുന്ന അരി അക്യാബിൽനിന്നാണ് കപ്പൽകയറി എത്തുന്നത്. ഞാൻ മാത്രമല്ല എന്റെ വീട്ടുകാർ മാത്രമല്ല, നാടു മുഴുവൻ ഉണ്ണുന്നത് അക്യാബിൽനിന്നെത്തിയ അരിയാണ്. എനിക്ക് അക്യാബ് എന്താണെന്ന് അറിയണം. അരിയും നെല്ലും കപ്പൽ കയറുന്ന ഈ നല്ല തുറമുഖത്തേക്കാണല്ലോ എന്റെ കപ്പൽ നീങ്ങുന്നത്.

അക്യാബിൽ ഞാൻ കപ്പലിറങ്ങി. അവിടെ കണ്ട കാഴ്ചകൾ! നമുക്കു വേണ്ടി അരിയും നെല്ലും കയറ്റി അയയ്ക്കുന്ന അക്യാബ് ശുദ്ധ ശൂന്യ മായിത്തീർന്നു. ഒറ്റ മനുഷ്യനില്ല. ഒറ്റ വീടില്ല. എല്ലാം തകർന്നമ്പിയിരുന്നു. അവയുടെ അവശിഷ്ടങ്ങൾ കാടുപിടിക്കാനും തുടങ്ങി. ഭയങ്കര പുൽക്കാടുകൾ. തകർന്ന കെട്ടിടങ്ങളിൽ പുൽക്കാടുകൾ. റോഡരികിൽ പുൽക്കാടുകൾ. ചൂരൽപോലെ തഴച്ചുവളർന്ന ചുവന്ന തണ്ടുള്ള ഒരുതരം പുല്ല്. ആന നിന്നാൽ കാണാത്തത്ര പൊക്കത്തിൽ ഇടതിങ്ങി വളർന്നു നിന്നു. അവിടവിടെ പൊങ്ങിനില്ക്കുന്ന കനത്ത തകർന്ന ചുമരുകളിൽ കുമ്മായവും ഇഷ്ടികയും അടർന്നും പൊളിഞ്ഞും പാടുകളും വിള്ളലു കളും നിറനിറയെ കണ്ടു. റൈഫിളും മെഷീൻഗണ്ണും മോർട്ടാറും പീര ങ്കിയും ബോംബും ചീറ്റിച്ചിതറിയ ഷെല്ലുകൾ തറച്ച് തകർന്ന പാടുകൾ. അവിടെ മനുഷ്യന്റെ മാംസവും മജ്ജയും രക്തവും വീണ് ചീഞ്ഞളിഞ്ഞ മണ്ണിലാണ് ചൊകന്ന തണ്ടുള്ള ചൂരൽപുല്ല് കാടുപോലെ തഴച്ചുവളരുന്നത്.

നഗരത്തിന്റെ പരിധിവിട്ട് ഞാൻ പുറത്തുകടന്നു. അവിടെ മൈതാനത്തിൽ നാലുംകൂടിയ റോഡിന്റെ ഓരത്ത് തഴച്ചു പന്തലിച്ച മാവുകളുടെ ചുവട്ടിൽ ജാപ്പ് പട്ടാളം താവളമുറപ്പിച്ചിട്ടുണ്ടായിരുന്ന ട്രഞ്ചുകളും ബങ്കറുകളും കണ്ടു. തലങ്ങും വിലങ്ങും വളഞ്ഞും തിരിഞ്ഞും ആഴമേറിയ തോടുകൾ കീറി മീതെ മുളയലകുകൾ പാകി മണ്ണും പുൽത്തടകളും പാകി മൈതാനപ്രായമാക്കിയ പട്ടാളത്താവളത്തിനോട് തൊട്ട് ചെങ്കല്ലിൽ ആൾമറ കെട്ടിയ ഒരു കിണറുണ്ടായിരുന്നു. കിണറ്റിൽ വെള്ളം കണ്ടില്ല. ഉണ്ടായിരുന്നു എന്ന് ഞാൻ ഊഹിച്ചു. ഇപ്പോൾ ഇല്ല. നശിപ്പിച്ച യുദ്ധസാമഗ്രികൾ എറിഞ്ഞ് കിണർ മൂടിക്കളഞ്ഞു. ഉദയസൂര്യന്റെ അടയാളമടിച്ച ഡ്രൈബാറ്ററികളാണ് പലേ ആകൃതിയിലും വലിപ്പത്തിലും മുകളിൽ കണ്ടത്.

ട്രഞ്ചുകൾ തകർന്നമ്പിക്കിടന്നു. ഇടിച്ചുതൂർത്തതാവാം. ഇടിഞ്ഞുതൂർത്തതുമാവാം. മുളയലകുകൾ തലങ്ങും വിലങ്ങും ചിതറിക്കിടന്നു. ബോംബിങ് നടന്നിട്ടുണ്ടാവാം. ഗ്രനേഡുകളോ മോർട്ടാറുകളോ വർഷിച്ചിട്ടുണ്ടാവാം. ഹാൻഡ് ടു ഹാൻഡ് എന്ന ആംഗല ശൈലിയിൽ മെയ്യോടു മെയ്യ് ഘോരയുദ്ധം നടന്നിട്ടും ഉണ്ടാകാം.

അതൊന്നുമല്ല കാര്യം.

ട്രഞ്ചുകളുടെ അരികിലെല്ലാം പഴക്കമെത്താത്ത അസ്ഥികൾ! നാൽക്കാലികളുടെ, പശുക്കളുടെ, ആടുകളുടെ... മനുഷ്യന്റെ.

തലയോടുകൾ വാരിയെല്ലുകൾ...

സഖ്യശക്തികൾ സപ്ലൈലൈൻ മുറിച്ചപ്പോൾ ഉടുപ്പും പടക്കോപ്പും ആഹാരവും കിട്ടാതെ നരകിച്ച ജാപ്പ് പട്ടാളക്കാർ മനുഷ്യരെ വെട്ടിത്തിന്നിട്ടുണ്ട്. സപ്ലൈലൈൻ മുറിച്ചതും മറ്റും യുദ്ധതന്ത്രപ്രയോഗമായിരുന്നു. അതൊന്നും എന്റെ വിഷയമേ അല്ല. കരയിലും കടലിലും ആകാശത്തിലും ജാപ്പാനെ പ്രതിരോധിച്ചുകൊണ്ടാണ് ഈ മഹാസംഭവം ആരംഭിച്ചത്. അക്യാബിൽനിന്ന് സിങ്കപ്പൂർവരെ ഞാൻ കപ്പലിൽ സഞ്ചരിച്ചു. കരയോടടുത്തോ നദീമുഖങ്ങളിലോ കപ്പൽ നങ്കൂരമിട്ട് കാവൽ കിടന്നപ്പോഴൊക്കെ സൗകര്യങ്ങൾ ലഭിച്ചപ്പോഴെല്ലാം കരയ്ക്കിറങ്ങി തദ്ദേശീയരോട് വർത്തമാനങ്ങൾ കേട്ടറിയാൻ ഞാൻ സാഹസപ്പെട്ടിട്ടുണ്ട്. ഇരുപത്തിരണ്ടോ ഇരുപത്തിമൂന്നോ ആയിരുന്നു എന്റെ പ്രായം. അന്വേഷണവ്യഗ്രതയുടെ പൊരുൾ എന്തായിരുന്നു എന്ന് ഇപ്പോൾ എനിക്കോർമ്മയില്ല. ചെന്നുപറ്റിയ എല്ലാ സ്ഥലത്തും ഇന്ത്യക്കാർ ഉണ്ടായിരുന്നു – ജീവച്ഛവങ്ങൾ. പലേടത്തുനിന്നും സംഭരിച്ച വിവരങ്ങൾ ഒത്തുനോക്കിയപ്പോൾ ജാപ്പ് പട്ടാളം മനുഷ്യനേയും തിന്നു എന്ന് വിശ്വസിക്കേണ്ടിവന്നു. എന്നാൽ, ആദ്യത്തെ ദുശ്ശകുനം – തകർന്നടിഞ്ഞ താവളത്തിന്നരികിൽ മനുഷ്യരുടെ അസ്ഥിവിശേഷം കണ്ട കാഴ്ച – എന്നെ ഞെട്ടിച്ചു മനുഷ്യമാഹാത്മ്യത്തെച്ചൊല്ലി ഞാൻ സംഭരിച്ചുവെച്ച എല്ലാ ആശയങ്ങളും വ്യാമോഹങ്ങൾ മാത്രമായിരുന്നുവോ?

മനുഷ്യൻ കാട്ടാളത്തത്തിലേക്കുതന്നെ തിരിച്ചുപോകുന്നു എന്ന ശീർഷകത്തിൽ ഒരാശയം എന്റെ തലച്ചോറിൽ അന്നാണ് നാമ്പെടുത്തത്.

ചൈനയിൽ മനുഷ്യരെ തിന്നാറുണ്ട്. ഇഷ്ടജനം മരിച്ചാൽ അവരുടെ കരൾപൊരിച്ച് നിവേദ്യം ഭക്ഷിക്കുന്ന അനുഷ്ഠാനംപോലും ചൈനയിൽ ഉണ്ടായിരുന്നു. ഇന്നും പതിവുണ്ടായിരിക്കാം. ജാപ്പാനിൽ ഇങ്ങനെ ആചാരം ഉണ്ടോ എന്നറിയില്ല. വിശന്നുചാകുന്ന ഗതികേടിൽപെട്ടുപോയാൽ അന്യോന്യം കൊന്നുതിന്നേണ്ട കെടുതിയിലേക്ക് മനുഷ്യൻ അധഃപതിക്കും എന്ന് ഊഹിക്കേണ്ടിയിരിക്കുന്നു. അവിടന്നാണ് മനുഷ്യനെ അറത്ത് തീയിൽ കരിച്ച് ചിരട്ടകൊണ്ടോ കുറ്റിച്ചൂലുകൊണ്ടോ ഉരച്ച് തൊലിയുരിഞ്ഞ് വെട്ടിച്ചീന്തി കൊക്കകളിൽ തൂക്കിയിട്ട് വില്പന നടക്കുന്ന മാർക്കറ്റിന്റെ ചിത്രം എന്റെ ദുഷ്ടഭാവനയിൽ വളർന്നത്.

ഇനിയും ഇതാ പരമാർത്ഥങ്ങൾ.

സയാമിലും ബർമ്മയിലും മലയായിലും ആയിരത്തിത്തൊള്ളായിരത്തി നാല്പത്തിമൂന്ന് നാല്പത്തിയഞ്ചിൽ പന്ത്രണ്ടു മുതൽ തൊണ്ണൂറുവരെ പ്രായമുള്ള സ്ത്രീകളിൽ പ്രജനനശേഷി നിലനില്ക്കുന്നവർ മുഴുവൻ പ്രസവിച്ചു. കുട്ടികളുടെ തന്തമാർ റാമറിയിലും കോക്സ് ബസാറിലും കാക്പ്യൂവിലും... വെടിയേറ്റുവീഴുകയോ കടലിൽ മുങ്ങിച്ചാവുകയോ കീഴടങ്ങുകയോ ചെയ്ത ജാപ്പ് പട്ടാളക്കാരായിരുന്നു.

അവിടെ,

മലയാളി മങ്കയും ബംഗാളിമഹിളയും തമിഴത്തിപ്പെണ്ണും ജാപ്പാൻ കാരനെ പെറ്റു. ഒന്നും അരയും അല്ല, കൂട്ടംകൂട്ടമായി മൂന്നിലധികം രാഷ്ട്രങ്ങളുടെ ഒരു തലമുറ മുഴുവൻ!

ജാപ്പ് ഫാസിസ്റ്റുകളുടെ സമ്പത്തും പദവിയും പ്രമാണിത്തങ്ങളും പാരമ്പര്യവും അവരുടെ വിദേശസന്തതികൾക്കും ലഭിക്കുമോ?

നാല്

അക്യാബിന്റെ കഥ - അക്യാബിൽനിന്ന് കണ്ടും കേട്ടും ആരംഭിച്ച ആ തുടർക്കഥ - ഞാനിന്ന് ഓർത്തുപോയി. എല്ലാം യാദൃച്ഛികമായിട്ടാണ് സംഭവിച്ചത്. പുറത്തിറങ്ങുമ്പോൾ ഒരുദ്ദേശവും ഉണ്ടായിരുന്നില്ല. ശേഖരനെ കാണുമെന്നും വർത്തമാനങ്ങൾ കേൾക്കുമെന്നും എന്റെ സഹപാഠിയും ബാല്യകാലസുഹൃത്തുമായിരുന്ന ദിവാകരൻ എന്ന സുധാകരന്റെ പൂർവ്വചരിത്രങ്ങൾ കേൾക്കേണ്ടിവരും. എന്നും ഓർത്തിട്ടുണ്ടായിരുന്നില്ല. ഉദ്ദേശിക്കാത്തതും ഓർക്കാത്തതും ഉണ്ടായി.

നന്ദിപറയുക, ശേഖരൻ പൈസ തരും എന്നോ കടലാസ് കൈവരും എന്നോ ഞാൻ ഉദ്ദേശിച്ചിട്ടില്ലായിരുന്നു. പൈസ അയാൾ തന്നു കടലാസ് കൈവന്നു, എഴുതി.

ഇനി ഞാനെഴുതുന്നത് ഒരു രഹസ്യമാകുന്നു. രഹസ്യമായതുകൊണ്ടാണ് ഈ സംഗതിയെക്കുറിച്ച് ഇതേവരെ യാതൊന്നും ശബ്ദിക്കാതിരുന്നത്. സ്നേഹബഹുമാനാദികളിൽ ഉണ്ടായിരുന്ന എന്റെ വിശ്വാസം നഷ്ടപ്പെട്ടുപോയി. ജീവിതത്തിൽ ശത്രുവും മിത്രവും ഉണ്ടായിരിക്കും. മിത്രഭാവത്തിലും ശത്രുക്കൾ കാണും. മനുഷ്യന്റെ ലക്ഷ്യംതന്നെ ശത്രുസംഹാരമാകുന്നു -

അവതാര രഹസ്യം. നല്ല ഉരുക്കിൽതീർത്ത കത്തി ഇപ്പോൾ എന്റെ പക്കൽ ഉണ്ട്. ഇതേവരേക്കും ഒരാളോടും ആയുധം ഞാനെടുത്തിട്ടില്ല. മറ്റൊരുത്തനെ കുത്തിവാരാനുള്ള തന്റേടം എനിക്കുണ്ടോ ഇല്ലയോ എന്ന പ്രശ്നം ഇപ്പോൾ ഉന്നയിക്കേണ്ടതില്ല എന്നു തോന്നുന്നു. ഒരാളെ കൊല്ലാൻ എനിക്കും കഴിയും എന്ന് തൽക്കാലം സമ്മതിച്ചേക്കുക. ഉദാഹരണത്തിന് ദിവാകരൻ എന്ന സുധാകരനെത്തന്നെ പിടിക്കാം. എന്നിട്ടെന്തുകിട്ടാൻ പോകുന്നു എന്ന് ഓർത്തുപോകയാണ്. ശത്രു വ്യക്തിയല്ല, സമൂഹമാകുന്നു, സാമൂഹ്യബോധത്തിന്റെ ആശയം അക്യാബിൽനിന്നാണ് വളർന്നത്.

അല്ലെങ്കിൽ എന്താകുമായിരുന്നു?

നിങ്ങൾ മുഴുവൻ വായിച്ചോ?

ദിവാകരൻ എന്ന സുധാകരനെ ഞാൻ കൊന്നുവോ?

പകരം വീട്ടിയോ?

ഇതാണ് ഒരു നഗരത്തിന്റെ കഥ. ■

ഒരിക്കൽ മനുഷ്യനായിരുന്നു

ഗാന്ധിത്തൊപ്പി

അവിടത്തെ പട്ടാളം മുഴുവൻ ഗാന്ധിത്തൊപ്പി ഇടുകയുണ്ടായി. ഗാന്ധിത്തൊപ്പി ഇടണമെന്ന കല്പനയുണ്ടായത് ഒരു ഞായറാഴ്ചയാണ്. ഞായറാഴ്ച ഉച്ചയ്ക്കുമുമ്പേ റോൾക്കാളുണ്ട്. കമാൻഡിങ് ഓഫീസറുടെ പരേഡാണ് റോൾക്കാൾ.

ഞായറാഴ്ച നന്നേ തിരക്കാണ്. എല്ലാ തിങ്കളാഴ്ചയും കമാൻഡിങ് ഓഫീസറുടെ ഇൻസ്പെക്ഷനുണ്ട്. കിറ്റ് ലേഔട്ട് ചെയ്യണം. ബാരക്ക് വൃത്തിയായിരിക്കണം, ബാരക്കിന്റെ മുറ്റം വൃത്തിയായിരിക്കണം. പിന്നെ നടവഴി, സ്റ്റോറുകൾ, കുളിപ്പുരകൾ... അവർക്കു വൃത്തിയാക്കാൻ നന്നേ ഇടങ്ങളുണ്ട്.

അന്നും പതിവുപോലെ എല്ലാം നടന്നു. മലഞ്ചെരിവിൽനിന്നു ചെമ്മണ്ണു കൊണ്ടുവന്നു ബാരക്കുകളുടെ മുറ്റത്തും നടവഴികളിലും വിതറി. ചുണ്ണാമ്പു കല്ല് ഇടിച്ചുതകർത്തു വെള്ളത്തിൽ കലക്കി ബാരക്കുകളുടെ അടിച്ചുവരിന്നു വെള്ളയടിച്ചു. മുറ്റത്തും നടവഴികളുടെ ഓരങ്ങളിലുമുള്ള മരങ്ങളുടെ കടയ്ക്കൽ മണ്ണു കൂമ്പാരം കൂട്ടി, നനച്ചുപൊത്തി മെഴുകി.

ക്യാമ്പ് നിറയെ ബഹളമായിരുന്നു. മണ്ണ്, പൊടി, ചുണ്ണാമ്പ്, വിയർപ്പ് - അങ്ങനെ നാറിയ ശരീരത്തോടെ പട്ടാളക്കാർ പാട്ടകളും ചൂലുമായി മുട്ടിയുരസി വേഗത്തിൽ നടന്നു. ഇടയ്ക്ക് ആരോ ബീഡി കൊളുത്തി.

"കോൻ ബീഡീ പീതാഹൈ?" മരത്തണലിൽ കസാലയിൽ ഇരിക്കുന്ന ഹവിൽദാർ വിളിച്ചുചോദിച്ചു. വലിക്കുന്ന ആൾ ബീഡി നിലത്തിട്ടു ചവുട്ടിത്തേച്ചു.

"എന്റെ മുറി സാഫ് ചെയ്തോടാ?" കാലിന്മേൽ കാൽ കയറ്റിവെച്ച് അമർന്നിരുന്നുകൊണ്ട് ഹവീൽദാർ ചോദിച്ചു.

"ജീ ഹുസൂർ."

"കാം കരോ!"

പിന്നെ നിശ്ശബ്ദം. അവർ കിതയ്ക്കുന്നതിന്റേയും പാട്ടകൾ കൂട്ടിമുട്ടുന്നതിന്റേയും ശബ്ദം ഉയർന്നുകൊണ്ടിരുന്നു.

കുറെ കഴിഞ്ഞപ്പോൾ മരത്തിന്റെ കടയ്ക്കൽ മണ്ണു കൂമ്പാരംകൂട്ടുന്ന ഒരുത്തൻ പാട്ടയിൽ വെള്ളം കൊണ്ടുവന്ന കൂട്ടുകാരനോടു ചോദിച്ചു:

"പിന്നേയ്, നിങ്ങടേത്ത് സ്കേലുണ്ടോ?"

"ഇല്ലല്ലോ."

"കുഴപ്പമായല്ലോ."

"എന്തിനാ?"

"കിറ്റ് മടക്കാൻ."

"ങ്ഏ?"

"നീളവും വീതിയും എങ്ങനെ ശരിയാകും?"

അവർ സംസാരിച്ചുകൊണ്ടിരിക്കെ കീറച്ചാക്കിൽ മണ്ണു കൊണ്ടുവന്ന മറ്റൊരാൾ ചോദിച്ചു: "പുതിയ ഡൈമൻഷൺ അറിയാമോ?"

"എന്താദ്?"

"ടവലിന്റേത് സെവൻബൈ എയ്റ്റ്."

"കിറ്റ്ബാഗ്?"

"കിറ്റ്ബാഗിന്ന്..."

മടക്കിവെക്കേണ്ട ഓരോ ഇനത്തിന്റേയും അളവുകളെപ്പറ്റി അവർ വർത്തമാനം പറഞ്ഞുകൊണ്ടിരുന്നു.

"ഏയ് മക്രലോഗ്, കാം കരോ!"

ഹവിൽദാർ വിളിച്ചുപറഞ്ഞു. അവർ ഒച്ച കുറച്ചു.

"നിങ്ങൾ കാർഡ്ബോഡ് വാങ്ങിച്ചോ?"

"ഇല്ലല്ലോ."

"എല്ലാവരും വാങ്ങിയിരിക്കുന്നു."

"എന്തിനാ?"

"സോക്സിന്റേയും അണ്ടർവെയറിന്റേയും അകത്തു വെച്ചു മടക്കാനാണ്. എല്ലാം ചതുരം തീർന്നിരിക്കണ്ടേ?"

"കാർഡ്ബോഡ് ഇഷ്യൂ ചെയ്തിട്ടില്ല."

"മിക്കവരും വാങ്ങിയിരിക്കുന്നു."

"സദറിൽ കാർഡ്ബോഡിന് തീപിടിച്ച വില."

"പട്ടാളക്കാർക്ക് ആവശ്യമാണെന്ന് അവർക്കറിയാം."

"റെജിമെന്റൽ ഓർഡേഴ്സ് ആദ്യം അറിയുന്നത് സദറിലാണ്."

"എനിക്കുണ്ട് ഒരെഴുത്തു വന്നിട്ട്."

"പോയി തുലയട്ടെ."

"എന്തൊന്നാ?"

"എല്ലാവരും മെസ്ടിന്നും സോപ്പുപെട്ടിയും ഇലക്ട്രോപ്ലേറ്റ് ചെയ്തിരിക്കുന്നു."

"നാട്ടിൽ റേഷൻകടകൾ അടച്ചിരിക്കുന്നു."

"കച്ചവടക്കാർക്കു നല്ല അടിയാ."

"എന്റെ വീട്ടിൽ അരിയിട്ടു തിളപ്പിച്ചിട്ടു മൂന്നു ദിവസമായെന്ന്."

"ഒരുത്തനുണ്ട് ചപ്പലിന്നടിയിൽ ഇലക്ട്രോപ്ലേറ്റു ചെയ്ത് ആണികളടിച്ചിരിക്കുന്നു. നിങ്ങളതു കണ്ടോ?"

"ഷട്ട്പ്പ് യു ബ്ലഡി ഫൂൾസ്!"

ഹവിൽദാർ ഒച്ചയിട്ടുകൊണ്ട് എണീറ്റു. അവരുടെ മിണ്ടാട്ടം നിന്നു പോയി. അടുത്തുവന്ന ഹവിൽദാർ ഉറക്കെ പ്രസംഗിച്ചുകൊണ്ടിരുന്നു: "... നിങ്ങൾ തോട്ടികളേക്കാൾ കൊള്ളാത്തവരാണ്. ബിയ്യെ എമ്മെ ബിയെസ്സി... എന്റമ്മേ, ഞാൻ പറയണ്ട, ത്ഫൂ! പ്ലേറ്റു നിറയെ തിന്നു, പട്ടികളെപ്പോലെ നിന്നു കുരയ്ക്കാൻ!... പട്ടാളത്തിൽ വേലയാണു വേണ്ടത്, വേല. അപ്നാ കാം കരോ. ചുപ് ചാപ്..."

"ഹാ... വൂ!"

ആരോ നെടുവീർപ്പിട്ടു.

"കഴിഞ്ഞോ?"

മറ്റൊരാൾ പതുക്കെ ചുണ്ടനക്കി.

ജോലിയെല്ലാം കഴിഞ്ഞപ്പോൾ അവരുടെ ബനിയനും നിക്കറും വിയർപ്പിൽ നനഞ്ഞു ചളിപറ്റി ശരീരത്തിൽ ഒട്ടിക്കിടന്നു.

"വെള്ളം നിന്നോ?"

ഒരാൾ അന്വേഷിച്ചു.

"എപ്പഴേ നിന്നു!"

"സമയമെന്തായി?"

"പതിനൊന്ന്..."

"ഒന്നു കുളിക്കാൻ...!"

"ഇനി തന്നെ കുളിപ്പിച്ചിട്ടു വേണം! റോൾക്കാളിന്നു നേരമായി. രണ്ടരയ്ക്കു പൈപ്പു തുറക്കും. വരുന്നോ?"

ഓരോരുത്തരായി അവർ പുറത്തുപോയി. പരേഡ് ഗ്രൗണ്ടിന്റെ അടുത്തു പുളിമരങ്ങളുടെ തണലിൽ കൂട്ടംകൂടി.

പതിനൊന്നേകാലായി. ഹവിൽദാർ മേജർ വരുന്നില്ല.

"ഇന്നെന്താ, ഇല്ലായിരിക്കുമോ?"

"എന്നാൽ നമുക്കു പോകാം."

"പോയാൽ പണിഷ്മെന്റ് വാങ്ങിക്കാം."

"സ്റ്റാന്റിങ്ങ് ഓർഡറിൽ പതിനൊന്നേകാലാണ് റോൾക്കാളിന്റെ സമയം."

"അതാ ഹവിൽദാർ മേജർ."

എല്ലാവരും നോക്കി. ഒരു ടവൽ ചുറ്റി, വാട്ടർ ബോട്ടിലുമെടുത്ത് അദ്ദേഹം കുണുങ്ങിക്കുണുങ്ങി പോകുന്നു. ചുണ്ടിൽ സിഗരറ്റുണ്ട്. കുറച്ചു നടന്നിട്ട് അദ്ദേഹം കുനിഞ്ഞു വാട്ടർ ബോട്ടിൽ താഴെ വെച്ചു. നിവർന്നു നിന്ന് തന്റെ കൊമ്പൻമീശ തടവി, അറ്റം മേല്പോട്ടു ചുരുട്ടി ചുണ്ടിൽനിന്നു സിഗരറ്റു മാറ്റി. വിസിലടിച്ചു. എന്നിട്ട് ആൾക്കൂട്ടത്തിനുനേരെ ഇടങ്കണ്ണു കൊണ്ടു ചൂഴ്ന്നുനോക്കി, വീണ്ടും കുണുങ്ങിക്കുണുങ്ങി നടന്നുപോയി.

"കണ്ടോ?"

"ങ്ഹാ."

"അതാണ് സ്റ്റാൻഡിങ് ഓർഡർ."

"അതാ ഞാൻ പറഞ്ഞത്."

"എന്ത്?"

"ഇതു ചെട്ട്യാരുടെ പട്ടാളമാണ്."

പത്തോ പതിനഞ്ചോ മിനിറ്റു കഴിഞ്ഞപ്പോൾ ഹവിൽദാർ മേജർ വന്നു. ബാരക്കുകൾ 'ഫാളി'നായി. ഓർഡറുകൾ വായിച്ചു. ഒടുവിൽ ഹവിൽദാർ മേജർ ഓർമ്മപ്പെടുത്തി: "... നാളെ കമാൻഡിങ് ഓഫീസർ സാഹേബിന്റെ ഇൻസ്പെക്ഷനാണ്. ബാരക്ക് സാഫായി ഒന്നാംക്ലാസായിരിക്കണം. കിറ്റ്ലേ ഔട്ടിൽ മനസ്സിരുത്തണം. എല്ലാ സാധനങ്ങളിലും പുതിയ പാളിയും നമ്പറും ആയിരിക്കണം... പിന്നെ ഇന്നു നാലു മണിക്ക് അഞ്ചു മിനിട്ടുള്ളപ്പോൾ കമ്പനി മുഴുവൻ വാക്കൗട്ട് ഡ്രസ്സിൽ ഫാളിനാകണം."

"അതുമുണ്ടോ?"

ആരോ പിറുപിറുത്തു. മറ്റൊരാൾ അകലെ പട്ടണത്തിൽനിന്നു വരുന്ന റേഡിയോസംഗീതത്തിന്നൊപ്പിച്ചു താളംപിടിച്ചു നിന്നു. ഇനിയൊരുത്തൻ പുളിമരത്തിലേക്കു നോക്കിനിന്നു മിഴിച്ചു.

"ഇന്നു ഡോസ് ഇത്തിരി കൂടുതലാണ്."

"നടക്കട്ടെ, നടക്കട്ടെ."

ഇടയ്ക്ക് ആരോ ചുമച്ചു.

"കോൻ ഹൈ വോ?"

ഹവിൽദാർ മേജർക്കു ഹാലിളകി.

"ബേഷരം ലോഗ്.. ബേഷരം!... നിങ്ങളൊക്കെ പഠിച്ച കൂട്ടരാണെന്നു പറയുന്നതിന്റെ അർത്ഥം എനിക്കു മനസ്സിലാകുന്നില്ല. ഞാൻ ലക്ച്ചർ തരുന്നു. നിങ്ങൾ... നിങ്ങൾ... നിങ്ങളെ പഠിക്കാനയച്ച ആ തന്തമാരെക്കുറിച്ചു ഞാനെന്തു പറയട്ടെ! നിങ്ങളെ പഠിപ്പിച്ചുവിട്ട ആ വാദ്യാന്മാരെക്കുറിച്ചു ഞാനെന്തു പറയട്ടെ..."

താൻ പ്രസംഗിക്കുമ്പോൾ എല്ലാവരും പിറുപിറുക്കുന്നതിനെക്കുറിച്ചും ചുമയ്ക്കുന്നതിനെക്കുറിച്ചും അദ്ദേഹം അധിക്ഷേപിച്ചു. എന്തൊരു വഹ! ചുമയ്ക്കുക! ചുമയ്ക്കണോ? ഡോക്ടറുടെ സർട്ടിഫിക്കറ്റ് വേണം. എന്നു വെച്ചാൽ ചുമയുണ്ട് എന്നു ഡോക്ടർ സമ്മതിച്ചിട്ടുണ്ടെങ്കിൽ ചുമയ്ക്കാം...

എപ്പോഴും കാലാവസ്ഥ മാറിക്കൊണ്ടിരിക്കുന്ന ആ മലമൂട്ടിൽ മിക്കവർക്കുമുണ്ട് എന്നും ജലദോഷം.

സ്ഥിതിഗതികൾ ശാന്തമായപ്പോൾ ഹവിൽദാർ മേജർ തുടർന്നു:

"...വാക്കൗട്ട് ഡ്രസ്സിൽ ഫാളിനാകുന്നത് ഹോക്കിമാച്ച് കാണാൻ പോകാനാണ്. എല്ലാവരും ഓഫീസർ സാഹേബുമാരെ പ്രത്യേകം മനസ്സിരുത്തണം. അവർ കൈയടിക്കുമ്പോൾ കൈയടിക്കണം. അവർ കൈയടി നിർത്തിയാൽ നിർത്തണം. ആരും..."

അവിടെ അദ്ദേഹം നിർത്തി. മുമ്പോട്ടു മിഴിച്ചുനോക്കി നിന്നുപോയി. എല്ലാവരും നോക്കി.

"എന്തുപറ്റി?"

അതാ വരുന്നു ഒരു സൈക്കിൾ. ജന്റിൽമാനാണ്. വെള്ളപ്പാന്റ്, വെള്ള ഷർട്ട്, പച്ചത്തൊപ്പി, കറുത്ത കണ്ണട...

"സി ഓ!"

അവർ ശ്വാസമൊതുക്കി പറഞ്ഞുപോയി.

"ങ്ഹേ?"

"ഹതാ!"

കമാൻഡിങ് ഓഫീസർ അവരുടെ മുമ്പിൽ ഇറങ്ങി. ഹവിൽദാർ മേജർ വാർണിങ് കൊടുത്തു: "റോൾക്കാൾ പരേഡ്!.."

മിന്നലേറ്റപോലെ എല്ലാം നിശ്ചലമായി, നിശ്ശബ്ദമായി.

"അറ്റേ... ച്ചൻ!"

സിയോവിന്ന് റിപ്പോർട്ട് ചെയ്തശേഷം മേജർ കല്പിച്ചു: "സ്റ്റാൻഡാ.. ച്ചീസ്."

കമാൻഡിങ് ഓഫീസർ മുമ്പോട്ടു വന്നു: "സ്റ്റേൻഡ് ഈസി!"

"വളരെ ഉപകാരം."

ആരോ പിറുപിറുത്തു.

കമാൻഡിങ് ഓഫീസർ അവരെ ചുഴറ്റിച്ചുഴറ്റി നോക്കി. തന്റെ നിലയ്ക്കും മാനത്തിനും ഒത്തപോലെ നിവർന്നുനിന്ന് ഒന്നു തുമ്മി. കണ്ണട എടുത്തു പോക്കറ്റിൽവെച്ചു. ടവ്വലെടുത്തു മുഖം തുടച്ചു. മുഖം തുടയ്ക്കുന്ന കൂട്ടത്തിൽ ഇടങ്കണ്ണെറിഞ്ഞ് അവരെ ഒന്നുകൂടെ സൂക്ഷിച്ചു. എന്നിട്ടു കൈ പിന്നോക്കംകെട്ടി, കനത്ത നെഞ്ചു മുന്നോട്ടു തള്ളുമാറു മൂരിനിവർന്നു.

"എല്ലാറ്റങ്ങളും കേൾക്കിൻ." അദ്ദേഹം തന്റെ അമർന്ന സ്വരം ഒന്നുകൂടെ അമർത്തിപ്പിടിച്ച് അവരെ അറിയിച്ചു: "നിങ്ങളെ ഒക്കെക്കൂടെ കാണുമ്പോൾ, ങ്ഹ! എന്തു പറയട്ടെ, പൈജാമ, ധോത്തി, നിക്കർ, ബനിയൻ, ഷർട്ട്, ബുഷ്ക്കോട്ട്... എന്താ ഇതിന്റെ ഒക്കെ അർത്ഥം?"

അവിടെ അദ്ദേഹം നിർത്തി. അവരെ ചൂഴ്ന്നുനോക്കി.

"ഇന്ന് ഹോളിഡേയാ."

ഒരുത്തൻ പിറുപിറുത്തു.

"ശ്..."

സെക്ഷൻ കമാൻഡർ അടയാളമിട്ടു.

"ഒഴിവുദിവസങ്ങളിലും യൂനിഫോം വേണമെന്നാവും."

അടുത്തുനില്ക്കുന്ന ആൾ ആദ്യത്തെ ആളെ തോളുകൊണ്ടുരുമ്മിയിട്ടു പറഞ്ഞു. സെലക്ഷൻ കമാൻഡർ പോക്കറ്റ് തപ്പി.

"ശ്... പേരെഴുതാൻ കടലാസെടുക്കുകയാ."

ആദ്യത്തെ ആൾ കൂട്ടുകാരനെ താക്കീതു ചെയ്തു.

"ഹിലോ മത് യേ!"

ഹവിൽദാർ മേജർ നിന്നുകൂവി. ആ സെക്ഷൻ കമാൻഡർ ചൂളി, വിറച്ചുപോയി.

"റൈറ്റ്! പട്ടാളത്തിൽ..." കമാൻഡിങ് ഓഫീസർ ഒച്ചപൊന്തിച്ചുകൊണ്ടു തുടർന്നു.

ആരോ ഭയങ്കരമായൊരു തുമ്മൽ.

"കോൻ ഹൈ വോ?"

ഹവിൽദാർ മേജർ അലറി. മേൽമീശയുടെ അറ്റം വിറച്ചുതുള്ളി.

"ഹാരദ്? ഊം, അവനെ, അവനെ ഫാളൗട്ട് ചെയ്യ്. ഇറക്ക്, ഊം, ഇറക്കുവെളിയിൽ! അവന്റേത്ത് ഡോക്ടറുടെ സർട്ടിഫിക്കറ്റുണ്ടോ എന്നു ചോദിക്ക്.. ബഹുമാനപ്പെട്ട കമാൻഡിങ് ഓഫീസർ സാഹേബങ്ങത്തു നിന്നു സംസാരിക്കയാണ്. രണ്ടു മിനിറ്റുനേരത്തേക്കു തുമ്മൽ നിർത്താൻ..."

"ബസ്, ബസ് മേജർ."

സി.ഒ. ഹവീൽദാർ മേജറെ തടഞ്ഞു.

"സ്റ്റെഡി നൗ."

അദ്ദേഹം തുടർന്നു: "പട്ടാളത്തിൽ യൂണിഫോമിറ്റിക്കാണ് പ്രാധാന്യം. ആൾവെയ്സ് ആസ് ഏ ടീം... നിങ്ങൾ ഹിന്ദുസ്ഥാൻ ആർമിയിലാണ്. ഹിന്ദുസ്ഥാൻ സ്വതന്ത്രമാണ്. നിങ്ങൾ സ്വതന്ത്ര ആർമിയിലാണ്. നിങ്ങൾ നില്ക്കുന്ന മണ്ണ് സ്വതന്ത്രം. നിങ്ങൾ ശ്വസിക്കുന്ന വായു സ്വതന്ത്രം. നമുക്കു സ്വാതന്ത്ര്യം വാങ്ങിത്തന്നതു മഹാത്മാഗാന്ധിജിയാണ്. ഇന്നു മുതൽ പ്രൈവറ്റ് ഡ്രസ്സ് ഉപയോഗിക്കുമ്പോൾ നിങ്ങൾ ഗാന്ധിത്തൊപ്പി ഇടണം. ഗാന്ധിത്തൊപ്പി നാഷണൽ കേപ്പാണ്. നമ്മുടെ നാടിന്റെ, സ്വാതന്ത്ര്യത്തിന്റെ, നിങ്ങളുടെ... എല്ലാം അഭിമാനം ഗാന്ധിത്തൊപ്പിയിലുണ്ട്. കേട്ടോ, ബസാറിൽപ്പോയി വാങ്ങണം. നാളെ മുതൽ നിങ്ങളെ ഇത്തരം വേഷത്തിൽ കാണാൻ നാം ആഗ്രഹിക്കുന്നില്ല..."

അദ്ദേഹം പോയി. റോൾക്കാൾ ഡിസ്മിസ് ചെയ്തു. കൂട്ടത്തോടെ അവർ ബാരക്കുകളിലേക്കു മടങ്ങി. എല്ലാവരും അന്യോന്യം പിറുപിറുത്തുകൊണ്ടിരുന്നു: "സിയോവിനെ അറിയാമോ?"

"ഉവ്വ്."

"അദ്ദേഹം എന്തായിരുന്നു?"

"ഏ?"

"ഡി.ഐ.ജി."

"എന്ത്?"

"ഡെപ്യൂട്ടി ഇൻസ്പെക്ടർ ജനറൽ."

"നമ്മുടെ സിയ്യൊ?"

"ആങ്."

"എന്നിട്ട്?"

"എന്നിട്ട് മേജറുടെ റേങ്കിലേക്ക് പട്ടാളത്തിലേക്കെടുത്തു."

"ആങ്ഹാ!"

"പോലീസിൽനിന്നു പ്രാപ്തിയുള്ള വളരെപ്പേരെ പട്ടാളത്തിലേക്കെടുത്തിട്ടുണ്ട്."

"പിന്നേയ്, അദ്ദേഹം ദേശീയം പറഞ്ഞതു കേട്ടോ?"

"എന്താ?"

"ഇതേ ഗാന്ധിത്തൊപ്പി ചെരിപ്പുകൊണ്ടു ചവുട്ടിത്തേച്ചത് അദ്ദേഹം തന്നെയാണ്."

"ങ്ഹേ!"

"ങ്ഹാ! ങ്ഹാ! ഈ ലഫ്റ്റനന്റ് കേണൽ ദിവാകർ കാണ്ഡേഡ്കർ, ആയിരത്തിത്തൊള്ളായിരത്തി നാല്പത്തേഴുവരെ കോൺഗ്രസ്സുകാരെ പിടിക്കാൻ നടക്കയായിരുന്നു."

"ഓ!"

"എന്താ മിണ്ടാത്തത്?"

"ഞാനീ പട്ടാളത്തിൽ വന്നതേപ്പറ്റി ഓർക്കായിരുന്നു."

"ഉം?"

"ഗാന്ധിത്തൊപ്പിയിട്ടു ക്ലാസിൽ ചെന്നതിന്നാണ് എന്നെ കോളേജിൽനിന്നു പുറത്താക്കിയത്."

"ങ്ഹേ!"

"അതേ സ്നേഹിതാ!" ■

തടവുകാരൻ

എല്ലാം തികഞ്ഞ ഒരു മലമ്പ്രദേശം. മേടുകൾ, പള്ളങ്ങൾ, മേടുകൾ പള്ളങ്ങൾ. മേടുകളിൽ കാട്ടുമരങ്ങൾ. പൊന്തകൾ, കയറി ഇറങ്ങുന്ന പൊടിനിറഞ്ഞ പാതകൾ. പള്ളങ്ങളിൽ പടവുകളായി വെട്ടിനിരത്തി വരമ്പിട്ട വയലുകൾ. മരപ്പാലങ്ങളിട്ട കൊച്ചാറുകൾ. ഓവുകൾ നിറഞ്ഞു, മേട്ടിലോട്ടു കയറുന്ന പൊടിനിറഞ്ഞ പാതയോട് ചേരുന്ന നടവരമ്പുകൾ... ഞങ്ങൾ ഹക്കീമിന്റെ പുറകെ ഉടനീളം നടന്നു. റെയിൽവേസ്റ്റേഷനിൽവെച്ച്, ആർട്ടിലറി കമാൻഡറുടെ പ്രത്യേക കുറിപ്പോടുകൂടിയ ഹക്കീമിനെ സ്റ്റേഷൻമാസ്റ്റർ ഞങ്ങൾക്കു പരിചയപ്പെടുത്തി. ഞങ്ങളുടെ പെട്ടിയും കിറ്റ്ബാഗും അയാൾതന്നെ ചുമന്നു. ഉയരം കുറഞ്ഞ് തടിച്ചുരുണ്ട കാൽവണ്ണകളും, ഇടുങ്ങിയ കഴുത്തും പരന്ന മുഖവും പതിഞ്ഞ മൂക്കും, ഉയർന്ന താടിയെല്ലുകളുമുള്ള ആ മനുഷ്യന്റെ മഞ്ഞനിറം കലർന്ന കണ്ണുകളിലും പതറിയ നോട്ടത്തിലും അടങ്ങാത്ത അത്യാർത്തി കത്തിയിരുന്നു. അയാൾ എന്തൊക്കെയോ പറഞ്ഞുകൊണ്ടിരുന്നു. നാട്ടിൽ എന്തോ ബഹളം നടക്കുകയാണ്. മാനംമര്യാദയോടെ ജീവിക്കുന്നവർക്ക് പൊറുതിയില്ല. പലരും നാടുവിടുകയാണ്...

അത് തികച്ചും വ്യക്തമായ മുന്നറിയിപ്പായിരുന്നു. ഒരു ദിവസം ഉച്ചയ്ക്ക് ഞങ്ങൾ രണ്ടുപേർക്ക് ഉടനെതന്നെ പുറപ്പെടാനുള്ള കല്പന കിട്ടി.

എങ്ങോട്ടാണെന്ന് പറഞ്ഞില്ല. ഫീൽഡ് സർവ്വീസ് മാർച്ചിങ്ങ് ഓർഡറും റൈഫിളും തോട്ടയും എടുക്കണം. സ്കീമിനാണ്. അത് കണ്ണടച്ചങ്ങ് വിശ്വസിച്ചുകൂടാ. കൊല്ലംതോറും സ്കീം നടക്കുന്നത് മാർച്ചിലാണ്, ഫെബ്രുവരിയിലല്ല.

ഹക്കീം പറയുന്നത് ഒരുകൂട്ടം പട്ടാളക്കാർ തലേന്ന് രാത്രി അതേ സ്റ്റേഷനിൽ വണ്ടിയിറങ്ങി എന്നാണ്. അവർ റൈഫിളും ലൈറ്റ് മെഷീൻഗണ്ണും മോർട്ടാറും ഒക്കെ കൊണ്ടുവന്നിട്ടുണ്ട്. ഇനി അക്രമങ്ങൾക്ക് വിളയാടാനൊക്കില്ല. അവരുടെ അരിയറ്റു...

ഹക്കീമിനോട് സംസാരിച്ചിരുന്നത് വേലായുധൻ നായരാണ്. അയാളുടെ നിറത്തിന് മഞ്ഞച്ചായ ഉണ്ട്. കുറിയ ശരീരവും പരന്ന മുഖവും ഒട്ട് പതിഞ്ഞ മൂക്കുമാണ്. ഞങ്ങൾ കെട്ടും ഭാണ്ഡവുമെടുത്ത് പുറപ്പെട്ടപ്പോഴേ, കമ്പനിയിൽ ആരോ പറഞ്ഞു ഗൂർക്ക ലീവിൽ പോകയാണെന്ന്. വേലായുധൻ നായർക്ക് ഈ പോക്കിൽ തീരെ ഇഷ്ടമില്ല. എപ്പോഴാണ് മടങ്ങുക എന്നാണ് മൂപ്പർക്കറിയേണ്ടത്.

'സാഹേബ്, അതെങ്ങനെ അറിയാനാ?' ഹക്കീം പറഞ്ഞു.

'മിക്കവാറും ഒരു യുദ്ധംതന്നെ ഉണ്ടായേക്കും.'

'അമ്മേ.'

നായർ ഞെട്ടി.

അയാൾക്കെപ്പോഴും അമ്മയുടെ വിചാരമാണ്. അയാൾ ഒരിക്കലും സിവിൽ ഡ്രസ് ഉപയോഗിക്കാറില്ല. സിവിൽ ഡ്രസ് ഇല്ല.

'ഒമ്പതു തെങ്ങും ഒരോലപ്പുരയുമാ എനിക്കുള്ളത്.' നായർ പറയും. 'അമ്മയുണ്ട്, ഭാര്യയുണ്ട് അവർക്ക് ജീവിക്കണ്ടെ?'

ഇങ്ങോട്ട് പുറപ്പെട്ട അന്ന് ശമ്പളം വാങ്ങാൻ ഓഫീസിലേക്ക് പോകുമ്പോൾ നായർ പറഞ്ഞു:

"ഈ സ്കീമും മണ്ണാങ്കട്ടയും എന്നെ തുലച്ചുകളയും.'

'എന്തേ?'

'ഇതിനൊക്കെപ്പോയാൽ കളിപ്പാണ്. പണം ചെലവാകും.'

'വാസ്തവം.'

'എങ്ങോട്ടായാലും എന്റെ പേരുണ്ടാവുകയും ചെയ്യും.'

'നിങ്ങൾ നല്ലൊരു ഓപ്പറേറ്ററാണ്.'

അയാളുടെ മുഖമൊന്ന് തെളിഞ്ഞു. എന്നിട്ട് പരാതി തുടങ്ങി.

'എന്നാലും എങ്ങോട്ടാണ് പോകുന്നതെന്ന് ഇവന്മാർക്കൊന്ന് പറഞ്ഞുകൂടെ?'

'അതൊക്കെ സെക്യൂരിറ്റി ബിസിനസല്ലെ, വേലായുധൻ നായരെ?'

'ഓ! അവന്മാരുടെ ചക്കുരുട്ടി. ഞാൻ പറയുന്നത് വഴിച്ചെലവ് മുൻകൂട്ടി കണക്കാക്കി വെക്കാമെന്നാണ്. നോക്കൂ, എനിക്കെന്റെ അമ്മയ്ക്ക് പണമയക്കണം.'

അയാളുടെ ഒപ്പം പോകുന്ന കാര്യത്തിൽ എനിക്ക് വെറുപ്പുണ്ടായിരുന്നോ എന്ന് ഇപ്പോൾ വ്യക്തമല്ല. എന്തായാലും പോക്കിൽ ഒരു രസം

തോന്നി. പുറത്തു മാർച്ചിങ്ങ് ഓർഡർ, തലയിൽ വലയിട്ടു മൂടിയ ഹെൽമെറ്റ്, റൈഫിൾ, ബയനറ്റ്, ഇരുപതു തോട്ട... ഇപ്പോൾ ആ രസമൊക്കെ പോയി. പൊടിയിൽ മടമ്പു താഴുന്ന ബൂട്ട് വലിച്ചു വലിച്ച് കാലിന്റെ ഞരിയാണി കഴച്ചു. ഉണക്കച്ചപ്പാത്തിയും ഡാൽമീയാ ബിസ്കറ്റും നിറച്ച മാർച്ചിങ്ങ് ഓർഡർ നട്ടെല്ല് ഞെരിക്കുകയാണ്. തലയിൽ അമർന്നുകൊണ്ടിരിക്കുന്ന ഹെൽമെറ്റിന് ഭാരമേറുകയാണ്.

'ഇനിയെത്ര ദൂരമുണ്ട്?'

ഞാനെപ്പോഴും ഹക്കീമിനോട് ചോദിച്ചുകൊണ്ടിരുന്നു.

'ഇതാ സാഹേബ് എത്തി.'

പിന്നെയും പരന്ന മൈതാനങ്ങളും, കടന്ന് മേടുകളിൽ കൂടെയും മലയിടുക്കുകളിൽകൂടെയും ഇഴഞ്ഞ്, ഞങ്ങൾ മുന്നോട്ടു നീങ്ങി. വയലുകളിൽ വിളവെടുത്തുകഴിഞ്ഞിട്ടുണ്ട്. കോതമ്പുകറ്റകൾ മീതെയ്ക്കുമീതെ പരത്തിയിട്ടിരിക്കുന്നു. നെൽക്കറ്റകൾ നിർത്തിയിരിക്കുന്നു. ഉയർന്ന സമതലങ്ങളിൽ പറിച്ച കടല കുന്നുകൂട്ടി ഉണക്കാനിട്ടിരിക്കുന്നു.

ഇടയ്ക്ക് കണ്ണിമാങ്ങ കിനുത്ത മാവുകളുടേയും നിറനിറെ പൂത്ത കരിവേപ്പുകളുടേയും തണലിൽ കൊച്ചുഗ്രാമങ്ങൾ വിശ്രമിക്കുന്നു. മണ്ണു പൊത്തി ഉയർത്തിയ ചതുരൻ ചുമരുകളിൽ, ചായ്പ് കെട്ടി കോതമ്പിന്റെ വൈക്കോൽകൊണ്ടോ ഉണക്കപ്പുല്ലുകൊണ്ടോ മേഞ്ഞ കീഴോട്ടിടിഞ്ഞ മേൽപ്പുരകളുള്ള കൂരകൾ തമ്മിലുരസി വരിവരിയായി നില്ക്കുന്നു. അങ്ങിങ്ങ് പൊന്ത കെട്ടിയ എരുക്കിൻകാടുകൾ നിറഞ്ഞ മൈതാനങ്ങളിൽ ചടച്ച കന്നുകാലികൾ മേയുന്നു. ആട്ടിൻപറ്റങ്ങളുടെ പിറകെ കാട്ടുമരത്തണലുകളിൽ, മുളവടി ഉയർത്തിപ്പിടിച്ചു ഇടയപ്പിള്ളേർ ഞങ്ങളെ ഉറ്റുനോക്കുന്നു.

ഗ്രാമങ്ങൾക്ക് പിന്നിൽ ഗ്രാമങ്ങൾ കടന്നുപോയി. അവയ്ക്കിടയ്ക്കു കറ്റകളും കടലക്കൂമ്പാരങ്ങളും നിറഞ്ഞ വയലുകളും കന്നുകാലികളും ആട്ടിൻപറ്റങ്ങളും ഇടയപ്പിള്ളാരും...

അവസാനം ഞങ്ങൾ ഇവിടെയെത്തി.

മേട്ടിന്റെ നെറുകയിൽ പരന്നുപരന്നു കിടക്കുന്ന മൈതാനം. മൈതാനത്തിൽ മാന്തോപ്പ്. മാന്തോപ്പിന്റെ ഓരത്ത് തകരത്തിന്റെ മേൽപ്പുരയുള്ള ഒരു ഷെഡ്ഡ്. ഷെഡ്ഡിന് നല്ല നീളവും വിസ്താരവുമുണ്ട്. കിഴക്കും പടിഞ്ഞാറും അറ്റത്ത് ഈരണ്ടു മുറികളും, ഇടയ്ക്ക് തുറന്നുകിടക്കയുമാണ്. കിഴക്കേ അറ്റത്തുള്ള മുറിയിൽ ഞങ്ങൾക്കായുള്ള സന്നാഹങ്ങൾ നേരത്തെ ഒരുക്കിവെച്ചിട്ടുണ്ട്. രണ്ടു വയർലസ് സെറ്റുകൾ, അഞ്ചെട്ടു ബാറ്ററികൾ, ഒരു ചാർജിങ്ങ് എഞ്ചിൻ, റാഡ് ഏരിയൽ, വയർ ഏരിയൽ, കയറ്റുണ്ടകൾ... (എല്ലാം തലേന്നു വന്ന ആർട്ടിലറി കൊണ്ടുവന്നതാണ്.)

പടിഞ്ഞാറെ അറ്റത്തെ രണ്ടു മുറികളും അടഞ്ഞുകിടന്നു. വാതിലിനു നേരെ പച്ചയുടുപ്പും ജങ്ക്ൾ കാപ്പും ധരിച്ച ഒരു പട്ടാളക്കാരൻ തിളങ്ങുന്ന ബയനറ്റുറപ്പിച്ച തോക്കോടുകൂടി കാവൽ നിന്നിരുന്നു. അയാളാണ് മുറി തുറന്നു തന്നത്.

മാന്തോപ്പിനകത്ത് ചുവന്ന ഇഷ്ടികയുടെ ചുവരും മാറോടിന്റെ മേൽപ്പുരയുമുള്ള ഒരു കൊച്ചു കെട്ടിടമുണ്ട്. അത് ജമീന്ദാരുടേതാണ്. ഈ മാന്തോപ്പും മൈതാനവും ഷെഡ്ഡും നോക്കെത്താവുന്ന എല്ലാ ഇടവും അയാളുടേതാണ്. ഇപ്പോൾ ഷെഡ്ഡും ആ കെട്ടിടവും പട്ടാളത്തിനു കൊടുത്തിരിക്കുന്നു. മാന്തോപ്പിനകത്തെ കെട്ടിടത്തിൽ ആർട്ടിലറിയുടെ ഓഫീസർമാരാണ് താമസിക്കുന്നത്... ഇതെല്ലാം ഞങ്ങളെ കൊണ്ടുവന്നു വിട്ട ഹക്കീം പറഞ്ഞതാണ്... അയാൾ അവിടെ എന്നും വരുന്നുണ്ട്. ആർട്ടിലറിയുടെ പ്ലാറ്റൂണുകൾ അക്രമികളെ തിരഞ്ഞുപിടിക്കാൻ എഡ്വാൻസ് ചെയ്യുമ്പോൾ വഴികാണിക്കാൻ പോകുന്നത് അയാളാണ്. സുരക്ഷിതമായ വഴിയിലൂടെ കൊണ്ടുവരാൻ വേണ്ടിയാണ് അയാൾ ഞങ്ങളെ ഉടനീളം നടത്തിയത്. ഒരിടത്തും നിറുത്താതെ എല്ലാം പറഞ്ഞിട്ട് അയാൾ യാത്ര ചോദിച്ചു.

'എന്നാൽ പോകട്ടെ സാഹേബ്.'

'നമസ്തേ!'

അയാൾ പോകുന്നില്ല.

'സാഹേബ്?'

'എന്താ?'

'...'

ഓ മറന്നുപോയി. പെട്ടിയും കിറ്റ് ബാഗും ചുമന്നതിന് അയാൾക്ക് എന്തെങ്കിലും കൊടുക്കണം.

'എന്താ വേലായുധൻനായരെ ഇയാൾക്കെന്താ കൊടുക്കേണ്ടത്?'

'എന്തിനാത്?' വേലായുധൻനായർ ചോദിച്ചു.

'പിന്നേയ്.' അയാൾ തുടർന്നു.

'തനിക്കറിയോ, എനിക്കെന്റെ അമ്മയും ഭാര്യയുമുണ്ട്. ഒമ്പതു തെങ്ങും ഒരോലപ്പുരയുമാ അവർക്കുള്ളത്. ഇയാൾ കർണ്ണലിന്റെ എഴുത്തുംകൊണ്ടാ വന്നത്. പണം അയാൾ കൊടുക്കും...'

ഇവിടന്നു നോക്കിയാൽ നീണ്ടുപോകുന്ന മലനിരകൾ കാണാം. പിന്ന്ക്ക് പിന്നിലായി കനകപ്രഭ പൂശിയ ചക്രവാളാന്തത്തിൽ മൂന്നു നീല മലനിരകൾ. നീലമലകളെ ഉരുമ്മി പടിഞ്ഞാട്ടു നീങ്ങുന്ന കട്ടികുറഞ്ഞ മേഘപാളികൾ.

ഞങ്ങൾ വീട്ടിൽനിന്നു വളരെ ദൂരം പോന്നിരിക്കുന്നു. മലനാട്ടിൽനിന്ന് ഹിമാലയത്തിന്റെ അടിയോരത്തോളം: അതിനിടയ്ക്ക് ഏതേതു സംസ്ഥാനങ്ങൾ എന്തെന്തു മനുഷ്യർ...?

ഓരോ സംസ്ഥാനത്തിലെ മനുഷ്യർക്കും ഓരോ സവിശേഷതയുണ്ട്. ഞാൻ ആളുകളെ കണ്ടിട്ടുള്ളത് യാത്ര ചെയ്യുമ്പോഴാണ്. അവരുടെ ജീവിതത്തെക്കുറിച്ച് ഒന്നും അറിഞ്ഞുകൂടാ. മദ്ധ്യസംസ്ഥാനത്തിലെ ആളുകൾ പ്രായേണ മുരട്ടുത്തരക്കാരായിരിക്കണം. ജബൽപൂരിൽ കിട്ടുന്ന ബീഡിക്കു വല്ലാത്ത കുത്തലുള്ളതുകൊണ്ടാണ് ഇങ്ങനെ വിശ്വസിക്കുന്നത്. വടക്കോട്ടു വടക്കോട്ട് ആൾക്കാർ നേർമ്മയുള്ളവരാണ്.

കാൺപൂരിലും ലക്നൗവിലും മീററ്റിലും കിട്ടുന്ന ബീഡി നല്ല സുഖമുള്ള താണ്. ഒരിക്കൽ ജബൽപൂരിൽനിന്ന് ലക്നൗവിലേക്ക് യാത്രചെയ്തപ്പോഴത്തെ ഒരു സംഭവംകൂടി ഓർമ്മയിലുണ്ട്. ലക്നൗ വണ്ടി വിടാറായപ്പോഴാണ് അലഹാബാദിൽ എത്തിയത്. കിറ്റ്ബാഗും പെട്ടിയും വലിച്ചുകൊണ്ട് ആൾക്കൂട്ടത്തിൽ കൂടി ഓടി. എല്ലാ കമ്പാർട്ടുമെന്റുകളും കുത്തിനിറച്ചിരിക്കുന്നു. എന്നാലും കയറിക്കൂടണം. കിതച്ചുകൊണ്ട് വാതിലിനടുത്തു നില്ക്കയാണ്.. നിറഞ്ഞുതേട്ടിയ കമ്പാർട്ടുമെന്റിലേക്ക് അവർ എന്റെ കിറ്റ്ബാഗും പെട്ടിയും വാങ്ങിവെച്ചു... എല്ലാവർക്കും യാത്രചെയ്യണമത്രെ!

ഇപ്പോൾ ഇങ്ങോട്ട് പോരുമ്പോൾ ഞാനാകെ അമ്പരന്നുപോയി. ഇടുങ്ങിയ മീറ്റർഗേജിൽ നിറഞ്ഞ മുറിയിൽ ജനലിനടുത്ത് ഇരിക്കയാണ്. ഏതോ ഒരു സ്റ്റേഷനിൽവെച്ച് ഒരുകൂട്ടം ആളുകൾ മുറിയിലേക്ക് തിരക്കിക്കയറി. അവനവനേക്കാൾ നീളമുള്ള മുളവടികളും പൊക്കണങ്ങളുമായിട്ടാണ്. പഴക്കംകൂടി കോളറില്ലാത്ത ചുവപ്പൻ കുപ്പായവും ചുറ്റിക്കെട്ടിയ മുഷിഞ്ഞ ദോത്തിയും ചായം പിടിപ്പിച്ച തലക്കെട്ടുകളുമുള്ള ആ മനുഷ്യർ ഇരിക്കാനോ നില്ക്കാനോ ഇടമില്ലെന്നു കണ്ടപ്പോൾ പുറത്തിറങ്ങി. ഓരോരുത്തരായി വണ്ടിയുടെ മുകളിലേക്കു കയറി. ഞാൻ ഞെളിഞ്ഞ് ജനലിൽക്കൂടെ എത്തിനോക്കി. പുറത്ത് പൊക്കണം തൂക്കി, മുളവടികൾ ഇറുകെപ്പിടിച്ച് അവർ അവിടെ ഇരിപ്പാണ്. എല്ലാ കമ്പാർട്ടുമെന്റുകളുടെ പുറത്തും അവരുണ്ട്.

അവർ കൃഷിക്കാരാണത്രെ. മുളവടി കർഷകന്റെ പ്രതീകമാണെന്ന്. ഇപ്പോൾ അവർ തലസ്ഥാനത്തേക്കു പോകയാണ്. നാട്ടിൽ കൃഷിക്കാരും ജന്മിമാരും തമ്മിൽ വഴക്കാണ്. പലേടത്തും ജന്മിമാർ തോറ്റു. കൃഷിക്കാർ ഭൂമി കയ്യേറി. കൃഷിചെയ്തു വിളവെടുക്കാറായപ്പോൾ തോറ്റോടിയ ജമീന്ദാർമാർ പട്ടാളത്തിന്റെ സഹായത്തോടൊപ്പം തിരിച്ചുവന്നിരിക്കയാണ്. കൃഷിക്കാരെ കൂട്ടത്തോടെ അറസ്റ്റ് ചെയ്യുന്നു. അപ്പോൾ ഇവർ ഉൾനാടുകളിൽനിന്നു തലസ്ഥാനത്തെ വലിയ കേന്ദ്രത്തിലേക്ക് സ്വയം സേവകരായിപ്പോകയാണ്...

അവിടെ ഒരു ജീവന്മരണ സമരം നടക്കയാണ്. ഇല്ലാത്തവനും ഉള്ളവനും തമ്മിൽ, കൃഷിക്കാരനും ജമീന്ദാരും തമ്മിൽ, ജനതയും പട്ടാളവും തമ്മിൽ, ഒഴിഞ്ഞ വയറും വിഷംതേച്ച ബയനറ്റും തമ്മിൽ. ആ സമരത്തിൽ പങ്കെടുക്കാനാണ് ഞങ്ങൾ വന്നിട്ടുള്ളത്.

പൊരുതുന്ന പട്ടാളത്തിന്റേയും നയിക്കുന്ന കമാന്റിന്റേയും ഇടയ്ക്ക് കമ്യൂണിക്കേഷൻ ബന്ധം പുലർത്തേണ്ടത് ഞങ്ങളാണ്. വേലായുധൻ നായർ വയർലസ് സെറ്റിന്റെ മുമ്പിൽ ചടഞ്ഞിരുന്ന് മെസ്സേജുകൾ അയക്കുകയോ പകർത്തുകയോ ചെയ്യും. എനിക്ക് ബാറ്ററി ചാർജ് ചെയ്യണം. ഏരിയൽ മാറ്റുകയോ ശരിപ്പെടുത്തുകയോ വേണം, സ്റ്റേന്റ് ബൈ സെറ്റ് എപ്പോഴും തയ്യാറായി വെക്കണം...

റേഷൻ വാങ്ങിക്കൊണ്ടു വരേണ്ടതും ചായ തിളപ്പിക്കേണ്ടതും കൂടെ ഞാനാണ്. റേഷൻ കിട്ടുന്നത് ആർട്ടിലറിയുടെ താവളത്തിൽനിന്നാണ്.

അവർ കിടക്കുന്നത് മേടിന്റെ കിഴക്കേ ചെരിവിലാണ്. അവിടെ കൂറ്റൻ തേക്കുകളുടേയും കരിവീട്ടികളുടേയും പേരാലുകളുടേയും ചുവട്ടിൽ നിറനിറയെ ടെന്റുകളടിച്ചിരുന്നു. വിയർപ്പും പൊടിയും പറ്റി ചുളിഞ്ഞ പച്ചഉടുപ്പും പച്ചിലകളോ ഉണക്കപ്പുല്ലോ കുത്തിനിറച്ചും വലയിട്ടു മൂടിയ ഹെൽമെറ്റും ബയനറ്റുറപ്പിച്ച റൈഫിളുമായി ആ സങ്കേതത്തിൽനിന്ന് പ്ലാറ്റൂണുകൾ എഡ്വാൻസ് ചെയ്തിരുന്നു. അവരുടെ പ്രവർത്തനങ്ങളുടെ ആകത്തുകകളറിയാൻ ഞങ്ങൾക്കു കഴിയും. താവളത്തിലെ ഡെസ്പാച്ച് ഡ്രൈവർ കൊണ്ടുവരുന്ന അയയ്ക്കാനുള്ള മെസ്സേജുകളിൽനിന്ന് ഞങ്ങളതു പഠിച്ചു.

'ക- എന്ന ഗ്രാമം ചികഞ്ഞു. അക്രമികളെ കിട്ടിയില്ല. എല്ലാം ഓടിപ്പോകയോ ഒളിക്കുകയോ ചെയ്തിരിക്കുന്നു.'

'ചേ- എന്ന ഗ്രാമത്തിൽ നമ്മുടെ പട്ടാളം ഇന്ന് ഉച്ചതിരിഞ്ഞ് പ്രവേശിക്കും.'

'വോ- എന്ന ഇടത്തുവെച്ച് പതിനേഴുപേരെ അറസ്റ്റു ചെയ്തു. ഇപ്പോൾ ആകെക്കൂടെ നാനൂറ്റി മുപ്പത്തെട്ടുപേരെ അറസ്റ്റു ചെയ്തിരിക്കുന്നു.'

'നശിച്ച വഹ.'

വേലായുധൻ നായർ പറയും.

'ആര്?

'ഈ നശിച്ച കമ്യൂണിസ്റ്റുകളെപ്പറ്റി പറകാരുന്നു.'

'അതേ, അതാരാന്ന്?'

'ദേ, കണ്ടില്ലേ? അവരല്ലാണ്ടെ പിന്നാരാ ഈ തെമ്മാടിത്തങ്ങളൊക്കെ കാണിക്കുക? തീർന്നു. നാനൂറ്റി മുപ്പത്തെട്ടെണ്ണം തീർന്നു...'

'എന്താ വേലായുധൻ നായരേ നിങ്ങൾക്കിത്ര ദേഷ്യം?'

'നോക്ക് ഞാൻ പട്ടാളത്തിൽ വന്നത് കുടിച്ചു കിടക്കാനാണ്. ഒമ്പതു തെങ്ങും ഒരോലപ്പുരയുമാണ് എനിക്കുള്ളത്. അമ്മയുണ്ട്, ഭാര്യയുണ്ട്...'

'എനിക്കുമുണ്ട് അച്ഛനും അമ്മയും.'

'എന്റച്ഛൻ മരിച്ചു.'

'എന്റെ അച്ഛനും മരിക്കും.'

'നിങ്ങൾ കല്യാണം കഴിച്ചിട്ടില്ല.'

'ഞാൻ കല്യാണം കഴിക്കില്ല.'

'ആണായാൽ പെണ്ണു കെട്ടണം.'

'കെട്ടിയാൽ പോരാ, പുലർത്തണം.'

'അതന്ന്യാ ഞാൻ പറഞ്ഞത്.'

'നോക്കൂ, എന്റെ അമ്മ ഇന്നും പരുത്തി കടയുകയാണ്. എനിക്കെത്ര വയസ്സായെന്ന് അറിയാമോ?'

'ഇല്ലല്ലോ.'

'ഉദ്ദേശ്യം?'

'ഇരുപത്തേഴ് ഇരുപത്തെട്ട്.'

'ഞാൻ ഇളയ മകനാണ്. എനിക്കിത്ര ആയെങ്കിൽ അമ്മയ്ക്കെത്ര ആയെന്ന് ഓർത്തുനോക്കൂ. അമ്മ ഇന്നും പരുത്തി കടയുന്നു. അച്ഛൻ ഒരു പലചരക്കുകടയിൽ ഉപ്പും മുളകും പൊതിയുന്നു. ഞാൻ പട്ടാളത്തിലും. നോക്കൂ, എന്നിട്ടും കുടുംബം പുലരാൻ വിഷമമാണെന്ന്.'

'അതന്ന്യാ ഞാനും പറഞ്ഞത്. എനിക്ക് ഒമ്പതു തെങ്ങും ഒരോലപ്പുരയുമേ ഉള്ളൂ.'

'എല്ലാവർക്കും അതില്ല.'

'എല്ലാവരും പണിയെടുക്കുന്നില്ല.'

'പണിയെടുക്കാനില്ല എന്ന് നിങ്ങൾക്കറിയാമോ?'

'അതന്ന്യാ ഞാൻ പറഞ്ഞത്, അവർ മടിയന്മാരാണെന്ന്. എന്നെ നോക്ക്, ഇവിടെ വന്നതിൽ പിന്നെ ഉറങ്ങിയിട്ടില്ല. രാപ്പകൽ മെസ്സേജ്. സെന്റിങ്ങ് റിസീവിങ്ങ്, സെന്റിങ്ങ് റിസീവിങ്ങ്! കണ്ടോ, ഈ തെമ്മാടികൾ വരുത്തിവെച്ചതാ. നശിച്ച വഹ! എനിക്കാരും ശമ്പളം കൂടുതൽ തരുന്നില്ല. കണ്ടോ, ഞാൻ ചാകാറായി. എനിക്കെന്റെ അമ്മയും ഭാര്യയുമുണ്ട്...'

ബൂട്ടിന്റെ ശബ്ദവും ഉറക്കെയുള്ള അട്ടഹാസവും കേട്ടപ്പോൾ ഞങ്ങളുടെ സംസാരം നിന്നു. പുറത്ത് ആരൊക്കെയോ വരികയോ നടക്കുകയോ ചെയ്യുന്നുണ്ട്.

'നിന്റെ എല്ല് ഞാൻ വെള്ളമാക്കും.'

വാതിൽ തുറക്കുന്നതോടെ കേൾക്കായി. കാറ്റ് തള്ളിക്കൊണ്ട് വാതിൽ തുറന്നു. മുഖം പൊള്ളിയപോലെ തോന്നി. കാറ്റിൽ മാമ്പൂക്കളും മണലും ഉയരെപ്പറക്കുന്നു. ചക്രവാളം പഴുപ്പിച്ച ചെമ്പിൻ തകിടുപോലെ വെട്ടിത്തിളങ്ങുന്നു. ആ നീണ്ടുകിടക്കുന്ന മലനിരകൾ അതിൽ വീണ മൂന്ന് നീലരേഖകൾപോലെ കാണായി.

'എടാ കഴുവേറി, അങ്ങോട്ട് നടക്ക്!'

ഷെഡ്ഡിന്റെ പിൻപുറത്തു നിന്നാണ്. അങ്ങോട്ടു ചെന്നു നോക്കി. പട്ടാളക്കാർ തടവുകാരെ തെളിക്കുന്നു. നാലും അഞ്ചും പേരെ നിരത്തി ഒരുത്തന്റെ ഇടത്തെ കൈയിൽ അടുത്തവന്റെ വലത്തെക്കയ്യും, അവന്റെതന്നെ ഇടത്തെക്കയ്യിൽ അടുത്തവന്റെ വലത്തെക്കയ്യും - അങ്ങനെ കൂട്ടമായി തളച്ച് അവരെ തെളിക്കുന്നു. ആർക്കും കുപ്പായമോ തലേക്കെട്ടോ ഇല്ല, മുഷിഞ്ഞ് കീറിയ ദോത്തി അരയിൽനിന്ന് അഴിയുന്ന കൂട്ടത്തിലാണ്. ചെറുപ്പക്കാരുണ്ട്. നരച്ചവരുണ്ട്. മുട്ടിക്കുറുതായി തടിച്ചുരുണ്ട കാൽവണ്ണകളും, കനത്ത കഴുത്തും പരന്ന മുഖവും പതിഞ്ഞ മൂക്കും ചീമ്പിയ കണ്ണുകളുമുള്ള അവർ വിയർപ്പിൽ മുങ്ങിയിട്ടുണ്ട്. വെയിലിൽ കരിഞ്ഞിട്ടുണ്ട്. എല്ലാവർക്കും പരിക്കുകളുണ്ട്. നെറ്റി പൊട്ടി ചോര കിനിയുന്നു. കവിൾ വീങ്ങിയിരിക്കുന്നു. കൈപ്പലകയിലോ നടുമ്പുറത്തോ മുഴച്ചിരിക്കുന്നു.

മേട്ടിന്റെ കിഴക്കേപ്പള്ളയിൽനിന്ന് അവരെ ഷെഡ്ഡിലേക്കു കൊണ്ടുവരികയാണ്. ഓരോ കൂട്ടത്തിന്റേയും മുമ്പിലും പിന്നിലും തിളങ്ങുന്ന ബയനറ്റുറപ്പിച്ച റൈഫിളും ഹെൽമെറ്റും പച്ചയുടുപ്പും ധരിച്ച പട്ടാളക്കാരുണ്ട്.

പട്ടാളക്കാർക്ക് അപ്പോഴപ്പോൾ നിർദ്ദേശം നൽകിക്കൊണ്ട് ഒട്ടുമാറിക്കൊണ്ട് ഒരു ഹവിൽദാർ നടക്കുന്നുണ്ട്.

എല്ലാവരുടേയും മുമ്പിലായി താടി നീട്ടിയിട്ടുള്ള ഒരു മനുഷ്യനുണ്ട്. അയാളെ കൈ രണ്ടും പിന്നോക്കമിട്ടു കെട്ടി ഒറ്റയ്ക്കു നടത്തുകയാണ്. ചോര പറ്റിയ ഒരു കാക്കി നിക്കർ മാത്രം ഇട്ടിരിക്കുന്നു. അയാളുടെ രണ്ടു ചിറിയിൽക്കൂടെയും ചോര ഒഴുകി ഉണങ്ങിയിട്ടുണ്ട്. രോമമില്ലാത്ത വിരിഞ്ഞ മാറിലും ചോര പറ്റിയ പാടുണ്ട്. അയാൾക്കു മുമ്പിലും പിമ്പിലും ഇടത്തും വലത്തും കാവൽക്കാർ നടന്നിരുന്നു.

'എടാ നേരെ നടക്ക്.'

ബയനറ്റുറപ്പിച്ച തോക്ക് തോളിൽ വച്ചുകൊണ്ട് അമർത്തിയ കാൽവെപ്പുകളോടെ പിമ്പേ നടക്കുന്ന കറുത്ത പട്ടാളക്കാരൻ ആ തടവുകാരന്റെ കഴുത്തിന് ആഞ്ഞു തള്ളി. അയാൾ മൂക്കടച്ചു കമഴ്ന്നു വീണു.

'എല്ലു ഞാൻ വെള്ളമാക്കും.'

പിന്നിലെ പട്ടാളക്കാരൻ അട്ടഹസിച്ചു.

'എണീരെടാ ബദ്മാസ്.'

അയാൾ ഞെരങ്ങിക്കൊണ്ട് എണീറ്റപ്പോൾ ഇടത്തെ കാൽമുട്ടിൽനിന്ന് ചോര ഒഴുകിയിരുന്നു.

തടവുകാരെ ഷെഡ്ഡിന്റെ ഉയരംകുറഞ്ഞ തറയിലേക്ക് കയറ്റി. നിലത്തുനിന്ന് ഓരോ സംഘവും തറയിലേക്ക് കയറുമ്പോൾ, കാൽവെപ്പ് ശരിയാകാത്തതുകൊണ്ട് കൂട്ടത്തോടെ മൂക്കു കുത്തി വീണിരുന്നു. അവർ വീഴാൻ ആയുന്നതോടെ കാവൽക്കാർ തോക്ക് തിരിച്ച് പാത്തികൊണ്ട് പുറത്ത് അലക്കിയിരുന്നു. തടവുകാർ ഒച്ച പൊന്തിക്കാതെ ഞരങ്ങുകയോ മുരളുകയോ ചെയ്യുന്നതു മാത്രം കേൾക്കാം.

പിന്നീട് അവരെ വരിവരിയായി ഇരുത്തി. അവരുടെ കാലോ കയ്യോ ഒടിഞ്ഞിരിക്കണം. അവർ ഇരിക്കയല്ല, ഒരു തലയ്ക്കൽനിന്ന് തുടർച്ചയായി വീഴുകയായിരുന്നു.

ഒറ്റയ്ക്ക് ആമം വെച്ചിട്ടുള്ള ആ മനുഷ്യനെ മാത്രം ഇരുത്തിയില്ല. അയാൾ പിന്ന്ക്ക് പിന്നാലെ വരിവരിയായി നിരത്തിയിരുത്തിയ തടവുകാരുടെ മുമ്പിൽ നിൽക്കുന്നു. കാവൽക്കാർ നാലു വശത്തും നെഞ്ചു തള്ളിക്കൊണ്ടു നിൽക്കുന്നു.

ആ മനുഷ്യന് ഉള്ളതിൽ കൂടുതൽ പ്രായം തോന്നിക്കും. താടി ഉള്ളതുകൊണ്ടോ പാരവശ്യംകൊണ്ടോ ആകാം. അയാൾ ഇടയ്ക്കിടയ്ക്ക് നെറ്റി ചുളിച്ചുകയറ്റിയിരുന്നു. അപ്പോഴൊക്കെ പല്ല് ഞെരിച്ചിരുന്നു എന്നു തോന്നി. പാതി അടഞ്ഞു ചുളിഞ്ഞ കൺപോളകൾക്കുള്ളിൽ എരിയുന്ന രണ്ട് കണ്ണുകൾ അയാൾക്കുണ്ട്.

ഞാൻ മുറിക്കകത്തേക്ക് പോയേനെ. ഷെഡ്ഡിന്റെ പടിഞ്ഞാറെ അറ്റത്ത് പുതിയ ആളുകൾ വരുന്നുണ്ട്. ഓഫീസർമാരാണ്. ആർട്ടിലറിയുടെ കമാൻഡറും ഉണ്ട്. സിവിൽ ഉടുപ്പുകളിട്ടവരും ഉണ്ട്. കറുത്ത ഷേർവാണിയും

വെള്ള പാന്റും ഗാന്ധിത്തൊപ്പിയും കണ്ണടയും ഊന്നുവടിയും ധരിച്ച ഒരു നീണ്ട മനുഷ്യനുണ്ട്. അയാളുടെ ഫോട്ടോ പലപ്പോഴും കണ്ടിട്ടുള്ളതുപോലെ.

കാവൽ നിന്നിരുന്ന പട്ടാളക്കാരൻ ടപ്ടപ് എന്ന് റൈഫിളിൽ അടിച്ചു കൊണ്ട് പ്രസന്റ് ആം ചെയ്തു. ഓഫീസർമാർ അയാളുടെ പിന്നിൽക്കൂടെ കടന്ന്, ഏറ്റവും പടിഞ്ഞാറെ അറ്റത്തെ മുറിയിലേക്ക് കയറി.

തെല്ലുനേരം കഴിഞ്ഞപ്പോൾ ആ മുറിയിൽനിന്ന് ഒരാൾ വെളിയിലേ ക്കിറങ്ങി. സിവിലിയനാണ്. കോട്ട് ടൈ കണ്ണട ഹാറ്റ് എല്ലാമുണ്ട്. എന്തോ ഡയറിപോലൊരു പുസ്തകം ഇടത്തേ കൈയിലുണ്ട്. വലത്തേതിൽ പെൻസിൽ. അയാളുടെ പിമ്പേ ഇറങ്ങിയത് പോലീസ് മേധാവി ആയിരി ക്കണം. കാക്കിയുടുപ്പും ഹാറ്റുമാണ്. മാറിൽ വിലങ്ങനെ തോട്ട നിറച്ച കാക്കി ബൽറ്റും അരയിൽ കൈത്തോക്കും ഉണ്ട്.

അവർ നേരെ തടവുകാരുടെ മുമ്പിലേക്ക് ചെന്നു. അപ്പോഴും ഒട്ടു കുനിഞ്ഞു നെറ്റി ചുളിച്ചുകൊണ്ട് നിൽക്കുന്ന ആ താടിക്കാരന്റെ നാലു കാവൽക്കാരും ഒരുമിച്ച് റപേ എന്ന് ബട്ട് സല്യൂട്ടടിച്ച് നെഞ്ച് കുറെക്കൂടി തള്ളിച്ചുകൊണ്ട് നിന്നു. തടവുകാരുടെ ഇടയ്ക്ക് നേരിയ പിറുപിറുപ്പ് ഉയർന്നു. ഒറ്റയ്ക്കു നിൽക്കുന്ന തടവുകാരൻ കഴുത്തു തിരിച്ചു പുറകോ ട്ടൊന്നു നോക്കി.

'മുമ്പോട്ടു നോക്കെടാ!'

പിന്നിൽ നിൽക്കുന്ന കറുത്ത പട്ടാളക്കാരൻ ആജ്ഞാപിച്ചു.

തടവുകാർ നിശ്ശബ്ദരായി.

ആ ഉദ്യോഗസ്ഥന്മാർ ഒറ്റയ്ക്കു നിൽക്കുന്നവന്റെ മുമ്പിൽ നിലയുറ പ്പിച്ചു. ഞാനൊന്നും കേട്ടില്ല. ചോദ്യം ചോദിക്കയാണെന്നു മനസ്സിലായി. സിവിലിയൻ ഉദ്യോഗസ്ഥൻ എന്തോ കുറിച്ചുകൊണ്ടിരുന്നു. തടവുകാർ മുഖ മുയർത്തി നിർവ്വികാരതയോടെ മുന്നോട്ടും നോക്കി ഇരിപ്പാണ്.

ഇടയ്ക്ക് പോലീസുദ്യോഗസ്ഥന്റെ ശബ്ദം ഉയർന്നുതുടങ്ങി.

'നിന്റെ അണ്ടർഗ്രൗണ്ട് എവിടെയാണെന്നാ ഞാൻ ചോദിച്ചത്.'

തടവുകാരൻ ഒന്നും മിണ്ടിയില്ല.

'നീ പറയില്ലേ?'

തടവുകാരൻ മിണ്ടുന്നില്ല.

'പറയെടാ. പട്ടീ.'

'പട്ടി പറയും.'

തടവുകാരൻ പതുക്കെപ്പറഞ്ഞു. സിവിലിയൻ ഉദ്യോഗസ്ഥൻ കുറി പ്പെഴുതി.

'എടാ പട്ടീടെ മോനേ.'

പോലീസുദ്യോഗസ്ഥൻ അയാളുടെ ചെവിയടച്ച് ആഞ്ഞടിച്ചു.

'എങ്ങാടാ നിന്റെ പട്ടി.'

'പട്ടിയോടു ചോദിക്കൂ.'

ഓഫീസർ പട്ടാളക്കാരോട് എന്തോ പറഞ്ഞു. അവർ റപേ എന്നു സല്യൂട്ടടിച്ചു. പിന്നിലെ പട്ടാളക്കാരൻ തടവുകാരന്റെ കഴുത്തിനു പിടിച്ചു തള്ളി.

'നടക്കെടാ.'

അവർ അയാളെ ഉന്തിയും തള്ളിയും വലിച്ചിഴച്ചും രണ്ടാമത്തെ മുറിയിലേക്കു കയറ്റി. തടവുകാർ ഇടത്തോട്ടു നോക്കി ചെവി പാർത്തിരുന്നു. അവരുടെ ഇടയിൽനിന്നു നെടുവീർപ്പുകൾ ഉയർന്നു.

'മുമ്പോട്ടു നോക്കിനെടാ!'

ഒട്ടകലെ നിന്നിരുന്ന ഹവീൽദാർ ആജ്ഞാപിച്ചു.

വീണ്ടും നിശ്ചലത. നിശ്ശബ്ദത. നിർവ്വികാരത.

ഞാൻ പതുക്കെപ്പതുക്കെ തടവുകാർ ഇരിക്കുന്നിടത്തേക്കു നടന്നു. അവരുടെ പിമ്പുറത്തെത്തിയപ്പോൾ വിളിച്ചു.

'ദോസ്ത്.'

തടവുകാരുടെ അവസാനത്തെ നിരയ്ക്കു പിന്നിലെ കാവൽക്കാരൻ തിരിഞ്ഞുനോക്കി.

'എന്താ ബാബുജി?'

'ഒന്നിങ്ങു വരൂ.'

അയാൾ സംശയിച്ചു സംശയിച്ചു നടന്നുവന്നു.

'എന്താ?'

'ആരാ ഇവരൊക്കെ?'

'കൊള്ളക്കാരാണ് ബാബുജി. ഇവരെ തകർക്കാനല്ലേ നമ്മൾ വന്നിട്ടുള്ളത്. ബാബുവിനെന്താ ഒരിടത്തിരുന്നാൽ മതി. ഞങ്ങൾ ഒരാഴ്ചയായിട്ട് ഇവരുടെ പിമ്പേയാണ്...'

അയാൾ വളരെയേറെ വർത്തമാനങ്ങൾ പറഞ്ഞു. വോ – എന്ന ഗ്രാമത്തിൽനിന്നാണ് ഇവരെ കിട്ടിയത്. അവരുടേത് തികച്ചും സംഘടിതമായ ഒരു പട്ടാളമാണ്. ആ താടിക്കാരൻ ഇവരുടെ നേതാവാണ്. പിടിക്കുമ്പോൾ ഓഫീസറുടെ വേഷമാണ് അയാളിട്ടിരുന്നത്. കൂട്ടുകാരിൽ ഹവിൽദാർമാരും നായക്കുകളും ലാൻസ് നായക്കുകളും ഉണ്ട്. നമ്മുടെ പട്ടാളം ത്രി ഇഞ്ച് മോർട്ടാർ അടിച്ചുകൊണ്ടാണു മുന്നേറിയത്... ഇവരുടെ സങ്കേതത്തിൽനിന്ന് ഒരു വയർലസ് സെറ്റും തോക്കുകളും ഒട്ടേറെ തിരകളും കിട്ടി. വയർലെസ് സെറ്റ് ഏതേതു സ്ഥാനങ്ങളിലേക്ക് കമ്മ്യൂണിക്കേഷനു വേണ്ടിയാണ് ഉപയോഗിച്ചിരുന്നത് എന്ന് അറിയണം. അതു താടിക്കാരനു മാത്രമേ അറിയൂ. അയാൾ പറയുന്നില്ല.

പിന്നെ ഇവരെല്ലാം വെറും പെറുക്കികൃഷിക്കാരാണ്. ഭൂമി കയ്യേറിയിരിക്കയാണ്. ഇപ്പോൾ ഇതമർത്തിയില്ലെങ്കിൽ വിളവെല്ലാം ഇവർ പിടിച്ചെടുക്കും. പിന്നീട് ജമീന്ദാർമാർക്കും മാനം മര്യാദയായി ജീവിക്കുന്ന മറ്റു മനുഷ്യർക്കും ഇവിടെ കാലു കുത്താൻ നോക്കണ്ട.

ഇപ്പോൾ ആ മുറിയിലിരുന്ന് ആർട്ടിലറിയുടെ കർണ്ണലും ഓഫീസർമാരും ജമീന്ദാർമാരും മന്ത്രിയും കൂടെ കൂടിയാലോചനയാണ്.

ഹക്കീമുകൾ നമ്മുടെ പട്ടാളത്തെ നന്നെ സഹായിക്കുന്നുണ്ട്. അക്രമികളുടെ രഹസ്യ സങ്കേതത്തിലേക്ക് അവരാണു നമ്മുടെ പ്ലാറ്റൂണുകളെ നയിക്കുന്നത്...

അടുത്ത മുറിയിൽനിന്ന് ഉറക്കെയുള്ള ചോദ്യങ്ങളും അട്ടഹാസങ്ങളും കേൾക്കായി. ബൂട്ട് നിലത്തിട്ട് ചവിട്ടുകയോ തോക്കുകൊണ്ടു ചുമരിൽ ഇടിക്കുകയോ ചെയ്യുന്നതുപോലെ തോന്നി. നീണ്ട ഞരക്കങ്ങളും നേരിയ നിലവിളിയും കാറ്റിൽ ഇഴഞ്ഞുവന്നു.

അപ്പോൾ ഇതാണ് സ്കീം. ഇവിടെ നടന്ന കർഷകസമരത്തെക്കുറിച്ച് പത്രങ്ങളിൽ വായിച്ച റിപ്പോർട്ടുകൾ ഓർത്തുപോയി. കൃഷി ചെയ്യുന്നവർക്ക് ഒറ്റ സെന്റു നിലമില്ല. നാടു മുഴുവനും ജമീന്ദാർമാരുടേതാണ്. ജമീന്ദാർമാർ റാണകളാണ്. റാണകളാണ് നാടുഭരിച്ചിരുന്നത്. റാണകളുടെ ഒരു ഭരണത്തിനെതിരായിരുന്നു കൃഷിക്കാരുടെ സമരം. നാട്ടിലെ കോൺഗ്രസ്സാണ് സമരം നയിച്ചത്. അവർ ജയിച്ചു. റാണമാർ തോറ്റു. ഇപ്പോൾ നാടു ഭരിക്കുന്നത് കോൺഗ്രസ്സാണ്. കോൺഗ്രസ്സിന്റെ ഗവണ്മെന്റ് ഇപ്പോൾ കൃഷിക്കാരെ വേട്ടയാടുകയാണ്.

ഞാൻ മുറിയിലേക്കു പതുക്കെ നടന്നുപോയി. പിന്നീടു പുറത്തുവന്നപ്പോൾ ആ തടവുകാരനും അയാളുടെ നാലു കാവൽക്കാരും അവിടെ നില്ക്കുന്നുണ്ട്. എന്തോ സംശയിച്ച് അല്പം മുമ്പോട്ടു നടന്നു. അയാൾ നില്ക്കയല്ല അയാളെ കെട്ടിനിർത്തിയിരിക്കയാണ്. കൈ രണ്ടും ഷെഡ്ഡിന്റെ ഇടവട്ടത്തിലേക്കു പൊക്കി കെട്ടിയിട്ടുള്ളതുകൊണ്ട് അയാൾക്കു പെരുവിരലിലേ നില്ക്കാനൊക്കൂ. മേല്പോട്ട് മലച്ചുനോക്കുന്നതുകൊണ്ട് ഞരമ്പുകൾ തടിച്ച അയാളുടെ കഴുത്തിൽ ഒരു വലിയ പാറക്കല്ല് കെട്ടിത്തൂക്കിയിരിക്കുന്നു. തള്ളിനില്ക്കുന്ന അയാളുടെ നെഞ്ചിൽ ആ കല്ല് വിശ്രമിക്കുകയാണ്.

'നീ പറയുന്നോ?'

മുമ്പിലെ കാവൽക്കാരൻ തിരിഞ്ഞുനിന്ന് അയാളോട് ചോദിച്ചു. അയാൾ മിണ്ടിയില്ല.

'പറയുമെങ്കിൽ ഞാൻ ഇൻസ്പെക്ടറെ വിളിക്കാം.'

'എന്റെ പട്ടി പറയും.'

'പട്ടീടെ മോനേ.'

ആ പട്ടാളക്കാരൻ മുമ്പോട്ടാഞ്ഞ് തോക്ക് തിരിച്ച് തടവുകാരന്റെ നെഞ്ചിൽ അമർന്നുകിടക്കുന്ന കല്ലിൽ പാത്തികൊണ്ട് ആഞ്ഞടിച്ചു.

'നിന്റെ...'

അയാൾ കെട്ടിയ കയറിൽ കിടന്ന് പുളഞ്ഞു. നെറ്റിയിൽ ചുളിവുകൾ നിറഞ്ഞു. കണ്ണുകൾ ഇറുമ്മിയടഞ്ഞു. പല്ലുകൾ ഞെരിക്കുന്നതിനിടയിൽ അയാൾ ഞരങ്ങി. തടവുകാരുടെ ഇടയിൽ ഒറ്റ വീർപ്പിന് ഒരു നിശ്വാസം ഉയന്നു:

ഹ്ഹൊ!

വെയിലൊട്ടു ചാഞ്ഞപ്പോൾ മേട്ടിന്റെ കിഴക്കേ അറ്റത്ത് വീണ്ടും മനുഷ്യ രൂപങ്ങൾ പ്രത്യക്ഷപ്പെട്ടു. ഒന്ന്, രണ്ട്, മൂന്ന്... അവർ പള്ളം കയറിവരുന്നു. സ്ത്രീകളാണ്. തലയിൽ വെയിലിൽ തിളങ്ങുന്ന തളികകളും അലുമിനിയ പാത്രങ്ങളും ഉണ്ട്. അവർ ഷെഡ്ഡിനുനേരെ വരികയാണ്.

അവരുടെ വേഷം നിറവും വെള്ളിയുമാണ്. കടുംചായത്തിന്റെ പുള്ളികളും വരകളും നിറഞ്ഞ ഞൊറിപ്പാവാടകളും ബ്ലൗസും ധരിച്ചിരിക്കുന്നു. തലയിൽക്കൂടെ മുടിക്കെട്ടും കവിളും മറച്ചുകൊണ്ട് ചായത്തുണികൾ പിമ്പോട്ടിട്ടിരിക്കുന്നു. വെള്ളിയുടെ മൂക്കുത്തിക്കു മുക്കുറ്റിപ്പൂവിനോളം വലിപ്പമുണ്ട്. കാതുകളിൽ വെള്ളിയുടേയോ പിച്ചളയുടേയോ ഉണ്ടകൾ തൂങ്ങുന്നു. കണങ്കാലിൽ കിലുങ്ങുന്ന ചിലമ്പുകൾ ഇട്ടിരിക്കുന്നു.

ഒരുകൂട്ടം സ്ത്രീകൾ: കുട്ടികൾ, യുവതികൾ, കിഴവികൾ, ഇവർ കിതയ്ക്കുന്നത് കേൾക്കാം. കാൽ വലിച്ചു വലിച്ചു ഇഴയുകയാണ്. പൊള്ളുന്നതുകൊണ്ടാകാം അവർ ഒത്തുന്നുണ്ടായിരുന്നു. ഇളയ കുട്ടികൾ തത്തിച്ചാടുകയും. അവരുടെ ചിലമ്പുകളിൽ കരളിന്റെ അഗാധതയെ മുട്ടുന്ന വേദന മാറ്റൊലിക്കൊണ്ടു.

അവർ ഷെഡ്ഡിനു മുമ്പിൽ തടവുകാരുടെ നേർക്കു വന്നുനിന്നു. തൂങ്ങിനിൽക്കുന്ന തടവുകാരൻ ചിറിയിൽ കൂടെ ഒഴുകുന്ന കണ്ണുനീർ നുണഞ്ഞിറക്കി.

എല്ലാവരും നെടുവീർപ്പിടുകയാണ്, മിഴിക്കുകയാണ്.

'ബഹദൂർ, ഇവറ്റിന് ലേശം ചോറു കൊടുത്തൂടെ?'

വയസ്സുചെന്ന ഒരു സ്ത്രീ ചോദിച്ചു. ആരും ഉത്തരം പറഞ്ഞില്ല. പട്ടാളക്കാർ ആർത്തിയാർന്ന കണ്ണുകൾകൊണ്ട് അവരെ പന്തം ഉഴിയുകയാണ്. വാടിയ മുഖം കുനിച്ച്, ഒറ്റക്കൈകൊണ്ട് തലയിലെ പാത്രങ്ങളെ താങ്ങി, അവർ പെരുവിരൽ നോക്കിനിന്നു. പലരുടേയും പുറംകാലുകളിൽ കണ്ണീർത്തുള്ളികൾ ഇറ്റുവീണു. അടക്കപ്പെട്ട തേങ്ങലുകൾ ഉയർന്നു.

കൊടുത്തൂടെ ബഹദൂർ?

കിഴവിയുടെ തൊണ്ട ഇടറിയിരുന്നു. തലയിൽകൂടെയിട്ട തുണി ഇടത്തെ കൈവിരൽ തുമ്പുകളിൽ പിടിച്ച് അവൾ കണ്ണിന്റെ അറ്റം തുടച്ചു.

അടഞ്ഞുകിടന്ന വാതിൽ തുറന്ന് അറ്റത്തെ മുറിയിൽനിന്ന് ആർട്ടിലറിയുടെ കർണ്ണൽ പുറത്തിറങ്ങി.

'എന്താ കോലാഹലം?'

ബൂട്ട് നിലത്തിട്ടു ചവിട്ടിക്കൊണ്ട് അയാൾ അലറി.

'പ്ലാറ്റൂൺ കമാൻഡർ, ആരവർ? എന്തിനു വന്നു?'

'ചോറ് കൊണ്ടുവന്നിരിക്കയാ.'

ഓർമ്മക്കേടിനിടയ്ക്ക് ബട്ട്സല്യൂട്ട് ചെയ്തുകൊണ്ട് അയാൾ പറഞ്ഞു.

'ആർക്ക് ചോറ്, ഈ പട്ടികൾക്കോ? പട്ടിണി കിടക്കട്ടെ അവർ. തുലയട്ടെ, ശവങ്ങൾ...'

അദ്ദേഹം മേലും കീഴും ചാടി.

'ഓടിക്കെടാ അവറ്റയെ, ഓടിക്ക്,'

'ബഹദൂർ സാബ്.'

ആ കിഴവി നനഞ്ഞ കണ്ണുകളോടെ മുമ്പോട്ടു നീങ്ങി.

'ഇത്തിരി വറ്റൊന്നു കൊടുത്തോട്ടെ...'

'ഫോ! ശവീ ഇത്തിരി വറ്റ്!!'

അവൾ കെഞ്ചി. പത്തുപതിനഞ്ചു നാഴിക ഈ വെയിലത്തു നടന്നിട്ടാണ് അവർ വന്നിരിക്കുന്നത്. എന്നിട്ട്, രണ്ടു വറ്റെങ്കിലും കൊടുക്കാതെ പോകുന്നത്...

'ബഹദൂർ സാബ്!'

അവസാനം വാക്കുകിട്ടാതെ തൊണ്ട അടച്ചുകൊണ്ട് അവൾ വാവിട്ടു.

'പ്ലാറ്റൂൺ കമാന്റർ.'

കർണ്ണൽ വിളിച്ചു.

'അഗയ ഹുസൂർ?'

ഹവീൽദാർ എത്തിപ്പോയി.

'ഓടിക്ക് ഇവറ്റിനെ.'

അദ്ദേഹം തിരിഞ്ഞ് മുറിക്കകത്തേക്ക് കയറി.

'നടന്നോളെ, മക്കളേ.'

കിഴവി തിരിഞ്ഞുനിന്നു പറഞ്ഞു.

'ഇവർടെ സന്തോഷം.'

'എന്താടീ കിഴട്ടുത്തള്ളേ പറഞ്ഞത്?'

ഹവീൽദാർ എടുത്തുചാടി.

'നടന്നോളേ...'

കിഴവി ഭയപ്പെട്ട് നിലവിളിച്ചു. തടവുകാർ നെടുവീർപ്പിടുകയും കാൽമുട്ടുകളിൽ കണ്ണുതുടയ്ക്കുകയും ചെയ്തു. തിരിഞ്ഞു നോക്കിക്കൊണ്ട് സ്ത്രീകൾ വന്ന വഴിയേ മടങ്ങി.

ഞാൻ മുറിയിലേക്ക് മടങ്ങിയപ്പോൾ വേലായുധൻനായർ ഇയർ ഫോണോടുകൂടെ സെറ്റിന്റെ മുമ്പിൽ ഇരിക്കയാണ്. മെസ്സേജ് പകർത്തുകയായിരിക്കണം. മുഷിഞ്ഞ ബനിയനും പച്ചക്കാലുറയും ഇട്ടിരിക്കുന്നു. മുഖം കനപ്പിച്ചിട്ടുണ്ട്. ഓ, ഞാനോർത്തുപോയി, ചായ തിളപ്പിച്ചില്ല.

'എന്താ ഇരുന്ന് മുഷിഞ്ഞോ?'

ചായ തിളപ്പിക്കാൻ വിറകു പെറുക്കുന്നതിനിടയിൽ ഞാൻ ചോദിച്ചു.

മുറിയുടെ അങ്ങേ കോണിലാണ് അടുപ്പ്. ആർട്ടിലറിയുടെ താവളത്തിലേക്ക് പോകാനുള്ള മെനക്കേടോർത്തിട്ട് ചായയ്ക്കുള്ള ഇലയും പാലും പഞ്ചസാരയും സ്റ്റോറിൽനിന്ന് വാങ്ങി വെച്ചിരിക്കയാണ്.

നായർ ഒന്നും മിണ്ടുന്നില്ല.

'എന്താ നിങ്ങളൊന്നും മിണ്ടാത്ത്?'

ഞാൻ വീണ്ടും ചോദിച്ചു.

'എനിക്ക് ജോലിയുണ്ട്.'

അയാൾ മൊഴിഞ്ഞു.

'ആർക്കാ ജോലിയില്ലാത്തത്.'

'അത് പലരും കാണും.'

'ഒരാളെ പറയൂ.'

'അതെന്തിനാ പറേണ്?'

'നിങ്ങളാ തടവുകാരെ കണ്ടോ?'

'എനിക്കെന്റെ അമ്മയും ഭാര്യയും ഉണ്ട്.'

'അതിനെന്താ?'

'അവർ കുടിക്കുന്ന കഞ്ഞീല് മണ്ണ് കുത്തിയിട്ടുകൂടാ.'

'ആരാ മണ്ണ് കുത്തിയിടുന്നത്?'

'അത് പലരും ഉണ്ട്.'

'പലരിൽ ഒരാളുടെ പേര്?'

'അതെന്തിനാ ഞാൻ പറേണ്?'

ചായ പകരുമ്പോൾ എന്റെ കൈ പൊള്ളി കൈ വിറയ്ക്കുന്നു. എന്തോ ഒരു പന്തികേടുപോലെ. കപ്പിൽ ചായ പകർന്ന് വേലായുധൻനായരുടെ മുമ്പിൽ വെച്ചു. കുടിക്കൂ എന്ന് പറയാൻ തുടങ്ങുംമുമ്പേ നായർ പറഞ്ഞു:

'എനിക്കു വേണ്ട.'

'ങ് ഏ?'

'പട്ടാളത്തിൽ ഇങ്ങനെയൊന്നും ജീവിക്കാനൊക്കില്ല. എന്റെ റേഷൻ ഞാൻ പോയി കൊണ്ടുവരാം.'

'അതു നല്ലതുതന്നെ. ഇനിയും മൂന്നു ദിവസത്തേക്കുള്ള റേഷൻ നമ്മുടെ കൈയിലുണ്ട്.'

'അത് ആറു ദിവസത്തേക്ക് നിങ്ങളെടുത്തോ.'

'വേലായുധൻ നായരേ?'

'എന്താ?'

'എന്താ നിങ്ങൾക്ക്?'

'എനിക്കൊന്നൂല്യ.'

'നിങ്ങളെന്നോട് പിണങ്ങിയോ?'

'എനിക്കാരോടും പിണക്കമില്ല.'

'പിന്നെ?'

'നിങ്ങൾ മനസ്സിരുത്തണം, ഞാനാണ് സീനിയർ.'

'അതിനെന്താ?'

'നിങ്ങളെന്നെ കൂട്ടാക്കുന്നില്ല.'

'എന്താത്?'

'ഇവിടെ പണിയെടുക്കാതെ ആ കമ്യൂണിസ്റ്റുകളുടെ പുറകെ നടത്തമാണ്. പെണ്ണുങ്ങളുടെ ചിറി നോക്കിനില്ക്കയാണ്.'

എനിക്കയാളെ മൂക്കടപ്പൻ ഒന്നു താങ്ങണമെന്നു തോന്നി. ഞാനതു ചെയ്തില്ല. കിതയ്ക്കുകയോ കോട്ടുവായിടുകയോ ചെയ്യുന്നതായി അഭിനയിച്ചു. വളരെ പണിപ്പെട്ടിട്ട് പിന്നീട് ഞാൻ ചോദിച്ചു.

'നിങ്ങളവരെ കണ്ടോ?'

'എനിക്കെന്താ കണ്ണില്ലേ?'

'നോക്കൂ വേലായുധൻ നായരേ, അവർ പത്തുപതിനഞ്ചു നാഴിക നടന്നാണത്രേ വന്നത്. ആ കർണ്ണലിന്റെ ഒരു ചാട്ടം! തടവുകാർ കണ്ണുനീർ നുണഞ്ഞിറക്കി. വന്നപാടെ അവരെ പായിച്ചു.

'നിങ്ങളേയ്.'

വേലായുധൻ നായർ മുഖം ചുവപ്പിച്ചുകൊണ്ടെണീറ്റു. വിരൽചൂണ്ടിക്കൊണ്ടയാൾ പറഞ്ഞു:

'നിങ്ങളൊരു കാര്യം മനസ്സിരുത്തണം. ഇതൊന്നും എന്റടുത്ത് ഇളക്കണ്ട. ഒമ്പതു തെങ്ങും ഒരോലപ്പുരയുമാണ് എനിക്കുള്ളത്. അമ്മയുണ്ട്, ഭാര്യയുണ്ട്. അവർക്ക് ജീവിക്കണം.'

'നിങ്ങൾക്ക് മക്കളുണ്ടാകും.'

ഞാനൊരു പുതിയ ആശയം അയാളുടെ തലയിൽ കയറ്റാൻ നോക്കി.

'ആങ്ഹാ, എനിക്ക് മക്കളുണ്ടാകും.'

അയാളും പറഞ്ഞു.

ആ മക്കൾക്ക് വീതം വെക്കുമ്പോൾ ഒമ്പതു തെങ്ങും ഒരോലപ്പുരയും എങ്ങനെ പകുക്കപ്പെടുമെന്ന് അയാളോടു ചോദിച്ചെങ്കിലോ എന്നു തോന്നി. അയാളോ, അയാളുടെ അടുത്ത തലമുറയോ അടുത്തുതന്നെ ഇരിക്കാനും പൊറുക്കാനും ഇല്ലാത്തവരായിത്തീരുമെന്ന് ചെറിയൊരു മുന്നറിയിപ്പ് കൊടുക്കാം. വേണ്ട.

വഴക്കായേക്കും.

രണ്ടു കപ്പിലും ചായ തണുത്താറി. കുടിക്കാൻ തോന്നുന്നില്ല. ആ തൂങ്ങിനില്ക്കുന്ന തടവുകാരൻ കണ്ണീരാണ് നുണഞ്ഞിറക്കിയത്!

പിറ്റേന്നുണർന്ന്, പുറത്തുവന്നപ്പോഴും അയാൾ അങ്ങനെ തന്നെ നില്ക്കുന്നു. തളർന്നു കുഴഞ്ഞിട്ടുണ്ട്. കഴുത്ത് വലത്തോട്ടു തൂങ്ങിയിരിക്കുന്നു. കൈപ്പലകകൾ കൂടുതൽ തള്ളിനില്ക്കുന്നുണ്ട്. അയാൾക്കു നീളം കൂടിയിട്ടുണ്ടെന്നു തോന്നി. കാൽവെള്ള പാതിയും നിലംതൊട്ടിരിക്കുന്നു.

പിന്നിലുള്ള തടവുകാർ കൂട്ടമായി മലർന്നുകിടക്കയാണ്. അവർ ഉണർന്നു കാണണം. അല്ലെങ്കിൽ ഉറങ്ങിയിട്ടേയുണ്ടാവില്ല. ഒരുവേള കൂട്ടുകാരെ വിളിച്ചു വിഷമിപ്പിക്കേണ്ടെന്ന് അവർ ഓരോരുത്തരും ഓർക്കുകയാകാം.

കാവൽക്കാർ മാറിയിട്ടുണ്ട്, പുതിയ പ്ലാറ്റൂൺ കമാന്റർ ചുവർ ചാരിയിരുന്ന് ഉറക്കം തൂങ്ങുകയാണ്. തോക്കുംപിടിച്ച് കാവൽ നിൽക്കുന്ന ശിപായികളുടെ മുഖത്തും ഉറക്കമൊഴിച്ച ക്ഷീണമുണ്ട്. നിരുന്മേഷരായി അവർ പ്രതിമകളെപ്പോലെ കാൽ കവച്ചു നില്ക്കുന്നു.

വെയിൽ പരന്നപ്പോൾ ഡയറിയും പെൻസിലും പിടിച്ച സിവിലിയൻ

ഉദ്യോഗസ്ഥനും പോലീസ് ഇൻസ്പെക്ടറും വന്നു. പട്ടാളക്കാർ മിന്നലേറ്റ പോലെ നെഞ്ചുതള്ളി കഴുത്തു മലച്ച് ബട്ട് സല്യൂട്ടടിച്ചു.

'നീ പറയുന്നോ?'

തടവുകാരന്റെ മുന്നിൽ വന്നുനിന്ന് ഇൻസ്പെക്ടർ ചോദിച്ചു. തടവുകാരൻ പണിപ്പെട്ട് ചീമ്പിയ കൺപോളകൾ വിടർത്തി. അയാളുടെ വാരിയെല്ലുകൾ ഉയർന്നമർന്നു.

'എന്റെ പട്ടിയാണ് പറയുക.'

പല്ലു ഞെരിച്ചുകൊണ്ട് പറഞ്ഞു. മറ്റേ ഉദ്യോഗസ്ഥൻ ഡയറിയിൽ കുറിച്ചു.

'നോക്ക്' ഇൻസ്പെക്ടർ ഈണത്തോടെ പറഞ്ഞു:

'ഞങ്ങൾക്കറിയേണ്ടത് നിന്റെ അണ്ടർഗ്രൗണ്ട് എവിടെയാണെന്നാണ്. വയർലസ് സെറ്റിൽ നീ കമ്മ്യൂണിക്കേഷൻ നടത്തിയിരുന്നു, ഇല്ലേ?'

തടവുകാരൻ പല്ലു ഞെരിച്ചുകൊണ്ട് നെടുവീർപ്പിട്ടു. അയാളെന്തോ സഹിക്കാനാവാത്ത വേദന വിഴുങ്ങുന്നുവെന്നു വ്യക്തമാണ്. അയാളുടെ നിലംതൊടാത്ത കാൽ വിറയ്ക്കുകയോ പിടയ്ക്കുകയോ ചെയ്തു.

'ഈ കെട്ടിൽ കിടന്ന് നീ ചാകും.'

ഇൻസ്പെക്ടർ അമർത്തിപ്പറഞ്ഞു:

'ഇല്ലേ പറഞ്ഞേക്ക്, എവിടെയാണ് നിന്റെ കേന്ദ്രസ്ഥാനം?'

'എന്റെ...'

തടവുകാരൻ ചുണ്ടുകൾ പിളുക്കി, ശ്വാസം നിലച്ചു. അയാൾ കണ്ണുകൾ ഇറുമ്പിയടച്ചു. കഴുത്ത് ഒന്നുകൂടെ വലത്തോട്ടിടഞ്ഞു.

ഇൻസ്പെക്ടർ പ്ലാറ്റൂൺ കമാന്ററെ വിളിച്ചു. എന്തോ പറഞ്ഞു. തടവുകാരെ ആകപ്പാടെ ഒന്നു നോക്കി. എന്നിട്ട് ആ രണ്ട് ഉദ്യോഗസ്ഥന്മാരും ഇറങ്ങി നടന്ന് മാന്തോപ്പിലുള്ള കൊച്ചു കെട്ടിടത്തിലേക്ക് കയറിപ്പോയി.

ഉച്ചയായിട്ടില്ല. ഞാൻ മുറിക്കകത്ത് എന്തോ ജോലി ചെയ്യുകയാണ്. പുറത്ത് വീണ്ടും ബൂട്ടിന്റെ ശബ്ദവും അട്ടഹാസങ്ങളും കേട്ട് വാതിൽ തുറന്നുനോക്കി. തടവുകാരെ എങ്ങോ കൊണ്ടുപോകയാണ്. പഴയ പോലെ തന്നെ സംഘം സംഘമായി ഒന്നിച്ചുപൂട്ടി പട്ടാളക്കാർ അവരെ പടിഞ്ഞാട്ടു തെളിക്കുന്നു. അവർ ഇഴയുന്നപോലെ ഇടയ്ക്കു തിരിഞ്ഞുനോക്കുന്നുണ്ട്. പിന്തിരിയുമ്പോഴെല്ലാം പിന്നിൽനിന്ന് അടിയോ ഉന്തോ കിട്ടുന്നുണ്ട്.

ആ താടിയുള്ള തടവുകാരൻ മാത്രം അതേ നില്പിൽ തൂങ്ങിക്കിടക്കുന്നു. അയാളെ കൊണ്ടുപോകുന്ന വട്ടവുമില്ല. അതോ അയാൾ ചത്തോ?

ഒരു മനുഷ്യൻ ഈ നില്പിൽനിന്ന് ചാവേണ്ടിവരുമോ?

അയാളുടെ നാലു കാവൽക്കാരും അതേ നില്പു നില്ക്കയാണ്. അവരുടെ മുഖത്ത് ജീവനില്ലാത്തപോലെ.

അന്നും ഉച്ചതിരിയുന്നതോടെ മേട്ടിന്റെ കിഴക്കേപ്പള്ളയിൽ തലയിൽ തിളങ്ങുന്ന പാത്രങ്ങളുമായി സ്ത്രീകൾ പ്രത്യക്ഷപ്പെട്ടു. ഓ! അവർ പത്തും പതിനഞ്ചും നാഴിക, വെയിലത്തു നടന്നുവരികയാണ്, അമ്മമാർ പെങ്ങന്മാർ ഭാര്യമാർ മക്കൾ...

ഞങ്ങളുടെ മുറിക്കു മുമ്പിൽ അവർ തറച്ചുനിന്നുപോയി. അവരുടെ ആൾക്കാർ അവിടെയില്ല. കണ്ണുകൾ കലങ്ങി. മാറിടം ഉയന്നമർന്നു. തേങ്ങലുകൾ തൊണ്ടയിലമർന്നു.

'സാഹേബ്, അവരെവിടെ?'

കിഴവി ചോദിച്ചു.

'കൊണ്ടുപോയി.'

'എങ്ങോട്ടാ സാഹേബ്?'

'അമ്മാ, അറിഞ്ഞുകൂടാ.'

'എപ്പഴാ കൊണ്ടുപോയത് കുട്ടി?'

'ഉച്ചയ്ക്കു മുമ്പ്.'

'ആരാ കൊണ്ടുപോയത്?'

'പട്ടാളക്കാർ തന്നെ.'

'എങ്ങോട്ടാണെന്ന് കുട്ടിക്കറിയില്ലേ?'

'എനിക്കറിഞ്ഞുകൂടാ. ദാ, അവിടെ നില്ക്കുന്നവരോടു ചോദിക്കൂ. ഇടയ്ക്കു ചോദിക്കട്ടെ, അമ്മാ ആരാ അത്?'

'കുട്ടീ, അതെന്റെ മകനാണ്.'

കിഴവിയുടെ തൊണ്ട ഇടറി. അവൾ തുടർന്നു ചോദിച്ചു.

'അവൻ വല്ലതും കഴിച്ചോ?'

ഇല്ല എന്നു പറയാൻ വിഷമം തോന്നി.

'അറിഞ്ഞുകൂടാ.'

ഞാൻ പറഞ്ഞു.

'ഇന്നു കൊടുക്കുമോ?'

'അവരോടു ചോദിക്കണം.'

'കുഞ്ഞേ ഒന്നു ചോദിക്കൂ.'

ഞാൻ ഇറങ്ങി നടന്നു.

'എടോ മനുഷ്യാ.'

അകത്തുനിന്നു വേലായുധൻനായർ വിളിച്ചു.

'എന്താ?'

'വേണ്ടാത്തതിനു പോകണ്ട.'

'എന്താദ്?'

നടന്നുകൊണ്ടു ഞാൻ ചോദിച്ചു. അയാൾ എന്തോ പറഞ്ഞു. റിപ്പോർട്ടു ചെയ്യുമെന്നോ മറ്റോ കേട്ടതായി തോന്നി.

'ദോസ്ത്.'

തടവുകാരന്റെ മുമ്പിൽ ചെന്നു ഞാൻ പട്ടാളക്കാരനെ വിളിച്ചു.

'ഉം?'

അയാൾ വരുത്തിക്കൂട്ടിയ പുഞ്ചിരിയോടെ ചോദിച്ചു.

'ഇയാൾക്ക് വല്ലതും കൊടുക്കാമോ?'

അയാൾ കൂട്ടുകാരുടെ മുഖത്തേക്കു നോക്കി.

പുതിയതെന്തോ നടക്കാൻ പോകുന്നു എന്നറിഞ്ഞതുകൊണ്ടാകാം, തടവുകാരൻ കൺപോളകൾ വലിച്ചുതുറന്നു.

'കർണ്ണൽ സാബ് അവിടെ ഉണ്ട്.'

പട്ടാളക്കാരൻ മാന്തോപ്പിലേക്കു ചൂണ്ടിക്കാണിച്ചു.

'കൊടുക്കാൻ വയ്യ അല്ലേ.'

'ഞങ്ങളെന്തു ചെയ്യാനാ?'

ഞാൻ തിരിഞ്ഞു രണ്ടോ മൂന്നോ അടിവെച്ചു. ഓ, മറന്നുപോയി, തടവുകാരെ എങ്ങോട്ടു കൊണ്ടുപോയെന്നു ചോദിച്ചില്ല. മടങ്ങിവന്നിട്ട് പതുക്കെ ചോദിച്ചു.

'മറ്റവരെവിടെപ്പോയി?'

'ജയിലിലേക്ക്.'

'ഏതു ജയിൽ?'

'ഏതോ!'

ആ സ്ത്രീകൾ അതേ നില്പാണ്. കണ്ണീരിൽ അവരുടെ കവിളും ബ്ലൗസും പാവാടയും നനഞ്ഞിട്ടുണ്ട്. കുട്ടികൾ പാത്രം താഴെവച്ചു തേങ്ങുകയാണ്. അവരോടാണു വർത്തമാനം പറയേണ്ടത്!

'അമ്മാ, നിങ്ങൾ പൊയ്ക്കൊള്ളിൻ.'

ഇടയ്ക്കുനിന്നു ഞാൻ പറഞ്ഞു.

'എന്തേ, എന്തേ കുഞ്ഞേ?'

അവൾ ഞെട്ടി വിളർത്തു.

'കൊടുക്കാൻ കല്പന ഇല്ല.'

'ഓ!'

അവൾ നെടുവീർപ്പിട്ടു നെഞ്ചിൽ കൈയമർത്തി മിഴിച്ചുനിന്നു: ചുളി വീണ ആ കവിളുകൾ കുഴിയുകയും ചുണ്ടുകൾ കോടുകയും ചെയ്തു.

'മറ്റവരെ എങ്ങോട്ടാ കൊണ്ടുപോയതെന്നു ചോദിച്ചോ?'

ഒടുവിൽ അവൾ ചോദിച്ചു.

'ജയിലിലോട്ട്.'

'മക്കളെ.'

ആ കിഴവി തിരിഞ്ഞുനിന്നു മറ്റുള്ളവരോടു പറഞ്ഞു.

'നടന്നോ. നമ്മടെ മക്കൾ പോയി. നമുക്കു പോകാം.'

'അതല്ല.'

എന്തോ മറന്നപോലെ തെല്ലിട നിന്നിട്ട് അവൾ പിറുപിറുത്തു.

'ഞാനവനെ ഒന്നു കാണട്ടെ. വേണ്ട. ഞാനവനെ നല്ലപോലെ കണ്ടിട്ടുണ്ട്. പെറ്റ് വീണപ്പഴേ അവന്റെ കണ്ണിൽ തീയുണ്ട്. അന്നേ ഞാനവനെ അറിയും. അവന് പേടിയില്ല കുഞ്ഞേ...'

അവൾ എന്റെ നേരെ തിരിഞ്ഞു.

'അവനോടു ദയവു ചെയ്തു പറയണം. അവന്റെ പെറ്റ തള്ളയ്ക്ക്...'

കിഴവിയുടെ കുഴിഞ്ഞ കണ്ണുകൾ കലങ്ങി ഒഴുകി. ഒച്ച പതറുന്നതു തടയാൻ അവൾ മുരടനക്കി.

'അവന്റെ പെറ്റ തള്ളയ്ക്കു സന്തോഷമേ ഉള്ളൂ. ഞങ്ങൾ വീരന്മാരുടെ അമ്മമാരാണ്. അവൻ മരിക്കുംവരെ ധീരനായിരിക്കട്ടെ.'

അവർ തൂങ്ങിനിൽക്കുന്ന ആ മനുഷ്യനെ മറിച്ചുമറിച്ചു നോക്കിക്കൊണ്ടു മേട്ടിന്റെ പള്ളയിലേക്ക് ഇറങ്ങി മറഞ്ഞു.

വേലായുധൻ നായർ ഒന്നും പറഞ്ഞില്ല. അയാളെന്നെ വെറുത്തിരിക്കണം. ഞാൻ അയാളുടെ കഞ്ഞിയിൽ മണ്ണു കുത്തിയിടുന്നവനാണ്. അയാളുടെ അമ്മയേയും ഭാര്യയേയും പട്ടിണിക്കിട്ടു കൊല്ലാൻ തീർന്നവനാണ്...

അയാൾക്കു നന്നേ ജോലിയും ഉണ്ട്. മെസ്സേജുകളുടെ ബഹളമാണ്. ഇനിയും രണ്ടുപേരെക്കൂടെ അയയ്ക്കാൻ കമ്പനി കമാൻഡറോടും ആവശ്യപ്പെട്ടിരിക്കുന്നു.

ഗ്രാമങ്ങളിൽനിന്നു ഗ്രാമങ്ങളിലേക്കു പ്ലാറ്റൂണുകൾ എഡ്വാൻസ് ചെയ്യുന്നു. ഒരിടത്തും ആൺപിറന്നവരില്ല. എല്ലാം ഒളിസങ്കേതങ്ങളിലാണ്.

പിറ്റേന്നു കാലത്തു ഞാനുണർന്നത് എന്തോ പൊട്ടിത്തെറിക്കുന്ന ശബ്ദം കേട്ടുകൊണ്ടാണ്. പിടഞ്ഞെണീറ്റു പുറത്തു വന്നു. വീണ്ടും പൊട്ടലുകൾ കേൾക്കുന്നു. മോർട്ടാറൊഴിക്കുകയോ മെഷീൻ ഗൺ തകർക്കുകയോ ആണ്. മേട്ടിന്റെ കിഴക്കേ പുറത്തു മിക്കവാറും ആർട്ടിലറിയുടെ താവളത്തിൽ നിന്നായിട്ടാണ്. അവിടുന്നു പുക ഉയരുന്നുണ്ട്...

ഷെഡ്ഡിന്റെ അങ്ങേ അറ്റത്തേക്കു പകച്ചു നോക്കിപ്പോയി. അവിടെ കാവൽക്കാരില്ല. തടവുകാരൻ ഒറ്റയ്ക്കു തൂങ്ങിനില്ക്കുന്നുണ്ട്.

അങ്ങോട്ടോടി.

അടച്ചിട്ട മുറികളുടെ മുമ്പിൽ നിൽക്കുന്ന കാവൽക്കാരൻ നിന്നു വിയർക്കുന്നുണ്ട്. കിതയ്ക്കുന്നുണ്ട്.

തടവുകാരന്റെ മുമ്പിൽ ഞാൻ നിന്നുപോയി. അയാൾക്ക് എത്രയോ നീളം ഏറിയിരിക്കുന്നു. കാൽവെള്ള മുഴുവനും നിലത്താണ്. മുഖത്തേക്കു നോക്കി. അയാളുടെ തല വലത്തോട്ടു നന്നേ ചെരിഞ്ഞിട്ടുള്ളതുകൊണ്ടു താടി ഇടത്തെ തോളിൽ മുട്ടിയിരിക്കുന്നു. ആ കത്തുന്ന കണ്ണുകൾ പാതി അടഞ്ഞിരിക്കുന്നു. നാക്കു കടിച്ചിട്ടുണ്ടെന്നു തോന്നി.

'മരിച്ചോ?'

ഞാനാകെ തരിച്ചുപോയി.

അനക്കമില്ല. ശ്വാസമില്ല. മെല്ലെ മെല്ലെ അയാളുടെ വാരിയിൽ വിരൽകൊണ്ടു തൊട്ടുനോക്കി, കൈ തരിച്ചിരിക്കുന്നു. ഒന്നും മനസ്സിലാകുന്നില്ല. കൈ മുഴുവൻ വെച്ചുനോക്കി.

ഓ!

തണുത്തു ചുങ്ങിയിരിക്കുന്നു.

'അയാൾ മരിച്ചോ?'

ഒരിക്കൽ കൂടെ പാതി അടഞ്ഞ ആ കണ്ണുകളിലേക്ക് നോക്കി.

'പെറ്റ് വീണപ്പഴേ അവന്റെ കണ്ണിലാ തീയുണ്ട്.'

അയാളുടെ പെറ്റ തള്ള പറയുകയാണ്.

'അവൻ മരിക്കുംവരെ ധീരനായിരിക്കട്ടെ.'

'ബാബുജി.'

കാവൽ നിൽക്കുന്ന പട്ടാളക്കാരൻ വിളിച്ചു.

'ങ്ഏ?'

'പോയി റൈഫിളും തോട്ടയും എടുക്കൂ.'

'എന്തേ?'

എനിക്കാകെ ഒരുണർവ് തോന്നി.

'അക്രമികൾ നമ്മുടെ താവളത്തിലെത്തി!'

'ങ്ഏ?'

'ഈ തൂങ്ങിക്കിടക്കുന്ന ശവമാ പറ്റിച്ചത്.'

'എന്തേ?'

'അവൻ അവരെപ്പറ്റി ഒറ്റ അക്ഷരം ശബ്ദിച്ചില്ല. ഊം. പൊയ്ക്കോളൂ ബാബു. അവർ താവളം തകർക്കും. അവിടെ അധികം ആളില്ല. എല്ലാം എഡ്വാൻസ് ചെയ്തിരിക്കയാ' അവർ ഒരുവേള ഈ ശവം കൊണ്ടു പോയേക്കാം.'

'അവരിങ്ങു വരുമോ.'

ഒറ്റ ശ്വാസത്തിനു ഞാൻ ചോദിച്ചു.

'പിന്നെ ഞാനെന്താ ഈ പറേണത്? പോയി റൈഫിൾ ലോഡ് ചെയ്യൂ. പത്തല്ല പതിനൊന്നു തോട്ട കേട്ടോ.'

ഞാൻ തട്ടിത്തടഞ്ഞുകൊണ്ട് ഓടി.

'എന്താദ്?'

വേലായുധൻ നായർ ചോദിച്ചു.

'വെടിയും പുകയും. തോക്കെടുക്കൂ.'

'അമ്മേ.'

വേലായുധൻ നായർ മലച്ചു ചുമർ ചാരി.

'വേലായുധൻ നായരേ?'

'എന്താ?'

'റൈഫിളെടുത്തു ലോഡ് ചെയ്യൂ.'

'എന്തിനാദ്?'

'കമ്മ്യൂണിസ്റ്റുകൾ ഇതാ വരികയായി.'

'അയ്യോ, എനിക്കെന്റെ അമ്മയും ഭാര്യയും ഉണ്ടല്ലോ. ഞാൻ ചത്താൽ... ഞാൻ... ചത്താൽ... ഒമ്പത്... ഒമ്പത്... തെങ്ങേ... അവർക്കുള്ളല്ലോ...' ■

ട്രഞ്ച്

ചുറ്റും കരാളമായ കൂരിരുട്ടാണ്. രാംലാലും ബാബൂറാമും ട്രഞ്ചിന്റെ ചുമരിൽ ചാരിനിന്നു മയങ്ങുന്നു. പരമൻ ചൂണ്ടുവിരൽ ട്രിഗറിൽ തൊടീച്ചു ഗണ്ണിന്റെ ബട്ടിൽ കവിൾ ചേർത്തു ചെവി പാർത്തുനിന്നു. ഒരു വെടി, ഒരു ട്രേസർ ബുള്ളറ്റ്-ഡിഫൻസ് ലയിനിൽ നിന്നാണ് അതു പൊട്ടുക. ഉടനെ അവന്റെ ബ്രൻഗൺ നാലു മെഗസിൻ മുഴുവൻ ബ്രസ്റ്റിൽ അടിച്ചു തീർക്കണം.

ഒരു ട്രഞ്ചിൽവെച്ച് അവൻ നടാടെ ബ്രൻഗൺ ഉപയോഗിക്കാൻ പോകുന്നു. അക്രമികളുടെ ഒരു സെക്ഷൻ - അതോ ഒരു കമ്പനിയോ, അവനറിയില്ല - ഇന്നു രാത്രി കുന്നിന്റെ അടിവാരത്തിലൂടെ ഒഴുകുന്ന ആറിന്റെ പാലം കടക്കാൻ ശ്രമിക്കുന്നുണ്ട്. അവർ പുറപ്പെടുമ്പോൾ സെക്ഷൻ കമാൻഡർ പറഞ്ഞതാണ്. അക്രമികളുടെ മുന്നേറ്റത്തെ പ്രതീക്ഷിച്ചുകൊണ്ട് കുന്നിന്റെ മുകളിൽ മൂന്നിടത്ത് ബ്രൻഗ്രൂപ്പ് പതിയിരിക്കുന്നു. പിന്നിൽനിന്ന് അടയാളവെടി പൊട്ടുമ്പോൾ അവർ മൂന്നുകൂട്ടരും നന്നാലു മെഗസിൻ മുഴുവൻ അടിക്കണം.

കുന്നിന്റെ മുകളിലേക്ക് ഇഴഞ്ഞുകയറുമ്പോൾ പരമന് നന്നേ ആശങ്കയുണ്ടായിരുന്നു. കാൽമുട്ടുകൾ വേദനിക്കയും ഇടത്തെ കൈമുട്ടിൽ തൊലി ഉരിയുകയും ചെയ്തപ്പോൾ അവൻ അവളെ ഓർത്തു. അല്ലെങ്കിൽ ഒരു കൈതപ്പൂവിതൾപോലെ അവൾ സ്തബ്ധമായ കരളിലേക്ക് ഒഴുകിവന്നു. കൊച്ചുന്നാളിൽ തോട്ടുവക്കത്തു കന്നുമേയ്ക്കുമ്പോൾ ആറ്റിലൂടെ കൈതപ്പൂവിതൾ ഒഴുകിവരുന്നത് അവൻ കണ്ടിട്ടുണ്ട്. തോട്ടുവക്കത്ത് ഉടനീളം വളരുന്ന കൈതക്കാട്ടിൽ കൂമ്പു കടിച്ചിറക്കിക്കൊണ്ട് അവന്റെ ചെമ്പനും കാരിയും ഒറ്റടിവെക്കുന്നു. അവൻ മുട്ടിപ്പാലത്തിന്റെ നടുക്ക് കാൽ കവച്ചിട്ടിരുന്ന് ഒഴുക്കില്ലാത്ത വെള്ളത്തിലേക്കു നോക്കുകയാണ്. (ആറ്റിൽ കീഴെ അണകെട്ടിയിട്ടുണ്ട്.) അപ്പോൾ നേരിയ അലകളിളക്കിക്കൊണ്ട് മഞ്ഞനിറമാർന്ന പൂവിതൾ കാറ്റിൽ ഒഴുകിവരുന്നു... അതുപോലെതന്നെയാണ് അവൾ ഇപ്പോൾ കരളിലേക്ക് ഒഴുകിവന്നത്.

ഡിഫൻസ് ലയിനിൽനിന്നു പുറപ്പെടുമ്പോൾ എല്ലാം ശൂന്യമായിരുന്നു. കരൾ ശൂന്യം, തലച്ചോറു ശൂന്യം. ഒന്നും ഓർക്കാൻവയ്യ. ഒരാഴ്ച മുമ്പാണ് അവൻ ഇൻഫൻട്രി സെന്ററിൽനിന്ന് ഇവിടെ വന്നത്. തീവണ്ടിയിലും ട്രക്കിലും യാത്രചെയ്തിട്ട്, മുന്നണിയിൽനിന്ന് അമ്പതോ അറുപതോ നാഴിക അകലെ കിടക്കുന്ന പട്ടണത്തിൽനിന്ന് അവനും കൂട്ടുകാരും ചുമടേറ്റിയ കഴുതകളോടൊപ്പം മാർച്ചു ചെയ്തു. പച്ചക്കുന്നുകൾ. താഴ്വരകൾ, മൈതാനങ്ങൾ, പൂഞ്ചോലകൾ... ഇടുങ്ങിയ റോഡുകൾ, കുറുക്കുവഴികൾ, കാലടിപ്പാതകൾ... എമ്പാടും തോട്ടങ്ങളാണ്. ആപ്പിൾത്തോട്ടങ്ങൾ, നാരകത്തോട്ടങ്ങൾ, ബദാംതോട്ടങ്ങൾ... തോട്ടങ്ങളുടെ ചുറ്റും പഴക്കുല ചാർത്തിയ മുന്തിരിവള്ളി പടർന്ന വേലിക്കെട്ടുകൾ. തോട്ടങ്ങളിൽ വൈക്കോൽ മേഞ്ഞ കൊച്ചു കൊച്ചു വീടുകൾ. വീടുകളുടെ മുറ്റത്ത് കൊഴുത്ത മാടുകൾ, പശുക്കൾ, ആടുകൾ. മാടുകളുടെ പുറംചാരിനിന്നു നാട്ടുകാർ അവരെ

നോക്കുന്നു. അവരുടെ കണ്ണുകളിൽ ആശയുടെ വെളിച്ചം തെളിയുന്നു. വഴി കുന്നുകളെ വട്ടംചുറ്റി കയറുകയാണ്. സൂചിയിലക്കാടുകൾ നിറഞ്ഞ കുന്നുകളിൽ ഇടയ്ക്കിടെ ആപ്പിൾമരങ്ങൾ, നാരകങ്ങൾ, ബദാമുകൾ, അക്രൂട്ട്മരങ്ങൾ. എങ്ങും വർണ്ണം ചാർത്തിയ പഴങ്ങൾ. മാനംമുട്ടുന്ന കുന്നിന്റെ നെറുകയിൽ കിളർന്ന പാറക്കെട്ടുകളിൽ തല്ലിത്തകർന്ന് വെട്ടിത്തിളങ്ങി കീഴോട്ട് ഊർന്നൊഴുകുന്ന ഉറവുകൾ... എന്തൊരു ചന്തമുള്ള നാട്! അവൻ ഓർത്തുപോയി. അതോടെ കരൾ നടുങ്ങി. ചന്തമുള്ള ഈ നാട് ആക്രമിക്കപ്പെട്ടിരിക്കുന്നു. ഇത്രയും ഓർമ്മയിലെത്തിയ ഉടനെ അവൻ തോളിൽ തൂക്കിയിട്ടുള്ള റൈഫിളിന്റെ സേഫ്റ്റികേച്ചിൽ വിരൽകൊണ്ടു തലോടി. എവിടെയാണ് അക്രമികൾ പതിയിരിക്കുന്നത്? അവസാനം ഉയരം കുറഞ്ഞ ഒരു കുന്നിന്റെ അടിവാരത്തിൽ, തലങ്ങും വിലങ്ങും ട്രഞ്ചുകളിൽ ഡിഫൻസ് ലയിൻ ഇട്ടുകിടക്കുന്ന കമ്പനിയിൽ എത്തി. അപ്പുറത്തെ കുന്നിലും താഴ്‌വരയിലും അക്രമികളുടെ സങ്കേതമാണ്.

ഇപ്പോൾ താൻ ശത്രുവിനു നേരെ തോക്കു ചൂണ്ടി നില്ക്കയാണെന്ന് ഓർമ്മ വന്നതോടെ കമ്പനിയിലേക്കു മാർച്ചു ചെയ്യുമ്പോൾ കണ്ട കാഴ്ചകൾ ഓർത്തുപോയി. മരിച്ചവരേയും മുറിവേറ്റവരേയും കയറ്റിയ ട്രക്കുകൾ ടാങ്കുകളുടെ അകമ്പടിയോടെ പിന്നോട്ടു നീങ്ങിയിരുന്നു. ആൾ ഒതുങ്ങാത്തതുകൊണ്ട് ട്രക്കുകളുടെ മഡ്ഗാഡുകളിലും, ടാങ്കുകളുടെ പുറത്തും മരിച്ചവരും മുറിവേറ്റവരുമായ പട്ടാളക്കാരെ കിടത്തി കെട്ടിയിരുന്നു. അവരുടെ മുറിവുകളിൽനിന്ന് ഒഴുകിയ രക്തം ടാങ്കുകളുടെ ഉരുക്കുചട്ടയിൽ കട്ടിയുള്ള ചാലുകൾ വലിച്ചിരുന്നു...

ഇടയ്ക്ക് വലത്തുവശത്ത് എന്തോ ഇളകി. കണ്ണു വട്ടംപിടിച്ച് ചെവി പാർത്തു. കരിയിലകളുടെ ശബ്ദമാണ്. കൂട്ടുകാരുടെ മുഖത്തേക്കു നോക്കി. അവർ മയങ്ങുന്നു. അതോ മയങ്ങുന്നു എന്ന് ഓർത്തുകൊണ്ടു കണ്ണടച്ചു കിടക്കുകയാണോ? ഇലകളുടെ പെരുക്കം നില്ക്കുന്നില്ല. കരൾ മിടിക്കുന്നതു കേൾക്കാം. ഒളിച്ചും പാർത്തും ശത്രുക്കൾ മുന്നേറുക ഇങ്ങനെയാണല്ലോ?...

കുറച്ചുമുമ്പാണ് രാംലാൽ കഴിഞ്ഞ ദിവസത്തെ കഥ പറഞ്ഞത്. ഓർക്കാപ്പുറത്ത് ശത്രുക്കൾ കമ്പനി പതിയിരിക്കുന്ന ട്രഞ്ചുകളിൽ ചാടി വീണു. കമ്പനി മുഴുവൻ പാതിരായ്ക്കുശേഷം അവരെ ആക്രമിക്കാൻ തീർച്ചയായിരിക്കുന്നു. അവർ എങ്ങനെയോ അറിഞ്ഞുകാണും. നമ്മളറിയാതെ അവർ ആദ്യത്തെ വെടിപൊട്ടിച്ച് മിന്നൽപോലെ ആക്രമണം നടത്തി. പിന്നെ!... അന്നത്തെ ഏറ്റുമുട്ടലിൽ മരിച്ചവരേയും മുറിവേറ്റവരേയും പിന്നണിയിലേക്കു കൊണ്ടുപോകുന്ന കാഴ്ചയാണ് അവൻ വരുമ്പോൾ കണ്ടത്.

എന്തൊരു മരണമാണ് മരിക്കേണ്ടിവരിക!

ഉടനെ അവളുടെ രൂപം വീണ്ടും കരളിൽ തെളിഞ്ഞുവന്നു. റോഡിന്റെ കിഴക്കേ ഓരത്ത് ഉടനീളം മറകെട്ടിയ അഭയാർത്ഥികളുടെ ബാരക്കിന്റെ ഉമ്മറത്ത് തൂണുചാരിനിന്ന് അവൾ തന്നെ ഉറ്റുനോക്കുന്നു. അവൻ ഒറ്റയ്ക്ക്

റോഡിലും. റോഡിന്റെ പടിഞ്ഞാറുവശത്ത് അവരുടെ റൈഫിൾ കോത്താണ്. കോത്തിന്റെ മണൽമുറ്റത്തു റോഡിനോടു ചേർന്നു തഴച്ചു പന്തലിച്ച എരിഞ്ഞി പൂവും കായുമായി കാറ്റിൽ ഇളകുന്നു. ആശ്വസിക്കാനെന്നോണം അവൻ എരിഞ്ഞിയുടെ തണലിൽ ചേർന്നുനിന്നു. തൊണ്ടയിൽ വെള്ളമൂറ്റാൻ വേണ്ടി എരിഞ്ഞിയുടെ ഒരു കായ് പറിക്കാൻ കൈയുയർത്തി. ഇലച്ചില്ലയിൽ പിടിച്ച കൈ തിരുപ്പിടിച്ചുകൊണ്ടു നിന്നുപോയി. അവൾ അവനെ നോക്കുകയാണ്. അവന്റെ നോട്ടം ഇടഞ്ഞപ്പോൾ അവൾ മുഖം കുനിക്കുകയും പുഞ്ചിരിയിടുകയും ചെയ്തു...

പുഞ്ചിരി വിരിയുന്ന അവളുടെ മുഖം കരളിൽ തെളിഞ്ഞപ്പോൾ അവന് കോരിത്തരിച്ചു. തൊണ്ടയിൽ നീർ വലിഞ്ഞു. ഇതൊക്കെ അപ്പോഴും ഉണ്ടായി. അവളെക്കുറിച്ചുള്ള ഓർമ്മകൾ കിളിർക്കുമ്പോഴെല്ലാം കോരിത്തരിക്കുന്നു.

എരിഞ്ഞിയിൽനിന്ന് ഒരു പൂ പറിച്ച് ചുണ്ടോടടുപ്പിച്ചു. ഓ, എന്തൊരു സുഗന്ധം! അവന്റെ ഉള്ളംകൈയിൽ അവളുടെ മുഖം തെളിയുകയാണ്.

എന്തോ ഒന്നു മിന്നി. കരളിൽ ഒറ്റ ആന്തൽ. ഓ, ഇല്ല. മിന്നാമിനുങ്ങാണ്. അരണമരത്തൈകളുടെ പച്ചിലകളിൽ പറ്റിക്കിടന്ന് അവ മിന്നുന്നു.

അപ്പോൾ അവൻ തന്റെ അമ്മയോടൊപ്പം അച്ഛനെക്കാത്തു പാടത്തിറക്കത്ത് ഇരിക്കാറുള്ളതെപ്പറ്റി ഓർത്തു. കാലത്ത് കഞ്ഞി കുടിച്ചിട്ടുപോയാൽ പാതിരാവാകുമ്പോഴാണ് അച്ഛൻ മടങ്ങിയെത്തുക. അമ്മ ഊണു പാകമാക്കി വെള്ളം തിളപ്പിച്ചിടും. അവൻ എഴുത്തും വായനയും കഴിഞ്ഞ് റാന്തൽ കത്തിച്ച് തയ്യാറാകും. പിന്നെ പറമ്പിന്റെ ഓരത്തുള്ള കരിമ്പൻ പ്ലാവിന്റെ കടയ്ക്കൽ ചെന്നു കാത്തിരിക്കയാണ്. പാടത്തു നടവരമ്പിലൂടെ ചൂട്ടു വീശുന്ന വെളിച്ചം കാണും.

'അച്ഛനാണോ അമ്മേ?'

'അല്ല മോനേ.'

'പിന്നാരാ?'

'അമ്മയ്ക്കെങ്ങന്യാ അറിയാ?'

'അച്ഛൻ ചൂട്ടു വീശുന്നത് എനിക്കറിയാം.'

'പിന്നെന്തിനാ ചോദിച്ച്?'

'അമ്മേ പരീക്ഷിക്കാനാ?'

അമ്മ അവനെ നെറുകയിൽ മുകർന്നു. അവന്റെ അമ്മയും അച്ഛനും മണ്ണോടു ചേർന്നു. അവന് ഈ ലോകത്തിൽ ആരും ഇല്ല. ഉടനെ തിരുത്തി. ഇല്ലെന്നോ? അവൾ...

കാൽ തരിച്ചതുകൊണ്ട് അവൻ അടിയിളക്കി. ബൂട്ട് അമർത്തി ഞരിയാണി തിരിച്ചു. പുതുമണ്ണിന്റെ മണം ശ്വസിച്ചുകൊണ്ട് നിവർന്നുനിന്നു. അതോടെ ഒരിക്കലും ഉദ്ദേശിക്കാത്ത ഒരാലോചന തലയിലൂടെ കടന്നുപോയി. പരിശുദ്ധമായ മണ്ണിന്റെ മണമാണ് അവൻ ശ്വസിക്കുന്നത്. അവനു മണ്ണറിയാം. വേനലിൽ വരണ്ട മണ്ണിലും, പുതുമഴയേറ്റ മണ്ണിലും, വളം ചേർത്ത മണ്ണിലും ശ്വസിച്ചിട്ടുണ്ട്. അവനവന്റെ ശവക്കുഴിയുടെ മണ്ണിന്റെ

മണം...! അകം കിടുങ്ങുകയും ഞരമ്പുകൾ ചൂളുകയും ചെയ്തു. ചെകിടു ചൂളംവിളിക്കയാണ്. അടയാളവെടിപൊട്ടുന്നതു കേൾക്കാതെ പോവുമോ? കൂട്ടുകാർ മയക്കത്തിൽത്തന്നെ. നാല് മെഗസിനും താൻ തന്നെ അടിച്ചു തീർക്കാമെന്നു രാംലാലിനോട് ഏറ്റുപറഞ്ഞിട്ടുണ്ട്. അതിന് വിഷമമില്ല. ഗണ്ണ് ട്രൈപോർട്ടിൽ ഉറപ്പിച്ചുവെച്ചിരിക്കയാണ്. കണ്ണടച്ച് ട്രിഗറിൽ വിരലമർത്തിയാൽ മാത്രം മതി. ശത്രുക്കൾ പാലം കടക്കുമ്പോഴാണ് അടയാളവെടി പൊട്ടുക. ഉടനെ മൂന്നു ബ്രൻഗ്രൂപ്പും നന്നാല് മെഗസിൻ ഒഴിക്കും. മറ്റേ രണ്ടു ഗ്രൂപ്പുകൾ അവന്റെ വലത്തെ കൈയിനാണ് പതിയിരിക്കുന്നത്; അവർ വെടിവെക്കുമ്പോൾ... ശത്രുവിന്റെ കൈയിലും, തോക്കും ഗ്രേനേഡും മോർട്ടാറും ഉണ്ടെന്നോർത്തപ്പോൾ വീണ്ടും അകം കിടുങ്ങി. നെറ്റിയിൽ വിയർപ്പുതുള്ളികൾ കിനിഞ്ഞു.

അവർ മൂന്നുപേരും കൂടെയാണ് ട്രഞ്ച് വെട്ടിയത്. ഈ രാംലാൽ എന്തൊരു ചരക്കാണെന്ന് അപ്പഴാണറിഞ്ഞത്. ഒരു കുഴിയാനയെപ്പോലെ അയാൾ തൂമ്പകൊണ്ടു മണ്ണു കോരിയിട്ടു. അവനവന്റെ ശവക്കുഴി അവനവൻ വെട്ടുന്നല്ലോ എന്നാണ് അവൻ ഓർത്തത്. പുറത്തു പറഞ്ഞില്ല. ഒരുവേള ആദ്യത്തെ തവണയായതുകൊണ്ട് അങ്ങനെ തോന്നുകയാകാം. അല്ല; രാംലാൽ പറകയാണ്:

“കേട്ടോ പരമൻ!”

“എന്താ?”

“നാം എത്ര വലിയ സ്വയംസേവകരാണെന്നറിയോ?”

“ഹ് എന്താദ്?”

“സ്വന്തം ശവക്കുഴിയാ നാം തോണ്ടുന്നത്.”

“എടാ പിശാചേ!

ബാബൂറാം അലറി:

“നിന്റെ തലയിൽ ഇടിത്തീ വീഴാതിരിക്കട്ടെ.”

“എന്റെ തലയിൽ മോർട്ടോർ ഫയറാണ് വീഴാൻപോകുന്നത്.”

“സെയ്ത്താൻ!”

ബാബൂറാം പറഞ്ഞടങ്ങി.

“എന്താ ആലോചിക്കുന്നത്?”

രാംലാൽ ചോദിച്ചു.

“ഒന്നൂല്യ.”

പരമൻ പറഞ്ഞു.

“ശരി. എന്നാ മുന്നോട്ടു കണ്ണും പിന്നോട്ടു ചെകിടുമായി നിന്നേക്ക്. ഹോഷിയാർ! സമജ്സ്തേഹോ?”

“ജീങ്ഹാ!”

നേരിയ മഞ്ഞ് ഉതിരാൻ തുടങ്ങി. മണ്ണിന്റെ മണം കൂടുതൽ തീക്ഷ്ണമാണ്. പുറത്ത് ഒന്നും കാണാൻ വയ്യ. ഇടയ്ക്ക് പൊന്തകളിൽ മിന്നുന്ന മിന്നാമിനുങ്ങുകൾ മാത്രം...

സ്തബ്ധമായ നിമിഷങ്ങൾ നീങ്ങി. വീണ്ടും അവളുടെ രൂപം തെളിഞ്ഞു തെളിഞ്ഞുവരികയാണ്.

അവളോട് അവൻ മിണ്ടിയിട്ടില്ല. കോത്തിലെ അസിസ്റ്റന്റായിരിക്കുമ്പോഴാണ് കാണാൻ തുടങ്ങിയത്. ജോലി തീർന്നാൽ എരിഞ്ഞിപ്പൂമണം ആസ്വദിച്ചുകൊണ്ട് അവൻ മണൽമുറ്റത്ത് ആശാകുലനായി ഉലാത്തും. ഈ ലോകത്തിൽ അവന് ആരുമില്ല. പിന്നീട് അവൾക്കും ആരും കാണുകില്ലെന്നുകൂടെ സംശയിക്കയായി. അവൾ അഭയാർത്ഥിയാണ്. ഒരുവേള... പലതും ഓർത്തുപോകാറുണ്ട്. തന്നെക്കുറിച്ച് അവൾ ഓർക്കുന്നുണ്ടാകുമോ? അതാണറിഞ്ഞുകൂടാത്തത്. എന്നാലും അവൻ മുറ്റത്ത് ഉലാത്തുമ്പോഴെല്ലാം അവൾ അവിടെ എത്തും. പൈപ്പിന്റെ അടുത്തുനിന്നോ തുണികൾ ഉണക്കാനിടുന്ന കയറിന്റെ അടുത്തുനിന്നോ മുറിക്കകത്തു നിന്നോ അവൾ എന്നും വരും.

എന്താണ് അവൾക്ക് മറയുടെ അടുത്തേക്കു വന്നാൽ?

അവൾ വന്നില്ല. അവൻ പോയതുമില്ല. റോഡിൽ ആളൊഴിഞ്ഞ സമയം ഇല്ല. പട്ടാളക്കാർ എപ്പോഴും അങ്ങോട്ടുമിങ്ങോട്ടും പോകുന്നുണ്ടായിരിക്കും.

ഒന്നും മിണ്ടിയെങ്കിൽ!

ഇല്ല. അവളോട് അവൻ മിണ്ടിയില്ല. ഓർക്കാപ്പുറത്ത് ഒരു പോസ്റ്റിങ് ഓർഡർ.

മാർച്ചിങ് ഓർഡർ പുറത്തുകെട്ടി കിറ്റ്ബാഗും പെട്ടിയും ചുമന്ന് അവൻ റൈഫിൾ വാങ്ങാൻ കോത്തിലേക്കു നടന്നു. അവൾ അവനെ അകലന്നേ അറിഞ്ഞുകാണും. അവൾ വരാന്തയിലുണ്ട്. പോകുന്നു എന്ന് ആംഗ്യം കാണിക്കണമെന്നു തോന്നി. വേണ്ട. അവനെ കൊണ്ടുപോകേണ്ട. ട്രക്ക് വരുമ്പോൾ അവൾക്കു മനസ്സിലാകും.

റൈഫിൾ വാങ്ങി എരിഞ്ഞിയുടെ കടയ്ക്കൽ വന്നുനിന്ന് അവൻ ഇലച്ചില്ല പിടിച്ചു തിരുപ്പിടിച്ചു. ഒരു പൂങ്കുല പറിച്ചു മണത്തു.

അവൾ തൂണിൽ മുറുകെ പിടിച്ചുനില്ക്കയാണ്. ആ മുഖത്തിനു സ്വല്പം നീളമേറിയിട്ടുണ്ടെന്നു തോന്നി. ഇടത്തേ തോളിലൂടെ തഴച്ച മാറിടത്തിലേക്കിട്ടു മെടഞ്ഞ വാർമുടിയിൽനിന്ന് ഇഴ നുള്ളിക്കൊണ്ട് അവൾ അവനെ ഉറ്റുനോക്കുകയാണ്. മാറിടം നെടുവീർപ്പിൽ ഉയർന്നുവരുന്നുണ്ട്.

ട്രക്ക് വന്നു. അവൻ അപ്പോഴും എരിഞ്ഞിയിൽ തിരുപ്പിടിച്ചുനിന്നു.

'പരമൻ ബാബൂ.'

ഡ്രൈവർ വിളിച്ചു.

'ഓ!'

'വരുന്നില്ലേ?'

അങ്ങനെ അതാണു തന്റെ പേരെന്ന് അവൾ അറിഞ്ഞിരിക്കും. അതോ അവൾ കേട്ടോ?

അവളുടെ പേര്?

ട്രക്കിൽ കയറി അവൻ അവളുടെ നേരെ തിരിഞ്ഞുനിന്നു. നടാടെ അവളെ അടിമുടി കാണുകയാണ്. അവളുടെ വെളുത്ത ചുളിപ്പൈജാമയിൽ പുള്ളിത്തുണിയുടെ പാളികൾ തുന്നിപ്പിടിപ്പിച്ചിട്ടുണ്ട്. മുട്ടോളമെത്തുന്ന കൂട്ത്തായുടെ അടി കീറിത്തൂങ്ങിയിട്ടുണ്ട്. ഓ, അവൾ അഗതിയാണ്.

അവൻ വിയർത്തു. തൊപ്പി ഊരി ചുമ്മാ വീശി.

അവൾ തൂണിൽനിന്നു പിടിവിട്ട് നെഞ്ചിൽ കൈ അമർത്തിക്കൊണ്ട് അവനെ ഉറ്റുനോക്കി.

വണ്ടി ഇളകി.

അവൻ പോകയാണ്. അവളുടെ പേരുമാത്രം അറിഞ്ഞെങ്കിൽ!

മറയുടെ ഓരത്തൂടെ വണ്ടി നീങ്ങിയപ്പോൾ അവൻ പൂങ്കുല മറയ്ക്കു മീതെ എറിഞ്ഞു. അവൾ അടി ഇളകി. ഓ, അവളതാ വരുന്നു. പൂങ്കുലയുടെ നേരെ അവന്റെ മുഖത്തുനിന്നു കണ്ണെടുക്കാതെ അടിവെക്കുന്നു...

അവൾ അവനെ ഓർക്കുന്നുണ്ടാകുമോ? അവനാണെങ്കിൽ... ഒരു സ്ത്രീയുടെ കരൾ എങ്ങനെയിരിക്കും?

"പരമൻ!"

രാംലാൽ മയക്കത്തിൽനിന്നുണർന്ന് അവനെ വിളിച്ചു.

"ജീ."

"ഒന്നും കാണുന്നില്ലേ?"

"ജീ നഹി."

"ആങ്. കാത്തിരുന്നോ."

"ആങ്ജി."

കരാളമായി ഇരുട്ടിൽ കിനുകിനെ ഉതിരുന്ന മഞ്ഞ് അവിടവിടെ വിരിയുന്ന പാരച്ചൂട്ടുപോലെ തൂങ്ങിക്കിടന്നു. പുതുമണ്ണിന്റെ മണം നെഞ്ചു നിറയെ ശ്വസിച്ചുകൊണ്ട് അവൻ വീണ്ടും ഗണ്ണിന്റെ ബട്ടിൽ കവിൾ ചേർത്തു.

എപ്പഴാണ് അടയാളവെടി പൊട്ടുക? ■

പതാക

ഇതൊരു പഴയ കഥയാണ്. പഴയതായത് വളരെക്കാലം മുമ്പു നടന്നതിനാലല്ല. കഥയുടെ പശ്ചാത്തലത്തിനും ഇന്നത്തെ സ്ഥിതിഗതികൾക്കും തമ്മിൽ നന്നേ വ്യത്യാസം വന്നിട്ടുള്ളതിനാലാണ്. അന്ന് ഇന്ത്യ അടിമരാജ്യമായിരുന്നു. ഇന്ത്യയുടെ പട്ടാളം അടിമപ്പട്ടാളമായിരുന്നു. അവരെ നാട്ടുകാർ പുലഭ്യം പറഞ്ഞുപോന്നു: ഒന്നാമതു ചോറ്റു പട്ടാളം. രണ്ടാമതു വെള്ളമൂരാച്ചിയുടെ ചെരുപ്പുനക്കിപ്പട്ടാളം. മൂന്നാമതു... മാത്രമോ അവരെ വെള്ളമേധാവികളും തെറിപറഞ്ഞിരുന്നു: യു സൺ ഓഫ് എ ബിച്ച്!...

അതു സഹിക്കാം. 'നായിന്റെ മോനേ' എന്നു മറ്റൊരാളെ എല്ലാവരും വിളിച്ചിട്ടുണ്ട്. എന്നാൽ യൂ സൺ ഓഫ് ഏൻ ഇന്ത്യൻ ബിച്ച് എന്നാണവർ വിളിച്ചിരുന്നത്. ചോറ്റു പട്ടാളമാണ്, സമ്മതിച്ചു. ചെരിപ്പുനക്കിപ്പട്ടാളമാണ്, സമ്മതിച്ചു. എന്നാലും 'ഇന്ത്യൻ പട്ടീടെ മോനേ' എന്നവതരിക്കപ്പെടാൻ...

എല്ലാവർക്കും കരൾ പതയ്ക്കുകയാണ്: 'നാം ആഫ്രിക്കൻ മരുഭൂമികളിൽ കിടന്നു പടവെട്ടിയില്ലേ?'

'അരാക്കാൻ മലയിടുക്കുകളിലൂടെ മുന്നേറിയില്ലേ?'

'ഇറ്റലിയിൽ നമ്മുടെ സഖാക്കൾ മൺമറഞ്ഞു കിടപ്പില്ലേ?'

'അതേ, അതേ, എന്നാലും നാം അടിമകളാണ്!'

അവർ അടിമകളായിരുന്നു. എന്തിലും അടിമകളായിരുന്നു. ആ അടിമകൾ നാടിന്റെ മാനത്തിനുവേണ്ടി മുന്നേറിയ പഴയ കഥയാണിത്. എത്ര കൊല്ലമായെന്നോ? ഓ, കണക്കു കൂട്ടിക്കോളൂ, ആയിരത്തിതൊള്ളായിരത്തി നാല്പത്താറിലാണ്. ഒരിടത്തരം പട്ടാളകേമ്പിൽ വെച്ച് ഈ സംഭവം നടന്നത്.

ഏണും കോണുമില്ലാതെ ചാഞ്ഞും ചെരിഞ്ഞും കിടക്കുന്ന മേട്ടിൻ പ്രദേശത്താണ് പട്ടാളക്കേമ്പ്. മേട്ടിൻപുറത്തെ സമതലത്തിൽ ഇഷ്ടിക കൊണ്ടു പണിതു വെള്ളതേച്ചു മുട്ടുറപ്പുള്ള മേൽപ്പുരയിൽ ഓടുമേഞ്ഞ് ഈച്ചയും കൊതുകും കടക്കാതിരിക്കാൻ എപ്പോഴും അടച്ചിടുന്ന അരിപ്പച്ചട്ട വാതിലുകളും അവയ്ക്കു പുറമേ കണ്ണാടിയിട്ട മരച്ചട്ടവാതിലുകളും ജനലുകളും വരാന്തകളിൽ തളംകെട്ടിയ പൈപ്പുകളുമുള്ള ബാരക്കുകളിൽ വെള്ളപ്പട്ടാളം കിടന്നിരുന്നു. ഓരോ ബാരക്കിനോടു തൊട്ടും വെവ്വേറെ കുളിപ്പുരകളും, കുക്ക് ഹൗസുകളും അവയിലേക്ക് ഇഷ്ടിക പാവിയ നടപ്പുരകളും ഉണ്ടായിരുന്നു.

മേട്ടിന്റെ കുത്തനെയുള്ള കിഴക്കപ്പള്ളയിൽ ഇഷ്ടികയുടെ ഉറപ്പില്ലാത്ത അസ്തിവാരത്തിൽ ചരലിട്ടടിച്ച ഉയരം കുറഞ്ഞ തറയിൽ ഉരുളൻ തടികളുടെ ചട്ടക്കൂട്ടിൽ പനമ്പുകൊണ്ടു ചുമരും മാറോടു മേഞ്ഞ മേൽക്കൂരയുമുള്ള കെട്ടിടങ്ങളിൽ മുട്ട കയറിയ കയറ്റു കട്ടിലുകളിൽ ഇൻഡ്യൻ പട്ടാളം കൂട്ടത്തോടെ കിടന്നു. അവരുടെ അത്യാവശ്യ സൗകര്യങ്ങളെല്ലാം മനപ്പൂർവ്വം അവഗണിക്കപ്പെട്ടപോലിരുന്നു. ആയിരങ്ങളോളം വരുന്ന ആ കറുത്ത ജനസമൂഹത്തിനാകെക്കൂടെ ഒരൊറ്റ ലങ്കറും തുറസ്സായ രണ്ടു കുളിപ്പുരകളും ഉണ്ടായിരുന്നു. ഒരേ സമയത്ത്... എവിടേയും ക്യൂവായിരുന്നു. എവിടേയും ബഹളമായിരുന്നു. കക്കൂസിന്റെ മുമ്പിലും ക്യൂവായിരുന്നു. പതിനാലു വാതിലിനു മുമ്പിലും ഓരോ ക്യൂ ബീഡി കൊളുത്തി, വെള്ളപ്പാത്രവും മണ്ണിൻകട്ടയും പിടിച്ച്.

'ഒന്ന് വേഗമാട്ടേ സാർ.'

'അയ്യാളെന്നാ ശെയ്യാ?'

'ദേഖോ, വിസിൽ ഹോ ഗയാ ഹൈ!'

'ഉറക്കമാണോ?'

'വാതിലിനൊന്ന് തട്ടിനോക്ക്?'

'അതു പൊളിയും.'

'നമുക്കെന്നാ ചേതം?'

'ഊം, മാരോ, ഗോരേ കാ...'

പലതും കാലത്തു ദിനകൃത്യങ്ങൾ മുഴുവനാക്കാറില്ല. എണീക്കാനേ വിഷമമായിരിക്കും. ഉറക്കം തങ്ങിനിന്ന് അവരുടെ കണ്ണുകൾ വലിയുകയും മാംസപേശികൾ ചുളുചുളുക്കുകയും ചെയ്യുന്നു.

മലമ്പനിയെക്കുറിച്ചും ശുചീകരണത്തെക്കുറിച്ചും ഒരേ അച്ചിൽ പലേ പ്രസംഗങ്ങളും നടക്കാറുണ്ടെങ്കിലും വേണ്ടപോലെ നടപ്പിലാക്കാതെ നാറുന്ന കക്കൂസിന്റേയും മൂത്രപ്പുരകളുടേയും പരിസരത്തിൽനിന്നു കൊതുകു വളരുകയും സന്ധ്യയാകുന്നതോടെ അവരുടെ ചെകിട്ടിൽ പാട്ടു പാടാൻ തുടങ്ങുകയും ചെയ്തിരുന്നു. ഇത്തരം കാര്യങ്ങൾ വെള്ളക്കാരായ മേലാളുകളുടെ ശ്രദ്ധയിൽ കൊണ്ടുവന്നിട്ടുണ്ടെങ്കിൽ:

'യൂ സൺ ഓഫ് ഇൻഡ്യൻ ബിച്ചസ്!'

ഓ, അവർ നെഞ്ചമർത്തി നെടുവീർപ്പിട്ടു. അവർ ഇന്ത്യൻ പട്ടികളുടെ സന്താനങ്ങളാണ്!!

സമതലത്തിന്റെ പടിഞ്ഞാറെ ഓരത്തു, വെള്ളപ്പട്ടാളം കിടക്കുന്ന ബാരക്കുകൾ അവസാനിക്കുന്നേടത്ത് ഒരു കൂറ്റൻ ബംഗ്ലാവുണ്ട്. വെള്ളതേക്കാത്ത ഈ കെട്ടിടത്തിന്റെ ചുവന്ന ഇഷ്ടികച്ചുവരിൽ 'ദി ബ്രിട്ടീഷ് ഇൻസ്റ്റിറ്റ്യൂട്ട്' എന്നു ഭംഗിയുള്ള വലിയ അക്ഷരങ്ങളിൽ കൊത്തിവെച്ചിരുന്നു. വെള്ളപ്പട്ടാളത്തിന് ഒഴിവുസമയം കഴിച്ചുകൂട്ടാനായി കെട്ടിയ ഈ എടുപ്പിൽ നെരിപ്പോടുകളും പൈപ്പുകളും പങ്കകളും മറ്റനവധി സൗകര്യങ്ങളും നിറഞ്ഞ ഡാൻസിങ്ങ് ഹാളും തിയേറ്ററും ഉണ്ടായിരുന്നു. ഈ ബ്രിട്ടീഷ് ഇൻസ്റ്റിറ്റ്യൂട്ടിന്റെ മുറ്റത്തു പൂന്തോട്ടവും പൂന്തോട്ടത്തിന്റെ നടുക്ക് ഓരം ചേർന്ന് പോകുന്ന ടാറിട്ട മെയിൻ റോഡിൽനിന്നു കെട്ടിയിറക്കിയ പരുക്കൻ സിമന്റിട്ട ചവിട്ടുപടികൾക്കുനേരെ, തഴച്ചു പന്തലിച്ച തേന്മാവുകൾക്ക് കീഴിൽ, വെണ്ണക്കല്ലു വിരിച്ച് അരമതിൽ കെട്ടിയ ഷെഡ്ഡും കോണാകൃതിയിലുള്ള കളിത്തറയും ഉണ്ടായിരുന്നു. അവിടെങ്ങും എപ്പഴും ബഹളമാണ്. ആട്ടം, പാട്ട് കുടി, നൃത്തം... അവർ അതിനകത്തു കിടന്ന് കൂറ്റം കുത്തുമ്പോൾ ഏതെങ്കിലും കറുത്ത പട്ടാളക്കാരൻ റോഡിലൂടെ പോകാനിടയായാൽ.

'യൂ ബ്ലാക്കീ...'

'യൂ സൺ ഓഫ് എ ബിച്ച്!'

അധികാരവും, മദ്യവും, അഹമതിയും നിറഞ്ഞ ആ വെള്ളക്കൂറ്റന്മാർ അയാളുടെ പിമ്പേ ഓടിയെത്തുന്നു. അയാൾ കിതച്ച് അടി വലിച്ച് ഓടുന്നു.

'യൂ...'

അവർ അയാളെ നോക്കി പല്ലിളിച്ചു ഞെളിയുന്നു.

ഈ റോഡിനെതിരെയാണ് ക്വാർട്ടർ ഗാർഡ്. മേട്ടിന്റെ ഏറ്റവും ഉയരം കൂടിയ മേൽപ്പുറത്തു മിക്കവാറും ക്യാമ്പിന്റെ നടുക്കായുള്ള ക്വാർട്ടർ

ഗാർഡാണ് അവിടത്തെ ഏറ്റവും ഉറപ്പും വൃത്തിയുമുള്ള കെട്ടിടം. ഒട്ടകലെ യുള്ള പട്ടണത്തിൽനിന്നു തുടങ്ങി കുന്നുംമലകളും കയറി ഗോതമ്പു വിളയുന്ന വയലുകൾ കടന്നു തെക്കോട്ടു പോകുന്ന പ്രധാന പാതയിലേ ക്കാണ് ക്വാർട്ടർ ഗാർഡിന്റെ നടവഴി ചേരുന്നത്. നടവഴിയുടെ ഇരുവശത്തും തോട്ടമാണ്. തോട്ടം അവസാനിക്കുന്നേടത്ത് നടവഴിയുടെ ഇടത്തും വലത്തും പ്രധാന പാതയോടു ചേർന്നു മുള്ളുവേലി കെട്ടിയ രണ്ടു ബാരക്കുകളിൽ തോക്കും വെടിക്കോപ്പും സൂക്ഷിക്കുന്നു.

ക്വാർട്ടർ ഗാർഡിന്റെ പിന്നിലാണ് തടവുപുള്ളികൾ കിടക്കുന്ന ഇരുണ്ട ജയിലും ഉയർന്ന വാട്ടർ ടാങ്കും. അവിടെയാണ് താവളത്തിന്റെ കരൾ. ക്വാർട്ടർ ഗാർഡിന്റെ മുറ്റത്ത് ഒത്ത നടുക്ക് കൊടിമരമാണ്. അതിന്മേൽ സാധാരണ ദിവസങ്ങളിൽ കോറിന്റെ പതാകയും, വിശേഷ ദിവസങ്ങളിൽ യൂണിയൻ ജാക്കും പാറിപ്പറക്കുന്നു. താവളത്തിന്റെ മുഴുവൻ ഉത്തരവാദി ത്വവും തലയിലുള്ള വെള്ളപ്പാറാവുകാരൻ ക്വാർട്ടർ ഗാർഡിന്റെ പടിഞ്ഞാറെ വരാന്തയിൽ എപ്പോഴും റോന്തു ചുറ്റിക്കൊണ്ടിരിക്കുകയും കെട്ടിടത്തിന്റെ താഴ്വാരത്തിൽ തൂക്കിയിട്ടിട്ടുള്ള മണിയടിച്ചു സമയം അറിയിക്കുകയും ചെയ്യുന്നു.

അന്നും കൃത്യം അഞ്ചരമണിക്ക് ക്വാർട്ടർ ഗാർഡിന്റെ മുറ്റത്തുനിന്നു ബ്യൂഗിളടിച്ചു. ഉറക്കമുണർത്തുകയാണ്. 'ചാർളി ചാർളി ഗെറ്റപ്...' എന്നു തുടങ്ങുന്ന ആ ട്യൂൺ കേൾക്കും മുമ്പേ ഇന്ത്യൻ ബാരക്കുകൾ ഉണർന്നു കഴിഞ്ഞിരുന്നു. ഒരുവേള അവരിലധികം പേരും ഉറങ്ങിയിട്ടില്ല. എന്താണു ണ്ടാകാൻ പോകുന്നതെന്ന് അവർക്കറിയാമായിരുന്നു. ഇന്ത്യൻ പട്ടികളുടെ സന്താനങ്ങളായ അവർ ഇന്ത്യൻ ജനതയുടെ പതാക ക്വാർട്ടർ ഗാർഡിന്റെ മുമ്പിലുള്ള കൊടിമരത്തിൽ കയറ്റാൻ പോകയാണ്. ബാച്ചുകൾ ബാച്ചു കളായി അവർ അതെപ്പറ്റി സംസാരിച്ചു. ഒരുങ്ങി. വെള്ള മേധാവിത്ത ത്തിന്റെ ധിക്കാരത്തിന് ഒരതിർത്തി വേണം. അപമാനത്തിന് ഒരതിരു വേണം. വളരെ നാളായി അവരതേപ്പറ്റി ഓർക്കുകയായിരുന്നു. ഇന്നിതാ അവർ അതു ചെയ്യാൻ പോകുന്നു.

'ചാർളി, ചാർളി ഗെറ്റപ്...'

ട്യൂൺ തുടർന്നുകൊണ്ടേ ഇരുന്നു.

'ങ്ഹേ, നാം അവന്മാരുടെ ചാർളികളാണോ?'

ഏറ്റവും വൃത്തിയുള്ള പുതിയ ഉടുപ്പു ധരിച്ചുകൊണ്ട് ഒരാൾ ചോദിച്ചു: 'നാം പട്ടീടെ മക്കളല്ലേ?'

രണ്ടാമത്തേയാൾ പറഞ്ഞു: ഏയ്! പൂവ്വേ...

മൂന്നാമത്തെ ശബ്ദം അവരെ തടുത്തു. 'ആ വാക്ക് ഇനി മിണ്ടാൻ പാടില്ല. മേലാൽ നാം അടിമകളായി ജീവിക്കില്ല. നാം ഇന്ത്യയുടെ പട്ടാള ക്കാരാണ്.'

പുറത്തു വിസിലടിച്ചു. ഓരോ ബാരക്കിന്റേയും മുറ്റത്ത് അവർ നിശ്ശബ്ദം വന്നു. 'ഫാളി'നായി. ആരും ആരോടും സംസാരിച്ചില്ല. ആരും അടുത്തു

നില്ക്കുന്നവന്റെ മുഖത്തേക്കു നോക്കിയില്ല. അവനവന്റെ നെഞ്ചിൽ തീബോംബ് കത്തുകയാണ്.

ഇടവിട്ട് ഇടവിട്ട് പണിതിട്ടുള്ള ബാരക്കുകളുടെ മുറ്റത്തുനിന്നു പട്ടാളക്കാരുടെ സംഘങ്ങൾ പിന്നിനു പിന്നാലെ മൂന്നു വരിയായി മാർച്ചു ചെയ്തു.

'ലഫ്റ്റ്, റൈറ്റ്, ലഫ്റ്റ്...'

ആരും ശബ്ദിച്ചില്ല. ആരും ഇടം തട്ടിയില്ല. എല്ലാവരുടേയും മുഖത്ത് കനവും കണ്ണിൽ തീയുമായിരുന്നു.

പതറാതെ അടിവെച്ച് അവർ ഒഴുകി: 'ടപ്, ടപ്, ടക്...' കൊടുങ്കാറ്റിനു മുമ്പ് ശാന്തനിശ്ചലമായ കൊടുങ്കടൽപോലെ അവർ പരേഡ് ഗ്രൗണ്ടിൽ നിരന്നു. ആരും ഇളകിയില്ല. ആരും അനങ്ങിയില്ല. അവരുടെ തിളങ്ങുന്ന കൺമണികളിലൂടെ നിമിഷങ്ങൾ റബ്ബർ നൂൽ വലിച്ചുനീട്ടുകയാണ്. അപ്പോൾ...

അപ്പോൾ അവരുടെ ഇടയിൽനിന്ന് അവരുടെ തന്നെ കാക്കിയുടുപ്പും ചപ്പാത്തിത്തൊപ്പിയും ധരിച്ച ഒരാൾ സെല്യൂട്ടിങ് ബെയ്സിലേക്ക് ഉറച്ച കാൽവെപ്പുകളോടെ നടന്നു കയറി അവരുടെ നേരെ തിരിഞ്ഞു. നിർന്നിമേഷരായി അവർ നോക്കിനിന്നു. അവരുടെതന്നെ നിറം, ഉടുപ്പ്, തൊപ്പി...

അയാൾ ഒന്നു നിന്നു, നെടുവീർപ്പിട്ട് അവരെ അഭിസംബോധനം ചെയ്തു:

'സഹോദരന്മാരെ.'

അയാൾ രോമാഞ്ചം കൊള്ളുന്നു. അവർക്കു രോമാഞ്ചം കൊള്ളുന്നു.

'സഹോദരന്മാരേ, നമുക്കെല്ലാവർക്കും അറിയാം, നാം അടിമകളാണ്. നമ്മുടെ നാടു വാഴുന്നത് വിദേശികളാണ്. എന്നാൽ നാം അടിമകളാണോ? നാം പട്ടാളക്കാരാണ്. നാം ജീവനെക്കൊണ്ട് പന്തുകളിക്കുന്നവരാണ്. പട്ടാളക്കാരിൽ അടിമകളില്ല. പട്ടാളക്കാരൻ അടിമയല്ല.'

അയാൾ രോമാഞ്ചം കൊള്ളുന്നു. അവർക്കു രോമാഞ്ചം കൊള്ളുന്നു.

'സഹോദരന്മാരേ, നമുക്കെല്ലാവർക്കും അറിയാം, നാം അടിമകളാണ്. നമ്മുടെ നാടുവാഴുന്നത് വിദേശികളാണ്. എന്നാൽ നാം അടിമകളാണോ? നാം പട്ടാളക്കാരാണ്. നാം ജീവനെക്കൊണ്ട് പന്തുകളിക്കുന്നവരാണ്. പട്ടാളക്കാരിൽ അടിമകളില്ല. പട്ടാളക്കാരൻ അടിമയല്ല.'

അയാൾ നിർത്തി വീണ്ടും അവരുടെ നേരെ നോക്കിനിന്നു. അവർ കത്തുന്ന കണ്ണുകളോടെ അയാളുടെ നേരെ നോക്കുകയാണ്.

'നിങ്ങൾ പറയൂ, പട്ടാളക്കാരൻ അടിമയാണോ?'

'അല്ല.'

'നഹീ, നഹീ.'

'കബ്ഭീ നഹീ.'

'അല്ലല്ല.'

'ഹം ഗുലാം നഹീ.'

'നിർത്തൂ.'

അയാൾ കൈ ഉയർത്തി. അയാളുടെ കൈവിരലുകൾ കൊത്തിക്കള ഞ്ഞിരിക്കുന്നു എന്ന് അപ്പോഴാണ് അവർ കാണുക. അവർ നിശ്ചലരായി.

'സഹോദരന്മാരെ, നാം അടിമകളല്ലെന്ന്, നമ്മുടെ നാടിന്റെ ഉടമസ്ഥാ വകാശം നമുക്കാണെന്ന്, മേലാൽ അപമാനിക്കപ്പെട്ട് ജീവിക്കാൻ നാം തയ്യാറല്ലെന്ന്, നാം ഇന്ത്യൻ പട്ടികളുടെ സന്താനങ്ങളല്ല, ഹിന്ദുസ്ഥാനി അമ്മമാർ പെറ്റ മക്കളാണെന്ന് ഈ പതാകയുടെ പേരിൽ...'

വലത്തേ കൈയിൽ മടക്കിവെച്ചിരുന്ന ത്രിവർണ്ണ പതാക നിവർത്തി ക്കൊണ്ട് അയാൾ ആഹ്വാനം ചെയ്തു: 'ഈ പതാകയുടെ പേരിൽ ഗോറ കളെ മനസ്സിലാക്കാൻ പോകയാണ്. നമ്മുടെ ഉദ്യമം ഇതേവരെയും പുറ ത്തറിഞ്ഞില്ല എന്ന ഒറ്റക്കാര്യം നമ്മുടെ ശക്തിയേയും ഐകമത്യത്തേയും കാണിക്കുന്നു. ഐകമത്യം ജയിക്കട്ടെ!'

അയാൾ നിർത്തി. വീണ്ടും അവരുടെ നേരെ നോക്കി.

'നിങ്ങൾ പറയൂ, ഐകമത്യം ജയിക്കട്ടെ!'

അവരുടെ ആയിരം കണ്ഠങ്ങൾ ഒന്നോടെ വിളിച്ചു പറഞ്ഞു: 'ഐക്യ മത്യം ജയിക്കട്ടെ!'

'അതേ, ഐകമത്യം ഒന്നേ നമുക്കുള്ളൂ. തോക്കില്ല. വെടിക്കോപ്പില്ല.'

'ഉണ്ട്.'

ആരോ ഇടയിൽ ഉറക്കെപ്പറഞ്ഞു: 'നമുക്ക് കോത്ത് പിടിച്ചെടുക്കണം.'

'കോത്ത് പിടിച്ചെടുക്കുക!'

'അതേ, കോത്ത്...'

'സഹോദരന്മാരേ.'

അയാൾ കൈ ഉയർത്തിക്കൊണ്ടു വിളിച്ചു.

'വെറും നെഞ്ചാണ് നമുക്കുള്ളത്.'

'വെയ്ക്കട്ടെ വെടി!'

ആരോ കാക്കി ഷർട്ട് വലിച്ചു കീറി.

'എത്ര പേരെ വെടിവെക്കും?'

'നാം എത്ര കണ്ടതാണ്?'

'ഞാൻ റോമിലിന്റെ പട്ടാളം കണ്ടതാണ്.'

'ഞാനും കുറെക്കണ്ടു.'

'ഞാൻ മുന്നേ പോകാം.'

'ഞാൻ പോകാം.'

'ഞാൻ...'

'സഹോദരന്മാരേ,' അയാൾ ഒച്ചയുയർത്തി.

'അതു പട്ടാളപരമായ കാര്യമാണ്. നാം കോത്തു പിടിച്ചിരിക്കുന്നു: താവളം കീഴടക്കുന്നു, ഒരുവേള ഇതേ അവസരത്തിൽ മറ്റു പട്ടാളക്കേമ്പു കളിലും നേവിയും വിമാനപ്പടയും ഗോറയെ ആക്രമിക്കയാവാം, എന്നാലും നമ്മുടെ രക്ഷയെപ്പറ്റി നാം ഓർക്കണം. മറ്റിടത്തുനിന്നു വെള്ളപ്പട്ടാളം വരും. ഒരു വേള നഗരത്തിൽനിന്നു നമ്മുടെ പോലീസുതന്നെ വരും...'

'റോഡ് ബ്ലോക്ക് ചെയ്യണം.'

ആരോ ഉറക്കെ പറഞ്ഞു: 'പാലങ്ങൾക്കു മയിൻ വെയ്ക്കാം.'

'ആദ്യംതന്നെ ടെലഫോൺ എക്സ്ചേഞ്ചിൽ ഗ്രനേഡെറിയണം.'

'ഹഹഹഹ...' ആരോ ഉറക്കെ ചിരിച്ചു. വെള്ളക്കാർ തകർന്നുപോകുന്നത് അയാൾ കിനാവു കാണുകയായിരുന്നു.

'എല്ലാറ്റിനും നാം തയ്യാറാവണം. ഇതൊരു യുദ്ധമാണ്!'

'നാം യുദ്ധം ചെയ്യണം.'

'നാം യുദ്ധം ചെയ്യാത്തവരാണോ?'

'ഇതുതന്നെയാണ് യുദ്ധം.'

'ആദ്യംതന്നെ പതാക ഉയർത്തുക.'

'നമുക്കു പോകാം.'

'ചലോ!'

'ആഗെ ചലോ!'

'ആഗെ ബഢോ!'

ആയിരം കണ്ഠങ്ങൾ നിന്നലറി: 'ഹിന്ദുസ്ഥാൻ-സിന്ദാബാദ്.'

'ഹിന്ദു മുസ്ലീം - സിന്ദാബാദ്.'

അവർ മാർച്ചുചെയ്തു മേട്ടിൻപുറത്തേക്കു കയറുമ്പോൾ...

'എടാ രാജദ്രോഹികളേ!'

ഒരുത്തൻനിന്നു കൂവുകയാണ്.

'രാജദ്രോഹികളെ, പോകല്ലെ.'

അതിനു മറുപടിയായെന്നോണം അവർ ഒന്നായി അലറി: 'ഹിന്ദുസ്ഥാൻ സിന്ദാബാദ്.'

അവർ മേട്ടിൻപുറത്തേക്കു കയറി നോക്കുമ്പോൾ, ക്വാർട്ടർ ഗാർഡിന്റെ വരാന്തയിൽ തൂണുകൾക്കു പിന്നിൽ വെള്ളക്കാർ പൊസിഷനെടുത്തിരിക്കയാണ്. കോത്തിനുചുറ്റും വെള്ളപ്പട്ടാളം മുള്ളുവേലി വലിച്ചുകൂട്ടുന്നു.

ഒറ്റ നിമിഷത്തിന് അവർ നിന്നു.

'ചലോ!'

'ആഗെ ബഢോ!'

വീണ്ടും ആയിരം കണ്ഠങ്ങൾ ഒന്നായലറി: 'ഹിന്ദുസ്ഥാൻ സിന്ദാബാദ്.'

ക്വാർട്ടർ ഗാർഡിന്റെ പടിക്കൽ അവർ നിന്നു. മുന്നിൽ വെള്ളക്കാർ തോക്കുചൂണ്ടി ഇരിക്കയാണ്.

'ചലോ!'

'ഹാൾട്ട് ദേർ!' വെള്ളക്കാരനലറി.

'ആഗെ ബഢോ!' ആയിരങ്ങൾ അലറി.

'ഞാൻ കടക്കാം.'

'ഹം ചലേംഗെ.'

'ഞാൻ...'

ആദ്യത്തെ ആൾ കടന്നു.

'ഠേ!'

'ഹിന്ദുസ്ഥാൻ...'

'സിന്ദാബാദ്.'

അയാൾ കമിഴ്ന്നടിച്ചു വീണു. പത്തുപേർ കടന്നു നിലത്തു വീണു. മുന്നോട്ടിഴഞ്ഞു.

'ഹിന്ദു മുസ്ലീം...'

'സിന്ദാബാദ്.'

'ഠേ!'

ഒരാൾകൂടി വീണു. അയാളുടെ മീതെ ഇരുപതുപേർ കടന്നുവീണു. ഇഴഞ്ഞ് അലറി: 'ആഗെ ബഢോ!'

വെടിയേറ്റു കൂട്ടുകാർ വീണുകൊണ്ടിരിക്കേ, അവരുടെ പിടയുന്ന ശവങ്ങളുടെ മുതുകിലൂടെ അവർ ഒന്നടങ്കം ക്വാർട്ടർ ഗാർഡിന്റെ മുറ്റത്തും വരാന്തയിലും അകത്തും....

'ഠേ... ഠേ... ഠേ...'

'ചാർജ്ജ്.'

തോക്ക്, തിര, ബയനറ്റ്. തോക്ക്, തിര, ബയനറ്റ്.

നിലവിളികൾ. അട്ടഹാസങ്ങൾ. മുദ്രാവാക്യങ്ങൾ. അവർക്ക് ചെകിടില്ല. കണ്ണില്ല. ചെകിടില്ല. കണ്ണില്ല. ഒന്നുമാത്രം: 'ഹിന്ദുസ്ഥാൻ സിന്ദാബാദ്.'

'പതാക എവിടെ?'

'ഇതാ.'

മുള്ളുവേലിയുടെ മീതെ ശവങ്ങൾ വീണു നിറഞ്ഞിരുന്നു. അവയ്ക്കു മീതെ അവർ ചവിട്ടിക്കടന്നിരുന്നു.

'പതാക?'

കൊടിമരത്തിന്റെ കടയ്ക്കൽനിന്ന് അയാൾ കൈനീട്ടി.

'ഇതാ.'

'ഠോ.'

അയാൾ നെഞ്ചടിച്ചു വീണു. നെഞ്ചിനടിയിൽ ത്രിവർണ്ണപതാക ചോരയിൽ കുളിച്ചു.

'അവനെ പിടി.'

അവർ ആ വെള്ളപ്പട്ടാളക്കാരന്റെ നേരെ പാഞ്ഞു.

'ഠേ, ഠേ, ഠേ.'

അവർ വീണു. മറ്റുള്ളവർ അവരുടെ പിടയുന്ന ശവങ്ങൾക്കുമീതെ പാഞ്ഞു.

'കോത്തു തുറന്നിരിക്കുന്നു.'

ആരോ വിളിച്ചു പറഞ്ഞു.

'പതാക ഉയർത്തട്ടെ?'

'ഉയർത്തു.'

'എവിടെ?'

ശവത്തിനടിയിൽനിന്നു പതാക എടുക്കുമ്പോൾ വിരലുകളില്ലാത്ത ആ കൈപ്പത്തി അവർ കണ്ടു.

'ഓ!'

'ഖാൻസാഹേബ്!'

'സഹോദരന്മാരേ.'

കട്ടച്ചോരയിൽ മുങ്ങിയ പതാക പതുക്കെ എടുത്തുകൊണ്ട് ആ പുതിയ ആൾ വിറയ്ക്കുന്ന അവരെ അഭിസംബോധന ചെയ്തു: 'സഹോദരന്മാരേ!'

അയാൾ നിശ്ചലം അവരെ നോക്കിനിന്നു. അവർ നിശ്ശബ്ദം ആ പതാകയിലേക്കു നോക്കിനിന്നു.

'ഉയർത്തട്ടെ?' അയാൾ ചോദിച്ചു.

'ഉയർത്തൂ.'

പതാക മെല്ലെ മെല്ലെ ഉയരുമ്പോൾ അവർ നിർന്നിമേഷരായി നിന്നു നോക്കി. നെടുവീർപ്പിട്ടു. ■

ഒരിക്കൽ മനുഷ്യനായിരുന്നു

കനത്ത ചുമരും കരുത്തേറിയ മേല്പുരയുമുള്ള ഈ ബാരക്കിന് ഒരു ബംഗ്ലാവിന്റെ അന്തസ്സുണ്ട്. വെളിയിൽ, കരിവേപ്പുകളുടേയും ഞാവൽ മരങ്ങളുടേയും തണൽപരന്ന റോഡിലൂടെ കടന്നുപോകുമ്പോൾ നിങ്ങളൊന്നു നോക്കൂ. ഓ, പുച്ഛരസമായിരിക്കും, വെറുപ്പായിരിക്കും. ചുളുങ്ങിയ പച്ചക്കുപ്പായവും ഉലഞ്ഞ പാന്റും നിറംമങ്ങിയ ജംഗ്ൾഹാറ്റുമായി ആഞ്ഞലഞ്ഞു നടക്കുന്ന പട്ടാളക്കാരൻ കിടക്കുന്നതു ബംഗ്ലാവുപോലുള്ള ഈ ബാരക്കിനകത്തോ!... അയാളെ നാറും. വിയർപ്പും പൊടിയും ഇഴുകിച്ചേർന്ന അയാളുടെ ദേഹത്തിലാകെ പേനും പെറുക്കയും അടിഞ്ഞുകൂടിയിരിക്കും. അയാളുടെ കരിഞ്ഞ മുഖത്ത് വിയർപ്പുവറ്റി ഉപ്പുചാൽ വലിഞ്ഞു കിടക്കും. എന്നാൽ അയാൾ കിടക്കുന്ന ഈ ബാരക്കിന് ഒരു ബംഗ്ലാവിന്റെ അന്തസ്സുണ്ട്.

ബാരക്കിന്റെ വിശാലമായ മുറികളിലും വരാന്തയിലും ചെത്തി മിനുക്കിയ പാറക്കല്ലു വിരിച്ചിട്ടുണ്ട്. വിസ്താരമേറിയ കമാനങ്ങളാർന്ന വരാന്തയുടെ പുറംചുമരിലേക്കു പ്രധാന ചുമരിൽനിന്ന് ഇഷ്ടികയുടെ കനത്ത ഒഴുക്കൻ മേൽത്തട്ട് ഇറങ്ങിവരുന്നു. വേനലിലും മഞ്ഞിലും ഇവിടത്തെ അന്തരീക്ഷം എപ്പോഴും മങ്ങിയിരിക്കും. വേനലിൽ ആകാശവും ഭൂമിയും മുട്ടെ പൊടിപടലം ഉയർന്നു പൊങ്ങിക്കിടക്കും. ഉഷ്ണക്കാറ്റെങ്ങാൻ അനങ്ങിയാൽ മതി, മണൽ ഉതിർന്നുപൊങ്ങും. ബാരക്കിന്റെ ചുമരും

മേൽപ്പുരയുടെ ചട്ടക്കൂടും പൊടിയിൽ മുങ്ങും. അതുകൊണ്ട് ആഴ്ചയിലൊരിക്കൽ അടിച്ചു കഴുകുന്നു. അവധിയായ ഞായറാഴ്ചയുടെ പാതിയും അങ്ങനെ പോയേക്കാം. ബംഗ്ലാവു പോലുള്ള ബാരക്കിന്റെ അന്തസ്സു കളയാൻ വയ്യ.

ചിലപ്പോഴൊക്കെ കണ്ണാടിയിട്ട വാതിലുകളുടെ പട്ടയിലോ, കട്ടിളകളിലോ ഒരു വിള്ളലോ, വൻചിതൽ തിന്ന പോതുകളോ കണ്ടേക്കാം. പഴക്കത്തെക്കുറിക്കുന്ന ഒരേ ഒരു 'നിഷാൻ' അതാണ്. അതത്ര വലിയ കാര്യമല്ല. ധൃതിയിൽ പൊടി തുടയ്ക്കുമ്പോൾ ഉള്ളംകൈക്കു പോറൽ തട്ടുമ്പോഴേ ഞങ്ങളതു ശ്രദ്ധിക്കൂ.

ഈ ബാരക്കിന് എത്രത്തോളം പഴക്കമായെന്ന് ആരും ഓർക്കാറില്ല. രണ്ടറ്റത്തും ചുമർ മോന്തായത്തോടു ചേരുന്ന മുകളിലെ കോണിൽ പണിത കൊല്ലം കറുത്ത ചായത്തിൽ എഴുതിവെച്ചിട്ടുണ്ട്. ആരും നോക്കാറില്ല. പലരും കണ്ടിരിക്കില്ല. മനുഷ്യസ്വഭാവമാകാം. പഴമയെക്കുറിച്ച് എന്തിന്നോർക്കണം? ചിലപ്പോഴെങ്ങാൻ ഓർത്തുപോകുന്നു. ഇക്കാലത്തിന്നിടയ്ക്ക് ഇതിന്നകത്ത് എത്രപേർ വന്നു, പൊറുത്തു പോയി?... അനാവശ്യമായ ആലോചനകളാകാം. ഒരു കാര്യം വ്യക്തം; അന്നും ഇന്നും അതിനകത്തു കിടക്കുന്ന പട്ടാളക്കാർ ഒരേ ആശകളും വിശ്വാസങ്ങളും പുലർത്തിപ്പോരുന്നു.

പട്ടാളക്കാരൻ മനുഷ്യനാണെന്നു സമ്മതിക്കുമെങ്കിൽ, പഴകിപ്പോയ ഒരു തത്ത്വത്തെക്കുറിച്ചോർക്കുക: മനുഷ്യപരമ്പര പിന്നയ്ക്കുപിന്നാലെ വളരുന്നു, മണ്ണടിയുന്നു; വളരുന്നു, മണ്ണടിയുന്നു. എന്നിട്ടും മനുഷ്യന്റേതായ അനുഭൂതികൾ മായാതെ മറയാതെ സ്ഥായിയായി നിലനിൽക്കുന്നു.

തത്ത്വങ്ങൾ എത്രയോ ഉണ്ട്! എനിക്കവയോടു നന്നേ കമ്പമായിരുന്നു. വലിയ വലിയ കാര്യങ്ങൾ ഓർക്കുക. വലിയ വലിയ കാര്യങ്ങൾ പറയുക... ഒരിക്കൽ ഞാൻ തലമുടി വളർത്തി പാതിസന്ന്യാസിയായി നടന്നിരുന്നു: ഒരു ചെറിയ ടാഗോർ! പിന്നീടു മൊട്ടയടിച്ചു മഞ്ഞളണിഞ്ഞു ഭിക്ഷു ചമയാൻ കൊതിച്ചിരുന്നു. ബൈബിളും ഭഗവദ്ഗീതയും പഠിച്ചിരുന്നു. വേദാന്തം എന്നെ പട്ടാളത്തിലോളം എത്തിച്ചു എന്നു പറയട്ടെ. എന്നിട്ടും തന്നത്താൻ ഒരു മാപ്പും ഉറച്ച വിശ്വാസവും പുലർത്തിപ്പോന്നു. അഥവാ, എങ്ങനെ ഇങ്ങട്ടുവന്നു, അതേപോലെ തിരിച്ചുപോകണം. അറിഞ്ഞുകൂടാ, എനിക്കെന്തു പറ്റി? ഞാനിന്നു നന്നേ പുകവലിക്കും. സിഗാർ, സിഗരറ്റ്, ബീഡി... ചിലപ്പോഴൊക്കെ എറിഞ്ഞുകളഞ്ഞ കുറ്റി പെറുക്കി, ഞെക്കി നോക്കി, മണപ്പിച്ച്, പിടിച്ചുവെങ്കിൽ വീണ്ടും കത്തിക്കുന്നു. പിടിക്കാതെ വയ്യ. മുഴുവൻ ബീഡിയില്ല. വലിക്കണം. കുറ്റി പെറുക്കുന്നു. എന്റെ ഉറച്ച അഭിപ്രായത്തിൽ തികച്ചും അത്യാവശ്യമെന്ന നിലയ്ക്ക്, ഒന്നാമത്തെത്തവണ ഞാൻ കുടിച്ചു. അന്നു ചങ്ങാതികൾ താങ്ങിയെടുത്തു കട്ടിലിൽ കിടത്തി. ഇപ്പോൾ അഞ്ചോ ആറോ പെഗ്ഗ് കുടിച്ചാൽ ഭൂമി മേലോട്ടും കീഴോട്ടും ആടിക്കൊണ്ടിരുന്നാലും വാട്ടംപിടിച്ചു നടന്നുപോകാം... ഒരു വേള ഇപ്പോഴും ഓളം മാറിയിട്ടില്ല... കുമ്പസാരിക്കയല്ല എന്നു ഞാൻ മനസ്സിലാക്കുന്നു.

ബംഗ്ലാവുപോലുള്ള ഞങ്ങളുടെ ബാരക്കിന്നുനേരെ, ബംഗ്ലാവു പോലുള്ള മറ്റൊന്നിൽ ഫാമിലി ക്വാർട്ടേഴ്സാണ്. ആ നല്ല ബാരക്കിന്റെ ഉള്ളറകളെക്കുറിച്ച് അറിഞ്ഞുകൂടാ. അറിയാമെങ്കിൽത്തന്നെ മര്യാദയുടെ പേരിൽ മിണ്ടിക്കൂടാ. നിരക്കെ മുറികളാകണം. പടിഞ്ഞാറെ വശത്തു തുറന്ന വരാന്തയാണ്. കിഴക്കുവശത്തെ വരാന്തയിൽ മുട്ടിച്ചു പണിത ചുമരിൽ മുറികൾ തിരിച്ചിട്ടുണ്ട്. പിന്നെ ഞങ്ങൾക്കു നേരെ ഉന്തിനില്ക്കുന്ന ചതുരാകൃതിയിലുള്ള അടുക്കളകളാണ്. പരന്ന മേൽത്തട്ടുള്ള ഈ അടുക്കളകൾക്കു റെയിൽവേ സ്റ്റേഷനിൽ കാണുന്ന വലിയ ചതുരപ്പെട്ടികളുടെ മട്ടുണ്ട്. ഒരൊറ്റ വിശേഷം: ഇവയ്ക്കു ചതുരാകൃതിയിൽ ഇരുമ്പു വലയിട്ട, വാതിലില്ലാത്ത, ജനലുണ്ട്. അകത്തു പെരുമാറുന്ന പട്ടുടുപ്പുകളുടെ മിന്നലും മങ്ങലും ഇവിടന്നു കാണാം. ചിലപ്പോൾ വളകിലുക്കം കേൾക്കാം. ചുമ്മാ വരാന്തയിൽനിന്നു നോക്കുന്നതു നന്നല്ല. ഞങ്ങൾക്കും തെല്ലു മര്യാദയുണ്ട്. അതുകൊണ്ടു കട്ടിലുകൾ വാതിലിന്നുനേരെ വലിച്ചിട്ടു കിടക്കുന്നു.

ക്വാർട്ടേഴ്സിൽ അധികവും അഭയാർത്ഥികളാണ്. അവർക്കിന്നു സ്വന്തമായ വീടോ കുടിയോ ഇല്ല. ഗവണ്മെന്റിന്റെ സന്മനസ്സുകൊണ്ട് ഇവിടെ പാർക്കുന്നു. ഭർത്താക്കന്മാർ പട്ടാളത്തിലുണ്ട്. ഒരിക്കൽ ഈ സ്ഥലത്ത് ഏതെങ്കിലും ക്യാമ്പിൽ ഉണ്ടായിരുന്നേക്കാം. പിന്നീട് എങ്ങോട്ടൊക്കെയോ പോയി. അവിടെ ക്വാർട്ടേഴ്സ് കിട്ടാനില്ല. അതുകൊണ്ടു കുടുംബങ്ങൾ ഞങ്ങൾക്കെതിരെയുള്ള ബാരക്കിൽത്തന്നെ താമസിക്കുന്നു.

അവിടന്നു ചൊറുചൊറുക്കുള്ള പെൺകിടാങ്ങൾ സൈക്കിളിൽ സ്കൂളിലേക്കു പോകുന്നു, വരുന്നു. പാൽ വാങ്ങാൻ പോകുന്നു, വരുന്നു. മാർക്കറ്റിലേക്കു പോകുന്നു. നടക്കാൻ പോകുന്നു... അവരുടെ പിമ്പേ ഞങ്ങളുടെ ബാരക്കിൽ കിടക്കുന്ന പട്ടാളക്കാർ ആർത്തിയോടെ നോക്കുന്നു, നെടുവീർപ്പിടുന്നു. ചിലപ്പോൾ പിറുപിറുക്കുന്നു.

“ജിലേബി പോണൊരു പോക്ക്!”

“നീയും പോയ്ക്കോ.”

“എനിക്കു വേണ്ട.”

“എനിക്കറിയാം.”

“നിന്റെ നോട്ടം സേമിയയുടെ പിമ്പേയല്ലേ?”

“ഒന്നു മിണ്ടാതിരിക്കെടോ.”

“ഓ! ആർക്കും അറിഞ്ഞുകൂടാ.”

“കൊഴക്കട്ട പറഞ്ഞതേരിക്കും.”

“ചുപ്പേയ്!”

“എന്താ പറഞ്ഞാൽ?”

“യാദ് രഖ്!”

സുബ്ബയ്യയും മദൻലാലും തമ്മിൽ വഴക്കു കൂടുകയായി.

ഇല്ലിത്തോട്ടിപോലെ നീണ്ടുമെലിഞ്ഞ സുബ്ബയ്യയ്ക്ക് മൂന്നാംനമ്പർ ക്വാർട്ടറിലെ മെലിഞ്ഞ മഞ്ഞച്ഛായയുള്ള പെൺകുട്ടിയോട് അടുപ്പമുണ്ടായിരുന്നുപോലും. അവളുടെ പേര് അറിഞ്ഞുകൂടാ. അതുകൊണ്ട് സേമിയ എന്നു വിളിക്കുന്നു. വാസ്തവത്തിൽ ഈ പെൺകുട്ടിയോട് സുബ്ബയ്യ ഒന്നു മിണ്ടിയിട്ടുപോലുമില്ല. എന്നാലും അവൾക്കു തന്നോട് അനുരാഗമുണ്ടെന്ന് അയാൾ ധരിച്ചുപോന്നു. ഉണ്ടെന്ന് മറ്റുള്ളവരോടു വാദിച്ചു. എന്തുകൊണ്ടെന്നാൽ സേമിയ അടുക്കളയുടെ ജനലിലൂടെ അയാളെ നോക്കിനില്ക്കാറുണ്ട്. ഇടയ്ക്കുവെച്ചു കണ്ടെത്തിയാൽ മുഖം കുനിക്കാറുണ്ട്... എത്രയോ തെളിവുകളുണ്ട്.

സുബ്ബയ്യയ്ക്കു നീണ്ടുനിവർന്നു കിടക്കവയ്യ. കട്ടിലിനു നീളം പോര. ചുരുണ്ടുകൂടി ഉറങ്ങിക്കിടന്ന അയാൾ ഉണർന്നാൽ ഒന്നു മൂരിനിവരും. അപ്പോഴൊക്കെ അയാളുടെ മെലിഞ്ഞ കാലുകൾ കൊതുവലയ്ക്കടിയിലൂടെ പുറത്തേക്ക് നീണ്ട് ഒടിഞ്ഞുകിടക്കും! മൂരിനിവർന്നു കൊതുവല പൊക്കി മുഖം തുടയ്ക്കുന്നതോടെ അയാൾ അമർന്ന സ്വരത്തിൽ വിളിക്കും: “ഓ, സേമിയാ...”

സേമിയ അടുക്കളയുടെ മൂലയിൽ മുറ്റത്തിരുന്നു കൽക്കരിയുടെ അടുപ്പിൽ തീ പിടിപ്പിച്ചു പുകയിലൂടെ ഊതുകയും ചുമയ്ക്കുകയും കണ്ണു തുടയ്ക്കുകയുമാണ്. ഇടയ്ക്ക് അവൾ ദുപ്പട്ടയുടെ കോണുകൊണ്ടു കണ്ണു തുടയ്ക്കാൻ മുഖമുയർത്തുന്നു.

ഓ! അതാ നോക്കുന്നു. സുബ്ബയ്യ ഓർത്തുപോകും. അയാളുടെ കരൾ നിറയും.

“എന്റെ സേമിയ, എന്തേ?”

“പട്ടേ, ചുപ്പേ...”

മദൻലാലിനു ദേഷ്യം വരുന്നു.

“തു ഥോഡാ സോനേ നഹി ദോഗേ?”

“താനു കീ ഹോന്താരെ?”

മുറിയൻപഞ്ചാബിയിൽ സുബ്ബയ്യ തട്ടിക്കേറും.

പിന്നെ മദൻലാൽ പറയുന്ന മറുപടി നന്നേ ആഭാസമായിരിക്കും. ചുരുക്കം ഇതാണ്. മദൻലാലിന് ഇപ്പോളെന്താണ് എന്ന് ഒറ്റവാക്കിൽ അങ്ങു തീർത്തു പറയും. പിന്നെ ‘സുബാസബേരെ’ സുബ്ബയ്യ സേമിയയെ വിളിച്ചുണരുന്നതു കേൾക്കാൻ മദൻലാലിനു കരുത്തില്ല. അവൾ സുബ്ബയ്യയുടെ അടുത്തു വരില്ല. അതുകൊണ്ട്, “കൊഴക്കട്ടയെ വിളിച്ചോടാ കഴുതേ!”

കൊഴക്കട്ട അഞ്ചാം നമ്പറിലേതാണ്. തടിച്ചുകൊഴുത്ത ആ പെൺകുട്ടിക്ക് എലിവാലുപോലുള്ള തലമുടിയേ ഉള്ളൂ. അവൾ കറുത്ത നൂൽ തലമുടിയോടൊപ്പം മെടഞ്ഞുകൂട്ടുന്നു. കട്ടിലിനു താങ്ങാനാവാത്തത്ര തടിയുണ്ട്. മദൻലാലിന് കൊഴക്കട്ടയെ ഇഷ്ടമാണ്. അവൾ പലപ്പോഴും വരാന്തയുടെ ചുമരിൽ പുറംചാരിക്കൊണ്ടു നില്ക്കും. ആരെയോ പ്രതീക്ഷിക്കുന്നപോലെ, അന്തം മറന്നിട്ടെന്നോണം. വളരെനേരത്തേക്ക് അതേ നില്പായിരിക്കും. മദൻലാലിനെ പ്രതീക്ഷിക്കുകയാണെന്നാണ് സംസാരം. ആണെന്ന്

അവൻ സമ്മതിക്കില്ല. കൊഴക്കട്ട നന്നെ വൈകിയിട്ടാണ് ഉണരുക. ഉണർന്നുവരുമ്പോൾ അവളുടെ ഉടുപ്പും തലമുടിയും നന്നേ അലങ്കോലമായിരിക്കും. അവൾ പുറത്തുവന്ന് ഒന്നു കണ്ടിട്ടേ താൻ എണീക്കൂ എന്നു മദൻലാലിനു നിയമമാണ്. മറ്റുള്ളവർ അതറിയുന്നതിൽ നന്നേ ക്ഷോഭിച്ചു പോകയാണ്.

സുബ്ബയ്യയും മദൻലാലും വക്കാണം കൂടുമ്പോൾ വെളിയിൽപ്പോയ ധനരാജ് ബാരക്കിന്നകത്തേക്കു കടന്നുവരും. ഉടനെ പെരുമാൾ വിളിക്കും: "ലില്ലീ!"

ധനരാജ് വളർത്തുന്ന പട്ടിയാണത്. എല്ലാവരുടേയും ആനുകൂല്യങ്ങളോടെ ജീവിക്കുന്ന ലില്ലിയോട് ധനരാജിന് പ്രത്യേക മമതയുണ്ട്. അയാൾ ന്യായം പറയും. ലില്ലിയുടെ അമ്മ അടുത്തില്ലായിരുന്നു. രാജ് മോട്ടോർസൈക്കിൾ ഓടിച്ചുവന്നു കവല തിരിയുകയാണ്. ഗ്യാസ് കുറച്ചിട്ടുണ്ട്. ഓവിന്നടിയിൽനിന്ന് വല്ലാത്തൊരു നിലവിളി. ഇറങ്ങി നോക്കി. ഓ! ചോരക്കുഞ്ഞുങ്ങളെ കാട്ടെറുമ്പു പൊതിഞ്ഞിരിക്കുന്നു. എല്ലാറ്റിനേയും പെറുക്കിയെടുത്തു. കണ്ണു മിഴിഞ്ഞിട്ടില്ല. അവറ്റ കിടന്നു വലിക്കുകയാണ്. ഉറുമ്പുകളെ നുള്ളിയെടുത്തു. ഇടയ്ക്ക് രണ്ടെണ്ണം ചത്തു. മറ്റതു പെണ്ണാണ്. അതിനെ സീറ്റിൽവെച്ച് മോട്ടോർ സൈക്കിളോടിച്ചുപോന്നു. പാൽ കൊടുത്തു വളർത്തി.

ലില്ലി ഉറങ്ങുന്നത് ധനരാജിന്റെ കട്ടിലിനു കീഴേയാണ്. കട്ടിലിൽത്തന്നെ കിടക്കുന്നു എന്നും പരാതിയുണ്ട്. നമുക്കതറിയണ്ട. മെസ്സിൽ പാൽവണ്ടി വന്നാൽ ലില്ലി ഉണരും. കട്ടിൽക്കാലിൽ മുട്ടും. തലയണയിലേക്കു കൈകൾ എടുത്തു കുത്തും. മൂളും, മുരളും, ധനരാജ് ഉണരും. ലില്ലിയുടെ കൂടെ മെസ്സിലേക്കു പോകും.

ലില്ലിക്കു നന്നേ ബുദ്ധിയുണ്ട്. സല്യൂട്ട് ചെയ്യാനും ഷെയ്ക്ക്ഹാൻഡ് ചെയ്യാനും അറിയാം.

ധനരാജ് ബാരക്കിലേക്കു തിരിച്ചുവരുമ്പോഴേക്കും പെരുമാൾ ഉറക്കമുണർന്നിരിക്കും. ലില്ലിയെ താലോലിക്കാതെ പെരുമാൾ എണീക്കില്ല. അയാൾക്കു കൊഞ്ചലുണ്ട്. കൊഞ്ചിക്കൊണ്ട് പെരുമാൾ വിളിക്കുന്നു.

"ലില്ലീ!"

പട്ടി വാലാട്ടും.

"ഇംഗെ ബാറീ!"

പെരുമാൾ കമിഴ്ന്നു കിടന്നു കൊതുവലയ്ക്കടിയിലൂടെ രണ്ടു കൈയും നീട്ടും.

ധനരാജിന് ഇതു കണ്ടുകൂടാ.

"ലില്ലീ!"

രാജ് മുരണ്ടുകൊണ്ടു നില്ക്കും.

"പോഹാദേ!"

പട്ടി രാജിന്റെ മുഖത്തേക്കു ദയയ്ക്കിരക്കുന്നപോലെ നോക്കും.

"ഇംഗെ ബാറി മോളെ!"

"പോ ഹാദേ!"

"ലില്ലീ!"

"പോഹാദ!"

"ഉനക്കെന്നയ്യാ, എനക്കദൈ കൂപ്പിറക്കൂറാതാ?"

"നാൻ വളർത്ത ഇന്തനായി..."

"ഉനക്ക് ശൊന്തമാ?"

"ഉനക്കെന്നാ വേണം?"

"ശൈക്കാൻഡ്!"

"പ്ഫ!"

"ഏൻ യ്യാ കാലം കാലത്താലെ മനശനെ തിട്ടറാ നീ?"

ലില്ലി പകച്ചുകൊണ്ടു നോക്കിനില്ക്കയാണ്. ധനരാജും പെരുമാളും ആഭാസങ്ങൾ വിളിച്ചുപറയുന്നതിനിടയ്ക്ക് സുബ്ബയ്യ തന്റെ നീണ്ട വിരലുകൾ ഞൊടിച്ചുകൊണ്ടു പട്ടിയെ വിളിക്കും.

"ഷെയ്ക്ക് ഹാൻഡ്!"

പട്ടി മൂന്നു കാലിൽ ഇരുന്ന് ഒറ്റക്കൈ കട്ടിലിലേക്കു തൂക്കിവെക്കുന്നു. സുബ്ബയ്യ കൈ ചൊറിഞ്ഞുകൊണ്ടു കിടക്കും.

"ആയ് രെ പട്ടേ, കൈസാ രദ്ദീരെ തൂ?"

മദൻലാൽ കാർക്കിച്ചു തുപ്പും.

"ഛൽ!"

അവൻ പിടഞ്ഞെണീറ്റു പട്ടിയോടടുക്കും.

"നികൽ ജാ! ഇധർസേ നികൽ.... സുബാ സബേരെ..."

എന്തൊരു നശിച്ച വഹ! മനുഷ്യനായാൽ അടക്കവും ഒതുക്കവും വേണം, കുറച്ചെങ്കിലും വേണം. ഈ വൃത്തികേടുകൾ, ഇത്ര പച്ചയിലും വെളിച്ചത്തിലും! കാർക്കിച്ചു തുപ്പണമെന്നുണ്ട്. മുറിയുടെ അറ്റത്തെ മൂലയിൽ കിടക്കുന്ന എനിക്ക് ഇറങ്ങി ഓടണമെന്നുണ്ട്.

എനിക്കിവിടെ മൂന്നു കൊല്ലമാവുന്നു. ഈ ബംഗ്ലാവുപോലത്തെ ബാരക്കിൽ പലേടത്തും സ്ഥലം പിടിച്ചു. എല്ലായിടത്തുനിന്നും സ്ഥലം മാറി. എന്റെ കൂടെ ഉണ്ടായിരുന്നവരൊക്കെ സ്ഥലംവിട്ടു. പകരം പുതിയ ആളുകൾ വന്നു. വൃത്തികേടുകൾ കൂടുകയാണ്. സഹികെട്ടുപോവുന്നു.

വളരെ കുറച്ചു ജോലിയും നല്ല ഭക്ഷണവും സുഖകരമായ പാർപ്പിടവും.... പലതുമായി കഴിഞ്ഞിരുന്ന ഞങ്ങൾക്ക് ഈ പുതിയ ഇറക്കുമതികൾക്കുശേഷം ചില്ലറ തൊന്തരവുകൾ വന്നുകൂടിയിട്ടുണ്ട്. പുറത്തുപോകുമ്പോൾ ഔട്ട്പാസും ബൂട്ട് പട്ടിയും വേണം. സന്ധ്യയ്ക്ക് എട്ടുമണിക്ക് റോൾക്കാളുണ്ട്. എന്നും പി.ടി.യും പരേഡും തുടങ്ങിയിട്ടുണ്ട്. ആഴ്ചയിലൊരിക്കൽ ബാരക്ക് ഇൻസ്പെക്ഷനുണ്ട്... മൊത്തത്തിൽ അത്യാവശ്യ കാര്യങ്ങൾതന്നെ. ഞങ്ങൾ പഴയ കൂട്ടർക്ക് ഇതിൽ അസ്വാരസ്യമുണ്ട്.

സങ്കടം തന്നെയുണ്ട്. എന്തുകൊണ്ടെന്നാൽ ഇവനൊന്നും കൂടാതെ തന്നെ എത്രയും ഭംഗിയായി, കണിശമായി ജീവിച്ചുപോന്നതാണ്. പുതിയ ഓരോ ആൾ വരുമ്പോൾ പുതിയ ഓരോ നിയമം ഉണ്ടാക്കേണ്ടിയിരിക്കുന്നു. എന്തൊക്കെയായിട്ടും പുതിയ ആൾ വരുമ്പോൾ ഉടനെതന്നെ കാണണ മെന്നുണ്ട്. പുറപ്പെടുംമുമ്പെ കമ്പനിയിൽനിന്ന് അറിയിച്ചുകഴിയും. ഇതിൽ ഒറ്റയാൾക്കും തൃപ്തിയില്ല. കമ്പനിയിൽ വെച്ചുപൊറുപ്പിക്കാൻ വയ്യാത്ത പോക്കിരികളേയും, എന്നും സിക് റിപ്പോർട്ടിനു നടക്കുന്ന മക്രകളേയും ട്രേഡ് വേല അറിയാത്ത കാക്കപിടുത്തക്കാരെയുമാണ് ഡിറ്റാച്ചുമെന്റിലേ ക്കയക്കുക. എന്നാലും വണ്ടിയുടെ സമയമായാൽ കാത്തിരിക്കും. അയാൾ ക്കായി മെസ്സിൽ സാപ്പാട് എടുത്തുവെച്ചിട്ടുണ്ടാകും. കട്ടിൽ തയ്യാറാക്കി യിരിക്കും.

ആമ്മുനിഷ്യൻ ചെക്കിങ് നടക്കുമ്പോഴാണ് അൻമോലക് റാം വന്നത്. ക്വാർട്ടർ മാസ്റ്റർ സ്റ്റോറിനുമുമ്പിൽ വരാന്തയിൽ കരിമ്പടം വിരിച്ചു തോട്ട കൾ നിറച്ച ബൻഡോളിയങ്ങൾ അടുക്കിവെച്ചിരുന്നു. ഉണക്കാനിട്ട ഇഞ്ചി വാരിക്കൂട്ടിയപോലെ 'ത്രീ നോട്ട് ത്രീ' തോട്ടകൾ ചൊരിഞ്ഞു കൂമ്പാരം കൂട്ടിവെച്ചിരുന്നു. കരിമ്പടത്തിന്റെ ഓരത്തും കോണിലും വട്ടമിട്ടു ചമ്രം പടിഞ്ഞിരിക്കുന്ന ഞങ്ങൾ ഓരോ തോട്ടയും ഉണ്ടാക്കിയ കൊല്ലമനു സരിച്ചു പേർത്തെടുത്തു വീണ്ടും അടുക്കി ബൻഡോളിയങ്ങളിൽ നിറ യ്ക്കുകയാണ്. എണ്ണമെടുക്കുകയാണ്.

"നൈന്റീൻ ഫോർട്ടി."

"കിഥർ?"

"എന്റടുത്ത്."

"ഫോർട്ടി ടു ഉണ്ടോ?"

"എത്ര വേണം?"

"രണ്ട്."

"ലേലോ?"

"എറിയരുത്."

"വൈ?"

"പൊട്ടും."

"ഹ ഹ ഹ..."

"ഇവ പൊട്ടില്ല."

"വൈ?"

"എത്ര പഴക്കമായി!"

"എവിടെല്ലാം പോയി വന്നതായിരിക്കും!"

"ആരുടെയെല്ലാം ബൻഡോളിയത്തിൽ കിടന്നതാവും!"

"എനിക്കറിയാം."

"എന്ത്?"

"ചുപ് ചുപ് കാം കരോ."

"കേട്ടോ."
"മിണ്ടുമ്പോൾ പണി നടക്കില്ല."
"അവൻ ചിലച്ചോട്ടെ."
"ഈ തോട്ട വെച്ചിരുന്ന ആളിനു വീരചക്രം കിട്ടി."
"ഇതു പാക്കിസ്താനിൽനിന്നു വന്നതാണ്."
"എങ്ങനെ?"
"തടവുകാരന്റെ പക്കൽനിന്നു പിടിച്ചതായാൽ?"
"ശവത്തിന്റെ നെഞ്ചിൽകിടന്ന..."
"അച്ഛാ, അപ്പോൾ ഇന്ത്യയിൽ മുമ്പുണ്ടായിരുന്നതാകണം."
"എപ്പടി?"
"പങ്കിട്ടെടുത്തപ്പഴേ."
"ഹ ഹ ഹ..."
"നോക്ക്, ഇതിന്മേലൊരു സ്റ്റാറ്."
"അശോകചക്രം കിട്ടിയ ആളിന്റേതാകും."
"അപ്പോൾ കാഷ്മീരിൽനിന്നു വന്നതാകാം."
"അല്ലപ്പാ."
"പിന്നെ?"
"ലിബിയ."
"കോഹിമ ആയിക്കൂടാ?"
""ഏയ്!"
"ക്യോം ജി?"
"മൈനേ കഹാ"
"ങ് ആ!"
"ചുപ് ചാപ് അപ്നാ കാം കരോ."
"ബാരുദ് കോയി ഖാതാ നഹി."
"ഇസ്സെ ദുശ്മൻ മാരാ ജാതാ ഹൈ."
"ഓ!"
"എന്തെടോ?"
"എവിടെയാണ് നിഷാനെടുക്കുക?"
"അമ്പോ!"
"ങ്ഹ!"
"ഒരു നിഷാൻവാല!"
"അവന്റെ കൈ വിറയ്ക്കും."
"ചങ്ക് ഇടവെട്ടും."
"ഞാനൊന്നാമത്തെ തവണ ട്രഗറമർത്തിയത്..."

അതൊരു കഥയായിരുന്നു. ശത്രുവിനെക്കാത്തു ട്രഞ്ചുകളിൽ പതിയിരുന്നതുതൊട്ട് അയാൾ തുടങ്ങി. പറഞ്ഞുതീർന്നപ്പോൾ അടുത്ത ആൾ

തന്റെ അനുഭവങ്ങളിലൂടെ നീങ്ങി. അവർക്കു തീരാത്ത വർത്തമാനങ്ങൾ പറയാനുണ്ട്.

അപ്പോഴാണ് അൻമോലക്റാം അങ്ങോട്ടു വരുന്നത്. അയാൾ എത്തിയിട്ട് എത്രയോ സമയമായി! പുതിയ ആൾ വരുന്ന കാര്യം എല്ലാവരും മറന്നുപോയിരുന്നു.

"ഭായിസാബ്, മേജർജീനേ ഹുക്കുംദിയാ..."

അവർ പുതിയ ശബ്ദം കേട്ടു മുഖമുയർത്തി. താൻ വന്നു. സാധനങ്ങളൊക്കെ കട്ടിലിൽ വെച്ചു. ക്വാർട്ടർമാസ്റ്റർ സ്റ്റോറിന്റെ മുന്നിലേക്കു ചെല്ലാൻ ഹവിൽദാർ മേജർ പറഞ്ഞു. സ്ഥലമേതെന്നു തിരയുകയായിരുന്നു. ഒടുവിൽ വർത്തമാനം കേട്ടു വന്നു.

"ഭായിസാബ്, ഞാൻ എവിടെയാണ് ഇരിക്കേണ്ടത്?"

ആരോ ചൂണ്ടിക്കാണിച്ചു. അയാൾ നടക്കുമ്പോൾ കാൽ വേച്ചിരുന്നു. ശരീരം വിറയ്ക്കുന്നുണ്ടോ എന്നു തോന്നി. നിക്കറും ബനിയനുമാണ്. പരന്ന തടി. ദേഹത്തിന്നു മഞ്ഞച്ഛായയുണ്ട്. വിളർത്തിരിക്കുകയാവാം.

"ഭായിസാബ്, ഇധർ ബൈഠ്താഹൈ?"

"ങ്ഹാ, ബൈഠോ!"

അയാളുടെ തൊണ്ട അലിയുന്നോ എന്നു തോന്നും. ഓരോ വാക്കും നിർത്തി നിർത്തി പറയുമ്പോൾ കൈവെള്ളയിലിട്ട് തൂക്കവും ഒഴുക്കും നോക്കുകയാണെന്നു തോന്നും.

ഇരുന്നപ്പോൾ അൻമോലക്റാം ചോദിക്കയാണ്: "ഭായിസാബ്, ക്യാ കർണാ ഹൈ ദരാ തു ബത്താവോ?"

ആരോ ചിരിച്ചു. വർത്തമാനത്തിന്റെ മട്ടു കണ്ടിട്ടാവാം. മൂന്നരവയസ്സെത്തിയ നിങ്ങളുടെ അനിയൻ ചോദിക്കുന്നപോലുണ്ട്.

ആരോ അടുത്തയാളിന്റെ ചെവിയിൽ പറഞ്ഞു: "എന്താ ഞാൻ ചെയ്യണ്ട്?"

മറ്റെയാൾ മന്ത്രിച്ചു:

"എങ്ങന്യാ അതെടുക്ക്വാ?"

"രണ്ടു കയ്യോണ്ടും എടുക്കണോ?"

അൻമോലക്റാം ചമ്രംപടിഞ്ഞിരുന്ന കൂമ്പാരംകൂട്ടിയ തോട്ടകളിൽ നിന്ന് ഒന്നെടുത്തു. ചായം എടുക്കുന്ന കലാകാരന്റെ മുഖഭാവത്തോടെ വിരലുകൾക്കിടയിൽ പിടിച്ചു നോക്കി.

അയാളുടെ തലമുടി പറ്റെ വെട്ടിയിരുന്നു. ഇടയ്ക്കു നരച്ചിട്ടുണ്ട്. മുഖം പരന്നിട്ടാണ്. നെറ്റിയിലും കവിളിലും കുനുകുനെ ഉണിലുകളുണ്ട്. വട്ടപ്പുള്ള കണ്ണുകൾ കലങ്ങിക്കിടന്നു. കണ്ണുകൾക്കു മഞ്ഞനിറമാണ്. കൺമണികൾ ജീവസ്സറ്റു ചാരനിറമാർന്നിരുന്നു.

തോട്ടയും പിടിച്ച് തെല്ലുനേരം അയാൾ ഇരുന്നു. എന്തോ ഓർക്കുകയാവണം. അയാളുടെ കവിൾ വലിയുകയും ചുളിയുകയും ചെയ്തിരുന്നു. ഒടുവിൽ അയാൾ മൊഴിഞ്ഞു:

"തുമ്ഹെം, ബെടാ കോയി ദുശ്മൻ നഹി മിലാ?"

അമ്പോടെ, ഓമനത്തത്തോടെ, അയാൾ ഓരോ വാക്കും നിർത്തി നിർത്തി പറഞ്ഞപ്പോൾ എല്ലാവരും അയാളെത്തന്നെ നോക്കിയിരുന്നു പോയി. അൻമോലക്കിന്റെ കണ്ണുകൾ നിറയുകയാണ്. ചിറി വലിഞ്ഞു കോടിയിട്ടുണ്ട്. കവിളുകൾ വിറയ്ക്കുന്നുണ്ട്.

"ഇൻസാൻ, ഇൻസാൻകോ മാർനാ നഹി ചാഹിയേ!"

അപ്പോൾ ഓർത്തുകിട്ടിയ കനപ്പെട്ട പ്രമാണമെന്നോണം അയാൾ മൊഴിഞ്ഞു: "മനുഷ്യൻ, മനുഷ്യനെ കൊല്ലരുതെന്ന്."

എല്ലാവരും ചിരിച്ചു.

"പിന്നെ, നമുക്കുദ്യോഗമില്ല."

"എന്റെ കുട്ടികൾ പട്ടിണിയാകും."

"ജീവിച്ചിട്ടു കാര്യമില്ല."

"എടോ ജീവിച്ചിട്ടു കാര്യമില്ലെന്നല്ല, പിന്നെ ജീവിക്കാൻ കഴിയില്ല."

"ഭായിസാബ്!"

"ക്യോം?"

"അതെ, ഇപ്പോൾ എനിക്കു പറയേണ്ടതെന്തെന്ന് ഓർമ്മവന്നു. എനിക്ക് അല്പം സുഖക്കുറവുണ്ട്. നിങ്ങൾ ക്ഷമിക്കണം. എല്ലാം മറക്കുകയാണ്. വേണ്ടിടത്ത് തല ഓടില്ല. ജീവിക്കാൻ കഴിയില്ല എന്നു ഭായിസാബ്, ഇടയ്ക്ക്, എന്താണ് ഭായിസാബിന്റെ പേര്? ങ്ഹാ! സഹദേവൻ. ങ്ഹാ, മൈനേ കഹാ, ഭായിസാബ് പറഞ്ഞപ്പോൾ എനിക്ക് ഓർമ്മവന്നു. ഓർക്കുക; ഓർക്കുന്നതു മറക്കുക. അതൊരു ശാപമാണ്; സുഖക്കേടാണ്. എന്റെ തല ശരിയല്ല. ഈ തോട്ടകളുണ്ടല്ലോ. തോട്ട ഒഴിക്കുന്നവൻ വെറും ഉപകരണമാണ്. തോട്ട തുളച്ചുകയറേണ്ട നെഞ്ചുകളുണ്ട്. അവർക്കു തോട്ടയെ പേടിയാണ്. ഒരു നാൾ തോട്ട പൊട്ടുമെന്നും അവർക്കറിയാം. അതുകൊണ്ടു ജീവിക്കാൻ കഴിയാത്ത നമ്മെ വിളിച്ചുതരുന്നു. ഇന്നാ, ഒരമ്പതെണ്ണം പിടിച്ചോ! ബൻഡോളിയം മാറിൽ വിലങ്ങനെ തൂക്കിക്കോ. പിന്നെ, നിന്നെ കാത്ത് അങ്ങേപ്പുറത്ത് എതിരാളി ഇരിപ്പുണ്ട്. അവനെ കാച്ചിക്കള... എന്തൊരാഭാസം! അങ്ങേപ്പുറത്തിരിക്കുന്ന മനുഷ്യനും എന്നെപ്പോലെതന്നെ, ജീവിക്കാൻ കഴിവില്ല. എന്നാൽ ഇന്നാ, നീയും പിടിച്ചോ! അവർ തമ്മിലാണു കൊല്ലുന്നത്. ചാകേണ്ട മനുഷ്യൻ - മനുഷ്യനല്ല - അവൻ മീതെ ഇരുന്നു നോക്കുകയാണ്. ഠേ! പൊട്ടിക്ക്. ഠോ! ചാക്!... അവൻ സുഖിക്കയാണ്. എന്തൊരു തന്ത്രമാണെന്നു നോക്കൂ, ഭായിസാബ്!..."

"ആപ് കാ ശുഭ്നാം ക്യാ ഹൈ?"

ക്വാർട്ടർമാസ്റ്റർ ചോദിച്ചു: "താങ്കളുടെ പേരെന്ത്?"

"ജീ, ആങ്ജി, മേരാ നാം, ആപ് മുഝേ പൂഛ് രഹേ ഹൈ? ങ്ഹാ, മേരാ നാം..."

ഓരോ വാക്കിലും അയാൾ നിർത്തി. ശ്വാസമെടുക്കാനെന്നോണം കിതയ്ക്കുകയും കണ്ണു ചിമ്മുകയും ചെയ്തു. അയാളുടെ കൺപോളകൾ പോലും ചുളിഞ്ഞിരുന്നു.

"ശരി, അൻമോലക്റാം. ആപ് ചലേ ജായിയേ."

ക്വാർട്ടർമാസ്റ്റർ പറഞ്ഞു: "പിന്നെ അൻമോലക്റാം, എവിടേക്കാണു പോകേണ്ടതെന്നറിയാമല്ലോ."

എണീക്കുമ്പോൾ അയാൾ കാൽമുട്ടിൽ കൈപ്പടം ഊന്നി. ശരീരം നന്നെ വിറയ്ക്കുന്നുണ്ട്.

"ബഡി ബഡി... ആപ് കീ ബഡി മെഹർബാനീ..."

എണീക്കുന്നതിനിടയ്ക്ക് അയാൾ നന്ദി പറഞ്ഞു.

"ങ്ആ! എവിടേക്കാണു പോകേണ്ടതെന്ന് അറിയാമല്ലോ. അതു മതി. കട്ടിലിൽ പോയി കിടന്നോളൂ. ങ്ആ! ഇന്നിനി ഒരു വേലയും ചെയ്യണ്ട. ങ്ആ! പൈപ്പ് തുറന്നിരിക്കും. ഇവിടെ എപ്പോഴും വെള്ളം കിട്ടും. ങ്ആ, നടക്കാൻ വയ്യെങ്കിൽ കുളിമുറിയിൽ പോകണ്ട. വരാന്തയിൽത്തന്നെ അതാ പൈപ്പുണ്ട്. ങ്ആ!"

"തൂ കിധെ റഹനാലാ ഹൈ?"

മദൻലാൽ ചോദിച്ചു: "ജീ, ഭായിസാബ്, ജീ മൈ, ആപ് മുഝേ പുഛ് രഹേ ഹൈ? മൈ സിംലാദ.."

അയാൾ നന്നേ വേയ്ക്കുന്നുണ്ടായിരുന്നു. ശരീരം മുഴുക്കെ വിറയ്ക്കുന്നു. വാടിയ വാഴത്തടപോലെ അയാൾ നീങ്ങി.

"അവനാണു വെളവൻ!"

"നമ്പർ വൺ!"

"എന്ത്?"

"നമ്പർ വൺ മക്ര."

"ഇങ്ങനത്തെ എത്രയെണ്ണം കമ്പനിയിലുണ്ട്?"

"നീയെന്താ മോശമാണോ?"

"അയാൾ പറഞ്ഞതു മനസ്സിലായോ?"

"പിന്നെ നീയല്ലേ, പട്ടാളത്തിന്റെ..."

"ചുപ് ചാപ്!"

"ഞാൻ ചോദിക്കയാണ്; അയാൾ പറഞ്ഞതു നിങ്ങൾക്കു മനസ്സിലായോ?"

പുതുതായി കണ്ടെത്തുന്ന ഒറ്റയാളിനോടും ഉടനെ അടുത്തുകൂടെന്നും മനസ്സിലായിട്ടുണ്ട്. പലപ്പോഴും ഒഴിഞ്ഞുമാറാൻതന്നെ ശ്രമിക്കണം. എന്നാലും ഒരു മര്യാദയുണ്ടല്ലോ. അതുകൊണ്ട് ആമ്മുനിഷ്യൻ ചെക്കിങ് കഴിഞ്ഞപ്പോൾ അൻമോലക്റാമിനെ ഒന്നുനോക്കി. ഉറക്കമായിരിക്കണം. കട്ടിലിൽ മലർന്നു കിടക്കയാണ്. കണ്ണുകൾ പാതി അടഞ്ഞിട്ടേയുള്ളൂ. കടക്കണ്ണിലൂടെ വാടിയ തെച്ചിപ്പൂപോലെ ചുളിവുകൾ വലിഞ്ഞുകിടക്കുന്നു. കണ്ണുകൾക്കു വെള്ളനിറമാണെന്നു തോന്നി. മഞ്ഞ കലർന്ന കൺമണികൾ കടക്കണ്ണിലോളം ഉരുണ്ടുനീങ്ങിയിരുന്നു.

കാൽപ്പെരുമാറ്റം കേട്ടപ്പോൾ അയാൾ കണ്ണു തുറന്നു. നന്നെ പണിപ്പെടുന്നുണ്ടാകണം. പശയൊട്ടിച്ച കടലാസിന്റെ പൂവിതൾ വിടർത്തിയെടുക്കുന്നതുപോലെ ചുളിഞ്ഞ കൺപോളകൾ വലിഞ്ഞുനീങ്ങി.

"ഖാനാ നഹി ഖായേംഗേ?"

"ഭായിസാബ്!"

അയാൾ ഞരങ്ങി. സന്ധികൾ തകർന്നു തളർന്നപോലെ കാലുകൾ അനക്കി. നന്നേ വേദന തിന്നുണ്ടാകണം. ഓരോ വാക്കും അതിന്റെ മുഴുവൻ ഭാവപൂർത്തിയിൽ, അനുഭൂതിയുടെ പാരമ്യത്തിൽ, അയാൾ മൊഴിഞ്ഞു. ഒരുവേള അയാൾ വർത്തമാനം പറകയല്ല; അവനവന്റെ വാക്കുകൾ അനുഭവിക്കയാണ്.

"ഞാൻ ഉണ്ണുന്നില്ല."

"എന്തേ?"

"ഭായിസാബ്..."

അയാൾക്കു സുഖമില്ല; ഉണ്ണാൻ ആശയില്ല. എന്തിന്, ആശ തോന്നുന്നില്ല; അതു ചെയ്തുകൂടാ...

"എന്നും ഇങ്ങനെയാണോ?"

"എന്നും എന്നുവെച്ചാൽ.."

അയാൾ തത്ത്വവിചാരം നടത്തി: മനുഷ്യൻ എന്നും ഒരേപോലെയല്ലല്ലോ. പ്രകൃതിയെത്തന്നെ എടുക്കൂ. തണുപ്പ്, ചൂട്, മഴ... മനുഷ്യനും അങ്ങനെതന്നെയാണ്. ഒരിക്കൽ അയാളും ഒരു ജവാനായിരുന്നു. എന്തുപോലെ എന്നാൽ, ഈ നില്ക്കുന്ന എന്നെക്കാളും നല്ല തടിയും...

എന്തോ പന്തികേടുണ്ട് എന്നു വ്യക്തം. ഞാൻ ഉണ്ണാൻ പോകട്ടെ എന്നായി. ഓ, തീർച്ചയായും ആവശ്യമുള്ളവർ ഉണ്ണണം. ഉറങ്ങൂ, വിശ്രമിക്കൂ.

"എന്തു വിശ്രമം?"

അവിടെ അയാൾ ക്ഷോഭിച്ചു.

"സിപ്പായികളായ, അധഃപതനത്തിന്റെ നെല്ലിപ്പടിയോളമെത്തിയ സിപ്പായികളായ നമുക്ക്..."

ഞാൻ നടന്നപ്പോഴും അയാൾ കിടന്നു പറകയാണ്. ഒരുവേള അവനവന്റെ തന്നെ വാക്കുകൾ ആസ്വദിക്കുകയാണ്.

പിന്നീട് അൻമോലക്റാമിനോടു നേരിട്ടു സംസാരിക്കാറില്ല. എപ്പോഴും സൂക്ഷിച്ചുകൊണ്ടിരുന്നു. കഴിഞ്ഞ പതിനൊന്നു കൊല്ലങ്ങളായി ആയിരമായിരംപേരെ എനിക്കറിയാം. അല്ലെങ്കിൽ അതു തെറ്റ്. മനുഷ്യനെ അറിയാൻ പ്രയാസം. കരളിന്റെ ഉള്ളറകൾ അഗാധമാണ്. എന്നാലും കഴിഞ്ഞ പതിനൊന്നു കൊല്ലങ്ങൾക്കിടയ്ക്ക് ആയിരമായിരം മനുഷ്യരുടെയിടയിൽ ഞാൻ ജീവിച്ചു.

സൗഹാർദ്ദം നിറഞ്ഞുതുളുമ്പുന്ന ഹൃദയങ്ങളുമായി, എന്നെന്നേക്കുമായി, ഇണങ്ങി. ഒന്നും രണ്ടും പറഞ്ഞു തെറ്റിയപ്പോൾ എതിരാളിയുടെ

വയറു ചോർത്തിയ പോക്കിരികളോടു കൂട്ടുകൂടി. എപ്പോഴും രക്തബന്ധങ്ങളെച്ചൊല്ലിക്കരയുന്ന പതപ്പാർന്ന ചെറുപ്പക്കാരുടെ തീരാത്ത വർത്തമാനങ്ങൾ കേട്ടിരുന്നു... അവരൊക്കെയിരുന്നിട്ടും ഒരു ചെറിയ മാതൃകയുടെ മുമ്പിലാണ് ഇപ്പോഴെന്നു തോന്നുകയാണ്.

അൻമോലക്കിനെക്കുറിച്ചു പലതും പറഞ്ഞുകേട്ടു. പുതിയൊരാളെക്കുറിച്ചു ലൈസൻസില്ലാതെ ആർക്കും സംസാരിക്കാം. അയാൾ കാട്ടുകള്ളനാണ്, കള്ളനല്ല. തനിക്കിറുക്കനാണ്, കിറുക്കനല്ല. അയാൾക്ക് ഉഷ്ണരോഗമുണ്ട്, ഉഷ്ണരോഗമില്ല. ഏതെങ്കിലും ഒന്ന് ശരിയായിരിക്കാം. ഏതെങ്കിലും ഒന്നു തെറ്റായിരിക്കാം. മനുഷ്യർ വർത്തമാനം പറയുമ്പോൾ ചെകിട്ടിൽ വിരലിട്ടിരിക്കുന്ന പതിവില്ല.

ബാരക്കിലെ ജീവിതരീതിക്കു മാറ്റമൊന്നുമില്ല. സന്ധ്യയ്ക്കു കുളിച്ച് അവനവന്റെ നല്ല ഉടുപ്പുകളിട്ടു പട്ടാളക്കാർ ബാരക്കിന്റെ പടിഞ്ഞാറെ വരാന്തയിൽ ഒടിഞ്ഞുകൂടി നില്ക്കും. തെക്കുവടക്കു നടക്കും. എല്ലാവരുടേയും ഏറുകണ്ണ് ഫാമിലി ക്വാർട്ടേഴ്സിലേക്കാണ്.

പുറത്ത് അടുക്കളച്ചുമരിനോടു ചേർന്ന് കല്ക്കരിയുടെ അടുപ്പിൽ അമ്മയും മക്കളും ചപ്പാത്തി ചുട്ടെടുക്കയാവും. ആരെങ്കിലും കാറ്റുകിട്ടാൻ വേണ്ടി ദുപ്പട്ടയുടെ തുമ്പുകൊണ്ടു വീശുന്നുണ്ടാവും.

"കണ്ടോ?"

സുബ്ബയ്യ ഇമ്പംകൊള്ളും. സേമിയ അയാളെ കണ്ടിരിക്കുന്നു. മാടിവിളിക്കയാണ്! അയാളുടെ നാക്കു വരളും. ഇടറിയിടറി ഒരു മൂളിപ്പാട്ടു പാടും.

'കൊഴുക്കട്ടയ്ക്ക് എപ്പോഴും ആലസ്യമാകണം. പുറത്തുപിടിച്ചിട്ട കയറ്റുകട്ടിലിൽ അവൾ എപ്പോഴും മലർന്നടിച്ചു കിടക്കയാവും. പലപ്പോഴും തല ഉയർത്തിപ്പിടിച്ചിരിക്കും. മദൻലാലിനെക്കണ്ടാൽ എണീക്കും എന്നു പൊതുസംസാരമാണ്. അയാൾ കടന്നുപോകുമ്പോൾ അവൾക്ക് എന്തിനെങ്കിലും എണീക്കേണ്ടിവരും. അവൾക്കു മദൻലാലിനോടു സ്നേഹമാണ്...

ഇരുട്ടു പരക്കുന്നതോടെ ജനലിലൂടെയും തുറന്നിട്ട വാതിലുകളിലൂടെയും കടന്നുവരുന്ന പ്രകാശധാരയിൽ പട്ടുടുപ്പുകളുടെ നിഴലുകൾ അങ്ങിങ്ങു മായാൻ തുടങ്ങും. മുറ്റത്തു ലാത്തുന്ന കൂട്ടരുടെ ചുണ്ടിൽ സിനിമാപ്പാട്ടുകൾ ചൂളംവിളിക്കും.

എവിടന്നോ ബാരക്കിന്നകത്തേക്കു കടന്നുവന്നപ്പോൾ തറച്ചുനിന്നുപോയി. അൻമോലക്റാം കിറ്റ്ബോക്സിന്മേൽ ചമ്രംപടിഞ്ഞിരിക്കുന്നു. പെട്ടി വാതിലിന്നുനേരെ നീക്കി കട്ടിലിൽ ചാരിയിരുന്ന് അയാൾ ക്വാർട്ടേഴ്സിലേക്കു നോക്കുകയാണ്. അയാളാകെ അനുഭൂതിയിൽ മുഴുകിയിരിക്കണം. കാൽപ്പെരുമാറ്റം കേട്ടിട്ടേയില്ല. കൺപോളകൾ കീഴോട്ടു തൂങ്ങിയിട്ടുണ്ടെന്നു തോന്നി.

വരാന്തയിലെ ലൗഡ്സ്പീക്കർ പാടുന്നുണ്ട്. പാട്ടിന്റെ താളത്തിനു തലയാട്ടിക്കൊണ്ട് അയാൾ മിഴിച്ചുനോക്കുകയാണ്. അയാളുടെ കനംകുറഞ്ഞ ചുണ്ടുകൾ പിളുങ്ങി ചിറികോടിയിട്ടുണ്ട്. ഒരുവേള ഇപ്പോൾ കരഞ്ഞേക്കാം...

തെല്ലുനേരം നിന്നു. ലൗഡ്സ്പീക്കർ പാട്ടിന്റെ ഈരടി ആവർത്തിക്കുന്നുണ്ട്:

"നാചോ സിതാരേ; അബ് ചാന്ദ് നികൽനേവാലാ ഹൈ..." സിലോൺ റേഡിയോ പഴയ പാട്ടുകൾ ബ്രോഡ്കാസ്റ്റ് ചെയ്യുകയാവണം. കാമുകന്റെ വരവിൽ ആഹ്ലാദത്തിൽ മതിമറന്ന് അവൾ പാടുകയാണ്. അൻമോലക്റാം പതുക്കെ കാൽമുട്ടിൽ താളംപിടിക്കുന്നുണ്ട്, തലയാട്ടുന്നുണ്ട്. പക്ഷേ, അയാളുടെ കണ്ണുകൾ നിറയുകയാണ്. അയാളുടെ കരൾ കരയുകയാണ്...

അന്നു രാത്രി ഉറങ്ങാൻ കിടന്നപ്പോൾ തികഞ്ഞ നിശ്ശബ്ദതയിൽ ആരോ ഞരങ്ങുന്നതു കേൾക്കായി.

"കോൻ ഹൈ?"

ഒരു ചോദ്യമുയർന്നു.

"ഭായീസാബ്..."

അൻമോലക്റാം മൊഴിഞ്ഞു.

"സോ ജാവോ."

അവിടെ അയാൾ നിർത്തിയില്ല. അയാളുടെ യോഗം. ശരീരം നിറയെ വേദനയാണ്. കിടക്കണം, കിടന്നുകൂടാ. ഉറങ്ങണം. ഉറക്കം വരുന്നില്ല. ഭാഗ്യവാന്മാരായ നിങ്ങൾ സുഖമായി ഉറങ്ങിക്കോ.

ഉറക്കത്തിന്നിടയ്ക്ക് എന്തോ ബഹളം കേട്ട് ഉണർന്നു. വിളക്കു തെളിയിച്ചു.

ഓ!

അൻമോലക്റാം മദൻലാലിന്റെ കഴുത്തിനു പിടിച്ചിരിക്കയാണ്. മദൻലാൽ ഞരങ്ങുന്നുണ്ട്. നന്നേ ഞെരിച്ചിരിക്കണം. മിഴിച്ചുകൊണ്ട് അടുത്തുചെന്നു. മദൻലാൽ അൻമോലക്കിന്റെ കൈയിൽ ബലമായി പിടിച്ചിട്ടുണ്ട്. പെട്ടെന്ന് അൻമോലക് പിടിവിട്ടു.

"ശൈത്താൻ!"

മദൻലാൽ അലറി. അൻമോലക് അപ്പാടെ വിളറിപ്പോയിരുന്നു. അടിമുടി വിറയ്ക്കുന്നുണ്ട്. ഒറ്റയക്ഷരം മിണ്ടാതെ അയാൾ കട്ടിലിൽ കയറിക്കിടന്നു.

"എന്തുപറ്റി?"

മദൻലാൽ നിന്നു കിതച്ചു. അയാളുടെ തുടുത്ത മുഖമാകെ നീലച്ചുപോയിരുന്നു. നെറ്റിയിൽ വിയർപ്പു പൊടിയുന്നുണ്ട്.

അയാൾ ശ്വാസംമുട്ടിക്കൊണ്ട് സംഗതി എന്താണെന്നു പറഞ്ഞൊപ്പിച്ചു: പുറത്തുനിന്നു വന്നതാണ്. എന്നുംതന്നെ ഇന്നേരത്താണു വരിക. (എവിടന്നാണെന്നു പറഞ്ഞില്ല.) ആളൊറ്റച്ചാട്ടം. ആൾ ചാടിയതു കണ്ടു, അതോടെ കഴുത്തിന്നു പിടുത്തം കഴിഞ്ഞു. പിന്നീട് എന്താണുണ്ടായത്, എന്താണു തോന്നിയത്, ഒന്നും അറിഞ്ഞുകൂടാ. വിളക്കു തെളിയിച്ചില്ലേ, ചത്തതുതന്നെ!

"ശരി. ഉറങ്ങിക്കോളൂ."

"എനിക്കു പേടിയാകുന്നു."

അൻമോലക്റാം വീണ്ടും ഞരങ്ങാൻ തുടങ്ങി. ഇടയ്ക്കു പിറുപിറുക്കുന്നുണ്ട്. ഒന്നും വ്യക്തമാകുന്നില്ല.

"ഉറങ്ങണ്ടേ?"

"വിളക്കണയ്ക്കണ്ട."

"അതു പറ്റുമോ?"

"എനിക്കു പേടിയാകുന്നു."

തെല്ലുനേരം അയാൾ നിന്നു. ഓർത്തു കിട്ടിയപോലെ ഒടുവിൽ പറഞ്ഞു:

"ഞാൻ പോകയാണ്."

"എങ്ങോട്ട്?"

"പുലരുംമുമ്പേ വരാം."

"ഓ!"

പിറ്റേന്നു കാലത്ത് മദൻലാൽ തന്റെ കട്ടിലെടുത്ത് അടുത്ത മുറിയിലേക്കു മാറ്റി. പെരുമാൾ വഴക്കുകൂടി: "പിശാച് എന്റടുത്തു കിടക്കണ്ട."

"ഛേ!"

"എന്നാ സാർ, അവൻ എന്നെ കൊല്ലമാട്ടാനാ?"

ഹവിൽദാർ മേജർ വർത്തമാനം അറിഞ്ഞു. അൻമോലക്കിനോടു ചോദിച്ചു: "ജീ, മൈ... മൈ... മുഝേ തക്‌ലീഫ് ഹൈ... മുഝേ നീംദ് നഹി ആതീ..."

അയാൾ കൈയും കലാശവുമായി പറഞ്ഞുതീർത്തു. അയാൾ നാക്കുകൊണ്ടല്ല വർത്തമാനം പറയുക എന്നു തോന്നി. കരളിൽനിന്ന് ഒച്ച പുറപ്പെടുകയാവണം. കണ്ണുകളാണു സംസാരിക്കുന്നത്. കണ്ണുകൾക്കടുത്തായി മുഖത്തെ മാംസപേശികൾ വാക്കുകൾക്ക്, ഓരോ സ്വരവ്യഞ്ജനങ്ങൾക്ക്, പ്രത്യേകമായി ചേർക്കേണ്ട ഓരോ പ്രത്യയത്തിന്ന്, ആവിഷ്കരണത്തിന്റെ ഓരോ ക്ഷണികാംശത്തിന്ന്... അൻമോലക്കിന്റെ വർത്തമാനം അങ്ങനെയാണ്. മുഖത്തെ ഓരോ മാംസപേശിയും ആവിഷ്കരണത്തിന്റെ ഓരോ ക്ഷണികാംശത്തിലും വേണ്ടിടത്തോളം ചലിക്കുന്നു. ഓരോ ആവിഷ്കരണത്തിലും അടങ്ങിയ ഭാവം കണ്ണുകളിൽ തെളിയുന്നു. അയാൾ സംസാരിക്കുന്നതു കേൾക്കാനല്ല, കാണാനാണ്.

"നീയവനെ കൊന്നേനെ."

"അ, ജി. അഗർ..."

അൻമോലക് ഉള്ളത് അറുത്തുമുറിച്ചങ്ങു പറഞ്ഞു. വിളക്കു തെളിയിച്ചില്ലേ, ആ ഒറ്റപ്പിടുത്തത്തിൽ മദൻലാൽ തീർന്നേനെ.

ആളുകൾക്ക് ഉറക്കത്തിന്നിടയ്ക്ക് എണീക്കേണ്ടിവരുമെന്ന് ഹവിൽദാർ മേജർ പറഞ്ഞു. അത് എത്രയോ വാസ്തവം! അൻമോലക്റാംതന്നെ പലപ്പോഴും എണീക്കുന്നു. അപ്പോഴാണു മദൻലാലിനെ പിടികൂടിയതും.

"ആളുകൾക്കു പുറത്തു പോകണ്ടേ?"

"മദൻലാൽ എണീറ്റുപോയതല്ല."

“ങ്ഏ?’

അൻമോലക് ഉറപ്പിച്ചു പറഞ്ഞു. നട്ടപ്പാതിരയ്ക്ക് ഒരാൾ എന്തിനാണു മുറിയിൽ കയറിവരുന്നത്? അതു കക്കാനാണ്. കള്ളനെയാണ് കഴുത്തിന്നു പിടിച്ചത്. എണീറ്റു പുറത്തേക്കു പോയി തിരിച്ചുവരുന്ന കൂട്ടുകാരനെ അല്ല...

ഹവിൽദാർ മേജർക്കു സന്തോഷമുണ്ട്. എന്നാൽ സന്തോഷിക്കാമോ? കോപമുണ്ട്. കോപിക്കാമോ? അദ്ഭുതമുണ്ട്...

“ബെഡ്ചെക്കിങ് നടന്നില്ലേ?”

“എനിക്കറിഞ്ഞുകൂടാ.”

“ആരാ ഇന്നലത്തെ ഡ്യൂട്ടി എൻ.സി.ഓ?”

“നായക്ക് നാരായണൻനായർ.”

“ഞാനെവിടാ കിടക്കുക?”

ഇടയ്ക്കു പെരുമാൾ ചോദിച്ചു.

“അമ്മട തലേല്!”

അരിശം മൂത്തുനിന്ന മേജർ അലറി.

പെരുമാളാകെ കുത്തിപ്പോയി. എന്നാലും തന്റേടം വിട്ടുകൂടാ. അവനവന്റെ കാര്യമാണ്.

ഹവിൽദാർ മേജർക്ക് അങ്ങനെ പറയാം. മേജർ ഉറങ്ങുന്നതു വളരെ വളരെ ദൂരെ ഭാര്യയുടെ കൂടെയാണ്. അവിടെച്ചെന്ന് അൻമോലക്റാം പെരടിക്കു പിടിക്കില്ല. പെരുമാൾ കിടക്കുന്നത് അയാളുടെ തൊട്ട കട്ടിലിലാണ്.

പിന്നെ അൻമോലക്റാം എവിടെ കിടക്കും?”

ആരും മിണ്ടിയില്ല.

“ആർക്കെങ്കിലും അടുത്തു കിടത്താമോ?”

ആരും മിണ്ടുന്നില്ല.

“എന്താ ധനരാജ്?”

“എനിക്കു വയ്യ.”

“സുബ്ബയ്യ?”

“വേണ്ട വേണ്ട, മേജർ ജി. ഞാനും...”

“നീയും?”

“വേണ്ടാന്നു പറകേരുന്നു.”

അബദ്ധം പറ്റിയപോലെ സുബ്ബയ്യ നിന്നു വിരൽ കുടിച്ചു.

“ശങ്കരൻനായർ!”

ഞാൻ നിന്നു മിഴിച്ചു. എനിക്കത്ര ധൈര്യമൊന്നുമില്ല. ഒന്നുണ്ട്. ഉറങ്ങിക്കഴിഞ്ഞാൽ പിന്നീട് എണീക്കുന്നതു പുലർന്നിട്ടാണ്. അതുകൊണ്ട് എന്റെ കഴുത്തിന്നു ചാടിവീഴാൻ ഇടയില്ല. നേരം തെറ്റി ബാരക്കിലേക്കു കടന്നു വരേണ്ട ആവശ്യവും എനിക്കില്ല...

"കിടന്നോട്ടെ."

അങ്ങനെ അൻമോലക്റാമിന്റെ കട്ടിൽ എന്റെടുത്തേക്കു പിടിച്ചു മാറ്റി.

അൻമോലക്റാം ആരേയും വിളിക്കുന്നത് ഭായ്സാബ് എന്നാണ്. എന്നെ വിളിക്കുന്നത് നായക്സാബ് എന്ന്!

"ഞാൻ സിഗ്നൽമാനാണല്ലോ."

അബദ്ധം പറ്റിയപോലെ അൻമോലക് നിന്നു. നില്ക്കക്കള്ളിക്കാകണം, പറഞ്ഞു: "നിങ്ങൾ, നിങ്ങൾ ഒരു നായക്കിന്നു ഫിറ്റാണ്."

"ഷാൾഡർ ടൈറ്റിലിന്നു ഫിറ്റല്ല എന്ന് ഓസിസാബ് പറയുന്നു."

"കോൻ ഓസി?"

അയാളുടെ മുഖം തുടുത്തുതുള്ളി. ക്ഷോഭം അടക്കാനെന്നോണം അയാൾ നെടുവീർപ്പിട്ടു നിന്നു.

"നിങ്ങളെ ഭരിക്കുന്നവർക്ക് നിങ്ങളെ അളക്കാനുള്ള കഴിവില്ല. കാക്ക പിടിച്ചോ, പ്രമോഷൻ കിട്ടും. അവനവന്റെ ജോലി ഭംഗിയായി നടത്തിക്കോ, ആട്ടുപെട്ടിയായിക്കഴിയാം..."

അയാളെക്കൊണ്ടാവുന്നത്ര വർത്തമാനം പറയിക്കാൻ എനിക്കാഗ്രഹമുണ്ട്. അതുകൊണ്ട് ഒറ്റക്ഷരം മിണ്ടാതെ കേട്ടുനിന്നു. അയാൾ പലതും പറഞ്ഞു. മുകളിലിരിക്കുന്നവർ കഴിവുള്ളവരെ അറിയുന്നില്ല, അംഗീകരിക്കുന്നില്ല. അവർ നിരാകരിക്കപ്പെടുന്നു. ഇതൊരിക്കലും നന്നല്ല. ഒലിവർ ക്രോംവെല്ലിൽനിന്നു തുടങ്ങാം...

അവനവന്റെ കഴിവുകൾ പ്രായോഗികപദ്ധതിയിലെത്തിക്കാൻ നിലവിലുള്ള നിയമം അനുവദിക്കാതെ വരുമ്പോൾ, ധീരോദാത്തനായ മനുഷ്യൻ അതേ നിയമം വെച്ചുപോറ്റുന്ന ഭരണകൂടത്തെ എതിർക്കുന്നു. അർഹതയുള്ളതു ജീവിക്കും. മനുഷ്യൻ അടഞ്ഞുകിടക്കാൻ പിറന്നതല്ല. അവൻ ഞെങ്ങിഞെരുങ്ങി, പിടഞ്ഞെണീക്കും. ഉയരും...

ഒരുവേള പരമാർത്ഥമാകാം. ഒരു കാര്യം: എന്തിനെക്കുറിച്ചു സംസാരിക്കുമ്പോഴും അൻമോലക്റാമിന്നു വ്യക്തമായ ഉള്ളുടമ അറിയാം.

അയാൾക്കു സുഖമില്ല. സുഖമില്ലെന്നാൽ, ഡോക്ടർ പറയുന്നതു മാനസികമായ ക്ഷീണമെന്നാണ്. അതോ മാനസികമായ ക്ഷതമാണോ? ആൾക്ക് എണീക്കാൻ വയ്യാതാവും. കിടന്നേടത്തു കിടന്നേ എല്ലാം ചെയ്യാവൂ. സ്വീപ്പർക്കു പണം കൊടുക്കുകയാണു പതിവ്. ഇപ്പോൾ ഭേദമാണ്. കുറേശ്ശെ നടക്കാം. തലയണക്കീഴിൽ എപ്പോഴും മുട്ടൻവടി സൂക്ഷിക്കയാണ്. താനറിയാതെ ഇടയ്ക്കു കിടന്നേടത്തുനിന്ന് എണീക്കാൻ വയ്യാതാവും. എപ്പോഴെന്നറിഞ്ഞില്ല. അതിനിയും. വരും. വിശ്രമം മാത്രം മതിയെന്നു ഡോക്ടർ പറയുന്നു. മനസ്സമാധാനംകൊണ്ടു മാറാവുന്നതേയുള്ളൂ. അതുകൊണ്ടു ബാരക്കിലേക്കയച്ചു. കമ്പനി കമാൻഡർ ഇൻസ്പെക്ഷനു വരുമ്പോൾ അൻമോലക്റാം കട്ടിലിൽ തളർന്നു കിടക്കയാണ്. എണീക്കാൻ വയ്യ. മേജർസാബിന്നു ദേഷ്യംകേറി:

"ഹൂം ദിസ് ഡാം ഇഡിയറ്റ് ഈസ്?"

"പട്ടേ!"

അൻമോലക് അലറി. തലയണക്കീഴിൽനിന്നു വടിയെടുത്തു. മേജർ പിന്നോക്കം അടിവെച്ചു.

"എന്താ പറഞ്ഞത്, പട്ടീ? ഞാൻ ഇന്ത്യ എന്ന ഈ മഹാദേശത്തിലെ ഒരു പ്രജയാണ്. പട്ടാളത്തിലെ ഒരു ജവാനാണ്. നിനക്കറിഞ്ഞുകൂടേ? എനിക്കിപ്പോൾ വയ്യ..."

പിറ്റേന്ന് അൻമോലക്റാമിന്നു ഡിറ്റാച്ച്മെന്റിലേക്കു പോകാൻ കല്പന കിട്ടി.

ഒഴിവുസമയത്തെല്ലാം അയാൾ കിറ്റ്ബോക്സിന്നു മീതെ ഇരിക്കയാവും, അല്ലെങ്കിൽ എപ്പോഴും ഒഴിവുസമയം തന്നെ. അയാൾ ഒന്നിനും പോവില്ല. ആരും അയാളെ വിളിക്കില്ല. രാച്ചെന്നു വിളക്കണെച്ചല്ലാതെ അയാൾ കിടക്കില്ല. അയാൾക്കുറക്കമില്ല. എപ്പോഴും കിറ്റ്ബോക്സിന്മേൽ ഇരുന്നു ഫാമിലി ക്വാർട്ടേഴ്സിലേക്കു നോക്കുകയാവും. ആരേയും പ്രത്യേകിച്ചു നോക്കുന്ന പോലില്ല. കുട്ടികളോ മറ്റോ കടന്നുപോകുമ്പോൾ ചുണ്ടുകൾ കടിക്കും. കരയുകയാണെന്നു തോന്നും. ഇല്ല. കണ്ണുകൾക്കു ജീവൻ വെക്കുന്ന പോലുണ്ട്. ചിരിക്കണമെന്നുണ്ട്. ഉടനെ പറ്റെവെട്ടിയ തലയിൽ കൈയോടിക്കും. ആദ്യം പതുക്കെ. പിന്നെപ്പിന്നെ അമർത്തമർത്തി തല തിരുമ്മുകയായി. പല്ലു ഞെരിയുന്നതു കേൾക്കാം. മുഖമാകെ ചുളിഞ്ഞു കരുവാളിക്കുന്നതു കാണാം. അയാൾ കട്ടിലിലോട്ടു ചാരിപ്പോകും...

ഇടയ്ക്ക് എനിക്കൊരബദ്ധം പറ്റി. വരാന്തയിലെ ലൗഡ് സ്പീക്കർ പാടുന്നുണ്ടായിരുന്നു. പാട്ടിന്റെ ഈരടി ഇപ്പോൾ ഓർമ്മയില്ല: ഇതുവരെ പകലായിരുന്നു. എങ്ങനെയോ എന്റെ സമയം നീങ്ങിപ്പോയി. ഇതാ വർണ്ണശബളമായ സായംസന്ധ്യ വന്നിരിക്കുന്നു. കാമുകന്റെ വിലാസങ്ങളെക്കുറിച്ചോർമ്മവരുന്നു. അങ്ങനെ ഓർത്തോർത്ത് ഇരിക്കാൻ കഴിഞ്ഞെങ്കിൽ! ഇല്ല. സന്ധ്യ മാഞ്ഞുമാഞ്ഞു പോകും. ഇരുട്ടു വരും. ഭയങ്കരമായ കൂരിരുട്ടു വരും. ഞാൻ ഈ ഭയങ്കരരാത്രി എങ്ങനെ നീക്കും?... എന്നോ മറ്റോ ആണ് പാട്ടിന്റെ ഉള്ളടക്കം. തെല്ലു നേരം പാട്ടു കേട്ടിരുന്നു. എന്തോ, താനറിയാതെ ആ ഈരടികൾ മൂളിപ്പോയി.

എന്നെ പിടിച്ചുനിർത്തുന്ന വേദനാമധുരമായ പാട്ടുകൾ വേറെയുമുണ്ട്. ആ പാട്ടുകൾ കേൾക്കുമ്പോൾ എനിക്കു സരസ്വതിയുടെ ഓർമ്മവരും. എനിക്കു നിന്നോടു സ്നേഹമുണ്ട് എന്നു ഞാൻ അവളോടു പറഞ്ഞില്ല. എനിക്കു ശങ്കരേട്ടനോടു സ്നേഹമുണ്ട് എന്ന് അവൾ എന്നോടും പറഞ്ഞില്ല. ഞങ്ങൾ തമ്മിൽ സ്നേഹമാണെന്ന് അവളുടെ വീട്ടിൽ അറിയാം. എന്റെ വീട്ടിലും അറിയാം. അവളുടെ അമ്മ മൂത്ത ചേട്ടന്റെ കല്യാണത്തെക്കുറിച്ചേ എന്നോടു സംസാരിക്കൂ. ചേട്ടത്തി നല്ലവളാണോ? എത്ര പഠിപ്പുണ്ട്? പെരുമാറാൻ നന്നോ?... അച്ഛന്റെ പൊതു ഉപദേശം ഒന്നേ ഒന്നാണ്: "മണി മെയ്ക്ക്സ് ദ മാൻ."

എന്നെക്കുറിച്ച് അവർക്കു നന്നേ അറിയാം. എനിക്കു ദുനിയാ അറിയില്ല. ചുമ്മാ പോക്കണക്കേടുകൾ കാണിച്ചു നടക്കുകയാണ്. സന്ന്യാസം,

വേദാന്തം, ഭിക്ഷാടനം... ഇതൊന്നും ജീവിക്കുന്ന മനുഷ്യനു ചേർന്നതല്ല. അവളുടെ അച്ഛന്റെ പൊതു ഉപദേശത്തിന്റെ അർത്ഥമിതാണ്: "പണമുണ്ടാക്കിക്കോ, സരസ്വതിയെ എടുത്തോ."

രണ്ടേ രണ്ടു പോംവഴികളാണുള്ളത്:

ഒന്ന് സരസ്വതിയെ മറന്നു കാടുകയറുക. രണ്ട് എന്തു ചെയ്തും പണമുണ്ടാക്കുക.

സരസ്വതിയെ മറക്കുകയോ?

ദുനിയാ അറിയാത്തവനു പട്ടാളമാണു ഗതി. പട്ടാളത്തിൽച്ചേർന്ന് ആദ്യത്തെ അവധിയിൽ ഞാൻ ചെല്ലുമ്പോൾ അവൾ മരിച്ചുകിടക്കയാണ്.

അവൾ മരിച്ചു എന്ന് എനിക്കറിയില്ല. ബസ് അവരുടെ വീടു കടന്നു പോകുമ്പോൾ മുറ്റത്തും ഉമ്മറത്തും ആൾക്കാരെക്കണ്ടു. അവളുടെ അച്ഛൻ നാട്ടുപ്രമാണിയാണ്. ആരോ പഞ്ചായത്തിന്നു വന്നതാവും.

വീട്ടിൽ ചെന്നപ്പോൾ കൂട്ടുകാർ കാണാൻ വന്നു.

"സരസ്വതി മരിച്ചു."

"ഏതു സരസ്വതി?"

"അരവിന്ദന്റെ സിസ്റ്റർ."

പിന്നെ എനിക്കൊന്നും ഓർമ്മയില്ല. അപ്പാടെ മറിഞ്ഞുവീണത്രെ. അന്നാണ് ഞാൻ മോഹാലസ്യപ്പെടുന്നത്.

ഞാനൊരു പട്ടാളക്കാരനാണ്. എന്റെ മുമ്പിൽ എത്രയോ ആളുകൾ മരിച്ചുവീണു! എന്റെ മീതെക്കൂടി ഉണ്ടകൾ അലറിപ്പാഞ്ഞു. ഓരത്തിലൂടെ ചില്ലുകൾ ചീറി. അപ്പോഴൊക്കെ നെഞ്ചിന്നു കനമേറുകയായിരുന്നു.

ഈ വേദനാമധുരമായ പാട്ടുകൾ എന്നെ പിടിച്ചുനിർത്തുന്നു. ഞാൻ സരസ്വതിയെക്കുറിച്ചോർക്കുന്നു. എന്തോ സ്വപ്നം കണ്ട് ഉറങ്ങിക്കിടന്ന എന്നെ അവളുടെ കിളിക്കൊഞ്ചൽ ഉണർത്തി. സംഭവബഹുലമായ ഈ ലോകം എന്തെന്നറിയാതെ മരിച്ചുപോകുന്നത് എത്ര ഹീനമാണെന്ന് ഇപ്പോൾ ഭയപ്പെടുന്നു. അതിലേറെ അവളെക്കുറിച്ചോർക്കുമ്പോൾ എന്റെ ഇടനെഞ്ഞു പൊട്ടുന്നു.

"ആവാസ് ദേ കഹാം ഹൈ. ദുനിയാ മേരീ വഹാം ഹൈ..."

ഇന്നിത് പഴയ പാട്ടാണ്. എനിക്കാകട്ടെ എന്നും പുതുതാണ്. ഓ! ഇപ്പോൾ അവളുടെ കിളിക്കൊഞ്ചൽ എവിടെയായിരിക്കും? എവിടെയായാലും... യേസ്, ഇതാ എനിക്കു കേൾക്കാം. അവൾ വർത്തമാനം പറയുന്നു. ഇത് അവളുടെ ശബ്ദമാണ്....

പിന്നീട്, ബച്പൻ കേ ദിൻ ഭുലാ ന ദേനാ... എന്നു ഞാനെത്രയോ പാടി! രാത്രി ഒമ്പതരയ്ക്കുശേഷം ലക്നൗ റേഡിയോ ആ പാട്ട് എന്നും പാടിയിരുന്ന കാലത്ത്, ഉറങ്ങാൻ കിടന്ന ഞാൻ ലൗഡ്സ്പീക്കറിന്റെ മുമ്പിലേക്ക് എണീറ്റു പായാറുണ്ടായിരുന്നു.

"ബച്പൻ കേ ദിൻ ഭുലാ ന ദേനാ..."

ഇന്ന് ആരെച്ചൊല്ലിയാണ് ഈ ഈരടികൾ പാടേണ്ടത്?...

എന്തിനേ ഇതൊക്കെ പറഞ്ഞത്? പറഞ്ഞുപോയി. അല്ല. ഞാനോർക്കുന്നു. പട്ടാളക്കാരനാണ്, സമ്മതിച്ചു. എനിക്കും മനുഷ്യന്റേതായ ഒരു ഹൃദയമുണ്ടെന്നും മനുഷ്യന്റെ മാറിക്കൊണ്ടിരിക്കുന്ന മൃദുലവികാരങ്ങൾ ഞാൻതന്നെ അനുഭവിക്കുന്നു എന്നും പറയേണ്ടിയിരുന്നു. അല്ലാതെ മറ്റൊരാളെക്കുറിച്ചെഴുതുന്ന ഈ കുറിപ്പിൽ എന്റെ കാര്യങ്ങൾ എടുത്തു വിളമ്പേണ്ടല്ലോ.

ഇതൊന്നും അൻമോലക്കിന്നറിയില്ല. അതുകൊണ്ട് "ഈ ഭയങ്കരമായ രാത്രി ഞാനെങ്ങനെ കഴിച്ചുകൂട്ടട്ടെ" എന്നർത്ഥമുള്ള ഈരടി പാടിയപ്പോൾ അയാൾ കാര്യമായിത്തന്നെ ചോദിച്ചു: "പാടുന്നുണ്ടല്ലോ അർത്ഥമറിയാമോ?"

എനിക്കൊട്ടും പിടിച്ചില്ല. എന്റെ മധുരമധുരമായ വേദനകൾ ഒരാൾ കരിമ്പടമിട്ടു മൂടുകയോ? എന്നാലും ആ മനുഷ്യനോടു സംസാരിക്കാമല്ലോ എന്ന ഒറ്റ ആശകൊണ്ടു മറുപടി പറഞ്ഞു: "കുറേശ്ശെ!"

"എന്തു കുറേശ്ശെ? നിങ്ങൾ മദ്രാസിയാണ്. അല്ല മലയാളിയാണ്. എന്തുമാകട്ടെ, ഹിന്ദിയുടെ സാരാംശം നിങ്ങൾക്കു മനസ്സിലാവില്ല. ഈ അർത്ഥവത്തായ വാക്കുകൾ ഒരിക്കലും മനസ്സിലാവില്ല..."

അയാളുടെ മുഖത്തു വെറുപ്പും പുച്ഛവും വെട്ടിത്തിളങ്ങിയിരുന്നു. ഉള്ളിലുള്ളത് ഒരിക്കലും മറച്ചുവെക്കാൻ അൻമോലക്കിനു വയ്യ. അഥവാ അയാൾ വർത്തമാനം പറയുമ്പോൾ മുഖം മുഴുക്കെ കരൾ വന്നു പരക്കുന്നു.

പിന്നെ മനസ്സിലായി. ഭാഷ ആവിഷ്കരണത്തിന്റെ ഉപാധിയാണ്. ആവിഷ്കരണമാകട്ടെ ഹൃദയത്തിന്റേതാണ്. ഒന്നാമതായി അനുഭവിക്കുക. അനുഭവിച്ചത് ആവിഷ്കരിക്കുക. അനുഭവിച്ചവനേ ആ പാട്ടിന്റെ സാരാംശം ദഹിക്കൂ എന്നാണ് അൻമോലക് ഉദ്ദേശിച്ചത്. അല്ലെങ്കിൽ എന്തു ഭാഷയുമാകട്ടെ അനുഭവിച്ചവന് ഭാവം ആസ്വദിക്കാൻ കഴിയും. അനുഭൂതിയില്ലേ, അറിവില്ല.

അദ്ഭുതം തോന്നിപ്പോയി. ഈ നശിച്ച മനുഷ്യൻ എങ്ങനെ സംസാരിക്കുന്നു. എന്നാലും ഒരു കാര്യം വ്യക്തമായി ഞാനെന്താണോർക്കുന്നതെന്ന് ആലോചിക്കാൻ അയാൾ മെനക്കെട്ടിട്ടില്ല. ഒരുപക്ഷേ, അയാൾതന്നെ ആ പാട്ടിൽ മുഴുകിപ്പോയിരിക്കണം. ഞാനും അതത്ര ശ്രദ്ധിച്ചില്ല അവനവനെക്കൂടെ മറന്നുപോകുന്ന അത്തരം സന്ദർഭങ്ങളിൽ മറ്റൊരുത്തനെ ശ്രദ്ധിക്കുക വയ്യ.

അൻമോലക്റാം പാട്ടിന്റെ അർത്ഥം പറഞ്ഞു. എന്നാൽ വ്യാഖ്യാനമല്ല. അയാൾ അനുഭവിക്കുന്ന ഭാവരസങ്ങൾതന്നെ അയാൾ വിവരിച്ചു. അഥവാ അയാളുടെ വിങ്ങുന്ന കരളിൽ അലയടിച്ചിരുന്ന അനുഭൂതികൾ ആ പരന്ന മഞ്ഞനിറമാർന്ന കവിളുകളിലും നേർത്ത കുറിയ ചുണ്ടുകളിലും ജീവസ്സറ്റ കണ്ണുകളിലും ഞാൻ കണ്ടു. എന്റെ ആകാംക്ഷയും ശ്രദ്ധയും അൻമോലക്കിന്നു പിടിച്ചിരിക്കണം. ഒരുവേള അപ്പോൾ മാത്രമാണ് അയാളെന്നെ അടുത്തറിഞ്ഞിരിക്കുക. ഏതായാലും അപ്പോൾത്തൊട്ട് അയാൾ എന്റടുത്ത് എന്തുണ്ടെങ്കിലും സംസാരിക്കുക പതിവായി.

അൻമോലക്കിന്ന് ഇടയ്ക്കിടയ്ക്ക് എന്തിന്റെയോ ഓർമ്മവരും. ഉടനെ തറച്ചിരുന്നുപോകും. അതൊരുതരം സമാധിയാണ്. ഒറ്റ അക്ഷരം മിണ്ടിപ്പോവില്ല. പിന്നീടു പറയും: "മേരെ നസറോ മെ സബ് ലാൽലാൽ നസറാതാ ഹൈ!"

പറഞ്ഞുകൊണ്ടിരിക്കെ വീണ്ടും അതേ അനുഭൂതിയായി. കണ്ണുകൾ തിളങ്ങും. കവിളുകൾ തുടുക്കും.

"നോക്കൂ, ഞാനിതാ കാണുന്നു, എന്റെ കണ്ണിൽ എല്ലാം, ഈ ലോകം മുഴുവൻ ലാൽ ലാൽ ആണ്..."

എന്തിന്റെ പേരിലാണ് ലോകം മുഴുവൻ ചുവന്നു കാണുന്നതെന്ന് എനിക്ക് ഇന്നേവരെ മനസ്സിലായിട്ടില്ല. മനുഷ്യസ്വഭാവത്തെക്കുറിച്ചു വളരെക്കുറച്ചു മാത്രം അറിയുന്ന എനിക്കതു മനസ്സിലായേക്കില്ല. പലപ്പോഴും ആദ്യംതൊട്ടുള്ള അയാളുടെ വാക്കുകളും പ്രവൃത്തികളും പേർത്തെടുത്തു നോക്കുന്നു. എന്നിട്ട് ഈ ചുവപ്പു കാണുന്നതിന്റെ പൊരുൾ എന്തെന്നാലോചിക്കുന്നു. ഒരു തുമ്പും കിട്ടുന്നില്ല. അതും മാനസികരോഗമായിരിക്കാം.

പിന്നീട് അയാൾ തീരെ നിരാശനായിപ്പോകും. എന്തിനു ജീവിക്കുന്നു എന്നു ചോദിക്കും. മരിക്കാൻ കഴിയുന്നില്ല. അയാൾക്കരിശം വരും. റെയിൽപ്പാളത്തിൽനിന്ന് അയാളെ പോലീസുകാർ എടുത്തുകൊണ്ടുപോകുന്നതാണ്.

ഇങ്ങനെയാണു സംഭവം: ആത്മഹത്യ ചെയ്യാൻവേണ്ടി അയാൾ അവധിയെടുത്തു. പാതയുടെ ഓരത്തൂടെ നടന്നു പാത കുന്നുകയറി ഇറങ്ങുന്നേടത്ത് നല്ലൊരു വളവുണ്ട്. രണ്ടുവശത്തും കുന്നാണ്. കുന്നു വെട്ടിത്താഴ്ത്തിയിട്ടാണു പാത വെട്ടിയിട്ടുള്ളത്. അവിടെ ഇരുന്ന് അകലെ നിന്ന് വണ്ടിയുടെ ഒച്ച കേട്ടു. പാളത്തിൽ കഴുത്തുവെച്ചു കിടന്നു. പാളങ്ങൾ ഭയങ്കരമായി മുഴങ്ങി. ഒടുവിൽ ചെകിടടച്ചുപോയി. തലച്ചോറു മുഴങ്ങാൻ തുടങ്ങി. അയാൾതന്നെ ഭയങ്കരമായ ഒരു മുഴക്കമായിപ്പോയി. ഉണർന്നു നോക്കുമ്പോൾ വെളിച്ചമുണ്ട്. ആൾപ്പെരുമാറ്റമുണ്ട്. നോക്കിപ്പോയി. പോലീസ്സ്റ്റേഷനാണ്.

കുന്നിൻപുറത്തെ വളവിൽ പലപ്പോഴും ആത്മഹത്യകൾ നടക്കാറുണ്ട്. അതുകൊണ്ട്, അസമയത്തെല്ലാം വണ്ടി കടന്നുപോകുംമുമ്പെ പോലീസ് ബീറ്റ് നടത്തുന്നു.

പെട്ടുപോയി.

പക്ഷേ, സ്വപ്രത്യയത്തോടെ അയാൾ സംസാരിച്ചു. ഇന്നയിന്ന കാരണങ്ങളാൽ എനിക്കു ജീവിക്കാൻ ഇച്ഛയില്ല. ന്യായമാണെന്നു തോന്നുന്നോ? നിങ്ങളിൽ ഒരാളാണെങ്കിൽ എന്തു ചെയ്യുമെന്നു പറയൂ. മരിക്കാൻ നിയമമനുവദിക്കുന്നില്ല. ജീവിക്കാനനുവദിക്കുന്ന നിയമമുണ്ടോ? ഉണ്ടല്ലോ. ജീവിക്കാനനുവദിക്കുന്ന നിയമം എന്നുവെച്ചാൽ, പ്രജകൾക്ക് എല്ലാത്തരത്തിലും സുഖവും സമാധാനവും ജീവിതത്തോടു സ്നേഹവും തോന്നിക്കുന്ന - ശരിയല്ലേ, ഒന്നാമതായി ജീവിതത്തോടു സ്നേഹം വേണം.

എത്ര നല്ല വാക്കുകൾ! ജീവിതത്തെ സ്നേഹിക്കുക. തകരാറു മറ്റൊരിടത്താണ്. ഇന്നത്തെ നിയമപ്രകാരം അവനവന്റെ ജീവിതത്തോടാണു മമത. അതുകൊണ്ടാണ് സ്വാർത്ഥതയും മുതൽ കൂമ്പാരംകൂട്ടലും കരിഞ്ചന്തയും ഉണ്ടാവുന്നത്, മറ്റവനു ജീവിക്കാൻ വയ്യാതാവുന്നത്. ആത്മഹത്യ ചെയ്യേണ്ടിവരുന്നത്. അവനവന്റെ ജീവിതമെന്ന കാര്യം മറന്ന് സമൂഹത്തിന്റെ ജീവിതം, ക്ഷേമം, സമാധാനം എന്നു വരുമ്പോൾ, അതിനു നിയമമുണ്ടോ?... ഇപ്പോൾ തലയ്ക്കു വെളിവുണ്ടല്ലോ. ശരി. എന്നാൽ തുലഞ്ഞുപോ. നല്ലതു കാടുകയറുകയാണ്. അങ്ങനെ ജയിൽ കയറാതെ തടിതപ്പി. പിന്നീട് ആത്മഹത്യയ്ക്കു മുതിർന്നിട്ടില്ല. മരിക്കുന്നില്ല. മരിക്കാൻ വയ്യ.

ശനിയാഴ്ചയാകണം. അല്ലെങ്കിൽ ബുധനാഴ്ച. എന്തുകൊണ്ടെന്നാൽ അന്നു ഞാൻ കുടിച്ചിരുന്നു. ശനിയും ബുധനും മെസ്സിൽ മാംസമുണ്ട്. മാംസം ഉള്ളന്ന് റം ഇഷ്യു ചെയ്യുന്നു.

കുടിക്കുന്നതേക്കുറിച്ചു ചോദിക്കരുത്. മുമ്പു കുടിച്ചിരുന്നില്ല എന്നു പറഞ്ഞിട്ടുണ്ട്. ഇപ്പോൾ കുടിക്കുന്നു. എന്നിട്ട് അവനവന്റെ പെട്ടിമേലോ കട്ടിലിലോ വന്നിരിക്കും. ഈ ലോകത്തിലെ എല്ലാ എതിർപ്പുകളേയും നേരിടാൻ നെഞ്ഞിന്നു കരുത്തുണ്ട്. ഏതു വറുതിയും പുല്ല്. ഗതികേടുകൾ നിസ്സാരം. എന്തും വരട്ടെ, ജീവിക്കണം. എന്തൊക്കെയോ ഓർത്തിരിക്കണം. കുടിച്ചുകഴിഞ്ഞാൽ അങ്ങനെയാണ്.

അപ്പോൾ അൻമോലക്റാം വന്നു. അയാൾ വീഴാൻ പോകുന്നുണ്ട്. കൈയിൽ ഗ്ലാസുണ്ട്. ഗ്ലാസിന്നു രണ്ടു നിറമാണ്. അടിയിൽനിന്നു പാതിവരെ വൈലറ്റ്. പാതിക്കു മേല്പോട്ടു വെള്ള. ഓ, റം കൊണ്ടുവരികയാണ്.

ഗ്ലാസ് പെട്ടിക്കുമീതെ വെച്ചിട്ട് അയാൾ കട്ടിലിൽ കുത്തിപ്പിടിച്ചിരുന്നു. നെടുവീർപ്പിട്ടു. മുഖം തുടുത്തു ചുവന്നിട്ടുണ്ട്. കൺപോളകൾ കനംവെച്ചു തൂങ്ങിയിട്ടുണ്ട്. കണ്ണുകൾ കലങ്ങിയിട്ടുണ്ട്.

ബാരക്കിന്നകത്തു കുടിക്കാൻ പാടില്ലെന്നാണു നിയമം.

"അൻമോലക്!"

ഞാൻ അമർത്തി വിളിച്ചു. ഇഷ്ടമില്ലാത്തപോലെ അയാൾ മുഖമുയർത്തി ശരീരം പതുക്കെ ആടുന്നുണ്ട്.

"സ്റ്റാന്റിങ് ഓർഡർ വായിച്ചിട്ടില്ലേ?"

എന്റെ താൽപര്യം അൻമോലക് ഊഹിച്ചിരിക്കണം. ഒന്നു തുളച്ചു നോക്കിയിട്ട് അയാൾ തന്റെ പാട്ടിന്നിരുന്നു. കീഴടങ്ങാൻ എനിക്കിഷ്ടമില്ല.

"മൈനേ കഹാ ജി. സ്റ്റാൻഡിങ് ഓർഡർ വായിച്ചിട്ടില്ലേ?"

"ഉവ്വായിരിക്കും. നിനക്കെന്തു വേണം?"

"ഇല്ല എന്നു തോന്നുന്നു."

"അതു നിന്റെ കാര്യമല്ല."

"എന്റെ കാര്യമാണ്."

"കൊണ്ടുനടന്നേക്ക്."

"നടക്കാനല്ല ഭാവമെന്നുവെച്ചാലോ?"

"പിന്നെ?"

"നീയിവിടെ കുടിക്കാൻ പാടില്ല."

"ങ്ഹേ!"

അയാൾ ചടാന്ന് എണീറ്റു. പല്ലും ചുണ്ടും കടിച്ചുനിന്നു.

"ഹച്ഛാ ജി!"

തെല്ലുനേരത്തിനുശേഷം അയാൾ അമറി. ആ കണ്ണുകളിൽ തീപ്പാറുന്നതു ഞാൻ കണ്ടു.

"ക്യാ സമസ്തേ ഹോ ശങ്കർ?"

അയാൾ കൈപ്പടം കൂട്ടിപ്പിടിച്ചു തിരുമ്മിനിന്നു. നെറ്റിയിൽ ചുളിവുകൾ തെളിഞ്ഞുതുള്ളി. പുരികങ്ങൾ വിറച്ചു. പല്ലു ഞെരിക്കുന്നതിനിടയ്ക്കു ഹുംകാരത്തോടെ പറഞ്ഞുതീർത്തു.

"യാദ്രഖ്! തൂമെ പീസ്പീസ് കർ ഇസ് മിട്ടിമെ മൈ മിലാ സക്താഹും. ക്യാ കഹാ തുംനേ?"

അയാൾ തറയിൽ ചെരിപ്പിട്ടു ചവിട്ടിത്തേച്ചു, എന്നെ ഇടിച്ചു ചതച്ചു ചവിട്ടിത്തേക്കുംപോലെ. കൈ വിടർത്തി മുഷ്ടിചുരുട്ടി നിന്നു. ഒരു വേള എന്റെ നേരെ ഏതു നിമിഷത്തിലും ചാടിവീണേക്കാം.

അതുകൊള്ളാം. എനിക്കു ബലമായ സംശയമുണ്ട്. എന്നാലും എണീക്കുന്നതു ഭംഗിയല്ല. ഒട്ടുനേരം ഓർത്തിട്ടു തിരിച്ചടിച്ചു:

"അൻമോലക്, ഒന്നോർക്ക്. വീട്ടിൽനിന്നിറങ്ങുമ്പോൾ മടങ്ങിവരാമെന്നു ഞാനാരോടും വാക്കു കൊടുത്തിട്ടില്ല. എന്നെ കാത്ത് ആരും ഇരിക്കുന്നില്ല. നീ എന്തു വിചാരിച്ചു?"

അപ്പോഴത്തെ എന്റെ ഭാവവും പ്രകൃതവും എന്തായിരുന്നോ? അൻമോലക് ആ നിന്നനില്പിൽനിന്നു ചിരിച്ചുപോയി.

"വാരേ ദോസ്ത്, തും ഇത്നാ ബേമഗസ് ഹോഗയേ ഹോ?"

അയാളാകെ തളർന്നു. എന്നിട്ടൊരു പ്രസംഗമാണ്! നാം തമ്മിൽ എന്തെല്ലാം പറയുന്നു. നീയെന്റെ സഖാവാണ്. നീയാണെന്റെ സഖാവ്. വാ, നമുക്കു പോകാം. ഞാൻ പോകുന്നുണ്ട്. ഇതാ, എന്റടുത്തു മുന്നൂറ്റിനാല്പത്തിരണ്ടുറുപ്പികയുണ്ട്. ഇന്നാ പിടിച്ചോ.

ഷർട്ടിന്റെ പോക്കറ്റിൽനിന്ന് ഒരു ലക്കോട്ടെടുത്ത് അയാൾ എന്റെ മടിയിലേക്കെറിഞ്ഞു.

നമുക്കതും കൊണ്ടും പോകാം. കുടിച്ചാൽപ്പിന്നെ ഒറ്റയ്ക്കു കിടക്കാൻ പാടില്ല. വാ, എണീക്ക്...

"ചങ്ങാതീ!"

"എന്തേ?"

"നിങ്ങൾ പൊയ്ക്കോ."

"വരുന്നില്ലേ?"

"ഇല്ല."

"ഹച്ഛാ!"

അയാൾ നന്നേ പറഞ്ഞു: എനിക്കുവേണ്ടി എന്തു വേണമെങ്കിലും ചെയ്യാം. പണമില്ലേ, അതാ ആ ലക്കോട്ടു മുഴുവൻ എടുത്തോ. ഭയമാണോ? അൻമോലക്റാം കൂടെയുണ്ട്. സ്വകാര്യത്തിന്റെ കുഴപ്പമാണോ, നാം തമ്മിൽ എന്തു സ്വകാര്യം?

സരസമായും ഉല്ലാസമായും എന്തോ പാടിക്കൊണ്ട് അൻമോലക്റാം തിരിച്ചുവന്നപ്പോൾ ഞാൻ കിടന്നുകഴിഞ്ഞിരുന്നു. ബാരക്കിൽ എത്തിയിട്ടും അയാൾ പാട്ടു നിർത്തിയില്ല.

"എന്താ ഇത്ര കുഷി?"

ദാമോദരൻപിള്ള ചോദിക്കുന്നതു കേട്ടു.

"ഓ, മേരാ ദോസ്ത്."

അൻമോലക്റാം തൊണ്ട ഇടറിപ്പോയിരുന്നു.

"ക്യാ ബതാവും?"

"ബതാവോ തു സഹി."

'ങ്ഹാ, ദോസ്ത്."

അയാൾ പിള്ളയുടെ കട്ടിലിന്നടുത്തേക്കു നടന്നു. വളരെ പതുക്കെയാണ് അവർ സംസാരിച്ചത്. എന്നാലും എനിക്കിത്രയും ഊഹിക്കാൻ കഴിഞ്ഞു.

അൻമോലക്റാം തേവിടിശ്ശിത്തെരുവിൽ പോയി. ഇടയ്ക്കുവെച്ചു മിലിറ്ററി പോലീസ് പിടിച്ചു. 'നിന്റെ നമ്പറെന്താണെന്നു കുത്തനെ ഒരു ചോദ്യം?

'എന്തു നമ്പർ?'

'നിന്റെ നമ്പറെന്താണ്?'

'എന്റെ നാട്ടിൽ മനുഷ്യനു നമ്പറില്ലല്ലോ. ഇവിടെയുണ്ടോ? എന്നാണിവിടെ മനുഷ്യർക്കു നമ്പറിട്ടു തുടങ്ങിയത്? എന്റെ നാട്ടിൽ കഴുതകൾക്കു നമ്പറിടാറുണ്ട്.'

"അപ്പോൾ നീ പട്ടാളക്കാരനല്ലേ?"

"അരെ വാ!"

അവർ മിഴിച്ചു. അവിടുന്നു തടിതപ്പിയിട്ട് അയാൾ നേരെ വീട്ടിൽ കയറി. അവിടന്നങ്ങോട്ട് എനിക്കത്ര വ്യക്തമായില്ല. തിരഞ്ഞുപിടിച്ചു വില പറഞ്ഞു എന്നും ഒക്കെയാണ്. അവസാനം മുറിയിലേക്കു പോയി. പക്ഷേ, അയാളുടെ ശരീരത്തിനു തളർച്ചയാണ്. ഇനിയൊരിക്കൽ വരൂ എന്ന് അവൾ ക്ഷണിച്ചിട്ടുണ്ട്.

ദാമോദരൻപിള്ള എന്തോ ചോദിച്ചിരിക്കണം. നന്നേ നിരാശനായെന്നപോലെ അൻമോലക് പറയുന്നതു കേട്ടു:

"ഒരേ ഒരാശയിലാണു ജീവിക്കുന്നത്. ഒരു കുഞ്ഞിന്റെ അച്ഛനാകണം. ബാപൂ! എന്തൊരു സുന്ദരമായ വാക്ക്. അതിന്നർഹതയുണ്ടോ എന്നറിയാനാണ് ഞാൻ പോയത്. എത്ര കൊല്ലമായി! ഇല്ല, ഞാനാകെ തകർന്നുപോയിരിക്കുന്നു. വീണുകിടക്കുന്ന നാറുന്ന ഓവുചാലിൽനിന്ന്

എണീക്കാൻ വയ്യാത്തവണ്ണം എന്റെ ശരീരം തകർന്നിരിക്കുന്നു. ഇന്ന് എനിക്കതു വ്യക്തമായി...."

ഇടക്കാലത്തെ എന്റെ ജീവിതത്തിലെ ചില്ലറ സംഭവങ്ങളെക്കുറിച്ചെഴുതിയ ഈ കുറിപ്പ് നന്നേ നീണ്ടുപോയി. എഴുതേണ്ടത് വ്യക്തമായെഴുതി എന്ന വ്യാമോഹം ഇല്ല. ഒരുവേള എനിക്കത്രയൊന്നും മനസ്സിലായിട്ടില്ല. അതുകൊണ്ട് അവസാനിപ്പിക്കാൻ ശ്രമിക്കട്ടെ.

അൻമോലക്റാമിന്റെ കഴിഞ്ഞ കാലത്തെക്കുറിച്ച് അറിയണമെന്നുണ്ട്. അതു മാത്രം അയാൾ പറയില്ല. ഒന്നു പറയൂ എന്നാവശ്യപ്പെട്ടിട്ടില്ല. ചടഞ്ഞിരുന്നു കഥ പറയുന്ന ആളല്ല. പിന്നെന്തിന്നു ചോദിക്കുന്നു?

അയാൾ സിംലയിൽനിന്നു വന്നതാണ്. ഡിസ്ട്രിക് മെഡിക്കൽ ഓഫീസറുടെ കമ്പൗണ്ടറായിരുന്നു - ഇത്രമാത്രം എങ്ങനെയോ പറഞ്ഞിട്ടുണ്ട്. മറ്റൊന്നിനെക്കുറിച്ചും ചോദിച്ചില്ല. പറഞ്ഞില്ല.

അൻമോലക്റാം വെറുമൊരു കടംകഥയായിക്കിടന്നേനെ. പക്ഷേ, ഇടയ്ക്കു റിലീസിന് ഓർഡർ വന്നു. ആവശ്യമുള്ളവർക്കു പോകാം. ഇഷ്ടമുണ്ടെങ്കിൽ ആപ്പീസിൽ പേരു കൊടുക്കണം.

ബാരക് പാടെ മുങ്ങിപ്പോയി. എല്ലാവരുടേയും മുഖം വാടി. അകം പിടഞ്ഞു.

"എങ്ങോട്ടാണു പോവുക?"

"എന്റെ നാട്ടിൽ മൂന്നു കൊല്ലമായി മഴയില്ല."

"ഞാനൊരു മുറുക്കാൻകട തുടങ്ങും."

"ചെല്ലാത്ത കുറവാണ്, വേഗം പൊയ്ക്കോ."

"എന്റെ വീട്ടിൽ പതിനൊന്നു കിണ്ണംനിരത്തണം. വരവുള്ളത് എനിക്കു മാത്രം."

"എന്റെ വീടെവിടെയാണെന്ന് എനിക്കറിയില്ല."

"എന്തേ?"

"റായലസീമ കേട്ടിട്ടില്ലേ?"

ആർക്കും പട്ടാളത്തിൽനിന്നു പിരിഞ്ഞുപോയാലത്തെ ജീവിതത്തെക്കുറിച്ചോർത്തുകൂടാ. ഒരുവേള അങ്ങനെയൊന്നിനെക്കുറിച്ച് ഇന്നേവരെ അവർ ഓർത്തിട്ടില്ല.

അൻമോലക്റാം ഓടിക്കിതച്ചുകൊണ്ട് ബാരക്കിന്നകത്തേക്കു കടന്നുവന്നു.

"ഭായിസാബ്!"

വന്നപാടെ പെട്ടിക്കുമീതെ ഇരുന്ന് അയാൾ വിളിച്ചു. അയാളുടെ മുഖത്ത് ആശയുടേയും സന്തോഷത്തിന്റേയും പൊൻനിഴൽ പരന്നിരുന്നു.

"അൻമോലക്റാം പോകയാണ്. അൻമോലക് പോകും. ഒന്ന്, രണ്ട്, മൂന്ന് - അഞ്ചാഴ്ച, അല്ലെങ്കിൽ ആറ്. ഈ ഞെരിക്കുന്ന ചക്കിന്നകത്തു നിന്ന് അൻമോലക് ഊർന്നുചാടും. അപ്പോൾ പിന്നെ...."

അയാൾ ഇരുന്നു തന്നത്താൻ വർത്തമാനം തുടങ്ങി. മുഖത്തിന്റെ പ്രകൃതം വർത്തമാനത്തിന്റെ വിഷയത്തോടൊപ്പം മാറിക്കൊണ്ടിരുന്നു.

ഇടയ്ക്ക് പണത്തിന്റെ കണക്കുകൂട്ടി പന്ത്രണ്ടുകൊല്ലത്തേക്കു മൂന്ന് പന്തിരു മൂന്ന് മുപ്പത്താറ്. ബാരാ ഗുണാ ഛത്തീസ്... പിന്നെ ഇക്കൊല്ലത്തെ ലീവെടു ത്തിട്ടില്ല. വർഷാന്ത ലീവ് എടുക്കാറില്ല. എങ്ങോട്ടു പോകാനാണ്? ആരെ ക്കാണാനാണ്?

അവിടെ അയാൾ നിർത്തി. മുഖമാകെ നീലച്ചുപോയതു ഞാൻ കണ്ടു. പിന്നെ കണ്ണുകളിൽ ജീവനില്ല. കൺമണികൾ ഉരുണ്ടുരുണ്ടു മേല്പോട്ടു കയറുന്നു. തലച്ചോറിന്നകത്തു സംഭവിക്കുന്നതെന്തോ കാണാനാകാം.

അപ്പോൾ അയാളോട് ഒന്നും മിണ്ടിക്കൂടാ.

വളരെനേരം ഇരുന്നിട്ട് അയാൾ ചോദിച്ചു: "കാടുകയറണോ?"

"എന്തേ?"

"ഞാനോർക്കുകയായിരുന്നു."

"വല്ല കാട്ടിലും പോയി ജീവിക്കാമോ എന്നോർത്തതാണ്."

ഞാനൊന്നും മിണ്ടിയില്ല.

"ഓ! എന്തൊരു ജീവിതമായിരിക്കും? പഴങ്ങൾ, കിഴങ്ങുകൾ, അരുവി കൾ... സ്വതന്ത്രമായ ജീവിതം. മരത്തണലിൽ ഒരു കുടിൽ. പഴങ്ങൾ കിഴ ങ്ങുകൾ, അരുവികൾ..."

പെട്ടെന്ന് അയാൾ എണീറ്റു നടക്കുമ്പോഴും ഉരുവിട്ടുകൊണ്ടിരുന്നു.

"പഴങ്ങൾ, കിഴങ്ങുകൾ, അരുവികൾ..."

അന്നു പകൽ മുഴുവൻ അയാളെ കണ്ടില്ല. സന്ധ്യക്ക് ഊണുകഴിഞ്ഞ് കട്ടിലിൽ ഇരിക്കയായിരുന്നു. അൻമോലക്റാം ആടിയുലഞ്ഞുകൊണ്ടു കടന്നുവന്നു. കൈകൾ വീശുന്നുണ്ട്. അത്രയും ആഹ്ലാദത്തോടെ ഇതിനു മുമ്പ് അയാളെ കണ്ടിട്ടില്ല. കിട്ടാതിരുന്നതെന്തോ കിട്ടിക്കഴിഞ്ഞ കൊച്ചു കുട്ടിയെപ്പോലെ, അയാൾ വന്നു.

"ഭായിസാബ്!"

"എന്തോ?"

"എനിക്ക് അറുനൂറുറുപ്പികയോളം കിട്ടും."

"അച്ഛാ!"

"അറുനൂറുറുപ്പിക!"

അയാൾ അന്തംമിഴിച്ചു തെല്ലുനേരം സ്തംഭിച്ചിരുന്നു. കൈപ്പടം മലർത്തി കാൽമുട്ടിൽ വെച്ചു. പിന്നെ മിണ്ടാട്ടമില്ല. ഇരുന്നിരുന്നു മുഖ ത്തിന്റെ പ്രകൃതം മാറി. അതു സമാധിയാണ്. ഒന്നും കാണുന്നില്ല, കേൾക്കുന്നില്ല.

അൻമോലക്റാം അടുത്തുതന്നെ പോകും. എനിക്കയാളെക്കുറിച്ച് ഒന്നും മനസ്സിലായില്ല.

ബോധം വന്നപ്പോൾ അയാൾ പതിവുപോലെ തന്നത്താൻ സംസാരി ക്കാൻ തുടങ്ങി.

"എന്നിട്ട്, എന്നിട്ട്... ഞാൻ വളക്കച്ചവടം തുടങ്ങും. വളക്കച്ചവടം തുടങ്ങും."

പിറുപിറുക്കുന്നതിനിടയ്ക്ക് അയാൾ ഉണരുന്നുണ്ടായിരുന്നു. വല്ല കാട്ടിലും പോയിക്കൂടണമെന്ന് ഉച്ചയ്ക്കുമുമ്പു തീർത്തുപറഞ്ഞ അൻമോലക്കാണത്.

മെല്ലെ മെല്ലെ അയാൾ കണ്ണുകൾ മിഴിച്ചു. ആ കണ്ണുകൾ നിറഞ്ഞിരുന്നു. അയാളുടെ നേരിയ ചുണ്ടുകൾ വിതുമ്പിയിരുന്നു.

"ഫിർ മൈ ജബ് തക് ഉൻകാ ഹാഥ് മേരാ ഹാഥ്മേ ലേകർ..."

അയാളുടെതന്നെ വാക്കുകൾ പകർത്തുന്നതു തെറ്റായിപ്പോകും. ആ വാക്കുകളുടെ പൊരുൾ നമുക്കറിയില്ലല്ലോ.

അൻമോലക്റാം പറയുകയാണ്. വളക്കച്ചവടം തുടങ്ങും. എന്നിട്ടു കൊച്ചു കുട്ടികളുടെ കൊഴുത്ത കൈത്തണ്ട തന്റെ കൈയിലെടുത്തു തലോടി വളയിട്ടു കൊടുക്കും. അയാളുടെ കണ്ണിൽനിന്ന് രണ്ടുതുള്ളി ചൂടുള്ള കണ്ണുനീർ ആ കൈപ്പടത്തിൽ വീഴും. അപ്പോൾ ഓമനത്തം തുളുമ്പുന്ന കൊച്ചുമിഴികളുയർത്തി അവർ അയാളുടെനേരെ നോക്കും. ഓ! അന്നു ജീവിതം കൃതകൃത്യമായി.

അൻമോലക്റാം കരയുകയായിരുന്നു. അയാളുടെ മഞ്ഞനിറമാർന്ന പരന്ന കവിളുകളിലൂടെ കൊഴുത്ത കണ്ണുനീർ കുടഞ്ഞൊഴുകി. അയാൾ തേങ്ങിത്തേങ്ങിക്കരഞ്ഞു.

അതൊരിക്കലും ഓർത്തതല്ല. ഒന്നു ചോദിക്കാമോ? ഇനി വർത്തമാനം പറയുമോ?

"അൻമോലക്?"

കണ്ണുനീരിൽ തിളങ്ങുന്ന കണ്ണുകൾ എന്റെനേരെ ഉയർന്നു.

"എന്തേ, അൻമോലക്!"

"ഭായിസാബ്."

തൊണ്ട ഇടറിയിരുന്നു.

"അൻമോലക്!"

"നിങ്ങൾക്കറിയില്ല."

"എന്ത്?"

"പറയാൻ എനിക്കു വയ്യ. ഓർക്കാൻ കരുത്തില്ല. ഓ, എന്റെ നെഞ്ചു തകരുന്നു. കേട്ടോ, കിരുകിരാ, കിരുകിരാ... തകരുന്നു. ഞാനെങ്ങനെ പൊറുക്കും?"

അപ്പോഴും അയാൾ കരയുന്നുണ്ട്. തേങ്ങുന്നുണ്ട്. എന്തെങ്കിലും പറയണം. എന്താണു പറയേണ്ടത്?

അതേ കണ്ണീരിലൂടെ അൻമോലക്റാംതന്നെ പറഞ്ഞു: മനുഷ്യൻ എങ്ങനെ തകരുന്നു എന്നിപ്പോൾ മനസ്സിലാക്കുന്നു. മനുഷ്യനെക്കുറിച്ച് എനിക്കുണ്ടായിരുന്ന എല്ലാ ധാരണകളും കൊടുങ്കാറ്റിലെ ചവറ്റിലപോലെ പറന്നുപോയിരിക്കുന്നു.

ഇന്നേവരെ ഒപ്പം പെരുമാറുന്ന കൂട്ടുകാരോട് എനിക്കു വെറുപ്പാണ്. ന്യായമുണ്ട്. അറപ്പിക്കുന്നതെന്തോ, അതേ അവർ ചെയ്യൂ. നാറിയതെന്തോ,

അതേ പറയൂ. അവരുടെ മുന്നിലൂടെ തറവാട്ടിൽ പിറന്നൊരു പെൺകൊച്ചിനു കടന്നു പൊയ്ക്കൂടാ. അവർ കേൾക്കെ അവനവന്റെ രക്തബന്ധങ്ങളെക്കുറിച്ചു സംസാരിച്ചുകൂടാ. ഇവരാണ് എന്റെ കൂട്ടുകാരെന്ന് കൊച്ചുന്നാളിലെ എന്റെ ചങ്ങാതികളോടു മിണ്ടാൻ വയ്യ.

എന്നെക്കുറിച്ച് എനിക്കുണ്ടായിരുന്ന അന്ധമായ മതിപ്പിനെക്കുറിച്ചു ഞാനല്പം പശ്ചാത്തപിക്കട്ടെ. അല്ലെങ്കിൽ പശ്ചാത്താപം എന്തു തരുന്നു? എന്റെ അന്ധമായ ധാരണ ഇപ്പോൾത്തൊട്ടു തുടച്ചുകളയാൻ തുടങ്ങട്ടെ.

മനുഷ്യൻ മഹത്വത്തോടെ പിറന്നു. ആ മഹത്വം പുലർത്താൻ അവനു കഴിഞ്ഞില്ല. ഒന്നല്ലെങ്കിൽ മറ്റൊന്ന്. തക്കതായ കാരണങ്ങൾ ഏതു തെണ്ടിയുടെ ജീവിതത്തിലും കാണാൻ കഴിയുമെന്ന് ഇപ്പോൾ എനിക്കുറപ്പുണ്ട്. അതുകൊണ്ട് സുബ്ബയ്യയുടെ കട്ടിലിലിരുന്നു ഞാൻ വർത്തമാനം പറയുന്നു. റായലസീമയുടെ കാര്യങ്ങൾ, ഗ്രാമം വിട്ടുപോയ കുടുംബം - കേൾക്കേണ്ടതായ കാര്യങ്ങൾ എത്രയോ ഉണ്ട്! ധനരാജിന്റെ ബാല്യകാലകഥകൾ കേൾക്കുമ്പോൾ അവനവന്റെ ചെറുപ്പകാലത്തെക്കുറിച്ചോർത്തുപോകുന്നു...

ഏറ്റക്കുറച്ചിലുണ്ടെങ്കിലും എന്നെപ്പോലെത്തന്നെ അവർ പിറന്നു. വളർന്നു. അവർ ആശകൾ പുലർത്തി... ഞങ്ങളുടെ ആശകൾ എന്തായെന്ന് ആർക്കെങ്കിലും അറിയാമോ? ഇല്ലേ? വേണ്ട. പറയട്ടെ, ഞങ്ങൾ മരിച്ചു ജീവിക്കയാണ്.

എത്രയോ എഴുതാനുണ്ട്! അതുകൊണ്ടാകണം, എഴുതേണ്ടതു മറന്നുപോകുന്നു.

അൻമോലക്റാം കല്യാണം കഴിച്ചിരുന്നു. രണ്ടു കുട്ടികളുണ്ടായിരുന്നു.

സ്നേഹംനിറഞ്ഞ ഭാര്യ; ഓമനത്തം നിറഞ്ഞ കിടാങ്ങൾ.

മഞ്ഞും കുളിർവെയിലും നിറഞ്ഞ സിംലയിൽ അയാൾ കുടുംബത്തോടൊപ്പം ക്ഷേമമായി ജീവിക്കയാണ്. മതിവരാത്ത മധുരമായ നിമിഷങ്ങൾ. ജീവിതം അയാൾക്കന്നു നിറകുടമാണ്. ഇടയ്ക്കു മക്കളുടെ ഫോട്ടോയെടുത്തു. പുസ്തകങ്ങൾ അടുക്കിവെച്ചിട്ടുള്ള അലമാരിയുടെ മീതേ ചുമരിൽ ആണി തറച്ചു ഫോട്ടോ തൂക്കണം. അയാൾ ആണിയും ചുറ്റികയുമായി അലമാരിക്കു മീതേ കയറിയിരിക്കയാണ്.

അമ്മ വരാന്തയിൽ ഇളയ കൊച്ചിനു പട്ടുടുപ്പു തയ്ച്ചുകൊണ്ടിരുന്നു. കിടാങ്ങൾ അങ്ങിങ്ങ് ഓടിനടന്നു കളിക്കയാണ്.

അവർ റോഡിലേക്കിറങ്ങിയത് അമ്മ കണ്ടില്ല. ഇളയ കൊച്ച് റോഡിന്റെ നടുവിലിരുന്നു കൊച്ചുകല്ലുകൾ ഉരുട്ടിക്കളിക്കയാണ്.

അപ്പോൾ അകലെനിന്ന് കാറിന്റെ ഹോറൺ!

മൂത്ത കൊച്ച് അനിയത്തിയെ എടുക്കാൻ റോഡിന്റെ നടുവിലേക്ക് ആഞ്ഞുപോകുന്നതാണ് അവസാനമായി അമ്മ കണ്ടത്. പിന്നെ മിന്നൽപോലെത്തിയ കറുത്ത കാറാണ്.

ഭയങ്കരമായൊരു നിലവിളി കേട്ടു. അൻമോലക് അലമാരിയുടെ പുറത്തിരുന്നു പെട്ടെന്നു തിരിഞ്ഞുനോക്കി.

എന്റെ മക്കൾ!

അവരെ കിട്ടിയെങ്കിലോ എന്ന ആർത്തിയോടെ അമ്മ റോഡിലേക്കു കുതിച്ചു.

മിന്നലെന്നോണം അയാൾ എല്ലാം കണ്ടു.

മക്കൾ.

അവരുടെ അമ്മ.

രണ്ടുകൂട്ടരുടേയും ഇടയ്ക്കു കാറിന്റെ മിന്നലൊളി. വേറൊന്നും അയാൾക്കോർമ്മയില്ല. ബോധം വീണപ്പോൾ ആശുപത്രിയിലാണ്.

എന്റെ മക്കൾ!

കണ്ണീരോടെ അയാൾ വെളിയിലേക്കു നോക്കിയിരുന്നു. മൂന്നാംനമ്പർ ക്വാർട്ടറിന്റെ തുറന്നിട്ട വാതിലിലൂടെ പുറത്തേക്കൊഴുകുന്ന പ്രകാശധാരയിലൂടെ പട്ടുടുപ്പിന്റെ മിന്നലൊളി കാണായി. അൻമോലക് ഒന്നു തേങ്ങി.

"അവളുണ്ടായിരുന്നെങ്കിൽ ഇതാ കണ്ടോ? ഇത്ര പോന്നേനെ! നോക്കൂ, ഞാനെപ്പോഴും നോക്കിയിരിക്കുന്നു. ബാപു! എത്ര മധുരമായ വാക്ക്! എനിക്കു പുളകംകൊള്ളുന്നു. ഇനിയാരും എന്നെ വിളിക്കില്ല. ബാപു..."

പിന്നീട് അയാൾ എന്റെ നേരെ തിരിഞ്ഞില്ല. ക്വാർട്ടേഴ്സിൽനിന്നു ചായമിട്ട കണ്ണാടികളിലൂടെ വർണ്ണശബളമായ വെളിച്ചം കാണാം.

ഒരു മനുഷ്യനെ അടിമുടി പഠിച്ചു എന്ന അനാവശ്യമായ തണ്ടോടുകൂടെയല്ല ഈ കുറിപ്പവസാനിപ്പിക്കുന്നത്. ചുറ്റുമുള്ള മനുഷ്യരെ അവരുടേതായ ചുറ്റുപാടിൽനിന്നു നോക്കിക്കാണണമെന്നു മാത്രം മനസ്സിലാക്കുന്നു. ■

ഒരു കഷണം അസ്ഥി

ഒരു കഷണം അസ്ഥി

അതിരറ്റ കുടികൊണ്ടു മരിച്ചുപോയ ഒരാളെക്കുറിച്ചു ഞാനൊരു കഥയെഴുതി പത്രത്തിനയച്ചു. അച്ചടിച്ചുവന്നപ്പോൾ ഒരു തിരുത്തലുണ്ട്. അയാൾ ചത്തു എന്നു ഞാനെഴുതിയിരുന്നില്ല. കുടിയനാണെങ്കിലും മനുഷ്യനാണല്ലോ! അതുകൊണ്ടു മരിച്ചു എന്നെഴുതി. ബഹുമാനപ്പെട്ട പത്രാധിപർ അതങ്ങു തിരുത്തി: "അയാൾ പരലോകം പ്രാപിച്ചു." എന്റെ ചില്ലറ വിശ്വാസങ്ങളിൽ പത്രാധിപർ കൈവെച്ചിരിക്കുന്നു. പരലോകംപ്രാപിച്ചുപോലും! എനിക്ക് ഒറ്റ ലോകമേ ഉള്ളു. നീണ്ട ഒരു കത്തെഴുതി: "മേലാൽ എന്നെ ഉപദ്രവിക്കരുത്."

തെറ്റിദ്ധാരണകൾ വരുത്തിവെയ്ക്കുന്നതു നന്നല്ല. ഈ കഥ എന്റെ പഴയൊരു ചങ്ങാതി പറഞ്ഞതാണ്. താൻ അച്ഛനെക്കൊന്നു എന്ന് അയാൾ വിശ്വസിക്കുന്നു. അതല്ലാതെ ഭയങ്കര സംഭവങ്ങളൊന്നും ഇതിലില്ല. പിന്നെയുള്ളത് ഊഹാപോഹങ്ങളിൽനിന്നു മെടഞ്ഞെടുക്കുന്ന അച്ഛന്റെ പ്രണയവും, ഒരു ശവക്കുഴിയുമാണ്. എല്ലാം എന്റെ ഉള്ളിൽ തറച്ചു. അതുകൊണ്ടു ഞാനൊരു കഥയെഴുതുമെന്ന് പാവം ഓർത്തിരിക്കില്ല.

"നിങ്ങളൊന്ന് കേൾക്കൂ" എന്നു പറഞ്ഞ് അയാളെന്നെ തുറിച്ചു നോക്കി. ചപ്രത്തലമുടി പാറിയ നെറ്റിക്കടിയിൽ അയാളുടെ കുറിയ കണ്ണുകൾ കിടന്നു കത്തി.

"എന്നെ മനസ്സിലായില്ലേ?"

എന്റെ പരുങ്ങലിൽ നിന്ന് അയാൾ ഊഹിച്ചു. എന്നിട്ട് അതേ തറച്ച നോട്ടം ഇമവെട്ടാതെ നോക്കി. ഒടുങ്ങാത്ത ആശങ്കകളും സംശയങ്ങളും അയാളെയിട്ടു ഞെരിക്കുന്നപോലെ തോന്നി.

ഞാൻ ഇന്നയാളാണ് എന്ന് അയാളോർമ്മപ്പെടുത്തി. അച്ഛൻ മരിച്ചു എന്നും, കുറച്ചുനാളായി താൻ അങ്ങനെയിങ്ങനെയാണെന്നും പറഞ്ഞു.

"നിങ്ങളൊന്നു പറഞ്ഞേ. എനിക്കു കിറുക്കാണത്രേ! പോരാത്തതിന് എല്ലാവർക്കും എന്നോട് എതിരും ഉണ്ട്. ഞാനൊരു കുരുത്തംകെട്ടവനാണ്. എനിക്കു ദൈവവിശ്വാസമില്ല. സ്വർഗ്ഗമില്ല. നരകമില്ല. ചണ്ടിചെകുത്താന്മാരില്ല...."

ശവക്കുഴി മാന്തിയതാണു കേസ്. വളരെ പഴയതാണ്. മുപ്പതോ മുപ്പത്തഞ്ചോ കൊല്ലത്തെ പഴക്കമുണ്ട്. ഇരുപതോ ഇരുപത്തിരണ്ടോ

പ്രായമായിരുന്ന ഒരു പെൺപിറന്നവരെയാണ് അതിനകത്ത് മറവു ചെയ്തിരുന്നത്. നിങ്ങൾക്കു കണക്കുകൂട്ടാം. അപ്പോൾ മനസ്സിലാവും. അവൾക്കേതാണ്ട് എന്റച്ഛന്റെ പ്രായമാവണം.

സ്ഥലം വീടിന്റെ ഉമ്മറത്തിനു നേരെയാണ്. അപ്പോൾ മുമ്പു വീടവിടെ ഇല്ല. മരിച്ചുപോയവരെ തെക്കേപ്പുറത്താണ് മറവുചെയ്യുക. ഈ പറമ്പിൽ മറ്റൊരു പുരയും ഇല്ല. നശിച്ചുപോയിരിക്കാം. കൂനാംമൂച്ചി-ഗുരുവായൂർ റോഡിന്റെ തുടക്കത്തിൽ ഞങ്ങളുടെ പഴയ വീടു പൊളിക്കേണ്ടി വന്നു. ഓവർസിയർമാർ വന്നു കുഴൽവച്ചു നോക്കുന്നതു മോന്തായത്തിന്റെ മീതെയാണ്. അങ്ങനെ ഈ മേട്ടിൻപുറത്തേക്കു ഞങ്ങൾ നീങ്ങി. എനിക്കു നേരിയ ഓർമ്മയേയുള്ളു. അല്ലെങ്കിൽ ഇല്ല. മറ്റുള്ളവർ എന്നും പറഞ്ഞു കേൾക്കുന്ന കാര്യങ്ങൾ അവനവൻ തന്നെ കണ്ടതുപോലെ മനസ്സിൽ കിടക്കും. ഈ പുര പണിയുമ്പോൾ മുറ്റമില്ലായിരുന്നു. എനിക്കോർമ്മയുള്ളപ്പോൾ ഉണ്ട്; ഒരു വരമ്പിട. പിന്നെ മേടാണ്. ഈ മേട്ടിലാണ് ആ പെൺപിറന്നവരുടെ ശവക്കുഴി. അവരുടെ പേര് അച്ഛൻ പറഞ്ഞിട്ടുണ്ട്. താവഴിയെക്കുറിച്ചും പറയാറുണ്ട്. പുലബന്ധം ഇല്ല എന്നു വ്യക്തമാണ്. എന്നാലും മരിച്ചുപോയ ആ പെൺപിറന്നവരെക്കുറിച്ച് അച്ഛൻ ഇടയ്ക്കൊക്കെ പറയും. എന്നോടല്ല, മരിച്ചവരെക്കുറിച്ചും മരിക്കാത്തവരെക്കുറിച്ചും അച്ഛൻ എന്നോടു സംസാരിക്കാറില്ല. മറ്റുള്ളവരോടു വർത്തമാനം പറയുന്നു. ഞാൻ ചെകിടോർത്തു കേൾക്കുന്നു.

അന്നൊക്കെ എനിക്കു ബുദ്ധി പോരാ. ഇപ്പോഴെങ്ങാനുമാണെങ്കിൽ മുഴുവൻ കാര്യങ്ങളും മനസ്സിലാക്കാമായിരുന്നു. അച്ഛന് ആ പെൺപിറന്നവരോടു സ്നേഹമായിരുന്നു എന്നു വിശ്വസിക്കാൻപോന്ന ഒരൊറ്റ തെളിവും നാളതുവരെ കിട്ടിയിട്ടില്ല. അമ്മ അങ്ങനെയൊന്നിനെക്കുറിച്ച് അറിഞ്ഞിട്ടേയില്ല.

എനിക്കെമ്പാടും പേടിയാണ്. ശവം, ശവക്കുഴി! കിഴക്കോട്ടൊന്നു നോക്കാൻ വയ്യ. എന്നിട്ടും ഞാനിരുന്നു വായിക്കുന്നതും ഉറങ്ങുന്നതും ഉമ്മറത്താണ്. എന്റെ നേരെ മുമ്പിലാണു ശവമടക്കിയിട്ടുള്ളത്. ഇടയ്ക്കു ചിമ്മിനിയുടെ നാളം ആളിക്കത്തും. കെടാൻ പോകും. കാടൻപൂച്ച മുളങ്കാട്ടിൽ നിന്നു നിലവിളിക്കും. പിന്നെ എനിക്കു വായിച്ചുകൂടാ, ഇരുന്നുകൂടാ. പകച്ചു നോക്കിപ്പോകും. അച്ഛൻ മുക്കാലിപ്പലകയിൽ തൂണുചാരി ഇരിക്കയാവും. കിഴക്കോട്ടു നോക്കുകയാവും. കണ്ടോ, അച്ഛനു ഭയമില്ല!

മേടു കിളച്ചു കോരുക പതിവാണ്. കവുങ്ങിനു കൊല്ലംതോറും പുതുമണ്ണിടണം. അങ്ങനെ മുറ്റത്തിനു വിസ്താരം കൂട്ടാം. മണ്ണു കോരിയെടുത്തു നിരപ്പാക്കി മുറ്റം പരത്തി. നല്ല മണ്ണു വെറുതെയിട്ടുകൂടാ. അതുകൊണ്ടു കൊളമ്പു ചേമ്പു നട്ടു. അത് ആനപോലങ്ങു വളർന്നു.

മഞ്ഞു കിനിയുന്ന നിലാവുള്ള രാത്രികളിൽ ചിമ്മിനിയെങ്ങാൻ ഒന്നു പാളിപ്പോകും. എന്റെ ഉള്ള് ആന്തുന്നു. കിഴക്കോട്ടു നോക്കിപ്പോകുന്നു. മിനുത്ത ചേമ്പിൻപട്ടകൾ മഞ്ഞിൽ നനഞ്ഞിരിക്കും. എന്നിട്ട് അവയിൽ നിലാവുതട്ടി തിളങ്ങുന്നുണ്ടാകും. ഒറ്റനോട്ടത്തിന് ഒരു വെള്ളപ്പുടവ മിന്നി മറഞ്ഞപോലെ.

"അച്ഛാ!"

"എന്തേടാ?"

എന്റെ ഭയവും സംശയവും പിന്നെ ഇല്ല. എനിക്കൊന്നും പറയാനില്ല.

"എന്തെടാ നിനക്ക്?"

"ഒന്നും ഇല്ല" എന്നു മുക്കിമൂളി പറഞ്ഞൊപ്പിക്കണം. ചിലപ്പോൾ അതു കൊണ്ടു കുഴപ്പം തീരും. അല്ലെങ്കിൽ ഇങ്ങോട്ടു ചോദിക്കയായി: "ഞെട്ടി ത്തെറിച്ചോടാ?"

"ഇല്ല."

"പിന്നെന്ത്?"

എനിക്കു പേടിയാകുന്നു എന്നു ഞാനൊരിക്കലും പറഞ്ഞിട്ടില്ല. എന്റെ ഭയം ഞാൻ തന്നെ വിഴുങ്ങി.

ചിലപ്പോൾ അച്ഛനെ വിളിച്ചാലും വിളികേൾക്കില്ല. എനിക്കാതെ കോരി ത്തരിക്കും.

"അച്ഛാ!"

"എഎ–ങ്ഏ?"

അഞ്ചാറുതവണ ഒരുമിച്ചു വിളികേൾക്കയായി.

"അച്ഛൻ കണ്ടോ?"

"എന്ത്?"

"എനിക്കു തോന്നി...."

"നീ വായിച്ചോ, ചെക്കാ."

അമ്മയും പറയാറുണ്ട്, ഉമ്മറത്ത് ഒറ്റ ഇരുത്തമിരുന്നാൽപ്പിന്നെ അച്ഛനെ വിളിച്ചാൽ വിളി കേൾക്കില്ലെന്ന്. അതും പറഞ്ഞ് അമ്മ ഓർത്തുകൊണ്ടു നിൽക്കും. അമ്മയ്ക്കും ആലോചനയാണ്. ഈ മുപ്പത്തിരണ്ടു കൊല്ലത്തി നുള്ളിൽ ഇങ്ങനെയൊന്നുണ്ടായിട്ടില്ല. പഴയ വീടു പൊളിച്ചന്നുപോലും അച്ഛൻ വിഷാദിച്ചിട്ടില്ല.

"അന്നൊക്കെ വളരെ കുശാലായിരുന്നൂന്നേയ്" എന്നുകൂടെ അമ്മ പറഞ്ഞു. ആ മനുഷ്യനാണ് ഇങ്ങനെ ഒരേ ഇരുത്തവുമായിക്കൂടുന്നത്. അമ്മ പേടി ക്കാതിരിക്കുമോ?

വളരെയേറെ ആലോചിക്കുന്ന ആളുകൾ ഇങ്ങനെയാണെന്നു കേട്ടിട്ടുണ്ട്. അച്ഛന് എന്താണ് ഇത്രയേറെ ആലോചിക്കാൻ?

മേട്ടിൽനിന്നു മണ്ണുകോരി തെങ്ങിൻതൈ വയ്ക്കണമെന്ന് അച്ഛൻ പറഞ്ഞു. അങ്ങനെ കിഴക്കോട്ടു കിഴക്കോട്ടു മണ്ണെടുത്തുപോയി. ഇടയ്ക്ക് അദ്ദേഹം പറഞ്ഞു: "ഇനിയങ്ങോട്ടു വേണ്ട."

"എന്തേ?"

"വേണ്ട."

"മണ്ണു പറമ്പിലേക്കാവശ്യമില്ലേ?"

"ഉണ്ട്."

"എന്നിട്ടെന്തേ?"

"ശവം മാന്തണ്ട!"

"ങ്ഹാ!"

"ങ്ആ!"

എന്നിട്ട് എവിടെയാണ് ശവമടക്കിയിട്ടുള്ളത് എന്നു വരച്ചുകാണിച്ചു. കിളച്ചെത്തിയേടത്തുനിന്നു രണ്ടു കൈക്കോട്ടിൻപാടേ ഉള്ളു. മേടിന്റെ ഒത്ത നടുക്കാണ്. അതവിടെ വിട്ടുംവെച്ച് ഇനിയങ്ങോട്ടു മണ്ണെടുക്കാൻ വയ്യ. വേണ്ട എന്ന് ആദ്യം തോന്നി. എന്നാലും അതവിടെ വെച്ചുകൂടാ. അങ്ങനെയാണ് അതിന്റെ തുടക്കം. ആ ശവക്കുഴി നീക്കണം. മേടിന്ന് ആളും കൈയും ഉയരമുണ്ട്. ശവം മുറ്റത്തിന്റെ നിരപ്പിൽനിന്നു മീതെയാണ്. അതങ്ങു വെടിപ്പാക്കാം. രണ്ടോ മൂന്നോ കൊല്ലംകൊണ്ടു മേടു മുഴുവൻ കോരിത്തീർക്കാം. മുറ്റത്തിന്റെ ഓരത്തു മൂന്നുവരി തെങ്ങ്. പിന്നെ കൊളമ്പുചേമ്പ്, വാഴ....അറുപതു കവുങ്ങിൻതൈ വയ്ക്കാം. എന്റേതായി അങ്ങനെ ഒരു കുഴിക്കൂർ വളരട്ടെ. എന്നിട്ടു ഞാൻ പെണ്ണുകെട്ടുമ്പോൾ ഭാര്യയോടും കുട്ടികളുണ്ടാകുമ്പോൾ അവരോടും വായ്ത്താരിയടിക്കാം: "ഞാൻ കോരിയ നിലത്തിൽ ഞാൻ വെച്ച തൈകൾ!"

അത്ര എളുപ്പമൊന്നുമല്ല. ഒന്നാമത് അച്ഛൻ അറിയാൻ പാടില്ല. രണ്ടാമത് എനിക്കുതന്നെ ശങ്കയും ഭയവുമുണ്ട്. അപ്പോൾ മനഃപൂർവ്വം ഓരോ ആലോചനകളോടെ നടക്കുകയായി. ഉദാഹരണത്തിന്നു മറ്റം പള്ളിയുടെ ശവക്കോട്ട. ധാരാളം തിരക്കുള്ള ഇടവകയാണ്. അടുത്താണെങ്കിലും ഞാൻ പോയി നോക്കിയിട്ടില്ല. അതിനു വേണ്ട ധൈര്യമില്ല. സഹിഷ്ണുതയും തത്വബോധവുമില്ല. അവിടെ രണ്ടു കിണറു നിറഞ്ഞുവത്രെ! ഇപ്പോൾ മാന്തുന്ന പഴയ ശവക്കുഴികളിൽനിന്നെടുക്കുന്ന മനുഷ്യന്റെ അസ്ഥികൾ മൂന്നാമത്തെ കിണറ്റിൽ ഇടുകയാണത്രെ. ഇതു വെറും പറച്ചിലാകാം.... ഇംഗ്ലീഷ് ഹൈസ്കൂളിൽ അഭിനയിച്ച നല്ലൊരു നാടകത്തെക്കുറിച്ചും ഓർത്തു. സ്റ്റേജിൽ കുഴിമാന്തലുണ്ടായിരുന്നു. കുഴിവെട്ടുകാർ പാട്ടുപാടുകയും മണ്ണുകോരുകയും അസ്ഥിശകലങ്ങൾ പെറുക്കിയെടുക്കുകയും.... ഏതോ മഹാകവിയുടെ നാടകമാണത്. ചുണ്ണാമ്പുതേച്ച ചകരിത്തൊണ്ടും ചിരട്ടയും പൊതുമ്പുമാണ് അവർ എടുത്തു നീക്കുന്നതെന്ന് അപ്പോൾ തോന്നിയില്ല. ആർക്കും തോന്നുകയില്ല. ആ സ്കൂൾ കുട്ടികളോട് ഇന്നും ബഹുമാനം തോന്നുന്നു. അത്രയും ഉള്ളിൽത്തട്ടിയ രംഗം മുമ്പും പിമ്പും കണ്ട ഓർമ്മയില്ല.

വേറെയും പലേ ആലോചനകളുണ്ടായിരുന്നു. ഈ ഭൂമിയിൽ പിറന്ന എല്ലാ മനുഷ്യരും മരിച്ചുപോയി. അവരെല്ലാവരും മണ്ണോടുചേർന്നു. കോടാനുകോടി. കോടാനുകോടി ശവങ്ങൾ ഈ മണ്ണിൽ ഇഴുകിച്ചേർന്നിട്ടുണ്ടെങ്കിൽ, ഏതു വയലിലും ഏതു ഞാലിലും ശവം ചേർന്നിട്ടുണ്ട്. ഞാൻ കിടക്കുന്ന വീടിന്റെ ചുവരിൽ ശവം ചേർന്ന മണ്ണുണ്ട്. ഞാൻ കഴിക്കുന്ന ഭക്ഷണം....

അങ്ങനെ കൃത്രിമമായ ഒരു ധൈര്യം ഞാനെന്നിൽ വളർത്തിപ്പോന്നു. അതേ വേണ്ടു. കിളയ്ക്കുന്ന കാര്യം നിസ്സാരം. വാസ്തവത്തിൽ നോക്കൂ, എന്റെ മുതുകു വളഞ്ഞുപോയിരുന്നു. തോൾ മുഴച്ചു പൊട്ടിയിരുന്നു. കൈകൾ തഴമ്പിച്ചിരുന്നു. എന്നിട്ടും ഞാൻ കാവു ചുമന്നു. കൈക്കോട്ടു കിളച്ചു. പിന്നെ ഈ ചെറിയ ജോലിക്കു വിഷമം വരാനില്ല. അച്ഛന്റെ കണ്ണു വെട്ടിച്ചാൽ മതി. അദ്ദേഹം നേരത്തെ അങ്ങാടിക്കു പോയപ്പോൾ ഞാൻ രണ്ടു പെണ്ണുങ്ങളെ വിളിച്ചുകൂട്ടി. ഒരു പക്ഷേ, അവരോളം പോന്ന ഒരുത്തി യെയാകണം അവിടെ മറവുചെയ്തിട്ടുള്ളത്.

മേടു വെട്ടിയരിഞ്ഞു വെടിപ്പാക്കിവെച്ചിരുന്നു. രണ്ടു കൈക്കോട്ടിൻപാട ല്ലേയുള്ളു? അത്രയും മണ്ണു നീക്കിയാൽ പണി കഴിഞ്ഞു. കിളച്ചു. മീതെ ചെല്ലിയാണ്. ഛലേ ഛലേ എന്നു വെട്ടി. ചരൽ തെറിച്ചുകൊണ്ടിരുന്നു. കൈ തിറമ്പുന്നുണ്ടായിരുന്നു. ഇടയ്ക്ക് ഒറ്റവെട്ടിന്ന് കൈക്കോട്ടു കുരലോളം താഴ്ന്നു.

ഓ!

ഞാനാകെ വിറച്ചു വിറങ്ങലിച്ചുപോയി. ഇതാ, ഇതാണു കുഴി!

ഇനി വെട്ടാൻ വയ്യ. ആ പെണ്ണുങ്ങളെ അറിയിക്ക വയ്യല്ലോ, അതു കൊണ്ടു കിളച്ചു. ഞാൻ ശവക്കുഴി മാന്തുകയാണ്. ആയാസത്തോടെ മുളങ്കൊട്ടകളിൽ മണ്ണുകോരി നിറയ്ക്കുമ്പോൾ, ഞാൻ വിറയ്ക്കുന്നു ണ്ടായിരുന്നു. ഞാൻ ശവക്കുഴി മാന്തുകയാണ്!

ഉറക്കെയൊന്നും വെട്ടാൻ പാടില്ല. ശവത്തിന്റെ നെഞ്ചിലാണു കിളയ്ക്കു ന്നതെന്ന് ഓർക്കുകയാണ്. പതുക്കെ മണ്ണു ചെത്തിയെടുക്കുകയായി. എന്നിട്ടും ഭയമുണ്ട്. അതിനെങ്ങാൻ ശ്വാസം മുട്ടുമോ?

ചെങ്കൽപാറയിൽ താഴ്ത്തിയപോലെ കുഴി കീഴോട്ടു കീഴോട്ടു തെളിഞ്ഞുവന്നു. അതിന്റെ കുത്തനെയുള്ള കിഴക്കേ ഓരം അതേപടി നിർത്തിയിട്ട് ഇടത്തോട്ടും വലത്തോട്ടും ചെല്ലി വെട്ടിത്താഴ്ത്തി. കുഴിമാത്രം മാന്തിയെടുത്താൽ മണ്ണിൻകൊട്ടയേറ്റാൻ വരുന്ന പെണ്ണുങ്ങൾ അറിഞ്ഞെ ങ്കിലോ?

അടിയിലോട്ടടിയിലോട്ടു മണ്ണിനു നിറവ്യത്യാസമുണ്ട്. വളം പിടിച്ചിട്ടു ള്ളതുപോലെ, അതിർത്തിയിൽ നിൽക്കുന്ന പിലാവിന്റേതാകണം, ഇളം വേരുകൾ ആ കുതിർന്നമണ്ണിൽ ചെടകുത്തിക്കിടക്കുന്നു. അടിയെത്താറാ യപ്പോൾ നന്നേ സൂക്ഷിച്ചു. എന്തെങ്കിലുമുണ്ടോ?

നന്നേ നിരാശ തോന്നുകയായി. കുഴിയുടെ അടിയിലെത്തി. ഒന്നും കാണാനില്ല.

ഒരെല്ലുപോലും, തലനാരുകൂടെ....

മണ്ണുനിറച്ച മുളങ്കൊട്ട ആ പെണ്ണിന്റെ തലയിലേക്കു പിടിച്ചേറ്റുമ്പോൾ വിയർപ്പ് ഇറ്റുനിൽക്കുന്ന അവളുടെ ചെറിയ മൂക്ക് എന്റെ നെറ്റിയിൽ ഉരുമ്മി എന്നു തോന്നി. അവളുടെ ചൂടുള്ള നിശ്വാസം എന്റെ മുഖത്തടിച്ചു. അപ്പോൾ നന്നേ ആഭാസമായിത്തന്നെ ഇങ്ങനെയാലോചിച്ചുപോയി: ഈ നാറുന്ന

പെണ്ണു മരിച്ചു പോയാൽ എന്തെല്ലാം പങ്കപ്പാടോടെയാണ് അടക്കം ചെയ്യുക! എങ്ങനെയൊക്കെ ഉടുത്തൊരുക്കിയിട്ടാകും, അച്ഛൻ പറയുന്ന ആ പെൺപിറന്നവരെ ഈ കുഴിക്കകത്തു കിടത്തിയിരിക്കുക! മനുഷ്യന്റെ അസ്ഥി പോലും അവശേഷിച്ചില്ല. പിന്നെ തുണി എവിടെ, തുളസിപ്പൂവെവിടെ, ശവ മഞ്ചം എവിടെ?

'മനുഷ്യാ, നീ മണ്ണാകുന്നു' എന്നു മന്ത്രിച്ചു ഞാൻ കൊടുംകൈകുത്തി നിന്നു. ഈ ലോകത്തിലെ ഓരോ മനുഷ്യനും, ഒരിക്കലെങ്കിലും, പഴക്ക മെത്തിയ ഒരു ശവക്കുഴി മാന്തണമെന്ന് എനിക്കഭിപ്രായമുണ്ട്.

പതുക്കെപ്പതുക്കെ കുഴിയുടെ അടിത്തട്ടു ചെത്തി ചെതംവരുത്തുക യായിരുന്നു. ചെടവേരിന്റെ കൂടാണ് മുഴുവൻ. ഞാനൊന്നു നിവർന്നു നോക്കി. ശവംതീനി! ഇപ്പോഴും ആ നല്ല വരിക്കപ്പിലാവിന്റെ ചക്കരനീരാർന്ന കൊഴുത്ത ചുളയുടെ മാധുര്യം ഓർമ്മവരുന്നു.

ഇടയ്ക്കു കൈക്കോട്ട് എന്തിലോ തട്ടി. ആദ്യം കണ്ടത് വൻ ചിതലാണ്. ഒന്നോ രണ്ടോ ചിതലുറുമ്പു കാലിൽ കടിച്ചുകഴിഞ്ഞു. ചവിട്ടിത്തേച്ചു കൊണ്ട് നെട്ടനെ ചാടിപ്പോയി. അതോടെ താഴോട്ടു നോക്കുകയും ചെയ്തു. ഒരു ചിരട്ടയുടെ അടിയോളം പോന്ന ഒരു കട്ട. അതോടെ, ചെടവേരാകണം, അല്ല തലമുടി ജീർണ്ണിച്ചതാവുമോ?....കൈക്കോട്ടു നീക്കിയപ്പോൾ അതു പൊടിയുകയാണ്. അതോടെ ഞാനൊന്നു കോരിത്തരിച്ചു. നെഞ്ചിനകത്തു കരൾ കിടന്നു ചുരുങ്ങുന്നു എന്നു തോന്നി. അപ്പോൾ എനിക്കുറപ്പുണ്ടായി രുന്നു. ചിരട്ടയോളം പോന്ന ആ കട്ടയിൽ കൈക്കോട്ടുടച്ചു. മണ്ണുതിർന്നു. നന്നേ വരയും കുറിയും ഉള്ള ആ അസ്ഥിശകലത്തിനു ചാരനിറമായിരുന്നു. അപ്പോൾ ഞാൻ പെണ്ണുങ്ങളെ പേടിച്ചിരിക്കണം. അവർ വരുംമുമ്പെ കൊട്ട നിറയ്ക്കണം. ഇത്രയും ഓർത്തില്ലെങ്കിൽ ഞാനപ്പഴേ....ഇന്ന് എന്തു പറയാം? തികച്ചും ധീരനല്ലാത്ത നിലയ്ക്ക് എന്തും സംഭവിച്ചേക്കാം.

അസ്ഥി കൊട്ടയുടെ അടിയിലിട്ടു മണ്ണുനിറച്ച് അവളുടെ തലയിൽ പിടിച്ചേറ്റി. തെറിച്ചുനിൽക്കുന്ന അവളുടെ മാറ് എന്നെ മുട്ടിയുരുമ്മി എന്നു തോന്നി. തെല്ലുനേരം നിന്നു നോക്കി. എന്താണു തലയിലെന്ന് അവളറി ഞ്ഞിരുന്നെങ്കിൽ!

അവസാനം അതാണു ശേഷിച്ചത്. കാലം ചെല്ലുമ്പോൾ ആ അസ്ഥി ശകലംകൂടെ മണ്ണായിത്തീരും. വശംചെരിഞ്ഞു കുഴഞ്ഞുകുഴഞ്ഞു പോകുന്ന ആ പെൺപിറന്നവൾ അവളോളം പോന്ന ഒരുത്തിയെ.... എന്താണു ഞാനീക്കാണുന്നത്?

പുതുതായിക്കിളച്ച ഇടം ഓരം ചേർത്തരിയേണ്ടിയിരുന്നു. അച്ഛൻ കണ്ടാലും പെട്ടെന്നറിയാൽ പാടില്ല. പേടിയുണ്ടെങ്കിലും സന്തോഷവുമുണ്ട്, ഇനിയങ്ങോട്ടു പടിക്കലോളം മണ്ണെടുത്തു തീർക്കാം. എന്നിട്ടു തെങ്ങ്, കവു ങ്ങ്, വാഴ....എനിക്ക് എന്നെക്കുറിച്ച് എന്തു മതിപ്പു തോന്നി.

എന്നാൽ, എന്റെ ദൈവമേ, അന്നുതൊട്ട് എനിക്കുറങ്ങാൻ കഴിഞ്ഞി ട്ടില്ല. അങ്ങാടിയിൽനിന്നും വന്നയുടനെ അച്ഛനതറിഞ്ഞു. പുതുതായി കവുങ്ങിന്റെ കടയ്ക്കൽ മണ്ണു കുത്തിയിട്ടുണ്ട്, സംശയമായി. പിന്നെ

നോക്കേണ്ടിവന്നില്ല. കൊട്ടയുടെ അടിയിലിട്ടിരുന്ന അസ്ഥി മീതെയുണ്ടു കിടക്കുന്നു!

അമ്മയെ ശകാരിച്ചുകൊണ്ടാണ് അച്ഛൻ കയറിവന്നത്. ഞാൻ കവുങ്ങിൻ തോട്ടത്തിലേക്കോടി. മണ്ണിട്ട കവുങ്ങുകളുടെ കടയ്ക്കലൊക്കെ നോക്കി. ഇല്ല, ആ നശിച്ച അസ്ഥിയില്ല. അച്ഛൻ പറയുന്നതു നോക്കിയ ഉടനെ കണ്ടു എന്നാണ്. അതെവിടെ?

അമ്മ കരയുകയായിരുന്നു. എന്നല്ല, പിന്നീട് അമ്മയുടെ കണ്ണുനീർ തോർന്നിട്ടില്ല.

"നിയ്യ് പറഞ്ഞതു കേക്കാണ്ടെ." എന്നു തുടങ്ങിയതോടെ അമ്മയുടെ ഇടനെഞ്ഞു പൊട്ടിക്കാണണം. എനിക്കു മിണ്ടാൻ കഴിഞ്ഞില്ല. കിഴക്കേപ്പുറത്തു വന്നപ്പോൾ അച്ഛൻ തൂണുചാരി ഇരിക്കയാണ്. ആ മുഖത്തു കോപവും നൈരാശ്യവും വേദനയും വെറുപ്പും....എന്തൊക്കെയാണെന്നു തിരിച്ചറിക വയ്യ.

എന്നോട് ഒന്നും പറഞ്ഞില്ല. ഇക്കാര്യത്തെക്കുറിച്ചു ശകാരിച്ചിട്ടേ ഇല്ല. കേൾക്കുന്നതു മുഴുവൻ അമ്മയാണ്. 'നിന്റെ വട്ടിക്കുറ്റമാണെടീ, നശൂലമേ' എന്നാണ്. അച്ഛന്റെ മകനായ ഞാൻ തന്തയ്ക്കു പിറക്കാത്തവനാണ് എന്ന്. അതുകൊണ്ടാണ് പറഞ്ഞതിന്നെതിരു പ്രവർത്തിക്കുന്നതെന്ന്.

'ഈ മുപ്പത്തിരണ്ടു കൊല്ലത്തിനിടയ്ക്ക്' എന്നു പറഞ്ഞ് അമ്മ തേങ്ങിത്തേങ്ങിക്കരഞ്ഞു. അച്ഛൻ എതിർവായ പറഞ്ഞവനല്ല. ഒരു പൂഴിത്തരി നുള്ളിയിട്ടിട്ടില്ല, 'എന്നിട്ട് ഈ വയസ്സുകാലത്ത് ഇതൊക്കെ, ഇതൊക്കെ, ഇതൊക്കെ...' പിന്നേയും തേങ്ങലാണ്. പിന്നീടു കുടുംബത്തോടെ സമാധാനം ഉണ്ടായിട്ടില്ല. പകൽ അങ്ങനെയിങ്ങനെ കഴിച്ചുകൂട്ടാം. ഇരുട്ടിക്കഴിഞ്ഞാൽ, എന്റെ ദൈവമേ, ആനപോലെ മദിച്ചു നിൽക്കുന്ന കൊളമ്പു ചേമ്പുകളുടെ ഇടയിൽ നീലവെളിച്ചം കാണുന്നു. ഞാൻ ഞെട്ടുന്നു, നടുങ്ങുന്നു, വിറയ്ക്കുന്നു.

"അച്ഛാ!"

പകച്ചുനോക്കുകയായി. അച്ഛൻ മിണ്ടുന്നില്ല. കിഴക്കോട്ടുതിരിഞ്ഞ് ഒരേയിരുത്തമാണ്.

"അച്ഛാ!"

"എന്തേടാ?"

"എന്താ നോക്ക്ണ്!"

"എ....ഏ....ങ്ഹേ?"

"എന്താണച്ഛൻ നോക്കണ്?"

"നിന്റമ്മേടെ...."

"കരുണാ!"

അമ്മ അകത്തുനിന്നു വിളിക്കയാണ്.

"എന്തേ?"

"ഇങ്ങു വന്നേ!"

"എന്താ അമ്മ വിളിച്ചത്?"

"ഇപ്പോ അച്ഛനോടൊന്നും ചോദിക്കല്ല."

"എന്തേ?"

"ഒന്നും ചോദിക്കല്ല."

അമ്മയ്ക്ക് ആ പഴയ കഥ ഇപ്പോഴേയ്ക്കു മനസ്സിലായിട്ടുണ്ടാകണം. എങ്ങനെയാണ് അറിഞ്ഞതെന്ന് എനിക്കു പിടിയില്ല. ഈ മുപ്പത്തിരണ്ടു കൊല്ലമായിട്ടും അറിയാത്ത കാര്യം ഇപ്പോൾ എങ്ങനെ അറിയാനാണെന്ന് അത്ഭുതപ്പെട്ടുപോകുന്നു. ഒരുവേള അങ്ങനെ ഒന്നിനെക്കുറിച്ചു മുമ്പേത്തന്നെ അമ്മ അറിഞ്ഞിരിക്കാം.

എനിക്ക് ഉറങ്ങിക്കൂടാ. ഉറങ്ങാൻ കിടക്കുമ്പോൾ ചേമ്പിൻതോട്ടത്തിലേയ്ക്കൊന്നു നോക്കുന്നു.

അതാ നീലവെളിച്ചം!

ആ പ്രേതത്തിന്റെ നീലക്കണ്ണുകൾ കത്തുകയാണ്. പുതപ്പു വലിച്ചിട്ടു മൂടുന്നു. ചൂടുണ്ട്, പുഴുക്കമുണ്ട്. ഇടയ്ക്കു വാരിയിലോ അകത്തുടയിലോ തണുപ്പരിക്കുന്നു. ഓ നശിച്ച പെണ്ണിന്റെ കങ്കാളം! തണുത്തു വിറങ്ങലിച്ച അവളുടെ വിരലുകൾ എന്റെമേൽ ഇഴഞ്ഞുകയറുകയാണ്.

"അച്ഛോ!"

അച്ഛൻ മിണ്ടുന്നില്ല.

"എന്റമ്മോ!"

വാവിട്ടു കരയണമെന്നുണ്ട്. കഴുത്ത് അടച്ചിരിക്കയാണ്. അങ്ങനെ മിഴിച്ചു കിടന്ന്, എന്നുമെന്നോണം ശവക്കുഴി മാന്തേണ്ടിവരുന്ന കുഴിവെട്ടുകാരൻ തോമയെ ഓർക്കുന്നു. എനിക്കുമാത്രം എന്തിനാണ് ഇത്ര വെപ്രാളം?

പെട്ടെന്നു പുതപ്പു നീക്കി തട്ടിപ്പിടഞ്ഞെണീറ്റു. ഈ പേടി ഒന്നു നിർത്തിയേ ഒക്കൂ. മണ്ണു കോരിയിടത്തു പോയി നോക്കണം. ഒരു വേള ഞാനാകെ വിറങ്ങലിച്ചിരുന്നു. അല്ലാതെ ഒന്നാംതരം ധൈര്യം ഇത്തരം കാര്യങ്ങളിൽ എനിക്കുണ്ടാക വയ്യ.

നിറഞ്ഞ നിലാവ് ചേമ്പിൻപട്ടകൾക്കുമീതെ നറുംപാലൊഴിച്ചുനിന്നു. ഇരുണ്ട ചേമ്പിൻകൂട്ടത്തിന്നിടയിൽ മിന്നാമിനുങ്ങുകൾ ഇഴഞ്ഞുകൊണ്ടിരുന്നു. മിനുത്ത പച്ചിലകളും നിലാവും മഞ്ഞിൻതുള്ളികളും മിന്നാമിനുങ്ങും....

അപ്പോൾ നിങ്ങളുടെ കണ്ണുകൾ തിളങ്ങും. നോക്കിനിൽക്കൂ, നീല വെളിച്ചം കാണാം. എനിക്കു ചിരിവന്നു. ലോകം തരിച്ചുനിൽക്കയാണ്. ഒച്ചയില്ല, അനക്കമില്ല. പതുക്കെ നടന്നു. ഒരേയൊരു നോട്ടമാണ്. അവിടെ മേടിന്റെ തൊട്ട്...

ങ്ഹേ!

കരൾ ഇടിവെട്ടി. പിന്നെ മുമ്പോട്ടും പിമ്പോട്ടും നെഞ്ചിൽ ഇടിക്കാൻ തുടങ്ങി.

അവിടെ വെള്ളത്തുണിയിട്ടു മൂടിയ ഒരു....ഒരു രൂപം!

ഇളകാൻ വയ്യ. തിരിയാൻ വയ്യ. അവിടെത്തന്നെ നിന്നു. ആ നിലമ്പിൽ ഞാൻ ഉരുകി വെള്ളമാവുകയാണ്. കണ്ണുതെളിഞ്ഞപ്പോൾ രൂപം കുനിഞ്ഞിരിക്കയാണെന്നും ഇളകുന്നുണ്ടെന്നും മനസ്സിലായി. പേടിച്ചില്ലെങ്കിൽ ഞാൻ തിരിഞ്ഞു പാഞ്ഞേനെ. പുറംതിരിയാൻ പേടിയുണ്ട്. അതെങ്ങാൻ പിന്നാലെ വന്നെങ്കിലോ? അതുകൊണ്ടു നേരിട്ടു ചെല്ലുക. നടന്നു. നെട്ടനെ അടിവെച്ചു. നന്നേ സൂക്ഷിച്ചു നോക്കുന്നുണ്ടായിരുന്നു. അതെ, വ്യക്തമാണ്, അതൊരാളാണ്. അപ്പോഴും എന്റെ ധാരണ അടുത്തനിമിഷത്തിൽ, ഇതാ, ഇപ്പോൾ, അതങ്ങനെ മറഞ്ഞുപോകുമെന്നാണ്. എന്നെ കാണില്ല അൽപം കുനിഞ്ഞാണ് ഇരിപ്പ്. ഇളകുന്നുണ്ടല്ലോ. ചിനുങ്ങുന്നതു കേൾക്കാം. മുനുമുനുന്നനെ, ചിനുചിനുങ്ങനെ....വിമ്മുകയാണോ, വർത്തമാനം പറയുകയാണോ?

കാലൊച്ച കേട്ടിരിക്കണം. ആ രൂപം ആകെ ഒന്നിളകി. ഞെട്ടിത്തെറിച്ചതാകണം, എന്ന് ഇപ്പോൾ ഞാൻ മനസ്സിലാക്കുന്നു. എന്നിട്ട് എന്റെ നേരെ നോക്കി.

ഓ!

നറുനിലാവിൽ ആളറിയാം. വിശ്വസിക്കാൻ വയ്യ. അതെന്റെ അച്ഛനാണല്ലോ!

എന്റെ ദൈവമേ, അതെന്റെ അച്ഛനായിരുന്നു.

"ഹച്ഛാ!"

ഒന്നു പിടഞ്ഞു എന്നു തോന്നി. അതോടെ എന്റച്ഛൻ മൂക്കു കുത്തി വീണു.

"ഹമ്മേയ്!"

"കരുണാ!"

"അമ്മേ!"

"ങ്ഹേ!"

"ഓടി വരീ...."

ഞങ്ങൾ അച്ഛനെ താങ്ങിയെടുത്തു കട്ടിലിൽ കിടത്തി.

ശരീരത്തിനു ചൂടു കുറയുന്നുണ്ട്. വിളക്കു തെളിയിച്ചപ്പോൾ ചുണ്ടിലൂടെ രക്തമൊഴുകുന്നുണ്ട്....

പിന്നീട് കുളിപ്പിക്കാൻ എടുത്തുകിടത്തിയപ്പോൾ കിടക്കവിരി എടുത്തു മാറ്റിയ ആരോ ഒരു പൊതി എനിക്കു കൊണ്ടെത്തന്നു. നനുത്ത വെള്ളക്കടലാസിൽ ചിരട്ടയുടെ അടിയോളം പോന്ന ആ അസ്ഥിശകലമുണ്ടു കിടക്കുന്നു! അതോടെ ഒരു കുറിപ്പും: 'ഞാൻ മരിച്ചാൽ എന്നോടൊപ്പം ഈ അസ്ഥി മറവു ചെയ്യണം. അവൾ ചേർന്ന മണ്ണിലല്ലെങ്കിലും അവളുടെ ശരീരത്തോടു ചേർന്നു മണ്ണാകാൻ ഇടവന്നല്ലോ!'

എന്റെ ചങ്ങാതി പറഞ്ഞ വാചകങ്ങളും മറ്റും കഥയിൽ അതേപടി കാണില്ല. അയാൾ പറഞ്ഞു: എന്റെ പാട്ടിന്ന് ഞാനെഴുതി. അഭിപ്രായഭേദമുണ്ടെങ്കിൽ എന്താ ചെയ്യുക? ■

എഴുതാത്ത കത്ത്

ഈയിടെ ഓർക്കാപ്പുറത്തൊരു കത്തു കിട്ടിയപ്പോൾ മുതൽ ഈ എഴുതാത്ത കത്തിനെക്കുറിച്ചാണെന്റെ വിചാരം. കഴിഞ്ഞ പത്തു കൊല്ല ങ്ങൾക്കുള്ളിൽ എത്ര കത്തെഴുതി? എത്ര കത്തു കിട്ടി? എന്നാലും ഈ കത്ത് എഴുതിയില്ല. മാപ്പ്.

അന്നു റംകൂണിലാണ്. റംകൂണിൽ പോയിട്ടുണ്ട്. പോക്കല്ല. പട്ടാള ക്കാരൻ പടവെട്ടിക്കൊണ്ടുപോകുന്നു. അതു പഴയ ആശയമാണ്. പട വെട്ടുക! നൂറ്റാണ്ടുകൾമുമ്പ് അങ്ങനെ ആയിരുന്നു. ഇന്ന് അല്ല. പട്ടാളത്തെ ക്കുറിച്ചു പഴയ രീതിയിൽ സംസാരിക്കുമ്പോഴെല്ലാം സഹതാപം തോന്നുന്നു.

നിങ്ങൾ പട്ടാളം കണ്ടിട്ടില്ല. കൊള്ളാം. എന്താ പറയേണ്ടത്? ഫീൽഡ് ആർമി, ഡിവിഷൻ, ബറ്റാലിയൻ, കമ്പനി, പ്ലാറ്റൂൺ-വേണ്ടേ? ഞാൻ പറയുകയായിരുന്നു. ഒരു മഹത്തായ സംഘടന. ഒരു ഭയങ്കരയന്ത്രം. പുരുഷസമൂഹങ്ങളുടേതായ ഒരു മഹായന്ത്രം എന്നു പറയൂ. ഞാനടക്ക മുള്ള ഓരോ പട്ടാളക്കാരനും ആ ഭയങ്കരയന്ത്രത്തിന്റെ തുച്ഛമായ ഓരോ അവയവമാണ്. എപ്പോഴും കറങ്ങിക്കൊണ്ടിരിക്കുന്ന, അലറുകയും ചൂളം വിളിക്കുകയും പൊട്ടിത്തെറിക്കുകയും ചെയ്യുന്ന... ഛായ്! പൊറുതി യില്ലാത്ത, വീർപ്പുമുട്ടുന്ന, പൊള്ളുന്ന... മനുഷ്യരാകുന്ന അവയവങ്ങളെ ആ മഹായന്ത്രത്തിൽ തികച്ചും ശാസ്ത്രീയമായി ഘടിപ്പിച്ചിരിക്കയാണ്. ഒറ്റയും സ്വതന്ത്രവുമായ... ഓ! സംഘടിതവും നിയന്ത്രിതവുമായ ആ സമ്മേളനത്തിൽ ഒറ്റയും സ്വതന്ത്രവുമായ ഒന്നും, ഒന്നും ഇല്ല.

വാസ്തവത്തിൽ ഇതോർക്കുമ്പോഴൊക്കെ തലക്കല്ല് ഇളകുന്നുണ്ട്. മനുഷ്യമഹായന്ത്രംകൊണ്ടു മനുഷ്യസമൂഹങ്ങളെ മെതിക്കുക എന്ന് ഓർക്കുകയല്ല, അനുഭവിക്കുകയല്ല; തന്നത്താൻ മെതിക്കുകയാണ്, മെതി ക്കുകയായിരുന്നു, ഇന്നും മെതിക്കുകയാണ്. എന്നിട്ടു നേട്ടങ്ങളെപ്പറ്റി സംസാരിക്കുക. എന്റെ ആശയങ്ങൾ പതറുന്നതുകൊണ്ട് ഇണക്കമില്ലാതെ സംസാരിച്ചുപോകുന്നു. ഞാനോർത്തതു യുദ്ധശാസ്ത്രജ്ഞന്മാരുടെ നേട്ടങ്ങളെന്നാണ്. മഹത്തായ നേട്ടങ്ങളെന്നു പറഞ്ഞുകേൾക്കുന്നു. അവ രുടെ തലയ്ക്ക് ഇടിത്തീ വീഴട്ടെ! അവർ മനുഷ്യരെക്കൊണ്ടു പന്താടുന്നു. ലോകത്തെയിട്ടു പന്താടുന്നു. അവരുടെ തലയ്ക്ക് ഇടിത്തീ വീഴട്ടെ. ഞങ്ങ ളുടെ ശവങ്ങൾക്കുമീതെ അവരുടെ ടാങ്കുകൾ ഉരുണ്ടുപോയി. അവരുടെ മഹത്തായ നേട്ടങ്ങൾ, മഹത്തായ ആശയങ്ങൾ, മഹത്തായ പരീക്ഷണ ങ്ങൾ...

ബർമ്മയിൽ മഹത്തായ പരീക്ഷണം നടന്നു. വിമാനപ്പട, കപ്പൽപ്പട, പട്ടാളം... എല്ലാവരും ഒരുമിച്ചുചേർന്ന് ഒരു പരീക്ഷണം. അതുകൊണ്ടു ഞങ്ങളുടെ ബറ്റാലിയൻ കടലോരത്തുകൂടെ നീങ്ങി.

ഓ, നിങ്ങൾ കണ്ടിട്ടില്ല. മലയുടെ അടിവാരത്തോട് അലകടൽ അടിച്ചു കയറുകയാണ്. കടലിലൂടെ നമ്മുടെ കപ്പലുകൾ, മോട്ടോർ ലാഞ്ചുകൾ,

ലാൻഡിങ്ങ് ക്രാഫ്റ്റുകൾ. മുകളിലൂടെ വിമാനങ്ങൾ. ചിലപ്പോൾ ഒന്നും കാണില്ല. തേക്കിൻകാടുകളാണ്. മുളംകാടുകളാണ്. അവനവന്റെ റേഷനും തോട്ടയും കമ്പിളിക്കെട്ടും പിക്കാസും ചുമന്നു ഞങ്ങൾ നീങ്ങുന്നു. ലോറി! അരേവാ! നിങ്ങൾക്കിനി ലോറി വേണം! സാപ്പേഴ്സ് ആൻഡ് മൈനേഴ്സിന്റെ പിന്നിൽ വരുന്നവർക്ക് ഒരുവേള ലോറി കിട്ടിയേക്കാം. അല്ലെങ്കിൽ റിയർ ഗാർഡിൽപെട്ടവർക്ക്. ഞങ്ങൾ മുന്നണിക്കാർക്ക് പൈദൽ മാർച്ച്- കാൽനടയത്രേ!

എന്തൊരു നശിച്ച കാട്! കൊതുവിന്നു ചക്കക്കുരുവിന്റെ വലുപ്പമുണ്ട്. കിടക്കാൻവേണ്ടി നിങ്ങൾ രായ്ക്കുരാവിൽ കുഴിച്ച ട്രഞ്ച് ചതുപ്പുനിലത്തായിരിക്കും. ചെള്ളുകൾ പുതപ്പിലൂടെ കയറും. മഴപെയ്യും. നനഞ്ഞൊലിക്കുക തന്നെ. ബൂട്ടിന്നകം നിറയും. എന്നിട്ട് അതുംകൊണ്ടാണ് പിറ്റേന്നു നടത്തം.

ജാപ്പാൻകാർ ചുമ്മാ വിടുമെന്ന് ഓർത്തോ? ക്ഷയായി! അതിന്നു, കേട്ടോ, ലാൻഡിങ്ങ് ക്രാഫ്റ്റിൽ പട്ടാളം ഇറങ്ങിയിരിക്കും. നമ്മുടെ വിമാനങ്ങൾ മീതെ ഉണ്ടാകും. അങ്ങനെ, ശത്രുവിന്റെ നേരിട്ട് ഞങ്ങൾ - പിന്നിലൂടെയും ഓരങ്ങളിലൂടെയും ലാൻഡിങ്ങ് ക്രാഫ്റ്റിലൂടെ ഇറങ്ങിയ പ്ലാറ്റൂണുകൾ. എന്നാലും അവർ വിടില്ല.

ജാപ്പാൻകാർ എന്തു ചെയ്യും? എനിക്കോർമ്മ വരുന്നു. കോക്സ്ബാർ എന്ന സ്ഥലത്തൂടെ വേണം പോകാൻ. അവിടെ പടുകൂറ്റൻ മലനിരയാണ്. മലയുടെ അടിവാരത്തൂടെ ജാപ്പാൻകാർ റോഡ് വെട്ടിയിരുന്നു. ആദ്യം നമ്മുടെ വിമാനങ്ങൾ മലയുടെ കൊടുമുടി ഹെവി ബോംബിട്ടു തകർത്തു. മല ഇടിച്ചു. റോഡ് ബ്ലോക്കായി. സപ്ലൈ ലെയിൻ മുറിഞ്ഞു. പിന്നെ മുന്നണിയിലെ ജാപ്പാൻകാർ എന്തു ചെയ്യും?

ഇടയ്ക്ക് നമുക്കും റേഷൻ കിട്ടില്ല. ഒരു വേള രണ്ടു നാളത്തേക്കു കിട്ടിയ റേഷൻ എത്ര ദിവസത്തേക്കാണെന്നറിയാതെ കഴിച്ചുകാണും. അപ്പോഴൊക്കെ അരാക്കാൻ കാടുകൾ കൊള്ളാം. ഇലവർങ്ങത്തിന്റെ ഇല. തേക്കിൻ കൂമ്പ്. മുളം കൂമ്പ്...

നാട്ടുകാരും ഉണ്ട്. വളരെ കുറച്ചേ കണ്ടിട്ടുള്ളൂ. പോത്തുകളെ തെളിച്ചു കൊണ്ടുപോകുന്നതു കാണാം. വാട്ടിയുണക്കിയ വാഴയിലകൊണ്ട് അര മറച്ചിരിക്കും. ആണും പെണ്ണും. മാറിൽ ഒന്നും ഇല്ല. പറപോലത്തെ മുളം കുംഭങ്ങൾ തോളിൽ തൂക്കി പോത്തുകളെ തെളിക്കുന്നു. പിന്നെ കൃഷി സ്ഥലങ്ങളായി. വാഴത്തോട്ടങ്ങൾ, പച്ചക്കറിത്തോപ്പുകൾ, മുട്ടിക്കാലുകളിൽ കെട്ടിനിർത്തിയ കൊച്ചുമാടങ്ങൾ.

ഓ, ശരി. റംകൂണിന്റെ കാര്യമാണ്. അല്ല, എങ്ങനെയാണ് പോയതെന്നു പറയുകയായിരുന്നു. ഇഞ്ചിന്നിഞ്ചിന്നു ബോംബെറിഞ്ഞ ഇടംകൂടെയുണ്ട്. എന്തുചെയ്താലും അവറ്റ ചാവില്ല. പാറയുടെ ഇളമ്പുകൾ, പാതാളം പോലത്തെ ബങ്കറുകൾ. ഒച്ചയും അനക്കവും കേൾക്കില്ല. എല്ലാം തീർന്നു എന്നാണ് കരുതുക. ചെന്നു നോക്കിയാൽ, ഓ! ഗ്രനേഡുകൾ, ഗ്രനേഡുകൾ, ഗ്രനേഡുകൾ. അങ്ങനെ എത്ര ചതി! പിന്നെ വിമാനങ്ങൾ വന്നു. നടത്തുപാണ്ടി കൊട്ടണം. അങ്ങനെ ഉടനീളം.

ഒന്നു നില്ക്കണേ... ഒന്നുമല്ല. ഞാനെന്റെ കാലു നോക്കുകയായിരുന്നു. ഞങ്ങൾ കടന്നുപോയേടത്തു ബോമ്പിങ്ങിൽ ചിന്നിച്ചിതറി മനുഷ്യമാംസ മുണ്ടായിരുന്നു എന്ന് ഓർത്തുപോയി. അതൊക്കെ ചവിട്ടിപ്പാഞ്ഞ ആ പഴയ കാലിലേക്ക് ഒന്ന് നോക്കിയതാണ്.

എന്നിട്ട് റംകൂണിലെത്തി. റംകൂണിലെ ഒന്നാമത്തെ അനുഭവം.

ഞാനെന്റെ ബൂട്ടുകൾ ഇരാവതി നദിയിൽ കഴുകി, മണത്തുനോക്കി. ഉണക്കി, മണത്തുനോക്കി.

പിന്നീടു നഗരത്തിലേക്കു പോയി. നമുക്കെന്താ വേണ്ടത്? ഒരു ചൂടു കാപ്പി, ഒരു മസാലദോശ, പച്ചമുളകും നാളികേരവും ചേർത്ത ഒരു ചട്ടിണി. ആങ്ഹാ! ഞാനതാണ് പറയുന്നത്.

നദി കടന്നു ജെട്ടിയിൽ ഇറങ്ങി നദിയിൽ ധാരാളം പടക്കപ്പലുകളുണ്ട്. ജട്ടി ആയിടെ കേടു തീർത്തതാണ്. ഇടത്തും വലത്തും തകർന്ന ജട്ടികൾ. ശൂന്യമായ കൂറ്റൻ ക്രെയിനുകൾ. ഒട്ടകലെ തകർന്ന റെയിൽവേ സ്റ്റേഷൻ, വാഗണുകൾ, എഞ്ചിൻ.

ജട്ടിയിൽ ബഹളമാണ്. വള്ളങ്ങൾ അടുക്കി നിറഞ്ഞിരിക്കുന്നു. ചുമട്ടുകാർ അരി കൊണ്ടുവന്നു നിറയ്ക്കുന്നു. അരി നിറച്ച ലോറികൾ വരുന്നു. നില്ക്കുന്നു. ചുമട്ടുകാർ മുറംകൊണ്ടു കോരിയെടുത്തു വള്ള ങ്ങളിലേക്കു ചളിചവിട്ടിയിറങ്ങുന്നു. ഒരു നോട്ടവുമില്ല. റോഡു നിറയെ അരിയാണ്. ജട്ടി നിറയെ അരിയാണ്. ചളിയിൽ, നദിയുടെ കരയിൽ, അരി യിട്ടു ചവിട്ടിക്കൂട്ടുകയാണ്.

അന്തംമിഴിച്ചുനിന്നു നോക്കി. അരിയാണ്, അരിയാണ്, അരി!

എന്താ ഇത്ര തിരക്ക്?

അന്വേഷിച്ചു. മഞ്ഞ നിറവും പതിഞ്ഞ മൂക്കുമുള്ള ആ കുറ്റിയാന്മാ രോടു ഞാനേതു ഭാഷകളൊക്കെ സംസാരിച്ചോ! ഇത്രയും മനസ്സിലായി. അടച്ചുകിടന്ന ഗുദാമുകൾ ഇതാ തുറന്നേ ഉള്ളൂ. ഗുദാമുകൾ നിറയെ എത്രയോ അരി പുഴുതിന്നു നാശമായിപ്പോയി.

അടച്ചുകിടന്ന ഗുദാമുകൾ ഇതാ തുറന്നേ ഉള്ളൂ. ഗുദാമുകൾ നിറയെ പുഴുതിന്നു. എത്രയോ അരി നാശമായി! ബർമ്മാ ആക്രമണത്തിന്നായി കൽക്കത്തയിലൂടെ ഞങ്ങൾ കടന്നുപോയപ്പോൾ റോഡുകളിൽ ശവ ങ്ങളായിരുന്നു എന്ന് ഓർത്തുപോയി...

ഇടയ്ക്ക് ഒരു കരച്ചിൽ. തിരിഞ്ഞുനോക്കി. കൂലിക്കാരുടെ ഇടയിൽ നിന്നാണ്. ഓ! ഒരു ചെറുക്കൻ. കിടന്നു പിടയുന്നു. ചെന്നുനോക്കി. അവൻ ട്രൗസർ കീഴോട്ടുരിഞ്ഞ് രണ്ടു കൈകൊണ്ടും തുടകളിൽ മാന്തുന്നു, തല്ലുന്നു, തടവുന്നു. ഓ! ആ കൊച്ചിന്റെ പിൻഭാഗത്തു, മാംസം തുടിച്ചു നിൽക്കുന്നേടത്ത്, രക്തം കുതിച്ചുചാടുന്നു. ഒരു മുറി! വെളുത്ത മാംസം ആഴത്തിൽ കാണാം.

കൂലിക്കാരുടെ ഇടയിലൂടെ അവൻ പിടഞ്ഞുപാഞ്ഞു. ഉറക്കെ നില വിളിച്ചു. ആരും ശ്രദ്ധിച്ചില്ല എന്നു തോന്നി.

എന്താത്?

ഇന്നേവരെ മനസ്സിലായിട്ടില്ല. റംകൂണിനെക്കുറിച്ച്, ബർമ്മയെക്കുറിച്ച്, പിന്നീട് എത്രയോ തവണ കേട്ടു; ഓർത്തു. എപ്പോഴും ആ കൊച്ചിന്റെ പിടച്ചിൽ മനസ്സിൽ തെളിയുന്നു. ഒരുവേള ഞാൻ കണ്ട ബർമ്മ ആ കൊച്ചിലുണ്ടായിരിക്കണം.

അവന്റെ പിമ്പെ ഞാൻ നടന്നു. പരുക്കൻ റോഡിൽ പരന്നുകിടക്കുന്ന വെള്ളരിക്കുമീതെ രക്തത്തിന്റെ രേഖ തെളിഞ്ഞുകിടക്കുന്നു. അരി നിറച്ച ലോറികൾ വീണ്ടും വരികയാണ്.

പിന്നെ കണ്ടതു നോട്ടുകളാണ്. റോഡു നിറയെ നോട്ടുകൾ. അഞ്ച് പത്ത് നൂറ് ആയിരം - എങ്ങും കടലാസുനോട്ടുകൾ. ജാപ്പാൻ പോയതോടെ വലിച്ചെറിയപ്പെട്ടിരിക്കുന്നു. കുട്ടികൾ അതുകൊണ്ടു പടക്കം പൊട്ടിക്കുന്നു. കെട്ടിടങ്ങളുടെ വാതില്ക്കൽ മാല കെട്ടിത്തൂക്കിയിരിക്കുന്നു.

എന്തു കെട്ടിടങ്ങൾ! എല്ലാം, ഇടത്തും വലത്തും, തകർന്നു കിടക്കയാണ്. കത്തിക്കരിഞ്ഞ തട്ടുകൾ, വാതിലുകൾ, ജനലുകൾ...

പിന്നെ മാർക്കറ്റായി. എന്തൊരു വളിച്ച വാട. എന്തിന്റേതാവോ, നീളത്തിൽ വാർന്നു കൊളുത്തുകളിൽ തൂക്കി ഈച്ചയാർക്കുന്ന മാംസത്തിന്റെ പാളികൾ. എന്തൊരു വർഗ്ഗമാണിവ എന്നോർത്തുപോയി. ലുങ്കിയുടുത്തു നീലയും കറുപ്പും ജാക്കറ്റുകളിട്ട ഉയരം കുറഞ്ഞ സ്ത്രീകൾ, ലുങ്കിയും നീലക്കുപ്പായവും ധരിച്ച പുരുഷന്മാർ - അവരൊക്കെ മനംമടുപ്പില്ലാതെ റോഡരികിൽ വെച്ചുകെട്ടിയ കടകളിൽ കയറി നോക്കുന്നു, വില പേശുന്നു, വാങ്ങുന്നു.

ഓടിപ്പോയാൽ മതി എന്നായി. വേഗത്തിൽ നടന്നു. റംകൂൺ കണിശമായ പ്ലാനിങ്ങോടെ പണിത നഗരമായിരിക്കണം. നീണ്ടുനീണ്ട റോഡുകൾ. അറ്റത്തുനിന്നുനോക്കിയാൽ കണ്ണെത്താവുന്നിടത്തോളം ഒരേ റോഡ്. റോഡുകൾ.

ഇടയ്ക്ക് ഇന്ത്യൻ പട്ടാളക്കാർ പൊളിഞ്ഞുകിടക്കുന്ന കെട്ടിടങ്ങളുടെ അവശിഷ്ടങ്ങൾ നീക്കി റോഡ് അടിച്ചുകഴുകുന്നു. ഓവുചാലുകൾ മാന്തുന്നു. അന്തരീക്ഷത്തിൽ അഴുക്കിന്റെ നാറ്റം നിറഞ്ഞമരുന്നു.

ഉള്ളോട്ടുള്ളോട്ടു നഗരം സാമാന്യം ശൂന്യമാണ്. അടച്ചുപൂട്ടിയ വലിയ വലിയ കെട്ടിടങ്ങൾ, വ്യവസായശാലകൾ, സ്കൂളുകൾ. ചിലപ്പോൾ കീറിയ ഷർട്ടും മുഷിഞ്ഞ പൈജാമയും ഉടുത്ത ഒരു മനുഷ്യൻ. അയാൾ എന്നെ നോക്കുന്നു.

ആരാത്?

നെടുവീർപ്പുകൾ ഉയരുകയായി. നീണ്ട മുഖം, അറ്റം ഉരുണ്ട മൂക്ക്, നീണ്ട കൺപോളകൾ, കറുത്ത പുരികം....

മലയാളിയാണല്ലോ!

അയാൾ അടുത്തെത്തുമ്പോൾ, വർത്തമാനം പറയാനാകണം, ചുണ്ടുകൾ വിതുമ്പുന്നു. കണ്ണുകൾ തേടുന്നു. സംശയിച്ചു സംശയിച്ചു കടന്നു പോകുന്നു.

തിരിഞ്ഞുനോക്കി. അയാളും തിരിഞ്ഞുനോക്കുകയാണ്. തറച്ചു നിന്നു പോയി. നെടുവീർപ്പിടുകയായി. മുഖംതിരിച്ചു വീണ്ടും നടന്നു.

പിന്നെ ഒരു പഗോഡം. എന്തൊരുയരം! അതിന്റെ മേൽപ്പുര സ്വർണ്ണ മാകണം. പോക്കുവെയിൽ തട്ടി തങ്കംപോലെ തിളങ്ങുന്നു. താഴികക്കുട ങ്ങളിൽ പ്രകാശരശ്മികൾ പ്രസരിക്കുന്നു. മുന്നിലെത്തിയപ്പോൾ നോക്കി. ഓ! തുറന്നിട്ട വാതിലിലൂടെ ശാന്തഗംഭീരമായ ബുദ്ധവിഗ്രഹം ചിരിക്ക യാണോ? അല്ല. അനുഗ്രഹിക്കയാണോ? അല്ല. പാതി അടഞ്ഞ ആ കണ്ണു കൾ, പത്മാസനത്തിൽ മലർത്തിവെച്ച ശൂന്യമായ കൈത്തലം... ചിരിക്ക യാണോ? അനുഗ്രഹിക്കയാണോ?

ഒന്നു കടന്നുചെല്ലണമെന്നുണ്ട്. വല്ല നിയമവും കാണും. ചെരിപ്പിട്ടു പോകാമോ? വേണ്ട?

വീണ്ടും നടന്നു. സമയമാകുന്നു. എന്താ കാണാനുള്ളത്. ആ കൊച്ചിനെ ഓർത്തു. അവനിലൂടെ, മുറിയേറ്റ റംകൂൺ മുഴുവനിതാ കൺമുന്നിൽ കിടന്നു പിടയ്ക്കുന്നു!

അങ്ങനെ കുറെ ചെന്നപ്പോൾ ഒരു ബോർഡ്: ഹോട്ടൽ ആൻഡ് കാപ്പി ക്ലബ്ബ്. പോക്കറ്റ് തപ്പിനോക്കി. ബോർഡ് നോക്കി. മുകൾഭാഗം തകർന്ന കെട്ടിടത്തിന്റെ അടിയിലെ മുറിയാണ് അത്. ഒട്ടകലെ റോഡ് വെടിപ്പാക്കുന്ന പട്ടാളക്കാർ പിക്കാസും തൂമ്പയും ലോറിയിലേക്കു കൊണ്ടുപോകുന്നു. കറുത്തിരുണ്ട ഒരു നായിക്ക് തമിഴിലും ഹിന്ദുസ്ഥാനിയിലും കിടന്നലറുന്നു. ഉദ്ദേശിച്ചത്ര ജോലി തീർന്നിട്ടില്ല. ഹോട്ടലിനകത്തേക്കു നോക്കി. കയറണോ? സമയമാകുന്നു. വല്ലാത്ത ക്ഷീണമുണ്ട്. മേശയുടെ മുമ്പിൽ കുനിഞ്ഞിരി ക്കുന്ന ആളെ നോക്കി. പറ്റെ വെട്ടിയ തലമുടി നരച്ചുതുടങ്ങിയിട്ടുണ്ട്. വെള്ള ഷർട്ടും, വരയൻ ലുങ്കിയും ഉടുത്തിട്ടുണ്ട്.

ആരോ ഹോട്ടലിൽ നിന്നിറങ്ങി. എന്നെ നോക്കി. ഞാനും നോക്കി. കണ്ടുമറന്നപോലെ! അയാൾ ചിരിക്കുന്നോ? ഇല്ല. കീറിയ വെള്ള ഷർട്ടും ഇളംപച്ച പാന്റും മുഷിഞ്ഞിട്ടുണ്ട്. കടന്നുപോകുമ്പോൾ അയാൾ മുഖം കുനിച്ചു. നെടുവീർപ്പിട്ടു എന്നു തോന്നി. തിരിഞ്ഞുനോക്കി. അയാൾ തിരിഞ്ഞുനോക്കുകയാണ്. എന്തൊരുനോട്ടം! കോപമാണോ? അല്ല വെറു പ്പാണോ? അല്ല. പുച്ഛമാണോ...

മേശയ്ക്കു മുമ്പിലിരിക്കുന്ന ആൾ മുഖമുയർത്തി. ഞെട്ടിത്തെറിച്ച പോലെ എന്നെ നോക്കി. വീണ്ടും മുഖം കുനിച്ച് ഇരിപ്പായി.

കടന്നുകളയാം.

ഡസ്കിന്നടുത്തേക്കു നീങ്ങുമ്പോൾ ഞാനയാളെ നോക്കി. അമ്പേ വിളറിയിരിക്കുന്നു. പിത്തം പിടിച്ചതാകണം.

കാപ്പി കൊണ്ടുവന്ന ആളെ നോക്കി. അയാളും എന്നെ നോക്കുന്നു. പരിചയമുള്ള മുഖംപോലെ.

അയാൾ ഒന്നു മിണ്ടുമോ?

മിണ്ടിയില്ല.

ആരും മിണ്ടുന്നില്ല. എല്ലാവരും നോക്കുന്നു. നെടുവീർപ്പിടുന്നു. നോക്കുന്നു.

ആ വിദൂരതയിൽ കണക്കറ്റ ദുരിതങ്ങൾക്കും കഷ്ടപ്പാടുകൾക്കും ശേഷം നാട്ടുകാർ തമ്മിൽ കാണുന്നു. ഒന്നു ചിരിക്കണം. ചിരി വരില്ല. ഒന്നു മിണ്ടണം. നാക്കനങ്ങില്ല.

കാപ്പി കുടിച്ചു മേശയുടെ അടുത്തേക്കു ചെന്നു. ഒറ്റരൂപയുടെ നോട്ടെടുത്തുവെച്ചു. അതേവരെ കുനിഞ്ഞിരുന്ന ആൾ മുഖമുയർത്തി.

'എന്താവിടെ?'

അകത്തേക്കു വിളിച്ചു ചോദിച്ചു.

ഓ!

എന്നാലും എന്നോടു മിണ്ടുന്നില്ല. കരളിൽ കടന്നൽ കുത്തുന്നു!

'രണ്ടണ!'

'ഏ!'

'അയാളും...!!'

'ചില്ലറില്യല്ലൊ!'

അയാൾ മുഖം കുനിച്ചു.

'ങ്ഹേ?'

എനിക്കയാളുടെ വർത്തമാനം കേൾക്കണം. അയാൾ ഇതേ പറഞ്ഞുള്ളൂ. 'ചില്ലറില്യല്ലൊ!' ആ വാക്കുകളുടെ താളം തലച്ചോറിൽ ഓളമിളക്കുകയാണ്. അതിൽ എന്റെ നാടിന്റെ ചുവ!

'ങ്ങടെ കയ്യില് വേറെ കാശില്യേ?'

'ല്യല്ലോ.'

'പിന്നെപ്പെന്താ ചെയ്യാ?'

ഓ, പിടികിട്ടി.

'നിങ്ങളെ വീടെവിടാ?'

'ഞാൻ മലബാറാ.'

ഇഷ്ടമില്ലാത്തപോലെ അയാൾ പറഞ്ഞു.

'മലബാറിലെവിടെ?'

'ഞാൻ ചാവക്കാടാ.'

'ചാവക്കാട്ടെവിടാ?'

'ഞാൻ നെമ്മ്ന്യാ.'

'എവ്ടത്ത്യാന്നു പറയൂ.'

'ഞാൻ ബ്രഹ്മക്കുളാ.'

'ഞാൻ കണ്ടാണശ്ശേരിക്കാരനാണ്. നിങ്ങൾ ബ്രഹ്മക്കുളത്ത് എവിടത്ത്യാന്ന് പറയൂ.'

'എവിടത്ത്യാ മോൻ?'

അയാൾ പതറിപ്പോയതു ഞാൻ കണ്ടു.

'വട്ടംപറമ്പിലെ.'

'ആര്ടെ മോനാ?'

അയാൾക്ക് എന്തൊരാർത്തി! എന്തൊരു വെമ്പൽ!

'.......'

'മോനേ!'

അയാളെന്നെ മിഴിച്ചുനോക്കി. ചുളിഞ്ഞ കൺപോളകൾ നിന്നു തുള്ളി. നെടുവീർപ്പുകൾ ഉയർന്നമർന്നു. അയാൾ തേങ്ങുന്നുണ്ട്. തേങ്ങലല്ല. വിക്കുകയാണ്; വിക്കലല്ല. വർത്തമാനം പറയുകയാണ്. വാക്കുകളില്ല. വീർപ്പുമുട്ടുകയാണ്. നന്നേ പണിപ്പെട്ടു വിതുമ്പി: 'മോനെന്നാ വന്ന്?'

'ഒരാഴ്ചയായി.'

'അച്ഛന്നു സുഖാണോ?'

'അതെ.'

'എന്നാ ലീവിപ്പോയി?'

'മൂന്നു കൊല്ലായി.'

'മല്ലാട്ടെ പപ്പുമാസ്റ്ററെ അറീല്ല്യെ?'

'ഞാനാ സ്കൂളിലാ പഠിച്ചത്.'

'പാപ്പുമാസ്റ്ററുടെ വകേലൊരു അന്ന്യേനാ ഞാൻ.'

'ങ്ഹേ!'

'ങ്ഹാ, മോനെ.'

ഞാൻ മിണ്ടിയില്ല.

'നീയ്യെന്നെക്കണ്ടുകാണില്ല. പോന്നിട്ടു ശ്ശി നാളായി. പറഞ്ഞ കൂട്ടത്തില്, എന്നാ ലീവിപ്പോയീന്ന് പറഞ്ഞ്?'

'മൂന്ന് കൊല്ലായ്.'

'ലീവിപ്പോണം ട്ടൊ!'

'ങ്ഏ?'

'ഒന്നു വരണന്ന് എന്റച്ഛൻ എന്നും എഴുതും. എങ്ങനെ പോകാനാ? ഇത്തിരി വല്ലോം വേണ്ടെ?'

അയാൾ നെടുവീർപ്പിട്ടു. ആ കണ്ണുകൾ നിറഞ്ഞു. അതോടെ അയാൾ ശാന്തനാവുകയാണെന്നു തോന്നി.

'കുടുംബത്തിന്നൊരു നിർഗ്ഗതി കിട്ടാനാ മോനേ നമ്മളൊക്കെ ഈ വേഷം കെട്ടീത്. ഇന്നു പോവാം, നാളെ പോവാം എന്നുവെച്ചു കഴിഞ്ഞു. മോനേ, അപ്പഴത്തിനു ജാപ്പാൻ ഗുണ്ടിട്ടു.'

അയാൾ പഴയ കഥ പറകയായിരുന്നു. ഹാർബറിൽ ബോംബിട്ടു. പരക്കംപാച്ചിലായി. വേവലാതിയായി. പണമുള്ളവർ നാട്ടിലേക്കു പറന്നു. ഇടത്തരക്കാരും കൂലിവേലക്കാരും നഗരം വിട്ടോടി. അയാളും ഓടി. ആരോഗ്യവും മനക്കരുത്തും ഉണ്ടായിരുന്നവർ മലകളിലൂടെ കാടുകളിലൂടെ

നാട്ടിലേക്കു നടന്നു. ആരോഗ്യം കുറഞ്ഞവർ കാടുകളിൽ ഒളിച്ചു. കുടിലുകൾ കെട്ടിക്കിടന്നു. ജാപ്പാൻ വന്നു. തലക്കൊയ്ത്തായി. ഇടയ്ക്കു നഗരത്തിന്റെ അതിർത്തിയിലോളം വന്നു. കടന്നുവരാമോ? നഗരവീഥികളിൽ, നാൽക്കൂട്ടവഴികളിൽ, ആളുകളുടെ അറുത്ത തലകൾ കെട്ടിത്തൂക്കിയിരിക്കുന്നു. പിന്നോക്കം ഓടി. ഇടയ്ക്കു കൊള്ളക്കാർ. കൂട്ടുകാരുടെ തല കൊയ്യുമ്പോൾ ചപ്പയിൽ ശ്വാസമടക്കി കമിഴ്ന്നു കിടന്നു. വീണ്ടും എണീറ്റു പാഞ്ഞു.

അങ്ങനെ കഥ നീണ്ടുപോയി. മേശയിലൂടെ കണ്ണീർ നിലത്തേക്കൊഴുകി. പച്ചരി തിന്നുതിന്നു വയറ്റിന്നു കട്ടി പിടിച്ചു. പിത്തം പിടിച്ചു. ഓ! മരിച്ചു പോയില്ലല്ലോ!

'എന്താ മോനേ, പപ്പുമാസ്റ്ററുടെ വർത്തമാനം?'

'സുഖം തന്നെയാണ്.'

'മോനൊരു കത്തെഴുതൂ. എന്നെക്കണ്ടൂന്ന് എഴുത്ട്ടൊ.'

'ങ്ഹാ!'

'ന്യെന്നാ വരാ?'

'ഓ, സമയം വൈകിയല്ലോ.'

അപ്പോഴാണ് ഞാനോർത്തത്.

ഇരുട്ടു പരക്കുന്നു.

അയാൾക്ക് ഉറപ്പുകൊടുത്തു ഞാൻ പോന്നു. മുറിയിൽ നിന്നിറങ്ങിയപ്പോൾ തിരിഞ്ഞുനോക്കി. അയാൾ നിറകണ്ണോടെ നോക്കുകയാണ്. നടന്നു. തിരിഞ്ഞുനോക്കി. അയാൾ നിറകണ്ണോടെ നോക്കുകയാണ്.

കേമ്പിൽ വന്നപ്പോൾ ആകെ ബഹളം.

'കിധർ ഹൈ വൊ?'

'ങ്ങ് ഹാജി.'

'തയ്യാർ ഹോ ജാവൊ!'

'ക്യാ ബാത് ഹൈ?'

അന്വേഷിച്ചു.

പ്ലാറ്റൂൺ 'മൂവാവുക'യാണ്.

ഓ!

വീണ്ടും പൈദൽ മാർച്ച്! ഏറ്റുമുട്ടലുകൾ, ബൊംബാർഡ്മെന്റുകൾ, ബോംബിങ്ങുകൾ...

ആ കത്തു ഞാൻ എഴുതിയില്ല. പിന്നീടു നാട്ടിൽ വന്നപ്പോൾ ചുമ്മാ ഒന്നന്വേഷിച്ചു. അയാൾ വന്നിട്ടില്ല.

ബർമ്മയിൽ ഇന്നും വെട്ടും കൊലയും നടക്കുകയാണ്. ഇടയ്ക്കൊക്കെ ഓർത്തുപോകുന്നു: വയറ്റിൽ കട്ടികെട്ടി പിത്തംപിടിച്ച ആ മനുഷ്യൻ മരിച്ചോ! അതോ, ഇപ്പോഴും വീട്ടിലേക്കൊന്നു വരാൻ ഒരുങ്ങുകയായിരിക്കുമോ? ■

സൈക്കിളും പൂക്കൊട്ടയും

പുതിയ വാടകമുറിയിൽ കടന്നപ്പഴേ ഭരതന്നു ശ്വാസംമുട്ടി. മുറി വളരെ നാളായി അടച്ചുപൂട്ടിക്കിടന്നിരിക്കണം. അതിന്നകത്തെ കുതിർന്ന വാടയ്ക്കു തൊട്ടുനോക്കാവുന്നത്ര കട്ടിയുണ്ട്, ജനൽ തുറന്ന് അയാൾ വളരെ നേരത്തോളം ശുദ്ധവായു വിഴുങ്ങിക്കൊണ്ടുനിന്നു. എതിരെ, മാറോടുമേഞ്ഞ ഒരുനിലക്കെട്ടിടത്തിന്റെ മുകളിലത്തെ ജനലുകൾ അടഞ്ഞു കിടക്കുകയാണ്. താഴത്തെ മുറികളിൽ ജനലുകൾക്കു തിരശ്ശീലയിട്ടിട്ടുണ്ട്. ചെറുകാറ്റിൽ ഇക്കിളിപ്പെടുന്ന തിരശ്ശീല നോക്കിനില്ക്കവേ അയാൾക്ക് രാധയുടെ ഓർമ്മവന്നു. ഒന്നു നെടുവീർപ്പിടുകയും ചെയ്തു.

ആ വീട്ടിൽ ആരോ കുടുംബത്തോടൊപ്പം ജീവിക്കുന്നുണ്ടാകണം. കൂടെ വരണം എന്നു രാധയെത്ര കെഞ്ചി? അയാളുടെ കമ്പനി ജലസേചന പദ്ധതികൾ അന്വേഷിക്കുകയും ആദായമുള്ളേടത്തൊക്കെ കൺട്രാക്ട് എടുക്കുകയും ചെയ്യുന്നു. ഒരു സബ് ഓവർസ്യർക്ക് വളരെയൊന്നും പ്രതീക്ഷിച്ചുകൂടാ. എന്നാലും ജോലിയുണ്ട്. കൊണ്ടുനടക്കുകതന്നെ. ചെന്നേടത്തൊക്കെ പാർപ്പിടമന്വേഷിക്കണം. ഈ പതനത്തിൽ രാധയെക്കൂടെ കൂട്ടുന്നത് അത്ര ഭംഗിയല്ല.

കുടുംബത്തോടൊപ്പം താമസിക്കുമ്പോൾ അയാളും ജനലിന്നു തിരശ്ശീലയിടണം. നേരിയ ഇളംനീല ലിനനോ, വോയലോ... തിരശ്ശീലയ്ക്കു വോയൽ ഉപയോഗിക്കുമോ എന്തോ! പുതിയൊരു ജീവിതം തുടങ്ങുമ്പോൾ അറിവില്ലാത്ത പലതും ചെയ്യേണ്ടിവരും. നിറത്തിന്റെ കാര്യം തീർച്ച. ഇളംനീല: രാധയ്ക്ക് ഇളംനിറങ്ങളോടു പ്രത്യേക മമതയാണ്. കല്യാണത്തിന്റെ വൈലറ്റുസാരിക്കു കടുംനിറമായിപ്പോയെന്നു പരാതി പറഞ്ഞിരുന്നു. ഒതുക്കവും ചന്തവും ചേർന്ന ഹൃദയത്തിന്റെ സ്വഭാവമാകാം.

എതിരേയുള്ള വീടിന്റെ മറവിലേക്കു സൂര്യൻ ഇറങ്ങിക്കഴിഞ്ഞു. ജനലിലൂടെ കടന്നുവരുന്ന കൊച്ചു കാറ്റിനു നേരിയ കുളിരുണ്ട്. അയാൾ തിരിഞ്ഞു മേശയുടെ നേരെ നടന്നു. സാധനങ്ങളൊക്കെ കണ്ടമാനം കിടക്കുകയാണ്. അഴുക്കുതുണികൾ തൂക്കാൻ അയ കെട്ടി. എതിരെ ചുമരിൽ, ഉപയോഗിക്കുന്ന തുണികൾക്കായി ബ്രാക്കറ്റുകൾ കൊളുത്തി. അയാൾ കസാലയിൽ ഇരുന്നു. പുസ്തകങ്ങൾ അടുക്കി. കണ്ണടയും ബ്രഷും ചീർപ്പും ഒതുക്കിവെച്ചു. ഓ, ഫോട്ടോ എടുത്തുവെക്കണം.

കല്യാണം കഴിഞ്ഞ അതേ ആഴ്ചയിലാണ് ഫോട്ടോ എടുത്തത്. (അടുത്ത ആഴ്ചയിൽ ആളിങ്ങു പോരികയും ചെയ്തു.) ക്യാമറയുടെ മുമ്പിൽ നേരെ ഇരിക്കരുതെന്ന് അയാൾ പറഞ്ഞിരുന്നു. പലപ്പോഴായെടുത്ത എല്ലാ ഫോട്ടോവിലും രാധ നേരെ നോക്കി ഇരിക്കയാണ്. കുറച്ചൊരു വട്ടപ്പും തുടുത്തു തുള്ളുന്ന കവിളുകളും ഉള്ള ആ മുഖത്തിന്റെ വൃത്തി ഫോട്ടോവിൽ കാണാനില്ല. അതും അയാൾ പറഞ്ഞു. എന്നിട്ടും രാധ നേരെത്തന്നെ ഇരുന്നു. ഈ പെണ്ണുങ്ങൾക്കു വിശേഷബുദ്ധി ഇല്ലായിരിക്കാം. 'പിന്നെ എങ്ങനെയാണിരിക്കുക?' ഫോട്ടോ കിട്ടിയപ്പോൾ അവൾ ചോദിക്കയാണ്. അവളുടെ മാംസളമായ തുടുത്ത താടിയിൽ

വിരലുകൾ ചേർത്ത് അയാൾ മുഖം തിരിച്ചു... ഫോട്ടോവിൽ വിരലൂന്നി അയാൾ പതുക്കെ പറഞ്ഞു: 'ആങ്ങ്, ഇങ്ങനെ!'

തെല്ലുനേരത്തോളം അയാൾ ഓർത്തിരുന്നു. ജീവിതത്തിന്റേതായ എല്ലാ ദുരിതങ്ങളും ഇന്നേവരെ അനുഭവിച്ചുപോന്നു. ജീവിതത്തിന്റേതായ സുഖങ്ങൾ ഇപ്പോഴും ഓർമ്മയിലൂടെ അയവിറക്കാനേ കഴിയുന്നുള്ളൂ. ഒരു വേള ജീവിതം മുഴുവൻ അലയലായിരിക്കാം! ബോംബെയിൽനിന്നു ബൽഗാമിലേക്ക്, ബൽഗാമിൽനിന്നു കച്ചിലേക്ക്, കച്ചിൽനിന്ന്... ഓർത്തോർത്തു നെടുവീർപ്പിടുകയായി. ഒടുവിൽ ആ പഴയ സമാധാനത്തിലെത്തിച്ചേർന്നു; കുടിച്ചു കിടക്കുന്നുണ്ടല്ലോ!

ജനലിലൂടെ കടന്നുവന്ന കുളിർകാറ്റിൽ പൂമണം അലിഞ്ഞലിഞ്ഞു വന്നു. നെഞ്ചു നിറയെ ശ്വസിച്ചു. തുറന്നിട്ട ജനലിന്നടുത്തേക്കു നടന്നു. എതിരെ മാറോടു മേഞ്ഞ ഒരുനിലക്കെട്ടിടങ്ങൾ ചിറകൊടിഞ്ഞ കിഴവൻ പരുന്തുകൾപോലെ കിടന്നു വീർപ്പുമുട്ടുകയാണ്. തട്ടുള്ള കെട്ടിടങ്ങൾക്കു ഭ്രാന്ത വേണം! ഈ കെട്ടിടങ്ങളൊക്കെ ആർ പ്ലാൻ ചെയ്തതോ എന്തോ!...

ഏറെ നേരം അയാളോർത്തില്ല. താഴെ, എതിരായുള്ള വീട്ടിന്നു മുന്നിൽ, ഒരു പെൺകുട്ടി സൈക്കിളിൽ നിന്നിറങ്ങി. ഹാൻഡിൽബാറിൽ തൂക്കിയിട്ട വള്ളിക്കൊട്ട നിറയെ പൂക്കളാണ്. സൈക്കിൾ തള്ളിക്കൊണ്ട് അവൾ അകത്തേക്കു കയറിപ്പോകുന്നു. അവളുടെ മെലിഞ്ഞ മേനിയിൽ ഇളംനീല കമ്മീസ് കിടന്നൊഴുകുന്നു. അടിവെപ്പിൽ ഇളംചുവപ്പിന്റെ സാൽവാർ ഉലയുന്നു. സാൽവാറിന്റെതന്നെ തുണിയിൽ തീർത്ത ദുപ്പട്ട ഇളംകാറ്റിൽ കിക്കിളിക്കൊള്ളുന്നു. വാതിൽ തുറന്ന് അവൾ അകത്തേക്കു കടന്നു. കൺമറഞ്ഞപ്പോഴും അയാൾ ജനൽക്കൽത്തന്നെ നിന്നു.

പിന്നോക്കം തിരിഞ്ഞപ്പോൾ നോട്ടം വീണതു രാധയുടെ ഫോട്ടോവിലേക്കാണ്. തന്റെ കരൾ മിടിക്കുന്നതു ഭരതന്ന് അപ്പോൾ കേൾക്കാമായിരുന്നു. നോട്ടം പറിച്ചെടുക്കാൻ നോക്കി. മനസ്സു വരുന്നില്ല. രാധയുടെ കനം കുറഞ്ഞ ചുണ്ടുകളിൽ പുഞ്ചിരി മൊട്ടിട്ടു നിൽക്കയാണ്. പുഞ്ചിരി വിരിയുമ്പോൾ ആ കണ്ണുകളൊന്നു കാണണം. അപ്പോൾ ഒരു പുതുജീവൻ മുഴുവൻ അവയിൽ നിറഞ്ഞു തുളുമ്പിത്തുളുമ്പി നില്ക്കും. അയാളുടെ ഹൃദയം വെമ്പൽകൊള്ളും. ചുണ്ടുകൾ വിതുമ്പും. അവളുടെ കൺപീലികൾ കൂമ്പിപ്പോകും. ആ ചൂടുള്ള കൺപോളകളിൽ മൃദുലമൃദുലമായി അയാളുടെ ചുണ്ടുകൾ അമരും...

നടക്കാൻ ഇറങ്ങുമ്പോൾ അയാൾ ഒരിക്കൽക്കൂടെ ഫോട്ടോ നോക്കി. 'തന്നെയിരുന്നു മുഷിയുമോ' എന്ന് ഉള്ളിൽ ചോദിക്കുകയും ചെയ്തു. കോണിയിറങ്ങിയപ്പോൾ വീണ്ടും പൂമണംതന്നെ. ഇളംനീല ലിനൻകൊണ്ടു ജനലുകൾക്കു തിരശ്ശീലയിട്ട ആ വീടു കടന്നുപോയപ്പോൾ അയാൾ അങ്ങോട്ടൊന്നു നോക്കി. അനക്കമുണ്ട്. സുഗന്ധത്തിന്നു കട്ടിയേറുന്നുണ്ട്. അവൾ പൂക്കൾ ഉതിർത്തെടുക്കുകയാവാം.

തെരുവിലോട്ടെത്തുംതോറും ആൾത്തിരക്ക് ഏറിക്കൊണ്ടിരുന്നു. ഇരുവശത്തും വിളക്കുകളുടെ പ്രകാശധാരയിൽ കുളിച്ച ഷാപ്പുകളാണ്.

ആൾക്കാർ തങ്ങിനില്ക്കുന്നു, കടന്നുപോകുന്നു, നില്ക്കുന്നു, വില പിശകുന്നു. ഒന്നിലും പെടാത്തതുപോലെ അയാൾ നടന്നു. ഒന്നും നോക്കാനില്ല. ഒന്നും കാണാനില്ല. ആ ആൾത്തിരക്കിലും ഒറ്റപ്പെട്ടപോലെ. അവിടത്തെ വായുവിന്നുപോലും അയാളോടു ബന്ധമില്ലാത്തപോലെ.

സൈക്കിളും കാറുകളും കുതിരവണ്ടികളും കടന്നുപൊയ്ക്കൊണ്ടിരുന്നു. എതിരേ വന്ന റിക്ഷാവണ്ടിക്കാരിലൊരാൾ, അയാളെയൊന്നു നോക്കി, പെഡലിങ്ങ് നിർത്തി ചോദിച്ചു: 'ചലേ ബാബൂ, ഘണ്ടാ ഘർ.'

അങ്ങനെയാകാം. ഒറ്റയ്ക്കു നടന്നുപോകുന്ന എല്ലാ ചെറുപ്പക്കാരും വേശ്യത്തെരുവിലാണ് പോകേണ്ടതെന്ന് ഇവിടത്തെ റിക്ഷാക്കാർ ഓർത്തുവെച്ചിരിക്കയാണ്.

ഊണുകഴിഞ്ഞു മടങ്ങുമ്പോൾ എതിരേയുള്ള വീടിന്റെ മുന്നിൽ താനറിയാതെതന്നെ അയാളുടെ ചുവടുകൾ പതുക്കെയായി. ഒന്നു നോക്കുകയും ചെയ്തു. തിരശ്ശീലയുടെ മങ്ങിയ വെളിച്ചത്തിൽ ആൾപ്പെരുമാറ്റം കാണാം. കോണി കയറുമ്പോൾ, പൂമണവും ഇളംനിറത്തിൽ ഉടുപ്പണിഞ്ഞ പെൺകുട്ടിയും അയാളുടെ ഓർമ്മയിൽ തങ്ങിനിന്നിരുന്നു. ഫോട്ടോ കണ്ടതോടെ കുറ്റക്കാരനെപ്പോലെ അയാൾ നോക്കിനിന്നു. വേണ്ട, രാധയുടെ എഴുത്തു സൂക്ഷിക്കുന്ന വലിയ കവറിന്നകത്തു ഫോട്ടോ എടുത്തു വെച്ചു.

ഉറങ്ങാൻ കിടന്നപ്പോൾ പതിവുപോലെ അയാൾ ഉരുവിട്ടു: 'നിനക്ക് എന്റെ ഒരുമ്മ.' അതോടെ ഞെട്ടിത്തെറിച്ചു. തുറന്നിട്ട ജനലിലൂടെ പൂമണം അലിഞ്ഞലിഞ്ഞു വരികയാണ്. മിഴിച്ചുകിടന്നു പുറത്തേക്കു നോക്കി. ആകാശത്തിന്നു ചാരനിറമാണ്. ചുടലയിലെ വെണ്ണീറിൽ പൊലിയാനുള്ള കനൽപോലെ, വിളറിയ ഒരു നക്ഷത്രം വിറച്ചുതുള്ളുന്നുണ്ട്. ജനൽ അടച്ചെങ്കിലോ!

ഒരുവേള പുതിയ മുറിയിൽ ഉറങ്ങാൻ കിടക്കുമ്പോൾ മനസ്സു കലങ്ങിപ്പോകും. അതു മറന്നതായിരുന്നു. എവിടെയെല്ലാം പോയി? എവിടെയെല്ലാം ഉറങ്ങി? മനസ്സു മാറാൻവേണ്ടി അയാൾ ആ പഴയ ഈരടികൾ മൂളിക്കൊണ്ടു കിടന്നു.

'മുതുകൊന്നു ചായ്ക്കുവാനിടമില്ലാതുഴലുന്നു
വീടും കുടിയുമില്ലാത്ത ഞങ്ങൾ.
മണിമേടകളെമ്പാടും, മണിമേടകളെമ്പാടും
വഴിവക്കിൽ ഞങ്ങളുറങ്ങീടുന്നു...

ബോംബെയിലെ വിശാലവീഥികളിൽ ജോലിയന്വേഷിച്ചു നടക്കുമ്പോഴാണ് അയാൾക്കതു കിട്ടിയത്. പിന്നീടു ജോലി കിട്ടി, ബൽഗാമിലും കച്ചിലും പഞ്ചാബിലും പോയപ്പോൾ വെച്ചുകെട്ടിയ കുടിലുകളോ ടെന്റുകളോ ചിലപ്പോഴൊക്കെ ഓടുമേഞ്ഞ കൊച്ചു കെട്ടിടങ്ങളോ പാർക്കാൻ കിട്ടിയിരുന്നു. ജലസേചനപദ്ധതികൾ താമസസൗകര്യങ്ങളുള്ള നഗരങ്ങളിൽ ഉണ്ടാകാൻ പോകുന്നില്ല. അതുകൊണ്ടു തൃപ്തിപ്പെട്ട ഒരിടത്തു കിടന്നുറങ്ങാൻ ആശിക്കണ്ട. എവിടെച്ചെന്നോ, അവിടെ

കിടന്നേക്ക്. എല്ലാം പഴകിയതാണ്. എന്നാലും മനസ്സു കലങ്ങിയിരിക്കുന്നു. ഒരുവേള രാധ ഈ നേരത്തു തന്നെക്കുറിച്ചോർത്തു കിടന്നുരുകുകയാകാം.

'നാം ഒരുമിച്ചു ജീവിക്കുന്നത് അങ്ങയ്ക്ക് ഇഷ്ടമില്ലെങ്കിൽ വേണ്ട.' എന്നാണ് അവളുടെ വാദഗതി. പിന്നെ 'എന്റെ കരച്ചിലിനെക്കുറിച്ച് ഓർക്കരുത്. എന്റെ യോഗം ഇതായിരിക്കും എന്നു വിചാരിച്ചു ഞാൻ സമാധാനിക്കട്ടെ. നിങ്ങളുടെ ഓരോ എഴുത്തും എന്റെ ആശ തല്ലിക്കെടുത്തുകയാണ്. പക്ഷേ, അതിൽ എണ്ണയൊഴിച്ച ഫലമാണുണ്ടാകുന്നത്. ഒരു യഥാർത്ഥ സ്ത്രീഹൃദയം അങ്ങനെത്തന്നെയാണെന്നു ഞാൻ അഭിമാനിക്കുന്നു. അതിനെപ്പറ്റി ഒട്ടും നിങ്ങൾ ആലോചിക്കേണ്ട...'

ഭരതന്ന് ആലോചിക്കാതിരിക്കാമോ? അയാളുടെ യോഗത്തെപ്പറ്റി പറയാനും കരയാനും ആളില്ലാത്തപോലെ!

അയാളൊന്നു മയങ്ങിയിരുന്നു. പാതിയടഞ്ഞ കണ്ണുകളിൽ രാധയുടെ രൂപം തെളിഞ്ഞുതെളിഞ്ഞുവന്നു. ഇല്ല. എന്താ ഇത്? അവൾ ഇതാ... അല്ല, രാധയ്ക്ക് ഇത്ര മെലിച്ചിലില്ല. അവളുടെ മെലിഞ്ഞ മേനിയിൽ ഇളംനീല ക്കമ്മീസ് കിടന്നൊഴുകുകയാണ്. അടിവെപ്പിൽ ഇളംചുവപ്പിന്റെ സൽവാർ ഉലയുകയാണ്. അയാൾ കണ്ണിറുക്കെച്ചിമ്മി. വീണ്ടും ശരീരം അയഞ്ഞപ്പോൾ ഇളംനീലക്കമ്മീസും ഇളംചുവപ്പിന്റെ സൽവാറും തന്നെ.

പാതി ഉറങ്ങിയ അയാൾ മനപ്പൂർവ്വം ഉണർന്നു. എണീറ്റു. വിളക്കു കൊളുത്തി. ലോകം ഉറങ്ങിക്കഴിഞ്ഞിരുന്നു. ഇല്ല, എതിരെയുള്ള വീട്ടിൽ വിളക്കണച്ചിട്ടില്ല. രാത്രിയുടെ തണുത്ത വായുവിലൂടെ അവിടന്ന് അനക്കവും കാൽപ്പെരുമാറ്റവും കേൾക്കാം.

കസാലയിൽ ഇരുന്ന് അയാൾ രാധയുടെ എഴുത്തുകൾ സൂക്ഷിക്കുന്ന കവറെടുത്തു തുറന്നു. അവളുടെ എഴുത്തുകൾ തീയതിയനുസരിച്ചു ചിട്ടയിൽ അയാൾ പിൻചെയ്തുവെച്ചിരിക്കയാണ്. ആദ്യത്തെ എഴുത്തിലൂടെ നോക്കിപ്പോയി.

'ആത്മനാഥാ,

അങ്ങയുടെ എഴുത്തിനേയും കാത്തു സമയം നീക്കുകയായിരുന്നു. ഇത്ര താമസം വേണ്ടിവരും എന്നു ഞാൻ ആലോചിച്ചിരുന്നില്ല. വഴിക്കുവെച്ചു തന്നെ എനിക്ക് ഒരു എഴുത്തയയ്ക്കണം. എന്നു പറയാൻവേണ്ടി ഞാൻ ഒരിക്കൽ കോണിപ്പടി കയറിവന്നതാണ്. എന്നാൽ അങ്ങയെ കണ്ടപ്പോഴുണ്ടായ ആ ദീർഘമായ വിരഹത്തെപ്പറ്റി വിചാരിച്ചുള്ള വിഷമങ്ങൾകൊണ്ട് പെട്ടെന്നു ഞാനതു മറന്നുപോയി. ഇപ്പോഴെങ്കിലും എന്റെ ജീവനായ എഴുത്തിനെ സ്വീകരിക്കാൻ സംഗതി വന്നതിൽ ഈയുള്ളവൾ മഹാഭാഗ്യവതിതന്നെ.

നാഥാ, നമ്മുടെ ഈ വിരഹം എത്രമാത്രം ഭയങ്കരമാണെന്ന് ഒന്നാലോചിച്ചുനോക്കൂ. കോണിച്ചുവട്ടിൽവെച്ച് എനിക്കുതന്ന ആ ആശ്ലേഷത്തിന്നും ചുംബനത്തിന്നും എത്രയധികം വിലയുണ്ടെന്നും അവ എത്രനാളത്തേക്കുള്ളതാണെന്നും ഞാൻ എപ്പോഴും ആലോചിക്കുകയാണ്. ഇന്നേക്ക് ഏഴു

ദിവസമായി നമ്മുടെ വിരഹം. ഏഴു കൊല്ലമായിട്ടാണ് എനിക്കു തോന്നുന്നത്. എന്നാലും ഞാനതു സഹിച്ചുകൊള്ളാം. എന്നെ കൊണ്ടുപോകാൻ ഞാൻ കാൽക്കൽ വീണ് അപേക്ഷിച്ചില്ലേ? അങ്ങയ്ക്കുവേണ്ടി ഈയുള്ളവൾ എന്തു ത്യാഗമെങ്കിലും അനുഷ്ഠിച്ചുകൊള്ളാമെന്നു പലപ്പോഴും പറഞ്ഞിട്ടില്ലേ?... സമയം മണി പന്ത്രണ്ട് ആവാറായി. എനിക്കുറക്കം വരുന്നില്ല. അങ്ങയെ മാത്രമേ എന്റെ മനസ്സിൽ സദാ കാണുന്നുള്ളൂ. ഞാനൊന്നു കിടക്കട്ടെ. അങ്ങയുടെ ആ സ്നേഹാർദ്രമായ ചുംബനത്തെ ഞാൻ സസ്നേഹം സ്വീകരിച്ചു. നാഥാ, എന്റെ ഒരുമ്മ അങ്ങയ്ക്ക്...'

വായിക്കുംതോറും അയാൾക്കു വേദന തോന്നുകയായി. അവൾ എന്നെയോർത്ത് ഉറക്കമിളക്കുകയാണ്. ഒന്നു ശാന്തമായിരിക്കൂ...

വീണ്ടും ഉറങ്ങാൻ കിടന്നപ്പോൾ അയാൾ ഉരുവിട്ടു: 'നിനക്ക് എന്റെ ഒരുമ്മ.' അപ്പോഴും പൂമണം ശ്വസിക്കുകയാണ്. ഗതികെട്ടപോലെ അയാൾ കണ്ണടച്ചുപൂട്ടി ചെരിഞ്ഞുകിടന്നു. നെറ്റി തലയിണയിൽ അമർത്തി, ചെന്നിയിൽ മടക്കിയ കൈമുട്ടു ചേർത്തു. ഒന്നുറങ്ങിയെങ്കിൽ!

കാലത്ത് ഉണർന്നതോടെ അയാൾ ജനൽക്കൽ ചെന്ന് എത്തിനോക്കി. ഇല്ല, എതിരെയുള്ള വീട്ടിൽ ആളനക്കമില്ല. ജനാലകളും വാതിലുകളും അടഞ്ഞുകിടക്കുകയാണ്. ഒന്നു നിന്നു. നെടുവീർപ്പിട്ടു. തിരിഞ്ഞുനടന്നു. ആപ്പീസിലേക്കു പോകാൻ കോണിയിറങ്ങുമ്പോൾ അയാൾ എതിരേയുള്ള വീട്ടിലേക്ക് നോക്കിക്കൊണ്ടിരുന്നു. ഉണ്ട്! ജനലുകൾ തുറന്നിട്ടുണ്ട്. തിരശ്ശീലയിലൂടെ അകത്ത് ആൾപ്പെരുമാറ്റം കാണാനുണ്ട്. ഒന്നു നോക്കിയിട്ട് അയാൾ നടന്നു.

ആപ്പീസിൽനിന്നു മടങ്ങിവരുമ്പോൾ അവൾ വാതിൽ തുറന്നു സൈക്കിൾ തള്ളിവരികയാണ്. അയാൾ താനറിയാതെ പുളകംകൊണ്ടു. ഭൂമിക്കു വേദനിക്കുമോ എന്ന ഭയത്തോടെ അടിവെക്കുകയാണോ എന്നു തോന്നും. അതേ സാൽവാറും കമ്മീസും ധരിച്ചിട്ടുണ്ട്. ദുപ്പട്ട വൈലറ്റാണ്. അയാളുടെ കാലുകൾ പിന്നോക്കം വലിഞ്ഞപോലിരുന്നു. അവരുടെ നോട്ടമിടഞ്ഞെന്നു തോന്നിയതോടെ അയാളുടെ കരളിൽ ഇടിവാൾ മിന്നി. ആ കണ്ണുകൾ കലങ്ങിയിട്ടുണ്ട്. കൺപോളകൾ പാതി കൂമ്പിയിട്ടുണ്ട്. കുറച്ചൊരു വെറുപ്പും. തുടുത്തു തുള്ളുന്ന കവിളുകളും കൂർത്ത മാംസളമായ താടിയുമുള്ള ആ മുഖം വാടിയ താമരപ്പൂപോലെ കുനിഞ്ഞുപോയത് അയാൾ കണ്ടു. അതോടെ അവളുടെ മാറിടം നെടുവീർപ്പിൽ ഉയർന്നമരുകയും ചെയ്തു.

ഓ, ആ തളർന്ന മുഖത്തു വേദനയുടെ നിഴൽ പരന്നുകിടക്കുകയാണ്.

അയാൾ നടന്നെത്തിയപ്പോഴേക്കും അവൾ സൈക്കിളിൽ കയറിയിരുന്നു, ചുള്ളിക്കൊമ്പുകളിലൂടെ നടന്നുകയറുന്ന അരിപ്രാവുപോലെ. അവൾ മുറിഞ്ഞുകടന്നപ്പോൾ നെടുവീർപ്പിട്ടത് അയാൾ കണ്ടു.

അതേ മുഖവും കവിളുകളും... എന്തിനാണ് വേദനിക്കുന്നത്? രാധയുടെ എഴുത്തുകൾ ഓർമ്മവന്നു. തന്റെ ഗതികെട്ട ജീവിതത്തെക്കുറിച്ചോർത്തു. ഒടുവിൽ ഒന്നും ഓർമ്മയില്ലാതെ, എരിഞ്ഞുതീർന്നു പുകയാൻ തുടങ്ങിയ

തിരിപോലെ, അയാൾ കസാലയിൽ ചാരിയിരുന്നു. എത്രനേരം ഇരുന്നോ എന്തോ! പിന്നീട് അയാൾക്കു തോന്നിയതു പിൻതലയ്ക്ക് ഉറുമ്പരിക്കുന്നുണ്ടെന്നാണ്. ചൊറിഞ്ഞുനോക്കി. ഉറുമ്പില്ല. കടിക്കുന്നുണ്ട്. അരിക്കുന്നുണ്ട്. എണ്ണയുടെ തകരാറാകാം. കൂട്ടില്ലാത്തതു കിട്ടുന്നില്ല. നല്ലെണ്ണ കിട്ടിയിരുന്നെങ്കിൽ!

കാറ്റിലൂടെ പൂമണം കടന്നുവന്നത് ഒട്ടുനേരത്തേക്കയാളറിഞ്ഞില്ല. അയാൾ എണീറ്റു നോക്കുമ്പോൾ അവൾ വാതിൽ തുറന്ന് അകത്തേക്ക് കടക്കുകയാണ്. കൊതിയോടെ നോക്കിനിന്നു. ഒന്നു തിരിഞ്ഞുനോക്കിയെങ്കിൽ!

ഒരുവേള രാധയുടെ മുഖത്തും വേദനയുടെ നിഴൽ പരന്നിരിക്കയാവാം. പുതുജീവൻ തുള്ളിത്തുളുമ്പി നിൽക്കേണ്ട കണ്ണുകൾ തളർന്നു കലങ്ങി മങ്ങിപ്പോയിരിക്കാം... ഫോട്ടോ ഒന്നു നോക്കിയാലോ! നെഞ്ച് ഇടവെട്ടി. വേണ്ട. എന്നാലും ഉറങ്ങാൻ കിടന്നപ്പോൾ ഉരുവിട്ടുപോയി: 'നിനക്ക് ഒരുമ്മ.'

പിറ്റേന്ന് ആപ്പീസിലേക്കു പോകാൻ കോണിയിറങ്ങുമ്പോൾ അയാൾക്കൊരു സംശയം: വാതിലടച്ചില്ലേ?

അടച്ചല്ലോ!

ഇല്ലായിരിക്കും.

വീണ്ടും കോണി കയറി. അടച്ചിട്ടുണ്ട്. പൂട്ടു വലിച്ചുനോക്കി. പൂട്ടിയിട്ടുണ്ട്. കോണിയിറങ്ങുമ്പോൾ അയാൾ മനഃപൂർവ്വം ഓർത്തു: വാതിൽ പൂട്ടിയിട്ടുണ്ട്...

അന്നു സ്കെച്ച് വരച്ചപ്പോൾ ഭരതന്നു തെറ്റുപറ്റി. അസിസ്റ്റന്റ് എഞ്ചിനീയർ തട്ടിക്കേറുകയും ചെയ്തു. ഓ! അതിന്നോളം ഉണ്ടായതല്ല. എന്തൊക്കെയാണ് ഓർക്കുന്നത്? ജോലിയിൽ മനസ്സിരുത്താതെ വയ്യ. എന്നാലും ഇരിപ്പുറച്ചില്ല. കരൾ വിങ്ങുകയാണ്. പൂമണത്തിന്റെ ഓർമ്മ വരുന്നു.

ആപ്പീസിൽനിന്നു മടങ്ങുമ്പോൾ അവൾ വാതില്ക്കലുണ്ട്. സൈക്കിളുണ്ട്. പൂക്കൊട്ടയുണ്ട്.

കാത്തുനില്ക്കുകയായിരുന്നോ?

അകം കത്തുകയാണ്. കത്തുന്ന കണ്ണുകളോടെ നോക്കിയിട്ട് അയാൾ തന്റെ വീടിന്നു നേരെ തിരിഞ്ഞു. മുറിയിൽ കടന്നതോടെ ജനല്ക്കൽ ചെന്നുനിന്നു. അവൾ റോഡിലേക്കിറങ്ങിയിരുന്നു. വാതില്ക്കൽ മധ്യവയസ്സെത്തിയ ഒരു സ്ത്രീ നില്ക്കുന്നുണ്ട്. അവരുടെ മുഖം ചുവന്നിരുന്നു. അവളോടാകണം, കൈനീട്ടി ആംഗ്യം കാണിക്കുന്നുണ്ട്. പറഞ്ഞതെന്തെന്നു മനസ്സിലായില്ല. അമ്മയാകാം. എങ്കിൽ ഒന്നുകൂടെ നോക്കിക്കളയാമെന്നു വെച്ചു. ആ സ്ത്രീ ആമയെപ്പോലെ ഉള്ളിലേക്കു തല വലിച്ചു കളഞ്ഞു.

ആരൊക്കെയാണാവോ! പുരുഷന്മാരെ കാണാനില്ല. എന്നും പൂക്കൾ, നിറനിറെ പൂക്കൾ. മാല കെട്ടുകയാവാം. പുറത്തൊന്നും വില്പനയുടെ ലക്ഷണമില്ലല്ലോ. അവളുടെ കലങ്ങിയ കണ്ണുകളെക്കുറിച്ച് ഓർമ്മ വന്നപ്പോൾ മറ്റെല്ലാം മറന്നപോലെ അയാൾ തറച്ചുനിന്നു. രാധയുടെ എഴുത്തുകളുടെ ഓർമ്മകൾ പിന്നാലെ വരികയായി. അപ്പോൾ തോന്നി,

പിൻതലയ്ക്കു തരിപ്പുകേറുന്നു എന്ന്. തൊട്ടുനോക്കി. ഒന്നും അറിയാനില്ല. അമർത്തമർത്തു തിരുമ്മി. തലയോട് ആടുകയാണോ ഇളകുകയാണോ. കസാലയിൽ വന്നിരുന്നു. തലയ്ക്കു വല്ലാത്ത കനം. വലത്തെ ചെന്നിയിലെ ഞരമ്പു തടിച്ചിട്ടുണ്ട്. വിരലുകൊണ്ട് തൊട്ടുനോക്കി. ചെറുവിരലോളം കനമുണ്ട്. ആകെക്കൂടെ തലയ്ക്കകത്തു പുകച്ചിലെടുക്കുന്നു. പുറത്തു പോകാം.

കോണിയിറങ്ങിയപ്പോൾ വാതിലിന്റെ പൂട്ടിനെക്കുറിച്ചോർത്തു. വീണ്ടും കയറി അഞ്ചാറുതവണ പൂട്ടു വലിച്ചുനോക്കി. ഓരോ തവണയും അയാൾ ഉരുവിട്ടുകൊണ്ടിരുന്നു: 'ഉണ്ട്, പൂട്ടിയിട്ടുണ്ട്.'

എത്തും പിടിയും ഇല്ലാത്ത പലേടത്തും അയാൾ നടന്നു. ഒന്നും കണ്ട തായി മനസ്സിൽ നിന്നില്ല. നന്നേ തളർന്നപ്പോൾ മടങ്ങി. മുറിയിൽ എത്തി യതോടെ ഉറങ്ങാൻ കിടന്നു. ഉണർന്നപ്പോൾ തലയ്ക്കു വെളിച്ചം വീണി രുന്നു. ഭയങ്കരമായ ഭാരം ഇറങ്ങിക്കഴിഞ്ഞപോലെ ഉന്മേഷമുണ്ട്.

ദിവസങ്ങൾ നീങ്ങി.

എന്നും കാണാറുണ്ട്. കാണണമെന്നുണ്ട്. ഫീൽഡിൽ പോയാലും ആപ്പീസിലിരുന്നാലും കൃത്യം അഞ്ചുമണിക്ക് അയാൾ പാർപ്പിടത്തിലേക്കു മടങ്ങും. കോണി കയറുംമുമ്പെ അങ്ങേ വീട്ടിലേക്കൊന്നു നോക്കും. ജനലിലൂടെ നോക്കിനില്ക്കും. വാതിൽ തുറന്ന് അവൾ സൈക്കിളോടെ വരും. ഒന്നു നോക്കും. നോട്ടം ഇടഞ്ഞാലുടനെ താനറിയാതെന്നോണം മുഖം കുനിയും. നെടുവീർപ്പിൽ മാറിടം ഉയർന്നമരും.

എന്താണത്?

ഓർക്കുന്നതിനിടയ്ക്ക് അയാളുടെ തലയ്ക്കു കനം വീഴും. നെറ്റിയിൽ അമർത്തിത്തിരുമ്മിക്കൊണ്ട് കസാലയിൽ ഇരിക്കും. പിന്നീട് എന്തൊക്കെ ഓർക്കുന്നു എന്നറിഞ്ഞുകൂടാ. അഥവാ എന്തെങ്കിലും ഓർക്കുന്നുണ്ടോ എന്നറിയില്ല. അപ്പോൾ ജനലിലൂടെ പൂമണം കടന്നുവരും...

ഇടയ്ക്ക് രാധയുടെ എഴുത്തുവന്നു. മേൽവിലാസത്തിന്റെ വടിവു കണ്ടതോടെ കരൾ പിടച്ചു. കുറ്റക്കാരനെപ്പോലെ തുറന്നു വായിച്ചു:

'പ്രാണനാഥാ,

ഞാൻ ഈ പടിഞ്ഞാറെ ഉമ്മറത്തു നിങ്ങൾ ഈ വഴിയേ വരുന്നത് ആലോചിച്ചിരിക്കയാണ്. അപ്പോൾ എനിക്കു തോന്നുക വരുന്നുണ്ടെന്നാണ്. ഞാൻ സൂക്ഷിച്ചുനോക്കും. പിന്നീട് എന്താണുണ്ടാവുകയെന്നു ഞാൻ എഴു തുന്നില്ല. എനിക്ക് ഇതിൽ ന്യായവും യുക്തിയും നോക്കാനില്ല. ഇഷ്ടമു ണ്ടെങ്കിൽ വരിക. അല്ലെങ്കിൽ വേണ്ട. ഈ ഹൃദയം എത്ര മാർദ്ദവമുള്ളതാ ണെന്നു നിങ്ങൾക്ക് മനസ്സിലാക്കാൻ കഴിഞ്ഞിട്ടുണ്ട്. ഏതായാലും എനി ക്കെന്നും ത്യാഗമല്ലേ? ഇങ്ങനെ എനിക്ക് ഒരാളുണ്ടെന്നു വിചാരിച്ച് ഉരുകി യിട്ടെങ്കിലും ജീവിക്കാനുള്ള ഭാഗ്യം ഉണ്ടായല്ലോ. അതിൽ ഞാൻ സന്തോ ഷിക്കുന്നു. ഈ ഏഴുമാസം ഏഴു യുഗംപോലെ കഴിഞ്ഞുപോയി. അങ്ങനെ ഈ ജീവിതമങ്ങ് അവസാനിക്കുമായിരിക്കും...'

തളർന്ന മനസ്സോടെ ഭരതൻ ആപ്പീസിൽനിന്നു മടങ്ങി. വഴിക്കുവെച്ച് അവളെക്കണ്ടു. ഒന്നു ചിരിച്ചെങ്കിലോ? ഒന്നു ചോദിച്ചാലോ?

കിഥേ?

അടുത്തു വന്നപ്പോൾ അവരുടെ നോട്ടമിടഞ്ഞു. ആ മങ്ങിയ കണ്ണുകളിൽ വേദനയുടെ നിഴൽ അപ്പോഴും പരന്നുകിടന്നു.

കിഥേ?

അയാളുടെ നാക്കിൽ ആ വാക്കു തങ്ങിക്കിടന്നു. അവളും ഇടംതട്ടിയെന്നു തോന്നി. ഒന്നു മിണ്ടുമോ? പൂമ്പാറ്റപോലെ അവൾ ദുപ്പട്ട പറപ്പിച്ചു കടന്നുപോയപ്പോൾ അയാൾ നെടുവീർപ്പിട്ടു.

ഒന്നു സംസാരിക്കണം.

സംസാരിക്കണം എന്നോർത്ത് ദിവസങ്ങൾ നീങ്ങി. താനെന്തു ചെയ്യുന്നു എന്നയാളറിഞ്ഞില്ല. എന്തുചെയ്യണമെന്ന് മനസ്സിലാവുന്നുമില്ല. രണ്ടോ മൂന്നോ കാര്യങ്ങൾ ഒന്നിച്ചോർത്തു പോകുമ്പോഴൊക്കെ പിൻതല തരിക്കുന്നു. വലത്തെച്ചെന്നിയിലെ നീലഞെരമ്പ് ചെറുവിരലോളം തടിച്ചു തള്ളുന്നു. തലയ്ക്കാകെ കനംവെക്കുന്നു. തലയോടു പഴുക്കുന്നുവെന്ന് തോന്നുന്നു....

രാധയുടെ എഴുത്തു വീണ്ടും വന്നു:

'നാഥാ,

ഈ തട്ടിന്മേൽ ഞാൻ ഇരുന്നു ചിന്തിക്കുകയാണ്. മഴ കുറേശ്ശെക്കുറേശ്ശെ ചിനുങ്ങിച്ചിനുങ്ങിപ്പെയ്യുന്നുണ്ട്. ചീവിടുകൾ മുറവിളി കൂട്ടുന്നു. എല്ലാവരും നല്ല ഉറക്കമാണ്. ഞാനിതാ പേന പിടിച്ച് മേല്പോട്ടുനോക്കി ഇരിക്കുന്നു. ഹൃദയത്തിൽ ഞാൻ അങ്ങയെ കാണുന്നു. അല്ല, എന്റെയടുത്ത് ഇതാ വന്നുനില്ക്കുന്നു. ഞാൻ തിരിഞ്ഞുനോക്കി. കാണാനില്ല. എന്റെ ഹൃദയം തകരുന്നു... വീണ്ടും ഞാൻ ആലോചിക്കുകയാണ്. എന്താണ് എഴുതേണ്ടത്?

ലീവിൽ വരണമെന്ന് എഴുതി. വന്നില്ല. ഞാനെത്ര കാത്തിരിക്കും? എനിക്ക് വയ്യല്ലോ. ഞാനൊന്ന് ഉറങ്ങട്ടെ. എനിക്കു പേടിയാകുന്നു. ടൈഗർ കിടന്നോളിയിടുകയും കുരയ്ക്കുകയുമാണ്. എങ്ങുനിന്നോ കുത്തിച്ചുടാൻ നീട്ടിനീട്ടി കൂവുന്നു. എന്റെ ഈ പേടിയിൽ എനിക്കു തുണയ്ക്ക് അങ്ങെന്റെ അടുത്തില്ലല്ലോ...

ഈ എഴുത്തു മൂന്നു ദിവസമായി എഴുതുകയാണ്. എഴുതി അവസാനിപ്പിക്കാം എന്നു ഞാൻ ആശിച്ചിരുന്നില്ല. അന്നു ഞാൻ സഹികെട്ട് ഉറങ്ങാൻ കിടന്നു. ഉറങ്ങിയതിനുശേഷം ആരോ വന്നു ഞെക്കിക്കൊല്ലാൻ നോക്കുകയാണ്. അതോടുകൂടെ ഭയങ്കര ശബ്ദത്തിൽ ഉറക്കെ എല്ലാവരേയും ഉണർത്തത്തക്ക നിലയിൽ നിലവിളിച്ചു. എനിക്ക് അവിടെ ഒന്നും കിടക്കുകതന്നെ വയ്യ. ഒരുവിധം വിളക്കു കത്തിച്ചുവെച്ചു നേരം വെളുക്കും വരെ കഴിച്ചുകൂട്ടി. അതു മുതൽക്ക് എനിക്കു ദേഹത്തിനു തീരെ ശക്തിയില്ല, എണീക്കുവാൻ വയ്യ. ശരീരം ഏതു നേരവും വിറയ്ക്കുകയാണ്.

ഈ സമയം നിങ്ങൾ ഇവിടെ ഉണ്ടെങ്കിൽ ഞാനെത്ര ഭാഗ്യവതിയാകുമായിരുന്നു. ഈയുള്ളവൾക്ക് എന്നും ഈ ആളിക്കത്തുന്ന തീയ്യ് തന്നെ തുണയായിട്ടുള്ളത്. അതുകൊണ്ട് ഒന്നു വരിക...'

വായിച്ചു തീരുംതോറും അയാളുടെ കരളിൽ താങ്ങാനാവാത്തൊരു ഭാരം അമർത്തിമർത്തി ഞെരുക്കുന്നതുപോലെ തോന്നി. അതോടെ തല പുകഞ്ഞു കത്തുകയും ചെയ്തു. ജീവിതത്തിനോടുതന്നെ വെറുപ്പു തോന്നുകയായി. കുടുംബത്തിന്നുവേണ്ടി ആയിരമായിരം നാഴികയകലെ ഒറ്റയ്ക്കു കിടന്നലയുക. ജീവിതത്തിന്റേതായ എല്ലാ ദുരിതങ്ങളും അനുഭവിക്കുക. സുഖമെന്നത് എന്താണെന്ന് ഓർക്കാനേ ഇല്ലാതിരിക്കുക. എന്തൊരു ജീവിതമാണിത്!

ലീവിനെക്കുറിച്ചോർത്തു. വണ്ടിക്കൂലി കണക്കുകൂട്ടി നോക്കി. ഓ, അങ്ങോട്ടുമിങ്ങോട്ടും കൂടെ നൂറ്റിരണ്ടുറുപ്പിക! ചെലവുകൾ ഓർത്തുനോക്കി. പിടികിട്ടുന്നില്ല. തലയോട് പഴുത്തെരിയുകയാണ്. തൊട്ടുനോക്കി. നെറുകയിൽ വിങ്ങുന്നുണ്ട്. ചൂടുണ്ട്...

അവനവന്റെ ആലോചനകളെ പേർത്തെടുക്കാൻ കഴിയാതെ അയാൾ നടന്നു. മുറിയിൽ എത്തുമ്പോഴേക്കും ആകാശം മൂടിക്കെട്ടിയിരുന്നു. തന്റെ തന്നെ കരൾപോലെ! എതിരെയുള്ള വീടിന്റെ മാറോടുമേഞ്ഞ മേൽപ്പുരയ്ക്കു മീതെ കലങ്ങിച്ചുവന്ന ചക്രവാളം കാണാം.

രാധയുടെ ഫോട്ടോ എടുത്തുനോക്കി. എന്തു സുഖക്കേടാണ് നിനക്ക് എന്നു ചോദിക്കുന്നതുപോലെ തെല്ലുനേരം നോക്കിയിരുന്നു. അതോടെ പഴയ ആലോചനകൾ വരികയായി. എന്തു സാദൃശ്യം! അതേ തുടുത്തു തുള്ളുന്ന കവിളുകൾ, കൂർത്തു മാംസളമായ താടി...

ഉദ്യോഗം. രാജി കൊടുത്തു പോയാലോ? ഓ, അതേപ്പറ്റി ഓർത്തുകൂടാ, ഇനിയും ഊരുചുറ്റാൻ വയ്യ. അപ്പോൾ അയാൾ എത്രനാൾ, എത്രയെത്ര സ്ഥലങ്ങൾ, ചുറ്റിയലഞ്ഞു എന്നോർത്തുപോയി. എല്ലാത്തരം ജലസേചന പദ്ധതികളും വടക്കേ ഇന്ത്യയിലാണുള്ളത് എന്നാണ് ഭരതന്റെ വിശ്വാസം. അതുകൊണ്ട് ഇവിടെത്തന്നെ അയാൾ കഴിച്ചുകൂട്ടേണ്ടിവരും. അല്ലെങ്കിൽ, അല്ലെങ്കിൽ - അതേപ്പറ്റി ഓർത്തുകൂടാ. മനുഷ്യന്നു തൊഴിൽ വേണം!

ജനലിലൂടെ ചുട്ടുനീറ്റുന്ന കാറ്റടിച്ചു കയറി. ജനലടച്ചു അയാൾ താഴത്തേക്കിറങ്ങി. ആളുകൾ വേഗത്തിൽ അങ്ങോട്ടുമിങ്ങോട്ടും പോകുന്നുണ്ട്. കാറ്റിൽ നേരിയ പൊടിപടലം ഉയർന്നുപറക്കുന്നു. ചക്രവാളം നിറയെ ചാരനിറമാർന്നു കഴിഞ്ഞിരിക്കുന്നു. ഇരുട്ടാൻ ഇനി എത്രയോ വേണം. എന്നാലും ഇരുട്ടു പരക്കുന്നതുപോലെ തോന്നിയിരുന്നു.

റിക്ഷാക്കാർ കടന്നു പോകുമ്പോൾ അയാളെ ഒന്നു കണ്ണെറിയുകയും 'ചലോ ബാബൂ ഘണ്ടാ ഘർ' എന്നു വിളിച്ചുപറയുകയും ചെയ്തു. നോക്കൂ, എന്തൊരു നെറികേടാണിത്? 'തേവിടിശ്ശിത്തെരുവിൽ വരുന്നോ' എന്നു നടുവഴിയിൽവെച്ചു പരസ്യമായി ചോദിക്കുന്ന നെഞ്ഞൂറ്റത്തോട് അമർഷം തോന്നി. നടക്കുംതോറും റോഡിൽ ആളൊഴിഞ്ഞു വരുന്നപോലെ. ആരോ 'ആന്ധി'യെന്നോ 'ആന്ധി വരുന്നു' എന്നോ പറഞ്ഞുകൊണ്ടുപോയത് അയാൾ കേട്ടു.

ഓ, അതാണോ? കച്ചിലെ കടലിടുക്കുകളിൽ കൊടുങ്കാറ്റും വേലിയേറ്റവും കണ്ടിട്ടുണ്ട്. ഇവിടത്തെ കൊടുങ്കാറ്റും ഒന്നു കാണുക തന്നെ.

അകലെ റെയിൽവേസ്റ്റേഷനിൽനിന്ന് എഞ്ചിന്റെ അലർച്ച കേട്ടു. ഓ! ഒന്നു മിണ്ടാതിരുന്നെങ്കിൽ! രാധ കാത്തിരിക്കയാണ്. എങ്ങനെയാണ് പോവുക?.. എന്നാലും സ്റ്റേഷന്നുനേരെത്തന്നെ നടന്നു. മൈതാനത്തിലെത്തിയപ്പോൾ ചക്രവാളം നിറയെ പൊടികൊണ്ടു മൂടിയിരുന്നു. മേലും കീഴും ഒരേയൊരു ചാരനിറം മാത്രം. അയാളൊന്നു നോക്കി. ഇതാകാശമേ അല്ലെന്നു തോന്നി. ഒരേ ഒരു പൊടി. അകലെനിന്നു ഭയങ്കരവും ഗംഭീരവുമായ മുഴക്കം കേൾക്കാം. കോളിന്നുമുമ്പെ കടൽ അലറുന്നതുപോലെയോ, അടുത്തടുത്തു വരുന്ന തീവണ്ടിയെഞ്ചിന്റെ ഇരമ്പൽപോലെയോ-ഒന്നുപോലെയുമല്ല. ഇത്തരമൊരു മുഴക്കം നടാടെ കേൾക്കുകയാണ്.

സ്റ്റേഷനിൽനിന്നു യാത്രക്കാരെ കയറ്റിക്കൊണ്ടുവരുന്ന റിക്ഷാക്കാർ കണ്ണും മൂക്കുമില്ലാതെ അയാളുടെ എതിരെ റിക്ഷാ ഓടിച്ചുപോയി. എന്തൊരു ധൃതിയാണിതെന്ന് അയാൾ ഇടയ്ക്കുനിന്നു നോക്കുകയും ചെയ്തു. അതോടെ നടക്കാവു മരങ്ങളുടെ ഇലകളൊന്നനങ്ങി. മുന്നോട്ടു നോക്കിയപ്പോൾ - അയാൾ തറച്ചുനിന്നു. ഈ ഭൂമിയിലുള്ള പൊടിപടലവും ഉണക്കിലകളും ചവറുകളും മുഴുക്കെ ചക്രവാളത്തിൽ ഉയർന്നു പറന്നണയുകയാണ്. പഞ്ചാബിൽ കണ്ട വെട്ടുകിളിക്കൂട്ടത്തിന്റെ ഓർമ്മ വന്നു. അതോടെ, അടിച്ച കാറ്റ് അയാളുടെ അടിതെറ്റിച്ചു. മീതെ നടക്കാവുമരങ്ങളുടെ കൊമ്പുകൾ ഉലഞ്ഞാർത്തു. കാറ്റു ചീറ്റിക്കൊണ്ടിരുന്നു. നില്ക്കണോ? അറിഞ്ഞുകൂടാ. പിന്നോക്കം പോണോ? അറിഞ്ഞുകൂടാ. മുന്നോട്ട് മുന്നോട്ടുതന്നെ അടിവെച്ചു. കാഴ്ചപ്പാട് കുറഞ്ഞു കുറഞ്ഞു വരികയാണ്. മിഴിച്ചു നോക്കിക്കൂടാ. പൊടി നിറയുകയാണ്. കൈകൊണ്ടു കണ്ണു മറച്ചു നടന്നു. ശരീരം ഉലഞ്ഞുകൊണ്ടിരുന്നു. കാറ്റ് ഷർട്ടു ചീന്തിയെടുത്തു കളയുമോ എന്നുകൂടെ തോന്നി.

അടിയെടുത്തുവെയ്ക്കുന്നതിനിടയ്ക്ക് ഒരു ശബ്ദം: 'ഗിരായീ!'

വേദനയും നിരാശയും ആശയും വിശ്വാസവും ആ ശബ്ദത്തിൽ തത്തിനില്ക്കുന്നതായിത്തോന്നി.

ആരാണത്?

"ഗിരായീ, ദരാ ദേഖ്നാ."

ഓ! കാറ്റിന്നെതിരെ മാറ് കാണിച്ച് അയാൾ നിന്നു. അത് അവളാണ്. കാറ്റു പിന്നോട്ടു തള്ളുകയാണ്. നിന്നുകൂടാ. ഇടറിക്കൊണ്ട് അടിവെച്ചു നടന്നടുത്തു.

"ഇതൊന്നു നോക്കൂ" എന്നു കെഞ്ചിക്കൊണ്ട് അവൾ കൈ ചൂണ്ടി. അപ്പോഴും അവളുടെ തൊണ്ട ഇടറിയിരുന്നു.

അതു സൈക്കിളാണ്. സൈക്കിൾ റോഡിന്റെ അറ്റത്തു കിടന്നിരുന്നു. പൂക്കൊട്ട ഒട്ടകലെ തെറിച്ചു വീണിട്ടുണ്ട്. അവിടെങ്ങും ചിതറിക്കിടന്ന പൂക്കൾ കാറ്റിൽ അമർന്നുപാറിയിരുന്നു.

കാറ്റിൽ അവളുടെ ദുപ്പട്ട പാറിപ്പറന്നിരുന്നു. അവളുടെ മെലിഞ്ഞ ശരീരത്തിൽ നേരിയ കമ്മീസ് മാറിൽ ഉയർന്നു വയറോടൊട്ടി ഒഴുകി

യൊഴുകിക്കിടന്നിരുന്നു. മൂടലിലൂടെ അയാൾ അവളുടെ മുഖം കണ്ടു. അവൾ വിങ്ങുകയാണ്. തേങ്ങുകയാണ്.

"ഗിരായീ, ഇതൊന്നു നേരെയാക്കിത്തരൂ. നേരെയാക്കിത്തരൂ."

അവൾ വീണ്ടും സൈക്കിൾ ചൂണ്ടിക്കാണിച്ചു. സൈക്കിൾ വീണേടത്തു മുന്നിലെ ചക്രം തിരിഞ്ഞു മേലോട്ടായി കിടക്കയാണ്. അയാൾ സൈക്കിൾ എടുക്കാനായി നടന്നപ്പോൾ അവൾ മുന്നോട്ടടിവെച്ചു പൂക്കൊട്ടയെടുത്തു. നടക്കുന്നതിനിടയ്ക്ക് അവൾ തന്നോടെന്നോണം പയ്യാരം പറഞ്ഞിരുന്നു: "ആ നശിച്ച തള്ള എന്നെയിന്നു കൊല്ലും. കൊള്ളരുതാത്ത റിക്ഷക്കാരൻ തട്ടിയിട്ടില്ലേ? നശിച്ചവൻ തുലഞ്ഞുപോട്ടെ. കണ്ണും മൂക്കുമില്ലാത്ത ശൈത്താൻ!..."

പൂക്കൊട്ടയെടുത്ത് അവൾ മിഴിച്ചുനിന്നു.

"ഞാനിനി എന്തുചെയ്യും? ആ നശിച്ച തള്ള എന്നെ കൊല്ലുമല്ലോ. ഗിരായീ, സൈക്കിൾ നാശമായിട്ടുണ്ടോ?"

ഭരതൻ സൈക്കിൾ പൊക്കിയെടുത്തു. ചക്രം പിടിച്ചു തിരിച്ച് ഉരുട്ടി നോക്കി. "ഓ, ഇതിന്നു തകരാറൊന്നുമില്ല" തന്നോടെന്നോണം അയാൾ പറഞ്ഞു: "ഓ റാം, നിന്റെ കൃപാ!"

അവൾ മാറിൽ കൈ അമർത്തി.

"പൂക്കളോ?"

അപ്പോഴും അവൾ ആ നശിച്ച തള്ളയെക്കുറിച്ചു പഴി പറഞ്ഞു. പൂക്കൊട്ട ഹാൻഡിൽബാറിൽ കൊളുത്തി അവൾ സൈക്കിളിന്നു മുന്നിൽ തെല്ലു നിന്നു.

"ഗിരായീ."

മുഖത്തോടുമുഖം നോക്കിനിന്നു വിളിക്കയാണ്: "എന്റെ നല്ല അയൽക്കാരാ" എന്ന് അയാളെ ഇന്നോളം ആരും വിളിച്ചിട്ടില്ല.

വിളികേൾക്കുംമുമ്പെ തലയ്ക്കുമുകളിൽ മരക്കൊമ്പുകളിൽ അലച്ചുകൊണ്ടു കാറ്റു കടന്നുപോയി. ചെകിടു ചൂളംവിളിച്ചു. അവരുടെ ഒട്ടുമുന്നിൽ പൊട്ടിപ്പിളർന്നുകൊണ്ട് ഒരു പേരാൽക്കൊമ്പ് അടർന്നുവീണു. കരൾ കിടുകിട തുള്ളി.

"ഓ റാം, ഇതു മാറില്ലേ?"

അവൾ മേല്പോട്ടു നോക്കി.

"ഗിരായീ, നമുക്ക് അങ്ങോട്ടു നടക്കാം."

അവൾ നടന്നു. അയാൾ സൈക്കിൾ തള്ളിക്കൊണ്ടു പിന്തുടർന്നു. നടക്കാവുമരങ്ങൾ കഴിഞ്ഞപ്പോൾ അവൾ പറഞ്ഞു: "ഇനി പൊട്ടിവീഴില്ല.'

അവളുടെ വിശേഷബുദ്ധിയെക്കുറിച്ച് അയാൾ ഓർത്തില്ല. വാസ്തവത്തിൽ തലച്ചോറു ശുദ്ധശൂന്യമായിരുന്നു. തരിപ്പില്ല, പുകച്ചിലില്ല, വേദനയില്ല, ഒന്നുമില്ല. ഇത്രയായിട്ടും അയാൾ അവളോട് ഒറ്റ അക്ഷരം പറഞ്ഞിട്ടില്ല.

ഇരുട്ടിനോടൊപ്പം കാറ്റിന്റെ മുഴക്കത്തിന് ആഴവും ഗാംഭീര്യവും കൂടിക്കൂടി വന്നു.

"ഗിരായീ." അവൾ വീണ്ടും വിളിച്ചു.

"ഉം.''

കാറ്റിനോടെന്നോണം അയാൾ മൂളി.

"പോകണ്ടേ?"

"ഊം."

"ആ തള്ള എന്നെയിന്നു കൊല്ലും."

അപ്പോഴാണ് അയാളോർത്തത്. ആദ്യംമുതൽക്കേ അവൾ തള്ളയെ പഴിക്കുന്നുണ്ട്.

"എന്തേ?"

"എന്നെ കൊന്നുകളയും."

"എന്തേ?"

ഇടറിയ അവളുടെ ശബ്ദം കാറ്റിൽ പതറിപ്പതറി അയാളുടെ ആശങ്ക കളെ കൂടുതൽ ഇളക്കിവിട്ടു. കാറ്റിൽ സൈക്കിളിൽ പിടിച്ച കൈ പതറി.

"താഴെ വെച്ചോളൂ."

അതോടെ അവൾ ഇരുന്നു. വീണതാണെന്നു തോന്നി. സൈക്കിൾ കിടത്തി അയാൾ എതിരേ ഇരുന്നു.

"അത് അമ്മയല്ലേ?"

"ഹമ്മ!"

അവളുടെ കരൾ പിളരുന്നതുപോലിരുന്നു.

"ങ് ഏ?"

"എന്നെ വാങ്ങിയതാണ്."

"എന്താ?"

"ഗിരായീ, ഞാൻ അഭയാർത്ഥിയാണ്."

"ങ് ഏ!"

"എന്റെ അച്ഛനും അമ്മയും - അച്ഛനും അമ്മയും..."

അവൾക്കു പറഞ്ഞുതീർക്കാൻ കഴിഞ്ഞില്ല. ഇടറിയിരുന്ന തൊണ്ട അടഞ്ഞുപോയി. ശ്വാസം കിട്ടാനെന്നപോലെ വായ് തുറന്ന് അവൾ തേങ്ങി. തുടുത്തു വാടിയ കവിളിലൂടെ കലങ്ങിയ കണ്ണുകൾ നിറഞ്ഞൊഴുകി.

അവരെ കൊന്നുകളഞ്ഞിരിക്കണമെന്ന് അയാൾ പെട്ടെന്ന് ഊഹിച്ചു.

"എന്നിട്ട്?"

"ഈ നശിച്ച തള്ള എന്നെ വാങ്ങിയതല്ലേ?"

ഇരുട്ടു പരക്കുകയും അവയ്ക്കു മീതെ കാറ്റും ചൂളംവിളിക്കുകയും ചെയ്തു. നാക്കിറങ്ങിയപോലെ അയാൾ അവളുടെ മുമ്പിൽ ഇരുന്നു. ഭയവും ആശങ്കകളും ഉയരുകയായി. എന്താണീ ചെയ്യുന്നത്?...

"എന്താ മിണ്ടാത്ത്!" ഒടുവിൽ അവൾ ചോദിച്ചു.

അയാൾ ഒന്നും പറഞ്ഞില്ല.

"ഞാനിനി ചെല്ലണ്ട. എന്റെ പൊന്നു ഗിരായീ. ഞാൻ ചെന്നാൽ എന്നെ കൊന്നുകളയുമല്ലോ."

അതോടെ അവൾ ഭരതന്റെ മടിയിലേക്കു വീണു. അയാളൊന്നു ഞെട്ടി. ഒന്നും പറഞ്ഞില്ല. ഒന്നും ചോദിച്ചില്ല.

"ഗിരായീ" അവൾ അയാളെ മുറുകെ പിടിച്ചുകൊണ്ട് തേങ്ങി.

"നിങ്ങളെ ഞാൻ വളരെ നാളായി കാണുന്നു. നിങ്ങൾക്കു ദയവുണ്ട്. നിങ്ങളെന്റെ സൈക്കിൾ നന്നാക്കിത്തന്നു. കേടുവന്ന സൈക്കിളിൽ ഞാനെങ്ങനെ പോകും? സൈക്കിൾ കേടുവന്നതു കണ്ടാൽ ആ തള്ള എന്നെ മുറിക്കും. കണ്ടോ, അവൾ എന്നെ പൂ വാങ്ങാനയയ്ക്കുന്നു. കിടക്കയിൽ വിതറാനാണ്. പിന്നെ അവളുടെ ആൾക്കാർ വരും. ഒന്നോ രണ്ടോ പേര് വരും. ഗിരായീ, എന്റെ പൊന്നു ഗിരായീ, നിങ്ങൾ കേൾക്കുന്നോ, നിങ്ങൾ കേൾക്കുന്നോ? ഞാൻ അവരുടെ കൂടെ കിടക്കണം, ഗിരായീ, എനിക്കാരുമില്ല. ഗതിയില്ല. ഞാൻ നശിച്ചു. നിങ്ങൾക്കു ദയയില്ലേ? മറ്റൊരു ഗതി എനിക്കില്ലല്ലോ. ഗിരായീ..."

അയാൾ വല്ലതും ഓർത്തിരുന്നോ എന്തോ! അവൾ പറയുന്നതിന്നിടയ്ക്കു ചോദിച്ചു: "പോകണ്ടേ?"

"എങ്ങോട്ടാ ഗിരായീ, എന്റെ ഗിരായീ? അവളെന്നെ കൊല്ലുമല്ലോ!"

"ഇല്ല."

അയാളുടെ ശരീരം മുഴുവൻ ഇപ്പോൾ തരിച്ചിരുന്നു.

"ഒന്നും വരില്ല എന്നു ഞാൻ ഉറപ്പുതരുന്നു."

"എന്റെ പൊന്നു ഗിരായീ!"

അവൾ അയാളുടെ കൈപ്പത്തി മുറുകെപ്പിടിച്ചമർത്തി. നെടുതായി നെടുവീർപ്പിട്ടുകൊണ്ട് ആകാശത്തിലേക്കു നോക്കി. അപ്പോൾ ആ വിടർന്ന കണ്ണുകളിലെ തിളക്കം അയാൾ കണ്ടു.

സൈക്കിൾ ഉന്തിക്കൊണ്ട് ഭരതൻ നടന്നു. ഒപ്പം അടിവെക്കുന്നതിന്നിടയ്ക്കു തന്നെത്താനെന്നോണം അവൾ പയ്യാരം പറഞ്ഞുകൊണ്ടിരുന്നു. തള്ളയുടെ ആൾക്കാർ വന്നു കാത്തിരുന്നിരിക്കും. ഒരുവേള അവർ മടങ്ങിപ്പോയിരിക്കും. ഓ, റാം, അത്രയും നല്ലത്. ഒരു രാവെങ്കിലും ഒന്നുറങ്ങാമല്ലോ. തള്ള തല്ലട്ടേ. കൊല്ലട്ടേ. ഒരു രാവെങ്കിലും...'

"ഒന്നും ഉണ്ടാവില്ല." അയാൾ തരിച്ച കരളോടെ ആവർത്തിച്ചു.

"വൈകിച്ചെന്നതിന്നു തയ്ക്കും."

"ഹില്ല." അയാൾക്കരിശം വന്നു.

"ഓ!" അവൾ നിന്നു. അയാളും നിന്നു.

"ആപ് - ആപ് കിതനാ ബഡാ അച്ഛേ ഹൈ!"

അയാളൊന്നു ഞെട്ടി. എന്താണ് നന്മ? ഈ ചെയ്യാൻ പോകുന്ന നന്മയെക്കുറിച്ചു രാധയെന്താണ് പറയുക?

"എന്താ മിണ്ടാത്തത്?" കൂട്ടത്തിൽ അവൾ ചോദിച്ചു.

"ഞാൻ ഓർക്കുകയായിരുന്നു." പെട്ടെന്ന് അയാൾ പറഞ്ഞുപോയി.

"എന്തേ?"

"ഓർക്കുകയായിരുന്നു എന്നു പറകയായിരുന്നു."

"ഹെന്തേ?" വീണ്ടും വിചാരത്തിന്റെ ആശങ്കകളോടെ അവൾ തേങ്ങിപ്പോയി.

അയാളൊന്നും മിണ്ടിയില്ല. അതു പറയാമോ? അതുകൊണ്ടു ചോദിച്ചു:

"എന്താ പേര്?"

"പ്രേമ് അദീപ്."

"ങ്ഹാ?"

"ആപ്കാ ശുഭ് നാം?"

"ഭരതൻ."

"ഭരത്."

"ങ്ഹാ."

തെരുവ് അടുക്കുംതോറും ഭരതന്റെ നെഞ്ചു ശക്തിയായി മിടിച്ചുകൊണ്ടിരുന്നു. വാസ്തവത്തിൽ അയാൾ അപ്പോൾ തന്നെക്കുറിച്ച് ഒന്നും ഓർത്തില്ല. ഓർക്കാൻ കഴിഞ്ഞില്ല. എന്നാലും അയാൾ ഓർക്കുന്നുണ്ട്. നടക്കുന്നുണ്ട്.

മങ്ങിയ തെരുവുവെളിച്ചത്തിൽ, അവർ വീട്ടിന്നു മുന്നിൽ താനെ നിന്നുപോയി. ആരുമാരും ഒന്നും പറഞ്ഞില്ല. രണ്ടുപേരും മുഖത്തോടുമുഖം നോക്കിനിന്നു.

അവളുടെ മാറിടം നെടുവീർപ്പിൽ ഉയർന്നമർന്നു. കണ്ണുകളിൽ ആശയുടെ പൊൻതിരി കത്തിയെരിഞ്ഞു.

എഴുത്തും പ്രാർത്ഥനയും

ബാരക്ക് നിറയെ ബഹളമായിരിക്കാം. നേരത്തെ ഊണു കഴിഞ്ഞെത്തിയവർ ഉറക്കം പിടിച്ചിരിക്കാം. എന്നാലും ജോസഫ് തോമസ് കട്ടിലിൽ കിടന്ന് എഴുത്തു വായിക്കുകയാവും. ഉറങ്ങാൻ കിടക്കുമ്പോഴും ഉണർന്നെണീക്കുമ്പോഴും പ്രാർത്ഥിക്കുന്നതുപോലെത്തന്നെ, ഉച്ചയ്ക്ക് ഊണു കഴിഞ്ഞാൽ അമ്മയുടേയും അപ്പച്ചന്റേയും പഴയ എഴുത്തുകൾ അവൻ ആവർത്തിച്ചു വായിച്ചുപോന്നു. പ്രാർത്ഥനകളൊന്നും പഴകിപ്പോവില്ല. ഈ എഴുത്തുകൾക്കും പഴക്കമേശുന്നില്ല. ഉഷഃകാലജപവും രാത്രിജപവും എത്രയോ നാളായി. വാസ്തവത്തിൽ അതൊന്നും പഠിച്ച പോലില്ല. പഴക്കംകൊണ്ടും പരിചയംകൊണ്ടും, എപ്പോഴാണ് ഒന്നാമതായി ഉരുവിട്ടതെന്നോ ഓർമ്മയിൽ ഉറപ്പിച്ചതെന്നോ പറയാൻ വയ്യാത്തവണ്ണം അവയെല്ലാം അവന്റെ മനസ്സിൽ, രക്തത്തിൽ, മാംസത്തിൽ, മജ്ജയിൽ അലിഞ്ഞുചേർന്നിരുന്നു. എല്ലാം അവനോടൊപ്പം പിറന്നതുപോലാണ്. എന്നിട്ടും പ്രാർത്ഥിക്കുമ്പോഴൊക്കെ അവന്റെ ആത്മാവു പുതിയ പുതിയ അനുഭൂതികൾ ഉൾക്കൊള്ളുകയും പുളകം കൊള്ളുകയും ചെയ്യാറുണ്ട്. ഒരിക്കലും പഴക്കമെത്താത്ത ഈ എഴുത്തുകളാകട്ടെ, പിശറു പിടിച്ച ബാരക്കിന്നകത്തെ അസ്തിത്വത്തെ തുടച്ചു മാറ്റുകയാണ്. ശാന്തമായ കായൽപ്പുറങ്ങളിലേക്ക്

വെള്ളക്കുരിശുകളും മാടപ്രാവുകളും പച്ചപ്പുൽമൈതാനവുമാർന്ന പള്ളിപ്പറമ്പിലേക്ക്, പുതുപൂക്കളും തേനീച്ചയും നിറഞ്ഞ മുറ്റത്തെ പൂന്തോട്ടത്തിലേക്ക്... എല്ലാ ചുറ്റുപാടുകളിൽനിന്നും. സ്വതന്ത്രമായ അവന്റെ ആത്മാവ് ഈ എഴുത്തുകൾ വായിക്കുമ്പോഴൊക്കെ, ശാന്തനിർഭരമായ തുടുമുഖത്തോടെ ഉലാവുന്ന അപ്പച്ചന്റെ വിരൽത്തുമ്പുകളിൽ പിടിച്ചു തങ്ങുകയാവും, എപ്പോഴും ഇളംചൂടരുളുന്ന അമ്മയുടെ മടിത്തട്ടിൽ ചുരുണ്ടു കൂടിക്കിടക്കയാവും. വായിക്കുംതോറും അവന്റെ തുടുത്ത മുഖത്തു വിവിധങ്ങളായ ഭാവവിശേഷങ്ങൾ ഉറഞ്ഞുകൂടുകയും മായുകയും ചെയ്തു പോന്നു. പക്ഷേ, സ്വാഭാവികമായി ആ ചെറുപ്പക്കാരന്റെ മുഖം വ്യാകുലപ്പെട്ടപോലിരുന്നു.

അടുത്ത കട്ടിലിൽ കിടന്നിരുന്ന രാഘവൻ ഇതെന്നും കാണുകയാണ്. ആദ്യമാദ്യം അത്രയൊന്നും ശ്രദ്ധിക്കാറില്ല. അന്നു വന്ന എഴുത്തായിരിക്കാം. അല്ല, എല്ലാ ദിവസവും ജോസഫ് തോമസിന്ന് എഴുത്തു കിട്ടുന്നില്ല. പിന്നെന്താണ് ഇങ്ങനെ? അപ്പോൾ രാഘവന്ന് ഓർമ്മ വന്നു: ജോസഫ് തോമസിനെ നടാടെ കാണുമ്പോഴും അവൻ എഴുത്തു വായിക്കുകയായിരുന്നു. ഒരുവേള അല്ലായിരിക്കാം. ഒപ്പം ജീവിക്കുന്ന ഒരാളെ നടാടെ കണ്ടത്, എപ്പോൾ, എങ്ങനെ എന്നൊന്നും ഓർത്തെന്നു വരില്ല. പതുക്കെപ്പതുക്കെ അയാളെക്കുറിച്ചു നേരിയൊരു ബോധം അവനവനിൽ ഉറഞ്ഞുകൂടുകയാണ്. അപ്പോഴാകട്ടെ, ഏതു നിലയിൽ ആ മനുഷ്യൻ തന്നെ സ്പർശിച്ചുവോ അതേ രൂപത്തിൽ അയാളെക്കുറിച്ച് മനസ്സിനകത്ത് ഒരാശയം ഉടലെടുക്കുന്നു. 'ജോസഫ് തോമസ് എപ്പോഴും എഴുത്തു വായിക്കുകയാണല്ലോ' എന്ന് ഓർക്കുകയായി.

ആരുടെ എഴുത്താണ് വായിക്കുന്നതെന്നറിയില്ല. അച്ഛന്റേതാകാം, അമ്മയുടേതാകാം. എന്തൊരു മഹാഭാഗ്യമാണത്: അച്ഛന്റെ എഴുത്ത്! രാഘവന്നു തന്റെ അച്ഛനെക്കുറിച്ച് അത്രയൊന്നും അറിഞ്ഞുകൂടാ. മരിച്ചുപോയെന്നു മാത്രം അറിയാം. അമ്മ അവന് എഴുതാറില്ല. അവൻ എവിടെയാണെന്നുതന്നെ അമ്മയ്ക്കറിയില്ല. തന്റെ ചങ്ങാതികൾക്കുപോലും അതറിയില്ല. ഒരുവേള, അവൻ എങ്ങോ കിടന്നു ചത്തുപോയെന്ന് അമ്മ സമാധാനിക്കുന്നുണ്ടാകാം. എന്നാൽത്തന്നെ രാഘവനാക്ഷേപമില്ല. ഈ ലോകത്തിൽ അവനൊരു വേണ്ടപ്പെട്ട ആളില്ല. എല്ലാവരും അവനെ പച്ച തിന്നുകയായിരുന്നു. ആണും തൂണുമില്ലാത്ത ഒരു... ഒരു... അവന്റെ അമ്മയുടെ നടപടിയെക്കുറിച്ചാണത്. എന്താണതൊക്കെ? പകലെല്ലാം അവൻ പുറത്താണ്. കുളിച്ചു വരുമ്പോൾ വീട്ടിൽ വേറെ ആരെങ്കിലും ഉണ്ടാകും. അമ്മാമൻതന്നെയാകാം.

"എപ്പഴാ അമ്മാമൻ വന്നത്?" അല്ലെങ്കിൽ, "എന്താ രാഘവാ, കുളികഴിഞ്ഞോ?" പിന്നെ ഒരു ചിരി. അമ്മ അവനെ ഉണ്ണാൻ വിളിക്കയാണ്. 'അതാ അവിടെ പായ നീർത്തിയിട്ടുണ്ട്. ഉറങ്ങിക്കോ, കേട്ടോ.' അതൊക്കെ നിത്യസംഭവങ്ങളാണ് ചിലപ്പോൾ ഗോപാലമ്മാമനായിരിക്കും. വേറൊരു ദിവസം ഗോവിന്ദമ്മാമനാകും. അതിൽ ഒരു പ്രത്യേകതയുമില്ല. എന്തുകൊണ്ടെന്നാൽ അവനോർമ്മവന്നതു തൊട്ടേ ഇങ്ങനെയൊക്കെയാണ്.

പക്ഷേ, ആളുകൾ കൂവുന്നു. ആണു തൂണുമില്ലാത്ത... ഒരു... ഒരു... മന്തോക്ക്! ഓഹോ! ഇതാണോ, ഇതിന്റെ പൊരുൾ? അതുകൊണ്ട് അവൻ അമ്മയോടു ചോദിച്ചു: "എന്തിനാ അന്നാളിവിടെ വന്നത്?"

"ആര്?"

ആ നോട്ടത്തിൽ അവൻ എല്ലാം കണ്ടു. പെട്ടെന്നോർത്തത് താടകയേയാണ്. അതുകൊണ്ട് അവൻ അമ്മയോട് പറഞ്ഞു: "താടകയെപ്പോലെ നോക്കാതിരിക്കിൻ. ഞാൻ ചോദിച്ചത്..."

"ആരെടാ..." എന്ന് അമ്മ അലറിയതു മാത്രം അവൻ കേട്ടു. വിരലുകൾ പരത്തിപ്പിടിച്ച് തുറിച്ച കണ്ണുകൾ കത്തിയെരിഞ്ഞു മുടിപിടിച്ചു ചീന്തി അവന്റെ നേരെ പാഞ്ഞെത്തിയ ആ... അതു തന്നെപ്പെറ്റ അമ്മയാകുമോ എന്നോർക്കുമ്പോൾ വാലില്ല, തുമ്പില്ല. അവൻ എന്നും അതിന്റെ പൊരുൾ ആരായുകയായിരുന്നു. എടുക്കപ്പേറെ അവഹേളനങ്ങളേറ്റേണ്ടിവന്ന അവന്റെ കഴുത്തു താനെ കുനിയുകയും മുഖം കരുവാളിക്കുകയും ചെയ്തിരുന്നു. ശരിക്കുറക്കമില്ല, വിശ്രമമില്ല. എപ്പോഴും ചൂടാണ്, വേവലാണ്. അങ്ങനെ തന്റെ കട്ടിലിൽ കിടന്നു വേവുകയോ, പെട്ടിപ്പുറത്തിരുന്ന് ഉരുകുകയോ ചെയ്യുമ്പോൾ ഒന്നു നോക്കിപ്പോകുന്നു. ജോസഫ് തോമസിന്റെ കനത്ത കൺപോളകളും മിഴിഞ്ഞ കണ്ണുകളും... അവൻ എഴുത്തിൽ മുഴുകിക്കിടക്കുകയാണ്. ആരുടേതായിരിക്കുമെന്നോർത്തുപോകുന്നു. അച്ഛന്റേതാകാം. അമ്മയുടേയോ... ഓർക്കുമ്പോൾ നെടുവീർപ്പിടുകയാണ്. ശരീരമാകെ ചുട്ടുനീറുന്നു. എന്തിനാണ് ജീവിക്കുന്നത് എന്ന പഴയ ചോദ്യം വീണ്ടും പടമുയർത്തുന്നു. പിറന്നുപോയല്ലോ! ആളുകൾ പറയുന്നത് അവൻ അച്ഛന്റെ മകനല്ല എന്നാണ്. അതുകൊണ്ടാണത്രെ അദ്ദേഹം നാടുവിട്ടു പോയത്. എവിടെപ്പോയതാവും? മരിച്ചുപോയത്രെ. എന്നു കണ്ട ആൾ പറയുന്നതല്ലല്ലോ. ഒരുവേള അവനെക്കുറിച്ചും അങ്ങനെയൊരു സംസാരം ഉണ്ടാവാം: മരിച്ചു ജീവിക്കുക!

ഒരെഴുത്തൊന്നു വായിക്കാൻ! എന്റെ ഏറ്റവും പ്രിയപ്പെട്ട മകൻ... കണ്ണു നിറഞ്ഞുപോകുന്നു. അപ്പോൾ അവൻ തിരിഞ്ഞു കിടക്കുകയും തലയണയിൽ മുഖം മറയ്ക്കുകയും ചെയ്യും. മറ്റുള്ളവരെന്തിന്നു കാണണം? അങ്ങനെ കിടക്കുമ്പോൾ അവൻ സ്വന്തമായി ഒരെഴുത്ത് ഓർത്തെടുക്കുകയായി: പ്രിയപ്പെട്ട അച്ഛാ,

ഇതേവരേക്കും അച്ഛന്ന് ഒരെഴുത്തെഴുതാൻ... പെട്ടെന്ന് അകം കിടുങ്ങുന്നു. എങ്ങോട്ടാണയയ്ക്കുക? കണ്ണിൽ മിന്നൽ പായുകയും ശരീരം പൊട്ടിത്തെറിക്കുകയും ചെയ്യുന്നു.

"എന്താ രാഘവൻ?"

"ങ്ഹേ!"

ഓർക്കാപ്പുറത്താണ് ജോസഫ് തോമസ് എണീറ്റുവന്നത്.

"ഞാനോർത്തത് നിങ്ങളുറങ്ങിയെന്നാണ്."

"വല്ലാതെ... വയറു വല്ലാതെ വേദനിക്കുന്നു."

അപ്പോൾ അവൻ ഞരങ്ങുകയും വയറമർത്തി കമിഴ്ന്നു കിടക്കുകയും ചെയ്തു.

ഉച്ചയാകുന്നതോടെ പലരും സമയം പാർത്തുനില്ക്കുകയാവും. അവനവന്റെ എഴുത്തുകളെക്കുറിച്ചന്വേഷിക്കാനാണ്. പോസ്റ്റ്മാൻ വരുന്നുണ്ടോ? പോസ്റ്റ്മാൻ ആഫീസിൽ വന്നുപോയെന്നറിഞ്ഞാൽ ഓഡർലി എൻ.സി.ഓവിനെ അന്വേഷിക്കയായി. പങ്ങിപ്പതുങ്ങി ഓഫീസിന്റെ ജനൽക്കൽ ചെന്നുപറ്റുന്നു.

"എന്താ?"

"എനിക്കെഴുത്തുണ്ടോ?"

"പോടാ, ഇതു പരേഡ് ടൈമാണ്."

"ഒന്ന്..."

എഴുത്തുണ്ടെങ്കിൽ, സമയത്തിനു കിട്ടുമെന്ന്!

അല്ലെങ്കിൽ സ്റ്റേഷൻ വർക്ക്ഷോപ്പിൽനിന്നോ, റെയിൽവേസ്റ്റേഷൻ ഫെറ്റീഗിൽനിന്നോ വൈകിയെത്തിയ ഒരാൾ കൂട്ടുകാരനോടു ചോദിക്കുന്നു:

"ഇന്നത്തെ മെയിൽ വന്നോ?"

"വന്നല്ലോ."

"എനിക്കെഴുത്തുണ്ടോ?"

"എടോ, അതിനു തന്റെ നാട്ടിൽ പോസ്റ്റോഫീസുണ്ടോ?"

മറ്റൊരാൾ ഇങ്ങനെ ആവലാതിപ്പെടുന്നതു കേൾക്കാം: 'എന്റെ പട്ടിക്കാട്ടിൽ ഒരു പോസ്റ്റാഫീസുണ്ടായിരുന്നു.'

"എന്നിട്ട്?"

"അതു കത്തിപ്പോയെന്നു തോന്നുന്നു."

"എന്തേ?"

"എഴുത്തില്ലാന്നേയ്."

"എഴുത്തു കിട്ടണോ?"

"ങ്ഹാ!"

"അവനവന്റെ മേൽവിലാസത്തിൽ ഒന്നങ്ങ് എഴുതി പോസ്റ്റ് ചെയ്തേക്ക്."

"എഴുത്തയയ്ക്കാനൊക്കെ എനിക്കാളുണ്ട്."

"തനിക്കോ?"

"എടോ, അധികം പറയാതെ. ഞാനൊരു തെരുവുതെണ്ടിയൊന്നുമല്ല."

"താൻ പിന്നെ..."

ഒരുപക്ഷേ വാക്കേറ്റം കൈപ്പെരുമാറ്റത്തിലേക്കു കടന്നേക്കും. അതുകൊണ്ട് പ്ലേറ്റ് തിരയുന്ന കൂട്ടുകാരനൊരാൾ ഓർമ്മപ്പെടുത്തുന്നു: "മെസ്സ് പൂട്ടാറായി, കേട്ടോ."

മെസ്സിലെത്തിയാൽ ഒരാൾ ഊണിന്നു മുമ്പിലിരുന്നു നെടുവീർപ്പിട്ടു എന്നു വരും.

“എന്താ?”

“ഒന്നൂല്യ. ഓർത്തുപോയി.”

“എന്ത്?”

അയാൾ പറയില്ല. ഉടപ്പിറപ്പുകളെക്കുറിച്ച് ഓർത്തുപോയതാണ്. നിറഞ്ഞ പ്ലേറ്റിലേക്കു നോക്കുമ്പോഴൊക്കെ അയാൾ അങ്ങനെയാണ്. അരവയർ മുറുക്കി ഉടുത്തു നടന്നത് ഓർമ്മവരുന്നു. അതോടെ, ഉടപ്പിറപ്പുകൾ നേരെചൊവ്വെ വെച്ചു കുടിക്കുന്നുണ്ടാകുമോ എന്ന് ആലോചിക്കുന്നു...

രണ്ടാമത്തെ തവണ ചോറിന്നു ചെല്ലുന്ന ഒരുത്തൻ കുക്കിനോടു പറഞ്ഞേക്കാം: “ബോംബായ്.”

“യേസ് ബാബൂ.”

“ചോറിറങ്ങുന്നില്ല.”

“എന്തേ ബാബൂ?”

“ഭാര്യയുടെ എഴുത്തുണ്ട് വന്നിരിക്കുന്നു. കുറച്ചുകൂടെ ഇങ്ങു തന്നേ. കുറച്ച്... ചോറിറങ്ങുന്നില്ല.”

ഇടയ്ക്ക് ആരോ ഒരാൾ ഓടിക്കിതച്ചു വന്നേക്കും.

“എന്തുപറ്റി?”

“എന്റച്ഛന്നു സുഖമില്ല.”

“ങ്ഹാ!”

“അനിയത്തിയുടെ എഴുത്ത്താ വന്നിരിക്കുന്നു. ഞാനെന്തു ചെയ്യട്ടെ?”

“അവധിക്ക്...”

“അവധി തരില്ലെന്ന്. വെരിഫിക്കേഷൻ നടത്തിയിട്ടേ...”

എല്ലാവർക്കും കുടുംബമുണ്ട്. അന്വേഷിക്കാനാളുണ്ട്. അതുകൊണ്ട് എഴുത്തു തിരക്കുന്നു. വീട്ടുകാരെക്കുറിച്ചോർക്കുന്നു, വർത്തമാനം പറയുന്നു. എന്തുകൊണ്ടെന്നാൽ അവർ ജീവിക്കുകയാണ്. ആരുമേവരുമില്ലാത്തവനായാലോ?

കരളിൽ കനം തങ്ങുമ്പോൾ അവനെണീറ്റു റിക്രിയേഷൻ റൂമിലേക്കു പോകുന്നു. ചീട്ടുകളിക്കാൻ കൂടുന്നു. അങ്ങനെയെങ്കിലും അവനവനെക്കുറിച്ചു മറക്കുകയാണ്. മറക്കാൻ ഒന്നുമില്ല. ആളുകൾ അവിടവിടെ വട്ടം കൂടിയിരിക്കയാണ്. കസാല കിട്ടാത്തവർ കാത്തുകെട്ടി ചുറ്റും നില്ക്കുന്നു. എല്ലാവരും ഒച്ചയിട്ടു വർത്തമാനം പറയുകയാവും. നിങ്ങൾക്ക് ഒന്നും കേൾക്കാനൊക്കില്ല. ഓ. കേൾക്കാം. കേൾക്കുന്നതു മുഴക്കമായിരിക്കും. എല്ലാ ഭാഷകളിലുമുള്ള ചീത്ത വാക്കുകൾ, ആശ്ചര്യവും കോപവും വെറുപ്പും പെട്ടെന്നുണ്ടാക്കുന്ന അപശബ്ദങ്ങൾ - കട്ടിയും ദുർഗന്ധവുമുള്ള ബീഡിപ്പുക നിറഞ്ഞ വീർപ്പുമുട്ടിക്കുന്ന അന്തരീക്ഷത്തിൽ ഇവരൊക്കെ അടർന്നുവീഴുകയാണ്, തങ്ങിനില്ക്കുകയാണ്. അപ്പോൾ കേൾക്കുന്നതു മുഴങ്ങുന്ന മാറ്റൊലി മാത്രമാണ്. അതിനെപ്പൊതിഞ്ഞു റേഡിയോവിന്റെ മുഴക്കവും സംഗീതവും. ചീട്ടുകളിയിൽ മനസ്സുറയ്ക്കുന്നില്ല. ഇറങ്ങിയ ജാതി

മറക്കുന്നു. പിടിച്ച എണ്ണം ഓർമ്മ തെറ്റുന്നു. എന്തെങ്കിലും തെറ്റു ചെയ്തു പോകും. അതായത് ജാക്കി ഇറങ്ങാത്ത ജാതിയിലെ ഒമ്പതു കളിച്ചു കൊടുക്കുന്നു.

"പ്ഫ!" കൂട്ടുകാരൻ ആട്ടുന്നു. അവൻ ആദ്യത്തെ ഞെട്ടലിൽനിന്ന് തികച്ചും ഉണർന്നിട്ടില്ല:

"ഇരുന്നു തന്തേല്യാത്തരം കാണിക്ക്യേ?"

കരളിനകത്ത് ഇടി വെട്ടിയോയെന്ന് ഭയപ്പെട്ടുപോകവേ, കാത്തു നില്ക്കുന്നവരിൽ ഒരുത്തൻ ഇടപെടുന്നു: "കളിക്കാനറിയില്ലെങ്കിൽ പോയി കൂവ കുത്ത്!"

കൈ നിലത്തിട്ട് അവൻ എണീക്കയായി. കാൽമുട്ടുകൾ വിറയ്ക്കുകയോ കുഴയ്ക്കുകയോ ആണ്. മുഖം നീലച്ചുപോയിട്ടുണ്ടാകാം. എങ്ങോട്ടാണ് പോവുക?

കാന്റീന്നു മുമ്പിലൂടെ കടന്നുപോകുമ്പോൾ കുതിരച്ചാരായത്തിന്റെ തീക്ഷ്ണമായ ഗന്ധമുണ്ട്. കൗണ്ടറിനു മുമ്പിൽ അപ്പോഴും തിരക്കാണ്. ശ്വാസമൊതുക്കിപ്പിടിച്ച് അങ്ങോട്ട് ചെല്ലുന്നു.

"രണ്ടു പെഗ്ഗ്."

"ങ്ഹേ! എന്തുപറ്റി?"

ഹവീൽദാർ അദ്ഭുതപ്പെട്ടുപോയി. രാഘവൻ കുടിക്കാറില്ലല്ലോ!

"ആങ് സാർ, ഒന്നുമില്ല. ഒന്നും... നന്നേ ജലദോഷം പിടിപെട്ടു..."

ഗ്ലാസ് വായിലേക്കടുപ്പിക്കുമ്പോൾ അവനാകെ പൊട്ടിത്തരിക്കയാണ്. സഹിക്കവയ്യാത്ത ഗന്ധം. അകം കടയുന്നുണ്ട്. ഇറക്കാൻ വയ്യ. തൊണ്ടയിലെ എല്ലാ ഞരമ്പുകളും ഒരേയിടത്തുവന്ന് പിണഞ്ഞു കൂടിയപോലെ. വലിച്ചലുണ്ട്. വേദനയുണ്ട്. അതോ വേവുകയാണോ? കണ്ണിന്നു പുകച്ചിൽ, കണ്ണിൽനിന്നും മൂക്കിൽനിന്നും വെള്ളം ഇറ്റുവീഴുന്നപോലെ. അന്നനാളം ഉരുകുകയാണ്. ഓ, നെഞ്ചു കത്തുന്നല്ലോ... തണുപ്പിക്കാൻ വേണ്ട ഒരു ഗ്ലാസ് വെള്ളം കൂടെ കുടിച്ച് അവൻ പുറത്തേക്കു കടന്നു. തലയ്ക്കകത്ത് കാറ്റടിക്കാൻ തുടങ്ങുന്നുണ്ട്. അല്ല, കാറ്റടിക്കുന്നു. അടിയുറയ്ക്കുന്നില്ല. എന്നാലും നെഞ്ചിന്നു നല്ല കനമുണ്ട്. നെഞ്ചല്ല, കല്ലാണ്, കരിങ്കല്ലാണ്. കൈകളിൽ കനം തൂങ്ങുന്നു. മുഷ്ടി ചുരുട്ടിനോക്കി. ആങ്ഹാ! ഒറ്റ ഇടിക്ക്...

"നായിന്റെ മോളെ!"

പല്ലു ഞെരിയുന്നത് അവനറിഞ്ഞില്ല. ഈ ലോകത്തിന്നു നേരെയാണ്. ഇപ്പോൾ ഒന്നു വെല്ലുവിളിക്കണമെന്നുണ്ട്.

"ഒന്നിങ്ങു വാടാ."

"ഒറ്റ ഇടിക്ക്..."

തല തൂങ്ങുകയാണല്ലോ. കറക്കവുമുണ്ട്. അവനല്ല, ലോകത്തിന്. ഭൂമി ചുറ്റുന്നു. ചക്രവാളം ചെരിഞ്ഞു പോകയാണ്. അതോടൊപ്പം അവനും ചെരിഞ്ഞുപോകുന്നു. നേരെ നടക്കാം. ങ്ഹേ! വീഴാൻ പോകുന്നല്ലോ. ബാരക്കിലേക്കു പോകാം. ചവിട്ടുപടി കയറാൻ ഒക്കുന്നില്ല. ബാരക്കു നേരെ

നില്ക്കുകയല്ല, ചെരിഞ്ഞുപോയിരിക്കുന്നു. ചവിട്ടുപടിയാകട്ടെ കാല്ക്കീഴിൽ നില്ക്കുന്നില്ല, നീങ്ങുകയാണ്. കാൽ വെക്കുമ്പോൾ നിലം കടപുഴകി മറിയാൻ തുടങ്ങുന്നു. തൂണും ചുമരും പിടിച്ചു നിന്നു. എല്ലാം വീഴുകയാണ്. അതോടൊപ്പം അവനും. ഒന്നു കട്ടിലിന്നടുത്തോളം എത്തിയെങ്കിൽ! കൊതുവല കെട്ടാൻവേണ്ടി വലിച്ചുകെട്ടിയ കമ്പിയിൽ തൂങ്ങിക്കൊണ്ട് അവൻ നടന്നു. കട്ടിലിന്നടുത്തെത്തിയപ്പോൾ പിടി അയച്ചു. കൈകൾ വീണതോടെ അവൻ കട്ടിലിൽ, കൊതുവലയ്ക്കു മീതെ വീണു... അവൻ കരയുകയായിരുന്നു. എന്തിനാണെന്നറിഞ്ഞുകൂടാ. തേങ്ങുകയാണ്. വിമ്മിട്ടം മുട്ടുകയാണ്.

"രാഘവൻ."

വിളിക്കുന്നതു കേൾക്കാം. കണ്ണു തുറന്നുകൂടാ. മിഴിച്ചിട്ടാണ് കിടക്കുന്നത്. കാണാൻ വയ്യ. മൂടലാണ്. വഴുവഴുത്ത ഒരു മൂടൽ. നനഞ്ഞ പുകയാകണം.

"എന്താ രാഘവൻ?"

വിളി കേൾക്കണമെന്നുണ്ട്. നാവു കുഴയുകയാണ്. അണ്ണാക്കു വരണ്ടുപോകുന്നു. ഇത്തിരി വെള്ളം! മിണ്ടിക്കൂടാ. പല്ലു കൂട്ടിക്കടിച്ചിരിക്കുന്നു. വായ തുറക്കാം. ഓ, ഓക്കാനിച്ചേക്കും. കുടൽ അണ്ണാക്കിലാണ് വരുന്നത്. ഉമിനീരിറക്കാം. വയ്യല്ലോ. അന്നനാളത്തിൽ പൊള്ളുന്നു, നീറുന്നു, എരിയുന്നു.

അവൻ കൊതുവല നേരെചൊവ്വെ ആക്കുന്നുണ്ട്. ജോസഫ് തോമസാണ്. ഒച്ച കേട്ടാലറിയാം. ഈ നേരത്ത് അവൻ മാത്രമേ ബാരക്കിൽ കാണൂ. അപ്പച്ചന് എഴുത്തെഴുതുകയോ ബൈബിൾ വായിക്കുകയോ ആയിരിക്കും. കുടിച്ചു എന്ന് അറിഞ്ഞുപോയി. അതോർത്തപ്പോൾ പൊട്ടിക്കരഞ്ഞു. ജീവിതത്തിൽ നടാടെ അവൻ ഉറക്കെക്കരഞ്ഞു: 'എന്റച്ഛോ..."

പിന്നെ ഒന്നും അറിഞ്ഞില്ല. അനക്കമില്ലല്ലൊ. പോയോ?... ഒന്നും സംഭവിക്കാത്തപോലെ അവൻ ഉണർന്നു. ശരീരത്തിനു നന്നേ വേദനയുണ്ട്. തലേന്നു മുഴുവൻ ഫെറ്റീഗ് ചെയ്തു വശംകെട്ടപോലെ. മാംസപേശികൾക്ക് അയവും വലിച്ചിലുമുണ്ട്. കുടലിൽ കാളൽ തോന്നുന്നു. നേരെ മെസ്സിലേക്കു പോകാം. ബെഡ് ടീ തയ്യാറായിട്ടുണ്ടെങ്കിലോ?

അവന്ന് ഒറ്റക്കിരിക്കാൻ വയ്യ. ചീട്ടു കളിക്കാൻ പോകുന്നു. മനസ്സുറയ്ക്കുന്നില്ല. തെറ്റു പറ്റുന്നു. തെറി കേൾക്കേണ്ടി വരുന്നു. അവർ അച്ഛനും അമ്മയ്ക്കും വിളിക്കുകയാണ്. ഓ! നശിപ്പ് എല്ലാറ്റിലും നല്ലത് കുടിക്കുകയാണ്. മറ്റൊരുത്തന്റെ സേവ വേണ്ടല്ലോ. എന്നിട്ട് അവനവനെ മറക്കുക. ഈ ലോകത്തെ വെല്ലുവിളിക്കുക. വരീനെടാ നായിന്റെ മക്കളെ! എത്ര കുടിച്ചാലും കൗണ്ടറിന്നടുത്തു ചെല്ലാൻ വയ്യ. കുതിരച്ചാരായത്തിന്റെ തുളച്ചുകയറുന്ന ഗന്ധം സഹിക്കാൻ വയ്യ. അതുകൊണ്ടു ശ്വാസമടക്കിപ്പിടിക്കുന്നു. ങ്ഹഹഹ... കുടിക്കണം. കുപ്പിനിറയെ വാങ്ങുന്നു. പെട്ടിയിൽ സൂക്ഷിക്കുന്നു. തോന്നുമ്പോഴൊക്കെ കുടിക്കുന്നു.

അപ്പോഴാണ് സെക്ഷൻ കമാൻഡർ അവധിക്കാര്യവുമായി ഇറങ്ങിയത്. ലീവ് റോസ്റ്റർ തയ്യാറാക്കണം. ആർക്കാർക്ക് എപ്പോഴെപ്പോഴവധിക്കു

പോകണം? എന്തുകൊണ്ടെന്നാൽ വീട്ടിൽ അത്യാവശ്യമുള്ളപ്പോൾ അവധിക്കു പോകൂ. പിന്നീട് എന്റമ്മയുടെ കല്യാണമാണ്. പതിനഞ്ചു ദിവസത്തേക്ക് ദയവായി കാഷ്വൽ ലീവ് അനുവദിച്ചുതരാൻ താഴ്മയായി അപേക്ഷിക്കാൻ മിനക്കെടണ്ട. പറയൂ, എനിക്കെഴുതണം. നാളെ ഒമ്പതു മണിക്ക് ഓഫീസിൽ കൊടുക്കണം. എപ്പഴാ പോകുന്നത്?

"ഞാൻ പോകുന്നില്ല."

"എന്ത്?"

"ഞാൻ ഫോണില്യ ഹെന്ന്."

"ഏയ് രാഘവൻ, നേരെ നില്ക്ക്, എന്താ നിനക്ക്?"

"ഹെടോ ഹബീൽദാരെ. താൻ ഫോടൊ, ഞാൻ ഫോണില്യ."

"ഷട്ടപ്പ്! പോയി തുലയ്... ജോസഫ് തോമ്മസ്, എപ്പഴാ അവധി വേണ്ടത്."

"ഹവതീ! ഹവതീ! ഹഹഹ... അബന്റെ തലേലിക്ക്യാ ഞാൻ ഫോവ്വാ!"

കട്ടിലിൽ ഇരുന്നുകൊണ്ട് അവൻ കുറച്ചുനേരത്തേക്കു വിളിച്ചുപറഞ്ഞു. ഹവീൽദാർ ഓരോരുത്തരോടും അന്വേഷിക്കുകയും എഴുതുകയും ചെയ്തു.

"അപ്പോൾ സാർ, ഇതിന്നിടയ്ക്ക് എന്തെങ്കിലും വന്നാലോ?"

"ഏതിന്നിടയ്ക്ക്?"

"നിങ്ങൾ പറയുന്നതു മുൻകൂട്ടി തീർച്ചയാക്കണമെന്നാണ്. ശരി. ഞാൻ മാർച്ചിലാണ് പോവുക. അതിന്നുമുമ്പ് എന്തെങ്കിലും വന്നുപോയാൽ?"

"ഇതു നിയമമാണ്."

"നിയമം തന്നെ. ഫെബ്രുവരിയിൽ എന്റെ അച്ഛൻ മരിക്കുന്നു എന്നു വെക്കൂ. എന്തുകൊണ്ടെന്നാൽ, മരണത്തിന്ന് ഈ നിയമം ബാധകമല്ല. ഇവിടെ നിയമമാണ്. ഒരിക്കൽ നിശ്ചയിച്ച് എഴുതിക്കഴിഞ്ഞാൽ എനിക്കു മാർച്ചിലേ പോകാൻ പാടുള്ളൂ."

"ഷട്ടപ്പ്! ഏയ്. രാംചരൻ, എപ്പഴാ അവധിക്കു പോകേണ്ടത്?"

"മേജർജി."

അവൻ എന്തു പറഞ്ഞാവോ! രാഘവന്നു കേൾക്കാൻ കഴിഞ്ഞില്ല. കേശവൻനായർ പറഞ്ഞതുമാത്രമേ അവൻ കേട്ടുള്ളൂ: അച്ഛൻ മരിക്കയാണെങ്കിൽ...

അച്ഛൻ...

ഓർത്തിരുന്നു കരഞ്ഞത് അവൻ അറിഞ്ഞില്ല. ജോസഫ് തോമസ് എണീറ്റു വന്നതു കണ്ടില്ല.

"രാഘവൻ!"

ഞെട്ടിപ്പോയി.

"എന്തേ?"

"ഒന്നൂല്യ."

"എന്താ ലീവിന്നു പോകാത്തത്?"

അകം വേവുകയാണ്.

"ലീവിന്നു പോകൂ."

"എങ്ങോട്ടു പോകാനാണ്, ജോസഫ്?"

"ങ്ഹേ!"

"ജോസഫ്, എനിക്കാരും ഇല്ല."

വാക്കു വീണുപോയി! ഒരിക്കലും ഓർക്കാതിരുന്നതു പറഞ്ഞുപോയി. അപ്പോൾ അവൻ തന്നത്താൻ ശപിച്ചു. കുടിച്ചു കുടിച്ചു മനസ്സുറപ്പുള്ളതു പോയല്ലൊ!

ജോസഫ് ചോദിച്ചു: "ആരും?"

"ങ്ഹാ!"

"അച്ഛൻ ഇല്ലേ?"

മറ്റൊരവസരത്തിലായിരുന്നെങ്കിൽ ഇത്തരം വെറും മാമൂൽച്ചോദ്യ ങ്ങൾക്ക് അവൻ ഉത്തരം പറയില്ല. ഒട്ടും മടിക്കാതെ "എടോ, ആരുമില്ലെന്നു പറഞ്ഞില്ലേ" എന്നു ചോദിക്കയേ ഉള്ളൂ. പക്ഷേ, ഇപ്പോൾ പെട്ടെന്നു മറു പടി പറഞ്ഞു.

"മരിച്ചു."

"അമ്മ?"

"അമ്മ...!"

അവിടെ അവൻ വിക്കി. തന്റെ മുഖം നീലച്ചുപോയതു ജോസഫ് കണ്ടിരിക്കുമെന്നു ഭയപ്പെട്ടു. ഇരുട്ടുകൊണ്ട് ഓട്ടയടയ്ക്കുന്ന കൂട്ടത്തിൽ അവൻ വാക്കുകൾ വായിലിട്ടുരുട്ടി: "എന്റെ അമ്മ... അമ്മയെ ഞാൻ കണ്ടിട്ടില്ല."

"ങ്ഹേ!"

"എന്നെ പ്രസവിക്കുംമുമ്പെ... ഓ, ഞാനെന്താ പറയുന്നത്? പ്രസവിച്ച ഉടനെ മരിച്ചുപോയി."

"ഓ!"

ജോസഫ് തോമസിന്റെ കരൾ നീറുകയായിരുന്നു. അവൻ കൂടുതൽ സംസാരിക്കാൻ നിന്നില്ല. അമ്മയില്ലാതെ വളരുക! അവനതിനെപ്പറ്റി ഓർക്കാൻതന്നെ കഴിയില്ല. പത്തുമാസം ചുമന്ന അമ്മയുടെ ആത്മാവു മകന്നുവേണ്ടി ഇപ്പോഴും വെമ്പൽകൊള്ളുകയാവും. ഉറങ്ങാൻ കിടക്കു മ്പോഴും അവൻ അതിനെപ്പറ്റി ഓർക്കുകയായിരുന്നു. അതുകൊണ്ടു നിറഞ്ഞ കണ്ണുകളോടെ അവൻ രാഘവന്റെ മരിച്ചുപോയ അമ്മയെ ക്കുറിച്ചും അച്ഛനെക്കുറിച്ചും ഓർക്കുകയും ധ്യാനിക്കുകയും ചെയ്തു. 'കർത്താവെ, നിദ്ര പ്രാപിച്ചവരായ ഞങ്ങളുടെ പിതാക്കന്മാർക്കും സഹോദരന്മാർക്കും ആശ്വാസവും നല്ല ഓർമ്മയും നീ നൽകേണമേ. കർത്താവെ! ആരാധിക്കുന്നവരെ നിന്റെ വിശുദ്ധന്മാരുടെ സംഘങ്ങളിലും നിരകളിലും ചേർക്കേണമേ. നീ നിന്റെ സിംഹാസനത്തിന്മേൽ ഇരിക്കയും

നല്ലവരെ ദുഷ്ടന്മാരിൽനിന്നു വേർതിരിക്കയും ചെയ്യുന്ന സമയത്തു ന്യായാസനത്തിൽ അവർക്കു നിന്റെ കരുണ ലഭിക്കുമാറാകണമേ...'

ജോസഫ് തോമസ് കിടക്കാൻ പോയപ്പോൾ രാഘവൻ നന്നേ അമ്പരന്നിരുന്നു. എന്തൊക്കെയാണ് പറഞ്ഞത്? നാടു വിട്ടതിന്നുശേഷം അവനൊരിക്കലും തന്നെക്കുറിച്ചു സംസാരിച്ചിട്ടില്ല. ആരും ചോദിച്ചിട്ടില്ല എന്നു വെക്കൂ. എന്നിട്ടിപ്പോൾ? എന്തൊക്കെയാണ് പറഞ്ഞു പിടിപ്പിച്ചതെന്ന് അവൻ ഓർത്തുനോക്കി. തന്നെക്കുറിച്ച് ഒരു മായാലോകം പടുക്കാൻ തുടങ്ങിയതാണ്. "എന്നെ അച്ഛനാണ് വളർത്തിയത്" അവൻ പറഞ്ഞുപോയതാണ്. ജോസഫ് ഇനിയും അതിനെപ്പറ്റി ചോദിച്ചുപോയാൽ...! എന്റച്ഛാ! എന്തിന്നു കളവു പറഞ്ഞു? അപ്പോൾ അവനു സമാധാനം തോന്നി. അച്ഛനാണ് വളർത്തിയത്! എത്ര കൊതിച്ച കാര്യമാണ്! അച്ഛൻ ഒറ്റയ്ക്ക് എങ്ങനെയാണ് മക്കളെ വളർത്തുക? അറിവിലുള്ള എല്ലാ കുടുംബങ്ങളെക്കുറിച്ചും ഓർത്തു. തളത്തിലെ നാണപ്പനെന്ന ആളെ ഓർത്തു. കൈക്കുഞ്ഞിനെ വിട്ടുംവെച്ച് അയാളുടെ ഭാര്യ മരിച്ചുപോയി. വീട്ടിൽ വേറെ ആരും ഇല്ല. അയാൾ നിത്യവേലക്കാരനും. ജോലിക്കു പോകുന്നേടത്തൊക്കെ പാവം കുഞ്ഞിനേയും എടുത്തുപോകും. ആ കൊച്ചു മരിച്ചില്ലേ എന്ന് ഓർത്തുനോക്കി. ഒടുവിൽ അയാൾക്കുതന്നെ പിത്തരോഗം പിടിപെട്ടു എന്നുകൂടെ ഓർമ്മവന്നു.

പിറ്റേന്നു ജോസഫ് അവനോടു പറഞ്ഞു: "ലീവിന്നു പേരു കൊടുക്കൂ."

അബദ്ധമായല്ലോ എന്നാണ് പെട്ടെന്നോർത്തത്. അവന്റെ തലച്ചോറ് ഉറങ്ങിക്കിടന്ന കടന്നൽക്കൂടുപോലായിരുന്നു. താൻതന്നെ അതിന്നകത്തു പട്ടച്ചൂട്ടു കത്തിച്ചു കാണിച്ചിരിക്കയാണ്. അവന്റെ മുഖത്ത് അമ്പരപ്പ് നിഴൽ പരത്തി. ജോസഫിന്ന് അതു മുഴുവൻ കാണാം. സ്ഥായിയായ ഗതികേടിനെക്കുറിച്ചോർത്തതുകൊണ്ടാണ് രാഘവൻ അന്ധാളിച്ചതെന്ന് അവൻ സമാധാനിച്ചു. "ഞാൻ മാർച്ചിലാണു പോകുന്നത്?" എന്നു പറഞ്ഞ് അവൻ നിർത്തി.

"പൊയ്ക്കോളൂ."

തല്ക്കാലത്തേക്കു രക്ഷപ്പെട്ടു എന്നാണോർത്തത്.

"രാഘവനും പേരു കൊടുക്കൂ."

"ഹെന്തിന്?"

"നമുക്കൊന്നിച്ചു പോകാം."

വേണ്ടെന്നോ വേണമെന്നോ രാഘവൻ പറഞ്ഞില്ല. അവന്റെ വേദനകളെക്കുറിച്ചും വേവലാതികളെക്കുറിച്ചും നന്നായറിയുന്ന ജോസഫ് തോമസ് വർത്തമാനം പറഞ്ഞുകൊണ്ടിരുന്നു. അവധി ജോസഫിന്റെ വീട്ടിൽ കഴിക്കാം. രണ്ടുമാസം നിസ്സാരമായ ഒന്നാണോ? എണീറ്റുപോകൂ എന്ന് എങ്ങനെ പറയും? അതുകൊണ്ടു രാഘവൻ കേട്ടുകൊണ്ടിരുന്നു. ജോസഫ് തന്റെ കുടുംബത്തെക്കുറിച്ചു പറയുകയായിരുന്നു. കായല്ക്കരയിലാണു വീട്. അവിടെ പഞ്ചായത്തുപാതകൾ പോലും ഇല്ല. വള്ളങ്ങളും ബോട്ടുകളുമാണ്. ഓളമടിച്ചു കയറുന്ന പടവുകളിറങ്ങി വള്ളത്തിൽ

കയറിയിരിക്കുന്നു. കായലിന്റെ അക്കരയിലെ തെങ്ങിൻതോപ്പുകൾക്കിടയിലൂടെ നീലനീലമായ കടലും, കടലിലേക്കിറങ്ങിക്കിടക്കുന്ന ചക്രവാളവും കാണാം.

"എന്റെ വീട് മലനാട്ടിലാണ്."

വർത്തമാനത്തിൽ ലയിച്ചു തന്നത്താൻ മറന്നുപോയ രാഘവൻ പറഞ്ഞു. ഉടനെതന്നെ തന്നത്താൻ ശപിക്കുകയും ചെയ്തു.

'അതേയോ?'

ജോസഫ് അദ്ഭുതപ്പെട്ടു. രാഘവൻ പിന്നെ ഒന്നും പറയുന്നില്ല.

"എന്താ മിണ്ടാത്ത്?"

"ഞാനോർക്കുകയായിരുന്നു."

"എന്തേ?"

"അച്ഛന്റെ കൂടെ ഞാനെന്നും കുന്നിൻപുറത്തേക്കു പോകും. കുന്നുകളുടെ മുകളിൽനിന്നു നോക്കിയിട്ടുണ്ടോ?"

"ഹില്ല."

"ഓ! അടുക്കായിക്കിടക്കുന്ന കുന്നുകളുടെ വലിയ വലിയ വളയങ്ങളാണ് ഈ ലോകമെന്നു തോന്നിപ്പോകും."

താൻ വളർന്ന ഗ്രാമത്തിന്റെ ഭംഗിയെക്കുറിച്ച് അവൻ പെട്ടെന്ന് ഓർത്തുപോയി. ഒരു വേള, അവൻ വളർന്നത് വീട്ടിലല്ല, കുന്നിൻപുറത്തായിരുന്നു. ഉണ്ണാനോ കുടിക്കാനോ വീട്ടിലെത്തണം. വന്നില്ലെങ്കിൽത്തന്നെ അമ്മയ്ക്കാക്ഷേപമില്ല. അതുകൊണ്ട് അവൻ കൂട്ടുകാരോടൊപ്പം കുന്നിൻമുകളിൽ കളിച്ചു നടന്നു.

പപ്പപ്പുൽമൈതാനവും പാറക്കെട്ടുകളും മാന്തോപ്പുമുള്ള കുന്നിൻനെറുകയിൽനിന്നു പടിഞ്ഞാറോട്ടു തെങ്ങിൻതോപ്പുകൾ വിരിച്ച മരതകപ്പച്ചയാണ്. ഇപ്പോൾ അവനു വ്യക്തമായോർക്കാനും കാണാനും കഴിയുന്ന ഇടതൂർന്ന ഈ മരതകപ്പച്ചപ്പരപ്പിന്റെ അങ്ങേപ്പുറത്താണ് കായലും കടലും ചക്രവാളവും. അവിടെയെങ്ങാണ്ടാണ് ജോസഫിന്റെ വീടെന്ന് അവൻ ഊഹിക്കുകയായിരുന്നു.

തെങ്ങിൻതോപ്പുകളുടെ മരതകപ്പച്ചയിലേക്കിറങ്ങിക്കിടക്കുന്ന ചക്രവാളത്തിലേക്ക് അവൻ കൂട്ടുകാരോടൊപ്പം നോക്കിനില്ക്കാറുണ്ടായിരുന്നു. സൂര്യരശ്മികൾ തട്ടി മരതകപ്പച്ചയ്ക്കുമീതെ വെള്ളോടുപോലെ വെട്ടിത്തിളങ്ങുന്ന ചക്രവാളം കാനൽ തുള്ളുമ്പോൾ അവൻ പറയും: "അതാ കടൽ കാണുന്നു."

"എവിടെ?"

"കാണാനില്ലേ?"

"ഇല്ല."

"എന്റെ ചൂണ്ടാണിവിരലിന്റെ നേരെ നോക്ക്."

അവൻ ഉൾക്കാഴ്ചകളിൽ മുഴുകി മിഴിച്ചിരിക്കവേ ജോസഫ് ചോദിച്ചു:

"നിങ്ങൾ കുന്നിൻപുറത്തേക്കാണോ നടക്കാൻ പോവുക?"

"ആര്?"

രാഘവൻ മുമ്പെ പറഞ്ഞത് മറന്നുപോയിരുന്നു.

"രാഘവന്റെ അച്ഛന്റെ കൂടെ..."

"ഓ!"

അച്ഛന്റെ കൂടെ എന്നും കുന്നിൻപുറത്തേക്കു പോകാറുണ്ട് എന്നാണ് പറഞ്ഞത്! അവന്റെ മുഖം വീണ്ടും നീലച്ചുപോയി. ജോസഫ് ഓർക്കുന്നത്, അച്ഛനെക്കുറിച്ചോർക്കുമ്പോഴാണ് രാഘവൻ വിമ്മിട്ടപ്പെടുന്നതെന്നായിരുന്നു.

അവർ എന്നും വർത്തമാനം പറഞ്ഞുകൊണ്ടിരിക്കും. അതുകൊണ്ട് രാഘവന് ചീട്ടുകളിക്കണമെന്നില്ലാതായി. അവൻ പുതിയ ഒരു ലോകം പടുത്തുയർത്തുകയായിരുന്നു. അച്ഛന്റെ കൂടെ വളർന്ന ചെറുപ്പകാലത്തെക്കുറിച്ച് തന്റെ മുഗ്ദ്ധമായ ഭാവന മനോഹരമായൊരു സങ്കല്പലോകത്തെ നെയ്തെടുത്തിരുന്നു. കുന്നു കയറുമ്പോൾ അവൻ അച്ഛന്റെ മുതുകിലേറിയിരിക്കുന്നു. മൈതാനത്തിൽ, അച്ഛന്റെ വിരൽത്തുമ്പിൽ പിടിച്ച് തൂങ്ങിക്കൊണ്ടാണ് അവൻ നടക്കുന്നത്. കിഴക്കോട്ടു കിഴക്കോട്ടു പച്ചക്കുന്നിൻ നിരകൾ അടുക്കടുക്കായി നീണ്ടുകിടക്കുകയാണ്. ഏറ്റവും കിഴക്കോട്ടു നീല നീലമായ മലനിരകൾ ചക്രവാളത്തോടുരുമ്മിക്കിടക്കുന്നു.

"അച്ഛാ!"

"എന്തേ?"

"അവിടെ പുലിയുണ്ടാവോ?"

"എവിടെ?"

അവൻ കുഞ്ഞിക്കൈവിരൽ ചൂണ്ടുന്നു.

"അവിടെ."

മലനിരകളുടെ നിതാന്തനീലിമയിലേക്കു ചക്രവാളം അലിഞ്ഞു ചേരുന്നിടത്ത് വെള്ളമേഘശകലങ്ങൾ ഊർന്നിറങ്ങിക്കിടക്കയാണ്. കറമ്പിപ്പശുവിന്റെ അകിട്ടിൽ അടിഞ്ഞുകൂടിയ കിടാവിനെപ്പോലെ... അപ്പോൾ അവനരിശം വന്നു. അമ്മയുടെ മടിത്തട്ടിൽ കിടക്കേണ്ടിവന്നതിനെക്കുറിച്ചാണ് ഓർത്തുപോയത്.

"ഹില്ല!"

"എന്ത്?"

"അവൻ തന്നോടു തന്നെ ചോദിച്ചു."

"ഞാൻ അച്ഛന്റെ മടിയിൽക്കിടന്നാണു വളർന്നത്."

ജോസഫ് തോമസ് അപ്പോഴും ഊണുകഴിഞ്ഞെത്തിയാൽ എഴുത്തെടുത്തു വായിക്കാനിരിക്കും. നോക്കിപ്പോകുന്നു: "ഭാഗ്യവാന്മാരായ മക്കളേ!..."

അപ്പോൾ ഒരു ദിവസം ജോസഫ് അവനെ വിളിച്ചു: "ഇതൊന്നു വായിച്ചേ. അപ്പച്ചന്റെ എഴുത്താണ്."

രാഘവൻ നടുങ്ങി. എഴുത്തു വാങ്ങണോ എന്നു സംശയമുണ്ട്. ജോസഫിന്റെ മുഖത്തുനോക്കിയപ്പോൾ അവൻ കൈനീട്ടി. അവന്റെ കരൾ

മിടിക്കുന്നത് ജോസഫിന്നറിയില്ല. കൈവിറയ്ക്കുന്നതെങ്ങാൻ കണ്ടാലോ! എന്നിട്ടും ആ താളുകൾ അവർക്കിടയിൽപ്പെട്ട് ഒന്നിടവെട്ടിയെന്ന് വ്യക്തമായിരുന്നു.

അങ്ങനെ ഒരച്ഛൻ മകനയക്കുന്ന എഴുത്ത് അവൻ നടാടെ വായിച്ചു: "പ്രിയപ്പെട്ട പാപ്പച്ചന്ന്" എന്നു കണ്ടതോടെ അവന്റെ കണ്ണിൽ മിന്നലും വെളിച്ചവും കടന്നു. 'നിന്റെ എഴുത്ത് ഇന്നലെയാണ് കിട്ടിയത്' എന്നുകൂടെ തപ്പിത്തടഞ്ഞു വായിച്ചു. പിന്നീട് ഒന്നും വ്യക്തമായി മനസ്സിലായില്ല. അദ്ദേഹം ജോസഫിന്റെ സുഖവിവരങ്ങളന്വേഷിക്കുകയും കുടുംബത്തിന്റെ സൗഖ്യവും ക്ഷേമവും അവനെ അറിയിക്കുകയും ചെയ്തിരുന്നു. പിന്നീട് ലക്നോവിലെ... പള്ളിയിൽ പുതുതായി വന്നിട്ടുള്ള പാതിരിയെക്കുറിച്ചാണ്. എന്തെന്നാൽ ഈ പാതിരിയദ്ദേഹം കല്ക്കത്തയിൽ യൂണിവേഴ്സിറ്റിയിൽ തന്റെ സഹപാഠിയായിരുന്നു. അദ്ദേഹത്തിനു പാപ്പച്ചനെക്കുറിച്ച് ഇതോടെ എഴുതുന്നുണ്ട്. അടുത്ത ഞായറാഴ്ചയ്ക്കുശേഷം അദ്ദേഹത്തെ പോയി കാണണം. നീ പട്ടാളത്തിലാണ്. അവനവന്റെ പിഴകൾ കുമ്പസാരിച്ച് പോക്കണം. മിശിഹായുടെ സമീപത്തിലേക്കുള്ള ദുർഘടം പിടിച്ച പ്രയാണത്തിൽ മനുഷ്യൻ സ്വാഭാവികമായും പിഴച്ചുപോകുന്നു. നിന്റെ കുമ്പസാരത്തെക്കുറിച്ചും കുർബ്ബാന കൈക്കൊള്ളേണ്ടതിനെക്കുറിച്ചും പാതിരിയദ്ദേഹത്തിന്നെഴുതിയിട്ടുണ്ട്...

ഈ മാസത്തെ നിന്റെ തൂക്കമെടുത്ത് എന്നെ ഇതേവരെ അറിയിച്ചില്ല. റെയിൽവേസ്റ്റേഷനിൽ പോകാൻ സൗകര്യപ്പെട്ടുകാണില്ല എന്ന് ഊഹിക്കുന്നു. അടുത്ത സന്ദർഭത്തിൽ തന്നെ തൂക്കമെടുത്ത് എന്നെ അറിയിക്കാൻ താല്പര്യപ്പെടുന്നു. ഓരോ മാസത്തിലും ആദ്യത്തെ ആഴ്ചയിൽ നിന്റെ അപ്പനുവേണ്ടി നീ ചെയ്യേണ്ട പ്രധാന കാര്യമാണിത്...

ഒരച്ഛൻ മകനെക്കുറിച്ച് എന്തെല്ലാം ഓർക്കുന്നു, ചെയ്യുന്നു. അവന്നും അച്ഛനുണ്ടായിരുന്നെങ്കിൽ! എങ്കിൽ എന്തൊക്കെ അവന്നുവേണ്ടി, അവനെക്കുറിച്ച് ഓർത്തിരിക്കില്ല? ചെയ്തിരിക്കില്ല?.. വായിച്ചുപോകവേ കണ്ണുനിറയുകയും കൈ വിറയ്ക്കുകയുമാണ്.

മനസ്സ് ശാന്തമായപ്പോൾ ജോസഫിന്റെ പക്കലുള്ള എല്ലാ എഴുത്തുകളും വാങ്ങി വായിക്കണമെന്നാണ് തോന്നിയത്. നന്മയെക്കുറിച്ചോ ജീവിതത്തെക്കുറിച്ചോ അവനോടൊരാളും ചൊല്ലിക്കൊടുക്കാനുണ്ടായിട്ടില്ല. അവൻ കാടോടുകയായിരുന്നു. തീണ്ടാടുകയായിരുന്നു. ജോസഫിന്റെ ശാന്തമായ സ്വഭാവവും ഏകാന്തമായ ജീവിതവും വാർത്തെടുത്തു കൊടുത്തതാണെന്ന്, അവനായി ജീവിതത്തിന്റെ ഇടുക്കുവഴികളുടെ കാടും പടലുകളും വെട്ടി വെളിവാക്കിക്കൊടുക്കാൻ ആളുണ്ട് എന്ന്... അനാഥമായ ഉടമസ്ഥനില്ലാത്ത കാട്ടുകന്നിനെപ്പോലെ വളർന്ന അവനോ?

അദ്ദേഹത്തെ ഒന്നു കാണാനൊത്തെങ്കിൽ!

അവനെക്കുറിച്ച് ജോസഫ് വീട്ടിലേക്കെഴുതിയിരുന്നു. ജോസഫിന്റെ അമ്മയുടെ എഴുത്തു വന്നപ്പോഴാണ് രാഘവന്ന് മനസ്സിലായത്. പക്ഷേ, എഴുത്തിന്റെ പ്രത്യാഘാതങ്ങൾ ഓർക്കാത്തതായിരുന്നു.

“പ്രിയ പാപ്പച്ചാ,”

അമ്മ എഴുതുകയാണ്: “അപ്പൻ എഴുതുന്നുണ്ടല്ലോ എന്നു വെച്ചിട്ടാണ് ഞാൻ എപ്പോഴും എഴുതാത്തത്. നീ കത്തിടാൻ വൈകിക്കരുത്. എല്ലാ ബുധനാഴ്ചയുമാണ് നിന്റെ കത്ത് കിട്ടാറ്. ചിലപ്പോഴൊക്കെ ബുധനാഴ്ച യുടെ അന്ന് കിട്ടാറില്ല. അന്ന് മുഴുവൻ ഞാൻ നിന്നെ സ്വപ്നവും കണ്ടു വെളുപ്പിച്ചു കൂട്ടുന്നു. കൈയിനോ കാലിനോ എന്തെങ്കിലും പറ്റിയതായിരി ക്കുമോ? ജലദോഷമോ പനിയോ ആയോ? നീ കണ്ണെത്താത്തത്രയ്ക്കും വിളി കേൾക്കാത്തത്രയ്ക്കും ദൂരെ അകലെയാണല്ലോ. വ്യാഴാഴ്ചയുടെ അന്ന് പോസ്റ്റ്മാൻ വരുവോളവും കത്ത് നോക്കിയിരിക്കുന്നു. എന്തു കൊണ്ടാണ് കത്തു താമസിക്കുന്നത്? നീ കത്തിടാൻ വൈകിപ്പോകുന്നതു കൊണ്ടാണെന്ന് ഊഹിക്കുന്നു. കത്തു നേരത്തിന് ഇടണം.

നിന്റെ അവിടത്തെ സ്നേഹിതനെക്കുറിച്ച് അറിഞ്ഞ് വ്യസനിക്കുന്നു. തന്നത്താൻ സ്നേഹിക്കുന്നതുപോലെ മറ്റെല്ലാവരേയും സ്നേഹിക്കുക. (ആമ്മേൻ) അവനോടുകൂടെ നീ അവധിക്കു വരുമെന്നു വിശ്വസിക്കുന്നു. ശരീരത്തിനും ആത്മാവിനും അടുത്ത മനോഗുണപ്രവൃത്തികൾ നിർവ്വഹി ക്കാൻ നാം കടപ്പെട്ടവരാണ്. ദാഹിക്കുന്നവർക്കു കുടിപ്പാൻ, വിശക്കുന്ന വർക്കു തിന്മാൻ, പരദേശികൾക്കു പാർപ്പാൻ. (ആമ്മേൻ) മരിച്ചുപോയ അവന്റെ അമ്മയ്ക്കുവേണ്ടി ഞാൻ പ്രാർത്ഥിക്കുന്നുണ്ട്. ഉയിരുള്ളവരേയും മരിച്ചവരേയും കുറിച്ചു തമ്പുരാനോടപേക്ഷിക്കുക. (ആമ്മേൻ)

നീ കൃത്യമായി പ്രാർത്ഥന എത്തിക്കുന്നുണ്ടെന്നും കുർബ്ബാന കൈക്കൊള്ളുന്നുണ്ടെന്നും വിശ്വസിക്കട്ടെ. കണ്ണെത്താത്തിടത്തോളം അകലെക്കിടക്കുന്ന നിന്നെച്ചൊല്ലി എന്റെ നെഞ്ച് ഉരുകിയുരുകി മാസം നീക്കുകയാണ്. നമ്മുടെ മാത്തപ്പന്റെ കൊച്ചുതോമ മരിച്ചുപോയി. നിന്റെ ആത്മാവിനെ മിശിഹായുടെ കാൽക്കൽ ഏല്പിക്കുന്നു. മരണം ഒരു കള്ളനെപ്പോലെ പാർത്തിരിക്കയാണ്. ആത്മാവിനെ കളങ്കമറ്റതായി പാലി ക്കയും കാത്തുസൂക്ഷിക്കയും ചെയ്ക.

പെറ്റ്യയും ബേബിയും നിന്റെ ഫോട്ടോ ചോദിക്കുന്നു. പിന്നെ എനിക്കും ഒന്നു വേണം. നിന്റെ വലിയ മീശയുള്ള ഫോട്ടോ കണ്ട് പെറ്റ്യ നുള്ളിവലി ക്കാൻ തുടങ്ങുകയായിരുന്നു. നീ വളരെ വലുതായല്ലോ! അമ്മയ്ക്കു വിശ്വാസം വരണില്ല. നീ എന്നും അമ്മയുടെ കൈക്കുഞ്ഞാണെന്നാണ് എന്റെ ധാരണ നില്ക്കുന്നത്. നെഞ്ച് പൊരിയുന്നു. വേഗം അവധി എടുത്തു വരിക. നിന്റെ സ്നേഹിതനെ കൊണ്ടുവരാനായി പ്രത്യേകം അപ്പച്ചനും പറയുന്നു.

എല്ലാ വസ്തുക്കളേക്കാൾ ഉടയതമ്പുരാനെ സ്നേഹിക്കുക. (ആമ്മേൻ)”

എന്ന്

പ്രിയമകൻ പാപ്പച്ചന് അമ്മ.

ആ എഴുത്ത് രാഘവനെപ്പിടിച്ച് അടിമുടി കുടഞ്ഞു. വായിച്ചുതീരുമ്പോ ഴേക്ക് അവൻ തളരുകയായിരുന്നു, വിയർക്കുകയായിരുന്നു.

എന്താണു താൻ ചെയ്തതെന്ന് അപ്പോൾ അവൻ വ്യക്തമായി ഓർത്തറിഞ്ഞു. വെച്ചുപൊറുപ്പിക്കാൻ പാടില്ലാത്ത നുണയാണ് ജോസഫിനോട് പറഞ്ഞത്. അതിനെച്ചൊല്ലി അവന്റെ അമ്മ കൂടെ മനസ്താപപ്പെടുന്നു!

"എന്തിനേ ഞാനതു ചെയ്തത്?"

അപ്പോൾ അവൻ തികഞ്ഞ ഉൾവെളിച്ചത്തോടെ എണീക്കുകയും ജോസഫിനെ വിളിക്കുകയും ചെയ്തു.

"എന്തേ?"

അവന്റെ മുഖം തുടുത്തു ചുവക്കുന്നതും കണ്ണുകൾ കത്തിത്തിളങ്ങുന്നതും ജോസഫിന്നു കാണാം.

"ഞാൻ മുമ്പേ പറയേണ്ടതായിരുന്നു."

"എന്ത്?"

"ഓർക്കാപ്പുത്ത് ഒരിക്കൽ പറഞ്ഞുപോയി."

ജോസഫ് മിഴിച്ചുനോക്കി.

"ഞാൻ പറയരുതാത്തതു പറഞ്ഞു. ജോസഫ് വിശ്വസിക്കയും ചെയ്തു പോരാത്തതിന്ന്."

എന്തോ തകരാറുണ്ടെന്ന് ജോസഫിന്നു തോന്നി. അതുകൊണ്ട് അവൻ ശ്വാസമൊതുക്കിപ്പിടിച്ച് ചെവി കൊടുത്തു.

"നിങ്ങളുടെ വിശുദ്ധയായ അമ്മയെക്കൂടെ ഞാൻ തെറ്റിദ്ധരിപ്പിച്ചു."

രാഘവന്റെ കണ്ണുകൾ നിറയുകയും തൊണ്ട ഇടറുകയും ചെയ്തു.

"ജോസഫ്, ഉടനെതന്നെ അമ്മയ്ക്കെഴുതൂ."

"എന്താ രാഘവൻ പറയുന്നതിന്റെ..."

"ഞാൻ വേശ്യയുടെ മകനാണ്."

ജോസഫ് നിന്നേടത്തുനിന്നു കത്തിയത് രാഘവൻ കണ്ടു. അവൻ മിഴിക്കുകയും, അവന്റെ ചുണ്ടുകൾ വിതുമ്പുകയും ചെയ്തു. രാഘവൻ നിർത്താതെ സംസാരിച്ചുകൊണ്ടിരുന്നു.

അന്നുറങ്ങാൻ കിടന്നപ്പോൾ ജോസഫ് തോമസ് പ്രാർത്ഥിച്ചു: "പരമാർത്ഥികളെ സ്നേഹിക്കുന്ന നിർമ്മലനായിരിക്കുന്ന ദൈവമായ കർത്താവെ! ഞങ്ങൾക്ക് എല്ലായ്പോഴും നിർമ്മലഹൃദയത്തെ തരേണമേ. നിനക്കിഷ്ടമില്ലാത്ത വ്യർത്ഥവിചാരങ്ങളേയും ദുശ്ചിന്തകളേയും ഞങ്ങളിൽനിന്നും നീക്കിക്കളയണമേ കർത്താവേ! കള്ളനു തുറന്നുകൊടുത്ത പ്രകാരം നിന്റെ കരുണയുടെ വാതിൽ നീ ഞങ്ങൾക്കു തുറന്നുതരേണമെ. ചുങ്കക്കാരന്റേയും പാപിയായ സ്ത്രീയുടേയും അനുതാപത്തെ കൈക്കൊണ്ടതുപോലെ ഞങ്ങളുടെ അനുതാപത്തേയും കൈക്കൊള്ളണമേ. മാനസാന്തരപ്പെട്ടു തന്റെ അടുക്കലേക്കു വരുന്ന അനുതാപക്കാരിൽ പ്രീതിപ്പെടുന്നവനായി കരുണാപൂർണ്ണനായിരിക്കുന്ന കർത്താവേ! നിന്നെ ഉപേക്ഷിച്ചു പറഞ്ഞതിനുശേഷം ശെമ്ഓനെ നീ പുണ്യപ്പെടുത്തിയ പ്രകാരം ഞങ്ങളുടെ കടങ്ങളേയും പാപങ്ങളേയും പരിഹരിക്കണമേ..." ■

പന്തീരായിരക്കാരന്റെ മൂന്നണടിക്കറ്റ്

ഈൗശ്വരമാരാരെക്കുറിച്ചു ധാരാളം കേട്ടിട്ടുണ്ട്. ആളെ കണ്ടിട്ടില്ല. വീടാണെങ്കിൽ തൊട്ടടുത്താണ്. കൃത്യമായി പറയാമല്ലോ, അരനാഴികയോളം ദൂരം കാണും. ഈ അര നാഴിക അത്ര വലിയ ദൂരമല്ല. അമ്പലത്തിൽ പോകണമെങ്കിൽ മാരാത്തെ പടിക്കലൂടെ വേണം. വിളക്കിനോ വാരത്തിനോ വഴിപാടെത്തിക്കണമെങ്കിൽ മാരാത്തു കൊടുക്കണം. നിവേദിച്ച പായസവും നാളികേരക്കൊത്തും കിട്ടണമെങ്കിൽ മാരാത്തു പോണം. ഇവയ്ക്കൊക്കെ ചുരുങ്ങിയത് ഈരണ്ടു തവണ പോകേണ്ടിവരും. എന്നിട്ടും ഇതേവരെ ഈശ്വരമാരാരെ കാണാനൊത്തില്ല.

ഈശ്വരമാരാരെക്കുറിച്ച് എപ്പോഴും കേൾക്കുന്നു. പണവും ആൾസ്വാധീനവും പ്രമാണിത്തവുമുള്ള ഒരാളെക്കുറിച്ച് വളരെയൊക്കെ പറഞ്ഞു കേൾക്കാം. അദ്ദേഹത്തിന്റെ മക്കളെക്കുറിച്ചും മരുമക്കളെക്കുറിച്ചും ബന്ധുക്കളെക്കുറിച്ചും അദ്ദേഹത്തോടെന്തെങ്കിലും തരത്തിൽ ബന്ധപ്പെട്ടവരെക്കുറിച്ചെല്ലാം – എവിടെച്ചെന്നാലും ഇതൊക്കെയാണ് വർത്തമാനം.

മാരാരുടെ രണ്ടാമത്തെ മകൻ അസിസ്റ്റന്റ് കളക്ടരാണ്. അല്ലെടോ, തനി കളക്ടരായി. തനിക്കെന്താത്ര നിശ്ചയം? ഞാനിന്നലെ അദ്യത്തെ കണ്ടതല്ലേ? എന്നാ താനൊന്നു പറഞ്ഞേ അദ്യത്തിന്നെത്ര്യാ കുട്ടികള്?...

ഇപ്പോഴൊക്കെ കാലഹരണപ്പെടാറായ അയൽക്കാരുടെ വർഗ്ഗമാണി ങ്ങനെയൊക്കെ മാരാരുടെ വർത്തമാനം പറയുക. എന്തുകൊണ്ടെന്നാൽ ഈശ്വരമാരാരെക്കുറിച്ച് വർത്തമാനം പറയുന്നവർ കണിശമായും മൂന്നു വർഗ്ഗത്തിൽപ്പെട്ടവരാണ്. കൈത്തണ്ടയ്ക്ക് മൂപ്പുള്ള രണ്ടാമത്തെ കൂട്ടർ അദ്ദേഹത്തെ മക്കാറാക്കുന്നതു കേൾക്കാം.

മാരാത്തേക്ക് ഒരുപാടു പറമ്പുകളുണ്ട്, ഒരുപടി പാടമുണ്ട്. കിളയ്ക്കും മുറിക്കും തേക്കിന്നും പൂട്ടിന്നും ആളെ വിളിച്ചാൽ കിട്ടില്ല. സ്വാഭാവികമായി നാട്ടിലെ പണിയും തിരക്കും തീർന്നാൽ മാരാത്തെ പണി തുടങ്ങുന്നു. വെച്ചും കുടിച്ചും വെയ്ക്കാതെയും കുടിക്കാതെയും കിടക്കുന്ന കൂലിവേലക്കാർ കിളയ്ക്കാൻ കൂടുന്നു. കൈക്കോട്ടുവെച്ചു മാരാത്തു വന്ന് ഉമ്മറത്തേക്കു നോക്കിനില്ക്കുന്നു. അദ്ദേഹം അവരെ കാണുന്നില്ല. ഉമ്മറത്തു ചാരുകസേലയിൽ ആലസ്യമാണ്ടു കിടപ്പാണ്. അവർ മുരടനക്കുന്നു. അദ്ദേഹത്തിൽനിന്ന് അരുളപ്പാടില്ല. ഒരാൾ ഗതികെട്ടുവിളിക്കുന്നു.

“തമ്പരാനേയ്.”

“ഹെന്തെടോ?”

“ഇന്നത്തെക്കൈക്കോട്ടു വെച്ചു.”

“നാളേം വന്നോളൂ.”

“നാളെയും വരണമെന്നുണ്ട്. ഇന്നത്തെ കാര്യമാണല്ലോ.”

അതുകൊണ്ട് ഒരാൾ അറിയിക്കുന്നു.

"കൂലി വല്ലതും?"

"ഹതാണോ? ഇന്നെങ്ങനെയാ കാശിന്മേൽ തൊടുക? വെള്ളിയാഴ്ച യല്ലേ?"

ഇനി അവർ എന്തുതന്നെ കിന്നാരം കൂടട്ടെ, പയ്യാരം പറയട്ടെ, മാരാർ കസാലയിൽനിന്ന് എണീക്കില്ല. വെള്ളിയാഴ്ച പണം തൊടാൻ പാടില്ല. അതുകൊണ്ടു കിളയ്ക്കാൻ വരുന്ന കൂലിക്കാർ നേരം കളയുകയേ ഉണ്ടാവൂ. എങ്ങനെയെന്നാൽ, അദ്ദേഹം പറമ്പിലേക്കു വരില്ല; അതു തീർച്ച. പറമ്പു കിളയ്ക്കണം. കിളച്ചാൽ കാശ് കിട്ടില്ല. അപ്പോൾ ഒരു കുഴി കുഴിക്കുക. നാലു വശത്തേക്കും മണ്ണു വെട്ടി വീശുക. വേറൊന്നു കുഴിക്കുക. നാലുവശത്തേക്കും മണ്ണു വെട്ടി വീശുക. അന്തിയാവുമ്പോൾ കൈക്കോട്ടു വെയ്ക്കുക. അന്നും മാരാരുടെ പെട്ടി തൊടുക വയ്യെങ്കിലോ?

മാരാത്തെ വഴിയമ്പലം മേയാൻ രണ്ടുപേർ ഒരു ദിവസം മുഴുവൻ മിനക്കെട്ടു. വഴിയമ്പലമാണ്. അപ്പുമാസ്റ്ററുടെ സ്കൂളിൽ പഠിച്ചിരുന്ന അന്നുതൊട്ട് ഈ വഴിയമ്പലം അറിയാം. അല്ലെങ്കിൽ തെറ്റി. ഓർമ്മവച്ചന്നു തൊട്ട് അറിയാം. വഴിയമ്പലത്തിൽനിന്നു സംഭാരം കുടിക്കാൻ തുടങ്ങിയത് സ്കൂളിൽ പോകാൻ തുടങ്ങിയപ്പോഴാണ്. ഉപ്പും മുളകും കരുതിയാണു വരിക. ഊഴമനുസരിച്ച് ഒരാൾ കൊണ്ടുവരണം. സംഭാരം വീഴ്ത്തുന്ന ആയമ്മയ്ക്കു കൊടുത്താൽ ക്ഷ സന്തോഷമാണ്. ഞങ്ങൾക്കു സ്പെഷലായി കൂട്ടിയ സംഭാരം വീഴ്ത്തിക്കിട്ടും. വഴിയമ്പലത്തിന്നകത്തു കയറിക്കൂടാ എന്നുണ്ട്. അതിന്നകത്തു സ്ഥലമില്ല. ആയമ്മയും സംഭാരക്കലവും ആയാൽ വഴിയമ്പലം നിറഞ്ഞു. ഈ വഴിയമ്പലം മേയാനാണ് ഒരു ദിവസം രണ്ടുപേരുടെ ജോലി വേണ്ടിവരിക.

വഴിയമ്പലത്തിന്നു മുന്നിൽ കുളവും അത്താണിയും ആൽത്തറയുമുണ്ട്. എല്ലാം മാരാത്തെ വകയാണ്. ഈ അത്താണി ഇടിഞ്ഞു പൊളിഞ്ഞു കിടക്കുമ്പോൾ ഞങ്ങൾ സ്കൂൾപിള്ളരാണ്; പിന്നീടു നാടുവിട്ട് തിരിച്ചു വന്നപ്പോൾ പഴയ അത്താണിയേ അല്ല. പഴയ അത്താണിയേ ഇല്ല എന്നല്ല പറഞ്ഞത്; അത്താണിയേ അല്ല. സിമന്റിൽ പണിത് കോൺക്രീറ്റിൽ വാർത്തുവെച്ച ഒന്നാണ്. അതിന്റെ മിനുങ്ങുന്ന വലത്തെപ്പള്ളയ്ക്ക് ഒരു വിജ്ഞാപനവും.

ഇന്ന മാരാത്തെ ഇന്ന മാരാരുടെ... അതേതായാലും നന്നായി. ഇനി യാരും അത്താണി തൊട്ടുകളിക്കില്ല. കുളക്കരയിലൂടെ ഒന്നാന്തരം പാതയൊന്നു വെട്ടിക്കഴിഞ്ഞിട്ടുണ്ട്. ആൽത്തറയ്ക്കൽ പുതിയ പീടികക്കെട്ടിടങ്ങൾ തീർന്നിട്ടുണ്ട്. ബസ് സർവ്വീസുണ്ട്. ആൾക്കാർ ചുമടെടുക്കുന്നത് നന്നേ ചുരുക്കം. ആർക്കും അത്താണി വേണ്ട. ഓലക്കാർ ചുമടു കുത്തിച്ചാരിയേക്കാം. തലയിൽ ഓലക്കെട്ടും മടിയിൽ മകനൊരെഴുത്തുമായെത്തുന്ന ഈ പടിഞ്ഞാറൻ പെണ്ണുങ്ങൾ ആൽത്തറതൊട്ടു പണിത വലിയ കെട്ടിടത്തിൽ തുറന്ന ചെറിയ പോസ്റ്റോഫീസിലാണ് എഴുത്തിടുന്നത്.

ഇങ്കിലാബുകാരായ മൂന്നാമത്തെ കൂട്ടർ ഈ ആൽത്തറയ്ക്കൽ പോസ്റ്റാഫീസിന്റെ മുന്നിലും ഇടത്തും വലത്തുമുള്ള കലാസമിതിയാഫീസിലും

വായനശാലയിലും ഇരുന്ന് ഈശ്വരമാരാരെക്കുറിച്ചു സംസാരിക്കുന്നു. മാരാരുടെ കുതിരയെക്കുറിച്ചും ആനയെക്കുറിച്ചും ഇവർ പറഞ്ഞുതരും.

ഇവിടെ ഒരിക്കലും ഇല്ലാതിരുന്ന ഈ പുതിയ റോഡ് വെട്ടിത്തീർന്നപ്പോൾ ഈശ്വരമാരാർ ഒരു കുതിരയെ വാങ്ങി. കുതിരവണ്ടി വാങ്ങി. കാളനും കൂളനും കയറുന്ന ബസ്സിൽ കയറണ്ട. റോഡ് വന്ന നിലയ്ക്ക് കാൽനടയും വേണ്ട. കുതിര കുതിരക്കാരൻ പരീതിനെ കടിച്ചതിൽപ്പിന്നെ മാരാർ കുതിര വണ്ടിയിൽ കയറിയുമില്ല.

പിന്നെയാണ് ആന. മാരാരുടെ കുതിര. മാരാരുടെ ആന. ഈ ഉൾനാട്ടിൽ അതൊരു പഴഞ്ചൊല്ലുപോലാണ്.

മാരാർക്കു മുമ്പേത്തന്നെ ആനയുടെ ഇടപാടുണ്ടായിരുന്നു. അടുത്തുള്ള അമ്പലങ്ങളിൽ പൂരം വേണം, ഉത്സവം കൊണ്ടാടണം. ആന വേണം. പള്ളികളിൽ നേർച്ച കഴിക്കണം. ആന വേണം. ഏക്കത്തിന് ആനയെ ഏർപ്പാടുചെയ്യാൻ മാരാരുടെ ഒരെഴുത്തുവേണം. അല്ലെങ്കിൽ മാരാരെ തെരിയപ്പെടുത്തിയാൽ മതി. നിങ്ങൾക്ക് എത്ര വേണം, ആന വരും. ഇങ്ങനെ ആനയെ ഇടപാടു ചെയ്തിരുന്ന മാരാർ ആനയെത്തന്നെ വാങ്ങി. മാരാത്തെ ആനയല്ല, മാരാരുടെ ആന.

മാരാരുടെ ആനയ്ക്കു പുതിയ പാപ്പാന്മാരായിരുന്നു. നാട്ടിൽ ഒരാന- അതും പുത്തനായിരുന്നു. പുതിയ പാപ്പാന്മാരുടെ ഭാഷ ആനയ്ക്കറിയില്ല. അതുകൊണ്ടു കിടക്കാൻ പറഞ്ഞാൽ നടക്കും. നടക്കാൻ പറഞ്ഞാൽ ഓടും. ഓടാൻ പറഞ്ഞാൽ കിടക്കും. അപ്പോൾ പാപ്പാൻ അടിക്കും. വളഞ്ഞു കൂടിയ പിള്ളർ കൂക്കും. ആന വിരളുകയായി. പാപ്പാൻ ആനയെ ഇടിക്കും, ആനയെ കുത്തും. ആന ഓടും. ആന ഓടിയാൽ നാശനഷ്ടങ്ങളുണ്ടാകും. ഒരു തെങ്ങിൻതൈ, രണ്ടു ചായപ്പീടിക, ഒരു വീട്... മാരാത്ത് നിവേദക സംഘങ്ങൾ വരികയായി.

“നീലകണ്ഠൻ ഇന്നും വിരണ്ടു, അല്ലേ?”

“അതെ തമ്പുരാനെ!”

“മുമ്പൊന്നും നമ്മുടെ നാട്ടിൽ ആന ഇല്ലാ ട്ട്വാ.”

“ഇല്ല തമ്പുരാനേ!”

“നീലകണ്ഠൻ എന്റെ അല്ല. മാരാത്തെ അല്ല. നാട്ടുകാരുടെ ആനയാ അവൻ.”

ഈ പുതിയ പാഠം കേൾക്കാൻ ചെവി താനേ കൂർപ്പിച്ചു പോകും.

“നാട്ടുകാരുടെ ആന വിരണ്ടപ്പോൾ അവനൊരു കുല പഴമങ്ങു വാങ്ങിക്കൊടുക്കാൻ ഈ നാട്ടിൽ ഒരാളും ഉണ്ടായില്ലാന്നാ കേട്ടത്. ന്താ, സത്യം തന്നല്ലേ?”

“പുര തകർന്ന മനുഷ്യൻ മലച്ചുനില്ക്കുകയാണ്. പിന്നെ, അതിനെന്താത്ര വിഷമം, എന്താ വേണ്ടെന്നുവെച്ചാൽ എടുത്തോളൂ. എല്ലാം ഇവിടെയുണ്ടല്ലോ. പുരയങ്ങു നേരെയാക്കൂ എന്നൊക്കെ സമാധാനിപ്പിക്കുകയും ഉണ്ടായി. പിന്നെ ആ മനുഷ്യൻ കഴുക്കോലിനു മുള ചോദിക്കാൻ ചെന്നു. മാരാർ കൊടുത്തില്ല. ഞാൻ എപ്പഴേ പറഞ്ഞതു തരാമെന്ന്?”

"ഹിന്നലെ!"

"ഞാനങ്ങനെ പറയ വൈക്ക്വൊ. ഇവിടെ ഒരു തുണ്ടം എടുക്കാൻ ഇല്ലല്ലോ."

നീലകണ്ഠനു ധാരാളം കല്ലേറു കിട്ടാൻ തുടങ്ങിയിരുന്നു. എന്നാലും അവനു തീറ്റ വേണം. ആൽത്തറയുടെ അപ്പുറത്തു ചെറിയൊരു പാടം കയറി ഒരു കുന്നും കുന്നിന്മേൽ അമ്പലവും അവിടന്നങ്ങോട്ട് കുറെയേറെ പറമ്പുകളുമാണ് മാരാർക്കുള്ളത്. ആൾപ്പാർപ്പു ധാരാളമുണ്ട്. ആനയ്ക്ക് ഒന്നിനും പോരായ്മ ഉണ്ടാകരുത്.

"നാട്ടുകാരുടെ നീലകണ്ഠനല്ലേ?"

ഒരു പനയുടെ പട്ട.

നാല് ഓലമടൽ.

ഒരു നാളികേരം.

മാരാർ കുറിപ്പു കൊടുത്തുവിടുകയാണ്. ആനയും പാപ്പാന്മാരും ഊരു ചുറ്റുന്നു. പിന്നാലെ പിള്ളേർ കൂടുന്നു, കൂക്കുന്നു, കല്ലെറിയുന്നു. ഏറു കൊണ്ടാൽ ആന വിരളും, പാപ്പാന്മാർ പഠിപ്പുമുറ തുടങ്ങും. അടിച്ചും കുത്തിയും തോറ്റപ്പോൾ ഒരു മുളയുടെ കടക്കുറ്റി വെട്ടി ശരിയാക്കി. ആനയെ ഇടിക്കാനാണ്. തലങ്ങും വിലങ്ങും ഇടിച്ചു. ഇടി കൊണ്ടേടത്തു കുറെ യൊക്കെ പഴുത്തു. ആനയെ ഈച്ചയാർത്തു.

"ആനയ്ക്കു പഴുപ്പാണ്."

ആനയെ ചികിത്സിക്കണം. ചികിത്സിച്ചു. എന്നിട്ടു നോക്കുമ്പോൾ ആന ചാവും എന്നായി. ആന ചത്തുപോയേക്കുമെന്നായപ്പോൾ, ആനയെ നടത്തി. ചികിത്സിക്കുന്നത് അകലെയൊരു മനയ്ക്കലെ നമ്പൂതിരിയാണ്. ആനയെ ആ മനയ്ക്കലേക്കു കൊണ്ടുപോവുകയാണത്രെ.

രണ്ടോ മൂന്നോ നാഴിക ചെന്നപ്പോൾ ആന ചെരിഞ്ഞു. ആളുകൾ ഓടി ക്കൂടുകയും ചെയ്തു.

"അവിടന്നാണ് എല്ലാ കുഴപ്പങ്ങളും ഉണ്ടായത്. ആനയെ കുഴിച്ചിടണം. അന്നാട്ടുകാർ പിടിച്ചപിടിയാലെ എതിർക്കുകയാണ്, അവർക്കു തീരാത്ത ഭയമുണ്ട്."

പുതുശ്ശേരിയിൽ മുമ്പ് അതു സംഭവിച്ചതാണ്. അവിടെ ആനയെ കുഴിച്ചു മൂടി. എമ്പാടും മഹാരോഗം തുടങ്ങുകയും ചെയ്തു. അപ്പോൾ ആനയെ മാരാത്തേക്കെടുക്കണം. ലോറി അന്വേഷിച്ചു. ആരും ലോറി കൊടുത്തില്ല. മാത്രമല്ല, മാരാത്തേക്ക് ആനയെ കൊണ്ടുവരാൻ പാടില്ല എന്നു വാശി പിടിച്ചത് ഇന്നാട്ടുകാരാണ്.

"എന്റെ നാട്ടുകാരേ!"

"എന്തോ തമ്പുരാനേ!

"എന്താ വേണ്ടത്?"

"കൽവെട്ടുകുഴിയിലിട്ടു ദഹിപ്പിക്കൂ."

"ആന ചത്താലും പന്തീരായിരം..."

"ആനയെ കുഴിച്ചുമൂടരുത്."

ചത്തേടത്തു കിടന്ന് ആന ചീയുകയായിരുന്നു. കാറ്റടിക്കുന്നുമുണ്ട്. ഈ പ്രദേശത്തൊന്നും ആൾക്കാർക്കു ജീവിച്ചുകൂടാ.

ആ നാട്ടുകാരും ഈ നാട്ടുകാരും മാരാരുംകൂടെ വടംവലി നടക്കുന്നതിനിടയിൽ ആന ചത്തേടത്തു മൂന്നു ദിവസം കിടന്നു. പിന്നീടു ഗവർമ്മേണ്ടുദ്യോഗസ്ഥന്മാർ വന്നു. ഉത്തരവുകൾ പറന്നു. അവയ്ക്കു പിമ്പേ മലയന്മാർ വന്നു. അവർ മൂക്കറ്റം കുടിക്കയും തെറിപ്പാട്ടുപാടുകയും ആനയെ വെട്ടിമുറിക്കുകയും ലോറിയിൽ കയറ്റുകയും ചെയ്തു. കുന്നത്തെ കൽവെട്ടുകുഴിയിൽ ആനയുടെ ചീഞ്ഞളിഞ്ഞ കൈകാലുകൾ തട്ടി. വിറകുനിറച്ചു പെട്രോളൊഴിച്ചു. തീവെച്ചു. അപ്പോഴാണ് മഴ. തോരാത്ത മഴ. പെട്രോൾ കത്തിപ്പോയാൽ തീ കെട്ടു. വീണ്ടും ഒഴിക്കുക. തീ കൊടുക്കുക. നാലാമത്തെ ദിവസം ആന ദഹിച്ചു. മാരാർക്കു കിട്ടിയത്: രണ്ടു കൊമ്പുകൾ!

ചത്തുപോയ ആനയെക്കുറിച്ച് ഈശ്വരമാരാർ പറയുകയുണ്ടായി. എന്നോടല്ല. ഈശ്വരമാരാർക്കു വർത്തമാനം പറയത്തക്ക യാതൊരുവിധ അന്തസ്സും എനിക്കില്ലല്ലൊ. ഞാൻ കൂടെ കേട്ടു എന്നു പറയുക. എന്തുകൊണ്ടെന്നാൽ ഞങ്ങൾ ഒരേ ബസ്സിനകത്തായിരുന്നു.

ഈശ്വരമാരാർ എന്റെ ഇടത്തുഭാഗത്തായിരുന്നു. വന്നിരുന്നപ്പോഴും എനിക്ക് ആളെ അറിയില്ല. കണ്ടിട്ടുണ്ട്, കുറച്ചുമുമ്പ് ബസ്സ്റ്റാന്റിൽ വെച്ചു കണ്ടു. അവിടെത്തന്നെ കോപ്പനും കറുപ്പനും ഉണ്ടായിരുന്നു. ഞങ്ങൾ വർത്തമാനത്തിലാണ്.

"എന്തേ കുന്നങ്കുളത്ത്?"

"റജിസ്ട്രാഫീസിൽ വന്നതാണ്. അവരുടെ ഭാഗം കഴിഞ്ഞിരിക്കുന്നു."

"ചേട്ടനും അനിയനും നന്നേ സ്നേഹമായിരുന്നു. അവരും ഭാഗിച്ചു."

"മാരാത്തെ നിലമോ?"

"പപ്പാതി തന്നെ."

അപ്പോഴാണ് ആധാരക്കെട്ടും പഴങ്കുടയുമായി അദ്ദേഹം വന്നത്. ഈശ്വരമാരാരാണെന്ന് എനിക്കറിഞ്ഞുകൂടാ. ആൾ ശോഷിച്ചു വിളർത്തു നര കയറി... അങ്ങനെയാണ്. ഏതോ ആധാരമെഴുത്തുകാരനാകണം.

ബസ് വന്നു. മര്യാദയുടെ പേരിൽ കാത്തുനിന്നാൽ കയറാൻ ചെല്ലുമ്പോൾ 'ഏയ് എനി സ്ഥലമില്ല' എന്നാകും. അതുകൊണ്ടു ബസ് റിവേഴ്സിൽ സ്റ്റാന്റിലേക്കു നീങ്ങുമ്പോഴേ കയറിയിരുന്നു.

ആളുകൾ തിരക്കിക്കയറുന്നുണ്ടായിരുന്നു. ഫ്രണ്ട് സീറ്റിൽ നല്ലൊരു തലേക്കെട്ടും കെട്ടി ഗോവിന്ദൻ ഇരിക്കുന്നുണ്ട്. എന്നെ കണ്ടിട്ടില്ല. വർത്തമാനം പറയാമെന്നുവെച്ചു നോക്കുമ്പോൾ പഴയ ആധാരമെഴുത്തുകാരൻ ഗോവിന്ദന്റെ തലക്കെട്ടിലേക്ക് ഉറ്റുനോക്കി നില്പാണ്.

തലേക്കെട്ടഴിക്കെടാ ഗോവിന്ദാ എന്നാകാം അയാളുടെ ചുളിഞ്ഞ കണ്ണുകൾ പറയുന്നത്. എന്നിട്ട് എണീക്ക്, എനിക്കിരിക്കാൻ ഇടം താ എന്നും.

താൻ പോടോ കടന്ന് എന്ന സ്വാഭാവികമായ മുഖഭാവത്തോടെ ഗോവിന്ദൻ ഉറച്ചിരിക്കയാണ്. അവിടെയാകെ ചുറ്റിപ്പറ്റി അദ്ദേഹം തിരിഞ്ഞ്, ബസ്സിനകത്തേക്കു കയറി. എല്ലാവരും ഇരുന്നു കഴിഞ്ഞിരുന്നു. നേരെ വന്നത് എന്റെ അടുത്തേക്കാണ്. വരുമ്പോൾ ഉറക്കെ പരാതിപ്പെടുന്നുണ്ടായിരുന്നു.

എന്തോ മനുഷ്യരുടെ ഒരിരുപ്പ്! ഒരു സീറ്റു മുഴുവൻ നിറഞ്ഞിരിക്ക്യേ? ഒതുങ്ങിയിരിക്കു ഹേ, ഒന്നിരിക്കട്ടെ.

എന്നോടാണ്, ഞാൻ മുഴുവൻ നീലച്ചുകാണണം. അപ്പോഴാണ് കോപ്പൻ ഇരുന്നേടത്തുനിന്നു ചാടുക.

“തമ്പ്രാനെ ഇവിടെ, ഇവിടെ.”

അദ്ദേഹത്തിന്റെ വിളർത്ത മുഖത്ത് അല്പം രക്തം കയറി.

“കോപ്പൻ ഇരിക്കൂ. ഞാൻ...”

കോപ്പൻ എണീറ്റു ബസ്സിന്റെ പിന്നിലേക്കു നീങ്ങിക്കഴിഞ്ഞിരുന്നു. അവിടെ അടുക്കിയിരുന്ന പഴക്കുലകൾ നീക്കിവെച്ച് അയാൾ നില്ക്കാൻ ഇടമുണ്ടാക്കി.

ഇതേതാ തമ്പുരാൻ എന്നായി മനസ്സിൽ. കോപ്പന്റെ തമ്പുരാനെ എനിക്കറിഞ്ഞുകൂടാ! അങ്ങനെയും വരാം. വളരെക്കാലമായി നാട്ടിൽ ഇല്ലല്ലോ.

തമ്പുരാൻ എന്റെ ഇടത്തുവശത്തിരുന്നു. കാൽമുട്ടുകൾ പരത്തി എന്നെയൊന്നു തിക്കുകയും ആധാരക്കെട്ടു മടിയിൽ വെക്കുകയും ചെയ്തു.

“എവിടന്നാവോ?” ബസ്സിളകിയപ്പോൾ ആരോ ചോദിച്ചു.

“ഞാനോ?” എന്നിട്ടദ്ദേഹംതന്നെ പറഞ്ഞു, “കോപ്പനും കറുപ്പനും ഭാഗിച്ചു. നിലവും ഭാഗിച്ചു. പാട്ടശ്ശീട്ടു മാറ്റാനായി വന്നതാണ്. ആ ഉള്ള പാട്ടബാക്കി രണ്ടിടത്തും സമാസമം കാണിക്കണ്ടേ?”

ബസ്സിളകിയപ്പോഴും അദ്ദേഹം വർത്തമാനം പറയുകയായിരുന്നു. ഇനിയാരും പറയേണ്ട ആവശ്യം വരാനില്ല. എല്ലാവർക്കും വേണ്ടത്ര ഉറക്കെയാണ് തമ്പുരാൻ സംസാരിച്ചിരുന്നത്.

അദ്ദേഹം കോപ്പന്റേയും കറുപ്പന്റേയും പാട്ടശ്ശീട്ടുകളെക്കുറിച്ചു പറയുമ്പോൾ മനുഷ്യന്റെ തിറത്തെക്കുറിച്ചു ധാരാളം പറഞ്ഞു. രണ്ടുപേർക്കും നല്ല തിറമുണ്ട്. പാട്ടബാക്കിയിൽ വന്ന അഞ്ഞൂറുറുപ്പിക സമാസമമാണ് സമ്മതിച്ചത്. ഒരു കൊല്ലത്തേക്കു പലിശ കൂടി മുൻകൂർ പിടിച്ചു പാട്ടശ്ശീട്ടിൽ കൊള്ളിച്ചു. അതായത് ഇരുനൂറ്റിയമ്പതിന് ഒരു പണപ്രകാരം... ഇരുനൂറ്റിയെമ്പത്. എന്താ, അതല്ലേ തിറം? മനുഷ്യൻ അതാണു വേണ്ടത്. മരിക്കുവോളം തിറം നിലനിർത്തണം. എനിക്കൊരു പന്തീരായിരം പോയി. എന്നിട്ടെന്തേ? ഒന്നും പോയില്ലെന്നപോലെ ഞാൻ ജീവിക്കുന്നു. പന്തീരായിരത്തിന്റെ ആനയേക്കാൾ എനിക്കു വലുതു നാട്ടുകാരാണ്.

അദ്ദേഹം ഇനിയും പ്രസംഗിക്കുകയും എന്നെ തിക്കുകയും ചെയ്തേനെ. ഇടയ്ക്കു കോപ്പൻ പറഞ്ഞു. "തമ്പുരാന് ഇനിയുമൊരു പന്തീരായിരത്തിന്റെ ഒരുത്തനെ വാങ്ങാനൊക്കെ കഴിയാതായിട്ടില്ലല്ലോ. അതെല്ലാവർക്കും അറിയാലോ."

"അതന്യാ കോപ്പാ, ഞാനും പറയണ്." എന്നു മാരാർ തുടങ്ങി.

കണ്ടക്ടർ ടിക്കറ്റെഴുതുകയും കുന്നംകുളത്തുനിന്നു കയറിയവരോടു മുമ്മൂന്നണ വാങ്ങുകയും ചെയ്തുകൊണ്ടിരുന്നു.

മാരാർ വെളുത്ത തലേക്കെട്ടിനെക്കുറിച്ചും, ഈ തലേക്കെട്ടുകാരുടെ തിറം കെട്ട സമ്പ്രദായങ്ങളെക്കുറിച്ചും പ്രസംഗിക്കുകയായിരുന്നു. ഇടയ്ക്കൊക്കെ ബസ്സു നിൽക്കുമ്പോൾ വഴിയിലുള്ള ആൾക്കാർ ബസ്സിലേക്ക് ഉറ്റുനോക്കിക്കൊണ്ടിരുന്നു.

പിന്നെ ബസ്സു നിന്നപ്പോൾ കോപ്പനും കറുപ്പനും ഇറങ്ങി. മാരാർ കോപ്പനെ കൈകാട്ടി വിളിച്ചു.

"ഒന്നുകൊണ്ടും വിഷമിക്കണ്ടാ ട്ട്വാ. എന്തെങ്കിലും ഒരാവശ്യം നേരിട്ടാൽ നേരെ മാരാത്തേക്കു വന്നോളൂ. എന്റെ തിറം ഞാൻ മരിക്കുവോളം നിലനിർത്തണം."

പിമ്പേ വന്നു ബസ്സിലേക്ക് എത്തിനോക്കിനിന്ന കറുപ്പൻകൂടെ തൊഴുകൈയായി നിന്നു വിട ചോദിച്ചു. അയാളുടെ കണ്ണുകൾ രക്തം ചിന്തിയപോലെ കലങ്ങിയിരുന്നു.

മാരാരുടെ സുവിശേഷത്തിനിടയ്ക്കു കണ്ടക്ടർ റൈറ്റ് വിളിച്ചുകഴിഞ്ഞിരുന്നു. കാറ്റിനോടും മരങ്ങളോടും തിറത്തെപ്പറ്റി സംസാരിച്ചുകൊണ്ട് അദ്ദേഹം തന്റെ വലിയ പേഴ്സ് എടുത്തു മടിയിലേക്കു തുറന്നുവെച്ചു. സൗകര്യമായി പണമെടുക്കാൻ വേണ്ടി എന്നെ തിക്കുന്നുണ്ടായിരുന്നു. ഇറങ്ങാറായല്ലോ എന്ന സമാധാനത്തോടെ ഞാനിരുന്നു നെടുവീർപ്പിടുകയാണ്. അപ്പോൾ മൂന്ന് ഒറ്റണകൾ വിരൽത്തുമ്പിലെടുത്തു നീട്ടിക്കൊണ്ട് മാരാർ ഉറക്കെ വിളിച്ചു: "അപ്പഴേയ്."

മുട്ടുകൈകൊണ്ട് എന്റെ നെഞ്ചിൽ തട്ടിയ ആ മനുഷ്യൻ കണ്ടക്ടറെ വിളിക്കുകയാണത്രേ!

ഇടത്തേകൈ മടക്കി തള്ളവിരൽ പിന്നോക്കമാട്ടിക്കൊണ്ട് മാരാർ കണ്ടക്ടറോടു ചോദിച്ചു: "എന്റെ ചാർജ്ജ് തന്നോ?"

കോപ്പനോ കറുപ്പനോ തന്റെ മൂന്നണ കൊടുത്തോ എന്നന്വേഷിക്കയാണ്.

"തന്നിട്ടില്ല."

പ്രത്യേകം ഔദാര്യമൊന്നും കാണിക്കാതെ, കണ്ടക്ടർ ഒറ്റശ്വാസത്തിൽ പറഞ്ഞു.

മാരാരുടെ വിളഞ്ഞ മുഖം തുടുക്കുകയും ചുവക്കുകയും ചെയ്തിരുന്നു. അതിന്നിടയ്ക്കു മുൻസീറ്റിലിരുന്ന ഗോവിന്ദൻ തലക്കെട്ടിൽ തലോടിക്കൊണ്ടു പറഞ്ഞു: "കോപ്പനും കറുപ്പനും ഭാഗിച്ചില്ലേ?" ■

അല്ലാഹിന്റെ സമക്ഷത്തിൽ

പ്രിയപ്പെട്ട ജനാബ് ഷെയിക്ക് മുഹമ്മദ് ഹുസൈൻ സാഹിബിന്ന്-

ജീവിച്ചിരുന്നപ്പോൾ, അടുപ്പംകൊണ്ടും അന്നത്തെ ചെറുപ്പംകൊണ്ടും, ബഹുമാനിക്കാൻ മറന്നെങ്കിലും അല്ലാഹിന്റെ സമക്ഷത്തിലേക്ക് അയയ്ക്കുന്ന ഈ എഴുത്തിൽ, എല്ലാ ബഹുമതികളോടും സ്ഥാനമാനങ്ങളോടുംകൂടെ താങ്കളെ അഭിസംബോധനചെയ്യട്ടെ. വെർസോവാ കടപ്പുറത്തുണ്ടായിരുന്ന നേവൽ ട്രെയിനിങ് സ്കൂളിലേക്കു താങ്കളുടെ അമ്മ അയയ്ക്കാറുള്ള എഴുത്തുകളെക്കുറിച്ചു ഞാനിന്നും ഓർക്കുന്നുണ്ടെന്നു താങ്കൾക്കൂഹിക്കാം. അവയുടെ മേൽവിലാസത്തിൽ നിന്നാണല്ലോ താങ്കളുടെ മുഴുവൻ പേരും ബഹുമതികളും ഞാനാദ്യം മനസ്സിലാക്കിയത്.

താങ്കൾ ഈ ലോകത്തിലില്ലാത്തനിലയ്ക്ക് അമ്മയുടെ സംരക്ഷണത്തിൽ കഴിയുന്ന ഇന്ന ആൾക്ക് എന്നെഴുതാൻ വയ്യല്ലോ. അല്ലാഹിന്റെ സമക്ഷത്തിൽ വാഴും ജനാബ് ഷെയിക്ക് മുഹമ്മദ് ഹുസൈൻ സാഹിബവർകൾക്കു കൊടുപ്പാൻ എന്ന മേൽവിലാസമെഴുതട്ടെ.

ഒരുവേള താങ്കൾക്കുശേഷം അമ്മയും മരണപ്പെട്ടിരിക്കാം. എനിക്കവരെക്കുറിച്ച് ഒന്നും അറിഞ്ഞുകൂടല്ലോ. കിഴക്കൻ ബംഗാൾ കണ്ണെത്താത്ത ദൂരത്താണ്. (താങ്കളുടെ മരണത്തിന്നുശേഷം ഇന്ത്യ വിഭജിക്കപ്പെട്ടു. സ്വാതന്ത്ര്യവും കിട്ടി. അവിടെയെത്തിയ പരസഹസ്രം സഹജീവികളിൽനിന്ന് അറിഞ്ഞിട്ടുണ്ടാകാം. അഥവാ യാതൊന്നും സംസാരിക്കാനാവാത്തവണ്ണം അവർ പരവശരായിരുന്നെങ്കിൽ, അവരുടെ സ്തബ്ധതയിൽനിന്നും, മാരകമായ പരിക്കുകളിൽ നിന്നും ഊഹിച്ചിരിക്കാം.)

ഓർമ്മയുടെ എഴുത്തു കിട്ടാനും വായിക്കാനും ഭാഗ്യമില്ലാതെപോയല്ലോ എന്ന് ഞാനൊരിക്കലും ആവലാതിപ്പെട്ടില്ല. താങ്കളുടെ അമ്മ എഴുതാറുള്ള കാര്യങ്ങൾ ഇന്നും ഓർത്തുപോകുന്നു.

വീട്ടിൽ ഏവർക്കും സുഖം. അമ്മയ്ക്കും സുഖക്കേടൊന്നുമില്ല. ആകപ്പാടെ ഒരു പൊരിച്ചിലാണ്. ഉണ്ണുമ്പോൾ, ഉറങ്ങുമ്പോൾ, കാറ്റിൽ വാതിലടയുമ്പോൾ, തൊഴുത്തിൽ പശു കുളമ്പടിക്കുമ്പോൾ--എപ്പോഴും മകനതാ വന്നു എന്ന് തോന്നുകയാണ്.

മകൻ അമ്മയെക്കുറിച്ച് പകൽക്കിനാവു കാണുകയായിരുന്നു. ഒരമ്മയുടെ ആഴമുറ്റ ഹൃദയത്തിന്റെ നീലച്ഛായകലർന്ന കടലിൽ, ചക്രവാളസീമയിൽ, വേദനയുടെ ചുവപ്പു തുടുത്തുനിന്നു. താങ്കൾ അമ്മയുടെ എഴുത്തോടു കൂടെ, മതിൽക്കെട്ടിൽ, കടലിലേക്കു ദത്താവധാനം നോക്കിക്കൊണ്ടിരുന്നു.

സായാഹ്നസന്ധ്യയുടെ തുറന്ന സിന്ദൂരച്ചെപ്പു വിലങ്ങനെ ചെരിഞ്ഞു കഴിഞ്ഞു. തുടിക്കുകയും വിതുമ്പുകയും തിളങ്ങുകയും ചെയ്യുന്ന നീലക്കടലിലൂടെ വേദനയുടെ രക്തപ്രവാഹം കാല്പാടിലോളം ഒഴുകിയെത്തി. കടലിൽ കൊച്ചുതിരമാലകളാൽ കരിങ്കല്ലിന്റെ മതിൽക്കെട്ടിനോട് കരളലിയാൻ കേണുകൊണ്ടിരുന്നു. ഇളങ്കാറ്റാകട്ടേ, തെങ്ങിൻതലപ്പുകളിൽ

പായ്യാരം പറഞ്ഞുനിന്നു. അവനവനോടാണ്. വരൂ മകനേ, വരൂ. ഈ ലോകം, കടലും ഭൂമിയും ആകാശവും ഒരേ നിറമായിക്കഴിഞ്ഞു. തുടുത്തു. ചുവന്നു. നിറകണ്ണിന്റെ വർണ്ണഭ്രാന്തിയാകാം. താൻതന്നെ വെറും നിറമാണ്. കടലിലൂടെ ഒഴുകിയെത്തുന്ന പാടലപ്രവാഹത്തിൽ അലിഞ്ഞലിഞ്ഞുചേരുന്നു. കൊച്ചുകൊച്ചു തിരമാലകളിലൂടെ, ഓളങ്ങളിലൂടെ, അലകളിലൂടെ ലോലലോലമായ പാടലച്ഛായയിലൂടെ രൂപവും കനവുമില്ലാതെ ആത്മാവ് ഒഴുകുന്നു....

തിരിച്ചുചെല്ലാൻ അമ്മ എഴുതി. ഹുസൈൻ പോയില്ല. പോകാൻ നിർവ്വാഹമില്ല. കടലിലും കരയിലും ആകാശത്തിലും (കടലിനടിയിലും) ആത്മനഷ്ടത്തിൽപ്പോലും ചക്രവർത്തി തിരുമനസ്സിന്റെ സുഖക്ഷേമ സമാധാനത്തിന്നുവേണ്ടി പൊരുതാമെന്നു താങ്കൾ പ്രതിജ്ഞ ചെയ്തു കഴിഞ്ഞിരുന്നു.

അല്ലെങ്കിലും താങ്കൾ തിരിച്ചുപോവില്ല. ഇഷ്ടികക്കമ്പനിയിലേക്കു മണ്ണു ചുമക്കുന്ന അമ്മയെക്കണ്ടിട്ടാണ് നേവിയിൽ ചേർന്നത്. അതിന്റെ പിറകേ വന്ന അവഹേളനങ്ങളുടെ നടുക്കാണ് പൊറുക്കേണ്ടിവന്നത്.

നാം നിലാവിൽ പാറാവുനിൽക്കുകയായിരുന്നു. ജീവിതത്തിന്റെ എല്ലാ വൃത്തികേടുകളും നമുക്കു ചുറ്റും തിരശ്ശീലയിട്ടിരുന്നു. തണുത്ത കടൽക്കാറ്റിൽ, മുക്കുവച്ചാളകളിൽ ഉണക്കാനിട്ട മീനിന്റെ ചത്ത നാറ്റം തൂങ്ങിക്കിടന്നു. മീനുണക്കാനുള്ള മുളങ്കമ്പുകൾ നിറച്ച കട്ടവണ്ടികൾ അപശബ്ദങ്ങളോടെ മുന്നോട്ടുനീങ്ങി. കുടിച്ച വണ്ടിക്കാരുടെ വൃത്തികെട്ട നാടൻ പാട്ടുകൾ വഴിനീളെ ഇഴഞ്ഞുനിന്നു.

ഇപ്പോഴും ഞാൻ പുകവലിച്ചുകൊണ്ടാണെഴുതുന്നത്. അതൊരു സ്വഭാവമായിത്തീർന്നിരിക്കുന്നു. അന്നു പാക്കറ്റിൽനിന്നു സിഗരറ്റെടുത്തപ്പോൾ താങ്കൾ തീപ്പെട്ടി ചോദിച്ചു. കാന്റീൻ എപ്പഴേ അടച്ചു. താങ്കൾക്ക് ആ തീപ്പെട്ടി തന്നാൽ അതപ്പാടെ എരിച്ചുകളയും. ഒരു രാത്രി മുഴുവൻ ഞാൻ പുകവലിക്കില്ലല്ലോ!

എരിക്കാനല്ല, സിഗരറ്റ് വലിക്കാനാണുപോലും. ഹുസൈൻ പുകവലിക്കുമോ? ഇപ്പോൾ ഒന്ന്, രുചിനോക്കാനാണ്. സിഗരറ്റ് ചുണ്ടിൽ പിടിപ്പിച്ച്, അതങ്ങനെതന്നെയാണോ ഇരിക്കേണ്ടതെന്നു താങ്കൾ ചോദിച്ചു. അല്ല, ഇങ്ങനെയാണോ? താങ്കൾക്ക് ഒരു സിഗരറ്റ് പിടിപ്പിക്കാൻപോലും അറിയില്ല. വേണ്ട, തീപ്പെട്ടി തരൂ. കണ്ടോ, ഹുസൈൻ ചെയ്തത്? തീപ്പെട്ടി തുറന്ന്, കൊള്ളി കത്തിച്ച് തീപ്പെട്ടിക്കു കൊളുത്തി. കണ്ടോ, കണ്ടോ? താങ്കൾ ചിരിക്കുന്നു! ശകാരം തുടങ്ങിയപ്പോൾ താങ്കൾ പിണങ്ങുകയോ കൂടുതൽ കളിയാക്കുകയോ ചെയ്തു.

വളരെ വളരെ നിസ്സാരമായ ഇക്കാര്യം ഓരോ സിഗരറ്റ് കൊളുത്തുമ്പോഴും ഓർത്തുപോകുന്നു. നാം ജോലി ചെയ്യുന്നു. ശമ്പളം വാങ്ങുന്നു. കുടുംബം പുലർന്നുപോകട്ടെ. പണമെന്തിനു പുകച്ചുകളയണം?

ഗൺബോട്ടിലേക്കു പോകണ്ട എന്ന് ഈ സ്നേഹിതൻ പറഞ്ഞു. ഹുസൈൻ ഗൺബോട്ടിലേക്കുതന്നെ വളണ്ടിയർചെയ്തു. പണം കിട്ടണം,

ഒരു കുടുംബം പുലർത്താനുണ്ട്. ഗൺബോട്ടിലേക്കു പോകുന്നതുകൊണ്ട് ഇരുപത്തഞ്ചുറുപ്പിക ശമ്പളം കൂടുന്നു!

മരിക്കാൻ നന്നേ എളുപ്പമായതുകൊണ്ട് ആത്മാവിന്റെ വാടക കൂടുകയാണ്.

താങ്കളുടെ നെഞ്ചിന്റെ ചൂടും, മിടിപ്പും പുകവലിച്ചുണങ്ങിയ എന്റെ മാറിടത്തിൽ, മാംസപേശികളിൽ, കരളിനെ പൊതിയുന്ന അസ്ഥികൂടത്തിന്റെ മജ്ജയിൽ ഉണ്ട്. പിരിയുമ്പോഴും ചേരുമ്പോഴും ചങ്ങാതികൾ ആലിംഗനം ചെയ്യുമെന്ന് അന്നാണ് ഞാനറിയുക! ഒരു മുസൽമാന്നുമാത്രമുണ്ടാകാവുന്ന ആവേശത്തോടെ, ആത്മാർത്ഥതയോടെ താങ്കൾ പിരിഞ്ഞുപോയി.

നൂറ്റിപ്പതിന്നാലാം നമ്പർ ഗൺബോട്ടു തിരഞ്ഞുകൊണ്ടാണ് ഞാനെന്റെ കടൽ യാത്ര തുടങ്ങിയത്. അക്യാബിലേക്കാണ് കപ്പൽ പോകുന്നതെന്നു കാലേ അറിഞ്ഞിരുന്നു. സഖ്യശക്തികൾ ബർമ്മയിൽ പ്രത്യാക്രമണം തുടങ്ങിയിരുന്നു. അക്യാബിൽത്തന്നെ ബോംബേറു നടക്കുന്നു.

കപ്പൽ അക്യാബിലെത്തുമ്പോൾ ഞാനുറങ്ങുകയായിരുന്നു. കനത്ത ഇരുമ്പുചങ്ങലയോടൊപ്പം നങ്കൂരം ഊർന്നു ചാടിയപ്പോൾ ഞെട്ടിത്തെറിച്ച് അപ്പർഡെക്കിലേക്ക് കയറി. മരിക്കുന്നുവെങ്കിൽ, സ്ഥലമേതാണെന്ന് ഒന്നറിഞ്ഞു വെയ്ക്കാം.

കുറ്റാക്കൂരിരുട്ടാണ്. ഒന്നും കാണാൻ വയ്യ. അനന്തതയോളം ഉയർന്ന ആകാശത്തിന്റെ അഗാധനീലിമയിൽ അന്ധകാരത്തിന്നു ഭയങ്കരത കൂട്ടാൻ മാത്രം അവിടവിടെ നക്ഷത്രങ്ങൾ പൊലിഞ്ഞുനിന്നു. കടലിന്റെ അസ്പഷ്ട മായ കാളിമ കപ്പലിനുചുറ്റും വാപിളർക്കുന്നതുപോലുണ്ട്. ഇരുട്ടിന്റെ കറുത്ത മൂടുപടത്തിനു കനത്ത നീലച്ഛായ കലരുന്നേടത്ത്, ഒട്ടകലെ ചുവന്നൊരു വെളിച്ചമുണ്ട്. നിങ്ങൾ അപകടമേഖലയിലാണ്. താഴെ മുങ്ങി ക്കപ്പൽ, മുകളിൽ പോർവിമാനം, നേർക്കുനേരെ പടക്കപ്പൽ.

ആൾക്കാർ ശ്വാസംപോലും ഒതുക്കിയപോലുണ്ട്. ഒരൊറ്റ വിതുമ്മലോ പിറുപിറുക്കലോ അപ്പർഡെക്കിലില്ല. ശ്മശാനത്തിലെ മൂകത എന്നൊന്നു ണ്ടെങ്കിൽ, ഇതാകാം.

ഒരെത്തുംപിടിയുമില്ലാത്തിടത്ത്, ഈ ഭയാനകമായ ഏകാന്തതയിൽ, നൂറോ ഇരുനൂറോ ആത്മാവുകൾ മരണത്തിന്റെ ചിലന്തിനൂലിൽ തൂങ്ങി ക്കിടക്കുകയാണ്.

ഇത് അക്യാബാണെന്നറിഞ്ഞപ്പോൾ, നൂറ്റിപ്പതിനാലാം നമ്പർ ഗൺബോട്ട് കണ്ടേക്കുമെന്ന് ഞാനാശിച്ചു. ഒന്നു പുലർന്നെങ്കിൽ! ജാപ്പ് വിമാനങ്ങളുടെ കണ്ണിൽപ്പെടാതെ നേരം വെളുത്തെങ്കിൽ.

ഏറെപ്പുലർന്നപ്പോഴാണ് താങ്കളുടെ ഗൺബോട്ട് കാണാൻ കഴിഞ്ഞത്. എന്റെ കപ്പലിന്റെ നമ്പർ താങ്കൾക്കറിയില്ല. ഞാൻ കൂടെ വന്നിട്ടുണ്ടെന്ന് ഊഹിക്കാനാവില്ല.

കപ്പലിൽനിന്ന് ഒന്നാമത്തെ ബോട്ടിറക്കിയപ്പോൾ, തണ്ടു വലിക്കാൻ ഞാനിറങ്ങി. കോളിളകിയ കടലിനു ചാരനിറമായിരുന്നു. ഒഴുക്ക് എതിരാ യിരുന്നു. തിരമാലകളിൽ കയറിയിറങ്ങുകയല്ലാതെ ബോട്ട് മുമ്പോട്ടില്ല.

സ്പെഷൽ റേഷനെടുക്കാൻ മദർഷിപ്പിലേക്കു തുഴയുന്നതിനിടയ്ക്ക്, ഗൺബോട്ടിലേക്കു പോകണമെന്ന് ആവശ്യപ്പെടാമോ? എന്നാലും നൂറ്റിപ്പതിനാലാം നമ്പറിലേക്കു ഞാനൊച്ചയിട്ടു. തണ്ടുയർത്തിക്കാണിച്ചു. എണീറ്റു നിന്നു. അപ്പോൾ ഗണ്ണിന്റെ പ്ലാറ്റ്ഫോമിൽ നിന്നിരുന്ന താങ്കൾ തൊപ്പിയെടുത്തു വീശി. ഹുസൈന്റെ നീണ്ടുതുടുത്ത മുഖം. അതു താങ്കളായിരുന്നു. ഞാനെന്റെ പേർ വിളിച്ചുകൂവി. താങ്കൾ കേട്ടോ, മനസ്സിലാക്കിയോ എന്തോ! ഇനിയെങ്ങാൻ ഒന്നു ചോദിച്ചറിയാൻ, ജീവിച്ചിരിക്കുന്ന താങ്കളെ നേരിട്ടു കാണാനൊത്തില്ല.

എന്റെ കപ്പൽ ലാൻഡിങ് ക്രാഫ്റ്റുകൾ അതാതിടത്തു കൊണ്ടെത്തിക്കുകയായിരുന്നു. മുറ്റിയ കാടുകൾ വളരുന്ന മലയോരത്തിലേക്കടിച്ചു കയറുന്ന തിരക്കടലിലൂടെ ഞങ്ങൾ തലങ്ങും വിലങ്ങും ഐസ്ക്കോട്ട് നടത്തി. ലേസ് കെട്ടാത്ത ക്യാൻവാസ് ഷൂസ്, ഒറ്റ നിക്കർ, ഊതി വീർപ്പിച്ച ലൈഫ് ബൽറ്റ് ഹെൽമറ്റ്–മരണത്തെ നേരിടാൻ കാത്തുകിടപ്പാണ്. അപ്പോഴുമാശിച്ചു, ഒരിടത്തു നൂറ്റിപ്പതിന്നാല് കണ്ടെത്തും....

കടൽത്തീരത്തെമ്പാടും ഗൺബോട്ടുകളുണ്ടായിരുന്നു. ലാൻഡിങ്ങിനുള്ള സ്ഥലത്തു നേരത്തെ സ്കൗട്ടിങ് നടത്തി അവ മടങ്ങിപ്പോകയാവും. അല്ലെങ്കിൽ, പതുക്കെ നീങ്ങുന്ന ഞങ്ങളുടെ അണി കടന്നു മുമ്പോട്ടു ചീറിപ്പായുകയാവും.

കടൽക്കരയിൽ ജാപ്പ് പട്ടാളത്തിന്റെ കനത്ത പീരങ്കികൾ പുക തുപ്പുകയാണ്. തലയ്ക്കുമീതെ പാർശ്വങ്ങളിലൂടെ, പിന്നണിയിലെ പടക്കപ്പലുകൾ മലയ്ക്കുനേരെ തോക്കൊഴിക്കുന്നു. (ഞങ്ങൾ രണ്ടിനുമിടയ്ക്കാണ്) ഗൺക്രൂ അവനവന്റെ വലിയ തോക്കുകളിൽ തൂങ്ങിനിൽക്കുന്നു. ഇതാ, ഇതാ ഇപ്പോൾ! കേപ്റ്റൻ ഒടുക്കത്തേതെന്നപോലെ, നിറഞ്ഞ കപ്പിൽ നിന്നു ചൂടുള്ള ചായ മൊത്തുന്നു. ചുട്ടുപോയ മേൽച്ചുണ്ടുകടിച്ചുപിടിച്ച് എഞ്ചിൻ റൂമിലേക്കും വയർലെസ് റൂമിലേക്കും ഗണ്ണുകളിലേക്കും നിർദ്ദേശങ്ങൾ കൊടുക്കുന്നു.

മുമ്പോട്ടു പോകുമോ?

തോക്കൊഴിക്കുമോ?

പിന്നോക്കം തിരിക്കുമോ?

മുന്നണിയിൽ നൂറ്റിപ്പതിനാലാം നമ്പർ ഗൺബോട്ട് അഭിമന്യുവെപ്പോലെ തീയിലും പുകയിലും പരക്കം പായുകയാവും!

ഓരോ ഏറ്റുമുട്ടൽ കഴിയുമ്പോഴും താങ്കളുടെ ഗൺബോട്ടു കാണാമെന്ന ആശയോടെ ഞാനിരുന്നു. ബോട്ട് കണ്ടെത്തി.

നാം മലയിടുക്കിലായിരുന്നു. നെടുനെടുങ്കൻ മലകൾ: നീലക്കാടുകൾ മുറ്റിയ ഈ മലകളുടെ മടിത്തട്ടിലൂടെ ശുഭ്രനീലമായ തെളികടൽ ഒഴുകിയെത്തുന്നു. മലകളുടെ മുടിക്കെട്ടിൽ നിതാന്തനീലമായ ആകാശം ഉമ്മ വെക്കുന്നു.

എല്ലാം നീലനീലമായിരുന്നു. നിശ്ശബ്ദമായിരുന്നു. ലാൻഡിങ് ക്രാഫ്റ്റുകൾക്കു മുമ്പെ കപ്പൽ മുമ്പോട്ടു നീങ്ങി. ഇക്കിളിപ്പെടുന്ന നീലക്കടൽ

മുത്തുകൾ ചിതറിച്ചിരിച്ചു. അപ്പോൾ, അതാ മുന്നിലൊരു ഗൺബോട്ട്. നൂറ്റിപ്പതിനാലാണോ? അതെയല്ലോ. കപ്പൽ അടുത്തെത്തുകയായി. ഗൺബോട്ടിൽ ചുവന്ന കൊടി! ഗൺമൗണ്ടിങ് പാടെ തകർന്നിരിക്കുന്നു....

കപ്പൽ ലാസ്റ്റ് പോസ്റ്റിനൊരുങ്ങുന്നു. അപ്പർ ഡെക്കിൽ നിന്നിരുന്നവരെല്ലാം അറ്റൻഷനിൽ നിന്നു. തലയിൽ നിന്നു ഹെൽമറ്റെടുത്തു തൂക്കിപ്പിടിച്ചു.

മരിച്ചവരെ ബഹുമാനിക്കുകയാണ്. മരിച്ചവരോടുള്ള ബഹുമാനത്തോടും വേദനയോടുംകൂടെ താങ്കളുടെ ഗൺബോട്ടിലേക്കു നോക്കി. ആരോ ഡെക്കിൽ നിന്നു കുമ്പിട്ടു കടലിലേക്കോ ഓരത്തിലേക്കോ നോക്കുന്നുണ്ട്. താങ്കളല്ല. കുറച്ചകലെ, കനത്ത ഹോസ്പൈപ്പിലൂടെ ബോട്ടിൽ നിറയുന്ന കടൽവെള്ളം കടലിലേക്കുതന്നെ അടിച്ചുകളയുന്നു....

ഞങ്ങൾ കടന്നുപോയി.

സ്കൗട്ടിങ്ങിനിടയ്ക്ക് ഗൺബോട്ടിന്നു വെടിയുണ്ടയേറ്റ് ഗൺമൗണ്ടിങ് തകർന്നു. രണ്ടാമത്തെ ഷെല്ല് പള്ള തകർത്തു. മെഗസിനിൽ വീണു പൊട്ടി. ഒമ്പതുപേർക്കു പരിക്കേറ്റു.

എത്ര മരിച്ചു?

വയർലെസ്റൂം വഴിയേ കേട്ട ഈ വർത്തമാനത്തിൽനിന്നു കൂടുതലൊന്നും അറിഞ്ഞില്ല. ആ കൊച്ചു ബോട്ടിൽ പത്തോ പതിനഞ്ചോ ആൾക്കാരുണ്ടായേക്കാം.

ഒമ്പതെണ്ണത്തിന്നു പരിക്ക്?

എത്ര മരിച്ചു?

മരിച്ചവരെ ബഹുമാനിച്ചുകൊണ്ടു നിശ്ശബ്ദം കടന്നുപോന്നപ്പോൾ താങ്കളെ കണ്ടില്ല.

തിരിച്ചുചെല്ലാൻ അമ്മ എഴുതി. ഗൺബോട്ട് വേണ്ടെന്നു ഞാൻ ശാസിച്ചു.

എന്റെ ഹുസൈൻ, താങ്കൾ മരിച്ചിട്ടില്ലെങ്കിലോ?

മരണം നേരെ മുന്നിലുണ്ടായിരുന്നു. പിന്നിലും മുകളിലും അടിയിലുമുണ്ടായിരുന്നു. അങ്ങനെ നാളുകൾ കടന്നുപോയപ്പോൾ ഈ വെടിയിലും പുകയിലും വിശ്വാസം കുറഞ്ഞു. എന്തു മരിക്കുന്നു?

റങ്കൂണിലെത്തി. ഇരാവതി കലങ്ങിമറിയുകയായിരുന്നു. നദീജലം മഞ്ഞയാണ്. കനത്ത ഓളങ്ങൾ മുറിച്ചു മുറിച്ചു നിറഞ്ഞ കപ്പലുകൾ മുന്നോട്ടു നീങ്ങവേ, മതിൽ കെട്ടിയ ഓരങ്ങളിൽ നദി തലതല്ലിത്തകർത്തു.

എല്ലാം കഴിഞ്ഞിരുന്നു.

ബോംബേറിൽ തകർന്ന കെട്ടിടങ്ങൾ, റെയിൽവേസ്റ്റേഷൻ, വാഗണുകൾ, കൂറ്റൻ ക്രെയിനുകൾ-ഹാർബർ നിലംപൊത്തിയിരുന്നു. തയ്യാറെടുത്ത തോക്കുകളോടെ പടക്കപ്പലുകളുടെ അണികൾ കണക്കനുസരിച്ച് മുന്നേറി. നദിക്കു വീർപ്പുമുട്ടുകയാണ്. തലയ്ക്കുമീതെ പോർവിമാനങ്ങൾ സ്കൗട്ടിങ് നടത്തുന്നുണ്ട്. റങ്കൂണിലേക്കാണു കയറുന്നത്. ചെറുത്തുനിൽപുണ്ടായേക്കുമോ?

ഒന്നും ഉണ്ടായില്ല.

കപ്പലുകൾ ഇടവിട്ട് നദിയിൽ നങ്കൂരമിട്ടു. തകർന്ന പട്ടണം, തീരത്ത് ഏങ്ങിപ്പിടിച്ചുനിന്നു.

ഇവിടെവെച്ചാകണം, ആദ്യത്തെ ഐ.എൻ.ഏ. ഭടനെ കണ്ടത്. മൂന്നോ നാലോ ദിവസം കഴിഞ്ഞിട്ടാണ്. മെസ്സിലേക്കു മലക്കറി വാങ്ങാൻ പുറത്തു പോയി. റോഡിലേക്കു കെട്ടിടങ്ങൾ ഇടിഞ്ഞുവീണിരുന്നു. ക്ഷീണിച്ച പട്ടാളക്കാർ കല്ലും മണ്ണും ഓടും മരവും വെട്ടിനീക്കുന്നു. വേറെ ആൾക്കാരില്ല. ഉണ്ട്. വല്ലപ്പോഴും ഒരാളെക്കാണാം. കീറിയ പൈജാമ, പഴയ ചെരിപ്പ്, അയഞ്ഞ ഷർട്ട്. ഒന്നും അയാളുടേതാവില്ല, ഇന്ത്യക്കാരനാണ്. ഒന്നു ചോദിച്ചെങ്കിലോ? അയാൾ നന്നേ ക്ഷീണിച്ചിട്ടുണ്ട്. വെയിലിൽ വാടിയപോലെ, കരിഞ്ഞപോലെ. അയാളുടെ ഇടംകണ്ണിട്ട നോട്ടം രൂക്ഷമാണല്ലോ.

എന്താണിത്ര വെറുപ്പ്?

ഒരാളല്ല. വല്ലപ്പോഴും കണ്ടെത്തുന്ന ഇന്ത്യക്കാരെല്ലാം വെറുപ്പോടെ ഇടംകണ്ണിട്ടു നോക്കുന്നു.

എന്താണിവർക്ക്?

എന്തു പിഴച്ചുവെന്നാണ്?

അവർ ഐ.എൻ.ഏ. ഭടൻമാരായിരിക്കാം എന്നൂഹിക്കുന്നത് സിങ്കപ്പൂരിൽ ചെന്നശേഷമാണ്.

എല്ലാം അവസാനിച്ചിരുന്നു. നാൽപത്തിനാല് ഫെബ്രുവരിമുതൽ നാൽപത്തിയഞ്ച് സെപ്തംബർവരെ,

എവിടെ, എപ്പോൾ എന്തൊക്കെ ഉണ്ടായെന്നു താങ്കളോടു പറയേണ്ടല്ലോ. യുദ്ധമെന്നത് എന്താണെന്നു താങ്കൾ കണ്ടു. അമ്മയ്ക്കു മകൻ അടുത്തു വേണം. മകന് അമ്മയെ പുലർത്തണം. ഇതിലേറെ, നാമെന്തീ യുദ്ധത്തെക്കുറിച്ചോർത്തു?

നാം അങ്ങനെ എണ്ണമറ്റ മക്കൾ കിടക്കുന്നു. ബുദ്ധിയുള്ളവർ നമ്മെ ഉപയോഗിച്ചു. അവർ ചരിത്രം സൃഷ്ടിച്ചു.

സിങ്കപ്പൂരിൽ ചുറ്റിത്തിരിയുമ്പോൾ തോന്നി, ഇനി മരിക്കില്ല. ജാപ്പ് പട്ടാളം വള്ളിക്കുട്ടകളിൽ മധുരക്കിഴങ്ങു ചുമക്കുകയായിരുന്നു. അവരുടെ നഗ്നമായ മഞ്ഞച്ച തോളിൽ ചോര കിനിയുന്ന വ്രണങ്ങളുണ്ടായിരുന്നു. വലിയ വലിയ ട്രക്കുകൾ റോഡിൽ നിരത്തി നിർത്തിയിരുന്നു. സപ്ലൈഡെപ്പോവിൽ കുന്നാരം കുന്നാരം മലക്കറികൾ കൂടിക്കിടന്നു. വിയർത്തു വിശന്നു വശം കെട്ട ജാപ്പ് പട്ടാളക്കാർ, പൊട്ടിയ, ചോരയൊലിക്കുന്ന തോളിൽ വള്ളിക്കുട്ട ചുമന്നു ട്രക്കുകൾ നിറയ്ക്കുകയാണ്. സഖ്യശക്തികളുടെ പട്ടാളം, കഴുകന്റെ കണ്ണുകളോടെ, ബയനറ്റു കുത്തിയ തോക്കോടെ പാറാവുനിന്നു.

കൊച്ചു ചെറുക്കന്മാർ, ഹുസൈൻ, കൊച്ചു ചെറുക്കന്മാർ. പതിനെട്ട്, പത്തൊമ്പത്. താങ്കളുടെയോ എന്റെയോ പ്രായം. ഇവരാണ് ലോകത്തെ വിറപ്പിച്ചതെന്ന്....

ഹുസൈൻ, അവർക്കും അമ്മമാരുണ്ടെന്ന്....പറയട്ടെ, ഓരോ പട്ടാളക്കാരനെ കാണുമ്പോഴും താങ്കളെ, താങ്കളുടെ പ്രിയപ്പെട്ട അമ്മയെ, ഓർക്കുകയാണ്.

എല്ലാ രാഷ്ട്രങ്ങൾക്കും പട്ടാളമുണ്ട്. ഒന്നു പറയൂ. എന്താണീ പട്ടാളമെന്നാൽ?

ലോകം മുടിക്കുവാനുള്ള, നശിച്ച, ശപിക്കപ്പെട്ട, മാരകമായ പട്ടാളശക്തി പല രാഷ്ട്രങ്ങൾക്കുമുണ്ട്.

താങ്കളും ഞാനും പട്ടാളക്കാരായിരുന്നു. നാം ലോകം മുടിച്ചോ? പട്ടാളം കൊണ്ടു നാം എന്താണു ചെയ്തത്?

ഒരുപക്ഷേ, താങ്കൾ മറുപടി എഴുതിയേക്കില്ല. എനിക്കോ ഇനിയും എഴുതാൻ കിടക്കുന്നു.

എല്ലാവരും ആഹ്ലാദിക്കുകയായിരുന്നു. നാം യുദ്ധം ജയിച്ചല്ലോ.

സിങ്കപ്പൂരിലെ ന്യൂവേൾഡും ഗ്രേറ്റ്‌വേൾഡും താങ്കൾ കണ്ടില്ലല്ലോ! സർക്കസ്, സിനിമ, മാജിക്ക്, നൃത്തം, പെണ്ണുങ്ങൾ. റസ്റ്ററണ്ടിൽ ചെന്നേക്കൂ, ഒപ്പമൊരു പെണ്ണ് താങ്കളിരുന്ന ചൂരൽക്കസേരയുടെ കൈയിൽ വന്നിരിക്കുന്നു. മേശപ്പുറത്ത് രണ്ടു കൂൾഡ്രിങ്ക്സ് വരുന്നു.

ഒന്നിന്നാണല്ലോ ഓർഡർ കൊടുത്തത്!

ഒന്ന് ആ പെൺപിറന്നവർക്കാണ്. അവൾ താങ്കളോടൊപ്പം കുടിക്കുന്നു. താങ്കൾ ബില്ലു വാങ്ങുന്നു.

ഒറ്റയ്ക്കു ചുറ്റേണ്ട ആവശ്യമില്ല. എവിടേയും അവരൊപ്പമുണ്ട്.

എല്ലാവരും സുഖിക്കുകയായിരുന്നു.

ഗ്രേറ്റ്‌വേൾഡിന്റെ ഗേറ്റിൽവെച്ചാണ് പുഴുത്ത പല്ലുകളുള്ള ചൈനക്കാരൻ ദല്ലാളിനെ കിട്ടിയത്. പതിനഞ്ചുറുപ്പിക, ഒരു രാത്രി.

ഒറ്റനിലക്കെട്ടിടമാണ്. ധീരനായി, കോണികയറി, വാതിൽക്കൽ മുട്ടി. വാതിൽ തുറന്നു. ഒന്നു നോക്കി. നമ്മുടെ വേഷമാണ്, സാരി.

“വരൂ, ഇരിക്കാം.”

നമ്മുടെ ഭാഷയിലാണ്.

പെട്ടെന്ന് ഇരിക്കാൻ കഴിഞ്ഞില്ല. വിരിച്ച കട്ടിലും കിടക്കയും കണ്ണിൽപ്പെട്ടില്ല. നിറയെ വെളിച്ചമുണ്ട്. കാണുന്നതു സാരിയാണ്. കേൾക്കുന്നത് ഇന്ത്യയുടെ ഭാഷയാണ്.

ഹൃദയം ഉറയുന്നതിന്നുമുമ്പ് ഒരിക്കൽക്കൂടെ നോക്കി. അവൾ വെറുപ്പോടെ ഇടംകണ്ണിട്ടു നോക്കുന്നു. റങ്കൂണിൽ കണ്ട ഇന്ത്യക്കാരുടെ അതേ നോട്ടം.

എന്താണ്......?

എന്താണു നിൽക്കുന്നതെന്നോ ഇരിക്കാത്തതെന്നോ അവൾ ചോദിച്ചു.

ഒന്നും പറഞ്ഞില്ല. പുറത്തുപോണോ, നില്ക്കണോ, ഇരിക്കണോ?

ഇങ്ങോട്ടു വന്നതല്ല എന്നു പറഞ്ഞില്ല. അവൾതന്നെ പറഞ്ഞു: ഇടം തെറ്റിയിട്ടില്ല. ആ ചൈനക്കാരൻ തന്റെ ആളാണ്. ഒരു രാത്രി പതിനഞ്ചു റുപ്പിക. വരൂ, ഇരിക്കൂ.

ഇരുന്നു. വെള്ളം കുടിക്കണം. കൊണ്ടുവന്നു. കുടിച്ചു. പേരു ചോദിച്ചു. പേരും കേട്ടാലറിയാമല്ലോ, എന്റെ നാട്ടുകാരിയാണ്.

ഭർത്താവിന്റെകൂടെ മലയയ്ക്കു വന്നു. ഇടയ്ക്കു യുദ്ധം പൊട്ടി. നേതാജി വന്നു. ഞങ്ങളുടേതായ എല്ലാ സമ്പാദ്യങ്ങളും അടിയറവെച്ച് ഭാര്യയും ഭർത്താവും ഐ.എൻ.ഏ.യിൽ സ്വയം സേവകരായിച്ചേർന്നു.

ഭർത്താവ് മാണ്ഡലയിൽനിന്നുള്ള പിൻവാങ്ങലിൽപെട്ടുപോയി. അവളാകട്ടെ, ജാപ്പാൻ കീഴടങ്ങുംമുമ്പേ, ഐ.എൻ.ഏ. പിരിച്ചുവിട്ടപ്പോൾ സിങ്കപ്പൂരിലെത്തിയിരുന്നു.

ജീവിക്കണം....ദല്ലാൾ ഒരുത്തനെ കൊണ്ടുവരും. ഒരു രാത്രി പതിനഞ്ചുറുപ്പിക. ചെലവുകളുണ്ട്. ദല്ലാൾ, ലേഡിഡോക്ടർ, മിഡ്വൈഫ്, വാടക, ഭക്ഷണം....പതിനഞ്ചുറുപ്പിക കിട്ടിയാൽ ജീവിക്കാം.

കപ്പൽ ബോംബെയിലേക്കു മടങ്ങുമ്പോൾ, എല്ലാവരും നാഷനൽ ആർമിയെക്കുറിച്ചു സംസാരിക്കുന്നതു കേൾക്കാം. പിന്നെ ഒറ്റപ്പെട്ട കുറെ വാക്കുകളാണ്. ഇന്ത്യ, ഇംഗ്ലണ്ട്, യജമാനന്മാരായ ഓഫീസർമാർ, വൃത്തികെട്ട ചീത്ത വാക്കുകൾ....നാം അടിമകളാണ്. ഇന്ത്യൻ പട്ടികളുടെ സന്താനങ്ങൾ, എല്ലാം ഒതുക്കിപ്പിടിച്ചിട്ടാണ്.

ആരോ ഇടയ്ക്കൊന്നു പതുക്കെ പാടുന്നു:

"സദാ സുഖ്ചൈൻ കീ ഭർകാ ബമ്സേ ഭാരത് ഭാഗ്യ ഹൈ ജാഗാ..."

എല്ലാവരും തന്നെ നാഷനൽ ആർമിയുടെ രാഷ്ട്രഗീതം ഒരിക്കലെങ്കിലും കേട്ടിട്ടുണ്ട്.

ഇതുകൊണ്ടാണ് നാവികലഹള ഉണ്ടായതെന്നു പറയുകയല്ല. അതും ഉണ്ടായി. സാമ്രാജ്യശക്തിക്കു നേരെ ഇന്ത്യയുടെ കപ്പൽപ്പട തോക്കു ചൂണ്ടി. അപ്പോൾ ക്യാസൽ ബാരക്സിൽ നടന്ന വെടിവെപ്പിൽ താങ്കളും പങ്കെടുത്തു വെന്ന്....

ഹുസൈൻ, ബർമ്മയിലേതോ കടലിടുക്കിൽവെച്ചു മരിച്ചുപോയെന്നു ധരിച്ചുപോന്ന താങ്കൾ എന്തിനുവേണ്ടിയാണ് ആശുപത്രിയിൽനിന്നെണീറ്റുവന്നത്?

അമ്മയുടെ പുണ്യബലത്താൽ ഒരിക്കൽ താങ്കൾ മരിച്ചില്ല. പിന്നെ, ആർക്കുവേണ്ടിയാണ്, താങ്കൾ അവിടേക്കോടിയെത്തിയത്?

ബാരക്സിന്റെ മതിൽക്കെട്ടിന്നപ്പുറത്ത് പൊസിഷനെടുത്ത വെള്ളപ്പട്ടാളം തുടരെത്തുടരെ തോക്കൊഴിച്ചശേഷം നിശ്ശബ്ദരായതെന്തേ എന്നറിയാൻ താങ്കളൊന്ന് എത്തിനോക്കി. അതേപടി പിന്നോക്കം മലയ്ക്കുകയും ചെയ്തു.

അമ്മാ!

ആദ്യത്തെ സഖാവ് വീണുപോയി.

ആശുപത്രിയിൽ നിന്നെടുത്ത വെള്ളഷീറ്റെടുത്തു താങ്കളുടെ കഴുത്തിൽ ചുറ്റി. നടുക്കഴുത്തിലൂടെയാണ് തോട്ട കടന്നത്!

അതേ രക്തത്തുണി ക്യാസൽ ബാരക്സിൽ പതാകയായുയർത്തിയപ്പോൾ, ബോംബെനഗരം, കെട്ടിടങ്ങളുടെ മുകൾത്തട്ടിൽ നിന്ന്, എന്താണുണ്ടായതെന്ന് അത്ഭുതസ്തബ്ധം ഉറ്റുനോക്കുകയാണ്.

അതു ജനാബ് ഷെയ്ക്ക് മുഹമ്മദ് ഹുസൈൻ സാഹിബിന്റെ രക്ത മായിരുന്നു. അതുകൊണ്ടാണ് താങ്കൾക്ക് ഈ കത്തെഴുതുന്നത്.

നേവിയിൽനിന്നു പിരിച്ചുവിട്ടപ്പോഴാണ് ജീവിക്കാൻ നിർവ്വാഹമില്ലെന്നു ഞാനറിഞ്ഞത്. താങ്കളുടെ ജീവിതബോധം ഞാനിന്നു കൂടുതൽ അറി യുന്നു. മേത്തരം സിഗരറ്റുകൾ പുകച്ചിരുന്ന ഈ സ്നേഹിതന്ന് ഒരു നാടൻ ബീഡിക്കു ബുദ്ധിമുട്ടായപ്പോൾ....

നാം നിലാവിൽ പാറാവുനിൽക്കുകയായിരുന്നു. ഒരു രാത്രിയെങ്കിലും, എന്നെക്കൊണ്ടു പുകവലിപ്പിക്കാതിരിക്കാൻ....

കുടംബം പുലർന്നുപോകട്ടെ....

എന്നിട്ടും താങ്കളെന്തുകൊണ്ടു വെടിവെപ്പിൽ പങ്കെടുത്തു?

ഹുസൈൻ, ഈ എഴുത്തിന്റെ മറുപടി താഴെ കാണുന്ന മേൽവിലാസ ത്തിൽ അയയ്ക്കൂ.

ഒന്ന്:

ബഹു: പ്രസിഡന്റ്,

പാക്കിസ്താൻ.

രണ്ട്:

ബഹു: പ്രസിഡന്റ്,

ഇന്ത്യ.

അവരൊന്നു മനസ്സിലാക്കട്ടെ, എന്തുകൊണ്ടാണ് താങ്കൾ വെടിവെപ്പിൽ പങ്കെടുത്തത്?

ക്ഷേമാശംസകളോടെ,

സ്വന്തം

മാധവൻ. ■

ആസ്പത്രിപ്പുറത്ത്

എല്ലാവരേയും കണ്ടിട്ടുണ്ട്. ആരുടേയും പേരറിഞ്ഞുകൂടാ. പുലർന്നുകഴി ഞ്ഞാൽ, ആശുപത്രിയിൽ സ്ത്രീവാർഡിനു മുമ്പിലുള്ള പൂമരത്തിന്റെ കടയ്ക്കൽ വന്നുകൂടും. ചിലർ നിൽക്കും. ചിലർ കുന്തുകാലിൽ ഇരിക്കും. കൂട്ടത്തിലേക്കു വരുമ്പോൾ ആരെങ്കിലും ഒന്നു ചിരിക്കാൻ നോക്കും. 'അല്ലാ, നിങ്ങളും ഉണ്ടോ?' അല്ലെങ്കിൽ 'ഞാനും വരട്ടേ?' എന്നോ ചോദി ക്കുന്നതുപോലെയാണത്. എന്നാൽ ആർക്കും മുഴുവനായി ചിരിക്കാൻ കഴിയില്ല. അതുകൊണ്ടു പുതിയ ആളോട് ഒരാൾ ചോദിക്കുന്നു.

"എന്താപ്പഴത്തെ പന്തി?""

"എന്തു പന്തി?"

ചിരിക്കാൻ മുതിർന്ന അയാൾ പെട്ടെന്നു നീലച്ചുപോകും. എന്നിട്ടു

താനറിയാതെ ഇങ്ങോട്ടു ചോദ്യമിടുകയാണ്. പിന്നെ അവനവന്റെ കാര്യത്തെകുറിച്ച് ഒന്നും പറയാനില്ലാത്തതുകൊണ്ട് മറ്റേ ആളോട് ചോദിക്കുന്നു.

"എന്താ നിങ്ങൾടെ വർത്തമാനം?"

നിങ്ങൾടെ എന്നുവെച്ചാൽ സ്ത്രീവാർഡിൽ കിടക്കുന്ന, നിങ്ങളുടെ ഇന്ന ആളുടെ എന്നാണ്. അവരുടെയൊക്കെ ആരെങ്കിലും ആശുപത്രിയിൽ കിടക്കുന്നുണ്ട്. ഒരാളുടെ അമ്മ, ഒരുത്തന്റെ സഹോദരി, ഇനിയൊരാളുടെ ഭാര്യ. എന്നാൽ സ്ത്രീകളുടെ വാർഡിൽ പുരുഷന്മാർക്കു സൗകര്യംപോലെ പെരുമാറാമോ? അതുകൊണ്ട് അവർ പൂമരത്തിന്റെ ചുവട്ടിലോ, വരാന്തയുടെ തിണ്ണയിലോ ചുറ്റിപ്പറ്റി നിൽക്കുന്നു, അവനവന്റെ ആളുടെ അറ്റകുറ്റങ്ങൾ അന്വേഷിക്കുന്നു.

"കണ്ണട വെച്ചാൽ തലവേദന മാറുമത്രേ."

ഇരിക്കുന്നയാൾ തന്റെ ഭാര്യയെക്കുറിച്ച് പറയുകയാണ്.

"എല്ല് പൊളിച്ചലിന്നോ?"

"അതിന്റെ കാര്യം പറഞ്ഞില്ല. പറയേണ്ട ആവശ്യമില്ലല്ലോ. ഈയിടെ ചെരിപ്പിടാത്തതുകൊണ്ടു പെൺകുട്ടികൾക്ക് എല്ല് പൊളിച്ചൽ തുടങ്ങിയിട്ടുണ്ട്."

ഈ ചെറുപ്പക്കാരന്റെ ഭാര്യ അസഹ്യമായ തലവേദനയും എല്ലു പൊളിച്ചലുമായി കിടപ്പാണ്. ഉറക്കമോ ഭക്ഷണമോ ഇല്ലാതെ അവൾ നന്നേ മെലിയുകയും വല്ലാതെ വിളറുകയും ചെയ്തിരുന്നു. സ്ഥായിയായ സുഖക്കേടിനെക്കുറിച്ചൊന്നും പറയാതെ, കണ്ണട വെച്ചാൽ എല്ലാം മാറുമെന്നു പറയുന്ന ഡോക്ടറുടെ തീരുമാനത്തെക്കുറിച്ച് അല്പം തമാശയോടെ അയാൾക്കാലോചിക്കാമെന്നായിട്ടുണ്ട്. എന്നാലും കേട്ടു നില്ക്കുന്നവർക്ക്, മറ്റൊരുത്തന്റെ വേദനയിൽ നിന്നു തമാശയുണ്ടാക്കാൻ വയ്യ. അതുകൊണ്ടു വിഷയം മാറ്റുന്നു:

"നിങ്ങളുടെ ആളുടെ സ്ഥിതി എന്താ?"

"അതു കുറച്ചു നീളും."

"എന്തേ?"

"പുറവടി മൂന്നേടത്തു കീറിയിട്ടുണ്ട്. വെറും പഴുപ്പല്ല. പ്രമേഹം കൂടെയുണ്ടെന്ന്."

"അതാണ് കഴുകുമ്പോൾ ഇത്ര വേദന, അല്ലേ?"

"പഴുപ്പ് ഇളക്കിക്കളയുമ്പഴാ..."

"ഓ!"

എല്ലാവരും മുഖം ചുളിക്കുകയും നെടുവീർപ്പിടുകയുമായി. അപ്പോഴാകാം, ആ കുളിരുള്ള പുലർകാലത്ത്, വിയർത്തൊലിച്ച ഒരുത്തൻ വാർഡിൽനിന്നിറങ്ങിവരുന്നത്. അയാളുടെ ചീർത്ത കവിളുകളിൽ, ഇളവെയിലിന്റെ മുഴുവൻ കനകപ്രഭയും തങ്ങിനില്ക്കുന്നപോലെ.

"ആൺകുഞ്ഞാണ്!"

ആൾക്കൂട്ടത്തിന്നു നേരെ എത്തുംമുമ്പേ അയാൾ പറയുന്നു.

"എപ്പഴേ?"

"ഇല്ല, പത്തു മിനിറ്റായില്ല."

"ഒരലോഹ്യവുമില്ലല്ലോ?'

"ഭഗവാന്റെ കടാക്ഷമുണ്ടായിട്ട്.."

ആ പുതിയ പിതാവ് നില്ക്കാനുള്ള ഭാവമില്ല. തന്റെ കാര്യം വിജയിച്ചിരിക്കുന്നു. ഇപ്പോഴും മുഖം വീർപ്പിച്ചിരിക്കുന്ന പഴയ കക്ഷികളെ ഇനി അയാൾക്കുവേണ്ട.

അപ്പോഴാകാം കാറിന്റെ നേരിയ മർമ്മരം കേൾക്കുക. ഇരിക്കുന്നവർ എണീക്കുന്നു. നില്ക്കുന്നവർ മടക്കിക്കുത്തിയ മുണ്ടു താഴേക്കിടുന്നു. പിന്നെ ഭയഭക്തിബഹുമാനങ്ങളുടെ കളിവിലാസമാണ്. കാറ് നിൽക്കുന്നു. ഡ്രൈവർ പുറത്തു കടന്നു. പിന്നിലെ വാതിൽ തുറക്കുമ്പോൾ തടിച്ചുകൊഴുത്ത ഡോക്ടറമ്മ മെല്ലെ മെല്ലെ കാലടികൾ വെച്ച് പുറത്തേക്കിറങ്ങുന്നു. എല്ലാവരും അവരെ ഉറ്റുനോക്കുകയാണ്. അവരാകട്ടെ, ആരേയും കാണാതെ ചവിട്ടുപടി കയറി വാർഡിന്റെ വരാന്തയ്ക്കെതിരായുള്ള ആഫീസിലേക്കു നടക്കുന്നു. പൂമരത്തിന്റെ കടയ്ക്കൽ കൂടിയ അപരിചിതരുടെ സദസ്സിൽനിന്നു വിഷാദത്തിന്റെ മൂടൽമഞ്ഞ് ഇടമുറിഞ്ഞ് ഇറ്റു വീഴുകയായി. എങ്ങനെയെന്നാൽ, ഒരാളുടെ കണ്ണുകൾ നിറയും:

"ഞങ്ങളോട് പൊയ്ക്കോളാൻ പറഞ്ഞിരിക്കുന്നു."

"സുഖമായോ?"

"എണീക്കണെച്ചാൽ താങ്ങണം."

"ഹെന്നിട്ട്?"

"ഞാനഞ്ചേ കൊടുത്തിട്ടുള്ളൂ."

"അഞ്ചുകൂടെ കൊടുത്തിട്ടു വർത്തമാനം പറയൂ."

"അന്നന്നു പണിയെടുത്തിട്ട് കഴിഞ്ഞുകൂടണം. കൂട്ടരേ! എവിടന്നാ കൊടുക്കുക?"

ഇടയ്ക്ക് ആവശ്യമുള്ളവർ വാർഡിലേക്കോ അങ്ങാടിയിലേക്കോ പോകുന്നു. പോകുമ്പോൾ വിശേഷിച്ചൊന്നും പറയില്ല. അതിൽ മറ്റുള്ളവർക്ക് അനിഷ്ടവുമില്ല. അവരൊക്കെ ആശുപത്രിയുടെ വളപ്പിൽവെച്ചു കണ്ടുമുട്ടിയവരാണ്.

അങ്ങനെ വീരാനേയും കണ്ടു. ഇതു വീരാനാണെന്നറിഞ്ഞിട്ടൊന്നുമല്ല. ഇങ്ങനേയും ഒരു മനുഷ്യൻ ഈ നല്ല ഭൂമിയിൽ ജനിച്ചിട്ടുണ്ടെന്ന് അപ്പോഴാണറിയുക. അയാളുടെ ചുരുണ്ട താടിയും തലമുടിയും സ്വതേ ചെമ്പിച്ചതായിരുന്നു. എണ്ണയില്ല. കുളിയില്ല. തീ പിടിച്ചപോലത്തെ താടി, തീ പിടിച്ച പോലത്തെ തലമുടി, തീ പിടിച്ചപോലത്തെ നടത്തം. എപ്പോഴും എടുത്തുപിടിച്ച ശ്വാസവുമായേ നടക്കൂ. ഇത്രയുമാണെങ്കിൽ, അതോടെ വീരാനെക്കുറിച്ചുള്ള കാര്യങ്ങൾ അവസാനിച്ചേനെ. എന്നാൽ ഇത്രയുമല്ല, നേരിട്ടു കാണുമ്പോഴൊക്കെ വീരാൻ ഒന്നു ചിരിക്കും. മുറുക്കിച്ചുവപ്പിച്ച വീരാൻ ചിരിക്കുമ്പോൾ, അപ്പോൾ തോന്നുക, ഈ മനുഷ്യനെ നല്ല പരിചയമുണ്ടല്ലോ എന്നാണ്. പരിചയപ്പെട്ട ആൾക്കാരെ മറന്നുപോകുന്നത് എത്ര വലിയ ശാപമാണെന്നുകൂടെ ഓർക്കും. അതുകൊണ്ട്

അങ്ങോട്ടു സംസാരിക്കില്ല. മറന്നുപോയെന്നെങ്ങാൻ അയാൾക്ക് മനസ്സിലായാലോ!

വീരാന്റെ കെട്ടിയവൾ വാർഡിലുണ്ടെന്ന് ഊഹിക്കാൻ കഴിഞ്ഞു. അവർക്ക് എന്താണു സുഖക്കേടെന്നു മനസ്സിലായിട്ടില്ല, അയാൾ കടുംകാപ്പി കൊണ്ടുവരുന്നതു കാണാം. കുത്തിവെപ്പിന്നുള്ള മരുന്നുകൾ കൊണ്ടുവരുന്നതു കാണാം. അപ്പോഴും അയാൾ ചിരിക്കും. കുടുക്കുകളില്ലാതെ തുറന്ന ഉലഞ്ഞ കുപ്പായത്തിലൂടെ അയാളുടെ മെലിഞ്ഞ മാറിടം ഇട വെട്ടുന്നുണ്ടോയെന്നാണ് നോക്കുക. ഇല്ല. അയാൾ ചിരിക്കയാണ്. എന്നിട്ടു പറയുന്നു: "ദാഹം തുടങ്ങിയിട്ടുണ്ട്. കൊണ്ടുകൊടുക്കട്ടെ."

കടുംകാപ്പിയെക്കുറിച്ചാണ്.

"മുന്നൂറുറുപ്പിക പന്ത്രണ്ടണയായി."

മരുന്നുകളെക്കുറിച്ചാണ്.

ഇടയ്ക്കുണ്ട് അയാൾ ഒന്നുരണ്ടു പൊതികളുമായി വരുന്നു. അപ്പോഴും ചിരിച്ചു.

"വീട്ടിന്ന് ചോറു കൊണ്ടുവന്നിട്ടുണ്ട്. കറിയും വറുത്തതും വാങ്ങിക്കൊണ്ടു വരികയാണ്."

അങ്ങോട്ടു ചോദിച്ചിട്ടില്ല. എന്താണ് എങ്ങനെയാണ് എന്നൊക്കെപ്പറഞ്ഞിട്ടേ വീരാൻ പോകൂ. വീരാന്നു വീട്ടിലെ കറികൾ പിടിക്കൂല. ഇന്നല്ല, എന്നും. അയാൾ എന്നും പുറത്താണ്. പുറത്ത് എന്നാൽ, ഈ "ഭൂമി മലയാളം" മുഴുവൻ ചുറ്റുന്നു. കച്ചവടം ചെയ്യുന്നു. ഹോട്ടലുകളിൽ ഉണ്ണുന്നു. ഹോട്ടലുകളിൽനിന്നും ഉണ്ടുണ്ട് ഇടയ്ക്കെങ്ങാൻ വീട്ടിൽ വന്നാൽ വീട്ടിലെ മീനും കറിയും പിടിക്കാതായി.

ഇത്രയൊക്കെ കാര്യങ്ങൾ വളരെയാളുകൾ പറഞ്ഞിട്ടുണ്ട്. ആശുപത്രിയിൽ വെച്ചല്ല, പലേടത്തുംവെച്ച്. എവിടെച്ചെന്നാലും ഒട്ടും പരിചയമില്ലാത്ത ആളുകളാണ്. ശാസ്ത്രീയമായി സംസാരിക്കുക: മനുഷ്യരാണ്. ബസ്സിൽ, ബസ്സ്റ്റാന്റിൽ, നിരത്തിൽ, ഹോട്ടലിൽ, സിനിമാശാലയിൽ, സമ്മേളനങ്ങളിൽ, ഉത്സവങ്ങളിൽ, തീവണ്ടിയിൽ... എവിടേയും അറിഞ്ഞുകൂടാത്ത മനുഷ്യർ. പുതിയ മനുഷ്യരോട് വർത്തമാനം പറയാനും അറിയാനും അടുക്കാനും എത്ര കുറച്ചു സൗകര്യമേ നമുക്കുള്ളൂ.

ഇതത്ര ഗൗരവമുള്ള ഖേദമല്ലായിരിക്കാം. എന്നാലും ഖേദം തന്നെയല്ലേ!

വീരാന്റെ ഉമ്മ കടിഞ്ഞൂൽ പ്രസവിച്ചതാണ്. പ്രസവിച്ചതല്ല. എന്താണ് കാര്യമെന്നു നേരിട്ടു ചോദിച്ചില്ല. ഔപചാരികമായി ചുമ്മാ ചോദിച്ചു:

"എന്താ ഇപ്പോഴത്തെ പണി?"

"തുന്നൽ ഉണങ്ങിയിട്ടില്ല."

എന്താ തോന്നുക? കാണുമ്പഴൊക്കെ ചിരിക്കുകയും കൈയിലുള്ളതിനെക്കുറിച്ചൊക്കെ വർത്തമാനം പറയുകയും ചെയ്യുന്നു. ഒരാളുടെ ഭാര്യയെക്കുറിച്ചു തുന്നൽ ഉണങ്ങിയിട്ടില്ല എന്നാണ് നടാടെ അറിയുന്നത്.

"പനി നിന്നിരിക്ക്ണ്."

വീരാന്റെ പ്രസ്താവന വീണ്ടും വരുന്നു.

“എന്നാൽ വേഗം ഉണങ്ങും.”

അറിയാമെന്ന കൂട്ടത്തിൽ കൂട്ടുകയായി.

“അല്പം നീര് കാണുന്നു.”

“ങ്ങ് ഏ?”

മിഴിച്ചുനില്ക്കവേ വീരാൻ ഒന്നു ചിരിച്ചു.

“കുഞ്ഞിനൊരലോഹ്യവും ഇല്ല.”

മനസ്സിലായിപ്പോയി. അയാളുടെ ഭാര്യ പ്രസവിച്ചതല്ല. ഓപ്പറേഷൻ ചെയ്തു പിള്ളയെ എടുത്തതാണ്. തുന്നൽ ഉണങ്ങിയില്ല. പനി വന്നു. പനിയുടെ കൂടെ അല്പം നീരും. അതുകൊണ്ട് അയാൾ തീപിടിച്ചപോലെ നടക്കുന്നു. എന്നിട്ടും കൊച്ചിന്റെ കാര്യമോർത്തപ്പോൾ ഒറ്റച്ചിരി! ആൺ കുഞ്ഞായിരിക്കണം. കുഞ്ഞിപ്പൊഴേ വാപ്പയുടെ അറ്റകുറ്റങ്ങൾ നോക്കാൻ ഇറങ്ങിപുറപ്പെട്ടേക്കാവുന്നപോലെ തോന്നും.

അയാളുടെ ശുദ്ധഭാവനയെ കുറിച്ചാലോചിച്ചു നിൽക്കുകയായി. അപ്പോഴാണ് അന്വേഷണം വരുന്നത്.

“എന്താങ്ങടെ പന്തി?”

സുശീലയെക്കുറിച്ചാണ്. തരക്കേടൊന്നും ഇല്ലെന്നു പറഞ്ഞൊഴിയാം. വീരാൻ വിട്ടില്ല.

“ഓപ്പറേഷൻ കഴിഞ്ഞു. ഇല്ലേ?”

“ഉവ്വ്.”

“സമാധാനം തന്നെയല്ലേ?”

“എന്നാ പറയുന്നത്?”

“ഇനി അവധി എത്രയുണ്ട്?”

അപ്പോൾ അവധിക്കു വന്നതാണെന്നുപോലും വീരാന്നറിയാം. പിന്നെ ഞാനെങ്ങനെ അറിഞ്ഞില്ലെന്നു പറയും?

സുശീല അപ്പോഴും ഞരക്കമാണ്. ഓപ്പറേഷൻ തിയേറ്ററിലേക്കു കൊണ്ടുപോകുമ്പോൾ പച്ചക്കമ്പിളിപ്പുതപ്പുകൊണ്ടു പുതച്ചിരുന്നു. അവിടന്നു മടക്കിക്കൊണ്ടു വരുമ്പോഴും അങ്ങനെതന്നെ പുതപ്പിച്ചിട്ടുണ്ട്. പുതപ്പിൽ തൊട്ടിട്ടേ ഇല്ല എന്നാണ് തോന്നുക. അവൾ ആകെ കുഴഞ്ഞ പോലെ. അഴിഞ്ഞുലർന്ന തലമുടിക്കെട്ട് തലയിണയിൽ കുഴഞ്ഞു കിടന്നിരുന്നു. ചോര വറ്റി വിളർത്ത ചുണ്ടുകളിൽ, ഞരക്കത്തിന്റെ ആരോഹണാവരോഹണങ്ങളിൽ, നുരയും പതയും പോളയിടുന്നുണ്ടായിരുന്നു.

സുശീലയുടെ സ്ഥിതിഗതികളൊന്നും വീരാനോടു പറഞ്ഞില്ല. വാസ്തവത്തിൽ അതൊക്കെ അയാൾ അറിഞ്ഞിരുന്നു. ആ വാർഡിലെ ഓരോ രോഗിയെക്കുറിച്ചും വീരാന്നറിയാം. അല്ല, ഓരോരുത്തർ എന്തെന്തു തുകയാണ് ഡോക്ടർക്ക്, മിഡ്വൈഫിന്ന്, നഴ്സിന്നു... കൊടുത്തതെന്നുപോലും വീരാന്നറിയാം.

ധർമ്മാശുപത്രിതന്നെയാണത്. ഉയരം കുറഞ്ഞൊരു കുന്നിന്റെ പരന്ന പടിഞ്ഞാറെച്ചെരിവിൽ, ഇടമുറിച്ച തട്ടുകളിൽ, പന്തലിടുന്ന പൂമരങ്ങളുടെ തണലിൽ, ആശുപത്രിക്കെട്ടിടങ്ങൾ ചിതറിക്കിടന്നു. ഏറ്റവും മുകളിലത്തെ തട്ടിലാണ് സ്ത്രീകളുടെ വാർഡ്. മേൽപ്പുരയോടു ചേർത്ത് വരാന്തയുടെ താഴ്‌വാരമിറക്കിയ ഈ കൂർമ്പൻ കെട്ടിടത്തിന്നു ചെറിയൊരു മുസാവരി ബംഗ്ലാവിന്റെ ഛായയാണുള്ളത്. വാർഡിന്റെ കിഴക്കേ വരാന്തയിൽ, പഴയ കീറപ്പായും കരിമ്പടവും തലയ്ക്കു വെച്ച് നടക്കാൻ വയ്യാത്ത കിഴവികൾ ചുരുണ്ടു കൂടിക്കിടക്കുന്നു. അവരോടടുത്തു പത്തും തികഞ്ഞ അമ്മമാർ, വെറും നിലത്തു നീട്ടി വെച്ച വിളർത്ത കൈകളോടെ ചെരിഞ്ഞു ഏന്തിക്കിടക്കുന്നുണ്ടായിരുന്നു. ഇവർ പലപ്പോഴും വാർഡിന്റെ മുറ്റത്തു പ്രാഞ്ചി പ്രാഞ്ചി നടക്കുകയും വയറു തലോടുകയും ചെയ്യാറുണ്ടായിരുന്നു.

മെയിൻ ഹാളിന്നകത്തു ഞരക്കമാണ്. ഒതുക്കിപ്പിടിച്ച നിലവിളിയാണ്. അപ്പോഴൊക്കെ ഹാളിന്റെ വാതിലുകൾ അടയുന്നതു കാണാം. ആരുടെയോ ചെറുനീരെടുക്കാൻ മിഡ്‌വൈഫ് എത്തിയിട്ടുണ്ട്. അല്ലെങ്കിൽ, രോഗികൾക്കു കഞ്ഞിയോ പാലോ കൊണ്ടുവരുന്ന ദിനചര്യക്കാരി നാരായണിയമ്മയുടെ ശകാരം കേൾക്കാം: "എന്താ തള്ളേ പാല് വേണോ!"

"കഞ്ഞി കുടിക്കണോ?"

കൈപ്പടം കുത്തിപ്പഴുത്തു നീരു കെട്ടിക്കിടക്കുന്ന പുലയിക്കിഴവി തല പൊത്തി നോക്കും.

"നോട്ടം കണ്ടാൽ, കഞ്ഞി കുടിച്ചതിന്നുമീതെ അസാരം പാലു കഴിക്കണെന്നാണല്ലോ ഭാവം!"

കിഴവിക്ക് അതിന്റെ പൊരുൾ മനസ്സിലായില്ല. കഞ്ഞി കുടിക്കുന്നവർക്ക് പാലില്ല എന്ന് ആ പാവത്തിന്നറിയില്ല. അതുകൊണ്ടു മിഴിച്ചിരിക്കുന്നു.

"നത്തുപോലെ നോക്കിരിക്ക്യാ? വേണച്ചിങ്കലിങ്ങട്ട് വന്നേക്കൂ. എനിക്കു വേറെ പണിയുണ്ട്."

വരാന്ത അടിച്ചുവാരാൻ വരുന്ന അമ്മിണി കുറച്ചുകൂടെ മുന്നോട്ടാണ്.

"ഇവറ്റയ്ക്കൊന്നെണീറ്റാലെന്താ? ഉറക്കെ, ഉറക്കാണ്. രാപ്പകലൊരുറക്കം."

ചുരുണ്ടുകിടക്കുന്ന പിച്ചക്കാരി കാളിത്തള്ള ഞരങ്ങിക്കൊണ്ടു കൈപ്പടം കുത്താൻ നോക്കും. അമ്മിണിയുടെ ചൂലു തട്ടി കിടന്നേടത്തു വീഴും.

"അയ്യോന്റെ മോളേ!"

"നിങ്ങടെ മോളാ! ഞാനോ? കുന്നംകുളത്തങ്ങാടീല് തെണ്ടിനടക്കുന്ന നിങ്ങടെ മോള്..."

തെണ്ടിനടക്കുന്ന കൂട്ടത്തിൽ, അരോചകം പിടിച്ച ആ കിഴവി വഴി വക്കിൽ പിരണ്ടു വീണതായിരുന്നു. പോലീസുകാർ സ്ത്രീവാർഡിലേക്കെത്തിച്ചു. നേരത്ത് കഞ്ഞിയും കാപ്പിയും കുടിച്ചു കിഴവിക്ക് എണീക്കാമെന്നായിട്ടുണ്ട്. എന്നുവെച്ചു ഗവണ്മെന്റാശുപത്രിയിലെ തൂപ്പുകാരി അമ്മിണി കിഴവിയുടെ മകളാണോ?

ഈ ലോകത്തിലുള്ള സകല കിഴവികളേയും ചീത്ത പറയുന്നതിനിടയ്ക്ക് അമ്മിണി വരാന്ത അടിച്ചുതീർക്കും. നിരാധാരരായ ആ കിഴവികൾ വീണ്ടും ചുരുട്ടിയ പായിലേക്കു തല ചായ്ക്കും. മുഴുത്ത വയറു മുഴുവൻ വെളിയിൽ കാണിച്ചുകൊണ്ടു നാളത്തെ അമ്മമാർ കൊടുകൈ കുത്തിയിരുന്നു നെടുനിശ്വാസം ചെയ്യും.

സ്ത്രീവാർഡിൽനിന്ന് ഓപ്പറേഷൻ തിയ്യേറ്ററിലേക്ക് മൂന്നോ, നാലോ പടവുകളിറങ്ങണം. ഓപ്പറേഷനുവേണ്ടി രോഗികളെ എടുത്തുകൊണ്ടു പോകുന്നു. ഇത്തിൾകച്ചവടക്കാരൻ മത്തായിയുടെ ഭാര്യയെ കാലു കീറാൻ വേണ്ടി കൊണ്ടുപോയി. രണ്ടുലയ്ക്കകൾ. ഈ ഉലയ്ക്കകളിൽ കോർക്കാവുന്ന ചാക്കുപോലത്തെ ക്വാൻവാസ്. ക്വാൽക്വലും തലയ്ക്കലും വാട്ടം പിടിക്കുന്ന ഇരുമ്പുവടികൾ വിലങ്ങനെ ഉലയ്ക്കയിൽ കോർത്തിടുന്നു - സ്റ്റെച്ചറായി. മത്തായിയുടെ ഭാര്യയെ ഓപ്പറേഷൻ തിയറ്ററിൽ നിന്ന് എടുത്തു കൊണ്ടുവരുമ്പോൾ നിറയെ പ്രസംഗം കേൾക്കാം. ദിനചര്യക്കാരി നാണിയമ്മയും തൂപ്പുകാരി അമ്മിണിയുമാണ്. മത്തായിയുടെ ഭാര്യ ബോധമറ്റു തളർന്നു കഴുത്തൊടിഞ്ഞപോലെ സ്ട്രെച്ചറിലുണ്ട്. ചിറിയിലൂടെ നുരയും പതയും ചാടുന്നുണ്ട്. ഈ ബോധമില്ലാത്ത രോഗിയെ, ചക്കയിടുന്നതുപോലെ കട്ടിലിൽ കൊണ്ടുവന്നിട്ടു. ക്യാൻവാസിൽനിന്ന് ഉലയ്ക്കയൂരി.

"മാറിക്കോളിൻ"

അമ്മിണിയാണ്. മത്തായിയുടെ മക്കളും, ഭാര്യയുടെ അമ്മയും അനിയത്തിമാരും വിങ്ങിയും വിതുമ്പിയും കട്ടിലിന്നു ചുറ്റും നിന്ന് ഏന്തുകയാണ്.

"മാറിക്കോളിനേ! അല്ലെങ്കിൽ ഉലയ്ക്ക തലയ്ക്കാ കൊള്ളുക."

ഇനി ക്യാൻവാസെടുക്കണം. അയഞ്ഞ ഉപ്പിൻചാക്കുരുട്ടുന്നതുപോലെ ബോധമില്ലാത്ത ആ സ്ത്രീയെ ഇടത്തോട്ട് ഒരൊറ്റ മറിക്കൽ. ഇല്ല, മുഴുവനുമായില്ല, ആ സ്ത്രീ ഒറ്റ നിലവിളി! അപ്പഴാണ് ഒരു പഴഞ്ചക്കയോളം വീർത്ത വലത്തേ പുറവടിയും അതിലെ വല്ലാത്ത വെള്ളക്കെട്ടും കാണുക. അവർക്കു കാലിട്ടു തല്ലണമെന്നുണ്ട്. ഇല്ല. അതിനാവില്ല. ഈ വലിയ കെട്ടിന്നു മഞ്ഞനിറം കേറിത്തുടങ്ങിയിരിക്കുന്നു...

എല്ലാം കഴിഞ്ഞപ്പോൾ വീരാൻ മത്തായിയോടു വർത്തമാനം പറയുന്നതാണ് കണ്ടത്. അവിടന്നു വന്നപ്പോഴും വീരാനൊന്നു ചിരിച്ചു. ഈ കണ്ടതൊന്നുമല്ല കാര്യം എന്നാകണം ഭാവം.

"കണ്ടോ?" വീരാൻ ചോദിച്ചു.

"കണ്ടു."

"അയാളൊരു പിശുക്കനാണ്."

"ആര്?"

"ഈ മത്തായിമാപ്പിള, അയാൾക്കു പഴയ കച്ചവടമാണ്. ഇത്തിളാണെങ്കിലെന്താ? ഹിമാലയംപോലെ കിടക്കുന്നു. മക്കൾക്കും നല്ല ബിസിനസ്സാ, എന്നിട്ടെന്താ?"

ഒന്നും മനസ്സിലാവാതെ മിഴിച്ചുനില്ക്കുന്നതിനിടയ്ക്കു വീരാൻതന്നെ പറഞ്ഞു. ഈ ദിനചര്യക്കാർക്കും തൂപ്പുകാർക്കും എന്തെങ്കിലും കൊടുക്കണം. അവരാണ് അങ്ങോട്ടുമിങ്ങോട്ടും ചുമക്കുന്നത്. മത്തായി മാപ്പിള ഒന്നും കൊടുത്തില്ല. അതന്നേ, കണ്ടില്ലേ കാണിച്ചത്?

മത്തായിയുടെ ഭാര്യ എപ്പോഴും നിലവിളിക്കയാവും. അവരുടെ പുറ വടിയിൽ മൂന്നിടത്തു കീറിയിട്ടുണ്ടായിരുന്നു. എന്നും മുറിവുകളിൽനിന്നു പഴുപ്പ് കുത്തിയെടുക്കുകയും ചെയ്യും. അപ്പോഴൊക്കെ അവർ ഈശോ വിനേയും മാതാവിനേയും വിളിച്ചു നിലവിളിക്കും. സുശീല പലപ്പോഴും ചെകിടോർക്കും: ആരാ അത്?

എന്താ അവർക്ക്?

എന്നിട്ടു താൻ തന്നെ ഞരങ്ങുകയാണ്.

“സുശീലേ.”

“എന്താ തനിക്ക്?”

“എനിക്ക് വയ്യെടോ!”

അവൾക്കു വേദനിക്കുകയാണ്. അവിടെയാണ് വേദനിക്കുക? ആ പച്ചപ്പുതപ്പു പൊക്കി നോക്കാൻ തോന്നും. വയ്യ. അവളുടെ ശരീരത്തിൽ കുളിരു തട്ടിക്കൂടാ. കാലടികൾ തണുക്കുകയും തരിച്ചു കയറുകയുമാണെന്നാണ് പരാതി. രക്തക്കുറച്ചിലാകാം. ഇനി രക്തം നഷ്ടപ്പെടുകയില്ല എന്നു ഡോക്ടർ ഉറപ്പു പറയുന്നു. മാത്രമല്ല, അവൾക്ക് അമ്മയാവാനും കഴിയും.

കുഞ്ഞിന്റെ അമ്മയെക്കാത്ത് ആശുപത്രിയിൽത്തന്നെ താമസിക്കേണ്ടി വന്നു. പകലൊക്കെ പൂമരത്തിന്റെ ചുവട്ടിലോ വരാന്തയുടെ തിണ്ണയിലോ കഴിഞ്ഞുകൂടും. രാത്രി, വാർഡിനു തൊട്ട് അന്നന്നു വന്നുപോകുന്ന രോഗികളെ പരിശോധിക്കുന്ന കെട്ടിടത്തിന്റെ വരാന്തയിൽ കിടക്കും. ഒറ്റയ്ക്കല്ല. വീരാനുണ്ടാകും. മത്തായിമാപ്പിളയുമുണ്ടാകും.

വീരാന്നു മത്തായിയെ നേരത്തെ അറിയാം. അതുകൊണ്ട് അവർ കൂട്ടാണ്. ഉറങ്ങാൻ കിടന്നാൽ കുടുംബകാര്യങ്ങളാണ് പറയുക. ഒരു ദിവസം കിടക്കപ്പായയിൽ കിടന്നു മത്തായിമാപ്പിള വിളിക്കാണ്: ‘എന്താടോ മാപ്പിളേ?’

വീരാൻ കിടക്കാൻ വരികയായിരുന്നു.

“താനിന്നെവിടായിരുന്നു?”

“നിങ്ങളെന്റെ പെണ്ണിന്റെ വാപ്പയെ കണ്ടോ?”

“ഇല്ല. വീരൂന്റെ വാപ്പയെക്കണ്ടു. അവനെ കാണാറുണ്ടോന്നു ചോതിച്ചു. പിന്നെ ഓന്റെ കൈയിമ്മേ വാച്ചുണ്ടോന്നാ ചോതിച്ചത്. എന്താ ഞാൻ പറയേണ്ടത്? പിടി കിട്ടുന്നില്ല. ഉടനെ ചോദിക്കുന്നത് വിരലിൽ മോതിരമുണ്ടോ എന്നാണ്. എനിക്കൊരു യുക്തി തോന്നി. കാണാറില്ല എന്നു പറയേണ്ട. ആശുപത്രിയിലല്ലേ? വാച്ചും മോതിരവുമൊക്കെ ഉണ്ടായാലും കെട്ടിനടക്കില്ല എന്ന് ഞാനങ്ങു പറഞ്ഞു.”

മത്തായി ഇനിയും പറഞ്ഞേനെ. വീരാൻ ഇടയ്ക്കു ചോദിച്ചു:

"ഞാനെന്താ ചെയ്യാ മാപ്പിളേ?"

മത്തായിമാപ്പിളയുടെ എല്ലാ വർത്തമാനങ്ങളും ആ ഒറ്റ ചോദ്യത്തിൽ നിന്നു കഴിഞ്ഞു. പിന്നെ ശ്വാസമെടുത്തുപിടിച്ച നിമിഷങ്ങൾ നീങ്ങി. ഒടുവിൽ വീരാൻതന്നെ പറഞ്ഞു: 'അപ്പഹേനെ കാണണല്ലോ.'

വീരാൻ ഇരുന്നു എന്നു തോന്നി. അല്ല ഇരുന്നിട്ടുണ്ട്. എന്തുകൊണ്ടെന്നാൽ വീരാൻ എന്റെ നേരെ തിരിഞ്ഞിരിക്കുന്നതു കാണാം.

"ഉറങ്ങിയോ?"

എന്നോടാണ്.

"ഇല്ല."

"ഒരു കഥ കേൾക്കണോ?"

"കഥയോ?"

വീരാന്ന് എന്നെ അറിയാമെന്നൂഹിക്കേണ്ടിവന്നു. അല്ലെങ്കിൽ എന്നെ വിളിച്ചു കഥ പറയണോ?

"പറയൂ."

"എന്റെ പക്കൽ അമ്പത്തേഴുറുപ്പികയുണ്ടായിരുന്നു. അതു തീർന്നു. നാളെയ്ക്കു മരുന്നു വാങ്ങീട്ടില്ല. എന്റെ പക്കൽ ഒന്നരക്കാസില്ല."

"ഇന്നത്തെ കാര്യം കഴിഞ്ഞില്ലേ?"

മത്തായിമാപ്പിള അസാരം തത്ത്വശാസ്ത്രം കലർത്തിച്ചോദിച്ചു.

"ഇന്നലെത്തൊടങ്ങീതാ വായ്പ വാങ്ങല്. വായ്പേടെ കാസോണ്ട് ഉമ്മിണി ദിസം നടക്കില്ലെ? ഒറ്റ ദേസത്തേയ്ക്കു പത്തിന്റെ ഒരു നോട്ട് വേണന്റെ മാപ്പിളേ."

"എവിടന്ന് കിട്ടീന്ന് പറ."

"ഓടിച്ചെന്ന് പത്തുറുപ്പിക വാങ്ങീന്നു വെച്ചോളീന്ന്. രാത്തിരി കൊടുക്കാന്ന് പറഞ്ഞിട്ടു തന്നതാ. പെണ്ണിന്റെ ബാപ്പായെ കണ്ടിരുന്നെങ്കീ!"

ആരും മിണ്ടിയില്ല. വീരാൻതന്നെ പറഞ്ഞു: "ന്റെ കച്ചോടോം പോയി മാപ്പിളേ!"

"എങ്ങനെ?"

"അതു മിനിഞ്ഞാന്നിന്റന്ന് വിറ്റൂന്നാ. ആറര രൂപായുടെ മൊതല് പട്ടാപ്പാടെ അഞ്ചുരൂപാക്ക് വിറ്റു."

എന്താണ് കച്ചവടമെന്നു വീരാനോടു ചോദിച്ചിട്ടില്ല. അയാൾ "ഭൂമി മലയാളം" മുഴുവൻ നടന്നു കച്ചവടം ചെയ്യുകയായിരുന്നു! അതുകൊണ്ടു ചോദിച്ചു: "എന്തേ വിറ്റത്?"

"കച്ചോടം പാടെ വിറ്റു. ഞാനിബടെ വരുമ്പ അമ്പത്തേഴുറുപ്പികണ്ടായിന്നു. അതു തന്നതും കച്ചോടാണ്."

മരിച്ചുകിടക്കുന്ന അമ്മയെക്കുറിച്ച് എണ്ണിപ്പെറുക്കുന്നതു പോലെ അയാൾ വിൽക്കേണ്ടിവന്ന കച്ചവടത്തെക്കുറിച്ച് പയ്യാരം പറഞ്ഞു

കൊണ്ടിരുന്നു. വീരാൻ ബലൂൺ കച്ചവടക്കാരനായിരുന്നു. ബലൂണിന്റെ പീപ്പികൾ, മുന്തിരിക്കുലകൾ, കുളവാഴയുടെ പൂക്കുലകൾ – മറ്റൊന്നും ഇല്ല; ഒരു പഴയ പട്ടാളസ്സഞ്ചി തൂക്കി, മുനിസിപ്പാലിറ്റിത്തൂപ്പുകാരന്റെ പരന്ന തുടപ്പയേക്കാൾ വലുതാക്കി അലകു പരത്തിക്കെട്ടിയ മുളയിൽ മാലമാലയായി പീപ്പികൾ കൊളുത്തി, ബലൂണിന്റെ പൂക്കുലകൾ പൊക്കിപ്പിടിച്ച് അയാൾ ഈ 'ഭൂമിമലയാളം' മുഴുവൻ നടന്നു കച്ചവടം ചെയ്തു. അച്ഛന്റെ വിരൽത്തുമ്പിൽ തൂങ്ങി വിതുമ്പിക്കരയുന്ന കുഞ്ഞുങ്ങൾക്കായി വിറ്റഴിച്ചു. അയാളുടെ ഭാര്യയ്ക്കു തികഞ്ഞ മാസമാണ്. അമ്പത്തേഴുറുപ്പിക കൈയിലുണ്ട്. വീട്ടിലേക്കു പോന്നു. വന്നപ്പോഴാണ് ഇതൊക്കെ.

"വന്നപാടെ ഡോക്ടറമ്മയ്ക്ക് അഞ്ചുറുപ്പിക കൊടുത്തു."

കഥയുടെ ഇടയ്ക്കു വീരാൻ പറഞ്ഞു:

"എന്നിട്ടോ?"

ചോദിക്കാതിരിക്കാൻ കഴിഞ്ഞില്ല. ഈ ധർമ്മാശുപത്രിയിൽ അഞ്ചുറുപ്പികക്കാരനു കട്ടിൽപോലും ഉണ്ടാവില്ലെന്ന കാര്യം അങ്ങാടിയിൽ പാട്ടാണ്. ഊഹം ശരിയായിരുന്നു.

"അഞ്ചുറുപ്പ്യ കൊടുത്തപ്പോൾ വാങ്ങീല്യന്റെ കൂട്ടരെ! പ്രസവത്തിനാണ് വന്നത്. പൊതുവാൾ ഡോക്ടറെ കാണാനും പറ്റൂല. പൊതുവാളിന്ന് ഉള്ളവരേം ഇല്ലാത്തവരേം തിരിയും. ഇതിന്നങ്ങനെ ഒന്നില്ലാന്ന്. നോട്ടു കൊടുക്കാൻ കൈ നീട്ടിയപ്പഴല്ലെന്റെ കൂട്ടരെ, ന്റെ നേർക്ക് ഒറ്റ നോട്ടം. അതിനു ചോരക്കണ്ണാണ് കേട്ടോ. എന്തിനാടൊ ഇതെന്ന് ഒറ്റ ചോദിക്കലാണുണ്ടായത്."

ചെലവുകളുടെ കണക്കു വരികയായി. ഡോക്ടർ അഞ്ചുറുപ്പിക വാങ്ങിയില്ല. അയാൾ പോന്നു. അമ്പത്തേഴുണ്ടല്ലോ! അഞ്ചുരൂപാകൂടെ എടുത്തു ചെന്നു. ആ രണ്ട് അഞ്ചുരൂപാനോട്ടുകൾ വിരലുകൾക്കിടയിൽ വാങ്ങി, ലേഡീഡോക്ടർ ചീട്ടിടുന്നപോലെ മേശപ്പുറത്തേക്കിട്ടു.

"ഇനി കണ്ടോളാം."

വീരാൻ വിമ്മിട്ടപ്പെട്ടു നില്ക്കുകയായിരുന്നു.

"കാണണം, കേട്ടോടൊ."

അവർ ഓർമ്മപ്പെടുത്തി. കാണാതിരിക്കാമോ? അയാളുടെ കെട്ടിയവൾ ഡോക്ടറമ്മയുടെ അധീനത്തിലാണ്. അതുകൊണ്ട് പിറ്റേന്ന് അഞ്ചുറുപ്പിക കൂടെ കൊടുത്തു.

"ഒന്നും വിഷമിക്കണ്ട, കേട്ടോടോ, താൻ വിഷമിക്കണ്ട. പൊയ്ക്കോളൂ."

അയാളുടെ ഭാര്യ പ്രസവിച്ചില്ല. കരളുരുകി നാളുകൾ നീങ്ങി. ഇനി ഓപ്പറേഷനേ വെയ്ക്കൂ എന്നായി. നിറഞ്ഞു മുറ്റിയ വയറ്റിൽ അയാളുടെ കുഞ്ഞാണ്. അയാളുടെ കെട്ടിയവളാണ്. അതു കീറിപ്പൊളിക്കണമെന്ന്.

പടച്ചോൻ വിചാരിച്ചാൽ! പടച്ചോൻ വിചാരിച്ചാൽ ഇങ്ങനെയൊക്കെ വരണോ? വിചാരിക്കേണ്ടതു ഡോക്ടരമ്മയാണ്. അവരുടെ മനസ്സ് തെളിഞ്ഞിട്ടുണ്ടല്ലോ. മുഖം തെളിയാത്തത് മിഡ്‌വൈഫ്മാരുടേതാണ്. രണ്ടു പേരും ഒതുക്കിപ്പിടിച്ചാണ് വർത്തമാനം പറയുന്നത്. അതുവേണ്ട, അവരുടെ മനസ്സു തെളിയണം. അതുകൊണ്ടു നന്നാലുറുപ്പിക കൊടുത്തു. അതിന്നു തക്ക ഫലവും ഉണ്ടായി. എന്താണെന്നുവെച്ചാൽ, മിഡ്‌വൈഫ്മാർ, വെവ്വേറെത്തന്നെ സമാധാനിപ്പിച്ചു: "നിങ്ങളൊന്നുകൊണ്ടും വിഷമിക്കണ്ട. തന്റെ ഭാര്യയ്ക്ക് ഒരു വിഷമവും കൂടാതെ ഞങ്ങൾ നോക്കിക്കോളാം. കേട്ടോ."

പിന്നീട് ആമിനയുടെ വയറു കീറി, കുഞ്ഞിനെ എടുത്തു. കുട്ടിക്കും തള്ളയ്ക്കും ഒരപായവും ഇല്ല.

"അതു പോരെ?"

തിയേറ്ററിലുണ്ടായിരുന്ന ഓരോരുത്തർക്കും ഓരോ ഉറുപ്പിക കൊടുത്തു. എന്തുകൊണ്ടെന്നാൽ, ഒരുത്തിയാണ് സ്ട്രെച്ചറു താങ്ങിയത്. മറ്റവൾ ചോര നിറഞ്ഞ തുണി കഴുകി. മറ്റൊരുത്തി നിലം കഴുകി. എല്ലാവർക്കും കൊടുത്തു. തീർന്നു എന്നാണ് ധരിച്ചത്. അപ്പോൾ കേട്ടു, ഇനിയൊരുത്തിയാണ് കുഞ്ഞിനെ കുളിപ്പിച്ചത്. അവൾക്കും കൊടുക്കണം. കടിഞ്ഞൂൽക്കുഞ്ഞിനെ കുളിപ്പിച്ച കൈകളിൽ ഒരു രൂപ വെച്ചുകൊടുക്കണം. അവളെ കാണാനില്ല. അന്വേഷിച്ചു, കണ്ടെത്തി. ഒരുറുപ്പിക കൊടുത്തു.

"ഒരു രൂഫ! ആർക്കാടൊ, താനീ ഒരു രൂഫ കൊടുക്കുന്നേ?"

അവൾ മേൽക്കട്ടു കയറുകയാണ്. വീരാൻ അമ്പരന്നു.

"എന്താ നിങ്ങൾക്കു പതിവ്?"

ചോദിച്ചുപോയി.

"എനിക്കു രൂഫാ രണ്ടാണ്. ഞാനാണ് തന്റെ കുഞ്ഞിനെ, കടിഞ്ഞൂൽ കുഞ്ഞിനേടൊ കുളിപ്പിച്ചത്."

"ശരി, ഞാൻ അന്വേഷിക്കാം."

പെട്ടെന്ന് അങ്ങനെയാണ് തോന്നിയത്. അന്വേഷിച്ചതു മേലാസകലം നാക്കുള്ള അമ്മിണിയോടാണ്. എല്ലാം കേട്ടപ്പോൾ അമ്മിണി പറഞ്ഞു: "താനാ റുപ്യയിങ്ങു കൊണ്ടാടേ!"

കുഞ്ഞിനെ കുളിപ്പിച്ചവൾക്കു കൊടുക്കാനുള്ള ഒരുറുപ്പിക കൊടുത്തു.

"കേട്ടോ മാപ്പിളേ, ഇനി അവള് തന്റെ ഉമ്മേടെ കട്ടിലിന്നടുത്തേക്കു കടക്കില്ല. കേട്ടോടോ."

ഇതൊക്കെപ്പറഞ്ഞിട്ടു വീരാൻ ചോദിക്കയാണ്: "പോരേ? ഓളൊട്ടു വന്നൂല. വാതിലിന്നടുത്തോളം വരും. ഒന്നെത്തി നോക്കും. നോക്കിയിട്ടങ്ങു പോവും."

ചിരിയും വരുന്നുണ്ടായിരുന്നു. എങ്ങനെ ചിരിക്കും?

വീരാന്റെ പക്കൽ ആകെ അമ്പത്തേഴേ ഉണ്ടായിരുന്നുള്ളൂ. അല്ല, ആറേ കാലുറുപ്പികയുടെ ചരക്കും പഴയ പട്ടാളസഞ്ചിയും കൂടെ ഉണ്ടായിരുന്നു. ചെലവുകൾക്ക് അവസാനമുണ്ടായിരുന്നില്ല. മരുന്നുകൾ വാങ്ങണം. ഭക്ഷണച്ചെലവു നടക്കണം. അമ്പത്തേഴും തീർന്നപ്പോൾ വാച്ചു വിറ്റു നോക്കി. നിന്നില്ല. മോതിരം വിറ്റു. കടം വാങ്ങി. കച്ചവടം വിറ്റു. എന്നിട്ടിനി ഗതിമുട്ടി പെണ്ണിന്റെ ബാപ്പായെ അന്വേഷിക്കയാണ്.

“ങ്ങള് കണ്ടില്ലല്ലേന്നോ, മാപ്പിളേ?”

വീരാൻ മത്തായിയുടെ നേരെ തിരിഞ്ഞു.

“ഞാൻ പറഞ്ഞില്ലേ വീരാനേ?”

“ഞാനിനി എന്താ ചെയ്യാ?”

വീരാൻ ആരോടുമല്ല ചോദിക്കുന്നത്. അവനവനോടാണ്.

പനി മാറിയപ്പോൾ നീരുവന്നിരിക്കയാണ്. തുന്നൽ വെട്ടുന്നതുവരേക്കെങ്കിലും ഇവിടെ കിടക്കണം. ഡോക്ടരമ്മയ്ക്ക് നോക്കുമ്പോൾ കണ്ണു ചെറുതായിട്ടുണ്ട്. പെട്ടെന്നങ്ങു ചെന്നുപറഞ്ഞാൽ മിഡ്വൈഫ്മാർ ചെറുനീരെടുക്കാൻ വരുന്നില്ല. അമ്മിണി നാക്കിളക്കാനും തുടങ്ങിയിരിക്കുന്നു. എല്ലാം ഒന്നുകൂടെ പുതുക്കണം. തീരെ ചൂടാറിയാൽ അവർക്കൊന്നും കൈവരില്ല. പെണ്ണിന്റെ വാപ്പയെങ്ങാനും ഒന്നു വന്നെങ്കിൽ! വീരാൻ എല്ലാ കാര്യങ്ങളും പറഞ്ഞിട്ടുണ്ട്. എല്ലാം കേട്ടതിൽ പിന്നെ ആളെക്കണ്ടിട്ടില്ല. ഒന്നു കണ്ടെങ്കിൽ!

“അങ്ങേർക്കെന്താ ജോലി?”

ഒന്നങ്ങോട്ടു ചോദിച്ചു.

“ആരിക്ക്?”

“ഉമ്മടെ ബാപ്പയ്ക്ക്.”

“അടക്ക പൊളിക്കാൻ പൂവ്വാ.”

അപ്പോൾ അതുമതി എന്നു തോന്നി. അടയ്ക്ക പൊളിക്കാൻ പോകുന്ന ആളുടെ പക്കൽ ധാരാളം വഹ കാണും! എന്നു പറയാതെ തന്നെ കഴിച്ചു. എങ്ങനെയെന്നാൽ, കുറച്ചു നേരത്തേക്കെങ്കിലും വീരാനെ സമാധാനിപ്പിക്കാം.

“അടയ്ക്ക വിറ്റു കൂലി വാങ്ങേണ്ടിവരില്ലേ?”

“വേണ്ടിവരും.”

“കേച്ചേരിയിൽനിന്നു വരണ്ടേ?”

“വേണം.”

“ബസ്സു കയറുമോ?”

“ഇല്ല.”

“അപ്പോൾ വരാറാവുന്നേ ഉള്ളൂ.”

അപ്പോഴും വീരാൻ ഒന്നു ചിരിച്ചു. നല്ല വെളിച്ചമില്ലാത്തതുകൊണ്ട് അയാൾ മുറുക്കിച്ചുവപ്പിച്ചിരുന്നോ എന്നു കാണാൻ കഴിഞ്ഞില്ല.

റിക്രൂട്ട്

ഇന്നു ഹോളിഡെ: ഞായറാഴ്ച. ഇന്നലെ ഹോളിഡെ: റംസാൻ. വരുന്ന ഞായറാഴ്ച ബഡാ ഹോളിഡെ: സ്വാതന്ത്ര്യദിനം!

ഇഷ്ടമുള്ളപ്പോൾ ഉണർന്നാൽ മതി... പട്ടാളക്കേമ്പിൽ ഹോളിഡെ ഉത്സവമാണ്.

ചിലർക്കു നാട്ടുവർത്തമാനങ്ങൾ പറയാനാണ് ഇഷ്ടം. ചിലർക്കു ചീട്ടു കളിക്കാൻ, പാട്ടുപാടാൻ... എനിക്ക് എഴുതാനാണ് ഇഷ്ടം. എഴുതട്ടെ.

റംസാൻ!

നടുങ്ങിപ്പോകുന്നു, പാക്കിസ്താൻ പട്ടാളക്കാർ എങ്ങനെയാണു റംസാൻ ആഘോഷിക്കുക? ഒരായിരം ഹിന്ദുക്കളുടെ കഴുത്തറത്തിട്ടാകുമോ? ഹിന്ദുബാലികമാരെ വസ്ത്രാക്ഷേപം ചെയ്ത്, അവരുടെ തുടിക്കുന്ന മാറിടത്തിലേക്കു ബയനറ്റ് കുത്തിയിറക്കീട്ടാകുമോ?... റസാക്കർമാർ മതപരിവർത്തനം നടത്തുകയായിരിക്കും അതോ, കഴുത്തു മുറിക്കുകയോ?

കശാപ്പുകൾ നടന്നുകഴിഞ്ഞു. ഒന്നാമതായി ഇന്ത്യയെത്തന്നെ അറുത്തു. ഓ! എന്റെ അമ്മ! അമ്മയുടെ ചൂടുള്ള ചോര അതാ നായ്ക്കൾ നക്കിക്കുടിക്കുന്നു.

ഇനി പരസ്യമായി ഇറച്ചിക്കടകൾ തുറന്നോട്ടെ. ഈ ചാപ്പണ്ടാരങ്ങളെക്കൊണ്ട് മേലാളൻ തൊരം കെട്ടിരിക്കുന്നു. അവറ്റയെ മുറിക്കാൻ ലൈസൻസിനു വിഷമം കാണുകയില്ല. എന്നിട്ട് അറുക്കണം. ചിരട്ടകൊണ്ടോ കുറ്റിച്ചൂലുകൊണ്ടോ ഒരച്ചു തൊലി ഉരിയണം.

പിന്നെ വെട്ടുക. ചീന്തുക. മുറിക്കുക. കൊളുത്തുകളിൽ തൂക്കിയിടുക.

തല. തണ്ടെല്ല്. കൊറു. നെഞ്ചടി.

കരൾ. ചെമ്പരത്തി. പൊതി.

മനുഷ്യമാംസം കരിഞ്ചന്തയിൽ വിറ്റുപോയിരിക്കുന്നു.

നേവിയിൽനിന്നു പിരിച്ചയക്കുമ്പോൾ എന്റെ തൂക്കം നോക്കി. നൂറ്റിഇരുപത്തിമൂന്നു റാത്തൽ. ഇപ്പോൾ പട്ടാളത്തിലെടുത്തപ്പോൾ എന്നെ തൂക്കി നോക്കി. നൂറ്റിഎട്ട്.

പതിനഞ്ചു റാത്തൽ!

ആലോചന തകിടം മറിഞ്ഞുപോകുന്നു. പഴയ പഴയ കാലത്തേക്ക് അന്നത്തെ ധീരമായൊരു പ്രഖ്യാപനം.

"കരിഞ്ചന്തക്കാരെ തൂക്കിലേറ്റണം!"

കരിഞ്ചന്ത! – നെല്ലിന്റെ, തുണിയുടെ, മനുഷ്യമാംസത്തിന്റെ!

ഓ! എന്തൊരു ഇരമ്പം: തലച്ചോറിലൊരു മുഴക്കം. അതോ ചെകിട്ടിൽ മൂട്ട കയറിയതാണോ?

എന്തെന്തു ശബ്ദങ്ങൾ! ദാഹിക്കുന്നുണ്ട്. മനുഷ്യൻ സംസാരിക്കുന്നതൊന്നു കേൾക്കാൻ!

ഇവിടുത്തെ കൂട്ടം.

"ചോറും തുണിയും നീക്കീട്ടാ ശമ്പളം."

"ശമ്പളം കയ്യീത്തരും."

"പണമുണ്ട്. കൈയിൽ വാങ്ങിക്കാനറിയോ?"

തളർന്നുപോയിരിക്കുന്നു. മനുഷ്യൻ സംസാരിക്കുന്നതൊന്നു കേൾക്കാൻ!

ഭടൻ ശത്രുവിന്റെ വയറു ചോർത്താൻ പഠിക്കുന്നു. ബയനറ്റുകൊണ്ടു വയറു ചോർത്തണം. അപ്പോൾ ചോദിക്കട്ടെ, ഞാനാരുടെ വയറാണ് ചോർത്തേണ്ടത്?

ഈ യുദ്ധവിദ്യ പഠിക്കാൻ റിക്രൂട്ടുകൾ കേമ്പിലേക്ക് വരുന്നു: തൈക്കിളവന്മാർ, ചെറുപ്പക്കാർ, വിദ്യാർത്ഥികൾ...

അവർ വരുമ്പോൾ പഴയ പട്ടാളക്കാർ നോക്കുന്നു.

"കോളുണ്ടല്ലൊ."

"വെള്ളലുവപോലെ!"

"ഏത്?"

"നീയേതാ നോക്ക്യേ?"

ഈ പഴയ കൂട്ടർ അവന്റെ അരികിലേക്കു നീങ്ങുന്നു.

"നിന്നെ കണ്ടിട്ടുള്ളപോലെ."

"–?–"

"ആ അറിയില്ലേ, അളിയാ!"

"ഊങ്ങ്ഹൂ!"

"അറിയത്തില്ലെ? എന്നെ, ഇല്ലായിരിക്കും. നീ തന്നെ ഓർത്തുനോക്ക്. നിന്നെപ്പോലെതന്നെ ഒരു കൊച്ചുപയ്യനെ..."

അങ്ങിനെയാണു തുടക്കം.

ഇതു കേന്റീനാണ്. ഒരു വൃത്തിയുള്ള ബില്ലറ്റ്. ചുമരിനോടു ചേർത്തു ചതുരൻ മേശകൾ. ചുമരല്ല. വലിയ മരച്ചട്ടകളിൽ ഉറപ്പിച്ച തകരം. തകരത്തിന്റെ ചുമരുകൾ. ചുമരിനോടടുത്തു ചതുരൻ മേശകൾ, മേശകൾക്കു ചുറ്റും നന്നാല് കസാലകൾ.

കേന്റീന്റെ തെക്കേ അറ്റത്തും വടക്കേ അറ്റത്തും ഓരോ കൗണ്ടർ. തെക്കേതിൽ ചായയും പലഹാരങ്ങളും. വടക്കേതിൽ സ്റ്റേഷനറി സാമാനങ്ങൾ. രണ്ടു കൗണ്ടറിന്നുമിടയ്ക്കു ചതുരൻമേശകളുടേയും കസാലകളുടേയും സെറ്റുകൾ.

എന്തൊരു ഇരമ്പമാണെന്നോ!

ജനലിന്നടുത്തുള്ള ഈ കസാലയിൽ ഇരുന്നിട്ടാണ് ഞാനെഴുതുന്നത്. ഈ ബില്ലറ്റിന്നു ജനലും വാതിലും ഉണ്ട്. മരച്ചട്ടയിലിട്ട തകരംകൊണ്ടു വാതിൽ. കണ്ണാടികൊണ്ടു ജനലുകൾ. തകരത്തിന്റെ മുഴക്കമാണ് തലയിൽ.

ഒരു കപ്പ് ചായ കുടിച്ചാലോ?

"ഞാൻ പണക്കാരനായിരിക്കുന്നു!"

നേരം പുലരുന്നതെന്തിനാണെന്നുപോലും ഓർത്തുപോയിട്ടുണ്ട്. തല പായിൽനിന്ന് പൊന്തില്ല. നീർന്നുനില്ക്കാൻ വയ്യ. കുടലുകൾ കൊളുത്തിട്ടു പിടിക്കയായിരിക്കും.

ഒരു ദിവസം രാത്രി പാടത്തിറക്കത്തുള്ള തൈവെപ്പിൽ തെക്കും വടക്കും നടക്കുകയായിരുന്നു. വെള്ളമേഘങ്ങൾ പാറിയ നീലാകാശം. തിളങ്ങുന്ന നക്ഷത്രങ്ങൾ. നിലാവിൽ കുളിച്ച തെങ്ങിൻതലപ്പുകൾ, വിശാലമായ പാടത്തിന്റെ നഗ്നമായ മാറിടം... ഓ! ഞാനിതാ അവിടെ തെക്കും വടക്കും നടക്കുകയാണ്. എന്റെ ഇരക്കുടൽ ഒഴിഞ്ഞുകിടക്കുകയാണ്.

കൺപോളകൾക്കു കനംവെച്ചപ്പോൾ മടങ്ങി. ഉമ്മറത്തു കയറിയപ്പോൾ അച്ഛൻ പറയുന്നതു കേട്ടു.

"വെശന്നാ മനുഷ്യര് മനുഷ്യരേം തിന്നും!"

ഉറക്കം വന്നില്ല.

എന്റെ അച്ഛൻ എന്നെ കൊന്നു തിന്നുമോ?

വയറു നിറച്ചുണ്ണാൻ ആരെക്കൊല്ലണം?

ചായ കുടിച്ചിട്ടാലോചിക്കാം.

"ഒരു ചാ."

"പിന്നെ?"

"ചായ തരൂ!"

"പിന്നെ?"

"ചാ! ചാ!"

നല്ല ചായ! എനിക്കിപ്പോൾ നല്ല നേരമാകണം. ഇത്തിരി പാലെങ്കിലും ഒഴിച്ചിരിക്കുന്നു.

"സേർ, കപ്പൊഴിച്ചാട്ടെ!"

ചുടുന്ന കപ്പിൽനിന്നു ചുണ്ടെടുത്തു. അയാൾ നാക്കിട്ടു തല്ലി.

"ആളെത്ര കാത്തുനിക്കണ്?"

സിമന്റിട്ട നിലത്ത്, അയച്ചിട്ട പട്ടച്ചെരിപ്പ് ഉരച്ചുരസിക്കൊണ്ട് പട്ടാളക്കാർ വലിഞ്ഞിഴയുകയാണ്. തെക്കേ കൗണ്ടറിൽനിന്ന് വടക്കേതിലേക്ക്. വടക്കേതിൽനിന്ന് തെക്കേതിലേക്ക്. ഒറ്റയ്ക്കൊറ്റയ്ക്ക്. കൂട്ടംകൂട്ടമായി, ജോഡിജോഡിയായി.

റോൾകാൾ കഴിഞ്ഞു.

ഇനി എഴുതാനൊക്കില്ല. തിക്കും തിരക്കും. കൂക്കും വിളിയും...

പോയാലോ?

വാതിൽക്കലേക്കു നോക്കിപ്പോയി.

അവരെല്ലാം സിവിൽ ഡ്രസ്സിലാണ്. പൈജാമ, സൂട്ട്, ദോത്തി, മുണ്ട്...

പഞ്ചാബി, സിക്ക്, ബംഗാളി, മറാട്ടി, മദ്രാസി...

ഇന്ത്യൻ പട്ടാളക്കാർ!

ഒരു സംശയം.

ഞാനോ ഞങ്ങളോ?

ഈ സംശയം റിക്രൂട്ടിങ്ങ് ഓഫീസിൽനിന്നേ ഉണ്ട്. ഞാൻ ഒറ്റയ്ക്കായിരുന്നു. കാലത്ത് ഏഴോ ഏഴരയോ ആയിരിക്കണം. പട്ടണത്തിൽ തിരക്കില്ല. എന്നാലും ആളുകൾ പോകുന്നു. വരുന്നു. കട തുറക്കാൻ, ട്യൂഷൻ അറ്റന്റ് ചെയ്യാൻ, താടിവടിക്കാൻ, കളിക്കാൻ...

ഞാൻ പട്ടാളത്തിൽ ചേരാൻ റിക്രൂട്ടിങ്ങ് ഓഫീസിന്റെ മുമ്പിൽ എത്തിയപ്പോൾ, ഓ, എന്തൊരു ബഹളം!

തിര അടിച്ചാർത്തുകയറുന്ന മൈതാനത്തിനഭിമുഖമായി നില്ക്കുന്ന ആ ഓടുമേഞ്ഞ കെട്ടിടത്തിൽ അവർ അടുങ്ങിക്കൂടിയിരിക്കുന്നു. മുറ്റത്ത് മാവിൻതണലിൽ അന്യോന്യം ഒട്ടിനില്ക്കുന്നു. ഗേറ്റിൽ സംശയിച്ചു നില്ക്കുന്നു. റോഡിൽ തങ്ങിനിന്ന് പിറുപിറുക്കുന്നു... കടന്നൽക്കൂട്ടത്തിന്റെ ഇരമ്പം: അതാണ് ഇരമ്പത്തിന്റെ തുടക്കം.

ഞാനും ഗേറ്റു കടന്നു. ഞാൻ പട്ടാളത്തിൽ ചേരാൻ വന്നിരിക്കയാണ്. ഡിസ്ചാർജ്ജ് സർട്ടിഫിക്കറ്റ് കക്ഷത്തിറുക്കിപ്പിടിച്ചുകൊണ്ടു ഞാൻ അവരോടു ചേർന്നു.

അവർ പട്ടാളത്തിൽ ചേരാൻ വന്നവരാണ്. പിരിച്ചയയ്ക്കപ്പെട്ട പട്ടാളക്കാരാണ്. ഡിസ്ചാർജ് സർട്ടിഫിക്കറ്റ് കക്ഷത്തിറുക്കിപ്പിടിച്ചുകൊണ്ട് അവർ മുമ്പോട്ടു മുമ്പോട്ടു തേക്കുകയാണ്.

എണ്ണിയാൽ ഒടുങ്ങാത്തത്ര ആളുകൾ! എല്ലാവരും വിയർക്കുന്നു. നെടുവീർപ്പിടുന്നു. അന്തരീക്ഷം ചൂടുപിടിക്കയാണ്. പുകച്ചിൽ. പൊരിച്ചിൽ... തീപ്പിടിച്ചിട്ടുണ്ടോ?

ഓരോരുത്തരുടേയും തൂക്കം നോക്കി. കൂട്ടത്തിൽ എന്റേയും. പതിനഞ്ചു റാത്തൽ കുറവ്. രക്തവും മാംസവും മജ്ജയുമടക്കം പതിനഞ്ചു റാത്തൽ. തൂക്കം നോക്കിത്തീരുന്നവരെല്ലാം വന്നു പറയുന്നത് കുറവാണെന്നാണ്. നൂറ്റിപ്പതിനഞ്ചു റാത്തലാണാവശ്യം. ഉദ്യോഗസ്ഥൻ ഓരോരുത്തരുടേയും ഡിസ്ചാർജ് സർട്ടിഫിക്കറ്റു വാങ്ങി മറിച്ചുനോക്കി:

"പത്തു റാത്തൽ കുറവ്."

"ഇതിലെട്ട്."

"പതിനഞ്ചോ?"

അങ്ങനെ പിറുപിറുത്തുകൊണ്ട് അദ്ദേഹം നടന്നു. അറുപത്തെട്ടു പേരെ എടുത്തു. ഞാനും പെട്ടു. ബാക്കിയുള്ളവരോട് ആ ഉദ്യോഗസ്ഥന്റെ കല്പന.

"ഒന്നങ്ങ് മാറിനിൽക്കെടേ. ഇത്തിരി കാറ്റും വെളിച്ചോം കടക്കട്ടെ."

ഞങ്ങൾ തീവണ്ടി കയറി. ഒരെത്തും പിടിയുമില്ല. ഉറക്കം വരുന്നു. വല്ലാത്ത ക്ഷീണം. വളരെ നാളായി ഉറങ്ങിയിട്ട്. എന്റെ അച്ഛൻ എന്നെയും കാത്തുകിടക്കയാവും.

"ബാഭം-ബംഭം. ബാഭം-ബംഭം..."

തീവണ്ടിയുടെ നിലയ്ക്കാത്ത ശബ്ദം. ശബ്ദമല്ല, മുഴക്കം... അങ്ങനെ ശൂന്യമായ തലച്ചോറോടുകൂടെ ഇവിടെ എത്തി.

ഇതൊരു മലമ്പ്രദേശമാണ്. മേടുകളും മൈതാനങ്ങളും മാവും പുളിയും നെല്ലിയും കരിവേപ്പും ആലും മറ്റുമുള്ള മേടുകൾ. മേടുകളിൽ പടവുപടവായി ബില്ലറ്റുകൾ. ബില്ലറ്റുകളുടെ മുറ്റത്തു മരങ്ങൾ. മേടുകൾ തെക്കോട്ടു ചാഞ്ഞിറങ്ങുന്ന മൈതാനത്തിൽ ലയിക്കുന്നു. എന്തു പുല്ലാണ് ഈ മൈതാനത്തിൽ. കാലിക്കൂട്ടങ്ങൾ മേഞ്ഞുനടക്കുന്നു. എന്തൊരു കൂറ്റൻ ജന്തുക്കൾ! പശുക്കൾ, കാളകൾ; എരുമകൾ - ആനക്കുട്ടികൾ പോലെയുണ്ട്.

കാലി മേയ്ക്കുന്ന മനുഷ്യർ!- അവർ ഉണങ്ങിയിരിക്കുന്നു. ഇന്ത്യക്കാർ!!

മൈതാനം കിഴക്കോട്ടും പടിഞ്ഞാട്ടും പരന്നുപരന്ന് അങ്ങു മലയോരത്തിൽ വിലയംകൊള്ളുന്നു.

വിന്ധ്യാപർവ്വതപ്രാന്തങ്ങൾ. ഇവിടന്നു മൂന്നോ നാലോ നാഴിക അകലെയാണ് നർമ്മദ. ഇന്നലെ കൂട്ടുകാർ കുളിക്കാൻ പോയി.

കൂട്ടുകാരുണ്ട്. ഞങ്ങൾ ഇവിടെയുള്ള എണ്ണമറ്റ ബില്ലറ്റുകളിലൊന്നിൽ കിടക്കുന്നു. പനമ്പുകൊണ്ട് കുത്തിമറച്ച ഒന്ന്. ഇത് കഴിഞ്ഞ യുദ്ധകാലത്ത് കഴുതകളെക്കെട്ടാൻ ഉപയോഗിച്ചിരുന്നതാണ്.

തെക്കുവടക്കു നീട്ടിപ്പണിത ഈ ബില്ലറ്റിനു നല്ല വിസ്താരമുണ്ട്. വിലങ്ങനെ മുമ്മൂന്നു കട്ടിലിടാം. നിറയെയുണ്ട്. കട്ടിലുകൾ.

നിലം കമാനംപോലെ. നടു ഉയർന്ന് രണ്ടുവശത്തേക്കും നീരൊഴുക്ക്. എതിരേ രണ്ടുവരിയായി കെട്ടിയിരുന്ന കഴുതകളുടെ മൂത്രം ഒഴിഞ്ഞു പോകാൻ.

ഇപ്പോൾ ഞങ്ങൾ നൂറോളം റിക്രൂട്ടുകൾ ഇതിനകത്ത് കിടക്കുന്നു. എന്റെ കട്ടിൽ ഏറ്റവും വടക്കേ അറ്റത്ത്. അവിടെ ഒരു കമ്പനി കൂടിയിട്ടുണ്ട്. കൂട്ടുകൂടി വർത്തമാനം പറയുന്നു എന്നർത്ഥം. ഇവിടത്തെ വർത്തമാനത്തിന്റെ മറ്റൊരു സാമ്പിൾ:

"ഞാൻ ഐ.പി.സിയിൽ ഹവിൽദാരായിരുന്നു."

"എന്റെ ഭാര്യയുടെ ചേടത്തിയുടെ ഭർത്താവ് ആർ.ഐ.എ.എസ്.സിയിൽ കേപ്റ്റനാണ്."

"എന്റെ ഫാദർ മുനിസിപ്പൽ പ്രസിഡണ്ടായിരുന്നു."

ഇടയ്ക്ക് തന്റേടമുള്ളവരുണ്ട്. ഇക്കൊല്ലം സ്കൂൾഫൈനൽ പാസായ കേശവൻനായർ ഇന്ററിന്നു പോകാൻ കറസ്പോണ്ടൻസ് കോളേജുമായി കത്തിടപാടു നടത്തുന്നു. പൊൻകുന്നത്തുകാരനാണ്. എന്റെ കട്ടിലിന്നു തൊട്ട് ഇടത്തേക്കട്ടിലിലാണ് അദ്ദേഹം. വലത്തുഭാഗത്ത് രാമസ്വാമി. കുംഭകോണത്താണ് വീട്. പണക്കാരനായ അച്ഛന്റെ ഒറ്റ മകൻ. ഇന്ററിന്നു ഡിറ്റെയിൻ ചെയ്തു. ചെറുപ്പം. പതിനെട്ടായിക്കാണും. തമിഴ്നാട്ടുകാർ പിന്നെയുമുണ്ട്. എന്നാലും ഞങ്ങളോടാണ് അവനിഷ്ടം. കാമുകനാണ്.

അതുകൊണ്ടാണ് ഡിറ്റെൻഷൻ കിട്ടിയതും. പുസ്തകം മലർത്തിവച്ചു ഗേൾഫ്രന്റിനെക്കുറിച്ച് മനോരാജ്യമായിരുന്നു.

രാമസ്വാമിയുടെ വലത്തേ കട്ടിൽ രാമൻമാസ്റ്ററുടേതാണ്. അദ്ദേഹം ആർമിയിൽ മുമ്പുണ്ടായിരുന്നു. ഫസ്റ്റ് ഗ്രേഡ് ഹവിൽദാർ ക്ലാർക്ക്. മാസ്റ്റർ തന്നെ പറയുന്നു, തനിക്ക് ക്രേക്കുണ്ടെന്ന്!

ഇനിയുമുണ്ട് ചങ്ങനാശ്ശേരിക്കാരും മറ്റും. അവരൊക്കെ ബില്ലറ്റിന്റെ തെക്കേ അറ്റത്ത് ചീട്ടുകളിക്കമ്പനിയിലാണ്.

എഴുതണമെന്നു തോന്നിയതുകൊണ്ട് ഞാൻ ഒറ്റയ്ക്കു വന്നിരിക്കുന്നു. പക്ഷേ, അസഹ്യമായ ഇരമ്പം. ചായ കുടിച്ചിട്ടു നോക്കിയപ്പോൾ ഇത്തിരി ഉഷാർ.

കൗണ്ടറിനു മുമ്പിൽ അവർ തടിച്ചുകൂടിക്കഴിഞ്ഞു. ഒറ്റയ്ക്ക്; കൂട്ടമായി; ജോഡിജോഡിയായി.

ജോഡികൾ:

ഉസ്താദ് റിക്രൂട്ട്... ഉസ്താദ് റിക്രൂട്ട്...

ഞാൻ സൂക്ഷിച്ചു.

ഉസ്താദ് മധുരപലഹാരത്തിന് ഓർഡർ കൊടുത്തു. റിക്രൂട്ട് വില്പന ക്കാരനോട് മയങ്ങി. അവനു ചെറുപ്പം. നല്ല പേഴ്സനാലിറ്റി. ഭാവിയിൽ ഒരു ഓഫീസറാവാനുള്ള ഫിസിക്കൽ കൺസ്ട്രക്ഷൻ... അവൻ മയങ്ങു ന്നത് ഉസ്താദിന്നുവേണ്ടിയാണ്. അയാൾ പലഹാരം വാങ്ങുന്നത് അവന്നു വേണ്ടിയാണ്.

അങ്ങനെ പലഹാരപ്പൊതിയും കൊണ്ട് അവൻ വരാന്തയിലേക്കു കട ക്കുന്നതു കണ്ടു.

അവർ എങ്ങോട്ടാണു പോവുക? ഓ? ഇരുട്ടുള്ള രാത്രിയാണ്.

ഇന്നലെ റേഡിയോവിന്റെ മുമ്പിൽ ചെന്നുനിന്നു. രാത്രി സമയം എട്ടോ ഒമ്പതോ. നേരിയ വെളിച്ചം. ആളറിയില്ല. ഇവിടത്തെ റേഡിയോവിന്നുമുണ്ട്, ഒരു മുഴക്കം. ഒരു ചിലമ്പൽ. എല്ലാറ്റിനും ചിലമ്പലാണ്.

നേരിയ സ്വരത്തിൽ ഒരു പാട്ട്!

"ക്യോം ഉസ്കീയാദ് ആത്ഹെ...?"

"എന്താ കാരണം?"

ഞാൻ അവിടെ മണൽമുറ്റത്തിരുന്നു. അതാ ഒരാൾ വരുന്നു. സിക്കാണ്. ആകെ വെളുത്ത ഉടുപ്പ്. തലപ്പാവ്, ഷർട്ട് പൈജാമ ഷൂസ്- എല്ലാം വെള്ള.

"ആരാദ്?"

"റിക്രൂട്ടാ."

"ഏതു കമ്പനീലാ?"

"കമ്പനീല്ല്യ."

"ഓ, നിയ്യ് റസ്റ്റ് ഹൗസിലാണല്ലേ?"

അയ്യ! ആ കഴുതത്തൊഴുത്ത് റസ്റ്റ് ഹൗസാണുപോലും!

അയാളുടെ ശബ്ദം കേട്ടതുകൊണ്ടാകാം, അടുത്ത ബില്ലറ്റിന്റെ വരാന്തയിൽനിന്ന് ശബ്ദമുയർന്നു.

"ഉസ്താദ് ജി!"

"ആരാദ്?"

"ഞാനല്ലേ?"

"അമ്പി നിന്നെത്തെരഞ്ഞു തെരഞ്ഞു...!"

അയാൾ പോയി. എന്തിനാണാവോ തിരഞ്ഞു തിരഞ്ഞു നടക്കുന്നത്. പോട്ടെ. ഈ ബില്ലറ്റ് റസ്റ്റ് ഹൗസാണെന്ന്!

രാമൻമാസ്റ്റർ പറയുന്നത് ഇതാണ് ബ്ലോക്ക് ഹോൾ ഓഫ് കൽക്കത്ത എന്നാണ്. ഞങ്ങൾ ആറു മണിക്കുള്ള ചോറുണ്ടാൽ, മെസ്ടിൻ കൊണ്ടു വെക്കാൻ അതിനകത്തു കടക്കും. പുറത്തിറങ്ങും. കാറ്റു ശാപ്പിടാനാണ്. തിരിച്ചുവന്നാൽ തട്ടിത്തടഞ്ഞു തപ്പിപ്പിടിച്ചു കമ്പിളി വിരിക്കാൻ നോക്കും. ചിലർ തീപ്പെട്ടിക്കോലുരയ്ക്കും. കുനിഞ്ഞുനിന്നു ബീഡി വലിക്കും. വെളിച്ചം കാണാൻ! അങ്ങനെ ഉറങ്ങാൻ നോക്കും. എന്തൊരു ചൂട്. വിയർപ്പ്... പൊരിച്ചൽ...

അപ്പോൾ ഒരു നായിന്റെ കുര!

മറന്നുപോയി. ഞങ്ങളുടെ കൂടെ നായ്ക്കളുണ്ട്. അവ പകലൊക്കെ വെളിയിലാണ്. മെസ്സിന്റെ പരിസരത്തിൽ ചുറ്റിപ്പറ്റിനടക്കും. എച്ചിൽ തിന്നും, ഉറങ്ങാനും വിശ്രമിക്കാനും വരുന്നത് ഞങ്ങളുടെ ബില്ലറ്റിലേക്ക്. വെളിയിൽ കാറ്റുകൊണ്ടിരിക്കുന്നവരാരോ അകത്തുകടന്നു ഇരുട്ടിൽ കട്ടിലു തപ്പുന്നു. നിലത്തുകിടന്നുറങ്ങുന്ന നായിന്റെ മീതെ ചവിട്ടുന്നു. തട്ടിത്തടഞ്ഞു വീഴുന്നു.

നായ കുരയ്ക്കും.

"ബോസ് ഡിക്കേ."

അയാൾ അരിശപ്പെടും.

ഈ നായ്ക്കളെ വെള്ളക്കാർ ഇട്ടേച്ചു പോയതാകണം. ഒന്നിനും പേരില്ല. പേര് അറിയില്ല. അതുകൊണ്ട് ഒന്നിനെത്തന്നെ പലേ പേരും വിളിച്ചു നോക്കുന്നു.

"കൈസർ."

നായക്ക് അനക്കമില്ല.

"ടൈഗർ."

അപ്പോഴും അനക്കമില്ല.

"ഫിലിക്ക്സ്."

കേട്ട ഭാവമില്ല.

കേമ്പിൽ നായ്ക്കളുള്ളതുപോലെ സിറ്റിയിൽ ആംഗ്ലോ ഇന്ത്യൻ ലേഡികളുണ്ട്. ഞാൻ കണ്ടിട്ടില്ല. രാമസ്വാമി പറഞ്ഞതാണ്. അവൻ എന്നും

പുറത്തുപോകും. പോകാൻ പാടില്ല. ഒളിച്ചുപോകും. ഊണു കഴിക്കാൻ. ഇവിടെ അഞ്ചു നേരം ഭക്ഷണമുണ്ട്. അവനോ ഒരു നേരമെങ്കിലും പുറത്തുപോയി ഉണ്ണണം. മടങ്ങിവന്നാൽ എന്നെ അന്വേഷിക്കും.

"ഓയ്! മസാലദോശൈ എടുത്തു വന്തിരക്ക്റേൻ ശാപ്പടമട്ടായോ?"

"റൈറ്റോ!"

അങ്ങനെ ഒരു ദിവസം മസാലദോശയുടെ പിന്നാലെ ആ കഥ വന്നു. രണ്ട് ആംഗ്ലോ ഇന്ത്യൻ ലേഡികൾ 'കേരള ഹോട്ടലി'ൽനിന്ന് ദോശ തിന്നുന്നു!

ഇവർക്ക് വെള്ളക്കാരന്റെ കാലത്ത് ജീവിതം ഉത്സവമായിരുന്നു. ഹാൻഡ്ബാഗ്, ഹീൽഷൂ, ലിപ്സ്റ്റിക്ക്... തിത്തിക്കാൻ കിളികളെപോലെ അവർ പാറിനടന്നു. തത്തിക്കളിച്ചു. കുടിച്ച് കൂടി ആടിക്കുഴഞ്ഞു നടക്കുന്ന വെള്ളപ്പട്ടാളക്കാർ അവരെ അഭിമുഖീകരിക്കും.

"ഓ! മൈ ഡാളിങ്ങ് ഓ! മൈഡാളിങ്ങ്..."

അവർ അഭിവാദ്യം ചെയ്യും!

"ഹല്ലോ ജോണി!"

"ഹല്ലോ ജോണി!"

"ഹല്ലോ ചം!"

ഇപ്പോൾ ആവശ്യക്കാരില്ല. തിത്തിക്കാൻ കിളികൾ ദോശച്ചട്ടിയുടെ മണമേറ്റ് കാത്തിരിക്കുന്നു.

ഈ നായ്ക്കൾക്ക് ഉടമസ്ഥന്മാരില്ല. അവ ഞങ്ങളുടെ കൂടെ വന്നു കിടക്കുന്നു.

നായ്ക്കളും ഞങ്ങളും!

സിക്കുകൾക്ക് നായ്ക്കളോട് വല്ലാത്ത വെറുപ്പാണ്. അവർ കിടക്കുന്നത് ബില്ലറ്റിന്റെ നടുക്ക്. രണ്ടറ്റത്തും മദ്രാസികൾ.

പഞ്ചാബികളുടെ കൂട്ടത്തിലാണ് യു.പിക്കാരും മറ്റും. അവരിൽ ഒരു വിശ്വംഭർനാഥ് പണ്ഡിറ്റുണ്ട്. പിരിച്ചയയ്ക്കപ്പെട്ടു വീണ്ടും ചേർന്നിരിക്കുന്നു. ഇവിടെ വന്നപ്പോൾ ഡോക്ടർ അൺഫിറ്റ് ചെയ്തു.

പണ്ഡിറ്റ് കിതച്ചുകൊണ്ടപേക്ഷിച്ചു.

"ന്റെ പൊന്നാരസ്സാറേ വയറ്റത്തടിക്കല്ലെ?"

അദ്ദേഹം വെറും എല്ലാണ്. പറ്റെ വെട്ടിയ തലമുണ്ടയിൽ ഒരു വാല്. എലിവാലിന്റത്ര ഇല്ല. ഹിന്ദുവിന്റെ ലക്ഷണം.

ഈ പണ്ഡിറ്റിനെത്തല്ലുമെന്ന് ആരോ ഭീഷണിപ്പെടുത്തി. എന്താ കാരണമെന്നു ചോദിച്ചപ്പോൾ പണ്ഡിറ്റ് പറയുകയാണ്.

"യീ പഞ്ചാബിന്ന് പറേണ വർഗ്ഗേങ്ങനാ!"

എന്നിട്ട് ഒരു പ്രസംഗം തന്നെ ചെയ്തു. അവരെല്ലാം വേശ്യകളാണെന്ന്, പഞ്ചാബികളുടെ ഇടയിൽ വെച്ച് പണ്ഡിറ്റ് പ്രഖ്യാപനം ചെയ്തുപോലും!

ആൺവേശ്യകൾ!

പിന്നെ അദ്ദേഹം പറഞ്ഞു: "ഞാൻ അലഹബാദുകാരനാ!"

പണ്ഡിറ്റ് ശബ്ദമുയർത്തി.

"നമ്മുടെ പ്രധാനമന്ത്രി പണ്ഡിറ്റ് ജവഹർലാൽ നെഹ്റു എന്റെ നാട്ടുകാരനാണ്."

പിന്നെ തന്റെ വ്യക്തിമാഹാത്മ്യം തെളിയിക്കാൻ വേണ്ടിയാകണം. പണ്ഡിറ്റ് തുടർന്നു.

"അദ്ദേഹത്തിന്റെ കണ്ണോണ്ട് കണ്ടിട്ടുള്ളതാ!"

ജവഹർലാൽ കാഷ്മീരിയാണെന്ന് ആരോ ഇടയിൽ കടന്നുപറഞ്ഞു. പണ്ഡിറ്റ് കിതച്ച് കണ്ണു തുറിച്ചു നാക്കു നീട്ടാൻ തുടങ്ങി. കേശവൻനായർ സാവധാനം പറഞ്ഞു:

"ജവഹർലാൽ ലോകപൗരനാണ്."

വിശ്വംഭർനാഥ് പണ്ഡിറ്റിന്നു രസിച്ചില്ല. ഇഷ്ടൻ മുറുമുറുത്തു.

"ജവഹർലാൽ ഹിന്ദുസ്ഥാന്റെ പ്രധാനമന്ത്രിയാണ്!"

ഒരു തമാശ തോന്നി. ജവഹർലാലിന്റെ വല്ല പുസ്തകങ്ങളും വായിച്ചിട്ടുണ്ടോ എന്ന് പണ്ഡിറ്റിനോട് ചോദിച്ചു. പണ്ഡിറ്റ് വെള്ളാമ്പിച്ചു. എന്നിട്ട് കടന്ന് ചോദിക്കാണ്.

"എന്ത്, എന്ത് പുസ്തകം?"

പറഞ്ഞുവന്നപ്പോളാണ് ഓർക്കുന്നത്. റിക്രൂട്ടിങ്ങ് ഓഫീസിലുണ്ട് ഗാന്ധിജിയുടെ ഒരു ഫോട്ടോ. അതിനു മുമ്പിൽ വാർണീഷിട്ട കസാലയിൽ എക്കുംപൊക്കും തുറിച്ച റിക്രൂട്ടിങ്ങ് ഓഫീസർ. അദ്ദേഹത്തിന്റെ മുമ്പിൽ ഞങ്ങളെ വരിയായി നിറുത്തി ചുവന്ന കണ്ണുകൾ തുറിപ്പിച്ച് അദ്ദേഹം ഞങ്ങളെ മാറിമാറി നോക്കി. ഞാൻ ഗാന്ധിജിയുടെ നഗ്നമായ മാറിടത്തിലേക്കും. ആ പുഞ്ചിരി തൂകുന്ന മുഖത്തേക്കു മിഴി ഉയരുന്നില്ല. അഹിംസാമൂർത്തിയുടെ മുമ്പിൽ...

ഓഫീസർ ചോദിച്ചു.

"നിങ്ങളുടെ കൂടെ കോൺഗ്രസ്സുകാരോ, കമ്മ്യൂണിസ്റ്റുകാരോ ഉണ്ടോ?"

"ഇല്ല."

"ഔങ്ഹു."

"ഇല്ലില്ല."

അങ്ങനെ ഓരോരുത്തരും പറഞ്ഞു. എനിക്ക് മിണ്ടാൻ വയ്യ.

ഒരേയൊരു മിന്നൽ.

ആയിരത്തിത്തൊള്ളായിരത്തി നാല്പത്തിരണ്ട് ആഗസ്റ്റ് പതിമൂന്നാം തീയതി.

അന്നാണ് ആ സംഭവം നടന്നത്. ഞാനിങ്ങനെ എത്തും പിടിയുമില്ലാതെ ഉഴലാനുണ്ടായ കാരണം:

സംസ്കൃത കോളേജ് പൊട്ടിത്തെറിക്കാൻ പോകുന്ന അഗ്നിപർവ്വതം പോലെ സ്പന്ദിക്കയായിരുന്നു. ഓഫീസ് റൂമിൽ അധ്യാപകന്മാരുമായി കുശുകുശുത്തശേഷം പ്രിൻസിപ്പാൾ പത്രോസ് വിസിലെടുത്ത് വിറയ്ക്കുന്ന ചുണ്ടിൽ ചേർത്തു.

വില്ലയില്ലാത്ത ചെറുപ്പക്കാരൻ പ്യൂൺ ആഗതനായി.

"സേർ."

പതറിയ സ്വരത്തിൽ പ്രിൻസിപ്പാൾ ആജ്ഞാപിച്ചു.

"പുരുഷോത്തമനെ വിളിക്ക്."

"സർ."

ഞാൻ ചെന്നു. തടിച്ചു കുറുതായ പ്രിൻസിപ്പാൾ താൻ ധരിച്ചിരുന്ന പൊന്തൻകോട്ടിന്റെ വലിയ കീശയിൽ ഇടത്തെ കൈപ്പട തിരുകി, കോളർ വെക്കാത്തതും കഴുത്തിലെ പട്ടവരെ കുടുക്കുകളിട്ടതുമായ അഴുക്കുപറ്റിയ അടിക്കുപ്പായം വലത്തെ കൈകൊണ്ടു വലിച്ചുനീട്ടിക്കൊണ്ട് വാതിൽക്കലേക്കു നോക്കിയിരിക്കുന്നുണ്ടായിരുന്നു. ആനക്കണ്ണുകളെന്നു പേർപെറ്റ ആ കുറിയ കണ്ണുകൾ ഒന്നുകൂടെ ചെറുതായി. അഗാധചിന്തയുടെ സമ്പാദ്യങ്ങളെന്ന് താൻ അഭിമാനം കൊള്ളാറുള്ളതും ഇലക്കുറിപോലെ വടിവൊത്തതുമായ ചുളിവുകൾ കഷണ്ടി അതിരു തിക്കിയ നെറ്റിയിൽ ഒന്നിനൊന്നായി ഉയർന്നു. ഓന്തിന്റെ തലപോലെ അഗ്രം കൂർത്ത നീണ്ട നാസിക വീർക്കാനും ചിരിക്കാനും തുടങ്ങി.

പ്രിൻസിപ്പാൾ ഒന്നും മിണ്ടുന്നില്ല. ഞാൻ വെള്ളതേച്ച ചുമരിൽ ചുറ്റോടു ചുറ്റും കൊളുത്തിയിട്ടിട്ടുള്ള ചിത്രങ്ങൾ ഓരോന്നും മാറി മാറി നോക്കി. ക്രിസ്തുവിന്റെ ജീവിതം അങ്ങുനിന്നിങ്ങോളം വിവരിക്കുന്ന എണ്ണച്ചായ ച്ചിത്രങ്ങൾ!

കുറെയങ്ങനെ നിന്നു കാണണം. അപ്പോൾ അമർത്തപ്പെട്ട സ്വരത്തിൽ പ്രിൻസിപ്പാൾ പറയുകയാണ്:

"ഇതൊരു ക്രിസ്ത്യൻ ഇൻസ്റ്റിറ്റ്യൂഷനാണ്."

"ഏ?"

തികച്ചും മനസ്സിലാവാത്ത ഭാവത്തിലായി ഞാൻ.

"ആങ്ങ്. ക്രിസ്ത്യൻ ഇൻ... സ്റ്റി... റ്റ്യൂ... ഷൻ!"

"ക്രിസ്ത്യൻ?"

"ഓ! ക്രൈസ്തവസ്ഥാപനം."

"ഞാൻ വിചാരിച്ചത്-"

"ഇന്നൊരു ഇറങ്ങിപ്പോക്ക് നടത്താനാണ്-"

കടിഞ്ഞാൺ നേരെയാക്കുന്ന കുതിരവണ്ടിക്കാരനെപ്പോലെ നിവർന്നിരുന്നുകൊണ്ട് അദ്ദേഹം ചോദിച്ചു.

"അല്ലേ?"

"ആര്?"

"നിങ്ങൾതന്നെ."

"എന്നുവെച്ചാൽ?"

"നീയും."

"പറയൂ സാർ, പിന്നെ?"

"നീ പോകുന്നുണ്ടോ?"

"ഉണ്ട്."

"എന്തിനാദ്?"

"മഹാത്മജി ജയിലിൽ കിടക്കുമ്പോൾ എനിക്ക് ക്ലാസിലിരിക്കാൻ കഴിയുന്നില്ല."

"അത്രേള്ളോ!"

"അതെ."

"പിന്നെ ആരൊക്കാണ്?"

"അറിഞ്ഞൂടാ."

"സത്യമായിട്ടും?"

"സത്യമായിട്ടും!"

"എപ്പോഴാ പോണേ?"

"തീർച്ചയായിട്ടില്ല."

"എന്തേ?"

"ഇതെന്റെ ജീവിതത്തെ മുഴുവൻ ബാധിക്കുന്ന പ്രശ്നമാണ്."

"കാന്തി ജയിലല്ലെടൊ! വൈകിക്കണ്ട."

"അത് ഞാൻതന്നെ തീർച്ചയാക്കേണ്ടതല്ലെ?"

"അല്ലല്ലല്ല! ഞാൻ തന്നെ. ഇതൊരു ക്രൈസ്തവസ്ഥാപനമാണ്. കാന്തിയുടേതല്ല."

"സർ, ദയവായി ഗാന്ധിജിയെ..."

"ഫോ! പുറത്ത്!"

"മനസ്സിലായില്ല."

"ഗെറ്റൗട്ട്! നിന്നെ ഡിസ്മിസ്സ് ചെയ്തുകഴിഞ്ഞു."

"എന്തിന്?"

"പ്യൂൺ!"

"സേർ."

"ഇവനെ.."

"സേർ."

ശിപായി എന്നെ കഴുത്തിനു പിടിച്ചുതള്ളി. രണ്ടാമത്തെയോ മൂന്നാമത്തെയോ ആയപ്പോൾ ഞാൻ മുറ്റത്തെത്തിയിരുന്നു.

"ബോലോ! ഭാരത് മാതാകീ..."

അവിടെനിന്നുകൊണ്ട് നിശ്ചലമായ അന്തരീക്ഷത്തോടും എന്നോടു തന്നെയും ഞാൻ ആഹ്വാനം ചെയ്തു.

ആവേശഭരിതരായ വിദ്യാർത്ഥികളുടെ നിരുദ്ധകണ്ഠങ്ങൾ കൂട്ടത്തോടു കൂട്ടം ഭിത്തികൾ ഭേദിക്കുമാറ് ഒറ്റ ക്ഷണത്തിൽ മാതൃഭൂമിക്ക് വിജയം ആശംസിച്ചു.

"ജൈ!"

പിന്നെയും ആഹ്വാനം.

"ബോലോ! ഭാരത് മാതാകീ..."

അപ്പോഴേക്കും ധൃതികൂട്ടി മുറ്റത്തെത്തിയ വിദ്യാർത്ഥികൾ മാതൃഭൂമിക്കു വിജയം ആശംസിച്ചു.

"ജൈ!"

"ബോലോ ഭാരത് മാതാകീ..."

അതോടെ രണ്ടുവരിയായി പിന്ന്ക്ക് പിന്നാലെ അണി നിരന്നുതുടങ്ങിയ വിദ്യാർത്ഥികൾ അന്തരീക്ഷം വിറപ്പിച്ചുകൊണ്ട് മാതൃഭൂമിക്ക് വിജയം ആശംസിച്ചു, മുന്നോട്ടു മാർച്ച് ചെയ്യുകയും ചെയ്തു.

പാതയരികിൽ ഞാറു പറിക്കുന്ന കർഷകസ്ത്രീകൾ ആരോമൽച്ചേക വരുടെ അങ്കപ്പുറപ്പാടിനെക്കുറിച്ചു നീട്ടിപ്പാടുന്നുണ്ടായിരുന്നു.

"ഇടിയോ വെടിയോ പടമുഴക്കോ? ഇടിയോ വെടിയോ..."

ആ വിദ്യാർത്ഥിജാഥ അവരുടെ അരികിൽക്കൂടി മുന്നോട്ടു നീങ്ങിയ പ്പോൾ, പറിച്ച ഞാറോടുകൂടെ നിവർന്നുനിന്ന് അവർ അന്യോന്യം ചോദിച്ചു.

"ഹെന്താദ്!"

നെൽവയലുകളും തെങ്ങിൻതോട്ടങ്ങളും പിന്നിട്ടുപിന്നിട്ട് ജാഥ മുന്നോട്ടുനീങ്ങി. കൊച്ചുമാടങ്ങളുടെ മുറ്റത്തിരുന്നു ചകിരി തല്ലുന്ന പെൺകിടാങ്ങൾ ഓങ്ങിയ കയ്യോടെ ഞങ്ങളെത്തന്നെ ഉറ്റുനോക്കി. പാത വക്കത്ത് കുറ്റിയടിച്ച് കെട്ടിയിരുന്ന പൈക്കിടാങ്ങൾ, കടിച്ച പുൽനാമ്പു കളോടെ, വിടർന്ന കണ്ണുകളോടെ ചെവി വട്ടംപിടിച്ച് ഞങ്ങളെ പകച്ചു നോക്കി. അവർക്കും അറിയണം.

"ഹെന്താദ്?"

ഞാൻ ഓർക്കുകയാണ്.

ഇല്ലില്ല. ഒന്നുമോർക്കണ്ട. ഞാൻ തുലഞ്ഞു.

പ്രിൻസിപ്പാൾ അച്ഛന് കത്തെഴുതി.

"....നിങ്ങളുടെ മകന്റെ മുദ്രാവാക്യം പഴുപ്പിച്ച നാരായംപോലെ എന്റെ ചെകിട്ടിൽ കുത്തിക്കയറി..."

എന്റെ ജീവിതത്തിന്റെ വഴി തെറ്റി. ഒരു സ്കൂൾമാസ്റ്ററാകാൻ... ഓ, ഞാൻ തിരുത്തി എഴുതുകയാണ്... അവസാനം തന്നത്താൻ മറന്ന് നേവി യിൽ ചേർന്നു. മടങ്ങിവന്നപ്പോൾ, ഖദറിട്ട ഒരു സ്നേഹിതൻ ചോദിച്ചു:

"എന്താ, റഷ്യ ഇന്ത്യയ്ക്കു സ്വാതന്ത്ര്യം വാങ്ങിത്തന്നോ?"

പിന്നെ ചോറ്റു പട്ടാളത്തെക്കുറിച്ചൊരു പ്രസംഗം: ഞങ്ങൾ ബ്രിട്ടീഷു കാരന്റെ എച്ചിൽപ്പട്ടികൾ, ചെരുപ്പുനക്കികൾ...

നേതാക്കന്മാർ ഗവണ്മെന്റ് കെട്ടിടങ്ങളിൽ നിന്നലറി.

"അവർ വെറും തെരുവുതെണ്ടികളായിരുന്നു."

ഇന്നിതാ പിരിച്ചയക്കപ്പെട്ട പട്ടാളക്കാർക്ക് ക്ഷണക്കത്തുകൾ.

"സ്വാതന്ത്ര്യം അപകടത്തിൽ."

കൊള്ള, കൊല, തീവെപ്പും...

അതേയോ?

അതോ, യുദ്ധമാണോ?

ആ ഖദറിട്ട കൂട്ടരൊക്കെ നാട്ടിലെന്തു ചെയ്യുകയാവും? ഞങ്ങൾ അയയ്ക്കുന്ന ചൂടുള്ള നോട്ടുകൾ എണ്ണി അടുക്കി സേഫിൽ വെച്ചുപൂട്ടി പെറ്റുകിടക്കാൻ ആൾ വേണം, അല്ലേ?

ഇവിടെ വന്നൊരു മാറ്റം.

രാഷ്ട്രപിതാവിന്റേയും ജവഹർലാലിന്റേയും നേതാജിയുടേയും ഛായാ പടങ്ങൾ.

ജയ്ഹിന്ദ്.

ഈ ജയ്ഹിന്ദിനു വേണ്ടിയാണ് നമ്മുടെ സഹോദരന്മാർ ബോംബെ യിലും കറാച്ചിയിലും ചോര ചൊരിഞ്ഞത്. പട്ടാളത്തിലെ രക്തസാക്ഷികൾ.

കേസൽ ബാരക്ക്സ് താൽവാർ ഹിന്ദുസ്ഥാൻ.

ഹമാരാ ഹിന്ദുസ്ഥാൻ.

ഹിന്ദുസ്ഥാൻ എന്ന ഇന്ത്യൻ കപ്പലിൽനിന്ന് കറുത്ത അടിമകൾ വെളുത്ത യജമാനന്മാരുടെ നേരെ വെടിവെച്ചു. അവർക്കു മുറിവേറ്റു. അവർ തളർന്നു. അവർ മരിച്ചു.

റിക്രൂട്ടിങ്ങ് ഓഫീസിലെ ഉദ്യോഗസ്ഥൻ എന്നോടു ചോദിച്ചു.

'ഏതു സർവ്വീസിലായിരുന്നു?'

'ആർ.ഐ.എൻ.'

അയാളുടെ മുഖം കറുത്തു.

'ഞാനൊന്നു നോക്കട്ടെ. ഡിസ്ചാർജ്ജ് സർട്ടിഫിക്കറ്റ് കാണിച്ചേ, ആ കലാപം ഉണ്ടാക്കിയ...'

ആ കലാപം ജയ്ഹിന്ദിനു വേണ്ടി ആയിരുന്നു. ഞങ്ങൾ ജയ്ഹിന്ദ് വിളിച്ചു. വെള്ളയെക്കൊണ്ടു വിളിപ്പിച്ചു.

ഇന്ന് റിക്രൂട്ടിങ്ങ് ഓഫീസിൽ ഗാന്ധിജിയുടെ ഛായാപടമുണ്ട്. പട്ടാള ക്കേമ്പിൽ നേതാക്കന്മാരുടെയെല്ലാംതന്നെ ഫോട്ടോകളുണ്ട്. റിക്രൂട്ടിങ്ങ് ഓഫീസർ ചോദിക്കയാണ്.

'നിങ്ങളിൽ കോൺഗ്രസ്സുകാരുണ്ടോ?'

ശരിയാണ്, പട്ടാളത്തിൽ പൊളിറ്റിക്സില്ല. എന്നാലും പിന്നോക്കം നോക്കിപ്പോയി. അത്രേയുള്ളൂ.

ദാ, ഒന്നുകൂടെ.

അതൊരു സ്വപ്നമാണ്.

എനിക്ക് ഒരു സമാധാനവും കിട്ടുന്നില്ല. എപ്പോഴും ആലോചന. ആലോചന... കഴിഞ്ഞുപോയ ജീവിതം... ഇപ്പോഴത്തെ ഒരു ജീവിതം... അങ്ങനെ ആ പാടത്തിറക്കത്തുള്ള തൈവെപ്പിൽ തെക്കും വടക്കും നടക്കു ന്നതായി തോന്നുക.

ഓ, ഞാനൊരു തെണ്ടിയായിരുന്നു. ഇടവഴികളിൽ, ചരൽപ്പാതകളിൽ, പെരുവഴികളിൽ എല്ലായിടത്തും തെണ്ടിനടക്കുക.

ഇവിടെയോ?

കിടന്നു സ്വപ്നം കാണുക. സ്വപ്നം കണ്ടുകൊണ്ടുറങ്ങുക. പിന്നെയും സ്വപ്നം കാണുക.

ഒരു ദിവസം രാത്രി പാടത്തിറക്കത്തുള്ള തൈവെപ്പിൽ നടക്കുകയായിരുന്നു. വെള്ളമേഘങ്ങൾ പാറിയ നീലാകാശം. തിളങ്ങുന്ന നക്ഷത്രങ്ങൾ. നിലാവിൽ കുളിച്ച തെങ്ങിൻതലപ്പുകൾ. വിശാലമായ പാടത്തിന്റെ നഗ്നമായ മാറിടം... ഓ എന്റെ ഇരക്കുടൽ ഒഴിഞ്ഞുകിടക്കയാണ്.

അപ്പോൾ ഒരു പാട്ട്.

'നാളുകളോരോന്നായ്
നാം പണിചെയ്യുന്നു
നാഴി നെല്ലില്ലാതെ
നാമുഴന്നീടുന്നു...'

അങ്ങേക്കരയിലെ രാഘവൻ പാടുകയാണ്. അതാ മറ്റൊരു പാട്ട്.

'താന്നാരോ താനാരോ കൃതി
താനാരോ തന്നാരോ!'

ഇഷ്ടൻ പനങ്കള്ളിൽക്കൂടെയാണ് ഒഴുകുന്നത്. അതാ അങ്ങേ വീട്ടിൽ നിന്ന്:

'അമ്മന്റെ മോനൊറങ്ങ്യോളെ!
അമ്മന്റെ മോനൊറങ്ങ്യോളെ!'

ആവൂ?

ഇന്ന് അവർക്കൊക്കെ പാതിപ്പട്ടിണിയേ കാണൂ. മിനിഞ്ഞാന്ന് പുതുമഴ പെയ്തു. അതോ നാലാന്നാളോ? വട്ടൻപണി തുടങ്ങിയിട്ടുണ്ട്. നാലു ദിവസത്തെ ബഹളം.

ആർക്കുവേണ്ടി?

എന്നാലും പാതിപ്പട്ടിണിയേ ഉള്ളല്ലോ!

പിന്നെയും പട്ടിണിയും പാടുമായി കാവൽ കിടക്കുക. പുള്ളികുത്തിയതുപോലെ ഇടതൂർന്നു നില്ക്കുന്ന ഓരോ കുടിലും നിശ്ശബ്ദതയിൽ ആണ്ടുപോകും. അതിൽ കെട്ടിക്കിടക്കുന്ന മനുഷ്യക്കോലങ്ങളുടെ മുഖം ഇടിഞ്ഞുതൂങ്ങും. എന്തോ കളഞ്ഞു പോയിട്ടുണ്ടെന്നപോലെ അവർ കൂനിക്കൂനി നടക്കും.

ഞാൻ പതിവുപോലെ ഇടവഴി തെണ്ടും.

"എന്താ, മാതവാ?"

അവൻ മിണ്ടില്ല.

"എന്താ, ചീരമ്മേടത്ത്യേ?"

അവർ മിണ്ടില്ല.

"എന്താ, അബോക്കറേ?"

അവൻ മിണ്ടില്ല.

ഓ! നീളുന്ന നിശ്ശബ്ദത.

അപ്പോൾ അതാ ഒരാർപ്പുവിളി.

"ആറാപ്പേ്... ങ്ഹ... ആ... ആറാപ്പേ്... ങ്... ആ..."

ഞാൻ നോക്കി. അവർ അതാ ആ കൈത്തോടിന്റെ വടക്കേപ്പുറത്തു കൈതമുക്കിലെ കണ്ടത്തിൽ വട്ടൻ കൊത്തുകയാണ്.

നിലാവിൽനിന്നു വിയർക്കുക.

ആർക്കുവേണ്ടി?

നേരംപോകാൻ ആർത്തുവിളിക്കയാണ്. ഞാൻ തറച്ചുനിന്നു. അവരെത്തന്നെ നോക്കിനിന്നു.

നോക്കി നോക്കി നില്ക്കവേ, അവരതാ ആർത്താർത്തടുക്കുന്നു. വട്ടൻ കൊത്തുന്നേടത്തുനിന്നു മുന്നോട്ട് മുന്നോട്ട്...

അവരുടെ കൈകളിൽ കൈക്കോട്ടും കരിക്കോലും, പിന്നെ - പിന്നെ, മഴുവും വെട്ടുകത്തിയും ഉലയ്ക്കയും...

ചിരിച്ചുപോയി.

അവർ ആർത്തു:

"ഞങ്ങൾക്കു ചോറ്."

"ഞങ്ങൾക്കു ചോറ്."

"ഞങ്ങൾക്കു വീട്."

"ഞങ്ങൾക്കു വീട്."

"ഞങ്ങൾക്കു ഭൂമി."

"ഞങ്ങൾക്കു ഭൂമി."

ഞാൻ ഞെട്ടിയുണർന്നു. അപ്പോൾ ഞാൻ പാടുന്നുണ്ടായിരുന്നു. എന്റെ പാട്ടുകേട്ട് കേശവൻനായരും രാമസ്വാമിയും മറ്റും ഉണർന്നിരുന്നു. ബില്ലറ്റിലാകെ ബഹളം.

പാടിയിരുന്നതോ പലപ്പോഴും പാടിയിട്ടുള്ള ആ സമരഗാനം.

വരിക വരിക സഹജരേ!! ■

ആദ്യത്തെ ശവക്കുഴി

അപ്പുഅമ്മാമൻ മരിച്ചിട്ടില്ല. അലമുറയും മാറത്തടിയും കേൾക്കുന്നില്ല. രാമായണം വായിക്കുന്നതുമാത്രം കേൾക്കാം. തലേന്നു രാത്രി കേട്ടിരുന്നത്ര ഉറക്കെയല്ല. അത്രതന്നെ രാഗത്തിലും അല്ല. അമ്മാമൻ മരിക്കുന്നതുവരെ വായനയുണ്ടാകും. മരിച്ചാൽ അലമുറയും മാറത്തടിയും കേൾക്കാം. അദ്ദേഹത്തിന് 'അത്യാസന്ന'മാണെന്നു കേട്ടതോടെ അച്ഛൻ അങ്ങോട്ടു പോയി. എനിക്കു പോകണമെന്നുണ്ടായിരുന്നു. അന്നേവരെ ഒരാൾ മരിക്കുന്നതു കണ്ടിട്ടില്ല. നാലാൾ കൂടുന്ന ഒരിടത്തേക്കും എന്നെ അയയ്ക്കില്ല. കണ്ണും നാവേറും ഏറ്റെങ്കിലോ! വല്ലപ്പോഴും പുറത്തു പോയെങ്കിൽ മടക്കത്തിന്നു വേലപ്പൻ ചോപ്പനെക്കൂടെ കൊണ്ടുവരും. ജപിച്ച് ഊതിക്കും.

എന്നാൽ സ്കൂളിൽ പോകുമ്പോൾ ഇതു പതിവില്ല. അതിന്ന് ഊത്തും ജപവും വേറെ നടത്തുകയാണ്. ഉറക്കത്തിലെങ്ങാൻ ഞെട്ടിത്തെറിക്കുകയോ പേടിച്ചു നിലവിളിക്കുകയോ മല്ലനും തലവേദനയും പിടിപെടുകയോ ചെയ്താലും മതി. അച്ഛന് എന്റെ ആയുസ്സിനെക്കുറിച്ചുതന്നെ സംശയമാണ്. നിറഞ്ഞ ശരീരവും മുട്ടുചോദ്യങ്ങളും--എന്റെ വളർച്ച അസാധാരണമത്രേ. അമ്മാമന് വായുവിന്റെ കുത്തു തുടങ്ങി എന്നാണു പറയുന്നത്. വീട്ടിൽ കോഴിയെ കൊല്ലുന്നതുകൂടെ എന്നെ കാണിച്ചിട്ടില്ല. മകനെങ്ങാൻ പേടിച്ചെങ്കിലോ!

അച്ഛൻ തിടുക്കത്തിൽ പുറപ്പെട്ടുപോയി. നാട്ടിൽ ആരെങ്കിലും മരിക്കയാണെങ്കിൽ അച്ഛൻ പോണം. മരിപ്പിച്ചുകിടത്തുക, ചുണ്ടുകൂട്ടുക, കണ്ണടപ്പിക്കുക, കൈയും കാലും പിടിച്ച് നേരെ വെക്കുക--ഇതിനൊക്കെ അദ്ദേഹം വേണം. പിന്നെ വേണ്ടും കാര്യങ്ങൾ നടത്തണം. മരിച്ച വീട്ടിൽ തൽക്കാലത്തേക്കു പണം കണ്ടേക്കില്ല. ചുടുപുടവ, മഞ്ഞ, പട്ടകുറ്റി, പട്ടിണിക്കഞ്ഞി.... അതിനൊക്കെ അച്ഛൻ വേണം. പണം കൈയിരുപ്പുണ്ടായിട്ടല്ല. അദ്ദേഹം ഇറങ്ങിയാൽ, അങ്ങാടിയിൽ ഏതു കടയിലും നാലുനാളത്തെ ഒഴിവിനു ചരക്കു കിട്ടും.

അങ്ങനെ നാട്ടിൽ ആരു മരിച്ചാലും ഞാൻ അറിയും. മരിച്ചുകിടക്കുന്ന മനുഷ്യനെ മാത്രം കണ്ടിട്ടില്ല. പലരെക്കുറിച്ചും കേട്ടിട്ടുണ്ട്. ചെത്തുകാരൻ കുഞ്ഞൻ മരിച്ചുകഴിഞ്ഞിട്ടും വളരെ നേരത്തേക്കു നെഞ്ചിനു ചൂടുണ്ടായിരുന്നു. മാത്തപ്പൻ മാപ്പിളയുടെ ഹൃദയം ഇടയ്ക്കിടയ്ക്കു മിടിച്ചു കൊണ്ടിരുന്നു. ശങ്കരൻനായരുടെ കണ്ണ് അടഞ്ഞേയില്ല.... ചിലപ്പോഴൊക്കെ മരിക്കുംമുമ്പേ കൈകാലുകൾ വിറങ്ങലിക്കുകയും ചിറി കോടി വളയുകയും ചെയ്യുന്നു. എന്തു കാഴ്ചയായിരിക്കും! കണ്ണുതുറിച്ചു പല്ലിളിച്ചുകാട്ടി വിറങ്ങലിച്ചു കിടക്കുന്ന ശവം....അതൊക്കെ നോട്ടക്കുറവുകൊണ്ടാണെന്ന് അച്ഛൻ പറയുന്നു. അങ്ങനെ വരാൻ പാടില്ല. അതുകൊണ്ടു നന്നേ പരിചയമുള്ള ആൾക്കാർ മരിക്കുന്ന മനുഷ്യന്റെ അരികിൽ കാത്തിരിക്കുന്നു. ഒരു ജീവിതത്തിൽ കിട്ടാത്ത മുഴുവൻ ശ്രദ്ധയും കുറച്ചുനിമിഷത്തേക്ക് അയാൾക്കു കിട്ടുന്നു.

അച്ഛൻ മരിക്കുമ്പോഴോ? അതോർത്തുകൂടാ. എന്നാലും അച്ഛൻ മരിച്ചുപോകും. പിന്നീട് അമ്മ മരിക്കും....മൂപ്പനുസരിച്ച് ഓരോരുത്തരെക്കുറിച്ചും ഓർത്തുപോകും. പിന്നെ ഒരിക്കലും, ഒരിക്കലും അവർ ഉണ്ടാവില്ല. ഓർക്കുമ്പോൾ കണ്ണീരുവരും. എന്റെ അച്ഛനും അമ്മയും....മരിച്ചുപോകണം. അവർ ഉറങ്ങിക്കിടക്കുംപോലെ തളർന്നടിഞ്ഞു കിടക്കും. പിന്നെ അവരെ കുളിപ്പിച്ചു ചന്ദനം പൂശി കോടിത്തുണിയിൽ പൊതിഞ്ഞു....ചടങ്ങുകളെക്കുറിച്ച് എനിക്കിപ്പഴേ വ്യക്തമായ ധാരണയുണ്ട്. പലപ്പോഴും കേൾക്കുന്നതാണ്. കഞ്ഞിപ്പശ നാറുന്ന കോടിത്തുണിയിൽ പൊതിഞ്ഞ്, അരിയും, പൂവുമിട്ട് അവരെ കുഴിയിലേക്കെടുക്കും. ഞാനാണ് ശവത്തിന്റെ തല പിടിക്കുക! മഞ്ചയെക്കുറിച്ചും എനിക്കറിയാം. ഫൗണ്ടൻപേനയുടെ മുനപോലെ കാൽക്കൽ വീതികുറഞ്ഞ് തലയ്ക്കലേക്കു വീതി കൂടിക്കൂടി വരുന്ന ശവപ്പെട്ടിയുടെ ചിത്രം നോട്ടുപുസ്തകങ്ങളുടെ പുറംചട്ടകളിൽ വരയ്ക്കുക

പതിവാണ്. സ്കൂളിൽ നിന്നു മടങ്ങുമ്പോൾ, ചിറ്റാട്ടുകര അങ്ങാടിയിൽ `മഞ്ചയും ബാൻഡും' എന്ന വൃത്തികെട്ട ബോർഡ് തൂങ്ങുന്ന കടയുടെ മുമ്പിൽ പലപ്പോഴും നോക്കിനില്ക്കാറുണ്ട്. ചിലപ്പോഴൊക്കെ ആരോ മഞ്ച തെരഞ്ഞെടുക്കുകയോ വിലപേശുകയോ ആവും. ആരോ മരിച്ചുപോയിരിക്കുന്നു! പിന്നെ മരണത്തെക്കുറിച്ചുള്ള വിചാരമായി. വഴിനീളെ നിറഞ്ഞ കണ്ണുകളോടെ നടക്കുന്നതിനിടയ്ക്ക് താനേ ഉരുവിട്ടു പോകുന്നു:

'നിത്യവും പാടാറുണ്ടാ-
    കോകിലം ശ്മശാനത്തിൽ
നിൽക്കും മാമരത്തിൻ
    കൊമ്പിന്മേലിരുന്നേവ:
സ്വാഗതം മനുഷ്യരേ,
    വിശ്രമിക്കുവാനായി-
ങ്ങാഗമിച്ചാലു, മിത്ര
    നേരവും വിരഞ്ഞില്ലേ?
....'

മനുഷ്യർ ഓരോരുത്തരും മരിച്ചുപോകുന്നു. എന്നിട്ടും മരണത്തിനു സാധാരണത്വമില്ലല്ലോ! അസ്പഷ്ടമായ ധാരണകൾ മനസ്സിലൂടെ ഇഴഞ്ഞു നീങ്ങുകയായി. അപ്പോഴൊക്കെ ഓർക്കും ഇനി ആരെങ്കിലും മരിക്കുകയാണെങ്കിൽ ഒന്നു കാണണം. പക്ഷേ, അച്ഛനു സമ്മതമില്ല. അപ്പുഅമ്മാമന്റെ വീട്ടിലേക്കു വിളിപ്പാടുപോലും ദൂരമില്ല. കിഴവനു എന്നെ നന്നേ കാര്യമായിരുന്നു. 'പഠിച്ചു പഠിച്ചു കേമനാവണം ട്ടൊ' എന്നാണ്....അദ്ദേഹം മരിക്കുമ്പോൾപ്പോലും ഒന്നു പോകാൻ പാടില്ല. കരച്ചിൽ വന്നേനെ. ആ നേരത്തിന്ന് അമ്മ ഉണ്ണാൻ വിളിക്കുന്നു. ഉണ്ണാനിരിക്കുമ്പോൾത്തന്നെ രാമായണം വായിക്കുന്നതു കേൾക്കായി. ആത്മാവിനെ യാത്ര അയയ്ക്കുകയാണ്. ഉറങ്ങാൻ കിടന്നപ്പോഴും കേൾക്കാമായിരുന്നു. രാവിന്റെ തണുത്ത വായുവിലൂടെ വ്യക്തമായി കേട്ടുകിടക്കുന്നു. സീതയെ അന്വേഷിച്ചു നടന്ന രാമലക്ഷ്മണൻമാർ ചിറകറ്റു കിടക്കുന്ന ജടായുവിനെ കാണുകയാണ്. ജടായു മരിക്കുകയാണ്. അവർ പട്ടട ഒരുക്കുകയാണ്....മരിക്കാൻ കിടക്കുന്ന അമ്മാമൻ ഇതൊക്കെ കേൾക്കുകയാകണം. അദ്ദേഹം തന്നെ എത്ര പേരെ മരിപ്പിച്ചിരിക്കും? എത്ര പേർക്കുവേണ്ടി രാമായണം വായിച്ചിട്ടുണ്ടാകും? ഇപ്പോൾ തന്നെ മരിപ്പിക്കാനുള്ള ഒരുക്കങ്ങളെക്കുറിച്ച് അദ്ദേഹം എന്തെങ്കിലും ഓർക്കുന്നുണ്ടാകുമോ? ഇട്ടിരിയമ്മാമൻ അജാമിളമോക്ഷം ഉറക്കെയുറക്കെ വായിക്കാൻ ആവശ്യപ്പെട്ടുകൊണ്ട് മരിച്ചുപോയെന്നു കേട്ടിട്ടുണ്ട്. ധീരവും ശാന്തവുമായി മരിച്ചുപോകാൻ എല്ലാവർക്കും കഴിയുമോ, എന്തോ! പേടിച്ചരണ്ടുപോകുന്നവർ കൂടെ കണ്ടേക്കാം. അപ്പു അമ്മാമൻ എങ്ങനെയായിരിക്കും ഇതൊക്കെ സഹിക്കുക?....ഓർത്തോർത്ത് ഉറങ്ങി. ഉണർന്നപ്പോഴും വായനയുണ്ട്. മനുഷ്യനെ മിനക്കെട്ടു കൊല്ലുകയല്ലേ എന്ന് ഓർത്തുപോയി. അതോടെ സങ്കടം തോന്നി. മരിക്കുമ്പോഴും മനുഷ്യനു തെല്ലൊരു പൊറുതി കൊടുത്തുകൂടേ?

പരസ്പരബന്ധമില്ലാത്ത പലേ ആലോചനകളും തലച്ചോറിൽ തിര നീങ്ങുകയായിരുന്നു. അപ്പോഴാണ് പടിക്കൽ ആൾപ്പെരുമാറ്റം തോന്നിയത്. എത്തിനോക്കി. വേലപ്പൻ ചോപ്പനാണ്. അയാൾ ബദ്ധപ്പെട്ടാണു വന്നത്. എന്തോ ഒന്നു ചോദിക്കാൻ മുതിരുകയായിരുന്നു:

"അച്ഛനോ?" അയാൾ ചോദിച്ചു.

"ഇല്ല"

"എവിടെ?"

"എന്തേ?"

"ഒന്നു കാണണം."

"എന്തിനാ?"

"എങ്ങട്ട് പോയി?"

"അപ്പുഅമ്മാമന്റെ...."

"ഓ! ഞാനൊന്നു പോയില്ല."

"എന്താ പോന്നത്?"

"അച്ഛനെ കാണണല്ലോ."

അവിടെ അയാൾ നിർത്തി. മിഴിക്കുകയും കണ്ണു വട്ടംപിടിക്കുകയും ചെയ്തു.

"കൈക്കോട്ടുണ്ടോ?"

"എന്തിനാ?"

"എന്തിനാ ചോപ്പാ കൈക്കോട്ട്?"

"ബാലൻ മരിച്ചു."

"ഏതു ബാലൻ?"

"രാമച്ചോന്റെ കുട്ടി."

"ങ്ഹേ!"

അന്തംവിട്ടുപോയി. പറയാനുള്ളതു പറഞ്ഞപ്പോൾ വേലപ്പൻ ചോപ്പന്റെ നാക്കയഞ്ഞപോലെ തോന്നി.

"ഒറ്റ ആളില്ലവടെ. രാമച്ചോന്റെ ഒരു വർത്തമാനവുമില്ല. വയനാട്ടിനാണെന്നും പറഞ്ഞ് ഇറങ്ങിപ്പോയതാണ്."

അതൊക്കെ എനിക്കറിയാം. അയാൾ നിർത്തില്ല.

"കൈക്കോട്ടു വേണ്ടേ?"

"വേണം മോനേ, അതിനെയൊന്നു കുഴിച്ചുമൂടണ്ടേ? അച്ഛനെ ഒന്നു കണ്ടാൽ നന്നായിരുന്നല്ലോ."

"വേണ്ട"

"അങ്ങോട്ടു പോയാലും പറ്റില്ല."

"ഞാൻ പോരാം."

"ഉണ്ണി വരുന്നോ?"

"നടന്നോളൂ"

പുറപ്പെട്ടപ്പോൾ അമ്മ വിളിച്ചു. കഞ്ഞികുടിച്ചിട്ടു പോകാനാണ്. വേണ്ട. താമസിച്ചുപോയാൽ ചിലപ്പോൾ പോകാനൊക്കില്ല. അതുകൊണ്ട് കൈക്കോട്ടെടുത്തു നടന്നു. അപ്പോഴും അപ്പുഅമ്മാമന്റെ വീട്ടിൽനിന്നു രാമായണം വായന കേൾക്കാമായിരുന്നു.

അവിടെ ഒരു കിഴവനെ മരിപ്പിക്കാനുള്ള ഒരുക്കങ്ങൾ നടക്കുകയാണ്. അങ്ങേപ്പുറത്ത് ഒരു കൊച്ചുകുഞ്ഞ് കഴിഞ്ഞുപോയിരിക്കുന്നു.

ബാലൻ ചൊറുചൊറുക്കുള്ള കുട്ടിയായിരുന്നു. അവന്റെ അമ്മ ഇടയ്ക്കൊക്കെ വീട്ടിൽ വരാറുണ്ട്. കുഞ്ഞിനേയുംകൊണ്ടാണു വരിക. അവർ അടുക്കളയിൽ അമ്മയോടു കിന്നാരംപറയുമ്പോൾ ഞാൻ ആ കൊച്ചിനെ ചിത്രം കാണിച്ചു ചിരിപ്പിച്ചിരുന്നിട്ടുണ്ട്. രാമേട്ടനെ അച്ഛനു നന്നേ കാര്യമായിരുന്നു. നല്ലൊരു വേലക്കാരൻ. അതുകൊണ്ട് കിളയ്ക്കും മുറിക്കും വിളിക്കുന്നു. നാട്ടിൽ തൊഴിൽ മുട്ടിയപ്പോൾ അയാൾ പുറപ്പെട്ടു പോയി. പിന്നീട് അവരെക്കുറിച്ച് എനിക്കത്ര പിടിയില്ല. അവരുടെ വീട് വടക്കേ ഭാഗത്ത് തേട്ടിക്കുന്നിന്റെ വടക്കേച്ചെരിവിലാണ്. എന്റെ സഞ്ചാരം തെക്കോട്ടാണ്. ആ വഴിക്കാണ് സ്കൂളും കൂട്ടുകാരും കിടക്കുന്നത്.

കുന്നുകയറുമ്പോൾ ഭയവും ആശങ്കകളുമുണ്ടായിരുന്നു. നടാടെ ശവം കാണാൻ പോകയാണ്. അച്ഛന് ഒരിക്കലും ഇഷ്മാവില്ല. എന്നിട്ടും കരളിന്റെ അടിത്തട്ടിൽ വേദന കുമിളയിട്ടുകൊണ്ടിരുന്നു. കൊച്ചുബാലൻ മരിച്ചു പോയില്ലേ?

കുരുമുളകു പടർന്ന പിലാവുകളുടെ കീഴെ ഓലമേഞ്ഞ ആ കൊച്ചു വീട് പഴകിയ കൂൺപോലെ ഒടിഞ്ഞുതൂങ്ങി നിന്നു. മരണം നിറഞ്ഞുനിന്ന പോലെ അവിടെ ഇരുണ്ട നിഴൽ മുറ്റിക്കിടന്നു. ഒച്ചയില്ല, മിണ്ടാട്ടമില്ല. മരണത്തേക്കാൾ ഭയങ്കമായ നിശ്ശബ്ദത. എല്ലാറ്റിനും തണുത്ത കട്ടിയുള്ള പുതപ്പിട്ട പോലെ തോന്നി.

ഉമ്മറത്തു കയറിയപ്പോൾ നാറ്റമുണ്ട്. വിശേഷിച്ചൊന്നുമുള്ളപോലില്ല. വായുവിനു ശ്വസിക്കാൻ വയ്യാത്തത്ര കട്ടിയും തണുത്ത നാറ്റവും. മലർക്കെ തുറന്നു കിടക്കുന്ന വാതിലിലൂടെ മുൻകാലുകൾ മുറിയിലേക്ക് എടുത്തു കുത്തി, ഒരു ചാവാളിപ്പട്ടി വാലാട്ടിക്കൊണ്ടു നിന്നു. അകത്തു തിരി താഴ്ത്തിയ ചിമ്മിനി വിളക്ക് എരിയുന്നു. അതിനടുത്ത് അമ്മിണിയേടത്തി പിൻകൈ കുത്തി ചുമർചാരിയിരുന്നു. അവർ ഒന്നും കാണുന്നപോലില്ല. അവരുടെ നേരെ അഴുക്കുപുരണ്ട്, കീറിയ കുഞ്ഞിപ്പായിൽ മകന്റെ ശവം നീണ്ടുനിവർന്ന്.... കൊച്ചിനു നന്നേ നീളം വെച്ചതുപോലെ തോന്നി. കട്ടിള ചാരിക്കൊണ്ടു തെല്ലിട നിന്നു. കണ്ണിൽ മൂടൽ വീഴുന്നപോലുണ്ട്. ഒന്നും കാണാൻ വയ്യ. ഓർക്കാൻ വയ്യ. ഞാൻ നടാടെ ശവം കാണുകയാണ്.

കാഴ്ച വീണപ്പോൾ കരയുകയായിരുന്നു. മുഖം തുടച്ചുകൊണ്ടു വീണ്ടും നോക്കി. മുറിയിൽ പ്രകാശമുണ്ട്. ബാലന്റെ ശരീരം മുമ്പു കണ്ടതു പോലെയല്ല. വിളറി വിളർത്ത കൈയും കാലും വിറങ്ങലിച്ചിട്ടുണ്ട്. വയറു വീർത്തുകെട്ടി കഴുത്തോടു മുട്ടിക്കിടക്കുന്നു. ഇടത്തോട്ട് മുഖം അൽപം ചരിഞ്ഞു പല്ലിളിച്ചുകാട്ടി കിടക്കയാണ്. ചിറിയിലൂടെ കറുത്തു നാറ്റമുള്ള

എന്തോ ദ്രാവകം ഞാണുഞ്ഞാണായി ഒഴുകിക്കൊണ്ടിരുന്നു....അമ്മ ഇട യ്ക്കിടെ മകന്റെ ചിറി തുടച്ച് കൈ മടിയിൽ തിരുമ്മി വെടിപ്പാക്കിക്കൊണ്ടി രുന്നു.

ഉറക്കെ കരയണമെന്നുണ്ട്. കുരൽ അടഞ്ഞുപോവുകയാണ്. എന്തെങ്കിലും സംസാരിക്കണമെന്നുണ്ട്. നാക്കിറങ്ങുകയാണ്.

വേലപ്പൻചോപ്പൻ ഉമ്മറത്തു കുന്തിച്ചിരുന്ന് മുറ്റത്തുവച്ച കൈക്കോട്ടിൽ തിരുപ്പിടിക്കയാണ്. വല്ലാത്ത ശൂന്യത. ആരുമാരും ഒന്നും മിണ്ടുന്നില്ല. മടങ്ങി പ്പോയെങ്കിലോ?

"എന്താ വേണ്ട്?" ഒടുവിൽ ചോപ്പൻ ചോദിച്ചു.

"എന്താ?"

ഞാൻ മിഴിച്ചു.

"ഒന്നു കുഴിച്ചുമൂടണ്ടേ?"

"എനിക്കറിഞ്ഞുകൂടാ."

"ആരും ഇല്ലല്ലോ."

ചോപ്പൻ തന്നെ കൈമലർത്തി.

"ഉണ്ണിക്കു വൈയ്ക്കോ?"

കരളിൽ കുത്തേറ്റപോലെ തോന്നി. മരിച്ചുകിടക്കുന്ന കുഞ്ഞിന്റെ മുഖത്തേക്കു നോക്കി. അടഞ്ഞുപോയ ആ കണ്ണുകൾക്ക് കറുപ്പേറിയ പോലുണ്ട്. അമ്മിണിയേടത്തി ഒന്നും കേൾക്കാതെ, അറിയാതെ ഇരിക്കുക യാണ്. മകന്റെ ചിറി തുടയ്ക്കുകയാണ്.

ഒടുവിൽ ഞാൻ കുഴിവെട്ടണം. ഉമ്മറത്തേക്കു തിരിഞ്ഞു ചോപ്പന്റെ നേരെയൊന്നു നോക്കി. പ്രായംകൊണ്ടു ചുളിഞ്ഞ അയാളുടെ മുഖം മുഴുവൻ തന്നെ ചുളിഞ്ഞുകൂടിയിട്ടുണ്ട്.

"ഉണ്ണീ." അയാൾ വിളിച്ചു.

"എന്താ?"

"വെച്ചിരുന്നുകൂടാ."

"എന്തേ?"

"ചിറിയൊലിക്കുന്നതു കണ്ടോ?"

"ഉവ്വ്."

"പുഴുത്തുപോകും."

"ങ്‌ഹേ!"

"ഒറ്റാളും വരുന്നില്ല."

"ഉം."

"എല്ലാവരും അപ്പുച്ചോന്റെ വീട്ടിലാണ്."

എന്നിട്ട് അയാൾ ഇവിടെ എങ്ങനെ എത്തിപ്പെട്ടു എന്നു പറഞ്ഞു. ബാലന് ഒരാഴ്ചയായി സുഖമില്ലായിരുന്നു-ഗ്രഹണി. വയറ്റിൽ നീരുണ്ടാ യിരുന്നു. അയാൾ കഷായത്തിനു കുറിപ്പുകൊടുത്തു. വിശ്വാസം ഉണ്ടായിട്ടല്ല.

പേരിന് ഒന്നു കുറിച്ചു. ചികിത്സിക്കാൻ നിർവ്വാഹമുണ്ടെങ്കിൽ സുഖക്കേടു വരില്ലായിരുന്നു. ആ അമ്മയ്ക്ക് ഒരു തൊഴിലുമില്ല. കുട്ടിയുടെ അച്ഛൻ പുറപ്പെട്ടുപോയിട്ടു നാലരക്കാശിന്റെ ഒരു കാർഡുപോലുമില്ല. വെച്ചുകുടിക്കാൻ ഇല്ല. അതുമിതും കുഴിച്ചു മാന്തുന്നു. തിളപ്പിച്ചു തിന്നുന്നു. കഷായത്തിനു മരുന്നു വാങ്ങാൻ ഗതിയില്ല. അയാൾതന്നെ നിരങ്ങിയൊപ്പിച്ചു. എന്നാലും ഒരു കണ്ണും ചെകിടും കൊടുത്തേ കിടക്കാറുള്ളു. ഇന്നലെ രാത്രി നിലവിളി കേട്ടു. ഓടിക്കിതച്ചു വന്നപ്പോൾ കുട്ടിയുടെ ശ്വാസം നിൽക്കുകയാണ്.....

അയാൾ സംസാരിക്കുന്നതിനിടയ്ക്ക് ഞാൻ പലതും ഓർത്തു. ഒടുവിൽ തന്നത്താൻ ഒരു കരുത്തു തോന്നി.

"എവിടെയാണ് കുഴിച്ചിടുക?"

"ചോദിക്കേണ്ടിവരൂന്നാണ് തോന്നുന്നത്."

"ആരോട്?"

"പറമ്പിന്റെ ഉടമസ്ഥൻ അറിയണ്ടേ?"

അവിടെ അയാൾ നിർത്തി.

അല്ലെങ്കിലിപ്പോ എന്തു ചോദിക്കാനാ? കാത്തുവെച്ചാൽ പുഴു വരും.

അപ്പോഴും അകം കിടുങ്ങി. കുടലിൽ പുഴു വന്നിട്ടുണ്ടെന്ന് അയാൾ പതുക്കെപ്പറഞ്ഞു.

പിലാവിന്റെ നെടുവേരൊന്നും പെടാതിരിക്കട്ടെ എന്നു തന്നത്താൻ പറഞ്ഞുകൊണ്ട് വേലപ്പൻചോപ്പൻ അടിയളന്നു.

"ഇതാ ഇവിടെ"

എങ്ങനെയാണു വെട്ടുക? എന്റെ കൈ കൈക്കോട്ടിൻതായയ്ക്കുമീതെ തളർന്നയഞ്ഞു.

"നിങ്ങൾ കിളയ്ക്കിൻ."

"ഉണ്ണീ പാടില്ല."

"എന്തേ?"

"ഞാൻ ചോപ്പനാണ്."

"ഞാൻ തന്നെ...."

"ഉണ്ണി ആദ്യത്തെ കൈക്കോട്ടു വെട്ട്. പിന്നെ ഞാൻ താഴ്ത്താം."

കൈക്കോട്ടുയർത്തിയപ്പോൾ ശ്വാസംമുട്ടുന്നുണ്ട്. മണ്ണിൽ കൈക്കോട്ടു വീണപ്പോൾ അവനവന്റെ നെഞ്ചിൽ വെട്ടേറ്റ പോലുണ്ട്. കിതച്ചും വിയർത്തും കിളച്ചുതാഴ്ത്തി. അപ്പോഴത്തെ ഓരോ നിമിഷവും, ആ കുഞ്ഞിന്റെ നീണ്ടു നിവർന്ന ശവവും ശവത്തിന്റെ ചിറി തുടച്ചുകൊണ്ടു കാവലിരിക്കുന്ന അമ്മയും കട്ടിളപ്പടിക്കു മീതെ കാലിട്ടുനിൽക്കുന്ന ചാവാളിപ്പട്ടിയും....എല്ലാറ്റിനെക്കുറിച്ചും ഓർത്തുകൊണ്ടിരുന്നു. അപ്പു അമ്മാമനെക്കുറിച്ചും ഓർത്തു. അവിടെയിപ്പോൾ ഒരുപരപ്പാളുകൾ നിറഞ്ഞുകാണും....എന്തൊരു കൈയാണിത്! എപ്പോഴെങ്കിലും കുഴി വെട്ടേണ്ടിവരുമെന്ന് ഇന്നോളം ഓർത്തതേ അല്ല. ഇനിയൊരിക്കൽ എനിക്കു വേണ്ടി മറ്റൊരാൾ കുഴി വെട്ടും. ഇടയ്ക്കു

പ്രായം ചെന്ന ചോപ്പൻ മാറ്റം പിടിച്ചു. കുഴിയളന്നു നോക്കി. കുറുക്കൻ മാന്തരുതല്ലോ എന്നു തന്നത്താൻ പറഞ്ഞു. പാകമായപ്പോൾ ഞാൻ തളർന്നു വശംകെട്ടിരുന്നു.

വേലപ്പൻചോപ്പൻ ഉമ്മറത്തു ചെന്നു വിളിച്ചു: "അമ്മണ്യേമ്മെ"

അവർ അതു കേട്ടുകാണില്ല.

"അമ്മണ്യേമ്മെ, കുഞ്ഞിനെ കുഴിച്ചിടണ്ടെ"

അവർ മകന്റെ മുഖത്തുനിന്നു കണ്ണുപറിച്ചു വാതിൽപ്പഴുതിലൂടെ ഒന്നു നോക്കി. നെറ്റിയിലൂടെ വീണു കിടക്കുന്ന തലമുടിയിഴകൾ കണ്ണുനീരിൽ കവിളിലൊട്ടിക്കിടക്കുകയാണ്. തളർന്ന മുഖം കുനിച്ച് അവർ ഒരു നോട്ടം നോക്കിയിരുന്നു.

"കുഞ്ഞിനെ കുഴിച്ചിടണ്ടേ?"

ആ അമ്മ അപ്പോഴും തറച്ചുനോക്കുകയാണ്.

"എന്താ വേണ്ട്?"

ചോപ്പൻ ചോദിക്കുകയാണ്.

"എന്തേ?"

"മുഖത്തിടാനെന്തെങ്കിലും വേണ്ടേ?"

"ഉം!"

"എന്തെങ്കിലും!"

"ഉം."

"അമ്മണ്യേമ്മെ!"

അവർ മിണ്ടിയില്ല.

"പഴേതെന്തെങ്കിലും ഉണ്ടോ?"

അവർ കുനിഞ്ഞു മകന്റെ ചിറി തുടച്ചു മടിയിൽ കൈതിരുമ്മി: "ഒന്നും കാണാനില്ല."

ഒടുവിൽ വേലപ്പൻചോപ്പൻ പറഞ്ഞു: "കുഞ്ഞിനെ എടുക്കാ."

"ഉം."

ചോപ്പൻ മുറിക്കകത്തേക്കു കടന്നു.

"അമ്മണ്യേമ്മെ!"

അവരൊന്നു തുറിച്ചുനോക്കി.

"ഉണ്ണീ."

"എടുത്തോളൂ"

"ങ്ഹേ!"

"ഞാൻ ചോപ്പനാണ്."

"ഓ!"

"കുഞ്ഞിപ്പായോടെടുത്തോളൂട്ടൊ."

എന്റമ്മേ! ഞാനൊരിക്കൽക്കൂടി നോക്കി. പല്ലിളിച്ചു ചിറിയൊലിച്ചു വിറങ്ങലിച്ചു കിടക്കുന്ന ശവം....ശരീരം തരിക്കുന്നതുപോലെ തോന്നി.

അമ്മിണിയേടത്തിയുടെ മുഖത്തേക്കു നോക്കി. കലങ്ങിമറഞ്ഞു കൂലം കുത്തുന്ന അണക്കെട്ടുപോലെ അവർ വിങ്ങിയിരിക്കയാണ്. അപ്പോൾ താനറിയാതെ ഞാൻ കുനിഞ്ഞു. കൈ തണുത്തപോലെ തോന്നി. കുഞ്ഞിപ്പായോടെ ശവം കൈത്തണ്ടയിൽ എടുത്തു നിവർന്നപ്പോൾ....

"എന്റെ മോനേ!...."

അതുവരെ തറച്ചിരുന്ന ആ അമ്മ ഒറ്റനിലവിളി. ഞാനാകെ ഞെട്ടിവിറച്ചു പോയി. ശവം അപ്പാടെ താഴെ വീണേനെ. അവർ അലമുറയിട്ടുകൊണ്ട് എണീറ്റു. പായ്യാരങ്ങളുംപരാതികളും വിളിച്ചുകൂവി: എന്റെ മോൻ....അവന്റെ അച്ഛൻ എന്നെ ഏല്പിച്ചു പോയതല്ലേ. ഞാനിനി, തിരിച്ചുവരുമ്പോൾ.... എന്റെ മോനേ....

ചോപ്പൻ കുഴിയിൽ ഇറങ്ങിനിന്നു ശവം ഏറ്റുവാങ്ങി കീഴെ വെച്ചു. അമ്മിണിയേടത്തി കുഴിയിലേക്ക് എത്തിനോക്കിക്കൊണ്ട് അലമുറയിട്ടു കൊണ്ടിരുന്നു.

"ഒരുപിടി മണ്ണെടുത്തിട്ടേ."

ചോപ്പൻ പറഞ്ഞു.

"ങ്ഹേ!"

"ഞാൻ ചോപ്പനല്ലേ?"

"വയ്യല്ലോ, ചോപ്പാ."

"ഉണ്ണീ, ആദ്യത്തെ ഒരുപിടി മണ്ണ്. പിന്നെ കുഴി ഞാൻ നികത്താം. ഞാൻ ചോപ്പനല്ലേ?"

ഞാനൊന്നു നോക്കി. കീറപ്പായിലൂടെ ആ കൊച്ചു ശവം പല്ലിളിച്ചു കിടന്നു. അതിന്റെ നഗ്നമായ മുഖത്തേക്കു വിറയ്ക്കുന്ന കൈയോടെ ഞാൻ ഒരുപിടി തണുത്ത മണ്ണു വാരിയിട്ടു. അടഞ്ഞുപോയ ആ കണ്ണുകൾക്കു കൂടുതൽ കറുപ്പു വീണിട്ടുണ്ടെന്ന് അപ്പോഴും തോന്നി.

വേലപ്പൻചോപ്പൻ കൈക്കോട്ടുകൊണ്ടു മണ്ണു നീക്കിത്തുടങ്ങിയിരുന്നു. കുഴിനികന്നപ്പോൾ മണ്ണ് കൂമ്പാരംകൂട്ടി ഇടിച്ചു.... നഗ്നമായി ഇറക്കിവെച്ച ആ കൊച്ചു ശവത്തിന്നുമീതെ ഇടിക്കുമ്പോഴൊക്കെ എന്റെ കുടൽ മേൽപോട്ടെടുക്കുന്നുണ്ടായിരുന്നു.

വീട്ടിലേക്കു മടങ്ങുമ്പോൾ ഞാൻ എന്തൊക്കെയോ ഓർക്കുന്നുണ്ടായിരുന്നു. കുന്നിൻപുറത്തെത്തിയപ്പോൾ ചെകിടോർത്തു. അലമുറ കേൾക്കുന്നുണ്ട്. അപ്പു അമ്മാമൻ മരിച്ചുകാണണം അച്ഛനിപ്പോൾ അങ്ങാടിക്കു പോയിട്ടുണ്ടാകും. ചുടുപുടവ, മഞ്ഞ, പട്ടകുറ്റി.... ചന്ദനം, അരി, പൂവ്.... പട്ടിണിക്കഞ്ഞി. എന്റമ്മേ, എന്തൊരാലഭാരത്തോടെയാകും ശവസംസ്കാരം നടക്കുക!

ആ കൊച്ചുകുഞ്ഞിന്റെ നഗ്നമായ ശവത്തെക്കുറിച്ചോർത്തപ്പോൾ ഞാൻ ഇത്ര കൂടെ ഓർത്തു: ഇനിയെങ്കിലും നിരാശ്രയരായ കൊച്ചുകുട്ടികളുടെ നഗ്നമായ ശവങ്ങളുടെ മുഖത്തു മണ്ണു വീഴാതിരിക്കട്ടെ. ഇപ്പോൾ എനിക്ക് എന്നെക്കുറിച്ചു നന്നേ പുച്ഛം തോന്നുന്നു. ഞാനോർത്തത് മുതിർന്നാൽ

ശവപ്പെട്ടിക്കച്ചവടം തുടങ്ങണമെന്നാണ്. എന്നിട്ട് എങ്ങാനും ഗതിയില്ലാത്ത കുട്ടികൾ ചത്തുപോയാൽ സൗജന്യമായി മഞ്ച കൊടുത്തയയ്ക്കാമല്ലോ. ബാലിശമായ വിചാരഗതിയെന്ന പേരിൽ മാപ്പുകൊടുക്കൂ. കാര്യങ്ങൾ ആശിച്ചപോലെ നടക്കണമെങ്കിൽ മറ്റുചിലതാണു ചെയ്യേണ്ടതെന്ന് ഇപ്പോൾ ഞാനും വിശ്വസിക്കുന്നു. വിശ്വാസത്തിന്റെ പേരിൽ ചുമ്മാ ഇരുന്നാൽ ഒന്നും നടപ്പില്ലല്ലോ. ■

ക്യാമ്പിന്നു വെളിയിൽ ഒരു പകൽ

ഞാനന്ന് കർണ്ണൽ ഭഗവൻസിംഗ് സാഹേബിന്റെ ബംഗ്ലാവിൽ പകൽ കാവൽക്കാരനായിരുന്നു. അദ്ദേഹം കുടുംബത്തോടെ അവധിക്കുപോയി. ബംഗ്ലാവിൽ വേലക്കാർ ഉണ്ട്. എന്നാലും രാവും പകലും കാവലിന്ന് ക്യാമ്പിൽനിന്ന് ആളയച്ചുപോന്നു.

ബംഗ്ലാവ് ക്യാമ്പിൽനിന്നു വളരെ അകലെയാണ്; നഗരത്തിനു വെളിയിലും. കുരിശിന്റെ മാതൃകയിൽത്തീർത്ത ഒന്നാംതരമൊരു കെട്ടിടം. ചുറ്റും പൂന്തോട്ടമാണ്. പൂന്തോപ്പിന്റെ തെക്കേ അതിർത്തിയിൽ കന്മതിലുണ്ട്. മതിലിനോടു ചേർന്നു നഗരത്തിലേക്ക് പോകുന്ന റോഡ്. റോഡരികിലുള്ള മരങ്ങൾ പച്ചിലകളാൽ തോട്ടത്തെ തഴുകുന്നു.

റോഡിന്റെ അപ്പുറത്ത് മൈതാനമാണ്. മൈതാനത്തിൽ അവിടവിടെ നിറനിറയെ പൂത്തുനില്ക്കുന്ന കുങ്കുമങ്ങളുണ്ട്. അങ്ങിങ്ങ് ചടച്ച കന്നുകാലികൾ പുല്ലുമേയുന്നു. ഇടപ്പിള്ളർ തണലിലിരുന്നു പൂ പെറുക്കുകയോ മാല കെട്ടുകയോ ചെയ്യുന്നു.

എനിക്ക് ഇരിക്കാം. കെട്ടിടത്തിന്റെ മുൻവശത്തുള്ള പൂമുഖത്തിൽ നാലു ചൂരൽ കസാലകളും ഒരു മേശയും ഉണ്ട്. ഗാർഡിന്നുവേണ്ടി സഹേബ് ഇട്ടുപോയതായിരിക്കണം. പൂമുഖത്തിന്റെ കനമേറിയ ചതുരൻതൂണുകളിൽ ചുറ്റിക്കയറുന്ന തഴച്ച പൂവല്ലികൾ രാമച്ചത്തിന്റെ മേലാപ്പിൽ പടർന്നു ചുറ്റും പൂങ്കുലകൾ തൂക്കുന്നു.

കാലത്ത് ആറുമണിക്ക് കാവലിന്നെത്തണം. അപ്പോൾ നൈറ്റ് ഗാർഡ് തിരിച്ചുപോകും. വൈകീട്ട് ആറുമണിക്ക് വീണ്ടും വരും. ഞാൻ മടങ്ങും.

വളരെക്കാലമായിട്ട് ഈ ലോകത്തെപ്പറ്റി എനിക്കൊന്നും അറിയില്ല. സൂര്യൻ ഉദിക്കുന്നുണ്ടെന്നോ അസ്തമിക്കുന്നുണ്ടെന്നോ ഓർത്തിട്ടില്ല. പുലരിയുടെ ചെന്തുടിപ്പു കണ്ടിട്ടില്ല. കുളിർകാറ്റിൽ ആശ്വസിച്ചിട്ടില്ല...

ഇപ്പോഴും തൊഴിലാളികൾ അഴുക്കും കരിയും പറ്റിയ ഉടുപ്പുകളിട്ട്, വിങ്ങിയ കണ്ണുകളോടെ ഫാക്ടറികളിലേക്കു പോകുന്നു. കസാലയിൽ പുറംചാരിയിരുന്നു ഞാനവരെ നോക്കും. അവർ ഉറക്കെ വർത്തമാനം പറയുന്നു, ചിരിക്കുന്നു.

ഞാൻ ചിരിച്ചിട്ട്, ഓ, എങ്ങനെയാണ് ചിരിക്കുക?

തൊഴിലാളികൾക്കു പിമ്പേ വരിക മാന്യന്മാരാണ്. വെടിപ്പിൽ ഉടുപ്പിട്ട് അവർ ഒന്നിനു പിറകെ ഒന്നായി സൈക്കിളിൽ പോകുന്നു.

പിന്നെ പ്രായംകുറഞ്ഞ സ്കൂൾകുട്ടികൾ വരും. കണ്ണിമാങ്ങാ എറിഞ്ഞും മാങ്ങാ പെറുക്കുമ്പോൾ അന്യോന്യം ഉന്തിത്തള്ളിയും ഒച്ച വെച്ചും അവർ അങ്ങനെ പോകും.

ഇനി വരുന്നത് മുതിർന്ന പെൺകുട്ടികളാണ്. കുടുസ്സായ കുട്ത്തായും, ഞറിയുള്ള പൈജാമയും മാറിടങ്ങളിൽക്കൂടെ പിമ്പോട്ടിട്ട ഉത്തരീയവും ധരിച്ച അവർ പുസ്തകക്കെട്ടു മാറിലൊതുക്കി മെടഞ്ഞിട്ട മുടിയിലോ, കുട്ത്തായിലോ ഉത്തരീയത്തിലോ തിരുപ്പിടിച്ചുകൊണ്ട് അരിച്ചരിച്ച് പോകുകയാണ്. അവരെന്നെ നോക്കുന്നോ? ഒന്നു മിണ്ടിയെങ്കിൽ! ഞാൻ പച്ചക്കാക്കിയിൽ പൊതിഞ്ഞ ഒരു സത്വമാണ്. എന്നാലും എണീറ്റു തോട്ടത്തിലേക്കിറങ്ങും. മുരടനക്കിയെങ്കിലോ? ആഭാസം... ചൂളയിട്ടുപോകും. പാടാനും പറയാനും എന്നു തുടങ്ങുന്ന ഒരു പഴയ ഈരടിയാണ്: മെല്ലെ മെല്ലെ ആ ഈരടികൾ ചുണ്ടിൽ തത്തുകയായി.

'പാടാനും പറയാനും പലതുമുണ്ടെങ്കിലും
പാടില്ല പട്ടാളക്കാരനല്ലേ? വിരസമീക്കാക്കി-
ത്തുണിയിൽ പൊതിഞ്ഞിട്ടും കരളോ തുടിപ്പൂ പണ്ടെന്നപോലെ.'

അപ്പോൾ വ്യക്തമായി ഒന്നും ഓർക്കാനൊക്കില്ല. ഈ ഞെരുക്കുന്ന ജീവിതത്തെക്കുറിച്ചുള്ള ബോധം വീർപ്പുമുട്ടിക്കയാണ്. പിന്നീട് മുഖമുയർത്തി നോക്കുമ്പോൾ റോഡ് ശൂന്യം. ആ പൂമ്പാറ്റകൾ മറഞ്ഞു കഴിഞ്ഞു.

മൈതാനത്തിൽ കാലിപ്പിള്ളേർ കുറ്റിയും കോലും കളിക്കാൻ തുടങ്ങും. അവരെ നോക്കിക്കൊണ്ടു വീണ്ടും ഞാൻ കസാലയിൽ ഇരിക്കും.

ഉച്ചയാകുന്നതോടെ കർണ്ണൽ സാഹേബിന്റെ പ്രധാന വേലക്കാരൻ വരും. തന്റെ നരച്ച താടി ഉഴിഞ്ഞുകൊണ്ട് അദ്ദേഹം വർത്തമാനം പറയും. വളരെ പറയാനുണ്ട്. പട്ടാളമേലുദ്യോഗസ്ഥന്മാരുടെ പരിചാരകനായി അവരോടൊപ്പം ലോകം ചുറ്റിയ കഥകൾ...

"എന്താ കുട്ടീ, ഊണു വന്നോ?"

ആദ്യത്തെ ദിവസം വന്നപ്പോൾ അദ്ദേഹം ചോദിച്ചു. എന്റെ കരളിൽ മഞ്ഞു കിനിഞ്ഞപോലെ. 'എന്താ കുട്ടി' എന്ന്. പട്ടാളത്തിൽവച്ച് അന്യനൊരാൾ മമത കാണിക്കുന്നത് നടാടെയാണ്.

"ഊണ് വന്നില്ല ലാലാ."

ഞാൻ മറുപടി പറഞ്ഞു.

"എന്താദ്?"

"കൊണ്ടുവരും.'

"നേരത്തുവേണ്ടേ?'

"ഇല്ലെങ്കിലും സാരമില്ല. ഈ നാട്ടിൻപുറത്തു വന്നിരിക്കാൻ ഒരു സുഖമുണ്ട്. അവധിയിലിരിക്കുന്നപോലെ തോന്നുന്നു.'

"എവിടെയാ വീട്?'

"കൊച്ചിൻ.'

"ട്രിച്ചൂരറിയോ?'

ഞാനമ്പരന്നു. വടക്കേ ഇന്ത്യയിലെ ഒരു സാധാരണക്കാരനു കൊച്ചി എന്താണെന്നറിയാൻ വിഷമമാണ്. കേമ്പിൽതന്നെ പലരും അങ്ങനെയൊരു നാടോ തുറമുഖമോ ഉണ്ടെന്ന് വിശ്വസിച്ചില്ല. എന്നിട്ട് അദ്ദേഹം എടുത്ത നാക്കിന്ന് തൃശൂർ ചോദിക്കുന്നു.

"നാൻ ട്രിച്ചൂറ് ബോയിന്റ്.'

എന്റെ അമ്പരപ്പിനിടയിൽ അദ്ദേഹം പറഞ്ഞു.

"ഇരിക്കൂ ലാലാ. ഇടയ്ക്കു ചോദിക്കട്ടെ. എന്താ പേര്.'

"രാംദയാൽ ശർമ്മ.'

തൃശൂരിനെക്കുറിച്ച് അദ്ദേഹം പറകയാണ്:

"ഓ, എന്തൊരു ഒതുക്കമുള്ള കൊച്ചുപട്ടണം. അമ്പലം മൈതാനം മൈതാനത്തിൽ കാട് ചുറ്റും കെട്ടിടങ്ങൾ അയ്യർ ഹോട്ടൽ നായർ കാപ്പി ക്ലബ്ബ്... അല്ല അല്ല, അവിടെ ആ ദർബാർ ഹോട്ടൽ ഇപ്പോഴും ഉണ്ടോ?"

"ഉണ്ടുണ്ട്. പോലീസ് സ്റ്റേഷന്റെ..."

ഞാൻ തൃശൂർ ഉണ്ടായിരുന്നെന്നും അവിടുന്നു ചിലപ്പോഴൊക്കെ വല്ലതും കഴിക്കാറുണ്ടെന്നും പറഞ്ഞു. അദ്ദേഹത്തിന് ഞാനെന്തു ചെയ്തിരുന്നു എന്നറിണം. വലിയ ഒരോഫീസറുടെ പരിചാരകനോട് അതു പറക വയ്യ. ഞാനൊന്നു ഉരുണ്ടു. എന്നിട്ട് ചോദിച്ചു:

"അല്ല ലാല. പട്ടാളത്തെക്കുറിച്ച് എന്താ നിങ്ങളുടെ അഭിപ്രായം."

"ഞാനെന്തു പറയാനാ?"

"ഒരഭിപ്രായവും ഇല്ലേ?"

രാംദയാൽ ബാബു എന്നെ തുളച്ചുനോക്കി. ആ ചുളിഞ്ഞ കൺപോളകൾ ഒന്നുകൂടെ വലിഞ്ഞു മുറുകി. നിർജ്ജീവങ്ങളായ കണ്ണുകൾ കത്തി അദ്ദേഹം ഇടഞ്ഞ കൈകൊണ്ടു താടി തടവുകയും വലത്തേതുകൊണ്ട് നെഞ്ച് തിരുമ്മുകയും ചെയ്തു.

"ഞാൻ വളരെയേറെ നാടു കണ്ടവനാണ്."

കിതപ്പ് അമർത്തിക്കൊണ്ട് അദ്ദേഹം പറഞ്ഞു:

"ഇംഗ്ലണ്ട്, ജർമ്മനി, ഫ്രാൻസ്... എല്ലായിടത്തും പോയിട്ടുണ്ട്. മറ്റുള്ളവന്മാരുടെ ബൂട്ടു തുടച്ചുകൊണ്ടാണെന്ന് വെച്ചോളൂ. എന്നാലും ഞാൻ നാടുകൾ കണ്ടു. പതിനൊന്നാമത്തെ വയസ്സു മുതൽ. ഓ..."

തെല്ലു നേരത്തേക്ക് അദ്ദേഹം ഒന്നും പറഞ്ഞില്ല. തിരിഞ്ഞുനോക്കാൻ വളരെ കാണും. പതിനൊന്നാമത്തെ വയസ്സു മുതൽ... ഇപ്പോൾ അദ്ദേഹത്തിന് എത്ര വയസ്സായി?...

"എന്താ ഓർക്കുന്നു?"

അദ്ദേഹം ചോദിച്ചു.

"ഉം... ഒന്നുമില്ല."

"ഞാൻ പറഞ്ഞതുകേട്ടോ?"

"അതെപ്പറ്റി ഓർക്കയാണ്."

"ഏത്?"

"പതിനൊന്നാമത്തെ വയസ്സു മുതൽ."

"എന്നിട്ട്, അവനവന്റെ അമ്മ പെങ്ങന്മാരെ ബലാത്സംഗം ചെയ്യുകയും ജ്യേഷ്ഠാനുജന്മാരെ വെടിവെച്ചു കൊല്ലുകയും ചെയ്യുന്ന പട്ടാളം ഞാൻ കണ്ടിട്ടില്ല."

രാംദയാൽ ശർമ്മ ഇരുന്നു കിതച്ചു. ആ കണ്ണുകളിൽ തീപ്പറക്കുകയാണ്.

ഒരു പട്ടാളമേലുദ്യോഗസ്ഥന്റെ പരിചാരകനാണ് ഈ പറയുന്നത്. വിശ്വസിക്കാൻ കഴിയുന്നില്ല. മിണ്ടാൻവയ്യാ. നാക്കിറങ്ങിയതുപോലെ. അതോ തൊണ്ടയിൽ തീപ്പന്തം വലിക്കയാണോ? എന്തൊരു വരൾച്ച!

വ്യക്തമായും അദ്ദേഹം ഉദ്ദേശിച്ചതെന്തെന്നും എനിക്കു മനസ്സിലായിരുന്നു. ഇനി എന്തൊന്നാണു ചോദിക്കുക.

"നിങ്ങളെന്നാ തൃശൂർ പോയത്?"

ഞാൻ വിഷയം തിരിക്കാൻ നോക്കി. വൃദ്ധൻ ശാന്തനാകാൻ തുടങ്ങി. നെറ്റിയിൽനിന്നു വിയർപ്പ് തുടച്ചുകൊണ്ട് അദ്ദേഹം സംസാരിച്ചു.

ഇരുപത്തിനാലു കൊല്ലം മുമ്പാണ് അദ്ദേഹം തൃശൂർക്കു പോയത്. ദിവാന്റെ ചാർച്ചക്കാരനായിരുന്ന ഒരു മേജർ സാഹേബിന്റെ കൂടെ.

അതെന്തൊരു കാലമായിരുന്നു!

വയസ്സൻ പറഞ്ഞു.

ദർബാറിലായിരുന്നു ഞാൻ ശാപ്പാടു കഴിച്ചിരുന്നത്. കയറിച്ചെന്നു തൃപ്തിവരെ തിന്നാം. കണക്കുതീർക്കാൻ നേരത്ത് മാനേജർ വിളിച്ചു ചോദിക്കുന്നു:

"എന്റായി?"

"രെന്റന."

അകത്തുനിന്നും ടേബിൾ ബോയ് വിളിച്ചുപറയുന്നു. ഇന്നോ? രണ്ടുറുപ്പികയുണ്ടായാൽ മതിയാകുമോ?.. ഓ, നിങ്ങളുടെ നാട്ടിൽ മാത്രമല്ല. എല്ലായിടത്തും, എല്ലായിടത്തും.

അവിടെ അദ്ദേഹം നിറുത്തി. അദ്ദേഹത്തിന്റെ നിശ്ചലങ്ങളായ കണ്മണികൾ തലയോട്ടിലേക്ക് മറിഞ്ഞു മറിഞ്ഞു കയറി. പാതി അടഞ്ഞ കണ്ണുകളോടെ അദ്ദേഹം ചോദിച്ചു:

"ഇനി എന്നാ ആ കാലം വരുമോ?"

"തീർച്ചയായും."

"എന്റെ കുട്ടി, എനിക്കതു കാണാനൊക്കില്ല."

അദ്ദേഹം തന്റെ നരച്ച താടി ഉഴിഞ്ഞുകൊണ്ടു കസേലയിൽ പുറം ചാരി ഇരുന്നു. ആ വറ്റിയ കണ്ണുകൾ വീണ്ടും നിഷ്പ്രഭങ്ങളായി.

"എന്റെ മകനും അതാ പറേണ്."

അദ്ദേഹം പതുക്കെ പറഞ്ഞു.

"ഏത്?"

"ആ കാലം ഇനിയും വരുമെന്നാ."

"ലാലയ്ക്ക് എത്ര മക്കളാ?"

"അഞ്ച്."

"എന്തു ചെയ്കയാ?"

"ഒരുത്തൻ പട്ടാളത്തില്. ഒരാൾ ഹോട്ടലിലാണ്. അവനാണ് ഇതൊക്കെ എന്നോടു പറയുന്നത്."

"ഏത്?"

"അവൻ പറയുന്നതു കിസാൻ മസ്ദൂർ രാജ് വരുമെന്നാണ്"

"ങ്ഏ."

"അവൻ പറേണ മാതിരി വരുമോ കുട്ടീ?"

വൃദ്ധന്റെ നിർജ്ജീവങ്ങളായ കണ്ണുകൾ തിളങ്ങി.

"അതിന്നല്ലേ അവരൊക്കെ പണിയെടുക്കുന്നത്?"

"എന്നാ വര്ാ?"

"എല്ലാവർക്കും ഇതൊക്കെ മനസ്സിലാവുമ്പോൾ."

"എല്ലാവർക്കും വിശപ്പുണ്ടെന്നറിഞ്ഞുകൂടെ?"

"അറിയാം. വിശക്കുന്നു എന്നു മിണ്ടിക്കൂടെന്നേ ഉള്ളൂ. മിണ്ടിയാൽ, വെടിയുണ്ടയാണ്. നിങ്ങൾ പട്ടാളക്കാർ ഉള്ളേടത്തോളം കിസ്സാനുമില്ല മസ്ദൂരുമില്ല. മനസ്സിലായോ? എന്റെ മകനടക്കമുള്ള പട്ടാളക്കാരെക്കുറിച്ചാണ് ഞാൻ പറയുന്നത്. ഈ ഉടുപ്പിട്ടാൽ പിന്നെ മനുഷ്യനു ബോധമില്ല. എന്താ, ഞാൻ പറയുന്നതു നേരാണോ?"

കുറച്ചുനേരം മിണ്ടാതിരുന്നിട്ട് ഞാൻ ചോദിച്ചു.

"ലാല മക്കളെക്കുറിച്ച് എന്താ പറഞ്ഞത്?"

"ഓ, ഒരുത്തൻ പട്ടാളത്തിൽ. ഒരാൾ ഹോട്ടലിലാണ്. രണ്ടു പെൺമക്കളെ കല്യാണം ചെയ്തുകൊടുത്തു. ഇളയ മകൻ എന്റെ കൂടെത്തന്നെ.'

"പഠിക്കുന്നുണ്ടോ?"

"ഇല്ല കുട്ടി. സാഹേബിന്റെ മക്കളുടെ കൂടെയാണ്. സാഹേബിന്റെ മക്കൾ പഠിക്കയാണ്."

നെടുവീർപ്പിട്ടുകൊണ്ട് അദ്ദേഹം മലർന്നു കിടന്നു. എനിക്ക് ഒന്നും മിണ്ടാനുണ്ടായിരുന്നില്ല. മൈതാനത്തിൽ മേഞ്ഞിരുന്ന പൈക്കൾ കുങ്കുമത്തിന്റെ തണലിൽ കിടന്ന് അയവിറക്കുന്നു. കാലിപ്പിള്ളേർ തുണിപ്പന്തുകൊണ്ട് ഫുട്ബോൾ കളിക്കയാണ്, അവർ അട്ടഹാസങ്ങൾ മുഴക്കുകയും, കീറിത്തൂങ്ങിയ കുപ്പായം കൊടി പറപ്പിച്ചുകൊണ്ട് ഓടുകയും ചെയ്യുന്നു.

എന്റേയും ഗതി ഇതുതന്നെ ആകുമായിരുന്നല്ലോ. എന്തോ ഞാൻ കുറച്ചുകാലം പഠിക്കാൻ നടന്നു. അതൊരത്ഭുതമെന്നോണം സംഭവിച്ചു. ഒരു പെറുക്കിയായി പിറന്ന ഞാൻ ഇന്നു മനുഷ്യന്റെ വളർച്ചയെക്കുറിച്ച് ഓർക്കയാണ്.

മനുഷ്യർക്കുവേണ്ടി വാദിക്കയും ഉറക്കമിളച്ചു ജോലി ചെയ്കയും ചെയ്തിരുന്ന എന്റെ ചങ്ങാതികൾ ഇപ്പോൾ എന്തു ചെയ്കയാവും? ഒളിവിൽ, ജയിലിൽ... ഒരുവേള അവരിലെത്രപേരെ തച്ചുകൊന്നിട്ടുണ്ടാവില്ല!

ആ നരച്ച മനുഷ്യനെ വീണ്ടും ഞാൻ നോക്കിപ്പോയി. അദ്ദേഹം ഉറങ്ങുകയാണ്. അന്യന്റെ ബൂട്ട് തുടച്ച് ആയുസ്സുകളഞ്ഞ ഒരാളാണ് അതെന്നു വിശ്വസിക്കാൻ കഴിയുന്നില്ല. എന്തെന്ത് പ്രതീക്ഷകളോടെ, എത്രയെത്ര പ്രതിഷേധങ്ങളോടെ, ആവാം അദ്ദേഹം നിമിഷങ്ങൾ നീക്കുന്നത്?

കാൽപ്പെരുമാറ്റം കേട്ട് ഞാൻ തിരിഞ്ഞുനോക്കി. കുറിയ ഒരു മനുഷ്യൻ. അയാളുടെ കൈയിൽ മണ്ണ് കുത്തിയിളക്കുന്ന ഒരു കുറ്റിക്കോലുണ്ട്. മണ്ണു പുരണ്ടു തറ്റുടുത്ത ധോത്തിയും മുഷിഞ്ഞ പോത്തൻ കുപ്പായവും ധരിച്ചിരിക്കുന്നു. മുഖം കരുവാളിച്ചിട്ടുണ്ട്.

"മാലി അമർനാഥ് ബാബു."

കണ്ണുമിഴിച്ച് രാംദയാൽ ശർമ്മ എണീറ്റുകൊണ്ടു പറഞ്ഞു.

"നമസ്തേ അമർനാഥ് ബാബു?"

ഞാനഭിവാദ്യം ചെയ്തു.

"നമസ്തേ."

"ക്യാ ഹാൽ ചാൽ ഹൈ ബാബു?"

ഞാൻ ഉപഹാരം ചോദിച്ചു.

"എന്ത് ബാബു ഞാൻ പോകയാണ്."

എടുത്ത നാക്കിന് അയാൾ പറഞ്ഞു. എനിക്ക് ഒന്നും പറയാനൊത്തില്ല.

"ഭാര്യയും രണ്ടു കുട്ടികളും ഞാനും. മുപ്പതുറുപ്പിക ശമ്പളം. കണ്ടോ ഇത്ര വലിയ തോട്ടം നനയ്ക്കണം, കിളയ്ക്കണം. തടം ചിക്കണം... നോക്കൂ എന്റെ വിരലുകൾക്ക് പാതി നഖമേയുള്ളൂ."

അയാൾ തന്റെ കുറിയ കറുത്ത കൈകൾ നീട്ടിക്കാണിച്ചു. ഓ, അതു വിരലുകളല്ല. കൊളമ്പുചേമ്പിന്റെ വിത്തുകൾ പോലെ, കനത്ത് അകവും പുറവും തഴമ്പുപിടിച്ച് പൊട്ടി നഖം പാതിയും തേഞ്ഞ ആ വിരലുകൾ...

"സഹേബ് നല്ല ആളല്ലെ?"

എന്തെങ്കിലും സംസാരിക്കണമല്ലോ എന്നോർത്തു ഞാൻ ചോദിച്ചു.

"എന്താ ഈ നല്ല ആളെന്നു പറയുന്നതിന്റെ അർത്ഥം?"

അയാളുടെ കരിഞ്ഞ മുഖം കുറെകൂടെ കനത്തു. ദേഷ്യപ്പെട്ടത് എന്നോടാണെന്നു വ്യക്തമായിരുന്നു.

"അപ്പോൾ ഈ പൂക്കളുടെ ചുവപ്പിൽ ഞങ്ങൾ പട്ടാളക്കാരുടെ ചോര മാത്രമല്ല ഉള്ളത്, അല്ലേ?"

"എന്ത്, എന്ത് പറഞ്ഞു ബാബു?"

"ഞാൻ പറകയായിരുന്നു."

ഞാൻ എന്താണ് പറഞ്ഞതെന്നു വെളിവാക്കിയില്ല. പെട്ടെന്നു നാക്കിൽ വന്നതാണ്. ഇനി അതേപ്പറ്റി അമർനാഥ് ബാബുകൂടെ എന്തിന്നറിയണം?

അഥവാ അറിഞ്ഞാൽത്തന്നെ വിശ്വസിക്കില്ല. പട്ടാളക്കാരെക്കുറിച്ച് പുറത്തുള്ളവരെല്ലാം തെറ്റിദ്ധരിച്ചിരിക്കുന്നു. ഞാനൊന്നും പറയാത്തതു കൊണ്ടാകാം. പോകട്ടെ പണിയുണ്ട്. എന്നു പറഞ്ഞു മാലി കുറിയതും വേഗം കൂടിയതുമായ കാൽവെപ്പുകളോടെ തോട്ടത്തിലേക്കു നടന്നുപോയി. ചെടികളുടെ തടത്തിന്നടുത്തിരുന്ന് തന്റെ കുറ്റിക്കോലുകൊണ്ട് ചവറു നീക്കാനും കട്ടകൾ ഉടയ്ക്കാനും തുടങ്ങി.

എനിക്ക് ആ വലിയ കെട്ടിടത്തിനകത്ത് കടന്നു നോക്കണമെന്നുണ്ടായിരുന്നു. രാംദയാൽ ശർമ്മയോട് അതെപ്പറ്റി പറഞ്ഞു. പൂമുഖത്തു നിന്നു കടക്കുന്നത് റീഡിങ്ങ് റൂമിലേക്കാണ്. മാർബിൾ വിരിച്ച നിലത്ത് ബൂട്ട് വഴുതിപ്പോയി.

"സൂക്ഷിക്കണേ!"

എന്നെ പിടിച്ചുകൊണ്ടു വയസ്സൻ പറഞ്ഞു. ഞാൻ എത്തിപ്പിടിച്ചു കൊണ്ട് അടിവെച്ചു. നിലം ഒഴുകുകയാണെന്ന് തോന്നി. റീഡിങ്ങ്റൂമിൽ നിന്നു കടക്കുന്നത് ഡ്രസ്സിംഗ് റൂമിലേക്കാണ്. പിന്നെ ഡൈനിങ്ങ് റൂം, സ്ലീപ്പിങ്ങ് റൂം, ബാത്ത് റൂം, ലേവേറ്ററി... ആകെക്കൂടെ അതിനകത്ത് ഒരു ലോകമുണ്ട്.

"ലാലാ, ഈ സ്വർഗത്തിൽ കിടക്കുന്ന മനുഷ്യർക്ക്, അവർ മനുഷ്യരേ അല്ല, ലോകത്തിലെ എന്തെങ്കിലും യാഥാർത്ഥ്യങ്ങൾ അറിയാൻ കഴിയുമോ?"

"എന്തേ ചോദിക്കാൻ?"

"ഞാൻ ചോദിക്കയായിരുന്നു."

വീണ്ടും ഞാൻ പൂമുഖത്തു വന്ന് ഇരിപ്പായി. എനിക്കു പ്രായക്കൂടുതൽ വന്നപോലെ തോന്നി. പട്ടാളത്തിൽ കഴിഞ്ഞ ഇത്രയുംകാലം ശൂന്യമാണ്. ഇന്നത്തെ നിമിഷങ്ങൾക്ക് കൊല്ലങ്ങളുടെ കനമുണ്ട്. ഞാനിതാ വീണ്ടും യാഥാർത്ഥ്യങ്ങളുടെ ലോകത്തിലാണ്...

ഉച്ച ആയിക്കാണും. ഗേറ്റു തുറക്കുന്ന ശബ്ദം കേട്ടു. ആരോ വരികയാണ്, തോട്ടക്കാരൻ അമർനാഥാണ് ഗേറ്റു തുറന്നത്. അയാൾ മാത്രമല്ല, അയാളുടെ പുറകെ ഒന്ന് രണ്ട് മൂന്ന്... അഞ്ചാറ് പേരുണ്ട്. അവരുടെ ഷർട്ടും ധോത്തിയും ചായത്തിൽ കുളിച്ചിരിക്കുന്നു. ഹോളിയുടെ സമ്പാദ്യമാവാം. ആ വലിയ ഉത്സവം നാലോ അഞ്ചോ ദിവസം മുമ്പായിരുന്നു. പീച്ചാംകോലു കൊണ്ട് ചായം തെറിപ്പിച്ചുകൊണ്ട് അവർ ഹോളികൊണ്ടാടിക്കാണും.

അവർ എന്റെ മുമ്പിൽ വന്നുനിന്നു. അമർനാഥ് അടുത്തേക്കു നീങ്ങി.

"ബാബൂ."

"ഉം."

"ഇവർ പട്ടാളത്തിൽ ചേരണം."

അന്തംവിട്ടുപോയി.

"ഞാനെന്തു ചെയ്യാനാ?"

"എന്താ വേണ്ടതെന്നു പറഞ്ഞു കൊടുക്കൂ."

അയാൾ അവരെ പരിചയപ്പെടുത്തി. അയാളുടെ അയൽക്കാരനാണ്. അവർ ഉദ്ദേശിച്ചത് വലിയ ഒരു പട്ടാള ഉദ്യോഗസ്ഥന്റെ തോട്ടക്കാരന് പട്ടാളത്തിൽ ചേരാൻ ചെയ്യേണ്ട ഇടപാടുകളൊക്കെ അറിയാമെന്നാണ്...

അതിനിടയ്ക്ക് ഞാൻ അവരെ ആകെയൊന്നു നോക്കി. എനിക്കൊരു സംശയം. ഇതെന്നെ മക്കാറാക്കുന്ന പണിയാണ്. കർണ്ണൽ ഭഗവൻസിങ്ങ് സാഹേബിന്റെ ബംഗ്ലാവ്. അവിടത്തെ വേലക്കാർ. വല്ലാതെ സൂക്ഷിക്കണം. ഏറ്റവും നല്ലത് മിണ്ടാതിരിക്കയാണ്. തോന്നുന്നില്ല. അവർ വിയർത്തൊലിക്കയാണ്. നന്നേ അലഞ്ഞിട്ടുണ്ട്. അന്ന് ഉണ്ട കൂട്ടത്തിലല്ല.

"ചേരാതെ നിവൃത്തി ഇല്ലേ?"

ഞാൻ ചോദിച്ചു.

"ഇല്ല, ബാബുജി."

അവരിൽ തല നിവർന്ന ഒരാൾ മുമ്പോട്ടു നീങ്ങി. അയാളുടെ കൈയിൽ ഡിസ്ചാർജ്ജ് സർട്ടിഫിക്കറ്റുണ്ട്.

"നിങ്ങൾ സർവ്വീസിലിരുന്ന ആളാണല്ലോ."

"ആങ്ങ്ജി."

"എന്താ ചെയ്യേണ്ടതെന്നറിയില്ലേ?"

"ഇല്ല."

'റിക്രൂട്ടിംഗ് ഓഫീസ് അറിയില്ലേ!"

'ഇല്ല."

"ഞങ്ങൾ ഇവിടത്തുകാരല്ല."

"ശരി. ഇരിക്കിൻ."

ഒട്ടും സംശയിച്ചിട്ട് അവർ ഇരുന്നു.

"ബീഡി വലിക്കുമോ?"

"ഉവ്വ്."

"ഞാൻ വലിക്കില്ല."

"ഞാനും."

"നിങ്ങൾ പഠിച്ചിട്ടുണ്ടോ?"

"ഇല്ല."

"നിങ്ങൾ."

"ഊങ്ങ്ഹ്."

"ഞാൻ അഞ്ചു ക്ലാസ് പഠിച്ചിട്ടുണ്ട്."

"ഞാൻ ആറ്."

ആറ് ക്ലാസ് പഠിച്ചിട്ടുള്ളവനാണ് ചെറുപ്പം. അവന്റെ മുഖത്തിനു മഞ്ഞ നിറമാണ്. രക്തമില്ലാത്തതുകൊണ്ട് ശരീരത്തിൽ ചൊറി പൊന്തിയിരിക്കുന്നു. കാലിലും കൈയിലുമുള്ള നഖങ്ങൾ മുരടിച്ചിരിക്കുന്നു.

'ഏയ് മിസ്റ്റർ, നിങ്ങളെ... നിങ്ങളെ

ഞാനവനെ വിളിച്ചു.

'എന്തായിരുന്നു ജോലി?'

"കൃഷിപ്പണി ആയിരുന്നു ബാബുജി."

"നിങ്ങൾ മടങ്ങിപ്പോകേണ്ടി വരും."

"ങ്ട്ഹേ!"

അവൻ ഞെട്ടി.

"നോക്കൂ, നിങ്ങളൊക്കെ ഉണ്ടായിരുന്ന സമ്പാദ്യമെല്ലാം കളഞ്ഞു കുളിച്ചു. ഈ ഷർട്ടും ധോത്തിയുമൊക്കെ ചായം മുക്കി. എന്നിട്ട് മൂക്കു മുങ്ങാറായപ്പോൾ പട്ടാളം."

പണത്തിനു വിഷമം വന്നാൽ എല്ലാവർക്കും പട്ടാളത്തിൽ ചേരണം, കൊള്ളാം. വേറെ ഒരു കാര്യമുണ്ട്. പട്ടാളത്തിന് പണമില്ലാത്ത ഏവരേയും വേണ്ട. പഠിപ്പ് ആരോഗ്യം വങ്കത്തം – ഇത് മൂന്നുമാണ് വേണ്ടത്. റിക്രൂട്ടിങ്ങ് ഓഫീസിൽ ചെന്നാൽ തൂങ്ങിനില്ക്കണം. തല ഉയർത്തിപ്പിടിച്ചോ ഊങ്ങ്ഹ്.

"അതിന്ന് വയറ്റിൽ വല്ലതും വേണ്ടേ?"

പഴയ പട്ടാളക്കാരൻ ചോദിച്ചു.

"നോക്കിൻ, ഈ ചെറുപ്പക്കാരനെ എന്തായാലും എടുക്കില്ല. അയാൾക്ക് സുഖക്കേടാണ്."

"ബാബുജി, ഞാനെവിടെപ്പോകാനാണ്?"

അവന്റെ കണ്ണിൽ നീർ കെട്ടി. തൊണ്ട ഇടറിക്കൊണ്ട് അവൻ പറഞ്ഞു.

"ഞാനിനി മടങ്ങില്ല. ഇതൊന്നു നോക്കിയേ."

കുപ്പായം അഴിച്ചുകൊണ്ട് അവൻ എന്റെ നേരെ പുറംതിരിച്ചു.

തലങ്ങും വിലങ്ങും കരുവാളിച്ചു കിടക്കുന്ന തടിച്ച പാടുകൾ!

"അവർ തച്ചതാണ്, ചാട്ടകൊണ്ട് തച്ചതാണ് ബാബുജി. ഇനി ഞാൻ പോയാൽ എന്നെ കൊന്നുകളയും."

തൊണ്ട അടച്ചതു കൊണ്ടാകാം അവൻ നിർത്തി.

"എന്തേ?"

"ബാബു, പൊറുക്കാൻ നിവൃത്തിയില്ല. ഞങ്ങളൊക്കെ കൃഷിക്കാരാണ്. ഭൂമി ജമിന്ദാരുടെ തന്നെ. വിള നശിച്ചുപോകുന്നു. ഞങ്ങൾക്കായിട്ട് എന്തെന്തു ദുരിതങ്ങളാണെന്നോ! വെള്ളപ്പൊക്കം, ഉണക്കം, വെട്ടുകിളി.. ജമിന്ദാർക്ക് പാട്ടം കിട്ടണം. ഞങ്ങൾക്ക് ഇനി ഒന്നും ബാക്കിയില്ല. ഒന്നും കിട്ടാതായപ്പോൾ അവർ തങ്ങളെ പിടിച്ചുകെട്ടി തല്ലുന്നു... ബാബൂ, ദുനിയ അവരുടേതാണ്."

എനിക്കൊന്നും മിണ്ടാൻ കഴിഞ്ഞില്ല. ഞാനോർത്തത് പട്ടാളത്തിൽ ചേരുംമുമ്പേ എനിക്കുണ്ടായിരുന്ന ഗതികേടിനെക്കുറിച്ചാണ്. എല്ലാവരും ദുരിതത്തിൽ കിടന്ന് ഞെരിയുന്നു...

"റിക്രൂട്ടിങ്ങ് ഓഫീസിൽ പോയി നോക്കൂ."

അവസാനം ഞാൻ അവരെ തിരിച്ചയക്കാൻ നോക്കി.

"നിങ്ങളെ എടുക്കുന്നു എന്നു വെയ്ക്കുക. വളരെ നല്ലത് നിങ്ങളെ എടുക്കട്ടെ. കുറെ കഷ്ടപ്പാടുണ്ടാകും. നിങ്ങൾക്കറിയാമല്ലോ. എന്നാലും റൈഫിളും ഗ്രനേഡും മറ്റും ഉപയോഗിക്കാൻ പഠിക്കാം."

"അതു നേരാണ്."

പൂമുഖത്തേക്കുള്ള വാതിൽ തുറന്നുകൊണ്ട് രാംദയാൽ ശർമ്മ പറഞ്ഞു. അദ്ദേഹം ആകെ വിറയ്ക്കുന്നുണ്ടായിരുന്നു. മുഖം ചുവന്നിട്ടുണ്ട്. കിതച്ചുകൊണ്ട് അദ്ദേഹം തുടർന്നു.'

"ഇവരെന്താ വന്നത്? പട്ടാളത്തിൽ ചേരാൻ: എന്തിനാ ചേരുന്നത്? കുടിച്ചുകിടക്കാൻ."

അദ്ദേഹം തന്നത്താൻ ചോദ്യം ചോദിക്കയും മറുപടി പറയുകയും ചെയ്തു. ഇടയ്ക്ക് കിതയ്ക്കുകയും നിർത്തുകയും ചെയ്തിരുന്നു: കഴുത്തിലെ ഞരമ്പുകൾ ശ്വാസം മുട്ടുന്നതുകൊണ്ട് വീർത്തുപിടിച്ചിരുന്നു.

"കുടിച്ചുകിടക്കാൻ പട്ടാളത്തിൽ ചേർന്നിട്ട് ഇവരെന്തു ചെയ്യുന്നു? അതേ, അതെനിക്കറിയാം. എന്റെ മകന്നറിയാം. അവൻ ഹോട്ടലിൽ എച്ചിൽ പെറുക്കുന്നു. ഞാൻ ആയുസ്സ് മുഴുവൻ ബൂട്ട് തുടയ്ക്കയായിരുന്നു. എന്നാലും ഞങ്ങൾ മണ്ടന്മാരാണോ? ഞങ്ങൾ മണ്ടന്മാരല്ല. എന്റെ മകനെന്താ പറയുന്നത്? അവൻ പറയുന്നു, കുടിച്ചുകിടക്കാൻ വേണ്ടി പട്ടാളത്തിൽ ചേരുന്ന ഇവർ കുടിച്ചു കിടക്കാനില്ലാത്തവരെ വെടിവെക്കുമെന്ന് ത്ഫൂ! പട്ടാളം, പട്ടാളത്തിൽ ചേരുന്നു..."

അദ്ദേഹം നെഞ്ചുഴിഞ്ഞുകൊണ്ടുനിന്ന് പറകയാണ്. ഞങ്ങളൊക്കെ തറച്ചുനിൽക്കുകയും.

"എന്താ മിണ്ടാത്ത്?"

വയസ്സൻ ചോദിച്ചു.

കാര്യമറിഞ്ഞവൻ വെടിവെക്കില്ല ലാലാ എന്നു പറയാൻ തോന്നി. ഞാനത് പറഞ്ഞില്ല. ഇപ്പോൾ അദ്ദേഹത്തോട് മിണ്ടിക്കൂടാ. ഞാനിനിയും ഇവിടെ കാവലിന്നു വരും. ■

പട്ടികളും മനുഷ്യരും തോക്കും

ഒന്നും രണ്ടും കഥാപാത്രങ്ങൾ മൃഗങ്ങളാണ്: പട്ടികൾ.

മൂന്നും നാലും മനുഷ്യരാണ്: കർണ്ണലും സുബേദാരും.

അഞ്ചാമത്തേതുകൂടിയുണ്ട്: തോക്ക്.

മനുഷ്യന് ആത്മാവുണ്ടത്രേ. മൃഗങ്ങൾക്കോ? മനുഷ്യനു വികാരങ്ങളുണ്ട്. പ്രേമം, ദയ, വിദ്വേഷം, വെറുപ്പ്... പട്ടിക്കോ? ഇനി ഇതിലെങ്ങാൻ ആത്മാവ് എന്ന അന്തഃസത്തയുടെ പ്രതിഭാസമുണ്ടോ എന്നാണ്.

അഞ്ചാമത്തെ കഥാപാത്രമായ തോക്കിന്റെ അന്തഃസത്ത സംഹാരത്തിനുള്ള ദുശ്ശക്തിയാണ്. തോക്കും ആത്മാവിനെ സംഹരിക്കുന്നു. അഭിപ്രായവ്യത്യാസം കാണും: ഇല്ല, ജഡത്തെ നശിപ്പിക്കുന്നു. ആയ്ക്കോട്ടെ, നമുക്കു നന്നെ എളുപ്പമുള്ള കാര്യത്തിലേക്കു കടക്കാം. തോക്ക് മനുഷ്യന്റെ

സൃഷ്ടിയാണ്. ഇവിടെ അഞ്ചാമത്തെ കഥാപാത്രമായ തോക്ക് സുബേദാർ റാണയുടേതാണ്.

കഥാപാത്രങ്ങളെ അവതരിപ്പിച്ചുവെന്നു വിശ്വസിക്കട്ടെ.

പശ്ചാത്തലം:

മനുഷ്യർ മാത്രമാണ്, ഒരു ആർട്ടിലറി റെജിമെന്റ്.

ബ്രേക്ക്ഫാസ്റ്റിന്റെ സമയമാണ്.

ഒഴിവുദിവസമായിരുന്നു.

ചിങ്ങം-കന്നിമാസക്കാലം.

റെജിമെന്റിൽ ധാരാളം തോക്കുകളുണ്ട്, നാനാതരം തോക്കുകളുണ്ട്. കൈത്തോക്കിൽനിന്നു തുടങ്ങാം. പിന്നെ റൈഫിൾ വരുന്നു; ഒപ്പം മെഷീൻ ഗണ്ണുകളുമുണ്ട്. അങ്ങനെ ഒരാൾ മാത്രമായാലും ഉപയോഗിക്കാവുന്ന ഇനങ്ങൾ അവസാനിക്കുമ്പോൾ പീരങ്കികൾ തുടങ്ങുന്നു. കൈക്കോട്ടുകൾ തൊട്ട് മെഷീൻഗൺവരെയുള്ള ഇനങ്ങൾ കോത്തിൽ ഭദ്രമായി ഒതുക്കിവെച്ചിരിക്കയാണ്. പീരങ്കികൾ മൈതാനത്തിൽ ഗാരേജിന്നകത്തും. ഇവയുടെ കൊച്ചുകൊച്ചു തോട്ടകളും കനത്ത ഷെല്ലുകളും അടപ്പുറപ്പും കാവലുമുള്ള ആർമ്മറിയിൽ അട്ടിയട്ടിയായി സൂക്ഷിപ്പുണ്ട്.

തോക്കുകളിൽ പഴക്കം ചെന്നവയുണ്ട്; പുതിയവയും. പുതിയവ എന്നാൽ തനി പുത്തൻ. ബാരലിൽനിന്നു ഗ്രീസ് തുടച്ചെടുത്തിട്ടുപോലുമില്ല. റെജിമെന്റിലേക്കു പുതുതായി വന്നു ചേരാനിരിക്കുന്ന പുത്തൻ പട്ടാളക്കാരനുവേണ്ടി അവ കാത്തുകിടക്കുന്നു.

പഴയ പട്ടാളക്കാരുണ്ട്; പുതിയവരും. പുതിയവരെന്നാൽ, ഈ ശത്രു എന്ന മഹാമാരണത്തെ ഉസ്താദിന്റെ ചുണ്ടുകളിൽമാത്രം കണ്ട പുതിയ റിക്രൂട്ടുകൾ. പഴയ പട്ടാളക്കാരെന്നാൽ- (വയ്യ, പടക്കളങ്ങളിൽ കൈത്തോക്കും റൈഫിളും മെഷീൻഗണ്ണും പീരങ്കിയും ധാരാളമുപയോഗിച്ച ഇവരെക്കുറിച്ചു പറയാൻ തുടങ്ങിയാൽ!) വയ്യ.

മറക്കാൻവയ്യാത്ത ഒന്നിനെക്കുറിച്ചുമാത്രം പറയാം. റെജിമെന്റിലെ തോട്ടി മുതൽ കർണ്ണൻ ബേദി വരെ ഇതേക്കുറിച്ചു പറയും. നിങ്ങളെങ്ങാൻ ഈ റെജിമെന്റിൽ ഉണ്ടായിരുന്ന ആളാണെങ്കിൽ വായിച്ചിട്ടുണ്ടാകാം. കാന്റീനിൽ, റീഡിങ്റൂമിൽ കിടക്കുന്ന ബാരക്കിന്റെ ചുമരിൽ ഇതിന്റെ വിവരണം ഇംഗ്ലീഷിലും ഹിന്ദിയിലും ടൈപ്പുചെയ്ത് - തെറ്റി! സൈക്ലോസ്റ്റൈൽ ചെയ്ത് - തൂക്കിയിട്ടുണ്ട്.

റെജിമെന്റിന്റെ ചരിത്രത്തിൽ, മഹത്തായ ഒരു സുദിനത്തെക്കുറിച്ചാണ്. റെജിമെന്റുകളുടെ മഹത്തായ സുദിനമെന്നാൽ, മനസ്സിലായില്ലായിരിക്കാം. സുഹൃത്തേ, അന്നേദിവസം അവർ മരിച്ചുപോയി; ഇല്ലെങ്കിൽ, പിരിഞ്ഞുപോയി. എന്നാലും റെജിമെന്റ് നിലനില്ക്കുന്നു. കൂട്ടത്തോടെ ചത്തുവീഴുകയായിരുന്നു. എന്നിട്ടും അവർ ധീരമായി പൊരുതി. ശത്രുക്കളുടെ കൂട്ടക്കൊല നടത്തി അത്ഭുതാവഹമെന്നോണം വിജയശ്രീലാളിതരായി മുന്നേറി. വേണ്ട, പിൻവാങ്ങി. അവരുടെ അദമ്യമായ ഇച്ഛാ

ശക്തിയും സാഹസവുമാണ് ഇന്നയിന്ന ബ്രിഗേഡുകളെ ഉന്മൂലനാശത്തിൽ നിന്നു രക്ഷിച്ചത്. ഇന്നയിന്ന മുന്നണിയിലേക്കുള്ള ശത്രുക്കളുടെ പ്രവാഹം തടുത്തുനിർത്തിയത്. (ഒരു മഹായുദ്ധത്തിന്റെ വിധി നിശ്ചയിക്കപ്പെട്ടത് അന്നാണ്. ഈ ആർട്ടിലറി റെജിമെന്റാണ് ആ മഹത്തായ സുദിനം പുലർത്തിയത്.) അന്നു മരിച്ചുവീണവരുടെ ഓർമ്മയ്ക്ക് - കൊന്നവരുടേയും മരിച്ചവരുടേയും (ശത്രുക്കളടക്കമാവാം) ഓർമ്മയ്ക്ക് - ഈ മഹത്തായ സുദിനം ഒഴിവുദിവസമാണ്.

പുതുതായി വന്ന ആൾ ഈ മഹത്തായ സുദിനത്തെക്കുറിച്ചു കേൾക്കുന്നു; വായിക്കുന്നു. തനിക്കായി കിട്ടിയ തോക്കിന്റെ ബാരലിൽനിന്നു ഗ്രീസ് തുടച്ചെടുക്കുമ്പോൾ അതേപ്പറ്റി ഓർക്കുന്നു. പുളകം കൊള്ളുന്നു.

പഴയ ആൾക്കാർക്ക് അതേപ്പറ്റി ഓർക്കുമ്പോൾ തടി വിറയ്ക്കുന്നു, മനം പുരട്ടുന്നു.

താൻകൂടെ പങ്കെടുത്ത ഒരു യുദ്ധത്തെക്കുറിച്ചോർക്കുമ്പോൾ പുളകം കൊള്ളുന്നത് - (അങ്ങനെയാകാം അറിയാത്തവരുടെ ധാരണ) അതില്ലാത്തതാണ്.

സുബേദാർ റാണ പറയുന്നത് മനംപിരട്ടുന്നു എന്നാണ്. അദ്ദേഹം നിലത്തമ്പിക്കിടന്ന് ഇഴയുകയായിരുന്നു. മുതുകിൽ കർണർ ബേദിയുണ്ട്. (അന്ന് കർണ്ണലല്ല; ലഫ്റ്റനന്റാണ്) അദ്ദേഹത്തിനു പരിക്കേറ്റിരുന്നു. വലത്തെ ഫ്ളാങ്കിലെ പീരങ്കി ആൾക്കാരോടൊപ്പം ചിതറിത്തെറിച്ചിരുന്നു. റാണ മാത്രം രക്ഷപ്പെട്ടു. (അന്നു സുബേദാരല്ല. നായക്കാണ്). മെഷീൻഗൺ എടുത്തിട്ടാണ് ഓടിയത്. ഇടയ്ക്കു ബേദി കിടന്നിഴയുകയാണ്. അവനവനെ മറന്ന നേരത്ത് മരിക്കാൻ സൗകര്യപ്പെടാത്ത ഈ ലഫ്റ്റനന്റ് തന്നെ മിനക്കെടുത്തുകയല്ലേ? പക്ഷേ, ഓടാൻ വയ്യ. എമ്പാടും ഷെല്ലുകൾ വീഴുന്നു. അപ്പോൾ, ഇഴയാൻ വയ്യാത്ത ബേദിസാഹേബിനെ പുറത്തു കിടത്തിക്കൊണ്ട് റാണ ഇഴഞ്ഞു. കണ്ണു കണ്ടുകൂടാ. മണ്ണും പൊടിയും പുകയും മാത്രമാണുള്ളത്. ഒന്നും കേൾക്കാൻ വയ്യ. നിലവിളി, ഞെരക്കം, അട്ടഹാസം, പൊട്ടിത്തെറികൾ - കേൾക്കാൻ കഴിയുക എന്ന ഒന്നില്ല. താൻ നീങ്ങുന്നുണ്ടായിരുന്നു. ശവങ്ങൾക്കു മീതെ (പലതും ചത്തു തീർന്നിരുന്നില്ല) പിടിച്ചുകയറി ഇഴഞ്ഞു സങ്കേതത്തിലെത്തി. കാത്തുകിടന്നു. കാറ്റു വന്നു. കാറ്റിനൊപ്പം നാറ്റവും.

ശവങ്ങൾ കിടന്നഴുകുകയാണ്. യുദ്ധത്തിന്റെ അനിശ്ചിതമായ വിജയാപജയമൂർച്ഛയിൽ അവരവരുടെ ചത്ത ആൾക്കാരെ മറവുചെയ്യാനോ ദഹിപ്പിക്കാനോ കഴിഞ്ഞില്ല.

മഹത്തായ സുദിനത്തെക്കുറിച്ചു നോട്ടീസ് ബോർഡിലുള്ള വിവരണം വായിക്കുമ്പോൾ പുതിയവർ പുളകംകൊണ്ടേക്കാം. പഴയ കൂട്ടർക്കു (സുബേദാർ റാണയ്ക്കും) മനം പിരട്ടും.

സുബേദാരുടെ തോക്കു നാടനാണ്. കൂടെത്തന്നെ കൊണ്ടുനടക്കുന്നു. ഒന്നിനെക്കൊല്ലാതെ ഉറക്കംവരില്ല എന്നാണ് ആൾക്കാർ പറയുക. ഒഴിവു നേരത്തൊക്കെ സുബേദാരെ റെജിമെന്റിൽ കാണാം! (തോക്ക് തോളിൽ

ത്തന്നെയുണ്ട്) അദ്ദേഹം എല്ലായിടത്തും ചുറ്റിനടക്കുന്നു. എല്ലാവരും അദ്ദേഹത്തെ കാണില്ല. അവനവന്റെ തീരാത്ത പ്രാരബ്ധങ്ങളുമായി കെട്ടിമറിയുകയാണ്. അപ്പോൾ ഒരു വെടി, ഒരു നിലവിളി.

പട്ടിയാണ്.

“ഏയ്, ജവാൻ!”

അങ്ങകലെ മിഴിച്ചുനില്ക്കുന്ന പട്ടാളക്കാരനോടാണ്.

“അതിനെ വലിച്ചുകൊണ്ടു പോ!”

പട്ടിയുടെ പിൻകാലുകൾ കൂട്ടിപ്പിടിക്കുമ്പോൾ അവന്റെ ഞരമ്പുകൾ പിടയ്ക്കുന്നുണ്ടാവും. അല്ല, പട്ടിയുടെ ഞരമ്പുകളാണ്. അവന്റെ നെഞ്ച് ഇടവെട്ടുകയാണ്. അല്ല, കട്ടച്ചോര തുടിക്കുന്ന പട്ടിയുടെ കൂട്ടെല്ലാണ്...

സുബേദാർ പുച്ഛരസത്തോടെ തന്നെ നോക്കുന്നുണ്ട്. അല്ല; വെറുങ്ങലിക്കാൻ തുടങ്ങുന്ന പട്ടിയെയാണ്.

റെജിമെന്റിൽ ധാരാളം പട്ടികളുണ്ട്. പട്ടി മനുഷ്യന്റെ ചങ്ങാതിയാണ്.

തോക്കു സൃഷ്ടിക്കുന്നതിനുമുമ്പ്, മനുഷ്യർ പട്ടിയോടു വേഴ്ചപുലർത്തിപ്പോന്നതാണ്.

റെജിമെന്റിൽ ധാരാളം എച്ചിൽ വീഴും. പട്ടികൾ വളരെ വന്നുകൂടും. ആരെ കണ്ടാലും വാലാട്ടും. ചിറി നുണയും. ഞൊടിച്ചാൽ ഓടിവരും. കൂടെ നടക്കും. ഒറ്റയ്ക്കു പാറാവുനില്ക്കുമ്പോൾ, രാവിൽ, ഒപ്പമുണ്ടാകും.

തണുപ്പുകാലത്ത് പട്ടി കട്ടിലിന്നു കീഴിൽ കിടന്നുറങ്ങും. റെജിമെന്റുറങ്ങുന്നതു വാതിലുകളെല്ലാം അടച്ചു കുറ്റിയിട്ടിട്ടാണ്. വാതില്ക്കൽ മുട്ടു കേൾക്കാം. ഞരക്കവും മൂളക്കവും തുടങ്ങുന്നു. മൂന്നു കമ്പിളികൾക്കിടയിൽ ചൂടുപിടിച്ചു കിടക്കുന്ന നിങ്ങളുടെ ആത്മാവ് ഞെട്ടിത്തെറിക്കും. എണീക്കും. വാതിൽ തുറക്കും. കാലിൽ തൊട്ടുരുമ്മിക്കൊണ്ട് പട്ടി കട്ടിലിന്നു കീഴിലേക്കു നൂണുകടക്കുന്നു.

വെയിൽക്കാലം വന്നു. ചൂട്, എരിച്ചിൽ, പുകച്ചിൽ, വിയർപ്പ്, ദാഹം. പൈപ്പിൽ വെള്ളമില്ല. തുറക്കാൻ സമയമായില്ല. കുടങ്ങളിൽ തണുത്ത വെള്ളമുണ്ട്. കുടിക്കാൻ പാത്രമില്ല. എടുക്കാൻ പാട്ടയുണ്ട്. ഉള്ളംകൈയിലേക്കൊഴിച്ചു കുടിക്കുന്നു. ഇറ്റുവീഴുന്നു. പട്ടിയുണ്ട്, കാൽക്കൽ വെള്ളം നക്കിയെടുക്കുന്നു. ദാഹം തീർന്നിട്ടും വെള്ളം ഒഴിച്ചുകൊണ്ടു നില്ക്കുന്നു.

വെയിൽ കുറയാൻ തുടങ്ങുന്നു. അസഹ്യമായ ചൂടില്ല. തണുപ്പില്ല. ചിങ്ങം - കന്നി പിറന്നു. പട്ടികളുടെ രക്തത്തിനു ചൂടും മാംസപേശികൾക്കു മുറുക്കവും ഹൃദയത്തിന്...

പട്ടികളുടെ ഹൃദയമെന്ന്!

സൃഷ്ടിയുടെ അദമ്യമായ സഹജസ്വഭാവം വെറും ഹൃദയവ്യാപാരമാണോ?

സൃഷ്ടിയുടെ അനവദ്യവും അപ്രതിഹതവുമായ പ്രവർത്തനം നടന്നുകൊണ്ടിരുന്നു.

ഒഴിവുദിവസമാണ്. റെജിമെന്റിന്റെ ചരിത്രത്തിലെ മഹത്തായ സുദിനം പുലർന്നതേയുള്ളൂ.

പഴയകൂട്ടർ, അന്നത്തെ കാര്യങ്ങളൊക്കെ മറക്കാൻ ശ്രമിക്കയാവും. പുതിയവർ, എന്തൊക്കെയാണുണ്ടായതെന്നു കേൾക്കുകയും.

ചത്തുതീരാത്ത ശവങ്ങൾക്കുമീതെ പിടിച്ചുകയറി ഇഴഞ്ഞുകൊണ്ടിരുന്ന റാണയും മുതുകിൽ അമർന്നുകിടന്നിരുന്ന ബേദിയും ആ ദിവസത്തിന്റെ ലാഭനഷ്ടങ്ങളുടെ കണക്കു കൂട്ടിയിരിക്കാം.

....ഒരു വേള അതിനേക്കാൾ മഹത്തരമായ എന്തെങ്കിലും കാര്യങ്ങളുണ്ടായാലോ!

ഒരു പെൺപട്ടിയുടെ കാര്യമാണ്.

കർണൽ ബേദിയുടെ അരുമയായ പെൺപട്ടി സുന്ദരിയായിരുന്നു. കൂറ്റനും വിരൂപനുമായ ആൺപട്ടിക്ക് ഉടമസ്ഥനില്ല. എന്നും ചങ്ങല പൊട്ടിക്കുകയും കണ്ടവരെ കടിച്ചുപൊളിക്കുകയും ചെയ്യുന്നതുകൊണ്ടു സഹികെട്ട യജമാനൻ അവനെ ആട്ടിയോടിച്ചു. അവൻ കർണൽബേദിയുടെ സുന്ദരിയായ പെൺപട്ടിയോട് വേഴ്ചയിലായിരുന്നു. അവൾ പെറ്റപ്പോഴാണ് ബേദി ഇതറിയുന്നത്. അവളുടെ മക്കൾക്ക് പരന്ന മോന്തയും എരുമയുടേതെന്നപോലെ തെറിച്ച മൂക്കും തുറിച്ച ഉണ്ടക്കണ്ണുകളും കണ്ണുകളുടെ ചുറ്റും കട്ടിയുള്ള കറുപ്പും - അവർ ആ തെണ്ടിയായ ധിക്കാരിയുടെതന്നെ സന്തതികളാണ്. ആ തെമ്മാടിയെ അപ്പോൾത്തന്നെ കൊന്നുകളയാൻ തോന്നി. കൈത്തോക്ക് ഒരുക്കിവെച്ചു. കാത്തു. അവൻ ഉയർത്തിപ്പിടിച്ച തലയോടെ അപ്പോഴും വന്നു. കുഞ്ഞുങ്ങളെ മണത്തുനോക്കി. അമ്മ കാവൽനിന്നു. കർണൽ കൈത്തോക്കോടെ അടുത്തുവന്നപ്പോഴേക്ക് അവൾ മൂളക്കമിട്ട് അദ്ദേഹത്തിന്റെ കാൽച്ചോട്ടിലേക്ക് ഊളിയിട്ടു ചെന്നു. കൂറ്റനും വിരൂപനുമായ ആൺപട്ടി കുരച്ചു ചാടുകയും ഓടിക്കളയുകയും ചെയ്തു. പാഴായിപ്പോകുന്ന ഓരോ സന്ദർഭത്തിലും അവനെ കൊന്നേ അടങ്ങൂ എന്ന തീരുമാനത്തിനു മൂർച്ചയേറി.

ഇത്രയൊന്നും സുബേദാർക്കറിഞ്ഞുകൂടാ. താൻ ചാരുകസാലയിൽ അലസനായി കിടക്കുകയായിരുന്നു. ഇന്നേക്കു പതിനേഴു കൊല്ലമായി...

റെജിമെന്റ് ലിബിയൻ മരുഭൂമികളിൽ എവിടെയോ ആയിരുന്നു.

കർണൽ ബേദിയുടെ ഓർഡർലി വന്നു. വേഗം വരണം; തോക്കും വേണം.

കർണൽ...

ഇന്നു കർണലാണ്! അല്ല, ഇന്നു ജീവിക്കുന്നു.

ബേദിയെ മുതുകിലേറ്റിക്കൊണ്ടു താൻ ഇഴഞ്ഞുനീങ്ങി. മണലിനു ചൂടും ശവങ്ങളിൽ രക്തവും ഉണ്ടായിരുന്നു. ചത്തു തീരാത്ത ശവങ്ങളിൽ പിടിച്ചുകയറി താൻ ഇഴഞ്ഞു നീങ്ങിയപ്പോൾ, ബേദി മുതുകിൽ അമർന്നു കിടന്നു. അദ്ദേഹത്തിന്റെ ശരീരം വെന്തിരുന്നു. വലത്തേ കൈ ഒടിഞ്ഞു തൂങ്ങിയിരുന്നു.

എന്തിന്നു വിളിക്കുന്നു?

അദ്ദേഹം പൂമുഖത്തുതന്നെയുണ്ട്. കസാലയിൽ അമർന്നിരിപ്പാണ്. മേശപ്പുറത്തു വർണശബളമായ പാനീയപാത്രങ്ങളുണ്ട്.

ആഹ്ലാദിക്കുകയാണ് (ഓർക്കുകയുമാവാം).

ഓ, സുബേദാർ സാബ്, വന്നോ? തക്ക സമയത്താണ്. അതാ അവിടെ...

ഇതിലേ സാഹേബ്.

ഓർഡർലിയാണ്.

അതാ കണ്ടോ അവനെ! ധിക്കാരി!

കർണലാണ്.

സുബേദാർ ഒന്നു നോക്കി.

തിരിച്ചുപോകണമെന്നുണ്ട്. ഇപ്പോൾ എങ്ങനെ കൊല്ലും?

ഹറി അപ്!

കർണലിന്റെ ഉൽക്കണ്ഠ.

ഇപ്പോൾ വേണോ?

സുബേദാർ ഒഴിയുകയാണ്.

ഷൂട്ട്!

അതു കല്പനയാണ്. തോക്കു ചൂണ്ടി.

ഒരു പൊട്ടൽ, ഒരു നിലവിളി.

കൂറ്റനും വിരൂപനുമായ ആൺപട്ടി തലകീഴായി വീണു കിടക്കുന്നു. സുന്ദരിയായ പെൺപട്ടി എതിരേ നിന്നു വലിച്ചിഴയ്ക്കുന്നു. ആൺപട്ടിയുടെ ഒടിഞ്ഞ കഴുത്ത് ചൂടുള്ള രക്തംകൊണ്ട് ശപ്തമായ ആത്മാവിന്റെ ചിത്രം കറുത്ത ടാറിൽ വരയ്ക്കുന്നു.

ഒന്നും സംഭവിക്കാത്ത മട്ടിൽ സുബേദാർ റാണ തോക്കിൽ രണ്ടാമത്തെ തോട്ട നിറയ്ക്കുകയാണ്.

"പോരേ?"

കർണൽ ചോദിച്ചു.

"കേട്ടുകാണില്ല. തോക്കു ചൂണ്ടുകയാണ്."

അവളെ!

കർണൽ ഞെട്ടിത്തെറിച്ചു.

കേട്ടുകാണില്ല. തോക്കുയർത്തുകയാണ്.

എന്താ ഈയാൾക്ക്?

കർണൽ അദ്ഭുതപ്പെടുന്നു.

ഒരു പൊട്ടൽ.

സുബേദാർ ഒന്നു തളർന്നാടി. കർണൽ തൂണിൽ കെട്ടിപ്പിടിച്ചു.

തോക്കോടുകൂടെ, തളർന്നുതളർന്ന്, ഒടിഞ്ഞൊടിഞ്ഞു സുബേദാർ റാണ ടാറിട്ട റോഡിൽ വീണു. തലയോട്ടിലൂടെ രക്തം തള്ളിയൊഴുകി.

രണ്ടാമത്തെ വെടി അണ്ണാക്കിലൂടെയായിരുന്നു. ■

സന്ദേശം

സഖാക്കളെ,

നിങ്ങളുടെ ആത്മാർത്ഥതയുടെ മുമ്പിൽ എന്റെ തൊഴുകൈ. നമ്മുടെ സംഘടന വളരുന്നതു കാണുക - അതിലേറെ എനിക്കൊന്നുമാവശ്യമില്ല.

വാർഷികയോഗത്തിൽ പങ്കെടുക്കാൻ കഴിയാത്തതിൽ വ്യസനമുണ്ട്... ആശുപത്രിയിൽനിന്നു മിനിഞ്ഞാന്നാണു വന്നത്. നടക്കാൻ വയ്യ. ബസ്സിനു പണവുമില്ല. ഈ കടലാസും മഷിയും എന്റേതല്ല... ഈ സമയവും. ഏകദേശം അമ്പതിനായിരം ആളുകളുണ്ട് ഈ പട്ടണത്തിൽ. പട്ടണത്തിന്റെ മധ്യത്തിൽ വലിയ മതിൽക്കെട്ടും, നാലു ഗോപുരങ്ങളുമുള്ള ഒരമ്പലം. അമ്പലത്തിന്റെ ചുറ്റും മാവും പ്ലാവും പൂമരങ്ങളും നട്ടുവളർത്തുന്ന വലിയ മൈതാനം; മൈതാനത്തിനു ചുറ്റും റോഡ്! ആ റോഡിൽനിന്നു തുടങ്ങുന്ന തെരുവുകൾ നാനാഭാഗത്തും.

വിദ്യാലയങ്ങൾ, സിനിമാശാലകൾ, ആശുപത്രികൾ, ടൗൺഹാൾ, കാഴ്ചബംഗ്ലാവ്-ഇവയെല്ലാം ഇവിടെയുണ്ട്. വൃത്തിയും വെടിപ്പുമുള്ള പട്ടണം.

ഹോട്ടലുകളും ചായക്കടകളും ധാരാളം. മിക്ക പീടികകളുടെ മുമ്പിലുമുണ്ട് ഈരണ്ട് ത്രിവർണ്ണപതാകകൾ! ഹോട്ടലുകളിലും ബാർബർ ഷാപ്പുകളിലും പ്രത്യേകിച്ചും. രണ്ടു ശമ്പളക്കാരെ വെച്ചിട്ടുണ്ടോ, ആ പീടികയിൽ രണ്ടു ത്രിവർണപതാകകളുണ്ട്. സൈക്കിളുകളിൽ കൊച്ചുകൊടികൾ. കാറിനു കുറച്ചുകൂടെ വലുത്. ബസ്സിന് അതിലും വലുത്. അങ്ങനെയാണ്. അനവധി ആഫീസുകൾക്കു മുമ്പിലും ദേശീയപതാകയുണ്ട്. ചെങ്കൊടി ഒന്ന് - കമ്മ്യൂണിസ്റ്റ് പാർട്ടി ഓഫീസിൽ മാത്രം.

വൈകുന്നേരമായാൽ ആളുകൾ അമ്പലത്തെ ചുറ്റുന്ന മൈതാനത്തിൽ വന്നുചേരുന്നു. ബാറ്റ്മിന്റൻ, ഫുട്ബോൾ, റിങ്ങ്സ് - എല്ലാ കളികളുമുണ്ട്. ശീട്ടുകളി സംഘങ്ങളും.

പബ്ലിക് റേഡിയോ കേൾക്കാം. പീടികകളിലുമുണ്ട് റേഡിയോസെറ്റുകൾ. രണ്ടു തീയേറ്ററിലും ലൗഡ്സ്പീക്കറുണ്ട്. മൈതാനത്തിന്റെ ഏതുഭാഗത്തിരുന്നാലും പാട്ടു കേൾക്കാം. എന്നുമുണ്ട് പ്രസംഗങ്ങൾ - അധികവും ശകാരമാണ്. അതു കേൾക്കാനോ ആളുകൾ വളരെ.

പെൺകുട്ടികൾക്കു നമ്മുടെ നാട്ടിലേക്കാൾ സ്വാതന്ത്ര്യമുണ്ട്. ആൺകുട്ടികൾ നമ്മളേക്കാൾ മര്യാദകെട്ടവരാണ്. പെൺകുട്ടികളെ ചുറ്റിപ്പറ്റി മൂക്കുചീറ്റി, ഏറുകണ്ണിട്ട് അവരങ്ങനെ നടക്കും... ഇവിടെ ഇടയ്ക്കിടെ താമസമാക്കാറുള്ള ഒരു മഹാകവി ഗേൾസ് സ്കൂളുകളുടെ പടിക്കൽ തപസ്സിനു നില്ക്കാറുണ്ടത്രേ. അനശ്വര, അലൗകിക സ്വർഗ്ഗീയ - ആനന്ദം നുകരുകയാണുപോലും അദ്ദേഹം... ആ സംസ്കാരം ഇവിടത്തെ ആൺകുട്ടികളിലുമുണ്ട്.

എല്ലാ പട്ടണത്തിലും ഉള്ളതുപോലെ ഇവിടേയും കുപ്രസിദ്ധമായൊരു തേവിടിത്തെരുവുണ്ട്. പക്ഷേ, വ്യഭിചാരം ആ വീഥിയിൽ മാത്രമല്ല ഉള്ളത്.

അമ്പലങ്ങളും അമ്പലക്കുളങ്ങളും ചിറകളുമുണ്ട്... സവർണർക്കു മാത്രം.

ഞാൻ ജോലിചെയ്യുന്നത് അമ്പലത്തിന്റെ തെക്കുഭാഗത്ത് മൈതാനത്തിലേക്കു മുഖമുള്ള കെട്ടിടത്തിലാണ്. എന്റെ ഇരിപ്പ് വാതിലിനടുത്ത്. ബസ്സും കാറും ലോറിയും പരത്തുന്ന പൊടി തിന്നു തോല്ക്കണം. അതും പോരാ.

"ഒരു കാശ്."

പിച്ചക്കാരാണ്. കൈയില്ലാത്തവർ, കാലില്ലാതെ ഇരുന്നു നിരങ്ങുന്നവർ, കുരുടന്മാർ, അംഗഹീനന്മാരാണധികവും. കാവടിയും ശൂലവും കാവിവസ്ത്രവുമായി സ്വർഗ്ഗയാത്രയ്ക്കു വണ്ടിക്കൂലി ചോദിക്കുന്നവരുമുണ്ട്. മഹാരോഗം പിടിച്ചു വീർത്തുകെട്ടി പൊട്ടിപ്പൊളിഞ്ഞു മനുഷ്യനാണെന്നു വിശ്വസിക്കുവാൻപോലും വയ്യാത്തത്ര വികൃതങ്ങളായ രൂപങ്ങൾ.

പിച്ച കൊടുക്കുന്നതിനെക്കുറിച്ചു പുരോഗമനവാദികളായ ചില സ്നേഹിതന്മാർ പറയുകയുണ്ടായി, വ്യക്തികളെ സഹായിച്ചിട്ടു മെച്ചമില്ല. സമുദായത്തെ സംഘടിപ്പിച്ചു വിപ്ലവം നടത്തുക എന്ന്.

വിപ്ലവം നടത്തുക?... വിപ്ലവം നടന്നുകൊണ്ടിരിക്കുകയാണല്ലോ!

അഥവാ, അവർ പറയുന്ന ആ വിപ്ലവം നടത്തുന്നതുവരെ മറ്റവരങ്ങനെത്തന്നെ നരകിച്ചു ചാവണമെന്നോ!

അറയ്ക്കും! നേതാക്കന്മാർക്കും പ്രവർത്തന്മാർക്കും മനംമറിയും, അവർ ഛർദ്ദിക്കും. സുഖകരമായിരുന്നു ചായ കുടിക്കുമ്പോൾ ഈ വിണ്ടു പൊളിഞ്ഞ സ്വരൂപങ്ങളിൽനിന്നു തീപ്പറക്കുന്ന രണ്ടു കണ്ണുകളാൽ എതിരേൽക്കപ്പെടുമ്പോൾ അവർക്കു മനംമറിയും...

എന്നുവെച്ചിട്ടോ? മറ്റാരുമതു കണ്ടുകൂടെന്നോ? അവരേയും സ്നേഹിച്ചുകൂടെന്നോ? തന്റെ കൈയിലുള്ളത് അവർക്കു കൊടുത്തു പട്ടിണി കിടന്നാൽ?

ഇതു ഭ്രാന്തൊന്നുമല്ല. ഭ്രാന്തന്മാർ ഇവിടെ ധാരാളമുണ്ട്. യുവാക്കന്മാരും യുവതികളും വൃദ്ധന്മാരും വൃദ്ധകളും പിച്ചുംപേയും വിളിച്ചുപറഞ്ഞു നടക്കുന്നു. അവരുടെ പിന്നാലെ കുറെ പെറുക്കികളും. അവരിൽ മുതിർന്ന സ്കൂൾകുട്ടികൾവരെയുണ്ടാകും.

എന്റെ കസാലമേലിരുന്നാൽ നുകംവെച്ച പോത്തുകളെപ്പോലെ തടവുകാരെ കൊണ്ടുപോകുന്നതു കാണാം. കുന്തത്തോക്കു ചുമന്നു പോലീസുകാർ അവരെ ഇരട്ടയ്ക്കു പൂട്ടിത്തെളിക്കുന്നു.

അവർ ചെയ്തിരിക്കാവുന്ന കുറ്റങ്ങളെക്കുറിച്ചു ഞാൻ നിങ്ങളോടു പറയാറുള്ളതാണല്ലോ? നിയമം. നിയമം എന്നൊന്നു പുസ്തകത്തിലുണ്ടെന്നു വിചാരിച്ചു, അതിന്റെ അധിപന്മാരെന്നു പറയുന്നവർ നായാട്ടു നടത്തുന്നു. ഒരു ദിവസം രാത്രി പത്തുമണി കഴിഞ്ഞിരുന്നു. ആൾക്കൂട്ടമൊഴിഞ്ഞിട്ടുണ്ട്. ഞാൻ പുറത്തിറങ്ങി നടക്കുകയായിരുന്നു. ഒരു മനുഷ്യൻ വേച്ചുവേച്ചു നടക്കുന്നതു കാണായി. അയാൾ വീഴുമെന്നു തോന്നി. അല്ല, വീണു! നടപ്പാതയിൽ കമഴ്ന്നടിച്ചുവീണു. ഞാൻ ഓടിച്ചെന്നു.

ഒരു കാറു വരുന്നു. എന്നും അതിലേ ആ നേരത്തു പോകാറുള്ള ഒന്ന്. കാറ് ഞങ്ങളുടെ മുമ്പിൽ നിന്നു.

പോലീസ് ഇൻസ്പെക്ടർ എന്താണുണ്ടായതെന്നു ചോദിച്ചു. അദ്ദേഹം അയാളുടെ നാഡി പിടിച്ചുനോക്കി. ശ്വാസമുണ്ടോ എന്നറിയാൻ മൂക്കിന്മേൽ വിരൽവെച്ചു. ഇല്ല.

ഇൻസ്പെക്ടർ ഡോക്ടറെ വിളിച്ചുകൊണ്ടുവന്നു. സ്റ്റെതസ്കോപ്പു കൊണ്ട് അയാളെ പരിശോധിച്ചു... ഡോക്ടർ പറഞ്ഞു: ഏഴു ദിവസമായി ഇയാൾ പച്ചവെള്ളമേ കുടിച്ചിട്ടുള്ളുവെന്ന്.

ചെറുപ്പമാണയാൾക്ക്. നമ്മുടെ പ്രായം. ഇരുപത് ഇരുപത്തിരണ്ട്. അയാളുടെ മുഖത്ത് വെള്ളം തളിച്ചു. കണ്ണുകൾ തുറന്നു.

ചായ കൊണ്ടുവന്നു. അയാളെ താങ്ങിയിരുത്തി. ഒന്ന് രണ്ട് മൂന്ന്... ആ ഇരുപ്പിലിരുന്ന് അയാൾ ആറു ഗ്ലാസ് ചായ കുടിച്ചു.

അയാളുടെ നാവ് പേർന്നു. ഒരാഴ്ചമുമ്പ് ജോലിയന്വേഷിച്ചു പട്ടണത്തിൽ വന്നു. കുറച്ചു പണമുണ്ടായിരുന്നു. അതു പോലീസുകാരൻ തട്ടിയെടുത്തു. ഇരക്കാൻ വിഷമം. വീട്ടിലേക്കെങ്ങനെ മടങ്ങും? അവിടെ ചെന്നാൽ പിന്നേയും...

ഇൻസ്പെക്ടർ അയാളെ കാറിൽ കയറ്റിക്കൊണ്ടുപോയി.

പീടികക്കോലായിൽ കിടന്നുറങ്ങുന്ന നൂറ്റമ്പതോളം പിള്ളരെ ഞാനെണ്ണിയിട്ടുണ്ട്. റെയിൽവേ സ്റ്റേഷന്റെ പരിസരത്തിലും മാർക്കറ്റിലും പോയി നോക്കാൻ കഴിഞ്ഞിട്ടുമില്ല. ഇത്രയും കണ്ടതു പട്ടണത്തിന്റെ പ്രധാന വീഥികളിലാണ്. അവർ കോൺക്രീറ്റിട്ട ചവിട്ടുപടികളിലും മുറ്റത്തും നാറിയ ഉടുമുണ്ട് വിരിച്ചും വിരിക്കാതെയും കിടന്നുറങ്ങുന്നു. ആറും ഏഴും എണ്ണം ഒരുമിച്ച് കട്ടകൂടി, വാരിയോടു വാരി ചേർന്നു, പുറത്തോടു പുറമുരുമ്മിയും.

വെട്ടുവഴിയിൽ ദേവസ്വം വക പൈക്കളും കിടക്കുന്നുണ്ട്. പെറുക്കിപ്പട്ടികളും, മൂന്നു സ്ത്രീകളുമുണ്ട്. രണ്ടുപേർക്കും ഓരോ സന്താനവും. ഒരുത്തി അമ്മയായിട്ടില്ല. വെടിപ്പുള്ള വേഷം, ആദ്യത്തെ ദിവസം കണ്ടപ്പോൾ ഉറങ്ങുകയാണെന്നൂഹിച്ചു. ഞാൻ അടുത്തുചെന്നു. കാൽപ്പെരുമാറ്റം കേട്ടിട്ടായിരിക്കണം. അവൾ കണ്ണുതുറന്നു ഏറുകണ്ണിട്ടു നോക്കി... എനിക്കു ഭയം തോന്നി. കുറച്ചകലെ ഒരു പോലീസുകാരൻ നില്ക്കുന്നുണ്ട്. അയാൾ എന്നെത്തന്നെ നോക്കുന്നു. ഞാൻ തിരിഞ്ഞുനടന്നു. അവൾ അപ്പോഴും എന്നെ മറിച്ചുനോക്കുന്നുണ്ടായിരുന്നു.

ഒരു ഭ്രാന്തൻ കൂടിക്കിടക്കുന്ന ചപ്പുംചവറും തപ്പി എന്തൊക്കെയോ പെറുക്കിയെടുക്കുന്നു. ഒരു ഭ്രാന്തസ്ത്രീ, ചാണകം കൈയിലെടുത്തു നടക്കുന്നു. കിടക്കാൻ പോകയാണെന്നു തോന്നി.

ബസ്സ്റ്റാന്റിലും ചെറുക്കന്മാർ കിടന്നുറങ്ങുന്നു. ബസ് വന്നുനില്ക്കുന്ന തളത്തിൽ കരിക്കട്ടകൾക്കു മീതെ അവർ വളഞ്ഞു കിടക്കുകയാണ്. അവിടെ മൂന്നു പിള്ളേർക്ക് ഒരു പായുണ്ട്. ആദ്യത്തെ ദിവസം ഞാനദ്ഭുതപ്പെട്ടു. പിന്നെ എന്നും അവർ പായിൽ കിടന്നുറങ്ങുന്നതു കണ്ടപ്പോൾ, സമുദായ

ജീവിതത്തിലെ സൗകര്യങ്ങളിലൊന്നിലേക്ക്, പായിൽ കിടന്നുറങ്ങുന്ന പതിവിലേക്ക് ഉയർത്തപ്പെട്ട ഇരപ്പാളികളാണവരെന്ന് എനിക്കു ബോധ്യമായി.

ഒരു ദിവസം ലോഡ്ജിൽ ചെന്നപ്പോഴേക്കും കാവൽക്കാരൻ ചെറുക്കൻ പടി പൂട്ടി ഉറക്കം തുടങ്ങിയിരുന്നു. ഞാൻ പടിവാതിലിൽ തട്ടി, ബഹളമുണ്ടാക്കി. അവൻ എഴുന്നേറ്റില്ല.

എനിക്ക് ഉറക്കമെത്തുണ്ടായിരുന്നു. മതിലിന്നടുത്തു കിടക്കുന്ന മൂടില്ലാത്ത വലിയ പീഞ്ഞപ്പെട്ടിയുടെ മുകളിൽ കയറിയിരുന്ന് ഉറക്കം തൂങ്ങാമെന്നുദ്ദേശിച്ചു. ആ പെട്ടിയിൽനിന്ന് ചില ടപ്ടപ് ശബ്ദങ്ങൾ, പെട്ടിയിളകുന്നു! ഞാൻ താഴേക്കു കുതിച്ചു. പെട്ടി പൊന്തിയിളകി. ഞാനൊന്നു കൂക്കുകയും ചെയ്തു.

ഒരു ചിരി.

പെട്ടി ഉയർന്നു. അതിന്റെ അടിയിൽ രണ്ടു മനുഷ്യശിരസ്സുകൾ എത്തിനോക്കുന്നു. അവർ പോലീസിനെ പേടിച്ച് ആ പെട്ടിക്കടിയിൽ കിടക്കുകയാണുപോലും... ഞങ്ങൾ മൂന്നുപേരുംകൂടെ ഒച്ചയുണ്ടാക്കി കാവൽക്കാരനെ ഉണർത്തി. ഞാൻ അവനോടു മാപ്പു ചോദിച്ചു. അവർ ഉറക്കപ്പിച്ചിൽ എന്തോ പിറുപിറുത്തു. ആ പിള്ളർ എനിക്കു സ്വസ്തി പറഞ്ഞു.

പിറ്റേന്നു പുറത്തുപോകുമ്പോൾ പടി പൂട്ടരുതെന്നായി ഞാൻ. നേരം വൈകിയാൽ പൂട്ടാതെ തരമില്ലെന്നു കാവൽക്കാരനും.

പീടികക്കോലായിൽ കിടക്കുന്ന ചെറുക്കന്മാരെ പോലീസ് ആട്ടിയോടിക്കും. ലാത്തികൊണ്ടു തല്ലും. മുഷ്ടികൊണ്ടു പ്രഹരിക്കും. അവർ ഉറക്കത്തിൽനിന്ന് എഴുന്നേറ്റ് പരക്കം പായുന്നു. ഒളിച്ചിരിക്കുന്നു. ഞങ്ങളുടെ ലോഡ്ജാണത്രെ രക്ഷാസങ്കേതങ്ങളിലൊന്ന്. പോലീസ് വിടില്ല. പിന്തുടരും. കക്കൂസിൽനിന്നും കുളിമുറിയിൽനിന്നും കോണിച്ചുവട്ടിൽനിന്നും അവരെ പിടികൂടും. നടുപ്പുറത്തിടിക്കും. ആ കാവൽക്കാർ അതുകണ്ടുകണ്ടു തോറ്റു. ആ രണ്ടുപേർക്കു പീഞ്ഞപ്പെട്ടിയുടെ അടവു കാണിച്ചുകൊടുത്തത് അവനായിരുന്നു. ഇനിയും ഉപദ്രവം കാണാൻ കഴിയില്ലെന്നോർത്തു. പടിവാതിൽ നേർത്തെതന്നെ അകത്തുനിന്നു കുറ്റിയിട്ട് അവൻ കിടന്നുറങ്ങും.

ഞാൻ ആ തെണ്ടിപ്പിള്ളേരോടുതന്നെ ചോദിച്ചറിഞ്ഞു. അവർക്കു വീടും കുടിയും ഉണ്ടായിരുന്നു. ബീജാവാപത്തിനു ശേഷം തികച്ചും പത്തുമാസം അവർ ഗർഭപാത്രത്തിലായിരുന്നു: അമ്മമാർ അവരെ പ്രസവിച്ചു... ജീവിക്കാൻ നിവൃത്തിയില്ലാത്തതുകൊണ്ട്, പ്രവൃത്തിക്കും ഭക്ഷണത്തിനും വേണ്ടി അവർ തെണ്ടിത്തിരിഞ്ഞു. പട്ടണത്തിലെത്തി. ബസ്സ്റ്റാന്റിലും റെയിൽവേസ്റ്റേഷനിലും 'കൂലി' വേല ചെയ്യുന്നു; അങ്ങോട്ടുമിങ്ങോട്ടും.

കുറെപ്പേർക്കു ചോറിനു കാശു വേണ്ട! ഹോട്ടലിൽ എച്ചിലിലകൾ നിറച്ച തൊട്ടികൾ ഒഴിച്ചുകൊടുക്കണം. വെപ്പുപാത്രങ്ങളും ഓവുചാലുകളും

കഴുകണം. ഇതൊക്കെ കാലത്തും വൈകുന്നേരവും ഒഴിവുള്ളപ്പോൾ ചെയ്താൽ മതി. പ്രതിഫലം ഒരു നേരത്തെ ഊണ്. രണ്ടു ഹോട്ടലിൽ വേലയുള്ളവരുമുണ്ട്. അവർക്കു രണ്ടുനേരമുണ്ണാം. മറ്റുള്ളവർക്കു നാലണ കൊടുത്താൽ പൊതിച്ചോറ് കിട്ടും. നാലണ കിട്ടിയില്ലെങ്കിൽ...

അവരിൽ ചിലർ സിഗരറ്റ് വലിക്കുന്നതു കണ്ടിട്ടുണ്ട്! ബീഡിക്കുറ്റി പെറുക്കി വലിക്കുന്ന രാത്രികളുണ്ട്. പുകയിലഷാപ്പുകളുടെ മുമ്പിൽ വട്ടംകൂടി കുനിഞ്ഞിരുന്ന് അവർ തീക്കായുന്നതും കാണാം. മഞ്ഞുള്ള രാത്രികളിൽ ചപ്പും ചവറും വാരിക്കൂട്ടി തീയിടുന്നു. മഴ പെയ്യുമ്പോഴും അവർ ഉണർന്നതായി ഞാൻ കണ്ടിട്ടില്ല! ചുമരിനോടു ചാരി അന്യോന്യം പിടിമുറുകി അവർ കിടന്നുറങ്ങുന്നു.

അടുത്ത ദിവസം ഒരു ഫുട്ബോൾ മാച്ചുണ്ടായി. പത്രവില്പനക്കാരും എച്ചിൽപ്പെറുക്കികളും തമ്മിൽ. പഴന്തുണികൊണ്ടായിരുന്നു പന്ത്. പാസ്സായത് പത്രക്കാർ. എച്ചിൽപ്പെറുക്കികളുടെ കേപ്റ്റനെ ഞാൻ കണ്ടു. അവൻ പറയുന്നു, പത്രപ്പിള്ളർക്ക് 'കോമ്പിനേഷ'നുണ്ട്. എന്റെ പയ്യന്മാരോ നടാടെയാണ് ഒന്നിച്ചുകളിക്കുന്നത് എന്ന്, തോറ്റതിൽ അവനു വലിയ വിഷാദം. ഇപ്പോൾ അവന്റെ പേർ കേപ്റ്റനെന്നുതന്നെയാണ്.

അവരുടെ പേരും നമ്പറും രജിസ്റ്റർ ചെയ്തിട്ടുണ്ട്, പോലീസ് സ്റ്റേഷനിൽ. അല്ലെങ്കിൽ അവരെയൊക്കെ ഇൻഷൂർ ചെയ്തിട്ടുണ്ട്, രജിസ്റ്റർ ചെയ്തിട്ടുള്ളവർക്കു വെളിയിൽ കിടന്നുറങ്ങാമെന്നാണു നിയമം. ചിലപ്പോൾ ചെക്കിങ്ങുണ്ടാകും. പോലീസിന്റെ വക രജിസ്റ്ററിൽ പെടാത്തവരുണ്ടെങ്കിലോ?

പുതുതായി വന്നവരെ പിടിച്ചു പോലീസ് സ്റ്റേഷനിൽ കൊണ്ടുപോകും. നാട്, വീട്, അച്ഛൻ, അമ്മ, ബന്ധുക്കൾ, പഠിപ്പ്, വയസ് മുതലായവയെക്കുറിച്ചെല്ലാം ചോദ്യങ്ങളുണ്ടാകും. രജിസ്ട്രേഷൻ കഴിഞ്ഞ് കീശ തപ്പലാണ് പിന്നെ. വല്ലതും തടഞ്ഞെങ്കിൽ, തപ്പിയ പോലീസുകാരന്. അഥവാ അവൻ കളവുകേസ്സിൽ പെട്ടവനാണെങ്കിൽ...

അതോ, ആ ചെറുപ്പക്കാരൻ ഏഴാമത്തെ ദിവസം കമിഴ്ന്നടിച്ചുവീണത് അങ്ങനെയാണ്.

പിന്നെ ഇവിടത്തെ സാമൂഹ്യജീവികളായ ഇരപ്പാളികളിൽനിന്നു നൈറ്റ് ഡ്യൂട്ടി പോലീസിന് ബീഡിക്ക് വക കിട്ടണം. ആ ചെറുപ്പക്കാരിയെപ്പോലുള്ളവരാണെങ്കിൽ... അല്ലെങ്കിൽ ചെക്കിങ്ങായി: നായാട്ട്. നവരക്കിഴി നടത്തി സമുദായത്തിന്റെ ആരോഗ്യസൃഷ്ടി നടക്കുകയായി.

ഇതാണ് പട്ടണം. ഇവിടെവച്ച് ഒരു കൂട്ടർ എന്നെ പിടിച്ചു തല്ലുകയുണ്ടായി. ഞാനിങ്ങനെ രാത്രി നടക്കുന്നുവെന്നും, ഇന്ന അഭിപ്രായമാണ് എന്റേതെന്നും അറിഞ്ഞപ്പോൾ അവർക്കരിശം വന്നു. രാത്രി പതിനൊന്നു മണിക്ക് ഒരു പീടികയുടെ ഇറയത്തുനിന്നു ത്രിവർണ്ണപതാക വലിച്ചെടുത്ത്, വടികൊണ്ട് തലങ്ങും വിലങ്ങും തല്ലി: പിടിച്ചുനിർത്തി തല്ലി. അതുകൊണ്ടാണ് ഞാൻ ആശുപത്രിയിൽ പോയത്. എനിക്കു നല്ല

സുഖമായിട്ടില്ല. തലയിൽ പറ്റിയ മുറി ഉണങ്ങി. ഇപ്പോഴും വാരിക്കു വേദനയുണ്ട്.

നമ്മുടെ സംഘത്തിന്റെ വാർഷികസമ്മേളനത്തിൽ എന്റെ ഹൃദയവും ജീവനും ഹാജരുണ്ട്. അതിനേ നിവൃത്തിയുള്ളൂ. സമ്മേളനത്തിനുള്ള എന്റെ സന്ദേശമാണിത്: 'നിഷേധിക്കുക. ആണും, പെണ്ണും, കുഞ്ഞും, കിഴവനും ഒത്തൊരുമിച്ചു നിലവിലുള്ള എന്തിനേയും-എതിരിടുന്ന ഏതവന്റെ വിശ്വാസത്തേയും - നിഷേധിക്കുക.'

'മനുഷ്യൻ ജീവിക്കുമാറാകട്ടെ!' ■

വേണ്ടാംകടി

വേണ്ടാംകടി

നരച്ച മുത്തച്ഛൻ കയ്യാലയുടെ ഉമ്മറത്ത് ചാരുകസാലയിൽ കിടന്നു മാറത്തെ നരച്ച രോമങ്ങൾ നുള്ളിയെടുക്കുകയാണ്. കസാല മരത്തിന്റേതായിരുന്നു. പഴക്കംചെന്നതായിരുന്നു. ഒരാൾക്ക് എങ്ങനെയും കിടക്കാവുന്നത്ര വലുതും പഴയ തറവാടുകളിൽ മാത്രം കാണാവുന്നതുമായ ആ ഉരുപ്പടി മുത്തച്ഛന്റെ അച്ഛൻ ഉപയോഗിച്ചിട്ടുണ്ട്. പലപ്പോഴും മണലുകൊണ്ട് ഉരച്ചു കഴുകാറുള്ളതുകൊണ്ടാകണം കസാലയും നരച്ചുകഴിഞ്ഞിരുന്നു. മുത്തച്ഛൻ മാറത്തെ നരച്ച രോമങ്ങൾ നുള്ളിയെടുക്കുകയും അന്തസ്സുറ്റ കരുത്താർന്ന, കഴിഞ്ഞുപോയ, തന്റെ ജീവിതത്തെക്കുറിച്ച് ഓരോന്നൊക്കെ ഓർമ്മിക്കുകയുമാണ്.

ഏഴിലകളുള്ള ചക്രം താനേ എടുത്തുകൊണ്ടുപോയി കഴയിലിട്ട് കോൾപ്പാടത്തെ വെള്ളം ചവിട്ടിവറ്റിച്ചത്.... ചേരിയിലിറങ്ങിത്തല്ലുന്ന അച്ചുമൂത്താനെയും തവിട്ടുകാരൻ കണ്ടുവിനേയും ഓരോ കൈകൊണ്ട് ഒറ്റയ്ക്കു ചാതിക്കാരം പിടിച്ചതും... (ചിരി വന്നു; മല്ലന്മാർ രണ്ടുപേരും കുതറിനോക്കി!) തന്റെ കൈകൾ! അവ കസാലയുടെ തണ്ടിൽ തളർന്നു കിടക്കുന്നു!.. വടക്കേടത്ത് അച്ഛനും മക്കളും സ്വത്തിന്റെ പേരിൽ വഴക്കിട്ടു തല തല്ലിപ്പൊളിക്കാറായപ്പോൾ, പഞ്ചായത്തു പറഞ്ഞു കേസൊതുക്കി തമ്മിൽത്തീർത്തത്...

പകൽ ഒട്ടുമുക്കാലും അതേ കിടപ്പും ഓർമ്മകളുമാണ്. അത്യാവശ്യങ്ങൾക്കു പുറത്തുപോകും. വെയിൽ തണുക്കുംമുമ്പേ കുളിക്കും. കയ്യാലയുടെ അകത്ത്, പഴയ കട്ടിലിൽ കിടക്ക വിരിച്ചുകിടക്കും. വീണ്ടും ഓർമ്മകളാണ്. അന്തസ്സും കരുത്തുമുണ്ടായിരുന്ന ജീവിതം തളർന്നു. തളർച്ചയെക്കുറിച്ച് ഓർമ്മ വരാതിരിക്കാൻവേണ്ടി, പഴയ പാട്ടുകൾ ഈണത്തിലും താളത്തിലും മൂളുകയായി. കുട്ടികളാരെങ്കിലും വന്ന് ഉണ്ണാൻ വിളിക്കുന്നു. എണീറ്റ് ചെരിപ്പിട്ടു വടക്കിനിയുടെ കൈയടിയിലേക്കു പോകയായി.

അച്ഛൻ പടിഞ്ഞാറ്റിയുടെ ഉമ്മറത്ത് തെക്കേ കോണിൽ പനയോല ത്തടുക്കിട്ടു പറമ്പിലേക്കു നോട്ടംനട്ടിരുന്നു. മനസ്സിൽ പ്രാരബ്ധങ്ങളാണ്. സരസ്വതിക്കു സാരി വേണമത്രെ! താവുണി വേണമെന്നു പറഞ്ഞു. വാങ്ങിക്കൊടുത്തു. അതു കീറിയിട്ടില്ല, പഴകിയിട്ടില്ല. സാരി വേണം! പെണ്ണങ്ങു വളർന്നുപോയത്രെ! (വളർന്നൂട്ടൊ). ഈ വടക്കേത്തറയിൽ, പഠിക്കാൻ പോകുന്ന പെൺകുട്ടികളാരും സാരിയുടുത്തിട്ടില്ല. (ആരും പഠിക്കാൻ

പോയിട്ടുമില്ല.) അവൾക്കൊരു സാരി വാങ്ങിക്കൊടുക്കാമെന്നു വെച്ചോളൂ. പടിക്കലെ മാവിന്റെ മാങ്ങ കരാറ് ഉറയ്ക്കട്ടെ. ഒന്നു മതിയോ? ഒരാൾക്കു രണ്ട് സാരി വാങ്ങാം. ഇനിയും ഉണ്ടല്ലോ. താഴെ?

അച്ഛൻ തന്റെ മക്കളെക്കുറിച്ചോർത്തു. അവർ അഞ്ചു പെൺകുട്ടികളാണ്. വളരുകയാണ്. പറമ്പിലേക്കു നോട്ടം നട്ടിരിക്കുന്ന അച്ഛന്റെ കാഴ്ച ഉള്ളിലോട്ടാണ്. അവിടെ, നെഞ്ചിൻകൂട്ടിലോ, കരളിലോ, കണ്ണിന്റെ കൃഷ്ണമണിയിൽത്തന്നെയോ കാണെക്കാണെ വളരുന്ന അഞ്ചു പെൺകുട്ടികൾ അവരവരുടെ ഊഴമൊപ്പിച്ചു നടക്കുന്നുണ്ടായിരുന്നു.

സരസ്വതി നെടുവീർപ്പിടുന്നത് അച്ഛൻ കണ്ടു. വയറൊന്നു കാളി. അടിവയറ്റിലെ കുടലൊക്കെ ശൂന്യമാവുന്നതുപോലാണത്. ഈ ശൂന്യതയിൽ തീ പുകഞ്ഞു. ചൂടുള്ള പുക കനത്ത നെഞ്ചിലേക്കു നുഴഞ്ഞുകയറി.

ദേവകി വാതിൽ മറഞ്ഞു നില്ക്കുന്നതാണ് അച്ഛൻ കണ്ടത്. ചേച്ചിക്കു താവുണി കൊണ്ടുവന്നപ്പോൾ അവൾക്ക് ഒന്നും ഉണ്ടായിരുന്നില്ല. അവളുടെ പാവാട തുന്നിക്കൂട്ടിയിരുന്നു. ചേച്ചിക്കു സാരി വാങ്ങുമ്പോൾ അവൾക്കൊരു പാവാടയും ജാക്കറ്റും വേണം! അത് അവൾ പറയില്ല. ഇന്നേവരെ പറഞ്ഞിട്ടില്ല. എല്ലാം കണ്ടറിഞ്ഞു ചെയ്തുകൊടുക്കണം. ഇല്ലേ, അവൾ ചുമ്മാ നിന്നു കരയും. നനഞ്ഞ കവിൾ വാതിലിന്റെ ഓരത്തു ചേർത്തു തുടച്ചുകൊണ്ട് അവൾ അച്ഛനെ നോക്കി.

പത്മിനി തുള്ളിച്ചാടിക്കൊണ്ട് ഉമ്മറത്തൂടെ കടന്നുപോയി. ടീച്ചർ പഠിപ്പിച്ച നൃത്തം പഠിക്കയാണത്രെ! നിലതെറ്റിയ വെള്ളത്തിൽപ്പെട്ടപോലെ അവൾ കൈയും കാലും അടിച്ചിരുന്നു. അത്ര വെപ്രാളത്തിലും വിമ്മിട്ടത്തിലും അല്ല. അവളുടെ മെലിഞ്ഞ കൈകൾക്കു താമരത്തണ്ടിന്റെ ഒഴുക്കുണ്ടായിരുന്നു. താളത്തിൽ കുതിച്ചിരുന്ന അവളുടെ കാലുകൾ കൂമ്പുകയും വിതുമ്പുകയും ചെയ്യുന്ന ആമ്പൽപ്പൂപോലിരുന്നു.

മക്കൾ കണ്ണിൽ കിടന്നു പൊരിയുന്നതിനിടയ്ക്കു മുറ്റത്തു വാലടച്ചു പതുങ്ങിക്കിടക്കുന്ന പട്ടി കുതിച്ചുപാഞ്ഞു. നോക്കി, അണ്ണാൻ കവുങ്ങിൽ കയറുന്നു. എണീറ്റ് ഓടണമെന്നുണ്ട്. നെഞ്ചു പിടിച്ചു വലിക്കയാണ്. നടന്നു. ആഞ്ഞു നടക്കുമ്പോൾ കിതച്ചു. പിടിയാട്ടി കവുങ്ങിന്റെ കടയ്ക്കലേക്ക് ഓടംപോലെ കുതിച്ചെത്തിയ പട്ടി മേലോട്ടു കുരച്ചു ചാടി. കവുങ്ങിൻപട്ടകളിലൂടെ ഊർന്നുചാടി അണ്ണാൻ കുതികുതിച്ചു. താഴെ, പട്ടി ഓതിരം പാഞ്ഞു. അച്ഛനും ഓടണം. നെഞ്ചു പിടിച്ചു വലിക്കുന്നല്ലോ! ഓർത്തു: ഒന്നിനെ വിളിക്കാൻ ഇല്ലല്ലോ...

അമ്മ കടുംകാപ്പിയുംകൊണ്ട് ഉമ്മറത്തുവന്നു വിളിച്ചു.

"കടന്നുപൊക്കോ ബഡന്ന്!"

കവുങ്ങിന്റെ ചുവട്ടിൽനിന്നു വീർപ്പുമുട്ടുന്ന അച്ഛൻ തട്ടിക്കേറി.

അച്ഛന്റെ ഗ്ലാസ് തടുക്കിന്റെ അടുത്തുവെച്ച് അമ്മ കയ്യാലയിലേക്ക് ഇറങ്ങിനടന്നു.

അച്ഛന് അരിശമാണ്. മിണ്ടിയാൽ അരിശം. കണ്ടാൽ അരിശം. താൻ എന്തു പിഴച്ചു? പെറ്റുകൂട്ടുന്നു എന്നാണ്. തിരിവെച്ച ഒന്നിനെ പെറ്റില്ല!

എപ്പോഴും അമ്മയ്ക്ക് ഇതേ വിചാരമാണ്. വിചാരപ്പെട്ടു വിചാരപ്പെട്ട് അമ്മ പാടേ ഉണങ്ങിയിരുന്നു.

മുത്തച്ഛൻ ഒന്നും പറഞ്ഞില്ല. ചുമ്മാ കസാലയിൽ കിടന്നു മാറത്തെ രോമങ്ങൾ നുള്ളിയെടുത്തു. കക്കാട്ടുപാടത്തു കാറകൊട്ടാൻ പോയത് ഓർക്കുകയാണ്. തലമണിക്കാരൻ താനായിരുന്നു... അമ്മ കസാലയുടെ മുമ്പിൽ തെല്ലുനേരം നിന്നു. മുത്തച്ഛൻ ഒന്നും കാണുന്നുണ്ടാവില്ല. 'കാപ്പി കുടിച്ചോളെ' എന്നു പറഞ്ഞു. കേട്ടു. അവിടെ വെച്ചോ എന്നു തളർന്ന കൈകൊണ്ട് കാണിച്ചു. കസാലത്തണ്ടിൽനിന്നു പതുക്കെ ഉയർത്തിയ കൈത്തണ്ടയിൽ, അയഞ്ഞു രോമംനിറഞ്ഞ തോൽ താടപോലെ തൂങ്ങിക്കിടന്നു. കാപ്പി കസാലത്തണ്ടിന്മേൽ വച്ച് അമ്മ പിന്നോക്കം തിരിഞ്ഞപ്പോൾ മുത്തച്ഛൻ ചോദിച്ചു: "നമ്മടെ രാധാമണിയോ?"

നാലാമത്തെ കൊച്ചിനെയാണത്.

"അവിടെങ്ങാനും ണ്ടാവും" എന്നു പറഞ്ഞ് അമ്മ നടന്നു.

മുത്തച്ഛൻ വിളിച്ചു: "രാധാമണ്യേ!"

മുറ്റത്തിറങ്ങിയ അമ്മ സാവകാശം ചോദിച്ചു: "അച്ഛനങ്ങ് കുടിച്ചൂടെ?"

മുത്തച്ഛൻ പറഞ്ഞു: "ഞാൻ കുടിച്ചോളാം."

അണ്ണാന്റെ പിമ്പേ ഓടിയ പട്ടി തിരിച്ചുവന്നു. വീണ്ടും മുറ്റത്തു വാലടച്ചു പതിഞ്ഞുകിടന്നു. കിതച്ചു.

അച്ഛൻ കവുങ്ങിൻതോട്ടത്തിൽനിന്നു മടങ്ങി. തടുക്കിൽ ഇരുന്നു, തൂണു ചാരി, പറമ്പിലേക്കു നോട്ടംനട്ടു.

അമ്മ ഓർമ്മപ്പെടുത്തി: "കാപ്പി തണുക്കും."

അതിനും തട്ടിക്കേറും എന്നാണ് ഓർത്തത്. ഇല്ല അച്ഛൻ മുത്തച്ഛനോടായി ചോദിച്ചു: "അച്ഛന് ഒഴക്ക് പാലുചേർത്ത് കാപ്പി കുടിച്ചൂടെ?"

മുത്തച്ഛൻ തിരിച്ചടിച്ചു: "ഒഴക്കിശ്ശെ ആട്ടിൻപാലും ഒരു ചുള ചുമന്നുള്ളിയും കൂടെ നിന്റെ സന്താനങ്ങൾക്ക് കൊടുക്ക്."

അച്ഛൻ അതു കേട്ടു പകച്ചു. രാധാമണിയെന്നും രാധാദേവിയെന്നും മുത്തച്ഛൻ വിളിക്കുന്ന രാധ വടക്കിനിയിൽനിന്നു കടന്നുവന്ന്, ഉമ്മറത്തൂടെ ചവിട്ടുപടിയിറങ്ങി കയ്യാലയിലേക്ക് ഉരുണ്ടുപിരണ്ട് ഓടിച്ചെന്നു.

മുത്തച്ഛൻ ഘനഗംഭീരമായി ചോദിച്ചു: "കുടിച്ചോ?"

രണ്ടു കൈകൊണ്ടും മാറോടടുക്കിപ്പിടിച്ച ഓട്ടുഗ്ലാസിലേക്കു നോക്കിക്കൊണ്ട് അവൾ പറഞ്ഞു: "ദ്ദ്യേ!"

അവൾ മുത്തച്ഛനെ, നോക്കി കസാലപ്പടിയിലിരിക്കുന്ന നിറഞ്ഞ ഗ്ലാസിലേക്കു നോക്കി. ഒഴിയാറായ തന്റെ ഓട്ടുഗ്ലാസിലേക്കു വീണ്ടും നോക്കി.

മുത്തച്ഛൻ ചോദിച്ചു: "ഇനീം വേണോ?"

രാധ മിണ്ടിയില്ല.

"ഇങ്ങു വാ, മുത്തച്ഛന്റെ പങ്ക് നമുക്കു രണ്ടാൾക്കും കൂടെ കുടിക്കാം."

അച്ഛന്റെ ഗ്ലാസ് തടുക്കിന്റെ അടുത്തു തൊട്ടുനോക്കാതെതന്നെ തണുക്കുകയായിരുന്നു.

സരസ്വതിക്കും ദേവകിക്കും ആട്ടിൻപാലു കൊടുത്തിട്ടുണ്ട്. രണ്ടു പേരല്ലേ ഉള്ളൂ. അവർ നന്നായിത്തന്നെ വളർന്നു. അച്ഛൻതന്നെ അവരെ താരാട്ടുകയും ഉറക്കുകയും ചെയ്തു. അവർക്ക് അമ്മയേക്കാൾ ഇഷ്ടം അച്ഛനെയായിരുന്നു! ദേവകി മുലകുടിക്കുമ്പോൾ, താൻ കൈകാട്ടിയാൽ ഇങ്ങു പോന്നിട്ടുണ്ട്. അമ്മയോടു വിരാദു കെട്ടി അവളെ ഇങ്ങെടുത്തിട്ടുണ്ട്...

അമ്മ വീണ്ടും പ്രസവിച്ചു. അവർക്കു ഭക്ഷണം കഴിക്കണം, ഉടുക്കണം, തേയ്ക്കണം, മരുന്നു വാങ്ങണം. ഭൂമി പെരുകിയില്ല, കവുങ്ങുകൾ ഇരട്ടിച്ചില്ല. അവ ഒരഞ്ഞൂറെണ്ണം ഉണ്ടായിരുന്നു. തേവിനനച്ച്, വളമിട്ട്, കിളച്ച് ഉണ്ടാകാൻ നേരത്ത് അണ്ണാൻ കയറും. കീരിയടയ്ക്ക കുത്തി കുടിക്കാനാണ്. വെളിച്ചം വീഴുമ്പോൾത്തൊട്ടു കാവലിരിക്കണം. എത്ര കാവലിരുന്നാലും നശിക്കേണ്ടതു നശിപ്പിക്കും. എന്നിട്ടു മൂത്തുകിട്ടിയാൽ, ചന്തയിൽ വില ഇല്ല. ഈ അടയ്ക്കകൊണ്ടാണ് ജീവിക്കുന്നത്. അടയ്ക്ക കവുങ്ങിൽ നിന്നിറങ്ങുന്ന കാലത്തൊക്കെ വില ഇടിയും. ഈ വരായകൊണ്ടു ജീവിച്ചു തീർക്കണം.

ഞെരുക്കത്തിന്റെ ഇടയ്ക്ക് അച്ഛനു ശ്വാസംമുട്ടു തുടങ്ങി. ദേഹം വിയർത്താൽ തുടങ്ങും. മഞ്ഞുകൊണ്ടാൽ തുടങ്ങും. നേരംതെറ്റി കുളിച്ചാൽ തുടങ്ങും.

പണയംവെച്ച ഉരുളിപോലെ, അച്ഛൻ പടിഞ്ഞാറ്റിയുടെ ഉമ്മറത്തു പനയോലത്തടുക്കിൽ, തൂണുചാരിയിരുന്ന് അസ്തംവെപ്പിക്കണം.

ഇരുന്നാലും കഴിഞ്ഞുകൂടാനുള്ളതൊക്കെ കാരണവന്മാരായിട്ടു സമ്പാദിച്ചിരുന്നു. എന്തും ധാരാളമായിരുന്നു. മുറ്റം നിറയെ നെല്ല്, അകം നിറയെ നെല്ല്, അടുക്കളയിൽ നെല്ല് പെട്ടിയിലും പത്തായത്തിലും വട്ടിയിലും കുട്ടയിലും ചാക്കിലും നെല്ലു കിടന്നു. ഈ സുഭിക്ഷതയുടെ കാലത്ത് മുത്തച്ഛൻ കാറകൊട്ടാനും കാളതെളിക്കാനും ചേരിയിലിറങ്ങി കൈ ഇളക്കാനും തല്ലാനും ചാതിക്കാരം പിടിക്കാനും പഞ്ചായത്തു പറയാനും നടക്കുകയായിരുന്നു. കുറേയേറെ കളത്തിൽ ഇറങ്ങി, കാള തെളിച്ചു, കൈ ഇളക്കി, ചാതിക്കാരം പിടിച്ചു, ശ്ശി പഞ്ചായത്തുകൾ പറഞ്ഞു തീർത്തു. നിലം പാട്ടത്തിനായിരുന്നു. ആളും ശ്രദ്ധയും ഇല്ലാതെ, നെല്ലു വിളഞ്ഞില്ല. പാട്ടം അളന്നില്ല.

അച്ഛൻ വളർന്നു മുഴുത്തു നില്ക്കുമ്പോൾ, ജന്മി നിലം ഒഴിച്ചെടുത്തു.

മുത്തച്ഛനു പാടില്ലാതായി. എന്തെങ്കിലുമൊന്നു ചുടുന്നനെ വേണം. പാലൊഴിച്ച കാപ്പി തിളപ്പിച്ചു. പാല് വീട്ടിലില്ല. തനിക്കായി പാല് കാശു കൊടുത്തു വാങ്ങണ്ട. കടുംകാപ്പിയാക്കി. രുചി പിടിച്ചില്ല. കൊത്തൻമല്ലി വറുത്തിടിച്ച് കാപ്പിപ്പൊടിയിൽ ചേർത്തു; ജീരകം ചേർത്തു; ഞെരിഞ്ഞിലും നാലുമണി കുരുമുളകും ചേർത്തു. അത് ഒരു പാനീയം തന്നെ! മുത്തച്ഛനു പിടിച്ചു.

മുത്തച്ഛൻ എന്തു കഴിക്കുമ്പോഴും കുട്ടികളൊക്കെ അടുത്തുവേണം. എല്ലാവർക്കും കുറേശ്ശെ കുറേശ്ശെ. അടുക്കളയിൽ ധാരാളം ഇല്ല. ഇല്ല എന്നു

മുത്തച്ഛനറിഞ്ഞുകൂടാ. അതു മനസ്സിലാവില്ല. താൻ ധാരാളത്തിലാണു ജീവിച്ചത്. ധാരാളമുണ്ട്. കുട്ടികളൊക്കെ എവിടെ? അവർ വരുന്നു. ഓരോരുത്തർക്കും കൊടുക്കുന്നു.

അമ്മ പറഞ്ഞു: "അതച്ചൻ കുടിച്ചോളെ. മക്കൾക്ക് ഞാൻ കൊടുത്തോളാം."

മുത്തച്ഛൻ സമ്മതിച്ചില്ല.

അമ്മ മക്കളെ പിരാകി.

പകൽ രണ്ടുനേരം കഞ്ഞി കുടിക്കുന്ന ആ വീട്ടിൽ അത്താഴത്തിനു ചോറുണ്ടായിരുന്നു. മുത്തച്ഛൻ ഉണ്ണാനിരുന്നാൽ കുട്ടികളെ വിളിക്കും. അടുക്കളയിൽ അമ്മ മക്കളെ ശാസിക്കും. പങ്കു വാങ്ങിത്തിന്ന് ആ പാവത്തിനെ പട്ടിണിക്കിടണ്ട. മുത്തച്ഛന് തന്റെ പങ്ക് കുട്ടികൾക്കു കൊടുത്തേ തീരൂ. നടക്കാറായ ഇളയ കൊച്ചിനെ പറഞ്ഞയയ്ക്കാൻ തുടങ്ങി.

മുത്തച്ഛന് രണ്ടു മക്കളായിരുന്നു.

ഉണ്ണി പിറന്നപ്പോൾ ആരോ വന്നു പറഞ്ഞു: "ആൺകുട്ടിയാണെ'ന്ന്. സന്തോഷമായി. കൈ മലർത്തി നെഞ്ചിൽ അടുക്കിപ്പിടിച്ച് മൺമറഞ്ഞ ദൈവകാർന്നന്മാരെ ഓർത്തു, ഗുരുനാഥനെ സ്മരിച്ചു. നെടുവീർപ്പിട്ടു. അവനെ ഒന്നു കാണണം. വടക്കിനിയുടെ വാതിൽക്കലോളം ചെന്നു. വാതിൽക്കലൂടെ വന്നത് ഈറ്റില്ലത്തിന്റെ ചവർപ്പുള്ള ഗന്ധമാണ്. ഓക്കാനം വന്നു. തിരിച്ചുപോന്നു. പിന്നീട് കൊച്ചു കമിഴ്ന്നു കിടന്ന് നീന്താൻ തുടങ്ങിയപ്പോഴാണ് ഒന്നു തൊട്ടത്.

കൊച്ചിന്റെ അമ്മ ചോദിച്ചു: "ഒന്നങ്ങെടുത്തൂടെ?"

അതൊന്നു കണ്ട് നിർവൃതികൊള്ളാൻ കാത്തിരിക്കയാണ്!

തന്നത്താൻ കിടന്നു അഴുക്കു പിടിപ്പിക്കുന്ന കിട്ടനെ തൊടുമ്പോൾ, തന്റെ വിരലുകൾ അറയ്ക്കുകയാണ്. അവൻ മുട്ടുകുത്താൻ തുടങ്ങിയപ്പോൾ എടുക്കാനും കളിപ്പിക്കാനും തുടങ്ങി.

മകൾ പിറന്നപ്പോൾ, മുട്ടുകുത്തി നടക്കാൻ തുടങ്ങിയിട്ടും ഒന്നു തൊട്ടില്ല. പെൺകുട്ടികളെ എടുത്തോ, മുത്തച്ഛന് അറയ്ക്കും!

മകൾക്കായിട്ട് എന്നും അച്ഛന്റെ വക ഒരുരുള ചോറും ഒരു നുറുക്കു മീനും ഉണ്ടായിരുന്നു. വിവാഹത്തിന്റെ തലേന്ന് മകളെ വിളിച്ച് മുത്തച്ഛൻ പറഞ്ഞു: "ന്നാ. നാളെത്തൊട്ട് അച്ഛന്റെ ഉരുള ഇല്ലാട്ടൊ!"

മുത്തച്ഛൻ അന്ന് ഒരിക്കൽ, കരഞ്ഞു.

പെൺകുട്ടികളെക്കുറിച്ച് മുത്തച്ഛന് നന്നെ സങ്കടമുണ്ടായിരുന്നു. അതുകൊണ്ടുതന്നെ അവരെ താലോലിക്കാൻ കരുത്തുണ്ടായില്ല. മുതിരും തോറും, മകന്റെ തന്നിഷ്ടങ്ങൾകൂടെ വളരുന്നത് മുത്തച്ഛൻ കണ്ടു. മകളാകട്ടെ, കുറച്ചു നടക്കാൻ തുടങ്ങിയപ്പോൾ, വീട്ടുവേലകളെടുക്കുകയായിരുന്നു.

"മോളേ, ആ ഇരുമ്പുപിഞ്ഞാണം ഇങ്ങെടുത്തേ."

"അച്ഛന്റെ കിണ്ണം കൊണ്ടുപോ."

"ഇന്നെന്താ മുറ്റമടിക്കാത്തത്; മറന്നോ?"

അവസാനം വീട്ടിലെ ഏറ്റവും വിലപ്പെട്ട തിരിയുളിയായിക്കഴിയുമ്പോൾ അവളെ, താനേതുമറിയാത്ത ഒരുത്തന്റെ കഴുത്തിലിട്ടു കൊടുത്തയയ്ക്കണം.

എന്തായിരിക്കും അവളുടെ ഗതി? മുത്തച്ഛൻ നന്നേ ബേജാറുകൊണ്ടു. പുറത്തറിയിച്ചോ, ഇല്ല.

പറയുന്നതൊക്കെ തീരഞ്ചും എതിരായിരുന്നു.

നാത്തൂനും നാത്തൂനും ഓണം തിരുവോണത്തിന്നാൾ കുളക്കടവിൽ കണ്ടുമുട്ടി. ഒരുത്തി കുളിക്കാനൊരുങ്ങുമ്പോൾ പറയുകയാണ്: "കണ്ടോ പൂരം? ഇന്നലെ മടീലെടുത്തുവെച്ചതാ!"

"എന്താദ് നാത്തൂനെ?"

"ഒന്നെടുത്തു കടിക്കാൻ നേരം കിട്ടിയില്ല!"

"എന്താന്നാപ്പാദ്?"

"ഒരു പൂവടയെടുത്തു കടിക്കാമെന്നുവെച്ചപ്പോഴേക്കും ആ പൊട്ടൻ കടിച്ച ചെക്കൻ കിടന്ന് കരച്ചില് തുടങ്ങി. അങ്ങനെ ഞാനതു മടീല് വെച്ചു. പിന്നെ ഇപ്പോഴാണ് ഓർക്കുന്നത് നാത്തൂനെ!"

നാത്തൂൻ അത്ഭുതപ്പെട്ട് മടിക്കുത്ത് വെടിപ്പാക്കവേ രണ്ടാമത്തെ നാത്തൂൻ ഒട്ടും വിലവെക്കാതെ പറഞ്ഞു: "ഇദാപ്പോ വല്യേ ഒരു പൂരം! നോക്ക്യേന്നാ, കർക്കടശ്ശങ്കറാന്തീന്നാ ചുട്ട അപ്പാണീ കെടക്കണത്. ഇന്നോളം മടീക്കെടന്നു! ഞാനറിഞ്ഞോ, ഇല്ല. ഓർമ്മവന്നോ, ഇല്ല. കേക്ക്ണ്ണ്ടോ നെങ്ങള്, ഒരു വെനാഴിക കിട്ടണ്ടെ..."

സ്ത്രീകളെ കളിയാക്കുന്ന കഥകൾ മുത്തച്ഛൻ മകളോടു പറഞ്ഞു. മകളുടെ അമ്മയോടു പറഞ്ഞു. മകൻ കല്യാണം കഴിച്ചപ്പോൾ മരുമകളോടു പറഞ്ഞു.

കേൾക്കുന്നവർ ധരിച്ചു: ഇതിന് പെണ്ണുങ്ങളെ കണ്ടുകൂടാ!

അയൽപക്കത്തെ പെൺകുട്ടികളെങ്ങാൻ വഴിയിലൂടെ പോകുമ്പോൾ മുത്തച്ഛൻ വിളിച്ചു: "ആരാദ്? മാലതിയാണോ?"

"അതെ അമ്മാവാ."

"ഓടിക്കോ, എന്റെ കണ്ണിനുനേരെ കാണണ്ട."

പാവം കൊച്ച് ഒന്നും മനസ്സിലാകാതെ മിഴിച്ചുനിന്നു.

"ഓടാൻ! എനിക്കീ പെണ്ണെന്ന വർഗ്ഗത്തിനെ കണ്ടുകൂടാ!"

അവൾ തറച്ചുനില്ക്കവേ, മുത്തച്ഛൻ കഥ പറയാൻ തുടങ്ങി:

ആങ്ങള വിരുന്നു വന്നു. വിരുന്നുവരുമെന്ന് അറിഞ്ഞുകൂടായിരുന്നു. വീട്ടിൽ കോഴിയിറച്ചി പാകം ചെയ്യുന്നുണ്ട്. ആങ്ങളയ്ക്ക് കൊടുത്താൽ തനിക്കും ഭർത്താവിനും തികയില്ല. അതുകൊണ്ട് ഉമ്മറത്തിരുന്നു നാട്ടുവർത്തമാനം പറയുന്ന ഭർത്താവിനെ വിളിക്കുന്നു: ഒന്നിങ്ങു വരൊ?

"എന്തിനാപ്പൊ? ഞാൻ അളിയനോട് നാലു വിശേഷങ്ങൾ പറയട്ടെ."

"ഒന്നു വന്നിട്ട് പൊക്കോളെ."

ഭർത്താവ് അടുക്കളയിലേക്കു ചെന്നു, ചെന്നില്ല, അവൾ കാൽ പരത്തി നിന്ന് കുമ്പിട്ട് ഉടുത്ത തുണിയിൽ അടിച്ച് ഒച്ചയുണ്ടാക്കി. നിലവിളിച്ചു.

"ഇവിടെ ഒന്നൂല്യാച്ചാല് പൊഢോളാനങ്ങ് പറഞ്ഞൂടെ? എന്നെ തല്ലണോ? പെണ്ണുങ്ങളായാൽ സ്വന്തക്കാരൊക്കെ ഒന്നു വിരുന്നുവരും. എന്റെ പൊന്നാരക്കുഞ്ഞാങ്ങള ഒന്നു വിരുന്നുവന്നു. കൊടുക്കാൻ ഒന്നൂല്യേ? പൊക്കോളാൻ പറയിൻ. എന്നെ തല്ലണോ?..."

ഭർത്താവു നിന്നു മിഴിച്ചു. അവൾ കുമ്പിട്ടുനിന്ന് വീണ്ടും വീണ്ടും ഉടുത്ത തുണിയിൽ അടിച്ചു. പുന്നാരക്കുഞ്ഞാങ്ങള വന്നപാട്ടിന്നു പോകയും ചെയ്തു.

"ഇതല്ലേടീ മാലൂ, നിന്റെയൊരു വർഗ്ഗം?"

മുത്തച്ഛൻ ചോദിച്ചത് മാലതി കേട്ടില്ല. അവൾ ഓടിക്കളഞ്ഞു.

വാശിപിടിച്ചു കരയുന്ന പെൺകുട്ടികളോട് അയൽപക്കത്തെ അമ്മമാർ പറഞ്ഞു: "ദാ വരുന്നു, തറേലെ തന്തമ്മാമൻ. മിണ്ടാണ്ടെ നിന്നോ!"

ആൺകുട്ടികൾ പറഞ്ഞു: "ന്നെ ഒന്നും കാണിക്കില്യാല്ലെ, അമ്മേ?"

മകൻ കല്യാണം കഴിച്ചു. മരുമകൾ ആദ്യത്തെ പെൺകുഞ്ഞിനെ പ്രസവിച്ചു. ഈശ്വരൻ തരുന്നത് രണ്ടുകൈയും നീട്ടി സ്വീകരിക്കുക. പേരുവിളിക്കാൻ പലക ഇട്ട് ഇരുന്ന മുത്തച്ഛൻ, അലക്കി മടക്കിയ വെള്ളത്തുണിയിൽ, കുളിപ്പിച്ച് മഷിയെഴുതി ചാന്തു തൊടുവിച്ച് കിടത്തിയ കൊച്ചിനെ രണ്ടുകൈയും നീട്ടി സ്വീകരിച്ചു. ആ തുണിയോടെതന്നെ അവളെ തന്റെ ചുണ്ടുകളോളം പൊക്കി, രണ്ടു ചെകിടിലും പേരുവിളിച്ചു.

മരുമകൾ പെൺകുട്ടികളെത്തന്നെ പ്രസവിക്കുന്നതു നിർത്താൻ വേണ്ടിയെന്നോണം മുത്തച്ഛൻ ഒരടവെടുത്തു. താൻ പഠിച്ചതും കേട്ടതുമായ എല്ലാ സ്ത്രീസംജ്ഞകളും തീർന്നാലെങ്കിലും ഒരാൺകുഞ്ഞു പിറന്നേക്കും എന്നാകാം ഓർത്തത്. ഒരു കൊച്ചിനെത്തന്നെ ഒരിരുപതു പേരെടുത്തു വിളിച്ചു.

സരസ്വതിയെ സത്യഭാമ എന്നു വിളിച്ചു. സാവിത്രി എന്നും സരളയെന്നും വിളിച്ചു. 'സ' എന്നു തുടങ്ങുന്ന ഏതു പെരെടുത്തു വിളിച്ചാലും അത് സരസ്വതിയെ ആണ്. അവൾക്കും അറിയാം.

ദേവകിയെ ദേവയാനിയെന്നും ദേവിയെന്നും ദയാവതി എന്നും ദമയന്തി എന്നും വിളിച്ചു.

അറിയാവുന്ന പേരൊക്കെ കഴിഞ്ഞു എന്നു തോന്നി. ഒടുവിൽ നന്ദിനി എന്ന അഞ്ചാമത്തെ കൊച്ചിനെ നാരീമണി എന്നു വിളിക്കാൻ തുടങ്ങി.

നന്ദിനി നടക്കാനും കളിക്കാനും തുടങ്ങിയപ്പോൾ പഞ്ചായത്തുകാരി മിഡ് വൈഫ് വീട്ടിൽ വന്നു. മക്കളെ കണ്ടു, അമ്മയെ കണ്ടു. മിഡ്‌വൈഫ് ചോദിച്ചു: "ചേച്ചിക്കെത്ര വയസ്സാ?"

അമ്മ വയസ്സു പറഞ്ഞു.

"ഇനി പ്രസവിക്കണ്ട ചേച്ചി."

"എന്താ ചെയ്യാ? ദൈവം തരുന്നതല്ലേ?"

ദൈവം തരുന്നതല്ല, മനുഷ്യൻ സൃഷ്ടിക്കുന്നതാണെന്ന് മിഡ്‌വൈഫ് തിരിച്ചടിച്ചു. അഞ്ചു മക്കളുടെ അമ്മ ഒതുക്കാൻ വയ്യാത്തത്ര ലജ്ജിച്ചു പോയി. വാതില്ക്കൽ ചെകിടോർത്തുനില്ക്കുന്ന സരസ്വതിയുടെ നേരെ തട്ടിക്കേറി: "പോടീ പെണ്ണേ, അപ്പുറത്തേക്ക്!"

എന്നിട്ടു നെടുവീർപ്പോടെ മിഡ്‌വൈഫിനോടു പറഞ്ഞു: "ദൈവം തരുമ്പോൾ നിറച്ചു തരും."

മിഡ്‌വൈഫ് ചുമ്മാ ഒന്നു പേടിപ്പെടുത്തിനോക്കി:

"നാല്പതാവുമ്പഴത്തിനും പതിന്നാലാവും."

അമ്മ ഞെട്ടി.

എന്റെ ദൈവമേ, പതിന്നാലോ!

പ്രസവിക്കാതിരിക്കാമോ?

മിഡ്‌വൈഫ് പറഞ്ഞു: "ആറാമത്തേത് ആണാവുമെന്ന് ഒരുറപ്പും ഇല്ല. അഞ്ചെണ്ണമുള്ളതിന്നു നേരെ ചൊവ്വെ ആഹാരവും ഉടുപ്പും വിദ്യാഭ്യാസവും സൗകര്യങ്ങളും ഒക്കെ ഉണ്ടാക്കട്ടെ..."

മിഡ്‌വൈഫ് അത്യാവശ്യമെന്നും പറഞ്ഞ് കുറെയേറെ കാര്യങ്ങളെക്കുറിച്ചു സംസാരിച്ചു. ഒന്നും മനസ്സിലായില്ല, ഒന്നും നടപ്പില്ല.

ആറാമതും ഗർഭം ധരിച്ചു. പ്രസവിച്ചു. ആറാംകാലും പെണ്ണുതന്നെ.

പെറ്റപുല പോകുവോളം, മുത്തച്ഛൻ കയ്യാലയുടെ ഉമ്മറത്താണ് ഉണ്ണുക. പടിഞ്ഞാറ്റിയുടെ ഉമ്മറത്തേക്കു കയറുമ്പോൾപോലും പഴയ മനസ്സിൽ ഒരസ്കിതയാണ്.

കുട്ടിയുടെ കരച്ചിൽ കേട്ടുകൊണ്ട് അദ്ദേഹം കസാലയിൽ കിടന്നു. അമ്മയുടെ ഞെരക്കവും കേൾക്കായി. "എന്റച്ഛോ!" എന്നുകൂടി കേട്ടു.

ആരെയാണു വിളിക്കുന്നത്?

മുത്തച്ഛന്ന് ഇരിപ്പുറച്ചില്ല. എണീറ്റു ചെരിപ്പിട്ട് മുറ്റത്തിറങ്ങി മുത്തച്ഛൻ ചോദിച്ചു: "കുഞ്ഞുമോൻ ഇവിടെ ഇല്ലേ?"

ആരും മറുപടി പറഞ്ഞില്ല. വടക്കിനിയിൽനിന്ന് അമ്മയുടെ വ്യക്തമായ ഞരക്കം കേൾക്കാം. "എന്റച്ഛോ!" എന്ന നിലവിളി കേൾക്കാം.

മുത്തച്ഛൻ മുറ്റത്തു വടക്കിനിയുടെ ഇറയത്തോളം ചെന്നു.

കുട്ടി വിടാതെ കരഞ്ഞു. അമ്മ വല്ലാതെ ഞരങ്ങുകയും 'എന്റച്ഛോ!' എന്നു നിലവിളിക്കുകയും ചെയ്തു.

മുത്തച്ഛൻ കുത്തിപ്പിടിച്ച് ഉമ്മറത്തേക്കു കയറി. വടക്കിനിയുടെ വാതിൽക്കലൂടെ സംശയിക്കാതെ നോക്കി.

ഈറ്റില്ലത്തിന്റെ ചവർപ്പുള്ള ഗന്ധമുണ്ടെന്നു തോന്നിയില്ല.

അമ്മ നീരുവന്നു വീർത്തുകെട്ടിക്കിടക്കുകയാണ്. കുട്ടി കൈയും കാലും അനക്കുകയും കരയുകയും ചെയ്തു.

മുത്തച്ഛൻ അകത്തേക്കു കടന്നു: "മോളേ, നീ എന്നെ വിളിച്ചോ?"

അമ്മ ഞരങ്ങിയില്ല.

"എന്റച്ഛോ!"

"എന്തേ ന്റെ മോള്ക്ക്?"

"എനിക്ക് വയ്യാട്ടൊ."

"എന്തേ മോളെ?"

"ഞാൻ ചാവും."

മുത്തച്ഛൻ ഒരുപക്ഷേ, ആദ്യത്തെ തവണ ഒന്നു ഞെട്ടി. സരസ്വതിയെ വിളിച്ചു. അച്ഛനെ അന്വേഷിച്ചു.

അച്ഛൻ വീട്ടിൽ ഇല്ല.

അമ്മ പെറ്റ ഉടനെ ഇറങ്ങിപ്പോയി. ഉണ്ണാൻ വന്നു, ഉണ്ണാൻ ഇരുന്നു. ഉണ്ടില്ല. വീണ്ടും ഇറങ്ങിപ്പോയി.

എന്നും അങ്ങനെയാണ്. അച്ഛൻ നേരെചൊവ്വെ വീട്ടിൽ ഇല്ല. ഒന്നും അന്വേഷിക്കുന്നില്ല.

മുത്തച്ഛൻ എല്ലാം കേട്ടു. എന്നിട്ട് മരുമകളോടായി പറഞ്ഞു: "ഞാൻ ജീവിച്ചിരിക്കുമ്പോൾ നീ മരിച്ചുപോവില്ല!"

മുത്തച്ഛൻ കയ്യാലയിലേക്കു പോയി. കിടക്ക നിവർത്തി തലയണയുടെ അടിയിൽനിന്ന് ഒരു പൊതി എടുത്തു. സരസ്വതിയെ വിളിച്ചുകൊടുത്തു. എണ്ണിനോക്കാൻ പറഞ്ഞു.

ഏഴുറുപ്പിക പതിമൂന്നണ അഞ്ചു പൈ ഉണ്ടായിരുന്നു.

അമ്മയ്ക്കു മരുന്നു വാങ്ങി. കഷായം വെച്ചു. അന്നുതന്നെ മുത്തച്ഛന്റെ വാചകത്തിൽ, മലായിൽ ഭർത്താവോടൊപ്പം താമസിക്കുന്ന അമ്മായിക്ക് സരസ്വതി കത്തെഴുതി. അമ്മായിയുടെ ഭർത്താവ് പണമയച്ചു. അമ്മായി മറുപടി അയച്ചു. കുട്ടിക്ക് ശാന്തമ്മ എന്നു പേരു വിളിക്കണം എന്നെഴുതി.

പേരു വിളിക്കാൻ മുത്തച്ഛൻ വിളക്കുംനിറയുടെ മുമ്പിൽ, കുളിച്ച് ഭസ്മം തൊട്ട് ചമ്രംപടിഞ്ഞിരുന്നു. അച്ഛനു വേണ്ടാത്ത മകളാണത്. അച്ഛൻ ആ മകളെ ഇന്നേവരെ ഒന്നു നോക്കിയിട്ടില്ല. അമ്മയെക്കുറിച്ച് അന്വേഷിച്ചിട്ടില്ല. കുട്ടിക്കു പേരിടേണ്ട ഈ നല്ലനേരത്ത് അച്ഛൻ വീട്ടിൽ ഇല്ല.

കുളിപ്പിച്ചു മഷിയെഴുതി ചാന്തു തൊടുവിച്ച് വെള്ളിയരഞ്ഞാൺ കെട്ടി, അലക്കി മടക്കിയ വെള്ളയിൽ കിടത്തിയ ചോരക്കുഞ്ഞിനെ തന്റെ തളർന്ന കൈകളിലേക്കു വാങ്ങിയപ്പോൾ മുത്തച്ഛന്റെ അകം ഇടവെട്ടി.

ശാന്തമ്മ എന്നു പേരിടാൻ അമ്മായി എഴുതിയിട്ടുണ്ട്.

വിതുമ്പുന്ന ചുണ്ടുകൾക്കുനേരെ കൊച്ചിനെ ഉയർത്തി അവളുടെ വലത്തെ ചെകിട്ടിൽ മുത്തച്ഛൻ വിളിച്ചു: "വേണ്ടാംകടീ!"

ആരും കേട്ടില്ല. എത്ര പതുക്കെയാണ് മുത്തച്ഛൻ പേരു വിളിച്ചത്. അല്ലെങ്കിൽ അപ്പോൾ ആ ചുണ്ടുകൾ അനങ്ങിയതുപോലുമില്ല.

നെഞ്ചു നൊമ്പരംകൊള്ളുകയായിരുന്നു.

കൊച്ചിന്റെ ഇടത്തെ ചെകിട്ടിലേക്കു നരച്ച കവിൾ ചേർത്ത് മുത്തച്ഛൻ രണ്ടാമത്തെ തവണ ഉറക്കെത്തന്നെ വിളിച്ചു: "വേണ്ടാംകടീ! മുത്തച്ഛന്റെ വേണ്ടാംകടീ."

പേരു വിളിച്ച കുഞ്ഞിനെ കാണാൻ അയലത്തെ പെണ്ണുങ്ങൾ വന്ന്, അമ്മയോടു ചോദിച്ചു: "എന്ത്ന്നാ നാത്തൂനേ പേര്?"

അമ്മ മുരണ്ടു: "ആവോ!

"പേരിട്ടില്ലേ?"

"ഉവ്വ്."

"എന്തെന്നാ കുട്ടീടെ പേര്?"

"ആവോ!"

അയലത്തെ പെണ്ണുങ്ങൾക്ക് അത്ഭുതം. അമ്മയ്ക്കു സങ്കടം, വിമ്മിട്ടം, വെറുപ്പ്, നൈരാശ്യം... ഒരുപാടു കൂട്ടമുണ്ട്.

അയലത്തെ പെണ്ണുങ്ങൾക്ക് കൊച്ചിനെ ഒന്നെടുത്ത് പേരു വിളിച്ച് ചിറിയിൽ തോണ്ടി ഓമനിക്കാൻ തിടുക്കമുണ്ട്. കൈ അരിക്കുന്നു. നാക്കു കൊതിക്കുന്നു.

"അപ്പൊ, നാത്തൂൻ പറയില്ല. മുത്തച്ഛനോടു ചോദിക്കാം. മുത്തച്ഛനല്ലേ പേരുവിളിച്ചത്?"

മുത്തച്ഛൻ പറഞ്ഞു: "വേണ്ടാംകടീന്നങ്ങ് വിളിക്ക്യാ!"

നല്ല നല്ല പേരുകൾ നാക്കിന്റെ തുമ്പത്തെത്തിനില്ക്കുന്ന അയലത്തെ പെണ്ണുങ്ങൾ എക്കും പൊക്കും നോക്കിനിന്നു.

"ന്നാലും പേരുണ്ടാവില്ല്യെ?"

മുത്തച്ഛന്നു ദേഷ്യം വന്നു:

"ഹില്ല! വേണ്ടാംകടീന്നാ പേര്. ഞാനാ പേരിട്ടത്. എന്റെ വേണ്ടാം കടിക്ക് അതുതന്ന്യാ പേര്!"

സരസ്വതി കൊച്ചിനെ ശാന്തമ്മ എന്നു വിളിച്ചു. ദേവകി ശാന്തപ്പെണ്ണ് എന്ന് വിളിച്ചു. ഡാൻസുകാരിയായ പത്മിനി കൊച്ചിന്റെ ചുറ്റും തള്ളി നടന്നുകൊണ്ട് ഒച്ചയിട്ടു. "ചന്ത, ച, ചന്തമ്മ!"

അവൾ കുട്ടിയുടെ ചിറിക്കു തോണ്ടിയപ്പോൾ അമ്മ അരിശപ്പെട്ടു: "കടന്നു പൊക്കോ ബഡന്നു പണ്ടാരക്കുരിപ്പേ."

പത്മിനിക്കു പെട്ടെന്നു കരച്ചിൽ വന്നു! എന്താണ് അമ്മ പറഞ്ഞത്?

അമ്മയ്ക്കു മക്കളോട് അരിശമാണ്. അച്ഛന് അമ്മയോടു വെറുപ്പാണ്, വീട്ടിൽ എന്നും വഴക്കാണ്.

മുത്തച്ഛൻ തന്റെ ചാരുകസാലയിൽ കിടന്നു മാറത്തു നരച്ച രോമങ്ങൾ നുള്ളിയെടുക്കുന്നുണ്ടായിരുന്നു. അച്ഛൻ പടിഞ്ഞാറ്റിയുടെ ഉമ്മറത്ത് പനയോലത്തടുക്കിൽ തൂണുചാരി പറമ്പിലേക്കു നോട്ടം നട്ടിരുന്നു. ഒട്ടകലെ പത്തായപ്പെട്ടിയുടെ താഴെ കഞ്ഞിപ്പായിൽ വിരിച്ച പഴന്തുണിയിൽ കിടന്ന ശാന്തമ്മ കൈയും കാലും അടിക്കുകയും നിലവിളിക്കുകയും ചെയ്തു.

മുത്തച്ഛൻ അമ്മയെ വിളിച്ചു.

അമ്മ വിളികേട്ടില്ല.

അച്ഛൻ അനങ്ങിയില്ല.

"കുട്ടി കരയുന്നല്ലോ എന്നു മുത്തച്ഛൻ വിളിച്ചു പറഞ്ഞു."

അമ്മ വന്നില്ല.

അച്ഛൻ ഇളകിയില്ല.

മുത്തച്ഛൻ എണീറ്റ് ചെരിപ്പിട്ട് മുറ്റത്തിറങ്ങി പടിഞ്ഞാറ്റിയുടെ ഉമ്മറത്തേക്കു നടന്നു. ചവിട്ടുപടിയിൽ ചെരിപ്പഴിച്ചുവെച്ച് മകനെ ഒന്നു നോക്കി.

അച്ഛൻ സഹികെട്ടെന്നപോലെ ഇറങ്ങിപ്പോയി.

മുത്തച്ഛൻ കുഞ്ഞിപ്പായിന്റെ അടുത്തുചെന്ന് ഇരുന്നു.

അവളെ ഉറുമ്പു കടിച്ച് തണർത്തു നീലച്ചു കിടക്കുന്നു. കടിക്കുന്നു.

ഓ!

ഉറുമ്പു നുള്ളിയെടുത്തു. കൈ അറച്ചില്ല.

അവൾ അപ്പോഴും കരഞ്ഞു, കാലിട്ടടിച്ചു. നീലക്കണ്ണുകൾ നിറച്ച് മുത്തച്ഛനെ നോക്കി.

അവൾ നോക്കിനോക്കി കരഞ്ഞു.

എങ്ങനെയാണ് എടുക്കുക?

കൈ അറച്ചില്ല. ഒരിക്കലും കുട്ടികളെ എടുക്കാത്ത കൈകൾ എങ്ങനെ ഈ പിഞ്ചിനെ താങ്ങും എന്നു ഭയപ്പെട്ടു.

ഒന്നും ഉണ്ടായില്ല. ആ തളർന്ന കൈകളിൽ അവൾ വാഴക്കൂമ്പുപോലെ കിടന്നു. കൈകൾക്കു ചൂടുണ്ടായിരുന്നു. അവൾക്കു മനുഷ്യന്റെ ചൂടു വേണ്ടിയിരുന്നു. ആരാണ് ഇതെന്നു സൂക്ഷിച്ചുനോക്കിയിട്ട് അവൾ മുത്തച്ഛന്റെ മാറിടത്തിൽ കുഞ്ഞിക്കൈവിരൽ നടത്തുകയായിരുന്നു.

മുത്തച്ഛൻ താരാട്ടുപാടി.

എവിടന്നാണ്, എങ്ങനെയാണ് ഈ താരാട്ടും പാട്ടും ഊർന്നുവന്നത്?

മുത്തച്ഛന്റെ പാട്ടു കേട്ടുകൊണ്ട് സരസ്വതി സ്കൂളിൽനിന്നു വന്നു. മുത്തച്ഛൻ പറഞ്ഞു; "ഒന്നെടുത്തേ സത്യഭാമേ! അച്ഛന്നു വേണ്ട. അമ്മയ്ക്കും വേണ്ട. നീയങ്ങു വളർത്തിക്കോ."

മുത്തച്ഛൻ ദേവകിയെ വിളിച്ചു: "ദേവയാന്യേ, മുത്തച്ഛന്ന് കൈ കഴുകാൻ ഇത്തിരി വെള്ളം വേണലൊ!"

സരസ്വതി അമ്മയോടു പറഞ്ഞു: "ഇത്തിരി കൊടുത്തേന്നാ കണ്ടില്ലേ, കരേണത്?"

അമ്മ അരിശപ്പെട്ടു: "ഈ പണ്ടാരക്കെട്ടിനെ ഒന്നങ്ങെടുത്തെങ്കിൽ!"

സരസ്വതി നടുങ്ങിപ്പോയി. നടുക്കത്തോടെത്തന്നെ ചോദിച്ചു: "എന്താന്നാ നിങ്ങളീ പറേണത്?"

അമ്മയ്ക്കു സഹിച്ചില്ല. മകളുടെ നേരെ കൈ ഓങ്ങിക്കൊണ്ട് അമ്മ പല്ല് ഞെരിച്ചു:

"എന്നോടു ചോദിക്കാറായോടീ, ഉവ്വോ?"

ആ ചോദ്യം സരസ്വതിയെ നടുക്കിയില്ല അമ്മയുടെ അപ്പോഴത്തെ പ്രകൃതം അവളെ ഭയപ്പെടുത്തി. അവൾ കൊച്ചിനെ മാറിൽ അടക്കിപ്പിടിക്കുകയും കരയുകയും ചെയ്തു.

മുത്തച്ഛൻ കട്ടിലിൽ കിടന്നു വിചാരപ്പെട്ടു.

ഒന്നും അറിയാത്ത ശാന്തമ്മ കമഴ്ന്നു കിടക്കുകയും നീന്തുകയും മുട്ടിന്മേൽ നില്ക്കുകയും മുല കുടിക്കാൻ അമ്മയുടെ പിമ്പേ തൂങ്ങി നടക്കുകയും ചെയ്തു. അമ്മ അവളെ പിരാകി. തലയ്ക്കിട്ടു കിഴുക്കി. അവൾ കരഞ്ഞപ്പോൾ ചാരുകസാലയിൽ വിചാരപ്പെട്ടു കിടക്കുന്ന മുത്തച്ഛൻ എണീറ്റു ചെന്ന് എടുത്തുകൊണ്ടു പോന്നു. നെഞ്ചിൽ കിടത്തി, താരാട്ടു പാടി ഉറക്കി.

എപ്പോഴും മുത്തച്ഛൻ ഉറക്കിയെന്നുവരില്ല. ഇന്നയിന്നടത്തു കിടന്നുറങ്ങണം എന്നില്ല. ഉറക്കം വന്നേടത്തു കിടക്കും, ഉറങ്ങും.

കട്ടിളപ്പടിമേൽ കിടന്നുറങ്ങുന്ന അവളെ കാക്കാൽ വെച്ച് അച്ഛൻ കടന്നു പോയി. ഒന്നു തിരിഞ്ഞുനോക്കിയില്ല.

ശാന്തമ്മ എവിടെയാണെന്ന് ആരുമന്വേഷിച്ചില്ല. മുത്തച്ഛൻ അവളെ മറന്നില്ല.

കഞ്ഞി കുടിക്കാനിരുന്നാൽ മുത്തച്ഛൻ വേണ്ടാംകടിയെ വിളിക്കും. ഉണ്ണുമ്പോൾ വിളിക്കും.

അടുക്കളയിൽ മക്കൾക്കു ചോറു വിളമ്പുന്നതിനിടയ്ക്ക് മനോവിചാരത്തിൽ മുഴുകിയിരിക്കുന്ന അമ്മ ഉറക്കെ പറഞ്ഞു: "വേണ്ടാംകടി ഉറങ്ങി."

മുത്തച്ഛൻ അടുക്കളയിലേക്കു ചോദിച്ചു: "അവൾ ചോറുണ്ടോ?"

അമ്മ തികയാത്ത ചോറ് മക്കൾക്ക് വിളമ്പിത്തികയ്ക്കുകയാണ്. അവർ പിണങ്ങി, കിണുങ്ങി, കട്ടിളപ്പടിയിലും വാതിലിന്റെ മൂലയിലും പലകപ്പുറത്തും ഒടിഞ്ഞുകൂടിയിട്ടുണ്ട്. അവരുടെ അമ്മയാണ്. അമ്മയുടെ മക്കളാണ്. അമ്മ ആരേയും കാണുന്നില്ല. കാണുന്നതു കിണ്ണങ്ങളാണ്. ഇന്നവൾക്ക് ഇന്ന കിണ്ണം എന്ന നിർണ്ണയമുണ്ട്. കിണ്ണത്തിന്നാണ് വിളമ്പുന്നത്. ഓരോ കിണ്ണത്തിലും ഓരോ മക്കളാണ്. ഓരോ കിണ്ണവും ഓരോ മക്കളാണ്. ഒന്നിലും ചോറു തികയില്ല. ഒരാൾക്കും തികച്ചുണ്ണാൻ ചോറില്ല. ഇതു സരസ്വതിക്കും ദേവകിക്കുമറിയാം. അതുകൊണ്ട് അവർ അടുക്കളയിലില്ല. സരസ്വതി മുത്തച്ഛന്റെ ചോറെടുത്ത് വടക്കിനിയുടെ കയ്യടിയിലേക്കു പോയി. ദേവകി അച്ഛന്റെ ചോറ് പിടഞ്ഞാറ്റിയുടെ തെക്കേ ഉമ്മറത്തേക്കു കൊണ്ടുപോയി. ഇനി അവർ അടുക്കളയിലേക്കു കടക്കുന്നത് ഒഴിഞ്ഞ കിണ്ണം എടുത്തിട്ടാണ്. അമ്മ തന്നെ വിളമ്പിത്തികയ്ക്കണം. ഈ വിമ്മിട്ടത്തിനിടയ്ക്ക് മുത്തച്ഛനു വേണ്ടാംകടിയെ കിട്ടണം!

അമ്മ കേട്ടില്ല. കേട്ടോ, എന്തോ! മറുപടി പറഞ്ഞില്ല.

മുത്തച്ഛനു സഹിച്ചില്ല. ഒരിക്കൽക്കൂടെ ചോദിച്ചു:

"എന്റെ വേണ്ടാംകടി ചോറുണ്ടോ?"

അമ്മയുടെ നെഞ്ചു പെരുകിയിട്ടുണ്ട്. കുരൽ തിങ്ങിയിട്ടുണ്ട്. അമ്മ പെട്ടെന്നങ്ങു പറഞ്ഞു: "ഹില്ല!"

മുത്തച്ഛനു പിന്നെ ഒന്നും ഇറങ്ങിയില്ല. ഒരു കൊച്ചുള്ളതിനെ ചോറു കൊടുക്കാതെ ഉറക്കി!

മുത്തച്ഛൻ സരസ്വതിയെ വിളിച്ചു. വേണ്ടാംകടിയെ ഉണർത്തിക്കൊണ്ടു വരണം!

"വേണ്ടാംകടി എവിടെ?"

ആരും കണ്ടിട്ടില്ല. തിരച്ചിലായി. അകത്തൊക്കെ തിരഞ്ഞു. ചവിട്ടുപടിയിന്മേൽ തിരഞ്ഞു. കയ്യാലയിൽ തിരഞ്ഞു. വാഴത്തടത്തിലും കിണറ്റുവക്കത്തും വിളക്കെടുത്തു ചെന്നു നോക്കി.

ആരും ഉണ്ടില്ല.

അമ്മയുടെ കരൾ പിടഞ്ഞു.

പണ്ടാരത്തിനെ ഇതിലെങ്ങാൻ കെട്ടിയെടുത്തോ എന്ന് ഭയപ്പെടുകയാണ്. ഭയപ്പെട്ടു നിലവിളിച്ചു.

നിലവിളി കേട്ട് അച്ഛൻ പുറപ്പെട്ടു. പടിഞ്ഞാറ്റിയുടെ തെക്കേയറ്റത്ത് ചുമരിന്റെ അരികിൽ അടക്കിവെച്ച പായച്ചുരുളുകൾ വലിച്ചുമാറ്റി. കണ്ടോ, അതാ വേണ്ടാംകടി കിടന്നുറങ്ങുന്നു!

പായച്ചുരുളിനു മീതെ വേണ്ടാംകടി കിടന്നുറങ്ങുന്നത് അച്ഛൻ കണ്ടിരുന്നോ? അച്ഛൻ ഒന്നും പറഞ്ഞില്ല. ഉറക്കത്തിന്റെ ഇടയ്ക്ക് അവൾ ചുമരിന്റെ ഇടയിലേക്ക് ഉരുണ്ടുവീണതായിരുന്നു.

മുത്തച്ഛൻ തെല്ലുറക്കെത്തന്നെ പറഞ്ഞു: "പട്ടിക്കും പൂച്ചയ്ക്കും പിറന്നതല്ലല്ലോ!"

അമ്മ മുറുമുറുത്തു: "പണ്ടാരത്തിനെ കെട്ടിയെടുത്തെങ്കിൽ!"

അമ്മായിയും ഉഷക്കുട്ടിയും മലായിൽനിന്നു വന്നു. അമ്മാമനും ഉണ്ടായിരുന്നു. അമ്മാമനെ ശാന്തമ്മ കണ്ടില്ല! അമ്മായി അവൾക്കു തിന്നാൻ ഒരു പെട്ടി ബിസ്കറ്റു കൊടുത്തു!

ഉഷക്കുട്ടി അമ്മായിയുടെ മകളാണ്.

ശാന്തമ്മ ബിസ്ക്കറ്റ്പെട്ടിയുടെ ചന്തം നോക്കി കൊതി തുള്ളി നില്ക്കവേ അമ്മായി ഉഷക്കുട്ടിയോടു പറഞ്ഞു:

"നോക്ക്യേ, ശാന്തച്ചേച്ചിയല്ലേ നില്ക്ക്ണ്!"

ശാന്തമ്മ ഉഷക്കുട്ടിയെ നോക്കി. അവളുടെ ചന്തമുള്ള ഉടുപ്പും മാലയും ചെരിപ്പും കണ്ടു. അവൾ തന്നത്താൻ ഇടംകണ്ണിട്ടു നോക്കി. അവൾക്ക് ഒന്നും ഇല്ല! ചുണ്ടുകൾ പിളുങ്ങി, കണ്ണുകൾ ഇടുങ്ങി. അവൾ കരയാൻ തുടങ്ങുകയാണ്.

അമ്മായി അവളെ എടുക്കുകയും ഉമ്മവെക്കുകയും ചെയ്തു. അവൾക്കൊന്നും സഹിച്ചുകൂടാ. അമ്മായിയുടെ തോളിൽനിന്നു പിടഞ്ഞിറങ്ങി. അവൾ അകത്തേക്കു പോയി. ചുണ്ടുകൾ പിളുക്കി പായക്കെട്ടിന്മേൽ ഇരുന്നു കരഞ്ഞു.

അവൾക്ക് ഉടുപ്പില്ല, മാലയില്ല, ചെരിപ്പില്ല!

ആരും അവളെ അന്വേഷിച്ചില്ല.

മുത്തച്ഛൻ ചാരുകസാലയിൽനിന്നെണീറ്റു ചെരിപ്പിട്ടു മുറ്റത്തിറങ്ങി ചോദിച്ചു: "എന്തിനാ എന്റെ വേണ്ടാംകടി കരേണത്?"

അമ്മായി വന്നു നോക്കി. അവളെ ഒറ്റക്കൈയിൽ എടുത്തു പൊക്കി. കണ്ടോ, അമ്മായി അവളെ എടുത്തില്ല! അമ്മായിയുടെ തോളിൽ ഇരുന്ന് ഉഷക്കുട്ടി അവളെ നോക്കി, ചിരിച്ചു.

അമ്മായി ഉഷക്കുട്ടിയെ താഴത്തിറക്കി. മകളോടു പറഞ്ഞു: "ചേച്ചിക്കൊരു ഉമ്മ കൊടുക്ക്."

ഉഷക്കുട്ടി ഉമ്മവെച്ചപ്പോൾ, അവളുടെ ചന്തമുള്ള ഉടുപ്പിൽ പിടിച്ച് ശാന്തമ്മ ചോദിച്ചു: "എനിക്ക് തര്വോ?"

ഉഷക്കുട്ടി മിണ്ടിയില്ല. ശാന്തമ്മയെ ഒന്നു സൂക്ഷിച്ചു നോക്കി. എന്നിട്ട് അമ്മയുടെ കാലിൽ കെട്ടിപ്പിടിച്ചു. ശാന്തമ്മ ഉഷയുടെ ചന്തമുള്ള ചെരിപ്പു നോക്കിനിന്നു.

മക്കളുടെ അമ്മ നാത്തൂനോട് വിശേഷങ്ങൾക്കിടയ്ക്കു മക്കളെങ്ങാനും കേൾക്കുന്നോ എന്ന സംശയത്തോടെ പതുക്കെ ചോദിച്ചു: "നാളു തെള്ളിയോന്നാ?"

അമ്മായി പറഞ്ഞു: "ഇല്ലന്നാ!"

ആറു പെറ്റ അമ്മയ്ക്ക് അദ്ഭുതം തോന്നി. കല്യാണം കഴിഞ്ഞു നാലു കൊല്ലം കഴിഞ്ഞിട്ടാണ് ഉഷ പിറന്നത്. ഉഷയ്ക്കിപ്പോൾ മൂന്നു വയസ്സു തികയാറായില്ലേ?

ഇക്കാലത്തിനിടയ്ക്ക് താൻ മൂന്നു പെറ്റു! അമ്മ അതങ്ങു തുറന്നു പറയുകയും ചെയ്തു.

ഉഷയുടെ അമ്മ പറഞ്ഞു: "അതൊക്കെ ഉഷേടച്ഛനേ അറിയാവൂ."

അമ്മ ചോദിച്ചു: "എന്തിനാ ഈ ഒളിച്ചുവെക്കണു?"

"ഒന്നൂല്യാന്നാ. ഉഷേടച്ഛന്ന് ഒരിത്തിരി നാണമില്ല. ഇതൊക്കെ മനുഷ്യൻ സൃഷ്ടിക്കുന്നതാണെന്നാണു പറയുക."

ഉഷയുടെ അമ്മ ഇതൊക്കെ പറഞ്ഞപ്പോൾ, മക്കളുടെ അമ്മ പഞ്ചായത്തിലെ മിഡ്‌വൈഫിനെ ഓർത്തു. ഉഷയുടെ അമ്മ തുടർന്നു: "നിങ്ങൾക്കു കേൾക്കണോ? പലതും ചെയ്യാനുണ്ടെന്നാ പറഞ്ഞത്? ഞങ്ങൾ രണ്ടു തവണ ലേഡീ ഡോക്ടറെ കണ്ടു. അത്രതന്നെ!"

എന്താണ് ഈ അത്രതന്നെയെന്ന് അമ്മ ചോദിച്ചില്ല. അത്രയ്ക്കും പാരവശ്യം തോന്നുകയാണ്.

അച്ഛനും അമ്മാവനും വിശേഷങ്ങൾ പറഞ്ഞിരുന്നു. പറയുന്നതൊക്കെ അച്ഛനാണ്. അമ്മാമൻ ഇരുന്നു കേട്ടു. ഇതൊക്കെ പതിന്നാലുവട്ടം കേട്ടിട്ടാണ് അയാൾ മലായിക്കു പോയത്. എല്ലാം പഴയ കഥകളാണ്. എല്ലാം മറന്നിട്ടുണ്ടാവുമെന്ന് അച്ഛൻ ഭയപ്പെടുകയാവാം. വീട്ടിൽ നിറയെ നെല്ലായിരുന്നു. നെല്ലുകൊണ്ട് ഒന്നു കിടക്കാൻ ഇടമുണ്ടായിരുന്നില്ല. പകലാണെങ്കിൽ, ആരൊക്കെ വന്നു, ഉണ്ടു, പോയി എന്നൊരു കണക്കില്ല. താസിൽദാർ വന്ന് ഉണ്ടുപോയ കുടുംബമാണ്. പിന്നെ മുത്തച്ഛന്റെ സിൽബന്തികളും വരുന്നു. അവർ വന്നാൽ പിന്നെ സദ്യയാണ്. ഇളന്നീർ, പഴം, കോഴി, പത്തിരി... അടുക്കളയിൽ തീയൊഴിഞ്ഞ നേരമില്ല. എത്ര പേരിങ്ങു വന്നാലെന്താ? ഒന്നിനും കുറവില്ല. നോക്കുന്നേടത്തൊക്കെ നെല്ലാണ്, നടക്കുന്നേടത്തൊക്കെ നെല്ലാണ്.

ധൃതിയിൽ വർത്തമാനത്തിനിടയ്ക്ക് അച്ഛൻ കിതച്ചു, ചുമച്ചു, വിയർത്തു. ശ്വാസം കിട്ടാതെ ഇരുന്നു ഞെളിഞ്ഞു.

അമ്മാമൻ ചോദിച്ചു: "എന്താ അളിയന്ന്?"

അച്ഛൻ വാപിളർന്ന് ഒറ്റയക്ഷരം മിണ്ടാനാകാത്തതുകൊണ്ട് ആംഗ്യം കാട്ടി: 'പറയാം.'

പറഞ്ഞു: "കുറേക്കാലമായിട്ട് ശ്വാസംമുട്ടിന്റെ ശല്യമാണ്."

അമ്മാമൻ വിമ്മിട്ടത്തോടെ ചോദിച്ചു: "ഇതിനൊന്നും ചെയ്തില്ലേ?"

അച്ഛൻ കൈമലർത്തി:

"എന്തു ചെയ്യാനാ? ചെലവുകൾ നില്ക്കുന്നില്ല. കുടുംബത്തിന് വേണ്ടതൊക്കെ അന്വേഷിച്ച്. അടുപ്പിച്ചു കഴിയുമ്പോൾ തന്റെ കാര്യം നോക്കാൻ കഴിയില്ല. അങ്ങനെ കൊണ്ടുനടക്കുകയാണ്."

"അതുകൊള്ളാം!"

അമ്മാമൻ പറഞ്ഞു:

"ചുമരുണ്ടെങ്കിലേ ചിത്രമെഴുതാൻ കഴിയൂ."

അന്നു പുറത്തിറങ്ങി വരട്ടെ എന്നു പറഞ്ഞ് ഇറങ്ങിപ്പോയ അമ്മാമൻ രണ്ടു കുപ്പി വാട്ടർബറീസ് കോമ്പൗണ്ട് കൊണ്ടുവന്ന് അച്ഛന്നു കൊടുത്തു. തൽക്കാലത്തേക്കാണ്. ഡോക്ടറെ കണ്ടു സുഖക്കേടിന്റെ കാര്യം പറയ ണമെന്നു തീരുമാനിച്ചു. പണമല്ലേ? ആളുണ്ടാകട്ടെ, പണമുണ്ടാകും.

അച്ഛൻ സമ്മതിച്ചോ എന്നറിഞ്ഞുകൂടാ. വർത്തമാനം പറഞ്ഞതും തീരു മാനിച്ചതും അമ്മാമനാണല്ലോ.

ശാന്തമ്മയും ഉഷയും മുറ്റത്തിരുന്ന് തന്നത്താൻ നനച്ചു പൂഴിമണ്ണു കൊണ്ട് ചിരട്ടപ്പുട്ട് ചുട്ടെടുക്കുകയായിരുന്നു. ഉഷയുടെ ചന്തമുള്ള ഉടുപ്പും ചെരിപ്പും അഴിച്ചുവെച്ചിരുന്നു. മാല മാത്രം ഉണ്ട്.

ശാന്തമ്മ ചോദിച്ചു:

"ഈ മാല എനിക്കു തര്വോ?"

ഉഷക്കുട്ടി പെട്ടെന്ന് എന്തോ ആലോചിച്ചു. എന്നിട്ട് പറഞ്ഞു:

"ന്റെച്ഛൻ തന്നതാണേ."

ശാന്തമ്മയ്ക്ക് സങ്കടം വന്നു. ഉഷക്കുട്ടിക്കു മാല കൊടുത്തത് അവളുടെ അച്ഛനാണ്.

തന്റെ അച്ഛനോ?

ആരും ഏവരും ഇല്ലാത്തപോലെ അവൾ കരഞ്ഞു. ഉഷക്കുട്ടിക്കു നന്നേ വിഷാദം തോന്നി. അവൾ ചോദിച്ചു: "പൂട്ടു വേണോ?"

ശാന്തമ്മ മിണ്ടിയില്ല.

"ഉടുപ്പു വേണോ?"

ശാന്തമ്മ മിണ്ടിയില്ല.

ഒട്ടുനേരം ഓർത്തുനിന്നിട്ട് ഉഷ വീണ്ടും ചോദിച്ചു:

"മാല വേണോ?"

സന്തോഷമായി ശാന്തമ്മ പറഞ്ഞു:

"താ."

ഉഷക്കുട്ടി മാല ഊരിയെടുത്ത് ശാന്തമ്മയുടെ കഴുത്തിലിട്ടു. ശാന്തമ്മ കൗതുകത്തോടെ തന്റെ നെഞ്ചിലേക്ക് നോക്കിനിന്നു. മാലയിൽ പിടിച്ചു തിരുമ്മി. അപ്പോൾ അച്ഛൻ വന്നു. അവൾ കണ്ടില്ല. അച്ഛൻ ഏറുകണ്ണിട്ട് ഒന്നു നോക്കി. വേലിയിതയ്ക്കലേക്കു നടന്നു. നീറോലിയുടെ വടിയൊടിച്ചു തിരിച്ചുവന്ന് ശാന്തമ്മയെ ഒറ്റയടി അടിച്ചു.

ശാന്തമ്മ നെട്ടനെ ചാടി. അവിടെത്തന്നെ വീണു. പിടഞ്ഞു.

ഉഷക്കുട്ടി അന്തംവിട്ട് അമ്മാമനെ ഒന്നു നോക്കി, മുഖം പൊത്തി ഉറക്കെ കരഞ്ഞു. നിലത്തുരുണ്ടു പിടയുന്ന ശാന്തമ്മയെ അച്ഛൻ കാലുകൊണ്ട് ഉരുട്ടിയുരുട്ടി അടിച്ചു.

അടിച്ച വേദന അവൾക്കില്ല. അവൾ കേൾക്കുന്നത് ഒരു മുഴക്കമാണ്. അത് അച്ഛന്റെ ശബ്ദമാണ്. അച്ഛൻ നടാടെ അവളോടു ശബ്ദിച്ചതാണ്. ചോദ്യം ചോദിക്കയാണ്. ഉറക്കെയുറക്കെ ഒച്ചവെച്ചുകൊണ്ടാണ് അച്ഛൻ അടിച്ചത്; ചവിട്ടി ഉരുട്ടിയത്. ചോദ്യങ്ങൾ ഒന്നും മനസ്സിലായില്ല. ഉവ്വോടീ, വാങ്ങിച്ചോടീ, കുട്ടീടെ മാല നിനക്കു വേണോടീ...? അച്ഛന്റെ കനത്ത ശബ്ദം അവളുടെ ചെകിട്ടിൽ ഒരു മുഴക്കമുണ്ടാക്കി. ആ മുഴക്കത്തെപ്പേടിച്ച് ഉറക്കെ നിലവിളിച്ചു. നിലവിളി ഒരു ചീന്തുപോലെ മുഴക്കത്തിൽ മുങ്ങി പ്പോകയാണ്.

അമ്മ വന്നു, അമ്മായി വന്നു. മുത്തച്ഛൻ പതുക്കെ നടന്നെത്തി.

അമ്മാമൻ അയാളുടെ വീട്ടിലേക്കു പോയിരുന്നു.

അമ്മ പറഞ്ഞു; "കൊല്ലിൻ! കൊന്നുകളഞ്ഞേക്കിൻ!"

അച്ഛൻ സമ്മതിച്ചു:

"കൊല്ലും! സകലത്തിനേയും കൊല്ലും; മുടിക്കാൻ തീർന്ന സകലത്തി നേയും കൊല്ലും!"

അമ്മായി പറഞ്ഞു: "ആരും മുടിക്കാൻ തീർന്നിട്ടില്ല കുഞ്ഞാങ്ങളേ!"

അച്ഛൻ അപ്പറഞ്ഞതു സമ്മതിച്ചില്ല. അമ്മായിയെ ആകെത്തടുത്തു പറഞ്ഞു: "പോടീ കടന്ന്! വന്നിരിക്കുന്നു ഒരു പവറുകാരി!"

ഉഷ അമ്മയുടെ കാലിൽ കെട്ടിപ്പിടിച്ചു നിലവിളിച്ചു; "പൂവ്വാന്നമ്മേ! ഇവിടന്ന് പൂവ്വാന്നാ!"

മുത്തച്ഛൻ വേണ്ടാംകടിയെ എടുത്തു മാറോടു ചേർത്തു. പുറം ഉഴിഞ്ഞു, ഒന്നും മിണ്ടാതെ കയ്യാലയുടെ ഉമ്മറത്തേക്കു പോയി. അവളെ അതേപടി മാറിൽ കിടത്തി, കസാലയിൽ കിടന്നു.

തന്നത്താൻ നനച്ച പൂഴിമണ്ണിൽ കിടന്നുരുണ്ട ആ കൊച്ചിനെ ഒട്ടും നാറിയില്ല. വിയർപ്പിൽ കുളിച്ച അവളുടെ ശരീരത്തിലെ അഴുക്കിനെക്കുറിച്ച് ഒട്ടും ഓർത്തില്ല.

ശാന്തമ്മ മയങ്ങുകയായിരുന്നു. മയക്കത്തിലും തേങ്ങുന്നുണ്ടായിരുന്നു.

കുളിക്കാറായപ്പോൾ അദ്ദേഹം കൊച്ചിനെ തന്റെ കട്ടിലിൽ കൊണ്ടെ ക്കിടത്തി. കുളിച്ചുവന്നപ്പോൾ, ശാന്തമായുറങ്ങുന്ന അവളെ ചുമ്മാ ഒന്നു തൊട്ടുനോക്കി.

ശാന്തമ്മയുടെ തളർന്ന ദേഹത്തിനു പൊള്ളുന്ന ചൂടുണ്ടായിരുന്നു. എമ്പാടും തണർത്തിരുന്നു, പൊട്ടിയിരുന്നു. മുത്തച്ഛന്റെ പരുപരുത്ത വിരലുകൾ തുടുത്ത പാടുകളിലൂടെ വിറച്ച് വിറച്ചു നീങ്ങുകയായിരുന്നു. കൊച്ചു ഞെട്ടിത്തെറിച്ചു. തേങ്ങി. കരഞ്ഞു. തേങ്ങിക്കൊണ്ടുതന്നെ വീണ്ടും മയങ്ങി.

അമ്മ വന്നു. ശാന്തമ്മയെ പടിഞ്ഞാറ്റിയുടെ അകത്തേക്കു കൊണ്ടുപോയി. രാത്രി മുഴുവൻ അവൾക്കു പനിച്ചു. അവൾ ഞെട്ടിത്തെറിച്ചു. പേടിച്ചു നിലവിളിച്ചു.

ശ്വാസംമുട്ടുകാരനായ അച്ഛൻ അങ്ങേ മുറിയിൽ ഞെട്ടിയുണർന്നു. ഒന്നുറങ്ങാനും സമാധാനം തരുന്നില്ലല്ലോ എന്ന അരിശത്തോടെ എണീറ്റു. വിളക്കു കൊളുത്തി. നോക്കിയപ്പോൾ കിട്ടിയതു വെട്ടുകത്തിയാണ്. അതു കടന്നെടുത്ത് ശാന്തമ്മയുടെ പായിലേക്കു ചെന്നു. എക്കും പൊക്കും നോക്കിയില്ല. വെട്ടുകത്തി അലകുപരത്തി അവളെ അടിച്ചു. ശാസിച്ചു:

"ഒന്നു മിണ്ടാണ്ടെ കെടക്കവിടെ?"

അയാൾ എന്തൊക്കെയോ പള്ളുപറഞ്ഞു! ലാളിച്ചുലാളിച്ച് പെണ്ണിനെ കൊള്ളരുതാക്കിയതാണ്. നിലയ്ക്കു താൻ നിർത്തും, നേരം പുലരട്ടെ. ഈ ഇള്ളക്കരച്ചിലൊന്നു നിർത്തിയിട്ടേ താൻ അടങ്ങൂ..

പിറ്റേന്ന് ശാന്തമ്മയെ കണ്ടത് അമ്മായിയാണ്. നേരം പുലരുകയാണ്. മുത്തച്ഛൻ കാപ്പിക്കു വിളിച്ചപ്പോൾ വേണ്ടാംകടി വിളികേട്ടില്ല. അമ്മായി പടിഞ്ഞാറ്റിയുടെ അകത്തേക്ക് ചെന്നു. ശാന്തമ്മ പായിൽ തവളക്കൂറിട്ടു കിടക്കുകയാണ്. ഉണർത്താൻ ഒന്നു തൊട്ടുനോക്കി. വിറങ്ങലിച്ചിരിക്കുന്നു!

വേണ്ടാംകടിയുടെ ദേഹമാകെ നീലച്ചിരുന്നു, നീരു കയറിയിരുന്നു. ശ്വാസംകിട്ടാതെ മരിച്ചപോലെ, അവൾ പായിന്റെ വക്കിൽ മുറുകെപ്പിടിച്ചിരുന്നു.

ഈ കഥ ഇവിടെ അവസാനിക്കുകയല്ല. ■

വെറുക്കാൻ വയ്യ

പ്രിയപ്പെട്ട ആത്മസിങ്ങ്,

താങ്കൾക്കൊരു കത്തെഴുതണമെന്ന് വളരെ നാളായിട്ടാശിക്കുകയാണ്. യാദൃച്ഛികമായി, ഇക്കാര്യം ഞാനെന്റെ കുട്ടികളുടെ അമ്മയോട് പറഞ്ഞു. ഉദാസീനമായിരുന്ന ആശയ്ക്ക് അവർ എണ്ണ പകർന്നു.

ആത്മസിങ്ങ് എന്നാണു പറഞ്ഞത്. അവരാണെങ്കിൽ, ആത്മസിംഹൻ എന്നാണു വിളിക്കുക. അവർക്കു റാണാ പ്രതാപസിങ്ങിനെ അറിയില്ല. റാണാ പ്രതാപസിംഹനെ കുട്ടികൾ പോലുമറിയും. താങ്കളുടെ രഞ്ജിത് സിങ്ങും ഗുരുഗോവിന്ദസിങ്ങും, അവർക്കു രഞ്ജിത്സിംഹനും ഗോവിന്ദസിംഹനുമാണ്.

കുട്ടികളാണെങ്കിൽ, മൃഗരാജാവായ സിംഹത്തെക്കുറിച്ച് കേട്ടിട്ടുണ്ട്. ഒന്നാംപാഠത്തിൽ സിംഹത്തിന്റെ ചിത്രമുണ്ട്. രണ്ടാംപാഠത്തിലോ, എലിയുടേയും സിംഹത്തിന്റേയും കഥയുണ്ട്.

കുട്ടികളുടെ അമ്മ താങ്കളെ ആത്മസിംഹൻ എന്നു വിളിക്കാനിഷ്ടപ്പെട്ടു.

"ആത്മസിംഹൻ എന്ന പേരിന്നു എന്തൊരു ഘനമാണല്ലേ?' അവർ ചോദിച്ചു."

"പിന്നല്ലെ, ആത്മാവ്, ആത്മസിംഹൻ."

എങ്ങനെ വ്യാഖ്യാനിക്കുമെന്നറിയാതെ തപ്പിത്തടയേണ്ടിവന്നു.

നമ്മളാണെങ്കിൽ, ഇത്രയൊക്കെ അർത്ഥപുഷ്ടിയുള്ളൊരു പേരിടുന്നില്ല!

അവർക്കു താങ്കളുടെ പേരിനോട് ബഹുമാനമാണത്രെ. താങ്കൾ സിക്കുകാരനായതുകൊണ്ട്, അവർ താങ്കളെ വെറുത്തില്ല.

ശിഖന്മാരെന്നാണ് താങ്കളുടെ ആൾക്കാരെക്കുറിച്ച് അവരറിയുക. ശിഖമതാചാര്യനായ ഗുരുനാനാക്കിനെക്കുറിച്ചും ശിഖമതത്തെ പട്ടാളച്ചിട്ടയിലൊതുക്കിയ ഗുരുഗോവിന്ദസിംഹനെക്കുറിച്ചും അവർ കേട്ടിട്ടുണ്ട്.

താങ്കളൊരു ശിഖനാണെന്നു പറഞ്ഞപ്പോൾ ചോദ്യങ്ങളായി.

താടിയും മുടിയും വളർത്തിയിട്ടുണ്ടോ?

ജടയായിട്ടാണോ?

എണ്ണ തേയ്ക്കുമോ?

താങ്കളുടെ തലേക്കെട്ടിനെക്കുറിച്ചും; ഒതുക്കിച്ചീവി, പിരിച്ചുതിരുകി, വാസനക്കുഴമ്പു പുരട്ടി കവിളോടൊട്ടിച്ചു വെക്കുന്ന താടിയെക്കുറിച്ചും, ഇരുമ്പുവളയെക്കുറിച്ചും, അഞ്ചുമുഴം പരുക്കൻ തുണികൊണ്ടു തയ്ക്കുന്ന അടിയുടുപ്പിനെക്കുറിച്ചുപോലും പ്രസംഗിച്ചുനോക്കി. താങ്കളുടെ രൂപം അവർക്കമേയമായി തോന്നി.

"ശരി, അങ്ങനെ ഒരാളുണ്ടെന്നു വെച്ചോളൂ."

ഒരു ജാതി ഒരു മതം ഒരു ദൈവം എന്ന പ്രമാണം ഞങ്ങൾക്കാർക്കും പുത്തനല്ല. ഈ കാലഘട്ടത്തിൽ, വേണ്ടത്ര പ്രചാരം കിട്ടാതെപോയ ഈ ദർശനത്തെക്കുറിച്ചു കുട്ടികളുടെ അമ്മയ്ക്കറിയാം, മൂത്ത മകൾക്കറിയാം. താങ്കളുടെ ആദിഗുരുവാകട്ടെ, എല്ലാ മനുഷ്യരിൽനിന്നും അനുയായികളെ കൈക്കൊണ്ടു. അറബിയും ദ്രാവിഡനും ആര്യനും മംഗോളിയനും ഹിന്ദുവും മുസൽമാനും പ്രഭുവും ചെരുപ്പുകുത്തിയും ഒരേ ജീവിതപ്രമാണത്തിൽ ഒത്തുചേർന്നു. മനുഷ്യൻ ഒന്ന്. മതം ഒന്ന്. ദൈവം ഒന്ന്.

ഖേദത്തോടെ പറയട്ടെ, ഈ സിക്കുകാരനെക്കുറിച്ച് പട്ടാളക്യാമ്പിൽ വെച്ചു കേട്ടതൊന്നും നല്ല വാക്കുകളല്ല.

കഴിഞ്ഞ വ്യാഴവട്ടത്തിന്നുള്ളിൽ താങ്കളുടെ സമുദായം സഹിച്ച നഷ്ടകഷ്ടങ്ങളെക്കുറിച്ചു ഞങ്ങളെല്ലാവരും ചൂടോടെ ഓർക്കുന്നു. സ്വതന്ത്രഭാരതപ്പിറവിയിൽ ചിന്തിയ രക്തം താങ്കളുടേതായിരുന്നു, താങ്കളുടെ സിൽബന്തികളുടേതായിരുന്നു.

ഈ ഭൂമിയിലെ മനുഷ്യവർഗ്ഗങ്ങളെല്ലാംതന്നെ താങ്കളുടെ രക്തത്തിലൂടെ, ആത്മാവിലൂടെ ജീവിക്കുന്നു. എന്റെ നാടിന്റെ അപകടം പിടിച്ച അതിർത്തിയിൽ, താങ്കളും താങ്കളുടെ ആൾക്കാരും മനുഷ്യരുടേതായൊരു കോട്ട തീർത്തിരിക്കുന്നു.

താങ്കളുടെ ആത്മബലം ഇന്ത്യയുടെ ശക്തിയാണ്.

എല്ലാമാണ്.

എന്നിട്ടും താങ്കളെക്കുറിച്ച് നല്ലൊരു വാക്ക് ക്യാമ്പിന്നകത്ത് ഒരാളും പറഞ്ഞുകേട്ടില്ല.

കുടുംബത്തെ കൊണ്ടുവരുന്ന കാര്യത്തിലാണ് നാം അടുത്തൊന്നു പെരുമാറിയത്. മക്കളെക്കുറിച്ച് താങ്കൾക്കുള്ള എല്ലാ ധാരണകളും ആശയും വാത്സല്യവും എനിക്കു മനസ്സിലാകും. താങ്കളവരെ ക്യാമ്പിലേക്കു കൊണ്ടുവന്നു. മക്കളെയൊന്നു കണ്ടിട്ടുവരാൻ ഞാനവധിയെടുത്തു.

എന്നത്തേക്കാളുമേറെ ഈ യാത്ര എന്നെയിട്ടു ഞെരുക്കി. മൂന്നാംക്ലാസു യാത്രക്കാരന്റെ ഇരിപ്പിടം വണ്ടിയിലെ മറപ്പുരയ്ക്കകത്തുകൂടെയാണ്. ഇരിക്കുകയല്ല. ഞങ്ങളൊമ്പതുപേരെ അതിന്നകത്ത് നിന്ന നിലയിൽ അടുക്കിയിരുന്നു. മനുഷ്യർ അടിഞ്ഞുകൂടിയ വാതിൽ വഴിയിലേക്ക് വിരൽ കടത്താൻ കഴിയാത്തതുകൊണ്ട് മൂന്നുപേർ ഫുട്ട്ബോഡിൽ തൂങ്ങിക്കിടന്നിരുന്നു.

അവരുടെ മുഖമോ മറ്റോ കാണാൻ കഴിഞ്ഞില്ല. വണ്ടിക്കകത്തെ വെളിച്ചം, വെളിയിലെ ഇരുട്ടിലേക്ക് നുഴയാതിരിക്കത്തക്കവണ്ണം ജനാലയ്ക്കലും വാതിൽക്കലും യാത്രക്കാർ അടഞ്ഞു കൂടിയിട്ടുണ്ട്. അകത്തു കടന്നുകൂടിയ എല്ലാവരേക്കാളും വ്യഥപ്പെട്ട കുടുംബങ്ങൾ അവരെ കാത്തു കിടക്കുന്നുണ്ടാവാം. തന്റെ കുടുംബത്തെക്കുറിച്ചോർത്തു. എന്നിട്ടും പൊറുപ്പിക്കാനായില്ല. പതിമൂന്നുകൊല്ലത്തെ സേവനത്തിനുശേഷം ഇന്നും മൂന്നാം ക്ലാസിന്ന് വാറണ്ടു വാങ്ങേണ്ടി വരുന്ന സൈനികജീവിതത്തെ ശപിച്ചു ശപിച്ച് നേരം വെളുപ്പിച്ചു.

ആ വണ്ടിമുറിക്കകത്തിരുന്നവരിലൊരാൾക്കും, പരസ്യമായി മനുഷ്യൻ ചെയ്യാനിഷ്ടപ്പെടാത്ത ഒന്നോ രണ്ടോ അത്യാവശ്യങ്ങൾ നടന്നില്ല. ഇന്നും സിപ്പായിയായിക്കിടക്കുന്നതുകൊണ്ടാണല്ലൊ, ഈ ഗതികേടൊക്കെ വന്നു കൂടുന്നതെന്ന് സങ്കടപ്പെട്ടു.

എന്തുകൊണ്ട്, ഇത്ര കാലമായിട്ടും എനിക്കൊരു ഹവിൽദാരാകാൻ കഴിഞ്ഞില്ല? വേണ്ട, ഒരു നായക് ആയാലെങ്കിലും രണ്ടാംക്ലാസിന് വാറണ്ടു കിട്ടുന്നു.

പണ്ടുപണ്ട് പട്ടാളത്തിൽ ചേർന്നപ്പോൾ, ഞാൻ സിപ്പായി ആയിരുന്നു. ഇനി പിരിഞ്ഞു പോരുമ്പോഴും സിപ്പായി ആയിരിക്കും.

ഒരു പട്ടാളക്കാരനു പൊറുപ്പിക്കാനാവാത്ത മനഃക്ലേശം ഇതാണെന്നു താങ്കൾക്കറിയാം. എങ്കിൽ, നമ്മുടെ ക്യാമ്പിലെ ശിഖമേധാവിത്വമാണ് എന്നെയിന്നും സിപ്പായിയാക്കി നിർത്തുന്നതെന്ന പരമാർത്ഥം താങ്കളെ

ഓർമ്മിപ്പിക്കട്ടെ. അർഹതയുള്ളവൻ അതിജീവിക്കുന്ന ചട്ടങ്ങളുണ്ട്. താടിയുണ്ടോ എന്നാണ്, അകലന്നൊരുത്തനെക്കാണുമ്പോൾ മേധാവി സൂക്ഷിച്ചുനോക്കുന്നത്.

ആത്മസിങ്ങ്, ഞാൻ താങ്കളെ വെറുക്കുന്നു. എന്റെ നെഞ്ചിൽ ചവിട്ടി മുന്നോട്ടു കയറിപ്പോയ ഓരോ സിക്കുകാരനേയും വെറുക്കുന്നു.

താങ്കൾ നടാടെ വന്നപ്പോൾ ഞാൻ ക്യാമ്പിലുണ്ട്. താങ്കൾ വന്നത് ശുപാർശക്കത്തോടുകൂടെയാണ്. ഓരോ സിക്കു പട്ടാളക്കാരനും ശുപാർശക്കത്തോടെയാണ് മാറ്റം പോവുന്നതെന്ന് ഇപ്പോൾ എനിക്കറിയാം.

താങ്കൾക്ക് കുടുംബത്തെ കൊണ്ടുവരാൻ ആഗ്രഹമുണ്ട്. ക്വാർട്ടേഴ്സിനുവേണ്ടി പേര് റജിസ്റ്റർ ചെയ്യാൻ ഞാൻ താങ്കളെ കൊണ്ടുപോയി. പലപ്പോഴും റജിസ്റ്റർ ചെയ്തിട്ടുള്ളതുകൊണ്ടാകാം എന്നെത്തന്നെ കൂട്ടിന്നയച്ചത്.

ഇന്നേവരെ ഞാൻ കുടുംബം കൊണ്ടുവന്നിട്ടില്ല.

എന്തുകൊണ്ട് എന്നുപോലും താങ്കൾ ചോദിച്ചില്ല.

എന്റെ പേരിന്നു മുമ്പിൽ നല്ലൊരു ക്വാർട്ടർ വന്നപ്പോഴൊക്കെ ആ വരിയിൽനിന്ന് എന്നെ മാറ്റിയെഴുതി.

ഹവിൽദാർ ദർശൻസിങ്ങിന്നു ഫാമിലിയെ കൊണ്ടുവരണം.

എനിക്കും–

നീയൊന്നടങ്ങണം, ജവാൻ. ഹവിൽദാരുടെ ഭാര്യയ്ക്കു സുഖമില്ല.

എന്റെ കുട്ടികളുടെ അമ്മയ്ക്കു ക്ഷേമം തന്നെയാണല്ലൊ. എതിർവായ് പറയാൻ വയ്യ.

വീണ്ടും എന്റെ പേർക്ക് ക്വാർട്ടർ വന്നു. തോട്ടിക്കു താമസിക്കാൻ കൊടുത്തിരുന്നതാണ്. അവൻ പോയി. നീ കൊണ്ടുവന്നോ.

മാന്യരേ വേണ്ട. തോട്ടിയോട് വിശേഷിച്ചൊരു വിദ്വേഷവുമുണ്ടായിട്ടല്ല. തൽക്കാലം എന്റെ കുടുംബത്തിനൊരു മേൽപ്പുരയുണ്ട്. ഞാൻ, നിങ്ങൾക്ക് നശിച്ച സിപ്പായിയാണെന്നുവച്ച്, എന്റെ മക്കളും അവരുടെ അമ്മയും ആകണമെന്നില്ല.

ധിക്കാരി! അവന് ഒരു കൊല്ലത്തേക്ക് ക്വാർട്ടർ ഇല്ല.

ജയ്ഹിന്ദ്!

ഒരു കൊല്ലം കഴിഞ്ഞു.

എന്റെ ഇളയമകന് രണ്ട് വയസ്സായി. അവന്റെ വളർച്ചയെക്കുറിച്ചും വിക്രസ്സുകളെക്കുറിച്ചും അമ്മ എഴുതി.

കുട്ടികൾ എങ്ങനെയാണ് വളരുക?

അച്ഛനായി. അച്ഛനായിട്ടും അതറിഞ്ഞുകൂടാ.

എന്റച്ഛൻ പട്ടാളത്തിലാണെന്ന്!

അവൻ മനസ്സിലാക്കിക്കഴിഞ്ഞു.

മോനേ, നിന്നെക്കൊണ്ടുവരാൻ അച്ഛനിതാ വരുന്നു.

അച്ഛൻ സിപ്പായിയാണെന്നവന്നറിയില്ല. സിപ്പായിയുടെ മക്കളേ, അവിടെക്കിടന്ന് വളർന്നേക്കിൻ.

എന്റെ കൂടെ താങ്കൾ വന്നു. എന്റെ പേരിന്നു പിമ്പേ, താങ്കളുടെ പേര് റജിസ്റ്റർ ചെയ്തു.

താങ്കൾ പെട്ടെന്നു ലീവിൽ പോയി. ഭാര്യയുടെ പ്രസവകാലമെന്നാണ് താങ്കൾ പറഞ്ഞത്. വീട്ടിൽനിന്ന് ഉടനെ ക്വാർട്ടർ അനുവദിക്കണമെന്ന് അപേക്ഷ വന്നു. ഭാര്യയ്ക്ക് രക്തംപോക്കാണ്. ചികിത്സിച്ചില്ലേ്ല, മരിക്കും.

ആത്മസിങ്ങിനു ക്വാർട്ടർ അനുവദിച്ചുകൊണ്ടുത്തരവായി.

എനിക്കോ?

കുരയ്ക്കാതെ, ആത്മസിങ്ങിന്റെ അപേക്ഷ വന്നിട്ടുണ്ട്.

എനിക്കും അപേക്ഷയുണ്ട്. എന്റെ–

നാക്കെടുത്താൽ കള്ളമേ പറയൂ. മുന്നിൽനിന്നു പോ!

ആത്മസിങ്ങ്, താങ്കൾ കുടുംബത്തെ കൊണ്ടുവന്നു.

ഞാൻ താങ്കളുടെ കുടുംബത്തെ കണ്ടിട്ടില്ല. താങ്കളുടെ കുട്ടികളെക്കുറിച്ചും അവരുടെ അമ്മയെക്കുറിച്ചും കേട്ടു. അവരെക്കുറിച്ച് താങ്കളോട് ഞാനൊന്നും ചോദിച്ചില്ല.

തൊട്ടുതൊട്ടു നിന്ന് നാം പരേഡ് ചെയ്തു. തൊട്ടുതൊട്ട സ്റ്റൂളുകളിൽ ഇരുന്നു ജോലി ചെയ്തു.

താങ്കളോട് ഞാനൊന്നും മിണ്ടിയില്ല. ചോദിച്ചില്ല.

എനിക്കു താങ്കളോട് വെറുപ്പായിരുന്നു.

താങ്കളെന്നോടൊന്നും മിണ്ടിയില്ല, പറഞ്ഞില്ല.

ജമേദാർ ഭോലാസിങ്ങിനെ താങ്കൾ വിരുന്നിനു വിളിച്ചു. താങ്കളുടെ ഭാര്യയ്ക്ക് ചെറുപ്പമാണെന്നും, ഇളയ കുട്ടിക്ക് രണ്ടു വയസ്സായെന്നും, എല്ലാവർക്കും ക്ഷേമമാണെന്നും കേൾക്കായി.

ആത്മസിങ്ങ്, താങ്കളുടെ ഭാര്യയ്ക്ക് രക്തംപോക്കുണ്ടായതല്ല. അപ്പോൾ താങ്കളെത്ര കള്ളം പറഞ്ഞു? എത്ര പറഞ്ഞാലും, കാര്യമങ്ങ് നടക്കണം.

ക്ഷമിക്കണം, താങ്കളുടെ ഇളയ മകന്ന് മലേറിയ പിടിച്ചുവെന്ന് കേട്ടിട്ടും താങ്കളോട് ഞാനൊന്നും ചോദിച്ചില്ല. എന്റെ വെറുപ്പിന് അത്രയ്ക്കാഴമുണ്ടായിരുന്നു. വീണ്ടും താങ്കളവധിയെടുത്തുകൊണ്ടിരുന്നു. മകനെ ചികിത്സിക്കാൻ, മരുന്നന്വേഷിക്കാൻ, കുടുംബത്തിനൊരു സമാധാനമുണ്ടാകാൻ.

ഒന്നും കണ്ടില്ല, കേട്ടില്ല എന്ന മട്ടിൽ ഞാൻ നടന്നു. അന്നൊരു ദിവസം ഉച്ചയ്ക്കൂണു കഴിഞ്ഞു കിടക്കുമ്പോൾ താങ്കൾ ബാരക്കിലേക്കു വന്നു. താങ്കളുടെ കൈയിൽ കൈക്കോട്ടുണ്ടായിരുന്നു.

ഞങ്ങൾ, ബാരക്കിന്നകത്ത് അവനവന്റെ കട്ടിലുകളിൽ കിടക്കുകയായിരുന്നു. കൈക്കോട്ട് താഴെ വെക്കാതെ, താങ്കൾ അകത്തേക്കു വന്നു. എല്ലാവരും ഉറക്കമായിരുന്നു.

"ആരെക്കാണാനാണ് താങ്കൾ വന്നത്?"

താങ്കളുടെ മുഖം വ്യക്തമായി കണ്ടില്ല. ദിനപ്പത്രം കൊണ്ടുതന്നെ മുഖം മറച്ചു വായനയിൽ മുഴുകിയപോലെ ഞാൻ കിടന്നു.

താങ്കൾ ആരെയും വിളിച്ചില്ല. ഒരാളെയും വിളിക്കാതെ, പറയാതെ താങ്കൾ തിരിച്ചുപോയി. അപ്പോഴും അലസമായി കൈയിൽപിടിച്ച കൈക്കോട്ട് കാണുകയുണ്ടായി.

ഉച്ചതിരിഞ്ഞ് താങ്കൾ പരേഡിനു വന്നില്ല. ആരോ അന്വേഷിച്ചു. ആരോ പറഞ്ഞു: ആത്മസിങ്ങിന്റെ ഇളയകുട്ടി മരിച്ചു.

മകന്റെ ശവമടക്കാനുള്ള കൈക്കോട്ടോടെ താങ്കളെന്റെ മുമ്പിൽ വന്നു.

ഞാനൊറ്റ അക്ഷരം മിണ്ടാതെ ദിനപത്രം കൊണ്ട് മുഖം മറച്ച് വായിക്കുന്നപോലെ കിടന്നു.

താങ്കൾ തിരിച്ചുപോയി.

ആ കൈക്കോട്ടുകൊണ്ട് താങ്കൾ അവന്റെ കുഴിവെട്ടുകയും അവനെ അടക്കുകയും ചെയ്തു.

താങ്കൾ അവന്റെ അച്ഛനായിരുന്നു.

ഞാനും അച്ഛനാണ്.

മക്കളെ ഒരു നോക്കു കാണാൻവേണ്ടി ഞാൻ അവധിയെടുത്തു. യാത്ര ദുസ്സഹമായിരുന്നു. മറപ്പുരയിൽ ഒമ്പതുപേർ ചേർന്ന് യാത്രചെയ്തു വശംകെട്ട് വീട്ടിലെത്തി.

മക്കളെക്കണ്ടപ്പോൾ താങ്കളെ ഓർക്കുകയാണ്. മകന്റെ ശവമടക്കാനുള്ള കൈക്കോട്ടെടുത്തുവന്ന താങ്കളെ ഓർക്കുകയാണ്.

താങ്കൾ വന്നു. ഒന്നും മിണ്ടിയില്ല.

ഞാൻ കണ്ടു. കണ്ട ഭാവം നടിച്ചില്ല.

കുട്ടികളുടെ അമ്മയോട് ഞാനെല്ലാം പറഞ്ഞു. അവർ കരയുകയാണ്.

തമ്മിൽത്തമ്മിൽ ഇത്ര വെറുപ്പോ!

ഈ ക്യാമ്പിന്നകത്തേക്ക് അവരില്ലപോലും. ഇനിയൊരിക്കലും ക്വാർട്ടേഴ്സിന്നുവേണ്ടി ഞാൻ പേര് രജിസ്റ്റർ ചെയ്യില്ല.

ആത്മസിങ്ങ്, താങ്കൾക്കും കുടുംബത്തിനും ക്ഷേമാശംസകൾ.

എന്റെ,

എന്റെ കുടുംബത്തിന്റെ. ■

നിഴലുകൾ

അച്ഛന്നു വയ്യാതായി. വയ്യായ എന്താണ് എന്നൊന്നും ഇല്ല. ആദ്യം കാലിന്റെ പുറവടിയിൽ നീരു വന്നു. പിന്നെ മെലിച്ചിലാണ് തുടങ്ങിയത്. നീര് കണ്ണിക്കാലിലേക്കു കയറി. മുഖത്തും കാതിന്റെ തട്ടയിലും നീരിന്റെ ലാഞ്ഛന കാണായി. അത്യാവശ്യങ്ങൾക്ക് പുറത്തിറങ്ങുമ്പോൾ, നടക്കാൻ

വയ്യ. ഒടിഞ്ഞുപോയ ശരീരം തളർന്നാടുകയാണ്. ഈ ശരീരം തന്റെ ചൊല്പടിയിൽ അല്ല! മുളവടി കുത്തി നടക്കും. മുളവടി നിലത്തൂന്നുമ്പോൾ കാലടികൾ മണ്ണിൽ തപ്പാടുന്നു. മുഴുവൻ ശ്രദ്ധയും, ഉള്ള ബലവും ആ മുളവടിയിലേക്ക് ആദ്യം ഊർന്നിറങ്ങുമ്പോൾ, കാലുകൾ തന്റേതല്ലാതാവുന്നു! കുരുടന്മാരെപ്പോലെ, തപ്പി ഇരടി നടന്നു...

തെക്കെ അകത്ത്, തന്റെ പഴയ കട്ടിലിൽ, കിളർപ്പും പൂപ്പലും പിടിച്ച കിടക്കയിൽ അച്ഛന്നു കിടക്കപ്പൊറുതിയില്ല. തുലാവർഷം പെയ്തുപോയി. കുന്നത്ത്, പറങ്കിമാവുകൾ തളിർക്കുകയാവും. ചോര ഇറ്റുനില്ക്കുന്ന ആ ഇളംതളിർകൂമ്പുകളോടൊപ്പം പൊൻനിറമാർന്ന പൂമൊട്ടുകൾ കിരുക്കയാവും. ഒന്നു പോയി നോക്കാൻ...

എന്തോ എത്തം കേൾക്കായി. അച്ഛൻ ചെകിടോർത്തു കിടന്നു. മാവ് വെട്ടുകയാണ്! കുന്നത്തുനിന്നുതന്നെയാണ് കേൾക്കുന്നത്. ഓരോ വെട്ടിന്റേയും ഓശയോടൊപ്പം കരൾ തെള്ളി.

അപ്പുണ്ണി ഇന്നും പറങ്കിമാവ് മുറിച്ചുവിറ്റു!

ആ കുന്നിനെക്കുറിച്ചും താൻ നട്ടുപിടിപ്പിച്ച പറങ്കിമാവുകളെക്കുറിച്ചും അച്ഛനു വലിയ സ്ഥായിയായിരുന്നു. തന്റേതായ എന്തിനോടും; മണ്ണിനോടും മരങ്ങളോടും സ്ഥായിയായിരുന്നു. ഈ മണ്ണും മരങ്ങളുമാണ് പുലർത്തിയത്. ഇനിയും അവതന്നെ പുലർത്തണം...

വസ്തുവകകളൊക്കെ കുറച്ചേയുള്ളൂ. കുറെ കുന്നും ആ കുന്നിന്റെ ചരിവിൽ കുറെ വള്ളുകളുമാണ്. പണ്ടു പണ്ട് അച്ഛന്റെ കാരണവന്മാരുടെ കാലത്ത് നീണ്ടുനിവർന്നുകിടക്കുന്ന കുന്നും, അതിന്റെ ചെരിവും ഞാലുകളും, ഞാലുകളുടെ താഴെ വിളിച്ചാൽ വിളിയെത്താത്ത ഇരുണ്ടുതൂർന്ന കവുങ്ങിൻതോപ്പും, തോപ്പിന്നു താഴെ ഒന്നാംതരം ചേറായുള്ള ആരിയൻപാടവും തറവാട്ടിലേക്കായിരുന്നു. അത്, പണ്ടുപണ്ടാണ്! തലമുറകൾ തലമുറകളായി തറവാട് ഭാഗിച്ചു ഭാഗിച്ച്, ചീന്തുകളായി ശേഷിച്ച നാലു വള്ളുകളും കുറച്ചു കുന്നുമാണ് അച്ഛനു കിട്ടിയത്. വള്ളുകൾ നാലും നാലിടത്തായിരുന്നു. ഒന്നിൽ ഇരുപത്തിമൂന്നു കവുങ്ങുണ്ട്. ഒന്നിൽ നൂറ്റിപ്പതിനേഴെണ്ണം ഉണ്ടായിരുന്നു. മൂന്നാമത്തതിൽ വീടേ ഉള്ളൂ. നാലാമത്തേത് വെറും തരിശായിരുന്നു. അല്ല, പടുമരങ്ങളും മാവും പ്ലാവും ഉണ്ട്.

ഈ വസ്തുവകകളോടൊപ്പം ഭാഗിച്ചുവന്ന എഴുപത്തിരണ്ട് പണം മിച്ചവാര ബാക്കിയും ഉണ്ടായിരുന്നു.

വള്ളുകളോടൊപ്പം ഭാഗത്തിൽ കിട്ടിയ ഈ വീടും കാരണവന്മാരാരോ കയറ്റിയതാവണം. പണ്ടുപണ്ട് തറവാട് പങ്കിട്ട ഈ കാരണവന്മാർ പൊളിച്ചു കൊണ്ടുവന്ന് വീണ്ടും തട്ടിക്കയറ്റിയ തെങ്ങിൻകഴുക്കോലുകളും പൂഴികളും ഇടവട്ടവും, ഏച്ചുകൂട്ടിയ തുലാങ്ങളും വാതിലുകളും - മുഴുക്കെ പൂതലായിരുന്നു. രണ്ടു മുറികളും, തൊട്ടിപ്പുര എന്നുപേരുള്ള വടക്കേമുറിക്ക് വിലങ്ങനെ പണിത അടുക്കളയും; അടുക്കളയ്ക്ക് അട്ടവും, മുറികൾക്ക് തട്ടും ഉണ്ടായിരുന്നു. തട്ടിൻപുറത്തേക്കെങ്ങാൻ കയറണോ, തൊട്ടിപ്പുരയിൽനിന്ന് ഉരുളൻ കോവണിയുണ്ട്; കാട്ടുമുളയുടേതാണ്. രണ്ടു വെടിപ്പഴുതുകളും

വാതിലും ഉള്ള തെക്കേ അകത്തു പകൽ കണ്ണു കാണും. തൊട്ടിപ്പുരയിൽ, ചിമ്മിനി കത്തിക്കാതെ അരിയെടുക്കാൻ വയ്യ. വെടിപ്പഴുതുപോലും ഇല്ല! അടച്ചുറപ്പിലാണ്! വടക്കോട്ട് വാതിലും അഴിപ്പടിയുമുള്ള അടുക്കളയിൽ അത്യാവശ്യം വെളിച്ചമുണ്ടായിരുന്നു.

തറവാടു പൊളിച്ചെടുത്ത മരം കത്തിച്ചുകളയാതിരിക്കാൻ മാത്ര മാവണം കുഴമണ്ണിന്റെ ചുമരിൽ കയറ്റി, ചുമരുകൾക്ക് ചുവന്ന കാവി യടിച്ച ആ വീടിനു തട്ടിട്ടത്. തട്ടിൻപുറത്ത് തറവാട്ടിലെ മുത്തപ്പനെ കുടി യിരുത്തിയ തറയും പീഠങ്ങളും, കുറെ ഒഴിഞ്ഞ കലങ്ങളുമുണ്ടായിരുന്നു. നീർന്നുനിന്നാൽ ഇടവട്ടത്തിന്മേൽ നെറ്റി തട്ടും. കണ്ണും കാണില്ല. കറുത്ത വാവിനും ചാത്തത്തിനും ആരെങ്കിലും മുളങ്കോവണിയിലൂടെ തട്ടിൻപുറത്തു കയറും. ചിമ്മിനി കത്തിച്ച്, കുനിഞ്ഞ് അടിവെച്ച് അടിച്ചുതെളിക്കും, വീതു വെക്കും. മറ്റൊരാവശ്യവും തട്ടുകൊണ്ടില്ല.

തുലാവർഷത്തിൽ, ഓലമേയുന്ന മേൽപ്പുര ചോർന്നാലും, അകത്തേക്കു വെള്ളം വീഴില്ല!

മുറ്റം ഇല്ല. പടിഞ്ഞാറുവശത്ത് ഉമ്മറമില്ല. ഉമ്മറമുണ്ടാക്കാൻ ഭൂമിക്കു നീളമില്ല! ഭൂമി എന്നാൽ പുര നില്ക്കുന്ന ഈ വള്ളാണ്. കിഴക്കേ മുറ്റ ത്തിന് ഒട്ടൊക്കെ നീളമുണ്ട്. മറ്റ് മൂന്നുഭാഗത്തും വേലിയിൽ തട്ടിമുട്ടാതെ നടക്കാം!

അമ്മയും ചീടുചീടുന്നനെ നാലു മക്കളും കൂടെയുണ്ടായിരുന്നു. അവർ അച്ഛന്റെ സ്വന്തം സമ്പാദ്യംതന്നെ!

അമ്മയും മക്കളും തെക്കേ അകത്തു കിടന്നു. അച്ഛനും അച്ഛന്റെ പഴയ കട്ടിലും തെക്കേ ഉമ്മറത്തായിരുന്നു. കാറ്റും ശീതവും തട്ടാതിരിക്കാൻ, അച്ഛൻ തന്നെ ഈ ഉമ്മറത്തിനു ചുവരുവെച്ചു.

മുൻതണ്ടയ്ക്കൂക്കുള്ള കാലമായിരുന്നു. ഉള്ള സ്ഥലത്ത്, കൈക്കോട്ടെ ത്താവുന്ന ഇടത്തൊക്കെ കിളച്ചും കുഴിച്ചും പണിയെടുത്തു. വെറും തരിശായിക്കിടന്ന കുന്നു വെട്ടിക്കിളച്ചു മാട്ടം മാടി വളച്ചുകെട്ടി, നിറയെ പറങ്കിമാവ് വെച്ചു. വള്ളുകളുടെ അതിരിലൊക്കെ മുരിക്കും കാരയും കുഴി ച്ചിട്ട്, നനച്ചു പൊടിപ്പിച്ച്, കുരുമുളകു കയറ്റി. പടുമരങ്ങൾക്കും മാവിന്നും പ്ലാവിന്നും കുരുമുളകു പടർത്തി. ഒഴിഞ്ഞ ഇടത്തെമ്പാടും പച്ചമുളക് നട്ടു. ഇരിമ്പൻപുളികൾ പിടിപ്പിച്ചു. വേപ്പ് നട്ടുവളർത്തി. വീടിനു ചുറ്റും മുളക് നട്ടു. അച്ഛന് അതൊരു കച്ചവടമായിരുന്നു. പലപ്പോഴും വീട്ടിൽത്തന്നെ ചെലവാകും. ഇല്ലേ, മീൻചന്ത വരെ ഒന്നു നടക്കണം.

കാക്കയും പരുന്തും തെറ്റിയ മക്കൾ മുളകിനും വേപ്പിനും കോരി നനച്ചു. അമ്മ കുന്നായ കുന്നൊക്കെ നടന്ന് ചവറടിച്ചു വെണ്ണീറുണ്ടാക്കി. നെല്ലുകുത്തുന്നതും തുണി അലക്കുന്നതും രാച്ചെന്നിട്ടാണ്. കാറ്റും വെളി ച്ചവും തട്ടാത്ത ആ വീട് തേനീച്ചക്കൂടുപോലെ സദാ ഇളകിയും മുഴങ്ങിയും ഇരുന്നു. തീപ്പുകയും ഉണ്ടായിരുന്നു.

വീട്ടിൽ നാലുമണി നെല്ല് വിളയാനില്ല.

ഭാഗിച്ചു കിട്ടിയ എഴുപത്തിരണ്ടു പണം മിച്ചവാരബാക്കി, പണ്ടുപണ്ട് ഈ കുടുംബത്തിന്റെ കാരണവന്മാർക്ക് നിലമുണ്ടായിരുന്നു എന്ന് ഓർമ്മിപ്പിച്ചു. ഈ ഓർമ്മ കടന്നൽക്കുത്തുപോലെ വരും. ഇനി തറവാടിന്റേതായി ബാക്കി കിടന്ന ഒരു ശീലമുണ്ടായിരുന്നു: പഴയരിയേ ഉണ്ണാൻ വൈക്കൂ.

ചിങ്ങത്തിൽ കൊയ്ത്തു തുടങ്ങും. കൊയ്യാനുള്ള പലരും മിഥുനം-കർക്കിടകത്തിൽ, പച്ചനെല്ലിനു പണം വാങ്ങും. അച്ഛന്റെ പക്കൽ അഞ്ചോ പത്തോ എടുക്കാനുണ്ട്. ഉറുപ്പികയ്ക്ക് മൂന്നുപറ നെല്ല് മടക്കിക്കിട്ടും. മുൻകൂർ കൊടുക്കുന്നു.

എല്ലാം ഉരുണ്ടുരുണ്ട് നീങ്ങുന്നുണ്ട് എന്നാണ് പറയുക.

മൂത്ത മകനെക്കൊണ്ട് പെണ്ണുകെട്ടിച്ചു. രണ്ടു മക്കളായി. പെൺകുട്ടികളായിരുന്നു. അവൻ നാട്ടിൽ കിടന്നു കുറെ തിരിഞ്ഞു. പിന്നെ പട്ടാളത്തിൽ പോയി.

മൂത്ത മകളുടെ ഭർത്താവ് കൊളമ്പിലേക്കു പോയി. അയാൾക്ക് പത്തുപറയ്ക്ക് മുപ്പൂവ് നിലവും, ഒരു ജോടി കാളകളും, കൊള്ളാവുന്നൊരു കവുങ്ങിൻ തോപ്പുമുണ്ടായിരുന്നു. സഹോദരിയുടെ വിവാഹച്ചെലവിലേക്ക് ഇരുന്നൂറ്റി അമ്പതുറുപ്പിക കടം വാങ്ങി. എങ്ങനെ മിനക്കെട്ടിട്ടും കടം വീട്ടാൻ കഴിഞ്ഞില്ല. പലിശതന്നെ ഞെരുക്കത്തിലാണ്. അപ്പോൾ തോന്നിയത് കൊളമ്പിലേക്കു പോകാനാണ്. അവിടെച്ചെന്ന് വേലയെടുത്ത് പണമുണ്ടാക്കി എളുപ്പത്തിലിങ്ങു പോരാം. കടം വീട്ടാം.

മൂത്തമകളും നാലുമക്കളും ഇങ്ങു പോന്നു.

വീട്ടിൽ കിണ്ണം കുറെ നിരത്തണം. നന്നേ ഞെരുക്കത്തിൽ അങ്ങനെ നീങ്ങി. അന്നും അച്ഛന് എല്ലാ കാര്യങ്ങളും മുൻകൂറേ ഉള്ളൂ. മൊത്തത്തിലേ ഉള്ളൂ. എന്നും വാങ്ങുന്നത് മീൻ മാത്രമാണ്. ഉപ്പ്, മുളക്, എണ്ണ, മല്ലി.. സകലതും മൊത്തമായേ കൊണ്ടുവരൂ. എടുക്കുന്നതും ഉപയോഗിക്കുന്നതും അമ്മയാണ്. പിടിച്ചു പിടിച്ചേ എടുക്കൂ. വെക്കുന്നതും വിളമ്പുന്നതും അമ്മതന്നെ. കുറെക്കാലം ഇങ്ങനെ വെച്ചുവിളമ്പിയ കൂട്ടത്തിൽ, അമ്മ മരിച്ചുപോയി. അമ്മ മരിച്ച് ഏറെച്ചെന്നില്ല, ഇളയ മകൻ ആരോടും ഒന്നും പറയാതെ നാടുവിട്ടു പോയി.

അച്ഛൻ ഒറ്റയ്ക്ക് മുതുകിട്ട് കുറെ വലിച്ചുനോക്കി. വയ്യ എന്ന് തോന്നുകയാണ്. കൈക്കോട്ട് എടുത്തുനിന്നു കിളയ്ക്കാൻ വയ്യ. കിതപ്പാണ്. കൈക്കോട്ടുവെച്ചു. അപ്പോൾ കവുങ്ങുകൾ ഒരു ശാപംപോലായി. അവയ്ക്കുവേണ്ടി ഒരുപാട് കഷ്ടപ്പെടണം. കിളയ്ക്കും മുറിക്കും തേക്കിനും വളത്തിനും പണം കൊടുക്കണം. അടയ്ക്ക ഉണ്ടായി, വലിച്ചു വിറ്റാൽ ചെലവായ പണം പോരും!

പച്ചമുളകും, ഇരിമ്പൻപുളിങ്ങയും വേപ്പിലയും ഒക്കെക്കൂടെയായാൽ ഒരു ദിവസത്തെ ചില്ലാനം നടക്കും.

മക്കൾ രണ്ടുപേരും കുറേശ്ശെ പണമയച്ചുകൊണ്ടിരുന്നു. എന്തു കിട്ടിയാലും ഒന്നിനും തികയില്ല. നെല്ലിന് ഒരു പറയ്ക്ക് മൂന്നുറുപ്പികവരെ കൊടുക്കണം. എന്നിട്ട് കള്ളനെപ്പോലെ ചുമന്നു കൊണ്ടുവരണം.

റേഷൻപീടികയുണ്ട്. നാറുന്ന പച്ചരിയാണ് കിട്ടുക. വീട്ടിൽ റേഷൻ കാർഡ് കിട്ടിയിട്ടുണ്ട്. കാർഡിലെ അരി അയൽപക്കക്കാരൻ വാങ്ങുന്നു; അയാളത് മറിക്കുന്നു. എന്തോ ചെയ്തോട്ടെ. അച്ഛന് ആ അരിവെച്ച ചോറുണ്ണണ്ട. ഇനി, പുഴുവും പെറുക്കയും വാങ്ങിക്കൊണ്ടുവന്ന് മറിച്ചുവിറ്റ് ലാഭിക്കാനല്ലെ? നേരെ വാ നേരെ പോ! ഈ ചതിയുണ്ടല്ലോ, അച്ഛന് ഓർക്കാൻ വയ്യ!

അച്ഛനു ഭയമാണ്. മക്കൾ അയച്ചുകൊടുക്കുന്ന നോട്ടുകൾ പറക്കുകയാണ്. എന്നിട്ടും അടുക്കളയിൽ സുഭിക്ഷത ഇല്ല. കുട്ടികളിൽ ആർക്കെങ്കിലും സുഖക്കേടൊന്നുണ്ട്. വൈദ്യരും മരുന്നുകളും വരികയായി. മരുമകൾക്ക് എന്നും തലവേദനയും പുകച്ചിലും കാളലുമാണ്. ഒന്നാംതരം തണുപ്പുള്ള എണ്ണ കാച്ചിക്കൊടുക്കണം...

അച്ഛൻ അകത്തേക്കു ഒന്നൊടിഞ്ഞു. ഇരിമ്പൻ പുളിങ്ങയ്ക്കുമീതെ പച്ചമുളകു പരത്തി, മുളകിനു മീതെ വേപ്പിലക്കെട്ടുകൾ അടുക്കിവെച്ച അങ്ങാടിക്കൊട്ട തലയിൽവെച്ച് ഒടിഞ്ഞൊടിഞ്ഞു നടക്കുമ്പോൾ നടു ഇനിയും ഒടിയുകയും, താനറിയാതെതന്നെ കൊട്ട തോളിലേക്കുരിയുകയും ചെയ്തു. അച്ഛൻ കച്ചവടത്തിനു പോണ്ട എന്നു മക്കൾ എഴുതി. അപ്പുണ്ണി ഒരു തവണ അവധിയിൽ വന്നപ്പോൾ ഉറച്ചങ്ങ് പറയുകയും ചെയ്തു.

അച്ഛനു വെറുതെ ഇരിക്കാൻ വയ്യ. വയ്യ എന്നല്ല. ഭയമാണ്.

അപ്പുണ്ണി പറഞ്ഞു.

“അച്ഛൻ ഈ ഉമ്മറത്ത് ചുമ്മാ ഇരുന്നാ മതി.”

“ഇരുന്നുകഴിയാൻ ഉണ്ടോടാ മോനേ?”

“മക്കളെങ്കിലും ഇല്ലെ?”

“നിനക്കെത്രയുണ്ടെടാ മോനെ?”

അപ്പുണ്ണിക്ക് നാലു മക്കളായിക്കഴിഞ്ഞു. അവനതു പറഞ്ഞില്ല. അച്ഛൻ പറഞ്ഞു.

“മക്കളുണ്ട്. മക്കൾ കേമന്മാരുമായി. എനിക്കിന്നും ജീവനുണ്ടല്ലോ. ഒരുറുമ്പിന്റെ ജീവനുള്ളവരെ അരിച്ചരിച്ചു നടക്കണം.”

അച്ഛനോടു വാശി പറഞ്ഞാൽ നടക്കില്ല. അപ്പുണ്ണി മടങ്ങിപ്പോയി.

മൂത്ത മകളുടെ ഭർത്താവ് കൊളമ്പിൽനിന്നു വന്നു. കൊണ്ടുവന്നത് ഒന്നാംതരം വയറുവേദനയാണ്. അതിന്റെകൂടെ ഭാര്യയേയും, ഇടങ്ങഴി-നാഴി നാലു മക്കളേയും അയാൾ തന്റെ വീട്ടിലേക്കു കൊണ്ടുപോയി.

ഇളയ മകളുടെ വിവാഹാലോചന വന്നു. ചെറുക്കൻ ചെത്തുകാരനാണ്. ചെറുക്കനൊന്നുമല്ല. നല്ല പ്രയത്നക്കാരനാണ്. പിന്നെ അഞ്ചോ ആറോ പറയ്ക്ക് പാട്ടനിലമുണ്ട്. ആരാന്റെ പറമ്പിലാണ് താമസം. അതൊരു മുള്ളുപോലെ കുത്തുന്നുണ്ട്. കാത്തുനില്ക്കാനെങ്കിൽ, അവൾക്ക് ഇരുപത്തിനാലാവുന്നു!

പുറനാട്ടിൽനിന്ന് ഇളയ മകൻ എതിർത്തു. ചെത്തുകാരന് എന്റെ സഹോദരിയെ കൊടുക്കരുത്!

എഴുത്തു വായിച്ചപ്പോൾ അച്ഛനു വല്ലാത്ത അരിശം വന്നു. ഒരു പരിഷ്കാരി! അവന് വീട്ടിലേക്കൊന്നു വന്നുകൂടാ. നാണമായിരിക്കാം. അച്ഛൻ മുളകും പുളിങ്ങേം വിറ്റു നടക്കുന്നോനല്ലേ? ഇനി അളിയൻ ചെത്തുകാരൻകൂടെ ആയാൽ...

കല്യാണം അങ്ങ് നടത്തി. അച്ഛന് ഒരു ബുദ്ധിമുട്ടും ഉണ്ടായില്ല. മക്കൾ അയയ്ക്കാറുള്ളതിൽനിന്ന് എടുത്തുവെച്ചത് കുറച്ചുണ്ടായിരുന്നു. കല്യാണം വന്നു മുട്ടിയപ്പോൾ അവർ രണ്ടുപേരും മുറുക്കെ പണമയയ്ക്കുകയും ചെയ്തു.

വേലായുധനും നാട്ടിലോട്ടൊന്നു വന്നു, ഏറെക്കഴിഞ്ഞ് കാണുകയല്ലേ? ചെറുക്കൻ ആളങ്ങ് വളർന്നു ഒരാണൊരുത്തനായി! അവൻ അച്ഛന് ഒരു പുതപ്പും കുപ്പായവും കൊടുത്തു. ചാരനിറത്തിലുള്ള പുതപ്പ് കാശ്മീർ കമ്പിളിയുടേതായിരുന്നു. കുപ്പായം ഫ്ളാനലും. അച്ഛൻ അതങ്ങ് വാങ്ങി, മടക്കി മടിയിൽവെച്ച് ഒട്ടുനേരം കണ്ണടച്ചിരുന്നു. കൺപീലികൾ നനഞ്ഞു.

അച്ഛൻ ചോദിച്ചു:

"പുതപ്പിനെന്തു കൊടുത്തു, മോനെ?"

വേലായുധൻ പറഞ്ഞു:

"അച്ഛനതങ്ങ് പുതച്ചാൽ, പിന്നെ തണുപ്പില്ല."

"എന്നാലും വിലയില്ലേ?"

"അതൊക്കെയുണ്ട്."

വില പറഞ്ഞില്ല. അച്ഛനോടു പറഞ്ഞില്ല എന്നേ ഉള്ളൂ. പുതപ്പിന് മുപ്പത്തിയഞ്ചുറുപ്പിക വിലയുണ്ടെന്നു ചെവിക്ക് ചെവി അച്ഛൻ കേട്ടു.

മുപ്പത്തിയഞ്ചുറുപ്പിക! ഒരു പുതപ്പിന്, ഒരു പറ നിലത്തിന്റെ വില! അത് താൻ പുതയ്ക്കണം. എവിടെ അവൻ?

വേലായുധനെ വിളിച്ചു:

"മോനെ, ഇന്നാ നിന്റെ പുതപ്പ്."

മകൻ മിഴിച്ചു. അച്ഛൻ പറഞ്ഞു:

"ഞാൻ ശ്ശി ആശിച്ചു. പുത്തരിയുണ്ണാൻ ഒരു പറയ്ക്കു നിലം വാങ്ങാനൊത്തില്ല. ഇന്നിപ്പോ, എനിക്കതു പുതച്ചു കളയണ്ട."

ഇന്ന് ഒരു പറ നിലത്തിന്റെ വില ഒട്ടും ചുരുങ്ങാതെ മുന്നൂറ്റി അമ്പതുറുപ്പികയാണെന്ന് വേലായുധൻ പറഞ്ഞു.

അച്ഛന് മറുപടിയുണ്ട്.

"അത് നിങ്ങടെ തല കണ്ടപ്പഴേ എന്റെ കാലത്ത് ഈ പുതപ്പുമതി, ഒരു പറ ഒന്നാംതരത്തിന്."

അച്ഛൻ പുതപ്പു പുതച്ചില്ല. വേലായുധൻ തിരിച്ചിങ്ങു വാങ്ങിച്ചുമില്ല.

ഫ്ളാനൽ ഷർട്ടിന്റെ വില അന്വേഷിച്ചില്ല. പുതപ്പിന്റെ അടിയിൽ ഷർട്ടും പെട്ടിയിൽത്തന്നെ കിടന്നു.

വേലായുധന് കല്യാണമന്വേഷിച്ചു. രണ്ടുമൂന്നിടത്തു പോയി. ഒരു കൂട്ടർ ഇങ്ങോട്ടുവന്നു. ചെറുക്കനെപ്പിടിച്ചു. വീട് പിടിച്ചില്ല. കിഴക്കൻമട്ടാണത്രെ!

അത് വാസ്തവമാണെന്നു വേലായുധൻ പറഞ്ഞു. ഒരു വീടായാൽ കുറച്ചു കാറ്റും വെളിച്ചവുമൊക്കെ വേണം.

അച്ഛൻ പറഞ്ഞു:

"എനിക്കത് സാധിച്ചില്ല മോനെ, ഞാനൊരു ഗുഹയിലങ്ങനെ കഴിഞ്ഞു."

അച്ഛന്റെ മനോവേദനയെക്കുറിച്ച് മകൻ ഓർത്തില്ല. അവന് വീടൊന്നു വെട്ടി വെളുപ്പിക്കണം. അച്ഛന്റെ അടുത്തു നനഞ്ഞുകൂടി.

അച്ഛൻ പറഞ്ഞു:

"ഒരു വീടായാൽ ആദ്യം നോക്കേണ്ടത് തീ പുകയുന്നുണ്ടോ യെന്നാണ്. അതിവിടെ ഉണ്ടോ വേലായുധാ?"

"ഉണ്ട്."

"മൂന്നുനേരം തീ പുകയുന്നുണ്ടോ?"

"ഉണ്ട്."

"എന്നാ, മനസ്സിലാക്കിക്കൊ, എനിക്കതു മതീട്ടൊ."

അച്ഛന്റെ കാലം കഴിയാറായി. മക്കൾക്കൊ? ജീവിതം കിടക്കുന്നേ ഉള്ളൂ. എന്നൊന്നും വേലായുധൻ പറഞ്ഞില്ല. അവന്ന്, വീടു നന്നാക്കണം. ഇല്ലേ, തിരിച്ചുപോകയാണ്. പെണ്ണും വേണ്ട, പെരുച്ചാഴിയും വേണ്ട!

ചുമരുവെട്ടി, തെക്കേ അകത്തിനും തൊട്ടിപ്പുരയ്ക്കും ഈരണ്ട് നല്ല ജനലുകൾ വെച്ചു. ചുമരുയർത്തി, തട്ടിൻപുറത്ത് നീർന്നു നടക്കാറാക്കി. നല്ല വെളിച്ചം കിട്ടാവുന്ന തരത്തിൽ രണ്ടു ജനൽ വെട്ടിവെച്ചു. മുള ങ്കോവണി മാറ്റി മരത്തിന്റെ കോവണി വെച്ചു.

അച്ഛൻ ചുമ്മാ ഇരുന്നു ചിരിച്ചു.

"ഇപ്പ, എന്റോടെ പതിനഞ്ചു വിളയും."

വേലായുധൻ വിട്ടില്ല. പടിഞ്ഞാറെ ഭാഗത്ത് ഉമ്മറം പണിയിച്ചു. കാറ്റും ശീതവും തട്ടാതിരിക്കാൻ, തെക്കെ ഉമ്മറത്തിന് അച്ഛൻ ഉയർത്തിയ ചുമരു തട്ടി.

അച്ഛൻ പറഞ്ഞു:

"ആ തട്ട് എന്റെ നെഞ്ചത്താ."

വേലായുധൻ ഞെട്ടി.

"തട്ടിക്കൊ, തട്ടിക്കൊ, ഇനിയൊക്കെ നിങ്ങടെ ഇഷ്ടാണ്."

വീടാകെ ഒന്നു വെള്ളയടിച്ചപ്പോൾ, ഏയ്. ഇതൊരു ബങ്കളാവായല്ലോ എന്ന് അച്ഛനും തോന്നി. മുക്കാലിയുടെ മുമ്പിൽ മുറുക്കാൻപെട്ടി എടുത്തു വെച്ച് അച്ഛൻ പറഞ്ഞു.

"നാലുംകൂട്ടി ഒന്നു മുറുക്കട്ടെ. ഇപ്പ, ആരു കണ്ടാലും മുന്നൂറു പറ പാട്ടമളക്കും!"

മുന്നൂറു പറ നെല്ലുണ്ടായാൽ കൊല്ലത്തോടുകൊല്ലം ഉണ്ണാമെന്ന ധാരണ യുണ്ട്. അതുകൊണ്ടങ്ങ് പറഞ്ഞന്നേ ഉള്ളൂ.

വേലായുധൻ പറഞ്ഞു;

"അച്ഛൻ കുറെ കണിശത്തിലൊക്കെ ജീവിച്ചു. പണിയെടുത്തു. കച്ചവടം ചെയ്തു. കുറച്ചൊക്കെ സമ്പാദിക്കാൻ കഴിഞ്ഞില്ലേ?"

അത് ഒളിവെച്ച ചോദ്യമല്ലേ? തനിക്കൊന്നും സമ്പാദിക്കാൻ കഴിഞ്ഞില്ല! അച്ഛൻ അരിശത്തോടെ വിളിച്ചു പറഞ്ഞു:

'ഉവ്വെടാ! നാലെണ്ണത്തിനെ സമ്പാദിച്ചെടാ! അതിലൊന്നാ നിയ്യ്. ഇനി നീയങ്ങ് സമ്പാദിച്ചുകൂട്ട്.'

വേലായുധന് മേലാകെ കുളിർത്തുപോയി. അവൻ ഒരു എഞ്ചിനീയറുടെ വേലക്കാരനായിട്ടാണ് ആദ്യം ജോലി നോക്കിയത്. എഞ്ചിനീയർ വലിയൊരു നദിക്കു കെട്ടുന്ന അണക്കെട്ടിന്റെ മേലാളായിരുന്നു. അണക്കെട്ട് കെട്ടാൻ തുടങ്ങുന്നതേയുള്ളൂ. സിമന്റും കരിങ്കല്ലും ഇരുമ്പും വന്നങ്ങിനെ നിറയുന്നുണ്ടായിരുന്നു. കൂറ്റൻ ട്രക്കുകളും ക്രെയിനും ക്യാറ്റർപില്ലറും ഉണ്ടായിരുന്നു. എല്ലാറ്റിലുമേറെ എന്നുമെന്നും എണ്ണമറ്റ മനുഷ്യർ വന്നുകൂടിക്കൊണ്ടിരുന്നു. എങ്ങും ഇരമ്പവും മുഴക്കവും ബഹളവുമായിരുന്നു. ഇവിടെ തടിച്ചുകൂടിയ എഞ്ചിനീയറുടെ ചെരിപ്പു തുടച്ചുകൊടുക്കുന്നതിനിടയിൽ അവൻ കാറ് ഓടിക്കാൻ വശമാക്കി. വലിയ വണ്ടികൾ ഓടിക്കാൻ പഠിച്ചു. ക്യാറ്റർപില്ലർ ഓടിച്ചുകൊണ്ടിരിക്കുമ്പോഴാണ് വീട്ടിൽ വന്നത്. തന്നത്താൻ എന്തെങ്കിലും പിടിച്ചുപറ്റണമെന്നുണ്ട്. സമ്പാദ്യത്തെക്കുറിച്ച് അച്ഛൻ തൊലി ഉരിച്ച് സംസാരിച്ചപ്പോൾ അവൻ തണുത്തു.

'അച്ഛന് ദേഷ്യം വന്നു! സമ്പാദിക്കാൻ കഴിയില്ലച്ഛാ. മാനംമര്യാദയായി ജോലി ചെയ്താൽ സമ്പാദിക്കാനാവില്ല. സമ്പാദിക്കണോ, കരിഞ്ചന്ത നടത്തണം, കക്കണം; ഇന്നാണെങ്കിൽ വളരെ എളുപ്പമാണ്. കള്ളച്ചാരായം വിറ്റാൽ മതി.'

അച്ഛന് വിമ്മിട്ടം മുട്ടി. തന്റെ തറവാട് കട്ടിട്ടും തട്ടിപ്പറിച്ചിട്ടുമാണോ കത്തി നിന്നത്? എത്രയെത്ര യോഗ്യൻ കുടുംബങ്ങളുണ്ട്! അവരൊക്കെ അരമുറുക്കിക്കാരാണോ? ചെറുക്കൻ കുഴിയിൽനിന്ന് മുതിർന്നില്ല, പറയുന്നത് കേട്ടോ!

വേലായുധനുമുണ്ട് പറയാൻ. കൃഷിക്കാരൻ ഇനി വളരില്ല. അതാണ് നാടിന്റെ സ്ഥിതി. ഇന്ന് കച്ചവടത്തിലാണ് തൂക്കം. കുരുമുളകിൽ മുക്കുറ്റിക്കായ ചേർക്കാം. കളിയടയ്ക്കയിൽ പനങ്കുരു വെട്ടിക്കൂട്ടാം. പണം അങ്ങ് പെരുകും. പണം പെരുകിയാൽ, ഇറക്കാൻ ധാരാളം സാധ്യതകളുണ്ട്, നാടടക്കം അണക്കെട്ടുകൾ, ഉരുക്കുശാലകൾ, എണ്ണഖനികൾ - എന്തൊക്കെ നടക്കുന്നുണ്ട്? എങ്ങും പുതിയ വ്യവസായങ്ങൾ തുടങ്ങുന്നു. അണക്കെട്ടിനുവേണ്ടി ഗവണ്മെന്റ് കടംവാങ്ങിയ സിമന്റ് കരിഞ്ചന്തയിലിറക്കാൻ കുറെ പണം മുടക്കുകതന്നെ! ഇരുമ്പുപാളങ്ങൾ മറിക്കുകയുമാവാം. അപ്പോൾ വെള്ളി പൊന്നാവും. രാപ്പകൽ കുടുംബം പുലർത്താൻ പണിയെടുക്കുന്ന കൃഷിക്കാരന്റെ കാര്യമല്ലേ? നടുവൊടിഞ്ഞ് ചാകാം.

മകന്റെ വർത്തമാനം കേട്ടപ്പോൾ അച്ഛന് ഗതിമുട്ടി. ഏറ്റവും നല്ലത്, ഇതൊന്നും കേൾക്കാതിരിക്കയാണ്. എന്നാലും അദ്ദേഹം നിർത്താൻ പറഞ്ഞില്ല. മകൻ വർത്തമാനം പറഞ്ഞുകൊണ്ടിരുന്നു. അവൻ പുതപ്പിനെക്കുറിച്ചെടുത്തപ്പോൾ അച്ഛൻ പറഞ്ഞു:

“എനിക്കു വേണ്ടെടാ, നിന്റെ പുതപ്പ്!”

വേലായുധൻ സാവകാശം പറഞ്ഞു:

“പുതപ്പിന്റെ വിലയാണല്ലോ അച്ഛനെ പേടിപ്പിച്ചത്. ഞാനതു വാങ്ങി. അച്ഛനു പുതയ്ക്കാനാണ് വാങ്ങിയത്.”

“ഞാനത് പുതയ്ക്കിണില്ലാന്ന്! ങ്ആ, ചെക്കാ.”

“വേണ്ട, അച്ഛൻ പുതയ്ക്കണ്ട. ഞാൻ പണം കൊടുത്തു. ആ മുപ്പത്തഞ്ചുറുപ്പികയിൽ പകുതി നികുതിയാണ്.”

ഇതെന്താണെന്ന് ഒന്നു ശ്രദ്ധിക്കാൻ തോന്നി, ചോദിച്ചു. നികുതിയാണെന്നുതന്നെ വേലായുധൻ പറഞ്ഞു. തീപ്പെട്ടിക്ക് നികുതിയില്ലേ? അത് അച്ഛനറിയാം. ഒരു കാശിന് കിട്ടിയിരുന്ന തീപ്പെട്ടിക്ക് ഒരണ കൊടുക്കുന്നുണ്ട്. ഈ വിലക്കയറ്റത്തിൽ കുറെയേറെ നികുതിയാണെന്നും, നാട്ടിനു വേണ്ടി ഗവണ്മെന്റ് ചെലവാക്കുന്ന പണം ഈടാക്കുന്നത് ഇത്തരം നികുതി കൊണ്ടാണെന്നും വേലായുധൻ പറഞ്ഞു. ഈ പരിവർത്തനഘട്ടത്തിൽ നടക്കുന്ന കള്ളക്കച്ചവടത്തിന്റെകൂടെ ഭാരം ജനങ്ങളുടെ തലയ്ക്കുവെക്കുന്നുണ്ട്.

അച്ഛനും എണീറ്റുപോയി, കുളിപ്പിച്ചു കുളിപ്പിച്ച് കുട്ടി ഇല്ലാതായ കഥയാണ് ഈ ചെറുക്കൻ പറഞ്ഞതെന്നു തോന്നി. കൃഷിക്കാരനില്ല, കൃഷിപ്പണിക്കാരനും ഇല്ല. അവൻ പറഞ്ഞതു വാസ്തവമെങ്കിൽ, തന്റെ മക്കളുടെ ഗതിയും ഇതുതന്നെ! ഹോമിച്ചേക്കുക, ജീവിതം ഹോമിച്ചേക്കുക...

പണ്ടേ പുതലായിരുന്നെങ്കിലും വീടൊന്നു വെട്ടിവെളുപ്പിച്ചു. വേലായുധന് പെണ്ണന്വേഷിച്ചു. അവനും പെണ്ണുകെട്ടി. വധു നന്നേ ചെറുപ്പക്കാരി ആയിരുന്നു. അവൾക്ക് ഈ നിറഞ്ഞ വീട്ടിൽ പൊറുക്കാനേ വയ്യ! ഒന്നു മിണ്ടാൻ വയ്യ. എങ്ങും ആൾക്കാരാണ്, എങ്ങും പിള്ളേരാണ്. ഏറ്റവും ഒതുക്കിപ്പറയുന്ന രഹസ്യവും ആരാന്റെ ചെകിട്ടിൽ എത്തുന്നു!

നവമിഥുനങ്ങളാണ്.

വേലായുധൻ തിരിച്ചുപോകുവോളം അവൾ എല്ലാമങ്ങു സഹിച്ചു. അവൻ പോയപ്പോൾ, തന്റെ വീട്ടിലേക്കു പോയി.

അച്ഛൻ കാലത്തെണീറ്റാൽ, കുറച്ചു മണ്ണുള്ളതിലുള്ള എല്ലാ അനുഭവങ്ങളുടെ കടയ്ക്കലും ഒന്നു ചെന്നുനോക്കും. നിങ്ങൾക്കുവേണ്ടി, എന്റെ മക്കളേ, ഒന്നും ചെയ്യാൻ വയ്യ! പറങ്കിമാവുകളുടെ ഇടയിലൂടെ ആകെയൊന്നു നടന്നുനോക്കും. കാരയ്ക്കും മുരിക്കിനും കയറ്റിയ കുരുമുളക് ഉലർന്നു വീണിട്ടുണ്ടെങ്കിൽ, പിടിച്ചുകെട്ടാൻ നോക്കും. വയ്യ! കുരുമുളകിന്റെ കനത്ത പച്ചത്തലപ്പ് മേലോട്ടു പിടിച്ചുനില്ക്കുമ്പോൾ, നെഞ്ചിൻകൂട്ടിൽ ഒരു മിന്നലാണ്. പിന്നെ നിന്നു കിതയ്ക്കും... വയ്യല്ലോ ന്റെ അമ്മേ!

പ്ലാവുകൾക്കു ചക്ക വിരിയുകയായി!

ഓരോന്നിന്റെ കടയ്ക്കലും അച്ഛൻ എത്തുന്നു. എന്നിട്ട് ഒറ്റക്കൊറ്റയ്ക്ക് എണ്ണിനോക്കും. വീട്ടിൽ വന്ന് മക്കളോടു പറയുന്നു:

“നമ്മുടെ വരിക്കയ്ക്ക് പതിനൊന്നെണ്ണായി. നിങ്ങളാരെങ്കിലും പോയി കണ്ടോ?”

ആ കൊച്ചു കവുങ്ങിൻതോട്ടത്തിൽനിന്ന് പൂമ്പാള എടുത്തുകൊണ്ടു വന്ന് കുട്ടികൾ കളിക്കുകയാണ്. അച്ഛൻ കണ്ടു:

"ഏതിന്റെ കടക്കന്നാ കിട്ടീത്?"

ആ പൂമ്പാള പൊളിഞ്ഞ് അറ്റുവീണപ്പോൾ ഒരു കുല അടയ്ക്ക പൂവിരിഞ്ഞിട്ടുണ്ട്. അതേതിന്മേലാണ്?

തന്റെ മുഴുവൻ ശ്രദ്ധയും ഓർമ്മയും ഈ മണ്ണിനെക്കുറിച്ചും മണ്ണിൽ നിന്നുണർന്ന ഉല്പന്നങ്ങളെക്കുറിച്ചും ആയപ്പോൾ അച്ഛന് ഒട്ടും നടക്കാൻ വയ്യാതായി.

അച്ഛൻ വീണപ്പോൾ അപ്പുണ്ണി പട്ടാളത്തിൽനിന്നു പോന്നു. അവന് ആറു മക്കളുണ്ട്. അവരും അവരുടെ അമ്മയും കൂടെ എന്തുചെയ്യാനാണ്? ഇനി അപ്പുണ്ണി എന്ന മൂത്ത മകൻ അച്ഛന്റെ കൂടെ വീട്ടിൽ താമസിച്ചു. എന്നിട്ടെന്താണ്?

അടക്കയ്ക്ക് കൊള്ളാവുന്ന വില കിട്ടിത്തുടങ്ങി. അപ്പോൾ കുരുമുളകിന്റെ നല്ലകാലം പോയി. ഇന്ത്യയിൽനിന്ന് ആർക്കും കുരുമുളകു വേണ്ടത്രെ! മുക്കുറ്റിക്കായ്ക്ക് എരിവില്ലെന്ന്?

അവിടെ വേലായുധൻ നിർത്തി. അവൻ വിയർത്തുകഴിഞ്ഞിരുന്നു. അച്ഛൻ തന്റെ ചിടുങ്ങൻ ചെറുക്കനെത്തന്നെ നോക്കിയിരുന്നു. കണ്ണുകൾക്ക് നിറം മങ്ങി. മകൻ ഇല്ല. ഒരു നിറമുണ്ട്. ആകെക്കൂടെ തന്റെ മുന്നിൽ, ലോകം മഞ്ഞച്ചുപോയിരിക്കുന്നു.

കുറെക്കഴിഞ്ഞ് ശ്വാസം ഒതുങ്ങിയപ്പോൾ വേലായുധൻ അച്ഛനുനേരെ വിരൽചൂണ്ടി പറഞ്ഞു:

"അച്ഛാ, അവരിൽ ഒരാളാണ്, അച്ഛൻ. അത്രേ ഉള്ളൂ."

അവൻ പിന്നെ അച്ഛന്റെ മുമ്പിൽ നിന്നില്ല. ഇനിയും നിന്നാൽ, താൻ കരഞ്ഞുപോകും.

കുന്നത്ത് പറങ്കിമാവുകൾ നിറനിറെ പൂക്കുകയും അങ്ങനെത്തന്നെ കരിഞ്ഞുപോകയും ചെയ്തു. വരുംകൊല്ലം ഉരുണ്ടുനീങ്ങി. അടുത്ത കൊല്ലം പൂത്ത പറങ്കിമാവുകൾ ഇലച്ചില്ലകളോടെ, പൂത്തതങ്ങ് കരിഞ്ഞു. കരിഞ്ഞപോലല്ല, തീയിട്ട് കാളിപ്പോയതുപോലാണത്. പറങ്കിയണ്ടിക്ക് മുൻകൂർ പണം വാങ്ങിയിരുന്നു. അതങ്ങനെത്തന്നെ കടമായി ശേഷിച്ചു.

അപ്പുണ്ണി ജോലി അന്വേഷിച്ചുനടന്നു. ജോലിയൊന്നും പഠിച്ചിട്ടില്ല. കാലാൾപ്പടയിൽ സേവനം ചെയ്ത് അയാൾക്ക് തോക്കെടുത്ത് ഓടിക്കൊണ്ടിരിക്കവെ ഒറ്റ നിൽപ്പുനിന്ന് ഉന്നമെടുക്കാനും കാഞ്ചിയമർത്താനും വശമായിരുന്നു. തോക്കെടുത്ത തഴമ്പ് തേഞ്ഞുതേഞ്ഞ് ഇല്ലാതായി. വീട്ടിൽ, വാലുകൾ പോലുള്ള വസ്തുവകകളിൽ കൊത്തും, കിളയ്ക്കും. നേരം പോവില്ല. പുറത്തിറങ്ങി നടക്കുന്നു. നടത്തത്തിന്നിടയ്ക്ക് പണമന്വേഷിക്കണം.

അടയ്ക്ക കൊടുക്കാമെന്ന് വാക്കുകൊടുത്ത് മുൻകൂർ പണം വാങ്ങി പറങ്കിയണ്ടിക്കാരന്റെ കടം വീട്ടി.

മൂത്ത മകൾ ഹൈസ്കൂളിൽ പഠിക്കയാണ്. സ്കൂൾ തുറന്നപ്പോൾ അവളുടെ പഠിപ്പു നിർത്തി. പെൺകുട്ടി കുറെ കരഞ്ഞു. അപ്പുണ്ണി പറഞ്ഞു:

"ഇരുന്നു കരഞ്ഞോ!"

"അച്ഛാ!"

"ങ്ഹാ! ഞാൻ തന്ന്യാ! പറഞ്ഞിട്ടെന്താ, ഞാൻ നിരീച്ചാ. ഒരു പാകവും ഇല്ല."

അയാൾ പിറുപിറുത്തുകൊണ്ടുപോയി.

ഇടയ്ക്കൊക്കെ സഹോദരിമാർ അച്ഛന്റെ സുഖവിവരം അന്വേഷിച്ചു വന്നു. പടി കടക്കുമ്പോൾത്തന്നെ ചുണ്ടു പിളുക്കിക്കൊണ്ടാണ് അവർ വരിക. ''മക്കൾക്കും കുട്ടികൾക്കും തിന്നാനും കുടിക്കാനും ഇല്ല കുഞ്ഞാങ്ങളേ...''

വേലായുധന് രണ്ടു മണിയോർഡർ എഴുതണം, ഭാര്യയും മക്കളും ഉണ്ട്. അവളുടെ വീട്ടിൽ നാത്തൂന്മാരുണ്ട്. ഏക്കപ്പേരു കേൾക്കാൻ പാടില്ല. പണ മയച്ചുകൊടുക്കുന്നു. അപ്പുണ്ണിക്ക് പതിനഞ്ചോ ഇരുപതോ അയയ്ക്കുന്നു.

ഇരുപതുറുപ്പികയ്ക്ക് ഏഴുപറ നെല്ല് കിട്ടിയേക്കും. അത് നല്ലകാല ത്താണ്. മിക്കപ്പോഴും നെല്ലിന്റെ വില മൂന്നര ഉറുപ്പികയിലധികമാണ്. ഒരു പറ നെല്ല് രണ്ടു ദിവസത്തേക്കെടുത്താൽ ഒരു ദിവസം വീട്ടിൽ ചെലവാ കുന്നത് രണ്ടര ഇടങ്ങഴി അരിയാണ്. മൂന്നുനേരം വെക്കണം. ആറു മക്ക ളുണ്ട്. അവർ വളരുകയാണ്. അവരുടെ അമ്മയുണ്ട്, അമ്മ മെലിയുകയാ യിരുന്നു. അപ്പുണ്ണിയുണ്ട്, അച്ഛനുണ്ട്. സഹോദരിമാർ വരും, ബന്ധുക്കൾ വരും, അപ്പുണ്ണി കിടന്ന് നീളം വലിച്ചു. നന്നേ ബുദ്ധിമുട്ടു വരുമ്പോൾ കരുവാനോടു വരാൻ പറയുന്നു, ഒരു പറങ്കിമാവു വിറ്റു. കരുവാൻ മാവു വെട്ടി വേരോടെ പറിച്ചെടുത്ത്, അതേ കുഴക്ക് വട്ടംവീശി, വെടിപ്പാക്കി വിറ കിട്ടുചൂട്ട് ഇരുന്നലുണ്ടാക്കുകയാണ്. ഒരു പച്ചമാവ് ഇരുന്നലാവുന്നതി നിടയ്ക്ക് ശ്ശി വെട്ടു വെട്ടണം. തെക്കേ അകത്ത് കട്ടിലിൽ കിടക്കുന്ന അച്ഛന് ഓരോ വെട്ടും കേൾക്കാം. കരൾ തെള്ളിത്തെള്ളിവരും എന്നിട്ട് തേറ്റമാണ്:

"ഇതു കേൾക്കാൻ, എന്റെ ദൈവേ, എന്നെ ഇട്ടല്ലോ! എന്റെ ദൈവേ!..."

ഇടയ്ക്ക് അടയ്ക്കക്കാരൻ വരുന്നു. കച്ചവടക്കാരനായ ആ മനുഷ്യൻ വന്നത് വീട്ടുടമസ്ഥന്റെ കൂട്ടത്തിലാണ്. ഉമ്മറത്തു കയറി അച്ഛനോട് ചോദിച്ചു:

"എന്താ തന്തേ!"

അയാൾ അതേവരെ അവിടെത്തന്നെയാണെന്നും, അച്ഛൻ അപ്പോൾ അങ്ങോട്ടൊന്നു വന്നുപോയതാണെന്നും തോന്നും.

"നിങ്ങളുടെ നല്ല മനസ്സോണ്ട് സുഖന്നെ!" എന്നാണ് അച്ഛന്റെ മറുപടി. അച്ഛന് എന്നും കടക്കാരെ പേടിയാണ്. ഈ അടയ്ക്കാക്കാരനോടു മുൻകൂർ വാങ്ങിയിട്ടാണ്, അടുപ്പിൽ തീ പുകയുന്നത്...

കച്ചവടക്കാരന് കരാറുകളുടെ വല്ലാത്ത വിലയെക്കുറിച്ചും മുൻകൂർ പണം കൊടുക്കുന്നതുകൊണ്ട് കൈയിൽനിന്നു പോകുന്ന പലിശപ്പണത്തെ ക്കുറിച്ചും, എന്തും വിലനിന്നാലും തനിക്കു കൊല്ലംതോറും വന്നുകൂടുന്ന

നഷ്ടത്തെക്കുറിച്ചും, മാഹാളി എന്ന നാശത്തെക്കുറിച്ചും, എന്തുവന്നാലും കച്ചവടം നിർത്താൻ തോന്നാത്ത തന്റെ ദുർബ്ബുദ്ധിയെക്കുറിച്ചും കുറെനേരം അച്ഛനോടു ശപിച്ചു. അയാൾ എണീറ്റ് പോയത് കവുങ്ങുകളുടെ കടയ്ക്കൽ ചെന്ന് മേലോട്ടു നോക്കി, ഒരിക്കൽക്കൂടെ അടയ്ക്കയുടെ മേനി നോക്കാനായിരുന്നു. അച്ഛൻ നെഞ്ചിൽ കൈവെച്ചു മലച്ചിരുന്നുപോയി.

"ദയ ഇല്ലാത്ത ദൈവമേ, എന്നെയൊന്നു വിളിക്കാമോ?"

ചത്തുപോകുമെന്ന് അകംനൊന്ത് തേറുമ്പോൾ തോന്നും, തളിർത്തു നില്ക്കുന്ന പറങ്കിമാവുകളൊന്നു കണ്ടിട്ടു ചത്തുപോയാൽ മതിയെന്ന്. കട്ടിലിന്റെ തലയ്ക്കൽത്തന്നെ ചാരിവെച്ച മുളവടിയെടുത്ത് എണീറ്റ് അച്ഛൻ തപ്പി ഇരടി അടിവെച്ചു. മുറ്റത്തിറങ്ങുമ്പോഴേക്കും കിതച്ചു. നല്ല വെയിലുണ്ട്. ഒന്നിരിക്കാൻ തോന്നി, മുറ്റത്ത് വെയിലു കാഞ്ഞുകൊണ്ടിരുന്നു. മുളവടി നടയിൽ കുത്തിപ്പിടിച്ചിട്ടുണ്ടായിരുന്നു. മുളവടിയിൽ കുത്തിപ്പിടിച്ച മെലിഞ്ഞ കൈകൾ ചുളിഞ്ഞ നെറ്റിയിൽ മുട്ടിയിരുന്ന ആ ഇരുപ്പിൽ ഉറക്കം തൂങ്ങാൻ തുടങ്ങി. അതൊരു സമാധിതന്നെ ആയിരുന്നു. ആ സമാധിയിൽ പെരുമഴ പെയ്യുന്നു എന്നു സ്വപ്നം കണ്ടു. തിരുവാതിര ഞാറ്റുവേലയിൽ മഴ കോരിത്തകർക്കുമ്പോൾ, കാരയ്ക്കും മുരുക്കിനും കയറ്റിയ കുരുമുളക് പാടെ തലയൊടിഞ്ഞുവീണു കിടന്നു. അച്ഛന്റെ മുൻതണ്ടയ്ക്കൂക്കുണ്ട്. കാറ്റും ശീതവും മഴയും തണുപ്പും കൂസാതെ, ഏണിയെടുത്തു വള്ളു മുഴുവൻ നടന്നു. ഞാറ്റുവേല തകർത്തുപെയ്ത് വെയിലൊന്നു തെളിഞ്ഞാൽ കുരുമുളകിന്റെ പച്ച പടർപ്പുകളിൽ കതിർ കിരുക്കും. നനുനനുത്ത പച്ചമുത്തുകളാണ് കിരുക്കുന്നത്! ഉലർന്നുവീണ തലപ്പുകൾ, ഏണിവെച്ചു കയറി, കയറ്റിക്കെട്ടുകയായിരുന്നു...

ഉറക്കം തൂങ്ങുന്ന അച്ഛനു ചുറ്റും, അപ്പുണ്ണിയുടെ ഇളയകുട്ടികൾ കളം വരച്ച് ആർപ്പുവിളിച്ചു. തൃക്കാരപ്പനാണത്രെ! ബഹളം കേട്ട് അവരുടെ അമ്മ അടുക്കളയിൽനിന്നോ വടക്കേപ്പുറത്തുനിന്നോ വന്നു.

കണ്ടോ ഒരു കളി!

"എന്റെ കുരുത്തംകെട്ട മക്കളേ!"

മക്കളെ അടിക്കാൻ ഈർക്കിലിയെടുക്കുന്നതിനിടയ്ക്ക് അമ്മ ഒച്ചയിടുന്നുണ്ടായിരുന്നു. അച്ഛൻ ഉണർന്നു. എന്നിട്ട് നന്നേ ശാന്തനായി മരുമകളോടു ചോദിച്ചു:

"നമ്മടെ വരിക്കപ്ലാവിമ്മെ ചക്ക വിരിഞ്ഞോടൊ?"

മരുമകൾ മിഴിച്ചുപോയി. കർക്കിടകം കഴിഞ്ഞേ ഉള്ളൂ. ചക്ക വിരിയുന്നത് ധനു-മകരത്തിൽ മഞ്ഞുപെയ്യുന്നതോടൊപ്പമാണ്. അച്ഛനെന്താ...?

വരിക്കപ്ലാവിന്മേൽ പടരുന്ന കുരുമുളക് പെരുമഴയത്ത് കയറ്റിക്കെട്ടുമ്പോഴാണ്, അച്ഛൻ ഉണരുന്നതെന്ന് മരുമകൾക്കറിയാമോ? അവൾ ചോദിച്ചു:

"ചിങ്ങമാസത്തിൽ ചക്ക വിരിയാറായൊ, അച്ഛാ?"

മയക്കം വിടാത്ത അച്ഛൻ പറഞ്ഞു:

"നീയാ തോർത്തുമുണ്ടൊന്നിങ്ങെടുത്തെ."

മക്കളെപ്പിടിച്ച് ഈരണ്ടു കൊടുക്കേണ്ട തിരക്കു മറന്ന മരുമകൾ ചുമ്മാ ഈർക്കിലി വിറപ്പിച്ചുകൊണ്ട് അച്ഛനെത്തന്നെ നോക്കിനിന്നു. അദ്ദേഹം മുളവടി കുത്തിപ്പിടിച്ച് എണീറ്റു. ഇല്ല, താൻ നനഞ്ഞിട്ടൊന്നുമില്ല. പിന്നെന്തിനേ തോർത്തുമുണ്ട് ചോദിച്ചത്?

മരുമകൾ തോർത്തുമുണ്ട് കൊണ്ടുവന്നപ്പോൾ അച്ഛനതു വാങ്ങി തലയിലിട്ടു. നല്ല വെയിലുണ്ടല്ലോ. പിന്നെ, എന്താണു വേണ്ടതെന്ന് ഉറയ്ക്കാത്തപോലെ ചുമ്മാ ഒന്നു നോക്കി. അകലേക്കൊന്നും കാണാൻ വയ്യ. മണ്ണോടു ചേരുംമുമ്പ്, ഈ മണ്ണിൽ വളരുന്ന ഉല്പന്നങ്ങളൊക്കെ ഒരു നോക്കു കാണണം. തപ്പി ഇരടി നടന്നു.

"എങ്ങ്ട്ടാ?"

മരുമകൾ ഒപ്പമെത്തി.

"ഞാനൊ?"

അച്ഛൻ നിന്നു.

"ഞാനൊന്ന് കിടക്കാൻ പുവ്വാ."

മരുമകൾ പേടിച്ചുപോയി.

"അച്ഛാ, നമ്മടെ വീട് അതല്ലെ?"

അച്ഛൻ പറഞ്ഞു.

"എന്നാ അങ്ങട്ടങ്ങു പുവ്വാ."

അച്ഛൻ തപ്പി ഇരടി തന്റെ പഴയ കട്ടിലിൽ കിളർപ്പും പൂപ്പലും പിടിച്ച കിടക്കയിൽ വന്നു കിടക്കുവോളം മരുമകൾ ഒപ്പം നടന്നു. അച്ഛൻ വീണ്ടും മയക്കമായി. പഴയ കാലത്തിന്റെ ആശകളും മോഹങ്ങളും ആ തളർന്ന തലച്ചോറിൽ മങ്ങിയ നിഴലുകൾ പരത്തി. അവ ഒന്നും യാഥാർത്ഥ്യങ്ങളായിരുന്നില്ല. എന്നാലും എല്ലാമുണ്ടായിരുന്നു. പൊൻകതിർ വിരിഞ്ഞ പാടങ്ങൾ കൂടെ ഉണ്ടായിരുന്നു. പാടത്ത് വെള്ളമുണ്ടായിരുന്നു. ആ വെള്ളത്തിന്ന് തെളിനീല നിറമാണ്. വെറും വ്യാമോഹങ്ങളെങ്കിലും ഉറക്കം പിടിക്കുമ്പോഴൊക്കെ അച്ഛനു അവ ജീവിതസത്യങ്ങളായിരുന്നു. ഒരു കുടുംബം പുലർന്നുപോരാനും നിലനിൽക്കാനും അവ ആവശ്യമായിരുന്നു. എങ്കിലുമതൊക്കെ ഉറക്കക്കാഴ്ചകളും സ്വപ്നങ്ങളും നിരർത്ഥകങ്ങളുമായിരുന്നു.

മരുമകൾ ചുമ്മാ നോക്കിനിന്നു. അച്ഛന്റെ പുറവടിയും കണ്ണിക്കാലും തിരിച്ചറിയാൻ വയ്യ! അത്രയ്ക്കും നീരാണല്ലൊ!

എത്ര നാളാണ് ഇങ്ങനെ ഒന്നും നോക്കാതെ കിടത്തുക? വൈദ്യരെ കൊണ്ടുവരണമെന്നു കുട്ടികളുടെ അച്ഛൻ വന്നപ്പോൾ മരുമകൾ തീർത്തു പറഞ്ഞു.

അപ്പുണ്ണിയുമതാണ് ഇത്രനാളും ഓർക്കുന്നത്. വൈദ്യരെ കൊണ്ടുവരണോ എന്ന് അച്ഛനോടു ചോദിച്ചുകൂടാ. വേണ്ടാ എന്ന് ഉടനെ പറയും. ഒന്നും, വേണോ എന്നു ചോദിക്കാൻ പാടില്ല. പണ്ടേക്കുപണ്ടേ അങ്ങനെയാണ്. അമ്മയുള്ള കാലത്ത് ഊണു കാലായാൽ അച്ഛനെ വിളിക്കുന്നത് അപ്പുണ്ണിക്ക് ഓർമ്മയുണ്ട്.

"എന്താ, ഇനി ഊണു കൊണ്ടുവരല്ലേ?" എന്നാണമ്മ ചോദിക്കുക.

"തനിക്കിപ്പൊ അതാ ആവശ്യച്ചാ, കൊണ്ടുവര്ാ." എന്നാണച്ഛൻ പറയുക.

കുളിക്കാൻ വെള്ളം പാകമായാൽ, "എന്താ കുളീടെ കാര്യം നോക്കല്ലേ?" എന്നേ ചോദിക്കൂ. കുളിക്കാറായോ എന്നു ചോദിച്ചോ; ഇല്ല എന്നുടനെ പറയും...

താളവും തരവും നോക്കി അപ്പുണ്ണി ചോദിച്ചു:

"ഞാൻ ഗോവിന്ദൻവൈദ്യരോടൊന്നു വരാൻ പറേട്ടെ?"

അച്ഛൻ ചുമ്മായങ്ങനെ കട്ടിലിൽ കിടന്നു. അപ്പുണ്ണി ഒരിക്കൽക്കൂടെ ചോദിച്ചു.:

"ഞാനാ ഗോവിന്ദൻ വൈദ്യരുടെ വീട്ടിലേക്കൊന്നു പോകാന്നു വിചാരിക്ക്യാ."

അച്ഛൻ ചോദിച്ചു:

"മക്കക്കൊക്കെ സുഖംതന്ന്യല്ലെ?"

"അതെ."

"നിനക്കും സുഖംതന്ന്യല്ലെ?"

"അതെ."

"അമ്മിണിക്കാ പിന്നെ വയ്യായ്യ?"

അമ്മിണി മരുമകളാണ്.

അപ്പുണ്ണിക്ക് ഇനിയൊന്നും പറയാനറിഞ്ഞുകൂടാ. അമ്മിണി സഹായത്തിന്നെത്തി.

"അച്ഛന്റെ മേല്ത്തെ നീരൊന്ന് കാണിക്കാന്നു വിചാരിച്ചിട്ടാ."

അച്ഛൻ പറഞ്ഞു:

"അത്പ്പൊ നിങ്ങളൊക്കെ കണ്ടാമതി."

അന്ന് അതോടെ തീർന്നു.

അപ്പുണ്ണി മൂത്ത പെങ്ങളുടടുത്തേക്കു പോയി. അവർ വന്നു. വൈദ്യരെ കൊണ്ടുവരേണ്ട കാര്യം സംസാരിച്ചു. അച്ഛൻ ചോദിച്ചു:

"നിന്റെ പിള്ളേർക്കൊക്കെ സുഖല്ലെ?"

മകൾ അതേ എന്നു പറഞ്ഞു. അച്ഛൻ ചോദിച്ചു:

"നെലം പണ്യേണില്ലെ?"

"ഉവ്വ്."

"നീയെങ്കിലും ഒരു കരയ്ക്ക് കയറീലൊ!"

മകളുടെ ഭർത്താവ് കൊളമ്പിൽനിന്നു കൊണ്ടുവന്ന വയറുവേദനയിൽത്തന്നെ മരിച്ചുപോയിരുന്നു. ഇരുനൂറ്റിഅമ്പതുറുപ്പികയായിരുന്ന കടം പലിശ തീർക്കാതെ കിടന്ന് പെരുകി. മുപ്പൂവ് നിലം കടക്കാരന്നു പോയി. കുടിയിറങ്ങുകയും ചെയ്തു. നാലു മക്കളും ഒരമ്മയുമല്ലേ? കടക്കാരൻ ദയാലു ആയിരുന്നു. നൂറുറുപ്പിക മടക്കിക്കൊടുത്തു. അതുകൊണ്ട് രണ്ടു വരമ്പിട തരിശുവാങ്ങി, ഒരു കുടിൽ വെച്ചു. മൂത്തതു മൂന്നും

ആണായിരുന്നു. കാക്കയും പരുന്തും തെറ്റിയ പാകത്തിൽത്തന്നെ, അവർ രാപ്പകൽ നോക്കാതെ വേലചെയ്യാൻ തുടങ്ങി. കായൽക്കരയിൽ കുറച്ചു ഞാല് പാട്ടത്തിന്നെടുത്ത് കൃഷി നടത്തി. നട്ടുനനച്ചു പുഞ്ചയിറക്കി. പകലൊക്കെ കൂലിപ്പണിയെടുക്കും. തേക്കും നനയും രാത്രിയാണ്. അവരെ ക്കുറിച്ചു പറഞ്ഞുകേൾക്കാൻ അച്ഛനു കൗതുകമുണ്ട്. ഒരുവേള, ഈ മക്കളെക്കുറിച്ചു കേൾക്കുന്നതിനിടയിൽ, തന്റെ ചെറുപ്പകാലത്തെക്കൂടെ ഓർക്കുകയാവാം. ഉറക്കവും ഒഴിവും ഇല്ലാതെ പണിയെടുത്തുകൊണ്ടി രിക്കുന്ന, താൻ പെറ്റ മക്കളെക്കുറിച്ച് സംസാരിക്കവേ, മകൾ സന്തോഷം കൊണ്ടു, സങ്കടപ്പെട്ടു. മകളുടെ മനസ്സ് നന്നേ ഇളകിയിരുന്നു.

അച്ഛൻ ചോദിച്ചു:

"നിന്റെ മൂത്ത മോന് രണ്ടു മക്കളല്ലെ?"

വയസ്സു ചെന്നതുകൊണ്ടുള്ള പാരവശ്യത്താൽ അച്ഛന് ഓർമ്മ നില്ക്കു ന്നില്ലല്ലോ എന്നു മകൾ ഖേദിച്ചു. അവൾ പറഞ്ഞു:

"അതെ."

അച്ഛൻ ചോദിച്ചു:

"അവർക്കും സുഖല്ലെ?"

മകൾ പെട്ടെന്നു പറഞ്ഞു:

"എളേതിന്ന് മേലൊക്കെ ചെരങ്ങാ."

അച്ഛന്ന് പിടികിട്ടി.

"നീ പോയിട്ട് ആ കുട്ടീനെ കൊടയ്ക്കാട്ടെ ശങ്കരനെ ഒന്നു കാണിക്ക്. ബാലവൈദ്യൻച്ചാ, ഞാൻ കണ്ടടത്തോളം, കൈപ്പുണ്യം തെകഞ്ഞ ബാല വൈദ്യനാ. നേരം വെയിലാറീല്ലെ?"

മകൾ പറഞ്ഞു:

"ഉവ്വ്."

"എന്നാ താമസിക്കണ്ട എനിക്കായിട്ട് ഒരു വൈദ്യരെ കൊണ്ടുവരണ്ട കാര്യല്ലെ? അതിന്റെ കാലോക്കെ കഴിഞ്ഞു. എന്താ കഴിഞ്ഞില്ലെ, ചീരമ്മെ?"

മകൾ നനഞ്ഞ കണ്ണുകളോടെ കേട്ടുനിന്നു.

"എന്താ നിക്ക്ണ്? വേഗം പുറപ്പെട്ടൊ!"

ചീരമ്മ എന്ന മൂത്ത മകൾ മടങ്ങിപ്പോയി. അപ്പുണ്ണി ഇളയ പെങ്ങളെ കൊണ്ടുവന്നു. അവളും മൂന്നു മക്കളും കൂടെ ഓടിക്കിതച്ചു വന്നപ്പോൾ അച്ഛൻ ചോദിച്ചു:

"എന്തേപ്പൊ, എല്ലാരും കൂടിങ്ങ് പോന്നെടൊ?"

ഒരുവേള അച്ഛന്ന് അസ്സൽ പേടി തന്നെ ഉണ്ടായിരുന്നു. ഇവിടെ ആറു മക്കളുടെ അച്ഛനായ അപ്പുണ്ണി ഇരുതല തൊടീക്കാൻ വീർപ്പുമുട്ടുകയാണ്. അടയ്ക്കാക്കാരന്റെ പക്കൽനിന്നു മുൻകൂർ വാങ്ങി കർക്കിടകം കഴിച്ചുകൂട്ടി. പിന്നെ അയാൾ മൊത്തം പണം കൊടുത്തില്ല. ആവശ്യത്തിന്നല്ലേ വേണ്ടൂ!

അപ്പുണ്ണി എന്നും നടത്തം തന്നെ! ഒരുറുപ്പികയ്ക്ക് മൂന്നുപറ നെല്ല് എന്ന കാലം അത്ഭുതാവഹമായ സ്വപ്നംപോലെ മാത്രം ഓർക്കാനേ ഒക്കൂ. അച്ഛന്റെ കാലത്ത് പത്തരക്കാശുണ്ടായാൽ തോർത്ത് ഒന്ന് ഒന്നാംതരമായി. ഏഴരക്കാശിന്റെ തോർത്തുകൊണ്ടാണ് അപ്പുണ്ണിയുടെ അമ്മ മേൽകെട്ടിയിരുന്നത്. അതും, പുറത്തിറങ്ങുമ്പോഴാണ്. ഏഴരകാശ് എന്നാൽ ഒന്നേകാൽ അണയാണ്! ഇന്ന് അമ്മിണിക്കൊരു ബോഡീസ് വേണോ, അര ഉറുപ്പിക അങ്ങു കൊടുക്കണം. ബ്ലൗസും പീസും കാവീസും വേണം. ഒരു പെണ്ണ് ഒന്നു പുറത്തിറങ്ങണമെങ്കിൽ ഒരു പവന്റെ ചെലവാണ് വരുന്നത്. അച്ഛന് നിത്യമുടുക്കാൻ, പത്തരക്കാശിന്റെ തോർത്തുമുണ്ടായിരുന്നു; ഒന്നേമുക്കാൽ അണ! അപ്പുണ്ണി തോളിലിടുന്ന തോർത്തിന് പത്തര അണ കൊടുത്തൂന്ന്! ഉടുക്കുന്ന മുണ്ടിന് വില ഉറുപ്പിക രണ്ടര! എന്താ വീട്ടിൽ വല്ല ചെലവും ഉണ്ടോ? ഒന്നും ആലഭാരം വേണ്ട. ഉണ്ണണോ ഉടുക്കണോ?

ഇളയ മകൾക്കു നന്നേ ഞെരുക്കമായിരുന്നു. അതിപരിഷ്ക്കാരി തന്നെ ആയ്ക്കോട്ടെ, വേലായുധൻ അന്നേ കണ്ടതു പറഞ്ഞു. മദ്യനിരോധനത്തിന്റെ കാലംവന്നു. അവളുടെ ഭർത്താവിനു തൊഴിലില്ല. മക്കൾക്കൊരു പഞ്ഞവും കണ്ടില്ല. അവളും കുട്ടികളും അവനും പട്ടിണിയാണ്. പട്ടിണിയെങ്കിലും സ്നേഹമുള്ളോനാണത്രെ. അവൾ വന്നാൽ കുറെനാൾ താമസിച്ചേ പോകൂ. അപ്പുണ്ണി കുരുമുളകിന്നു പണമന്വേഷിച്ചു നടക്കുകയാവും. അതൊക്കെ ഓർത്തിട്ടാണ് അച്ഛൻ ചോദിച്ചത്, എന്തേപ്പൊ എല്ലാരും കൂടിങ്ങ് പോന്നത് എന്ന്.

അല്പം ചൊടിയുള്ള ഇളയ മകൾ പറഞ്ഞു:

"അച്ഛന്റടുത്ത് നാലുദെവസം സാമതിയ്ക്കാന്നു വിചാരിച്ചു."

അസ്സലായി എന്നു പറഞ്ഞ് അച്ഛൻ ചോദിച്ചു.

"നാലു ദെവസം കഴിഞ്ഞാ ഞാനങ്ങു മരിക്കൂലോ!"

മകൾക്ക് നാക്കിറങ്ങിപ്പോയി. അച്ഛൻ തന്നത്താൻ പറഞ്ഞു:

"ഞാനൊരു മുടക്കാച്ചരക്കായി, ഈ മക്കളെ നരകിപ്പിക്കാൻ ഇങ്ങനെ കെടക്കണോ ന്റെ ദൈവേ!"

മകൾ പൊട്ടിപ്പൊട്ടി കരഞ്ഞുപോയി. അച്ഛൻ ഒട്ടും ശ്രദ്ധിച്ചില്ല.

"എനിക്കങ്ങു മരിച്ചുകിട്ട്യാമതി. ഇന്ന്..."

അച്ഛൻ പെട്ടെന്ന് മുളവടി തപ്പി. എണീറ്റു.

മകൾ അണപൊട്ടി.

"എങ്ങ്ട്ടാ അച്ഛൻ?""

"ഒരുത്തീലയ്ക്കും ല്ല."

"അച്ഛൻ നടക്കണ്ട."

മുളവടി കുത്തിപ്പിടിച്ച് അദ്ദേഹം തറച്ചുനിന്നു. വിറയ്ക്കുകയും തളങ്ങാടുകയും ചെയ്തു. അച്ഛൻ ചോദിച്ചു:

"എനിക്കിവിടെ കിടക്കാലോ? ഈ പഴുത്ത കട്ടിലിൽ?"

ഇളയ മകൾ വൈദ്യരെക്കുറിച്ചോ മരുന്നിനെക്കുറിച്ചോ ഒറ്റ അക്ഷരം മിണ്ടിയില്ല.

അപ്പുണ്ണി വേലായുധന് എഴുത്തയച്ചു. താൻ എല്ലാംകൊണ്ടും വശക്കേടിലായി. ആറുമക്കളുടെ പ്രാരബ്ധമായി. അവരെച്ചൊല്ലി പട്ടാളത്തിൽ നിന്നും വിട്ടു. ഇന്ന് തെണ്ടുകയല്ല. തെണ്ടാൻ പാടില്ല. കുടിച്ചും കുടിക്കൊണ്ടും കഴിയുന്നു. രണ്ടരയിടങ്ങഴി അരി മൂന്നുനേരം ഇട്ടു തിളപ്പിച്ച് എട്ടുപേർ ജീവിക്കുന്നു. ഊണല്ല, തീർച്ച. പട്ടിണിയാണോ, ഒരിക്കലുമില്ല. ഇതിൽ പങ്കുചേരാൻ രണ്ടു പെണ്ണുങ്ങളാരും ഉണ്ട്. അവരുടെ മക്കളും ഉണ്ടാവും. അങ്ങനെ ഒരു ജീവിതമാണ് തനിക്കു വിധിച്ചത്. സഹിച്ചോളാം. അച്ഛന്റെ സ്ഥിതി കുറെ അലോസരത്തിലാണ്. മനസ്സിന്നു സഞ്ചാരമാണ്. എപ്പോഴും ബുദ്ധിഭ്രമം ഉണ്ടാവുന്നുണ്ട്... അറിയിക്കേണ്ട കാലത്ത് അറിയിച്ചില്ലെന്ന് ഒരു പേരുദോഷം ഉണ്ടാക്കിവെക്കണ്ടല്ലോ എന്നുമാത്രം നിരീച്ച് എഴുതി. ഇനിയെല്ലാം...

വേലായുധൻ വരുമ്പോൾ, അച്ഛൻ മുളവടി കുത്തിപ്പിടിച്ചിരുന്ന് വെയിൽ കായുകയായിരുന്നു.

അവൻ ഒന്നു നോക്കി, കിതച്ചു, തറച്ചങ്ങിനെ നിന്നു. ഇതാണ് അച്ഛൻ!

അവൻ ഒന്നും മിണ്ടാൻ വയ്യാതെ നില്ക്കവേ, മയക്കം ഞെട്ടിയ അച്ഛൻ മിഴിച്ചു. കണ്ണുമിഴിക്കുക എന്നാൽ! – അച്ഛന്റെ കൺപോളകൾ എല്ലിനോട് ഒട്ടിപ്പോയിരുന്നു. കൺപോളകൾ ഇല്ല. കണ്ണുകൾ എന്ന മഹത്തായ സിദ്ധി രണ്ടും മഞ്ഞച്ച രണ്ടു വൃത്തങ്ങളാണ്. ഈ വൃത്തങ്ങൾക്ക് നനവും, നനവിന്റെ നടുക്ക് കൃഷ്ണമണികളെന്ന നിറവും ഉണ്ടായിരുന്നു.

മകനെ കണ്ടപ്പോൾ അച്ഛൻ ഞെട്ടിയില്ല. ഇരുന്നു വിറച്ചു. പല്ലുകൾ തേഞ്ഞും കൊഴിഞ്ഞും തൊണ്ണുകളുടെ മീതെ വായിലേക്കു മടങ്ങിക്കിടന്ന ചുണ്ടുകൾ വിതുമ്പി.

“നീയ് നമ്മുടെ കുന്നു കണ്ടോ?”

വേലായുധൻ ഞെട്ടി. കേട്ടോ, അച്ഛൻ ചോദിച്ചത്?

അച്ഛൻ എണീക്കാൻ മുതിർന്നപ്പോൾ അവൻ താങ്ങി. അവർ തെക്കേ അകത്തെ കട്ടിലിന്നടുത്തേക്കു നടന്നു.

ആ പഴയ കട്ടിലിന്റെ പൂതൽപിടിച്ച മൂന്നു പലകക്കാലുകളും ഇളകുന്നുണ്ടായിരുന്നു. നാലാമത്തേത് എന്നോ അടുപ്പിൽ പോയി. അതിനുപകരം പരുക്കൻ ചെത്തിയ കുന്നിവാകയുടെ ഉരുളൻകാലുറപ്പിച്ചിരുന്നു.

കഴിഞ്ഞ തവണ വേലായുധൻ കൊണ്ടുവന്ന പുതപ്പ് കട്ടിലിൽ നിറം മങ്ങിക്കിടന്നു. ആ ഫ്ളാനൽഷർട്ട് ചുരുട്ടിക്കൂട്ടി തലയിണയുടേയും ചുമരിന്റേയും ഇടയ്ക്കു വെച്ചിട്ടുണ്ടായിരുന്നു.

അച്ഛനുവേണ്ടി...

വേലായുധന് ചെറുപ്പമൊന്നും അല്ല. എന്നിട്ടും അവൻ കിട്ടിയ ജോലി ചെയ്ത് തൃപ്തിയടഞ്ഞില്ല. എഞ്ചിനീയറുടെ വേലക്കാരൻ ക്യാറ്റർപില്ലർ ഓടിച്ചുകൊണ്ടിരുന്നപ്പോൾ ഡീസൽ എഞ്ചിനുകളുടേയും, അവ നടത്തുന്ന മെക്കാനിസത്തിന്റേയും പൊരുൾ പഠിക്കുകയായിരുന്നു. മെക്കാനിസം പഠിക്കാനും പണച്ചെലവുണ്ടായിരുന്നു. ശമ്പളത്തിനു ജോലിചെയ്ത്,

പിന്നെയൊരു പഠിത്തം തന്നത്താൻ കൊല്ലുന്നതായിരുന്നു. എന്നാലും അവൻ ഇന്നൊരു ഡീസൽ മെക്കാനിക്കാണ്.

അച്ഛനുവേണ്ടി, കുടുംബത്തിനുവേണ്ടി കാര്യമായൊന്നും ചെയ്തിട്ടില്ല. അവന്റെ ഏട്ടന് പിണക്കമാണ്. ഏട്ടൻ കഷ്ടപ്പെടുകയായിരുന്നല്ലൊ.

പച്ചമുളകും ഇരിമ്പൻപുളിങ്ങയും വില്ക്കാൻ നടന്ന അച്ഛന്റെ മകൻ ഡീസൽ മെക്കാനിക്കാവുന്നതിനിടയ്ക്ക് ശ്ശി ത്യാഗങ്ങൾ പലേടത്തും വേണ്ടിവരും.

എന്തുചെയ്യട്ടെ, അപ്പുണ്ണി ജീവിക്കാൻ തുടങ്ങിയത് കാലാൾപ്പടയിലായിരുന്നു.

വേലായുധന്റെ ചെറുപ്പക്കാരിയായ ഭാര്യയും കൊച്ചുമകളും വന്നു. അച്ഛൻ ആ കൊച്ചിനെ കട്ടിലിന്നടുത്തേക്കു വിളിച്ചപ്പോൾ, അവൾ അമ്മയുടെ നടയിൽ മുഖംതാഴ്ത്തി, കാലുകളിൽ കെട്ടിപ്പിടിച്ചു.

വേലായുധൻ പറഞ്ഞു:

"ചെല്ല്. അച്ചാച്ചടടുത്ത് ബിസ്ക്കറ്റുണ്ട്." കുട്ടി അനങ്ങിയില്ല. അച്ഛൻ പറഞ്ഞു:

"ഇല്ലാട്ടൊ. അച്ചാച്ചടെ കൈയിൽ ഒരു വസ്തുല്യാട്ടൊ."

ആ കൊച്ചുകുട്ടിക്കുപോലും അച്ഛനെ ഒന്നു നോക്കാൻ തോന്നി. ഇടറിപ്പോയ ആ കൂരൽ അത്രയും ബാലിശമായിരുന്നു.

കൊച്ച് നോക്കിയപ്പോൾ, അച്ഛൻ ഒരിക്കൽക്കൂടെ വിളിച്ചു. അവൾ കൗതുകത്തോടെ കട്ടിലിന്നടുത്തേക്കു ചെല്ലുകയും കിടക്കയിൽ താടിയമർത്തിനില്ക്കുകയും ചെയ്തു.

അവൾ തന്റെ അരികിൽ വന്നുനിന്നപ്പോൾ അച്ഛൻ പയ്യാരം പറഞ്ഞു. താൻ എളിയൊരു മനുഷ്യനായിപ്പോയി. അതുകൊണ്ട് അവളെ തന്റെ കൂടെ താമസിപ്പിക്കാനും വളർത്താനും കഴിഞ്ഞില്ല. അവൾക്കായിട്ട് അച്ഛന് ഒന്നും കൊടുക്കാനില്ല. ഈ മണ്ണ്, ൦൨ വട്ടത്തിലുള്ള ഈ മണ്ണ് മാത്രമേ അച്ഛനുള്ളൂ. ഈ കുറച്ചു മണ്ണുള്ളത് എന്തൊക്കെ ചെയ്യും?...

കൊച്ചിന്ന് ഒന്നും മനസ്സിലായില്ല. അവൾ അച്ഛന്റെ മെല്ലിച്ച കൈവിരലുകളിൽ തിരുപ്പിടിച്ചുകൊണ്ട് ചുമ്മാ അങ്ങനെ നിന്നു.

അച്ഛൻ ചോദിച്ചു:

"നീയെന്തേ അച്ചാച്ചന്നു കൊണ്ടന്നത്?"

കുട്ടിയുടെ ചെറുപ്പക്കാരിയായ അമ്മ ഉപ്പിലിട്ടപോലെ ഉറഞ്ഞുപോയി.

വേലായുധൻ മകളോട് പറഞ്ഞു:

"അച്ചാച്ചയ്ക്ക് ആറടി മണ്ണുവേണം. എന്താ നിനക്കത് തരാനൊക്കുമോ?"

മണ്ണ് ഒരുത്തന്റേയും സ്വന്തമല്ലല്ലൊ എന്ന് വേലായുധൻ ഓർത്തുപോയി, അച്ഛനെന്താണ് ഒരാശയുള്ളതെന്ന് അവന്നറിയണം, ഒന്നെങ്കിലും!

അച്ഛൻ പറഞ്ഞു:

"ഇപ്പ നിങ്ങളൊക്കെ ഇവിടെണ്ട്. എനിക്കങ്ങ് മരിക്കണം."

അപ്പോൾ അച്ഛൻ മുളവടി തപ്പി. എണീറ്റു.

വേലായുധൻ അച്ഛനെ താങ്ങിപ്പിടിച്ച് കട്ടിലിൽ ഇരുന്നു.

അച്ഛന്റെ കട്ടിലിന്ന് പഴകിയ മനുഷ്യന്റെ വൃത്തികെട്ട നാറ്റം ഉണ്ടായിരുന്നു.

അച്ഛൻ കിടക്കാൻ കൂട്ടാക്കിയില്ല. നിർബന്ധിച്ചുകിടത്തിയാൽ ഉടനെ എണീറ്റ് മുളവടി തപ്പുകയായി.

മകൻ ചോദിച്ചു:

"അച്ഛൻ എങ്ങട്ടാ?"

അച്ഛൻ ശാസിച്ചു:

"നീയൊന്ന് അടങ്ങിനിക്കടാ മോനേ. ഞാനൊന്നു പോയി നോക്കട്ടെടാ."

അവിടെ തന്റെ തളർന്ന ശരീരം വീണുപോകുന്നതു പോലെ തോന്നി. ഇല്ല, ശരീരം ഇല്ല. താൻ വെറും പച്ചിലകളായിരുന്നു. കുരുമുളകിന്റെ ഇരുണ്ട പച്ച ഇലകളായിരുന്നു. അവയ്ക്കും കനം ഉണ്ടായിരുന്നു. പിന്നെ കവുങ്ങിന്റെ പൂമ്പാളയായി. പൂമ്പാള വിരിഞ്ഞു കൊഴിഞ്ഞു വീണപ്പോൾ പറന്നു. അത് പറങ്കിമാവിന്റെ ഉണങ്ങിക്കരിഞ്ഞ പൂങ്കുലയായിരുന്നു. പൂങ്കുല നിലത്തെത്തിയപ്പോൾ വരിക്കപ്ലാവിന്റെ പോളയായിരുന്നു. അച്ഛൻ വീണത് വേലായുധന്റെ മാറിലേക്കാണ്. ഉണങ്ങിയ ചക്കപ്പോള അവിടെക്കിടന്നു. ചക്കപ്പോളയല്ല. ചക്കച്ചുളയുടെ മീതെപിടിച്ച് കറുത്തുനീലച്ച പായലായിരുന്നു. പൂപ്പലായിരുന്നു. പൂപ്പൽ ഉണങ്ങി ഉണങ്ങി ഒരു കാറ്റടിച്ചപ്പോൾ, പറന്നു പോയി... ■

ചെറിയൊരു വെളിച്ചം, കുറെ നിഴലുകൾ

കാലത്തെ കഞ്ഞി എപ്പഴോ കുടിച്ചു. രണ്ടുതവണ അടുക്കളയിൽ കടന്നു കഞ്ഞിക്കലത്തിൽ കയിലിട്ടുനോക്കി. ആദ്യത്തെ തവണ അരക്കയിൽ കിട്ടി. ഒറ്റ വറ്റുപോലും കടിച്ചിറക്കാൻ കിട്ടിയില്ല. രണ്ടാമത്തെ തവണ കയിലിട്ടു വലിച്ചപ്പോൾ, കലം ഒന്നു ഞരങ്ങി. മുറ്റത്തിരുന്നു ചാണകം പൊടിക്കുന്ന പെങ്ങൾ "പോ പൂച്ചെ!" എന്ന് ഒച്ചയിട്ടു. അവനൊന്നു ഞെട്ടി. കയിൽ കലത്തിൽത്തന്നെ ഇട്ടു. "പൂച്ച കലം തകർത്തല്ലൊ" എന്നു പറഞ്ഞു പെങ്ങൾ എണീറ്റു. ഉള്ളംകൈയിൽനിന്നും വിരൽത്തുമ്പുകളിൽ നിന്നും കുതിർന്ന ചാണകം പിരിച്ചുകളയുകയാണ്. പെങ്ങൾ വരുംമുമ്പെ പുറത്തുകടക്കണം.

പെങ്ങൾക്കും വിശക്കുന്നുണ്ടാവും. പൂച്ചയ്ക്കുപോലും വിശപ്പുണ്ട്. അവൾ പൂച്ചയെ പേടിച്ചാണ്, അടുക്കളയിലേക്കു വരുന്നത്! പൂച്ച കലത്തിൽ ചാടി തുടച്ചു നക്കുംമുമ്പ്, ഒന്നു നാക്കു നനയ്ക്കാനാകാം. അതിനിനി, കലത്തിൽ ഒന്നുമില്ലല്ലോ.

അമ്മയ്ക്ക് വിശപ്പില്ലേ? കഞ്ഞി വിളമ്പിത്തന്ന ഉടനെ വല്ലവും ചൂലുമെടുത്തു കുന്നത്തേക്കു പോയതാണ്. അമ്മ കഞ്ഞി കുടിച്ചോ, എന്തോ! അവൻ കണ്ടില്ല. ശ്രദ്ധിച്ചില്ല. ഇനി ഉച്ചക്കഞ്ഞിക്കു വെള്ളമിടണോ, അമ്മ ചവറും കൊണ്ടുവരണം.

കുന്നത്തേക്കൊന്നു പോകാമെന്നുവെച്ചാൽ, പോകരുതെന്നു വിലക്കിയിട്ടാണ് അച്ഛൻ പോയത്. അച്ഛൻ പതിവിലേറെ നേരത്തെ പോയി. വെയിലുദിക്കുന്നേ ഉള്ളൂ. അടയ്ക്കാക്കത്തിയും കുട്ടിച്ചാക്കുമെടുത്ത് അച്ഛൻ പുറപ്പെട്ടപ്പോൾ അവൻ പാഠം അടച്ചുവെച്ചു. "ഇരുന്നു പഠിച്ചോടാ, കുന്നത്തു കയറി കാറോടാൻ പോണ്ട" എന്നു ശാസിച്ച് അദ്ദേഹം പോയി. അങ്ങാടിയിൽ അടയ്ക്ക പൊളിക്കാൻ ധാരാളം ആളുകൾ വരുന്നുണ്ടത്രെ. ഒരു തൊഴിലും ഇല്ലാത്തവരൊക്കെ അടിഞ്ഞുകൂടുകയാണ്. അടയ്ക്ക അവസാനിക്കുകയും ചെയ്തു. ആർക്കെങ്കിലും പറിക്കാനുണ്ടെങ്കിൽ, ആൾക്കാർ വന്നുകൂടുംമുമ്പെത്തിയാലേ ജോലി കിട്ടുകയുള്ളൂ.

അടുക്കളയിൽ ഇരുന്നിട്ടാണ് അച്ഛൻ കഞ്ഞി കുടിച്ചത്. തോട്ടങ്ങളിൽ അടയ്ക്ക തീർന്നപ്പോൾത്തൊട്ട് അടുക്കളയിലിരുന്നിട്ടാണ് കുടിക്കുക. മുമ്പ് ഉമ്മറത്തായിരുന്നു. അന്നൊക്കെ അവനെക്കൂടെ വിളിക്കും. അച്ഛന്റെ കൂടെ കഞ്ഞി കുടിക്കുമ്പോൾ പ്ലാവില അമർത്തി മുക്കണം. അച്ഛന്റെ കഞ്ഞിക്ക് നല്ല കട്ടിയുണ്ട്. പശയും പശിമയും പാടയുമുണ്ട്. സാവകാശത്തിലാണ് അച്ഛൻ പുറപ്പെടുകതന്നെ. ഇപ്പോളൊക്കെ ധൃതിപിടിച്ച കൂട്ടത്തിലാണ്. ഉറക്കെ വർത്തമാനം പറയുകയും ചെയ്യും. കാലണ ചോദിക്കാൻ പാടില്ല. തിരക്കും. പെൻസിലില്ലെങ്കിൽ നീയിനി പഠിക്കാൻ പോകണ്ട എന്നു പറയും. അന്നുവരെ താലോലിച്ച അച്ഛനാണെന്നേ തോന്നുകയില്ല. അമ്മയോടും കയർക്കും. വെളിച്ചെണ്ണയില്ലെങ്കിൽ കിണറ്റിലെ വെള്ളം കോരി കൂട്ടാനിൽ കടുകു വറുത്തിട്ടേക്കാൻ പറഞ്ഞിട്ടുണ്ട്! അച്ഛൻ ദേഷ്യപ്പെട്ടെങ്കിലോ എന്നു പേടിച്ചിട്ടാകണം, അമ്മ ഇന്ന് ഒരക്ഷരം ഉരിയാടിയിട്ടില്ല. അച്ഛനു കഞ്ഞി വിളമ്പിയിട്ടു പൂച്ചയോടാണു പറഞ്ഞത്.

"പോ പൂച്ചേ! ഇതവന്റച്ഛന്റെ കഞ്ഞിയാണ്. നിനക്ക് വേണോ, ഇന്നാ."

അച്ഛൻ പോയപ്പോൾ അമ്മ പൂച്ചയെ അടിച്ചു.

"നാശം! വെച്ചതു മുഴുവൻ ഊറ്റിയിട്ടു കൊടുത്താലും കിണ്ണത്തിൽ തലയിട്ടേ ഒക്കൂ."

അടുക്കളയിലമ്മ കഞ്ഞി വിളമ്പുന്നതു കേട്ടു. കൈത്തോട്ടിലെ വെള്ളച്ചാട്ടംപോലാണ് ഒന്നു പതുക്കെ ഒഴിച്ചാലെന്താ? ദേഷ്യം കൊണ്ടാവാം. ആരോടാണീ ദേഷ്യമൊക്കെ? അവനൊന്നും ചെയ്തിട്ടില്ല. പെങ്ങളെന്തെങ്കിലും ഉണ്ടാക്കിവെച്ചോ? അമ്മയാണെങ്കിൽ ഒറ്റക്ഷരം മിണ്ടിക്കേട്ടില്ലല്ലോ. പൂച്ചയോടല്ലാതെ അമ്മ മിണ്ടിയിട്ടില്ല!

പൂച്ചയ്ക്കാണെങ്കിൽ വെറി തന്നെയാണ്. കുടിക്കുന്ന കിണ്ണത്തിന്റെ അരികിൽ വന്നിരുന്ന് ഉറക്കം തൂങ്ങും. 'ഞാനൊന്നുമറിഞ്ഞില്ല. നാരായണാ!' അറിയാനൊക്കില്ല, കിണ്ണത്തിൽ നിന്ന് ഒരു കപ്പു കപ്പും. അടിക്കാൻ കിട്ടില്ല. ഒറ്റ ഓട്ടമാണ്. പൂച്ച കപ്പിയേടത്തുനിന്ന് ഒറ്റ പ്ലാവിലവെള്ളം മുക്കിയൊഴിച്ചിട്ടേ പിന്നെ കുടിക്കാൻ പാടുള്ളൂ. അല്ലെങ്കിലമ്മ ശകാരിക്കും.

എപ്പഴാണ് ഈ അമ്മ ചവറടിച്ചു വരിക?

കുന്നത്തേക്കു പോകാമെന്ന് അവനാശ തോന്നി. ഒന്നും കിട്ടില്ല. പറങ്കി മാവുകൾ പൂക്കുന്നേ ഉള്ളൂ. പഴയ നരച്ച ഇലകൾ കൊഴിയുകയും തളിർക്കു കയും ചെയ്ത മാവുകൾ നോക്കിയങ്ങനെ നിൽക്കാം. തളിർത്ത പറങ്കി മാവിന് പച്ചനിറമല്ല. ചാരനിറമുള്ള പച്ചിലകളാണ്. കൂമ്പുകൾക്ക് രക്ത ത്തിന്റെ നിറമുണ്ട്. തളിർക്കുന്ന പറങ്കിമാവുകൾക്ക് മഴവില്ലുകളോളം തന്നെ നിറങ്ങളുണ്ടെന്നു തോന്നും. രക്തംപോലെ ചുവന്ന ഇളം കൂമ്പുകൾ നുള്ളി ത്തിന്നതുകൊണ്ട് അമ്മ അവനെ ശകാരിച്ചിട്ടുണ്ട്. കൂമ്പു നുള്ളിയെന്ന് പെങ്ങൾ കളിയാക്കി. അച്ഛനറിഞ്ഞു. കയർത്തു. ഒരു കൂമ്പിൽ ഒരു കുല പൂവാണുള്ളത്. എത്ര കൂമ്പു നുള്ളി? നശിപ്പിക്കുന്ന വഹ! കുറെ പറഞ്ഞു. നാലഞ്ചു പച്ചീർക്കിലി കൂട്ടിപ്പിരിച്ച് നറുനാശം തല്ലി. മേലാൽ കുന്നത്തേക്കു കയറരുതെന്ന് കല്പനയും കിട്ടി.

എവിടേക്കാണൊന്നു പോവുക? രാമനും ഗോപിയും പോത്തുകളെ കുളി പ്പിക്കാൻ പോയി. അപ്പോൾ അവൻ 'എലിയുടേയും സിംഹത്തിന്റേയും' പാഠം പഠിക്കുകയായിരുന്നു. അവൻ കേൾക്കാൻ അവർ ഏലക്കം വിളിച്ചു കൊണ്ടിരുന്നു. താനില്ലെന്ന് അവരെ അറിയിക്കാനെന്നപോലെ അവൻ ഉറ ക്കെയുറക്കെ പാഠം വായിച്ചു. അവരുടെകൂടെ ഒന്നു പോകാൻ പാടില്ല. പുലാക്കാട്ടുകുളം നിറയെ ആമ്പൽപ്പൂക്കളാണ്. ആമ്പൽപ്പൂവിന്റെ നനുത്ത ഇതളുകൾക്കു ചവർപ്പുണ്ടെങ്കിലും രുചിയുണ്ട്. ചണ്ടിക്കടിയിൽ പൂണ്ടു കിടക്കുന്ന കൂന്തയ്ക്കയാണ് കൂടുതൽ ചവർക്കുക. എന്നാലെന്താ, കൂന്തയ്ക്കയുടെ അരിക്കു കൊഴുപ്പുണ്ട്. ഒറ്റ കൂന്തയ്ക്ക തിന്നാൽ, പിന്നെ വിശക്കില്ല!

വയറു നടുക്കുവെച്ചു മടങ്ങുമാറ് അവൻ മുമ്പോട്ടു വളഞ്ഞു. ഒന്നെക്കി വലിച്ചു. തണ്ടെല്ലിനോടു മടക്കുചെന്നു മുട്ടുന്നുണ്ട്. ഉരസുന്നുണ്ട്.

അട്ടത്തിന്മേൽ നാളികേരമുണ്ടെന്ന് അപ്പഴാണ് ഓർമ്മവന്നത്. പെങ്ങൾ മുറ്റത്തിരുന്നു ചാണകം പൊടിക്കുന്നുണ്ടല്ലോ!

അടുക്കളയിൽ കടന്നു കിളിവാതിലിലൂടെ നോക്കി. കോണി എടുത്തു വെച്ചാൽ പെങ്ങൾക്കു കാണാം. അതിന് അവൾ കീഴോട്ടുതന്നെ നോക്കി യിട്ടാണ്, മറ്റൊന്നിനോടും സങ്കടപ്പെടാനില്ലാത്തതുകൊണ്ടു ഭൂമിയോടു പരാതിപ്പെടുന്നപോലെ. ഒറ്റ ശബ്ദമുണ്ടാക്കാതെ കോണിയെടുത്തുവെച്ച്, കയറി നാളികേരമെടുത്ത്, ഒച്ചയില്ലാതെ കോണി ചായ്പ്പിൽ കൊണ്ടു വെച്ചാലും, നാളികേരം ഉണങ്ങിയതാണ്. പൊളിക്കുമ്പോൾ ഒച്ചയുണ്ടാകും. നേരെച്ചെന്നു പെങ്ങളോടു പറയാം. വിശക്കുന്നു. നിനക്കു വിശക്കുന്നില്ലേ? ഒരു നാളികേരമെടുത്തു പൊളിക്കാം. അവൾ സമ്മതിക്കില്ലാട്ടൊ. കട്ടു തിന്നണ്ട എന്നേ പറയൂ.

അടുക്കളയുടെ വാതിൽ തുറന്നു. തിരിഞ്ഞ് കിളിവാതിലിലൂടെ നോക്കി. പെങ്ങൾ ഒന്നും അറിഞ്ഞിട്ടില്ല. കോണി എടുത്തു കൊണ്ടുവന്നു അട്ടത്തി ന്മേൽ ചാരി. ഒച്ചയൊന്നും ഉണ്ടായില്ലെങ്കിലും കിളിവാതിലിലൂടെ നോക്കി. ഓരോ ചുവടു കയറുമ്പോഴും നിന്നു. നോക്കി. കയറി. നാളികേരം എടുത്തു. ഇറങ്ങി. പെങ്ങൾ അറിഞ്ഞിട്ടില്ല!

നാളികേരം കിട്ടി.

വെട്ടുകത്തി തിരഞ്ഞു. വെട്ടുകത്തിയും കിട്ടി.

കോണിയെടുത്തു ചായ്പിൽ വെച്ചു. പെങ്ങൾ ഒന്നും അറിഞ്ഞിട്ടില്ല. ഭൂമിയോട് പയ്യാരം പറഞ്ഞുകൊണ്ട് ചാണകം പൊടിക്കുകതന്നെയാണ്. നാളികേരം ഉടച്ച് പെങ്ങൾക്കും ഒരു കഷണം കൊടുക്കണം.

നാളികേരവും വെട്ടുകത്തിയുമെടുത്ത് വടക്കേ മുറ്റത്തേക്കിറങ്ങി. ഇറങ്ങിയത് അച്ഛന്റെ മുമ്പിലേക്കാണ്!

അവനെ കണ്ടപാടെ അച്ഛൻ നിന്നു. അടയ്ക്കാക്കത്തിയും കുട്ടിച്ചാക്കും അപ്പടി നിലത്തുവീണു.

അവൻ കുറ്റിയടിച്ചപോലെ തരിച്ചുപോയി. ചെകിടു കൊട്ടിയടച്ചു. കണ്ണുകളിൽനിന്നു തീപ്പൊരി പറന്നു.

“എന്താടാ ഇത്?”

അവൻ കേട്ടതാണ്. ഒന്നും പറഞ്ഞില്ല.

“നാളികേരം കട്ടെടുത്തോടാ?”

മിണ്ടിക്കൂടാ.

“നിന്നോടല്ലേടാ, ചോദിച്ച്?”

ചുണ്ടൊന്നനക്കിനോക്കി. ചുണ്ടുകൾ പിളർന്നു. അവന്റെ നാക്കോ? വായിൽ നാക്കില്ല!

പെങ്ങൾ ഓടിവന്നിട്ടുണ്ട്. അച്ഛനോട് സങ്കടപ്പെടുന്നുണ്ട്. അവനല്ലെ? മ്പടെ മോനല്ലെ? വിശന്നു. വിശന്നപ്പോൾ ഒന്നെടുത്തു. ഒരു നാളികേരമെടുത്തപ്പോൾ, എല്ലാം പോയോ?

അവനെ നറുനാശം തല്ലുകയായിരുന്ന അച്ഛൻ പെങ്ങളുടെ നേരെ ഓങ്ങി.

“കള്ള വഹ! കട്ടുമുടിക്കാൻ തീർന്ന വഹ! അടിച്ചു ഞാൻ കൊല്ലും. കൊല്ലും!”

അച്ഛൻ പെങ്ങളെ തല്ലിയപ്പോൾ അവൻ നിലവിളിച്ചു.

“എന്റച്ഛോ! ഇനി ഞാനെടുക്കില്ലച്ഛോ!”

അതുവരെ ഒരക്ഷരം മിണ്ടാതെ കൊണ്ടുനിന്ന അടികളുടെയെല്ലാം വേദന ഒന്നിച്ച് അനുഭവപ്പെട്ടതുപോലെ അവൻ നിന്നു തുള്ളി.

അവൻ നിലവിളിച്ചപ്പോൾ അച്ഛൻ വീണ്ടും തിരിഞ്ഞ് അവനെ അടിച്ചു.

“ഓടെടാ! ഓടെടാ കള്ളാ!”

അവൻ നിന്നിടത്തുനിന്നു ചാടി. പുളഞ്ഞു.

“ഓടാൻ! കടന്നുപൂവ്വാൻ!”

അപ്പോഴത്തെ വിമ്മിട്ടത്തിന് അവൻ പിടഞ്ഞു പിടഞ്ഞോടി! അച്ഛൻ പിമ്പേയുണ്ട്!

“കണ്ടുപോഹരുത്. നിന്നെയിനി കണ്ടുപോകരുത്.”

അപ്പോൾ അവൻ തിരിഞ്ഞുനിന്നു കണ്ണീരോടെ അച്ഛനെ നോക്കിപ്പോയി.

"പൂവ്വാൻ!"

അച്ഛൻ ഒരൊറ്റ ചീറുചീറി. മുന്നോട്ടു കുതിക്കുകയും ചെയ്തു.

അവൻ ഓടി. തേങ്ങുന്നുണ്ടായിരുന്നു. കരൾ മേലോട്ടും കീഴോട്ടും ഒരു റബ്ബർപന്തുപോലെ തുള്ളുന്നുണ്ടായിരുന്നു.

കുന്നിൻമുകളിലൂടെ നടന്നു പോകുമ്പോൾ അമ്മ ചവറടിക്കുന്ന പെരുക്കം കേട്ടു. നിന്നു. അമ്മയെ കണ്ടില്ല. പെരുക്കം കേട്ടേടത്തേക്കു നോക്കി. ചാരനിറം കലർന്ന പച്ചിലകളും ചോരക്കൂമ്പുകളും നിറഞ്ഞ പറങ്കിമാവിൻ തോട്ടത്തിലേക്കെമ്പാടും നോക്കിക്കൊണ്ട് അവൻ നടന്നു. അമ്മയെ കണ്ടില്ല.

"അമ്മേ, ഞാൻ പുവ്വാണ്."

അവൻ കരഞ്ഞു. നിശ്ശബ്ദം കരഞ്ഞുകൊണ്ട് മുന്നോട്ടു നടന്നു.

എങ്ങോട്ടാണ് പോവുക?

പാതകൾ അവസാനിക്കുന്നതുവരെ നടക്കണമെന്നു തോന്നി. ഇനിയൊരിക്കലും അച്ഛന്റെ കണ്ണിൽപ്പെടാത്തത്ര ദൂരത്തോളം പോകണം.

അവൻ ഇനിയൊരിക്കലും വീട്ടിലേക്കു മടങ്ങില്ല. എന്തൊരു തല്ലാണു തല്ലിയത്. എന്തൊരു ബഹളമായിരുന്നു. അയൽക്കാരെല്ലാം അറിഞ്ഞു. രാമനും ഗോപിയും പോത്തുകളെ കുളിപ്പിച്ചു വരുമ്പോൾ, അവൻ നാളികേരം കട്ടെടുത്തുവെന്നും, അച്ഛൻ അടിച്ചിറക്കിയെന്നും കേൾക്കും. അവൻ മടങ്ങിച്ചെന്ന് അവരുടെ മുഖത്ത് നോക്കില്ല.

ആ നേരത്തുതന്നെ അച്ഛൻ എത്തിപ്പെടണമെങ്കിലോ! നാശം! അച്ഛനു പണി കിട്ടിക്കാണില്ല. ജോലി കുറഞ്ഞപ്പഴേ കണ്ടതിലും കേട്ടതിനും അരിശമാണ്. ഇതിനൊക്കെ താനെന്താണു ചെയ്തത്? ഒരു നാളികേരമെടുത്തു. വിശന്നിട്ടാണ്, ഇങ്ങനെ വിശക്കാനും വിശന്നു വിശന്നു കഴിയാനുമാണെങ്കിൽ, എന്തിനു ജനിച്ചു? ഞാനെന്തിനു ജനിച്ചു?

അങ്ങനെ നടക്കുമ്പോൾ, താനൊരു ഒറ്റത്തോർത്ത് മാത്രമാണ് ഉടുത്തിട്ടുള്ളതെന്നോർമ്മ വന്നു. സ്വാഭാവികമായും ലജ്ജ തോന്നി. അവൻ എന്നിട്ടും നിന്നില്ല.

വീട്ടിൽനിന്ന് എത്രയോ ദൂരം പോന്നു. ആരും അവനെ കണ്ടില്ല. കണ്ടാൽത്തന്നെ, എങ്ങോ അടുത്തൊരിടത്തേക്കു പോകയാണെന്നു ധരിക്കും. അല്ലാതെന്താ? ഒന്നും ശ്രദ്ധിക്കാനില്ല. ഇനി അവനെ അറിയുന്ന സ്ഥലവുമല്ല, ആരും ശ്രദ്ധിക്കില്ല. ഏതോ ഒരു ചെറുക്കൻ പോകുന്നുണ്ട്. പൊയ്ക്കോട്ടെ.

അവൻ വന്ന പഞ്ചായത്തുപാത രാജപാതയിൽ അവസാനിച്ചു. അങ്ങാടിയാണ്. ധാരാളം ആൾക്കാരുണ്ട്. പോകാൻ മൂന്നു വഴികളുണ്ട്. ഇടംവലം തിരിയാൻ നിന്നില്ല. നേരെ നടന്നു.

കുന്നുകൾ കയറിയിറങ്ങി. പാടങ്ങൾ കടന്നു. പാത ഇനിയും അവസാനിക്കുന്നില്ല.

വളരെ വളരെ നടന്നു ഒട്ടും ധൃതി പിടിച്ചിട്ടല്ല. കാലുകൾ മുമ്പോട്ടു പോകയാണ്. അവനു നേരെ, നിഴലിനു നീളം കൂടിക്കൂടിവന്നു. നിഴൽ വേച്ചു പോകുന്നതുപോലെ. ഇടംവലം ആടുകയാവണം.

തനിക്ക് വിശപ്പുണ്ടെന്ന്, ക്ഷീണമുണ്ടെന്ന്, വയ്യാതായെന്ന്, ഒന്നും ഓർത്തിട്ടില്ല. പാത, പള്ളിയുടെ മതില്ക്കെട്ടിന്മേൽ ചെന്നുമുട്ടി. ഉയരം കൂടിയ കൽപ്പടവുകൾ കയറി പള്ളിപ്പറമ്പിലേക്കു പോകാം. ഇടത്തോട്ടോ വലത്തോട്ടോ തിരിയാം.

എങ്ങോട്ടാണ് പോകേണ്ടത്?

അവൻ ആദ്യത്തെ ചവിട്ടുപടിയിലിരുന്നു. അപ്പോഴാണ് നേരെ മുമ്പിൽ, മതിൽ കെട്ടിയ കുളം കണ്ടത്. കന്മതിലിനടുത്തുകൂടെ നടന്നുവന്നപ്പോൾ നോക്കിയേ ഇല്ല. കണ്ടതുമില്ല.

ഒന്ന് മുഖം കഴുകണം. എണീക്കാനാഞ്ഞു. വയ്യ. എണീറ്റു കൂടല്ലോ!

വയ്യാത്ത കാലുകളിലേക്കു നോക്കി. പുറവടി മുഴുവൻ പൊടികൊണ്ടു മൂടി. മുട്ടുകളിൽനിന്ന് വിയർപ്പു ചാലുകൾ വലിച്ചിട്ടുണ്ട്. ഇനിയും വിയർപ്പൊഴുകുകയാണ്.

ഒന്നു കഴുകാം.

എണീക്കാൻ നോക്കുമ്പോൾ കാലുകൾ തട്ടാടുകയാണ്. അവന് നിൽക്കാൻ വയ്യ.

അപ്പോളവൻ കരഞ്ഞു. എത്രനേരം മുഖം പൊത്തിയിരുന്നുവെന്ന് അവനറിയില്ല. തന്റെ മുമ്പിൽ നിൽക്കുന്നവർ വർത്തമാനം പറയുന്നുണ്ട്. ആരോ തന്റെ നെറ്റിയിലോ നെറുകയിലോ തൊട്ടിട്ടുണ്ട്. പുറംകൈകൊണ്ട് കണ്ണുതുടച്ച് അവൻ നോക്കി. രണ്ടുപേരുണ്ട്. കുറെയേറെ പ്രായമായവരാണ്. ആരേയും അറിഞ്ഞുകൂടാ. എണീക്കണമെന്നു തോന്നി. എണീക്കുകയും ചെയ്തു.

'എന്താ മോൻ കരേണത്?'

ദയയോടെയാണ് ചോദിച്ചത്. അവൻ സങ്കടപ്പെട്ടു. തേങ്ങി. മിണ്ടിക്കൂടല്ലോ!

എന്താണ് കരേണത് മോനെ? നിന്റെ വീടെവിടാ?'

അവൻ വിങ്ങിവിങ്ങിക്കരഞ്ഞു. അവന്റെ വീട്. വീടിനെക്കുറിച്ച് ജീവിതത്തിലാദ്യം അവൻ ഓർത്തു കരഞ്ഞു. അച്ഛൻ, അമ്മ, പെങ്ങൾ, കുറുഞ്ഞിപ്പൂച്ച... ആരെയെല്ലാമാണ് ഓർക്കുന്നതെന്ന് അറിഞ്ഞുകൂടാ. എല്ലാവരേയും ഓർക്കുന്നുണ്ട്.

എന്തോ കാര്യം നടത്താൻ പള്ളിയിൽ വന്ന് തിരിച്ചുപോകുന്ന ആ പ്രായം ചെന്ന മനുഷ്യർ വീണ്ടും വീണ്ടും ചോദിച്ചു. കരഞ്ഞതല്ലാതെ അവൻ ഒന്നും പറഞ്ഞില്ല. മാത്രമല്ല, അവർ ചോദിച്ചു നില്ക്കെത്തന്നെ അവൻ നേരെ വന്നവഴിയേ നടക്കുകയും ചെയ്തു. രണ്ടടി നടന്നു, അവൻ ഓടി, കുളത്തിന്റെ കന്മതിലിനരികിലൂടെ ഓടുമ്പോൾ അവൻ എങ്ങോട്ടെന്നു നോക്കിയില്ല. കാലു കഴുകണ്ട, മുഖം കഴുകണ്ട, ദാഹവും വിശപ്പും ഇല്ല. അവനുടനെ വീട്ടിലെത്തണം. ഓടിയെത്തണം. പറക്കണം. പറക്കാൻ കഴിയില്ല. ഓടാൻ വയ്യാതായി. നടന്നു.

സൂര്യന്റെ തളർന്ന രശ്മികൾ കവുങ്ങിൻ തോപ്പുകളുടെ ഇളുമ്പുകളിലൂടെ അവന്റെ കവിളിൽ വന്നു തട്ടുന്നുണ്ടായിരുന്നു. വഴിനീളെ

അങ്ങാടികളിൽനിന്നു മടങ്ങുന്ന ആൾക്കാരുണ്ടായിരുന്നു. ഒന്നും ശ്രദ്ധിക്കാൻ കഴിയുന്നില്ല. സമയത്തെക്കുറിച്ചും പരിസരത്തെക്കുറിച്ചും ഓർക്കാൻ കഴിയാത്തവിധത്തിൽ അവൻ തന്റെ വീടിനെക്കുറിച്ചോർക്കുകയായിരുന്നു.

അവന്റെയച്ഛൻ എത്ര സ്നേഹമുള്ളവനാണ്! അമ്പലമായ അമ്പലത്തിലേക്കെല്ലാമച്ഛൻ അവനെ കൊണ്ടുപോകാറുണ്ട്. അവനു നടക്കാറായിട്ടും അച്ഛന്റെ തോളിലിരുന്നാണ് എല്ലായിടത്തേക്കും പോകുന്നത്. കൂത്തുപാടത്തേക്കു ചൂട്ടും വിളക്കുമായി വീടടക്കം പായച്ചുരുളും പുതപ്പും തലയിണയുമെടുത്ത് പോകുമ്പോൾ, മണൽ നിറഞ്ഞ ഇടവഴികളിലൂടെ, നൃത്തമാടുന്ന നിഴലുകൾ സൃഷ്ടിച്ചുകൊണ്ട് നടന്നു പോകാൻ അവൻ കൊതിച്ചിട്ടുണ്ട്. രാത്രിയാണ്, അച്ഛനവനെ തോളിൽനിന്നിറക്കില്ല.

ഇപ്പോൾ തന്റെ അച്ഛനൊന്നു വന്നെങ്കിൽ! കാലുകൾ കുഴയുന്നു, തപ്പാടുന്നു, വേദനിക്കുന്നു. അച്ഛനൊന്നു വന്നെങ്കിൽ!

ചെറിയൊരു സൂത്രം പറഞ്ഞിട്ടെങ്കിലുമച്ഛന്റെ തോളിൽ കയറാമായിരുന്നു. ഗുരുവായൂരമ്പലത്തിൽ തൊഴുത് വഴിപാടുചെയ്തു മടങ്ങുമ്പോൾ അവനങ്ങിനെയൊരു സൂത്രം പറ്റിച്ചതാണ്. അവൻ നടക്കാമെന്നു പറഞ്ഞു. അച്ഛൻ സമ്മതിച്ചു. നടന്നു നടന്നു നടന്ന് കാലുകൾ കഴച്ചു. പാടത്തെ വലിയ മണൽത്തരികൾക്ക് ചൂടുണ്ടായിരുന്നു. ഉള്ളനടി പൊള്ളിപ്പോയേക്കും. അവനച്ഛന്റെ പിമ്പെ തത്തിത്തത്തി ഓടി. 'നമുക്ക് ഗുരുവായൂർക്ക് മടങ്ങിപ്പോയാലൊ.' എന്ന് അച്ഛനോടു ചോദിച്ചു. 'നാം ഇപ്പഴല്ലേ തൊഴുതു പോന്നത്?' എന്നാണച്ഛൻ. അതുകൊണ്ടൊന്നും അവന്റെ സൂത്രം നടക്കാതെ പോവില്ല. ആൾരൂപമോ കയ്യോ കാലോ ഗുരുവായൂരപ്പന് വഴിപാടു ചെയ്യുന്നതവൻ കണ്ടിട്ടുണ്ട്. അവനുവേണ്ടി കണ്ണുകളാണ് വഴിപാടു ചെയ്തത്. നോക്കിയിരുന്നു പഠിക്കാനാണ്. അവൻ പഠിച്ചു കേമനാകട്ടെ. അച്ഛനുവേണ്ടി കൈകൾ വഴിപാട് ചെയ്തു. അച്ഛൻ ജോലി ചെയ്യുന്നത് കൈകൾകൊണ്ടാണ്. അവയ്ക്ക് കേടൊന്നുമില്ലാതിരിക്കട്ടെ. കാലുകൾ വഴിപാടു ചെയ്തില്ല. 'എനിക്കൊരു കാലു വഴിപാടു ചെയ്യണം.' എന്നവൻ പറഞ്ഞു. കാല് വഴിപാടു ചെയ്യണമെന്നു കേട്ട ഉടനെ അച്ഛനു കാര്യം മനസ്സിലായി.

"അച്ഛന്റെ തോളിലിരുന്നാലൊ?"

"എന്നാൽ വഴിപാടു വേണ്ട. ഗുരുവായൂർക്ക് മടങ്ങണ്ട."

അവനെ തോളിൽ കയറ്റി അച്ഛൻ വീട്ടിലേക്കു നടന്നു.

അന്തി മയങ്ങുകയാണ്. അച്ഛൻ വരുന്നില്ല. താൻ കേൾക്കുന്ന ഓരോ ശബ്ദവും വിളിയും അവൻ ചെകിടോർത്തു. അച്ഛന്റെ ശബ്ദം ഒരിടത്തുനിന്നും കേൾക്കാനില്ല. ആകെക്കൂടെ ചെകിടിൽ ഒരു മുഴക്കമുണ്ട്. കണ്ണുകൾക്ക് മങ്ങലുണ്ട്. ഇരുട്ടിനു കാണക്കാണെ കട്ടി ഏറുകയാണ്.

കൂറ്റാക്കൂരിരുട്ടത്താണ് അച്ഛൻ അങ്ങാടിയിൽനിന്ന് വരിക. അടയ്ക്ക വിറ്റ് പണം കൊടുത്ത് കൂലി വാങ്ങി മീനും ചില്ലറ സാമാനങ്ങളും വാങ്ങിയിട്ടാണ് അച്ഛൻ വരുന്നത്. വെയിലുദിക്കുന്നതോടെ ഒരു വയറു കഞ്ഞി

കുടിച്ച് പോയ പോക്കാണ്. ദാഹിച്ച് വെള്ളം കിണറ്റിൽനിന്ന് കോരിക്കുടിച്ചിട്ടുണ്ടാവാം. ഉമിനീരിറക്കിക്കാണും. മറ്റൊന്നും അച്ഛൻ തൊട്ടിട്ടില്ല. ഭക്ഷണം, അതെന്തായാലും, എന്റെ മക്കളുടെകൂടെ എന്നാണ്. അച്ഛൻ വരുമ്പോൾ, എന്നും ഒരു പൊതിയുണ്ട്. പുഴുങ്ങിയ കൊള്ളിക്കിഴങ്ങോ, ചക്കരക്കിഴങ്ങോ മൈസൂർപഴമോ- ഇന്നെന്താണച്ഛൻ കൊണ്ടുവരിക?

അമ്മയും പെങ്ങളും മകനും പറമ്പിൽ, പാടത്തിറക്കത്തുള്ള കരിമ്പൻ പിലാവിന്റെ കടയ്ക്കൽ ഇരുന്ന് നോട്ടമെത്താത്തേടത്തോളം ഇരുട്ടിലേക്കു നോക്കുകയാണ്. അടുക്കളയിൽ അത്താഴം വെന്തിട്ടുണ്ട്. അച്ഛനു കുളിക്കാൻ വെള്ളം ചൂടായിട്ടുണ്ട്, തിളച്ചിട്ടുണ്ട്. തെല്ലുകൂടെ കാക്കാം. കാത്തിട്ടും അച്ഛൻ വരുന്നില്ല. അവർ അച്ഛനെ കാത്തിരിക്കാൻ, കരിമ്പൻപിലാവിന്റെ കടയ്ക്കലേക്ക് പോകുന്നു.

വീട്ടിലിരുന്നാൽ, അവൻ ഉറങ്ങും. അച്ഛനാണെങ്കിൽ, വീട്ടിലെത്തിയ പാടെ, താൻ കൊണ്ടുവന്ന പൊതി അവന്റെ തന്നെ കൈയിൽ കൊടുക്കണം.

അവർ പിലാവിന്റെ കടയ്ക്കലിരുന്ന് ഇരുട്ടിലേക്ക് നോക്കുമ്പോൾ, അങ്ങകലെ ചൂട്ടുകൾ മിന്നിമറയും.

അത് ചെകുത്താൻ ചൂട്ടാണ്!

ചൂട്ടിന്റെ നൃത്തമാടുന്ന വെളിച്ചത്തിൽ, മനുഷ്യരുടെ നിഴലുകളോ രൂപങ്ങളോ കണ്ണിൽപ്പെടുകയാണ്.

വീണ്ടും ചൂട്ടുകൾ കാണുന്നു, മറയുന്നു.

ഒരിക്കലും ഉറക്കം വരില്ല.

നടക്കുമ്പോൾ താനുറങ്ങുകയാണെന്ന് അവൻ അറിഞ്ഞില്ല. ഒരുപാട് ചൂട്ടുകളും നിഴലുകളും നൃത്തം ചെയ്യുന്നുണ്ട്. അകം കുടഞ്ഞുകൊണ്ട് അവൻ വിളിച്ചു: 'എന്റച്ഛോ!'

തന്റെ കുരൽ തൊണ്ടയിൽത്തന്നെ കെട്ടടങ്ങിയെന്ന് അവൻ അറിഞ്ഞില്ല. ഉറക്കെയുറക്കെ വിളിച്ചുകൊണ്ട് കുറെ ദൂരം ഓടി. കുഴഞ്ഞ കാലുകൾ വഴുതി അവൻ ആ പാതയിൽ നെട്ടനെ കമിഴ്ന്നു വീണു.

വീണേടത്തുനിന്ന് എണീക്കുകയാണെന്ന ധാരണയോടെ അവൻ കൈ ഊന്നി തല ഉയർത്താൻ നോക്കി. മടക്കിവെച്ച കൈത്തണ്ടയിൽ തളർന്ന നെറ്റി അമർത്തിവെച്ച് അവൻ വീണപാട്ടിൽ ഒന്നു സുഖമായി കിടക്കുകയായിരുന്നു.

ഒരു കൂട്ടം മിന്നാമിനുങ്ങുകൾ പറന്നുപോയി. മിന്നാമിനുങ്ങുകൾ നക്ഷത്രങ്ങളായി മാറിയപ്പോൾ ഇരുട്ടിനു നീലനിറമായി. നീലനിറത്തിന് കട്ടിയേറിയപ്പോൾ ചൂട്ടുകൾ തുള്ളിക്കളിച്ചുവന്നു. ചൂട്ടുകളുടെ വെളിച്ചത്തിൽ അവ്യക്തമായ നിഴലുകളും രൂപങ്ങളും അവനു ചുറ്റും നൃത്തം ചെയ്തു. നിഴലുകൾ പാടുന്നുണ്ടായിരുന്നു. അത് തുകിലുണർത്താൻ വന്ന പാണരായിരുന്നു. അവർ പാട്ടു നിർത്തിയപ്പോൾ ചൂട്ടുകൾ കെട്ടു. ഉടുക്കിന്റെ ഒച്ചമാത്രം കേട്ടു. അതു കാലൊച്ചയായിരുന്നു. അതോടൊപ്പം ഒരു ചൂട്ട് വീശിയും തെളിഞ്ഞും കത്തിയും വന്നു. അത് അവന്റെ അച്ഛനായിരുന്നു.

"മോനേ!"

അവൻ വിളി കേൾക്കാൻ തീരെ ഇഷ്ടപ്പെട്ടില്ല.

"ന്റെ മോനല്ലേ കിടക്ക്ണ്?"

അവൻ ഉണരാൻ ഇഷ്ടപ്പെട്ടില്ല. അച്ഛൻ അവനെ വാരിയെടുത്ത് തോളിലേറ്റുകയായിരുന്നു. ■

നിലാവ്

ആയിരത്തിത്തൊള്ളായിരത്തി നാല്പത്തിനാല്, മാസവും തിയ്യതിയും വ്യക്തമായി ഓർക്കുന്നില്ല. നല്ല തണുപ്പുണ്ടായിരുന്നു. അപ്പർഡക്കിൽ ജോലിയുള്ളവർക്ക് ഗ്രെയ്റ്റകോട്ട് കൊടുത്തിട്ടുണ്ട്. ജനുവരിയോ ഫെബ്രുവരിയോ ആയിരിക്കണം.

ബംഗാൾ ഉൾക്കടലിലാണ്. കപ്പൽ അക്യാബിലേക്കാണെന്നു മുന്നറിവു തന്നിട്ടുണ്ട്. കപ്പലിലെ ചെറിയ കേന്റീനിൽ വളരെയേറെ സാധനങ്ങൾ സൂക്ഷിച്ചിട്ടുണ്ട്. ഞങ്ങളുടെ കൈയിലിരുന്ന പണവും, മോതിരം, റിസ്റ്റ്വാച്ച്, ഫൗണ്ടൻപേന മുതലായ വിലപിടിച്ച ഉരുപ്പടികളും പൊതിഞ്ഞുകെട്ടി അവനവന്റെ രക്തബന്ധത്തിന്റെ മേൽവിലാസത്തോടെ ഹാർബറിൽ ഡെപ്പോസിറ്റ് ചെയ്തിട്ടുണ്ട്.

ഒരുവേള ഞങ്ങൾ മടങ്ങില്ല.

എല്ലാ മുൻകരുതലുകളും എടുത്തിരുന്നു: ഊതി വീർപ്പിച്ചു പള്ളയ്ക്കു കെട്ടിയ ലൈഫ്ബൽട്ട്. തലയിൽ ഹെൽമെറ്റ്, അരയിൽ വെള്ളനിക്കർ, നിക്കറിന്നുമീതെ ലേൻയാഡോടുകൂടിയ സീമേൻ നൈഫ്, കാലിൽ ഒരിക്കലും ലേസ് കെട്ടാത്ത വെള്ള ക്യാൻവാസ് ഷൂ. എല്ലാം ആത്മരക്ഷയ്ക്കാണ്. എന്നാലും ഭയമാണ്. എങ്ങും ഇരുണ്ട നീലക്കടൽ. നെടുവരമ്പുകൾപോലെ ഉരുണ്ടുപൊങ്ങി മറിഞ്ഞു മറിഞ്ഞു, മറിഞ്ഞുവരുന്ന തിരമാലകൾ. തിരമാലകളെ മുറിച്ചു താണുപൊങ്ങി ചീറ്റലോടെ മുമ്പോട്ടു കുതിക്കുന്ന കപ്പൽ. കപ്പലിനേക്കാൾ വേഗത്തിൽ പറന്ന് വെള്ളത്തിൽ ഊളിയിടുന്ന ചിറകുള്ള കൊമ്പു മത്സ്യങ്ങൾ. അവയ്ക്കു പിമ്പേ ടോർപ്പിഡോപോലെ പാഞ്ഞെത്തുന്ന മിനുമിനുത്ത കൂറ്റൻ സ്രാവുകൾ. ഇടയ്ക്കു ജലപ്പരപ്പിനു മീതെ പൂവ് കത്തിച്ചപോലെ ഉതിർന്നു പൊങ്ങുന്ന മൂടൽമഞ്ഞ്. തിമിംഗലമാണ്. ഉത്കണ്ഠയോടെ നോക്കും. ഒന്നും കാണില്ല. അല്ലെങ്കിൽ ഇളവെയിൽതട്ടി തിളങ്ങുന്ന കൂർത്ത മുതുക് കാണും. വീണ്ടും ആ മുതുകിൽനിന്നു മൂടൽമഞ്ഞ് ഉതിർന്നു പൊങ്ങും. പേടി തോന്നുകയായി.

പിന്നീട് കടൽ ശാന്തമാകുന്നു. ഒരു വലിയ കുളംപോലെ തോന്നുന്ന ജലപ്പരപ്പ്. ആ ജലപ്പരപ്പിലൂടെ ഒഴുകിവരുന്ന പലകക്കഷ്ണങ്ങൾ, പൊങ്ങുകൾ, കുറച്ചു നീങ്ങിയാൽ ജലപ്പരപ്പിന്നുമീതെ പാട കെട്ടിയ എണ്ണ!

അവിടെങ്ങാണ്ട് ഒരു കപ്പൽ മുങ്ങിയിട്ടുണ്ട്!

മിഴിച്ചു നോക്കുകയായി. നീലനീലമായ ആകാശം. വെട്ടിത്തിളങ്ങുന്ന ചക്രവാളം. ഭീകരമായ ജലപ്പരപ്പ്. ശൂന്യതയുടെ ഭയങ്കരതയെ ഏറ്റുവാങ്ങാൻ മാത്രം ഒത്ത നടുക്ക് ഞങ്ങളുടെ കൊച്ചു പടക്കപ്പൽ.

വീണ്ടും പറന്നെത്തുന്ന കൊച്ചുമത്സ്യങ്ങൾ, കൂറ്റൻ സ്രാവുകൾ ഉതിർന്നുയരുന്ന മൂടൽമഞ്ഞ്.

ഭയമാണ്. സ്രാവിന്റെ വയറ്റിൽ കണ്ട ദഹിച്ചുതീരാത്ത ശവത്തെക്കുറിച്ചോർത്ത് കിടിലം കൊള്ളുകയാണ്. ഓ, അതു പറഞ്ഞില്ല. പുറപ്പെടുന്നതിനു മുമ്പ് എക്സർസൈസിൽ സബ്മെറിൻ അറ്റാക്ക് റിഹേഴ്സൽ നടത്തി.

"ഡപ്ത് ചാർജ് പാർട്ടി!"

ബ്രിഡ്ജിൽ നിന്ന് കേപ്റ്റൻ വിളിച്ചു.

"റഡീ സാർ."

അസരഫ് അറിയിച്ചു.

"ലറ്റ്ഗോ!"

നാല് ഡെപ്ത്ചാർജ്ജുകൾ കടലിൽ തെറിച്ചുവീണു. ഫുൾ എഹെഡ്ഡിൽ കപ്പൽ മുന്നോട്ടു ചീറി. പിന്നിൽ നിന്ന് ഒരലർച്ച. ഞങ്ങളുടെ പിന്നിൽ മലപോലെ വെള്ളം ഉയർന്നുപൊങ്ങി. കപ്പൽ കുത്തിക്കുലുങ്ങി. ഇനി മുങ്ങിക്കപ്പൽ നശിച്ചോ എന്നറിയണം. അതും അഭിനയിച്ചു. കപ്പൽ പിന്നോക്കം തിരിഞ്ഞു തിരിഞ്ഞുവന്നപ്പോൾ.

കടൽപ്പരപ്പു നിറയെ ചെറുതും വലുതുമായ ചത്തുമലച്ച മത്സ്യങ്ങൾ. മഞ്ഞകലർന്ന പള്ളകളും നീലച്ചേളകളുമുള്ള മത്സ്യങ്ങൾ.

കപ്പൽ നിൽക്കാൻപോകയാണ്.

"സ്റ്റോപ്സ്റ്റാബോർഡ്."

കേപ്റ്റൻ എഞ്ചിൻറൂമിലേക്ക് വിളിച്ചുപറയുന്നു. എന്താദ്?

മത്സ്യം വാരാൻ ബോട്ടിറക്കണമെന്ന്. എന്തൊരു കുശാൽ!

ഏറ്റവും ഉത്സാഹം തടിയൻ മേനോനാണ്. എല്ലാവരെക്കാൾ മുമ്പെ വേലറിൽ ചാടിക്കയറിയിരുന്നു. തണ്ടുകൊണ്ട് ചികഞ്ഞുനീക്കി ചടപടാന്ന് എടുത്തിടുകയായി. ഇടയ്ക്ക് നിന്നു നോക്കിപ്പോയി. തണ്ടുകൊണ്ട് ചികയുന്ന മേനോൻ എണീറ്റുനിന്നു. എന്തോ ഉണ്ട്. അതൊരു വലിയ സാധനമാണ്. ബോട്ടടുപ്പിച്ചു. മേനോന് പൊക്കിക്കൂടാ. വെള്ളത്തിലേക്കു കമിഴ്ന്നു കിടന്നു കയറുകൊണ്ട് കുടുക്കിട്ടു. ബോട്ട് കപ്പലിനടുത്തേക്ക് ഇഴഞ്ഞു.

ഓ, അതൊരു ഭയങ്കര സാധനമാണ്. ബോട്ടിനോളം വരുന്ന കൊമ്പൻ!

സിഗർ വലിച്ചുകൊണ്ടിരുന്ന കേപ്റ്റൻ നുണഞ്ഞിറക്കി. അണപ്പല്ലുകൾ പോയ അദ്ദേഹത്തിന്റെ കുഴിഞ്ഞ കവിളുകൾ ഉയർന്നമർന്നു.

കപ്പിയും കയറുമിട്ട് സ്രാവിനെ വലിച്ചുകയറ്റി. കേപ്റ്റൻ പറഞ്ഞു: കോൾഡ്റൂമിൽ ഇട്ടുവെക്കണമെന്ന്. വലിയ വെട്ടുകത്തിയെടുക്കാൻ ആൾ പോയി. എല്ലാവരും ഓടിക്കൂടി. ബാർബർ യൂസഫ് താൻ തിന്നില്ല എന്നു പറഞ്ഞു. ആലി അഹമ്മദ് (ബംഗാളിയാണ്) നാവുകൊണ്ട് ചിറി നുണഞ്ഞു.

ഗണ്ണറി ഓഫീസർ, സബ് ലഫ്റ്റനന്റ് റൈറ്റ് ക്യാമറ കൊണ്ടുവന്നു ഫോട്ടോ എടുത്തു.

മേനോൻ വെട്ടിക്കീറി. ചേള, കഴുത്ത്, വയറ്... എന്തൊരു നാറ്റം.

അപ്പോൾ, ചോർത്തിയ വയറിൽനിന്ന് നീളമുള്ള ഒരു സാധനം പുറത്തേക്ക് ഇഴുകിവരുന്നു.

ഓ!

ദഹിച്ചു ദഹിക്കാതെ അളിഞ്ഞു തീരാത്ത ഒരു ശവം! ശവത്തിന്റെ ഉമിഞ്ഞു തുടങ്ങിയ നിക്കറിന്റെ പാക്കറ്റിൽ ലേൻഡ്യാഡോടുകൂടിയ സീമേൻ നൈഫുണ്ട്.

ആരുമാരും മിണ്ടിയില്ല. നെടുവീർപ്പുകൾ മാത്രം ഉയർന്നമർന്നു.

ഇതാണു ഗതി!

ആരും മറന്നിട്ടില്ല. ആരും മറക്കില്ല.

അതാണ് ഗതി!

അപ്പോൾ ഒരു തീരുമാനമുണ്ടായി. മേനോനാണ് ആശയം കൊണ്ടുവന്നത്.

മേനോനെ കൊച്ചിൻ പോലീസ് എന്നുകൂടെ വിളിക്കാറുണ്ട്. സി.പി. മേനോനാണ്. കൊച്ചിൻ പോലീസിലായിരുന്നു. അവിടന്നു ചാടിപ്പോന്നു. നേവിയിൽ ചേർന്നു. ഭീമൻ എന്നാണ് ഞങ്ങൾ വിളിക്കുക. ഞങ്ങൾ എന്നാൽ പാണ്ഡവന്മാർ.

മേലാൽ കപ്പലിൽവെച്ചു ശമ്പളം തരില്ല. മേനോന്റെ അഭിപ്രായത്തിൽ കേന്റീനിലുള്ള നല്ല നല്ല സാധനങ്ങൾ എക്കൗണ്ടിൽ വാങ്ങിത്തിന്നണം. കാരണമിതാണ്. കപ്പൽ മുങ്ങിയേക്കും. ആ നല്ല രുചിയുള്ള ഫ്രൂട്ട് ടിന്നുകളും, ബിസ്കറ്റും, പ്ലംപുഡിങ്ങും വെള്ളത്തിലാകും. അവയുടെ അറിയപ്പെടാത്ത രുചിയെക്കുറിച്ച് ഉമിനീരിറക്കിക്കൊണ്ടു കടലിൽ ചാടേണ്ടിവരും.

മെസ്ഡെക്കിൽ, ഫോർഡക്കിലെ ഫോർ ഇഞ്ച് ഗണ്ണിന്റെ ബെയ്സിനു തൊട്ട ടേബിൾ പിടിച്ചുപറ്റിയിരുന്ന ഞങ്ങൾക്കു 'പാണ്ഡവാസ് ഓൺലി' എന്നെഴുതിയ ടിന്നുകളും (ടിന്നുകൾ കുളിക്കാൻ വെള്ളം അടിച്ചെടുക്കാനാണ്) അരിയും കറിയും വെക്കുന്ന വലിയ പാത്രങ്ങൾ മൂടുന്ന അലുമിനിയത്തിന്റെ തട്ടുകളും സ്വന്തമായിട്ടുണ്ട്. ഞങ്ങൾ പ്ലേറ്റും സ്പൂണും ഉപയോഗിച്ചിരുന്നു. പിന്നീട് കൂട്ടുകൂടി ഊണ് കഴിച്ച്, ആരാണ് പാത്രം കഴുകേണ്ടതെന്നു വാദിച്ച് ആരും കഴുകാതെ പോർട്ട് ഹോളിലൂടെ എറിഞ്ഞുകളഞ്ഞു. അവസാനം ഭീമൻചേട്ടൻ തന്നെ ഗാലിയിൽനിന്ന് അലൂമിനിയത്തിന്റെ താലത്തിൽ അഞ്ചുപേരുടേയും കുന്നുകൂടിയ ശാപ്പാട് താങ്ങിക്കൊണ്ടുവന്നു. പോർട്ട്ഹോളിലൂടെ എറിയാൻ വയ്യാത്തതുകൊണ്ട് അദ്ദേഹം തന്നെ കഴുകി.

കേന്റീനിൽനിന്നു ഫ്രൂട്ട്ടിൻ കൊണ്ടുവന്നപ്പോഴാണ് പ്ലേറ്റില്ലാത്തതിന്റെ വൈഷമ്യം മനസ്സിലായത്. ഇനി വാങ്ങണ്ട. പ്ലംപുഡിങ്ങ് വാങ്ങാം. കത്തി കൊണ്ടു തോണ്ടിയെടുത്ത് കൈവെള്ളയിലിട്ടു തിന്നാം. ഒത്തെങ്കിൽ അക്യാബിൽനിന്നു പ്ലേറ്റ് വാങ്ങുകയും ചെയ്യാം.

എപ്പോഴാണ് എത്തുക?

പുലരുന്നതോടെ അപ്പർഡക്കിൽനിന്ന്, കൈപ്പത്തികൊണ്ടു കണ്ണുമറച്ചു മറച്ച് നോക്കും. കരകാണുന്നുണ്ടോ? സഹദേവൻ എന്നു വിളിപ്പേരുള്ള ഉണ്ണി തന്റെ പ്രിയപ്പെട്ട ഈരടി ഉരുവിടും:

"ആഹാ മലയാളദേശമുഷക്കാല-

നീഹാരസാരിയുടുത്തുനില്പൂ."

അവൻ ഒരു കവിയായിരുന്നു. ബോംബെയിൽനിന്ന് കൊളംബിലേക്ക് പോകുമ്പോൾ, നല്ലൊരു പുലർകാലത്താണ് അവനാ കവിത എഴുതിയത്. മൂടൽമഞ്ഞണിഞ്ഞുനില്ക്കുന്ന മലനാടു നോക്കി നോക്കിനില്ക്കേ അവന്ന് ഉറക്കെ പാടിയതാണ്:

"ആഹാ മലയാളദേശമുഷക്കാല-

നീഹാരസാരിയുടുത്തുനില്പൂ."

മേലിൽ ഞങ്ങൾ ആ നാടു കാണുമോ? എല്ലാവരേയും വേദനിപ്പിക്കാൻ വേണ്ടി അവൻ ഈ ഈരടി എല്ലാ പുലരിയിലും പാടുന്നു. നെടുവീർപ്പിടുന്നു.

അങ്ങനെ ഒരു ദിവസം കര കണ്ടു. ആദ്യം കടലിൽനിന്നു പൊങ്ങുന്ന കറുത്ത മേഘംപോലെ, മൂടൽമഞ്ഞുപോലെ, പുകപോലെ... അല്ലല്ല, മരപ്പച്ചകൾ; മലനിര തെളിഞ്ഞു തെളിഞ്ഞു വന്നു. നീണ്ടു നിവർന്നു കിടക്കുന്ന മലയോരത്തിലേക്ക് അലകടൽ അടിച്ചുകയറുകയാണ്. മലയോരത്തിലൂടെ കപ്പൽ നീങ്ങി.

രാവിൽ ഇരുണ്ട മലനിരയ്ക്ക് മീതെ മിന്നൽ കാണായി. മഴക്കാറില്ലല്ലോ? പിന്നെ, പിന്നെ എന്താദ്?

"അവിടെ ഫൈറ്റിങ്ങ് നടക്കുന്നു."

ചാർട്ട്ടേബിളിലേക്ക് കുനിഞ്ഞുനിന്ന് മിഡ്ഷിപ് മേൻഹുസെയിൻ പറഞ്ഞു:

"എത്തിയോ, സാർ?'

"എന്ത്?"

"അക്യാബ്?"

"ങ്ഹാ!"

അക്യാബിൽ കപ്പൽ നിന്നില്ല. അവിടെ വേറെ ജോലിയുണ്ടായിരുന്നു.

കപ്പലെവിടെയൊക്കെ പോയെന്ന് വ്യക്തമായി ഓർമ്മയില്ല. കാക്പ്പൂ, കോക്സ്ബസാർ, റാമറി അയലന്റ് പലേടത്തും പോയിട്ടുണ്ട്. ഇത്രയുമാണ് ഓർമ്മ. അരാക്കാൻ മലയിടുക്കുകളിലേക്ക് കായൽപോലെ, നദിപോലെ കടൽ തള്ളിക്കിടക്കുന്നു. ഈ മലയിടുക്കുകളിലൂടെ ലാൻഡിംഗ് ക്രാഫ്റ്റുകൾ നീങ്ങുന്നു. മലയോരത്തേക്ക് മുട്ടിനിൽക്കുന്നു. എല്ലാ സന്നാഹങ്ങളോടുംകൂടെ പട്ടാളക്കാർ ഇറങ്ങുന്നു. മലകയറുന്നു. പിന്നെ വെടിയുടെ ശബ്ദം കേൾക്കാം. പുകച്ചുരുളുകൾ ഉയരുന്നതു കാണാം. ഞങ്ങളുടെ പടക്കപ്പലുകൾ മടങ്ങും. മലയോരത്തൂടെ അക്യാബിലെത്തും. ലാന്റിങ്ങ് ക്രാഫ്റ്റുകളുടെ ഒപ്പം വീണ്ടും മലയിടുക്കുകളിലേക്ക് നീങ്ങും.

ഇടയ്ക്ക് രണ്ട് കൂറ്റൻ മലകളുടെയിടയ്ക്ക് കടലിൽ ഒരു കാഴ്ച കണ്ടു. ഇളംനീലയും, ചാരനിറവും ചേർന്ന ചായമടിച്ച ഒരു ഡിസ്ട്രോയറാണത്. നങ്കൂരമിട്ടു കിടക്കുകയാണ്. ഞങ്ങൾ കടന്നുപോകുമ്പോൾ ആ കപ്പലിന്റെ ഓരത്ത് ചുകന്ന കൊടി കണ്ടു. കപ്പലിന്റെ പള്ളയിലൂടെ പമ്പുകൊണ്ട് വെള്ളമടിച്ചു നീക്കിയിരുന്നു.

എന്താ?

ആദ്യം മനസ്സിലായില്ല. പിന്നീട് ഓഫീസർമാർ പറഞ്ഞു. മനസ്സിലായി. ആ ഡിസ്ട്രോയറിലെ സ്റ്റാബോർഡ് മെഗസിനിൽ ഒമ്പതുപേർ മരിച്ചുകിടക്കുന്നുണ്ട്. ജാപ്പാന്റെ ഷോർബാറ്ററി മെഗസിന്നടിച്ചു. മെഗസിനിൽ വെള്ളം ഇരച്ചുകേറി. അതിന്നകത്തു റൗണ്ടിന് ഫ്യൂസ്സെറ്റ് ചെയ്തിരുന്ന ഒമ്പതു പേരോടെ മെഗസിന്റെ എയർടൈറ്റ് ഡോർ അടച്ചു. എന്നിട്ട് ഇപ്പോൾ അതിനകത്തെ വെള്ളം അടിച്ചുവിടുകയാണ്.

ഞങ്ങൾ വിറച്ചുപോയി. അതാണു ഗതി!

എന്നോ ഒരു ദിവസം രാത്രി കപ്പൽ അക്യാബ് ഹാർബറിൽത്തന്നെ കിടന്നു. ഹാർബർ നിറയെ കപ്പലുകളുണ്ട്. പിന്നെ മുങ്ങിയ കപ്പലുകളുടെ തകർന്ന കൊടിമരങ്ങൾ ഉയർന്നുകാണുന്നുണ്ട്. കരയോടടുത്തു മുങ്ങിക്കിടക്കുന്ന ഇന്ത്യൻ നേവിയുടെ 'ഇൻഡസ്' എന്ന പടക്കപ്പലിന്റെ തുരുമ്പുപിടിച്ച പള്ള കാഴ്ചയിലുണ്ട്.

അസരഫ് ഇൻഡസിനെക്കുറിച്ച് വർത്തമാനം പറഞ്ഞിരുന്നു. കപ്പൽ മുങ്ങിക്കൊണ്ടിരിക്കേ അതിൽനിന്നു രക്ഷപ്പെട്ടതാണ്. അങ്ങനെയുമുണ്ട്. എന്നാലും ബോംബിങ്ങിനെക്കുറിച്ച്, ഡൈവുചെയ്ത് മെഷിൻഗണ്ണൊഴിക്കുന്നതിനെക്കുറിച്ച് – എല്ലാമെല്ലാം അയാൾ പറയുന്നു.

മുൻനിലാവാണെന്നാണ് ഓർമ്മ. ഞങ്ങൾ പ്ലംപുഡിങ്ങ് തിന്നുകയായിരുന്നു. സമയം രാത്രി ഒമ്പത്. അപ്പോഴാണ് ആ നശിച്ച അലാറമടിക്കുന്നത്.

ഒന്നു ഞെട്ടി. ചടാന്നെണീറ്റു.

ഇടവിട്ട് ഇടവിട്ടടിക്കുന്ന ആ ബെല്ല് എയർ അറ്റാക്കിന്റെ മുന്നറിയിപ്പാണ്.

ഒരു ബഹളം.

ആളുകൾ ഓടുകയും വാതിലുകൾ ആഞ്ഞടിക്കുകയും.

കരുണൻ ഹെൽമെറ്റെടുത്തു തലയിൽ വെച്ചു. ഉണ്ണി ടേബിളിന്നു മീതേക്കു ചാടി. കൊച്ചിൻ പോലീസ് ഭീമൻ അവർ രണ്ടുപേരേയും ഓരോ കൈകൊണ്ടും ഒറ്റ പിടുത്തം.

"മുഴുവൻ തിന്ന്."

"ഏക്ഷൻ സ്റ്റേഷനാണ്.'

"അതന്യാ ഞാനും പറേണ്. ഇനിയതു തിന്നാനൊക്കൂല്യ. ഒറ്റ മിനിറ്റ്. ടിന്നിങ്ങു തന്നേ."

ടിന്നിൽ കൈയിട്ടു മാന്തിക്കൊണ്ട് മേനോൻ പറഞ്ഞു:

"ഇന്നാ, ദാ പിടിച്ചോ, നിന്റെ പങ്ക് തീർന്നു. ഓട്, തിന്നു ചാവ്!"

ഞങ്ങൾക്കു വീതം തന്നിട്ട് മേനോൻ തന്റെ വായ് നിറച്ചു. കുഴഞ്ഞ നാക്കുകൊണ്ട് സംസാരിച്ചുകൊണ്ടിരുന്നു.

"ഹായ് എന്തൊരു സാധനം. ഹോയ്, വെരി സ്മാർട്ട്. എവിടേടാ ജാപ്പാന്റെ പ്ലെയിൻ? അവന്റെ അമ്മേടെ... മെഗസിൻ തുറന്നോ?"

അമുനിഷൻ സപ്ലൈക്കാരനായ മേനോൻ മെഗസീന്റെ കുത്തനെയുള്ള കോണിപ്പടികളിലൂടെ ചാടിയിറങ്ങിക്കഴിഞ്ഞിരുന്നു.

എയർ അറ്റാക്കിൽ നിശ്ചിതമായ ജോലിയില്ലാത്തവർ ലീവേയിൽ നിരന്നു നിന്നിരുന്നു. ഓടുന്നതിനിടയ്ക്ക് അവരുടെ നിശ്വാസങ്ങൾ കേട്ടു. ഇടയ്ക്ക് ആരോ കരയുന്നു:

"മേരി ബച്ചീ!"

ബാർബർ യൂസഫാണ്. തിരിഞ്ഞു നോക്കണമെന്നു തോന്നി. നിവൃത്തിയില്ല. പോർട്ട് ഓർളി ഗണ്ണിന് മെഗസിൻ നിറച്ചുകൊടുക്കേണ്ടത് ഞാനാണ്.

അപ്പർഡക്കിലേക്ക് കയറുമ്പോൾ സ്റ്റുവേഡ്, ആവി പറക്കുന്ന ഒരു കപ്പ് ചായയുമെടുത്തു കോണി കയറിക്കഴിഞ്ഞിരുന്നു.

"ഗൺക്രൂ!"

ബ്രിഡ്ജിൽനിന്ന് കേപ്റ്റൻ വിളിക്കുന്നതു കേട്ടു:

"റെഡി സാർ."

എല്ലാ ഗണ്ണുകളിൽനിന്നും ഒരേ ശ്വാസത്തിന് റിപ്പോർട്ടു കേട്ടു.

ഉണ്ണി പോർട്ട് ഓർളി ഗണ്ണിന്നു പിന്നിൽ ബൽട്ടിൽ ചാഞ്ഞുകിടന്ന് ഗൺ ഏലിവേറ്റ് ചെയ്യുകയാണ്. ഫോഡക്കിലെ ഫോർ ഇഞ്ച് ഗണ്ണിനു പിന്നിൽ ഊക്കൻ തോട്ട കൈത്തണ്ടയിൽ തൂക്കി മേനോൻ നില്ക്കുന്നു.

കേപ്റ്റൻ സ്റ്റുവേഡിന്റെ കൈയിൽനിന്ന് ചായ വാങ്ങി. അദ്ദേഹം കിതയ്ക്കുകയും ചായ ഊതിക്കുടിക്കുകയും ചെയ്തു. എക്സിക്യൂട്ടീവ് ഓഫീസർ ശർമ്മ നെഞ്ചു കുലുക്കിക്കൊണ്ട് ഓരോ ഗൺപ്ലാറ്റ്ഫോമിന്നടുത്തും ഓടിനടന്ന് പരിശോധിക്കയും നിർദ്ദേശങ്ങൾ കൊടുക്കുകയും ചെയ്തു.

നിലാവിൽ കുളിക്കുന്ന കടലിൽ അങ്ങിങ്ങ് കറുത്ത അടയാളങ്ങൾ കാണാമായിരുന്നു. ഒട്ടകലെ ഹാർബറിന്റെ അതിർത്തിയിൽ മരപ്പച്ചകൾ ഇരുണ്ടുനിന്നു. അവിടന്നെങ്ങാണ്ട് ചെറിയൊരു മഞ്ഞവിളക്ക് തെളിഞ്ഞു കാണായി.

വാണിങ്ങാണ്.

"റെഡി?"

ചായ മൊത്തിക്കൊണ്ട് കേപ്റ്റൻ ചോദിച്ചു.

"റെഡി."

ലഫ്റ്റനന്റ് ശർമ്മ അറിയിച്ചു.

പിന്നെ എല്ലാം നിശ്ശബ്ദമായിരുന്നു. നിമിഷങ്ങൾക്ക് കനമുണ്ട്. വായുവിന് കനമുണ്ട്. നെഞ്ചിന് കനമുണ്ട്.

ഇടയ്ക്ക് വേലറിനടുത്തുനിന്ന് പതുക്കെ വർത്തമാനം പറയുന്നതു കേട്ടു.

"കണ്ടോ?"

"എവിടെ?"

"ദാന്നേ. അങ്ങോട്ടു നീന്തിയാൽ മതി."

നോക്കി.

പള്ളപൊന്തി മുങ്ങിക്കിടക്കുന്ന നമ്മുടെ ഇൻഡസ്സാണത്. അങ്ങോട്ട് നീന്തിയാൽ മതിയെന്ന്.

"എത്തുമോ?"

"തണുത്തു വിറങ്ങലിച്ചുപോകും."

"ഇവിടെ സ്രാവുണ്ട്."

അവർ നെടുവീർപ്പിട്ടു വേലറിന്റെ കെട്ടിയിട്ട കയറുകൾ അഴിച്ച് തയ്യാറെടുത്തു നിന്നു. അവർ എബാനുഡൻസ്ഷിപ്പ് പാർട്ടിയിലെ ആൾക്കാരാണ്.

ശൂന്യമായ അന്തരീക്ഷത്തിൽ ഒരു മുഴക്കം കേട്ടു എന്നു തോന്നി. മഞ്ഞ വെളിച്ചം അണഞ്ഞു. ചുകന്ന വിളക്ക് തെളിഞ്ഞു. എങ്ങുനിന്നോ ഒന്ന് പൊട്ടി.

"ഫയർ."

തോക്കുകൾ തീതുപ്പി. കപ്പൽ മുന്നോട്ടാഞ്ഞു തുള്ളി. ചെകിടടയ്ക്കുകയും ശരീരം കോരിത്തരിക്കുകയും ചെയ്തു. തണുത്ത വായുവിൽ വെടിമരുന്നിന്റെ ചൂടുള്ള മണവും പുകയും പരന്നു.

ഹാർബറിൽനിന്ന് ഒരായിരം തോക്കുകൾ നീലാകാശത്തിലേക്കു തീതുപ്പിക്കൊണ്ടിരുന്നു. മഞ്ഞ, നീല, ചുവപ്പ്, മഞ്ഞ, നീല, ചുവപ്പു... പലേ ഏംഗിളുകളിൽനിന്നും ഒരേ പോയന്റിലേക്കു മഞ്ഞ, നീല, ചുവപ്പ് നിറമുള്ള വെടിയുണ്ടകൾ തൊട്ടു തൊട്ടു പിന്നേക്കു പിന്നാലെ കയറിക്കൊണ്ടിരുന്നു.

ഇടയ്ക്ക് എങ്ങോ ഒരലർച്ച. മിന്നലുകൾ, അവ്യക്തമായ നിലവിളികൾ.

"ബോംബ്സ്!"

ആരോ നിശ്വസിച്ചു.

"മെഗസിൻ."

ഉണ്ണി വിളിച്ചു.

"യേസ്."

അപ്പോൾ അവനവന്റെ വലത്തേ ഭാഗത്തു വെള്ളത്തിൽ ഒരു മിന്നൽ. തണുത്ത നീർത്തുള്ളികൾ മുഖത്തു തെറിച്ചുവീണു.

"ഓ, ക്രൈസ്റ്റ്!"

"ചെക്ക് ഫയർ!"

എല്ലാം ശാന്തമായി. നാറ്റവും പുകയും മാത്രമുണ്ട്. ഓ, ഒന്നും പറ്റിയിട്ടില്ല. ബോംബ് വീണത് കടലിലാണ്. ഹാർബറിലുള്ള മറ്റെല്ലാ കപ്പലുകളും

കരയിലുള്ള ബാറ്ററികളും തീതുപ്പിക്കൊണ്ടിരുന്നു. അന്തരീക്ഷം നിറയെ ദീർഘരേഖകളിൽ നിറവും വെളിച്ചവും. ചെകിടു തൊട്ടുനോക്കി. ഒട്ടുന്നുണ്ട്. ചോര ഒലിക്കയാണ്.

ഹാർബറിൽ എവിടൊക്കെയോ പൊട്ടിത്തെറിക്കുകയും മിന്നലുകൾ കാണുകയും അവ്യക്തമായ നിലവിളികൾ കേൾക്കുകയും ചെയ്യുന്നുണ്ട്.

മെഗസിൻ ചാർജ്ജ് ചെയ്തു തീർന്നപ്പോൾ നിന്നുനോക്കി. ആകാശത്തിനു നിറമില്ല. അമ്പിളിയില്ല. നക്ഷത്രങ്ങളില്ല. പുകച്ചുരുളുകൾ അയഞ്ഞു ചിതറിപ്പരന്നിട്ടുണ്ട്. പുകച്ചുരുളുകളിലേക്ക് നൂറായിരം ദീർഘരേഖകളിൽ ചുവപ്പ് മഞ്ഞ നീലവെളിച്ചത്തിൽ നിറവും വെളിച്ചവും തൊട്ടുതൊട്ട് പിന്നേക്ക് പിന്നാലെ പാഞ്ഞുകയറുന്നുണ്ട്. പൊട്ടുന്നുണ്ട്. മായുന്നുണ്ട്.

"ഗൺക്രൂ!"

"റഡി സാർ."

"ഫയർ."

വീണ്ടും കപ്പൽ ആഞ്ഞു കുലുങ്ങി. ചെകിട്ടിൽനിന്ന് ചോര കിനിഞ്ഞുകൊണ്ടിരുന്നു.

നാല് മണിക്കൂറു കഴിഞ്ഞുപോലും. എല്ലാം നിന്നു. കരയിലെ ചുവന്ന വിളക്കു കെട്ടു. മഞ്ഞവിളക്ക് തെളിഞ്ഞു.

പിന്നെ അതും കെട്ടു. പച്ചവിളക്കു തെളിഞ്ഞു.

ഓ!

ശാന്തമായി. കവിൾ തുടച്ചു. ചെകിട്ടിന്നു എന്തൊരു വേദന!

എല്ലാം തീർന്നപ്പോൾ ഹെൽമെറ്റ് തലയ്ക്കുവെച്ച്, ഗ്രെയിറ്റ് കോട്ടിന്നുള്ളിൽ ചുരുണ്ടുകൂടി കിടന്നു, ഓർത്തു.

പുലർന്നപ്പോൾ,

ഹാർബർ നിറയെ പലകക്കഷണങ്ങൾ, ഇളവെയിലിൽ തിളങ്ങുന്ന എണ്ണ.

അതു തുടക്കംമാത്രമായിരുന്നു. അവിടന്നങ്ങോട്ട് എത്രയെത്ര നിലാവുള്ള രാത്രികൾ, അറ്റാക്കുകൾ. ■

ചെട്ടിപ്പൂക്കൾ

അച്ഛനൊരു സുമുഖൻ, അമ്മ സുന്ദരി, മകളോ, അവളൊരു തങ്കക്കുടം. അച്ഛന്റെ പേര് വിജയൻ; അമ്മ രാധ; മകൾക്ക് പേരൊന്നും ഇല്ലാത്ത കൂട്ടത്തിലാണ്, തങ്ക.

അവർ മൂന്നുപേർ ജാനുവിന്റെ അമ്മയെ കാണാൻ പോകുന്നു.

ജാനുവിന്റെ അമ്മ ഒരത്ഭുതംപോലെ, ഒറ്റയ്ക്കുകഴിഞ്ഞുകൂടുകയാണ്. ഒറ്റയ്ക്ക് എന്നാൽ, വീട്ടിൽ തുണയ്ക്കാളുണ്ട്. അന്യരാണെന്നേയുള്ളു.

ജാനു മരിച്ചുപോയി. അതിനുമുമ്പ് അവളുടെ ചേട്ടനും, ചേട്ടൻ മരിക്കുന്നതിന്നുമുമ്പ് അച്ഛനും മരണപ്പെട്ടു.

അച്ഛനു ക്ഷയരോഗമായിരുന്നു. പകർന്നതാവാം. മകൻ കിടപ്പിലായപ്പോൾ, അരോചകമാണെന്നു വിധിക്കപ്പെട്ടു. ജാനുവിനും അതേ രോഗമാണെന്നു കണ്ടെത്താൻ കഴിഞ്ഞു. അമ്മ മാത്രം ഒരത്ഭുതംപോലെ അവശേഷിച്ചു.

ജാനുവിന്റെ അമ്മയ്ക്ക് വിജയൻ ആരുമല്ല. എല്ലാമാണെന്നാണ് വിശ്വാസം.

ജാനു മരിച്ചുപോകുമെന്ന് വിജയൻ വിശ്വസിച്ചില്ല. അവന്നു ജാനുവിനോടുള്ള സ്നേഹത്തിന് അത്രയ്ക്കു ശക്തിയുണ്ട്, ദീപ്തിയുണ്ട്. അവൾ കിടന്നപ്പോൾ, എണീക്കാൻ വയ്യാതായപ്പോൾ അവൻ വന്നു. കണ്ടു. സങ്കടപ്പെട്ടു. എന്നിട്ട്, അവൾ ജീവിയ്ക്കണം എന്ന ദീപ്തമായ ആശയോടെ ജാനുവിന്റെ വിളറിയ മുഖത്തേക്കും ജ്വലിക്കുന്ന കണ്ണുകളിലേക്കും നോക്കിനിന്നു. അവൾക്കു സർപ്പവിഷമേറ്റതായിരുന്നെങ്കിൽ, അവൻ കടിവായ്ക്കൽ ചുംബനം ചെയ്ത് ആ കരാളകാളകൂടം ഊറ്റിയെടുത്തു കുടിച്ചേനെ!

ജാനുവിന്റെ അമ്മ അവനെ വിളിച്ചു ചോദിച്ചു: 'മോനേ, അവളും നമ്മളെ ചതിക്ക്വോ?'

ഇല്ല എന്ന് അവൻ വിധിച്ചു. അവൾ ജനിച്ചതു മരിക്കാനല്ല!

തന്റെ ജീവിതത്തിലേക്ക് എരിഞ്ഞിപ്പൂവിന്റെ സുഗന്ധവും കൊണ്ടാണ് അവൾ കടന്നു വന്നത്. ആ സുഗന്ധം നിത്യവും സത്യവുമായിരിക്കും.

അമ്മ മരിച്ചുപോയ മകനെക്കുറിച്ച് എണ്ണിയെണ്ണിക്കരഞ്ഞു. അവൻ വളരെ നാൾ കിടന്നു. മരിച്ചുപോകാൻ വിമ്മിഷ്ടപ്പെട്ടു നരകിച്ചു. ചുമച്ചു ചുമച്ചു കഷ്ടപ്പെട്ടു. ചോര തുപ്പിക്കൊണ്ടു കിടക്കുകയായിരുന്നു. ഒടുവിൽ കരൾ പൊട്ടി രക്തം ഛർദ്ദിച്ചു. മരിച്ചു.

ജാനു കട്ടിലിൽ കിടന്നു ചുമയ്ക്കുന്നുണ്ട്. തുപ്പലിൽ രക്തത്തിന്റെ ലാഞ്ഛനയുണ്ട്. മഞ്ഞയും ചുവപ്പും കലർന്ന ചെട്ടിപ്പൂക്കൾപോലാണു തുപ്പുന്നത്. അവളിൽനിന്നു കിട്ടുന്നതെന്തും സുഗന്ധസുരഭിലമാണ്. അവനവളെ ശുശ്രൂഷിക്കണം. തന്റെ കൈകളിൽ അവൾക്കുവേണ്ടി താൻ സൂക്ഷിക്കുന്ന ജീവവായുവേറ്റ് അവൾ ജീവിക്കും; ജീവിക്കണം.

ആശിച്ചു, മോഹിച്ചു, വിശ്വസിച്ചു. എന്നിട്ടും ജാനു മരിച്ചു.

അമ്മയ്ക്ക് എല്ലാം പോയി.

അവനോ?

അവനു ചെറുപ്പം. ജാനുവിന്റെ മരണം താങ്ങാനാവാത്ത ഒരടിയായിരുന്നു. എന്നാലും അവന്റെ ജീവിതം സുഗന്ധസുരഭിലമായിരിക്കട്ടെ. അവൻ ഒന്നിനെ കൂട്ടിക്കൊണ്ടുവരട്ടെ.

ആ അമ്മതന്നെ അവനെ ഗുണദോഷിക്കേണ്ടിവന്നു. ജീവിതം മുഴുവൻ കിടക്കുന്നേയുള്ളു.

അവന്റെ വിവാഹം നിശ്ചയിച്ചു. വിവാഹം ക്ഷണിക്കാൻ അവൻ തന്നെ ആ അമ്മയുടെ മുമ്പിൽ ചെന്നുനിന്നു.

'അമ്മേ....'

അവനന്നും താൻ ചുമക്കാത്ത മകനാണ്. ഇന്നും മകനാണ്.

അമ്മയ്ക്കു കരച്ചിലാണു വന്നത്. ഇതു കരയേണ്ട സമയമല്ല. അവനൊരമ്മയില്ല. കല്യാണമാണ്. കരയാൻ പാടില്ല. എന്നാലും തൊണ്ട ഇടറി. നെഞ്ചിൻകൂട്ടിലോ നെല്ലുകുത്തു നടക്കുന്നു.

'നിറഞ്ഞുവരട്ടെ മോനെ!'

അത്രയും പറഞ്ഞു. നിർത്തി. അവനും മിണ്ടിക്കൂടാ.

'അമ്മയെ മറക്കരുത് ട്രോ'

അവിടെയും നിർത്തി. അവനൊന്നു ഞെട്ടി.

'നിന്റെ പുതിയ....'

പിന്നെ മിണ്ടിക്കൂടാ. അവനോ അതു തന്നെ കേൾക്കുകയാണ്? നിന്റെ പുതിയ, നിന്റെ പുതിയ.... പുതിയ എന്താണെന്ന് അമ്മ പറയുന്നില്ല.

അമ്മയ്ക്കതു പറയാൻവയ്യ. കരഞ്ഞുപോകും. കരയാൻ പാടില്ല.

'നിന്റെ പുതിയ അമ്മായിയമ്മ നാലുനേരം വിളമ്പിത്തന്നാൽ, നീയെന്നെ മറക്കും.'

അയ്യോ എന്ന് അവനൊന്നാന്തിപ്പോയി.

'മോനേ, അവൾ പോയി. നീയുണ്ടല്ലോ, അമ്മേ മറക്കരുത്.'

അവൻ ജാനുവിന്റെ അമ്മയെ മറക്കില്ല. ജാനുവിന്റെ അമ്മയാണോ? അല്ല, തന്റെ അമ്മയാണു പറയുന്നത്.

'രണ്ടു പേരുംകൂടെ ഒന്നു വരൂ ട്വൊ. അമ്മയ്ക്കൊന്നു കാണണം.'

വിവാഹം ക്ഷണിച്ചു പുറപ്പെടുമ്പോൾ അമ്മ ക്ഷണിച്ചു. ക്ഷണമല്ല. ആവശ്യമായിരുന്നു. ആവശ്യത്തിലും വലിയ ഒന്ന്.

ജാനുവിന്റെ അമ്മയ്ക്ക് അവനെ, രണ്ടുപേരോടുകൂടെ ക്ഷണിക്കേണ്ടി വന്നല്ലോ എന്നോർത്തുകൊണ്ട് അവൻ നടന്നു. പെട്ടെന്നു ജോലിസ്ഥല ത്തേക്കു പോകേണ്ടിയിരുന്നു. അവൻ പോയി. രാധയെ കൂടെ കൊണ്ടു പോയി.

കൊല്ലം മൂന്നായിരിക്കുന്നു. അവർ രണ്ടുപേരല്ല. ജാനുവിന്റെ അമ്മയെ ഒന്നു പോയി കണ്ടില്ല.

ഇളംപൈതലിന്റെ സുഖസൗകര്യങ്ങളോർത്തു കാറു വിളിക്കാൻ വിജയൻ പുറപ്പെട്ടു.

അവർ ആ അമ്മയെ കാണാനെത്തുമ്പോൾ-അതെങ്ങനെയാണു സംഭവിക്കുക?

-അവർ കാറിലാണു വരിക.

കാറ് അമ്മയുടെ പടിക്കൽ വന്നുനിൽക്കാറില്ല. റോഡിലൂടെ ധാരാളം

പോകുന്നുണ്ട്. അങ്ങോട്ടും ഇങ്ങോട്ടും പോകുന്നുണ്ട്. അവരുടെ പടിക്കലൊരു കാറു നിർത്തുക, അതുണ്ടായിട്ടില്ല.

അമ്മ ഉമ്മറത്തു വന്ന് എത്തിനോക്കി. വിശ്വസിക്കാൻ വയ്യ. ഇതാ, തന്റെ പടിക്കൽ അവർ രണ്ടുപേരും കൂടെ വന്നിറങ്ങി!

അമ്മ മുറ്റത്തേക്കിറങ്ങി. നടന്നോ? ഓടിയോ? പറന്നോ? അറിഞ്ഞുകൂടാ.

കൊച്ചിനെ എടുത്ത് അവൻ മുമ്പിലും അവൾ പിന്നിലുമായി പടി കടക്കുകയാണ്. അമ്മ പടി കണ്ടില്ല. പടിക്കൽ നിൽക്കുന്ന കാറു കണ്ടില്ല. അവനെ കാണാനില്ല. അവൾ ഇല്ല. കാണുന്നത് ആ തങ്കക്കുടത്തിനെയാണ്.

"ഇങ്ങു കൊണ്ടുവാടാ ന്റെ മോളെ!"

അതാണു പറഞ്ഞതെന്നമ്മയ്ക്കറിഞ്ഞുകൂടാ. അവർക്കങ്ങനെ പറയാൻ ഒരാളും അവിടെയില്ലല്ലോ. ഉള്ളത് തന്റെ കൊച്ചുമകളാണ്.

അമ്മ അവളെ വാരിയെടുത്തു. മൊത്തി. കണ്ണുനീരൊഴുകുന്നുണ്ട്. കരയുകയല്ല. പോയ മകളെ കിട്ടിയിരിക്കുന്നു. കരയുകയോ? കണ്ണുനീരങ്ങനെ അണപൊട്ടിയിട്ടുണ്ട്. ആ അമ്മയ്ക്ക് താൻ കരയുകയാണെന്ന ധാരണയില്ല. വട്ടച്ചെവിയും അല്പം ചപ്പിയ മൂക്കും നീലക്കണ്ണുകളും--ആ കണ്ണുകളുടെ ഒഴുക്കും നെറ്റിയും എല്ലാം ജാനുവിന്റേതാണ്. ജാനു മരിക്കുമ്പോൾ പതിനെട്ടായിരുന്നു എന്ന് അമ്മ ഓർക്കുന്നേയില്ല. ഒന്നോ രണ്ടോ വയസ്സുള്ളപ്പോൾ താനെടുത്തു നെഞ്ചിലടക്കിപ്പിടിച്ച തങ്കക്കുടം വീണ്ടും വന്നിരിക്കയാണ്!

"നീ അമ്മേ ഇട്ടേച്ചു പോയില്ലേ മോളേ?"

അമ്മ വിതുമ്മി. ഉടനെ തോന്നിയത് അവളെ കുറ്റപ്പെടുത്തിക്കൂടല്ലോ എന്നാണ്.

"ഇല്ലാടൊ, എന്റെ മോൾ അമ്മയെ മറന്നില്ല. അവളൊന്നു വന്നല്ലോ. അമ്മേടടുത്തേക്കു വന്നല്ലോ."

തെല്ലുനേരം അമ്മ ഓരോന്നു പറഞ്ഞുകൊണ്ടു നിന്നു. ആ കൊച്ചിനോടല്ല, തന്നോടുമല്ല. പറയാൻ തോന്നുന്നു. പറഞ്ഞുപോകുന്നു.

തങ്ക എന്ന ഓമനപ്പേരുള്ള ആ കൊച്ച് അലോസരപ്പെട്ടപോലെ, തന്റെ അമ്മയുടെ നേരെ തിരിയുമ്പോൾ, എന്തോ അന്വേഷിക്കുന്ന കൂട്ടത്തിൽ, മുറ്റത്തിന്റെ തെക്കോട്ടൊന്നു നോക്കി. പിന്നീട് അമ്മയുടെ നേരെ തിരിഞ്ഞില്ല. അവിടെ പൂത്തുനിൽക്കുന്ന എരിഞ്ഞിയുടെ ചുവട്ടിൽ, ചെട്ടിച്ചെടികളുടെ പച്ചത്തോട്ടത്തിൽ മഞ്ഞയും ചുവപ്പും കലർന്ന ഉണ്ടപ്പൂക്കൾ മാനംനോക്കി അത്ഭുതപ്പെട്ടുനിൽക്കുന്നു. കൊച്ചിന്ന് സ്വാഭാവികമായും ആ കൊച്ചുപൂപ്പരപ്പിൽ കൊതി തുള്ളിവന്നു. അവളുടെ സുമുഖനായ അച്ഛൻ നെടുവീർപ്പിട്ടു നിന്നു. അവിടെ, അവന്റെ ജീവനോളം വിലപ്പെട്ട ജാനു മണ്ണിനോടലിഞ്ഞുചേരുകയാണ്.

അവളുടെ മൂപ്പെത്താത്ത അസ്ഥിശകലങ്ങളോ, അഴകും മുഴുപ്പുമുറ്റ തലമുടിയുടെ അൽപം നാരോ മാത്രമാകാം അവശേഷിച്ചിട്ടുള്ളത്.

അവനാകട്ടെ, ജീവസ്സറ്റ അവളുടെ ശരീരം അവിടെ പൂക്കൾ കൊഴിഞ്ഞു വീണ് അലിഞ്ഞുചേർന്ന മണ്ണിൽ ആഴത്തിൽ കിടന്നു വീർപ്പുമുട്ടുകയാണെന്ന അസ്വസ്ഥചിന്തയിൽ നെഞ്ചുനിറയെ നിശ്വസിച്ചുനിൽക്കുന്നു. ഓർമ്മകൾക്കു ജീവൻ വീഴുകയാകാം. അപ്പോൾ കൊഴിഞ്ഞുപോയ പൂക്കൾക്ക് അഴകും മണവും നിറവും മിനുപ്പും ഉണ്ട്. താൻ ജാനുവിനോടൊപ്പം എരിഞ്ഞിപ്പൂക്കൾ പെറുക്കുകയാണോ? ഒന്നും കാണാൻ കഴിയുന്നില്ലല്ലോ. അവളെവിടെ? കണ്ണുകൾക്ക് മൂടലുണ്ട്. ഇനി അവിടെത്തന്നെ നിന്നുകൂടാ. നടക്കാൻ വയ്യെന്നു തോന്നുന്നു. കുഴഞ്ഞിട്ടുണ്ട്. വിയർക്കുകയാണോ? നെഞ്ചെന്തിനാണിത്ര പൊരിയുന്നത്? ശ്വസിക്കാൻ വയ്യാതാവുകയാണ്. ഒന്നു ചുമയ്ക്കണം. ബുദ്ധിമുട്ടി ചുമച്ചു.

കൊതിതുള്ളുന്ന കണ്ണുകളിലേക്കു നോക്കിക്കൊണ്ടു നിന്ന അമ്മ അവന്റെ നേരെ തിരിഞ്ഞു. വിജയൻ സ്തബ്ധനാണ്.

അമ്മ നടുങ്ങി.

ഓർമ്മകൾ മൂത്തു രൂപംകൊള്ളുകയാണ്.

എരിഞ്ഞിപ്പൂ പെറുക്കാൻ ജാനുവിന്റെ കൂടെ അവൻ സ്കൂളിൽനിന്നു വന്നു. അമ്മ അവർക്കു കാപ്പി കൊടുത്തു. അവന്റെ മുടി ചീകി, കവിളിൽ ഉഴിഞ്ഞു, തലോടി, നെറ്റിയിൽ മൊത്തി.

അവൻ ഇനിയും വരണം, അമ്മയ്ക്കു കാണാനാണ്. കാണാൻ മാത്രമാണ്. അമ്മയ്ക്കൊരു മകനില്ലല്ലോ!

അവനെന്നും വന്നു. അഴുക്കുപിടിച്ച അവന്റെ കുപ്പായം അമ്മ കഴുകിയുണക്കി. അവനും ജാനുവും പൂ പെറുക്കി കീശയും പാവാടയും മടിക്കുത്തും നിറച്ച്, ഉമ്മറത്തു ചൊരിഞ്ഞു മാലകൊരുത്തു. അമ്മ അവന്റെ മുടി ചീകി, കവിളിൽ ഉഴിഞ്ഞു, തലോടി, നെറ്റിയിൽ മൊത്തി.

എന്നും അവർ മാല കൊരുത്തുകൊണ്ടിരുന്നു.

അവരുടെ മാല കൊരുത്തുതീർന്നില്ലല്ലോ!

അമ്മ ഞെട്ടിത്തെറിച്ചു. കൊച്ചിനെ താനറിയാതെ നെഞ്ചോടമർത്തി, നെറുകയിൽ മൊത്തി.

തങ്കം പോലുള്ള ആ കുഞ്ഞ് ഉറക്കെ കരഞ്ഞുപോയി.

കൊച്ചിന്റെ സുന്ദരിയായ അമ്മയ്ക്ക് ഒന്നും അറിഞ്ഞുകൂടാ. ശൂന്യമായ ബോധമണ്ഡലത്തിൽ അസ്പഷ്ടമായ അസ്വസ്ഥതയുണ്ട്. ആ വിതുമ്പുന്ന തള്ളയുടെ കൈയിൽനിന്നു മകളെ പിടിച്ചു വാങ്ങണം. അവൾ മുന്നോട്ടാഞ്ഞു. കൈ കാട്ടി. കൊച്ച് തന്റെ അമ്മയുടെ നേരെ കൈ കുടഞ്ഞുനീട്ടി. തന്റെ മകളെ ആരോ തട്ടിപ്പറിക്കുകയാണെന്ന ഭീതിയോടെ ജാനുവിന്റെ അമ്മ കൊച്ചിനെ ഉമ്മറത്തേക്കു കൊണ്ടുപോയി. പരിഭവപ്പെട്ട പോലെ, അവർ കൊച്ചിനോടു വർത്തമാനം പറയുന്നുണ്ടായിരുന്നു. അവൾ അമ്മയെ വല്ലാതെ സങ്കടപ്പെടുത്തിയെന്ന്, വളരെ വൈകിയിട്ടാണ് ഒന്നു വന്നതെന്ന്, ഇനി ഒരിടത്തേക്കും വിടില്ലെന്ന്, അമ്മയ്ക്കവളെ നിറനിറെ കണ്ടിരിക്കണമെന്ന്—

ഉമ്മറത്തെത്തിയതോടെ ചെറുപ്പക്കാരിയായ ഭാര്യ ഭർത്താവിനോടാവശ്യപ്പെട്ടു: "നമുക്കുടനെ പോണം."

പോകാമെന്നു പറയുമ്പോൾ, അവന്റെ ഒച്ച തുലോം പരിമിതമായിരുന്നു.

അവൾക്കെന്തൊക്കെയോ ബേജാറു തോന്നുകയാണ്. തന്റെ ബന്ധുക്കളല്ല. കുട്ടിയുടെ അച്ഛന്റെ ബന്ധുക്കളല്ല. ഏതോ ചെറുപ്പത്തിലെ പരിചയക്കാരുണ്ട്, പോകണം എന്നു പറഞ്ഞു. വന്നപ്പഴോ, ദുഃഖത്തിന്റെ ആകാരമണിഞ്ഞ വയസ്സു ചെന്നൊരു സ്ത്രീ തന്റെ കൊച്ചിനെ പിടിച്ച പിടിയാലേ വാരിയെടുത്തു സ്വന്തമാക്കിയിരിക്കയാണ്. കേട്ടോ, എന്തൊക്കെയാണ് പറയുന്നത്! അതിന്റെ തലയ്ക്കു സുഖമില്ലാത്തപോലെ!

അവൾക്കുടനെ തന്റെ മകളെ കിട്ടണം. താൻ ആശിച്ചു മോഹിച്ചു പെറ്റു സൂക്ഷിക്കുന്ന തങ്കക്കുടത്തെ പിടിച്ചുവാങ്ങി ആരും കാണാതെ, അറിയാതെ ഒളിച്ചുവെയ്ക്കണം, ഓമനിക്കണം. ജാക്കറ്റിനടിയിൽ, ബോഡീസിൽ, അമ്മിഞ്ഞിയിൽ, തന്റെ രക്തത്തിൽ, അവൾ മടങ്ങട്ടെ. ഹൃദയമല്ല, ചൂടുള്ള രക്തമാണ് മകൾക്കുവേണ്ടി പതയ്ക്കുന്നത്.

മകളുടെ അമ്മയ്ക്ക് ഒന്നുമറിയാൻ വയ്യല്ലോ എന്ന് സുന്ദരനായ അച്ഛൻ ഒന്നാമതായി സങ്കടപ്പെട്ടു. എല്ലാം അവളോടു പറഞ്ഞിരുന്നെങ്കിൽ! പലപ്പോഴും അവനതാശിച്ചു. ഭയമുണ്ടായിരുന്നു. സ്വന്തമായതെന്തും അവൾ തനിക്കടിയറവെച്ചുകഴിഞ്ഞിരുന്നു. എന്നിട്ടും അവളോടടുക്കുമ്പോഴൊക്കെ അവൻ അകന്നകന്നു പോകുകയായിരുന്നു. അവളുടെ ചുണ്ടുകളോടടുക്കുമ്പോൾ അവന്റെ കണ്ണുകളിൽ ദാഹം കത്തിനിന്നു. അടുത്തപ്പോഴാകട്ടെ ആ കണ്ണുകൾ അന്വേഷിക്കുകയായിരുന്നു. അദ്ദേഹം തന്റെ മെയ്യോട് ചേർന്നാണെങ്കിലും വിദൂരതയിലാണെന്നു തോന്നിപ്പോകുന്നതുകൊണ്ട് അവൾ പലപ്പോഴും ചോദിച്ചു: "എന്താ?"

അദ്ദേഹം തളരുകയാണെന്നാണ് അവളോർത്തത്. അവന്റെ ആത്മാവു തേടുകയായിരുന്നു. ഇതെന്തൊരു ലോകമാണെന്ന അത്ഭുതത്തോടെ വിരിഞ്ഞ ചെവികളും അൽപം പതിഞ്ഞ മൂക്കും നീലക്കണ്ണുകളും എവിടെ എവിടെയെന്ന് അവൻ ഭാര്യയോടുരുമ്മിക്കിടന്ന് ആരാഞ്ഞുനോക്കി. അവൾക്കൊന്നും ഓർക്കാനില്ല, അന്വേഷിക്കാനില്ല. അദ്ദേഹം തന്നോടു തൊട്ടുരുമ്മിത്തന്നെയുണ്ടല്ലോ.

വിജയന് ആശങ്കകളുണ്ടായിരുന്നു. രാധയുടെ കരളിൽനിന്നു താനെന്തോ അനാവശ്യമായി കവർന്നെടുത്തിരിക്കുന്നു. അതു പ്രേമമാകാം, അവളുടെ ജീവിതമാകാം, ജിവിതത്തെക്കുറിച്ചുള്ള ധാരണകളും മോഹങ്ങളും വിശ്വാസങ്ങളുമാകാം. തൊണ്ടി പിടിക്കപ്പെടുമോ എന്നു ശങ്കിക്കുന്ന ഭീരുവായ കള്ളനെ പ്പോലെ ഒരുമിച്ചുതന്നെ കഴിയേണ്ടിവരിക! ഒടുവിൽ കോടതിയിലേക്ക് ഒന്നിച്ചുതന്നെ കയറിവരിക!

അവൾക്ക് ആ വീട്ടിൽ നിന്ന് ഉടനെതന്നെ പോയേതീരൂ. വന്നു. ആ സ്ത്രീയെ കണ്ടു. എന്റെ കുഞ്ഞിനെയിങ്ങു വാങ്ങിത്തരൂ! നമുക്കു പോകാം.

"നിന്റെ കുഞ്ഞ്! കേട്ടോ, മക്കൾ സ്നേഹമുള്ളവരുടേതാണ്."

“ആ സ്ത്രീക്കല്ലേ, പിന്നെ സ്നേഹം!”

“അതെ!”

“പിന്നെന്ത്, ഞാനിന്നേവരെ ഓർഥാത്തതും പറയാത്തതുമാണ് എന്റെ നാക്കിൽ വരുന്നത്.”

“എല്ലാം പറയൂ. എല്ലാം പറഞ്ഞുകളയണം. ഒന്നും എടുത്തു വെയ്ക്കരുത്.”

“ആ സ്ത്രീക്കു കിറുക്കുണ്ട്. ഇപ്പോൾ തോന്നുന്നു. നിങ്ങൾക്കും കിറുക്കാണ്.”

“ഓ, അതാണോ? എനിക്കും അറിയാലോ. മനുഷ്യൻ പലപ്പോഴും യുക്തിസഹമല്ലാത്ത ധാരണകളിലൂടെയാണ് ജീവിക്കുക. ഞാനങ്ങനെയാണ്. അമ്മയും അങ്ങനെയാണ്. ഞങ്ങൾക്കു കിറുക്കുതന്നെ.”

ജാനുവിന്റെ അമ്മ അവിടെയെങ്ങും കൊച്ചിനെയുമെടുത്തു നടന്നു. ജാനു കിടന്നു മരിച്ച മുറി, കട്ടിൽ, അവൾ പഠിച്ച പുസ്തകങ്ങൾ....എല്ലാം കൊച്ചിനെ കാണിച്ചു ചോദിക്കയാണ്: “നിനക്കോർമ്മയില്ലേ, പൊന്നേ?”

“മറന്നോ തങ്കേ?”

“ഇതല്ലേ, അമ്മേടെ പൊന്നിന്റെ സ്ലേറ്റ്?”

ജാനു ഉപയോഗിച്ചിരുന്ന സ്ലേറ്റുംകൊണ്ടാണ് അവൾ ഉമ്മറത്തേക്കു വന്നത്. അതൊന്നെടുത്തു കളിക്കാൻ, കാക്കിരികൂക്കിരി കുത്തിവരയ്ക്കാൻ, താൻ പഠിക്കാൻ പോകുന്നുവെന്നും പറഞ്ഞ് ഉമ്മറത്തേതെങ്കിലുമൊരു മൂലയിൽ ചെന്നിരിക്കാൻ, എന്നിട്ടൊടുവിൽ ആ സ്ലേറ്റു തട്ടിയുടയ്ക്കാൻ, അതിന്നൊക്കെ ആ വീട്ടിൽ ഇനിയൊരു കുഞ്ഞു പിറന്നില്ല! പിറക്കാനില്ല!

“തങ്കേ, മോളെടുത്തോ. കളിച്ചോ. മുഞ്ഞ കുടിച്ചോ. അമ്മ ഇത്തിരി കാപ്പി തിളപ്പിക്കട്ടെ”

കൊച്ചിന്റെ അമ്മ മകളെ എടുത്തു. മകളുടെ കൈയിൽ നിന്നു സ്ലേറ്റു വാങ്ങി. ഒന്നു നോക്കി. നടുങ്ങി. സ്ലേറ്റിന്റെ ചട്ടയിൽ പേനാക്കത്തികൊണ്ടോ ബ്ലേഡ്കൊണ്ടോ മുറിച്ചുണ്ടാക്കിയ പേര്: ‘വിജയൻ!’

അവൾ അദ്ദേഹത്തിന്റെ മുഖത്ത് നോക്കി. വിജയൻ തന്നെ. സ്ലേറ്റിന്റെ ചട്ടയിലേക്കു നോക്കി. വിജയൻ എന്നു കൊത്തിയെഴുതിയതിനുതൊട്ട്, കാണാൻ വയ്യല്ലോ. എന്താണത്, ആരാണവൾ? ഒരുത്തിയുടെ പേരാണ്. കണ്ണു മഞ്ഞളിക്കുന്നോ? തീപ്പൊരികളുണ്ടോ? തല ചൊരുക്കുകയാണെന്നു തോന്നുന്നു. സ്ലേറ്റിന്റെ ചട്ടയില്ല. സ്ലേറ്റില്ല. അദ്ദേഹമാണ്. അദ്ദേഹത്തിന്റെ അരികിൽ ഒരു പെൺകുട്ടിയുണ്ടല്ലോ. അവ്യക്തമായ അവളുടെ രൂപം മിന്നി മറയുന്നുണ്ട്. ആരാണവൾ? താൻ ആ പേരു വായിച്ചില്ലല്ലോ. അദ്ദേഹത്തിന്റെ പേരിനു തൊട്ട് എന്താണെഴുതിയിട്ടുള്ളത്?

“നിനക്കെന്താ?”

മകളെ ഏറ്റുവാങ്ങിയിട്ട് വിജയൻ ചോദിച്ചു.

“ഹെന്റെ....”

“ഇതു ഞാൻ വെട്ടി എഴുതിയതാണ്. ജാനുവിന്റെ സ്ലേറ്റാണിത്.”

അവൾ കേട്ടോ, എന്തോ!

"ഒന്നു കിടക്കണം."

"അമ്മ പേടിക്കും രാധേ"

ഏത് അമ്മ എന്ന് അവൾ മിഴിച്ചു. അദ്ദേഹത്തിന്റെ അമ്മ ഇല്ലല്ലോ!

അവന് അമ്മയില്ലാത്ത കുറവു തോന്നിയിട്ടില്ല. 'ജാനുവിന്റെ അമ്മേ' എന്നു വിളിച്ചിട്ടില്ല.

"അമ്മ അടുക്കളയിൽ കാപ്പി തിളപ്പിക്കുന്നു. ഒന്നു ചെല്ലൂ"

എല്ലാ കാര്യങ്ങളും താൻ അവളോടു പറഞ്ഞിട്ടുണ്ടെന്നും, എല്ലാമെല്ലാം അവൾക്കറിയാമെന്നുമുള്ള ബോധത്തോടെയാണ് ഇപ്പോൾ വിജയൻ സംസാരിച്ചത്. അവൾക്കെന്താണറിയുക? തന്നോടടുത്തിരുന്ന ഓരോ നിമിഷത്തിലും അദ്ദേഹത്തിന്റെ ആത്മാവ് ആ കഥകൾ പറയുകയായിരുന്നെന്ന് അവൾ ഓർത്തില്ല.

അവൻ അമ്മയെക്കുറിച്ചോർക്കുകയായിരുന്നു. അമ്മയെക്കുറിച്ചോർക്കുമ്പോൾ ജാനുവിനെ മറക്കാനൊക്കുമോ? എന്തിനാണ് എരിഞ്ഞിപ്പൂ പെറുക്കാൻ അവളുടെകൂടെ വരാൻ തോന്നിയത്? അമ്മ തന്റെ മകനായി, അവനെയെന്തിനു സ്വീകരിച്ചു? എന്തിനു തന്റെ മുടി ചീകി കവിളുകളിൽ ഉഴിഞ്ഞു തലോടി നെറുകയിൽ മുത്തംവച്ചു? അല്ല, എന്തിനാണ് താനിങ്ങനെ വളർന്നത്? എന്തിനാണു വളർന്നത്? ഇപ്പോൾ, ഇപ്പോൾതന്നെ താനൊരു കൊച്ചനായിരുന്നല്ലോ! തന്റെ അരികിൽ പാവാടയുടെ മടിക്കുത്തിൽനിന്ന് എരിഞ്ഞിപ്പൂ ചൊരിഞ്ഞു മാലകൊരുത്തുകൊണ്ട് ജാനുവും ഉണ്ടായിരുന്നു. അവൾ എവിടെ എന്ന തീക്ഷ്ണമായ ദാഹത്തോടെ വിജയൻ നോക്കി. ആ നോട്ടം രാധയെ നടുക്കിക്കളഞ്ഞു.

"എന്താ നിങ്ങൾക്ക്?"

അവൾ നെടുവീർപ്പായിരുന്നു.

"എനിക്കോ?"

അവനൊന്നു മിടയിറക്കി. എനിക്കൊന്നുമില്ലെന്നു പറയാനാണു വന്നത്. ശ്വാസം തടഞ്ഞു. നെഞ്ചിൽ കാറ്റടിച്ചു നിറച്ചപോലുണ്ട്. ചുമയ്ക്കാൻ തോന്നുന്നു. ചുമ വരുമ്പോഴൊക്കെ എക്കുംപൊക്കും മുട്ടിപ്പോകുന്നു. വീണ്ടും താൻ വിയർക്കുന്നുണ്ടെന്ന് അവനു തോന്നി.

ഒന്നുമറിയാത്ത കൊച്ച് പൂത്തുനിൽക്കുന്ന എരിഞ്ഞിയുടെ തണലിൽ മഞ്ഞയും ചുവപ്പും കലർന്ന ഉണ്ടപ്പൂക്കളും, ചെട്ടിച്ചെടികളുടെ മുഴുത്ത പരപ്പും നോക്കി കൈ കുടഞ്ഞു. അപ്പോൾ രാധ കിതപ്പോടെ പറഞ്ഞു: "മോളെയിങ്ങു തന്നേ. ഞാനവൾക്കൊരു പൂ പറിച്ചുകൊടുക്കട്ടെ."

അവൾ മകളെയെടുത്തു നടക്കാൻ തുടങ്ങുമ്പോൾ വിജയൻ പറഞ്ഞു: "അവളുടെകൂടെ ഞാനാദ്യം വന്നത് ആ എരിഞ്ഞിയുടെ തണലിലേക്കാണ്."

അവൾ ഞെട്ടി: "ഹെന്ത്!"

ഇവിടെ താനും അദ്ദേഹവും തങ്കയും മാത്രമേയുള്ളു. എന്താണീ കേൾക്കുന്നത്?

അപ്പോൾ അവൻ എല്ലാം പറഞ്ഞു. അതു മരണത്തിന്റെ കഥകളിയായിരുന്നു. അവൾ മരിച്ചിട്ടും അന്നത്തേക്കാൾ ദീപ്തിയുള്ള ധാരണകളിലൂടെ അവൾ ജീവിക്കുകയാണ്! രാധ എല്ലാം കേട്ടു കരഞ്ഞു. എന്നിട്ടിങ്ങനെയാണു പറഞ്ഞത്: "ഇതൊന്നും എന്നോടു പറഞ്ഞില്ലല്ലോ!"

"പറഞ്ഞില്ലേ?"

"ഇത്രനാളും പറഞ്ഞില്ലല്ലോ!"

"എനിക്കു പേടിയായിരുന്നു. നിയെന്താണു ധരിക്കുക?"

അവൾക്കു വേദനയല്ലാതെ ഒന്നും തോന്നിയില്ല. മരിച്ചുപോയ ആ സഹോദരിയെക്കുറിച്ചു സങ്കടപ്പെട്ടുതീരുംമുമ്പെ അവൾ തന്റെ ഭർത്താവിനെക്കുറിച്ചോർത്തു. അദ്ദേഹം നന്നെ വിമ്മിഷ്ടപ്പെടാറുണ്ട്. ശ്വാസം കിട്ടാത്തതുകൊണ്ട് ഒരേ ഇരുപ്പിൽ ഇരുന്നു വിയർക്കാറുണ്ട്. ഓർക്കാൻ വയ്യാത്ത വിധം അവൾ നടുങ്ങിപ്പോയി. അപ്പോൾ വിജയൻ പറഞ്ഞു: "വരൂ, ഞാനും വരുന്നു. തങ്കയ്ക്കു ഞാൻ തന്നെ പൂവറുത്തുകൊടുക്കട്ടെ."

കൊച്ചുമകൾ പൂന്തോട്ടത്തിലേക്കടുക്കുന്തോറും കൂടുതൽ കൊതിയോടെ കൈ കുടഞ്ഞു ചിരിച്ചു. മഞ്ഞയും ചുവപ്പും കലർന്ന ആ ഉണ്ടപ്പൂക്കൾ അവളുടെ നേരെ ചിരിച്ചുനിൽക്കുകയല്ലേ?

പൂവറുക്കാൻ വിരലിറുക്കിയ നിൽപിൽനിന്ന്, തെല്ലിട വിജയൻ അനങ്ങിയില്ല. കീഴോട്ടു മണ്ണിന്നടിയിലേക്കു നോക്കിയതാവാം. അവൻ പൂവറുക്കുന്നില്ല. അദ്ദേഹം വിയർക്കുന്നുണ്ടെന്നു രാധയ്ക്കു തോന്നി.

വിജയൻ ഒന്നു ചുമച്ചുകിട്ടാൻ വേണ്ടി വിമ്മിഷ്ടപ്പെടുകയായിരുന്നു. അവസാനം ചുമച്ചു. തുപ്പി. തുപ്പലിനു ചെട്ടിപ്പൂവിനോളം തന്നെ നിറമുണ്ടായിരുന്നു.

രാധ ഒന്നു ഞെട്ടി.

തങ്കക്കുടംപോലുള്ള ആ കൊച്ചാകട്ടെ, മഞ്ഞയും ചുവപ്പും കലർന്ന ഉണ്ടപ്പൂക്കൾക്കുവേണ്ടി കൈകുടഞ്ഞു നീട്ടി.

പിന്നീട് എന്തൊക്കെയാണുണ്ടായതെന്നു നമുക്കറിയില്ല. അവർ ജാനുവിന്റെ അമ്മയെ കാണാൻ പോയോ എന്നുതന്നെ അറിയില്ല.

വിജയൻ കാറുവിളിക്കാൻ പുറപ്പെട്ടു. അവർ ആ അമ്മയെ കാണ്വാനെത്തുമ്പോൾ....അതെങ്ങനെയാണു സംഭവിക്കുക?

കൊടുക്കേണ്ടി വരും.' ■

പട്ടി

പട്ടാളത്തിൽ ചേരണമെന്ന് രാമകൃഷ്ണൻ ചെറുപ്പത്തിലേ ആശിച്ചിരുന്നു. നാടായ നാടൊക്കെ നടന്നുകാണാനാണ്. ഒരു സന്ന്യാസിയാണ് കാരണം. അവൻ സ്കൂളിൽനിന്നു വരുമ്പോൾ റോഡിന്റെ ഓരത്തുള്ള തൈവെയ്പിൽ അദ്ദേഹത്തെ കണ്ടു. ചുറ്റും ഒരുപാടാളുണ്ട്. സന്ന്യാസി! അയോധ്യയിൽ

നിന്നു വരികയാണ്. ഹിന്ദിയേ അറിയൂ. ലീവിൽ വന്ന ഒരു പട്ടാളക്കാരനാണ് അദ്ദേഹത്തോടു സംസാരിക്കുന്നത്.

സന്ന്യാസി പലയിടത്തും പോയിട്ടുണ്ട്: അജന്ത, ഹരിദ്വാരം, കാശി, മഥുര...

പട്ടാളക്കാരനും പലയിടത്തും പോയിട്ടുണ്ട്: ദൽഹി, ജലന്ധർ, പെഷവാർ, ബസറ...

രാമകൃഷ്ണനനും കാണണം നാടുകൾ. അവൻ വിചാരിച്ചു, സന്ന്യാസിയാകാമെന്ന്. അതിന് മാലതി സമ്മതിക്കുന്നില്ല. അവൻ സന്ന്യാസിയായാൽ, അവളെ ആരാണ് കല്യാണം കഴിക്കുക?

“എന്നാൽ ഞാൻ പട്ടാളത്തീച്ചേരും.”

മാലതി മിണ്ടിയില്ല അവൾ നെടുവീർപ്പിടുകയാണ്.

“എന്നിട്ട് ഞാൻ വരും.”

അവൻ സമാധാനിപ്പിച്ചു.

“ന്നാലും പട്ടാളം പൊല്ലാത്തതാണ്.”

അവൾ അതിനുള്ള ന്യായങ്ങൾ പറഞ്ഞു. ശരിയാണ്, അവനും കേട്ടിട്ടുണ്ട്.

രണ്ടാം ലോകമഹായുദ്ധം നടക്കുകയാണ്. തൊഴിലില്ലായ്മ, പട്ടിണി, സ്വാതന്ത്ര്യസമരാവേശം, അറസ്റ്റുകൾ...

അപ്പോൾ ഒരു ന്യൂസ്.

കറാച്ചിയിൽ കപ്പലിറങ്ങിയ വെള്ളപ്പട്ടാളത്തെക്കുറിച്ചാണ്. അവർ തെരുവിൽവെച്ചു സ്ത്രീകളെ അവമാനിച്ചു. ഉമ്മവെച്ചതിന്റെകൂടെ ഒരു പെൺകുട്ടിയുടെ ചെകിടു കടിച്ചെടുത്തു.

പിന്നെ കൊച്ചിയിൽ:

കൊച്ചിയിലും എറണാകുളത്തും വെള്ളപ്പട്ടാളം പെൺകുട്ടികളെ എത്തിപ്പിടിച്ചു. ആലിംഗനം ചെയ്തു. പത്രറിപ്പോർട്ടുകളാണ്. അവമാനം സഹിക്കവയ്യാതെ ആരോ വിഷം കുടിച്ചു.

ദേശീയനേതൃത്വം പ്രക്ഷോഭം കൂട്ടി. മുദ്രാവാക്യങ്ങൾ ഉയർന്നു:

“ക്വിറ്റ് ഇൻഡ്യാാാാ!”

“ഓ, ഇതൊക്കെ ഞങ്ങൾക്കു നാട്ടുനടപ്പാണ്.”

വെള്ളമേധാവിത്വം മറുപടി പറഞ്ഞു. പിന്നെ ആ പട്ടാളക്കാരുടെ താന്തോന്നിത്തത്തെ സാധൂകരിക്കാൻവേണ്ടി ഒരു പ്രസ്താവനയും:

കഴിഞ്ഞ മൂന്നു വർഷമായിട്ട് അവർ ശാന്തസമുദ്രത്തിൽ ഏതോ ദ്വീപുകളിൽ മനുഷ്യരെ കാണാതെ ജീവിച്ചതാണ്. പെട്ടെന്നു പെണ്ണുങ്ങളെ കണ്ടപ്പോൾ ചെയ്തുപോയതാണ്.

ദേശീയനേതൃത്വം വെള്ളക്കാരനു ദഹിക്കാത്ത ന്യായങ്ങളും ചരിത്രലക്ഷ്യങ്ങളും കൊണ്ടുവന്നു. ആർഷസംസ്കാരത്തിന്റെ മാഹാത്മ്യം പൊക്കിപ്പിടിച്ചുകാട്ടി. എങ്ങനെയെന്നാൽ, ഇതു സീതയുടെ നാടാണ്. സാവിത്രിയുടെ നാടാണ്.

പട്ടാളം മനുഷ്യരുടേതേ അല്ല എന്നാണ് ഇപ്പോൾ മാലതി പറയുന്നത്. രാമകൃഷ്ണനൻ കുഴങ്ങി. ഓ, ഇല്ല.

“അതു വെള്ളപ്പട്ടാളമാണ്. അവർ യജമാനന്മാരാണ്.”

ഒറ്റശ്വാസത്തിന് അവർ പറഞ്ഞു. ഇനിയും അവനു പറയാനുണ്ട്... യജമാനന്മാരെ തുരത്തണം.

“ക്വിറ്റ് ഇൻഡ്യാാാ!”

അവനും വിളിച്ചു പറഞ്ഞു. പോസ്റ്ററുകൾ ഒട്ടിച്ചു. നേതാക്കന്മാരുടെ പ്രസംഗങ്ങളിൽ ആവേശംകൊണ്ടു:

“നാം നമ്മുടേതായ രാംരാജ് സ്ഥാപിക്കും.”

പിന്നീട് ഒരു ദിവസം ജനതയുടെ മഹാസമൂഹങ്ങൾ ഗർജ്ജിച്ചു:

“ഹിന്ദുസ്ഥാൻ!”

“ഹമാരാ ഹൈ!”

“ആസാദ് ഹിന്ദ്!”

“സിന്ദാബാദ്!”

“ഇപ്പോൾ ഞാൻ ചേരും.”

അവൻ മാലതിയോടു തീർത്തുപറഞ്ഞു.

അവൾ കുഴങ്ങി. അവൾക്കു നെടുവീർപ്പേയുള്ളൂ.

“ഞാൻ വരും.”

അവൻ ഉറപ്പുകൊടുത്തു.

“ഞാൻ കാത്തിരിക്കും.”

അവൾ പറഞ്ഞൊപ്പിച്ചു.

റിക്രൂട്ടിങ് ഓഫീസിൽ എന്തൊക്കെയാണുണ്ടായതെന്ന് പിന്നീട് വ്യക്തമായി ഓർക്കാൻ അവനു കഴിഞ്ഞില്ല. തന്റെ മേൽവസ്ത്രങ്ങൾ അഴിച്ചുമാറ്റി. സ്റ്റെതസ്കോപ്പുകൊണ്ടു നെഞ്ചും പുറവും പരിശോധിച്ചു. ഉയരം അളന്നു. നെഞ്ചിന്റെ വിരിവെടുത്തു. ഓടിച്ചു. ചാടിച്ചു. ഒരു കണ്ണു പൊത്തിയിട്ടും പൊത്താതെയും ഒട്ടകലെ തൂക്കിയിട്ടുള്ള വെളുത്ത ചട്ടയിലെ കറുത്ത അക്ഷരങ്ങൾ വായിപ്പിച്ചു. പുള്ളികൾ എണ്ണിച്ചു. അവനെ പട്ടാളത്തിലേക്ക് എടുത്തു.

വണ്ടിയിൽ ഇരിക്കുമ്പോൾ അവൻ ഓർത്തത് എപ്പോഴാണു മടങ്ങുക എന്നാണ്. മാലതി കാത്തിരിക്കയാണ്.

അവധി കിട്ടും. വീണ്ടും മടങ്ങേണ്ടിവരും. അപ്പോഴും മാലതി കാത്തിരിക്കയാണ്.

ഏതു ലീവിലാണ് അവരുടെ കല്യാണം നടത്തേണ്ടത്? അവൻ ഇന്നേവരെ അവളെ തൊട്ടിട്ടില്ല. കൊച്ചായിരിക്കുമ്പോൾ ഉണ്ട്. അവളുടെ മാറിടം കനക്കുകയും മുഖം കുനിയുകയും ചെയ്തതിനുശേഷം ഇല്ല. തെറ്റായിപ്പോയി. പോരുമ്പോഴെങ്കിലും ഒരുമ്മ കൊടുക്കേണ്ടതായിരുന്നു.

സ്ത്രീയുടെ ശരീരത്തിനു ചൂടുണ്ടോ?

ഒരുവേള അവധി കിട്ടാതെ കിടന്നു മരിച്ചെങ്കിലോ? യുദ്ധം അവസാനിച്ചു. എന്നു പറക വയ്യ. യുദ്ധം എന്നും ഉണ്ട്. അല്ലെങ്കിൽ ഒരു യുദ്ധത്തിന്റെ സാഹചര്യം എപ്പോഴും ഉണ്ട്. ലോകം അങ്ങനെയാണ്. ചരിത്രം അതേപടിയാണു മുന്നോട്ടു നീങ്ങിയിട്ടുള്ളത്.

പട്ടാളക്കാരൻ എങ്ങനെയാണു മരിക്കുക?

ചുഴറ്റിച്ചുഴറ്റിപ്പായുന്ന വെടിയുണ്ടയെപ്പറ്റി അവധിയിൽ വരുന്നവർ പറയുന്നു. പിന്നെ ബോംബാണ്. ഓ, ബോംബ് പൊട്ടൽ എങ്ങനെയിരിക്കും? പെട്ടെന്ന് ഒരലർച്ച. പിന്നെ ഒന്നും കാണുകയില്ല. അവയവങ്ങളില്ല. മാംസമില്ല. എല്ലില്ല. കത്തിക്കരിഞ്ഞ്, ഭസ്മമായി, ചിതറി... അവിടെ അകം കിടുങ്ങിയതുകൊണ്ട് അവൻ എല്ലാം മറന്നു. പിന്നെ ഓർത്തതാണ്.

മാലതി കാത്തിരിക്കും.

മൂന്നാമത്തെ ദിവസം അവൻ കേമ്പിൽ എത്തി.

"ആ പോണ പയ്യനെ അറിയോ?"

"ആരെ?"

"ആ പോണതിൽ വലത്ത്."

"ഇല്ലല്ലൊ."

"അവന്റെ ചുണ്ട്..."

ഇത് അവനെക്കുറിച്ചാണ്. വന്ന അന്ന് ഉച്ചതിരിഞ്ഞിട്ടുണ്ട്. രാമകൃഷ്ണനു ശരീരത്തിലാകെ ഇക്കിളി തോന്നി. അവർ പറകയാണ്, അവന്റെ ചുണ്ട്.

അന്ന് അവൻ ഉറങ്ങിയില്ല. നന്നേ ക്ഷീണമുണ്ട്. ഇരുട്ടറപോലുള്ള ബാരക്കിൽ കയറു പാതിയും പോയി കണ്ടൻചാടിയ കട്ടിലിൽ കിടന്ന് അവൻ വിയർത്തു.

പിറ്റേന്ന് അവനെ മറ്റുള്ളവരുടെകൂടെ ആട്ടിത്തെളിച്ചുകൊണ്ടുപോയി. മെയിൻ ക്വാർട്ടർമാസ്റ്റർ സ്റ്റോറിൽനിന്നു കമ്പനി സ്റ്റോറിലേക്കു റേഷൻ ചുമക്കാനായിരുന്നു.

അരിമൂട്ട!

രാമകൃഷ്ണൻ അമ്പരന്നു. റേഡിയോ എഞ്ചിനീയറിങ് പഠിക്കാനാണ് തന്നെ എടുക്കുന്നതെന്നു റിക്രൂട്ടിങ് ഓഫീസർ പറഞ്ഞിരുന്നു.

"ആങ്ങ്ജി ഉഠാവോ."

അവരെ കൊണ്ടുവന്ന പന്നിപോലെ തടിച്ച ലാൻസ്നായക് മീശ തലോടിക്കൊണ്ട് കല്പിച്ചു.

"ഒറ്റയ്ക്കോ?"

ആ മലയാളി വീണ്ടും പട്ടാളത്തിന്റെ ഭാഷയിൽ ഓർഡർ ചെയ്തു:

"ഉഠാവോ!"

രാമകൃഷ്ണൻ പൊക്കിനോക്കി. പൊന്തുന്നില്ല.

ലാൻസ്നായക് മറ്റുള്ളവരെക്കൊണ്ടു പിടിപ്പിച്ച് അവന്റെ പുറത്തു മൂട്ട ഏറ്റി. നട്ടെല്ലു പൊട്ടുന്നു. വാരിയെല്ലു കിരുകിരുക്കുന്നു. നെറ്റി പൊള്ളുന്നു.

വേച്ചുവേച്ച് അവൻ നടന്നു.

ഇല്ല, നടന്നുകൂട.

"വന്നിരിക്കയാ, പട്ടാളത്തില്!"

പിന്നിൽനിന്ന് ആരോ വിളിച്ചുപറഞ്ഞു.

രാമകൃഷ്ണൻ മൂട്ടയോടെ നിലംപൊത്തി.

പിന്നിൽനിന്ന് ഒരു കൂട്ടച്ചിരി ഉയർന്നു.

ഖഴുതെ!

ലാൻസ്നായക് ഓടിയെത്തി.

"ശവം!... എന്തിനാ വലിഞ്ഞുകേറി പോന്ന്?"

അതായിരുന്നു പട്ടാളത്തിന്റെ തുടക്കം. കഴുത, ശവം, പട്ടി മുതലായ വാക്കുകളാൽ എതിരേല്ക്കപ്പെടുമ്പോൾ ഞാൻതന്നെ എന്ന അർത്ഥത്തിൽ കേട്ടുനില്ക്കണം. അമ്മപെങ്ങന്മാരെ തെറിപറയുമ്പോൾ എന്റെതന്നെ എന്നു സമ്മതിക്കണം. അവനവൻ എന്തെങ്കിലും മിണ്ടിപ്പോയാൽ,

"ഷട്ടപ് യൂ ബ്ലഡി ഫൂൾ!"

പിന്നെ ഒരു പ്രസംഗമാണ്:

"നിങ്ങൾ തോട്ടികളേക്കാൾ കൊള്ളാത്തവരാണ്. ബിയ്യെ എമ്മെ ബിഎസ്സി... എന്റമ്മേ! ഞാൻ പറയണ്ട. ത്ഫൂ! പ്ലേറ്റു നിറയെ തിന്നാൽ പോര പട്ടാളത്തിൽ വേണ്ടത് ഡിസിപ്ലിനാണ്, ഡിസിപ്ലിൻ, ഒബേ ദി ഓർഡർ. ഇല്ലേ, പഠിപ്പിക്കും. അതിന്നാണ് ക്വാർട്ടർഗാർഡുള്ളത്. ഞാനൊന്നു വിരലനക്കിയാൽ മതി, ഇരുപത്തെട്ടു ദിവസം നിങ്ങൾ പോയി കിടക്കേണ്ടി വരും. ക്വാർട്ട്മാർഷൽ ചെയ്ത് സിവിൽ ജയിലിൽ അയയ്ക്കും. ഖബർദാർ! സംശയമുണ്ടോ?"

എന്താണു ചെയ്യേണ്ടതെന്നറിയുന്നില്ല. മനുഷ്യൻ മനുഷ്യനെ പേടിക്കുക. രാമകൃഷ്ണൻ കട്ടിലിൽ കമഴ്ന്നുകിടന്നു കരഞ്ഞു. അപ്പോൾ അടുത്ത കട്ടിലിൽ കിടക്കുന്ന പാപ്പച്ചൻ ചോദിക്കയാണ്.

"എടാ നീ ഒറങ്ങ്യോ?"

രാമകൃഷ്ണൻ മിണ്ടിയില്ല.

"ചെക്കനിന്ന് എന്തു പറ്റീതാ?"

രാമകൃഷ്ണൻ മിണ്ടിയില്ല.

അവൻ ഓർക്കുകയായിരുന്നു: അവന്റെ മാലതി അന്നും പറഞ്ഞു...

നിമിഷങ്ങൾ നീങ്ങി.

"എടാ നീ ഒറങ്ങ്യോ?"

പാപ്പച്ചൻ വീണ്ടും ചോദിച്ചു.

"ഇല്ല."

അവൻ പറഞ്ഞുപോയി.

"ന്നാ നീ ഇങ്ങു വന്നേ."

"എന്തിനാ?"

"ന്റെ കൂടെ കെടന്നോ."

"എന്തിനാദ്?"

"എനിക്കു തണുക്കുന്നു."

"അതെയോ? അതു ഞാനറിഞ്ഞില്ല."

അങ്ങനെ അവൻ അതറിഞ്ഞു. പട്ടാളത്തിൽ പെണ്ണുങ്ങളില്ല. ഉണ്ട്. ആശുപത്രിയിൽ നഴ്സുമാരുണ്ട്. ലേഡി ഡോക്ടർമാരുണ്ട്. ടെലഫോൺ എക്സ്ചേഞ്ചിൽ ഓപ്പറേറ്റർമാരുണ്ട്. ഓഫീസുകളിൽ ടൈപ്പിസ്റ്റുകളുണ്ട്. കണി കാണാൻ മാത്രമാണ്, ഈ ട്രെയിനിങ് റെജിമെന്റിൽ അവരാരും ഇല്ല. എന്നാൽ ഇവിടേയും ഉണ്ട്. ധോബിഗാർഡിലുണ്ട്. ഫേമിലി ക്വാർട്ടേഴ്സിലുണ്ട്. റോഡിൽക്കൂടെ ചിലപ്പോഴൊക്കെ പോകാറുണ്ട്. പിന്നെ സിനിമാ മാസികകളിലും മറ്റും അവരുടെ പടമുണ്ട്. അതൊന്നും പട്ടാളക്കാരന്റെ ചൂടുള്ള ആഗ്രഹങ്ങളെ ഒതുക്കുന്നില്ല. അപ്പോൾ അവൻ ചോരയുള്ള ചെറുപ്പക്കാരന്റെ പിമ്പേ കൂടുകയായി.

"ഓ! ചെറുപ്പമല്ലേടാ?"

അവൻ മിണ്ടിയില്ല.

"അപ്പ ചെക്കൻ മിണ്ടില്ല."

അവൻ മിണ്ടിയില്ല.

എല്ലാം ഞെട്ടിക്കുന്ന സംഭവങ്ങളായിരുന്നു. രാമകൃഷ്ണൻ വന്നയുടനെ നടന്ന ഒന്ന്:

സുരേന്ദ്രനാഥബാനർജി എന്നൊരു ബംഗാളിപ്പയ്യന്റെ കട്ടിലിൽ 'കോഴി'എന്നു വിളിപ്പേരുള്ള ഒരു ഹവിൽദാർ കയറിക്കിടന്നു. രാത്രി ഒന്നര കഴിഞ്ഞിട്ടുണ്ട്. ബാനർജി നിലവിളിച്ചു. അടുത്തു കിടക്കുന്നവർ എണീറ്റു.

പിറ്റേന്ന് ബാനർജി കമ്പനി കമാൻഡർക്ക് അപേക്ഷ കൊടുത്തു. തന്നെ ബലാൽസംഗം ചെയ്ത ഹവിൽദാരുടെ പേരിൽ നടപടിയെടുക്കാൻ ആവശ്യപ്പെട്ടു. അവൻ കാത്തിരുന്നു. അവന്റെ സാക്ഷികൾ കാത്തിരുന്നു. ഒന്ന്, രണ്ട്, മൂന്ന്, നാലാമത്തെ ദിവസം ബാനർജിയെ ഓഫീസിലേക്കു വിളിച്ചു. അവന്റെ പേരിൽ ചാർജ്ജ്ഷീറ്റ് തയ്യാറാക്കിയിരിക്കുന്നു. സൽസ്വഭാവിയും കൂറുള്ളവനുമായ ഹവിൽദാരെ കരുതിക്കൂട്ടി അപമാനിക്കാൻ കള്ളക്കേസുണ്ടാക്കിയിരിക്കുന്നു.

ബാനർജിയെ ശിക്ഷിച്ചു: മൂന്നുമാസം കഠിനതടവ്.

അപ്പോൾ, ഇതാണു പട്ടാളം...

അവൻ മേലാളുകളെ കഴിയുന്നതും ഒഴിഞ്ഞുമാറിപ്പോന്നു. ഒഴിവുസമയത്ത് അവരുടെ മുമ്പിൽ പെട്ടുകൂടാ. അവരുടെ ബൂട്ട് പൊടി തുടച്ചു

പോളീഷ് ചെയ്യാനുണ്ടാകും. അഴുക്കുതുണിയെടുത്തു ധോബിഗാർഡിൽ കൊണ്ടുപോകേണ്ടിയിരിക്കും. അവർക്ക് നിലക്കടല വാങ്ങികൊണ്ടു വരേണ്ടിവരും. കല്പന നിരസിച്ചാൽ! പിറ്റേന്നു പരേഡിനു പോകേണ്ടത് അവരുടെ കീഴിലാണ്. പൊറുക്കേണ്ടത് അവരുടെ കീഴിലാണ്. പൊള്ളുന്ന മണലിൽ ഹാൻഡ്സ് ഡൗൺ. ചരലിൽ ക്രോളിങ്. പടുവെയിലിൽ ബൈ പോർട്ട് അംസിൽ ഡബിൾ മാർച്ച്.

രാമകൃഷ്ണൻ സെക്ഷൻ കമാൻഡറുടെ റൂമിന്നടുത്തുകൂടെ പോകാ റേയില്ല. ബാരക്കിന്റെ അറ്റത്തായിരുന്നു അയാളുടെ മുറി. വല്ലപ്പോഴും പുറത്തുപോകണമെങ്കിൽ ഉമ്മറത്തുവന്ന് ഒളിച്ചുനോക്കും, വാതിൽ അടച്ചിട്ടുണ്ടോ? ഉണ്ടെങ്കിൽ തഴുതു കാണുന്നുണ്ടോ എന്നു നോക്കുക യായി. എങ്കിൽ, ഓ, കടന്നുപോകാം.

എന്നിട്ടും പെട്ടുപോയി. ഒരു ദിവസത്തെ കഥ:

പുലരുന്നേയുള്ളൂ. അവൻ ചായ കുടിക്കാൻ മെസ്സിലേക്കു പോകയാണ്.

"ഇങ്ങു വന്നേടാ."

"എന്താ സാർ?"

"എനിക്ക് ഒരു ചായ കൊണ്ടുവാ."

"ആ സാർ."

"അതാ എന്റെ മുറിക്കകത്തു കടന്നു കപ്പെടുത്തോ."

രാമകൃഷ്ണൻ കപ്പു തിരഞ്ഞു. ഹൈ! അതിൽ നിറയെ അഴുക്ക്. തലേ ദിവസം കുടിച്ച പായസത്തിന്റെ എച്ചിൽ! അകത്തും പുറത്തും ഇഴുകി ഉണങ്ങിപ്പിടിച്ചിരിക്കുന്നു.

അവൻ പാത്രമെടുത്തു കഴുകി.

ഒബേ ദി ഓർഡർ!

പിന്നെ അടുത്തൊരു ദിവസം രാമകൃഷ്ണൻ ബാരക്കിന്റെ ഉമ്മറത്തി രിക്കുകയായിരുന്നു. കാറ്റുകൊള്ളാമെന്നുദ്ദേശിച്ചിട്ടാണ്. ഉണ്ടിട്ടു വന്നതേ യുള്ളൂ.

"ഇധർ ആ!"

വിരൽ ഞൊടിച്ചുകൊണ്ട് ആരോ വിളിച്ചു. അവൻ നോക്കി. സെക്ഷൻ കമാൻഡറാണ്.

"ഇവിടെ വാ."

അവൻ ചടാന്ന് എണീറ്റു. അയാൾക്ക് വെള്ളം കൊണ്ടുവരാനായി രിക്കും അതോ ഉണ്ട പാത്രം കഴുകാനോ?.. ഒരഞ്ചു മിനിറ്റ് ഒന്ന് ഇരുത്തി യെങ്കിൽ!

ഒരു പട്ടി അവനെ മുറിഞ്ഞുകടന്നു. വാലാട്ടുന്നുണ്ട്. സെക്ഷൻ കമാണ്ടർ അപ്പോഴും കൈ ഞൊടിച്ചുകൊണ്ടു വിളിക്കയാണ്:

"ഇധർ ആ!"

"എന്തായി?"

അവൻ തന്നോടുതന്നെ ചോദിച്ചു. ■

പുതിയ കവിത

ഇളവെയിൽ പരന്നില്ല. ഓണത്തുമ്പി പറന്നില്ല സഹദേവൻ പഠിക്കാനിരുന്നു. ഓലത്തടുക്കിൽ ചമ്രം പടിഞ്ഞിരുന്നു. തടുക്കിന്റെ അറ്റത്തു പുസ്തകം നിവർത്തിവെച്ചു വായന തുടങ്ങി. ആദ്യമാദ്യം ചുണ്ടുകൾ കോടുകയും വളയുകയും ചെയ്യുന്നുണ്ടായിരുന്നു. അക്ഷരങ്ങളുടെ വളവുകളും കുനികളും ചുണ്ടിൽ രൂപംകൊള്ളുകയാണ്. പിന്നീട് ചെറിയൊരു മൂളലായി. പതുക്കെപ്പതുക്കെ ഉറക്കെ വായിക്കുകയായി. താനറിയാതെ പാടുകയായി:

"ഓമനത്തിങ്കൾക്കിടാവോ- നല്ല
കോമളത്താമരപ്പൂവോ?"

അമ്മ അടുക്കളയിൽനിന്ന് എത്തിനോക്കി. ഇന്നെന്താ ഇങ്ങനെ? പുലർന്നാൽ ഓണത്തുമ്പികളുടെ പിമ്പെ പാങ്ങിപ്പതുങ്ങി നടക്കലാണു പതിവ്. പൂച്ചയെപ്പോലെ ഒച്ചയില്ലാതെ, കുനിഞ്ഞ് ചുളിഞ്ഞു ചുളിഞ്ഞു നടക്കും. വേലിപ്പടർപ്പിൽ വെയിൽ കായുന്ന തുമ്പി അതാ അവന്റെ വിരൽത്തുമ്പുകൾക്കിടയിലാണ്. പിന്നെ ഇടത്തെ കൈവെള്ളയിലെ കൊച്ചുകല്ലിന്നു മീതെ തുമ്പിയെപ്പിടിച്ചു കല്പന കൊടുക്കുകയായി:

"തുമ്പ്യേ തുമ്പ്യേ കല്ലെടുക്ക്, തമ്പ്രാൻ പറഞ്ഞു കല്ലെടുക്കാൻ."

അമ്മയ്ക്കു സഹികെടും.

"നീയൊന്നു പഠിച്ചു ചൊല്ലടാ, മോനെ."

അവൻ കേട്ട ഭാവം നടിക്കില്ല.

"അച്ഛനിങ്ങു വരട്ടെ!"

അവനു പേടി തോന്നും.

"ങ്ങക്കെന്താന്നാ?"

അവനു കരച്ചിൽ വരും. തുമ്പിയെ വിടും. ഉമ്മറത്തുകയറി സ്ലേറ്റും പുസ്തകവും എടുത്തു കാക്കിരികൂക്കിരി നാലു വര വരയ്ക്കും.

ഇന്നവനു മറ്റൊരു ചിന്തയുമില്ല. ക്ലാസിൽ 'ഓമനത്തിങ്കൾക്കിടാവോ' കാണാപ്പാഠം ചൊല്ലണം. പുലർന്നപ്പോൾ ആ പാഠമാല ചുണ്ടിലുണ്ട്. എന്തൊരു പാട്ട്! സരസ്വതിടീച്ചർ ചൊല്ലിക്കൊടുത്തപോലെ ചൊല്ലണമെന്നുണ്ട്. അതു കിട്ടുന്നില്ല. വാക്കുകൾ തട്ടിത്തടയുകയാണ്. തപ്പിപ്പിടിച്ച വിരൽത്തുമ്പിലൂടെ അക്ഷരങ്ങൾ വായിച്ചു. പിന്നീട് വാക്കുകളാണ്. വിരൽ മാറ്റി. പതുക്കെപ്പതുക്കെ കരൾ നിറഞ്ഞു. ഈ ലോകം മുഴുവൻ നിറഞ്ഞു മുറ്റിനില്ക്കയാണ്. അതിൽ അവന്റെ ഒരൊറ്റ ശബ്ദം അവൻ കേൾക്കുന്നു. അപ്പോഴാണ് ജാനമ്മ പടിക്കൽ വന്നു വിളിക്കുന്നത്. ഓ! സ്കൂളിൽ പോണം. ജാനമ്മയ്ക്കു കാലത്തേ കഞ്ഞി കാലാവും. കഞ്ഞി കുടിച്ചിട്ടാണ് അവളുടെ അച്ഛൻ കല്ലുവെട്ടാൻ പോവുക. അവന്റെ വീട്ടിൽ അച്ഛൻ പാടത്തു നിന്നു വരുമ്പോഴേക്കും കഞ്ഞി കാലായാൽ മതി. വെമ്പലായി. മുറ്റത്തിറങ്ങി നിഴൽ നോക്കി. ചാണക്കല്ലിൽ തല മുട്ടിനില്ക്കുന്നു! എന്നാലും

സംശയമാണ്. അവനു നീളംവെക്കുന്നു എന്നാണ് ജാനമ്മയുടെ അമ്മ പറയുന്നത്. എപ്പക്കണ്ടാലും പറയുന്നത് അതാണ്. അവനെ പേറെടുത്തതു ജാനമ്മയുടെ അമ്മയാണത്രേ! അവൻ ഓരോ തലനാരിന്നു വളരുന്നതും ജാനമ്മയുടെ അമ്മ കാണുന്നുണ്ട്! ഇറയത്തിന്റെ നിഴൽ നോക്കി. ചുവരിൽ നിന്ന് ഉമ്മറത്തേക്ക് ഇറങ്ങുകയാണ്. തെറിച്ചു നില്ക്കുന്ന ഓലത്തുരുമ്പുകളുടെ നിഴൽ വലിയ അരിവാളിന്റെ പല്ലുപോലുണ്ട്. പോകാറായി. പിടഞ്ഞുകൊണ്ട് അടുക്കളയിലേക്കു പാഞ്ഞു. അമ്മയോടു ചോദിച്ചു:

"കഞ്ഞിക്കു നേരമായില്ലേ- അമ്മേ കഞ്ഞി വിളമ്പുക വേഗം."

ഓർത്തത് അമ്മയ്ക്കിഷ്ടമാവുമെന്നാണ്. എന്നാൽ അല്ല. അമ്മ തിരിഞ്ഞു ചൂലെടുത്തു: "പോടാമ്പടന്ന്."

എന്താത്? അറിഞ്ഞുകൂടാ. അവൻ ഒഴുകുകയായിരുന്നു. അവന്റെ കരൾ ഒഴുകുകയായിരുന്നു. ഒഴുക്കിൽ പാടിപ്പോയി. അറിഞ്ഞുകൊണ്ടല്ല.

അമ്മ ശകാരം തുടങ്ങി. കലംപൊളിയൻ! അടുക്കളയിലാണോ പാട്ട്! അവനൊന്നും മനസ്സിലാവുന്നില്ല. കഞ്ഞി ചോദിച്ചതുകൊണ്ടാണെങ്കിൽ, വേണ്ട. കുടിക്കാതെ പോകയാണ്. ജാനമ്മ വിളിക്കുന്നു. അവൻ പുസ്തകവും സ്ലേറ്റും പെറുക്കി സഞ്ചിയിലിട്ടു.

അമ്മ വിളിച്ചു: "നിയ്യെമ്പടാടാ?"

ശബ്ദം കേട്ടപ്പോൾ അവൻ ഓടി. അവന് അമ്മയോട് ഒരു പിണക്കവുമില്ല. അവന്റെ അമ്മ!

പുറപ്പെട്ടപ്പോൾ അവൻ ജാനമ്മയോടു ചോദിച്ചു: "ഉമ്മിണി നിന്നോ?"

"ഉം."

"മണിയടിച്ചോ?"

"അടിച്ചേരിക്കും."

"ഒന്നാം ബെഞ്ചിലിരിക്കാൻ പറ്റൂലെ?"

അവന് ഒന്നാംബെഞ്ചിലിരിക്കണം. ജാനമ്മയ്ക്ക് അവന്റെ അടുത്തിരിക്കണം. നേരത്തെ ചെന്നില്ലെങ്കിൽ തിക്കുകൂട്ടണം. ആരായാലും അവൻ തിക്കി നീക്കിയിരുത്തും. ജാനമ്മ തക്കം നോക്കിനില്ക്കും. ഒന്നാംസ്ഥാനം ഒഴിയും. അവൾ ചടാന്ന് ഇരുന്നു കളയും. അവൻ എതിരാളിയെ തിക്കി നീക്കുംതോറും അവൾ കാൽ പരത്തി സ്ഥലം നിറഞ്ഞിരിക്കും. എതിരാളി തോറ്റാൽ അവൻ എണീറ്റ് ഒന്നാംസ്ഥാനത്തേക്കു മാറും. ജാനമ്മ രണ്ടാം സ്ഥാനത്തേക്ക്. കൊച്ചാപ്പു വന്നിട്ടുണ്ടെങ്കിൽ അവന് ഒറ്റയ്ക്കു പറ്റില്ല. ജാനമ്മയും അവനുംകൂടെ തിക്കണം. അതിനു കൊച്ചാപ്പു അവന്ന് ഒരു പുതിയ പേരിട്ടിട്ടുണ്ട്: "ടാ ആനക്കാരോ!"

എന്തുകൊണ്ടെന്നാൽ അവൻ ജാനമ്മയുടെ ആളാണ്. അതിനെന്താ? പറയുന്നതു മേലു പറ്റില്ലല്ലോ. അവന്റെ തിക്കുകൊണ്ടാൽ ഇത്തിരി വേദനിക്കും!

"നമ്മക്കോടണം." അവൻ പറഞ്ഞു.

"നിക്ക് വയ്യ." ജാനമ്മ സമ്മതിക്കുന്നില്ല.

"അല്ലെങ്കിലും മന്തിയാ." അവൻ മുഖം കറുപ്പിച്ചു.

അവൾ കൊഴുത്തുരുണ്ട കുട്ടിയാണ്. ഉരുളുന്ന മത്തങ്ങപോലെ നടക്കും. നടക്കുന്നതിനിടയ്ക്ക് അവൾ പറഞ്ഞു: "അമ്മുച്ചോത്തി പെറ്റു."

"എപ്പളാ?"

"രാത്തിരി."

"നിയ്യ് കണ്ടോ?"

"ന്റമ്മ പോയി."

"എന്തിനാ നെന്റമ്മ പോണ്?"

"ന്റമ്മയല്ലേ ല്ലാര്ക്കും പേറെടുക്കാ?"

"എല്ലാരും പെറുമോ?"

"പെണ്ണുങ്ങളാ, മോനെ!"

അതു ശരിയാണ്. അമ്മുച്ചോത്തിയെ അവൻ കണ്ടിട്ടുണ്ട്. അമ്മയുടെ കൂടെ കുളിക്കാൻ പോയപ്പോഴാണ്. വയറങ്ങനെ വീർത്തു ചാടിയിട്ടുണ്ടായിരുന്നു. അവൻ ചോദിച്ചു: "എങ്ങനാ പെറുക?"

അവൾക്കറിഞ്ഞുകൂടാ.

അവൻ ചോദിച്ചു: "വയറ് പൊട്ട്വേരിക്കോ?"

"ആയിരിക്കും."

"ന്ന്ട്ട് തുന്നിക്കുത്ത്വേരിക്കോ?"

"ആയിരിക്കും."

"തുന്നിക്കുത്താനാ നെന്റമ്മ പോണ്?"

അവൾ ഒന്നും പറഞ്ഞില്ല. മറ്റൊരു കാര്യം ഓർക്കുകയായിരുന്നു. ഓർത്തിട്ടു പറഞ്ഞു: "പെറുമ്പോൾ എണ്ണ വേണം."

"എന്തിനാദ്?"

"അല്ലാച്ചാല് ചോര വരും."

അവൻ മിഴിച്ചുനിന്നു. വാ പിളർന്നു നെടുവീർപ്പിട്ടു. എന്നിട്ടു ചോദിച്ചു: "അപ്പെന്തിനാ പെറണ്?"

"കല്യാണം കഴിച്ചാല് പെറും."

"അപ്പ മ്മള് കല്യാണം കഴിച്ചാലോ?"

"ഞാൻ പെറും."

അവൾ നാണിച്ചുനിന്നു. അവനു പേടിതോന്നി. പെറ്റാൽ ചോര വരും. വേണ്ട. അവൻ പറഞ്ഞു: "കല്യാണം കഴിക്കണ്ട."

അവൾ ഒന്നും പറഞ്ഞില്ല. സ്കൂളിന്നടുത്തെത്തിയപ്പോൾ കൂക്കുവിളിയും ബഹളവും കേട്ടു.

"മണിയടിച്ചിട്ടില്ല."

"എന്നാത്തിരി വേഗം നടക്ക്."

"എന്നാലും കാണും."

"കണ്ടോട്ടെ."

"അവര് പോയി സ്ഥാനംപിടിക്കൂലെ?"

"മ്മള് തിക്കില്ലേ?"

"തിക്കണ്ട."

"ഉം?"

"അവര് പറേണ കേട്ടില്ലെ?"

"ഉം?"

"ആനക്കാരാന്ന്!"

അവനും നാണം തോന്നി. ഒന്നും മിണ്ടാതെ നടന്നു. പടികയറിയതും അവർ നിന്നു കൂവുകയാണ്.

"ആന."

"പിടിയാന."

"ആന ഇടത്തു പീരി!"

"ആനക്കാരോ!"

അവനു ദേഷ്യം വന്നു.

"അന്റപ്പനാ ആനക്കാരൻ!"

"അന്റപ്പൻ കോന്തൻ."

"ആരാണ്ടാ ന്റച്ഛനെ വിളിച്ച്?"

തല്ലായി. പൊത്തുംപിടിയുമായി. ഇടയ്ക്ക് ആരോ പറഞ്ഞു: "മാഷ് വരണേ."

എല്ലാം ശാന്തമായി. എല്ലാവരും ക്ലാസിലേക്കു പാഞ്ഞു. സഹദേവനു മൂന്നാംബെഞ്ചിന്റെ നടുക്ക് ഇടം കിട്ടി. അടുത്തു ജാനമ്മ ഇരുന്നു. അവൻ മിണ്ടിയില്ല. അവൾ ഇടയ്ക്ക് അവന്റെ മുഖത്തു നോക്കി.

"ന്നെന്താ?"

അവൻ മിണ്ടിയില്ല.

"എന്നാ വേണ്ട."

അവൾ ചുണ്ടു പിളുക്കി.

അവനു ദേഷ്യം വരികയാണ്. സഹികെട്ട് അവൻ പറഞ്ഞു:

"നെനക്ക് വേറെ ഇരുന്നൂടെ?"

അവളുടെ ചുണ്ടുകൾ വിതുമ്പി. കണ്ണുകൾ കലങ്ങി. കവിൾ കനപ്പിച്ചു കീഴോട്ടു നോക്കിയിരുന്നു.

സ്കൂൾവിട്ട് അവർ റോഡിലേക്കിറങ്ങിയപ്പോഴും അവർ കൂവി:

"ആനക്കാരോ!"

അവൻ മിണ്ടിയില്ല. ഒട്ടുനടന്നു തിരിഞ്ഞു നോക്കി. ജാനമ്മ ഉരുണ്ടുരുണ്ട് ഒപ്പം വരുന്നുണ്ട്.

"നീയൊന്ന് നടക്ക്വോ?"

"ഞാൻ നടക്കണൊാക്കേണ്ട്?"

"വേഗം നടക്കാനേ."

"എന്തിനാ?"

"നെനക്കിത്തിരി നാണല്യ."

"എന്തിനാപ്പ നാണം?"

"നീയല്ലെ പറഞ്ഞ്?"

"എന്ത്ന്ന്?"

"മറന്നോ?"

"എപ്പോ?"

"കാലത്തു പോരുമ്പളേ."

"എന്ത്ന്ന്?"

"പെറൂന്ന്."

"ഓ! പ്പതിനാ? അതിന് കല്യാണം കഴിക്കണ്ടെ?"

"മ്മള് കല്യാണം കഴിക്കൂലെ?"

അവൾക്കു നാണം തോന്നി. മിണ്ടാതെ നടന്നു. അവളുടെ വീടിന്റെ പടിക്കൽ അവൻ നിന്നു. എന്നും അങ്ങനെയാണ്. ആ കൊച്ചുവീടിന്റെ വടക്കേ കോണിൽ ഒരു വരിക്കപ്പിലാവുണ്ട്. അതിന്റെ പ്ലാവിലയ്ക്കു പുള്ളിയുണ്ട്. ചന്തമുണ്ട്. അതിന്റെ പ്ലാവില കൊണ്ടാണ് സഹദേവൻ കഞ്ഞി കുടിക്കുക. അവൻ പടിക്കൽ നില്ക്കുന്നു. അവൾ പ്ലാവില എടുത്തുകൊണ്ടുവരുന്നു. അവൾ വന്നു. പ്ലാവില കൊടുക്കുമ്പോൾ ചോദിച്ചു:

"വരൂല്യെ?"

അവൻ തലയാട്ടി.

"എന്താ മിണ്ടാത്ത്?"

"വരാന്ന്."

"സത്യം പറേണം."

"സത്യായിട്ടും വരാം."

കഞ്ഞി കുടിച്ചതോടെ അവൻ വന്നു. കുന്നിൻനെറുകയിൽനിന്നു തുടങ്ങി പടവുകൾ പടവുകളായി ആ പാഴ്പറമ്പ് കീഴോട്ടിറങ്ങിവരികയാണ്. അച്ഛന്റെ ജീവൻ ആ പറമ്പിലെ ചുവന്ന ചേടിമണ്ണിലാണ്. അതിൽ രണ്ടാമത്തെ തട്ടിൽ ഒരു കിണറു കുഴിക്കണം. എന്നാൽ മൂന്നു തട്ടിൽ കൃഷി ചെയ്യാം. കിണറുള്ളതിൽ വാഴ തേവിനനയ്ക്കാം. അടിയിലും മുകളിലുമുള്ള തട്ടുകളിൽ വെണ്ട, വഴുതന, മുളക്-കോരി നനയ്ക്കാം. കുന്നത്തു കിണറ് കുഴിച്ച് വെള്ളമാക്കാൻ ചില്ലറ ചെലവുണ്ട്. അതിനു പാകമില്ല. ഇനി സഹദേവൻ വളർന്ന് ആളായിട്ട് ചെയ്തോട്ടെ.

അവന്റെ ജീവിതം തുടങ്ങിയത് ആ പാഴ്പറമ്പിലാണ്. അതിന്റെ അടിയിലെ തട്ടിൽ ഓരത്തു മുളംകാടുകളും നടുക്കു മാവുകളുമാണ്. പറമ്പിന്റെ തെക്കേ വേലിക്കപ്പുറത്താണ് ജാനമ്മയുടെ വീടും പറമ്പും. അവർ രണ്ടു പേരും മാവിന്റെ കടയ്ക്കലിരുന്നു കളിക്കുന്നു. ജാനമ്മയുടെ അമ്മ നിന്നു

നോക്കുന്നു. അവർക്ക് ആൺമക്കളില്ല. സഹദേവനെ പേറെടുത്തത് അവരാണ്.

"ന്റെ കൊച്ച് മുതിർന്നതു കണ്ടോ?"

അങ്ങനെയാണു പറയുക. അവൻ മുതിർന്ന് ആളാവട്ടെ.

അവർ കൊത്തൻകല്ലു കളിച്ചു. ജാനമ്മ തോറ്റപ്പോൾ അവളുടെ കൊഴുത്തുരുണ്ട കൈത്തണ്ടയിൽ അവൻ ഇരുവിരൽകൊണ്ട് ഉറക്കെ അടിച്ചു. അവൾ ചുണ്ടു കൂട്ടിക്കടിച്ചു. കണ്ണുകൾ നിറഞ്ഞു. അവൻ തോറ്റപ്പോൾ അവൾ അവന്റെ കൈത്തണ്ടയിൽ കുറിവരയ്ക്കുംപോലെ വിരലുകൾ ചേർത്തു.

കല്ലുകളിച്ചു മടുത്തപ്പോൾ അക്കാക്കം പിക്കാക്കം കളിയായി. അവൾ കണ്ണുചമ്മിയിരിക്കുമ്പോൾ അവൻ കൈ രണ്ടും മടക്കിക്കാണിച്ചു.

"അക്കാക്കം പിക്കാക്കമേതില്?"

"ഇതില്."

അവൾ വലത്തെ കൈയിൽ ചൂണ്ടുവിരൽകൊണ്ടു കുത്തി.

അവൻ കൈ നിവർത്തി. ഒന്നും ഇല്ല.

"ചക്കരക്കയ്യും നൊട്ടിക്കൊ!"

അവൾ തോൽവി സമ്മതിച്ചു. എന്നാൽ എപ്പോഴും തോല്ക്കുകയാണ്.

"ആ കയ്യ് നീർത്ത്."

"വയ്യെങ്കിലോ?" അവൻ മിരട്ടി.

"നീർത്തണന്ന്."

"ന്നാ ഞാൻ ല്യ."

അവൻ മനമില്ലാമനസ്സോടെ നിവർത്തിക്കാട്ടി. ചിരിച്ചു. ആ കൈയിലും ഒന്നുമില്ല.

"ഇതിപ്പൊ കണ്ടോ?"

അവൾക്കു കരയണമെന്നുണ്ട്. അവൻ ഉറക്കെയുറക്കെ ചിരിക്കയാണ്.

"ഇനി കളി വേണ്ടാന്ന്."

"പിന്നെന്താ?"

"കാക്കക്കൂട് കളിക്കാ?"

അതാണ് അവൾക്കിഷ്ടം. ആരുമാരും കള്ളത്തരം കാട്ടില്ല. ആരും തോല്ക്കില്ല. അടിക്കില്ല. വേദനയില്ല. നിറനിറെ ചിരിച്ചുകൂട്ടുകയും ചെയ്യാം. അവന്റെ ഇടത്തെ കൈയിൽ അവൾ വലത്തെ കൈകൊണ്ടു നുള്ളുന്നു. അവളുടെ വലത്തെ കൈയിൽ അവൻ ഇടത്തെ കൈകൊണ്ടു നുള്ളുന്നു – എന്നിട്ട് മേല്പോട്ടും കീഴോട്ടും ആടുക:

"കാക്കേ കാക്കേ കൂടെവിടെ?

ചക്കരമാവിൻകൊമ്പത്ത്."

പിന്നെ നുള്ളുവിട്ട് ഇക്കിളി കൂട്ടലാണ്. അതോടെ കൂട്ടച്ചിരിയും. അവൾ അവനെ ഇക്കിളിയാക്കി ചിരിപ്പിച്ചു. അവൻ അവളെ തൊട്ടില്ല.

"എന്താപ്പൊ, ന്നെ ഇക്കിളിയാക്കാത്ത്?"

അവൻ മിണ്ടിയില്ല.

"ന്താ മിണ്ടാത്ത്?"

"മിണ്ടണോ?"

"ഉം."

"നമ്മളേ..."

"ഉം."

"പറേണോ?"

"ഉം."

"കല്യാണം കഴിക്കുമ്പഴേ..."

അവൻ പറഞ്ഞുതീർന്നില്ല. അപ്പോൾ അവളുടെ അമ്മ വേലിക്കൽ വന്നു വിളിച്ചു.

"മോനേ!"

"ന്താ?'

"കുടീല്ക്ക് പോ."

"ഓ!"

അവൻ എണീറ്റു നടന്നു. ഇല്ലിപ്പടിവരെ അവൾ ഒപ്പം പോയി. പോകുമ്പോൾ അവൻ തിരിഞ്ഞുനിന്നു. അവളെ വിളിച്ചു: "ജാനമ്മാ!"

"ഉം."

"മ്മക്കേ..."

"ഊം."

"കല്യാണം കഴിച്ചിട്ടേ..."

"ഞാൻ പൂവ്വാ." അവൾ ഇടയ്ക്കു കയറിപ്പറഞ്ഞു.

"ന്നാ ഞാൻ പറേണില്ല."

നാളുകൾ നീങ്ങുകയാണ്.

കല്ലുകളിച്ചു ജാനമ്മ തോറ്റാൽ സഹദേവൻ ഉറക്കെ അടിക്കില്ല. കാക്കക്കൂടു കളിക്കുമ്പോൾ അവൻ അവളെ ഇക്കിളിയാക്കില്ല.

"എന്താ പ്പ ങ്ങനെ?" അവൾ ചോദിച്ചു.

"ഇത്രൊക്കെ മതി."

"ന്നാ ഞാല്ല്യ."

"വേണ്ട."

അവർ പിണങ്ങി.

അവനു ഭയമാണ്. അവൾ പ്രസവിക്കും. പ്രസവിക്കുമ്പോൾ വയറു പൊട്ടും. ചോര വരും. ഞെട്ടിത്തെറിക്കുകയാണ്. ചോരയെക്കുറിച്ചോർക്കുമ്പോൾ അറപ്പുണ്ട്, വെറുപ്പുണ്ട്. അതുകൊണ്ട് അവളുടെ കൂടെ കളിക്കുമ്പോൾത്തന്നെ ഒരു തൊട്ടുകൂടായ്മ. സ്കൂളിൽനിന്നു വന്നാൽ കളിക്കാൻ

പോകില്ല. സ്കൂളിൽ ചെന്നാൽ തിക്കുകൂടില്ല. കിട്ടിയ ഇടത്ത് ഇരുന്നാൽ മതി. എന്നാലും നിഴൽപോലെ അവൾ അവനെ പിന്തുടരും.

"നിനക്കൊന്നു നടന്നൂടെ?"

"ഞാൻ നടക്കാ."

"ന്നാ നടക്ക്."

"എന്തിനാത്ര ദേഷ്യം?"

അവന് ഒന്നും പറയാനില്ല. അതുകൊണ്ട് ഒപ്പം നടന്നു. എല്ലാം പതിവു പോലെ നടന്നു. അവൾ എന്നും കാലത്ത് വരും, വിളിക്കും. അവൻ പുറപ്പെടും. ഒരുമിച്ചു പോകും. എന്നാലും അവൻ ഒറ്റപ്പെട്ടപോലാണ്. അതുകൊണ്ട് ഒരുമിച്ചു നടക്കുമ്പോഴും അകലെയകലെ ചെകിടോർക്കും. കിളികൾ ചിലയ്ക്കുന്നതു കേൾക്കും. പരുന്തു പറക്കുന്നത് നോക്കും. മേഘങ്ങൾ കാറ്റിലോടുന്നത് കാണും.

ഇടയ്ക്ക് ജാനമ്മ പഠിപ്പുനിർത്തി. വേലപ്പൻതന്തയ്ക്ക് കൂനായി. നീർന്നു കൂടാ. കുമ്പിട്ടുകൂടാ. കല്ലുവെട്ടാൻ വയ്യ. കാളിത്തള്ളയെ ആരും പേറിന്നു വിളിക്കില്ല. അവരുടെ കൈ വിറയ്ക്കും. പിന്നെ ഇടങ്ങഴി നാഴികണക്കിന് നാലഞ്ചു പെൺമക്കളാണ്. നേരെ ചൊവ്വേ ഇട്ടു തിളപ്പിക്കാനില്ല. ഒന്നുടുക്കാനില്ല. അതുകൊണ്ടു ജാനമ്മ പോണ്ട.

സഹദേവൻ ഒറ്റയ്ക്കു പോകും. അവൾ വരുന്നില്ലല്ലോ എന്നോർത്ത് അവൻ ഖേദിച്ചില്ല. അവൻ പോകുമ്പോൾ ജാനമ്മ നോക്കിനില്ക്കും, കണ്ണു നിറയും തേങ്ങും.

"പെണ്ണേ!"

കാളിത്തള്ള വിളിക്കും.

"എന്താന്നാ?"

"നിയ്യാ കൊച്ചിനങ്ങനെ നോക്കല്ല."

"ഉം?"

"ന്റെ കൊച്ചിനു കണ്ണേറുപറ്റും."

അവൾ മിണ്ടില്ല. അവൻ വരുമ്പോഴേക്ക് ഏറ്റവും നല്ല പ്ലാവില നോക്കി എടുത്തുവെക്കും. വേലിക്കൽ കൊണ്ടുകൊടുക്കും.

"മീനാക്ഷി വന്നിരുന്നോ?"

"വന്നേര്ന്ന്."

"ന്നെച്ചോദിച്ചോ?"

ഉടനെ കാളിത്തള്ള വിളിക്കയായി:

"പെണ്ണേ!"

"ന്താന്നാ?"

"നെന്നോട് ഞാൻ പറഞ്ഞിട്ട്ണ്ട്."

"ഓ!"

ഒറ്റയ്ക്കു നടക്കുമ്പോൾ അവന്റെ തലയിലൂടെ പലതും കടന്നുപോകും. മുക്കുറ്റിപ്പൂവിൽ പൂമ്പാറ്റ തേൻ കുടിക്കുന്നു. നോക്കിനില്ക്കും. കരൾ

നിറയുന്നതുപോലെ തോന്നും. ശ്വാസംമുട്ടും. ഇല്ല. ഒരുനാൾ പുലരുമ്പോൾ അവനു പിടികിട്ടി. പറമ്പിലേക്കു പോയതാണ്. അപ്പോൾ വിടർന്ന വാഴക്കുലയുടെ ചൊക ചൊകന്ന കുടപ്പനിൽ അണ്ണാൻ ഇരുന്നു തേൻ കുടിക്കുന്നു. നോക്കിനിന്നു. ഇടയ്ക്ക് അണ്ണാൻ അവനെ കണ്ടു. ചിലച്ചു തെള്ളിത്തെറിച്ചു. വാലിട്ടു തല്ലി, വീണ്ടും ചിലച്ചു. അവൻ നോക്കിനിന്നു. കരൾ നിറയുകയും ശ്വാസംമുട്ടുകയും ചെയ്തപ്പോൾ നടന്നു. നടക്കുന്നതിനിടയ്ക്കു മൂളുകയായി. ഓ! കിട്ടി.

"പൂവാലൻ കൊച്ചണ്ണാൻ വാഴക്കുടപ്പനിൽ
തേനുണ്ടു ലല്ലലം ലാലലല്ലം."

ഓ! ഒഴുകുകയാണ്. നിറഞ്ഞൊഴുകുകയാണ്:

"പൂവാലൻ കൊച്ചണ്ണാൻ വാഴക്കുടപ്പനിൽ..."

അവനു ചിരിക്കണമെന്നുണ്ട്. ആരാനും കേൾക്കും തുടയ്ക്കടിച്ചാഹ്ലാദിക്കണമെന്നുണ്ട്. ആരാനും കാണും. അതുകൊണ്ടു പാടി. അന്നു മുഴുവനും പാടി. ഒടുവിലത് അർത്ഥപുസ്തകത്തിന്റെ ഏടിൽ എഴുതി വെച്ചു.

വർഷങ്ങൾ കഴിഞ്ഞുപോയി.

അവന് എപ്പോഴും ജോലിയുണ്ട്. കാണുക, എഴുതുക, വായിക്കുക, പഠിക്കുക. അച്ഛൻ പറയുന്നത് പഠിക്കട്ടെ എന്നാണ്. എന്നാലും ഇത്രയേറെ ഉറക്കമൊഴിക്കേണ്ട ആവശ്യമില്ല. ഉറക്കമൊഴിക്കുക എന്നുവെച്ചാൽ, അതൊരു വല്ലാത്ത മല്ലുവേലയാണ്. ഇളയിലേ കായാതെ നോക്കണം. കാലം ഇനിയും കിടക്കുന്നു.

കാലം കാത്തുനിന്നില്ല. നിസ്സാരസംഭവങ്ങളാണ്. രണ്ടുതവണ വിളയുണങ്ങി. ഒരിക്കൽ മുങ്ങിപ്പോയി. പള്ളിയുടെ നിലമാണ്. പള്ളിക്കു പാട്ടം കിട്ടണം. എന്തുകൊണ്ടെന്നാൽ ന്യായമുണ്ട്. സ്വത്ത് എന്റെയോ നിന്റെയോ കാര്യക്കാരന്റെയോ അല്ല. വറുഗീസ് പുണ്യാളന്റെയാണ്. നെല്ല് ഇല്ലേ വേണ്ട; നെല്ലിന്റെ വക മതി. നെല്ലിന്റെ വകയില്ലേ വേണ്ട; പറമ്പ് പണയംതന്നാൽ മതി. പറമ്പ് പണയം പോയി. അതും പോരാ, രജിസ്റ്റർ നോട്ടീസ് കിട്ടി. കൃഷിക്കാരൻ വിശ്വസ്തനല്ല. നിലം ഒഴിയണം. ഒഴിയില്ലേ, വേണ്ട; കേസു കൊടുക്കുകയാണ്. നിലം ഒഴിഞ്ഞു. വെറ്റില കൃഷി തുടങ്ങി. എങ്ങനെയെങ്കിലും ജീവിക്കണം. ഉണ്ണാൻ നെല്ലില്ല. ആ നാലിൻതറിക്കകത്തു വൈക്കോലിന്റെ മണമില്ല. അപ്പോഴച്ഛൻ മാടത്തിന്നകായിൽ ഒരു തട്ടു കിളച്ചു കൊള്ളി കുത്തി. കൊള്ളി പൊടിച്ചു വളർന്നു. വേരു വലിഞ്ഞില്ല. പെരുച്ചാഴി മാന്താൻ തുടങ്ങി. എല്ലാറ്റിലും മീതെ, അച്ഛൻ കിടപ്പിലായി. മേലും കൈയും വേദന. സന്ധികളിൽ നീർക്കെട്ട്. വയസ്സുകാലത്തെ വയ്യായ്ക.

വയസ്സൻ കിടന്ന അന്ന് വെറ്റിലയ്ക്ക് ആൾക്കാർ വന്നു. നുള്ളാൻ ആളില്ല. അവർ മടങ്ങിപ്പോയി.

അവൻ ഇരുന്ന് എഴുത്താണ്.

പിറ്റേന്നു വെറ്റിലയ്ക്ക് ആൾക്കാർ വന്നു. നുള്ളാൻ ആളില്ല. അവർ മടങ്ങിപ്പോയി.

അച്ഛൻ കിടപ്പിലാണ്.

അവൻ ഇരുന്ന് എഴുത്താണ്. അപ്പഴാണ് ആ പയ്യൻ വെറ്റിലയ്ക്കു വന്നത്.

"അച്ഛൻ പറഞ്ഞു, മൂന്നു കാശിനു വെറ്റ്ല തരാൻ."

"നുള്ളാൻ ആളില്ലല്ലോ, മോനേ." കിടന്ന കിടപ്പിൽ കിടന്ന് അച്ഛൻ പറഞ്ഞു.

"അമ്മാനെ, വിർന്നാര് വന്നിരിക്ക്ണ്. അച്ഛൻ പറഞ്ഞു, മൂന്നു കാശിനു വെറ്റ്ല തരാൻ."

"ആരാണ്ടാ?"

അച്ഛൻ ചെരിഞ്ഞു കിടന്നുകൊണ്ടു ചോദിച്ചു.

"ചെറിയമ്മാനും അമ്മായീം."

"ദാ, സഹദേവനങ്ങേപ്രത്തുണ്ട്. ചെന്നുപറ."

കുട്ടി അവന്റെ അടുത്തുവന്നു.

"അച്ഛൻ പറഞ്ഞു, മൂന്നുകാശിനു വെറ്റ്ല തരാൻ."

സഹദേവൻ തല ഉയർത്തി നോക്കി. അമ്മുച്ചോത്തിയുടെ മകൻ രാഘവനാണ്!

"രാഘൂട്ടീ, എനിക്കു മരം കേറാൻ അറീല്യല്ലോ!"

കുട്ടി വിഷണ്ണനായി വയസ്സന്റെ അരികിലേക്കു ചെന്നു.

"അമ്മാനേ, സഹദേവേട്ടനു മരം കേറാൻ അറീല്യാന്ന്. അച്ഛൻ പറഞ്ഞിട്ടുണ്ടമ്മാനേ."

അച്ഛൻ ഒന്നു ഞരങ്ങി. കുത്തിപ്പിടിച്ചെണീറ്റ് അവന്റെ അടുത്തേക്കു ചെന്നു. അവൻ ഇരുന്ന് എഴുത്താണ്.

"നെനക്ക് മൂന്ന് കാശിന് വെറ്റ്ല നുള്ളിക്കൊടുത്തൂടാ, ഇല്ലേ?"

"അച്ഛാ!"

അച്ഛൻ നിന്നു കത്തുകയാണ്.

"അച്ഛന്നറിഞ്ഞുകൂടേ, എനിക്കു മരം കേറാൻ അറിയില്ലാന്ന്?"

"പിന്നെങ്ങനാടാ നീ ജീവിക്കാൻപോണത്?"

'കവിത എഴുതിയിട്ട്' എന്നു പറയാൻ അവനു ധൈര്യമില്ല. അതുകൊണ്ടു മിണ്ടാതെ നിന്നു.

അച്ഛൻ തുടർന്നു: "വേറെ പണി നോക്കിക്കോടാ മോനേ; ജീവിക്കണമെങ്കില് വേറെ പണി നോക്കിക്കോ."

അദ്ദേഹം ഞരങ്ങിക്കൊണ്ട് വീണ്ടും കട്ടിലിലേക്കു പോയി. സഹദേവൻ മിഴിച്ചിരുന്നു. തലച്ചോറിൽ വെളിച്ചംവീണപ്പോൾ താൻ കരയുകയാണെന്നു മനസ്സിലായി. എഴുതിക്കൂട്ടിയിരുന്ന കടലാസുകളും പകർത്തുന്ന നോട്ടുപുസ്തകവും എടുത്ത് ഒരേറുകൊടുത്തു: "ഫോ!"

വെറും കൊച്ചായിരുന്നപ്പോൾ താനൊരു കവിയാകുമെന്നു തോന്നിയിരുന്നു. കവി! മഹാകവി സഹദേവൻ! മഹാകവി സഹദേവൻ തൂങ്ങിച്ചാകാൻ

പോവുകയാണ്. മാടത്തിന്നകായിലേക്കു പോകാം. എണീറ്റു നടന്നു. നെഞ്ചിലൂടെ കണ്ണുനീരൊഴുകുകയായിരുന്നു. അവൻ ചെന്നപ്പോൾ മാവിൽനിന്നിറങ്ങിയ അണ്ണാൻ ചിലച്ചുകൊണ്ട് മുളങ്കൂട്ടത്തിലേക്ക് ഓടിക്കയറി. വാലിട്ടു തല്ലി. താനേ നിന്നുപോയി. ഓർമ്മ വരികയായി:

"പൂവാലൻ കൊച്ചണ്ണാൻ വാഴക്കുടപ്പനിൽ

തേനുണ്ടു ലല്ലല്ലം, ലാലലല്ലം."

നെടുവീർപ്പിട്ടു. നെഞ്ചിന്നു കനം കുറയുകയാണ്. തണുക്കുകയാണ്. ഓ! ചുമ്മാ ഒന്നു നടക്കാം.

വേലപ്പൻതന്തയുടെ വീട്ടിലേക്കു നോക്കി. ഒച്ചയില്ല. അനക്കമില്ല. ഉണ്ട്. ആരോ ചുമയ്ക്കുകയാണ്. ചെകിടോർത്തു.

ജീവിതം മുഴുവൻ ചെങ്കല്ലുവെട്ടി. എത്ര പാറകൾ, എത്ര കുന്നുകൾ, എത്ര പീടികകൾ, എത്ര മാളികകൾ, പള്ളികൾ! പാവം, പുര മേഞ്ഞിട്ടില്ല. എന്നിട്ടു കിട്ടിയത് കൂന്. പോരാത്തതിന്ന് ഒരു ചുമയും...

"ഒന്നിങ്ങു വന്നേ മോനേ!"

കാളിത്തള്ളയാണ്. ചെന്നു. ഒന്നിനുമല്ല. കാളിത്തള്ള പറകയാണ് ഒന്നു കാണണം. ദൂരത്തു നിന്നാൽ കാഴ്ചയില്ല. അതുകൊണ്ടു വിളിച്ചു. കണ്ടു. കണ്ണുനിറയെ കണ്ടു.

"എങ്ങട്ടാ?"

"വെറുതെ."

"ങ്ങള് വടന്ന് പൂവ്വാട്ടൊ."

"ങ്ഏ?"

പറമ്പുള്ളത് കടത്തിൽ പോയ്ക്കഴിഞ്ഞു. പിന്നെ ഇവിടെ പാർത്തിട്ട് ഒരു പണിയും ഇല്ല. വല്ല അങ്ങാടിസ്ഥലത്തും പോയാൽ പെൺപിള്ളർക്കു മണ്ണ് കോരിയിട്ടെങ്കിലും ജീവിക്കാം.

"നമ്മടോടെ കൃഷീല്യാണ്ടായതല്ലേ മോനേ?"

അവസാനം തള്ള നെടുവീർപ്പിട്ടു:

"മോൻ പൊയ്ക്കോളേ!"

അവൻ നടന്നു. അവർ പോകയാണ്. അതിലേറെ അവൻ ഓർത്തില്ല. വേറെ വല്ലേടത്തും പോയി കുടിച്ചു കിടന്നോട്ടെ.

കൊള്ളി കുത്തിയ തട്ടിൽ എത്തിയപ്പോൾ നിന്നു. എന്തൊരു പച്ച! വീണുകിടക്കയാണ്. ഈ പെരുച്ചാഴി എന്നൊരു നാശം ഇല്ലായിരുന്നെങ്കിൽ! വേരു പൊട്ടി മറിഞ്ഞു കിടക്കുന്ന ഒന്നിന്റെ അടുത്ത് ഇരുന്നു. തലോടി. ഇടയ്ക്ക് ഒരു സംശയം: ഇത് പെരുച്ചാഴി മാന്തിയതല്ലല്ലോ. ആരോ കിഴങ്ങു മാന്തിയിട്ട് പെരുച്ചാഴി മാന്തിയപോലെ വിരലുകൊണ്ടു മണ്ണു കൂട്ടിയിരിക്കയാണ്. ചുറ്റും നോക്കി. കാൽച്ചുവടു കാണുന്നു.

എണീറ്റു നടന്നു. കുന്നു മുഴുവൻ ചുറ്റിനടന്നു തിരിച്ചുവന്നു. കൊള്ളിക്കണ്ടത്തിൽ പെരുക്കം. പതുങ്ങി നടന്നു. നോക്കി. ജാനമ്മ ഇരുന്ന് കൊള്ളിക്കിഴങ്ങു മാന്തുകയാണ്! ഈ ലോകത്തിൽ എല്ലാറ്റിനോടും അവനുള്ള

വെറുപ്പും കോപവും ഒരേ അടിക്ക് ആഞ്ഞുകേറുകയാണ്. അവൻ നിന്നു കൂവി:

"പണ്ടാരക്കള്ളി!"

അവൾ ഞെട്ടിത്തെറിച്ചു. വിറച്ചുകൊണ്ട് അവനെ നോക്കി.

"പോടീ ന്റെ മുമ്പീന്ന്!"

അവൾ പോയി. പോകുമ്പോൾ തിരിഞ്ഞുനോക്കി.

"നീയെന്നെ നോക്കല്ലാടീ!"

വേലപ്പൻതന്തയും കാളിത്തള്ളയും മക്കളെ വാരിപ്പെറുക്കി അങ്ങാടിത്താഴത്തേക്കു പോയി. പാവങ്ങൾ! അത്രമാത്രം സഹദേവൻ ഓർത്തു. അതോടെ വെറുപ്പുതോന്നി. ആ നശിച്ച കള്ളി! അവൾ അവിടെച്ചെന്നും കട്ടുനശിപ്പിക്കും. നശൂലം! അതിൽ കൂടുതലൊന്നും ഇല്ല. ഈ ലോകത്തിൽ ഒന്നും സംഭവിച്ചിട്ടില്ല.

അപ്പോഴാണ് അവന്റെ വീട്ടിൽ ബുദ്ധിമുട്ടുകൾ വരുന്നത്. എന്തൊരു ഗതികേട്! വിശക്കുന്നുണ്ട്, കുടിക്കാനില്ല. കുടിക്കാനുണ്ട്, മതിയാവില്ല. നെടുവീർപ്പിട്ടുപോകും. ഇതെങ്ങാനും ഓർത്തിരുന്നതാണോ?

സഹദേവൻ കോട്ടുവായിട്ടുകൊണ്ടിരുന്നു. വായിക്കുന്നതിനിടയ്ക്ക് വരി തെറ്റുന്നുമുണ്ട്. കണ്ണിൽ മൂടൽ വീഴുകയാണ്. തലയ്ക്കു തളർച്ചയുണ്ട്. വയറ്റിൽ ഒരു കുളുർമ്മ. ഇടയ്ക്ക് ഓർത്തുപോകും; എന്താ വായിച്ചത്? വരി തെറ്റിയിരിക്കുന്നു. വീണ്ടും പത്രത്തിലേക്കു കുനിഞ്ഞു. തണ്ടെല്ലോളം ഒട്ടിയ വയറിന്റെ മീതെത്തെ മടക്കിൽ നെഞ്ചിന്റെ കനം അമർന്നപ്പോൾ ആശ്വാസം തോന്നി. എന്താ ഇതുവരെ പറഞ്ഞുവന്നതെന്നോർത്തു. ഒന്നുമില്ല. ആദ്യം തൊട്ടു വായിക്കാം. കോട്ടുവാ കൂടുതലാവുകയാണ്. അടുക്കളയിലൊന്നു ചെന്നുനോക്കാം.

അമ്മ അടുപ്പൂതുകയാണ്.

"എന്താ അമ്മേ?"

അമ്മ തിരിഞ്ഞു നോക്കി. പുക നിറഞ്ഞതുകൊണ്ടാകണം, കണ്ണിൽ നീർ കെട്ടിയിട്ടുണ്ട്. അവർ മുഖം തുടച്ചു വീണ്ടും അടുപ്പിലേക്കു കുനിഞ്ഞു.

അവൻ തെല്ലിട ചുമർ ചാരിനിന്ന് അമ്മയെത്തന്നെ നോക്കി. അമ്മ ഒന്നും മിണ്ടുന്നില്ല. എപ്പഴാ വേവുക? തല കീഴോട്ടു തൂക്കി പുറത്തേക്കു പോന്നു. ഉമ്മറത്തിന്റെ മൂലയിൽ കാൽ തൂക്കിയിട്ട് തൂണിൽ ചാരിയിരുന്ന് ഉരുവിട്ടു: "കഞ്ഞിക്കു നേരമായില്ലേ..."

നെടുവീർപ്പിൽ മാറിടം ഉയർന്നമർന്നു. കൊച്ചുന്നാളിലെ പ്രസരിപ്പെല്ലാം പോയി. ഒരിക്കൽ, ഒരിക്കലെങ്കിലും ഓർത്തതാണോ? ഓർത്തപ്പോൾ തൂണിൽഅമർന്നുചാരി കുന്നത്തേക്കു നോക്കി. വയറു വലിഞ്ഞു. കുടൽ വേദനിച്ചപ്പോൾ കൈപ്പത്തികൊണ്ട് അമർത്തിപ്പിടിച്ചു. മയക്കം തോന്നി.

മയക്കത്തിലൂടെ അവ്യക്തങ്ങളായ ആലോചനകൾ നീങ്ങി. എങ്ങനെയാണത്? അവന്നോർമ്മയുള്ളപ്പോൾ വീട്ടിൽ കൃഷിയുണ്ട്. നെല്ലുണ്ട്.

പോത്തുകളുണ്ട്. പാട്ടക്കൃഷിക്കാരൊക്കെ പതുക്കെ പാപ്പരാവുമോ? അപ്പോൾ വേലപ്പൻതന്തയോ? ജീവിതം മുഴുവൻ ചെങ്കല്ലു വെട്ടി... എന്നിട്ടു മുതുകിന്നൊരു കൂനുമാത്രം കിട്ടി. ഉണ്ടായിരുന്ന പാഴ്പറമ്പും പോയി. ഒരു വേള ആൺമക്കളില്ലാഞ്ഞിട്ടാവാം. അങ്ങനെയാണെങ്കിൽ രാമൻകുട്ടിയുടെ വീടോ? മൂത്തുമുതിർന്ന മൂന്നാൺമക്കളാണവർ. എന്നിട്ടാണ് പുരയുടെ പണയം കൊടുത്തത്. നാടു നശിക്കുകയാണ്.

കാലിന്നു ചൂടുപിടിച്ചപ്പോൾ അവൻ എണീറ്റു. പുറവടി വിയർത്തിട്ടുണ്ട്. എന്തൊരു ചൂട്! സൂര്യൻ ഇറയത്തിന്നപ്പുറത്തേക്കു നീങ്ങിയിരിക്കുന്നു. ചൂടുള്ള വായുവിൽ പുകയുടെ ഗന്ധമുണ്ട്. എപ്പഴാ വേവുക?

എണീറ്റു മേശയുടെ അടുത്തേക്കു നടന്നു. പുസ്തകങ്ങൾ വെക്കാൻ അച്ഛൻ പണിയിച്ചുതന്നതാണ്. ഇനി സ്കൂൾ തുറന്നാൽ പോകണ്ട എന്നു പറയുന്നു! എന്തു കണ്ടിട്ടാണു പോവുക? നെടുവീർപ്പുകൾ വരികയായി. എന്തെങ്കിലും വായിക്കാം. മനസ്സൊന്നു ശാന്തമായെങ്കിൽ! പത്രത്തിലുള്ള ആ ലേഖനം ഒന്നുകൂടെ വായിക്കാം. വീണ്ടും വരിതെറ്റുന്നു. വായിച്ചതു മറക്കുന്നു. വേണ്ട. എഴുത്തുപുസ്തകമെടുത്തു മറിച്ചുകൊണ്ടിരുന്നു.

'ചിതറിയ പൂക്കൾ.'

തലക്കെട്ടു കണ്ടപ്പോൾ ഒരിക്കൽക്കൂടെ നോക്കി. അല്ല, മറിക്കാം. മറിക്കാൻ തോന്നുന്നില്ല. ആ ഈരടികളോടു നന്നേ മമതയാണ്. ഈ മഹത്തായ ഭൂമുഖത്തുള്ള കോടാനുകോടി ജീവജാലങ്ങൾ വെറും വെള്ളത്തിൽ നിന്നു വളർന്നതാണെന്നു മനസ്സിലായതിന്നുശേഷം എഴുതിയതാണ്.

"ജലപ്പരപ്പിന്നടിയിൽ നിത്യശക്തി സലീലം തൻ-
കരതലമൊന്നനക്കിയാദികാലത്തിൽ
ഒരു കൊച്ചു ബുൽബുദമന്നുണർന്നുപോൽ; അലച്ചാർക്കും
തിരകൾക്കും, കോളിളക്കും കൊടുങ്കാറ്റിന്നും
ഏകമൂലമതാ, ണാദിസൃഷ്ടി കഥാരഹസ്യത്തെ-
യാകലനംചെയ്‌വതുമാ നീർപ്പോളയത്രെ."

ആദ്യമാദ്യം അവൻ ആ ഈരടികളിലൂടെ നോക്കിപ്പോയി. ലോകത്തിന്റെ വളർച്ചെ ഉന്നംവെച്ച് എഴുതിപ്പോയിരിക്കയാണ്. ഒരിക്കൽ അവൻ ആ കവിത പരസ്യം ചെയ്യും. അന്നു ലോകം അവനെ അറിയും. ഓർത്തോർത്തു വായിച്ചുപോയി. ഇടയ്ക്ക് ഒച്ച പൊന്തിയത് അറിഞ്ഞില്ല. അവൻ ഉറക്കെ പാടുകയായിരുന്നു:

"ഇന്നലെ'ച്ചക്രങ്ങളോലു 'മിന്നു' ശകടത്തിൽ 'നാളെ'-
    ച്ചെന്നുചേരാൻ നരൻ യാത്ര തുടങ്ങീടുന്നു.
അസംഖ്യം വർഷങ്ങൾ മുന്നോട്ടോടി, യാത്രകഴിഞ്ഞിട്ടി-
    ല്ലവനിന്നും കുതികൊൾവൂ മുമ്പോട്ടു പായാൻ.
അറിവൂ ഞാൻ: വെറും മോഹ, മൊരൊറ്റ യാത്രികൻപോലും
    പുരോഗമിപ്പീല തല-നാരോളം ദൂരം."

അപ്പോഴാണ് അമ്മ ശകാരിക്കുന്നതു കേൾക്കുക: "അവന്ന് ഉച്ചക്കിറുക്കാണ്. കുടുംബത്തിരുന്നു കണ്ണിക്കണ്ടതൊക്കെ വായിക്കുക! എത്ര നല്ല

നല്ല ഗിരന്തങ്ങളിരിക്കുന്നു. ആ നല്ല രാമായണോം, ഭാരതോം, ഭാഗതോം! എന്നാലെന്തെങ്കിലും നിർക്കതി കിട്ടും. ഇത് ഇപ്പഴി കുടുംബത്ത് ഒരു നേരമെങ്കിലും തീപ്പൂട്ടുന്നതു മാറ്റാനാണ്."

സഹദേവന്നു കരയണമെന്നു തോന്നി. തൊണ്ടയിൽ മുള്ളിട്ടു വലിക്കുന്നതുപോലെ. എന്തൊരമ്മ! അമ്മ അറിഞ്ഞുവോ താനൊരു കവിയാണെന്ന്? ഇല്ല. വേണ്ട. ഒരുകാലത്ത് മനസ്സിലാവും. എന്നാലും ഒരു പൊറുതി തരണ്ടേ?

എണീറ്റു നടന്നു. മാട്ടത്തിന്നകായിൽ ചെന്നുനോക്കാം. മാവിൽ വല്ലതും കാണും. എത്ര നേരമാണ് വിശന്നിരിക്കുക? അടിപതറുന്നുണ്ടായിരുന്നു. തലയിൽ കവിതയും, കരളിൽ വേദനയും, വയറ്റിൽ വിശപ്പുമാണ്. ഒറ്റ ദിവസമെങ്കിലും വയറുനിറച്ചുണ്ട് തളരാതെ, വാടാതെ, കഴിക്കാനാവില്ലേ?

മുളങ്കൂട്ടവും ഇല്ലപ്പടിയും കടന്നപ്പഴേ മാവിലേക്കു നോക്കാൻ തുടങ്ങി. ഇല്ല. ഉണ്ടാവില്ല. ഇന്നലെ നോക്കിപ്പോന്നതാണ്. കാണാതാണെങ്കിലോ? മാവിൽനിന്ന് അണ്ണാൻ ഇറങ്ങുന്നു. സന്തോഷമായി. ഇല്ല. എന്തൊരു നശിപ്പ്! അണ്ണാൻ വാലിട്ടു തല്ലി. അവനെ കളിയാക്കാൻ കിടന്ന് തുള്ളിച്ചിലക്കയാണ്.

ഇലയനക്കമില്ല. വിയർപ്പ് പൊടിയുന്നുണ്ട്. മാവിൻതണലിൽ നിന്നു തെറ്റി തുടച്ചു. കോട്ടുവാ വരുന്നു. വീണ്ടും വിയർപ്പു കിനിയുകയാണ്. വിശന്നാൽ വിയർക്കും. മേലോട്ടു നോക്കി. വയ്യ. കഴുത്തു കഴയ്ക്കുന്നു. അവനവനെക്കുറിച്ച് ഓർത്തുപോയി. എന്തൊരു ഗതികേട്!

ജാനമ്മയെക്കുറിച്ചോർത്തു. അപ്പോൾ വെറുപ്പു തോന്നി. അവൾ കള്ളിയാണ്. കൊള്ളിക്കിഴങ്ങു മാന്തിത്തിന്ന കള്ളി. തെക്കോട്ടു നോക്കി. ആ കൊച്ചുവീട് ഇടിഞ്ഞുപൊളിഞ്ഞു കിടക്കുന്നു. പുള്ളിപ്ലാവിലയുള്ള വരിക്കപ്പിലാവിലേക്കു നോക്കി. ഓർമ്മവരികയായി:

"കാക്കേ കാക്കേ കൂടെവിടെ?

ചക്കരമാവിൻ കൊമ്പത്ത്."

ഓർത്തുകൊണ്ട് അവൻ നിന്നു. അണ്ണാൻ ഇരുന്നു ചിലയ്ക്കുകയാണ്. അവനെ കളിയാക്കുന്നു. വെറുപ്പോടെ നടന്നു. ചുവടുവെയ്ക്കുന്നതിനിടയ്ക്ക് എന്തോ നല്ലൊരു മണം തോന്നി. മണത്തു നോക്കി. ഉണ്ട്, മണമുണ്ട്. നാലു പാടും നോക്കി. പഴകിയ വേലിക്കപ്പുറത്ത്, വേലപ്പൻതന്ത വിറ്റുതിന്നുപോയ പറമ്പിലേക്കു നോക്കി. ഇടിഞ്ഞുകിടക്കുന്ന വീട്ടിന്റെ മൂലയിലെ തെങ്ങിൻതൈ പട്ടയുണങ്ങി നില്ക്കുന്നു. തെങ്ങിൻതയ്യിനോടുതൊട്ടു കുരുമുളകു പടർന്നുകിടക്കുന്ന പുള്ളിപ്ലാവിലയുള്ള വരിക്കപ്പിലാവിൽ കാക്ക ചക്കകൊത്തുകയാണ്. വായിൽ വെള്ളമൂറി. കരളൊന്നുപിടഞ്ഞു.

ഛേ!

ശരീരമാകെ കോരിത്തരിച്ചു. ആരാനും കണ്ടാൽ!

ചുറ്റുപാടും നോക്കി. ഒറ്റമനുഷ്യനില്ല. കാക്ക കൊത്തിവലിക്കയാണ്. മുണ്ട് ഉരിഞ്ഞുകയറ്റി വേലി കവച്ചുവെച്ചു. കാക്ക ചിറകടിച്ചു പറന്നു ഞെട്ടിപ്പോയി. മണം കൂടുതലാവുന്നു. തൊണ്ടയിൽ വെള്ളം വലിയുന്നു. വരളുന്നു.

കുരുമുളകിന്റെ തടിച്ച വള്ളിയിൽ പൊത്തിപ്പിടിച്ച് അവൻ കയറി. ഞെട്ടിയോടെ പിടിച്ചുവലിച്ചു ചക്ക പൊട്ടിച്ച് ഇറങ്ങി വീണ്ടും വേലി കവച്ചുവെച്ചു. കിതയ്ക്കുന്നുണ്ട്. നാലുപാടും നോക്കി അണ്ണാൻ വാലിട്ടു തല്ലുന്നുണ്ട്.

ഒപ്പത്തിനൊപ്പം കരൾ മിടിക്കുന്നുണ്ട്. ഇല്ല, നെഞ്ചിന്നു കരിങ്കല്ലിന്റെ കനമാണ്. കോരിത്തരിച്ചിട്ടുണ്ട്. ഇരുമ്പിന്റെ മുറുക്കമുള്ള ഒരുറ ശരീരത്തിലാകെ ഇറക്കിയപോലെ തോന്നുന്നു.

മാവിൻതണലിൽ ഇരുന്നപ്പോൾ നെഞ്ചു നീറി. ഉരഞ്ഞിട്ടുണ്ട്. ചോര പൊടിഞ്ഞുവരുന്നു. വിയർപ്പു കിനിയുമ്പോഴാണു നീറുന്നത്. മടൽ കുത്തിക്കീറുമ്പോൾ അറപ്പു തോന്നി. കാക്ക തിന്നതാണ്. എന്നാലും മതിയാവോളം തിന്നു. വിഴുങ്ങി. ഇടയ്ക്കു ചങ്കിൽ പിടിക്കുന്നുണ്ട്. വിയർത്തൊഴുകുകയാണ്. ഒടുക്കം ശരീരത്തിന് അയവു തോന്നി. അപ്പോഴാണോർത്തത്:

എന്താ ചെയ്തത്?

കട്ടു തിന്നിരിക്കുന്നു! കവിയാണ്, മഹാകവിയാകാൻ പോകുന്നവനാണ്. മനുഷ്യന്റെ ഇന്നോളമുള്ള വളർച്ചയിൽ - ഇല്ല, അവനവനെക്കുറിച്ച് ഓർക്കാൻ കഴിയുന്നില്ല. ജാനമ്മയെ ഓർക്കുകയായി. അവളുടെ അച്ഛൻ വെച്ച പിലാവാണത്. അവർക്ക് അനുഭവിക്കാൻ കഴിയാതെ പോയി. താനതു കട്ടു തിന്നിരിക്കുന്നു.

അവൾ കൊള്ളിക്കിഴങ്ങു മാന്തുന്നതു കണ്ട അന്ന്:

'പണ്ടാരക്കള്ളി!'

അവൾ വിറച്ചുകൊണ്ട് അവനെ നോക്കി.

'പോടീ ന്റെ മുന്നീന്ന്.'

അവൾ പോയി. പോകുമ്പോൾ തിരിഞ്ഞുനോക്കി.

"നീയെന്നെ നോക്കല്ലടി!"

ഓർത്തുകൊണ്ട് അവൻ നിന്നു. കാക്കക്കൂടു കളിച്ചത്, ഇക്കിളിയാക്കിയത്. പലപ്പോഴും അവളങ്ങനെ കൊടുംകൈ കുത്തിനിന്നു തന്നെ നോക്കിയിരുന്നത്.

കണ്ണിൽ നീർക്കെട്ടുകയായി. കരൾ നിറഞ്ഞിരിക്കുന്നു. അവൻ അവളെക്കുറിച്ച്, അവളെക്കുറിച്ചു മാത്രം, ഓർക്കുകയാണ്... അങ്ങനെ വിറയ്ക്കുന്ന ആ ചുണ്ടുകൾ വിതുമ്പി:

"ഓമലിൻ പൂമെയ് തളർന്നിരുന്നു!"

ഓ, അതു പുതുതായൊരു കവിതയുടെ നാന്ദിയാണ്. ■

മറുപടി

മിലിറ്ററി ഹോസ്പിറ്റൽ, ചണ്ഡിഗഢ്
1, ഒക്ടോബർ' 65

പ്രിയ വിജയൻ,

വിജയന്റെ ഒരെഴുത്ത് ബറേലിയിൽ വെച്ച് എനിക്കു കിട്ടിയിരുന്നു. പടപുറപ്പാടിന്റെ തിരക്കു കാരണം മറുപടി എഴുതാൻ പറ്റിയില്ല. ഞങ്ങളുടെ ഡിവിഷൻ സ്യാൽക്കോട്ട് സെക്റ്ററിലായിരുന്നു. അവിടെവെച്ച് ഒരു എയർ

അറ്റാക്കിൽ എന്റെ ഇടത്തെ കയ്യിന്നു പരിക്കുപറ്റി. മുട്ടിന്റെ മുകൾഭാഗത്തെ എല്ല് നുറുങ്ങിപ്പോയി. ഇപ്പോൾ ആശുപത്രിയിലാണ്. കയ്യിന്ന് പ്ലാസ്റ്റർ ഇട്ടി ട്ടുണ്ട്. ശരിപ്പെടുമെന്നാണ് ഡോക്ടർമാർ പറയുന്നത്.

മിലിറ്ററി ഹോസ്പിറ്റൽ എന്നാണ് മേൽവിലാസമെഴുതിയത്. അത് മേൽവിലാസം മാത്രമാണ്. അവിടെ സ്ഥലമില്ല. ഞങ്ങൾ കുറെപ്പേർ സിവിൽ ആശുപത്രിയിലാണ് കിടക്കുന്നത്.

പരിക്ക് ഇടത്തെ കൈയിലായതുകൊണ്ട് കത്തുകൾ എഴുതുന്നതിനും മറ്റും യാതൊരു ബുദ്ധിമുട്ടും ഇല്ല, ചെറിയൊരു പരിക്കുപറ്റി എന്ന് വീട്ടിലേ ക്കെഴുതിയിട്ടുണ്ട്.

വിജയൻ എന്തു പറയുന്നു? ഇപ്പോൾ ഏതു ഭാഗത്താണ്.

സ്നേഹത്തോടെ,
ദാനിയൽ ജോസ്,

ചണ്ഡിഗഢ്
18, നവംബർ 65.

പ്രിയ വിജയൻ,

കത്ത് കിട്ടി. വളരെ സന്തോഷം. സ്നേഹിതന്മാരുടെ കത്തുകൾ കിട്ടു വാൻ കൊതിച്ചുകൊണ്ടാണിരിക്കുന്നത്. നമ്മളെല്ലാവരും ജീവിച്ചിരിപ്പു ണ്ടെന്ന് കത്തുകൾ എന്നെ മനസ്സിലാക്കുന്നു. കത്തുകളെഴുതുകയും വായി ക്കുകയുമാണ് എന്റെ ഇപ്പോഴത്തെ പ്രധാന ജോലി. അങ്ങനെ എനിക്ക് ഇഷ്ടപ്പെട്ടവരുടെ കൂടെ ജീവിക്കുന്ന പ്രതീതി അനുഭവപ്പെടുന്നു. ജീവി ക്കാനല്ലെങ്കിൽ പിന്നെന്തിനാണ് ജനിച്ചത്?

വിജയന്റെ പഴയ കൈയക്ഷരം കത്തിൽ ഇല്ല. കൈ ഉറയ്ക്കാതെ എഴുതിയപോലെ തോന്നി. എന്താണ് ഇത്ര വിഷമം?

ഞാൻ ഏതോ വലിയ അപകടത്തിൽപ്പെട്ടു കിടക്കുകയാണെന്നാണോ വിജയൻ ധരിച്ചുവെച്ചിരിക്കുന്നത്? കൈയിന്മേലുള്ള പ്ലാസ്റ്റർ ഒഴിച്ചാൽ എനിക്ക് യാതൊരു അസുഖവും ഇല്ല. രാത്രിസമയം കൈയിൽ ശകലം വേദന തോന്നാറുണ്ട്. ഇങ്ങനെയൊന്നു വന്നുപോയല്ലോ എന്നതിനെ ക്കുറിച്ച് എനിക്കൊട്ടും വിഷാദമില്ല. മനസ്സ് തികച്ചും ശാന്തമാണ്.

മുറിവുപറ്റിയെന്നു ഞാൻ വീട്ടിലേക്കെഴുതുന്നതിനു മുമ്പുതന്നെ റിക്കാർഡ്സിൽനിന്ന് വീട്ടിലേക്ക് കമ്പിയടിച്ചിരുന്നു. വളരെ നിസ്സാരമായ പരിക്കേ ഉള്ളൂ എന്നാണ് ഞാൻ അവർക്കെഴുതിയിരിക്കുന്നത്. ഇതിനേ ക്കാളും എത്രയോ ഭയങ്കരമായ പരിക്കുകൾ പറ്റിയവരുണ്ട്. എത്രയോ പേർ മരിച്ചു. ഇപ്പോഴും മരിക്കുന്നു. മരിച്ചുകൊണ്ടിരിക്കുന്നു എന്നാണ് ഞാനുദ്ദേ ശിക്കുന്നത്. ഇവർക്കൊന്നും അച്ഛനും അമ്മയും ഭാര്യയും മക്കളും ഇല്ലേ? അതുകൊണ്ട് എന്റെ കാര്യത്തെക്കുറിച്ച് വീട്ടുകാർക്ക് അധികം ദുഃഖിക്കാൻ പാടില്ലാത്തതാണ്.

സിവിൽ ആശുപത്രിയിലാണ് ഞാൻ കിടക്കുന്നതെന്ന് എഴുതിയി രുന്നല്ലോ. താരതമ്യേന സഹിക്കാവുന്ന പരുക്കുകൾ പറ്റിയവരാണ് ഈ

വാർഡിലുള്ളത്. ഒതുക്കിപ്പിടിച്ച ഞരക്കം മാത്രം എപ്പോഴും അന്തരീക്ഷത്തിലുണ്ട്. അവനവൻ കൂടെ ഞരങ്ങുന്നുണ്ടെന്ന് അറിയില്ല. ഞങ്ങൾ നാലാമത്തെ നിലയിലാണ്. താഴത്തെ നിലകളിലോ? ഏറ്റവും താഴത്തെ നിലയിലെ വാർഡിൽ നൈറ്റ്ഡ്യൂട്ടിയിൽ ഇരുന്ന നഴ്സിന് ഭ്രാന്തായി. പാവം, മെന്റൽ വാർഡിലാണിപ്പോൾ. യുദ്ധമേഖലകളിൽനിന്ന് ഭ്രാന്തു പിടിച്ചു വന്ന പട്ടാളക്കാരും ഉണ്ട്.

വിജയൻ ഉണ്ടായിരുന്ന സ്ഥലം എനിക്കു മനസ്സിലായി. അവിടന്ന് വന്നവരും എന്റെ കൂട്ടത്തിലുണ്ട്. വർത്തമാനങ്ങൾ മനസ്സിലായി.

വേറെ വിശേഷങ്ങളൊന്നും ഇപ്പോൾ ഇല്ല.

സ്വന്തം ദാനിയൽ ജോസ്

ചണ്ഡീഗഢ്,
2 നവംബർ 65.

പ്രിയ വിജയൻ,

കത്തു കിട്ടി,

കഴിഞ്ഞ തവണ നവമ്പർ എന്ന് എങ്ങനെ എഴുതിയെന്ന് എനിക്കും മനസ്സിലാവുന്നില്ല. ഈ ജീവിതം വേഗം തന്നെ ജീവിച്ചുതീർക്കണമെന്ന് അന്തർവാഹിയായ മോഹം കൊണ്ടാവുമോ?

വീട്ടിലേക്ക് കത്തുകൾ മുറയ്ക്ക് എഴുതുന്നുണ്ട്. പരിഭ്രമം ഉണ്ടാകല്ലെ എന്നു കരുതിയാണ്. അവൾ കൂടുതലായി പരിഭ്രമിക്കേണ്ട കാര്യം എന്തിരിക്കുന്നു എന്നാണ് ഞാൻ ആലോചിക്കുന്നത്.

വിജയൻ എന്തുകൊണ്ടാണ് എന്നെ കാണണമെന്നാഗ്രഹിക്കുന്നത്? അത് വെറും അനാവശ്യമായ പണച്ചെലവല്ലെ? എനിക്ക് അങ്ങനെയാണ് ആലോചിക്കാൻ തോന്നുന്നത്.

വസൂരി പിടിച്ച് ആശുപത്രിയിൽ കിടക്കുമ്പോൾ എന്നെ വന്നുകണ്ട വിജയന്റെ സാഹസത്തെക്കുറിച്ച് ഓർത്തുപോകുന്നു. ക്രിസ്തുമസ്സിന് കത്തിച്ചുവെക്കാൻ മെഴുകുതിരികളാണ് വിജയൻ കൊണ്ടുവന്നത്. വ്രണങ്ങൾ പൊട്ടിഒലിക്കുകയും പരോശപ്പെട്ട് മുറിയിൽ മുഴുവൻ പരക്കം പാഞ്ഞ് നടക്കുകയും ചെയ്തിരുന്നതുകൊണ്ട് എമ്പാടും ചലത്തുള്ളികൾ വീണ് പൊറ്റ പിടിച്ച സ്മോൾപോക്സ് വാർഡിൽനിന്ന് അന്ന് വിജയനെ പുറത്താക്കാൻ പെട്ട പാട് ഇപ്പോൾ ഞാനോർക്കുന്നു. ഇവിടെ വന്ന് എന്നെക്കാണാൻ എന്തിനിപ്പോൾ ബുദ്ധിമുട്ടണം?

ഇവിടെ വർത്തമാനം പറയാൻ ആളുകളില്ല. എല്ലാവരും യുദ്ധരംഗങ്ങളിലെ വീരപരാക്രമങ്ങൾ തട്ടിവിടുന്നു. പതിനഞ്ചു ദിവസത്തെ അനുഭവങ്ങൾ ഒരിക്കലും ഓർക്കാതിരിക്കട്ടെ എന്നാണെന്റെ നിർബന്ധം. നിങ്ങളുടെ തൊട്ടടുത്തുനിന്ന കൂട്ടുകാരൻ പെട്ടെന്നു വീഴുന്നു, പിടയുന്നു, വെള്ളത്തിന്നുവേണ്ടി നിലവിളിക്കുന്നു, മരിക്കുന്നു. എനിക്കൊരു വീമ്പും ഇളക്കാനില്ല. ഞാൻ മരിച്ചിട്ടില്ലല്ലോ! അദ്ഭുതമാണ് തോന്നുക.

ഒരു ധനഞ്ജയനെ കണ്ടുമുട്ടി. ആർട്ടിലറിക്കാരനാണ്. പീരങ്കിക്കു തീറ്റാൻ ഷെല്ലുകൾ ചുമക്കുകയായിരുന്നു. ശത്രുവിന്റെ ഷെല്ല് അയാളെ തട്ടി. വലത്തെ കൈ തോളിൽ നിന്നു പറിഞ്ഞുപോയി. ഇളമാവിന്റെ കൊമ്പ് അടർത്തിയൊടിച്ചതുപോലെ. അയാൾ എപ്പോഴും ആലോചിച്ചു കിടക്കും. കിണറ്റിൽ പോയ സൂചി മൂളിയാൽ കിട്ടുമോ എന്നു ചോദിക്കുന്ന ഒരു മുത്തശ്ശിക്കഥയില്ലേ? ആലോചിച്ചു കിടന്നാൽ കൈ മുളച്ചു വരുമോ?

വെട്ടിയാൽ വീണ്ടും പൊടിക്കുന്ന മരങ്ങളെപ്പോലെ മനുഷ്യൻ എന്തുകൊണ്ടാവുന്നില്ല? ഇപ്പോഴത്തെ ഈ ഗതികേടിൽ യുദ്ധം നിർത്തേണ്ട ഒരു ഘട്ടമെത്തുന്നു. പൂട്ടും ഫിളയുംപോലെ, ഞാറ്റുവേലക്കണക്കിന്നു കൊല്ലത്തോടു കൊല്ലം യുദ്ധമുണ്ടാവണമെങ്കിൽ മരങ്ങളുടെ വളർച്ച മനുഷ്യനുണ്ടാവണം. ബുദ്ധിശാലിയായ ഉടമസ്ഥന്നു അതിരു തിക്കി മത്സരിച്ചു കൊണ്ടേ ഇരിക്കാം.

ധനഞ്ജയനെക്കൊണ്ട് വർത്തമാനം പറയിക്കാൻ ഞാൻ ശ്രമിക്കുകയാണ്. പറഞ്ഞുകേട്ടപ്പോൾ വേണ്ടായിരുന്നുവെന്നു തോന്നി. അയാളവധിയിലായിരുന്നു. വിവാഹം നിശ്ചയിച്ചിരുന്നു. അപ്പോൾ കമ്പി കിട്ടി. തിരിച്ചു വരാൻ. നിശ്ചയിച്ച വിവാഹമാണ്. ബന്ധുക്കൾക്ക് വിഷാദമായി. വിവാഹം നടക്കണം. കാലത്ത് ക്ഷേത്രത്തിൽവെച്ച് മാലയിട്ടു. ഉച്ചതിരിഞ്ഞപ്പോൾ അയാൾ വണ്ടി കയറി. കൈപ്പലകയിൽ നിന്നു തെറിച്ചുനില്ക്കുന്ന മാംസക്കുറ്റി പഴുത്തുണങ്ങിക്കരിഞ്ഞാൽ ധനഞ്ജയൻ ഇനി വീട്ടിലേക്കു വണ്ടി കയറണം. അതിന്നയാൾ ധൈര്യപ്പെടുന്നില്ല. തൽക്കാലം ഞാനയാൾക്ക് പുസ്തകങ്ങൾ വായിക്കാൻ കൊടുക്കുന്നു. ഒറ്റ കൈ ഉപയോഗിച്ച് പുസ്തകം വായിക്കാനും പരിചയം വേണം.

എന്റെ കൈ സുഖപ്പെട്ടുവരുന്നുണ്ട്. തള്ളവിരൽ ഒഴിച്ച് ബാക്കി വിരലുകൾക്കെല്ലാം അനക്കം കിട്ടുന്നുണ്ട്. ചിലപ്പോൾ നാളെ പ്ലാസ്റ്റർ മാറ്റി ഇട്ടേക്കും.

വിജയന്റെ വിശേഷങ്ങൾ എഴുതൂ. ബങ്കറിൽത്തന്നെയാണോ താമസം? ബങ്കറോ ട്രഞ്ചുകളോ ആയിരിക്കും അവിടെ പൊറുക്കാനെന്ന് എനിക്കു മനസ്സിലായി. ട്രഞ്ചുകളിൽനിന്ന് ബങ്കറിലേക്ക് കയറ്റംകിട്ടാവുന്ന സാഹചര്യങ്ങളല്ലേ ഇപ്പോഴുള്ളത് എന്നാണ് ഞാനുദ്ദേശിക്കുന്നത്.

സ്വന്തം ദാനിയേൽ.

മിലിറ്ററി ഹോസ്പിറ്റൽ ദൽഹി,
21 നവംബർ 65

പ്രിയ വിജയൻ

21-ാം തീതയി എന്നെഴുതിയപ്പോൾ 22-ാം തീയതിയെപ്പറ്റി ഓർമ്മ വന്നു. കാരണം, ഒരു 22-ാം തീയതിയായിരുന്നു ഞാൻ വെടിയുണ്ടയേറ്റത്.

എന്റെ ഫ്രാക്ച്ചർ ശകലം സങ്കീർണമായതുകൊണ്ട് ഞാൻ ഇങ്ങോട്ട് മാറ്റപ്പെട്ടു. സ്ഥിരമായ ഈ വാർഡിൽ എന്നെ ഇതേവരെ ആക്കിയിട്ടില്ല.

ഇതിനകം മൂന്നു വാർഡുകൾ മാറ്റപ്പെട്ടു. വാർഡ് തീരുമാനമായാൽ മേൽവിലാസവും സ്ഥിരമാവും. എന്നിട്ടെഴുതാം വിജയന്നു കത്തെന്ന് തീരുമാനിച്ചിരുന്നു. പക്ഷേ, അതുണ്ടായില്ല. ഇതുവരെ.

ഇവിടെയും എല്ലാ വാർഡുകളിലും രോഗികൾ നിറഞ്ഞുകിടക്കുന്നു. വരാന്തകൾ നിറഞ്ഞിട്ടുണ്ട്. മുറ്റത്തെമ്പാടും ടെന്റുകളടിച്ചിട്ടുണ്ട്. ഡോക്ടർമാരും നഴ്സുമാരും ചുരുക്കവും.

ഒരു സംഗതി മനസ്സിലായി. യുദ്ധം കണക്കറ്റ രോഗികളെ സൃഷ്ടിക്കുന്നു. ഒറ്റ ഡോക്ടറെ സൃഷ്ടിക്കാൻ അതിന്നാവുന്നില്ല.

രോഗികൾ എന്നാണ് ഞാൻ പറഞ്ഞത്. എന്നാൽ രോഗികളാണോ? യുദ്ധരംഗങ്ങൾ തുപ്പിക്കളഞ്ഞ ഈ വികലാംഗരെ മറ്റെന്തൊരു പേരെടുത്താണ് വിളിക്കുക?

ഇപ്പഴത്തെ എന്റെ വാർഡിലെ സർജിക്കൽ സ്പെഷ്യലിസ്റ്റ് ഇന്നാണ് എന്നെ പരിശോധിച്ചത്. ഞായറാഴ്ചയാണിന്ന്. ഇന്നാണ് അദ്ദേഹത്തിന്ന് സമയം കിട്ടിയത്. മറ്റു ദിവസങ്ങളിലൊന്നും ഓപ്പറേഷൻ തിയേറ്ററിൽ നിന്നിറങ്ങാൻ സമയമില്ല. ബോംബുകളും ഷെല്ലുകളും നടത്തിയ പരുക്കൻ പണിത്തരങ്ങൾ ചെത്തിമിനുക്കേണ്ട ചുമതല ഡോക്ടർക്കാണല്ലോ. എന്റെ കേസ് ഷീറ്റിലെഴുതി, കിർക്കി ആശുപത്രിയിലേക്കു മാറ്റണമെന്ന്. ബോൺ ഫ്രാക്ച്ചർ കേസുകളുടെ ഏറ്റവും വലിയ ഫർണിച്ചർമാർട്ട് അവിടെയാണത്രെ. ചിലപ്പോൾ ഒരാഴ്ചക്കകം ഞാൻ പോയേക്കും.

വീട്ടുകാർക്ക് പല പല നുണകൾ എഴുതേണ്ടിവന്നു. ഇനിയും എഴുതേണ്ടിവരും.

അവിടെ ബഹളങ്ങളുണ്ടോ?

ദാനിയേൽ

കിർക്കി,
2 ജനുവരി 66

പ്രിയ വിജയൻ,

ബുധനാഴ്ച ഇവിടെ എത്തി, സുഖകരമായ കാലാവസ്ഥ. തണുപ്പ് തീരെ ഇല്ല. യുദ്ധത്തിൽ മുറിവു പറ്റുകയും കൈയും കാലും മുറിച്ചുകളയേണ്ടിവരികയും ചെയ്തവരാണ് ഈ ആശുപത്രിയിൽ അധികവും. രണ്ടു കാലും രണ്ടു കൈയും നഷ്ടപ്പെട്ട കബന്ധങ്ങൾ ഉരുൾക്കസേരകളിൽ ഇരുന്ന് മറ്റുള്ളവരുടെ സഹായത്താൽ ഉരുണ്ടുപോകുന്ന കാഴ്ച ഇവിടെ സാധാരണമാണ്.

യുദ്ധം കഴിഞ്ഞു.

ആരാണ് യുദ്ധം തുടങ്ങിയതെന്നോ നടത്തിയതെന്നോ ഓർക്കാനുള്ള ചുമതല എനിക്കില്ല. നമ്മുടെ പഴയ രാമയ്യ നായഡുവിന്റെ പ്രവചനമാണോർമ്മ വരുന്നത്. നിങ്ങൾക്കുവേണ്ടി ഗവണ്മെന്റ് ചെലവാക്കുന്ന പണം ഒരു ദിവസം മുതലാവും. നിങ്ങളുടെ തോക്കിൽ നിന്നൊഴിയുന്ന വെടിയുണ്ട എന്ന് ശത്രുവിനെ തട്ടിക്കളയുന്നു, അന്ന്. വിജയൻ അയാളെ

ഓർക്കാറുണ്ടോ? ഞാൻ ഓർക്കുന്നു. അയാളുടെ പ്രവചനം ഓർമ്മ വരുന്നു. പക്ഷേ, ആരാണ് ശത്രു? ആത്മരക്ഷയ്ക്ക് ചളിപിടിച്ച നിലത്ത് കമിഴ്ന്ന ടിച്ചു കിടന്ന എന്റെ നേരെ മെഷീൻഗൺ ഒഴിച്ചുകൊണ്ടു പറന്നു പോയ സാബർജറ്റിന്റെ പൈലറ്റ് എന്റെ ശത്രുവാണോ?

ഞാൻ ഒരിക്കലും പട്ടാളത്തിൽ ചേരാൻ ആശിച്ചിരുന്നില്ല. മൂത്ത മക നാണ്. ഇന്ററിന് എഴുതിയിരുന്നു. എന്റെ അനിയൻ സഖറിയാസ് എസ്.എസ്.എൽ.സി. പാസ്സായി. രണ്ടുപേരെ ഹോസ്റ്റലിൽ താമസിപ്പിച്ച് പഠിപ്പിക്കാൻ അപ്പച്ചന്ന് കഴിവില്ല. പട്ടാളത്തിൽ ചേരാനും അവിടെ എന്റെ ജീവിതം കണ്ടെത്താനും അദ്ദേഹം ആവശ്യപ്പെട്ടു. അപ്പച്ചൻതന്നെ റിക്രൂ ട്ടിങ്ങ് ഓഫീസിലേക്ക് എന്നെ കൊണ്ടുപോയി. ബുദ്ധിയും പരിശ്രമശീലവും ഉള്ള ഒരു ചെറുപ്പക്കാരന്റെ മുന്നിൽ പരന്നുകിടക്കുന്ന സാധ്യതകളെ ക്കുറിച്ച് ഓഫീസർ വിശദീകരിച്ചു. സഖറിയാസ് പഠിച്ച് ബി.എൽ. എടുത്തു. ഞാൻ സാബർജറ്റു പൈലറ്റിന്റെ ശത്രുവായി. വിജയന്നറിയാവുന്ന കാര്യ ങ്ങൾ വീണ്ടും ഞാനെന്തിന്നെഴുതി? ഇതൊക്കെയാണ് ഞാനീയിടെ ആലോചിക്കുന്നതെന്ന് പറയുകയായിരുന്നു.

ആർ ആരുടെ ശത്രു?

എങ്ങനെ?

ഉന്തുവണ്ടികളിൽ ചക്കാത്തിന്ന് സവാരിചെയ്യുന്ന ജീവനുള്ള കബ ന്ധങ്ങളെ കാണുമ്പോൾ ഓരോന്നങ്ങനെ ഓർത്തുപോകുന്നു. ഇവർ മനുഷ്യർതന്നെയോ? ഇവരാണോ പട്ടാളക്കാർ എന്നറിയപ്പെടുന്നവർ? വെട്ടിക്കളഞ്ഞ കൈകാലുകളിലെ മുറിവായ് ഉണങ്ങിക്കഴിഞ്ഞാൽ, പിന്നെ ഇവർ ആരുടെ ശത്രുക്കളാകാനാണ് പോകുന്നത്?

ഈ നാട്ടിലെ വെടിയുണ്ടകളെല്ലാം കഴിഞ്ഞോ?

ഞാൻ ഇങ്ങനെ ആലോചിക്കാൻ പാടില്ലാത്തതാണ്. അവർക്ക് ജീവി ക്കണം. ജീവൻ എന്ന മഹത്തായ പ്രതിഭാസം കൈകാലുകളിൽ തുടങ്ങു ന്നില്ല, ഒതുങ്ങുന്നില്ല.

ജീവൻ.

മനുഷ്യന്റെ ജീവൻ.

ഇവിടെവെച്ച് ജീവന്റെ കളി ഞാൻ അറിഞ്ഞു. ഈ ആശുപത്രിയിൽ വന്നതിനുശേഷം വെനീരിയൽ ഡിസീസ് പിടിപെട്ടവർ ധാരാളം. കാലു കളില്ലാത്തവരും കൈകൾ ഇല്ലാത്തവരും ഈ കൂട്ടത്തിലുണ്ട്. ജീവിത ത്തിന്റെ അന്തസ്സത്ത പുനർജീവത്പ്രദാനത്തിൽ തന്നെയാവണം. ജീവത് പ്രദാനാസക്തികൊണ്ടല്ലാതെ പിന്നെന്തുകൊണ്ട് ഈ കബന്ധങ്ങൾക്ക് ഈ സുഖക്കേട് പിടിപെടുന്നു? ചാളകളിലെ വിലകുറഞ്ഞ മേപ്പറമ്പുകളേ അവർക്കു വിതയ്ക്കാൻ കിട്ടുന്നുള്ളൂ.

ആശുപത്രിയിൽ കർശനമായ നിയമങ്ങളും ചട്ടങ്ങളുമായി. രാപ്പകൽ ഒറ്റ ആൾ പുറത്തിറങ്ങിക്കൂടാ, എന്തുണ്ടായി എന്നോ? ഒരുപറ്റം അന്തേവാസികൾ ചേർന്ന് നഴ്സിനെ ബലാൽസംഗം ചെയ്തു. പട്ടാപ്പകൽ, പരസ്യമായിത്തന്നെ. അവരെ ഒന്നടക്കം അറസ്റ്റ് ചെയ്തു. കുറ്റിക്കൈകൾ

ഇളക്കി അവർ ചോദിക്കുന്നു: ഞങ്ങളെ എന്തുകൊണ്ട് കൊന്നുതരുന്നില്ല?

എന്റെ മനസ്സ് നന്നേ അസ്വസ്ഥമാണ്.

വിജയൻ അവധിക്കു വരുന്നുണ്ടെങ്കിൽ, എന്നെക്കാണാൻ ഇങ്ങോട്ടൊന്നും വരരുത്. ഞാൻതന്നെ ഇവിടന്നു കടന്നുകിട്ടാൻ ശ്രമിക്കുന്നു. കൈ ഓപ്പറേറ്റ് ചെയ്യേണ്ടിവരുമെന്ന് ഡോക്ടർ അഭിപ്രായപ്പെട്ടു. പക്ഷേ, അത് പെട്ടെന്ന് ചെയ്തുകൂടാ. ഞരമ്പുകൾക്ക് ശക്തി ഇല്ല. തള്ളവിരലിന്ന് ഒട്ടും അനക്കം കിട്ടുന്നില്ല. ഞരമ്പുകൾ പുഷ്ടിപ്പെടാനുള്ള ട്രീറ്റ്മെന്റാണ് കിട്ടുന്നത്, അതിന് ധാരാളം സമയമെടുക്കും. ലീവിന്നയയ്ക്കാനോ, കൊച്ചിയിലെ നേവൽ ആശുപത്രിയിലേക്കു മാറ്റാനോ ദയവുണ്ടാകണം എന്ന് ഞാൻ ഒരപേക്ഷ കൊടുത്തിരിക്കുന്നു.

തണുപ്പുകാലത്ത് ഞാനും കുടിക്കാറുണ്ടായിരുന്നു. അപ്പോൾ എനിക്കത് ഒരാവശ്യമായിരുന്നു. തണുപ്പ് കഴിഞ്ഞാൽ റമ്മിനോട് വെറുപ്പായി. അല്പം കുടിച്ചാൽ ഉടനെ തലയ്ക്കു കറക്കമായി.

വിജയൻ പണ്ടത്തെപ്പോലെത്തന്നെ പുകവലിക്കാറുണ്ടോ?

ക്ഷേമാശംസകളോടെ,

സ്വന്തം ദാനിയേൽ

ഞാറയ്ക്കൽ
17 മാർച്ച് 66

പ്രിയ വിജയൻ,

തിങ്കളാഴ്ച ഞാനിവിടെ എത്തിച്ചേർന്നു. വിജയന്റെ എഴുത്ത് എന്നെ കാത്തുകിടക്കുകയായിരുന്നു.

വീട്ടുകാർക്കെല്ലാം എന്നെ കണ്ടപ്പോൾ ആശ്വാസമായി.

വളരെ കൂടുതലായ പരുക്കളാണ് എല്ലാവരും പ്രതീക്ഷിച്ചിരുന്നത്.

കൈയിന്മേൽ പ്ലാസ്റ്ററുണ്ട്. അവധി കഴിഞ്ഞ് കിർക്കി ആശുപത്രിയിലേക്ക് നേരെ പോകണം. ഏപ്രിൽ 18 വരെയാണ് അവധി. കിർക്കിയിൽനിന്ന് എട്ടുവാരം അവധിയനുവദിച്ചിരുന്നു. അവർക്ക് എന്നെ അവധിക്കയയ്ക്കാൻ നിർവ്വാഹമില്ല. എന്നെ റജിമെന്റിലേക്കയച്ചു. റജിമെന്റ് ബെരേലിയിലേക്കു തന്നെ തിരിച്ചെത്തിയിട്ടുണ്ട്. അവിടെ നന്നെ തിരക്കാണ്. മരിച്ചുപോയവരെക്കുറിച്ച് കത്തിടപാടുകൾ ശരേന്നു നടക്കുന്നു. ആശുപത്രികളിൽ കിടക്കുന്നവരുടെ കാര്യങ്ങളങ്ങനെ. അതിനിടയ്ക്ക് ഓരോ ആപൽഘട്ടങ്ങളിൽ കിടക്കുന്നവർ. ചിലർ മരിക്കുന്നു. കത്തിടപാടുകളും ചുമതലകളും പെരുകുന്നു. യുദ്ധം നിലച്ചിട്ടില്ലെന്നാണ് തോന്നുക. ഇതിന്നിടയ്ക്ക് രണ്ടുവാരം കഴിഞ്ഞുപോയി. ഈ രണ്ടുവാരം അവധിയിൽ കൊള്ളിച്ചു. അതു വീണ്ടുകിട്ടുവാൻ കിർക്കിയിലേക്ക് അപേക്ഷ അയച്ചിട്ടുണ്ട്.

വിജയൻ അവധിയിൽ വരുമ്പോൾ തമ്മിൽ കാണാമെന്നു പ്രതീക്ഷിക്കുന്നു.

സ്വന്തം ദാനിയേൽ.

ഞാറയ്ക്കൽ
5 ഏപ്രിൽ 66

പ്രിയ വിജയൻ,

കത്തു കിട്ടി. ഈ മാസംതന്നെ വിജയന്ന് അവധി കിട്ടുമെന്ന് പ്രതീക്ഷിക്കുന്നു. ആവുന്നതും വേഗംതന്നെ വീട്ടുകാരെ വന്നു കാണുകയാണ് വേണ്ടത്. അവർക്ക് എങ്ങനേയും ആശങ്കകളേ ഉണ്ടാകൂ. കഴിഞ്ഞ കാലം അങ്ങനെത്തേതായിരുന്നു. ഉൽക്കണ്ഠ ഉണ്ടാവും.

കഴിഞ്ഞുപോയ വിഷമാവസരങ്ങൾ മറന്നും ഇടയ്ക്കിടെ ഓർമ്മിച്ചും കഴിയുന്നു. എങ്ങനെയാണ് മറക്കുക? മരണത്തിന്റെ മുഖം ഞാൻ കണ്ടു. ഇനി അതെന്റെ മനസ്സിൽനിന്നുമായില്ല.

മരിച്ചവർ തിരിച്ചുവരില്ലെന്നു പറയുന്നത് എത്ര അബദ്ധമാണ്! അതു പറഞ്ഞ ആളുടെ കാലത്ത് യുദ്ധം ഉണ്ടായിക്കാണില്ല.

അനിയന്റേയും അനിയത്തിയുടേയും മക്കളെ കളിപ്പിച്ച് സമയം ചെലവാക്കുന്നു. എനിക്കവരുടെ മുഖത്തു നോക്കാൻ വല്ലാത്ത വിഷമമുണ്ട്. പിഞ്ചുപൈതങ്ങൾ. ലോകം എത്ര സുന്ദരമാണവർക്ക്! ഞാനോ, ഹൃദയത്തിൽ മരണത്തിന്റെ ക്രൂരവും വിരൂപവും ബീഭത്സവുമായ മുഖം ഒളിച്ചുവെച്ചിരിക്കുന്നു. ഈ പിഞ്ചുകളുടെ മുന്നിൽ എനിക്കെന്റെതന്നെ മുഖം നഷ്ടപ്പെട്ടപോലെ തോന്നുന്നു.

മടങ്ങിപ്പോകേണ്ട ദിവസം അടുക്കുംതോറും സെലീനയുടെ സങ്കടം പെരുകുന്നു. അവളുടെ നനുത്ത വയറും മാറിടവും ഏന്തിയേന്തി നില്ക്കുന്നു. അവൾ എന്തിനെന്നെ വിവാഹം ചെയ്തു എന്നു ഞാനോർത്തു പോകുന്നു. എന്നെ വിവാഹം ചെയ്തു എന്നല്ലാതെ എന്തൊരു തെറ്റാണവൾ ചെയ്തത്? അവളുടെ സങ്കടം എന്നെ അസ്വസ്ഥനാക്കുന്നു.

മലകയറ്റം ഞാനിഷ്ടപ്പെടുന്ന കാര്യമാണ്. ആസ്സാം റൈഫിൾസിന്റെ കൂടെ ഞാൻ കുറച്ചുകാലം ഉണ്ടായിരുന്നല്ലോ. വിജയനെപ്പോലെ പെരുത്ത ഹിമാലയത്തിലൊന്നും പോകാൻ ഇട വന്നിട്ടില്ല. എന്നാലും ഞാനക്കാലത്ത് ഹിമാലയ പ്രാന്തങ്ങളിലൊക്കെത്തന്നെ ആയിരുന്നു. മലകൾ ധാരാളം കയറി ഇറങ്ങുക ഉണ്ടായി.

എന്റെ ജീവിതത്തിൽ അടുത്തുനില്ക്കുന്ന രണ്ടനുഭവങ്ങളാണ് കടലും മലകളും. വീട്ടിൽനിന്നു കടൽ ദൂരെയല്ല. പട്ടാളത്തിൽവെച്ച് മലകളോടു പഴകി.

ഹൃദയത്തിന്റെ വ്യാപ്തിയെ കടൽ പ്രതിനിധാനം ചെയ്യുന്നു. എന്തെല്ലാം എന്തെല്ലാം ഉൾക്കൊള്ളാനുള്ള വ്യാപ്തിയാണ് തോന്നുക എന്നോ, കടൽക്കരയിൽനിന്നു അനന്തവിശാലതയിലേക്കങ്ങിനെ നോക്കി നില്ക്കുമ്പോൾ. ഈ വിശാലത മുഴുവൻ ഹൃദയം ഉൾക്കൊള്ളുകയാണ്. എന്തൊരനുഭവമാണത്! മലകളോ, എനിക്കു ധൈര്യം പകർന്നുതന്നു. അവ മനുഷ്യമനസ്സിന്റെ ഉയർച്ചയുടെ നിദാനമാണ്, സ്ഥൈര്യത്തിന്റേയും. മലകൾ കയറി ഇറങ്ങി. രണ്ടുദിവസത്തെ വഴി ഒറ്റ ദിവസംകൊണ്ട് ഞാൻ നടന്നെത്തിയിട്ടുണ്ട്, എത്രയോ തവണ.

വിജയന്നു മലനിരകളെക്കുറിച്ചുള്ള അഭിപ്രായമെന്താണ്? മഞ്ഞണിഞ്ഞ മലനിരകളല്ലേ അവിടെ? അകലെ അകലെ നിന്നു കാഞ്ചനഗംഗ കൊടുമുടി ഞാൻ കണ്ടിട്ടുണ്ട്. ലോകത്തിന്റെ മനസ്സാക്ഷിയാണോ കാഞ്ചനഗംഗ? പ്രഭാതം മലനിരകളെ ഉമ്മ വെച്ചുണർത്തും മുമ്പെ, ആ ധവളവിശാലതയിൽ സൂര്യന്റെ ചെങ്കതിരുകളെത്തുന്നു. ലോകത്തിന്റെ മനസ്സാക്ഷിയിൽ പൊന്നുരുക്കിപ്പൊതിയുകയാണ്. തണുപ്പുണ്ടായിട്ടും ഞാനാ കാഴ്ച കാണാൻ കാത്തുനില്ക്കാറുണ്ട്.

ശ്വാസംകിട്ടാൻ ബുദ്ധിമുട്ടുള്ളപ്പോൾ പുകവലി നന്നല്ലല്ലോ. തണുപ്പ് മനുഷ്യനെക്കൊണ്ട് കുടിപ്പിക്കും എന്നെനിക്കറിയാം. രണ്ടും അത്ര കൊള്ളാവുന്നതൊന്നുമല്ല. ഞാനാശിച്ചത് പ്രകൃതിയോടും പരിതഃസ്ഥിതികളോടും ഇണങ്ങിച്ചേരാൻ വിജയന്നു സാധിക്കുമെന്നാണ്. നന്നേ സൂക്ഷിക്കണം.

കിർക്കിയിലെ കബന്ധങ്ങളെക്കുറിച്ച് ഞാനെഴുതിയിരുന്നില്ലേ? അവരിൽ ചിലർക്ക് ഫ്രോസ്റ്റ്ബൈറ്റായിരുന്നു സുഖക്കേട്. ഹിമപ്രദേശങ്ങളിൽ നിന്ന് കാലു കേടുവന്ന് അവർ വരുന്നു. കാലുകൾ മരവിച്ചു. ചത്തു. മുറിച്ചുകളയുന്നു. മേലോട്ടു മേലോട്ട് വീണ്ടും ചാവുന്നു, ചീയുന്നു. ഗാംഗരീനാണത്രെ. പലപ്പോഴും നിൽക്കാത്ത പഴുപ്പ് മരണത്തിൽ എത്തുന്നു.

സൂക്ഷിക്കണം. വീട്ടിൽ ഭാര്യയ്ക്കും മകൾക്കും സുഖമല്ലെ?

ദാനിയൽ

സഞ്ജീവിനി
27 ജൂൺ 66

പ്രിയ വിജയൻ,

19-ന്ന് ഞാൻ കിർക്കി വിട്ടു. ജീവച്ഛവങ്ങളും കബന്ധങ്ങളും ഉരുളുന്ന ഈ നരകത്തിലേക്ക് ഇനി തിരിച്ചുവരാൻ ഇടയുണ്ടാകാതിരിക്കട്ടെ എന്നായിരുന്നു എന്റെ പ്രാർത്ഥന. എങ്ങനെ പോകാതിരിക്കും? ഓപ്പറേഷൻ ചെയ്യാതെ കൈ ശരിപ്പെടുകയില്ല. ഞരമ്പുകൾക്ക് ശക്തിയും ആയില്ല. ഒരുപക്ഷേ, തകർന്നുപോയ ഞരമ്പുകൾ ഇനി ശരിപ്പെട്ടെന്നുവരില്ല. തള്ളവിരലിന്ന് ഇനിയും ജീവനില്ല.

എന്റെ കൈ ഉണങ്ങുകയാണോ? കടവെട്ടിയാൽ കൊമ്പുകൾ ഉണങ്ങുന്നു. ഉണങ്ങിക്കൊണ്ടിരിക്കുന്ന ഒരു മരമാവുമോ മനുഷ്യൻ?

പുറപ്പെടുന്നതിന്റെ തലേന്ന് വിജയന്റെ എഴുത്തുകിട്ടി. ഹിമാലയത്തോട് പഴകുകയാണല്ലെ? ഉത്തരവാദിത്വങ്ങളേക്കാൾ വലുത് ആരോഗ്യമാണെന്നു ഞാൻ പറയും.

ഇങ്ങോട്ടു മാറ്റുവാൻ കൊടുത്തിരുന്ന അപേക്ഷ പെട്ടെന്നാണ് അനുവദിച്ചത്. വീട്ടിൽ രണ്ടു ദിവസം താമസിച്ചിട്ടാണ് ഞാൻ കൊച്ചിയിൽ പോയത്. ആകെപ്പാടെ തരക്കേടില്ല. വീട്ടിൽ പോകാൻ ഔട്ട്പാസ് കിട്ടാറുണ്ട്. നൈറ്റ്പാസ് കിട്ടില്ല. ഇവിടത്തെ ജോലിക്കാരുടെ സന്മനസ്സുകൊണ്ട്

എല്ലാ ശനിയാഴ്ചയും ഞാൻ വീട്ടിൽത്തന്നെ താമസിക്കുന്നു. ഭക്ഷണവും മറ്റും ആർമി ഹോസ്പിറ്റലുകളേക്കാൾ വളരെ ഭേദവുമാണ്. സുഖിക്കുകയാണെന്നു വേണം പറയുവാൻ.

വിജയനെ കാണണമെന്ന് ഞാനാശിക്കുകയാണ്. എന്തിനാണ് ഞാനിങ്ങനെ പൊരിയുന്നത്? എനിക്കു മനസ്സിലാവുന്നില്ല.

ഞാൻ ഒരച്ഛനാകാൻ പോകുന്നു എന്നു കേൾക്കുമ്പോൾ വിജയനെന്താണ് തോന്നുക? ഡിസംബറിലോ മറ്റോ സെലീന അമ്മയാവും.

വിജയന്റെ മകൾക്കും അവളുടെ അമ്മയ്ക്കും സുഖമല്ലേ? അവരെ ഒരിക്കൽക്കൂടെ കാണണം എന്നാശിക്കുകയാണ്. വിജയൻ വരൂ.

ഇവിടെ വർഷം ആരംഭിച്ചു. കടലിൽ മഴ പെയ്യുന്നത് കണ്ടിട്ടുണ്ടോ? ചക്രവാളങ്ങൾ കരയിലേക്ക് ഇറങ്ങിവരികയും കടൽ മുഖം കറപ്പിക്കുകയും ചെയ്യുന്നു. പ്രക്ഷുബ്ധമായ കടൽ എന്നെ ഭയപ്പെടുത്തുന്നു. ശാന്തമായ വിശാലതേ, നീയെവിടെ എന്ന് എന്റെ മനസ്സു കരയുന്നു. ഒരുപക്ഷേ ദുഃഖം എന്നെ മൂടിക്കെട്ടുകയാണ്. എഴുതൂ.

സ്വന്തം ദാനിയേൽ

സഞ്ജീവനി
22 സെപ്തംബർ 66

പ്രിയ വിജയൻ,

എനിക്കുൽക്കണ്ഠയുണ്ട്. എന്താണ് വിജയന്റെ കാലുകൾക്ക് പറ്റിയത്? ഫ്രോസ്റ്റ്ബൈറ്റുതന്നെ ആകുമോ? ഉള്ളനടികളിൽ പുള്ളിക്കുത്തുകൾ പോലെ രക്തം കട്ടിയായിപ്പോവുന്നുവെങ്കിൽ എന്തൊരു തണുപ്പായിരിക്കും അനുഭവിക്കുന്നുണ്ടാവുക? ബ്ലഡ്ക്ലോട്ട് എന്നു പറയുന്ന സുഖക്കേടാണെന്നു തോന്നുന്നില്ല. ഫ്രോസ്റ്റ്ബൈറ്റിന്റെ തുടക്കമായിക്കൂടെ? ഉടനെത്തന്നെ എവാക്വേറ്റ് ചെയ്യിച്ച് വേണ്ട ചികിത്സകളെടുക്കണം.

വിജയൻ, ഞാൻ അസ്വസ്ഥനാണ്. കടലിൽ കന്നിനിലാവ് പാൽ പകരുന്നതു കണ്ടുനിന്നു മനസ്സിനെ കുളുർപ്പിക്കാം. മനസ്സ് കുളിരുന്നില്ല. ഇന്നു വിശേഷിച്ചും, പരുക്കു പറ്റിയതിന്റെ ഒന്നാംവാർഷികമാണ് ഇന്ന്.

ഉച്ചയ്ക്ക് ഭക്ഷണം കഴിക്കാൻ പുറപ്പെട്ടതായിരുന്നു. തലേ ദിവസം ശാപ്പാടു കഴിച്ച് വെള്ളമില്ലാത്തതുകൊണ്ട് കഴുകാൻ പറ്റാതിരുന്ന മെസ്ടിൻ എടുത്തു ഞാൻ നടന്നു. ഹാൻഡ് പമ്പിന്നടുത്ത് കുറെപേർ ഉണ്ട്. പാത്രം കഴുകുകയോ മുഖം കഴുകുകയോ ആണ്. വെള്ളം – ഈ ഭൂമി നമുക്കുവേണ്ടി തന്റെ ഞരമ്പുകളിൽ വെള്ളം കരുതിവെക്കുന്നു. നാം അവൾക്ക് രക്തവും മാംസവും നേദിക്കുന്നു. വെള്ളത്തിന്റെ നനവു കൈകളിലൂടെ കയറി തലച്ചോറടക്കം കുളിർത്തു. ഒന്നു കുളിക്കാൻ! പാത്രം തേച്ചുകഴുകുമ്പോൾ അവനവന്റെ വിയർപ്പും നാറ്റവും ഞാനറിഞ്ഞു. പെട്ടെന്ന് ആക്രമണമുണ്ടായി. അവിടെത്തന്നെ കമിഴ്ന്നടിച്ചു കിടന്നു. ജറ്റുകളുടെ ഇരമ്പമോ

ആലിപ്പഴമുതിർക്കുമ്പോഴുള്ള മെഷീൻഗണ്ണുകളുടെ തകർപ്പോ ഏതാണ് ആദ്യം കേട്ടതെന്ന് ഓർമ്മയില്ല. ഈ ഭൂമി എനിക്കുവേണ്ടി പിളരുന്നില്ല. മെസ്ടിന്നിൽ മുറുകെ മുറുകെ പിടിച്ചു. ചെകിടടഞ്ഞുപോയിരുന്നു. കണ്ണുകൾ ഇറുകെ ചിമ്മിയിരുന്നു. എനിക്കടിയിൽ ഭൂമി വിറച്ചുതുള്ളി. അവൾ എനിക്കുവേണ്ടി പിളരുകയാണോ? വെടിയേറ്റു എന്നൊന്നും അപ്പോൾ എനിക്കറിയില്ല. എല്ലാ ഒച്ചകളും ഇരമ്പവും നിലച്ചു. തല പൊക്കി നോക്കി. ഇരുട്ടാണോ? രക്തമായിരുന്നു. ഒറ്റ മനുഷ്യൻ എവിടേയുമില്ല. നിലവിളിയും ഞെരക്കങ്ങളും ഉണ്ടല്ലോ. ഞരങ്ങുന്നത് ഞാൻ തന്നെയായിരുന്നു. എന്റെ അടുത്തുകിടക്കുന്ന ആൾ മരിച്ചുകഴിഞ്ഞിരുന്നു. ഞാൻ ജീവിക്കുന്നു എന്ന ബോധം അപ്പോൾ എനിക്കെന്തൊരാശ്വാസമാണു തന്നത്? എണീക്കാൻ നോക്കി. കൈപ്പത്തി പൊന്തുന്നില്ല. കടച്ചിൽ. അമ്മേ! മുട്ടിന്നു മീതെ തകർന്നൊലിക്കുന്ന കൈ വലതുകയ്യാൽ താങ്ങിനിന്നു. ഞങ്ങൾ ഒമ്പതുപേരെ ആംബുലൻസിൽ കയറ്റി കൊണ്ടുപോയി. മൂന്നുപേർ അന്നു തന്നെ മരിച്ചു. ഞാൻ ജീവിക്കുന്നു എന്ന ബോധം വീണ്ടും ആശ്വാസം തരുന്നു! ഈ പരുക്ക് എന്നെ കാര്യമായി ബാധിച്ചിട്ടില്ല എന്നാണ് എന്റെ വിശ്വാസം.

എഴുത്തു മുമ്പെത്തന്നെ എഴുതേണ്ടതായിരുന്നു. പ്ലാസ്റ്റർ അഴിച്ചതിന്നു ശേഷമുള്ള സ്ഥിതിഗതികൾ എഴുതാമെന്നു കരുതി. ഒരാഴ്ചയോളമായി അഴിച്ചിട്ട്. എക്സറേ എടുത്തു. എല്ലിന്റെ നുറുങ്ങുകൾ പൂർത്തിയായി യോജിച്ചിട്ടില്ല. ഇനിയും പ്ലാസ്റ്റർ ഇടണോ എന്നു ഡോക്ടർ സംശയിക്കുന്നു. എല്ലുകളെ ഉറപ്പിക്കാൻ സഹായിക്കുന്നുണ്ടെങ്കിലും കൈമുട്ടിനെ പ്ലാസ്റ്റർ കാര്യമായി ബാധിച്ചു. ഇളകാൻ കഴിയാതെ പ്ലാസ്റ്റർ കിടന്ന കൈമുട്ട് ഉറച്ചുപോയ കൂട്ടത്തിലാണ്. ഇപ്പോൾ കൈമുട്ടിന്നു വ്യായാമം കൊടുക്കുകയാണ്. ശരിപ്പെടും എന്നാണ് ഡോക്ടറുടെ അഭിപ്രായം. എനിക്കത്ര വിശ്വാസം വരുന്നില്ല. തള്ളവിരലിന്നു ജീവനില്ല. എന്റെ കൈ ചാവുന്നു.

മനുഷ്യന്റെ അവയവങ്ങൾ ഓരോന്നായി ചത്തുപോവുക! ആദ്യം വിരലുകൾ, പിന്നെ കൈപ്പത്തി, കൈ. അങ്ങനെ അങ്ങനെ ഓരോന്നു ചാവുക. ചത്തുകൊണ്ടിരിക്കുമ്പോഴും പുനരുൽപ്പാദന പ്രക്രിയയിൽ പങ്കുചേരുക. സെലീന വളരുന്നതു കാണുമ്പോൾ, അവളുടെ നനുത്ത മിനുസമുള്ള വയറ്റത്ത് എന്റെ ജീവനുള്ള വിരലുകൾ ഓടിക്കളിക്കുമ്പോൾ – ഞാൻ ഓർത്തുപോകുന്നു – ഈ കുഞ്ഞിന്റെ ജീവിതം എങ്ങനെ ഇരിക്കും?

എന്തുകൊണ്ടാണ് ഞാനീയിടെ കൂടുതൽ അസ്വസ്ഥനാവുന്നതെന്ന് എനിക്കു മനസ്സിലായി. എന്നെക്കുറിച്ചു ഞാനെത്രയോ സംതൃപ്തനാണ്. വളരുന്ന സെലീനയാണ് എന്റെ മനസ്സിന്നടിയിൽക്കിടന്നു വിങ്ങുന്നത്.

വിജയന്റെ എഴുത്ത് കാത്തിരിക്കയാണ്. സുഖപ്പെട്ടു എന്നു കേൾക്കാൻ മോഹമുണ്ട്.

സ്നേഹത്തോടെ,

ദാനിയൽ

ഞാറക്കൽ
28 ഡിസംബർ 66

പ്രിയ റിജന്മൻ,

എഴുത്തു കാണാത്തതുകൊണ്ട് ഖേദമുണ്ട്. എന്താണ് സംഭവിച്ചതെന്ന് എനിക്കൊരു പിടിപാടും ഇല്ലല്ലോ.

സെലീന കഴിഞ്ഞ ആഴ്ചയിൽ പ്രസവിച്ചു. ആൺകുട്ടി. കുഞ്ഞിന്നും തള്ളയ്ക്കും സുഖം.

എന്റെ മകനെ ഒന്നെടുക്കാൻ എനിക്ക് സാധിക്കില്ല! അതുകൊണ്ട് ഞാൻ പായിൽ ചമ്രം പടിഞ്ഞിരിക്കുന്നു. സെലീന അവനെ എന്റെ മടിയിൽ കിടത്തുന്നു. ഞാൻ അവന്റെ പുതുമുഖം നോക്കി അദ്ഭുതപ്പെടുന്നു: ചുവന്ന പൂവേ!- എന്നാൽ അദ്ഭുതപ്പെടാൻ വയ്യ. ഞാൻ സങ്കടപ്പെടുകയാണ്: എന്റെ കുഞ്ഞേ, നിന്റെ കാലത്ത് യുദ്ധമുണ്ടാവുമോ? മരണത്തെ നേരിട്ടു കാണാനും അരണ്ടുകിടന്നു രക്ഷപ്പെടാനും ഒന്നരക്കയ്യനാകാനും - എന്റെ ചെകിട്ടിൽ ജറ്റുകൾ ഇരമ്പുന്നു. തലയിൽ ആലിപ്പഴം ഉതിരുന്നു. തല കറങ്ങുന്നു.

സെലീനാ!

ഞാൻ എന്റെ സങ്കടം വിജയനോടല്ലാതെ ആരോടാണ് പറയുക? എന്റെ തീരാദുഃഖത്തിൽ എപ്പോഴും എനിക്കു തുണ നിന്ന വിജയൻ എന്നെ മറന്നോ? എനിക്കെന്തൊക്കെയോ തോന്നുന്നു. മറുപടി കിട്ടാതിരുന്നാൽ, വീട്ടിൽ പോയി അന്വേഷിക്കാമെന്നു തീരുമാനിക്കുകയാണ്. ഉടനെ എഴുതൂ.

ക്ഷേമാശംസകളോടെ,

സ്വന്തം ദാനിയൽ

C/o.56 A.P.O
3, ജനുവരി 67

പ്രിയപ്പെട്ട മിസ്റ്റർ ദാനിയൽ ജോസ്,

താങ്കൾ വിജയനയച്ച എഴുത്ത് ഇവിടെ കിട്ടി. താങ്കൾക്കൊരു മറുപടി എഴുതേണ്ട ചുമതല എനിക്കുണ്ടെന്നു മനസ്സിലാക്കുന്നു.

സമുദ്രവിതാനത്തിൽനിന്നു പതിനേഴായിരം അടി ഉയരമുള്ള ഒരിടത്തു കേടുവന്നുപോയ വയർലസ് സെറ്റ് റിപ്പെയർ ചെയ്യാൻവേണ്ടി വിജയൻ കമ്പനിയിൽനിന്നു പോകാൻ ഇടയായി. രണ്ടു ദിവസത്തെ വഴി ഉണ്ടായിരുന്നു നടക്കാൻ. മഞ്ഞിലൂടെയാണ് വഴി. അത്തരം സ്ഥലങ്ങളിൽ പെരുവഴി എന്ന ഒന്നില്ലെന്ന് താങ്കൾക്കൂഹിക്കാം. വിജയൻ പിക്കറ്റിൽ എത്തി സെറ്റ് റിപ്പയർ ചെയ്തു തിരികെ പുറപ്പെട്ടു. വഴി തെറ്റിപ്പോയി. ഒരു രാത്രി മുഴുവൻ ഈ കൊടുംതണുപ്പിൽ നടന്നും ഇരുന്നും കഴിച്ചുകൂട്ടി. ചൂളംവിളിക്കുന്ന കാറ്റുണ്ടായിരുന്നു രാവു മുഴുവൻ. മൂന്നാമത്തെ

ദിവസം വിജയൻ എത്തിയില്ല. തിരയാൻ പാർട്ടി അയച്ചു. വിജയനെ കണ്ടെത്തി. അയാളാകെ മരവിച്ചുപോയിരുന്നു. മുഖവും കാതുകളും മൂക്കും ചീർത്ത്, അവിടവിടെ വിണ്ടിരുന്നു. കാലിൽ കിടന്ന ബൂട്ടുകൾ വെട്ടുകയാണുണ്ടായത്. ആവുന്ന ഫസ്റ്റ് എയ്ഡുകൾ ചെയ്തു വിജയനെ താഴേക്കയച്ചു. കഴിഞ്ഞ ഡിസംബർ 28-ാം തിയ്യതി വിജയൻ മരിച്ചു പോയി.

എന്റെ സഹാനുഭൂതികൾ
മേയർ ഓഫീസർ കമാൻഡിങ്

■

തേർവാഴ്ചകൾ

അച്ഛന്റെ കുട്ടി

മകൾ ഉറക്കമുണരുമ്പോഴൊക്കെ അമ്മയെ തേടാറുണ്ട്. ഉറക്കം ഒന്നു ഞെട്ടിയാൽപോലും അവൾ തപ്പിനോക്കും. അമ്മ തന്റെ നേരെ തിരിഞ്ഞുകിടക്കുന്നുണ്ട്. അമ്മയുടെ ഇടത്തെ കൈ തന്റെ മീതെത്തന്നെയുണ്ട്. അമർന്നിട്ടോ തൊട്ടിട്ടോ ഇല്ല. അമ്മ കൊടുംകൈ കുത്തി എണീക്കയാണെന്നും, എപ്പോൾ വേണമെങ്കിലും എണീക്കുമെന്നുമാണ് തോന്നുക. തന്റെ അകിട്ടിൽ സുരക്ഷിതയായി ഉറങ്ങുന്ന മകളുടെ മരുങ്ങിൽ കൈപ്പടം കുത്തി, ഈ കൈ കൊണ്ടു ഞാനവൾക്കു താങ്ങും തണലും കൊടുക്കുകയാണെന്നപോലെ അമ്മ ഉറങ്ങുകയാണ്. അല്ലെങ്കിൽ അമ്മയ്ക്കുറക്കമില്ല. മകളുടെ ഓരോ ചലനത്തിലും ആ കൈ ഇളകി അവളെ തൊടുകയോ തലോടുകയോ ചെയ്യുന്നുണ്ട്. മകൾ ഒന്നോ രണ്ടോ നിമിഷത്തേക്കു തിരിഞ്ഞും മറിഞ്ഞും കിടക്കുകയാണെങ്കിൽ, അതേ കിടപ്പിൽ കിടന്ന്, അവളെ പാടിയുറക്കിയ ഉറക്കുപാട്ടിന്റെ ഈരടികൾ ഈണത്തോടെ മൂളിക്കൊടുക്കുന്നുണ്ട്. ഒരുപക്ഷേ, ഉറക്കത്തിൽത്തന്നെ ഈ മൂളിപ്പാട്ടുകൊണ്ടു മകളെ സ്വസ്ഥയാക്കി ഉറക്കിയെന്നു വരാം.

അമ്മയ്ക്കും മകൾക്കും അതൊരു ശീലമായിത്തീർന്നു. അപ്പോഴാണ്, അച്ഛൻ അവധിയിൽ വന്നത്. അച്ഛൻ വന്നതിന്നുശേഷം മകൾ ഉറക്കമുണരുമ്പോൾ അമ്മ അടുത്തില്ല. തിരിഞ്ഞു കിടന്നു തപ്പിനോക്കുമ്പോഴാണറിയുക, തന്റെ മീതെ ഒരു കൈ കിടപ്പുണ്ട്. അമ്മയുടെ കൈപോലെ പതവും ചൂടും ഇല്ല. ആരുടെ കൈയാണിത്? അബോധാവസ്ഥയിൽത്തന്നെ അമ്മിഞ്ഞ തപ്പുന്നു.

ഇതെന്റെ അമ്മയല്ലല്ലോ!

അവൾ ഞെട്ടിയുണർന്നു കരയുകയായി.

അച്ഛൻ അവളെ പിടിച്ചണയ്ക്കുകയും ഉമ്മവെക്കുകയും താരാട്ടുകയും ചെയ്തു. അമ്മ വരുവോളം അവൾ കരഞ്ഞു. എന്നാലും പുലരാൻനേരത്ത് അമ്മ എണീറ്റു പുറത്തുപോവുകയും കട്ടിലിൽ കിടക്കാറുള്ള അച്ഛൻ അമ്മയുടെ കിടക്കയിലേക്കിറങ്ങി മകളോടു തൊട്ടുരുമ്മി കിടക്കുകയും ചെയ്തു. ഒന്നോ രണ്ടോ മാസത്തോളം അയാളങ്ങനെ ചെയ്തു. അത്രയുംകാലം എന്നും ഉറക്കമുണരുന്ന മകൾ അയാളുടെ കൈയും മുഖവും തലമുടിയും മാറിടവും തപ്പിനോക്കുകയും ഞെട്ടിത്തെറിച്ചപോലെ അമ്മയെ വിളിച്ചു കരയുകയും ചെയ്തു.

മകളെ തന്നോടടുപ്പിക്കാനുള്ള പലതും അയാൾ ചെയ്തു. വരുമ്പോൾത്തന്നെ അവൾക്കായി പാവക്കുട്ടിയും ഉടുപ്പും പമ്പരവും ചെരിപ്പും ഓലത്തൊപ്പിയും... പെട്ടി നിറയെ അവൾക്കായിട്ടായിരുന്നു.

അയാൾ വന്നുകയറിയിട്ടു കാലു കഴുകിയില്ല. ഇരുന്നില്ല. അകം നിറയെ, കണ്ണുനിറയെ ചോദ്യമായിരുന്നു: "കുട്ടി എവിടെ?"

അമ്മയുടെ മോളും വീട്ടുകാരുടെ രാധയുമാണെങ്കിലും അവളെ അയാൾ കുട്ടി എന്നു മാത്രം വിളിച്ചു. എഴുത്തെഴുതുമ്പോൾ തന്റെ കുട്ടിക്കായി പ്രത്യേക വാചകങ്ങൾ കുറിച്ചുവെച്ചു. അവൾക്കായി പാട്ടുകൾ എഴുതി അയച്ചു. പെറ്റുവീണ കാലത്ത് കണ്ടിട്ടുണ്ടെങ്കിലും ഒരു തൊഴിലിന്നുവേണ്ടി അലഞ്ഞിരുന്ന അയാൾ ആൻഡമാനിലേക്കു പോയി. പിന്നീടൊന്നു വരാൻ കൂടിയപ്പോൾ, അച്ഛൻ അവൾക്കൊരന്യനായിരുന്നു.

അമ്മ പറഞ്ഞു: "ദാ മോളേ, അച്ഛൻ."

അവളയാളെ കള്ളക്കണ്ണിട്ടു നോക്കി. ഉടനെത്തന്നെ അമ്മയുടെ കഴുത്തിൽ കെട്ടിപ്പിടിച്ചു തോളിൽ തല താഴ്ത്തുകയും ചെയ്തു.

അയാൾ കരഞ്ഞില്ല!

പെട്ടി തുറന്നു, അമർത്തിയാൽ ഓടുകയും, ഓടുമ്പോൾ തീപ്പൊരി പറത്തുകയും ചെയ്യുന്ന തീവണ്ടി എടുത്ത് ഉരുട്ടി.

മകൾ ഒന്നു നോക്കി. വീണ്ടും അമ്മയെ കെട്ടിപ്പിടിച്ചു.

അയാൾ പമ്പരമെടുത്തു കറക്കി. പാവക്കുട്ടിയെ എടുത്തു മാറത്തടക്കിപ്പിടിച്ചു.

അമ്മ പറഞ്ഞു: "മോൾടച്ഛൻ തരും. ചെല്ല്."

അവൾ വന്നില്ല.

അയാൾ ചിത്രവേലകൾ ചെയ്ത ഉടുപ്പെടുത്തു നിവർത്തിപ്പിടിച്ചു.

അമ്മ പറഞ്ഞു: "ങ്, വാങ്ങിച്ചോ, അല്ലാച്ചാല്, പാവക്കുട്ടിക്കു കൊടുക്കും."

മകൾ പറഞ്ഞു: "നിച്ചു വേണം."

അച്ഛൻ ചോദിച്ചു: "ഏതാ വേണ്ടത്? വന്നെടുക്കൂ."

അവൾ അമ്മയെ കെട്ടിപ്പിടിച്ചു.

അയാൾ പറഞ്ഞു: "കുറച്ചു വെള്ളം."

അമ്മ വെള്ളമെടുക്കാൻ പോയി. മകൾ കരഞ്ഞ്, അമ്മയുടെ പിമ്പേ ഓടിപ്പോയി.

അയാളുടെ രക്തമാണ്, ജീവനാണ്, എല്ലാമാണ്. ആ മകൾക്കുവേണ്ടിയാണു ജീവിക്കുന്നതെന്നാണ്.

അയാൾ കഷ്ടപ്പെട്ടിട്ടുണ്ട്. പട്ടിണി കിടന്നിട്ടുണ്ട്. കിടക്കാൻ ഇടമില്ലാതെ തെണ്ടിയിട്ടുണ്ട്. അന്നൊന്നും ഇങ്ങനെ വേദനിച്ചിട്ടില്ല.

അമ്മ വെള്ളം കൊണ്ടുവന്നപ്പോൾ അയാൾ തന്റെ നിറഞ്ഞ കണ്ണുകൾ കഴുകാൻ മാത്രം മുഖത്തു വെള്ളമൊഴിച്ചു...

മകളോടൊപ്പം കളിക്കാൻവേണ്ടി അയാൾ ഒരാടിനെ വാങ്ങി. ആ വെള്ള ആടിന്ന് ഒടിഞ്ഞ ചെവിയും എപ്പോഴും തുള്ളിക്കൊണ്ടിരിക്കുന്ന കാലുകളുമുള്ള ഒരു കുട്ടിയുണ്ടായിരുന്നു. പകൽ മുഴുവൻ അച്ഛനും മകളും കളിച്ചുകൊണ്ടു കഴിഞ്ഞുകൂടി.

പുലരാൻ കാലത്ത് അവളുടെ അമ്മ പുറത്തുപോയാൽ, അയാൾ മകളുടെ മരുങ്ങു ചെരിഞ്ഞു കിടന്നു. അവളെ പിടിച്ചണച്ചു, നെറ്റിയിൽ ഉമ്മ വെച്ചു. തന്റെ നെറ്റി ചൂടുപിടിക്കുകയും ഇക്കിളികൊള്ളുകയും ചെയ്യുമ്പോൾ അവൾ ഉണർന്നു തപ്പിനോക്കി. അച്ഛന്റെ വലിയ മൂക്കും തടിച്ച ചുണ്ടുകളും അവൾക്കിഷ്ടപ്പെട്ടില്ല. ആ വല്ലാത്ത മൂക്കു കണ്ണിൽനിന്നു പോയിക്കിട്ടാൻവേണ്ടി പിടിച്ചുവലിച്ചു, പിച്ചിനോക്കി, കടിച്ചെടുത്തു. മൂക്കു പറിഞ്ഞില്ല. അച്ഛൻ ചോര തുടച്ചുകളഞ്ഞു. അപ്പോൾ താനൊന്നും ചെയ്തിട്ടില്ലാത്തപോലെ എണീറ്റിരുന്നു ചുറ്റും നോക്കിയിട്ട് അവൾ ചോദിച്ചു: "അമ്മ്യേ്യാ?"

അവൾ കരഞ്ഞില്ലല്ലോ!

രണ്ടോ മൂന്നോ ദിവസം എണീറ്റ ഉടനെ അവൾ കരയാതെ അമ്മയെ ചോദിച്ചു. അയാളവളെ പുറത്തേക്കെടുത്തുകൊണ്ടുപോയി, അവളുടെ പല്ലു തേച്ചു കൊടുത്തു. അവർ ഒന്നിച്ചു കുന്നത്തേക്കു പോയി.

അവധി കഴിഞ്ഞു.

അയാൾ സ്വയം ശപിക്കുകയായിരുന്നു. ജീവിക്കാൻവേണ്ടി തൊഴിലന്വേഷിച്ചു മടുത്തു തുടങ്ങിയപ്പോഴാണ് ആൻഡമാനിലേക്കു പോകാൻ ഉറച്ചത്. പതിനഞ്ചു കൊല്ലത്തേക്കുതന്നെ അടിയറവും കൊടുത്തിരിക്കയാണ്. അടിമയായിട്ടല്ല. അടിമക്കച്ചവടം ഈ പരിഷ്കൃതയുഗത്തിൽ നടക്കുന്നില്ലല്ലോ! ജോലി വേണമെങ്കിൽ, ആൻഡമാനിലേക്കു കടക്കണമെങ്കിൽ, പതിനഞ്ചു കൊല്ലത്തേക്ക് അവിടെ താമസിച്ചു വേലയെടുക്കാമെന്ന് അടിയറവെഴുതണം. അതെഴുതി. അതുകൊണ്ട് അടിമയൊന്നുമാവുന്നില്ല.

കുടുംബം ഒരിടത്ത്; നാട്ടിലാണെന്നു സമാധാനമൊന്നും ഉണ്ടാവുന്നില്ല. ഭർത്താവിന്റെ ആഗ്രഹം ഭാര്യയുടെ കൂടെ താമസിക്കണമെന്നാണ്. അച്ഛന്റെ മോഹം മകളോടൊപ്പം ജീവിക്കണമെന്നും. ഭർത്താവാണ്, അച്ഛനാണ്. അയാൾക്കവരോടൊപ്പം ജീവിക്കാൻ നിവൃത്തിയില്ല.

ഈ ഗതികേട് ആരും അനുഭവിക്കാതിരിക്കട്ടെ എന്നു ഹൃദയം നൊന്തുകൊണ്ട് ആശിച്ചു. ഒരുവേള ഇതേ അനുഭവം തന്റെ അച്ഛനും ഉണ്ടായിട്ടുണ്ടാകാം. അച്ഛൻ സിലോണിലായിരുന്നു. താൻ ആൻഡമാനിലാണ്. അച്ഛന്റെ അച്ഛന്ന് കുടുംബം പുലർത്താൻവേണ്ടി നാടു വിടേണ്ടി വന്നിട്ടുണ്ടോ, എന്തൊ! ഇനി തന്റെ മക്കൾകൂടെ ഇതേ ഗതികേടിലേക്കു വളരുമോ?...

സ്വയം ശപിച്ചുകൊണ്ട് അയാൾ മടങ്ങിപ്പോയി.

അച്ഛൻ പോയെന്നു മകൾക്കറിഞ്ഞുകൂടാ. പുലരാൻ കാലത്ത് അച്ഛൻ പുറപ്പെട്ടു പോകുമ്പോൾ അവൾ ഉറങ്ങുകയായിരുന്നു. ഉറക്കത്തിൽ

അച്ഛന്റെ ചൂടുള്ള ചുണ്ടുകൾ തന്റെ നെറ്റിയിൽ ഇക്കിളി കൂട്ടിയപ്പോൾ അവളൊന്നു തപ്പിനോക്കി. ഉറക്കത്തിൽത്തന്നെ അവൾ പറഞ്ഞു: "അച്ഛൻ പൊക്കൊ!"

അതോടെ ആ വല്ലാത്ത മൂക്കുമ്മേൽ പിടിച്ച് ഒരു തള്ളുതള്ളി. തിരിഞ്ഞുകിടന്നു.

ഉറക്കം തെളിഞ്ഞപ്പോൾ അവൾ വീണ്ടും തിരിഞ്ഞു കിടന്നു തപ്പി നോക്കി. അമ്മയെ കാണാനില്ല. കണ്ണുകൾ തുറന്നു നോക്കി. അച്ഛൻ ഉറങ്ങുകയാണെങ്കിലോ!

അച്ഛനും ഇല്ല!

എണീറ്റിരുന്ന് അച്ഛന്റെ കട്ടിലിലേക്കു നോക്കി. അച്ഛന്റെ കിടക്ക എവിടെ?

കട്ടിലിന്റെ കാൽക്കൽ അച്ഛന്റെ പെട്ടി ഉണ്ടായിരുന്നല്ലോ. പെട്ടിയും കാണാനില്ല.

അച്ഛന്റെ പെട്ടിക്ക് എന്തു ചന്തമായിരുന്നു!

അമ്മയുടെ കിടക്കയിൽ ചവിട്ടി കട്ടിലിന്നടുത്തേക്കു നടന്നു. കട്ടിൽ തൊട്ടുനോക്കി. ഏയ്, അച്ഛൻ ഇല്ല. തീർച്ചയായും ഇല്ല. കിടക്കയും ഇല്ല. പെട്ടി വച്ചിരുന്ന നിലത്തു വിരലുകൊണ്ടൊന്നു വരച്ചു. പെട്ടിയില്ല. തീർച്ചയായും ഇല്ല.

അച്ഛൻ വരുമ്പോൾ, പാവക്കുട്ടി ആ പെട്ടിയിലായിരുന്നു. പാവക്കുട്ടിക്ക് പെട്ടിയേക്കാൾ ചന്തമുണ്ട്. ഉടുപ്പുണ്ട്. പാവക്കുട്ടിയുടെ ഉടുപ്പിനേക്കാൾ ചന്തം തന്റെ ഉടുപ്പിന്നാണ്.

അച്ഛന്റെ പെട്ടി തന്റെ പെട്ടിയാണ്. അച്ഛൻ പോകുമ്പോൾ അവൾ ആ പെട്ടിയിൽ കടന്നു കിടക്കും. പാവക്കുട്ടിയും ഉണ്ടാവും. പാവക്കുട്ടിക്കു പമ്പരം വേണ്ട!

എവിടെയാണച്ഛന്റെ വീട്?

അച്ഛന്റെ വീട്ടിലേക്കു ബസ്സിലാണു പോവുക. പിന്നെ വിമാനത്തിൽ പോവണം. അച്ഛന്റെ വിമാനം വന്നപ്പോൾ മാനത്തു വിളക്കുകളില്ല. അച്ഛന്റെ തോളിൽ കിടന്നു താനുറങ്ങുമ്പോൾ മാനത്തു മൂന്നു വിളക്കുണ്ടായിരുന്നു.

അച്ഛൻ പോകുമ്പോൾ അവൾക്കും പോണം. അമ്മ പോരണം. ആട്ടിൻകുട്ടിയും വേണം...

അച്ഛൻ പോയോ എന്ന് ഒരാന്തലോടെ ഓർത്തുപോയി. ഇല്ല, ഒളിച്ചിരിക്കയാണെങ്കിലോ! അസ്സലായി ഒളിച്ചുകളിക്കുന്ന ആളാണല്ലോ.

കട്ടിലിന്നടിയിലെമ്പാടും മുട്ടുകുത്തി നടന്നു. അമ്മയുടെ കിടയ്ക്ക മൂല പിടിച്ചു പൊക്കിനോക്കി. പൊന്തുന്നില്ലല്ലോ! അച്ഛൻ പിടിച്ചു വലിച്ചിട്ടല്ലേ, പൊന്താത്തത്? ഊക്കോടെ മൂളക്കമിട്ടു പൊക്കി. ഇല്ലല്ലോ! അച്ഛനില്ല. തലയിണ വലിച്ചിട്ടു. പുതപ്പും വിരിയും വലിച്ചുമാറ്റി. ഒന്നിന്നടിയിലും അച്ഛൻ ഇല്ല.

അച്ഛൻ പോയി!

വിങ്ങുന്ന കരളോടെ, ചുളുങ്ങിയ ചുണ്ടുകളോടെ തെല്ലുനേരം ഓർത്തു നിന്നു. ആദ്യം ഒന്നു തേങ്ങി. പിന്നെ നിർത്തി. ഒരിക്കൽക്കൂടെ തേങ്ങി. തേങ്ങൽ നില്ക്കുന്നില്ല. കരഞ്ഞു, ഉറക്കെ കരഞ്ഞു.

അമ്മ ഓടി വന്നു. നനഞ്ഞ കൈകൊണ്ട് അമ്മ എടുത്തപ്പോൾ കൂടുതൽ കരഞ്ഞു.

"അച്ഛനോ?"

അമ്മ ഒന്നും പറഞ്ഞില്ല.

"അമ്മേ ന്റച്ഛനോ?"

അമ്മ മിണ്ടുന്നില്ല. നനഞ്ഞ കൈകൊണ്ട് തന്റെ കണ്ണീരു തുടച്ചു തരുമ്പോൾ, അമ്മയുടെ കവിളിലൂടെ ഉരുണ്ടു ചാടുകയാണ്.

അമ്മ വിമ്മിട്ടത്തോടെ സമാധാനിപ്പിച്ചു: "അച്ഛൻ വരും ട്ടൊ."

"ഉവ്വൊ? അതുമതി. ഇനി കരയണ്ട. നല്ല കുട്ടിയാവട്ടെ."

നല്ല കുട്ടികൾ കരയില്ല എന്ന് അച്ഛനാണു പറഞ്ഞുതന്നത്. താനൊരു നല്ല കുട്ടിയാണല്ലോ.

അച്ഛന്റെ നല്ല കുട്ടി എത്രയോ തവണ അച്ഛനോടു പൊയ്ക്കോളാൻ പറഞ്ഞിട്ടുണ്ട്! അതോർത്തിട്ടാണ് അമ്മയ്ക്കു സങ്കടം. അയാൾ മകളോട് ഒരുമ്മ ചോദിക്കയാണ്. അവൾ എതിർത്തു: "ഇല്ല."

"അച്ഛന്റെ കുട്ടിയല്ലേ?"

"അല്ല!"

അയാൾക്കു വാശിയായി. എന്റെ കുട്ടിയാണെന്ന് അമർത്തിപ്പറഞ്ഞു കൊണ്ട് അയാൾ ഉമ്മവെച്ചു. അവൾ ആ വലിയ മൂക്കിൽ പിടിച്ച് അച്ഛനെ ഉന്തി നീക്കിയിട്ടു പറഞ്ഞു: "അച്ഛൻ പൊക്കൊ!"

അയാൾ അമ്മയെ വിളിച്ചു: തന്റെ കുപ്പായവും കുടയും ചെരിപ്പും എടുത്തു കൊണ്ടുവരാൻ!

കുട്ടിക്കു വിമ്മിട്ടമായി. അവൾ പറഞ്ഞു: "വേണ്ട, വേണ്ട!"

കുപ്പായവും കുടയും എടുത്തു പോകണമെന്നല്ല പറഞ്ഞത്. അച്ഛൻ തന്നെ ചുമ്മ വിട്ടാൽ മാത്രം മതി. അവൾക്ക് അമ്മയുടെ അടുത്തേക്കു പോകാനാണ്.

അച്ഛന്നൊരുമ്മ തന്നിട്ടു പൊയ്ക്കോ എന്നാണ് അച്ഛൻ പറയുക. വേണ്ട, അതൊക്കെ സൂത്രമാണ്. ഉമ്മ കൊടുത്താലുടനെ അച്ഛൻ എടുക്കും. പിന്നെ ഓടിപ്പോകാനാവില്ല. കരയാനും വയ്യ. നല്ല കുട്ടികൾ കരയില്ല.

എന്നാലും ഓർക്കാപ്പുറത്തു കരഞ്ഞുപോകും. അച്ഛൻ നല്ല കുട്ടി യാകാൻ പറയുന്നു. കരച്ചിൽ നിർത്തി, കണ്ണീരു തുടച്ച്, ഒന്നു ചിരിക്കണം. എന്നിട്ടവൾ ചോദിക്കുന്നു: "നല്ല കുട്ടി ആയില്ലേ?"

അമ്മയ്ക്ക് ഒരുപാടു കാര്യങ്ങൾ ഓർക്കാനുണ്ട്. അവൾ തന്റെ വയ റ്റിൽ ഊറിയതു മുതൽ... അപ്പോൾ താനാകെ കോരിത്തരിച്ചു. തളർന്നു. അതു നിർവ്വാണത്തിന്റെ തളർച്ചയായിരുന്നു. അവളുടെ അച്ഛൻ തന്നെ

താങ്ങിയിരുത്തി, കുടിക്കാൻ തണുത്ത വെള്ളം തന്നു. അപ്പോൾ തൊട്ട് അവൾ പെറ്റുവീഴുവോളം, പിന്നീട് ഇന്നേവരെ, ഇനി നെഞ്ചിൽ ജീവൻ കിടന്നു മിടിക്കുവോളം അവളുടെ പേരിൽ അച്ഛൻ കഷ്ടപ്പെടുകയാണ്. ഒരു കുടുംബം സൃഷ്ടിക്കാൻ, പുലർത്താൻ ജീവിതത്തോടു മല്ലിടുക യാണ്. താൻ പെരുമാറുന്ന കരിങ്കല്ലും കോൺക്രീറ്റും പോലെ, ഈ ജീവിതത്തിനും കനിവില്ല. കണ്ണീരെന്തെന്നറിയാൻ വയ്യാത്ത മണൽത്തിട്ടു കളിൽ നാളേക്കുവേണ്ടി അദ്ദേഹവും ഒരുപറ്റം കൂട്ടുകാരും കെട്ടിടങ്ങൾ കെട്ടിയുയർത്തുകയാണ്. ഒരുപക്ഷേ, അയാളുടെ നാളേക്കുള്ള വീട് തുരുമ്പുപിടിക്കുകയാണ്. സ്വന്തം കുടുംബത്തിന്റെ അസ്തിവാരം ഉറപ്പിക്കേണ്ടതിനുവേണ്ടി അദ്ദേഹം വീണ്ടും പുറപ്പെട്ടുപോയി. പൊയ്ക്കോട്ടെ. അവർക്കുവേണ്ടി ഇരതേടാനാണു പോകുന്നത്..

നനഞ്ഞ കവിളുകൾ മകളുടെ കവിളിൽ ചേർത്തുനിന്ന് അമ്മ തേങ്ങി. അമ്മയുടെ കണ്ണുകൾ കലങ്ങിയിട്ടുണ്ട്. അച്ഛന്റെ കണ്ണുകൾക്ക് അമ്മയുടെ കണ്ണുകളേക്കാൾ ചന്തമുണ്ട്. അച്ഛന്റെ കണ്ണുകൾ എപ്പോഴും തിളങ്ങി യിട്ടാണ്. പാവക്കുട്ടിക്കു പൂച്ചക്കണ്ണാണ്. പാവക്കുട്ടിയുടെ ചുണ്ടുകൾക്കു നല്ല ചന്തമുണ്ട്. അമ്മയുടെ ചുണ്ടുകൾക്കു കൂടെ അത്ര ചന്തമില്ല. അച്ഛന്റെ ചുണ്ടുകൾ, പൊട്ട; കരിംപൊട്ടയാണ്.

എന്തിനാണ് അമ്മ കരയുന്നത്? അവൾ പറഞ്ഞു: "അമ്മ നല്ല കുട്ടി ആയ്യേ്യ."

അമ്മ ചോദിച്ചു: "എന്തിനാ മോളേ?"

"അച്ഛൻ കണ്ടാലേ..."

പിന്നീടു പറയേണ്ടതെന്തെന്നറിയാതെ അവൾ നിർത്തി. അമ്മ ചോദിച്ചു:

"എന്തേ?"

അവൾക്കോർമ്മ വന്നു: "നല്ലകുട്ടി ആവണം."

അപ്പോൾ അമ്മ താനറിയാതെ ചിരിച്ചുപോയി. നീറുന്ന മനസ്സൊന്നു തണുത്തു. ഓർത്തു: നീ അച്ഛന്റെ കുട്ടി തന്നെ!

അമ്മ ചിരിച്ചപ്പോൾ, അവൾക്ക് അശോകത്തിന്റെ പൂങ്കുലകളെക്കുറി ച്ചോർമ്മവന്നു. അമ്മയുടെ കൈകളിൽനിന്ന് ഊർന്നിറങ്ങാൻ തോന്നി.

അമ്മ ആവേശത്തോടെ ഒരുമ്മ കൊടുത്തു.

അമ്മയുടെ കണ്ണീരിൽ ഉപ്പിട്ടിട്ടുണ്ട്!

അമ്മയുടെ മുഖം പിടിച്ചു തള്ളി താഴത്തിറങ്ങി. അശോകത്തിന്റെ താഴെച്ചെന്നു മേലോട്ടു നോക്കി; ആരാണ് ആ പൂങ്കുലയൊന്നു പറിച്ചു തരാൻ?

അച്ഛൻ പറിച്ചു തരും.

അച്ഛനെ കാണാനില്ല.

മാവിൻതയ്യിന്റെ അരികിലേക്കു ചെന്നു. തുടുത്ത തളിരുകളുടെ അടു ക്കുകൾ അലുക്കലുക്കായി തൂങ്ങിനില്ക്കുന്നു.

തളിരുകൾ നുള്ളാൻ പാടില്ല. തൊട്ടുഴിയാം. അച്ഛന്റെ തോളിൽ കയറിയിരുന്നാൽ, മാവിൻതയ്യിന്റെ തളിരുകളിൽ തൊട്ടുനോക്കാം.

അച്ഛൻ കുന്നത്തേക്കു പോയതാവും.

വഴി നോക്കിനിന്നു.

എണീറ്റയുടനെ അച്ഛന് കുന്നത്തേക്കു പോണം. തനിക്കും കൂടെ പോകാമായിരുന്നു എന്നു തോന്നി. അച്ഛൻ എടുക്കുന്നത്, അമ്മ എടുക്കുന്നതു പോലെയല്ല. അമ്മ ഉറക്കെ പിടിച്ചമർത്തിയിട്ടാണ് എടുക്കുക. അച്ഛനാണെങ്കിൽ, കൈത്തണ്ടയിലങ്ങിരുന്നാൽ മതി. അച്ഛന്റെ മുഖത്തെ ങ്ങാൻ തൊട്ടാൽ നീറും. നിറച്ചു മുടിയാണ്. കൈ ചൊറിയുന്നോ, ആ മുഖത്തിട്ടുരച്ചാൽ മതി. കാലിന്റെ പുറവടി ചൊറിഞ്ഞാലും അച്ഛന്റെ മുഖത്തിട്ടുരയ്ക്കാം. പിന്നെ അച്ഛന്റെ കൂടെ കിടക്കുമ്പോൾ, വയറ്റത്തു ചൊറിഞ്ഞാലും, കാൽമുട്ടിൽ ചൊറിഞ്ഞാലും ആ നല്ല താടി കൊണ്ടു മാന്തിത്തരും.

അച്ഛൻ മുഖത്തു സോപ്പു തേക്കുന്നതിനെക്കുറിച്ച് അവൾ തന്നത്താൻ ചിരിച്ചുപോയി. അമ്മ കുളിക്കുമ്പോഴാണു സോപ്പിടുക. അച്ഛൻ ഉമ്മറത്തു മേശയുടെ മുമ്പിലിരുന്ന് മുഖത്തൊക്കെ സോപ്പു തേച്ചുകളയും!

അമ്മ വിളിക്കുന്നുണ്ടല്ലോ. കഷായം തരാനാണോ?

അമ്മ വന്നത് ഉമിക്കരിയുംകൊണ്ടാണ്. അവൾ ചൊടിച്ചു: "അമ്മ പല്ലു തേപ്പിക്കണ്ട."

അമ്മ പഴയ അടവെടുത്തു: "നോക്കട്ടെ, പല്ലു നിറയെ പുഴു വന്നതു കണ്ടോ? അച്ഛനെങ്ങാനും വന്നുകണ്ടാൽ! അയ്യേ!"

അവിടെ മകൾക്കൊരു തെറുമ്പു കിട്ടി. അവൾ പറഞ്ഞു: "അച്ഛൻ തേപ്പിച്ചാൽ മതി."

അമ്മ പിന്നെ മിണ്ടിയില്ല.

അച്ഛന്റെ പെട്ടിയിൽ ഒരു മരുന്നുണ്ട്. അതുകൊണ്ടു പല്ലു തേക്കണം. തുപ്പാനേ തോന്നില്ല. അവൾക്ക് മധുരമുള്ള ആ മരുന്നുകൊണ്ടു പല്ലു തേച്ചാൽ മതി.

അമ്മ തോറ്റു. തോറ്റപോലെ അടക്കിപ്പറഞ്ഞു: "മോളെ, അതിന് അച്ഛൻ പോയില്ലേ?"

അത് അവൾക്കു സഹിച്ചില്ല. ഉമിക്കരി കൊണ്ടു പല്ലു തേക്കാൻവേണ്ടി മാത്രമാണ് അമ്മ നുണ പറഞ്ഞത്. മകൾ പറഞ്ഞു: "ഇല്ലില്ല! അച്ഛൻ കുന്നത്തേക്കാ പോയത്."

അമ്മ ഒന്നു ഞെട്ടി. തന്റെ മകളോട് എങ്ങനെ പറഞ്ഞു മനസ്സിലാക്കും? ഒന്നും തോന്നുന്നില്ല. അതുകൊണ്ടു മിണ്ടാതെ നിന്നു...

ഈ നനഞ്ഞ കൈകൊണ്ട് അമ്മ എടുക്കണ്ട. പല്ലു തേപ്പിക്കണ്ട. അവൾ കരയും. അച്ഛൻ കേൾക്കാൻ വേണ്ടി കരയും. കുന്നത്തു പൂത്ത മാവുകളുടെ ഇടയിലൂടെ അച്ഛൻ വരുന്നുണ്ടാവും. അവൾക്കു കുന്നത്തേക്കു പോകണം.

കരഞ്ഞു.

ഒപ്പം അമ്മയും കരഞ്ഞു. അമ്മയുടെ കണ്ണീരു തുടച്ചുകൊടുത്തു. അമ്മ കരഞ്ഞാൽ അവൾക്കു സഹിക്കില്ല. അമ്മ അവളുടെ കണ്ണീരു തുടച്ചു കൊടുത്തു. മകൾ കരഞ്ഞാൽ, അമ്മയ്ക്കു സഹിക്കില്ല.

പല്ലു തേച്ചു.

ഉമിക്കരി തിന്നാൻ കൊള്ളില്ല. അണ്ണാക്കിൽ പറ്റിക്കിടക്കുകയാണ്. ഓക്കാനം വരുന്നുണ്ട്. പല്ലും തൊണ്ണും നോവുന്നുണ്ട്.

അച്ഛൻ ഉമിക്കരി പൊടിച്ചെടുത്താൽ നോവില്ല. അച്ഛന്റെ മരുന്നാണെങ്കിൽ ഒട്ടും നോവില്ല.

പല്ലു തേച്ചു മുഖം കഴുകി മുടി ചീവി പൗഡറിട്ടു. എന്നിട്ടും പാലു തരുന്നില്ല.

അച്ഛനൊന്നു വരുമോ, പാലു കൊണ്ടെത്തരാൻ? പാലിൽ മുക്കിയ ബിസ്കറ്റു തരാൻ അച്ഛനൊന്നു വരുന്നുണ്ടോ?

അമ്മ പാലിനു പകരം പാവക്കുട്ടിയെ കൊണ്ടുവന്നു. പാവക്കുട്ടി വേണ്ട. പാവക്കുട്ടിയുടെ ഉടുപ്പു മുഷിഞ്ഞതാണ്. ഉടുപ്പിന്റെ ഒരു കുടുക്ക് ഇതാ പൊട്ടാറായിരിക്കുന്നു. അവൾക്കു വേണ്ട!

അമ്മ പമ്പരം കൊണ്ടുവന്നു തിരിച്ചു. അവൾക്കു കാണണ്ട. തിരിയുന്ന പമ്പരം തട്ടിത്തെറിപ്പിച്ചു. അതു ചെന്നു പാവക്കുട്ടിയുടെ തലയ്ക്കു കൊണ്ടു.

അവൾക്കു നൊന്തോ?

അവളെ വാരിയെടുത്തു തടവി. എന്നിട്ടു ചോദിച്ചു: "പാവക്കുട്ട്യേ, ന്റച്ഛനെക്കണ്ടോ?"

പാവക്കുട്ടി ഒന്നും പറഞ്ഞില്ല. ആട്ടിൻകുട്ടിയോടു ചോദിക്കാം. അവൻ നിന്നിടത്തുനിന്നു കുത്തനെ ചാടുകയാണ്. നല്ലൊരു തുള്ളൽ! അവന്റെ ചെവി കണ്ടോ, മാന്തളിരുപോലെ.

ആട്ടിൻകുട്ടി തുള്ളിത്തുള്ളി പറമ്പിലേക്കു പോയി. അവൾ പിമ്പെ ചെന്നു. അവൻ തുള്ളുന്നതുപോലെ തുള്ളിനോക്കി. തന്റെ കനത്ത ശരീരം പൊന്തുന്നില്ല. ഈ വയറാണു പൊന്താത്തത്. രണ്ടു കൈകൊണ്ടും വയറ്റത്തു താങ്ങിപ്പിടിച്ചു ചാടിനോക്കി. ഇല്ല. തനിക്കങ്ങനെ ചാടാൻ വയ്യ. ആട്ടിൻകുട്ട്യേ, ഒന്നു നിന്നേ ഞാനൊന്നും ചെയ്യില്ല. നിന്നെ പിടിച്ചു നിർത്താനും ഉമ്മവെക്കാനും മാന്തളിരു പോലുള്ള ചെവിയിൽ തൊട്ടുഴിയാനും അച്ഛൻ ഇവിടെ ഇല്ലല്ലോ. നീ അച്ഛനെ കണ്ടോ? നിനക്ക് പൂമ്പാളയെടുക്കാൻ പോയതാണോ? ഓ, അതുതന്നെ. അതുകൊണ്ടാണ് അവനിത്ര സന്തോഷം. കണ്ടോ പോകുന്നത്! തന്നേക്കാൾ മുമ്പെ അച്ഛനെക്കണ്ടു പൂമ്പാള വാങ്ങിത്തിന്നാനാണ് ആ പോക്ക്. തുള്ളിത്തുള്ളി വേഗം പൊയ്ക്കോ. താനും വരുന്നുണ്ട്.

അവൾ അങ്ങനെത്തന്നെ തുള്ളും. ആട്ടിൻകുട്ടി ചാടിച്ചാടി അച്ഛന്റെ അടുത്തെത്തിയാൽ അവനു പൂമ്പാള കിട്ടും. അവൾ ചാടിച്ചാടി അച്ഛന്റെ

അടുത്തെത്തിയാൽ അച്ഛൻ വാരിക്കോരി എടുക്കും. ഒരു ബിസ്കറ്റ് വായിൽ വെച്ചുതരും.

ആട്ടിൻകുട്ടി ബിസ്കറ്റ് തിന്നില്ല.

അവൾ പൂമ്പാള തിന്നില്ല.

വീണ്ടും ചാടിനോക്കി. പൊന്തുന്നില്ല. ഓടാം. ഓടിയാൽ, അച്ഛൻ കാണും. ഓടിച്ചെന്നാൽ ബിസ്കറ്റ് തരില്ല. ചാടിച്ചാടി അച്ഛനെ ചെന്നു തൊടണം.

കണ്ടോ, അമ്മ ഓടിവരുന്നത്!

അമ്മ വിളിച്ചുപറഞ്ഞു: "പാലു കുടിച്ചോ."

അമ്മ പാലു കാച്ചിയിട്ടാണു വിളിക്കാൻ വന്നത്. പലകയിട്ട് ഇരുന്നപ്പോൾ അവൾ ചോദിച്ചു: "ബിസ്കറ്റോ?"

ഒന്നു കിട്ടി. അത് ഈ കൈയിലേക്കാണ്.

"മറ്റേ കൈയിനോ?"

അതും കിട്ടി.

തീർന്നോ?

ഒന്നു പാവക്കുട്ടിക്കു വേണം. അച്ഛൻ മൂന്നു ബിസ്കറ്റ് തരാറുണ്ട്. അമ്മ ടിൻ അടച്ചു. ആട്ടിൻകുട്ടിക്കു ബിസ്കറ്റ് തന്നില്ല. അവന്നു വേണ്ടെന്ന് അമ്മ പറഞ്ഞു.

"വേണം!"

"വേണ്ട മോളേ."

മോളേ എന്ന്! അച്ഛൻ കുട്ടി എന്നാണു വിളിക്കുക. അവൾ അച്ഛന്റെ കുട്ടിയാണ്.

പാവക്കുട്ടിയെ അമ്മ മോളേന്നു വിളിച്ചിട്ടില്ല. ആട്ടിൻകുട്ടിയും മോളല്ല.

അച്ഛന്റെ പേരാണു നല്ലത്. അവൾ കുട്ടിയാണ്. പിന്നെ പാവക്കുട്ടിയുണ്ട്. ആട്ടിൻകുട്ടിയുണ്ട്. ഒക്കെ കുട്ടിയാണ്.

അച്ഛൻ പാടിത്തരാറുള്ള പാട്ടിനെക്കുറിച്ച് ഓർമ്മ വന്നു. മുഴുവൻ ഓർക്കുന്നില്ല. അതുകൊണ്ട് അമ്മയോടു ചോദിച്ചു: "എന്താമ്മേ അച്ചന്റെ പാട്ട്?"

അമ്മയുടെ മുഖത്തു നോക്കിയിരുന്നു. ഇന്ന് അമ്മയ്ക്കെന്താ? ചോദിച്ചാൽ മിണ്ടില്ല. നോക്കുമ്പോൾ കരയുകയാണുതാനും.

അമ്മ കരഞ്ഞാൽ അവൾ കരയും. അവൾ കരഞ്ഞാൽ പാവക്കുട്ടി കരയും...

നല്ല കുട്ടികൾ കരയില്ല.

അമ്മ നല്ല കുട്ടിയാണെന്ന വിചാരത്തോടെ വീണ്ടും കെഞ്ചി: "അമ്മേ, ഒന്നു പാടിത്തന്നേ!"

അമ്മ അവളുടെ ശ്രദ്ധ തിരിക്കാനായിട്ടു പറഞ്ഞു: "പാല് കുടിച്ചേ!"

അവൾ ശ്രദ്ധിച്ചില്ല.

"അച്ഛന്റെ പാട്ടൊന്നു പാടിത്തന്നേ."

"പാല് ആട്ടിൻകുട്ടിക്കു കൊടുക്കും."

"വേണ്ടമ്മേ, ഞാൻ കുടിച്ചോളാം."

അമ്മ അങ്ങനെത്തന്നെ ഇരുന്നു. അച്ഛനാണെങ്കിൽ പാലിൽ ബിസ്കറ്റ് മുക്കിത്തരും. പാലു കുടിച്ചാൽ അച്ഛൻതന്നെ മുഖം കഴുകിക്കും. ആട്ടിൻ കുട്ടിയുടെ കൂടെ കുളിക്കാൻ കൊണ്ടുപോകും.

ആട്ടിൻകുട്ടിയോ?

അവൻ അമ്മയെ വിളിച്ചു കരയുന്നുണ്ടല്ലോ!

അച്ഛനെ കാണാഞ്ഞിട്ടാണോ? പൂമ്പാളയെടുക്കാൻ പോയിട്ട് അച്ഛ നെന്തേ വരാത്തത്?

ആട്ടിൻകുട്ടി അച്ഛന്റെ കൂടെ വരുന്നുണ്ടോ എന്നു നോക്കാൻ മുറ്റത്തേ ക്കിറങ്ങി. ആട്ടിൻകുട്ടിയെ പിടിക്കാൻ, അമ്മുവുണ്ട് അവന്റെ പിമ്പേ ഓടുന്നു.

'പോ!"

അമ്മുവിനോടാണു പറഞ്ഞത്.

"എന്റെ ആട്ടിൻകുട്ടിയാണ്."

അമ്മു കേട്ടില്ല.

ഓടിച്ചെന്നു.

"പോടീ! എന്റെ ആട്ടിൻകുട്ടിയാ."

അമ്മു കേട്ടു. അവൾക്ക് അതു പിടിച്ചില്ല. അവൾ തിരിഞ്ഞുനിന്ന് ഉറപ്പിച്ചങ്ങു പറഞ്ഞു: "അല്ലല്ല. എന്റെ പാപ്പന്റെയാ."

കുട്ടിക്കു ചിരിവന്നു. ഈ അമ്മുവിന് ഒരു വസ്തുവും അറിഞ്ഞുകൂടാ.

"പാപ്പനല്ല, അച്ഛനാ."

അതെത്ര തവണ പറഞ്ഞു കൊടുത്തതാണ്! എന്നാലും അമ്മു അച്ഛനെ വിളിക്കുന്നത് പാപ്പൻ എന്നാണ്.

"നെന്റെ അച്ചൻ എന്റെ പാപ്പനാ."

അമ്മു ആ പഴയ തെറ്റ് ആവർത്തിച്ചു. ഇന്നലെവരെ അതങ്ങു കേട്ടാൽ അവൾ കരയും. കരഞ്ഞിട്ടുണ്ട്. ഇപ്പോൾ കരഞ്ഞില്ല. പകരം വെമ്പലോടെ ചോദിച്ചു:

"ന്റെ അച്ചനോ?"

"അച്ചൻ പോയില്ലേ?"

"ഇല്ലില്ല! എന്റച്ചൻ പോയിട്ടില്ല."

"പോയി."

പെട്ടെന്നു കരച്ചിൽ വന്നു. കരച്ചിൽകേട്ട് അമ്മ ഓടിവന്നു: "എന്തേ?"

"അച്ചൻ പോയോ?"

"വരുംട്ടൊ."

"എപ്പഴാ?"

"വരും മോളേ."

അവൾ അതു വിശ്വസിച്ചേനെ. വിശ്വസിക്കാൻ തുടങ്ങിയതാണ്. അതിന്നു മുമ്പ് അമ്മു അറുത്തുമുറിച്ചങ്ങു പറഞ്ഞു: "ഇല്ലില്ല. നിന്റച്ചൻ വരില്ല."

അവൾ തേങ്ങിത്തേങ്ങി കരഞ്ഞു. അമ്മ അമ്മുവിനോട് അടക്കം പറഞ്ഞു:

"ഒന്നു മിണ്ടാണ്ടെ നില്ക്ക് ന്റെ അമ്മൂ!"

അച്ഛൻ വരില്ല എന്നല്ലേ അമ്മു പറഞ്ഞത്? അതു പറ്റില്ല. അവൾക്ക് അച്ഛനെ കാണണം. ഉടനെ, ഇപ്പോൾ, ഇവിടെ!

അമ്മ തരിച്ചുനില്പാണ്.

"എവിടയ്ക്ക് മോളേ?"

"കുന്നത്തയ്ക്ക് പുവ്വാന്നാ."

"എന്തിനാ മോളേ?"

"അച്ചൻ കുന്നത്ത്ണ്ട്."

"ഇല്ല മോളേ."

"പുവ്വാന്നാ!"

കുന്നു മുഴുവൻ നടന്നു. അച്ഛനെ കാണുന്നുണ്ടോ എന്നു തിരക്കി നോക്കുകയാണ്. അമ്മ പൂത്ത മാവുകൾ കാണിച്ചു തരുന്നു! മാവിന്മേൽ കുലകുലയായി അണ്ടിയും മാങ്ങയും ഉണ്ട്. കണ്ടോ, കാക്ക മാങ്ങ തിന്നുന്നതു കണ്ടോ?

"കാക്കേ!"

"മോളേ, കാക്കയെ ഓടിക്ക്."

"കാക്ക കൊത്തും."

"ഇല്ല."

കാക്ക അച്ഛനെ കൊത്തില്ല. അച്ഛൻ എവിടേക്കാ പോയത്?

"അമ്മേ പൂവ്വാന്നാ!"

"എവിടേയ്ക്കാ?"

"നമ്മടോടയ്ക്ക് പൂവ്വാന്നാ."

അമ്മ പതുക്കെ മുഖം താഴ്ത്തി നടന്നു. അവൾ അമ്മയുടെ തോളിലൂടെ നോക്കുകയാണ്. എല്ലാടവും അന്വേഷിക്കുകയാണ്. അകലെ പാടത്തിന്നപ്പുറത്തു പച്ചപച്ചയായിക്കാണുന്ന കുന്നിന്റെ നെറുകയിലൂടെ ഉയർന്നുനില്ക്കുന്ന രണ്ടു വിളക്കുകൾ കണ്ടു. അതു വിളക്കല്ല എന്ന് അച്ഛൻ പറഞ്ഞു തന്നിട്ടുണ്ട്. പിന്നെ എന്താണത്? എന്താണെന്ന് അമ്മയോടു ചോദിച്ചു: "അമ്മ കണ്ടോ?"

അവൾ ചൂണ്ടിക്കാട്ടി.

അമ്മയുടെ ശ്രദ്ധ സ്വന്തം ഹൃദയത്തിന്റെ അത്യഗാധതയിലായിരുന്നു. മകൾ ചൂണ്ടിക്കാട്ടുന്നതൊന്നും കണ്ടില്ല. അച്ഛനാണെങ്കിൽ, താനെന്തു കാണിച്ചാലും ഉടനെ മനസ്സിലാക്കിയേനെ!

"അതെന്താ അമ്മേ? ഒന്നു പറഞ്ഞുതന്നേ!"

അമ്മ നിന്നു നോക്കി. ഓ! അതാണോ?

"പള്ളിയുടെ മണിമാളികയല്ലേ?"

തന്നെ എന്ന് ആദ്യം തോന്നി. പെട്ടെന്ന് ഒന്നും മനസ്സിലായില്ല എന്ന ബോധം വന്നു. അതൊന്നും അച്ഛൻ പറഞ്ഞിട്ടില്ല. അച്ഛൻ ആ വിളക്കുകൾ എന്താണെന്നാണു പറഞ്ഞത്? അച്ഛനോടു തന്നെ ചോദിക്കാം. അമ്മയ്ക്കു നടക്കാനേ വയ്യ. അച്ഛനാണെങ്കിൽ തന്നെ എടുത്ത് ഓടും.

അച്ഛൻ വീട്ടിൽ എത്തിയിട്ടില്ല. അവൾക്കു വാശിയായി. ഉടനെ കണ്ടേ ഒക്കൂ.

"എവിടന്നാ മോളേ, ഞാനച്ഛനെ കാണിച്ചുതരിക?"

"പാടത്തേക്കു പൂവ്വാന്നാ."

പാടത്തൊക്കെ നടന്നു. കുളക്കടവിൽ ചെന്നു നോക്കി. ഒരിടത്തും അച്ഛനെ കണ്ടില്ല.

അപ്പോൾ വീണ്ടും കരഞ്ഞു. അമ്മ കണ്ണീർ തുടച്ച് ഉമ്മവെച്ചു. തന്റെ ചുണ്ടുകളിൽ ഉപ്പു പെട്ടപോലെ നുണഞ്ഞുനോക്കി. ഉപ്പുതന്നെ. വാശിയോടെ കരഞ്ഞു. ഉമ്മ വെക്കുന്ന അമ്മ വീണ്ടും ഉപ്പു തീറ്റുകയാണ്.

കരഞ്ഞുകരഞ്ഞു തളർന്നു. തളർന്ന് അമ്മയുടെ തോളിൽ കിടന്നു.

ഉറക്കം വരുമ്പോൾ അച്ഛന്റെ തോളിലാണു കിടക്കുക. തന്നെ തോളിൽ കിടത്തി അശോകത്തിന്റെ തണലിലൂടെ അച്ഛൻ നടക്കും; പാട്ടുപാടും.

"അമ്മേ, പാട്ട്."

അമ്മ ഇടറിക്കൊണ്ടു പഴയ ഈരടി പാടി:

"ഇത്തിരിപ്പൂവേ, ചുകന്ന പൂവേ..."

"ങ്ഏ..."

തേങ്ങി. തേങ്ങിയിട്ടു വിക്കലോടെ പറഞ്ഞു:

"ഹതല്ല."

"പിന്നെ ഏതാ?"

"അച്ഛന്റെ കുട്ടി..."

അച്ഛൻ പാടിയുറക്കാറുള്ള ആ നല്ല പാട്ട് അമ്മയ്ക്കറിഞ്ഞുകൂടെന്ന്! ഉടനെ പിടഞ്ഞു കരഞ്ഞു. അമ്മ അവളെ ഉഴിഞ്ഞു, തലോടി, താരാട്ടി.

കുട്ടി കരച്ചിൽ നിർത്തിയില്ല. അവൾക്ക് അച്ഛന്റെ പാട്ടു കേൾക്കണം. ഇനി ആ പാട്ടു കേട്ടുകൊണ്ട് അവൾക്കുറങ്ങാനൊക്കുമോ? ഇനിയൊന്നു വരുന്നത് മൂന്നോ നാലോ കൊല്ലം കഴിഞ്ഞിട്ടാകാം. അപ്പോളവൾ തോളിൽ കിടത്തി ഉറക്കേണ്ട കുട്ടി ആയിരിക്കില്ല. അവളെ പാടിയുറക്കാൻ അച്ഛനിനി കഴിയില്ല! എന്റെ ജീവിതമേ!...

അച്ഛൻ പാടാറുള്ള പാട്ടിന്റെ ഈണത്തെക്കുറിച്ചോർത്തുകൊണ്ട് അവൾക്കു മയക്കം വന്നു. അവൾ തളർന്നു വശംകെട്ടിരുന്നു. അമ്മ മൂളുന്നുണ്ടായിരുന്നു. കരയുകയല്ല, പാടുകയുമില്ല. മനുഷ്യന്റെ ആത്മാവു കരയുന്നത് അങ്ങനെയുമാവാം.

അവൾ അമ്മയെക്കുറിച്ച് ഒട്ടും ഓർത്തില്ല. അമ്മയുടെ ആത്മാവിൽ നിന്നൂറി വന്ന ഈണമുള്ള നാദബ്രഹ്മത്തിൽ അച്ഛന്റെ പാട്ടു കേൾക്കാം. തുടുത്ത പൂങ്കുലകളുള്ള അശോകം കാണാം. അച്ഛൻ അശോകത്തിന്റെ ചുവട്ടിലൂടെ നീങ്ങിക്കൊണ്ടിരുന്നു. മാനത്ത് മൂന്നു വിളക്കുകളുണ്ട്. വിമാനം വരുന്നുണ്ട്. അച്ഛൻ വിമാനത്തിലേക്കു പറക്കുകയാണ്. അച്ഛന്റെ തോളിലിരുന്ന് അവൾ ഒഴുകിപ്പോവുകയാണ്.

എവിടെയാണ് അച്ഛന്റെ വീടെന്നു കാണാൻ വയ്യ. അവൾക്കു പാലു കിട്ടിയാൽ മതി, പാലിൽ മുക്കിയ ബിസ്കറ്റു മതി... കുട്ടി ചുണ്ടുകൾ നുണഞ്ഞ് അച്ഛൻ പാടുന്ന ഈരടികളുടെ ഈണത്തിന് ഉറങ്ങി:

"അച്ഛന്റെ കുട്ടി പുന്നാരക്കുട്ടി
പുന്നാരക്കുട്ടിക്കുറക്കം വന്നു.
പുന്നാരക്കുട്ടിക്കുറക്കം വന്നപ്പോ-
ളച്ഛന്റെ തോളിൽ കിടന്നുറങ്ങി..."

അവൾ ശാന്തമായുറങ്ങുമ്പോൾ അമ്മ വേവലാതിപ്പെട്ടു: "പൊന്നേ, നിന്നെ ഞാനെങ്ങനെ സമാധാനിപ്പിക്കാനാ മോളേ? നാട്ടിൽ നിന്നു തിരിയാൻ ഒരു മാർഗ്ഗം കണ്ടിരുന്നെങ്കിൽ...!" ■

തേർവാഴ്ചകൾ

മേളം കേൾക്കാമായിരുന്നു. വരുന്നു! ഇരുമ്പഴികളിൽ പിടിച്ച് ഇരുട്ടിലേക്കു നോക്കിനിന്നു. പറങ്കിമാവിൻ പൊന്തകളടിച്ച കൂടാരങ്ങളിൽ താവളം കൊള്ളുന്ന ഇരുട്ട് മുറ്റത്തേക്കിഴഞ്ഞു വരുന്നു.

നില്ല് - ആരവിടെ?

ഇരുമ്പഴിയിൽനിന്ന് പിടിവിട്ട് പെട്ടെന്നു കുക്കിരിയെടുത്തു. ചിരിച്ചു. ഉറക്കെ ഉറക്കെച്ചിരിച്ചു. അകം വളഞ്ഞ വായ്ത്തല മിന്നുന്നു, തിളങ്ങുന്നു. വെട്ടാം, കുത്താം, കൊല്ലാം.

അടച്ചിട്ട വാതില്ക്കൽ നിന്നുയർന്ന തേങ്ങൽ തുറന്ന വെന്റിലേറ്ററിലൂടെ ഉമ്മറത്തെത്തി. പട്ടാളമട്ടിൽ പിൻതിരിഞ്ഞു.

ആരവിടെ?

ആരും ഇല്ല!

മേളം തപ്പുകൊട്ടായി, പാട്ടായി പദമായി.

വന്നു.

ഇന്നും വന്നു തേർവാഴ്ച.

ഇന്നലെ വന്നു തേർവാഴ്ച.

എന്നും വന്നു തേർവാഴ്ച.

അകത്ത് തഴുതു കിടുങ്ങി. വാതിൽ കരഞ്ഞു. തിരിഞ്ഞു നോക്കിയില്ല.

മുന്നിൽ ഇരുട്ട് വെളിച്ചമായി, വെളിച്ചം വെള്ളമായി റോഡിലൂടെ ഒഴുകി വന്നു. നോക്കിനിൽക്കവെ കുന്നു കുളമായി. കുളത്തിൽ കിടന്നൊഴുകുന്നു.

ഇവൾ ആർ?

ഇവൾ രാധയോ!

ഇതാ വീഴുന്നു. ഇരുമ്പഴികളും ഇരുമ്പഴികൾ പായിച്ച തൂണുകളും തിണ്ണയും ചുമരുകളും മറിയുന്നു. മറിയരുതേ കുളത്തിൽ വീഴരുതേ.

എന്റമ്മേ!

വാതിൽ മലർക്കേ തുറന്നു. തിരി താഴ്ത്തിയ റാന്തലിന്റെ വെളിച്ചം ചിതറിയ നിഴലുകൾക്കുമീതെ താര വാതില്ക്കൽ തറച്ചുനിന്നു. കട്ടിള കടക്കാൻ അവൾക്കു ധൈര്യം വന്നില്ല.

പാട്ടു കേൾക്കായി.

കുളത്തിൽ തവളക്കൂറിട്ടു പൊന്തിക്കിടക്കുന്ന രാധ പാടുന്നു, ഒഴുകുന്നു. ശബ്ദവീചികളുടെ ചെറിയ വൃത്തങ്ങൾ, പെരുത്ത വൃത്തങ്ങൾ, ജലത്തിലൂടെ വ്യാപരിച്ചു മുറ്റത്തെത്തി. പ്രളയം പോലെ, കുന്നിനേയും വീടിനേയും മൂടാൻ തിമർക്കുന്ന വെള്ളം പടിക്കലെത്തി. വീഴും. വീട് മുങ്ങിപ്പോകും. ഇരുമ്പഴികൾക്കുള്ളിൽ കിടന്ന് എലിയെപ്പോലെ ശ്വാസം മുട്ടി മുങ്ങിച്ചാവും.

താൻ മുക്കിക്കൊന്ന എലികൾ. കുക്കിരികൊണ്ടു തലയെടുത്ത പട്ടി. മുക്കാലികൊണ്ടെറിഞ്ഞു കൊന്ന പൂച്ച - സകലരും പ്രളയത്തിൽ മരിച്ചാർത്തുവരുന്നു. തപ്പുകൊട്ടുന്നു, പാടുന്നു, മരിക്കുന്ന ചെകിട്ടിൽ അവനവന്റെ ശബ്ദം വന്നലയ്ക്കുന്നു.

സുന്ദരമായ പ്രഭാതം. ഉണരുന്ന പറവകൾ കൊഞ്ചി. മേഘചരായകൾക്ക് കവിൾ തുടുത്തു. പൂവണിഞ്ഞ പൂന്തോപ്പുകളിൽ മന്ദമാരുതൻ ഇക്കിളി കളിച്ചു. മാന്തളിർ തൊത്തുകളിൽ നീല ഞരമ്പുകൾ പ്രേമലേഖനമെഴുതി.

മംഗളാശംസകൾ.

കുന്നു മൂടി മുറ്റം മുക്കാൻ വന്ന വെള്ളത്തിൽ തവളക്കൂറിട്ടു പൊന്തിക്കിടക്കുന്ന രാധ വിവാഹമംഗളാശംസകൾ നീട്ടിപ്പാടി ഒഴുകി വന്നു. ദാമോദരനുവേണ്ടി താൻതന്നെ എഴുതി കല്യാണപ്പന്തലിൽ വായിച്ച മംഗളപത്രം പ്രളയപ്പരപ്പിൽ വ്യാപരിക്കുന്നു.

സർവാതിശായിയായ പ്രേമം,

ആചന്ദ്രതാരം ജീവിതം,

വെൽപൂതാക!

ദാമോദരന്റെ ചവിട്ട് പള്ളയ്ക്കു കൊള്ളുമ്പോൾ ആചന്ദ്രതാരം സർവാതിശായിയായി വാഴേണ്ട ജീവിതത്തെക്കുറിച്ചവൾ ഞെട്ടത്തെറിച്ചതും കേട്ടു:

കൊല്ലരുതേ!

കണ്ണാറം പൊത്തി. തന്നെച്ചൊല്ലിയാണവൾ കൊല്ലപ്പെട്ടത്.

എന്നെക്കൊല്ലരുതേ!

തള്ളവിരലുകളാൽ ചെകിടടച്ചുനോക്കി വിരലുകൾക്കിടയിലൂടെ ഗാനത്തിന്റെ കൊച്ചലകൾ വട്ടം തുടിച്ചു.

തുടികൊട്ടിപ്പാടി. അയ്യപ്പൻ വെട്ടുന്നു, വാവര് തടുക്കുന്നു. വെട്ടല്ലേ ചങ്ങാതി–

പന്തലിൽ കത്തുന്ന ഗ്യാസ്ലൈറ്റിന്റെ നിഴലുകൾ കവുങ്ങിൻതോപ്പിൽ വാഴക്കൂട്ടങ്ങൾക്കിടയിൽ കോരിത്തരിച്ചു. നിഴലുകളിൽ ചാരി രാധ തേങ്ങി.

കേശൂ!

അനന്തമായ നിമിഷങ്ങൾ കേൾക്കാൻ വേണ്ടി മാത്രമാണ്.

എനിക്കയാളെ അറിയില്ല. അയാൾ അമർന്നുവരുമ്പോൾ ഞാൻ മരിക്കുന്നു. മരിക്കാൻ വയ്യ. അതുകൊണ്ടു കല്യാണപ്പന്തലിൽ ജീവിക്കുന്നു. സുന്ദരമായ പ്രഭാതം. ഉണരുന്ന പറവകൾ കൊഞ്ചുന്നു. മേഘച്ഛായകൾക്ക് കവിൾ തുടുക്കുന്നു. കേശുവിന്റെ ശബ്ദതരംഗങ്ങൾ പന്തൽ നിറഞ്ഞു നീന്തുന്നു. സർവാതിശായിയായ പ്രേമത്തിന്റെ നാദബ്രഹ്മത്തിൽ ജീവിക്കുന്നു.

ഇവിടെ, ഈ തൊട്ട വീട്ടിൽ കേശു ഉണ്ടെന്ന് ഞാനൊരിക്കലും ഓർത്തിട്ടില്ല. എന്റെ കേശു കല്യാണപ്പന്തൽ നിറഞ്ഞുനിൽക്കുന്നു. അയൽവീട്ടിലല്ല. എന്റെ കല്യാണപ്പന്തലിൽ.

കളത്തിൽ തുടികൊട്ടും പാട്ടും തിമർത്തു. വാഴക്കൈ വെട്ടാനാണു വന്നതെന്നു മറന്നു. രാധേ, നീയെന്തിന് എന്റെ പിമ്പെ വന്നു? ഭക്തജനം നടവഴിയിൽ രണ്ടുവശത്തും തിരക്കി നിന്നു. അവർക്കിടയിലൂടെ അയ്യപ്പനും വാവരും പടവെട്ടിപ്പാഞ്ഞു. തളർന്ന് ചാതിക്കാരം പിടിച്ചു. പത്തിരി പങ്കുവച്ചു. വാക്കുകളിലൂടെ പകർന്നുവന്ന മനസ്സും മോഹങ്ങളും നിഴലുകൾക്കു ലാവണ്യമേകി. നിഴലുകൾ ചലിച്ചു. നെടുവീർപ്പുകൾ പോലെ നീണ്ടും കുറുകിയും ചാഞ്ചാടിയ നിഴലുകൾക്കു ചെരിപ്പിട്ട കാലിന്റെ ശബ്ദമുണ്ടായിരുന്നു.

ദാമോദരൻ!

എവിടെ കുക്കിരി?

എന്റെ കുക്കിരി നല്ല കുക്കിരി. അകം വളഞ്ഞ വായ്ത്തല മിന്നുന്നു, തെള്ളുന്നു, തുള്ളുന്നു, വെട്ടാം കുത്താം കൊല്ലാം.

വാരും വരായ് പടകളേ, മുപ്പത്തുമുക്കോടി ദേവകളേ വരിക. പതിനാററക്കോടി കാളികൂളി ഭൂതപ്രേത പിശാചുക്കളേ വരിക. ഈ കുക്കിരിയാൽ ദാമോദരന്റെ തല എടുക്കുന്നതു കാണുവിൻ.

ചുവടെടുത്തു കാത്തുനിന്നു. നോട്ടുകെട്ടുകളുടെ വീർത്ത സോഫയിൽ മലർന്നിരുന്ന് ദാമോദരൻ വന്നു. അസംഖ്യം തണ്ടുതപ്പികൾ സോഫ ചുമന്നു. കണക്കുപുസ്തകങ്ങളുടെ അട്ടികൾ മടിയിൽ നിവർത്തിവെച്ച് ഉറക്കെ വായിച്ചുകൊണ്ടവൻ വന്നപ്പോൾ ഓങ്ങിയ കുക്കിരിയോടെ തറച്ചു നിന്നു. മുപ്പത്തുമുക്കോടി ദേവകളും അവനെ ചുമക്കുന്നു. അവന്റെ പിമ്പേ പെരുത്ത ചക്രങ്ങളിൽ ഹോട്ടലുകൾ ഉരുണ്ടുവന്നു. സഹ്യനും വിന്ധ്യനും ഹിമാലയവും അവന്റെ ഹോട്ടലുകൾക്ക് ചക്രങ്ങളാണ്. അവൻ നാടിനെ

ഉദ്ധരിക്കുന്നു. ഭാര്യയെ ചവിട്ടിക്കൊന്നിട്ടില്ല. അവന്റെ ഇടത്തും വലത്തും ഗംഗയും ഗോദാവരിയും പതഞ്ഞൊഴുകി. ദേവതകൾ നദികളിൽ മുങ്ങി ത്തുടിച്ചു, മുങ്ങിക്കുടിച്ചു, തിമർത്തു.

ദാമോദരൻ സിന്ദാബാദ്.

പട്ടിയും പൂച്ചയും പാമ്പും തിമർത്തു:

സിന്ദാബാദ്.

വാതിൽക്കൽനിന്നു ചോദ്യം കേൾക്കായി:

കിടക്കാറായില്ലേ?

ഇവൾ ആർ?

ഇവൾ താരയോ? താരയാണെങ്കിൽ ശിരസ്സു വേണ്ടേ? രക്തമൊഴുക്കി നില്ക്കുന്ന കബന്ധം താരയാവുമോ?

അവൾ പാമ്പാകുന്നു.

പുത്തൻപുരയിൽ പാമ്പ്.

പുരത്തറയ്ക്കടിയിൽ നങ്ങണാംകുഴികളായിരുന്നു. അവയിൽ കുടി കൊണ്ട മനുഷ്യരെ താര കണ്ടില്ല. അവരുടെ നെഞ്ചിൽത്തന്നെ പൊറുക്ക ണമെന്നായി. തന്നെ! പുര തീർത്തു. മുഹൂർത്തത്തിന്നു മുറ്റത്തു നില വിളക്കു കത്തിച്ചു. തിരയിൽ നിന്നു കൊളുത്തിയ തീയിൽ പാൽ കാച്ചി. ഉച്ചയ്ക്കുണ്ടു. ഉച്ചതിരിഞ്ഞപ്പോൾ കാപ്പി കഴിഞ്ഞു. അത്താഴത്തിന്റെ ഇല പടിഞ്ഞാറ്റിയിൽ അട്ടിയിട്ട സിമന്റ് ചാക്കുകൾക്കു മീതെക്കിടന്നു. ഇലയ്ക്ക ടിയിൽ പാമ്പു കിടന്നു.

പാമ്പ്!

എവിടെ?

താരയുടെ കൈയിൽ നാക്കില വിറച്ചു. താര വിറച്ചു.

എവിടെ?

പാമ്പ് പതുക്കെ ഇഴഞ്ഞുവന്ന് തളത്തിന്റെ മൂലയിൽ വാതിൽപ്പൊളി യുടെ മറവിൽ ഒളിച്ചു.

വടി എവിടെ?

അതു പൊയ്ക്കോട്ടെ.

അടിക്കാൻ വയ്യ. കുക്കിരി എവിടെ?

അതു പൊയ്ക്കോളും.

കുക്കിരി ചിരിച്ചു. ഞൊടിച്ചാലും വിളിച്ചാലും വരാതെ തെണ്ടിപ്പോയ പട്ടിയുടെ കുത്തിക്കോർത്ത പല്ലുകൾ കുക്കിരിയുടെ വായ്ത്തലയിൽ കണ്ടു.

കൊല്ലരുതേ!

ആക്കം പാർത്തു വെട്ടി. ചുമരിലും വാതിൽപ്പൊളിയിലും തട്ടിമറിയുന്ന കഷണങ്ങൾ വിറച്ചുതുള്ളി. മുക്കാലികൊണ്ടേറുപറ്റി തല പൊളിഞ്ഞു. പിട യ്ക്കുന്ന പൂച്ചയെക്കണ്ടു.

നിങ്ങൾ എന്നെക്കൊന്നു!

ചത്ത പാമ്പിന്റെ കഷണങ്ങൾ.

ഇതെന്റെ കഷണമാണെന്നോർത്തോളൂ.

മിണ്ടരുത്!

എന്റെ മൃഗം പാമ്പാണ്.

നിന്റെ?–

അശ്വതി കുതിര. കാർത്തിക ആട്. മകേര്യം പാമ്പ്.

നിന്നെ നാലുവട്ടം കൊല്ലും!

കൊന്നുകഴിഞ്ഞല്ലൊ.

ഉവ്വൊ?

പുറത്തേക്കു കടക്കുമ്പോൾ കേട്ടു.

വിളക്കെടുത്തോളൂ.

വിളക്ക്!

നാലകായിൽ നിന്നിറങ്ങിവന്നപ്പോൾ നിന്റെ കൈകളിൽ വെള്ളിത്തളിക, തളികയിൽ ചുറ്റും ചാരിയ കദളിപ്പഴം, പഴങ്ങളുടെ മധ്യത്തിൽ തേങ്ങാമുറി, തേങ്ങാമുറിയിൽ നെയ്യ്, നെയ്യിൽ കുത്തിയ പന്തം. പന്തത്തിൽ തീനാളം. പ്രേമത്തിന്റെ തീനാളമായി ഏഴേഴു തിരികളിൽ കത്തുന്ന നിലവിളക്കുകളെ പ്രദക്ഷിണം വയ്ക്കുന്ന നിന്റെ മുഖത്തേക്കു നോക്കാൻ അധീരനായിരുന്നു.

കൊലപ്പുള്ളി.

കൊന്നില്ല. രാധ നിലവിളിക്കുമ്പോൾ അതും കേട്ട് ഞാനെന്റെ കട്ടിലിൽ ചടഞ്ഞിരുന്നു. ഈ ലോകം ഞാനൊരുത്തനൊഴികെ പാടെ മുറിഞ്ഞു പോയപോലെ. അല്ല. വാതില്ക്കൽ മുട്ടുന്നു.

ഇതാർ?

തുറന്നപ്പോൾ കാല്ക്കൽ വീണു.

ദാമു?

നീയെന്നെ രക്ഷിക്കണം. സഹായിക്കണം. അബദ്ധം പറ്റി.

എണീക്കൂ.

സഹായിക്കുമൊ? എന്റെ ജീവൻ നിന്റെ കൈയിലാണ്. നീയെന്നെ രക്ഷിക്കുമോ?

ഉവ്വ്.

എണീറ്റു.

ഒന്നെന്റെകൂടെ വാ.

എന്തെ? കയ്യബദ്ധം പറ്റി. മരിക്കും എന്നോർത്തില്ല.

ഇനി എന്തുചെയ്യും?

പായച്ചുരുൾ താങ്ങി.

ശവത്തിന്നേതു കാല്, ഏതു തല?

കുളക്കരയിൽ പായച്ചുരുൾ ഉരുട്ടി അഴിച്ചു. തണുത്തു വിറങ്ങലിച്ച ശവം.

നീയാർ?

കൊല്ലരുതേ!

ദാമോദരനൊ?

ദാമോദരൻ കുതറി ഓടി.

പട്ടി!

നോട്ടുകെട്ടുകളുടെ സോഫയിൽ മലർന്നിരുന്ന് ദാമോദരൻ വന്നു. ഹോട്ടൽ മുതലാളി. അവൻ പറക്കുന്നു. മദിരാശി - ബോംബെ - ഡൽഹി - കൽക്കത്ത.

മുപ്പത്തിമുക്കോടി ദേവകൾ കുടിച്ചും തിമർത്തും അവനെ വാഴ്ത്തി.

ഒന്നേ ഒന്നേ പോ.

ദാമോദരനു പിമ്പെ മൂകാംബിക വന്നു. കുരുക്കിൽ കിടന്നാടി, മൂകാംബിക ഊഞ്ഞാലിൽ വന്നപ്പോൾ ശേഖരൻനായർ പാടുന്നു.

ഒന്നേ ഒന്നേ പോ.

പതിനൊന്നെണ്ണം നേടുന്നു.

രണ്ടേ രണ്ടേ പോ!

പതിനൊന്നു ടർബൈൻ ചക്കുകളിൽ ആടി വന്ന ശേഖരൻനായരോട് ഒരിഴക്കയർ ചോദിച്ചു.

എന്നെ അറിയുമൊ?

ഒന്നേ ഒന്നേ പോ.

എന്നെ മാറ്റാനു വിറ്റ് നീ കൊപ്രവെട്ടാരംഭിച്ചു.

രണ്ടേ രണ്ടേ പോ.

എന്നെ വിറ്റ പണം കൊണ്ട് നീ ചക്കിട്ടു.

പതിനൊന്നെണ്ണം നേടുന്നു.

ഞാൻ കുരുക്കിലാടുന്നു.

ആടിവാ പാമ്പേ, അഴിഞ്ഞാടിവായോ!

വാതില്ക്കൽ നില്ക്കുന്ന താര ചോദിച്ചു.

എന്തേ നിങ്ങൾക്ക്?

എനിക്കോ?

എന്നോട് ദയ ഇല്ലേ?

നീയാർ?

ഈ മക്കളോട് ദയ ഇല്ലയൊ?

നീയൊ?

മക്കളോ?

ദേവകളോ?

ഇതു തേർവാഴ്ചയാണ്. ഈ കുന്നിൻപുറത്തും പുരത്തറയ്ക്കടിയിലും ഓരോ നങ്ങണാംകുഴിയിലും മരിച്ചുകിടക്കുന്ന മനുഷ്യരിതു കാണുന്നു. നീ കണ്ടൊ? അവരെക്കണ്ടൊ? അവർ എങ്ങനെ ജീവിച്ചു, മരിച്ചു?

വെട്ട് കുത്ത് കുരുക്ക്.

പട്ടി പൂച്ച പാമ്പ്.

നാളികേരക്കൂമ്പാരങ്ങളിലേറി കോമപ്പൻ മൂത്താർ വന്നു. മൂത്താർ നെൽക്കൂമ്പാരങ്ങളിലേക്കു പറന്നു. നാളികേരക്കൂമ്പാരങ്ങളിലേറി, നെൽക്കൂമ്പാരങ്ങളിൽ തത്തിച്ചാടി നടന്നു. ബാനർ എഴുതിപ്പിടിപ്പിച്ചു. മുദ്രപ്പറയ്ക്ക് പതിനഞ്ചുരൂപാ മാത്രം! ആദായവില്പന.

കൂമ്പാരങ്ങളുടെ മഹാമേരുക്കൾക്കിടയിൽ പാതാളക്കിണറിൽനിന്നു യർന്ന മുഴക്കം കേൾക്കായി.

എന്റെ പണം കൊണ്ടുവാ!

മൂത്താർ ചോദിച്ചു.

നീ മുങ്ങിക്കുളിച്ചോ?

മൂത്തമ്മയുടെ ശബ്ദം.

കുളിച്ചു. ഉണ്ടു. കിടന്നു.

കേശവൻ വട്ടം വട്ടം നോക്കി. മൂത്തമ്മയെക്കണ്ടില്ല.

രഹസ്യം!

മഹാമേരുവിന്റെ ഉയരങ്ങളിലിരുന്നു മൂത്താർ പാതാളത്തിലേക്കു വിളിച്ചുപറഞ്ഞു.

അനിയാ, നീ പണമയച്ചു, നേര്. നിന്നെ എണ്ണയിട്ടു കുളിപ്പിച്ച് വെറ്റില തന്ന് ഉറക്കിയത് ആര്?

മൂലോകങ്ങളിലും നോക്കിക്കൊണ്ട് മൂത്താർ സത്യം പറഞ്ഞു:

നിന്റെ മൂത്തമ്മ.

മുത്തമ്മയ്ക്ക് പണം വേണ്ടായോ? പറമ്പുവേണ്ടായോ? പാടം വേണ്ടായോ? ആദായവില്പന: പറ ഒന്നുക്ക് പതിനഞ്ചു രൂപാ. പിന്നെ എന്റ നിയാ പൊന്നനിയാ, ഭൂമിയിൽ തെങ്ങിൻതോപ്പു കിട്ടാനില്ല. പാതാളത്തിൽ സെന്റിനെന്താണ് നിലവാരം?

കണ്ടോ?

എന്തു കണ്ടോന്നാ ഈ ചോദിക്കുന്നത്?

അവനെ ഞാൻ കാച്ചും.

പതുക്കെ പറയൂ. കുട്ടികൾ ഉണർന്നാൽ പേടിക്കും.

നീയാർ, എന്റെ, എന്റെ മക്കളെ പേടിപ്പിക്കാൻ?

എന്താ നിങ്ങൾക്ക്?

വരവരായ് പടകളേ.

നാളെത്തന്നെ തേവർക്ക് പുഷ്പാഞ്ജലി കഴിപ്പിക്കാം.

എന്റെ കുക്കിരി നല്ല കുക്കിരി–

രക്ഷസ്സിന്ന് പായസം കഴിപ്പിക്കാം.

കൂമ്പാരങ്ങളിൽനിന്നു കൂമ്പാരങ്ങളിലേക്കു മൂത്താർ പറന്നു കളിച്ചു. നാളികേരവും നെല്ലും റാഞ്ചിക്കൊണ്ടുവന്നു കൂട്ടി. കുക്കിരി

ഓങ്ങി തക്കം പാർത്തുനിന്നു. മൂത്താരുടെ കഴുകൻ പട്ടിയായി കുരച്ചു ചാടി. വെട്ടി. പട്ടി പൂച്ചയായി, മോങ്ങി. പൂച്ച എലിയായി കൂമ്പാരത്തിലേക്കു നുഴഞ്ഞു.

അലറി.

നീ എവിടെ?

താര ഭയപ്പെട്ട് അകത്തേക്കിഴഞ്ഞു.

പാമ്പ്!

അടഞ്ഞ വാതിൽ ഞെട്ടിത്തെറിച്ചു.

ഉമ്മറത്തുനിന്നലറി:

തുറക്ക്!

താര നിലവിളിച്ചു.

തുറക്കില്ല!

കുന്നു മുങ്ങി. മുറ്റം മുങ്ങി. പ്രളയത്തിന്റെ ജലം ഉമ്മറത്തേക്കു തേങ്ങി. ഒരു കുടന്ന കോരിക്കുടിച്ചു. തണുത്തപ്പോൾ പാട്ടു കേൾക്കായി.

സുന്ദരമായ പ്രഭാതം.

സർവ്വാതിശായിയായ പ്രേമം.

ആചന്ദ്രതാരം ജീവിതം.

താരേ, വാതിൽ തുറക്കൂ. ■

നാലുരൂപ

നാലു രൂപയാണു കഥയുടെ കാതൽ. കഥയിൽ ജീവിതം വേണം, രൂപ മാത്രം പോരാ. ഈ കഥയിൽ അച്ഛൻ, അമ്മ, മകൾ, കൺട്രാക്ടർ എന്നിങ്ങനെ നാലു പ്രധാന കഥാപാത്രങ്ങളുണ്ട്. പിന്നെ ഒരയൽക്കാരനും ഡാക്ടരും ഉണ്ട്. ഇവർക്കു നാട്ടുനടപ്പിലുള്ള പേരുകൾ കഥയിൽ പരാമർശിക്കപ്പെടില്ല. പേരുകൾ വരുമ്പോൾ ജീവിതം മങ്ങിപ്പോകുന്നു, പേരുകളുടെ വ്യക്തികൾക്കു മുൻതൂക്കം വീഴുന്നു. കഥയ്ക്കു വിലയിരുത്തുമ്പോൾ അസംസ്കൃതവസ്തുവിനു നാലു രൂപയിലേറെ വില കൊള്ളിക്കാൻ പാടില്ല. മിനുക്കും മേക്കപ്പും നടത്തിയിട്ടില്ല. അതു മായമാണ്. മായം കലയല്ല, വ്യാപാരത്തിന്റെ അത്യാധുനികസങ്കേതമാണ്. മായമില്ലാത്തതുകൊണ്ട് നാലു രൂപയിൽ കഥ നില്ക്കും. തുകകൾ വേറെയും ഉണ്ട്. മുന്നൂറു രൂപ. അതു ഡോക്ടറുടെ ഫീസായിരുന്നു. കേസ്, ഗർഭപാതം, കക്ഷി, മകൾ, കാർവാടക, നഴ്സിങ്ങ്ഹോമിലെ താമസച്ചെലവുകൾ, മരുന്നുകളുടെ വില എന്നിങ്ങനെ ഇൻസിഡണ്ടൽ ചാർജസ് എന്നു എഴുതിത്തള്ളേണ്ട നിസ്സാര തുകകളെക്കുറിച്ചു നമുക്കു ശ്രദ്ധിക്കേണ്ടതില്ല. കൺട്രാക്ടറും ശ്രദ്ധിച്ചില്ല. പണം വരുന്നു, പോകുന്നു. എന്താണു വന്നത്, എത്രയാണ് പോയത് എന്നു മനസ്സിലാക്കണം. സത്യസന്ധമായ രൂപാ പൈസ കണക്കെഴുതിവെച്ചു.

അമ്മയുടെ കൈയിൽ കൊടുത്തു. അമ്മ അച്ഛനെ ഏല്പിച്ചു. അച്ഛൻ ചെല വുകൾ നടത്തി. പണം എവിടന്നു കിട്ടുന്നു എന്ന് ഒരുകാലത്തും അച്ഛൻ ചോദിച്ചിട്ടുള്ളതല്ല. അമ്മ അച്ഛനോടു കൈയും കണക്കും ചോദിക്കും.

അച്ഛൻ കൂലിവേലകൾ എടുക്കുന്നു. എന്തു ജോലിയും ചെയ്യും. ഒന്നും ശരിക്കു ചെയ്യാൻ അറിഞ്ഞുകൂടാ. അറിയാവുന്നവർ ജോലിക്കു വിളിക്കില്ല. ജോലി അന്വേഷിച്ചു നടക്കുന്ന കൂട്ടത്തിലാണ്. അപ്പോൾ അച്ഛനു കിട്ടു ന്നത് ആരും ചെയ്യാൻ കൂട്ടാക്കാത്ത എന്തെങ്കിലും ഏടാകൂടങ്ങളാവും. വേഗം തളരും. ഏറെ വിശ്രമമെടുക്കും. ഉടമസ്ഥന് ഇഷ്ടപ്പെട്ടെന്നു വരില്ല. പതിവുള്ള കൂലിയുടെ പാതി എണ്ണിക്കൊടുത്തു പറഞ്ഞുവിടാൻ നോക്കും. അച്ഛൻ മിഴിച്ചുനില്ക്കും. പാതിക്കൂലിപോലും മനമില്ലാതെ എണ്ണിയ ആളോടു കടം ചോദിക്കുകയാണു പിന്നെ ചെയ്യുക. വീട്ടിൽ വന്നാൽ അമ്മ കണക്കു ചോദിക്കും. അഞ്ചുരൂപാ എണ്ണിക്കൊടുക്കണം. ഇല്ലേ കൈയെടുക്കും. ചൂലെടുത്തു തല്ലുകയും ആട്ടുകയും ചെയ്യും.

ശ്രദ്ധിക്കേണ്ടത് പതിനഞ്ചു വർഷം മുമ്പ് അച്ഛൻ വിറ്റ പുരയിടത്തിന്റെ കാര്യമാണ്. അന്ന് ആയിരത്തിനു വിറ്റു. ഇപ്പോൾ മൂവായിരത്തിന് അടയ്ക്ക ഇറങ്ങുന്നു. അച്ഛനു മനസ്താപമില്ല. പുരയിടം മാത്രമല്ല വിറ്റുപോയത്. അന്ന് അച്ഛനും അമ്മയ്ക്കും ചെറുപ്പമാണെന്നോർക്കണം. (ചെറുപ്പം പോയെന്ന് അമ്മ ഇന്നും വിശ്വസിക്കുന്നില്ല) തുടുത്തു തുളുമ്പുന്ന സുന്ദരി. ആശിച്ചു മോഹിച്ചിട്ടാണ് അച്ഛൻ വിവാഹം ചെയ്തത്. അതിനുവേണ്ടി തറ വാട്ടിൽനിന്ന് ഓഹരി വാങ്ങിച്ചിറങ്ങിപ്പോന്നു. കെട്ടിടം തീർപ്പിച്ച് അമ്മയെ കൊണ്ടുവന്നിരുത്തി. പറഞ്ഞപോലെ പരിചരിച്ചു. ഇഷ്ടത്തിനു നടത്തി. അമ്മ വിലസി. (ഇന്നും വിലസുന്നു എന്ന് അച്ഛൻ പറയുന്നു.) വിറ്റുപോയ വസ്തുക്കളുടെ മുഴുവൻ കണക്കോ മൊത്തം തുകയോ കഥയിൽ ഇല്ല. തടിക്കടയിലെ കടം കിടപ്പുണ്ടായിരുന്നു. പീടികപ്പറ്റുകളുണ്ടായിരുന്നു. തുണിക്കടയിലെ കണക്കുപുസ്തകത്തിൽ മുൻബാക്കികളോടെ പേജുകൾ മറിഞ്ഞു. സ്വർണ്ണപ്പണിക്കാരൻ പൂമുഖത്തുനിന്നിറങ്ങില്ലെന്നായി. മീൻചന്തയിലും ഇറച്ചിക്കടയിലും അച്ഛൻ കടന്നാൽ നാറും എന്നായി. വൈദ്യരും മന്ത്രവാദിയും നിത്യക്കാരാണ്. അമ്മയ്ക്ക് എണീക്കാൻ വയ്യാ. തലചുറ്റ്, തലവേദന, തളർച്ച, കുഴച്ചിൽ. തലചുറ്റിന് ഏലസ്സ് നിറച്ചിട്ടു. തല വേദന മാറാൻ കോഴിവെട്ടി ഹോമംകൂട്ടി. തളർച്ചയും കുഴച്ചിലും മാറാൻ തെങ്ങിൻപൂക്കുലകൾ മുറിച്ചിറക്കി. മണത്തും രുചിച്ചും മരുന്നു കഴിക്കാൻ തുടങ്ങുന്ന അമ്മ അച്ഛനെ പിരാകി. അലമാരിയിൽ മരുന്നുകുപ്പികൾ നിറ ഞ്ഞിരുന്നു. അമ്മയുടെ വേദനയിൽ അച്ഛൻ നീറി ഓടിപ്പാഞ്ഞു നടന്നു. ചെന്നിയിൽ അമൃതാഞ്ജനം പുരട്ടിക്കൊടുക്കുമ്പോൾ അമ്മ നിലവിളിച്ചു: എന്റെ കിളി നെറുംതലയിലൂടെ പറക്കുന്നേ!

ഓരോ ആവശ്യങ്ങൾ നികത്താൻ അപ്പപ്പോൾ വില്ക്കുകയോ എഴുതി ക്കൊടുക്കുകയോ ചെയ്ത വസ്തുവകകളുടെ കണക്കൊന്നും അച്ഛനോർമ്മ യില്ല. ഉണ്ടാകുമ്പോൾ തിരിച്ചെടുത്തോളൂ എന്നേ എപ്പോഴും കൺട്രാക്ടർ പറഞ്ഞിട്ടുള്ളൂ. പലേടത്തുമായി കൊണ്ട കടം തീർക്കാൻവേണ്ടി ആയിരം

രൂപ റൊക്കം വാങ്ങിച്ചിട്ടാണ് പുരയിടത്തിന്റെ തീറാധാരമെഴുതിയത്. അതിൽ ഇന്നു മൂവായിരത്തിന് അടയ്ക്ക ഇറങ്ങുന്നു. താൻതന്നെ പ്രയത്നം ചെയ്യുന്നു. ഇറങ്ങിപ്പോകണമെന്ന് ഇന്നേവരെ കൺട്രാക്ടർ പറഞ്ഞിട്ടില്ല. അയാൾ സ്നേഹമുള്ളവനാണ്.

അവിവാഹിതനായ കൺട്രാക്ടരുടെ മുതൽമുടക്കിനെക്കുറിച്ചും സമ്പാദ്യങ്ങളെക്കുറിച്ചും നമുക്കറിഞ്ഞുകൂടാ, നമ്മുടെ സാമൂഹ്യബോധം പണത്തെ പൂജിക്കുന്നു. അവൻ എങ്ങനെ നേടി എന്ന് ഒരിക്കലും ആലോചിക്കാൻ പാടില്ല. കപ്പൽ കയറിയവനെ പടി അടച്ചു നിങ്ങൾ വെളിയിൽ നിർത്തി. കുടുമ മുറിച്ചവനു പന്തൽ മുടക്കി. തൊട്ടുതിന്നവനെ ശുദ്ധി കർമ്മത്തിനു നിർബ്ബന്ധിച്ചു. ഗർഭിണിയായിപ്പോയ കന്യകയെ പടിപ്പുര കടത്തിവിട്ടു പുലതെളിച്ചു കുളിച്ചു. ഈ നിങ്ങൾക്കു സമ്പത്തിനെ വ്യഭിചരിക്കുന്നവൻ ധീരൻ. സമ്പത്ത് എന്നാൽ സാക്ഷാൽ ശ്രീദേവി, ലക്ഷ്മി, അവൾക്കുവേണ്ടി കെടാവിളക്കു കത്തിക്കുന്ന നിങ്ങൾക്ക് അവളെ വ്യഭിചരിക്കുന്നവൻ ഘസനിയിലെ മുഹമ്മദാണ്. അവന്റെ നെഞ്ഞൂക്ക്: ടൈമൂർ! വെട്ടിപ്പിടിക്കുകയാണ്. നാട് അവന്റെ കാൽ നക്കുന്നു. അവൻ ഇല്ലാതെ പുലതെളിയും വിവാഹവും ശവദാഹവും മരണവും ഗർഭപാതവും ഇല്ല. അവനെ നിഷേധിക്കാൻ, അവനു പന്തൽ മുടക്കാൻ... പൊന്നേ, എന്റെ കഴുത്തിന് ആരാണ് ജാമ്യം?

കൺട്രാക്ടർ കരിങ്കല്ലു വിരിച്ച റോഡിലൂടെ പുസ്തകസഞ്ചിയേന്തിയ മകൾ തത്തിനടന്നു. അയാൾ റോഡിനു ടാറിട്ടപ്പോൾ മാറത്തടക്കിപ്പിടിച്ച പുസ്തകങ്ങളോടെ അവളടിയുരച്ചു നടന്നു. അദ്ദേഹം എടുപ്പിച്ച കെട്ടിടങ്ങളുടെ കിളർക്കുന്ന ചുമരുകൾക്കുള്ളിൽ അട്ടാറു വീഴുന്ന തട്ടിനു കീഴിൽ അവൾ പഠിച്ചു. അദ്ദേഹം നാട്ടിയ കമ്പിക്കാലുകളിലൂടെ വൈദ്യുതി ഗ്രാമ ഗ്രാമാന്തരം പ്രവഹിച്ചു. സർവ്വവ്യാപി, സർവ്വപ്രിയംകരൻ.

അച്ഛൻ കല്ലുടച്ചു, മത്തപ്പൂവൻപാറ വെട്ടി. കന്നുപൂട്ടി. അച്ഛന്റെ കാൽവണ്ണകളിൽ വെരപോലെ നീലഞരമ്പുകൾ പിണഞ്ഞുകൂടി. ചുണ്ടും ചിറിയും പൊട്ടി. അമ്മ അയാളുടെ കൂലി എണ്ണിവാങ്ങിച്ചു. കണക്കുപറഞ്ഞ് കുറഞ്ഞുപോയ തുകയ്ക്ക് അയാളെ ആട്ടി. അടുക്കളയിലെ ബാക്കി വിളമ്പിവെച്ചു. കോലായപ്പുറത്തേക്കു കീറപ്പായ എറിഞ്ഞുകൊടുത്ത്, ഉറക്കം ഞെട്ടിക്കാൻ വാതിൽ കൊട്ടിയടച്ചു. നാറിയ ഉടുമുണ്ടു പുതച്ചു ചുരുണ്ടുകൂടി കിടന്നുറങ്ങുന്ന അയാൾ എന്നും പുലർകാലത്ത് ആട്ടു കേട്ടുണർന്നു. ഒരിക്കലും പരാതി പറഞ്ഞില്ല.

മകൾക്കു കുളിതെറ്റി എന്ന് അമ്മ പറഞ്ഞു. അതുകേട്ടപ്പോഴും അച്ഛൻ ശേഷം പറഞ്ഞില്ല. അമ്മ ചോദിച്ചു:

"ഞാൻ പറഞ്ഞതു കേട്ടോ?"

അച്ഛൻ കാ മാ ശബ്ദിച്ചില്ല.

"എടോ ആൺപിറന്നവനേ, മോളെ വിളിച്ച് ആരാണെന്നെങ്കിലും ചോദിക്ക്."

അയാൾ അനങ്ങിയില്ല.

"ചോദിക്കുന്നോ, ഇല്ലേ?"

ഇല്ല എന്നയാൾ ചുമച്ചു.

അമ്മ ചീറി:

"ഇല്ലേ? താൻതന്നെയാവും ആള് എന്നു മാലോകർ പറയും. കരുതിക്കോ!"

താൻ പെട്ടുപോയി എന്നച്ഛനു തോന്നി. അയാൾ ചോദിച്ചു:

"എന്താ ഇനി ഒരു നിർവ്വാഹം?"

അമ്മ പറഞ്ഞു:

"ഭാര്യ പിഴച്ചാൽ തല്ലിയിറക്കാം. എടോ, മകളെ താനെന്തു ചെയ്യും?"

"എന്താ ഇനി ഒരു നിർവ്വാഹം?"

എന്താണു വേണ്ടതെന്ന് അമ്മ വിവരിച്ചുകൊടുത്തു. അച്ഛൻ മനം നീറി പഠിച്ചു, ഉരുവിട്ടുറച്ചു. എന്നിട്ടൊരു ദിവസം അമ്മ അയാൾക്കു തേക്കാൻ എണ്ണ എടുത്തുകൊടുത്തു. കുളിച്ചുവന്നപ്പോൾ പെട്ടിയിൽ പൂട്ടിക്കിടന്ന മുണ്ടും ഷർട്ടും എടുത്തു കുടഞ്ഞു ചുളിവു നിവർത്തി ഉടുപ്പിച്ചു. കൈതപ്പൂവിന്റെ ഉണങ്ങിയ മണം പരത്തി അയാൾ. വസ്ത്രം മാറുമ്പോൾ അമ്മ കളിയാക്കി:

"അഴകുരാവണൻ ചമഞ്ഞു!"

ആ വാക്കിന്റെ പൊരുൾ അച്ഛനു പിടികിട്ടിയില്ല. ഏറെക്കാലമായി വെളുത്തത് ഉടുത്തിട്ട്, തെക്കിനിയിൽ കടന്നിട്ട്. ഉടുക്കാൻ ആശിക്കാഞ്ഞല്ല. ചോദിച്ചാലമ്മ ആട്ടും. തന്റെ തുണി ഇവിടെ ഉണ്ടോടോ എന്നു ചോദിക്കും. ഇവിടെ ഉണ്ടല്ലോ. ഉണ്ടെങ്കിൽ, അതമ്മയുടെ ഇഷ്ടക്കാരന്റേതാവും എന്നു നേരെ മറുപടി കിട്ടും. തെക്കിനിയിൽ കടന്നാൽ പാഞ്ഞു വരും. ആൺപിറന്നവർക്കു കിടക്കാനുള്ള കട്ടിലാണതിന്നകത്തെന്നു ഭയപ്പെടുത്തും. ഉടുത്തും ചമഞ്ഞും മനസ്സലിഞ്ഞപ്പോൾ അച്ഛൻ കട്ടിലിൽ ചെന്നിരുന്നു. അമ്മയെ നോക്കി. അമ്മ ചിരിച്ചു. അച്ഛന്റെ കരൾ നിറഞ്ഞു.

അച്ഛനും അമ്മയും മകളും കൂടെ ഡോക്ടറെ കാണാൻ പോയി. അച്ഛനായിരുന്നു മുന്നിൽ. വർത്തമാനം ചോദിക്കുന്നതോടെ ഡാക്ടർ കൈത്തണ്ടയിൽ പിടിച്ചു ചൂണ്ടുവിരലമർത്തി.

"എന്നാണ് പനി തുടങ്ങിയത്?"

"എനിക്കല്ല."

"പനി ഉണ്ടല്ലോ."

അമ്മ പറഞ്ഞു പഠിപ്പിച്ച കഥ പെട്ടെന്നോർത്തുപോയി. അച്ഛൻ ഡാക്ടരുടെ കാൽക്കൽ വീണു.

രക്ഷിക്കണേ!

രക്ഷിക്കാം എന്നു ഡാക്ടർ ഏറ്റുപോയി. അച്ഛൻ എണീറ്റു.

"എന്നെ രക്ഷിക്കണം. അബദ്ധം പറ്റി. മകളാണ്. കോളേജിൽ പഠിക്കുന്നു..."

സാമൂഹ്യസാഹചര്യങ്ങൾ മനസ്സിലാക്കാനാവാം ഡോക്ടർ തൊഴിലിനെക്കുറിച്ചും സാമ്പത്തികശേഷിയെക്കുറിച്ചും ചോദിച്ചു. എല്ലാറ്റിനും മറുപടി പറഞ്ഞു.

"താനന്നു കുടിച്ചിരുന്നോ?"

അമ്മ മറുപടി പറഞ്ഞു;

"എന്നും കുടിക്കും."

"മകളും കുടിക്കുമോ?"

അമ്മയ്ക്കു മറുപടി ഇല്ല. ഡാക്ടർ രൂക്ഷമായി അച്ഛനോടു ചോദിച്ചു:

"അമ്മയും മകളും തെറ്റിപ്പോകും, ഇല്ലെടോ?"

അച്ഛൻ കരഞ്ഞു. താൻ കുറ്റം സമ്മതിച്ചാൽ നിർവ്വാഹമുണ്ടെന്നാണ് അമ്മ പഠിപ്പിച്ചത്. ഏറ്റെടുത്തതു വിചാരിച്ചേടത്തല്ല ഇറങ്ങുന്നത്. അറ്റകയ്യിന് അവസാനത്തെ അടവു പയറ്റി:

"ഞാൻ നശിച്ചു ഡാക്ടർ, എന്നെ രക്ഷിക്കണ്ടാ. ആ കുട്ടിയുടെ ഭാവി..."

ഡാക്ടർ അടിയറവു പറഞ്ഞു:

"മേലിൽ ഇതും കൊണ്ടുവന്നാൽ താൻ ജേലിൽ കയറും."

ഏഴു ദിവസം നഴ്സിങ്ങ്ഹോമിൽ താമസിച്ചു. ഏഴു ദിവസവും കൺട്രാക്ടർ വന്നന്വേഷിക്കുകയും അമ്മയുടെ കൈയിൽ ആവശ്യം പോലെ രൂപ കൊടുക്കുകയും ചെയ്തു. അമ്മ പണം അച്ഛനെ ഏല്പിച്ചു. അച്ഛൻ ചെലവുകൾ നടത്തി. തിരിച്ചുവരാൻകാലത്ത് അച്ഛനു തോന്നി, വയ്യെന്ന്. ഡോക്ടരോടു പറഞ്ഞു. അദ്ദേഹം ദയയോടെ കൈത്തണ്ട പിടിച്ചു. ചോദ്യങ്ങൾ ചോദിച്ചു. മരുന്നിനു കുറിപ്പെഴുതി.

മരുന്നു വാങ്ങിക്കാൻ അച്ഛന് നാലു രൂപ വേണം, അമ്മയോടു ചോദിച്ചു. അമ്മ പറഞ്ഞു:

"ഇതേ, ആൺപിള്ളാരുടെ കാശാണ്. തനിക്കു മരുന്നുവാങ്ങിക്കാൻ എന്റെ പക്കൽ വല്ലതും താൻ കൊണ്ടെത്തന്നിട്ട് എത്ര കാലമായി?"

അച്ഛൻ കോലായപ്പുറത്തു തന്റെ കീറപ്പായിൽ ചുരുണ്ടുകിടന്നു നേരം വെളുപ്പിച്ചു. നാലു രൂപയ്ക്കു വേണ്ടി വീട്ടിൽ നിന്നിറങ്ങി. മുണ്ടുമടക്കിക്കുത്തി പിന്നാക്കം തിരിഞ്ഞുനോക്കി അയാൾ നടന്നു. മകൾ അമ്മയോടു പതുക്കെ ചോദിച്ചു:

"അച്ഛൻ കാലത്തേ പുറപ്പെട്ടൂലോ."

അച്ഛൻ കേൾക്കേ അമ്മ ശകാരിച്ചു:

"പോട്ടെടി. തെണ്ടിയിട്ടായാലും എനിക്കിവിടെ ചെലവിനു തരണം. ആണുങ്ങളുടെ സമ്പാദ്യംകൊണ്ടാ ഞാൻ കഴിയണത്."

കേൾക്കാൻവേണ്ടി അയാൾ നിന്നില്ല; കേൾക്കണ്ടാ എന്നും ആശിച്ചില്ല. അതിലെ ഇതിലെ ഏറെ നടന്നു. തണലുകളിൽ ഇരുന്നു. ഉച്ചയോടെ വീട്ടിലേക്കുള്ള വഴിയേ നടന്നു. വീടടുത്തപ്പോൾ കാലുകൾ അറച്ചു. ഇതേവരെ നാലു രൂപ കിട്ടിയില്ല. ആരോടും ചോദിച്ചുമില്ല. ചുമ്മാ അയലത്ത്

ഒരിടത്തു കയറി. എത്രയോ കാലം കഴിഞ്ഞു എവിടെയെങ്കിലും കയറി ച്ചെന്നിട്ട്. കാണണം എന്ന് ആശിക്കാതല്ല. കാണിക്കണ്ടാ എന്നു വെച്ചിട്ട്.

അയൽക്കാരൻ ചാരുകസേരയിൽ കിടന്നു വായിക്കുകയാണ്. കസേര യുടെ അരികിൽ സ്റ്റൂളുണ്ട്. സ്റ്റൂളിന്മേൽ പുസ്തകങ്ങളും പത്രങ്ങളും കണ്ണട ക്കൂടും സിഗരറ്റും ഉണ്ട്. വേറെ യാതൊരുവക സാധനങ്ങളും അരികി ലൊന്നും ഇല്ല. അച്ഛൻ ഒച്ചയൊന്നും ഉണ്ടാക്കാതെ കയറിവന്നു. അല്പം നിന്നു. അയൽക്കാരൻ അറിഞ്ഞ കൂട്ടത്തിലല്ല. കണ്ണടക്കൂടോടെ പത്രങ്ങൾ എടുത്തു താഴെവെച്ചു. പുസ്തകങ്ങൾ ഇറക്കിവെച്ചു. സ്റ്റൂൾ വലിച്ചു. ഇതെന്ത് എന്നപോലെ അയൽക്കാരൻ അച്ഛനെ നോക്കി. അച്ഛൻ ചിരിച്ചു നോക്കി. ചിരിക്കാൻ കഴിയുന്നില്ല. വെറ്റിലക്കറപിടിച്ച പല്ലുകൾ വെളി യിലാണ്. കണ്ണുകളിൽ ദുഃഖം. അയൽക്കാരൻ പതുക്കെ സംഗതികൾ മനസ്സിലാക്കുന്ന കൂട്ടത്തിലാണ്. കുറച്ചുനേരം അച്ഛനെ നോക്കിക്കിടന്നിട്ടു ചോദിച്ചു:

"എന്താ ങ്ങ് കയറീത്?"

വലിച്ചുവെച്ച സ്റ്റൂളിൽ ഇരുന്ന് അച്ഛൻ ചുമരുചാരി. നെറ്റിയിലെ വിയർപ്പു തുടച്ചു. മടക്കിക്കുത്തിയ ഉടുമുണ്ടിൽ കൈ അമർത്തിത്തുടച്ചു. നീല ഞരമ്പുകൾ വെരപോലെ പിണഞ്ഞുകൂടിയ കാൽവണ്ണകളിലേക്കും മുഷിഞ്ഞ ഉടുതുണിയിലേക്കും മാറി മാറി നോക്കുന്ന അയൽക്കാരൻ മുതുകു നിവർത്തി കൈ നീട്ടിയപ്പൾ അച്ഛൻ സിഗരറ്റും തീപ്പെട്ടിയും എടുത്തുനീട്ടി, ചുമച്ചു. കസേരക്കയ്യിൽ പുള്ളിക്കുത്തുകൾ വീണു. ശ്വാസം ഒതുങ്ങിയപ്പോൾ അച്ഛൻ പറഞ്ഞു:

'ത്തിരി സുഖല്ല്യാണ്ടായി. മരുന്നു വാങ്ങാൻ കാശില്ല."

അച്ഛൻ സുഖക്കേടിന്റെ ചരിത്രം പറഞ്ഞു. ഇടയ്ക്കൊക്കെ ചുമച്ചു. നാലുരൂപായുടെ ആവശ്യം ധരിപ്പിച്ചു. അയൽക്കാരൻ എണീക്കാൻ ബദ്ധപ്പെട്ടപ്പോൾ തടഞ്ഞു:

"ഇപ്പ വേണ്ടേയ്. മരുന്നിനു പോമ്പോ ഇതിലെ വരാം."

അയൽക്കാരൻ കിടന്നു. മടക്കിവെച്ച പുസ്തകം നിവർത്തി. അച്ഛൻ പറഞ്ഞു:

"നാലുരൂപയ്ക്കു വലഞ്ഞു. എന്റെ പറമ്പിലു നാലായിരത്തിനാ അടയ്ക്ക ഇറങ്ങണ്."

അയൽക്കാരന്നറിയാം. എന്റെ പറമ്പ് എന്നാൽ അച്ഛൻ പണ്ടു വിറ്റ പറമ്പ്. അച്ഛനെക്കൊണ്ട് ഇനിയും എന്തെങ്കിലും പറയിക്കണം എന്ന ദുർബുദ്ധിയോടെ അയൽക്കാരൻ ചോദിച്ചു:

"വിടൊഴിഞ്ഞുകൊടുക്കാനെങ്ങാനും പറയുന്നുണ്ടോ?"

കൗതുകമുള്ള കാര്യം പറയാനെന്നോണം അച്ഛൻ ചുമരിൽ നിന്നടർന്നു. ആവുന്നത്ര കുനിഞ്ഞ് അയൽക്കാരന്റെ ചെകിട്ടിൽ പറഞ്ഞു:

"ഞാൻ പണ്ടേ ഇറങ്ങിക്കഴിഞ്ഞൂന്നു വെച്ചോളൂട്ടോ."

അയൽക്കാരൻ ഒന്നും പറഞ്ഞില്ല. തന്നെ സംബന്ധിച്ച ഒരു കാര്യം പോലല്ല അച്ഛന്റെ മുഖഭാവം. അയൽക്കാരന്റെ കണ്ണുകളിൽ കൗതുകം കത്തി. അച്ഛൻ പറഞ്ഞു:

"മരിക്കാൻ വയ്യാടോ. നശിപ്പിക്കാനല്ല മനുഷ്യജീവൻ കിട്ടിയത്. അതോണ്ടു മരിക്ക്വോളം ജീവിക്കന്നെ."

അതോടെ അച്ഛന്റെ സകല ശങ്കകളും നീങ്ങി. കഴുത്തിൽ നീല ഞരമ്പുകൾ തുള്ളുകയും ചുമയ്ക്കുകയും വർത്തമാനം പറയുകയും ചെയ്തു. തുപ്പൽ തെറിച്ചുവീണ കസേരക്കൈ ഇടയ്ക്കിടെ തുടച്ചു. ഭർത്താവ് ഇരപ്പാളിയാകുമ്പോൾ കാമുകൻ ഭർത്താവായിത്തീരുന്നു. താൻ പുറത്ത്. ഏറെക്കാലമായി പുറത്താണ്. കാമുകനെക്കയറ്റി മകളെ നശിപ്പിക്കണോ? അയാളാണു പഠിപ്പിക്കുന്നത്, അയാളാണ് വളർത്തുന്നത്. എന്നാലും ബന്ധം അമ്മയോടു മാത്രം മതിയായിരുന്നു. അതും ഞാൻ കണ്ടു. സഹിച്ചു. സഹിക്കുന്നു. സഹിക്കാനുള്ള കഴിവുണ്ടാകട്ടെ എന്നു പ്രാർത്ഥിക്കുന്നു. ഇതെല്ലാം കണ്ടു ഞാൻ ജീവനാശം ചെയ്യില്ല. ഒന്നിനും പങ്കില്ലല്ലോ. എന്തെങ്കിലും ജോലി ചെയ്തു ജീവിക്കുന്നു. പനിയായി. അതൊന്നു മാറിക്കിട്ടിയാൽ എന്തെങ്കിലും ജോലിചെയ്തു കടം തീർക്കാം. അല്ലെങ്കിൽ തിരിച്ചുതരാം.

അയൽക്കാരൻ കസേരയിൽനിന്നെണീറ്റു. അച്ഛൻ പറഞ്ഞു:

"ഇപ്പ വേണ്ടാ. മരുന്നിനുപോമ്പൊ ഇതിലെ വരാം."

അയൽക്കാരൻ പറഞ്ഞു:

"എനിക്കൊരിടത്തു പോകണം. നിങ്ങൾ വരുമ്പോൾ ഞാനിവിടെ കാണില്ല."

അച്ഛൻ പോയി. പുറകെ ഇറങ്ങിയ അയൽക്കാരൻ ഏറെ നടന്നു. വീട്ടിലേക്കു തിരിച്ചുവരുമ്പോൾ അതാ നില്ക്കുന്നു ബസ്സ്റ്റോപ്പിൽ അച്ഛനും അമ്മയും മകളും ഉണ്ട്. മൂന്നുപേരും മിനുങ്ങിയിട്ടുണ്ട്. മൂന്നുപേർക്കും തമ്മിൽത്തമ്മിൽ അകൽച്ചയോ അപാകതയോ ഇല്ല. അയൽക്കാരനെ കണ്ടപ്പോൾ അച്ഛൻ പരുങ്ങി. റോഡിലേക്കിറങ്ങിവന്നു. അയാളുടെ കറുത്ത കഴുത്തിൽ നീലഞരമ്പുകൾ പിടഞ്ഞു. അയൽക്കാരൻ പരിചയം ഭാവിച്ചു:

"എങ്ങോട്ടാണൊരു യാത്ര?"

അമ്മയും മകളും കേൾക്കെ അച്ഛൻ പറഞ്ഞു:

"കാടാമ്പുഴയ്ക്കൊന്നു പോണത്രെ. മോള്ക്കൊരു ദൃഷ്ടിബാധ! കാടാമ്പുഴയ്ക്കാണ് ഒഴിവ്."

അയൽക്കാരൻ ചോദിച്ചു:

"പനിയെല്ലാം മാറിയൊ?"

അപ്പോൾ അമ്മ ചിരിച്ചു:

"പനി സാരല്യോ! അതിടയ്ക്കൊക്കെ വരും, മാറും."

അയൽക്കാരൻ നടന്നകലുമ്പോഴും അയാൾ കേൾക്കാൻ വേണ്ടി അമ്മ പറയുന്നുണ്ട്. അയൽക്കാരൻ നിരീച്ചു:

തിരിച്ചുവന്നാൽ പനി വീണ്ടും തുടങ്ങും! ■

അമ്മിണി

ശവം യാതൊന്നും ഓർത്തില്ല. എപ്പഴാണു മരിച്ചതെന്നുപോലും ഓർക്കുന്നില്ല. ശവം കിടത്തിയ ബഞ്ചിനും ഓർമ്മകളില്ല. ക്യാമറയ്ക്കു കാണാൻ ഉയർത്തിയ തലയ്ക്കു താഴെക്കിടന്ന തലയിണ ഓർമ്മകൾ മണത്തു. മുറിക്കുലകൾ പൊട്ടിവിരിഞ്ഞ തെങ്ങുകളിൽ, അഴിച്ചെടുക്കാത്ത മട്ടകളിൽ ഓർമ്മകൾ തെറിച്ചുനിന്നു.

കള്ള്!

കള്ളു ചെത്തരുത്, വിൽക്കരുത്, കുടിക്കരുത് എന്നു പറഞ്ഞവൻ വിഡ്ഢി. അവന്റെ പ്രമാണങ്ങൾ ഏട്ടിൽ കിടന്നു ദ്രവിച്ചു.

കക്കരുത്.

കള്ളം പറയരുത്.

കൊല്ലരുത്.

കോടാനുകോടികൾക്കിടയ്ക്ക് രണ്ടോ മൂന്നോ വിഡ്ഢികൾ ഉണ്ടാവുന്നു. അവർ കിടന്നലയ്ക്കുന്നു പ്രമാണങ്ങൾ, കൽപനകൾ, സനാതനമൂല്യങ്ങൾ! മഹാലോകർ കേൾക്കുമോ, അനുസരിക്കുമോ?

കള്ളു ചെത്തി. ചെത്തിച്ചു. ഇടങ്ങഴിയിൽ ഷാപ്പിലേക്കളന്നു. കുപ്പിയും കുടുക്കയും, നിറച്ചുവെച്ചു. വിറ്റു, വാറ്റി, കുടിച്ചു.

ഉച്ചതിരിഞ്ഞാൽ കണ്ണുകാണില്ല.

ആർരഡാ ബൻ?

സർവ്വേക്കല്ല് പുറംകാലുകൊണ്ടടി മേടിച്ചു.

പോഡ ശൊപ്പെ!

മൂർഖനെപ്പിടിച്ചു ചുംബിച്ചു.

ശുന്തരി!

അപ്പോൾ ബഞ്ച് പടിപ്പുരയിലായിരുന്നു. ആരെല്ലാം എവിടന്നെല്ലാം വന്നു? ബഞ്ചിന്നറിഞ്ഞുകൂടാ. അവർ കാളവണ്ടിയിൽ വന്നു. കുതിരവണ്ടിയിൽ വന്നു. കാറിൽ വന്നു. നടന്നുവന്നു. ബഞ്ചിലിരുന്നു, കുടിച്ചു, വരട്ടിയ ഇറച്ചി തിന്നു. അമ്മ കൊടുത്ത ചാരായം അമ്മയ്ക്കു നീട്ടി.

കുട്ടിപ്പെണ്ണേ സുന്ദരി.

ഇച്ചിരിപ്പോരം കുടിച്ചേരെ!

അച്ഛന്റെ മുന്നിൽ അവർ അമ്മയെ വറുത്ത ഇറച്ചി തീറ്റി.

അച്ഛൻ കുടിക്കുന്നു. അമ്മ കുടിക്കുന്നു. മക്കൾ കട്ടു കുടിക്കുന്നു. അച്ഛൻ കുടിച്ചാലോ അമ്മയ്ക്കിട്ടു തൊഴിക്കുന്നു.

എടീ കുലടേ, ദുർവൃത്തേ, ദുരാചാരേ!

അച്ഛൻ പഠിച്ചതു പാടുന്നു. മക്കൾ സ്വന്തം വീട്ടിൽ അനാഥരായി വളർന്നു. ചേട്ടൻ ചമ്രം പടിഞ്ഞിരുന്നു. സന്ധ്യാനാമത്തിനു പകരം പടപ്പാട്ടു പാടി: ചെത്താൻ പോകരുതച്ഛനിനിമേലിൽ, ചെത്താൻ പോകരുതച്ഛാ. പാട്ടു കേട്ട

അച്ഛൻ അമ്മയ്ക്കു വട്ടിക്കുറ്റം ചാരി. നാട്ടിലുടനീളം കുട്ടികളെ പടപ്പാട്ടു പഠിപ്പിച്ചു. തക്ലിയിൽ നൂൽനൂറ്റു നടന്ന സ്കൂൾ മാസ്റ്റർ, എങ്ങനെയെന്നറിഞ്ഞില്ല, രക്തം ഛർദ്ദിച്ചു മരിച്ചു. അച്ഛനും അമ്മയും ചത്തുകെട്ടുപോയി. പാട്ടുകാരൻ ചേട്ടൻ കള്ളളവിനു പോയി. വീട്ടിൽ വാറ്റി. കുടിച്ചു. സന്ധികളിൽ ചൊറിപിടിച്ചു നടന്നേടം മാന്തി വെള്ളമൊലിപ്പിച്ചു നീരുകെട്ടി ചത്തു.

ഇന്നു പടിപ്പുര ഇല്ല. പടിപ്പുരയുടെ ചെല്ലിചേർന്നു ചുവപ്പുരാശിയായ മണലിൽ ബഞ്ച് ശവം ചുമന്നു കിടന്നു. കാറ്റിലാടുന്ന പച്ചോലത്തുമ്പുകളുടെ നിഴൽ, കുളിച്ച് എണ്ണ പുരട്ടി ചന്ദനം തേച്ച ശവത്തിന്റെ മൂപ്പെത്താത്ത താടി ചീകി.

എപ്പഴേ മരിച്ചത്?

അറിയാൻ വേണ്ടിയല്ല. അറിഞ്ഞിട്ടു പ്രയോജനമുണ്ടായിട്ടല്ല. മരിച്ച വീട്ടിൽ ചെന്നാൽ--അങ്ങനെ.

ഭവാനിക്കറിഞ്ഞുകൂടാ. അവൾ പടിഞ്ഞാറ്റിയിൽ നിലം പൊത്തിക്കിടന്നു. അവളുടെ കാൽക്കലും അകിട്ടിലും മക്കൾ കിടന്നു. അവർക്കു ചുറ്റും ദുഃഖത്തിന്റെ കരിതേച്ചു സ്ത്രീകൾ മൽസരിച്ചു.

ചെറുപ്പമല്ലേ അവന്?

നല്ലൊരു തയ്യൽക്കാരനായിരുന്നു.

കണ്ടോ, ചറുപിറുന്നനെ മൂന്നു മക്കൾ.

അവർ ഈ വീടിന്റെ ഗതികേടുകളെക്കുറിച്ചു പായ്യാരംപറഞ്ഞു. ആരാണ് ഏറ്റവും കടുത്ത ദുഃഖസത്യം പറയുക?

അച്ഛനും അമ്മയും കുടിച്ചു ചത്തു.

ചേട്ടൻ പുഴുകുത്തി.

ദാമൂന്റെ വയറ്റീന്ന് ഒന്നര ലിറ്റർ കുത്തിയെടുത്തു.

കുഞ്ഞുമക്കളെ ഓർത്തു മിണ്ടാതിരിക്കിൻ കൂട്ടരെ.

അവർക്കു കുഞ്ഞുമക്കളെക്കുറിച്ചുള്ള ധാരണയില്ല. കുട്ടിക്കു തുന്നാൻ കൊടുത്ത പുള്ളിയുടുപ്പുണ്ട്. അതു കടയിൽ വെച്ചു പൂട്ടിയിട്ടാണ് ദാമു മീൻപിടിക്കാനും കുടിക്കാനും നടന്നത്, ചത്തത്. ഉടുപ്പുപോയി. ഉടുപ്പിന്റെ പണവും പോയി!

ബന്ധുക്കൾ ഉമ്മറത്തു പുല്ലുപായിൽ ഇരുന്നു. അവർ മഴയെക്കുറിച്ചും മഴക്കാറിനെക്കുറിച്ചും വർത്തമാനം പറഞ്ഞു. വരവു ചെലവുകൾ നിരത്തി തമ്മിൽ ഇടതട്ടിച്ചുനോക്കി. ഒരുത്തൻപോലും ഉള്ളതു പറഞ്ഞില്ല. നേരു പറയുന്നവൻ പൊണ്ണൻ. അവന്റെ പെട്ടിക്കു പൂട്ടില്ല.

എല്ലാവർക്കും പ്രാരാബ്ധങ്ങളുണ്ട്. പാടത്തേക്കിറങ്ങാൻ പുറപ്പെട്ടു നിൽക്കുമ്പോഴാണ് ആൾ വന്നത്. മാന്യമായ ശൈലിയിലേ പറയാവൂ.

—പാടത്തേക്കിറങ്ങാൻ പുറപ്പെട്ടു നിൽക്കുമ്പോൾ!

ചെന്നിട്ടു വേണം പശുവിനു വെള്ളം കാട്ടാൻ.

—താൻതന്നെ വേണം അവൾക്ക്. വേലക്കാരില്ലാതല്ല. പശു വെള്ളം കുടിക്കണോ, താൻ കൊടുക്കണം!

മകൾക്കു തികഞ്ഞ മാസമാണ്. ഒന്നുപോയി വർത്തമാനമറിയാൻ സാധിച്ചില്ല.

—മരിച്ചറിയിപ്പു വന്നില്ലെങ്കിൽ ഇന്നു പോയേനെ!

എന്തെല്ലാം തിരക്കുകൾ! ശവദാഹം കഴിഞ്ഞാൽ പാടുനോക്കിപ്പോകാം.

എന്തിനും എവിടെയും മാമേട്ടനുണ്ട്. ആളും പണവും ഇല്ലാതെ ചത്ത ശവം കിടന്നുകൂടാ. കൂട്ടരെ, ധർമ്മം തല കാക്കും. മഞ്ച, ശവക്കുഴി, പുടവ, ഫോട്ടോ.

എന്തിനാണ് ഫോട്ടോ?

കൊച്ചുമക്കളല്ലേ? അവർ മുതിരുമ്പോൾ അച്ഛനെക്കണ്ട ഓർമ്മ ഉണ്ടാവില്ല. പത്തു രൂപ പോയാലും അവർക്കാ സങ്കടം ഉണ്ടാകാതിരിക്കട്ടെ. സമ്പാദിച്ചുവച്ചിട്ട് ആരെങ്കിലും കൂടെ കൊണ്ടുപോയിട്ടുണ്ടോ?

കച്ചവടക്കാരനാണ്. മുറിഞ്ഞ കൈക്ക് ഉപ്പുതേച്ചവനല്ല. മരണം മനുഷ്യനെ മറിച്ചു.

കുഴി എവിടെ വെട്ടണം? പുരാതന കുടുംബമാണ്. എത്രയോ പേർ തെക്കേപ്പുറത്തുണ്ട്! അവരെ വീണ്ടും വെട്ടരുത്.

ഇവിടെ അച്ഛൻ.

ഇതമ്മ.

ചേട്ടൻ.

അനിയന്റെ കുഴിക്ക് മാമേട്ടൻ അടയാളമിട്ടു. മാമേട്ടന് എല്ലാമറിയാം. ഈ വീട്ടിൽ ചത്തവരേയും ജീവിക്കുന്നവരേയും അകംപുറം അറിയാം. പിന്നെന്തിനാണ് അയൽക്കാരനായത്?

മാമേട്ടനാണ് ആശുപത്രിയിൽ നിന്നു ശവം കൊണ്ടുവന്നത്. കൊണ്ടുപോയതും മാമേട്ടൻ തന്നെ. കൊണ്ടുചെന്നപ്പോൾ മരിച്ചിട്ടില്ല. മുപ്പതു ശതമാനം എന്നാണു ഡോക്ടർ പറഞ്ഞത്. മുപ്പതു ശതമാനം മരിച്ചിട്ടില്ല. എന്നുകേട്ടാൽ മാമേട്ടനു മനസ്സിലാവും. ലാഭനഷ്ടം എത്രയെന്ന് അസംഖ്യം തവണ ഒത്തുനോക്കിയിട്ടുണ്ട്. നഷ്ടത്തിന്റെ ഇടപാടില്ല. നൂറ്റുക്ക് എത്ര ലാഭം? നൂറ്റുക്ക് മുപ്പത് ജീവനുണ്ട്. ഏഴുപത് മരിച്ചു. മരിച്ച എഴുപതിനെ ജീവിപ്പിക്കാൻ പലതും ചെയ്തു. അന്നനാളത്തിലൂടെ കുഴലിറക്കി. ആമാശയത്തിൽ നിന്ന് ഒന്നര ലിറ്റർ ചാമ്പിയെടുത്തു.

അമ്മിണി.

കനാൽ പെരുങ്ങി എന്നു പാഠഭേദം.

ശർക്കരയും ഉപ്പും മാമേട്ടൻ വിൽക്കുന്നു. ഉപ്പ് എന്നാണു പറയുക. അമോണിയാ സൾഫേറ്റാണ്. വളം. വലിയ ചാക്കിലും പോളിത്തീൻ പൊതിയിലും വിൽക്കുന്നു.

തോട്ടാക്കത്തു നാണിക്കുട്ടി അമ്മിണി വിൽക്കുന്നു.

മുണ്ടകത്തോട്ടിൽ പരലിറങ്ങി. കുത്തുവലക്കാർ തോട്ടിലിറങ്ങി. തോട്ടിലിറങ്ങി വല നിവർത്തി. വല വലിച്ചു. മീൻ പിടിച്ചു. മീൻ പിടിച്ചു കൂട നിറഞ്ഞു. തണുപ്പ്. തോട്ടാക്കത്തു നാണിക്കു കച്ചോടം. രാവില്ല, പകലില്ല. രാവിൽ ചീപ്പിന്റെ പലക മാറ്റി, പരലിറങ്ങാൻ. പകൽ പലകയിട്ടു കത്തി കൊണ്ടു തിക്കി പഴുതെടുത്തു, ചോർന്നുവാരാൻ. മുണ്ടകൻ ഉണങ്ങിയാൽ ഉണങ്ങട്ടെ. വലക്കാർക്ക് മുണ്ടകപ്പാടത്തു നെല്ലില്ല!

ചോദിക്കാൻ ആളില്ല.

ആർരഡാ ബൻ, വമ്പൻ?

കൊമ്പും തുമ്പിയുമുണ്ടോ?

വാലുണ്ടോ?

വാലു മടക്കി ഓടെടാ.

വമ്പനൊരുത്തൻ തന്റെ മുമ്പിൽ വന്നിറങ്ങി വല നിവർത്തി.

നിന്നെ ഞാൻ കണ്ടോളാം.

കാണുന്നതു തോട്ടാക്കത്തു നാണിയുടെ മുറ്റത്തുവെച്ചാണ്.

നാടാന്റെ കുത്തക വന്നപ്പഴാണ് തോട്ടുവക്കു പേർപെറ്റത്. ചെത്തും വാറ്റും വിൽപനയും കുടിയും ജന്മാവകാശമായിത്തന്നെ അനുഭവിക്കുകയായിരുന്നു, ബസ്തറിലെ ആദിവാസികളെപ്പോലെ. വാറ്റുകാർ പൊണ്ണത്തടിയന്മാരെ നിർത്തി അന്തിയാവോളം വിറകു വെട്ടിച്ച് അഞ്ഞാഴി നെല്ലളന്നു. അപ്പോൾ കുത്തക വന്നു. തലപ്പിള്ളിത്താലൂക്കിലെ വാറ്റുകാർ പാലക്കാടൻ ചെട്ടിക്ക് കിസ്തടച്ചു രശീതിയും സമ്മതവും വാങ്ങണം. അവർക്ക് തലപ്പിള്ളി ത്താലൂക്കറിയില്ല. ചെട്ടിയെ അറിയില്ല. അവർ താണിശ്ശേരിക്കാർ. അവർ ചെറളയം രാജാവിനെ അറിയും. പാലിയത്തു നായരെ മാനിക്കും. അടിയാളർ. താണിശ്ശേരി ഒന്നടക്കം ഇളകി. കിസ്ത് വാങ്ങിക്കാൻ ഒന്നിങ്ങു വരട്ടെ. ചെട്ടിയും കൂട്ടരും എക്സൈസുകാരും വന്നു. താണിശ്ശേരി ഒന്നടക്കം തോട്ടുവക്കിൽ അവരെ എതിരേറ്റു. നെടുംകയറിന്റെ മാലകൾ. ഒരു മാറു നീളത്തിൽ മുറിച്ച കയറിനു രണ്ടറ്റത്തും നെടുംകെട്ടുകൾ. ആർത്തു വിളിച്ച് നെടുംകയർ വീശി എതിരേറ്റു. ചെട്ടിയും ചെട്ടിയുടെ ഓലക്കുടയും തലേക്കെട്ടും പറന്നു. കൂട്ടർ തോടു മുറിച്ചോടി.

താണിശ്ശേരിയുടെ പാരമ്പര്യം ഇന്നും തോട്ടാക്കത്തു പുലരുന്നു.

തണുപ്പുമാറ്റാൻ അമ്മിണി. തരിപ്പു മാറ്റാൻ കൈയേറ്റം. കൊണ്ടും കൊടുത്തും തളർന്നും, വീണു. വീണേടത്തു കിടന്ന് ഉറങ്ങി. ഉണർന്നാൽ സംശയങ്ങളായി.

എന്താണുണ്ടായത്?

ഞാൻ എവിടെയാണ്?

അവൻ എന്നെ അടിച്ചോ?

ഞാനവനെ തല്ലിയോ?

നാം തമ്മിൽ എന്താണുണ്ടായത്?

ഒന്നും ഉണ്ടായില്ല. നാം ചങ്ങാതികൾ. ചങ്ങാതികൾ തോട്ടിലേക്കിറങ്ങി.

അയൽക്കാർ തെങ്ങിൻതണലുകളിൽ വട്ടംകൂടി നിന്നു എങ്ങനെയാണു സംഭവിച്ചത്? ആരായിട്ടാണ് തല്ലിയത്? എല്ലാരും അയൽക്കാർ. അവർ കനപ്പിച്ച മുഖങ്ങളോടെ ശവക്കുഴിയുടെ അടുത്തുനിന്നു. ഇതാണ് ഒടുക്കത്തെ ഗർഭപാത്രം. ഈ ഭൂമി അമ്മ പെറ്റ എല്ലാ മക്കളെയും എന്നെന്നേക്കും ഉൾക്കൊള്ളുന്നു, പേറുന്നു. അവർ കള്ളിനെക്കുറിച്ചും അമ്മിണിച്ചാരായത്തെക്കുറിച്ചും പറഞ്ഞു.

–ഈ നാടു നേരെയാവില്ല.

നേരെയാവില്ല എന്നു നാരായണൻമാസ്റ്റർക്കറിയാം. അതു കട്ടായം, അമ്പതു വർഷം മുമ്പേ ആരോ വിഡ്ഢികൾ പടുത്തുവെച്ച ഒരൊറ്റ പ്രൈമറി പള്ളിക്കൂടമേ നാട്ടിലാകെക്കൂടെയുള്ളൂ. എത്ര വീടുകളുണ്ട്? മൂവായിരം– നാലായിരം. എന്നിട്ടിപ്പോൾ നാരായണൻമാസ്റ്റർക്ക് ഉദ്യോഗം കുപ്പയിലാണ്. പള്ളിക്കൂടം അടച്ചു. മരാമത്തുകൾ നടത്താതെ കെട്ടിടത്തിൽ പള്ളിക്കൂടം നടത്താൻ പാടില്ല! പള്ളിക്കൂടത്തിന്റെ കേടുപാടുകൾ തീർക്കാൻ ഇവിടെ ആളില്ല. ഇവർ ചെത്തും, ചെത്തിക്കും, വാറ്റും, കുടിക്കും, തമ്മിൽതല്ലി മരിക്കും.

ചോണനരിച്ച നൊമ്പരംപോലും കേട്ടവർക്കുണ്ടായില്ല. അവരിൽ കുടിയനും ചെത്തുകാരനും വാറ്റുകാരനും മാനേജരുമുണ്ട്. മാനേജർ മൊത്തം വാറ്റി കയറ്റുമതി നടത്തുന്നു. കയറ്റുമതിക്കു ടാക്സികൾ ഓടുന്നു. ചെറുകിടക്കാരുടെ ബിസിനസ്സ് മാനേജരുടെ പോക്കറ്റിലാണ്. അയാൾ എല്ലാ വാറ്റുകാരിൽ നിന്നും പിരിവെടുത്തു. ഖാദി ഉടുത്തു. ഖാദിയും പണവും മേൽമീശയും കണ്ണടയുമായി കച്ചേരികൾ കയറിയിറങ്ങി. ബന്ധപ്പെട്ട ഉദ്യോഗസ്ഥന്മാരെ കണ്ടു. കള്ളക്കണക്കു പറഞ്ഞു കൂടുതൽ പിരിവെടുത്തു. സ്കൂൾ കെട്ടിടത്തിന്റെ മെയിന്റനൻസ് ഗ്രാന്റ് ഖജനായിൽനിന്നു വർഷാവർഷം എണ്ണി വാങ്ങിച്ചു. മാനേജർ എന്തും ചെയ്യട്ടെ. താണിശ്ശേരിയിൽ എക്സൈസിന്റെ സ്പെഷൽ സ്ക്വാഡിനെ മാത്രം ഭയപ്പെട്ടാൽ മതി. ഇനി സ്പെഷൽ വന്ന് ഒന്നോ രണ്ടോ കേസ് പിടിച്ചു. ആവട്ടെ. ജാമ്യത്തിനുപോകാൻ മാനേജരുണ്ട്. കേസ് നടത്താൻ പണമുണ്ട്. നിങ്ങൾ മുറയ്ക്കു കിസ്തടച്ചുകൊണ്ടിരിക്കണം. അൽപം മാനേജരുടെ ബാങ്ക് നിക്ഷേപത്തിലേക്കു പോയാലെന്ത്? അവർക്കു മെയ്യനങ്ങാതെ തിന്നും കുടിച്ചും പുലരാം.

ഈ തട്ടകത്തിന്റെ വാരമ്പക എന്നു വെളിച്ചപ്പാട്.

ശവത്തിന്റെ താടിയിൽ തിരുപ്പിടിച്ച നിഴൽ നീങ്ങി, നിലത്തിഴഞ്ഞു. കറുത്ത മൂടുപടമണിഞ്ഞ ക്യാമറയുടെ കണ്ണിലൂടെ ഫോട്ടോഗ്രാഫർ നോക്കി. അയാൾ ഒന്നും കണ്ടില്ല. പാവം ഫോട്ടോഗ്രാഫർ. അയാൾ താണിശ്ശേരിക്കാരനല്ല.

ശവക്കുഴി നോക്കി തിരിച്ചുവന്ന മാമേട്ടൻ ചോദിച്ചു:

"ശരിയായില്ലേ?"

ഇല്ല എന്നു ഫോട്ടോഗ്രാഫർ മൊഴിഞ്ഞു. കേൾക്കാൻ കൗതുകം തോന്നി. ഇവിടെ ഒരുത്തനുപോലും ഒന്നും അറിയില്ല.

എന്താണുണ്ടായതെന്നു മാമേട്ടനും അറിഞ്ഞുകൂടാ. നാണിക്കും അറിഞ്ഞുകൂടാ. അവൾ ഉറങ്ങാൻ കിടന്നതാണ്. ഉറങ്ങാമോ? തോട്ടിൽ വലക്കാരുണ്ട്. അവർക്കിനിയും തണുക്കും, തരിക്കും. കയറിവന്നു വിളിക്കും. ഒരു ചെകിടു തുറന്നിട്ടാണ് ഉറങ്ങുക. അങ്ങനെ ഉറങ്ങുമ്പോൾ കാൽപ്പെരുമാറ്റം കേട്ടു. എത്ര പേരാണാവോ? എത്രയും ആകട്ടെ. ചൂടാറാത്ത സാധനമുണ്ട്. കാൽപ്പെരുമാറ്റം വന്നും പോയും വന്നും പോയും നേരം പോയി. കുടം തപ്പുകയാണോ? അതും ചെയ്യും. കുഴിച്ചിട്ടതായാലും വാഷ് കട്ടെടുക്കും. നാണം കെട്ടാലും കുടിക്കണം. അവൾ എണീറ്റ് വാതിൽ തുറന്നു. വാതിൽ ഞരങ്ങി. വാതിലല്ലല്ലോ. ഉമ്മറം ഞരങ്ങുന്നു. നാണിക്കാകെ തരിച്ചു.

ഇതാര്, ചാക്കിനു കിടക്കുന്നു?

വിളക്കടുപ്പിച്ചുപിടിച്ചു. താടികൊണ്ടു കാണാൻ വയ്യ. അയ്യപ്പന്മാർ കുടിക്കാൻ വരില്ല. മീൻ പിടിക്കില്ല.

ഉറക്കമാണോ?

ദാമുവാണോ?

ദാമുവിനു ചെറിയ താടിയുണ്ട്.

വാ പിളർന്നിട്ടുണ്ട്.

ദാമു തന്നെ!

നോക്കിനിൽക്കവേ നാണി മനക്കണക്കു കൂട്ടി. പതിമൂന്നു രൂപ അമ്പതു പൈസയ്ക്കു കുടിച്ചിട്ടുണ്ട്. കുടിക്കാൻ വരുമ്പോൾ പാക്കനാരാണ്. പണം എടുത്തില്ല! കടയുടെ താക്കോലും പേഴ്സും മാമേട്ടൻ കൊണ്ടുപോയി. കിട്ടാപ്പുള്ളിയല്ല. അവൻ തന്നില്ലെങ്കിൽ മാമേട്ടൻ തരുന്നു. ശർക്കരയുടെയും ഉപ്പിന്റെയും കണക്കിൽ തട്ടിക്കിഴിക്കുന്നു. പണത്തിന്റെ കാര്യം കൂട്ടിക്കുഴച്ചാൽ പറ്റില്ല. ഇവൻ എന്തിനിവിടെ വന്നുറങ്ങണം? ഉറക്കമാണെങ്കിൽത്തന്നെ അതവന്റെ വീട്ടിൽ. തോട്ടാക്കത്തു നാണി അമ്മിണി വാറ്റു വിൽക്കും. പുലയാടാറില്ല.

വിളിച്ചു. വിളിച്ചപ്പോൾ ഞരങ്ങി.

തൊട്ടുനോക്കി.

തൊട്ടുനോക്കിയപ്പോൾ, തലോടിനോക്കി. വിളക്കു താഴെ വെച്ചു തതോം പിതോം തപ്പി. ഒരിടത്തും ചൂടില്ല.

നാണി മുറ്റത്തിറങ്ങി നിലവിളികൂട്ടി:

"ഓടിവരേയ്....ഓടിവരേയ്...."

വലക്കാർ കേട്ടു. വലക്കാർ വന്നു. വലക്കാർ കണ്ടു. അവരും തൊട്ടു നോക്കി. തണുത്തു മരവിച്ച കൈകൾ തുടയിൽ ഉരുമ്മി, അന്യോന്യം തിരുമ്മി ചൂടാക്കി, തൊട്ടുനോക്കി. ഇത്തിരി മരുന്നു കൊണ്ടാ.

ഇത്തിരി എന്നാൽ എത്ര?

നാണിക്ക് അളവു വേണം. അളവിനു പണം വേണം.

കൊണ്ടുവന്നു. പിളർന്ന വായിൽ ഒഴിച്ചു. ആർത്തിയോടെ ഇറക്കി, ഉണക്കപ്പൊളയിൽ ചരലിട്ടപോലെ. ചൂടുപിടിക്കട്ടെ! വീണ്ടും ഒഴിച്ചു. ഒഴിച്ച തെല്ലാം ഇറക്കി. ഇറക്കുമ്പോൾ നെഞ്ചിനകത്തു കുപ്പിച്ചില്ലുകൾ തകർന്നു. കുഴഞ്ഞ നാക്കുകൊണ്ടു നുണഞ്ഞു. നിറയെ ഒഴിച്ചു. അപ്പോൾ എക്കിട്ടം മുട്ടി. വന്നതു മൂക്കിലൂടെയാണ്. റാന്തലിന്റെ ഗ്ലാസിൽ തട്ടി ചാരായം ആവി യാകുന്നതു നാണി കണ്ടു.

ആമാശയത്തിൽനിന്ന് ഒന്നര ലിറ്റർ എടുത്തു. ശ്വാസകോശങ്ങളിൽ കടന്നത് എടുക്കാൻ വയ്യ. അമ്മിണി ഹൃദയത്തിലും രക്തധമനികളിലും വ്യാപരിക്കുന്നു.

എഴുപതു ശതമാനം.

മുപ്പതു ശതമാനം.

ഇരുപത്, പത്ത്, അഞ്ച്, നാല്, മൂന്ന്, രണ്ട്, ഒന്ന്, പൂജ്യം.

മഞ്ച.

കുഴി തയ്യാർ, മുലയ്ക്കറ്റം.

ആണിനു മുല. പെണ്ണിനു കഴുത്ത്. എന്താണിനി താമസം?

ഫോട്ടോ എടുത്തോട്ടെ.

റെഡി?

മാമേട്ടൻ പറഞ്ഞു:

“വരട്ടെ. ഭവാനിയും കുട്ടികളും വന്നു നിൽക്കട്ടെ.”

കുട്ടികളെ എണീപ്പിച്ചു. എണീറ്റുനിന്നപ്പോൾ കുട്ടികൾ കരഞ്ഞു:

“അച്ഛോ, എനിക്കച്ഛനെ കാണണം.”

“ന്റച്ഛനെ കാട്ടിത്തായോ.”

ഭവാനി നിലംതല്ലിക്കിടന്നു.

ഫോട്ടോഗ്രാഫർ ചോദിച്ചു:

“വരുന്നില്ലേ?”

മാമേട്ടൻ പറഞ്ഞു:

“വരുന്നു.”

നാരായണൻ മാസ്റ്റർ ചോദിച്ചു:

“ആരാണ് ഫോട്ടോ എടുപ്പിക്കുന്നത്?”

ആർക്കും അറിഞ്ഞുകൂട.

മാസ്റ്റർ പറഞ്ഞു:

“ഈ നാടൊരു ദുർമരണമാണ്. നാടിന്റെ ഫോട്ടോ ഒന്നെടുക്കാമോ?”

ഖാദി ധരിച്ച മാനേജർക്കു സഹിച്ചില്ല. അയാൾ പറഞ്ഞു:

“അത്ര സുന്ദരനാണെങ്കിൽ എടുപ്പിച്ചുവെച്ചോളൂ”

പടിഞ്ഞാറ്റിയിൽ ഭവാനിയെ ഉണർത്താൻ തോറ്റംപാടി പെണ്ണുങ്ങൾ തോറ്റു. മാമേട്ടൻ ഏറ്റുപിടിച്ചു:

"എണീക്കൂ ഭവാനീ."

നെട്ടനെ എണീറ്റു.

"നടക്കൂ ഭവാനി."

നടന്നു. നടക്കുമ്പോൾ നിലവിളിച്ചു.

"കരയരുത്. എല്ലാ ദുഃഖങ്ങളും നൂറ്റുക്കു നൂറും മുഖത്തുതന്നെ നിൽക്കട്ടെ."

മാമേട്ടൻ ഭവാനിയെ നടത്തി. അവരുടെ പിമ്പേ കുട്ടികൾ നടന്നു. നടക്കാത്ത കൈക്കുഞ്ഞിനെ മാമേട്ടൻ എടുത്തു.

"മോനേ, അച്ഛന്റെ തല പിടിക്കൂ."

മൂത്തതിനെക്കൊണ്ടു പിടിപ്പിച്ചു. ചക്കപിടിച്ചപോലെ അവൻ നിന്നു. അവനെ ചേർന്നു ഭവാനി നിന്നു. അവളെ തൊട്ട് മാമേട്ടൻ നിന്നു. മാമേട്ടന്റെ നെഞ്ചിൽ രാജി കിടന്നു. നിർവൃതി.

അപ്പോൾ അവരുടെ പിന്നിൽ പുരുഷാരം. മുന്നിൽ പോക്കുവെയിൽ.

റെഡി?

ഫോട്ടോഗ്രാഫർ പോസെടുത്തു നിന്നു.

"എല്ലാവരും ദുഃഖിക്കണം. റെഡി."

ക്ലിക്ക്.

"താങ്ക്യൂ!"

ഞാനെങ്ങനെയിരുന്നോ? ദുഃഖിച്ചോ, കരഞ്ഞോ, ചിരിച്ചോ?

താണിശ്ശേരി ദുഃഖിക്കുമോ, കരയുമോ, ചിരിക്കുമോ?

ആരും അറിഞ്ഞില്ല. മാമേട്ടൻ കുഞ്ഞിനെ കൈമാറി. കൈകൾ നീട്ടി. വെട്ടിയ വാഴത്തടിപോലെ ഭവാനി വീണു. കൈകളിൽ വീണപാടേ പൊക്കിയെടുത്തു. അവൾ വെറുങ്ങലിച്ചുകിടന്നു. അടക്കിപ്പിടിച്ച് ചൂടുകൊണ്ടു നടന്നു.

മഞ്ച മുറ്റത്തു വെച്ചു. ശവം ബഞ്ചിൽ നിന്നെടുത്തു.

ഭവാനിയെ പടിഞ്ഞാറ്റിയിൽ കിടത്തി.

ശവം വാഴയിലയിൽ ചുടുപുടവയിൽ വെച്ചു.

"ഭവാനീ!"

മുഖത്തു പുടവയിട്ടു തുന്നിക്കെട്ടി

"എന്റെ ഭവാനീ!"

സ്ത്രീകൾ ഉമ്മറത്തുനിന്നു മുറ്റത്തേക്കു നോക്കി. ചുടുപുടവയെക്കുറിച്ചോർത്തു. നെടുവീർപ്പെട്ടു. കണ്ണിൽ വെള്ളം നിറഞ്ഞു. ഒടുക്കത്തെ തുണി തെരഞ്ഞെടുക്കാൻ കഴിഞ്ഞില്ല!

നാരായണൻ മാസ്റ്റർ ഓർത്തു: "ഇതാണു നാലാമത്തെ അത്ഭുതം. സകലരും മരിക്കും. മരിക്കും എന്ന ധാരണയോടെ ഒരുത്തൻപോലും ജീവിക്കുന്നില്ല."

"ഭവാനീ."

കവിളിൽ നുള്ളിയപ്പോൾ അവൾ നെട്ടനെ എണീറ്റു. ഒരത്ഭുതം പോലെ മാമേട്ടൻ കണ്ടു. കേട്ടെങ്കിലും മനസ്സിലായില്ല.

"എന്നെക്കൊല്ല്. എന്റെ മക്കളെക്കൊല്ല്."

പുരുഷാരം കേട്ടു.

"നീ കൊന്നു. കുടിപ്പിച്ചു. എന്നെക്കൊല്ല്. കൊല്ല്!"

വന്നവരെ വന്നവരെ ചൂണ്ടി അവൾ നിലവിളിച്ചു. ചുടുപുടവയുടെ വാ കീറുന്ന കത്തി അപ്പാടെ നിന്നുപോയി. പുരുഷാരം പടിഞ്ഞാറ്റിയിലേക്കു തേങ്ങി.

"എന്നെക്കൊല്ലാൻ നീ കുടിപ്പിച്ചു. നീ കൊന്നു. എന്നും നീ എന്നെ ക്കൊല്ലാൻ വന്നില്ലേടാ മാമേ?"

മാമേട്ടൻ അവിടെങ്ങും ഇല്ല. ആ വീട്ടിലെ എല്ലാ വാതിലുകളും മാമേട്ട നറിയാം. ■

ആണോ പെണ്ണോ?

1243

കച്ചേരിയിൽനിന്നു വോട്ടർപട്ടികയും അധികാരപത്രവും കിട്ടിയതുതൊട്ട് സംഖ്യ ഉരുവിടുന്നു. ആയിരത്തിയിരുനൂറ്റി നാല്പത്തിമൂന്നു വോട്ടർമാർ, ഒന്നാംവാർഡിൽ. ഒമ്പതു വർഷം മുമ്പെടുത്ത പട്ടികയാണ്. പുതുതായി ചേർത്ത പേരുകൾ, നീക്കം ചെയ്ത പേരുകൾ, തിരുത്തിയ പേരുകൾ, പേരു കൾ എന്നാൽ വോട്ടർമാർ. വോട്ടർമാർ എന്നാൽ മനുഷ്യർ.

മനുഷ്യർ എന്നാൽ പേരുകൾ!

അതേയോ?

സംശയങ്ങളും കച്ചേരിയിൽനിന്നു തുടങ്ങിയതാണ്.

ഒന്നാം വാർഡെവിടെ?

എത്രപേർ?

എങ്ങനെ കണ്ടെത്തും?

എത്ര ദിവസം അലയണം?

ആയിരത്തിയിരുനൂറ്റി നാല്പത്തിമൂന്നുപേരെ കക്ഷത്തെടുത്തു നടന്നു. ജി.പി. എന്ന നേർവര. നേർവരയിൽ കെ. എന്ന ബിന്ദുവിലേക്ക് റ്റി-യിൽ നിന്നും വി-യിൽനിന്നും ഓരോ നേർവര എത്തുന്നു. കെ. എന്ന ബിന്ദു വിൽ കോണുകൾ.

എത്ര കോണുകൾ?

വരച്ചോ?

സാപ്പാട്ടുരാമന്മാരേ!

കെ. എന്ന ബിന്ദുവിൽ ട്രാഫിക് പോസ്റ്റ്. നേർവരകൾ, റോഡുകൾ, തെരുവീഥികൾ, കമ്പോളങ്ങൾ, നഗരം, ജനം, വാഹനങ്ങൾ. വാഹനങ്ങളിൽ ജനം.

വോട്ടർമാരാണോ?

അവർ കക്ഷത്തുണ്ട്, ഫയലിൽ. ഫയലിൽ മനുഷ്യരെ പേറി നടന്നു.

റ്റി. എന്ന നേർവര കുത്തനെ ഇറങ്ങുന്നു. വരച്ചോ? ത്രിമാനഗണിതം, വരയ്ക്കാൻ വയ്യ! സങ്കല്പിച്ചോ? കുത്തനെ ഇറങ്ങുന്നു. ഇറക്കത്തിൽ ഇടത്ത് ആശുപത്രി, വലത്ത് ഇൻഡസ്ട്രിയൽ സ്കൂൾ. എന്താ പേര് തരം? ഇൻഡസ്ട്രിയൽ സ്കൂൾ ആയിരുന്നു. കേടുപാടുകൾ തീർക്കാത്തതുകൊണ്ട് അടച്ചിട്ടു. അടച്ചിട്ട കെട്ടിടത്തിന്റെ വരാന്തയിൽ തെണ്ടികൾ കുടിപാർത്തു.

തെണ്ടികൾ വോട്ടർമാരാണോ?

ഫയൽക്കെട്ടിൽ പിടിച്ചു. നിവർത്തി നോക്കണോ?

തഹസീൽദാരുടെ പ്രസംഗം ചെകിടു തകർക്കുന്നു. ഓരോ വീടും കയറിയിറങ്ങണം. ഒരുതവണ പോയപ്പോൾ കണ്ടില്ല. രണ്ടാമതും പോകണം. രണ്ടാമത്തെ തവണ കണ്ടില്ല. മൂന്നാമതും പോകണം. എത്ര തവണ എന്നതല്ല പ്രമാണം. എത്ര വോട്ടർമാരുണ്ട് എന്നറിയണം. കണിശമായും അറിയണം.

ഭ്രാന്ത്!

ഭ്രാന്തില്ലാത്ത ഓരോ പൗരനും വോട്ടവകാശമുണ്ട്.

തെണ്ടികളോ?

തെണ്ടി പൗരനല്ലേ?

അവനു വീടില്ലെങ്കിലോ?

ക്രമനമ്പർ,

വീട്ടുനമ്പർ,

തറവാട്,

പേര്.

വോട്ടർമാർ വീടുകളിൽ താമസിക്കുന്നു. കടത്തിണ്ണയിലും അടച്ചിട്ട കെട്ടിടത്തിന്റെ വരാന്തയിലും അമ്പലനടയ്ക്കലും പാതവക്കത്തും. അല്ല, അവർ വോട്ടർമാരല്ല.

തെണ്ടികൾ.

ഇന്ത്യക്കാർ.

ഇന്ത്യയിലെ വോട്ടർപട്ടികയാണു പുതുക്കുന്നത്!

പിന്നിൽനിന്ന് ഇരച്ചു വന്ന വാഹനം ചീറിയിറങ്ങി. പെട്ടെന്നു വഴിമാറി, ഫുട്പാത്തിൽ കയറിനിന്നു. വലത്ത് പോലീസ്സ്റ്റേഷൻ, കാർപാർക്ക്, കെയിലേക്കു പതിഞ്ഞു നീങ്ങുന്ന വി.കെ. എന്ന നേർവര. ഇടത്ത് കമ്പോളത്തിന്റെ ആരംഭം. ആരംഭത്തിൽ ഇറക്കം. സ്പീഡ്, ആക്സിലറേഷൻ, ആക്സിലറേഷന്റെ ആക്സിലറേഷൻ. ബ്രേക്കില്ലായിരുന്നുപോലും. ഫിഷ്വാൻ ചീറിവന്നു.

കമ്പോളമെത്തി. കമ്പോളത്തിൽ തിരക്കുണ്ടായിരുന്നു. ഭാഗ്യത്തിനു കുട്ടികൾ ഇല്ല. ഉച്ച കഴിഞ്ഞു സ്കൂൾ കൂടി. കുട്ടികൾ ഒന്നും അറിയാതെ ക്ലാസുകളിൽ. ആകാവുന്നവർ ഓടി പീടികത്തിണ്ണകൾ പറ്റി. പാവം റാഹേലമ്മ, വിൻസന്റിന്റെ അമ്മ! വിൻസന്റിനെ ആശുപത്രി വരെ വിളിക്കുന്നു. അവൻ ഒന്നുമറിയാതെ ക്ലാസിലിരിക്കുന്നു. മഠയൻ! അമ്മയെ വാൻ തട്ടി. അമ്മ കാനയിൽ വീണു. കാനയ്ക്കു മീതെയിട്ട ചവിട്ടുപടികൾ എന്ന ഊക്കൻ കരിങ്കല്ലുകളൊന്നിൽ ഇടിച്ചു. വാൻ നേരെ കീഴോട്ടു പാഞ്ഞ് കെ. എന്ന ബിന്ദുവിൽ എത്തി, പി-യിലേക്ക് തിരിഞ്ഞു. എവിടെത്തിരിയാൻ? കൊടുങ്കാറ്റിന്റെ വേഗത്തിൽ തിരിഞ്ഞ വാൻ ഒന്നു പിടഞ്ഞുവന്നപോലെ താഴോട്ടിറങ്ങി. കെയുടെ താഴെ ബസ്സ്റ്റാന്റാണ്. സ്റ്റാന്റിൽ നിറയെ യാത്രക്കാർ, വില്പനക്കാർ, തെണ്ടികൾ, ചുമട്ടുതൊഴിലാളികൾ. അവരുടെ മീതെക്കൂടെ, ഇടയിലൂടെ, പാഞ്ഞുചെന്ന് ഒരിടി. ഇഷ്ടികകൾ തകർന്നു. ഡ്രൈവറും ഐസിലിട്ട മത്തിയും പുറത്ത്.

അമ്മയെ കാണാൻ വിൻസെന്റ് ഓടി. ഓടുമ്പോൾ നിലവിളിച്ചു. അവനെ പിടിച്ചുനിർത്താൻ ആർക്കും സാധിച്ചില്ല. റാഹേലമ്മ മരിച്ചു.

നീക്കം ചെയ്ത പേരുകൾ!

റാഹേലമ്മയെ നീക്കംചെയ്യണം. കാരണം, മരണം.

ഒന്നാം വാർഡ്.

കെ-യിൽനിന്നു പി-യിലേക്കു തിരിയും മുമ്പേ ഏഴുവട്ടം തിരിഞ്ഞു നോക്കി. റാഡാർ. ശത്രു എവിടന്നാണ് ഇരച്ചെത്തുക എന്നറിഞ്ഞുകൂടല്ലോ. എല്ലാം സുഹൃത്തുക്കൾ. ജനത്തിരക്കിലൂടെ, കമ്പോളങ്ങളിലൂടെ, നടക്കുമ്പോൾ പീടികത്തിണ്ണകളിൽ കയറി നിന്നു വാതിൽപ്പടികളിൽ നമ്പർ നോക്കി.

ഇരുനൂറ്റിയൊന്നു കണ്ടില്ല.

ഇരുനൂറ്റിയൊന്നുമുതൽ നാനൂറ്റിയഞ്ചുവരെ എത്ര വീടുകൾ?

ഇരുനൂറ്റിയൊന്നു പിടിക്കണം.

മൂളിയാൽ കിട്ടുമോ?

സൂചി കിണറ്റിൽ.

ചിരി പൊട്ടി.

ആയിരത്തിയിരുനൂറ്റിനാല്പത്തിമൂന്നു വോട്ടർമാർ. അവർ ഫയലിനകത്തുണ്ട്. ഉണ്ടോ? ഉണ്ടല്ലോ. ഈ കമ്പോളങ്ങൾ, ഇരുമ്പുകടകൾ, പച്ചക്കറിമാർക്കറ്റ്, പാത്രക്കടകൾ, ആഭരണക്കടകൾ, അവയിലെ മനുഷ്യർ, വഴിപോക്കർ, സംഭാഷണങ്ങൾ, വാഹനങ്ങൾ, വാഹനങ്ങളുടെ ബഹളം, ഈ നഗരം, ലോകം - എല്ലാം തന്നിലുണ്ടല്ലോ.

കാണുന്നു.

എന്താണ് വിഷൻ?

വോട്ടർമാർ കക്ഷത്തുണ്ട്.

സംശയങ്ങൾ-

ആരാണവർ?

എവിടെയാണവർ?

ഏതേതു വീടുകളിൽ?

എങ്ങനെ?

കുട്ടികളുടെ മുഖങ്ങൾ മനസ്സിൽ പുതഞ്ഞു. ഇരുപത്തിനാലു വർഷം കൊണ്ട് എത്രപേരെ പഠിപ്പിച്ചുവിട്ടു? ഒരായിരം. ഈ ആയിരത്തെ ഇന്നറിയുമോ? ഓർക്കുന്നോ? അവരുടെ ക്രമനമ്പർ, തറവാട്, പേര്, രക്ഷിതാവിന്റെ പേര് - അവരെ അറിയാനുള്ളതായോ?

മേലാവിൽ പാപ്പച്ചൻ ഉതുപ്പുരു.

ഉതുപ്പുരു രക്ഷിതാവ് - അച്ഛൻ.

ചെറുകുളങ്ങര നാരായണൻനായർ മാധവി അമ്മ. മാധവിഅമ്മ രക്ഷിതാവ് - അമ്മ.

അച്ഛനും അമ്മയും ഭർത്താവും ഗുരുനാഥനും രക്ഷിതാവാകാം. വോട്ടർ പട്ടിക പുതുക്കേണ്ട മാതൃകയെക്കുറിച്ചുള്ള നിർദ്ദേശപ്പടി അമ്മയും ഗുരുനാഥനും രക്ഷിതാവാകാം. ഇന്ത്യ മതേതരരാഷ്ട്രമാണ്. എന്തുകൊണ്ടെന്നാൽ, ഇന്ത്യ മതങ്ങളുടേയും ജാതികളുടേയും ഗോത്രങ്ങളുടേയും വർഗ്ഗങ്ങളുടേയും നാടാണ്. ഇന്ത്യൻ പൗരനു ജാതിയോ മതമോ വിശ്വാസമോ അനുസരിച്ച് അച്ഛനോ അമ്മയോ ഗുരുനാഥനോ ഭാര്യയോ രക്ഷിതാവാകാം.

ഗുരു

ഗുരു എന്നാൽ ഗോത്രപുരോഹിതൻ

ഗോത്രം എന്നാൽ ക്ലാൻ.

ക്ളൂ ക്ലക്സ് ക്ലാൻ.

നീഗ്രോകളെ ജീവനോടെ കെട്ടിത്തൂക്കി തോലുരിക്കുന്നു. ഉന്മൂലനാശം.

തട്ടാത്തി തലയിണയിൽ മൊഴിഞ്ഞു:

ഈ ബൂമിയിൽ ഞാനും എന്റെ നിങ്ങളും മാത്രം മതി.

തട്ടാൻ ചോദിച്ചു:

മതിയോ?

തട്ടാത്തി പറഞ്ഞു:

ഈ ബൂമീലെ സ്വർണ്ണവും.

എന്നിട്ടോ?

നിങ്ങൾ മാല പണിയും. ഞാൻ കഴുത്തിൽ കെട്ടും. കാപ്പു പണിയും, കൈയിൽ കെട്ടും. തള പണിയും, കാലിലിടും.

തട്ടാന്നു സന്ദേഹം: എന്നിട്ടാരു കാണാൻ?

ആണോ പെണ്ണോ?

വയസ്സ്?

ആയിരത്തിയിരുനൂറ്റിനാല്പത്തിമൂന്നുപേരെക്കുറിച്ച് അറിയേണ്ടതെല്ലാം കക്ഷത്തുണ്ട്. എന്നിട്ടും അവരെ ഒരുത്തനെപ്പോലും അറിഞ്ഞുകൂടാ.

മനുഷ്യനെ എങ്ങനെ അറിയാം?

ചക്രവർത്തിയും സുൽത്താനും ഭരിച്ചു. ഗവർണർ ജനറലും വൈസ്രായിയും ദിവാനും അധികാരിയും കോൽക്കാരനും ഭരിച്ചു. ഇന്നു ജനാധിപത്യം ഭരിക്കുന്നു. എനിക്കു നിന്നെക്കുറിച്ചറിയേണ്ടത്: നിന്റെ ക്രമനമ്പർ, വീട്ടുനമ്പർ, തറവാട്, പേര്, രക്ഷിതാവിന്റെ പേര്, വയസ്സ്, നീ ആണോ പെണ്ണോ?

എന്നെ വാഴിക്കാൻ നീ പോന്നോ എന്നു നിന്റെ വയസ്സറിയിക്കുന്നു. മരണംവരെ നിലനില്ക്കുന്ന നിന്റെ ഉൽപാദനക്ഷമത എം.എൽ.എമാരേയും മന്ത്രിമാരേയും കരിഞ്ചന്തക്കാരേയും കൺട്രാക്ടർമാരെയും കള്ളക്കടത്തുകാരേയും വാറ്റുകാരേയും ജനിപ്പിക്കുന്നു, വാഴിക്കുന്നു.

ചിറമേൽ പാവുണ്ണി താവു. പുരുഷൻ. എഴുപത്തിനാല്.

ഒമ്പതുവർഷം മുമ്പ് എഴുപത്തിനാല്. ഇന്ന് മരിച്ചുപോയി. മരിച്ചതിനെ എന്തിന്നു വെച്ചിരിക്കണം? നീക്കം ചെയ്യുന്നു. കാരണം, മരണം.

നിന്റെ മരണത്തെക്കുറിച്ചു ഞാൻ യാതൊന്നും അറിയുന്നില്ലല്ലോ.

നീ എത്ര മരിച്ചതാണ്? ഉൽപത്തി മുതൽ ഇന്നുവരെ, ഇപ്പോൾവരെ.

എപ്പോഴാണ്, ഇപ്പോൾ?

കാലത്തിന്റെ അതിരോ?

എത്ര മരിച്ചു? എത്ര ഓർമ്മിക്കപ്പെടുന്നു?

അലക്സാണ്ടർ.

മുഹമ്മദ് ഘസനി.

ചെങ്കിസ്ഖാൻ.

ഹിറ്റ്ലർ.

ക്രിസ്തുവിനു പിമ്പ്, ക്രിസ്തുവിനു മുമ്പ് - കാലത്തിന് അതിരിട്ടു. ഈ കല്ലിൽനിന്നും അങ്ങോട്ടും ഇങ്ങോട്ടും എത്ര ആയിരങ്ങൾ, പതിനായിരങ്ങൾ, ലക്ഷങ്ങൾ - അനന്തകോടികൾ മരിച്ചു!

ഉൽപ്പത്തി മുതൽ ഇപ്പോൾ വരെ എത്ര മരിച്ചു?

അവർ എന്തിനു ജീവിച്ചു? ഓർമ്മിക്കപ്പെടുന്ന ഒരായിരത്തെ വാഴിക്കാൻ. അലക്സാണ്ടർക്കും നെപ്പോളിയനും പട്ടാളം. ഹിറ്റ്ലർക്കു നാസികൾ, മുസോളിനിക്ക് ഫാസിസ്റ്റുകൾ. അവർ ഏകാധിപതികൾ. ഇതു ജനാധിപത്യം. ഇവിടെ വോട്ടർമാരാണുള്ളത്.

മനുഷ്യരില്ല.

മനുഷ്യരെ തേടിയവർ കുരിശിൽ. അവർക്കു വിഷം, അഗ്നികുണ്ഡം, കുരുക്ക്, വെടിയുണ്ട. അവരെ എന്തിനോർക്കണം, എന്തിനു പേടിക്കണം?

ഉപകരണം. മനുഷ്യൻ എന്ന വസ്തു എന്റെ ഉപകരണമാകുന്നു.

റാഹേലമ്മയുടെ ശവം കീറിയ ഡോക്ടർ പറഞ്ഞു:

സ്പ്ലീൻ പൊട്ടി. അതുകൊണ്ടാണ് ഇത്ര പെട്ടെന്നു മരിച്ചത്.

ശവത്തിന്റെ തുണി നീക്കി അടയാളങ്ങളും കാണപ്പെടുന്ന പരിക്കുകളും

തേടുന്ന പോലീസുകാരൻ പറഞ്ഞു: ഇതൊരു ജഡം. ആണോ പെണ്ണോ എന്നു ശങ്കിക്കേണ്ട.

ശവം കാണാൻ മോർച്ചറിയുടെ വാതിൽക്കൽ നിന്നെത്തിനോക്കിയ കുട്ടികൾ ഞെട്ടിയിരിക്കാം. അവർക്ക് അവധി കിട്ടി. വിൻസന്റിന്റെ അമ്മ. അമ്മയെ മാനിക്കാൻ ക്ലാസ് വിട്ടു. വിൻസന്റിന് ശവം അമ്മയാകുന്നു. ഡോക്ടർമാർക്കും പോലീസുകാർക്കും ഉപജീവനമാണത്. കുട്ടികൾക്കും ടീച്ചർമാർക്കും കൗതുകവസ്തു.

ഡോക്ടർ.

പോലീസുകാരൻ.

കുട്ടികൾ, ടീച്ചർ.

ഡോക്ടറിലെ മനുഷ്യനെ ആവശ്യമില്ല. പോലീസുകാരനിലെയും, തൊഴിൽമാത്രം മതി. തൊഴിലാൽ മനുഷ്യർ ബന്ധപ്പെടുന്നു. തൊഴിലാൽ തമ്മിൽ അറിയപ്പെടുന്നു. ഇതോടെ മനുഷ്യൻ തീർന്നു.

ശവം കീറുന്ന ഡോക്ടർ.

മനുഷ്യാവയവങ്ങളെക്കുറിച്ചുള്ള അദ്ദേഹത്തിന്റെ ജ്ഞാനത്തെക്കുറിച്ചു കുട്ടികൾ അദ്ഭുതപ്പെട്ടു. ഉള്ളിത്തൊലി പൊളിച്ച ലാഘവത്തോടെ ശവമുറിയിൽ നിന്നിറങ്ങി വന്ന അദ്ദേഹത്തിന്റെ ചുവന്ന മുഖം സൂര്യപ്രകാശത്തിൽ തുടുത്തു.

ആർക്കിമിഡസ്. ആ നിസ്സംഗത. സ്പ്ലീൻ പൊട്ടിപ്പോയി.

പോലീസുകാരൻ കടുകു കീറി. ശവം കിഴക്കുപടിഞ്ഞാറു കിടക്കുന്നു. തല പടിഞ്ഞാറ്. കാലുകൾ കിഴക്ക്. തല അല്പം വലത്തോട്ടു ചെരിഞ്ഞ്. തൊലി കരിഞ്ഞ തവിട്ടുനിറം. ഇടയ്ക്കു നരച്ച തലമുടി ചകിരിപോലെ. പിൻതലയിൽ പരുക്ക്. നീളം മൂന്നിഞ്ച്. ആഴം-

രക്തം വാർന്നു കുതിർന്നുണങ്ങിയ ചട്ട, ചുവന്ന നിറം.

രക്തത്തിന്റെ നിറം ചുവപ്പ്. പ്രഭാതത്തിന്റേയും പ്രസവത്തിന്റേയും നിറം ചുവപ്പ്. മരുമകൾക്കു പ്രസവവേദന. ഏഴു പെറ്റ റാഹേലമ്മയ്ക്കു തോന്നി അബദ്ധമാണ്, ആശുപത്രിയിൽ കൊണ്ടുപോകണം. ആശുപത്രിയിൽ മരുന്നില്ല. സൂചി ഉടനെ കയറ്റണം.

മരുന്നില്ലാത്ത ആശുപത്രി നടത്തി നിങ്ങൾ ക്ഷേമരാഷ്ട്രം വാഴുന്നു.

റ്റി എന്ന നേർവരയിലേക്കു റാഹേലമ്മ ഇറങ്ങുന്നു. കമ്പോളത്തിലേക്കുഴറുന്നു. പിന്നിൽ മരണം ഇരച്ചുവരുന്നു. ജനം അമ്പരന്നു പായുന്നു. ചെകിട് ഇരമ്പുന്നു, വീഴുന്നു.

കാണാവുന്ന പരിക്ക് പിൻതലയ്ക്ക്. തല കരിങ്കല്ലിൽ ഇടിച്ചു. സ്പ്ലീൻ പൊട്ടി. ഉയിരുംകൊണ്ടോടിയ ഒരുത്തൻ ചവിട്ടിക്കുതിച്ചിട്ടുമാകാം. മരിക്കുന്ന റാഹേലമ്മയുടെ കണ്ണുകൾ നിറഞ്ഞൊഴുകി.

അവർ മരിക്കാൻ ഇഷ്ടപ്പെടുമോ?

വോട്ടർപട്ടികയിലെ ഇനവിവരങ്ങളിൽ ഇത്രയൊന്നും വേണ്ട. നീക്കം ചെയ്ത പേരുകൾ. കാരണം-

റാഹേലമ്മ ഇനിമേൽ എം.എൽ.എ-യെ പ്രസവിക്കില്ല. വിൻസെന്റ് പുരുഷൻ അവൻ എം.എൽ.എയെ സൃഷ്ടിക്കുമോ?

തീരുമാനം പറഞ്ഞുകൂടാ.

എം.എൽ.എ. അട്ടിപ്പേറൊന്നുമല്ല.

ഇരുനൂറ്റിയൊന്നന്വേഷിച്ചു കമ്പോളങ്ങളിലൂടെ ഒഴുകി. പുസ്തക ക്കമ്പോളങ്ങൾ. കിഴക്കൂടൻ, താഴൂർ, എൽസി, ആറാടി. ഇതു പുസ്തക ങ്ങളുടെ നഗരമാണ്. പാഠപുസ്തകങ്ങൾ ഗവണ്മെന്റ് പ്രസാധനം ചെയ്തു. അവരുടെ വിദഗ്ധോപദേഷ്ടാക്കൾ പാഠ്യപദ്ധതികൾ ആസൂത്രണം ചെയ്തു. കിഴക്കൂടനും താഴൂരും എൽസിയും ആറാടിയും അച്ചടിച്ചിറക്കുന്ന പാഠപുസ്തകങ്ങൾ മുഴുവൻ കുട്ടികൾ വാങ്ങിച്ചു.

അമിത രണ്ടാംതരത്തിൽ പഠിക്കുന്നു. അവൾ പഠിക്കുന്നത് കേരള പാഠാവലി (മലയാളം) സ്റ്റാൻഡേർഡ് 2. എൽസി ഗൈഡ്.

പ്രാർത്ഥന=അപേക്ഷ (യാചന)

കഠിനപദങ്ങളുടെ അർത്ഥം. അർത്ഥം പറയുന്ന ആദ്യത്തെ കഠിന പദം പ്രാർത്ഥന. അതിന്റെ അർത്ഥം അപേക്ഷയാവാം, യാചനയും ആവാം.

അവൾ ഉച്ചക്കഞ്ഞിക്ക് അമേരിക്കൻ റവയുടെ ഉപ്പുമാവും പാൽപ്പൊടി കലക്കി ഉണ്ടാക്കിയ പാലും കഴിക്കുന്നു.

നടാടെ അവൾ പഠിക്കുന്നത് യാചന തന്നെയാവണം.

യാചന=ഇരക്കൽ.

പരാവർത്തനം-

പ്രകാശം പൊഴിക്കുന്ന ഭംഗിയുള്ള മരങ്ങൾ തോളോടുതോൾ ചേർന്നു നിന്നും, കൺകവരുന്ന പൂവല്ലികൾ ഭൂമിയിൽ നല്ല മണം വീശിയും, അല യടിക്കുന്ന വലിയ പുഴകൾ നന്മകളെല്ലായിടത്തും നല്കിയും, വെൺചിരി യോടുകൂടിയ ചന്ദ്രൻ വെള്ളിപൂശിത്തെളിഞ്ഞും-

അമിതയ്ക്കു വയസ്സ് ആറ്.

അവൾക്ക് എൽസിയുടെ മലയാളം ഗൈഡ്, ആറാടിയുടെ ജനറൽ സയൻസ് (കേരള ഗവണ്മെന്റിന്റെ പുതിയ പാഠപദ്ധതിയനുസരിച്ചു തയ്യാ റാക്കിയത്)

കിഴക്കൂടൻ.

തെക്കൂടൻ.

ഗോപുരം.

ഗോപുരദ്വാരം.

വടക്കുംവാതിൽ.

ഭർത്താവ് പൂമുഖത്തൂടെ വന്നു. കാമുകൻ അടുക്കളയിലൂടെയും. ആരുടെ കുട്ടിയാണെന്ന് അവൾക്കറിഞ്ഞുകൂടാ.

കിഴക്കൂടനും തെക്കൂടനും എം.എൽ.എമാരെ ഇറക്കി. അവർ മന്ത്രിമാ രായി. അവർ ഭരിച്ചു. പൊതുമേഖലയെക്കുറിച്ചും സ്വകാര്യമേഖലയെ

ക്കുറിച്ചും സോഷ്യലിസം പറഞ്ഞു. വാറ്റുചാരായവും കള്ളും ശീമമദ്യവും വാഴട്ടെ. കള്ളക്കടത്തും കരിഞ്ചന്തയും വാഴട്ടെ എന്നു പ്രാർത്ഥിച്ചു. കള്ളക്കടത്തുകാരെയും കരിഞ്ചന്തക്കാരെയും തൂക്കിലിടണമെന്നു വാപൊളിച്ചു. എന്നിട്ട് അവരുടെകൂടെ 'ഈഗിൾസ് വിങ്ങി'ൽ കയറി കുടിച്ച്, നഗ്നനൃത്തം കണ്ടു; ആർഷഭാരതസംസ്കാരത്തെക്കുറിച്ചു പ്രസ്താവനയിറക്കാൻ പ്രസ് ക്ലബ്ബിലേക്കു പോയി.

പുരുഷാരത്തിന്നിടയിലൂടെ തിക്കിത്തിരക്കി പീടികത്തിണ്ണകളിൽ കയറിയിറങ്ങി അന്വേഷിച്ചു. ഇരുനൂറ്റിയൊന്ന് ഇല്ല. ഉണക്കാനിട്ട കിഴക്കൂടന്റെ ബാലബോധനസംഗ്രഹത്തിനു മീതെ ചാടി. കുട്ടികളുടെ മുഖങ്ങൾ മനസ്സിൽ കണ്ടു.

ഓരണ്ട് രണ്ട്. ഈരണ്ട് നാല്.

ഒരു നഗരത്തിൽ ഒന്നാം വാർഡിലെ വോട്ടർപട്ടിക പുതുക്കുന്ന ഒരു ടീച്ചർക്ക് ഇരുനൂറ്റിയൊന്നുമുതൽ നാനൂറ്റിയഞ്ചുവരെ വീടുകൾ കിട്ടി. എന്നാൽ ആകെ കിട്ടിയ വീടുകൾ എത്ര?

എത്ര വീടുകൾ?

എത്ര വോട്ടർമാർ?

അവരിൽ ഒരുത്തനെപ്പോലും അറിയില്ലല്ലോ എന്ന ഖേദത്തോടെ നടന്നു. ഈ പുരുഷാരത്തിൽ ഒന്നിനെക്കുറിച്ചറിയുമോ? അവർക്കോരോരുത്തർക്കും മുഖമുണ്ടെന്ന്, മനുഷ്യൻ ബാഹ്യാംശത്തിൽ അവന്റെ മുഖം മാത്രമാണെന്ന്.

എന്താണ് മുഖച്ഛായകൾ?

ഇരച്ചുപോയ ബസ്സിന്നകത്തെ മനുഷ്യരോ? അവർ ഏന്തിപ്പിടിച്ചു നിന്നു. ഇരുന്നു. ഒറ്റയ്ക്ക്! താനൊരുത്തനെ മാത്രം അറിഞ്ഞ്, തന്നെക്കുറിച്ചു മാത്രം വെന്തും ചുട്ടും പിഴയ്ക്കുന്നു.

സോഷ്യലിസം.

ജന്മം വിറ്റു കുറിക്കമ്പനി തുടങ്ങി. ഉരുക്കുകമ്പനി തുറന്നു. എണ്ണച്ചക്കിട്ടു. ഇനിമേൽ ഭൂമി ധനമല്ല. ധനം വ്യവസായമാണ്. പിടിച്ചടക്കിക്കോ.

കോരന്നു കഞ്ഞി കുമ്പിളിൽ.

ഇതിന്റെ പേർ സോഷ്യലിസം എന്നാകുന്നു. ഇതു ജനാധിപത്യ സോഷ്യലിസം എന്നതാകുന്നു.

ആയിരങ്ങളെക്കുറിച്ചറിയാൻ ഇരുനൂറ്റിയൊന്നന്വേഷിച്ച് ചന്തക്കവലയിൽ തിരിഞ്ഞു. ഇറച്ചിക്കമ്പോളം, മീൻചന്ത, കള്ളുഷാപ്പ്.

മാടത്തോട്ടിൽ അപ്പു വേലപ്പായി. വേലപ്പായി അച്ഛൻ. പുരുഷൻ. മുപ്പത്തിനാല്.

കള്ളു വില്ക്കുന്നു.

പട്ടികയിൽ തൊഴിൽ എഴുതുന്നില്ല.

മാടത്തോട്ടിൽ മാതു അപ്പു. അപ്പു ഭർത്താവ്. സ്ത്രീ മുപ്പത്.

മീൻകറി വില്ക്കുന്നു.

മാർക്കറ്റിന്റെ മതിൽക്കെട്ടിന്നടുത്തൂടെ കള്ളുഷാപ്പിന്റെ മുന്നിലൂടെ സഹകരണം ഇല്ലാത്തതുകൊണ്ട് എല്ലാ സർവീസും മുടങ്ങിയ എക്സ് സർവീസസ് സഹകരണസംഘത്തിന്റെ ബോർഡിനു താഴെ, കാനയ്ക്കരികിലൂടെ–

നാറുന്നു.

ഒന്നാം വാർഡ്.

നഗരം എവിടെ?

നഗരം എന്ന മധുരപദത്തിന്റെ സ്രഷ്ടാവിനു സ്തുതി.

ഇരുനൂറ്റിയൊന്ന്.

–മാഷേ!

ഗോപി.

നീയെന്താ ഇവിടെ?

മാഷ്ഷെങ്ങ്ട്ടാ?

ഏതാ ഗോപീ, ഇരുനൂറ്റിയൊന്ന്?

ഇരുനൂറ്റിയൊന്നോ?

അവൻ കുറ്റിയും കോലും കളിക്കാൻ പോകുന്നു.

നീയൊന്നു കൂടെ വാ.

നാറുന്ന നിരത്തിലൂടെ തെന്നിത്തെറ്റി നടന്നു. വാടകപ്പുരകളുടെ നീണ്ട നിരയിൽ ഓരോ വാതിൽക്കലും ഏറുകണ്ണിട്ടു നോക്കി. ഇരുനൂറ്റിയൊന്നല്ല. കിഴക്കൂടന്റെ വിസ്തൃത ബാലപാഠങ്ങളുടെ അച്ചടിച്ച ഫാറങ്ങൾ ഓരോ ഉമ്മറത്തും അട്ടിയട്ടിയായിക്കിടന്നു. സ്ത്രീകളും കുട്ടികളും ഫാറങ്ങൾ മടക്കി കുത്തിക്കെട്ടി.

കപ്പൽ അടുക്കുന്ന ദിക്കിന്നു തുറമുഖം എന്നു പേർ - കൊച്ചി.

ചുറ്റുമുള്ള രാജ്യത്തേക്കാൾ വളരെയധികം ഉയർന്നിരിക്കുന്ന ഭൂമിക്ക് മല എന്നു പേർ.

പർവ്വതനിരപ്പിൽനിന്നു പിന്നേയും ഉയർന്നു കൂർത്തുപോയിരിക്കുന്ന ഭൂമിക്ക് കൊടുമുടി എന്നു പേർ - എവറസ്റ്റ് (ടെൻസിങ്ങ്)

അമിത എന്തറിഞ്ഞു? ഭൂമി കൂർത്തുപോയി. ഭൂമി ഉരുണ്ടതാണെന്നു സിസ്റ്റർ പഠിപ്പിക്കുന്നു. രാജ്യത്തേക്കാൾ ഉയർന്ന ഭൂമി കുന്നും മലയും ആകുന്നു.

1 ഫാർദിങ്ങ്	½ അണ
1 പെനി	1 അണ
1 ഷില്ലിങ്ങ്	12 അണ
1 പവൻ	15 രൂപ

പിന്നെ ആഴ്ചകൾ, മാസങ്ങൾ, നക്ഷത്രങ്ങൾ, നക്ഷത്രക്കൂറുകൾ, ഞാറ്റുവേലകൾ.

ലോകത്തിൽ എതിരില്ലാത്തവ. സ്ത്രീലിംഗപദങ്ങൾ:

അച്ഛൻ	-	അമ്മ
അധ്യാപകൻ	-	അധ്യാപിക

ദാസൻ - ദാസി
ഭൃത്യൻ - ഭൃത്യ
യാചകൻ - യാചകി

തിഥികൾ. നീതിവാക്യങ്ങൾ:

അമ്മ നാലാകുന്നു. രാജാവിന്റെ ഭാര്യ, ഗുരുനാഥന്റെ ഭാര്യ, ജ്യേഷ്ഠന്റെ ഭാര്യ, പെറ്റ അമ്മ.

ഇതു ജനാധിപത്യസോഷ്യലിസം ആകുന്നു. ഇവിടെ സാമർത്ഥ്യമുള്ള പെരുംകള്ളൻ മറയനെ വിറ്റു കാശാക്കുന്നു. ഓരോരുത്തനും അവനവന്റെ കഴിവനുസരിച്ച്, രാജാവിനേയും ദാസനേയും ഭൃത്യനേയും യാചകനേയും നിലനിർത്തുന്ന ജനാധിപത്യമേ – നീ വാഴ്ക!

അമ്മ നാല്!

ഗോപിക്ക് അമ്മ ഒന്നോ നാലോ? ഒന്നും ഇല്ലാത്ത കൂട്ടത്തിൽ അവൻ വളരുന്നു. പ്രായത്തോടൊപ്പം ശരീരം – അസ്ഥികൂടവും – വളരുന്നു. വളർച്ച യുടെ അനുപാതം ക്ലാസിലെ കുട്ടികളിൽ കാണുന്നു. ഗോപി മെലിയുന്നു, വിളറുന്നു. അവന്റെ നെഞ്ചിലെ കൂട്ടെല്ലു കൂരയ്ക്കുന്നു. അവന്നു തല ചുറ്റുന്നു. ഹാജരെടുക്കുമ്പോൾ ഉറക്കം തൂങ്ങുകയായിരുന്നു. തല വേദനി ക്കുന്നു എന്നാണു പറഞ്ഞത്. ബോർഡിൽ കണക്കെഴുതി തിരിഞ്ഞപ്പോൾ ബെഞ്ചിൽ കിടക്കുന്നു. തളരുന്നു. കണ്ണുനീരിന് തളർച്ചയുണ്ടായില്ല. എന്താ ണെന്ന് അവൻ പറയില്ല. അവനു ചുറ്റും കുട്ടികൾ തിരക്കിനിൽക്കുകയാ യിരുന്നു. കളിക്കാൻ വിട്ടു. സ്വസ്ഥം ഗോപി കരയുന്നു.

ചായ വരുത്തി; കടം പറഞ്ഞു. ബസ്ചാർജ്ജ് മാത്രം കരുതിയാണു പോന്നത്.

പച്ചവെള്ളം വരുത്തി മുഖം കഴുകി.

അച്ഛൻ ആശുപത്രിയിലാണ്. ഡ്രൈവർ വാനിൽനിന്നു തെറിച്ചു. നെഞ്ചി ടിച്ച് വീണു. കൈയും കാലും ഒടിഞ്ഞു.

അമ്മയോ?

അമ്മ വീട്ടിലുണ്ട്.

പിന്നെ ആരെല്ലാമുണ്ട്?

ചേച്ചി, ചേട്ടൻ, അനിയത്തി.

ചേട്ടനെന്തു ചെയ്യുന്നു?

ബേക്കറിയിൽ.

ചേച്ചിയോ?

ചേച്ചി പോയി.

എങ്ങോട്ടു പോയി?

അവൻ കരഞ്ഞു. കരഞ്ഞാൽ കാര്യം അറിയുമോ? അവന്റെ കരളിൽ ഒരു കുടുംബം നിറഞ്ഞു വിങ്ങുന്നു. കഥ കേട്ടാൽ അവന്റെ ഹൃദയവ്യാപാര ങ്ങളെന്തെങ്കിലും മനസ്സിലാവുമോ? ഇതു ഗോപി എന്ന കുട്ടിയല്ല. അവൻ ഒറ്റയല്ല, അവന്റെ കുടുംബം. അവരുടെ വേവലാതികൾ, മോഹങ്ങൾ, ദുഃഖ ങ്ങൾ-മനുഷ്യൻ എന്തിന്റെയെല്ലാം ആകെത്തുകയാണ്?

അവൻ തലേന്ന് ഉപ്പുമാവും പാലും കഴിച്ചതാണ്. ഉച്ചക്കഞ്ഞിക്ക് ഉപ്പുമാവും പാലും കിട്ടുന്നതുകൊണ്ടു ക്ലാസിൽ വരുന്നു.

കാലത്ത് കാപ്പി കുടിച്ചില്ലേ?

അത്താഴം ഉണ്ടില്ലേ?

ലഞ്ച് കഴിച്ചോ? ഡിന്നർ കഴിച്ചോ? ഡിന്നർ വീട്ടിലോ ക്ലബ്ബിലോ ഹോട്ടലിലോ?

"വരാത്തൊരെച്ചിലിൻ വരവിനായ് നോറ്റു,

തെരുവിൽ തെണ്ടികൾ തിരക്കിനില്ക്കവേ..."

റവയും പാൽപ്പൊടിയും എറിഞ്ഞുകൊടുക്കാതെന്തു ചെയ്യും?

യാചകൻ - സ്ത്രീലിംഗം യാചകി.

ഈ കുട്ടിയുടെ വളരാത്ത മാംസത്തിന്ന് ഉത്തരവാദി ആര്? ബ്രേക്കില്ലാത്ത ഫിഷ്‌വാനിൽ ഐസിലിട്ട മത്തി കൊണ്ടുവന്ന അച്ഛനോ? അമ്മയോ?

കണക്ക്.

ആയിരം ലൂപ്പുകൾ അരക്കൊല്ലം ധരിച്ചാൽ പത്തു വർഷത്തെ ജനസംഖ്യാനുപാതത്തിൽ-

രാഷ്ട്രത്തിന്റെ സന്താനങ്ങളിൽ വളരാതെ പോയ നരമാംസത്തിന്റെ പരസഹസ്രം ടണ്ണുകളിൽ-

മാർക്കറ്റിൽ-

ഇറച്ചിക്കമ്പോളത്തിൽ-

കശാപ്പുശാലയിൽ.

-മതിൽ, മതിലിന്റെ കൺകെട്ട് ആകാശത്തിൽ മാത്രമാകുന്നു. മതിൽക്കെട്ടിനു മീതെ കാറ്റടിച്ചു. മതിൽക്കെട്ടിന്നടിയിലൂടെ, ഓടയിലൂടെ ഒഴുകുന്ന അളിഞ്ഞ അഴുക്കുകളിൽ ബീഭത്സമായ നാറ്റം കുമിഞ്ഞു. ഈ നാറ്റത്തിന്റെ അപ്പുറത്തും ഇപ്പുറത്തും ചാളകളിൽ-

ഓക്കാനം.

നഗരം എന്ന സുന്ദരമൃദുമോഹനമനോഹരം എവിടെ?

ചാളയുടെ മുന്നിൽനിന്നു വീർപ്പടക്കിപ്പിടിച്ചു.

എൽ.സി-യുടെ പി.എസ്.സി ഗൈഡുകളുടെ ഫാറങ്ങൾ അട്ടിയിട്ടതിന്റെ പിന്നിൽ എണീറ്റുനില്ക്കുന്നു.

ഞങ്ങൾക്കു വീട്ടുനമ്പറില്ല!

എന്നാണു കുടിൽ കെട്ടിയത്?

കെട്ടിയോൻ സ്റ്റാന്റിലാണ്. ചുമട്ടുതൊഴിലാളി.

കുടിൽ എന്നുകെട്ടി?

പോയ ക്രിസ്മസ്സിന്റെ മുമ്പേത്തേ ക്രിസ്മസ്സിന്.

എന്നിട്ടിതേവരെ നമ്പർ ഇല്ലേ?

ഒറക്കെപ്പറയണം. അവൾക്കു ചെകിടിത്തിരി പതമാണ്.

ചെകിടുപൊട്ടന്മാർക്കും വോട്ടധികാരമുണ്ട്.

കേൾക്കുന്നവർ പറയട്ടെ.

കുട്ടികൾ വന്നു. ചരലിൽ കെട്ടിയ കുടിലുകളുടെ ഉമ്മറത്ത് അച്ചടിച്ച ഫോറങ്ങളുടെ അരച്ചുമരുകൾ. ഭാഷാസഹായികൾ, ജനറൽ നോളേജ്, ആയിരത്തിയൊന്നു പ്രേമലേഖനങ്ങൾ - ജനം പഠിക്കട്ടെ. പാഠപുസ്തകങ്ങളുടെ നഗരത്തിൽ നാറുന്ന ചാളകളിലും തൊഴിലുണ്ട്. തുന്നിക്കുത്ത്, ബൈന്റിങ്, റൂളിങ്. നോട്ടുപുസ്തകങ്ങളുടെ മതിലുകൾ. പപ്പടംപോലെ ഉണങ്ങുന്ന പുസ്തകങ്ങൾ. നാറുന്ന ഈ പുസ്തകങ്ങൾ കുട്ടികൾ പഠിക്കുന്നു. ഏഡാശാൻ കണക്കെഴുതുന്നു. കട്ടത്തെരുകൂട്ടി ഉണ്ണുന്നു. റവ വന്ന ശീലച്ചാക്കുകൊണ്ട് തലയിണയ്ക്ക് ഉറയിടുന്നു.

എങ്ങനെ ചേർക്കും?

ക്രമനമ്പർ, വീട്ടുനമ്പർ-

പുതുതായി ചേർത്ത പേരുകൾ. വീട്ടുനമ്പർ ഇല്ല.

വീടോ?

എന്താണ് വീടിന്റെ നിർവ്വചനം?

നരിക്കു മട. കുറുക്കനു മാളം എലിക്കു പൊത്ത്. ആടിനു കൂട്. മാടിനു തൊഴുത്ത്, മനുഷ്യനു വീട്.

മടക്കാത്ത ഗൈഡുകളുടെ അട്ടിമേൽ വെച്ച കണക്കെഴുത്തുപുസ്തകത്തിൽ പിടികൂടുന്ന കുട്ടികളെ തടഞ്ഞു. അതവിടെ ഇരിക്കട്ടെ. നിങ്ങൾ ലൂപ്പിൽനിന്നു ചോർന്നവർ. പ്രായപൂർത്തിയായാൽ അന്നു കണക്കെടുക്കാൻ വരുന്ന ടീച്ചർ നിങ്ങളുടെ പേരെഴുതിക്കൊള്ളും. വോട്ടു ചെയ്യാം. അന്ന് തെരഞ്ഞെടുപ്പെന്ന സമ്പ്രദായം ഉണ്ടെങ്കിൽ. എങ്കിൽ നിങ്ങൾ സൃഷ്ടിക്കുന്ന മന്ത്രിമാർ വിദേശരാജ്യങ്ങളിൽ പോകും. നിങ്ങളുടെ മക്കളെ തീറ്റാൻ അങ്കിൾസാം തരേണ്ട റവയ്ക്കും പാൽപ്പൊടിക്കും ഒപ്പുകുത്തി തിരിച്ചുപോരും. അവ തിന്ന് നെഞ്ചു കൂരയ്ക്കുന്ന കുട്ടികൾ പഠിക്കും:

പ്രാർത്ഥന = അപേക്ഷ (യാചന)

ദാസൻ - ദാസി.

ഭൃത്യൻ - ഭൃത്യ

യാചകൻ = യാചകി

യാചകൻ ഭരിക്കും. സമർപ്പണബുദ്ധിയോടെ, സേവനതൽപ്പരതയോടെ, തൊലിക്കട്ടിയോടെ.

അവരെ കുരുക്കിൽ തൂക്കിയാൽ ഇന്ത്യ എന്ന ഈ മഹാരാജ്യം തെക്കോട്ടൊഴുകിപ്പോകുമോ? സമുദ്രത്തിൽ മുങ്ങുമോ?

പ്രളയം.

പ്രളയം എന്ന വിപ്ലവം.

നിങ്ങളുടെ മക്കൾ തെരഞ്ഞെടുപ്പിൽ പെട്ടുപോവുമോ?

ചിറയ്ക്കൽ മറിയാമ്മ മിഖായേൽ. മിഖായേൽ ഭർത്താവ്.

എവിടെ?

സെമിത്തേരിയിൽ.

ഒറ്റയ്ക്കാണോ?

മിണ്ടിയില്ല. കവിളിലെ ചുളിവുകൾ തുള്ളി. കരിഞ്ഞ ചുണ്ടുകൾ വിതുമ്പി.

തൊട്ട കുടിലിൽനിന്ന് ഇട്ട്യേനം ഇറങ്ങിവന്നു.

ഞാമ്പറയാം.

മറിയാമ്മയ്ക്കു പറയാൻ വയ്യേ?

അവർക്കു ബുദ്ധിക്കു സ്ഥിരമില്ല.

വോട്ടില്ല.

നീക്കം ചെയ്ത പേരുകൾ.

ഇട്ട്യേനത്തിന്നു സങ്കടം. അത്രയ്ക്കൊന്നും ഇല്ല. ദുഃഖമാണ്.

മറിയാമ്മ ഒറ്റയ്ക്കാണോ?

പകൽ തനിയെ. രാത്രി തുണയ്ക്കു കുട്ടി വരും. മോൾടെ കുട്ടി.

മകളോ?

കെട്ടിച്ചുപോയി. ചന്തത്തെരുവിൽ.

ആൺമക്കളില്ലേ?

ഉണ്ടാരുന്നു. മരിച്ചുപോയി. കമ്പോളത്തിൽ ചുമട്ടുവേലയായിരുന്നു. അടയ്ക്കാച്ചാക്കേറ്റി വരുമ്പോൾ വാൻ വന്നു. ബ്രേക്കില്ലാത്ത വരവാണ്. ചാക്കേറ്റിയ കുഞ്ഞുമോനു ബ്രേക്കുണ്ടോ? നൂറ് കെ.ജി. ചുമടെടുത്താൽ നിലം തൊടാതെ ഓടണം. പറക്കുകയാണവൻ. അതാ വരുന്നു മരണം പോലെ മുന്നിൽ കുഞ്ഞുമോൻ ബ്രേക്കിട്ടു. പിന്നെ അനങ്ങിയിട്ടില്ല. തളർന്നു തളർന്നു വീണു. രക്തം ഛർദ്ദിച്ചു. എന്താരുന്നു വാൻ മറിഞ്ഞന്നത്തെ ഒരു കോലാഹലം! ആശുപത്രിയിൽ സ്ഥലമുണ്ടോ, മരുന്നുണ്ടോ, ഡോക്ടർമാരുണ്ടോ?

മറിയാമ്മയ്ക്കു പെൻഷനുണ്ടോ?

ഇട്ട്യേനത്തിന്നു മനസ്സിലായില്ല. അവൾക്കു ക്ഷേമരാഷ്ട്രസിദ്ധാന്തം അറിഞ്ഞുകൂടാ. അവൾ താഴൂരിന്റെ വിസ്തൃതബാലവിജ്ഞാനകോശം മടക്കി കുത്തിക്കെട്ടുന്നു.

ചാളകളിൽനിന്നു ചന്തപ്പുറത്തെ തെരുവിലേക്കു കയറി. ഗോപി നിഴൽപോലെ കൂടെ വന്നു. വിൻസെന്റ് വന്നു.

എന്താ വിൻസെന്റ് ക്ലാസിൽ വരാത്തത്?

വിൻസെന്റിന്റെ ചേട്ടൻ പൈലപ്പൻ വന്നു. വിൻസെന്റ് ചായ കൊണ്ടു വന്നു. ഓക്കാനംവരുന്നു. ഗോപി കൺവെട്ടത്തുനിന്നൊളിച്ചു. കുടിക്കാൻ വയ്യ. വിൻസെന്റ് കുടിനീരിറക്കി.

പുതുതായി ചേർത്തു.

തിരുത്തി.

നീക്കം ചെയ്തു.

പുറത്തൂക്കാരൻ പൈലപ്പൻ മാത്തപ്പൻ. മാത്തപ്പൻ അച്ഛൻ പുരുഷൻ. ഇരുപത്തിനാലു വയസ്സ്,

ബഞ്ചിലിരുന്ന് എഴുതി. മുന്നിൽ മുടങ്ങിക്കിടന്ന റൂളിങ്മെഷീൻ വെയിലിൽ കരിഞ്ഞു.

പഴയ വോട്ടർപട്ടികയിൽ വോട്ടർമാർ നാല്.

രണ്ടുപേർ എവിടെ?

അമ്മ മരിച്ചില്ലേ?

ചുമരിൽ ചാരി കണക്കെഴുത്തു പുസ്തകത്തിൽ നോക്കിനില്ക്കുന്ന വിൻസെന്റിന്റെ മുഖത്തേക്കു നോക്കി. അവൻ കരയുമോ? അമ്മ എന്ന സങ്കല്പത്തെക്കുറിച്ചു കേൾക്കുമ്പോൾ എന്താണവൻ ഓർക്കുക?

മനസ്സ്.

മനസ്സ് കാനൽ തുള്ളുന്നു. ഓരോ മനുഷ്യമനസ്സിന്റെ മരുഭൂമിയിലും അനന്തവിസ്തൃതിയോളം കാനലിന്റെ അലകൾ. കാണാനും തൊടാനും വയ്യാത്ത അലകളിൽ ഒന്നോ രണ്ടോ മുഖത്തെത്തുന്നു.

വിൻസെന്റ് അതേപടി നിന്നു. അമ്മ ജഡമാണ്; ജഡവസ്തു. അമ്മയ്ക്കും അവനും തമ്മിൽ വികാരഭേദങ്ങളില്ലാതായി.

കാലം.

ആരാണ് ഏലിയാമ്മ?

ചോദിക്കേണ്ടായിരുന്നു. ഏലിയാമ്മ പൈലപ്പൻ. പൈലപ്പൻ ഭർത്താവ്. അവളെ ആശുപത്രിയിൽ കൊണ്ടുപോയതാണ് അമ്മ.

നീക്കം ചെയ്തു.

പുറത്തുക്കാരൻ റാഹേലമ്മ മാത്തപ്പൻ. മാത്തപ്പൻ ഭർത്താവ്.

കാരണം, മരണം.

ഫിഷ്വാനല്ല.

ഏലിയാമ്മ എവിടെ?

പൈലപ്പൻ സ്തബ്ധനായിപ്പോയി. സ്തബ്ധതയിലേക്കു നോക്കിയിരിക്കവേ കേൾക്കായി:

പത്രങ്ങളിൽ ഫോട്ടോ കണ്ടില്ലേ? ഇരട്ടക്കുട്ടികളായിരുന്നു. സയാമീസ് ടിൻസ്. കുട്ടികളും അമ്മയും മരിച്ചുപോയി.

നീക്കം ചെയ്തു.

മാത്തപ്പനോ?

തെരുവിലെവിടെയോ കാണും.

മരിച്ചിട്ടില്ലല്ലോ?

പൈലപ്പൻ ചിരിച്ചു. വിൻസെന്റ് കരിഞ്ഞുനിന്നു. പൈലപ്പൻ ചോദിച്ചു:

മാഷ്ക്കെന്തു തോന്നുന്നു?

വീടുകൾ കയറിയിറങ്ങി. പൈലപ്പൻ ഒപ്പം വന്നു. ഗോപി പിമ്പേ നടന്നു കുറ്റിക്കോൽ തട്ടി. മാർക്കറ്റിന്നു പിന്നിൽ വെളിമ്പറമ്പിൽ കെട്ടിയ പുതിയ എടുപ്പുകളിലേക്കു പോകവേ അറുക്കാൻ കെട്ടിത്തീറ്റുന്ന മാടുകളുടെ ചാപ്പ

കണ്ടു. പുതിയ എടുപ്പുകളിലെ കണക്കെടുത്തിറങ്ങിയപ്പോൾ പൈലപ്പൻ പറഞ്ഞു:

അറവുകാരായിരുന്നു. പണം നേടി. കണ്ടോ?

അവർ പുത്തൻ കെട്ടിടങ്ങളിലേക്കു തിരിഞ്ഞുനോക്കി.

അസൂയയാണോ?

കട്ടും വാറ്റിയും മാനംകെട്ടും മായംചേർത്തും പണം ഉണ്ടാക്കണം. ബീഡി തെറുത്താൽ പോരാ. ബീഡിക്കുള്ളിൽ പൊന്നിൻസൂചിയിട്ടു തെറുക്കണം.

നഗരം അസ്തമിച്ചപ്പോൾ വെളിമ്പറമ്പുകൾ പാടത്തേക്കിറങ്ങുന്നു. നഗരത്തിന്റെ അവശിഷ്ടങ്ങൾ ഭക്ഷിച്ചു തഴച്ചു നില്ക്കുന്ന നെൽപ്പാടത്തിന്റെ കരളിൽ, കവുങ്ങിൻതോപ്പുകളിൽ, ഒറ്റപ്പെട്ട വീടുകളിൽ കയറി. കയറ്റം കഴിഞ്ഞു നാളികേരമെണ്ണുന്ന പുരയിടത്തിൽ അടുക്കളമുറ്റത്തിരുന്നു ഫയൽ നിവർത്തി.

വോട്ടെടുപ്പാണോ?

മുതലാളി ചിരിച്ചു.

ഈ പുരയിൽ മൂന്നു കുടുംബം താമസിക്കുന്നുണ്ട്.

തെയ്യൻതറ അമ്മിണി നാരായണൻ.

ഇരിക്കൂ മാഷെ.

അടുക്കളത്തിണ്ണയിൽ തടുക്കിട്ടു ഗോപി കാത്തുനിന്നു.

നിന്റെ വീടാണോ?

ഗോപി ഒന്നും പറയാതെ ചിരിച്ചു. അമ്മയുടെ മുഖത്തു നോക്കി.

അമ്മ എന്ന തെയ്യൻതറ അമ്മിണി പറഞ്ഞു:

ആ പേരു തിരുത്തണം.

ഇതു തെറ്റാണോ?

തെറ്റൊന്നുമല്ല. പണ്ടു നാരായണൻ ഭർത്താവായിരുന്നു. അന്ന് ഈ പേരെഴുതി. ഇനി അച്ഛന്റെ പേരെഴുതണം.

കാരണം?

അച്ഛൻ മതി.

നാരായണൻ വന്നില്ലേ?

മാഷ്ഷേ, എനിക്ക് അടുക്കളയിൽ പണിയുണ്ട്. എഴുതി എന്നെ വിടണം.

ആലുങ്ങൽ അമ്മിണി അപ്പുട്ടി. അപ്പുട്ടി അച്ഛൻ.

വയസ്സ്?

മുപ്പത്തേഴായി.

പ്രായപൂർത്തിയായ മക്കളുണ്ടോ?

ഇല്ല.

അമ്മേ, ചേച്ചി!

പോടാ പട്ടീ!

ഗോപിക്കു തലചുറ്റിയില്ല. അവൻ നിന്നു മുനിയുന്നു.

മാഷ്ഷേ, ഞാൻ പട്ടിയല്ല!

ബേക്കറിയിൽ പോകുന്ന മകന്ന് എത്ര വയസ്സായി?

അമ്മ ഗോപിയുടെ മുഖത്തു നോക്കി. അവനപ്പോൾ മൂത്രച്ചൂടു തോന്നി യിരിക്കാം. മുറ്റത്തേക്കു ചാടി, നടന്നു.

തളർന്നപോലെ അമ്മിണി ചോദിച്ചു:

ഗോപീടെ മാഷ്ഷാണോ?

അതെ.

ചായ വാങ്ങിച്ചു കൊടുത്തൂല്യേ?

അവൾ വശ്യമായി ചിരിച്ചു.

അതിനെന്താ?

കാണാൻ പറ്റീലോ.

ഒന്നും പറയാൻ ഇല്ല! അതുകൊണ്ടു കൗതുകപൂർവ്വം നോക്കി. അമ്മിണി പറഞ്ഞു:

അവന്നു പത്തൊമ്പത്.

പെട്ടെന്നു പിടികിട്ടിയില്ല. അമ്മിണിയുടെ മുഖം മാഞ്ഞു. മനസ്സു ശൂന്യ മായി. ശൂന്യതയിൽ ഗോപിയുടെ ചേട്ടൻ പിറന്നു. അരൂപി!

വയസ്സായില്ല!

അമ്മിണി അടുക്കളയിലേക്കു തിരിഞ്ഞപ്പോൾ കറുത്ത കണ്ണുകൾ വരച്ച ദീർഘരേഖയിലേക്കു നോക്കിയിരുന്നു.

പൈലപ്പൻ പറഞ്ഞു:

മറ്റേ കുടുംബം അപ്പുറത്താണ്.

കേട്ടതു വളക്കിലുക്കമാണ്.

ഉമ്മറത്ത് ജോസഫ് സേവ്യർ ഉടുപ്പില്ലാത്ത കൊച്ചിനെ കളിപ്പിക്കുന്നു. ജോസഫിനു നീണ്ട താടിയുണ്ട്. കാൽമുട്ടിൽ പെരുത്ത കെട്ടും. നീട്ടിവെച്ച കാലുകൾക്കിടയിൽ കുട്ടി ഇരുന്നു കളിച്ചു.

എന്തുപറ്റി?

ഫിഷ്‌വാൻ. ജോസഫ് ക്ലീനറാണ്. റണ്ണിങ്ങ്റൂമിന്റെ ചുവരിൽ ഇടിച്ചു മറിഞ്ഞ വാനിനകത്തു കുടുങ്ങി. മുട്ടിന്റെ ചിരട്ട തകർന്നു. കാൽ മടക്കാൻ സാധിക്കില്ല.

ജോസഫിന്റെ പേരെഴുതി.

കുട്ടിയുടെ അമ്മ കുളിക്കാൻ പോയി. ജോസഫിന്റെ കുട്ടിയല്ല. തെയ്യൻ തറ രമണി. ജോസഫിന്റെ കുടുംബത്തിൽ രണ്ടു വോട്ടർമാർ. ഭാര്യ അടു ക്കളയിൽ കറിക്കു നുറുക്കുന്നു.

അടുക്കള എന്നാൽ അകം. ഇരുപത്തിമൂന്നു പതിനാറിന്റെ അകത്തള ത്തിൽ ജോസഫ്. കട്ടിള പുറത്തേക്കു വെട്ടിവെച്ച പടിഞ്ഞാറ്റിയിൽ രമണി. അടുക്കളയിലും പിന്നിലെ കോലായിലുമായി അമ്മിണി.

ഓരോ വാതില്ക്കലും നമ്പറുണ്ട്.

ഇതു കഥയോ നാടകമോ?

രമണി കുളിച്ചുവന്നപ്പോൾ കുട്ടി ഒന്നോന്തി, കൈകൾ നീട്ടി. ആണോ പെണ്ണോ? രമണി വാതിൽ തുറന്ന് അകത്തേക്കു പറന്നു.

കുട്ടി നിലവിളിച്ചു. നിലവിളിക്കുന്ന കുട്ടിയുടെ പുറത്ത് ജോസഫ് തപ്പു കൊട്ടി.

അകത്തളത്തിൽനിന്നു ത്രേസ്യാമ്മ ഉമ്മറത്തേക്കു ചാടി.

"കൊത്തും ഞാൻ കണ്ടോ?"

അവൾ കറിക്കത്തി കാണിച്ചു.

ഒരു മുട്ടു മടക്കി ഒന്നു മടക്കാതെ ജോസഫ് എണീക്കാൻ നെടുംകൈ ഊന്നി ആഞ്ഞു. കുട്ടി മൂക്കുകുത്തി വീണ് അലറാൻ തുടങ്ങി. ത്രേസ്യാമ്മ ചീറി:

"തപ്പുകൊട്ടി ഇരുന്നോ, ഞാൻ കാണിച്ചുതരാം. മനുഷേരുണ്ടല്ലോ. പറഞ്ഞാൽ-"

മതി. പോയേക്കാം. നാടകം കണ്ടു നിന്നാൽ ബസ് കിട്ടില്ല.

ത്രേസ്യാമ്മയ്ക്കു ചിലച്ചുകൊണ്ടിരിക്കണം.

"വോട്ടെടുപ്പാണോ? നിങ്ങൾ വോട്ടെടുത്തിട്ട് ഈ നാട്ടിൽ ഒരാശുപത്രി ഉണ്ടാക്കുമോ? എന്റെ കെട്ടിയോനു ചിരട്ട മാറ്റിവയ്ക്കണം. അതില്ലേ, പണി യെടുത്തു തിന്നില്ല. തപ്പുകൊട്ടി ഇരുന്നോളും. നിങ്ങൾ ആശുപത്രി പണി താൽ ഞങ്ങൾ ജീവിക്കും."

വസ്ത്രം മാറാതെ രമണി പുറത്തേക്കു പറന്നു:

"പട്ടീ, അലറാതിരി ശവമേ!"

അവൾ വീണ്ടും അകത്തേക്കു പറന്നു. എണീക്കാൻ പാടുപെടുന്ന ഭർത്താവിനോടായി പിന്നെയും ത്രേസ്യാമ്മ:

"കൊട്ടിക്കൊടുക്ക്. മോളെ തപ്പുകൊട്ട്."

അവൾ അകത്തേക്ക്, പിന്നോക്കം നടന്നു. രമണി അകത്തു കിടന്ന് പരുങ്ങി.

ഒന്നു പുറത്തു വരാമോ?

എന്തിനാ?

വോട്ടവകാശത്തിന്നു പ്രായമായില്ലേ?

എന്തിന്നും പ്രായമായി. തുണിയൊന്നു മാറിക്കോട്ടെ. ഹോ, അതു കാണുന്നില്ല. കട്ടെടുത്തുവോ? ദൈവമേ! ഉറക്കത്തിൽ ആത്മാവു ചുഴ്ന്നെ ടുക്കുന്ന വഹ!

എത്ര വയസ്സായി?

ഇരുപത്തൊന്ന്. നിങ്ങളൊന്നു ക്ഷമിക്ക്. ആണുങ്ങൾക്കൊന്നിനും വകതിരിവില്ലേ? തിരിച്ചറിവില്ലേ? നിങ്ങടെ മുന്നിൽ വരാൻ എനിക്കു തുണി യില്ല. അതും കട്ടുപോയതായിരിക്കും.

ജാതകമുണ്ടോ?

ഇല്ല.

തെയ്യൻതറ അമ്മിണിയുടെ മകളാണോ?

അതെ. ആർക്കും അമ്മ തെറ്റില്ല.

എന്താ ഭർത്താവിന്റെ പേര്?

നാരായണൻ.

ത്രേസ്യാമ്മ വെളിയിലേക്കു ചാടി. ചാടുമ്പോഴേ കൂവുന്നുണ്ട്. എഴുതിക്കോ. നാരായണൻ, ജോസഫ്, പൈലപ്പൻ.

തിരിഞ്ഞു നോക്കുമ്പോൾ പൈലപ്പൻ സ്ഥലത്തില്ല. കാലുകൾ നീട്ടി നിവർന്നിരുന്ന ജോസഫ് കൈകൾ പിന്നോക്കം കുത്തി. കുട്ടി അയാളുടെ ബാൻഡേജിൽ തപ്പി.

ആണോ പെണ്ണോ?

നാരായണൻ അച്ഛനല്ലേ?

രമണി ഈറനോടെ പുറത്തേക്കു പറന്നെത്തി. ആവുംപോലെ നിവർന്നു.

എന്താ, അച്ഛനും ഭർത്താവായിക്കൂടേ? ഞാനൊന്നു പെറ്റല്ലോ മാഷേ.

അച്ഛനും അമ്മയും ഭർത്താവും ഗുരുനാഥനും രക്ഷിതാവാകാം. അച്ഛൻ ഭർത്താവുമാകാം!

നാരായണൻ എവിടെ?

അതും വേണോ? ആശുപത്രിയിലുണ്ട്. ശവം, ചത്തില്ല. വാൻ അപ്പടി തകർന്നു. നാരാണൻ ചത്തില്ല. ഇനിയും വരും തെണ്ടി! തരി ബോധമുണ്ടാവില്ല. കള്ളുഷാപ്പിൽ വാഴുന്നു. വന്നാൽ അമ്മയേത്, മകളേത്?

ആണോ പെണ്ണോ എന്ന കോളം നോക്കുമ്പോൾ ഇരുട്ടുന്നു. കുട്ടി കൈ നീട്ടി നിലവിളിക്കുന്നു.

ഓർക്കുന്നു: കുഞ്ഞേ, നീയാരാണ്?

നിന്റെ ഗതിയെന്ത്? ■

പിത്തം

യാത്ര

മണിച്ചേച്ചിയുടെ മകൻ മനോഹരൻ. അവന്റെ അപദാനങ്ങൾ മണിച്ചേച്ചി പാടുന്നു. മെത്താരണയിൽ ചാരിയ തലയണയിൽ മലർന്ന് ഞാനെല്ലാം കേൾക്കുന്നു. എനിക്കു പുഴുകുന്നു.

ചേച്ചീ, വിശറി.

എന്നാൽ ഞാൻ മിണ്ടുന്നില്ല. ഇവിടെ വിശറിയില്ല. ഫാൻ ഉണ്ടാവും. മുറ്റത്തേക്കൊരു എക്സ്റ്റൻഷൻ ഫാൻ ഇന്നുണ്ടാവില്ല. ഞാനെന്റെ മൂഢ സ്വപ്നങ്ങളിൽ മുഴുകുന്നു. എനിക്കുമേലേ ആകാശം. ആകാശത്തിനു കീഴിൽ ഞാനേകൻ. എന്നാൽ മണിച്ചേച്ചിയുടെ മകൻ മനോഹരൻ. മണി ച്ചേച്ചി പറയുന്നു: അവന്റെ അച്ഛൻ വിറ്റുപെറുക്കിയ വസ്തുവകകൾ. ആകെ മൊത്തം ഒരു ചൂരൽ ശേഷിച്ചു. മുപ്പിരിയൻ വെള്ളിച്ചൂരൽ. മണിച്ചേച്ചി ചോദിച്ചു: കുട്ടാ, നീയതു കണ്ടിട്ടുണ്ടോ? അതിനു ഏഴു വെള്ളിക്കെട്ടുകളു ണ്ടായിരുന്നു. ആ ചൂരൽ മനോഹരന്റെ അച്ഛൻ തൊട്ടില്ല. അതിന്റെ വെള്ളി ക്കെട്ടുകളേഴും മനോഹരൻ ഇളക്കി വിറ്റു.

ഞാൻ വേവുന്നു. കളത്തിൽ കറ്റ വേവുന്നു. പുഴുകുന്ന കറ്റയുടെ ഗന്ധ ത്തിൽ ഈർപ്പവും ചൂടും എരിയുന്നു. എന്റെ കാൽക്കൽ കട്ടിലിലിരുന്ന മണിച്ചേച്ചി വിതുമ്മുന്നു. അവന്റെ അച്ഛൻ പോയപ്പോൾ അന്തി ത്തുണയ്ക്കൊരു ചൂരലുണ്ടായിരുന്നു. അവൻ പോകുമ്പോൾ അതും കൊണ്ടുപോയി.

എനിക്കുമേലേ ആകാശമിരുണ്ടു. ഈ ആകാശം എന്റെ പഴമനസ്സാകുന്നു. ഇതെന്നെ ഭരിക്കുന്നു. കമഴ്ത്തിവെച്ച ഈ ചട്ടിക്കുള്ളിൽ ഞാൻ കിടന്നു ഞെരുങ്ങി. ഇരുണ്ടു വളഞ്ഞുകുത്തുന്ന ആകാശത്തിൽ ചിതൽക്കുത്തു കൾ വീഴുന്നു. ഒന്നൊന്നായി, ഓരോന്നായി ചിതൽക്കുത്തുകൾ തെളിഞ്ഞു.

നക്ഷത്രങ്ങളോ, ഓർമ്മകളോ?

ഞാൻ ഉടുത്തിട്ടാണോ ഉടുക്കാതാണോ എന്ന ധാരണയില്ല. എനിക്കു മണിച്ചേച്ചിയെ കാണണം. മണിച്ചേച്ചി എങ്ങുമില്ല. നെടുംപുരയിൽ കടന്നു തിരഞ്ഞു. ഉരിഞ്ഞുതീരാത്ത പഴക്കുലകളുണ്ടായിരുന്നു, നെടുംപുരയിൽ. കൈയെത്തുന്നില്ല. ഞാൻ കരഞ്ഞു. എനിക്കു പഴം കിട്ടണം. പഴം ഉരിഞ്ഞു കിട്ടി. എനിക്കു മാണിപ്പഴം കിട്ടണം. മാണിപ്പഴം കിട്ടി. എനിക്കു മാണിപ്പഴം മണിച്ചേച്ചി തരണം. ഉരിഞ്ഞുകിട്ടിയതെല്ലാം വലിച്ചെറിഞ്ഞു ഞാൻ കരഞ്ഞു.

മണിച്ചേച്ചി എവിടെ? എനിക്കു കാണാൻ വയ്യ. ചേച്ചിക്കൊരു മുഖമില്ല. ഞാനെന്റെ ചിതൽക്കുത്തുകളിൽ തിരയുന്നു. ചേച്ചിയുടെ മുഖം എങ്ങുമില്ല. അപ്പോൾ ചേച്ചി ചോദിക്കുന്നു: കുട്ടാ, നിനക്കുറക്കുവരുന്നോ? മഞ്ഞത്തു കിടക്കണ്ട. മാതവാ, എടാ മാതവാ.

മാധവൻ വിളികേട്ടോ എന്തോ. ചേച്ചി കിടക്ക വിരിക്കാൻ പറയുന്നു. ഗസ്റ്റ്റൂമിൽ വേണ്ട മനോഹരന്റെ റൂമിൽ.

ചേച്ചി ഈ മേടച്ചൂടിൽ അകത്തു കിടക്കണ്ട. ഉറക്കം വരുന്നില്ല. ഞാനീ കളത്തിൽ കിടക്കാം. കറ്റയ്ക്കു കാവൽ. നെടുംപുരയിലുറങ്ങാം. ഇന്നു നിന്റെ വിവാഹമല്ലാത്തതുകൊണ്ട് എന്റെ കട്ടിലിൽ നീ ഇരിക്കുന്നുണ്ടല്ലോ. മാണിപ്പഴം ഇല്ലെങ്കിലും എനിക്കു കരയാൻ വയ്യ. കരഞ്ഞുകരഞ്ഞ് ഞാനന്നു നെടുംപുരയിൽ വീണുറങ്ങി.

ചേച്ചി പറഞ്ഞു: പോയതെല്ലാം മനോഹരൻ നേടി. നാരായണായ നമഃ നീയവനെ കണ്ടിട്ടെത്ര കാലമായി? അവൻ പരമയോഗ്യനായിപ്പോയി. ഇതവന്റെ മണ്ണാകുന്നു. അവന്റെ മുത്തച്ഛന്റെ മണ്ണാകുന്നു. അമൃതായേ നമഃ ഈ മണ്ണിൽ സമാധാനത്തോടെ ചേച്ചി കണ്ണടയ്ക്കും. എന്നാൽ ചേച്ചി കരയുന്നു. മനോഹരനൊരു താൽപര്യവുമില്ല. വസ്തുവകകളായി, വീടായി, അമ്മയായി--അവൻ കോയമ്പത്തൂരിൽ സ്ഥിരം. അവന്റെ തൊഴിൽ: വ്യാപാരം. അവൻ പണം വിതയ്ക്കുന്നു, കൊയ്യുന്നു. എന്നാലും ചേച്ചി അത്ഭുതപ്പെടുന്നു. തെക്കും വടക്കുമറിയാത്തൊരു ചെറുക്കൻ നാടുവിട്ടു പോകുന്നു. വണ്ടിക്കൂലിക്കു കാശില്ലാത്തതുകൊണ്ട് അവന്റെ മുത്തച്ഛൻ മലയയിൽനിന്നു കൊണ്ടുവന്നു നിധിപോലെ സൂക്ഷിച്ചുപോന്ന ചൂരലിന്റെ വെള്ളിക്കെട്ടുകൾ ഇളക്കി വിൽക്കുന്നു. അവൻ സുഖമായി കോയമ്പത്തൂരിലെത്തിച്ചേരുന്നു. കോയമ്പത്തൂർ അവനെ പോറ്റുന്നു. അവനമ്മയേക്കാൾ പെരിശ് കോയമ്പത്തൂരാകുന്നു.

എന്നാൽ എന്റെ മനസ്സിൽ മനോഹരൻ ഇല്ല. മനസ്സു പറയുന്നു: എല്ലാവരും കോയമ്പത്തൂരെത്തുന്നില്ല.

മനസ്സിന്റെ ഭാഷ മൂകം.

ചേച്ചിക്കു മനസ്സിലാവില്ല.

ചേച്ചിയുടെ പ്രപഞ്ചത്തിൽ മനോഹരൻ വാഴുന്നു. എന്റെ മനസ്സിൽ ബഹിരാകാശങ്ങളിൽ നിന്നെന്നപോലെ ഓർമ്മയുടെ നക്ഷത്രങ്ങളാവിർഭവിക്കുന്നു. ആകസ്മികതയുടെ അത്ഭുതാവേഗത്തിൽ ചിതൽക്കുത്തുകളുടെ തീനാമ്പുകൾ ആളിപ്പടരുന്നു. എന്നെ കമഴ്ത്തിമൂടിയ ആകാശം സൃഷ്ടിയുടെ ജൈവതേജസ്സിൽ ജ്വലിക്കുന്നു. മുഴുത്ത ആലഭാരത്തോടെ തീവണ്ടി പായുന്നു. ചിതൽക്കുത്തിൽനിന്നൊഴുകിവന്ന നക്ഷത്രം ചോദിക്കുന്നു.

കോയമ്പത്തൂരെത്തിയോ?

ഓർത്തുനോക്കുന്നു:

നിന്റെ പേര്?

മനസ്സ് അവനോടൊപ്പം നീന്തുന്നു. അവന്റെ തീവ്രാവേഗത്തിൽ ഞാനെന്ന വസ്തു ഇല്ലാതായി. ഞാൻ വേഗമാകുന്നു. പ്രപഞ്ചമാകുന്നു. കാലരുദ്രനാകുന്നു. എന്നോടൊപ്പം തീവണ്ടി പായുന്നു. തീവണ്ടി നിൽക്കുമ്പോഴെല്ലാം അവൻ ചോദിച്ചു:

കോയമ്പത്തൂരെത്തിയോ?

മണിച്ചേച്ചി ചിനുങ്ങുന്നു: മനോഹരൻ എമ്പാടും അലഞ്ഞു. ഹോട്ടലുകളിൽ പണിയെടുത്തു മാസം തികഞ്ഞപ്പോൾ ഹോട്ടലുടമസ്ഥൻ കണ്ണും പിടിയും കാണിച്ച് അവനെ ഇറക്കിവിട്ടു. എന്നാലും അവനു കൊറ്റുകിട്ടിയല്ലോ! അവൻ അന്നത്തിനു കൊതിച്ചവനാകുന്നു. ഉണ്ണിപ്പിണ്ടി അരിഞ്ഞുവെച്ച് ചേച്ചി കണമുള്ളെടുക്കാൻ പുറത്തുപോയി. നൂലിളക്കണമല്ലോ. മനോഹരൻ അടുക്കളയിൽ കടന്നുനോക്കുമ്പോൾ ചോറ്റുകൊട്ടയിൽ–

തുമ്പപ്പൂപോലെ!

അവൻ വാരിത്തിന്നു.

ചേച്ചി ചോദിക്കുന്നു: എന്റെ മോൻ അന്നത്തിന്നെന്തുമാത്രം കൊതിച്ചു?

എനിക്കറിഞ്ഞുകൂടാ. എന്റെ ഏകാന്തതയിൽ ഞാനിരുന്നു. എനിക്കു ചുറ്റും യാത്രക്കാർ. എനിക്കെന്തറിയാം, അവർ ആരെല്ലാം? എന്റെ ഹൃദയം അവരുടെ നെഞ്ചിൽ മിടിക്കുന്നില്ല. അവരുടെ തലയോട്ടിൽ എന്റെ മസ്തിഷ്കം സ്പന്ദിക്കുന്നില്ല. പിന്നെ ഞാനെങ്ങനെ അവരെ അറിയും? ഞാനേകൻ. അന്യൻ. എന്നിലൊരു സൗരയൂഥം ഭ്രമണം ചെയ്യുന്നു. എനിക്കെന്റെ ലോകത്തിലെ വേവും ചൂടും വായുമണ്ഡലങ്ങളും മാത്രം. എന്നാലും ഞാൻ പറയുന്നു. എന്റെ വേഗം എന്നെ നിലനിർത്തുന്നു. ഞാനിരിക്കുന്നു. എനിക്കു കാലുകൾ തരിക്കുന്നു. സീറ്റിനടിയിലേക്കു നീട്ടിനിവർത്തിയപ്പോൾ കാൽവിരലുകൾ തടഞ്ഞു. ലഗേജല്ല: കാൽവിരലുകൾ ചൂടറിഞ്ഞു. എന്റെ കാൽക്കീഴിൽ ജീവൻ മിടിക്കുന്നു.

നീയാർ?

എന്റെ മുന്നിൽ ഞങ്ങൾക്കിടയിൽ അവൻ ജനിച്ചു.

പ്രപഞ്ച വിസ്മൃതിയിൽ നിന്നുതിർന്ന നക്ഷത്രം സീറ്റിനടിയിൽ ലഗേജുകൾക്കിടയിൽ ഒളിഞ്ഞുകിടക്കുകയായിരുന്നു.

മണിച്ചേച്ചി പറയുന്നു: മനോഹരൻ മാർക്കറ്റിന്റെ ഗേറ്റിൽ കാത്തുനിന്നു. ചുമടെടുക്കാനുണ്ടോ സാർ? ചേച്ചി ചിരിച്ചു. അമ്മേ ഞാനിന്നും ചുമട്ടുതൊഴിലാളിയാകുന്നു. നിങ്ങളുടെ ചരക്കുകൾ എന്റെ വാഹനങ്ങളിൽ ഞാൻ ചുമക്കും. പ്രതിഫലം രൊക്കം. മാസം തികഞ്ഞ് കണ്ണും പിടിയും കണ്ട് ഇറങ്ങിപ്പോരാൻ ഇനി വയ്യ.

അവനൊരു പൊട്ടച്ചാതിയായിരുന്നു. എന്റെ മനോഹരൻ.

മണിച്ചേച്ചിയുടെ മകൻ മനോഹരൻ. എനിക്കവനെ അറിയാം. എനിക്കവന്റെ അച്ഛനെ അറിയാം: അവന്റെ മുത്തച്ഛൻ മലയയിൽനിന്നേറ്റിവന്ന വെള്ളിച്ചൂരലറിയാം: എന്നാൽ ആ കുട്ടി, അവൻ ലഗേജുകൾക്കിടയിൽ ജനിച്ചു. ഉഴവുചാലിൽമറിഞ്ഞു.

അവനെക്കുറിച്ച് എനിക്കെന്തറിയാ?

അവന്റെ പക്കൽ ടിക്കറ്റില്ല: അവൻ കോയമ്പത്തൂർക്കു പോകുന്നു.

മണിച്ചേച്ചി ചിരിച്ചു. കുരങ്ങനായിരുന്നു, കുരങ്ങൻ. തോണിമാർക്ക് തീപ്പെട്ടി വെള്ളത്തിലിട്ടാലും കത്തുമെന്നു മക്കാടൻ പറഞ്ഞു. മനോഹരൻ വിശ്വസിച്ചു. അടുക്കളയിൽ തീപ്പെട്ടി കത്തിയില്ല. മരുന്നു കൊഴിയുകയാണ്. മനോഹരൻ പറഞ്ഞു: അയാഡെ പീടികേലിനി ഞാൻ പോവില്ല. കൂമ്പുഴയിൽ മുക്കിയെടുത്ത തീപ്പെട്ടി കത്തിയില്ലല്ലോ.

സൃഷ്ടിയുടെ ഭൂഗർഭപ്രകമ്പനങ്ങൾ റെയിൽപ്പാളങ്ങളിൽ പിടിച്ചെടുക്കുന്ന തീവണ്ടി നോവിന്റെ നൊമ്പരം കരണ്ടുകാരുന്നു. അകലെയകലെ തെളിയുന്ന വിളക്കുകളുടെ മിന്നലാട്ടത്തിൽ ജൈവതേജസ്സുണരുമ്പോൾ കുട്ടി ബദ്ധപ്പെടുന്നു; കോയമ്പത്തൂരാണോ?

മനോഹരനിത്ര വൈഭവമൊന്നുമുണ്ടായിരുന്നില്ല. അവനല്ലേ കൂമ്പുഴയിൽ പണം കുത്തിയിട്ടു മുളപ്പിച്ചത്?

എനിക്കു തെറ്റിപ്പോയി. ആ കുട്ടിയെ ഞാൻ വണ്ടിയിൽനിന്നിറക്കി വിട്ടു.

അവന്റെ പക്കൽ ടിക്കറ്റില്ല. നിന്റെ വീട്ടിൽ വെള്ളിക്കെട്ടുകളുള്ള ചൂരലുണ്ടായിരുന്നില്ലേ എന്നു ഞാൻ ചോദിച്ചില്ല. അവനു വീടോ, അവനു കുടുംബമോ? അവൻ തീവണ്ടിയിൽ ജനിച്ചു. തീവണ്ടി! തീവണ്ടിയോടുന്നു. ഒരു തീവണ്ടിയിലെ, ആയിരം മൂവായിരം അയ്യായിരം-മനുഷ്യരെ, അവരെക്കാക്കുന്ന സൗരയൂഥങ്ങളെ-ഓരോ മനുഷ്യന്നും അവന്റേതായ പ്രപഞ്ചമുണ്ടെന്ന് എനിക്കറിഞ്ഞുകൂടല്ലോ. അവനെ ആരും കാണരുത്, പിടിക്കരുത്. കോയമ്പത്തൂരിലിറങ്ങിയാൽ അവൻ പെട്ടുപോകും, അടി വാങ്ങിക്കും. ജയിൽ കയറും. അവനെ രക്ഷപ്പെടുത്തണം. രക്ഷപ്പെടുത്താനെന്തുപായം? അപ്പോൾ വിളക്കുകൾ തെളിഞ്ഞുതെളിഞ്ഞുവന്നു. കുട്ടി ജനലിലൂടെ എത്തിനോക്കി: കോയമ്പത്തൂരാണോ?

തീവണ്ടി നിന്നു. എന്നാൽ സ്റ്റേഷനായിട്ടില്ല. ഇവിടെ ആരും അവനെ പിടിക്കില്ല.

ഇറങ്ങിക്കോളൂ.

കുട്ടി ചോദിച്ചു:

കോയമ്പത്തൂരെത്തിയോ?

ഇറങ്ങി നടന്നോളൂ. വണ്ടി സിഗ്നലിനുവേണ്ടി നിന്നതാകുന്നു.

അവൻ പകച്ചു. അവന്റെ കണ്ണുകളിൽ ഭയം വീർപ്പുമുട്ടി.

തീവണ്ടി ഇളകി.

വേഗം, വേഗമിറങ്ങണം.

തീവണ്ടി സ്പീഡെടുക്കുന്നതിന്നൊപ്പം വിളക്കുകൾ ഒരു പറ്റം വെട്ടുകിളികളെപ്പോലെ പറന്നടുത്ത് എനിക്കു പിന്നിൽ കെട്ടുപോയി. നിലകിട്ടാത്ത ജനൽവെളിച്ചം മാത്രം ഇരുട്ടിൽ തളർന്നു വീഴുന്നു.

എനിക്ക് തെറ്റിപ്പോയി.

ഞാനെത്രയോ തവണ ഇതേ റയിലിൽ യാത്ര ചെയ്തു! എനിക്കറിഞ്ഞുകൂടാ. കോയമ്പത്തൂരേത്, പോത്തന്നൂരേത്? കോയമ്പത്തൂരെത്തുന്നില്ല;

ഒരിടത്തുമെത്തുന്നില്ല. അന്ധകാരത്തെ തുളച്ചുചീറ്റുന്ന തീവണ്ടി നിക്ഷേപ ച്ചരക്കെടുത്ത രക്ഷസ്സിനെപ്പോലെ കരിമ്പനകൾ പറിച്ചുതല്ലി ഭൂതലം കുലുക്കുന്നു, കൂവുന്നു. ആ കുട്ടി-

മണിച്ചേച്ചി ചിരിക്കുന്നു. കുട്ടാ, ഞാൻ പേടിച്ച പേടി! മനോഹരനെ കാണാനില്ല.

ചേച്ചി, ആ കുട്ടി, അവൻ വിളിക്കുന്നു. അവന്റെ നെഞ്ചു പൊട്ടുന്നു. അവനെത്ര നടന്നിട്ടും കോയമ്പത്തൂരെത്തുന്നില്ല.

ചേച്ചി നടന്നുതിരഞ്ഞു. ആരും മനോഹരനെ കണ്ടിട്ടില്ല. ഈറ്റുനോവോടെ ചേച്ചി നടന്നു. കൂമ്പുഴയിൽ മലവെള്ളം പെരുകുന്നു. മനോഹരൻ മലവെള്ളം തെക്കി നില്ക്കുന്നു. ചത്ത കാട്ടുപോത്തും മലമ്പാമ്പും കൂമ്പുഴയിൽ മറിയുന്നു. അവൻ ശീലക്കുടകൊണ്ടു നുരയും പതയും തെക്കിനീക്കുന്നു. അവന്റെ കാൽക്കീഴിൽ മണലെടുക്കുന്നുണ്ടാവും. അവൻ വീണാൽ-ആന ക്കുണ്ടിൽ ചുഴിയിറങ്ങുന്നു, നീരാളി ചുറ്റുന്നു. ചേച്ചിക്കു നിലതെറ്റുന്നു. നില വിളിക്കുന്നു. നിവർത്തിയ ശീലക്കുട മലവെള്ളത്തിൽ മുങ്ങി. അവന്ന് കുട പൊക്കാൻ മേല. ഊക്കിട്ടു പൊക്കുമ്പോൾ, ചേച്ചി കണ്ടു, കുട ബ്ഢൂ.

ചേച്ചി ചിരിച്ചു, കുടുകുടാ.

കുട പൊങ്ങി. മനോഹരൻ മലച്ചുപോയി. അവന്റെ കുട മേലോട്ടു മലർന്നിട്ടാകുന്നു.

ഈ ആകാശം മേലോട്ടു മലർന്നിട്ടാണെങ്കിൽ-എങ്കിൽ അല്പനും നിസ്വനുമായ എനിക്ക് അപാരതകളിലേക്കുയരുകയും പരക്കുകയും ചെയ്യുന്ന പ്രപഞ്ചത്തെക്കുറിച്ച് എന്തെങ്കിലും മനസ്സിലായേനെ.

അവൻ പുഴക്കരയിൽ അരരൂപ കുഴിച്ചിട്ടു. അതു മുളയ്ക്കാൻ കാത്തു നിൽക്കുമ്പോൾ പുഴ പെരുത്തു. എവിടെയാണതു കുഴിച്ചിട്ടതെന്നറിഞ്ഞു കൂടാ. ആ പൊട്ടച്ചാതിയാണ് മനോഹരൻ. അവൻ ഇന്നും പണം വാരുന്നു. അവൻ പണം വിതയ്ക്കുന്നു.

എന്റെ കുട്ടീ, നീയോ?

നീയാർ?

നീ എന്നെ ശപിക്കുന്നു! അവൻ എന്നെച്ചതിച്ചു! നിന്റെ പക. നിന്റെ പകയെക്കുറിച്ച് അമ്മയോടു പറയാൻ-

നിന്റെ അമ്മയെ നീ പിന്നെ കണ്ടുവോ?

കുട്ടീ, നിനക്കമ്മയുണ്ടോ?

നീ എന്നെങ്കിലും കോയമ്പത്തൂരെത്തിയോ?

മണിച്ചേച്ചി പറഞ്ഞു. ഞാനവനെ കേച്ചേരിക്കയച്ചിട്ടില്ല. പട്ടിക്കരയിലെ പള്ളിപ്പറമ്പിലൂടെ അവൻ നടക്കേണ്ട, ശവപ്പറമ്പല്ലേ?

ചേച്ചിയുടെ മകൻ കൊച്ചൻ. ചേച്ചിക്കെന്തും പറയാം. എന്നാൽ ആ കുട്ടി, അവൻ ഗതിയില്ലാത്ത പ്രേതം; അവന്റെ അമ്മ, അവന്റെ അച്ഛൻ, അവന്റെ മുത്തച്ഛൻ. എന്റെ പരിവട്ടവും എന്റെ പരിവാരങ്ങളും എനിക്കു മാത്രം.

കുട്ടാ, ഇന്ന് അവന് അമ്മ വേണ്ട; കോയമ്പത്തൂർ മതി. എന്നാൽ ഞാൻ പെറ്റതല്ലേ, എനിക്ക് അവനെ കിട്ടണം. ഈ വീട്, ഈ മണ്ണ്, ഇതവന്റേതല്ലേ? അവൻ ഇവിടെ വരട്ടെ. നീയൊന്നു പോയി അവനെ കൊണ്ടു വരണം.

ചേച്ചി, നീ പെറ്റു. എന്നാൽ മനസ്സിന്റെ ഭാഷ എപ്പോഴും മൂകം. നിന്റെ പൊക്കിൾക്കൊടി കോയമ്പത്തൂരെത്തുന്ന റെയിൽപ്പാളമല്ലല്ലോ. അന്ന് അവൻ പെറ്റുവീണപ്പഴേ പൊക്കിൾക്കൊടി മുറിച്ചു നീ കഴുകി. നീയല്ലെങ്കിൽ നിന്റെ പേറ്റിച്ചി കൈ കഴുകി. ആ പൊക്കിൾക്കൊടി ശാശ്വതമായ ഒരു മാർഗ്ഗമല്ല. അവൻ നിന്നിലെത്തിയത് അതിലൂടെയല്ല. അതു വേറെ വഴി. അനാദിയിൽ നിന്നു നിന്നിലേക്കെത്തിയ വഴി. ഒരു ജനനം പൊക്കിൾക്കൊടി യിലവസാനിക്കുന്നു. ഒരു ജന്മം പരാപരപ്പാകുന്നു. അതിന്റെ വഴികൾ അവൻ തേടുന്നു. അവനെ അന്ധകാരം വിഴുങ്ങുന്നു. അവൻ എന്നെ ശപിക്കുന്നു. അവന്റെ വഴിയിൽ ഞാൻ എതിർപ്പുനിന്നു. ഞാൻ അവനെ ഇറക്കിവിട്ടു. അവനെക്കൊന്നു. എന്നോടൊരുത്തൻ ചോദിക്കാനില്ല. ഉടമസ്ഥനില്ലാത്ത ശവം: പണ്ടാരം; എനിക്ക് ഉറക്കംവരുന്നില്ല. എനിക്ക് കോൾഡ് കോഫിയും ഫാനും എയർകണ്ടീഷൻഡ് ബഡ്റൂമും വേണ്ട. ഒരു പക്ഷേ, ഇനിയൊരി ക്കലും ഞാനുറങ്ങില്ല.

മണിച്ചേച്ചി ചോദിക്കുന്നു.

നീ പോവില്ലേ?

ഞാൻ പറയുന്നു:

ചേച്ചി, എല്ലാവരും കോയമ്പത്തൂരെത്തുന്നില്ല. എന്നാൽ മനസ്സിന്റെ ഭാഷ മൂകം. ■

കള്ളൻ

പോയി.

എടുക്കാൻവയ്യാത്ത ഭാരം തലയിൽനിന്നിറങ്ങുംപോലെ, വരാന്തയിൽ നിന്നു സ്കൂട്ടർ ഇറങ്ങി. അവസാനത്തെ നിമിഷം ഇതാ - ഇതാ ഞെട്ടുന്നു.

കിക്ക്.

മോനേട്ടന്റെ ചെരിപ്പിനുകീഴെ സ്റ്റാർട്ടിങ്ലിവർ തിറമ്പി. മെഷീൻ ഒന്നു പിടഞ്ഞു ഞെട്ടിത്തെറിച്ചു കിടുങ്ങിക്കിടുങ്ങി സജീവമായി.

റാറ്റ.

നിൽക്കൂ മോനേട്ടാ.

മോനേട്ടൻ കേട്ടില്ല. ഷീജ വിളിച്ചില്ല. വിളിക്കാനാഞ്ഞു.

മോനേട്ടാ, പ്രതാപൻ വന്നിട്ടുണ്ടായിരുന്നു.

പറയാൻ വന്ന വാക്കുകൾ അപ്പോഴും അണ്ണാക്കിൽത്തന്നെ തങ്ങി, പുകഞ്ഞു. പിസ്റ്റൺ നെഞ്ചിൽ ഇടിച്ചു; മിസ്ഫയർ.

കണ്ണിൽനിന്നു കരടുപോലെ, മായുന്ന ദുഃസ്വപ്നംപോലെ മോനേട്ടൻ പോയി.

പോയോ?

സ്കൂട്ടർ കൺമറഞ്ഞിട്ടും അതിന്റെ ശബ്ദം ചെകിട്ടിൽ പെരുങ്ങി. എക്സാസ്റ്റിലെ പുകപോലെ മോനേട്ടൻ മനസ്സിൽ തേങ്ങി. മനസ്സിലാണോ, അണ്ണാക്കിലാണോ, കരിഞ്ഞ പുകയുടെ വാട കുടുങ്ങിക്കിടക്കുന്നത്?

ഷീജ ചുമച്ചു.

മെഷീൻ ചലിക്കുന്നേടത്തോളം പുക അവസാനിക്കുന്നില്ല.

ഭൂവല്ക്കത്തിന്നുമേലെ മനുഷ്യൻ നിർമ്മിച്ച റോഡ് വിവാഹംപോലെ കറുത്തു കിടന്നു. സൂര്യൻ തുടച്ചു തീർക്കാത്ത പ്രഭാതത്തിലെ ശേഷിച്ച നനവിൽ സ്കൂട്ടറിന്റെ പിൻചക്രം വരച്ചുപോയ നീണ്ട വരയിൽ താറിന്റെ കറുപ്പ് മിനുങ്ങിത്തിളങ്ങി. റോഡോ, സഭയോ, പാഞ്ചാലിയുടെ ചേലയോ?

മോനേട്ടൻ വരച്ചുപോയ വഴിത്താരയിലൂടെ പ്രതാപൻ വരും.

എക്സാസ്റ്റിലെ പുക റോഡിനുമേലെ ഭൂമിക്കുമേലുള്ള വായുവിൽ കലങ്ങി, വായുവിൽ ലയിച്ചു.

നാം ശ്വസിക്കുന്ന വായുവിൽ അന്തരീക്ഷത്തിലെ മാലിന്യങ്ങൾ നിറഞ്ഞിട്ടുണ്ട്. ഞാൻ ശ്വസിക്കുന്ന വായു എത്ര മലിനമാണ്!

വായുവിൽ ജീവനും മരണവും ഉണ്ട്.

എന്തിന്നു മരിക്കണം?

എക്സാസ്റ്റിന്റെ ശബ്ദം ഒതുങ്ങിയൊതുങ്ങി സ്പന്ദനമായി, സന്ദേഹമായി, ശൂന്യമായി ചെകിട്ടിൽ മരിച്ചു കിടന്നു.

മൂട്ട.

നല്ല കുട്ടികൾ ചെകിട്ടിൽ തിരുകി നഖം വൃത്തികേടാക്കില്ല.

ഷീജ ചെകിടു പൊത്തി, തുറന്നു.

വെ - വേ - വ്വെ!

നീ തന്നെ ഇല്ലാത്തതുണ്ടാക്കി പെരുപ്പിക്കുകയും ദുഃഖിക്കുകയും ചെയ്യുന്നു. ദുഃഖമല്ലെങ്കിൽ, ഭയപ്പെടുന്നു. റോഡ് ശൂന്യം. അന്തരീക്ഷം ശാന്തം. സ്കൂട്ടറും എക്സാസ്റ്റും മോനേട്ടനും പോയി. ഇനി കോടതി ലഞ്ചിനു പിരിയുംവരെ മോനേട്ടൻ അകത്ത്. മോനേട്ടൻ പോയി. പോയെന്നുറപ്പുവരുത്താൻ നെടുനീളം നോക്കി.

പോയി.

വാതിൽ ചാരി തഴുതു നീക്കിയിട്ടില്ല എന്നുറപ്പുവരുത്താൻ വീണ്ടും തറപ്പിച്ചുനോക്കുമ്പോൾ അടുക്കളയിൽ പ്ലേറ്റുകൾ കലമ്പി.

ദേവി പോയിട്ടില്ല.

ഇന്നെന്താ കഴുകിത്തീരില്ലെ?

തീർന്നു ചേച്ചി.

തീർന്നാലും ദേവി പോവില്ല.

ഇല്ലേ?

ഇന്നലെ അവൾ ഇര മുടക്കി, തുണക്കിരിപ്പാണത്രെ! ഓർത്തപ്പോൾ ചുണ്ടുകൾ അമർത്തിക്കടിച്ച് തെല്ലുനേരം നിന്നു. ഒറ്റക്കിരുത്താൻ പേടിയാണെങ്കിൽ നഴ്സറിയിൽ കൊണ്ടുപോയാക്കട്ടെ. ഇവിടെ എന്നെ കൊട്ടിപ്പാടിയുറക്കാൻ ദേവി വേണ്ട.

ദേവി പോകും.

നിന്റെ വീട് എന്തുമാത്രം ദൂരത്താന്നാ പറഞ്ഞത്?

എന്തിനാ ചേച്ചി?

എനിക്കൊരാഗ്രഹം, നിന്റെ അമ്മയെക്കാണാൻ.

അമ്മ മാസപ്പടി വാങ്ങിക്കാൻ വരും.

ഇപ്പക്കാണണം.

ഇപ്പപ്പോയാൽ ലഞ്ചിന്നു വരാൻ പറ്റില്ല.

വേണ്ട. അമ്മയെ ഇത്തറ്റം കൊണ്ടുവന്നാൽ മതി.

അമ്മ വീട്ടിലുണ്ടാവില്ല.

എന്തേ?

പണിക്കു പോയിട്ടുണ്ടാവും.

ഉച്ചയ്ക്കു വരില്ല്യേ? അപ്പോൾ നിനക്കൊന്നു പറഞ്ഞുകൂടെ ചേച്ചിക്കു കാണണമെന്ന്.

അതെന്തിനാ ചേച്ചി?

ദേവി!

എന്താ ചേച്ചീ?

എനിക്കും അമ്മയുണ്ട്. എന്റെ അമ്മ എത്രയോ അകലെയാണ്. നീ പോകുമ്പോൾ എന്റെ സാരി ഉടുത്തേക്ക്. ഉടുക്കാനറിയില്ലേ? ഇതേവരെ സാരി ഉടുത്തിട്ടില്ലെ? ഞാൻ ഉടുപ്പിച്ചു തരാം. ഏതാ നിനക്കിഷ്ടം?

കണ്ണാടിയുടെ മുന്നിൽ നില്ക്കുമ്പോൾ ഷീജയ്ക്കു ശ്വാസംമുട്ടി. ഏതെല്ലാമാണ് അണിയേണ്ടത്? ഓരോന്നായെടുത്തു മാറിൽ ചേർത്തു ചന്തം നോക്കി. ഒന്നിനോടും ഇഷ്ടം തോന്നുന്നില്ല. ഇന്നേവരെ ആഭരണങ്ങളണിയാൻ ഒരാശ തോന്നിയിട്ടില്ല. ഇന്നാണെങ്കിൽ അണിഞ്ഞാലും ഒരുങ്ങിയാലും തൃപ്തി ആവുന്നില്ല. ജനലുകൾ തുറന്നിട്ടു. അല്ലെങ്കിൽ വിയർക്കും. കാറ്റിൽ ജനൽത്തുണികൾ ഉലഞ്ഞു. ജനൽത്തുണികളല്ല, താൻതന്നെയാണ് ഉലയുന്നത്. ഓളങ്ങൾ ഒളിച്ചുകളിക്കുന്നു.

ഇക്കിളിയാവുന്നോ?

എന്നിട്ടും ശ്വാസംമുട്ടുന്നു. ഈ മുറിക്കകത്തു കടന്നാൽ, തലയ്ക്കു വീണ ശാപംപോലെ എന്തൊരു വാടയാണിത്! എന്നാലും ഇതിന്നകത്തുറങ്ങണം, ഇതിന്നകത്തൊരുങ്ങണം, ഇതിന്നകത്ത്–

മോഹൻസാർ പോയോ?

പോയല്ലൊ.

ഞാൻ വന്നിട്ടുണ്ടായിരുന്നു എന്നു പറഞ്ഞില്ലേ?

മറന്നുപോയി.

നാളെ വരാം.

എന്നും വരണം.

ഒരാളും ഇല്ല. അവൾ ഈ മുറിക്കകത്ത് ഈ വാടയിൽ കാത്തിരിക്കണം.

ഹൗസിംഗ്ബോർഡിൽ ഒഴിവൊന്നുമില്ല കുട്ടി.

കുട്ടി!

ഓക്കാനം വന്നു.

പൗഡർ കുടഞ്ഞിട്ടു മണത്തു. ചാന്തും കൺമഷിയും എടുത്തുമാറ്റി.

നമുക്കു നല്ലൊരു വീടുണ്ടാവും കുട്ടി.

എപ്പോഴും കുട്ടി. എന്തിനും കുട്ടി.

കണ്ണാടിയിൽനോക്കി അവൾ കൊഞ്ഞനം കുത്തി: കുട്ടിയല്ല, ബൊമ്മ!

ഓരോന്നായെടുത്തുമാറ്റി ഡ്രസ്സിങ്ടേബിൾ വൃത്തിയാക്കിക്കൊണ്ടു നിന്നു. മോനേട്ടന്റെ ചീർപ്പെടുത്തു. ചീർപ്പിനും ഗന്ധമുണ്ട്. ഇതു മോനേട്ടന്റെ ഗന്ധമാകുന്നു. നര കറുപ്പിക്കുന്ന കുപ്പിയെടുത്തു മണത്തു.

ഇതുതന്നെ!

ലോമ പോയി. പെട്ടെന്നു വീണുകിട്ടിയപേർ കൊള്ളാം.

ലോമ. ദേവിക്ക് മാമൻ. പ്രതാപന് മോഹൻസാർ. ഷീജയ്ക്ക്-

ഷീജയ്ക്കു ലോമ!

ഈ ഗന്ധം നടാടെ വീർപ്പുമുട്ടിച്ച മുഹൂർത്തത്തെ ശപിക്കുമ്പോൾ കണ്ണാടിയിൽ കണ്ണുകൾ നിറഞ്ഞു. ചുണ്ടുകൾ വിറച്ചു.

അമ്മേ!

കൊണ്ടക്കൊടുക്കൂ. കുട്ടീ.

ദീനംദീനം അമ്മയെ നോക്കി. കണ്ണാടിയിൽ നോക്കി. അമ്മ ഇല്ല. അമ്മ പറഞ്ഞു:

തട്ടിത്തടയാണ്ടെ, കൈ വിറയ്ക്കാണ്ടെ പൊയ്ക്കോളൂ. തുളുമ്പരുത് ട്ട്വോ. ഭഗവതീനെ നല്ലണ്ണം നിരീച്ചില്ല്യെ?

കാപ്പി കൊണ്ടെക്കൊടുത്തു തിരിച്ചുവന്നപ്പോൾ അമ്മ ചോദിച്ചു:

കുട്ടി കണ്ട്വോ?

നെഞ്ചിലോളം വന്ന കുടൽ പിടിച്ചമർത്തുകയായിരുന്നു. മിണ്ടാൻ കഴിഞ്ഞില്ല.

പൂമുഖത്താകെ ഒരു വാട എന്ന് അമ്മയോടു പറഞ്ഞില്ല.

സ്വയംവരം!

മകളുടെ സ്വയംവരത്തിന്റെ ലഹരിയിൽ അമ്മ മയങ്ങി. നരച്ചമുടി കറുപ്പിച്ചു വന്നതാണെന്നു ഷീജയ്ക്കറിയില്ല. അമ്മയ്ക്കതിന്റെ ഗന്ധംപോലുമില്ല. അറപ്പോടെ നോക്കിനില്ക്കുമ്പോൾ അരിശം കത്തിയ കണ്ണുകൾ പെട്ടെന്നു കണ്ണാടിയിൽ കോറി. നുറുങ്ങുനുറുങ്ങായി കണ്ണാടി മുറിഞ്ഞു വീണില്ല!

നെഞ്ചിനകത്തു കാളിങ്ബെൽ ചിനങ്ങി.

വന്നോ?

നടന്നപ്പോൾ വീടു കുലുങ്ങുന്നു. കാലടികൾക്കിടയിൽ വഴുതിപ്പോകുന്ന നിലം നടുങ്ങുന്നു.

ഷീജ നിന്നു. വീഴണ്ട.

തട്ടിത്തടയരുത് ടോ.

വാതിൽ തുറക്കാൻ ഹാൻഡിൽ പിടിച്ചപ്പോൾ വിരലുകൾ മടങ്ങുന്നില്ല. പിടി ഉറയ്ക്കുന്നില്ല.

കാളിങ്ബെൽ മുഴങ്ങി, ധിക്കാരത്തോടെ.

ഇടിയോ വെടിയോ പടമുഴക്കോ?

കൊടുംകാറ്റിലെന്നോണം വാതിൽ മലർന്നു.

സ്തബ്ധം.

ജീവിതം നിമിഷമായി, നിമിഷം യുഗങ്ങളായി.

കുട്ടി കണ്ട്വോ?

കണ്ടില്ല.

നല്ലവണ്ണം കണ്ടില്ലേ?

കേട്ടു.

എന്തുപറ്റി ഷീജ?

മറുപടി പറഞ്ഞില്ല.

മോഹൻസാർ പോയോ?

ഉവ്വെന്നു പറഞ്ഞുവോ? പറയാനുള്ളത് ചുണ്ടുകളിൽ കരിഞ്ഞുവോ?

പൊള്ളുന്നു.

കൈത്തണ്ടയിൽ തട്ടി. പ്രതാപൻ പിടിവിട്ടില്ല.

വരൂ.

ഞാൻ വന്നിരുന്നു എന്നു പറഞ്ഞില്ലേ?

ഇരിക്കൂ.

എന്തു പറ്റീന്നു പറയൂ. ആ പെണ്ണെവിടെ. ഒരു ഗ്ലാസു വെള്ളം കൊണ്ടു വരാൻ.

കിടക്കണോ? കിടന്നോളൂ. മോഹൻസാർ വന്നാൽ പ്രതാപൻ വന്നിട്ടുണ്ടായിരുന്നു എന്നു പറയൂ. ഇതാ എന്റെ കാർഡ്, ഇന്നലെ തരാൻ മറന്നു പോയി.

കാർഡു വാങ്ങിക്കാൻ നീട്ടിയ കൈ വീണ്ടും പൊള്ളി. പൊള്ളട്ടെ. മോഹൻസാറിനോട് എന്റെ പേരു പറഞ്ഞാൽ മതി. കോഴിക്കോട്ട് ഞാനദ്ദേഹത്തിന്റെ അസിസ്റ്റന്റായിരുന്നു. മോഹൻസാർ ട്രാൻസ്ഫറായിപ്പോന്നു. ഞാൻ റിസൈൻ ചെയ്തു.

പ്രതാപന് ഇനിയും പറയാനുണ്ടായിരുന്നു. ഒരു ഫ്ളാറ്റോ വീടോ എന്താണാവശ്യമെന്നു പറഞ്ഞാൽ മതി, ഹൗസിങ്ബോർഡിൽ

നമുക്കാളുണ്ട്. ഒരു സൗകര്യവുമില്ലാത്ത ഈ നശിച്ച വീട്ടിൽ കിടന്ന് എന്തിനു കഷ്ടപ്പെടണം? പറഞ്ഞുവന്നപ്പോൾ, ഒരിക്കൽ ഷീജയെ നോക്കി. കണ്ണെടുക്കാതെ തന്നെ നോക്കി.

ഇന്നലെക്കണ്ട പെണ്ണോ?

അവളില്ല.

പോയോ?

പറഞ്ഞയച്ചു.

അവൾക്കു വർത്തമാനം പറയാം. അതിലേറെ അദ്ഭുതകരമാണ്, അവൾക്കു ജീവനുണ്ട്. എല്ലാം ഓർമ്മയുണ്ട്. പ്രതാപൻ വരുമ്പോൾ താൻ മാത്രമേ വീട്ടിലുണ്ടാകാവൂ എന്ന് ഇന്നലെത്തന്നെ തീരുമാനിച്ചിട്ടുണ്ട്. പിന്നെ എന്തിനാണ് താനിത്ര പേടിച്ചത്. മരിക്കാൻ പോയത്.

ഇപ്പോൾ പൊള്ളലില്ല. ചൂടുണ്ട്. ചൂടിൽ ജീവനുണ്ട്. പ്രതാപന്റെ ജീവനുള്ള വിരലുകൾ ഒരിടത്തും തങ്ങുന്നില്ല. തന്റെ സകല ഞരമ്പുകളും മാംസപേശികളും തേങ്ങുന്നുണ്ട്. വിരലിലെ മോതിരത്തിൽ, കൈത്തണ്ടയിലെ വളകളിൽ, കഴുത്തിലെ മാലകളിൽ–

അവൾക്കു ചിരിപൊട്ടി. ചിരിക്കാതിരിക്കുമോ? പ്രതാപനുണ്ട് പറയുന്നു.

ഷീജ, സ്ത്രീ - പര്യായം: സ്വർണം, ചെമ്പ്, പഞ്ചലോഹങ്ങൾ. ഞാൻ ഷീജയെ നോക്കുമ്പോൾ, ഷീജയെത്തൊടുമ്പോൾ, ഷീജ മാത്രം ഇല്ല. മോതിരങ്ങൾ, വളകൾ, മാലകൾ, ഇയർ റിങ്ങുകൾ...

കേൾക്കാൻ ഇമ്പമുണ്ടെങ്കിലും അവൾ പറഞ്ഞു:

ഡോറടച്ചിട്ടില്ല!

പിന്നെ പുരുഷൻ അസ്ഥിയായി, സ്ത്രീ രക്തവും മാംസവുമായി, അട്ടയായി, സർപ്പമായി, പുരുഷന്റെ ആക്രമണത്തിൽ വിയർത്തു. തളർന്നു, തളർച്ച ലഹരിയായി. ലഹരിയിൽ അടിമുടി കുഴഞ്ഞു മയങ്ങിക്കിടന്നു. മരണംപോലെ, നിർവൃതി പോലെ. നിർവൃതിയിൽ നെടുവീർപ്പു പൊട്ടി. നെഞ്ചു പൊരിഞ്ഞു. കർണം പൊട്ടുമെന്നായപ്പോൾ പിടഞ്ഞു: അനങ്ങിയില്ല. കുടഞ്ഞുനോക്കി. വയ്യ.

നിലവിളിച്ചു.

നിലവിളി അണ്ണാക്കിൽ മുഴങ്ങി.

എനിക്ക് മിണ്ടാൻ വയ്യ.

എന്തേ?

അനങ്ങിക്കൂടാ.

എന്തേ?

കുളിച്ച് ഉടുപ്പിട്ട് പ്രതാപൻ വന്നു.

പോകുന്നോ?

ചോദിക്കാൻ വയ്യ. ദീനദീനം കരഞ്ഞു.

എന്റെ വായിലെ തുണി എടുത്തുതരൂ.

കൈകാലുകൾ അഴിച്ചുവിടൂ.

കട്ടിലിൽ കിടന്നു വലയുന്ന ഷീജയുടെ നെറ്റിയിലേക്ക് ചുണ്ടുകൾ അടുപ്പിക്കാൻ കുനിഞ്ഞുനിന്ന് പ്രതാപൻ പറഞ്ഞു:

റ്റാ റ്റ!

വാതിൽ തുറക്കുന്നതും അടയുന്നതും കേട്ടു. കാലൊച്ച കേട്ടു. അവളുടെ നെഞ്ചിലൂടെ അമർത്തിച്ചവിട്ടി പതുങ്ങിപ്പതുങ്ങി സ്പന്ദനമായി, സന്ദേഹമായി–

സന്ദേഹമല്ല, കാലൊച്ച തിരിച്ചെത്തുന്നു. കട്ടിലിന്നടിയിലേക്ക് മലർക്കെ പിടിച്ചുകെട്ടപ്പെട്ട കൈകാലുകൾ മടക്കാൻ പാടുപെട്ടുകൊണ്ട് അവൾ കിടന്നുനോക്കി. മോനേട്ടന്റെ ടർക്കിഷ് ടവൽ വരുന്നു. ടവലിന്റെ പിന്നിൽ പ്രതാപന്റെ കാലുകൾ നടന്നടുക്കുന്നു, പുതപ്പിച്ചു തരുന്നു.

അന്യന്റെ മുന്നിൽ ഇത്രയും നേരം നഗ്നയായി കിടക്കേണ്ടിവന്ന തന്റെ ഗതികേടിനെക്കുറിച്ചോർത്തപ്പോൾ അവൾക്കു ബോധം മറയാൻ തുടങ്ങി. ബോധക്കേടല്ല. താൻ പോകുന്നു. ആണ്ടുപോകുന്നു. തനിക്കു കീഴെ പാതാളം. പാതാളത്തിന്റെ ആഴം കാണാത്ത ഇരുട്ടിലേക്ക് കിടന്ന കട്ടിലോടെ താണുപോകുന്നു. പിടയുന്നു, ഉയർന്നുവരാൻ, ഭൂമിയിലേക്കു വരാൻ മേലോട്ടു തുഴയുന്നു, എന്നിട്ടും താണുപോകുന്നു, പോകുന്നു.

പോയി. ■

അനുരഞ്ജനം

തികഞ്ഞ ആലഭാരത്തോടെ നേതാവു കിടന്നു. ചക്രപാണിക്കു പൊത്തിരുത്തില്ല. അനങ്ങിയാൽ നേതാവിനെ മുട്ടും. ചക്രപാണി കോങ്കണ്ണുരുട്ടി നോക്കുന്നു. നേതാവ് ഒടിഞ്ഞു ചെരിഞ്ഞു പരന്ന് സീറ്റു നിറഞ്ഞു കിടക്കുന്നു. നേതാവിനെ മുട്ടാമോ? നേതാവു ഭരിക്കുന്നു. നേതാവു ഘോഷിക്കുന്നത് ഞങ്ങൾ ഭരിക്കുന്നു എന്നാണ്. ഞങ്ങൾ എന്ന് ഉച്ചരിക്കുമ്പോൾ ഞാൻ എന്നു നടിക്കുന്നു. നേതാവ് ഭരിക്കുന്നു. നേതാവിന്റെ കീഴിൽ പന്തീരായിരം തൊഴിലാളികളുണ്ട്. കീഴിൽ എന്ന് എപ്പോഴും തറപ്പിച്ചുതന്നെ ഉച്ചരിക്കുന്നു. എല്ലാ മനുഷ്യരും തുല്യരെന്ന തത്ത്വം നേതാവു പിന്നാലെ മുഴക്കുന്നു. ഇടയനും മാടും തുല്യരല്ലെന്ന് ഉള്ളിൽ ധരിക്കുന്നു. ഓഫീസിലേക്കു കടന്നുവന്നപ്പോൾ നേതാവിന്റെ ഭാവം ഞാൻ ഭരിക്കുന്നു എന്നായിരുന്നു. ഞാൻ ഭരിക്കുന്നു എന്ന നാട്യത്തോടെ നേതാവ് കാറിൽ കയറുന്നു. കുപ്പിമുതലാളി ഡോർ തുറന്നുപിടിച്ചു. സഹദേവനെ മനസ്സിൽ നിരൂപിക്കുമ്പോഴൊക്കെ കുപ്പിമുതലാളി എന്നു ചക്രപാണി നിരീക്കുന്നു. കുപ്പിമുതലാളി എന്നു സഹദേവനെ മാലോകർ വിളിക്കുന്നു. സഹദേവന്റെ ഗ്ലാസ് ഫാക്ടറിയിലെ കണക്കുകൾ ശരിപ്പെടുത്തി ശമ്പളം പറ്റുന്നു എന്ന ഒറ്റക്കാരണത്താൽ മാലോകർ വിളിക്കുന്ന വിളിപ്പേരിൽ അയാളെ നിരൂപിച്ചുകൂടെന്നില്ലല്ലോ. എന്തുകൊണ്ടു നിരൂപിച്ചുകൂടാ? ചക്രപാണി സ്വതന്ത്രനാകുന്നു. ഗ്ലാസ് ഫാക്ടറിയുടെ പേറോളിൽ ചക്രപാണി അയ്യർ ഇല്ല. ചക്ര

പാണി ശമ്പളക്കയ്യനല്ല. അയാൾ മൂന്നു വലിയ സ്ഥാപനങ്ങൾക്കുവേണ്ടി കള്ളക്കണക്കു ശരിപ്പെടുത്തുന്നു. മൂന്നു സ്ഥാപനങ്ങളുടെ പേറോളിലും പേരില്ലെങ്കിലും മൂന്നിടത്തും ദിനസരി ഹാജരായി ജോലി ചെയ്യുന്നു. ജോലിയെ വർക്ക് എന്നു ധരിക്കുന്നു. എന്റെ കീഴിൽ പന്തീരായിരം തൊഴിലാളികളുണ്ടെന്ന് കുപ്പിമുതലാളിയെ നേതാവു ഭീഷണിപ്പെടുത്തുമ്പോൾ താനും തൊഴിലാളിതന്നെ എന്നു ചക്രപാണി മനസ്സിൽ കൂറുന്നു. എന്നാൽ തൊഴിലാളിയാണോ? നേതാവും മുതലാളിയും തമ്മിൽ നടക്കുന്ന ചർച്ചയിൽ ചക്രപാണി പങ്കുകൊള്ളുന്നു. പങ്കുകൊള്ളണമെന്നാണ് മുതലാളിക്കു നിർബ്ബന്ധം. നേതാവിനെ ആചരിക്കാൻ ഫിയറ്റ് ആയിരത്തിഒരുനൂറിന്റെ ഡോർ തുറന്നുപിടിച്ച കുപ്പിമുതലാളി, നേതാവ് കയറിക്കിടന്നപ്പോൾ ചക്രപാണിക്കു കൈകാണിച്ചു. ചക്രപാണി അനുസരിച്ചു. അനുസരിച്ചെങ്കിലും പൊത്തിരുത്തില്ല. നേതാവ് നിറഞ്ഞുകിടക്കുന്നു. നേതാവിനെ മുട്ടാമോ? മുതലാളി ഡോർ വലിച്ചടച്ചു. അന്തേവാസികളെ കൂട്ടിലിട്ടടച്ച മൃഗശിക്ഷകന്റെ തലയെടുപ്പോടെ മുന്നിൽ കയറി.

സഹദേവൻ നീണ്ടുനിവർന്നിരുന്നു. പുറപ്പെടാൻ ഡ്രൈവർക്ക് അടയാളം നല്കി. മെഷിനേക്കാൾ നിർമ്മമനായി സ്റ്റിയറിങ്ങിലിരുന്ന ദാമുവിന് രോമകൂപങ്ങൾതോറും കണ്ണുകളുണ്ട്. ഡ്രൈവർക്കു കണ്ണുകൾ മാത്രം പോരാ. പഞ്ചേന്ദ്രിയങ്ങൾ ഉണരുന്നു. മെഷീൻ ഉണർന്നു; ഇളകി. പുഴക്കരയിലൂടെ നീങ്ങി. മെഷീൻ മാത്രം സജീവം. അന്തേവാസികൾ സമാധിയിലായിരുന്നു. ജീവത്തായ വായുവിനെ ഫിയറ്റ് തള്ളിപ്പുറത്തി. വാഹനത്തിന്റെ ഗതിക്കൊത്തു വായു വഴങ്ങി; വഴിയൊഴിഞ്ഞു. ജീവിതം വഴങ്ങി. പുഴക്കരയിലൂടെ, പാടത്തൂടെ, പാലം കടന്ന് ആകാശത്തോടു മത്സരിക്കുന്ന നഗരത്തിലേക്ക്, നഗരത്തിലൂടെ-

നഗരം ആകാശത്തോടു മത്സരിക്കുന്നു. മത്സരം വളർച്ചയുടെ അടിസ്ഥാന തത്ത്വമാകുന്നു. ചേക്കുട്ടിമുതലാളിയുടെ കുപ്പിക്കടയിൽ മത്സരിച്ചു ജയിച്ചു. അവന്റെ ചെലവെങ്കിലും നടക്കൂലോ. കൊണ്ടുപൊയ്ക്കോളെ എന്ന് സു എന്ന മൂത്ത കുട്ടിയെ ചേക്കുട്ടിഹാജിക്ക് ഏല്പിച്ചുകൊടുക്കുമ്പോൾ, മുട്ടിപ്പലകയ്ക്കുവേണ്ടി, കുഞ്ഞിക്കിണ്ണത്തിന്നുവേണ്ടി മത്സരിക്കുന്ന മക്കളുടെ എണ്ണം അമ്മ കുറയ്ക്കുകയായിരുന്നു. കുഞ്ഞിക്കിണ്ണത്തിൽ വെന്തു മലച്ച വറ്റുകൾ മത്സരിച്ചു. ഞാനും ഞാനും പ്ലാവിലയിൽ കുടുങ്ങില്ല. നിന്നെ ഞാൻ പിടിക്കും എന്നു പ്ലാവില കോരി. വഴുതിക്കളിക്കുന്ന വറ്റുകളെ അടയാളംപിടിച്ചറിഞ്ഞു. തവിടുള്ള വെന്ത അറ്റങ്ങൾ പൊട്ടിപ്പിളർന്ന് കഞ്ഞിവെള്ളത്തിൽ കലങ്ങിക്കിടന്നു. പൂവിന്റെ ഇതളുകൾപോലെ വറ്റുകൾക്കു ദലങ്ങളെണ്ണി. അറ്റുപോകാത്ത ദലങ്ങളുള്ളവൻ എപ്പോഴും വഴുതി നീന്തിപ്പോയി. അവനെ പിടിക്കാൻ വെള്ളം തേവി വറ്റിച്ചു. വഴുതുന്ന വറ്റിന്റെ കളി കുപ്പിക്കടയിൽ കളിച്ചു. എവിടേയും സെയ്ദു സെയ്ദു എന്നേ ചേക്കുട്ടി മുതലാളി അവനെ വിളിച്ചുള്ളൂ. കടപ്പയ്യന്മാരോട് മത്സരിച്ചു ജയിക്കുമ്പോൾ കച്ചവടം കണ്ടറിഞ്ഞു. ഗ്രാമഗ്രാമാന്തരങ്ങളിലൂടെ കോളണികളിലൂടെ, തെരുവുകളിലൂടെ നടന്നു വാണിഭക്കാർ വിളിച്ചു:

കുപ്പികൾ, അളുക്കുകൾ, ടിന്നുകൾ കൊടുപ്പാനുണ്ടോ?

ഉടഞ്ഞ വിളക്കുകൾ, കേടുവന്ന പോക്കേറ്റ്ലാമ്പുകൾ കൊടുപ്പാനുണ്ടോ?

പൊട്ടിയ ഓട്, ചെമ്പ്, അലുമിനിയം, പിച്ചളപ്പാത്രങ്ങൾ കൊടുപ്പാനുണ്ടോ?

അവരുടെ നിറഞ്ഞ ചാക്കുകൾ ചേക്കുട്ടിമുതലാളിയുടെ കുപ്പിക്കടയിൽ ഒഴിഞ്ഞു. അവിടെ പഴയ കുപ്പികളും ടിന്നുകളും പുത്തൻചരക്കുകളോടു മത്സരിച്ചു. കടപ്പയ്യന്മാരോടുള്ള മത്സരം മുതലാളിയോടായിത്തിരിഞ്ഞു. കുപ്പിക്കട തുറക്കാൻ പീടികമുറി വാടകയ്ക്കെടുത്തപ്പോൾ മുതലാളി ചോദിച്ചു:

“ഞമ്മളോട് മത്സരിക്കാറായി - ല്ലേ? എങ്കിപ്പിന്നെ മിണ്ടിപ്പറഞ്ഞിട്ടും പോരായോ, സെയ്ദു?”

മുതലാളീ, സഹദേവന് മത്സരം ഇല്ല. ജീവിതം മത്സരമാകുന്നു.

നഗരം ആകാശത്തോടു മത്സരിക്കുന്നു.

നേതാവ് മുതലാളിയോടു മത്സരിക്കുന്നു.

ഫാക്ടറി തൊഴിലാളിയൂണിയനെ എന്തുകൊണ്ട് അംഗീകരിക്കുന്നില്ല?

ഫാക്ടറിയുടെ പേറോളിൽ തൊഴിലാളികൾ ഇല്ല. മണലെടുക്കാനോ അരിക്കാനോ ഉണ്ടാവും. അതൊക്കെ അപ്പപ്പോൾ കിട്ടുന്നവരെ വിളിച്ചു ചെയ്യിക്കുന്നു. കാഷ്വൽ ലാബർ. ഇന്നു കിട്ടിയവൾ ഇന്നലേയും വന്നിട്ടുണ്ടാവാം. അവൾക്കു നാളെ പണി ഉണ്ടാവും എന്നു പറഞ്ഞുകൂടാ. അവൾ ഫാക്ടറിയുടെ തൊഴിലാളി അല്ല. ഫാക്ടറിക്ക് അവളോടൊരു ബാധ്യതയുമില്ല.

എന്റെ കീഴിൽ പന്തീരായിരം തൊഴിലാളികളുണ്ട്.

നിങ്ങൾ നേതാവാകുന്നു. നേതാവ് തൊഴിലാളികളിൽ വാഴുന്നു. വാഴ്ക! ഏഴകളെ ജീവിക്കാൻ വിടുക.

അനുരഞ്ജനത്തിനാണു ഞാൻ വന്നത്.

വരൂ, നമുക്കു പോകാം.

കാർ ഓടുകയല്ല. റോഡ് ഓടിവരുന്നു. റോഡല്ല. നിറങ്ങളും വെളിച്ചവും തമ്മിലലിഞ്ഞ് അലകളായി അണിയണിയായി വരുന്നു. കാൽക്കീഴിലൂടെ ഉരുണ്ടുപോകുന്നു. റോഡ് എന്ന മാധ്യമം വിഭ്രാന്തിയാകുന്നു. കാനലിന്റെ അലകൾ തുള്ളിത്തുള്ളി വരുന്നു. കാൽക്കീഴിലൂടെ ഒഴുകുന്നു. നീല, വെള്ള, പച്ച, മഞ്ഞ, കറുപ്പ്, ചുവപ്പ്, ഗ്ലാസ്ഷീറ്റുകൾ. ഷീറ്റുകളല്ലല്ലോ. കുപ്പികൾ മഴവില്ലുകളായി മിന്നിമറഞ്ഞെത്തി. മഴവില്ലുകളുടെ പ്രവാഹത്തിനു മേലെ സഹദേവൻ ഇരുന്നു. ധ്യാനംപോലെ, തപസ്സുപോലെ, യോഗവിദ്യപോലെ. ദൃഷ്ടികൾ മൂന്നാംകണ്ണിലേക്കു ചുളിഞ്ഞുകൂടി. ദാമുവിന് സർവാംഗം ദൃഷ്ടികൾ മിഴിഞ്ഞു, മുതലാളിക്കു സ്പീഡാണിഷ്ടം. ദാമുവിന്റെ കൈകളിൽ, കാലുകളിൽ, കണ്ണിൽ വണ്ടിയില്ല. സഹദേവനാണ്. ദാമു വണ്ടി വിടുകയല്ല, സഹദേവനെ പറപ്പിക്കുകയാണ്. വണ്ടി പറക്കുമ്പോൾ സഹദേവൻ ബിസിനസ് ആസൂത്രണം ചെയ്യുന്നു. ദാമുവിന്

പഞ്ചേന്ദ്രിയങ്ങൾ പോര. സ്പീഡോമീറ്റർ ഗതിധാര അളന്നു. പഞ്ചേന്ദ്രിയങ്ങൾക്കും അതീതമായി ഭൂമി സദാ സഞ്ചരിക്കുന്നു. സഹദേവൻ അറിയുന്നില്ല എവിടെയെത്തി എന്ന ബോധമില്ല.

പഴയ കുപ്പികൾ, അളുക്കുകൾ, ടിന്നുകൾ-കൊടുപ്പാനുണ്ടോ?

കുപ്പികൾ കഴുകി വെള്ളം വാർത്തു സംഭരിച്ചു. ടിന്നുകൾ ഓട്ടയടച്ച് മൂടുവെട്ടിയിട്ട് വിളക്കി ചായമടിച്ചുവെച്ചു. കുപ്പികൾ ആസവാരിഷ്ടങ്ങൾ നിറയ്ക്കാൻ വിറ്റുപോയി. ആയുർവ്വേദം എന്ന വാറ്റുവ്യവസായത്തിനു നന്ദി. നഗരത്തിലെ പ്രധാനവീഥി വൈദ്യന്മാരുടേതായി, ഭൂമിയും കെട്ടിടങ്ങളും ബിസിനസ്സും. സാക്ഷാൽ വൈദ്യൻ, പുരാതന വൈദ്യൻ. പാരമ്പര്യം, അനുഭവം, ശിഷ്യൻ ആർ.എം.പി. അളുക്കുകളിൽ ലേഹ്യരസായനങ്ങൾ നിറഞ്ഞു. സഹദേവൻ സ്വന്തം വാനിൽ വൈദ്യർക്കു വേണ്ടിടത്തോളം കുപ്പികൾ എത്തിച്ചു. ചേക്കുട്ടിഹാജി തോല്ക്കുമോ? ഹാജി ലോറിയിൽ ബിസിനസ് ഓട്ടി സെയ്ദുവിനെ മലർത്തി. ചേക്കുട്ടിഹാജി തന്നെ കേമൻ. അതു ബിസിനസ്സല്ല.

കുത്തക ഇല്ലേ, ബിസിനസ്സില്ല. പഴയ കുപ്പികളിൽ വാറ്റുചാരായം നിറഞ്ഞു. വാനിലൂടെത്തന്നെ സംഭരണം, വാനിലൂടെ വിതരണം. ബിസിനസ്സിന്റെ പെരുത്ത കള്ളിവല അതിർത്തികൾ കടത്തിവീശി. ദാമുവും വാനും സഹദേവനും പണവും. എന്തുചെയ്തിട്ടും പണം ഒതുങ്ങുന്നില്ല. വാൻ ഷെഡ്ഡിൽ കയറി. കാറിൽ പറന്നു. സ്പീഡോമീറ്റർ നാല്പതിൽ, അമ്പതിൽ, അറുപതിൽ–

പണം ഒതുക്കാൻ ഗ്ലാസ് ഫാക്ടറിയായി. പുതിയ കുപ്പികൾ, നീല, വെള്ള, പച്ച, കറുപ്പ്, ചുവപ്പ് – കുപ്പികൾ, കുപ്പികൾ മഴവില്ലുകളായി മിന്നിത്തിളങ്ങി വന്നു. മഴവില്ലുകളുടെ വർണ്ണപ്രവാഹത്തിന്നുമേലെ സഹദേവൻ ഇരുന്നു. നിശ്ചലം, നിശ്ശബ്ദം, നിർവൃതം, ദാമുവിനു രോമകൂപാന്തരം കണ്ണുകൾ മിഴിഞ്ഞു. സ്പീഡോമീറ്റർ എഴുപതിൽ.

വിളക്കുകൾ ചാലിച്ച വർണ്ണക്കൊഴുപ്പിൽ മുങ്ങിയ നഗരത്തിനു കോരിത്തരിച്ചു. നഗരം മൈതാനത്തെ ചുറ്റി തിരിക്കുതിരയിൽ തിരിഞ്ഞു. മൈതാനത്തിനു ചുറ്റും പരസ്യങ്ങളുടെ നാഗത്താലങ്ങളായിരുന്നു. ഗ്ലാസിന്റെ വർണക്കുമിളകളിൽ, കുഴലുകളിൽ പരസ്യങ്ങൾ മാലോകരെ മയക്കി.

സഹദേവന്റെ കൈപ്പടം ഉയർന്നു. യോഗി, ധ്യാനനിരതനായിരുന്ന യോഗി ഭക്തനെക്കണ്ടനുഗ്രഹിക്കുംപോലെ കൈപ്പടം ഉയർന്നു. സിഗ്നൽ. സ്പീഡോമീറ്റർ പിന്നോട്ട് – അറുപതിൽ, അമ്പതിൽ, ഇരുപതിൽ, നിശ്ചലം.

നേതാവ് ഒന്നു കുലുങ്ങി അമർന്നു. കുന്തുകാലിലും സീറ്റിന്റെ തെറ്റിലും ഡോറിലുമായി കുടുങ്ങിയിരുന്ന ചക്രപാണി തുള്ളിത്തെറിച്ചിരുന്നു. നേതാവിനെ മുട്ടിയോ? മുൻസീറ്റിൽ നടന്നതെന്തെന്നു രണ്ടുപേരും അറിഞ്ഞില്ല. ഡോർ തുറന്നടഞ്ഞു. അനേകം ദീപങ്ങളാൽ മുറിഞ്ഞുപോയ ദാമുവിന്റെ നിഴലുകൾ റോഡ് മുറിച്ച് ഫുട്പാത്തിൽ കയറി. എന്താണു കാര്യമെന്ന് നേതാവ് തലപൊക്കി നോക്കിയപ്പോൾ കേട്ടു.

പട്ടി!

സഹദേവന്റെ മുഖം നടന്നകലുന്ന ദാമുവിന്റെ നിഴലുകൾ തേടാൻ ടോപ്ലൈറ്റിൽ തിരിഞ്ഞുനിന്നു.

പട്ടി! നിർത്താൻ കിട്ടിയ സ്ഥലം കണ്ടോ? അങ്ങാടി മുഴുക്കെ സഹദേവനെ കാണട്ടെ!

നേതാവിനു ചെകിട്ടിൽ ചൂളംവിളിക്കുന്നു. ആരെയാണു പട്ടി എന്നു വിളിച്ചത്? അങ്ങാടി മുഴുക്കെ സഹദേവന്റെകൂടെ തന്നെ കാണുന്നു; അതിഥി. നമുക്കു വീട്ടിലേക്കു പോകാം. സൊല്ലകളൊഴിഞ്ഞ് ഡിസ്കസ് ചെയ്യാം, വരൂ.

പരസ്യങ്ങളുടെ കുഴൽവിളക്കുകൾക്കു താഴെ അവ്യക്തമായി ചിതറിക്കിടന്ന ഫിയറ്റിന്റെ വികൃതമായ നിഴൽ ചക്രപാണി കണ്ടു. പരസ്യം കണ്ടു. മാറും മുലയും തെറിച്ച സുന്ദരിക്ക് കടക്കണ്ണിൽ ദീപനാളങ്ങൾ. അവൾക്കരികിൽ ജട്ടിയിട്ട മുഴുത്ത പുരുഷൻ. അവന്റെ ഇടംകൈ അവളുടെ തോളിൽ. അവന്റെ വലംകൈയിൽ കുപ്പി. കുപ്പിയിൽ പച്ച ലേബൽ. ലേബലിൽ-

വാജീകരണരസായനം!

സീറോ, സീറോ ബൾബുകളുടെ വർണബിന്ദുക്കളിൽ അക്ഷരങ്ങളുടെ വൈറസുകൾ മരിച്ചുകിടക്കുന്നു. എന്തിനാണ് അവൾക്ക് അടിയുടുപ്പ്? എന്തിനു ജെട്ടി?

സഹദേവന്റെ ജല്പനം തുടർന്നു.

പട്ടിയായിരുന്നെങ്കിൽ അല്പം വിശേഷബുദ്ധി കാണിക്കും. കഴുതയാണെങ്കിലോ? കണ്ടോളൂ.

കുപ്പിമുതലാളിയുടെ ജല്പനം നേതാവിനു ദഹിച്ചില്ല. പിടിച്ചിരുത്തി ചെകിടത്തടിക്കുകയാണോ?

പറഞ്ഞിരിക്കെ ദാമു തിരിച്ചെത്തി. അയാൾ കിതയ്ക്കുമ്പോൾ സഹദേവൻ കൈ നീട്ടി കുപ്പികൾ പിടിച്ചെടുത്തു.

സോഡ എവിടെ?

സഹദേവന്റെ ശരീരം കാറിന്നകത്തു തിറമ്പിയപ്പോൾ ഒറ്റ അക്ഷരം ഉരിയാടാതെ ദാമു പിന്നോക്കം തിരിഞ്ഞു.

ഖഴുത!

കണ്ടോ? പറഞ്ഞുപിടിപ്പിച്ചാലല്ലാതെ മനസ്സിലാവില്ല. പത്തു വർഷമായി ഞാൻ പോറ്റുന്നു. ആരു പോറ്റിയാലും കഴുത മനുഷ്യനാവുമോ?

അയാൾ കീഴ്ജീവനക്കാരെക്കുറിച്ചു പറഞ്ഞു. ഒറ്റ എണ്ണം നേരെ ചൊവ്വെ ഇല്ല. സമയത്തിന്റെ വില മനസ്സിലാക്കില്ല. തെളിച്ചു നടത്താൻ മാടുകളല്ലല്ലോ. തെളിച്ചില്ലേ, എത്തിയേടത്തങ്ങു നില്ക്കും. തരംകിട്ടിയാൽ കിടക്കും. ഫാക്ടറിയും വേണ്ട, ബിസിനസ്സും വേണ്ട. കാശിക്കു പോയാൽ മതി എന്നു തോന്നും, ശീലം കണ്ടാൽ. എന്റെ പണവും സമയവും മുടിച്ചു ഞാനെന്തിന് ഇവറ്റയെ പോറ്റണം? നേതാവേ, ഞാനൊറ്റ ന്യായമേ കണ്ടുള്ളൂ. പെറ്റു പെരുകാൻ! കണ്ടോ?

സഹദേവൻ പരസ്യത്തിന്നു നേരെ ചൂണ്ടി. നേതാവു പെട്ടെന്നു ചിരിച്ചു. മാറും മുലയും തെറിച്ച സുന്ദരിയുടെ കടക്കണ്ണിൽ ദീപനാളങ്ങൾ കണ്ടു. മുഴുത്ത പുരുഷന്റെ ജെട്ടി കണ്ടു, കുപ്പി കണ്ടു. കുപ്പിയുടെ ലേബൽ വായിച്ചു. പരസ്യത്തിന്റെ തലക്കെട്ടു വായിച്ചു.

വാജീകരണരസായനം!

അവനെന്തിനാണ് ജെട്ടി?

എല്ലാ ജാള്യതകളും സീറോബൾബുകളുടെ വർണ്ണപ്രസരത്തിൽ എരിഞ്ഞുപോയി. സോഡാക്കുപ്പികൾ വിരൽത്തുമ്പുകളിൽ ഇറുക്കിപ്പിടിച്ച് ദാമു വന്നു. സഹദേവൻ എന്തെങ്കിലും ഉരത്തുപറയും എന്നു നേതാവ് കാത്തിരുന്നു. അങ്ങാടി മുഴുവൻ കണ്ടു! എല്ലാവരും ചെയ്യുന്നതാണെങ്കിലും അല്പം നിഴലോ മറവോ വേണ്ടേ? ഒന്നും ഇല്ല. മനുഷ്യൻ സ്വതന്ത്രനാകുന്നു. എന്റെ എമ്പോക്കിത്തരം എനിക്കു ജന്മാവകാശം. ഒന്നും ഉണ്ടായില്ല. വെളിയിൽനിന്നുതന്നെ കുപ്പികൾ ഓരോന്നായി വാങ്ങിവെച്ചു. ചില്ലറ കൈമാറി. സഹദേവൻ നിവർന്നിരുന്നു. പുറപ്പെടാൻ സിഗ്നൽ കാത്ത് ദാമു ഇരുന്നു.

നേതാവിനു കിടപ്പുറച്ചില്ല. എന്താണുണ്ടായത്? അധ്വാനിക്കുന്ന ജനതയോടു ബൂർഷ്വാസിയുടെ സമീപനം എന്ന തലക്കെട്ടിൽ ലേഖനമെഴുതാമോ? അനുരഞ്ജനസംഭാഷണത്തിന്റെ മുന്നേറ്റത്തെക്കുറിച്ചു വിവരിച്ചു കൊടുക്കാൻ തേക്കിൻകാട്ടിൽ സംഘടിക്കുന്ന അഖില തൊഴിലാളി സമ്മേളനത്തിൽ പ്രസംഗം ചൊരിയാമോ? പ്രിയമുള്ളവരേ... സുന്ദരിയുടെ അടിയുടുപ്പു തെറിച്ചുവരുന്നു. ദാമു കിതയ്ക്കുന്നു. അവൻ പട്ടിയോ പോത്തോ കഴുതയോ മനുഷ്യനോ? പെറ്റുപെരുകാൻ മാത്രമാണോ സംഘടനകളും മത്സരങ്ങളും സമരങ്ങളും അനുരഞ്ജനങ്ങളും. കുപ്പിമുതലാളി യൂണിയനെ അംഗീകരിച്ചാൽ അവകാശങ്ങൾ സ്ഥാപിക്കപ്പെട്ടു. ഓവർടൈം, ബോണസ്, അവധി, ചികിത്സാസൗകര്യങ്ങൾ... ആലോചിക്കുംതോറും ചെകിട്ടിൽ ചൂളം വിളി മുഴങ്ങി. കാലുകൾ ഒതുക്കി തലകുടഞ്ഞ് നേതാവ് നിവർന്നു. ചക്രപാണി നേരെ ഇരുന്നു. ഇരിപ്പുറയ്ക്കുന്നില്ല. പരസ്യത്തിലെ സുന്ദരിയുടെ മുഗ്ദ്ധഹാസത്തിനുവേണ്ടി കഴുത്തുനീട്ടി. കണ്ടില്ല. ഫിയറ്റ് ഇളകി നിന്നപ്പോൾ ഗൂർഖ മുന്നിൽ സലാം വെച്ചു നില്ക്കുന്നു. തന്നെയാവില്ല എന്നു നേതാവ് അല്പത്വം നടിച്ചു. നമസ്തേ സാഹേബ്. ഗൂർഖയുടെ മഞ്ഞച്ച പല്ലുകൾ വന്ദനം ചവച്ചു. ഡോർ തുറന്നുപിടിച്ചു. തന്നോടുതന്നെ! നമസ്തേ! ഇറങ്ങിനിന്നു കാൽമുട്ടുകൾ പൊട്ടിക്കവെ സഹദേവൻ പരിചയപ്പെടുത്തി. കാവൽക്കാരനാണ്, വിശ്വസ്തൻ. വിശ്വസ്തനായ പട്ടി എന്നു പറഞ്ഞില്ല. വിശ്വസ്തൻ ഗേറ്റ് തുറന്നു. മാർബിൾ വിരിച്ച മുറ്റം കടന്ന് ചവിട്ടുകല്ലുകൾ കയറി.

കാൾബട്ടൺ അമർത്തി.

താൻ വിയർക്കുകയാണെന്നു നേതാവിന്നു തോന്നി. വിയർക്കുന്നേടത്തൊക്കെ ചൊറിയുന്നുമുണ്ട്. ഉദ്ധതമായ കെട്ടിടത്തിന്റെ മുഖച്ഛായപോലും പിടികിട്ടാതെ അയാൾ മിഴിച്ചുപോയി. ഒടുങ്ങാത്ത പണത്തിന്റെ

സ്ഥായിയായ പരസ്യമാണോ? അഷ്ടാവക്രന്റെ ഭീകരാകാരമാണോ? കൽക്കുറുപ്പിന്റെ കൂനാണോ? കൂനിൽ മുഴച്ചു മാനം തുളയ്ക്കുന്ന നട്ടെല്ലിലെ അസ്ഥികളാണോ? അയാൾ ഉടനെ തിരിച്ചുപോയേനെ. അകത്തു നിന്നു വാതിൽ തുറന്നു. ഒതുങ്ങിനിന്നു. കെട്ടിടത്തിന്റെ മുഖച്ഛായയിൽ കണ്ട ഔദ്ധത്യമില്ല; ഒടുങ്ങാത്ത പണത്തിന്റെ ആർഭാടമില്ല. കോണിൽ ചുളിവുകൾ വലിയുന്ന കണ്ണുകളിൽ ഉറക്കം തളർന്നുകിടന്നു; യുഗങ്ങളുടെ അടിമത്തവും. സ്ത്രീ എന്നും എവിടെയും അടിമതന്നെ.

അവൾ ഇപ്പോൾ തൊഴുതു വീഴും. താൻ തൊഴുതിട്ടോ കുനിഞ്ഞിട്ടോ എത്ര കാലമായെന്ന് പെട്ടെന്നു നേതാവ് ഓർത്തുപോയി. സഹദേവന്റെ കനത്ത ഒച്ച കേട്ടു.

പിള്ളരോ?

തീർന്നു. അയാൾക്ക്, വാക്കുകൾക്കു പോലും പലിശ കിട്ടണം. ദുർവ്യയം വയ്യ. പാറേ, തുറക്ക്. തുറന്നു. പാറേ, അടയ്. അടഞ്ഞു. അവൾക്കു വാക്കുകൾ വന്നില്ല. വാക്കുകൾപോലും ഭർത്താവ് കടം കൊടുക്കണം എന്നുണ്ടോ? സഹദേവൻ മുരണ്ടു.

ഉറക്കമായിരുന്നോ? ഞാൻ വരുന്നതു ഫോൺ ചെയ്തല്ലോ!

അവൾക്കു കിട്ടി. അതെപ്പോ? കാത്തിരുന്ന് അവർ ഉറങ്ങി.

മക്കളുടെകൂടെ താനും മയങ്ങിപ്പോയെന്നു പറഞ്ഞില്ല.

വരൂ എന്ന് സഹദേവൻ ബദ്ധപ്പെട്ടു തിരിഞ്ഞു. അതിഥിയെ വന്ന കാലിൽ നിർത്തിക്കൂടല്ലോ. നടക്കുമ്പോൾ തന്റെ ബംഗ്ലാവിനോടെന്നപോലെ പറഞ്ഞു.

നേതാവാണ്.

തീർന്നു അതോടെ പ്രകൃതം മാറി. താൻ ആതിഥേയനാകുന്നു. നേതാവ് നടാടെ വീട്ടിൽ വരുന്നു. കൈ പിടിച്ചെടുത്തു മുന്നിൽ നടന്നു. നേതാവിന്നു വീണ്ടും അസ്വസ്ഥതയായി. എവിടെയാണു നടക്കുന്നത്? ഏതിലെയാണു കടന്നത്? അസ്വസ്ഥത നീണ്ടുനിന്നില്ല. സഹദേവൻ ഗൃഹസ്ഥനായി. ഗൃഹനാഥൻ വാചാലനായി. ക്ഷമാപണങ്ങൾ. ഇത്രവലിയ വീടു പണിയാൻ ഉദ്ദേശിച്ചതല്ല. പണം കുറെ മുടക്കി. പണം സ്വകാര്യസ്വത്തല്ല. ഉത്പാദകന്നും ഉപഭോക്താവിന്നും പണം വേണം. ഉണ്ടാക്കണം. കരിങ്കല്ലിലും സിമന്റിലും പൊരുന്നാൻ വെച്ചാൽ പണം വിരിയില്ല. എന്നാലും സൗകര്യങ്ങൾ കുറഞ്ഞു പോകരുതല്ലോ. സുഹൃത്തുക്കൾ വരും. ഫോറിനേഴ്സ് വരാനുണ്ട്. മെഷീനറിയുടെ ഇടപാടെല്ലാം ബൽജിയത്തിലാണ്. അവരുടെ ജർമ്മൻ എഞ്ചിനീയർമാർ വരും. വിദഗ്ധന്മാരും ബിസിനസ് പ്രമാണിമാരും വരും. അവർക്കൊക്കെ ഹോട്ടലുകളിൽ ഏർപ്പാടുകൾ ചെയ്യുന്നത് വമ്പിച്ച ദുർവ്യയമാകുന്നു. വീട്ടിലാകുമ്പോൾ വാടക വേണ്ട. ഭക്ഷണമാണെങ്കിൽ ആർക്കും പാകം ചെയ്യാം. മൂന്നുനാലു തവണ താൻ ലോകം ചുറ്റിക്കണ്ടതല്ലേ? ഇവിടെ സഹദേവൻ ചിരിച്ചു. നേതാവിനെ കൺമുനകളിൽ കുത്തിയെടുത്തുകൊണ്ടു ചിരിച്ചു. നീയെല്ലാം തേക്കിൻ കാട്ടിലും പുത്തരിക്കണ്ടത്തിലും നിന്നു വായലയ്ക്കും. വരാൻ പോകുന്ന

വിപ്ലവത്തിന്റെ കാഹളമൂതുന്ന അമ്പലവാസി ചമഞ്ഞ് നിന്റെ തൊണ്ട കാറും. മുദ്രവാക്യങ്ങളുടെ റിഥത്തിൽ വിപ്ലവം പെറ്റുവീഴുന്നു എന്നു നിന്നകാലിൽ തുള്ളും. സഹദേവൻ ലോകം ചുറ്റിക്കാണും. യൂറോപ്പ്, സോവിയറ്റ് യൂണിയൻ, അമേരിക്ക, ജാപ്പാൻ. നേതാവേ, അവിടെ വായാടിത്തമില്ല. നേതാവ് തൊഴിലാളിയുടെ വിഴുപ്പു ഭക്ഷിക്കുന്നില്ല. നേതാവും തൊഴിലാളിയും അവനവന്റെ തൊഴിൽ ചെയ്യും. പണം ഉണ്ടാക്കും. ചെലവു ചെയ്യും. സുഖിക്കും പെറ്റുപെരുകും. ചാവും. അവർക്ക് ഉപ്പും മുളകും വേണ്ട; വേവേണ്ട; നുറുക്കണ്ട. ആവികൊള്ളിച്ചെടുക്കണം. വിളമ്പുന്ന പാത്രങ്ങൾക്കു വൃത്തിവേണം. കത്തിയും മുള്ളും വേണം. ഇന്ത്യൻ ഡിഷസ് എന്നും പറഞ്ഞ് അല്പം നാരങ്ങാ ഉപ്പിലിട്ടതോ കടുമാങ്ങയോ മുളകും പുളിയുമില്ലാത്ത ചമ്മന്തിയോ ആയാൽ സംഗതി കുശാൽ. രണ്ടു സ്യൂട്ടുകൾ അവരെക്കാത്തിട്ടാണു തീർത്തത്. എയർകണ്ടീഷൻഡ്. പിന്നെ കോൺഫറൻസ് റൂമുണ്ട്. ഞാൻ ഫാക്ടറി ഉടമയാണ്. ഫാക്ടറിക്ക് സ്റ്റാഫുണ്ട്. സ്റ്റാഫ് എന്നെ മനസ്സിലാക്കണം. ഓഫീസിൽ കാണുന്ന എന്നെ അവർ ഇഷ്ടപ്പെട്ടെന്നു വരില്ല. ഇഷ്ടമില്ലാത്ത സ്റ്റാഫ് നഷ്ടത്തിനേ ജോലി ചെയ്യൂ. എന്റെ വീട്ടിൽ ഞാൻ മുതലാളിയല്ല. സഹദേവന്റെ പൊട്ടിച്ചിരി നേതാവിനെ തളർത്തി. പ്രൊപ്രൈറ്ററല്ല. ഗറ്റ്ടുഗദർ. അല്പം ആഹ്ലാദിക്കുക. ഉച്ചനീചത്വം മറക്കാൻ അന്യോന്യം ഒഴിച്ചുകൊടുക്കുക. അതൊക്കെ വല്ലപ്പോഴും വേണം. പിക്നിക്കിനു പോകാൻ നമ്മളൊക്കെ അത്രയ്ക്കും അലവലാതികളാണോ? ചെറുപ്പമാണോ? പിക്നിക്കുകൊണ്ടു സ്ഥായിയായ മനുഷ്യബന്ധങ്ങൾ സ്ഥാപിച്ചു കിട്ടില്ല. അവിടെ അവനവന്റെ വൈകാരികതലങ്ങൾ മുന്നേറിവന്നേക്കാം. സമുദായത്തെ അഴിച്ചുവിടുന്ന ആധുനിക സംരംഭമാണ് പിക്നിക്. കുടുംബമോ? സാമൂഹ്യജീവിതത്തിന്റെ അടിക്കല്ല് കുടുംബമാകുന്നു. ഞാനും നിങ്ങളും എന്റെ ഭാര്യയും നിങ്ങളുടെ ഭാര്യയും നമ്മുടെ മക്കളും ഒരു വീട്ടിൽ ഒത്തുചേരുമ്പോൾ സമൂഹത്തിന്റെ ഉടുമുണ്ട് മുറുകിക്കിട്ടുന്നു. പണ്ടൊക്കെ സദ്യകൾ നടത്തി നാം ഈ കെട്ടുമുറുക്കി. അന്ന് ബന്ധുപരിവാരങ്ങൾ മതിയായിരുന്നു. ഇന്നതു പോര. എനിക്കു ബന്ധുക്കളില്ല. എന്റെ ബന്ധുക്കൾ എന്റെ സ്റ്റാഫാകുന്നു. ഞങ്ങൾ ഇടയ്ക്കൊക്കെ ഹോമിങ് എന്നൊരേർപ്പാടു നടത്തുന്നു. ഞങ്ങളുടെ കുട്ടികൾപോലും അന്യോന്യം അറിയുന്നു. എന്നാൽ വിട്ടുകൊടുക്കാമോ? ഫാക്ടറിയുടെ കെട്ടുറപ്പിലൂടെ, അതിന്റെ വളർച്ചയാണു ലക്ഷ്യം. തമ്മിലറിഞ്ഞ് ചർച്ചകൾ നടത്തണം. തുറന്നു വർത്തമാനം പറയണം. ലംസെറ്റാ ഹോട്ടലിന്റെ മേൽത്തട്ടിലെ കൃത്രിമത്തോട്ടത്തിൽ ഗറ്റ് ടുഗദർ നടത്താൻ സഹദേവൻ തയ്യാറാവില്ല. പണം! ഇരിക്കണം, നേതാവേ.

കോൺഫറൻസ് റൂമായിരിക്കുമോ? തളത്തിന്റെ വിശാലതയിലേക്കു നോക്കുമ്പോൾ നിഴലുകൾപോലെ ചക്രപാണിയുണ്ട്, ദാമുവുമുണ്ട്. കുപ്പികളുണ്ട്.

മിസ്റ്റർ ചക്രപാണി അയ്യർ. അക്കൗണ്ടന്റ്.

ഡ്രൈവർ ദാമു.

നിർബന്ധപൂർവ്വം തൊഴുതു. അതേവരെ കാണാത്ത കൂട്ടത്തിൽ, കാലുകൾ നീട്ടി ഇരുന്നപ്പോൾ താനെ മലർന്ന്, ചാരിക്കിടന്നു. ഫർണീച്ചർപോലും ഒഴുകുന്നു. ഇരുന്നാൽ, മനുഷ്യൻ ഒഴുകുന്നു. അതോ മനുഷ്യന്റെ സൗകര്യത്തിനൊപ്പം ഫർണിച്ചർ ഒഴുകുകയാണോ? ചക്രപാണിയും ദാമുവും നില്ക്കുന്നു. സിഗ്നൽ കിട്ടാൻ വേണ്ടിയാവും. സഹദേവന്റെ വർത്തമാനത്തിന്ന് ഈണം മാറി.

അപ്പഴേയ്.

ഇതാരോടാണെന്ന് അത്ഭുതപ്പെടുമ്പോൾ–

എന്താ ഉള്ളത്ച്ചാൽ കൊണ്ടുവരൂ. ലിവറോ? കട്ലറ്റും വന്നോട്ടെ. റൊട്ടി പിന്നെ മതി. ഞങ്ങളത്രയ്ക്കൊന്നും വയറന്മാരല്ല. നീയാ പിള്ളേരെ ഒന്നിങ്ങോട്ടയയ്ക്ക്. അച്ഛന്ന് മക്കളെക്കാണാനേ സാധ്യമല്ല! ഖേദമുണ്ടാക്കുന്ന കാര്യമാണത്. ഞാൻ പുറപ്പെടുമ്പോൾ അവർ ഉണർന്നിട്ടുണ്ടാവില്ല. എനിക്കാണെങ്കിൽ കാത്തുനില്ക്കാൻ സമയമില്ല. സമയം–

ഇപ്പഴാണ് നേതാവിനു മനസ്സിലായത്, സഹദേവൻ തന്നോടാണു വർത്തമാനം പറയുന്നത്. സമയത്തിനാണു വില. എന്തും നേടാം. എന്തിനേയും ജയിക്കാം. അയ്യപ്പന്മാർ ശരണംവിളിച്ചു മലകയറിപ്പറ്റുന്നു. കാട്ടാനയും പുലിയും വാലുകുത്തിപ്പായും. സ്വാമി ശരണം. ശരണമെന്റയ്യപ്പ. പെരിയസ്വാമിയുടെ റിഥത്തിൽ സ്വാമികൾ മുങ്ങുന്നു. ശരണംവിളികളുടെ അലകളിൽ കാടും മലയും കാട്ടാനയും പുലിയും അപ്രത്യക്ഷമായി. ശബ്ദങ്ങളുടെ ഘോഷയാത്രയിൽ ഏറ്റവും വലിയ ശബ്ദം ആരുടേതാണ്? പെരിയസ്വാമിതന്നെ കേമൻ. അവൻ നേതാവ്, ഇന്റർകോമാണ്. ഇതില്ലെങ്കിൽ അലച്ചിലാണ്. അടുക്കളയാണ് വീടിന്റെ മസ്തിഷ്കം. എല്ലാ സ്യൂട്ടുകളിൽ നിന്നും അടുക്കളയോട് കോൺടാക്റ്റ് ചെയ്യാം. ദാമൂ, നീ നില്ക്കുന്നോ? ചെന്നു പിള്ളാരെ ഒന്നു കൊണ്ടുവാ. ഇരിക്കൂ ചക്രപാണി. ആയയും കുക്കും എന്റെ വീട്ടിലില്ല. ഞാൻ ജനിച്ചപ്പോഴും ഇല്ല. തന്നത്താൻ വളരണം. ജീവിതം അടരാണ്, പോരാണ്, അടർക്കളമാണ്, പോർക്കളമാണ് എന്നൊക്കെ വാചകമടിക്കും. വാസ്തവം തന്നെ! അച്ഛനും അമ്മയും മക്കൾക്കുവേണ്ടി അടരാടുന്നു എന്നേയുള്ളൂ. മകനേ, ഇതാ പിടിച്ചോ നിന്റെ വെന്നിക്കൊടി. അതിന്നു സഹദേവനെക്കിട്ടില്ല. അവരായി അവരുടെ പോർക്കളമായി. പോരായി. പൊരുതി ജയിച്ചോ. കൈയൂക്കുള്ളവൻ കാര്യം നേടും. നിങ്ങളൊക്കെ ഭരിക്കും എന്നാണു പറയുക. ഞാൻ പൊളിറ്റീഷ്യനല്ല, കച്ചവടക്കാരനാകുന്നു. പത്തുവർഷം ബിസിനസ് നടത്തി. ഇനി പതിനഞ്ചുവർഷംകൂടെ നടത്തും. പതിനഞ്ചു കഴിഞ്ഞാൽ, അതാ കിടക്കുന്നു ഗ്ലാസ് ഫാക്ടറി. നേതാവായി, സ്റ്റാഫായി, തൊഴിലാളിയായി. ആർക്കും നടത്താം. ഞാൻ നടത്തില്ല. എന്റെ മക്കൾ നടത്തില്ല. അതാണെന്റെ സോഷ്യലിസം. നാടടക്കം ശതാഭിഷേകം ആഘോഷിച്ചിട്ടും കസേരയിൽ നിന്നിറങ്ങാത്ത മന്ത്രിയല്ല സഹദേവൻ. നേതാവിനു ഫാക്ടറി നടത്താമോ? പ്രയാസങ്ങൾ കാണും. പന്തീരായിരം തൊഴിലാളികളുള്ള നേതാവിന്ന് മാൻമാനേജുമെന്റ് എന്നാൽ എന്താണെന്നറിയാമോ? നമ്മുടെ നാട്ടിലെ ഏറ്റവും നല്ല നേതാവ്

മലകയറ്റുന്ന പെരിയസ്വാമിയാകുന്നു. അയാൾ തന്റെ ശരണംവിളിയുടെ റിഥത്തിൽ അയ്യപ്പന്മാരെ തുള്ളിക്കുന്നു. അയ്യപ്പന്മാരെന്തറിഞ്ഞു? അവർക്കു ബിസിനസ്സറിയുമോ?

സഹദേവൻ വാതിൽ തുറന്നു. അങ്ങനെ ഒരു വാതിൽ ചുമരിലുണ്ടെന്നു നേതാവ് ശ്രദ്ധിച്ചിട്ടുണ്ടായിരുന്നില്ല. നവദ്വാരങ്ങൾപോലും മറന്ന് അയാൾ സഹദേവനെത്തന്നെ ശ്രദ്ധിച്ചു. കുളിമുറിയുടെ ആലഭാരത്തിലേക്ക് അയാൾ എത്തിനോക്കി. മാർബിൾ. മാർബിൾമയം. വീഴുമോ?

മുഖം കഴുകി വന്നപ്പോൾ വട്ടമിട്ടിരുന്നു. നടുക്ക് ടീപ്പോയിയിൽ കുപ്പികൾ, ഗ്ലാസുകൾ. പ്ലേറ്റുകൾ, കുട്ടികൾ. രണ്ടു കൊച്ചുമക്കൾ വേച്ചും വിതുന്നിനും വന്നു. വീഴാതിരിക്കാൻ, അവരെ രണ്ടു കൈകളിൽ ഡ്രൈവർ ദാമു താങ്ങിപ്പിടിച്ചു.

സഹദേവൻ ചിരിച്ചു. കുട്ടികൾ ഞെട്ടി. പെൺകുട്ടി സ്വപ്നത്തിൽ ചിരിച്ചു: ഇളയവൾ. ചക്രപാണി എണീറ്റുചെന്ന് അവരെ ഏറ്റെടുത്തു. വാ, വാ ബന്നി, നീ അങ്കിളിനെ മറന്നോ? ബന്നി വെണ്ട. ഷീമോൾ വരും. ചക്രപാണിയുടെ മടിയിൽ കുട്ടികൾ ഉണരുന്നതും ചിരിക്കുന്നതും സഹദേവൻ കൗതുകത്തോടെ നോക്കിക്കണ്ടു. ദൃഷ്ടികൾ മൂന്നാംകണ്ണിലേക്കു ചുളിഞ്ഞിറക്കുന്ന ഡാഡിയെ അവർ പകച്ചുനോക്കി.

നിങ്ങൾക്കുവേണ്ടി.

എനിക്കു വേണ്ട.

ഷീമോൾക്ക്.

യ്യേ!

ത്തിരി മൊത്തിനോക്ക് മോളേ.

അവൾ ചുമച്ചു. കണ്ണിലൂടെയും മൂക്കിലൂടെയും ചുമച്ചു. നവദ്വാരങ്ങളിലൂടെ ചുമച്ചു തളർന്നു.

സഹദേവൻ പറഞ്ഞു:

വിട് ചക്രപാണീ, ഗുഡ്നൈറ്റ്! നാളെ ഡാഡി പുറപ്പെടുംമുമ്പുണരണം.

ഗുഡ്നൈറ്റ്!

കുട്ടികൾ ഓടിപ്പോയി. സഹദേവൻ ചിരിച്ചു. അവർ കുടിക്കില്ല. ഞാൻ കൊടുത്തിട്ടുണ്ട്. കുടിക്കില്ല. ചുമച്ചുചുമച്ചു ചാവും എന്നാണു പരാതി. ചുമയ്ക്കാണ്ടും ഛർദ്ദികൊണ്ടും കുടിക്കാമോ? കുടിക്കൂ.

നേതാവിനു സംശയം തികട്ടി. കുടിക്കാമോ? പെട്ടെന്ന് അയാൾക്ക് ഓക്കാനം വന്നു.

എന്റെ ലിവറിന്നല്പം തകരാറുണ്ട്.

സഹദേവൻ പറഞ്ഞു.

ഫൊർഗെറ്റ് യുവർ ലിവർ.

നേതാവ് കുടിച്ചിട്ടുണ്ട്, വാടകയ്ക്കെടുത്ത മുറികളിൽ. കുടിക്കെതിരായി വീറോടെ പ്രസംഗിച്ചിട്ടുണ്ട്. ചെത്തുതൊഴിലാളികളുടെ പൗരുഷപ്രകടനങ്ങളിൽ മുമ്പും പിമ്പും നടന്നിട്ടുണ്ട്. വീട്ടിലിരുന്നു കുടിച്ചിട്ടില്ല. അല്പമെങ്കിലും സംസ്കാരം വേണ്ടേ?-

പെട്ടെന്നു സഹദേവൻ ചോദിച്ചു.

ചികിത്സയുണ്ടോ?

ഉണ്ട്.

പഥ്യവുമുണ്ടോ?

നേതാവ് മിണ്ടിയില്ല. സഹദേവൻ ചിരിച്ചു. ചക്രപാണിയും ദാമുവും ചിരിച്ചു. അവർ ചിരിച്ചപ്പോൾ പൊരിച്ച കരളിന്റെ എരിവുള്ള വലിയ തരികൾ നേതാവിന്റെ മുഖത്തേക്കു തെറിച്ചു. എവിടെ കൈലേസ്?

സഹദേവൻ ചോദിച്ചു:

ആയുർവ്വേദത്തിൽ വിശ്വാസമുണ്ടോ?

അല്പം കുടിക്കാം.

കുടിക്കുകയും തിന്നുകയും ചെയ്തു. തലയ്ക്കുപിടിച്ചോ എന്നറിയില്ല.

ഈ പട്ടിയെ അറിയാമോ?

നേതാവ് ഞെട്ടിയില്ല. ജാള്യത തോന്നിയില്ല. ചിരിച്ചു. എന്നാൽ ചിരിയല്ല. ഞാൻ താങ്കളെ അനുമോദനം ചെയ്യുന്നു എന്ന മട്ടിൽ. സഹദേവൻ ചക്രപാണിയെ ചൂണ്ടുന്നു.

അവൻ പട്ടരാണ്. പക്ഷേ, അവൻ കുടിക്കും. പശുവിനെ ഭക്ഷിക്കും. കള്ളക്കണക്കെഴുതും. അവന്റെ ആയവ്യയങ്ങൾ ഒത്തുനോക്കുമ്പോൾ ആസ്തി ശേഷിക്കും. ആദായം മുങ്ങും. മൂന്നിടത്തുനിന്ന് ആയിരത്തഞ്ഞൂറു രൂപ മാസാമാസം തെണ്ടിച്ചുണ്ടാക്കി അമ്മ്യാരെ ഏല്പിക്കും. അവൾ വിഡ്ഢിക്കു കൊടുക്കും. എന്നാലും അമ്മ്യാർക്ക് അരിശം. പട്ടി, കുടിച്ചിട്ടാക്കം വന്തത്.

ചക്രപാണി ചിരിച്ചു. ദാമു ചിരിച്ചു. ഉമിനീരും മദ്യവും ഇറച്ചിയും ചിറിയിലൂടെ ഒഴുകി. നേതാവ് കൈലേസ് നീട്ടി.

ആയുർവ്വേദത്തിൽ വിശ്വാസമുണ്ടോ?

നേതാവിന്നു സംശയം.

ഉണ്ടോ?

ഇല്ലേ?

ഉണ്ട്.

പറഞ്ഞപ്പോൾ തോന്നി, താനൊന്നും പറഞ്ഞില്ലല്ലോ എന്ന്.

ഇല്ല.

താനൊന്നും പറഞ്ഞില്ലല്ലോ എന്ന ഖേദത്തോടെ നേതാവ് സഹദേവനെ നോക്കി.

നേതാവേ, നിങ്ങളല്ലേ ഭരിക്കുന്നത്?

അതെ!

ഇപ്പോൾ നേതാവിനു വ്യക്തമായും ധാരണകളുടെ ചരടു കിട്ടി. അയാൾ മനസ്സിൽ കുരുക്കുകൾ കെട്ടിയിട്ടു. സഹദേവൻ ചർച്ചയുടെ ആരംഭമിട്ടു.

ഒരു കോർപ്പറേഷൻ തുടങ്ങണം. ആയുർവ്വേദ ഔഷധ കോർപ്പറേഷൻ. തുടങ്ങിക്കിട്ടിയാൽ വിജയിക്കും. ചെറുകിടവൈദ്യന്മാരെല്ലാം ഓഹരി

ഇറക്കും. അവർക്കു വൈദ്യം അറിയില്ല. ഓഹരിപ്പണം ഇല്ല. കോർപ്പറേഷൻ കടംകൊടുക്കണം. വൈദ്യമറിയാത്ത സകല വൈദ്യന്മാരും ഷെയറെടുക്കും. വമ്പിച്ച വ്യാപാര സാധ്യതകളാണുള്ളത്. വാജീകരണം കണ്ടില്ലേ?

താൻ കണ്ടുവോ?

മാറും മുലയും അടിക്കച്ചയും കണ്ടുവോ?

ഞാൻ ബിസിനസ്സിന്റെ ലൈൻ തിരിച്ചുതരാം. കോർപ്പറേഷന്റെ വക ലിറ്ററേച്ചർ ഇറക്കണം. മുൻകൂർ പണം കൊടുത്തു ജൈവവിജ്ഞാനികളെ വിളിച്ചിരുത്തി എഴുതിക്കണം. തുടകൾ തെഴുക്കുന്നതെങ്ങനെ? പിന്നെ തൈലത്തിന്റെ ഗുണപുഷ്കലതയുടെ പട്ടിക. പട്ടികകളുടെ ചാർത്ത് വൈദ്യന്മാരെഴുതും. മുലയുടെ മുഴുപ്പും കല്ലപ്പും നിലനിർത്താൻ സ്തന രസായനം. നേതാവിന്നു മനസ്സിലായോ? ലിറ്ററേച്ചറും ആയുർവ്വേദവും പിടിച്ച് കോർപ്പറേഷൻ പണം പെരുപ്പിച്ചെടുക്കും. അമ്മാചുമ്മാ അല്ല. ഇരുപത്തഞ്ചു ശതമാനം എന്റെ വകയായി മുൻകൂർ ഷെയർ ഇറക്കാം. ഇൻസിഡന്റൽ ചാർജസ്, ഇനിഷ്യൽച്ചെലവുകൾ നടക്കും. കോർപ്പറേഷൻ മറ്റൊരിടത്തു നിന്നും കുപ്പികളോ സ്ഫടികങ്ങളോ വാങ്ങാൻ പാടില്ല. മനസ്സിലായോ?

നേതാവ് വാ പൊളിച്ചിരുന്നു.

കുടിക്കൂ. ആരോഗ്യമന്ത്രിയെ നാളെത്തന്നെ കാണാമോ?

അറ്റകൈക്കു നേതാവ് ചോദിച്ചു:

തൊഴിലാളിയൂണിയനെ അംഗീകരിക്കുമോ?

സഹദേവൻ പറഞ്ഞു:

നേതാവേ, നിങ്ങൾ ഭരിക്കുന്നു. നിങ്ങൾ എന്നെ ഭരിക്കുന്നു. തൊഴിലാളികളെ ഞാൻ ഭരിക്കുന്നു.

നിങ്ങളോ?

ആരോഗ്യമന്ത്രിയെ മാത്രം കണ്ടാൽ പോരാ. ധനകാര്യമന്ത്രിയുടെ നിലപാട് അറിയണം. മുഖ്യമന്ത്രിയുടെ അനുഗ്രഹം തേടണം. ഇനീഷ്യലായി എന്തു വേണ്ടിവരും - ആയിരം? രണ്ടായിരം! ചക്രപാണി, എടാ പട്ടീ. നീ ഉറങ്ങുകയാണോ? പണത്തിന്റെ കണക്ക് ഓർമ്മ നില്ക്കുമോ നിനക്ക്? ദാമു നാളെത്തന്നെ നേതാവിനെ കൊണ്ടുപോകണം. അപ്പഴേയ്, ഉറങ്ങിയോ? കട്‌ലറ്റ് തീർന്നോ? ഞങ്ങൾ ബിസിനസ്സിലാണ്. അച്ചാറു മതി. ധാരാളം റൊട്ടിയും വന്നോട്ടെ.

കുടിച്ചു. പട്ടിയെപ്പോലെ, കഴുതയെപ്പോലെ കുടിച്ചു. പട്ടിയായി, കഴുതയായി കുടിച്ചു. പട്ടിയെപ്പോലെ, കഴുതയെപ്പോലെ തിന്നു. പട്ടിയായി, കഴുതയായി തിന്നു.

ഛർദ്ദിച്ചു.

ഗോറപ്പറേശ്ശൻ!

അല്ലറാ പട്ടീ!

പിന്നെന്താറാ?

കോർപ്പരേർർള്ളം!

നേതാർ റം?

കസാലയിൽ കാൽ കയറ്റിവെച്ച് സഹദേവൻ ഇരുന്നു. ചക്രപാണി മലച്ചു. ദാമു ചുണ്ടും ചിറിയും കടിച്ചു.

കണ്ടോറാ പട്ടീ? കുപ്പിമുതലാളീനെ തൊഴിലാളിയൂണിയൻ പഠിപ്പിക്കാൻ വന്നതാണ് നേതാവ് കണ്ടോറാ?

കണ്ടു!

വലിച്ചാ ബാത്തറൂമിലിട്. നാളെക്കാലത്തു കണ്ടോളാം.

ദാമു എണീറ്റു. എണീറ്റപ്പോൾ വീണു. വീണപ്പോൾ ചക്രപാണിയെ പിടച്ചു.

നൃത്തം.

സഹദേവൻ മൂന്നാംകണ്ണിൽ തീയെരിച്ചിരുന്നു. തത്താ തകാ തകത.

അയാൾക്കുറങ്ങണം. ഇവിടെ നൃത്തം നടക്കുമ്പോൾ ഉറങ്ങാമോ? ഇഴഞ്ഞ ഈണത്തിൽ ഇന്റർകോമിൽ വിളിച്ചു.

അപ്പഴേയ്! ആ ഗൂർക്കയില്ലേ, അവിടെ? അവനെ ഒന്നിങ്ങട്ട് വിളിക്ക്. ■

ഘാതകൻ

അവധൂതൻ പറഞ്ഞു:

ആചാര്യരേ, അവനെ കണ്ടെത്തി. അവർ രണ്ടുപേരുണ്ടായിരുന്നു. അവരിൽ ഘാതകനാരെന്നു മനസ്സിലായില്ല.

ആചാര്യൻ പറഞ്ഞു:

വത്സാ, അന്വേഷണതല്പരതയും വിവേചനാശീലവും രണ്ടാണെന്നറിയുക.

ആചാര്യരെ, അവിടുന്ന് അപ്പുണ്ണന്റെ മകൻ ശേഖരനെ അറിയില്ലേ?

വത്സാ, നീയറിയുന്ന ശേഖരനെയാവില്ല ഞാനറിയുക. മനുഷ്യൻ അനന്തനാകുന്നു.

അവധൂതൻ പറഞ്ഞു:

അപ്പുണ്ണന്റെ മകനായി ശേഖരൻ ജനിച്ചു. അവനെ കൊച്ചുകയ്യൻ ശേഖരനെന്നും വിളിക്കുന്നു. കൊച്ചുകയ്യൻ ശേഖരൻ മുടന്തനായി. മുടന്തൻ ഫാക്ടറി ഉടമയായി. ഫാക്ടറിയിൽ കാർഷികോപകരണങ്ങൾ നിർമ്മിക്കുന്നു. മുന്നൂറ് തൊഴിലാളികൾ ജോലിചെയ്യുന്നു. മുന്നൂറ് കുടുംബങ്ങൾ പിഴയ്ക്കുന്നു. ശേഖരന്റെ മകൻ സുശീലൻ, അവൻ തൊഴിലാളി നേതാവാകുന്നു. മുന്നൂറ് കുടുംബങ്ങളുടെ കണ്ണിലുണ്ണിയാകുന്നു. അവൻ സ്റ്റേറ്റ്സിൽ പോയി മാനവീയം പഠിച്ചു. തൊഴിലാളികൾക്കുവേണ്ടി സുശീലൻ അച്ഛനെതിർ നിന്നു. തൊഴിലാളികൾ സുശീലനെ വാഴ്ത്തി! സുശീൽ ശേഖർ വിജയിപ്പൂതാക. സുശീലന്റെ മകൻ ചാരു. ചാരുവിന് പല്ലു മുളച്ചിട്ടില്ല. അവന് കൊല്ലാനറിഞ്ഞുകൂടാ.

വത്സാ, കിതയ്ക്കാതെ പറയൂ. നിനക്കുതന്നെ പറയാനവസരം നൽകുന്നു. അല്പം തണുത്ത വെള്ളം കുടിക്കൂ.

ശേഖരന്റെ അച്ഛൻ അപ്പുഞ്ഞൻ. അപ്പുഞ്ഞൻ കൊളമ്പിലായിരുന്നു. കൊളമ്പിലോ നാട്ടുവക്കത്തോ തേയിലത്തോട്ടത്തിലോ എങ്ങോ. മണിയോർഡർത്തുക കൊളമ്പിൽ നിന്നായിരുന്നു. അയാൾ തെങ്ങുചെത്തുകയോ, തേയിലപ്പെട്ടി ചുമക്കുകയോ തപാലിൽ സ്റ്റാമ്പു നനയ്ക്കാൻ നാക്കു നീട്ടിക്കൊടുക്കുകയോ എന്താണ് ചെയ്തതെന്ന് ഉണ്ണീരി അറിഞ്ഞിട്ടില്ല. ഉണ്ണീരി എന്നവർ അപ്പുഞ്ഞന്റെ സഹോദരനാകുന്നു. ഉണ്ണീരിയെക്കുറിച്ച് പ്രസക്തമായ കാര്യംകൂടെ പറയണം. ഉണ്ണീരിയുടെ ഭാര്യയാകുന്നു ഉണ്ണിമായ. ഉണ്ണീരി മണിയോർഡറൊപ്പിട്ടെടുക്കുന്നു. സൗകര്യങ്ങൾ തികയുമ്പോൾ നിലമോ പറമ്പോ എഴുതുന്നു. എന്നാൽ യാതൊന്നും ഉണ്ണീരിയുടെ പേർക്കെഴുതിച്ചിട്ടില്ല. നിലവും പറമ്പും ഉണ്ണിമായയുടെ പേർക്കെഴുതുന്നു. അങ്ങനെ ഉണ്ണീരിയും ഉണ്ണിമായയും ഇണയും തുണയുമായി വാഴുമ്പോൾ അപ്പുഞ്ഞൻ കൊളമ്പുപേക്ഷിച്ചുപോരുന്നു. ഉണ്ണിമായ വിരുന്നൊരുക്കി. തെക്കിനിയിൽ കിടക്കവിരിച്ചു. ഉണ്ണീരി ഉമ്മറത്തു കിടന്നു. ഉമ്മറത്തു കിടന്നപ്പോൾ ഉണ്ണീരിക്കു നീരിളക്കംപെട്ടു. മഞ്ഞുവീഴുന്നുണ്ട്. അപ്പുഞ്ഞൻ ഉമ്മറത്തുറങ്ങി. കിടക്ക വിരിക്കാനാളില്ല. മടക്കാനാളില്ല. ഉണ്ണാൻ വിളിക്കുന്നില്ല. ഊണു കാലായില്ലേ എന്നന്വേഷിച്ചപ്പോൾ അടുപ്പിലിടാൻ നീയെന്തെങ്കിലും കൊണ്ടുവന്നുവോ എന്ന് ഉണ്ണീരി ചോദിച്ചു. അപ്പുഞ്ഞൻ മണിയോർഡറുകളുടെ മടക്കരശീതിക്കെട്ടെടുത്തു. ഉണ്ണീരി ചോദിച്ചു: എന്റനിയാ പൊന്നനിയാ, നാടറിഞ്ഞാൽ നാറും, എനിക്കെന്തേ നീരിളക്കം പെട്ടത്? ഉണ്ണീരിയും അപ്പുഞ്ഞനും പറഞ്ഞു പിരിഞ്ഞു. ഉണ്ണിമായയുടെ സ്വയാർജ്ജിതങ്ങളെല്ലാം ഉണ്ണിമായയ്ക്ക്. പൂർവ്വാർജ്ജിതങ്ങളിൽനിന്ന് അപ്പുഞ്ഞന് പുരവെയ്ക്കാനിടം കിട്ടി. അപ്പുഞ്ഞൻ പെണ്ണുകൊണ്ടുവന്നു. പന ചെത്തി. ചോത്തി ചക്കര കുറുക്കി. അവൾ ശേഖരനെപ്പെറ്റു. അപ്പുഞ്ഞൻ പനയിൽ നിന്നു വീണു. അവന്റെ കരിന്തുട ഒടിഞ്ഞു. ശേഖരനെ ഉണ്ണിമായ വളർത്തി. അവൾ അവന്റെ നെഞ്ചും പുറവും തുടയും തഴുകി. കൈ കഴുകിത്തോർത്തി. അവൻ ഉണ്ണിമായക്ക് വെറ്റില നുള്ളി. മീൻചന്തയ്ക്കു പോയി. അന്തിയായിട്ടും ശേഖരനെക്കാണാതെ ഉണ്ണിമായയ്ക്കരിശം വന്നു. മീൻ ചീയുന്നു. ഉണ്ണിമായ ദുഃഖിച്ചു. എവിടെ പുളിങ്ങ, എവിടെ ശേഖരൻ? ശേഖരൻ പുളിഞ്ചോട്ടിൽ ബോധമറ്റു കിടന്നു. കൈമുട്ടാണ് തകർന്നത്. മുറിവായിലൂടെ മജ്ജ വാർന്ന് കൈമെലിഞ്ഞു. കൈമുട്ട് മടങ്ങാതായി. അവൻ കൊച്ചുകയ്യനായി. കൊച്ചുകയ്യൻ ശേഖരൻ വയനാട്ടിൽ പോയി.

വത്സാ, ശേഖരനെങ്ങനെ ഘാതകനാകും? അവൻ കൊല്ലപ്പെട്ടല്ലൊ.

ആചാര്യരേ, ശേഖരൻ മലകളിൽ പുനർജനിക്കുന്നു. ഫാക്ടറി ഉടമയായി നഗരങ്ങളിൽ വാഴ്ത്തപ്പെടുന്നു.

വത്സാ, അവൻ പുരുഷനാകുന്നു.

ശേഖരൻ ചന്ദനത്തിന്റെ ഇടപാടുകളിൽ പുനർജനിച്ചു. ചന്ദനം കടത്തുന്ന ലോറിയിൽനിന്നു ചാടി ശേഖരന്റെ കാലൊടിഞ്ഞു. ലോറി പോലീസ് പിടിച്ചെടുത്തു. കോടതി വിധിപ്രകാരം ചന്ദനലോറിയിൽ ശേഖരനില്ല. വിവാദ

വിഷയമായ സംഭവം നടക്കുമ്പോൾ ശേഖരൻ പ്ലാസ്റ്ററിൽ കിടക്കുകയായിരുന്നു. ആശുപത്രിയിൽ. പിന്നെങ്ങനെ പിടിച്ചെടുത്ത ലോറിയിൽനിന്നു ചാടും? പ്രതി നിർദ്ദോഷിയത്രെ.

വത്സാ, ലോകം മതിഭ്രമവും വികൽപ്പവും മായയുമാകുന്നു. നീ തന്നെ ശേഖരനെ രണ്ടായിക്കാണുന്നു. അവർ രണ്ടുപേരുണ്ടായിരുന്നു. അവരിൽ ആരാണ് ഘാതകനെന്നറിഞ്ഞുകൂടാ എന്നാണല്ലോ നിന്റെ പ്രസ്താവം.

ആചാര്യരേ, അവർ മൂന്നുപേരുണ്ടായിരുന്നു. അപ്പുഞ്ഞന്റെ മകൻ ശേഖരനും ശേഖരന്റെ മകൻ സുശീലനും സുശീലന്റെ മകൻ ചാരുവും, ചാരുവിന് പല്ലു മുളച്ചിട്ടില്ല. അവന് കൊല്ലാനറിഞ്ഞുകൂടാ.

വത്സാ, കേവലസത്യം എന്ന ഒന്നില്ല.

നിലനില്പിന്നുവേണ്ടി ശേഖരൻ ഫാക്ടറി തുടങ്ങി. ഫാക്ടറിയിൽനിന്നു കാർഷികോപകരണങ്ങളിറങ്ങി. ഫാക്ടറിക്കെട്ടിടങ്ങൾ ഈടുകൊടുത്ത് കടമെടുത്തു. നിലനില്പിനുവേണ്ടി പണമുപയോഗിച്ചു. ഉൽപ്പന്നങ്ങൾ ഈടുകൊടുത്ത് കടമെടുത്തു. ഫാക്ടറിയിൽ മുന്നൂറു തൊഴിലാളികൾ ജോലി ചെയ്യുന്നു. മുന്നൂറു കുടുംബങ്ങൾ പിഴയ്ക്കുന്നു. മുന്നൂറു തൊഴിലാളികൾക്കും ശമ്പളമില്ല. ശേഖരന്റെ മകൻ സുശീലൻ തൊഴിലാളിനേതാവ് ആയിരുന്നു. മുന്നൂറു കുടുംബങ്ങൾക്ക് കണ്ണിലുണ്ണിയായിരുന്നു. സുശീലൻ ചോദിച്ചു: ശമ്പളം വേണോ, ഫാക്ടറി വേണോ? തൊഴിലാളികൾക്ക് ഫാക്ടറി മതി. സുശീലൻ പറഞ്ഞു: എങ്കിൽ മാനവീയതയുടെ പേരിൽ ഗവണ്മെന്റ് പണമിറക്കണം. ഗവണ്മെന്റ് ഫാക്ടറി ഏറ്റെടുക്കണം. തൊഴിലാളികൾ പറഞ്ഞു: കാർഷികോപകരണ നിർമ്മാണശാല ഗവണ്മെന്റേറ്റെടുക്കണം. ഫാക്ടറി പൂട്ടിക്കിടന്നു. ഗേറ്റിൽ തൊഴിലാളികളും പോലീസും പാറാവു നിന്നു. പൂട്ടിയ ഗേറ്റ് തുറക്കണം. ഗേറ്റ് തുറക്കാൻ പാടില്ല. തുറന്നാൽ മുന്നൂറു കുടുംബങ്ങൾ പിഴയ്ക്കും. തുറന്നാൽ ജപ്തി നടക്കും. ഗേറ്റു തുറക്കുന്നുണ്ടോ എന്നാരായാൻവേണ്ടി ബാങ്കുകളുടെ ഏജന്റുമാർ പാത്തുപതുങ്ങിനില്ക്കുന്നു. തൊഴിലാളികൾ ജപ്തിയെ എതിർക്കുന്നു. മുന്നൂറു കുടുംബങ്ങൾ പിഴയ്ക്കാൻ അവർക്കു വേണ്ടത് തൊഴിലാകുന്നു. പോലീസുകാർ സംയമനം ശീലിക്കുന്നു. എല്ലാവരും നിലനില്പിനുവേണ്ടി പൊരുതുന്നു. അല്ലും പകലും നിലനിൽപ്പു തേടിക്കഴിയുന്നു. കാറ്റും മഴയും നിലനില്പിന്നുവേണ്ടി ഉഴറുന്നു. മനുഷ്യൻ ഉഴറുന്നു. ശേഖരൻ ഉഴറുന്നു. ശേഖരൻ പുതിയൊരു ഫാക്ടറി പണിയുന്നു. എന്നാൽ ഈ പുതിയ ഫാക്ടറി നിൽക്കുന്ന സ്ഥലം ഇവിടെയൊന്നുമല്ല. ഫാക്ടറി നിൽക്കുന്ന സ്ഥലം പ്രവിശ്യകൾ അകലെയാകുന്നു. ആ സ്ഥലം ശേഖരന്റെ പേർക്കെഴുതിയെടുത്തില്ല. സുശീലന്റെ പേർക്കെഴുതുന്നു. സുശീലൻ ഫാക്ടറി ഉടമയാകുന്നു. ഉടമ എന്ന് ഒരിടത്തും പറയുന്നില്ല. ആധുനികമാനവീയതയിൽ ഉടമയോ അടിമയോ ഇല്ല. മാനേജരും മാനേജിംഗ് ഡയറക്ടറുമുണ്ട്. സുശീലൻ ഫാക്ടറി മാനേജരാകുന്നു. ശേഖരൻ നിലനില്പിന്നുവേണ്ടി മാനേജിംഗ് ഡയറക്ടറാകുന്നു. അവധൂതൻ നാടുകൾ നടന്നു. നഗരങ്ങൾ നടന്നു. പ്രവിശ്യകൾ കടന്നു. കുന്നുകൾ മുറംകോരുന്ന വയൽക്കരയിലെ റോഡിലൂടെ പുത്തൻകമ്പിക്കാലുകളുടെ നിഴലളന്ന് അവധൂതൻ നടന്നു.

ആത്മാവില്ലാത്ത പെട്ടിപ്പാട്ടുകളെറിയുന്ന ചുംബനങ്ങളേറ്റ് അവധൂതന് കാലുകളിടറുന്നുണ്ടായിരുന്നു. അപ്പോൾ തെങ്ങിൻതലപ്പുകൾക്കുയരത്തിൽ പുത്തൻകെട്ടിടം കണ്ടു. പുത്തൻ കെട്ടിടത്തിന്റെ ഗേറ്റിൽ പുരുഷാരം കണ്ടു. ഗേറ്റിൽ വിലങ്ങെക്കെട്ടിയ ചുവപ്പുനാട കണ്ടു. അപ്പുഞ്ഞന്റെ മകൻ ശേഖരനെക്കണ്ടു. ശേഖരൻ പറഞ്ഞു: അവധൂതരേ, സ്വാഗതം. ഗേറ്റിൽ കെട്ടിയ ചുവപ്പുനാട മുറിക്കാൻ അങ്ങയെ ക്ഷണിക്കുന്നു. നിറപറയിൽ പൂക്കുല തളർന്നു. തെറുത്ത തിരികൾ തീനാളത്തിനുവേണ്ടി എണ്ണയിൽ ദാഹിച്ചു കിടന്നു. നിറകുലയേന്തിയ തെങ്ങിൻനിഴലുകൾ പൂഴിയിൽ ചിരിച്ചുലർന്നു. അവധൂതൻ മേലോട്ടു നോക്കിയപ്പോൾ ശേഖരൻ പറഞ്ഞു: തല തെറിച്ചു പോയി, പുത്തൻകമ്പികളിൽ തട്ടി വൈദ്യുതി പാഞ്ഞിറങ്ങിയ തെങ്ങിൻകൂമ്പ് കരിയുകയും കണ്ണാടിയിൽ ദഹിക്കുകയും ചെയ്തു. ശേഖരൻ പറഞ്ഞു. കാർഷികോപകരണ ഫാക്ടറിയുടെ ഉദ്ഘാടനമാണങ്ങു നിർവ്വഹിച്ചത്. ഇളനീർ പാനം ചെയ്താലും. മരിച്ച തെങ്ങിൻതൈ ചുരന്ന ഇളനീർജലം അവധൂതൻ പാനം ചെയ്തു. ജീവിതവും മരണവും തിരിച്ചറിയാത്ത ജനം അവരവർക്കു കിട്ടിയ ഇരിപ്പിടങ്ങളിൽ അല്പത്വം നടിച്ചിരുന്നു. അവർ കൈയടിച്ചു. അവധൂതൻ അവരെ അഭിസംബോധന ചെയ്യണം. ശേഖരൻ പറഞ്ഞു: ഹരിതവിപ്ലവത്തിന്റെ വരവേൽപ്പു കാർഷികോപകരണനിർമ്മാണ ഫാക്ടറിയുടെ സൈറണിലൂടെ കേൾക്കുമാറാകുമ്പോൾ... അവധൂതൻ ചെകിട്ടിൽ പറഞ്ഞു: പ്രവിശ്യകൾക്കപ്പുറം അടഞ്ഞുകിടക്കുന്ന ഒരു ഫാക്ടറി ഉണ്ടല്ലോ. ശേഖരൻ പറഞ്ഞു: സർവ്വജ്ഞനായോനേ, അടച്ചിട്ട ഫാക്ടറി എന്റേതാകുന്നു. ഫാക്ടറി നടത്തി ഞാൻ നിസ്വനായി. എന്നെ രക്ഷിക്കാൻ ആരും മുന്നോട്ടുവന്നില്ല. എന്റെ നിലനില്പ് അവതാളത്തിലായി. നിലനില്പിന്നുവേണ്ടി സുശീലൻ സാഹസം പ്രവർത്തിക്കുന്നു. അവൻ അവന്റെ പേരിൽ സ്ഥലമെഴുതിച്ച് അവന്റെ പേരിൽ ഫാക്ടറി തുടങ്ങുന്നു. അങ്ങേക്കു കൈകഴുകണോ? സോപ്പും ബേസിനും തോർത്തുമുണ്ടും ഉണ്ടല്ലോ. സുശീലനെ അനുഗ്രഹിക്കൂ. അങ്ങയുടെ പരിപാവന കരാംഗുലികൾ അവന്റെ നെറുകയിൽ വയ്ക്കൂ. നാലക്ഷരം പറയൂ. അവധൂതന്റെ തൊണ്ടയിൽ ദുഃഖം മെഴുകായി കട്ടിയായി മുളഞ്ഞീനായി ഉമിനീരിൽ വഴുതി. ചത്ത ഈച്ചകളെപ്പോലെ അണ്ണാക്കിൽ വാക്കുകൾ കുടുങ്ങി. ബോധം തെളിയുമ്പോൾ അവധൂതൻ സ്വീകരണമുറിയിലായിരുന്നു. ശേഖരൻ പറഞ്ഞു: അവധൂതരേ, ഈ എളിയ കിടപ്പാടം ധന്യമായി. സുശീലൻ ധന്യനായി. ഏഴു പ്രവിശ്യകളിലായി എന്റെ ഏഴു മക്കൾ ഇതേ ചതുരത്തിലുള്ള ഓരോ കിടപ്പാടത്തിലമരുന്നു. അങ്ങയുടെ പാദപങ്കേരുഹപരാഗം.. ശേഖരന്റെ മടിയിലിരുന്നു ചാരു ചിരിച്ചു. വാസ്തവത്തിൽ ബോധമുണർന്ന അവധൂതൻ ശേഖരന്റെ മടിയിലിരുന്നു ചിരിക്കുന്ന കൊച്ചിനെ കണ്ടു. അവധൂതൻ കൗതുകപൂർവ്വം അവന്റെ പേരെന്തെന്നു ചോദിച്ചു. വർത്തമാനം പറയാനറിയാത്ത അവന്റെ തുടുത്ത നാക്ക് ആമ്പൽദലം പോലെ അണ്ണാക്കിലേക്ക് വലിയുമ്പോൾ ശേഖരൻ പറഞ്ഞു: ചാരു, അജ്ഞതയുടെ മൂലോകങ്ങളുണരുന്ന മുഗ്ദ്ധതയിൽ അപ്പോഴും ചാരു ചിരിച്ചു. ചാരുവോ ചാരുശീലനോ എന്ന് അവധൂതൻ സംശയിക്കുമ്പോൾ സുശീലൻ സ്വീകരണമുറിയിലേക്കു വന്നു. അവധൂതനെ തൊഴുതു. മാനവീയതയുടെ മാറ്റു കൂട്ടുംപടി കാൽക്കൽ

കുമ്പിട്ട് പാദം തൊട്ട് നെറുകയിൽവച്ചു. ശേഖരൻ പരിചയപ്പെടുത്തി. എന്റെ മകൻ സുശീലൻ. സുശീലന്റെ മകൻ ചാരു. അവധൂതരേ, എന്നെപ്പൊറുതി അവരെ അനുഗ്രഹിക്കുമാറാകേണമേ. അവധൂതൻ ചാരുവിനെക്കുറി ച്ചോർത്തു. നാളിതേവരെ ഇവർ രാമകൃഷ്ണാദികളെക്കൊന്നു. ഗൗതമനേയും മോഹൻദാസിനേയും കൊന്നു. ചാരുവിനെക്കൊണ്ട് ആരെക്കൊല്ലുന്നു? സുശീലൻ വിനയാന്വിതമാനവീയതയോടെ യാചിച്ചു. ഭഗവൻ, എന്റെ മകൻ ധീരനായിത്തീരട്ടെ. ചെഗുവേരയെപ്പോലെ, ചാരുമജുംദാരെപ്പോലെ. അവരെ അനുസ്മരിക്കുന്ന ചാരുവിലൂടെ ആധുനികമാനവീയതയുടെ സംരക്ഷകരെ ഞാൻ സമാദരിക്കുന്നു.

ആചാര്യരേ.

വത്സാ, പറയൂ.

ഇതല്ലയോ കുറ്റമറ്റ ഹിംസ? പെർഫെക്റ്റ് മർഡർ!

വൽസാ, നിനക്ക് തലയോടും ചിരട്ടയും തിരിച്ചറിയാമോ?

ആചാര്യരേ, മനസ്സിലായില്ല.

നിന്റെ തലച്ചോറ് കാൽമുട്ടിന്നകത്താണോ?

അറിഞ്ഞുകൂടല്ലൊ.

അതറിയാത്തവൻ ഷണ്ഡൻ. അറിയുന്നവൻ പുരുഷൻ. ഉൽപത്തി തൊട്ടിന്നോളം പുരുഷൻ ഷണ്ഡരുടെ തലയെടുത്തു. കബന്ധങ്ങൾക്കെന്തു ഹിംസ, എന്തഹിംസ? ■

കുചേലവൃത്തം

"വരണം, വരണം. എങ്ങനെ ഈ വഴിയൊക്കെ മനസ്സിലായി?"

സൗഹൃദത്തിന്റെ പഥങ്ങൾ... ആഗതൻ മറന്നു. മേലകത്തു ഗോപാലന്റെ വീട്ടിലേക്കു വഴിയന്വേഷിച്ചു നടക്കുമ്പോൾ സൗഹൃദത്തിന്റെ പഥങ്ങൾ ഉരുവിടുകയായിരുന്നു. അങ്ങാടിയിൽ ഓർക്കാപ്പുറത്തു കണ്ടുപെട്ട സതീർത്ഥ്യൻ ഭാഷാബോധത്തിന്റെ നൂറ്റക്കുഴികളിൽ കെട്ട വിത്തുകൾ മാന്തുന്നു. മംഗളപത്രം സമർപ്പിക്കാനല്ല. സൗഹൃദത്തിന്റെ പഥങ്ങൾ വാക്യ ത്തിലെത്തിയുമില്ല. ഇടവഴിത്തിരിവുകളിൽ മുട്ടിത്തിരിഞ്ഞ വഴിപോക്കനോട് അപ്പപ്പോൾ എത്തിപ്പെട്ട തദ്ദേശക്കാർ പറഞ്ഞു: മേലകത്തു ഗോപാലനെ വീട്ടിൽ കണ്ടെത്താൻ പ്രയാസം. അദ്ദേഹം അതികാലത്ത് വീട്ടിൽനിന്നി റങ്ങും. ഉൾക്കിടിലംകൊണ്ട പഥികൻ കിതപ്പറിയാതെ നടന്നെത്തി. അയാൾ സത്യം പറഞ്ഞു: "പേടിച്ചുപോയി, വീട്ടിലുണ്ടാവില്ലാന്ന്."

ഗൃഹനാഥൻ തിരക്കിട്ടു: "പുവ്വായി, പുവ്വായി. ഞാനല്പം വൈകി."

കൈത്തണ്ട മറിച്ച് കനത്ത വാച്ചിന്റെ മുഖം കുത്തിനോക്കുന്ന കൺ കോണുകളിൽ പ്രായമറിയാതെയെത്തിയ ജര ചുളുങ്ങി. ഉൾക്കിടിലം മാറാത്ത ആഗതൻ പറഞ്ഞു:

"എന്റെ ഭാഗ്യം."

അയാൾക്കോർമ്മ കിട്ടി: തുടുത്ത കവിളും വാടിയ കൺപോളകളും. നിമിഷാർദ്ധസ്വപ്നങ്ങളെ കൈത്തണ്ടയിലെ നരച്ച രോമം ഹനിച്ചപ്പോൾ ആഗതൻ മനസാ സമാധാനിച്ചു. അതൊക്കെ പണ്ട്, തമ്പുഴക്കാട്ടുപാടത്ത്, നടവരമ്പത്ത്. അന്നു രണ്ടും കുചേലരായിരുന്നു. അതുകൊണ്ടുതന്നെ ഉത്തരസ്യാം ദിശയിലെ ദേവതാത്മാവിൽ മോക്ഷം തേടി നടന്നു. കവരങ്ങളിൽ, പെറ്റപൈക്കളുടെ ചവറിട്ട പാളയും, കടയ്ക്കൽ കാക്കകൾ കൊത്തിക്കീറിയ നാക്കിലക്കുരുതിയും ബലികളും കിടക്കുന്ന പാലയുടെ നിഴലിൽ ഗോപി തന്നെക്കാത്തു നിന്നു. ഈ ഓർമ്മ - ഇതു തന്നെ ഈ കാക്ക, കൊത്തിച്ചികയുന്നു. മുറിവേല്ക്കുന്നു. താൻ ഗോപിയെക്കാത്തു നിന്നു. അവനു കൊടക്കാൻ അമ്മ ഭാരമേല്പിച്ച കൊള്ളിനുറുക്കു മടിക്കുത്തിൽ വിയർപ്പേറ്റു കിടന്നു. അവന് അച്ഛനും അമ്മയും ഇല്ല. അനാഥൻ. അവൻ ഇന്നും വൈകുന്നു. അമ്മായി തീകത്തിച്ചാൽ, അരി വേവില്ല. നേരത്തേ വന്നു പാലച്ചുവട്ടിൽ ഹാജരുണ്ടെങ്കിൽ കരുതിക്കോ, അന്നു ഗോപി പട്ടിണി. അതൊക്കെ പണ്ട് - പണ്ട്. അന്ന് രണ്ടും കുചേലർ. തവണകളായി പണമടച്ചാൽ മേച്ചിലോടു കൊടുക്കുന്ന കമ്പനിയന്വേഷിച്ച് അങ്ങാടിയിൽ അലയുമ്പോൾ കണ്ടുപെട്ടതു ഗോപിയല്ല. അകാലത്തു നരച്ച മേലകം ഗോപാലൻ. അവൻ-

അവനല്ല.

അയാൾ.

അയാളല്ല.

അദ്ദേഹം.

രണ്ടു കൈകളിലും ടെലഫോണിന്റെ ഹാൻഡ്സെറ്റാണ് ദാമോദരൻ കണ്ടത്. വാസ്തവത്തിൽ കണ്ടിട്ടു പോലുമില്ല. അങ്ങാടി നിറയെ ജനം. ഫുട്പാത്തിൽ പ്രവാഹം. പ്രവാഹത്തിലൂടെ ദാമോദരൻ ചലിച്ചു. മേച്ചിലോടു വേണം. പുര ചുഴലിയിൽ തകർന്നു. പെട്ടെന്നെടുക്കാൻ പണമില്ല... അയാൾ തന്റെ ലോകത്തിൽ. അവിടെ അയാൾ മാത്രമേ ഉള്ളൂ. മനോവേഗത്തിൽ സഞ്ചരിച്ചാലും ഒടുങ്ങാത്ത തന്റെ ലോകത്തിലൂടെ നീങ്ങുമ്പോൾ അങ്ങാടിയും ജനവും ഫുട്പാത്തും പീടികകളും മുതലാളിമാരും ഇല്ല. എന്നാൽ, വിളിക്കുന്നു. പേരെടുത്തു വിളിക്കുന്നു. വരണം, വരണം. മ്പടെ ദാമൂനെ കണ്ടിട്ടറിഞ്ഞില്ലാട്ടൊ. എന്തു പറ്റീഡോ നിനക്ക്? നോക്കുമ്പോൾ ഹാൻഡ്സെറ്റുകളുടെ വൈസിൽ കുടുങ്ങിയ ശിരസ്സിലെ കുസൃതി കത്തുന്ന കണ്ണുകൾ. നിന്നേടത്ത്, ഫുട്പാത്തിലെ കോൺക്രീറ്റ് സ്ലാബിലേക്കുരുകിയുറയ്ക്കുമ്പോൾ ആവർത്തനം.

"വരണം, വരണം."

ഉൾക്കിടിലത്തോടെ ആഗതൻ നടക്കല്ലിൽനിന്നു. ഗൃഹനാഥന്റെ മുഖം തിരിഞ്ഞു:

"സുജേ!"

സൗഹൃദത്തിന്റെ പഥങ്ങൾ... വരാന്തയിലേക്കു കയറാൻ അറച്ചു. കാലു കഴുകാൻ വെള്ളം. സുജേ. കുചേലൻ നില്ക്കുന്നു. എന്തൊരാതിഥിമര്യാദ!

അന്ന് - അന്നും താനവന് യാതൊന്നും കൊടുത്തിട്ടില്ല. അവനു കൊടുക്കാൻ അമ്മ ഭാരമേല്പിച്ച കൊള്ളിനുറുക്കിലൂടെ സ്വന്തം വിയർപ്പിന്റെ വാട തിന്നിട്ടേയുള്ളൂ. കൊള്ളാനും കൊടുക്കാനും കുമാരസംഭവമുണ്ടായിരുന്നു. അന്വയാർത്ഥവിചാരങ്ങൾ. വഴിയും വിശപ്പും അറിയില്ല. അസ്ത്യുത്തരസ്യാം ദിശി... ഇരുപത്തിമൂന്നേ പതിനാറിന്റെ മേൽപ്പുരയ്ക്കു വേണ്ട മേച്ചിലോടല്ലേ കാര്യം. നീയൊന്നടങ്ങ് ദാമൂ. നീ മേലകം ഗോപാലനെ മറന്നല്ലോ. നിന്റെ സകല വർത്തമാനങ്ങളും എനിക്കറിയാം. പട്ടാളത്തിൽ പോയതും - പണ്ടേ, നീയൊരു പൊട്ടൻ - പെൻഷനിൽ വന്നതും പുര പണിതതും ചുക്കിട്ടു കാച്ചിയതും... എടോ ഞാനീ അങ്ങാടിയിലിരുന്നാൽ മതി. ഇപ്പഴിതാ ബോംബെയായിരുന്നു കൈയിൽ. നിന്നെപ്പിടിക്കാനല്ലേ പിന്നെ പ്രയാസം? എടോ, എന്റെ പീടികയിൽ വരാത്ത കച്ചവടക്കാരുണ്ടോ? നിന്റെ അടയ്ക്ക ആർക്കാണു കൊടുത്തത്? ഇമ്മട്ടിക്കോ, നീലനോ? നിന്റെ പുര വീണെന്നു എന്നോടാരോ പറഞ്ഞു. നീ ഇതേവരെ എന്നെ അന്വേഷിച്ചിട്ടില്ല. ഞാനീ അങ്ങാടിയിലുണ്ടെന്ന്... നിന്റെ പാടു മനസ്സിലായതുകൊണ്ടാണല്ലോ. വിളിച്ചത്. നിന്നോടൊന്നു വരാൻ... ആഗതൻ ഉൾക്കിടിലങ്ങളിൽ ഞടുങ്ങുന്നു. എന്തൊരൗദാര്യം! സുജേ, കുചേലൻ നില്ക്കുന്നു. മേച്ചിലോടല്ലാത്തതെല്ലാം ശരിപ്പെടുത്തി നീയൊന്നു വരണം ചിറ്റിക്കാട്ടിലാണെന്റെ താമസം. നിത്യേന നടക്കുന്നു. നീയെന്റെ പീറത്തടി കണ്ടോ? എനിക്കു പെട്ടെന്നൊന്നും മരിക്കാൻ വയ്യ - ഒരു ഹൃദ്രോഹം! എടോ, നാമൊക്കെ ജനിച്ചതു ചാകാനല്ല. നിന്നെപ്പോലൊരുത്തൻ പട്ടാളത്തിൽ കിടന്നിട്ടും ചത്തില്ലല്ലോ! നീയെന്താണിങ്ങനെ? ആത്മഹത്യ ചെയ്തു ചൂടാറാത്ത ശവംപോലെ? വീട്ടിലേക്കു വരണം. ഇവിടെ കേഷ്സിസ്റ്റമില്ല. ഇധർ കാ മാൽ ഉധർ. ഉധർ കാ മാൽ ഇധർ. പണത്തിന്റെ ഏടാകൂടങ്ങളൊക്കെ ബാങ്കിലെ ഗുമസ്താൾ താണ്ടട്ടെ. ചായപോലും കടംകിട്ടും. ബസ് ചാർജ്ജ് കരുതിക്കോ. ഞാൻ നിത്യേന നടക്കുന്നു. അല്പം ദൂരമുണ്ട്. നീയൊന്നു ജീവൻ പിടിച്ചിരിക്ക്. മേലകം ഗോപാലന്ന് സതീർത്ഥ്യനെ ഓർമ്മയുണ്ട്. നിന്റെ മടിക്കുത്തിൽ കൊള്ളിനുറുക്കുണ്ടോ?... പ്രതീക്ഷകളുടെ അതിസർപ്പണത്തിൽ ആഗതന്റെ മനസ്സു വിങ്ങുമ്പോൾ ഗൃഹനാഥൻ പറഞ്ഞു:

"എന്റെ കട."

ഈ നടക്കല്ലിൽ എന്റെ കാലിലെ മണ്ണഴിയാൻ പാടില്ല.

കാൽപ്പെരുമാറ്റം ചെകിട്ടിലരിച്ചു. മകളോ..? അവളെക്കാണാൻ ആഗതനു കണ്ണുകൂർത്തപ്പോൾ ഗൃഹനാഥൻ തുളുമ്പിത്തുളുമ്പി വാതിൽക്കലേക്കു നടന്നു. നീലത്തിരശ്ശീലയ്ക്കിടയിൽ, കൂർത്ത തൊപ്പിയിട്ട കുടുക്കാൽ കണ്ണിൽ കുത്താൻ തിളങ്ങി. പെട്ടെന്നു ഗൃഹനാഥൻ ചോദിച്ചു:

"നിന്റെ വീട് ഇരുപത്തിമൂന്നേ പതിനാറോ, എമ്മെല്ലൂരു മുപ്പതോ?"

അതു നിനക്കറിയാമല്ലോ എന്ന് അതു തിരുത്താൻ ആഗതൻ ബദ്ധപ്പെട്ടു. മനസ്സിൽ കണ്ടതു ഗോപി കാണും.

നിനക്കല്ല.

താങ്കൾക്ക്.

അങ്ങയ്ക്ക്.

തിരുവുള്ളമുണ്ടായിട്ട്.

ഗൃഹനാഥൻ പറഞ്ഞു:

"ഇതു നാല്പതിൻകോലെട്ടാണ്. സകലം ഇരുൾ. എന്തു ചെയ്യുമ്പോഴും സവിശേഷത വേണം. സവിശേഷത ശരിയല്ലേ? എന്റെ സംസ്കൃതം അടയ്ക്കാക്കറ പെട്ട് മുങ്ങിപ്പോയി. അസ്ത്യുത്തരസ്യാം ദിശി..."

അയാൾ ചിരിച്ചു. ആഗതൻ ചിരിക്കാനാഞ്ഞു. ഉണക്കമണ്ണിൽ ജല ബിന്ദുവിന്റെ ബാഹ്യാശ്ലേഷവും ബീജകോശവും നഷ്ടപ്പെട്ട വിത്തുപോലെ - പുറംതോടു പൊട്ടി. ഉമിക്കാൻ. തർപ്പണം എന്നാണയാൾ ഓർത്തത്. മറവി മരണമാകുന്നു. ചിരിയും തർപ്പണവും ഒത്തുപോകുന്നില്ല.

"നമുക്കിറങ്ങാം."

നടക്കല്ലിറങ്ങി ഗൃഹനാഥൻ തിരിഞ്ഞുനിന്നു. നാല്പതിൻകോലെട്ടു കണ്ടോ. ഇത്ര വലിപ്പത്തിലൊരു വീട് രണ്ടുനിലയ്ക്കുയർത്തി നിർത്തിയാൽ യാത്രക്കപ്പൽപോലെയാണു തോന്നുക. അതുകൊണ്ടാണ് ഫ്രണ്ടിലൊരു റൂം മുന്നോട്ടെടുത്തു വാർത്തത്. നീളം തോന്നിക്കില്ല. ഉയരം കുറഞ്ഞ പോലെ തോന്നിക്കുന്നു. മായ എന്നാൽ എല്ലാം മിഥ്യതന്നെ. നിന്റെ കണ്ണുകൾ നിന്നെ വഞ്ചിക്കുന്നു. നീ നിന്നെ വഞ്ചിക്കുന്നു. ഇതല്ലേ ദാമൂ യഥാർത്ഥ കഥ?

ആഗതനപ്പോൾ ഉൾക്കിടിലം തോന്നി. മുഴക്കം കേട്ടെണീറ്റപ്പോൾ ജനലുകൾ തല്ലിത്തകരുകയായിരുന്നു. നില്ക്കാൻ കാലുറച്ചില്ല. തന്നെത്തള്ളുന്നത് കാറ്റോ പ്രവാഹമോ ചുഴിയോ? നിന്നേടം കുലുങ്ങി. കട്ടിളപ്പടിയിൽ പിടിച്ചുനില്ക്കുമ്പോൾ മേൽപ്പുര കുലുങ്ങി. ചുമരുകൾ ഞെരിഞ്ഞു. ഓടുകൾ ഉതിർന്നു വീഴുമ്പോൾ ഉൾക്കിടിലം അനുഭവപ്പെട്ടു. മഹാഭാഗ്യം.. ഒറ്റൊന്നും വീട്ടിലില്ല. സ്കൂളിലും കാറ്റുണ്ടായെങ്കിലോ എന്നോർത്തിട്ടുപോലും കട്ടിളപ്പടിയിൽ അള്ളിനിന്നു. തനിക്കു ചുടുമ്പോൾ കുട്ടി ചോടെ. ഭാഗ്യംതന്നെ. ഒരു പൊടിപോലും മേത്തു തൊട്ടില്ല. അല്പമെങ്കിലും ബോധമുദിക്കുമ്പോൾ കാറ്റില്ല, ഒച്ചയില്ല മുഴക്കമില്ല. മിന്നലാക്രമണം നടത്തിയ കൊടുംപട നിമിഷങ്ങളഴിയുംമുമ്പെ കൈനിലപൂകി. മേൽപ്പുരയില്ല. ഉതിരുന്ന ഓരോ ഓടിന്നുമൊപ്പം ഉച്ചവെയിൽ തുള്ളിത്തുള്ളി നിറഞ്ഞതും മുറ്റിയതും ചുട്ടതും വിയർത്തതും - ഉൾക്കിടിലത്തോടൊപ്പം എല്ലാം വീണ്ടും വീണ്ടും ആവർത്തിക്കുന്നു. എന്നാൽ എന്റെ കണ്ണുകൾ എന്നെ ചതിച്ചേക്കാം. എന്റെ മനസ്സ്...

ഗൃഹനാഥൻ പറഞ്ഞു:

സകലം ഇരുൾ. അതാണു സവിശേഷത. തേക്കോ വീട്ടിയോ വാതിലിനാകാം. കഴുക്കോലും പട്ടികയും വയ്യ. ഒരു തീരുമാനമെടുത്താൽ, നടക്കാഞ്ഞിട്ടല്ല. മാലോകരെന്തു പറയും! തമ്പഴക്കാട്ടിൽനിന്നൊരുത്തൻ ചിറ്റിക്കാട്ടിൽ വന്ന് നമ്പിടിയുടെ ഞാല് വെറും പാട്ടത്തിനെടുത്തു. അവൻ അടയ്ക്കാത്തോടു പെറുക്കിച്ചുട്ടു വെണ്ണീറു വിറ്റു വീട്ടിക്കൊണ്ടൊരു കൊട്ടാരം കെട്ടി. വാസ്തവത്തിൽ എന്റെ പണം അവരുടെ പണംതന്നെ. അവർ തേവി

നനച്ചുണ്ടാക്കി. അടയ്ക്ക വിറ്റു. എന്റെ പണം നിന്റെ പണം - പണം രണ്ടില്ല. പല തുള്ളി പെരുവെള്ളം. അതാണു ബിസിനസ്സിന്റെ പൊരുൾ. ഒരിടത്തു വറ്റുന്നു, മറ്റൊരിടത്തു കുന്നുകൂടുന്നു. കാലത്തിന്റെ വേനലും മഴയും ദ്രവിപ്പിക്കുന്ന ചരൽക്കല്ലുകൾ ആർ കാണുന്നു? ഞാനൊരു കെട്ടിടം കെട്ടിയാൽ കാഴ്ചപ്പണ്ടമായി... ഗൃഹനാഥൻ ചിരിച്ചു. അടയ്ക്കാത്തോടിനുള്ളിലെ ചെന്തീയിൽ ആഗതൻ വെന്തു. അയാൾ മൊട്ടക്കുന്നിലെ ചരൽക്കല്ലുകളെക്കുറിച്ചും കങ്കാളത്തെക്കുറിച്ചും, കങ്കാളത്തിന്റെ കാവൽപ്പുരയായ ചെറ്റയെക്കുറിച്ചും ഓർക്കുന്നു. എന്നിട്ടും ഗൃഹനാഥനെ മനസാ ശ്രദ്ധിക്കുന്നു. പണം തന്നെ, വളർച്ചയുടെ മാനദണ്ഡം.

"നേരം പോകുന്നു. ഒമ്പതിന്നു പീടികയിലെത്തണം."

ഞാൻ വന്നത്... കുചേലൻ പറഞ്ഞില്ല. തിരുവുള്ളമറിയാതെന്തുള്ളു?

"സുജേ!"

ഗോപാലൻ വിളിച്ചു. ഇതെന്തിനോ എന്നദ്ഭുതപ്പെടുമ്പോൾ കല്പനയായി:

"ഗേറ്റു പൂട്ടിക്കോളൂ. മറക്കണ്ട."

തെണ്ടിത്തിരിഞ്ഞ് ആരെങ്കിലും കടന്നുവരും എന്നരുളിച്ചെയ്തില്ല. ദാമോദരനെ തൃക്കൺപാർത്തു.

"അപ്പ നീ എപ്പ പുറപ്പെട്ടു?"

ആ ചോദ്യത്തിന്റെ നാരായവേരിലെത്താൻ ദാമോദരൻ പെരുവിരലിൽ നിന്നു. തകർന്ന പുരയുടെ കങ്കാളവും കാവൽപ്പുരയും ചുഴലിയിൽ ചുറ്റുന്നു. തല ചുറ്റുന്നില്ല. അതു ന്യൂക്ലിയസ്സാകുന്നു, സ്ഥാവരം. അതിനു ചുറ്റും ഭ്രമണപഥങ്ങളിൽ മക്കൾ ചുറ്റുന്നു.

എന്നാച്ചാ നഡെ പുര കയറ്റുക?

എന്റെ മക്കളേ എന്നു രഹസ്യം. നാളെ - നാളെ എന്നു പരസ്യം.

വല്ലിച്ച വള്ളിച്ചാതിയുമരിക്കും എന്നവരുടെ അമ്മ.

അപ്പോൾ ഒരു നേരംപോക്കിനൊരു കഥ. ഞാൻ പട്ടാളത്തിലായിരുന്നപ്പോൾ എന്നും പാർപ്പിടം കെട്ടിക്കിടന്നു. സ്ഥലമൊഴിയുമ്പോൾ പൊളിച്ചടക്കി.

നിങ്ങൾ ട്രഞ്ചിലും ബങ്കറിലും ഗുഹകളിലും കിടന്നിട്ടുണ്ടാവും. എന്നെപ്പെറ്റതു നാലുകെട്ടിലാണ്.

അച്ഛാ, ഞങ്ങളുണ്ണിപ്പെര കെട്ടുമ്പോൾ - അവർ ഒരിടവേളയിൽ ആയിരം പുര കെട്ടി മാച്ചിട്ടുണ്ടത്രെ.

പുലരുംമുമ്പു പുറപ്പെടുമ്പോൾ ചിമ്മിനിപ്പുകയ്ക്കു താഴെ മക്കൾ ഉറങ്ങുകയായിരുന്നു. പിരിയുടഞ്ഞ കയറുപോലെ - തൊട്ടും തൊടാണ്ടും. പിരിഞ്ഞും പിരിയാണ്ടും. മക്കളേ, ഇന്നു മേച്ചിലോടു വരും.

ഗോപാലൻ പറഞ്ഞു:

"ഇതിലെ ഇറങ്ങാം. എളുപ്പവഴി."

പീടികയിലെത്താൻ വൈകിക്കൂടാ. പീടിക എന്നേ അയാളപ്പോഴും പറഞ്ഞുള്ളൂ. വൈകിപ്പോയാൽ വരാവുന്ന കഷ്ടനഷ്ടങ്ങൾ. ഒരൊറ്റ ട്രങ്ക് അറ്റന്റ് ചെയ്യാതെപോയാൽ അന്നത്തെ ഇടപാടുകൾ സ്തംഭിച്ചതുതന്നെ.

നേര്!

കുചേലനെ ലക്ഷ്മീതല്പത്തിലിരുത്തി പൂജിച്ചാൽ ആയിരം പതിനായിരം തുലഞ്ഞെന്നുവരും. എന്നാൽ ഗോപാലൻ പുരയിടത്തിലേക്കിറങ്ങി. പനവണ്ണം കവുങ്ങുകൾ. ഓരോ ഇടവരമ്പത്തും അയാൾ നിന്നു. കൈയെത്താവുന്ന മരങ്ങളെ മെദുവെ മെദുവെ തട്ടി. അവയുടെ കരിം-കരിംപച്ചയിൽ കണ്ണുകൾ നിറച്ചു. എന്താടാ, വെള്ളം കിട്ടിയില്ലേ? നില്ക്കണം ദാമൂ. നിനക്കെന്താ ഒരു വാട്ടം?

കവുങ്ങിനോടോ, തന്നോടോ?

ഇരുളടഞ്ഞ തോപ്പിൽ വാഴക്കൂട്ടങ്ങളിലൂടെ നിരങ്ങുന്ന വെയിൽപ്പാളികൾക്ക് ഈൗർച്ചവാളിന്റെ മൂർച്ചയുണ്ടായിരുന്നു.

പാടത്തേക്കിറങ്ങുമ്പോൾ ഗോപാലൻ പറഞ്ഞു:

"ഒന്നര രൂപയുടെ മുതലാണു നീ കണ്ടത്."

ദാമോദരന്നു മനസ്സിലായില്ല. ഇല്ല എന്നു ഗോപാലനു മനസ്സിലായി. അയാൾ വിശദീകരിച്ചു; വെറും തരിശായിരുന്ന, നമ്പിടിയുടെ ഞാല്. ഒന്നരയ്ക്കു ശീട്ടാക്കി. കിണറെടുത്തു കുളമാക്കി. കടൽപോലെ വെള്ളം കണക്ഷനെടുത്തു പമ്പുവെച്ചപ്പോൾ എല്ലാംകൂടെ രണ്ടര. പതിനായിരത്തിന്റെ കണക്കാവും പറയുന്നതെന്നു ദാമോദരനു തോന്നി. ഇരുപത്തയ്യായിരം. ഇപ്പോൾ ദാമോദരന്നു തല ചുറ്റുന്നപോലെ. ഗോപാലൻ പറഞ്ഞു. ഇന്നെനിക്ക് ഒന്നരയ്ക്ക് കൊട്ട വീഴും. മല്ലിനാഥന്റെ ടിപ്പണിയെക്കുറിച്ചു പെട്ടെന്നോർത്തുപോയി. ഒന്ന് ഒന്നര രണ്ട് രണ്ടര. പണപ്പെരുപ്പത്തിൽ ഭ്രാന്തു പിടിക്കാതിരിക്കാനാവണം ഇയാൾ പ്രതീകങ്ങളിൽ കണക്കൊതുക്കുന്നത്. എനിക്ക് ആയിരത്തഞ്ഞൂറു മേച്ചിലോടു കിട്ടിയാൽ മതി. ഗോപാലൻ മനസ്സറിഞ്ഞുവോ?

"നീയെന്താ ചെയ്തത്?"

ദാമോദരൻ വീണ്ടും വിഡ്ഢിയാവുന്നു.

ആർക്കെങ്കിലും ഒരപേക്ഷ കൊടുത്തുവോ? പഞ്ചായത്തിലോ ബ്ലോക്കിലോ താലൂക്കിലോ അടുപ്പിലോ? എടോ, കണ്ടമാനം കണ്ടമാനം പണമുണ്ട് അനാമത്തു ഫണ്ടുകളിൽ. കെടുതിക്കും വിടുതിക്കും കിട്ടും. മരണഫണ്ടുപോലും ഉള്ളതാണു കാലം. പുര വീണതുതന്നെ എന്നു പഞ്ചായത്തുമെമ്പറോ പാറോത്യമോ സർട്ടിഫൈ ചെയ്യണം. അതെങ്ങാനും ചെയ്തോ?

ഞാനോ?

"ഇല്ല."

"നീയൊരു പൊട്ടൻതന്നെ. പണ്ടു നിനക്കു പൊട്ടത്തരങ്ങൾ ധാരാളമുണ്ടായിരുന്നു. എടോ നുണ പറയണം. നുണ പറയാനും അറിയണം. അല്പം വട്ടച്ചെലവുകളുണ്ടാവും. നിനക്കെന്താ പെൻഷൻ?"

എഴുപത് എന്നു പറയാൻ വന്നില്ല.

“എടോ നീയൊക്കെ കടുപ്പൊട്ടൻ. പട്ടാളത്തിൽ പോയി, ലോകമറിയാൻ മറന്നു. ലക്ഷം ലക്ഷം രൂപ അനാമത്തിലുണ്ട്. അതിലൊരോഹരി നിന്റേതാകുന്നു. അതിങ്ങ് ആദ്യം പറ്റിക്കണം. കെട്ടുതാലിയെങ്കിലുമുണ്ടല്ലോ നിന്റെ വീട്ടിൽ. അതിറക്കി വട്ടച്ചെലവു നടത്തണം. എന്നിട്ടു വാരണം.”

ഇടവരമ്പിലൂടെ നടക്കുമ്പോൾ അയാൾ നെൽത്തൈകളെ തലോടി. ദാമോദരനു തോന്നി. ഇതു വേദോപദേശംതന്നെ. ഗോപാലൻ പടവുകൾ വട്ടമിട്ടു നടന്നു. നെൽത്തൈകളോടുള്ള കിന്നാരം ദാമോദരൻ കേട്ടില്ല. അയാൾക്കു വെയിലിൽ അകംപുറം വെന്തു. കെട്ടുതാലിയുടെ ചരടിൽ പേർക്കുന്ന അയാളുടെ മനസ്സിനു സമയബോധം നഷ്ടപ്പെട്ടു. സൗഹൃദത്തിന്റെ അജ്ഞാതപഥങ്ങൾ... ഗോപി മറുവരമ്പത്തെത്തിയപ്പോൾ ചോദിച്ചു:

“ഈ പാടത്തേക്കുംവെച്ച് കറുപ്പ് എന്റെ നെല്ലല്ലേ?”

മനുഷ്യന്റെ നിറം... ദാമോദരൻ ചോദിച്ചു.

“ഞാൻ നടക്കട്ടെ?”

മേലകം ഗോപാലനും അതുതന്നെയാണോർത്തത്. അതാ കാണുന്ന റോഡ്. നിനക്കവിടന്നു ബസ് കിട്ടും. ഞാനങ്ങാടിവരെ നടക്കും. ബസ് ചാർജ്ജ് കരുതിയിട്ടില്ല. നിന്റെ കാര്യം ഞാൻ മറക്കില്ല. എന്നെക്കൊണ്ടാവുന്നതു ചെയ്യും. പറഞ്ഞില്ലല്ലോ, നീയിപ്പോൾ എവിടെയാണു താമസം?

കുചേലവൃത്തത്തിൽ എന്ന് ദാമോദരൻ പറഞ്ഞില്ല. മനസ്സിന്റെ അനന്തവൃത്തങ്ങളിലൂടെ മൊട്ടുസൂചി കുത്തിച്ചുറ്റി. ഗോപി, നാമൊന്നിച്ച് എന്റെ കുന്നിൻപുറത്തിരുന്ന് ഉദയാസ്തമനങ്ങൾ കണ്ടിട്ടുണ്ട്. എന്റെ വീട്... ഞാൻ പൊട്ടൻ, കുചേലൻ. എന്റെ അമ്മയോ? അമ്മ പറഞ്ഞു: മോലോത്തെ ഗോപി എന്റെ മകൻ. അവനെ ഞാൻ പെറ്റിട്ടില്ല. എന്നാൽ എനിക്കു മക്കൾ രണ്ട്...

ഗോപി സ്നേഹം പറഞ്ഞു. നിന്നെ ഒറ്റയ്ക്കു വിടാൻ പേടിയുണ്ടെനിക്ക്. നിന്നെയിപ്പക്കണ്ടാൽ ആത്മഹത്യ ചെയ്തിട്ടും മരിക്കാത്തതുപോലെ. എന്നാൽ എനിക്കറിയാം. ഒരുമാറു കയറെടുക്കാനും അതിന്റേതായ വില കൊടുക്കണമെന്ന്. അതു നിന്റെ പക്കൽ കാണില്ല.

സൗഹൃദത്തിന്റെ പദങ്ങൾ എങ്ങോ ഒരു ചാലിൽ മുങ്ങിപ്പോയി. പുതിയ ചാലുകളിൽ മൊട്ടുസൂചി കുത്തിത്തിരിഞ്ഞു.

ഒരു വിമുക്തഭടന്റെ ദുരന്തകഥ!

ചുഴലിയിൽപ്പെട്ടു പുര വീണു നശിച്ച് ചെറ്റകെട്ടി പാർത്തുപോന്ന വിമുക്തഭടൻ കുടുംബത്തോടെ ആത്മഹത്യ ചെയ്ത ഒരു സംഭവം തമ്പഴക്കാട്ടുനിന്നു റിപ്പോർട്ട് ചെയ്യപ്പെടുന്നു. വാർത്ത ബോക്സിൽ, മേശയ്ക്കു മീതെ. പത്രത്തിനു മീതെ രണ്ടു കൈകളിൽ ടെലഫോണിന്റെ ഹാൻഡ്സെറ്റുകളേന്തിയിരിക്കുന്ന മേലകം ഗോപാലൻ.

ഗോപാലൻ നിലവാരമാരായുന്നു. വായിക്കുന്നു. സൗഹൃദത്തിന്റെ അജ്ഞാതപഥങ്ങളിലൂടെ തിരിച്ചുനടക്കുമ്പോൾ പഥികൻ പറയുന്നു.

അവൻ ഗോപിയല്ല. ഗോപി പാലച്ചുവട്ടിലുണ്ടാവും. ■

ലക്ഷ്മണൻ

തീവണ്ടിയുടെ താളം നിറഞ്ഞുമുറ്റിയ മനസ്സോടെ പുറം ചാരി ഇരുന്നു. തൊട്ടിരിക്കുന്ന യാത്രക്കാരൻ ഇല്ല. എതിരേ ഇരുന്നു മയങ്ങുന്നവർ ഇല്ല. ജയദേവൻ ഇല്ല. ഉള്ളത് തീവണ്ടിയുടെ താളം മാത്രമാണ്. തത്ത്വമസി. അതു നിൽക്കുകയോ ചലിക്കുകയോ അല്ല. താളമായി മനസ്സിൽ മുഴങ്ങുന്നു: ഓങ്കാരം.

ഉറങ്ങണം എന്നോർത്തിട്ടല്ല. മനുഷ്യൻ ഉറങ്ങുന്നു. ജീവജാലങ്ങൾ ഉറങ്ങുന്നു. ജീവജാലങ്ങളുടെ വിധാതാവും നിയന്താവുമായ സൂര്യൻ ഉറങ്ങുന്നു.

എല്ലാറ്റിനും കാരണം സൂര്യനാണത്രെ. എല്ലാമെന്നാൽ, സൃഷ്ടി, സ്ഥിതി, സംഹാരം. യാതൊന്നും സംഹരിക്കപ്പെടുന്നില്ലല്ലോ. ചത്ത മരത്തടികൾ തീവണ്ടിക്കു ചലനം നല്കി.

'വിശ്വമായതും നീയേ വിശ്വകാരണം നീയേ

വിശ്വകാര്യവും നീയേ വിശ്വപാലനും നീയേ.

ജീവനായീടുന്നതും പരനായീടുന്നതും

കേവലസ്വരൂപനാം നിന്തിരുവടിയല്ലോ.'

ഈ തീവണ്ടിയിൽ ആരെല്ലാം കയറി, ആരെല്ലാം ഇറങ്ങി. അവർ–

അവരുടെ മുഖച്ഛായകൾ, പേച്ചുകൾ, പെരുമാറ്റങ്ങൾ – എല്ലാം മനസ്സിലെ ധൂമപടലത്തിൽ ലയിക്കുന്നു. ധൂമപടലങ്ങളിൽനിന്നു സ്വപ്നങ്ങൾ ഉണരുന്നു.

സഹോദരീ, ഒരു നേരത്തെ ആഹാരം വാങ്ങിത്തരൂ. അവളുടെ മുഖം അദ്ഭുതത്തിൽ തുടുത്തുപോയി: താങ്കളെക്കണ്ടാൽ, ഇല്ലാത്തവനെന്നു തോന്നില്ലല്ലോ.

പണം തീർന്നു. ടിക്കറ്റുപോലും ഇല്ല. അടുത്ത ജംങ്ഷനിൽ അമ്മയുടെ മണിയോർഡർ എത്തിക്കിടക്കുന്നുണ്ടാവും.

ഞാൻ അടുത്ത സ്റ്റേഷനിൽ ഇറങ്ങും.

ഖേദമുണ്ട്. നീ ചെയ്ത ഉപകാരം എക്കാലവും എന്നിൽ ജീവിക്കും.

പിളാനിയും ദൽഹിയും ചണ്ഡീഗഢും നംഗലും എവിടെ? പഞ്ചാബിപ്പെൺകിടാവിന്റെ നേർബുദ്ധി എവിടെ?

ഒരുപറ്റം പെൺകുട്ടികൾ കയറി. അവർ സ്റ്റഡി ടൂറിലാണത്രെ. താൻ എന്തു ടൂറിലാണെന്ന് ജയദേവൻ പറഞ്ഞില്ല. അമ്മയെപ്പേടിച്ചു പോന്നതാണെന്ന് എങ്ങനെ പറയും? വെക്കേഷൻ അവസാനിക്കുവോളം യാത്ര ചെയ്യും. കാഴ്ചകൾ കാണണം. മനുഷ്യരെ കാണണം. ജീവിക്കണം. മറ്റൊരുദ്ദേശ്യവുമില്ല.

പെൺകുട്ടികൾ പഴുതു കണ്ടേടത്തിരുന്നു. രാത്രി വർത്തമാനം പറഞ്ഞു പറഞ്ഞ് അവർ ഉറങ്ങി. ജയദേവന്റെ തോളിലേക്ക് ഉറക്കം തൂങ്ങി വീണു.

ഞാൻ നിന്റെ അമ്മയല്ലല്ലോ.

ഉൽപ്പത്തി തൊട്ട് ഇന്നോളം പുരുഷൻ അമ്മ ചമഞ്ഞിട്ടില്ല.

അമ്മ കാത്തിരിക്കുന്നു. ദൽഹിയിലും ഇറ്റാർസിയിലും കാശിപേട്ടിലും ഒപ്പിട്ടു വാങ്ങിയ മണിയോർഡറിന്റെ കൂടെ അമ്മയുടെ ആഗ്രഹം ചീന്തിക്കിട്ടി. അമ്മയ്ക്ക് ആശ ഒടുങ്ങുന്നില്ല. മാർദ്ദവമുള്ള വയറ്റിൽ നെറ്റി ചേർത്തു മടിയിൽ കിടക്കുമ്പോൾ നേർത്ത വിരലുകൾ തലമുടിക്കിടയിലൂടെ ഇരടി നീങ്ങുന്നു. ഉൽപാദനമെന്ന ജൈവസ്വഭാവത്തോടൊപ്പം അമ്മയ്ക്കു കിട്ടിയ ശീലമാകാം.

ജാൻസിജംങ്ഷനിൽവെച്ചാണ് കുരങ്ങന്മാരെ കണ്ടത്. റെയിൽപ്പാതയുടെ വക്കിൽ കുടുംബം മുഴുക്കെ തമ്മാമ്മിൽ പേനെടുത്തു രസിക്കുന്നു.

ഡ്രായിങ്ഗ്റൂം ലൈഫിലോളം എത്തിയിട്ടും ഗുഹാമനുഷ്യന്റെ ശീലങ്ങൾ അമ്മ അതിരഹസ്യമായി പുലർത്തുന്നു.

ജിമ്മി വെറിപിടിക്കാണ്ടെ കിടന്നോ. നീയൊരു കൂറ്റനായെന്ന് അറിയാണ്ടല്ല. അമ്മയ്ക്കതു തോന്നണ്ടേ?

അമ്മ നെറ്റി തലോടിത്തരുന്നു.

അമ്മേ, ജിമ്മി വരുന്നു. അമ്മയ്ക്കിഷ്ടമാണെങ്കിൽ മടിയിൽ തലവെച്ചു തരാം. ഇന്നലെ രാത്രി എവിടെപ്പോയി എന്നുമാത്രം ചോദിക്കാൻ പാടില്ല.

എല്ലാ ധാരണകളും അമ്മയുടെ മടിത്തട്ടിൽ ചെന്നുമുട്ടിയപ്പോൾ തീവണ്ടിയെക്കുറിച്ചോർത്തു. ഓർത്തിരിക്കവേ ചലനം ശബ്ദമായി. ശബ്ദം ഓങ്കാരമായി. ഓങ്കാരത്തിൽ മനക്കണ്ണു മയങ്ങുമ്പോൾ സൂര്യൻ ഉറങ്ങി. സൂര്യൻ ഉറങ്ങിയപ്പോൾ തലയ്ക്കുമീതെ വിളക്കുണർന്നു ഉറങ്ങിയ സൂര്യനെ കിൽറ്റുകൊണ്ടു പുതപ്പിച്ച ചക്രവാളം കറങ്ങിക്കറങ്ങിവരുന്നു. വിളക്കിന്റെ ഉറക്കച്ചടവും വിളർപ്പും കണ്ടിരുന്നു. ചാരുപടിയിൽ പുറംചാരി, തീവണ്ടിയുടെ അലസമായ താളത്തിൽ മനസ്സു മുങ്ങി. പിൻതല താനേ ചാഞ്ഞു.

ഓടിയണയുന്ന കാഴ്ചകൾ ജനലോളം വന്നെത്തി, മുങ്ങാംകുഴിയിട്ടു പോയി. മനസ്സ് ഊഞ്ഞാലാടി. വൈക്കോൽപ്പുരകളും ഗ്രാമങ്ങളും തിരിക്കുതിര തിരിഞ്ഞു വന്നു. തിരിക്കുതിരയിൽ ഏത്തങ്ങൾ മുങ്ങി, പൊങ്ങി. നേപ്പാളീസ് നൃത്തംപോലെ. ഏണിത്തണ്ടിൽ നഗ്നരായ നർത്തകർ ചവിട്ടിക്കയറി. ഇറങ്ങി. അവർ സ്പേസിന്റെ ശൂന്യതയിൽ കൈകാലുകൾ തുഴഞ്ഞുവന്നു. ഊഞ്ഞാലിന്റെ പെൻഡുലം തൊണ്ണൂറിൽനിന്നു കീഴോട്ടാഞ്ഞ് നൂറ്റി എൺപതിൽ മുങ്ങി. സൂര്യനെ ഉറക്കിക്കിടത്തിയ ചക്രവാളത്തിന് പൈ റേഡിയൻ. പൈ കപ്പലിറങ്ങും മുമ്പ് ഞങ്ങൾ കിണറുകുഴിക്കുകയോ, നെല്ലിപ്പടി ഇറക്കുകയോ, കെട്ടുകയോ ചെയ്തിട്ടില്ല. ചക്രവാളം എന്ന മഹാവൃത്തത്തിന്റെ കേന്ദ്രത്തിൽ തീവണ്ടി അറഞ്ഞുകിടന്നു. കേന്ദ്രത്തിൽ ചലനമില്ല, സ്പീഡില്ല, തീവണ്ടിയില്ല. ഭ്രമണപഥങ്ങൾ നിയന്ത്രിക്കുന്ന ഗുരുത്വാകർഷണമുണ്ട്. ഈ ഗുരുത്വമാണ് താൻ. തത്ത്വമസി, ശാന്തം, സ്വസ്ഥം, സ്ഥിരം, സ്ഥായി.

സൂര്യൻ.

സൂര്യൻ ഉറങ്ങി.

ഉറങ്ങുന്ന മനസ്സിൽ തീവണ്ടിയുടെ താളം അലസമായി, മന്ദ്രമായി, മന്ദ്ര മധുരമായി, മധുരോദാരമായി, മയക്കമായി, മുഴക്കമായി, മൃദുവായി, ഘോഷ മായി, നിർഘോഷമായി, ഘോരമായി, ഖരമായി, അതിഖരമായി, വർണ്ണ ങ്ങളുടെ വൈവിധ്യങ്ങളായി, വൈവിധ്യങ്ങളുടെ ഏകതാനതയായി, ശബ്ദ മായി, ശബ്ദകോലാഹലമായി ഞെട്ടിയുണരുമ്പോൾ.

തീവണ്ടി പാലം തകർക്കുന്നു.

ഏന്താണു നദി?

എപ്പഴാണുറങ്ങിയത്?

തലയ്ക്കുമീതെ കത്തിനിന്ന വെളിച്ചത്തിൽ കണ്ണുകൾ മുങ്ങി. നിറയെ ക്കണ്ടു.

ജനലിലൂടെ നദിയിലേക്കു നോക്കിയിരിക്കുന്നു.

എവിടെവെച്ചാണു കണ്ടത്?

ഉരുക്കിന്റെ കമാനങ്ങൾ ഓടിയണഞ്ഞ് ജനലിന്നുമുന്നിൽ നദിയിലേ ക്കാണ്ടുപോയി.

ജനലിലൂടെ നീളുന്ന തോളിൽ മെടഞ്ഞിട്ട തലമുടി പാറിപ്പറന്നു കിടന്നു.

എപ്പോഴാണു കയറിയത്?

ആർക്കോണത്തെ ധർമ്മശാലയിൽവച്ചാണോ നാം തമ്മിൽ ആദ്യം കണ്ടത്?

ജനൽവെളിച്ചം ചിതറിവീഴുന്ന നദിയുടെ നീലസ്ഫടികങ്ങളിൽ ഓള ങ്ങൾ തള്ളിത്തെളിഞ്ഞു ചിരിച്ചു.

ഗ്രാമാന്തരങ്ങളിൽ കാൽനടയായി യാത്രചെയ്യവേ, അരുവിയിൽ അടിച്ചുനനച്ച്, കുളിച്ച്, ഉണക്കാനിട്ട ഉടുപ്പുകൾക്കു കാവൽനില്ക്കുമ്പോൾ നീ വെള്ളമെടുക്കാൻ വന്നു.

ഓളങ്ങളിൽ ദീപസ്തംഭങ്ങൾ കാണായി.

നദി എന്ന കൗതുകം ഇരുട്ടിലേക്കു മുങ്ങിയപ്പോൾ നഗരപ്രാന്തങ്ങളിൽ ഉറങ്ങാതെ കാത്തുനിന്ന വിളക്കുകൾ ഓടിയണഞ്ഞു. മറന്നുപോയ ഓർമ്മ കൾ തേടി വിളക്കുകൾ പിന്നോട്ടുപോയി.

നിന്റെ പെറ്റമ്മ എനിക്കു വിരുന്നൂട്ടുമ്പോൾ അടുക്കളയിൽ മുട്ടുന്ന ചെമ്പുപാത്രങ്ങളുടെ മനക്കണക്കെടുക്കാൻ ഞാൻ നിവർന്നിരുന്നു. ദേശാന്തരം ചുറ്റുന്ന ഈ വഴിപോക്കന് വിശക്കുന്നു എന്നു നീയാണല്ലോ അമ്മയെ ബോധിപ്പിച്ചത്.

ജനലിൽനിന്നു തോളെടുത്തു ജയദേവൻ നിവർന്നിരുന്നു.

നീ എന്നെ മറന്നോ?

ജയദേവനെതിരേ, അവൾ ജനലിൽനിന്നു തലവലിച്ചു കുനിഞ്ഞിരുന്നു. നഷ്ടപ്പെട്ടുപോയ നദിയെക്കുറിച്ചുള്ള ദുഃഖം അവളുടെ കണ്ണുകളിൽ ജയ ദേവൻ കണ്ടു.

ആരാണു കൂടെ?

എതിരെയുള്ള സീറ്റുകളിൽ യാത്രക്കാർ മയങ്ങി.

പാതിയടഞ്ഞ കൺപോളകൾക്കിടയിലൂടെ നോക്കിയിരുന്നു. മനസ്സു നിറഞ്ഞപ്പോൾ വീണ്ടും മയങ്ങി.

ടാക്സി വീട്ടിലെത്തി നില്ക്കുമ്പോൾ അമ്മ പോർട്ടിക്കോവിൽ കാത്തിരിക്കുന്നുണ്ടാവും. അമ്മയുടെ കാല്ക്കൽ ടോമി സാഷ്ടാംഗം കാവൽ കിടക്കുകയാവും. പുലർച്ചെ മൂന്നരയ്ക്കാണത്രേ വണ്ടി സ്റ്റേഷനിൽ എത്തുക.

വാളപ്പള്ളേം, മാമ്പള്ളേം.

അനുനാസികത്തിന്റെ ചിങ്ങാരം പ്ലാറ്റ്ഫോമിനോളം നീണ്ടുപോയി.

ഓറഞ്ച്-നീലഗിരി ഓറഞ്ച്!

കപ്പൽ കയറിപ്പോയി വീണ്ടും നാട്ടിൽ തിരിച്ചെത്തിയപ്പോൾ ഓറഞ്ചായി രൂപാന്തരപ്പെട്ട നാരങ്ങയെക്കുറിച്ചോർത്തു. അമ്മയ്ക്കിഷ്ടമാവും.

എന്താ വില?

തലയിൽനിന്നിറക്കിയ പഴത്തട്ട് തോളിൽത്തങ്ങിയപ്പോൾ വണ്ടിയുടെ വാരിയെല്ലിലേക്കു മുട്ടുകാൽ മടക്കിവെച്ചു. പഴത്തട്ട് തുടയിൽ ബാലൻസ് ചെയ്തു.

എവ്വള വേണം?

ഇതിനെന്താ വില?

നീലനിറത്തിന്റെ കൂമ്പാരത്തിലേക്കു ചൂണ്ടി.

നിന്റെ കണ്ണുകൾപോലെ.

മുന്തിരിയാ?

അതെ.

നിന്റെ മൂക്ക് മരത്തിൽ കയറിയ ഓന്തുപോലെ.

കണ്ണുകൾ വെള്ളപ്പിഞ്ഞാണത്തിൽ ഞാവൽപ്പഴംപോലെ.

ചുണ്ടുകൾ - ഓർമ്മ വരുന്നില്ല. തെച്ചിപ്പൂവോ, മാന്തളിരോ?

കൊച്ചരിപ്പല്ലുകൾ - നീ ഇതേവരെ ചിരിച്ചില്ല. ഉരിയാടിയില്ല!

വെള്ളപ്പിഞ്ഞാണം കിട്ടിയില്ല. ഞാവൽപ്പഴമില്ല. ഇലക്കുമ്പിളിൽ മുന്തിരിക്കുല കിട്ടി.

നീലഗിരി ഓറഞ്ചാക്കും.

ഏതാണ് സ്വാമീ സ്റ്റേഷൻ?

വണ്ടി മുടന്തനെപ്പോലെ വലിച്ചു. എപ്പോൾ എത്തുമോ? ഇനി ഉറങ്ങിക്കൂടാ. ഉറക്കം പോക്കാൻ മുന്തിരിങ്ങ കൊറിച്ചു തുപ്പി. വണ്ടിയുടെ അലസമായ താളത്തിൽ മനസ്സും ശരീരവും ചാഞ്ചാടി.

ജയദേവന്റെ മുന്നിൽ അവൾ മയങ്ങി. മയക്കമുണർന്നപ്പോഴെല്ലാം അവൾ കഴുത്തിൽ തപ്പി. മാലയും തലയും കഴുത്തിൽത്തന്നെ ഉണ്ടെന്ന സമാധാനത്തോടെ വീണ്ടും ചെരിഞ്ഞു. ജനലിലൂടെ തിരക്കിക്കടക്കുന്ന കാറ്റിൽ പെട്ടുപോവുന്ന മുടിക്കെട്ടും സാരിത്തലപ്പും ഒതുക്കി. ഇരുന്നും ഇളകിയും വലിഞ്ഞുകയറിയ സാരി വലിച്ചുതാഴ്ത്താൻ നെട്ടനെ

വളഞ്ഞുകുത്തി സീറ്റിനടിയിലോളം കുനിഞ്ഞു. മെടഞ്ഞിട്ട തലമുടി തോളിലൂടെ ഒഴുകിവീണു. ബാക്ക് ഓപ്പൺ ജാക്കറ്റ്. ശരീരത്തിന്റെ വടിവുകളെക്കുറിച്ച് ജയദേവൻ മതിപ്പെടുത്തു.

അമ്മയാണോ?

വധുവാണോ?

ആരാണ് കൂടെ?

പാടില്ലാത്തേടത്ത് എത്തിനോക്കിയ വല്ലായ്മയോടെ വെളിയിലേക്കു നോക്കി. അന്ധകാരം! അന്ധകാരത്തിൽ ചിതറിവീണ വെളിച്ചത്തിന്റെ തകർന്ന ചിറകുകളിൽ വണ്ടി നിരങ്ങി. വാളയാർ ചുരമോ? തണുത്ത കാറ്റിനോടെന്നപോലെ മനസ്സു ചോദിച്ചു.

കാറ്റു പറ്റിച്ചു.

കൊറിച്ചുതുപ്പിയ മുന്തിരിക്കുരു തെറിച്ചുവീണത്, മാറിടത്തിൽത്തന്നെ!

ക്ഷമിക്കൂ!

ചതഞ്ഞ, കറുത്ത തോലിന്റെ എച്ചിലോടൊപ്പം മുന്തിരിക്കുരു വീണുകിടന്ന മാറിടത്തിന്റെ വടിവിലേക്കു നോക്കാൻ അറച്ചു.

മാനർ!

തന്റെ ഒരു രസത്തിനുവേണ്ടി എന്നും മകൻ ചെയ്യുന്ന എമ്പോക്കിത്തരങ്ങളൊന്നു മാറിക്കിട്ടാൻ അമ്മ നീതിസാരം ഉരുവിട്ടു.

എക്സ്ക്യൂസ് മി.

എച്ചിൽ നുള്ളിയെടുക്കാൻ കൈ നീട്ടുമ്പോൾ സഹകരണത്തിനുവേണ്ടി യാചിക്കുംപോലെ സഹയാത്രികരെ നോക്കി.

കഴുതകൾ!

എല്ലാ കിഴട്ടു കഴുതകളും മയങ്ങുന്നു.

വിരൽ ഞൊടിച്ചു.

ഉറങ്ങുന്നു!

തൊട്ടു.

എച്ചിൽ നുള്ളിയ വിരലുകൾ അവിടെത്തന്നെ തങ്ങി.

ചിരിക്കുന്നു!

നിന്റെ കൊച്ചരിപ്പല്ലുകൾ വെള്ളരിക്കക്കാമ്പുപോലെ.

കൗതുകത്തോടെ നോക്കി. വെള്ളപ്പിഞ്ഞാണവും ഞാവൽപ്പഴവും കണ്ടില്ല. വെള്ളപ്പിഞ്ഞാണത്തിനും ഞാവൽപ്പഴത്തിനും മേലെ പുളകം കൊണ്ട ഇമരോമങ്ങളുടെ തിളക്കം കണ്ടു. നീലത്താമരയല്ലികൾ ഓർമ്മ വരുന്നു. അതോ, പെറാൻ എടുത്തുവെച്ച മയിൽപ്പീലിയോ?

ഫൊർഗെറ്റിറ്റ് പ്ലീസ്!

ഈ അബദ്ധം ഒരുകാലത്തും മറക്കില്ല! മറക്കാൻ വയ്യ.

ശ്ശൂ!

ചുണ്ടുകൾ കോട്ടി. മറ്റുള്ളവരെ ഉണർത്തല്ലേ എന്നോർമ്മിപ്പിച്ചതു നന്നായി.

നാം മുമ്പേത്തന്നെ ചങ്ങാതികളാവേണ്ടിയിരുന്നു.

മുന്തിരി പങ്കുവെച്ചു. അമ്മയ്ക്കുവേണ്ടി കരുതിവെച്ച മധുരനാരങ്ങ പകുത്തു.

ഫിഫ്റ്റി ഫിഫ്റ്റി.

അതാണല്ലോ എല്ലാറ്റിന്റേയും പൊരുൾ.

താൻ പാതി, തനിക്കു പാതി.

മാധുര്യമൂറുന്ന പുഞ്ചിരിയോടൊപ്പം വിരൽത്തുമ്പുകൾ ഇംഗിതം കൈമാറി.

ആഴ്ചകളോളം സഞ്ചരിച്ചുതീർത്ത ഈ യാത്ര അവസാനിക്കാൻ കാലത്തു കണ്ടുമുട്ടിയ നാം എന്നോ പരിചയപ്പെട്ടിട്ടുണ്ട്.

നീ എങ്ങോട്ടാണെന്നു ചോദിച്ചില്ല.

നീയോ, നിങ്ങളോ, താങ്കളോ?

ലിംഗ്വിസ്റ്റിക്സ് തുലഞ്ഞുപോകട്ടെ. ഹ്യൂമനിറ്റീസിനിടയ്ക്കു ഭാഷയെ കുത്തിക്കയറ്റിയത് ഏതൊരു അരസികനാണ്?

ഭാഷ എവിടെ?

തമ്മാത്തമ്മിൽ ഒരക്ഷരം ഉരിയാടാതെതന്നെ ഞങ്ങൾ എല്ലാം അറിയുന്നു. താൻ അറിയുക, തന്നെ അറിയുക. എല്ലാം അറിഞ്ഞപോലെ, അറിയുംപോലെ കൊണ്ടും കൊടുത്തും യാത്ര തുടർന്നു.

അമ്മ സ്റ്റേഷനിൽ വന്നിട്ടുണ്ടെങ്കിലോ!

കേരളാ എക്സ്പ്രസ്സിൽ എത്തുന്നു, നാളെ പുലർച്ചയ്ക്ക്.

ജീവിതത്തിൽ ചെയ്തുപോയ ഒരേയൊരു തെറ്റിനെക്കുറിച്ചെന്നപോലെ കമ്പിയടിച്ചതോർത്തു ദുഃഖിച്ചു.

തീവണ്ടിയുടെ ചലനത്തിൽ വീണ്ടും ശ്രദ്ധ നട്ടു. മലയിടുക്കുകളിലൂടെ കടന്നെത്തുന്ന കുളിർകാറ്റും വളവുതിരിയുന്നേടത്തെ വിളക്കിൻകാലുകളും നെൽപ്പാടങ്ങളും നെൽപ്പാടങ്ങൾക്കു മേലാപ്പിടുന്ന മൂടൽമഞ്ഞും കുന്നുകളും കനാലും സാനറ്റോറിയവും ഗുദാമും ജയിലും-

മുകളിലെ ബർത്തിലേക്കു കൈയെത്തിച്ച് സൂട്ട്കേസ് തപ്പിനോക്കി: ഭദ്രം.

വീണ്ടും വിശാലമായ അന്ധകാരത്തിനു കീഴിൽ നെൽപ്പാടവും.

നെൽപ്പാടത്തിന്റെ നേർ നടു പകുക്കുന്ന റോഡും തണൽമരങ്ങളും കോൾപ്പാടവും കാണുന്നുണ്ടോ?

നെൽപ്പാടത്തിനപ്പുറത്തെ ടാക്കീസും പ്രക്ഷേപണകേന്ദ്രവും കരിമ്പാറക്കുന്നുകളും.

എത്തിപ്പോയി.

മൂവിക്കു പോകാൻ അമ്മ സമ്മതിക്കില്ല!

കുന്നിൻമുകളിൽ പ്രദക്ഷിണം നടത്തുന്ന നഗരത്തിന്റെ മധ്യത്തിലേക്കു കടക്കുന്ന റയിൽപ്പാത കിടങ്ങിലേക്കിറങ്ങി. കിടങ്ങിന്റെ ഭിത്തികളിൽ ജനൽവെളിച്ചം ഇടഞ്ഞു.

വിസിൽ.

ഇതു വിസിലല്ല. ഈ വണ്ടിയുടെ എഞ്ചിൻ ഓങ്കാരം മുഴക്കുന്നു. ശ്വാസമെടുത്തു വലിയുന്നു, ഞരങ്ങുന്നു. അവന്റെ മുന്നിൽ ഓവർ ബ്രിഡ്ജായിരുന്നു. സാക്ഷാൽ പരംപൊരുളിനെ പുൽകാൻ നഗരത്തിലേക്കു പ്രവഹിക്കുന്ന പുരുഷാരം പാലം കടക്കുമ്പോൾ പാഞ്ചജന്യത്തെ സ്മരിക്കുന്നു. സംസാരപാരാവാരത്തിന്റെ കിടങ്ങിൽപ്പെട്ട തീവണ്ടി ഔട്ടർ സിഗ്നൽ വീണുകിട്ടാൻ ഓങ്കാരകാഹളമൂതുന്നു.

അമ്മ വന്നിട്ടുണ്ടെങ്കിൽ, അടുത്ത വണ്ടി വരുവോളം സ്റ്റേഷനിൽ കാത്തു നില്ക്കട്ടെ.

അവനെ എനിക്കറിയാം. പറഞ്ഞതിനെതിരേ എന്നും ചെയ്തിട്ടുള്ളൂ.

സീറ്റിനടിയിൽ ചെരുപ്പു തപ്പുന്ന കാൽവിരലുകൾ പതുപതുത്ത പുറവടി കണ്ടെത്തി. തള്ളവിരൽ അമർത്തി.

ഇറങ്ങിക്കൂടേ?

കണ്ണുകൾ വാചാലങ്ങൾ.

സൂട്ട്കേസെടുത്തു വാതിൽക്കലേക്കു നടന്നു.

ടിക്കറ്റുണ്ടാവില്ല!

വണ്ടി സമയത്തിനു മുമ്പാണ്.

ടിക്കറ്റില്ലാത്തവനും സ്റ്റേഷൻസ്റ്റാഫും തമ്മിൽ പരസ്പരധാരണ യുണ്ടാവും.

ക്ഷമിക്കണം! ഞങ്ങളിറങ്ങട്ടെ. ഈ ഓവർബ്രിഡ്ജിലൂടെവേണം വീട്ടിൽ പോകാൻ. സ്റ്റേഷനിൽ ചെന്നിറങ്ങി, വീണ്ടും ഈ വഴിയെല്ലാം താണ്ടി എന്തിനു സമയം കളയണം?

ചവിട്ടുകൾ ഇറങ്ങി, തിരിഞ്ഞുനിന്നു കൈ നീട്ടി. നീട്ടിയ കൈക്കു പിടിച്ച് അവൾ ഇറങ്ങി.

മേലോട്ടു കയറുന്ന ഒതുക്കുകളിലൂടെ ഇഴഞ്ഞുനീങ്ങുന്ന ജനൽ വെളിച്ചം നോക്കിനിന്നു. റ്റാ റ്റാ! എന്റെ യാത്ര ഇവിടെ അവസാനിക്കുന്നു.

എങ്ങോട്ടാണു പോവുക?

ഒതുക്കിൽ സൂട്ട്കേസ്‌വെച്ച് ജയദേവൻ ഇരുന്നു. അവർക്കു മുകളിൽ തെരുവുകൾ ഉറങ്ങി.

ഇതാണ് ഐഡിയൽ പ്ലേസ്. ഈ ഓവർബ്രിഡ്ജും റെയിൽപ്പാതയും കിടങ്ങും കിടങ്ങിലെ മേച്ചിൽപ്പുല്ലും എന്നെ അറിയുന്നു.

ഇവിടെയാണോ ഉദ്യോഗം?

ഉദ്യോഗമില്ല.

അഞ്ചുകൊല്ലം പഠിച്ചു, ഇവിടെ. പശുക്കൾ വൃത്തികേടാക്കിയിട്ടില്ലെന്നു നോക്കട്ടെ. ഈ നഗരത്തിലെ ഓരോ ഹോട്ടൽകാരനും പൈക്കളെ

പോറ്റുന്നു. പൈക്കളെല്ലാം കിടങ്ങിൽ മേയുന്നു. കറവ വറ്റിയ രാപ്പൈക്കളെ കണ്ടു പേടിക്കണ്ട. അവ അവയുടെ പാട്ടിനു കിടന്നോളാം.

ഉരുക്കുചക്രങ്ങളുരഞ്ഞേറ്റ നീറ്റലോടെ പൈക്കൾക്കു താഴെ, ഭൂഗർഭത്തിലെന്നോണം റെയിൽപ്പാളം കിടന്നു. റെയിൽപ്പാളങ്ങളെ കാത്തുകിടക്കുന്ന കിടങ്ങിന്റെ ചുമരുകളിൽ പച്ചപ്പുൽക്കുറ്റികൾ മഞ്ഞുതുള്ളികൾ പൊഴിച്ചു. കിതപ്പു നിന്നപ്പോൾ ചോദിച്ചു: നാം എങ്ങോട്ടാണു പോവുക?

ഞാനോ? ഞാനെന്റെ വീട്ടിലേക്കു പോവുന്നു.

ഞാനും വരുന്നു.

നീയോ? നീയെന്റെ അമ്മയെ അറിയില്ല.

ഞാൻ നിരീച്ചു, നിങ്ങൾക്കിവിടെ ഉദ്യോഗമാണെന്ന്. എനിക്കിവിടെ ഉറ്റവർ ആരും ഇല്ലല്ലോ.

എനിക്കു ഖേദമുണ്ട്.

ഈ കൂറ്റാക്കൂരിരുട്ടത്ത് എന്നെ ഉപേക്ഷിക്കരുത്.

ഉപേക്ഷിക്കപ്പെടുന്ന പ്രശ്നമേ ഇല്ലല്ലോ. താൻ പാതി, തനിക്കു പാതി എന്നല്ലേ പ്രമാണം?

സ്റ്റേഷനിൽ ഇറങ്ങാമായിരുന്നു.

അതിന് എന്റെ അമ്മയെ ഓർക്കണം. പിടിച്ച പിടിയാലേ എന്നെ കൊണ്ടുപോകാൻ അമ്മ വന്നിട്ടുണ്ടാവും.

അവൾ ചിരിച്ചു.

ഹതഭാഗ്യൻ!

അതെ, കയറിവരൂ. പാലത്തിന്മേലിരിക്കാം. ആലോചിക്കാം.

കിടങ്ങുകയറുമ്പോൾ കിതച്ചു. തെരുവുവിളക്കിന്റെ നീലച്ഛവിയിൽ പാലത്തിന്റെ തിണ്ണകൾ മലർന്നു. കിടങ്ങിനടിയിൽ റെയിൽപ്പാളങ്ങൾ വണ്ടി കാത്തുകിടന്നു.

തിണ്ണയിൽ, സൂട്ട്കേസിനടുത്ത് കാലുകൾ കീഴോട്ടിട്ട് രണ്ടുപേരും ഇരുന്നു.

ആലോചിച്ചോ?

ആലോചിക്കുന്നു.

എങ്ങോട്ടാണു പോവുക?

പറയൂ. സൂര്യൻ എന്തിനാണുറങ്ങുന്നത്?

സൂര്യനോ?

സൂര്യനെക്കുറിച്ചാണോ ആലോചിക്കുന്നത്?

സൂര്യൻ ഉറങ്ങുമ്പോൾ എന്താണു സംഭവിക്കുന്നത്?

നിങ്ങളെന്നെച്ചതിച്ചു!

ചതിച്ചോ? ഇതു ചതിയൊന്നുമല്ല. ജന്തുജാലങ്ങൾ മനുഷ്യനായിത്തീർന്നപ്പോൾ മുതൽക്കിങ്ങനെയാണ്. ഉറങ്ങിക്കോളൂ. ഉറക്കം വരുന്നില്ലേ?

സൂട്ട്കേസ് നീക്കിവെച്ച് മുടി ഒതുക്കി ഇരുന്നു.

ചിന്നംവിളി കേൾക്കായി.

ദിഗന്തങ്ങൾ പിളർന്നെത്തിയ ചിന്നംവിളി കേട്ടപ്പോൾ അവൾ ഞെട്ടി ത്തെറിച്ചു.

ജയദേവൻ നോക്കി.

സ്റ്റേഷനിൽനിന്നു പുറപ്പെട്ട തീവണ്ടിയുടെ താളം കിടങ്ങിലൂടെ അല ച്ചെത്തുന്നു.

വരുന്നു!

സൂര്യഗോളംപോലെ തീവണ്ടിയുടെ തൃക്കണ്ണ് ഇരച്ചിരച്ചുവരുന്നു.

അവൾ സംഭ്രമത്തോടെ എണീറ്റു.

ഏതാണു വണ്ടി?

പാളം കുലുക്കുന്ന തീവണ്ടിയുടെ ചലനം ചെരിപ്പിട്ട കാലടികളിൽ തരിച്ചു കയറുമ്പോൾ ജയദേവൻ ചോദിച്ചു:

ഈ വണ്ടിക്കു പോകുന്നോ?

അവൾ അദ്ഭുതപ്പെട്ടു.

അതെങ്ങനെ?

ഇങ്ങനെ.

അവന്റെ കൂറ്റൻ കൈകളിൽ തിണ്ണയ്ക്കുമേലെ ഉയർന്നുപോയപ്പോൾ അവൾ തന്റെ മുന്നിൽ ജ്വലിച്ചുയരുന്ന സൂര്യനെക്കണ്ടു. അതവന്റെ കണ്ണു കളായിരുന്നു. ഒടുക്കത്തെ ചുംബനത്തിനുവേണ്ടി കുനിഞ്ഞ അവന്റെ മുഖത്ത് അവൾ അള്ളിപ്പിടിച്ചു. നിലവിളിച്ചു. അവൾക്കു താഴെ കാത്തു കിടന്ന പാളങ്ങൾ ഞെരിഞ്ഞു.

റ്റാ റ്റാ!

സൂട്ട്കേസെടുത്തു സ്വതന്ത്രനായി നടക്കുമ്പോൾ ജയദേവൻ അദ്ഭു തപ്പെട്ടു:

എന്തായിരുന്നു പേര്?

പിത്തം

കമലയുടെ അമ്മയാണോ?

വാതിൽക്കൽ നിഴൽ കണ്ടപ്പോൾ ഡോക്ടറുടെ മുഖം ചോദ്യചിഹ്നമായി. വാതോരാതെ വർത്തമാനം പറയുന്ന രാംമോഹൻ ഡോക്ടറെ കണ്ടില്ല. തന്റെ തന്നെ വാചാലതയുടെ ജറ്റിൽ അയാൾ മുങ്ങി. നിഴൽ തെല്ലുനേരം അറച്ചു നിന്നു. തിരശ്ശീലയ്ക്കു താഴെ പതിഞ്ഞ പുറവടികളും മുതുകു ന്തിയ ഞരമ്പുകളും തെറിച്ച ഞെരിയാണിയും കുഴിനഖം കുത്തിയ വിരലു കളും കണ്ടു. മാളുക്കുട്ടിതന്നെ. അവൾ പോയില്ലേ? മോഹൻ, തെല്ലു പതുക്കെപ്പറയൂ. ഇതാശുപത്രിയാണ്. ഡോക്ടർ എണീക്കാനാഞ്ഞപ്പോൾ

കാലടികൾ നീങ്ങി. മോഹൻ, നിന്നെ പേടിച്ച്, നിന്റെ ഒച്ചയെ പേടിച്ച് അവൾ കടന്നുവന്നില്ല. എന്താണവൾ പോകാത്തത്?

ഡോക്ടർ വാച്ചിൽ നോക്കി. വാച്ച് കണ്ടില്ല. കൈത്തണ്ടയിൽ കമല യുടെ വട്ടമുഖം കണ്ടു. സൂചികളോ, കണ്ണുകളോ, അങ്കനങ്ങളോ, കൊച്ചു പല്ലുകളോ യാതൊന്നുമില്ല. ചീർത്തു വട്ടച്ച കൊച്ചുമുഖം തന്റെ കൈത്തണ്ട യിൽ ചത്തു കിടന്നു.

"ദാനീ, അതാണവരുടെ സമീപനം. നാടിന്റെ അടിസ്ഥാനസമ്പത്ത് ജന തയാകുന്നു. അമ്മയും കൊച്ചും-"

നീ ഒന്നു നിർത്തുമോ? നീ എന്നും വായാടിയായിരുന്നു. നിന്റെ മൂലധനം തന്നെ വാചകമടിയാകുന്നു. അതു നിർലോഭം ഇറക്കി നീ യുവജനസ ഭയുടെ ആളായി. നീ തന്നെ യുവജനസഭയുടെ പ്രതീകമായി. നിന്റെ ദീർഘ മായ സുകുമാരകളേബരം, നിന്റെ മേൽമീശ, ലോകം ചുറ്റി. ഫെസ്റ്റിവലോ, കാർണി വലോ, മരണക്കളിയോ! നീയൊന്നു പോകുമോ? എനിക്കൊരു കുട്ടിയുടെ-മോഹൻ, കമല മരിച്ചുപോയി. അവളുടെ ശവവും അമ്മയും ആശുപത്രിയിലുണ്ട്. അവർ ഇതേവരെ പോകാത്തതെന്തുകൊണ്ടെന്ന് ഒന്ന ന്വേഷിക്കട്ടെ.

"ബൈദ ബൈ, എന്തുപററി ദാനീ?"

"ഒരു കുട്ടിയുടെ കേസ്സുണ്ടായിരുന്നു. ഒന്നു നോക്കിയിട്ടു വരാം. ജസ്റ്റെ മിനിറ്റ്."

വാതിൽക്കൽ തൂക്കിയിട്ട തിരശ്ശീല കിഴുക്കാംതൂക്കാണു കിടക്കുന്നത്. ഇതേവരെ താനിതു കണ്ടില്ല! വാതിൽക്കൽ ആരുമില്ല. തിരശ്ശീലയ്ക്ക് അനക്കം പോലുമില്ല. ദുഃഖമാണോ? എന്തു ഭംഗിയാണ് ഈ പൂക്കൾക്ക്! തിരശ്ശീലയിൽ ചെടിത്തണ്ടുകൾ കീഴോട്ടു വളരുന്നു. അവ മണ്ണിൽ അംഗാ രാമ്ലവും വായുവിൽ ലവണങ്ങളും തേടുന്നു. ആരാണ് അവയെ ഗതിമുട്ടി ച്ചത്? തയ്യൽ ക്കാരനോ, അറ്റന്ററോ, തൂപ്പുകാരിയോ? സിസ്റ്റർമാരാവില്ല. അവർ പൂക്കളെ ആരാധിക്കുന്നു, നട്ടുനനച്ചു പോറ്റുന്നു.

കമലയുടെ അമ്മ എവിടെ?

ഇപ്പോൾ ഡോക്ടർ ദാനിയൽ വാച്ചുനോക്കാൻ മുതിർന്നില്ല. കൈത്തണ്ട യിൽ ഓർമ്മകൾ സൂക്ഷിക്കപ്പെടുന്നില്ല. അജ്ഞതയോളം മുഗ്ദവും ശുദ്ധവു മായ കമലയുടെ മുഖം ഡോക്ടർക്കെങ്ങും തപ്പണ്ട. രാംമോഹന്റെ ദൃഷ്ടി കൾ കമഴ്ത്തിയ വലതുകൈത്തണ്ടയിൽ നിമിഷങ്ങൾ അളന്നു. നാലേ നാൽപത്തി-സെക്കൻഡ് ഹാൻഡ് ചലിച്ചെത്തുന്നു. നാൽപത്തിനാല്, നാൽപത്തി യഞ്ച്. അഞ്ചേമുപ്പതിന് സ്വീകരണം.

പ്രിയമുള്ളവരേ,

ലോകയുവജനസഭയുടെ സൗഹൃദാഭിവാദ്യങ്ങളറിയിക്കാൻ....

ലോകത്തിന്റെ ഹൃദയം രാംമോഹനന്റെ നെഞ്ചിൽ തമ്പേറടിച്ചു. മണി കണ്ഠത്തിൽ വിങ്ങി. സെക്കൻഡ് ഹാൻഡ്.... തിരികെ വന്നിരുന്നപ്പോൾ ഡോക്ടറുടെ മുഖത്ത് മുമ്പില്ലാത്ത തളർച്ചയുണ്ടായിരുന്നു.

“എന്താ ദാനീ ഞാൻ പറഞ്ഞു വന്നത്? നീ ധ്യാനത്തിലാണോ? യു.എസ്.എസ്.ആറിലും മതഭക്തന്മാരുണ്ട്. പള്ളികളും കന്യാമറിയവുമുണ്ട്. അവർ അമ്മമാരെ ആരാധിക്കുന്നു. ഒരുത്തി ഗർഭിണിയാണെന്നറിഞ്ഞാൽ,”

ഇപ്പോൾ ഡോക്ടർ ദാനിയലിന്റെ മുഖത്ത് ഒട്ടും തളർച്ചയില്ല. അദ്ദേഹത്തിന്റെ വലിയ കണ്ണുകളിൽ ദാഹത്തിന്റെ നാളം കത്തുന്നു. അദ്ദേഹം ചെകിട്ടിലൂടെ കേൾക്കുന്നില്ല. രാംമോഹന്റെ മുഖത്തേക്ക് കണ്ണുകളിൽ കത്തുന്ന നാളം ആളിപ്പടരുന്നു: വാഹകം. യു.എസ്.എസ്.ആറിൽ ഒരുത്തി ഗർഭിണിയാണെന്നറിഞ്ഞാൽ, എന്താണുണ്ടാവുക? ഭർത്താവു ശപിക്കുമോ? അമ്മായിയമ്മ പിരാകുമോ? മൂത്ത കുട്ടികൾ അമ്മയെ ദ്രോഹിക്കുമോ?

ഞാൻ യൂറോപ്പും അമേരിക്കയും കണ്ടു. യു.എസ്.എസ്.ആർ. കണ്ടു, അമേരിക്കൻദമ്പതികളുണ്ടല്ലോ? അവർ താരതമ്യേന ധനികർ തന്നെയാണ്. പണമുണ്ട്. ഓരോരുത്തർക്കും കാറുണ്ട്. ആർഭാടങ്ങളുണ്ട്. എന്നാലും ഒരുത്തി പെറ്റെണീറ്റുവരുമ്പഴത്തേക്കും സകല സമ്പാദ്യവുംമുടിഞ്ഞ് ഭർത്താവും കാറും വീടും പണയപ്പെടുത്തിയിട്ടുണ്ടാകും. അതാണവിടത്തെ ചെലവിന്റെ നിലവാരം. മെറ്റേണിറ്റി ഹോം കയറാൻ ഭയപ്പെടുകയാണവർ. സോവിയറ്റിലാണെങ്കിൽ ഒരുത്തി ഗർഭിണിയാണെന്നറിഞ്ഞാൽ മതി, സോവിയറ്റ്നാട് കാത്തുനിൽക്കുകയായിരുന്നു എന്നുതോന്നും, അവളെ നാട് ഏറ്റെടുത്തുകഴിഞ്ഞു. പുറം നോവുന്നോ, എല്ലു പൊളിയുന്നോ, മനം പിരട്ടുന്നോ? അവൾ അമ്മയാകാൻ പോകുന്നു. അവൾ നാടിന്റെ സമ്പത്താകുന്നു. അവൾ തന്റെ ഗർഭപാത്രത്തിൽ നിധി പേറുന്നു, സ്ത്രീ മാതാവാകുന്നു. കുട്ടികൾ പൊൻമണികൾ. ഗർഭശുശ്രൂഷകൾ, സുഖപ്രസൂതി, നഴ്സറികൾ – അമ്മ അറിയില്ല, അച്ഛൻ അറിയണ്ട, നാട് അമ്മമാരെ പരിചരിക്കുന്നു, കുട്ടികളെ വളർത്തുന്നു.

ഡോക്ടർ ദാനിയൽ വാതിൽക്കലേക്കുതന്നെ നോട്ടംനട്ടിരുന്നു. രാംമോഹന്റെ ഭാഷണം ഒരു ചെകിട്ടിലൂടെ കേട്ടു. വാതിൽക്കൽ വന്നേക്കാവുന്ന കാൽപ്പെരുമാറ്റത്തിനുവേണ്ടി മറ്റേച്ചെകിടു കാത്തുവച്ചു. പഴക്കം ചെന്ന ശീലമായിപ്പോയി. രോഗിയും രോഗിയെ കൊണ്ടുവന്ന സിൽബന്തിയും സ്റ്റെതസ്കോപ്പും ഒരേനേരത്തു വർത്തമാനം പറയുന്നതു കേട്ടുകേട്ടുപഴകിപ്പോയി. വിവേചനത്തിന്റെ ധാര എന്നേരവും പ്രവർത്തിച്ചുകൊണ്ടേയിരിക്കുന്നു, ധരിക്കുന്നു, നിരസിക്കുന്നു, സംവേദനം നടക്കുന്നു. മോഹൻ, നീ പറഞ്ഞോ ഞാൻ കേൾക്കുന്നുണ്ട്.

തിരശ്ശീല കിഴുക്കാംതൂക്കു കിടന്നു. ചെടിത്തണ്ടുകളിൽ പൂക്കൾ തൂങ്ങിക്കിടന്നു. ഇതെന്തഭിശാപമാണ്! നോക്കിയിരിക്കവേ, തിരശ്ശീല ഒന്നു ചുളിഞ്ഞാടി.

കമലയുടെ അമ്മയാണോ? കാറ്റായിരുന്നു.

കാറ്റ് തിരശ്ശീലയിൽ ഓളങ്ങളിളക്കി. ഓളങ്ങൾ തിരശ്ശീലയിലൂടെ നീന്തിക്കളിച്ചു. വഴുതിവഴുതി ഇറങ്ങി. വീർത്തുവീർത്തുനിന്നു.

ഗർഭമാണോ?

ഓളങ്ങൾ പെട്ടെന്നു വാർന്നുപോയി. ചെടിക്കമ്പുകളും പൂക്കളും കീഴോട്ടുള്ള വളർച്ച മുട്ടി, വാടി, വിളറി, വിറച്ചു നിന്നു. കൊഴിഞ്ഞുവീഴുകയാണോ?

"എന്താ ദാനീ, നിനക്കൊരസ്വാസ്ഥ്യം?"

"എന്റെ ഒരു കുട്ടി മരിച്ചു."

രാം മോഹൻ ഞെട്ടിപ്പോയി.

"നിന്റെ–?"

"എന്റെ കുട്ടിയല്ല. കമല. എന്റെ ചികിത്സയായിരുന്നു."

"എന്തായിരുന്നു കമലയ്ക്ക്?"

മോഹൻ, നീ എന്നെ ബോധിപ്പിക്കാൻ കമലയെ ദത്തെടുത്തപോലെ പരാധീനപ്പെട്ടു ചോദിക്കുന്നു. നിന്റെ കപടനാട്യത്തിൽ മാലോകർ മയങ്ങും, സഹതപിക്കും. ഡോക്ടർ ദാനിയൽ ഇല്ല. ദാനിയലിനു നിന്നോടു വെറുപ്പുണ്ടെന്നല്ല. നീയും ഒരു മനുഷ്യൻ. നിന്നെ പുലർത്തുന്ന ജീനുകൾ നിന്നെ പരാന്നഭോജിയാക്കിത്തീർത്തു. നിനക്കു ഞാനെന്നും മാപ്പുതരുന്നു. നിന്റെ ശീലം മാററാൻ ഇന്നു ചികിത്സയില്ല. നീ മരിക്കുംമുമ്പ്, എന്റെ ജീവിതത്തിൽത്തന്നെ അതിനും ചികിത്സയുണ്ടാവും. ഹർഗോവിന്ദ് ഖുറാനയെ കേട്ടിട്ടുണ്ടോ? സ്റ്റേറ്റ്സിൽ വച്ച് നീ അദ്ദേഹത്തെ കണ്ടോ? നിന്നെ സൃഷ്ടിച്ച ജീനുകളിലെ ഡി എൻ എ നിന്റെ സ്വഭാവം തീരുമാനിക്കുന്നു. പ്രയത്നശീലവും സത്യസന്ധതയും അതുള്ളവന്റെ ജീനുകളിൽനിന്നു വേർതിരിച്ചെടുത്ത് നിന്നിൽ കുത്തിവയ്ക്കാൻ സാധിച്ച ഡോക്ടറായിട്ട് എനിക്കു ജീവിക്കണം.

കമലയ്ക്കു ഹൃദ്രോഗമായിരുന്നു. ഹൃദയത്തിനു ശേഷിയില്ല. രക്തം പമ്പുചെയ്യാൻ വയ്യാതെ അവളുടെ നെഞ്ചിൽ ഹൃദയം തളർന്നുകിടന്നു. അവൾക്കു പിത്തമാണെന്ന് മാളുക്കുട്ടി ധരിച്ചു. കുട്ടിക്കു വിളർപ്പാണാദ്യം കണ്ടത്. ശ്വാസം മുട്ടായിരുന്നു. പിന്നെ നീരായി. മുട്ടലും തുടങ്ങി. വൈദ്യരു പറഞ്ഞു, സാരോല്യ, പിത്തമാണെന്ന്. ഇവിടെ കൊണ്ടുവന്നപ്പോൾ കമലയ്ക്ക് ആകെക്കൂടി വയറുണ്ട്. വയറു നെകളംമുട്ടി, നീരോടൊപ്പം നെഞ്ചിലേക്കു തേട്ടിക്കിടന്നു. കൈകളോ കാലുകളോ കമലയ്ക്ക് ഇല്ല. മുഖമുണ്ട്. ശിരസ്സ് വയറാകുന്ന ശരീരത്തിൽ ആണ്ടുപോയി. ഉഭയജീവികളെപ്പോലെ മുഖംമാത്രം കാണാം. അവൾ അങ്ങനെ. അവൾ അങ്ങനെ. അവളുടെ അമ്മയോ? അമ്മ വിധവ. ഭർത്താവു മരിക്കുമ്പോൾ നാലാമത്തെ കൊച്ചു ഗർഭത്തിലുണ്ട്. രാംമോഹൻ, മാളുക്കുട്ടി അമ്മയാകുന്നു. മാതാവ്. ശ്രീ എന്ന നിന്റെ സമ്പത്ത്. അവളുടെ ഇളയകൊച്ച് അമ്മയുടെ വയറ്റത്ത്, വിലങ്ങനെ. ശോഷിച്ചു ശോഷിച്ചില്ലാതായ ഇല്ലിക്കാലുകളിൽ പ്രാഞ്ചി പ്രാഞ്ചി അവരുടെമുന്നിൽ കമല. അവർ ഈ തിരശ്ശീലയ്ക്കു പിന്നിൽ വന്നു നിന്നു. തേങ്ങലും മുട്ടലും കേൾക്കാം. അകത്തേക്കാരും വരുന്നില്ല. തിരശ്ശീല പിടിച്ചുമാറ്റാൻ അമ്മയ്ക്കു പാങ്ങില്ല. ഒന്നു കൈത്തണ്ടയിൽ, മറ്റേതു വിരൽത്തുമ്പിൽ. കൈവിട്ടാൽ രണ്ടുംവീഴും. ഇത്തരത്തിലൊരു കാഴ്ച നീ കണ്ടിട്ടില്ല. നീ ഭാഗ്യവാൻ. യുവജനസഭയ്ക്ക് സെക്രട്ടറി, സെക്രട്ടറി ജനറൽ.

നിനക്കു സഞ്ചരിക്കാൻ കാറ്, താമസിക്കാൻ ഹോട്ടലുകൾ, നിന്നെ പരിചരിക്കാൻ സ്വയം സേവകർ, അനുകരിക്കാൻ ആരാധകർ. ഞാനാരെ പരിചരിക്കും? അമ്മയെ, ഇല്ലാത്ത മുലപ്പാൽ ചപ്പുന്ന കൊച്ചിനെ, കമലയെ? അമ്മ കമലയ്ക്കുവേണ്ടി മാത്രം ഒരു കാർഡേ എടുത്തിട്ടുള്ളൂ. മരുന്നോ? മരുന്നിന് എന്റെ പക്കൽ പണമില്ല. ഇന്നു ഞാനിങ്ങോട്ടു പോന്നതുകൊണ്ട് ഞാനും നാലു മക്കളും പട്ടിണി.

പട്ടിണി!

രാംമോഹനു സഹികെട്ടുപോയി. ഡോക്ടർ ദാനിയെങ്കിലും പട്ടിണിപ്പാട്ടുപാടി കേൾപ്പിക്കില്ലെന്നാശിച്ചിട്ടാണു കയറിയത്. വാർഡുകളിൽ കയറിയിറങ്ങിക്കഴിഞ്ഞപ്പോൾ ഇനിയും സമയം കിടക്കുന്നു. സ്വീകരണം എവിടെപ്പോകാൻ?

"നീ എന്തു ചെയ്തു?"

"കാർഡിയോമയോപതിയാണ് കമലയ്ക്ക്. വൈദ്യൻ പറയും പിത്തമാണെന്ന്. രക്തമില്ല. രക്തം കുറയുന്തോറും ജലാംശം ഏറുന്നു, വിളറുന്നു, നീരു വരുന്നു. പിത്തമായല്ലോ! ഈ നാട്ടിൽ ആർക്കാണ് പിത്തമില്ലാത്തത്? രക്തം പമ്പുചെയ്യാൻ വയ്യാതെ ഹൃദയത്തിന്റെ മാംസപേശികൾ തളർന്നു പോകുകയാണ് അവൾക്ക്. തന്റെ മകൾ മരിക്കുകയാണെന്ന് മാളുക്കുട്ടിക്കറിഞ്ഞുകൂടാ. രാംമോഹൻ, നീ ആ തിരശ്ശീല കണ്ടോ?

രാംമോഹൻ തിരിഞ്ഞുനോക്കി. തിരശ്ശീലയിൽ എന്തിരിക്കുന്നു?

പൂക്കൾ താഴോട്ടു വിരിയുന്നു. അധോമുഖം. മണ്ണിലേക്ക്. ആരുടെ കുറ്റം കൊണ്ടാണത്?

പാവം, രാംമോഹൻ. അയാൾ സ്വീകരണയോഗത്തിൽ ജനതയെ അഭിസംബോധന ചെയ്യാൻ നിമിഷങ്ങൾ എണ്ണുന്നു. അധോമുഖമായി വിരിയുന്ന പൂക്കളെപ്പറ്റി എന്തു പറയാൻ?

"ഞാൻ ഡിജോക്സിൻ കൊടുത്തു. ഹൃദയത്തിന്റെ തളർച്ച മാറട്ടെ. ഡെൻസാലിൻ കൊടുത്തു. ജലാംശം ഒഴിച്ചു പോകട്ടെ."

നേതാവിന്റെ നിസ്സംഗതയോടെ, നിസ്സംഗമായ പുഞ്ചിരിയോടെ രാംമോഹൻ ചോദിച്ചു:

"മരുന്നു ഫ്രീയായി കൊടുത്തോ?"

"കൊടുക്കാം. അനാഥരുടെ ചികിത്സാഫണ്ടുണ്ടല്ലോ ആശുപത്രിയിൽ."

"മരുന്നു വാങ്ങാൻ കഴിവില്ലാത്തവരും ഈ നാട്ടിലുണ്ടോ?"

തികച്ചും വിദേശിയെപ്പോലെ ആയിപ്പോയി ചോദ്യം! രാംമോഹൻ തിരുത്തി:

"ഇവിടെ വരുന്നവരിൽ ഉണ്ടോ?"

"ഇടക്കൊക്കെ."

"നിന്നെപ്പറ്റിച്ചു ചികിത്സിക്കാമല്ലോ."

"ഡോക്ടറായിപ്പോയില്ലേ?"

"നിന്റെ മക്കൾ ഇതനുഭവിക്കും. അവരെ നീ പട്ടണിക്കിടും. പണിയെടുക്കാൻ മെനക്കെടാതെ, ഇരക്കാൻ നടക്കുന്നവർ ഗേറ്റിൽ വന്നു നാഴി കഞ്ഞി തരണേ എന്നാലപിച്ചാൽ, നീ അവരെ പോറ്റും." ദാനിയൽ ചിരിച്ചു.

അദ്ദേഹത്തിന്റെ മുഖം ആ ചിരിയിൽ വിളർത്തുപോയി.

"രാംമോഹൻ, എന്റെ മക്കൾ വളരുന്നത് സോഷ്യലിസ്റ്റ് ഇന്ത്യയിലാവില്ലേ?"

വിടുവായനെങ്കിലും രാംമോഹനു തൊലിയുണ്ട്. അയാൾ ചോദിച്ചു:

"ദാനീ, നീ എന്തുകൊണ്ടു പ്രീസ്റ്റായില്ല?"

"അതാണു ഞാനും ചോദിക്കുന്നത്. ഞാൻ വിശ്വാസിയാകുന്നു. ആത്മാവിനേക്കാൾ ശരീരത്തെ സേവിക്കുന്നു. കൈകൾ മലർത്തി ആകാശത്തിലേക്കു നോക്കുന്ന മനുഷ്യനെ ഞാൻ പരിചരിക്കുന്നില്ല. എന്റെ മനുഷ്യനു ബുദ്ധിയും ശിരസ്സും ഹൃദയവും ശ്വാസകോശങ്ങളും അന്നനാളവും ആമാശയവും കരളും കുടലും സിരാവ്യൂഹവും അസ്ഥിയുടെ ചട്ടക്കൂടും മാംസ പേശികളും ത്വക്കിന്റെ ആവരണവും–"

"എന്തേ നിർത്തിയത്?"

വാതിൽക്കൽ ആരോ ഉണ്ട്.

നീ നിന്റെ മനുഷ്യനെക്കുറിച്ചു പറയണം.

ഡോക്ടർ എണീറ്റു. രാംമോഹൻ അത്ഭുതസ്തബ്ധനായിരുന്നു.

ഇവന്റെ സന്തതികൾ!

വാതിൽക്കൽ മാളുക്കുട്ടിതന്നെ!

"പോയില്ലേ?"

അവൾക്കുമിണ്ടിക്കൂടാ.

ഡോക്ടർ ദാനിയേൽ രണ്ടാമതു ചോദിക്കാൻ നിന്നില്ല. തിരക്കിട്ടുനടന്നു, മാളുക്കുട്ടിക്കു കണ്ടുകൂടാ. ദേഷ്യപ്പെട്ടിട്ടാണു പോയത്! ആകെ ഒരാശയുള്ളത് ഡോക്ടറായിരുന്നു. അദ്ദേഹത്തിന്നും ദേഷ്യം. മദറിനു ദേഷ്യം.

എന്തു കൊണ്ടുപോയില്ല?

ഇവിടെ രോഗികൾ ഉണ്ട്. ശവം കിടന്നാൽ രോഗികൾ പേടിക്കും. കൊണ്ടുപോ!

എല്ലാവർക്കും ദേഷ്യം.

അവൾക്കു ശ്വാസമില്ല, ശ്വാസമുണ്ട്, ശ്വാസം നെഞ്ചിൽ മുട്ടി. കൈ അമർത്തി. അവളുടെ നെഞ്ചിൽ കൈകൾക്കു താഴെ മുഴച്ചു. മുഴയിൽ ശ്വാസം കിടന്നു വിങ്ങി. നെഞ്ചു പൊരിഞ്ഞു, നെഞ്ചുവിങ്ങി, മുഴച്ചതു മുനയായി, മുന സൂചിയായി, സൂചി താരാലിയായി, കോടാലിയായി, നെഞ്ചു പൊട്ടുന്നു, വെട്ടുന്നു, പൊട്ടും, പൊട്ടി. നിലവിളി ഇടമുറിഞ്ഞു പൊട്ടുമ്പോൾ രാംമോഹന് പൊത്തിരുത്തില്ലാതായി. അയാൾ എണീറ്റു വാതിൽക്കൽ വന്നു തിരശ്ശീല നീക്കി.

നാശം!

എവിടെ ദാനിയൽ?

മാളുക്കുട്ടി തകരുന്ന തൊണ്ടയിൽ അക്ഷരങ്ങളെ മുളഞ്ഞീനിൽ ഉരുട്ടി.

തമ്പുരാനേ!

"എന്താ, എന്താ?"

പെട്ടെന്ന് രാംമോഹന് കരളലിഞ്ഞു:

"ഞാൻ ഡോക്ടറല്ല. ഞാനല്ല ഡോക്ടർ. ഡോക്ടർ പുറത്തു പോയി."

ഇനിയും പതിമൂന്നു മിനിറ്റുണ്ട്

പോയെങ്കിലോ?

സംശയിച്ചുനിൽക്കുമ്പോൾ ഡോക്ടർ ദാനിയേൽ തിരക്കിട്ടു വന്നു. അദ്ദേഹത്തിനു പിമ്പേ മദർ വരുന്നു.

രാംമോഹൻ ചോദിച്ചു:

"എന്താ, എന്താ ദാനീ?"

"നിസ്സാരം! ഇവരുടെ മകളാണു മരിച്ചത്. ശവം കൊണ്ടുപോകാൻ കഴിഞ്ഞില്ല."

അല്പമെങ്കിലും വിശേഷബുദ്ധി ഉണ്ടായെങ്കിൽ!

രാംമോഹൻ മറ്റൊരുതരത്തിൽ ചോദിച്ചു:

"ടാക്സിസ്റ്റാൻഡില്ലേ ഇവിടെ?"

ഡോക്ടർ പറഞ്ഞു:

"മുപ്പതുരൂപ ചാർജ്ജാവശ്യപ്പെടുന്നു. ഇവരുടെപക്കൽ ഇല്ല. എന്തു ചെയ്യും?"

കൊണ്ടുപോകേണ്ട എന്ന് രാംമോഹൻ മനസ്സിൽ തറപ്പിച്ചു. ആശുപത്രികളിൽ ഇലക്ട്രിക്ക് ക്രിമറ്റോറിയമാണ് വേണ്ടത്. ഓവനിലേക്കു ശവം എറിയണം. സ്വിച്ച് ഓൺ! അപ്പേൾ ദഹിക്കണം. അമ്മയും മകളും അനിയത്തിയും – എല്ലാ പിത്തരോഗികളും എല്ലാ ഹൃദ്രോഗികളും – നാടിന്റെ എല്ലാ അഭിശാപങ്ങളും..... മദർ പരന്നുപരന്നു നടന്നെത്തി. മാളുക്കുട്ടിയോടു പറഞ്ഞു:

"വാ!"

മദറിന്റെ ശബ്ദം പരുക്കനായിപ്പോയെന്നു രാംമോഹന്നു തോന്നി. ഡോക്ടർ ദേവതയാകുമ്പോൾ ആശുപത്രിയുടെ മേട്രൺ മാലാഖയാവണ്ടേ?

അവർ പതുക്കെ നടന്നുനീങ്ങിയപ്പോൾ ഡോക്ടർ ചോദിച്ചു:

"രാംമോഹന്റെ കാറെവിടെ?"

രാംമോഹന് അൽപത്വം നടിക്കേണ്ടിവന്നു. ഇന്നു സഞ്ചരിക്കാൻ കൊള്ളാവുന്നൊരു വാഹനം കിട്ടിയില്ലല്ലോ! പഴഞ്ചൻ......

"എനിക്കു മിനിയേ ഉള്ളു. ശവം കിടത്തിയാൽ അമ്മയ്ക്കിരിക്കാൻ സ്ഥലം കാണില്ല. നിന്റെ വാഹനമെടുക്കാമെന്നു കരുതി."

രാംമോഹനറച്ചു. അറപ്പ് മുഖത്തെ രോമകൂപങ്ങളിൽ മുക്കി രാംമോഹൻ പറഞ്ഞു:

"പത്തു മിനിറ്റേ സ്വീകരണത്തിനു ബാക്കിയുള്ളു. ലോകം ചുറ്റി വന്നതല്ലേ. ഞാനല്പം പഞ്ചലാകണം."

അയാളുടെ തുടുത്ത കവിളുകളിൽ നിറങ്ങൾ മത്സരിച്ചു. ചിരിയുടെ വെണ്മ മുഖത്തു പിടിച്ചു നിർത്താൻ അയാൾ പല്ലുകൾ പുറത്തിട്ടു.

ഡോക്ടർ പിന്നീടൊന്നും പറഞ്ഞില്ല. തിരക്കിട്ടു ചവിട്ടുകല്ലുകളിറങ്ങി, കാറിൽ കയറി. സ്ത്രീകളുടെ വാർഡിനു മുന്നിലെത്തുമ്പോൾ സിസ്റ്റർമാർ കമലയുടെ ശവം എടുത്തു വരുന്നു. മലർക്കെ പിന്നോക്കം തിരിഞ്ഞ് ഡോക്ടർ ഡോർ തുറന്നു. അദ്ദേഹം യാതൊന്നും കണ്ടില്ല. അദ്ദേഹത്തിന്റെ മനസ്സിൽ പൂക്കളായിരുന്നു. ആ പൂക്കൾ അധോമുഖമായി വിരിയുന്നു.

ചവിട്ടുകല്ലിൽ അറച്ചുനിന്ന രാംമോഹൻ സ്വീകരണയോഗത്തിലെ വാഗ്ധോരണി കണ്ടെടുക്കുകയായിരുന്നു.

പ്രിയമുള്ളവരേ.. ■

ശകുനം

പരിവ്യഥ

നെടുവരമ്പിലൂടെ നീങ്ങുന്ന വെള്ളവൈദ്യരുടെ നിറം കണ്ടപ്പോൾ കൗസുമ്മയുടെ ചായക്കടയിൽ ടോപിക് വീണു.

വെള്ള–

പ്രേതത്തിന്റെ നിറം വെള്ള. വെള്ളക്കുട, വെള്ളവേഷ്ടി, വെള്ളക്കുപ്പായം - വൈദ്യരുടെ നിറം വെള്ള. ഒറ്റപ്രേതംപോലെ വൈദ്യർ നടക്കുന്നു. ഒരിക്കൽ കൊളമ്പുകുട ചൂടിക്കാൻ മത്സരിച്ചിരുന്ന പരിവാരങ്ങളുടെ കൽക്കം ഓർമ്മയുടെ അരിപ്പകളിൽ ചോരുന്നുണ്ടാവാം. എണ്ണയും തൈലങ്ങളും കാച്ചിയിറങ്ങിയ ചെമ്പടുപ്പുകളിൽ ചിലന്തികൾ വലകെട്ടി പാർക്കുകയാണ്. ശീലം മാത്രം ശേഷിച്ചുപോയി. ഏഴരവെളുപ്പിനുണരുന്നു, കോഴി കൂവുന്നു, തുടി കരയുന്നു. നെഞ്ചിൽ പാട്ട മുങ്ങുമ്പോൾ കിണറ്റിൽ കുളിർജലം പൊട്ടിച്ചിരിക്കുന്നു. വട്ടക കോരി നിറയ്ക്കാൻ പരിചാരകരില്ല. കുളിച്ചു വന്നാൽ ഒരു ചൂടുകാപ്പി... വൈദ്യർ അടുക്കളയിലേക്കു നോക്കുകയേ ഇല്ല. അദ്ദേഹം യാതൊന്നും കാണുന്നില്ല. സിദ്ധവൈദ്യാശ്രമം അടച്ചുപൂട്ടിക്കിടന്നു. രാവിലത്തെ നടത്തം മുടക്കാൻ ആശ്രമത്തിന്റെ വരാന്തയിൽ കണിനിന്ന രോഗികൾ ഇന്നില്ല. പാട്ടംമിച്ചവാരം വരാനില്ല. താഴ്ച വീഴ്ചകളുണർത്തിക്കാൻ എതിർപ്പുവന്ന കുടിയാന്മാരില്ല. വൈദ്യർ താനേ ചെറുതായിപ്പോയി. താഴ്ത്തിപ്പിടിച്ച വെള്ളക്കുടയ്ക്കു കീഴിൽ വൈദ്യർ നടന്നു നടന്നു മറന്ന വഴികൾ, കണ്ടു മടുത്ത മുഖങ്ങൾ, മണൽത്തരികൾ; നിങ്ങൾ എന്നെ മറന്നോ?

കൗസുമ്മയുടെ ചായക്കടയിൽ രാമുവൈദ്യർ പറഞ്ഞു:

വെള്ള–

പെരിഞ്ചേരി വൈദ്യർ

ഉണ്ണിക്കുട്ടൻ വൈദ്യർ

വൈദ്യർ ലോപിച്ചുപോയി.

വെള്ള വരുന്നുണ്ട്.

രാമവൈദ്യർക്കു സ്വന്തം വൈദ്യാശ്രമമില്ല. കൗസുമ്മയുടെ ചായക്കടയിൽ രാമുവൈദ്യർ പേഷ്യന്റ്സിനെ പരിചരിക്കുന്നു. സിറിഞ്ചും സൂചിയും ചെപ്പുകളുമടങ്ങിയ മിഠായിടിൻ പലഹാരപ്പിഞ്ഞാണങ്ങൾ നിരങ്ങുന്ന മേശപ്പുറത്ത് പറ്റുവരവുകാരെ കാത്തുകിടന്നു. കൗസുമ്മയ്ക്കു നാലുപേരുടെ

കച്ചോടം ലാഭം. സിറിഞ്ചും സൂചിയും മുക്കാൻ ചൂടുവെള്ളമെടുത്താൽ നബീസയ്ക്കു ടെറാമൈസിൻ ചെപ്പുകൾ കിട്ടുന്നു.

കേശവനു സൂചികുത്താനുണ്ട്. സൂചികുത്താനറിയാവുന്നവർ നാട്ടിൽ പലരുണ്ട്. രണ്ടുരൂപാ ചാർജ് വാങ്ങിക്കും. രാമുവിനു കണക്കും കണിശവുമില്ല. മരുന്നും വാറ്റുവെള്ളവും കേശവൻ കൊണ്ടുവന്നിട്ടുണ്ട്. ചാർജൊന്നും കൊണ്ടുവന്നിട്ടില്ല. പിന്നെ കണ്ടോളാമെന്നു പറഞ്ഞാലും രാമുവിനു സന്തോഷമായി, വൈദ്യരെന്നു വിളിച്ചാൽ മതി. കേശവനാണെങ്കിൽ സന്ദർഭം കാത്തിട്ടാണിരിക്കുന്നത്.

വൈദ്യരേ, നമ്മഡെ വെള്ളയ്ക്ക് ഈ പേരെങ്ങനെ വീണു?

നന്നേ ചെറുപ്പത്തിൽത്തന്നെ കേശവൻ കന്നുപൂട്ടാൻ തുടങ്ങി. അവന്റെ അച്ഛന് കാടാറുമാസം നാടാറുമാസം എന്നായിരുന്നു ശാപം. ഏതു മല്ലിനും ആ മനുഷ്യൻ മുമ്പനായിരുന്നു. ആരും വിത്തിറക്കാത്ത കുണ്ടുപാടങ്ങൾ അയാൾ പാട്ടത്തിനെടുത്തു. അയാളുടെ കൃഷി മുങ്ങിപ്പോയി, പാട്ടം കുടിശ്ശികയായി. അപ്പോൾ കേശവന്റെ അച്ഛൻ കൊളമ്പിൽ പോയി. അവിടെ അയാൾ തേയിലപ്പെട്ടി ചുമന്നു. കുടിശ്ശികയൊടുക്കാൻ നാട്ടിൽ വന്ന ആ മനുഷ്യൻ മേൽപ്പാടങ്ങൾ പാട്ടത്തിനെടുത്തു. അധ്വാനിക്കാതെ ജീവിക്കാൻ അയാളെക്കൊണ്ടാവില്ല. ഇത്തവണ വിളയെല്ലാമുണങ്ങിപ്പോയി. അയാൾ വീണ്ടും കൊളമ്പിലേക്കു കടന്നു. കേശവൻ കന്നിനു പിമ്പേ നടന്നു. കരിപ്പിടിയിൽ കൂന്നു നടന്ന് കൈപ്പലകകളോടെ അവന്റെ മുതുവൊടിയുകയും അവന്റെ നെഞ്ച് ഒരു കരിയറയുടെ മുതുപോലെ മുന്നോട്ടു തള്ളുകയും ചെയ്തു. കേശവൻ കരിയറക്കൂനനായി.

വെള്ളവൈദ്യർ പ്രസവക്കേസ്സിനു പോയി. രാമുവൈദ്യർ കഥപറയാൻ തുടങ്ങി. പ്രസവം ജനിമൃതികളുടെ ത്രിവേണിയാകുന്നു. വൈദ്യർക്ക് അതൊരു വൈതരണിയായി. അങ്ങോട്ടുമില്ല, ഇങ്ങോട്ടുമില്ല. പെണ്ണിന്റെ തന്ത വൈദ്യരെ തൊഴുതു; രണ്ടും രണ്ടിടത്താക്കിത്തരണേ! അതിനെന്തു ചെയ്യണമെന്നു വൈദ്യർക്കു തോന്നുന്നില്ല. പെണ്ണിന്റെ തള്ള വൈദ്യരെ തൊഴുതു; രണ്ടും രണ്ടിടത്താക്കിത്തരണേ!

വെള്ളവൈദ്യരുടെ സർവ്വരഹസ്യങ്ങളും രാമുവിനറിയാം. രാമു വെള്ളവൈദ്യരുടെ ശിഷ്യനാകുന്നു. രാമുവിന്റെ അച്ഛൻ സിദ്ധവൈദ്യാശ്രമത്തിൽ കിഴിക്കാരനായിരുന്നു. രാമു സമർത്ഥനും വിശ്വസ്തനുമായിരുന്നു. ഒരിക്കൽ കണ്ടാൽ മതി, ആ വിദ്യ രാമു പഠിച്ചു. ഒരിക്കൽ പറഞ്ഞാൽ മതി, ആ യോഗം രാമു ധരിച്ചു. വൈദ്യരേക്കാൾ മിടുക്കൻ ശിഷ്യനാണെന്നു രോഗികൾ പറഞ്ഞു. രാമു തന്റെ ജാതകത്തിൽ കേമദ്രുമയോഗം കണ്ടെത്തി. സർവ്വസാധാരണമായ ഒരു ദശാസന്ധിയിൽ രാമു പെട്ടുപോയതാണ്. വെള്ളവൈദ്യരുടെ മകൾ ഗീത. ഗീതയ്ക്കു രാമുവിനെ വിവാഹം ചെയ്യണം. ഇത്തരം ദശാസന്ധികളിൽ സാധാരണ സംഭവിക്കുന്നതുപോലെ വെള്ളവൈദ്യർ രാമുവിനു ചൊല്ലിക്കൊടുത്തു: ഗുരുനാഥന്റെ മകൾ സഹോദരിയെന്നറിക. രാമു ധരിച്ചില്ല. രാമു ധിക്കരിച്ചതുമില്ല. ഗീതയെ വിവാഹം ചെയ്യുമെന്ന് അവൻ ശപഥം ചെയ്തിട്ടുണ്ട്. ഗുരുത്വദോഷം ബാധിച്ച ശിഷ്യനെ പിടിച്ചുകെട്ടി വൈദ്യർ തല്ലിക്കൊടുത്തു. കൊന്നുകളഞ്ഞാലും ഗീതയെ

വിവാഹം ചെയ്യുമെന്നു തെങ്ങിൽ കിടന്നും രാമു ശപഥം ചെയ്തു. വെള്ള വൈദ്യർ ശിഷ്യനെ കൊന്നില്ല, തള്ളിക്കൊടുത്തു.

കൗസുമ്മ സമോവറിനു മുന്നിൽ നിന്നു വിയർത്തു. അവരുടെ കരിമിഴികൾ നെടുവരമ്പത്തേക്കിറങ്ങിച്ചെല്ലാൻ വേലിത്തലപ്പിൽ പിടഞ്ഞുനിന്നു. വൈദ്യരു വരുമോ? വന്നാൽ എന്തു കൊടുക്കും? വൈദ്യാശ്രമത്തിലെ കൽക്കം ഇത്തിരിമ്പോരം കൗസുമ്മു തിന്നിട്ടുണ്ട്. അവരുടെ മാപ്പിള വൈദ്യരുടെ അരിപ്പക്കാരനായിരുന്നു. അന്നു കൗസുമ്മയ്ക്കു കച്ചവടമില്ല. അവർ കൗസുമ്മയുമല്ല, കൗസു! കൗസുവിനു തിന്നാൻ കൽക്കം, കൗസുവിനു മേത്തു തിരുമ്മാൻ കൽക്കം, ഒരു പൊതി കല്ക്കണ്ടം... കൗസുമ്മയുടെ കരിമിഴികൾ വേലിത്തലപ്പിൽ അലിഞ്ഞു പോകുന്നു.

രാമുവൈദ്യർ പറഞ്ഞു:

ഇങ്ങോട്ടു നിങ്ങളൊന്നു നോക്കണം. സ്നേഹത്തോടെ ഒരു ചായയും തരണം.

രാമുവിന്റെ കള്ളക്കണ്ണുകൾ ചെറ്റയുടെ കണ്ണോട്ടകളിലായിരുന്നു. ചെറ്റയ്ക്കകത്തു നബീസയ്ക്കു വീർപ്പുമുട്ടി; അങ്ങോട്ടുമില്ല, ഇങ്ങോട്ടുമില്ല! കണ്ണോട്ടയിൽ അവളുടെ ആത്മാവു കുടുങ്ങിക്കിടന്നു. വെളിയിൽ വരാൻ ഉമ്മയുടെ വിലക്കുണ്ട്; അവളൊരു ചെറിയ കുട്ടിയല്ലല്ലോ! അവൾക്കറിയണം, രണ്ടും രണ്ടിടത്തായോ?

കഷണ്ടികയറുന്ന തലയിൽ തലോടി രാമു സ്വയം മിനുങ്ങിയിരുന്നു. പരാജയത്തിന്റെ വേദന അയാളെ ഒരു സുന്ദരനാക്കുകയായിരുന്നു. അയാൾ ഒരിക്കലും കരഞ്ഞില്ല. താനെന്തു പിഴച്ചു? പണമില്ല, പ്രതാപവുമില്ല. അയാളുടെ കുറ്റംകൊണ്ടല്ല. തെറ്റ് അച്ഛന്റേതായിരുന്നു. അച്ഛൻ തെറ്റുകാരനല്ലെങ്കിൽ മുത്തച്ഛൻ തെറ്റുകാരനാകുന്നു. കട്ടിട്ടോ പിടിച്ചുപറിച്ചിട്ടോ നാലു കാശുണ്ടാക്കിവെക്കാതെ എന്തിന് അവർ മക്കളെ ഉണ്ടാക്കി? ആ തെറ്റ് രാമു ആവർത്തിക്കുന്നില്ല. രാമു വിവാഹം ചെയ്യില്ല. പക്ഷേ, ഒരു മണവാളന്റെ മോടിയിൽ മാത്രം അയാൾ നടന്നു. താൻ കുടിക്കുന്ന കഷായത്തിന്റെ കയ്പു മറക്കാൻ അയാൾ ചാരായം കുടിച്ചു. പരിഹാസത്തിന്റെ മേമ്പൊടി രാമുവൈദ്യർ ചുണ്ടിൽ കൊണ്ടുനടന്നു. രാമുവൈദ്യർ ചോദിച്ചു:

രണ്ടും രണ്ടിടത്തായിട്ടു ചത്തുപോയാലും മോക്ഷം കിട്ടുമല്ലോ?

രാമു സ്വയം ചിരിച്ചു. ചിരിക്കാനും കരയാനുമറിയാതെ ചായക്കടയിലെ സദസ്സ് സ്തംഭിച്ചിരുന്നു. രാമുവൈദ്യർക്കുവേണ്ടി കൗസുമ്മ വീത്തിയ സ്പെശലിൽ പഞ്ചസാര മറന്നുപോയി. രാമു കൗശലം പറഞ്ഞു:

നിങ്ങഡെ കൈയോണ്ടായാൽ പഞ്ചാരയില്ലെങ്കിലും ചായക്കൊരു പഴമധുരം.

എതിർബഞ്ചിൽ ഗോപൻ തിരക്കി:

എന്നിട്ടാ പ്രസവമെന്തായി?

ഗോപനല്പം തിരക്കുണ്ട്. പണ്ടും ഗോപൻ തിരക്കുള്ള കൂട്ടത്തിലായിരുന്നു. അന്നൊക്കെ അയാൾ ഗോപാലനായിരുന്നു. ചെത്തുകാരനായിരുന്നു. അത്യാവശ്യം വാറ്റിന്റെ ഇടപാടുമുണ്ടായിരുന്നു. ചെത്തുകാരൻ ഗോപാലൻ

ഒന്നാന്തരം കൃഷിക്കാരനായിരുന്നു. ഒരെറുമ്പിന്റെ വീര്യത്തിൽ ഗോപാലൻ അധ്വാനിച്ചു. വെളുക്കുംമുമ്പേ ചെത്തുകഴിഞ്ഞു ഗോപാലൻ പാടത്തിറങ്ങി. വെയിൽ മൂത്താൽ പുരയിടത്തിലേക്കു കയറി. അന്തിച്ചെത്തു കഴിഞ്ഞാൽ അയാൾക്കു മന്ത്രവാദമുണ്ടായിരുന്നു. മന്ത്രവാദി ഗോപാലൻ എന്ന് അയാൾക്കു പേർ വീണില്ല. നമ്മുടെ തേനുറുമ്പല്ലേ എന്നു ചിലരെങ്കിലും അയാളെ നൊട്ടിനുണഞ്ഞു. എന്നാൽ തേനുറുമ്പെന്നും പേർ വീണില്ല. ഒരു പേരിട്ട് ഉറയ്ക്കുംമുമ്പേ അയാൾ വളർന്നു. അറുപത്തഞ്ചുപറ പാട്ട നിലത്തിൽ അയാൾക്കു സ്ഥിരാവകാശം കിട്ടി. ഗോപാലൻ ഗോപനായി. താനറിയാതെ ഗോപൻ തെളിഞ്ഞു. അയാളുടെ ചോരക്കവിളുകളിൽ മഹാ ലക്ഷ്മി വിളങ്ങി. അമ്പതിൽ ഗോപൻ ഒരു കുമാരനായി.

ഒരു ചായയ്ക്കുവേണ്ടി കൗസുമ്മയുടെ ചായക്കടയിൽ ഗോപൻ കയറു ന്നില്ല. ഗോപന്റെ വീട്ടിൽനിന്നു പാൽ കൊണ്ടുവരുന്നുണ്ട്. കൗസുമ്മ പാലള ന്നെടുത്തിട്ടുണ്ട്. വേലക്കാരനെ ഗോപനു വിശ്വാസമില്ല. എത്ര പാലു ണ്ടെന്നറിയണം. ആഴക്കു പാലോ അരക്കാശോ വെറുതെപോയാൽ ഗോപനു സഹിക്കില്ല. കൊള്ളരുതാത്തവന്റെ മുതൽ നാണംകെട്ടവൻ തിന്നു. കൂട്ടത്തിൽ നാട്ടുകാര്യങ്ങളറിയാം, നേരമ്പോക്കിന് വഴിയേ പാടത്തും പോകാം. ഇതെല്ലാം ഗോപൻ തുറന്നു പറയുന്ന സംഗതികളാകുന്നു. പറ യാത്ത സംഗതിയുണ്ട്. വീട്ടിൽ അയാൾക്കു മാത്രം. ചായയുണ്ടാക്കാൻ പറ്റില്ല. തന്റെ പേരിൽ കുടുംബം എന്ന ഒരു പാരാവാരം മുഴുവൻ ചായ കുടിക്കാനിടവന്നാൽ, അതുമാത്രം മതിയാവും അഴിച്ചുവെച്ച കത്തിയുറ വീണ്ടുമെടുത്തണിയാൻ. അയാൾക്കിനി ചെത്തുകാരൻ ഗോപാലനാകാൻ വയ്യ. കത്തിത്തഴമ്പ് - ഓർക്കുമ്പോൾ ഞെട്ടുന്നു. കൈകാലുകളിലും നെഞ്ചിലും മൂണയിലും തഴമ്പുള്ള ഒരേയൊരു മൃഗം ചെത്തുകാരൻ മാത്രം!

കരിയറക്കുനൻ കേശവന് ഗോപനോടെതിരുണ്ട്. നേരിട്ടെതിർക്കാൻ കേശവനു കരുത്തില്ല. ചെറുപ്പംതൊട്ടേ കന്നിന്റെ പിമ്പേ നടന്ന് കേശവനു കിട്ടിയതു കൂനായിരുന്നു. ഒരു കൂനും ഇരുപത്തൊന്നു സൂചിയും. ഇരുപ ത്തൊന്നു സൂചി കയറ്റിയിട്ടു വിവരം പറയാനാണു ഡോക്ടറുടെ വിധി. ഗോപനു കേൾക്കാൻ പ്രസവക്കേസിന്റെ കഥ രാമു പറയണ്ട. കേശവന്റെ വൈരാഗ്യം കഥയുടെ ഇഴ മാറ്റാൻ മുതിർന്നു.

വൈദ്യരേ, ചെകിടൻകോതയ്ക്കു കിട്ടിയ അടിയോ?

കോത കേട്ടില്ല. കോത കേൾക്കില്ല. ഗ്ലാസിലെ പത തെക്കി വിരലിൽ കിട്ടിയ ഉറുമ്പിനെ കോത എറ്റിക്കളഞ്ഞു.

കാളക്കാരൻ കണ്ണൻ ചൊടിച്ചു:

ഇയ്യാളെന്താ കാട്ടീത്?

മണലും ചാണകവും കുഴച്ചുതേമ്പിയ ചായക്കടയുടെ കോലായിൽ വെളുത്ത മുണ്ടുടുത്ത കണ്ണൻ ഒരു കാൽ മടക്കി ഒരു കാൽ നിവർത്തി മുളംതൂണിൽ ചാരിയിരുന്നു. നിവർത്തിയ കാലിനൊപ്പം മുളവടി കിടന്നു. മുളവടി എടുക്കാനാഞ്ഞ കണ്ണൻ അതെടുക്കാനാവാതെ ഇരുന്നു വിറച്ചു.

ആ മുളവടി ചെകിടൻകോത വെട്ടിക്കൊടുത്തതാകുന്നു. കോത കണ്ണന്റെ അളിയനാകുന്നു. അളിയനായാലും പെങ്ങളായാലും മനസ്സീപറ്റാത്തതു ചെയ്താൽ കണ്ണൻ തല്ലും. പാടില്ലാത്തതു ചെയ്തുകണ്ടാൽ കണ്ണനൊരു പിരാന്തു വരാനുണ്ട്. പക്ഷേ, അതൊക്കെ പണ്ട്. കോതയെ ഒന്നു വീക്കാനുള്ള അരിശം പെട്ടെന്നടങ്ങി. ഒരാണിനെപ്പോലെ നില്ക്കാനും നടക്കാനും കണ്ണനു വയ്യ. അവന്റെ കാൽമുട്ടിൽ ചിരട്ടയില്ല. വെളുത്ത മുണ്ടിൽ വീണ എച്ചിൽ നുള്ളിയെടുത്തു ചായക്കറയിലേക്കു നോക്കി കണ്ണനിരുന്നു. പണ്ടും കണ്ണനു മുണ്ടു രണ്ടെണ്ണമായിരുന്നു, ഒന്നു പണിമുണ്ട് പിന്നെ വെളുത്ത മുണ്ട്. കണ്ണന്റെ പണിമുണ്ട് ഒരുകാലത്തും വെളുക്കില്ല. വെളുത്ത മുണ്ടിൽ അഴുക്കൊട്ടുമാകാനും പാടില്ല. ഇപ്പോൾ കണ്ണനു പണി മുണ്ടും വെളുത്ത മുണ്ടും സ്വന്തമായിട്ടില്ല. ചിരുതയുടെ മുണ്ടു കട്ടുടുത്തിട്ടാണ് കണ്ണൻ വന്നത്. എങ്ങോട്ടെങ്കിലും പുറപ്പെടാൻ നേരത്താവും ചിരുത മുണ്ടു തപ്പുക. വേലപൂരം കാണാനാവും, ചായി ചങ്ങാതിമാരുണ്ടാവും. അവൾക്കൊന്നെടുത്തുകൊടുക്കാൻ കണ്ണനെക്കൊണ്ടാവില്ല. അയാളുടെ മുണ്ടുടുത്തു വെടക്കാക്കി. ഓർക്കുമ്പോൾ കണ്ണനു ചെകിടു ചൂളംവിളിക്കുകയാണ്. പിരാന്തു വരുമ്പോഴെല്ലാം ചെകിടിങ്ങനെ ചൂളംവിളിക്കും. കാളതെളിയോ, ഒരു പുരുഷാരത്തിന്റെ ആർപ്പോ?

വായോ, വായോടാ പുല്ലക്കുട്ട്യേ...

വെള്ളവൈദ്യർ കോതയുടെ ചെകിട്ടത്തടിച്ചതു കണ്ണാലെപ്പാർത്ത പോലെ കേശവൻ ചിരിച്ചു. ഒറ്റടിക്കു ചെകിടു രണ്ടും പൊട്ടി! തുറന്ന തൊണ്ട നിറയെ കേശവൻ ചിരിക്കുമ്പോൾ ബഞ്ചും നിലവും കുലുങ്ങി. കേശവൻ അടിമുടി കുലുങ്ങി. പിട്ടിന്റെ തരിയും പീരയും അവന്റെ വായിൽനിന്നു തെറിച്ചു.

കേശവന്റെ ചിരി കണ്ണനു പൊറുത്തുകൂടാ. കരിക്കന്നിനു പിമ്പേ ഏലക്കം വിളിച്ചുനടന്നു പാടേ തുറന്ന തൊണ്ടയിട്ടു കേശവൻ ചിരിക്കുമ്പോൾ സമസ്ത ചരാചരങ്ങളേയും സദസ്സിനേയും കണ്ണനേയും ആ ചിരിയിൽ കുടഞ്ഞു. മുളംതൂണിൽ ചാരിയിരുന്നു കണ്ണൻ കാൽമുട്ടു തലോടി. ഇനിയൊരിക്കലും കണ്ണൻ കാളതെളിക്കില്ല. എന്റെ കണ്ടത്തിൽ എന്റെ കാളകളെ ഞാനിറക്കി തെളിക്കും എന്നായിരുന്നു കണ്ണന്റെ വാശി. നടക്കേണ്ടതെല്ലാം നടന്നുകഴിഞ്ഞു. കണ്ണനു കണ്ടവുമില്ല കാളകളുമില്ല. ഇനി അവനാർപ്പു വരില്ല. ഒച്ചപോലും പൊന്തില്ല. ഇല്ലാത്ത കാൽമുട്ടിൽ കണ്ണന്റെ വിരലുകൾ കുരുതിക്കളം വരച്ചു. കോരന്റെ കഞ്ഞി കുമ്പിളിൽ! സകലതിനേയും അരിഞ്ഞൊടുക്കാനുള്ള അരിശമുണ്ട്. കണ്ണന്റെ വിരലുകൾ തെളിക്കണ്ടങ്ങളുടെ കലങ്ങിയ ചിത്രങ്ങൾ കാൽമുട്ടിൽ രചിച്ചു. ഒരൊറ്റക്കണ്ടം കണ്ണനില്ല. കണ്ണന്റെ കാൽമുട്ടിൽ ചിരട്ടയില്ല. ചിരട്ടയില്ലാത്ത കാൽമുട്ടിൽ കുരുതിക്കളവും തെളിക്കണ്ടവും തെളിഞ്ഞില്ല. മൂക്കണ്ണൻ തുന്നലിലൂടെ കണ്ണൻ വീണ്ടും വിരലോടിച്ചു. ഒരാണിനെപ്പോലെ എണീക്കാനും നില്ക്കാനും നടക്കാനും അവനിനി സാധിക്കില്ല.

ഗോപനു പോകാറായി. പോരുംമുമ്പെ കോതയോടൊരു ഇടപാടുറപ്പിക്കണം. ഒരു കെട്ടു പുല്ലു വേണം. പെട്ടെന്നൊന്നും കോതയോടു കേറി

വർത്തമാനം പറയാൻ സാധിക്കില്ല. കോതയെ മീട്ടിയെടുക്കണം. ഗോപൻ ചോദിച്ചു:

എന്തിനാ കോതേ, നിന്നെ വൈദ്യരടിച്ചത്?

മുഖത്തോടുമുഖം പറഞ്ഞാൽ കോത കേൾക്കുന്നു. അവൻ ചുണ്ടും വായും വായിക്കുന്നു. ഗോപന്റെ ചോദ്യം കോത വായിച്ചു. കോത ലജ്ജിച്ചു പോയി. സിദ്ധവൈദ്യാശ്രമത്തിൽ മരുന്നരച്ചുശീലിച്ച കോത പുല്ലരിയലും വേലികെട്ടും പയറ്റി പുലരുന്നു. വെറ്റിലയിൽ ചുണ്ണാമ്പുതേച്ച വിരൽ ചാണയിൽ തുടച്ചതു വൈദ്യർ കണ്ടു. മരുന്നരയ്ക്കുമ്പോൾ വെറ്റില മുറുക്കരുതെന്നു മുമ്പേതന്നെ വൈദ്യർ ശാസിച്ചിട്ടുണ്ട്. കോതയ്ക്കാണെങ്കിൽ ജീവിതത്തിലാകെ രണ്ടേരണ്ടാശകളേ ഉള്ളൂ. വെള്ളച്ചോറുണ്ണണം വാനിറയെ മുറുക്കണം. നിറയെച്ചോറുണ്ട് ഒന്നു മുറുക്കിയാൽ വീണ്ടും അത്രയ്ക്കുണ്ണാൻ കൊതിയായി. വിശക്കുന്നില്ലെങ്കിൽ മറപ്പുരയിൽ കയറി വായിൽ കൈ തള്ളി വയറൊന്നയച്ചുവിട്ട് അഞ്ചാംപുരയിൽ ഹാജരായാൽ മതി. ആയിരപ്പറ നെല്ലു പാട്ടം വന്നാൽ ആയിരപ്പറയും വെച്ചു വിളമ്പുകയാണവിടെ. കോത എത്രനേരം ഉണ്ടു എന്ന് ഒരാളും ചോദിക്കില്ല, ചോദിച്ചിട്ടില്ല. കൊമ്പൻചാതി ഗുളികയുടെ യോഗമരയ്ക്കുമ്പോഴാണ് കോതയ്ക്കബദ്ധം പറ്റിയത്. പറ്റിപ്പോയ അബദ്ധം കോത പറഞ്ഞില്ല. വെള്ളപ്പാണ്ടു കയറിയ ചുണ്ടും ചൊകന്ന പല്ലും കാണിച്ചു കോത ചിരിച്ചു. കോതയുടെ ചിരി നിശ്ശബ്ദം, സ്വപ്നംപോലെ. ഒരിക്കൽ എനിക്കങ്ങനെ പറ്റിപ്പോയി. ഈ ലോകത്തിലെ എല്ലാ ശബ്ദങ്ങളും എനിക്കന്നു നഷ്ടപ്പെട്ടു. അഞ്ചാംപുരയിലെ വെള്ളച്ചോറും.

തോൽവി ഗോപൻ സമ്മതിക്കില്ല. ചെകിടനെക്കൊണ്ടു മിണ്ടിക്കണം. ഉറയാത്ത കോമരത്തെ ഉറഞ്ഞ വെളിച്ചപ്പാടു മീട്ടിയെടുക്കുന്നില്ലേ. ഗോപൻ ചോദിച്ചു:

ഒരു കെട്ടു പുല്ലിനെന്താ വില?

അഞ്ചാംപുരയിലെ വെള്ളച്ചോറു നഷ്ടപ്പെട്ടു. കോതയ്ക്കു ചുണ്ടും വായും പിഴച്ചു. തൊണ്ട ചീന്തിച്ചീന്തി നെഞ്ചു പൊട്ടിപ്പൊട്ടി ഒരു പച്ചപ്പാളയുടെ പട്ടടരുംപോലെ കോത പറഞ്ഞു:

വെട്ടുകത്തി ഊട്ടിക്കിട്ടിയിട്ടില്ല. നാളെ കരുവാക്കുടീല് കല്യാണം. മറ്റന്നാൾ വന്നാൽ പോരേ?

ചെറ്റയ്ക്കകത്തു നബീസയ്ക്കു ചിരി പൊട്ടി. ചെത്തം കെട്ടുപോയാൽ ഉമ്മ പിട്ടുംകുമ്പമെടുത്തു വരും. മുമ്പാമ്പറത്തെ പല്ലു നാലും ഞാനെടുത്താളും – ശൈത്താനേ! ചിരിയുടെ ചീളുകൾ നബീസ കടിച്ചിറക്കി.

സദ്യയ്ക്കിട്ട പന്തലിൽ നാളികേരം ചിരകുംപോലെ കേശവൻ ചിരിച്ചു. സദസ്സു ചിരിച്ചു. കോതയ്ക്കാക്ഷേപമില്ല. വേലികെട്ടിന്റെ കാര്യമാവും ഗോപൻ ചോദിച്ചതെന്ന് താനൂഹിച്ചുപോയി. കിളി കൊക്കുംപോലെ കോത പറഞ്ഞു:

എന്റെ ചെകിടല്പം പതായി. വൈദ്യര് ചെപ്പക്കുറ്റിക്കൊന്നടിച്ചു. അപ്പത്തൊടങ്ങി ഒരു ശൂളംവിളി. പിന്നെ എനിക്കൊന്നും കേട്ടുകൂടാ. ശ്ശി മരുന്നു വൈദ്യരു തന്നു. വേലിപ്പണിക്കെന്നാ വരേണ്ടത്?

കോതയ്ക്കു നേരെ തിരിഞ്ഞ് രാമു തൊണ്ണും ചിറിയും കാണിച്ചു.

എടാ പൊട്ടാ, ആ മരുന്നൊഴുക്കി നിന്റെ മറ്റേച്ചെകിടും പൊട്ടി!

എന്നാലും കോതയ്ക്കാക്ഷേപമില്ല. നാണമെന്ന ഒരേ വികാരമേ കോതയ്ക്കുള്ളൂ. നാണിക്കുംതോറും അവനിരുന്നു ചെറുതാകുന്നു. ഇരുനാഴി അരിയുടെ വെള്ളച്ചോറുണ്ട കുളിര് - കുഴിഞ്ഞ നെഞ്ചിനു താഴെ തെറിച്ചു നില്ക്കുന്ന വയറിൽ കോത കൈപൊത്തിത്തിരുമ്മി. പെരുകുടൽ വിളിക്കുന്നു. ഒരു കല്ലുപ്പിന്റെ പുളിയും ചീനമുളകിന്റെ എരിവും - വായ കിളർക്കുന്നു. മുറുക്കാനെവിടെ? ഒരു കവിൾ ചായയോടൊപ്പം കോത കൊതി വിഴുങ്ങി.

പഞ്ചസാരചേർത്ത സ്പെഷൽ ഒരിറക്ക് മൊത്തിയപ്പോൾ രാമുവിനു കഥ തുടരാമെന്നായി. പെണ്ണിന് പേറ് കടിഞ്ഞൂല്, അങ്ങോട്ടുമില്ല ഇങ്ങോട്ടുമില്ല. എന്തു ചെയ്യണമെന്ന് അവൾക്കറിഞ്ഞുകൂടാ. വൈദ്യർക്കും തോന്നുന്നില്ല. ഔഷധം തോന്നാത്തപ്പോൾ പ്രയോഗിക്കാനുള്ള മുക്കൂട്ടൊരുക്കി. അസാരം തിളവെള്ളം വേണം. തിളവെള്ളം വന്നു. രാമൂ പെട്ടി. രാമു പെട്ടി മലർത്തി. വാറ്റു വെള്ളത്തിന്റെ ഒരു ട്യൂബെടുത്ത് വൈദ്യർ വട്ടനെ പൊട്ടിച്ചു, ക്ഷിപ്രം. ചൂടറിയാതെ തിളച്ച വെള്ളത്തിൽ നിന്നെടുത്ത സിറിഞ്ചിൽ വാറ്റു വെള്ളത്തിന്റെ മുഴുവൻ ഡോസും നിറച്ച് വൈദ്യർ മുട്ടുകുത്തിയിരുന്നു, വൈദികവിധിപ്രകാരം. കാൽമുട്ടുകൾ മേലോട്ടു മടക്കി ഞെരിയാണികളിൽ ആയുസ്സിട്ടു പിടിച്ച് പിൻതല കുത്തി ആദിയോഗത്തിൽ കുലച്ച വില്ലുപോലെ ശയിക്കുന്ന ഗർഭിണിയുടെ ഞെരിഞ്ഞ നിതംബത്തിൽ വെള്ളവൈദ്യർ സൂചിയിറക്കി; സുഖപ്രസൂതി, ഏറ്റുമീനിറങ്ങുംപോലെ.

നബീസ ഇപ്പപ്പൊട്ടും. വിരൽ കടിച്ച് അവൾ ചിരിയുടെ വിമ്മിട്ടമൊതുക്കി. അവൾക്കു ചോര ചുവച്ചു. എപ്പോഴും ചിരിക്കുന്ന, എപ്പോഴും രസം പറയുന്ന ഈ വൈദ്യരെ അവൾക്കിപ്പോൾ പച്ചയ്ക്കു കടിച്ചുതിന്നാൻ പൂതി. കണ്ണോട്ടയിലൂടെ നോക്കുമ്പോൾ വെള്ളക്കുട തെങ്ങിൻമുട്ടിയിട്ട ഒതുക്കുകൾ കയറിവരുന്നു. അവൾ വെള്ളിക്കണ്ണട കണ്ടു. വെള്ളക്കുട ചുരുക്കിക്കുത്തുമ്പോൾ, അവൾ ഒരു നിമിഷം കണ്ടു. കുടയുടെ അകം കറുപ്പ്! നബീസയ്ക്കപ്പോൾ കണ്ണുകൾ മങ്ങി. അകം കറുത്ത വെള്ളക്കുട ചുരുക്കിക്കുത്തി വെള്ളവൈദ്യർ നോക്കുന്നു. നബീസ നാണിച്ചുപോയി. എന്നപ്പങ്ങനെ നോക്കണ്ട! മാറു മറയ്ക്കാൻ കൈകൾ വിലങ്ങെക്കെട്ടി ചെറ്റയുടെ ഓലച്ചുമരിൽ മുങ്ങാൻ... അവൾക്കപ്പോൾ ധാരണ കിട്ടി, കുളമല്ല. അവൾ നഗ്നയുമല്ല. പുരയുടെ അകത്താണല്ലോ!

മുളംതൂണിൽ നിന്നടർന്ന കണ്ണൻ പരുങ്ങി, പെട്ടെന്നെണീക്കാൻ വയ്യ! മുളവടിയിൽ പിടികിട്ടുമ്പോൾ വൈദ്യർ ഗുണദോഷിച്ചു.

ഇരുന്നോ, അവിടെത്തന്നെ ഇരുന്നോ.

രാമു മനസ്സിൽ കരുതി, എണീക്കാൻ കഴിഞ്ഞെങ്കിൽ കണ്ണൻ ഒന്നടി ച്ചെന്നും വരും!

കൗസുമ്മ ചോദിച്ചു:

കയറിണിില്യേ?

തെങ്ങിൻപൂക്കുല വിരിഞ്ഞു തീരുമ്പോലെ അവർക്കപ്പോൾ കോരിത്തരിച്ചു. താനൊരിക്കലും വിളിച്ചുവരുത്തിയിട്ടില്ല. എന്നും വൈദ്യർ വന്നു. തനിക്കുറക്കം വരാറില്ല. വൈദ്യർ വന്നു വിളിച്ചു:

കൗസു ഉറങ്ങിയോ?

തട്ടിയാലും കുടഞ്ഞാലും പോകാത്ത മണൽത്തരികൾ അവരുടെ രോമകൂപങ്ങളിൽ പൊരിഞ്ഞു. കൗസുമ്മ ലജ്ജിച്ചുപോയി. ആരെങ്കിലും തന്നെക്കണ്ടോ? ഒറ്റനോട്ടത്തിന് അവർ കണ്ടു. എല്ലാ കണ്ണുകളും വൈദ്യരുടെ വെള്ളിക്കണ്ണാടിയിലുരുകുന്നു. താനറിയാതെ മേൽച്ചുണ്ടു നനയ്ക്കുമ്പോൾ കൗസുമ്മയ്ക്കോർമ്മവന്നു, മണൽത്തരികളല്ല. മധുരിക്കുന്നു, കല്ക്കണ്ടത്തിന്റെ മുഴുത്തരികൾ.

അടിക്കാൻ കണ്ണനു കഴിയില്ല. രാമുവിന്റെ ശോഷിച്ച കൈ മിഠായിടിന്നിൽ വീണു. ഉരുപ്പടികൾ ടിന്നിനുള്ളിൽ തിറമ്പി. കേശവൻ എളിയിൽ തപ്പി. മരുന്നും വാറ്റുവെള്ളവുമുണ്ടല്ലോ!

രാമു കണ്ണുകാണിച്ചു: ഇപ്പോൾ എടുക്കണ്ട.

സദസ്സിനെ നിരീക്ഷിച്ചുവന്ന വെള്ളവൈദ്യർ ചോദിച്ചു:

കേശവനിപ്പോൾ ആരുടെ ചികിത്സയാ?

വൈദ്യന്റെ ധർമ്മമാകുന്നു. രോഗികളെക്കണ്ടാൽ അവരുടെ കുശലമാരായണം. ചികിത്സയുടേയും രോഗത്തിന്റേയും മൂലകങ്ങൾ കൊത്തിച്ചികഞ്ഞു വെള്ളവൈദ്യർ ആളെക്കൊല്ലും. മരിക്കാൻ കേശവനാശയില്ല. രക്തം ഛർദ്ദിച്ചിട്ടും അവൻ മരിച്ചിട്ടില്ല. ബാധയൊഴുക്കാൻ കേശവൻ പറഞ്ഞു:

ചികിത്സീല്യ.

വെള്ളവൈദ്യർക്കത്ഭുതമായി:

നിനക്കെല്ലാം സുഖായോ?

സുഖമായെന്നു വൈദ്യർ കേട്ടില്ല. ഈ ഭൂമിയിലൊരു വൈദ്യൻ, അയാളാരുമാകട്ടെ, ഒരുത്തന്റെ രോഗനിർണയം നടത്തി ഒരു ചികിത്സ നിശ്ചയിച്ച് ആ രോഗം സുഖപ്പെടുന്നത് വെള്ളവൈദ്യരുടെ പ്രേതത്തിനും സഹിക്കില്ല. അദ്ദേഹം മറുചോദ്യമെറിഞ്ഞു:

എത്ര കുപ്പി കയറ്റി?

കുപ്പികളുടെ കണക്കെഴുതിവെക്കാൻ കേശവന് അപ്പോൾ സുബോധമുണ്ടായിരുന്നില്ല. കുപ്പിക്കണക്കു കേട്ടാൽ വൈദ്യർക്കൊന്നും മനസ്സിലാകാനുമില്ല.

കേശവാ, നിന്റെ കരൾ വീങ്ങി, ചളിയിൽ പൂഴ്ത്തിയ മടൽപോലെ നിന്റെ കരൾ ചീർത്തു. മടൽ വെള്ളം കുടിച്ചുചീർക്കുന്നു. കരളിൽ രക്തം നിറഞ്ഞു വീങ്ങുന്നു. സദസ്സിനെ ആകപ്പാടെ ഒന്നു നോക്കി വൈദ്യർ കീഴ്ച്ചുണ്ടു നനച്ചു. പറഞ്ഞതൊട്ടും ഭംഗിയായില്ല. വെള്ളിക്കണ്ണടയിൽ വൈദ്യരുടെ കുഴിഞ്ഞ കണ്ണുകൾ തെറിച്ചുതെറിച്ചു നിന്നു, വെള്ളാരങ്കല്ലുകൾ. നിന്റെ ശരീരത്തിലെ നാലു ലിറ്റർ ബ്ലഡ് ലിവറിൽ വന്നടിഞ്ഞു. ലിവറിനു താങ്ങാനാവില്ല. ഡാമുകൾക്കുമുണ്ടല്ലോ, ഹോൾഡിങ് കപ്പാസിറ്റി? ലിവറിന്റെ ഭിത്തികൾ തകർന്നു. അപ്പോഴാണു കേശവൻ രക്തം ഛർദ്ദിച്ചത്.

പറഞ്ഞു വിരട്ടി വീണ്ടും രക്തം ഛർദ്ദിപ്പിച്ചു കേശവനെ കൊല്ലുമെന്നു രാമു ഭയപ്പെട്ടു. വെള്ളവൈദ്യരുടെ ചികിത്സാവിധി രാമു കണ്ടറിഞ്ഞിട്ടുള്ളതാകുന്നു. ഭയപ്പെടുത്തി കൊല്ലുന്നു. രോഗി ജീവനിരക്കുന്നു. പണയം വെച്ചും വിറ്റും അവൻ തന്റെ രക്തം തൂവുന്നു. ആർത്തിതീരാത്ത രക്ഷസ്സിനെപ്പോലെ വൈദ്യർ കുടിച്ചുതീർക്കുന്നു. കേശവൻ വിളറിപ്പോയി. ഗുരുമുഖത്തിലേക്കെന്നപോലെ ഗോപൻ വൈദ്യരെ നോക്കി, പഠിച്ചു.

വെള്ളവൈദ്യർ പറഞ്ഞു:

കുറെ രക്തം ആർട്ടിഫിഷ്യലായി കയറ്റി നിന്നെ അവർ തിരിച്ചയച്ചിട്ടുണ്ടാവും. മിഷ്യനാശൂത്രീലല്ലേ നീ പോയത്?

അതെ.

വൈദ്യർ പറഞ്ഞു:

അലോപ്പതിയിൽ രോഗി മനുഷ്യനല്ല, ജീവനുള്ള ഏതോ ഒരു മെഷീൻ. കണ്ണനെ കണ്ടോ?

കണ്ണന് എല്ലാ അരിശങ്ങളും പെട്ടെന്നൊതുങ്ങി. അവന്റെ ചെകിട്ടിൽ ചൂളംവിളി നിന്നു. ഇപ്പോൾ പിറാന്തു വരില്ല. ഒരു ജന്മത്തിലെ അവതാരങ്ങളെക്കുറിച്ചു പെട്ടെന്ന് അവനോർമ്മവന്നു. വൈദ്യർ കേശവനോടു ചോദിച്ചു:

നിനക്കിപ്പോൾ എന്താണു തോന്നുന്നത്?

ഗോപൻ പറഞ്ഞു:

കേശവൻ കുടി നിർത്തി.

രാമുവൈദ്യർ മിഠായിടിൻ പിടിച്ചമർത്തി മേശപ്പുറത്തിട്ടു നിരക്കി. കണ്ടവനെ പിടിച്ചുനിർത്തി കൊല്ലുന്ന ഈ ഇടപാടു നിർത്താറായില്ലേ - ഇല്ലേ?

പറഞ്ഞതബദ്ധമായെന്നു ഗോപനു തോന്നി. ഊർച്ചക്കന്നുകളെ ത്തെളിച്ച് തടി കുഴഞ്ഞ് ഒന്നു മേക്കഴുകാൻപോലും വയ്യാതെ കാലായക്കണ്ടങ്ങളിൽനിന്ന് കുന്നും വേച്ചും ഒടിഞ്ഞും കയറിവരുന്ന കേശവന് മേൽക്കഴപ്പൊന്നു മായാൻ ഗോപനാണ് ചാരായമുപദേശിച്ചത്. ആദ്യമാദ്യം ഫ്രീ. കുടിക്കളിയാ, അല്പം കുടിച്ചുനോക്ക്. എന്റളിയനിതു കുടിച്ചിട്ടു ഗോപാലൻ മുടിയില്ല. പണിക്കാർക്കു മുഴുവൻ ഗോപാലൻ ചാരായമുപദേശിച്ചിട്ടുണ്ട്. ഇവിടന്നു കുടിക്കാതെ പോയാലും അവർ കുടിക്കാതിരിക്കില്ല. പിന്നെന്തുകൊണ്ട് എന്റെ സാധനംതന്നെ ചെലവായിക്കൂടാ? അവർക്കു പണിക്കൂലി ഗോപൻ കൊടുക്കണം. ഗോപന്റെ പണം മറ്റൊരിടത്തു കലങ്ങണോ? പിന്നെപ്പിന്നെ ചാരായം കേശവനാവശ്യമായി. പണിയില്ലെങ്കിലും കുടിക്കണം. രൊക്കം പണമില്ലെങ്കിൽ കണക്കെഴുതാൻ ഗോപനറിയാം. ഓർമ്മവെച്ചകാലംതൊട്ട് ഗോപന്റെ വീട്ടിൽ വാറ്റുന്നുണ്ട്. ആരും ഇന്നേവരെ കുടിച്ചു ചത്തിട്ടില്ല. ഒരാളെ കൊല്ലണമെന്നു ഗോപനാഗ്രഹവുമില്ല. കോഴികളുടെ കുരുതി അയാൾക്കോർമ്മവന്നു. തിന്ന പിട്ടിന്റെ തരി കളയാൻ ഗോപൻ കൈകൾ തിരുമ്മി.

വൈദ്യർ ചിരിച്ചു. വ്യാകരണചിഹ്നങ്ങളോടെ. ആ ചിരിയുടെ ഈണം നഷ്ടപ്പെടാൻവയ്യെന്നു ഗോപനു തോന്നി. അയാൾ മനസാ ചിരിച്ചു

നോക്കി. സാധിക്കും, തനിക്കും സാധിക്കും. വീട്ടിൽ ചെന്നിട്ടാകട്ടെ, ഒന്നു റക്കെ ചിരിച്ചുനോക്കണം.

രോഗി യാതൊന്നും പറയുന്നില്ല. ചോദ്യവും സംശയങ്ങളുമില്ല. വൈദ്യർ ചോദിച്ചു:

കേശവാ, നിനക്കിപ്പോൾ ഒരലോഹ്യവുമില്ലേ?

ഉണ്ടോ, ഇല്ലയോ? കേശവൻ ഗോപനെ നോക്കി. കേശവന്റെ ഇടപാടുകളെല്ലാം ഗോപൻ തീരുമാനിക്കുന്നതുപോലാകുന്നു. ചികിത്സയ്ക്കുള്ള പണം അപ്പപ്പോൾ സഹായിക്കുന്നതും ഗോപൻതന്നെ. എന്തെല്ലാമായാലും ഗോപൻ സ്നേഹമുള്ളവനാകുന്നു. ഗോപന്റെ തുടുത്ത മുഖവും കലങ്ങിയ കണ്ണുകളും യാതൊന്നുമുപദേശിക്കുന്നില്ല. എന്തെങ്കിലുമാലോചിക്കുമ്പോഴൊക്കെ ഗോപന്റെ കണ്ണുകൾ കലങ്ങും. ഗോപൻ ചിരിക്കാൻ പഠിക്കുന്നു. കേശവനു യാതൊന്നും പറയാനില്ല.

ഇരിക്കാനും നില്ക്കാനും വയ്യാതെ കോത പരിഭ്രമിച്ചു. ചായക്കാശു നീട്ടിയത് കൗസുമ്മ കൈപ്പറ്റുന്നില്ല. വെട്ടിയ കുറ്റിപോലെ - വേണ്ടെന്നു കോത നിശ്ചയിച്ചു. എല്ലാരും പറയുന്നതു കോതയ്ക്കു കരിനാക്കാണെന്നായിരുന്നു. പനങ്കുറ്റിപോലെ - വേണ്ട, വേണ്ട. കൗസുമ്മ തരിച്ചു നില്ക്കുന്നു. വെള്ളവൈദ്യരുടെ നാലയലത്തു കോതയ്ക്കിരിപ്പുറയ്ക്കില്ല. കോതയുടെ നാവേറ്റതുകൊണ്ടാണ് വെള്ള വൈദ്യർ നശിച്ചുപോയതെന്ന് എല്ലാരും പറയുന്നു. ശ്ലീ ശാപം തട്ടിയിട്ടുണ്ട്, തീർച്ച. പക്ഷേ, യാതൊന്നും കോത പറയില്ല. ഒട്ടും ശബ്ദമുണ്ടാക്കാതെ ചില്ലറ മേശപ്പുറത്തു നിരക്കി കോത എണീറ്റുനിന്നു. പോകുന്നു എന്ന് ചുണ്ടൊന്നനക്കി, മണൽത്തരി ഞെരിയാതെ കോത മുറ്റത്തിറങ്ങി. കിളിയായിരുന്നെങ്കിൽ പറക്കുമായിരുന്നു.

വൈദ്യരു നില്ക്കുന്നു! കൗസുമ്മ ചില്ലറ കണ്ടില്ല. അദ്ദേഹം ഇരിക്കുമോ? നാലുപേരുടെ മുമ്പാകെ കൗസുമ്മയുടെ ചെറ്റപ്പുരയിൽ വൈദ്യർ കയറിവന്നിട്ടില്ല. കൗസു ഉറങ്ങിയോ? അദ്ദേഹം വന്നുപോകാതെ അവൾക്കുറക്കം വരാറില്ലല്ലോ! പഴയ രാവുകളുടെ മറന്നുപോയ ഇഴകൾ പിടിച്ചു നെയ്യുമ്പോൾ, വൈദ്യരു വന്ന കാലിൽ നില്ക്കുന്നു. രാമുവിനെ അടിച്ചിറക്കണമെന്നു കൗസുമ്മയ്ക്കു തോന്നി. അവനെ വൈദ്യർ പോറ്റിവളർത്തി, അവൻ വൈദ്യരെ മുടിച്ചു. അവനായിട്ടൊരു കച്ചോടം കൗസുമ്മയ്ക്കുവേണ്ട; അവർക്കു ചായക്കടയും വേണ്ട. എല്ലാരുടേയും മുന്നിൽ വൈദ്യരെ മടിയിലിരുത്തണമെന്നുണ്ട്. മടിയിലോ മാറിലോ നെറുകയിലോ? കൗസുമ്മയ്ക്കറിഞ്ഞുകൂടാ. ചൂലെടുക്കാൻ കൗസുമ്മ പിൻതിരിഞ്ഞു. അപ്പോൾ അവർ ചിരിച്ചു. എന്തിനാണു ചിരിക്കുന്നതെന്നു കൗസുമ്മയ്ക്കറിഞ്ഞുകൂടാ. എന്റെ മുത്തേ, പുന്നാരേ... ചിരിച്ചുകൊണ്ടു കൗസുമ്മ പുരയ്ക്കകത്തു കടക്കുമ്പോൾ നബീസയുണ്ട് ഓലച്ചുമരിൽ ഒട്ടിനില്ക്കുന്നു. എടുത്ത ചൂലുകൊണ്ട് കൗസുമ്മ അവളുടെ പുറത്തൊന്നു വീക്കി.

ശൈത്താനേ!

നബീസ നിന്നപാടിനു ചുളുങ്ങി. ഏത്തമിടാനെന്നപോലെ കൈകൾ പിണച്ച് കവിളുകൾ രണ്ടും പൊത്തി. കോലായിൽ സദസ്സൊന്നു ഞെട്ടി.

കൗസുമ്മ ചൂലെടുത്തു വന്നു. എന്തിനാണു നബീസയെ അടിച്ചതെന്ന് ഇപ്പോൾ അവർക്കറിഞ്ഞുകൂടാ.

ഒന്നു തൂത്തോട്ടെ, വൈദ്യർക്കൊന്നിരിക്കാൻ.

സദസ്സിളകി, വൈദ്യർക്കിരിക്കാൻ ബഞ്ചൊഴിച്ചിട്ടു. ഒഴിഞ്ഞ പിഞ്ഞാണങ്ങൾ എടുത്തു കൗസുമ്മ മേശ തുടച്ചു. കാച്ചിയുടെ കോന്തലയിട്ട് അവർ ബഞ്ചു തുടച്ചു. പഴകിയ ബഞ്ചിന്റെ നിറം - നിറമില്ലാത്ത ബഞ്ചിൽ വെള്ള വൈദ്യർ അമർന്നിരുന്നു.

വൈദ്യർ ചോദിച്ചു:

കണ്ണനെക്കണ്ടോ? അലോപ്പതി കണ്ണന്റെ കാൽമുട്ടിലെ ചിരട്ടയെടുത്തു -കണ്ണൻ കാള തെളിക്കുമോ?

കണ്ണിന്റെ ആഴങ്ങളിൽ കണ്ണനു മിന്നി. കണ്ണന്റെ ചെകിടുകൾ ചൂളം കുത്തി. വായോ, വായോടാ, പുല്ലക്കുട്ട്യേ...

വൈദ്യർ പറഞ്ഞു:

കണ്ണനു ഭ്രാന്തു പിടിച്ചപ്പോൾ പെരിഞ്ചേരിയിൽ ചികിത്സിച്ചു മാറ്റി. കണ്ണന്റെ ചിരട്ട തകർന്നപ്പോൾ പെരിഞ്ചേരിയെ കാണിച്ചില്ല. എന്താ ഞാൻ മരിച്ചുപോയോ?

കാൽമുട്ടിൽ ശേഷിച്ച മാംസപിണ്ഡം കണ്ണൻ തിരുമ്മി. ആ മാംസപിണ്ഡത്തിൽ കണ്ണൻ തെളിക്കണ്ടം വരച്ചു. ഒരു പുരുഷാരത്തിന്റെ ആർപ്പും വിളിയും അവന്റെ ചെകിട്ടിൽ ചൂളംകുത്തി. കന്നിക്കണ്ടങ്ങളിൽ കാളതെളി. കണ്ണന്റെ കാള മണിക്കാള. ഒന്നു മൈല, ഒന്നു പുല്ല. കണ്ണന്റെ കാളകൾക്ക് രാജചുഴി. അവരെ തെളിക്കണ്ടത്തിലിറക്കി. അവർ നുകംകൊണ്ടു. കണ്ണൻ ചെരിപ്പേറി ആദ്യത്തെ തൊടുപ്പെടുത്തു വളഞ്ഞെത്തുമ്പോൾ പുരുഷാരത്തിന്റെ കൗതുകം കണ്ണനേയും കാളകളേയും മുക്തകണ്ഠം വരവേറ്റി. കണ്ണൻ കരിങ്ങോടപ്പുലയൻ, അവനു നിലമില്ല, കാളകൾക്കു തിന്നാൻ വൈക്കോലില്ല, മേയാൻ മേടുകളില്ല. നുകംകൊണ്ട കാളകളെ കണ്ണൻ വിറ്റു. അവന്റെ കാളക്കമ്പം ജന്മായത്തം. കന്നിക്കൊയ്ത്തും കാളതെളിയും ഇനിയുമുണ്ടാകും. കാളകളല്ലെങ്കിൽ രണ്ടു കിടാങ്ങൾ. പുലയൻ തൊഴിച്ചു ദുഃഖം കളയുന്നു. അവനു വയലും വടിയും നഷ്ടപ്പെട്ടു. മേലോർകാവിൽ പൂരം. ഊരാളന്മാർ ആനകളെ കിട്ടാൻ നാടായ നാടൊക്കെ നടന്നു. കണ്ണൻ മുറ്റത്തിരുന്ന് വൈക്കോലും മുളങ്കാലുംകൊണ്ട് കാളകളെ കെട്ടിവരിഞ്ഞു. ആനച്ചമയങ്ങൾ കിട്ടാൻ ഊരാളന്മാർ നാടായ നാടൊക്കെ നടന്നു. കീറിയ വെളുത്ത മുണ്ടെടുത്ത് കണ്ണൻ കാളകളെപ്പുതഞ്ഞു. അഞ്ച് ആനകൾ എഴുന്നെള്ളിയ പൂരം കയറിപ്പോയപ്പോൾ വൈക്കോലും മുളയും വെച്ചുകെട്ടി പഴയ വെളുത്ത മുണ്ടുപുതഞ്ഞ കാളകളെത്തോറ്റി കണ്ണനും പുലയരും താഴത്തേ കാവിലിറങ്ങി നിലം തൊഴിച്ച് ജന്മാന്തരങ്ങളുടെ കണ്ണോക്കുപാടി മണ്ണും പൊടിയും തിന്നു. നുകം കൊണ്ടു കണ്ടംകാണിച്ച കാളകളെ വിറ്റാൽ കണ്ണൻ വെളുത്ത മുണ്ടുടുത്ത് നാടായ നാടെല്ലാം കാളക്കിടാങ്ങളെ തിരഞ്ഞുനടന്നു. കണ്ണന്റെ കാള മണിക്കാള. ഒന്നു പുല്ല, അവനു രാജചുഴി. ഒന്നു മൈല. അവനു രാജചുഴി. കണ്ണൻ കാളക്കിടാങ്ങളെ കൊണ്ടു

വന്നു. സംഖ്യ ഇനിയും ശേഷിപ്പുണ്ട്. കണ്ണനു രണ്ടുപറ കണ്ടം വേണം. ആരാന്റെ കണ്ടത്തിലിറങ്ങിയാൽ കാളകൾ തെളിയില്ല. ആർപ്പിന്റെ വീര്യത്തിലാണ് കാളകൾക്കു പാച്ചിൽ കിട്ടുന്നത്. ആരാന്റെ കണ്ടത്തിൽ കണ്ണന് ആർപ്പു വരുന്നില്ല. അതു കാളകൾക്കറിയാം. അവർക്ക് അവരുടെ കണ്ടം വേണം. കണ്ണനു കന്നിക്കണ്ടം വേണം. ആ കണ്ടത്തിൽ കാളകളിറങ്ങട്ടെ. വായോ, വായോടോ പുല്ലക്കുട്ട്യേ... അപ്പോൾ കേൾക്കാം കണ്ണന്റെ വീര്യം. ശേഷിപ്പുള്ള സംഖ്യ എന്തുചെയ്തു എന്നു കണ്ണൻ പറഞ്ഞില്ല. കണ്ണന്റെ അളിയൻ കോത ചോദിച്ചു:

കണ്ടം വാങ്ങാൻ പണം തികഞ്ഞോ?

കണ്ണൻ മറുപടി പറഞ്ഞില്ല. കണ്ണൻ ചോദിച്ചു:

അളിയനു മനസ്സുറപ്പുണ്ടോ?

കോതയ്ക്കു മനസ്സിലായില്ല. കണ്ണൻ ചോദിച്ചു:

വിശ്വാസത്തേക്കാൾ വലുതെന്താ?

ഏഴുവട്ടം കാളക്കിടാങ്ങളെ വളർത്തി, കണ്ണൻ വിറ്റു.

കണ്ണന്റെ ചെറുമി ചിരുത. ചിരുത ചോദിച്ചു:

രണ്ടുപറ കണ്ടം വാങ്ങാൻ പണം തികഞ്ഞില്ലേ?

കണ്ണൻ പൊട്ടിപ്പൊട്ടിച്ചിരിച്ചു. കണ്ടില്ലോടീ, കാളതെളി? കണ്ണന്റെ അട്ടഹാസം കേട്ട് ചിരുത നിന്നു വിറച്ചു. കണ്ണൻ കാളകളെ തെളിച്ചു: വായോ, വായോടാ പുല്ലക്കുട്ട്യേ... മുറ്റത്തു പാഞ്ഞ് കണ്ണൻ കാളതെളിച്ചു. പുരയ്ക്കു ചുറ്റും പാഞ്ഞ് കണ്ണൻ കാളതെളിച്ചു. കവളിമടലെടുത്തു നിലത്തടിച്ച് കണ്ണൻ അട്ടഹസിച്ചു: വായോ, വായോടാ... വഴിനീളെപ്പാഞ്ഞ് കണ്ണൻ ആർത്തുവിളിച്ചു. സിദ്ധവൈദ്യാശ്രമത്തിൽ കയറി കണ്ണൻ കാള തെളിച്ചു:

വായോടാ...

വെള്ളവൈദ്യർ വരാന്തയിൽ വന്നു നില്ക്കവേ കവളിമടൽ നിലത്തടിച്ച് കണ്ണൻ വിളിച്ചു:

പുല്ലക്കുട്ട്യേ!...

കണ്ണനെക്കാണാൻ പുരുഷാരം വന്നു. അവർ വന്നപ്പോൾ കണ്ണൻ തളർന്നിട്ടുണ്ടായിരുന്നു. പകച്ചുപകച്ച് കണ്ണൻ പുരുഷാരത്തെ നോക്കി. കൈ ചൂണ്ടി കണ്ണൻ ചോദിച്ചു.

നിങ്ങളെന്റെ സംഖ്യ തരുന്നോ?

പുരുഷാരം മിഴിച്ചു.

ഏതു സംഖ്യ?

ഏഴുതവണ കാളകളെ വിറ്റു ഞാൻ തന്ന സംഖ്യ നിങ്ങളും മറന്നോ?

കണ്ണന്റെ സമ്പാദ്യം ആരുടെ ആനവായിലാണെന്ന് പുരുഷാരത്തിനു മനസ്സിലായില്ല. അവർ പരസ്പരം മുഖത്തു നോക്കി. അവരിലൊരാൾ ആ കരിമ്പു തിന്നിട്ടുണ്ട്. അതാരാണെന്നു പുരുഷാരത്തിനു മനസ്സിലായില്ല. അതാരാണെന്ന് ഒരു പിരാന്തിലും കണ്ണൻ പറഞ്ഞിട്ടില്ല.

വെള്ളവൈദ്യർ പറഞ്ഞു:

തലയ്ക്കു ചികിത്സിക്കാൻ വൈദ്യർ വേണം, സിദ്ധവൈദ്യാശ്രമം വേണം. കാലിനു ചികിത്സിക്കാൻ വേണ്ട!

കാൽ എന്നു കേൾക്കുമ്പോൾ കണ്ണൻ തളരുന്നു. കണ്ണനു പിരാന്തു വരുന്നു. എന്തിനേയും എല്ലാറ്റിനേയും കണ്ണൻ ശപിക്കുന്നു. കുന്നുകൾ കുഴിതോണ്ടി വയലുകൾക്കു മതിൽകെട്ടി കറുപ്പും വെള്ളയും ചാർത്തി വരുന്ന ഈ റോഡും റോഡരികിൽ നാടിന്റെ ദുഃഖംപോലെ ഉറക്കമിളയ്ക്കുന്ന വിളക്കിൻകാലുകളും ശാപമാണെന്നു കണ്ണൻ പിരാന്തു പറയുന്നു. കണ്ണന്റെ പിരാന്തു കാണാൻ വരുന്ന പുരുഷാരത്തോടു കണ്ണൻ ചോദിക്കുന്നു: പൂട്ടുന്ന മെഷീൻ -അതിന്റെ പേർ തകരാറെന്നാണോ, കുഴിമാന്തി എന്നാണോ, എന്തായാലും പൂട്ടുന്ന മെഷീൻ മനുഷ്യന്റെ കുഴിതോണ്ടി. ആ മെഷീൻ ഏതിലേ വന്നു? മെഷീൻ വന്നതു റോഡിലൂടെ. അപ്പോൾ നാടിന്റെ ആദ്യത്തെ ശാപം റോഡല്ലേ? പുരുഷാരം ചിരിച്ചാർക്കുന്നു, കേട്ടോ കാളക്കാരൻ കണ്ണന്റെ പിരാന്ത്? അവനിടയ്ക്കൊക്കെ പിരാന്തുവരും. ഗോപൻ പൂട്ടുന്ന മെഷീൻ കൊണ്ടുവന്നപ്പോൾ കണ്ണൻ കാണാൻ ചെന്നു. അപ്പോഴും കണ്ണനു പിരാന്തുവന്നു.

വായോ, വായോടാ പുല്ലക്കുട്ട്യേ!

കണ്ണന്റെ കാളതെളി കേട്ടു ഗോപൻ പോർട്ടിക്കോവിൽ ഉലാത്തി. നാട് നല്ലപോലെ കേൾക്കട്ടെ, ഗോപൻ ട്രാക്ടർ കൊണ്ടുവന്നിട്ടുണ്ട്. കണ്ണന്റെ ഒച്ച തെളിയാൻ ഗോപൻ കണ്ണനെ സൽക്കരിക്കാനിറങ്ങി. കള്ളും ചാരായവും ഗോപൻ നിപ്പാട്ടി. കത്തിയുറയും അഴിച്ചുവെച്ചു. കത്തിത്തഴമ്പിന്റെ കുഷ്ഠമഴിയാൻ മഹാതിക്തകം സേവിച്ച് ബദര്യാദി കുളുർക്കെത്തേച്ച് ഗോപൻ കുളിച്ചു, ഭജിച്ചു. നാട്ടിലെ ഏറ്റവും നല്ല സുന്ദരനായി ഗോപൻ പുനരവതരിച്ചിറങ്ങി. പഥ്യമിറക്കണം. ഇനിയെന്ത്, പുളിച്ച കള്ള്, വാട്ടിയ ചാരായം? കണ്ണനെ സൽക്കരിച്ചതു ജിന്നിലായിരുന്നു, ശുദ്ധ വെള്ള. അരപ്പിരാന്തിൽ പച്ചവെള്ളംപോലെ കണ്ണൻ ജിൻ കുടിച്ചു. വിയർത്തു. കണ്ണനപ്പോൾ കരച്ചിൽ വന്നു. ഈ ഭൂമിയിലെ ഏറ്റവും നല്ല സുന്ദരൻ വെളുത്ത കാളക്കുട്ടനാകുന്നു. മേലിൽ കൊന്നുതിന്നാൻ മാത്രമാവും കാളക്കുട്ടന്മാർ. ഗോപൻ കണ്ണനെ സമാശ്വസിപ്പിച്ചു. സുന്ദരന്മാർ ഭൂമിയിൽ വേറെയും കാണും. കണ്ണാ നീ കാണുന്നില്ല. അല്പംകൂടെ കുടിച്ചു നോക്ക്. കണ്ണൻ വീണ്ടും കുടിച്ചു. കണ്ണൻ കരഞ്ഞു. മനുഷ്യനു മനുഷ്യനോടും മൃഗത്തോടും സ്നേഹമില്ലാതാവും. മനുഷ്യനും മനുഷ്യനും തമ്മിൽ വേണ്ടിയില്ലാതാവും. ഇന്നു പൂട്ടുന്ന മെഷീൻ വന്നു. നാളെ മെതിക്കുന്ന മെഷീനെത്തും. പിന്നെ ഞാറുനടാനും കൊയ്യാനും മെഷീനിറങ്ങും. തൊഴിലെല്ലാം മെഷീനിലാവുമ്പോൾ മനുഷ്യനു മനുഷ്യനെന്തിനു വേണം, ഇണചേരാനോ കൊന്നുതിന്നാനോ? ഗോപൻ ചിരിച്ചു. കാളക്കാരൻ കണ്ണൻ മഹാരസികൻ. അല്പം കൂടെയാകട്ടെ. കണ്ണാ, നമുക്കു തമ്മിൽ സ്നേഹം വേണം. ഞാൻ നിന്നെ സ്നേഹിക്കുന്നു. നീ എന്നെ സ്നേഹിക്കുന്നു. നമുക്കു രണ്ടുപേർക്കും ഒന്നിച്ചൊന്നാർക്കണം. ഒരൊറ്റ മത്സരം; ആരാണാദ്യം തോല്ക്കുക?

ആർത്തിരമ്പി പൂട്ടുന്ന മെഷീൻ അതിന്റെ തൊഴുത്തിൽനിന്നിറങ്ങി. അപ്പോൾ കണ്ണന് ആർപ്പു വന്നു.

വായോ, വായോടാ...

ഗോപൻ തീർപ്പിച്ച വെൺമാടത്തിലൂടെ കോൺക്രീറ്റിട്ട മുറ്റത്തെത്തി പൂട്ടുന്ന മെഷീൻ തുള്ളിനിന്നു. ഉച്ചത്തിലുച്ചത്തിൽ കണ്ണനാർപ്പുവന്നു. ആർത്തിരമ്പി ഊരു വലംവെക്കണമെന്നു ഗോപനൊരു മോഹം. ചായ്ച്ചു കെട്ടിയ ഗേറ്റിന്റെ കരിങ്കൽക്കാലുകളേക്കാളുച്ചത്തിലുച്ചത്തിൽ കണ്ണനാർപ്പു വന്നു. മെഷീൻ ഗേറ്റിറങ്ങിപ്പോകുന്നു. കണ്ണൻ ഗേറ്റിറങ്ങുമ്പോൾ ചെരിപ്പേറിയപോലെത്തന്നെ! വാടാ.... ഗേറ്റിൽ കാൽതട്ടി കണ്ണനൊന്നു വീണു. ജിൽ! കാളകൾ എവിടെ! പൂഞ്ഞയിൽ, രാജചുഴിയിൽ വിരലൂന്നി വീഴാതെ വാട്ട പിടിച്ചുപറക്കാൻ... ജില്ലെന്ന് കണ്ണൻ കിടന്നു ഞെരിഞ്ഞു. വീണേടത്തുനിന്നെണീക്കുമ്പോൾ കണ്ണനു മുട്ടു മടങ്ങുന്നില്ല. കണ്ണനു കാലില്ലേ? തോണിക്കോൽപോലെ. തോണി ശ്ശി ദൂരം നീങ്ങി. തോണിക്കോൽ പിമ്പേ പൊങ്ങിവരുന്നു. വെള്ളത്തിനടിയിൽ തോണിക്കോൽ ഞെരിയുന്നു. പൊങ്ങുന്നില്ലല്ലോ.

ഡോക്ടർ പറഞ്ഞു:

'മൂന്നു കഷണങ്ങളായി. ചിരട്ട മാറ്റിവെക്കണമെങ്കിൽ ഉടനെ വെല്ലൂർക്കു പോകണം.'

കണ്ണനെ കയറ്റിപ്പോയ മെഷീൻ ഗോപന്റെ തൊഴുത്തിലേക്കു തിരിച്ചു പോന്നു. കണ്ണൻ പറഞ്ഞു:

'എനിക്കൊട്ടും നടക്കാൻ വയ്യ. ഇവിടംകൊണ്ടായതു മതി.'

ചിരട്ടയുടെ മൂന്നു കഷണങ്ങളെടുത്തുകളഞ്ഞ് കീറിയ മാംസത്തിൽ മുക്കണ്ണൻ തുന്നലിട്ട് കണ്ണനെ ഇറക്കി. ഗോപൻ സ്നേഹമുള്ളവനായിരുന്നു. കണ്ണനെ കൊണ്ടുവരാൻ ആശുപത്രിവരെ മെഷീൻ വീണ്ടും വന്നു. ചെരിപ്പേറിയ കണ്ണൻ ഊരുചുറ്റി വീട്ടിലെത്തി. കോത വെട്ടിക്കൊടുത്ത മുളവടിയൂന്നി വഴി തുഴയാൻ പഠിച്ചു. കാളക്കാരൻ കണ്ണൻ - കണ്ണൻ എന്നും വെളുത്ത മുണ്ടുടുക്കുന്നു. ചിരുതയുടെ മുണ്ടു കട്ടുടുക്കുന്നു, ചിരുതയുടെ പണിക്കാശു കട്ടെടുക്കുന്നു, എന്നും ചായ കുടിക്കുന്നു.

ആരോടും മിണ്ടാതെ കണ്ണനെണീറ്റു ചാടിച്ചാടി നടന്നു. ഇരുപത്തഞ്ചു പൈസ, കൗസുമ്മ മനസ്സിൽ കണക്കെഴുതി. ഒരുപക്ഷേ, ചിരുതയ്ക്കിന്നലെ പണി കിട്ടിയിട്ടുണ്ടാവില്ല. കട്ടെടുക്കാൻ കണ്ണനു സാധിച്ചിട്ടില്ല. പൈസ കണ്ണൻ തരും. കണ്ണൻ തന്നില്ലെങ്കിൽ ചിരുതയോടു വാങ്ങിക്കാം, ഇരുപത്തഞ്ചു പൈസ.

രാമുവൈദ്യർ മിഠായിടിന്നിൽ മെദുവെ താളംപിടിച്ചു. കാണട്ടെ. ഒന്നു കാണട്ടെ. ഒന്നു കാണട്ടെ. വെള്ളവൈദ്യർ യാതൊന്നും ശ്രദ്ധിക്കുന്നില്ല. രാമു ചോദിച്ചു:

ഇന്നെന്താ പതിവില്ലാതെ?

വിശപ്പ് എന്നു വൈദ്യർ പറഞ്ഞില്ല. കുടലുകളുടെ അവസ്ഥ വൈദ്യർ ഗ്രഹിക്കുന്നു. നിങ്ങൾ നിറം കാണുന്നു.

ശുഭ്രം!

വൈദ്യർ പറഞ്ഞു:

ഗീതേഡെ കൊച്ചിനു സുഖംല്യ. ഇന്നലെ പോകേണ്ടിയിരുന്നു. ഇപ്പോൾ ഇറങ്ങിയില്ലെങ്കിൽ ഇന്നും ഇറങ്ങാൻ സാധ്യമാവില്ല.

പറയേണ്ടിയിരുന്നോ, ഗീതയുടെ പേർ രാമുവിനോടു പറയേണ്ടിയിരുന്നോ? വൈദ്യർ ഉമിനീർ വിഴുങ്ങി. വൈദ്യരുടെ നീണ്ട കഴുത്തിൽ തെളിഞ്ഞ ഞരമ്പുകൾ അയഞ്ഞ ത്വക്കിനിടയിൽ മുങ്ങാങ്കുഴിയിട്ടു.

ധ്വനി ശിഷ്യൻ ഗ്രഹിച്ചു. രോഗികൾ എതിർപ്പുവന്നു വെള്ളയുടെ വഴി മുടക്കുന്നു. സദസ്സിനറിയാം രാമുവിനറിയാം. രാമുവിനും സദസ്സിനുമറിയാമെന്നു വെള്ളവൈദ്യർക്കറിയാം. സിദ്ധവൈദ്യാശ്രമത്തിൽ ജീവാജീവി ചികിത്സയ്ക്കു കയറുന്നില്ല. അനാസിനും അവേദനും പെട്ടിക്കടകളിൽ മാല മാലയായി കോർത്തുകിടക്കുന്നു. അതേ ഗുളികകൾ ജ്വരാന്തകസിദ്ധചൂർണ്ണത്തിന്റെ വെവ്വേറെ പൊതിഞ്ഞ ഡോസുകളായി മേൽവിലയ്ക്കെടുക്കാൻ മാത്രം ആർക്കും പനിപിടിക്കുന്നില്ല. വെച്ചുവിളമ്പി പരിചാരകരേയും രോഗികളേയുമൂട്ടാൻ പാട്ടം വരുന്നില്ല. ഉണ്ടതും ഊട്ടിയതും പാട്ടനെല്ലിന്റെ പൊലിമയിലായിരുന്നു. കാലാകാലത്തും പെരിഞ്ചേരിയിൽ കൃഷി നടപ്പില്ല. താനറിയുംമുമ്പേതന്നെ നഷ്ടപ്പെട്ട തൊഴിലിനെക്കുറിച്ചോർക്കുമ്പോൾ, മേദസ്സു വാർന്നുപോയ താടിക്കടിയിലെ തോൽസഞ്ചിയിൽ ഗദ്ഗദം ഉരുണ്ടുപിടഞ്ഞു. തൊഴിൽപോയി. അഷ്ടിയും മുട്ടി എല്ലാ വീണ്ടുവിചാരങ്ങളും മറന്ന് വെള്ള വൈദ്യർ ശിഷ്യനോടു ചോദിച്ചു:

നിനക്കു പേഷ്യന്റ്സൊക്കെ ധാരാളംല്യേ?

രാമുവിന്റെ മിനുക്കിയ മുഖം ഭവ്യത നടിച്ചു. എന്തെല്ലാമായാലും ഈ മനുഷ്യനാണ് തനിക്കൊരു തൊഴിൽ പരിചയിപ്പിച്ചത്. താനെന്നും കണ്ടു നടുങ്ങിയ ഉദ്ധതാകാരം ഈ നിത്യവെള്ളയ്ക്കുള്ളിലുണ്ടോ?

കേശവൻ പറഞ്ഞു:

ഗീതേഡെ മകനെക്കാണാനല്ലേ? അവനെക്കാണാൻ മിഷ്യനാശുപത്രിയിൽ പോയാൽ മതി.

കേശവൻ ചിരിച്ചു. വെള്ളവൈദ്യർക്കു പൊരുൾ തിരിഞ്ഞു. ഒരു സദസ്സിൽ താൻ അപമാനിക്കപ്പെട്ടു. ഈ ഗീത എന്നും അച്ഛനെ അപമാനിച്ചിട്ടേയുള്ളൂ. ഇപ്പോൾ രാമുവിനെ നോക്കാൻപോലും വെള്ളവൈദ്യർക്കാവുന്നില്ല. രാമുവിനെ വേൾക്കണമെന്നു വാശിക്കൂട്ടിയ ഗീത ഹരിയെ ചികിത്സിക്കാൻ ആശുപത്രിയിലേക്കാണു പോയത്. നില്ക്കക്കള്ളിക്കുവേണ്ടി വൈദ്യർ രോഗനിർണയം നടത്തി. ഹരിക്കു വരട്ടുചൊറിയാകുന്നു. പെട്ടെന്ന് അവന്റെ ശരീരം തിണർക്കും. നോക്കി നോക്കിയിരിക്കെത്തന്നെ തിണർത്തതെല്ലാം മാഞ്ഞുപോവും. അവന്റെ പേരല്ലേ വരട്ടുചൊറി! അലോപ്പതി പറയും അലർജി. എന്റെ മകൾക്കു മനസ്സിലാവില്ല. അവളെ ഇംഗ്ലീഷ് പഠിപ്പിക്കാൻ ചെലവായതെല്ലാം എന്റെ സമ്പാദ്യം. അവളൊരു ഡോക്ടറായി വാഴേണ്ടതായിരുന്നു. ഒരു കൗമാരക്കമ്പത്തിൽ അവൾ സ്വയം നശിച്ചു.

എന്നെയും നശിപ്പിച്ചു. വൈദ്യർ പെട്ടെന്നു വർത്തമാനം നിർത്തി. ഇങ്ങനെയൊക്കെ പറയാമോ? പ്രായത്തിന്റെ പാരവശ്യങ്ങൾ മനസ്സിൽനിന്നു മായുംവരെ വൈദ്യർ മൗനം ഭജിച്ചു.

അലർജിയാണെങ്കിൽ ശരീരം തിണർക്കുന്നതോടെ ഹരിക്കു വയറുവേദന വരണോ? കുടൽക്കരപ്പൻ അകത്തും ചൊറി പുറമേയും. കോഴിക്കുരുതിയിൽ വരട്ടുമഞ്ഞളരച്ചു ചാലിച്ചു തോരെത്തോരെ പുറമെ പുരട്ടണം. അതാണു സിദ്ധയോഗവിധി. മഹാകരപ്പസിദ്ധവിഷാന്തകവടകം തേനിൽ ചാലിച്ച് അകത്തേക്കു സേവിക്കണം. ഹരി ആശുപത്രിയിൽനിന്നു മടങ്ങും. ആരാണു മടങ്ങിവരാത്തത്? കണ്ണൻ മടങ്ങിവന്നില്ലേ? കേശവൻ മടങ്ങിവന്നില്ലേ? എന്താണവർക്കു കിട്ടിയ ചികിത്സ? എന്റെ ഹരി മുത്തച്ഛന്റെ കൈകളിലേക്കുതന്നെ മടങ്ങിവരും.

രാമുവൈദ്യർ ഗുരുനാഥനെ ഗുണദോഷിച്ചു:

മടങ്ങാനൊന്നും നില്ക്കണ്ട. ആശുപത്രിയിൽ ചെന്നു മകളോടു പറയണം, ഹരിയെ കൊണ്ടുപോരാൻ.

ശിഷ്യൻ ഗുരുനാഥനെ നോക്കിയിരുന്നു. എണീറ്റു പൊയ്ക്കൂടെ എന്നു ചോദിക്കേണ്ടതായിരുന്നു. അന്നം മുടക്കാൻ കൗസുമ്മയുടെ ചെറ്റപ്പുരയിലും കയറി, പ്രേതം. ഒന്നൊഴിയുമോ, ഗോപൻ എന്തെങ്കിലും പരിഹാരം കാണുമോ?

ഗുരു മൗനത്തിൽത്തന്നെ.

രാമു ചോദിച്ചു:

ഞാൻതന്നെ പോയി പറയണോ?

വെള്ളവൈദ്യർക്കുചുട്ടു. എന്റെ പെട്ടി ചുമന്ന വീരൻ, മകളുടെ പിമ്പേ വാകത്താളിയെടുത്തു നടന്ന ഏഭ്യൻ. ഒരുപക്ഷേ, അവൻ അവളെ കളിപ്പിച്ചിട്ടുണ്ടാകുമെന്നു വൈദ്യർ ഭയപ്പെട്ടു. ഞങ്ങൾ ഭാര്യാഭർത്താക്കന്മാരെപ്പോലെയാണെന്നു ഗീത പറഞ്ഞു! അതെല്ലാം അത്യന്തരഹസ്യങ്ങൾ. യാതൊന്നുമുണ്ടായിട്ടില്ലെന്നു നടിക്കാൻ സാമർത്ഥ്യമുള്ളവൻ മാന്യനാകുന്നു.

പറയൂ, ഞാൻ പോണോ?

വെള്ളിക്കണ്ണാടിയിൽ വെള്ളാരങ്കല്ലുകളുടെ വജ്രധാര മിന്നിപ്പറന്നു. പക്ഷേ, വൈദ്യരൊതുങ്ങി. വൈദ്യാശ്രമമല്ല, ചായക്കടയിലാണിരിക്കുന്നത്. രാമുവിനെ കെട്ടിയിട്ടടിച്ച ചെങ്ങാൻതെങ്ങും തലതെറിച്ചുപോയി. വെള്ളവൈദ്യർ വാങ്മയത്തിന്റെ ചാമക്കൂമ്പിൽ പിടിച്ചു വിരൽത്തുമ്പു തണുപ്പിച്ചു.

ഞാൻതന്നെ പോകുന്നു. പോകുന്നവഴിയെ കേശവന്റെ ചാമ കൊയ്യാറായോ എന്നു നോക്കാം.

ഗോപൻ പറഞ്ഞു:

കേശവൻ ചാമപ്പറമ്പു വിറ്റു.

വൈദ്യരറിഞ്ഞിട്ടില്ല. ഈ നാട്ടിൽ നടക്കുന്ന കൊള്ളക്കൊടുക്കകൾ പെരിഞ്ചേരി അറിയാതെ നടക്കുന്നു, കാലദോഷംതന്നെ!

ഗോപൻ പറഞ്ഞു:

കൂനന്നതു വിറ്റേ കഴിയൂ. നമ്മുടെ കൂനനല്ലേ, ഞാൻതന്നെ തീറാക്കി.

കേശവൻ ചിരിച്ചു. ചിരിച്ചപ്പോൾ തോന്നി, ഇപ്പോൾ വേണ്ടായിരുന്നു. വൈദ്യർ പറഞ്ഞു:

ഇക്കാലത്താരും ചാമച്ചോറുണ്ണില്ല. ഉപവാസത്തിനു ചാമ പ്രസിദ്ധം. ഉപവാസം ഫലപ്രാപ്തിയിൽ വിധിപ്രകാരേണ ചികിത്സതന്നെയാകുന്നു. ക്രമീകൃതാഹാരമെന്ന് അലോപ്പതിയും പറയും.

ഗോപൻ പറഞ്ഞു:

കടംകൊണ്ടതു തീർക്കാൻ വിറ്റെന്നേയുള്ളൂ. കേശവനു ചാമക്കഞ്ഞി വേണ്ടാഞ്ഞിട്ടല്ല.

കേശവൻ മനസാ ശരിവെച്ചു. കടംകൊണ്ടതുതന്നെ. പഴയ ചാരായ പ്പറ്റിൽ ബാക്കികിടപ്പുണ്ടായിരുന്നു. അപ്പോഴാണു രക്തം ഛർദ്ദിച്ചത്. ഗോപൻ സ്നേഹമുള്ളവനാകുന്നു. ആശുപത്രിയിൽ കൊണ്ടുപോകാനും ചികിത്സി ക്കാനും ഗോപൻ സഹായിച്ചു. ഗോപൻ തന്ന പണംകൊണ്ടു വാങ്ങിച്ച മരുന്നും വാറ്റുവെള്ളവും എളിയിലിരുപ്പുണ്ട്. കേശവൻ തപ്പിനോക്കി.

വൈദ്യരുടെ മുന്നിൽ മേശ തുടച്ച് കൗസുമ്മ നാക്കിലവെച്ചു. ചുട്ടെ ടുത്ത കുറ്റിയോടെ അവർ വീണ്ടും വന്നു. ഇറുകിയ വേഷത്തിനുള്ളിൽ അവരുടെ ഓരോ അവയവവും തെറിച്ചു തെറിച്ചു നിന്നു.

രാമു പറഞ്ഞു:

തള്ളക്കോഴിയുടെ ഒരു ബദ്ധപ്പാട്; പൊരുന്നാറായെന്നു തോന്നുന്നു.

തുറന്ന തൊണ്ടയിട്ടു കേശവൻ ചിരിച്ചു. നാക്കിലയിൽ നിരന്ന ഇരട്ട പ്പിട്ടിൽനിന്നുയർന്ന ചൂടുള്ള നീരാവിയിൽ വൈദ്യരുടെ മുഖം ചുവന്നു. വെള്ളിക്കണ്ണട മങ്ങി. കൂനന്റെ തുപ്പൽ തെറിച്ച ആഹാരം നാക്കിലയിൽ വിങ്ങിക്കിടന്നു. നിത്യകർമ്മങ്ങളിൽവെച്ച് ഏറ്റവും ശുദ്ധാചാരം ഭക്ഷണമാ യിരുന്നു. നടുനുറുങ്ങിയ അരി, വെന്താൽ തുമ്പപ്പൂപോലെ. ശുഭ്രം! ഒരു കറുത്ത നിറമോ തരിയോ ആഹാരത്തിൽ പാടില്ല. നെല്ലിട്ട ചെമ്പിൽ വെള്ളം നിറച്ച് ചത്തയോ പതിരോ ഉണ്ടെങ്കിൽ പാറ്റിക്കളയണം. പുഴുങ്ങിയ നെല്ല് നിഴലിൽ വാട്ടിയുണക്കണം. പണിക്കാരിപ്പെണ്ണുങ്ങൾ വാ തുറന്നു മിണ്ടാൻ പാടില്ല. അടുക്കളയിൽ, അമ്മിത്തറയിൽ മൗനം. എടീ, നിന്റെ തുപ്പൽ ഭക്ഷണത്തിൽ തെറിക്കും! ഓരോ നേരത്തെ ആഹാരവുമാസ്വദിക്കാൻ ഇട നേരം വെള്ളവൈദ്യർ ജീവിച്ചുതീർത്തു. ഇന്ന് ആർത്തി ശേഷിച്ചു. ജന്മം പാഴായിപ്പോയില്ലേ? ചൂടു നോക്കാൻ വൈദ്യരുടെ വലംകൈ നാക്കിലയ്ക്കു മേലെ തങ്ങി. തൊട്ടുകൂടാ. ഭക്ഷണത്തിന് ആർത്തിയായല്ലോ! നാറിയ പിഞ്ഞാണത്തിൽ കൗസു വിളമ്പിത്തന്നില്ല. അത്രയെങ്കിലും അവൾക്കു ധാരണ നിന്നു. കൗസൂ, നീയെങ്കിലും മറന്നില്ലല്ലോ, സന്തോഷം. വിരലു കൾ നിവർന്നൊതുങ്ങിയ കൈപ്പടം നാക്കിലയെ അനുഗ്രഹിക്കുകയാവാം, പട്ടിന്റെ നാഡി ഗ്രഹിക്കുകയാവാം, വിറയ്ക്കുന്ന വിയർത്ത ചുണ്ടുകൾ വിതുമ്മുകയോ ജപിക്കുകയോ ആവാം:

രയിം ച പ്രാണം ച...

വൈദ്യർ കൂട്ടിലെ കിളിയെക്കണ്ടു. കിളി കൺപാർത്തിരിക്കുന്നു:

അന്നമെവിടെ, അത്താവെവിടെ?

പിട്ടു ചൂടാറാൻ വേണ്ടി വൈദ്യർ ചോദിച്ചു:

ഗോപൂന്റെ പശു പെറ്റോ?

കൗസുമ്മ പറഞ്ഞു:

ഗോഫൂന്റെ പാലല്ലേ, ഞാൻ ആറ്റിത്തണുപ്പിക്ക്ണ്?

ദ്വയാർത്ഥത്തിലാണോ കൗസു പറഞ്ഞതെന്ന് വൈദ്യർ ഇരുന്നു നീറി. കൊടുക്കാനും വാങ്ങാനും തന്നെ കൊള്ളാതായി. ഗോപനെ നോക്കുമ്പോൾ, അവൻ ഗോപകുമാരൻ!

ഗോപാലൻ, ഗോപൻ, ഗോപു... ഒരു പേരെങ്ങനെ വളരുന്നു എന്നാലോചിക്കുമ്പോൾ ഗോപനിരുന്നു കിളർത്തു. വിളിക്കെടാ വെള്ളേ നീയെന്നെ! നിനക്കെന്നെ മനസ്സിലാവുന്നുണ്ടല്ലേ? കുഷ്ഠത്തിനു ചികിത്സ നിശ്ചയിച്ച് ഒരിക്കൽ നീയെന്റെ പണം പിടുങ്ങാൻ നോക്കി. ഞാനൊരു ചെത്തുകാരനായിരുന്നു. ചെത്തുകാരന്റെ കത്തിത്തഴമ്പ് കുഷ്ഠമല്ല. അവന് ആനക്കാലുമില്ല. തളപ്പിട്ട് അവന്റെ മാംസം കണ്ണിക്കാലിൽ കല്ലച്ചുപോകുന്നു. ആ കല്ലു വളർന്നു മുഴയ്ക്കുന്നു. പിന്നെ വിള്ളുന്നു. ഇപ്പോൾ എന്റെ തഴമ്പെവിടെ? ഗോപൻ ആസകലം നോക്കി: കഴമ്പും കുഷ്ഠവും ആനക്കാലും എവിടെ? ഉണ്ണിക്കുമ്പ തിരുമ്മി ഗോപൻ ഇരുന്നു കുലുങ്ങി. ബഞ്ചും മേശയും കുലുങ്ങി.

കുടവയറിനപ്പുറത്തിട്ടു ചായ പാറ്റുമ്പോഴും നാക്കിലയ്ക്കു മീതെ പിട്ടിന്റെ വലിപ്പം നിശ്ചയിക്കാൻ താഴുന്ന വൈദ്യരുടെ ശോഷിച്ച വിരലുകൾ കൗസുമ്മ നോക്കിക്കണ്ടു. അവരുടെ പഴയ കണ്ണുകളിൽ മറന്നുപോയ ഇക്കിളി ഒരു കള്ളച്ചിരിയിൽ ചുളിഞ്ഞു. പ്രായം വാട്ടിയ കടക്കണ്ണുകൾ തുടിച്ചു. തലയും പുരികവും കൈത്തണ്ടയും നരച്ച ഈ മൻഷൻ ഈ വെള്ള– വെള്ളവൈദ്യരെ കൗസുമ്മ കാണുന്നില്ല. കൊല്ലങ്ങൾക്കപ്പുറം താൻ കണ്ടുപോന്ന ബലാല്പിടിച്ച ആ ബാല്യേക്കാരനെ വെള്ളയുടെ ഒറ്റപ്രേതത്തിൽ കൗസുമ്മ ഉടലോടെ കാണുകയായിരുന്നു. വിശ്വസിക്കാൻ വയ്യ. ആ മൻഷൻ കൗസുമ്മ മുളങ്കുറ്റിയിൽ ചുട്ടുവില്ക്കുന്ന പിട്ടിന്റെ നീളമളക്കുന്നു, തേങ്ങാത്തരിയെണ്ണുന്നു.

ഗോപനെണീറ്റു. ചായക്കടയുടെ താണ ഇറയം തനിക്കു ചേരില്ലെന്നു പെട്ടെന്നയാൾക്കു തോന്നി. ഒന്നു നിവർന്നുനിൽക്കാൻ വയ്യ. തനിക്കിത്ര പൊക്കമുണ്ടെന്ന് ഇതേവരെ അയാൾ മനസ്സിലാക്കിയില്ല!

മുറ്റത്തേക്കിറങ്ങുമ്പോൾ അയാൾക്ക് ഒന്നുറക്കെ ചിരിക്കണമെന്നുണ്ടായിരുന്നു. ഗോപു. ഗോപി, ഗോപിക്കുട്ടൻ. ഗോപിക്കുട്ടനെന്നു വിളിച്ചാലും പോര. ഗോപിക്കുട്ടൻസാർ!

രാമു നബീസയെ വിളിച്ചു:

നബീസാ, ചെപ്പു വേണ്ടേ, ഒളിച്ചിരുന്നാൽ ചെപ്പു തരില്ല. ചൂടുവെള്ളം കൊണ്ടുവാ.

കൗസുമ്മയ്ക്ക് തിരക്കൊഴിഞ്ഞിട്ടുണ്ട്. ചായ വീത്താൻ ആരും കാത്തിരിക്കുന്നില്ല. സമോവർ തിളയ്ക്കുന്നുണ്ട്. ടിൻ തുറന്ന് രാമുവൈദ്യർ സിറിഞ്ചും സൂചിയുമെടുത്തു. എളിയിൽനിന്നെടുത്ത ടെറാമൈസിന്റെ ചെപ്പും വാറ്റുവെള്ളത്തിന്റെ ട്യൂബും മേശപ്പുറത്തു നിരത്തി. കേശവൻ കൈ തിരുമ്മിത്തുടങ്ങി. പഹയൻ, ഇന്നെവിടെയാണു കുത്തുക?

പിട്ടിന്റെ ഓരോ തരിയുമാസ്വദിച്ച് വെള്ളവൈദ്യർ നാക്കിലയ്ക്കു മുന്നിൽ തപസ്സാചരിച്ചു. ആഹാരത്തിന്റെ ഓരോ മാത്രയിലും പ്രാണൻ തുടിക്കുന്നു. രയിം ച പ്രാണം ച... മണ്ണിൽ മുളയ്ക്കുന്ന ഓരോ കൂമ്പിലും കൂമ്പിൽ വിരിയുന്ന ഓരോ ഇലയിലും പ്രാണൻ തളിർക്കുന്നു. അലോപ്പതി പറയും, വൈറ്റമിൻ.

ചെറ്റയുടെ ഓലവാതിൽ തുറന്നപ്പോൾ വെള്ളവൈദ്യർക്കു തപസ്സിളകി. അദ്ദേഹത്തിന്റെ നെറ്റിയിൽ വിയർപ്പിന്റെ സൂചിമുനകളുണർന്നു. തുറന്ന വാതില്ക്കൽ കുണ്ടൻപിഞ്ഞാണമെടുത്തു നബീസ നില്ക്കുന്നു.

നീയോ?

വൈദ്യൻ നബീസയെ നോക്കി. വൈദ്യർക്ക് ആകെ കോരിത്തരിച്ചു. മുഴുത്ത വിയർപ്പുതുള്ളികൾ പുരികങ്ങളിൽ ഇറ്റിറ്റുനിന്നു. ആരെയാണിനി നോക്കേണ്ടതെന്നും കാണുന്നതെന്നും വൈദ്യർക്കറിഞ്ഞുകൂടാ.

കുണ്ടൻകോപ്പയിൽ തിളവെള്ളമെടുത്ത് നബീസ മുന്നിലൂടെ കടന്നുപോയി. കിഴവനെ അവൾ ഗൗനിച്ചില്ല. അവളുടെ ആശ മുഴുവൻ മേശപ്പുറത്തെ വെള്ളച്ചെപ്പിലായിരുന്നു. ചെപ്പിന്റെ പച്ച അടപ്പിലായിരുന്നു.

വൈദ്യർ പറഞ്ഞു:

വെള്ളം!

കൗസുമ്മ കേട്ടു. എന്തേ വൈദ്യർക്കു പറ്റീത്?

കുടിച്ചുതീർത്ത വെള്ളം വിയർത്തുതീർക്കുമ്പോൾ വൈദ്യർ പറഞ്ഞു:

എനിക്കൊരു തളർച്ചപോലെ.

കൗസുമ്മ തേങ്ങി.

നിങ്ങക്കു കെടക്കണോ?

രാമുവൈദ്യർ കൊടുത്ത വെള്ളച്ചെപ്പെടുത്തു ചന്തം നോക്കി, ഒന്നമ്മാന മാടിപ്പിടിച്ച് നബീസ വീണ്ടും മുന്നിലൂടെ നടന്നുപോയി.

സൂചികയറ്റിയ കൈ തിരുമ്മി കേശവൻ പറഞ്ഞു:

വൈദ്യരേ, ഞാനിപ്പ ഇറങ്ങും. നമുക്കിനി നാളെക്കാണാം.

വെള്ളവൈദ്യർ പറഞ്ഞു:

ഞാനും വരാമായിരുന്നു കേശവാ. കയറിയ കൂട്ടത്തിൽ അല്പമൊന്നിരിക്കണം. ഞാനിറങ്ങാൻ വൈകും.

മുടിഞ്ഞു എന്നു രാമു മനസ്സിൽ കരുതി. രാമു പറഞ്ഞു:

നില്ക്കൂ കേശവാ, ഞാൻ വരുന്നുണ്ട്.

വെള്ളവൈദ്യർ കൈകഴുകി തേങ്ങാത്തരി ചവച്ചിറക്കി നിറമില്ലാത്ത ബഞ്ചിൽ വീണ്ടുമിരുന്നു. നിൽക്കാൻ, കൗസുമ്മയ്ക്കു നിലം തൊടുന്നില്ല. മണൽത്തരികൾ ഉള്ള തടികളിൽ ഇക്കിളികൂട്ടുന്നു.

വൈദ്യർ പറഞ്ഞു:

നബീസേക്കണ്ടിട്ടു ഞാനറിഞ്ഞില്ല.

കൗസുമ്മ അദ്ഭുതപ്പെട്ടു;

അവളങ്ങു വളർന്നുപോയി, കണ്ണു ചിമ്മിത്തുറക്കുംമുമ്പെത്തന്നെ.

ഒരുകാലം അങ്ങനേയുമുണ്ടായിരുന്നു. ഒന്നു കണ്ണടച്ചു തീരുംമുമ്പെ അന്നൊക്കെ കോഴികൂവിയുണർത്തി. അന്നും ഏഴരവെളുപ്പിന് മൂപ്പർക്കു പോകണം. തട്ടിയാലും കുടഞ്ഞാലും പോകാത്ത മണൽത്തരികൾ രോമ കൂപങ്ങളിൽ നിറഞ്ഞു. വൈദ്യർ പറഞ്ഞു:

നബീസേഡെ ജാതകം–

കൗസുമ്മയ്ക്കു മനസ്സിലായില്ല. വൈദ്യർ ചിരിച്ചില്ല. ചിരിക്കാൻ വന്നത് നെഞ്ചിൽ, നെഞ്ചിൽ തള്ളിയ ചൂടിൽ വെന്തലിഞ്ഞുപോയി.

ജാതകം ണ്ടാവില്യാന്ന് ഞാനോർത്തില്ല. നബീസയ്ക്കെത്രാ വയസ്സ്?

അതു നിങ്ങക്കറിഞ്ഞുകൂടേ എന്ന് കൗസുമ്മ ചോദിച്ചില്ല. ഒട്ടന്ധാളിച്ച് അവർ പറഞ്ഞു:

പതിനാറ്.

ഗദ്ഗദംപോലെ, ആത്മഗതംപോലെ വൈദ്യർ പറഞ്ഞു:

നബീസയ്ക്കൊരാലോചന തടഞ്ഞിട്ടുണ്ട്. അതൊന്നു പറയാമെന്നു കരുതി.

കൗസുമ്മ കേൾക്കുന്നു, കേൾക്കുന്തോറും കൗസുമ്മ തളരുന്നു. ചെറുക്കന് ഹോട്ടൽവ്യാപാരമാകുന്നു. എന്നാൽ എന്തൊരു ഹോട്ടലുകൾ! പച്ച സുന്ദരികളുടെ നൃത്തം നിലയ്ക്കാത്ത ഹോട്ടലുകളാണയാൾക്ക്. ഇന്ത്യയിലും വിദേശങ്ങളിലും ഹോട്ടലുകളുണ്ട്. സൂക്ഷ്മത്തിൽ രണ്ടാം കെട്ടോ മൂന്നാംകെട്ടോ ആണെന്നും വൈദ്യർക്ക് ഒരൂഹം കിട്ടിയിട്ടുണ്ട്. അയാൾ സദാ വിമാനത്തിലാണ്. വരവും പോക്കും വിമാനത്തിൽത്തന്നെ. ഒരുപക്ഷേ, നബീസയെ കൂടെ കൊണ്ടുപോകും. ഇന്ത്യയിലും വിദേശങ്ങളിലും അയാളുടെ ബംഗ്ളാവുകളുണ്ട്. എന്നാൽ, എന്തൊരു ബംഗ്ലാവുകൾ! അവിടത്തെ പരിചാരികമാർ മുഴുവൻ പച്ചസുന്ദരികൾ.

കൗസുമ്മ കേട്ടു. കൗസുമ്മ തളർന്നു. പിന്നെ കൗസുമ്മ ഉണർന്നു.

അവർ മുഖത്തു നോക്കി ചോദിച്ചു:

വൈദ്യരേ, നിങ്ങക്കിപ്പ ഇതാ ബിസിനസ്സ്?

അവളുടെ കൺമുനയിൽ, കൺമുനകളുടെ മൂർച്ചയിൽ വെള്ളവൈദ്യർ ചൂളിപ്പോയി. എന്നാലും തോല്ക്കാമോ? വൈദ്യർ ചോദിച്ചു:

ഏത്?

അയാളിനിയും മിണ്ടുന്നു! നബീസാ, ആ ചൂലിങ്ങെടുത്താ എന്നു കൗസുമ്മ കൂവിയില്ല. ചെറ്റയ്ക്കകത്ത് അവൾ ചെപ്പിൽ സുറുമ പകർത്തുക

യാണെന്നുപോലും ഓർത്തില്ല. ഈ ലോകത്തിൽ മൊത്തം രണ്ടുപേരേ ഉള്ളൂ. വൈദ്യരും കൗസുമ്മയും. അവർ തമ്മിൽ കണക്കുതീർക്കുന്നു. കൗസുമ്മ ചോദിച്ചു:

ഈ കൂട്ടിക്കൊടുക്കല് – ഇതിനാണോ നിങ്ങഡെ നടത്തം?

ഓർത്തതും പറഞ്ഞതും കടുപ്പമായിപ്പോയി. കൗസുമ്മ വാക്കുകൾ തപ്പി.

സത്യമായിട്ടും – സത്യമായിട്ടും കല്യാണം.

കല്യാണാലോചനയും കൊണ്ടാണോ നിങ്ങഡെ നടത്തം?

വൈദ്യർ വിളിക്കുന്നു:

കൗസ്വോ!

നിങ്ങക്കെന്താ?

കൗസുമ്മയ്ക്കു മനസ്സിലാവില്ലേ, എങ്ങനെയെങ്കിലും ജീവിക്കേണ്ടേ? എനിക്കും ജീവിക്കേണ്ടേ മരണംവരെ?

വൈദ്യരോ വൈദ്യരുടെ പ്രേതമോ? കൗസുമ്മയ്ക്കു മനസ്സിലാവുന്നില്ല. വൈദ്യരുടെ ദേവതയോ? കൗസുമ്മയ്ക്കു മനസ്സിലാവുന്നില്ല. അവരെ ഇനിയും അമ്പരപ്പിക്കാനോ കീഴടക്കാനോ സിരകൾ കരിഞ്ഞ വെള്ളവൈദ്യരുടെ സംവൃതോഷ്ഠങ്ങൾ അവർക്കൊരിക്കലും മനസ്സിലാകാത്ത ഗീർവാണ മുതിർത്തു:

മൃത്യുഃപരിവ്യഥാ ഇതി... ■

പായസം

ഒരു കുട്ടി...

ഉച്ചഭക്ഷണമില്ലാത്ത കുട്ടികൾ പൂമരത്തിന്റെ ചുവട്ടിലും വരാന്തയിലുമുണ്ടായിരുന്നു. ടീച്ചർമാർ ഊണു കഴിക്കുകയായിരുന്നു. കുട്ടി വാതിൽക്കൽ നിന്നു. വാതിലടച്ചിടുന്ന പതിവില്ല. മലർക്കെ തുറന്നിട്ടുമില്ല. ഉച്ചപ്പട്ടിണിക്കാർ പൂമരക്കുരു പെറുക്കുന്നു. ടീച്ചർമാർ ഗൗനിച്ചില്ല.

കുട്ടി പറഞ്ഞു:

പായസം.

ടീച്ചർമാർ കൗതുകം പൂണ്ടു മുഖത്തോടുമുഖം നോക്കി. ഈ കുട്ടി, നമ്മുടെ സ്കൂളിൽ... അവർ മിണ്ടിപ്പറഞ്ഞില്ല. ഇല്ല, ഇല്ല... അവർ തൂക്കുമൊന്ത കണ്ടില്ല. പാതിയടഞ്ഞ വാതിലിന്നു പിന്നിലായിരുന്നു, മൊന്ത. പ്രദർശനത്തിന്റേയും പ്രലോഭനത്തിന്റേയും വിദ്യ അവനഭ്യസിച്ചിട്ടില്ല. ഉള്ളതു തിന്നുതീർക്കാൻ ബദ്ധപ്പെടുന്ന ടീച്ചർമാർ കൂട്ടിക്കുഴയുന്ന ചോറിൽ, പഴയ റോളുകൾ മറിച്ചു. മങ്ങിപ്പോയ ഓർമ്മയുടെ മാറാലയിൽ, നീരാവി പാറിയ വട്ടപ്പാത്രങ്ങളുടെ മൂടിയിൽ അവന്റെ മുഖം തെളിഞ്ഞില്ല. ഇഷ്ടപ്പെടാത്ത സത്യംപോലെ, അവൻ വാതിൽ നിറഞ്ഞുനിന്നു. മുന്നിൽനിന്നു മാറാൻ ടീച്ചർമാർ പറഞ്ഞില്ല.

കുട്ടി പറഞ്ഞു:

മുപ്പതു പൈസ.

ദയ ഇണ്ടോരിണ്ടങ്കി, അഞ്ചുപൈസ. ഒരു ചായയ്ക്ക്, പണിയെടുത്തു ജീവിക്കാൻ വയ്യാത്തോനിക്ക് അഞ്ചുപൈസ.

ടീച്ചർമാർ മിണ്ടിപ്പറഞ്ഞില്ല. എല്ലാവരും സൗദാമിനി ടീച്ചറെ നോക്കി. അതെ, അതെ, താൻതന്നെ ഞങ്ങളുടെ വക്താവ്. സൗദാമിനിടീച്ചർ മേരി ടീച്ചറെ നോക്കി, ഭാരമേല്പിക്കാൻ. മേരി ടീച്ചർ സ്ഥിരപ്രജ്ഞയായിരുന്നു. വേണ്ട, വേണ്ട. താൻതന്നെ, നമ്മുടെ വക്താവ്. കഥകളി ശീലിച്ചിട്ടുള്ള കുട്ടി ടീച്ചർമാരുടെ ആഹാര്യത്തിൽ രസിച്ച് വിമ്മിട്ടം സഹിച്ചു. ഇവർക്കു പായസം വേണോ, വേണ്ടേ? മുപ്പതു പൈസ. പതിനാറു ഗ്ലാസ്, എത്രപേരുണ്ട്, ഉണ്ണാൻ? മൂടിക്കെട്ടെണ്ണിത്തീരുംമുമ്പെ, പ്രതീക്ഷകളുടെ സാഫല്യം പോലെ സൗദാമിനിടീച്ചർ ചോദിച്ചു:

എന്താ കുട്ടി പറഞ്ഞത്?

തിരശ്ശീല വലിച്ച് വിഷ്കംഭം നീക്കാൻ കുട്ടി മെനക്കെട്ടു. മാഷന്മാരു പറഞ്ഞു...

മേരിടീച്ചർ ചിരിച്ചു. ചോദ്യത്തിനുത്തരം പറയാനറിയാത്ത മടയനെ ആരാണു പഠിപ്പിച്ചുവിടുന്നത്? ടീച്ചർ സുഭിക്ഷം ചിരിച്ചു. അർത്ഥവും അനർത്ഥവുമില്ലാത്ത ചിരി ടീച്ചർമാരെല്ലാം പകർത്തി. അപ്പോൾ കുട്ടി കരഞ്ഞു.

സൗദാമിനിടീച്ചർ പറഞ്ഞു:

ഇങ്ങഡ് വരൂ, എന്താ കുട്ടി പറഞ്ഞത്? എന്താ...

വായ്ക്കെട്ടിയ തൂക്കുമൊന്ത വാതിൽ കടന്നു. കർണ്ണപുടങ്ങളിൽ, അവന്റെ ആലാപത്തിനർത്ഥം ധ്വനിച്ചപ്പോൾ, മേരി ടീച്ചർക്കു തിമർത്തു.

പായസം, പായസം!

കുട്ടി പറഞ്ഞു:

മുപ്പതു പൈസ.

രണ്ടു കൈയില്ലാത്തവനാണേ, നോക്കണോരിണ്ടങ്കി, ഇസ്റ്റപ്പെട്ട് ഒരഞ്ചു പൈസ...

അവന്റെ മേൽച്ചുണ്ടിലും കീഴ്ത്താടിയിലും സന്ന്യസിക്കുന്ന പൗരുഷത്തിന്നു മഷിയെഴുതാൻ കൺപീലികൾ പിടഞ്ഞു തോർന്നു. സൗദാമിനി ടീച്ചർക്ക് കൈ അറച്ചു. എച്ചിക്കയ്യാകുന്നു. കുട്ടികളുടെ മുഖം തുടച്ചിട്ടുമില്ല. ഇന്നോളം.

ടീച്ചർ ചോദിച്ചു:

എന്താ കരേണത്?

ഈ ടീച്ചർ... അവരുടെ കണ്ണുകളിൽ അനക്കമറ്റ കൺപീലികളിൽ നനവിന്റെ മാതൃസ്പർശമുണ്ടായിരുന്നു. ആദ്യം അവൻ പകച്ചു. ഒരു ജന്മത്തിന്റെ മുഴുവൻ സന്താപവും പേറുന്ന അമ്മയുടെ മുഖംതന്നെ! എന്നാൽ, അമ്മയുടെ മുഖം തീയിലേ കുട്ടി കണ്ടിട്ടുള്ളൂ. നരയ്ക്കാനിഷ്ടപ്പെടാത്ത

തലമുടി എണ്ണ തട്ടാതെ, ശ്രദ്ധിക്കപ്പെടാതെ, കത്തിപ്പൊരിയുന്ന ചകിരി പോലെ അമ്മയുടെ മുഖത്തേക്കെറിച്ചു പാറുന്നു... സന്തപിക്കുന്ന കണ്മണി കളിൽ സഹതാപത്തിന്റെ സൂക്ഷ്മാശ്ലേഷത്തിൽ കുട്ടി അവനവനെക്കണ്ടു. കണ്മണികളുടെ സ്ഫടികഗോളങ്ങൾ തന്നെത്താങ്ങാനാവാതെ അടർന്നു വീഴുമോ? വീഴാതിരിക്കാൻ അവൻ നെഞ്ചമർത്തിപ്പിടിച്ചു. വീണ്ടും നോക്കു മ്പോൾ അവരുടെ കൺതടങ്ങളിൽ, മാംസപേശികളുടെ ആകസ്മിക ചലന ത്തിൽ...

അമ്മ പറഞ്ഞു:

ഉണ്ണീഡെ സ്കൂളിലെ മാഷന്മാരങ്കിഡ് വാങ്ങിച്ചോളും.

അച്ഛൻ പറഞ്ഞു;

പായസം, പാലല്ലല്ലോ!

അവൻ ഒരു സ്കൂളിലും ഇപ്പോൾ പഠിക്കുന്നില്ല. അമ്മയുടെ ധാരണ യിൽ, ഉണ്ണി പഠിച്ചുപോന്ന സ്കൂൾ അവന്റേതാകുന്നു. പാട്ടത്തിന്നേല്പിച്ചു പോയ ഭൂമിയെക്കുറിച്ച് അച്ഛനും അതേപോലെത്തന്നെ സംസാരിക്കുന്നു. ഇല്ലത്തെ ജന്മാ ഉണ്ണീഡെഷ്കൂൾ! സ്കൂൾപറമ്പെന്നുപോലും പറയില്ല. അതും കുഴിക്കൂറു ചമയംപോലെ ഒന്നാകുന്നു. എല്ലാറ്റിന്നും അധികാര പ്പെട്ടവൻ താനാകുന്ന ജന്മിയാകുന്നു. ഉണ്ണി കണ്ടിട്ടില്ലേ, ചങ്കരന്റെ പാട്ട ക്കുല?...

അച്ഛന്ന് ശങ്കരൻ, കുടിയാൻ. ഉണ്ണിക്കു മനസ്സിലായില്ല. ശങ്കരൻ ഉണ്ണിക്ക് സ്കൂൾ മാനേജരാകുന്നു. അയാളെക്കണ്ടാൽ മാഷന്മാർ ഓച്ഛാനിച്ചു നില്ക്കുന്നു. എന്താവോ, ഒന്നിങ്ങഡ് കയ്റാന്ന് വച്ചത്!... എന്നാൽ അച്ഛൻ പറയുന്നു:

ചങ്കരന്റെ പാട്ടക്കുല? ഉണ്ണിക്കോർമ്മയുണ്ടോ? ഉത്രാടത്തുന്നാളെത്തും, തണ്ടിന്മേൽ. അവൻ വന്നാൽ ഓണമുദിച്ചൂന്നാ അകത്തുള്ളാൾഡെ പക്ഷം. സംശണ്ടെങ്കി ചോദിച്ചളേണ്ടൂ.

എന്നാൽ പാട്ടവും പാട്ടക്കുലയും സൂര്യനും അസ്തമിച്ചിരിക്കുന്നു. അച്ഛന്റെ കുടിയാൻ, അയ്യായിരം വാങ്ങി ഉദ്യോഗം പാട്ടത്തിനു കൊടുക്കുന്നു. പാട്ടക്കുടിയാന്മാർ മാനേജർസാറിനെ പഞ്ചപുച്ഛമടക്കി ഓച്ഛാനിച്ചൊതു ങ്ങുന്നു. ആരാണവിഡെ, ഉണ്ണിനമ്പൂതിരിയാണോ? മാനേജർക്കു ചായ. അനു സരണശീലം പഠിക്കുന്ന കുട്ടി ചായക്കടയിലേക്കോടുന്നു. അച്ഛൻ ശാസി ക്കുന്നു:

നിന്റെ തലങ്ങഡ് തെറിച്ചപ്പൊ!

അമ്മ അവനെ നോക്കി നെടുവീർപ്പിടുന്നു.

ഉണ്ണി എന്തു പിഴച്ചൂന്നാണ്?...

അച്ഛൻ വിസ്തരിച്ചു:

ഒരുമണി നെല്ലു കാണാൻ, ആശയായി, അത്രന്നെ!

ഉണ്ണി ബോധിപ്പിച്ചു:

ജീവിതത്തിന്റെ സ്ഥായീഭാവം പ്രയത്നമാകുന്നു.

അച്ഛൻ അവന്റെ വായ്ക്കു തുന്നലിട്ടു.

കാലത്തിനൊത്ത കോലം!

എന്നാൽ അച്ഛന്നു കോലംകെട്ടുപോയി. പക്കനെരി ഉണ്ടതുകൊണ്ടാണത്രേ, വയറ്റുവേദന തുടങ്ങി. അന്നു പാട്ടം മണിയോർഡർ കിട്ടിയിരുന്നു. അച്ഛൻ കിടന്നു ഞരങ്ങുമ്പോൾ വായിച്ചതൊന്നും തലയിൽ കേറില്ല. ഉണ്ണി അച്ഛന്റെ വയറുഴിഞ്ഞും ആവികൊള്ളിച്ചും രാവുകൾ പുലർത്തി. കാര്യസ്ഥൻ പിരിയുകയും, വാല്യക്കാർ വരാതാവുകയും ചെയ്തിരുന്നു. ഉറക്കമൊഴിഞ്ഞും വെള്ളം തിളപ്പിച്ചും പട്ടിണിയിരുന്നും അമ്മയ്ക്കു തലോടിയിൽ തീയെരിയാൻ തുടങ്ങി. അതിന്നുള്ളിലാണു പരീക്ഷ. പണമടച്ച പരീക്ഷയ്ക്ക് ഉണ്ണി പോയില്ല. ഇനി പായസം വിൽക്കാൻ അങ്ങോട്ടു പോകാമോ? അവൻ പോയില്ല. ഏതെങ്കിലും ഒരു സ്കൂൾ, അവിടെ ഊണിന്റെ നേരത്തെത്തണം.

അമ്മ പറഞ്ഞു:

ഗ്ലാസ്സെടുത്തോളൂ. മുപ്പതു പൈസ.

ഉണ്ണി ഗ്ലാസെടുത്തില്ല. ഒരു തൂക്കുമൊന്തയുമായി എങ്ങനെയും സഞ്ചരിക്കാം. മൊന്തയും ഗ്ലാസുമായാൽ, അസൗകര്യങ്ങളുമുണ്ടാകും. പായസം അളന്നു വില്ക്കാൻ. ഒരു ഗ്ലാസ്സെങ്കിലുമെടുക്കാനില്ലാത്ത സ്കൂളേത്?

സൗദാമിനിടീച്ചർ ചോദിച്ചു:

എവിടന്നാ കുട്ടി വരണത്?

കുട്ടി അവരുടെ കണ്മണികളിൽ കളിച്ചു. അവന്റെ പതറുന്ന കണ്ണുകൾ അവരുടെ തലമുടിയിൽ സ്നേഹം നുകർന്നുപാറി. എന്റെ അമ്മ. അമ്മയുടെ തലോടിയിലെ തീയിൽ ചിത്രശലഭങ്ങളെരിഞ്ഞു. അവന്റെ നെഞ്ചു വിങ്ങിപ്പൊരിഞ്ഞു. പറക്കാൻ വയ്യാ, കുട്ടിയുടെ മുഖം കുനിഞ്ഞു.

മുപ്പതു പൈസയുടെ ദൂരം ബസ്സിൽ സഞ്ചരിച്ചിറങ്ങുമ്പോൾ ഉച്ചമണി മുട്ടി. ബഹുകൃത്യം!

നമ്പൂതിരി എന്താവാനാ ഭാവം?

നൂറു ശതമാനം മാർക്കു കിട്ടിയ കണക്കുപേപ്പർ കണ്ട് അവൻ സംതൃപ്തിയിൽ മുങ്ങിനിവർന്നു.

നമ്പൂതിരി എഞ്ചിനീയറിങ്ങിനു പോണം. ഗോളാന്തരവാഹനങ്ങളുടെ പ്രിസിഷ്യൻ എഞ്ചിനീയറാവണം. സ്പീഡും ദിശയും ദൂരവും ലക്ഷ്യവും. ആൾ ഇൻ പ്രിസിഷ്യൻ. അതിന്നാണ്, കണക്കിലെ ഈ തലച്ചോറ്... മണ്ടൂസുകളേ, നമ്പൂതിരിയുടെ പേപ്പറൊന്നു നോക്കിൻ...

കുട്ടികളുടെ പ്രവാഹത്തിന്നെതിരെ ഗേറ്റു കടന്ന് ടീച്ചേഴ്സ് റൂം അന്വേഷിച്ചു ചെന്നു.

എന്താ കുട്ടീ മൊന്തേല്?

എന്റെ ഗണിതവിജ്ഞാനം! എന്നാൽ നിങ്ങളല്ലല്ലോ എന്നെ സ്പേസ് സെന്ററിലേക്കയച്ചത്. അതുകൊണ്ട് സംഗതി പറയാം. മൊന്തയിൽ പായസമാകുന്നു. ഗ്ലാസ്സിന്നു മുപ്പതു പൈസ...

മാഷ്മ്മാർക്ക് പായസം വേണ്ട. ഞങ്ങളെന്തേ പിള്ളേരാണോ? എന്നാൽ മാഷ്മ്മാർ കുട്ടിയെ പ്രോത്സാഹിപ്പിച്ചു. ദേ, കണ്ടോ, പൂമരത്തിന്നപ്പുറത്തെ റൂമിൽ ടീച്ചർമാർ ഉണ്ണുന്നുണ്ടാവും.

മേരിടീച്ചർ ചോദിച്ചു:

എന്താ, കുട്ടിക്കു മിണ്ടിക്കൂടേ? എവിടന്നാണു വരുന്നത്?

കുട്ടി പറഞ്ഞു:

പാൽ ചെലവില്ല. പായസം ചെലവാകുമെന്ന് അമ്മ...

അവന്നു വാക്കുകളിടറിപ്പോയി. ഈ ടീച്ചർ, ഈ ടീച്ചർ അമ്മയെപ്പോലെയല്ലല്ലോ. ഇവരോടെന്തിന് അമ്മയെക്കുറിച്ചു പറയണം?

അവൻ സൗദാമിനിടീച്ചറോടു പറഞ്ഞു:

പായസം ചെലവാകുമെന്ന് അമ്മ ധരിക്കുന്നു. ഉണ്ണിക്കു വൈക്വോ പായസം വിൽക്കാൻ? വിറ്റുപോരുമ്പോ, അത്താഴത്തിന്റെ അരിങ്ങഡ് വാങ്ങിച്ചളേ വേണ്ടൂ.

അച്ഛൻ പറഞ്ഞു:

നെല്ലായാൽ, വിശേഷായി.

ഓണക്കുലകളുടെ പന്ത്രണ്ടു സൂര്യന്മാരുദിച്ചുനിന്ന പത്തായപ്പുരയുടെ മുറ്റത്ത് ഏറാപ്പുകെട്ടി അച്ഛനുലാത്തി. രോഷം മുറ്റിയ തൊണ്ടയിട്ടു കുടിയാനോട് കയർത്തു. ലക്ഷണംകെട്ട കുലയെടുത്ത് അവന്റെ മുഖത്ത്, മുറ്റത്തെറിഞ്ഞു.

മാനക്കെഡ് കാണിക്ക്യേ? ഇതാടാ നെന്റെ...

അച്ഛമ്പൂരി ഇന്നും ഫ്യൂഡലിസ്റ്റാകുന്നു. പക്കനുണ്ടാൽ, ദഹിക്കില്ല! ഉദരശൂല മൂർച്ഛിച്ച് രാവെല്ലാം ഞരങ്ങി മോങ്ങുന്നു. ചെമ്പനും പാണ്ടിയും കുലുങ്ങിച്ചിരിച്ച പത്തായങ്ങളിൽ, കൂറകളുടെ റാലി നടക്കുന്നു. അവരുടെ മുദ്രാവാക്യങ്ങൾ അച്ഛന്റെ പെരുകുടലിൽ ഇരമ്പുന്നു. അച്ഛൻ ചോദിക്കുന്നു:

ഉണ്ണി, ഉണ്ണിപ്പൊ എന്താ വായിച്ചത്?

യൂറോപ്പിലെ...

യൂറോപ്പിലെ എന്താ?

യൂറോപ്പിലെ ഫ്യൂഡൽ വ്യവസ്ഥിതി, ഭൂമിയുടെ ഉടമസ്ഥാവകാശത്തെ ആസ്പദപ്പെടുത്തിയുള്ള സാമൂഹ്യസാമ്പത്തിക സമ്പ്രദായമായിരുന്നു...

നിർത്തെഡോ, നിർത്ത്... ഈ ഭൂമിയിൽ ഒരൊറ്റ വ്യവസ്ഥിതിയേ ഉണ്ടായിട്ടുള്ളൂ. കൈയൂക്കുള്ളവന്റേതാ കാര്യം. അതാണ്ച്ചാ, ആളും തരോം പോലങ്ങഡ് മാറേം ചെയ്യും. യദാ യദാഹി ധർമ്മസ്യ...

അച്ഛൻ വ്യാസനെ ദുർവ്യാഖ്യാനം ചെയ്യുന്നു!

അല്ല ടൊ. അവതാരം മാറുമ്പൊ ധർമ്മം മാറും. എന്നും, അവതാരങ്ങളെ പൂജിക്കാൻ ജനം ണ്ടാവും. പണ്ടൊക്കെ ഇല്ലത്തെ ഒരൽപൊരേല് ഉറുമ്പരിച്ചു. ഇപ്പോ ചെതലരിക്യായി. അവതാരം മാറുമ്പൊ കുറുകുവാൻ ജനം മാറിവരും. അത്രേ വ്യത്യാസള്ളൂ...

അമ്മ പറഞ്ഞു:

നെല്ലായീച്ചാ അത്താഴം മുടങ്ങും.

അച്ഛൻ കല്പിച്ചു.

അങ്ങാടിയിലെ അരിക്ക് ഭ്രഷ്ടില്ലേയ്. ഉദരശൂല മൂർച്ഛിക്കും!

അരിയും നെല്ലും മൊന്തയിൽ തണുത്താറുന്നു. കുട്ടി നിലത്തിരുന്ന് മൊന്തയുടെ വായ്ക്കെട്ടഴിക്കുമ്പോൾ മേരിടീച്ചർ പറഞ്ഞു.

മേശപ്പൊറത്തു വച്ചേരെ. എന്തായാലും മനുഷ്യന്റെ ആഹാരമല്ലേ?

കുട്ടി ചോദിച്ചു:

ഗ്ലാസില്ലേ? മുപ്പതു പൈസ.

വില ആധികാരികമെന്നുറപ്പാക്കാൻ അവൻ പറഞ്ഞു.

അമ്മ പറഞ്ഞു, മുപ്പതു പൈസയ്ക്കു വില്ക്കാൻ.

സൗദാമിനി ടീച്ചർ ചോദിച്ചു:

അമ്മ എവിടെ?

വിശേഷിച്ചൊന്നും ധരിച്ചിട്ടല്ല, കുട്ടി പറഞ്ഞു:

ഇല്ലത്ത്.

പൊളിച്ച വായിൽ, ഉരുളയും വിരലുമായി മേരിടീച്ചർ മിഴിച്ചു. സൗദാമിനി ടീച്ചർക്കാണെങ്കിൽ, ഇനി ഒന്നും കേൾക്കണ്ട. എന്നാൽ ശവം തിരിച്ചറിഞ്ഞാലും, പോസ്റ്റ്മോർട്ടം നടത്തണം.

നമ്പൂതിരിയാണോ?

അവരുടെ കൺമണികളിൽ സ്നേഹമോ വെറുപ്പോ കത്തിയതെന്നു കുട്ടി ധരിച്ചില്ല. തരിയിൽ പോകാതെ ഉരുള വിഴുങ്ങിയ മേരിടീച്ചർ തിരക്കി:

ബ്രാഹ്മണിപ്പായസാണോ?

കുട്ടിയുടെ കണ്ണുകളിൽ പൊന്നീച്ച പാറി.

അതേ. എന്റെ അമ്മ ബ്രാഹ്മണി. ഞങ്ങൾ പണ്ടു പശുക്കളെ വളർത്തി വന്നു. ഇന്ന് എന്റെ അമ്മ പാൽ കറക്കുന്നു. ഞാൻ പാൽ കുടിക്കാഞ്ഞാൽ അമ്മ കരയുന്നു. പാൽ മാത്രമായാൽ, ആഹാരം മുടിയുന്നില്ലല്ലോ. പാൽ വിറ്റ്, വേണ്ടതെല്ലാം വാങ്ങിക്കാം. ഇല്ലത്തെ പാൽ ആർക്കും വേണ്ട. കൊണ്ടെക്കൊടുക്കാമെന്നേറ്റിട്ടും വേണ്ട! തമ്പരാനേ കാലം മാറീച്ചാലും മനുഷ്യൻ മാറുന്നില്ലല്ലോ. തമ്പരാൻ പാലൊന്നും കൊണ്ടെത്തരണ്ട. എന്നാൽ, കൊണ്ടുപോന്നോളൂ. അതിന്നെന്റെ തമ്പരാനേ, ഞാനെന്നേ മനപ്പടി 'കയറീത്? മനയ്ക്കലെ പാല് വേണ്ട! മനയ്ക്കലെ മനുഷ്യന്നു ഭക്ഷണം വേണം. പശു മനപ്പറമ്പിൽ മേയുന്നു. മനുഷ്യനോ പായസം വച്ച് വിൽക്കാം. ഉണ്ണിക്ക് വൈക്ക്വോ, പായസം വില്ക്കാൻ? ഉണ്ണിക്ക് സ്ഥായീഭാവം, പ്രയത്നം. പ്രയത്നമെന്തായാലും... പറയൂ ടീച്ചറേ, പായസം വേണോ, മുപ്പതുപൈസ...

സൗദാമിനി ടീച്ചർ പറഞ്ഞു:

ഞാനോർക്കുകയാണ്.

കുട്ടി ഓർക്കുകയാണ്. അയലത്തെ പെൺകിടാങ്ങൾ വന്നു തൃക്കാക്കരപ്പന്നു ചുറ്റും കൈകൊട്ടിക്കളിക്കുന്നു. എന്നാൽ, തൃക്കാക്കരപ്പന്നു കണ്ണും കാതുമില്ല! തൃക്കാക്കരപ്പൻ മുണ്ടകപ്പാടത്തെ കളിമണ്ണ്. ഈ മണ്ണിൽ ജീവനുണ്ടെങ്കിൽത്തന്നെ, കണ്ണും കാതും ഇന്ദ്രിയങ്ങളുമുണ്ടെങ്കിൽത്തന്നെ, ചെമ്മണ്ണു തേമ്പി അരിമാവു ചാർത്തി, അയാളെ അന്ധനും ബധിരനുമാക്കിയിട്ടാണു പെൺപിള്ളാർ ചുറ്റിനും ആടിത്തളരുന്നത്.

സൗദാമിനിടീച്ചർ പറഞ്ഞു:

ഞങ്ങളുടെ മന ഞാൻ കണ്ടിട്ടില്ല. ഭഗവതിയെ കണ്ടിട്ടില്ലെങ്കിലും, വൈഭവമറിയാൻ വെളിച്ചപ്പാടിനെ കണ്ടാൽ മതിയല്ലോ.

അന്ധനും ബധിരനുമായ തൃക്കാക്കരപ്പൻ സ്ത്രീകളുടെ വിഷമവൃത്തത്തിൽപ്പെട്ടു. സ്ത്രീകൾ ആലപിച്ചു:

ഒന്നാമൻ കുന്നിന്മേ-

ലോരടി മണ്ണിന്മേ-

ലൊന്നല്ലോ പാർവ്വതി

പാല നട്ടു.

മനയ്ക്കലെ കാര്യസ്ഥനെ സൗദാമിനി ടീച്ചർ കണ്ടിട്ടുണ്ട്. കാര്യസ്ഥന്റെ ഭവനം കണ്ടിട്ടുണ്ട്. ഭവനം എന്നാൽ, ഒരു കോട്ട തന്നെ. കോട്ടപ്പുറത്തെ താണ ഇടവഴിയിലൂടെ വേണം നടക്കാൻ. എപ്പഴാണ് ആട്ടുകിട്ടുക എന്നറിഞ്ഞുകൂടാ. പനമ്പാട്ടെ നായന്മാരുടെ വഴിയിലൂടെയാണ് ഒരു അയിത്തക്കാരി പെണ്ണ് മാനം നോക്കി നടക്കുന്നത്. ഒഴിഞ്ഞുനില്ക്കാൻ ഇടമില്ല. കയ്യാലയിൽ കയറിയാൽ, കാലു വെട്ടും! പനമ്പാട്ടെജമാൻ മനയ്ക്കലെ കാര്യസ്ഥനാകുന്നു. സൗദാമിനി പിന്നാക്കം ഓടണം. വയൽവരമ്പുവരെ ഓടണം. വരമ്പിൽ കയറി പട്ടിയെപ്പോലെ അവർ പോകുന്നതുംകാത്തു നിൽക്കണം. എണ്ണ തേച്ചൊലിച്ച് വാകപ്പൊടിയും താളിയുമായി ദാസിയും തമ്പ്രാട്ടിയും കുളിക്കാൻ പോകുമ്പോൾ അയിത്തക്കാരിപ്പെണ്ണിന്റെ കണ്ണേറു തട്ടിയാൽ, പാവാടയുടെ കാറ്റുതട്ടിയാൽ മാനഭംഗം നടന്നെന്നു വിധിക്കപ്പെട്ടു! വയൽവരമ്പത്തുനിന്ന് പനമ്പാട്ടെ മാളികയിലേക്കു നോക്കുന്നു. മഞ്ഞക്കല്ല്ലുകളുടെ പ്രാകാരം ആകാശം നിറഞ്ഞു നില്ക്കുന്നു. മഞ്ഞക്കല്ല്ലുകൾ ഉളികൊണ്ടു ചെത്തിമിനുക്കി ഈർക്കിലിക്കനത്തിൽ കുമ്മായംവെച്ച് പണിതിട്ടുള്ള മാളികച്ചുമരുകൾ തേച്ചിട്ടില്ല. മൂന്നുനിലത്തട്ടുയരത്തിൽ കെട്ടിടങ്ങളുടെ കോട്ട കാവിയുടുത്തു സന്യസിക്കുന്നു.

എന്നാലെന്റെ കുട്ടികളേ...

സൗദാമിനിടീച്ചർ സോഷ്യൽക്ലാസ്സെടുക്കുന്നു.

ഈ കോട്ടയുടെ ചരിത്രം എന്റെ മുത്തശ്ശി എന്നെ പഠിപ്പിച്ചു.

മിനിക്കുട്ട്യേ, നിനക്കോർമ്മയുണ്ടോ, നമ്മുടെ കോമാവും പുള്യാവും?

മിനി മിഴിച്ചുപോയി. ഏതു കോമാവ്? ഏതു പുള്യാവ്?

മുത്തശ്ശി വിസ്തരിച്ചു.

കൂറ്റൻ മാവുകളായിരുന്നു. അത്ര വലിയ വൃക്ഷങ്ങൾ ഇനി ഈ ഭൂമിയിൽ വളരില്ല. നമ്മുടെ ഭൂമി ചടച്ചു. ഇന്നാണെങ്കിൽ അതിലൊരു മാവിന്ന് ആയിരം രൂപ കിട്ടും. നമുക്കൊരു ചെമ്പുകാശു കിട്ടിയില്ല.

മിനി ചോദിച്ചു:

എന്തേ?

മുത്തശ്ശി കഥ പറഞ്ഞു:

പനമ്പാട്ടെ തമ്പരാൻ കൊണ്ടുപോയി.

പനമ്പാട്ടെ ഗോയിന്നൻതമ്പരാൻ മനയ്ക്കലെ കാര്യസ്ഥനായിരുന്നു. നമ്മുടെ വസ്തുവകകളെല്ലാം മനയ്ക്കലെ ജന്മമായിരുന്നു. നമുക്കു കാണാവകാശം.

കാണാനുള്ള അവകാശമോ?

അല്ല കുട്ടി. മനയ്ക്കലെ ജന്മം നമുക്കു കാണം. കാണത്തിലെ പ്ലാവും മാവും വൃക്ഷങ്ങളും എപ്പോൾ വേണമോ അപ്പോൾ ജന്മിമാർ മുറിച്ചു കൊണ്ടുപോയി. എന്നാൽ, നമ്മുടെ ജന്മി പരമസാത്വികരായിരുന്നു. അവർ യാതൊന്നും അറിഞ്ഞിട്ടില്ല. കാര്യസ്ഥന്മാർ നടന്നു ഭരിച്ചു. കാര്യസ്ഥന്മാർ വൃക്ഷങ്ങൾ മുറിച്ചു വിറ്റു. പനമ്പാട്ടെജമാൻ മാളിക തീർപ്പിച്ചു. ഈ മാളികയുടെ ചെങ്കല്ലു ചെത്തിമിനുക്കി, കുറുപ്പിന്നു കൂനായി. പണിക്കാർക്കു കഞ്ഞി കുത്തുപാളകളിൽ വിളമ്പി. കവുങ്ങിൻ തോട്ടങ്ങളിൽ വീണ പട്ടയും പാളയും പനമ്പാട്ടേക്കു പെറുക്കിക്കെട്ടി. പണിക്കാർക്കു കൂലി കുത്തുപാളയിൽ പാർന്ന കഞ്ഞി മാത്രമായിരുന്നു. ഇന്നാട്ടിലെ കാണായ മരങ്ങളെല്ലാം പനമ്പാട്ടെ തമ്പരാൻ മുറിപ്പിച്ചു. നമ്മുടെ രണ്ടു പ്ലാവും കൊണ്ടുപോയി. മാളികയുടെ വ്രാന്തയിൽ വച്ച ശീലാന്തി, ഒത്തനീളത്തിന്നു രണ്ടേ രണ്ടു പ്ലാവിൻതടിയാകുന്നു. ആ തടികൾ നമ്മുടേതാകുന്നു....

കുട്ടി തരിച്ചുനിന്നു. അവനെന്തു പിഴച്ചു?

ചെന്നായ പറഞ്ഞു:

നീയല്ലെങ്കിൽ, നിന്റെ തന്ത... കണ്ണുകൾ നിറഞ്ഞിറങ്ങി, തൃക്കാരപ്പൻ കുതിർന്നു. തൃക്കാരപ്പൻ യാചിച്ചു.

മുപ്പതുപൈസ...

യാതൊരു തൊഴിലുമെടുക്കാൻ പാടില്ലാത്തോനാണേ, കണ്ണള്ളോരിണ്ടങ്കി, അഞ്ചുപൈസ...

മേരിടീച്ചർ പറഞ്ഞു:

ഒരു ഗ്ലാസ് കുടിക്കാമായിരുന്നു. ഞാനിതേവരെ ബ്രാഹ്മണിപായസം കുടിച്ചിട്ടില്ല.

സൗദാമിനിടീച്ചർ ആകെ കത്തിക്കാളി. അവരുടെ ജ്വലിച്ച കൺമണികളിൽ കുടുങ്ങിയ കുട്ടി കത്തിയെരിഞ്ഞു. സൗദാമിനിടീച്ചർ പറഞ്ഞു:

കുടിക്കെണ്ടഡോ, മനുഷ്യ. പായസത്തില് വെഷം കലക്കീട്ടില്യാന്ന് നമ്മളെങ്ങനാ ധരിക്ക്യാ? ■

പൈതൃകം

ഒരു യാത്ര അവസാനിക്കുന്നു. രാത്രി അവസാനിക്കാറായില്ല. സൂര്യസ്മൃതികൾ ജപിക്കുന്ന വഴിവിളക്കിനു താഴെ യാത്രാക്ലേശത്തിന്റെ തലകറക്കത്തോടെ പഥികൻ നിന്നു. ഒരു പഴയ ബാഗ്, ഒരു പഴയ ഷർട്ട്, ഒരു പഴയ... കോളേജിലെ തൽപരരായ കുട്ടികളോടു കേവലമനുഷ്യൻ എന്ന ശീർഷകത്തിൽ ഒരു പ്രഭാഷണം നടത്താൻ പകൽ മുഴുവൻ യാത്രചെയ്ത് എത്തിയ അയാളോട് പ്രൊഫസർ പറഞ്ഞു: രാമൂ, നിന്റെ ഈ അപകർഷവേഷം! അപകർഷ - എന്നിടത്തെത്തിയപ്പോൾ പ്രൊഫസർ വിഴുങ്ങി, വീണ്ടും- വിചാരത്തിൽ, ബോധം, വേഷത്തിൽ പ്രച്ഛന്നമായി. അവർ സതീർത്ഥ്യരായിരുന്നു. അക്കാലങ്ങളിൽ അവർ കുട്ടികളായിരുന്നു. സുധാകരൻനായർ അക്കാഡമിക്പഠനങ്ങളും പരീക്ഷകളും താണ്ടി ട്യൂട്ടറും ലക്ചററും ഭർത്താവും പ്രൊഫസറും പിതാവും നരയുമായി, രാമനുണ്ണിയുടെ മുന്നിൽ ഇരുന്നു. അവർക്കിടയിൽ കാലത്തിന്റെ കീറാമുട്ടിപോലെ മേശ കിടന്നു. മേശമേൽ വെച്ച പഴയ ബാഗിന്റെ സിപ്പ് എന്നോ കേടുവന്നതായിരുന്നു. പ്രൊഫസർ ചോദിച്ചു: നിന്റെ അന്വേഷണമെന്തായി? രാമനുണ്ണി കൈമലർത്തി: കോഹം? എന്നാൽ, തന്റെ വേഷം കണ്ടു പരവശപ്പെടുന്ന പഴയ സതീർത്ഥ്യനോട് അയാൾ ചോദിച്ചു: എന്തിന് എന്നെ വിളിപ്പിച്ചു?

പള്ളിയുടെ മതിൽക്കെട്ടിനു താഴെ വെട്ടിത്താഴ്ത്തി നിർമ്മിച്ച റോഡിൽ, വഴിത്തിരിവിൽ. അയാളെ ഇറക്കിവിട്ട ബസ് ഇരച്ചും മുരണ്ടും ചീറിയും മുന്നോട്ടിറങ്ങി, കാണാതായി, കേൾക്കാതായി. താൻ ഒറ്റപ്പെട്ടു പോയെന്ന് പെട്ടെന്ന് അയാൾക്കു തോന്നി. എന്നാൽ ഒറ്റയ്ക്കല്ല, അയാൾക്കു മേലെ വഴിവിളക്കെരിഞ്ഞു. വഴിവിളക്കിനു ചുറ്റും ചിലന്തിവലയുടെ ജപമാലയിൽ പറന്നടിഞ്ഞ പ്രാണികൾ ഒന്നു പിടഞ്ഞു നിശ്ചലരാകുന്നു. ഇനിയും ശേഷിക്കുന്നത് എന്തിനെന്നമ്പരന്ന് അവരുടെ പിൻഗാമികൾ പറന്നുകളിക്കുന്നു. അകന്നുപോയ ബസ്സിന്റേയോ, ഈ അല്പപ്രാണികളുടെ ചിറകടിയുടേയോ ശബ്ദമെങ്ങാനും കേൾക്കുമോ എന്ന് അയാൾ ചെകിടോർത്ത് റോഡിലേക്ക് ഏന്തിക്കിടന്ന പെരുവഴി വിളക്കിൻകാലിനു കീഴിൽ ജാഗരം കൊള്ളുന്നു. ഇന്നു വരാമെന്ന് അയാൾ വാക്കുപറഞ്ഞിട്ടില്ല. പകലിന്റെ ജീവിതം നഷ്ടപ്പെട്ട ബസ്സ്റ്റോപ്പിലേക്കോ, അപ്പുറത്തെ ചായക്കടയിലേക്കോ കയറേണ്ടതെന്നു തീരുമാനിക്കാൻ വയ്യാതെ അയാൾ നിന്നു. പോസ്റ്റ് ഓഫീസ് അടച്ചിട്ടിരിക്കും. സിമന്റിന്റെ ചീർത്ത മണം മായാത്ത ബസ്സ്റ്റോപ്പ് ഈയിടെ ആവിർഭവിച്ചതത്രെ. കുറുകെ ചുമരുയർത്തി നടുപകുത്ത എടുപ്പിൽ, ഓരോ പകുതിയിലും പുരുഷൻ, സ്ത്രീ എന്നു വടിവുകെട്ട അക്ഷരങ്ങൾ എഴുതിയിരുന്നു. അവസാനത്തെ പണിയിനത്തിലും അനവധാനത വേണം! വീട്ടിൽ തന്നെക്കാത്തു ജാഗരം നടിക്കുന്ന കുടുംബിനി കൂർക്കംവലിക്കുന്നുണ്ടാവും. പ്രസംഗത്തിനു പോയ അച്ഛൻ കൊണ്ടുവരുന്ന ബിസ്കറ്റിന്റെ

സഫലീകരിക്കാത്ത ധാരണയിൽ കൊതിയിറക്കി ഉറക്കത്തിൽ തരിയിൽ പാഞ്ഞു മകൾ ചുമയ്ക്കുന്നുണ്ടാവും.

ഈ റോഡ്–

ഈ റോഡ് അയാളുടെ ചെറുപ്പത്തിൽ ഇല്ലായിരുന്നു. അന്ന് ഇവിടെ എന്തായിരുന്നു, എങ്ങനെയായിരുന്നു? ഇവിടെ ഒരു കാഞ്ഞിരമോ സർപ്പക്കാവോ മുളംകൂടോ നിന്നിരിക്കാം. അന്ന് ഈ വഴിത്തിരിവിൽ ഒരൊറ്റ എടുപ്പും ഉണ്ടായിരുന്നില്ല. അയാൾക്ക് ഓർമ്മ തുടങ്ങുമ്പോൾ ഇതെല്ലാം പള്ളിപ്പറമ്പായിരുന്നു. അതിനും മുമ്പ്, അയാൾക്കും മുമ്പ്, പള്ളി അമ്പലമായിരുന്നു. രായ്ക്കുരാമാനം ചെകുത്താന്മാർ ഏറ്റെടുത്ത അമ്പലപ്പണി മുഴുമിച്ചില്ല. ഈ ചെകുത്താന്മാരെ കുടക്കല്ലുകൾക്കുള്ളിൽ അടച്ചുപൂട്ടി. അവർ വിലപിച്ചു. ആ വഴിയേ വന്ന കന്യക അവരുടെ വിലാപം കേട്ടു. അവൾക്കു പാർക്കാൻ നാലകം കെട്ടിക്കൊടുക്കാമെങ്കിൽ അവരെ തുറന്നു വിടാൻ അവൾ തയ്യാർ. എന്നാൽ ചെകുത്താന്മാർ ഏറ്റെടുത്ത പണി മുഴുമിച്ചില്ല. പണിത്തിരക്കിനിടയ്ക്ക് കോഴി കൂകിയപ്പോൾ അവർ ഓടിപ്പോയി. നാലമ്പലത്തിൽ ഉളി മറന്നു. കുളത്തിൽ മൺവെട്ടി മറന്നു. ചെകുത്താന്മാർ കുടക്കല്ലുകളിൽ തളഞ്ഞ് വീണ്ടും മോചനത്തിന്റെ തപസ്സു തുടങ്ങി. കന്യകയെത്തേടി വന്ന പരദേശികൾ കുളത്തിലിറങ്ങി വെള്ളമുത്തു തേവാരിക്കുമ്പോൾ ജനപദങ്ങൾ താണ്ടിവന്ന വിശുദ്ധൻ ചോദിച്ചു: നിങ്ങൾ കോരിത്തൂവുന്ന ജലകണങ്ങൾ എന്തുകൊണ്ട് ആകാശത്തിൽ തങ്ങിനില്ക്കുന്നില്ല? പിന്നെ വിശുദ്ധൻ പറഞ്ഞു: ഞാൻ തൂവുന്ന ജലം എന്റെ കൈപ്പാടുകളുടെ രൂപത്തിൽ ആകാശങ്ങളിൽ തങ്ങുന്നു! പരദേശികൾ വെന്തിങ്ങയിട്ട് ആ വിദ്യ പഠിച്ചു. ചെകുത്താന്റെ ഉളി കുളത്തിലെറിഞ്ഞു. മൺവെട്ടി മുങ്ങിയെടുത്തു. ശവക്കോട്ടയിൽ സ്ഥാപിച്ചു. ജനപദങ്ങളിൽ നിന്നൂർന്നുവന്ന പെരുവഴിയിലൂടെ വന്നവർ വന്നവർ ശവക്കോട്ടയിലടങ്ങി.

വഴിയെങ്ങാനും മറന്ന്, നേരംകെട്ട നേരത്ത് മറ്റൊരിടത്തെങ്ങാനും ഇറങ്ങരുതെന്ന മുൻവിധിയോടെ അയാൾ കണ്ടക്ടറോടു പറഞ്ഞു: പോസ്റ്റ് ഓഫീസിനടുത്ത്, വിളക്കിൻകാലിനു കീഴിൽ നിർത്തണം. കണ്ടക്ടർ സ്ഥലപരിചയത്തിന്റെ ഭൂമിശാസ്ത്രം തിരുത്തി: ബസ്സ്റ്റോപ്പിലല്ലേ? ഇവിടെ ഒരു ബസ്സ്റ്റോപ്പും ഉണ്ടായിട്ടുണ്ടെന്ന് രാമനുണ്ണി ഓർത്തില്ല. ഒരു രാവിൽ, ഇടിവെട്ടി, കൂൺ മുളച്ചു. മനസ്സിന്റെ ചർമ്മങ്ങളിൽ ഈ കൂണിന്റെ വേരിറങ്ങിയിട്ടില്ല. പോസ്റ്റ് ഓഫീസിനു പഴക്കമായി, മനസ്സിന്റെ ചർമ്മങ്ങളിൽ വഴിത്തിരിവിന്റെ അടയാളം കുറിച്ചു.

അപ്പോൾ ഒരു നിഴൽ, നിഴലിന്റെ ധൂസരജടാധൂമം. ധൂമത്തിനുള്ളിലെ തീക്കനലുകൾ, തീക്കനലുകളിലെ ശൂലങ്ങൾ, അയാളുടെ നേരെ, നെറ്റിക്കു നേരെ ചായക്കടയിൽനിന്നിറങ്ങി.

നീയാർ?

രോമാഞ്ചം പ്രതിരോധത്തിന്റെ മതിൽക്കെട്ടുയർത്തി. മൗനത്തിന്റെ വരൾച്ചയിൽ പഴയ ബാഗ് കക്ഷത്തൊതുക്കി ചുവടുറപ്പിച്ചു. ഉറയ്ക്കുന്നില്ല.

മിനുങ്ങിയ ടാറിൽ, പഴയ ചെരിപ്പുകൾ വഴുതി. എന്നാൽ നിഴൽ, നിഴലിന്റെ ദൃഷ്ടികൾ, ദൃഷ്ടികളിലെ ശൂലങ്ങൾ രാമനുണ്ണിയുടെ മുന്നിൽ കെട്ടടങ്ങി. നിഴൽ ഇളകി, ജടയിൽ കൈവച്ച് നാദബ്രഹ്മത്തെ ധ്യാനിച്ചു.

'എന്താ ഇവിടെ?'

ഞാൻ...

ഒരു കോളേജിലെ കുട്ടികളോട് കേവലമനുഷ്യനെക്കുറിച്ച് ഒരു പ്രഭാഷണം നടത്തി തിരിച്ചുവരികയാണെന്ന് അയാൾ പറഞ്ഞില്ല. ആത്മ പുച്ഛത്തോടെ അയാളോർത്തു: കേവലമനുഷ്യൻ! കേവലമൃഗമല്ല. എന്തുകൊണ്ടെന്നാൽ, അയാൾക്കിപ്പോൾ നിഴലെന്തെന്നു മനസ്സിലായി. എന്നാൽ കോടതി തോമസിന്റെ ഈ വേഷം. ഈ നോട്ടം... അകം കുഴിഞ്ഞ ദൃഷ്ടികളിൽ അയാൾ വേലുവൈദ്യരെ കണ്ടു. വേലുവൈദ്യർ വൈദ്യം പഠിച്ച്, പഠിച്ചതെല്ലാം മറന്ന് മരുന്നു പറിച്ചുനടന്നു. വെളക്കാട്ടുപാടത്തെ മങ്ങും മുത്തങ്ങയും പുല്ലും പുഷ്പവും പഠിച്ച് വൈദ്യർ ഗവേഷണം തുടർന്നു. വൈദ്യർക്കു രാവും പകലും നഷ്ടപ്പെട്ടു. എന്നാൽ വേലുവൈദ്യർ ഒരോർമ്മമാത്രം. ആ ഓർമ്മയിൽ പ്രൊഫ. സുധാകരൻനായർ വരുന്നു. നിന്റെ തപസ്സ്, എടാ സുധേ, നീയൊന്നെണീക്ക്, നീയും വേലുവൈദ്യ രാവും!...

എന്നാൽ ഈ മനുഷ്യൻ, ഈ നേരംകെട്ട നേരത്ത്, ഈ മുഹൂർത്ത ത്തിൽ ഇവിടെ എങ്ങനെ എത്തിപ്പെട്ടു? തന്നെക്കാത്ത് ഉറക്കമിളയ്ക്കുന്ന കുടുംബത്തെ, ബിസ്കറ്റിന്റെ സഫലീകരിക്കാത്ത ധാരണയിൽ സ്വപ്നം കാണുന്ന മകളെ, അയാളൊന്നുമോർത്തില്ല. കോടതി തോമസ് ചേതന നിറയുന്നു. എന്നും കാലത്ത് വെടികൊണ്ട പന്നിയെപ്പോലെ ചെത്തു വഴിയിലൂടെ പാഞ്ഞുവന്നു കുന്നത്തേക്കു കടന്നു. പറങ്കിമാവിൻ പൊന്ത കളുടെ മറവിൽ പാറയിടുക്കുകളിലേക്കിറങ്ങുന്ന കോടതി തോമസിന് താൻതന്നെ പറമ്പുമുടക്കി. വേലിയും കോലുമില്ലാതെ കണ്ടവർ നിരങ്ങി പ്പോന്ന ആ കുന്നു മുഴുവൻ തന്റെ പൈതൃകമായിരുന്നു. അയാൾ കുന്നു വളച്ചുകെട്ടി. തടുക്കാൻ വയ്യാത്ത ഒരോർമ്മയുടെ താഡനത്തിൽ ഓടിവന്ന തോമസ് വേലിയിൽ മുട്ടി, നട്ടംതിരിഞ്ഞപ്പോൾ കുടുംബം ആ കണികണ്ടു ചിരിച്ച് ഒരു നല്ല പ്രഭാതത്തെ വഷളാക്കി.

ഗതികെട്ട മനുഷ്യൻ!

തോമസ് ചോദിച്ചു.

'എന്താ നിന്നത്? പോകണ്ടേ?

ഈ പെരുവഴി ശവക്കോട്ടയിലെത്തുന്നു. പള്ളി നടക്കാവു കടന്നാൽ കുടക്കല്ലുകൾക്കുള്ളിൽ ചെകുത്താന്മാർ തളഞ്ഞുകിടക്കുന്നു.

രാമനുണ്ണി പറഞ്ഞു:

'കാല്ക്കൽ കാണാറാവട്ടെ.'

തോമസ് പറഞ്ഞു:

'എന്നാ വര്. പീടികേഡെ തിണ്ണയിൽ കിടക്കാം.'

തിണ്ണയിൽ മങ്ങുന്ന വഴിവിളക്കിന്റെ വെളിച്ചത്തിലൂടെ ആ മനുഷ്യൻ ചായക്കടയുടെ വരാന്തയിൽ ലയിച്ചു. ഇരുട്ടിൽ. ഒരു മര്യാദകേടു പേടിച്ചിട്ടെന്നപോലെ രാമനുണ്ണി നടന്നെത്തി. എന്നാൽ ബാഗ് ഭദ്രം. മടിയിൽ വെച്ച ബാഗിന്മേൽ കൈമുട്ടുകൾ കുത്തി അയാൾ തിണ്ണപ്പുറത്തിരുന്നു. കിടക്കാൻ ക്ഷീണമുണ്ട്. കിടക്കാൻ, പേടിയുണ്ട്. ജരയുടെ ആദ്യത്തെ വേരുകളും നരയും പടരുന്ന അയാളുടെ മുഖം മ്ലാനമായി... കേവലമനുഷ്യൻ! കുട്ടികളുടെ മുഖംമങ്ങിയ ഹാൾ ഇരുണ്ടുകൂടി. അപ്പോൾ അയാൾ ഒരു കൗശലം പ്രയോഗിച്ചു. കേവലമനുഷ്യനെന്നു ഞാൻ പറഞ്ഞാൽ, നിങ്ങൾക്കു മനസ്സിലാവില്ല. അബ്സൊലൂട്ട് മാൻ! അവനു പൈതൃകവും പാരമ്പര്യവും ഇല്ല. നാടും കുടുംബവുമില്ല. അവനിൽ മൃഗവും ദൈവവും രാഗവും ദ്വേഷവും ശക്തിയും ദൗർബല്യവും... അങ്ങനെ പ്രഭാഷണം മുടിച്ചു തിരിച്ചു പോരുമ്പോൾ കുട്ടികൾ നീട്ടിയ ഒരു കവർ പിടിച്ചെടുത്ത് അയാൾ ബാഗിലിട്ടു. അയാളുടെ പഴയ ഷർട്ടിനു പോക്കറ്റില്ല. അയാൾ നന്ദി പറഞ്ഞു. എന്റെ പക്കൽ ധാരാളം പണമില്ലാത്തതുകൊണ്ട്... ഒരു യാത്രയ്ക്കും പണമില്ലാത്ത അയാളെ വണ്ടി കയറ്റാൻ പ്രൊഫസർ വന്നു. പ്രൊഫസർ ചോദിച്ചു:

'ബാഗിൽ ചീർപ്പോ കണ്ണാടിയോ ഇല്ലേ?'

തന്റെ മുഖം കണ്ണാടിയിൽ കാണാൻ ഭയമാണെന്ന് അയാൾ പറഞ്ഞില്ല. പ്രൊഫസറുടെ മുഖത്തേക്കും നോക്കിയില്ല. അയാൾ കുട്ടികളോട് ഒരു നേരമ്പോക്കു ചോദിച്ചു: ഈ ഭൂമിക്കെത്ര വയസ്സായി? ആരും മറുപടി പറഞ്ഞില്ല. അപ്പോൾ അയാൾ ചോദിച്ചു: മനുഷ്യനോ? വൈരസ്യത്തിൽ നിന്നൊരു മുക്തിക്കുവേണ്ടി പ്രൊഫസർ കുടുംബകാര്യങ്ങൾ അന്വേഷിച്ചു. ബിസ്കറ്റ് മോഹിച്ചിരിക്കുന്ന മകളെക്കുറിച്ച് അയാളൊന്നും പറഞ്ഞില്ല. എന്നാൽ ബസ് പുറപ്പെടുമ്പോൾ പ്രൊഫസർ പെട്ടെന്നു പറഞ്ഞു: ഇതിരിക്കട്ടെ. ചവിട്ടുപടിയിലേക്കുയരുന്ന അയാൾ പഴയ ബാഗിന്റെ ആർത്തി പിടിച്ച വായിലേക്ക് സുധാകരൻനായർ തിരുകിയ പത്തുരൂപ വ്യക്തമായും കണ്ടു. ഇതിരിക്കട്ടെ, എന്തെങ്കിലും ആവശ്യം വന്നാൽ...

പത്തുരൂപയുടെ എരപ്പ്, എന്നാൽ എരപ്പല്ല കരളിലൊരു മുള്ള്, എന്നാൽ മുള്ളില്ല. ആദ്യത്തെ നിമിഷങ്ങൾ ജനത്തിരക്കുള്ള റോഡിലൂടെ ബസ് നിരങ്ങുമ്പോൾ ഈ മുള്ളു മനസ്സിൽ ഇടരുന്നുണ്ടായിരുന്നു. പിന്നെ എങ്ങനെയോ മകളെക്കുറിച്ചോർത്തു. ആ നീണ്ട യാത്രയിൽ, രാവിൽ ബിസ്കറ്റ് കിട്ടാവുന്നിടത്തൊന്നും ബസ് നിന്നില്ല. പത്തു രൂപ ബാഗിൽ ഭദ്രം... അന്ധകൂപത്തിലെ ഇരുട്ടുപോലെ നിരർത്ഥചിന്തകൾ അയാളിൽ അടിഞ്ഞുകൂടി. പത്തുരൂപ എരപ്പല്ലെങ്കിൽ പിന്നെന്ത്? സ്വയം പര്യാപ്തതയോ? എന്നാൽ അങ്ങനെയൊന്നു ജീവിതത്തിൽ സംഭവിക്കുന്നില്ല. മനുഷ്യനെത്ര വയസ്സായി? അല്പായുസ്സായ അവതാരങ്ങൾ നേടിയെടുത്തുവെന്ന് വിശ്വസിക്കപ്പെട്ട നേട്ടങ്ങൾ... ഈ ഭൂമി എന്തൊക്കെ കണ്ടു? അവളുടെ ഗർഭത്തിൽ ഗന്ധകവാതകങ്ങൾ എരിയുന്നു. പാതിയാമ്പുറത്തു കമഴ്ത്തിയ തേങ്ങാമുറിയിൽ അരിക്കുന്ന ഉറുമ്പ് ചുട്ടടുപ്പിനെ

ക്കുറിച്ചറിഞ്ഞില്ല!... അയാളുടെ അഞ്ചാത്മാവിൽ, വരാന്തയിലെ ഇരുട്ടിൽ ലയിച്ച കോടതി തോമസ് ഉണ്ടായിരുന്നില്ല. എന്നാൽ അശനിപാതം കേൾക്കായി:

ആയിരത്തിത്തൊള്ളായിരത്തി എഴുപത്തൊന്നിൽ, കോവത്തൂർ ലാൻഡ് ട്രിബ്യൂണൽ മുമ്പാകെ ബോധിപ്പിക്കുന്ന സങ്കടഹർജി.

ഹർജിക്കാരൻ: ലാടൻ ലാസർ മകൻ തോമസ്.

എതിർകക്ഷി...

ഇപ്പോൾ രാമനുണ്ണിയുടെ ശരീരത്തിൽ, രാമനുണ്ണിയെന്ന വാസ്തുസത്യത്തിന്റെ ഓരോ സെല്ലും വിജൃംഭിച്ചു. വല്ലപ്പോഴും ബസ് കാത്തുനിൽക്കേണ്ടിവരുമ്പോൾ, ഈ ചായക്കടയിൽ അയാൾ കയറിയിട്ടുണ്ട്. എച്ചിലിൽ കുതിർന്നു കുഷ്ഠംപിടിച്ച ദിനപ്പത്രങ്ങൾ മറിച്ചുനോക്കിയിട്ടുണ്ട്. ആ വരാന്തയുടെ ക്ഷേത്രഗണിതത്തിന്റെ ഓർമ്മയിൽ, ഇരുട്ടിന്റെ മായുന്ന മൂടുപടത്തിൽ അയാൾ കോടതി തോമസിനെ കണ്ടെത്തി. തോമസ് മേശയ്ക്കുമുന്നിലിരുന്നു. മേശപ്പുറത്ത് എന്താണെന്നു രാമനുണ്ണി കണ്ടില്ല.

തോമസിന്റെ വിരലുകളിൽ തീപ്പെട്ടിക്കൊള്ളി ജ്വലിച്ചു. ആ ജ്വാലയിൽ കത്തിയ മെഴുകുതിരിയുടെ നാളം, കണ്ണുനീർത്തുള്ളിയായി കണ്ണീരിന്റെ ഹൃദയമായി പിടഞ്ഞു. തോമസ് ചോദിച്ചു:

കണ്ടോ?

ഒരു പഴയ പോത്തൻ ഷർട്ട് ഒരു പഴയ... ജാടകൾ മാടിയ ദൃഷ്ടികളിൽ ശൂലം തെറിച്ചുനിന്നു. തോമസ് കോടതിശൈലിയിൽ പറഞ്ഞു:

'പള്ളി മുട്ടുകുത്തും. തോമസിന്റെ മുന്നിൽ, പള്ളി തോമസിനോടു യാചിക്കും.'

'ഇതെന്റെ അറ്റകൈയാകുന്നു. ഇന്നും ഇന്നലെയും മിനിഞ്ഞാന്നും ഞാനെത്ര മെഴുകുരുക്കി?' എന്നിട്ട് ഞാൻ ഒരു ഹർജ്ജി എഴുതി.

'എതിർകക്ഷി കോവത്തൂർ സാന്റ് തോം പള്ളി.'

പ്രാകൃതനായ ആ മനുഷ്യൻ ഒരു കടങ്കഥപോലെ മെഴുകുതിരിവെളിച്ചത്തിൽ എരിഞ്ഞു. അയാളെന്നും എരിയുകയായിരുന്നു. അയാളെ ആദ്യം കണ്ടപ്പോൾ, അയാൾ കേസ് നടത്തുന്നു. പള്ളിക്കെതിരെ, പട്ടക്കാരനെതിരെ, കൈകാര്യക്കാരനും കപ്യാർക്കും മേനോനും എതിരെ, എന്തുകൊണ്ടെന്നാൽ പൈതൃകമായി തോമസിൽ ലയിക്കേണ്ട വസ്തുവകകൾ പള്ളി കൈയാളുന്നു. പള്ളി എല്ലാ കോടതികളിലും ജയിക്കുന്നു. തോമസിന്റെ അപ്പൻ, ലാടൻ പൈലോത് മകൻ ലാസർ ആൾജാമ്യം നിന്ന് അറയ്ക്കൽ യാക്കോവ് എന്ന ജേക്കബ്ബിന് പള്ളിക്കുറിയിൽനിന്നു ലേലത്തിൽ വിളിച്ചുകൊടുത്ത സംഖ്യ ഈ യാക്കോവ് കൈമലർത്തി. തന്റെ തൊഴിൽ മൂരിയറവയായിരുന്നില്ല എന്ന് യാക്കോവ് ശപഥം ചെയ്തു. സത്യക്രിസ്ത്യാനിയായി കുളത്തിൽ മുങ്ങിയ യാക്കോവിന് അടയ്ക്കാക്കച്ചവടം തുടങ്ങാൻ എന്റെ അപ്പൻ ലാടൻ പൈലോത് മകൻ ലാസർ ആൾജാമ്യം നിന്നു പള്ളിക്കുറി വിളിച്ചെടുത്ത സംഖ്യ, ഇപ്പോൾ അറയ്ക്കൽ മാളിക

പ്പുരയിൽ വാഴും യാക്കോവ് എന്ന ജേക്കബ് അറയ്ക്കൽ, അരീക്കനാട്ട് കച്ചവടം പള്ളിക്കു കൈയാൽ മടക്കിക്കൊടുക്കേണ്ടതും, അന്തരിച്ചുപോയ ലാസറുടെ പൈതൃകമായി തന്നിൽ ലയിക്കേണ്ട വസ്തുവകകൾ കോവത്തൂർ സാന്റ്തോം പള്ളി കൈയൊഴിഞ്ഞുതരേണ്ടതുമാണെന്ന് ലാടൻ ലാസർ മകൻ തോമസ് കോടതിയെ ബോധിപ്പിക്കുന്നു. തോമസ് തോല്ക്കുന്നു. പട്ടിയോടും പൂച്ചയോടും പറക്കുന്ന കാക്കയോടും തോമസ് സമരഗാഥകൾ പാടുന്നു. ഒരു ദേവാലയത്തിന് സ്വത്തവകാശം ഇല്ലെന്നും, ഹുണ്ടികവ്യാപാരം നിഷിദ്ധമെന്നും തോമസ് വാദിക്കുന്നു. തോമസ് തോൽക്കുന്നു. തോമസിന്റെ നിറം കണ്ടാൽ, ആൾക്കാർ വഴിമാറുന്നു. നാളെ യാണു നമ്മുടെ കേസ്. എറണാകുളത്തു പോകാൻ പണം തികയില്ല. ഒരഞ്ചുരൂപ തരണം.

തന്റേതായി ശേഷിച്ചതെല്ലാം വിറ്റുപെറുക്കി എല്ലാ കോടതികളിലും തോമസ് പൊരുതി. സത്യത്തിന്റേയും നീതിയുടേയും പേരിൽ നിങ്ങൾ കേൾക്കുന്നില്ലേ, എന്റെ അപ്പൻ, ലാടൻ പൈലോതു മകൻ ലാസർ, ഒരു സത്യക്രിസ്ത്യാനിയെ സഹായിച്ചതാണ് ഇതിനൊക്കെ കാരണം. അപ്പനും പട്ടക്കാരനും യാക്കോബും കൈക്കാരനും മരിച്ചു. ഈ കുരിശു ഞാൻ വലി ക്കുന്നു. വിശക്കുന്നു. നിങ്ങളുടെ കണക്കിൽ ഒരുനേരത്തെ ആഹാരത്തി നെങ്കിലും എനിക്കർഹതയില്ലേ? ആ തോമസ് പ്രാകൃതനായി, ജടാധാരി യായി ദൃഷ്ടികളിൽ പഴുപ്പിച്ച ശൂലമൂന്നി മേശയ്ക്കു പിന്നിൽ ഇരുന്നു. എന്തിൽനിന്നാണു വായിക്കുന്നതെന്ന് രാമനുണ്ണി കണ്ടില്ല. എന്നാൽ ഒരു ഹർജി മുഴുക്കെ കോടതിവടിവിൽ വായിച്ചുതീർക്കുന്നത് അയാൾ കേട്ടു. സർവ്വേ നമ്പറുകളും രജിസ്റ്റർ നമ്പറുകളും ആണ്ടുമാസം തീയതികളും പതിരില്ലാതെ ഉതിർന്നുകൂടി. കോവത്തൂർ ലാൻഡ് ട്രിബ്യൂണലിനോടു താഴ്മ യായി അപേക്ഷ. ടി. പള്ളിയെ ടി സർവ്വേ നമ്പറിൽനിന്നു താഴ്മയായി കുടിയൊഴിപ്പിക്കേണ്ടതാകുന്നു. ഒരു തായമ്പകയുടെ താരിയിൽ കോടതി തോമസ് പറഞ്ഞു:

'നാളത്തെ ട്രിബ്യൂണൽ മുമ്പാകെ ബോധിപ്പിക്കാനുള്ളതാകുന്നു.'

ഒരു മര്യാദയ്ക്ക് എന്തെങ്കിലും പറയണം. അതെയോ, നന്നായി - എന്തെങ്കിലും. എന്നാൽ രാമനുണ്ണിക്കു വാക്കു വന്നില്ല. ഈ മനുഷ്യൻ - ഈ മനുഷ്യന് ധാരാളം സ്വത്തും പണവും പദവിയും ബന്ധുക്കളുമുണ്ടാ യിരുന്നു. ഇന്ന് യാതൊന്നും ഇല്ല. മുച്ചൂടും മുടിഞ്ഞിട്ടും അയാൾ പൈതൃക ത്തിനുവേണ്ടി പൊരുതുന്നു!

തായമ്പകയുടെ താരി തെറ്റാതെ തോമസ് പറഞ്ഞു:

'ഒരു കോടതിയും കയറാതെ കാര്യം നടക്കും. ഇതു കുടികിടപ്പിന്റെ കാലഘട്ടമാകുന്നു. ഒരു കുടിൽ വെക്കാൻ ഒരു തുണ്ടു ഭൂമി ഏതു തെണ്ടിക്കും പിടിച്ചുകൊടുക്കുന്നു. അപ്പോൾ, എന്തുകൊണ്ട് എനിക്കെന്റെ പൈതൃകം തിരികെ ലഭിക്കില്ല? അതുകൊണ്ടാണ് അപേക്ഷ ലാൻഡ് ട്രിബ്യൂണലിൽ ബോധിപ്പിക്കുന്നത്. എന്റെ പ്രശ്നം കുടികിടപ്പാകുന്നു. പള്ളി എന്ന പെരുന്തച്ചൻ ഇറങ്ങിത്തരണം. എന്നാൽ കേട്ടോ, എന്റെ പക്കൽ,

മങ്ങാട്ടടിച്ച ചെമ്പുചില്ലി ഇല്ല. അല്പം പണം വേണം. എനിക്കൊരു പത്തു രൂപ സഹായിക്കണം.

'ഞാനോ?'

എന്റെ പക്കൽ പത്തു രൂപയുണ്ടെന്ന്, ഈ ദൃഷ്ടികൾ ദൃഷ്ടികളിലെ ശൂലങ്ങൾ കണ്ടെത്തിയോ?

തോമസ് എണീറ്റുനിന്നു. മെഴുകുതിരിയുടെ മുന്നിൽ, ക്രൂശിക്കപ്പെട്ടവനെപ്പോലെ കൈകൾ മലർക്കെ പരത്തി, നഷ്ടപ്പെട്ടുപോയ വെളിച്ചത്തെ വാരിപ്പുണരാൻ തോമസ് ആഞ്ഞുനിന്നു. അയാളുടെ പോത്തൻകുപ്പായക്കൈകൾ ഒരു പ്രതിമയുടെ മേലങ്കിപോലെ, വൈദ്യുതവാഹകത്തിൽ ചത്ത കാക്കയുടെ ചിറകുപോലെ ഊർന്നുകിടന്നു. തോമസ് ചോദിച്ചു:

'തരാനുണ്ടോ?'

വഴിവിളക്കിന്റെ വിറളുന്ന വെളിച്ചത്തിലേക്കും അടിയുരുകിക്കത്തുന്ന മെഴുകുതിരിയുടെ കണ്ണീരിലേക്കും രാമനുണ്ണി പതറിപ്പതറി നോക്കി. ഒരു ഞണ്ടിന്റെ ഇറുക്കാംകാലുകളായി അയാളുടെ വിരലുകൾ പൊളിഞ്ഞ ബാഗിന്റെ തുറന്ന വായിൽ ഇറുകെപ്പിടിച്ചു.

സുധേ, വഴിയിലെന്തെങ്കിലും ആവശ്യം വന്നാൽ... ഇതായിരുന്നോ, നീയോർത്തത്? എന്നാൽ, അങ്ങനെ ഒരു മിന്നൽ മനസ്സിൽ പായുമ്പോൾ അയാൾ തന്നത്താൻ ചോദിച്ചു:

'ഇന്നു ചായക്കട തുറക്കില്ലേ?'

തോമസ് ചോദിച്ചു:

'തരുന്നോ?'

തായമ്പക കാലംകൂടിയ ചെണ്ട തകർന്നു എന്നു രാമനുണ്ണിക്കു തോന്നി. നോക്കുമ്പോൾ തോമസ് ക്രൂശിക്കപ്പെട്ടവനല്ല. അയാളുടെ കൈകൾ വാരികളിൽ വീണു കിടന്നു. കെട്ടടങ്ങുന്ന മെഴുകുതിരി അയാളുടെ ദൃഷ്ടികളിൽ കത്തി.

'ഇല്ലല്ലോ...'

ഇല്ലല്ലോ തോമാച്ചാ, എന്നാണ് പറയാൻ വന്നത്. എന്നാൽ, പറഞ്ഞു വന്നപ്പോൾ തന്റെ ശബ്ദം രാമനുണ്ണി തിരിച്ചറിഞ്ഞില്ല. താൻ കേവലമനുഷ്യനല്ല. തനിക്കു കേവലമനുഷ്യനെക്കുറിച്ചു പ്രഭാഷണം നടത്താം. അയാൾ പെരുവഴിയിലേക്കു നോക്കി. ചായക്കട തുറക്കാൻ ആരും വരില്ലേ? വരുന്നതു കോടതി തോമസാണ്. അയാളുടെ മെലിഞ്ഞ കൈകൾ ഒരു തേളിന്റെ കാലുകൾപോലെ തിണ്ണയിലേക്ക്, ബാഗിലേക്ക്, രാമനുണ്ണിയുടെ കഴുത്തിലേക്കു നീളുന്നു.

രാമനുണ്ണി എണീറ്റു. എന്നാൽ, എണീക്കാൻ വയ്യ. കൈ തട്ടി. എന്നാൽ തട്ടാൻ വയ്യ. ജടകൾക്കുള്ളിൽ ജ്വലിച്ച ദൃഷ്ടികളിൽ ഒരു മെഴുകുതിരി പോലെ അയാൾ ഉരുകിയമർന്നു. എന്നാൽ, പൊള്ളുന്നു. എന്നിട്ടും അയാൾ ബാഗ് വിട്ടില്ല. ഈ ബാഗ് അയാളുടേതാകുന്നു. പ്രാകൃതനായ രാക്ഷസൻ അയാൾക്കു മീതെ പെരുത്തുനിന്നു. ആ രാക്ഷസൻ അലറുന്നതു കേൾക്കായി:

"നീ തരില്ലാല്ലേ?'

'ഇല്ല!'

അപ്പോൾ തേളിന്റെ പിടി അയഞ്ഞു: എന്നാൽ പ്രാകൃതനായ രാക്ഷസൻ അട്ടഹസിക്കുന്നു:

'ഫ, എരപ്പേ! നിന്റെ പണം, അല്ലേ?'

പള്ളിമണി മുഴങ്ങി. പ്രഭാതമേ, നിനക്കു വരവേൽപ്പ്. ■

ശംഖ്

വധു, കുമാരി രമ.

വരൻ?

വരന്റെ പേർ ഓർമ്മ നിൽക്കുന്നില്ല. ക്ഷണക്കത്തെടുത്തു നോക്കാൻ, സാധ്യമല്ല. ക്ഷണക്കത്തിന്റെ വർണ്ണവിതാനങ്ങൾക്കുമീതെ പേപ്പർ വെയ്റ്റിന്റെ പ്രതിഷ്ഠ ചിത്രകൂടമുയർത്തുന്നു. എന്നാൽ പേപ്പർ വെയ്റ്റല്ല!

"നാമിരുവർ, കടൽക്കരയിൽ."

പ്രൊഫസ്സർ വാസുദേവ് പേപ്പർ വെയ്റ്റിലെ ആലേഖ്യം വായിക്കുന്നില്ല. ക്ഷണക്കത്തിനുമീതെ തപസ്സിരിക്കുന്ന ചിത്രകൂടം താൻതന്നെ. ഈ ശംഖ്, എന്റെ ഹൃദയമാകുന്നു. ഹൃദയമാണെന്നു രമ പറഞ്ഞു. ഈ ശംഖ്, രമയുടെ.... അല്ല, അല്ല, ഈ ശംഖ് രമയുടെ യാതൊന്നുമല്ല. ഈ ശംഖിലൂടെ വാസുദേവ് പുനരവതരിക്കുകയില്ല. എന്നാൽ, പ്രൊഫസ്സർക്കു കാണാം: നാമിരുവർ.... വർണ്ണരാജികൾ തിരകളേറി തുള്ളിവരുന്നു. തിരകളുടെ അലമാലകൾ കടൽക്കരയിൽ തകർന്നടിയുന്നു. പ്രൊഫസ്സർ നോക്കിയിരിക്കുന്നു. എന്നിട്ടും തകർന്നില്ല, എന്നാലും നിലച്ചില്ല, ഈ കടൽ, കടലിന്റെ കാളകളി. നോക്കൂ രമേ!

നീ കല്യാണമണ്ഡപത്തിലാണല്ലോ!

എന്നാൽ, മണ്ഡപം....പവിഴത്തുരുത്തുകൾക്കുമീതെ, നീലക്കടലിൽ ഏഴായിരം നിറങ്ങൾ മുങ്ങിത്തുടിച്ചു. കടൽക്കരയിലൂടെ ഞണ്ടിന്റെ ഇറുക്കാംകാലുകളും കക്കത്തോടും പെറുക്കി നടന്ന കുട്ടികൾ കറുത്ത മണലിൽ ഷെൽജീവികളുടെ പൊട്ടും പൊടിയും ചികഞ്ഞു. കറുത്ത കടൽക്കരയിലേക്കിറങ്ങിവന്ന വെൺമണൽത്തീരം കള്ളിച്ചെടിക്കാടുകളിൽ, മുൾച്ചെടിപ്പൊന്തകളിൽ, വന്ധ്യയുടെ വൈരാഗ്യം പോലെ കൊടുംവെയിലിൽ പൊരിഞ്ഞു. ഒരു സ്റ്റഡി ടൂറിലെ പഠനങ്ങൾ ഭൂവൽക്കത്തിന്റെ പുറന്തോടുകളിൽ ഒതുങ്ങുന്നില്ല. കടലിന്റേയും ഈ ഭൂമിയുടേയും പ്രായം മണലിൽ എഴുതിവെച്ചിട്ടില്ല. എന്നാൽ, ജാതകക്കുറി കണ്ടെത്തണം, അവരെ കൊണ്ടുപോയ സുവോളജി പ്രൊഫസ്സർക്ക്. സുമതി ടീച്ചർ ചോദിച്ചു: എടോ മണ്ഡൂസുകളേ, ഈ പുറന്തോടുകൾ ദ്രവിച്ച് മൃതപ്രായമാകാൻ എത്രായിരം

വർഷങ്ങളെടുത്തു? എന്നിട്ടും കണ്ടോ, ഭൂമിയെ പെറ്റ കടൽ കുഞ്ഞിനെ കുളിപ്പിച്ചുതീർന്നില്ല! കൈരേഖകളിൽ തെളിയാത്ത കാര്യങ്ങളന്വേഷിച്ചു നടക്കവേ, രമ ഒരു തിരയടിച്ചു പരത്തിയ പതയിൽ നിന്നു.

"ദാ നോക്കൂ, എനിക്കൊരു ശംഖു കിട്ടി."

"ശംഖോ ശങ്കയോ?"

"ദേവിന്റെ ഹൃദയം പോലെ."

എന്താണവൾ പറഞ്ഞതെന്നു മനസ്സിലായില്ല! താനെന്നും സംശയിക്കുന്നു. അവൾ അതറിഞ്ഞു പരിഹസിക്കുന്നു.

പകരം തൊടുക്കാൻ വാസുദേവ് മുതിർന്നു:

"അതോ, നിന്റെ...."

എന്നാൽ, പറഞ്ഞില്ല. പ്രാചീനമായൊരു സംജ്ഞയാകുന്നു, അരയാലില! ഒരു കാമുകന്റെ ജാള്യതയോടെ അവൻ സത്യത്തെ കൊന്നു.

"ഹൃദയത്തിനു മുള്ളും പിരിയുമില്ലല്ലോ!"

നീരൊതുക്കുന്ന കടൽപോലെ രമയൊന്നു തേങ്ങി:

"ആർക്കറിയാം?"

ആ ശംഖ്.

കല്ലച്ചുപോയ ഒരോർമ്മ,

ആരാധ്യമായൊരസ്ഥിശകലമായി, പേപ്പർ വെയ്റ്റായി, ക്ഷണക്കത്തിനു മീതെ അടയിരുന്നു.

മുഹൂർത്തത്തിന് അലാറം വെക്കണമെന്നു പ്രൊഫസ്സർ തീരുമാനിച്ചിട്ടുണ്ടായിരുന്നു. അലാറം അടിച്ചില്ല. ഒരുപക്ഷേ, അടിച്ചിട്ടുണ്ടാവും. കേട്ട ഓർമ്മയില്ല. ചാവികൊടുക്കാൻ മറന്നുകാണും.

ധാരണകളുടെ താക്കോൽ മറന്ന് പ്രൊഫസ്സർ തിരയുന്നു. പ്രാതലിന്നൊപ്പം പാലോ ബോൺവിറ്റയോ കഴിച്ചതെന്ന് ഓർമ്മയില്ല. ഉറക്കം വരുമ്പോൾ ഓർക്കുന്നു. ചായ കുടിച്ചിട്ടുണ്ടാവില്ല. എന്നാൽ കാന്റീൻ ബോയ് മറന്നിട്ടില്ല! അവൻ വന്ന്, പകർന്നുവെച്ച കടുംചായ തന്റെ മുന്നിൽ തണുത്തിരിക്കുന്നു. എന്നാൽ, യാതൊന്നും പ്രൊഫസ്സർ എഴുതിയിട്ടില്ല. അട്ടിയായി മുറിച്ചുവെച്ച വെള്ളഷീറ്റുകൾക്കുമീതെ പേന മരിച്ചുകിടക്കുന്നു. സ്ഥലകാലങ്ങളുടെ അപാരതയിൽ.... ബോർഡിലേക്കുയർത്തിയ ചോക്കോടെ പ്രൊഫസ്സർ നിൽക്കുന്നു. കുപ്പായക്കൈ ചിറകറ്റു വീണു! സോറി, ജെന്റിൽമെൻ. ഒരു കൈ ശരിയാക്കാൻ ഉയർത്തുന്ന മറ്റേ കൈയ്ക്കും ചിറകുതിരുന്നു! കഫ്ബട്ടൺസ് മറന്നു. ഓർമ്മകളിൽ, മറന്നുപോയ കുടുക്കുകൾ തിരയുന്ന പ്രൊഫസ്സറെച്ചൊല്ലി കുട്ടികൾ ചിരിക്കുന്നു. ഫൊർഗെറ്റിറ്റ്, ജെന്റിൽമെൻ. എന്തേ, പറഞ്ഞുവരുന്നത്? ആമയും ഒച്ചും ഷെൽജീവികൾതന്നെ. ഒരൊച്ചിന്റെ പ്രയാണത്തിൽനിന്നാരംഭിച്ച വേഗത്തിന്റെ സാധന....

വാങ്മയം കൊതിച്ച ധാരണകൾ എങ്ങോ മുങ്ങിപ്പോയി. ഒരത്യാഹിതത്തിന്റെ അവശിഷ്ടങ്ങൾക്കിടയിൽ പ്രൊഫസ്സർ ചികയുന്നു. ഉണ്ണാനിരിക്കുമ്പോൾ തുമ്മുന്നു. താൻ സംഭരിച്ച സ്വപ്നങ്ങൾ തനിക്കുതന്നെ തരിയിൽ

പോയി! ചുമച്ചു കണ്ണുകൾ നിറച്ച്, കാറി. താനേ നെറുകയിൽ തട്ടി വിമ്മിഷ്ട മൊതുക്കുമ്പോൾ, വേലക്കാരൻ പയ്യൻ അഭിനയിച്ചു:

“ത്ഥാണ്ടും!”

ഒരു ബാല്യത്തിന്റെ വല്ലായ്മയോടെ പ്രൊഫസ്സർ വേലക്കാരനെ നോക്കി. അപ്പുക്കുട്ടാ നീ എന്റെ അമ്മയല്ലല്ലോ! ഞാനൊരു കൈക്കുഞ്ഞും അല്ല.

അമ്മ ചോദിച്ചു:

വാസുട്ടാ, എന്താ നിന്റെ ഭാവം?

മകൻ പറഞ്ഞു:

ശാന്തം.

എന്നാൽ അമ്മ കരയാൻ ഭാവിച്ചു:

നീയൊരു കല്യാണം കഴിച്ചിട്ട്....

വേലക്കാരൻ പോയി. അതുകൊണ്ടൊരു കുഴപ്പവും ഇല്ല. രണ്ടു കഷണം റൊട്ടിയും പാലും തന്നത്താൻ പാകപ്പെടുത്താം. ഹോട്ട്പ്ലേറ്റിൽ തിളയ്ക്കുന്ന പാലിൽ ഓട്ട്സ് പകരാൻ വേലക്കാരൻ വേണ്ട. എന്നാൽ നേരാ നേരത്ത് വിളിക്കാനും പുറപ്പെടീക്കാനും ആളില്ലാതായി.

ജീവിതത്തിന്റെ പൊരുൾ ഒറ്റയോ ഇരട്ടയോ?

ഒരു നേരമ്പോക്കിന്റെ ഓർമ്മയിൽ പ്രൊഫസ്സർ മുങ്ങുന്നു.

അക്കാക്കം പിക്കാക്കം ഏതീല്?

എന്നാൽ അതിലില്ല.

എന്റെ കൈയിൽ മൊച്ച!

അവളുടെ കുഞ്ഞിക്കൈയിൽ, ഒറ്റയോ ഇരട്ടയോ?

അവൾ കാളി. കാളിയുടെകൂടെ ഒറ്റയും ഇരട്ടയും കളിക്കുന്നതുകൊണ്ട് വാസുവിനെ ഉലക്ക എന്ന് എതിരാളികൾ വിളിക്കുന്നു. ഒരു പ്രതീകത്തിന്റെ ധ്വനി സംവേദനക്ഷമമായപ്പോൾ കാളി എന്ന പെൺകുട്ടി വാസുവിന്റെകൂടെ കളിക്കു വരാതായി. ഒരുലക്കയ്ക്കു കാളവും ചിറ്റും ഉള്ളതുകൊണ്ട് വാസു കാളിയോടും കാളി കാളത്തോടും ചേരുന്നതുകൊണ്ട് വാസു ഉലക്കയായി! ഓർമ്മയുടെ കയങ്ങളിൽ കാളി എന്ന തുളിയെത്തിരഞ്ഞു പ്രൊഫസ്സർ മുങ്ങുമ്പോൾ, പയ്യൻ വരുന്നു, താടിവടിക്കാൻ ചൂടുവെള്ളം.

അവൻ പോയി.

മുഹൂർത്തമറിയിക്കാൻ, അലാറം മറന്നു. അലാറമടിച്ചെങ്കിൽ, ഒന്നെ ണീറ്റ് പടിഞ്ഞാറോട്ടു നോക്കി നിൽക്കാമായിരുന്നു.

ഗുരുവായൂരപ്പാ!

നിന്റെ പാഞ്ചജന്യം കാഹളമൊടുങ്ങി എന്റെ മേശപ്പുറത്തു തപസ്സിരി ക്കുന്നു. ഈ ജഡത്തിന്റെ മുന പൊരിഞ്ഞ മുള്ളുകളിൽ മരിച്ചനക്ഷത്ര ത്തിന്റെ രശ്മിപ്രസരം കെട്ടടങ്ങുന്നു. ഇതാണോ വാസുദേവിന്റെ ഹൃദയം? ഇതിന്റെ പിരികളിൽ ചുറ്റഴിയുന്ന പമ്പരത്തിനു ഭ്രമണപഥം തെറ്റുന്നു.

അതാണോ വാസുദേവിന്റെ മനസ്സ്! മനസ്സു തെന്നിത്തെന്നി പാളം തെറ്റി പ്രൊഫസ്സർ ഇരുന്നു. അദ്ദേഹം ശംഖെടുത്തു. വിളിക്കാൻ സാദ്ധ്യമല്ല.

എന്റെ നാദനിനാദങ്ങൾ,

ആരെ,

ആരെ ഉണർത്താൻ?

രമേ,

പറയൂ ദേവ്, ഞാൻ കേൾക്കുന്നുണ്ട്.

ബട്ടൻസില്ലാത്ത മുറിക്കാലുറയിട്ട കുട്ടി. അവനെ വാസു എന്നു വിളിക്കുന്നു. അമ്മിണി എന്ന കുതിരക്കാരൻ നൊട്ടന്റെ മകളുടെ മുന്നിൽ കവച്ചിരുന്നു മണൽക്കൂമ്പാരത്തിൽ പൊത്തി. പിന്നെ അവൻ പൂത്താരുള്ളി തിരഞ്ഞു. അവൻ ആഴ്ത്തിയ പൂത്താരുള്ളി എവിടെയാണെന്നറിഞ്ഞിട്ടും അവന്റെ വിരലുകൾ പട്ടുകോണം വഴിപിരിഞ്ഞ നടയിൽ തൊട്ടു.

ചെക്കാ!

കുതിരക്കാരന്റെ മകൾ ചെക്കാ എന്നധിക്ഷേപിച്ചിട്ടും ഒരു മണ്ടൂസിനെപ്പോലെ ആൺകുട്ടി മിഴിച്ചു.

ചെക്കാ, എനിക്കു സുല്ലുണ്ട്. എനിക്കിത്തിരി ഇക്കിളി ആയീ, ട്ടോ.

രമേ!

ഞാൻ കേൾക്കുന്നുണ്ട്. ഈ രാത്രി മുഴുവൻ എനിക്കു സുല്ലില്ല.

കുതിരയെ വിറ്റ് അച്ഛൻ കാറു വാങ്ങി. കുതിരക്കാരൻ ചത്തു. രമയ്ക്കറിയാമോ, കുതിരക്കാരൻ നൊട്ടന്റെ മകൾ അമ്മിണി ഇന്നെവിടെ?

എനിക്കറിയ്യോ?

ഒത്ത ആണുങ്ങളെ പാറാവുനിർത്തി അമ്മിണി കള്ളക്കാച്ചു നടത്തുന്നു. എന്നാലും അവളെക്കെട്ടാൻ ഒറ്റ ആണൊരുത്തൻ ഇല്ല!

വേണ്ട!

ഞാൻ കെട്ടണോ?

എന്നിട്ടെന്തിനാ?

അമ്മയുടെ പുള്ളിക്കോഴി പൊരുന്നിക്കിടക്കുമ്പോൾ, അവളെ കൗമാര കുതൂഹലത്തോടെ നോക്കിനിൽക്കുന്നു. കൊച്ചുപെണ്ണേ, നിന്റെ കുഞ്ഞുങ്ങൾ ഒന്നിന്റെ പേരു മണി, ഒന്നിന്റെ പേരു കിണി, മണിയും കിണിയും എന്റെ കുഞ്ഞുങ്ങൾ. എന്നാൽ നീ പറയൂ, എനിക്കറിഞ്ഞുകൂടല്ലോ, അവർ വന്നതെവിടന്ന്? എന്നാൽ അടുത്തെങ്ങും ചെല്ലാൻ സാദ്ധ്യമല്ല! ചിറകുകൾ ഉലർത്തി കോഴി ചീറുന്നു. അമ്മ കലഹിക്കുന്നു. എന്താ ഇന്നു വാസുട്ടിക്കു കോഴിയോട്?

എന്തായിരുന്നു രമേ?

നാണമില്ലല്ലോ, പറയാൻ!

രമ നാറ്റ് ടേണർ വായിച്ചിട്ടുണ്ടോ? അരിപ്രാവിനെ മോഹിച്ച പ്രവാചകന്റെ ബ്രഹ്മചര്യമഴിഞ്ഞു തപോബലം നശിക്കുന്നു. അവനവനിലെ മൃഗത്തെ

കൂടുതുറന്നു കാണിക്കുന്ന ആത്മാർത്ഥതയുടെ നെഞ്ഞൂക്കിൽ കപടവേഷങ്ങളുടെ ദേവഗിരിദുർഗ്ഗങ്ങൾ....

രമ ഉറങ്ങിയോ?

അമ്മ ചോദിച്ചു: വാസുട്ടാ, നീ ആർക്കെങ്കിലും വാക്കുകൊടുത്തോ?

ആർക്കമ്മേ?

ആ കുട്ടി നിന്നെപ്പൊറുതി ശ്ലി പറഞ്ഞു!

ആർക്കാണമ്മേ, നാക്കില്ലാത്തത്?

എന്നാൽ വാസുദേവ് സർവ്വഥാ വിശ്വസ്തനായിരുന്നു. ലേഡീസ് ഹോസ്റ്റലിന്റെ വാർഡന്ന് വാസുദേവിനെ വേണം. ഇപ്പോൾ, ഈ നിമിഷം, അസമയം....

രമയുടെ അമ്മ മരിച്ചു. ഒന്നും പറയണ്ട. ആ കുട്ടിയുടെകൂടെ ഒന്നു പോകൂ.

രായ്ക്കുരാമാനം ശവമടക്കാൻ എന്തായിരുന്നു രമയുടെ അമ്മയ്ക്ക്?

റിസർച്ച് സ്കോളറാണെങ്കിലും, മകൾ അമ്മയുടെ ഗർഭാശയാർബ്ബുദത്തെക്കുറിച്ച് ഒന്നും പറയില്ല.

രമേ, ഞാൻതന്നെ കടുപ്പൊട്ടൻ.

എന്താണിദ് ദേവ്?

എല്ലാ രഹസ്യങ്ങളും വിളംബരംചെയ്ത് എന്റെ പാഞ്ചജന്യം വഷളായി.

ഒരു നേരമ്പോക്കിനു സുമതി ടീച്ചർ പറയുന്നു: എല്ലാ ജന്തുക്കളിലുമുണ്ട്, സെക്സും അനുരാഗവും. അനുരാഗമുള്ളവന്റെ കൂടെ എന്റെ മകളെ എവിടെയും എപ്പോഴും പറഞ്ഞുവിടാം. ഒരു കാവൽപ്പട്ടിയെപ്പോലെ അവൻ അവളെ കാത്തുകൊള്ളും. അവൻ തൊടില്ല, അന്യനെക്കൊണ്ടു തൊടീക്കില്ല.

വാസുദേവ് ചോദിച്ചു:

മകളെ നാറുമോ?

പ്രൊഫസ്സർ തൊടുത്തു:

എടോ, നാറ്റമേൽക്കാത്ത പ്രേമബന്ധങ്ങളില്ല.

ഗുരുവും ശിഷ്യനുമേറ്റപ്പോൾ രമ ഇരുന്നു കരഞ്ഞു. അമ്മയുടെ രോഗലക്ഷണങ്ങൾ ചികഞ്ഞെടുത്ത നന്ദികെട്ട മുള്ളുകൾ. ഒരു പാതകത്തിന്റെ ഓർമ്മകൾ അമ്മാചുമ്മാ കടഞ്ഞുകളയാൻ സാദ്ധ്യമല്ല. ഓർമ്മകൾ മണൽത്തരികളല്ല. എന്നോ മരിച്ചുപോയ ഒരു ജീവിയുടെ കഞ്ചുകത്തിനടിയിൽ അമ്മയിലൂടെ മകൾ നേടിയ അർബ്ബുദം മൂടിവെക്കാൻ സാദ്ധ്യമല്ല.

രമേ!

പറഞ്ഞോളൂ.

നമുക്കിങ്ങനെയൊക്കെ കഴിഞ്ഞാൽ മതി.

എങ്ങനെ?

എങ്ങനെയോ, അങ്ങനെ.

എനിക്കു വയ്യാലോ, തർക്കുത്തരം പറയാൻ!

ബ്രഹ്മചര്യത്തിന്റെ കീറാമാറാപ്പിനുള്ളിൽ ജീവിതമൊടുക്കുന്നു. തല തിരിഞ്ഞ മന്ത്രങ്ങളിൽ യാഗം കലങ്ങുന്നു. വിവാഹം വേണ്ട, പ്രേമം മതി. നീതിയും നിയമവും വേണ്ട, കൊലപാതകം മതി....എന്നാൽ, ആരെക്കൊല്ലുന്നു. ഈ മനസ്സിന്റെ കുതിര, കുതിരക്കാരൻ നൊട്ടൻ എവിടെ?

എവിടെ നിന്റെ മകൾ?

എന്നാൽ, പ്രൊഫസ്സർ വാസുദേവ്, ഹെഡ് ഓഫ് ദി ഡിപ്പാർട്ട്മെന്റ് ഓഫ് സുവോളജി, മാന്യൻ, ബഹുമാന്യൻ, സമാദൃതസമൂഹതല-പിൻതല...

നീയാർ?

വർണ്ണരാജികൾ മുങ്ങിത്തുടിക്കുന്ന സാരിയിൽ ഒരു നീലക്കടൽ പുഷ്ഡോറിലൂടെ അലച്ചാർത്തു വന്നു. ഉപ്പുവെള്ളത്തിൽ പ്രൊഫസ്സർ വാസുദേവ് നനഞ്ഞ് ഈറനായിപ്പോയി. കാലവർഷംപോലെ, രമ നിന്നു ചിരിക്കുന്നു. ചിരിയുടെ പെയ്തുതീരുന്ന മേഘംപോലെ അവൾ നീട്ടിയ കൈയിൽ, അവസാനമായി, താനറിയാതെ പിടിക്കുമ്പോൾ—

ഞാൻതന്നെ വരാമെന്നു കരുതി. നമുക്കെന്തിന്നു തപാൽപ്പെട്ടി?

ഇന്നു വർക്കില്ലേ?

അവധിയെടുത്തു. എന്താ ദേവ് എഴുതുന്നത്, നോട്ട്സോ?

ഇതെന്റെ...

എനിക്കു നീതിയും നിയമവും വേണ്ട, കൊലപാതകം മതി, വിവാഹം വേണ്ടാ.

ഇരിക്കൂ രമാ, രമയ്ക്ക് ഒറ്റ വെള്ളിരേഖയും ഇല്ലല്ലോ. ഞാൻ കണ്ണാടി നോക്കാറേയില്ല.

വെഡിങ് കാർഡിന്റെ സ്റ്റൈലെങ്ങനെ? പ്ലീസ് ഡു കം—

പിടികിട്ടുന്നില്ല. വാസുദേവ് മുങ്ങുന്നു. എന്നാൽ വിയർക്കുന്നു. പ്രൊഫസ്സർ രമയ്ക്കു മറ്റുകാര്യങ്ങളുണ്ടായിരുന്നു, ചിന്തിക്കാൻ.

പിറ്റേന്നു ഞങ്ങൾ പറക്കും, വിയന്നയിലാണ്. ജനിറ്റിക്സിൽ അദ്ദേഹ ത്തിന്നവിടെ ഫെല്ലോഷിപ്പുണ്ട്. യു മസ്റ്റ് മീറ്റ് ഹിം. ഞാനെല്ലാം പറഞ്ഞു. ഹി നോസ് വാട്ട് ടു ഡു. എല്ലാ സജ്ജീകരണങ്ങളുമുള്ള ചികിത്സാസിസ്റ്റ മാണവിടെ. ഹി അണ്ടർസ്റ്റാന്റ്സ്. ടെസ്റ്റ് ട്യൂബ് ശിശുവിന്റെ യുഗത്തിൽ വന്ധ്യതയും പാരമ്പര്യവും പഴങ്കഥയാണെന്ന്! ഒരു പക്ഷേ.....

കടൽത്തിരകളുടെ ആഹ്ലാദം പുഷ്ഡോറിലൂടെ തുള്ളിയിറങ്ങിപ്പോകു മ്പോൾ പ്രൊഫസ്സർ വാസുദേവിന്ന് ഒന്നുറക്കെ വിളിക്കാൻ തോന്നി. എടാ നൊട്ടാ....എന്നാൽ, കോളേജിൽ കുട്ടികളുണ്ടല്ലോ! വെളിയിൽ, പ്രൊഫസ്സർ രമയുടെ കാറിന്റെ ആറു പിസ്റ്റൺ തള്ളുന്ന മെഷീൻ തന്നേക്കാൾ ഉറക്കെ യാണലറുന്നത്! എല്ലാറ്റിനേക്കാളുമുറക്കെ പ്രൊഫസ്സർ വാസുദേവ് വിളിച്ചു:

നൊട്ടാാാാ!

സ്ഥലകാലങ്ങളുടെ അപാരതയിൽ ഈ തുച്ഛമായ ജീവിതം എണ്ണ തീരുവോളം ഓടുന്നു. ഒച്ചിന്റെ ശുഷ്കസഞ്ചലനത്തിൽനിന്ന് അനന്ത തകളിൽ ഭ്രമണപഥങ്ങളിലെത്തിയ മനുഷ്യൻ വേഗത്തിന്റെ സാധനയിൽ...

ഒരു പേപ്പർ വെയിറ്റിന്റെ ഭാരമിടഞ്ഞ് പ്രൊഫസ്സർ വീഴുന്നു. അയാളോർക്കുന്നു:

ഈ ഹൃദയത്തിന്നെത്ര മുള്ളുകൾ?

എത്ര പിരിവുകൾ?

തൊടാനറച്ചിട്ടും തൊട്ടു. ക്ഷണക്കത്തെടുത്തു വായിച്ചു.

മുഹൂർത്തം കഴിഞ്ഞു.

രൂപരൂപാന്തരവിജ്ഞാനീയത്തിന്റെ ആദിഗുരുവായ ഗുരുവായൂരപ്പന്റെ തിരുമുമ്പിൽ, അഗ്നിസാക്ഷി, നാദസ്വരധാരസാക്ഷി, പുരോഹിതനും പരികർമ്മികളും പുരുഷാരവും സാക്ഷി, ഒരു കോപ്പ കാപ്പിയുടെ പാരണയ്ക്കുവേണ്ടി ഹോട്ടലുകളുടെ വാതിൽക്കൽ തിരക്കുന്ന ക്യൂവുകൾ സാക്ഷി, പുത് എന്ന നരകത്തിൽനിന്ന് എന്റെ ആത്മാവിനെ ത്രാണനം ചെയ്യാൻവേണ്ടി, ഇവളിൽ പുനരവതരിക്കാൻപോകുന്ന ഞാനാകുന്ന എന്റെ പുത്രനുവേണ്ടി, ഇമാം കന്യാം സ്വീകരോമി. സാക്ഷിചമയാൻ സാദ്ധ്യമല്ല, വാസുദേവിന്. ഇതു വഞ്ചന യാകുന്നു. സൃഷ്ടിയുടെ ചലനത്തെ ഒരിക്കൽ തൂത്തുകളഞ്ഞ ഈ രമ....

ഡോക്ടർ പറഞ്ഞു:

സാദ്ധ്യമല്ല. ഇത്ര ചെറുപ്പത്തിൽ ഒരമ്മയായി മരിക്കണോ, ആവുന്നത്ര ജീവിക്കണോ?

എന്നാൽ, പ്രൊഫസ്സർ വാസുദേവ്, നിന്റെ നരച്ച തല പറയട്ടെ, വഞ്ചകൻ ആർ?

ഞാനോ?

മുഹൂർത്തം!

ഹോമിങ്.

ഗാർഡൻ ഡിന്നർ.

മൂഹൂർത്തത്തിന്റെ ബദൽ പദം വിയന്നയിൽ ഇല്ലയോ? എന്നാൽ, ഒരു വിവാഹം കല്യാണമണ്ഡപത്തിൽ മുറിയുന്നില്ല.

മീറ്റ് പ്രൊഫസ്സർ വാസുദേവ്. മൈ സ്വീറ്റ്....

നമ്പർ സെവന്റീൻ!

വിഷ് യൂ ഏ ഹാപ്പി....

ശംഖിന്റെ പൊരിഞ്ഞ മുള്ളുകളിൽ വട്ടം വട്ടം വിരലമർത്തി പ്രൊഫസ്സർ ഇരുന്നു. ഈ മുള്ളുകൾ കുത്തുന്നില്ല. സംഗമത്തിന്റെ കാഹളം മറന്ന ഈ കങ്കാളത്തിന്ന് എന്തിനു ശത്രുഭയം? എന്നാൽ, അന്ന്....

നാമിരുവർ, കടല്ക്കരയിൽ.

ഈ ആലേഖ്യം എന്റെ കരളിന്റെ ഓരോ സ്പന്ദനമായി ചോരത്തുള്ളിയായി, ഞാനായി, ഞങ്ങളൊന്നായി മെനഞ്ഞെടുക്കുമ്പോൾ—അന്ന്, അപ്പോൾ നേടിയ സ്വപ്നങ്ങൾ.

രമയ്ക്കിഷ്ടമായോ?

ആരാണെഴുതുക?

എഴുതാനെത്രപേർ വേണം, തേക്കിൻകാട്ടിൽ?

പിൻതലയിൽ, ഷെൽഫിലെ ഘടികാരത്തിന്റെ ടിക്കാരം തറയ്ക്കുന്നു. ഒരു തയ്യൽമെഷീന്റെ മർമ്മവേദിയായ സൂചിയായി ചലനത്തിന്റെ നൈരന്തര്യത്തിൽ അസംഖ്യം സൂചികളായി, ഇരിക്കപ്പൊറുതികെട്ട് പ്രൊഫസ്സർ എണീറ്റു. ഹോമിങ് നടക്കുകയാണ്. രാമനാട്ടുകരയിൽ എത്താൻ സാധ്യമല്ല! ഗാർഡൻ ഡിന്നർ. കടൽക്കരയിൽ, റൂഫ് ഗാർഡനിൽ.

കോഴിക്കോട്ടെത്താൻ കഴിയും.

വേഗമെന്ന ജീവസത്ത സ്ഥലകാലങ്ങളെ ഒടുക്കുന്നു. എന്നാൽ, ഓർമ്മയുടെ നാദനിനാദങ്ങൾ, കേട്ടു മറന്ന ഒരു ഗാനത്തിന്റെ അനുരണനങ്ങൾ, കൽക്കണ്ടത്തിന്റെ തകരുന്ന മുഴുത്തരിപോലെ, ദുഃഖംപോലെ—

നീ തിരിച്ചുവരുമോ വരാതിരിക്കുമോ എന്നു നിനക്കുപോലും അറിയില്ലല്ലോ!

യാത്രപറയാൻ ഒരാളുമില്ലല്ലോ എന്നു പ്രൊഫസ്സർ നടാടെ ഖേദിച്ചു. ഒരാൾ—ഒരാളോടെങ്കിലും ഒന്നു മിണ്ടിപ്പറഞ്ഞ് ഇറങ്ങിപ്പോകാൻ....പുല്ല്! ആരോടു പറഞ്ഞിട്ടാണ് ഈ പുൽപ്പണ്ടം മേയാൻ വന്നത്?

ഹെറാൾഡ് പുറപ്പെട്ടപ്പോൾ പ്രൊഫസ്സർ കൈവീശി.

റ്റാ റ്റാ!

എണ്ണ തീരുവോളം.

വീടിനോടു യാത്ര ചോദിക്കുമ്പോൾ സംശയം തോന്നി:

വാതിൽ പൂട്ടിയോ?

പൂട്ടിയാലെന്ത്? പൂട്ടിയില്ലെങ്കിലെന്ത്?

വാഹനങ്ങൾക്കു പിമ്പേ വാഹനങ്ങൾ വരുന്നു. അപാരതയുടെ കാനലിൽ ചെന്നുപറ്റാനാവും മുമ്പേ എണ്ണയൊടുങ്ങി നിൽക്കുന്നു. എന്നാൽ കോഴിക്കോട്ടെത്താൻ കഴിയും. ആക്സിലറേറ്ററിൽ ഉള്ളനടിയമരുമ്പോൾ കളഞ്ഞുപോയ ധാരണകൾ ചുറ്റിച്ചുറ്റി വരുന്നു. എത്തി എന്ന് മനസ്സു പറയും. വേഗത്തിന്റെ സാധനയിലൂടെ മനുഷ്യനിലെത്തിയ ജൈവയൂഥം മനോവേഗം നേടില്ല.

ഭ്രമണപഥങ്ങളുടെ ദുശ്ചരിതങ്ങളിൽ, ഏതോ ആഗോളാന്തകവിസ്ഫോടനത്തിൽ, ഈ ഭൂമിക്കു ചലനമററുന്ന നിമിഷാർദ്ധാംശങ്ങളിൽ—

സത്തയുടെ കത്തിക്കരിഞ്ഞ ധൂളികൾ,

ധൂളീകണികകൾ,

കണികയുടെ ധൂളികൾ.

വീണ്ടും സ്ഥലകാലങ്ങളുടെ അപാരതയിലേക്ക്—

വേഗപരിണാമത്തിന്റെ തീസിസ് എഴുതിത്തീർന്നില്ലല്ലോ എന്ന് വഴിനീളെ പ്രൊഫസ്സർ ഖേദിച്ചു. ആത്യന്തികവേഗം പോലെ, ജീവിതം അതിതുച്ഛമായൊരു നൈമിഷികാനുഭൂതിയായിത്തീരുന്ന നിന്റെ മരണത്തിന്നു തൊട്ടുമുമ്പ്—

മുന്നിലെന്താണ്?

കല്ലച്ചുപോയ ഒരോർമ്മയായി, ആരാധ്യമായൊരു അസ്ഥിശകലമായി, നിന്റെ അരയാലിലയായി,

ശംഖെടുത്തില്ല!

പ്രൊഫസ്സർ ബ്രേക്കിൽ ചവിട്ടി. എന്നാൽ, പെഡൽ മുങ്ങുന്നു. പെഡലോടൊപ്പം പെരുവിരൽ മുങ്ങുന്നു.

മതിഭ്രമമോ?

തീരത്തിന്റെ കരിമണലിൽ, നാമിരുവർ വെള്ളപ്പൊട്ടുകളായലിയുമ്പോൾ,

അന്ന്—

ഭൂവൽക്കാവശിഷ്ടങ്ങളുടെ യുഗപ്രായമളക്കാൻ ഒരു സുമതിടീച്ചർ കൊണ്ടുവന്നിറക്കിവിട്ട കുട്ടികൾ....

അന്നും സുവോളജിയോ!

ഞാനില്ലാത്ത ലോകത്തിൽ, ഭൂമി എന്തിന്, എന്തിനാകാശവും കടലും കടൽക്കരയും സുവോളജിയും എന്റെ തീസിസ്സും?

എന്തിന്?

എന്തിനെന്നു മുഴുവൻ ഓർക്കാനായില്ല. ബ്രേക്കഴിഞ്ഞ വാഹനം ചലനത്തിൽ നിന്നു നേടുന്ന വേഗത്തിൽ, വേഗത്തിന്റെ തീക്ഷ്ണതയിൽ, ഒരു വഴിത്തിരിവിൽ, രാമനാട്ടുകര എന്നു പ്രൊഫസ്സർ കണ്ടില്ല. ജീവസത്തയെ പിടിച്ചു പുണരാൻ അപ്പോളുണർന്ന ആവേഗത്തിൽ, വിലങ്ങനെ പാഞ്ഞു പോകുന്ന മാലയിട്ട വാഹനങ്ങളിലൊന്നിലും പതറുന്ന ദൃഷ്ടികൾ തങ്ങുന്നില്ല. ചലനാവേഗത്തിന്റെ ഭ്രമണപഥത്തിൽ, ഒരു വിസ്ഫോടനത്തിന്റെ ഗാഢാശ്ലേഷത്തിൽ:

ഇതു നീയോ?

നമ്മുടെ ശംഖോ?

നിന്റെ അരയാലിലയോ?

മായയോ മതിഭ്രമമോ? ■

ശകുനം

അഞ്ഞൂറുരൂപയുടെ തലവേദനയോടെ ഞാനിരുന്നു. അഞ്ഞൂറുരൂപ പോക്കറ്റിലുണ്ടായിരുന്നു. എന്നാൽ, അഞ്ഞൂറിൽ സാധിക്കേണ്ട ചെലവുകൾ.. ചെലവുകളുടെ പട്ടിക തലേന്നുതന്നെ തയ്യാർ. എല്ലാ ബാധ്യതകളുമൊടുക്കണം. ക.ണ.സ.യുടെ മനഃപാഠമുരുട്ടി ഒരു രാത്രി പുലർന്നപ്പോൾ സുജ ചോദിച്ചു:

അച്ഛനെപ്പഴാ പൂവ്വ്വാ?

അവൾ എന്റെ കട്ടൻപോലും കൊണ്ടുവന്നിട്ടില്ല.

സമയമാകുമ്പോൾ പോകും!

കട്ടൻ കിട്ടാത്ത ദുരിശം എന്റെ മൊഴിയിൽ ധ്വനിച്ചില്ല. ഉടനെ ചോദ്യമെറിഞ്ഞു:

നിനക്കെന്തു വേണം?

സുജ പറഞ്ഞു:

എനിക്കൊരു റിബ്ബൺ കൊണ്ടരണം.

പുര കത്തുമ്പോൾ, മൂടിക്കെട്ടി കരിഞ്ഞല്ലോ എന്ന് അവൾ വ്യാകുലപ്പെടണം. വർഗ്ഗസ്വഭാവം. അതുകൊണ്ടു ഞാൻ പറഞ്ഞു:

ഇന്നു വേണ്ട. സുരന്റെ ഓപ്പറേഷൻ കഴിയട്ടെ.

അവൾ കരഞ്ഞു:

അവന്റെ കാര്യമേ അച്ഛനുള്ളൂ. ഒരു റിബ്ബണ് നാല്പതു പൈസ മതി.

ചെലവുകൾ ഒതുങ്ങുന്നില്ല.

അഞ്ഞൂറുരൂപ പോക്കറ്റിലിറക്കി ബസ്സ്റ്റാന്റിലേക്കു നടക്കുമ്പോൾ ഒരു റിബ്ബനെക്കുറിച്ചും ഓർത്തില്ല. പുറപ്പെടാൻ കാത്തുകിടക്കുന്ന ബസ്സിലേ കയറാവൂ. എന്റെ പോക്കറ്റിൽ അഞ്ഞൂറു രൂപയുണ്ട്!

ഫുട്പാത്തിൽ എന്നുമില്ലാത്ത പുരുഷാരമുണ്ടായിരുന്നു. എന്നോടൊപ്പമോ എനിക്കെതിരേയോ ഒഴുകുന്ന മനുഷ്യസഞ്ചയത്തിൽ, എന്നെ പിൻതുടരുന്നതാരാണ്? കുറിക്കമ്പനിയുടെ ഖജാനയിൽനിന്നു പണമെണ്ണിയെടുക്കുമ്പോൾ എന്നെപ്പാർത്തു നിന്നതാരായിരുന്നു? എന്റെ കൈ പോക്കറ്റിനു മീതെയായിരുന്നു. ഇടത്തെ നെഞ്ചിൽ പോക്കറ്റു തയ്ക്കുന്നവരെ ഞാൻ ശപിച്ചു. ഒരു നശിച്ച കുട! വലത്തെ കൈയ്ക്കു കുട പിടിച്ച ശീലമേ ഉള്ളൂ. ഹൃദ്രോഗിയുടെ ഭാഗമഭിനയിച്ചു നടക്കാൻ, പോക്കറ്റിനു മീതെ കൈ അടഞ്ഞു കിടക്കുന്നില്ല. ബസ്സിൽ ഇടത്തെ ഓരത്തിരുന്നപ്പോൾ, വഴിയിൽ മുറിഞ്ഞ നിശ്വാസം നേരെ വീണു.

മദർ സുപ്പീരിയർ പറഞ്ഞു:

പണമൊരുക്കിക്കോ. ശേഷം ആകാശങ്ങളിലുള്ളവന്റെ കൈയിലല്ലേ?

ഡോക്ടർ പറഞ്ഞു:

ഇതാണു കല്ല്.

ഞങ്ങൾ പുറത്തു കടന്നപ്പോൾ സുരൻ ചോദിച്ചു:

അതെന്താ?

ഗേറ്റു കടന്നപ്പോൾ തുടങ്ങി, അവന്റെ ചോദ്യങ്ങൾ. ഭൂമുഖത്തിനുമീതെ സൗരപരിവേഷത്തിൽ ഉയിർത്തുനില്ക്കുന്ന യൗസേപ്പുപുണ്യവാളന്റെ കൈയിൽ ശൂലമാണോ? താമരപ്പൂക്കൾ വിരിഞ്ഞു വാടുന്ന വട്ടക്കുളത്തിലെ ജലധാരയ്ക്കു കറക്കം കിട്ടുന്നതെവിടന്നാണ്?

എവിടന്നാണ്?

ഒരു താഴ്വര മുഴുക്കെ ആശുപത്രി നിറഞ്ഞു. താഴ്വരയിൽ, വെട്ടിത്തെളിഞ്ഞ റോഡിലൂടെ നടക്കുമ്പോൾ സുരൻ കിതയ്ക്കുന്നുണ്ടായിരുന്നു.

അച്ഛാ, പതുക്കെ.

പതുക്കെ നടന്ന് പഴയ കഥകൾ പറഞ്ഞു. ഈ റോഡ് വെറും പെരുവഴിയായിരുന്നു.

റോഡ് പെരുവഴിയായായിരുന്നു. മനുഷ്യൻ കുരങ്ങായിരുന്നു!

ഞാൻ പറയാനുദ്ദേശിച്ചത്...

എനിക്കു തോന്നും, ഒന്നു പറയാൻ, പറഞ്ഞുവന്നാൽ, പറഞ്ഞുവെച്ചത്, എനിക്കാദ്യം തോന്നിയതാവില്ല.

അങ്ങാടിയിൽനിന്നു കണിപ്പാലംവരെ ഊടുവഴികളായിരുന്നു. അന്ന് ആ വഴി നടക്കുമ്പോൾ ശ്വാസം നേരെ വീഴില്ല. ത്രിസന്ധ്യകളിൽ ആ വഴി മനുഷ്യൻ ചവിട്ടില്ല. അന്ന് ഇവിടെ വലിയൊരു ചിറയുണ്ടായിരുന്നു. ചിറയുടെ അരികിലെത്തുമ്പോൾ വഴിപോക്കനു നാളം വിറയ്ക്കുന്നു. അയാൾ ഉറക്കെ വിളിക്കുന്നു:

കാള്യേ!...

മറുവിളി കേൾക്കണം. ഇനി ഒരടി മുന്നോട്ടുവെക്കാൻ. താഴ്‌വരയിലൂടെ ഇറങ്ങിപ്പോയ തന്റെ കുരൽ കാളി കേട്ടില്ലയോ?

വഴിപോക്കൻ രണ്ടാംകൂക്കുവിളിച്ചു:

കാള്യേ!...

ചിറയ്ക്കലെ കാളി എവിടെപ്പോയി? അയാൾ കാത്തുനില്ക്കുമ്പോൾ, മറുവിളി കേൾക്കായി. കൃതാർത്ഥനായ വഴിപോക്കൻ മൂന്നാംകൂക്കിട്ട് വഴിപാടു മുടിച്ചു. താഴ്‌വരയിൽ കൂക്കം മാറ്റൊലികളും തമ്മിൽ കലങ്ങി അലതല്ലി മുഴങ്ങുമ്പോൾ വഴിപോക്കൻ നടന്നു.അയാൾക്കു വിയർത്തു. ചിറയ്ക്കലെ കാളി പിൻതുടരുന്നുണ്ടോ?

സുരൻ ചോദിച്ചു:

എവിടെനിന്നിട്ടാണ് കാളിയെ വിളിക്കുക?

എനിക്കോർമ്മയില്ല.

അന്നത്തെ പെരുവഴി ആശുപത്രിയുടേയോ മഠത്തിന്റെയോ പള്ളിയുടെയോ മതിൽക്കെട്ടിനുള്ളിലാവാം. അല്ലെങ്കിൽ, ഇത് അന്നത്തെ താഴ്‌വരയല്ല.

സുരൻ പറഞ്ഞു:

എനിക്കൊന്നു വിളിക്കണം.

ഈ താഴ്‌വരയിൽ ഒരച്ഛൻ വന്നു.

ഞാൻ വിളിക്കും.

വേണ്ട, വേണ്ട; നീ വിയർക്കും.

അവൻ ശാസിച്ചു:

അച്ഛനെപ്പഴും പേടി!

എന്റെ മനസ്സിൽ അവന്റെ വയ്യായ്കയെക്കുറിച്ചുള്ള ഭയമായിരുന്നു.

ഡോക്ടർ പറഞ്ഞു:

ഇതാണു കല്ല്. അതെടുത്തുകളയാം. തൊണ്ണൂറു ശതമാനം വിജയിക്കും. പരാജയപ്പെടുന്ന പത്തുശതമാനത്തിൽ നിങ്ങളുടെ മകൻ പെട്ടുപോവില്ലെന്നാശിക്കാം.

സ്ഥിരപ്രതിജ്ഞനായ ഒരു പാതിരിയുടെ കഥ പിന്നെന്തിനാണ് അവനോടു പറഞ്ഞത്? ചിറയ്ക്കൽ കാളിയുടെ താഴ്വരയിൽ വലിയൊരു പള്ളിയും മഠവും ആശുപത്രിയും സാധിച്ച ആ മനുഷ്യനും പണ്ട് ഒരു കൊച്ചനായിരുന്നു.

ഞാനും.

ആശുപത്രിയുടെ മുന്നിൽ, പൂമുഖത്തിനുതാഴെ, വട്ടക്കുളത്തിന്റെ മതിലിനരികിൽ സുരൻ നിന്നു.

ഇതാണോ ചിറ?

ഇതൊരു ചിറയുമല്ല, കോൺക്രീറ്റാകുന്നു.

ചെമ്മണ്ണിൽ വളർന്ന എനിക്ക് കോൺക്രീറ്റിൽ ജനിച്ച ഒരു കുട്ടിയോടു പെരുമാറാൻ അറിഞ്ഞുകൂടാ.

ഈ വഴിയിൽ, തോടു കടക്കാൻ മുട്ടിപ്പാലമായിരുന്നു. കോൺക്രീറ്റുകൊണ്ട് കെട്ടിയ കന്നിപ്പാലം, ഇവിടെ കണിപ്പാലമായി. അന്നത്തെ പെരുവഴിയിൽ മോട്ടോർവാഹനങ്ങൾ രോഗികളെ വഹിച്ചെത്തി.

ഞങ്ങൾ പുറത്തുകടന്നപ്പോൾ സുരൻ ചോദിച്ചു:

അതെന്താ?

തിരശ്ശീലയുടെ പിന്നിൽനിന്ന് അവൻ കൈ നീട്ടി. ഡോക്ടറുടെ റൂമിൽ, മൂലയിൽ...

കൈയോടെ ഫിലിം പിടിച്ചുവാങ്ങി മൂലയിലെ ചതുരപ്പെട്ടിയിൽ അദ്ദേഹം തിരുകി. പെട്ടിക്കകത്ത് മഞ്ഞ വെളിച്ചം തിങ്ങി. ഈ വെളിച്ചത്തിൽ, ഈറൻ വലിയുന്ന കറുപ്പിൽ, ശ്വേതരേഖകളിൽ തൊട്ട്, തൊടാതെ ഡോക്ടർ പറഞ്ഞു:

കല്ലുണ്ടല്ലോ!

എന്നാൽ രാമുവൈദ്യർ പറഞ്ഞു:

സുരന് രക്തപിത്തമാകുന്നു. ചുവന്നുള്ളി നാലു ചൊള പുളിച്ച മോരിൽ അത്താഴപ്പുറമെ ഇരുമ്പുചട്ടിയിൽ കുതിർത്തണം. കാലത്തെണീറ്റ് കാലും മുഖവും കഴുകി ഉള്ളിച്ചൊള തുരിയം അരിഞ്ഞ് മോരിൽ ചേർത്തിളക്കി ഏഴു ദിവസം കുടിക്കട്ടെ. ചോരവാർച്ച നില്ക്കും, നില്ക്കണം എന്നാണു പ്രമാണം.

അവന്റെ അമ്മ കരഞ്ഞു.

ദൈവം ഒന്നിനെത്തുന്നു. മനുഷ്യൻ എന്തും ചെയ്തോട്ടെ.

സുരൻ ചോദിച്ചു:

മൈക്രോസ്കോപ്പാണോ?

ഞങ്ങൾ ലാബിന്റെ വാതിൽക്കലായിരുന്നു. ടെസ്റ്റ് റിപ്പോർട്ടെഴുതിയ സിസ്റ്റർ വന്നു.

മകനാണോ, ആർബിസിയുണ്ട്, ശോണരക്താണുക്കൾ.

സുരൻ പറഞ്ഞു:

എനിക്കതൊന്നു കാണണം. സിസ്റ്റർ ചിരിച്ചു.

നിനക്കു കാണാൻ കഴിയില്ല, നിന്റെ ശരീരത്തിൽ എന്തൊക്കെയാണു ള്ളതെന്ന്.

അകിട്ടിൽനിന്നു വലിക്കപ്പെടുന്ന കിടാവിനെപ്പോലെ സുരൻ തറഞ്ഞു.

അത്!

മനുഷ്യശരീരത്തിലെ ധാതുലവണങ്ങൾ കണ്ടറിയുന്ന സിസ്റ്റർ അവന്റെ ആത്മാവിലിറങ്ങിച്ചിരിച്ചു. അവരുടെ ശബ്ദം നെഞ്ചിൽ കിടന്നു മുഴങ്ങി.

സൂക്ഷ്മദർശിനി കാണണോ, അവൻ കാണട്ടെ, ഒരുപക്ഷേ...

അവരുടെ മേൽച്ചുണ്ടിൽ പുളകംകൊണ്ട സുവർണരശ്മികൾ ആക സ്മികതയുടെ മൗനത്തിൽ പ്രകമ്പനംകൊണ്ടു.

സിസ്റ്റർ, നിങ്ങളെന്തേ ഉടുപ്പുമാറ്റാൻ കാരണം?

ഒരു മരക്കുരിശിന്റെ ഭാരമേറ്റ ഈ കന്യകയ്ക്ക് സുരനെക്കുറിച്ചുള്ള ഉൽക്കണ്ഠയെന്തിന്?

എക്സ്റേ ഡിപ്പാർട്ടുമെന്റിന്റെ വലിയ വാതിൽ അടച്ചിട്ടിരുന്നു. ഇത് ഒറ്റപ്പലകയാണോ?

എക്സ്റേയിലെ സിസ്റ്റർ മടുപ്പഭിനയിച്ചു.

നീയൊരു പൊട്ടൻ. സൂര്യചന്ദ്രന്മാർക്കും നക്ഷത്രങ്ങൾക്കും - പിന്നെ മിന്നാമിനുങ്ങിനും മാത്രമല്ല രശ്മികളുള്ളത്. രശ്മികൾ നിന്റെ കണ്ണുകളി ലുമുണ്ട്. വെളിച്ചത്തിന്റെ പ്രഭവസ്ഥാനങ്ങളിൽനിന്ന് - എടുത്തുചാട്ടം നിർത്ത്. വെളിച്ചത്തിന്റെ പ്രഭവസ്ഥാനം ഇവിടെ വൈദ്യുതിയാകുന്നു. ട്രൗസറഴിക്കണം. ഈ മുണ്ടുടുത്തോ. നിനക്കു മുണ്ടുടുക്കാനും അറിയില്ലേ? വഷളൻ! വെളിച്ചത്തിന്റെ പ്രഭവസ്ഥാനങ്ങളിൽനിന്ന്, നീയറിയാതെ നിന്റെ ശരീരാന്തർഭാഗങ്ങളിൽ പ്രവേശിക്കുന്ന സൂക്ഷ്മപ്രകാശരശ്മികൾ... അന ങ്ങാതെ കിടക്കണം.

കഴുകിയെടുത്ത ഫോട്ടോ കൊണ്ടുവന്നപ്പോൾ സിസ്റ്റർ വ്യാകുലപ്പെട്ടു:

അവന്റെ തൊരടഴിച്ചില്ല.

എനിക്കറിയാമോ, നിങ്ങൾ പറഞ്ഞില്ല.

സിസ്റ്റർ, ഞങ്ങളുടെ നാട്ടിൽ, കോടി കായ്ച്ചാലും ചൊട്ട കാണിച്ചാലും തൈകളെ അരഞ്ഞാൺ കെട്ടുന്നു. ഞങ്ങൾ മണ്ണിന്റെ സന്തതികളാകുന്നു. ഒരു അരഞ്ഞാണച്ചരടെങ്കിലും വേണ്ടിവരുന്ന ദിവസം നിങ്ങൾക്കു മുണ്ടാകും.

ഇല്ലുമിനേറ്റിനു മുന്നിൽ ഡോക്ടർ കല്ലു തിരയുമ്പോൾ, ഞാൻ കണ്ടത്, അണ്ഡകടാഹത്തിന്റെ പ്രഭാവസ്ഥാനത്തിനു ചുറ്റും... അണ്ഡകടാഹമല്ലല്ലോ! ഫിലിമിലെ കറുത്ത അന്ധകാരത്തിൽ എന്റെ മകന്റെ നഗ്നമായ പ്രതി ച്ഛായയെ ഒരു ഭ്രമണപഥത്തിന്റെ വെള്ളിരേഖ ചുറ്റുന്നു.

ഡോക്ടർ പറഞ്ഞു:

തിങ്കളാഴ്ചയോ വ്യാഴാഴ്ചയോ അഡ്മിറ്റ് ചെയ്യാം. ചൊവ്വ വെള്ളി ഓപ്പറേഷൻ ഡേയ്സ്.

എനിക്കു ദാഹിക്കുന്നുണ്ടായിരുന്നു.

പത്തു പൈസ, ഐശിലിട്ട വെള്ളം, ദാഹിക്കണോരിണ്ടങ്കി. പത്തു പൈസ.

എന്റെ അഞ്ഞൂറു രൂപ!

രൂപ പോക്കറ്റിലുണ്ടായിരുന്നു. ഞാനിങ്ങനെ ഉറങ്ങിയാൽ, എന്റെ ദൈവമേ... പോക്കറ്റിനുമീതെ കൈ അമർത്തി ഇരുന്നു.

നാളെ നറുക്കെടുപ്പ്, ക്യേരളാ ഗവറമെണ്ടിന്റെ ഫാഖ്യക്കുറി, ഒരു ലച്ചാതി ഫദിയാഗാൻ ബെറും ഒറ്റ രൂബ!

സുജ പറഞ്ഞു:

എനിക്കൊരു റിബ്ബൺ കൊണ്ടരണം.

എനിക്കു ദാഹിക്കുന്നില്ല!

ഐശിലിട്ട വെള്ളം, പത്തു പൈസ.

എവിടാ?

എന്നോടാണോ?

ക്ഡിക് ക്ഡിക്... ഉറക്കമാണോ? ചാർജസ് തന്നിട്ടുറങ്ങാം; ഉറക്കത്തിന് ചാർജസ്സില്ല. എവിടാ? ചില്ലറ തരണം.

ചില്ലറ കരുതിത്തന്നെയാണു പുറപ്പെട്ടത്. അഞ്ഞൂറ് മുറിയാൻ പാടില്ല.

ഒരു ബസ് നിറയുന്നത് ഞാനറിഞ്ഞില്ല. ഇങ്ങനെ ഉറങ്ങിയാൽ.. പിന്നിലെ സീറ്റിൽനിന്ന്, ചാരിനു മീതെ പോക്കറ്റിലേക്കു കൈയെത്തില്ല.

ബസ് പുറപ്പെട്ടപ്പോൾ ഫുട്പാത്തിലെ വാണിഭക്കാർ റിബ്ബൺ പറപ്പിക്കുന്നതു ഞാൻ കണ്ടു. എന്നോടു മത്സരിക്കരുത്! ഈ രൂപ ഞാൻ മുറിക്കില്ല.

ബസ് നടത്തുപാണ്ടി കൊട്ടി. പുറപ്പെടുന്നു, നില്ക്കുന്നു. ആളും ചരക്കും കയറ്റി അടുത്ത കവലയിൽ ചെന്നുനില്ക്കുന്നു. എന്നാൽ എന്റെ കണ്ണുകളിൽ മഞ്ഞ വെളിച്ചം മുറ്റി. ഈറൻ വലിയുന്ന കറുപ്പിൽ ശ്വേതരേഖകൾ തെളിഞ്ഞു.

ഇതാണു കല്ല്.

നാളെ - നാളെ വ്യാഴം.

വ്യാഴം കഴിഞ്ഞാൽ വെള്ളി. എന്നാൽ, എനിക്കു വിശ്വാസംപോരാ. വിരലുകൾ മടക്കി, മടങ്ങിയ വിരൽ നിവർന്ന് വ്യാഴത്തെ തെറ്റിക്കാതിരിക്കാൻ, മടങ്ങിയ വിരൽമുട്ടിൽ വിരലമർത്തി ഞാനിരുന്നു.

വെള്ളി.

ഒരു സർജന്റെ കത്തിയും, കല്ലുമിടയുന്നു. എന്റെ കണ്ണുകളിൽ തീപ്പൊരി പാറുന്നുണ്ടായിരുന്നു.

ഓപ്പറേഷൻ തിയേറ്ററിൽ സിസ്റ്ററാണോ?

കടന്നു കാണാമോ?

കടക്കാമല്ലോ. ഒരുപക്ഷേ, അപ്പോൾ നീയൊന്നും കാണുകയാവില്ല.

എല്ലാം മറക്കാൻ ഫുട്പാത്തിലെ പ്രവാഹം നോക്കി ഞാനിരുന്നു. വാണിഭക്കാരും പുരുഷാരവും മത്സരിക്കുന്നു ആറടി വായുവിനുവേണ്ടി, പ്രാണനുവേണ്ടി, ചവിട്ടിനിന്ന നിമിഷങ്ങളിൽ ഒരുത്തനും ചുവടുറയ്ക്കുന്നില്ല. ഒരു നിശ്ചിതനിമിഷത്തിൽ, ഒരു ബിന്ദുവിൽ എത്രപേർ കടക്കുന്നുണ്ടെന്നു കണക്കുകൂട്ടാൻ വൃഥാശ്രമം നടത്തി. ഒരു കൂളംബ്, വൺ ആംബിയർ... എന്നാൽ ഒരു ജന്തുജാലം, ജനം, വൈദ്യുതിയായി, പ്രപഞ്ചം എന്ന മഹാ സർക്യൂട്ടിലെ പരിവാഹമായി, വൈദ്യുതിപ്രതിഭാസം സാധിക്കാൻ എരിപൊരികൊള്ളുന്ന അണുസഞ്ചയപ്രസരമായി- ഞാനോർക്കുന്നു. ഓരോ ജീവിയും ഓരോ മനുഷ്യനും പൊറുതികെട്ട അണുവാകുന്നു. അണുസഞ്ചയങ്ങളുടെ എരിപൊരി സഞ്ചാരത്തിൽ വൈദ്യുതിപോലെ, പൊറുതികെട്ട ജീവജാലസഞ്ചയം പ്രയാണം സാധിക്കുന്നു. ഞാനെന്റെ ഭ്രമണപഥത്തിൽ – ആശുപത്രിയിൽ, കുറിക്കമ്പനിയിൽ, റിബ്ബണിൽ, കണിപ്പാലത്തിൽ, ഓപ്പറേഷൻ തിയേറ്ററിൽ കറങ്ങുന്നു. അപ്പോൾ വീണ്ടും ബസ് നില്ക്കുന്നു. എന്റെ മുന്നിൽ, ഫുട്പാത്തിൽ നില്ക്കുന്നു, നോക്കാൻ കൗതുകം തോന്നി. അവർക്കൊട്ടും തിരക്കില്ല. അവർ യുവമിഥുനം. യുവാവ് വർത്തമാനം പറയുന്നു, ഒത്ത ഉയരം. അവളുടെ നീണ്ട കഴുത്ത്, വെളുത്തു വർത്തുളമായ കഴുത്ത് അയാളുടെ ചുണ്ടുകളിലേക്കെത്തുന്നില്ല. അവൾ കേൾക്കുന്നില്ല. ഈ ബസ് ഇതിനല്പം മുന്നോട്ടു നില്ക്കുമായിരുന്നു. അവർക്കല്പം നീങ്ങി നില്ക്കാമായിരുന്നു. എങ്കിൽ, അയാൾ പറയുന്നതെന്തെന്ന് എനിക്കും കേൾക്കുമായിരുന്നു. അയാളുടെ കനത്ത ചുണ്ടുകളിൽ നിന്നുതിരുന്ന വാക്കുകൾ, അവളുടെ കണ്ണുകളിൽ നിറഞ്ഞ്, നീണ്ട കഴുത്തിലെ നീല ഞരമ്പുകളിൽ വിങ്ങി... കഴുത്തിനു താഴെ അവൾ ധരിക്കുന്ന ചോളിക്കുള്ളിൽ ഒരു സിലിണ്ടർബോറിൽ ചലിക്കുന്ന പിസ്റ്റൺ പോലെ നെഞ്ചും വാരികളും തെള്ളിത്തെള്ളി, ചലനത്തിന്റെ നൈരന്തര്യത്തിൽ അവളെ ചിരിപ്പിക്കുന്നു.

ചൊകന്ന ചോളിക്കു മീതെ മെടഞ്ഞിറങ്ങുന്ന മുടിക്കെട്ടിൽ ചൊകന്ന റിബ്ബൺ പാറുന്നു.

അവന്റെ ഓപ്പറേഷൻ കഴിയട്ടെ.

എല്ലാ ബാധ്യതകളും ഇന്നൊതുക്കി, ഇന്നു ബുധൻ, ബുധൻ കഴിഞ്ഞു വ്യാഴം... വിരൽമുട്ടുകൾ മടങ്ങുമ്പോൾ ക.ണ.സയുടെ മനഃപാഠത്തിൽ വീണ്ടും ഞാൻ പെട്ടുപോയി. ബസ്സിളകിയപ്പോൾ ഉണർന്നു. അവർ അവിടെത്തന്നെ നില്ക്കുന്നു. അവരുടെ പിന്നിൽ പുരുഷാരം പ്രവഹിച്ചു. അവർ മാത്രം സ്വസ്ഥം. ഫുട്പാത്തിലേക്കു തുറന്നുവച്ച കടകളിൽ നില്ക്കക്കള്ളി കെട്ട പറ്റുവരവുകാർ നിന്ന കാലിൽ തുള്ളി. അവർ മാത്രം സ്വസ്ഥം. അവരുടെ മുന്നിൽ ഒരു ബസ്, ഒരു ബസ്സിലെ യാത്രക്കാർ, അവരെ മെനക്കെടുത്തുന്ന കണ്ടക്ടറെ ശപിച്ചു. എന്നാൽ അവരുടെ ലോകം മുഗ്ദ്ധം.

നിരത്തു നിറയെ വാഹനങ്ങളുടെ ബഹളം. നിരത്തിനപ്പുറത്തെ മൈതാനത്ത് ഉച്ചഭാഷിണി പ്രളയം. എന്നിട്ടും അവർക്കവരുടെ കിന്നാരം. പെൺകുട്ടി മേലോട്ടുതിർക്കുന്ന വാക്കുകൾ, ആ വാക്കുകളുടെ കാറ്റോ ചൂടോ തട്ടി അവളുടെ ചുണ്ടുകൾ വാടുംമുമ്പ്, പൊട്ടുംമുമ്പ് ആവാഹിച്ചു കൊള്ളാൻ യുവാവ് കുനിഞ്ഞുനിന്നു. അവളുടെ നെഞ്ചും വാരികളും ചൊകന്ന ചോളിക്കുള്ളിൽ, ചലനത്തിന്റെ അഭീക്ഷ്ണതയിൽ എരിപൊരി കൊണ്ടു. അനുസ്യൂതചലനത്തിൽ നിന്നുതിർക്കുന്ന ഊർജ്ജംകൊണ്ടു വികസിച്ച യുവാവിന്റെ കണ്ണുകളിൽ സൂര്യനുദിച്ചതു ഞാൻ കണ്ടു. എന്നാൽ ബസ് കടന്നുപോയി.

ഊർജ്ജം രക്തവും മാംസവുമായി, രക്തത്തിൽ ജീവകങ്ങളായി ഒരു ജൈവാണുവിന്റെ പ്രയാണത്തിന്റെ ഒരു കല്ലു തടഞ്ഞു...

നിങ്ങളുടെ മകൻ പെട്ടുപോവില്ലെന്നാശിക്കാം. എന്നാൽ എന്റെ മകനല്ല. പ്രയാണത്തിന്റെ നൈരന്തര്യത്തിൽ കാളിയുടെ താഴ്വരയിൽ, കാണിപ്പാലത്തിൽ, നഗരത്തിൽ അവന് കാണാൻ കിടക്കുന്ന, എനിക്കു വിധിക്കപ്പെടാത്ത കാഴ്ചകൾ...

ബസ് വീണ്ടും നിന്നു.

ഭൂമിയിലോടുന്ന ഈ കപ്പൽ കവലകളുടെ കായൽപ്പുറങ്ങളിലടുത്തു ചരക്കെടുക്കുന്നു.

എനിക്കൊരു റിബ്ബൺ.

മെടഞ്ഞിറങ്ങുന്ന മുടിക്കെട്ടിലെ ചൊകന്ന റിബ്ബൺ, ഞാനെത്ര തിരഞ്ഞുനോക്കിയിട്ടും കണ്ണിൽപ്പെട്ടില്ല.

ബസ്സിനു വീണ്ടും ഓട്ടം കിട്ടി. എന്നാൽ തൊട്ടടുത്ത തിരിവിൽ പെട്ടെന്നു നിന്നു. ആരോ ബസ്സിനകത്തോ പുറത്തോ ഉറക്കെത്തേങ്ങി. ഞാനുണർന്നപ്പോൾ യാത്രക്കാർ എണീക്കുകയാണ്. ഫുട്പാത്തിൽ ചലനം നഷ്ടപ്പെട്ട പുരുഷാരവും നിശ്ചലരായ വാണിഭക്കാരും തേങ്ങിത്തേങ്ങി നിന്നു. ഒരു മുഹൂർത്തത്തിന്റെ ആകസ്മികതയിൽ ഞാൻ നിവർന്നുനോക്കി. എന്നാൽ, എന്റെ അഞ്ഞൂറു രൂപ! യാത്രക്കാർ ഇറങ്ങി. അഞ്ഞൂറിൽപ്പിടിച്ചു ഞാനിരുന്നു. അപ്പോൾ ബസ്സിനകത്തു ഞാനല്ലാതെ ഒരുത്തനുമില്ല. എനിക്കും ഇറങ്ങണം.

ഇറങ്ങി നോക്കുമ്പോൾ...

ഒരു ചെറുപ്പക്കാരൻ. അയാളുടെ മടിയിൽ... രക്തം കട്ടകെട്ടുന്ന തലമുടിയിൽ ചൊകന്ന റിബ്ബൺ തിരിച്ചറിയാം. എന്നാൽ ചൊകന്ന ചോളി നിശ്ചലം.

റോഡിലേക്കു നീട്ടിയ മടിയിൽ അവളെക്കിടത്തി യുവാവ് പൊത്തുന്നു, തട്ടുന്നു, തലോടുന്നു, പൊതുക്കുന്നു. എന്നാൽ അയാളുടെ മുഖത്തു സൂര്യൻ അസ്തമിച്ചു.

പ്രവാഹം നഷ്ടപ്പെട്ട ജനസഞ്ചയത്തിൽനിന്ന് ഒരത്യാഹിതത്തിന്റെ പുനരാഖ്യാനം തപ്തബാഷ്പമുയർത്തി.

തന്നത്താൻ മദിച്ച്, റോഡ് മുറിച്ചുകടക്കുമ്പോൾ..

ആ ചെറുപ്പക്കാരൻ തന്റെ കണ്ണുകളിൽ, കണ്ണുകളിൽ കെട്ടടങ്ങുന്ന, രശ്മിപ്രസരത്തിൽ അവളുടെ ജീവൻ ശരീരമെമ്പാടും തപ്പി.

ഞാൻ പോക്കറ്റ് തപ്പി!

ഭദ്രം!

ഞാൻ ചിരിച്ചതാരാനും കണ്ടുവോ? ആർക്കും മനസ്സു കാണാനാവില്ല!

എന്റെ മനസ്സിൽ–

ശുഭശകുനം!

ശവം.

കാള്യേ!.... ■

സുജാത

സുജാത

സുജാത കഥ വായിച്ചു. ഒരു മുത്തശ്ശിക്കഥ. നാലു സഹകാരികൾ കപ്പൽക്കച്ചവടം തുടങ്ങി. കൊക്ക് കപ്പിത്താനായി. ദിശയും കോളും നിരീക്ഷിച്ച് കപ്പിത്താൻ കപ്പലിന്റെ മുകൾത്തട്ടിൽ നിന്നു. ദൂരാദൂരങ്ങൾ അവൻ ദൂരദർശിനിയിൽ കണ്ടു. ചുവന്ന തുർക്കിത്തൊപ്പി ധരിച്ച മരംകൊത്തിയായിരുന്നു സ്രാങ്ക്. കപ്പിത്താന്റെ കൽപനപോലെ സ്രാങ്ക് ചുക്കാൻ തിരിച്ചു. കപ്പലിന്റെ ഓരോ തുടിപ്പും സ്രാങ്കിനറിയാം. കപ്പൽ പണിയാനുള്ള തടി കണ്ടെത്തിയതും കൊത്തിപ്പണിതതും അവൻ തന്നെ. കപ്പൽ തുറമുഖങ്ങളിലടുക്കുമ്പോൾ തവള ചരക്കുകളിറക്കി. തവള ഒന്നാംതരം നീന്തൽക്കാരനായിരുന്നു. അവൻതന്നെ ചരക്കുകൾ കപ്പലിൽ കയറ്റി. കൊതു മുതലാളിയായിരുന്നു. അവൻ ഒന്നു മൂളിയാൽ പണമായി. കപ്പലിനും കച്ചവടത്തിനും വേണ്ടിയ പണം കൊതു ഈണത്തിൽ കൊടുത്തുപോന്നു.

ഒരിക്കൽ കൊടുങ്കാറ്റിൽപ്പെട്ടു കപ്പൽ മുങ്ങിപ്പോയി. സഹകാരികൾ നാൽവരും ദുഃഖിച്ചു. കൊതു കരഞ്ഞു! ന്റ്ഞ്ചു പണം. തവള പറഞ്ഞു, തറാം തറാം. മരംകൊത്തി ധൃതികൂട്ടി: കൊട് കൊട്. എല്ലാം കേട്ട് എല്ലാമോർക്കുന്ന കൊക്കിനു നെഞ്ചടച്ചു: ഒഃ ഒഃ....

മാസിക ജീവിതംപോലെ മേശപ്പുറത്തു കിടന്നു. സുജാതയുടെ തൊണ്ടയിൽ, സുജാതയുടെ നെഞ്ചിൽ ദുഃഖം വിതുമ്പി. അവൾ അസളാരുടെ കഥ ഓർക്കുകയായിരുന്നു. അസളാരുടെ കഥ അവളുടെ കഥയാകുന്നു, അവളുടെ അമ്മയുടെ കഥയാകുന്നു.

സുജാതയ്ക്ക് അച്ഛനില്ല. അച്ഛനുണ്ടായിരുന്നു. അവൾക്ക് ഓർമ്മവെക്കുമ്പോൾ അച്ഛൻ മരിച്ചുപോയി. മുത്തച്ഛനോ മുത്തശ്ശിയോ ഉണ്ടായിരുന്നു എന്ന ധാരണപോലും അവൾക്കില്ല. എല്ലാവരും ഉണ്ടാകാം. സുജാത കണ്ടിട്ടില്ല. അവരെക്കുറിച്ച് അമ്മ വളരെയൊന്നും പറഞ്ഞിട്ടില്ല. മോളേ, സുജേ, അവർ എന്നെ വിറ്റു.

സുജാതയുടെ അമ്മ ചാരായം വിൽക്കുകയും ചെയ്തു. അസളാർക്ക് അടയ്ക്കാക്കച്ചവടമായിരുന്നു. അയാളുടെ അസ്സൽ പേര് സുജാതയ്ക്കറിഞ്ഞുകൂടാ. ഒരു പക്ഷേ, അമ്മയ്ക്കും അറിഞ്ഞുകൂടാ. അമ്മ പറഞ്ഞു, നല്ല അസ്സലുള്ള ഒരു മാപ്പിള. മാപ്പിളാരെന്ന് ആരും അയാളെ വിളിച്ചില്ല. ഞായറാഴ്ചതോറും അയാൾ ഒരു തുള്ളി മരുന്നെടുത്തു. എല്ലാ ഞായറാഴ്ചയും അമ്മ അസളാരെ

കാത്തിരുന്നു. അസളാർ കൊടുത്ത പണം അമ്മ കൈനീട്ടി വാങ്ങി, ആ പണം അമ്മ ചുംബിച്ചു, കണ്ണുകളിലും നെറുകയിലും വെച്ചു.

അസളാർ കൊടുത്ത പണം അമ്മ ചെറ്റയുടെ മൂലയിൽ കുഴിച്ചിട്ടു. അമ്മ പറഞ്ഞു: 'സത്യമുള്ള പണമാണ്. അസളാർ ആരെയും ചതിച്ചിട്ടില്ല.' ചെറ്റയുടെ നാലുമൂലയിലും അസളാരുടെ പണം അമ്മ കുഴിച്ചിട്ടു. അമ്മ പറഞ്ഞു: 'ഈ പണം മുളച്ച് അതു തൈ ആയി മരമായി പൂവായി കായാകുമ്പോൾ, മോളേ, സുജേ, നിന്നെക്കാണാൻ മാനംമര്യാദയായി നാലാൾ വരും. അന്ന് മോളേ സുജേ, അമ്മ നിനക്കൊരു വീടു പണിയിക്കും.'

ഒരിക്കൽ അസളാരുടെ ആറായിരം രൂപ കളഞ്ഞുപോയി. അസളാർ പറഞ്ഞു: 'എനിക്ക് അസ്സലുണ്ടെങ്കിൽ എന്റെ പണം തിരിച്ചുകിട്ടും.' അസളാർ നാടെങ്ങും പണസഞ്ചി തേടി നടന്നു. പണസഞ്ചി തിരിച്ചുകിട്ടിയില്ല. വഴി നീളെ നടന്ന് വഴിനീളെക്കണ്ടവരോടെല്ലാം അസളാർ ചോദിച്ചു: 'എന്റെ രൂപ, ആറായിരം രൂപ നിങ്ങളാരാനും കണ്ടോ, എടുത്തോ?' അസളാരുടെ രൂപ ആറായിരം രൂപ ആരും കണ്ടിട്ടില്ല, എടുത്തിട്ടില്ല.

ആറായിരം രൂപ ഇടപാടുകാർക്കു വീതിച്ചു കൊടുക്കാനുള്ളതായിരുന്നു.

അസളാർ വിഷാദിച്ചു. പണം പോയാൽ, ആയുസ്സുണ്ടെങ്കിൽ ഇനിയും പണിയെടുത്തുണ്ടാക്കാം. അസ്സൽ ഒരിക്കൽ കളഞ്ഞുപോയാൽ അതു പിന്നെ തിരിച്ചുവരില്ല.

വിഷാദം മറക്കാൻ അസളാർ കുടിച്ചു. വഴിനടക്കാൻ അസളാർ കുടിച്ചു: ഉറക്കം കിട്ടാൻ അസളാർ കുടിച്ചു. അസളാർ കുപ്പിക്കണക്കിനു കുടിച്ചു. അസളാർക്കു നടക്കാൻ വയ്യാതായി. അസളാർക്ക് ഇരിക്കാൻ വയ്യാതായി. കൊക്കിക്കുരച്ച് അമ്മയുടെ കൂടെ അസളാർ ചെറ്റയിൽത്തന്നെ കിടന്നു. ആ കിടപ്പിൽ അസളാർ പണസഞ്ചി കണ്ടുപിടിച്ചു. ആ സഞ്ചിയിൽ പണമില്ല. അത് ഒരു സഞ്ചിയും അല്ല. കളഞ്ഞുപോയ പണസഞ്ചിയുടെ കീറത്തുണികൾ അസളാർ കണ്ടുപിടിച്ചു. എല്ലാം ചാരായക്കുപ്പികളുടെ അടപ്പുകളായിരുന്നു. തുണിക്കഷണങ്ങൾ നിവർത്തിയും ചുരുട്ടിയും ചെറ്റവാതിൽക്കൽ അസളാർ കിടന്നു. അസളാർ കരഞ്ഞു: നാണ്യേ, എന്റെ രൂപ, ആറായിരം രൂപ തന്നോ തന്നോ തന്നോ! അമ്മ പറഞ്ഞു: അസളാരേ, ന്റച്ഛനാണേ, അമ്മാണേ! അസളാരുടെ പണസഞ്ചി ഞാൻ കണ്ടിട്ടില്ല, എടുത്തിട്ടില്ല. കുപ്പീടടപ്പ് കണ്ടിട്ടാണെങ്കിൽ, ചെറക്കലെ മുത്ത്യാണേ, പറപ്പൂക്കാവിലെ പഗോത്യാണേ അതൊരു കാക്ക കൊത്തിക്കൊണ്ടന്നിട്ട കീറത്തുണ്യായിരുന്നു.

അസളാർ മരിച്ചുപോയി. ഒരു ജീവിതംപോലെ മേശപ്പുറത്തു കിടക്കുന്ന മാസികയിൽ സുജാത താനറിയാതെ നോക്കിപ്പോയി. ഒരു മുത്തശ്ശിക്കഥ!

"ന്റഞ്ച് പണം....."

കൊതുവിന്റെ ദുഃഖം അവളുടെ തൊണ്ടയിൽ, അവളുടെ നെഞ്ചിൽ വിതുമ്പി. ആ ദുഃഖം അങ്ങനെ തുടർന്നുപോകുന്നു, അനന്തതയോളം തുടർന്നുപോകുന്നു.

നാണ്യേ, എന്റെ ആറായിരം തന്നോ തന്നോ തന്നോ!

ചെറ്റയുടെ നാലു മൂലയിലും അമ്മകുഴിച്ചിട്ട പണം മുളച്ചുവോ, അതു മുളച്ചു, തൈ ആയോ മരമായോ പൂവായോ കായായോ?

സുജാതയ്ക്കറിഞ്ഞുകൂടാ.

അമ്മ അടുക്കളയിലുണ്ടായിരുന്നു. അടുക്കള എന്നാൽ വേറിട്ട ഒരു നീട്ടോ അഞ്ചാംപുരയോ ഒന്നും അല്ല. അങ്ങനെ വിസ്തരിച്ച എടുപ്പുകളൊന്നും അമ്മ പണിയിച്ചിട്ടില്ല. എടുത്തോ പിടിച്ചോ എന്നകൂട്ടത്തിൽ ഒരു മരാമത്തു തുടങ്ങുകയും അതു നിറവേറുകയും ഉണ്ടായിട്ടില്ല. ഒരിക്കൽ തറ പണിതിട്ട് ഒരു കൊല്ലത്തെ മഴയും വെയിലും കൊണ്ടുകഴിഞ്ഞപ്പോൾ രണ്ടു മുറികൾ മാത്രമുള്ള പടിഞ്ഞാറ്റി പണിതു. ചെറ്റപൊളിച്ചു കത്തിക്കുകയും ചെയ്തു. അടുത്തവർഷത്തിൽ അടുക്കളയുടെ പണി നടന്നു. വടക്കേ അകത്തുനിന്ന് നേരെ കടക്കുന്ന ചായ്പാണ് അടുക്കള. എന്നുവെച്ചു പെട്ടെന്നങ്ങോട്ടു കടന്നുചെല്ലാനോ, അമ്മയോട് ഒരു കഥപറയാനോ, ഒരു കഥയിലെസംശയം ചോദിക്കാനോ പാടില്ല. അടുക്കളയിൽ വേറെ ആരെങ്കിലുമുണ്ടാവും. അമ്മ ചാരായം പകരുകയാവും. ആരാണു വന്നത്, ആരാണു പോയത്. സുജാത അറിയുന്നില്ല.

അടുക്കള എന്ന ഈ ചായ്പിലേക്കു മൊത്തം മൂന്നു കട്ടിളകളുണ്ടായിരുന്നു. ഉമ്മറത്തുനിന്ന് അടുക്കളയിലേക്കു കടന്നുപോകാം. വടക്കേമുറ്റത്തുനിന്ന് അടുക്കളയിലേക്കു കയറാം. വലിയകം എന്ന വടക്കേമുറിയിൽ നിന്നും കടക്കാം. ഒരു വീടായാൽ വീടിന്റെ സൗകര്യങ്ങളെല്ലാം ഉണ്ടാകണമെന്ന് ചെറ്റയിൽ കിടന്ന കാലമത്രയും അമ്മ ആശിച്ചിട്ടുണ്ടായിരുന്നു.

അമ്മ പറഞ്ഞു : "മോളേ, സുജേ നീയിപ്പോൾ എട്ടുംപൊട്ടും തിരിയാത്ത കുട്ടിയൊന്നുമല്ലല്ലോ. നിനക്കു നാല് അക്ഷരോം അറിയാം. വെറും നിലത്തു വെച്ചുകെട്ടിയ ഒരു മാടത്തിലേക്കാണ് നിന്റച്ഛന്റെകൂടെ ഞാൻ കയറിവന്നത്. നിന്റച്ഛനെ നിനക്കോർമ്മണ്ടാവില്യ. നിന്റച്ഛൻ അന്നും തളന്തനായിരുന്നു. നിന്ന് അങ്ങനെ വിറയ്ക്കും. എരുമക്കുട്ടിയുടെ കയറു പിടിച്ച് നിരത്തിന്റെ വക്കിലിരുന്നു വിറയ്ക്കും."

അച്ഛൻ എങ്ങനെയാണ് വിറയ്ക്കാറുള്ളതെന്ന് അമ്മ വിറച്ചുകാണിച്ചു. അമ്മയുടെ കുമ്പയും എളിയിലേക്കു തൂങ്ങിയ വയറിന്റെ മടക്കുകളും കിടന്നു തുള്ളി. മാംസത്തിന്റെയും ദുർമ്മേദസ്സുകളുടെയും അട്ടിയും അടുക്കുകളുമായിരുന്നു, അമ്മ മുഴുവൻ. ഒന്നു ചിരിക്കാനോ അമ്മയെ വെറുക്കാനോ സുജാത ഭയപ്പെട്ടു. അമ്മയ്ക്കു ജീവാജീവിയെ ഭയമില്ല. കോടതിയേയും ഭയമില്ല. പിഴ ഒടുക്കാൻ അമ്മയുടെ നിധികളിൽ പണം എന്നുമുണ്ടായിരുന്നു. ഭയമുണ്ടായിരുന്നു എങ്കിൽ, ഒരു നീർക്കോലിയെ തച്ചുകൊല്ലാൻ ആവതില്ലാത്ത ഒരു തളന്തയുടെ കൂടെ പാമ്പും തവളയും കയറുന്ന ഒരു ചെറ്റയിൽ പെണ്ണായിപ്പിറന്ന ഒരുത്തി ഒരു രാത്രി പുലർത്തുമോ?

ഒരു തളന്തയ്ക്കു മരുന്നും മന്ത്രവും മൂന്നുനേരത്തെ ആഹാരവും അമ്മ തെണ്ടിച്ചുണ്ടാക്കണം. മുറ്റത്തെ ഒരു പുല്ലു പറിച്ച പരിചയം അമ്മയ്ക്കുണ്ടായിരുന്നില്ല. എന്നെ പിടിച്ചു വിറ്റു എന്നു കരുതിക്കോ. മോളേ, സുജേ, നിന്നെ വില്ക്കാൻ അമ്മ നിശ്ചയിച്ചിട്ടില്ല. എന്റെ മോൾ നാലക്ഷരം പഠിച്ച്

വക്കീലത്തിയാവണം. നിന്നെ അന്വേഷിച്ച് മാനംമര്യാദയായി നാലുപേർ വരണം. അതു കാത്തിട്ടാണ് അമ്മ ഈ വീടു കയറ്റിയത്. അല്ലാണ്ടെ, നിന്റമ്മ ഒരു കട്ടിലിൽ കയറിക്കിടന്നു ചാവാനൊന്നും കൊതിച്ചിട്ടില്ല. കട്ടിലും നിന്റെ, വീടും നിന്റെ. ആളനക്കം അറിയാതെ നിന്റെ അകത്തിരുന്നു പഠിച്ചോളണം- എന്നാണ് അമ്മയുടെ മൊഴി.

നിന്റെ അകം എന്ന ചെറിയ തെക്കേ മുറിയിൽ ചിന്താഗ്രസ്തയായി സുജാത ഇരുന്നു. സുജാത എന്ന ഞാൻ...അവൾക്കു ചിരി വന്നു പോയി. സുജാത! ചാരായക്കാരി നാണിയുടെ മകൾ സുജാത. സുജാത വക്കീലത്തിയുമാവും! കോടതിയിൽപ്പോയി കേസുവാദിക്കും. അവളുടെ തളന്ത എന്ന പേരച്ഛൻ ചാരായക്കേസുകളിൽ പ്രതി ചമയുകയും കോടതി കയറുകയും പിഴ ഒടുക്കുകയും ജയിലിൽ കിടക്കുകയുംചെയ്തു. സുജാത കറുത്ത കോട്ടിട്ട് കറുത്ത തൊപ്പിയിട്ട് കേസ് വാദിക്കും. അമ്മയോട് .... അവൾക്കു മേലാകെ കുളിരുകോരി. രോമാഞ്ചത്തിന്റെ മേലങ്കിയണിഞ്ഞ് അവൾ കട്ടിലിൽ നിന്നെണീറ്റു.

അമ്മ അടുക്കളയിൽത്തന്നെ ഉണ്ടായിരുന്നു.

അമ്മ പുറം തിരിഞ്ഞിരിക്കുന്നു. എന്നിട്ടും മകളുടെ സാന്നിദ്ധ്യം നാണി മനസ്സിലാക്കി. നാണി വിലക്കി:

“നീയിപ്പ ഇവിടെ നിക്കണ്ട.”

അമ്മയ്ക്കു മേലാസകലം കണ്ണുകളുണ്ടെന്ന് അപ്പോൾ സുജാതയ്ക്കു തോന്നി. അവൾ നിന്നനില്പിൽ നിന്നു. എല്ലാം അവൾ കണ്ടു.

നാണിയുടെ മുന്നിൽ ചാരായക്കുപ്പികൾ. ഒന്നിനും അടപ്പില്ല. എല്ലാം നിറച്ചിട്ടുണ്ട്. ചാരായക്കുപ്പികളുടെ മുന്നിൽ പടിഞ്ഞിരുന്ന് നാണി പൊട്ടു തൊടുന്നു. നാണിയുടെ വലംകൈയിൽ ഒരു ഈർക്കിലി. ഈർക്കിലി ചാന്തുകുപ്പിയിലേക്കു താഴുകയാണ്. ഈർക്കിലി ചാന്തിൽ മുങ്ങി. ചാന്തല്ല. ചാന്തുകുപ്പിയിൽ വിഷം. എൻഡ്രീൻ. നാണി പൊട്ടുതൊടുന്നില്ല. എൻഡ്രീൻ മുക്കിയ ഈർക്കിലി പൊക്കുമ്പോൾ നാണിയുടെ കൈ തരിമ്പും വിറക്കുന്നില്ല. ഒരു തുള്ളി, ഒരു ബിന്ദു, ഒരു പൊട്ട് ഈർക്കിലിയിൽ ഇറ്റുനിന്നു. ഒരു തുള്ളി, ഒരു ബിന്ദു, ഒരു പൊട്ട് ചാരായക്കുപ്പിയിൽ ഇറ്റുവീണു.

നാണി ശാസിച്ചു:

“നീയിപ്പ പൊക്കോ.”

എന്നിട്ടും ചാരായക്കാരി നാണി തിരിഞ്ഞുനോക്കുകയുണ്ടായില്ല. അവളുടെ ചീർത്ത കവിളുകൾ ഒന്നു തുളുമ്പിയതേയില്ല.

നീയിപ്പ പൊക്കോ!

സുജാത നിന്ന നിൽപിൽ നിന്നു. എല്ലാം അവൾ കണ്ടു. ആറു കുപ്പികളിലും നാണി പൊട്ടിട്ടു. ഒരു തുള്ളി, ഒരു ബിന്ദു, ഒരു പൊട്ട്.

ഏറെ ഇല്ല കുറവും ഇല്ല.

അമ്മ എത്ര പേരെ കൊല്ലും?

അമ്മ എത്ര പേരെ കൊന്നു?

ആറു കുപ്പികൾക്കും ഒരോ ഇറ്റു ദുരന്തം നേദിച്ചുതീർന്നപ്പോൾ നാണി കൈകുത്തി എണീറ്റു. അവൾ എണീറ്റിട്ടും അവളുടെ കുമ്പ നിലത്തു നിന്നടർന്നു വരാൻ മടിച്ചുകിടന്നു. ജാക്കറ്റിന്റെ അയഞ്ഞ കൈകൾക്കു താഴെ നാണിയുടെ മുൻതണ്ടയിൽ മാംസം തുളുമ്പി.

നാണി മകളുടെ നേരെ തിരിഞ്ഞു.

അമ്മയുടെ കടക്കണ്ണിന്റെ നിറം നീല. ആ നോട്ടത്തിന്റെ മൂർച്ചയിൽ സർപ്പം. ഒരു കാളസർപ്പത്തിന്റെ ഫണം വിരിയുംപോലെ കടക്കണ്ണിലെ നീലനിറം അമ്മയുടെ മുഖമാകെപ്പടർന്നു. മകൾ നിന്നനിൽപിൽ നിന്നു. അവൾ നിരീച്ചു: സർപ്പത്തിന്നും മക്കളുണ്ടാവും.

സർപ്പത്തിന്റെ സന്തതി, സർപ്പസന്തതി!

നാണി സുജാതയെ ഒന്നു നോക്കി. ഒരക്ഷരം ഉരിയാടാതെ അടുപ്പി ന്നരികിലേക്കു നടന്നു. ഓരോ ചുവട് നാണി എടുത്തിടുമ്പോഴും സുജാത യുടെ കാൽക്കീഴിൽ ഭൂമി കുലുങ്ങി. വിഷത്തിൽ മുക്കിയെടുത്ത ഈർക്കിലി അടുപ്പിൽ, തീയിൽ കത്തി.

ഭൂമി തിരിയും പോലെ നാണി നിന്നുതിരിഞ്ഞു. വിഷത്തിന്റെ കൊച്ചു കുപ്പി എടുക്കാൻ കുമ്പിടുന്ന നാണിയുടെ വയറിന്റെ മടക്കുകൾ ഉതിർന്നു ഞാലുന്നത് സുജാത കണ്ടു. അവൾക്കു മുജ്ജന്മകഥകൾ ഓർമ്മവന്നു.

സുജാത എന്ന ഞാൻ ഒരിക്കൽ ഈ വയറ്റിലായിരുന്നു.

സുജാത!

കൊച്ചുകുപ്പിയുടെ അടപ്പു തിരുകി മുറുക്കി നാണി മുറ്റത്തേക്കിറങ്ങി. വേരിറങ്ങിയപോലെ സുജാത നിന്നനിൽപിൽ നിന്നു, സ്ഥാവരം. സ്ഥാവര ത്തിനും ഇന്ദ്രിയങ്ങളുണ്ടല്ലോ. ചൊട്ടയിട്ട തെങ്ങിൻതയ്യിന്നടുത്തേക്കു നടക്കുന്ന നാണിയുടെ ഓരോ ചുവടിലും ഭൂമി നടുങ്ങി. സുജാത കോശ കോശാന്തരം നടുങ്ങി.

കന്നിപ്പൂങ്കുല വിരിയുന്ന തൈത്തെങ്ങിൻകുരലിൽ വിഷം ഏന്തിനിന്ന് നിക്ഷേപിക്കുമ്പോൾ നാണി കിതച്ചു. അവളുടെ മേദസ്സുകൾ കിതച്ചു. നാണി കൈകഴുകി. സോപ്പിട്ടു പതച്ച് അസ്സലായി കൈ കഴുകി. കഴുകിയ കൈകൾ ഇടുപ്പിൽ തേക്കി അവൾ അടുക്കളയിൽ കയറി.

നാണി പറഞ്ഞു:

“മോളേ, സുജേ! മൊഴി തെറ്റി നടന്നാൽ വഴി തെറ്റും.”

സുജാത യാതൊന്നും പറഞ്ഞില്ല. അമ്മയോട് എന്തു പറയാനാണ് വന്നത്? അവൾ എല്ലാം മറന്നുപോയി. യാതൊന്നും നാണി പ്രതീക്ഷിച്ചിട്ടുമുണ്ടാ വില്ല. കുപ്പികളുടെ അടപ്പുകൾ ഓരോന്നായി എടുത്ത് ഉടുതുണിയിൽ തട്ടി അതിൽ പറ്റിപ്പിടിച്ചിരിക്കാവുന്ന അഴുക്കും പൊടിയും ഊതിക്കളഞ്ഞ് നാമി ഓരോ കുപ്പിയിലും തിരുകിയിറക്കി. സുജാത ഓർത്തുനോക്കി: ഏതു കാക്ക കൊത്തിക്കൊണ്ടു വന്നിട്ട കീറത്തുണികൊണ്ടാവും അമ്മ അടപ്പുകൾ ഉണ്ടാക്കിയത്?

എല്ലാ പ്രാരാബ്ധങ്ങളുമൊതുക്കി നാണി സ്വസ്ഥതയുടെ നെടുനിശ്വാസ മെടുത്തപ്പോഴും സുജാത അതേ നില്പിൽ മുരടിച്ചുനിന്നു. ഒരുവിധത്തിൽ

വേരു കിളർക്കുംപോലെ, ഒരു തയ്യിൽ നാമ്പു തെരുക്കും പോലെ സുജാതയുടെ നെഞ്ചിൽ, സുജാതയുടെ തൊണ്ടയിൽ ചെറുനാക്കനങ്ങി. പക്ഷേ, ഒരു വാക്കും വന്നില്ല. ഒരു കൊക്ക്! ആ കൊക്ക് അവളുടെ തൊണ്ടയിൽ, വിതുമ്പിനിന്ന അവളുടെചുണ്ടുകളിൽ, നീരുറയുന്ന അവളുടെ കണ്ണുകളിൽ–

ഒഃ! ഒഃ!

എല്ലാം കണ്ട്, എല്ലാം ഓർക്കുന്ന ഒരു കൊക്ക്.

ഒഃ! ഒഃ!

നെഞ്ചടയുന്നു. സുജാത നെഞ്ചിൽ കൈ പൊത്തി. അവൾക്ക് ഒന്നനങ്ങാനും കഴിയും! പക്ഷേ, ഇളകാൻ വയ്യ. നെഞ്ചിൽ ഒരു വിത്തു പിളർന്നു, ജീവൻ. ചുണ്ടുകളിൽ ആ വിത്തിന് ഇതളുവിരിഞ്ഞു. വായിൽ, തുടുത്ത ഒരു തളിർ ചലിച്ചു.

സുജാത വിളിച്ചു:

"അമ്മേ!"

താൻ പെറ്റ തന്റെ മകളെ, തന്നിൽ കുരുത്ത ജീവനെ, തന്റെ ജീവനെ അമ്മ സ്നേഹത്തോടെ ഒന്നു നോക്കി.

സുജാത ചോദിച്ചു:

"അമ്മ എത്രപേരെ കൊല്ലും?"

നാണി കേട്ടു. കേൾക്കേണ്ടതു കേൾക്കേണ്ടിടത്തുനിന്നു കേട്ടപ്പോൾ നാണി നിലംതത്തി. നീയോ, നീയാണോടീ, അവസാനം എന്നോട് ഇതു ചോദിക്കാൻ വന്നത്? ഒരു അവരാണ്ടം വന്നിരിക്കുന്നു.

അവരാണ്ടം!

പണ്ട്, വളരെപ്പണ്ട് നാണിയുടെ അമ്മ പറഞ്ഞ ആ വാക്ക് ഇപ്പോൾ അവൾ ഓർത്തു. ആ അവരാണ്ടം അവളുടെ വയറ്റിൽ വളർന്ന്, അതൊരു കുഞ്ഞായി, പെൺകുട്ടിയായി ഒരു ചെറ്റയിൽ അവതരിച്ചു. മുറ്റത്തെ പുല്ലു പോലും പറിക്കാനറിയാത്ത ഒരു മകളെ ഈ അവരാണ്ടത്തിന്റെ പേരിൽ അച്ഛനും അമ്മയും ഒരു തലന്തയ്ക്കു വിറ്റു തടിതപ്പി. മോളേ, സുജേ! ആ മകൾ ചാരായക്കാരി നാണിയായി. എന്നിട്ടും നിന്നെ അവൾ വിറ്റില്ല. നിന്നെ അവൾ കൊന്നില്ല.... യാതൊന്നും നാണി പറഞ്ഞില്ല. ഇനി ഒരു വാക്കിനും ഇവിടെ സ്ഥാനമില്ല. നാണി മറുപടി പറയണം. നാണി മകളോടു മറുപടി പറയണം. അമ്മ എത്രപേരെ കൊല്ലും?

നാണി മറുപടി പറഞ്ഞു:

"ഞാൻ തൊട്ട–എന്നെ തൊട്ട സകലരേയും കൊല്ലും!"

സുജാതയ്ക്ക് അപ്പോൾ പൊട്ടിത്തരിച്ചു. സുജാതയ്ക്ക് അപ്പോൾ ഭൂമിയിൽ വേരറ്റു. സുജാത ചോദിച്ചു;

"എന്നേയും."

നാണി നിശ്ശങ്കം പറഞ്ഞു:

"നിന്നേയും കൊല്ലും."

കൊല്ലും എന്ന് അപ്പോൾ സുജാത അറിഞ്ഞു. അമ്മയുടെ കറുത്ത മുഖം ഒരു സർപ്പഫണമായിപ്പരന്നു. ഒരു കാളസർപ്പം അവളുടെ കൺമുന്നിൽ ഒരു നീലക്കടലായി, ഒരു തിരമാലകളായി പൊങ്ങി. ആ തിര വരുന്നു. അതാ, വരുന്നു. ഉയർന്നുയർന്ന് ആ തിര പൊട്ടിത്തകരുമ്പോൾ, അവൾക്കുമേലെ, അവളുടെ തലയിൽ, അവളുടെ മുഖത്തും മാറിലും ആയിരം ഫണങ്ങളുതിർന്നു. ബോധമറ്റ് സുജാത നിലത്തുവീണു. അവളുടെ, നെഞ്ചിൽ അവളുടെ തൊണ്ടയിൽ വിതുമ്പിപ്പിളരുന്ന ചുണ്ടുകളിൽ ഒരു വിത്തിന്റെ രണ്ടിതളുകൾ പോലുള്ള മുൻവരിയിലെ വെളുത്ത പല്ലുകളിൽ–

ഒരു ജീവൻ വിങ്ങുന്നു.

അവൾക്കു നെഞ്ചു വിങ്ങുന്നു.

അവളുടെ നെഞ്ചു പിളരുന്നു.

ജീവൻ പറിയുന്നു.

ഒഃ! ഒഃ! ■

ബഹുമതി

ആദിയിൽ വചനമുണ്ടായി, യുദ്ധം!

ഗോളങ്ങൾ തമ്മിൽ പൊരുതി, ഗോളങ്ങൾ പൊട്ടിത്തകർന്നു. അഗ്നിയും വാതകങ്ങളും ഭൂമിയിൽ ജ്വലിച്ചു. അപ്പോൾ വചനമുണ്ടായി, ശാന്തി: ശാന്തി: മഴ പെയ്യാൻ തുടങ്ങി. അനന്തകാലം പെയ്ത പേമാരിയിൽ അഗ്നിയും വാതകങ്ങളുമടങ്ങി. ഭൂമിയിൽ പ്രളയമുണ്ടായി. പ്രളയത്തിൽ മുങ്ങിക്കിടവേ ഭൂമി തപിച്ചു. സ്രഷ്ടാവേ നിഷ്ക്രിയതയുടെ ഈ ശാപത്തിൽനിന്ന് മോചനം നൽകേണമേ, അനന്തകാലത്തെ തപസ്സിൽ പ്രളയജലങ്ങളിൽ ജീവൻ നുരച്ചു. തമ്മിൽ കൊന്നും തിന്നും ജീവരാശികൾ ജലത്തിൽ മദിച്ചു. ഭൂമി സന്തപിച്ചു. ജലപ്പരപ്പിൽ മാത്രം യുദ്ധം. അവൾ സ്രഷ്ടാവിനെ വീണ്ടും ഭജിച്ചു. അനന്തകാലത്തെ സന്താപത്തിൽ ഭൂമിയുടെ വക്ഷസ്സുകളിൽനിന്ന് പ്രളയം താഴോട്ടിറങ്ങി. സമ്മോഹനങ്ങളായ താഴ്വരകളിലേക്ക് ഇഴഞ്ഞും നീന്തിയും പറന്നും വന്നണഞ്ഞ ജീവജാലങ്ങൾ ഏകഭോഗമടക്കാൻ, അധീശാവകാശം സ്ഥാപിക്കാൻ ഘോരഘോരം പൊരുതി. ജലത്തിലോ കരയിലോ ആകാശത്തിലോ മാത്രം പൊരുതുന്ന സന്തതികളിൽ സംതൃപ്തി കൊള്ളാതെ ഭൂമി സന്തപിച്ചു. അനന്തകാലത്തെ സന്താപത്തിൽ ഭൂമിയിൽ മനുഷ്യൻ അവതരിച്ചു. അന്നും വചനമുണ്ടായി. പ്രിയേ, ഇവൻ ഞാൻ തന്നെ! സ്രഷ്ടാവിന്റെ വചനത്തിൽ ഭൂമിയിൽ കുളിരുണർന്നു. വചനം തുടർന്നു, ജലത്തിലും കരയിലും വിഹായസ്സിലും ഇവൻ പൊരുതും. മഹായുദ്ധങ്ങളുടെ അന്ത്യത്തിൽ ഇവൻ നിന്നെ സംഹരിക്കും. സൃഷ്ടിയുടെ ആദിമ രഹസ്യം നിന്നിൽത്തന്നെ ഇവൻ പരീക്ഷിക്കും. ഭൂമി ചൊടിച്ചു. സ്രഷ്ടാവേ, മതി! പുത്രനോട് എന്തിനിത്ര അസൂയ?

മനുഷ്യൻ സ്വയം വചനങ്ങൾ സൃഷ്ടിച്ചു. മനുഷ്യൻ യോദ്ധാവായി. ജീവിതം ആയോധനമായി. വീരഗാഥകളും യുദ്ധകാവ്യങ്ങളുമുണ്ടായി. മനുഷ്യരിൽ യുധിഷ്ഠിരനുണ്ടായി, മനുഷ്യരിൽ ദുര്യോധനർ പെരുത്തു. ജിഷ്ണുവും ജേതാവും ധീരനും രണധീരനും മഹാവീരനും... യുദ്ധത്തിന്റെ ഭാവവിഭാവങ്ങളാവാഹിക്കുന്ന നാമധേയങ്ങളിൽ മനുഷ്യൻ ബഹുമതികൾ നേടി. ബഹുമതികൾക്കുവേണ്ടി മനുഷ്യൻ മത്സരിച്ചു. അവൻ ഭീകരനായി വളർന്നു, നിർഭീതനായി മരിച്ചു. ജീവിതവ്രതമെന്ന് ശത്രുനിഗ്രഹം മുക്തകണ്ഠം വാഴ്ത്തപ്പെട്ടു. ശാന്തി: ശാന്തി: ശാന്തി. എല്ലാ നിഗ്രഹങ്ങളും എല്ലാ നരമേധങ്ങളും ശാന്തിക്കും സമാധാനത്തിനും വേണ്ടിയാകുന്നു. കുരുതി കുർബാൻ കുർബാനി – മനുഷ്യൻ പാവന വചനങ്ങൾ സൃഷ്ടിച്ചു. മനുഷ്യായുസ്സ് അറുപതോ നൂറോ സൗരവർഷങ്ങളായിട്ടും ആയിരം വർഷം പൊരുതി ശത്രുനിഗ്രഹം നടത്തുമെന്ന് അവൻ വീരവാദം നടത്തി. മഹായുദ്ധത്തിന്റെ തീവ്രസങ്കല്പങ്ങളിൽ അവന്റെ സുബുദ്ധി വാൾത്തലയോളം തിളങ്ങി. റേഡിയോവിലും ടെലിവിഷനിലും അച്ചടിയിലും അവൻ പടപ്പാട്ടുകൾ പാടി:

മുന്നോട്ട് മുന്നോട്ട് മുന്നോട്ട്.

ശത്രുരാജ്യത്തിന്റെ അതിർത്തിയിൽ സൈന്യവ്യൂഹങ്ങൾ പുറപ്പാടിന്റെ കല്പന കേൾക്കാൻ രാവു മുഴുക്കെ കാത്തുകിടന്നു. നേതാവിന്റെ യുദ്ധകാഹളം. രാവു മുഴുക്കെ അവരുടെ ചെകിടിൽ മുഴങ്ങി. ആയിരം വർഷം, ഇരുപത്തേഴുവട്ടം. മുന്നോട്ട് മുന്നോട്ട് മുന്നോട്ട്. ശത്രുവിന്റെ തലസ്ഥാനങ്ങളിൽ നമ്മുടെ പതാക പറക്കട്ടെ. ശത്രുവിന്റെ തലസ്ഥാനമോ! ആയിരം വർഷങ്ങൾക്കുമുമ്പ് അവൻ വാഴുന്ന മഹാരാജ്യം നമ്മുടേതായിരുന്നു. നമ്മുടെ പൈതൃകം കയ്യാളുന്ന ശത്രുവിനെ നാട്ടിൽനിന്നും നഗരത്തിൽ നിന്നും ഭൂപടത്തിൽനിന്നും തൂത്തുമാറ്റാൻ... പുലരാൻ കാലത്ത് സർവ്വസൈന്യാധിപൻ എത്തിച്ചേർന്നു. സേനാധിപന്മാർ തയാർ, സേനാവ്യൂഹങ്ങൾ തയാർ.

അഡ്വാൻസ് ഗാർഡിന് പുറപ്പെടാൻ കല്പന കിട്ടി. മേജർ രണധീരന്റെ വയർലസ് ജീപ്പിൽ കല്പന റിസീവറിൽ മുഴങ്ങി:

കഴിഞ്ഞുപോയ യുദ്ധത്തിൽ രണധീരൻ ക്യാപ്റ്റൻ ധീരനായിരുന്നു. അവന്റെ ധീരസാഹസ കൃത്യങ്ങളുടെ പേരിൽ മേജറായി ഉയർത്തപ്പെടുകയും രണധീരനെന്ന് ബഹുമതി നൽകപ്പെടുകയുമുണ്ടായി. ഇപ്പോൾ മേജർ രണധീരൻ അഡ്വാൻസ് ഗാർഡിന്റെ കമാന്ററായിരുന്നു. ഒരു മഹായുദ്ധത്തിന്നിറങ്ങിയ സൈന്യമഹാവ്യൂഹങ്ങളുടെ ഏറ്റവും മുന്നിൽ രണധീരന്റെ വയർലസ് ജീപ്പ് ആദ്യത്തെ കുതിയെടുത്തു. തന്റെ ജീപ്പിനെ അനുഗമിക്കാൻ അഡ്വാൻസ് ഗാർഡിന്ന് വയർലസ്സിൽ രണധീരൻ കല്പന കൊടുത്തു. അവന്റെ പിമ്പേ ടാങ്കുകളുടെ ഒരു സ്ക്വാഡ്രൺ ഇരച്ചുവന്നു. ടാങ്കുകൾക്ക് പിമ്പേ കാലാൾപ്പടയുടെ ഒരു കമ്പനിയും പീരങ്കിപ്പടയുടെ ഒരു തുരുപ്പും ഇളക്കിപ്പുറപ്പെട്ടു.

ശത്രുസൈന്യത്തിന്റെ ആക്കത്തൂക്കങ്ങൾ ആരാഞ്ഞറിഞ്ഞിട്ടുവേണം രണധീരന് മുന്നോട്ടു പോകാൻ. ആദ്യത്തെ കല്പനയ്ക്കു ശേഷം സർവ്വസൈന്യാധിപനരുളുന്ന വിജയാശംസകൾ രണധീരന്റെ റിസീവറിൽ പുളകമണച്ചു, പോയ് വരൂ. വിജയം നമ്മുടെ, വിജയം നിങ്ങളുടെ.

വിജയം എന്റെ എന്ന് രണധീരൻ സ്വയം പറഞ്ഞു. അവൻ അഡ്വാൻസ് ഗാർഡിനെ നയിക്കുന്നു. അഡ്വാൻസ് ഗാർഡ് സൈന്യവ്യൂഹങ്ങളെ നയിക്കുന്നു. അവന്റെ നിരീക്ഷണ പടുത്വവും കർമ്മകുശലതയും യുദ്ധത്തിന്റെ ജയാപജയങ്ങൾ നിർണയിക്കുന്നു.

റോഡിൽ ശത്രുവിനെ കണ്ടില്ല. റോഡിന്റെ പാർശ്വങ്ങളിലും ശത്രുവിനെ കണ്ടില്ല.

ഡ്രൈവർ വേങ്കു രണധീരനോട് ചോദിച്ചു:

സാഹേബ്, ശത്രു എവിടെപ്പോയൊളിച്ചു?

മേജർ രണധീരൻ കല്പിച്ചരുളി:

ഷട്ടപ്! മുന്നോട്ടു മാത്രം, നോട്ടം. അതാകുന്നു നിന്റെ കർത്തവ്യം. ശത്രുവിന്റെ കാര്യം ഞാൻ ചിന്തിക്കുന്നുണ്ട്.

ഡ്രൈവർ വേങ്കു ഒരക്ഷരം പിന്നീട് മിണ്ടിയിട്ടില്ല. അവൻ തന്റെ മുന്നിൽ റോഡു മാത്രം കണ്ടു. മേജർ രണധീരൻ ശത്രുവിനെക്കുറിച്ചു ചിന്തിച്ചു. ഇരച്ചുകയറുന്ന വിമോചനസേനയെ പേടിച്ച് അവൻ രാജ്യം വിട്ടോടിയോ? ആയിരം വർഷം ഈ നാട്ടിൽ അധീശാവകാശം സ്ഥാപിച്ച് ഏകഭോഗമനുഭവിച്ചുപോന്ന അവൻ രണഭീരുവോ! നഷ്ടപ്പെട്ടു പോകുന്ന ബഹുമതികളെക്കുറിച്ചോർത്തപ്പോൾ രണധീരൻ ആശങ്കാകുലനായി. ഈ യുദ്ധത്തിൽ മഹാരണധീരനാകേണ്ടതായിരുന്നു. അവന്റെ ദൗർഭാഗ്യം, ആയിരം വർഷത്തെ അധിനിവേശാവകാശം ഒരൊറ്റ രാവിൽ ശത്രു ഉപേക്ഷിച്ചു പോയി! ശത്രുവിന്റെ രക്ഷാമാർഗ്ഗങ്ങളാരാഞ്ഞു നോക്കാൻ രണധീരൻ ഭൂപടം നിവർത്തിവെച്ചു. അവൻ കടലിലേക്കാണോ രക്ഷപ്പെട്ടത്? താനൊരു കപ്പിത്താനാകേണ്ടതായിരുന്നു എന്ന് രണധീരൻ വൃഥാ മോഹിച്ചുപോയി. കടലിൽ പടക്കപ്പലുകളുണ്ട്. ആകാശങ്ങളിൽ പോർവിമാനങ്ങളുണ്ട്. കടലിലേക്ക് രക്ഷപ്പെട്ടെങ്കിൽ, ശത്രുവിനെ കപ്പൽപ്പട പിന്തുടരും അവന്റെ കപ്പലുകളെ വിമാനങ്ങൾ കണ്ടെത്തും. നാട്ടിൽ കിട്ടാവുന്ന ഏറ്റവും നല്ല പെൺകിടാങ്ങളെ കൂടെ അവൻ കപ്പലിൽ കയറ്റിയിട്ടുണ്ടാകും. പെൺകിടാങ്ങളും ബഹുമതികളുമില്ലാതെ ഒരു യുദ്ധം വൃഥാ ജയിച്ചിട്ടെന്തു നേടാനാണെന്ന് രണധീരന്റെ നെഞ്ചു പൊരിഞ്ഞു.

ഗ്രാമങ്ങളും ചന്തസ്ഥലങ്ങളും കടന്നുപോയി. കപ്പേളകളും പള്ളികളും ക്ഷേത്രങ്ങളും പിന്നിട്ടു. നിത്യജീവിതത്തിൽ മുഴുകിയ ജനങ്ങൾ റോഡിലേക്കുറ്റുനോക്കി. കുന്തം വിഴുങ്ങിനിന്നു. ഈ ജനം വിഡ്ഢികൾതന്നെ! ആയിരം വർഷങ്ങളിലെ അടിമത്തം അവർ അറിഞ്ഞിട്ടില്ല. വിമോചനത്തിന്റെ കാഹളം അവർ ഇതേവരെ കേട്ടിട്ടില്ല.

പതുക്കെപ്പോകുന്ന ജീപ്പിൽ രണധീരന്നൊട്ടും തൃപ്തി ഇല്ലാതായി. അവൻ ഡ്രൈവറോട് കല്പിച്ചു.

'അപ്, സ്പീഡപ്.'

ഡ്രൈവർ വേങ്കു പറഞ്ഞു:

'സാഹേബ് സ്പീഡ് ലിമിറ്റ് കല്പന ആയിട്ടുണ്ട്. പതിനഞ്ചു മൈൽ.'

രണധീരൻ ഡ്രൈവറെ ശാസിച്ചു.

'ഷട്ടപ്, എന്റെ കല്പന നിന്റെ കർത്തവ്യമാകുന്നു.

ടോപ് ഗിയറിൽ വേങ്കു ജീപ്പു വിട്ടു. ഇരുപത് മുപ്പത് നാല്പത്. പിമ്പേ വരുന്ന ടാങ്കുകൾ ജീപ്പിനൊപ്പം എത്തുകയില്ല. ടാങ്കുകൾ പതുക്കെ വരട്ടെ. രണധീരന്ന് ശത്രുവിനെ കണ്ടെത്തണം. വളരെദൂരം വളരെനേരം ടോപ് ഗിയറിൽത്തന്നെ ചവിട്ടി. ശത്രുവിന്റെ പൊടിപോലും ഒരിടത്തുമില്ല. ഇങ്ങനെ ഒരു യുദ്ധം വേങ്കു കണ്ടിട്ടില്ല. ഒരുപക്ഷേ, ശത്രു നഗരത്തിലുണ്ടാവും. നഗര പ്രാന്തങ്ങളിൽ, കോട്ടകൊത്തളങ്ങളിൽ അവൻ കാത്തിരിക്കുകയാവും. വേങ്കുവിന്റെ കാലുകൾ വിറച്ചു. ജീപ്പിന്റെ സ്പീഡ് താനേ ക്ഷയിച്ചു. വേങ്കു പരിഭ്രമിച്ചു. സാഹേബ് കയർക്കും, സ്പീഡിനെക്കുറിച്ച് മേജർ രണധീരൻ യാതൊന്നും പറഞ്ഞില്ല. അവൻ കെട്ടിടങ്ങളുടെ ഭംഗികളിൽ ശ്രദ്ധിച്ചു. പോർച്ചുകളിൽ കിടക്കുന്ന കാറുകൾ ശ്രദ്ധിച്ചു. ആരും പുറത്തിറങ്ങിയില്ല. ഏതു നാട്ടിലും പാവങ്ങളും പ്രഭുക്കളുമുണ്ടെന്ന് വേങ്കുവിന്നു തോന്നി. ഓരോ ബംഗ്ലാവിന്നു മുന്നിലും പൂന്തോട്ടം, ചരൽ വിരിച്ച നടവഴികൾ, പിച്ചള ത്തകിടുകളിൽ പേരും പ്രതാപങ്ങളും തിളങ്ങിയ ഗേറ്റുകൾ.

ഒരു ഗേറ്റിൽ മേജർ രണധീരൻ കല്പിച്ചരുളി:

'സ്റ്റോപ്പ്!

ഡ്രൈവർ വേങ്കു ജീപ്പ് നിർത്തി, ജീപ്പിൽനിന്നിറങ്ങി, മേജർ രണധീരൻ നിവർന്നുനിന്നു. ബാറ്റിൽ ഓർഡർ ശരിപ്പെടുത്തി, നെഞ്ചിലമർത്തിത്തടവി, ബൽറ്റിൽ പിടിച്ച് റിവോൾവർ തൊട്ടുതലോടി. ജീപ്പിലേക്കു തിരിഞ്ഞുനോക്കാതെ രണധീരൻ പറഞ്ഞു:

'വെയ്റ്റ്. ഞാനിതാ തിരിച്ചെത്തി.'

മേജർ കയറിപ്പോയ കനത്ത ഗേറ്റിലെ പിച്ചളത്തകിടിൽ വേങ്കു തപ്പി ത്തടഞ്ഞു വായിച്ചു:

ബ്രിഗാൻസ. ബ്രിഗേഡിയർ അല്ലെന്ന് അക്ഷരങ്ങളുടെ നിറം തപ്പി വേങ്കു സമാധാനിച്ചു. ബ്രിഗാൻസയ്ക്കുശേഷം എ.ഡി.വിയിൽ അവൻ തപ്പി ത്തടഞ്ഞു. അഡ്വോക്കേറ്റ് എന്നു വായിക്കാൻ വേങ്കുവിന്നായില്ല. പിച്ചള ത്തകിടിലേക്കു നോക്കി ഡ്രൈവർ വേങ്കു അദ്ഭുതപ്പെട്ടിരുന്നു. എന്തെടുക്കാനാണ് സാഹേബ് ബംഗ്ലാവിലേക്കു പോയത്? എ.ഡി.വി. ചാരനാവുമോ?

നീണ്ടുനിവർന്ന് മേജർ രണധീരൻ ബംഗ്ലാവിലേക്ക് നടന്നു. വലത്തെ കൈവിരലുകൾ റിവോൾവറിൽ തിരുപ്പിടിക്കുമ്പോൾ ഇടത്തെ കൈ പൊക്കി കാളിംഗ്ബെൽ അമർത്തി.

വാതിൽ തുറന്നു.

'ഹലോ! വെൽകം.'

കൈകൾ പാതിയും പൊക്കി വാതിൽക്കൽ നിന്ന ഗൃഹനാഥൻ രണ ധീരനെ സ്വാഗതം ചെയ്തു.

ഞാൻ താങ്കളെ ഏതുനേരവും പ്രതീക്ഷിക്കുകയായിരുന്നു. ഗൃഹ നാഥന്റെ വിരിഞ്ഞ നെഞ്ചിനു നേരെ റിവോൾവർ ഉയർത്തി രണധീരൻ കല്പിച്ചു:

'ഹാൻഡ്സപ്!'

ഗൃഹനാഥൻ രണ്ടു കൈകളും പൊക്കി, എല്ലാം അയാൾക്കറിയാമായിരുന്നപോലെ.

രണധീരൻ ചോദിച്ചു:

'സേഫ് എവിടെ? സേഫിന്റെ താക്കോലെവിടെ?'

ഗൃഹനാഥന്റെ കണ്ണുകൾ വിടർന്നു. കൺകോണുകൾ നിമിഷത്തേക്കു വിറച്ചു. മര്യാദയോടെ വരൂ. തരാമല്ലോ. അയാൾ പറഞ്ഞു.

രണധീരൻ പറഞ്ഞു:

'നടക്ക്.'

മേലോട്ടുയർത്തിയ കൈകൾ ഒന്നനങ്ങിയതുപോലും ഇല്ല, അയാൾ പിന്തിരിഞ്ഞു. അയാളുടെ കൈപ്പലകയ്ക്കു താഴെ റിവോൾവർ ചൂണ്ടി മേജർ രണധീരൻ നടന്നു.

ഓഫീസിലേക്കു കടന്ന് ഗൃഹനാഥൻ പറഞ്ഞു;

'സേഫിന്റെ താക്കോൽ മേശയിലുണ്ട്. മേശയുടെ താഴത്തെ വലിപ്പിൽ'

ഒരു നിമിഷത്തേക്ക് മേജർ രണധീരൻ തറച്ചുനിന്നു. വലിപ്പു തുറക്കണമെങ്കിൽ കുനിയണം. അതുവേണ്ട, റിവോൾവറിന്റെ കുഴലിൽനിന്ന്, ഇവൻ എത്ര വിധേയനാണെങ്കിലും മര്യാദക്കാരനാണെങ്കിലും, ഇവനെ നിമിഷത്തേക്കുപോലും ഉപേക്ഷിച്ചുകൂടാ. അവൻ തന്നെ താക്കോലെടുക്കട്ടേ. രണധീരൻ പറഞ്ഞു.

'എടുത്തു തരൂ വേഗം.'

വലിയ മേശയുടെ മുന്നിൽ ഗൃഹനാഥൻ നിന്നു. അയാളുടെ കൈകൾ താണു. മേശവലിപ്പ് മുന്നോട്ടു വലിച്ചപ്പോൾ അയാളുടെ നെറ്റിയിൽനിന്ന് വിയർപ്പ് ഇറ്റുവീണത് മേജർ രണധീരൻ കണ്ടു. മേശമേൽ ഊന്നിയ അയാളുടെ ഇടത്തേ കൈപ്പടത്തിൽ ഞരമ്പുകൾക്കിടയിലൂടെ വിയർപ്പൊഴുകുന്നതും.. തെറ്റിപ്പോയി. തന്റെ മുന്നിൽ സേഫിന്റെ താക്കോലെടുക്കാൻ കുനിഞ്ഞുനിന്ന ശത്രുവിന്റെ തലയ്ക്കുനേരെ റിവോൾവർ ചൂണ്ടിനിന്ന രണധീരൻ ഒരു നിമിഷത്തേക്കെങ്കിലും വിയർപ്പുതുള്ളികൾ കണ്ടുനിന്നു. മേശവലിപ്പിൽനിന്നുയർന്ന ഗൃഹനാഥന്റെ വലത്തുകൈ രണധീരന്റെ നെഞ്ചിലേക്കുയർന്നു. ആ കൈയിൽ റിവോൾവറായിരുന്നു. ആ റിവോൾവറിന്ന് ഇരട്ടക്കുഴലുണ്ടായിരുന്നു. രണധീരന്നെന്തെങ്കിലും മനസ്സിലാകും മുമ്പേ അതിന്റെ രണ്ടു കുഴലുകളും തീ തുപ്പി.

ഡ്രൈവർ വേങ്കു ജീപ്പിലിരുന്നു ഞെട്ടി. അവൻ ജീപ്പിൽ നിന്നിറങ്ങി ഗേറ്റുവരെ നടന്നു. ജീപ്പ് ഉപേക്ഷിക്കാൻ പാടില്ല. എന്താണുണ്ടായതെന്ന് അറിയാതിരിക്കാനും വയ്യ. ഗേറ്റിൽത്തന്നെ അവൻ തറച്ചുനിന്നു. എത്രനേരം അങ്ങനെ നിന്നുവോ! ബംഗ്ലാവിന്റെ വാതിൽ തുറന്നു. ഗൃഹനാഥനെ വേങ്കു കണ്ടു. അയാളുടെ വലത്തേക്കയ്യിൽ റിവോൾവർ കണ്ടു. വാതിലിലൂടെ അയാൾ വലിച്ചു പുറത്തിട്ട രണധീരന്റെ ശവം ഡ്രൈവർ വേങ്കു കണ്ടില്ല. അവൻ ബാറ്റിൽ ഓർഡർ ധരിച്ച സാഹേബിന്റെ ശവം തിരിച്ചറിയാൻ ഗേറ്റിൽ കാത്തുനിന്നില്ല. ഡ്രൈവർ വേങ്കു ജീപ്പിലേക്കു ഓടിക്കയറി ഏറെ ദൂരം റിവേഴ്സിലോടിച്ച് അപകടമില്ലെന്നുറപ്പായപ്പോൾ ജീപ്പ് പിമ്പോട്ടു

തിരിച്ച് അഡ്വാൻസ് ഗാർഡിന്റെ ആദ്യത്തെ ടാങ്കു കാണുംവരെ ടോപ് ഗിയറിൽ പറന്നു.

ശത്രു!

താൻ കണ്ട ആദ്യത്തെ ഓഫീസറോട് ശത്രു ചെയ്ത സാഹസം ഡ്രൈവർ വേങ്കു റിപ്പോർട്ടു ചെയ്തു. ഓഫീസർ കുറിപ്പുകളെഴുതി, വയർലെസ്സിന്റെ മൈക്രോഫോണെടുത്തു. പിന്നണികളിൽ പുറപ്പെട്ടുവരുന്ന സേനാധിപന്ന് റിപ്പോർട്ട് കിട്ടി. സർവ്വസൈന്യാധിപനും റിപ്പോർട്ടു കിട്ടി.

നമ്മുടെ ആദ്യത്തെ രക്തസാക്ഷി!

യുദ്ധവാർത്തകൾക്കുവേണ്ടി റേഡിയോവിന്നു മുന്നിൽ തപസ്സിരുന്ന ജനം സർവ്വസൈന്യാധിപന്റെ ചിലമ്പിയ വചനം കേട്ടു. രക്തസാക്ഷി, നമ്മുടെ ആദ്യത്തെ രക്തസാക്ഷി. അവിടെ സർവ്വസൈന്യാധിപൻ തേങ്ങി. മൈക്രോഫോണിലെ കാർബൺതരികൾ അപ്പോൾ പുളകം കൊണ്ടു. ജനം സർവ്വസൈന്യാധിപനൊപ്പം തേങ്ങിയിരുന്നു. തേങ്ങിക്കൊണ്ടേ അദ്ദേഹം തുടർന്നു: 'ഇന്നത്തെ യുദ്ധത്തിലെ ആദ്യത്തെ രക്തസാക്ഷി മേജർ രണധീരനെ മരണാനന്തരമെങ്കിലും മഹാരണധീരനായി ഉയർത്തിയിരിക്കുന്നുവെന്ന് ഇതോടെ നാം കല്പിച്ചരുളുന്നു.' ■

കറുത്തവാവ്

ആരോടു ചോദിക്കാൻ?

കാളകൾ യാതൊന്നും മിണ്ടുന്നില്ല. കുളമ്പടികളിൽ ഭൂമിയുടെ താളം തെറ്റുന്ന ഹൃദയത്തുടിപ്പുകളൊപ്പിത്തന്ന് അവ കടന്നുപോയി. പിന്നെ, കർഷകന്റെ തേക്കുപാട്ടു കേൾക്കായി. ആ കാളകൾ നുകംകൊണ്ടു! തേക്കുപാട്ടിന്റെ തേങ്ങലിൽ കാളകളുടെ ദുഃഖം നെഞ്ചിടറിത്തുളുമ്പുന്നുണ്ടോ?

തേക്കുപാട്ടിൽ തുയിലുണരുന്ന പ്രഭാതത്തിന്റെ നെറ്റിയിൽ അമ്പിളിക്കലയുടെ ചാന്ത് വിളറുന്നുണ്ടായിരുന്നു.

പിന്നെ മസ്ലിൻ ഖാദിസെന്ററിലെ പെൺകുട്ടികൾ വന്നു. ഒരിക്കൽ അവരും കുട്ടികളായിരുന്നു. ഒറ്റപ്പെട്ടുപോയ ഈ കന്യകമാർ വെളുത്ത ദുഃഖം നൂറ്റ് ജന്മമൊടുക്കുന്നു.

അവർ എന്നും വരുന്നു. എന്തെങ്കിലും വർത്തമാനങ്ങൾ അവർക്കെന്നുമുണ്ടായിരുന്നു. നെഞ്ചുവേദനയെക്കുറിച്ചോ, ഒരു ഡോക്ടറുടെ നല്ല പെരുമാറ്റത്തെക്കുറിച്ചോ, ആഴ്ചക്കുറി നികന്നാൽ ഒരാൾ കണ്ടുവെച്ചിട്ടുള്ള ഏതെങ്കിലുമൊരു മാലയെക്കുറിച്ചോ പറയുന്നു. അംബർ ചർക്കയുടെ പിടിയിൽ തിരിയുന്ന സ്വന്തം ഗതികേടുകളെക്കുറിച്ച് പരാതി പറയുന്നു.

എന്നാലും മോളെ, മണ്ണും കൊട്ടയല്ലല്ലൊ;

മോളേ നീയിതൊന്ന് കേൾക്ക്. എത്ര ജന്മം കഴിഞ്ഞിട്ടാണ് ഒരു മനുഷ്യജന്മം കിട്ടുന്നത്? എന്നിട്ടും നാമെത്ര കഷ്ടപ്പെടുന്നു എന്നു നോക്ക്.

എനിക്കറിഞ്ഞുകൂടാ. ജന്മാന്തരങ്ങളുടെ ആയിരം കഥകൾ ഞാനും കേട്ടിട്ടുണ്ട്, ഈ അമ്പതിൽ ഞാനെല്ലാം മറന്നു. ഈ കുട്ടികൾ, അവരറിയാതെ എന്നെ തേടുകയല്ലേ? ഒന്നു വിളിച്ചു നിർത്തിച്ചോദിക്കാമായിരുന്നു.

കുട്ടികളേ, എന്തിനാണ് നിങ്ങളിത്രയും അല്ലൽപെടുന്നത്, തൊഴിച്ചു ദുഃഖം കളയുന്നത്?

അവരിൽ ഒരു കുട്ടിക്ക് നാൽപതെങ്കിലുമായിട്ടുണ്ടാവും: മാർക്കണ്ഡേയന്റെ പുരാണംപോലെ, അവളുടെ കാലടികളിൽ കാലം ചത്തുകിടന്നു. അവൾ കുടഞ്ഞു കുടഞ്ഞ് നടക്കുന്നു, ശവം തെറിച്ചുപോകുന്നില്ലല്ലോ!

കുട്ടി, നിന്റെ പേരെന്താ?

നീയല്ലേ, മനുഷ്യജന്മത്തെക്കുറിച്ചു ഖേദിച്ചത്?

ഒരു തീരുമാനത്തിലെത്തും മുമ്പെ പെൺകുട്ടികൾ എങ്ങോ ചെന്നുപറ്റി. അവർ തിരിച്ചുവരും. അവർക്ക് ദാഹമുണ്ടാകും.

കുറച്ചു വെള്ളം.

കുറച്ചല്ല, ഒരു കിണർ വെള്ളമുണ്ടല്ലോ.

ദാഹത്തിന്റെ പേരിൽ ഒരു വയർ വെള്ളം കുടിച്ച്, വിശപ്പു കെടുത്തി അവർ പോകും.

ഒരു ചാൺ വയറോ?

കുട്ടപ്പനോട് ചോദിച്ചു. ചാത്തപ്പന്റെ മകൻ കുട്ടപ്പൻ, പേരു മാറിപ്പോകരുതല്ലോ.

ചാത്തപ്പൻ കല്ലുവെട്ടുകാരനാകുന്നു. ചാത്തപ്പന്റെ അച്ഛൻ കല്ലുവെട്ടുകാരനായിരുന്നു. ചാത്തപ്പന്റെ മകൻ കുട്ടപ്പൻ ഫിറ്ററോ മെക്കാനിക്കോ ആകാൻ തുനിഞ്ഞു. ഫിറ്റർക്കും മെക്കാനിക്കിന്നും തമ്മിലെന്തു വ്യത്യാസമെന്ന് എനിക്കറിയില്ല. കല്ലുവെട്ടിന്നും ഫിറ്റിങ്ങിന്നും തമ്മിലെന്തു വ്യത്യാസമുണ്ടാവുമോ! കുട്ടപ്പൻ സർട്ടിഫിക്കറ്റോ ഡിപ്ലോമയോ എടുത്തിട്ടുള്ളതെന്ന് ചോദിച്ചില്ല. അവൻ കന്മഴുവിലേക്ക് തിരിച്ചെത്തിയിരിക്കുന്നു. കാച്ചിയെടുത്ത മഴു തോളിലിരുന്ന് ചൊകന്ന ചിരി ചിരിക്കുന്നുണ്ടായിരുന്നു.

കുട്ടപ്പൻ ചോദിച്ചു:

എനിക്കു പിഴക്കണ്ടേ?

പിന്നെ അവൻ സ്വയം സമാധാനിച്ചു:

ഈ ഭൂമിയിൽ വെട്ടുപാറ തീർന്നിട്ടില്ലല്ലോ.

കുട്ടപ്പന്റെ മനസ്സിലിരുപ്പ് എനിക്കറിയാമോ? പകയാകാം വിഷാദമാവാം. അവന്റെ ഹൃദയം എന്റെ നെഞ്ചിൽ മിടിക്കുന്നില്ല. അവന്റെ മസ്തിഷ്കം എന്റെ നാഡീവ്യൂഹങ്ങളിലോ മാംസപേശികളിലോ പ്രതികരിക്കുന്നില്ല.

കുട്ടപ്പൻ പറഞ്ഞു:

എങ്ങനെയും ജീവിക്കണമല്ലൊ, കല്ലു വെട്ടിയോ, കഴുത്തു വെട്ടിയോ...

ലജ്ജയോ ഭയമോ തോന്നി. തല കീഴോട്ടിട്ട് ഞാൻ തിരിച്ചു പോന്നു. അപ്പോൾ കണ്ണുകളെ ശപിക്കുന്നുണ്ടായിരുന്നു. പിന്നിൽ കാണാൻ വയ്യല്ലോ! കുട്ടപ്പന്റെ കന്മഴു എന്റെ കഴുത്തിൽ വീഴുമോ? ഇല്ലില്ല. എന്റെ പിമ്പേ

കുട്ടപ്പൻ വന്നില്ല. അവന്റെ മുഴുത്ത ശരീരം, കറുത്ത ശരീരം, ചെങ്കൽപ്പൊടിയിൽ ചെമ്പിച്ച ചുരുളൻമുടി കുന്നിറങ്ങി മറഞ്ഞു.

അഴിയെറിഞ്ഞ വരാന്തയിൽ വാതിലടച്ച് ഞാനിരുന്നു. ആരോടും വർത്തമാനം പറയില്ല!

മുളയും മുള്ളുമായി ശങ്കരൻ വന്നു. കാണുമ്പോൾ, കോറുന്നു. മനസ്സിലോ ശരീരത്തിലോ മുള്ളു കോറുന്നതെന്നറിഞ്ഞുകൂടല്ലൊ.

ഈ മനുഷ്യൻ ഒരത്ഭുത വസ്തുവാകുന്നു. ഈ ശങ്കരൻ. മഴക്കാലത്തെല്ലാം അവൻ വെണ്ണീറും വളവും ചുമക്കും. ഒരാടിനെ ഉമ്മറത്തും പോറ്റാം. പിന്നെ, എല്ലാവരും വിറകോ ചവറോ കത്തിക്കുന്നു. ചാരം ശേഷിക്കും. അടുക്കളയും അടുപ്പമുള്ള കുടുംബങ്ങളിൽ ഒരു നുള്ളു പയറിടാനോ, നാലു തടം കപ്പ വെക്കാനോ ഭൂമിയില്ലെന്നു വരാം. അല്ലേ, അങ്ങനെയുമില്ലേ? എനിക്കീ ഭൂമിശാസ്ത്രം പണ്ടേ പിശകാണ്. ധാരാളം തല്ലുകൊണ്ടിട്ടുണ്ട്. ഓ, അതല്ലല്ലൊ പറഞ്ഞു വന്നത്. ശങ്കരന്ന് വെണ്ണീർ കച്ചവടമുണ്ടായിരുന്നു. മഴ പോയ തക്കം പാർത്ത് അവൻ വേലിപ്പണിയിൽ കുടുങ്ങി. എന്നാൽ, ഈ ശങ്കരൻ ആരാന്റെ തൊഴിലെടുത്തില്ല. വേലികെട്ട് കരാറെടുക്കുകയാണ്. കരാർത്തൊഴിൽ തന്റെ തൊഴിലാകുന്നു, ചെറിയൊരു ബിസിനസ്സാകുന്നു. ഒരു കാവണ്ടം, രണ്ടു വട്ടക്കുട്ടകൾ. മഴക്കാലം മാറി. ശങ്കരൻ വെട്ടുകത്തികളെടുത്തിറങ്ങി. മുള്ളു വെട്ടാൻ, മുള മുറിക്കാൻ, വാരി പൊളിക്കാൻ... ഓരോന്നിന്നോരോതരം കത്തികൾ.

ഈ വെട്ടുകത്തിക്കാരനെ പ്രീതിപ്പെടുത്തിയെടുക്കാനാവാം ഞാനയാളോട് വർത്തമാനം പറഞ്ഞത്.

എടോ, നിനക്ക് ആണ്ടറുതികളില്ലേ?

വിശ്രമമില്ലേ?

"എന്റെ ജന്മം പണിയെടുത്തു മുടിക്കാനുള്ളതാണ് വെറുതെ ഇരുന്നാൽ കുത്തും കടച്ചിലുമെടുക്കും."

ജന്മം!

എന്താണിവൻ ഉദ്ദേശിച്ചത്?

ഖാദി സെന്ററിലെ കുട്ടികൾ വരട്ടെ. അവരോട് ചോദിക്കാം.

കുട്ടീ, എന്താണ് നീ ഉദ്ദേശിച്ചത്?

പെൺകുട്ടികളെക്കാത്ത് ഞാനെന്റെ വീട്ടുപടിക്കൽ നില്ക്കുകയായിരുന്നു. അവർക്കു കുടിക്കാൻ കിണറു നിറയെ വെള്ളമുണ്ടല്ലൊ!

മാധവൻ മാസ്റ്റർ വന്നു. അദ്ദേഹം ഈ വഴി വരാറില്ല. ഒരിക്കലും പാഴാക്കാൻ സമയമില്ല. റരതയും തെങ്ങിൻതടവും വയൽ വരമ്പുകളുമായാൽ മാസ്റ്റർക്ക് കഷ്ടിച്ചുറക്കം കിട്ടാവുന്നത്ര സമയം ശേഷിപ്പുണ്ടാവും.

മാസ്റ്ററെക്കണ്ടപ്പോൾ എനിക്കല്പം വലിപ്പം വെച്ചു. പ്രസംഗം ക്ഷണിക്കാനാവും. (വാസ്തവത്തിൽ വെളുത്ത മുണ്ടുടുത്ത് ആരെക്കണ്ടാലും എനിക്കാശ തോന്നും, പ്രസംഗം ക്ഷണിക്കാനാവും!) സ്കൂളിന്റെ കനക ജൂബിലിയാണല്ലോ.

മാസ്റ്റർ നിന്നു.

കയറുന്നില്ല. എനിക്കല്പം തിരക്കുണ്ട്.

ഈ മനുഷ്യൻ കാലാകാലത്തും ഒരിടത്തും നിന്നിട്ടില്ല. കയ്യിളക്കാതെ വർത്തമാനം പറയില്ല. എല്ലാം കായക്ലേശമാകുന്നു. ധൃതിയും കിതപ്പുമാകുന്നു. റോഡിൽ നിന്നു ക്ഷണിച്ചാലും ഞാൻ പ്രസംഗം സ്വീകരിക്കും.

മാന്യരേ,

കനക ജൂബിലി, പൊന്നിന്റെ തിളക്കമില്ലേ? കിലുകിലുക്കമില്ലേ? ഈ വിദ്യാലയത്തിലെ കനക ജൂബിലി സമ്മേളനം...

ഉദ്ഘാടകനാവുന്നതാണ്, എപ്പോഴും നല്ലത്. മുൻ പ്രാസംഗികരെ ശപിക്കാനിടവരില്ലല്ലോ.

നരച്ച കുട ചുരുക്കുകപോലും ചെയ്യാതെ മാധവൻ മാസ്റ്റർ പറഞ്ഞു.

“മരിച്ച കൊച്ചുകുട്ടന്റെ വീടുവരെ പോകണം.”

മരിച്ച കൊച്ചുകുട്ടൻ!

ഇതിലെപ്പോയാൽ മതി. കുന്നിന്റെ ആ ചെരിവിൽ, ഇടത്തോട്ടുള്ള വഴിയിറങ്ങിയാൽ–

പ്രസംഗം ക്ഷണിക്കാത്തതുകൊണ്ട് വെറിയായിരുന്നു മനസ്സു നിറയെ. മനസ്സ് പുറത്തു കാണില്ലല്ലോ. നാവിന്റെ മിടുക്കിൽ ഞാനൊളിച്ചു നിന്നു.

വാക്കുകളേ!

ഈ ജീവിതം ഗൊറില്ലാ സമരം, നിങ്ങൾ വാക്കുകൾ ധൂമപടലവും ഇല്ലാത്ത ഇരുട്ടും കാട്ടുപൊന്തകളും പതികളും സൃഷ്ടിച്ച് എന്റെ സമരം മുന്നേറ്റുന്നു.

മാസ്റ്റർ പറഞ്ഞു:

“മരിച്ച കൊച്ചുകുട്ടന്റെ മകൻ മഹാ വെടക്കാകുന്നു.”

രക്ഷിതാവില്ലാത്ത കുട്ടി.

ഉപ്പുമാവ് വീട്ടിലേക്ക് കൊണ്ടുപോകാനുള്ളതല്ലെന്ന് എല്ലാ കുട്ടികൾക്കുമറിയാം. ഹരിശ്രീ പഠിക്കുംമുമ്പെ കുട്ടികളെ പഠിപ്പിച്ചുറപ്പിച്ചിട്ടുണ്ട്, മാധവൻ മാസ്റ്റർ കെയറിന്റെ നിയമാവലി പഠിച്ചിട്ടുമുണ്ട്. ഹെഡ്മാസ്റ്ററാകാൻ മറ്റെന്തുമില്ലെങ്കിലും ഈ നിയമാവലി ഹൃദിസ്ഥമായിരിക്കണം. അറിയില്ലേ, കോ-ഓപ്പറേറ്റീവ് ഫോർ അമേരിക്കൻ റിലീഫ് എവരി വേർ! കെയർ.

മാധവൻ മാസ്റ്റർ ഹെഡ്മാസ്റ്ററായി ചാർജെടുത്തതിനുശേഷം ഒരൊറ്റക്കുട്ടി വീട്ടിലേക്കുപ്പുമാവു കൊണ്ടുപോയിട്ടില്ല. അമേരിക്ക നമ്മുടെ കുട്ടികൾക്കു നൽകുന്ന ആഹാരം അവർതന്നെ മുഴുവൻ കഴിക്കണം. അച്ഛനമ്മമാരെപ്പോറ്റാൻ ആരും കരാറെടുത്തിട്ടില്ലല്ലോ.

ഈ കുട്ടികൾ എപ്പോഴെങ്കിലും അച്ഛനമ്മമാരാവില്ലേ? എനിക്കു ചോദിക്കാൻ കഴിഞ്ഞില്ല. മാസ്റ്റർ ക്ഷോഭിച്ചിട്ടുണ്ടായിരുന്നു, അദ്ദേഹത്തിന് ചുണ്ടു വിറയ്ക്കുകയായിരുന്നു.

ഈ മരിച്ച കൊച്ചുകുട്ടന്റെ മകൻ വിജയൻ മാധവൻമാസ്റ്ററുടെ മുന്നിൽ നിന്ന് ഉപ്പുമാവെടുത്തും കൊണ്ടോടി, മാസ്റ്ററും കുട്ടികളും അവനെപ്പിടിക്കാനോടി. കള്ളൻ എപ്പോഴും സമർത്ഥൻതന്നെ! വിളിച്ചിട്ടും വിളിച്ചിട്ടും അവൻ നിന്നില്ല. പോകട്ടെ, ധിക്കാരമതല്ല. ഉച്ചതിരിഞ്ഞ് അവൻ തിരിച്ചെത്തിയില്ല. അതുപോട്ടെ, പിന്നീടവൻ സ്കൂളിലേക്കു വന്നിട്ടേ ഇല്ല. കണ്ടോ?

മാസ്റ്റർ തന്റെ ബാഗ് തുറക്കാൻ കുനിഞ്ഞു. അദ്ദേഹത്തിന്റെ നരച്ച മുടിയിൽ രോഷം പ്രകമ്പനം കൊള്ളുകയാണ്. ഓരോ കിതപ്പിലും തുള്ളുന്ന കഴുത്തിലെ ഞരമ്പുകളിൽ അനുസരണക്കേടിനെതിരെ പ്രതിഷേധം തേങ്ങി. ബാഗിൽ നിന്നെടുത്ത സ്ലേറ്റും പുസ്തകങ്ങളും എന്റെ മുഖത്തേക്കു വീശി മാധവൻമാസ്റ്റർ ചോദിച്ചു.

'ഇതു കണ്ടോ?'

എന്നെത്തല്ലല്ലേ!

ഇതാണെന്റെ തെളിവ്. വ്യക്തമായ തെളിവില്ലാതെ ഒരൊറ്റക്കുട്ടിയെ ഞാനിന്നേവരെ ശിക്ഷിച്ചിട്ടില്ല. എനിക്കവന്റെ അമ്മയെക്കാണണം. കുട്ടിയുടെ പെരുമാറ്റദൂഷ്യം രക്ഷിതാവറിഞ്ഞിരിക്കേണ്ടതാണ്. കെട്ടിച്ചമച്ച അപരാധമല്ല. സ്ലേറ്റും പുസ്തകങ്ങളും കണ്ടോ? അമ്മയാണവന്റെ രക്ഷിതാവ്. എന്താണവരുടെ പേര്?

എന്താണവളുടെ പേര്?

ഞാനിങ്ങനെയാണ്. എല്ലാം പെട്ടെന്നു മറന്നു പോകും. ഒരു കുടം വെള്ളത്തിൽ ഒരു തുള്ളി തിരയുംപോലെ. അവളെ എനിക്കറിയാം, അവളുടെ പേരുമറിയാം. എന്നാലിപ്പോൾ, ഇപ്പോൾ ഞാനെന്താണോർക്കുന്നത്? ഒരു കുടം വെള്ളമല്ല, ഒരു പ്രവാഹത്തിൽ നഷ്ടപ്പെട്ട മനസ്സോടെ ഞാൻ നിൽക്കുന്നു.

ഇതിനൊന്നും സമയമുണ്ടായിട്ടല്ല. മാസ്റ്റർക്കെത്രയോ തിരക്കുകളുണ്ട്. പശുക്കളെക്കറന്നിട്ടില്ല. കുട്ടികൾ പാലിനു കാത്തിരിക്കുന്നുണ്ടാവും. പോരാത്തതിന് കനകജൂബിലിയുണ്ട്. ഒരു സമ്മേളനം ചുമ്മാ സംഘടിപ്പിക്കാനൊക്കുമോ? അതിനിടയിൽ, സ്കൂളിന്റെ ചരിത്രമെഴുതി പൊതുസമ്മേളനത്തിൽ വായിക്കേണ്ട ചുമതല കൂടി തന്റെ തലയിലായി.

എഴുതാം, വായിക്കാം. പ്രിയമുള്ള നാട്ടുകാരേ,

അമ്പതുവർഷം മുമ്പ് ഇന്നാട്ടിലെ ചൊല്ലും വിളിയുമുള്ള പൗരമുഖ്യന്മാർ രൂപീകരിച്ച യുവജനസംഘം നിർബന്ധപ്പിരിവെടുത്ത് ഈ കെട്ടിടം കെട്ടി. അമ്പതു വർഷം. എന്താണീ അമ്പതു വർഷങ്ങൾ സാധിച്ചത്? കുരുപ്പുപിടിച്ച ഈ ചുമരുകൾ പറയട്ടെ.

അമ്പതു വർഷം കാറ്റും മഴയുമേറ്റിട്ടും ഈ ചുമരുകൾ വീണില്ല! ഈ ചുമരിലെ കല്ലുകളെക്കുറിച്ചും, കല്ലുകൾ തേമ്പി ഉറപ്പിച്ച കളിമണ്ണിനെക്കുറിച്ചും നാളത്തെത്തലമുറ ഗവേഷണം നടത്തട്ടെ.

അമ്പതു വർഷം മുമ്പ്, പിരിവെടുക്കാൻ നിർവാഹമില്ലാത്ത വീടുകൾ ഇന്നാട്ടിലുണ്ടായിരുന്നു. ചൊല്ലും വിളിയുമുള്ള പൗരമുഖ്യന്മാർ പിരിവെടുക്കാത്ത വീടുകൾ കയറി കിണ്ടിയും കിണ്ണവും പെറുക്കിക്കൊണ്ടുപോയി. അവരുടെ നേട്ടം...

പ്രിയപ്പെട്ട നാട്ടുകാരേ,

ചെത്തിത്തേക്കാത്ത ഈ ചുമരുകളും, കുത്തിക്കുഴിഞ്ഞ നിലത്തിട്ട ആട്ടം നിലയ്ക്കാത്ത ബെഞ്ചുകളും അമ്പതു വർഷത്തെ നേട്ടംതന്നെ. ഇന്നെന്താണ് നേടുന്നതെന്ന് ഇന്നാട്ടിലെ ഉത്തമ പൗരന്മാരെന്ന നിലയ്ക്ക്,

രക്ഷിതാക്കളെന്ന നിലയ്ക്ക് നിങ്ങൾക്കറിയാമെന്നാശിക്കുകയാണ്. ഈ പള്ളിക്കൂടത്തിൽ ഹരിശ്രീ പഠിക്കുന്ന കുട്ടികളുടെ രക്ഷിതാക്കൾക്ക് സ്കൂൾ നടത്തിപ്പിലുള്ള പങ്ക് അമേരിക്ക ദാനംചെയ്ത ഉപ്പുമാവിൽ മാത്രമാണോ? നിങ്ങൾ ഇത്രയ്ക്കും ഇരപ്പാളികളോ!

മാധവൻ മാസ്റ്റർ പോയി. ഞാനെന്റെ പ്രസംഗം തയ്യാറാക്കി റോഡിൽ തെക്കുവടക്കു നടക്കുമ്പോൾത്തന്നെ മാസ്റ്റർ തിരിച്ചുവരുന്നു. അദ്ദേഹത്തിന്റെ മുഖം ചുരുങ്ങിപ്പോയോ? കണ്ണുകൾ ഉൾവലിഞ്ഞുവോ?

വിജയന്റെ അമ്മ പട്ടിണിയാണെന്നോ, എരുമയുടെ കറവു വറ്റിയെന്നോ എന്തൊക്കെയോ മാസ്റ്റർ പറഞ്ഞു.

എനിക്കറിഞ്ഞുകൂടേ?

നിങ്ങൾക്കറിഞ്ഞുകൂടേ?

കൊച്ചുകുട്ടൻ പനയിൽനിന്നു വീണ് തണ്ടെല്ലും കിഡ്നികളും തകർന്ന് വളരെക്കാലം മരിക്കാൻ കിടന്നു. വിഷം കുത്തിവെച്ച് ആരും രോഗിയെ കൊല്ലുന്നില്ല! കൊച്ചുകുട്ടൻ പോകുംമുമ്പെ പണം കിട്ടാവുന്നതെന്തും ആ വീട്ടിൽനിന്നു പോയി. പിന്നെ ഒരു സ്ത്രീയും അവളുടെ സന്തതികളും കഴിഞ്ഞുപോരണമല്ലോ. മാധവൻ മാസ്റ്റർക്കും വേദന തോന്നിയിട്ടുണ്ടാവാം.

ഇതാണോ അസ്തിത്വത്തിന്റെ ദുഃഖം.

എങ്കിൽ, ഒരൊറ്റ ജന്മം തന്നെ മതി.

ഇത് ഒടുക്കത്തെ ജന്മം തന്നെയല്ലേ?

മസ്ലിൻ ഖാദിസെന്ററിലെ കുട്ടികൾ ഈ വഴി തിരിച്ചുവന്നില്ല. അവർ മലമ്പുഴയ്ക്കോ മറ്റോ ഒരുല്ലാസയാത്ര പോയത്രെ.

പിന്നെ, ആരോട് ചോദിക്കാൻ?

നാളെ കാളകൾ വരും. കുളമ്പടികളിൽ ഭൂമിയുടെ ഹൃദയത്തുടിപ്പുകളൊപ്പിത്തന്ന് അവ കടന്നു പോകുമ്പോൾ ഞാനുണരും.

തേക്കുപാട്ടിൽ തുയിലുണരുന്ന പ്രഭാതത്തിന്റെ നെറ്റിയിൽ, നാളെ അമ്പിളിക്കല കാണുമോ?

നാളെ കറുത്തവാവാണല്ലോ! ■

അമ്മ

ഒരു മഴപെയ്തു തോർന്നപോലെ.

ഡ്യൂട്ടി റൂമിൽ നിന്നിറങ്ങിയ നഴ്സിന്റെ കാലൊച്ചപോലും കേട്ടില്ല. പെയ്തുതീർന്ന മേഘംപോലെ അവൾ കട്ടിലുകൾക്കിടയിലൂടെ നടന്നു. ഇടയ്ക്ക് ഒരു കട്ടിലിന്നരികിൽ അവളല്പം നിന്നു. ഉറക്കം വരുന്നില്ലേ? നഴ്സ് ഒന്നും പറഞ്ഞില്ല. അവളുടെ കണ്ണുകളിൽ ഉത്കണ്ഠ വിടർന്നു. ചുണ്ടുകളിൽ

ഒരു തേങ്ങലൊതുങ്ങി. എങ്ങനെ ഉറക്കം വരാൻ? നഷ്ടപ്പെട്ട കാൽ പുറത്തു കാണിക്കാതിരിക്കാനാവാം, അവൻ അടിമുടി പുതച്ചു കിടക്കുന്നു.

രോഗികളുടെ പരിചരണത്തിനെന്ന പേരിൽ വാർഡിൽ പാർക്കുന്ന ബന്ധുമിത്രങ്ങൾ ടിക്കറ്റെടുക്കാത്ത കാഴ്ചക്കാരെപ്പോലെ നഴ്സിന്റെ മുന്നിൽ മായം തിരിഞ്ഞു. വാസ്തവത്തിൽ ഈ പരിചാരകരായിരുന്നു അതേവരെ ബഹളം കൂട്ടിയത്. ഒരു സംഘം കൊള്ളക്കാർ നടത്തിയ മുപ്പത്തിനാലാമത്തെ കൊലപാതകത്തെക്കുറിച്ച് ഒരു ഹരികഥ നടക്കുമ്പോഴാണ് നഴ്സ് ഇറങ്ങിവന്നത്.

ഒരു പട്ടാളക്കാരൻ, അയാൾ അവധിയിൽ വരികയായിരുന്നു. പട്ടാളക്കാരൻ യാത്ര പുറപ്പെട്ടപ്പോൾ റെയിൽവേയിൽ സമരം പൊട്ടി. അയാളുടെ യാത്ര മുടങ്ങി. പട്ടാളക്കാരന് വീട്ടിലെത്തണം. ഒരു ടാക്സി പിടിച്ച് പട്ടാളക്കാരൻ യാത്ര തുടർന്നു. പക്ഷേ, പട്ടാളക്കാരൻ വീട്ടിലെത്തിയില്ല. പട്ടാളക്കാരനെ എങ്ങനെ കൊന്നു? കൊള്ളക്കാരെ എങ്ങനെ പിടികൂടി? കേൾക്കാൻ ഇമ്പമുണ്ടായിരുന്നു. പട്ടാളക്കാർ അവർക്കാരുമല്ല, ഒരു കഥ... നഴ്സ് ഇറങ്ങിവന്ന് അവരുടെ രസം മുറിച്ചു.

ഒരോർമ്മത്തെറ്റിൽ ഇറ്റുനിന്ന അട്ടാറുപോലെ അപ്പോഴും കത്തിനിന്ന വിളക്കുകൾ ഓരോന്നായണച്ച് അവൾ ഡ്യൂട്ടി റൂമിലേക്കുതന്നെ തിരിച്ചുപോയി. വാർഡിൽ അപ്പോഴും വെളിച്ചമുണ്ടായിരുന്നു. ഓരോരോ അത്യാഹിതങ്ങളിൽപ്പെട്ട് രോഗികൾക്ക് നഷ്ടപ്പെട്ട ആരോഗ്യം തിരിച്ചുവരുംപോലെ വാർഡിന്റെ വരാന്തയിലോ മുറ്റത്തോ കത്തിനിന്ന വിളക്കുകളിൽ നിന്ന് വെളിച്ചം വാർഡിലേക്കെത്തി.

അക്ഷരം പഠിക്കുന്ന ഒരു കുട്ടി സ്ലേറ്റു നിറയുന്ന ഒരു റ എഴുതി റായ്ക്കുള്ളിൽ വരയ്ക്കുന്ന വലിയ ഒന്നുകളിൽ ഒരാനയെ നിർത്തുംപോലെ ഒരു നിര തൂണുകളിൽ വാർത്തിട്ട വിശാലമായ വാർഡിൽ ആറുനിര കട്ടിലുകളുണ്ടായിരുന്നു. കാഴ്ചയുണ്ടെങ്കിൽ, കഴുത്തൊന്നു തിരിക്കാവുന്ന ആരോഗ്യമുണ്ടെങ്കിൽ ഏതു മൂലയിലെ കട്ടിലിൽ കിടന്നാലും അമ്പത്തൊമ്പതു കട്ടിലുകളിൽ സംഭവിക്കുന്ന ദുരന്തങ്ങൾ കാണാം.

പത്തൊമ്പതിലെ മത്തായി അമ്മയെ വിളിക്കുന്നു, വെന്ത മത്തായി, കത്തിപ്പോയ വെടിപ്പുരയ്ക്കകത്തു പെട്ട് വെന്തു പോയ മത്തായിയുടെ ശബ്ദത്തിന് ഒരു കതിനയുടെ കരുത്തുണ്ടായിരുന്നു. മകന്റെ കട്ടിലിനു താഴെ മരുന്നുകളുടെ മണവും മനുഷ്യമാലിന്യങ്ങളുടെ ദുർഗന്ധവുമിഴുകി നീറുന്ന ഈർപ്പത്തിൽ അന്നമ്മ ചുരുണ്ടുകിടന്നു.

അന്നമ്മ പറഞ്ഞു:

എട ക്ടാവേ, ഞാനൊന്നു കണ്ണടച്ചോട്ടെടാ.

മത്തായിക്കു സഹിച്ചില്ല. ഉറക്കത്തിൽപ്പെട്ട ഏതു രാക്ഷസനേയും ഉണർത്താവുന്നത്ര ഉച്ചത്തിൽ മത്തായി വിളിച്ചു.

അമ്മേയ്!

പതിമൂന്നിലെ നാരായണൻ കട്ടിലിൽ കിടന്നു ഞെട്ടി.

ഏതു ശബ്ദം കേട്ടാലും നാരായണൻ ഞെട്ടുന്നു. അവന്റെ കട്ടിലൊന്നു കരഞ്ഞാലും നാരായണൻ ഞെട്ടുന്നു. അവന്നൊട്ടും സ്വസ്ഥതയില്ല. അവൻ ഉറങ്ങുകയും ഇല്ല. ഉറക്കം അവന് മരണക്കെണിയായിരുന്നു. അന്നന്നു വിഴുങ്ങേണ്ട ഉറക്കഗുളികകൾ വായിൽനിന്നെടുത്ത് അവൻ തലയിണയ്ക്കടിയിൽവെച്ചു. അവനാണെങ്കിൽ നടക്കാനും വയ്യ. അവന്റെ മുട്ടുകാലും ഞരിയാണികളും ഒടിഞ്ഞിട്ടുണ്ടായിരുന്നു. എന്നെങ്കിലുമൊരിക്കൽ ആശുപത്രിയിൽനിന്നിറങ്ങേണ്ടിവരുമെന്നോർക്കുമ്പോഴും അവൻ ഞെട്ടുന്നു. ഭയം അവനെ തളർത്തുകയും അവനാകെ വിളർക്കുകയും ചെയ്തു. അവന്റെ കൺമണികൾ വെള്ളാരങ്കല്ലുകൾ പോലായി. ഒരിക്കൽ അവൻ രക്ഷപ്പെട്ടു. അന്ന് അവനെ കൊല്ലാനുള്ള അവസരം അവർക്കു കിട്ടി. അവരുടെ മനസ്സിലും അല്പം ദയ ഉണ്ടായിരുന്നു. കൊല്ലണമെങ്കിൽ കുടിക്കണം. ലഹരിയിൽ, അല്പം ദയ ഉള്ളത് ആവിയായിത്തീരട്ടെ. കുടിച്ചു തയ്യാറായി അവർ തിരിച്ചുവരുവോളം അവൻ ടാക്സിയുടെ പിൻസീറ്റിൽ കിടക്കട്ടെ. അവരുടെ എല്ലാ ശീലങ്ങളും നാരായണനറിയാം. അവർക്ക് സ്വന്തം കാറുകളുണ്ടായിരുന്നു. വാടകക്കാറുകളിൽ മാത്രം അവർ രാവിൽ സഞ്ചരിച്ചു. അവർക്ക് കെട്ടിയ ഭാര്യമാരുണ്ടായിരുന്നു. അന്നന്നു തരപ്പെട്ട പെൺകിടാങ്ങളെ കിടത്തി അവർ രാവു പുലർത്തി. അവരെ നിഷേധിച്ച കുലടകളെ അവർ കയ്യോടെ കടലിലേക്കെറിഞ്ഞു. അല്ലെങ്കിൽ മദമിളകി വരുന്ന തീവണ്ടിയുടെ തൃക്കണ്ണിലേക്കു നേദിച്ചു. ഒരു പീറപ്പെണ്ണിന്റെ പേരിൽ അവരുടെ സൽപേരുകൾക്കു കളങ്കം തട്ടാൻ പാടില്ല. ഒരു പെണ്ണ് പരാതിപ്പെടാനിടയുണ്ടെന്ന് അവരറിഞ്ഞുവശായി. അർദ്ധരാത്രിയിൽ അവരുടെ നാരായണൻ ആ പെണ്ണിന്റെ വാതിൽക്കൽ മുട്ടിവിളിച്ചു. ചേച്ചി, നിന്റെ ഭർത്താവിന്നൊരപകടം പറ്റി, അവൻ ആശുപത്രിയിലാണ്, അത്യാസന്നമാണ്, നാരായണൻ കാറുകൊണ്ടു വന്നിട്ടുണ്ട്. അവൾ വരണം, ഉടനെ വരണം. എത്രയോ പെണ്ണുങ്ങൾ ഇങ്ങനെ നാരായണന്റെ കാറിൽ കയറിയിട്ടുണ്ട്. ആ പെണ്ണ് നാരായണന്റെ കാറിൽ കയറിയില്ല, വാതിൽപോലും തുറന്നില്ല. അവൾക്കു യോഗമുണ്ടെങ്കിൽ, നെടുമംഗല്യത്തിന്റെ വിധിയുണ്ടെങ്കിൽ, വെളിച്ചാവട്ടെ, ചെന്ന് കണ്ടോളാം. വെളിച്ചമായപ്പോൾ അവൾ പുറപ്പെട്ടു. അവളുടെ ഭർത്താവ് ഒരാശുപത്രിയിലും ഇല്ല. അവൻ ഈർച്ചക്കമ്പനിയിൽ തടി തള്ളുന്നു. അന്നു രാത്രി അവർ നാരായണനോടു പറഞ്ഞു: നിന്നെ ഞങ്ങ അറക്കും!

വെന്ത മത്തായി മരിച്ചിട്ടില്ല. കുല വീണ് പടല വിരിയാൻ തുടങ്ങുന്ന വാഴക്കുടപ്പൻപോലെ അവൻ കട്ടിൽ പരക്കെ ചുവന്നു കിടന്നു. നാരായണന്റെ വലത്തെ കട്ടിലിൽ മരണംപോലെ, ജ്വലിക്കുന്ന അഗ്നിപോലെ മത്തായി മലർന്നുകിടന്നു. മത്തായി കട്ടിലിൽക്കിടന്ന് വെടിക്കെട്ടു കണ്ടു.

തിരുവമ്പാടീഡെ ഗുണ്ടു പൊട്ടീപ്പ എന്റെ കണ്ണാങ്ക്ഡ് ചിന്നി, ചെകിട് ചൂളം പാടി.

അന്നമ്മ പറയുന്നു:

ഒന്നു മിണ്ടാണ്ടെ കെടക്കെടാ ക്ടാവേ.

മത്തായി വെടിക്കെട്ടിൽ പൊട്ടിത്തെറിക്കുന്നു:

നാലു ഗുണ്ടിനൊരമിട്ട്. ആശാനാ പറഞ്ഞു. എന്നോടാ പറഞ്ഞു. കത്തിക്കെടാ ചെക്കാ കൂട്ടവെടി.

അന്നമ്മ കെഞ്ചുന്നു:

ഞാനൊന്നു കണ്ണടച്ചോട്ടെടാ ക്ടാവേ.

മത്തായി ആശാൻ ചമയുന്നു:

കലക്കെടാ, കലക്കെടാ ചെക്കാ കൂട്ടവെടി.

മത്തായിയുടെ ശബ്ദത്തിന് കരിമരുന്നിന്റെ ചൂടും കരുത്തുമുണ്ടായിരുന്നു. അവൻ പൊട്ടിത്തെറിക്കുമ്പോഴെല്ലാം നാരായണൻ ഞെട്ടുന്നു. അവൻ നെഞ്ചു പൊത്തിക്കിടന്നു. അവന്റെ കിളി ഉള്ളം കൈയിൽ കൊത്തി. എന്നെ, എന്നെ, എന്നെ... ഒരിക്കൽ അവൻ രക്ഷപ്പെട്ടു. അതൊരു കല്ലു ലോറിയായിരുന്നു. ലോറി കേടായി വളരെ നേരം വഴിയിൽ കിടന്നു. വൈകിയ രാത്രിയിൽ ആ ലോറി തിരിച്ചുവരുമ്പോൾ നാരായണൻ റോഡിൽ കിടക്കുന്നു. ലോറിക്കാർ അവനെ ആശുപത്രിയിൽ കൊണ്ടിട്ടു. ഇനി അവൻ എന്തുചെയ്യും? അവൻ രക്ഷപ്പെട്ടുവോ? അറക്കും എന്ന് ഒരിക്കൽ പറഞ്ഞാൽ അവർ അറക്കും!

മത്തായി വീണ്ടും അമ്മയെ വിളിച്ചു. അവന്റെ ശബ്ദത്തിനൊട്ടും ചൂടില്ല. അമ്മയെ വിളിക്കുമ്പോൾ മത്തായി കരയുന്നുണ്ട്. അവന്റെ അമ്മ ഉറങ്ങി. അവർ തളർന്നിട്ടുണ്ടാവും. മത്തായിക്ക് രാവോ പകലോ ഇല്ല. അമ്മ അമ്മ അമ്മ. ഒരമ്മയും ഒരു മകനും മകന്റെ വെടിക്കെട്ടും. മത്തായി അമ്മയെ വിളിച്ചു കരയുമ്പോൾ മുലപ്പാൽ പതഞ്ഞുവരുംപോലെ. ഒരു കൈക്കുഞ്ഞിന്റെ രാഗത്തിൽ മത്തായി അമ്മയെ വിളിച്ചു.

കട്ടിലറിയാതെ നാരായണൻ ഉയർന്നു. കൈകൾ കുത്തി അരക്കെട്ടുവരെ ഉയരാം. കൈകൾ കുത്തി നാരായണൻ അനങ്ങി ഇരുന്നു. മത്തായി, എടോ മത്തായി... അവൻ പതുക്കെ വിളിച്ചു. അവന്റെ ശബ്ദം നെഞ്ചിൽ തങ്ങി. നിന്നെ മൂട്ട കടിക്കുന്നുണ്ടോ? നിന്നെ കൊതു കടിക്കുന്നുണ്ടോ? അവന്റെ ശബ്ദം നെഞ്ചിൽ കിടന്നു പൊരിഞ്ഞു. ഒരു മൂട്ടയെച്ചൊറിയാനോ പുതപ്പൊന്നു വലിച്ചിടാനോ മത്തായിക്കു വയ്യ. അവന്റെ കൈകൾ മടങ്ങുകയില്ല. അവന്റെ വിരലുകൾ നിവരുകയില്ല. തീക്കനൽപോലെ, മനുഷ്യാകാരത്തിൽ ഒരു കനൽ കത്തുംപോലെ മത്തായി കിടന്നു. മത്തായി നീയെന്തിനാണ് അമ്മയെ വിളിക്കുന്നത്? നിന്റെ അമ്മ ഉറങ്ങി. നിന്റെ അമ്മ ഉറങ്ങട്ടെ... വാക്കുകൾ നാരായണന്റെ ദൃഷ്ടികളിൽ കത്തിക്കരിഞ്ഞു. വാക്കുകൾ അവന്റെ കൈകളിലൂടെ കട്ടിലിലേക്കൊഴുകി. വാക്കുകൾ അവന്റെ രോമകൂപങ്ങളിൽ പുകഞ്ഞു.

അപ്പോൾ എടമ്പറ അറിയാതെ മത്തായി നിലവിളിച്ചു:

എന്നെക്കൊന്നുതായോ!

വാർഡിൽ കട്ടിലുകൾ ഞരങ്ങി. കാഷ്വൽറ്റി വാർഡ് മുഴുവൻ കട്ടിലുകളിൽ കിടന്നു ഞെട്ടി.

തന്നെ!

അവനെ കൊന്നുകളയണമെന്ന് അപ്പോൾ നാരായണന് തോന്നി. ഈ ശവത്തെ ഇതേവരെ എന്തുകൊണ്ടു കൊന്നില്ല? ഇവിടെ മനുഷ്യർക്ക് ജീവിക്കണം. എല്ലാവർക്കും മരിക്കണം. സ്വൈരമായിട്ടൊന്ന് മരിക്കാൻ ഈ ശവം സമ്മതിക്കുന്നില്ല. ഇവൻ മരിക്കും. ഇവൻ മരിച്ചേ കഴിയൂ. എന്തു കൊണ്ട് ഇപ്പോൾത്തന്നെ കൊന്നുകൂടാ? മരിക്കില്ല, മരിക്കാനൊട്ടു സമ്മതിക്കയുമില്ല.

മത്തായിയെക്കൊല്ലാൻ നാരായണന്റെ കണ്ണിൽപ്പെട്ടത് തലയിണയാണ്. അടഞ്ഞ തലയിണയെടുത്ത് ഒറ്റ അടി! ഒരു ഞൊടിക്ക് ഒരു കൊലയുടെ സുന്ദരദൃശ്യം അവന്റെ മനസ്സിൽ കത്തിയെരിഞ്ഞു. പിന്നെ അവനു ചിരി വന്നു. ആരാണ് ഈ നാരായണൻ? നാരായണൻ ജീവിക്കുന്നു! ഒരു നാട്ടിൽ ഒരു പാതകിയെ മരണശിക്ഷയ്ക്കു വിധിച്ചു. തലയിണകൊണ്ട് അവനെ അടിച്ചു കൊല്ലണം! ആ നാട്ടിലെ സമ്പ്രദായമാണത്. പാതകികളെ തലയിണകൊണ്ടടിക്കുക. നാരായണൻ ചിരിച്ചു. തലയിണ പൊട്ടി പഞ്ഞി പറന്നു. പഞ്ഞിയോ വെള്ളപ്പൂക്കളോ? പാതകിയെ പൂവിട്ടു പൂജിക്കുന്നു. പാതകി നാട്ടിലെ ദൈവമാകുന്നു. പാതകി, പാതകി, പാതകി. അപ്പോൾ അവനു തല വേദനിച്ചു. അവന്റെ ശിരസ്സിൽ ഒരു കടൽ കിടന്നലറി. അവന്റെ ശിരസ്സിൽ ഒരു തീവണ്ടി മദിച്ചു. അവിടെ പെൺകിടാങ്ങൾ നിലവിളിച്ചു:

അമ്മേയ്...

കണ്ണു പൊത്തിയിട്ടും കാണുന്നു. ചെകിട് പൊത്തിയിട്ടും കേൾക്കുന്നു. നാരായണന് സഹിക്കാൻ മേല. അവനിരിക്കാൻ വയ്യ. തലയിണ അവൻ മറന്നേ പോയി. അവന് കിടക്കണമെന്നു തോന്നി. കിടന്നിട്ടും ഫലമില്ല. അവനൊരു സ്വൈരവും ഇല്ല. മത്തായി വീണ്ടും നിലവിളിക്കുന്നു:

എന്നെ കൊന്നുതായോ!

കട്ടിലിന്നടിയിൽ സ്റ്റൂളുണ്ടെന്ന് പെട്ടെന്നവന്നോർമ്മ വന്നു, സ്റ്റൂളെടുത്ത് ഒറ്റ അടി. പിന്നെ അവൻ കിടന്നലറില്ല. സ്റ്റൂൾ വലിച്ചെടുക്കാൻ നാരായണൻ വലത്തോട്ടാഞ്ഞു. അവൻ കട്ടിലിന്നടിയിലേക്കു മുഖം തിരിച്ചു.

അന്നമ്മ അവനെ മിഴിച്ചു നോക്കുന്നു.

അമ്മ!

നാരായണന്റെ നേരേതന്നെ മിഴിച്ചു നോക്കി, അന്നമ്മ ശപിച്ചു:

നീ ചത്തോളും. പുഴുവരിച്ച് നീ ചത്തോളും.

എല്ലാം അവസാനിച്ചു എന്ന് അപ്പോൾ നാരായണന് തോന്നി. അന്നമ്മ പിന്നെയും ശാപമുതിർത്തുകൊണ്ടു കിടന്നു. എന്നെ ഇങ്ങിനെയിട്ട് പൊറുതി മുട്ടിക്കുന്നതിന് നീ അനുപവിക്കും. നീ ചാവും. നിന്നെ ഒരാളും കൊല്ലണ്ട. പുഴുവരിച്ച് നീ ചത്തോളും.

മത്തായി അമ്മയെ പിരാകുന്നുണ്ടായിരുന്നു. നീ എന്തിന് എന്നെ പെറ്റു? അവൻ ഞെട്ടിത്തെറിച്ചു:

എന്തിന് നീയെന്നെ പെറ്റെടീ?

അമ്മയും മകനും തമ്മിൽ കാണുന്നില്ലെങ്കിലും അന്യോന്യം ശാപമേറ്റ് കിടന്നു. പക്ഷേ, നാരായണന് എല്ലാം അവസാനിച്ചു കഴിഞ്ഞിട്ടുണ്ടായിരുന്നു. അവനേറ്റ ശാപം പുഴുവരിച്ച് നീ ചത്തോളും എന്നായിരുന്നു. ആ ശാപം അവന്റെ നെഞ്ചിൽ തറച്ചു. നെഞ്ചിൽ കൈകളമർത്തി അവൻ മലർന്നു കിടന്നു. അവനപ്പോൾ കിടക്കാൻ വയ്യ. ഈ ശാപം അവന് താങ്ങാൻ വയ്യ. എത്ര പെൺകിടാങ്ങൾ! എത്ര അമ്മമാർ! അവരുടെയെല്ലാം ശാപം അവന്റെ ശിരസ്സിൽ മുഴങ്ങി.

നീ ചത്തോളും. നീ നീ നീ...

ഒന്നുറങ്ങാൻ കഴിഞ്ഞെങ്കിൽ, ഒന്നു മറക്കാൻ കഴിഞ്ഞെങ്കിൽ! അവൻ പതുക്കെ ഉയർന്ന് തലയിണ പൊക്കി. ആരെങ്കിലും കാണുന്നുണ്ടോ? ആരും കാണാനില്ല. അവന്റെ കട്ടിൽ, അവന്റെ തലയിണ, അവൻ ഒരു മൂട്ടയെ തിരയുന്നു. മൂട്ടയെ തിരഞ്ഞ് ഉറക്കഗുളികകളുടെ പൊതിയെടുക്കുന്നു.

ഓരോ ദിവസവും നാക്കിന്നടിയിൽ നിന്നെടുത്ത് അവൻ കരുതിവെച്ച ഈ ഗുളികകൾ എന്തിനുവേണ്ടി സൂക്ഷിച്ചുവെച്ചതാണെന്ന് ഒറ്റുകാരൻ നാരായണന് അപ്പോൾ മനസ്സിലായി. ഏറെക്കാലത്തേക്ക് അവന് നഷ്ടപ്പെട്ട ഓർമ്മ ഇപ്പോൾ അവന്റെ മനസ്സിലുണർന്നു:

അമ്മേ... ■

ആനയും ചിതലും

അച്ഛൻ ഈർച്ചക്കാരനായിരുന്നു, നാരായണൻ. മകൻ ഈർച്ചമില്ലു നടത്തുന്നു, അനന്തൻ. ചെറുക്കൻ വ്യാപാരത്തിൽ ഭ്രമിച്ചുപോയെന്ന് നാരായണൻ ഭയപ്പെട്ടു. പിന്നീടയാൾ സ്വയം സമാധാനിച്ചു. അവനവന്റെ ഉപജീവനം അവനവൻതന്നെ തേടണം. മനുഷ്യജന്മം തന്നെ വിശപ്പിന്റെ ഒരു കളിയാകുന്നു. ഒരു നേരത്തെ ആഹാരം മുടങ്ങിയാൽ മനുഷ്യൻ തളരുന്നു. കാലം പുരോഗമിച്ചു എന്നാണ് എല്ലാവരും പറയുന്നത്. പുരോഗമിച്ചിട്ടുണ്ടെന്നു തന്നെ നാരായണനും ധരിക്കുന്നു. പണ്ടൊക്കെ മഴുവും കോടാലിയുമെടുത്തിട്ടാണ് തടികൾ വെട്ടി ഉരുപ്പടികളാക്കിയിരുന്നത്. പനങ്ങാട്ടെ പഴയ മാളികയിൽ ചെലുത്തിയിരുന്ന തൂണും ശീലാന്തിയും കട്ടിളക്കാലുകളും ഈർച്ചവാൾ കണ്ടിട്ടുണ്ടായിരുന്നില്ല. ഓരോ തൂണും ഒറ്റത്തടിയായിരുന്നു. പിന്നെ ജർമ്മന്റെ ഈർച്ചവാൾ വന്നു. ജർമ്മന്റെ ഈർച്ചവാളെടുത്തിട്ടാണ് നാരായണൻ ഈരാൻ പരിചയിച്ചത്. അനന്തൻ 'അര' രൂപയുടെ ബൻസിലാണ് ഈരുന്നത്. (അര രൂപ അര ലക്ഷം രൂപയാകുന്നു. അതു വ്യാപാരിയുടെ ഭാഷയാകുന്നു. ബൻസാകട്ടെ ഒരു ഉൾനാടൻ മനുഷ്യന്റെ ഭാഷയും. ബാൻഡ് സോ എന്ന് നാരായണൻ പറയുന്നില്ല,) നാരായണൻ ഈർച്ചക്കാരനായിരുന്നു. അനന്തൻ മെക്കാനിക്കൽ എഞ്ചിനീയറായി. കാലം ഇത്രയൊക്കെ പുരോഗമിച്ചു. എന്നിട്ടും

വിശപ്പടങ്ങണമെങ്കിൽ, മനുഷ്യൻ ആഹാരംതന്നെ കഴിക്കണം. ബിരിയാണിയാകാം, കപ്പപ്പുഴുക്കാകാം, അവനവന്റെ ഉപജീവനം അവനവൻതന്നെ തേടണം.

ഒരു ഈർച്ചക്കാരനായോ ഈർച്ചമില്ലുടമയായോ ആരും ജനിക്കുന്നില്ല. ഒരുകാലത്ത് പനങ്ങാട്ടു പിറന്ന സന്തതികളെല്ലാം എജമാനന്മാരായിരുന്നു. എജമാനനെഴുന്നള്ളുന്ന മഞ്ചലിന്നു മുമ്പും പിമ്പും വാളും പരിചയുമെടുത്ത ചോവന്മാരുടെ അകമ്പടിയുണ്ടായിരുന്നു. പനങ്ങാട്ടെജമാൻ രാജാവായിരുന്നു. അവർക്ക് ആനയും കാടും മലയടിവാരങ്ങളും അട്ടിപ്പേറായിരുന്നു. ഇന്നോ പനങ്ങാട്ടെജമാൻ എച്ചിലെടുക്കുന്നു. (വാസ്തവത്തിൽ അയാളൊരു സ്റ്റാർ ഹോട്ടലിൽ വെയിറ്ററാകുന്നു.)

ഈർച്ചക്കാരൻ നാരായണൻ ആജീവനാന്തം ഈർച്ചക്കാരനായിരുന്നില്ല. ഒരു ഉപജീവനമെന്ന നിലയ്ക്ക് അയാൾ ഈർച്ച പരിചയിക്കുകയും സ്വയം മുതുകിട്ട് ധാരാളം തടികൾ പൊക്കുകയും ചെയ്തു. അന്നൊക്കെ തന്റെ ശരീരത്തെക്കുറിച്ച് അയാൾക്കുതന്നെ അത്ഭുതമായിരുന്നു. വയറ് കടൽ പോലെ, ശിരസ്സ് പാറപോലെ, ആ വയറ്റിൽ എന്തും ചെലുത്താം. ഒരു ജലദോഷം പോലും അയാളെ ബാധിച്ചതുമില്ല. കൂലിക്കീരാൻ നടന്നിട്ടൊന്നും അയാളുടെ വിശപ്പൊതുങ്ങുമായിരുന്നില്ല. അയാൾ ചെറിയ തടികൾ കച്ചവടം ചെയ്യുകയും ഇഷ്ടപ്പെട്ട ഒരു പയ്യനെ സഹായത്തിനു നിർത്തി കച്ചവടം ചെയ്ത തടികൾ ഈർന്നു വില്ക്കുകയും ചെയ്തു. ഒരു കല്യാണമോ ഒരു പുല അടിയന്തിരമോ വന്നുപെടാത്ത പുരയിടങ്ങളില്ലല്ലോ. ഒരു മുത്തൻ പ്ലാവോ തടിയൻ മൂച്ചിയോ ഓരോ പുരയിടത്തിലുമുണ്ടായിരിക്കും, അല്ലെങ്കിലൊരു പ്രസവം. അല്ലെങ്കിലൊരു മാറാവ്യാധി. ഇനി, ഇതെല്ലാം നടന്നുകൂടിയാലും മാറിക്കിട്ടിയാലും മനുഷ്യന് വീണ്ടും വിശക്കും. നാരായണന്റെ നെഞ്ചിലും വാക്കിലും ഈ വിശക്കുന്ന മനുഷ്യരോടുള്ള സഹതാപം മുട്ടിമുട്ടി നിന്നു. സഹതാപത്തോടെതന്നെ അയാൾ പുതിയ പയ്യന്മാരെ ഈർച്ച പരിചയിപ്പിച്ചു. സഹതാപമായിരുന്നു നാരായണൻ കണ്ടെത്തിയ ഉപജീവനത്തിന്റെ പൊരുളും.

ഒരക്കമോ ഒരക്ഷരമോ എഴുതാനറിയില്ലെങ്കിലും വായിക്കാനറിഞ്ഞു കൂടെങ്കിലും കോലും വിരലും പെരുക്കും തൂടയും കണക്കിട്ട് അയാൾ ഉരുപ്പടികൾ വിറ്റു. അയാളുടെ മനസ്സോ തലച്ചോറോ കക്ഷികൾ കണ്ടില്ല. കണക്കിടുമ്പോഴെല്ലാം അയാളുടെ തടിച്ച കീഴ്ച്ചുണ്ട് വിറയ്ക്കുന്നതും മേൽച്ചുണ്ട് വലിഞ്ഞു നീളുന്നതും കക്ഷികൾ കണ്ടു. അയാളുടെ വട്ടക്കണ്ണുകളുരുണ്ടുകൂടി, മുഖം നെഞ്ചോളം നീണ്ടുവന്നു. അയാളുടെ വലിയ കൈപ്പത്തിയിലെ നീണ്ട വിരൽമുട്ടുകൾ ഞണ്ടിന്റെ കാലുകൾപോലെ താനേ ചലിക്കുകയായി. ഒരുപക്ഷേ, എഴുത്തറിയാത്ത കൈവിരലുകൾ ഒരു നഷ്ടസൗഭാഗ്യത്തെക്കുറിച്ച് എരിപൊരി കൊള്ളുകയാണെന്ന് കക്ഷികൾക്ക് നിരീക്ഷിക്കാം. കോലും വിരലും പെരുക്കായി, പെരുക്ക് തൂടയായി, തൂട രൂപയാക്കി നാരായണൻ എണ്ണിയെടുത്തു. മുത്തൻ പ്ലാവിന്റെ വില ഇനിയാണ് തീർത്തുകൊടുക്കുന്നത്. പാവം, നാരായണൻ തളർന്നു പോയി.

നിങ്ങളുടെ ഒരടിയന്തിരം നടന്നുകാണാനുള്ള സഹതാപം കൊണ്ടു മാത്രം അയാളൊരു കച്ചവടത്തിന്നൊരുമ്പെട്ടു. മുത്തൻപ്ലാവ് ചതിച്ച ചതി നിങ്ങൾ കണ്ടില്ലേ? നാരായ വേര് ദഹിച്ചു കയറി മുത്തൻ വെറും പോതായിരുന്നു. പ്ലാവ് ചതിക്കും മാവ് ചതിക്കില്ല. മുത്തൻ പ്ലാവിന്റെ വില സഹതാപത്തിലകപ്പെടുകയും താനേ കുറയുകയും ചെയ്തു. എന്നിട്ടും മനുഷ്യനെന്ന ഈ വിഡ്ഢി പെറ്റു പെരുകുന്നു. അവന് ആകാശത്തിനു കീഴിൽ പൊറുക്കാൻ കഴിയില്ല. ഒരു കൊച്ചു കിടപ്പാടമെങ്കിലും വെച്ചു കെട്ടണം. മൂന്നു കൂട്ടു കട്ടിള, രണ്ടു കിളിവാതിൽ, ഒരു ചുമരലമാര, പിന്നെ, ഒരന്തസ്സൊക്കെ പാലിക്കേണ്ടിവരും. നമ്മുടെ അയലത്തുണ്ടല്ലോ. ആർക്ക് എന്തെല്ലാം തരത്തിലുള്ള കെട്ടിടങ്ങളാണ് വേണ്ടതെന്ന് നാരായണൻ തീരുമാനിക്കും. ഒരു കുറിമാനത്തിന്റേയും ആവശ്യം നാരായണനില്ല. റൊക്കം പണമില്ലേ, വേണ്ട, ഒരു വട്ടകയോ ഒരു ചെപ്പുകുടമോ നിങ്ങളുടെ അടുക്കളയിലില്ലേ? ഒരോർമ്മയ്ക്കുവേണ്ടി അതിവിടെ ഇരിക്കട്ടെ. നിങ്ങളെ നാരായണൻ വിശ്വസിക്കുന്നു. തൽക്കാലം പണമില്ലെങ്കിലും വേണ്ടിയ ഉരുപ്പടികൾ എപ്പോൾ വേണമെങ്കിലും നിങ്ങൾക്ക് കൊണ്ടുപോകാം. പണയപ്പണ്ടം സൗകര്യപ്പെടുമ്പോൾ കൊണ്ടുപോയാൽ മതി.

വാളെടുക്കാനും തടികൾ മുതുകിട്ടുപൊക്കാനും അയാൾക്കവസരം കിട്ടാതായി. അയാൾക്കുറക്കം വേണ്ടതായി. ഏട്ടിലെ പശുവിനു വിശക്കുന്നില്ല. മനസ്സിന്റെ താളുകളിലെഴുതിയ കുറ്റിയും കണക്കുകളുമയവിറക്കി നാരായണൻ കിടന്നു. വഴി നടക്കുമ്പോഴെല്ലാം ജപവും ധ്യാനവുമായി. ഈർച്ചക്കാരൻ നാരായണൻ ഒരു ഭക്തൻ തന്നെ!

പനങ്ങാട്ടെ എജമാനന്ന് പഴയ മാളിക പൊളിക്കണം. ഈർച്ചക്കാരൻ നാരായണനെ ഒന്നങ്ങഡ് വിളിക്ക്യാ. നാരായണൻ പനങ്ങാട്ടേക്കു പറന്നെത്തി. അവിടെ താവഴികൾ ഭാഗം പിരിയുകയാണ്. മാളികയ്ക്ക് വില കെട്ടി ഏഴുഭാഗം വെച്ചിട്ടുണ്ട്. ഏഴു കൂട്ടർക്കും മാളിക വേണ്ട, ഓഹരി മതി. നാരായണന്റെ കീഴ്ച്ചുണ്ട് മലച്ചുപോയി. തട്ടും തുലാങ്ങളും തൂണും ശീലാന്തിയും വെഞ്ചെതലെടുത്തിട്ടുണ്ടാവും! ചെതലിനും വിശപ്പുണ്ട്, ചെതലിനു ജീവിക്കണം. നാരായണന് വിശപ്പുണ്ട്, നാരായണനും ജീവിക്കണം. എജമാനൻ തിരുവായ് തുറന്നു, ചിതലെടുത്തിട്ടുണ്ടാവാം. പക്ഷേല് വിറകിന്റെ വില കിട്ടില്ല്യേ?

മാലോകർ മറന്നുപോയേക്കാം. പനങ്ങാട്ടെജമാന്റെ പ്രതാപം നാരായണന്നോർമ്മയുണ്ട്. ഈ തൂണുകളും ഈ ശീലാന്തിയും ആനകൾ പിടിച്ചു വെച്ചതായിരുന്നു. അവയെല്ലാം പൊളിച്ചിറക്കേണ്ട ഭാരം തന്റെ തലയ്ക്കു തന്നെ വീഴണമെന്ന് ആരുടെ ശാപമായിരുന്നു? ഏഴു താവഴിയും ശപിച്ചിട്ടില്ല! അവർക്ക് അവരുടെ ഓഹരി മതി. വിറകിന്റെ വിലയ്ക്കെടുക്കാനും ഏഴു താവഴിയും തയ്യാറല്ല. അപ്പോൾ പനങ്ങാട്ടെജമാനനുവേണ്ടി നാരായണൻതന്നെ മാളിക പൊളിക്കണം. വിറകിന്റെ വിലയെങ്കിലും തരപ്പെടുമെന്ന് നാരായണൻ മനസാ കണക്കിട്ടു. ഈർച്ചവാളെടുത്ത് ഉപജീവനം

തേടിയ പരിചയമേ നാരായണനുള്ളൂ. മാളികയിലെ നിലവറകളും പത്തായങ്ങളും പൊളിച്ച് അയാൾ ഉപജീവനം നേടി.

ഇതിനെല്ലാമിടയ്ക്ക് ഈർച്ചക്കാരൻ നാരായണൻ ഉണ്ണാനുള്ള നെല്ലു വിളയാവുന്നത്ര നിലം തീറു മേടിച്ചു. അയാൾക്കു മാത്രം ഉണ്ടാൽ പോരല്ലോ. അയാളുടെ വാൾക്കാരുണ്ട്, അയാളുടെ പണിക്കാരുണ്ട്, അവർക്കും വിശപ്പനുഭവപ്പെടാറുണ്ടായിരുന്നു. അവർക്കാഹാരം വേണ്ടിയിരുന്നു. ഈ വിഡ്ഢികളിലൊരുത്തനുപോലും ജീവൻ പിടിച്ചുനിർത്താൻ പാകത്തിലെങ്കിലും കഴിച്ചുപോരേണ്ട ആഹാരത്തിന് പോന്നത്ര നെല്ലു വിളയാവുന്നത്ര നിലംപോലും സ്വന്തമായിട്ടുണ്ടായിരുന്നില്ല. ഈർച്ചക്കാരായും മരംവെട്ടുകാരായും ചുമട്ടുകാരായും അവർ പലേ രൂപങ്ങളിൽ നാരായണന്റെ വട്ടക്കണ്ണുകൾക്കു മുന്നിൽ പ്രത്യക്ഷപ്പെട്ടു. ഒരു തൊഴുത്തും പെരുത്തൊരു വൈക്കോൽ തുറുവും ഉണ്ടായതല്ലാതെ നാരായണന്റെ കൊച്ചുകിടപ്പാടത്തിൽ മറ്റൊരു മരാമത്തും നടന്നില്ല. അയാളുടെ ഭാര്യ ഒന്നു സുഖമായി കിടക്കാനുള്ള കൊതിയും കണ്ണീരും കാണിക്കുമ്പോഴെല്ലാം ഒരുമയുണ്ടെങ്കിൽ മേലും കീഴും കിടക്കാമെന്നു മാത്രം അയാൾ സമാധാനപ്പെടുത്തി. ഒരു ഈർച്ചപ്പുരപോലും നാരായണൻ കെട്ടിയില്ല. തടി കച്ചവടം ചെയ്ത പുരയിടത്തിൽത്തന്നെ ഈർന്നെടുക്കുകയും ഉരുപ്പടികൾ അവിടെത്തന്നെ അയാൾ വില്ക്കുകയും ചെയ്തു. മനുഷ്യർ എത്ര നല്ലവർ! വിറകിന്റെ ഒരു കഷ്ണംപോലും അയാൾക്ക് കളവുപോയില്ല. ഇനി, ആരാന്റെ കഫം തിന്നുന്ന ഒരു ചെറ്റ എവിടെയെങ്കിലും ജനിച്ചിട്ടുണ്ടെങ്കിൽ ഈർന്ന ഉരുപ്പടിയും വിറകും വിറ്റ് പണമായിട്ടല്ലാതെ തടിയുടെ വില നാരായണൻ തീർത്തുകൊടുക്കില്ല. ഈർച്ചപ്പൊടിപോലും അയാൾ ഉപേക്ഷിക്കുന്നില്ല. നെല്ലിന് ഈർച്ചപ്പൊടിപോലെ മറ്റൊരു വളമില്ല. പഴയ മാളിക പൊളിച്ചെടുക്കുമ്പോഴാണ് ഒരു ഈർച്ചപ്പുരയുടെ ആവശ്യം നാരായണനനുഭവപ്പെട്ടത്. പൊളിച്ചെടുക്കുന്ന തൂണുകളും ശീലാന്തിയും കട്ടിളക്കാലുകളും ഈർന്നെടുക്കണം. ഈ തടികൾ എജമാനന്റെ മുന്നിലിട്ട് ഈർന്നുവിൽക്കാൻ പാടില്ല. പിന്നെ ഏഴു താവഴിക്കും കണ്ണുണ്ടല്ലോ. ഒരിലയുടെ മറവിലല്ലാതെ വ്യഭിചരിക്കാൻ പോലും പാടില്ല. (ഈ ഏർപ്പാടിനെ നിങ്ങളിന്ന് പ്രേമമെന്ന് തെറ്റിദ്ധരിച്ചിട്ടുണ്ട്.) എല്ലാ സൗകര്യങ്ങളും നോക്കി അന്നയാൾ ഒരു പുരയിടം കച്ചവടം ചെയ്തു. ആ പുരയിടത്തിൽ അയാളൊരു വിറകുപുര വെച്ചുകെട്ടി. ആ വിറകുപുര ഇന്നില്ല, പുരയിടമുണ്ട്. നാരായണൻസ് ടിമ്പോമാർട്ട്. നില്ക്കുന്ന ഒരൊറ്റ പച്ചമരവും ഇന്നാ പുരയിടത്തിലില്ല, അട്ടിയിട്ട തടിക്കൂമ്പാരങ്ങൾ മാത്രം. മംഗലാപുരം ഇരുളോ ഷോളയാറിലെ തെക്കോ നിലമ്പൂർ വേങ്ങയോ - മാഷ്ക്കേത് തടി വേണം, എത്ര കുബി വേണം, ഇഷ്ടമുള്ളത് തൊട്ടു കാണിച്ചാൽ മതി, ചൂലിന്റെ ഈർക്കിലൂരുംപോലെ തടി വലിച്ചു പുറത്തിട്ടുതരും. അതിനാണ് നാരായണൻസ് ടിമ്പോമാർട്ടിൽ കൊമ്പനാനയെ നിർത്തിയിട്ടുള്ളത്.

അനന്തൻ ആനയെ മേടിച്ചു, മൂന്നരയ്ക്ക്. മൂന്നര എന്നാൽ മാഷ്ക്ക് മനസ്സിലാവുമോ, മുപ്പത്തയ്യായിരം. അനന്തൻ കൊണ്ടുവരുമ്പോൾ അവന്

നാല് പാപ്പാന്മാരുണ്ടായിരുന്നു. അന്നുതന്നെ ഒന്നാം പാപ്പാൻ കടന്നു കളഞ്ഞു. ഈർച്ചക്കാരൻ നാരായണനെക്കണ്ടപ്പോൾ ഒന്നാം പാപ്പാന്ന് പിടിച്ചില്ലായിരിക്കും. ഒരു പാപ്പാനെ അനന്തൻ പിരിച്ചുവിട്ടു. അന്നേവരെയുള്ള ശമ്പളം കണക്കുതീർത്ത് ഒരു മാസത്തെ ശമ്പളം അയാൾക്ക് ബോണസ് കൊടുത്തു. അനന്തന്റെ ആന പതിനാറു പേരുടെ പണിയെടുക്കും. മുപ്പതു പട്ട അവനൊരു ദിവസം തിന്നും. ഒരു പട്ടയ്ക്ക് ഒരു രൂപ. ബോണസായി അഞ്ചിടങ്ങഴി അരിയുടെ ചോറ് എന്നും അവന് കൊടുക്കുന്നുണ്ട്. അവധി അവനു വേണ്ട, ലാഭവീതവും വേണ്ട. പിന്നെ കമ്പനിയിലെ ഉടമാവകാശത്തിൽ പങ്കുവേണമെന്ന് ആന ഇതേവരെ ആവശ്യപ്പെട്ടിട്ടില്ല. അവനെ എഴുന്നള്ളിപ്പിനും കൊണ്ടുപോകും. അവൻ രണ്ടാംകിടക്കാരിൽ ഒന്നാമൻ, കയറ്റി എഴുന്നള്ളിക്കാറുമുണ്ട്, അഞ്ച്-ആറ് ഒരു ദിവസത്തെ ഏക്കം. മാഷ് തടി കൊണ്ടു പോകുകയാണോ, ആന ലോറിയിൽ കയറ്റിത്തരും, വക്ക കെട്ടിക്കൊടുത്താൽ മതി. ഉരുപ്പടികളാക്കണമെങ്കിൽ അവൻ തന്നെ ഷെഡിലെത്തിച്ചുവരും.

പണ്ട് വിറകുപുര വെച്ചുകെട്ടിയേടത്താകാം, ഒറ്റത്തടിത്തൂണുകളിലുയർത്തി കോണുതിരിഞ്ഞ എടുപ്പു നില്ക്കുന്നത്, പ്രോസസിങ്ങ് ഷെഡ്, എല്ലാം അനന്തന്റെ ഏർപ്പാടുകളാണെന്ന് നാരായണൻ കയ്യൊഴിയുന്നു. നമ്മളിപ്പോ, ഈർച്ചപ്പണി നിർത്തി. നേരംപോക്കിന് ഓടിന്റെ ഒരു ഏജൻസിയുണ്ട്. മാഷ്ക്ക് ഒന്നാംതരമല്ലേ വേണ്ടത്? ലോറി വന്നോ, ഓടടുക്കിയതിനു മീതെ വേണം മരം കയറ്റാൻ. ഈശ്വരാധീനംകൊണ്ട്, ലോറി നമ്മൾ മേടിച്ചില്ല. ഒരു ലോറിക്ക് ചുരുക്കം മൂന്നുപേർ വേണം. ഡ്രൈവർ, ക്ലീനർ, ഡ്രൈവർ ഇറങ്ങുമ്പോൾ കയറാനുള്ള ഡ്രൈവർ. ആൾ ചുരുക്കത്തിലാണ് അനന്തന്റെ കണ്ണു മുഴുവൻ. ആനയുടെ കാര്യം തന്നെ മാഷോട് പറഞ്ഞില്ലേ, പതിനാറു പേരുടെ ആവശ്യം നമ്മൾക്കില്ല. പതിനാറു പേരെന്ന് പറഞ്ഞാൽ പതിനാറു മനുഷ്യരാണ്, അവരുടെ പതിനാറു കുടുംബങ്ങളാണ്, അവർ മനുഷ്യരല്ലേ, അവർക്ക് വിശപ്പുണ്ട്. ഒരു നേരത്തെ ആഹാരം തെറ്റിയാൽ അവർ തളരും. മാഷേ, മനുഷ്യരുടെ തളർച്ചയേക്കാൾ വലുതാണ് നമ്മൾക്ക് ബിസിനസ്. കുറിപ്പൊന്നും നാരായണനു വേണ്ട, പാത്തി എത്ര, മൂല എത്ര, പറഞ്ഞാൽ മതി. ഇനി ഒരു പത്തു വർഷം കഴിഞ്ഞിട്ട് മാഷ്ഡെ മകൾക്കൊരു വീട് പണിയിച്ചുകൊടുക്കാൻ മാഷ് വന്നോളൂ. അന്നും നാരായണന്നോർമ്മയുണ്ടാവും, എഴുപത്തിനാല് ജൂലൈ നാലാന്തി എത്ര പാത്തിയാണ് മാഷ് കൊണ്ടുപോയതെന്ന്. കണ്ണാടി വേണ്ട, പുകയുടെ കാര്യം ഞാനൂഹിച്ചു: ചിമ്മിനിയാവുമെന്ന്. കുറിപ്പെഴുതാൻ മറന്നിട്ടുണ്ടെങ്കിലോ എന്നുദ്ദേശിച്ചിട്ടാണ് കണ്ണാടിയുടെ കാര്യം ഓർമ്മിപ്പിച്ചത്.

തടികൊള്ളുന്ന കക്ഷിക്ക് ഓടാവശ്യമുണ്ടാവുമെന്ന് അനന്തന്നറിയാം. ഓടും തടിയും ഒരിടത്തുതന്നെ തരപ്പെടുന്നതാവും അയാളുടെ സൗകര്യവും. പക്ഷേ, ഓട്ടുകമ്പനി നടത്താൻ അനന്തനെക്കൊണ്ടാവില്ല. നാമെന്തിന്

പണിമുടക്കിന് വഴിയൊരുക്കണം? ഇറക്കിയ മുതലിന് പലിശ വരണം. അതിന് ഓട്ടുകമ്പനിയുടെ ഏജൻസി മതി.

മകൻ ഫോറസ്റ്ററായിക്കാണണമെന്നേ നാരായണൻ ആശിച്ചിട്ടുണ്ടായിരുന്നുള്ളൂ. പക്ഷേ, അന്ന് അനന്തൻ ജനിച്ചിട്ടേ ഇല്ല. മൈസൂർ വനങ്ങളിലെങ്ങോ നാരായണൻ ഈർച്ച പരിചയിക്കുകയായിരുന്നു. കാട്ടിലെ മൃഗങ്ങൾ പോലും ഫോറസ്റ്ററെ പേടിക്കണം! ലൈസൻസില്ലാത്ത തോക്കുകാരും ടെന്ററെടുക്കാതെ വനം വെട്ടി മറിക്കുന്ന പ്രബലരും ഫോറസ്റ്ററുടെ സന്മനസ്സിനുവേണ്ടി തപസ്സു ചെയ്യുന്നു. കൂറ്റൻ തടികൾക്കിടയിൽ ആകാശത്തിലേക്കു മലർന്നും പാതാളത്തിലേക്കമർന്നും നാരായണൻ വലയുന്നു. ഒരു ഫോറസ്റ്ററായിപ്പിറന്നില്ലല്ലോ എന്ന് അറക്കവാളും അവന്റെ പല്ലുകളും അന്നറഞ്ഞു, അരഞ്ഞു. പക്ഷേ, നാരായണൻ ജനിച്ചുപോയി, അവന്റെ വലിയ കൈവെള്ളകളിൽ തഴമ്പും പതിഞ്ഞു. അന്ന് നാരായണൻ മോഹിച്ചു. അനന്തനെ ഒരു ഫോറസ്റ്ററായിക്കാണാൻ. ഒരുണ്ണി പിറന്നപ്പഴാകട്ടെ മൈസൂർ വനങ്ങളിലെ പാവം ഫോറസ്റ്ററുടെ പേരു പോലും അയാൾ മറന്നു കഴിഞ്ഞിട്ടുണ്ടായിരുന്നു. കോട്ടപ്പുറം ചന്തത്തെരുവിൽ തടിവ്യാപാരം നടത്തുന്ന സഹസ്രനാമം ചെട്ടിയാരായിരുന്നു അന്നൊക്കെ അയാളുടെ മാതൃകാപുരുഷൻ. ചെട്ടിയാരുടെ മകൻ അനന്തരാമൻ എഞ്ചിനീയറായിരുന്നു. അനന്തൻ എഞ്ചിനീയറായിക്കാണണമെന്ന് അന്ന് നാരായണൻ തീരുമാനിച്ചു. അവനോ ജനിക്കുമ്പോൾത്തന്നെ കടുത്ത ബുദ്ധി ദൈവം കൊടുത്തിട്ടുണ്ട്, അധ്വാനിക്കാനും അനന്തനറിയാം. പിന്നെ വേണ്ടതു പണമല്ലേ, പണമില്ലെങ്കിൽ പിണം! ലോഭമറിയാതെ നാരായണൻ മകനുവേണ്ടി പണം ചെലവു ചെയ്തു. അനന്തൻ എഞ്ചിനീയറുമായി, പക്ഷേ, ചെറുക്കൻ വ്യാപാരത്തിൽ ഭ്രമിച്ചു പോയി.

ഒരിക്കൽപ്പോലും അച്ഛൻ മകനെ ശാസിച്ചിട്ടില്ല. ഓടുന്ന കുതിരയെ എന്തിനടിക്കണം? എന്നാലും അവനൊരു മുൻകരുതലുണ്ടായിരിക്കണമല്ലോ. കമ്പനി റജിസ്റ്റർ ചെയ്യുമ്പോൾ നാരായണൻ ചോദിച്ചു, നികുതി കൊടുത്തു മുടിയാനാണോ തുനിയുന്നതെന്ന്. മുപ്പതുവർഷം വ്യാപാരം ചെയ്തിട്ടും വില്പന നികുതി നാരായണൻ കൊടുത്തിട്ടില്ല. അയാൾക്ക് ഈർച്ചക്കമ്പനി ഇല്ല! കോട്ടപ്പുറം ചന്തത്തെരുവിൽ തടിക്കമ്പനി നടത്തുന്ന സഹസ്രനാമം ചെട്ടിയാരുടെ ഏജൻസിപോലും നാരായണനില്ല. ആർക്കെങ്കിലും മരാമത്തുണ്ടെങ്കിൽ അവരുടെ കുറിമാനവുംകൊണ്ട് നാരായണൻ കോട്ടപ്പുറത്തേക്കു പോകുന്നു. കുറിമാനത്തിലെ ഉരുപ്പടികൾ വണ്ടിയിൽ കയറ്റി കക്ഷിയുടെ പുരയിടത്തിലിറക്കുന്നു. ഏജൻസിപ്പണം പറ്റി തിരിച്ചുപോരുന്നു, സാറന്മാരെ, ഇതിനാണോ നികുതി?

ഒന്നര രൂപ അനന്തനുവേണ്ടി നാരായണൻ ഇറക്കി. അവനുവേണ്ടിയാണല്ലോ ഇന്നേവരെ താൻ നയിച്ചുണ്ടാക്കിയത്. അനന്തൻ കാറു മേടിച്ചപ്പോഴും നാരായണൻ ശാസിച്ചിട്ടില്ല. അവൻ എവിടെയെല്ലാമെത്തണം?

കൂപ്പിൽ ലേലം നടക്കുമ്പോൾ ബസ്സു കാത്തുനില്ക്കുന്ന വ്യാപാരിക്ക് ചരക്കു കിട്ടുകയില്ല. ടെലഫോൺ കൊണ്ടുവന്നപ്പോൾ നാരായണൻ ചൊടിച്ചു, ഇനി ഒന്നിരിക്കാനും സ്വൈരം കിട്ടില്ല!

അപ്പോഴാണ് ആന വന്നത്, കൊമ്പൻ.

ആദ്യം അനന്തനാണു വന്നത്. നാരായണൻ ചാരുകസേരയിൽ കിടക്കുകയായിരുന്നു. അയാളുടെ പുറവടികളിൽ നീർക്കോളുണ്ടായിരുന്നു. കാൽ കയറ്റിവെച്ചു കിടക്കണം. ഇപ്പോൾ ഇങ്ങനെയാണ്, അതിന്നൊക്കോണം പ്രായമൊന്നുമായിട്ടല്ല. അറുപത്തിനാല് ഒരു വയസ്സല്ല. ആഹാരം നിയന്ത്രിക്കണമെന്ന് ഡോക്ടർ പറയുന്നു. പക്ഷേ, അയാൾക്കു വിശപ്പുണ്ട്. ആശയും രുചിയുമുണ്ട്. ഉപ്പില്ലാതെ, പഞ്ചസാരയില്ലാതെ എത്രനാൾ ആഹാരം കഴിക്കും? അനന്തൻ വീട്ടിലില്ലാത്തതുകൊണ്ട് രാത്രി അയാളല്പം ചോറുണ്ടു, ഹോർലിക്സിൽ പഞ്ചസാരയും ചേർത്തു. എല്ലാ ഗുളികകളും മുറതെറ്റാതെ വിഴുങ്ങിയിട്ടും, നാലുരുള ചോറുണ്ടതുകൊണ്ട് കാലത്തെണീറ്റു നോക്കുമ്പോൾ പുറവടികളിൽ നീർക്കോളുണ്ട്. ഒരു നേരം ഇഷ്ടപ്പെട്ട ആഹാരം കഴിക്കാൻ വയ്യെങ്കിൽ, പിന്നെ എന്തൊരു ജീവിതമാണിത്? വിശന്നിട്ടും പട്ടിണി കിടക്കുന്നു. ഇല്ലായ്മ കൊണ്ടാണെങ്കിലും സഹിക്കാം, ദൈവം സഹായിച്ചിട്ട്, ഇന്നതില്ല. എന്നും അയാൾ ഭക്ഷണത്തിനു മുട്ടിയിട്ടില്ല. പക്ഷേ, ഒരുരുള ചോറിന്നുവേണ്ടി നാരായണൻ കൊതിക്കുന്നു. ഓർക്കുംതോറും പുറവടികളിൽ നീർക്കോളേറുന്നു. അപ്പോൾ അയാൾ അനന്തനെ ഓർത്തു, അവൻ കണ്ടുപോയാൽ, ഉടനെ മനസ്സിലാക്കും ഇന്നലെ അച്ഛൻ ചോറ് കട്ടുണ്ടു! അറിഞ്ഞുകൊണ്ട് ആത്മഹത്യ ചെയ്യണോ? ഇന്ന് നാരായണൻ അറ്റ വാക്കു പറയും, എനിക്ക് മരിച്ചാൽ മതി. ആഹാരം കഴിച്ചിട്ട് എനിക്കു മരിച്ചാൽ മതി. ഇല്ലെങ്കിൽ നാരായണൻ വിഷം കുടിക്കും, അവൻ തന്നെ വിഷം കൊണ്ടുവരട്ടെ. അപ്പോൾ അനന്തൻ വന്ന് കാറിൽനിന്നിറങ്ങി. നാരായണൻ സർവ്വസ്വവും മറന്നു. എത്ര കൂപ്പ് പിടിച്ചു? എല്ലാം ലോഡായോ? യാതൊന്നും നാരായണൻ ചോദിച്ചില്ല. വന്ന പാടേ അനന്തൻ പറഞ്ഞു, അച്ഛാ ആന വരുന്നുണ്ട്. നാരായണൻ മകനെ ഒന്നുനോക്കി. എന്റെ പൊന്നു മോനെ, എന്റെ ആന നീ തന്നെ. എന്റെ ബലം നീ തന്നെ.

അനന്താ...

നീ ആനയെ മേടിക്കുമെന്ന് എനിക്കറിയാമായിരുന്നു. പക്ഷേ, അനന്തൻ ശ്രദ്ധിക്കുന്നില്ല. അവന്റെ നോട്ടം അച്ഛന്റെ പുറവടികളിലായിരുന്നു. ഭാഗ്യത്തിന് നീർക്കോളിനെക്കുറിച്ച് യാതൊന്നും അനന്തൻ പറഞ്ഞില്ല. ആന വരുന്നുണ്ട്! തന്റെ യജമാനനെത്തൊഴാൻ തുമ്പി തൊട്ടു. ചുംബിക്കാൻ ആന വരുന്നുണ്ട്. മുറ്റത്ത് നിറപറവെച്ചു. നിറപറയിൽ പൂക്കുലകുത്തി നിലവിളക്കും കളഭവുമൊരുക്കി നാരായണൻ കാത്തുനിന്നു. കൊമ്പനും നാലു പാപ്പാന്മാരും വന്നു. ആന യജമാനനെ തൊഴുതു. നാരായണൻ അവന്റെ മസ്തകത്തിൽ കളഭം തൊട്ടു. ആന തുമ്പികൊണ്ട് യജമാനനെ ചുംബിച്ചു.

പനങ്ങാട്ടെജമാനെവിടെ?

പനങ്ങാട്ടെജമാൻ ചത്തുപോയി. എജമാനനാണ് നാരായണന് വിറക് വിറ്റത്. ആ വിറകടക്കിയ പുരയിടത്തിലേക്കാണ് കൊമ്പനാനയെക്കയറ്റി തളച്ചത്. എല്ലാം നാരായണൻ കണ്ടു. പനങ്ങാട്ടെജമാനനെ ഇനി കാണാൻ കഴിയില്ല. പക്ഷേ, പനങ്ങാട്ടെ താവഴികളുണ്ട്. ഏഴു താവഴികളുണ്ട്. ഏഴു താവഴികളിലും കയറിയിറങ്ങാൻ നാരായണനാവില്ല. ഏഴു താവഴികളും നാട്ടിലില്ല. ഒരു താവഴിയിലെങ്കിലും പോകാം. ഒരു താവഴിയിലെങ്കിലും നാരായണനു പോയേ തീരൂ. ആരു കാണാതെ ആരും അറിയാതെ നാരായണൻ നടന്നു. അല്പം നീർക്കോളുണ്ടായിരുന്നത് ആനയെ തൊട്ടതോടെ, ആനയെക്കണ്ടതോടെ ഒതുങ്ങിപ്പോയി. നാരായണൻ നടന്നു. നാടു മുഴുവൻ നാരായണനെതിരേ വന്നു. അവർ ആനയെ കാണാൻ വരുന്നു. നാരായണൻ പനങ്ങാട്ടേക്ക് പോകുന്നു. പനങ്ങാട്ടെ പഴയ മാളിക ഇന്നില്ല. മാളിക നിന്നേടത്താവാം, ഇരുപത്തിമൂന്നേ പതിനാറിന്റെ ഒറ്റയിറക്കുണ്ട്. ആയിരത്തി ഇരുനൂറിന്റെ മേൽപ്പുര. ഓടും ഉരുപ്പടികളും വിറ്റത് നാരായണൻതന്നെ ആയിരുന്നു. ഒറ്റയിറക്കാണെങ്കിലും അഴകുണ്ട്, ഒതുക്കമുണ്ട്.

നായരുട്ടീണ്ടോ ഇവിടെ?

എജമാനനല്ല, എജമാനൻ ചത്തുപോയി.

നായരുട്ടി വീട്ടിലുണ്ടായിരുന്നു.

ആര്, നാരായണനോ? എന്താപ്പൊ ഇങ്ങനൊരു വരവ്, എടമ്പറെ അറ്യാണ്ടെ?

വല്ല മുത്തൻപ്ലാവോ തടിയൻ മൂച്ചിയോ നോക്കി നടന്ന കൂട്ടത്തിൽ ഒന്നിങ്ങ്ഡ് കയറീന്നു കൂട്ടിക്കോളൂ.

ഇപ്പഴും പഴയ ശീലം മാറ്റില്യാരിക്കും?

നായരുട്ട്യേ, ശീലം എപ്പഴെങ്കിലും മാറുമോ?

മാറും എന്ന് നായരുട്ടി തറപ്പിച്ചു പറഞ്ഞു. നായരുട്ടി എന്നാൽ, നായരുട്ടിക്കും ഒരു അറുപത് കഴിഞ്ഞിട്ടുണ്ട്. പഴയ ശീലം കൊണ്ടു മാത്രം നായരുട്ടീ എന്നു നാരായണൻ വിളിക്കുന്നു. ഒരിക്കൽ അവർക്കും ചെറുപ്പമായിരുന്നു. അവരും കുട്ടികളായിരുന്നു. പനങ്ങാട്ടെ നായരുട്ടി ശീലം മാറിയ കഥകൾ പറഞ്ഞു. കപ്പപ്പുഴുക്കിന്റെ പ്രാതലും കോതമ്പുകഞ്ഞിയുടെ അത്താഴവുമാണ് ഇപ്പോൾ പനങ്ങാട്ടെ ശീലം. ഉച്ചയൂണിന്റെ കാര്യം അദ്ദേഹം പറഞ്ഞില്ല. ഒരുപക്ഷേ അങ്ങിനെയൊന്ന് ഇവിടെ ഇല്ലാത്തതുകൊണ്ടാവാം. കേട്ടപ്പോൾ നാരായണനു മടുത്തു. ഇതൊന്നും കേൾക്കാനല്ല നാരായണൻ വന്നത്. നാരായണൻ വന്നത് നായരുട്ടിയെക്കാണാനുമല്ല. ഈ മണ്ണൊന്നു കാണണമെന്നു തോന്നി. ആ മണ്ണിലേക്ക് അയാൾ നോക്കുകയും ചെയ്തു. പ്ലാവും മാവും മുളയ്ക്കുന്ന ഈ മണ്ണിൽത്തന്നെ ചെതലുമുണ്ടല്ലോ എന്നോർത്തപ്പോൾ നാരായണൻ ഞെട്ടി. ചിതൽ തന്റെ നെഞ്ചിലുമിരിക്കുന്നുണ്ടെന്ന് അയാളപ്പോൾ ഭയപ്പെട്ടു.

൧

ടീച്ചർ വന്നതും ബാജി അറിഞ്ഞില്ല. അവൻ അപ്പോൾ ഉറങ്ങുകയായിരുന്നു. ഉറക്കം വരുന്നതുപോലും അവൻ അറിഞ്ഞിട്ടില്ല. ബാജി ഉപ്പുമാവിന്റെ കാര്യം ഓർക്കുകയായിരുന്നു. വാസ്തവത്തിൽ, അതുകൊണ്ടാണ് വിശപ്പിന്റെ കാര്യംകൂടി അവൻ മറന്നുപോയത്.

ബാജിയെ ചേർത്തു എങ്കിലും ഇതേവരെ അവന് ഉപ്പുമാവു കിട്ടിയിട്ടില്ല. ഇന്ന് ഉപ്പുമാവുണ്ടാവുമെന്ന് അപ്പച്ചനാണ് അവനോടു പറഞ്ഞത്. 'കാലത്തെപ്പണി' കഴിഞ്ഞ് അമ്മ തിരിച്ചുവന്നിട്ടും അപ്പച്ചൻ മൂടിപ്പുതച്ച് മുക്കിൽ കിടക്കുകയായിരുന്നു. അമ്മ അടുപ്പിൽ തീ കൂട്ടിയതേയില്ല. അവന്റെ അമ്മ ഒരു കാക്കയല്ല, ഒരു മനുഷ്യനായി ജനിച്ചുപോയതുകൊണ്ട് ഇനി ഒരു കാക്കയാകാനും അമ്മയ്ക്കു കഴിയില്ല. ബാജിയും ഒരു കാക്കക്കുഞ്ഞാവുകയില്ല. അമ്മ ഒരു കാക്കയായിരുന്നെങ്കിൽ എന്തെങ്കിലും ഒന്നു കൊക്കുകൾക്കുള്ളിൽ ഒളിച്ചുവെച്ചു കൊണ്ടുവരുമായിരുന്നു. രണ്ടച്ചു വെല്ലമോ ഒരു നുള്ളു കാപ്പിപ്പൊടിയോ ഒരു ചപ്പാത്തിയുടെ പൊട്ടോ കൊണ്ടുവരാൻ അവന്റെ അമ്മയെക്കൊണ്ടായില്ല. 'കാലത്തെപ്പണി' കഴിഞ്ഞപ്പോൾ അവന്റെ അമ്മയ്ക്കു കൊടുത്ത പഴയ എച്ചിൽ വിഷം തിന്നുംപോലെ അവന്റെ അമ്മ വിഴുങ്ങി. അവന്റെ അമ്മ ആ വിഷം തിന്നിട്ടും മരിച്ചില്ല! അമ്മ തിരിച്ചുവന്നല്ലോ, അതേ അവനു വേണ്ടൂ. മരിച്ചുപോയാൽ മതി എന്ന് അമ്മ പറഞ്ഞു. മരിച്ചുപോയാൽ, മനുഷ്യൻ പിന്നെ വിശപ്പറിയില്ല.

അവന്റെ അപ്പച്ചൻ എണീറ്റു പണിക്കു പോയാൽ അവനു ചോറും കൂട്ടാനും കപ്പയും കാപ്പിയും വയറുനിറയെ കിട്ടും. അവന്റെ അപ്പച്ചനു പനിച്ചിട്ടു വയ്യ. അപ്പച്ചൻ ചുമയ്ക്കുമ്പോൾ നെഞ്ചു പറിയുന്നു. നെഞ്ചിൽ ജീവന്റെ വേരുകൾ പറിയുന്നു. നെഞ്ചിൽ പൊത്തിപ്പിടിച്ച് അവന്റെ അപ്പച്ചൻ ജീവന്റെ വേരുകൾ പറിച്ചെടുക്കുന്നതു കണ്ടുനില്ക്കാൻ ബാജിക്കു വയ്യ. അവൻ പുറപ്പെടാൻ തുടങ്ങിയപ്പോൾ ഇന്നലെയും അത്താഴം കഴിക്കാത്തതുകൊണ്ട് അവന്റെ കണ്ണു മഞ്ഞളിക്കുമെന്നും വല്ല ബസ്സോ കാറോ മുട്ടി അവൻ വീഴുമെന്നും അതുകൊണ്ട് വീട്ടിൽത്തന്നെ കിടന്നു ചത്താൽ മതിയെന്നും അവന്റെ അമ്മ അവനെ തടഞ്ഞു. അപ്പോൾ അവന്റെ അപ്പച്ചൻ കിടക്കപ്പായിൽ എണീറ്റിരുന്നു. അപ്പോൾ ബാജിക്കു സന്തോഷമായി. അവന്റെ അപ്പച്ചൻ ഇന്നു പണിക്കു പോവും. അപ്പോൾ അവനു ചോറും കൂട്ടാനും, കഞ്ഞിയും കപ്പയും, കാപ്പിയും വെല്ലവും വയറുനിറയെ കിട്ടും.

അവന്റെ അപ്പച്ചൻ എണീറ്റുനിന്നില്ല. അപ്പച്ചന്റെ കണ്ണുകൾ ജ്വലിച്ചു കത്തുന്നുണ്ടായിരുന്നു. അമ്മ എന്തിനു ബാജിയെ പട്ടിണിയിട്ടു കൊല്ലണം? അവന്റെ കുഞ്ഞിച്ചട്ടികൂടെ എടുത്തുകൊള്ളണമെന്ന് അപ്പച്ചൻ പറഞ്ഞു. ഇന്ന് സ്കൂളിൽ ഉപ്പുമാവുണ്ടാവും. അവനെ ചേർത്തിട്ട് ഒരാഴ്ച കഴിഞ്ഞു. രണ്ടാമത്തെ ആഴ്ചയിൽ ഉപ്പുമാവു കൊടുത്തുതുടങ്ങും. അവന്റെ അമ്മയ്ക്ക് ഒരു വസ്തു അറിയില്ല. ഇന്ന് ഉപ്പുമാവുണ്ടാവും! വിശപ്പിന്റെ കാര്യം അതോടെ ബാജി മറന്നു. അമ്മ അവന്റെ കഞ്ഞിച്ചട്ടി കഴുകി.

വാസ്തവത്തിൽ അതു കഴുകേണ്ട ഒരാവശ്യവും ഇല്ല. ഇന്നലെ മുഴുവൻ ആ ചട്ടിയിൽ യാതൊന്നും വിളമ്പിയിട്ടില്ല. ഒരുപക്ഷേ, സ്കൂളിലേക്കു നടാടെ പുറപ്പെടുകയല്ലേ, ചട്ടിയും കുളിക്കട്ടെ. എത്തിയ ഉടനെ ബാജി അവന്റെ സ്ഥാനം പിടിച്ചിരുന്നു. അവന്റെ കുഞ്ഞിച്ചട്ടി ഉടയാൻ പാടില്ല. എപ്പോഴാണ് ഉച്ചമണി അടിക്കുക? ബെഞ്ചിനു താഴെ അവന്റെ കുഞ്ഞിച്ചട്ടി കമഴ്ന്നുകിടന്നു. റ! റ എഴുതാൻ ഒരു പണിയുമില്ല-റ! ഉച്ചമണി അടിക്കുന്നതുവരെ അവൻ അങ്ങനെ ഇരിക്കും. ബഞ്ചിലിരുന്ന് ബാജി ഉറങ്ങി. ടീച്ചർ വന്നപ്പോൾ എല്ലാ കുട്ടികളും എണീറ്റുനിന്നു. കുട്ടികൾ എണീറ്റു നിന്നത് ബാജി അറിഞ്ഞില്ല. തെറ്റിയും തെന്നിയും കുട്ടികൾ പറഞ്ഞു:

'നമസ്സെ നമത്തെ നമത്ഥെ...'

ബഹളത്തിൽപ്പെട്ട് ബാജി ഉണർന്നു.

വിൽസൻ പറഞ്ഞു:

'ടീച്ചറേ, ടീച്ചറേ ബാജി എണീറ്റില്ല.'

ടീച്ചർ പറഞ്ഞു:

'ഇരിക്കൂ, ഇരിക്കൂ; അവരവരുടെ സ്ഥാനത്ത് എല്ലാവരും ഇരിക്കൂ.'

വിൽസൻ ഇരുന്നില്ല. അവൻ നിന്നു പറഞ്ഞു:

'ടീച്ചറേ, ടീച്ചറേ ബാജി നമസ്തെ പറഞ്ഞില്ല.'

വേണ്ട എന്നു സൗദാമിനിടീച്ചർ മനസ്സിൽ കരുതി. ടീച്ചറുടെ മനസ്സില് തീയായിരുന്നു. അവരുടെ സകല പ്രതീക്ഷകളേയും ശമ്പളപരിഷ്കാരം തകർത്തുകളഞ്ഞു. ഒന്നേ ഒന്നേ എഴുപത്തിമൂന്നുതൊട്ടുള്ള അരിയേഴ്സ് കിട്ടിയാൽ പണം തീർത്തു കൊടുക്കാമെന്ന കരാറിന്മേലാണ് ഇരുപതു പറ നെല്ല് ടീച്ചർ കടം വാങ്ങിയത്. ഇന്നാണ് ഓഫീസിൽ നിന്നറിഞ്ഞത്, ഇരുപത്തെട്ട് ഒന്ന് എഴുപത്താറിലേക്ക് ഓപ്ഷൻ കൊടുത്താൽ ഒന്നേ ഒന്നേ എഴുപത്തിമൂന്നു തൊട്ടുള്ള അരിയേഴ്സ് കിട്ടില്ല. കോരന്റെ കഞ്ഞി എന്നും കുമ്പിളിൽത്തന്നെയാകുന്നു. ഇല്ലായ്മ എന്നും ടീച്ചറെ പിന്തുടരുന്നു. കുട്ടികളുടെ മുന്നിൽ ദുർമുഖം കാണിക്കരുതല്ലോ. കുടയും കുട്ടയും ഒരിടത്തു വെക്കാൻ ടീച്ചർ പിന്നാക്കം തിരിഞ്ഞു. നാനൂറു രൂപ കൊടുക്കണം. അരിയേഴ്സ് കിട്ടുകയും ഇല്ല. എന്നിട്ടും കുടയും കുട്ടയും ജനലിന്മേൽവെച്ചു കുട്ടികളുടെ നേരെ തിരിഞ്ഞു നില്ക്കുമ്പോൾ ടീച്ചർ ചിരിക്കാൻ ശ്രമിച്ചു. സാരിയുടെ തെറ്റുപിടിച്ചു ടീച്ചർ വാൽക്കണ്ണു തുടച്ചു.

വിൽസൻ ഇരുന്നിട്ടില്ല. ഇരിക്കാനോ നില്ക്കാനോ വിൽസനറിഞ്ഞുകൂടാ. ഒന്നാംക്ലാസ് പഠിച്ചു തീരുന്നതോടെ അവനൊരു ഡോക്ടറാകണം. നീല ടീ ഷർട്ടും വെള്ള നിക്കറും ധരിച്ച് നില്പുറയ്ക്കാത്ത കാലുകളിൽ അവൻ നിന്നു. ഡാഡി പട്ടാളത്തിലാകുന്നു. ഡാഡി പീരങ്കിപ്പടയാളിയാകുന്നു. യുദ്ധംചെയ്ത് അവന്റെ ഡാഡിക്കു പരിക്കുപറ്റുമ്പോൾ വിൽസൻ പെനസിലിൻ കുത്തിവെക്കണം. പരിക്കുപറ്റിയ എല്ലാ പട്ടാളക്കാർക്കും വിൽസൻ പെനസിലിൻ ഇഞ്ചെറ്റ് ചെയ്യണം. പീരങ്കിപ്പടയാളികൾ അവരുടെ തൊപ്പിയിൽ ധരിക്കുന്ന വെള്ളിപൂശിയ ഗൺ വിൽസൻ ഷർട്ടിൽ കുത്തി നില്ക്കുന്നു.

ടീച്ചർ പറഞ്ഞു:

'ഇരിക്കൂ വിൽസൻ. നമുക്കു ബാജിയെ എണീപ്പിക്കാം.'

സൗദാമിനി ടീച്ചർ ഹാജർപട്ടിക നിവർത്തി.

ബാജി ഹാജർ പറഞ്ഞില്ല. പേരു വിളിച്ചിട്ടും അവൻ എണീറ്റുനിന്നില്ല. ടീച്ചർ ബേജാറായി. ഒരാഴ്ചയായി ഹാജർ പറയാൻ ഈ കുട്ടി പഠിച്ചില്ല. പട്ടികയിൽനിന്നു മുഖമുയർത്തി ടീച്ചർ പെരുമാറ്റച്ചട്ടങ്ങളുടെ ആവർത്തന പാഠം തുടങ്ങി:

'പേർ വിളിക്കുമ്പോൾ ബാജി എണീറ്റുനില്ക്കണം. എന്താണ് ബാജി യുടെ പേര്?'

വിൽസൻ പെട്ടെന്നെണീറ്റുനിന്ന് ഉറക്കെ പറഞ്ഞു:

'ബാജി സീസി.'

ടീച്ചർ വിൽസനെ ശാസിച്ചില്ല. ഒരുപക്ഷേ, ഇതാണ് ഇവിടത്തെ തക രാറ്. എണീറ്റുനില്ക്കേണ്ടവന് നില്ക്കാൻ അവസരം കൊടുക്കില്ല. അവനെ ശബ്ദിക്കാൻ അനുവദിക്കുകയില്ല. അവനുവേണ്ടി ഞാൻ എണീറ്റു നില്ക്കുന്നു. അവർക്കുവേണ്ടി ഞാൻ സംസാരിക്കുന്നു. അവർക്ക് ഒന്നു നില്ക്കാനോ എന്തെങ്കിലും പറയാനോ അറിയില്ല. അറിയില്ലെന്നും കഴി വില്ലെന്നും ഞാൻ തീരുമാനിക്കുന്നു. ആരുണ്ട് എന്നോട് ചോദിക്കാൻ? ടീച്ചർ ക്ലാസിലേക്കു നോക്കി. വിൽസൻ ഇരുന്നുകഴിഞ്ഞു. ടീച്ചർ പാഠം തുടർന്നു.

ബാജി ചിറമൽ ചേറപ്പൻ എന്നാണ് ബാജിയുടെ മുഴുവൻ പേർ. ബാജി യുടെ ചുരുക്കപ്പേരിൽ ബാജിയും ബാജിയുടെ അച്ഛനും ബാജിയുടെ തറവാടും ഉണ്ട്. ബാജി മോശക്കാരനൊന്നുമല്ല. ബാജിയുടെ തോളിൽ ഒരു കൊടിയുണ്ട്. എല്ലാവരും കൊടികൾ കണ്ടിട്ടില്ലേ?

'എല്ലാവരുടെ തോളിലും കൊടിയുണ്ട്.'

ഒരു കുട്ടി പറഞ്ഞു:

'ഇല്ല.'

വിൽസനാവുമോ എന്ന് ടീച്ചർ കണ്ണടയിലൂടെ നോക്കി. അപ്പോൾ കുട്ടി കൾ പറഞ്ഞു:

'ന്റെ തോളിൽ കൊടീല്ല്യ.'

'എനിക്ക് കൊടീല്ല്യ.'

ടീച്ചർ ചിരിച്ചു.

എല്ലാവർക്കും കൊടിയുണ്ട്. ഈ കൊടി ഓരോ മനുഷ്യനും ഓരോ കുട്ടിയും കൊണ്ടു നടക്കുന്നു. കൊടിയോടു കൂടെ അവൻ ജനിക്കുന്നു. ചിറമൽ ചേറപ്പൻ ബാജി. ചിറമൽ എന്ന തറവാടിന്റെ കൊടി പറത്തി ക്കൊണ്ട് ബാജി സ്കൂളിലേക്കു പോന്നു.

ടീച്ചർ വിചാരിച്ചു, നിന്റെ കഞ്ഞി കുമ്പിളിൽത്തന്നെ എന്ന് നീ ജനിക്കും മുമ്പേ തീരുമാനിക്കപ്പെടുന്നു. പക്ഷേ, എല്ലാ വിചാരങ്ങളും കുട്ടികളോടു പറയാൻ പാടില്ല.

'ഒരു സ്കൂളിലും കുട്ടിയുടെ മുഴുവൻ പേരും ചേർത്തുവിളിക്കുന്നില്ല. ഇവിടെ ചുരുക്കപ്പേർ മാത്രം വിളിക്കുന്നു. ബാജി സി.സി.ബാജി, ചിറമൽ ചേറപ്പൻ. അതു നിങ്ങൾക്കു പിന്നീടു മനസ്സിലാവും. ഒന്നാംക്ലാസിൽ എ. ബി.സി. പഠിക്കുന്നില്ല. ഒന്നാംക്ലാസിൽ നിങ്ങൾ റ ര ത പഠിക്കുന്നു. റ എഴുതാൻ എല്ലാവരും പഠിച്ചില്ലേ?'

ക്ലാസ് ഒന്നടങ്കം കൂവി:

'ഉവ്വ്!'

ബാജി വിയർക്കുകയായിരുന്നു. അവൻ അവന്റെ അപ്പച്ചനെക്കുറിച്ചും അമ്മയെക്കുറിച്ചും ഓർക്കുകയായിരുന്നു. അവന്റെ കുഞ്ഞിച്ചട്ടി എടുത്തു കൊള്ളണമെന്ന് അപ്പച്ചൻ പറഞ്ഞു.

ടീച്ചർ ചോദിച്ചു:

'ബാജി സി.സി. എന്നു ഹാജർ വിളിക്കുമ്പോൾ ബാജി എന്താണ് പറയേണ്ടത്?'

അപ്പോൾ ഒന്നാംക്ലാസ് മുഴുവൻ തെന്നിയും തെറ്റിയും ആലപിച്ചു:

'ഹാജർ!'

വെള്ളെഴുത്തിന്റെ കണ്ണടയ്ക്കു പിന്നിൽ ടീച്ചറുടെ കണ്ണുകൾ തിളങ്ങി. ബാജി എണീക്കാൻ ഭാവിക്കുന്നുണ്ടായിരുന്നു. ബെഞ്ചിനു താഴെ അവന്റെ കുഞ്ഞിച്ചട്ടി കമഴ്ന്നു കിടക്കുന്നുണ്ട്, തട്ടാനോ ചവിട്ടാനോ പാടില്ല. ഈ ചട്ടി അവന്റെ ആദിപാഠമാകുന്നു, റ!

ഒരു റായുടെ ഉള്ളിൽ അവന്റെ ജീവിതം തുടങ്ങുന്നു. അതേ റായ്ക്കുള്ളിൽ ആ ജീവിതം അവസാനിക്കുന്നു.

റ കൈവിലങ്ങുമാകുന്നു.

അക്ഷരങ്ങളും ചട്ടങ്ങളും അവനെ വിലങ്ങു വെക്കുന്നു.

ബാജി സി.സി. ചുമട്ടുകാരൻ ചേറപ്പന്റെ സന്തതിയാകുന്നു.

അവൻ എണീറ്റു നില്ക്കുമ്പോൾ ടീച്ചർ സന്തോഷിച്ചു. ക്ലാസിൽ എങ്ങനെ പെരുമാറണമെന്ന് ഒടുവിൽ ഈ മണ്ടൻ പഠിക്കുന്നു!

വല്ലപാട്, വല്ലാത്തപാട് ബാജി എണീറ്റുനിന്നു. ഊർന്നുപോകുന്ന മുറിക്കാലുറയെക്കുറിച്ചു യാതൊന്നുമറിയാതെ അവൻ പറഞ്ഞു:

'ടീച്ചറേ, ഒറക്കംവന്നിട്ടു വയ്യ.'

ടീച്ചർ എണീറ്റു. ഒരു കുട്ടി, ഒരു കള്ളം പറയാൻപോലും സാമർത്ഥ്യമില്ലാത്ത ഒരു കുട്ടി – ടീച്ചർ ബാജിയെ അപ്പോഴാണു നോക്കിയത്. അവർ കുട്ടിയുടെ അരികിലേക്കു സാവകാശം നടന്നു. നേരെ ചീവാത്ത ചുരുണ്ട മുടിയിഴകൾ പാറിക്കിടക്കുന്ന അവന്റെ നെറ്റിയിൽ വിയർപ്പു പൊടിയുന്നുണ്ടായിരുന്നു. അവന്റെ നീലക്കണ്ണുകളിൽ ജ്ഞാനത്തിന്റെ ആദിപാഠം കൺപോളകൾ വിടർത്തുന്നുണ്ടായിരുന്നു.

റ!

പാതി വിടർന്ന അവന്റെ മേൽച്ചുണ്ട് അവന്റെ മുഖത്തെഴുതുന്നുണ്ടായിരുന്നു.

റ.

വിടർന്ന ചുണ്ടുകൾക്കിടയിൽ അവന്റെ മുൻവരിയിലെ കൊച്ചുപല്ലുകൾ എഴുതിവെച്ചിരുന്നു.

റ, റ.

അവന്റെ നെറുകയിലും നെറ്റിയിലും കൈചേർത്തു സൗദാമിനി ടീച്ചർ ചോദിച്ചു:

'പനിക്കുന്നുണ്ടോ?'

പക്ഷേ, ടീച്ചർ പെട്ടെന്നു ഭയപ്പെട്ടു. ബാജി താളുപോലെ തണുക്കുന്നു!

കുട്ടി സത്യം പറഞ്ഞു:

'വെശക്കുന്നു.'

അവൻ വീണു പോകുമെന്നു ടീച്ചർ ഭയപ്പെട്ടു. കുട്ടി തളർന്നിരിക്കുന്നു. അവനെ തന്റെ ശരീരത്തിലേക്കു ചേർത്തു പിടിക്കുമ്പോൾ ടീച്ചർ പതറി പ്പതറി ക്ലാസിലേക്കു നോക്കി. ആർക്കാണു വിശക്കുന്നത്? ആരാണ് ഇനിയും തളർന്നുവീഴാൻ പോകുന്നത്?

അപ്പോൾ ടീച്ചർ ശമ്പളപരിഷ്ക്കാരത്തെ ശപിച്ചു. ശമ്പളപരിഷ്ക്കാര മാണു ചതിച്ചത്. ഓഫീസിൽ ഓപ്ഷൻഡേറ്റിന്റേയും അരിയേഴ്സി ന്റേയും ബഹളമായിരുന്നു. ഓഫീസിൽ റവയും പാൽപ്പൊടിയും നെയ്യു മുണ്ടായിരുന്നു. വിറകുണ്ടായിരുന്നെങ്കിൽ ഉപ്പുമാവുണ്ടാക്കാമായിരുന്നു. പക്ഷേ, വിറകിന്റെ കാര്യം ആരും പറഞ്ഞില്ല. എല്ലാവരും അവനവന്റെ ശമ്പളം കണക്കുകൂട്ടുകയായിരുന്നു. എന്റെ നാനൂറുരൂപ. എന്റെ ഇരുപതു പറ നെല്ല്. കുട്ടികൾക്കു കൊടുക്കേണ്ട ഉപ്പുമാവിന്റെ കാര്യം ഒരാളും പറ ഞ്ഞില്ല.

ഇന്നും ഉപ്പുമാവില്ല! ■

ശാപമോക്ഷം

ഒന്നങ്ങനെ, ഒന്നിങ്ങനെ

ഉത്തരക്കടലാസിൽ തൊടുത്ത തെറ്റടയാളം പോലെ വേലായുധൻ പക്കറെ വാർന്നു, ഒന്നങ്ങനെ ഒന്നിങ്ങനെ. പക്കറെ വാർന്ന കത്തിയും രക്തവും വേലായുധനും പക്കറുടെ തുടിക്കുന്ന ജീവനും അബൂഹാജിയെ മുഖം കാണിച്ചു. അബൂഹാജി ശപിച്ചു:

വേലായുധാ, പക്ഷേങ്കി, ഒക്കെ നീ മറന്നള.

ശപിച്ച ഉടനെ അബൂഹാജി ശാപമോക്ഷവും നല്കി.

വേലായുധാ, പക്ഷേങ്കി, ഇപ്പ നിന്നെ ഇവിടെ കാണാൻ പാങ്ങില്ല. ആകാശത്തിന്റെ ചോട്ടിൽ എവിടെ വേണം, പൊയ്ക്കള. പക്ഷേങ്കി, നിനക്കൊരു കസ്റ്റം വന്നുപെട്ടാൽ അപ്പ എന്നെ ഓർത്തള. അവിടെ നിനക്കു ശകലം വിളങ്ങും.

പക്കറെ വാർന്ന കത്തിയും രക്തവും വേലായുധനും പക്കറുടെ ജീവനും ഗേറ്റിൽ തുടിച്ചുനിന്ന കാറിൽ പറന്നു, ഒരു കിളിക്കൂടു മാറുംപോലെ, ഒരു ദേഹി ദേഹം ത്യജിക്കുംപോലെ ഒരു കാറിൽനിന്നിറങ്ങി മറ്റൊന്നിൽ കയറി, തുടിച്ചുനിന്ന കാറുകളുടെ റിലേ റേസിൽ വേലായുധൻ ദേശങ്ങൾ പകർന്നു, ട്രാക്കുകൾ തകർത്തു. പിന്നെ അവൻ ആകാശത്തിന്റെ അറ്റം കണ്ടു. അത് ഒരു കൂറ്റൻ കമാനമായിരുന്നു. ഭൂമിയിൽ വളഞ്ഞു കുത്തുന്ന നീലക്കമാനത്തിന്റെ മുന്നിൽ നാലാമത്തെ കാർ എത്തിനിന്നപ്പോൾ, കാവൽക്കാരൻ ഉറക്കത്തിൽ നിന്നെണീറ്റു. കാവൽക്കാരൻ ചോദിച്ചു:

കോൻ ഹോ?

വേലായുധൻ പറഞ്ഞു:

എനിക്കറിയാമ്മേല. ഒക്കെ ഞാൻ മറന്നു.

ഒട്ടും കുലുങ്ങാതെ കാവൽക്കാരൻ ചിരിച്ചു. അവന്റെ ജ്ഞാനദൃഷ്ടികൾ പെരിയ മേൽമീശയിൽ അരിച്ചിറങ്ങി. കാവൽക്കാരൻ ചോദിച്ചു:

അബൂഹാജി വന്നിട്ടില്ലേ?

വേലായുധൻ ആകെ പകച്ചു. അബൂഹാജി എങ്ങനെ വരും? അബൂഹാജി ശപിക്കമാത്രം ചെയ്യുന്നു. ശാപത്തിൽപ്പെട്ട് അവൻ പറക്കുന്നു. അവൻ ഒരു പക്ഷി, പക്ഷിക്കുഞ്ഞ്, പക്ഷിക്കുഞ്ഞിനെ കാവൽക്കാരൻ പിടിക്കുന്നു. എങ്ങോട്ടു പറക്കാൻ? മുന്നിൽ, കമാനംപോലെ അടഞ്ഞുകിടക്കുന്ന ആനവാതിൽ. പിന്നിൽ–

പിന്നിലേക്കു നോട്ടം പകച്ചപ്പോൾ, കാറു കാണാനില്ല. കാറിന്റെ കറുപ്പ് അവന്റെ ദൃഷ്ടിയിൽ മിന്നി: ഇരുട്ടുപോലെ, അന്ധത പോലെ, വഞ്ചന പോലെ.

കാവൽക്കാരൻ അവനെ തസിലിയാക്കി.

വേലായുധാ, പക്ഷേങ്കി, ഒട്ടും പരിഭ്രമിക്കാനില്ല. വേലായുധൻ ആയുധം കൊണ്ടുവന്നിട്ടില്ലേ?

സന്തോഷം, വേലായുധൻ പറഞ്ഞു. കറപോലും കഴുകിക്കളഞ്ഞിട്ടില്ല.

കാവൽക്കാരൻ ചിരിച്ചു കാണിച്ചു.

ഇവിടെ വേലായുധൻ വരുമ്പോൾ, ആയുധം എടുത്തു കാണിക്കണം, ആളറിയിക്കാൻ മാത്രം! ഗോപാലൻ വരുമ്പോൾ പൈക്കളും പാൽപ്പാടയും കൂടെ വേണം. മുരളീധരൻ ഓടക്കുഴൽ വായിക്കണം. ഞങ്ങൾക്ക് അന്യോന്യം ആൾ മനസ്സിലാകണമല്ലോ. ഇതൊക്കെ, എവിടേയും കീഴ്വഴക്കങ്ങളാകുന്നു, കീഴ്വഴക്കങ്ങൾ മാനിക്കണം. എന്നെ നോക്കൂ. പരിഭ്രമം മറന്ന് സ്വസ്ഥനായി എന്റെ നേരെ നോക്കൂ. എന്നെ മനസ്സിലായോ? മനസ്സിലായെങ്കിൽ പറയൂ, ഞാൻ ആരാണ്?

വേലായുധൻ തികച്ചും സ്വസ്ഥനായിച്ചമഞ്ഞു. അവൻ കാര്യം ഗ്രഹിച്ചു. വേലായുധൻ പറഞ്ഞു:

ദണ്ഡുപാണി.

ആത്മവിസ്മൃതിയിൽ മുങ്ങിയ കാവൽക്കാരൻ ചിരിച്ചു.

വേലായുധൻ ചോദിച്ചു:

ഇനി വാതിൽ തുറന്നുകൂടേ? എനിക്കും ഒന്നുറങ്ങണം, കുളിച്ചു ശുദ്ധം മാറുകയും വേണം.

എന്നിട്ടും കാവൽക്കാരൻ തടഞ്ഞു:

വേലായുധാ, പക്ഷേങ്കി, നീ ആയുധം എടുത്തു കാണിച്ചില്ല.

ലജ്ജയോടെ വേലായുധൻ കത്തി എടുത്തപ്പോൾ കാവൽക്കാരൻ പറഞ്ഞു: വേലായുധാ, പക്ഷേങ്കി നിന്റെ കൈയിലും കത്തിയിലും രക്തം ഉണങ്ങിയല്ലോ. ഇതിന്റെ കറ കഴുകിയാലും പോവില്ല.

വേലായുധൻ പെട്ടെന്നു കരഞ്ഞു:

തിരുമേനീ, എന്നെ സഹായിക്കണം; സമസ്താപരാധങ്ങളും പൊറുത്ത് ഭക്തനെ നട തള്ളണം. വളരെ ദൂരേന്നാണു വരുന്നത്; കേരളത്തിൽനിന്ന്. ആയിരം അട അപ്പം നിവേദിക്കാം, ഉദയാസ്തമയം വഴിപാടാക്കാം. കനകത്തിൽ ഒരു ആൾരൂപംതന്നെ തൃപ്പടിയിൽ വെച്ച് ഞാൻ തൊഴുതു പിന്മാറാം. എനിക്കല്പം തീർത്ഥജലം തരണം. രക്തത്തിന്റെ എല്ലാ കറകളും കഴുകിക്കളഞ്ഞ് പുണ്യാഹം തളിച്ച് എന്റെ കത്തിയെ അനുഗ്രഹിക്കുമാറാകണം. വരും കൊല്ലം ആയുധപൂജയിൽ വെച്ചെടുക്കാനും വേലായുധൻ ഇന്നുതന്നെ ശീട്ടാക്കാം. രക്ഷിക്കുമാറാകണം.

ഭക്തവാത്സല്യത്തിൽ, കാവൽക്കാരന്റെ കണ്ണുകൾ മുഖം നിറയെ വിടർന്നു. അവൻ കുശലം ചോദിച്ചു:

കേരളക്കരയിൽ എന്തു വിശേഷങ്ങൾ? കാലോചിതം പോലെ മഹാബലി വന്നുപോകുന്നില്ലേ? അബൂഹാജി ഇക്കൊല്ലവും ഹജ്ജിനു പോകുന്നില്ലേ?

കേട്ട ഉടനെ വേലായുധനു ശാപമോക്ഷം വന്നുകൂടി. അവന്റെ മനസ്സിൽ സർവ്വം വിളങ്ങി, കുന്നത്തുവെച്ച വിളക്കുപോലെ. അവന്നെല്ലാം ഓർമ്മ കിട്ടി, പഴയ കഥകളും പുതിയ കഥകളും തിരക്കിവന്നു.

ഭൂമിയിൽ സർവ്വസമത്വം - അതാണ് കേരളത്തിൽ പ്രമാണം. ഈ പ്രമാണം പണ്ടേ പയറ്റിത്തോറ്റ് മഹാബലി നാടും കൊട്ടാരവും ഉപേക്ഷിക്കേണ്ടിവന്നു. മാനുഷരെല്ലാരും ഒന്നുപോലെ! എങ്ങനെ ഒന്നുപോലെ വർത്തിക്കും? അങ്ങ് ദണ്ഡപാണിയും ഞാൻ വേലായുധനും പോലെത്തന്നെ ഈ ഭൂമിയിൽ നിവാസംകൊള്ളുന്ന ഓരോ മനുഷ്യനും മറ്റൊരു മനുഷ്യനാണല്ലോ. മഹാബലി തോറ്റു തുന്നം പാടുകയേ ഉള്ളൂ. അബൂഹാജി വർഷാവർഷം ഹജ്ജിനു പോകുന്നുണ്ട്. അശോകചക്രവർത്തിക്കു സീറ്റും ബുക്കായിട്ടുണ്ട്. പക്കർ എന്നൊരുത്തൻ കോഴിക്കോടു കടപ്പുറം പോലും കണ്ടിട്ടില്ല. എടക്കഴിയൂർ കടപ്പുറത്തു നാരൻ പെറുക്കി നടന്ന തെണ്ടിപ്പക്കറാണവൻ. മീൻചാപ്പകളിൽ മത്തി കുടലെടുത്ത് ആത്മാവും പിടിച്ചു കിടന്ന കുഞ്ഞിപ്പാത്തുമ്മാടെ നസീബ്കെട്ട ഈ സന്തതി, ഇരപ്പാളിപ്പക്കർ ജനാബ് ഹാജി അബൂബക്കർ സാഹേബിനോട് ഒന്നിനൊന്നു സമം മത്സരിക്കാൻ നിൽക്കണോ? മാവേലി നാടുവാണിട്ടും പാട്ടുപാടീട്ടും കേരളത്തിൽ ജന്മികളും നാടുവാഴികളും കുടിയാന്മാരും കുടികിടപ്പുകാരും

ഉണ്ടായി. കുടികിടപ്പളക്കാനും വളയ്ക്കാനും ഈ പക്കർ സർവ്വേ ഗ്രേഡും പഠിച്ചിട്ടില്ല. അബൂഹാജിയുടെ പതിനാറു കുടികിടപ്പുകാർക്കാണെങ്കിൽ, പഴയ പടയോട്ടത്തിന്റത്ര പഴക്കവും ഉണ്ട്; ഹാജിക്കു നാട്ടായ്മയും ഉണ്ട്. എല്ലാം പാടേ നോക്കുമ്പോൾ എല്ലാറ്റിന്റെ മുന്നിലും പക്കറുണ്ട്, പക്കറുടെ കൈയിൽ കൊടിയുമുണ്ട്. പക്ഷേങ്കി, പക്കർ ജയിച്ചു കൊടികുത്തും എന്നു വരെ എത്തിയുംപോയി, കാര്യങ്ങളുടെ പോക്ക്. കാലോചിതംപോലെ പക്കർ ജയിക്കാനും മതി എന്നായി. അബൂഹാജി അങ്കലാപ്പിലും ഇറങ്ങി. അബൂ ഹാജി വേലായുധനെ ആളയച്ചു വരുത്തി. വേലായുധാ, പക്ഷേങ്കി പക്കറെ തട്ടണം.

തഴുതുകൾ നീക്കി ആനവാതിൽ തുറക്കുമ്പോൾ കാവൽക്കാരൻ പറഞ്ഞു:

വേലായുധാ, പക്ഷേങ്കി നിനക്കു സ്വാഗതം. നേരെ പൊയ്ക്കൊള്ളൂ. നിന്റെ മുന്നിൽ ഓഫീസ് തുറന്നു കിടക്കുന്നുണ്ടാവും. ഇവിടെ ഇരുപത്തി നാലു മണിക്കൂറും പകലാകുന്നു. ഇരുപത്തിനാലു മണിക്കൂറും പ്രയത്നം, കഠിനാധ്വാനം. അധ്വാനം ഒരു നിഷ്ഠയും വ്രതവുമാകുന്നു. വഴിയിൽ ആരും നിന്നെ തടയില്ല. എല്ലാവർക്കും അവനവന്റെ തൊഴിലുള്ളതുകൊണ്ട് അന്യന്റെ വായിൽ വിരലിട്ടു നോക്കാൻ ഇവിടെ ഒരുത്തനും മിനക്കെടു ന്നില്ല. അതൊക്കെ ഞാൻ നിർവ്വഹിച്ചുകഴിഞ്ഞു. എന്റെ തൊഴിലും അതു തന്നെ. ഈ കമാനത്തിൽ നിന്റെ തടസ്സങ്ങളും അവസാനിച്ചു. ആപ്പീസിൽ എസ്റ്റേറ്റ് ആപ്പീസർ ഉണ്ടാകും. ആപ്പീസർ ഉറക്കമാണെങ്കിൽ സ്റ്റാഫ് മുഴുവൻ കണ്ണിൽ എണ്ണയൊഴിച്ചിരുന്ന് കടലാസുകൾ നോക്കുന്നുണ്ടാവും. വേലാ യുധാ, പക്ഷേങ്കി, നീ പോകുന്നില്ലല്ലോ. ആകാശത്തിന്റെ ചോട്ടിൽ എവിടെ വേണം, പൊയ്ക്കൊള്ളൂ. എന്റെ ശബ്ദം അവിടെ എത്തിക്കൊള്ളും.

ആപ്പീസർ വേലായുധനെ വരവേറ്റു.

വെൽക്കം മിസ്റ്റർ വേലായുധൻ, പേപ്പേഴ്സെല്ലാം നേരത്തെ എത്തി ക്കഴിഞ്ഞു. എന്നാലും ഉണ്ടല്ലോ ഒരു മര്യാദ. ഒരൊറ്റ ചോദ്യം മാത്രം, രണ്ടല്ലേ കുത്തിയുള്ളൂ?

വേലായുധൻ ചിരിച്ചു. അവൻ ആപ്പീസറെ തിരുത്തി:

കുത്തിയിട്ടേയില്ലല്ലോ!

മിസ്റ്റർ വേലായുധൻ, താങ്കളെ ചോദ്യംചെയ്യുകയല്ല. ഞാൻ ഒരു പോലീസ് ഓഫീസറല്ല. വക്കീൽപോലുമല്ല. എന്റെ പ്രശ്നം തൊഴിലും തൊഴിലധിഷ്ഠിതവേതനവുമാകുന്നു. സ്ഥാപനം താങ്കളുടെ സേവനം സ്വീകരിച്ചുകഴിഞ്ഞിട്ടുണ്ട്. തൊഴിലിൽ താങ്കളുടെ സമീപനസ്വഭാവം എന്താണെന്നറിയാനുള്ളത്. ഒരൊറ്റ ചോദ്യം മാത്രം: രണ്ടല്ലേ കുത്തിയുള്ളൂ?

സർ, ക്ഷമിക്കണം. വേലായുധൻ നീട്ടിത്തിരുത്തി. നെഞ്ചിലോ പുറത്തോ ആകുമ്പോൾ കുത്തുകതന്നെ വേണ്ടിവരും. പുറത്താണെങ്കിൽ ഇടത്തെ കൈപ്പലകയുടെ എളിയിൽ കുത്തണം. നാലോ അഞ്ചോ സെന്റീ മീറ്റർ താഴെ ഹൃദയം മിടിക്കുന്നുണ്ടാവും, അവിടെ. പക്ഷേ, അതിന്നല്പം പാടുണ്ട്. ഒരു കുത്തു വാങ്ങിക്കാൻ ആരും നിന്നുതരുന്നില്ല. എതിർപ്പാണ്

എവിടേയും ഒഴിവാക്കേണ്ടത്. പക്കറേ, ഒന്നിബിഡംവരെ വന്നേ. പക്കർ വരുന്നു, സലാം പറയാൻ കൈപൊക്കുന്നു. അപ്പോൾ ഓർക്കാപ്പുറത്തൊരു മിന്നലായി കത്തി പാളണം. നെഞ്ചിനു തൊട്ടുതാഴെ ഡയഫ്രത്തിന്നടുത്താവുമ്പോൾ കുത്തുകയേ വേണ്ട, വാർന്നു വിട്ടാൽ മതി. ഒന്നങ്ങനെ, ഒന്നിങ്ങനെ. വേലായുധന്റെ ചൂണ്ടുവിരൽ മേലും കീഴും വാർന്നു, വായുവിൽ അവൻ വരച്ച കുരിശ് ക്രിസ്തുവിന്റെ തോളിലായിരുന്നു. കുടലുകൾ നുറുങ്ങും സർ, ആമാശയവും കരളും പ്ലീഹയും പിളരും.

ആപ്പീസർ തെളിഞ്ഞു. പ്രഭാതംപോലെ ആപ്പീസറുടെ മുഖം ചൊകന്നു. വേലായുധൻ കൊതികൊണ്ടു. എത്ര ചെറുപ്പം! പുതിയ കേഡറാവും. മീശ മുഴുക്കെ കറുപ്പുവീണിട്ടില്ല, കവിളിൽ മുടിവളർത്തി മേധാവി ചമയുന്നു.

മിസ്റ്റർ വേലായുധൻ, പക്ഷേ, താങ്കളൊരു സ്പെഷ്യലിസ്റ്റാണല്ലോ! ഗ്ലാഡ് ടു മീറ്റ് യു.

വേലായുധൻ കേട്ട ഭാവം നടിച്ചില്ല.

ആപ്പീസർ പറഞ്ഞു:

സ്പെഷ്യലിസ്റ്റുകൾ താമസിക്കുന്നത് ടൈപ്പ് സിക്സിലാകുന്നു, എയർ ഫീൽഡിനടുത്ത്. തൽക്കാലം റിസർവ്വ് പൂളിൽ താങ്കൾക്ക് ജോയിൻ ചെയ്യാം. ആദ്യമൊക്കെ അല്പം നീരസമൊക്കെ തോന്നിയേക്കും. ട്വന്റി ഫോറവേഴ്സ് റെഡിഫോറാക്ഷൻ. കാൾ കിട്ടിയാൽ മിനിറ്റിനുമുമ്പേ പ്ലെയിൻ പറക്കും. ആയുധസമേതം താങ്കൾ തയ്യാറുണ്ടാവണം. എക്കാമഡേഷൻ–

അപ്പീസർ എക്കാമഡേഷൻ വിഭാഗത്തിലേക്കു വാചാ ഡയൽ ചെയ്തതാണെന്ന് വേലായുധൻ മനസ്സിലാക്കിയില്ല. സ്വരം താനേ മാറിയ ആപ്പീസർ വായുവിൽ ചൊടിച്ചു.

വെഹിക്കിൾ എവിടെ? അതിഥി കാത്തിരിക്കുന്നു. അതെയതെ, മിസ്റ്റർ വേലായുധൻ ഫ്രം കേരള. യൂനിവേഴ്സൽ ഡയലിങ് തകരാറിലായിരുന്നുവോ? നരകം!

വേലായുധൻ ഞെട്ടി.

ആപ്പീസറുടെ സ്വരം ശാന്തസുന്ദരമായി.

മിസ്റ്റർ വേലായുധൻ, ഇവിടെ നമ്മുടെ സ്ഥാപനത്തിൽ ഹോം സർവ്വീസ് മുഴുക്കെ യൂനിവേഴ്സൽ ഡയലിങ് സിസ്റ്റത്തിലാകുന്നു. ഗേറ്റ് മുതൽ ധോബിഘട്ട് വരെ, കാവൽക്കാരൻമുതൽ അലക്കുകാരൻവരെ ആര് എപ്പോൾ എന്തു പറഞ്ഞാലും ഒന്നു തുമ്മിയാൽപോലും സർവ്വത്ര കേൾക്കാൻ കഴിയും. ഒരു രഹസ്യവും എവിടേയുമില്ല. അതുതന്നെ നമ്മുടെ സ്ഥാപനത്തിന്റെ വിജയരഹസ്യം, സ്വരം മാറി ഭാവം മാറി ചെറുപ്പക്കാരനായ മേധാവി കടലാസുകൾ മറിച്ചു. നമുക്കു പിന്നെക്കാണാം. കാണാതിരിക്കുമ്പോൾ ഓർമ്മയിൽ ഉണ്ടായിരിക്കുക. ആഹാരം ഗസ്റ്റ്ഹൗസിൽനിന്നു വരും. ആവശ്യംപോലെ ഡയൽ ചെയ്യൂ. വാചാ ഡയലിങ് അറിയില്ലേ? നമ്മുടെ ചുമരുകൾ കാർബൺതരികൾ കലർത്തിയിട്ടാണു നിർമ്മിച്ചിട്ടുള്ളത്. കുളിക്കൂ, വിശ്രമിക്കൂ.

വേലായുധനെ ബംഗ്ലാവിലേക്കു കൊണ്ടുപോകാൻ വാഗൺ കൊണ്ടു വന്നു. ഡ്രൈവർ അദ്ഭുതപ്പെട്ടു:

അപ്പ സാറേ, സാറിനൊരു ലഗേജും ഇല്ലല്ലോ. ഞാൻ വിചാരിച്ചു, ഇന്നെന്റെ മുതുകൊടിഞ്ഞതുതന്നെ എന്ന്.

എന്തെങ്കിലും പറയാമല്ലോ, വേലായുധൻ മേനി പറഞ്ഞു: ഒക്കെ വരുന്നുണ്ട്. വെഹിക്കിൾ ഫ്യൂവലെടുക്കാൻ വഴിയിൽ തങ്ങിയതാണ് പാർത്ഥസാരഥി.

ഡ്രൈവർ മോഹമുഗ്ധനായി. സാറിനെന്റെ പേരുപോലും അറിയാമല്ലോ സാറേ. വാസ്തവത്തിൽ ഞാനൊക്കെ വെറും ഏഴ, ഏഴാംകൂലി അലവലാതി. സാറിന് ടൈപ്പ് സിക്സല്ലേ? സിക്സിൽ താമസിക്കുന്ന ഒരു സാറും ഇന്നേവരെ എന്റെ പേരറിഞ്ഞിട്ടില്ല. പാർത്ഥസാരഥിയെ ഒന്നു തിരിഞ്ഞു നോക്കിയിട്ടുമില്ല.

അതെന്ത്, പാർത്ഥസാരഥി?

എന്തു പറയാനെക്കൊണ്ടു സാറേ? ആദിയിൽ ദൈവം ഭൂമിയിൽ ഒറ്റയ്ക്കായിരുന്നു. ദൈവം തനിയെ ഒറ്റയ്ക്ക്. ഭൂമിയോ ഇത്രയ്ക്കും പെരിശ്. ഭൂമി ഒരു മത്തങ്ങായോ മറ്റോ ആണോ സാറേ? അപ്പോൾ ദൈവം വിചാരിച്ചു: എനിക്കൊരു കൂട്ടു വേണം. ഒറ്റയ്ക്കിരുന്ന് എനിക്കു മടുത്തു. ദൈവം മനുഷ്യനെ സൃഷ്ടിച്ചു. അതാണു സാറേ, ആദ്യത്തെ സൃഷ്ടി, സൃഷ്ടി നമ്പർ വൺ. അവനുവേണ്ടി ദൈവം ഒരു കെട്ടിടം പണിതു, ടൈപ്പ്വൺ. പക്ഷേങ്കി, സാറേ, അവൻ വെറും മന്തനായിരുന്നു. കുറെ തിന്നണം, കുറെ കുടിക്കണം; അത്രയ്ക്കും അവന്നുറങ്ങുകയും വേണം. അവനെ ദൈവം തെളിച്ചുനടത്തേണ്ടിവന്നു. ദൈവത്തിനാണെങ്കിൽ ഈ ഭൂമി മുഴുവൻ പരിപാലിക്കാനുമുണ്ട്. ദൈവം രണ്ടാമത്തെ മനുഷ്യനെ സൃഷ്ടിച്ചു. അവനുവേണ്ടി ഒരു കെട്ടിടം പണിതു; ടൈപ്പ് ടു രണ്ടാമത്തെ കെട്ടിടം ആദ്യത്തെ കെട്ടിടത്തേക്കാൾ മെച്ചപ്പെട്ടതായിരുന്നു. എങ്ങനെ മെച്ചപ്പെടാതിരിക്കും? രണ്ടാമത്തെ മനുഷ്യൻ ഒന്നാമത്തെ മനുഷ്യനെ തെളിച്ചു നടത്തേണ്ടവനാകുന്നു; യജമാനൻ. യജമാനന്റെ സ്ഥാനവും വിലയും അവന്റെ അന്തസ്സും അവന്റേതായ എല്ലാറ്റിലും വേണമെന്നു ദൈവത്തിന്നറിയാം. പക്ഷേങ്കി, ഈ യജമാനന് ആദ്യത്തെ മനുഷ്യനോട് പരമപുച്ഛമായിരുന്നു. അവൻ ആ മന്തൻ മണ്ടൂസിനെ അടിക്കാനും തുടങ്ങി. മന്തൻ ദൈവത്തിന്റെ മുമ്പിൽ കേസു കൊടുത്തു. അവരുടെ കേസ് തീർക്കാനേ ദൈവത്തിനു സമയമുള്ളൂ എന്നായി. അപ്പോൾ കേസ് കേൾക്കാൻ ദൈവം മൂന്നാമത്തെ മനുഷ്യനെ സൃഷ്ടിച്ചു. അവനുവേണ്ടി ടൈപ്പ് ത്രീ കെട്ടിടവും പണിയിച്ചു. മൂന്നാമത്തെ കെട്ടിടം ആദ്യത്തേതിനേക്കാളും രണ്ടാമത്തേതിനേക്കാളും വലുതായിരുന്നു. മൂന്നാമത്തെ മനുഷ്യൻ തന്റെ ടൈപ്പ് ത്രീയിൽ തണ്ടുതപ്പിയായി വളർന്നു. ആദ്യത്തെ രണ്ടുപേർ സർവ്വദാ അവന്റെ ചിറ്റത്തിനു നില്ക്കണം. അവർ രണ്ടുപേരും ദൈവത്തിന്റെ മുമ്പിൽ കേസു കൊടുക്കാൻ ചെന്നു. ദൈവം നാലാമത്തെ മനുഷ്യനേയും ടൈപ്പ് ഫോർ ബംഗ്ലാവും, അഞ്ചാമത്തെ മനുഷ്യനേയും ടൈപ്പ് ഫൈവ് ബംഗ്ലാവും,

ആറാമത്തെ മനുഷ്യനേയും ടൈപ്പ് സിക്സ് ബംഗ്ലാവും... സാറേ, സാറെന്താണു മൂളാത്തത്? അങ്ങനെ ദൈവം ആദ്യത്തെ മനുഷ്യനിൽനിന്നും മനുഷ്യരിൽ നിന്നും അകന്നുപോയി. ഇനിയെങ്കിലും അല്പം വിശ്രമിക്കണം. ഏഴാംദിവസം ദൈവം തോട്ടത്തിൽ നടക്കുമ്പോൾ ആറാറു മനുഷ്യരും ഓരോരുത്തരായി ദൈവത്തെ കാണാൻ വന്നു. തുണി നനയ്ക്കാൻ, തുണി തയ്ക്കാൻ, തുണി നെയ്യാൻ ഒരാൾ വേണം. വെച്ചുവിളമ്പാൻ, എച്ചിലെടുക്കാൻ, വായ കഴുകിക്കാൻ ആൾ വേണം. ഓരോരുത്തർക്കും പരാതിയുണ്ടായിരുന്നു. പരാതികൾ കേട്ടു പൊറുതിമുട്ടിയ ദൈവം ഒരുപറ്റം അലവലാതികളെ സൃഷ്ടിച്ചു. അവരെ പാർപ്പിക്കാൻ ടൈപ്പ് വൺ കെട്ടിടം പരിഷ്കരിച്ച് ഒരു ചേരിപ്പുര ഉണ്ടാക്കി. ഇനിയും ഭൂമിയിൽത്തന്നെ താമസിക്കുകയാണെങ്കിൽ ഇവരുടെ പരാതികൾകൊണ്ട് തനിക്കൊന്നു മൂത്രമൊഴിക്കാൻപോലും സൗകര്യപ്പെടുകയില്ലെന്നു കണ്ടറിഞ്ഞ ദൈവം ആരും അറിയാതെ അന്നു സ്ഥലം വിട്ടു. സ്വർഗ്ഗത്തിലേക്ക്. പിന്നെ ദൈവം ഭൂമിയിലേക്കു വന്നില്ല. ഒന്നു തിരിഞ്ഞുനോക്കുകപോലും ചെയ്തിട്ടില്ല. ദൈവം സ്ഥലം വിട്ടപ്പഴല്ലേ സാറേ, ഭൂമിയിൽ ആദ്യത്തെ ഗുലുമാലുണ്ടായത്? ഒന്നാമൻ മന്തനില്ലേ, അവന്നിപ്പോൾ പാർക്കാൻ കെട്ടിടമില്ല. അവന്റെ കെട്ടിടമല്ലേ സാറേ, ചേരിപ്പുരയായി ടൈപ്പ് വൺ ഏ ആയത്? ഇനി കേസു കൊടുക്കാനാണേൽ ദൈവം എവിടെ? മന്തൻ ഇന്നും ദൈവത്തെ അന്വേഷിച്ചു നടക്കുകയാണ്. പക്ഷേങ്കി, ദൈവം എവിടെ?

വേലായുധൻ പരിഭ്രമിച്ചു. പക്ഷേങ്കി, ദൈവം എവിടെ?

പാർത്ഥസാരഥി പറഞ്ഞു:

ഇനി സാറ് ഇറങ്ങിക്കോ. ഇതാണ് സാറിന്റെ ബംഗ്ലാവ്; ടൈപ്പ് സിക്സ്.

വേലായുധൻ വാഗണിൽനിന്നിറങ്ങി ബംഗ്ലാവിന്റെ മഹാവിസ്തൃതികളിലേക്കു നോക്കുമ്പോൾ പാർത്ഥസാരഥി പഞ്ചപുച്ഛമടക്കി യാചിച്ചു:

സാറേ, ബക്ശീഷ്!

വേലായുധൻ അവനെ ഒന്നു നോക്കി. വേലായുധന്റെ ചോരക്കണ്ണുകളിൽ കത്തിയുടെ വായ്ത്തല മിന്നി. ഏറുപമ്പരം കണക്കെ പാർത്ഥസാരഥി തിരിഞ്ഞു.

ടൈപ്പ് സിക്സ് ബംഗ്ലാവിന്റെ വിസ്തൃതമായ തെരിശിൽ ആട്ടുകസേരയിൽ കിടന്ന് വേലായുധൻ വിശ്രമിച്ചു.

മുകളിൽ ആകാശം. താഴെ–

വേലായുധൻ താഴോട്ടു നോക്കിയില്ല.

ആകാശത്തിൽ ഒരു ഗ്ലൈഡർ. ഗ്ലൈഡർ, ഒരു പക്ഷി. അലൂമിനിയപ്പക്ഷി. തൂവെള്ളപ്പക്ഷി. മനസ്സിന്റെ വെണ്മപോലെ, മനസ്സാക്ഷിപോലെ വേലായുധന്റെ തലയ്ക്കു മുകളിൽ ഗ്ലൈഡർ വട്ടം വട്ടം ചുറ്റി.

ഒരുപക്ഷേ, ഭൂമിയിൽ ഇപ്പോൾ പ്രളയമാകാം. നോഹയുടെ പെട്ടകം മാത്രം പ്രളയജലത്തിൽ ഒഴുകി നടക്കുന്നുണ്ടാകാം. ഒരു പാപവും ചെയ്യാത്ത വിശുദ്ധജീവികൾ പെട്ടകത്തിൽ ജീവിച്ചിരിക്കുന്നുണ്ടാകാം.

കൊലയാളിയുടെ ആദ്യത്തെ നടുക്കത്തിൽ വേലായുധൻ വിയർത്തു. അവന്റെ നെഞ്ചിൽ കോൺക്രീറ്റിന്റെ കൂറ്റൻ കെട്ടിടം ഞെരുങ്ങി നടുങ്ങി.

വട്ടം വട്ടം മത്തങ്ങ!

അസമയങ്ങളിൽ വിജൃംഭിച്ചു വരുന്ന അശ്ലീലംപോലെ പണ്ടെന്നോ കണ്ടും കേട്ടും മറന്ന പുലയാട്ട് അവൻ മനസ്സിലുരുവിട്ടു:

വട്ടം വട്ടം മത്തങ്ങ

വെട്ടിവെട്ടിത്തിന്നുമ്പൊ

എന്തെടി ചൂലേ മിണ്ടാത്ത്?

ഏതെടി ചൂലേ മിണ്ടാത്ത്?

ഗ്ലൈഡറിന്നു നേരെ വേലായുധൻ മനസാ ആട്ടി.

പ്ഫ, പ്ഫ, പ്ഫ!

ദൈവം നിയോഗിച്ചയച്ച വെള്ളപ്പിറാവ് എന്നിട്ടും തലയ്ക്കുമുകളിൽ ആകാശത്തിൽ വട്ടംവട്ടം ഒഴുകി താഴോട്ടു താഴോട്ടിറങ്ങിവന്നു.

വേലായുധൻ ആട്ടുകസേരയിൽനിന്നെണീറ്റു. അവന്റെ ദേഹം വിറച്ചു. അവന്റെ മുന്നിൽ, കെട്ടിടത്തിന്റെ തെരിശിൽ ഗ്ലൈഡർ ഇറങ്ങിനിന്നു.

ഇതാര്?

ഗ്ലൈഡറിൽ നിന്നിറങ്ങിയ പക്കർ സലാം പറയാൻ കൈ പൊക്കി. പക്ഷേ, ആ കൈ പൊങ്ങിയില്ല. പക്കർ നടുങ്ങി; വയറ്റിൽ പൊത്തിപ്പിടിച്ചു.

ഒന്നങ്ങനെ, ഒന്നിങ്ങനെ.

വയറു പൊത്തിപ്പിടിച്ച് പക്കർ അവന്റെ മുന്നിൽ വീണു.

അടവു മറന്ന്, അഭ്യാസം മറന്ന്, സർവ്വം മറന്ന് വേലായുധൻ മിഴിച്ചു നിന്നു. രക്തം വാർന്ന്, കുടലുകൾ ചോർന്ന് പക്കർ അവന്റെ കണ്ണുകളിൽ പിടഞ്ഞു.

താഴോട്ടിറങ്ങിയോടാൻ, ബംഗ്ലാവിൽ കടന്ന് ഒളിക്കാൻ വേലായുധൻ ചുവടെടുത്തു. പക്ഷേ, അവന് അനങ്ങാൻ വയ്യ.

ഗതികെട്ട ഉടനെ അവൻ അബൂഹാജിയെ സ്മരിച്ചു.

അദ്ഭുതംതന്നെ. കുന്നത്തുവെച്ച വിളക്കുപോലെ മനം തെളിഞ്ഞു. ഭാവവും പരിഭവവും പകർന്നു.

വേലായുധൻ പക്കറെ വാരിയെടുത്തു; വേലായുധൻ പക്കറെ കോരിയെടുത്തു. പക്കറെ വാരിക്കോരിയെടുത്ത് വേലായുധൻ തന്റെ മുന്നിൽ നിർത്തി. പക്കറോടണഞ്ഞ്, പക്കറുടെ പിന്നിൽ വേലായുധൻ പുറംചാരി നിന്നു. പക്കറുടെ പിന്നിൽ വേലായുധൻ മറഞ്ഞു.

ജീവാജീവിക്കും ഇനി വേലായുധനെ കാണ്മാൻ വയ്യ. ജീവാജീവിയും വേലായുധനെ നോക്കുമ്പോൾ പക്കറെ കാണുന്നു. പക്കറുടെ വയറ്റിൽ കുരിശടയാളം കാണുന്നു.

ചെങ്കുരിശ്! അതു പൊൻകുരിശ്!

ഒന്നങ്ങനെ, ഒന്നിങ്ങനെ.

അതേനില്പിൽ വേലായുധൻ തരിച്ചുനിന്നു. അവന്റെ പുറവടികളും ഞെരിയാണിയും നീർക്കെട്ടി, അവന്റെ കാൽവിരലുകൾ ചീർത്ത് ആസ്ഥാന ക്കണെക്കിൽ കാലടികൾ പരന്നു. അവന്റെ താടിയും മുടിയും വളർന്നു; ജഡ കെട്ടി സ്വയം സ്തൂപമണ്ഡലപരിവേഷം ചമഞ്ഞു. കാറ്റിലും ചുടുകാറ്റിലും കീറിപ്പറിഞ്ഞ് വസ്ത്രം പതാകയായിപ്പറന്നു. ഇരുപതു നഖങ്ങളും വളർന്ന്, ഭൂതലങ്ങൾ തുരന്ന് ആയിരം വേടുകളിറക്കി. അങ്ങനെ വേലായുധൻ ഒരു ജഡമായി, മണ്ഡപമായി, രക്തസാക്ഷിമണ്ഡപമായി, കുരിശും ചുമന്നു നില്പായി.

സത്യം ശിവം സുന്ദരം.

ശാപമോക്ഷം.

ശ്രീ ഗുരുഭ്യാം നമഃ

അബൂഹാജിനാം നമഃ ■

അസമാഹൃത കഥകൾ

ബലി, പുത്രബലി

മണിച്ചേച്ചിയുടെ മകൻ മനോഹരൻ മരണപ്പെട്ട വൃത്താന്തം കേട്ടും കേൾപ്പിച്ചും എന്റെ ചെകിടിലെത്തുമ്പോൾ ദിവസം മൂന്നോ നാലോ കഴിഞ്ഞു. വൈകുന്നേരവും ആയി. പക്ഷേ, കേട്ടേടത്തോളം കൊണ്ടു ശവ ദാഹം അപ്പോഴും കഴിഞ്ഞിട്ടില്ല.

മനോഹരൻ ഗൾഫിലായിരുന്നു, റോഡപകടമോ മറ്റോ ആയിരുന്നു. ശവം ഗൾഫിൽ നിന്നെത്തണം. ഗൾഫിൽനിന്നു പുറപ്പെട്ടിട്ടും ഉണ്ട്. ദിവസം മൂന്നായിട്ടും പക്ഷേ, വീട്ടിൽ എത്തിയിട്ടില്ല.

എന്തൊരു കാത്തിരിപ്പായിരിക്കും അവിടെ?

എനിക്കും മണിച്ചേച്ചിക്കും തമ്മിൽ പുലബന്ധമൊന്നും ഇല്ല. എന്നാലും മനുഷ്യബന്ധങ്ങളുണ്ടല്ലോ. ഏറ്റവും വലുതു മനുഷ്യബന്ധമാണെന്നും പറയുന്നു. മനോഹരൻ മരണപ്പെട്ടു എന്നു കേട്ടാൽ ചേച്ചിയുടെ വീടുവരെ ഒന്നു പോയി പോരേണ്ട മര്യാദയെങ്കിലും ഞാൻ പാലിക്കണമല്ലോ.

ഇരിങ്ങപ്പുറത്തേക്കു ഞാൻ പുറപ്പെടുകയും ചെയ്തു.

ദുഃഖം പങ്കിടാനും ദുഃഖിക്കുന്നവരെ സമാധാനിപ്പിക്കാനും എനിക്കൊട്ടും താല്പര്യമില്ല. കഴിവും ഇല്ല. ഇല്ലാത്തതു നടിച്ചുണ്ടാക്കാനും എനിക്കറിഞ്ഞുകൂടാ. ജീവിക്കുന്നവരെ മേലിലും കാണേണ്ടിവരും എന്ന ഭയംകൊണ്ടു മാത്രമാണു മരിച്ച വീട്ടിൽ വല്ലപ്പോഴും ഒരിക്കൽ ഞാൻ മുഖം കാണിക്കുന്നത്. മരിച്ച ആളുടെ കുടുംബത്തിൽ ജീവിച്ചിരിക്കുന്നവർ ഇനിയും കാണുമല്ലോ. ശവം കിടക്കുമ്പോൾ തന്നെ ഇവരെ ഒരു നോക്കു കണ്ടില്ല എങ്കിൽ ദുസ്തരമായ ഒരു മതിൽ പോലെ, വൻമതിൽ പോലെ, അതു ഞങ്ങൾക്കിടയിൽ വളർന്നുയരാൻ സാധ്യതകളുണ്ടെന്നാണു ഞാൻ ഭയപ്പെടുക.

മണിച്ചേച്ചിയുടെ മൂത്തമകൻ സഹദേവൻ ശ്രീലങ്കയിൽ കുടുങ്ങിപ്പോയിട്ടുണ്ട്. വർഷങ്ങൾക്കുമുമ്പ് ശ്രീലങ്കയുടെ ശുഭനാമം സിലോൺ എന്നായിരുന്നപ്പോൾത്തന്നെ സഹദേവൻ സിംഹളദ്വീപിൽ ചെന്നടിഞ്ഞിട്ടുണ്ടായിരുന്നു. അവന്റെ അച്ഛൻ അപ്പുണ്ണ്യേട്ടൻ തന്റെ ഭാഗധേയമന്വേഷിച്ചതും സിലോണിൽതന്നെ. ശുഭസ്യ ശീഘ്രം എന്നാണല്ലോ പ്രമാണം. സഹദേവന്റെ പതിമൂന്നാമത്തെ വയസ്സിൽ മണ്ഡലം തലൈമണ്ണാൻ വഴി അപ്പുണ്ണ്യേട്ടൻ അവനെ സിലോണിലേക്കു കടത്തി. സഹദേവനാകട്ടെ പിന്നീടൊരിക്കലും നാട്ടിലേക്കു തിരിച്ചുവന്നില്ല. പോകപ്പോകെ ജീവിച്ചിരിക്കുന്നുണ്ട് എന്നു അച്ഛനമ്മമാരെ അറിയിച്ചതുമില്ല.

ഇപ്പോൾ ഇളയമകനും പോയി. എന്തൊരു കണ്ണോക്കായിരിക്കും അവിടെ?

അന്യനോടു ചിരിച്ചു കാണിക്കാൻ വയ്യാത്ത സാഹചര്യങ്ങൾ വന്നു കൂടുമ്പോൾ ഒറ്റയ്ക്കാവുന്നതാണ് എനിക്കിഷ്ടം, അതുകൊണ്ടാണ് മണിച്ചേച്ചിയുടെ വീടുവരെ നടക്കാമെന്നു തീരുമാനിച്ചത്. നടക്കുംതോറും ഒരു വിഷാദവും എനിക്കുണ്ടായി, എങ്ങനെ മണിച്ചേച്ചിയെ മുഖം കാണിക്കും?

പറങ്ങോടൻ ചന്തയ്ക്കുപോയി.

ചന്തയുടെ തലേദിവസം അത്താഴം കഴിഞ്ഞിരിക്കുമ്പോൾ പറങ്ങോടന്റെ പ്രതാപിയായ പിതാവ് ഉണ്ണീരിക്കുട്ടി മൂപ്പൻ പറങ്ങോടനെ വിളിച്ചു. ഡാ പറങ്ങോടാ, നാളെ വെളുപ്പിനു കൂട്ടുങ്ങൽ ചന്തയ്ക്കു പോണം. പിറ്റേന്നു കാലത്ത് പ്രഭാതകൃത്യങ്ങൾ നിർവഹിച്ചു മൂപ്പൻ പറങ്ങോടനോടന്വേഷിച്ചു, ഡാ, പറങ്ങോടാ, ചന്തയ്ക്കു പോകണം എന്നു നിന്നോടു ഞാൻ പറഞ്ഞില്ലേ?

പറങ്ങോടൻ ആദരപൂർവ്വം പറഞ്ഞു, അച്ഛാ, ചന്തയ്ക്ക് ഞാൻ പോയ് വന്നല്ലോ!

എനിക്കു വഴിതെറ്റിയിട്ടുണ്ടാകും, എനിക്കു വഴി മനസ്സിലാവുന്നില്ല. മുട്ടറ്റം മുട്ടിനുമീതെ വെള്ളം നീന്തിപ്പോകേണ്ടിയിരുന്ന തോടുകൾ എവിടെ? കുണ്ടനിടവഴികൾ എവിടെ?

ഈ വഴി ഞാൻ വന്നിട്ട് എത്ര വർഷങ്ങളായി?

അന്നൊക്കെ ഈ വഴി നടക്കാമായിരുന്നില്ല. തുഴഞ്ഞ്, സ്വന്തം കാലുകൾകൊണ്ടു മുട്ടറ്റം മുട്ടിനു മീതെ വെള്ളം തുഴഞ്ഞു സ്വയം ഒരു വള്ളവും വള്ളക്കാരനുമായിട്ടേ ഓരോ ഇഞ്ചും മുന്നോട്ടു നീങ്ങാമായിരുന്നുള്ളൂ.

തോടുകളും കുണ്ടനിടവഴികളും നികത്തി കാനകൾ കെട്ടി ടാറിട്ട റോഡായി മാറിപ്പോയി.

കാട്ടുപാടവും ഇല്ല!

മണൽക്കാടിനോളം വലിപ്പത്തിൽ പരന്നുകിടന്ന കാട്ടുപാടത്തെമ്പാടും തൈത്തെങ്ങിൻ തോപ്പുകൾ, കരിങ്കൽ മതിലുകൾ, വമ്പൻ ഗേറ്റുകൾ, പോർച്ചുകൾ, കെട്ടിടങ്ങൾ, നാനാവിധം രൂക്ഷവർണവിതാനങ്ങൾ.

നെടുവരമ്പ് എവിടെയായിരുന്നു?

എനിക്കു ഭയവും തോന്നി, ഇതിനൊക്കെ കിഴക്കൻ കുന്നുകൾ എന്നെങ്കിലുമൊരിക്കൽ കണക്കു പറഞ്ഞെന്നും വരാം. കാട്ടുപാടം നികത്തിയ ചുവന്ന മണ്ണു മുഴുവൻ കിഴക്കൻ കുന്നുകളുടെ താഴ്വരകൾ കുത്തനെ ഇടിച്ചിറക്കി കയറ്റി വന്നതാകുന്നു. ഇപ്പോൾ അവസാനത്തെ വസ്ത്രവും ഉരിഞ്ഞു മാനംകെട്ടു നില്ക്കുന്ന കാബറെ നർത്തകിമാരെപ്പോലെ നെട്ടനെ നില്ക്കുന്ന കിഴക്കൻ കുന്നുകളിൽ ഒരിക്കൽ ഉരുൾപൊട്ടും, തങ്ങളോടു കാണിച്ച എല്ലാ കടുംകൈകൾക്കും അവർ കണക്കു ചോദിക്കും.

പിന്നെ എനിക്കു തോന്നി, ഇതാണു ഭൂമിയുടെ പരിണാമ സ്വഭാവം. ഇതേ പരിണാമം മനുഷ്യരിലും ഉണ്ട്. മുപ്പതുവർഷം, മുപ്പത്തഞ്ചുവർഷം

നാട്ടിൽ ഇല്ലാതെ ഉദ്യോഗം പെൻഷനായി തിരിച്ചുവന്നപ്പോൾ ഈ പരിണാമം ഞാൻ കണ്ടു. പരിചിതമുഖങ്ങൾ എത്ര പരിമിതം! അച്ഛനെപ്പോലെ ഒരു മകൻ, അമ്മയെപ്പോലെ ഒരു മകൾ - മക്കൾ ഒട്ടുതൈകൾ അല്ല. മകനിൽ അച്ഛനും അമ്മയും മകളിൽ അമ്മയും അച്ഛനും സമ്മേളിക്കുന്നതുകൊണ്ടാവാം, മകൻ അച്ഛനെപ്പോലെ അല്ല മകൾ അമ്മയെപ്പോലെയും അല്ല. ഒരേ മുഖം ഒരേ രൂപം ആവർത്തിക്കപ്പെടുന്നില്ല. ജന്മം തോറും തലമുറതോറും മുഖങ്ങൾ മാറുന്നു. മനുഷ്യൻ മാറിക്കൊണ്ടേ ഇരിക്കുന്നു. ചില രേഖകൾ ചില്ലറ ഛായകൾ തലമുറകളിലൂടെയും പകരുന്നു.

കുടുംബം, ഗോത്രം, വർഗം - അവരുടെ ചില്ലറ ഛായകൾ.

നെടുവരമ്പ് ഇപ്പോൾ ടാറിട്ട റോഡാകുന്നു.

വഴിതെറ്റിയിട്ടില്ല. കണ്ടൻകുളങ്ങര ആൽ ഞാൻ കണ്ടു. സ്വസ്തി മഹാത്മൻ, നൂറ്റാണ്ടുകൾ താണ്ടിയിട്ടും അങ്ങു തളിർത്തും ചിരിച്ചും നില്ക്കുന്നു, എന്നെ വഴി തിരിക്കുന്നു.

ആലിനെ വലം വയ്ക്കുന്ന റോഡിലൂടെ ഞാൻ വലത്തോട്ടു തിരിഞ്ഞു.

ഒരു യോഗി ജപിച്ചും ധ്യാനിച്ചും ആൽത്തറയിൽ ഇരിക്കവേ കള്ളൻ പ്രാണനും കൊണ്ടോടിവന്നു. ആർപ്പുംവിളിയും ആരവങ്ങളുമുയർത്തി കള്ളനു പിമ്പേ പട്ടാളം മണ്ടിവന്നു, പട്ടാളം ആൽത്തറയ്ക്കൽ നിപ്പായി.

പട്ടാളം ചോദിച്ചു, കള്ളൻ എങ്ങോട്ടു പോയി.

ഇടത്തെ കൈവിരലുകളിൽ ഉയർത്തിപ്പിടച്ച ജപമാലയ്ക്കിടയിൽ വലത്തെ ചൂണ്ടുവിരലെറിഞ്ഞു യോഗി മൊഴിഞ്ഞു, ഈ വഴിയേ പോയില്ല.

ആലിനെ ചുറ്റുന്ന റോഡിലൂടെ ഇടത്തോട്ടു തിരിഞ്ഞാൽ മതി, എനിക്കു ഗുരുവായൂരിലെത്താം. മുപ്പതു പൈസയ്ക്കു ബസ് കയറിയാൽ കണ്ടാണശ്ശേരിയിൽ ഇറങ്ങാം.

പറങ്ങോടൻ ചന്തയ്ക്കു പോയപോലെ!

ആളും പുരുഷാരവും കണ്ടു മണിച്ചേച്ചിയുടെ വീടും പറമ്പും ഞാൻ തിരിച്ചറിഞ്ഞു. ഒരു കള്ളനെപ്പോലെ ഞാൻ കയറിച്ചെന്നു - എന്നെ ആരും കാണരുതേ!

ടാറു റോഡും കാനകളും പഴയ കുണ്ടനിടവഴി നികത്താൻ മാത്രം ഉപകരിച്ചിട്ടുണ്ട്, വാസ്തവം. കാനയിലേക്കിടിഞ്ഞും തകർന്നു പൂതലിച്ച തെങ്ങിൻമുട്ടികൾ പൊട്ടിപ്പൊളിഞ്ഞും കയറുന്ന നടവഴി ചിരപുരാതനമായ വിരസജീവിതംപോലെ നീറിക്കിടന്നു.

ഒരു പോക്കറ്റടിക്കാരനെപ്പോലെ ആൾത്തിരക്കിൽ ഞാൻ ലയിച്ചു - ആരും എന്നെ തിരിച്ചറിയരുതേ! നോക്കുമ്പോൾ ഇരുട്ടും എന്നോടൊപ്പം എത്തിയിട്ടുണ്ട്, സ്വസ്തി.

നിഴലിലും മറവിലും ഞാൻ നിന്നു, മുഖം ഒളിപ്പിച്ചു ഞാൻ നടന്നു. പലരും പലേടത്തും ഈരണ്ടുപേർ മൂന്നോ നാലോ പേർ നിന്നും നടന്നും വർത്തമാനം പറയുന്നതിൽ നിന്ന് എനിക്ക് മനസ്സിലായി, ശവം തിരുവനന്തപുരത്തു നിന്നു പുറപ്പെട്ടിട്ടുണ്ട്, ആംബുലൻസിൽ. പക്ഷേ, ഒരു ശവമല്ല ശവം ഒമ്പതുണ്ടത്രെ. ഒമ്പതെണ്ണം വിമാനമിറങ്ങി, റോഡപകടം

എന്നൊക്കെ ചുമ്മാ പറഞ്ഞുണ്ടാക്കിയതാണ്. മറ്റെന്തോ സംഭവിച്ചിട്ടു ണ്ടാകും. കെട്ടിടപ്പണിയിലായിരുന്നു മനോഹരൻ, പണിതുയർത്തുന്ന മരാമത്തുകൾ തലയിൽ വീണാലും എട്ടൊമ്പതുപേർക്കു മരിക്കാമല്ലോ, ഒമ്പതും ഓരോ ദേശങ്ങളിൽ, എളവള്ളി, എരുമപ്പെട്ടി, ഇരിങ്ങപ്പുറം. അപ്പു ണ്ണിയുടെ ഭാഗ്യയോഗം നോക്കെടോ, വിമാനത്തിൽ പാർസൽ സർവീസാ യിട്ടാണ്, എടോ വിമാനത്തിൽ പാർസൽ സർവീസില്ല. വിമാനം കയറി യാൽ പാർസൽ എയർ കാർഗോവായി മാറും, എങ്കിൽ എയർ കാർഗോവി ലാണ് അപ്പുണ്ണിയുടെ മനോഹരൻ തിരിച്ചുവരുന്നത്. ഒമ്പതെണ്ണവും തെറ്റാതെ തെറിക്കാതെ ഓരോ വീട്ടിലും കമ്പനിച്ചെലവിൽ എത്തി ക്കൊള്ളും. എഗ്രിമെന്റ് എന്നാൽ അതാകുന്നു. എഗ്രിമെന്റ് എൻ.ഒ.സി. മരിച്ചോ ജീവിച്ചോ ഇരിക്കുന്ന ആളെ കമ്പനി അവരുടെ ചെലവിൽ വീട്ടിൽ കൊണ്ടുവന്ന് എണ്ണം തരും, തരണം.

ഫ്രീ ആയാലോ?

ഫ്രീയുടെ നിലവാരം എന്താണിപ്പോൾ?

പതിനഞ്ചും ഇരുപതും.

എഗ്രിമെന്റിനോ?

എഗ്രിമെന്റിനെന്തു നിരക്ക്? മൂന്ന്-നാല്, മാനേജരുടെ യുക്തംപോലെ.

വിപിനൻ പോയിട്ടെത്ര നാളായി?

വിപി പോയി. ഡ്രാഫ്റ്റ് രണ്ടെണ്ണം വന്നല്ലോ?

മരാമത്തുകളില്ലേ?

നൂറു ചാക്കിനു തൊടുത്തുവിട്ടിട്ടുണ്ട്, ഇരുപതു തടഞ്ഞാൽ മതിൽ തുടങ്ങണം.

മതിൽ, ഗേറ്റ്, കുളം-മൂന്നും മുടിച്ചിട്ടു മതി തറ. അതിലൊരു മറിയുണ്ട്, മെറ്റേരിയൽ... എന്തൂട്ടാ കുന്തം, സിമന്റും മെറ്റലും മണലും വൃഥാവിൽ വേസ്റ്റാവില്ല.

ഡോ താൻ കേട്ടോ ഡോ കഥ? ഓണപ്പാറ കഴിഞ്ഞു.

ഓണപ്പാറ എവിടെ കഴിയാൻ? ഓണപ്പാറ മുഴുവൻ കെട്ടിടങ്ങളായും മതിൽക്കെട്ടുകളായും റോഡുകളായും രൂപം മാറി. കേട്ടിട്ടില്ലേ, സൃഷ്ടിയോ സംഹാരമോ ഇല്ല, പരിണാമം മാത്രമാണു സത്യം.

ഒന്നായ നിന്നെയിഹ രണ്ടെന്നു കല്പിക്കതന്നെ!

സുനിയുടെ കാര്യം എന്തായി?

പിള്ളാരെന്തെങ്കിലും ചെയ്യുന്നുണ്ടാവും.

രണ്ടുപേരും കടന്നില്ലേ?

രണ്ടല്ലഹേ, മൂന്നുപേർ ദൈവാധീനംകൊണ്ടു കടലിനക്കരെ ഉണ്ട്. മൂത്തവർ മൂന്നുപേരും സുനിലിനോടു പറയുന്നത് എൻജിനീയറിംഗ് കോളജിൽ പോകാനാണ്, സുനിൽ കേൾക്കില്ല. ആയുസ്സെന്തിനു കള യണം, റാഗിങ് എന്തിനു സഹിക്കണം എന്നൊക്കെയാണ് അവന്റെ ഞായ ങ്ങൾ. എൻജിനീയറായിട്ടു ചെന്നാൽ സാലറി പത്തിൽ കുറയില്ല എന്നു

പറഞ്ഞാൽ മഹാൻ ചോദിക്കുന്നു. പെട്രോ ഡോളർ നിറച്ച കിടക്കയും തലയിണയും മനുഷ്യനാവശ്യമുണ്ടോ?

എന്തെങ്കിലും ഒന്നു സുനിൽകുമാറും തീരുമാനിച്ചിട്ടുണ്ടാകാം.

തെണ്ടാൻ!

കേട്ടതു മതി എന്ന് എനിക്കുതോന്നി. ഒരിക്കൽ മോഹനൻ പറഞ്ഞു. ഞങ്ങൾ ഇലക്ട്രോണിക് വാച്ചുകെട്ടുന്നു. ത്രീ ഫൈവ് സിഗരറ്റു വലിക്കുന്നു. ചിലപ്പോഴൊക്കെ മദ്യപിക്കുന്നു. ഞങ്ങളുടെ പക്കൽ പണമുണ്ട്. ഞങ്ങൾ എന്തു ജോലി ചെയ്യുന്നു എന്നു നിങ്ങൾ അറിയുന്നില്ല. നിങ്ങൾ അഭിമാനികളാകുന്നു. ഇവിടെ ചില ജീവനക്കാരില്ലേ, ക്ലാസ്ഫോർ, ക്ലാസ് ഫൈവ് എന്നൊക്കെ. ക്ലാസ് ഫൈവ് ജീവനക്കാർപോലും ചെയ്യാത്ത അവർപോലും അറയ്ക്കുന്ന നിഷിദ്ധമായ തൊഴിലുകളാണു ഞങ്ങളിലധികംപേരും ചെയ്യുന്നത്. പക്ഷേ, ഞങ്ങൾക്കു സുഭിക്ഷം പണം കിട്ടുന്നു. തലനിറയെ മുടിയും മുഖംനിറയെ കൃതാവും വഴിനിറയെ അത്തറിന്റെ രൂക്ഷഗന്ധവും പടർത്തി ഞങ്ങൾ നാട്ടിലേക്കു വരുന്നു. നിങ്ങൾക്കസൂയയും തോന്നുന്നു.

ആരോടാണ് ഇവിടെ അസൂയ വേണ്ടത്? സുനിൽ എന്ന ഇളംപ്രായക്കാരനോടോ? അവന്റെ മൂന്നു സഹോദരങ്ങളോടോ? അവരുടെ അച്ഛനോടോ?

ഞാൻ നടന്നു. പക്ഷേ, എങ്ങോട്ട്? എവിടേയും അറബിക്കഥകൾ, പാസ്പോർട്ടുകൾ, എൻ.ഓ.സികൾ, മരാമത്തുകൾ. ഒരു മരണം അന്വേഷിച്ചുവന്നവർ മുഴുവൻ അറബിക്കഥകൾ പറയുന്നു.

നീ ജനിച്ചിട്ടുള്ളത് ഇന്ത്യയിലാകുന്നു എന്ന് ഏതെങ്കിലും ഒരു കുട്ടിയെ ആരെങ്കിലും ഒരാൾ വല്ലപ്പോഴും ഒരിക്കൽ പഠിപ്പിച്ചിട്ടുണ്ടോ? ഇവിടെ പഠിപ്പിച്ചിട്ടുണ്ടോ?

ഭാരതം നമ്മുടെ മാതൃഭൂമി...

നീ ജനിച്ചിട്ടുള്ളതു മകനേ, ഇൻഡ്യയിലാകുന്നു എന്ന്. വായ കീറിയ തമ്പുരാൻ ഇരയും കല്പിച്ചിട്ടുണ്ടാകും എന്ന വടുകന്റെ കഥയല്ലേ ഇവിടെ ബാലപാഠം? എന്നിട്ടോ, ഈ കുട്ടികൾ സ്വയം അധ്വാനിക്കാൻ മൂപ്പെത്തി വരുമ്പോൾ ഒരു ചെറിയ തൊഴിലിനുവേണ്ടി ആയിരം പ്രതിയോഗികളോടു മത്സരിക്കേണ്ടിവരുന്നു. നിന്റെ ആഹാരം നീ തന്നെ പിടിച്ചുപറ്റണം എന്നു നാം എന്തുകൊണ്ടു നമ്മുടെ കുട്ടികളെ പഠിപ്പിക്കുന്നില്ല?

ആഹാരം കഴിക്കണമെങ്കിൽ, കടൽ കടക്കണം.

നാമെന്നും കടലിനക്കരെയാണു ജീവിച്ചിട്ടുള്ളത്. ഇനിയൊക്കെ പൊക്കിൾക്കൊടിയിൽ പാസ്പോർട്ടോടെയാവും നമ്മുടെ കുട്ടികൾ ജനിക്കുക.

പോസ്റ്റാഫീസിൽ പോയവർ വന്നത്രെ.

എന്താത്രെ വർത്തമാനം?

എറണാകുളം വിട്ടൂത്രെ. ആദ്യം പോണത് എരുമപ്പെട്ടിക്കാത്രെ.

അതെന്താത്രെ അങ്ങനെ?

ആംബുലൻസിൽ ശവം രണ്ടാത്രെ. ആദ്യം എരുമപ്പെട്ടിക്കാ പൂവും, പിന്ന്യാത്രെ ഗുരുവായൂർക്ക്.

അതെന്താത്രെ അങ്ങനെ? ആദ്യം ഗുരുവായൂരല്ലേ വര്ാ?

അങ്ങനെ ഇരുമുടിക്കെട്ടെടുത്തു തൊഴാൻ വരുമ്പഴാ, ശവം കെട്ടു മ്പഴാവില്യ.

ഉറക്കം വര്ണു, ശവം വരാൻ വൈകും.

പെട്രോമാക്സുകൾ വന്നു, രണ്ടെണ്ണം.

(വെളിച്ചം സത്യമാണുണ്ണീ...)

സത്യം ഒരിക്കലും ഒന്നായിട്ടു വരില്ല! എവിടേയും ഒരു സംഗതിയിൽ ചുരുങ്ങിയതു രണ്ടു സത്യങ്ങളെങ്കിലും എപ്പോഴും ഉണ്ടായിരിക്കും.

പതിഞ്ഞ പഴയ ഓലപ്പുര. മുപ്പതു വർഷം മുമ്പു, നാല്പതു വർഷം മുമ്പു കണ്ടപ്പോഴും ഈ വീട് ഇതേ രൂപത്തിലായിരുന്നു. പഴമയിലേക്കു തിരിച്ചുപോകുന്നു എന്നാണു പലപ്പോഴും ആക്ഷേപം. എന്തിനു തിരിച്ചു പോകുന്നു? ചിതലെടുത്തിട്ടും നശിക്കാതെ ഉറക്കുത്തിയിട്ടും തകരാതെ പഴമ ഇവിടെ വാഴുന്നു. അറപ്പു തോന്നുന്നു.

ഉമ്മറം നിറയെ സ്ത്രീകൾ, അടുക്കിയ തീപ്പെട്ടിക്കൊള്ളിപോലെ. മണി ച്ചേച്ചിയും പെൺമക്കളും തെക്കേ അകത്തു തളർന്നു കിടക്കുന്നുണ്ടാകും. തെക്കേ അകത്തേക്കുള്ള ഉമ്മറവാതിൽ തുറന്നിട്ടുണ്ടാകും, മുറ്റത്തു നിന്നാൽ വാതിൽ കാണാൻ വയ്യ, ഇറയം അത്രയും പതിഞ്ഞിട്ടാകുന്നു.

തെക്കെ അകം എന്ന ചെറിയ തളവും, തളത്തിനോടു തൊട്ട തൊടി പ്പുര എന്ന മച്ചും മച്ചിനു മുന്നിൽ ഇടനാഴികയും അടുക്കള എന്ന വടക്കെ ചായ്പും - മണിച്ചേച്ചിയുടെ വീടിന്റെ തച്ചുശാസ്ത്രം അതീവലളിതമായി രുന്നു. വായിൽ വെള്ളംപോലെ ഓർമ്മവരുന്നു. ഇടനാഴികയിൽ ആഹാരം കഴിക്കാനിരിക്കുന്നു. മണിച്ചേച്ചി കളി വെരുകിയതു വിളമ്പുന്നു.

എനിക്കു വിശപ്പും തോന്നുന്നു.

ഒരൊറ്റ പലഹാരമേ മണിച്ചേച്ചി തന്നിട്ടുള്ളൂ, എത്രയോ തവണ വന്നിട്ടും. എന്നാലും മണിച്ചേച്ചി വെരുകിയ കളിക്ക് എന്നും അതിമധുരമായിരുന്നു.

മുറ്റത്തുതന്നെ നില്ക്കാനോ തളത്തിലേക്കൊന്നു കുനിഞ്ഞു നോക്കാനോ മനസ്സനുവദിച്ചില്ല. എന്നെ ആരെങ്കിലും ശ്രദ്ധിക്കും, തിരിച്ചറിയും.

ചേച്ചി, രാമനുണ്ണി വന്നിട്ടുണ്ട്, മുറ്റത്തു നില്ക്കുന്നു.

ഞാൻ മുറ്റത്തു നിന്നിറങ്ങി, പക്ഷേ, നടവഴിയിലിറങ്ങാതെ ഒഴിഞ്ഞു നടന്നു. തിരിച്ചു പോകാനും നിർവ്വാഹമില്ല. വിളക്കില്ല, കുടയില്ല, രാത്രി ഇരുണ്ടും വീർത്തും നില്ക്കുന്നു. മഴയും പെയ്തേക്കും.

മുറ്റത്തുണ്ടായിരുന്ന ഒരു വിളക്കു നടവഴിയിലേക്കിറങ്ങിപ്പോകുമ്പോൾ നിഴലുകൾ നീളുന്നതും വട്ടം ചുറ്റുന്നതും നോക്കി തൈത്തെങ്ങിന്റെ മറവിൽ ഞാൻ നിന്നു. വസ്തുവും നിഴലും രണ്ടു വ്യത്യസ്ത സത്യങ്ങളാണെന്നു പെട്രോമാക്സ് തെളിയിച്ചു പോകവേ ഞാനൊന്നു പകച്ചു, എന്റെ നിഴലും നീളുന്നു, എന്റെ നിഴലും വട്ടം ചുറ്റുന്നു.

പക്ഷേ, ഞാൻ നില്ക്കുന്നു, നിശ്ചലം.

സുഭദ്ര വന്നതു ഞാൻ കണ്ടില്ല.

അറിയ്യോ?

നിന്ന നില്പിൽ ഞാനൊന്നു ഞെട്ടി, നേരെ മുന്നിൽ ഒരു നിഴൽ!

അറിയില്ല.

സുഭദ്രയെ ഞാൻ തിരിച്ചറിഞ്ഞില്ല.

സുഭദ്ര ചൊടിച്ചു:

എന്നെ അറിയില്ല!

(കൃഷ്ണ. നീയെന്നെയറിയില്ല.)

പെട്രോമാക്സിന്റെ തീക്ഷ്ണപ്രഭയിൽ അവൾ എരിഞ്ഞും കരിഞ്ഞും നിന്നു. അവളുടെ മുടിയിഴകൾ നെറ്റിക്കു മീതെ ഇടയ്ക്കൊക്കെ നരയ്ക്കാൻ തുടങ്ങുന്നതു വ്യക്തമായും ഞാൻ കണ്ടു. വിളക്ക് തകർന്നടിയുന്ന നട വഴിയിലേക്കിറക്കിക്കെട്ടിയ കൂട്ടർ വീണ്ടും മുറ്റത്തേക്കുതന്നെ കയറിപ്പോയി. അവൾ പറഞ്ഞു: അറിയില്ലെങ്കിൽ വേണ്ട, ഞാൻ പോകുന്നു.

സുഭദ്ര...

ഞാൻ വിളിച്ചില്ല, അക്ഷരങ്ങൾ നാക്കിൽ വന്നു വിളങ്ങിയില്ല. അക്ഷരങ്ങൾക്കു വഴിതെറ്റി, അക്ഷരങ്ങൾ എന്റെ മിഴിക്കുന്ന കണ്ണുകളിൽ, അതോ അവളുടെ നിറയുന്ന കണ്ണുകളിലോ വഴിമുട്ടി വിറച്ചും വീർപ്പ ടക്കിയും നിന്നു. അവൾ പോകും എന്ന ഭയംകൊണ്ടു മാത്രം ഞാൻ ചോദിച്ചു:

സുഭദ്രയല്ലേ?

(കൃഷ്ണ, നീയറിയുമോ എന്നെ...!)

സുഭദ്ര ചിരിച്ചില്ല. ഒരു വിചാരണയുടെ തുടക്കംപോലെ അവൾ ചോദിച്ചു:

എങ്ങനെ മനസ്സിലായി?

സുഭദ്രയല്ലാതെ മറ്റൊരാളും എന്നെ അന്വേഷിക്കാൻ ഈ നേരത്തു വരില്ല.

ചിരിക്കാൻ വിതുമ്പിയ ചുണ്ടുകൾ വിറച്ചു. കരിയാൻ നിന്ന കവിൾത്തടം പൊടുന്നനെ ചുവന്നു. കരയാൻ മറന്ന കണ്ണുകൾ ഇമചിമ്മി ത്തുറന്നു. സുഭദ്ര പറഞ്ഞു:

മറന്നില്ലല്ലോ, സന്തോഷം.

സന്തോഷം എന്ന് അബദ്ധത്തിലോ മറ്റോ പറഞ്ഞുപോയതാണെന്ന ബദ്ധപ്പാടിൽ സുഭദ്ര തുടർന്നു:

മൂന്നു ദിവസമായി ഞാൻ ഉണ്ണ്യേട്ടനെ നോക്കുകയാണ്. മാലോകർ മുഴുവൻ ഈ പുരയിൽ വന്നുപോയി, ഉണ്ണ്യേട്ടൻ വന്നില്ല.

ഞാൻ അപ്പോഴും അദ്ഭുതപ്പെടുകയായിരുന്നു, ഞങ്ങൾ തമ്മിൽ കണ്ടിട്ട് ഇരുപത്തഞ്ചുവർഷം - മുപ്പതു വർഷം സുഭദ്രേ, എത്ര വർഷങ്ങളായി? നിന്റെ ആദ്യത്തെ കുഞ്ഞിനു മുലയൂട്ടാൻ മാറും മടിത്തട്ടും കൊടുത്തു

നിർവൃതിയിലമർന്ന ഒരമ്മയായി അന്നു നിന്നെ ഞാൻ കണ്ടു. വേഷ വിതാനങ്ങളുടെ നീക്കുപോക്കുകൾ ഒരു കിളുന്തുകുഞ്ഞിന്റെ സാന്നിധ്യം പൂർണമായും മറയ്ക്കുന്നു. ഒരു പെൺകുട്ടിയുടെ തരളപാരവശ്യങ്ങൾ നീ മറന്നുപോയിരുന്നു. ഒട്ടും പതറാതെ ബദ്ധപ്പെടാതെ അന്നു നീ പറഞ്ഞു:

ഉണ്ണ്യേട്ടൻ ഇരിക്ക്, ഞാൻ ഇവനെ കൊണ്ടുകിടത്തട്ടെ.

നിനക്കോർമ്മയുണ്ടാവില്ല, അന്നും നിന്നോടു പട്ടാങ്ങം ഞാൻ പറഞ്ഞു, എനിക്കു ചെറുപ്പം, കല്യാണപ്രായംപോലുമായില്ല, അമ്മമാരും മുത്തശ്ശി മാരും എന്നെ ഏട്ടനും അമ്മാവനുമാക്കാൻ ചുമ്മാ കൊതിക്കുന്നു! സുഭദ്രേ, എത്ര വർഷങ്ങളായി?

സുഭദ്ര പറഞ്ഞു:

നാട്ടിൽ സ്ഥിരമായീന്നൊക്കെ മണിച്ചേച്ചി പറഞ്ഞു, ഒരിക്കൽപ്പോലും ഈ വഴിക്കൊന്നും വന്നില്ല.

ഇല്ല.

സഹദേവന്റെ കത്തുണ്ടോ?

ഇല്ല.

അവനോടു നാട്ടിലൊന്നു വന്നു പോകാൻ ഉണ്ണ്യേട്ടൻ എഴുതീല്യേ?

ഇല്ല.

മഹാപാപം തന്ന്യായീട്ടൊ, ഉണ്ണ്യേട്ടൻ എഴുതീട്ട്ണ്ടെന്നാണു ചേച്ചീടെ ധാരണ. ഇന്നുംകൂടെ അതും പറഞ്ഞിരുന്നു കരഞ്ഞു.

അവൾ മറ്റെന്തെങ്കിലും പറയുകയാവും തമ്മിൽ ഭേദം എന്നു ഞാനാ ശിച്ചു. മറ്റൊന്നും മനസ്സിൽ വരാത്തതുകൊണ്ടു ഞാൻ പറഞ്ഞു:

അപ്പിണ്ണ്യേട്ടനെ കണ്ടില്ല, എവിടെ...?

ഇറയത്തേക്കു ചൂണ്ടിക്കൊണ്ടു സുഭദ്ര പറഞ്ഞു:

അതാ കെടക്കുണു. കരടി...

സ്വയം നിയന്ത്രിക്കാൻ സുഭദ്ര മറക്കുന്നു. ചുണ്ടും ചിറിയും കടിച്ച് അബദ്ധം കൊറിച്ചുകളഞ്ഞു സുഭദ്ര തുടർന്നു.

ബോധമില്ല്യാത്രെ. എങ്ങനെ സുബോധമുണ്ടാകും? ഇന്നലെയും മിനിഞ്ഞാന്നും ഓടിക്കിതച്ചു നടക്കുന്നതു കണ്ടു. ഇന്ന് എണീറ്റിട്ടില്ല, മിണ്ടാട്ടവും ഇല്ല.

ഇറയത്തിനു നേരെ താഴെ ഉമ്മറത്തോടു ചേർത്തിട്ട ബഞ്ചിൽ ഒരാൾ കിടക്കുന്നുണ്ട് എന്നുപോലും തോന്നിയില്ല. കരടി... നരച്ച കുറ്റിത്തലയും വട്ടമുഖവും പാണ്ടികയറിയ ചുണ്ടുകളും- എപ്പോഴും തീ വിഴുങ്ങിയ പോലെ നടക്കുന്ന അപ്പുണ്ണ്യേട്ടനും തളർന്നുപോയി!

സുഭദ്ര അവളുടെ വെറുപ്പും രോഷവും എന്റെ മുന്നിൽ കുടഞ്ഞെ റിഞ്ഞു. സ്വൈരം എന്നത് ഈ മനുഷ്യൻ മക്കൾക്കു കൊടുത്തിട്ടില്ല, താനും ഒരുനേരം ചുമ്മാ ഇരുന്നിട്ടില്ല. അയാൾ പ്രമാണങ്ങളിൽ ജീവിച്ചു. പോയ നേരം തിരിയെ വരില്ല. കായ് മടിയിൽ തൈ തൊടിയിൽ. പ്ലാവില പെറു ക്കാറായവൻ പ്ലാവില പെറുക്കി കൊണ്ടുവരണം. അച്ഛന്റെ വാത്സല്യവും

സ്നേഹവും എന്താണെന്ന് അയാളുടെ മക്കൾ അനുഭവിച്ചിട്ടില്ല. പ്ലാവില പെറുക്കാൻ ഒന്നിനെ സിലോണിൽ കൊണ്ടുതുലച്ചിട്ടും അയാൾക്കു പഠിഞ്ഞില്ല. ഒരു നേരത്തെ ആഹാരം അയാളുടെ സാന്നിധ്യത്തിൽ മനോഹരൻ സന്തോഷത്തോടെ കഴിച്ചിട്ടില്ല. സ്വയം തെണ്ടിച്ചു തിന്നാൻ എന്നാടാ നീ പഠിക്കുക? പോകുംവരെ ആ കുട്ടിയുടെ കണ്ണീരും തോർന്നില്ല. ദുഷ്ടൻ മൂത്തമകനെ സിംഹളസ്ത്രീകൾക്കു വിറ്റു. ഇളയമകനെ മണ്ണും മണലും തീറ്റിച്ചു, എന്നിട്ടിപ്പോൾ സുബോധമില്ലാത്രെ.

സുഭദ്രയെ ഞാൻ തടഞ്ഞില്ല. സത്യം എന്തെന്ന് ഒരിക്കലും മറ്റൊരാൾക്കു മനസ്സിലാവുകയില്ല. ഞാൻ എന്റെ കാഴ്ചപ്പാടിൽ വസ്തുതകൾ കണ്ടെത്താൻ ശ്രമിക്കുന്നു, സുഭദ്ര അവളുടെ കാഴ്ചപ്പാടിലൂടെ സത്യം കാണുന്നു.

പക്ഷേ സുഭദ്ര, അപ്പുണ്ണ്യേട്ടൻ അഞ്ചു പെൺമക്കളെ വളർത്തി, അഞ്ചിനേയും വിവാഹം കഴിച്ചയച്ചിട്ടുണ്ട്, അവരുടെ പോക്കും വരവും താഴ്ച വീഴ്ചകളും പ്രസവങ്ങളും...

സുഭദ്ര ചൊടിച്ചു.

പിന്നാരു നോക്കണം.

അതേ സുഭദ്ര, അച്ഛൻ തന്നെ നോക്കണം.

അച്ഛൻ എന്നു കേട്ടപ്പോൾ സുഭദ്ര പകച്ചുപോയിട്ടുണ്ടാകാം. ഒന്നും മിണ്ടാതെ, മിണ്ടാൻ വയ്യാതെ തെല്ലുനേരം അവൾ നിന്നു.

സുഭദ്രയുടെ മക്കളൊക്കെ എന്തുചെയ്യുന്നു?

അവൾ കരയും എന്നാണു ഞാൻ കരുതിയത്. പുറംകൈകൊണ്ടു കണ്ണുകൾ തുടച്ചു സുഭദ്ര ചോദിച്ചു:

ഉണ്ണ്യേട്ടനറിഞ്ഞൂടെ?

അറിയാം.

സുഭദ്ര വിധവയാണെന്ന് എനിക്കറിയാം. എന്താണു ഞാൻ ഉദ്ദേശിക്കുന്നതെന്ന് എനിക്കും സുഭദ്രയ്ക്കും മനസ്സിലാകാവുന്നതേയുള്ളൂ.

പെൺമക്കൾ രണ്ടുപേരുണ്ട്.

അറിയാം.

രണ്ടുപേർക്കും കല്യാണം കഴിഞ്ഞു, മക്കളും ആയി.

ക്ഷേമം?

ഒരു തരക്കേടും ഇല്ല.

ആൺകുട്ടികൾ എന്തു ചെയ്യുന്നു? കേമന്മാരായോ?

സുഭദ്രയെ ഞാൻ നോക്കിനിന്നു. ഞങ്ങൾക്കിപ്പോൾ ചെറുപ്പമല്ല. പതിമൂന്നും പതിനഞ്ചുമല്ല. മുപ്പതോ നാല്പതോ വർഷങ്ങൾ ആയുസ്സിൽ നിന്നടർന്നു വീഴുന്നതും ഇല്ല. എപ്പോഴെങ്കിലും ഒരിക്കൽ ആരോടെങ്കിലും ഒരാളോടു മനസ്സിൽ കിളുർത്ത മുഗ്ധഭാവങ്ങൾ അനശ്വരങ്ങളുമല്ല. ഇതൊക്കെ ആയിട്ടും എനിക്കുതോന്നി, സുഭദ്രയുടെ മുഖം തുടുക്കുന്നു, ചുവക്കുന്നു, സുഭദ്ര തളിർക്കുന്നു.

സുഭദ്ര പറഞ്ഞു.

ശശി മൂത്ത മരുമകന്റെകൂടെയാണ്, നെയ്‌വേലിയിൽ. ഉണ്ണി വീട്ടിൽ ത്തന്നെയുണ്ട്, അമ്മയെ നോക്കുന്നു.

പറഞ്ഞതു പന്തിയായില്ല എന്നു സുഭദ്ര ധരിച്ചിട്ടുണ്ടാകാം. ചിനുങ്ങനെ അവൾ തുടർന്നു.

അവന്റെ പേരു രഘുറാം, ഉണ്ണി എന്നു വിളിക്കുന്നു.

ഒരു തേങ്ങൽ കടിച്ചിറക്കി അവൾ പുറംകൈകൊണ്ടു വീണ്ടും കണ്ണുകൾ തുടച്ചു.

അവൻ അച്ഛനെ കണ്ടിട്ടേയില്ല. അച്ഛൻ പോയി മൂന്നാംമാസത്തിലാണ് അവന്റെ ജനനം.

ആ കുട്ടിയും അച്ഛന്റെ വാത്സല്യവും സ്നേഹവും അറിഞ്ഞിട്ടില്ലെ ന്നോർത്തുകൊണ്ടു ഞാൻ ചോദിച്ചു.

റാമിനു ജോലിയൊന്നും ആയില്ലേ?

സുഭദ്ര തിടുക്കത്തിൽ പറഞ്ഞു.

എൻ.ഒ.സി. ശരിപ്പെടുന്നുണ്ട്. ചിലപ്പോൾ...

മുഖത്ത് ഒരടി കിട്ടിയതുപോലെ ഞാൻ തരിച്ചുനിന്നു. സുഭദ്ര വാതോ രാതെ വർത്തമാനം പറയുന്നുണ്ടായിരുന്നു. ശശിധരനും പാസ്പോർട്ടെ ടുത്തു. നമ്പർ അയച്ചുകൊടുത്തിട്ടുണ്ട്. ഇളയ മരുമകൻ ഗൾഫിൽ ഉണ്ട്. രഘുവിന്റെ പേർക്ക് പത്ത് അഡ്വാൻസ് കൊടുത്തിട്ടുണ്ട്. എൻ.ഒ.സി. കൈയിൽ തരുമ്പോൾ അഞ്ച് ഇനിയും കൊടുക്കണം. ചെലവുകൾ അതു കൊണ്ടും ഒതുങ്ങുന്നില്ല. അത്യാവശ്യം ഡ്രെസ്സുകൾക്കും യാത്രയ്ക്കും അഞ്ചു വേറെ കരുതണം, കരുതിയിട്ടും ഉണ്ട്. ഉണ്ണി കടന്നുകിട്ടി തൊഴിലും പണവുമായാൽ ശശിയും പോകട്ടെ...

ഷാർജയിൽനിന്നു വാമനൻ എനിക്കെഴുതി;

കാക്കപോലും ഇവിടെ ഇല്ല. പക്ഷേ, കാക്കകളെക്കുറിച്ചു കഥകൾ ഉണ്ട്. രണ്ടു കാക്കകൾ ഷാർജയിൽ വിരുന്നുവന്നു, ഈന്തപ്പനത്തോട്ടത്തിൽ. ഒരു രാത്രി അവർ തോട്ടത്തിൽ വിരുന്നുണ്ടു കഴിഞ്ഞു. പിറ്റേ ദിവസത്തെ വെയിലിൽ ചിറകുകൾ തളർന്നു മരുഭൂമിയിൽ വീണ് അവ വെന്തുമരിച്ചു. പിന്നീടൊരിക്കലും കാക്കകൾ ഷാർജയിലേക്കു കടന്നുവന്നിട്ടില്ല.

കാക്കകൾ!

ബലി എന്നാണ് ഞാൻ ആലോചിച്ചു നിന്നത്, ബലിക്കാക്കകൾ എന്നല്ല.

ബലി, പുത്രബലി.

സുഭദ്ര മക്കളെക്കുറിച്ചുതന്നെ വീണ്ടും പറഞ്ഞതൊന്നും പിന്നീടു ഞാൻ കേട്ടില്ല. എനിക്കു സഹിക്കാൻ വയ്യാതായി, നിൽക്കാൻ വയ്യാ തായി.

സുഭദ്രേ, ഞാൻ പോകുന്നു.

അപ്പോൾ, സുഭദ്ര തികച്ചും ഞെട്ടി.

പോകണോ? ഇപ്പോൾ പോകണോ? ഉറക്കം വന്നിട്ടാണെങ്കിൽ നമുക്കു വീട്ടിലേക്കു പോകാം.

സുഭദ്ര, മമ്മിയൂർ റോഡിൽ ശവക്കോട്ടയുടെ തിരിവിലെത്താൻ ഇവിട ന്നെത്ര നടക്കണം?

സുഭദ്ര പകച്ചുനിന്നു. ഇരുട്ടറിയാതെ വഴി അറിയാതെ ഞാൻ നടന്നു.

മോര്വയാ മലയിൽ അച്ഛൻ നിർമ്മിച്ച യാഗപീഠത്തിൽ ഇസഹാക്കിന്റെ മലർന്ന കണ്ഠനാളം കത്തിയുടെ വായ്ത്തല ചിനുങ്ങുന്നതും കാത്തു കിടന്നു. യാഗശാലയിലിട്ടു നചികേതസ്സിനെ വധിച്ചതും അച്ഛൻതന്നെ. അച്ഛന്റെ ജരാനരകളും വാർധക്യവും ഏറ്റുവാങ്ങിയ പുരു ആയിരം വർഷ ങ്ങളുടെ നരകം സ്വയം സഹിച്ചു. അമ്മയ്ക്കു മാനം കാക്കാൻ കർണ്ണൻ ഒരു ജന്മം മുഴുവൻ മാനക്കേടുകൾ ഭുജിച്ചു.

പുത്രബലി മനുഷ്യന്റെ പഴയ ശീലം തന്നെയാണല്ലോ. ■

ഗുരുദക്ഷിണ

ശിവൻ വന്നതോ വരാന്തയുടെ വാതിൽ തുറന്നതോ ഞാനറിഞ്ഞില്ല. ഒരു ശബ്ദവും കേട്ടില്ല. ഒരു നിഴലോ മറ്റോ വീഴുന്നു എന്നു തോന്നി മുഖ മുയർത്തുമ്പോൾ അയാൾ എന്റെ ചായ്പു മുറിയിലേക്കു കടന്നു, തീർച്ച യായും ഞാൻ പരിഭ്രമിച്ചു. എന്റെ പരിഭ്രമം ശിവന്റെ ദൃഷ്ടികളിൽപ്പെട്ടു കാണില്ല. അയാളുടെ നോട്ടം ബുക്റാക്കിലേക്കായിരുന്നു.

ബുക്റാക്കിന്റെ മേൽത്തട്ടിൽ കിടന്ന കനത്ത ബൗണ്ടിൽ ശിവൻ എഴു തിയ നോവലായിരുന്നു.

എന്റെ കസേരയ്ക്ക് വലത്തെ കൈ ഇല്ല, മേശ കോണുചേർന്നു വലത്തെ വശത്തു ബുക്റാക്കുള്ളതുകൊണ്ട് ഒറ്റക്കയ്യൻ കസേരയുടെ ഭംഗികേട് കാഴ്ചയിൽ വീഴില്ല.

നിന്ന നില്പിൽ ശിവൻ ചോദിച്ചു:

വായിച്ചോ?

പണിമുണ്ടും ചെമ്പിച്ച വേഷവുമായിട്ടാണു ശിവൻ നിൽക്കുന്നത്. കഴു ത്തറ്റം വളർന്ന അയാളുടെ ചെമ്പിച്ച തലമുടി തുള്ളുന്നുണ്ടെന്നു പെട്ടെ ന്നെനിക്കു തോന്നി. അയാളുടെ വിയർപ്പുപോലും ചുവന്നിട്ടായിരുന്നു.

നോവൽ വായിച്ചുനോക്കി എന്നോ വായിക്കാൻ കഴിഞ്ഞില്ല എന്നോ ഞാൻ പറഞ്ഞില്ല, എന്തെങ്കിലും ഒരുപചാരം പോലും പറയാനറിയാതെ ഞാൻ മിഴിച്ചിരുന്നു.

ശിവൻ ഒരു കൽപ്പണിക്കാരനായിരുന്നു, ഒരു പരുക്കൻ ചെറുപ്പക്കാരൻ. അയാൾ ഒരു നോവൽ എഴുതി. നോവലുകൾ എഴുതി വിറ്റു നിർബാധം കഴിഞ്ഞുകൂടുന്ന ഒരാൾ കണ്ടാണിശ്ശേരിയിൽ മുനിമടയുടെ തൊട്ടടുത്തു താമസിക്കുന്നുണ്ടെന്നും അയാളെ കണ്ടാൽ ഏതെങ്കിലും ഒരു പ്രസ്സിലോ സിനിമയിലോ തന്റെ നോവൽ വിൽക്കാൻ കഴിയുമെന്നും ശിവൻ കേട്ട റിഞ്ഞു.

ആദ്യത്തെ തവണ ശിവൻ വന്നപ്പോൾ വരാന്തയിലെ ചാരുകസേരയിൽ ഞാൻ ചുമ്മാ കിടക്കുകയായിരുന്നു. യാതൊന്നും ചെയ്യാനില്ലാത്തപ്പോൾ മാത്രമാണു ചാരുകസേരയിൽ കിടക്കുക. പക്ഷേ, ഞാൻ ഒരു ചെരിപ്പുകുത്തിയല്ല, വാർത്താലേഖകൻ പോലും അല്ല. വാർത്താലേഖകൻ ആകസ്മികതകളിൽ സ്വന്തം തൊഴിൽ സാക്ഷാത്കരിക്കുന്നു. പണിതീർന്നുകൊണ്ടിരിക്കുന്ന ചെരിപ്പു മിനുക്കാനിരിക്കുമ്പോൾ പട്ട പൊട്ടിയ മറ്റൊന്നു വച്ചു നീട്ടുന്ന യാത്രക്കാരന്റെ ഇടങ്കാലിലേക്കും ചെരിപ്പുകുത്തിയുടെ പരിചരണം തിരിയുന്നു. ഞാൻ കഥകൾ എഴുതുന്നു, എനിക്കെന്തിനും സാവകാശത വേണം, എന്റേതായ ഏകാന്തത ഉണ്ടായിരിക്കണം.

ശിവന്റെ നോവൽ കൈപ്പറ്റിയിട്ടും അയാളുടെ മുന്നിൽ വച്ചു ബൗണ്ടിന്റെ കനത്ത ചട്ട മറിച്ചു നോക്കാൻപോലും ഞാൻ തുനിഞ്ഞില്ല. ശിവൻ വീണ്ടും ചോദിച്ചു:

അവതാരിക എഴുതിയോ?

റാക്കിനു മീതെ കിടന്ന ബൗണ്ടിൽനിന്നു ശിവന്റെ ദൃഷ്ടികൾ മുളഞ്ഞീനിൽ ഇരുന്ന ഈച്ച പറന്നു നീങ്ങുംപോലെ എന്റെ നേർക്കും മേശപ്പുറത്തു പരന്നു നിറഞ്ഞ കടലാസുകളിലും വീഴുന്നതു ഞാൻ കണ്ടു. ശിവനെ നോക്കുമ്പോഴും ശിവന്റെ ചോദ്യങ്ങളേൽക്കുമ്പോഴും എന്റെ മുഴുവൻ ശ്രദ്ധയും മേശയുടെ അങ്ങേ തലയ്ക്കൽ നിവർന്നുകിടന്ന ആറാം നമ്പർ കത്തിയിലായിരുന്നു. ചിന്തിയ രക്തംപോലെ ചുവന്ന സ്ഫടികപ്പാളികൾ പതിച്ച കൈപ്പിടിയും കനത്ത പിച്ചളക്കെട്ടുകളും ഒരിക്കൽ നിവർത്തിക്കഴിഞ്ഞാൽ പിന്നീടൊരിക്കലും ഓർക്കാപ്പുറത്തു മടങ്ങിപ്പോകാതിരിക്കാൻ താനേ തൊടുത്തടയുന്ന ഉത്തോലകവും മറ്റുമുള്ള ഈ കൗതുകവസ്തു അന്യൻ ഒരാൾ കാണുന്നതിൽ എനിക്കൊട്ടും താല്പര്യമില്ല. കടലാസുകൾ മുറിച്ചെടുക്കാൻ മാത്രം ഈ കത്തി ഉപയോഗിച്ചു പോരുന്നു എന്നു പറഞ്ഞാൽ പലർക്കും വിശ്വാസം തോന്നുകയും ഇല്ല. ഇന്ത്യയുടെ വിഭജനവും വർഗീയകലാപങ്ങളും അഭയാർത്ഥികളും ഈ കത്തി എന്നെ ഓർമ്മിപ്പിക്കുന്നു. ഞാൻ ജനിച്ച ഈ ഭൂമിയിൽ, ഈ മണ്ണിൽ എന്റെ മണ്ണിൽ തന്നെ എനിക്കൊരു അഭയാർത്ഥിയായിത്തീരേണ്ടിവരുന്നു എങ്കിൽ അതിനേക്കാൾ വലിയൊരു ദുരന്തം മറ്റെന്താണു ജീവിതത്തിൽ ഉണ്ടാകാനുള്ളത്? ഈ കത്തി എന്റെ സ്വകാര്യദുഃഖമാകുന്നു. സ്വകാര്യദുഃഖത്തിന്റെ നിത്യസാക്ഷിയാകുന്നു. ഈ കത്തി എനിക്കു സമ്മാനിച്ച കുന്ദൻസിംഗ് അഭയാർത്ഥിയായിരുന്നു. ഒരു സൗഹൃദത്തിന്റെ ഓർമ്മയ്ക്കായി ആറാംനമ്പർ കത്തി എനിക്കു നല്കിയപ്പോൾ കുന്ദൻസിംഗ് ഉദ്ദേശിച്ചിട്ടുണ്ടാകാവുന്നതെന്തൊക്കെ ആയിരുന്നു എന്ന് ഒരുപക്ഷേ, എനിക്കു മനസ്സിലായിട്ടില്ല. സൗഹൃദത്തിന്റെ പ്രതീകം ഇന്ത്യയുടെ പ്രതീകമായി എന്റെ കൺമുന്നിൽ കിടക്കുന്നു.

കത്തി എടുത്തു മാറ്റാനോ മടക്കി ഒതുക്കി വയ്ക്കാനോ ഒട്ടും നിർവാഹമില്ലായിരുന്നു. അതു മേശയുടെ അങ്ങേ കോണിലായിരുന്നു. ശിവന്റെ ദൃഷ്ടികൾ കത്തിയിൽ പതിച്ചിട്ടില്ല എന്നു സമാധാനിക്കാനും ഞാൻ മനസാശ്രമം ചെയ്തു, എനിക്ക് നതികോണം ഓർമ വന്നു.

മുമ്പൊരിക്കൽ സുമുഖനും സുന്ദരസ്വരൂപനുമായ ഒരു ചെറുപ്പക്കാരൻ എന്റെ പക്കൽ ഒരു നോവൽ എഴുതിക്കൊണ്ടുവന്നു. കുറ്റാന്വേഷണ നോവലുകളുടെ ഹൃദയഹാരിയായ ഒരു നവീന മാതൃകയായിരുന്നു അത്. കഥയിലെ കൊലപാതകത്തിൽ കത്തിയോ തോക്കോ പ്രയോഗിച്ചിട്ടില്ല. എത്ര കുടിച്ചാലും ബോധാബോധങ്ങൾക്കൊരു തകരാറുമേശാത്ത വില്ലനെ മദ്യത്തിൽ വിഷം കലർത്തി കുടിപ്പിക്കുകയേ ചെയ്തിട്ടുള്ളൂ. വിഷം കലർന്ന മദ്യത്തിന്റെ രുചിഭേദമോ ഗന്ധമോ വില്ലൻ ശങ്കിക്കുമായിരുന്നില്ലേ എന്നു ഭിന്നാഭിപ്രായം കുറിച്ചു കൈയെഴുത്തു കോപ്പി തിരിച്ചുകൊടുത്തു. നോവൽ അച്ചടിച്ചു വന്നപ്പോൾ ഖഗോള ശാസ്ത്രത്തിലെ ശൈലികളും ബിംബങ്ങളും നിർലോപം നിരത്തി ഗ്രന്ഥംതന്നെ മാറിപ്പോയതായി എനിക്കനുഭവപ്പെട്ടു. നോവലിൽ ഒരധ്യായത്തിന്റെ തലക്കെട്ടുതന്നെ നതികോണം എന്നായിരുന്നു, നതികോണമെന്താണെന്ന് എനിക്കൊട്ടറിഞ്ഞുംകൂടായിരുന്നു.

ശിവൻ ഇടങ്കയ്യനായിരിക്കട്ടെ എന്നും പരിഭ്രമങ്ങൾക്കിടയിൽ ഞാനാശിച്ചുപോയി. എങ്കിൽ ഒരു കൗതുകത്താലോ മറ്റോ കത്തി കൈയിലെടുക്കണം എങ്കിൽത്തന്നെ അയാൾക്കു വലത്തോട്ടല്പം തിരിഞ്ഞു നില്ക്കേണ്ടിവരും, അത്രയും സാവകാശം എനിക്കു കിട്ടുകയും ചെയ്യും.

ശിവൻ ചോദിച്ചു:

ഞാൻ കാത്തുനിൽക്കണോ?

വേണ്ട എന്നു പെട്ടെന്നു പറഞ്ഞുപോയി. വേണ്ട എന്ന ഒരു വാക്കു പറഞ്ഞുകഴിഞ്ഞതോടെ എനിക്കെന്റെ മനസ്സാന്നിധ്യം വീണ്ടുകിട്ടി. ഇനി എനിക്കു ശിവനെ നേർക്കാൻ കഴിയും.

ശിവൻ പറഞ്ഞു:

ഒരു കത്തും തരണം. മാഷഡെ ഒരു കത്തും അവതാരികയും കിട്ടിയാൽ കാര്യം ജയിച്ചു.

എന്തു കാര്യം എന്നു ഞാൻ ചോദിച്ചില്ല. ശിവൻ പറഞ്ഞു:

നോവൽ വിറ്റു പത്തു സെന്റിൽ ഒരു വീടു പണിയണം.

ശിവന്റെ ദൃഷ്ടികൾ തെളിഞ്ഞതും അയാളുടെ മുഖത്തു സൂര്യനുദിക്കുന്നതും ഞാൻ കണ്ടു. റാക്കിൽനിന്നു ബൗണ്ടെടുക്കുമ്പോഴും എന്റെ മുഴുവൻ ശ്രദ്ധയും ശിവന്റെ ദൃഷ്ടികളിൽ മാത്രമായിരുന്നു. ബൗണ്ടു മേശമേൽ വച്ചു ഞാൻ പറഞ്ഞു:

ശിവന്റെ നോവൽ ഞാൻ വായിച്ചുനോക്കി. നോക്കട്ടെ, എന്താണു നോവലിന്റെ പേര്?

ശിവൻ പറഞ്ഞു:

അപരാധം.

ബൗണ്ടിന്റെ കനത്ത ചട്ട മറിച്ചു ഞാൻ പറഞ്ഞു:

ശിവൻ ഒരു കൽപ്പണിക്കാരനാകുന്നു, തലമുറകളായി ശിവന്റെ കുടുംബം, ശിവന്റെ ഗോത്രം കൽപ്പണിക്കാരായിരുന്നു. പക്ഷേ, ശിവൻ ഒരു നോവൽ എഴുതി, അപരാധം. ശിവന്റെ ഗോത്രത്തിൽ ഒരു പാണനാരും ഉണ്ടായി, തിരുവരങ്കത്തു പാണനാർ എന്നു ശിവൻ കേട്ടിട്ടുണ്ടോ?

ഉണ്ടാവില്ല, അതും ഒരപരാധമല്ല. നമ്മെത്തന്നെ നാം അറിയില്ല എന്നതാണു സത്യം. പഴയൊരു പാണനാരെ നാമെന്തിനറിയണം? പറകയാണെങ്കിൽ, ചെറിയ തോതിൽ ഞാനും നോവലുകൾ എഴുതിയിട്ടുണ്ട്, ഇനിയും എഴുതുന്നുണ്ട്. പക്ഷേ, ഒരു നോവലിസ്റ്റായി ഞാൻ ജനിച്ചിട്ടില്ല. കൽപ്പണിക്കാരനായി ശിവൻ ജനിച്ചിട്ടില്ല. ശിവൻ പരിചയിച്ചതു കൽപ്പണി ആയിപ്പോയി, കൽപ്പണി പരിചയിക്കാനാണു ശിവന്റെ സാഹചര്യങ്ങൾ ശിവനറിയാതെ തന്നെ ശിവനെ സ്വാധീനിച്ചത്. ശിവന്റെ കൈത്തണ്ടുകളിലെ മുടിപോലും ചെമ്പിച്ചുപോയല്ലോ, ശിവനിപ്പോൾ ഒറ്റയ്ക്കൊരു പുര പണിയാറായോ?

ഉവ്വ് എന്നു ശിവൻ പറഞ്ഞു.

എങ്ങനെയാണു ശിവൻ പണി പഠിച്ചത്?

അച്ഛന്റെ കൂടെ.

ശിവൻ കണ്ടു പഠിച്ചു. കേട്ടു പഠിച്ചു. സ്വയം പണി ചെയ്തു പഠിച്ചു. അങ്ങനെയല്ലേ?

അതെ. നോക്കൂ ശിവൻ, ഇതു നിങ്ങളുടെ ആദ്യത്തെ നോവലാകുന്നു. ആദ്യത്തെ നോവലിന്റെ ആദ്യത്തെ പേജിൽ നോവലിന്റെ പേരെഴുതിയതു നോക്കൂ...

നോക്കൂ.

അപരാതം.

എന്റെ മുഴുവൻ ശ്രദ്ധയും ശിവന്റെ ദൃഷ്ടികളിലായിരുന്നു, അയാൾക്കരികിൽ മേശയുടെ തലയ്ക്കൽ നിവർത്തിവച്ച ആറാംനമ്പർ കത്തിയിലായിരുന്നു.

ദൃഷ്ടികൾകെട്ട്, മുഖംകെട്ട് ശിവൻ പറഞ്ഞു:

അതെനിക്കു തെറ്റി.

ശിവൻ, ഞാൻ ജനിച്ചതും വളർന്നതുമായ സാഹചര്യങ്ങളെക്കുറിച്ചോർക്കുമ്പോൾ അത്ഭുതം തോന്നാറുണ്ട്, ഭയവും ഉണ്ട്. എന്റെ കൈയിൽനിന്നു കൈക്കോട്ടും തോളിൽനിന്നു കാവും എങ്ങനെ തെറിച്ചുപോയി എന്ന് എനിക്കറിഞ്ഞുകൂടാ. തഴമ്പു പോയിട്ടില്ല. ഉള്ളംകൈയിൽ കൈക്കോട്ടിന്റെ തഴമ്പ്, തോളിൽ കാവെടുത്ത തഴമ്പ് ഇന്നും മുഴച്ചു നില്പുണ്ട്. പക്ഷേ, ഞാനും ഒരു നോവലിസ്റ്റാകുന്നു. ഒരു കൽപ്പണിക്കാരൻ മലയാളത്തിൽ നോവലെഴുതുക, ആ നോവൽ ആദ്യം വായിക്കാനുള്ള സൗഭാഗ്യം എനിക്കു കിട്ടുക, ശിവൻ എന്തു കരുതുന്നു. ജീവിതത്തിലെ ഏറ്റവും വലിയ എന്നും മറ്റും ഞാൻ വമ്പു പറയുന്നില്ല, നേട്ടങ്ങളിൽ ഒന്ന് ഈ സൗഭാഗ്യമായിരുന്നു എന്ന് ഊറ്റം കൊള്ളാമായിരുന്നു. പക്ഷേ, ശിവൻ...

ശിവന്റെ നെറ്റി വിയർത്തു. മുഖം തുടുക്കുകയും മങ്ങുകയും നെറ്റിയിൽ വിയർപ്പു മുഴുക്കുകയും മുഖം തുടുക്കുകയും മങ്ങുകയും... എല്ലാം ഞാൻ കാണുന്നുണ്ട്. വേദന എനിക്കും ഉണ്ട്. എന്റെ വീട്ടിൽ എന്നെ കാണാൻ വന്ന ഒരു മനുഷ്യൻ ആശയറ്റു മോഹമറ്റ് അവഹേളനങ്ങൾ വിഴുങ്ങി വിവശനായി പരവശനായി വേദന തിന്നു കരൾ വിങ്ങി വീർപ്പുമുട്ടി തിരിച്ചുപോകേണ്ടി വരുന്നു എങ്കിൽ എനിക്കതിൽ സഹതാപമുണ്ട്.

ശിവനു തെറ്റൊന്നും പറ്റിയതല്ല, അപരാധത്തിലെ ധ ധൈര്യത്തിലെ ധ യാണെന്നും ധനത്തിലെ ധ യാണെന്നും നിങ്ങൾക്കറിഞ്ഞുകൂടായിരുന്നു. തറയിലെ ത യും തലയിലെ തയും ധൈര്യത്തിലെ ധയും തമ്മിലുള്ള വ്യത്യാസം അറിയണം. നോവലിന്റെ ഓരോ പേജും വരിയും വാക്കും ഞാൻ നോക്കി, നോവൽ വായിക്കാൻ കഴിഞ്ഞില്ല, നോവൽ ഞാൻ നോക്കി, ശിവൻ അക്ഷരങ്ങളെഴുതാൻ പഠിക്കണം, അക്ഷരം ശീലിക്കണം.

എനിക്കു തോന്നി, എന്റെ മുന്നിൽ നിവർന്നു നില്ക്കുന്ന ചെറുപ്പക്കാരൻ അപമാനിതനായി ഇതാ ചെറുതാകുന്നു, ചെറുതായി വരുന്നു, കുനിയുന്നു. ദുഃഖത്തിന്റെ തീക്ഷ്ണ വിസ്ഫോടനത്തിൽ രോഷം ജ്വലിക്കുന്നു. രോഷവും പകയും പ്രതികാരവാഞ്ഛയും എനിക്കറിയാം. പക്ഷേ, ഞാൻ നിസ്സഹായനാകുന്നു.

ഞാൻ പ്രതീക്ഷിച്ചത് ഒരാക്രമണമായിരുന്നു:

എടാ പട്ടി കഴുവേറിഡെ...

കത്തി ഞാനെടുത്തു മാറ്റിയില്ല. കസേരപൊക്കി തടയാനാണെങ്കിൽ നാശം കസേര ഒറ്റക്കൈയ്യനാകുന്നു. പെട്ടെന്നൊഴിഞ്ഞു മാറാനാണെങ്കിൽ, എന്റെ ഇടത്തെ വശത്ത്, കട്ടിലും കിടക്കയുമാകുന്നു. കസേര പിന്നോട്ടു തള്ളി രക്ഷപ്പെടാനും നിർവ്വാഹമില്ല, ഇതൊരു ചായ്പു മുറിയാകുന്നു. കസേര ചുമരിൽ മുട്ടിയിരിക്കുന്നു. പുറത്തേക്കോടാനാണെങ്കിൽ, ശിവൻ വാതിൽക്കൽതന്നെ നില്ക്കുന്നു.

ശിവൻ വലത്തോട്ടു ചെരിഞ്ഞ്, മാടിക്കുത്തിയ ചുവന്ന പണിമുണ്ടു പൊക്കുന്നതു ഞാൻ കണ്ടു. ആക്രമണം തന്നെ എന്നു തീരുമാനിച്ചു. ചുവന്ന പണിമുണ്ടിന്നടിയിൽ ചോപ്പൻ കാലുറയുടെ പാക്കറ്റിൽ ശിവൻ കൈ തിരുകിത്തപ്പി.

ഉഷ്ണിച്ചും വിയർത്തും ഇരുന്നു ഞാൻ പറഞ്ഞു:

നോവൽ കൊണ്ടുപൊയ്ക്കൊള്ളൂ. അക്ഷരങ്ങൾ ശീലിച്ച് ഇതേ കഥ ഇതേ നോവൽ പകർത്തി എഴുതി എന്റെ പക്കൽ ഇനിയും വരണം. കഥകൾ ഇല്ലാത്തതുകൊണ്ടല്ല, നമുക്കു നോവലുകൾ ഇല്ലാത്തത്, അനുഭവങ്ങൾ ഉള്ളവർ അക്ഷരം ശീലിച്ചിട്ടില്ല.

പുസ്തകം എടുത്തുനീട്ടി ഞാൻ എണീറ്റു നിന്നു.

കുത്തു വരുന്നു എങ്കിൽ പുസ്തകംകൊണ്ടു തടുക്കാം.

പാക്കറ്റിൽ തിരുകിയ കൈ പുറത്തെടുത്തു മാടിക്കെട്ടിയ പണിമുണ്ടു കുത്തഴിച്ചു തട്ടിവെടിപ്പാക്കി ശിവൻ മാറിനിന്നു. സത്യമായും ഞാൻ കണ്ടു ശിവന്റെ കൈയിൽ കത്തി ഇല്ല, എന്നെക്കുത്താൻ ശിവൻ കത്തി എടുത്തിട്ടില്ല.

ശിവൻ അടിയിളക്കി മേശയുടെ മധ്യത്തോളം വന്ന് എന്റെ നേർമുമ്പിൽ നിന്നു കൈകൾ നീട്ടി. ശിവൻ നീട്ടിയ കൈകളിലേക്കു പുസ്തകം നീട്ടുമ്പോൾ അയാളുടെ വലത്തെ കൈയിൽ വിരലുകൾക്കിടയിൽ ഞാൻ കണ്ടു. ഞാൻ ഞെട്ടിപ്പോയി, നെഞ്ചിൽ ഒരു മഞ്ഞിൻകട്ട വീണ് ഞാൻ ഉറഞ്ഞുപോയി.

നീട്ടിയ കൈകളിൽ പുസ്തകം വച്ചുകൊടുത്തപ്പോൾ ശിവൻ പറഞ്ഞു:

ഇതു വാങ്ങണം.

ശിവന്റെ വിരലുകൾക്കിടയിൽ അഞ്ചിന്റെ മടങ്ങിയ മുഷിഞ്ഞ നോട്ട് ജീവനാർന്നു പിടഞ്ഞു.

എന്റെ തൊണ്ട ഇടറി:

എന്താണിതു ശിവൻ?

ശിവൻ പറഞ്ഞു:

ഗുരുദക്ഷിണ.

അങ്ങനെ എന്റെ ഉറക്കമുണർന്നു. ■

ഒരു പ്രതികാരത്തിന്റെ കഥ

മുനീശ്വർ പറഞ്ഞു:

പൃഥ്വിപാൽസിങ്ങിനെ കാണാനില്ല.

എന്നത്തേയും പതിവുപോലെ നേരത്തെ ഉറക്കമുണർന്ന് ദിനകൃത്യങ്ങൾ സാവകാശം നിർവഹിച്ച് പർവ്വതപ്പരപ്പിൽ പ്രഭാതമുണരുന്നതു കാണാൻ കാത്തിരിക്കുമ്പോഴാണ് മുനീശ്വർ വന്നത്. പൃഥ്വിപാൽസിങ്ങിനെ കാണാനില്ല. എനിക്കൊട്ടും വേവലാതി ഉണ്ടായില്ല. മുനീശ്വർ മുഴുവൻ യൂനിഫോമിലാണെന്നും ആദ്യമാദ്യം ഞാൻ ശ്രദ്ധിച്ചിട്ടുണ്ടായിരുന്നില്ല. പർവ്വതത്തിൽ ഓരോ പ്രഭാതവും വ്യത്യസ്തമായിരുന്നു. ഇന്നലെ കണ്ട ദൃശ്യമോ വർണ്ണഭംഗികളോ ഇന്നു കാണുന്നില്ല. കാറ്റുപോലും ഉറങ്ങിക്കിടക്കുമ്പോൾ കുളിരിന്റെ പല്ലുകളും വളർന്നിട്ടുണ്ടാവില്ല.

മുനീശ്വർ പറഞ്ഞു:

അവന്റെ റൈഫിളും കാണുന്നില്ല.

സംഗതി അൽപേശ എന്റെ മനസ്സിലും കയറി. പൃഥ്വിപാൽസിങ്ങിനെ കാണാനില്ല. അവന്റെ റൈഫിളും കാണുന്നില്ല.

മുനീശ്വർ ഗാർഡ് കമാന്ററായിരുന്നു, നായക് മുനീശ്വർ പ്രസാദ്, ഡ്രൈവർ. എന്റെ മുന്നിൽ വിരിച്ചിട്ട കട്ടിലിൽ മുനീശ്വർ പ്രസാദ് ഡ്യൂട്ടി റോസ്റ്റർ നിവർത്തി. പൃഥ്വിപാൽ സിങ്ങ് മൂന്നാമത്തെ സെൻട്രി ആയിരുന്നു. രാത്രി പത്തു മുതൽ പന്ത്രണ്ടു മണിവരെ കണിശമായും അവൻ ഡ്യൂട്ടിയിൽ ഉണ്ടായിരുന്നു. കാലത്ത് രണ്ടുമുതൽ നാലുവരെ റോന്തു ചുറ്റിയ രാംപാൽ പൃഥ്വിപാൽസിങ്ങിനെ വിളിക്കാൻ നോക്കുമ്പോൾ കട്ടിലിൽ പൃഥ്വിപാൽ ഇല്ല, റൈഫിളും ഇല്ല.

ഞങ്ങളുടെ മൗണ്ടൻ ബ്രിഗേഡും സിഗ്നൽ കമ്പനിയും ഗാങ്ടക്കിന്റെ പരിസരങ്ങളിൽ മലഞ്ചെരുവുകളിൽ തമ്പടിച്ചു കിടക്കുകയായിരുന്നു. കമ്പനി ഹവീൽദാർമേജർ അവധിയിൽ പോയി. കമ്പനിയുടെ നിത്യ

നിദാനങ്ങളുടേയും ഭരണനിർവ്വഹണത്തിന്റേയും ഏറ്റവും താഴത്തെ പദവിയിൽ പ്രവർത്തിക്കുന്ന ഉദ്യോഗസ്ഥൻ ഹവീൽദാർ മേജറാകുന്നു. അദ്ദേഹം അവധിയിൽ പോയപ്പോൾ ഹവീൽദാർ മേജരുടെ ചുമതലകൾ തൽക്കാലം ലഭിച്ചത് എനിക്കായിപ്പോയി.

ഒരു സുപ്രഭാതം എന്റെ മനസ്സിൽ തകർന്നടിഞ്ഞു.

മുനീശ്വർ പ്രസാദിനെ ഞാൻ പറഞ്ഞുവിട്ടു. മുനീശ്വർ പൊയ്ക്കൊള്ളുക. പ്രാതൽ കഴിഞ്ഞ് ഒരിക്കൽക്കൂടെ കാണണം. ശേഷിച്ച രണ്ടു സെൻട്രിമാരും തയ്യാറായി നിൽക്കട്ടെ.

കമ്പനി സുബേദാർ മഖൻസിങ് പറഞ്ഞു:

ചെറുക്കൻ അല്പം പിശകാണെന്ന് അപ്പഴേ ഞാൻ കരുതി, കണ്ടോ അതുതന്നെ സംഭവിച്ചു. അവൻ സ്വതന്ത്രൻ, അവന്റെ പക്കൽ ഒരു റൈഫിൾ, റൈഫിളോടൊപ്പം ജീവനുള്ള തോട്ടകൾ പത്തെണ്ണം. ചെറുക്കൻ തട്ടിക്കളയും, ആരെയെങ്കിലും അവൻ തട്ടും.

നര പടരുന്ന താടിയിൽ ചൊറിഞ്ഞും തേയുന്ന മഞ്ഞപ്പല്ലുകളിൽ ചിരിച്ചും സുബേദാർ മഖൻസിങ് പ്രവചനം തൊടുത്തുനിന്നു. ഇപ്പോൾ എന്തു ചെയ്യണം എന്നു മാത്രം ചെറിയ ഒരു സൂചന പോലും നിർദ്ദേശിച്ചില്ല. ഞാൻ ഒട്ടു പ്രതീക്ഷിച്ചിട്ടും ഇല്ല. ഒരു യൗവ്വനം മുഴുവൻ അദ്ദേഹം പയറ്റിക്കഴിഞ്ഞു. ഓണററി ലഫ്റ്റനന്റായി പ്രമോഷനും നേടിയെടുത്തു. സൗകര്യപൂർവം റിട്ടയർ ചെയ്യാനും റിട്ടയർമെന്റിനോടൊപ്പം ഓണററി ക്യാപ്റ്റനായി ഉയരാനും തരവഴികൾ പാർത്തുഴലുന്ന മഖൻസിങ് കമ്പനി കമാന്ററെ തുയിലുണർത്താനും തയ്യാറായില്ല - ഒരു ജവാനും അവന്റെ റൈഫിളും ചാടിപ്പോയി, സാഹേബ്.

ഇല്ല. സുബേദാർ മഖൻസിങ് പല്ലു തേച്ചിട്ടില്ല. കക്കൂസും കണ്ടിട്ടില്ല.

കമ്പനി കമാന്റർ, മേജർ നരേന്ദ്ര ബാലകൃഷ്ണ ഫൻസാൽക്കർ ഒട്ടും ക്ഷോഭിച്ചില്ല. സ്തോഭത്തിന്റെ ലാഞ്ഛനപോലും ആ തുടുത്ത മുഖത്തെങ്ങും കറുത്തു കണ്ടില്ല.

മേജർ ഫൻസാൽക്കർ ചോദിച്ചു:

വാട് കേൻ വി ഡു നൗ?

ഉദാരമായ ആ അന്വേഷണം എന്നെ തളർത്തി, നമുക്കെന്തു ചെയ്യാൻ കഴിയും?

ഒരുത്തൻ ഒളിച്ചോടട്ടെ, ഒന്നോ രണ്ടോ റൈഫിളും കട്ടു പോകട്ടെ- എന്റെ ജീവിതത്തെ ആ സംഭവം സാരമായി ബാധിക്കുകയില്ല. ഒരു മുഴുവൻ റൈഫിൾ എന്തിന്? റൈഫിളിൽനിന്ന് ഏതെങ്കിലും ഒരു പിരിയാണി നഷ്ടപ്പെട്ടാൽ കമ്പനി കമാന്റർ സമാധാനം ബോധിപ്പിക്കണം. പൃഥ്വിപാൽസിങ് ഒളിച്ചുപോയി എങ്കിൽ ഒളിച്ചു പോകട്ടെ. കടലാസുകൾ നീക്കി നടപടികൾ പൂർത്തിയാക്കാം. ഡെസർട്ടറെ പിടിച്ചു കെട്ടാൻ ദേശദേശാന്തരം പോലീസിനെ ചുമതലപ്പെടുത്താം. കമ്പനിയുടെ ഒരു റൈഫിൾ- റൈഫിൾ കളവുപോയാൽ കമാന്ററുടെ ഭരണനിർവ്വഹണശേഷിയിൽ അപ്രാപ്തി എന്ന ആരോപണം വന്നുകൂടും.

ഒരു ജന്മകാമന തകർന്നടിയും.

പക്ഷേ, ആരുടെ കുറ്റം?

ആരുടെ തെറ്റ്?

ഉറക്കച്ചടവോടെ രാംപാൽ പറഞ്ഞു:

പൃഥ്വിപാൽ ഒളിച്ചോടിയതുതന്നെ. പൃഥ്വിപാൽ സിങ് ഠാക്കൂർ ആകുന്നു. ഠാക്കൂർ അന്യനെ വഴങ്ങുകയില്ല. ആരിൽനിന്നും ഒരു ഠാക്കൂർ ശാസനകൾ സഹിക്കുകയില്ല. പൃഥ്വിപാൽ സിങ് ഡ്യൂട്ടിക്കു വന്നപ്പോൾ നായക് മുനീശ്വർ പ്രസാദ് വഴക്കു പറഞ്ഞു. വാസ്തവത്തിൽ പൃഥ്വിപാലിന്റെ വേഷവും കോലവും വഷളായിരുന്നു. അലങ്കോലം തന്നെ. നിന്റെ വേഷവും നിന്റെ ശരീരവും വൃത്തികെട്ടതാകുന്നു എന്ന് മുനീശ്വർ പ്രസാദ് പൃഥ്വിപാലിനെ അധിക്ഷേപിച്ചു. ഉടുപ്പിന്റെ ദൂഷ്യം മാത്രമായിരുന്നു എങ്കിൽ— പൃഥ്വിപാൽ കാര്യമായി എടുത്തേക്കുകയും ഇല്ലായിരുന്നു. നിന്റെ ശരീരം വൃത്തികെട്ടതാകുന്നു എന്ന് ഗാർഡ് കമാന്റർ പരസ്യമായി ഒരു സെൻട്രിയെ ഗുണദോഷിക്കാമോ? പൃഥ്വിപാൽ വളരെ നന്നായി സഹിച്ചു എന്നാണ് രാംപാൽ പറഞ്ഞത്. അവൻ ചമ്പൽ താഴ്വരകളിൽ നിന്നാണ് വരുന്നത്. കൊല്ലണം എന്നു തീരുമാനിച്ചാൽ എതിരാളിയെ ഒരു ഠാക്കൂർ കൊന്നു കളയും. ശത്രുവിനെ വകവരുത്തി സ്വയം രക്തസാക്ഷിയായിത്തീരുക. തൽക്കാലം ചമ്പൽക്കാടുകളിൽ ഒളിക്കുക. പ്രതികാരദാഹം എക്കാലത്തും ഠാക്കൂറിന്റെ രക്തത്തിൽ തിളച്ചു കിടക്കുന്നുണ്ടാവും. അപമാനം പൃഥ്വിപാൽ പൊറുക്കുമോ? പരസ്യമായ അപമാനം? അവൻ പ്രതികാരം ചെയ്യും എന്ന് രാംപാൽ ഉറപ്പിച്ചതായിരുന്നു. ആയുസ്സിന്റെ പുണ്യം, അഥവാ കമ്പനിയുടെ ഭാഗ്യം. തൽക്കാലം റൈഫിൾ എടുത്തുപോയതേ ഉള്ളൂ.

പർവ്വതങ്ങളിൽ പ്രകാശം പരന്നപ്പോൾ നായക് മുനീശ്വർ പ്രസാദ് വീണ്ടും വന്നു.

എന്തു ചെയ്യണം മുനീശ്വർ?

എന്തു വേണം മേജർ?

കഴിഞ്ഞ ഒരു വർഷം മുഴുവൻ ഞങ്ങളുടെ മൗണ്ടൻ ബ്രിഗേഡും സിഗ്നൽ കമ്പനിയും ഗാങ്ടക്കിൽനിന്നും ദൂരെ ഹിമാലയത്തിന്റെ മഹാദുർഗങ്ങളിൽ ദുർഗമസ്ഥലികളിൽ കഴിഞ്ഞുകൂടി. കാറ്റിൽ പിണഞ്ഞ നൂലു പോലെ പർവ്വതങ്ങളെ ചുറ്റിക്കയറുന്ന റോഡുകളിലൂടെ മുനീശ്വർ പ്രസാദിന്റെ ജോംഗയിൽ പലപ്പോഴും ഞാൻ സഞ്ചരിച്ചിട്ടുണ്ട്. മുനീശ്വർ ക്യൊറിയർ ഡ്രൈവറായിരുന്നു. എവിടെ പോകുന്നു, എപ്പോൾ പുറപ്പെടുന്നു എന്ന് മറ്റാർക്കും പിടിപാടുണ്ടാകില്ല. കൗതുകത്തിന്റെ പേരിൽ നാഥുലാ ചുരം വരെ ഞങ്ങൾ രണ്ടുപേർ ജീവാജീവി അറിയാതെ പോയ്‌വന്നു. ഹിമാലയത്തിന്റെ സൗന്ദര്യവും മഹാഭീകരതകളും ഇനിയുമിനിയും സാക്ഷാത്ക്കരിക്കണം എന്ന എന്റെ ആഗ്രഹം സാഹസികനായ മുനീശ്വർ സന്തോഷപുരസ്സരം നിറവേറ്റിത്തന്നു. ഒരു ഫയൽവാന്റെ ശരീരവും മനസ്സുമായിരുന്നു മുനീശ്വർ പ്രസാദിന്റെ കൈമുതൽ. ജലപാതങ്ങൾ തണുത്തുറഞ്ഞ് ശുഭ്രഹിമദൃശ്യങ്ങളായി നില്ക്കുന്ന പുലർവേളകളിൽ ആറ്റുചോലയിൽ മുങ്ങിക്കുളിക്കുന്ന ശീലം മുനീശ്വർപ്രസാദിന്റെ നേരമ്പോക്കായിരുന്നു. തോൽവി

അയാൾ സഹിക്കുകയില്ല. മുനീശ്വർ പ്രസാദിന്റെ സാഹസിക യാത്രകളിൽ കൂട്ടുകൂടിയ ഒരശുഭമുഹൂർത്തത്തിലാണ് ഈ ലഘുജീവിതത്തിൽ ഞാൻ കണ്ട ലോകോത്തരസൗന്ദര്യത്തിടമ്പും ചമരിമാനുകളും ഫാഷൻ പരേഡ് പോലെ എനിക്കെതിരെ നടന്നു മറഞ്ഞത്. അഴക്, അപ്സരസ്സ് എന്നീ സംജ്ഞകൾ വസ്തുതതന്നെ എന്ന് അപ്പോൾ ഞാനറിഞ്ഞു. എന്റെ മനസ്സിൽ വെൺചാമരങ്ങൾ വിരിഞ്ഞു. എനിക്കു തോന്നി മുനീശ്വർ കൂടെ ഉണ്ടായാൽ പൃഥ്വിപാൽസിങ്ങിനെ തളയ്ക്കാം. അവൻ ഒളിച്ചോടിയിട്ടുണ്ടെങ്കിൽ ത്തന്നെ ഏറെ ദൂരത്തൊന്നും എത്തിച്ചേർന്നിട്ടുണ്ടാവില്ല. ആദ്യത്തെ കൺവോയ് ഗാങ്ടക്കിൽനിന്ന് പുറപ്പെട്ടിട്ടുണ്ടാവാം. ഏതെങ്കിലും ഒരു വണ്ടിയിൽ പൃഥ്വിപാൽ കയറിക്കൂടിയാൽത്തന്നെ ഗാങ്ടാക്കിൽനിന്ന് പുറപ്പെട്ട് സിലിഗുഡിയിൽ എത്താൻ ഒരേ ഒരു റോഡാണുള്ളത്. മന്ദഗതിയിലേ കൺവോയ് സഞ്ചരിക്കൂ. മുനീശ്വർ പ്രസാദ് തന്റെ ജോംഗയെടുത്തിറങ്ങിയാൽ കൺവോയ് ഏതായാലും ആരുടേതായാലും ഞങ്ങൾ മുന്നിൽ കടക്കും.

എന്റെ നിർദ്ദേശം കമ്പനി കമാന്റർ അംഗീകരിച്ചു. ഗാങ്ടക്കിൽ ആദ്യത്തെ ചെക്പോസ്റ്റിൽ ജോംഗ എത്തിച്ചേർന്നപ്പോൾ കൺവോയ് പൊയ്ക്കഴിഞ്ഞു. ബദ്ധപ്പാടൊട്ടും നടിക്കാതെ ചെക്പോസ്റ്റിലെ മിലിറ്ററി പോലീസുകാരോട് ഞങ്ങൾ പൃഥ്വിപാൽ സിങ്ങിനെക്കുറിച്ചും അന്വേഷിച്ചു. ഒരു ചെറുപ്പക്കാരൻ സിഗ്നൽമാൻ നിറംകെട്ട് അലങ്കോലപ്പെട്ട വൂളൻ യൂനിഫോം ബാറ്റിൽ ഓഡർ റൈഫിൾ - ബയനറ്റില്ലാത്ത റൈഫിൾ - സിഗ്നൽസിൽ ഇപ്പോൾ ബയനറ്റ് ഉപയോഗിക്കുന്നില്ല - നിങ്ങൾ കണ്ടുവോ? കയ്യോടുകൈ മെയ്യോടു മെയ് എന്ന യുദ്ധമുറ സിഗ്നൽസിൽ പ്രസക്തമല്ലല്ലൊ.

ഇല്ല. മിലിറ്ററി പോലീസ് ശ്രദ്ധിച്ചിട്ടില്ല.

താഴ്‌വരകളിൽ ഇളവെയിൽ പരന്നു.

വെയിൽ ഉണ്ടായിരുന്നു എന്നേ ഞാൻ ഓർക്കുന്നുള്ളൂ. കാഴ്ചകൾ മനസ്സിൽ തങ്ങിയതേ ഇല്ല. ഒളിച്ചുപോയ ഒരുത്തൻ - അവൻ ഠാക്കൂർ ആകുന്നു - അവന്റെ കൈകളിൽ സജീവമായ റൈഫിൾ ഉണ്ട്. ഗാർഡ് കമാന്ററെ വെറുത്തിട്ടുതന്നെയാണ് അവൻ ഓടിപ്പോയത് എങ്കിൽ അതേ ഗാർഡ് കമാന്റർ അവനെ പിന്തുടരുകയാണ്. ഒരുപക്ഷേ എന്തും സംഭവിക്കാം. എട്ടര കഴിഞ്ഞു ഒമ്പത് ആയിട്ടില്ല - മുന്നിൽ കൺവോയ് കണ്ടു. പർവ്വതത്തെ വളഞ്ഞു ചുറ്റി താഴോട്ടിറങ്ങുന്ന റോഡിൽ ധാരാളം വളവുകൾ തിരിഞ്ഞ് ഓരോ വളവിലും മുന്നിൽ കൺവോയ് കണ്ട് ഓവർടേക്ക് ചെയ്യാൻ തീരുമാനമെടുത്ത് പിന്നിലെ വണ്ടിയുടെ ഒപ്പം എത്തിനോക്കുമ്പോൾ കൺവോയ് ഹാൾട്ടായിരുന്നു. മുനീശ്വർ ജോംഗ നിർത്തി ഞാൻ റോഡിലേക്കിറങ്ങി.

ശക്തിമാൻ ആയിരുന്നു മുന്നിൽ. റോഡിൽ ഗൂർക്കാ റജിമെന്റിലെ ജവാന്മാരും.

രാം രാം സാഥീ.

റാം റാം ഹവീൽദാർ ഷാബ്.

കൈസേ ഹോ? ചൈൻ ഹൈ ന?

കൈകൾ തിരുമ്മിയും തിരുമ്മി ചൂടാക്കിയ കൈത്തലങ്ങൾ കവിളിൽ അമർത്തി ചൂടു പറ്റിച്ചും നിന്ന ഗൂർക്കകളോട് കുശലം പറഞ്ഞ് വർത്തമാനങ്ങൾ ആരാഞ്ഞു. പർവ്വതങ്ങളിൽ ഒരു വർഷം കഴിച്ചുകൂട്ടിയ അവരുടെ ബറ്റാലിയൻ സമതലത്തിലേക്ക് മാറ്റം പോവുകയായിരുന്നു. കൺവോയ് ഫൈവ് മിനിറ്റ്സ് ബ്രേക്കിലാണിപ്പോൾ - കൈകാലുകൾ നിവർത്താൻ, മരവിപ്പകറ്റാൻ, മൂത്രമൊഴിക്കാൻ, പുകവലിക്കാൻ.

ഞങ്ങളുടെ ഒരാൾ- ഒരു സിഗ്നൽമാൻ ഏതെങ്കിലും വണ്ടിയിൽ കയറിയോ?

ഗാണ്ടക്കിൽ?

ഉണ്ടല്ലോ.

അങ്ങനെ ഒരാളെ കണ്ടല്ലോ.

എവിടെ? ഏതു വണ്ടിയിൽ?

ഗോൽമാൽ എന്തെങ്കിലും ഉണ്ട് എന്നു ശങ്കിച്ചോ ജോംഗയിൽ വന്നിറങ്ങിയ വീരന്മാർ ആരൊക്കെയാണ് എന്നറിയാനുള്ള കൗതുകം കൊണ്ടോ റോഡരികിൽ വിശ്രമിച്ചു നിന്ന ഗൂർക്കകൾ പിന്നാക്കം വന്നുനോക്കി. അവർ തമ്മിൽ തമ്മിൽ ശുദ്ധ ഗൂർക്കാളിയിൽ എന്തൊക്കെയോ കിണതാരം മൊഴിഞ്ഞു.

ഹവീൽദാർ ഷാബ്, നിങ്ങളുടെ ഒരാൾ ഉണ്ട് - അപ്പുറത്തെ വണ്ടിയിൽ - ഇതിൽ അല്ല - അപ്പുറത്തെ ഒരു വണ്ടിയിലാണയാൾ - വരൂ കാണിച്ചു തരാം - നോക്കൂ ഇയാളെയാണോ അന്വേഷിക്കുന്നത് - ഇതാ ഇതിനകത്തുണ്ടായിരുന്നു.

താർപായിട്ടു മൂടിയ ശക്തിമാൻ ട്രക്കിന്റെ വിസ്തൃതമായ ബോഡിയിൽ പൃഥ്വിപാൽ സിങ് ബദ്ധപ്പെടുന്നതും എണീറ്റു നിന്നതും ഞാൻ കണ്ടു. ക്ഷീണം മൂലമാകാം, മനഃപ്രയാസത്തിലാകാം, അവൻ വണ്ടിക്കകത്ത് കിടക്കുകയായിരുന്നു എന്നും താഴെ ഞങ്ങളുടെ വർത്തമാനം കേട്ടപ്പോൾ എണീറ്റതാവണം എന്നും ഒരു ഞൊടിയിൽ എനിക്കുതോന്നി. പക്ഷേ, താർപ്പായക്കടിയിൽ നിവർന്നു നിൽക്കാൻ വയ്യ. എങ്ങനേയും നിൽക്കട്ടെ എന്ന് സമാധാനിച്ചുനിന്നുകൂടാ, അവന്റെ കൈകളിൽ റൈഫിൾ ഉണ്ടല്ലോ. ഇനി ഒഴിഞ്ഞുമാറാനും നിർവാഹം ഇല്ല. നേർക്കുനേരെ പൃഥ്വിപാൽസിങ്ങിനെ ഞാൻ കണ്ടു, അവൻ എന്നെക്കണ്ടു. അവന്റെ വലംകൈയിൽ റൈഫിൾ കണ്ടു. ഒട്ടും ഞാൻ ശങ്കിച്ചില്ല. ശങ്കിച്ചു നിൽക്കാവുന്ന മുഹൂർത്തം ഇതല്ല.

പൃഥ്വിപാൽ, റൈഫിൾ ലാവൊ.

അതേ ഞാൻ പറഞ്ഞുള്ളു, റൈഫിൾ കൊണ്ടുവാ.

ഞൊടിയിടയിൽ സംഭവം കഴിഞ്ഞു.

ഒരു പാവയെപ്പോലെ പൃഥ്വിപാൽ മുന്നോട്ടു നീങ്ങുന്നത് ഞാൻ കണ്ടു. പൃഥ്വിപാൽസിങ്ങിന്റെ കണ്ണുകളിൽ ഉറക്കച്ചടവും മൗഢ്യവും കണ്ടു, ജീവസ്സറ്റ രണ്ടു കണ്ണുകൾ. പരിഭ്രാന്തമായ മുഖം. അൽപം കുനിഞ്ഞ് വലത്തെ

കൈയിൽ റൈഫിൾ പൊക്കി – എന്റെ തലയ്ക്കോ നെഞ്ചത്തോ അല്ല, വണ്ടിയുടെ ടെയിൽ ബോർഡുവരെ അവൻ വന്നു. നിർന്നിമേഷം ഞാൻ തറച്ചുനോക്കുന്നുണ്ടായിരുന്നു. എന്തും സംഭവിക്കാമായിരുന്നു – അവൻ ഒരു ഠാക്കൂർ, ഡസർടർ. എന്റെ തലയ്ക്കോ നെഞ്ചത്തോ – യാതൊന്നും സംഭവിക്കുന്നില്ല. റൈഫിൾ ടെയിൽ ബോർഡിനു മീതെ പൊക്കി അവൻ താഴോട്ടു നീട്ടി.

ഈശ്വരാ.

എന്റെ കൈയിൽ റൈഫിൾ.

പക്ഷേ, തീർന്നില്ല.

ബാരുദ് കാ ക്ലിപ്?

സാമാന്യം നല്ല ഒച്ചയിൽ ഝടുതിയിൽ ശുദ്ധ ഹിന്ദിയിൽ തികച്ചും ഒരു മുരടനെപ്പോലെ റൗണ്ട് പത്തും അടുക്കിയ ക്ലിപ്പാണ് ഞാൻ ആവശ്യപ്പെടുന്നത്.

പൃഥ്വിപാൽ പാക്കറ്റിലേക്ക് കൈ താഴ്ത്തിയപ്പോഴും അവന്റെ കണ്ണുകളിൽ ദൃഷ്ടികൾ നട്ട്, ഇനി മുഖത്തെറിയാനേ വൈക്കൂ. അവൻ എന്താണ് ഭാവം? യാതൊന്നും സംഭവിച്ചില്ല, ജീവസ്സറ്റപോലെ മരപ്പാവപോലെ ആമുനിഷ്യൻ ക്ലിപ്പും താഴേക്കു നീട്ടി, അത് വാങ്ങുന്നതോടൊപ്പം ഞാൻ ശ്രദ്ധിച്ചുനോക്കി – പത്തും ഉണ്ടായിരുന്നു.

റൈഫിൾ കിട്ടി.

റൗണ്ട് പത്തും കിട്ടി.

ഭദ്രം.

നീചേ ഉത്തരൊ!

ഇറങ്ങ് താഴെ എന്ന് ഞാൻ പറഞ്ഞത് കടുപ്പത്തിലായിപ്പോയോ? ആജ്ഞപോലെ കല്പനപോലെ. താഴോട്ടിറങ്ങാൻ ആജ്ഞാപിച്ചതോടൊപ്പം ഞാൻതന്നെ താഴോട്ടൊന്നു നോക്കുകയും പൃഥ്വിപാൽസിങ്ങിന്റെ ചത്ത കണ്ണുകളിൽനിന്ന് നിമിഷാർദ്ധത്തോളം ദൃഷ്ടികൾ പിൻവലിക്കുകയും ഉണ്ടായോ?

തെറ്റ് പറ്റിപ്പോയി.

പിന്നെ നോക്കുമ്പോൾ അവന്റെ കണ്ണുകളിൽ വേട്ടയാടപ്പെട്ട മൃഗത്തിന്റെ ശരണംകെട്ട നോട്ടവും ജീവിക്കണം എന്ന ആസക്തിയും മിന്നൽപോലെ ജ്വലിച്ചു.

ടെയിൽബോർഡിൽ പൃഥ്വിപാൽസിങ് പാദമൂന്നിയതുപോലും ഞാൻ കണ്ടില്ല. അവൻ ചാടി. റോഡിൽ – റോഡിൽ വീണില്ല നിന്നില്ല – എന്റെ പിന്നിലൂടെ എന്നെ വെട്ടിച്ച് ഒരു ചാട്ടം ഒറ്റ പാച്ചിൽ. റോഡു മുറിച്ച് റോഡിന്റെ തെറ്റിൽ ഒരു പാദം ഊന്നി പൃഥ്വിപാൽസിങ് താഴേക്കു പറന്നു. താഴെ – താഴെ അഗാധമായ താഴ്വരയിലേക്ക് ഒരു കീരിപോലെ ഒരു ചേരപോലെ, ശരംപോലെ കിളിപോലെ പറന്നിറങ്ങി.

പൃഥ്വിപാൽ...

മീതെ റോഡിന്റെ തെറ്റത്തുനിന്ന് ഞാൻ അലറിയോ?

പക്ഷേ, പൃഥ്വിപാൽ സിങ് വീണില്ല. നില്ക്കാവുന്ന ഇടം തഞ്ചിയപ്പോഴാകാം, അവൻ നിന്നു. അല്ലെങ്കിൽ അതാകാമായിരുന്നു ഏറ്റവും വലിയ ദുരന്തം. ഇപ്പോൾ അവൻ നിൽക്കുന്നത് നദിയുടെ തീരത്തായിരുന്നു. അലറിപ്പായുന്ന നദി എന്റെ കണ്ണുകളിൽ തിളങ്ങി. ഹിമാലയത്തിലെ വെയിലേറിന്റെ മൂർച്ച ഇത്രത്തോളമുണ്ടെന്നും അപ്പോൾ ഞാനറിഞ്ഞു. വെയിലിൽ നദി വാളലകുകൾ ചുഴറ്റിപ്പായുകയായിരുന്നു. അവൻ വളരെനേരം സ്തംഭിച്ചുനിന്നു. പക്ഷേ, പൃഥ്വിപാൽ സിങ് താഴെ വളരെ താഴെ എത്തിക്കഴിഞ്ഞിരുന്നു. കൈകാലുകളോ ശിരസ്സോ വെവ്വേറെ തിരിച്ചുകാണാൻ വയ്യാത്തത്ര താഴെ, ഒരു രൂപമായി, ഉടുപ്പിന്റെ നിറവും കോലവും മാത്രമായി താഴ്‌വരയുടെ അത്യഗാധതയിൽ, നദിയുടെ വാളലകുകൾക്കു മീതെ പൃഥ്വിപാൽ തറച്ചുനിന്നു.

ഗൂർക്കകൾ റോഡരികിൽ നിരന്നു.

എന്ത് - എന്തു സംഭവിച്ചു ഇവിടെ?

വാട് ഹാപൻഡ് ടു യു ഹവിൽദാർ?

സാവധാനം ഞാൻ പിൻതിരിഞ്ഞു.

ഒരു ലഫ്റ്റനന്റ്, ഇരുപത്തൊന്ന് - ഇരുപത്തിരണ്ട്, സുമുഖൻ.

സെല്യൂട്ട് ചെയ്യാനും വയ്യ. ഇടത്തെ തോളിൽ എന്റെ റൈഫിൾ, സ്ലിങ്ങിൽ. വലത്തെ കൈയിൽ പൃഥ്വിപാലിന്റെ റൈഫിൾ, മുറുകെ.

ഗുഡ്മോണിങ് സർ.

ഗുഡ്മോണിങ്.

പിന്നെ ഞാൻ സംഭവം ചുരുക്കിപ്പറഞ്ഞു.

എബ്സ്കോണ്ടഡ് വീത് ആംസ്?

ആയുധത്തോടെ ഒളിച്ചോടിയോ? അതിങ്ങ് തിരിച്ചുവാങ്ങിച്ചു അല്ലേ? ആമുനിഷനും തിരിച്ചുകിട്ടി. പറയൂ, ഇപ്പോൾ ഞാനെന്തു വേണം?

സർ, അവനെ കയ്യോടെ പിടികൂടാൻ എന്നെക്കൊണ്ടായില്ല.

ഓ കെ ഡോണ്ട് യു വറി. അത്രയല്ലേ ഉണ്ടായുള്ളൂ. അവനെ ഞാൻ പിടിച്ചു കൊള്ളാം. അവനെ ഞാൻ പിടിച്ചുതരാം.

ഖത്രി-താപ്പ-ബഹദൂർ-ഷേർ-ബഹദൂർ... പേരെടുത്ത് വിരൽ ചൂണ്ടി നാലുപേരെ ലഫ്റ്റനന്റ് വിളിച്ചെടുപ്പിച്ചു. വളരെ ലളിതമായി വളരെ മൃദുവായി ലഫ്റ്റനന്റ് ആജ്ഞാപിച്ചു:

മൂർദ്ദാ-യാ ജിന്ദാ.

ചത്തിട്ടായാലും ജീവനോടെ ആയാലും അവനെ കൊണ്ടുവരണം.

ഗൂർക്കകൾ സശ്രദ്ധം താഴ്‌വരയിലേക്കിറങ്ങി. അവർ താഴോട്ടിറങ്ങി എന്നും പിടിക്കും എന്നുമായപ്പോൾ പൃഥ്വിപാൽസിങ് നദിയിലേക്കു ചാടി. അവൻ പോയി എന്നേ ഞാൻ കരുതിയുള്ളൂ. പക്ഷേ, ഇല്ല. ഒരു നോട്ടത്തിൽ ഞാൻ കണ്ടു, ഒഴുക്കിൽ തെന്നിത്തെന്നി കഴുത്തോളം വെള്ളത്തിൽ മുങ്ങി പൃഥ്വിപാൽസിങ് ഒഴുകി നീങ്ങുന്നുണ്ടായിരുന്നു. നിരായാസം അവൻ

എത്രയോ ദൂരം മുന്നോട്ടുപോയി, നദിയുടെ മറുകര പാറി കരപിടിച്ചു. കര പിടിച്ച് പൃഥിപാൽ മുകളിലേക്ക്-മുകളിലേക്ക്-പക്ഷേ, നടക്കാൻ വയ്യാത്ത പോലെ. ഏറെനേരം നിന്നും തെല്ലുദൂരം ഇഴഞ്ഞും തളർന്നും വിറച്ചും വെയിൽ കാഞ്ഞും വീണ്ടും നടക്കാനാഞ്ഞും - പൃഥിപാൽ വശം കെട്ടിട്ടു ണ്ടായിരുന്നു.

നദിയിൽ സാവകാശം ഇറങ്ങി ഗൂർക്കകൾ നാലും നീന്തിക്കയറി. അപ്പോൾ കാണാം, പൃഥിപാൽ ഓട്ടം പിടിച്ചു. ഗൂർക്കകൾ പിൻതുടർന്നു. പിന്നെ അവർ ദൃഷ്ടിയിൽനിന്നും മറഞ്ഞു.

ഒച്ചയും വിളിയും കേൾക്കാമായിരുന്നു.

ചിലപ്പോഴൊക്കെ അലർച്ചകളും കേട്ടു, വെള്ളച്ചാട്ടം പോലെ.

അര മണിക്കൂർ കഴിഞ്ഞിട്ടാകാം, ഒരു മണിക്കൂർ കഴിഞ്ഞിട്ടാകാം അവർ തിരിച്ചെത്തിയത്. രണ്ടുപേർ മുന്നിൽ, രണ്ടു പേർ പിന്നിൽ - രണ്ടു ജോഡി കൾക്കിടയിൽ പൃഥിപാൽ സിങ്ങ് - ഠാക്കൂർ. കൈകൾ രണ്ടും പിന്നിൽ പിടിച്ചുകെട്ടി നനഞ്ഞ് കുതിർന്ന് ജീവസ്സറ്റ് അവൻ ഉയിർത്തുവന്നു.

പക്ഷേ, ഞാൻ കരഞ്ഞില്ല.

ചില നേരങ്ങളിൽ എന്റെ മനസ്സും ക്രൂരമായിത്തീരുന്നു, ഹിന്ദിയുടെ കഠാരശൈലി പോലെ: ജിന്ദാ - യാ മുർദ്ദാ!

തടവുകാരനെ ജീവനോടെത്തന്നെ ഭാരമേല്പിച്ച് ലഫ്റ്റനന്റ് ചോദിച്ചു:

കൊണ്ടുപൊയ്ക്കൂടെ, ഇവനെ?

സർ, എന്റെ കമ്പനി കമാന്റർക്കുവേണ്ടി അങ്ങയോട് ഞാൻ നന്ദി പറ യട്ടെ.

പിന്നിൽ മുറുകെക്കെട്ടിയ കൈകളോടെ ജോംഗയിലേക്കു കയറാൻ പൃഥിപാൽസിങ്ങിനെ ഞാൻ സഹായിച്ചു. ജോംഗയുടെ സൈഡ്സീറ്റിൽ സാവകാശം ഇരിക്കാൻ അവൻ സ്വയം ശ്രമിച്ചെങ്കിലും പരാജയപ്പെട്ടു. ഒരു പന്നിയെപ്പോലെ പൃഥിപാൽ വീണു. അവൻ കരഞ്ഞില്ല. മുരളുകയോ ചീറു കയോ ഉണ്ടായില്ല. ഞെളിഞ്ഞും പിരിഞ്ഞും എങ്ങനെയോ അവൻ മുഖവും ശരീരവും കുനിച്ചിരുന്നു.

മുനീശ്വർ പ്രസാദിന്റെ ജോംഗ ആഹ്ലാദപൂർവം കമ്പനിത്താവളത്തി ലേക്കു തിരിച്ചുപാഞ്ഞു.

ചിലപ്പോഴൊക്കെ മനുഷ്യൻ മൃഗത്തെപ്പോലെയും പെരുമാറിയേക്കാം, വിവേകം കെട്ട മനുഷ്യൻ, പക്ഷേ, മനുഷ്യൻ മൃഗമല്ല. ചത്ത മൃഗംപോലെ പൃഥിപാൽസിങ്ങിനെ പിന്നിൽ കെട്ടി ഇരുത്തേണ്ടിവന്നതിൽ എന്റെ മനം നൊന്തു. വണ്ടി നിർത്താൻ മുനീശ്വർ പ്രസാദിനോടാവശ്യപ്പെട്ടു. മുന്നിലെ സീറ്റിൽ നിന്നിറങ്ങി പൃഥിപാൽസിങ്ങിനോട് ഞാൻ പറഞ്ഞു:

പൃഥിപാൽ, ഞാൻ ഒരു മനുഷ്യൻ. നീയും മനുഷ്യൻ തന്നെ. എങ്ങ നെയോ ഒരു ദുർമുഹൂർത്തത്തിൽ ഇങ്ങനെ ഒരു ഗതികേടിൽ നാം രണ്ടു പേർ പെട്ടുപോയി. നിന്റെ കൈകൾ കെട്ടഴിച്ചാൽ ഓടുന്ന വണ്ടിയിൽ നിന്നെ ങ്ങാനും നീ ചാടുമോ? ഇനിയും ചാടിപ്പോകുമോ?

ഇപ്പോൾ പൃഥിപാൽ ശബ്ദിച്ചു.

ന എന്നോ നാഹ്ഹി എന്നോ അവൻ കരഞ്ഞു.

കെട്ട് ഞാൻ അഴിച്ചു. സൈഡ് സീറ്റിൽ ശവംപോലെ അവൻ അമർന്നു.

ഉച്ചയ്ക്കുമുമ്പ് - ഉച്ചയ്ക്കുശേഷം ഞങ്ങൾ താവളത്തിൽ തിരിച്ചെത്തി.

അപഹരിച്ച ആയുധത്തോടൊപ്പം ഒളിച്ചോടിപ്പോയി എന്ന് പൃഥ്വിപാൽസിങ്ങിനെതിരെ കുറ്റപത്രം തയ്യാറായി. മൂന്നുമാസത്തെ കഠിന തടവോടെ അയാളെ സർവീസിൽനിന്നും ഡിസ്മിസ് ചെയ്തു.

പക്ഷേ, ഇപ്പോൾ നാം പറഞ്ഞെത്തിയ സംഭവങ്ങൾ ഒരു ദിവസത്തെ അനുഭവം അല്ലാതായിത്തീരുന്നു. ഒരു ജീവിതത്തിന്റെ മഹാദുരന്തമായും ഈ കഥ പടരുന്നുണ്ട്. അവധിയിൽ പോയ മുനീശ്വർ കമ്പനിയിലേക്കു തിരിച്ചെത്തിയില്ല. കമ്പി വന്നു, ആരോ ഒരുത്തൻ നായക് മുനീശ്വർ പ്രസാദിനെ വെടിവെച്ചു കൊന്നു.

ഠാക്കൂർ പൃഥ്വിപാൽസിങ് പ്രതികാരം നിർവഹിച്ചു എന്നും മറ്റും മരണക്കമ്പിയിൽ വിസ്തരിച്ചിട്ടുണ്ടായിരുന്നില്ല.

എന്നെ ഓഫീസിലേക്കു വിളിപ്പിച്ച് മേജർ നരേന്ദ്ര ബാലകൃഷ്ണ ഫൻസാൽക്കർ പറഞ്ഞു:

ഇതൊന്നു വായിക്കൂ, ഈ കമ്പി സന്ദേശം. ഇപ്പോൾ നമുക്കെന്തു ചെയ്യാൻ കഴിയും? ഒന്നാലോചിച്ചുനോക്കൂ.

മരണക്കമ്പിയിൽ ഇങ്ങനെ ആയിരുന്നു സന്ദേശം:

നായക് മുനീശ്വർ പ്രസാദ് ഷോട്ട് ഡെഡ്, കൊലയാളിയെ തിരിച്ചറിഞ്ഞിട്ടില്ല. അന്വേഷണം തുടരുന്നു. ■

www.ingramcontent.com/pod-product-compliance
Lightning Source LLC
LaVergne TN
LVHW100613051026
849519LV00001B/4
* 9 7 8 9 3 8 6 4 4 0 1 9 8 *